మృత్యుంజయుడు

మృత్యుంజయుడు
దాన వీర శూర కర్ణ

మరాఠీ మూలం :
శివాజీ సావంత్

తెలుగు అనువాదం:
డా.టి.సి.వసంత

MANJUL

మంజుల్ పబ్లిషింగ్ హౌస్

First published in India by

MANJUL

Manjul Publishing House

Corporate and Editorial Office
• 2ⁿᵈ Floor, Usha Preet Complex, 42 Malviya Nagar, Bhopal 462 003 - India

Sales and Marketing Office
• C-16, Sector 3, Noida, Uttar Pradesh 201301, India
Website: www.manjulindia.com

Distribution Centres
Ahmedabad, Bengaluru, Bhopal, Kolkata, Chennai,
Hyderabad, Mumbai, New Delhi, Pune

Telugu translation of *Mrutyunjay* by Shivaji Sawant

Original Marathi edition first published in 1967

This edition first published in 2022

ISBN 978-93-5543-003-8

Translation by Dr. T. C. Vasantha

Cover design by Priyanka Sachdev
Illustrations by Devidas Peshve

Printed and bound in India by Repro India Limited

This publication is designed to provide competent and reliable
information regarding the subject matter covered. However, it is sold
with the understanding that the author and publisher are not engaged in
rendering legal, financial, or other professional advice. If legal or other
expert assistance is required, the services of a professional should be
sought. The author and publisher specifically disclaim any liability that is
incurred from the use or application of the contents of this book.

ఆత్మజయీ (ఖండకావ్యం)	–	కువర్ నారాయణ్ నచికేతుడి కథ.
ఏక్ జార్ నచికేత	–	గోవింద శంకర్ కురూప్ మళయాళం నుండి హిందీ అనువాదం.
కనుప్రియ (ఖండకావ్యం)	–	ధర్మవీర భారతి రాధలోని కావ్య (భావ) జగత్తు.
ప్రాచీనా (కావ్య–రూపకం)	–	ఉమాశంకర్ జోషి పౌరాణిక పాత్రల చరిత్ర. గుజరాతీ నుండి హిందీ అనువాదం.
మహాశ్రమణ్ సునేం (నవల)	–	భిక్కు
వ్యాసపర్వ (లలిత నిబంధ్)		దుర్గా భాగవత్ మహాభారత పాత్రలు–విశ్లేషణ మరాఠీ నుండి అనువాదం
పూర్ణావతార్ (నవల)	–	ప్రమథ్‌నాథ్ విషి కృష్ణ – కథ బెంగాలీ నుండి అనువాదం
రత్నావళి (ఖండకావ్యం)	–	హరిప్రసాద్ హరి. తులసి – ప్రియ కథ
భూమిజ (నాటకం)	–	సర్వదానంద్. సీత – కథ

ఈ క్రమంలోనే ఇప్పుడు 'మృత్యుంజయ్' ని ప్రచురిస్తున్నాం. కీ.శే. శివాజీ సావంత్ ఈ నవలని మరాఠీలో రాశారు.

ఈ నవల రచించడం వెనక ఒక కథ ఉంది. 14 సం.ల వయస్సులో శివాజీ తన తోటి వాళ్ళతో నాటకం వేశారు. ఆయన కృష్ణుడి వేషం వేసారు. స్కూల్లో వేదిక పైన ఎన్నో నాటకాలు వేస్తూనే ఉంటారు. నాటక రచయిత, అభినేతలు తరువాత ఎవరికి వారే యమునా తీరైపోయారు.

కాని శివాజీ మనస్సులో కర్ణుడు నిలిచిపోయాడు. సారవంతమైన మనో భూమిలో సృజన విత్తనం నాటుకుపోయింది. 23, 24 సం.ల వయస్సులో శివాజి సావంత్ కర్ణుడి జీవిత చరిత్రని కాగితం మీద పెట్టే ప్రయత్నం చేసారు. మొట్టమొదట్లో కథని నాటకంగా మలిచారు. తరువాత కథానాయకుడి కథని సముచితమైన ప్రక్రియలో రాయమని అతని అంతరాత్మ చెప్పడం వలన ఆయన దానిని నవలగా మలిచారు. మహాభారతం దీనికి ఆధారం అయినా, మహాకవి దిన్‌కర్ కృతి రశ్మిరథి, కేదార్ మిశ్ర ప్రభాత్ ఖండకావ్యం 'కర్ణ' ఈ బీజాన్ని తడిపాయి. అంకురం మొక్క అయింది. వృక్షం అయింది. పల్లవించి, పుష్పించి ఫలం అయ్యేదాకా ఈ కథ ధరణి కథా – వ్యథ అయింది. ప్రజలకు ఇష్టమైన కథ అయింది.

1967లో మరాఠీలో 3000 కాపీలు ప్రచురితమయ్యాయి (ప్రథమ ముద్రణ) చదివాక పాఠకులు ఎంతో ప్రభావితులయ్యారు. మహాభారతంలో ఎన్నో ముఖ్యపాత్రల మధ్య కర్ణుడు – స్వయంగా కృష్ణుడూ ఉన్నాడు. దివ్యంగా, మొత్తంగా తేజస్విగా, ఉదారుడుగా చిత్రీకరింపబడాడు. ఈవిధంగా మొదటిసారిగా కర్ణుడి చరిత్ర రచింపబడ్డది. ఇంతకు ముందు ఎవరూ సమగ్రంగా కర్ణుడిని చిత్రీకరించలేదు. అతడి చరిత్రను ఇంత సూక్ష్మదృష్టితో ఎవరూ చూడలేదు. ఇంత

అందమైన శైలిలో, అతడిలో నిహితమైన భావోద్రేకాలను ఎవరూ చిత్రీకరించలేదు. నవల ఒక మహాకావ్య గుణాలను సంతరించుకుంది. కర్ణుడు, దుర్యోధనుడు వృషాలి (కర్ణుడి భార్య) శోణుడు, కృష్ణుల సంపూర్ణ జీవితాలను ప్రతిబింబించే ఈ నవల నాలుగైదు సంవత్సరాలలో ఎంతో ప్రసిద్ధి చెందింది. నాల్గవసారి ముద్రింపబడ్డది. ఏభైవేల ప్రతులు ప్రచురింపబడ్డాయి. ఎంతోమంది సాహిత్యకారులు, సమీక్షకులు ఈ నవలని ఎంతో ప్రశసించారు. మహారాష్ట్ర ప్రభుత్వ సాహిత్య పురస్కారం లభించింది. కేల్‌కర్ పురస్కార్, మహారాష్ట్ర సాహిత్య పరిషత్ 'లలిత్' పత్రిక పురస్కార్‌ల ద్వారా ఈ గ్రంథాన్నీ గ్రంథకర్తని గౌరవించారు. ఈ నవల గుజరాతీలో కూడా అనువాదం అయింది. ఆకాశవాణి పూణె నుండి కూడా ఇది ప్రసారం అయింది.

హిందీ పాఠకులకు ఈ నవలని అందిస్తున్నందుకు జ్ఞాన్‌పీఠ్ ఎంతో హర్షాన్ని వ్యక్తం చేస్తోంది. ఈ నవలని హిందీలోకి అనువదించిన శ్రీ ఓం ప్రకాశ్ ద్వారా దీని గురించి తెలుసుకున్నాను. జ్ఞాన పీఠానికి ఉన్న సాంస్కృతిక అభిరుచి పట్ల ఆయనకి ఎంతో గౌరవం ఉందని చెప్పారు. శ్రీ శివాజీ సావంత్, శ్రీ ఓం శివరాజ్, భారతీయ జ్ఞాన్ పీఠ్ వాళ్ళు పాఠకులకు మంచి నవలని అందిస్తున్నారు. నవల పాఠకులను ప్రభావితం చేస్తుందని నా నమ్మకం. పాఠకులు హర్షం వ్యక్తం చేస్తారని ఆశిస్తున్నాను.

ఢిల్లీ, మార్చ్ 1974 **– లక్ష్మీచంద్ జైన్**

ముందుమాట

(మొదటి ముద్రణ నుండి)

భారతీయ జ్ఞాన్‌పీఠ్ ముఖ్యంగా సంస్కృతిని దృష్టిలో పెట్టుకుని రచనలను ప్రచురిస్తుంది. ప్రాచీనమైన, పరంపరాగతమైన కథలను, ఆధునికమైన శిల్ప-శైలీలలో అందిస్తోంది. వాటి శాశ్వతమైన విలువలను రక్షిస్తూ ఈనాటికి అనుగుణంగా కొత్తగా రాయబడే రచనలు ఇందులో భాగమే. రామాయణం, మహాభారతం, సంస్కృతం, ప్రాకృతం, అపభ్రశంలో లభించే ప్రాచీన గ్రంథాలు, పౌరాణిక, చారిత్రాత్మక ప్రామాణిక వాఙ్మయంగా స్వీకరింపబడ్డాయి.

జీవన ప్రవాహం కాలపు చెలియలి కట్టలని ఢీకొంటూ, వాటిని పడదోస్తూ, పునఃనిర్మాణం చేస్తూ ప్రవహిస్తూనే ఉంది. నిజానికి ప్రతి రేవు శోభ వేరు వేరు అయినా, ప్రవాహపు నీళ్ళు తాత్విక రూపంగా జలమే. మట్టి సువాసన (సౌంధీగంధం) ప్రకృతి ఆవరణం, మానవ సృష్టి మొదలైన వాటివలన దానిలో వచ్చే మార్పు – ఇవన్నీ జలంలోని రూప, రస, గంధ, వర్ణాలని ప్రభావితం చేస్తాయి. మనుష్యులలోని భావోద్వేగాలలో పెద్ద తేడా ఏమీ ఉండదు. వీటి మూల ప్రవృత్తి ఎప్పుడూ ఒకే రకంగా అంతటా ఉంటుంది. కానీ ద్రవ్య, క్షేత్ర, కాలానుగుణంగా, మానవ సంబంధాలలోని కొత్త భావభూమి వలన దృష్టి, అభివ్యక్తులలో కొత్తదనం కనిపిస్తుంది. అప్పుడు మనం రాముడు, కృష్ణులలో కొత్త రూపాలని చూస్తాము. మనం ఒక కొత్త ఊర్మిళలోని కోమలమైన కరుణతో నిండిన అంతరంగాన్ని చూస్తాము. ఒక కొత్త నచికేతుడు, ఐదుగురు కొత్త ద్రౌపదులు సాహిత్యంలో అవతరిస్తారు. భారత జ్ఞాన పీఠ్ ప్రచురించిన రచనలను మనం ఉదాహరణంగా తీసుకోగలుగుతాము –

ప్రముఖ మరాఠీ రచయిత శ్రీ శివాజీ సావంత్ సాహిత్యం, భారతీయ సాహిత్యానికే కాదు, విశ్వసాహిత్యానికే తలమానికం. 'మృత్యుంజయ్' మరాఠీ నవల వారి కలం నుండి జారువాలిన ఒక ఆణిముత్యం. భారతీయ భాషలతో పాటు ఎన్నో విదేశీ భాషలలో కూడా దీని అనుసృజన జరిగింది. జ్ఞానపీఠ పురస్కారంతో పాటు ఎన్నో రాష్ట్రీయ పురస్కారాలు పొందిన ఈ నవల చదివాక పాఠకులకు కంటిమీద కునుకు ఉండదు. పాఠకుడు నిరంతరం మృత్యుంజయుడి గురించి ఆలోచిస్తూనే ఉంటాడు.

'మృత్యుంజయ్' దాన వీర శూర వసుసేనుడి (కర్ణుడు) విరాట్ వ్యక్తిత్వాన్ని కేంద్ర బిందువుగా చేసుకుని రాయబడ్డ నవల. ఇది వ్యక్తి భావోద్వేగ తరంగాల మహాసాగరం. వాసంత సమీరాలు, గాలిదుమారాలు మన కళ్ళఎదురుగుండాకదలాడసాగుతాయి. సూర్య-కుంతీ పుత్రుడు కర్ణుడు క్షణక్షణం అనుభవించిన నరకయాతనతో పాటు, విప్లవాత్మక భావాలతో నిండిన అతని మానస సాగర ఘోష అందరికీ వినిపిస్తుంది.

మహాభారతంలో ఎన్నో ముఖ్య పాత్రల మధ్య స్వయంగా శ్రీకృష్ణుడు కూడా ఉన్నాడు. శ్రీ సావంత్ కర్ణుడి తేజోవంతమైన, ఉదారమైన, దివ్యమైన వ్యక్తిత్వాన్ని విశ్లేషిస్తూ, జీవిత సార్థకత,

దాని విధివిధానం మూల చైతన్యం, మానవ సంబంధాల స్థితిగతులు, సంసా్రప్రమార్మికమైన కళాత్మక లభివ్యక్తిని కూడా విశదీకరించారు. 'మృత్యుంజయ్'లో పౌరాణిక కథ, సనాతన సాంస్కృతిక చైతన్యం, అంతర్ సంబంధాలను మనస్సుకు హత్తుకునేలా రచయిత చిత్రీకరించారు.

ఈ నవలలోని కథానాయకుడి గుణగణాలను వర్ణించే సందర్భంలో రచయిత శిల్పశైలిని, భావోద్వేగాల అలలను ఎంతో అద్భుతంగా, అద్వితీయంగా చిత్రీకరించారు. ఈ విధంగా నవలను మహాకావ్య మకుటంతో అలంకరించారు.

ముక్తిదూత్ (నవల) – వీరేంద్రకుమార్ జైన్

అంజనాదేవి, పవనపుత్రుడికి
సంబంధించిన కథ.

ఉపోద్ఘాతం

నేను మహాభారత కథానాయకుడు, కర్ణుడి జీవితాన్ని కేంద్ర బిందువుగా చేసి ఈ నవల 'మృత్యుంజయ్'ని రాశాను. దీని గురించి ఆలోచించినప్పుడల్లా ఎన్నో ఎన్నెన్నో భావోద్వేగాలు నా మనస్సులో ఉప్పొంగుతాయి. ఈ నవలని నేను మరాఠీలో రాసాను. 1967లో 'కాంటినేంటల్ ప్రకాశన్' వాళ్ళు దీనిని ప్రచురించారు. ఆనాడు ఈ పబ్లికేషన్స్‌కి ఎంతో పేరు ఉండేది. దీనికి ముందు 7 సం.లు దీని రాతప్రతిని తయారుచేయడానికి కష్టపడ్డాను. రాత్రింబవళ్ళు ఇందులోనే తలమునకలైపోయాను. అసలు ఇదే నా దైనందిన జీవితం అయిపోయింది. మంత్రముగ్ధుడనై పోయాను. కళ్ళ ఎదురుకుండా కర్ణుడు... కర్ణుడు... కర్ణుడు...

అసలు కర్ణకథ 'మృత్యుంజయ్' రాయడానికి నాకు ప్రేరణ ఎట్లా కలిగింది అని ఈనాడు ఆలోచిస్తే... నా కళ్ళ ఎదుట నా బాల్యం కదలాడుతుంది. 1956, 57లో నేను బహుశ 8 తరగతో, 9 తరగతో చదువుతున్నాను. మా విద్యార్థుల గ్రూపులో, ఏదో ఒకటి కొత్తది చేయాలన్న ఆలోచన ఎప్పుడూ ఉండేది. స్కూల్ డే సందర్భంగా మేము ఒక లఘు నాటకాన్ని వేసాము. నాటకం పేరు 'అంగరాజ్ కర్ణ్' (మరాఠీ). ఆ చిన్న నాటకంలో నేను కృష్ణ పాత్రను వేసాను. నేలలో కూరుకుపోయిన రథచక్రాన్ని పైకి తీస్తున్నప్పుడు కర్ణుడు వేషం వేసిన ఆ బాలుడి సంవాదాన్ని నేను కృష్ణుడి వేషంలో ఉన్నా, ఈనాటికీ మరిచిపోలేదు. కృష్ణుడి మనస్సులోకి ఈ వాక్యాలు చొచ్చుకుపోయాయి. హృదయం కర్ణమయం అయిపోయింది – ''పార్థా! ఆగు... నీవు క్షత్రియుడివి.. ఈ యుద్ధభూమిలో నేను కూరుకుపోయిన రథచక్రాన్ని బయటకు లాగడానికి ప్రయత్నం చేస్తున్నాను... నిశస్త్రుడిని... యుద్ధ ధర్మాన్ని, రాజధర్మాన్ని మరవకు...''

నాటకం వేసి ఏళ్ళు – ఏళ్ళు గడిచిపోయాయి. అయినా కర్ణుడి సంభాషణ ఇంకా నాలో ప్రతిధ్వనిస్తూనే ఉంది. అసలు ఆనాటి నుండి ఈనాటి దాకా మరచిపోలేదు. ఈ రోజు 'మృత్యుంజయ్' రచయితగా ఆలోచిస్తే ఈ కర్ణ కథకి కథాబీజం ఆనాటిదే, ఆ యువ కర్ణుడే అని అనిపిస్తుంది. నా అంతరంగంలో అట్టడుగు పొరలలో కర్ణుడు ఉండిపోయాడు.

తరువాత కాలంలో నేను మా ఊరు ఆజరాను, 'వెంకటరావు హైస్కూల్' ని వదిలేసి కళానగరమైన కోల్హాపురికి వచ్చాను. కాలేజీలో చేరాను. నేను మిడిల్ క్లాసులో ఉన్నప్పుడే రాష్ట్రభాష హిందీ, కొన్ని పరీక్షలు పాస్ అయ్యాను– మంచి మార్కులు వచ్చాయి. ముఖ్యంగా పరీక్షలలో ఉత్తీర్ణుడవడంకోసం నిరంతరం చదువుతునే ఉండేవాడిని. అప్పుడే హిందీ కావ్యాలంటే నాకు ఇష్టం కలగసాగింది. అందువలన కాలేజీలో హిందీని ఒక సబ్జెక్ట్‌గా తీసుకున్నాను. ఎఫ్ వై. బి.ఏ.లో హిందీ సిలబస్‌లో కేదర్‌నాథ్ మిశ్ర ప్రభాత్ 'కర్ణ' ఖండకావ్యం ఉంది. నిజానికి దీన్ని చదవడం నా అదృష్టంగా భావిస్తున్నాను.

కేదార్ గారి ఖండకావ్యం 'కర్ణ' హిందీ సాహిత్యానికి తలమానికం. వారి భాష ఆలంకారిక భాష అయినా సహజ సౌందర్యం అందులో ఉట్టిపడుతుంది. ఈ ఖండకావ్యంలో పాఠకులను

ఊపివేసే ఎన్నో కావ్యాత్మక కల్పనలు ఉన్నాయి. ఆయన ఊహలలో ఎంతో బలం ఉంది. మహామహులైన ఈ కవి ఉపయోగించిన ఒక్కొక్క పదం గురించి నెలలు – నెలలు నేను ఎంతో ఆలోచించేవాడిని. 'కర్ణ' ఖండకావ్యంలో కావ్యం చివరిలో ఎంతో సహజంగా రాసిన రెండు కావ్యపంక్తులు ఉన్నాయి.

''కాని కర్ణుడు తన తండ్రి దగ్గరికి చేరాడు, (రు) తన మట్టి కలలను మట్టికి వదిలేసి విలవిలా తన్నుకుంటూ...'' ఈ పంక్తులలో కేదార్‌నాథ్ ఖండకావ్య కథానాయకుడుని 'థే' అని సంబోధించి అతడి పట్ల గౌరవాన్ని చూపించారు. నాకు ఎంతో ఆశ్చర్యంగా అనిపించింది. కేదార్‌నాథ్ లాంటి గొప్ప కవి కర్ణుడిని ఎంత ఆదరించారు. మహాభారత సంహిత (మూలంలో) లో గీతోపదేశం చేసే కృష్ణుడిని కూడా ఏకవచనంలోనే సంబోధించడం జరిగింది.

ఈ ఖండకావ్యంలో కావ్యలయ ఎంతో ఉన్నతంగా ఉంది. ఇందులోని కావ్య ప్రవాహం అద్వితీయం–

రాజ రంగశాల (కేళీగృహం) కి వెళ్ళడం
అతడి దుస్సాహసమే....
కనక కిరణమాలలో
కమలం మెరిసినట్లుగా....

కర్ణుడి వర్ణం గురించి ఎంత గొప్పగా కవి వర్ణించారు. నేను ఈ ఖండ కావ్యాన్ని వందసార్లు చదివి బట్టీ పట్టాను. బాల్యంలో నా మనస్సు పొరలలో ఉండిపోయిన 'అంగరాజ్ కర్ణుడు' నా కళ్ల ఎదుట కదలాడసాగాడు. నా అంతర్ జగత్తును ఊపేసాడు– 'దానవీరుడు, దిగ్విజయుడు, ఎవరి శరణాన్ని కోరని 'అంగరాజ్ కర్ణుడు' పైన నీవు రాయాల్సిందే. మొదట మరాఠీలో ఖండకావ్యం రాయాలనుకున్నాను. కాని ఎంతో తర్జన– భర్జన తరువాత ఈ సూర్యపుత్రుడు, కుంతి పుత్రుడు, జేష్ఠ పాండు రాజు గురించి కావ్య ప్రక్రియలో రాయడం అంటే సరిహద్దులో నాయకుడిని కుదించడమే. తరువాత మనస్సు కొంత నాటకం వైపు మగ్గు చూపింది. కాని మళ్ళీ నాటకం అంటే ఇంకా చిన్నది కదా అని అనిపించింది. ఈ మహా నాయకుడి గురించి నవలా రూపంలో రాయడమే సమంజసమైనది అని అనిపించింది. ఎందుకంటే నవలకి ఏ పరిమితులు ఉండవు. ఎంతైనా రాయగలుగుతాము. చివరికి వివరంగా పెద్ద నవలే రాయాలని నిర్ణయించుకున్నాను.

మొదట మహాభారతాన్ని కక్షుణ్ణంగా చదవాలనుకున్నాను. ముఖ్యంగా ద్రోణపర్వం, కర్ణపర్వం. ఈ అధ్యయనంలో మరాఠీలో శ్రేష్ఠ మహాభారత– భాష్యాకారులు శ్రీ. చి. వి. వైద్య నాకు మార్గదర్శకులు అయ్యారు. మహాభారతాన్ని ఆయన ఔపోసన పట్టారు. దీనిని సంస్కరించడం వలన వైద్యాగారు మరాఠీ సాహిత్య సమ్మేళనం జరిగినప్పుడల్లా అధ్యకక్షుడుగా ఎటువంటి పోటీ లేకుండా ఎన్నుకోబడ్డారు. ముఖ్యంగా ఆయన మహాభారత యుద్ధకాలాన్ని ఒక కొత్త పద్ధతిలో నిర్ణయించారు. మహాభారత సంహితలో ఆకాశంలోని నక్షత్రాల గురించిన విశిష్ఠ వర్ణన ఉంది. వైద్యా గారు లోతైన దృష్టితో పరిశీలించి క్రీ.పూ. 2500 నుండి 3000 దాకా మహాభారత కాలాన్ని నిర్ణయించారు. వైద్యాగారు చేసిన విశేషమైన ఈ పరిశోధన నా రచయిత మనస్సును ఎంతో ప్రభావితం చేసింది.

కర్ణుడి జీవితాన్ని తెలుసుకోడానికి హిందీ, మరాఠీ, ఇంగ్లీషులో వచ్చిన నాటకాలు, కావ్యాలు, నవలలు మొదలైన వాటిని లోతుగా పరిశీలించండం మొదలు పెట్టాను. అప్పటికప్పుడే శ్రద్ధగా అర్థాలను రాసుకోవడం మొదలు పెట్టాను. 'ది కేసరి' మరాఠీ పత్రికకు సంపాదకుడైన

పేరు, ప్రతిష్ఠలు పొందిన శ్రీ.షి.మ. పరాంజపే గారు మరాఠీలో కర్ణుడి జీవిత చరిత్రను రాసారు. ఎంతో ఆలోచించి వారు ఈ నాటకానికి 'పహలా పాండవ్' (ప్రథమ పాండవుడు) అని పేరు పెట్టారు. ఎంతో శ్రద్ధగా ఈ నాటకాన్ని చదివాను. ధీశాలి, ఎవరి శరణం కోరని, దానవీరుడు, దిగ్విజయుడు, రాధేయుడు, కౌంతేయుడు, జ్యేష్ఠ పాండవుడు, సర్వశ్రేష్ఠుడు అయిన కర్ణుడు నా మనస్సు మీద చెరగని ముద్ర వేసాడు. రాత్రింబవళ్ళు నాలోని రచయిత కళ్ళెదురుకుండా కర్ణుడు కదలాడసాగాడు.

యుద్ధ సమయం దగ్గర పడుతున్నప్పుడు, మహాతత్వవేత్త, రాజకార్యాల గురించి ఎంతో జ్ఞానం గల శ్రీకృష్ణుడు దూతగా హస్తినాపురం వెళ్ళారు. తన తెలివితేటలను ఉపయోగించి సంధి ప్రస్తావనను కురురాజ సభలో అందరి ముందు పెట్టారు. యువరాజు దుర్యోధనుడు తన దురహంకారంతో సంధిని ఏ మాత్రం ఒప్పుకోలేదు. ఇక 'మహాభారత యుద్ధం' అనివార్యం అవుతుంది. హస్తినాపురం రాజసభ నుండి శ్రీకృష్ణుడు బయటికి వచ్చినప్పుడు ఆయనను సాగనంపడానికి ఎంతోమంది మహారథులు, వీరులు వస్తారు. కాని ఆయన కేవలం కర్ణుడి చేయి పట్టుకుని రథం పైన ఎక్కించుకుంటారు. ఈ ఇద్దరు మహావీర యోధులు రాజ్య సరిహద్దులలో ఒక విశాలమైన వటవృక్షం దాకా చేరుతారు. శ్రీకృష్ణుడు ఎంతో నిగ్రహంతో, నేర్పుగా కర్ణుడి జన్మరహస్యాన్ని బయటపెడతాడు. అర్జునిడికి గీతోపదేశం చేసే శ్రీకృష్ణుడు, తన తీయటి మధురమైన భాషలో కర్ణుడిని పాండవుల పక్షం వైపు రావడానికి ఆహ్వానిస్తారు. కర్ణుడు, తన స్నేహితుడైన దుర్యోధనుడికిచ్చిన మాటను నిలబెట్టుకోవాలనుకుంటారు. సంధి ప్రస్తావనకు ఆయన ఏమాత్రం లొంగరు. ఎంతో వినయవిధేయతతో తిరస్కరిస్తారు. మూల మహాభారతంలో కృష్ణ- కర్ణుల కలయిక ఎంతో హృదయవిదారకంగా వర్ణింపబడ్డది. ఈ వర్ణనని నిర్మలమైన హృదయంతో చదవాలి.

యుద్ధభూమిలో తన శిబిరం నుండి అర్ఘ్యం ఇవ్వడానికి కర్ణుడు గంగానదీ తీరానికి వస్తారు. అప్పుడే కుంతి కూడా వస్తుంది. కర్ణ – కుంతీల ఈ సమావేశం కూడా కృష్ణ– కర్ణుల సమావేశంలా విశిష్టమైన ఘటనే. ప్రపంచం మొత్తంలోని ఏ భాషా సాహిత్యాలలోను ఇటువంటి తల్లీ– కొడుకుల సమావేశ వర్ణన కనిపించదు. సంబంధాలు ఇంత లోతుగా పరిశీలింపబడలేదు. మొట్టమొదటి సారిగా తల్లీ– కొడుకులు తమ మధ్య ఉన్న సంబంధాన్ని తెలుసుకున్నాక జరిగిన సమావేశం ఇది. నిజానికి ఈ సత్యం తెలుసుకోడానికి కర్ణుడికి దాదాపు 75 సం.లు పట్టింది. ఇన్నేళ్ళు అతడు తనలో తను మథనపడ్డారు, క్షణ క్షణం ఎదురు చూసారు. మహాకవి వ్యాసుల వారు మనస్సుకు హత్తుకునేలా ఈ సమావేశాన్ని గంగమ్మతల్లి. నది ఒడ్డున ఏర్పాటు చేసారు. ఇక్కడ ముగ్గురే ముగ్గురు వ్యక్తులు ఉన్నారు– కర్ణుడు, కుంతి, గంగమ్మ తల్లి గంగ ఒడ్డు నిర్జీవనంగా ఉంది. స్వయంగా వ్యాసుల వారు ఒక మహాత్ముడిగా నాల్గవ సాక్షిగా ఆకాశంలో సూర్యుడిగా నిల్చున్నారు. సాహిత్య భూమిపై పాఠకుల కళ్ళ ముందు కదలాడే ఈ దృశ్యం అద్వితీయం, అమోఘం.

ఈ సమావేశంలో మొదటి దృశ్యంలోనే ఎంతో విలువైన ఆశయం ఉంది. కర్ణుడు కదంబ వృక్షపు కొమ్మకు ప్రతీరోజులాగా అంగవస్త్రాన్ని తగిలించి అర్ఘ్యం ఇవ్వడానికి గంగానదిలో దిగుతారు. ఇంతలో వృద్ధ రాజమాత ఆ అంగ వస్త్ర నీడలో నిల్చుంటారు. ఎంత ఆర్ధతతో ఉంది ఈ దృశ్యం. ఎంత విరోధాభాసం ఉంది. అసలు నిజంగా చూస్తే తల్లి తన కొంగుచాటున పిల్లవాడిని ఎండ– వానలు తగలకుండా రక్షించాలి. జీవితం ఎండపాలు కాకుండా చూడాలి. కాని ఇక్కడ

తల్లకిందులయింది.తల్లే కొడుకు వస్త్రఛాయలో ఎండ తగలకుండా నిల్చుంది. కర్ణుడి తండ్రి సూర్యుడికి ముఖం చూపించడం ఆమెకు ఇష్టంలేదా అని అనిపిస్తుంది.

ప్రతీ రోజులా అర్ఘ్యం ఇచ్చాక కర్ణుడు 'ఎవరైనా యాచకుడు ఉన్నాడా?' అని అంటూ గంగానది ఒడ్డున అటూ- ఇటూ తిరుగుతూ ఉంటారు. ఎవరూ కనిపించరు. కదంబవృక్షం కిందకి వచ్చి కొమ్మ నుండి అంగవస్త్రాన్ని లాగుతారు. దాని వెనుకన ఉన్న జన్మనిచ్చిన తల్లిని చూసాక ఆయనలోని స్వాభిమానం తలెత్తుతుంది. నిర్జనమైన ఆ గంగ ఒడ్డున పాఠకులకు గగుర్పాటు పొడిచే సంభాషణ మొదలవుతుంది. ఇద్దరు సవర్ణులయిన రాజపుత్రుల రెండు పాత్రలు ఒకరిని ఒకరు ఢీకొంటున్న దృశ్యం అది. తనను త్యజించిన తల్లిని నేరస్థురాలిగా నిలబెట్టి కర్ణుడు ఆమెను నిందిస్తారు. కుంతి తన నిస్సహాయతను ఎంతో మార్మికమైన భాషలో చెబుతుంది. చివరికి కర్ణుడు కుంతిని తన తల్లిగా స్వీకరిస్తారు. 'అమ్మా!' అని ఆప్యాయంగా పిలుస్తారు.

ప్రారంభంలో సంఘర్షణతో మొదలైన కర్ణ- కుంతి సంవాదాన్ని ఇంతకు ముందు జరిగిన శ్రీకృష్ణ - కర్ణ సంవాదాన్ని, ఒక రచయితగా నేను లోతుగా పరిశీలించాను. నాకు ఈ రెండు సన్నివేశాలు సవాలుగా గోచరించాయి. ఈ రెండు ఘట్టాలలో మూల మహాభారత సంహితలో ఉన్న లోటుపాట్లను నేను గమనించాను. నాలో ఒక అశాంతి మొదలయి ఎన్నో రోజులు నేను వీటిని గురించి ఆలోచించాను. కర్ణ- కుంతీ- శ్రీకృష్ణ ఈ ముగ్గురు నన్ను ఎంతో కాలం నిద్రపోనీయలేదు.

ఒక రోజు నేను నిత్యకృత్యాలు తీర్చుకుని, స్నానం చేసి పూజ చేయడానికి కూర్చున్నాను. ఎంతో భావుకుడినై భక్తి భావంతో సవితు మంత్రం అయిన 'ఓం భూర్భువస్వః' ని ఉచ్చరించాను. కర్ణుడి జీవిత చరిత్ర రాయాలని సంకల్పించాను. పట్టుదలతో రాయడం మొదలుపెట్టాను. ఆత్మ కథాత్మక శైలిలో... అసలు నాకే ఆశ్చర్యం అనిపించింది. మొదటి అధ్యాయంలోనే - ఇవాళ నా కథ అందరికీ చెప్పాలి-' అని కర్ణుడు అన్నారు. నేను రాయడం ఆపలేదు. మొదటి అధ్యాయం పూర్తయింది. వర్ణనాతీతమైన ఆనందం నాలో ఉప్పొంగింది. సృజన చేసిన ఆ కళాకారుడికే తెలుస్తుంది ఆ ఆనందం ఏమిటో... వెంటనే రెండో అధ్యాయం - కర్ణుడిని పెంచే అధిరథుడు, రాధా పుత్రుడు శోణుడి ఆత్మ నివేదనతో పూర్తయింది. అసలు ఆ రోజులు ఎంతో అద్భుతమైనవి, అమూల్యమైనవి. కళా- జగత్తులో సృజనకాలం ఎప్పుడూ అద్భుతం గానే ఉంటుంది.

రెండు అధ్యాయాలు రాశాక ఏ కురుక్షేత్రంలో ఈ మహాయుద్ధం జరిగిందో, కథకు ప్రాణం పోసిన ఆ భూమిని చూడకుండా రాయడం ఒక రకంగా తప్పే అని నాకనిపించింది. కురుక్షేత్ర పరిసరాలని చూడాలన్న కోరిక కలిగింది. నాలో పట్టుదల పెరిగింది.

ఆ సమయంలో నేను కొల్హాపూర్‌లోని రాజారామ్ హైస్కూల్లో టీచరుగా పని చేసేవాడిని. మాధ్యమిక బడి పిల్లలకు చదువు చెప్పేవాడిని. నా ఎదురుగుండా రెండు సమస్యలు. తిరగడానికి కనీసం రెండు నెలల సెలవు కావాలి. రెండోది డబ్బులు కావాలి. ఎన్నో ప్రయత్నాలు చేసాక సెలవులు దొరికాయి. డబ్బులు సంపాదించాను.ఒక శుభ దినాన నేను ఒక్కడినే కొల్హాపూర్ నుండి కురుక్షేత్రానికి బయలు దేరాను. వెంట ఒక మంచి కెమెరాను తీసుకు వెళ్ళాను. కురుక్షేత్రం కాలినడకనే చూడాలనుకున్నాను. కురుక్షేత్రం ఢిల్లీ చుట్టుపక్కల ఉన్నదని తెలుసు. కురుక్షేత్ర యూనివర్సిటీలో చరిత్ర విభాగంలో అధ్యక్షుడిగా పనిచేస్తున్న బుద్ధ ప్రకాష్ గారికి ఉత్తరం రాసాను. ఆయన ఎంతో సంతోషంగా తప్పకుండా రమ్మనమని రాసారు. కావల్సినంత సహాయం చేస్తానని చెప్పారు.

నేను చలికాలంలో ఢిల్లీ వెళ్ళాను. 1965 అక్టోబరు. కరోల్ బాగ్‌లో ఉన్న 'పూనా గెస్ట్ హౌస్'లో నా సామాను పెట్టి ఢిల్లీ నుండి కురుక్షేత్రానికి వెళ్ళాను. కురుక్షేత్రంలో గీతా హైస్కూల్‌లో ముఖ్య ఉపాధ్యాయుడిగా పనిచేస్తున్న శ్రీ విశ్వనాథగారి ఇంట్లో ఉన్నాను. వాళ్ళింటివాళ్ళందరు ఎంతో ఆదరించారు. కురుక్షేత్రం పర్యటించడానికి ప్రొద్దున ఆరు గంటలకల్లా లేచి కాలకృత్యాలు తీర్చుకుని స్నానం చేసి, అల్పాహారం తీసుకొని కాలినడకన బయలుదేరేవాడిని. మొట్టమొదట కర్ణకాటీలా (కర్ణుడి కొండ)ని చూసాను. మహాభారత యుద్ధం జరుగుతున్నప్పుడు సేనాపతి కర్ణుడు సైన్యం మీద దృష్టి ఉంచడానికి ఈ స్థలం ఎంతో ఉపయోగపడింది. ఆ కొండ పైన అర్ధగంట కళ్ళు మూసుకొని పడుకున్నాను. అక్కడ వీస్తున్న చల్లని గాలి నాతో ఏదో తెలియని భాషలో మాట్లాడుతోంది. అసలు ఆ అనుభూతిని వర్ణించడానికి మాటలు లేవు.

రెండోసారి వెళ్ళినప్పుడు కురుక్షేత్రంలో జలంతో నిండిన చెరువులను చూశాను. మొదట 'సూర్య సరోవర్'ని చూశాను. మహాభారతంలో దీని గురించిన వర్ణన ఉంది. తరువాత 'జ్యోతిసర్''అంటే 'జ్యోతిసరోవర్' ని చూశాను. శ్రీకృష్ణుడు ఇక్కడే అర్జునుడికి 'గీతోపదేశం' చేసారు. ఇప్పుడు అక్కడ పాలరాతితో చేసిన రథం ఒకటి ఉంది. అందులో అర్జునుడికి గీతోపదేశం చేసిన శ్రీకృష్ణుడి మూర్తే ఉంది, పాలరాయితో కట్టిన ఒక గీతా మందిరం కూడా ఉంది. తరువాత దృషద్వతీని చూసాను. నిజానికి ఇది నా అదృష్టం. ఈ నదిలోనే ధర్మరాజు యుద్ధంలో వీరగతి పొందిన యోధులకు తర్పణం వదిలారు. శ్రీకృష్ణుడు చెప్పినందు వలన మొదటి తర్పణం కర్ణుడికి ఇచ్చారు.

పర్యటనలో మూడో సారి 'అమీన్ పహడీ' (అమీన్ కొండ) ని చూసాను. ఇక్కడే కర్ణుడి రథచక్రం యుద్ధభూమిలో కూరుకుపోయింది. నా మనస్సులో భావోద్వేగాల అలలు లేవసాగాయి.

తరువాత హరియానాకి వెళ్ళాను. కర్ణుడి పేరుమీద ప్రసిద్ధి చెందిన 'కర్నాల్' నగరాన్ని చూసాను. అక్కడ మేరఠ్ దగ్గరిగా శతాబ్దాల నుండి ఖ్యాతి గాంచిన హస్తినాపురాన్ని చూసాను. ఇక్కడ కర్ణుడి అడుగు జాడలు కనిపిస్తాయి. ఈ స్థలానికి 'కర్ణమందిర్' అన్న పేరు ఉంది. ఆ ప్రాంతం మొత్తంలో ఈ మందిర్‌లో ఏ మూర్తులు లేవు. ఈ మందిరం స్థానంలో నిల్చుని కర్ణుడు యాచకులకు దానం ఇచ్చేవారు. ఇక్కడ నాలో ఎన్నో ఆలోచనలు చెలరేగాయి. ఇక్కడే కర్ణుడు కవచకుండల దానం చేశారు. విశ్వవిఖ్యాతమైన ఘటన ఇక్కడే జరిగింది.

మళ్ళీ వెనక్కి ఢిల్లీ వచ్చాను. ఇదే ఒకప్పటి 'ఇంద్ర ప్రస్థం ' ఇక్కడ నేను 'పాండవ్ బావిడీ' అన్న ప్రదేశాన్ని చూశాను.

వెనక్కి నా స్వస్థలానికి వెళ్ళేటప్పుడు మధుర, శ్రీకృష్ణ జన్మస్థానం, వృందావన్– గోవర్ధన్ లేక గోకులంని చూశాను. బాణాలతో నిండిపోయిన అంబులపొదిలా ఎన్నో భావాలను నా మనస్సులో నింపుకుని కోల్హాపూర్‌కి వచ్చాను. ఇక రాయడం ఎంతో తేలిక అయింది. ఒక అధ్యాయం తరువాత మరో అధ్యాయం రాస్తూ పోయాను. దుర్యోధనుడు, కుంతి, కర్ణ– శోణ్– సర్ తాజ్... చివరి అధ్యాయం శ్రీకృష్ణ. నేను మీ అందరికి వినయంగా ఒక విజ్ఞప్తి చేస్తున్నాను– మహాభారతం కేవలం ఒక పౌరాణిక కథ కథే కాదు, భారతదేశపు పురాణేతిహాసం కాలంనాటి అన్నింటికన్నా ప్రాచీనమైన లభ్యం అయ్యే చరిత్ర.

'మృత్యుంజయ్' కర్ణుడి సమగ్ర జీవితాన్ని ప్రతిబింబిస్తుంది. దీని రాత ప్రతి దాదాపు 18 వందల పుటలతో కూడి ఉంది. అదృష్టం కొద్దీ 'కాంటినెంటల్ ప్రకాశన్' ప్రకాశకులు అనుభవజ్ఞులైన అనంతరావు కులకర్ణిగారు దీనిని పబ్లిష్ చేయడానికి ముందుకు వచ్చారు. ప్రసిద్ధి

చెందిన చిత్రకారుడు శ్రీ దీనానాథ్ దలాల్ గారు దీనికి బొమ్మ వేసారు. 1967 వినాయక చవితి రోజున మరాఠీ కవి గజానన్ మాడుగుల్ గారు ఈ పుస్తకాన్ని ఆవిష్కరించారు. మరాఠీ హిందీ పాఠకులు కర్ణుడి కథ 'మృత్యుంజయ్'ని మనఃస్ఫూర్తిగా ఆహ్వానించారు. శ్రద్ధగా చదివారు. ఇప్పుడు 'మృత్యుంజయ్' ఎంతమాత్రం నాది కాదు, పాఠకులందరిదీ. భారత జ్ఞానపీఠ్ నిర్వాహకులు శ్రీమాన్ లక్ష్మీచంద్ జైన్ గారు 1974 లో హిందీలోకి అనువాదం చేయించారు. ఈ అనువాద కార్యాన్ని మాంటో (మథుర) ఎస్.వి.ఎ కాలేజీ ప్రిన్సిపాల్ శ్రీ ఓం శివరాజ్ గారు ఎంతో సమర్థవంతంగా నిర్వహించారు. 1975లో మొదటిసారి మరాఠీలో ఈ నాటకం వేదిక మీద ప్రదర్శించబడ్డది. ఈ నాటికి కూడా ఇంకా ఈ నాటకం ప్రదర్శింపబడుతునే ఉంది.

నేను ఇప్పటికీ 'మృత్యుంజయ్' గురించి ఎప్పుడు ఆలోచించినా, ఈ విశ్వానికి ప్రకాశాన్నిచ్చే ఆకాశస్వామి సవితు అంటే సూర్యభగవానుడి దయవలనే ఇంతటి బృహత్ గ్రంథాన్ని రాయగలిగాను. ఆయన కోరికే ఇదంతా. నేను కేవలం నిమిత్త మాత్రుడిని మాత్రమే.

ఈనాడు 'మృత్యుంజయ్' మళ్ళీ అచ్చవుతోంది. ఈ శుభ ఘడియల్లో నేను పాఠకులందరి వైపు నుండి, వ్యక్తిగతంగా, ఎంతో భక్తి శ్రద్ధలతో ఈ 'నూతన అర్ఘ్యదాన్' ని ఎవరిని ఆశ్రయం కోరనివాడు, మహాదాని అయిన సూర్యపుత్ర 'కర్ణ్' (కర్ణుడు) చరణాలకి సమర్పిస్తున్నాను.

–శివాజీ సావంత్.

కర్ణుడి మహాజీవన యాత్ర

ఉయ్యాల నుండి మరుభూమి దాకా...

మృత్యుంజయ (మృత్యుంజయుడు)లో ఆకాశం, భూమి, సాగరాలు ఉన్నాయి. ఆకాశంలో నీలిరంగు, ఇంద్రధనుస్సు, సూర్య–చంద్రులతో పాటు కటికచీకటి కూడా ఉంటుంది. భూమిపైన వాసంత సమీరాలు ఉంటాయి. గాలిదుమారాలు ఉంటాయి. సాగరంలో కళ్ళకు కాంతి సౌందర్యాలతో పాటు ఆటుపోట్లు ఉంటాయి. బడబాగ్ని కూడా ఉంటుంది. ఈ మూడింటిలోనూ మన కావ్య జగత్తును స్పర్శించి శిశిరానికి వసంతాన్నిచ్చే గుణం ఉంటుంది.

కీ.శే. శివాజీ సావంత్‌గారు 1967లో రాసిన 'మృత్యుంజయ' కలానికి వన్నె తెచ్చిన ఒక అద్భుతమైన విలువైన పుస్తకం. వారి ముందుమాట చదివినప్పుడు ఈ నవల రాయడానికి ఆయన ఎంత తపన పడ్డారో, ఎన్ని కష్టనష్టాలకు ఓర్చుకున్నారో తెలుస్తుంది.

ఇదివరకు ఒక పెద్ద బొమ్మ వచ్చేది. ఈ బొమ్మలో మరోచిన్న బొమ్మ దానిలో మరొకటి, ఈ విధంగా ఏడు బొమ్మలు ఉంటాయి. ఆరోజుల్లో, దాదాపు 60 సం.ల క్రితం దీన్ని రష్యావాళ్ళు తయారు చేసారు అని అనేవాళ్ళు. దీనిని ఎవరు ఎప్పుడు తయారు చేసారో కానీ, మన మనస్సుకు ప్రతీక ఈ బొమ్మ. మనలోని అంతర్ మథనానికి ఇది ప్రతీక. ఏడు బొమ్మలు ఏడు పొరలకు ప్రతీక. ఉయ్యాల నుండి మరుభూమి దాకా కర్ణుడి జీవన మహాయాత్రకు ఈ బొమ్మను మనం ప్రతీకగా తీసుకోవచ్చును.

'మహాభారత్' గ్రంథం భారతీయ సంస్కృతికి తలమానికం. 'మహాభారతం ఒక పెద్ద గని. అందులోంచి ఎన్నెన్నో కొత్త–కొత్త వాటిని వెతికి తీయగలుగుతాం. ఎవరో ఒకరు రాసిన భారతంలో అన్ని విషయాలు వచ్చాయని ఎంతమాత్రం చెప్పలేం' అని ఈరావతి కర్వే గారు అన్నారు. 'ఈ గని నుండి ఈనాటి వరకు మన చేతిలోకి ఎన్నో రత్నాలు వచ్చినా, ఇంకా చేతికి రావల్సినవి ఎన్నో ఉన్నాయి. ఎంతో మంది పరిశోధకులు పండితులు, ఈనాటికి ఈ గనిలో ఇంకా కొత్త రత్నాల కోసం వెతుకుతూనే ఉన్నారు.'' అని శ్రీ కేశవ సీతారామ ఠాకరే అన్నారు.

తెలుగులో ప్రత్యేకంగా కర్ణుడి పాత్రనే కేంద్రబిందువుగా తీసుకుని రాసిన పుస్తకాలు ఒకటో రెండో తప్పితే ఎక్కువగా లేవనే చెప్పాలి. ఒకవేళ ఉన్నా వివరాలు తెలియవు. సినిమాలు, సీరియల్స్ వస్తునే ఉన్నాయి. 1959లో ప్రచురితం అయిన కీ.శే. మరుపూరు కోదండరామరెడ్డిగారు రాసిన 'కర్ణ చరిత' లో కర్ణుడి గురించిన విశ్లేషణ ఉంది. వ్యాస సంస్కృత మహాభారతం, నన్నయ, తిక్కన, ఎర్రాప్రగడల తెలుగుభారతం, వీటిలో ఉన్న భేదాలు, ఒకే రచయిత చెప్పిన దాంట్లో ఉన్న విరోధ భావాలు, చారిత్రకంగా సంవత్సరాలను ఇస్తూ విశ్లేషణ చేశారు రచయిత. ఇది పరిశోధనాపరమైన రచన. దీని వెల 3 రూపాయల 50 పైసలు. మందాకినీ హంసముల ప్రచురించింది. కృతిభర్త శ్రీ

తిక్కవరపు రామిరెడ్డిగారు. కర్ణ రచయిత ఉపోద్ఘాతంలో ఇట్లా అన్నారు-'కార్తిక మాసంతో వానలు సరి, కర్ణునితో భారతము సరి-'' అన్న నానుడితో భారత మహానాటకు కర్ణభూమి వెల్లడి అగుచున్నది.

ఇట్లే అపవాద మర్యాద మలినగ్రస్తమైన పాత్రకూడా ఆ భారతమున ఇంకొకటి లేదు. కాని మూల గ్రంథముల శోధించినచో వారెంతగా కర్ణుని మాన్య పరిచిరో తెలియగలదు. ఇక పాకము చెడుగొట్టినది పాండవ పక్షపాతులైన కథకులు-ముఖ్యముగ తిక్కన కర్ణునొక మహోజ్వల వీరునిగా స్వామి భక్తునిగా సృష్టించి యున్నారు. ఆ పరిమళ పుష్పముల నేరి మాలగూర్చిన మూలకారక కృషియే యీ కర్ణచరిత. (హాలికుడు-పుట.1) ఈ కొన్ని వాక్యాలు పాఠకులను ఆలోచించడానికి ప్రోత్సాహాన్ని ఇస్తాయి.

హిందీలో కీ.శే.రామధారీ సింహ్ దిన్‌కర్‌గారు రాసిన 'రష్మిరథి' కావ్యం (కర్ణచరిత) ఆనాటి నుండి ఈ నాటిదాకా పాఠకులను ప్రభావితం చేస్తూనే ఉంది. చిక్కడపల్లి ఆంధ్ర విద్యాలయంలో సాయంకాలం దక్షిణ్‌భారత్ హిందీ ప్రచార సభ వాళ్ళు హిందీ క్లాసులు తీసుకునేవాళ్ళు. నేను ఆసమయంలో, అప్పుడు నేను చిన్నదానిని, గురువుగారు ఉమాకాంత్‌గారు ఈ కావ్యాన్ని చదువుతూ అర్థం చెప్పినప్పుడు విన్నాను. విద్యార్థులు ఏడ్చేవాళ్ళు. విద్యార్థి దశలో విద్యార్థులందరూ ఎక్కువగా భావుకులై ఉంటారు. అప్పుడు తర్క-వితర్కాలు చేస్తూ ఆలోచించే శక్తి అంతగా ఉండదు. రష్మిరథి సంక్షిప్త సంస్కరణ 1984. మూల్యం 5 రూపాయలు. పాత సంస్కరణకి ఇది సంక్షిప్త సంస్కరణ. దీనికి సాహిత్య అకాడమీ, జ్ఞానపీఠ పురస్కారాలు లభించాయి.

హిందీలో మరో ప్రసిద్ధి చెందిన పుస్తకం-కర్ణ (ఖండకావ్యం) రచయిత శ్రీ కేదార్‌నాథ్ మిశ్ర.

మరాఠీలో శ్రీ రణ్‌జిత్ దేశాయి. ఈరావతి కర్వే, వి.వ శిర్‌వాడ్‌కర్, దుర్గాభాగవత్, శివాజీ సావంత్ మొదలైన ప్రముఖులు మహాభారతంపైన చర్చ జరిపారు. కొత్త దృష్టికోణంతో చూశారు.

కర్ణుడిని ఉదాత్తుడిగా కొందరు మరాఠ రచయితలు తమ నవలలో, నాటకాలలో, లలితగద్యం మొదలైన వాటిలో చిత్రీకరించారు. గో.వీ.దాండేకర్ శ్రీ కరాయన్ (1962), శివాజీ సావంత్ 'మృత్యుంజయ' (1967), ఆనంద సాధలే 'మహాపురుష్' (1969). రణ్‌జిత్ దేశాయి 'రాధేయ్' (1973) మొదలైన వారి నవలలు, శి.మ.పరాంజపే 'పహిలా పాండవ్ అథవా మహారథీ కర్ణ్' (1934), కేశవ సీతారామ్ ఠాకరే 'టాక్ తేల్ పోరా' (1939), వి.వి.శర్‌వాడ్‌కర్ 'కౌంతేయ' (1953), శివాజీ సావంత్ 'మృత్యుంజయ్' (1976) మొదలైన నాటకాలు (ఈ నాటకాలు వేదిక మీద ప్రదర్శింప బడ్డాయి). శం.కె.పెండ్‌సే 'మహాభారతాతీల వ్యక్తి దర్శన్' (1964), ఆనంద్ సాధలే 'హా జయ్ నావాచా ఇతిహాస్ ఆహే (1964) ఈరావతి కర్వే 'యుగాంత్' (1967), ప్రేమ్‌కంటక్ (మహాభారత్ ఏక్ ముక్తి చింతన్ (1967) మొదలైన లలిత గద్యాలు మరాఠీలో ప్రసిద్ధి పొందాయి.

డా.రా.శం. వాలింబే మహాభారతాన్ని మరాఠీలో అనువదించారు.

'టాక్ లేలా పోరా' (పారేయబద్ధ పోరడు) సమాజం కళ్ళు తెరిపించి కర్ణుడి చుట్టూ ఎన్నో ప్రశ్నలు చిత్రీకరింపబడ్డ నాటకం. శం.కె.పాండ్ సే మేథో పరంగా వైజ్ఞానిక దృష్టి కోణంతో

కర్ణుడిని చిత్రీకరించారు. రచయిత లందరికన్నా ఆనంద్ సాధే శ్రీకృష్ణ, భీష్మాచార్యుల తరువాత కర్ణుడే ఎంతో ఆదరించతగ్గ పాత్ర అని ఉపోద్ఘాతంలో ఘంటాపదంగా చెప్పారు.

'మృత్యుంజయ' చదివాక ఒక నిజం మనకి తెలుస్తుంది. రచయితలో ఊహాశక్తి (Imagi- nation) అభివ్యక్తీకరణ శక్తి (Iogical thinking) కూడా ఉండాలి. శివాజీ సావంత్ గారిలో వీటిని చూడగలుగుతాము.

చరిత్రకి, పౌరాణిక గ్రంథాలకు సంబంధించిన రచనలను చేయడం ఎంతో కష్టతరమైన పని. ఆనాడు అన్ని భాషలలోను కొందరు ఇటువంటి అమూల్యమైన రచనలు చేసారు. ఇంకా ఇప్పటికీ కొందరు చేస్తూనే ఉన్నారు.

అనువాదం చేయడం ఒక యజ్ఞం. 'మృత్యుంజయుడు' తెలుగు అనుసృజనలో నేను మూలభావాన్ని ప్రతిబింబింప చేయడానికి శాయశక్తులా ప్రయత్నం చేసాను. అఖిల భారతీయ మరాఠీ సాహిత్య సమ్మేళన్ అధ్యకక్షురాలు డా.అరుణఢేరే ఇట్లా అన్నారు - ''అనువాదం కూడా ఒక సృజనాత్మక సాహిత్యమే. అనువాదకుడు సృజనాత్మకతను ఒక నిర్దిష్ట స్థాయిలో మాత్రమే ఉపయోగించగలడు. మూల రచయితకి స్వాతంత్ర్యం ఉంటుంది. అనువాదం ఖచ్చితంగా ఒక శాస్త్రం. కాని అది ఒక కళ. ఈ సాహిత్యం నా భాషలో నిలబడటానికి ఉద్దేశించిందని అనువాదకుడికి తెలుసు. చదవడానికి వీలు కల్పించడం అనువాదకులకు ఒక సవాలు. (అనువాద్ హీ కళా ఆహే-అనువాదం ఒక కళ).

నేను 'మృత్యుంజయ' అనుసృజన చేసేటప్పుడు డా.అరుణాఢేరే గారు అన్నట్లుగా కవిత్వం రాసినట్లుగా నాకనిపించింది. నా మనస్సే గగనం అయినట్లుగా అనుభూతి కలిగేది. హృదయంలో గంగమ్మతల్లి ప్రవాహ గలగలలు పకక్షుల కేకే కువకువలు, చెట్ల ఆకుపచ్చటి ఆకుల వసంతరాగాలు, పురి విప్పిన నెమళ్ళ కౌకౌరాలు వినిపించేవి. ఒక్కసారిగా వేల పూలు విచ్చుకున్నట్లుగా అనిపించేది. నేను ఎంతో భావుకురాలినై పోయేదాన్ని. ఈ కావ్య జగత్తులో పూర్తిగా లీనం అయిపోయేదాన్ని.

ఈ నవలను అనుసృజన చేస్తున్నప్పుడు ప్రత్యక్షంగా పరోక్షంగా నాకెందరో ప్రోత్సాహాన్ని ఇచ్చారు. వారందరికి కృతజ్ఞతలు తెలుపుకుంటున్నాను. ముఖ్యంగా 86 సం.ల వయోవృద్ధులు మా మామయ్య (మా పెద్దక్కయ్య కీ.శే. కుసుమ భర్త) డా.ఏటుకూరు ప్రసాద్‌రావు గారు సంస్కృత శబ్దాల గురించి 'మృత్యుంజయ'లో వర్ణింపబడ్డ ఆనాటి భోజన పదార్థాల గురించి, అన్యుల గురించి, సంప్రదాయుల గురించి, ఇంకా మరికొన్న సంప్రదాయాల గురించి అడిగిన వెంటనే తన దగ్గర ఉన్న పాత సంస్కృత శబ్దకోశం చూసి నాకు ఫోనులో చెప్పేవారు. ప్రపంచంలో, ఖండాంతరాలలో కర్ణుడిలాంటి పాత్రలు కల ఎన్నో ఎన్నెన్నో చరిత్రల గురించి, ప్రపంచ భాషలలో ఉన్న ఎపిక్స్ వాటిలో ఉన్న కర్ణుడిలాంటి పాత్రల గురించి ఎంతో విలువైన, తెలియని విషయాల గురించి చెప్పారు. దాదాపు 70 సం.ల క్రితం జరిగిన సంఘటనల గురించి చెబుతూ ఉంటారు. వారి ధారణాశక్తికి జోహార్లు. వారికి నా హృదయపూర్వకమైన కృతజ్ఞతలు వెల్లడి చేస్తున్నాను.

తెలుగు ప్రసిద్ధ కవి, సహస్రావధాని శ్రీ గరికపాటి నరసింహారావుగారు నాకు ఫోనులో సంస్కృత, తెలుగు మహాభారతాల గురించి ఎన్నో కొత్త విషయాలు చెప్పారు. కొన్ని లేని విషయాలు

ఎట్లా ప్రక్షిప్తమైనాయో చర్చించారు. నా ఆలోచనా శక్తిని ఇంకా పెంపొందించారు. నాకు ఎంతో ప్రోత్సాహాన్ని ఇచ్చారు. వారికి మనఃస్ఫూర్తిగా ధన్యవాదాలు తెలుపుతున్నాను.

ప్రసిద్ధ అనువాదకురాలు కీ.శే.శ్రీమతి శాంతా సుందరి గారిని శ్రద్ధతో తలుచుకుంటున్నాను. వారి భర్త శ్రీ గణేశ్ రావు గారికి కృతజ్ఞతలు. 86 సం.ల వయోవృద్ధులు, రచయిత శ్రీ పుల్లారెడ్డిగారు అమ్మా వసంతా! అంటూ ఆప్యాంగా ఎన్నో విషయాల గురించి చెబుతూ ఉంటారు. మా వదిన వయోవృద్ధురాలు శ్రీమతి చింతలపాటి అన్నపూర్ణమ్మ గారి ప్రోత్సాహం నాకెంతో లభించింది, వారికి కృతజ్ఞతలు.

శ్రీమతి సుమన్ మాడీవాలె, ఔరంగాబాద్ (సుహాసిని) నాకు 30 సం.ల క్రితం 'మృత్యుంజయ' గురించి ఎన్నో విషయాలు చెప్పారు. ఆనాడే మరాఠీ 'మృత్యుంజయ'ని చదవాలన్న కోరిక నాలో కలిగింది. డా.అరుణాలోఖండే (ఔరంగాబాద్) పదిహేనురోజుల కొకసారి ఫోను చేసి అనువాదం ఎంతదాకా వచ్చింది అని అడుగుతూ ఉంటారు. శ్రీ రత్నాకర్ మహేర్‌కర్ ఔరంగాబాద్ నుండి పూనా వెళ్ళి మరాఠీ 'మృత్యుంజయ' కాపీని పంపించారు.

శ్రీదేవన్‌పల్లి వెంకటేష్ (బెంగళూరు) 'మృత్యుంజయ'కి సంబంధించి కొన్ని మరాఠీ ఆర్టికల్స్‌ని పంపించారు. అక్కయ్యా! మృత్యుంజయని తెలుగులోకి అనువదించడం చాలా కష్టతరమైన పని. ఇది ఒక యజ్ఞం. మీరు తప్పకుండా ఈ యజ్ఞాన్ని పూర్తి చేయగలుగుతారు. ఇది నా నమ్మకం అంటూ నన్ను ఎంతో ప్రోత్సహించారు. వారికి కృతజ్ఞతలు.

ప్రముఖ హిందీ కవి అనువాదకులు, వయోవృద్ధులు శ్రీ రంగయ్యగారు, శ్రీ పి.ఉమాకాంత్, హిందీకవి దేవాప్రసాద్ మైయిల, మీన ప్రమీల, అంబిక కృష్ణమూర్తి, ప్రేమ్‌కుమార్, దుగ్గిరాల విశాలాక్షి, కృష్ణ, డా.రాజకుమారి గడ్‌కర్, డా.ప్రతిభాధారసూర్‌కర్, అనుపమా కులకర్ణి (ఔరంగాబాద్) ప్రముఖ హిందీ రచయిత్రి డా. అహల్యామిశ్ర, డా.శకుంతలా రెడ్డి, డా.అనితా గంగూలీ, డా.మాణిక్యాంబ 'మణి', డా.సుమన్ లత, డా.శ్రీలక్ష్మి అనువాదానికి ఏ ఆటంకం కలగకుండా, మీ ఆరోగ్యం బాగుండాలని మేము దేవుడిని ప్రార్థిస్తాం అంటూ నా కలానికి బలం ఇచ్చారు. కృతజ్ఞతలు.

ప్రముఖ రచయిత శ్రీ కస్తూరి మురళీకృష్ణ తన వెబ్ మాగ్‌జిన్‌లో నా పిహెచ్.డి థీసెస్ 'గీత్‌కార్ నీరజ్'ని తెలుగు అనువాదం చేయమని ఒక క్రొత్త ప్రక్రియకి నాంది పలికారు. 'గీత్ వసంత్ మహాకవి నీరజ్' పేరిటన అనువాదాన్ని ప్రచురిస్తున్నారు. అనుసృజన పట్ల వారికి ఎంతో గౌరవం ఉంది. మురళీకృష్ణ నూరేళ్ళు చల్లగా ఉండాలి.

ప్రముఖ పబ్లిషర్ శ్రీ మోహన్‌బాబు, లక్ష్మి, ఛాయ రిసోర్సర్ నా తెలుగు అనువాదం 'మంటో జీవిత చరిత్ర'ను ప్రచురించి మృత్యుంజయ అనువాద విషయంలో ఎంతో ప్రోత్సహించారు. మనఃస్ఫూర్తిగా కృతజ్ఞతలు.

ప్రముఖ రచయిత శ్రీ ఆకెళ్ళ శివప్రసాద్ డి.టి.పి కాపీని రెండుసార్లు చూసి ఫైనల్ కాపీని తయారు చేయడానికి నాకు ఎంతో సహాయపడ్డారు. అతనికి అనుసృజనా సాహిత్యం పట్ల, పెద్దవాళ్ళ పట్ల ఎంతో గౌరవం ఉంది. అతను సాహిత్యక్షేత్రంలో ఎంతగానో ఎదగాలి, నా ఆశీర్వాదం. సుశ్రీసానిక (భోపాల్), ప్రముఖ హిందీ కవి 'పహలా అంతర్' పత్రిక ప్రధాన సంపాదకులు శ్రీ నరేంద్ర దీపక్ (భోపాల్) లకు ధన్యవాదాలు.

నా ఏ పుస్తకం ప్రచురితం అయినా, ఏ అవార్డు వచ్చినా ఎంతగానో సంతోషపడే మా అక్కయ్య మాలతి, బావగారు శర్మగారు, ఆడబిడ్డలు సావిత్రి, విశాలాక్షిలకు, నా మరుదులు కృష్ణ ప్రసాద్, విజయకుమార్, తోడికోడళ్ళు మంజుల, శ్రీదేవిలకు, చెల్లెలు వరలక్ష్మి, వేణుగోపాల్‌లకు కృతజ్ఞతలు.

ఈ 72 సం.ల వయస్సులో నాకు ఏ కష్టం లేకుండా చూసుకుంటున్న మా అబ్బాయి చిరంజీవి ప్రశాంత్, కోడలు రేణుక, మనవరాలు కావ్య, చెల్లెలు చింతలపాటి జయశ్రీలకు నా దీవెనలు.

ప్రముఖ హిందీ పండితులు రచయిత కీ.శే.డా. రాజ్‌మల్ బోరా గారిని, 'వసంతా! ఆపీక్ కలమ్ కభీ నహీ సూఖనీ చాహీహే' (వసంతా! మీకలం ఎప్పటికీ ఎండిపోకూడదు) అంటూ 96 సం.ల వయోవృద్ధులు, ప్రసిద్ధి చెందిన ప్రపంచ హిందీ కవి కీ.శే.గోపాల్‌దాస్ సక్సేనా 'నీరజ్' నన్ను ఆశీర్వదించారు. భక్తిశ్రద్ధలతో తలుచుకుంటున్నాను.

మా నాన్నగారు కీ.శే.చింతలపాటి బుచ్చి వెంకట అప్పారావుగారు, అమ్మ అనసూయమ్మ, మామగారు కీ.శే.డా.నారాయణశాస్త్రిగారు, అత్తగారు శ్రీలక్ష్మిలు ఎప్పుడూ పైనుండి దీవిస్తూనే ఉంటారని నా నమ్మకం.

మా శ్రీవారు కీ.శే. తంగిరాల కామేశ్వర సోమయాజి నా తోడునీడగా ఉన్నారు. ఈనాడు నేను ఇంతగా సాహిత్య సేవ చేయడానికి వారే కారణం. వారి దీవెనలు నాకు ఎల్లవేళలా ఉంటాయి.

ఇంత పెద్ద పుస్తకాన్ని డి.టి.పి.చేసి బుక్ డిజైన్ చేసిన చిరంజీవి కుడుపూడి భాస్కర్‌రావు (మను గ్రాఫిక్స్) కి కృతజ్ఞతలు.

తెలుగు పాఠకులు మరాఠీ బృహద్గ్రంథం 'మృత్యుంజయ'కి తెలుగు అనుసృజన 'మృత్యుంజయుడు'కి మనఃస్ఫూర్తిగా స్వాగతం పలుకుతారని నా నమ్మకం.

భవదీయురాలు

టి.సి.వసంత

విషయ సూచిక

ఒకటవ భాగము

కర్ణుడు

"కర్ణుడి ధైర్య సాహసాలకు మెచ్చి, యోధుడని గుర్తించి
తన ఆధీనంలో వున్న అంగ రాజ్యానికి రాజుగా ప్రకటించాడు
దుర్యోధన చక్రవర్తి."

1

ఈ రోజు నేను మీకు నాజీవితం గురించి కొంత చెప్పాలనుకుంటున్నాను. నా ఈ మాట వినగానే కొందరు ఆశ్చర్యంతో అవాక్కయిపోయి ఉంటారు. కాలంలో కలిసిపోయిన వాళ్ళు మాట్లాడగలుగుతారా? ఇది జరిగేపనేనా? కానీ సమయం వచ్చినప్పుడు వాళ్ళు మాట్లాడాలి. తప్పదు. రక్తమాంసాలతో బతికి ఉన్న బొమ్మలు చచ్చిన వాళ్ళలా ప్రవర్తిస్తుంటే చచ్చిన వాళ్ళు బతకాలి, మాట్లాడాలి. ఇవాళ నేను వేరే వాళ్ళకోసం మాట్లాడటం లేదు, ఎందుకంటే నేను పెద్ద తత్వవేత్తనుకాను. అసలు ఈ ప్రపంచం నా ఎదురుకుండా ఎప్పుడూ ఒక యుద్ధ క్షేత్రమై నిల్చుంది. ఉఫ్... నా బతుకు... ఆ యుద్ధ క్షేత్రంలో బాణాలతో నిండిన ఒక అంబుల పొది మాత్రమే. అనేక రకాల, అనేక ఆకారాల, వివిధ సంఘటనల బాణాలు... అంబులపొదిలో కుక్కి కుక్కి ఉన్న బాణాలు .... కేవలం ఒక అంబుల పొది మాత్రమే....

ఇవాళ నేను నాజీవిత అంబులపొదిని అందరి ఎదుట తీసి చూపిస్తాను. పూర్తిగా బహిరంగంగా బయట పెడతాను. అందులో ఉన్న వివిధ రకాల సంఘటనల బాణాలు... ఒకే రకంగా ఉన్న అన్ని బాణాలను, ఏదీ దాచకుండా నా చేతులతో మీ అందరికి తీసి చూపిస్తాను. తమ తమ దివ్యమైన ఆకారాలతో మెరుస్తూ, పురుష సౌందర్యంతో, ఆకర్షణీయమైన ఆకారంతో వెంటనే మనస్సును ఆకర్షిస్తూ, మరోవైపు తోకలు తెగిపోవడం వలన బీటలు పడిన బాణాలు, అస్తవ్యస్తంగా వింతగా సౌందర్యం కోల్పోయిన దయనీయ స్థితిలో ఉన్న బాణాలు..... ఒకటేమిటి రకరకాల బాణాలు.... ఎలా ఉంటే అలానే అందరికీ చూపిస్తాను.

విశ్వం వ్యాప్తంగా ఉన్న వీరత్వంతో పోలుస్తూ ఇవాళ కక్షుణ్ణంగా పరిశీలన చేస్తాను. ధరణీలో ఉన్న సమస్త మాతృత్వం ద్వారా, నేను వీటి వాస్తవిక విలువలను నిర్ధారణ చేస్తాను. భూమి పైన ఉన్న కొన్ని గొప్పతనాల దృష్టితో వాస్తవిక స్థానాన్ని నిర్ధారణచేస్తాను. ప్రాణాలను పణంగా పెట్టే మిత్రత్వం ద్వారా కూడా పరీక్ష చేస్తాను.ఆనందంతో వర్షపు జల్లులు కురిపించే బంధుత్వం ద్వారా వాస్తవికమైన విలువలను బయట పెడతాను.

నా అంతరంగంలో మాటి-మాటికి ఒక స్వరం తలఎత్తుతుంది. ప్రతిధ్వనిస్తుంది. దృఢ నిశ్చయంతో ఈ స్వరాన్ని ఆపాలని ఎంతగా ప్రయత్నిస్తుంటే అంతగా గాలి వీస్తున్నప్పుడల్లా, అగ్నిజ్వాల, ఆరిపోవాల్సింది పోయి ఇంతకు ముందుకన్నా భగ్గుమనడం ఎక్కువ అయింది . ఆ స్వరం మాటిమాటికి గర్జిస్తూ నాతో అంటుంది– ''చెప్పు కర్ణా! ఈరోజు నీ జీవితగాధను అందరికీ

చెప్పు. నీవు అందరికీ అర్థం అయ్యే భాషలో చెప్పు. ఇప్పుడు పరిస్థితి ఇట్లానే ఉంది. లోకం కోడైకూస్తోంది. నీ జీవితం చింపిరి గుడ్డలా ఉండేది. నీవు కూడా గర్జించి చెప్పు.నా జీవితం చింపిరి గుడ్డ కానే కాదు. జరీ అంచుకల విలువైన రాజ వస్త్రం అది. కేవలం కఠోరమైన ముళ్ళ కంచెకి చిక్కుకుకోవడం వలన వస్త్రం చింపిరి గుడ్డలై పోయింది. ఎవరి చేతిలో ఇది చిక్కితే వాళ్ళు తమ తమ ఇష్టానుసారం ప్రచారం చేయసాగారు. అయినా ఆ రాజ వస్త్రంపై నీకు ఇంత అభిమానం ఎందుకు?

అందమైన పెట్టెలో, వస్తువుల కుప్పలో కొత్త జరీ అంచుగల అఖండ రాజవస్త్రం బదులు, భయంకర తాండవం చేసే కాలపు గాలివానతో ఒంటరిగా పోరాటం చేస్తూ చినిగిన పోయిన నీ ఆ రాజవస్త్రం తక్కువదా? విలువ లేనిదా? ఈనాడు దాన్ని అందరూ కళ్ళు తెరిచి చూడనివ్వు. సరిగా విననివ్వు. వీరుల కథలని ఎంతో శ్రద్ధగా వింటూనే వాటిని మరుక్షణంలో మరచిపోతారు, పట్టించుకోరు. నిజానికి ఇది పిచ్చి ప్రపంచం. నీ ఈ కథ వాళ్ళని స్పర్శించి ఊపేస్తుందా? ఈ కథలో అంతబలం ఉందా?

విశ్వం చరమ సత్యం పట్ల ఎంతో నమ్మకం ఉన్నవాళ్ళు, మృత్యువును ఒక కీలు బొమ్మలా ఎంచే వాళ్ళు, సింహం లాంటి బలం గల వీరుల అస్తిత్వం ఇక్కడ ఉంది. అటువంటి వీరులందరు నీ కథని వినాలని అనుకొంటున్నారు. ఉఫ్! ఇది కేవలం కథేనా? ఇది ఒక మహాసత్యం. సత్యం చూసే వాళ్ళ కోరిక గురించి వినేవాళ్ళ గురించి ఎవరు ఆలోచించరు? ఆ సత్యం ఏ రూపంలో ఉందో, అదే రూపంలో ఉదయించే సూర్యదేవుడిలా ఎదురుకుండా నిల్చుంటుంది.

ఏ కథ అయినా సరే వినేటప్పుడు శ్రోతలు మద్యంలోని మాధుర్యం, నర్తకిల నాదమయ పదవిన్యాసం, స్త్రీ– పురుషుల ఉద్వేగ భరిత ఆలిగనం మొదలైన వాటిని ఆశిస్తారు. వాళ్ళు ఈ క్షణ భంగుర జీవితాన్ని మరిచిపోయే మత్తు కావాలనుకుంటారు. నేను చెప్పబోయే జీవిత గాథలో మద్యం లోని మాధుర్యం లేదు. దేహాన్ని పులకింపచేసే నర్తకీమణుల పదవిన్యాసం లేదు. ఉన్నదంతా కేవలం సంగ్రామం. భావోద్వేగాలను కంపింపచేసే సంగ్రామం.

నేను శారీరకంగా, మానసికంగా యుద్ధం చేసే ఒక అసభ్య సైనికుడిని. నేను నా తృప్తి కోసం ఈ గాథని చెబుతున్నాను. మనిషి తన మనస్సులోని మాటను బయటికి చెప్పనంత వరకు మనస్సు తేలిక పడదు. అందులన నేను ఏ దాపరికం లేకుండా అంతా చెబుతున్నాను.

కాని ఇప్పుడు నా ఎదురుకుండా ఒక సమస్య ఉంది. ఈ సంగ్రామ కథని కాలక్రమానుసారంగా ఎట్లా చెప్పను? ఎందుకంటే చెవులు గడియలు పడేలా ఫెళ– ఫెళ మెరిసే మెరుపుల శబ్దాలను విన్న తరువాత అడవిలోని గుర్రాల గుంపులో నుండి గుర్రాలు ఎట్లా చెల్లా చెదురౌవుతాయో ఏ బాట దొరికితే ఆ బాటలో పరుగెత్తుతాయో, అదేవిధంగా ఇప్పుడు నా కళ్ళ ఎదురుకుండా ఎన్నో ఘటనలు కాలక్రమాన్ని వదిలేసి అటుఇటు ఇష్టం వచ్చినట్లుగా పరుగెత్తుతున్నాయి. అసలు ఈ ఘటనలన్నింటిని ఒక కాలక్రమానికి ఎట్లా జోడించను, నాకు అర్థం కావడం లేదు. ఎందుకో తెలియదు. కాని గంగమ్మ తల్లి ఒడ్డున ఉన్న పవిత్రమైన, రమణీయమైన చంపానగరి నా కళ్ళ ఎదుట మెదులుతోంది. నా జీవన సరితకు ఒక అందమైన మలుపునిచ్చింది చంపానగరి. చంపానగరి నా ప్రాణంకన్నా మిన్న. అంతగా నేను దీనిని ప్రేమిస్తాను.

అసలు ఆ నగరం గుర్తుకు వస్తే చాలు నా జ్ఞాపకాల అడవిలో కలకలం మొదలవుతుంది. ఘటనలనే జింకల గుంపులు గెంతులు వేస్తూ పరుగెత్తుతాయి. స్మృతులు అంటే నెమలి పింఛాల లాంటివి అని ఒకరంటే, మంచి సుగంధాన్ని ఇచ్చే పొగడపూల లాంటివి అని మరికొందరంటారు. కాని నేను ఒప్పుకోను. స్మృతులు ఎప్పుడు ఏనుగుల కాళ్ళు లాంటివి. మనస్సనే ఆర్ద్ర భూమిపై తమ బలమైన ముద్రలను వేస్తాయి. నా జ్ఞాపకాలు మాత్రం ఇలాంటివే. చంపానగరిలో నాజీవిత మరుభూమి పైన కాలం అనే గజరాజు వేసిన బలమైన స్పష్టమైన చిహ్నాలు నా స్మృతులు. నా జీవనయాత్రలో అన్నింటికన్నా శాంతంగా, స్మరించదగ్గ ఆశ్రయ స్థలం, చంపానగరం. కొందరు జీవితం అంటే మందిరం లాంటిది అని అంటారు. నాజీవితం ఏ విధంగాను మందిరం కాదు అని నాకు ఎటూ తెలుసు. ఒక వేళ అది మందిరం అయితే చంపానగరి ఆ గుడిలోని గంట.

గంగామాత విశాలమైన రమణీయమైన నది ఒడ్డున చంపానగరి ఉంది. ఆ నగరం ఎట్లా ఉంటుంది?

2

లతలు, చెట్టు చేమలతో, పక్షుల కిలకిలరావాలతో మా ఊరు చంపానగరి, ఎప్పుడూ కళ కళలాడుతూ ఉంటుంది. ఆకుపచ్చటి ఆ ప్రకృతి ఒడిలో మా ఆ చిన్న ఊరు చంపానగరి. చాతక పక్షులు, చకోరాలు, కోకిలలు, భరద్వాజ, జింకలు, నెమళ్ళు ఒకటేమిటి, వందల వందల పక్షులు, కూతలు, కిలకిలరావాలు, శుభోదయం పలికే వాటి కుతకుతలు, ఆవుల అంబారావంతో ప్రాత:కాలం నిత్యకృత్యాలతో మొదలవుతుంది. ఫెళఫెళ కాసే ఎండాకాలం మధ్యాహ్నం పూట కదంబ వృక్షాల దట్టమైన నీడల్లో విశ్రమిస్తుంది. ఆవుల మెడల్లో గంటలు ఒక లయలో మ్రోగుతూ ఉంటే, గోధూళి వేల ధూళి మేఘాలు లేస్తుంటే, రాత్రి గంగామాత ఒడ్డున వాసంత సమీరాలు.... దేహంపైన ఆ చల్లటి గాలులను కప్పుకున్న నిరపరాధి అయిన ఒక పిల్లవాడిలా, నిశ్శబ్దంగా నిద్రపోయే నా ఆ అందమైన బాల్యం, ఇక్కడ ఈ చంపానగరిలో గడిచింది. అవును ఇక్కడే గడిచిపోయింది. ఒకసారి ధనస్సు నుండి దూసుకుపోయిన బాణంలా మళ్ళీ ఆ జీవితం నా దగ్గరికి రాలేదు.

కాని ఆ ఊరిని తలుచుకుంటే చాలు క్షితిజం దాకా వ్యాపించిన గంగా మాత విస్తృతమైన నది నా ఎదురుకుండా నిల్చుంటుంది. శుభ్ర నీల జలక్షితిజం దాకా వ్యాపించిన ఆ విశాల సామ్రాజ్యం ఆజలంలోని ఒక్కొక్క బిందువుకు నా గురించి కక్షుణ్ణంగా తెలుసు. నాకూ అంతే ఒక్కొక్క బిందువు నాకు బాగా తెలుసు. ఈ గంగమ్మ తల్లి ఒడ్డున ఉన్న కోమల, ఆర్ద్రమైన ఇసుక గుండెలపైన పరుగెత్తే సమయంలో, నా చిన్ని చిన్ని పాదాల ముద్రలుపడ్డాయి. ఇక్కడే చిలిపి గాలి విసుర్లు నా దేహన్ని చుట్టుకుని వున్న ఉన్న ఉత్తరీయాన్ని అల్లరిపెడుతూ ఎగరేసాయి. అందువలన చంపానగరి జ్ఞాపకాలతోపాటు ఈ చివరి ఒడ్డు నుండి ఆ చివరి ఒడ్డు దాకా గంగమ్మ తల్లి నా కళ్ళ ఎదుట కదలాడుతుంది. నిజానికి అసలు బాల్యం అంటే ఏమిటి? ఈ ప్రశ్నకి ఎవరైనా సమాధానం ఇస్తారా? ఎంతో మంది ఎన్నో రకాలుగా వర్ణించారు. కాని నన్నెవరైనా అడిగితే బాల్యం నాకు ఎప్పుడూ ఒక రథం లాగానే అనిపిస్తుంది. ఒక స్వచ్ఛంద రథం, ముక్త, అనిర్బంధ ఊహాల

గుర్రాలు దానికి కట్టి వేయబడ్డాయి. దూర తీరాల వరకు కనిపించే గంగ నీళ్ళు, నిజంగానే నీలి గగనాన్ని స్పర్శిస్తున్నాయా అని చూడడానికి దాని అసంఖ్యమైన అలలపై తిరుగుతూ ఒక్క క్షణం క్షితిజం దాకా పరుగెత్తి వెనక్కి తిరుగుతుంది. తళతళ మిల- మిలా మెరుస్తున్న ఎన్నోఎన్నెన్నో తారలు దాంట్లో పొదిగి ఉన్నాయి. నీలాకాశం కప్పునుండి కిందకి ఎందుకు పడవు అన్న ఉద్దేశ్యంతో అంతరిక్షంలో పెద్ద ఎత్తున ఎగిరి, పయనించి వెనక్కి రావడాన్ని నేను చూసాను.

3

నేను, నాసోదరుడు శోణుడు, మాచిన్న కుటుంబం. అవును శోణుడు.. శోణుడే.... అతడి అసలు పేరు శత్రుంతప. కాని అందరూ అతడిని శోణుడు అని పిలిచేవారు. శోణుడు నాకన్నా చిన్నవాడు. వృకరథుడు అనే మరో సోదరుడు ఉండేవాడు. కాని అతడు వికటుల రాజ్యానికి వెళ్ళిపోయాడు. నేను శోణుడు ఇద్దరమే ఉండిపోయాం. నా బాల్య ప్రపంచం అంతా నా స్మృతులు, అతడి స్మృతులతోనే నిండి ఉంది. చంపానగరిలో ఎప్పుడూ మంచి గాలులు వీస్తూ ఉంటాయి. ఈ గాలులను పీలుస్తూ రెండు అమాయకమైన ప్రాణుల అద్భుతమైన ఊహలతో నిండిన చిన్న ప్రపంచం అది. అక్కడ కుహనా గౌరవమర్యాదలు, పైపైన చూపించే ఆడంబరాలు లేవు. తమతమ స్వార్థాలకోసం, ఒకరిని ఒకరు ద్వేషించడం, అసూయ పడడం లాంటి చెడుగుణాలు అసలే లేవు. అది ఇద్దరి అన్నదమ్ముల నిస్వార్థ లోకం. ఆ విశ్వంలో కేవలం ఇద్దరే ద్వార పాలకులు. మా తల్లి రాధ, మా తండ్రి అధిరథుడు. ఇప్పటికీ వాళ్ళని తలుచుకుంటే నా హృదయవీణ మ్రోగుతుంది. కోమలమైన తీగలు ఝుంకృతమవుతాయి. తెలియకుండానే కృతజ్ఞతతో, కొంత బరువుగా, మమతతో అర్ధమైన రెండు అశ్రుబిందువులు నా కళ్ళలో నిండిపోతాయి. కాని ఒక్క క్షణం వరకే. వెంటనే నేను కన్నీళ్ళను తుడిచేసుకుంటాను. ఎందుకంటే కన్నీళ్ళు బలహీనమైన మనస్సుకు ప్రతీకలు. ప్రపంచంలో ఏ దుఃఖాగ్ని కూడా కన్నీళ్ళతో చల్లబడదు. ఆరిపోదు. కాని ఎప్పటి వరకైతే ఈ రెండు అశ్రు బిందువులు తొణకవో, అప్పటి దాకా నా మనస్సు తేలికపడ్డట్లుగా నాకు అనిపించదు. ఎందుకంటే ఈ రెండు కన్నీటి బొట్లు కంటే నేను వాళ్ళకి విలువైనదేదీ ఇవ్వలేను. అసలు వీటికన్నా విలువైనది ఏమైనా ఉందా! తల్లి తండ్రులకు ప్రేమ ప్రతీకగా ఇంతకంటే ఏమి ఇవ్వగలుగుతాం? నా ఉద్దేశ్యంలో మరేమీ ఇవ్వలేం. నా తల్లిదండ్రులు కూడా ఎప్పుడు నా నుండి ఏదీ ఆశించ లేదు. వాళ్ళు నాకిచ్చింది నిర్మలమైన ప్రేమ మాత్రమే. అందువలనే వాళ్ళని తలుచుకుంటే చాలు నా కళ్ళలో కృతజ్ఞతతో నిండిన బరువైన ప్రేమ మమతలతో నిండిన రససిక్తమైన రెండు అశ్రువులు కళ్ళల్లో తొణికిసలాడతాయి.

4

మా అమ్మ ఓ మమతల సముద్రం. బాల్యంలో నన్ను పురప్రజలు 'వసుసేన్' అని పిలిచేవారు. నా చిన్న తమ్ముడు శోణ్ 'వసు అన్నయ్య' అని పిలిచేవాడు. అమ్మ నన్ను రోజులో వందసార్లు 'వసు-వసు' అని పిలిచేది. ఆమె నాకు చనుపాలే కాదు ప్రేమామృతాన్ని కూడా తాగించింది.

మనస్సు తృప్తిచెందేదాకా తాగుతూనే ఉన్నాను. అందరికీ సమభావంతో ప్రేమను పంచడానికే ఆమె జన్మించింది. చంపానగరి ప్రజలందరు ఆమెను రాధామాత అని పిలిచేవారు. అందరి కోసం కొండంత కష్టాన్ని సహించే శక్తి ఆమెలో ఉంది. ఆమె మమతామయి. అందుకే ఆమె మాట ఊరికేపోదు. నా చెవులకి జన్మతః రెండు కుండలాలు ఉన్నాయి. ఆమె ఎప్పుడూ వీటి గురించి అంతో ఇంతో చర్చిస్తూనే ఉండేది. అసలు నేను ఒక్క క్షణం కనుమరుగైనా ఆమె గాభరా పడిపోయేది. చుట్టు పక్కల నన్ను వెతికేది. నన్ను ఎదురుకుండా కూర్చోపెట్టుకుని అసలు ఏ కారణం లేకుండా నా కవచకుండలాలను కన్నార్పకుండా చూస్తూనే ఉండేది. చూస్తూ చూస్తూ తనని తాను మరచిపోయేది. మాటి మాటికి నా తలపై చేయి పెట్టి ప్రేమగా నిమురుతూ అనేది – 'వసు! గంగమ్మ తల్లి ఒడ్డుకి మరిచిపోయి కూడా వెళ్ళకు'. ''ఎందుకు?'' అని నేనడిగాను.

''పెద్దవాళ్ళు చెప్పింది వినాలి. వెళ్ళవద్దని చెప్పినప్పుడు వెళ్ళడం మంచిది కాదు.''

''నీవు ఎందుకంత పిరికిదానివమ్మా! ఒకవేళ వెళ్తే మాత్రం ఏం అవుతుంది?''

''లేదు వసు!'' నన్ను దగ్గరిగా లాక్కొని, నాతలపైన వెంట్రుకలను పొడగాటి వేళ్ళతో నిమురతూ ఆమె అడిగింది – ''వసు! నేనంటే నీ కిష్టమేనా? ''అవును...'' అంటూ నేను తల ఊపుతాను. ఒకలయలో ఊగుతున్న నా కవచకుండలాలను చూస్తూ ''అయితే మరి ఇది నా ఆదేశం అనుకో.... గంగమ్మ తల్లి నదీ తీరానికి వెళ్ళకు.'' అంటూ నన్ను గట్టిగా పట్టుకుని అంటుంది అమ్మ. ఆమె కళ్ళలో భయం కనిపిస్తుంది. ''నీవు చెబితే నేను తప్పకుండా వెళ్ళనమ్మా! సరేనా!''

నా మాటలు వినగానే వాత్సల్యంతో నన్ను దగ్గరికి తీసుకుంటుంది. కౌగిలించుకుంటుంది. ఎంతో భావుకురాలై పోతుంది. నా తలని నా చెవులని మాటి మాటికి ముద్దు పెట్టుకుంటుంది. అసలు ఎప్పుడు ఆమె ఒడిలో సేద తీర్చుకోవాలని అనిపిస్తుంది.

ఆమె ఒడిలో పడుకుని నేను ఆలోచిస్తా. అమ్మ గంగానదీ జలం అంటే ఎందుకు ఇంతగా గాభరా పడుతుంది? నాకేమో గంగమ్మ తల్లి అంటే ఎంతో ఇష్టం. గంగానదిలో ఉవెత్తునలేచే ఆసంఖ్యాక అలలతో నేను గంటల తరబడి మాట్లాడుతూ ఉండేవాడిని. ఇలా మాట్లాడటం నాకెంతో ఇష్టం. అమ్మకి ఒక వేళ తెలిస్తే నన్ను వెతుక్కుంటూ గంగానదికి వచ్చేస్తుంది. సరే ఏమైనా సరే నేను నది ఒడ్డుకి వెళ్తూనే ఉంటాను. కాని అమ్మకి తెలియకూడదు. శోణుడికి ఈ మాట రహస్యంగా ఉంచాలని రంగుల ముత్యపు చిప్పలు, వికసించిన పసుపు పచ్చటి పూలు, పళ్ళు ఇస్తూ ఉండేవాడిని.

5

నా తండ్రి కౌరవరాజు ధృతరాష్ట్రుడికి రథసారథిగా పనిచేసేవాడు. ఆయన ఎక్కువగా కౌరవుల రాజధాని హస్తినాపురంలో ఉండేవాడు. ఆ నగరం చాలా దూరంలో ఉండేది. అప్పుడప్పుడు ఆయన పెద్ద రథం తీసుకుని చంపానగరికి వచ్చేవాడు. ఆ సమయంలో నాలో, శోణుడిలో ఉత్సాహం ఉప్పొంగి పోయేది. పర్ణకుటీరం ద్వారం దాకా రథం రాగానే నాన్నగారు

దాన్ని అక్కడ నిలబెట్టేవారు. శోణుడు అందులోకి ఒక్కసారిగా దుమికేవాడు. ఒక్కసారిగా నాన్నగారి చేతిలో నుండి గుర్రాల కళ్ళాలని చేతిలోకి తీసుకునేవాడు. "వసు అన్నయ్య! తొందరగా రా! మనం గంగానదిలో నుండి ముత్యాలను తెద్దాం." అని పెద్దగా అరిచేవాడు. అతడి అరుపు వినగానే భోజనం చేస్తున్న వాడిని వెంటనే లేచే వాడిని. పర్ణకుటీరం బయటికి వచ్చేసేవాడిని.

మేం ఇద్దరం కలిసి నాన్నగారి రథంలో కూర్చుని వాయువేగంతో నగరం బయట గంగానదీ తీరం వైపు వెళ్ళే వాళ్ళం. లేత పసుపురంగు గల ఐదుగుర్రాలు తమ వెనుకతోక కున్న వెంట్రుకలను ఉబ్బించేవి. చెవులను నిక్కపొడిచి గెంతుతూ పరుగెత్తేవి. వాటిని నియంత్రించడం ఎంతో కష్టం అయ్యేది. పైన పళ్ళతో కింది పెదవిని కొరుకుతూ గుర్రాలు సరియైన దారిలో నడవడానికి కళ్ళేన్ని అదిలించేవాడు. కాని ఎంత ప్రయత్నించినా లాభం లేకపోవడం వలన, సహాయంకోసం నన్ను అడిగేవాడు. వాడి చేతులు కళ్ళాల వలన బొబ్బలెక్కేవి. ఆ సమయంలో వాడి కంఠం ఎంతో మృదువుగా ఉండేది. నాలో ప్రేమ ఉప్పొంగేది. నేను వాడి చేతిలో కళ్ళాలను, నా చేతిలోకి తీసుకునే వాడిని. అతడు కొరడా వెనక భాగాన్ని తిరగవేసి కొడితే వాటి జూలు అటు ఇటు చెల్లాచెదురయ్యేది. వాటిని పరుగెత్తించడానికి కొడుతూ ఉండేవాడు. హ... హ... అంటూ అరిచేవాడు. అవి మేల్కొని ఇంతకు ముందుకన్నా వేగంగా పరుగెత్తేవి. తను అనుకున్నట్లుగా అయిందని శోణుడు ఆనందంతో చప్పట్లు కొడుతూ నన్ను ప్రోత్సహించేవాడు. మాట్లాడుకుంటూ మేం ఇద్దరం దాదాపు సగం యోజన దూరంలో ఉన్న గంగామాత నది ఒడ్డున కూర్చునేవాళ్ళం. శోణుడు వెంటనే రథం నుండి దూకి జింకలా గెంతుతూ ఒడ్డు వైపు పరుగెత్తుతూ వెళ్తాడు. అతడి చిన్న చిన్న పాదాల ముద్రలు తడి ఇసుకమీద పడి ఉంటాయి. నేను అవాక్కయి అట్లాగే కూర్చుండి పోతాను. నా కాళ్ళు చేతులు చల్లబడ్డాయా అని అనిపిస్తుంది. రథంలో నుండి కన్నార్పకుండా ఆ నీటి వంక చూస్తూనే ఉండేవాడిని. అసలు ఈ జలంతో నాకేదో సంబంధం ఉందని నాకనిపించేది. మరోవైపు జలంతో మనిషికి ఏం సంబంధం ఉంటుంది? దాహంతో నోరు పిడచ కట్టే వాళ్ళకి దాహం తీర్చడానికి ఇది ఒక సాధనం మాత్రమే. చేతినుండి కళ్ళేలు ఎప్పుడు కిందపడతాయో కూడా తెలియదు. నేను నా చిన్ని చిన్ని కళ్ళతో ఆ పాత్రలోని నీరును గడగడా తాగేసేవాడిని. శరీరం అంతా కళ్ళు ఉంటే ఎంతబాగుండేది అని ఆసమయంలో నాకనిపించేది.

ఎప్పుడైతే శోణుడు నన్ను ప్రశ్నల మీద ప్రశ్నలు వేస్తూ ఉంటాడో నేను మేల్కొంటాను. రకరకాల ముత్యపు చిప్పలు దొరికినప్పుడల్లా వాడు ఆఘమేఘాలమీద తేలాడుతుండేవాడు. అసలు నేల మీద వాడి కాళ్ళు నిలిస్తేగా! ఇక ప్రశ్నల వర్షం నా మీద కురిపించేవాడు.

"అన్నయ్యా! ఈ ముత్యపుచిప్పలు నీళ్ళతో తయారవుతాయా!"

"అవును."

ఇంతటితో వాడు సమాధాన పరచుకోడు. – "మరయితే ఈ రంగులు నీళ్ళవలనే వచ్చాయా?"

"అవును."

'మరయితే నీళ్ళలో ఈ రంగులు కనిపించవెందుకు?'

ఒక్కొక్కసారి వాడి ప్రశ్నలకు నేను జవాబులు ఇచ్చే వాడిని కాను. ఎందుకంటే ప్రశ్నల తరువాత ప్రశ్నల వేస్తూనే ఉంటాడు. నిజం చెప్పాలంటే వాడి కొన్ని ప్రశ్నలకు నా దగ్గర సమాధానాలు ఉండేవి కావు.

''పద! చాలా ఆలస్యం అయింది. అని అంటూ వాడి మస్తిష్కం నుండి ప్రశ్నలను దూరం చేయడానికి ప్రయత్నించే వాడిని.

మేం ఇద్దరం వెనక్కి వచ్చే వాళ్ళం. సంధ్యా సమయం కావడం వలన డేగలు, కోకిలలు, కపోతాలు, భరద్వాజ పకక్షులు,.... పత్రరథ క్రౌంచ పకక్షులు,..... గుంపులు గుంపులుగా.... కువ కువలతో, కలరావాలతో.... రకరకాల అరుపులతో.... ఆనందంగా తమ తమ గూళ్ళకు వెళ్ళే దృశ్యాలు కనిపించేవి. రథం అనే గూట్లో నుండి తొంగి చూస్తూ శోణుడు నన్ను ప్రశ్నల మీద ప్రశ్నలు అడిగేవాడు. కాని అప్పుడు నాధ్యాస వాటిమీద ఉండేది కాదు. ఆ సంధ్యా సమయంలో సూర్యదేవుడు పశ్చిమంవైపునకున్న పెద్దపెద్ద పర్వతాల వెనక ప్రవేశిస్తూ ఉంటాడు. పగలంతా నిర్విరామంగా పరుగెత్తినా రథం గుర్రాలు అసలు ఏమాత్రం అలసిపోవు. ఆ రెండు పర్వతాలు, సూర్యభగవానుడి ప్రాసాదానికి ద్వారపాలకులలా అనిపిస్తాయి. ఆ తేజోమయబింబాన్ని చూడగానే నా హృదయంలో ఎందుకో తెలియదు కాని ఒక వ్యాకులత నన్ను నిలవనీయకుండా చేస్తుంది. ఇక మరో క్షణంలో ఆ తేజ పుంజం మా కళ్ళ నుండి కనుమరుగై పోతుంది. ఈ మాత్రం ఊహకే నా హృదయంలో వియోగం అనే తీవ్రమైన అల అలజడి రేపుతుంది. నరనరాల్లో ఈ అల అంతటా వ్యాపిస్తుంది. నరనరాలను పిండేస్తుంది. నేను రెప్పార్పకుండా ఆ బింబం వైపు చూస్తూనే ఉంటాను. శోణుడు నన్ను పట్టుకుని ఊపేస్తాడు. ఆకాశంలో ఎగురుతున్న గరుడ పకక్షుల గుంపుని చూపిస్తాడు. నేను ఒక క్షణం ఆ విశాలకాయ వన్య పకక్షుల వైపు చూస్తాను. తక్కిన పకక్షుల కన్నా చాలా ఎత్తులో ఈ పకక్షులు ఎగురుతాయి.

శోణుడు– ''అన్నయ్యా! ఇవి ఏ పకక్షులు?'' అని అడుగుతాడు.

''గరుడ పకక్షులు. పకక్షులన్నింటికి రాజు.''

''అన్నయ్యా! ఈ గరుడ పకక్షుల్లా ఉవెత్తున నీవు ఎగరగలవా? పైపైకి?'' వాడు అనర్గళంగా అడుగుతూనే ఉంటాడు.

''పిచ్చివాడా? నేనేమైనా పక్షినా అంత పైపైకి ఎగరడానికి?''

''పోనీ! పక్షిలా కాదు.... ఇప్పుడే కొంచెం సేపటి క్రితం తీవ్ర వేగంతో పరుగెత్తే గుర్రాలను ఏ విధంగా సంబాళించగలిగావు?''

''సరే! తమ్ముడు! నేను గరుడిలా ఎంతో పైకి ఎగురుతాను. ఎంత పైకి అంటే నీవు నన్ను ఎప్పుడు చూడలేనంత. సరేనా?'' ఈ జవాబుతో తను తృప్తి పడేవాడు. నా పట్ల గౌరవంతో ఒక స్నిగ్ధభావం వాడి కళ్ళలో ఉట్టి పడేది.

నేను మళ్ళీ పశ్చిమ ఆకాశం వైపు చూసాను. చివరికి ఒక ప్రశ్న వేసాను – ''శోణా ! ఆ సూర్యబింబాన్ని చూస్తున్నావుగా! చూస్తున్నప్పుడు నీకు ఎలా అనిపిస్తోంది?''

శోణుడు నాలాగా ఒక్క క్షణం సూర్యబింబం వైపు ధ్యానంగా చూస్తాడు అని నేననుకున్నాను. నేననుకున్నట్లుగా ఆ బింబం గురించి ఏదైనా తన మాటల్లో చెప్పలేదు. సూర్యుడి వైపు చూడగానే ఆ తేజస్సుకి వాడి చిన్ని - చిన్ని కళ్ళు మూసుకుపోయేవి. కొంచెం సేపయ్యాక కళ్ళు చిట్లిస్తూ నా చెవుల వంక చూస్తూ - '' వసు అన్నయ్యా! అచ్చం నీ ముఖంలానే ఉంది'' అని అన్నాడు.

నేను నా చెవులను ముట్టుకున్నాను. రెండు కవచకుండలాలు నా చేతికి తగిలాయి. నేను కవచ కుండాలాలతోనే పుట్టాను అని అందరూ అంటూ ఉంటారు.

శోణుడు పిర్యాదు చేసేవాడు- ''నీ మీదే అమ్మకు ప్రేమ ఎక్కువ అన్నయ్యా! అందుకే నీకే ఈ కవచ కుండలాలు ఉన్నాయి. నా దగ్గర ఏవీ ఈ కవచ కుండలాలు?''

వాడు అన్న మాటలు విని బాధ పడేవాడిని. పడమటి వైపు సూర్యాస్తమయం అవుతోంది. కనుమరుగవుతున్న సూర్యబింబాన్ని మరోసారి ఏకాగ్రతతో చూసాను. నా చిన్ని మనస్సులో గాలి దుమారం రేగింది. తుఫానుతో మనస్సు అల్లకల్లోలమయింది. ఒక చేత్తో గుర్రాల కళ్ళాలను సంబాళిస్తూ, శోణుడు చూడకుండా మరో చేత్తో కనుమరుగవుతున్న సూర్యతేజోబింబానికి వీడ్కోలు చెప్పాను. మనస్సులో చెప్పలేని ఏదో బాధ. నాదగ్గర నుండి ఏదో వస్తువు దూరం అవుతోంది అన్న బాధ నామనస్సును తొలిచేసేది. భావోద్రేకంతో చేతిలో కొరడా తీసుకుని గుర్రాల వీపుపై కొట్టడం మొదలు పెట్టాను. అవి గిట్టల శబ్దం చేస్తూ ఉరికేవి. దుమ్మురేపుతూ సకిలిస్తూ అతివేగంగా పరుగెత్తేవి. నాదగ్గర కూచున్న శోణుడు, పరుగెత్తే గుర్రాలు, కనుమరుగవుతున్న అశోక, తాటి, మోదుగ, మధూక, పాటల, తమాల, కదంబ వేగిస (సాల వృక్షం) సప్త వర్ణ -మొదలైన చెట్లు చేమలు, పెద్ద పెద్ద ఆకారాలు గల దట్టమైన వృక్షాలు, వీటిని నేను పట్టించుకుంటేగా.... కేవలం ఎదురుకుండా కనుమరుగు అవుతున్న మార్గాలు- వాటి మలుపులు...కేవలం వీటిపైన తప్పితే నా దృష్టి మరి దేనిపైన ఉండేది కాదు. నాలో ఎప్పుడూ ఒకే ఒక ఆలోచన ఉండేది.... ఒకే ఒక భావం ఉప్పొంగేది. కనుమరుగు అవుతున్న ఈ మార్గం. వెనువెంట నేను ప్రకాశవంతమైన సామ్రాజ్యం నుండి అంధకారమయమైన, భయానకమైన సముద్రంవైపు వెళ్ళిపోతున్నానా?

రాత్రి పన్నెండు గంటలు ఇక ఇలాగే ఒంటరితనంతో గడిచిపోతుందా అని అనిపించేది.

పర్ణశాలలోకి రాగానే శోణుడు తను సంపాదించిన రంగురంగుల ముత్యపు చిప్పలను ఎంతో ఉత్సాహంగా అమ్మకి చూపెట్టేవాడు. వాడిని పొగుడుతూ అమ్మ నన్ను అడిగేది-''వసూ! నీవు ఏం తెచ్చావు?'' నేను గాభరా పడేవాడిని. ఎందుకంటే నేను ఎప్పుడు ఏమీ తెచ్చేవాడిని కాను. మొత్తానికి నన్ను నేను సంబాళించుకుని జవాబు ఇచ్చేవాడిని ''అమ్మా! శోణుడిని వెనక్కి తీసుకువచ్చా. లేకపోతే వాడు రాత్రంతా ముత్యపు చిప్పలని పోగుచేస్తూ కూర్చునేవాడు.''

''నువ్వు నన్ను తీసుకు వచ్చావా!''

నేనే వీడిని వెనక్కి తీసుకు వచ్చానమ్మా! లేకపోతేనా! అక్కడే ఉదయం వరకు ... సూర్యబింబం కోసం ఎదురు చూస్తూ అక్కడే కూర్చునే వాడు.'' శోణుడు తల ఊపుతూ తనని తను సమర్థించుకునేవాడు.

6

మా కుటీరంలో నాన్నగారు తెచ్చిన ఎన్నో రకాల, ఎన్నో ఆకారాలు గల ధనుస్సులు ఉన్నాయి. వాటి పట్ల నాకెంతో ఆకర్షణ. అవన్నీ ఎంతో అద్భుతమైనవి. కపోత మెడలా వంచబడిన విల్లు, గోటితో మీటితే చాలు టంకారం చేసే ప్రత్యాంచ (వింటినారి) నా కెంతో ఇష్టం. నాన్న గారి చేతిలో నుండి లాక్కొని, నా చేత్తో ఆడిస్తూ ఎగురుతూ గెంతుతూ వెంటనే ముంగిట్లోకి వెళ్లే వాడిని. అక్కడ శోణుడు గుర్రాల తోకలతో ఆడుతున్నాడు. వాడు తోకల కుచ్చులలోంచి మెరుస్తున్న వెంట్రుకలను లాగుతున్నాడు. కూని రాగాలు తీస్తున్నాడు. నేను వాడికి ధనస్సు చూపిస్తూ ''శోణా! ఇదిగో దీన్ని చూడు. నీ ఆట బొమ్మ. ఇహ ఆ గుర్రాల వెంట్రుకలను లాగడం మానేయి. ఇక ఇవాళ్టినుండీ మన కొత్త ఆట మొదలవుతుంది'' అని అన్నాను.

శోణుడు చేతిలోని వెంట్రుకలను పడేసాడు. చూపించు... చూపించు అంటూ ఎంతో ఉత్సాహంగా నాట్యం చేస్తూ నా దగ్గరికి వచ్చాడు. నా చేతిలో నుండి ధనస్సును తీసుకుంటూ, కళ్ళు పెద్దవి చేస్తూ ''అబ్బ ఇది చాలా బరువుగా ఉంది అన్నయ్యా!'' అని అన్నాడు.

''జరుగు.... ఇది బరువుగా ఉందా? నాకివ్వు. లోపలి నుండి ఒక బాణం తీసుకురా!'' నేను వాడిని బాణాన్ని తీసుకురావడానికి లోపలకి పంపించా. 'అన్నయ్య కోసం బాణం.... అన్నయ్య కోసం బాణం' అని అరుస్తూ వాడు లోపలికి వెళ్ళిపోయాడు. నేను నా ఉత్తరీయంతో ధనస్సుపైన ఉన్న దుమ్మును తుడిచాను. చేత్తో దాని బరువును చూశాను. ఇంతలో శోణుడు ఎగురుతూ-గెంతుతూ ఒక బాణం తీసుకుని బయటకి వచ్చాడు. బాణాన్ని నా చేతికి ఇస్తూ, ఒక వటవృక్షం వైపు వేలితో చూపిస్తూ ''అన్నయ్యా! ఆ చెట్టుపై బాణం వెయ్యి'' అని అన్నాడు.

నేను వెంటనే వింటినారిని ఎక్కించి బాణాన్ని సంధించి బలం కొద్ది దానిని లాగాను. ఒక స్థానంలో కుడికన్ను మూసుకొని దాన్ని వదిలి వేసాను. దేగ విరుచుకు పడ్డట్లుగా బాణం సరళ రేఖలో దూసుకు వెళ్ళిపోయింది. ఖచ్.. ఖచ్ అంటూ వట వృక్షాన్ని ఛేదించింది. బాణం చెట్టుకి ఎక్కడైతే ఛిద్రం చేసిందో అక్కడి నుండి క్షణంలో పాలులాంటి ద్రవం రాసాగింది. శోణుడు చప్పట్లు కొడుతూ ఎగిరి గంతులు వేయడం మొదలు పెట్టాడు. బాణం వేసే నా నైపుణ్యం వాడికి ఎంతో నచ్చింది.

ఆరోజు నుండి నాకూ, శోణుడికీ ఈ ఆట ఆడటం నిత్యకృత్యం అయింది. ఆకాశంలో ఎగిరే ష్యేన్ పక్షిని బాణంతో కొట్టడం, గాలి విసురుకు అటు ఇటు ఊగే మామిడి కొమ్మలను విరవడం, ఒకటే సారి రెండు బాణాలు వదిలి రెండు లక్ష్యాలని ఛేదించడం, మొదలైన ఆటలని గంటల కొద్దీ ఆడుతూ ఉండేవాళ్ళం. ఈ ఆటలకి పంచాయితీ పెద్ద మానాన్నగారు. ఆయన ఏది చెబితే దాన్ని మేము తలవంచుకుని వినేవాళ్ళం. కాని నాలో ఎప్పుడు ఒకటే ఆలోచన. నేను అన్ని రకాల బాణాలను సంధించడం నేర్చుకోవాలి. లక్ష్యాన్ని చూడకుండా కేవలం శబ్దాన్ని బట్టి ఆ దిశవైపు బాణాలు వేయగలగాలి. ఏ విధంగా అయితే ముళ్ళ పంది తన రక్షణ కోసం వంద రెండు వందల ముళ్ళని ఒక్కసారిగా శరీరంనుండి బయటకు వచ్చేలా చేస్తుందో, అదే విధంగా నేను కూడా లెక్కలేనన్ని బాణాలు ఒక్కసారిగా సంధించగలగాలి.

7

కలల అర్థం ఏమిటో ఎవరైనా సరిగ్గా చెప్పగలుగుతారా? నాకు అతృప్త మనస్సు కోరికను నెరవేర్చే, కల్పవృక్షం అని అనిపిస్తుంది. ఎందుకంటే ఆ రాత్రి నా కలలో ఎన్నో ధనస్సులు ఆడుకున్నాయి. పూలతో అలంకరింపబడిన, గుండ్రంగా తిరిగి ఉన్న ఆకారంగల కఠోరమైనది అయినా వంగే ధనస్సులను నేను ఒక్కొక్కటిని చేతిలోకి తీసుకుంటున్నాను. ఏ వస్తువైనా నా దృష్టిలో పడితే, ఒకదాని తరువాత ఒకదానిపై ఒకటి గురి తప్పని బాణాలను వేస్తూ ఉండేవాడిని. గురి తప్పకుండా బాణాలు సంధించినప్పుడల్లా నేను ఎంతో సంతోషంగా చప్పట్లు కొడుతూ మేల్కొనే వాడిని.

ఒకరోజు ప్రొద్దున్నే నేనూ శోణుడు నగరం అరణ్యంలో రథానికి కావల్సిన తుమ్మచెట్ల కొమ్మల కోసం వెళ్ళాం. ఈ కట్టెలు బాగా గట్టిగా ఉంటాయి. చాలా కాలం వరకు పాడు కావు. అరణ్యంలో తిరగడానికి అవకాశం రావడం అంటే శోణుడి దృష్టిలో ఎంతో అదృష్టం. అక్కడ రకరకాల పక్షుల కలరావాలు, కిచకిచలు, కుతకుతలు, చెట్ల కొమ్మలు ఒకదానికి ఒకటి రాసుకున్నప్పుడల్లా, కర్...కర్ మంటూ వచ్చే శబ్దాలు, ఏరులు ప్రవహిస్తుంటే వచ్చే మధురమైన గల గలా శబ్దాలు, పెద్ద పెద్ద వృక్షాలను ఆలంబన చేసుకుని పైకి ఎక్కే తీగల సర్ సర్‌లు వీటన్నింటి పట్ల వాడికి ఎంతో ఆకర్షణ ఉండేది. గంటల కొద్దీ ఎటువంటి అలసట లేకుండా వీటిని వర్ణించేవాడు. కానీ, నాకు అడవులకి వెళ్ళడం అంతగా ఇష్టం ఉండేది కాదు. ఎందుకంటే అక్కడ సూర్యుడు ఏమాత్రం కనిపించడు. అకారణంగా నా మనస్సు బాధ పడేది. గిలగిలా కొట్టుకునేది. గాభరాగా అనిపించేది. అక్కడి నుండి వెంటనే వెళ్ళిపోవాలనిపించేది. విశాలమైన మైదానం వైపు రాగానే నా మనస్సు ఎంతో తేలిక పడేది. భగవంతుడు ఆదిత్యుడి దర్శనం కాగానే నా అలసట అంతా దూరం అయ్యేది.

ఆరోజు తుమ్మకట్టెలు తీసుకుని రోజులాగానే వెనక్కి వచ్చేసాం. అరణ్యం నుండి బయటికి రావడానికి పెద్దపెద్ద అంగలు వేస్తూ గబగబా నడుచుకుంటూ వచ్చాం. శోణుడు నా వెనుక వస్తున్నాడు. సమీపంలో ఉన్న విశాలమైన మైదానం దాకా రాగానే నేను ఊపిరి పీల్చుకున్నాను. శోణుడు వెంటనే వచ్చేసాడు. భుజంపైన ఉన్న కట్టెల మోపును చెట్టు బోదెలో పెట్టి ముఖంపైన చెమటని తుడుచుకున్నాడు. ఎదురుకుండా పలుచోట్ల కాకి వెదుర్ల మొక్కలు ఉన్నాయి. అక్కడంతా తేమ ఉంది. తెలుపునలుపు రంగుల ఆవులు గేదెలు గడ్డి మేస్తున్నాయి. అందులో ఒక బలాఢ్యమైన కొమ్ముల దుప్పి కూడా ఉంది. తన ఠీవి అయిన కొమ్ములను పైకెత్తి మా వైపు చూడడం మొదలు పెట్టింది. ప్రశ్న వేయడానికి శోణుడికి అవకాశం కలిగింది. ''అన్నయ్యా! ఈ కొమ్ముల దుప్పి ఒక్కతే ఈ మందలోకి ఎట్లా వచ్చింది?'' నేను మాత్రం దీనికి ఏం జవాబు చెప్పగలుగుతాను.

ఏదో ఒక సమాధానం చెప్పాలిగా ''దారి తప్పిందేమో. లేకపోతే దీని మందలోని తక్కిన దుప్పులు దీన్ని మరచిపోయాయేమో. కాని ఈ మందలో ఇది ఎంత అందంగా, ఆకర్షణీయంగా ఉంది కదూ?'' కాని అసలు తన తోటి దుప్పుల మందను వదిలేసి ఇది ఒక్కతే ఎందుకు ఇలా తిరుగుతోంది. దీనికి కారణం ఏమై ఉంటుందని ఎంతో ఆలోచించాను.

కాని నాకు కారణం అంతు పట్టలేదు.

ఆ దుప్పిని చూస్తూ మేం ముందుకు నడిచాం. నాకు ఆ దుప్పికి ఉన్న ఠీవి అయిన కొమ్ములు అంటే ఇష్ట కలగసాగింది. నేను నడుస్తూ నడుస్తూ, నా చెవులపై చేయి వేశాను, చేతులకి కవచకుండలు తగిలాయి. ఈ కవచకుండలాల కారణంగా నేను కూడా ఠీవిగా కొమ్ములు గల దుప్పిలా కనిపిస్తానా? ఈ ఆలోచన నాలో మెరుపులా మెరిసింది.

నేను ఈ కవచకుండలాల విషయంలో ఎన్నో సార్లు అమ్మని తరిచి తరిచి అడిగాను. ఒకసారి అమ్మని నేను తిన్నగా అడిగేసాను. "మరి అమ్మా! శోణుడు నేనూ సొంత అన్నదమ్ములమే కదా! మరి వాడికి కుండలాలు ఎందుకు లేవు?"

నాకుండలాల వైపు భయం భయంగా చూస్తూ అమ్మ కొంచెం సేపు మౌనంగా ఉండిపోయింది. తరువాత "నన్ను ఈ విషయంలో ఏమీ అడగకు, మీ నాన్నగారిని అడుగు." అని అన్నది. ఆమె ముఖంలో గాభరా కనిపించింది.

నేను నాన్నగారి దగ్గరికి వెళ్ళి అడిగాను. కాని ఆయన విచిత్రమైన జవాబు చెప్పారు– "గంగమ్మతల్లిని అడుగు. ఈ ప్రశ్నకు సమాధానం ఆమాతే ఇవ్వగలదు. నేను ఆలోచనలో మునిగి పోయాను–" గంగామాత దీనికి జవాబు ఎలా ఇస్తుంది? నది ఎక్కడైనా మాట్లాడుతుందా? అసలు ఈ పెద్దవాళ్ళు ఎందుకిలా ప్రవర్తిస్తున్నారు. పిల్లలతో పెద్దవాళ్ళు ఎందుకు ఇలా మాట్లాడుతారు?

ఆ రోజు నేను ఎవరూ చూడకుండా గంగానది ఒడ్డుకు వెళ్ళాను. అక్కడ ప్రతీ అలని అడిగాను అసలు నా చెవులకే ఎందుకు ఈ కుండలాలు ఉన్నాయి? కాని ఏ అల నాకు జవాబు ఇవ్వలేదు. ఆరోజు నాకు పెద్దవాళ్ళందరు కపటులని అనిపించింది. పిల్లలను అజ్ఞానం అనే చీకటిలో ఉంచుతారు. మరి లేకపోతే గంగమ్మ తల్లి మౌనంగా ఎందుకు ఉంటుంది?

మరునాడు సాయంత్రం నేను శోణుడిని అడిగాను. శోణా! నిజం చెప్పు నీకు ఈ కుండలాలు ఎందుకు లభించలేదు.? వాడి జవాబు విని నేను అవాక్ అయిపోయాను. "నాకు కూడా ఏమీ తెలియదు. నీ కుండలాలు నాకు ఎంతో ఇష్టం అన్న సంగతి మాత్రం నిజం. రాత్రి నీవు నిద్రపోయేటప్పుడు ఈ కుండలాలు తారల్లా మెరుస్తాయి. వాటి నీలి కాంతి నీ ఎర్రటి బుగ్గలపై పడుతుంది. భలే అందంగా అనిపిస్తుంది."

నేను ఆశ్చర్యంగా వాడి వంక చూస్తూ ఉండిపోయాను. వాడు అబద్ధం ఎందుకు చెబుతాడు! ఉహూ! అబద్ధం ఎంతమాత్రం చెప్పడు. నా మనస్సులో ఎన్నో ప్రశ్నలు తల ఎత్తాయి. ఎవరి దగ్గరా లేని కవచ కుండలాలు నా దగ్గరే ఉన్నాయి. అవి ధగా ధగా మెరుస్తాయి కూడా. అసలు నాకే ఇవి ఎందుకు లభించాయి? నేనెవరిని? శోణుడి భుజాలను ఊపేస్తూ, విలవిల తన్నుకుంటూ అడిగాను 'శోణా!!' నేనెవరిని?

అటు ఇటు డోలాయమానంగా ఊగుతున్న నా కుండలాలని మనఃస్ఫూర్తిగా చూస్తూ ఖచ్చితంగా అన్నాడు. "నీవు నాకు అన్నయ్యవి! పెద్దన్నయ్యవి." వెంటనే నేను వాడి భుజాలను వదిలేసాను. వాడి జవాబు నాకు తృప్తిని ఇవ్వలేదు. నేను ఆకాశం వంక చూసాను. సూర్య నారాయణుడు తన అసంఖ్యాకమైన కుంచెలతో గగన మండలానికి రంగులు వేస్తూ కనుమరుగైపోతున్నాడు. నాలో కుండలాల గురించిన కుతుహలం ఇంకా పెరుగుతూనే ఉంది.

8

ఆ రాత్రి ఎంత ప్రయత్నం చేసినా నిద్ర పట్టలేదు. కుతూహలం చంచలమైన అశ్వంలాంటిది. ఆలోచనలు అనే కళ్ళాలు ఎంత లాగినా అవి పరుగెత్తుతునే ఉంటాయి. నేను రాత్రంతా అటుఇటు దొర్లుతునే ఉన్నాను. రాత్రింబవళ్ళు నాకళ్ళ ఎదురుకుండా మాటి మాటికి ఒక ప్రశ్న నృత్యం చేస్తూనే ఉంటుంది. "ఈ కుండలాలు నా చెవులకే ఎందుకు ఉన్నాయి? " రాత్రి పూట ఇవి మెరుస్తూ ఉంటాయని విన్నాను. అసలివి ఎట్లా మెరుస్తాయి? ఎందుకు మెరుస్తాయి? నేను వెంటనే మంచం మీద లేచి కూర్చున్నాను. నా కనుగుడ్లని చెవుల వైపు తిప్పుతూ అసలు ఇవి నిజంగానే మెరుస్తాయా అని చూడడానికి ప్రయత్నించాను. కాని కళ్ళకి చెవులు కనిపించడం లేదు. ఒక్కసారిగా నేను ధైర్యం కోల్పోయాను. నాకు చెవులు ఎలా కనిపిస్తాయి? చాలా సేపు ఇదే ఆలోచనలో తలమునకలయ్యాను. అసలు నాకు ఏదీ అర్థం కావడం లేదు. శోణుడిని లేపి నా కుండలాలు మెరుస్తున్నాయా? లేదా? చూడవా!' అని అడగాలనిపించింది. కాని వాడు అమ్మ ఒడిలో సేదతీర్చుకున్నవాడిలా నిద్రపోతున్నాడు. వాడిని లేపితే అమ్మకి కూడా మెలుకువ వస్తుంది. ఇంతలో నాన్నగారి మాటలు గుర్తుకు వచ్చాయి. "గంగామాత నీ ప్రశ్నలకు ఎప్పుడో ఒకప్పుడు జవాబు చెబుతుంది." నేను నెమ్మదిగా తల్పం పైనుండి లేచాను. వెంటనే నేను పర్ణకుటీరం ద్వారాన్ని తెరిచాను. గంగ ఒడ్డుకి బయలు దేరాను. ఆకాశం శ్వేత శుభ్ర, ధగ ధగ మెరిసే తారలతో నిండి పోయి ఉంది. 'నీ కుండలాలు తారలలాగా మెరుస్తూ ఉంటాయి' అని శోణుడు అన్నాడు. అందువలన మధ్య మధ్యలో అసలు తారలు ఎలా మెరుస్తున్నాయా అని ఆకాశంవంక కన్నార్పకుండా చూస్తూ గమనిస్తూ ఉండేవాడిని. కాని నాకు అంతగా సంతోషం కలిగేది కాదు. కీచురాళ్ళు కిచ కిచమంటున్నాయి.

చంపానగరి అంతా గర్భగుడిలా నిశ్చలంగా, శాంతంగా ఉంది. అప్పుడప్పుడు అక్కడ అక్కడ ఉన్న అశ్వశాలలోని గుర్రాల సకిలింపులు వినిపిస్తున్నాయి. తారల మసక మసక వెలుగులో ఎదురుకుండా దారి స్పష్టంగా కనిపించడం లేదు. నేను గబగబా నడవడం మొదలు పెట్టాను. చల్లని పిల్లగాలులు దేహాన్ని తాకుతున్నాయి. ఉత్తరీయాన్ని కప్పుకోవడం నేను మరచిపోయాను. చాలా సేపు నడిచాను. నది ఒడ్డుకు చేరుకున్నాను. పగలు నీళ్ళతో పొంగి పొరలే ఆ విశాలమైన నది ఇప్పుడు రాత్రి ఎంతో గంభీరంగా శాంతంగా అనిపిస్తోంది. పగలు ఏ విశాలమైన నది అయితే గగనాన్ని తాకుతోందా అని అనిపిస్తుందో ఇప్పుడు రాత్రి పూట చీకటిరాజ్యంలో ఒక్కసారిగా లీనం అయిపోయిందా అని అనిపిస్తుంది. నది ఒడ్డున రాళ్ళనీ, ఇసుకనీ తాకే తరంగాల గలగలా చప్పుడు మాత్రం వినిపిస్తోంది. ఆ ధ్వని వలన అక్కడి శాంతి ఇంకా గంభీరంగా అనిపించింది. నేను అక్కడే అట్లాగే నిల్చుని అలికిడిని గమనించే వాడిని. ఇక్కడికి నేను కొన్ని ప్రశ్నలు వేయడానికి వచ్చాను అన్న సంగతే ఒక్కక్షణం మరచి పోయాను. ఆలోచనల మత్తులో నేను గంగలో గగనంలోని తారల స్వచ్ఛ-ప్రతిబింబం, ఎటువంటి అలజడి లేని ఆ నీళ్ళ మీద పడటం చూసాను. వాటిల్లో రెండు తారల ప్రతిబింబం స్పష్టంగా అందంగా కనిపిస్తోంది. ఉండి-ఉండి ఒక అల వస్తూ ఉంటుంది. ప్రతిబింబాన్ని ఒక్కసారిగా తాకి

ఊపేస్తుంది. పొడుగ్గా వ్యాపిస్తుంది. దోసిట్లో నీళ్ళు తీసుకోవడానికి కిందకి వంగాను. ఆ రెండు తారలు ఇంకా మెరవడం చూసాను. నేను నా ముఖాన్ని నీళ్ళ దగ్గరికి తెచ్చాను. ఆ రెండు తారలు నాచెవుల కుండాలాలే. కింద గంగనీళ్ళ అద్దంలో అవి నెమ్మది నెమ్మదిగా ఊగుతున్నాయి. మధ్య-మధ్యలో అలలతో పాటు పెద్ద ఆకారాన్ని సంతరించుకుంటున్నాయి. నేను నా ముఖాకృతిని నీళ్ళల్లో కన్నార్పకుండా చూస్తూనే ఉన్నాను. ఆ రెండు కుండలాలు నీలకాంతికి రెండు వైపుల వలయాలన్ని సృష్టిస్తున్నాయి. అది నా ముఖాకృతికి అస్పష్ట రూపం. నా కుండలాలు రాత్రి మెరుస్తాయి. ఈ రహస్యాన్ని నా గంగమ్మ తల్లి చెప్పింది. కాని తళ తళా మెరిసే ఈ కుండలాలు నాకొక్కడికే ఎందుకు లభించాయి. నేనెవరిని? ఎవరిని?

నేను అదే స్థితిలో యథాతథంగా నీళ్ళలో నిల్చున్నాను. నా మనస్సులోని ఒక సందేహం దూరం అయింది. కాని రెండో సందేహం అలాగే ఉంది. ''ఈ మెరిసే కుండలాలు నాకే ఎందుకు లభించాయి.'' మూడు నాలుగు గంటలు అలాగే నీళ్ళల్లో నిల్చుండి పోయాను. ప్రాత:కాలంలో ఎవరో నది ఒడ్డున ఉన్న మందిరంలో గుడిగంట కొట్టారు. అంతే నాకు వెంటనే పర్ణకుటీరం గుర్తుకు వచ్చింది. నేను కనిపించక పోతే అమ్మ గాభరా పడుతుంది. వెంటనే వెనక్కి వెళ్ళిపోవాలని అనుకుని, ఎదురుకుండా చూసాను. తూర్పు వైపు మెల్లి మెల్లిగా చీకట్లు తొలిగిపోతున్నాయి. చీకటి సామ్రాజ్యంలో లీనమయిన గంగమతల్లి మళ్ళీ నీలాకాశపు చేతిలో పాత్ర పెట్టింది. మొదటి జడివానలో, భూమాత ఒడిలోంచి మొలకలు ఏవిధంగా అయితే తొంగి చూస్తాయో,అదే విధంగా గంగమ్మతల్లి గర్భం నుండి సూర్యదేవుడు బయట పడుతున్నాడు. నేను అటువైపు చూసాను. తెలియకుండానే నా దోసిలి నీళ్ళతో నిండిపోయింది. కళ్ళు మూసుకుని నీళ్ళతో సూర్యదేవుడికి అర్ఘ్యాన్ని ఇచ్చి వెనక్కి వచ్చేసాను.

రాత్రి అస్పష్టంగా కనిపించే మార్గంపైన ఇప్పుడు వెలుగు ప్రసరిస్తోంది. రాత్రి మందిరంలోని గర్భగుడిలాగ కనిపించే చంపానగరం ఇప్పుడు మందిర గోపురం పైన ఎగిరే చైతన్యధ్వజంలా కనిపిస్తోంది. వెనక్కి కుటీరానికి వెళ్ళగానే ''ఎక్కడికి వెళ్ళావు?''అని అమ్మ గాభరా పడుతూ అడిగింది. ''గంగమ్మ తల్లి ఒడ్డుకి. నీవైతే చెప్పలేదుకాని గంగామాత నాకుండలాలు ఎట్లా మెరుస్తాయో చెప్పింది.''

అమ్మ నావంక భయం భయంగా చూసింది. ఆమె ఇలా నావంక చూసినప్పుడల్లా నన్ను ఏదో ప్రశ్నించాలనుకుంటోందని నాకు అనిపించేది. నేను దాటేయాలని వెంటనే అక్కడి నుండి వెళ్ళిపోయాను.

9

మా కుటీరం ఎదురుకుండా ఒక పెద్ద వట వృక్షం ఉంది. ఎన్నో రకరకాల రంగు రంగుల, పకక్షులు నివసించేవి. వాటివాటి కూతలు వేరు. కుహు కుహులు.. కలరావాలు.... టీ.వి. టుట్ అనే శబ్దాలు ఎన్నో ఎన్నెన్నో గూళ్ళు ... అసలు ఒక చిన్న పకక్షుల నగరం అది. ఎండాకాలంలో ఆ వృక్షం ఎర్రటి పళ్ళతో కళకళలాడుతుంటే, మిలమిలా కిక్కిరిసి అసంఖ్యాకమైన తారలతో మెరిసే ఆకాశంలా ఉందనిపిస్తుంది. ఈ సమయంలో ఆ చెట్టుపైన ఉన్న పిట్టలన్నీ ఆనందంతో

కలారావాలు చేస్తుంటాయి. తమ రకరకాల పలుకులతో బహుశ అవి ఒకరి ఆనందాన్ని మరొకరు పంచుకుంటాయి. వాటి కిలకిలారావాలను నేను గంటల తరబడి నన్ను నేను మరచిపోయి వింటూ ఉండేవాడిని. నేను ఈ చెట్టులా అయిపోతే ఎంత బాగుండును అని అనిపించేది.ఈ చెట్టుకు వచ్చే ఫలాలన్నింటినీ పకక్షులు తింటుంటే ఎంత మహదానందం! అప్పుడప్పుడు వటవృక్షాలపై వాలే అన్నింటికన్నా శ్రేష్టమైన గరుడ పకక్షులు కూడా నా చెంతకు వస్తే ఎంతగా బాగుంటుంది? బతికున్న సర్పాలని మాత్రం కరకరమంటూ తినే గరుడ పక్షి 'ఇటువంటి పండిన పళ్ళను తినడానికి నేను పుట్టి ఉండి ఉంటే ఎంత బాగుండేది' అని గర్వంగా నాతో అంటే ఎంతగా బాగుండేది? నేను ఆకుపచ్చటి ఆకుల చేతులు జోడించి నమస్కరిస్తూ – ''ఫలాలు తినకు కాని నా చెట్టు మీద కాసేపు వాలి కొంత విశ్రాంతి తీసుకో పక్షి రాజా!'' అని అంటాను. గరుడ పక్షి పైకి ఎగిరే ముందు నా చెట్టుకు కాసిన ఫలాలలో ఒక పండును మెల్లిగా కోస్తే. నేను ఆనందిస్తూ నా ఆకుల లెక్కలేనన్ని చేతులతో చప్పట్లు కొడితే... దేహాన్ని చుట్టుకుని ఉన్న తీగల ఉత్తరీయాన్ని పొంగి పొర్లే ఆనందంతో అంతరిక్షంలో ఎగరేయనా?

నేను ఆ చెట్టు వైపు చూసాను. దాని ఆకారం గదలా ఉంది. పైన కొమ్మలన్నీ గుండ్రంగా చుట్టముట్టాయి. ఇంతలో ఓ వింతయైన శబ్దం ఖర్ అంటూ వినిపించింది. మా పక్కన ఉండే భగదత్ అనే సారథి తన చేతిలో ఉన్న కొరడాని ఝుళిపిస్తున్నాడు. నేను ఆశ్చర్యంగా అతడి వంక చూసాను. కొరడా తన మెడ చుట్టూ చుట్టుకుంటూ ''వసూ! ఏం చూస్తున్నావు?' అని అడిగాడు.

''ఏం లేదు! ఆపక్షి వంక చూస్తున్నాను.'' ''ఈ వటవృక్షం పైన పకక్షులను ఏం చూస్తావు? పకక్షులను చూడాలనుకుంటే అరణ్యంలో అశోకుడి వృక్షం దగ్గరికి వెళ్ళి చూడు. ఈ వటవృక్షం పైన ఎక్కువగా కాకులే నివసిస్తాయి. కుళ్ళి పాడైన పళ్ళని మాత్రమే అవి తింటాయి.'' కింద పడి ఉన్న పళ్ళని విసిరేస్తూ అన్నాడు.

''కాకులా?''

''అవును. భరద్వాజ పక్షులు, డేగలు, కోకిలలు దారి తప్పికూడా రావు. ఒకటి రెండు కోయిలలు వచ్చినా ఆడకోకిలల కుటిలత్వం వలన.... ''కుటిలత్వమా?'' కుతుహలంగా అడిగాడు. ''కోయిల తన గుడ్లని కాకి లేకుండా చూసి దాని గూట్లో గుట్టు చప్పుడు కాకుండా పెడుతుంది. కోకిల గుడ్డు కాకి గుడ్డు ఆకారంలో, అదే రంగులో ఉంటుంది. అందువలన ఆడకాకికి అసలు ఆ గుడ్డు పైన ఎంత మాత్రం సందేహం కలగదు. తన గూట్లో ఎవరి గుడ్డో ఉంది అన్న అనుమానం రానే రాదు. అందువలన ఆడకాకి కోకిల గుడ్డుని పొదుగుతుంది. దాని తరువాత సప్త స్వరం రాగాలతో అందరిని ముగ్ధులుగా చేస్తే వాతావరణాన్ని ఆహ్లాదమయంగా చేసే కోకిల ఆడకాకి గూట్లో పెద్దదవుతూ ఉంటుంది.'' కొరడాని గొంతుకకు చుట్టేసుకుంటూ అన్నాడు.

''కోయిల.... ఆడకాకి గూట్లో?'' అసలు ఇదెట్లా సంభవం? భగదత్త మాట అసత్యం కాదు. దీనికి ఏ ప్రమాణం ఉంది. పోనీ కొంచెం సేపు ఇది సత్యమే అనుకుందాం! దీనివలన నష్టం ఏం ఉంది. ఆడకాకి గూట్లో కోయిల పెరుగుతుందేమో! కాని కాకిగా మాత్రం పెరగదు కదా? వసంత ఋతువు రాగానే సప్తస్వరాల రాగంలో పకక్షులతో స్పష్టంగా చెబుతుంది– ''నేను కోయిలను. నేను కోయిలను.''

10

ఒకరోజు నగరంలోని పిల్లలందరు కలిసి నగరం బయట మైదానంలో ఆడుకుంటున్నారు. పిల్లలలో ఒకడు రాజ్యసభ ఆట ఆడుదాం అని అన్నాడు. నిజానికి బాలకులు ప్రతిసృష్టిని చేసే ఋషులు కారా? ఆరోజు రాజ్యసభ దృశ్యాన్ని చూపిస్తున్నారు. ఎవరైతే బలాఢ్యులుగా ఉన్నారో వాళ్ళు సభకి కోశాధికారిగా, అశ్వాధికారిగా, సేనాపతిగా, అమాత్యుడిగా, కార్యదర్శిగా వేషాలు కట్టారు. అసలు సభ గురించి, పదవుల గురించి వాళ్ళకి ఇంత జ్ఞానం ఎట్లా వచ్చిందో, ఎంతో ఆశ్చర్యం కదూ!

మధ్యలో పాతబడిన ఒక రాయి ఉంది. దానినే వాళ్ళు సింహాసనంగా మార్చుకున్నారు. శోణుడు సేనాపతి. అప్పుడే నాన్నగారు హస్తినాపురంనుండి వచ్చారు, అందుకని నేను శోణుడిని పిలవడానికి వెళ్ళాను. రావడంతోటే ఒక సంతోషకరమైన వార్త చెప్పారు. వారు వెనక్కి తిరిగి వెళ్లెటప్పుడు నన్నుకూడా తనవెంట హస్తినాపురానినాకి తీసుకు వెళ్తానన్నారు. అక్కడ ద్రోణుడనే గురుదేవులు ఉన్నారని, ఆయన ఎంతో యుద్ధ కౌశల్యం కలవారని, విద్వాంసుడు అని చెప్పారు. నాన్నగారు యుద్ధ-విద్య నేర్చుకోవడానికి ఆయన పర్యవేక్షణలో నన్ను ఉంచుతానని చెప్పారు. ఈ వార్త వినగానే నాకు శోణుడు గుర్తుకు వచ్చాడు. కాని వాడు కుటీరంలో లేడు. నేను వాడికి నచ్చ చెప్పాలనుకున్నాను. ఎందుకంటే ఈ వార్త వినగానే తనూ హస్తినాపురానికి బయలు దేరుతానని అమ్మనాన్నల దగ్గర మారాం చేస్తాడేమోనని నాభయం. వాడు పట్టుబడితే ఇక మేం ఏమీ చేయలేం. అసలు వాడికి చెప్పి ఒప్పించే నాధుడెవడు?

నేను మైదానంకి వెళ్ళగానే పిల్లలందరు ఒక్కసారిగా కోలాహలం చేసారు. ''వసువును పిలవండి. వసువును పిలవండి.'' శోణుడు ఆనందంతో చేతులు ఊపుతూ నన్ను పెద్దగా పిలిచాడు ''వసు అన్నయ్యా! తొందరగా రా!'' నేను వెంటనే ఒక్క గెంతులో వాడి దగ్గరికి వెళ్ళాను. నేను అక్కడికి వెళ్ళగానే పిల్లలందరూ గూమిగూడారు.అందరూ ఎవరి ఇష్టం వచ్చినట్లు వాళ్ళే అరుస్తున్నారు. అంతా గందరగోళం. అసలు వాళ్ళు ఏమంటున్నారో ఆక్షణంలో నాకు అర్థం కాలేదు.

'రాజు..... వసు... సేనాపతి...' మొదలైన విచిత్రమైన శబ్దాలు నాచెవులకు శోకుతున్నాయి. చివరికి రెండు చేతులు ఎత్తి పెద్దగా అరిచాను ''ముందు అందరు అరవడం మానేయండి.'' ఆ తరువాత అందరు మౌనంగా ఉండిపోయారు.

''మే అందరం రాజ్యసభను తయారు చేసుకున్నాం. కేవలం యోగ్యమైన రాజు మాకు దొరకడం లేదు. నీ కుండలాల మూలంగా నిన్నే రాజుని చేయాలని నిర్ణయించుకున్నాము-'' అందరి వైపునుండి బ్రహ్మదత్తుడు చెప్పాడు. అందరూ పెద్దగా అరుస్తూ దీనిని సమర్థించారు.

''నేను శోణుడిని పిలవడానికి వచ్చాను.'' నేనన్నాను.

''ఊహు.... శోణుడు కాదు, శోణుడు సేనాపతి. సైన్యాధ్యక్షుడిని పిలవడానికి మహరాజు వెళ్ళడు.మాలాంటి సేవకులకు ఆజ్ఞ ఇవ్వాలి.'' చిలిపి బాహుకేతు అన్నాడు.

"మీరు! సేనాపతి! మీరు మహరాజుని ఈవిధంగా పేరు పెట్టి పిలవడం ఉచితం కాదు. మీరు 'ఒరేయ్ వసు ఇక్కడికి రా!' అని పిలుస్తున్నారు. సేనాపతే క్రమశిక్షణను భంగ పరిస్తే ఇక సైన్యం ఏం చేస్తుంది?" అమాత్యుడి వేషం కట్టిన బ్రహ్మదత్తుడు, శోణుడిని హెచ్చరించాడు.

నేను సంకోచిస్తున్నాను. ఇంతలో వాళ్ళు నాభుజాలను పట్టుకుని ఒక్కసారిగా ఆ నల్లరాయి సింహాసనం దాకా తీసుకు వెళ్ళి దానిపైన కూర్చోపెట్టారు. ఎంతో ఆదరంగా మర్యాదగా బ్రహ్మదత్తుడు తలవంచుకుని అన్నాడు– 'చంపానగరాధిపతి! వసుసేన్ మహరాజుకి....

తక్కిన వాళ్ళందరు ఆనందంగా తిరిగి జవాబిచ్చారు– 'జయహో....' అందరు కింద కూర్చున్నారు.

ఇక నేను తప్పించుకోలేను అని నాకనిపించింది. ఇక చేసేది ఏమీ లేక రాజ ఠీవితో అన్నాను– 'అమాత్యా! సభ చేసే కార్యాకలపాలను సభాముఖంగా చెప్పాలని ఆజ్ఞ ఇస్తున్నాను.'

ఈ విధంగా మేం మాట్లాడుకుంటున్నాం, ఇంతలో మాకు కొంచెందూరంలో మేస్తున్న పశువులలో ఒక విశాలకాయమైన వృషభం (ఆబోతు) రంకెలు వేయడం మొదలు పెట్టింది. దాని అరుపులో జయఘోష వినిపిస్తోంది. అది తన దట్టమైన కుచ్చుల తోకను ఒక్కసారిగా పైకి గాలిలో నిల్చోబెట్టింది. శబ్దం వస్తున్న వైపు, తన చెవులను నిక్కరించి, రంకెలు వేస్తూ, ముక్కుపుటాలు పెద్దవి చేస్తూ, కొమ్ములను ముందుకు తోస్తూ, అది చెవులను, నిక్కపొడుస్తూ మేం కూర్చున్న వైపు వేగంగా వచ్చింది. బ్రహ్మదత్తుడు దాని భయంకర రూపం చూసి, ప్రాణాలు నిలబెట్టుకోడానికి ఎటు వైపు వీలుంటే అటువైపు పరుగెత్తుతూ, చేతులు ఎత్తి పెద్దగా అరిచాడు.– "సేనాపతీ! మహరాజా! పరుగెత్తండి...పరుగెత్తండి.... రాజ్యంపైన ఆపద...."

వాన భూమిపైన కురవగానే క్షణంలో నీళ్ళు అటు ఇటు ప్రవహించునట్లుగా ఎవరిదోవన వారు మాయమై పోయారు. శోణుడు పారిపోవడానికి నా చేయి పట్టుకుని లాగాడు. నేను వెంటనే ఆ రాయి పైన కదలకుండా గట్టిగా నిల్చున్నాను. గాలి దుమారంలా వృషభం మావైపు వస్తోంది. దాని కళ్ళల్లో నిప్పులు చెలరేగుతున్నాయి. ఎదురుకుండా ఏ వస్తువు కనిపిస్తే ఆవస్తువును తన్నేసి– ముక్కలు ముక్కలు చేయాలని బహుశ దానిలోని నరనరాలు ఉత్తేజితం అవుతున్నాయి. దాని నోట్లోంచి చొంగ కారుతునే ఉంది. అప్పుడప్పుడు కిరణాల వలన అది మెరుస్తోంది. రాయి దగ్గరికి రాగానే అది ఒక్కక్షణం ఆగిపోయింది. ముందు కాళ్ళ గిట్టలతో ఖర ఖరా మంటూ నేలను తవ్వడం. మొదలు పెట్టింది వాడియైన కొమ్ములతో భూమిని తొలుస్తూ పెళ్ళలను పెకిలించి పైకి తోసింది. నేను ఒక్కసారిగా ఆకాశం వైపు చూసాను. సూర్యభగవానుడు తన రథానికి ఉన్న లెక్కలేనన్ని గుర్రాలను రెండు చేతులతో సంబాళిస్తున్నాడు. ఏ ఆలోచన రాకముందే నేను శోణుడిని వెనక్కి తోసి ఆబోతు కొమ్ములని గట్టిగా నా దృఢమైన చేతులు పట్టుకున్నాయి. శోణుడు అన్నయ్యా! అని పెద్దగా అరిచాడు. ఆ కేక కొంత వినిపించింది. ఆ తరువాత అసలు ఏమయిందో నాకు తెలియదు. కాని నన్ను ఎత్తి కుదిపిపడేసాలా ఆ జంతువు కొమ్ములతో పొడుస్తోంది, నాచేతులు అంతే వేగంగా అంతేగట్టిగా దానికి ఉచ్చు బిగిస్తున్నాయి. నా శరీరం కాలిన ఇనుములా వేడెక్కిపోయింది.దాని తరువాత వసు ఎవరో, ఎక్కడున్నాడో నాకు ఏ మాత్రం తెలియదు.

నాకళ్ళు తెరుచుకున్నాయి. నేను అదే మైదానంలో అమ్మఒడిలో ఉన్నాను. నాన్నగారు సమీపంలో నిల్చుని ఉన్నారు. ఆయన తన చేతిలో ఆ బోతు ముక్కుతాదుని పట్టుకుని ఉన్నారు. కొంచెం సేపటి క్రితం ఎర్రటి కళ్ళతో రంకెలు వేసిన ఆ ఆబోతు అలసటగా ఆయాస పడసాగింది. దాని నోటి నుండి నురుగు వస్తోంది. నా తల వైపు శోణుడు నిల్చుని ఉన్నాడు. వాడు కన్నార్పకుండా నా వంక చూస్తున్నాడు. నేను కళ్ళు తెరవడం చూసాక, వాడి ముఖంలో మెరుపు వచ్చింది. నేను ఇటు-అటు చూసాను. ఇంతకు ముందు ఆట ఆడుతున్న బ్రహ్మదత్తు, వీరబాహు, ఇంకా తక్కిన వాళ్ళు అంతా దగ్గరికి వచ్చారు. నాకు ఆ రాజ్యసభ గుర్తుకు వచ్చింది. ఒక్క క్షణం క్రితం నా శరీరంలో ఏదో అద్భుత శక్తి ప్రవేశించిందని అని అనిపించింది. మరో క్షణంలో ఆ శక్తి ఎటుమాయం అయిందో అంతు పట్టలేదు. నాకు చాలా అలసిపోయినట్లుగా అనిపించింది. కాని నాశరీరంలో ఎక్కడా బాధగా అనిపించడం లేదు. నేను ఒక్కసారిగా లేచి కూర్చున్నాను. ఎక్కడోక్కడ నాకు గాయం అయ్యే ఉంటుందని నా శరీరం వంక చూసుకున్నాను. ఎక్కడా లేశ మాత్రమైనా గీసుకున్నట్లుగా లేదు. నేను లేచి నిల్చున్నాను. నాన్నగారి చేతుల్లోంచి ముక్కు తాదును లాగేసుకున్నాను. ఆయాస పడుతున్న ఎద్దు వీపు పైన గట్టిగా ఒక దెబ్బ వేసాను. అది ఒదిగి పోయింది. తన తోకను ముదుచుకుంటూ నాదగ్గర నుండి దూరం జరిగింది. నేను ముక్కుతాదును పశువుల కాపరికి ఇచ్చేసాను. వాడు నా వంక కోపంగా చూస్తూ వృషభాన్ని తీసుకుని వెళ్ళిపోయాడు. రాజ్య సభ ముగిసింది.

11

జరిగిందంతా శోణుడి నోటి నుండి విన్నాను. ఆవృషభం నన్ను ఓడించడానికి ఎన్నో ఎన్నెన్నో ప్రయత్నాలు చేసిందిట. కాని నా ముందు దాని ఆటలేవి సాగలేదు. దాదాపు రెండు గంటలు గెంతులు వేస్తూ ఒక్క ఊపులో నా మీద పడటం మొదలు పెట్టింది. తలతో తోయడం మొదలు పెట్టింది. కొమ్ములతో కుమ్మడం మొదలు పెట్టింది. దాని శరీరం వంకర్లు-కొంకర్లు తిరిగిపోయేది. మధ్య మధ్యలో గిట్టలతో కోపంగా నేలను తవ్వేది. మట్టిని పెకలించేది. అటు ఇటు గెంతులు వేసేది. కాని చివరికి అది అలసి పోయింది. అది పూ..పూ అంటూ ఆయాస పడసాగింది. ఇంతలో శోణుడు గబ గబా పరుగెత్తి వెళ్ళాడు. నాన్నగారిని పిలుచుకుని వచ్చాడు. ఆయన దానికి ముక్కుతాడు బిగించాడు. కాని నా చేతులలోంచి వదిలించడానికి ఆయనకి ఎంతో కష్టం అయింది. నా శరీరానికి చేయి తగిలితే చాలు నిప్పులు ముట్టుకున్నట్లుగా మంటలు పుట్టేవి.

నేను ఆలోచనలో పడిపోయాను. రెండు గంటలు ఒక అడవి జంతువు నాతో ఢీకొంటున్నా నా శరీరం పై ఒకగాటు కూడా పడలేదు. నాలో ఇంతగా వేడి ఎలా ఉంది. ముట్టుకుంటేనే బొబ్బలు ఎక్కుతున్నాయి.

నేను కుతుహలంగా అడిగాను- ''శోణా ! ఆడేటప్పుడు నీకేమైన గాయాలు తగిలేవా?''

''ఎన్నోసార్లు. నేను గంగలో గట్టిగా మునక వేసాను. నదిలోతుల్లోకి వెళ్ళగానే ఒక కొన తేరిన శిలకు నా తల కొట్టుకుంది. వెంటనే నా కళ్ళ ఎదురుకుండా నక్షత్రాలు మెరిసాయి. నీళ్ళల్లోంచి బయటికి వచ్చేసాను. నీళ్ళ రంగు ఎర్రగా మారింది. ఏ ఔషధ ఆకులను రాయితో

నూరి ఆ రసం పిండాడో తెలియదు కాని రక్తం గడ్డ కట్టింది. అమ్మ కోప్పడుతుందని నేను ఇప్పటి దాకా ఏదీ చెప్పలేదు. నువ్వు చెప్పకు.'' అంటూ ఒంగి నాకు గాయం తాలుకూ గుర్తులను చూపించాడు.

శోణుడికి గాయం తగులుతుంది. దాని శరీరం నుండి రక్తం కారుతూ ఉంటుంది. మరి నా దేహం నుండి కూడా రక్తం కారాలిగా. నేను వెంటనే లేచి పర్ణకుటీరం లోకి వెళ్ళాను. అక్కడ ఎన్నో బాణాలు ఒక వరసలో ఉన్నాయి. అందులోంచి ఒక బాణాన్ని లాగాను. దాని కొన తేరిన భాగం చంద్ర రేఖలా మెరిసిపోయింది. నేను విల్లును ఎక్కుపెట్టి బాణాన్ని నా పాదాలను చీల్చుకుని వెళ్ళేలా వదిలాను. అది చీల్చుకుపోతుందని ఊహిస్తూ గట్టిగా కళ్ళు మూసుకున్నాను. కళ్ళ ఎదురుగుండా శుభ్రమైన తేజోమయమైన వెలుగు వలయం కదలాడసాగింది. బాణం కాళ్ళమీద పడింది. కాని గడ్డిపోచలా అనిపించింది. నేను బాణం వేయడంలో గురి తప్పానా అని అనుకున్నాను. అందుకే మళ్ళీమళ్ళీ బాణాన్ని కాళ్ళకు గురి చూసి వదిలాను. కాని ఒక్కసారైనా అది కాళ్ళల్లోకి గుచ్చుకోలేదు. నేను కాళ్ళవంక చూసాను. అసలు చిన్న గాయం కూడా కనబడలేదు. ఉత్సుకత, అనుమానం అనే రాక్షసుడు నా ఎదురుకుండా ప్రశ్నల కుచ్చులను అటు ఇటు విసిరి వేసి నాట్యం చేయడం మొదలుపెట్టాడు. నేను బాణాన్ని పిచ్చెక్కిన వాడిలా తొడల్లో, భుజాల్లో, గుండెల్లో ఎక్కడబడితే అక్కడ గుచ్చడం మొదలు పెట్టాను. కాని ఎక్కడా నువ్వు గింజ అయినా గుచ్చుకోలేదు. ఎందుకు గుచ్చుకోలేదు. నా చర్మం అంతగా మొద్దుగా ఉందా? మానస ఆకాశంలో అనుమానం అనే ఒక మెరుపు ఇటు నుండి అటువైపు దాకా మెరిసింది. నా శరీరం అంతా ఏదో గట్టి కవచం ఉండి తీరాలి. అందుకే చర్మంలో ఏదీ గుచ్చుకోవడం లేదు. పరుగెత్తే రథంలోంచి కిందకి దూకినా ఏమీ కాలేదు. రాళ్ళు రప్పలు, ఇంకే శస్త్రాల వలన నాకు ఎటువంటి గాయలు తగలవు. నేను ఎప్పుడు గాయపడను. అంటే నేను చిరంజీవిని నాకు మరణం లేదు. నా ఈ బంగారం రంగు చర్మం ఎప్పటికీ మెరుస్తూనే ఉంటుంది. నేను అమరుడిని. నా చర్మాన్ని ఏదీ ఛేదించలేదు. అందుకే ఉన్మాది అయిన వృషభం కొమ్ములతో పొడిచినా, కుమ్మినా, తన్నినా, ఎత్తి తీసి కుదేసినా, నాకు చిన్న గాయం కూడా తగలలేదు. నాకు ఛేదింపబడని కవచం లభించింది. ధగధగా మెరిసే కవచకుండలాలు నా చెవులకు ఉన్నాయి. శోణుడు నాకు సొంత తమ్ముడు. కాని అతడి దగ్గర కవచము లేదు. కుండలాలు లేవు. నా ఒక్కడికే ఎందుకు లభించాయి. నేనెవరిని? నేనెవరిని? సందేహం అనే కర్కశ పక్షి (తీతువు పిట్ట) కర్కశంగా నా మానస ఆకాశంలో కిక్కీ... కిక్కీ అంటూ అరుస్తోంది. తల్లకిందులుగా, అస్తవ్యస్తంగా ఉన్న ఆలోచనల అగ్ని దానికి గాలి నిస్తూ ఇంకా దోహద పడ్డది. వీటన్నింటినుండి నేను వేరుగా ఉన్నాను. వీటికి నాకు మధ్య ఆకాశ పాతాళమంత తేడా ఉంది. కాని ఈ ఆలోచనల వలన నాకు ఎంతో బాధ కలిగింది. ఏ రాధ తల్లి పాలు తాగానో, ఎవరి రక్తమాంసాలకు వారసుడిగా పెరిగి పెద్ద అయ్యానో, నాకోసం ఎవరైతే రెక్కలు ముక్కలు చేసుకుని కొండంత కఠోరమైన శ్రమ పడ్డదో, ఆమె ప్రేమ పట్ల ఈ విధంగా ఆలోచిస్తూ కృతఘ్నుడవుతున్నానా? 'వసు అన్నయ్యా' 'వసు అన్నయ్యా'అంటూ అమాయకంగా అహర్నిశలూ నాపేరుని జపంచేసే స్నేహశీలి సోదరుడు శోణుడుని మోసం చేయడం కాదా? నా మనస్సే నాపట్ల తిరుగుబాటు చేసింది. కఠోరమైన శబ్దాలతో నాకు హెచ్చరిక చేయడం మొదలు

పెట్టింది' నేనవరిని?నేనెవరని?– పిచ్చివాళ్ళలా గగ్గోలు పెట్టకు. గొంతు చించుకుని అరవకు. నీవు అధిరథుడు, రాధామాతల పుత్రుడివి. సూత పుత్రుడు కర్ణుడివి. శోణుడి పెద్ద అన్నయ్య కర్ణుడివి. సారథుల కులంలోని ఒక 'రథసారథివి! ఒక సారథివి!'

12

మరునాడు నాన్నగారు నన్ను హస్తినాపురానికి రమ్మనమని అడిగారు. ఆయన ఆజ్ఞప్రకారం ఒక్కొక్క వస్తువుని సేకరించుకుంటున్నాను. మనస్సులో ఆలోచనలు గజిబిజి చేస్తున్నాయి. ఇప్పుడు చంపానగరాన్ని వదిలి వేయాలి. గగనం దాకా ఎత్తుగా పెరగడంలో పోటీ పడే మోదుగ, తుమ్మ, మునగ, సప్తవర్ణ, విప్ప మొదలైన వటవృక్షాలు ఇప్పుడు నా నుండి దూరం అయిపోతాయి. పత్రరథ, డేగ, కోకిల, క్రౌంచ, కపోత, మొదలైన పక్షుల నుండి నేను చాలా దూరంగా వెళ్ళి పోతున్నాను. వటవృక్షపు గాఢమైన నీడకింద ఉన్న పదునాలుగు సంవత్సరాలు తన ప్రేమతో నన్ను తృప్తి పరచే ఆ అందమైన పర్ణకుటీరం నుండి దూరమవుతున్నాను. ప్రాణాలకు మిన్నగా ప్రేమించిన, ఆవు దూడలా నన్ను అక్కున చేర్చుకుని పెంచిన , లేడి పిల్లలా నన్ను సంబాళించిన, ఆ రాధామాతను వదిలేసి ఎటు వెళ్తున్నాను? అమ్మ చనుబాల బొట్లు ఇప్పటికీ నా పెదవులపైన ఇంకా ఎండిపోలేదు. నేను ఆమెకి కన్నీళ్ళు తప్ప ఏమీ ఇవ్వలేక పోతున్నాను. ''వసు అన్నయ్యా!'' ''వసు అన్నయ్యా'' అంటూ ఇరవైనాలుగు గంటలు నా నామస్మరణ చేసే అమాయకుడైన శోణుడి నుండి నేను దూరం అవుతున్నాను. అన్నింటి కన్నా నా మనస్సుకు అనునిత్యం బాధ పెట్టే పెద్ద విషయం ఇక్కడ గంగమ తల్లి నదీ సలిలం పై నుండి పైకి లేస్తూ, నాకోసం ఉత్సాహ పూరిత ప్రచండ ప్రవాహం తీసుకు వచ్చే సూర్యభగవానుడిని అదే రూపంలో మళ్ళీ నేను చూడలేను. నేను హస్తినాపురానికి వెళ్తున్నాను. ఆ హస్తినాపురం ఎలా ఉంటుంది? అక్కడ పెద్దపెద్ద రాజ ప్రాసాదాలు ఉన్నాయని విన్నాను. ఎన్నో వ్యాయామశాలలు, రకరకాల శస్త్రాలతో, ఊపిరి ఆడకుండా నిండిపోయిన శస్త్రశాలలు, సకిలించే పెద్ద పెద్ద గుర్రాలతో నిండిపోయిన అశ్వశాలలు, సప్తవర్ణ వృక్షంలా ఆకాశ గర్భంలో ఉన్న కలశాలలుగా భవ్య మందిరాలు ఎన్నో ఉన్నాయి. ద్వారబంధానికున్న తలుపులా అతడి వక్ష స్థలం ఉంది. భుజాలు, తొడలు బలంగా ఉన్నాయి, అటువంటి అసంఖ్యాకులు ఉన్న వీరులతో హస్తినాపురం నిండి ఉంది. అది కురువంశజుల రాజధాని అని విన్నాను. ఏ దిశ వైపు అది ఉంటుంది?

ఆలోచనలలో మునిగిపోయిన చేతికి ఏ వస్తువు దొరికితే దానిని రథంలో పెడుతున్నాను. ఇంతలో బయట నుండి శోణుడు వచ్చాడు. వాడు నాకు సహాయం చేయడం మొదలు పెట్టాడు. నేను వెళ్తున్నాను అని వాడికి తెలియదు. ''వసు అన్నయ్యా! నాన్నగారు ప్రతీసారి రథాన్ని తీసుకువస్తే ఎంతగా బాగుండును. రథంలో మనం తిరగగలుగుతాం అని అన్నాడు.

నేను మౌనంగా ఉండిపోయాను. 'ఈ రోజు నేను వదిలి వెళ్ళిపోతున్నాను' అని ఎట్లా చెప్పను. ఇక్కడి నుండి బయలు దేరే ముందు నాన్నగారు గుర్రాలను తీసుకు వచ్చే ప్రయత్నంలో ఉన్నారు. శోణుడు స్వయంగా గుర్రాలను తీసుకు వచ్చాడు. ద్వారం దగ్గర అమ్మ నిల్చుని ఉంది. నేను వంగి ఆమె కాళ్ళకు దండం పెట్టాను. నన్ను పైకి ఎత్తుతూ నా మస్తకాన్ని దగ్గరకు తీసుకుంది.

నన్ను హృదయానికి హత్తుకుంది. 'ఒక విషయాన్ని ఎప్పుడు గుర్తు పెట్టుకో. గంగానది లోతుల్లోకి వెళ్ళకు' ఆమె ఎంతో బాధగా అన్నది. ఆమె కళ్ళ నుండి కన్నీళ్ళు జలజలా రాలుతున్నాయి. వాటిల్లో రెండు కన్నీటిబొట్లు నాశిరస్సు పైన పడ్డాయి. నాశరీరం అంతా పులకించిపోయింది. వాయు వేగంతో నాశరీరంలోని రక్తంలో మార్పు వస్తోంది. నా రక్తంలోని ప్రతిబొట్టు కన్నీళ్ళతో ఎంతో ప్రేమగా అంటోంది ''అమ్మా! నీ విలువైన ఉపదేశాన్ని నేను ఎలా సంబాళించుకోని ఉంచగలను? కాని సాక్షాతూ మృత్యువు వచ్చినా నీ వసు నిజాన్ని ఎప్పుడు నువ్వు గింజ అంత అయినా అటుఇటు కానివ్వడని మాత్రం ఘంటాపదంగా చెప్పగలను–''

ఆమెకు ఏదో గుర్తుకు వచ్చింది. వెంటనే పర్ణశాల లోపలికి వెళ్ళిపోయింది. ఒక చిన్న వెండి పెట్టె తెచ్చింది. ''వసూ! నీకు నేను గుర్తుకు వచ్చినప్పుడల్లా ఈ పెట్టెని దర్శించుకో... నా స్థానంలో దీనినే చూసుకో. ఇదే మీ అమ్మ అని అనుకుని దీనిని సంబాళించు నీదగ్గరే పెట్టుకో...''

నేను నా ఉత్తరీయంలో ఆ పెట్టెను మూట కట్టాను. అమ్మకి మరోసారి వందనం చేసాను. ఆమె వణుకుతున్న చేతులతో నాలుగు బొట్ల పెరుగును నా అరచేతిలో వేసింది. నేను తిన్నాను. ఒకసారి పర్ణకుటీరాన్ని కళ్ళారా చూసుకున్నాను. కళ్ళల్లో నీళ్ళు తిరిగాయి. నేను వెనక్కి తిరిగాను. రథం సిద్ధంగా ఉంది. శోణుడు నాన్నగారిని ఏదో అడుగుతున్నాడు. నాన్నగారు నన్ను రథంలో కూర్చోమని చెప్పారు.

నేను రథం ఎక్కగానే శోణుడు నాన్నగారిని అడిగాడు– ''అన్నయ్య ఎక్కడికి వెళ్తున్నాడు?'' ఇప్పటిదాకా వాడి కళ్ళల్లో ఒక కుతూహలం కనిపించింది. కాని ఇప్పుడు ఆ కళ్ళు కన్నీళ్ళతో నిండిపోయాయి.

''నాతో పాటు హస్తినాపురానికి వస్తున్నాడు. నీవు లోపలికి వెళ్ళు.'' నాన్నగారు గుర్రాల కళ్ళాలను చేతిలోకి తీసుకుంటూ వాటిని అదిలిస్తూ అన్నారు. గుర్రాలు ఒక్కసారిగా గెంతులు వేస్తూ పరుగెత్తాయి. శోణుడు చేతులు పైకెత్తుతూ– 'అన్నయ్యా! ఆగు అన్నయ్యా....'అంటూ పెద్దగా అరిచాడు. అమ్మ ముందుకువచ్చి వాడిని పట్టుకుంది. నేను ఆనందంగా ఊపిరి పీల్చుకున్నాను. రథం ముందుకు పరుగెత్తింది. శోణుడు అమ్మ చేతులను వదిలించుకుని పరుగెత్తసాగాడు. దూరంగా ఒక చిన్న ఆకృతి పరుగెత్తుతునే ఉంది. ఉత్తరీయాన్ని సంబాళించుకుంటూ ఒక చేయి ఎత్తుతూ ఇంకా పరుగెత్తుతూనే ఉన్నాడు. మేం నగరం పొలిమేరలా దాకా వచ్చాము. శోణుడు అలసిపోయి ఓడిపోయి వెనక్కి వెళ్ళిపోతాడు అని అనుకున్నాను. కాని చేతులు ఊపుతూ ఇంకా పరుగెత్తుతునే ఉన్నాడు. నేను రథాన్ని ఆపమని నాన్నగారితో చెప్పాను. మేం ఆగిపోవడం చూసి తను ఇంకా వేగంగా పరుగెత్తసాగాడు. కాని అమాయకంగా కనిపించే ఆ శోణుడిలో ఎంత సాహసం ఉంది. తను నాతో రావాలని అనుకుంటున్నాడు. అందుకే అంతా మరచి పరుగెత్తుతున్నాడు. వాడికెంత పట్టుదల. పట్టుదల సరేసరి. నామీద ఎంతటి సహజమైన, నిశ్చలమైన ప్రేమ ఉంది. కొంచెం సేపయ్యాక ఆయాస పడుతూ మా దగ్గరికి వచ్చాడు. అతడి ముక్కు పచ్చలారని ముఖం చెమటతో తడిసి పోయింది. తను చాలా అలసిపోయాడు. అటువంటి స్థితిలో కూడా ముందుకు పరుగెత్తి ఒక్క గెంతులో రథంలోకి ఎక్కాడు. కంఠం గద్గదమైయింది. ఆయాస పడుతూ సగం సగం మాటలు నోటి నుండి

వెలువడుతున్నాయి.– ''నన్ను వదిలేసి వెళ్ళిపోతున్నావా? ఏం అన్నయ్యా? నీతో పాటు నేను వస్తాను. మళ్ళీ వెనక్కి రాను.'' నేను నాన్నగారి వంక చూసాను. ఒక్కక్షణం నిర్ణయించుకుని ఆయన అన్నారు ''సరే నీవు కూడా బయలుదేరు.''శోణుడు ఎంతో ఆనందంగా నన్ను వాటేసుకున్నాడు. నేను నా ఉత్తరీయంతో వాడి ముఖం పైన ఉన్న స్వేద బిందువులను తుడిచాను. నిజానికి శోణుడి లాంటి తమ్ముడు ఉండటం ఎంత అదృష్టం. వాడు ఎంతో స్నేహశీలి.

తెలిసిన చుట్టు పక్కల ప్రదేశాలన్నీ వదిలి వెళ్ళిపోతున్నాయి. దట్టమైన వనాల మధ్య చంపానగరం మాయం అవుతోంది. నా బాల్యం కనుమరుగవుతోంది. అక్కడి ఆకుపచ్చటి తనం, దాని పైన నా బాల్యపు ముద్రలు ఉన్నాయి, క్షణంలో నా కళ్ళ నుండి అదృశ్యం అయిపోతున్నాయి. పొగడ, ఖదిర, దండగీ వృక్షాలు దూరమవుతున్నాయి. రెండు రోజుల క్రితం ఏ మైదానంలో అయితే రాజ్యసభ ఆటను ఆడామో అది కళ్ళ ముందు కదలాడ సాగింది. అందులో నల్లటి శిల ఒంటరిగా నిలబడి ఉంది. ఒక రాజుగా నన్ను గౌరవించే ఆ శిల... ఊహలలోని ఆ సింహాసనం– మహరాజు 'వసుసేన్' సింహాసనం.... నాకు మౌనభాషలో వీడ్కోలు పలుకుతోంది. చేతులెత్తి నేను దానికీ చంపానగరానికీ దండం పెట్టాను. నా జీవితం బాల్యపు ఆకుపచ్చటి తనాన్ని వదిలేసి పరుగెత్త సాగింది. చంపానగరి నుండి హస్తినాపురం వైపు.......

13

హస్తినాపురం! కురురాజ వంశస్థుల సమర్థవంతమైన, సమృద్ధమైన రాజనగరం. మహాయోధుల నగరం. రకరకాల కళాకారుల నగరం. ఏ నగర చిత్రాన్ని నా మనస్సులో అనేక చిత్రాలుగా చిత్రించుకున్నానో, ఈనాటి వరకు ఏ నగరం గురించి అయితే నాన్నగారి నోట విన్నానో, ఆ హస్తినాపుర నగరాన్ని ఒక నెల అయ్యాక చూడగలుగుతున్నాను. గంగానది నగరానికి తన పవిత్ర జలాన్ని ఇస్తూ గలగలా పారుతోంది. దాని ఒడ్డున అసంఖ్యాకమైన పకక్షులు కలారావాలు చేస్తూ ఎగురుతున్నాయి. కుడిఎడమల వైపు రెండుమూడు యోజనాల వరకు ఎత్తుగా ఉన్న పెద్దపెద్ద ప్రాసాదాలు, గోశాలలు, అశ్వశాలలు, గుళ్ళు–గోపురాలు, వ్యాయామశాలలు మాత్రమే వరుసలో ఉన్నాయి. మహపరాక్రమశాలి, పుణ్యాత్ముడు, కౌరవరాజైన ధృతరాష్ట్రుడి రాజ్యంలో మా రథం ప్రవేశిస్తోంది. నా ఆయుష్షు అనే రథం, ఈ నగర మార్గంలోనే నడవాలి. చంపానగరంలో గంగమ్మ తల్లి నాకిచ్చిన ఆప్యాయత అనురాగాలని ఇక్కడ కూడా ఇస్తుందా! నన్ను నేను ప్రశ్నించుకున్నాను. మార్గంలో దుమ్ము రేపుతూ రథం నగర సరిహద్దులోకి ప్రవేశించింది. అశ్వపాలకులు గుర్రాలకు నీళ్ళు తాగించబోతున్నారు, గోధూళి వేళలో ఆవుల మెడలోని చిరుగంటల రాగ తాళాల ప్రకారం గోపాలులు తిరిగి వస్తున్నారు. స్త్రీలు కలశాలు తీసుకుని, నీళ్ళ కోసం గంగ వైపు వెళ్తున్నారు, పొలాలలో కాయకష్టం చేసి భుజాలపై నాగళ్లను మోస్తూ కృషి కగణాలు (రైతులు) తిరిగి తమతమ ఇళ్ళవైపు వెడుతున్నారు. అక్కడి ఒక్కొక్క దృశ్యాన్ని, నాకళ్ళు హృదయ తెర పైన చిత్రిస్తున్నాయి. సూర్యుడు ఆకాశంలో పడమర వైపు అస్తమిస్తున్నాడు. నగరం నుండి వీడ్కోలు తీసుకుంటున్నాడు. సూర్యకిరణాలు గగనంలోని మేఘాలకు గులాబీ, పసుపు, బంగారు మొదలైన రంగులను అద్దుతున్నాయి. తన కిరణాలతో

ఇంతటి అద్భుతమైన గారడీ చేసే సూర్యభగవానుడి వంక ఎంతో అర్థతగా, గౌరవంగా చూశాను. తన దగ్గర ఉన్న విలువైన వస్తువు పరాయి వాళ్ల చేతుల్లో పెట్టేటప్పుడు ఆడపిల్లకి ఎటువంటి విరహభావం కలుగుతుందో అదే భావోద్రేకం ఆదృశ్య స్వరూపం పట్ల నాలోంచి ఉప్పొంగసాగింది. అక్కడే ఒక నల్లటి మేఘం కమ్ముకుని ఉంది. బహుశ అందుకేనేమో నాకు అటువంటి భావం కలిగి ఉండవచ్చు. అస్తమయం అవుతున్న కిరణాల లెక్కలేనన్ని వేళ్ళతో హస్తినాపురపు ముఖాన్ని నిమురుతూ 'రేపు మనం కలుసుకుందాం' అని సూర్యుడు దానితో అంటున్నాడా అని అనిపించింది.

మా రథం రాజప్రసాద ద్వారం నుండి లోపలికి ప్రవేశించింది. ద్వారపాలకులు ఆదరంగా తలలు వంచి నాన్నగారికి వందనం చేసారు. రథం అశ్వశాల దగ్గర ఆగింది. ఎప్పటిలాగా శోణుడు వెంటనే కిందికి దుమికాడు. నేను రథంలో నుండి రాజమాహల్ చూడటం మొదలుపెట్టాను. నవజాత శిశువులా అందంగా కనిపిస్తోంది. మొత్తం రాజభవనం తెల్ల పాలరాయితో కట్టబడి ఉంది. దాని పరిధి ఎంతో విశాలంగా ఉంది. సహజంగానే చంపానగరి ఆ సరిహద్దులో ఇమిడిపోయింది. ప్రహరీగోడ నల్లరాయితో కట్టబడింది. గోడ పొడుగునా నల్లరాళ్ళు పాతిపెట్టబడి ఉన్నాయి. నల్లటి ప్రాచీరాల మధ్య ఉన్న ఆ తెల్లటి రాజప్రసాదం నల్లటిమట్టికుండలో పైన క్షారగోళం పెట్టినట్లుగా ఉంది. లోపల పెద్ద పెద్ద లోగిళ్ళు ఉన్నాయి. అసంఖ్యాక లోగిళ్ళు చాలా ఉన్నాయి. మధ్యలో ఒక గుండ్రటి చెరువు ఉంది. అందులో అస్తమిస్తున్న సూర్యుడి అసంఖ్యమైన కిరణాలు విహరిస్తున్నాయి. రంగు రంగుల చాపలు ఉన్నాయి. శుభ్రమైన పొడుగాటి మెడలు కల రాజహంసలు హర్షధ్వని చేస్తూ కిలకిలలాడుతున్నాయి. తెలుపు నీలం రంగుల తామరపూలు, గాలి తెమ్మెరలకు అటు-ఇటూ ఊగుతున్నాయి. ఆ చెరువుకి నలువైపులా ఉన్న మూలల్లో రాళ్ళల్లో చెక్కబడిన 11 సింహాల మూర్తులు ఉన్నాయి. ఎదురుకుండా రాజప్రాసాదంలో పైకి వెళ్ళే అసంఖ్యాకమైన మెట్లు ఉన్నాయి. నా మనస్సుకు తోచినట్లుగా ఆ మెట్లను నేను లెక్కపెట్టడం మొదలు పెట్టాను. నూట ఐదు మెట్లు ఉన్నాయి. ఒకటి రెండు లెక్క పెట్టడంలో ఏమైనా తప్పు వచ్చి ఉంటాయోమోనన్న సందేహంతో మళ్ళీ లెక్కపెట్టడం మొదలుపెట్టాను. ఒకటి, రెండు, నాలుగు, పది, ఇరవై, ఏభై, వంద, నూట ఒకటి రెండు, నాలుగు, ఐదు , నూట ఆరు... ఉఫ్... ఇంతకుముందు నూట ఐదు లెక్కకు వచ్చాయి. మరి ఇప్పుడు నూట ఆరు.... అదెలా! నేను ఆలోచిస్తూనే ఉన్నాను. నూట ఐదు నూట ఆరుగా ఎట్లా మారాయి? ఆలోచిస్తూ ఉత్తరీయాన్ని సరిచేసుకుంటూ వైభవంతో అలరాలుతున్న పవిత్ర భూమి అయిన హస్తినాపురంలో కాలు పెట్టబోతున్నాను. ఇంతలో ఏడు నల్లటి గుర్రాల రథం వాయు వేగంతో, టకటకా చప్పుడు చేస్తూ మహాద్వారం నుండి లోపలికి ప్రవేశించింది. ద్వారపాలకులతో ఒకడు ఉద్ఘోషన చేసాడు. "హస్తినాపురాధిపతి మహారాజ ధృతరాష్ట్రపుత్రుడు యువరాజు శిరోమణి దుర్యోధనుడు..." సమస్త సేవకులు, ద్వారపాలకులు ఒక్కసారిగా సావధానులై లేచి నిల్చున్నారు. నాన్నగారు రథం వైపు వంగి నమస్కారం చేశారు.

"పెదనాన్నగారూ! చంపానగరం నుండి ఎప్పుడు వచ్చారు?" యువరాజు రథం నుండి దిగుతూ మందహాసం చేస్తూ అడిగాడు.

''ఇప్పుడిప్పుడే వచ్చాను మహారాజా!'' నాన్నగారు సవినయంగా చెప్పారు.

నేను రథంలో నుండే యువరాజు దుర్యోధనుడిని చూస్తున్నాను. యువరాజు పద్నాలుగు, పదిహేను సంవత్సరాల యువకుడు. వీరుడి వేషంలో ఉన్నాడు. ఆ వేషంలో అతడు విష్ణువులా శోభాయమానంగా ఉన్నాడు. గుండ్రటి గద చేతుల్లో ఉంది. దానివలన ఇంకా బలవంతుడిగా కనిపిస్తున్నాడు. అందరిపై అతడి ప్రభావం ఎంతో ఉంది. ఒక ఉదుటున కిందకి దూకాడు. నాన్నగారి దగ్గరికి వచ్చాడు. ఆ వేగంలో దర్పం ఉంది. ఆకర్షణ ఉంది. అసలు మరెక్కడా ఇటువంటిది చూడం. అతడు వేసే ప్రతి అడుగు మత్త గజం అడుగులా దృఢంగా ఉంది. భుజాల మీద నుండి జారుతున్న ఉత్తరీయాన్ని చేతులతో గర్వంగా పైకి తోస్తూ సంబాళిస్తున్నాడు. కమలాలలాంటి కళ్ళు తీక్షణంగా ఉన్నాయి. తడితడిగా ఉన్నాయి. ముక్కు ఈటెలా కొనదేరి ఉంది. అతనిలో నచ్చనిది నాకొకటి ఉంది. ప్రపంచం మొత్తాన్ని కొండచిలవలా కుండలిలో బిగించాలన్న కోరికగల వాడి కనుబొమ్మలు పెద్దగా కుటిలంగా ఉన్నాయి.

నావైపు చూస్తూ నాన్నగారిని అడిగాడు –

''పెదనాన్నగారూ! వీడు ఎవడు?''

''వీడు నా కొడుకు కర్ణుడు, యువరాజు!''

నాన్నగారు జవాబు చెప్పారు.

''కర్ణుడా! బాగుంది. కాని ఈరోజు వీడిని ఎందుకు తీసుకువచ్చారు?''

''మీ రాజ్యాన్ని చూడడానికి''

''సరే... అమాత్యుడిని కలవండి. ఆయన నగరం అంతా చూపెడతారు.''

ప్రచండ వాయువులా వచ్చాడు, అంతే వేగంగా తిరిగి, ఇంద్రధనస్సంత తీవ్రమైన వేగంతో మెట్లు ఎక్కడం మొదలుపెట్టాడు. దాదాపు అన్ని మెట్లు ఎక్కాడు. కాని ఇంకా ఎక్కాల్సిన మెట్టు ఒకటి ఉంది. అక్కడే ఆగి వెనక్కి తిరిగాడు. వర్షపు ధారలాగా ఒక్క క్షణంలో ఆ మెట్లన్నింటినీ దిగివాడు నా దగ్గరికి వచ్చాడు. నా కవచకుండలాల వైపు కన్నార్పకుండా చూస్తూ అడిగాడు – 'నీ యీ కుండలాలు పుట్టుకతోనే వచ్చాయా?''

''అవును...'' వాడి కమలాలలాంటి కన్నుల వైపు లోతుగా చూస్తూ సమాధానం ఇచ్చాను.

''ఈ కుండలాల వలన నీవు ఎంతో అందంగా కనిపిస్తున్నావు. నీవు పెదనాన్నగారి అబ్బాయివంటే నమ్మకం కలగదు. అవును కదా పెదనాన్నా?'' నా భుజం మీద చేయివేసి వాడు వెనక్కి తిరిగి నవ్వుతూ నాన్నగారిని అడిగాడు. ఆయన అసమంజసంలో ఉండిపోయారు. ఏ జవాబు చెప్పకుండా ఆయన అలాగే నిల్చుండిపోయారు.

ఇంతక్రితమే ఉన్న నల్లటి మేఘం సూర్యదేవుడిని కమ్మేసింది. శ్వేత శుభ్ర పాషాణాల ఆ రాజప్రాసాదం ఒక్క క్షణంలో మసక–మసకగా, దుమ్మూ–ధూళితో కనిపిస్తోంది. దీనివలన నాకు ఎంతో గాభరాగా అనిపించింది. యువరాజు దుర్యోధనుడు ఎంత వేగంగా వచ్చాడో అంత వేగంగా అడుగులు వేస్తూ వెళ్ళిపోయాడు. మేం ఇద్దరం వాడి వంక చూస్తూ ఉండిపోయాం. వాడి రూపం మెల్లి–మెల్లిగా అదృశ్యం కాసాగింది.

కొంచెం సేపయ్యాక, మేఘావృతమైన ఆకాశం తేటతెల్లం కాసాగింది. అస్పష్టంగా కనిపించే మెట్లు ఇప్పుడు స్పష్టంగా కనబడసాగాయి.

నాన్నగారు రథశాలలో, రథాన్ని పెట్టి వచ్చారు. మెట్లు ఎక్కడం శోణుడికి కష్టం అవుతుందని వాడిని తన గదిలో కూర్చోపెట్టారు. మహారాజు ధృతరాష్ట్రుడిని కలవడానికి మేం ఆయన భవ్య రాజప్రాసాదం మెట్లు ఎక్కడం మొదలుపెట్టాము. ఆ మెట్లు ఎక్కే సమయంలో నా మానస మందిరంలో స్మృతుల గంటలు మోగసాగాయి. ఒకప్పుడు నాన్నగారు నాకు కురువంశస్థుల పూర్వీకుల శౌర్యగాధలను చెప్పారు. ఆ కథలు - గాధలు ఒక్కసారిగా పైకి ఉప్పొంగాయి. నా మనస్సు భయం, కుతూహలం, గౌరవం, సంకోచం, శ్రద్ధ మొదలైన భావోద్రేకాలతో నిండిపోయింది.

సూర్యవంశ రాజు, మహావీరుడు అయిన హస్తి, ఈ విశాలమైన గంగానది స్వచ్ఛమైన జలాన్ని చూసి ఎన్నో సంవత్సరాల క్రితం నిర్మించాడు. ఆయన ప్ర పౌత్రుడు మహారాజు మహావీరుడు. ప్రజలు ఆయన పేరునే ఇంతకు ముందు ఉన్న సూర్యవంశాన్నే కురువంశంగా, ఆ వంశస్థులని కౌరవులుగా పిలవడం మొదలు పెట్టారు. మహా పరాక్రముడైన ఆ కురు రాజే ఇంత గొప్పదైన రాజ ప్రాసాదాన్ని నిర్మించాడు.

ఏ సూర్యవంశంలో అయితే మేధావి మను, శ్రేష్ఠ పురుషుడు పురూరవుడు, ఇంద్రుడిని కూడా శరణుజొచ్చేలా చేయగలిగిన నహుషుడు, తన దిగ్విజయంతో సమస్త ఆర్యావర్తాన్ని వణికించిన యయాతి, ఆయన వీరపుత్రులు యదు, పురు, జనమేజయ అహంయాతీ, దేవాతిథి, దుష్యంతుడు, భరతుడు, హస్తి, అజమీఢుడు మొదలైన పరాక్రమ రాజులను, అదే సూర్యవంశస్థుడు అయిన, తన కృతిత్వంతో ప్రజలు వీళ్ళందరిని మరచిపోయేలా చేయగలిగిన, మహరాజు కురు ఎంత మహా వీరుడై ఉండాలి, ఎంత గుణాల ఖని అయి ఉండాలి! ఆ కురు మహారాజు ఎలా ఉండేవారో కదా! కాని కురు మహారాజే కాదు ఇంకా ఎందరో వీరులు ఈ రాజ ప్రాసాదంలో ఉండేవారు. విదూరదుడు, అన్శ్వనుడు, పరీక్షిత్తుడు, భీమ్సేనుడు, పరిశ్రవసుడు మొదలైన ఒకరిని మించిన ఒక శూరవీరులు ఈ కురువంశస్థులే. పరీక్షిత్ మహరాజు కురువంశానికే తలమానికం. ఒక మత్స్యకన్యను వివాహం చేసుకున్న పరిశ్రవసుడి పుత్రుడు శంతనుడు కురువంశంలో ఒక కొత్త ఆదర్శానికి పునాది వేసారు. ఇంత విశాలమైన, భోగభాగ్యాలతో తుల తూగే గొప్ప రాజ్యాన్ని గడ్డిపోచలా త్యాగం చేసిన దేవాపి, కురువంశ పరంపరలో సాక్షాత్తు ఒక మహనీయుడు, పుణ్యపురుషుడు.

రకరకాల దిగ్విజయులతో ఆనందోల్లాసాలలో మునిగి తేలిన ఆ రోజులన్నింటినీ ఈ రాజ ప్రాసాదం వీక్షించింది.

ఒక్కొక్క రాజప్రాసాదాన్ని వీక్షిస్తూ మేం నడుస్తున్నాం. నేను వీలున్నంతవరకు లోతుగా ప్రతీ దాన్ని చూస్తున్నాను. విశాలమైన రాజప్రాసాదాలు ఎంతో శోభాయమానంగా కనిపిస్తున్నాయి. ప్రాసాదాల, ప్రత్యేక రాతి స్తంభం పైన అందమైన కళాకృతులు చెక్కబడ్డాయి. ప్రతీ స్తంభం, కోయబడ్డ అఖండమైన పాషాణంతో చేయబడింది. రాజభవనాల గోడల పైన కురువంశస్థుల జీవితాలలోని ప్రముఖ ఘట్టాలకు సంబంధించిన అందమైన చిత్రాలు ఉన్నాయి. ప్రతీ రాజ ప్రాసాదం ద్వారానికి అటు ఇటు దాస-దాసీలు వినయ-విధేయతలతో నిలబడి ఉన్నారు. అక్కడ కార్యకలాపాలన్నీ త్వరిత గతితో సాగుతున్నాయి. అక్కడక్కడా యోధుల అందమైన బొమ్మలు,

మల్లయుద్ధ ముద్రలలో ఉన్నాయి. కొన్నిచోట్ల కర్రలతో తయారు చేయబడ్డ పంజరాలలో నెమళ్ళు, కోయిలలు, కపోతాలు, భరద్వాజ పకక్షులు బందీలై ఉన్నాయి. అవన్నీ కేకారాలు చేస్తున్నాయి, కలారావాలు చేస్తున్నాయి. కిచకిచలాడుతున్నాయి. ఆ భవ్య ప్రాసాదం కౌరవుల పరాక్రమాలకి జీవన శిల్పం.

మేము మహరాజ ప్రాసాదంలోకి వచ్చాము. నేను ఎంతో కుతుహలంగా అన్నింటిని చూస్తున్నాను. బంగారు తాపడం చేయబడ్డ ఎత్తైన సింహాసనం పైన మహారాజు ధృతరాష్ట్రులు కూర్చుని ఉన్నారు. సింహాసనం అందమైన నగిషీతో కళ్ళకు మిరుమిట్లు కొట్టేలా ఉంది. మహరాజు శిరస్సున బంగారు కిరీటం ఉంది. కిరీటం అందమైన కళాకృతులతో నిండి ఉంది. ఆయన దేహం పైన ఉన్న రాజసవస్త్రాలు మెరుస్తున్నాయి. మెడలో ముత్యాల, మాణిక్య వైఢూర్యాల మాలలు ఉన్నాయి. వాటి నుండి వచ్చే నీలపురంగు ప్రకాశ వలయం ఆయన కంఠానికి నలువైపులా ఉంది. విశాలమైన వక్షస్థలం గల మహారాజు గారి తెల్లటి గడ్డం కారణంగా ఆయనలో తేజస్సు ఉట్టి పడుతోంది. కాని ఆయన కళ్ళ చుట్టూ నల్లటి వలయం ఉంది. ఆయన కళ్ళు మూసుకున్నట్లుగా ఉన్నాయి. ఆయనకి కుడివైపున కొంచెం కింద వైపు, ఒక మామూలు చెక్కతో తయారుచేయబడ్డ సింహాసనం ఉంది.సౌమ్యంగా ఉన్న తేజస్సు, ఉట్టి పడే ఒక సజ్జనుడు కూర్చుని ఉన్నాడు. అతడు సౌమ్యంగా ఉన్నారు. కుడి భుజంవైపు నుండి వెనక్కి శుభ్రమైన ఉత్తరీయపు అంచుని వేసుకుని ఉన్నారు. దాని లోంచి ఎర్రటి ఆయన పుష్టికరమైన భుజాలు అరటి చెట్టు బోదెల్లా కనిపిస్తున్నాయి. మెరుస్తున్నాయి. ముఖం గుండ్రంగా కలశంలా ఉంది. కళ్ళు శాంతంగా గంభీరంగా ఉన్నాయి. ఫాలభాగం పైన చందనపు పెద్ద బొట్టు ఉంది. మహారాజుకి కుడివైపు ఒక బలాఢ్యుడైన వ్యక్తి స్వర్ణదండాన్ని చేత బట్టి నిల్చుని ఉన్నాడు.

ఎంతో ఆదరంగా వంగి నాన్నగారు మహారాజుకి నమస్కరించారు. నన్ను అలాగే చేయమని సైగ చేసారు. నేను వంగి ప్రణామం చేసాను.

''నేను మీ సేవకుడను సూతరాజు అధిరథుడని మీకు వందనం చేస్తున్నాను. సమ్రాట్! నా పుత్రుడు ఈ కర్ణుడు కూడా మీకు వందనం చేస్తున్నాడు మహారాజా'' నాన్నగారు వంగే చెప్పారు.

''సూత రాజు అధిరథుడా! మీ చంపానగరి విశేషాలు ఏమిటి? నీతో పాటు వచ్చిన యీ పుత్రుడే కదా కవచకుండలాలతో పుట్టాడు. వాడి కవచకుండలాల గురించి మేము చాలా విన్నాం''

''అవును మహరాజా! వాడే ఈ కర్ణుడు.''

''అవునా! వత్స కర్ణా! దగ్గరికి రా!'' ఆయన నావైపు చేయి చాపారు.

నాన్నగారు నాకు దగ్గరికి వెళ్ళమని సౌంజ్ఞ చేసారు. నేను వెంటనే ముందుకు నడిచాను. మహారాజు నాచేతిని తట్టుతూ తన చేతిలోకి తీసుకున్నారు. నేను ఆయన ముఖం వైపు చూసాను. ఆయన కోమలమైన కళ్ళు కనుసన్నలు ఎర్రగా ఉన్నాయి, ఆర్ద్రంగా అయినాయి. కను రెప్పలు ఎత్తడానికి అక్కడి నరాలు ప్రయత్నం చేసాయి. కాని కనురెప్పలు విప్పుకోడానికి బదులుగా కనుసన్నల్లో కన్నీళ్ళు నిండాయి. బుగ్గల పైనుండి కారుతూ ఆ కన్నీళ్ళు, శుభ్రమైన గడ్డంలో కలిసి పోతున్నాయి. నేను వంగి ఆయన కాళ్ళకు వందనం చేసాను. ఆయన నాభుజాలు పట్టుకుని నన్ను లేపారు. ఆయన వణుకుతున్న తన రెండు చేతులతో నాముఖాన్ని తడిమారు. వేళ్ళతో చెవుల

కవచకుండలాలన్ని స్పర్శించారు. థర-థరా అంటూ శబ్దం అయింది. ఈ స్పర్శలో ఒక అద్భుతమైన ఆకర్షణ ఉంది. కనుబొమ్మలను పైకి ఎత్తి కుడివైపు తిరిగి అన్నారు– ''విదురా! నిజానికి ఎంత ఆశ్చర్యకరం. ఈ కవచకుండలాలు ఎంతో అద్భుతమైనవి''.

''అవును మహరాజా! ఇతడి దేహం పైన హిరణ్య వర్ణ కవచం ఉంది.'' 'అధిరథ్! నీవు శ్యామల వర్ణంలో ఉన్నావు. మరి ఈ పుత్రుడికి, హిరణ్య వర్ణం ఎలా వచ్చింది?' విదురుడు నాన్నగారి వైపు చూస్తూ అడిగారు? ''వాడికి తల్లి రంగు వచ్చింది గురుదేవా! నా ప్రార్థనను మన్నించాలి మహరాజా!' నాన్నగారు చేతులు జోడిస్తూ అన్నారు ''చెప్పు అధిరథా! ఏం కోరుకుంటున్నావు? 'రాజకుమారులతో పాటు నా పుత్రుడికి కూడా యుద్ధ–శాస్త్రంలో శిక్షణ లభిస్తే....'

'తప్పకుండా! అధిరథా! ఇప్పుడే వెళ్ళు. గురుద్రోణాచార్యులని కలిసి యుద్ధశాలలో కర్ణుడి పేరు రాయించు.'

కుడివైపు నిల్చుని ఉన్న పొడుగాటి వ్యక్తితో అన్నారు– 'వృష వర్మా! వీరికి కావలిసిన సహాయం చేయి.'

'ఆజ్ఞను శిరసావహిస్తాను. మహారాజా!' రాజదండాన్ని ఏమాత్రం వంచకుండా అమాత్యుడు వృష వర్మ వందనం చేసాడు.

మహారాజు గారికి నమస్కరించి మేం బయటకి వచ్చేసాం. వచ్చే ముందు నేను విదురుడి వైపు చూసాను. అతడి భవ్యలలాటం పైన ఒక చిన్న ముడతని చూసాను. దూరంగా వర్షం కురుస్తున్నప్పుడు అప్పుడప్పుడు మేఘాలు లేని ఆకాశంలో ఒక్క మెరుపు మెరుస్తుంది. ఆ ముడత నాకు అలాగే అనిపించింది.

14

మేము నగరంలోని యుద్ధశాల వైపు బయలుదేరాము.

'మహారాజాగారి కళ్ళకు ఏమయింది?' అని నేను నాన్నగారిని అడిగాను.

''వారు గుడ్డి వారు, వత్సా! అందుకనే వారి భార్య రాజమాత గాంధారీ కళ్ళకు గంతలు కట్టుకుని ఉంటారు. భర్త దుఃఖాన్ని పంచుకోవడానికి వారు అట్లా చేసారు. ప్రపంచాన్ని చూడకూడదని వారి నిర్ణయం.'

''రాజమాత గాంధారీ దేవీ!''

''అవును. యువరాజు దుర్యోధనుడి తల్లి. ఆవిడకి ఇంకా 99 మంది పుత్రులు ఉన్నారు. యుద్ధశాలలో నీవు వాళ్ళందరిని చూస్తావు.''

''మహారాజా పాండురాజు పుత్రులు పాండవులని కూడా చూస్తావు.''

''పాండవులా?''

''అవును. ఈ రాజ్యానికి అసలైన వారసులు పాండురాజే. కాని వారి అకాల మృత్యువు వలన ఈ రాజ్యం ఆయన సోదరుడు ధృతరాష్ట్రులకి లభించింది. పాండురాజుకి ఐదుగురు పుత్రులు. వారినే పురజనులు పాండవులని పిలుస్తారు.'

''అంటే అర్థం, కురువంశంలో మొత్తం అందరు కలిపి నూట ఐదుగురు యువరాజులు ఉన్నారు. ఐదుగురు పాండవులు. వందమంది ధార్తరాష్ట్రులు.'' ఇంతమంది యువరాజులు వాళ్ళలో వాళ్ళు ఎట్లా ప్రవర్తిస్తారో అన్న కుతుహలం నాలో కలిగింది.

''ఇద్దరు మహారాజులు, ఒక పితామహుడు. పితామహులు భీష్ములవారు.'' నాన్నగారు అన్నారు.

''ఇద్దరు మహారాజులా! ఎవరు?

''ఒక మహారాజు ధృతరాష్ట్రులు, రెండో మహారాజు విదురులు.''

'విదురుడు మహారాజు ఎట్లా అవుతారు? కొంచెం సేపటి క్రితమే మీరు వారిని గురుదేవులు అని సంబోధించారు కదా?'

''అవును వత్సా! గురుదేవులు విదురులు ధృతరాష్ట్రుని సోదరుడు. కాని వారు రాజసన్యాసాన్ని స్వీకరించారు.''

'సన్యాసమా! సన్యాసం అంటే ఏమిటి?'

''సన్యాసం అంటే అన్నిత్యాగం చేయడం. రాజ్యం, రాజప్రాసాదాలు, వైభవం, భోగభాగ్యాలు అన్నింటినీ....వేటి మీద వారు హక్కు చూపలేదు. అంతా త్యాగం చేసారు.''

''మరి వారు ఇక్కడ ఎందుకు నివసిస్తున్నారు?''

''తన గుడ్డి సోదరుడి రాజ్యపాలన కుంటుపడకూడదన్న ఉద్దేశ్యంతో... ఆయన అనే ప్రతీ మాటకీ అందరు ఎంతో విలువ ఇస్తారు. ఇదే విధంగా పాండవుల తల్లి రాజమాత కుంతీదేవిని కూడా ఎంతో ఆదరిస్తారు.''

''రాజమాత కుంతీదేవి!'' నేను కొన్ని ప్రశ్నలు వేయబోతున్నాను. ఇంతలో పక్కనున్న పొదరింట్లోంచి ఒక కోయిల కుహు... కుహు అని కూస్తూ అశోక వృక్షం పైనుండి సర్ అంటూ పైకెగిరింది. మా తలల పైనుండి– కలారావం చేస్తూ ఎగిరిపోయింది. నేను దాని వైపు చూశాను. నాకు భగదత్తుడు గుర్తుకు వచ్చాడు.''సప్త స్వరాలలో కూసే కోయిల, ఆడకాకి గూటిలో పెరుగుతుంది. ఎందుకంటే గుడ్డు పెట్టగానే, దాని తల్లి గుడ్డును కాకుల గూట్లో చేరుస్తుంది.'' అని వాడు చెప్పాడు. వాడు ఎంత పిచ్చివాడు. కోకిల ఎక్కడ పెరుగుతుందో తెలుసుకుని చేసేదేముంది? ఉచిత సమయం రాగానే నలుదిశలా వాతావరణాన్ని పరవశింపచేసేలా ముగ్ధమనోహరమైన స్వరం వినిపిస్తుంది. అంతకంటే ఇంకేం కావాలి?

మేము నడుస్తూనడుస్తూ ఒక భవ్య మందిరం వైపు వచ్చాము. ఆ మందిరం విష్ణువుది. ఆ గుడి కలశం బంగారంతో చేయబడింది. నీలాకాశం అస్తమిస్తున్న సూర్యకిరణాలతో మెరుస్తోంది. బంగారు రంగు కిరణాలలో మార్పు వస్తోంది.

''మహారాజుగారే ఈ కలశాన్ని పెట్టించారు.''

ఆ కలశం వైపు వేలితో చూపిస్తూ నాన్నగారు అన్నారు.

నేను ఆలోచించడం మొదలు పెట్టాను. కలశాన్ని ఏర్పాటు చేసిన ఈ మహారాజు గుడ్డివాడు. ఇక్కడి విరాట వైభవం అంతా ఆయనదే కానీ, ఈ సౌందర్యాన్ని ఆయన చూడలేదు. గుడ్డివాడైన రాజుకు ఇంత వైభవాన్ని ఇచ్చాడు కాని చూసే శక్తిని లాక్కున్నాడు. ఇంతటి క్రూరమైన వ్యవస్థను

తయారు చేసిన ఆ దేవుడు గుడ్డివాడు కాదా? వందపుత్రులు, లెక్కలేనంత భవ్య రాజ్యవైభవానికి స్వామి అయిన ఈ రాజుని అదృష్టవంతుడని అనాలా? ఇదంతా చూడడానికి ఆయనకు చూపులేదు, పుట్టు గుడ్డి మరి దురదృష్టవంతుడని అనాలా? తన వంద మంది కుమారులను రాజు గుర్తు పడతారా? కళ్ళు లేని కబోది అయినప్పటికీ ఇంత విశాల సామ్రాజ్యాన్ని ఎట్లా పాలిస్తున్నారు? ఛ... కొన్ని ప్రశ్నలు ఎలా ఉంటాయంటే వాటికి సమాధానాలు కూడా ఉండవు.

"వత్సా! చేరగానే నీవు గురుదేవులకు పాదాభివందనం చేయాలి." నాన్నగారు నడుస్తూనడుస్తూ నాకు సూచన చేసారు.

"నాన్నగారు! గురుదేవులు ఎలా ఉంటారు?" నేను కుతుహలంగా అడిగాను.

"ఇక ఇప్పుడు చెప్పేదేముంది? నీవు వారిని చూస్తావుగా?"

మేం త్వరత్వరగా నడుస్తున్నాం. రహదారులలో నగర వాసులు ఎంతో మంది ఉన్నారు. రహదారికి రెండు వైపులా ఎత్తైన ప్రాసాదాలు ఉన్నాయి. గుడి కలశం బాగా ఎత్తులో గగన గర్భంలో ఉంది. అక్కడ గంటల గణగణలతో ఆకాశం అంతా ప్రతిధ్వనిస్తోంది. మార్గంలో అశ్వపాలకులు గుర్రాలను తీసుకుని, స్త్రీలు కుండలను తీసుకుని గంగానదీ తీరం వైపు వెడుతున్నారు. వాణిజ్య మార్గాలు వ్యాపారస్థులతో నిండిపోయాయి.

చాలాసేపు నడిచాక ఒక పెద్ద ఇనుప మహాద్వారం వద్దకు చేరాము. దానికి రెండువైపులా పాషాణ ప్రాచీరాలు చాలా దూరంవరకు కనిపిస్తున్నాయి. మహాద్వారం భవ్య ఆర్చీ పైన త్రికోణపు కాషాయ రంగు ధ్వజం ఎగురుతోంది. ద్వారపాలకులు మమ్మల్ని చూడగానే వందనం చేసారు. మేం వంగి లోపలికి ప్రవేశించాము. అది కౌరవుల యుద్ధశాల.

లోపల నలువైపులా పెద్ద పెద్ద భవనాలు ఉన్నాయి. మధ్యలో ఒక యోజనం చుట్టు కొలతలో విశాలమైన గోదా ఉంది. దాన్ని కొన్ని భాగాలుగా విభజించారు. ఒకవైపు మల్లయుద్ధం చేసే స్థలం ఉంది. ఇక్కడ ఎర్రటి రంగు మట్టితో గుండ్రంగా గీశారు. అందులో చాలామంది మల్ల యువకుల జంటలు ఒకరిపైన ఒకరు ఎత్తుకు పై ఎత్తులు వేస్తూ కుస్తీలు పడుతున్నారు...గోదా మధ్యలో బలాఢ్యుడైన ఎర్రగా ఉన్న యువకుడు తాళం వేస్తూ నలువైపులా తిరుగుతున్నట్లుగా కనిపిస్తోంది. అతడి దగ్గరికి వెళ్ళే ధైర్యం ఎవరికి లేదు. చేతులు ఎత్తుతూ మొత్తం గోదాలో థా..థై అంటూ నృత్యం చేయటం మొదలెట్టాడు.

"కర్ణా! ఆ యువరాజు భీముడిని చూసావా! ఆ గోదాలో అందరినీ సవాలు చేస్తూ తిరుగుతున్నాడు." అతని వైపు వేలితో చూపిస్తూ నాన్నగారు అన్నారు.

మరోవైపు అశ్వారోహణం కోసం కొంత స్థలాన్ని వదిలేశారు. గుర్రాలు ఒకే వరుసలో పరుగెత్తడానికి గీతలు గీశారు. పరుగెత్తే సమయంలో మాటి-మాటికి అడ్డంకులుండాలని చాలా చోట్ల కందకాలు తవ్వారు. కొన్ని కందకాలు నీళ్ళతో నిండి ఉన్నాయి. పలు చోట్ల పెద్ద-పెద్ద గోడలు ఉన్నాయి. చాలామంది యువకులు ఆ అడ్డంకులన్నీ దాటుతూ, అశ్వాలకు శిక్షణ ఇస్తూ కనిపించారు. తూర్పు వైపు ఖడ్గ యుద్ధ శిక్షణ కోసం క్రీడా స్థలం తయారు చేయబడింది. దాని అంచున చువ్వలు పాతి ఉన్నాయి. ఆ చువ్వల పైన వివిధ రకాల కవచాలు చిన్నవిపెద్దవి డాళ్ళు వేల్లాడేసి ఉన్నాయి. చాలామంది యోధులు ఖడ్గాలతో సాధన చేస్తున్నారు. క్రోధంతో ఒకళ్ళపై ఒకళ్ళు కారాలు మిరియాలు నూరుతున్నారు. ఖడ్గాల ఖణఖణలు ప్రతిధ్వనిస్తున్నాయి. పడమటి

వైపు ఇదే ఆకారంలో క్రీడారగణం ఉంది. అందులో కొందరు యువకులు గదలను తిప్పుతూ గదాయుద్ధ సాధన చేస్తున్నారు. గర్జిస్తూ అటు ఇటు తిరుగుతున్నారు. ఆ విశాలమైన ప్రదేశంలో శూల, (బల్లెం లాంటి ఒక ప్రాచీన ఆయుధం) తోమర (ఈటె వంటి ఒక ప్రాచీన శస్త్రం) శతఘ్ని (ఒక ప్రాచీన శస్త్రం) మొదలైన వాటి కోసం చిన్నవి పెద్దవి క్రీడా స్థలాలు ఉన్నాయి. నలువైపులా రాళ్ళతో నిర్మించిన గదులు ఉన్నాయి. వాటిల్లో అసంఖ్యాకమైన ఆయుధాలు కిక్కిరిసిగా పడివున్నాయి. ఆ గోదాలో ఒక పెద్ద పొడవువెడల్పు గల అరుగు ఉంది. లక్ష్యఛేదన సాధన కోసం ఆ అరుగును ఏర్పాటు చేసారు. ఆ అరుగును ఎటువైపు నుంచి చూసినా, గోదా మధ్యలో ఉన్నట్లుగా కనిపిస్తుంది. ఆ అరుగు మీద పూవులతో అలంకరింపబడ్డ రకరకాల ఆకారాలలో ఉన్న ధనస్సులు ఉన్నాయి. ఒక వైపు లెక్కలేనన్ని బాణాల తూణీరాలు ఉన్నాయి. ఎదురుకుండా లక్ష్య ఛేదనల ఏర్పాటు ఉంది. ఆ అరుగు పైన శ్యామల వర్ణంలో ఉన్న ఒక యువకుడు వీరాసనం వేసుకుని కుడికాలి పాదం పైన బలం వేసి కూర్చుని ఉన్నాడు. చేతిలో ఉన్న వింటి నారిని చెవుల దాకా లాగాడు. ఒక కన్ను మూసి మరోకనుగుడ్డుతో బాణం అంచుని గురి పెట్టి చూసాడు. అతడికి కొంచెం దగ్గరలో, వదులైన వస్త్రాలు ధరించిన, శుభ్రమైన గడ్డంతో ఉన్న , తల వెంట్రుకలను ఒక చోట ముడివేసిన, ఒక పొడగాటి వృద్ధుడు అక్కడ నిల్చుని ఉన్నారు. నది లోతులా ఆయన ఎంతో శాంతంగా కనిపిస్తున్నారు. ఆ శ్యామల వర్ణంలో ఉన్న యువకుడి చేయి వింటి నారిపై ఉంది. ఆ వృద్ధుడు అతడి చేయిని తిన్నగా చేశారు. ఆయన ఆయువకుడికి ఉద్బోధన చేస్తున్నారు. యువకుడు శ్రద్ధగా వింటున్నాడు.

నాన్నగారు ఆ యువకుడి వైపు వేలు చూపిస్తూ అన్నారు 'వత్సా ఇతనే పాండు పుత్రుడు ధనుర్ధరుడు, యువరాజు అర్జునుడు. అతనికి సూచనలు ఇస్తున్నవారు, పూజనీయులైన గురుదేవులు ద్రోణాచార్యుల వారు.''

ధనర్ధరుడు అర్జునుడు! సరే ఎవరైనా! కాని ఇంతకంటే ఇంకా ప్రభావవంతంగా వీరాసనం వేయలేడా? – ఈ ఆలోచన ఒక్కసారిగా నాలో మెరుపు మెరిసినట్లుగా మెరిసింది.

గురుదేవులు ద్రోణులు, అశోక వృక్షంలా భవ్యంగా కనిపిస్తున్నారు. వారి దేహం పైన శుభ్రమైన ఆ వస్త్రాలు ఎంతో హుందాగా ఉన్నాయి. ఆయన పొడుగుకు తగ్గట్లుగా వస్త్రాధారణ ఉంది. ఎంతో శోభాయమానంగా కనిపిస్తోంది.

మేము గోదా అరుగు వైపు నడుస్తున్నాము. ఆ క్రీడాస్థలాలని చూస్తుంటే నా శరీరంలో వేడి తనంతట తానే పెరుగుతున్న అనుభవం కలగసాగింది. లోపలికి దిగి వేగంతో యుద్ధప్రాతిపదిక మీద తిప్పబడుతున్న గదలపై ఖణ ఖణ శబ్దాలు చేస్తున్న ఖడ్గాలపై ప్రహరం చేయాలన్న కోరిక నాలో కలిగింది. విశృఖంలంగా ప్రవర్తిస్తున్న గుర్రాలను వంచి అదుపులోకి తీసుకోవాలి. వాటి నోటి నుండి నురుగు వచ్చేదాకా అదిలించి బెదిరించి అదుపులోకి తీసుకోవాలి. ఏనుగుల తొండాలను పట్టుకుని తిప్పితిప్పి వాటికి అలసట వచ్చేలా చేసి, వాటిని వంచి, చివరికి వాటిపైన ఎక్కాలి అని అనిపించింది. అరుగుపైన కూర్చున్న యువకుడి భుజాలను పట్టుకుని లేపి, ప్రభావవంతమైన వీరాసనం ఎలా వెయ్యాలో అతనికి చెప్పాలనిపించింది. గోదాలో అడవి బర్రెలా అటు ఇటు తిరుగుతున్న ఉద్దండుడైన భీముడితో కుస్తీ పట్టి, అతడి మదాన్ని వదిలించాలి. అహంకారాన్ని అదిమేయాలి అని అనిపించింది.

మేము ఒక పెద్ద ఎత్తైన అరుగు దగ్గరికి వచ్చాము. అక్కడ ధనుర్విద్య నేర్పిస్తారు. పైన కూర్చున్న అర్జునుడు ఒక బాణాన్ని గురిపెట్టి వదిలాడు. ఎదురుకుండా దూరంగా ఉన్న ఒక కొయ్యల్లోనుండి సర్... అంటూ దూసుకు పోయింది. గురి సరిగ్గా నిలబడింది. గురుద్రోణాచార్యులు అర్జునుడి వీపును తడుతూ ఆనందంతో తబ్బిబ్బు అయ్యారు. "సాధువాద్! అర్జునా! దగ్గరిగా వెళ్ళి నీ లక్ష్యసాధన ఎంతగా నెరవేరిందో తెలుసుకో! లక్ష్యబాణం ఎంత లోతుగా దూసుకుని పోయిందో వెళ్ళి చూడు" అని ఆయన అన్నారు. యువరాజు అర్జునుడు ఆజ్ఞను శిరసావహించాడు. లేచాడు. అడుగులు బలంగా వేస్తూ లక్ష్యం వైపు వెళ్ళాడు. ఇంతలో నాన్నగారు ముందుకు నడిచారు. అరుగు కింద నిల్చుని ఆయన గురువర్యులు ద్రోణులకు అభివందనం చేసారు. నేను గురువర్యుల వైపు చూసాను. వారు పడమర వైపు అభిముఖులై నిల్చుని ఉన్నారు. సాయంకాలం అస్తమయమవుతున్న కిరణాలు దట్టమైన శుభ్రమైన వెంట్రుకలు ఉన్న గడ్డంపై పడుతున్నాయి. బంగారు రంగులో మెరుస్తున్నాయి. పొడవుగా దట్టంగా ఉన్న గడ్డపు వెంట్రుకలు సరాసరి పొట్టపై పడుతున్నాయి. కొన్ని వెంట్రుకల కుచ్చులు, గాలి వలన అటు-ఇటు ఎగురుతున్నాయి. లలాటం పైన, భుజాలపైన, ఏ ఆచ్ఛాదం లేని ఉదరం పైన విభూది రేఖలు ఉన్నాయి. తేజోవంతమైన ఫాలభాగం పైన ముసలి తనపు ముడతలు కనిపిస్తున్నాయి. కొనతేరిన ముక్కు. వారి కనుబొమ్మలు తెల్లగా శుభ్రంగా ఉన్నాయి. కింద ఉన్న కళ్ళలో ఎంతో తేజోమయమైన ఆత్మవిశ్వాసం ఉట్టి పడుతోంది. అయినా కళ్ళలో ఎంతో శాంతి కనబడుతోంది. నేను ఎంతో ఆదరంగా వంగి వారికి నమస్కరించాను. ఈ గురువర్యుల దగ్గరే నేను యుద్ధ అస్త్రశస్త్రాల విద్యను అభ్యాసం చేయాలని నాన్నగారి కోరిక.

'ఇతడు నా పుత్రుడు కర్ణుడు." నాన్నగారు నివేదన చేసారు.

గురువర్యులు తప్పకుండా నాకవచ కుండలాల గురించి అడుగుతారని నా నమ్మకం. కాని " నీ పుత్రుడు అధిరథుడా? నీవు ఇవాళ యుద్ధశాలకు వీడిని ఎందుకు తీసుకువచ్చావు." అని నిర్వికార భావంతో అడిగారు.

"మీ పాదాల సేవకు."

"నా సేవకా? ఎందుకోసం?"

"యువరాజులతో పాటు ఎంతో కొంత యుద్ధ విద్య నేర్చుకుంటాడని..."

"యువ రాజులతో పాటుగానా? అధిరథ్! యుద్ధ విద్య కేవలం క్షత్రియులే నేర్చుకోవాలి. అది వారి కర్తవ్యం. నీకు ఇష్టం అయితే నీ పుత్రుడిని యుద్ధశాలలో పని చేయమను. కాని వాడు యువరాజులతో పాటు విద్యాభ్యాసం ఎలా చేయగలుగుతాడు?"

నాన్నగారి ముఖం ఒక్కక్షణం వెలవెల పోయింది. కొంచెంసేపటి వరకు అసలు ఏం మాట్లాడాలో ఆయనకి తోచలేదు.

"గురుదేవుల ఆజ్ఞ" అని చివరికి అన్నారు.

గురువర్యులకు మళ్ళీ అభివందనం చేసాము. వెనక్కి తిరిగి వెళ్ళిపోతున్నాము. ఇంతలో అర్జునుడు మార్గంలో కలిసాడు. లక్ష్యం నుండి బాణం తీసుకుని వస్తున్నాడు. నేను అర్జునుడిని లోతుగా పరిశీలించాను. అతడి దేహం ఆకాశంలా నీలం రంగులో ఉంది. చెక్కిలి మీది భాగం ఈటెలా ఉంది. కొంచెం ముడుచుకుని ఉంది. అతడి తేజోమయమైన కళ్ళు కణతల వైపు

ముడుచుకుని ఉన్నాయి. అతడి ముక్కు కొసగా, తీక్షణంగా ఉంది. ఫాలభాగం పళ్ళెంలా భవ్యంగా ఉంది. కనుబొమ్మలు అందంగా ఉన్నాయి. అతడి ముఖం ఎంతో అందంగా ఉంది. గంట కొట్టినట్లుగా మధురమైన స్వరంతో ''చిన్నాన్న గారూ! చంపానగరి నుండి ఈరోజే వచ్చారా?'' అడిగాడు.

''అవును. నా ఈ పుత్రుడు కర్ణుడిని తీసుకువచ్చాను.''

అర్జునుడు నావైపు చూశాడు. నాకళ్ళ వైపు కన్నా బహుశ నా చెవుల కుండలాల వైపే తీక్షణంగా చూస్తున్నాడు. తను నన్ను ఏదో అడగబోతున్నాడు. ఇంతలో ఆకాశంలో కుండలం లాంటిది ఏదో మాయిద్దరి మధ్య సర్ అంటూ పడింది. మేం అందరం ఆశ్చర్యంతో రెండు అడుగులు వెనక్కి వేశాము. అందరు భయం భయంగా, కొంత కుతుహలంతో పైకి చూసారు. పైన మట్టిరంగు గల ఒక గరుడపక్షి తన విశాలమైన రెక్కలను ఫటఫటా కొడుతూ, ఇటుఅటూ తిరుగుతోంది. మధ్యమధ్యలో తన బలమైన మెడని వంచుతూ తీక్షణంగా భూమి వైపు చూస్తోంది. ఒక నల్లటి పాము కింద నిశ్చేష్ఠంగా పడి ఉంది. బహుశ దానిని మళ్ళీ ముక్కున కరుచుకుని ఎగరాలనే ఉద్దేశ్యంతో గరుడ పక్షి ఆకాశంలో తిరుగుతోంది. ఆకాశం నుండి ఒక్కసారిగా కింద పడటం వలన స్పృహలేనట్లుగా ఉలుకుపలుకు లేకుండా పడి ఉంది. కాని ఒక ఘడియ తరువాత ఒళ్ళు విరుచుకుంటూ చేతి పంజాలాగా పడగ విప్పింది. రెండు మూడు సార్లు బుసలు కొడుతూ, దర్పంగా తన పడగ అటుఇటు ఊపింది. మళ్ళీ భయపడి, ప్రాణభీతితో వంకరటింకరలు తిరుగుతూ ఎటువైపు పడితే అటువైపు పరుగెత్త సాగింది. విద్యుత్తు అంత వేగంగా యువరాజు అర్జునుడు చేతిలో ఉన్న ధనస్సుని ఎక్కుపెట్టాడు. బాణాన్ని సంధించి ధృతగతితో పరుగెత్తుకుంటూ వెళ్ళి కోపంతో పాము పైన గురి పెట్టాడు. ఇంతలో అరుగుపైన నుండి పెద్దగా అరుపు వినిపించింది–'అర్జునా! చెయ్యి కిందకు దింపు.' ఆ అరుపులో ఎంతో బలం ఉంది. ఎవరో వాత పెట్టినట్లుగా వెంటనే అర్జునుడు చేయిని కిందకు దించేసాడు. బాణం ధృతగతితో ఆ పాము ఒక్క క్షణంలో గోదా రాతి ప్రాచీరాలలో ఎటో సరసరా అంటూ పారిపోయింది. మళ్ళీ అరుగుపైన నుండి గొంతు ప్రతిధ్వనించింది.

''యువరాజా! ఆ తుచ్ఛమైన సర్పాన్ని చంపే ముందు నీ లోపల ఉన్న సర్పాన్ని చంపేసేయి. క్రోధ సర్పం ఎంతో భయంకరమైనది. బలహీనుల పైన చేయి ఎత్తకు.''

మేం అరుగువైపు చూశాము– ఆయన గురుదేవులు ద్రోణులవారు.

ఒక యువకుడు ఎంతో వేగంగా అర్జునుడి దగ్గరికి వచ్చాడు. అతడు పొడగాటి వ్యక్తి. అతడి ముఖం సౌమ్యంగా ఉంది.

''ఒక్కసారిగా ధనస్సు ఎలా ఎక్కుపెట్టావు పార్థా?'' అర్జునుడి వీపు తట్టుతూ అతడు ఎంతో సౌమ్యంగా అడిగాడు.

అర్జునుడు మౌనంగా ఉన్నాడు. నేను కళ్ళ తోటే సైగ చేస్తూ నాన్నగారిని ఇతడెవరు? అని అడిగాను. ఆయన నా చెవిలో నెమ్మదిగా చెప్పారు–''యువరాజు యుధిష్ఠరుడు.''

ఒక్క ఘడియలో ఆ భవ్యమైన గోదాలో శిష్యులందరు అర్జుని చుట్టూ చేరారు. ''ఏమైంది? ఏమైంది'' అంటూ గుమిగూడారు. నేను ఆ గుంపు నుండి బయట పడ్డాను . నలువైపులా బాగా గమనించాను. ఎందుకంటే రేపటి నుండి నేను ఇక్కడ యుద్ధ విద్యను నేర్చుకోవాలి. కాని ఒక

ప్రశ్న నాలో మాటిమాటికి తల ఎత్తుతోంది. నేను యువరాజులతో పాటు విద్య ఎందుకు నేర్చుకోకూడదు? ఇంతకు ముందు కొంచెం సేపటి క్రితం 'యుద్ధ విద్య కేవలం క్షత్రియుల కర్తవ్యం' అని గురుదేవులు అన్నారు. క్షత్రియులు అంటే అసలు అర్థం ఏమిటి? ఒకవేళ నేను క్షత్రియుడను కాకపోతే, ఇక ముందు క్షత్రియుడను కాలేనా?

నాపేరు, శోణుడి పేరు అక్కడ పాఠశాలలో రాయించి మేము భవ్య ద్వారం నుండి బయటకి వచ్చేసాము. నాన్నగారు మౌనంగా ఉన్నారు. ''నాన్నగారు? నేను రాజకుమారులతో పాటు విద్య ఎందుకు నేర్చుకోకూడదు?'' అని నేను ఇక ఉండలేక అడిగాను.

''ఎందుకంటే నీవు క్షత్రియుడవు కావు వత్సా''

''క్షత్రియుడు! క్షత్రియుడు అంటే అర్థం ఏమిటి?''

''ఎవరైతే రాజవంశంలో పుడతారో, వాళ్ళు క్షత్రియులవుతారు. నీవు సూత కులంలో ''పుట్టావు వత్సా!'' నాకు తెలియచెబుతూ, నా భుజాలను తట్టారు. ''కులమా! రాజకులంలో జన్మించిన వారికి వేయి చేతులు ఉంటాయా? వాళ్ళకే ఎందుకు ఇంత విలువ ఇస్తారు?''

''ఇదంతా నీకు అర్థం కాదులే. రేపటి నుండి నియమంగా ఈ శాలకి రావాలి. ఏ ఏ విద్యలు నేర్పిస్తే ఆయా విద్యలను నేర్చుకోవాలి.''

ఆయన ఇచ్చిన జవాబు నన్ను సంతృప్తి పరచలేదు. నా మనస్సు ఓ పిచ్చిదానిలా మహారాజు ధృతరాష్ట్రుడు - గురు ద్రోణులను తులన చేయసాగింది. ఎంతో స్నేహంగా నా ముఖాన్ని తన దోసిళ్ళలో తీసుకుని తన గుడ్డి కళ్ళతో నా కవచకుండాలాలను, చూడడానికి ప్రయత్నం చేసే హస్తినాపురం మహారాజు ధృతరాష్ట్రుడు ఎక్కడ? నా అందమైన కవచకుండలాల పేరును కూడా ఎత్తని గురుద్రోణులెక్కడ? నిజానికి ఆ మహారాజుకి, గురు ద్రోణులకి ఎంతో తేడా ఉంది. బలహీనులపై చేయి ఎత్తరాదు అని గురుద్రోణులు అన్నారు. సర్వాన్ని దుర్బలంగా ఎంచే కౌరవుల గురువు చతురుడా? లేక వ్యావహారికత తెలియని వాడా? ఒక్క క్షణంలో ఆ నల్లటి నాగు యువరాజు అర్జునిడిని కాటేస్తే ఏమయ్యేది. అతడు నలుపు నీలంగా మారిపోయేవాడు కాదా? యువరాజు అర్జునుడు నాకు మధ్య పాము వచ్చి పడింది, మరి ఈ సంఘటన అశుభం కాదా? ఛీ! మనస్సు ఎంత విచిత్రమైనది! నిజానికి అది యాదృచ్ఛికం. కాని గరుడ పక్షిని చూసిన వెంటనే నాకు ఎప్పుడు శోణుడు వేసే ప్రశ్న యథాతథంగా గుర్తుకు వస్తుంది- ''అన్నయ్యా! నీవు కూడా గరుడ పక్షిలా పై పైకి వెళ్ళగలవా?'' పిచ్చి శోణా! నేను ఎన్నోసార్లు ప్రత్యక్షంగా అప్పుడప్పుడు గరుడ పక్షి తన తిండితిప్పల కోసం, కాకిలా ఈ భూమికి నలువైపులా తిరుగుతూ ఉండడం చూశాను. లేకపోతే అది ఆకాశంలో ఎప్పుడు ఉవ్వెత్తుగానే ఉంటుంది.

మేము రాజప్రాసాదానికి వచ్చాము. శోణుడు ఆ గదిలోనే కూర్చుని మా కోసం ఎదురు చూస్తున్నాడు. అక్కడే అమాత్యులు వృషవర్మ నిల్చుని ఉన్నారు. సంధ్యాకాలపు మసక మసకగా కనిపిస్తున్న శోభ మొత్తం రాజభవనం అంతటా పరుచుకుని ఉంది. దీనివలన రాజప్రాసాదం ఆకాశంలా భవ్యంగా ఉన్నా, ఎంతో ఉదాశీనంగా, పేలవంగా అనిపిస్తోంది. నేను, అమాత్యులు, నాన్నగారు, శోణుడు రాజభవనానికి దక్షిణంలో ఉన్న గదిలోకి వెళ్ళాము. నాన్నగారి నివాసం

అక్కడే. ఆ గదిలో తూర్పువైపున ఒక గవాక్షం ఉంది. నేను అందులోంచి తల బయట పెట్టి చూశాను. దూరంగా ఉన్న యుద్ధశాల భవ్య గోదా చుట్టూ నలువైపులా రాళ్ళతో నిర్మితమైన ప్రహరీలు ఉన్నాయి. అక్కడంతా మసకమసకగా ఉంది. గంగానది రాజప్రాసాదం చుట్టూ శాంతిగా ప్రవహిస్తోంది. రోజంతా ఆడిఆడి అలసిసోలసిపోయి నిద్రబోయే చిన్న పిల్లడిలా హస్తినా పురంలో నెమ్మదినెమ్మదిగా నిశ్శబ్దం వ్యాపించింది. ఒక సేవకుడు లోపలికి వచ్చాడు. అతడు తన చేతిలో వెలుగుతున్న దివిటీతో మూల ఉన్న రాతి దీపపు స్తంభంలోని వత్తికి అంటించి దీపాన్ని ప్రజ్వలితం చేసాడు. దీపపు స్తంభం ఇంగుది నూనెతో నిండి ఉంది. అమాత్యులు, నాన్నగారు, శోణుడి ముఖాలు ఇప్పుడు స్పష్టంగా కనిపిస్తున్నాయి. ''సూత రాజా! నీ పుత్రుడి పేరు రాయించారు కదా?'' అమాత్యులు ఎంతో నమ్మకంగా అడిగాడు.

''రాయించాను.' నాన్నగారు జవాబిచ్చారు. కాని ఆయన ఏదో లోతైన ఆలోచనలో మునిగి పోయి ఉన్నారు.

''సరే! మీకు ఏ వస్తువులయినా కావాలంటే బయట ఉన్న సేవకుడికి సూచన ఇవ్వండి. వాడు అన్ని ఏర్పాట్లు చేస్తాడు. ఇక నేను వెడతాను.'' అంటూ అమాత్యులు వెళ్ళి పోయారు.

వంటశాల నుండి ఒక సేవకుడు మా కోసం భోజనం తెచ్చాడు. భోజనం చేశాక మేము పిచ్చాపాటి మాట్లాడుకుంటూ కూచున్నాము. సంభాషణ మొదలయింది. తన స్వభావం కనుకూలంగా శోణుడు ఎన్నో ప్రశ్నలు వేస్తున్నాడు. కాని వాడు వేస్తున్న ప్రశ్నలను నేను అంతగా గమనించడం లేదు. మంచం మీద కూర్చుని, మూల వున్న రాతి స్తంభంపు దీపంలోంచి వస్తున్న వెలుతురు వంక చూస్తున్నాను. ప్రకాశించేది ఏదైనా, దాని పట్ల నేను ఆకర్షితుడనవుతాను. ఈ ఆకర్షణ అద్భుతమైనది. ఆ వెలుగువంక చూస్తుంటే ఒకదాని తరువాత ఒకటి జరిగిన ఘటనల దృశ్యాలు కళ్ళ ముందు కదలాడ సాగాయి. వాటన్నింటిని ఒక మాలగా గుచ్చాలని నా మనస్సు ప్రయత్నిస్తోంది. తన రెండు చేతులు ఎత్తి నా దగ్గరికి రావాలని రథం వెనుక ఏడుస్తూ పరుగెత్తుతున్న శోణుడు.... ఒక్కసారిగా తన నిర్ణయం మార్చుకొని నాన్నగారు.... కాని శోణుడి బాధను చూసి కరిగిపోయే నాన్నగారు.... ఈ హస్తినాపురం రాజభవనపు మహాద్వారాన్ని దాటగానే, గాలి దుమారం లా ఒక్కసారిగా బయటి నుండి వచ్చి మా ఎదురుకుండా మొట్ట మొదటిసారిగా నిల్చున్న యువరాజు దుర్యోధనుడు.... అతడి దర్పంతో కూడిన నడక. కురువంశంలో నేను చూసిన మొదటి వీరుడు. ఎంత స్నేహంగా నా కుండలాలకు సంబంధించిన భావాలను వ్యక్తం చేశాడు. నాభుజం మీద చేయి వేసి అతడు ఎంత ఆత్మీయంగా నా వంక చూసాడు. రాజకుమారుడంటే దుర్యోధనుడిలా ఉండాలి. ముఖంలో రాజసం ఉట్టి పడుతోంది. నా ముఖాన్ని తన చేతులతో స్పర్శించిన అతడి తండ్రి ధృతరాష్ట్రుడు. రాజప్రాసాదం ఎదురుకుండా ఉన్న సరస్సులోని కమలంలా కనిపించే విదురులు. తనలో తను పూర్తిగా మునిగిపోయి పిచ్చివాళ్ళలా కుస్తీశాలలో అటు ఇటు చక్కర్లు కొట్టే భీముడు. కొత్తగా నేర్చుకున్న వాడిలా వీరాసనం వేసుకుని ధనుర్ధరుడి రూపంలో అర్జునుడు. మనస్సు లోతును తెలుసుకోలేని మహాసాగరం లాంటి గురువర్యులు ద్రోణులు. చిన్నప్పుడే పెద్దవాడిలా మాటలు మాట్లాడే, పెద్ద వాళ్ళల్లా ప్రవర్తించే యుధిష్ఠిరుడు.

దేనినైనా సరే పరిశీలించడం నా స్వభావం. యువరాజు దుర్యోధనుడు, అర్జునుడు, మహారాజు ధృతరాష్ట్రుడు, గురుదేవులు ద్రోణులు, విదురులు, యుధిష్ఠరుడు– ఒకరితో ఒకరిని పోల్చే ప్రయత్నం చేసింది నా మనస్సు. కాని వాళ్ళని పోల్చడం కష్టతరం అయింది. అందరిలోను ఎవరి ప్రత్యేకమైన గుణాలు వాళ్ళకు ఉన్నాయి. ఎవరి అస్తిత్వం వాళ్ళది. అసలు ఈ ప్రపంచంలో ఎన్నో రకాల మనుషులు ఉన్నారు. భిన్నభిన్న స్వభావాలు వాళ్ళవి. వీళ్ళ గురించి దేవుడికే ఎరుక. అసలు ఏం ఊహించి వాళ్ళ సృష్టి జరుగుతుంది? ఎందుకు జరుగుతుంది? ఈ విశ్వ నిర్మాత అసలు ఎవరు? ఎంత గొప్ప కళాకారుడు. ఏ ఉద్దేశ్యంతో ఇంతమంది నమూనాల సృష్టి జరిగింది? అసలు ఏ ఒకరు మరొకరిలా ఉండరు. ఒకవేళ ఉన్నా, వాళ్ళలా అక్షరాలా అదే విధంగా ఉండరు. ఈ ప్రశ్నలకు తర్కసంగతంగా ఎవరూ జవాబులు చెప్పలేరు.

ఎదురుకుండా ఉన్న రాతి స్తంభంలో ఇంగుది నూనె అయిపోతోంది. దాని వెలుగు తగ్గిపోతోంది. శోణుడు ఎప్పుడో నిద్ర పోయాడు. రోజంతా ప్రయాణం చేయడం వలన, రాజనగరం అంతా కాలి నడకన తిరగడం వలన నాన్నగారికి కూడా గాఢనిద్ర పట్టింది. నేను నెమ్మదిగా లేచాను. కొండెక్కుతున్న దీపాన్ని ఊది ఆర్పేసాను. కొండెక్కిన దీపం నుండి వస్తున్న నల్లటి పొగ నా ముక్కులో చొరబడింది. నేను వచ్చి మంచం మీద వాలాను. హస్తినాపురం లో అది నామొదటి రోజు. స్మృతులు బహుశ అతిథిలా స్వేచ్ఛాచారులై ఉంటాయి. అవి వాటి ఇష్టం వచ్చినప్పుడు మానస ద్వారం దగ్గర వచ్చి నిల్చుంటాయి.

నాకు ఒక్కసారిగా రాధామాత గుర్తుకు వచ్చింది. చంపానగరిలో మా పర్ణకుటీరంలో ఆమె వంటరిగా ఉంది. ఈ తలపు రాగానే నా మనస్సు వ్యాకులత చెందింది. రోజంతా పర్ణకుటీరంలో ఉండాలంటే ఆమెకు ఎంతో కష్టమే. మనస్సు కలత చెందుతుంది. అక్కడ నేను లేను అన్న సంగతి మరచిపోయి ఎప్పటి లాగానే మాటిమాటికి వసు! వసు! అంటూ పిలుస్తునే ఉండవచ్చు. నిజానికి అమ్మప్రేమ లోకం లోని సమస్త ప్రేమకు తలమానికం కాదా? పెన్నిధి కాదా? నేను వచ్చేముందు గుర్తుగా నాకో చిన్న వెండి పెట్టె ఇచ్చింది. అన్నింటిని వదిలేసి, ఆమె తన ముద్దుల కొడుకుకి ఈ విచిత్రమైన వస్తువును ఎందుకు ఇచ్చింది? "నీకు నేను గుర్తుకు వచ్చినప్పుడల్లా నీవు ఈ పెట్టెను చూసుకో, దీంట్లోనే అమ్మను చూసుకో." నిజానికి అమ్మ ఎంత అమాయకురాలు. మనస్సెంత మంచిది. ఒక ప్రాణం లేని వస్తువు అమ్మ చోటుని ఎలా పూర్తి చేస్తుంది? అసలు ఆమె ఇలా అనుకొని కూడా ఉండదు. అమ్మా! పాలదాహాన్ని ఎక్కడైనా మజ్జిగ తీరుస్తుందా? అమ్మా! సరే ఏమైనా సరే ముందు నీ భావాలే నాకు సమస్తం. నాజీవితంలో చివరి క్షణంవరకు ఈ జ్ఞాపకం చెరిగిపోదమ్మా! నా ఉత్తరీయం ముడివిప్పి మెల్లగా, పెట్టెను పైకి తీశాను. ఎంతో శ్రద్ధగా దానిని కళ్ళకద్దుకున్నాను. మంచం పైన ఒక మూలన దానిని మెల్లిగా పెట్టాను. ఈ ప్రపంచంలో నాకు ఇష్టమైన వ్యక్తులు ముగ్గురే. ఒకరు మా అమ్మ, రెండు నాన్నగారు, మూడు శోణుడు. మరో మూడింటి పట్ల నాకెంతో ఆకర్షణ ఉంది. తన లెక్కలేనన్ని అలల అసంఖ్యాకమైన ముఖాలతో గంటలకొద్దీ నాతో మాట్లాడే గంగమ్మ తల్లి, రెండు ఎప్పుడూ ఉత్సాహంగా ప్రచండ ప్రవాహంతో ప్రకటితమయ్యే ఆదిత్య నారాయణుడు, మూడోది అమ్మ గుర్తుగా ఇచ్చిన ఈ చిన్న వెండిపెట్టె, ఈ పెట్టె వలన నాకు చంపానగరి, అంతా గుర్తుకు రాసాగింది. నా మానస దూడ మాతృభూమిస్తనాల

గుమ్మపాలు తాగడం మొదలు పెట్టింది. జ్ఞాపకాల మధురమైన పాలధారలు ప్రవహించడం మొదలు పెట్టాయి. పాల తీపిని రుచిచూస్తూ నేను ఎప్పుడు నిద్రలోకి జారుకున్నానో నాకే తెలియదు.

15

ప్రాతఃకాలంలో పక్షుల కలారావాలతో నాకు మెలుకువ వచ్చింది. గవాక్షాన్ని తెరచి బయటకు చూసాను. ఆకాశంలో చీకటి పల్చబడుతోంది. గంగ బంగారు ప్రవాహం పొగమంచు వస్త్రాన్ని కప్పుకుని ఉంది. హస్తినాపురం అంతా మెల్లమెల్లగా మేల్కొంటోంది. తెల్లవారుతోంది. పొడిగా ఉన్న మరో కండువాని తీసుకుని నేను గదిలో నుండి బయటకి వచ్చేశాను. ఈ సమయంలో గంగానది దగ్గర ఎవరూ ఉండరు. గంగలో హాయిగా స్నానం చేయవచ్చు అని అనుకున్నాను. నేను చెలియలి కట్ట వైపు నడుస్తున్నాను. సృష్టి నలువైపులా పరుచుకుని ఉన్న పొగమంచు దుప్పటిని తీసేయడానికి సిద్ధంగా లేదు. అన్ని మార్గాలు, రాజ ప్రాసాదాలు, మసక మసకగా ఉన్న పొగమంచులో ఎంతో అందంగా కనిపిస్తున్నాయి. గంగానది ఒడ్డున ఉన్న గుడిలో ఒక గంట మోగుతోంది. ఆ నిశ్శబ్ద నీరవంలో గంట గణగణల ధ్వని స్పష్టంగా వినిపిస్తోంది. శబ్దం వస్తున్న వైపు నేను నడక సాగించాను. అమ్మ చేసిన హెచ్చరిక నాకు గుర్తుకు వచ్చింది. ''గంగ నీళ్ళలో పూర్తిగా మునగకు.'' నేను మనస్సులోనే నవ్వుకున్నాను. పాపం అమ్మ ఎంత పిరికిది. అమ్మ నన్ను ఇంకా పాలు తాగే పసివాడు అని అనుకుంటోందా? ఇప్పుడు నేను పదహారు సంవత్సరాలు నిండిన కిశోరుడిని. నీళ్ళంటే నాకేం భయం? గంగ నన్ను ముంచుతుందా? ముంచదు కాక ముంచదు. ఆలోచనలలో మునిగి తేలుతూ చెలియలికట్ట దాకా వచ్చాను. నాతో తెచ్చుకున్న ఉత్తరీయాన్ని ఒక మెట్టు మీద పెట్టాను. అధరీయ వస్త్రాన్ని (కొల్లాయి బట్ట) గట్టిగా బిగించి కట్టుకున్నాను. ఎదురుకుండా చూశాను. కొంతదూరంవరకు స్పష్టంగా నది కనిపిస్తోంది. అంతటా తెల్లటి పొగమంచు కప్పుకుని ఉంది. నేను ఆ నదికి ఆదరంగా నమస్కరించాను. రెండు చేతులను ముందుకు చాచి ఒక్కసారిగా నదిలో దూకాను. నీళ్ళ స్పర్శ వేడిగా అనిపించింది. దాదాపు ఒక గంట దాకా నేను ఇష్టమొచ్చినట్లుగా మునకలు వేశాను. ఒక ఘడియ తరువాత పొగ మంచంతా విడిపోయింది. నేను ఈదుకుంటూ చెలియలి కట్ట దాకా చేరాను. తడిసిన అధరీయ వస్త్రాన్ని మార్చుకున్నాను. తడిసిన వస్త్రాన్ని మళ్ళీ తడిపి, పిండి మెట్టుపైన పెట్టాను. ఎదురుకుండా చూశాను. దూరంగా సూర్యభగవానుడు మెల్లమెల్లగా పైకిలేస్తున్నాడు. సూర్యకిరణాలు నీళ్ళకు చక్కిలి గింతలు పెడుతూ లేపుతున్నాయి. దోసిళ్ళల్లో నీళ్ళు తీసుకుని సూర్యభగవానుడికి అర్ఘ్యం ఇచ్చాను. సూర్యుడిది ఎంత చక్కటి భవ్యరూపం. నాకు ప్రతిరోజు ఆయనలో కనిపించే కొత్త రూపంలో ఒక కొత్త కాంతి గోచరమవుతుంది. ప్రతిరోజు ఒక కొత్త ఆవిష్కరణ, ఒక కొత్త దీప్తివలయం. ఒకరోజు కనిపించిన శోభ మరోరోజు కనిపించదు. ఆశోభ నిత్యనూతనం. మరునాడు ఆ శోభలో రెండోరోజు మరో కొత్త ఆకర్షణ. చూడగానే ఉత్సాహం ఉప్పెనలా ఉప్పొంగుతుంది. వేల యోజనాల దూరంలో ఉన్న ఆ తేజస్సు నాకూ మధ్య ఏ మాత్రం తేడా లేదు అని అనిపిస్తుంది. నాదేహం ఎందుకో తేలికగా అయినట్లుగా నాకు అనిపించేది. నాకు

తెలియకుండానే చేతులు జోడించేవాడిని. కళ్ళు వాటంతట అవే మూసుకుపోతాయి. నేను నాలో నేను దానిని గురించి తర్జనభర్జనలు చేస్తూ ఉంటాను. లక్ష యోజనల దూరం వరకు నాకు కేవలం వెలుగే కనిపించేది. ఒక తేజస్సుతో కూడిన వెలుగు. తేజస్సుగా ఉన్నా చల్లగా అనిపిస్తుంది. అనుభవం లోకి వస్తుంది. ఏ కారణం లేకుండానే, ఎందుకో ఆ తేజస్సుతో నాకేదో సంబంధం ఉంది అని అనిపిస్తుంది. విశ్వంలోని పెను చీకటిని పటా పంచలు చేసే ఆ అఖండ మహాదీపం ఏవో అజ్ఞాత దారాలతో నాతో పాటు కలిసి ఉందా అని అనిపిస్తుంది. నన్ను నేను మరచి పోతాను. ఆ దారాల సహాయంతో దూరదూరాలకు ఉవ్వెత్తున పయనిస్తాను.

ఈ రోజు ఆ తేజోరూపం ఎంతో మనోహరంగా ఉంది. నేను ఎంతో శాంతంగా రెండు చేతులు జోడించి కళ్ళు మూసుకున్నాను. నేను వెలుగుల ఆ మహా సముద్రంలో ఒక అలనై పోయాను. ఆ కెరటానికి తనదంటూ ఒక స్వతంత్రమైన అస్తిత్వంలేదు. బహుశ ఆ కెరటం స్వతంత్రమైన అస్తిత్వం కావాలని కోరుకోలేదేమో. ఆ సాగరంలో లేచే ఎన్నో తరంగాలలో ఒక తరంగం అది.

ఎవరో నా భుజాలను స్పర్శించారు. మొదట నాకు స్పష్టంగా ఏమీ తెలియలేదు. కాని ఎవరో నా భుజాలని పట్టుకుని ఊపేస్తున్నారు. నేను నెమ్మదిగా కళ్ళు తెరిచాను. వెనక్కి తిరిగి చూసాను. ఒక వృద్ధుడు నా వంక చూస్తున్నాడు. ఆయన ముఖం ఎంతో శాంతియుతంగా ఉంది. ఆయన గడ్డం, తలవెంట్రుకలు, కనుబొమ్మలు తెల్లటి మేఘాలలా శుభ్ర –ధవళంగా ఉన్నాయి. భవ్యమైన ఫాలభాగం పైన భస్మంతో గీసిన పొడగాటి రేఖలు ఉన్నాయి. ఆయన చేయి నా భుజంపైన ఇప్పటికీ అలాగే ఉంది. ఆ చేయి నాకు ఎంతో బలంగా అనిపించింది. ఎవరు ఈ వృద్ధులు? వెంటనే నా మనస్సనే విల్లు పై, ప్రశ్నలనే ఈటెలను సంధించసాగాను. అసలు నేను వీరిని ఎక్కడా ఎప్పుడు చూడలేదు.

ఆయన ఎంతో కుతుహలంగా అడిగారు–

''వత్సా! నీవు ఎవరవు?'

'సూత పుత్ర కర్ణుడిని.'

''సూత పుత్రుడా? ఏ సూతుడి పుత్రుడివి?'

''చంపానగరి, అధిరథి గారి పుత్రుడిని.'

''అధిరథుడా?'

''అవును. మరి మీరు?' నేను ఎంతో ఉత్సుకతతో అడిగాను.

''నేను భీష్ముడిని.' ఆయన గడ్డంలోని వెంట్రుకలు గాలికి అటు–ఇటు ఎగురుతున్నాయి.

భీష్ములా? పితామహులు భీష్ముల వారా? కౌరవులు–పాండవులకు వందనీయులైన భీష్ములవారా? గంగా పుత్రులు భీష్ముల వారా? కురువంశ గుడి కలశం భీష్ముల వారా? యోధుల రాజ్య ధ్వజం భీష్ముల వారా? నేను ఒక్కసారిగా దిగ్భ్రాంతుడనయ్యాను. కురువంశ పరాక్రమం నా ఎదురుకుండా గంగానది ఒడ్డున నిల్చుని ఉంది.

ఒక విశాల వటవృక్షం ఎదుట గడ్డి పోచలా నేను నిల్చున్నాను. అసలు ఏం చేయాలో నాకే అర్థం కాలేదు. ఎలాగోలాగా నన్ను నేను సంబాళించుకుని, తల వంచి వారికి వందనం చేసాను. ఆయన వెంటనే నన్ను లేవ నెత్తారు.

''నీవు పూజలో లీనం అయి ఉన్నావు. నిన్ను నేను లేపాను. అందువలన నీవు కలత చెందలేదు కదా?'

'లేదు.' అని అన్నాను.

''వత్సా! నిజంగా నిన్ను లేపాలన్న కోరికను నేను ఆపుకోలేకపోయాను.'

నేను ఆశ్చర్యంగా వారి వంక చూస్తున్నాను.

''ఇప్పటికి దాదాపు ముప్పై సంవత్సరాలయినాయి. ప్రతీ రోజూ నియమంగా నేను ఈ గంగా నది ఒడ్డుకు ఇదే సమయంలో వస్తున్నాను. కాని నా కన్నా ముందుగా ఈ హస్తినాపురంలోని ఏ వ్యక్తి ఇప్పటి వరకు ఇక్కడికి రాలేదు. మొదటి వ్యక్తివి నీవే. ఇవాళే నిన్ను చూస్తున్నాను.' అని ఆయన అన్నారు.

''నేనా?'' అసలు ఏమనాలో నాకేం అర్థం కాలేదు.

''అవును. చాలా సేపు ఎదురు చూసి చివరకి నిన్ను మేల్కొలిపాను.''

నా చెవుల కున్న కవచకుండలాల వైపు చూస్తూ అన్నారు– 'ఈ కుండలాల కారణంగా నీవు ఎంతో మంచివాడిగా కనిపిస్తున్నావు.'

''ఇవి నాకు పుట్టుకతోనే వచ్చాయి.'' నేను అన్నాను.

''ఎల్లప్పుడు వీటి మీద దృష్టి పెట్టు' అంటూ ఆయన నెమ్మదిగా అడుగులు వేస్తూ రేవు దగ్గరి మెట్లను దిగడం మొదలు పెట్టారు. పర్వతంలా భవ్యంగా కనిపించే వారి దేహం కనుమరుగుకాసాగింది. నదిలో గొంతు దాకా వారు నీళ్ళలో నిల్చున్నారు. వారి తలనీలాలు నీళ్ళలోని కెరటాలతో ఈదుతున్నాయి. శుభ్రమైన కేశాలతో కప్పుకుపోయి ఉన్న పాలభాగం గంగా జలం పైన శుభ్రమైన కమలంలా శోభాయమానం అయి ఉంది. నేను నిల్చున్న చోటు నుండే వారికి వందనం చేసాను. ఆర్ద్రతతో ఉత్తరీయాన్ని భుజం పైన వేసుకుని నేను రాజభవనానికి తిరిగి వెళ్ళాను. పితామహులు భీష్ములవారి దర్శనంతో హస్తినాపురంలో నా ప్రథమ ప్రభాతం మొదలయింది.

అసలు ఈ విచిత్ర మైన కలయిక నన్ను ఎంతో ఆశ్చర్యపరిచింది. ఏ పితామహులు భీష్ముల వారిని చూడాలని నిన్న పగలంతా తాపత్రయ పడ్డానో, వారు స్వయంగా నాకు దర్శనమిచ్చారు– అది కూడా వంటరిగా, ఈ గంగా ఘాట్ దగ్గర అందమైన ఉషోదయం వేళ. వారి కంఠం ఎంత మధురంగా ఉంది. గుడిలోని గర్భ గుడిలా వారి ముఖాకృతి ఎంత శాంతియుతంగా, పవిత్రంగా ఉంది. నాలాంటి ఒక సాధారణ సూత పుత్రుడి ఏ మాట అయినా వారికి ప్రియంగా అనిపిస్తుందా? కౌరవులలో జేష్ఠుడు, రాజాధిరాజు అయిన ధార్తరాష్టుడు, నా భుజం పైన చేయి వేసి స్నేహంగా కుశల– సమాచారాలు అడిగారు. నిజానికి దురహంకారం లేని వీర పురుషులు ఎంతో గొప్పవారు. ఏ కులంలో అయితే పితామహులు లాంటి వీరులు నిగర్వులైన శ్రేష్ఠ పురుషులకు జన్మిస్తారో నిజానికి ఆ కులం ఎంతో ఉన్నత మైనది. ధన్యమైనది. ఇటువంటి రాజ ప్రాసాదంలో ఉండే అదృష్టం నాకు దక్కింది. ఇప్పుడైతే ఈ వీరులైన పుణ్యపురుషుల దర్శనం నాకు మాటి మాటికి అవుతుంది. శాంతంగా తేజోమయంగా ఉండే ఆ కళ్ళ కృపా దృష్టి ఎల్లప్పుడు నాపైన ఉంటుంది. నా జీవితం లో నేను ముగ్గురు వ్యక్తులను ప్రేమిస్తాను. ఇప్పటి నుండి భీష్మ పితామహులనీ ప్రేమిస్తాను.

16

నేను రాజ ప్రాసాదానికి రాగానే యుద్ధశాలకి వెళ్ళాలి, వెంటనే సిద్ధంగా ఉండాలని చెప్పారు. నేను వెంటనే తయారయ్యాను. శోణుడు ఇంతకు ముందే సిద్ధంగా ఉన్నాడు. నాకోసం ఎదురు చూస్తున్నాడు. అమ్మ ఇచ్చిన చిన్ని పెట్టెను గూట్లో దాచి పెట్టుకున్నాను. దానిపైన నాలుగు పారిజాత పుష్పాలు పెట్టాను. ''అమ్మా! నీ వసు జీవితంలో ఒక కొత్త మలుపు వస్తోందమ్మా! యుద్ధశాలకి నేను మొదటి సారిగా వెళ్తున్నానమ్మా! నువ్వు ఆశీర్వదించమ్మా!'' అంటూ పెట్టెకి దండం పెట్టుకున్నాను.

''కర్ణా! శోణా! త్వరగా బయలు దేరండి.' అని నాన్నగారు బయట నుండి పిలిచారు.నేను గవాక్షం నుండి బయటకి తొంగి చూసాను. సూర్యనారాయణుడు తూర్పువైపు నుండి నవ్వుతూ గగనమంతా వెలుగుతో నింపేసాడు. ఆయన ప్రతిబింబం గంగా జలంలో పడటం వలన సూర్యభగవానుడి రెండు రూపాలు కనబడసాగాయి. ఒకటి ఆకాశంలోని సూర్య దేవుడు. రెండు భూమి పైని సూర్యభగవానుడు. నేను శోణుడి చేయి పట్టుకుని గదిలోంచి బయటికి వచ్చాను.

మేం ముగ్గురం యుద్ధశాలకి వచ్చాము. నిన్నటి కన్నా ఇవాళ అక్కడ యువకులు ఎక్కువ సంఖ్యలో ఉన్నారు. వాళ్ళందరు ఆయనకి నలువైపులా కూర్చుని ఉన్నారు. అంతటా శాంతిగా ఉంది. శాంతియుతమైన, గంభీరమైన వాళ్ళ స్వరాలు వినిపిస్తున్నాయి. బహుశ వాళ్ళు ప్రాత:కాల ప్రార్థన చేస్తున్నారు. ''ఓం ఈషా వాస్యమ్ ఇదం సర్వమ్.... '' చాలా సమయం ఈ ప్రార్థన కొనసాగుతునే ఉంది. వెనక్కి వెళ్ళి పొమ్మని నేను నాన్నగారితో అన్నాను.

నేను ఆ భవ్యమైన గోదా పైన దృష్టి సారించాను. అంతటా శాంతియుత వాతావరణం. కాని ఇంకో ఘడియ తరువాత వేగంగా వీచే తూర్పుగాలుల రణగొణ ధ్వనులు మొదలవుతాయి. వాతావరణంలో పెనుమార్పు వస్తుంది. రకరకాల శస్త్రాల శబ్దాలన్నీ కలిసి ఒక విచిత్రమైన ధ్వనికి నాందీ పలుకుతాయి. ఇక యువకులందరు ఉత్సాహంగా హర్ష ధ్వనులు చేస్తారు. ధ్వని ఇంకా తీవ్రమవుతుంది.

ప్రార్థన ముగిసింది. మధ్యన కూర్చున్న గురుదేవులు ద్రోణులవారు శాంతియుతంగా లేచి నిల్చున్నారు. ఆయన రెండు చేతులు ఎత్తి శిష్యులందరికి ఆశీర్వాదం ఇచ్చారు. నేను శోణుడిని తీసుకుని ముందంజ వేసాను. మేం ఇద్దరం తలవంచి గురుదేవులకు వందనం చేసాము. మా ఇద్దరికి ఆశీర్వాదాలు ఇస్తారని అనుకున్నాను. ఇంతలో అర్జునుడు వారి ఎదురుకుండా వచ్చారు. ఆయన అర్జునుడి భుజం పైన చేయి వేస్తూ ఏదో మాట్లాడుతూ ముందుకి సాగి పోయారు. కనీసం మా వంక చూసే సమయం కూడా గురుదేవులకు లేదు. ఆ యుద్ధశాలలో నేను మొట్టమొదటిసారిగా విద్యాభ్యాసం చేసే రోజది. గురువుల ఆశీర్వాదం లేకపోతే ఏ విద్య అయినా రాణించదు అని నాకెవరో చెప్పారు. అందువలన కౌరవులకు గురువులైన మహాత్ములు ద్రోణాచార్యుల వారి ఆశీర్వాదాల కోసం వందనం చేసాను, కాని అదే సమయంలో యువరాజులు అర్జునుడు మధ్యలో వచ్చాడు. ఇక్కడికి రావడానికి అతడికి మరో సమయం దొరకనే లేదా? లేకపోతే అర్జునుడొక్కడే ఆయన శిష్యుడా? లేకపోతే నిన్న గురుదేవులు అన్నట్లుగా వారి ఆశీర్వాదాలు కేవలం క్షత్రియుల

కోసమేనా? మరి ఇదే నిజమైతే నాలాంటి సూత పుత్రుడికి ఆశీర్వాదాలు ఎలా లభిస్తాయి.? ఒకవేళ లభించినా నేను క్షత్రియుడనై పోతానా? ఒకవేళ క్షత్రియుడైపోయినా నేను చేయాల్సింది ఏముందని? కేవలం గురువర్యుల ఆశీర్వాదాల కోసం క్షత్రియుడవడం ఎందుకు? ఆశీర్వాదాలు లభించకపోయినా ఫరవాలేదు తను సూత పుత్రుడిలానే ఉంటాడు. నాన్నగారు అధిరథుడు, అమ్మ రాధామాతల సూత పుత్రుడు కర్ణుడిగానే ఉంటాను. ఈ గురువుల ఆశీర్వాదాలు కేవలం క్షత్రియుల కోసమే. ఈ గురువుల జ్ఞానం కేవలం క్షత్రియులకే. అసలు ఈ గురువులే క్షత్రియులకు చెందిన వారు. మరి వారి ఆశీర్వాదాలు ఎలా పొందుతాము?' మరి ఇవాళ మొదటి రోజు ఏ గురువుకి వందనం చేయను? ఎవరి ఆశీర్వాదం పొంది విద్యాభ్యాసం చేయడానికి ముందంజ వేయను? ఈ లోకంలో ఈ సూతపుత్రుడికి గురువవడానికి ఎవరు సంసిద్ధులవుతారు? ఊహ! ఎవరు లేరు. అసలు అర్జునుడు అడ్డంకిగా ఎందుకయ్యాడు. గురుదేవులు ద్రోణులు అతడికే ఎందుకు ఇంత ప్రాముఖ్యత ఇస్తారు? వాళ్ళిద్దరు గురు శిష్యులు. నా మనస్సు ఎంతో బాధ పడ్డది. తల వంచుకుని నాలో నేను తర్జన - భర్జనలు పడ్డాను. రాజవంశంలో నేను పుట్టలేదు. ఇది నా తప్పా? జన్మించేవారు ఎప్పుడైనా, ఎక్కడైనా తమ-తమ ఇష్టానుసారంగా జన్మించారా? జన్మ సంబంధమైన కులీనులు-నీచులు అంటూ ఎవరు విభజించారు? దేనిని బట్టి మానవుడి శ్రేష్ఠతను నిర్ణయిస్తారు? దేని వలన మానవుడు శ్రేష్ఠుడవుతాడు? తన ఉన్నతమైన గుణాల వలననే కదా? కాని ఇక్కడ తన మాటను మన్నించేదెవరు? ఈ రోజు ఇలా వ్యర్థంగానే గడిచిపోతుందా? నేను విల్లుని ఎక్కుపెట్టి లక్ష్యం వైపు గురితప్పకుండా బాణాలను సంధించాలని ఎప్పటి నుండో ఎదురు చూస్తున్నాను... ఉఫ్... మనిషికి పరీక్ష పెట్టడానికే కొన్ని రోజులు వస్తాయేమో! ఏం చేయను? ఏం చేయాలి?

నిరాశా-నిస్పృహలతో నేను ఆ రాతి అరుగు చుట్టూ పిచ్చివాడిలా పరిభ్రమించసాగాను. గురుద్రోణులు ఎక్కడ ఉన్నారో అక్కడికి పరుగెత్తుకుంటూ వెళ్ళి- "గురుదేవా! అసలు శిష్యుల మనస్సును తెలుసుకునే వాడే గురువు. మరి ఎందుకు ఒక శిష్యుడు మీ ఆశీర్వాదాల కోసం నీటి నుండి బయట పడ్డ చేపలా గిలగిలా తన్నుకుంటున్నాడు? మీకు తెలియదా? మీరు ఆ అర్జునుడికే ఇంత ప్రాముఖ్యత ఎందుకు ఇస్తారు? అతడిలో ఏమంత గొప్పతనం ఉంది? నా వైపు చూడండి. నాకు తళ-తళా మిళ-మిళా మెరిసే కుండలాలు ఉన్నాయి.

కదలీ వృక్షంలా నా మేలిమి రంగు దేహం అభేద్యమైనది అంటూ నిలదీసి అడగాలని అనిపించింది.

మరక్షణమే నాకు నాన్నగారు చెప్పిన మాటలు గుర్తుకు వచ్చాయి- "ఎప్పుడు క్రమశిక్షణలో ఉండాలి.' మరి నేనెట్లా క్రమ శిక్షణలో ఉండాలి. ఇక లేకపోతే గురుదేవులు ద్రోణులు నా వంక కూడా చూడలేదని తిరిగి వెళ్ళిపోనా ఏం చేయను? ఏం చేయను?

నేను ఎప్పటిలానే ఆకాశం వంక చూసాను. కాల్చిన ఎర్రటి ఇనుప గుండులా, సూర్యభగవానుడు ఆకాశంలోని నీలపు కప్పును కాల్చేస్తున్నాడు. నా నిరాశ ఒక్క క్షణంలో మటు మాయం అయిపోయింది. ఎంతో మహాశక్తి వంతమైన ఈ తేజస్సు కన్నా మరొక యోగ్యమైన గురువు ఈ త్రిభువనంలో ఎవరైనా ఉన్నారా? మరి ఎవరివో ఆశీర్వాదాల భిక్ష నాకెందుకు?

అవసరం లేదు. ఈనాటి నుండి నాకు వాస్తవమైన గురువు సూర్యభగవానుడే. నేటి నుండి సూర్యనారాయణుడినే పూజిస్తాను. ఆయన ఆజ్ఞనే శిరసావహిస్తాను. వెంటనే నేను రాతి అరుగు పైకి ఎక్కేసాను. అక్కడ పుష్పాలతో అలంకరింపబడ్డ ధనస్సు ఉంది. నేను విల్లును ఎంత పైకి ఎత్తగలిగితే అంత ఎత్తున ఎత్తాను–'' లోకంలోని పెను చీకటిని పూర్తిగా తొలగించే సూర్యభగవానుడా! ఇవాళ్టి నుండి నేను నీకు శిష్యుడిని. నాకు ఆశీర్వాదాన్ని ప్రసాదించు. మార్గాన్ని చూపెట్టు.' అంటూ ధనస్సును మస్తకానికి తగిలిస్తూ ఎంతో వినయంగా వంగి ఆ తేజస్సుకు నమస్కరించాను. శోణుడు ఎప్పుడు వచ్చాడో తెలియదు. నా వెనుక నిల్చుని ఉన్నాడు. ''శోణా! సూర్యదేవుడికి నమస్కరించు. ఆశీర్వాదాలు అడుగు.' అని నేను అన్నాను. వాడు కూడా ఎంతో వినమ్రతగా చేతులు జోడించాడు. కొంచెం సేపయ్యాక నేను ధనస్సును కింద పెట్టాను.

అరుగుపైన నుండి కిందకి మెట్లు దిగుతున్నాను. మనస్సు తేలిక పడ్డది. నాకెంతో శాంతిగా అనిపించింది. ఎదురుకుండా గురుదేవులు ద్రోణాచార్యులు, యువరాజు అర్జునుడు అరుగు వైపుకి వస్తున్నారు. అర్జునుడు నా వైపు చూసి నవ్వాడు. నాకు ఎంత మాత్రం నవ్వురాలేదు. అతడి నవ్వులో నాకు వ్యంగ్యం గోచరించింది.

నాకు పితామహులు భీష్మలవారు గుర్తుకు వచ్చారు. ఈ అర్జునుడికి వారు పితామహులు. ఇద్దరి మధ్య ఏ మాత్రం పోలిక లేదు. ఇద్దరి స్వభావాల్లో, వ్యవరించే తీరులో ఎంత తేడా ఉంది. వెళ్తూ–వెళ్తూ ఏదో అడగాలి అన్నట్లుగా అర్జునుడు అడిగాడు– 'ఇతడెవరు?' ''నా తమ్ముడు.'' నేను ఎంతో అభిమానంగా' అన్నాను.

''ఇతడు కూడా ఈ యుద్ధశాలకు వస్తాడా?' గురుదేవులు ద్రోణులు అడిగారు.

''వస్తాడు.' నేను జవాబిచ్చాను.

''వెళ్ళండి. అక్కడ కృపుడు ఉన్నారు. వారి పథంలో నడవండి.'

నేనేమీ మాట్లాడలేదు. ఆయనకు దండం పెట్టాలి అని కూడా నాకు అనిపించలేదు . వెళ్తూ–వెళ్తూ నేను వెనక్కి తిరిగి అర్జునుడిని చూసాను. అతడు నా కవచకుండలాల వైపు కన్నార్పకుండా చూస్తున్నాడు.

మేము కృపాచార్యుల వారి దాకా చేరాము. కృపాచార్యులు ద్రోణాచార్యులకు బావమరిది. ఆయన ఆధ్వర్యంలో ఎంతో మంది యువకులు ధనుర్విద్యని నేర్చుకుంటున్నారు. ఇంతమంది రాజకుమారులు ఎందుకంతగా మిడిసిపడుతున్నారు. వీళ్ళలో ఎవరికైనా దుర్యోధనుడిలా అవతలి వాళ్ళని ప్రభావితం చేసే శక్తి ఉందా? దుర్యోధనుడు ఎంత ఠీవిగా నడుస్తాడు, అలా నడిచే వాళ్ళెవరైనా వీళ్ళల్లో ఉన్నారా? అతడికి ఉన్న తీక్షణమైన దృష్టి వీళ్ళల్లో ఎవరికైనా ఉందా? ఇంతలోనే యువరాజు దుర్యోధనుడు ఎదురుగా రావడం చూసాము. అతడి దగ్గరికి వెళ్తే తప్పకుండా మా కుశల–సమాచారాలని అడుగుతాడు–అని అనుకుంటూ అతడి వైపు నడిచాము. అక్కడి దాకా వెళ్ళాము. కాని అతడు దుర్యోధనుడు కాదు అతడు అచ్చం దుర్యోధనుడి లాగానే ఉన్నాడు. రాజహంస ఇద్దరి పిల్లలను ఎలా వేరుచేయలేమో అదేవిధంగా వీళ్ళిద్దరిలో ఎవరు, ఎవరో తెలియడం లేదు. ఇతడు ఎవరై ఉంటాడు? అతడి వస్త్రాధారణ చూస్తే అతడు యువరాజే అని ఖచ్చితంగా చెప్పగలుగుతాము. కాని ఈ యువరాజు కౌరవులకు చెందిన వాడా!

పాండవులకా? ఇతడు అచ్చంగా దుర్యోధనుడిలాగానే ఉన్నాడు. అందువలన కౌరవుల వైపు వాడే అయి ఉండవచ్చు. ''దుశ్శాసనా' అని ఇంతలో కృపాచార్యులు పిలిచారు. అతడు త్వరత్వరగా ఆయన వైపు వెళ్ళాడు. అయితే అతడు దుశ్శాసనుడన్నమాట. దుర్యోధన దుశ్శాసునల మధ్య కించిత్ బేధం లేదు. ఒకరిని దాచిపెట్టి మరొకరిని చూపించండి. యువరాజు దుర్యోధనుడు, యువరాజు దుశ్శాసనుడు. ఇద్దరి నడకలో అదే దర్పం. ఇద్దరిలో అదే తీక్షణ దృష్టి. దుశ్శాసనుడు దుర్యోధనుడికి అక్షరాల నీడ కాదు కదా!

17

నేను మొదటి పదిహేను రోజులు యుద్ధశాలలోని శస్త్రాల గురించి తెలుసుకోవడం మొదలు పెట్టాను. ఎందుకంటే నేను విద్యాభ్యాసం చేసే స్థితిలో లేను. గురువర్యులు ద్రోణాచార్యులు మొదటి రోజు నాతో ప్రవర్తించిన తీరు నన్నెంతో బాధ పెట్టింది. అందువలన నా మనస్సు ఎందులోనూ లగ్నం కావడం లేదు. ఒక్కొక్కసారి, యువరాజులుండే ఈ చెత్తా చెదారపు క్రీడా స్థలంలో ఒక సూత పుత్రుడిగా ఉపేక్షింపబడే కన్నా చంపానగరి దారి పట్టడం ఉత్తమమేమో అని అనిపించేది. యుద్ధవిద్యాభ్యాసం చేసాక మాత్రం నేను చేసేదేముందని? ఇప్పుడు ఏ మహాయుద్ధం జరుగుతుందని? ఒకవేళ అయినా నా ఉపయోగం ఏముందని? నేను కేవలం ఒక సారథిని మాత్రమే. మరి సారథికి ఈ యుద్ధ విద్య అవసరం ఏం ఉంటుందని? సారథి అశ్వాలను పరీక్షించాలి, వాటి విశృంఖలత్వాన్ని అంకుశంతో అణిచేయాలి. ఈ విద్యే నేర్చుకోవాలి. చంపానగరిలో నివసిస్తూ ఇదంతా చేయలేనా? మరుక్షణమే అనిపిస్తుంది ఇట్లా ఆలోచిస్తే ఎట్లా యుద్ధ విద్యను కేవలం యుద్ధం చేయడానికే నేర్చుకోవాలా? ఎవరిలో భుజ బలం ఉంటుందో, నిజానికి వాళ్ళెంతో శ్రేష్ఠులు. ఈ యుద్ధశాలలో నా శక్తిని ప్రదర్శిస్తాను. యువరాజు అర్జునిడికి తానొక్కడే ధనుర్ధరుడు కాదు అని తెలియచెబుతాను. కాని పాపం అతడేం చేసాడని? అతడితో నాకీ పోటీ ఎందుకు? నిజానికి స్పర్ధ మనిషిని గుడ్డివాడిగా చేస్తుంది. గురువర్యులు అతడిని ప్రేమగా చూస్తాడు. ఇందులో అతడి తప్పు ఏముంది? నాలాగే అతడు ఒక యువకుడు. గురువు తనని ఎంతో ప్రేమగా చూడాలని ఏ శిష్యుడు మాత్రం అనుకోడు? సరిగ్గా పరీక్షచేయకుండా ఏ గురువు మాత్రం శిష్యుడిని దగ్గరికి రానిస్తాడు? ఒకవేళ ఇదే నిజమైతే మీ పరీక్షలో నేను నెగ్గుతాను.

కేవలం గొప్ప విలుకాడు కావడం వలనే మీరు అర్జునిడిని ఇంతగా ప్రేమిస్తున్నారంటే, గురుదేవా! నేను ఆ అర్జునిడి కన్నా ఇంకా గొప్ప ధనుర్ధరుడనవుతాను. కాని నేను శ్రేష్ఠమైన ధనుర్ధరుడనైనా ఏం లాభం? మీరు నన్ను ఎప్పటికీ ''శిష్యుడిగా స్వీకరించరు. మీరు ప్రేమగా నా వీపును నిమరరు. ఎందుకంటే నేను సూత పుత్రుడిని, అర్జునుడు క్షత్రియుడు. క్షత్రియ వంశంలో ఉన్న గొప్పతనం ఏమిటి? కులం గీటురాయి ఎందుకు? అసలు దీని అవసరం ఏమిటి? ఏ కులంలో అయితే పూర్వజులు తమ-తమ పరాక్రమంతో శత్రుశేషం లేకుండా చేసారో, నలుమూలలా ఈ కురువంశ రాజుల కీర్తిని ప్రసరింప చేసారో, మరి వాళ్ళందరు గొప్ప వాళ్ళే కదా! నాకులంలోని పూర్వజులు తరతరాల నుండి అశ్వశాలలలోనే పని చేసారు, గుర్రాల కళ్ళాలను చేత బట్టారు. మరి మేం క్షత్రియులతో ఎలా తులతూగుతాము? నిజానికి నేను క్షత్రియ

వంశంలో పుడితే ఎంతగా బాగుండేది! కాని ఇది ఎలా సంభవం? వటవృక్షం పైన ఉండే కాకి, రాజప్రాసాదంలో కలశం పైన ఉండే కపోత కలలను కనలేదు కదా? ఇక వదిలేయి. దేనినైతే మార్చడం మనిషి చేతిలో లేదో, దానిని గురించి మనిషి ఇంతగా తర్జన -భర్జన పడటం వ్యర్థం. సరిగా అర్థం చేసుకోకుండా ఏదో ఒకటి అనుకుని ఎవరి పట్ల అనాదర భావాన్ని పెంచుకోకూడదు. ఒకవేళ అర్జునుడు గురుదేవులకు ముద్దుల శిష్యుడైతే అతడి సోదరులు ఈర్ష్యపడటం సహజం. కాని ఇదంతా నాకెందుకు? నాకు యువరాజు అర్జునుడికి మధ్య అసలు ఎలాంటి సంబంధం ఉంది? అసలు సంబంధమే లేదు. నేను సూత పుత్రుడిని. అతడు యువరాజు. అతడి మార్గం వేరు, నామార్గం వేరు. జీవిన మార్గంలో మేం ఇద్దరం నడిచే దారులు వేరు-వేరు. ఇద్దరి మధ్య ఎటువంటి పొంతన లేని యాత్రికులం మేము. యువరాజు! అర్జునా! ఎంతో ఎదుగు. వృద్ధిలోకి రా! అజేయమైన ధనుర్ధరుడిగా ముందుకు సాగిపో! ఎప్పుడైనా అవకాశం లభిస్తే ఈ సూత పుత్రుడు కర్ణుడు నీ రథసారథి నవుతాను, నీ గుర్రాల కళ్ళాలను సంబాళిస్తాను. అర్జునుడు కాని మరెవరైనా కాని, ఎవరనీ ద్వేషించను అని మనస్సులో గట్టిగా నిర్ణయించుకున్నాను. ఇక్కడి రాజకుమారులందరి దారులు వేరు. నా దారి మరో దారి. జన్మ నుండే ఈ మార్గాలు నిర్ణయింపబడ్డాయి. విలువిద్య నేర్చుకోవాలన్న కోరిక నాలో బలంగా ఉంది. శబ్దాన్ని బట్టి బాణాన్ని సంధించాలి, ఒకే సమయంలో పది దిశల వైపు బాణాలు వదలాలని నా చిరకాల వాంఛ. అసలు గురువు ఎవరు? అన్న దానికి ఎందుకంత విలువ? విద్య పట్ల శిష్యుడికి ఎంత గౌరవం ఉన్నది అన్నది ముఖ్యం. నేను ఎంత శ్రమనైనా ఓర్చుకుని మనఃస్ఫూర్తిగా విలువిద్య నేర్చుకుంటాను. యుద్ధ కళలో నిష్ణాతుడిని అవుతాను. అసలు విద్య కోసమే విద్యను నేర్చుకొంటాను అని నేను గట్టిగా నిర్ణయించుకున్నాను.

18

యుద్ధశాలలో నా కార్యక్రమం నిర్ణీతమయింది. ఒక నెలలో నేను శూల, తోమర (ఈటె వంటి ఆయుధం) పరిఘ, ప్రాస, శతఘ్ని, ఖడ్గ, పట్టిష, భుశుండి, గద, చక్ర, మొదలైన ఆయుధాల గురించి తెలుసుకొన్నాను. ముఖ్యంగా ధనుర్విద్య నాకెంతో ఇష్టం కనక, విలువిద్యకి సంబంధించిన అన్ని శస్త్రాలను నేను అధ్యయనం చేసాను. బాణాలు ఎన్నో రకాలు ఉన్నాయి. కర్ణిబాణంలో రెండు శూలాగ్రలు ఉంటాయి. ఆ బాణం కనుక పొట్టలో గుచ్చుకుపోతే, దాన్ని బయటకి లాగేటప్పుడు పేగులు కూడా బయటకి వచ్చేస్తాయి. నాలీక బాణం ఫలకం లావుగా ఉంటుంది, దాంట్లో వంకర టింకరగా పళ్ళు ఉంటాయి. అందువలన శరీరంలో గుచ్చుకున్న బాణాన్ని లాగేసినప్పుడు, ఆ బాణం అక్కడి శిరలను చీల్చుకుంటూ బయటకి వస్తుంది. లిప్త బాణం అగ్రభాగాన వనస్పతుల నుండి తీసిన విషపూరితమైన రసాన్ని పూస్తారు. అందువలన శరీరంలో మంటపుడుతుంది. బస్తిక్ బాణం శరీరంలో చొచ్చుకుపోతుంది దానిని బయటకి లాగినప్పుడు దాని దండం మాత్రమే చేతికి వస్తుంది, ముందు భాగం అంటే దాని ఫలకం శరీరంలోనే ఉండిపోతుంది. సూచీ బాణం సూచ్యాకారంగా, కొస తేరి ఉండటం వలన ఎంత సూక్ష్మమైన దాన్నైనా సరే ఛేదించవచ్చు. ఇది గురి తప్పదు. ముఖ్యంగా కంటి గుడ్డుకు ఇది గురి

తప్పకుండా తగులుతుంది. జిహ్వ బాణం వంకరటింకరగా వెళ్తుంది, లక్ష్యాన్ని ఛేధించడంలో ఏ మాత్రం గురి తప్పదు. గవాస్థీ, అంటే ఎద్దు ఎముకతో తయారు చేయబడిన, గజాస్థీ, ఏనుగు ఎముకలతో చేయబడిన, కపిష్ అంటే నల్ల రంగుతో ఉండే, పూతీ అంటే ఉగ్ర గంధంతో ఉండే, కంక ముఖ్, సువర్ణ పంఖ్, నారాచ్, అశ్వాస్థీ, అంజలిక్, సన్నత పర్వ, సర్పముఖీ, మొదలైన రకరకాల బాణాలు ఉన్నాయి. ఈ బాణాలన్నింటిని లక్ష్యం వైపు సంధించే విద్యను నేను మనో యోగంతో అభ్యాసం చేయాలనుకున్నాను. నేను శిష్యుడిగా ఒక్కొక్క క్షణాన్ని ఈ కార్యంలోనే వెచ్చించాలనుకున్నాను. నాకు మూడు వస్తువులంటే ఎనలేని ప్రేమ. గంగమ్మ తల్లి, సూర్యదేవుడు, అమ్మ రాధమ్మ అమితమైన ప్రేమతో ఇచ్చిన చిన్న వెండి పెట్టె, కాని ఇప్పుడు యుద్ధశాలకి వచ్చాక వాటిల్లో మరో వస్తువు చేరింది– ఆ వస్తువే ధనస్సు–బాణం.

19

మహారాజు రథానికి నాన్నగారు ఎన్నో సంవత్సరాల నుండి ఎంతో ఉత్తమంగా సారధ్యాన్ని వహిస్తున్నారు. కాని ఇప్పుడు వృద్ధాప్యం వలన ఆయనలో ఆ చురుకుతనం తగ్గిపోయింది. ఆయన సహాయం కోసం గవల్గణుడు అనే సారథి పుత్రుడిని మహరాజు నియామకం చేసారు. సారథ్యం వహించడంలో ఆయనది అందెవేసిన చేయి. అప్పుడప్పుడు మహారాజు అతడిని పిలిచేవారు. పిలుపు విన్నాక మేము అతడి పేరు సంజయుడు అని తెలుసుకొన్నాము. కాని వయస్సులో పెద్దవాడు కావడం వలన సంజయ్ బాబాయి అని పిలిచే వాళ్ళు. ఆయనకి ఆచార్య విదురుడికి మధ్య చాలా పోలికలు ఉన్నాయి. ముఖాలలో ఏ మాత్రం తేడా లేదు. సంజయుడి పేరు నాకెంతో ఇష్టం. ఆయన సారధి అవడం నాకు ఇంకా ఎంతో ఇష్టంగా అనిపించింది. నేను ఏదో ఒక సాకుతో ఆయనతో మాట్లాడడానికి ప్రయత్నించే వాడిని.

రథశాలలో సంజయ్ బాబాయి, నాన్నగారు ఉత్తమ జాతికి చెందిన గుర్రాలను, రథానికి అన్నింటికన్నా ఎక్కువగా ఉపయోగించే ఔంగనా నూనె, చక్రాల కోసం ఎటువంటి కట్టెను, మన్నికంగా, దృఢంగా ఉండే కట్టెను ఉపయోగించాలో, రథచక్రాల ఆకుల సంఖ్య ఎక్కువగా ఉండాలో, తక్కువగా ఉండాలో, దాని గతి పరిణామం ఎలా ఉంటుంది? మొదలైన ఎంతో మనోరంజకమైన విషయాలపై చర్చించుకునే వాళ్ళు. ''కర్ణా! నీవు సూతపుత్రుడివి. ఉత్తమజాతి అశ్వం, ఎప్పుడు నేలమీద కూర్చోదు, రాత్రి నిద్రపోయేటప్పుడు కూడా. కులీన సారథి ఎప్పుడు రథ గూటికి దూరంగా ఉండడు. ప్రాణాలు పోయినా సరే సారథి రథాన్ని వదలడు. ఒక్కసారి ఏ చోటులో కూర్చుంటే ఆచోటుని ఎప్పుడు వదలకూడదు.'' అని వాళ్ళు నాకు చెప్పేవాళ్ళు.

''బాబాయి! గుర్రం కింద కూర్చోదా?' నేను ఆశ్చర్యంగా అడిగాను.

''అవును. ఇంతే కాదు, నిల్చుని నిద్ర పోయే అశ్వం నాలుగు గిట్టలలో ఒక గిట్టను ఎత్తి నిద్ర పోతోందంటే అది దీర్ఘయాత్రకు పనికి రాదు. అశ్వాలు అన్ని ప్రాణుల కంటే ఉత్తమమైన ప్రాణి అని గుర్తు పెట్టుకో.'

''ఉత్తమమైన ప్రాణియా?' నేను అడిగాను. అసలు వాటితో నిరంతరంగా మాట్లాడటం నాకెంతో ఇష్టం. భారద్వాజ పక్షిలా వాటి కంఠం ఎంతో మధురంగా ఉంటుంది. ఎల్లప్పుడు వాటి కంఠం వినాలని నాకు ఎంతో కోర్కె.

'కేవలం ఉత్తమమైనదే కాదు, అశ్వం తెలివితేటలు అపారం. కర్ణా! అశ్వారోహణం చేసి ఎప్పుడైనా దట్టమైన అడవిలోకి వెళ్తే, బయటకి రావడానికి మార్గం తెలియకపోతే, ఏ మాత్రం భయం లేకుండా చేతిలోని కళ్ళాన్ని వదిలివేయి. తెలివితేటలు గల అశ్వం నీవెక్కడి నుండి బయలు దేరావో సరిగ్గా అక్కడికే చేరుస్తుంది.' ఇటువంటి ఎన్నో విలువైన మాటలను బాబాయి మాతో మాట్లాడేటప్పుడు చెప్పేవారు. గుర్రాల నడవడి, స్వభాలను వివరించేవారు.

గుర్రాల రకరకాల స్వభావాలు, రోగాలు, యుక్తి-యుక్తులను గురించి బాబాయి చెప్పేవారు. ఈ వర్ణనలను వింటూ, ఆనందిస్తూ సమయం గడిచిపోసాగింది. సారథుల కర్తవ్యం, చేయవలసిన కార్యాలు, ధార్మిక విధులు, సభాగృహ నియమాలు మొదలైన వాటి గురించి కూడా ఆయన ఎంతో సూక్ష్మాతి సూక్ష్మంగా చెప్పేవారు. అకలా, అకూర్ లాంటి గుర్రాల గిట్టల రోగాలకు ఎటువంటి మందులను ఉపయోగించాలో కూడా చెప్పారు. ఇదంతా రోగగ్రస్త అశ్వాలపై సాక్షాత్తూ ప్రయోగాలు చేసి మాకు చెప్పారు.

సంజయ్ బాబాయి రాజభవనంలోని సారథులందరికీ నాయకులు. మహారాజు ధృతరాష్ట్రుడు, పితామహులు, మహామంత్రి విదురులు, రాజమాత, అమాత్యుడు వృష వర్మ- వీళ్ళందరు సభలో కూడా ఆయనని ఎంతో గౌరవించేవారు. అందరికి ఎంతో ప్రియులైన సంజయ్ బాబాయి నాతో గంటల కొద్దీ మాట్లాడేవారు. సారథ్యం చేయడంలో ఉండే మెలుకువలను నేర్పించారు. అప్పుడప్పుడు మాలలతో గంటలతో అలంకరింప బడ్డ రథంలో నన్ను శోణుడిని రాజనగరం అంతా తిప్పేవారు.

20

ఒక రోజు నేను, శోణుడు నగరంలో తిరగడానికని వెళ్ళాము. ఎప్పటిలానే తిరిగి -తిరిగి వెనక్కి వెళ్తున్నాము. రాజ ప్రాసాద సమీపానికి మేం చేరుకున్నాము. ఇంతలో ఎదురుకుండా వస్తున్న ఒక రాజ రథం కనిపించింది. ఈరథానికి నలువైపులా మిరుమిట్లు కొలిపే వస్త్రాల తెరలు అలంకరింపబడి ఉన్నాయి. రథానికి కట్టి ఉన్న గుర్రాలు శ్వేతంగా, శుభ్రంగా ఉన్నాయి. నాకు వాటి రంగు ఎంతో అందంగా అనిపించింది. శరీర సౌష్టవం కల శ్వేత అశ్వాలు ఐదు ఉరుకుల పరుగులతో వస్తున్నాయి. నేను ముగ్ధుడనయి వాటి వంక చూస్తున్నాను. అందులో ఒక అశ్వం అప్పుడప్పుడు తలను విదిలించి కొడుతోంది.

ఇంతలో శోణుడు నా చేతిలో నుండి తన చేయి విడిపించుకుంటూ ఆ రథం వైపు పరుగెత్త సాగాడు. అసలు వాడు ఎందుకంత వేగంతో పిచ్చివాడిలా అటు పరుగెత్తుతున్నాడో నాకేమీ అర్థం కాలేదు. ఒక క్షణంలో వాడు రథం ఎదురుగా వెళ్ళాడు. నాకు వాడి మూర్ఖత్వం పై చెప్పరానంత కోపం వచ్చింది. నేను అక్కడిదాకా వెళ్ళే లోపలే శోణుడు రథ చక్రాల కింద పడిపోయే ప్రమాదం ఎంతైనా ఉంది. ఏం చేయాలి? భయంతో ఒళ్ళు వణికింది. అసలు అక్కడి నుండి వాడు ఒక్కక్షణంలో తొలగక పోతే రథం కింద పడిపోతాడు, ఈ ఆలోచన రాగానే భయంతో నా శక్తినంతా కూడగట్టుకుని పెద్దగా అరిచాను- ''శోణా! ఆగు... ఆగు... ఇంతలోనే వాడు ఒక్కసారిగా వంగి చురుగ్గా ఒక నల్లటి వస్తువును పైకెత్తాడు. శోణుడిని చూసి సారధి రథాన్ని

ఆపాడు. ఎంతో నేర్పుతో గుర్రాలను ఆపాడు. ఎంతో కష్టపడి శోణుడి దగ్గరిగా వచ్చాడు. ఒక గుర్రం నోట్లోంచి నురుగు వస్తోంది నురుగు సరాసరి శోణుడి తలపై పడుతోంది. కాని వాడు దీనిని ఏ మాత్రం పట్టించుకోలేదు. చేతిలో ఉన్న నల్ల రంగు వస్తువు పై ప్రేమతో నిమరసాగాడు. నేను ఆయాస పడుతూ వాడి దగ్గరిగా వెళ్ళాను. నన్ను చూస్తూనే చేతిలో ఉన్న వస్తువుని చూపిస్తూ వ్యాకులతతో అన్నాడు– ''అన్నయ్యా! దీన్ని చూడు. ఇది రథం కింద నలిగిపోయేదే.'' నేను చూసాను. వాడి చేతిలో పిల్లి పిల్ల ఉంది. తన చిన్ని–చిన్ని కళ్ళను ఉండి–ఉండి ఆర్పుతూ, తెరుస్తూ అది అరుస్తోంది. దాని అరుపు ఎంతో దయనీయంగా ఉంది. అసలు శోణుడిని ఏమనాలో నాకు అర్థం కాలేదు. నేను వాడిని కోపగించలేను. నేను ఆశ్చర్యంగా వాడి వంక చూస్తున్నాను. అసలు వీడు ఆ శోణుడేనా? రథం వెనక ఏడుస్తూ పరుగెత్తుకుంటూ వచ్చే శోణుడేనా?

వాడు పిల్లి పిల్ల వీపు పై ప్రేమగా నిమర సాగాడు. స్వర్గం లభించిన వాడిలా అమితానంద పడుతున్నాడు. వాడి ఉత్తరీయం భుజాలపై నుండి జారి కింద దుమ్ము–ధూళిలో పడిపోయింది. కాని వాడు ఏ మాత్రం పట్టించుకోలేదు. ఇంతలో పిల్లి పిల్ల పెద్దగా అరుస్తూ పెడబొబ్బలు పెట్టసాగింది. తన పిల్లని అటు–ఇటు పరుగెత్తుతూ వెతకడం మొదలు పెట్టింది. మ్యావ్–మ్యావ్ అంటూ గుర్రుతో మా కాళ్ళ దగ్గర దొర్లడం మొదలు పెట్టింది. పిల్లను కింద పెట్టేయమని శోణుడితో చెప్పాను.

శోణుడు పిల్లను కింద పెట్టాడు, వెంటనే తల్లి పిల్ల మెడను నోట కరచుకుని గుర్రు–గుర్రు మంటూ ఒక్క క్షణంలో అదృశ్యమైపోయింది. కనుమరుగైన ఆ తల్లి పిల్లి అసలు తన పిల్లను వదిలి వేసి దారి తప్పి ఎటు తిరుగుతోంది? ఒకవేళ ఈ సమయంలో శోణుడు సాహసం చేయకపోతే , దాని కోమల సుకుమారమైన శిశువు రాజమార్గపు దుమ్ము–ధూళిలో కలిసి పోయేది కాదా? దాని కరుణ–కల్లోలిత స్వరం ఎవరికైనా వినిపించి ఉండేదా?

ఈ సంఘటన నాకు రాధామాతని జ్ఞప్తికి తెచ్చింది. మా స్నేహమయి ఆ రాధమ్మ తల్లి నా కళ్ళ ఎదురుకుండా కదలాడ సాగింది. ఈనాటి వరకు ఆమె నాకు ఎంతో అండగా ఉంది. అసలు అమ్మ అంటే రాధామాతలా ఉండాలి. ఆమె స్నేహమయి. ప్రేమమయి. కరుణామయి. చంపానగరి స్మృతులలో నన్ను నేను మైమరచి పోయాను. ఇంతలో రాజ రథంలోని రాజ గూట్లో కూర్చుని ఉన్న సారథి 'త్వరపడండి, వెంటనే తొలగిపొండి, రథంలో రాజమాత కుంతీ దేవి ఉన్నారు.' అని అన్నారు. ఆ స్వరంలో ఎంతో తీవ్రత ఉంది.

''రాజమాత కుంతీ దేవి?'

నేను శోణుడి భుజాలు పట్టుకుని ఒక్కసారిగా లాగాను. రథం గడ–గడా అంటూ దుమ్ము–ధూళి లేపుతూ పరుగులు తీయసాగింది. నేను రథపు కాడికి కట్టబడి ఉన్న శ్వేత–శుభ్ర అశ్వాల వంక ఎంతో ఉత్సుకతతో చూసాను. నాకెంతో ఆశ్చర్యం కలిగింది. ఆ రథానికి ఆరు అశ్వాలను కట్టే ఏర్పాటు ఉన్నప్పటికీ కేవలం ఐదు అశ్వాలు మాత్రమే కట్టి ఉన్నాయి. ఆరో అశ్వ స్థానం ఖాళీగా ఉంది. ''రాజ ప్రాసాదంలో గుర్రాలు లేవా?' నేను మనస్సులో అనుకున్నాను. రథం

వెళ్ళిపోయింది. శోణుడి ఉత్తరీయం రథ చక్రాల కింద నలిగి పోయింది. వాడు దానిని తీసుకుని దుమ్ము-ధూళి దులిపి భుజాలకు చుట్టుకున్నాడు. మేము మా నివాస స్థానం వైపు నడక సాగించాము. నా చేయి శోణుడు భుజాల మీద ఉంది. అసలు ఎప్పుడు ఇలా జరగలేదు.

21

హస్తినాపురంలో ఎంతో ఆనందంగా కాలం గడిచి పోతోంది. మొట్ట మొదట్లో చంపానగరం ఎంతో గుర్తుకు వచ్చేది. మెల్లి-మెల్లిగా, అసలు ఏ కారణం లేకుండానే గుర్తుకు రావడం తగ్గిపోయింది. కాని నా దగ్గర ఉన్న పెట్టె వలన ప్రేమతో నిండిన మా అమ్మ ముఖం నా కళ్ళ ముందు ఎప్పుడు కదలుతూనే ఉండేది. అమ్మ ఇప్పుడు నాకు దూరంగా ఉంది. కాని ఇప్పుడు ఆమె విలువ నాకు స్పష్టంగా తెలుస్తోంది.రోజు పడుకునే సమయంలో– ''అమ్మా! మమతల దారాలతో కట్టబట్ట జీవులు ఎంత దూరంలో ఉన్నా దగ్గరిగానే ఉంటారమ్మా. నీవు ఈ పెట్టెలో ఉన్నావమ్మా! ఊహు! కాదమ్మా నీవు రెండు పెట్టెలలో ఉన్నావమ్మా! ఒకపెట్టె నీవు ఇచ్చినదమ్మా! రెండోది నా మానస పెట్టెలో అమ్మా! అంటూ ఎంతో ఖావుకుడనై పోయేవాడిని.

స్మృతులు ప్రచండ వాయువుల్లా ఉంటాయి. ఆ గాలి దుమారాలు ఎప్పుడైనా, ఎక్కడి నుండైనా వీయవచ్చు. అవి శాంతియుతమైన మానస సరోవరంలో ఒక ఉప్పెనను తెస్తాయి. మనస్సు కల్లోలిత మవుతుంది. అప్పుడప్పుడు చంపానగరి, ఎంత ఒద్దనుకున్నా గుర్తుకు వస్తూనే ఉంటుంది. మనస్సంతా ఉదాశీనంగా అయిపోతుంది. ఇక అంతే దేంట్లోను మనస్సు రమించదు. నిలకడగా ఉండదు. ఇట్లాంటి సమయంలో నేను శోణుడిని తీసుకుని నగరం అంతా తిరిగి మళ్ళీ నివాసానికి చేరుకుంటాను. దీని వలన ఉదాశీనతంతా దూరం అయిపోతుంది. ఇట్లా నగరం అంతా పలుమార్లు తిరగడం వలన, నగరం అంతా కొట్టిన పిండైయింది. నగరం చిరపరిచితం అయిపోయింది. ఏ దారి ఎటు వెళ్తుంది? ఏ ఏ దేవతల గుళ్ళు ఎక్కడెక్కడ ఉన్నాయి, సరోవరాలు, అశ్వశాలలు, ధాన్యాగారం, శస్త్రాగారం ఎక్కడెక్కడ ఉన్నాయి, ఇప్పుడు మాకు బాగా తెలిసాయి. భిన్న-భిన్నమైన ఆకారాలతో, రంగురంగుల పుష్పాలతో నిండిన ఉద్యానవనంలా హస్తినాపురం అనిపించేది. ఎంతో మంది రకరకాల మనుషులు ఈ నగరంలో నివసించేవాళ్ళు. గాయకులు, నర్తకులు, యోధులు, వ్యాపారస్తులు, రైతులు, కళాకారులు, పండితులు, వీళ్ళే కాదు ఇంకా చర్మ కారులు, కుమ్మరులు, సమ్మార్జకులు(ఊడ్చేవాళ్ళు) మొదలైన శ్రమ జీవులు ఉన్నారు. అన్ని వృత్తుల వాళ్ళు ఉన్నారు. అసలు ఎప్పుడు చూసినా నగరంలో గుంపులు-గుంపులు ఉంటారు. ఈ నగరం ఎప్పుడు నిత్య కళ్యాణం పచ్చతోరణంలా కళకళలాడుతూ ఉంటుంది. అసలు ఈ నగరాన్ని ఎంత చూసినా నాకు తనివి తీరదు. మనసు నిండదు. అప్పుడప్పుడు యుద్ధశాలకు వెళ్ళడం మానేసి నగరమంతా తిరుగుతూనే ఉండాలి అని అనిపించేది. కాని ఇది సంభవం కాదు. ఎందుకంటే ఇక్కడ ఊరికే పని-పాడు లేకుండా తిరగడానికి రాలేదు. విద్యనభ్యసించడానికి వచ్చాను.

22

హస్తినాపురంలో నా కార్యక్రమం నిర్ణీత మయింది. ఏ మార్పు లేదు. యథాతథంగానే ఉంది. నేను ప్రతిరోజు ప్రాత:కాలంలో బ్రహ్మ ముహూర్తానికి లేచే వాడిని. నియమంగా గంగ ఒడ్డుకి వెళ్తూ ఉండేవాడిని. ఎవరు ఆటంకం కలిగించ కూడదని రేవు (ఘాట్) దగ్గరికి మాత్రం వెళ్ళే వాడిని కాను. నేను నాకోసం నిశ్శబ్దంగా ఉండే ఒక స్థానాన్ని ఎంచుకున్నాను. అక్కడికి ఎవరు వచ్చే అవకాశం లేదు. అక్కడంతా శాంతియుత వాతావరణం. అక్కడికి వెళ్ళి నేను నాకు ఇష్టం వచ్చినన్ని మునకలు వేసేవాడిని. మనస్సు ఆనందంతో ఉప్పొంగిపోయేది. నడుం దాకా నీళ్ళలో నిల్చుండేవాడిని. చిన్న-చిన్న చేపలు నా కాళ్ళను కొరికే ప్రయత్నం చేసేవి. కాని వాటికి ఏమీ దొరకదని నాకు బాగా తెలుసు. నా అభేద్య దేహాన్ని కొరికి-కొరికి అవి అలసి పోతాయి. ఓడిపోయి వెళ్ళి పోతాయి. ఆ తరువాత ఇక నా దగ్గరికే రావడం మానేసాయి. బహుశ నా కాళ్ళు వాటికి నీళ్ళలో పడి ఉండే పరిచితమైన రెండు రాళ్ళుగా అనిపించి ఉంటాయి.

నేను దోసిళ్ళల్లో నీళ్ళు నింపుకుని సూర్యోదయం కోసం ఎదురుచూస్తూ ఉండే వాడిని. దూరంగా గంగా జలం పై నుండి మెల్లిగా లేస్తున్న సూర్యకిరణాలను చూస్తుంటే లెక్కలేనన్ని గంగలోని చిన్న-చిన్న అలలు తలల పై స్వర్ణ వస్త్రాలను ధరించి నృత్యం చేస్తున్నాయా అని అనిపించేది. అప్పుడప్పుడు కారండవ పక్షి (హంస, బాతు లాంటి పక్షి) మా మధ్యలో తిరుగాడేది. ఆ పక్షి సూర్యుడికి ఎదురుకుండా రాగానే కొంతమేర ఆ తేజస్సు కనుమరుగు అయ్యేది. ''ఈ చిన్న పక్షిలోకూడా ఎంత శక్తి ఉంది తన అస్తిత్వంతో ఆ సూర్య బింబాన్ని కూడా కప్పేయాలనుకుంటుంది.' అని నేను మనస్సులో పదే-పదే అనుకునేవాడిని. ఆ పక్షి దూరంగా వెళ్ళిపోగానే బింబం మళ్ళీ మెరిసిపోయేది.

దోసిళ్ళల్లోని జలాన్ని ఆ తేజస్సుకు అర్ఘ్యమిస్తూ ''మీ శిష్యుడు సూత పుత్ర కర్ణుడు, మీ ఆశీర్వాదాన్ని కోరుకుంటున్నాడు, నన్ను అనుగ్రహించండి గురుదేవా!'' అని అనుకునే వాడిని. తరువాత నేను కన్నార్పకుండా ఆ తేజస్సును వీక్షించేవాడిని. తళ-తళా, మిళ-మిళా మెరిసే అసంఖ్యాకమైన ఆతేజో కణాలు నా కళ్ళకు గోచరించేవి. ప్రచండ వేగంతో తిరిగే తేజోకణాలు. విశ్వాంధకారాన్ని దూరం చేసే తేజోమయమైన కణాలు. విశ్వంలో ఉత్సాహపూరితమైన సహస్ర ధారలను ప్రవహింప చేసే తేజస్సుతో నిండిన ఆ కణాలు. ఒకవేళ ఒక్కరోజైనా ఈ కణాలు ఈ జగత్తుకి తమ-తమ ముఖాలు చూపించకపోతే ఏమై ఉండేది? ఈ హస్తినాపురం, ఈ రాజప్రాసాదాలు, ఈ గుళ్ళు-గోపురాలు, వీటి సంగతి ఏమై ఉండేది. గర్వంగా గుండెను చూపిస్తూ ముందుకు నడిచే ఈ వీరులు- ఆ అర్జునుడు, ఆ భీముడు, ఆ ద్రోణాచార్యుల వారు అందరు ఏమైయ్యే వారు? ఈ కణాలన్నీ ఎంత కర్తవ్య దక్షత కలవి? ఈ కర్ణుడు కూడా ఆ తేజో కణాలలో ఒకడైతే ఎంతగా బాగుండేది? అప్పుడు కర్ణుడు కూడా తనను తను మండిచుకుని జగత్తులోని సమస్త కటిక చీకటిని దూరం చేసేవాడు కదా?' అని మనస్సులో ఎప్పుడు అనుకుంటూ ఉండేవాడిని. కాని ఇది ఎంత మాత్రం అయ్యేపని కాదు.

నన్ను నేను ఎప్పుడు మరచిపోతాను. దేహ కవచం, చెవుల కుండలాలు, అసలు వేటి మీద, దేనిమీద నా మనస్సు నిలవదు. కంటి రెప్పవేయకుండా నేను ఆ తేజస్సును నా శాయ శక్తులా కళ్ళతో తాగేస్తాను. అయినా ఎంత తాగినా నాకు తృప్తి కలగదు.

ఈ విధంగా గంటలు-గంటలు గడిచిపోయేవి. ఆ తేజస్సు నా తలపైనుండి వెనక్కి వెళ్ళిపోతుంది. ఇప్పుడు నేను దానిని చూడలేను ఇక నా మెడ తిరగదు. అప్పుడు నేను శాంతిగా కళ్ళు మూసుకుంటాను. కళ్ళ ఎదురుకుండా ఆ తేజస్సు వలయాలుగా తిరుగుతూ ఉంటుంది. వలయాలే...వలయాలు... నా శరీరంలోని ఒక్కొక్క రక్తపు బొట్టు ఆ తేజస్సు కణాలలా తిరుగుతోందా అని నాకనిపించేది. చాలా సేపయ్యాక కళ్ళు తెరిచేవాడిని. నా వీపు మాడిపోతూ ఉండేది. ఒడ్డున ఉన్న ఇసుక కూడా మండిపోయేది. నేను త్వర-త్వరగా నీళ్ళ ల్లోంచి బయటకి వచ్చేసేవాడిని. బట్టలను మార్చుకునే వాడిని, పెద్ద-పెద్ద అంగలు వేస్తూ రాజభవనం వైపు నడక సాగించేవాడిని.

23

రాజభవనానికి వెళ్ళగానే యుద్ధశాలలో ధరించే వస్త్రధారణ చేసుకుని శోణుడిని తీసుకుని యుద్ధశాలకి వెళ్ళే వాడిని. అక్కడ రకరకాల శస్త్రాభ్యాసం జరిగేది. సమయం అంతా ఈ విద్యలను నేర్చుకోవడంలో గడిచి పోయేది. అప్పుడప్పుడు గదను గిరగిరా తిప్పుతూ, అప్పుడప్పుడు కత్తులు-కటారులను చూపిస్తూ, శూలాలని విసురుతూ విద్య నభ్యసించేవాడిని. చేతిలోకి వచ్చిన ఏ శస్త్రాన్నైనా నైపుణ్యంగా ఉపయోగించకపోతే నాకు ఏమాత్రం ఆనందం కలిగేది కాదు. ముఖ్యంగా విలు విద్య నేర్చుకోవడంలో గంటలు-గంటలు గడిచిపోయేవి. ధనుర్విద్య కోసం నేను తపస్సు చేసాననే చెప్పాలి. ఏ విద్య అయినా సరే మొక్కలాంటిదే. ఈ మొక్కకి నిష్ఠ అనే ఎరువు వేసి మానస ఏకాగ్రత అనే నీళ్ళు పోస్తేకాని అది ఏపుగా ఎదగదు. ఇవి లోపిస్తే మొక్క చచ్చిపోయే ప్రమాదం ఉంటుంది. నేను రోజంతా ఈ నిష్ఠతోనే, ఈ ఏకాగ్రతతోనే పరాకాష్ఠ దాకా వెళ్ళాను. ఏదైతే కఠినంగా ఉంటుందో దాన్నే నేను మొదట అభ్యసించేవాడిని. నా కోరిక ప్రకారం నేను ముందే దానిని నేర్చుకునేవాడిని. సంధ్యా సమయం కాగానే అందరు గురు ద్రోణాచార్య ఆజ్ఞ కాగానే చేతిలో ఏ శస్త్రాలు ఉంటే ఆ శస్త్రాలను నేలమీద పెట్టేసి తమ-తమ నివాసాల వైపు వెళ్ళే వాళ్ళు. నేను శోణుడిని అక్కడే ఉండమని చెప్పి వెంటనే గంగ ఒడ్డుకి వెళ్ళిపోయేవాడిని. గంగానది యుద్ధశాల వెనక వైపు నుండి నగరం వైపు ప్రవహించేది. నేను అక్కడ నిల్చుని పడమర వైపు చూసేవాడిని. హస్తినాపురం నుండి వీడ్కోలు తీసుకునే సూర్యదేవుడికి నేను వందనం చేసేవాడిని. నా దేహం పైన తన బంగారు వేళ్ళతో నిమిరే సూర్యభగవానుడు 'రేపు మనం కలుద్దాం' అని అంటున్నాడా అని అనిపించేది. రోజంతా గంటల తరబడి రకరకాల శస్త్ర విద్యలను నేర్చుకోవడం వలన కలిగిన అలసట ఒక్క ఘడియలో మటుమాయం అయ్యేది.

రాత్రి పక్కమీద వాలగానే, రోజంతా పడిన శ్రమ కారణంగా నిద్రలోకి జారుకునే వాడిని. కాని అప్పుడప్పుడు బాలుడిలా కోపగించుకునేవాడిని. అప్పుడు గురువర్యులు ద్రోణులు అన్న మాటలు గుర్తుకు వచ్చేవి - "వీడు రాజకుమారులతో కలిసి విద్యాభ్యాసం ఎలా చేస్తాడు?" నేను

నా మనస్సును సరిపెట్టుకునే ప్రయత్నం చేసేవాడిని – వారు అన్నదాంట్లో ఏ తప్పులేదు. మేము యువరాజులం కాదుకదా? మేము వాళ్ళతో కలిసి విద్యాభ్యాసం ఎలా చేస్తాము? ఎంత మనస్సుకు నచ్చ చెప్పుకున్నా మనస్సు ఒప్పుకోదు. వ్యాకులతతో నేను అటు–ఇటు పొర్లుతూ ఉండేవాడిని. నేను ఇంతగా బాధపడటం నాకే ఆశ్చర్యంగా అనిపించేది. ఈ నగరంలో యువరాజులతోపాటు విద్యాభ్యాసం చేయలేని ఎంతోమంది యువకులు ఉన్నారు. వాళ్ళందరు యుద్ధశాలకు వస్తూనే ఉంటారు. వాళ్ళు కూడా నాలాగానే ఆలోచిస్తారా? మరి నాకెందుకు ఈ విషయం అంతగా నచ్చదు. నేను వ్యాకులతతో బయటకు వచ్చేసాను రాజభవనం ఎదురుకుండా ఒక సరోవరం ఉంది. ఆ సరోవరం ఒడ్డున కూర్చునే వాడిని. దాని స్వచ్ఛమైన జలంలో ఆకాశం ప్రతిబింబించేది. చంద్రుడు ఆకాశంలోని నిర్జీవమైన నక్షత్రాలతో ఆడటం మానేసి ఆ సరోవరంలో చంచలమైన చేపలతో ఆడుకోడానికి ఆకాశం నుండి ఎత్తైన ఆ నిచ్చెన మెట్లుదిగి వచ్చి కూర్చునేవాడు. సరోవరంలోని నిర్భీకమైన చేపలు ఆ చిరు చంద్రరేఖా బింబంతో నిరంతరం మనోహరంగా దాగుడుమూతలు ఆడుతూ ఉండేవి. నేను చాలాసేపు చేపల మనోహరమైన ఆ ఆటను చూస్తూ ఉండేవాడిని.

సరోవరంకి నలువైపుల సరిహద్దుల గోడలలో అక్కడక్కడ పావురాలు ఉండేవి. వాటిల్లో కొన్ని దారితప్పిన పావురాలు అరుస్తూ ఉండేవి. మళ్ళీ శాంతంగా అయిపోయేవి. చిరుచంద్రరేఖని చూస్తూ నేను మెట్లెక్కి వచ్చేవాడిని గదిలోకి వచ్చి హాయిగా పడుకునే వాడిని.

24

రాజప్రాసాదం నుండి యుద్ధశాల చాలా దూరంలో ఉంది. అందువలన కొంత కాలం అయ్యాక మేము అక్కడే ఉండటం మొదలు పెట్టాము. రాజ ప్రాసాదంతో మా సంబంధం తెగి పోయింది. సంవత్సరానికొకసారి శారదోత్సవం రోజున రాజభవనానికి వెళ్ళే వాళ్ళం. యువరాజు దుర్యోధనుడు మరీ మరీ రమ్మని చెప్పడం వలన వెళ్ళే వాళ్ళము. అతడు, అమాత్యులు వృషవర్మ మాకు ఎంతో సహాయపడ్డారు. అతడికి తొంభై తొమ్మిది మంది తమ్ముళ్ళు ఉన్నారు. కాని వారిలో ఏనాడు ఏ ఒక్కరు నా కుశల– సమాచారాలు అడగనే అడగలేదు. నాకు తక్కిన వాళ్ళ పట్ల ఎటువంటి ఆకర్షణ లేదు. అసలు వాళ్ళ పేర్లు ఎంత విచిత్రంగా ఉన్నాయి. దుర్మష, దుర్ముఖ, అంత్యనార్, నాకు ఇంకోక వ్యక్తి కూడా ఇష్టం. అతడే అశ్వత్థామ. గురుద్రోణాచార్యుల వారి పుత్రుడు. అతడు ఎంతో సౌమ్యుడు. అతడిది ఋజు స్వభావం. ఇంత చిన్న వయస్సులో ధర్మం, ఆత్మ, పరాక్రమం, కర్తవ్యం, ప్రేమ మొదలైన విషయాలపై అతడు ఎంతో వివరంగా, మాట్లాడేవాడు. ఆ విషయాలకు సంబంధించిన అపార జ్ఞానం అతడికి ఉంది. నాకు ఏ మాత్రం సమయం ఉన్నా నేను అతడితో చర్చలు జరుపుతూ గడిపేవాడిని. అతడికి నా పేరు కర్ణుడు అని మాత్రమే తెలుసు. నేను ఎవరిని? ఎక్కడి వాడను? ఎందుకు వచ్చాను? వీటి గురించి అతడు ఎప్పుడు ప్రశ్నించలేదు. అందుకే అందరికన్నా అతడంటే నాకెంతో ఇష్టం.

“నీ పేరు అశ్వత్థామ. కొంచెం విచిత్రంగా నీ కనిపించడం లేదా?' ఒక రోజు నేను అతడిని సహజంగా అడిగాను.

"నీవు సరిగ్గానే అడిగావు. అసలు ఈ పేరు నాకూ ఏ మాత్రం ఇష్టం లేదు. నేను ఈ పేరు విషయంలో ఎవరినైనా అడిగితే ఏమంటారో తెలుసా?"

"ఇంకేమని అంటారు? నీవు గుర్రంలా ఠీవి, దర్పాలతో ఉంటావు అని అంటారు."

"ఊహ! కాదు నేను పుట్టగానే గుర్రంలా సకలించానట. అందువలనే నాకు అశ్వత్థామ అని పేరు పెట్టారట. ఈ మాట నాకూ అంతగా నచ్చదు. ఏ శిశువు అయినా పుట్టగానే గుర్రంలా సకిలిస్తాడా? అసలు ఇది సంభవమేనా? నాన్నగారు నన్ను అశూ (అషూ) అని పిలుస్తారు. అందుకే నా పేరంటే నాకు ఇష్టం. ఇది నిజం. అందరి ముందు వారు నన్ను అశ్వత్థామ అని పిలుస్తారు.

నాకు కూడా అతడి అశూ అన్న పేరు ఎంతో మంచిగా అనిపించింది.

అతడి సాంగత్యంలో సమయం అంతా ఎంతో ఆనందంగా గడిచిపోతోంది. అతడు నా కవచకుండలాలని స్పర్శిస్తూ "కర్ణా! నీ ఈ కుండలాలు, రోజు రోజుకీ ఇంకా బంగారు రంగులో ఎక్కువగా మెరుస్తున్నాయి. నగరంలోని ఏ కంసాలి వద్దకు నీవు వెళ్తావు? బంగారు పూత పూయిస్తావు?

"నా ఈ కుండలాలకు బంగారు పూత పూసే వారెవరో నాకు తెలిస్తేగా? తెలిస్తే నా స్నేహితుడు అశ్వత్థామకి కూడా కుండలాల జోడీని ఇవ్వమని చెప్పనా? ఇవి చాలా అందంగా ఉన్నాయి." అని నేను అన్నాను.

అతడు కిలకిలా నవ్వుతూ–"ఒద్దు సోదరా! నీ కుండలాలని నీ దగ్గరే ఉంచుకో. చెవులకి ఉన్న బంగారు కుండలాలను చూస్తే పర్ణకుటీరంలో పడుకునే ఈ ఋషి కుమారుడి చెవులను దొంగలు కోసేస్తారు. చెవులతో సహా కుండలాలను తీసుకుని పారిపోతారు. ఇక అప్పుడు చెవులూ ఉండవు, కుండలాలూ ఉండవు." అని అనేవాడు. మేం ఇద్దరం అట్టహసంగా నవ్వే వాళ్ళం. అసలు మమ్మల్ని మేం మరిచి పోయే వాళ్ళం. ద్రోణాచార్యుల వారి పుత్రుడు అశ్వత్థామ ఎంత నిర్మల మనస్తత్వం కలవాడు. ఎటువంటి రాగ–ద్వేషాలు లేనివాడు అని నేను మనస్సులో అనుకునేవాడిని. అసలు ఇతడికి, శోణుడికి ఏం తేడా ఉంది? అశ్వత్థామ తండ్రిగారు ఎంతో శాంతంగా, గంభీరంగా ఉంటారు. అసలు ఆయన మనస్సు లోతులని ఎవరు కనిపెట్టలేరు. లేకపోతే బరువు–బాధ్యతలవలన అంత ప్రౌఢులుగా మారి పోతారా? లేకపోతే కొంతమంది జన్మతః ప్రౌఢులుగానే ఉంటారా? ఆ యుధిష్ఠరుడు ఎప్పుడు గంభీరంగానే ఉంటాడు. అసలు ఎప్పుడైనా మరచిపోయి కూడా నవ్వుతాడా? ఊహలో కూడా అసలు నవ్వనే నవ్వడు. కాని ఇక్కడి యుద్ధశాలలోని శిష్యులందరు ఆయనకి ఎంతగా గౌరవం ఇస్తారు. ఇక అతడి సోదరుడైన అర్జునుడి సంగతి సరేసరి. అందరు నెత్తిమీద పెట్టుకుని చూస్తారు. అందరు అతడే తమ ప్రాణాలు అన్నట్లుగా చూస్తారు. అసలు ఎటుచూస్తే అటే అర్జునుడే. గురు ద్రోణాచార్యుల వారికి తన పుత్రుడు అశ్వత్థామ కన్నా అర్జునుడి పైన అధిక ప్రేమ. అసలు అర్జునుడికి ఇంత విలువ ఆయన ఎందుకు ఇస్తారు. నిజానికి అశ్వత్థామ లాంటి గొప్ప యువకుడు ఈ యుద్ధశాలలో మరెవరు లేరు. కాని ఇక్కడ అర్జునుడికే తప్ప మరెవరికీ గౌరవ మర్యాదలు ఎవరూ ఇవ్వరు. అసలు ఎవరో ఒక వ్యక్తికి మాత్రమే ఇంత ప్రాముఖ్యత ఇవ్వడం ఉచితమైనదేనా? దీని వలన ఆ వ్యక్తిలో ఉన్మాదం

పెరగదా? అసలు ఏ గీటు రాయిపైన పరీక్ష చేసి గురుదేవులు అర్జునుడిని ఇంతగా హక్కున చేర్చుకున్నారు? అసలు అశ్వత్థామని ఈ ప్రశ్న అడగాలని నాకు పదే-పదే అనిపించేది. కాని నన్ను నేను అదుపులో పెట్టుకొని ఎప్పుడూ ఈ ప్రశ్న వేయలేదు. ఎందుకంటే ఇట్లా నేను ప్రశ్నిస్తే తన తండ్రిని అవమానిస్తున్నానని అతడు అనుకుంటాడేమోనన్న సంకోచం నాలో ఉంది. అందుకే అతడిని నేను ప్రశ్నించలేను. కాని ఒక మిత్రుడిగా అశ్వత్థామ, తక్కిన వాళ్ళందరి కన్నా నాకు ఎంతో ఆత్మీయుడిగా అనిపించేవాడు.

25

ఒకసారి నేను అమ్మని కలవడానికి చంపానగరికి వెళ్ళాను. ఎనిమిది రోజుల తరువాత తిరిగి వెళ్ళాక గురుదేవులు శిష్యులందరికి పరీక్ష పెట్టారని అశ్వత్థామ ద్వారా తెలిసింది. ఆచార్యులు ఒక అశోక వృక్షం పైన ఎత్తైన కొమ్మ పైనుండి ఒక చనిపోయిన పక్షిని వేళ్లాడేసారు. ఆ పక్షిని అంతా పొట్టుతో నింపారు. ఆ పక్షి కుడి కన్నును గురి తప్పకుండా బాణం వేసి ఛేదించిన వారికే సాధువాదాలు. ప్రశంసలు. గురువర్యులు శిష్యులందరినీ ఒక చోట ప్రోగుచేసారు. ఒక్కొక్కరిని రాతి అరుగు దగ్గరికి పిలిచి, చేతికి ధనస్సును, ఇచ్చి గురి చూసి బాణాన్ని సంధించమని చెప్పారు. ఒక్కొక్కరు వచ్చేవాళ్ళు. ధనస్సును ఎత్తి వింటి నారిని ఎక్కుపెట్టే వాళ్ళు ఇంతలో గురువర్యులు- ''బాణం వదిలే ముందు నీకు ఏమేమి కనిపిస్తున్నాయి'' అని అడిగేవారు.

ప్రతీ వాళ్ళు ఒక్కొక్క జవాబు చెప్పారు. ఆ మూర్ఖుడు భీముడు-'నాకు పరతీ (సరిహద్దు) వైపున ఉన్న కొండ కనిపిస్తోందని' అని అన్నాడు. ఒకడు మేఘాలు కనిపిస్తున్నాయి అంటే మరొకడు చెట్టుకి ఉన్న ఆకుపచ్చటి ఆకులు అని అంటే, మూడోవాడు పక్షి కనిపిస్తోంది అని అన్నాడు.

ఈ సమాధానాలు గురుదేవులను తృప్తి పరచలేకపోయాయి. ఆయన ఆ వ్యక్తిని ధనస్సు కింద పెట్టి వెనక్కి వెళ్ళిపొమ్మని చెప్పేవారు. అందరి కన్నా చివర అర్జునుడు వచ్చాడు. ''అర్జునా! నీకు ఏం ఏం కనిపిస్తున్నాయి' అని ఆయన అడిగారు.

''నాకు పక్షి కన్ను ఒక్కటే కనిపిస్తోంది.' అని అర్జునుడు జవాబు చెప్పాడు.

గురుదేవులు ప్రసన్నులయ్యారు. ఆయన అర్జునుడి వీపుని చరిచారు.- కావాల్సిందదే! వెంటనే బాణాన్ని గురిపెట్టు. కన్నును ఛేదించు. వెంటనే అర్జునుడు బాణం వేసాడు. కంటిని ఛేదించాడు. మళ్ళీ గురువు, శిష్యుడి వీపు తట్టారు.

అశ్వత్థామ తన పెద్ద-పెద్ద కళ్ళను తిప్పుతూ, ఇంకా పెద్దవి చేస్తూ నాకు ఇదంతా చెప్పాడు. చివరిలో అతడే ఒక్కసారిగా ప్రశ్నను సంధించాడు- ''కర్ణా! ఒకవేళ నీవే అక్కడ ఉండి ఉంటే నాన్నగారికి ఏం జవాజు చెప్పేవాడివి?''

నేను కొంచెం సేపు మౌనంగా ఉండిపోయాను. మనస్సులో నేను ఆ రాతి అరుగు మీద వీరాసనం వేసుకుని, కళ్ళ ఎదురుకుండా ఆ పక్షి కన్నుపైన దృష్టి నిలిపినట్లు ఊహించుకున్నాను- ''అశ్వత్థామా! ఒకవేళ నేను అక్కడ ఉండి ఉంటే, అసలు నాకు ఏదీ కనిపించడం లేదు, ఎందుకంటే లక్ష్యం ఎదురుకుండా కనిపిస్తుంటే కర్ణుడు, కర్ణుడిలా ఉండదు. అతడి శరీరమంతా

బాణం అయిపోతుంది. కేవలం బాణమే కాదు, బాణం మొన, లక్ష్యం–ఛేధం బిందువు. నా మొన తేలిన శరీరానికి ఒక నువ్వు గింజ అంతచోటు ఎదురుకుండా కనిపిస్తోంది' అని అంటాను.

నా ఈ జవాబుకు అమితానందంతో నన్ను కౌగిలించుకున్నాడు అశ్వత్థామ. 'కర్ణా! నీవు అందరికన్నా శ్రేష్ఠ ధనుర్ధరుడివి అవుతావు.'అని అన్నాడు. నేను ఆ కౌగిలింత నుండి విడిపించుకుని, నేను నా మనస్సులో ఒక నిర్ణయానికి వచ్చాను. ఆ పక్షి కన్ను లక్ష్యాన్ని ఛేదించాడు. కాబట్టి అర్జునుడిని గురువర్యులు ఇంతగా ప్రశంసించారు. నేను గురి తప్పకుండా లక్ష్యాన్ని ఛేధిస్తాను. ఇవాళే చేస్తాను. ఎప్పుడో ఒకప్పుడు గురుద్రోణాచార్యుల వారు మెచ్చుకుంటారు. దగ్గరికి తీసుకుంటారు, నా వీపు మీద చరుస్తారు అని అనుకున్నాను.

ఆ రోజు సంధ్యా సమయంలో నేను నగరానికి వెళ్ళాను. చచ్చిపోయిన పకక్షులలో పొట్టు నింపి అమ్మే వ్యక్తి దగ్గర ఒక పక్షిని తీసుకొన్నాను వెనక్కి వచ్చేసాను. రాత్రి నలువైపులా నిశ్శబ్దంగా ఉన్నప్పుడు నేను శోణుడిని నిద్రలేపాను. మేం ఇద్దరం గది నుండి బయటకి వచ్చాము. నా చేతిలో పక్షి ఉంది. యుద్ధశాలంతా నిశ్శబ్దం ఆవహించి ఉంది. రోజంతా శస్త్రాల ఝుంకారాలతో కంపించే ఈ స్థానం ఈ సమయంలో ఎంతో శాంతంగా ఉంది. అక్కడక్కడా ఇంగుదీ వత్తులు వెలుగుతున్నాయి. అవి భవ్య క్రీడాంగణానికి ఎంతో ధైర్యాన్ని ఇస్తున్నాయి. దాంట్లోంచి నేను వెలుగుతున్న ఒక దివిటీని తీసుకున్నాను. మధ్యలో ఉన్న ధనుర్వేద రాతి అరుగు మీదకి ఎక్కాను. ఎదురుకుండా విశాలమైన అశోక వృక్షం ఉంది. నాచేతిలో ఉన్న పక్షిని శోణుడికి ఇచ్చాను. ''ఈ పక్షిని ఆ చెట్టుకి పై స్థానంలో కట్టేసేయి. నీవు దివిటీని తీసుకుని అక్కడే నిల్చో.''అంటూ శోణుడికి ఆ చెట్టు వైపు నా వేలుని చూపించాను.

''ఎందుకు?' అని వాడు ఆశ్చర్యంగా అన్నాడు.

''నేను తరువాత చెబుతాను. త్వరగా వెళ్ళు.'' నా చేతిలో నుండి దివిటీని, పక్షిని తీసుకుని చెట్టు వైపు నడిచాడు. ఉడతలాగా సర్–సర్ అంటూ గబగబా ఒక క్షణంలో చెట్టు పైకి ఎక్కేసాడు. ''అన్నయ్యా! ఇక్కడ ఒక కొమ్మకు దారం కట్టి ఉంది. ఇక్కడే కట్టేయనా? అని అడిగాడు.

''ఎంత వీలైతే అంత పైకి ఎక్కు. ఇప్పుడే.' అని నేను అరిచాను.

వాడు ఇంకా పైకి ఎక్కాడు. ఇక ఇంతకన్నా పైకి వెళ్ళలేదు. వాడు పక్షిని ఒక కొమ్మకు కట్టేసాడు. వాడు మరో కొమ్మ పై కూర్చుని ఉన్నాడు. ''ఆ దివిటీని నాకు పక్షి కనిపించేలా పట్టుకో. ఏమాత్రం కదలకు.'' అని నేను అరిచాను. వాడు దానిని సరిగ్గా పట్టుకున్నాడు. నేను ధనస్సు ఎత్తాను. వీరాసనం వేసాను. ఆ అరుగు మీద నిల్చునే నేను సూర్యుడి శిష్యత్వాన్ని స్వీకరించాను. ''గుర్తుంచుకో.... యువరాజు అర్జునుడు లక్ష్యమైన ఒక కంటినే ఛేదించాడు. నీవు రెండు కళ్ళను ఛేదించాలి. ఎట్లా? మొదటి బాణం తగలగానే ఆ పక్షి తిరుగుతుంది. దాని రెండో భాగం ముందుకు వస్తుంది. ఇంతలోనే రెండో బాణం దాని కంట్లో గుచ్చుకోవాలి. ఈ రెండు బాణాలు ఒకే సమయంలో, మసక మసకగా కనిపించే ఆ వెల్తురులో వేయాలి.'' అని నామనస్సు చెప్పింది.

నేను చెట్టు వైపు చూసాను. దివిటీకున్న జ్యోతి మిళ మిళా అంటూ అటు–ఇటు ఊగుతోంది. సమీపంలో ఉన్న అంబుల పొదిలో నుండి రెండు సూచీ బాణాలను వెంటనే లాగి చేతిలోకి తీసుకున్నాను. ధనస్సును సరిచేసాను. వింటి నారి ఎత్తి రెండు బాణాలను సంధించాను. వింటి నారిని గట్టిగా లాగాను. ఇక ఇప్పుడు నేను నేనుగా లేను. నా శరీరం, మనస్సు, దృష్టి, శ్వాస,

బాణాల రెండు మొనలు, పక్షి రెండు కళ్ళు.... అంతా ఒకటై పోయాయి. లాగిన వింటినారిపై వేళ్ళు స్థిరంగా ఉన్నాయి. రెండు వేళ్ళ ప్రభావం వేరు-వేరుగా ఉంటుంది. అందులో ఒకబాణం ముందు దూసుకు వెళ్ళాలి. రెండోది దాని వెనక వెంటనే వెళ్ళాలి. ఒక్క క్షణం తరువాత రెండు బాణాలు సర్-సర్ అంటూ ఒకటి తరువాత ఒకటి విల్లు నుండి దూసుకు వెళ్ళి పోయాయి. మొదటి బాణం తగలగానే ఆ పక్షి తిరిగింది. ఇంతలో రెండో బాణం తగిలిందో లేదో శోణుడు హడావిడిగా కట్టిన ఆ దారం తెగిపోయింది, పక్షి ధడాలున కింద పడిపోయింది. చేతిలో ఉన్న వింటిని కింద పడేసి అరుగు నుండి నాలుగు నాలుగు మెట్లు ఒక్కసారిగా దిగాను. పరుగెత్తు కుంటూ ఆ చెట్టు కిందకి వెళ్ళాను. పక్షిని చేతిలోకి తీసుకుని వెలుగుతున్న దివిటి దగ్గరికి వెళ్ళాను. పక్షి రెండు కళ్ళల్లో రెండు బాణాలు గుచ్చుకుని ఉన్నాయి. నేను గెలిచాను. నాకళ్ళల్లో మెరుపు వచ్చింది. శోణుడు చెటు పైనుండి కిందకి దిగాడు. దూరంగా కాపలా వాళ్ళు కుండల ఇనుపపట్టీల పైన కొట్టారు. మేం గదికి వెనక్కి వెళ్ళిపోయాం.

ఆ రోజు నుండి గోదాలో ఎవరు లేనప్పుడు లక్ష్యఛేదనకి సంబంధించిన అనేక రకాల విద్యలను గుప్త రూపంగా ప్రయోగించడం మొదలు పెట్టాము. ఎందుకంటే నీరవనిస్తబ్ద రాత్రిలో మన మనస్సును ఏకాగ్రతగా ఉంచుకోవచ్చు. ఎవరు ఆటంకం కలిగించరు.

ఈ విధంగా విద్యాభ్యాసం చేసేవాళ్ళం. అసలు ఇన్ని సంవత్సరాలు ఎట్లా గడిచాయో నాకు, శోణుడికి తెలియదు. మల్ల విద్య నేర్చుకోవడం వలన నా శరీరం దృఢంగా అయింది. భుజ దండాల స్నాయులపై జోరుగా ముష్టి ఘాతాలు చేస్తూ 'కర్ణా! ఇది మాంసమా! ఇనుమా!' అని అశ్వత్థామ అన్నాడు.

26

ఒకరోజు అశ్వత్థామతో పాటు నేను అనుకోకుండా రాజభవనానికి వెళ్ళాను. రాజభవనం ఎదురుకుండా ఉన్న సరస్సు చెలియలి కట్టన దుర్యోధనుడి మామ శకుని కూర్చుని ఉన్నాడు. ఆయన చేతిలో ఒక తెల్లటి హంస ఉంది. ఆ తెల్లటి పక్షి అంటే నాకెంతో ఇష్టం. దాని పట్ల నాకెంతో ఆకర్షణ. నీళ్ళల్లో కాళ్ళనే పడవను నడుపుతూ మెడను ఎంతో దర్పంగా విదిలించి కొడుతూ పలువైపులా తిరుగుతూ ఉంటుంది. అసలు జలసామ్రాజ్యానికి తను ఒక్కడే ఒక్క సమ్రాట్ అయినట్లు ఠీవిగా తిరుగుతుంది. మేం ఇద్దరం శకుని మామ దగ్గరికి వెళ్ళాము. ఆయన దాదాపు ధృతరాష్ట్రుడిలానే అనిపిస్తారు. కాని ఆయనకు ఒక అలవాటు ఉంది. మాట్లాడేటప్పుడు కనుబొమ్మలు అటు ఇటు ఆడిస్తూ ఉంటారు. ఆయనతో మాట్లాడే వాళ్ళ దృష్టి ఆయన చిన్న కళ్ళ పైన ఉన్న లావు పాటి కనుబొమ్మల పైన పడుతుంది. మాటి-మాటికి దృష్టి అటే వెళ్తుంది. చేతిలో ఉన్న రాజహంసను నిమురుతూ- 'అశ్వత్థామా! రాజకుమారుల యుద్ధశాస్త్రల విద్యాభ్యాసం ఎంత దాకా వచ్చింది?' అని అడిగారు.

''అర్జునుడు ధనుర్విద్యలో, దుర్యోధనుడు గద, భీముడు మల్ల, నకులుడు ఖడ్గ, దుశ్శాసనుడు ముష్టి, సహదేవ చక్ర ,యుధిష్ఠరుడు యుద్ధనీతి , మొదలైన శాస్త్రాలలో ఎంతో నైపుణ్యాన్ని సంపాదించారు. ఈ విద్యలలో వారిది అందె వేసిన చెయ్యి.'' అశ్వత్థామ జవాబు చెప్పాడు.

'మరైతే, త్వరలో వీళ్ళందరికి పరీక్ష పెట్టాలి,'

''అవును, నాన్నగారు కూడా దీని గురించే యోచన చేస్తున్నారు.' అశ్వత్థామ అన్నారు. ఇంతలో ఒక సేవకుడు రాతి పాత్రలో పాలు తీసుకువచ్చాడు. వాడు ఆ పాత్రని సరోవరం ఒడ్డున పెట్టాడు. శకుని మామ రాజ హంసని అశ్వత్థామ చేతికి అందించి, వంగి సరస్సులో నుండి దోసిళ్ళతో నీళ్ళు తీసుకున్నాడు. నీళ్ళని పాల పాత్రలో పోసాడు.

''మామయ్యా! పాలను పొదుపు చేస్తున్నావా!'' అని అశ్వత్థామ అడిగాడు.

''ఊహ... పొదుపు కాదు, ఇది రాజహంస. ఈ పాత్రలో ఎన్ని నీళ్ళైనా పొయ్యి ఇది నీళ్ళు తాగదు'' ఉత్తరీయంతో చేతులను తుడుచుకుంటూ కనుబొమ్మలను పైకి ఎగుర వేస్తూ అన్నాడు.

''అదెలా?'

''నీవే స్వయంగా చూడు.'' అంటూ మామ, రాజహంసను మెల్లిగా అశ్వత్థామ చేతుల్లోంచి తీసుకుని ఆ రాయి దగ్గర కూర్చోపెట్టాడు. అంతే రాజహంస ఠీవిగా తన మెడను రాతిపాత్రలో పెట్టింది. చుర్... చుర్ అంటూ పాలను తాగడం మొదలు పెట్టింది. కొంచెం సేపయ్యాక మెడను బయటకి తీసింది. అది ఒక్కసారిగా మెడను విదిలించి కొట్టింది. దాని ముక్కులో మిగిలి ఉన్న నాలుగు పాల చుక్కలు బయటకి వచ్చాయి. మేం అందరం కుతుహలంగా ఆ రాతి పాత్రలో తొంగి చూసాము. అందులో దోసిలి నీళ్ళు యథాతథంగా ఉన్నాయి. కేవలం శుభ్రజలం. శకుని మామ ఆ నీళ్ళని సరస్సులోకి ఒంచేసాడు. కనుబొమ్మలను కదిలించాడు.

అసలు ఇదంతా చూసాక నాకెంతో ఆశ్చర్యం కలిగింది. ఆలోచనల గుర్రాలు నా మనోరథాన్ని లాగడం మొదలు పెట్టాయి. మనిషి కూడా ఈ రాజహంసలా ఉంటే? అతడికి ఏది అవసరమో అదే గ్రహిస్తాడు. ఏది అక్కరలేదో దాన్ని వదిలి వేస్తాడు. నేను కూడా ఇలాగే చేసాను కదా! యువరాజు దుర్యోధనుడు, అశ్వత్థామ వీరిద్దరి నీ వదిలి వేస్తే, అంత విశాలమైన నగరంలో ఏ వ్యక్తినీ నేను దగ్గరికి రానీయ లేదు కదా! తక్కిన వాళ్ళ పట్ల నా మనస్సులో నావాళ్ళు అన్న భావన ఎందుకు లేదు? దీనికి జవాబు ఎట్లా ఇవ్వగలగుతాను? ఆ రాజహంస అసలు నీళ్ళు వదిలేసి కేవలం పాలను మాత్రమే ఎలా గ్రహించిందో చెప్పగలదా? కాని ఇందులో నీ తప్పు ఏముంది? యువరాజు దుర్యోధనుడు ఎంతో ఆప్యాయంగా నా యోగ క్షేమాలు అడిగాడు. అందుకే అతడి పట్ల నాకంత ప్రేమ. మొదట ఒక గింజని నాటాలి. అప్పుడే నేల మీద నుండి గింజలతో నిండిన కంకులు వస్తాయి. ఒక గింజ రాసుల-రాసుల గోధుమల పంటకి నాందీ పలుకుతుంది. మనిషి విషయంలో కూడా ఇదే నిజం. ప్రేమ అనే ఒక మాట లభిస్తే ఎవరైనా సరే అవతలి వాళ్ళ కోసం 'ప్రేమ గంగ' ను ప్రవహింపచేస్తాడు. అందువలనే నాలో అతడంటే అంత ఆప్యాయత ప్రేమానురాగాలు. అశ్వత్థామ ఎంతో అమాయకుడు. తొణకడు. బెణకడు. అశ్వత్థామకి, శోణుడికి మధ్య నాకు ఏ తేడా కనిపించదు. తక్కిన వాళ్ళతో నాకంతగా పరిచయం లేదు. అసలు అందరినీ పరిచయం చేసుకోడానికి నాకు మాత్రం సమయం ఎక్కడ ఉంది!

ఆ భీముడు, ఎప్పుడు చూసినా తన శక్తి సామర్థ్యాలకు గర్వపడుతూ, అహంకారంతో గోదాలోని మట్టిలో దొర్లుతూ ఉంటాడు. ఎప్పుడైనా సరే గోదా బయట ఉంటే ఏదో ఒకటి మేస్తూనే ఉంటాడు. అతడి కంఠం ఎంత కర్కశం. అతడి కళ్ళు పెద్దవి. కాని ఎంత మోసపూరితమైనవి. ఇక

నిద్ర పోయినప్పుడు చెప్పన్కరలేదు, గాలి దుమారంలా గుర్రు మంటుంటాడు. గురక పెడుతూ ఉంటాడు. యువరాజు యుధిష్ఠరుడు గంటల తరబడి అశ్వత్థామతో యుద్ధం, నీతి కర్తవ్యాలు మొదలైన గూఢ విషయాల గురించి చర్చిస్తూ ఉంటాడు. ఇక నకులుడు, సహదేవుడు ఎట్లా ఉంటారో ఏం చేస్తుంటారో కూడా తెలియదు. యువరాజు దుర్యోధనుడిని, దుశ్శాసనుడిని వదిలివేస్తే తక్కిన వాళ్ళందరు ఎందుకు పనికి రాని ఎక్కుడు తీగల్లా అనిపిస్తారు. వీళ్ళతో పరిచయం పెంచుకుంటే మాత్రం ఏం లాభం? మనిషి ఆ రాజ హంసలా ఉండాలి. కావల్సినవి గ్రహించాలి. అక్కర లేనివి వదిలి వేయాలి. మన మనస్సుకు నచ్చిన వాటిని తీసుకోవాలి, తక్కిన వాటిని వదిలి వేయాలి. ఇప్పటి వరకు నాకు ఇట్లానే అనిపించింది.

నేను, అశ్వత్థామ ఇద్దరం రాజభవనానికి వచ్చాము. ఇంతలో ఏదో గుర్తుకు వచ్చినవాడిలా "కర్ణా! నేను మామకి నీ గురించి చెప్పలేదు." అని అన్నాడు.

"ఆయన నిన్ను రాజకుమారుల విద్యాభ్యాసం గురించి అడిగారు. యుద్ధశాలలోని శిష్యులందరి గురించి కాదు."

"అయినా నీ గురించి ఎంతో చెప్పేవాడిని కదా!"

"నా గురించి ఏం చెప్పేవాడివి?"

ఈ కుండలాలు, ఈ కవచం గురించే కదా చెప్పియుండే వాడివి. వీటి గురించి ఇప్పుడు నగరంలో చాలామందికి తెలుసు.'

"ఊహు కాదు! అర్జునుడు విలువిద్యలో, దుర్యోధనుడు గద, భీముడు మల్ల, నకులుడు ఖడ్గ, దుశ్శాసనుడు ముష్టి యుద్ధం, సహదేవుడు చక్ర, యుధిష్ఠరుడు యుద్ధనీతి మొదలైన విద్యలలో అందెవేసిన చేయి అయితే వీటన్నింటిని, అన్ని రకాల విద్యలన్నీ కర్ణుడు కాచి వడపోసాడు, ఔపోసన పట్టాడు అని చెప్పి ఉండేవాడిని."

అతడు కేవలం ముఖస్తుతి చేస్తున్నాడా? లేకపోతే ఉన్న నిజం చెబుతున్నాడా?- తెలుసుకోవడం కష్టం. ఎందుకంటే ప్రేమ మనిషిని గుడ్డివాడిని చేస్తుంది. నేను అతడి స్నేహితుడిని. స్నేహితుడి ప్రేమ, అతడిని గుడ్డివాడిగా చేయదా? అందుకే నేను ఏమీ మాట్లాడకుండా మౌనంగా ఉండిపోయాను.

27

పక్షుల గుంపు ఎగిరిపోయినట్లుగా ఆరు సంవత్సరాలు చూస్తూ-చూస్తూనే గడిచిపోయాయి. అసలు సమయం ఎలా గడిచిపోయిందో కూడా తెలియలేదు. యుద్ధ శాస్త్రంలో ఇక నేర్చుకునేందుకు ఏదీ మిగలలేదు. అదీకాక నేను, శోణుడు రాత్రి కూడా ఇంకొంత అభ్యాసం చేయడం వలన ప్రతీ శాస్త్రంలోను కొన్ని మెళుకువలను తెలుసుకున్నాము. ఇదంతా మా ఇద్దరికే తెలుసు. కుస్తీ పట్టే గోదాలో, నేను నిరంతరం శ్రమించడమే కాదు ఒక సమయంలో నలుగురు మల్లయుద్ధ యోధులతో కుస్తీ పట్టే వాడిని. నేను ఎన్ని గంటలు వ్యాయమం చేసినా అలసిపోయే వాడిని కాను. పైగా నేను వ్యాయామం చేసిన కొద్దీ నా శరీరం గట్టి పడేది. ఉష్ణత అమితంగా పెరిగిపోయేది. ఒక్కొక్కసారి నాతో కుస్తీ పట్టే యువకులు- "కర్ణా! ముందు తిన్నగా వెళ్ళి గంగలో

నాలుగైదు సార్లు మునుగు. ముందు నీ దేహాన్ని చల్లబరుచుకో. తరువాతే మమ్మల్ని కుస్తీకి పిలు. ఇది నీ శరీరమా లేక వేడితో రగులుతున్న ఉష్ణరథమా?'' అని అనేవారు.

నా బాహుకంటక్ ఎత్తు వేస్తానో లేదో, నా దేహపు చురుకుదనాన్ని చూసి ఆ యువకులు భయపడే వాళ్ళు. ఓడిపోయేవాళ్ళు. ఈ ఎత్తుకి ఒక విశిష్ఠత ఉంది. శత్రువు మెడను ఈ ఎత్తులో గట్టిగా నులిమేస్తారు. బిగించి పట్టుకుంటారు. బలంగా వాడి మెడను నులమడం వలన శత్రువు చచ్చిపోతాడు. ఆ సమయంలో చేతులు, కాళ్ళు వీపుపై ఒక మూటలా కట్టబడుతాయి. మెడపైన ఉన్న చేతిని తొలగించే శక్తి ఉన్నా విరోధి దాన్ని తొలగించలేడు. ఇది నేను మాత్రమే చేయగల ఒక సురక్షితమైన ఎత్తు. యుద్ధశాస్త్రం ప్రకారం ద్వందయుద్ధంలో మాత్రమే ఇంత క్రూరంగా ప్రయోగించవచ్చు. ద్వంద శబ్దానికి ఒకటే అర్థం – ఇద్దరు యోద్ధులలో ఎవరో ఒకరు మాత్రమే గెలుస్తారు. ఈ యుద్ధపరిణామం ఒకటే ఒకటి–గెలుపు లేక మృత్యువు. ఏ వీరుడైనా చావు భయానికి శరణుజొస్తే జీవనదానం అంటే ఒకరకంగా విధవ–జీవితం లాంటిదే. వీరాధి వీరులున్న రాజ్యంలో ఎవరైనా జీవనదానం అడిగారంటే వాళ్ళు గడ్డిపోచల కన్నా హీనం. హీనాతి హీనంగా బతుకును ఈడ్వాలి. ఇలా ద్వంద్వ యుద్ధంలో పనికి వచ్చే ఎన్నో ఎత్తుకు పైఎత్తులను నేను నేర్చుకొన్నాను. కాని అన్నింటి కన్నా నాకు నమ్మకం బాహుకంటక్ ఎత్తు పైనే.

28

కాలం అనే వాయువుతో పాటు రాత్రింబవళ్ళనే ఎండిపోయిన ఆకులు, ఆకుపచ్చటి ఆకులు ఎగిరిపోయాయి. ప్రతీరోజు ఉషస్సులో లేవడం, గంగలో మనస్సు నిండేలా మునకలు వేయడం, ప్రాత:కాలం నుండి మధ్యాహ్నం దాకా, వీపు వేడి బడేదాకా గంగలోనే ఉండి సూర్యభగవానుడిని ఆరాధించడం, రోజంతా యుద్ధశాలలో శూల, తోమర, శతఘ్ని, ప్రాస, భుషండి, ఖడ్గ, గద, పట్టిష మొదలైన రకరకాల శస్త్రాలను తిప్పడం, సమయం సరిపోక పోతే శోణుడిని తీసుకుని మసక–మసకగా ఉన్న వెలుతురులో గురి తప్పకుండా లక్ష్యాన్ని ఛేదించడం, రోజంతా జరిగిన సంఘటనల గురించి ఆలోచించడం, అప్పుడప్పుడు చంపానగరి స్మృతులను, మనస్సులో నెమరువేయడం, తరువాత నిద్రపోవడం ఇదీ నా దినచర్య. ఇట్లా ఆరు సంవత్సరాలు గడిచిపోయాయి. బాలకుడు వసు ఇప్పుడు మానస ప్రాంగణంలో పరుగులు పెట్టడం లేదు. చంపానగరి స్థానాన్ని ఇప్పుడు హస్తినాపురం ఆక్రమించుకుంటోంది. కుతూహలం, సందేహం ఈ స్థానాలలో సంయమం, పురుషార్థం వచ్చి చేరాయి.

చంపానగరిలో గంగ ఒడ్డున ఇసుకలో పడే చిన్న–చిన్న అడుగులు, ఇప్పుడు హస్తినాపురంలో బలమైన అడుగలయ్యాయి. కాలం అనే కొండ చిలువ, ఆరు సంవత్సరాలను మింగేసింది. ఆరు సంవత్సరాలు! ఈ ఆరు సంవత్సరాలలో ఏం జరిగిందో, ఏం జరగలేదో ఇదంతా చెబితే చాంతాడంత పెద్ద కథ అవుతుంది. ఈ ఆరు సంవత్సరాలు, నేను యుద్ధశాలలో ఒక శిష్యుడిని మాత్రమే. ఇక్కడ ఎవరు ఎప్పుడూ నాతో ఒక శిష్యుడిలా వ్యవహరించలేదు. ద్రోణాచార్యుల ఆధ్వర్యంలో కృపాచార్యుడి శిష్యగణంలో నేను ఉన్నాను. అసలు ఆ శిష్యగణంలో ఉన్న వాళ్ళందరు సాధారణమైన శిష్యులే. ఆ సాధారణమైన శిష్యులలో ఇంకా అతి సాధారణమైన వాడిని నేనే. ఈ

శిష్యగణ గుంపులో కృపాచార్యులు కాని, ద్రోణాచార్యులు కాని ఎప్పుడు కుశల సమాచారం అడగలేదు, ఏదీ ప్రశ్నించలేదు. నిజానికి వాళ్ళు నన్ను ఏదో అడగాలని, నా వీపుని చరచాలని నా మనస్సుకి ఎప్పుడూ అనిపించలేదు. ఎప్పుడైనా ఏ ఎత్తైనా, యుక్తైనా నాకు తెలియకపోతే, నేను ఒక్క క్షణం కళ్ళుమూసుకుని నా గురువు–సూర్యభగవానుడిని స్మరించుకునే వాడిని. ఎవరో యక్షిణి మాయకర్ర తిప్పినట్లుగా ఒక క్షణంలో నాకు ఎత్తు–పైఎత్తులు అర్థం అయ్యేవి. శ్రద్ధలో చాల శక్తి ఉంటుంది. ఏదో ఒక దాని పైన శ్రద్ధ లేకుండా మనిషి జీవించ లేడు. శిష్యుడిగా ఉన్నప్పుడు నాకు మా గురువు గారి పైనే ఎక్కువ శద్ధ ఉండేది. అసలు భయం అనే దానిని నేను ఎరుగను. కానీ ఒక్కొక్కసారి యుద్ధశాలలోని ఈ ఇద్దరు గురువులు నాతో ఎందుకు మాట్లాడరు అని నా మనస్సు ధిక్కరించేది. వీళ్ళ దృష్టిలో కర్ణుడు ఒక రాయి లాంటి వాడు. దాహం కొన్న వాడికి సముద్రంలో ఉన్నా ఒక్క బొట్టు కూడా తాగడానికి దొరకకపోతే ఎట్లా అనిపిస్తుందో, నా స్థితి కూడా అట్లానే ఉంది. నా ఈ బాధను చెప్పుకోడానికి శోణుడు తప్పితే ఇంకెవరు ఉన్నారు.? నా మనస్సు కుమిలి పోయేది. పెద్దలు చిన్న వాళ్ళకి వాళ్ళ తప్పులు తెలియ చెబితే మంచిదే. కాని వాళ్ళని ఉపేక్షిస్తే!.... మనస్సు అనే అంకురం ఎంతో బాధపడుతుంది. అది ఎటు వైపు దారి దొరికితే అటుపైపు నుండి ఆ అంకురం చీల్చుకుని వెళ్ళి పోతుంది. ఈ ఆరు సంవత్సరాలలో నేను ఏం పొందాను. అందరి చీదరింపులు. ఉపేక్ష.ఘోరాతి ఘోరమైన తిరస్కారాలు. అసలు కర్ణుడనే ఒక శిష్యుడు, ఈ యుద్ధశాలలో ఉన్నాడు అన్న సంగతే ఎవరికి తెలియదు. ఇచ్చకాలు చెప్పడం నాకు అలవాటు లేదు. అందువలన హస్తినాపురంలో నేను శోణుడు మరో లోకంలో ఉండేవాళ్ళం. యుద్ధశాలలో పంథా వేరు. కృపాచార్యులు, ద్రోణాచార్యుల పట్ల గౌరవం పెరగాల్సింది పోయి సందేహం కలగసాగింది. వాళ్ళు ఏదో నామ మాత్రానికి మాత్రమే గురువులు అని నాకనిపించేది. అసలు శిష్యుల మనస్సుల గురించి తెలుసుకోని వారు గురువులు ఎట్లా అవుతారు? ప్రేమను ఊది శిష్యుల మానస మొగ్గను ప్రఫులితం చేయక పోతే వాళ్ళేం గురువులు? నా మనస్సు గురువుల ప్రేమ కోసం తపించిపోయేది. అందువలనే నా వీపు వేడి అయ్యేవరకు, ప్రతిరోజు నా గురువుల చేత్తో నా వీపుని నిమిరించుకుంటాను. అంతదాకా సూర్యనారాయుడికి అర్ఘ్యమిస్తాను. నిత్యం నా వీపు వేడి పడటం వలన నా వీపు గట్టిపడ్డది.

యుద్ధశాలలోని తక్కిన యువరాజ–శిష్యుల పరిస్థితి దీనికి వ్యతిరేకం. కృపాచార్యులకు, ద్రోణాచార్యులకు, యువరాజు అర్జునుడంటే ఎనలేని ప్రేమ. అతడి ఒక్కడిపైనే వాళ్ళకంత ప్రేమ ఎందుకు? దుర్యోధనుడు కావాలని ఏదో వంకన తన పక్షం వహించే వాడు. దాని పర్యవసానం ఎప్పుడు పోట్లాటే. తన సోదరుడిని ఆటపట్టించడం వలన భీముడికి అమితమైన కోపం వచ్చేది. తన కోపాన్ని అతడు ఆపుకోలేడు. పళ్ళు కొరికే వాడు. ఎదురుకుండా ఎవరు కనిపిస్తే వాళ్ళ పని పట్టేవాడు. ద్రోణాచార్యుడంటే భయం వలన ఎవరూ ఆయన దాకా ఈ గొడవలు చేరకుండా చూసుకునేవాళ్ళు.

ఒకసారి అందరు కలిసి వనవిహారానికి నగరం బయటకి వెళ్ళారని తెలిసింది. అక్కడ భీముడు నిద్రపోతున్నప్పుడు, దుర్యోధనుడు దుశ్శాసనుడి సహాయంతో, వనలతలతో వాడిని

కట్టేసారు. ఒక సరోవరంలో పడేసారు. కాని భీముడికి ఏమీ కాలేదు. జల దేవతలు సహాయ పడ్డారు. విముక్తుడయ్యాడు.

నాకు ఎంత మాత్రం నమ్మకం కలగలేదు. వాళ్ళు భీముడిని సరస్సులో పడేస్తే, జీవించి ఉండేవాడే కాదు. ఎందుకంటే సరోవరంలో జలదేవతలు ఉండరు. పెద్ద-పెద్ద దవడలుగల చేపలు ఉంటాయి. క్రూరాతి క్రూరమైన మొసళ్ళు ఉంటాయి. సరోవరం నుండి బయటకు రాగానే తనని చంపేయాలని ఎవరో కుతంత్రం జరిపారని తెలిసే ఉంటుంది. ఈ కార్యం దుర్యోధనుడు తప్ప మరెవరు చేయలేరు అని తెలుసుకుని అన్నింటికన్నా ముందుగా తన గదతో వాడిని మట్టుపెట్టేవాడే. భీముడు కోపాన్ని ఆపుకోలేడు. ఎవరు ఎంత చెప్పినా వాడు చస్తే ఒప్పుకోడు. ఎవరు ఎంత ఓదార్చినా అతడు తృప్తి పడడు.

యువరాజుల పోట్లాటలను ఆపడం, వాళ్ళ పురుషార్థాన్ని వర్ణన చేయడంలోనే, ఆకాశ-పాతాళాలను ఏకం చేయడంలోనే వాళ్ళకి సమయం గడిచిపోయింది. ఇక సారథి ఇద్దరు కొడుకులను ఎవరు పట్టించుకుంటారు? అసలు వాళ్ళ దగ్గర సమయం ఎక్కడ ఉంది. ఈ విధంగా ఆరు సంవత్సరాలు గడిచిపోయాయి. పదహారేళ్ళ కుర్రాళ్ళు ఇరవై సంవత్సరాలు యువకులై పోయారు. సాహసంతో కూడిన సవాల్ చేసే కార్యాలను చేయాలని కోరికగా ఉండేది.

యౌవనం! జ్వలంత ధమనులలో అవిరత స్పందన. ప్రకృతి ద్వారా మానవులకు లభించిన ఒక గొప్ప వరం. జీవన నగరంలో ఒకే ఒక రాజమార్గం. ప్రకృతి సామ్రాజ్యానికి వసంతం, మానస మయూరపు పూర్తిగా విప్పుకున్న రెక్కలు, వికాసం చెందిన శరీర-భుజంగం యొక్క అందమైన పడగ భావాల ఉద్యానవనంలో సుగంధిత మొగలి పువ్వు, నిరంతరం పరుగెత్తే విశ్వసృష్టి కర్త రథానికి ఉన్న గుర్రాలలో అన్నింటికన్నా శోభాయమానంగా ఉండే గుర్రం, మనిషి గర్వంగా తలఎత్తుకునే కాలం, ఏదో ఒకటి అర్జించే సమయం, శక్తి-యుక్తుల కాలం, ఏదో ఒకటి చెయ్యాలి అన్న భావాన్ని నిజంగా నిరూపించే కాలం.

బాల్యంలోని ప్రతీ వస్తువు రంగు ఆకుపచ్చగా ఉంటుంది. యౌవనంలోని అన్ని వస్తువుల రంగు గులాబీగా ఉంటుంది. కాషాయ రంగులో శోభాయమానంగా ఉంటాయి ఆ వస్తువులు. యువకుడి దృష్టి ఉవ్వెత్తు పయనం, క్షితిజాన్ని స్పర్శించే ఆకాశానికి ఆవలివైపుకి వెళ్తుంది. ప్రకాశించే ప్రతి వస్తువు, చలనం ఉన్న ప్రతి వస్తువు వైపు సహజమైన ఆకర్షణ ఉంటుంది. ఎక్కడ ఏదైతే అసంభవం అని అనిపిస్తుందో దాన్ని సంభవం చేసే దేహ తరంగాలు అతడిలో ఉంటాయి.

ఇప్పుడు నాకు మరీ చిన్నప్పుడు, బాలకుడిగా ఎదిగినప్పుడు అన్న కొన్ని మాటలు-చేష్టలను తలుచుకుంటే నవ్వు వస్తుంది. గంగని గంగామాత అని పిలిచే కర్ణుడు, గంగ ఒడ్డున ముత్యపు చిప్పలను ఏరి ఉత్తరీయంలో మూటకట్టే కర్ణుడు, గరుడ పక్షిలా ఆకాశంలో ఎగరాలని కాంక్షించే కర్ణుడు బాలకుల కోరిక మేర రాజుగా రాతి సింహాసనం పైన కూర్చునే కర్ణుడు, తన కుండలాలు ఎలా మెరుస్తాయి అన్న కుతుహలంతో, గంగాజలంలో చూసే కర్ణుడు, ఆ ఆనందంలో ఎంత మోసం ఉంది? ఆ సమయంలో ఎంత గుడ్డిగా శ్రద్ధ ఉండేది. ఎంతగా సందేహం? ఎంతగా అజ్ఞానం!

ఇదంతా మసకై పోయింది. కాలం వేసిన గట్టి దెబ్బకు అంతా కూలిపోయింది. నాశనం అయిపోయింది. జీవిత రథపు కళ్ళాలను, యౌవనంలో సారథి తన చేతిలోకి తీసుకున్నాడు. ఈ

రథానికి ఐదు గుర్రాలు ఉంటాయి. పురుషార్థం, పేరు-ప్రతిష్ఠలు పొందాలన్న కాంక్ష, నిర్భయత్వం, అభిమానం, ఔదార్యం.

ఏదైతే అన్ని విధాల సమర్థవంతమైనదో అదే యౌవనం. వెలుగు ఎప్పుడైనా నల్లబడుతుందా? ఇటువంటి సమర్థత కలిగిన యౌవనం మనతోపాటు తక్కిన వాళ్ళ గౌరవాన్ని ఇంకా పెంచుతుంది.

పేరు-ప్రతిష్ఠలను పొందాలన్న కాంక్ష యువకుడిలో ఉండే స్థాయీభావం. నేను గొప్పవాడిని అవుతాను. పరిస్థితుల శిరస్సు పై కాలు పెట్టి దాన్ని తలవంచేలా చేస్తాను అన్న ఆలోచనే ఆ యువకుడిని పైస్థాయికి తీసుకు వెళ్తుంది.

నిర్భయత్వం తరుణ జీవన సంగీతానికి అన్నింటికన్న పై స్వరం. ఈ స్వరం ధ్వని భగ్న-అస్తావ్యస్త భయమే. పగిలిన వెదురు ధ్వనిని ఒకళ్ళో ఇద్దరో కూడా ఇష్టపడతారు. జగత్తు పై స్థాయి స్వరంలోని రాగాలాపానని ఇష్టపడుతుంది. అంతే కాని పగిలిన స్వరాలాపనని కాదు.

అభిమానం యువావస్థకి ఆత్మ. ఏ వ్యక్తిలో అయితే శ్రద్ధాభావం ఉండదో వాడు మనిషి కాదు. ఏ యువకుడిలో అభిమానం ఉండదో వాడు యువకుడు కానే కాదు. యువకుడిలో తనకు శ్రద్ధా-గౌరవాలు ఉన్న వ్యక్తులపై అభిమానం మెండుగా ఉంటుంది. సమయం వస్తే వాళ్ళ కోసం ప్రాణాలను సైతం ఇవ్వడానికి సిద్ధపడుతాడు.

ఉదారత్వం యౌవనానికి అలంకారం. తన శక్తి ద్వారా బలహీనుల సంరక్షణకు దీన్ని ఉపయోగిస్తాడు మనిషి. స్వయంగా జీవిస్తూ ఎదుటి వాళ్ళను జీవించేలా చేసే ఒక అమూల్యమైన సాధనం ఉదారత్వం.

ఇదీ యౌవనం అంటే. ఇది ఉన్న చోట వ్యక్తి అవమానాన్ని భరించలేడు. విసుక్కుంటాడు. ఇది ఉన్నచోట న్యాయంగా లభించే అధికారం పైన ఎవరైనా ఆక్రమణ చేస్తే వ్యక్తికోపోద్రేకం కట్టలు తెంచుకుంటుంది. అన్యాయం సమూలంగా నష్టం అయిపోతుంది. ఇది ఉన్నచోట వాస్తవంగా జయం కలుగుతుంది. అక్కడే వెలుగు ఉంటుంది. వెలుగు లేకపోతే అంతా చీకటై పోతుంది. అవమానాన్ని కౌగిలించుకునే అంధకారం. పరాజయ విషాన్ని అమృతం అనుకుని జీర్ణించుకునే అంధకారం. అన్యాయాన్ని సమర్థించే అంధకారం. ఆక్రమణం వలన భయభీతమయ్యే అంధకారం.!

29

అశ్వత్థామ పైన ఉన్న నా ప్రేమ ప్రగాఢమైన స్నేహంగా మారింది. సమస్త హస్తినాపురంలో నాకు ఏకైక ప్రాణమిత్రుడు అతడే. ఒకసారి మేం ఇద్దరం నది చెలియలి కట్ట దగ్గర మాట్లాడుకుంటున్నాము. ఒక్కసారిగా అనుకోకుండా అతడు ఇట్లా అన్నాడు. - 'కర్ణా! నీవంటే నాకు ఎంతో ఇష్టం. దీనికి కారణం నీ స్వభావమే కాదు. నీ అందమైన దేహం కూడా కారణం.''

''అయితే! నేను అంత అందంగా కనిపిస్తానా?'

''అవును. నువ్వు అసలు కలలో కూడా ఊహించనైనా ఊహించలేవు. నీవు గంగా స్నానం చేసి ఎండ ఎక్కాక తిరిగి వస్తుంటే, ఆసమయంలో సమాజ, బంధనాలను పక్కన పెట్టి, ఈ నగరంలోని కొందరు స్త్రీలు ఏదో ఒక నెపంతో తమ తమ భవనాల కిటికీలను తెరుస్తారు. ఎందుకో తెలుసా కేవలం నిన్ను చూడడానికే.''

"ఏం చెబుతున్నావు అశ్వత్థామా! ఒకవేళ ఇదే నిజం అయితే గంగకి వెళ్ళే దారిని మార్చుకోవాలి."

"నిజమే కర్ణా! వృషభం లాంటి బలమైన భుజాలు, మంకెన పూల లాంటి ఎర్రటి బుగ్గలు, ఆ బుగ్గల పైన పడే నీ కవచ కుండలాల నీలపు దీప్తి వలయం, ఖడ్గం పదునులు, కొసతేరిన ముక్కు, ధనుష దండంలా వక్రమైన అందమైన కనుబొమ్మలు, రాతిపూలలా నీలవర్ణ నయనాలు పళ్ళెం లాంటి పెద్ద ఫాలభాగము, భుజాల నుండి కిందికి వేలాడే మహారాజుల కిరీటాల బంగారాన్ని కూడా సిగ్గు పడేలా చేసే బంగారు రంగులో ఉండే దట్టమైన ఉంగరాల జుట్టు, రథాల స్తంభాల లాగా శరీరంలో బలంగా ఉన్న నరాలు–ఇంతటి సమస్త స్వర్గీయ వైభవం ఉన్నప్పుడు నిన్ను ఎవరు ఇష్టపడరు? అందరికి నీవు ఇష్టుడివే."

"అశ్వత్థామా! నేను ఒక నిజం చెబుతాను. నీవు కోపం తెచ్చుకోవు కదా?"

"చెప్పు కర్ణా!'

"మీ నాన్నగారికి వీటిల్లో ఏ ఒక్కటి ఎందుకు నచ్చలేదు? ఈ ఆరు సంవత్సరాలలో గురువర్యులకి, ఆయనకు ఎంతో ఇష్టమైన అర్జునుడికి, కర్ణుడు ఎవరో ఎక్కడ ఉంటాడో తెలుసా?'

"ఇది నిజమే కర్ణా! కాని నీవు ఒక్కడివే కాదు. శస్త్ర-విద్యను నేర్చుకోవాలన్న ఉద్దేశ్యంతో నిషధ పర్వతం వైపు నుండి, వేల యోజనాల దూరం నుండి వచ్చిన నిషాదరాజు హిరణ్య ధనుపుత్రుడు–ఏకలవ్యుడి బాధ కూడా ఇదే. నీమనస్సులోని వ్యథను విని అర్థం చేసుకునే వాడిని నేను ఒక్కడి నైనా ఉన్నాను, కాని ఆ ఏకలవ్యుడు, మా నాన్నగారి గురించి ఏమనుకుంటున్నాడో ఏమో... అసలు నేను ఊహించనైనా ఊహించలేను. నాన్నగారు ఎందుకలా వ్యవహరించారో నేను ఎలా చెప్పగలను? కొడుకులందరు తమ తండ్రుల అంతరాగాన్ని తెలుసుకోలేరు. వసు!'

అతడి జవాబులో సత్యం ఉంది. సహజత్వం ఉంది. అందుకే నాకెంతో బాగా అనిపించింది. మా నాన్నగారు అధిరథుడి మనస్సులో ఏ ఏ ఊహలు ఉన్నాయో, నేనెప్పుడైనా తెలుసుకోగలుగుతానా? అశ్వత్థామ నాకు ఏకలవ్యుడు గుర్తుకు వచ్చేలా చేసాడు. దీనివలన ఎప్పుడు నేను చూడని, నాలాగా వ్యథ చెందుతున్న ఆ ఏకలవ్యుడి పట్ల ఎందుకో నాకు తెలియని గౌరవ భావం పెంపొందింది.

30

ఒకసారి నేను, అశ్వత్థామ ఇద్దరం ఖడ్గ విద్య నేర్చే గోదా దగ్గర నిల్చుని ఉన్నాము. ఆ గోదా నలువైపులా గునపాల లాంటి ఇనుప చువ్వలు పాతి పెట్టబడి ఉన్నాయి. గోదా సరిహద్దులలో ఉన్న ఈ చువ్వలలో ఒక చువ్వ కొన, నేలపైకి వంచబడి ఉంది. ఎవరో దీనిని బలంగా వంచినట్లుగా ఉంది. ఆ ఒక్క చువ్వ సరిహద్దుకు బయటకి వచ్చింది. అందుకే ఏం మాత్రం బాగా లేదు. దానిని సరి చేయాలన్న ఉద్దేశ్యంతో గట్టిగా పట్టుకున్నాను. "కర్ణా! దానిని అలాగే ఉండనీ! ఎంతో మంది నీలా దీన్ని సరి చేయాలని ప్రయత్నించారు. ఒకరోజు విపరీతమైన కోపంతో ఊగిపోతున్న భీముడు దీనిని కిందకు వంచాడు. ఆ తరువాత ఎవరూ తిన్నగా చేయలేక పోయారు. ఎప్పుడో ఒకప్పుడు భీముడే దీన్ని సరిచేస్తాడు–"అని అశ్వత్థామ వెంటనే అన్నాడు.

''మరైయితే! నేను దీన్ని సరిచేయనా?'' నేను అశ్వత్థామ కళ్ళల్లోకి చూస్తూ అడిగాను.

''నీవు చేయలేవు.''

''ఎందుకు చేయలేను.''అంటూ నా పాదరక్షలను తీసేసాను. ఉత్తరీయాన్ని నడుంకి బిగించాను. ''ఈ ఊచని కుడిచేత్తో సరిగ్గా చేస్తాను, ఇది ఇంతకు ముందు సరిహద్దులో ఎలా పాతిబెట్టబడి ఉందో మళ్ళీ అట్లాగే పాతుతాను చూస్తూ ఉండు.'' అని అన్నాను.

నేను ఆచువ్వ దగ్గరికి వెళ్ళాను. ఒకసారి ఆకాశం వైపు చూసాను. గురుదేవుడైన సూర్యుడు మెరుస్తున్నాడు. కుడిచేయిపై బలం అంతా పెట్టాను. కళ్ళు మూసుకుని ఆ చువ్వని ఒక్కసారిగా బలంగా పైకి లాగేసాను. ఆ ఊపుకి ఒక్కసారిగా ఆ చువ్వ నడుంకి సమానం ఎత్తులో పైకి వచ్చేసింది. చువ్వ మొనని పట్టుకుని, కుడిచేత్తో సరిచేసి దానిని యథాతథంగా సరిహద్దులో ఉంచేలా చేసాను. అశ్వత్థామ అవాక్ అయ్యాడు. నా వీపుని చరచడానికి అతడు వీపు మీద చేయి వేసాడు. కాని వెంటనే చేయి తీసేసాడు.

''ఏ మైయింది అశ్వత్థామా!'' నేను ఆశ్చర్యంగా అడిగాను.

''నీ దేహం అగ్గిలా మండుతోంది.''ఏదో రహస్యం కనిపెట్టిన వాడిలా సమాధానం ఇచ్చాడు.

తరువాత భీముడు వంచబడ్డ ఆ చువ్వని చూసే ఉంటాడు. ప్రతీరోజు అతడు ఒక చువ్వని వంచుతాడు. నేను ప్రతి రాత్రి భీముడు వంకరగా చేసిన ఆ చువ్వను కుడిచేత్తో సరిచేస్తూ ఉంటాను.

31

ప్రతీ సంవత్సరంలో చివరన యుద్ధశాలలో యజ్ఞం జరుగుతూ ఉండేది. ఆ యజ్ఞంలో గురు ద్రోణాచార్యుల వారు ఒక విచిత్రమైన ఆచారాన్ని పాటించేవారు. యుద్ధశాలకు చెందిన ప్రతీ శిష్యుడు యజ్ఞంలో బలి ఇవ్వడానికి అరణ్యాల నుండి బతికి ఉన్న జంతువులను తీసుకు వచ్చి సమర్పణ చేయాలి. ఎవరో ఈ ఆచారం గురించి అడిగారు. దీని వలన విద్యార్థికి ధైర్య సాహసాలు కలుగుతాయి. తన కాళ్ళ మీద తను నిలబడగలే శక్తిని తెచ్చుకుంటాడు అని వారు జవాబు ఇచ్చారు.

ఒకసారి వార్షిక యజ్ఞ సమయంలో ఎన్నటికీ మరచిపోలేని ఒక సంఘటన జరిగింది. మేం అందరం బతికి ఉన్న జంతువులను తీసుకు రావడానికి రాజనగరం నుండి అరణ్యం వైపు వెళ్ళాం. అరణ్యం మొదట్లో అందరు పలువైపుల వెళ్ళిపోయారు. నేను తూర్పువైపు బయలు దేరాను. ఇంతకు ముందు లేడి, సాంభర మృగాన్ని, అడవి పందులని సమర్పించాను, ఈ సంవత్సరం వీటి కన్నా బలమైన ప్రాణులను సమర్పిస్తే అని కాలినడకన ముందుకు నడుస్తున్న నాకొక ఆలోచన వచ్చింది మరి వీటికన్నా బలం ఉన్న జంతువులు ఏవి? ఏనుగా? ఊహు... కట్టెలను విరగగొట్టే ఎత్తుగా లావుగా ఉండే కురూపి అది. అశ్వం! గుర్రాన్ని పట్టుకోవచ్చు కాని రెండు మూడు రోజులు పడుతుంది. అప్పటికి యజ్ఞం పూర్తయిపోతుంది. చిత్ర మృగం (రంగు రంగుల జింక.) వృక (తోడేలు) తరస మృగం, మొదలైన జంతువులయితే! ఊహు ... అన్నింటికన్నా ఇంకా బలమైన జంతువేది? పులి. అవును ఈ సంవత్సరం పులినే సమర్పిస్తాను. దాని కోసం కాకులు దూరని కారడవికి వెళ్ళాలి. ఏం ఫరవాలేదు. తప్పకుండా వెళ్ళాలి. పొలిమేరలను దాటుతున్నప్పుడే అనుకున్నాను.

పెద్ద-పెద్ద అంగలు వేసుకుంటూ, జాగ్రత్తగా నలువైపులా చూస్తూ ముందుకు నడవడం మొదలుపెట్టాను. పగలంతా దట్టమైన అడవిలో తిరిగాను. ఎన్నెన్నో జంతువులు కనబడ్డాయి. కాని ఎక్కడా పులి కనిపించలేదు. పగలంతా అటు-ఇటు తిరగడం వలన బాగా దాహం వేసింది. సంధ్యా సమయం అవుతోంది. పక్షులు వెనక్కి గూళ్ళ వైపు పయనిస్తున్నాయి. అక్కడ నిల్చుని నేను సూర్యదేవుడికి వందనం చేసాను. "ఇవాళ మీ శిష్యుడి సంకల్పం వ్యర్థం అవుతోంది' అని మనస్సులో అనుకున్నాను.

ఒక నల్లరాయి మీద కూర్చుని నేను దోసిట్లో నీళ్ళు తీసుకున్నాను. ఆ నీళ్ళని నోట్లో పోసుకోవాలని అనుకుంటున్నాను, ఇంతలో హఠాత్తుగా బలంగా ఉన్న ఒక మృగం నాపై పడ్డది. తత్తరపాటుతో నేను బహుదానది నీళ్ళలో పడిపోయాను. నాతో పాటు ఆ మృగం నీళ్ళల్లో పడ్డది. చాలా మటుకు జలం అంతా మట్టి మయం అయిపోయింది. నేను ఆ మృగం వైపు చూసాను. తెలుపు నలుపు రంగుల మచ్చలున్న చిరుత పులి అది. సాయంత్రం అవడం వలన నీళ్ళు తాగడానికి అది నది ఒడ్డుకు వచ్చింది. దాని ముఖం గుమ్మడి కాయ అంత లావు ఉంది. దాని కళ్ళు గురిగింజల్లా ఎర్రగా ఉన్నాయి.

నాకళ్ళలో ఆనందం, మెరుపు. నేను నీళ్ళల్లో ఉన్నాను. నాబట్టలు తడిసిపోయాయి. అసలు వీటిని నేను ఏ మాత్రం గమనించలేదు. నన్ను చంపాలని చిరుత దాని పంజాని విసిరింది. నేను దాని పై భాగాన్ని పట్టుకున్నాను. దాన్ని ఈడ్చుకుంటూ పైకి తీసుకు వచ్చాను. కాని నీళ్ళ నుండి బయటపడగానే దానికి ఆవేశం ఎక్కువ అయింది. నా చేయిని విసిరి కొట్టి తన పంజాను విడిపించుకొంది. నీళ్ళ స్పర్శకి, నేను దాని పట్టి గుంజి లాగడం వలన అది కోపంతో ఊగిపోయింది. దాని కళ్ళు ఎర్రబడ్డాయి. నిప్పులు కురిపించింది. పెద్దగా గర్జిస్తూ మాటి-మాటికి నా పైన భయానకంగా ఆక్రమణ చేయడం మొదలు పెట్టింది. అప్పుడప్పుడు అది ఐదారు చేతుల ఎత్తున ఎగిరేది. నా రక్తాన్ని పీల్చడానికి నిరంతరంగా ఎర్రటి నాలుకను జాచడం మొదలు పెట్టింది. దవడ చీల్చి నాపై పడ్డది. అది పైన పడ్డప్పుడల్లా దాన్ని లాగి తోసేసేవాడిని. సగం ఘడియ నన్ను నేను రక్షించుకోవడానికి ప్రయత్నం చేసాను. కాని నేను దాన్ని ఆపలేకపోయాను. నేను నా దేహం వైపు చూసుకున్నాను. ఆ క్రూర వన్య మృగం వేల సార్లు పంజా విసిరి ఉండవచ్చు. కాని దాని పదునైన పళ్ళగాట్లు కాని, గోళ్ళు గీరినట్లుగా గాని ఎక్కడా కనిపించలేదు. శరీరం మొత్తంలో ఎక్కడా చిన్నగాయం కూడా లేదు. నా చర్మం అభేద్యం.ఇది ఒక్కటే కాదు దీని లాంటి పదిపులులు కూడా నిద్రలో సైతం నన్ను తినలేవు. నా దేహంలో విద్యుత్తు తరంగం సోకినట్లుగా అనిపించింది. ఒక్కక్షణంలో నా శరీరంలో రథ చక్రానికి బిగించిన గుండ్రని ఇనుప బిళ్ళలా మంట మొదలయింది. నా శరీరం మొత్తం అభేద్యమైనది. నా శరీరాన్ని ఎవరు ఛేదించలేరు అన్న ఆలోచన రాగానే శరీరం నిప్పుకణాలలాగా ఉబ్బింది. నేను ఒక్కసారిగా ఆ క్రూర మృగం ముఖం పై పిడికిలి బిగించి లాగి ముఖంపైన దెబ్బకొట్టాను.

అది గిలగిలా తన్నుకుంది. నేను వెంటనే బిగించిన పిడికిలితో కొట్టసాగాను. దానిపైన బలంకొద్దీ ఆక్రమణ చేయసాగాను. అది మళ్ళీ ఆవేశ-కావేశాలతో నామీద పడసాగింది. దాదాపు రెండు గంటలు ఇద్దరి మధ్య పోరాటం జరిగింది. చివరికి అది అలసిపోయింది. నా ఒక్క బొట్టు

రక్తం దాని నాలుకకు అంటలేదు. ఇంతకు ముందు గర్జించే ఆ పులి లోలోపల గు(ర్రుమంది. భయంతోటి అది దాని తోకను రెండు కాళ్ళ మధ్య గట్టిగా అదుముకుంది. నేను దాని గుండెలపై కూర్చున్నాను. పెద్దగా ఒక్క విదిలింపు విదిలించా, అంతే పదిహేను-ఇరవై చేతుల మధ్య ఇమిడే అంత అక్కడి గడ్డి బాగా నలిగిపోయింది. దగ్గరిగా పొదలలో ఉన్న ఒక అడవి తీగ నా కాళ్ళకి తగిలింది. ఒక చేత్తో దానిని లాగేసాను. గట్టిగా మళ్ళీ విదిలించి కొట్టాను. అంతే ఆ పెద్ద తీగ నేల నుండి పెకిలింపబడి నా చేతిలోకి వచ్చేసింది. ఆ లతతో ఆ పులి రెండు కాళ్ళను బిగించి కట్టేసాను. ఎముకలు మాంసంతో ఉన్న ఒక తెల్ల-నల్లటి మూట తయారయింది.

చీకటి పడుతోంది. ఆపెద్ద జంతువును భుజాన వేసుకుని చంద్రకళ నుండి వస్తున్న మసక-మసక వెలుతురులో నేను నగరం వైపు నడక సాగించాను. నగరం చేరే సరికి అర్ధరాత్రి అయిపోయింది. ఎముకలు కొరికే చల్లటి గాలి నా దేహాన్ని ముద్దు బారుస్తోంది. నా ఉత్తరీయాన్ని బహుశ నదీ జలంలో మరచి పోయాను. దేహం పైన తడిసిన బట్ట దుమ్ము-ధూళితో నిండిపోయింది. నగరం అంతా నిద్రాధీనంలో ఉంది. మేఘాల గర్జనలా పులి గుర్రు-గుర్రు మంటోంది. ఈ శబ్దం తప్పితే వాతావరణం అంతా నిశ్శబ్దంగా ఉంది. యుద్ధశాలలోకి వచ్చాను. తక్కిన శిష్యులందరు అరణ్యం అంతా గాలించి తెచ్చిన జంతువులను ఒక చెక్కలతో కట్టిన ఇంట్లో బంధించారు. నాభుజం మీద ఉన్న చిరుతను ఆ జంతువుల్లోకి విసిరేసాను. ఇప్పటి దాకా చిరుత తన మీసాలతో నాకు గిలిగింతలు పెడుతోంది. అందులోని జంతువులన్నీ భయంతో పళ్ళు కొరుకుతూ అరవ సాగాయి. నేను త్వర-త్వరగా నా గదిలోకి వెళ్ళి పోయాను. బట్టలు మార్చుకుని నిద్రకు ఉపక్రమించాను.

ప్రాతఃకాలం యధావిధిగా యజ్ఞం మొదలయింది. చివరికి జంతువులను బలి ఇచ్చే కార్యక్రమం ఆరంభం అయింది. బలులు ఇవ్వబడే జంతువులని తీసుకురావడానికి అందరు ఆ చెక్కల ఇంటి వైపు వెళ్ళారు. అందులో ఒక శిష్యుడు లోపలికి పోయాడు. గాభరా పడ్డాడు. వెంటనే వెనక్కి తిరిగి యజ్ఞ కుండం వైపు వచ్చాడు. "గురుదేవా! బలి ఇవ్వడానికి ఎవరో చిరుత పులిని తీసుకు వచ్చారు." అని అతడన్నాడు.

"చిరుతా! పద చూద్దాం." గురుదేవులు ఆశ్చర్యంగా అన్నారు. ఆయన తెల్లటి కనుబొమ్మలు నిక్కపొడుచుకున్నాయి. గురుద్రోణాచార్యులతో పాటు మేం అందరం ఆ ఇంటి వైపుకి వెళ్ళాం. ఆ పులిని చూడగానే గురుదేవులు ఎవరు దీనిని తీసుకువచ్చారని అడుగుతారని,-తెలిసాక నా వీపు చరచుతారని నేనెంతో ఆశపడ్డాను. కాని "ఈ చిరుత ఎవరు తీసుకువచ్చారు?' యజ్ఞం శాంతి కోసం జరుగుతుంది. యజ్ఞంలో చిరుతని బలి ఇవ్వడం నిషిద్ధం. దీనిని వదిలివేయండి-" కనుబొమ్మలను చిట్లిస్తూ ఆయన అన్నారు.

కాని దాన్ని వదిలివేయడానికి ఎవరు ముందుకు రాలేదు. చివరికి ఒక్క భీముడు ముందుకు వచ్చాడు. నేను కట్టిన లతలను అతడు లాగేసాడు. జరిగిన దానికి చిరుత భయపడి ఇంటి ప్రహరీ గోడను దాటి పరారైపోయింది.

నా ఆశ ముక్కలైపోయింది. నాకెంతో దు:ఖం కలిగింది. కాని నిజం చెప్పాలంటే గురు ద్రోణాచార్యుల ఆ పనికి మాలిన జీవనతత్వం అంటే నాకు అసహ్యం వేసింది. యజ్ఞంలో

క్రూరాతిక్రూరంగా హింసించే జంతువులను బలి ఎందుకు ఇవ్వకూడదు? నిజానికి నిరపరాధి అయిన మేకను కాకుండా చిరుత పులి లాంటి క్రూర జంతువును బలి ఇవ్వాలి.

32

చాలా కాలం గడిచి పోయింది. నేను హస్తినాపురం వచ్చాక ఒక్కసారి మాత్రం చంపానగరికి వెళ్ళాను. గురుదేవులు, శిష్యుల పరీక్ష తీసుకునేటప్పుడు మాత్రం వెళ్ళాను.దాని తరువాత ఐదేళ్ళు గడిచిపోయాయి. వెళ్ళాలని ఎంత కోరిక ఉన్నా వెళ్ళలేక పోయాను. ఎందుకంటే నేను ఇక్కడికి విద్యార్థిగా వచ్చాను.

అదృష్టం కొదీ నాకు ఎంతో విశిష్టమైన గురువు లభించాడు. ఎవరైతే గురువులకు గురువు అని అంటారో ఆయన నాకు దొరకడం మహా అదృష్టం. సాక్షాత్తు సూర్యభగవానుడు నాకు గురువు. హస్తినాపురంలోని గోదాలో, రాతి అరుగు మీద నిల్చుని మనస్సులోనే గట్టి నిర్ణయం తీసుకుని వారి శిష్యత్వాన్ని నేను అంగీకరించాను. ఆయన కూడా ఇప్పటి వరకు నన్ను ఒక ప్రియ శిష్యుడిలానే చూసారు. ఈ ఆరు సంవత్సరాల కాలంలో నాకు ఎన్నో దుర్లభమైన గూఢ రహస్యాలు చెప్పారు. ఆయన ఏ భాషలో చెప్పారో దాని గురించి నేను చెప్పలేను. కాని చెప్పిన దానిని నేను వెంటనే గ్రహించేవాడిని. ఏమేమి నేర్పించలేదు నాకు! ఛేదించలేని లక్ష్యాల వైపు బాణాలను గురిపెట్టి వదలడం, ద్వంద్వంలోని మెళుకువలు, గుర్రాలు, ఏనుగులు, ఒంటెల విశృంఖలమైన చేష్టలను అదుపులో పెట్టే కళ. అన్నింటి గురించి ఆయన చెవిలో చెప్పేవాడు. మౌనంగా... మౌనభాషలో...

ప్రతీరోజు ప్రాత:కాలంలో తన కోమలమైన కిరణాలతో అసంఖ్యాకమైన మొగ్గలా ముడుచుకున్న రెక్కలను విప్పుతూ "కర్ణా! నీవు కూడా ఇలాగే కాగలగాలి, నీ సర్వస్వాన్ని ముక్త హస్తాలతో ఎవరు ఏది అడిగితే అది వాళ్ళకి ఇస్తూ, నీకు పరిచయం అయిన వాళ్ల జీవితాలను ఇదేవిధంగా వికశింపచేయి." అని అన్నారు.

ఎంత శ్రేష్ఠులు నాగురువులు! ఈ విశ్వంలోని ఏ గురువైనా తన శిష్యుడికి ఇటువంటి చిన్న-చిన్న మాటలతో ఇటువంటి ఉపదేశాలు ఇచ్చాడా? ఇప్పుడు ఒక్కసారైనా చంపానగరి వెళ్ళి ఆ గురువుల పాదాలను గంగానది స్వచ్ఛమైన జలంతో కడగాలి. ఇక నుండి నేను గంగామాతా గంగమ్మతల్లీ! అని అనను గంగ అని అంటాను. ఎందుకుంటే శైశవావస్థలో ఉండే శ్రద్ధ కఠోర వ్యవహారం వలన తగ్గి పోయింది. అమ్మ ఎప్పుడు ఒకామే ఉంటుంది. జన్మనిచ్చిన అమ్మ పెంచి-పెద్ద వాడిని చేస్తుంది. నది నదే కదా? నది మాత ఎలా అవుతుంది. నాకు తల్లి ఒకామే.-రాధా మాత. ఆవిడని కలిసి కూడా చాలా రోజులయింది. ఇప్పుడు ఆవిడ నన్ను చూస్తే "ఎంతగా చిక్కి పోయావు వసూ?' నీవు గంగా నదిలోకి వెళ్ళ లేదు కదా' అని అడుగుతుందనే నా నమ్మకం. కొడుకు ఎంత పెద్దవాడైనా తల్లి దృష్టిలో ఇంకా పిల్లవాడే. మొత్తం విశ్వంలో, వ్యవహారిక జగత్తులో,

ప్రేమను మరి దేనితోనూ పోల్చదు. అసలు ఆమెకు అటువంటి జ్ఞానం కూడా ఉండదు. తన కొడుకుని ఏమీ ఆశించకుండా ప్రేమించాలని అని మాత్రమే ఆమెకు తెలుసు.

నేను శోణుడిని పిలిచి–'శోణా! ప్రయాణానికి అన్ని ఏర్పాట్లు చెయ్యి. రేపు చంపానగరికి వెళ్ళాలి' అని అన్నాను. శోణుడి ముఖం చాటంతయింది. సంతోషంతో ముఖం వికశించింది. శాలవృక్షంలా ఎత్తుగా బలంగా పెరిగిన మేము మొదటిసారి చంపానగరి వైపు బయలుదేరాము. మా జన్మభూమి వైపు మా ప్రస్థానం.

33

మరునాడు నేను శోణుడు హస్తినాపురం చేరుకున్నాము. చాలా దూరం ప్రయాణం చేయాలి. అందువలన మేం రెండు తెల్ల గుర్రాలను తీసుకున్నాము. మేం ఇద్దరం ఇప్పుడు గుర్రపు స్వారీ చేయడం బాగా నేర్చుకున్నాము. నాకు అన్ని జంతువులలో అశ్వం అంటే ఎంతో ఇష్టం. అసలు అది ఎప్పుడు కింద కూర్చోదు. ఒక కాలి గిట్టను మడచి నిల్చునే నిద్రపోతుంది. గుర్రాల స్వభావాలను నేను సూక్ష్మంగా నిరీక్షణ చేసాను. అది ఎంత విశృంఖలగా ప్రవర్తించినా, దాన్ని ఎలా వశం చేసుకోవాలో బాగా తెలుసుకున్నాను. అందులోనూ గుర్రాల సంరక్షణ చేయడం మా తరతరాల నుండి వస్తున్న వృత్తి. 'ప్రతివాళ్ళు తమ–తమ వృత్తులలో ప్రవీణులవ్వాలి.'–సంజయ్ బాబాయి ఒక సారథిగా ఈ ఉపదేశాన్ని ఇచ్చారు. నేను ఎట్లా మరచిపోగలను.

మేము హస్తినాపురం సరిహద్దులను దాటాము. వసంత ఋతువు నలువైపులా రంగురంగుల పూలు శోభయమానంగా ఉన్నాయి. చాలా వృక్షాలు చిన్న చిన్న పచ్చటి పూలతో నిండి ఉన్నాయి. ఖైర్ వృక్షాల పైన ఎర్రటి పూలు విరబూసాయి. అంజనీ చెట్టుపై నీల కుసుమాలు సుశోభితంగా ఉన్నాయి. ఆసమస్త చెట్ల పైన ప్రకృతి దేవత పరదాన్ని చూసి మొదుగు పూలు చాలా కోపంగా ఉన్నాయి. ఆ చెట్టు అంతా రక్త వర్ణపు ఎర్రటి పూలతో నిండి ఉంది. దీనివలన అన్ని చెట్లలో ఇదే ఎంతో అందంగా ఉంది. ఆకర్షణీయంగా ఉంది.

అక్కడ అన్ని పుష్పాల సమ్మిలిత సుగంధం, వాతావరణం అంతా వ్యాపించింది. ష్యేన, భారద్వాజ, కోకిల, కపోత మొదలైన రకరకాల పకక్షుల సమ్మేళనానికి ఇదే సమయం. తమ–తమ గీతాలను పంచమ స్వరంలో పాడుతున్నాయి. వసంతం! వసంతం అంటే అర్థం ప్రకృతి దేవత స్వచ్ఛంద రంగపంచమి.

వసంతం అంటే ఒక చేతిలో మరొక చేయి పట్టుకుని నిల్చుని ఉన్న సప్తస్వరాల, క్రీడాకారుల కబడ్డీ–సమూహం. వసంతం అంటే కాలం అనే ముళ్ళ కంచెలో చిక్కుకున్న నిసర్గ దేవత. అతులసీ వస్త్రపు (ముడతలు పడని పట్టు వస్త్రం) అందమైన ఒక దారం. వర్ష ఋతువులో చంచలమైన వర్షం తన మీద పడుతున్న వర్షపు ధారల వేళ్ళతో వర్షఋతువుని గిలిగింతలు పెట్టినప్పుడు నవ్వు రావడం వలన కాళ్ళని అటు–ఇటు విదిలించికొట్టినప్పుడు పడ్డ కాలిగజ్జె.

అసలు వసంతాన్ని ఎవరైనా వర్ణించగలుగుతారా?

వసంతం అంటే వసంతమే.

ప్రకృతి దేవత మనోహర రూపాలను చూస్తూ మేము ప్రయాణం చేస్తున్నాము. రాత్రి కాగానే దగ్గర ఉన్న ఏదో ఒక నగరంలో బస చేసేవాళ్ళం. ఈ విధంగా ఎనిమిది రోజులు గడిచిపోయాయి. అనేక నదులను, కొండకోనలను, దాటుకుంటూ మేం తొమ్మిదో రోజున ప్రయాగకి చేరాము. ప్రయాగ, ఇక్కడ గంగ, యమున, సరస్వతీ నదుల సంగమం ఉంది. ఇక్కడ నుండి చంపానగరి కేవలం ఇరువైదు యోజనల దూరంలో ఉంది. ప్రయాగ సంగమం దగ్గరికి వెళ్ళి మూడు నదుల కలయికను ఒకసారి చూడాలన్న కోరిక వలన నగరంలో ప్రవేశించగానే గుర్రాలను సంగమం వైపు మరలించాము. సంధ్యా సమయం. మేం సంగమం చేరుకున్నాము. మధుర వైపు నుండి యమున, కాంపిల్య నగరం వైపు నుండి గంగ వస్తున్నాయి. అయోధ్యవైపు నుండి సరస్వతి గలగలా పారుతోంది. మూడు నదుల భిన్న-భిన్న నదీ ప్రవాహలు కనిపిస్తున్నాయి. గంగ నీళ్ళు తెల్లగా శుభ్రంగా ఉన్నాయి. యమున నీళ్ళు కొంచెం నల్లగా ఉన్నాయి. సరస్వతీ నీళ్ళు కొంచెం ఎర్రగా ఉన్నాయి. ఈ మూడు నదుల మనోభావాలు భిన్నంగా ఉన్నాయి. అయినా ఆ మూడు ఒకదాని చేయి మరొకటి పట్టుకొని సాగరంలో కలవడానికి ప్రవహిస్తున్నాయి. అన్నీ కలిపి ఒకటే అందమైన పేరుతో గంగ.....గంగపేరుతో.... ఆ త్రివేణీ సంగమం చూడగానే నాలో ఒక విచిత్రమైన ఆలోచన మెరిసింది. ప్రకృతి దేనినైతే ఈ నదులకు నేర్పిందో దానిని మరి మనుషులకు నేర్పడం ఎలా మరచిపోయింది. మానవ జాతి ఉచ్ఛ-నీచాల అబద్ధపు ఆలోచనల ప్రవాహం ఒకరి విరుద్ధంగా మరొకటి ఎందుకు ప్రవహిస్తుంది? ఈ ప్రవాహం ఏ సాగరంలో కలుస్తుంది? ఈ బేధం అనే విశాలమైన ఛిద్రం నుండి చివరికి ఏం వస్తుంది? వినాశనమే కదా? ఒకళ్ళని ఒకళ్ళు అర్థం చేసుకుంటూ మనుష్యులు కూడా చేతిలో చేయి వేసుకుంటూ తమ-తమ భిన్న-భిన్న మైన ప్రవాహాలను ఒకే ప్రవాహంగా చేస్తే? కాని ఇది కాని పని. ఎందుకంటే నదులు నదులే, మనుష్యులు మనుష్యులే. బహుశ ఈ లోకంలో, మూర్ఖత్వంతో తన వినాశనానికి గోతులు తవ్వే జీవి మనిషి తప్పితే మరొకటి లేదు.

నేను ఆ మూడు నదుల నీళ్ళ సంగమం నుండి జలాన్ని దోసిట్లోకి తీసుకున్నాను, సూర్యదేవుడికి అర్ఘ్యం ఇస్తూ– "దేవా! ఈ మూడు నదులలో ఉన్న సహన శక్తిని నాకు కూడా ఇవ్వు. పరాయి వాళ్ళను సరిగ్గా అర్థం చేసుకునే బుద్ధిని నాకివ్వు. నా మనస్సుని అహంకారం ఏ మాత్రం స్పర్శించకూడదు' అని నేను మనస్సులో అనుకున్నాను.

గుర్రాలకు నీళ్ళు తాగించి మేము నగరంలో ప్రవేశించడానికి మలుపు తిరిగాము. కళ్ళాలను చేత్తో పట్టుకుని నడవడం మొదలు పెట్టాము. కొందరు స్త్రీలు నీళ్ళ కుండలతో నగరానికి తిరిగి వస్తున్నారు. నేను ఆకాశంలో పడమర వైపు చూస్తూ నడుస్తున్నాను. ఇంతలోనే శోణుడి గుర్రం, నీళ్ళు మోసుకు వస్తున్న ఒక స్త్రీ మెడ వెనక భాగాన్ని వణుకుతున్న పెదవులతో స్పర్శించింది. ఆ చల్లటి స్పర్శకు ఆ స్త్రీ భయపడిపోయింది. పెద్దగా కేకలు వేస్తూ ఆమె తలమీద ఉన్న కుండను విసిరేసింది. ఆ కుండ నా కాళ్ళ మీద పడి విరిగిపోయింది. నా ఉత్తరీయం తడిసి పోయింది. ఆమె ఇంకా గాభరా పడిపోయింది. నా వంక చూడగానే ఆమె ఇంకా ఎక్కువ గాభరా పడ్డది. క్షణం ఆమె కనురెప్పలు వాల్చింది. మళ్ళీ పైకి ఎత్తింది. రెప్పలు పట-పట కొట్టుకున్నాయి. రెప్పలు వాల్చడం నాకెంతో మరచిగా అనిపించింది. తరువాత ఆమె కాలి బొటన వేలితో నేలను గీకుతూ

తలవంచుకుని నిల్చుంది. కుండలోని నీళ్ళన్నీ శరీరం మీద పడ్డాయి. బట్టలు తడిసి పోవడం వలన దేహానికి అతుక్కుపోయాయి. సంగమం వైపు నుండి వస్తున్న గాలి విసుర్లకు, కేశాల నాలుగైదు ముంగురులు అటు ఇటు ఊగుతున్నాయి. చాలా వెంట్రుకలు తడవడం వలన బుగ్గలకు అంటుకు పోయాయి. వాటి రంగు మొగలి పూవులా పసిమిగా ఉన్నాయి. నేను మొట్ట మొదటి సారిగా ఇంత అందమైన అమ్మాయిని చూసాను. ఆమె తుఫానులో తన గూట్లో, రెక్కలను ముడిచేసుకుని కూర్చునే ఒక పక్షిలా, తన అంగాలను ముడుచుకుని నిల్చుంది.

నేను శోణుడుకి ఏదో చెప్పబోతున్నా ఇంతలో ఆమె సఖి కొంచెం ముందడుగు వేసి తలవంచుకుని అన్నది– ''మహరాజా! క్షమించండి. ఈమె చేసిన పొరపాటు వలన మీ వస్త్రాలు తడిసి పోయాయి.''

''నేను మహరాజునా? నేను కర్ణుడిని. నా తమ్ముడు ఈ శోణుడి నిర్లక్ష్యం వలన మీ కుండ పగిలిపోయింది. అందువలన నేనే మిమ్మల్ని క్షమించమని అడగాలి.'' అని నేనన్నాను.

''మరి మీరు మహారాజులా కనిపిస్తున్నారు కదా!'' ఆమె గాభరా పడుతూ అన్నది.

''నేను సూత పుత్రుడు కర్ణుడిని. చంపానగరి అధిరథుడి గారి జ్యేష్ఠ పుత్రుడిని.''

''సూత పుత్రుడా! మరైయితే ఈమె సూత కన్య''

''సూత కన్యా!'' నేను ఆశ్చర్యంగా అడిగాను. ఎందుకంటే ఇంత సౌందర్యం ఉండటం మా కులంలో ఎలా సంభవం?

''అవును . ప్రయాగలోని సర్వశ్రేష్ఠ సారథి సత్యసేన సోదరి వృషాలి.''

నేను ఆమె వంక చూసాను. ఆమె ఇప్పటిదాక వంచిన తల ఎత్తలేదు. రాత్రింబవళ్ళు యుద్ధశాలలో విద్య నేర్చుకునే నాలాంటి అడవి మనిషి, స్త్రీల గురించి ఏం చెప్పగలుగుతాడు. కాని ఆమెను చూడగానే నాకు, విశ్వకర్మ తన మొదటి సుఖ నిద్రలో మెల్లి–మెల్లిగా వదిలిన ఊపిరి అని అనిపించింది. ఒక తీవ్రమైన అనుభూతి నాకు కలిగింది.

సూర్యదేవుడు ఆకాశంలో గులాబి రంగు కుండను పగలగొట్టినట్లుగా ఉంది. దేన్ని చూసుకుని ఇంత సంతోషపడ్డాడు? ముక్త హస్తంతో వెదజల్లబడిన ఆ గులాబి రంగును చూస్తూ నేను 'శోణా! పద ఆలస్యం అవుతోంది' అని అన్నాను.

బయలు దేరే ముందు మానస వినోదం కోసం విరిగి కిందపడ్డ ఒక కుండ పెంకును తీసుకున్నాను.

34

మరునాడు మా గుర్రాలు చంపానగరపు సరిహద్దుల్లోకి ప్రవేశించాయి. నగరం బయట ఉన్న పెద్ద మైదానం వచ్చింది. దానిని చూడగానే మానస పుట్ట నుండి బయటకి వచ్చిన జ్ఞాపకాల– చీమలు నృత్యం చేయసాగాయి. ఆరు సంవత్సరాల క్రితం ఈ మైదానం పైన ఒక ఉన్మత్త–వృషభంతో నా భేటి అయింది. అప్పుడు నేను మూర్ఛ పోయాను. ఒకవేళ ఈ సమయంలో అటువంటి వృషభం నా ఎదురుకుండా నిల్చుని ఉంటే దానిపని పట్టే వాడిని నా బలమైన భుజాలు దాన్ని ఊపిరి సలపకుండా చేసేవి. అది నువ్వు గింజంత అయినా అటు ఇటు కదిలేదికాదు.

మేము పర్ణకుటీర ద్వారం దాకా వచ్చాము. గుర్రాల గిట్టల టక-టకలు విని రాధామాత కుటీరం నుండి బయటకి వచ్చింది. మమ్మల్ని చూడగానే ఆవిడ ముఖ కమలం వికశించింది. ఆవిడ గబగబా అన్ని పనులు చేయడం మొదలు పెట్టింది. గబగబా లోపలికి వెళ్ళింది. మండుతున్న బొగ్గులున్న ఒక పళ్ళాన్ని తీసుకువచ్చింది. "అమ్మా! వెళ్ళేటప్పుడు ఒక చిన్న బంగారపు పెట్టె ఇచ్చావు కదమ్మా! ఇప్పుడు ఈ నిప్పుకణికలు ఎందుకమ్మా!" అని గడప బయట నిల్చుని అడిగాను.

రాధామాత ఏమీ మాట్లాడకుండా గుప్పిట్లో ఉన్న మిరపకాయలను ఆ నిప్పుకణికలపై పోసింది. పళ్ళాన్ని చుట్టూరా తిప్పింది. మిరపకాయల ఘాటుకి శోణుడికి దగ్గు రావడం మొదలు పెట్టింది. రాధమాత ఆ పళ్ళాన్ని బయట దూరంగా తీసుకు వెళ్ళి బోర్లా పడవేసింది. ఐదు సంవత్సరాల తరువాత నేను పర్ణకుటీరంలో కాలు పెట్టాను. లోపలికి వెళ్ళే సమయంలో ద్వార బంధం తలకి ధఢాలు మని తగిలింది.

"ఎంత పొడుగు పెరిగావు కర్ణా!" రాధామాత ఆశ్చర్యపడుతూ అన్నది.

"కర్ణా! కాదు కాదు, వసూ!" నేను ఆవిడ పాదాలకు వంగి దండం పెడుతూ అన్నాను.

అమ్మ నన్ను వెంటనే లేవదీసింది. నన్ను గుండెలకు హత్తుకుంది. చెవుల కుండలాలను ఆవిడ మాటి-మాటికి తడుముతూ చూడడం మొదలు పెట్టింది. ఆవిడ కళ్ళల్లో కన్నీళ్ళు నిండాయి. నా పట్టు వస్త్రపు చివరి కొసను కళ్ళ కద్దుకుంటూ -"గంగ నీళ్ళలోకి ఎప్పుడు వెళ్ళలేదు కదా!" "అమ్మా! ఈవిషయాలన్నింటిని శోణుడిని అడగమ్మా." నేను ఆమె చరణాలపై తలపెట్టాను. నా జీవితంలోని పవిత్ర ప్రయాగ ఈ చరణాల చెంతనే. రాధామాత నాకు గంగ, యమున, సరస్వతీలతో సమానం. పర్ణకుటీరమే నాకు గుడీ-గోపురం .

35

పదిహేను రోజులు చంపానగరిలో ఉండి మేము హస్తినాపురంకి తిరిగి వెళ్ళాము. కాని, యుద్ధశాలలో ఒక్క పిట్ట కూడా లేదు. నలువైపులా శాంతిగా ఉంది. కాని అంతా నిర్జీవంగా ఉంది. నిజానికి ఈ సమయంలో యుద్ధశాలలో శస్త్రాల ఝుం ఝుం లు మ్రోగాలి. మరెందుకు ఇంత నిశ్శబ్దంగా ఉంది వాతావరణం. రాజనగరం లో ఏదైనా అశుభమైన ఘటన జరిగిందా? సందేహం అనే తాబేలు మాటి-మాటికి మెడను పైకి లేపుతోంది. మేం యుద్ధశాలలో గుర్రాలను కట్టేసాము. రాజభవనానికి వెళ్తే కాని రహస్యం తెలుసుకోలేము అని నాకనిపించింది. ఇంతలోనే మహద్వారం నుండి లోపలికి వస్తున్న అశ్వత్థామ కనిపించాడు. అతడు మా దగ్గరికి రాగానే నేను వేసిన మొదటి ప్రశ్న-

"అశ్వత్థామా! ఇవాళ ఈ యుద్ధశాల అంతా ఎందుకింత నిర్జీవంగా ఉంది?"

"యోధులందరు నగరం బయటకి వెళ్ళారు."

అతడు జవాబిచ్చాడు.

"ఎందుకు?

"పోటీల కోసం గోదాను తయారు చేయడం కోసం."

''పోటీలా! ఏం పోటీలు?''

''యోధులందరికీ, అన్ని శస్త్రాలకీ, ఇక్కడ విద్యాభ్యాసం చేసిన వీరులందరికీ మధ్య ఈపోటీ. ఇందులో ఎవరైతే గెలుస్తారో, అందరికీ తలమానికమైన ఆ వ్యక్తిని మొత్తం హస్తినాపురానికి వీరుడు అని సన్మానిస్తారు. రాజమాత ఈ వీరుడికి వీర తిలకం దిద్దుతుంది. నగర ప్రజలు ఏనుగు అంబారీ మీద ఆ వీరుడిని ఊరేగిస్తారు.''

''ఈ పోటీలు ఎప్పుడు జరుగుతాయి?'' నేను ఎంతో కుతూహలంగా అడిగాను.

''రాబోయే వసంత పౌర్ణమికి.' ఇవాళే అమాత్యులు వృషవర్మ అన్ని దేశాల రాజులకు ఆహ్వానాలని పంపించారు. యుద్ధశాలలోని గోదా చిన్నది. అందువలన నగరం బయట భవ్యమైన గోదాని తయారు చేసారు. గత పదిహేను రోజుల నుండి అందరు అక్కడే ఉన్నారు. అహర్నిశలు ఎంతో శ్రమిస్తున్నారు.''

స్పర్ధ! కేవలం ఎనిమిది రోజుల తరువాత!

గుణ అవగణాలను గీటురాయిపై తేలుస్తారు. పోటీ! గుణ అవగుణాలను తూచే త్రాసు. ఇక హస్తినాపురం అంతా ఎవరెవరు ఏ విద్యలలో నిష్ణాతులో తెలుసుకుంటుంది. ఇక ఇప్పుడు గురు ద్రోణుల ముద్దుల శిష్యుడు అర్జునుడి కృత్రిమ ప్రతిష్ఠ అనే కుండ ఆ గోదాలో దఢాల్న బద్దలవుతుంది. గురుద్రోణాచార్యులే కాదు ఈ లోకంలో ఇంకా చాలామంది ఉన్నారు, అన్న సంగతి అతడికి తెలియదు పోటీలో నిష్పక్షంగా ఉండే న్యాయమూర్తి ఎవరి యోగ్యతను బట్టి వారికి ప్రమాణ పత్రం ఇస్తారు.

ప్రతీ చోట తన గొప్పను చాటుకునే అహంకారి అర్జునుడు. ఇక ఇప్పుడు ప్రతిష్ఠ అనే ఏ నేల మీద నిల్చున్నాడో అది ఎంత బోలైన భూమియో తెలుస్తుంది. గురుద్రోణుల నీడన పెరిగే కుక్క గొడుగుల్లారా! మీ గురువు కన్నా మా గురువు వందరెట్లు ఎంత గొప్పవాడో అన్న జ్ఞానం ఇప్పుడు కలుగుతుంది. నా మనస్సు ఆలోచనల వలను అల్లడం మొదలుపెట్టింది. యుద్ధశాలలో ఇవాళ్టి వరకు ఏ ఏ సంఘటనలు జరిగాయో, వాటి నల్లటిదారం మానస్సు అనే చేతిలో ఉంది.

ఈ పోటీ తప్పకుండా జరగాలి. ఆ ఎనిమిది రోజులు నాకు ఎనిమిది యుగాలుగా అనిపించాయి. కిందటి ఆరు సంవత్సరాల నుండి అర్జునుడు నా మార్గానికి అడ్డు వస్తున్నాడు. నా ఒక్కడికే కాదు అందరికీ అడ్డే అతడు. అందువలనే గురుద్రోణులకి మరొకరివైపు దృష్టి పెట్టే అవకాశం లేకుండా పోయింది. ఒకటి రెండు కాదు ఆరు సంవత్సరాలు ఆయన ఉపేక్ష అనే అగ్నిలో నా కోమలమైన మనస్సుని కాల్చేసి బూడిద చేసారు. ఒకవేళ నా స్థానంలో మరెవరైనా ఉంటే ఈ హస్తినాపురాన్ని, హస్తినాపురపు ఆత్మస్తుతితో నిండిన ఈ సమస్త చెరువులను తిరస్కరించి ఉద్రేకంతో ఎప్పుడో వెళ్ళిపోయి ఉండేవాడు. ఎంతో కష్టం మీద ఈ ఉప్పెనను ఈరోజుదాకా ఆపి ఉంచాను. ఈ లోకంలో ఏదీ భిక్షగా అడిగితే దొరకదు. నన్ను ఏ మాత్రం పట్టించుకోకుండా మరచిపోయిన ఆ గురు శిష్యులకు హస్తినాపురంలో కర్ణుడంటే ఎవరో చూపిస్తాను. గురుద్రోణులు ఎవరినైతే వజ్రం అని అనుకుని గుండెలకు హత్తుకుంటున్నారో, ఆ అర్జునుడు ఒక చెకుముకి రాయి మాత్రమే అని తెలుసుకుంటారు.

ఎందుకంటే నేను శిష్యుడినే, నా వీపు ఎవరోకరు నిమరాలి విద్యాభ్యాసం చేయించాలి అని నాకూ అనిపిస్తుంది. నాలోని తెలివి-తేటలను గుర్తించాలి, వర్ణించాలి అని నాకూ కోరిక ఉంది. కాని ఇవేవీ నాకు లభించలేదు. నాకు ఉపేక్ష తప్పితే మరేదీ దొరక లేదు. కాని అప్పుడప్పుడు చెడుకూడా మంచే అవుతుంది. ఈ నియమానుసారం ఒక మంచి జరిగింది. ఈ ఉపేక్ష వలన నాకు తేజోమయమైన ఓ గురువు లభించారు. సాక్షాత్ సూర్యదేవుని నేను గురువుగా చేసుకున్నాను. గత ఆరు సంవత్సరాల నుండి ప్రాత:కాలం నాలుగు ఘడియలు నేను ఆ గురువు వంక కన్నార్పకుండా చూస్తూనే ఉన్నాను. గత ఆరు సంవత్సరాల నుండి ఎంతో ప్రేమగా తన బంగారు వేళ్ళతో నా వీపుని నిమురుతునే ఉన్నారు. జీవితపు తేజస్వి తత్వజ్ఞానాన్ని ఆయన మౌనంగా నాకు అందించారు. నా కుంభాన్ని తన దివ్య తేజస్సుతో, తొణికేలా నింపేసారు.

గురుదేవా! ఈ స్పర్థలో ఒకవేళ నేను గెలిచి నా గురుదక్షిణ రూపంలో నేను మీకు ఏం సమర్పించుకోగలుగుతాను. ఈ లోకంలోని అణువు-అణువును ప్రకాశవంతం చేసే తేజోధామానికి నేను ఏమి ఇవ్వగలను? ఒకవేళ ఇవ్వగిలిగినది ఏమైనా ఉంటే నా ఈ దేహమే. నేను మీకు శిష్యుడయినప్పుడే ఈ దేహాన్ని సమర్పించుకున్నాను. ఇక ఇప్పుడు ఏ శిష్యుడిని గురుదక్షిణను అడుగుతారు?

శోణుడిని తీసుకుని నేను అశ్వత్థామ నగరంలోని పోటీ జరిగే గోదాకి వెళ్ళాను. యోధులైన శిష్యులందరు ఆ గోదాను అలంకరించడానికి ఎంతో శ్రమపడుతున్నారు. ఇప్పుడు దాదాపు గోదా సిద్ధంగా ఉంది. ఆ గోదా ఎంత భవ్యంగా ఉంది. దాదాపు ఒక యోజనలో గుండ్రంగా ఉంది గోదా. మధ్యభాగంలో ప్రతీ ప్రత్యేకమైన శస్త్ర విభాగానికి వేరు-వేరు చిన్న-చిన్న గోదాలు ఉన్నాయి. ఆ ఉపగోదాల సంఖ్య పదమూడు. అవన్నీ శస్త్రాస్త్రలతో అలంకరింపబడి ఉన్నాయి. తూర్పు మహాద్వారం వైపు గద, ఖడ్గ, బరిసె, చక్ర, ప్రాస మొదలైన వాడి ఐదు గోదాలు ఉన్నాయి. పడమర వైపు శతఘ్ని, భుషుండి, తోమర, పటిష, శూల మొదలైన వాటి ఐదు గోదాలు ఉన్నాయి. దక్షిణం వైపున అశ్వారోహణ, గజారోహణల కోసం విశాలమైన మైదానాలు ఉన్నాయి. ఉత్తరం వైపు మల్ల యోధుల కోసం, ద్వంధయుద్ధాల కోసం ఒక గోదా ఉంది. అందులో తక్ర-చందన తైలాలతో తడపబడిన, ఒక ప్రత్యేకమైన ఎర్ర మట్టి అంతటా వేసి ఉంది. దీనిని మగధరాజుల రాజ్యాల నుండి తెప్పించారు. ధనుర్విద్య భవ్యమైన ఉపగోదా ఎత్తైన స్థానంలో ఉంది. గోదాలో నలువైపులా ఎటువైపు నుండి చూసినా అది మధ్యస్థంగా ఉన్నట్లుగా కనిపిస్తుంది. ఆగోదాలో విలుకాడి కోసం ఇరవైచేతుల ఎత్తు, ఇరవైచేతుల పొడుగు ఉన్న పాలరాతి అరుగు ఉంది. దానికోసం రాళ్ళను నిషధుల రాజ్యాలనుండి తెప్పించారు. ఆ అరుగు మీద కౌరవుల త్రికోణ కాషాయ రంగు ధ్వజం నీలా ఆకాశాన్ని సవాలు చేస్తూ ఎగురుతోంది. ఈ రాతి అరుగుమీద గురుపర్యులు ద్రోణాచార్యులు న్యాయమూర్తులై స్పర్థ సమాప్తం అయ్యే వరకు నిల్చుని ఉంటారు. ఈ పోటీలో సర్వశ్రేష్ఠులుగా నిలిచిన వారి కంఠాన్ని బంగారు దారాలతో గుచ్చిన నీల కమాలాల దండతో అలంకరిస్తారు. ఇది గెలిచిన వారికి చేయబడే సన్మానం. నగరం మొత్తం అంతా అలంకరింపబడిన ఏనుగు అంబారి పైన విజేతను కూర్చోపెట్టి ఊరేగిస్తారు. రాజమాత విజేతకి కేసరరంగు తిలకం దిద్దుతుంది. ఆదరంగా హారతి ఇస్తుంది. హస్తినాపురంలో సర్వశ్రేష్ఠ వీరుడిగా సమస్త ఆర్యావర్తంలో గౌరవం

పొందుతాడు. విజేత పేరు ప్రతిష్ఠలు నలువైపులా పాకుతాయి.

ఆ గోదాలో నలువైపులా దర్శకులు చూడడానికి వీలుగా తయారుచేసారు. తూర్పువైపు రాజ వంశం వారికి ఎత్తైన స్థలంలో ప్రశస్తమైన ఆసనాలను ఏర్పాటు చేసారు. వాటి మధ్య పితామహులు భీష్ములవారి ఆసనం ఉంది. ఆయనకు కుడివైపు విదురులవారు ఎడమవైపు మహారాజు ధృతరాష్ట్రులవారి ఆసనాలు ఉన్నాయి. ఆ ఆసనాలకు కుడివైపు ప్రశస్త మండపం దాంట్లో మిల మిలా మెరిసే బట్టల తెరలు కట్టారు. అందులో రాజవంశ స్త్రీలు కూర్చునేలా ఏర్పాటు చేసారు.

ఆ గోదాను చూడడానికి నగర వాసులు దైనందిన కార్యకలాపాలను వదిలేసి వస్తున్నారు. ఆ భవ్యమైన గోదాను చూసి అందరు ముక్కు మీద వేలు వేసుకుంటున్నారు. ఆశ్చర్యపోతున్నారు. "కురువంశంలో ఏ రాజు కాలంలోనూ ఇంత విశాలమైన గోదాని కట్టారు అన్న మాటను ఇప్పటివరకు వినలేదు. సర్వశ్రేష్ఠ వీర సన్మానం ఎవరికి లభిస్తుందో! భీముడా? అర్జునుడా? దుర్యోధనుడా? దుశ్శాసనుడా?

వంద యోజనాలు ప్రయాణం చేసి మేం చంపానగరి నుండి వచ్చాము. అక్కడి నుండి బయలుదేరుదాము అని అనుకున్నాము. కాని ఇంతలో అశ్వత్థామ–"కర్ణా! శిష్య–యోధులందరు ఈ క్రీడాంగణాన్ని అలంకరించడంలో అంతో ఇంతో సహాయం చేసారు. మీరేం చేసారు? అని అడిగాడు.

"నీవు చెప్పు. ఏం చేయాలి?" ఆశ్రమవాసి కావడం వలన పనులను సమానంగా పంచే బాధ్యత అశ్వత్థామపై ఉంది. అతడు నన్ను ఊరికినే వదిలిపెట్టడు.

ఇక చేసే పని ఏదీ లేదు. ఒక సేవకుడు వస్త్రం ఉన్న పొట్లాన్ని అతులసీ (ముడతలు పడని, పట్టు వస్త్రం) తీసుకుని లోపలికి వెళ్తున్నాడు. అశ్వత్థామ అతడిని ఆపుతూ– "ఏరా? ఏం తీసుకు వెళ్తున్నావు? ఇక్కడికి తీసుకురా. వీళ్ళిద్దరికి ఏదో ఒక పని ఒప్పచెప్పాలి." అని అన్నాడు.

వాడి చంకలో ఉన్న పొట్లాన్ని అశ్వత్థామ లాగేసాడు. దాని రెండు కొసలు పట్టుకుని అటు ఇటు లాగాడు. అది కౌరవుల రాజచిహ్నం. ఒక అమూల్యమైన అతులసీ వస్త్రం పైన బంగారు జరీ దారాలతో కుట్టిన సూర్యభగవానుడి ఆకృతి ఉంది. ఆనందంతో నా కళ్ళు మెరిసాయి. ఆ రాజ చిహ్నాన్ని నా చేతికి ఇస్తూ– "కర్ణా! మధ్యలో ఉన్న రాతి అరుగుపై ఒక చెక్క ఆసనం ఉంది. దానికి దీనిని కట్టేసిరా." అని అశ్వత్థామ అన్నాడు.

ఆ రాజ చిహ్నాన్ని తీసుకుని నేను రాతి అరుగు దగ్గరికి వచ్చాను. చెక్క ఆసనంలో తూర్పు వైపు దానిని కట్టేసాను. నేను కట్టిన ఆ గౌరవప్రదమైన చిహ్నానికి శోణుడు పూల మాల వేసాడు.

36

చివరికి వాసంతీ పౌర్ణిమ రానే వచ్చింది. నిర్ధారింపబడిన రోజున హస్తినాపురం అంతా ఆహ్వానితులతో కళకళలాడ సాగింది. ఆ రోజు యోధులందరికి పరీక్ష. గీటురాయిపై తమ వీరత్వాన్ని నిరూపించాలి. పోటీలో పాల్గొనే ప్రతి వీరుడు తన గురువు గారి ఆశీర్వాదాలు తీసుకుని గోదాలో దిగాలి. కాని... కాని... నేనేం చేయగలను. ఆ రోజు ఆకాశం ప్రాత:కాలం నుండే బూడిద రంగులో ఉన్న మేఘాలతో ఆఛాదితమై ఉంది. దీని వలన నా మనస్సు బాధపడింది. ఆ రోజు

బ్రహ్మముహూర్తంలో రెండు ఘడియలు నేను నా దివ్యగురువుని ఒకసారైయినా దర్శించాలి అన్న ఉద్దేశ్యంతో ఊపిరి బిగబట్టి నిల్చుని ఉన్నాను. కాని మా ఇద్దరి మధ్య ఆ నిర్దయ దట్టమైన మేఘమాల అడ్డం ఉంది. నేను చిన్నప్పుడు శోణుడితో ఇలా అంటూ ఉండే వాడిని – "ఒకవేళ నేనే గరుడ పక్షిని అయి ఉంటే నా బలమైన రెక్కల సహాయంతో ఉవ్వెత్తున ఎగిరే వాడిని. నా తీక్షణమైన వేళ్ళ గోళ్ళతో ఆ నిర్దయ మేఘాల పొట్టను చీల్చేసే వాడిని. చీల్చడం వలన గురుదేవుల ఒక చేయి బయటకి వచ్చేది. సూర్యదేవుడు ప్రేమగా చేత్తో నా వీపు నిమిరేవాడు. కాని ఇది ఎంత మాత్రం సంభవం కాదు. అప్పుడప్పుడు మనిషి పశుపక్ష్యాదుల కన్నా నిస్సహాయుడై పోతాడు.

ఉదయం మూడు ఘడియలు గడిచి పోయాయి. గగనం యథాతథంగా ఉంది. గంగ చెలియలి కట్ట దగ్గర శోణుడు ఇసకలో నిల్చుని ఎదురు చూస్తున్నాడు. నేను నీళ్ళల్లో ఉన్నాను. మరచిపోయి కూడా వాడు పిలవలేదు. వాడు కూడా రోజంతా అదేవిధంగా నిల్చుని ఉన్నాడు. ఇక నేను ఎక్కువ సేపు ఉండలేక పోయాను. ఇక చివరికి నిస్సహాయంగా కళ్ళు మూసుకున్నాను. ఎంత ప్రయత్నం చేసినా ఎప్పటిలాగా పరిచితమయిన, తేజోమయమైన కణాలు కళ్ళ ఎదురుకుండా కనిపించలేదు. ఎందుకిలా జరిగింది? ఇది అశుభం కాదు కదా? ఊహు... మనస్సు పిచ్చిది. మనస్సు ఎప్పుడూ ఏదో ఒకటి శంకిస్తూనే ఉంటుంది. కోరుకోకూడని వాటిపై తర్జన–భర్జన చేస్తూనే ఉంటుంది. నేను ప్రతీ రోజులా మనస్సులో దండం పెట్టుకుని అనుకున్నాను– "దేవా! ఇవాళే మీరు ఎందుకు నా మీద ఇంత కోపంగా ఉన్నారు? నాకు ఆశీర్వాదాలు ఈయండి. ఇవాళ సర్వశేష్ఠ వీరుడి సన్మానం నాకు దక్కుతుంది. నాకు ఎంతో గౌరవం లభిస్తుంది." ఒక దోసిలి నీళ్ళు సూర్యదేవుడికి అర్ఘ్యం ఇచ్చి వెనక్కి తిరిగాను. మనస్సులో తెలియని ఏదో అశాంతి. ఆందోళన. ఒడ్డున శోణుడు నా కోసం ఎదురు చూస్తున్నాడు. గోదా వైపు వెళ్ళడానికి ఎంతో ఆతురత పడుతున్నాడు. కాని... కాని నా వైపు చూడగానే వాడి ఫాలభాగం పైన ముడత వచ్చింది. తక్షణం నా మనస్సు క్షోభ చెందింది. వెంటనే శోణుడిని అడిగాను– "ఏమయింది శోణా! నీ నుదిటిన ఈ ముడత ఎందుకు ఉంది?" అతడు మౌనంగా ఉన్నాడు. కాని వాడి మౌనాన్ని నేను సహించలేక పోయాను. అతడి బలమైన భుజాలను పట్టుకుని కుదిమి వేస్తూ అరిచాను– "శోణా! ఎందుకు ఏమీ మాట్లాడటం లేదు?" వాడు జవాబు ఇవ్వకుండా కళ్ళు పెద్దవి చేసి నా చెవుల వైపు విస్మయంగా చూస్తున్నాడు. రెండో క్షణంలో వాడి కళ్ళు పేలవంగా అయిపోయాయి. వాడు ఈ విధంగా విచిత్రమైన దృష్టితో చూడడాన్ని నేను సహించలేకపోయాను. అతడి ముఖాన్ని రెండు చేతులతో పట్టుకుని కళ్ళలో లోతుగా తొంగిచూస్తూ ఎంతో వ్యాకులతతో నేను అడిగాను– "శోణా! నీ సోదరుడి ఇంత చిన్న మాట అయినా వినవా? చెప్పు! శోణా! ప్రాణాలకు ఘాతుకం కలిగించే ఆ రహస్యం ఏమిటి? నీవెందుకు నానుండి దాస్తున్నావు?"

శోణుడు భావుకడయ్యాడు. వాడి బుగ్గల పైన నా చేతులను ఒణుకుతున్న తన చేతులతో గట్టిగా పట్టుకుంటూ అన్నాడు– "అన్నయ్యా! నీవు గోదా వైపు వెళ్ళకు. నీకు గురువులు దర్శనం ఇవ్వలేరు. వెనక్కి వెళ్ళిపో–"

"పిచ్చివాడా! నా గురువు నాకు నిత్య దర్శనం ఇవ్వరు కదా! వర్షాకాలంలో నాలుగు–నాలుగు నెలలు ఎవరికీ కనిపించకుండా మాయమవుతారు."

"కాని ఇప్పుడు వర్షాకాలం కాదు కదా! ఇది వసంత ఋతువు కదా! ఆయన ఈ రోజే దాక్కోడానికి కారణం ఏమిటి?"

"ఏమీ లేకపోవచ్చు. నాకు గురువుల ఆశీర్వాదం లభించింది. నాకు తెలుసు. ఇక పద." శోణుడి చేయి పట్టుకుని నేను వాడిని ముందుకు తోసాను.

"ఊహూ! నిన్ను నేను పంపించను అన్నయ్యా!" అతడి కంఠంలో భయం వ్యక్తం అవుతోంది.

"ఎందుకు? ఇవాళ హస్తినాపురంలో సర్వశ్రేష్ఠ వీరుడి ఎన్నిక అవుతుంది. ఇది నీకు తెలియదా? ఇవాళ నేను వెళ్ళి తీరాల్సిందే."

"ఊహూ... ఒద్దు... ఒద్దు... ఇవాళ వెళ్ళవద్దు." శోణుడు నా చేయిని గట్టిగా పట్టుకున్నాడు. ఆ పట్టులో బలం లేదు. చేతులు ఒణుకుతున్నాయి. "శోణా! చిన్నప్పటి పిల్లల పట్టుదలని వదిలేయి. వయస్సుతో పాటు కొంత మారాలి. నీవు కర్ణుడి సోదరుడివి అన్న సంగతి గుర్తుపెట్టుకో" నేను జీవితంలో మొదటిసారి శోణుడిని ఇంత కఠోరమైన మాటలు మాట్లాడి హెచ్చరించాను.

తన ముఖాన్ని నా దోసిళ్ళల్లోంచి తీసేసాడు. నాలుగు అడుగులు దూరంగా ఉండి అన్నాడు– "నేను నీ తమ్ముడిని. ఈ విషయం నేను ఎప్పుడు మరచిపోలేదు, మరచిపోను కూడా. నీవు గోదా వైపు వెళ్ళ వద్దని, నామనస్సు ఎందుకో చెబుతోంది... ఎందుకంటే నీ చెవుల కుండలాలు ఇవాళ నిస్తేజంగా ఉన్నాయి. వాటి నలువైపులా నల్లటి వలయాలు ఉన్నాయి."

వాడి మాటలు కరిగిన సీసంలా నా చెవులలో పడ్డాయి. నా మనస్సు ఉదాశీనంగా మారిపోయింది. సందేహం అనే లెక్కలేనన్ని చీమలు నా మనస్సనే పామును నాలుగువైపుల నుండి కుట్టడం మొదలు పెట్టాయి.– "నా కుండలాలు ఎందుకు నల్లబడ్డాయి? ఆకాశం మేఘాలతో నిండి పోయి ఉంది. ఎందుకు? ఏ మహా వినాశనానికి ఇది పూర్వ సంకేతం? ఏ విషవృక్షానికి ఇవాళ బీజారోపణ జరుగుతోంది? ఈ కర్ణుడేమవుతాడు? ఎందుకీ కుండలాలు లభించాయి? దేనికోసం? వీటి ఉపయోగం ఏమిటి? అసలు నాకెందుకీ పొగరు? అసంఖ్యాకమైన ప్రశ్నలనే మిణుగురు పురుగులు నా కళ్ళ ఎదురుకుండా మెరవడం మొదలుపెట్టాయి.

ఇంతలో మనస్సులో ఏదో ధ్వని మొదలయింది. అది నా కెంతో ధైర్యాన్ని ఇచ్చింది. శోణుడు చెప్పిందే నిజం అని నాకు అనిపించింది. కాని గోదావైపు వెళ్ళడంలో ఏ హాని ఉందని? "సరే శోణా! నేను గోదాలోకి దిగను. కాని ఒక షరతు. నేను గోదా బయట మహాద్వారం దగ్గర నిల్చుని ఉంటాను. నా గురువు నాకు దర్శనం ఇస్తారు. అప్పుడే నేను గోదాలోకి దిగుతాను."

శోణుడు ప్రసన్నుడై తల ఊపి అంగీకారాన్ని తెలిపాడు. ఇసుకను కాళ్ళ కింద తొక్కుతూ మేం నడవడం మొదలు పెట్టాము.

రాజనగరంలోని మార్గాలన్నీ నిశ్శబ్దంగా ఉన్నాయి. చిన్న పిల్లల నుండి ముసలి వాళ్ళ దాకా అందరు గోదా వైపు నడిచి వెళ్ళారు. ఆ సమయంలో బయటనుండి ఏ ప్రయాణీకుడు వచ్చినా, దీని గురించి చెబితే ఇది కౌరవుల రాజ్యనగరం హస్తినాపురం అని ఎవరూ నమ్మరు. ఎందుకంటే నగరంలో ఒక్కడైనా లేదు. మేఘాలు కమ్మిన ఆకాశం, బలి ఇవ్వబోయే ముందు గుడిసెలో బందీ అయిన కోడిపుంజులా ఉంది.

మేం గోదా దగ్గరికి వచ్చాము. నగర జనుల చప్పట్లు, అరుపులు వినిపించసాగాయి. వినగానే నా శరీరంలోని రక్తం వేగంగా వేడిపడసాగింది. రక్తం ఉడికిపోయినా ఏ లాభము లేదు. శోణుడికి ఇచ్చిన హామీ ప్రకారం నేను గోదా బయట ఉండాల్సిన నిస్సహాయ స్థితి వచ్చింది. పోటీ ఇంతకు ముందే మొదలయింది. గోదా లోపల గెలిచిన వారిని చూస్తూ ప్రేక్షకులు నిరంతరం చప్పట్లు కొడుతునే ఉన్నారు. పరాక్రమోత్సుకతో నిండిన నా మనస్సు పంజరంలో బందింపబడిన పులిలా ఉంది. దేహం అనే పంజరాన్ని పగల గొట్టాలని నలువైపుల నుండి ఢీ కొట్టడం మొదలుపెట్టింది. అది ఆవును చూసింది. కాని మెడకి గుది బండ కట్టబడి ఉన్న దూడలా గిలగిలా కొట్టుకోసాగింది. ఎంతో కష్టం మీద నన్ను నేను ఆపుకుంటూ, "నీవు లోపలికి పో, నేను ఇక్కడే ఆగిపోతాను.' అని శోణుడితో అన్నాను వాడు ఆగిపోయాడు. నేను వాడివెనకే వస్తానని బహుశ అనుకుని ఉంటాడు. "శోణా! నమ్ము, నేను లోపలికి వెళ్ళను గాక వెళ్ళను. ఇది కర్ణుడు చెబుతున్నాడు" అని అన్నాను. వాడు నా చెవుల వంక చూస్తూ వెళ్ళి పోయాడు.

నా మనస్సనే తేనె తుట్టెనుండి ఆలోచనలనే ఎఱ్రటి తేనెటీగలు అటు ఇటు తిరుగుతూ నృత్యం చేయడం మొదలు పెట్టాయి. ఈ కుండలాల వలనే నాకీ స్థితి వచ్చి ఉండి ఉంటే, వీటిని కోసేసి, కోసి వేయబడిన చెవులతోనే లోపలికి వెళ్ళాలి. కాని ఇది కూడా జరగని పని. ఎందుకంటే చెవులు కోయాలని ఎంత ప్రయత్నించినా వాటిని కోయలేము. ఎందుకు నాకు ఈ కవచకుండలాలు లభించాయి.? వీటి ఉపయోగం ఏమిటి? నేను కూడా ఇంత పొగరెందుకు చూపిస్తున్నాను? పాములపుట్ట లాంటి నా మస్తిష్కం అనే పుట్టనుండి ఆలోచనలనే అసంఖ్యాకమైన సర్పాలు బుసలు కొడుతూ అటు–ఇటు పరుగెత్తసాగాయి. గోదాలో జరుగుతున్నదేదీ లేశ మాత్రం కూడా గోచరించడం లేదు. ప్రవేశ ద్వారం దగ్గర నిల్చుని ఉన్న ప్రేక్షకుల అస్పష్టమైన సంభాషణ అంతో ఇంతో వినిపించింది. ఇంతలోనే కోలాహలం అనే తీవ్రమైన తరంగం ఎగిసి పడింది. దాని వలన మనస్సు పొంగిపొర్లే పాలతో నిండిపోయింది. చెవులలో ప్రాణాలు నింపి నేను వినసాగాను. ఒకటో–రెండో శబ్దాలు చెవిన పడసాగాయి.

"దుశ్శాసనుడిని భీముడు కింద పడతోసాడు. వాడిని శిరస్సుతో పైకి ఎత్తి కుదేసాడు. కింద ఎత్తికొట్టి వాడి ఛాతీ పైన కూర్చున్నాడు. తన ముష్టిఘాతాలతో వాడిని బాగా కొడుతున్నాడు."

నా భుజ దండాలు ఉత్తేజనంతో ఇంకా బరువెక్కాయి. గుండె చప్పుడు చెవులలో స్పష్టంగా వినిపిస్తోంది. నా రక్తం మరిగి పోతోంది. రక్త ప్రసారం తీవ్రమయింది– "కర్ణా! లే! లోపలికి వెళ్ళు. పురుషార్థం అనే సువర్ణాన్ని స్పర్థ అనే గీటు రాయిపై పరీక్ష చేయి. ఇది మంచి అవకాశం."

కనుపాపలలో ప్రాణాలు నింపి నేను ఆకాశం వంక చూసాను. ఆ నిర్దయ మేఘాలు ఇంకా అలాగే గగనాన్ని ఆక్రమించి ఉన్నాయి. రెక్కలు తెగిన పక్షిలా నా మనస్సు గిలగిలా కొట్టుకోసాగింది. ప్రవేశ ద్వారం దగ్గర అశాంతిగా వ్యాకులతతో అటు–ఇటు తిరగడం మొదలు పెట్టాను. నా మనస్సు ఆక్రందనతో అరవడం మొదలు పెట్టింది– "సూర్యదేవా! కేవలం ఒక్కసారి నాకు దర్శనం ఇవ్వండి. ఈ రోజు ఎంతో ప్రత్యేకమైన రోజు హస్తినాపురం లోని ప్రతి బలమైన యువకుడు తన ప్రాణాలని ఫణంగా పెట్టి విజేత కావాలనుకుంటాడు. కేవలం ఒకే ఒకసారి ఈ ముద్దుల శిష్యుడిపై నీ సహస్ర తేజోవంతమైన నేత్రాలు తెరిచి దయ చూపించు. ఒక్కసారి, ఒక్కసారంటే ఒక్కసారి.

ఇంతలో చప్పట్లు ధ్వనులు వినిపించాయి. నా చెవులు నిక్కపొడుచుకున్నాయి. ''జయహో! నకులుడు ఎంతటి ధీరుడు. అతడు ఒకే సమయంలో రెండు-రెండు పరుగెత్తే గుఱ్ఱాల వీపులపై ఒక్కొక్క కాలు పెట్టి ఎంతో నైపుణ్యంగా ఒకటే వేగంగా పరుగెత్తిస్తున్నాడు. శభాష్! పాండుపుత్రా! ధన్యుడివి.''

నా మనస్సు గుఱ్ఱం కన్నా వేగంగా పరుగెత్తుతోంది. వాటి గిట్టల నుండి ఆలోచనల ధూళి ఎగరడం మొదలుపెట్టింది. ప్రవేశద్వారం గడప దగ్గర నేను క్షోభ పడుతూ అశాంతిగా అటు-ఇటు తిరుగుతున్నాను.' ఒక్క క్షణం అనిపించేది ఏం వాగ్దానం? ఏం ప్రతిజ్ఞ? వెంటనే లోపలికి వెళ్ళిపోవాలి. కాని ఇప్పటికీ ఏదో కంఠం అడుగుతోంది- ''కర్ణా! మాట ఇచ్చినప్పుడు దాన్ని నిలబెట్టుకోవాలి. ఇచ్చిన మాటను నిలబెట్టుకోలేకపోతే, వాడు మనిషి కాదు, ముమ్మాటికీ పశువే?'' నేను ద్వారం గడప నుండి వెనక్కి తిరిగాను.

మళ్ళీ చప్పట్లు, అరుపులు, హర్షధ్వానాలు వినిపించాయి. దాని తరువాత సంభాషణ వినిపించింది-

''జయహో! భీమా! గదాయుద్ధంలో విజేత దుర్యోధనుడిని నీవు ఎంత తేలికగా ఓడించావు? ఎంత బలంగా దెబ్బలు వేసావు? కళ్ళు తృప్తి చెందాయి-వాయుపుత్రా! ధన్యుడివి.''

నా మనస్సు గదాధారుడిలా వీరుడిలా అటు-ఇటు తిరుగుతోంది. దేహం పైన ఉన్న ఉత్తరీయాన్ని మణికట్టుకి గట్టిగా చుట్టుకున్నాను. శరీరంలోని అణువు అణువు సెగలై మరిగిపోసాగింది. నేను ఆకాశం వైపు చూసాను. మేఘాలలో అలజడి మొదలయింది. కాని కేవలం కదలికలు మాత్రమే. యథాశక్తి తీవ్రవేగం తో గంగవైపు పరుగెత్తాలి, మండిపోతున్న ఈ శరీరపు ఇనుప బిళ్ళను (బండి చక్రమునకు బిగించు గుండ్రని ఇనుప బిళ్ళ) గంగలో ముంచి చల్లబరుచుకోవాలి అని ఒక్క క్షణం అనిపించింది. ఇట్లా ఆలోచన రాగానే నేను మణికట్టున చుట్టుకుని ఉన్న ఉత్తరీయాన్ని తీసేసాను. ఉత్తరీయాన్ని భుజం మీద వేసుకుని గంగ వైపు నడక ప్రారంభించాను.

''అన్నయ్యా! ఆగు..' వెనక నుండి శోణుడు అరిచాడు.

నేను వెనక్కి తిరిగి చూసాను. శోణుడు ప్రవేశ ద్వారం గడప మీద నిల్చుని ఉన్నాడు. చేతులెత్తి వాడు నన్ను ఆగమని అరుస్తున్నాడు. నేను వెనక్కి తిరిగాను. ఆకాశం వైపు మాటి మాటికి చూడటం వలన కొంచెంగా మెడ నెప్పి మొదలయింది.

ఇప్పుడు నిరంతరంగా చప్పట్ల వర్షం కురుస్తోంది. కేవలం హర్షధ్వానాలు. గుఱ్ఱం పరుగులా మూసల ధార వర్షంలా చప్పట్లు.

''అన్నయ్యా! ఇప్పుడు అర్జునుడు గోదాలో దిగాడు''

అర్జునుడు!..అర్జునుడు! అర్జునుడు! అసలు అతడికి ఎందుకింత విలువ ఇస్తారు? అంతటి పరాక్రమ వంతుడా!

నా చెవులలో నలువైపుల నుండి శబ్దబాణాలు దూసుకువెళ్తున్నాయి. లోపల గోదాలో క్షణ-క్షణం కోలాహలం ఎక్కువ అయిపోతోంది.

చాటింపుల శబ్ద-పుష్పాల జల్లు కురుస్తోంది.

''అక్కడ చూడు. అర్జునుడు గుర్రం వీపునుండి ఏనుగుపైకి, ఏనుగు వీపు నుండి గుర్రం పైకి దూకుతూ, గెంతుతూ పరాక్రమం చూపిస్తున్నాడు.''

''రెండు ఖడ్గాలని ఒకేసారి రెండు చేతులతో ఎదురుకుండా ఉన్న బలవంతుడైన శత్రువుపైన ప్రయోగిస్తున్నాడు. ఒక్క క్షణంలో తన ప్రతిద్వంది ని కత్తులను విసిరేలా చేసాడు. ఆ శత్రువు తలవంచుకుని గోదా నుండి బయటికి వెళ్లిపోతున్నాడు. అర్జునుడిలాంటి ఖడ్గవీరుడు ఎవడు లేడు.'' ''అదిగో చూడు ఆ అర్జునుడు ఎప్పుడో చక్రగోదాకి వెళ్ళిపోయాడు. ఆ భవ్య చక్రాన్ని పళ్ళెంలా ఎంతో తేలికగా తిప్పేస్తున్నాడు. మధ్యమధ్యలో ఆటకోసం దాన్ని ఆకాశంలో పైకి విసిరి వేస్తున్నాడు, బాణం మొనతో మళ్ళీ నిలబెడుతున్నాడు.''

''ఇప్పుడు కుస్తీలు పట్టే గోదాలో దిగుతున్నాడు''

శరీరం ఎంత దృఢంగా ఉంది. గోదా మహాద్వారంలా అతడి ఛాతీ ఎంతో భవ్యంగా ఉంది. భుజాలు, పిక్కలు ఇంద్రాయణ లతలా బలంగా ఉన్నాయి. పేనినంత దృఢంగా ఉన్నాయి. గోదాలోని ఎర్రటి మట్టిపైన అతడి నీలపు శరీరం ఎంతో శోభాయమానంగా ఉంది. వాహ్‌వా! క్షణంలోనే తన శత్రువుని, ఆ దుర్ముఖుడిని – రాజపృష్టం పైన పడదోసాడు. పొడుగ్గా పడుకో బెట్టాడు.''

''ఈ అర్జునుడు ఎప్పుడు ఏఏ గోదాలను మారుస్తాడో, ఎన్నెన్ని పరాక్రమాలు చూపిస్తాడో అసలు ఏమీ అర్థం కాదు. ఇక్కడ ఒక అర్జునుడు ఉన్నడా లేక పదమూడు అర్జునులా? ఇప్పుడు అతడు ధనుర్ధరుడి వేషధారణ చేసి విష్ణులా ధనుర్విద్య గోదా వైపు వెళ్తున్నాడు. గొప్ప విలుకాడు అర్జునుడు. విలువిద్యను ఔపోసన పట్టినవాడు. ధన్యుడివి అర్జునా! ధన్యుడివి. పాండుపుత్రా ధన్యుడివి. నీలాంటి ధనుర్ధరుడు అఖండ ఆర్యావర్తంలో ఎక్కడ కానరాడు. ఇవాళ నీవే హస్తినాపుర సర్వశ్రేష్ఠ అజేయమైన వీరుడిగా నిరూపింపబడతావు.''

చప్పట్లు! హర్షధ్వానాలు! నిరంతరంగా, వర్షపు ధారలను సైతం సిగ్గుపడేలా చేసే చప్పట్లు. అరుపులు! అల్లరి! కోలాహలం! అర్జునుడు, అర్జునుడు, మరుగుతున్న రక్తం, ధనర్ధురుడు, గర్జిస్తున్న మేఘాలు, నల్లబడ్డ నిస్తేజమైన కుండలాలు, వీరుల్లో మహావీరుడు! నీలకమలాల మాల! శోభాయాత్ర. రాజమాత...

''శోణా! నాకేమవుతోంది? నన్ను గంగ ఒడ్డుకి వెళ్ళనివ్వు. లేకపోతే నేను మండి మండి బూడిద అయిపోతాను. కుండాలల వలయాలని చెవుల్లో పెట్టుకుని, అర చేతులతో నొక్కి పెడుతూ, తల పైకెత్తుతూ పెద్దగా అరిచాను. నా శరీరంలోని అణువు అణువు మరిగిపోతోంది. నిస్సహాయుడనై శోణుడి భుజంపైన నా సంతప్తమస్తకాన్ని పెట్టాను. నా శరీరం నుండి వేడి చమట ధారలు ప్రవహించసాగాయి. ఆ వేడి చెమట ధారవలన శోణుడి భుజం పైన ఉన్న చర్మం మండసాగింది. శబ్దాల నిప్పురవ్వలతో నా మనస్సు కాలడం మొదలుపెట్టింది. కాని లోలోపల కోలాహలం నృత్యం చేయసాగింది. నా కళ్ళ నుండి నిస్సహాయతతో మండుతున్న వేడి కన్నీళ్ళు ప్రవాహమై ప్రవహించసాగాయి.

''చూడు! అర్జునుడు ఒకే సమయంలో అసంఖ్యాకమైన బాణాలతో అసంఖ్యాకమైన లక్ష్యాలను సాధిస్తున్నాడు. ఆకాశం పైకి విసిరివేయబడ్డ ఫలాన్ని పైనే బాణాలతో కొడుతున్నాడు.

పైన పైనే రెండు నాలుగుగా నాలుగు ఎనిమిదిగా ముక్కలైపోతున్నాయి. గగనాన విసిరివేయబడ్డ పందు ముక్కలు ముక్కలుగా అయ్యే కిందపడుతుంది.''

''అటువైపు చూడు. అతడు జింహ్వ బాణాన్ని వదిలాడు. అది వంకర-టింకరగా మధ్యలోని ఎన్నో అడ్డంకుల నుండి అధికమిస్తూ సరిగ్గా లక్ష్యాన్ని ఛేదిస్తోంది. బాణం లక్ష్యంలో దిగిపోతోంది.''

ఆకాశంలో లెక్కలేనన్ని బాణాలు వదులుతూ వర్షపు దృశ్యాన్ని చూపిస్తున్నాడు. మధ్య మధ్య ఒకటి, రెండు జింహ్వ బాణాలను వంకర-టింకరగా వదులుతూ మెరుపుల దృశ్యాలని సృష్టిస్తున్నాడు.

''ఈ రోజు మా నేత్రాలు ధన్యం అయ్యాయి. అర్జునుడు లాంటి మహావీరుడు హస్తినాపురంలోనే కాదు మొత్తం ఆర్యా వర్తంలో ఎక్కడా కనిపించడు.''

''ఇప్పుడు అతడు చివరన తన చేతి నైపుణ్యాన్ని చూపిస్తున్నాడు. కేవలం శబ్దాన్ని విని బాణం వేసి లక్ష్యాన్ని ఛేదిస్తాడు. అతడి కళ్ళకు గంతలు కట్టారు. ఒక సూచీ బాణాన్ని చేతిలోకి తీసుకుని, పెదవులకు తాకిస్తూ కళ్ళు మూసుకున్నాడు. అతడు తన గురుదేవులను స్మరిస్తున్నాడు. అతడి గురువు, గురుద్రోణాచార్యులలా ఈ మూడు లోకాలలో మరో గురువు లేనే లేడు.''

''ధన్యుడివి అర్జునా! పాండుపుత్రా! కేవలం ధ్వనిని వినగానే, వీపు వెనక మొరుగుతున్న కుక్క నోట్లో సూచీబాణాన్ని గురి తప్పకుండా వదిలావు. కుక్క నోరుని మూసేసావు. ధన్యుడివి సర్వశ్రేష్ఠ ధనుర్ధరా!''

''చూడు! గురుద్రోణులు కుక్క నోట్లోంచి బాణం లాగి అందరికి చూపిస్తున్నారు.''

''ఎవరో గౌరవ సూచకమైన నీలకమలాల మాలను అతడి చేతికి ఇచ్చారు.''

నీలకమలాల మాల. అజేయుడైన ధనుర్ధరుడు. మేఘాలతో నిండిన గగనం. ఒక్క క్షణం. కీర్తి-సన్మానం... ఒకే ఒక్క క్షణం... ఏం చేయను? ఏం చేయను?

నా మనస్సు నాలుగు వైపుల నుండి మంటల్లో చిక్కుకున్న పక్షిలా గిలగిలా కొట్టుకో సాగింది. దేహం అనే కుండ మంటలో మాడి పగిలిపోదుగా!

నా గాయపడ్డ నేత్రం అనే పక్షి మేఘాల గుంపుని ముక్కుతో పొడవడం మొదలు పెట్టింది. ఆ దెబ్బ నుండి స్వరం రాసాగింది – ఒక్క క్షణం, కర్ణుడి జీవితంలో ఒకే ఒక క్షణం ఉంది. ఎంత ప్రచండ వేగంతో మేఘాలన్నీ కదుల్తున్నాయి. ఆకాశ రూపంలో సముద్రం ఇవాళ వీటిని మథించాలనుకుంటోందా? శోణుడి భుజాన్ని గట్టిగా ఊపుతూ ఆనందంగా అరిచాను – ''శోణా! చూడు, ఆకాశ సమ్రాటు నా గురువు, నా పరువుని కాపాడదానికి, మేఘాల సమూహాన్ని, తోడేళ్ళ గుంపులా చెల్లా చెదురు చేస్తున్నారు.''

శోణుడు కూడా ప్రసన్న వదనంతో నన్ను గట్టిగా కౌగలించుకుంటూ అరిచాడు – ''అన్నయ్యా! లోపలికి వెళ్ళు. నీ కుండలాలు మళ్ళీ మెరుస్తున్నాయి. ప్రతిరోజులా. కుండలాలు కేవలం నీలంగా ప్రకాశించడం లేదు, పైగా ఇప్పుడు ఎరుపు ఎక్కాయి.''

''శోణా! ఏమంటున్నావు? నా కుండలాలు మళ్ళీ మెరుస్తున్నాయా?''

''అవును అన్నయ్యా! అటు చూడు. నీ గురువు ఆకాశ రూపంలో ఉన్న నీలపు కప్పును దగ్ధం చేస్తూ నిల్చుని ఉన్నాడు'' శోణుడు భావుకుడై రెండు చేతులను ఆకాశం వైపు ఎత్తాడు.

నేను గగనం వైపు చూసాను. తేజోమయమైన ఆ అసంఖ్యాక కణాలు నిల్చుని నవ్వుతున్నాయి. తన రథానికున్న వేల అశ్వాలను నడిపిస్తూ నా గురుదేవులు నాకు ఆశీర్వాదాలను ఇస్తున్నారు.

ఉదయం నుండి ఇంట్లో బంధింపబడిన కోడిపుంజులా ఉంది ఆ హస్తినాపురం. ఇప్పుడు కోడి కూసినట్టుగా అక్కడి వాతావరణంలో చైతన్యం వచ్చింది. చెట్ల ఆకులు ఊగసాగాయి. గలగల మనసాగాయి. దూరంగా గంగా నది మెరుస్తోంది. పకక్షులు సంతోషంగా కుహకుహలు చేయడం మొదలు పెట్టాయి. దూరంగా ఇప్పటికీ ఒక మేఘం మెల్లి-మెల్లిగా వెళ్తోంది. దాని నీడన కౌరవుల, వైభవంతో నిత్యకళ్యాణం, పచ్చతోరణంగా వెలసిల్లే ఆ ప్రాచీన రాజప్రాసాదం, రోగిలా కళావిహీనంగా గోచరిస్తోంది. లోపల అంతా కోలాహలంగా ఉంది. గగనాన్ని ఛేదించే కోలాహలం.

“అటు చూడు, సూర్య భగవానుడు కూడా అర్జునుడికి స్వాగతం పలుకుతూ మేఘాల తెరలను పక్కకు జరుపుతూ బయటికి వచ్చాడు. అర్జునా! ధన్యుడివి. అటు చూడు, గురు ద్రోణులు ఆ భవ్యమైన అరుగు మెట్లు ఎక్కుతున్నారు. సూర్యుడిని సాక్షిగా ఎంచి ఆయన నీలకమలాల మాలను అర్జుని మెళ్ళో అలంకరిస్తారు. యువరాజు అర్జునికి విజయం కలుగుగాక.'' జయజయ నినాదాలతో ఆ వాతావరణంలోని అణువణువు కంపించిపోయింది. అంతటా జయఘోష...

భుజంపై నుండి ఉత్తరీయం తీసేసి శోణుడి మీద విసిరివేసాను. ఆ సమయంలో నేను ఎవరినో నేనే చెప్పలేను. శోణుడి సోదరుడినా? అశ్వత్థామ స్నేహితుడినా? సారథి పుత్రుడినా? ఊహు.. వీళ్ళల్లో ఎవరినీ కాను. నేను మరుగుతున్న ఇనపద్రవాన్ని. నేను ఫెళఫెళలా ఉరిమే ఉరుమును, నేను సహస్ర అశ్వాల బలంగల మరో సూర్యుడిని.

ఆ ప్రవేశ ద్వారం దగ్గర నిస్సహాయుడైన బిచ్చగాడిలా నిల్చోడానికి నేను పుట్టలేదు, ఎవరైనా సరే ఎదురుగా వచ్చినవాడిని కాల్చేడానికి నా శరీరంలోని ప్రతికణం దివిటీలా ప్రజ్వలిస్తోంది. ఎప్పుడూ వినని ఒక బలంగల గర్జన వినిపిస్తోంది – “పద కర్ణా! వెంటనే లోపలికి పో,... ఇది చావు-బతుకుల క్షణం''. నేను ఒక్కసారిగా లోపలికి చొరబడ్డాను. ద్రోణాచార్యుల వారు రెండు చేతులతో మాలను పైకి ఎత్తారు. నేను నాశక్తినంతా ఉపయోగిస్తూ రెండు చేతులు పైకి ఎత్తుతూ పెద్దగా అరిచాను – 'ఆగండి!'

నా గట్టి అరుపు గోదా హృదయంలో, లక్ష్యం ఏదైతే ఉందో దాని హృదయాన్ని చీల్చుకుపోయే బాణంలా చొచ్చుకుపోయింది. ఆ అరుపు ఉరుముల మెరుపుని కూడా సిగ్గుపరిచేలా ఉంది. వెయ్యి కళ్ళు ప్రవేశ ద్వారం వైపుకి మళ్ళాయి. గురుద్రోణుడి వణుకుతున్న చేతుల్లోంచి పూలదండ వెంటనే క్షణంలో నేలమీద పడ్డది. నలువైపులా నిశ్శబ్దం ఆవహించింది. నేను నా బలమైన అరచేతిని కుడి భుజంపైన గట్టిగా కొట్టాను. ఆ దెబ్బ, పెద్ద చప్పుడుతో వాతావారణాన్ని కంపింపచేస్తూ ప్రతిధ్వనించింది.

నా మండుతున్న దేహం నుండి భగభగా మండే అలలు బయటికి రాసాగాయి. నగరవాసులు, తొలిగిపోతూ వారు దారి ఇవ్వసాగారు. దారి ఇవ్వనివాళ్ళు నిప్పుల్లో కాలిపోతున్నారు. ఒక్క క్షణంలో నేను ఆ రాతి అరుగు కిందకి వెళ్ళిపోయాను. అక్కడ కృపాచార్యులు నిల్చుని ఉన్నారు. కేవలం మర్యాదను నిలబెట్టడానికి వృద్ధాప్యాన్ని గౌరవించడానికే

నేను వందనం చేసాను. ఒక్కసారిగా గెంతి నాలుగు మెట్లను దాటుతూ ఒక్క క్షణంలో రాతి అరుగుపైకి ఎక్కి నిల్చున్నాను. గురుద్రోణులు విస్తుపోతూ నా వంక చూసారు. ఆరు సంవత్సరాల తరువాత కేవలం ఒక్కసారి ఈవిధంగా దర్పంతో తల ఎత్తుకుని నిల్చున్నాను. ఆ ప్రసన్నత అనే వలలో ఆయన ముఖం అనే ఈగ చిక్కుకుంది. నుదుటిన పడ్డ ముడతలను పైకెత్తుతూ ఆయన అడిగారు – 'నీ వెవరవు?'

ఒకసారి ఆకాశం వైపు చూసి, వారి వయస్సుని గౌరవిస్తూ నేను గురువులకు నమస్కరించాను. మెడను పైకి ఎత్తుతూ 'కర్ణుడు' అని అన్నాను.

రెండు చేతులను పైకెత్తుతూ నగరవాసులను దృష్టిలో పెట్టుకుని ప్రదక్షణ చేసి... పెద్దగా అరిచాను – ''పురుషార్థాన్ని పూజ చేసే ఈ హస్తినాపురంలోని న్యాయప్రియులైన నగర వాసుల్లారా! నేను కర్ణుడిని, ప్రస్తుతం యువరాజు అర్జునుడు చూపించిన పరాక్రమాలన్నింటినీ వివిధ విద్యలన్నింటినీ నేనూ చేసి చూపిస్తాను. మీరు నాకు అవకాశం ఇస్తారా?''

గోదాలోని నగరవాసులందరు ఒక్కసారిగా లేచి నిల్చున్నారు. అందరు చేతులెత్తి ఉత్తరీయాన్ని ఎగురవేస్తూ అరిచారు – ''అతడికి అవకాశాన్ని ఇవ్వండి! అతడికి అవకాశాన్ని ఇవ్వండి. యువరాజు అర్జునుడు నిర్వివాదంగా అజేయుడని నిరూపించుకోనీయండి.''

అరుపులు విని మహారాజు ధృతరాష్ట్రులవారు నిల్చున్నారు. ఆయన పక్కన కూర్చుని ఉన్న భీష్మ పితామహులని రహస్యంగా ఏదో అడిగారు. ఆయన చేతిలోని రాజదండాన్ని పైకెత్తారు. మొత్తం క్రీడాంగణం అంతా నిశ్శబ్దం అయిపోయింది. గంభీరమైన కంఠంతో మహారాజు – ''ఈ గోదా పురుషార్థానికి గీటు రాయిలాంటిది. ఇక్కడ హస్తినాపురంలోని ఏ వీరుడైనా తన వీరత్వాన్ని ప్రదర్శించవచ్చు. గురుదేవా! ఆ సాహస యువవీరుడికి అవకాశం ఇవ్వండి.'' అని అన్నారు.

నలువైపుల నుండి చప్పట్లు, జయ–జయ ధ్వనులతో, ధృతరాష్ట్రులవారి కోరికకు ఉత్సాహం – ఉత్తేజనలతో కూడిన స్వాగతం లభించింది. పొంగి పొర్లే పాలలా గోదా ఎంతో ఉత్సుకతతో తబ్బిబ్బు అయిపోయింది. లేవబోతున్న ప్రేక్షకులు మళ్ళీ కింద కూర్చున్నారు. గురుదేవులు ద్రోణులు, కృపాచార్యులు, అర్జునుడు అరుగు నుండి వైదొలిగారు.

నేను రాజవంశస్థుల వైపు చూసాను. అక్కడ విదురులవారు, మహారాజు ధృతరాష్ట్రులవారు, భీష్మపితామహుడు, శకుని మామ, అమాత్యులు, వృషవర్మలవారు, ఆహ్వానింపబడిన రాజులు కూర్చుని ఉన్నారు. వారి చరణాల చెంత రాజకుమారులు కూర్చుని ఉన్నారు. వాళ్ళలో దుర్యోధన, దుశ్శాసన, దుర్ముఖ, దుష్కర, వికర్ణ, భీమ, నకుల, సహదేవ, యుధిష్ఠరులు ఉన్నారు. యువరాజుల మధ్య అశ్వత్థామ కూర్చుని ఉన్నాడు. వాళ్ళందరిలో నలుగురి ముఖాలు మాత్రం ఎంతో ప్రసన్నంగా ఉన్నాయి. మెరుస్తున్నాయి – మహారాజు ధృతరాష్ట్రులవారు, యువరాజులు దుర్యోధనుడు, దుశ్శాసనుడు, నా మిత్రుడు అశ్వత్థామల ముఖాలలో వెలుగు నిండిపోయింది. అశ్వత్థామ అక్కడి నుండే చేయి ఊపాడు. నేను అక్కడి నుండే మౌనంగా అతడి ప్రేమను స్వీకరించాను. ఇటువంటి విలువైన క్షణంలో నాలో ఒక ఆలోచన మెరుపులా మెరిసింది – ''అశ్వత్థామ గురుద్రోణాచార్యుల పుత్రుడు కాని ఇద్దరి మధ్య ఎంత తేడా ఉంది. ఒకరు గలగలాపారే స్వచ్ఛమైన నీళ్ళతో ప్రవహించే సెలయేరు, మరొకరు గంభీరంగా ఉండే

మహాసాగరం. ఉప్పగా ఉండే మహాసముద్రం. అంతంలేని మహాసాగరం. బయట నుండి వచ్చిన జలంని ఏ మాత్రం తనలో కలుపుకోలేని సముద్రం.

నేను రాజుపుత్ర స్త్రీల వైపు చూసాను. కాని అక్కడ ఏమీ కనిపించడం లేదు. ఒక తెర ఉంది. మెరుస్తున్న పట్టు తెర.

మోకాళ్ళ మీద కూర్చుని నేను అరుగు మీద నుండే పితామహులు భీష్మలవారికి, మహారాజు ధృతరాష్ట్రులు వారికి వందనం చేసాను. మెరుస్తున్న ఆ తెరకు నమస్కరించాను.

ఇప్పుడు ఇక్కడి వాతావరణం ఎంత నిశ్శబ్దంగా ఉదంటే ఒకరి ఉచ్ఛ్వాసనిస్వాసాలు మరొకరికి వినిపిస్తున్నాయి.

ఏ క్షణం కోసమయితే ఈ కర్ణుడు ఆరు సంవత్సరాల నుండి విలవిలా తన్నుకుంటున్నాడో, ఏ క్షణం కోసమైతే రాత్రింబవళ్ళను ఏకం చేసాడో, ఏ క్షణం కోసంమైతే ఎదురు చూసి చూసి ధైర్యపు చెలియలి కట్ట తెగిపోయిందో, ఆ క్షణమే ఈ క్షణం. ఉపేక్ష అనే కొలిమిలో ఆరు సంవత్సరాలు కాలి కాలి బయటపడ్డ క్షణం. చెప్పటానికి మాటలు లేని బడబానలంలో ఆరు సంవత్సరాలు మాడి – మాడి మసైపోయిన క్షణం, హెచ్చు తక్కువ బేధభావాల ద్వంధంలో ... ఇవాళ్టి వరకు కాళ్ళ కింద నలిమి – నులిమి వేయబడ్డ ఆ క్షణం కృత్రుత్వాని కురచగా చేయబడ్డ ఆ క్షణం నేటి వరకు పురుషార్థాన్ని క్రూరంగా తిరస్కారం చేయబడ్డ ఆ క్షణం...

ఇవాళ ఈకర్ణుడు నీలకమలాల పూలమాలనీ మెడలో వేయించుకుని విజయ–వీరుడిగానైనా వస్తాడు, లేకపోతే నగరవాసులచే పరాజితుడైన కర్ణుడి నలిమి వేయబడ్డ శవం వెనక్కి వస్తుంది. ఇంతకన్నా జరిగేది ఏముందని? ఈ పోటీకి ఫలితం ఇదేనా? పరిపూర్ణ విజయం, లేకపోతే మరణం.'' నాకు గురువులు ఈ ఆరు సంవత్సరాలలో ఇదే నేర్పించారు – విజయమో వీరస్వర్గమో.

ఆశీర్వాదాలు తీసుకోడానికి నేను చేతులుపైకి ఎత్తి ఆకాశం వంక చూసాను. రెప్ప వేయకుండా ఆ తేజస్సును గటగటా తాగడం మొదలుపెట్టాను. ఒక తీవ్రమైన తేజోవంతమైన కిరణం నా శరీరంలోని అణువు అణువును స్పర్శించింది. ఇక ఇప్పుడు కర్ణుడు కర్ణుడు కాదు. అతడు మండుతున్న ఇనపద్రవం కూడా కాదు. విద్యుత్ ప్రవాహం కాదు, శోణుడి సోదరుడూ కాదు, అశ్వత్థామ మిత్రుడు కాదు. ఎవరి పుత్రుడు కాదు. ఈ పోటీలో పోటీ పడే హస్తినాపురానికి చెందిన ఒక వీరుడు కాదు, అర్జునుడికి, గురుద్రోణాచార్యుల వారికి తన పరాక్రమాన్ని చూపించడానికి అవకాశం కోసం వెతికే అప్పుడైన శిష్యుడూ కాదు, అసలు అతడు ఎక్కడున్నాడో అతడికే తెలియదు. ఇక ఇప్పుడు తెలుసుకోవాలన్న కోరికా లేదు. ఎందుకంటే అతడు ఒక ప్రకాశించే కిరణం. తీవ్ర గతి గలిగిన కిరణం. తప్త కిరణం. ఎదురుకుండా ఉన్న వేలమంది జనం కనిపించడం లేదు. చెవులకి ఏ శబ్దాలు వినబడటం లేదు. ఇప్పుడు కరతాళధ్వనులు వినిపించడం లేదు. తన దేహంలోని తీవ్రమైన వేడిమి వలన కూడా వ్యాకుల చెందటం లేదు. ఎందుకంటే అతడు కేవలం ప్రకాశవంతమైన ఒక కిరణం మాత్రమే. అసీమమై, అమితమైన, అనంతమైన ప్రకాశంతో నిండిన ఒక తేజోమయ కిరణం. స్వతంత్ర అస్తిత్వం లేని కిరణం. మూడు లోకాల్లో స్వేచ్ఛగా తిరిగే కిరణం. ప్రపంచాన్ని మిరుమిట్లు కొలిపే కిరణం. చీకటి కడుపును చీల్చే కిరణం. కేవలం కిరణం. ప్రకాసించే కిరణం.

అరుగుపై నుండి వెంటనే దుమికాను. నేలమీదకి దిగాను. నాకు ధడాల్న దుమికి నట్లుగా ఏమాత్రం అనిపించలేదు. ఒక్క క్షణంలో అశ్వారోహణ చేసే ప్రాంగణంలోకి వచ్చాను. ఏడు శ్వేత అశ్వాలు ఒకటే స్థానంలో కట్టబడి ఉన్నాయి. వాటి మధ్యలో ఒక దాని వీపుపై ఎక్కి నేను నిల్చున్నాను. ఆ గుర్రం పై నుండే తక్కిన గుర్రాలను పరుగెత్తించడం మొదలు పెట్టాను. నేను అదిలించగానే అవి గిట్టలను పైకెత్తి సకిలించడం మొదలు పెట్టాయి. ఇక కళ్ళాల ప్రభావం వాటి పై లేకుండా పోయింది. అవి నా చేతిలోని కళ్ళెం పైన ఆడే కీలుబొమ్మలు. వేగంగా పరుగెత్తుతున్న గుర్రాల పై నుండి ఏనుగు వీపు పైకి ఎక్కాను. ఏనుగు దంతాల పైన రెండు కాళ్ళు పెట్టి నిల్చున్నాను. అంత పెద్ద ఏనుగును అంకుశం లేకుండానే నేను నా ఇష్టం వచ్చినట్లుగా దాన్ని ఆడించడం మొదలు పెట్టాను.

దీని తరువాత చక్ర-గోదాలోకి వచ్చాను. పెద్ద చక్రాన్ని చేతిలోకి తీసుకుని పళ్ళెంలా గిరగిరా త్రిప్పాను. మధ్యలో దానిని ఆకాశంలో పైకి ఎగరవేసాను. కింద పడబోతున్న చక్రాన్ని చిటికిన వేలుతో ఆపేసాను. మళ్ళీ దాన్ని కాళ్ళ కింద వేసాను. కాలి వేళ్ళతో దాన్ని గుండ్రంగా తిప్పుతూ, విసిరి వేసాను.

అక్కడి నుండి ఖడ్గ-గోదాలోకి వచ్చాను. నేను రాక ముందే అక్కడ ఇద్దరు యోధులు తమ తమ చేతుల్లో రెండు-రెండు ఖడ్గాలను పట్టుకుని నిల్చుని ఉన్నారు. ఒక ఖడ్గాన్ని నేను చేతిలోకి తీసుకున్నాను. దానితో నేను ఎదుటి వాళ్ళ ఖడ్గాలపై ఆక్రమణ చేసాను. ఖణ ఖణా ధ్వనులు మొదలయ్యాయి. వాళ్ళ చేతుల్లోంచి ఖడ్గాలు కింద పడ్డాయి. వాళ్ళు భుజాలను, తమ శరీరాల నుండి విడిపోయినట్లుగా నిమురుకోసాగారు. భుజాలను నిమురుకుంటూ ఇద్దరు గోదానుండి బయటకి వెళ్ళిపోయారు.

తదుపరి నేను బల్లేల-గోదాలోకి అడుగు పెట్టాను. రకరకాల ఐదు బల్లాలను ఒక చేతిలోకి తీసుకున్నాను. దూరం నుండి పరుగెత్తుకుంటూ వచ్చి ఎదురుకుండా ఉన్న ఐదు లక్ష్యాలని గురిచూసి విసిరి వేసి ఛేధించాను. మళ్ళీ పరుగెత్తుకుంటూ వచ్చి అంతకు ముందే విసిరి వేసిన ఐదు బల్లాల పుచ్ఛభాగాన్ని కొట్టాను. చాలా బల్లాలు విసిరి వేయడం వలన అక్కడ బల్లాల కుప్ప తయారయింది.

రాజపుత్ర స్త్రీల మండపం ఎదురుకుండా మల్ల శాల ఉంది. మల్లయుద్ధం చేయడానికి సంసిద్ధుడయ్యాను. గరిడీ (గోదా) లో ముగ్గురు వీరులు ఉన్నారు. కుస్తీ మొదలయింది. ఆ ముగ్గురు నా శత్రువులు. ఆ ముగ్గురూ నాకు మట్టి కుప్పల్లా కనిపించారు. నా దేహంపైన కప్పబడి ఉన్న ఎర్రటి వస్త్రాన్ని దూరంగా విసిరి వేసాను. మట్టి కుప్పలు ఇద్దరు (శత్రువులు) నిమ్మపండులా పచ్చగా ఉన్న నా శరీర సౌష్ఠవాన్ని చూసి ఆట ఆడకుండానే చేతులెత్తి అక్కడి నుండి నిష్క్రమించారు. ఓటమిని స్వీకరించారు. ఒక్కడు మాత్రం కుస్తీకి తొడకొట్టాడు. ద్వంద్వ యుద్ధం.. ద్వంద్వం... విజయమో-వీరమరణమో... అతడు పళ్ళు పట-పట కొరుకుతూ నాపై దూకాడు. కాని క్షణంలో బాహుకంటక్ ఎత్తు వేసాను. మెడను పిసికి వేసాను, వాడిని చిత్తు చేసాను. వాడు కాళ్ళు-చేతులను విసిరి కొడుతూ, గిల-గిలా తన్నుకుంటూ మహారాజుని ప్రాణదానం చేయమని అడిగాడు.

రాజపుత్ర స్త్రీల మండపంలో కట్టబడ్డ తెర ఒణికింది. అటు-ఇటు ఊగసాగింది. మహారాజు రాజదండాన్ని ఎత్తారు. అతడికి జీవనదానం చేసారు.

చివరికి నేను ధనుర్ధరుడి వేషధాణలో అరుగువైపు నడవడం మొదలు పెట్టాను. నా దేహం పైన పసుపు పచ్చటి వస్త్రం ఉంది. భుజంపై నీలపు ఉత్తరీయం ఉంది. మెల్లి-మెల్లిగా అరుగు మెట్లు ఎక్కడం మొదలు పెట్టాను.

సేహీ అనే జంతువు (వీపు పైన కొస తేరిన ముళ్ళు ఉంటాయి.) శరీరం నుండి ఒక్కసారిగా ముళ్ళు ఎట్లా బయటికి వస్తాయో, అట్లాగే వేగంగా ఎన్నో బాణాలు నా విల్లు నుండి దూసుకుపోతున్నాయి. లక్ష్యంలోకి పాములపుట్టలో పాములు చొరబడుతున్నట్లుగా బాణాలు దూసుకు వెళ్తున్నాయి.

నేను జిహ్మ బాణాన్ని వేసాను. మధ్యలో వచ్చిన ఆటంకాలను అధిగ మించి వంకర టింకరలు తిరుగుతూ అది ఎదురుగా ఉన్న లక్ష్యంలో గురి తప్పకుండా చొచ్చుకుపోయింది.

అసంఖ్యాకమైన బాణాలను వదిలాను. ఆకాశం నుండి పడే వర్షంలా దృశ్యాన్ని సృజించాను. ఆ నల్లటి బాణాల మధ్య లెక్కలేనన్ని బంగారు జిహ్మ బాణాలను వదిలాను. పిడుగు పడ్డట్లుగా దృశ్యం నిర్మితమయింది.

ఆకాశంలో విసిరి వేయబడ్డ ఫలాలకు నా బాణాలు గుచ్చుకోవడం వలన అవి ముక్కలు-ముక్కలు కాసాగాయి. నుగ్గు-నుగ్గుగా అయిపోయాయి. పైకి వెళ్ళేటప్పుడు పండుగా కనిపించేది, కాని కిందకి చూర్ణమై రాలి పడేది.

ఇక చివరన ధ్వనిని బట్టి లక్ష్యాన్ని ఛేదించే విద్యను చూపెట్టాలి . కేవలం శబ్దాన్ని విని లక్ష్యాన్ని ఛేదించాలి. శబ్ద భేదీ బాణం వేయడం ఎంతో గొప్ప విద్య. వాతావరణం శాంతి యుతంగా ఉంది. అంతటా నిశ్శబ్దం. లక్ష్యాన్ని ఛేదించే ముందు కళ్ళకి గంతలు కట్టారు. ఒక సూచీబాణాన్ని చేతిలోకి తీసుకున్నాను. పెదవులతో స్పర్శించాను. ఈ సమయంలో అసలు గురువును స్మరించుకోవాలి అని కూడా నాకు అనిపించలేదు. ఎందుకంటే నేను ఎవరినో నాకే తెలియదు. వెలుగు కిరణానికి గురువు ఎవరు? అసలు ఎటువంటి ఆశీర్వాదాలు?

ఒక కుక్కని నా వెనక కట్టేసారు. కుక్క మొరగడానికి దాని నోట్లో బల్లేన్ని గుచ్చడానికి అక్కడ ఒక సేవకుడు ఉన్నాడు. కాని కుక్క, బల్లేం ఈ రెండింటి గురించి నేను ఏ మాత్రం ఆలోచించకూడదు. కేవలం లక్ష్యంపైనే దృష్టి. నోట్లో నుండి బయటపడే ధ్వని తరంగాలపైనే మనస్సు నిలబడాలి.

నా శరీరంలోని రోమాలు చెవులయ్యాయి. సావధాన్ అంటూ హెచ్చరిక చేసారు. చెవుల రూపంలో నాకళ్ళు ధ్వనిని బట్టి లక్ష్యాన్ని వెతకాలి. చెవులని తాకే మొదటి శబ్ద తరంగాన్ని బట్టి తక్షణం లక్ష్యాన్ని ఛేదించాలి. నలువైపులా శ్మశానం లాంటి నిశ్శబ్దం. శ్వాసను నిలిపివేయాలి. ఒకరి గుండె చప్పుడు మరొకరికి వినిపించేంత నిశ్శబ్దం అంతటా వ్యాపించి ఉంది. ఒక మంజుల-ధ్వని నా చెవులను ఢీకొట్టింది. విల్లు నుండి ఈటె దూసుకుపోయింది. కుక్క మొరగటం మొదలు పెట్టింది. ఒక్క క్షణంలో అంతా జరిగి పోయింది. నేను గాభరా పడ్డాను. కళ్ళ గంతలను తీసేసాను. కుక్క వైపు చూసాను. ఇప్పటికీ అది ఇంకా మొరుగుతునే ఉంది. ఆ బాణం కుక్క నోట్లోకి పోలేదు. బాణం గురి తప్పింది. జీవితం దారి తప్పింది.

శరీరం నుండి కాంతి పుంజం ఎలా మాయం అయిందో తెలియదు. నాకు బాగా అలసటగా అనిపించింది. బాధ పడ్డాను. నలువైపుల జయకారాల వర్షం కురుస్తోంది. –''యువరాజు! అర్జునుడికి విజయీ భవ... గురుద్రోణులకు విజయీ భవ... లక్షల పెదవుల నుండి జయ జయ నాదాలు... లక్షల విలువైన జయధ్వనులు...

ఇదంతా ఎలా జరిగింది? శబ్ద–లక్ష్యభేదం ఎలా గురి తప్పింది? ఆ మంజుల–ధ్వని ఎలా వచ్చింది. కుక్క తన స్వరాన్ని మార్చుకుందా? మరి నా బాణం ఎటువైపు దూసుకు వెళ్ళింది? నా మానస మేఘాల మాల, ఆకాశంలో లెక్కలేనన్ని ప్రశ్నల ఉరుములను ఉరమడం మొదలు పెట్టింది. నా కళ్ళ కింద నుండి అరుగు కదిలి తొలగిపోతుందా అని అనిపించింది. నేను ఎక్కడ ఉన్నాను? నేలమీదనా? స్వర్గంలోనా నరకంలోనా? యువరాజు అర్జునుడిని విజయీభవ అంటూ ప్రశంసించే వీళ్ళందరు నరకంలోని భూత–ప్రేతాలా? గరిడీ నా నలువైపులా తిరుగుతోంది. నేను తక్షణం కింద కూర్చుని మోకాళ్ళ మధ్య తల పెట్టుకున్నాను. నా కళ్ళ కింద విజేత మెడలో వేయబడే నీలకమలాల మాల పడి ఉంది. దండను వెయ్యి ముక్కలుగా తుంపి పడేయాలని దండని చేతిలోకి తీసుకున్నాను. ఇంతలోనే గురుద్రోణులు, అర్జునుడు అరుగుపైకి వచ్చారు. నేను వెంటనే లేచాను. నా చేతులలోని, పూల దండను గురుద్రోణులు తమ చేతిలోకి తీసుకున్నారు. అర్జునుడిని అభినందించడానికి భీముడు, యుధిష్ఠరుడు, ఇంకా మరికొందరు అరుగువైపు అరుస్తూ పరుగెత్తారు.

కర్ణుడు వీరుల రాజ్యంలో ఒక బిచ్చగాడయ్యాడు. పురుషార్థ జగత్తులో ఒక కీటకం అయ్యాడు. ఎందుకుంటే శబ్దబేధ బాణం వెయ్యడంలో గురి తప్పాడు. లోకాన్ని వణికించే గురి తప్పని బాణం తన దగ్గర లేదు. ఎవరి దగ్గర ఈ బాణం ఉందో అందరు అతడికే ప్రాముఖ్యత ఇస్తారు. జగత్తు పురుషార్థాన్నే పూజిస్తుంది. పురషార్థ పాదపూజ చేస్తుంది. ఈ లోకంలో పేరు–ప్రతిష్ఠలతో బతకాలంటే శబ్దబాణ విద్యను నేర్చుకోవాలి. ఎక్కడ విద్య నేర్చుకోగలిగితే అక్కడికి వెళ్ళిపోవాలి. నేర్చుకోవాలి. అప్పుడే లోకం అతడిని ఆదరిస్తుంది. లేకపోతే అందరు ఉపేక్షిస్తారు. అతడు వంచితుడవుతాడు. అరుగు నుండి నేను వెనక్కి పడకుండా ఉంటే నా నుదుటిన గాయం అయ్యేదే కాదు. వికలమైన నా మనస్సు ఘోష పెట్టసాగింది. ఏం చేయాలి? ఏం చేయాలి? అరుగు మీద నుండి ముందుకు పడాలి, కపాల క్రియ చేయాలి అన్న కోరిక నాలో మాటి–మాటికి తల ఎత్తసాగింది. కాని సత్యం ఎంతో క్రూరమైనది. కొన్ని సమయాల్లో అది మనిషిని మామూలుగా చావనివ్వదు. ఎందుకంటే నా శరీరం అబేధ్యమైనది. ఉన్మాదులున్న ఈ రాజ్యంలో కర్ణుడికి నీడనిచ్చే వాళ్ళెవరు? కేవలం సోదరుడు శోణుడు ఒక్కడే, నాకు సహాయ–సహకార్యాలు అందిస్తాడు. నాకళ్ళు శోణుడి కోసం ఎదురుచూడసాగాయి. మహాద్వారం దగ్గర నిల్చుని ఉన్న శోణుడు తన ఉత్తరీయంతో మాటి మాటికి కళ్ళు తుడుచుకోసాగాడు. తన సోదరుడి ఘోర పరాజయాన్ని చూసి అతడు తట్టుకోలేకపోతున్నాడు. హృదయం ముక్కలైపోయింది. అతడిని ఓదార్చాలి. నేను జాగ్రత్తగా అరుగు మెట్లుదిగడం మొదలు పెట్టాను.

గురుద్రోణాచార్యుల వారు నీలకమలాలమాలను అర్జునిడి మెళ్ళో వేయడానికి చేతులు ఎత్తారు. నలువైపులా జయధ్వానాలు మారుమ్రోగుతున్నాయి–''యువరాజు అర్జునుడికి

జయము, జయము, గురుద్రోణాచార్యులకు జయము, జయము!'' ఇంతలో మహారాజు ధృతరాష్ట్రుడి చేతిలోని రాజదండాన్ని తన చేతిలోకి తీసుకుని భీష్మపితామహుడు వణుకుతున్న కంఠంతో పెద్దగా అరిచాడు- ''ఆగండి..'' కాని ఆ కోలాహల సాగరంలో వారి కంఠం ఎవరికి వినబడలేదు. గురుద్రోణాచార్యులు అర్జుని మెడలో నీలకమలాల దండను వేసారు. కరతాళ ధ్వనులు మిన్నంటాయి. ఒక్కొక్క వ్యక్తి అరుగు నుండి కిందకి దిగడం మొదలు పెట్టాడు. అసలు నేను బతికి ఉన్నానా? లేకపోతే చచ్చిపోయానా? ఇదంతా భ్రాంతా?

భీష్మ పితామహులు వణికిపోతున్నారు. వారి చేతిలో ఉన్న కురువంశపు బంగారు దండం అటు ఇటు కదల సాగింది. చేతిలోని రాజదండాని ఆయన పైకెత్తారు. ఆపకుండా ఉపుతూ నగరవాసులను హెచ్చరిస్తున్నారు. యువరాజు అర్జునుడు ఆయన వైపు చూసాడు. ఆయన అందరికీ ఆగమని సైగ చేసారు. వెంటనే గోదా అంతా నిశ్శబ్దం ఆవరించింది. భీష్మ పితామహుల కంఠం వణుకుతున్నా, స్వరం గంభీరంగా ఉంది. ఆ కంఠం గోదా శాంతి హృదయున్ని చీల్చి - చెండాడింది. ''గురు ద్రోణాచార్యా! హస్తినాపురం నగరవాసుల్లారా! నేను గంగా పుత్రుడిని, జ్యేష్ఠ కౌరవ వీరుడైన భీష్ముడిని చెబుతున్నాను వినండి – ''అర్జునుడు ఈనాటి సర్వశ్రేష్ఠ ధనుర్ధరుడు కానే కాదు.''

అందరి హృదయాలు ఇంకా దడ-దడ లాడాయి. కుతూహలం అనే చిక్కటి వల గోదా మొత్తం పరుచుకుపోయింది. నగరవాసులు చెవులు కొరుక్కోవడం మొదలుపెట్టారు. ఎవరో పెద్దగా అరిచారు – ''మరయితే పితామహా! సర్వశ్రేష్ఠ ధనుర్ధరుడు ఎవరు? మీరే చెప్పండి!''

''కర్ణుడు!'' పితామహుల ఖంగుమనే గంభీరమైన కంఠం అక్కడివారి చెవులో బాణంలా చొచ్చుకుపోయింది.

నేను, శోణుడు మహాద్వారం నుండి బయటికి అడుగుపెడుతున్నామో లేదో, ఆ కంఠం వినబడగానే లోపలికి వెనక్కి వచ్చేసాము.

''అదెలా?'' గురు ద్రోణులు వెంటనే వారిని అడిగారు.

''ద్రోణాచార్యా! అర్జునుడి పై మీకున్న ప్రేమ మిమ్మల్ని గుడ్డివాడిగా చేసింది. కేవలం గుడ్డివాడిగానే మాత్రం కాదు, చెవిటి వాడిగా కూడా మార్చేసింది. ప్రేమ-అవసరం కన్నా అధికమైపోతే అప్పుడు అదీ ఒక దుర్గుణం అయిపోతుంది.''

''చెప్పండి పితామహా! ఏమైంది?'' నలువైపుల నుండి స్వరాలు వినిపించసాగాయి.

''శబ్ద లక్ష్య-ఛేదం చేసే అర్హత ఈ గోదాలో కేవలం నలుగురు వ్యక్తులకే ఉంది. ఒకడు కర్ణుడు, రెండు ద్రోణాచార్యులు, మూడు అర్జునుడు, నాలుగో వాడిని నేను...'' చేయి ఎత్తి పితామహులు అన్నారు.

ఇప్పుడు గోదాలోని వారందరు కేవలం పితామహుల వైపు మాత్రమే చూస్తున్నారు. కురుకులంలోని ఆ నిర్మలమైన సత్యం తన తీక్షణమైన జిహ్వతో అక్కడివారిని ముక్కలు, ముక్కలుగా చేసింది. గడ్డంలోని శుభ్ర-శ్వేత కేశాలు కదలడం మొదలు పెట్టాయి.

''ఈ నలుగురిలో కర్ణుడు అర్జునుడిలాగా పోటీదారుడే. కళ్ళకి గంతలు కట్టి ఉండటం వలన తన బాణాన్ని తను స్వయంగా చూడలేపోయాడు. ఇక నేను, అర్జునుడు, ద్రోణాచార్య

ఉండిపోయాము. అర్జునుడు, ద్రోణుల దృష్టి కుక్క మొరగడం పైనే ఉంది. వాళ్ళు ఇక మరేదీ వినలేదు. కాని కుక్క మొరిగే ముందు ఒక మంజులమైన స్వరం వినిపించింది. ఈ వీరకర్ణ ఆ శబ్దాన్ని గురి తప్పకుండా ఛేదించాడు. అందువలన కురువంశానికి భూషణమైన ఆ మాల ఈ రోజు కర్ణుడి కంఠాన్ని అలంకరించాలి.''

''ఏ శబ్దం? పితామహా?'' నలువైపుల నుండి ప్రశ్నల జల్లు కురిసింది. ''ఏ శబ్దం అది?'' ఏ శబ్దం అది?''

నాకు మొట్టమొదటిసారిగా వారిని కలిసినప్పటి సంఘటన గుర్తుకు రాసాగింది. ''ఈ గంగ ఒడ్డుకి నాకన్నా ముందుగా వచ్చినవాళ్ళలో నీవు మొదటి వ్యక్తివి.'' వినగానే నా మనస్సు ఆనందంతో ఉప్పొంగిపోయింది. ''పితామహా! ఈ హస్తినాపురంలో నిగర్వి, సత్యాన్ని పలికే పురుష శ్రేష్ఠులు మీరొక్కరే'' మీ సత్య – నిష్ఠకి జయము – జయము అని నా అంతరాత్మ అనసాగింది.

భీష్ములవారు పెద్దగా ''కుక్క మొరగే ముందు ఎదురుగా ఉన్న తమలపాకు చెట్టుపైన ఉన్న ఆడపక్షి తన పిల్లల ముక్కులలో తిండి గింజలు వేస్తూ కలారావం చేసింది. కర్ణుడు ఈ శబ్దం వినగానే వెంటనే ఆ పక్షిపైన గురిపెట్టి బాణాన్ని వదిలాడు గురి తప్పలేదు. ఇప్పటికి ఆ చెట్టుపైన ఆడపక్షి కర్ణుడు వేసిన సూచీబాణాన్ని ముక్కున కరచి కూర్చుని ఉంది. నాకు ఇక్కడి నుండి అది స్పష్టంగా కనిపిస్తోంది. ఈ లక్ష్య–ఛేదన అర్జునిడి లక్ష్య–ఛేదన కన్నా ఎంతో శ్రేష్ఠమైనది. కర్ణుడే ఈనాటి వీరాధివీరుడు కర్ణుడే'' అంటూ తమాలపాకు చెట్టువైపు వేలితో చూపించారు. ఆవైపు తక్షణం ఎన్నో కళ్ళు ఎత్తిచూసాయి.

ఒక వేటగాడు ఎంతో ఉత్సాహంగా ఆ చెట్టువైపు వెళ్లాడు. కోలాహలం వలన గాభరా పడ్డ ఆ పక్షిని ఎంతో నైపుణ్యంగా పట్టుకున్నాడు. దాన్ని అతడు పితామహుల చేతికి ఇచ్చాడు. ఆయన దాని ముక్కున కరచుకుని ఉన్న సూచీబాణాన్ని లాగారు. మళ్ళీ అది మంజులమైన కంఠంతో కలారావం చేసింది. వినగానే నాకు జరిగినదంతా అర్థం అయిపోయింది. ఆయన దాన్ని ఆకాశంలో ఎగరేసారు. అది కలారావం చేస్తూ రెక్కలు పట–పట లాడిస్తూ గూటి వైపు పయనం అయింది. నలువైపులా కరతాళధ్వనులు. శోణుడులో ఆనందం ఉప్పొంగింది. మహాద్వారం దగ్గర నన్ను కౌగలించుకున్నాడు. నలువైపులా ఉద్ఘోష వర్షం కురిసింది – ''వీర కర్ణుడికి జయము జయము భీష్మ పితామహులకు జయతు–జయతు...'' వాతావరణంలోని అణువు–అణువు గంగలోని బిందువులా నాట్యం చేయడం మొదలెట్టింది.

ఎక్కడో అశోక వృక్షంపై ఒక కోకిల కుహూ..కుహూ అంటూ కూస్తోంది. నా మనస్సులో ఎన్నో పరస్పర విరోధ భావనలు తల ఎత్తసాగాయి. ఈ కలగాపులగ భావాలు తీవ్రమై ఏదో తెలియని పరిస్థితుల లోకి నన్ను నెట్టివేసాయి. ఒక క్షణం భీష్మపితామహుల పట్ల ఆదరభావం కలిగితే మరోక్షణం వెంటనే అర్జుని మెళ్ళో అజేయమైన పదవికి సూచన అయిన సామాన్యమైన కమలాల మాలను వేసిన గురుద్రోణుల పట్ల తిరస్కారభావం, ప్రజ్వలితం కాసాగింది. ఒక్కక్షణం నా మనస్సు, నా కన్నీళ్ళు తుడిచే ఆత్మీయుడైన సోదరుడి నిర్మలమైన ప్రేమతో పొంగి పొరలిపోయేలా నిండి పోతుంది. మరో క్షణంలో, తన మెడను విజయమాలతో అలంకరించుకునే అర్జునుడిపైన

క్రోధంతో గజ-గజా వణికి పోతుంది. మనస్సు మాటి-మాటికి రంగులు మార్చే ఊసరవెల్లా? దేవుడికే తెలుసు. ఇటువంటి రకరకాల ఉద్వేగాలలో క్రోధమే శ్రేష్ఠమైన ఉద్వేగంగా ఎంచుతారు. క్రోధం. క్రోధం అగ్ని లాంటిది. అది అవకాశం వచ్చినప్పుడు, ఊహ అనే గాలి తగిలినప్పుడు ఇంకా ఎక్కువగా భగ్గు మంటుంది. ఆ మహాగ్నిలో తక్కిన కోమలమైన భావాలు దగ్ధం అయిపోతాయి. బూడిద అయిపోతాయి. ఇక ఒకసారి ఆ మహాగ్ని ప్రజ్వలిస్తే దానిని ఆపడం ఎవరి తరమూ కాదు. కోపంతో నా పెదిమలు వణకసాగాయి. చెవుల కుండలాలు ఎర్రబడ్డాయి. నేను వీరాధి వీరుడు అయినప్పుడు మరి నీలకమలాల మాల అర్జునుడి మెడలో ఎందుకు ఉంది? సత్యవంతుడు, నిష్పక్షపాతి అయిన భీష్మపితామహుడి తీర్పుకి ఇక్కడ విలువ ఎక్కడ ఉంది?

నా చెవులను శబ్దాలు ఢీ కొడుతున్నాయి. ''ఈ రోజు మేమందరం ధన్యులయ్యాము. మొత్తం ఆర్యావర్తంలో కర్ణుడులాంటి ధనుర్ధరుడు లేనే లేడు. కాని అతడికి సరియైన గుర్తింపు దొరకలేదు.'

సమాజం కూడా ఎంత మోసకారి! అది ఒకసారి ఒకరిని నెత్తిమీద పెట్టుకుంటే మరొకసారి ఎందుకు పనికి రాని వారిని నెత్తి మీద పెట్టుకుని నాట్యం చేస్తుంది.

''ఈనాడు మా కళ్ళు సార్థకమయ్యాయి. ఇలా గురి తప్పకుండా లక్ష్యాన్ని ఛేదించడం ఇంతవరకు ఎప్పుడు చూడలేదు. వినలేదు. ఆ దండ కర్ణుడి మెడలోనే పడాల్సింది.''

వాళ్ళ బోలు సహానుభూతి నా క్రోధాగ్నికి నెయ్యిలా పనిచేయసాగింది.

నాశరీరంలో రక్తం వేగంగా ప్రసరించసాగింది. గర్జిస్తూ- ''లోకం చూపించే సహానుభూతి పైన జీవించాల్సిన అవసరం నీకు ఎంత మాత్రం లేదు. నీవు అందుకు ఎంత మాత్రం పుట్టలేదు. కర్ణా! లే నీ వీరత్వాన్ని నిరూపించు నీవు వీరాధివీరుడివి'' అని నాకు చెప్పసాగింది.

నాభుజం మీద ఉన్న ఉత్తరీయాన్ని మళ్ళీ శోణుడి పైకి విసిరాను. నేను అరుగువైపు నడిచాను. నగరవాసుల గుంపులోకి చొరబడ్డాను. నేను అరుగుపైకి ఎక్కగానే అందరు తమ-తమ ఉత్తరీయాలని ఉన్మత్తులై గాలిలోకి ఎగరవేయడం మొదలు పెట్టారు. ఇప్పుడు గోదా ఒక ఉత్సవాల వేదికగా తయారయింది. న్యాయం-అన్యాయం, సత్యం-అసత్యం, అంటే ఏమిటో గోదాలో ఉన్న వాళ్ళకి ఎంతమాత్రం అర్థం కాలేదు. నేను చేతులు ఎత్తి ఆగమని సైగ చేసాను. నా పట్ల ప్రేమ ఉన్న విశాలమైన జనసముదాయం కింద కూర్చుంది. నా మాట వినడానికి వేల చెవులు నిక్కపొడుచుకుని ఉన్నాయి. చేతులెత్తి నేను గట్టిగా పెద్దగా చెప్పడం మొదలు పెట్టాను- నా మెడలో నీలకమలాల మాల పడలేదని, అందువలన నా విజయం కళంకితమైనదని ఇప్పటికీ మీలో ఎవరికైనా అనిపిస్తే.... నేను ...నేను కర్ణుడిని హస్తినాపురంలోని ఈ అరుగు పైకి ఎక్కి యువరాజు అర్జునుడిని ద్వంద్వ యుద్ధానికి సవాల్ చేస్తున్నాను. ద్వంద్వ-యుద్ధం వీరాధి వీరుడు ఎవరో నిర్ణయిస్తుంది.''

నాకు ఎవరి భిక్ష అక్కరలేదు.

అందరు మళ్ళీ లేచి నిల్చున్నారు. ''సరే.. సరే...'' అంటూ వాళ్ళ ఆమోదం తెలిపారు. మహారాజు ధృతరాష్ట్రుడు ఏ నిర్ణయం తీసుకుంటారో అని ఆత్రుతతో ఎదురు చూడటం మొదలు పెట్టారు. నలువైపులా శాంతి వ్యాపించింది. ఇంతలో కృపాచార్యులు తన ఆసనం నుండి లేచారు. త్వరత్వరగా అరుగుపైకి ఎక్కారు. నా వైపు ఉపేక్షా భావంతో చూస్తూ మహారాజుకి అభివందనం

చేస్తూ అన్నారు.- "మహారాజా! కర్ణుడికి మార్గదర్శకుడు గురుదేవ కృపాచార్యులను మాట్లాడుతున్నాను. కర్ణుడు నాకు శిష్యుడు. కాని అతడి కుల-గోత్రాలు నాకు తెలియవు. అతడు కూడా ఎప్పుడు ఎవరికి వీటి గురించి చెప్పలేదు. యువరాజు అర్జునుడు క్షత్రియ కులంలో పుట్టాడు. యుద్ధ-శాస్త్రం, ధర్మ-నీతి ప్రకారం కేవలం సమాన కులానికి చెందిన యోధుల మధ్యే ద్వంద్వ యుద్ధం జరగాలి. ఈ హస్తినాపురంలోని సమస్త నగరవాసులకి కర్ణుడు మొదట తన దివ్య-తేజోమయమైన కులం పేరు చెప్పాలి. ఆ తరువాత అర్జునుడు తనకి ఇష్టమైనప్పుడు కర్ణుడితో ద్వంధ్వ-యుద్ధం చేయవచ్చు. ఎందుకంటే ద్వంధ్వ-యుద్ధం అంటే విజయమో, వీరమరణమో."

ఆయన అన్న ఈ మాటలు బల్లెం మొనలా నన్ను గాయపరచసాగాయి. పురుషార్థాన్ని పరీక్షించే గీటురాయి అయిన హస్తినాపురపు ఆ అరుగు పైన నిల్చుని నా కులమేదో ఎట్లా చెప్పను? సూర్యవంశంలోని ఈ తేజోమయమైన గొప్ప పురుషుల ముందు నేను ఒక సారథి పుత్రుడనని ఎట్లా చెప్పను? ఒక్క క్షణం నా మనస్సు ఆలోచనల వలలో చిక్కుకుపోయింది. తల వంచుకుని నేను ఆలోచించడం మొదలుపెట్టాను.

మనస్సులో బలమైన ఆలోచనల ద్వంధ్వం మొదలయింది. "కర్ణా! నేను అతిరథ-రాధామాతల సూతపుత్రుడు కర్ణుడను, శోణుడి సోదరుడు కర్ణుడను, సారథి కర్ణుడను,' ఏ ఆచ్ఛాదన లేని ఛాతిని గర్వంగా చుపిస్తూ తలయెత్తి గర్వంగా చెప్పు" అని ఒక మనస్సు అరుస్తోంది. 'ఇక్కడ అందరు సంకుచితంగా ఆలోచించే వారే ఉన్నారు. వీళ్ళు ఏ మాటలతో నీ కులానికి స్వాగతం పలుకుతారు? అందరు నీచత్వంగా మాట్లాడుతారు- 'సారథి పుత్రుడా? మరయితే ఇక్కడికి ఎందుకు వచ్చాడు? అశ్వశాలకి వాడిని పంపేయండి" అనే అంటారు, అని మరో మనస్సు అంటోంది.

నా మనస్సనే-మొక్క ఆలోచనల తుఫానులో కల్లోలితమై ఊగసాగింది. వర్షం వలన గాయపడి, కాడ విరిగిపోయిన కమల పుష్పంలా నా మెడ దానంతట అదే వంగి పోయింది. ఎవరో అరుగుపైన ఎక్కుతున్నారు. నేను ధైర్యాన్ని కోల్పోయి తలని పైకి ఎత్తాను. అతడు యువరాజు దుర్యోధనుడు. గర్వంతో అడుగులు ముందుకు వేస్తున్నాడు. అదే నడక కొసతేరిన అదే ముక్కు. తీక్షణమైన అవే కళ్ళు. అతడు ముందుకు నడిచాడు. చర్నాకోళం లాంటి కఠోరమైన శబ్దాలలో, గట్టిగా పిడికళ్ళను బిగించి, తన తీక్షణమైన కళ్ళను అందరిపైన గిర గిర తిప్పుతూ అన్నాడు- "గురుదేవులు కృపాచార్యులు పరాక్రమాన్ని అవహేళన చేస్తున్నారు. క్షత్రియులు! క్షత్రియుడు అవడానికి కర్ణుడిలో ఏ లోపం ఉంది? ధర్మశాస్త్రం ప్రకారం క్షత్రియుడంటే ఎవరు? ఎవడి భుజాలలోనైతే ప్రచండమైన శక్తి ఉంటుందో వాడా? ఎవడి దగ్గర అయితే రాజ్యం ఉందో అతడా? ఎవడైతే రాజవంశంలో జన్మిస్తాడో వాడా? కర్ణుడు ఈ స్థానంలో తన పురుషార్థాన్ని చూపించి తనను క్షత్రియుడని నిరూపించాడు. ఇదంతా చూసి కూడా మీరు తృప్తి చెందకపోతే నేను దుర్యోధనుడిని ఈ స్థానంలోనే అతడు క్షత్రియుడని, ద్వంధ్వ యుద్ధం జరగాలని నిరూపిస్తాను. నేను యువరాజు దుర్యోధనుడిని, ఈ క్షణంలో, ఈ అరుగుపై నుండి వీరాధి వీరుడు, పరాక్రమశాలి అయిన కర్ణుడిని అంగదేశానికి యువరాజుగా ప్రకటిస్తున్నాను. మగధ దేశ సమీపంలో ఉన్న

అంగదేశం, ఇప్పటి వరకు కౌరవుల ఆధిపత్యంలో ఉన్న అంగదేశం, ఈ క్షణం నుండి కర్ణుడిది. కర్ణుడు అంగదేశానికి రాజు. ఇక నుండి అతడు అంగరాజుకర్ణుడు.''

అతడు తన బలమైన మెడను నలువైపులా తిప్పాడు. అందరి స్వీకృతిని తీసుకున్నాడు. తన వక్రమైన, పెద్ద కనుబొమ్మలను ఇంకా వక్రంగా చేస్తూ సేవకుడిని పిలుస్తూ చప్పట్లు చరిచాడు. తక్షణం ఎందరో సేవకులు అరుగు దగ్గరికి బిర-బిరమంటూ వచ్చారు. అతడు వారందరికి యథోచితమైన ఆజ్ఞలను జారీ చేసాడు – ''సింహాసనం తీసుకురండి. అభిషేకానికి జలం తీసుకు రండి. పురోహితుల వారిని పిలవండి!''

కొంచెం సేపు అయ్యాక అరుగు మీద ఒక బంగారపు సింహాసనాన్ని అభిషేక జలాన్ని రాజ వస్త్రాలని తీసుకువచ్చారు. వాటిపై బంగారు కిరీటం, అందమైన ఖడ్గం ఉన్నాయి. వెనక నుండి ఇద్దరు బ్రాహ్మణులు వచ్చారు. అందరికి పుష్పాలు ఇవ్వబడ్డాయి. నలువైపులా చందనం, కస్తూరి నూనెల సుగంధం వస్తోంది. దుందుబి, నగారాలను మ్రోగించారు. గోదా అంతా శుభ-మంగళంమైన వాతావరణం నెలకొన్నది. ఏం జరుగుతోందో ఎవరికి అర్థం కావడం లేదు.

ప్రజలు చెవులు కొరుక్కోవడం మొదలుపెట్టారు – ''మహారాజు మనువు నుండి, మహారాజు ధృతరాష్ట్రులవారి వరకు ఏకాలంలోను ఇంతపెద్ద ఎత్తున రాజ్యాభిషేకం జరిగిన దాఖలాలు లేవు. అసలు ఎప్పుడు వినలేదు.''

''సరిగ్గానే జరిగింది. ఆ వీరాధి వీరుడికి ఇప్పుడు సరియైన సన్మాన-సత్కారాలు గౌరవ-ప్రతిష్ఠలు లభిస్తున్నాయి. కాని ఈ రాజ్యాభిషేకం తరువాత ఏం జరుగుతుంది. ద్వంద్వ యుద్ధంలో ఏ జరగబోతోంది?''

అన్ని ఏర్పాట్లు కాగానే యువరాజు దుర్యోధనుడు నా భుజాలను పట్టుకుని సింహాసనం పైన నన్ను కూర్చోపెట్టాడు. వృద్ధ బ్రాహ్మణులు సుస్వరంతో పవిత్ర మంత్రోచ్ఛారణను ప్రారంభించారు. ఇంతకు ముందు ఎక్కడైతే కరతాళ ధ్వనులు, చప్పట్లు-తర్క-వితర్కాలు జరుగుతున్నాయో, ఇప్పుడు అక్కడే మంత్రాలు వినిపించసాగాయి. అంతటా మంత్రాలు ప్రతిధ్వనిస్తునాయి. నా శిరస్సుపైన ఆర్యావర్తంలోని గంగ, యమున, సరస్వతి, సింధు, కావేరీ, గోమతీ మొదలైన సమస్త నదుల జలాన్ని చల్లసాగారు. ఒకవైపు ఆ పవిత్ర జలంలో నా శిరస్సు తడిసిపోతోంది, మరోవైపు యువరాజు దుర్యోధనుడి నిర్మలమైన ప్రేమ గంగలో నా మనస్సు తడిసిపోతోంది. అతడి మనస్సు ఎంత విశాలమైనది. ప్రేమ కరుణలకు నిలయం ఆ మనస్సు. ఇవాళ ఒకవేళ అతడే ముందుకు రాకపోయి ఉండి ఉంటే? ఈ ఆలోచన రాగానే నా శరీరం వణికింది. కర్ణుడు తన జీవితంలో లెక్కపెట్టినట్లు కొందరు వ్యక్తులనే ప్రేమించాడు. మొదటి వాళ్ళు అమ్మ-నాన్న-సోదరుడు, రెండోవాడు అశ్వత్థామ, మూడో ఆయన భీష్మపితామహుడు, ఇక ఇప్పుడు దుర్యోధనుడు. కాని ఇక ఇప్పటి నుండి వీళ్ళందరు ఒక ఎత్తయితే, దుర్యోధనుడు మరో ఎత్తు. ఎందుకంటే అవమానంతో దహించుకుపోతున్న నాకు అవమానం అనే బురదలో చిక్కుకుపోయిన నాకు, చేయూతనిచ్చాడు. పైకి లేవదీసాడు. ఒక సాధారణమైన వ్యక్తిని ఒక్క క్షణంలో రాజుని చేసాడు. ఈ కర్ణుడి హృదయంలో ఒక మూల ఇప్పటి నుండి దుర్యోధనుడిదే. సింహాసనం పై కూర్చున్న వెనువెంటనే నేను ఒక నిర్ణయానికి వచ్చాను.

అతడు బంగారు కిరీటాన్ని నా అందమైన వెంట్రుకలపైన పెట్టాడు. భుజాన రాజవస్త్రం వేసాడు. చేతిలో అందమైన ఖడ్గాన్ని తీసుకుని పైకెత్తి గుండ్రం గుండ్రంగా తిప్పుతూ పెద్దగా అరిచాడు – ''అంగరాజు కర్ణుడికి జయీభవ, విజయీభవ'' అక్కడ ఉన్నవాళ్ళందరు ''జయము జయము'' అంటూ ఖంగుమనే కంఠాలతో జయ ఘోష చేసారు.

దుర్యోధనుడి ఈ ధైర్యానికి నా మనస్సు శ్రద్ధతో తల వంచింది. అసలు ఎప్పుడూ ఇట్లా జరుగుతుందని ఊహించనైనా ఊహించలేదు. అతడి ఖాకీ రంగు కళ్ళల్లో వర్ణించలేని మహాదానందంతో కలిసిన మెరుపు మెరిసింది. అతడిని గట్టిగా కౌగలించుకోవాలన్న కోరిక నాలో కలిగింది. పురప్రజలందరు అంగరాజు కర్ణుడికి జయహో... జయజయహో అంటూ నినాదం చేసారు. సారథి పుత్రుడు ఈ రోజు సామ్రాట్ అయ్యాడు. ఈ ఆరు సంవత్సరాలలో గురుద్రోణులు, కృపాచార్యులు చేయలేని పని, భవిష్యత్తులో జీవితం అంతా చేయలేని పనిని ఒక్క క్షణంలో దుర్యోధనుడు చేసి చూపించాడు. గదాధరుడు, గదావీరుడు దుర్యోధనుడు, అన్యాయాన్ని కాలదన్నే దుర్యోధనుడు. పరాక్రమాన్ని పరీక్షించగల శక్తి ఉన్న దుర్యోధనుడు, మిత్రుడు దుర్యోధనుడు, ప్రాణప్రియ సఖుడు దుర్యోధనుడు, నా కళ్ళల్లోంచి కృతజ్ఞతలతో నిండిన రెండు కన్నీటి బొట్లు కారాయి – ''యువరాజు! దుర్యోధనుడు. దుమ్ము–ధూళిలలో పడి ఉన్న కమలాన్ని నీవు రాజమకుటంలో అలంకరించావు. మట్టిలో పడి ఉన్న మాణిక్యాన్ని హృదయానికి హత్తుకున్నావు. అవమానం జరిగినప్పుడు నాకు చేయూత నిచ్చావు. ఇక ఈ క్షణం నుండి నా ఈ జీవితం నీదే... కేవలం నీదే...

పురజనులందరు నలువైపుల నుండి నాపైన పుష్పవర్షం కురిపించారు. నా మనస్సువారి ప్రేమను చూసి గద్గ గద్గ మయింది. ఇప్పుడు ఈ ద్వంద్వ యుద్ధంలో నేను పాల్గొంటాను ఏం నష్టం జరుగుతుంది. దీనికంటే సహజమైన చావు ఇంకేముందని? అందరు పుష్పవర్షం కురిపించిన మృత్యువు. సింహాసనంపైన మృత్యువు. ఇవాళ ఈ యువరాజు దుర్యోధనుడి కోసం నేను ప్రాణాలను ఫణంగా పెట్టి యుద్ధం చేస్తాను. ఈ ఆరు సంవత్సరాల సంఘర్షణ.. లెక్కల బేరీజు... నేను రాత్రింబవళ్ళు కష్టాలు ఓర్చి నేర్చుకున్న ద్వంద్వయుద్ధం, విజయయో–వీరస్వర్గమో తెలుస్తుంది. ఈ రోజు నా బహుకంటక్ విద్య గీటురాయిపై నిలబడాలి. అర్జునుడి అపజయం తథ్యం.

ఈ సమయంలో మా అమ్మ అశీర్వాదం కావాలి. ఒకవేళ ఆమె ఈ గోదాలో ఉండి ఉంటే, పరుగెత్తుకుంటూ వచ్చి అందరి ముందు నన్ను హృదయానికి హత్తుకునేది. మాటి మాటికి నా నుదిటిన ముద్దు పెట్టుకునేది. కుండలాలను ముద్దాడేది. నా బాల్యంలో కురిపించిన ప్రేమను మళ్ళీ కురిపించేది అని నా గట్టి నమ్మకం. తన సాధారణ పుత్రుడిని సామ్రాటుగా చూసినప్పుడు ఏ తల్లి ఉప్పొంగి పొరలుతున్న ఆనందానికి అడ్డుకట్ట వేయగలదు? కాని... కాని.. ఈనాడు ఆమె ఇక్కడ లేదు. నాన్న గారు హస్తినాపురంలో ఉన్నారు. కాని ఆయన ఈ జనసమూహంలో ఎక్కడ ఉన్నారో ఏమో, కనిపించడం లేదు.

నేను గోదాను అంతటా కలయచూసాను. చాలాదూరంలో మహాద్వారం దగ్గర నాన్నగారు నిల్చుని ఉన్నారు. ఆయన శ్రమజీవి. ఎంతో అలసిపోయారు. ఈ ఆరు సంవత్సరాలలో ఆయన

తల వెంట్రుకలు తెల్లబడ్డాయి. వెన్ను వంగిపోయింది. మెడ వృద్ధాప్యం వలన అటుఇటు ఊగుతూ ఉంటుంది. చేతి కర్ర ఊతతో నిల్చుని ఉన్నారు. తన పుత్రుడి జయ-జయకారాలు విన్నాక ఆయనకి ఎట్లా అనిపించి ఉంటుంది? ఇక్కడి దాకా రావాలని ఆయన మనస్సు ఎంతగా ఉవ్విళ్ళూరి ఉంటుంది. ఎవరు ఆయనని సంబాళించి తీసుకువస్తారు?

నేను శోణుడి వంక చూసాను. నా కళ్ళలోని భాషా-భావాలను అతడు కక్షుణ్ణంగా చదివేసాడు. వాడు వెంటనే అరుగుమెట్లు దిగిపోయాడు. గుంపులో కలిసిపోయాడు. అదృశ్యమైపోయాడు. రెండు చేతులతో అందరిని దూరం చేస్తూ నాన్నగారి దగ్గరికి చేరాడు. ఒక చేత్తో ఆయన్ని పట్టుకుంటూ మరో చేత్తో అందరిని దూరం జరుపుతూ శోణుడు మా వైపు రాసాగాడు. నేను లేచి నిల్చున్నాను. నేను ద్వంద్వయుద్ధాన్ని ప్రకటిస్తానని నిల్చున్నాను. నేను ద్వంద్వ యుద్ధాన్ని ప్రకటిస్తానని అందరు అనుకున్నారు. కాని నాకు నాన్నగారిని కలవాలి అన్న ఆత్రుత ఎక్కువ అయింది. నాకు వారి ఆశీర్వాదాల అవసరం ఎంతైనా ఉంది.

కొంచెం సేపట్లో శోణుడు వారిని తీసుకుని అరుగు దగ్గరికి వచ్చాడు.

నా శిరస్సు పైన స్వర్ణ ముకుటం చూడగానే ఆయన మెడ ఇంకా ఊగడం మొదలుపెట్టింది. చేతిలోని చేతికర్ర కదులుతోంది. నేను వంగి బంగారు కిరీటం ఉన్న శిరస్సును వంచాను. వారి పాదాలపైన పెట్టాను. వారి కళ్ళల్లోంచి రెండు కన్నీటి బొట్లు నాపై రాలాయి. నేను ధన్యుడనయ్యాను. ఏ శిరస్సు పైన అయితే గంగ, యమున, సరస్వతి నదుల పవిత్ర అభిషేకజలం పడ్డదో, ఆ శిరస్సు పైనే నాన్నగారి మమతతో నిండిన రెండు కన్నీటిబొట్లు కూడా పడ్డాయి. ఇప్పుడు ఈ అంగరాజు అభిషేకం వాస్తవంగా జరిగింది. ఈ రెండు కన్నీటి బొట్లు కన్నా పవిత్రమైన అభిషేకం ఇంకేం ముంటుంది? నా కోసం ఆయన పడ్డ కష్టాలన్ని గుర్తుకు వచ్చాయి. వాటి జ్ఞాపకాలు నన్ను భావుకుడిగా చేసాయి.

నన్ను పైకి లేపుతూ ఆయన గంభీరంగా ఖంగుమనే కంఠంతో అన్నారు – 'కర్ణా!' అంతే సహజంగా నా నోటి నుండి సంబోధన వెలువడింది– ''నాన్నగారూ!''

ఆయన ఒక్కసారిగా నన్ను హృదయానికి హత్తుకున్నాడు. ఆయన చేతి నుండి కర్ర జారికింద పడిపోయింది. గోదాలోని ప్రజలందరు మా ఇద్దరి వంక చూస్తున్నారు. అసలు ఒక్క క్షణం అరుగు పైన ఏం జరుగుతోందో అర్థం కాలేదు. ద్వంద్వ యుద్ధం చూడడానికి అందరు ఎంతో ఆత్రుతతో ఉన్నారు. అంతటా నిశ్శబ్ద వాతావరణం ఉంది.

నాన్నగారిని నేను పిలవడం, పాదాలకు దండం పెట్టడం చూసిన కృపాచార్యులు వెంటనే చేతులు పైకెత్తి అరిచారు – ''కర్ణుడు ఒక సారథి పుత్రుడు. వాడికి యువరాజు అర్జునుడికి మధ్య ద్వంద్వ యుద్ధం ఏనాటికీ జరగదు. మహారాజు సారథి అయిన ... అధిరథుడి పుత్రుడు కర్ణుడు.''

ఈ ప్రకటన వినగానే యువరాజుల వరసలో కూర్చున్న భీముడు తన దృఢమైన దేహాన్ని సంబాళిస్తూ లేచి నిల్చున్నాడు. తిరస్కారంతో చేతి వేళ్ళను నావైపు చూపిస్తూ అన్నాడు – ''ఏమన్నావు? సారథి పుత్రుడా? మరి వాడు ఈ వీరుల గోదాకి ఎట్లా వచ్చాడు? నీ కులం ప్రకారం చేతిలో కొరడాని పట్టుకో. వెళ్ళు ఇక్కడ నుండి వెళ్లిపో... అశ్వశాలకి వెళ్ళి గుర్రాలను మాలిష్

చేయి. వాటి లద్దెను పారెయ్యి. ఇక్కడ కురు వంశపు పరాక్రమానికి ప్రతీక అయిన ఈ అరుగు మీద వాడు ఎందుకు ఎక్కి నిల్చున్నాడు. అసలు ఇంత ధైర్యం వాడికి ఎలా వచ్చింది.''

యువరాజులందరు వెటకారంగా నవ్వడం మొదలుపెట్టారు. నలువైపులా అలజడి మొదలయింది. ఒకరి చెవులు ఒకరు కొరుక్కోవడం మొదలుపెట్టారు – ''సారథి పుత్రుడు. సారథి పుత్రుడు.'' నా మనస్సు బాధతో విలవిలలాడింది. సింహాసనం ఆక్రందన చేసింది.

ఆ మాటలు, ఆ స్వరాలు మండుతున్న చితుకుల్లా నా చెవులలో దూసుకుపోయాయి – ''సారథి పుత్రుడు... సారథి పుత్రుడు.''

పది, ఇరవై, వందలు, వేల నోట్లల్లో నుండి శబ్దబాణాలు దూసుకు వస్తున్నాయి. సారథి పుత్రుడు... సారథి పుత్రుడు.

ఇవాళ హస్తినాపురంలో సత్యాసత్యాల వివేకం చచ్చిపోయిందా? ఈ హస్తినాపురంలో న్యాయా అన్యాయాల దీపం కొండెక్కిందా? ఎవరికి లేదా? ఈ హస్తినాపురంలో కర్ణుడి గిలగిలాకొట్టుకుంటున్న మనస్సును అర్థం చేసుకోగల శక్తి, భగ్న హృదయాక్రందనను వినే నాధుడే లేడా? మహారాజు మనువు హస్తినాపురం, వీరాధివీరుడైన నహుషుడి హస్తినాపురం, శాంతనుడి, దుష్యంతుడి, భరతుడి హస్తినాపురం... ఈనాటి వరకు పురజనులు వీళ్ళని మరచిపోలేదు. వాళ్ళ ప్రస్థానం ఇంతకుముందే జరిగింది. ఆ గురువుల హస్తినాపురం ఇంతగా ఎందుకు చల్లబడిపోయింది. ఎందుకు వివశంగా మారింది? ఈనాడు అన్యాయాన్ని కాలితో తన్నడానికి ధైర్యంగా సవాల్ చేస్తే ఎందుకు నిలబడలేకపోతోంది. ఈ కర్ణుడిపట్ల అన్యాయం, పరాక్రమానికి ప్రతీక అయిన ఈ అరుగు పైన ఒక వీరాధి వీరుడికి అవమానం! ఈ కపట–యజ్ఞంలో సత్యాన్ని ఇంత ఘోరాతి ఘోరంగా ఎందుకు బలి ఇస్తున్నారు? ధర్మబద్ధులైన విదురుడు, మహారాజు ధృతరాష్ట్రుడు, పితామహులు భీష్ములు ఇంతగా అన్యాయాన్ని ఎందుకు సహిస్తున్నారు? వారు ఎప్పుడు నోళ్ళు విప్పుతారు? ఏం చెబుతారు? వాళ్ళు ఎందుకు మౌనంగా ఉన్నారు? వాళ్ళపట్ల ఉన్న నా ఆదరాభిమానాలను కొంత పక్కకు పెట్టి కేవలం స్వర్ణమకుటాలని ధరించి పెద్ద సింహాసనాలపైన కూర్చోడానికేనా మీరు పుట్టింది? అని నేనడుగుతాను. ఈ హస్తినాపురంలోని రాజమార్గాలలో వేగంగా పరుగెత్తే అశ్వాల రథాలకు రథసారథులు అవడానికే మీరు జన్మించారా? ఈనాడు మీరందరు ఒక్కమాటైనా మాట్లాడకుండా ఎందుకున్నారు? కర్ణుడి పట్ల జరుగుతున్న ఈ అన్యాయాన్ని గొంతెత్తి ఎందుకు ఆపడం లేదు. ప్రజలు ఆశగా రాజుని ఆశ్రయించకపోతే మరెవరిని ఆశ్రయిస్తారు? నేను కళ్ళలో ప్రాణాలు పెట్టుకుని రాజవంశస్థుల వైపు పలుమార్లు చూడసాగాను. వాళ్ళు మౌనంగానే ఉన్నారు. నలువైపుల నుండి గొంతులు వినిపిస్తున్నాయి – 'సారథి పుత్రుడు! సారథి పుత్రుడు!' నైరుతి నుండి పిడికిలి బిగించి ఉన్మాదులైన ప్రజలు అరుస్తున్నారు – 'సారథి పుత్రుడా? గుర్రాల మాలీషా?'

నిజానికి ఈ సమాజం ఎంత పిచ్చిది. క్షణం క్రితం పెద్ద కంఠంతో ఎవరికైతే జయ–జయ అంటూ జయకారాలు చేసారో, శిఖరాగ్రాన నిలబెట్టారో, ఇప్పుడు అతడినే కించపరుస్తున్నారు పైనుండి కిందకి తోసేస్తున్నారు. నాకు తల తిరుగుతున్నట్లుగా అనిపించింది. నా శిరస్సున ఉన్న మకుటాన్ని హస్తినాపురం మట్టిలో విసిరి వేయాలని అనిపించింది. గుండ్రని నా కుండలాలను

చెవులలో కుక్కేసాను. అరచేతులతో చెవులను మూసుకుంటూ నిస్సహాయంగా తలను పైకెత్తేను. ఆకాశంలో గురుదేవులు నిల్చుని ఉన్నారు. నలువైపుల నుండి దెబ్బతిన్న నా మనస్సు, కిరణాల రూపంలో ఉన్న లెక్కలేనన్ని ఆయన వేళ్ళను పట్టుకుని ఊపేస్తూ ఆయనను వాటేసుకుని అడిగింది – "గురుదేవా? మీరు పైన మండుతున్నారు. మీరు ఉండి కూడా ఈనాడు నేను ఘోర అవమానాన్ని సహిస్తున్నాను. నేను సారథి ఎందుకయ్యాను? సారథి కావడం నా నేరమా? పుట్టేవాళ్ళకి, తమ ఇష్టానుసారంగా ఎప్పుడైనా జన్మ లభించిందా? ఈ హస్తినాపురపు పురజనులు ఇవాళ గురువుల సమక్షంలో శిష్యుడిని నిందిస్తున్నారు. ఏం చేయను నేను? అందరు నన్ను తన్ని–తగలేస్తున్నారు. నేను ఎక్కడికి పోను? నేను సిగ్గుతో రెండు చేతులతో నా ముఖాన్ని దాచుకున్నాను. మరణ ప్రాయమైన యాతనతో. అరుగు ముక్కలైపోవాలి, భూమి నన్ను తనలో దాచుకోవాలి అని అనిపించింది.

ఎక్కడో కోలాహలంగా ఉంది. అరుపులు వినిపిస్తున్నాయి. నేనే తల ఎత్తి చూసాను. ఒక సేవకుడు పరుగెత్తుకుంటూ అరుగు వైపు వచ్చాడు. వాడు ఆయాస పడుతు నీల–కమలాల మాలను ధరించిన నీలార్జునుడి చెవిలో "యువరాజా! రాజమాత కుంతీదేవి మూర్ఛితురాలయ్యారు." అని అన్నాడు. మెడలోని దండను విసిరేసి అర్జునుడు అరుగు నుండి కిందకు దిగి ఆ మండపం వైపు పరుగెత్త సాగాడు. ప్రజలు ఆ సమయంలో కూడా అరుస్తునే ఉన్నారు – "సారథీ పుత్రుడు. శిరస్సుపైన ఉన్న కిరీటాన్ని విసిరేసి నాన్నగారిని తీసుకుని అక్కడి నుండి వెళ్ళిపోదామన్న ఆలోచనతో నేను కిరీటాన్ని తీయబోయాను. ఇంతలో నా వీపుని ఎవరో చరిచారు. అతడు దుర్యోధనుడు. ఎడమ చేత్తో నా వీపును నిమురుతూ కుడి చేయిని గట్టిగా పిడికిలి బిగించి పైకెత్తుతూ "అందరు వినండి. కర్ణుడు అంగరాజు. దుర్యోధనుడు స్నేహితుడు" అతడిని సారథి పుత్రుడు అంటూ అవమానించేవాళ్ళని కాళ్ళకింద నులిమేస్తాను. కర్ణుడు కర్ణుడు కాదు. "అంగరాజు కర్ణుడు" యువరాజు దుర్యోధనుడి స్నేహితుడు. అని అన్నాడు. అతడి కళ్ళల్లోంచి నిప్పులు కురవసాగాయి. మళ్ళీ పెద్దగా అన్నాడు – "కురువంశీయుల వీరాధివీరుల గోదా ఇది. ఇక్కడ ఏ వీరుడినైనా అవమానం చేస్తే ఎవరు సహించరు. ఇవాళ్టి పోటీలు సమాప్తం అయ్యాయి. పురజనులు ఇక వెళ్ళిపోవచ్చు". గురుద్రోణులవైపు చూడకుండానే ఆటల పోటీలకు సమాప్తి పలికాడు.

పురజనులు లేచి బయటికి వెళ్ళసాగారు. వాళ్ళ పాదాల కింద నీలకమలాల ఆ మాల నలిగిపోతోంది. విజయమాల ధూళి–దూసరితమైపోయింది.

నా మనస్సు భావుకతతో నిండిపోయింది. భావోద్వేగంతో నేను యువరాజు దుర్యోధనుడిని కౌగలించుకున్నాను. ఈనాటి నుండి కర్ణుడు యువరాజు దుర్యోధనుడి మిత్రుడు. అతడి పురుషార్థం, శరీరం, మనస్సు శస్త్ర–విద్యలు అన్నీ ఇక నుండి దుర్యోధనుడివే. అతడి చెయ్యిని నా చేతిలోకి తీసుకుని ప్రేమతో అతడి వీపుని తడుతూ "రాజన్! నేను అంగరాజు కర్ణుడిని కాదు, కేవలం కర్ణుడిని. మేరు పర్వతం అంత ధైర్యంతో ఇవాళ నీవు నాకు చేయూతనిచ్చావు. అదే ధైర్యంతో జన్మంతా నీ వెనక నేను ఉంటాను. ప్రాణాలకు తెగించయినా సరే, నేను వెనక్కి తగ్గను, నీకు మాట ఇస్తున్నాను." అని వాగ్దానం చేసాను.

అతడు ఒక్క క్షణం నా కుండలాల వైపు చూసాడు. పురజనులందరు ఎప్పుడో వెళ్ళిపోయారు. గోదా అంతా నిశ్శబ్దంగా ఉంది. నేను, శోణుడు, దుర్యోధనుడు, నాన్నగారు అరుగు నుండి కిందకి దిగ సాగాము. పడమరన అస్తమిస్తున్న సూర్య దేవుడికి అంతిమ నమస్కారం చేసే ఆలోచనలో నేను అటువైపు చూసాను. సూర్యుడిపైన ఒక నల్లటి మేఘం ఆచ్ఛాదితం అయి ఉంది. మసక వెలుతురులో గోదా, గోదాలోని చిన్న చిన్న గరడీలు భయంకరంగా కనిపిస్తున్నాయి. గోదాలోని అశ్వారోహణ గుర్రాలు అటు ఇటు తిరుగుతున్నాయి. శోణుడు కౌరవుల రాజచిహ్నానికి ఏ మాల అయితే వేసాడో అది అక్కడే ఉంది. వాడిపోయింది. కౌరవుల కాషాయ రంగు జెండా రెపరెప ఎగరడం లేదు.

37

రాత్రి నాకు ఇదివరకులా నిద్ర పట్టలేదు. ప్రాతఃకాలం నుండి ఏఏ సంఘటనలు జరిగాయో అవి కళ్ళముందు కదలాడసాగాయి. ఈ ఒక్కరోజులో అంతా తల్లకిందులయి పోయింది. నేను సారథిని, అన్న మాట వలన నాకెందుకు ఇంతగా బాధ కలిగింది? నిజానికి కాలం అంటే ఏమిటి? అదీ ఒక సారథే కదా! మానవ రూపాలైన గుర్రాల వీపు మీద తన సంకేతాల దెబ్బలు వేస్తూ, కాలం ఒక్కొక్కసారి ఎంత వేగంగా వీటిని నడిపిస్తుంది.

ఈనాడు గోదాలో జరిగిన సంఘటనల గురించి కిందటి రోజు ఎవరైనా భవిష్యవాణి గురించి చెప్పి ఉంటే నేను ఎంతమాత్రం నమ్మేవాడిని కాను. కాని ఈ రోజు అవన్నీ ప్రత్యక్షంగా జరిగాయి. మొదటి క్షణంలో ప్రజలు వీరకర్ణుడికి జయకారాలు చెప్పారు. కాని వెనువెంటనే 'సారథి పుత్రుడు' అంటూ అవమానం చేసారు. ఎవరినైతే 'సారథి పుత్రుడు' అంటూ అవమానించారో అతడినే దుర్యోధనుడు మిత్రుడు అని అన్నాడు. దుర్యోధనుడు, మహాధైర్యవంతుడు. ఈనాడు నా పైన జరిగిన అన్యాయానికి ప్రతీకారం తీర్చుకోవాలి అన్న కోరిక అతడి ఒక్కడికే ఎందుకు కలిగింది? నా పట్ల ప్రేమకారణంగానా! లేకపోతే అర్జునిడి పట్ల ద్వేషం కారణంగానా? భీముడి పైన ఎక్కడో కోపం ఉండి కాదు కదా? నా మనస్సనే పుట్టనుండి సందేహం అనే చెదలు బయటకి రాసాగింది. శయ్యపైన నేను రాత్రింబవళ్ళు అటు-ఇటు దొర్లుతునే ఉన్నాను. అసలు నిద్ర వస్తే కదా! ధడాం అన్న శబ్దం వలన రెచ్చకొట్టబడ్డ ఆవు దూడలా నా మనస్సు ఎగిరి గంతులు వేయసాగింది. మాటి మాటికి ఎంత అరిచినా గోశాలలోకి అది రాలేదు.

యుద్ధశాలలోని నా గది నుండి బయటకి వచ్చాను. బయట పౌర్ణమి చంద్రుడు తన బంగారు కుంభాన్ని భూమాత చరణాలపై ఒంపేస్తున్నాడు. దూరంగా అరుంధతీ నక్షత్రం గుడ్లు మిటకరిస్తూ భూమాతపై చంద్రుడు చూపెట్టిన దయపై కోపంగా చూస్తోంది. నా మనస్సులో సంశయం అనే మేఘాలు తొలగిపోయాయి. గంగలోని చల్లటి తరంగాలు నా భుజాలను ఊపేస్తూ పద, మన అసంఖ్యాకమైన కన్యలు శిరస్సుపైన బంగారు వస్త్రాలను ధరించి ఎలా నాట్యం చేస్తున్నాయో, చూద్దాం పద అని అంటున్నాయి.

నేను ఉత్తరీయాన్ని దేహంపై కప్పుకున్నాను. యుద్ధశాల నాలుగు గోడల నుండి బయటకి వచ్చేసాను. గోదా వెనక గంగ ప్రవహిస్తోంది. అప్పుడప్పుడు అశోక వృక్షంపై క్రౌంచ పక్షి తన

రెక్కలను ఫట-ఫట అంటూ అల్లారుస్తోంది. నేను గంగ ఒడ్డుకి వచ్చాను. అక్కడ నిశ్శబ్దంగా ఉంది. ఎంతో విశాలంగా ఉన్న గంగానదిని కురువంశంలోని ఎన్నో తరాలు చూసాయి. ఎన్నెన్నో మార్పుల ప్రతిబింబాలను అది సహించింది. అయినా ఎంత శాంతంగా ఉంది. ఒక నల్లటి శిలపై కూర్చుని నేను మనోహరమైన, అందమైన ఆ గంగను చూస్తున్నాను. దూరంగా ఎక్కడో బడ-బడా అనే శబ్దం వస్తోంది. గంగాజలంపైన వంగి ఉన్న ఒక మనిషి ఆకారం కనిపించింది. రాత్రిపూట నీళ్ళు తీసుకోవడానికి ఎవరు వచ్చారు? నేను పెద్దగా అరిచాను – ఎవరు?

ఒక భుజంపై కుండ ఉంది. ఆ ఆకారం మెల్లిమెల్లిగా కదులుతోంది. నాలో కుతూహలం రెట్టింపయింది. కొంచెం సేపట్లో నా ఎదురుకుండా ఎత్తుగా బలంగా ఉన్న వ్యక్తి నిల్చుని ఉన్నాడు. భుజం మీద కుండ ఉండటం వలన అతడి మెడ కొంచెం ఒంగి ఉంది. రెండు చేతులతో కుండను పడకుండా పట్టుకుని ఉన్నాడు. నా దగ్గరికి రాగానే ''నేను సత్యసేనుడిని'' అని అన్నాడు.

''సత్యసేనా?'' నా మనస్సు స్మృతుల వస్త్రాన్ని నగ్నంగా చూడసాగింది. ఎక్కడో ఒక దారపు పోగు చేతికి తగులుతోంది. కాని దాన్ని గుర్తు పట్టలేకపోతున్నాను. కాని ఎక్కడో సత్యసేనుడి పేరు విన్నట్లుగా అనిపించింది. నేను అతడిని అడిగాను – ''సత్యసేనుడు ఎవరు?''

''నేను ప్రయాగలోని సారథిని''

ప్రయాగ! గంగ, యమునల సంగమం. నాలో కూతూహలత ఇంకా పెరిగింది. నేను మళ్ళీ అడిగాను. ''ఈ రాత్రి సమయంలో హస్తినాపురంలో గంగ ఒడ్డున ఎందుకు వచ్చారు?'' ''కౌరవ మహారాజు ధృతరాష్ట్రుల వారి కీర్తి విన్నాను. హస్తినాపురంలో నా సారథ్యానికి ఆదరణ లభిస్తుందని అని అనుకుని వచ్చాను. మా చెల్లెలు వృషాలి, మా అమ్మ కూడా వచ్చారు'' ''వృషాలి'' అనుకోకుండా నా నోటి నుండి ఈ మాట వచ్చింది.

''అవును! మేం పగలే హస్తినాపురం చేరుతామని అనుకున్నాను. కాని కాంపిల్య నగరంలోని దట్టమైన అరణ్యం నుండి వస్తున్నప్పుడు మా గుర్రంలో ఒక గుర్రానికి కాలు బెణకడం వలన మేం నెమ్మదిగా రావల్సి వచ్చింది. ఈ నగరానికి మేం ఇప్పుడిడిప్పుడే చేరుకున్నాము.''

''అంటే హస్తినాపురంలో అతిథి సత్కారం ఇంతగా దిగ జారిందా? వాళ్ళు నీళ్ళ కోసం ఇటువంటి కాని సమయంలో మిమ్మల్ని పంపారా?'' ''ఊహు, లేదు. మేం ఎవరి ఇంట్లోను బస చేయలేదు. ఎందుకంటే నాకు ఇక్కడ ఎవరు తెలిసిన వాళ్ళు లేరు. అమ్మని, సోదరిని విష్ణుమందిర ప్రాంగణంలో కూర్చోబెట్టి వచ్చాను. యాత్రలో అమ్మకి బాగా దాహం వేసింది. అందువలన నేను జలాన్ని తీసుకోవడానికి వచ్చాను. మరి మీరెవరు మహారాజా?''

''నేను మహారాజుని కాను. కర్ణుడిని'' నేను అతడి భ్రమని దూరం చేసాను.

''కర్ణుడా! అయితే చంపా నగరానికి చెందిన అధిరథ బాబాయికి...'' అతడు నా కుండాలాల వైపు చూస్తూ అన్నాడు.

''అవును. నేను వారి కుమారుడినే.''

అతడు నా కుండలాల వైపు మాటి-మాటికి చూడసాగాడు. భుజంపైన ఉన్న కుండ కారణంగా అతడికి కష్టంగా ఉంది. ''వెళ్ళు! ఒకవేళ వీలయితే రేపు ఆ వైపు ఉన్న యుద్ధశాలకి రా నన్ను కలు'' అని నేనన్నాను.

నీళ్ళకుండను సంబాళిస్తూ అతడు వెళ్ళిపోయాడు. అతడి కాళ్ళ కింద ఇసుక చురచురామంటోంది. చల్లటి గాలి విసురు నా శరీరాన్ని ఢీ కొడుతోంది. భుజంపై నుండి జారిపోతున్న ఉత్తరీయాన్ని సరిచేస్తూ ఒక కొసని విదిలిస్తూ కుడి భుజం పై వేస్తూ వెనక్కి విసిరాను. వెనక్కి తిరిగాను. ఏదో నా వీపుకి కొట్టుకుంది. అది ఏమిటో చూడానికి ఉత్తరీయం కొసని చేతిలోకి తీసుకున్నాను. ఆ కొసన ఏదో కట్టి ఉంది. కుతూహలంగా వెంటనే ముడి విప్పాను. అది విరిగిన కుండ పెంకు. గది నుండి బయటికి వచ్చేటప్పుడు తొందరలో పాత ఉత్తరీయాన్నే భుజాన వేసుకున్నాను. ఆ కుండ పెంకును ఇసుకలోకి విసిరి వేయాలని ఒక్క క్షణం అనిపించింది. కాని నేను అట్లా చేయలేదు. దాన్ని చేత్తో ఎగరవేసాను. నా కాళ్ళ కింద ఇసుక చురచురా మంది.

38

మరునాడు నేను సత్యసేనుడి కోసం ఎదురుచూసాను. కాని వాడు రాలేదు. అతడు ఎందుకు రాలేదు, కుశల సమాచారం తెలుసుకోడానికి విష్ణుమందిరానికి, నేను శోణుడిని పంపించాను.

శోణుడు తిరిగి వచ్చాక చెప్పిన వార్త హృదయ విదారకమైనది. రాత్రి సత్యసేనుడు గంగ ఒడ్డు నుండి మందిరానికి వెళ్ళాక, ఒక ఘడియ గడిచిందో లేదో, వృద్ధురాలైన అతడి తల్లికి, యాత్ర వలన అలసట చెందడం వలన రక్తపు వాంతులు అయ్యాయి. ఆ వృద్ధురాలు తన శరీరాన్ని విష్ణు-మందిర పవిత్ర ప్రాంగణంలో మృత్యువుకి అప్ప చెప్పింది. తన ఇద్దరి పిల్లలను విష్ణు చరణాలకి సమర్పించింది.

నిజానికి సత్యసేనుడికి ఎవరిదో ఒకరి సహాయం తప్పకుండా కావాలి. శోణుడిని వెంటనే పంపించాను. సత్యసేనుడిని తీసుకునే రమ్మన్నాను. విశాల హస్తినాపురంలో అతడు ఒంటరి వాడు. నిజానికి రాత్రి గంగ ఒడ్డున మేం ఇద్దరం కలవడం యాదృచ్ఛికమే. నిజానికి ఈ సంయోగాలే మనిషి జీవన నిర్మాణానికి నాంది పలుకుతాయి. కాని మనిషి జరిగిన దానికి తనే కారణమని అనుకుంటాడు.

రెండవ భాగము

కుంతి

"యువరాణీ, మనం తెల్లవారకముందే ఈ పెట్టెను అసువా నదిలో వదిలేయాలి.
నదికి వున్న విశాల హృదయం ఎవరికీ లేదు.
ఈ నది మాత్రమే ఈ బిడ్డకి ఆశ్రయం యిస్తుంది." -కుంతీ సేవకురాలు తాంత్రి

1

''మహారాణిగారు మీరు ఎందుకు ఇంత ఉదాశీనంగా ఉన్నారు?'' అని ధాత్రి అడిగింది. ఏ మాటలలో, నేను ఎందుకు ఇంత ఉదాశీనంగాఉన్నానో చెప్పను? అసలు కారణమేమిటో ఎట్లా చెప్పను? నా జీవితంలో గాలి దుమారాల లాంటి ఎన్నో మలుపులు వచ్చాయి. అసలు మనిషిని ఈ విధంగా ఏది ఆడిస్తోంది? ఈ సమస్త సూత్రాలు ఎవరి చేతిలో ఉన్నాయి? విధాత తన సంకేత సూత్రాలలో ఎవరినైతేబంధించాడో, వాడే ఆ మనిషే ఒక పశువు కాదా?

ఈనాడు నేను రాజప్రాసాదంలోని ఈ భవనంలో నిల్చుని ఉన్నాను. నా నలువైపులా వైభవంతో నిండుకున్న రాజప్రాసాదం. హస్తినాపురం అంతా రాజమాత, రాజమాత అంటూ నన్ను గౌరవిస్తూ నా చరణాల ముందు ఆదరణీయంగా శిరస్సు వంచుతుంది. యుధిష్ఠరుడు లాంటి సజ్జనుడు, భీముడు లాంటి బలవంతుడు, అర్జునుడు లాంటి పేరుప్రతిష్ఠలు పొందిన పుత్రులు ఉన్నా ఎందుకీ దుఃఖం? అసలు ఏ స్త్రీ అయినా ఇంతకన్నా ఏం కోరుకుంటుంది? అసలు ఇటువంటి వైభవోపూరితమైన జీవితం అంటే ఎవరికి అభిమానం ఉండదు? లోకం దృష్టిలో నేను వైభవ శిఖరం పైన ఉన్నాను కదా! అసలు దేనినైతే సుఖం అంటామోదానికన్నా ఎక్కువ అయినది కాదు కదా!

కాని ఇది కాదు కావాల్సింది. సుఖం అనేది కేవలం బాహ్య సుఖాలపైనే ఆధారపడి ఉండదు. మనస్సు ఆరోగ్యంగా ఆనందంగా ఉంటేనే ప్రాణాలకు తృప్తిగా ఉంటుంది. అదే అసలుసిసలైన ఆనందం. ఇంత వైభవంలో రాజమాతగా ఉన్నప్పటికీ మనస్సు ఆరోగ్యంగా ఆనందంగా లేదు. తప్పించుకోలేని సంఘటన అనే కురూపి ఎలుక నా జీవితపు రాజవస్త్రాన్ని గడిచిన ఎన్నో రాత్రులలో కొరికికొరికి చింపేసింది.

ఈ భవనంలో ఎప్పుడైనా సరే ఈ విధంగా నిల్చున్నప్పుడు, రాజప్రాసాదం ఎదురు గుండా ఉన్న భవ్యమైన ఆ మహాద్వారాన్నిచూసినప్పుడల్లా నా మనస్సు, గాలి దుమారంలో ఎగిరే ఎండిన ఆకులా దూరంగా ఎటు ఎగిరిపోతుందో తెలియదు. గత ఏభై సంవత్సరాల యాత్రని చుట్టి గాని నా దేహపంజరంలోకి రాదు. గడిచిన ఏభై సంవత్సరాల కాలం! ఏభై సంవత్సరాల ఈ దీర్ఘ కాలంలో కుంతి, కుంతిగా ఎన్ని రోజులు బతికింది? ఒక్క రోజు కూడా లేదు. ఏభై సంవత్సరాల దీర్ఘమైన కాలం! కాని ఎంత నీచంగా, ఎంత శిథిలంగా! ఈ ఏభై సంవత్సరాల కాలం, కుంతి, కుంతిగా బతకడానికి ఒక్కరోజు కూడా ఇవ్వలేదు. గత ఏభై సంవత్సరాల నుండి నా మెడలో

వివిధ రంగుల భిన్న-భిన్నమైనఆకర్షణీయమైన పేర్లు గల తోలుపట్కాలను వేసి నన్ను గిరగిరా తిప్పింది. తన ఇష్టానుసారంగా ఏవైపైతే, ఆవైపు.

మేఘాలు కమ్మిన నా మానసఆకాశం నుండి గడిచిన స్మృతుల వర్షం ఎన్నెన్నో ధారలై కురిసింది. అప్పుడప్పుడు కుండపోత వర్షం కురుస్తుంది. దీని నిరంతరమైన దెబ్బలకి నా శరీరం తూట్లు పడదు కదా అన్న సందేహం నాకు కలుగుతూ ఉంటుంది.

అసలు ఈ ఏభై సంవత్సరాల్లో ఎంతో జరిగిపోయింది. అసలు చెప్పడానికి తగినది ఏమైనా ఉంటేగా! నాలాంటిక్షత్రాణికి, రాజపుత్ర స్త్రీకి అసలు ఈ కాలం గురించి మాట్లాడాలని ఏ మాత్రం అనిపించదు. కాని మనస్సు విచిత్రమైంది. దాన్ని ఎంతగా బంధించాలని ప్రయత్నిస్తామో అది అంత స్వచ్ఛందంగా ప్రవర్తిస్తుంది.

ఈ ఏభై సంవత్సరాలలో నేను ముగ్గురు కుంతిలుగా వేరువేరు జీవితాన్ని జీవించాను. ఒక కుంతితో మరొక కుంతిని ఏ మాత్రం పోల్చలేం. ఒక కుంతికి మరోకుంతికి ఏమాత్రం సమానతలూ లేవు. ఈ ముగ్గురూ వేరువేరుకుంతీలే. అప్పుడప్పుడు ఆ ముగ్గురూ ఒకరివైపు ఒకరు తీక్షణంగా చూస్తూ ఉంటారు. అపరిచితుల్లావాళ్ళల్లో వాళ్ళే ప్రశ్నలు వేసుకుంటారు. ఎవరు నీవు? నీవు ఎవరివి? ఎవరు నీవు?

ఈ భవనం పైన నిల్చున్నప్పుడు దూరంగా గంగమ్మ కనిపిస్తుంది. గంగ తిరిగే మలుపు చూడగానే నాకు మధుర గుర్తుకు వస్తుంది. నాబాల్యం గుర్తుకు వస్తుంది. మధురలో యమునా నది ఒడ్డున నా బాల్యం పాకుతూ వెళ్ళిపోయింది. అవును...నోటి నుండి బయటకు వచ్చినమాటలా, నా బాల్యం ఎప్పుడూ తిరిగి రాలేదు. కాని దాని జ్ఞాపకాలు ఇప్పటికీ నా మనస్సులో యధాతథంగానే ఉన్నాయి.

బాల్యం అంటే గుండ్రంగా ఆకర్షణీయంగా ఉండే ఒక చక్రం. చిన్నతనం అంటే ఉవ్వెత్తున లేచే అలలు. బాల్యం అంటే స్ఫటికంలా శుభ్ర ధవళ రంగు! అబద్ధపు భేషజాల ముఖాల తొడుగులు ఉండవు. ఆ సమయంలో అసూయ ద్వేషాలు ఉండవు. బాల్యం అంటే చల్లటి నీళ్ళతో నిండిన పాత్ర లాంటిది. దీన్ని ప్రకృతి భవిష్యత్తు అనే ఎడారిని దాటే సమయంలో గాయపడే ప్రాణులకు, ముందే ఏర్పాటు చేస్తుంది.

ఈ రోజు కూడా నాకు బాల్యం గుర్తుకు వస్తే నేనెందుకుపెద్దదాన్నిఅయ్యానుఅని బాధ పడతాను. మహారాజు శత్రుఘ్నుడి పుణ్యపావన నగరం నుండి నేనెందుకు బయటకి వచ్చాను?

మధురలోని రాజప్రాసాదం ఎదురుగుండా ఉన్న ఉద్యానవనంలో సీతాకోకచిలుకల వెంటపడే పృథ, యమునా నది నీళ్ళలో ఆటలాడే పృథ, సూర్యదేవుడికి సమర్పించడానికి పొగడపూలను గుచ్చి మాల తయారు చేసే పృథ, ఎంత నిర్మలమైనది. ఆ పృథ, ఎంత అందమైనది. ఆ పృథ, పృథ! అవును పృథే? బాల్యంలో మధురలోపృథగానే పెరిగాను. తనను ఎంతగానో ఆత్మీయంగా చూసే నాన్నగారి దగ్గర మధుర రాజు శూరసేన వారి దగ్గరఆ మమతలనీడలో కష్టంగాని, బాధగాని నన్ను ఏ మాత్రం స్పృశించలేకపోయాయి. ఆయన పేరుకు తగ్గట్టువీరాధి వీరుడే. బాహుబలుడే. మనస్సులో దృఢమైన నిశ్చయం. యాదవ కులావతంసుడు. వారిపై

నాకెప్పుడూఅభిమానమే. వారిని తలచుకోగానే రాజప్రాసాద ప్రాకారంలా ఆయన భవ్యమూర్తి కళ్ళెదురుగుండాకదలాడుతుంది.

నేను ఏది అడిగితే అది వెంటనే ఇచ్చేవారు. నా మొండితనాన్ని భరించేవారు. ఒకసారి నేను విచిత్రమైన కోరికను కోరాను. ఇప్పటికీ నాకు గుర్తు ఉంది. "నాకు ధనస్సు కావాలి" అని అడిగాను. ఆయనకి ఆశ్చర్యం కలిగింది. "ధనస్సా! ఆడపిల్లకి ఎందుకమ్మా ధనస్సు పృథ? ఆడపిల్లలు పూలు అడగాలి, బంగారు నగలను అడగాలమ్మా!అని అన్నారు. చివరికి ఇక ఏం చేయలేక నాకు ఒక ధనస్సు తెచ్చి ఇచ్చారు. ఆ సమయంలో ఎవరైనా సరే గగనంలో మిలమిలా మెరిసే తారలను కరంజవా (కొండఫలం) పండు అని చెప్పినా చేతిలో పెట్టినా, నేను ధనస్సును ఎట్టి పరిస్థితులలోనూ ఇచ్చేదాన్ని కాదు. ధనస్సును చేతబట్టి గెంతులు వేస్తూ, ఉరుకులు, పరుగులతో ఎదురుగుండా ఉన్న ఉద్యానవనంలోకి వెళ్ళాను. చాలా సేపు నేను ఈ చెట్టుపైన, ఆ చెట్టుపైన బాణాలు వేసాను. పొగడ చెట్టుపైన కూర్చుని ఉన్న పత్ర రథ ఆడపక్షి నన్ను విసిగిస్తోంది. అది ఒకటే అరుస్తోంది. దీని వలన నా దృష్టంతా దాని అరుపుపైనే ఉంది. అందువలన బాణాలు దూసుకువెళ్ళడం లేదు. నాకు దానిపైన పట్టరాని కోపం వచ్చింది. అప్పుడు నా మనస్సులో ఒక ఆలోచన మెరిసింది. ఒకవేళ నాకు గురితప్పకుండా బాణాలు వేసే విద్య తెలిసి ఉంటే ఎంత బాగుండేది. మొదట ఆ పత్ర పక్షినోట్లో గురి పెట్టి బాణం సంధించేదాన్ని. దాని నోరు మూయించేదాన్ని.

2

ఒకరోజు సాయంత్రం ఎప్పటిలాగే రాజప్రాసాదం ఉన్న ఉద్యానవనంలో ఆడుకుంటున్నాను. చంద్రిక అనే దాసి నాకు దగ్గరలోనే పూజకోసం విచ్చుకున్న పూలను కోస్తోంది. రంగు రంగుల ఒక సీతాకోక చిలక తన చిట్టి, చిట్టి రెక్కలతో ఎగురుతోంది. తన ఇష్టానుసారంగా ఎంతో మనోహరంగా చక్కర్లు కొడుతోంది. ఫట్ ఫట్ అంటూ దాని రెక్కల శబ్దం వినిపిస్తోంది. నేను దాని వెనకే పరుగెత్తుతున్నాను. ఇంతలో చంద్రిక నన్ను పిలిచింది. ఎంతో పెద్దగా అరిచింది.

"రాజకుమారిగారూ! త్వరగా ఇటురండి ఎంతో అందమైన దృశ్యం. అటు చూడండి."

నేను సీతాకోకచిలుక వెనక పరుగెత్తడం మానేసాను. ఆమె వైపు పరుగెత్తాను. ఒక విశాలమైనఆశోక వృక్షం కింద తన దోసిట్లోదేనినో దాచింది. నాకోసం ఎంతో ఆత్రుతతో ఎదురుచూస్తోంది. నేను గెంతులు వేస్తూ గబగబా ఆమె దగ్గరికి వెళ్ళాను.ఆమె దోసిట్లో ఏముంది? చూడడానికి నా మనస్సు ఉవ్విళ్ళూరుతోంది. నేను ఆమె దగ్గరికి వెళ్ళగానే తన దోసిలిని నాకు చూపిస్తూ, నెమ్మదినెమ్మదిగా వేళ్ళను తొలగించింది. దోసిట్లో ఏముంది? అప్పుడే పుట్టిన చండోల పక్షి పిల్ల అది. తన చిన్న కోమలమైన ఎర్రటి ముక్కును తెరుచుకుని ఎవరినో తన సహాయం కోసం పిలుస్తోంది. దాని చిన్నిచిన్నికళ్ళల్లో భయం కనబడుతోంది. కళ్ళపైన గులాబి కనురెప్పలు ఉన్నాయి. మాటిమాటికి కనురెప్పలు వేస్తూ, మూస్తూ కళ్ళను మూసుకుంటోంది. వణుకుతున్న మెడను పైకెత్తుతోంది. ఎవరికోసమోఎదురుచూస్తోంది. అది మొగ పక్షి పిల్ల. దాని చేష్టలలో కరుణ ఉట్టి పడుతోంది.

నేను చంద్రికను అడిగాను– "దీన్ని ఎక్కడి నుండి తెచ్చావు? నీవెంతదుష్టురాలివి. పాపం దీని తల్లి దీన్ని వెతికి, వెతికి అలసిపోతుంది కదా! దాన్ని వదిలేసి రా!

ఒక్కసారిగా నా చీవాట్లు వినగానే దాని ఉత్సాహం అంతా నీరు కారి పోయింది. గాభరాపడ్డది. సంకోచిస్తూ అసలు సంగతిని స్పష్టం చేస్తూ అన్నది– "నేను ... నేను ... కావాలని దీన్ని తీసుకురాలేదు. ఇది ఈ ఆకుపచ్చటి గడ్డీగాదం పై పడి ఉంది. ఈ అశోక వృక్షం పైన దీని గూడు ఉండి ఉండవచ్చు"... నేను దట్టమైన ఆ ఆకులలో గూడుకోసం వెతకడం మొదలు పెట్టాను. అసలు ఏం చేయాలో నాకు తోచలేదు. ఆ పక్షి పిల్ల మాటిమాటికి మెడ పైకి ఎత్తడం మొదలు పెట్టింది. నాకు వెంటనే నాన్నగారు గుర్తుకు వచ్చారు. నేను తక్షణం రాజభవనం వైపు పరుగెత్తాను. ఆ సమయంలో నేను భవనం మూడు మెట్లను ఒక్కసారిగా దాటడం, నాకు ఇంకా ఇప్పటికీ గుర్తు ఉంది. నాన్నగారు అప్పుడే భోజ పురం నుండి వచ్చారు. ఆయన ఇంకా బట్టలు కూడా మార్చుకోలేదు. వారి సామీప్యంలో ఎవరో అతిథి నిల్చుని ఉన్నారు. ఆయన నావైపు కన్నార్పకుండా చూస్తున్నారు. ఆయనని చూడగానే నాలోని ఉత్సాహం కొంత తగ్గింది. కాని నాకేదో చెప్పాలని ఉందని ఆయనకు అనిపించింది. ఆయన "పృథే! సిగ్గు పడకు. నేను కుంతీ భోజుడను. మీనాన్న మేనత్త కొడుకును, నీ పిన తండ్రిని."– అని అన్నారు.

నాలో కొంత ధైర్యం వచ్చింది. నేను ముందుకు నడిచి నాన్నగారి వేళ్ళను పట్టుకుని ఆయనను లాగుతూ అన్నాను– "నాన్నా! నాతో ఉద్యానవనానికి రా! నాకు నీతో ఒక పని ఉంది."

నాతో ఏదో పెద్ద పని ఉందని ఆయన తెలుసుకున్నారు. "పద! కుంతీ భోజా! పృథకి ఏం కావాలో చూద్దాం."

మేం ముగ్గురం ఆమె వైపు వస్తున్నామని చూసాక చంద్రికలో ఇంకా గాభరా ఎక్కువ అయింది. చేతిలో పూల బుట్ట, గుప్పిట్లో పక్షి పిల్ల ఉండటం వలన తన పమిటని ఎట్లాసర్దుకోవాలో ఆమెకి అర్థం కాలేదు. తను ఒక నేరస్థురాలిగా తలవంచుకుని యథాతథంగా మౌనంగా నిల్చుంది.

మేము అశోకవృక్షం కిందికి వచ్చాము. నేను చంద్రిక చేతిలోంచి ఆ శిశువును తీసుకున్నాను. దాని వేడి స్పర్శ ఇంకా నాకు గుర్తు ఉంది. నాన్నకి దాన్ని చూపిస్తూ "దీని గూడు ఈ చెట్టుపైనే ఉంది. కాని దానికి తెలియకుండానే ఇది కింద పడిపోయింది. దీని తల్లి దీనికోసం గూట్లోనే వెతుకుతూ ఉండి ఉండవచ్చు. దీన్ని వెంటనే గూట్లో పెట్టేయండి" అనిఅన్నాను.

నా వైపు కుతుహలంగా చూస్తూ నాన్న అన్నారు– "తల్లికి పిల్లల గురించిన చింత ఉండనక్కర లేదా? అసలు పిల్లను వదిలి అది దూరంగా ఎగిరిపోకూడదు."

"అది దీనికోసం గింజలు, పురుగు, పుట్ర తేవడానికి ఎగిరిపోయిందేమో." అని నేనన్నాను.

ఆయన నా వైపు చూసి నవ్వారు. ఆయన చుట్టుపక్కల ఎవరైనా దాసుడు ఉన్నాడా అనిచూసారు. ఉద్యానవనంలో ఎవరూ లేరు. ఈ సమయంలో చీకట్లుకమ్ముకొస్తున్నాయి.

నా చేతిలో పక్షి పిల్ల కిచకిచలాడుతోంది. మరోపక్షి రెక్కల వేడికోసం అది తహతహలాడుతోంది.

నేను చూడలేకపోయాను. నేను గద్గద కంఠంతో అన్నాను– ''నాన్నగారూ! త్వరపడండి. చూడండి ఇది ఎంతగా తహతహలాడుతోందో...''

నా బాధను ఆయన అర్థం చేసుకున్నారు– ''ఇటివ్వు. ఉదయం దాన్ని దాని గూట్లోపెడదాం.'' అని అన్నారు.

''ఉదయమా! ఉదయం దాకా ఆ పిల్ల తల్లి లేకుండా ఎలా ఉండగలుగుతుంది? ఇప్పుడే గూట్లో పెట్టేయండి.''

నా దగ్గరికి వచ్చి నాకు నచ్చచెప్పడం మొదలు పెట్టారు–''పిచ్చిదానిలా! ఏంటమ్మా ఇట్లా అంటున్నావు. ఈ సమయంలో దాన్ని గూట్లోకిఎట్లా చేర్చగలం? ఇప్పుడు ఇక్కడ ఒక సేవకుడు కూడా లేడు గదమ్మా! ఈ రాత్రి నీవు దీన్ని నీ వెచ్చటి పరుపు మీద పడుకోబెట్టుకో... దాని తిండితిప్పలు చూడు. గింజలు వెయ్యి, నీళ్ళు పెట్టు... పొద్దున్నే దీన్ని దాని గూట్లోకిచేరుద్దాం! సరేనా, మరి!''

''మీరు ఇక్కడ ఉన్నప్పుడు అసలు సేవకులు ఎందుకు? ఒకవేళ దీన్ని వెంటనే గూట్లోకి చేర్చకపోతే నేను కూడా భవనంకి వెళ్ళను. దీన్ని తీసుకుని రాత్రంతా ఇక్కడే కూర్చుంటాను.''

''ఈ పిల్లకి ఎట్లానచ్చచెప్పాలో అర్థం కావడం లేదు. చాలా మొండిది.'' అని నాన్నగారు కుంతీ భోజుడితో అన్నారు.

ఆయన అన్నారు– ''శూరశేనా! నీవు మధురకిరాజువి, కాని ఈ అమ్మాయికి దానితో పని లేదు. అది నీ ఇలాగే మొండి పట్టుదల పడుతుంది.'' నా దగ్గరికి వస్తూ ఆయన అన్నారు– ''అమ్మాయి! ఆ పిల్లని ఇటివ్వవమ్మా! నేను దీన్ని దాని తల్లి దగ్గరికి చేరుస్తాను. సరేనా అమ్మా!''

ఆయన నా చేతిలోంచి పిల్లను తీసుకోబోతున్నారు. ఇంతలో నాన్నగారు ముందుకువచ్చారు. ఆయన నా చేతుల్లో నుండి మెల్లిగా పిల్లను తీసుకుంటూ అన్నారు– ''కుంతీ భోజా! నీవు అతిథివి. నేను ఇక్కడే ఉంటే నీవు చెట్టు ఎక్కుతావా? ఇక నన్ను మధురకి రాజు అనిఎవరంటారు? పృథ తండ్రి అనిఎవరంటారు?''

నాన్నగారు ఉత్తరీయాన్నితీసేసారు. చెప్పులను గడ్డీగాదంపై పెట్టారు. ఉడతలా చెట్టు పైకి ఎక్కారు. కొంచెం సేపయ్యాక వారు అరిచారు– ''కనిపించిందమ్మా! కనిపించింది, గూడు కనిపించింది.'' పిల్లని గూట్లో పెట్టి కిందికి దిగారు. నేను సంతోషంగా చప్పట్లు కొట్టాను. ఆరోజు నాన్నగారిని చూసి ఎంతో గర్వపడ్డాను. ఆనాటి నుండి, నాన్నగారి మాట జవదాటను అని నిర్ణయించుకున్నాను.

చివరికి కిందికి రాగానే ఒక్కసారిగా కిందికి దూకారు. ఏదైనా కప్పగెంతిందాఅని అనిపించింది. నేను త్వరత్వరగా వెళ్ళి ఆయన చేయి పట్టుకున్నాను. గబగబా అడిగాను– ''నాన్నగారూ! మరి అది దాని గూడేనా?''

నా భుజం పైన చేయి వేస్తూ ఆయన అన్నారు– ''నాకు అంతకూడా తెలియదా? ఆ గూట్లో మరో ఐదు పక్షి పిల్లలు ఉన్నాయి.''

సంధ్యా కాలం. చీకటి పడుతోంది. ఆ మసకమసకచీకట్లో మేం రాజభవనం వైపు నడిచాము.

"శూరసేనా! నీ కూతురు ఎంతో ముద్దుగా ఉంది." భోజపురం నుండి అతిథిగా వచ్చిన మహారాజు కుంతీ భోజుడు నా తలను ఎంతో ప్రేమగా నిమురుతూ అన్నారు.

ఆ రాత్రి కలలో నాకు ఆ చిట్టి పక్షి పిల్ల మాటిమాటికి కనిపించడం మొదలుపెట్టింది.

3

మరునాడు నాన్నగారు, మహారాజు కుంతీ భోజులవారు, భోజపురానికి తిరిగి వెళ్ళాలని రథం ఎక్కారు. వచ్చేటప్పుడు నీలకమలాలని తీసుకు రండి అని నాన్నగారికి చెప్పాలని నేను వెళ్ళాను. అప్పుడు వారు "పృథే! పద నీవు కూడా భోజపురానికి రావాలి" అని అన్నారు. నేను ఆశ్చర్యంగా వారి వంక చూసాను. ఎందుకంటే నేను ఇప్పటి వరకు ఎప్పుడూ మథుర నుండి బయటకి వెళ్ళలేదు. ఇవాళ మొట్టమొదటిసారి నాన్నగారు నన్ను తన వెంట రమ్మనమని అంటున్నారు. అసలు భోజపురం ఎక్కడ ఉందో, ఎట్లా ఉంటుందో నాకు తెలియనే తెలియదు. ఏం చేయాలో తోచక నేను అట్లాగే నిల్చుండి పోయాను. ఇప్పటి దాకా నాన్నగారు నన్నెప్పుడూ కోప్పడలేదు. "పృథే! నేను చెప్పింది వినలేదా! త్వరగా నడు-" అంటూ కోపగించుకున్నారు.

తలవంచుకుని మౌనంగా నేను రథంలో కూర్చున్నాను. నేను అమ్మని కూడా కలవలేదు. నేను అమ్మని అనుమతి అడిగి వెళ్దామనుకున్నాను. కాని నాన్నగారు నన్ను ఆపారు. నేను వెనక్కి తిరిగి వచ్చాక అమ్మ ఏమంటుందో?

నేను లోలోపల అనుకున్నాను- "మారిష మాతా! నన్ను క్షమించు. నేను మీ దర్శనం చేసుకోకుండానే, ఆశీర్వాదం తీసుకోకుండానే, ఈ రాజభవనం నుండి బయటకి వెళ్ళిపోతున్నాను. మథుర నుండి వెళ్ళిపోతున్నాను. యమునను వదిలి వెళ్ళిపోతున్నాను."

ఉద్యానవనంలో పూల మొక్కలకు నీళ్ళు పెడుతున్న చంద్రిక చేతులు ఎత్తి నాకు వీడ్కోలు పలికింది. 'రాజకుమారీ! ఎక్కడికి వెళ్తున్నారు?' అని అది అడగాలనుకుంది. కాని తను దాసి. మహారాజు కాకూడదు.

4

పది రోజుల తరువాత సంధ్యా సమయంలో మేం భోజపురికి చేరాము. నగరం చిన్నదే, కాని ఎంతో అందంగా ఉంది. నాకెంతో నచ్చింది.

నేను, రాజప్రాసాదంలోకి ప్రవేశించే మహాద్వారం దగ్గర రాజపుత్ర స్త్రీలు మాకు హారతి ఇచ్చి స్వాగతం పలుకుతారని అనుకున్నాను. ఎందుకంటే మథురలో మాకు ఈ ఆచారం ఉంది. ఈ సాంప్రదాయాన్ని ఆచరిస్తారని అనుకున్నాను. కాని భోజపురంలో ఒక దాసి వచ్చి మాకు హారతి ఇచ్చింది. నాకు ఎంతో విచిత్రంగా అనిపించింది.

మేము మహాద్వారం నుండి లోపలికి ప్రవేశించాము. రాజభవనం పెద్ద భవ్యమైన ప్రాంగణం ఉంది. నాకెంతో నచ్చింది. ఒక మూలన చిన్న ఉద్యానవనం ఉంది. తక్కినదంతా ఖాళీ

ప్రదేశమే. భవనం ఎంతో అందంగా భవ్యంగా ఉంది. తూర్పువైపు దాని ముఖద్వారం ఉంది. ఈ ఖాళీ ప్రదేశం అంతా సైనికులు కవాతు చేసే స్థలం ఇది, అనివిన్నాను.

భోజపురంలో ఎనిమిది రోజులు చిటికలో గడిచిపోయాయి. నా మనస్సు వెనక్కి మథుర వైపు పరుగెత్త సాగింది. మారిషమాతమాటిమాటికి గుర్తుకు రాసాగింది. తొమ్మిదో రోజు నాన్నగారు మథురకి తిరిగి వెళ్ళడానికి రథాన్ని సిద్ధం చేయమని ఆజ్ఞ జారీ చేసారు. నా మనస్సు మథుర స్మృతులలో చిక్కుకుపోయింది. కాని... కాని... దాని తరువాత నేను మళ్ళీ మథురకు వెళ్లలేకపోయాను. ఎంత కోరిక ఉన్నా, మళ్ళీ అటువైపు ప్రస్థానం చేయలేకపోయాను.

ఆ రోజు రథంలో కూర్చోబోయేముందు నాన్నగారు నన్ను రమ్మనమని అన్నారు. మహారాజు కుంతీభోజులు అక్కడే ఉన్నారు. వారివైపు చూపిస్తూ ''పృథా! ఇహ ఇప్పుడు నీవు ఇక్కడే ఉండాలమ్మా! వీళ్ళే నీకు అమ్మనాన్నలు'' అని అన్నారు.

అసలు నాన్నగారు అట్లాఎందుకంటున్నారో పూర్తిగా అర్థం చేసుకోలేకపోయాను.

ఎవరైనా నిదురపోతున్న బాలుడిని భయంకరమైన, దట్టమైన అడవిలో వదిలేస్తే, ఆ బాలుడికి ఎట్లా ఉంటుందో నాకు అట్లా అనిపించింది. ఇక్కడ నాకు ఎవరితోనూ పరిచయం లేదు. ఈ భోజపురంలోనిల్చుని, ఎవరైనా నన్ను మథుర ఎటువైపు ఉంది అని అడిగితే నేను ఏమీ చెప్పలేను. 'నీవు ఇక్కడే ఉండాలని' నాన్నగారు స్పష్టంగా చెప్పారు.

నాన్నగారు నన్ను అపహాస్యం చేయడం లేదు కదా! వేళాకోళానికి అట్లాఅన్నారా? క్షణంలో నా చిట్టి మనస్సు భయసందేహాలతో నిండి పోయింది. అసలు నేనెందుకు ఇక్కడ ఉండాలి? ఒకవేళ ఆయనకి నేను ఇష్టం లేకపోతే నన్ను మథురలో ఎక్కడైనా వదిలేయవచ్చుగా! నేను అక్కడ ఉంటాను. కాని ఇక్కడ ఈ నగరంలో నేను ఒంటరిగా ఎందుకు ఉంటాను? ఈ పెద్దలు ఎందుకు ఒక్కొక్కసారి ఇంత నిష్ఠూరంగా ప్రవర్తిస్తారు? నాకోసం ధనస్సు తెచ్చేవారు, నన్ను ''పృథా! పృథా!'' అంటూప్రేమాప్యాయతలతో తన దగ్గర కూర్చోపెట్టుకునేవారు, నేను చెప్పగానే ఉడతలాచెట్టెక్కే నాన్నగారు మోసకారా? అబద్ధాల కోరా! లేకపోతే నేను మొండిదాన్నన్న ఉద్దేశ్యంతో, నన్ను శిక్షించాలని ఆయన ఇటువంటి విచిత్రమైన పద్ధతిని అవలంబించారా? నేను గద్గదకంఠంతో వారిని అడిగాను– ''నాన్నగారూ! నేను ఇక్కడ ఎందుకు ఉండాలి? అసలు కారణం ఏమిటి? నేనంటే మీకు ఇష్టం లేదా? ఒకవేళ ఇష్టం లేకపోతే నన్నుమథురకి తీసుకువెళ్ళండి. అక్కడ ఎక్కడైనా సరే వదిలేయండి. ఇకముందు నేను ఎప్పుడు మరచిపోయికూడా పట్టుదల పట్టను.''

''ఊహూ... దీనికోసం కాదమ్మా! నువ్వంటే నాకెంతో ఇష్టం. నా ప్రాణానివమ్మా నువ్వు. కాని... కాని... ఈ కుంతీభోజుడికి, నామేనత్త కొడుకుకి నేను వాగ్దానం చేసానమ్మా!..'' ఆయన కంఠం గద్గదమయింది. వారు నా భుజంపై నిమురుతూ అన్నారు. అసలు వారి కంఠం నుండి బాధ వ్యక్తం కావడం నేను ఇంతకు ముందు ఎప్పుడూ చూడలేదు. మొదటిసారిగా ఇవాళేచూసాను. ఎన్నో ఎన్నెన్నో సందేహాలతో నా చిన్న మనస్సు గాయపడ్డది. ఇక ఇప్పుడు వినాల్సింది ఏముంది కనక? వాగ్దానం! ఏం వాగ్దానం? అసలు నాన్నగారు ఎవరికి ఏం మాట ఇచ్చారు? అసలు మాట

ఎందుకిచ్చారు? అసలు వాగ్దానం అనిదేన్నంటారు? నాకేదోచిక్కులోచిక్కుకున్నట్లుగా అనిపించింది. "ఎటువంటి వాగ్దానం?" అని అడిగాను.

"విను.... భారమైన కంఠంతో వారు చెప్పడం మొదలుపెట్టారు. "దాదాపు పన్నెండు సంవత్సరాల క్రితం ఒకసారి నేను, కుంతీభోజుడు ఈ భోజపురం దగ్గరి అరణ్యంలోకి వేటకోసం వెళ్ళాము. ఆరోజు నిషధ పర్వతం దగ్గరి అరణ్యంలో ఎంత వేటాడినా, ఒక్క జంతువైనా దొరకలేదు. చివరికి అలసిపోయి వెనక్కి తిరిగి వచ్చేసాము. నగరం బయట గుర్రాలతో సహా నది ఒడ్డున నీళ్ళు తాగాము. అక్కడే నది ఒడ్డున ఉన్న దట్టమైన విశాల శాలవృక్షం (వేగిస చెట్టు) నీడన విశ్రాంతి కోసం కూర్చున్నాము. ఆరోజు కుంతీభోజుడు ఎందుకో చాలా ఉదాశీనంగా ఉన్నాడు. వేట దొరకనందునఅతడు నిరాసక్తుడుగాఉన్నాడేమోనని నేను అనుకున్నాను. "కుంతీ భోజా! ఇవాళ ఎందుకింతఉదాశీనంగా ఉన్నావు? అని నేను అడిగాను. అతడు నావైపు మాటా మంతీ లేకుండా చూస్తునే ఉన్నాడు. నేను అతడి చేయిని పట్టుకుని ప్రేమగా అడిగాను– "రాజా! చెప్పండి! చెబితే కొంత బాధ తగ్గుతుంది." "శూరసేనా! ఇవాళ మనం వేటకోసం అడవికి వెళ్ళాం. కాని మనిషి కూడా దైవానికి వేటే కదా! ఉఫ్! నిస్సంతానమైన ఈ జీవితం నాకెంతో భారంగా అనిపిస్తోంది.

పుత్రుడు లేని వైభవం సూర్యుడు లేని ఆకాశం లాంటిది. భోజుల ఈ రంగరంగ వైభవం ఈ సమృద్ధరాజ్యం సేనాపతికి ఇచ్చేసి దూరంగా హిమాలయాలవైపు వెళ్ళిపోవాలని నాకనిపిస్తోంది." అని ఆయన అన్నాడు.

నా చేతిలో ఉన్న అతని చేతిని నొక్కుతూ నేను అన్నాను– "ఇంత చిన్నదానికి నీవు ఇంతగా బాధ పడటం ఎందుకు? రాజా! కుంతీభోజా! నేను శూరసేనుడిని, యాదవరాజుని, నా మొదటి సంతానాన్ని నీకు ఇస్తానని వాగ్దానం చేస్తున్నాను. కాని క్షత్రియుడు ఎప్పటికీ రాజ్యం త్యాగం చేసి వెళ్ళిపోతానని కలలో కూడా అనుకోకూడదు."

ఆ సమయంలో అతడు అమిత ఆనందంతో నన్ను కౌగిలించుకున్నాడు. మేము నది ఒడ్డునుండి లేచి అశ్వాలతో సహా నగరానికి వచ్చేసాము. నేను కొన్ని రోజులు ఈ నగరంలో ఉండి మధురకి వెళ్ళిపోయాను. అదే సంవత్సరం నీవు పుట్టావు. పృథే! ఈ కుంతీభోజుడే నాకు మేనత్త కొడుకు. చిన్నారీ! నా వాగ్దానం నేను నెరవేర్చాలి. నీకర్తవ్యం నీవు నెరవేర్చాలి తల్లీ!"

నేను నిర్లిప్తంగా ఇద్దరి వంక చూసాను. నాకు ఆయన చెప్పిన దాంట్లో 'వాగ్దానం అన్న మాట ఎంతమాత్రం వినిపించలేదు. అందువలన నేను అడిగాను– "నాన్నగారూ! 'వాగ్దానం' అంటే ఏమిటి?

వెంటనే వారు "వాగ్దానం అంటే ఇచ్చిన మాటను నిలబెట్టుకోవడం. పృథే నేను నిన్ను కుంతీ భోజుడికిస్తానుఅని మాట ఇచ్చాను." ఆయన కళ్ళు కన్నీటితో నిండిపోయాయి. కన్నీరు కార్తోందాఅని అనిపించింది.

నాకోసం అశోక వృక్షాన్ని సరసరా ఎక్కే నాన్నగారు, తన మాటను నిలబెడుతూ కన్నీరుమున్నీరవుతున్నారు. ఆరోజుఆశోకవృక్షం కింద నేను, వారి మాటను ఎప్పుడూ దాటనని నిర్ణయించుకున్నాను. నాకోసం వారు బాధపడాలా? "నాన్నగారూ! నేను ఇక్కడే ఉండిపోతాను.

మీ వాగ్దానాన్ని నెరవేరుస్తాను. మీరు బాధపడవద్దు'' అని నన్ను నేను సంబాళించుకుంటూ అన్నాను.

ముందడుగు వేసి నన్ను హృదయానికి హత్తుకున్నారు. ఆయన దృఢమైన శరీరం రావిచెట్టులా వణికి పోతోంది. ''రాజా! ఎవరినైతే ప్రాణం కన్నా ఎక్కువగా ప్రేమించానో, ఆపిల్లని మీకు అప్పచెబుతున్నాను. ఈ కానుకను సంబాళించండి. పృథని నేను ఇక్కడికి సరాసరి తీసుకువస్తున్నానని పృథ తల్లికి కూడా తెలియదు. ఒకవేళ ఆమెకు ముందే తెలిసి ఉంటే ఆమె పృథను మథుర నుండి పంపించి ఉండేదే కాదు.'' అని నాన్నగారు మహారాజు కుంతీభోజులతో అన్నారు.

మారిషమాతను గుర్తుచేసుకున్న నా మనస్సు బాధతో నిండిపోయింది.

నేను ఉన్నచోటే ఉండిపోయాను. నన్నక్కడే వదిలి వేసి ఆయన వరలో నుండి కత్తిని బయటకి తీసారు. పదునైన ఆ కత్తి ముందు భాగం తళతళామెరిసింది. తన కుడిచేయి బొటనవేలును పదునైన కత్తిపైన పెట్టి లాగాడు. అంతే రక్తం చిందింది. వేలుపైన రక్తం అంటుకుంది. ఆయన నా నుదుటిన రక్త తిలకం దిద్దారు. ఆ రోజు ఆ వేడిస్పర్శ ఇప్పటికీ నాకు గుర్తు ఉంది. కత్తిని ఒరలో పెడుతూ, రెండు అరచేతుల మధ్య నా తలను పెట్టి ప్రేమగా నిమిరారు. ''గుర్తు పెట్టుకోపృథే! నీవు ఒక క్షత్రియ రాజపుత్రికవి. ఎప్పుడూ మరచిపోకు. మరచిపోవు కదూ!'' అని అంటూ నా నుదిటినిచాలాసేపు ముద్దు పెట్టుకున్నారు. ఆయన పెట్టిన రక్త తిలకం ఆయన పెదిమలేతుడిచేసాయి. ఆయన కంటకన్నీరుచిందింది. బొట్లు గడ్డంలో పడ్డాయి.

ఆయన తక్షణం వెనుతిరిగారు. రథంలో కూర్చున్నారు. చేతిలోని కొరడాను గుర్రాలపై నుండి గాలిలో ఝుళిపించారు. రథం బయలుదేరింది. దుమ్ము రేగింది. నా చిన్న మనస్సు వ్యాకులత చెందింది. చేతులు ఎత్తుతూ, పరుగెత్తుతూ, ''నాన్నగారూ! ఆగండి.'' అని అరిచాను. మహారాజు కుంతీభోజులు నన్ను ఆపారు– ''చిన్నారీ! క్షత్రియుడు ఒకసారి బయలుదేరాడంటే ఇక వెనక్కి తిరిగి చూడడమ్మా!'' అని అన్నారు.

నేను తలవంచుకుని అన్నాను.– ''నన్నువారి వెంట తీసుకు వెళ్ళమని నేను వారిని ఆపడానికి ప్రయత్నించలేదు. మా అమ్మతో నేను వచ్చేటప్పుడు కలవలేకపోయాను. ఈ ఉంగరాన్ని గుర్తుగా అమ్మకి ఇవ్వాలని అనుకున్నాను.'' నా చేతిలో ఉన్న ఉంగరాన్ని ఆయనకు ఇవ్వబోయాను.

ఉంగరాన్ని చూడగానే ఆయన మౌనంగా ఉండిపోయారు. ''చిన్నారీ! ఉంగరాన్ని ఇవ్వమ్మా! నేను వాళ్ళకి పంపిస్తాను. ఉంగరమేకాదు, నిన్ను కూడా అక్కడికి పంపించే ఏర్పాటు చేస్తాను''. శూరసేన రాజు తన వాగ్దానాన్ని నెరవేర్చాడు. కాని ఆయన నన్ను పరీక్షించాలని నిర్ణయించుకున్నారు. భోజపురం కుంతీభోజుడు నిర్దయుడుకాదని నిరూపిస్తాను. ఆయన కళ్ళల్లో ఒక విచిత్రమైన వెలుగు వచ్చింది. ఆయన చప్పట్లుచరిచాడో లేదో వెంటనే సేవకుడు వచ్చాడు. వారు వేరే రథంలో నన్ను తీసుకువెళ్లి నాన్నగారికి నన్ను అప్పచెప్పాలని అనుకున్నారు. ఒక్కక్షణంలో నాకేమయిందో నాకే తెలియదు, భుజం మీద ఉన్న ఉత్తరీయాన్ని నేను తలమీద పెట్టుకుని, నమస్కారం చేస్తూ అన్నాను– ''మీ మానసపుత్రికపృథ మీకు అభివందనం చేస్తోంది నాన్నగారూ!''

ఆయన వెంటనే నన్ను పైకి లేవనెత్తారు. నా వైపు చూస్తూ ఆయన గద్గద కంఠంతో అన్నారు– ''శూరసేన మహారాజు ఎంతో ధన్యుడు. నీలాంటి సౌశీల్య కన్యకు జన్మనిచ్చినందుకు ఆయన ఎంతో అదృష్టవంతుడు. అమ్మా! నీ మనస్సు ఇక్కడ ఉండటానికి ఒప్పుకోదమ్మా! నాకు సంతానం లేదు, అయినా పిల్లల మనస్సు గురించి నాకు బాగా తెలుసమ్మా! ఇంద్రధనస్సు రంగులను తెలుసుకోవాలంటే ఆకాశం కావాల్సిన అవసరం ఎంత మాత్రం లేదమ్మా!''

''నాన్నగారూ! ఇప్పుడు ఇదే నా జన్మస్థానం. ఇప్పుడు ఇదే నాకు మథుర.'' నేను ధైర్యంగా అన్నాను. అసలు నా నోటి నుండి ఇంత ధైర్యంగా ఎవరు పలుకుతున్నారో నాకే తెలియదు. కాని సీతాకోకచిలుకల వెంట పరుగెత్తే పృథ కానేకాదు, ధనస్సుతో ఆడుకునే పృథ అసలే కాదు.

''ధన్యురాలవమ్మా! క్షత్రియుడు ముక్కలు, చెక్కలవుతాడేమో కాని చచ్చినాతలవంచడమ్మా! శూరసేనుడి కూతురు ఇలాగే ఉండాలమ్మా! కాని నీవు ఇక్కడ ఉండకమ్మా! ఎందుకంటే!''

''ఎందుకు?''

''ఎందుకంటే ఈ రాజప్రాసాదంలో ఒక్క స్త్రీ కూడా లేదు. మొత్తం రాజభవనం బాధ్యత నీ మీదేపడుతుందమ్మా! నీలాంటి అల్లరి పిల్ల, ఇంత పసివయస్సులో ఇంత భారాన్ని మోయలేవమ్మా!''

''నేను ఈ భారాన్ని మోస్తాను. ఇవాళ్టి నుండి ఈ రాజభవనం నాది. ఇక్కడి వాళ్ళంతా నా వాళ్ళే...''

''అయినా, నిన్ను నేను పృథాఅనిపిలిచినప్పుడల్లా నీవు అశాంతితో అల్లాడి పోతావు. నీకు అనునిత్యం మథురే గుర్తుకు వస్తుంది. ఈ విశాలమైన భవనంలో నీవు బాధ పడుతూనే ఉంటావు. అందువలన నేను ఒక నిర్ణయానికి వచ్చాను...''

ఆయన ఏదో చెప్పబోతున్నారు. కాని తెలివిగా ఆగిపోయారు.

''మీరు ఏం నిర్ణయం తీసుకున్నారు.'' నేను కుతుహలంగా అడిగాను.

''నిన్ను పృథాఅని పిలవకుండా.....'' మళ్ళీ ఆగిపోయారు.

''పృథఅని పిలవకుండా నన్ను ఏమని పిలవాలనుకుంటున్నారు? నాన్నగారు?''

''కుంతి! కుంతి అనిపిలవాలనుకుంటున్నాను. నా పేరుని ఆధారంగా చేసుకుని.... కాని నీకు నచ్చదమ్మా! లోపలికి వెళ్ళమ్మా!

నేను తక్షణం ముందుకు నడిచి వారికి నమస్కరిస్తూ ''మీ కూతురు, కన్యకుంతి మీకు నమస్కరిస్తోంది.'' అనిఅన్నాను.

నేను ఇలా అంటానని ఆయన అనుకోలేదు. ఆయన ఎంతో భావుకడయ్యారు. ఆయన నన్ను మా నాన్నగారిలా ప్రేమ, ఆప్యాయాలతో హృదయానికి నన్ను హత్తుకున్నారు– ''అమ్మా కుంతీ! మనస్సు ఏమాత్రం నొచ్చుకోకుండా చూసుకో అమ్మా! నీకు ఇక్కడ మీనాన్నగారు గుర్తుకు రారు. కాని నీవు ఇక్కడ ఉండకపోతే రాజభవనానికి గడ్డు రోజులు వస్తాయమ్మా! గత పద్నాలుగు సంవత్సరాల నుండి నీకోసం నేను ఎదురు చూస్తున్నానమ్మా! ఈ రాజభవనం రాణి కోసం ఎదురుచూస్తోందమ్మా!'' అని అన్నారు.

"ఊహు! నేను ఇక ఇక్కడి నుండి వెళ్ళను." నేను ఆయనని చుట్టుకుంటూ ఆత్మవిశ్వాసంతో, దృఢ నిశ్చయంతో అన్నాను.

ఆయన నా వీపు తట్టారు. నన్ను ఎత్తుకుని రాజభవనానికి తీసుకువెళ్తున్నప్పుడు ఆయన కళ్ళల్లో కన్నీళ్ళు నిండాయి. ఈ విషయం ఈ సమయంలో భోజపురం మహాద్వారానికి తప్పితే మరిదేనికిఎట్లా తెలుస్తుంది?

5

మనిషిని నఖశిఖపర్యంతం మార్చే శక్తి ఒక్కొక్క సంఘటనలో ఉంటుంది. దీనికి తార్కాణం నా జీవితంలో జరిగిన ఆ సంఘటన. ఆరోజు నుండి ఒక అల్లరి పిల్ల ఒక మితభాషిగా, గంభీరంగా ఉండే ఒక బాలికగా మారిపోయింది. ఆ సంఘటన తెలియకుండానే పృథ వయస్సును పెంచేసింది. ఆ సంఘటన నాలో పూర్తిగా మార్పు తెచ్చింది. ఏ వయస్సులో పిల్లలు పట్టుబడతారో, ఆ వయస్సులో నా పైన మొత్తం రాజభవనపు బాధ్యత పడ్డది. తన కూతురు ఎలా ఉందోనని చూడడానికి నాన్నగారు తిరిగి రానే రాలేదు. తన పిల్లను ఒక మేకలా భోజపురం అనే వాగ్దానపు గూటానికి కట్టేసి వెళ్ళిపోయారు. నేను ఆయనకి పుట్టిన బిడ్డనే కదా! ఇక ఎటువంటి గడ్డు పరిస్థితులు వచ్చినా సరే నేను మాత్రం ఇక మధురకి వెళ్ళేదేలేదుఅనినిశ్చయించుకున్నాను. రోజులు గడిచిపోతున్నాయి. నాకు మాటిమాటికి మధుర గుర్తుకు వస్తూనే ఉంటుంది. కాని దృఢమైన మనస్సుతో నేను దాన్ని రూపు మాపే ప్రయత్నం చేస్తూనే ఉన్నాను. ఎందుకంటే ఇక్కడ నేను పృథను కాదు, కుంతిని మాత్రమే. పేరుప్రతిష్ఠలున్న ఒక రాజుకి ఒక్కతే కూతురిని. భోజపురం రాజభవనంలో ఒకే ఒక క్షత్రాణినిని. రాజపుత్ర స్త్రీని. మరి పృథ ఎవరు? పృథ, కుంతి జీవితంలో ఒక స్వచ్ఛంద సీతాకోకచిలుక. పృథ కుంతి జీవితంలో ఒక గాలి అల. పృథ కుంతి జీవితంలోని ఆకుపచ్చటితనం. పృథ కుంతీ జీవితంలోని పూలపాన్పు. పృథ కుంతీ జీవితంలో ఒక సుగంధిత పాత్ర. పృథ కుంతీ జీవితంలోని ఒక కల మాత్రమే. కేవలం ఒక కల. అప్పుడప్పుడు కలలలోని మాటామంతీ కూడా మనస్సుకు ఆహ్లాదాన్ని కలిగిస్తుంది. దాని అల్లరి, అమాయకమైన జ్ఞాపకాలకంటే ఆనందాన్నిచ్చేది నాకు ఈనాడు ఏదీ లేదు.

6

భోజపురంలో ప్రజలందరూనన్ను 'రాజకుమారి కుంతీ' అని పిలుస్తూ నన్ను ఎంతో గౌరవించసాగారు. నాకు ఏ లోటు ఉండకూడదని నాన్నగారు ఎంతో జాగ్రత్త తీసుకునేవారు. సాంప్రదాయాలు,ఆచారాల గురించి నాకు అంత త్వరగా అర్థం అయ్యేది కాదు. భవనంలో ఒక వృద్ధురాలైన దాసి ఉంది. ఆవిడ నాకు వీటి గురించి అర్థం అయ్యేలా చెప్పేది. ఆవిడ నన్ను ఎంతో జాగ్రత్తగా చూసుకునేది. నాకు ఒక కొత్త జీవితాన్ని ప్రారంభించాల్సి వచ్చింది. ఇక్కడ ప్రేమతో వీపు నిమిరే అమ్మచేయి లేదు. అయినా నేను దృష్టి వాటి మీదే పెట్టి అన్నింటిని నేర్చుకోవడం మొదలు పెట్టాను. ఒక్కొక్కసారి మధుర, తీతువు పిట్ట ఒక్కసారిగా అరిచినట్లుగా గుర్తుకు వచ్చేది.

నేను ఎంతో బాధతో దాన్ని అణిచేసేదాన్ని. రోజురోజుకి నాలో తెలివితేటలు ఎక్కువ అయ్యాయి. అన్నింటినీ అర్థం చేసుకోగల శక్తి వచ్చింది.

ఈ విధంగా రెండు సంవత్సరాలు గడిచి పోయాయి. రాజభవనంలోని పనిపాటలన్నీ అలవాటయ్యాయి. నాలో భోజపురి పట్ల కొత్త ఆకర్షణ కలగసాగింది. ఆ వృద్ధ దాసి వెంట నేను అప్పుడప్పుడు నది ఒడ్డుకు వెళ్తూ ఉండేదాన్ని. ఒకసారి ఈ నది పేరు అశ్వనది విచిత్రంగా ఉంది. ఎందుకు? ఇది అశ్వం అంత వేగంగా పరుగెత్తుతుందా? అందుకే దీనికీ పేరు వచ్చిందాఅని అడిగాను.

''కాదు రాజకుమారీ! ఈ భోజపురంలోని గుర్రాలు ఈ నది నీళ్ళు తప్పితే మరే నది నీళ్ళూ తాగవు. అందుకని అశ్వనది అన్న పేరు వచ్చింది.''

ఆ వృద్ధ దాసి ఎంతో చాతుర్యం కలది. ఆమె పేరు ధాత్రి. పురుళ్లు పోయడంలో ఆవిడకి ఎంతో అనుభవం ఉంది. నేర్పు ఉంది. ఆవిడ ధాత్రి విద్యను క్షుణ్ణంగా నేర్చుకుంది. మంత్రసానిగా ప్రసిద్ధి చెందింది. ఆవిడ హస్తవాసి ఎంతో మంచిది. చిన్న చిన్న విషయాలలో కూడా ఆమెకు ఎంతో జ్ఞానం ఉంది. ఏ రోగానికి ఏ ఔషధం పనిచేస్తుంది, తూర్పు వైపుననిషధుల రాజ్యంలో రాక్షసుల మూక ఏవిధంగా తిరుగుబాటు చేస్తున్నాయోమొదలైన విషయాల గురించి కూడా చెబుతూ ఉంటుంది.

ఒకసారి నేను అడిగాను.''ఇటువంటి నిషధుల పక్కన మనం ఉంటున్నప్పుడు, మనం ఎప్పుడూ భయాందోళనలతోబ్రతకాలి కదా! ఆపద సమయంలోరాజపుత్రస్త్రీలకు, రాజభవనంలో రక్షణ కలిగించే ఏర్పాట్లు ఏమైనా ఉన్నాయా?''

అటు ఇటు చూస్తూ ఆవిడ మెల్లిగా చెప్పింది– ''ఏర్పాటు ఉంది. కాని ఈ విషయం కేవలం నాకు మహారాజుకి మాత్రమే తెలుసు.''

''ఏం ఏర్పాటు చేసారు?'' నేను కుతూహలంగా అడిగాను.

''నా వెంట రండి. మీకు చూపిస్తాను.''

నేను ఆవిడ వెంట రాజభవనంలో ఒక గదిలోకి వెళ్ళాను. ఆవిడ అటుఇటు చూసి ఎవరూలేరనితేల్చుకుని అక్కడే ఒక మూలకి వెళ్ళింది. రాతి గూటాన్ని కుడివైపు తిప్పింది. ఆమూల మూడు చేతుల ఎత్తు ఉన్న ఒక భాగం వేరయింది. లోపలి నుండి మసకగా ఉన్న వెలుతురి కిరణాలు బయటకి వచ్చాయి. అది ఒక సొరంగం.

''ఈ సొరంగం ఎటు వైపు వెళ్తుంది?'' నేను ఆశ్చర్యంగా అడిగాను.

'అశ్వనది దాకా!' ధాత్రి జవాబిచ్చింది.

నేను ఆ సొరంగంలోకి తొంగి చూసాను. ఇంతలో ఒక గబ్బిలం లోపల పెద్ద శబ్దం చేసింది. రెక్కలను పటపటలాడించింది. బయటకి ఎగిరి వెళ్ళిపోవడానికి రెక్కలను కొట్టుకోసాగింది. దానికి మార్గం కనిపించలేదు. సొరంగం గోడకి తన రెక్కలని కొట్టుకుంటూ రెండు మూడు సార్లు ఢీకొన్నది. పైన వెలుతురు కోసం ఏర్పాటు చేయబడ్డ రంధ్రం నుండి అది బయటకి ఎగిరిపోయింది. దాని రెక్కలు ఫటఫటా కొట్టుకోవడం చూసి నా మనస్సులో ఒక విచిత్రమైన ఆలోచన వచ్చింది. జీవితం కూడా భయంకరమైన సొరంగంగుండా రెక్కలను కొట్టుకుంటూ బయటకి ఎగిరిపోయే

పక్షి లాంటిది. వెంటనే నేను రాతి గూటాన్ని కుడివైపుకి తిప్పాను. ఆ భాగం ఇదివరకటిలామూసుకు పోయింది. సారంగం అదృశ్యం అయిపోయింది. నా మనస్సుకి శాంతి కలిగింది.

7

ఒకరోజు భవనంలో ధాత్రి, నాన్నగారు కూర్చుని ఉన్నారు. ఇద్దరూ మాట్లాడుకుంటున్నారు. ఇంతలో సైనికుడు (ఇతడు దూతగా కూడా వ్యవహరిస్తాడు.) పరుగెత్తుకుంటూ మహలులోకి వచ్చాడు. అతడు ఆయాసాన్ని ఆపుకుంటూ ''మహారాజుగారు! తూర్పు వైపు నుండి నిషధుల సైన్యం మన భోజపురం పైన దాడి చేస్తోంది.'' అన్నాడు.

''ఏం అంటున్నావు? త్వరగా వెళ్ళు. సేనాపతులను రణభేరిని మోగించమను. శంఖానాదం చేయమను. చర్మణ్వతికి ఆ ఒడ్డునే వాళ్ళనిఆపేయమని చెప్పు. ఈ భోజపురంలో కుంతీభోజుడు ఉన్నంతవరకు ఈ రాజ్యం స్వతంత్రమైన రాజ్యమే. వెళ్ళు....'' నాన్నగారు వెంటనే లేచారు. శస్త్రాగారం వైపు వెళ్ళారు. ఆయన నడకలో సింహం ఠీవి ఉంది. శరీరంలో భోజవంశీయుల రక్తం ఉంది.

ఎప్పుడూ, ఎవరికీ తలవంచని ధైర్యం ఉంది.

కొంచెం సేపట్లో యుద్ధవేషధారణలో వారు తిరిగి వచ్చారు. నగరంలో నలువైపులా శంఖం, నగారా, రణభేరి మ్రోగాయి. నాన్నగారి ముఖంలో ప్రత్యేకమైన ఒక తేజస్సు ఉట్టిపడుతోంది. భోజపురం సైన్యం సంసిద్ధమైంది. నలువైపులా భోజపుర రాజ్య జయజయాకారాలు ప్రతిధ్వనించసాగాయి. వీర సైనికులు స్వతంత్రం కోసం హోరాహోరీ పోట్లాడటానికి, వీరగతిని పొందడానికి సంసిద్ధులయ్యారు.

నేను ధాత్రిని 'పంచహారతి' ని సిద్ధం చేయమని చెప్పాను. యుద్ధంకి బయలుదేరే ముందు హారతి ఇవ్వడం మన సంప్రదాయం. ధాత్రి హారతి పళ్ళెం తెచ్చింది. కాని ఇంతలోనే నాన్నగారు బయటకి వెళ్ళిపోయారు. రాజభవనం ద్వారం దగ్గర నుండి– ''నాన్నగారూ! ఆగండి. నేను హారతి ఇస్తాను.'' అనిఅన్నాను.

ఆయన వెనకకి తిరగకుండానే అన్నారు– ''ఒకసారి బయలుదేరాక, క్షత్రియుడు వెనక్కి మరలడమ్మా! మీ నాన్నగారు విజయుడై తిరిగి వచ్చినప్పుడు నీవు హారతి ఇవ్వమ్మా! అప్పటి దాకా హారతి పళ్ళాన్ని దేవుడి గదిలో కులదైవం ముందు ఉంచమ్మా. దీపం కొండెక్కకుండాచూడమ్మా!'' ఆయన గరుడ చిహ్నం ఉన్న ధ్వజాన్ని చేతిలోకి తీసుకున్నారు. ముందువేసిన అడుగుని అట్లాగే ముందుగా ఉంచి మహాద్వారం దాకా వెళ్ళారు. రథంలో కూర్చునిఅదృశ్యమై పోయారు.

''మహారాజా కుంతీ భోజా జయీభవ, విజయీభవ, జయహో... జయహో...''అంటూ రాజభవనంలోని పెద్దలు ప్రకటించారు. పురప్రజలు స్వరంతో స్వరం కలిపారు. ఆ మంగళ ధ్వని నలువైపులా ప్రతి ధ్వనించింది. భోజరాజుల సేన నిషధలనుపడతోయడానికి భగభగా మండుతున్న గుండెలతో పరుగెత్తింది. ధూళి దూసరిత మేఘం ఒకటి దూర తీరాలకు ఎగురుకుంటూ వెళ్ళిపోయింది. అశ్వనదిలో కొంచెంసేపయ్యాక విలీనం అయిపోయింది.

8

ప్రతీరోజు కొత్తకొత్త వార్తలు వినిపిస్తూ ఉండేవి. చర్మణ్వతీ నది దగ్గర రెండు సైన్యాల మధ్య యుద్ధం మొదలయింది. అప్పుడప్పుడు నిషధులుగెలిస్తే అప్పుడప్పుడు మేం గెలుస్తున్నాము, ఇదంతా చూసి నిషధుల సేన దట్టమైన అడవులలో తల దాచుకునేది. కాని భోజపురి సైన్యానికి ఎంతో సహించే శక్తి ఉంది. ఈ సైన్యం ముందు నిషధులపప్పులు ఉడకలేదు. పదిరోజుల దాకా సైనికులు ఎదురు చూసారు. దాని తరువాత వాళ్ళు ఎట్లావచ్చారోఅట్లా వింధ్యాచలం వైపు వెనక్కి వెళ్ళిపోయారు. నాన్నగారు గెలిచారు.

ఒక దూత వార్తను తెచ్చాడు- "నిషధులను పారద్రోలి కుంతీభోజుడు వెనక్కి తిరిగివస్తున్నారు."

నగరం అంతటా ఉత్సాహపూర్వమైన వాతావరణం నెలకొన్నది. పురప్రజలు తమ వీరాధివీరుడైన రాజుగారిని పై ఎత్తున్నస్వాగతసత్కారాలు చేసే ప్రయత్నంలో మునిగిపోయారు. స్త్రీలు ముంగిట్లో పేడతో అలికారు. ద్వారాలకు మంగళతోరణాలు కట్టారు. తమ రాజ్యంపై దండెత్తిన నిషధులనుపారత్రోలిన రాజు పట్ల ఏ ప్రజలకు అభిమానం ఉండదు? అటువంటి రాజుకు స్వాగతం ఎవరు పలకరు? ఎవరు ఆ రాజాధిరాజు పైన బంగారు పూల వర్షం కురిపించరు?

పదిరోజుల తరువాత నాన్నగారు విజయులై తిరిగి వస్తున్నారు. పదిహేను రోజుల దాకా కులదైవందగ్గర ఇంగుదీ నూనెపోసి నిత్యం అఖండ దీపం కొండెక్కకుండాప్రజ్వలింపచేసాను. ఆ పంచహారతీపళ్ళాన్ని చేత పట్టి నేను రాజభవనం మహాద్వారం దగ్గర నిల్చున్నాను.

నగరం సరిహద్దుల్లో నగారాలు మోగుతున్నాయి. పుర ప్రజలు నినాదాలు చేస్తున్నారు. పూల వర్షం కురుస్తోంది. చివరిలో గెలిచిన మా సేన సమీపానికి వచ్చింది. సేనకి ముందు ఏనుగు అంబారీ పైన నాన్నగారు కూర్చుని ఉన్నారు. మావటివాడు ఏనుగును నేలపైన కూర్చోపెట్టాడు. నాన్నగారి విజేతమైన నేత్రాల నుండి ఆనంద కిరణాలు బయటకి వస్తున్నాయి. ఆయన దర్పంతో శిరస్సును పైకి ఎత్తారు.

మహాద్వారం దగ్గర నేను ఆయనకి హారతి ఇచ్చాను. ఆయన వీపున ఉన్న అంబులపొది నుండి ఒక్కసారిగా ఒక బాణాన్ని లాగి చేతిలోకి తీసుకున్నారు. దాని పదునైన మొనపైన కుడిబొటన వేలు పెట్టాడు. బొటన వేలుపై నుండి రక్తం బొట్లు రాల సాగాయి. రక్తపు తిలకాన్ని నా నుదుటన దిద్దుతూ- "వీరులు విజయోత్సాహంతో, ఆనందంతో జీవించాలి. వీర కన్యలు శీలం కోసం ప్రాణాలను సైతం ఫణంగా పెట్టి జీవించాలి."

అమృతతుల్యమైన మాటలు.

నేను భావుకురాలైపోయాను. నేను నాన్నగారిని చూసి ఎంతో గర్వపడ్డాను. నేను మనస్సులో ఆ మాటలను పదేపదే స్మరించుకున్నాను- "వీర కన్యలు శీలం కోసం ప్రాణాలు సైతం ఫణంగా పెట్టి జీవించాలి. వీరులు విజయోత్సాహ ఆనందంతో జీవించాలి."

పురప్రజలందరు విజయోన్మాదంతో నినాదాలు చేయసాగారు- మహారాజు కుంతీ భోజుల వారికి ... జయము... జయము... జయహో... జయహో..."

"రాజకుమారి కుంతీదేవికి జయము, జయము...." అభిమాన, దర్పాలతో తలఎత్తుతూ నాన్నగారు మహాద్వారం దగ్గర కాలు పెట్టారు. ఇంతలో ఒక తీక్షణమైన, కఠోరమైన స్వరం హృదయాన్ని చీలుస్తూ భవన ప్రాంగణంలో ఉరుముల మెరమెర పిడుగు పడ్డట్లుగా ప్రతిధ్వనించింది. ప్రాచీరాల పాషాణాల సైతం భయంతో ఒణికిపోయేలా ఉంది ఆ ఖంగుమనే కంఠం.

"రాజా! విజయ ఆనందోత్సాహంలో ఇంతగా ఉన్మత్తుడవై మునిగిపోయావా? నీ రాజప్రాసాదం ముందునిల్చున్న అతిథి సైతం నీకు కనిపించ లేదా? కన్ను మిన్ను కానరాక ఇలాగేనా ప్రవర్తించడం?"

పురప్రజలందరినీ ఆ కంఠం తన వైపు ఆకర్షితులను చేసుకుంది. వాతావరణం మొత్తం భయంతో ఒక్కసారిగా వణికిపోయింది.

మేము ఆ స్వరం వినిపిస్తున్న వైపు చూసాము. పెద్ద గడ్డంతో, జటాధారి అయిన, బక్కచిక్కిన పొడుగ్గా ఉన్న ఒక ఋషి కనిపించారు. ఆయన ఎరుపు రంగులో ఉన్నారు. ఆయన దృష్టిలో ఈ విశ్వం అంతా గడ్డీ గాదంతో నిండిన ఒక కుప్ప. దీనిని బిల్వ వృక్షపు కొమ్మని చేత బట్టి అటు ఇటు కెలకవచ్చును. తన వక్రమైన కనుబొమ్మలతో సమస్త బ్రహ్మాండాన్ని ఒక బలమైనకుండలి (జాతకం) లో బంధించివేసారు. చేతిలో ఉన్న మెరుస్తున్న కమండలాన్ని గాలిలో నాట్యం చేయిస్తూ కళ్ళ నుండి అగ్నివర్షం కురిపిస్తున్నారు.

పురప్రముఖులు చెవులు కొరుక్కోసాగారు. నాన్నగారు శీఘ్రంగా ముందుకు నడిచారు, ఒక్కసారిగా ఋషి చరణాల మీద పడిపోయారు.

ఆయన మళ్ళీ గర్జించారు– "కుంతీ భోజా! ఈ రణభేరి ఎందుకోసం? బాకాని ఎందుకు ఊదుతున్నారు?

"గురుదేవా! క్షమించండి. యుద్ధం నుండి ఇప్పుడే తిరిగి వస్తున్నాను. మీ ఆగమనం గురించిన వార్త తెలియలేదు. లేకపోతే...." నాన్నగారు ఋషి పాదాల మీద తలపెట్టి ప్రాధేయపడసాగారు. కొన్ని క్షణాల క్రితం అశోక వృక్షంలా నిట్టనిలువుగా బలంగా ఉన్న నాన్నగారు క్షణంలో గడ్డిపోచలా వాడిపోయారు. క్షణం క్రితం భుజంగంలా తలఎత్తే నాన్నగారు ఉడతలాదీనాతిదీనంగా అయిపోయారు.

"నీవు నన్ను నీ అధీనంలో ఉన్న మండలాల దాసుడిని అని అనుకున్నావా? నా ఆగమనం గురించి నీకు సూచన ఇవ్వాలా? ఈ భూమి పై ముక్త మనస్సుతో స్వచ్ఛందంగా విహరించే ఒక ముక్తఋషిని నేను. నీవు మరచిపోయావా? లేకపోతే ఈ ధరిత్రి అంతా నీకు దాసోహం అయిందా? దాసత్వం చేస్తోందా?' ఋషి కనుబొమ్మలను ముడుస్తూ గర్జించారు.

తమతమ తలలపై ఉరుములుపిడుగులు పడ్తున్నట్లుగా అక్కడి వారందరికీ అనిపించింది.

"క్షమించండి. మీ ఆగమనం గురించిన సమాచారం ముందే వచ్చి ఉంటే ..." తనను తను సంబాళించుకుని లేచి నిల్చుంటూ నాన్నగారు అన్నారు.

"స్వాగతాలు, మానపమానాలు మీలాంటి రాజులకి. నాకు వీటి అవసరం ఎంత మాత్రం లేదు."

''క్షమించండి!'' చేతులు జోడించి నాన్నగారు వినయవిధేయతలతో అన్నారు.

''సరే! రాజా! ఇక పద''

అందరు హమ్మయ్య అనుకుని దీర్ఘ శ్వాస తీసుకున్నారు.

ధాత్రి ముందుకు వెళ్ళి ఋషికి నమస్కారం చేయమని నాకు చెప్పింది. నేను నెమ్మదిగా ముందుకు నడిచాను. వంగి ఋషికి నమస్కరించాను.

''ఈ అమ్మాయి ఎవరు రాజా?'' ఋషి నాన్నగారిని అడిగారు.

''ఈమె నాకూతురు, కుంతి''.

''నీ కూతురా? నువ్వు ఎవరితో మాట్లాడుతున్నావో నీకు తెలుస్తోందా?'' తన కళ్ళనుగుండ్రంగా తిప్పుతూ ఋషి గుచ్చే ప్రశ్న వేసారు.

''గురుదేవా క్షమించండి. ఈ అమ్మాయి శూరసేన మహారాజు కూతురు పృథ నా మానస పుత్రిక కుంతి.'' ఇవాళ నాన్నగారికి ఏమయింది? కుండపోత వర్షానికి పాలుబడ్డనాగరమోథీ గడ్డిలా శిరస్సు వంచి ఆ గడ్డం ఋషికి ఎందుకు నమస్కరిస్తున్నారు.

''రాజా! నేను ఇక్కడికి భోగావిలాసాలని అనుభవించడానికి రాలేదు. నేను ఒక మహాయజ్ఞం చేయాలని సంకల్పించాను. ఇక్కడ ఈ భోజపురంలో, నీ రాజప్రాసాదంలో... నా అంతరాత్మ ఆదేశం ఇది.''

''సేవకుడు మీ సేవ చేయడానికి సిద్ధంగా ఉన్నాడు.''

నాన్నగారు తల వంచి ఎంతో వినయంగా అన్నారు.

''ఈ మహాయజ్ఞం చేయడం అంత సులభం కాదు రాజా! ఈ యజ్ఞం చేసి ఏ పంచభూతాలతో ఈ జగత్తునిర్మింపబడ్డదో, ఏ జగత్తు శక్తుల పైన ఈ విశ్వం మొత్తం ఆధారపడి నడుస్తోందో, ఆ శక్తులన్నింటినీ నేను నా దాసోహం చేసుకుంటాను. అర్థం అయిందా? ఈ యజ్ఞంలో ఏదైనా లోపం ఉంటే.....'' ఆయన కళ్ళను అటు ఇటు తిప్పారు.

''గురుదేవా! నేను కుంతీ, ఎటువంటి లోపం లేకుండా చూసుకుంటాము.''

''కుంతీభోజా! సమస్త ఆర్యావర్తంలో మొదటిసారిగా ఈ యజ్ఞం జరుగుతోంది, గుర్తుపెట్టుకో... దీనికోసం గత నలభై సంవత్సరాల నుంచి హిమాలయాలలో ఘోరమైన తపస్సు చేసి నేను మానస దివ్య శక్తిని పొంది వచ్చాను.''

''గురుదేవా! ఇవాళ నేను ధన్యుడనయ్యాను. రాజప్రాసాదానికి వెళ్దాము రండి.''

''రాజభవనమా! ఎందుకు? ఎక్కడైతే వైభవ విలాసం ఉంటుందో అక్కడ ఆత్మనాశనం అయిపోతుంది. నేను పర్ణకుటీరంలో ఉంటాను. నీ రాజభవనం .''

''ఆజ్ఞను శిరసావహిస్తాను. ఈ కుంతి మీకు సేవ చేస్తుంది.''

ఆ ఋషి రాజభవనం మహాద్వారంలోకి అడుగుపెట్టాడు. అందరు నినాదం చేయడం మొదలుపెట్టారు–''మహర్షి! దుర్వాసుల వారికి జయము, జయము....''

వెంటనే దుర్వాస మహర్షి పెద్దగా అరిచారు. ఎవరికి జయము జయముఅని నినాదం చేస్తున్నారు? ఇక్కడ గొంతు చించుకుని అరిచే కన్నా పొలంపుట్రలో వెళ్ళి అరవండి . మీ అరుపులకి పొలంలో ధాన్యాన్ని తినే పక్షులన్నా ఎగిరిపోతాయి. ఇక్కడి నుండి దూరం జరగండి. రాజా!

ఇలాంటి గందరగోళాన్ని, పనికిమాలిన అరుపులని నేను సహించను. నాకు పూర్తిగా ఏకాంతం కావాలి.''

వీరు దుర్వాస మహర్షులు. మహర్షి అత్రిగారి పుత్రుడు. మహాసతి అనసూయ కుమారుడు. యోగిరాజు దత్తాత్రేయుల సోదరుడు. ఆర్యావర్తంలోనిసమస్తమైనఋషుల కోపం ఎవరి కమండలంలోనైతే ఎంతో తేలికగా నిండిపోగలుగుతుందో..... అటువంటి దుర్వాసులు.

9

తాత్కాలికంగా భవనం ఎదుట ఒక పర్ణకుటీరాన్ని నిర్మించారు. ఒక విచిత్రమైన దృశ్యం కనిపించింది. ఒక వైభవ సంపన్నమైన రాజప్రాసాదం ఎదుట గడ్డీగాముతో చేయబడిన పర్ణకుటీరం. భవనానికి వచ్చే అథిదులందరు ఆశ్చర్యంగా ఆ పర్ణకుటీరం వైపు చూడటం మొదలుపెట్టారు. ఎక్కడ సైనికులు తిరుగుతూ ఉంటారో, అక్కడ గంభీరంగా జరుగుతున్న మంత్రోచ్చారణ ప్రతిధ్వనించసాగింది– ''ఓం భూర్భువఃస్వః.....'' బ్రాహ్మముహూర్తంలో మహర్షి దుర్వాసులు అశ్వనదిలో స్నానం చేస్తారు. మంత్రసాధన కోసం తూర్పువైపు అభిముఖులైకూర్చుంటారు. ఉన్న యజ్ఞ గుండంలో రకరకాల సమిధలను వేస్తూ ఉంటారు. వాటి పొగవలన రాజభవనంలోని వారికి కళ్ళ నుండి నీళ్ళు వచ్చేవి.

మహర్షి దుర్వాసులు! పిచ్చిగా, కోపిష్ఠిగా, పట్టుదలగా ఉండేది ఆయన ప్రవర్తన. ఎవరైతే సృష్టి నిర్మాణం చేసారో ఆ దివ్య శక్తిని తన అధీనంలో తెచ్చుకోవాలని అనుకుంటున్నారు ఈ ఋషి. పంచభూతాలని తన దాసోహం చేసుకోవాలనుకుంటున్నారు. అసలు వారి మనఃస్థితి గురించి ఎవరూ వర్ణించలేరు. ఒక్క క్షణం చిన్నపిల్లవాడిలాగా ఆయన పాలకోసం మారాం చేసేవారు. అప్పుడప్పుడు రెండు రోజులదాకాఅసలేమీ తినరు. ఒక్క మెతుకు ముట్టుకోరు. ఒక క్షణంలో ఎక్కడా దొరకని వృక్షాల సమిధల కోసం పట్టుబట్టేవారు, మరో క్షణంలో దగ్గర ఉన్న సమిధలను విసిరి వేసేవారు. అప్పుడప్పుడు నా మీద కోపంతో అరుస్తూనే ఉండేవారు, అప్పుడప్పుడు అసలు ఒక్కమాట కూడా మాట్లాడే వారు కాదు.

ఇటువంటి దుర్వాస ఋషి సేవ చేసే బాధ్యతను నాన్నగారు నాపైన వేసారు. నాన్నగారు నన్ను ముందే హెచ్చరించారు– ''దుర్వాస ఋషి ఎంత అరిచినా, గొడవ పెట్టినా నీవు తిరిగి ఏమీ జవాబు చెప్పవద్దు. అసలు ముఖంలో ఎటువంటి అలసట వ్యక్తం కాకూడదు. దేనినీ ఆలస్యం చేయకూడదు. సేవలో ఎటువంటి లోపం ఉండరాదు. తప్పులు అసలే జరగరాదు.'' అసలు అప్పుడప్పుడు దుర్వాస ఋషి విచిత్ర ప్రవర్తనను భరించలేక పోయేదాన్ని. అప్పుడప్పుడు తన పాదాలను కడగమని అడిగేవారు. పెద్దపెద్దవైన, విచిత్రమైన పనులు చేయమని ఆజ్ఞాపించేవారు. అవన్నీ చేస్తున్నప్పుడు శరీరం ఎంతగా అలసట చెందేదంటే కళ్ళు తిరిగి పడిపోతానా అనిఅనిపించేది. మనస్సు వాడిపోయేది. కాని నాన్నగారి సంతోషం కోసం నేను అన్నింటినీ సహించేదాన్ని. కడిగిన పాదాలని మళ్ళీ కడగాల్సి వచ్చేది. ఒక్కొక్కసారిపర్ణకుటీరాన్ని తగలబెట్టి మథురకి పారిపోదామాఅనిఅనిపించేది. ఈ విక్షిప్త మనస్తత్వం కల వ్యక్తితో ఇంకా ఎక్కువ కాలం ఉంటే నాకు పిచ్చెక్కుతుందేమోననిఅనిపించేది.

ఒకటి రెండు రోజులు కాదు, దాదాపు పది నెలల దాకా ఆయనకి ఊడిగం చేసాను. ఆయన విచిత్ర ప్రవర్తనను సహించాను. ప్రతీరోజు అర్ధరాత్రిఅపరాత్రి లేచి కూర్చునే దాన్ని. భయంతో ఒణికిపోయేదాన్ని. తెల్లవారు ఝామున ఋషి పూజకు అంతా సిద్ధం చేయాలి. నిద్ర పూర్తి కాకపోవడం వలన నా కళ్ళు ఎర్రబడేవి. నేను బలహీనురాలనై పోతున్నాను.

నా ఈ పరిస్థితి చూసి ధాత్రి దుర్వాస ఋషిని తిట్టుకోవడం మొదలుపెట్టింది.

చివరి రోజులలో దూర్వాస మహర్షి పర్ణకుటీరం నుండి బయటకి రావడమే మానేసారు. కేవలం పండ్లు, పాలు మాత్రమే సేవించేవారు. రాత్రి నిద్రపోయేవారు కాదు. రాత్రంతా నిరంతరంగా మంత్రోచ్చారణ చేస్తూనే ఉండేవారు. ఆయన జాగరణ చేస్తూ ఉంటే నాకు భయం వేస్తూ ఉండేది. ఈ ఋషి ఆ శక్తుల పైన విజయం పొందడానికి బదులు ఆ శక్తులలోనే విలీనం అయిపోరు కదా! ఈ యజ్ఞ ఫలం ఏమిటి? ఆ పంచ మహాభూతాలను తన దాసోహం చేసుకుని ఋషి ఏం చేయాలనుకుంటున్నారు? మానవుడు ఆ తేజస్సును భరించగలడా? నా మనస్సు లెక్కలేనన్ని ప్రశ్నలతో పగలంతా వ్యాకులత చెందుతుంది. ఎవరి దగ్గరికి వెళ్ళటం ఏ మాత్రం కుదిరేదే కాదు. ఋషి పర్ణకుటీరం నుండి ఎప్పుడు పిలుస్తారో తెలియదు. అసలు ఎప్పుడు ఏం అడుగుతారో కూడా తెలియదు.

ఒకసారి పౌర్ణమి రోజున వారి గురించి ఆలోచిస్తూ, ఆలోచిస్తూ నిద్రలోకి జారుకున్నాను. ఆ రోజు నేను గాఢ నిద్రలో ఉన్నాను. ఉదయం ఒక గంభీరమైన కంఠం వినిపించింది. నా కళ్ళు తెరుచుకున్నాయి. నేను వెంటనే లేచాను. పర్ణకుటీరం నుండి దుర్వాస మహర్షి ఎడతెరిపి లేకుండా అరుస్తునే ఉన్నారు. కేవలం పాలు తాగినా, పళ్ళు తిన్నా వారి కంఠం ఖంగుమని మోగుతోంది. ఈ తేజస్సు చూసి పిడుగు గర్జన సైతం సిగ్గుపడుతుంది. వారు మహదానందంగాపెద్దపెద్దగా అరుస్తున్నారు.

''కుంతీభోజా! ఓ కుంతీభోజా!''

నేను గాభరాపడిలేచాను. లోపలికి వెళ్ళాను. వారు కళ్ళు తెరిచారు. అసలు నేను వారి నేత్రాల వంక చూడలేకపోయాను. ఆ నేత్రాలు దేదీప్యమానమైన రెండు గోళాలు. నన్ను చూడగానే ఒక అస్పష్టమైన నవ్వు పెదాల పైన కనిపించింది. ఎంతో గంభీరమైన స్వరంతో వారు అన్నారు– ''కుంతీ! నాకు సేవ చేసిన ఫలితం ఇవాళ నీకు లభించబోతోంది. ఇవాల్టి నుండి నీవు వీరుల జననివి. రా! ఇక్కడ కూర్చో!''

నేను అట్లాగే నిల్చున్నాను.

వెంటనే ఆయన గర్జించారు– ''కూర్చో!''

నేను యజ్ఞ వేదిక దగ్గర కూర్చున్నాను. ఆయన ఏం చెప్పారో నాకేం అర్థం కాలేదు.

''కుంతీ! ఈ విశ్వంలోని పంచభూతాలను నేను నా మంత్రాల దారాలతో రథాశ్వాలలా గట్టిగా బిగించేసాను. నేను చేసిన ప్రయోగం సఫలీకృతం అయింది. ఆచమనం చేసిన ఈ జలాన్ని తీసుకో!'' అని అన్నారు.

''కాని.... నేను..నేను..?'' నా మనస్సు భయాందోళనలకు గురి అయింది.

"కుంతీ! నీవు ఎవరి ముందు నిల్చున్నావో తెలుసా?" వారి కళ్ళ నుండి అగ్ని వెలువడుతోంది. ఆ నేత్రాలు నన్ను కాల్చేస్తాయాఅని అనిపించింది.

నేను మౌనంగా ఆచమన జలాన్ని తీసుకున్నాను. వారు అనర్గళంగా మంత్రాలను ఉచ్చారణ చేయడం మొదలు పెట్టారు. ఆ శబ్దాలను ఇంతకు ముందు నేను ఎప్పుడూ వినలేదు. అయినా ఆ మంత్రాలు నా చెవుల దారిగుండా నా మనసు తెరపై స్పష్టంగా అంకితం అవుతున్నాయి. ఆ మంత్రాలను వింటున్న సమయంలో నాకు అభూతపూర్వమైనమహదానందం కలిగింది. ఆ శబ్దాలు, అమృత తరంగాల లాంటివి. నా దేహంలోని అణువుఅణువు తేలిక పడింది. ఒక్కక్షణంలో ఆశబ్దం నేనే అనినాకనిపించింది. కళ్ళముందు ఉజ్వల వలయం ఘనీభూతం అయింది.

మంత్రాలను చదివాక గొప్ప విజేత అయిన వీరుడిలా దుర్వాస ముని లేచారు. 'కుంతీ! ఈ ఆర్యవర్తంలోనీతో సమానమైన మరో స్త్రీ ఉండదు. నీవు ఏ ఏ శక్తిని తలచుకుంటావో ఆ శక్తి మనిషి రూపంలో ఒక్కక్షణంలో నీకు దాసోహం అంటుంది. దాసి అయి ఆ శక్తి ప్రత్యక్షమవుతుంది. నీ గర్భంలో తన లాంటి ఒక తేజోమయ పుత్రుడిని పుట్టిస్తుంది ఆ శక్తి. ఇది దుర్వాసుడి వాణి. దృష్టి పెట్టు. వెళ్ళు. అంటూ శిరస్సు పైన చేయిపెట్టి నన్ను ఆశీర్వదించారు.

నా జవాబు కోసం ఎదురుచూడకుండా, నాన్నగారిని కలవకుండా, ఎట్లావచ్చారో అట్లాగే కమండలాన్ని నాట్యం చేయిస్తూ ఏనుగులా ఠీవిగా పర్ణకుటీరం నుండి బయటకి వెళ్ళిపోయారు. ఒక్క క్షణంలో వారు అదృశ్యం అయిపోయారు. రాజప్రాసాదం నాలుగు గోడలను దాటి తూర్పువైపు వెళ్ళి పోయారు.

యజ్ఞగుండం లోని బూడిద గాలి వాటంతో ఎగిరి పర్ణకుటీరం నలువైపులాపడ్డది. గాలి విసురుకిదుర్వాసవారు కూర్చుండే పులి చర్మపు ఆసనం అస్తవ్యస్తం అయిపోయింది.

10

మహర్షి దుర్వాస వెళ్ళిపోయారు. మళ్ళీ రాజభవనం, రాజభవనంలా దేదీప్యమానంగా వెలిగిపోతుంది. ధాత్రి హమ్మయ్య అంటూ శ్వాస తీసుకుంది. నాన్నగారి గుండెలపై నుండి భారం తొలగిపోయింది. వెళ్ళేటప్పుడు మహర్షి దుర్వాస అభిచారసహితంగా దేవాహూతి మంత్రం ఇచ్చి వెళ్ళారు. ఈ సంగతి కించిత్ కూడా ఎవరికీ తెలియదు.

భవనంలోని దాసీ జనం అంతా ఋషిని మరచిపోయారు. దుర్వాసులు అంటే భోజపురంలోని రాజప్రాసాదం పైన ఒక్కక్షణం వచ్చిన మేఘం లాంటి వారు. ఆయన అన్న మాటలు నా చెవులలో ఇంకా గింగురుమంటున్నాయి. నీవు "వీరుల జననివి" ఈ శబ్దాలు వినగానే నా మనస్సు సిగ్గు పడేది. ఒక్కొక్కసారి రోజంతా నేను ఒక్కమాటైనా మాట్లాడే దాన్ని కాదు. మంత్రం నా చెవులలో స్పష్టంగా వినిపిస్తోంది. ఆ మంత్రాన్ని ఉచ్చరించాలని నాలో బలమైన కోరిక కలిగేది. కాని నేనెంతో సంయమనంతో ఉచ్చారణ చేయకుండా ఆపేదాన్ని. కుక్కపైన వాలే ఈగ ఏవిధంగా అయితే కుక్కని వెంబడిస్తూనే ఉంటుందో అదేవిధంగా ఆ శబ్దాలు నన్ను అనునిత్యం వెంటాడేవి, నాలోపల జరిగే ఈ సంఘర్షణ కారణంగా అప్పుడప్పుడు అవతలి వాళ్ళకి మనోరంజనం కలిగించే పొరపాట్లు కూడా జరిగిపోతూ ఉండేవి. దాసదాసీలను

ఒక్కసారిగా 'మీరు' అనిఅంటూఆదరంగాపిలిచేదాన్ని.అందరూఆశ్చర్యంగానావైపుచూసేవాళ్ళు. వెంటనే నన్ను నేను సంబాళించుకునేదాన్ని. ఈ విధంగా రోజులు గడిచిపోతున్నాయి. నగరం పైన వసంత ఋతువు దయ చూపించింది. భోజపురంలో నలువైపులా రకరకాల రంగుల పూవులు వికసించాయి. అంతా శోభాయమానంగా ఉంది. వాటి సుగంధంతో వాతావరణం గుభాళించింది.

వసంత ఋతువు అంటే వర్ష ఋతువు తరువాత, నేలపై పడ్డ చివరి ఇంద్ర ధనస్సు ప్రతిబింబం. వసంతం అంటే రకరకాల పక్షుల రూపంలో సప్త స్వరాల వేణువులను తీసుకుని భూమిపై అవతరించే ఆకాశంలోని సప్తఋషులు. ఇప్పడిప్పుడే అల్లరి వర్ష ఋతువు తన ధారల లెక్కలేనన్ని వేళ్ళతో ఏ చక్కిలిగింతలుపెట్టిందో, వాటి వలన పృథ్వి రూపంలో ఉన్న బాలుడి చెంపల పైన పడ్డ మధురమైన గుంత వసంత ఋతువు. యౌవనంలో అడుగుపెట్టిన మనస్సుకి ఎప్పుడూ వసంతం వైపు ఆకర్షణ ఉంటుంది. నేను ప్రతీరోజు, రాజప్రాసాద సౌధంపైన నిల్చుని రకరకాల పూవులతో అలంకరింపబడ్డ ప్రకృతి సౌందర్యాన్ని తిలకిస్తూ ఉంటాను.

ఒకరోజు ప్రాతఃకాల సమయంలో ఈ విధంగానే సౌధం పైన నిల్చున్నాను. ఆ రోజు ఆదివారం. పిల్లగాలులు వీస్తున్నాయి. అశ్వనదీ ప్రవాహం గలగలాఅంటూ ప్రవహిస్తోంది. ఆ సంగీతం నాకు వినిపిస్తోంది. పక్షులు కలారావం చేస్తున్నాయి. ఇంతలో తూర్పువైపున వెలుగు ప్రసరిస్తోంది. సూర్యభగవానుడు క్షితిజంలోతూర్పున మెల్లమెల్లగా పైకి లేస్తున్నాడు. ఆయన స్పర్శతో ప్రతీ వస్తువులోనూ చైతన్యం జాగృతం అయింది. నా శరీరం అంతా పులకించిపోయింది. మెల్లి మెల్లిగా ఆ తేజస్సు గుండ్రటి ఆకారంలో తూర్పు వైపు నిల్చుంది. సూర్యభగవానుడు ఎంత తేజస్సుగా ఉన్నాడు. ఆ తేజస్సులోని అసంఖ్యాకమైన కణాలు నేలపైన ఉన్న ప్రతీకణాన్ని ప్రకాశింపచేస్తున్నాయి. నా మనస్సులో ఒక విచిత్రమైన ఆలోచన వచ్చింది. నేను కూడా ఈ భూమిలా విశాలమైనదానిగా ఉండి ఉంటే ఈ తేజస్సులోని అన్ని కణాలు నా సంపూర్ణ శరీరాన్ని తప్పకుండా స్పర్శించేవి. మరుగుతున్న నీళ్ళు కిందకీ, మీదకిఎట్లాతిరుగుతాయో అదేవిధంగా మంత్రాలలోని శబ్దాలు నా మనస్సులో తిరగాడసాగాయి. నా శరీరం అంతా ఆ మంత్రాల శబ్దాలతో మంత్రమయం అయిపోయింది.

కుతూహలం అనే దూడమెడలో బంధింపబడిన సంయమనం అనే తాడుని ఊపేసింది. ఈ మంత్రాల వలన ఏ ఫలితం వస్తుంది? సూర్యభగవానుడిని తలచుకుంటే సూర్యుడు అవతరిస్తాడా? అసలు ఇది జరిగేపనేనా? ఈ మంత్రానికి ఉన్న శక్తి ఏమిటో చూస్తే? మంత్ర బలం అంత గొప్పదా? దుర్వాస మహర్షి సాధన, సాధన అంటూ వేయినోళ్ళ పొగుడుతూ ఉంటారు, అసలు ఈ సాధనకు ఎంత బలం ఉందో చూస్తే? నేను కళ్ళని మూసుకున్నాను. ఒక్కక్షణం ఆ తేజస్వి శక్తిని స్మరించాను. చేతులు జోడించి మంత్రోచ్చారణ చేయసాగాను. మంత్రంలో ఉన్న ఒక్కొక్క శబ్దం నా దేహాన్ని తేలిక పరుస్తోంది. మనస్సుశూన్యం అయిపోతోంది. కంఠం నుండి మంత్రం వెలువడుతోంది. శరీర జ్ఞానం నష్టం అయిపోతోంది. మనస్సు,..... లేశమైనా శేషం మిగల లేదు. అన్ని వస్తువులు అదృశ్యం అయిపోయాయి. నేను కుంతీని, నేను సౌధం మీద నిల్చుని ఉన్నాను. నేను మంత్రాన్ని ఉచ్చరిస్తున్నాను. ఈ సమస్త జ్ఞానపు దృఢమైన బంధాలు దడదడ మంటూ

తెగిపోయి కిందపడ్డాయి. నేను కేవలం ఒక జ్యోతి పుంజాన్ని మాత్రమే. ఆ తేజోమయ జ్యోతి ముందు ఏదీ నిలవలేదు. అంతా అదృశ్యమై పోయింది. తూర్పువైపునుండి అతి తేజోమయమైన, దేదీప్యమానంతో వెలిగి పోతున్న ఒక పురుషుడు రాసాగాడు. అతడి చెవులకు ధగధగా మెరుస్తున్న దివ్య కవచకుండలాలు ఉన్నాయి. వాటి చుట్టూరా వెలుగు వలయం ఉంది. బంగారు రంగులో ఉన్న అతడి కేశాలు మెరుస్తున్నాయి. కళ్ళనుండితేజోమయమైన వెలుగు కిరణాలు వెలువడుతున్నాయి. అతడి రూపం చుట్టూ, తేజస్సు ఉట్టి పడే ప్రకాశం వ్యాపించి ఉంది. తన రీవితో అంధకారబందురమైన రాజ్యాన్ని కాల్చేస్తూ, దశదిశలా కళ్ళు మిరుమిట్లు కొలిపేలా, కిరణాల శకలాలను విసిరేస్తూ సౌధం వైపు ప్రస్థానం చేస్తున్నాడు. ఆ దేదీప్యమానమైన పురుషుడు నా శరీరం అనే జ్యోతిని స్పర్శించాడు. జ్యోతి వణికిపోయింది. ప్రతిఘటించడానికి తన జ్యోతి జ్వాలను రెపరెపలాడించింది. ఇద్దరి మధ్య అజ్ఞాత భాషలో సంభాషణ జరిగింది. కాని జ్యోతి ఏమీ చేయలేక పోయింది. ఆ ఆకాశ పురుషుడు, జ్యోతిని చీల్చుకుని వెళ్ళిపోయాడు. ఒక మహాతేజస్సు కలిసిపోయింది.

నా శరీరంలోని అణువణువూ మండుతూ జరజరా మంది. నేను మెల్లమెల్లగా చైతన్య జగత్తులోకివచ్చేసాను. కాని తప్తం అవడం వలన, నా శరీరాన్ని నేనే భరించలేక పోయాను. కళ్ళముందు జ్యోతిర్వలయంగిరగిరా తిరుగుతోంది. కాళ్ళల్లోని బలం లుప్తం అయిపోయిందా అని అనిపించింది. ఒకవేళ నేను సౌధం పైన ఇంకా నిల్చుని ఉంటే ధడాల్ మంటూ కిందకి పడి పోతానని భయం వేసింది. వెంటనే కింద కూర్చుండి పోయాను. నా వీపును ఎవరో చరిచారు. చేయి వేసి వెంటనే నన్ను ఎవరో లేవనెత్తారు. నేను వెనక్కి తిరిగి చూసాను. అక్కడ ధాత్రి ఉంది. ఆశ్చర్యంగా ఆమె నా వైపు చూసింది. కళ్ళు పెద్దవి చేస్తూ అన్నది–

'రాజకుమారీ! జ్వరంతో నీ శరీరం కాలిపోతోంది. ముందు నీకు ఔషధాన్ని ఇస్తాను. పద'

నేను సౌధం నుండి కిందకి దిగుతున్నాను. మెట్లు దిగుతున్నప్పుడు నేను ఎత్తైన గగనంలో ఉండే స్వర్గం నుండి భూమికి, భూమిపై నుండి పాతాళంలోకి వెళ్తున్నానాఅని అనిపించింది.

11

ఆరోజు నుండి నాకు కలుగుతున్న అనుభవం ఊహకి కూడా అందదు. నా ప్రవర్తన చూసి నాకే ఆశ్చర్యం కలగసాగింది. అసలు ఎవరితోనూ ఒక మాట అయినా మాట్లాడాలని ఎంత మాత్రం అనిపించేది కాదు. నేను అప్పుడప్పుడు ఏ కారణం లేకుండానే దుర్వాసుల వారి పర్ణకుటీరానికి వెళ్ళి కూర్చునేదాన్ని.

భవనంలోని దాసదాసీ జనానికి ఇదంతా ఏదో రహస్యంలా అనిపించసాగింది. వారందరూ నా దగ్గరికి వచ్చి నా మనస్సును ఆహ్లాదపరచాలని చూసేవారు. కాని నేను నేలమీద ఉంటేగా, నా మనస్సు ఎల్లప్పుడు ఆకాశంలో ఉవ్వెత్తున పయనిస్తూ ఉండేది. ఏ కారణం లేకుండానే నా మనస్సు బయట వెలుగులో కూర్చోవాలనికోరుకునేది. నేను సౌధం పైన నిల్చుని సూర్యభగవానుడి వైపు చూస్తూ ఉండేదాన్ని. సూర్యుడు నా శిరస్సు పై నుండి వెనక్కి వచ్చేవారు. ఆయన వేడివాడి కిరణాలు నా వీపును వేడిగా అయ్యేలా చేసే వరకు నేను అక్కడి నుండి కదిలేదాన్ని కాను.

ప్రతిరోజూ మూడు ఘటికలు ఇలాగే గడిచిపోయేవి. రాత్రి నేను నా భవనం నుండి ఆకాశం వైపు చూస్తూ ఉండేదాన్ని. గగనంలో అసంఖ్యాకమైన నక్షత్రాలు ధగధగా మెరుస్తున్నాయి. ఈ తారల పూలని తెంపాలని అనిపిస్తుంది. ఏదైనా సరే ప్రకాశిస్తుంటే వాటి వైపు నా ఆకర్షణ అత్యధికంగా ఉండేది. నా దేహం బంగారంలా అనిపించేది.

నా మనస్సు, ఇలా ఒక విచిత్రమైన స్థితిలో ఉండేది. రోజులు గడుస్తున్నాయి. ఒక రోజు నేను భవనంలో అటుఇటు తిరుగుతున్నాను. ఎవరో దాసి సువర్ణవర్ణ సంపెగ పూవును తెచ్చి ఇచ్చింది. నేను దాన్ని వాసన చూస్తున్నాను. ఇంతలో ధాత్రి భవనంలోకి వచ్చింది. తనతో మాట్లాడుతున్నప్పుడు పువ్వు నా చేతిలోంచి జారి కింద పడిపోయింది. దాన్ని తీయడానికని నేను వంగాను. నా శరీరం అంతా బరువెక్కినట్లుగా అనిపించింది. నేను ఎంతో కష్టపడి పూవును పైకి తీసాను. వాసనను చూస్తున్నాను.

ధాత్రి నా వైపు విచిత్రంగా చూస్తోంది. వృద్ధాప్యం వలన దాని ముఖం నిండా ముడతలే ఉన్నాయి. అందులో మరో ముడత ఎక్కువ అయింది. తన తీక్షణమైన నేత్రాలతో నా శరీరాన్నంతా పరీక్షిస్తోందా అని అనిపించింది. దాని కళ్ళకు అనుభవం కూడా ఎక్కువే. ధాత్రి తన కనుబొమ్మలను ముడేస్తూ పైకి ఎత్తింది. అక్కడి చర్మం అంతా ముడతలు పడిపోయి ఉంది.

''రాజ కుమారీ! నా చూపులు నన్ను మోసం చెయ్యవు. నేను మిమ్మల్ని ఒకటి అడగవచ్చా?'' అని అది అన్నది.

''ధాత్రి! ఇంతవరకు ఏదైనా అడగాలంటే నా అనుమతి అడిగి తీసుకున్నావా?'' అని నేను తిరిగి ప్రశ్నించాను.

''లేదు రాజకుమారీ! కాని ఈ ప్రశ్న మీకు మంచిగా అనిపించక పోవచ్చు. ఈ ముసల్దిపిచ్చిదైపోయింది, దీని వీపు పైన కొట్టికొట్టి దీన్ని వింధ్యారణ్యంలో వదిలి వేసి రండి అని మీరు వెంటనే ఆజ్ఞాపిస్తారు.''

''ధాత్రి! నీవు రాజభవనంలో అందరికన్నా ఎంతో వృద్ధురాలివి. అందరి కన్నా ఎంతో నమ్మకస్తురాలివి. నీవు ఏది అడగాలనుకుంటే అదే అడుగు.''

మళ్ళీ ఒకసారి తను చూపులతో నా శరీరాన్ని సూక్ష్మంగా పరిశీలించింది– ''రాజకుమారీ! మీరు తల్లి కాబోతున్నారు.'' కంపిస్తున్న కంఠంతో ధాత్రి అన్నది.

''ధాత్రీ! నీవు ఎవరితో మాట్లాడుతున్నావో, తెలిసే మాట్లాడుతున్నావా?'' నేను పెద్దగా అరిచాను. నా శరీరం అంతా పాములు పాకినట్లుగా అనిపించింది.

''రాజకుమారీ! నాతల ముగ్గు బుట్ట అయింది. ఈ రాజభవనంలో నేను మూడు తరాలను చూసాను. ఉన్న అద్దంలో మిమ్మల్ని మీరు ఒకసారి పరిశీలించి చూసుకోండి.'' అంటూ ధాత్రి రాజభవనం బయటకి వెళ్ళి పోయింది. దాని కంఠం ఇంకా ఎక్కువ కంపించడం గమనించాను.

మాతా! ఈ రెండక్షరాల యోధులు నిర్దయులై నా మనస్సు పై అటుఇటు దెబ్బలు వేయసాగారు. నా నలువైపులా భవనం గిరగిర తిరుగుతోందా అనినాకనిపించింది. భూమి పగిలిపోయి నేను దాంట్లో సమాహితమై పోతే ఎంత బాగుంటుంది. నా మనస్సు, సొరంగంలోని పక్షిలా దేహం అనే గోడతో అసహాయస్థితిలో మాటిమాటికి ఢీ కొడుతోంది.

నేను తల్లిని కాబోతున్నాను. కన్యగానే తల్లిని అవుతున్నాను. మాతృత్వం అనేది స్త్రీకి లభించిన సర్వశ్రేష్ఠమైన వరం. కాని నాకు లభించే ఈ వరం శాపంతో సమానం కాదా? దుర్వాస ఋషి అన్న ఆ మాటలు ఇంకా నా చెవుల్లో మారుమ్రోగుతునే ఉన్నాయి. "నీవు వీరుల జననివవుతావు." ఆయన ఉపదేశించిన మంత్రంలోని సంక్షిప్త శబ్దం ఓం..... నా చెవులలో ప్రతిధ్వనిస్తూనే ఉంది. మరుక్షణంలో నా మానసగోపురం పై నాన్నగారు అన్న ఆ మాటలు మారుమ్రోగసాగాయి– "వీరులు విజయం అనే మత్తులో జీవించాలి, వీరవనితలు శీలం కోసం చావాలి." శీలం, స్త్రీలకు అమూల్యమైన రత్నం. శీలం అంటే ఆర్యావర్తపు స్త్రీ ఉచ్ఛ్వాసనిశ్వాసలు. స్త్రీ ఊపిరి.

ఈ సమయంలో ఉద్యానవనంలో చండోల పక్షి పిల్ల తన బుజ్జి నోటితో పెద్దపెద్దగా కూస్తోంది–టిట్...టుట్...ట.ట్....

మథుర నుండి నన్ను ఇక్కడ వదిలి వెళ్ళిపోయేముందు నాన్నగారు ఏం అన్నారో ఆ మాటలు పదేపదే నా కళ్ళ ముందు తిరుగుతూ నాట్యం చేయసాగాయి.

"నీవు ఒక క్షత్రియుడి కుమార్తెవి. ఈ మాట మాత్రం ఎప్పుడూ మరచిపోకు.

క్షత్రియకన్య....శీలం ...శబ్దాల దట్టమైన వర్షం కురవసాగింది. స్వరం నృత్యం చేయసాగింది. శీలం... క్షత్రియ కన్య... నా చెవుల పైన చేతులు పెడుతూ, కళ్ళు మూసుకుంటూ పెద్దగా అరిచాను– "ధాత్రీ! ఆగు..."

ధాత్రి వెనక్కి తిరిగి వచ్చింది. నా దగ్గరికిరాగానే కళ్ళు మూసుకునే అన్నాను–

"ధాత్రీ! నేను రాజకుమారిగా చెబుతున్నాను. ఈ ప్రపంచంలో అన్నింటికన్నా వెంటనే చంపిపడేసే, ఏదైనా విషం ఉంటే నాకు తెచ్చి ఇవ్వు. సాయంత్రం కల్లా నా చేతిలో ఉండాలి."

నాకు ఇక ఇంతకన్నా ఏ ఉపాయం తోచలేదు.

"రాజకుమారీ!" వీణ తంత్రిలా దాని కంఠం వణికిపోయింది.

"వెళ్ళు...ఇది రాజకుమారి ఆజ్ఞ." నేను కఠోరంగా అన్నాను.

"కాని..."

"ధాత్రీ! ఆజ్ఞను శిరసావహించడం దాసి పని అంతేకానీ ఉపదేశం చేయడం కాదు. వెళ్ళు..."

తలవంచుకుని ధాత్రి భవనం బయటకి వెళ్ళి పోయింది.

12

ఆ తరువాత ధాత్రి నా భవనంలోకి మరెప్పుడూరాలేదు. తన రాజకుమారికి విషం తెచ్చి ఇచ్చే ధైర్యం ఆ వృద్ధ హృదయంలో లేదు. నేను ఎన్నో సార్లు రమ్మనమని సందేశాన్ని పంపించాను. కాని ఏదో పని ఉంది అని, ఏదో ఒక నెపం చెబుతూరాలేదు. కాలం ప్రతిక్షణం తన సహస్ర జిహ్వలతో నన్ను మింగేయడానికి వస్తోందా అనినాకనిపించేది. భవనం బయటకి వెళ్ళడం నేను పూర్తిగా మానేసాను.

నా మనస్సులో ఒకే ఒక ఆలోచన దృఢ పడసాగింది.... మృత్యువు...విలవిలా కొట్టుకుంటున్న ప్రాణాల వేదనను శాంతింప చేయాలంటే మృత్యువు కన్నా మరోమార్గం లేదు. చావు!

మరణతుల్యమైన మానస కష్టాలను అంతం చేసే మృత్యువు.... పేరు ప్రతిష్ఠల సంకెళ్ళలో బంధింపబడ్డ ప్రాణిని అజ్ఞాత అనంత ప్రదేశం వైపు తీసుకు వెళ్ళే మృత్యువు. విశ్వంలోని నల్లటి దృశ్యాలన్నింటినీ తన నల్లటి నాలుకతో ఎంతో సరళంగా జీర్ణించుకునే మృత్యువు... అవును చావు.... మరణం... ఇంతటి మానసిక క్షోభలో మరి మృత్యువు తప్పితే చేయూతనిచ్చేదిఇంకొకటి ఏం ఉంది? రాజకుమారి కుంతిని అందరూ ఎంతో ఆదరంగా చూస్తారు, ఆమె ప్రతీ మాట వాళ్ళకు శిరోధార్యమే.... కాని..కాని.... రేపు తల్లి అయిన కుంతీనివాళ్ళేమంటారు? కులట అంటూ అందరూ కుంతి ముఖాన ఉమ్మేస్తారు. వాళ్ళు రాళ్ళు విసురుతారు, అందరి ముందు ఘోరాతిఘోరంగా అవమానిస్తారు. నిజానికి ప్రజలు ఎంత విచిత్రంగా ఉంటారు. మాతృత్వాన్ని వెయ్యినోళ్ళతో పొగుడుతూ ఉంటారు. ప్రపంచంలో అందరు వీరవనితల గర్భం నుండే పుడతారు. అందువలన వాళ్ళు ప్రశంసా గీతాలను గానం చేస్తారు. కాని ఒక కన్య పరాక్రమం పైన వాళ్ళు పాపపు రాజముద్రను వేస్తారు. ఈ మాతృత్వాన్నే గుడ్డినమ్మకాలతో ఆచారాల పేరు మీద వేల శూలాలతో పొడిచిపొడిచి ఛిన్నాభిన్నం చేసేస్తారు. నేను కన్యను. ఇప్పుడు తల్లిని కాబోతున్నాను. సంఘం ఈ మాతృత్వాన్ని ఎలా స్వీకరిస్తుంది? నాకు మంత్రం ద్వారా పుత్రప్రాప్తి అయింది. ఈ జ్వలంత సత్యం పైన వాళ్ళకు నమ్మకం కలుగుతుందా? స్వయంగా దుర్వాస ఋషి వచ్చి నగరం కూడలిలో నిల్చుని తన నోటితో ఇదంతా నిజమే అని చెప్పినా ఎవరు నమ్మరు.... అసలు దుర్వాసలు ఈ నగరంలోకి ఎందుకు వచ్చారు? నాజీవితంలో ఇంత భయంకరంగా ఆట ఆడితే ఆయనకి ఒరిగింది ఏమిటి? అసలు ఆయన చేసిన ఈ భయంకరమైన ప్రయోగంతో నాకేం సంబంధం? కాని ఇప్పుడు ఇదంతా చెప్పి మాత్రం ఏం లాభం? నాకు విముక్తి లభిస్తుందా? ఇక్కడ జరిగే సంఘటనలన్నింటి వెనక కారణాలు ఏమిటి? ఎవరు చెప్పగలుగుతారు? నిరపరాధులు మరెవరో చేసిన అపరాధాలకి బలి కావల్సిందేనా? ఫలితం అనుభవించాల్సిందేనా? నేను కూడా మరి వాళ్ళల్లో ఒక దాన్నే కదా? ప్రశ్నల అసంఖ్యాకమైనమైనా పక్షులు నా మెదడనే గాయపడ్డ పాముని మాటిమాటికి తమ ముక్కులతో పొడవడం మొదలు పెట్టాయి. అది నిస్సాహయురాలై గిలగిలలాడుతూ బుసలు కొట్టసాగింది. మృత్యువు...మృత్యువు......

నేను వెంటనే లేచి చప్పట్లు కొట్టాను. ఒక దాసి తక్షణం లోపలికి వచ్చింది.

''వెంటనే వెళ్ళి నగరం నుండి రాజవైద్యుడినిపిలుచుకురా! ఎలా ఉన్నావో అలానే వెళ్ళిరా...'' అని నేను అన్నాను.

దాసి వెళ్ళిపోయింది. సగం ఘడియ కాక ముందే రాజవైద్యుడు నాభవనంలోకి వచ్చారు. వంగి సమస్కరిస్తూ ఆయన అన్నారు– ''రాజకుమారీ! ఆజ్ఞాపించండి.''

''వైద్యరాజా! మహర్షి దుర్వాస యజ్ఞాన్ని పూర్తి చేయాలి. అందులో అంతిమ ఆహుతి చేయాలి. ఈ ప్రపంచంలోని అత్యధికంగా ప్రభావితం చేసే విషప్రయోగం చేయాలి. ఈ దాసితో వెంటనే పంపించగలరు.''

దుర్వాస ఋషి పేరు వినగానే వైద్యుడు మౌనంగా ఉండిపోయారు. ఆయన తిరిగి ప్రశ్నించలేదు. దుర్లభంగా దొరకని ఏ వస్తువు అయినా ఎప్పుడైనా సరే ఋషి కోరతారుఅని అందరికి తెలుసు.

''మీ ఆజ్ఞ...'' అంటూ ఆయన భవనం బయటకి వెళ్ళిపోయారు.

కొంచెం సేపయ్యాక దాసి ఒక సీసాలో విషం తీసుకువచ్చింది. నేను హమ్మయ్య అంటూ ఊపిరి తీసుకున్నాను. ఇక ఇప్పుడు హృదయాన్ని కాల్చేసే ఏ కుత్సిత దృష్టికిబలికానక్కరలేదు. ఆ సీసాని నేను ఒక మూల భద్రంగా పెట్టాను. ఆ సీసాతో ఇక ఈ మరణతుల్యమైన యాతన అంతం అవుతుంది.

13

ఆ రాత్రి నలువైపులా నిశ్శబ్దంగా ఉంది. నేను మెల్లిగా మంచంపై నుండి లేచాను. ఒక మూల విషం ఉన్న సీసా ఉంది. నేను దాన్ని చేతుల్లోకి తీసుకున్నాను. మథురలో ఉన్న నాన్నగారిని స్మరించాను. ప్రణామం చేసాను. కళ్ళు మూసుకుని అన్నాను – ''నాన్నగారూ! మీ పృథ ఒక క్షత్రియ రాజకుమార్తె, పృథ ఎప్పుడు ఈ మాటను మరచిపోదు. నా ఈ నిర్ణయాన్ని మీరు మన్నించండి. ఈ నిర్ణయం మీకు ఖచ్చితంగా నచ్చుతుందని నేననుకుంటున్నాను.'' తరువాత నేను భోజపురం నాన్నగారిని కూడా స్మరిస్తూ అనుకున్నాను – ''క్షత్రియ కన్యలు శీలం కోసం ప్రాణత్యాగం చేయాలి. ఈ నిజాన్ని నేను ఈ రోజు నిరూపిస్తాను.'' నాన్నగారూ! ఆశీర్వదించండి. ధైర్యాన్ని ఇవ్వండి.

ఒక క్షణం నేను కళ్ళు తెరిచాను. నలువైపులాశ్మశానంలా శాంతిగా ఉంది. కొంచెం సేపయ్యాక నేను కూడా ఇట్లాగే నిశ్శబ్దంగా అయిపోతాను. ఈ దయాదాక్షిణ్యాలు లేని, అయినా స్పృహణీయమైన ఈ లోకాన్ని నేను మళ్ళీ చూడలేను. ఇట్లా ఆలోచించడం వలన నా మనస్సు బరువెక్కింది. నిలకడ లేకుండా ఊగిసలాడింది. కాని నేను దాన్ని సావధానం చేసాను. అమ్మని స్మరించుకుంటూ అనుకున్నాను – ''అమ్మా! నీ పృథ అష్టకష్టాలను భరించడానికే పుట్టిందమ్మా! ఈ రోజు ఈ బాధ అంతం అవుతుందమ్మా! నన్ను ఆశీర్వదించు.''

కళ్ళు మూసుకుని నేను సీసాను నా నోట్లో వంచేసాను. మంచంపై వాలిపోయాను. ఉదయం నగరం హాహాకారాలతో మారుమ్రోగిపోతుందిఅని అనుకున్నాను.

14

నేను విషాన్ని తాగాను. కాని ఏమీ కాలేదు. మృత్యువు కూడా తన కృపాదృష్టిని కోరుకున్న సమయంలో ప్రసరించలేకపోయింది. నా గర్భంలో భయంకరమైన మంట పుడుతుంది అనినేననుకున్నాను. కాని గొంతులో కొంచెం మంట పుట్టింది అంతేగాని మరేం కాలేదు. అర్ధఘడియ వరకు నేను మంచం మీద అట్లానే పడి ఉన్నాను. కాని నాకు ఏమీ కాలేదు. మనస్సు ఎంతో క్షోభపడ్డది. అందువలన బద్ధకం పెరిగింది. నేను వెంటనే లేచి కూర్చున్నాను. భయంతోటి నా దేహం వణికిపోయింది. నేను ఎవరిని? విషాన్ని తీసుకున్నా చావనీదాన్ని. బండి చక్రానికి బిగింపబడే ఇరుసు (ఇనుపబిళ్ళ)లా మండుతున్నదాన్ని.

అనుమానాలు నా మనస్సును తినేశాయి. అసలు ఈ జీవితాన్ని భరించలేకపోతున్నాను. మృత్యువు నా దరిదాకా చేరదు. విషం నా దేహంపై ఎటువంటి ప్రభావం చూపెట్టదు. నేను ఎవరిని?

ద్వారం తెరిచి నేను భవనం నుండి బయటికి వచ్చేసాను. దాసీలు ఉన్న గదిలోకి వచ్చాను. అక్కడ దాసీలు నిద్రపోతున్నారు. ఒక మూల ధాత్రి కూడా శరీరాన్ని ముడుచుకుని పడుకుని ఉంది. నేను దాన్ని ఊపి ఊపి లేపాను.

నన్ను చూడగానే ధాత్రి ఉలిక్కిపడ్డది. దాని చేయి పట్టుకుని నా భవనంలోకి లాక్కు వచ్చాను. ఎవరో ఒకరి సహాయం నాకు కావాలి. లోపలికి రాగానే నేను జరిగిన సంఘటనల గురించి అంతా చెప్పాను. భుజాలు పట్టుకుని వ్యాకులతతో ఊపేస్తూ అడిగాను – "ధాత్రీ! నువ్వే చెప్పు. ఇప్పుడు నేనెక్కడికి వెళ్ళను? ఏం చేయను? నాకు చావు కూడా రాదు. నేను చావలేను."

నా వీపుని తన నునుపుగా లేని చేతితో ప్రేమగా నిమురుతూ "రాజకుమారీ ధైర్యంగా ఉండండి. మరచిపోయి కూడా ఇప్పటిలా ఈ భవనం బయట కాలు పెట్టకండి. ఈ స్థితిలో మిమ్మల్ని ఎవరూ చూడకుండా జాగ్రత్త పడండి." అనిఅన్నది.

15

తరువాత రోజు నుండి ధాత్రి నా భవనంలోనే ఉండటం మొదలుపెట్టింది. తను ఎవరినీ లోపలికి రానీయదు. రోజులు గడిచిపోతున్నాయి. పున్నమి చంద్రుడిలా నా శరీరం ప్రఫుల్లితం అవుతోంది. కాని మనస్సు చంద్రగ్రహణంలా చింతాగ్రస్తమవుతోంది. నాకు ఒక్కొక్క రోజు ఒక్కొక్క యుగంలా అనిపిస్తోంది.

ఇంతలో శరత్ ఋతువు గడిచిపోయింది. అయినా ఒకరోజు ఆకాశం నిండా నల్లటి మబ్బులు కమ్ముకున్నాయి. తుఫాను గాలి హోరు నలువైపులా రాజభవనాన్ని చుట్టేసింది. మూసల ధార వర్షం కురవడం మొదలు పెట్టింది.

అర్ధరాత్రి నాకు నొప్పులు రావడం మొదలుపెట్టాయి. నేను మంచంపైన పడుకున్నాను. విపరీతమైన నొప్పి. నేను బాధతో మెలికలు తిరగడం మొదలు పెట్టాను. నలిగిపోవడం వలన తలగడలు పూర్తిగా అణిగిపోయాయి. వేదనలనేఅసంఖ్యాకమైన సూదులు నా శరీరం అనే వస్త్రపు కుట్లనివిప్పేసాయి. ధాత్రి వృద్ధ నేత్రాలలో భయం అనే భయంకరమైన ఛాయ వ్యాపించింది. బయట పిడుగుల భయంకరమైన శబ్దాలు వినిపిస్తున్నాయి. గాలి హోరు అంతటా వ్యాపించింది. ప్రసవపీడ వలన నేను మూలుగుతున్నాను.

ఒక గడియ తరువాత ఒక చిన్న శిశువు క్యార్ క్యార్ అంటూఏడవసాగాడు. దాదాపు అరవై సంవత్సరాల తరువాత ఈ భవనంలో ఏడుపు వినిపించింది. కాని బయట ఉరుములు, మెరుపులు మెరుస్తున్నందున ఎవరికీ వినిపించలేదు. నేను తల్లిని అయ్యాను. మాతృత్వం, స్త్రీకి విలువైన ఆభరణం. ప్రసవవేదనభట్టీ నుండి వెలువడిన బంగారం. ప్రకృతి ఇచ్చిన గొప్ప వరం. నేను ఎంతో కుతూహలంతో శిశువు వైపు చూసాను. ఆనందం అనే మయూరంమెల్లి మెల్లిగా తన వేళ్ళతో నా మనస్సును నిమర సాగింది. శిశువు రూపం ఎంతో దర్శనీయంగా ఉంది. ఉదయించే సూర్యుడిలా.

నన్ను చూడగానే శిశువు ఏడ్పుమానేసాడు. తన చిన్ని చిన్న కళ్ళతో నా వంక కన్నార్పకుండా చూస్తున్నాడు. వాడి రెండు చెవులకు నీలం రంగులో ప్రకాశిస్తున్న రెండు కవచకుండలాలు ఉన్నాయి. కుతూహలంగా నేను స్పర్శించాను. రాసన మొగ్గలా ఎర్రటి రంగులో ఉన్నాయి. వాడి సుకుమారమైన, అందమైన శరీరం బంగారు రంగులో ఉంది. వాడి జుట్టు ఉంగరాల జుట్టు. బంగారు రంగులో ఉన్న ముంగురులు పిల్ల తెమ్మెరలకు ఊగుతున్నాయి. కుంభం లాంటి ముఖానికి నలువైపులాతేజోమయమైన ఆవరణం ఉంది. వలయం వెలుగుతో నిండి ఉంది. వాడు కుడి కాలి వేలుని చీకుతున్నాడు. తన నీలినీలి చిన్ని కళ్ళను తెరుస్తున్నాడు, మూస్తున్నాడు. మాటిమాటికినావైపు చూస్తున్నాడు. ఇంతలో ఒక పిల్ల తెమ్మెర వచ్చింది. కిలకిలా నవ్వాడు. వాడి వెంట్రుకలు ఎగిరాయి. ఒక అందమైన గుంట బుగ్గలపై పడ్డది. వాడిని చూడగానే నన్ను నేను మరచిపోయాను. నేను ఒక రాజకుమారిని, ఒక క్షత్రియ కన్యను, ఈ బాలుడు నాకు కౌమార్యంలో పుట్టాడు అన్న సంగతిని కూడా నేను మరచిపోయాను. ధాత్రి చేతిలో నుండి నేను వాడిని తీసుకున్నాను. ఎంతో భావుకతతో తీసుకున్నాను. తన్మయురాలినైపోయాను. వాడిని మాటిమాటికి ముద్దు పెట్టుకున్నాను. నా స్పర్శ తగలగానే వాడు నన్ను వాటేసుకున్నాడు. నేను ధన్యురాలనయ్యాను. ఈ అనుభవంతో నా దేహం పులకించిపోయింది. అసలు మాతృత్వమే స్త్రీకి ముక్తిదాయకం అని ఒక్క క్షణం అనిపించింది.

వాడి మాంసల స్పర్శతో నా స్తనాలలో పాలు నిండిపోయాయి. పాలు పట్టడానికి వాడిని ఒడిలో పడుకోబెట్టుకున్నాను. నేను కొంగుతో వాడిని కప్పేసాను. ఇంతలో ధాత్రి నా చేయి పట్టుకుంది. తను మెల్లిగా నా చెవులో చెప్పింది – ''రాజకుమారీ! సమయం చాలా తక్కువగా ఉంది. మెరుపులు మెరుస్తున్నప్పుడే మనం ఇక్కడి నుండి బయటికి వెళ్ళిపోవాలి.''

''ఎక్కడికి? ఎందుకు?'' నేను గాభరా పడుతూ అడిగాను.

''వీడిని అక్కున చేర్చుకుంటే నీవు బతకలేవు.''

''మరైతే ఏం చేయాలి?''

''వీడిని... వీడిని... మీరు త్యజించేయాలి.''

''ధాత్రీ! ఏం అంటున్నావు? అప్పుడే పుట్టిన, ముక్కుపచ్చలారని ఒక బిడ్డను త్యాగం చేయమని తల్లికి చెబుతున్నావా? వీడివైపు చూడు, అభంశుభం ఎరుగని, ఏం పాపం చేయని వీడు ఏ నేరం చేసాడు చెప్పు?''

''రాజకుమారీ! నాకంతా తెలుసు. కాని పురప్రజలకు నీవు ఇదంతా చెప్పగలవా?''

''ఊహూ! ధాత్రీ! నా ప్రాణాలు పోయినా సరే వీడిని వదలను. నేను ఏ రాజ్యానికి రాజకుమారిని కాను, ఎవరి కూతురిని కాదు. కేవలం ఈ ముద్దుల పసివాడికి తల్లిని మాత్రమే. కేవలం ఒక తల్లిని.''

''రాజకుమారీ! పుత్ర జన్మ ఆనందోత్సాహంలో మీ వివేకాన్ని కోల్పోకండి. రేపు మహారాజు గారికి ఇదంతా తెలిస్తే, ఏమవుతుంది? నేను చెప్పలేను. బహుశ... బహుశ...''

''బహుశ... ఏమిటి?''

''మహారాజు మిమ్మల్ని బయటికి గెంటేస్తారు. ప్రజలు మిమ్మల్ని కులట అని, కళంకిత అని నానా మాటలు అంటారు. గుచ్చిగుచ్చి పొడుస్తారు. పొడిచిపొడిచి తినేస్తారు. మథుర ద్వారం కూడా మీకోసం ఎప్పటికీ తెరుచుకోదు.''

''మరయితే నేను ఏం చెయ్యను? ధాత్రీ నేను ఎటు వెళ్ళను?'' నేను నిస్సహాయురాలైపోయివెక్కివెక్కి ఏడవడం మొదలుపెట్టాను.

''రాజకుమారీ! ధైర్యంగా ఉండండి. వీడిని వదిలివేయడం తప్పితే మీ ఎదుట మరో మార్గం లేదు. మీ ఇద్దరికి ఇదే మంచిది.''

''ఎలా త్యాగం చేస్తాను? తల్లిని అయి ఉండి హంతకురాలవ్వనా?''

''త్వరపడండి. వీడి ఏడుపు ఎవరూ వినకుండానే భవనం నుండి బయటపడాలి.''

''ధాత్రీ ఎంత నిర్దయురాలివి? పిల్లవాడి గొంతు పిసికేయమని ఒక తల్లికి చెబుతున్నావా?'' నాకు దానిని చూస్తేనే అసహ్యం ఏర్పడ్డది.

''రాజకుమారీ! ఒక రాజకుమారిని రక్షించాలి ఇదే నా ధ్యేయం. మీకు నేను చెప్పింది చెడుగా అనిపిస్తే ఇక్కడే ఆలోచిస్తూ కూర్చోండి. నేను వెళ్తాను. కాని మహారాజు వీడిని చూస్తే... అమ్మో...'' ధాత్రి బయటకి వెళ్ళిపోసాగింది.

నా మనస్సు ప్రేమవ్యవహారం, భావన, కర్తవ్యం, మాతృత్వం-యదార్ధంల ద్వంధం మధ్య చిక్కుకుపోయింది. ఏం చేయాలి? పిల్లవాడిని తీసుకుని నేనొక్కతినే దూరంగా వెళ్ళిపోనాఅని నా కనిపించింది. కాని నేనొక్కతినిఎక్కడికని వెళ్ళిపోతాను? నాకు ఆశ్రయం ఇచ్చే నాధుడు ఎవడు? ప్రపంచ ప్రళయంలో ఒక చిన్న పిల్లవాడిని తీసుకుని ఒక తల్లి ఎక్కడెక్కడని దారి తప్పి తిరుగుతుంది. దిక్కు లేకుండా తిరుగుతూ ఉంటే స్త్రీకి రక్షణ ఎక్కడ ఉంటుంది? తన చిన్నారి తనయుడిని ఎలా త్యాగం చేయగలుగుతుంది? ఏ చేతులతో వాడిని తోసేస్తుంది? సంఘం? ఈ సమాజం ఎంత ఘోరాతిఘోరమైంది? అసలు ఎవరిచ్చారు ఈ సంఘానికి ఇన్ని హక్కులు? ఈ అధికారం యధార్ధపు వీపు మీద మొలిచిన అమరవల్లరి (ఎక్కుడు తీగ). సంఘం దేన్నైతే పాపం అంటోందో, ఆ పాపపుణ్యాల ఊహ సాపేక్షం కాదా? నాటి నుండి నేటి వరకు ఈ సంఘం పెట్టిన అర్ధంపర్ధం లేని ఆచారాల వలన దయాదక్షిణ్యాలు లేని ఈ సంప్రదాయాల వలన,కట్టుబాట్ల వలన ఎందరో, ఎందరెందరో స్త్రీలు నుయ్యి, నదులలో పడి చచ్చిపోయారు. వాటిని శరణుజొచ్చారు. మరి నేను అదే పనిని చేయనా? కాదు... కాదు... ఈ శిశువు రూపం అసాధారణం. ఈ పిల్లవాడిని బతికించుకోవాలి. ఏవిధంగా అయినా సరే వీడిని జీవించేలా చేయాలి. ఏం చేయాలి? ఏం చేయాలి?

నేను ధాత్రిని పిలిచాను – ''ధాత్రీ వెళ్ళకు. వెళ్తే నేను నేల వాలిపోతాను. మూర్ఛిల్లుతాను.'' నేను మానసికంగా, శారీరకంగా బాధతో గిలగిలా కొట్టుకుంటున్నాను.

ధాత్రి వెనక్కి తిరిగి వచ్చింది. నా వీపుపైన చేయివేసి నిమురుతూ అన్నది – ''రాజకుమారీ! క్షత్రియ కన్యకు ఈ నిర్ణయం తప్ప మరో గతి లేదు. పిల్లవాడిని నాకు ఇవ్వండి'' అని ముందడుగు వేసి నా ఒడిలో పిల్లవాడిని తీసుకుంది. వాడు తన చిన్నారిపొన్నారిపిడికిళ్ళతో నా కొంగును గట్టిగా పట్టుకున్నాడు. ధాత్రి కఠోరంగా కొంగును పిడికిళ్ళ నుండి విడిపించింది. నా మనస్సు హాహాకారం చేసింది. విలవిలా తన్నుకుంది. వాడిని తీసుకుని అది వెళ్ళిపోయింది.

కొంచెం సేపయ్యాక భుజం మీద ఒక కట్టెతో చేసిన పెట్టెను పెట్టుకుని భవనంలోకి వచ్చింది. ఆమె దాన్ని మంచం మీద పెట్టింది. దాని చేతిలో పిల్లవాడు లేడు. నేను గాభరాపడుతూ అడిగాను –"పిల్ల వాడిని ఎక్కడ పెట్టావు ధాత్రీ?'' జవాబు ఇవ్వకుండా అది పెట్టెమూతను ఎత్తింది. దానిలో మెత్తటి శయ్యపైన పిల్లవాడు పడుకుని ఉన్నాడు. గాఢ నిద్రలో ఉన్నాడు. వాడి చుట్టుపక్కలా ఎన్నో విలువైన నగలు పెట్టబడి ఉన్నాయి. పిల్లవాడి రంగు ముందు ఆ నగలు వెలవెలాబోతున్నాయి. మూతకి మైనంపూసారు. పై మూతకి ఒక రంధ్రం ఉంది. కాని పిల్లవాడిని ఆ పెట్టెలో ఎందుకు పెట్టింది. ''ధాత్రి! వాడిని పెట్టెలో ఎందుకు పెట్టావు? ఇదంతా ఏమిటి? అసలు నీవు ఏం చేయాలనుకుంటున్నావు.'' అని గాభరాగా అడిగాను.

''రాజకుమారీ! తెల్లవారకముందే ఈ పెట్టె అశ్వ నదిలో ఉండాలి. నది కంటేఇంకెవరి మనస్సు ఇంత విశాలమైనది కాదు, వీడికి ఇంతచోటిచ్చేది ఈ నదే.''

'ధాత్రీ... ధాత్రీ! నేను రాజకుమారినా లేక పిశాచినా? పుత్ర ప్రేమ అంటే ఏమిటో భగవంతుడు నీకు నేర్పించడం మరచిపోయాడా?

''రాజకుమారీ! ఈ భవనంలో నా ఎనిమిది పుత్రులు మీ సేవ చేస్తున్నారు. మనస్సును బలహీన పరచుకోకండి. త్వరపడండి.''

దాని మాటలు బాణాల్లా నా మనస్సు నుండి దూసుకుపోతున్నాయి. కాని... కాని.. ఉదయం నా భవిష్యత్తు ఏమిటి? రాజభవనము! లేక చెత్తకుప్పా? బలి ఇవ్వకముందు యజ్ఞ పశువును ఏ విధంగా అయితే గట్టిగా కట్టి పడేస్తారో, అదే విధంగా నా మనస్సు కూడా అర్థం పర్థం లేని ఆలోచనలతో కట్టిపడేసి ఉంది. పిల్లవాడిని లాక్కుని ధాత్రిని ఒక్క తన్ను తన్ని ఎటు దారి దొరికితే అటే పారిపోనాఅనినాకనిపించింది. కాని పాపం అదే నేరం చేసిందని? ఒక స్త్రీ అయి ఉండి కూడా తన రాజకుమారి కోసం అది ఎంత ధైర్యం చేస్తోంది? ఇదంతా చేస్తుంటే దానికి ఎంత సంతోషం కలుగుతోందని? మరయితే ఎవరిదీ నేరం? నాదా? దుర్వాస ఋషిదా? జన్మనెత్తినఅమాయకుడైన ఆ బాలుడిదా? మనుష్యులని గుర్రాల్లా ఏరి పారేసే కాలందా? పరిస్థితిదా? సమాజందా?...

ఈ ఆలోచనలతో నా మెదడు నరాలు తెగిపోవాఅని అనిపించసాగింది. నా నిస్సహాయ జీవితం అంటేనే నాకు అసహ్యం కలగసాగింది. ఈనాడు విధాత ఒక రాజకుమారిని అబలగా చేయాలనుకున్నాడా? ఈ పరిస్థితి ఒక తల్లిని హంతకురాలిగా మార్చేస్తుందా? వివశురాలై గోడకి నా తలను బాదుకోసాగాను. నా నుదుటి నుండి రక్తం ధారలుగా రాసాగింది. ధాత్రి నన్ను బలవంతంగా వెనక్కి లాగింది. తన వస్త్రంతో నా నుదురును తుడుస్తూఅన్నది – ''రాజకుమారీ! ఈ రక్తం గోడలకు రంగు వేయడానికి కాదు. ఈ రక్తాన్ని వీరులను తయారుచేయడానికే ఉపయోగించాలి.

''ఈ రక్తం మీద ఒట్టు. ఇక ఒక్క మాట కూడా మాట్లాడకండి. ధైర్యంగా నా వెంట నడవండి.''

నోట్లో కొంగుకుక్కుకుని నేను ఏడ్చాను. ధాత్రి పెట్టెనెత్తుకుని ముందు నడవసాగింది. భవనం అంతా తెల్లవారు ఝామునమధురమైన నిద్రలో లీనం అయి ఉంది. బయట గాలి దుమారం కొంత తగ్గిపోయింది.

ధాత్రి సొరంగం ఉన్న గదిలోకి వచ్చింది. రాతిగూటాన్ని కుడివైపుకి తిప్పింది. సొరంగం ద్వారం ఒక్కసారిగా తెరుచుకుంది. తను మెట్లపై నుండి దిగసాగింది. నాకు ఆ రోజు ఈ సొరంగంలో రెక్కలను పటపటాకొట్టుకుంటూ గిలగిలలాడిన గబ్బిలం గుర్తుకు వచ్చింది. నా మనస్సు ఆక్రందన చేయసాగింది. జీవితం ఒక భయంకర సొరంగం. నాకు కూడా ఈ సొరంగంలో అడుగు పెట్టాల్సిన పరిస్థితి ఏర్పడ్డది. రాజపుత్ర స్త్రీల రక్షణార్థం కట్టబడిన సొరంగం. ఈ రోజు నేను నా రక్షణార్థం దానిని ఉపయోగించుకుంటున్నాను... కాని ఎంతగా భిన్నమైన అర్థంలో... భయంకరమైన అర్థంలో... సొరంగంలో నుండి మేము అశ్వనది దాకా వచ్చాము. ఇంతకుముందే మూస ధారగా కురిసిన వర్షం వలన నది నీళ్ళతో నిండుగా ఉంది. గలగలా ప్రవహిస్తోంది. అశుభ్రంగా, ఎరుపుగా ఉన్న ఆ నీళ్ళను చూడగానే నా మనస్సు ద్రవించింది. బాధతో గిలగిలా తన్నుకుంది. ఘోష పెట్టె ఈ అలలలో అభం శుభం ఎరుగని నా చిన్నారి శిశువును వదిలివేయాలా? కేవలం ఆకలేస్తేనేఏడిచే వీడికి లోకం గురించిన ఏ విషయం తెలియదు. ఈ అమాయకుడిని ఘోషపెట్టే ఈ అలల వలయాలలో తోసెయ్యనా?

ఒకవేళ ఈ పెట్టె మునిగి పోతే? ఈ జల గర్భంలో ఏం ఏం ఉంటాయో! పెద్ద పెద్ద దవడలు గల చేపలు, క్రూరాతిక్రూరమైనమొసళ్ళు.....

ధాత్రి ముందుకు నడిచి పెట్టెను నదీ ప్రవాహంలో వదిలేసింది. అలలపైన తేలుతూ పెట్టె దూరంగా వెళ్ళసాగింది. మాతృత్వ భావోద్వేగం నా మానస చెలియలి కట్టను దాటేసింది.

"నాన్నా! నా బంగారు తండ్రీ!" అంటూ నేను నీళ్ళలోకి దిగాను. ధాత్రి ముందుకు వచ్చినన్ను ఆపేసింది. దాని చేతుల నుండి విడిపించుకోవాలని గిలగిలా కొట్టుకున్నాను. శతవిధాల ప్రయత్నం చేసాను. కాని దాని చేతుల్లో అంత బలం ఎట్లావచ్చిందో తెలియదు. తనను తను పట్టించుకోకుండా నన్ను గట్టిగా లాగింది. అది నన్ను ఉడుములా పట్టుకుంది. పెట్టె తరంగాల పైన తేలుతూ వెళ్ళిపోయింది. గాయపడ్డ నేను ధాత్రి భుజం పైన తలపెట్టుకునివెక్కివెక్కిఏడవసాగాను. అది నా వీపును నిమరసాగింది. నన్ను సంబాళిస్తూ రాజప్రాసాదంలోకి తీసుకువెళ్ళడానికి తను ముందడుగు వేసింది.

నది ఒడ్డున ఒక ఆవు తన దూడతో నీళ్ళు తాగుతోంది. దానిని చూడగానే నేను కళ్ళు మూసుకున్నాను.

ఆ వాత్సల్యం నా హృదయాన్ని డొల్లగా చేయసాగింది.

ఈనాడు మాతృత్వం పరిస్థితుల ఎదురుగా తలవంచింది. ఈరోజు కుంతీ జీవితాన్ని అనుక్షణం డొల్లగా చేసే ఒక సత్యం సంసిద్ధమయింది. ఇక ఇప్పటి నుండి కుంతి బతికి ఉన్నా చచ్చినట్టే లెక్క.

భవనంలోకి రాగానే నేను మంచంపైన ధమాలు మంటూ పడిపోయాను. ఎంతో బలహీనమైన గొంతుతో నేను ధాత్రితో అన్నాను – "నగరంలో ఉన్న చేపలు పట్టడంలో దిట్ట అయిన వాళ్ళని పిలిపించు. ఆ పెట్టె ఎవరికి దొరికిందోతెలుసుకోమను. నన్ను ఒంటరిగా వదిలేసి తక్షణం ఇక్కడి నుండి వెళ్ళిపో, నాకు ఏకాంతం కావాలి." నేను పక్షి రెక్కలతో తయారు చేయబడ్డ తలగడ వేడిగా ఉన్నా, ఆ పక్క అశ్వ నదీ తరంగాలలా నాకు మంచులా అనిపించింది. వెక్కివెక్కి ఏడుస్తున్నా, అందరికి రహస్యం ఎక్కడ తెలుస్తుందో అన్న భయంతో గొంతు నొక్కుకోవాల్సిన

పరిస్థితి. తన్నుకుంటున్న నా ఊపిరిలో నిర్దోషి పృథకాళ్ళు చేతులు కొట్టుకుంటూ ఆక్రోశించసాగింది. వాన కురవడం వలన రాజభవనం నలుమూలలాకదంబ వృక్షం పైన ఉన్న మజీరా పక్షులు పగలు అయినా నిరంతరంగా అరుస్తూనే ఉన్నాయి. పెద్ద పెద్దగా కేకలు పెడుతున్నాయి – కిర్...ర్...కిర్...

16

ఆ రోజంతా నేను ఏడుస్తూనే ఉన్నాను. పక్షి పిల్లని గూటిలో పెట్టాలని పట్టుబట్టే భావుకురాలు పృథ, ఈ రోజు తన చిన్నారి బుజ్జాయిని తన చేతుల్తోనే దూరంగా తోసేసిందా? పిల్లవాడు ఎక్కడకనివెళ్తాడు? ఎవరి చేతుల్లో పడతాడు? వాడు ప్రవహిస్తూ సాగరంలో కలిసిపోతాడా? ఒకవేళ ఇట్లాగే జరిగితే? రకరకాల అనుమానాలతో నా మనస్సు వ్యాకులత చెందింది. తల ఎత్త బుద్దికాదు. ఎవరికి ముఖం చూపాలన్నా ధైర్యం చాలదు.

రాత్రి ఎవరో వచ్చారు. దీపస్తంభంలోని దీపాన్ని వెలిగించారు. ఇంతలో ఎవరో లోపలికి వచ్చారు. నా వీపుని నెమ్మదిగా నిమిరారు. నేను ధాత్రి అని అనుకున్నాను. ''ధాత్రి! ఇక్కడ నుండి వెళ్ళిపో...'' అని పెద్దగా అరిచాను. అసలు దాని స్పర్శ తగలడం కూడా నాకు ఇష్టం లేదు.

''అమ్మా! పైకి తలెత్తి చూడు.''

నేను ఒక్కసారిగా ఆశ్చర్యపోయాను. ఆయన నాన్నగారు. మసక మసకగా ఉన్న వెలుతురులో ఆయన నిల్చుని ఉన్నారు. భవనంలో ధాత్రి కావలి కాయడం లేదు. అందువలన ఆయన సరాసరి లోపలికి వచ్చేసారు. నేను కళ్ళు తుడుచుకుంటూ ఆయన వైపు చూసాను. భయంతో నా మనస్సు గడ్డకట్టుకుపోయింది. ఆయనకి అంతా తెలుసా? ధాత్రి ఒక్కరోజు కూడా ఉండలేకపోయిందా? ఇక ఎప్పుడు ఏం ఏం వినాల్సి వస్తుందో? ఇంతగా నిర్దయురాలై ఈ పనిచేసినందుకు నా భవిష్యత్తంతాచీకటిమయమేనా?

ఆయన నా భుజాన్ని తడుతూ ఎంతో శాంతంగా అన్నారు – ''కుంతీ! మధుర నుండి మీ నాన్నగారి ఉత్తరం ఇవాళే వచ్చింది. ఆయన నీ స్వయంవరాన్ని ఏర్పాటు చేయాలన్న ఆలోచనలో ఉన్నారు. ఆయన గట్టిగా కోరుకుంటున్నారని తెలుస్తోంది.''

నేను హమ్మయ్య అని అనుకుని ఊపిరి పీల్చాను. ఏదో ఒకటి అనాలన్న ఆలోచనతో ''ఆయన కోరిక. మీ ఆజ్ఞ'' అనిఅన్నాను. ''మధుర గుర్తుకు వస్తే'' నీవు ఎంతో బాధపడుతావని తెలుసు. ఇప్పుడు కొంచెం ఆ బాధ తగ్గుతుంది. నీవు త్వరలోనే మీ అమ్మ, నాన్నలను చూడగలుగుతావు. కళ్ళు తుడుచుకో. బాధ పడకు.''

ఆయనకు ఏమీ తెలియదా? అసలు వారు ఏం చెబుతున్నారో నాకేమీ అర్థం కాలేదు.

17

స్వయంవరం ఏర్పాట్లు జరుగుతున్నాయి. ''మీ ఆజ్ఞ'' అని నేను నాన్నగారితో అన్నాను. నేనుసరేనన్నానని ఆయన అనుకున్నారు. అందుకే అన్ని ఏర్పాట్లు చేయడం మొదలుపెట్టారు. నా

మనస్సు అటుఇటు దారి తప్పి తిరుగుతోంది. వేటగాడు మృగం వెంట పడ్డట్లుగా ఎన్నో విచిత్రమైన ఆలోచనలు నా వెంటపడ సాగాయి.

నేను స్వయంవరంలో దండని చేత పట్టుకుని నిల్చున్నప్పుడు అదే సమయంలో "ఏదైనా పాము పెట్టెపైన ఉన్న రంధ్రంలో నుండి లోపలికి పోయి చిట్టి తండ్రి మెడకి గట్టిగా చుట్టుకుని కూర్చుంటే! నేను వివాహ వేదికపైన నిల్చున్నప్పుడు అదే సమయంలో ఆ పెట్టె నదీనాలాల బురదలో కూరుకుపోతే! మంగళ వాయిద్యాల సంగీతంలో నా పైన అక్షింతలు పడుతున్నప్పుడు, అదే సమయంలో ఆ పెట్టె ఏదైనా రాయికి తగిలినప్పుడు ఆ పెట్టె మూత తెరచుకుంటే! ఇప్పుడు తెరుచుకున్న పెట్టెలోంచి నా చిట్టి తండ్రి ఎర్రటి తేజోమయమైన బంగారు దీపాన్ని ఆర్పడానికి ఆకాశంలో తిరిగే గద్దలు. వాడి మీద పడి వాడి తలను రక్తసిక్తం చేస్తే! నేను వివాహ మంగళమయమైన వాయిద్యాలను వింటున్న సమయంలో అక్కడ అట్టహాసం చేసే అలల కర్కశ మృత్యుగీతం వాడు వింటూ ఉంటాడు. నా మనస్సు చేపలు పట్టేవాడి వలలో పడ్డ చేపలా గిలగిలా కొట్టుకుంటోంది. నేను ఎంతగా ఆలోచిస్తున్నానో అది అంతగా గట్టి చిక్కుముడి అయిపోసాగింది. నేను మంచంపైన దిండులో ముఖాన్ని పెట్టుకుని వెక్కివెక్కి ఏడవడం మొదలుపెట్టాను. వాడి గుండ్రటిఅందమైన ముఖం, ఉంగరాల బంగారు రంగు జుట్టు, నాజుకు అయిన చెవుల కుండలాలు పగలంతా నా కళ్ళ ముందు నాట్యం చేసేవి. ప్రాణాల హాహాకారాలు విని నేను కళ్ళని గట్టిగా మూసుకునే దానిని.

18

నా స్వయంవరఆహ్వానం చుట్టుపక్కల ఉన్న గౌరవనీయులైనరాజులందరికి పంపించారు. నగరం అంతా దీనిని గురించిన చర్చే జరుగుతోంది. నాకు నా అదృష్టంపైనే దయ కలగసాగింది. నేను పృథ నుండి కుంతీనయ్యాను. కుంతి నుండి తల్లినయ్యాను. మళ్ళీ నేను కన్యనైస్వయవరం కోసం సంసిద్ధురాలవుతున్నాను. ఈ జగత్తులో ఏ స్త్రీనైనానాలాగా విధాత దయా దాక్షిణ్యాలు లేకుండా కీలుబొమ్మలా ఆడించాడా? నాకు జవాబు ఇచ్చేవాళ్లుఇక్కడ ఎవరైనా ఉన్నారా? అసలు ఈ స్వయంవరం నాకు వద్దే వద్దు అని గొంతు చించుకుని అరిచి చెబితే, ప్రశ్నల మీద ప్రశ్నలు వేసి నన్ను సగం చంపేసిఉండేవాళ్ళు. స్త్రీ అంటే ఏమిటి? సంఘం అనే బందెల దొడ్డిలో సమాజపు సంప్రదాయాలు అర్థం పర్థం లేని కఠోరమైన ఆచారాలు అనే తాడుతో గట్టిగా కట్టివేయబడ్డ ఆవు. ఎన్నో విషయాలు దానికి ఇష్టంలేనివే ఉంటాయి. కాని అది బాహటంగా ఏదీ చెప్పలేదు. కోటి దు:ఖాలను ఆకాశంలా శాంతంగా భరించాల్సిందే.

స్వయంవరం జరిగే రోజు దగ్గరికి వచ్చింది. పురప్రజల ఉత్సాహ సముద్రంలో ఆటుపోట్లు వచ్చినట్లుగా వాళ్ళ రాజకుమారికి స్వయంవరం ఏర్పాటయింది. రకరకాల ప్రాభవాల ప్రదర్శనను చూసే అవకాశం వాళ్ళకి కలుగుతుంది. కాని నా ఒంటరి మనస్సు దేహం అనే చీకటి గదిలో కన్నీళ్ళు కారుస్తూ ఉంటుంది. నేను నా చిట్టి తండ్రికి ఒక్కసారైనా పాలు తాగించలేదు. ఇప్పుడు కుంతి రెండుముక్కలైజీవిస్తోంది. ఒకటి లోపలి కుంతి, మరొకటి బయట కుంతి. ఒకటి రాజకుమారి భగ్న హృదయమాత. ఈ రెండు కుంతీల మధ్య ప్రాణాలు దయనీయంగా

నలిగిపోతున్నాయి. రాజపుత్ర స్త్రీల దు:ఖాలు కూడా రాజభవనంలా విశాలంగా ఉంటాయి. కులప్రతిష్ఠలప్రాచీరాలు వాటిని చుట్టు ముట్టే ఉంటాయి.

19

కల బహుశ స్మృతి సంతానం అయి ఉంటుంది. నేను ప్రతీరాత్రి చిత్ర, విచిత్రమైన కలలను కనేదాన్ని. అప్పుడప్పుడు కలలో ఆ చండోల పక్షి పిల్ల గొంతు చించుకుని పెద్దగా అరుస్తూ ఉంటుంది, అప్పుడప్పుడు నది ఒడ్డున కనబడ్డ దూడతో సహా ఉన్న తల్లి ఆవు అంబా అని అరుస్తోంది. దాని వెనక దూడ కుచ్చులతోకను ఎత్తి గెంతులు వేస్తున్న దృశ్యం కనిపిస్తోంది.

ఒక రోజు కలలో నేను భయంకరమైన ఒక దృశ్యాన్ని చూసాను. నీళ్ళల్లోఉయ్యాలలూగుతూ ఆ పెట్టె ఒక శిలకు కొట్టుకుని ఆగిపోయింది. లోపల పిల్లవాడు ఆకలితో అల్లాడుతున్నాడు. పెద్దగా కార్ మంటూ ఏడుస్తున్నాడు. ఎవరూ ముందుకు వచ్చి వాడిని ఎత్తుకోవడం లేదు. తరంగాల తాకిడి వలన ఆ పెట్టె ఊగితే, తనని ఎవరో ఎత్తుకోడానికి వచ్చారని వాడు అనుకుంటున్నాడు. కాళ్ళు, చేతులు కొట్టుకుంటూ ఎవరి ఒడిలోకైనా వెళ్ళాలన్న ఉత్కంఠతో ఉన్నాడు. కాని ఎవరూ వాడిని ఒడిలో తీసుకోలేదు. వాడు ఏడ్చిఏడ్చి అలసిపోయాడు. ఆకలితో అలమటించాడు. పెద్దగా వెక్కిళ్ళు రావడం వలన ఏడ్పు ఆగిపోయింది. కాని మళ్ళీ వాడి శరీరంలో చైతన్యం వచ్చింది. మృత శరీరం మెల్లిమెల్లిగా విచిత్ర రీతిలో కదలాడ సాగింది– బంగారు దేహం ఇంకా వన్నె పెరగడం వలన, క్షణక్షణం ఉబ్బుతోంది. పెట్టె మూతను కాలితో తన్నాడు. ఫట్ అంటూ తెరుచుకుంది. పెరిగిపెరిగి ఆకాశ పురుషుడంత అయిపోయాడు. వాడి ముఖం కోపంతో ఎర్రబడ్డది. చెవులకున్న కవచకుండలాలలో కూడా మార్పు వచ్చింది. నీలపు కళ్ళు ఎరుపెక్కాయి. అశ్వనదిలో నిండుగా ఉన్న నీటిలో తన కాళ్ళుచేతులను కొట్టుమిట్టులాడుతూ వేగంగా నావైపు రాసాగాడు.

తన పిడికిళ్ళు బిగించి కోపంతో పెదవులను నాకుతూ అంటున్నాడు– ''అమ్మ అనే పవిత్ర బంధాన్ని కాలరాసిన రాక్షసీ! గౌరవ ప్రతిష్ఠల పట్టు ఆవరణలో దాక్కుని కూర్చునేరాక్షసి, ఉండు....'' వాడు తన బలమైనపిడికిలిని నాతలపైన కొట్టడానికి ఎత్తాడు. నేను పెద్దగా కేక పెట్టాను– ''ధాత్రీ! పరుగెత్తు....''

ధాత్రి బహుశ భవనం బయట నిలబడి ఉంది. నా కేక విని అది పరుగెత్తుకుంటూ లోపలికి వచ్చింది. నా ముఖాన ఉన్న చెమటను తుడుస్తూ గాభరాగా అన్నది–''రాజకుమారీ! ఎందుకు భయపడ్డారు? ఏదైనా కలకన్నారా?'' ''ధాత్రీ! నా చిట్టి తండ్రి.....?'' నేను ఇక ఏమీ చెప్పలేకపోయాను. ఈ దాసి నా బాధను అర్థం చేసుకుంటుందా?

''రాజకుమారీ మీ చిట్టి తండ్రి సురక్షితంగానే ఉన్నాడు. నేను మీరు ఎప్పుడు నిద్ర నుండి మేల్కొంటారాఅని ఎదురు చూస్తున్నాను.'' నా వీపు నిమురుతూ నెమ్మదిగా అన్నది.

నేను వెంటనే లేచాను. ఆనందంతో ఉరకలు వేసాను. దానిభుజం పట్టుకుని ఊపుతూ పెద్దగా అరిచాను.''ఎక్కడున్నాడువాడు? ఎవరికి దొరికాడు వాడు?''

ధాత్రి బయట ఉన్న ఒక మత్స్యకారుడిని లోపలికి పిలిచింది. తలవంచి వాడు లోపలికి వచ్చాడు. నేను ఒక్కసారిగా మూడు, నాలుగు ప్రశ్నలు వేసాను. ''ఎక్కడికి పోయింది. ఆ పెట్టె? ఎవరికి దొరికిందో వాళ్ళు శిశువును ఒడిలోకి తీసుకున్నారా? లేదా?''

"రాజకుమారీ, ఆ పెట్టె అశ్వనది నుండి చర్మణ్వతి లోకి వెళ్ళిపోయింది. చర్మణ్వ నది నుండి కనకపురం నుండి యమునకి వెళ్ళిపోయింది. యమున నుండి ప్రయాగ దగ్గరి గంగకి వెళ్ళిపోయింది. అక్కడి నుండి ఏభైయోజనాల దూరంలో ఉన్న కాశీ రాజ్యం దగ్గరి అంగదేశం లోని చంపానగరికి చేరింది."

"ఆ పెట్టె ఎవరికి దొరికింది?"

"దైవ యోగం బలంగా ఉంది. ఒక సారథి దానిని నీళ్ళలో నుండి బయటకి తీసాడు. దాదాపు మూడు వందల యోజనాల ప్రయాణం చేసి ఆ పెట్టె అక్కడికి చేరింది."

"సారథి?

"అవును రాజకుమారీ! ఆ సారథి భార్య ఆ పిల్లవాడిని ఒడిలోకి తీసుకుంది. వాడిని చూడగానే ఆమె స్తనాలలో పాలు వచ్చాయి. ఆ పిల్లవాడు పర్ణకుటీరంలో సురక్షితంగా ఉన్నాడు. క్షమించండి రాజకుమారీ! కాని ఆ పిల్లవాడు ఎవడి పిల్లవాడు? రాతి హృదయం గల ఏ తల్లి వీడిని ఇంత ఘోరంగా మృత్యుముఖంలోకితోసేసిందో?"

"ఆ పిల్లవాడు దుర్వాస ఋషి మహాయజ్ఞ ఫలితం." వాడివైపు నా మెడలో ఉన్న ముత్యాలహారాన్ని విసురుతూ "ఎవరికీ ఏమీ చెప్పకు?" అనిఅన్నాను.

"గురుదేవులు దుర్వాస ఋషి!" భయంభయంగా అస్పష్టంగా అంటూ హారం తీసుకుని గబగబా వెళ్ళిపోయాడు.

నా మనస్సు చల్లబడ్డది. హాయిగా ఊపిరి పీల్చుకున్నాను. ఆనందంగా ధాత్రిని కౌగిలించుకున్నాను. నా కళ్ళ నుండి కారుతున్న కన్నీటిధారకి దాని రవిక తడిసి పోయింది. ధారలో ఒక రాజకుమారి నిస్సహాయత, బాధతో నిండిన కన్నీరు ఉన్నాయి. దు:ఖం ఉంది. దాంట్లో తన పుత్రుడి రక్షణ కోసం కొట్టుమిట్టులాడే ఒక తల్లి ఆనందాశ్రువులు కూడా ఉన్నాయి.

ఎక్కడైనా ఉండనీ, వాడు క్షేమంగా ఉన్నాడు. నాకదే చాలు.

20

స్వయంవరం రోజు వచ్చింది. నగరం అంతా ఆహ్వానితులతో నిండి పోయింది. రాజభవనం ఏ ఆచ్ఛాదన లేని ప్రాంగణంలో ఒక పెద్ద విశాలమైన మండపాన్ని అలంకరించారు. నాన్నగారు చిన్న పిల్లవాడిలా ఉత్సాహంతో ఏ వస్తువు అవసరం ఎక్కడ ఉందో అని మండపం అంతా తిరిగి చూస్తున్నారు. పురప్రజలు వచ్చి రాజప్రాసాదాన్ని పెద్ద ఎత్తున అలంకరిస్తున్నారు. నగారాలు మోగిస్తున్నారు. వీణలు మీటుతున్నారు. బాకాలు ఊదుతున్నారు. మగధ, కోసల, మద్ర, చేది, విదేహ, కాశీ మొదలైన అన్ని దేశాల రాజులు స్వయంవరానికి వచ్చారు. మధుర నుండి అమ్మ, నాన్నగారు, ఇద్దరూ కన్యాదానం చేయడానికి వచ్చారు. సోదరుడు వసుదేవుడు, సోదరి శ్రుతశ్రవ వచ్చారు. శ్రుతశ్రవని నేను మొట్టమొదటిసారిగాచూసాను. రాజభవనంలో ఎన్నో సంవత్సరాల తరువాత స్వయంవరోత్సవం జరుగుతోంది. అందువలన ఆ ప్రాంగణం ఉత్సాహంతో నిత్యకళ్యాణం పచ్చతోరణంలా ఉంది.

పెళ్ళి! స్త్రీ జీవననది. ఒక బలవంతుడైనవీరపురుషుడనే సముద్రంలో కలిసి పోతుంది. ఈ మలుపుకి ఎంతో విలువ ఉంది. జన్మంతాగుర్తుండే ఒక మలుపు. ఒక స్త్రీ విచ్చుకొన్నపరిమళభరితమైనజీవనపుష్పం, అత్తవారి ఇంట్లో ఉండే వివిధమైన వ్యక్తుల దండలో మధురంగా గుచ్చబడుతుంది. స్త్రీ జీవితంలో మొట్టమొదట మంగళకరమైన సంస్కారం! ఆర్యస్త్రీకి పునర్జన్మ.

స్వయంవర సమయం ఆసన్నమైంది. మండపం పురజనులతో, ఆహ్వానితులతో పూర్తిగా నిండి పోయింది. నాన్నగారు లేచారు. అందరిని సంబోధించారు– ''ఆర్యావర్తనంలోని వీరులారా! రాజేశ్వరులారా! మధుర యాదవ రాజు శూరసేనుడిఔరస కన్య పృథ, నాకూతురు కుంతి ఇప్పుడు వరమాల తీసుకుని మండపంలోకి ప్రవేశిస్తుంది. ఆహ్వానితులలో తనకి ఇష్టం అయిన వాళ్ళ మెడలో స్వేచ్ఛగావరమాల వేస్తుంది. మీరందరూ ఈ స్వయంవర ఉత్సవానికి వచ్చారు. చూసి నా మనస్సు ఆనందంతో ఉరకలు వేస్తోంది. భోజవంశస్థుడి రాజుగా మీ అందరికి స్వాగతం పలుకుతున్నాను. ఈ స్వయంవరంలో ఎటువంటి ప్రతిజ్ఞలు లేవు. నా కుమార్తె.... కుంతి స్వేచ్ఛగా వరించడమే ప్రతిజ్ఞ.''

అందరు లేచి నిల్చుని నాన్నగారికి ఎంతో ఆదరంగా ప్రణమిల్లారు. మండపంలో నలువైపులా శాంతియుత వాతావరణం నెలకొన్నది. చేతులలో తాజా పూల దండ తీసుకుని, అమాత్యుల వెనక మండపంలోకి ప్రవేశించాను. ఎవరో అరిచారు– 'యాదవకులోత్పన్న మధుర దేశపు సౌందర్య సామ్రాజ్ఞికుంతీదేవి!'

ఒక్కక్షణం లేచి నిల్చున్నారు. నాన్నగారు చేతులెత్తారు. వారు మళ్ళీ కూర్చున్నారు. నా శరీరం అంతా విద్యుత్ తరంగాలు ప్రవహించాయి. ఈనాడు నేను భవిష్యత్తు జీవిత యాత్ర కోసం ఒక యోగ్యుడైన జీవిత సహచరుడిని ఎన్నుకోవాలి. ఈనాడు నేను చేసే ఎంపికే నా భవిష్యత్తు నిర్మాత. ఒక్కసారిగా చెవులలో గుండె చప్పుడు వినిపించడం మొదలు పెట్టింది. పూలదండను సంబాళిస్తూ నేను అమాత్యుల వారి వెంట మెల్లిమెల్లిగా నడుస్తూ మండపం అంతా తిరుగుతున్నాను. అమాత్యులు ప్రతీ రాజకుమారుడు గురించి వర్ణించసాగారు. ఎన్ని విశేషణాలు ఆయనకు గుర్తు ఉన్నాయో అన్నింటినీ ప్రయోగించారు. నేను ఓరకంట అందరిని చూస్తున్నాను. నిరాకరిస్తూ ముందుకు నడుస్తున్నాను. రాజకుమారుల వరస సమాప్తం అవుతోంది. ఒకే ఒక రాజకుమారుడు మిగిలి పోయాడు. మగధ దేశపు మహారాజు దీర్ఘ! అమాత్యుల వారు పరిచయం చేసారు. నేను నిరాకరిస్తూ ముందుకు నడిచాను. అందరు చెవులు కొరుక్కోసాగారు. సంధ్యాకాలం వ్యాపించే పెద్దపెద్ద బంగారు కిరణాలు మండపం అంతా ప్రసరిస్తున్నాయి. అమాత్యుల వారు భయపడుతూ నా చెవిలో చెప్పారు– ''రాజకుమారీ! ఇక ఈ మండపం యుద్ధక్షేత్రం అయిపోతుంది. మీరు ఎవరో ఒక రాజకుమారుడిని వరించాల్సింది. మీరు ఎందుకిలా చేసారు?''

ఇంతలో నాన్నగారు ఏదో చెప్పాలని నిల్చున్నారు. ఇంతలో మండపంలో పడమర వైపు కోలాహలం మొదలయింది. నగర ప్రజలు ఒకవైపు తప్పుకుంటూ దారి ఇచ్చారు. వాళ్ళ వెనక వేల మంది గుర్రాల మీద మహాద్వారం నుండి దూసుకు రావడం మొదలు పెట్టారు. ''హస్తినాపురాధిపతి కౌరవ రాజు పాండుమహారాజు వేంచేస్తున్నారహో....'' అంటూ ప్రకటించారు. నేను దండను

సంబాళిస్తూ పడమర వైపు చూసాను. ఎరుపు రంగులో ఉన్న, పొడుగాటిబలాఢ్యమైన ఆకారం మండపంలో లోపలికి చొచ్చుకుపోతోంది. అస్తమిస్తున్న సూర్యభగవానుడి కిరణాలు ఆ ఆకృతి వెనక వైపు నుండి ప్రసరిస్తున్నాయి. ఆ ఆకృతి నిండుగా ఉంది. సూర్యభగవానుడు కుంతి గౌరవాన్ని కాపాడటానికి వచ్చాడా అని అనిపించింది. మండపంలోకి రాగానే నేను ఆ శ్రేష్ఠ పురుషుడి మెడలో దండ వేసాను. నలువైపులా హర్షధ్వానాలు ప్రతిధ్వనించాయి. ఎవరో ఆనందంతో పెద్దగా అరిచారు– ''హస్తినాపుర కౌరవ కులభూషణ మహారాణి కుంతీదేవికి....'' అందరూ జవాబు ఇచ్చారు– ''జయహో....''

నేను రాజకుమారి కుంతీ నుండి మహారాణి కుంతీనిఅయ్యాను. నా మనస్సు ఆనందసింధులోమునకలేయసాగింది. సమస్త ఆర్యావర్తం అంతా ఏ పరాక్రమమైన జండా ఎగురుతూ ఉంటుందో అటువంటి కురుకులానికి నేను మహారాణిని అయ్యాను. మహారాజుతో పాటు నేను ఆశీర్వాదం కోసం నాన్నగారికి దండం పెట్టాను. ఆయన ఎంతో సంతోషంగా ఆశీర్వాదం ఇచ్చారు– ''కురుకుల దిగదిగంతాలు వ్యాపించిన కీర్తి నీ కారణంగా స్వర్గలోకం దాకా వ్యాపించాలి.'' ఇప్పటి దాకా ఏన్నో,ఎన్నెన్నో అనుకోని సంఘటనలు జరిగాయి. వాటన్నింటిలో ఈ సంఘటన ఒక్కటే నాకెంతో ధైర్యాన్నిచ్చింది. నా ఇష్ట ప్రకారం జరిగిన సంఘటన.

నాకు నిశ్చింతగా అనిపించింది.

21

ఎనిమిది రోజుల తరువాత నేను మహారాజుతో పాటు హస్తినాపురానికి వెళ్ళడానికి రథంలో కూర్చున్నాను. పురప్రజలందరు నాకు వీడ్కోలు చెప్పడానికి వచ్చారు. నాన్నగారు ఉత్తరీయంతో కళ్ళు తుడుచుకుంటున్నారు. నేను వసుదేవుడు, ఇంకా తక్కిన వాళ్ళందరి దగ్గర వీడ్కోలు తీసుకున్నాను. మహారాణి కుంతీగా నేను హస్తినాపురానికి బయలుదేరాను. నగరం నుండి ఒకే ఒక స్త్రీని, అందరికన్నా మిన్న అనుకున్న ధాత్రిని నేను నా వెంట తీసుకుని వెళ్ళాను. నా మనస్సులో రకరకాల భావోద్వేగాలు. నా స్మృతులఅల్పన (ముగ్గు) తో నా దేహాన్ని అలంకరించిన ఆ నగరానికి నేను అభివందనం చేస్తూ వీడ్కోలు తీసుకున్నాను. రథం హస్తినాపురం వైపు పరుగెత్తుతోంది. నగర హద్దులు వెనకకి వెళ్ళి పోతున్నాయి. చివరలోఅశ్వనది కనిపించింది. ఆ నదిని చూడగానే నా పెళ్ళికి ముందు జరిగినవన్నీగుర్తుకు రాసాగాయి. నిప్పుకణాల నుండి మంట భగ్గుమనేలా మనస్సులో స్మృతులు ఒక్కసారిగా భగ్గుమన్నాయి. నదిలోని ప్రతీ కెరటం పైన నాకు ఆ రెండు బంగారు కుండలాలు కనిపిస్తున్నాయి. రెండు నాజూకు అయిన చేతులు కనిపిస్తున్నాయి. ఏ చేతులు రాజదండాన్ని పట్టుకోవాలో ఆ చేతులే ఇకముందు కొరదాని, గుర్రాల కళ్ళాలని పట్టుకుంటాయి. సృష్టికర్త ఎంత క్రూరుడు? విధాత నన్ను మధుర నుండి ఈ నగరానికి తీసుకువచ్చాడు. ఈ నగరంలో ఉన్నప్పుడు నాకెటువంటిబాధలేదు. కాని విధాత చూడలేకపోయాడు. ఆయన హిమాలయాల నుండి దుర్వాస ఋషిని ఇక్కడికి పంపించాడు. నేను ఇప్పుడు హస్తినాపురం వెళ్తున్నాను. కాని నా ఆ పిల్లవాడు చంపానగరంలో ఉన్నాడు. వాడి తేజస్సు

గురించి చెప్పేందుకు మాటలు చాలవు. వాడు ఒక సారథి పర్ణ కుటీరంలో ఉన్నాడు. వాడి స్మృతి రూపంలో నేను అశ్వ నదికి శ్రద్ధగా నమస్కరించాను. రాజకుమారి కుంతి కౌరవుల మహారాణిగా వెళ్తోంది. స్త్రీ జీవితంలో ఎన్నో ఎత్తుపల్లాలు. ఎన్నో రూపాలు. ఒకసారి ఎవరికో కుమార్తె, ఎవరికో భార్య, ఎవరికో తల్లి, ఎవరికో కోడలు, ఎవరికో వదిన అవుతుంది. అసలు ఆమెకు తనదంటూ స్వతంత్ర అస్తిత్వమే ఉండదు. ఒకవేళ ఉన్నా చూపెట్టకూడదు.

22

మేము హస్తినాపురానికి చేరాము. ఈ మహానగరం శకుంతల, సువర్ణ, యశోధర, తపతి, శుభాంగి, సంప్రియ, అమృత, సుయశ, సత్యవతి మొదలైన మహారాణుల నగరం. ఈ మహారాణులందరు ఒకరిని మించిన వాళ్ళు మరొకళ్ళు. ఇటువంటి మహనీయులైన మహారాణులు కురుకుల కీర్తిని సమస్త ఆర్యావర్తంలోవ్యాపింపచేసారు. నగరంలోకి ప్రవేశించగానే నేను అవాక్కయ్యాను. వేలమంది నగర ప్రజలు మహారాణికి స్వాగతం పలకడానికి పవిత్రగంగానది ఒడ్డున చేరారు. ఆనందంతో ఉరకలు వేస్తూ నినాదాలు చేయసాగారు. పూలు కురిపించసాగారు. బాజాభజంత్రీలు మోగించసాగారు. గంగలోని ప్రతీ తరంగం ఆనందంతో నృత్యం చేస్తూ కురువంశ కులవధువుకి స్వాగతం పలకసాగింది. ఈ గంగే చంపానగరంలో నా పుత్రుడి ఆలనాపాలనాచూస్తోంది. అందువలన నేను తలవంచి నమస్కరించాను.

ఎంతో అట్టహాసంగా మేం రాజప్రాసాదానికి చేరాము. మహాద్వారం దగ్గర రాజమాతే నాకు హారతినిచ్చింది. సమీపంలో పితృతుల్యుడైనభీష్ములవారు, ధృతరాష్ట్రుల వారు నిల్చుని ఉన్నారు. ఎంతో శ్రద్ధగా నేను వారందరికీ ప్రణమిల్లాను. విదురులు నన్ను ఆశీర్వదించారు – "అమ్మా! ఇవాల్టి నుండి శూరసేనుడితో ఈ వంశంవారికి సంబంధం ఏర్పడ్డది. భవిష్యత్తు దృష్టితో చూస్తే ఎంతో మంచే జరిగిందమ్మా!" కౌరవుల శూరత్వానికి సాక్షిగా నిలిచే ఆ రాజభవనంలో నేను ఇరవైసంవత్సరాలవయస్సులోమహారాణిగాఅడుగుపెట్టాను.నామనస్సుపక్షిరెక్కలాతేలికపడ్డది. సుఖాల అమృత మేఘాలు నా శిరస్సు పైన అసంఖ్యాకమైన ధారలతో వర్షించసాగాయి.

23

హస్తినాపురంలో రోజులు ఎంతో ఆనందంగా గడుస్తున్నాయి. ఎప్పుడు సూర్యోదయం అవుతోందో, ఎప్పుడు సూర్యాస్తమయం అవుతోందో అసలు నాకు తెలియనే తెలియటం లేదు. ధాత్రి ప్రతిరోజు పరాక్రమవంతులైనపూర్వజుల రకరకాల కథలను వినిపిస్తూ ఉండేది. బాల్యంలో సీతాకోకచిలుకల వెంట పడే పృథ్వి నా మానస తెర నుండి అదృశ్యం కాసాగింది. భోజపురంలో గోడలకి తలేసి కొట్టుకునే అసహాయురాలైన కుంతి మాయం కాసాగింది. నిజానికి మరుపు మనిషి జీవితంలో ఎంతో మహత్తరమైన శక్తి. నిత్య జీవితంలో ఎన్నో ఎన్నెన్నో సంఘటనలు జరుగుతూ ఉంటాయి. అవన్నీ మనిషి మనస్సులో మిగిలి ఉంచుకుంటే, మాటిమాటికి గుర్తుకు వస్తే, పరస్పరంగా ఒకదానితో ఒకదానికి సంబంధాన్ని కలుపుకుంటూపోతే తల పగిలిపోతుంది. ఆ

మనిషి పిచ్చివాడైపోతాడు. అందువలనేబహుశ ప్రకృతి మరుపు అనే అమూల్యమైన నిధిని ఇచ్చింది.

ఇంచుమించుగా నా పూర్వస్మృతులన్నీ మెల్లిమెల్లిగా మాయం కాసాగాయి. నా మనస్సులోని మానస కోరికలు అనే సూదులతో మహారాణి కుంతీ జీవితపు రాజస్త్రాన్నికుట్టేయడం మొదలుపెట్టాయి. నేను నా అదృష్టాన్ని చూసి ఎంతో సంతృప్తి చెందాను. అసలు ఇప్పుడు నాకు ఏ లోటు ఉంది? పేరుప్రతిష్టలు ధనధాన్యాలు, వైభవం అన్నీ నా కాళ్ళదగ్గరికి వచ్చి పడ్డాయి. మహారాజు లాంటి ప్రేమికుడు పరాక్రమవంతుడు, సౌందర్యవంతుడు అయిన భర్త లభించాడు. ప్రతీరోజూ అద్దం ముందు నన్ను నేను అలంకరించుకునే ముందు ప్రతిబింబాన్ని అడుగుతాను – “నీవు ఎవరివి? మహారాణి కుంతి వైపు ఈ విధంగా కన్నార్పకుండా ఎందుకు చూస్తున్నావు? నీ దిష్టి తగులుతుంది.” అయినా అది నవ్వుతూ నా వైపు చూస్తూనే ఉంటుంది. కావాలని తెచ్చుకున్న కోపంతో సీసాలో ఉన్న ముఖచూర్ణాన్ని ఆ బింబంపై వెదజల్లాను. చూర్ణం అద్దం అంతా అంటుకుంది. ప్రతిబింబం అదృశ్యం అయిపోతుంది. నేను ఒకసారి గుండ్రంగా తిరిగి భవనం గవాక్షం దగ్గర నిల్చుంటాను. అక్కడ నుండి విశాలమైన గంగా నది కనిపిస్తుంది. గంగ పైన అసంఖ్యాకమైనకారండవ పక్షులు (ఒక రకమైన హంసలు, బాతులు) స్వేచ్ఛగా ఎగురుతున్నాయి. జీవితం కూడా మధురమైనఊపులనిచ్చే ఒక ఉయ్యాల లాంటిది అని వాటిని చూసాకనాకనిపించింది.

ఒకసారి గంగ వైపు కన్నార్పకుండా చూస్తూ నిల్చున్నాను. వెనక నుండి ఎవరో ఒక్కసారిగా నా కళ్ళు మూసారు. నేను ఉలిక్కిపడ్డాను. చేతులు నా కళ్ళను ఇంకా గట్టిగా మూసేస్తున్నాయి. నా వెనక మహారాజు ఉన్నారు. నేను సిగ్గుపడ్డాను. నా బుగ్గలు ఎరుపెక్కాయి. ఆయన నన్ను దగ్గరిగా లాక్కుంటూ – “కుంతీ! పురుషుడు పరాక్రమం చేస్తున్నప్పుడు పరాక్రమం అనే ఒక దండ తయారవుతుంది. నిన్ను నేను పొందాను. కాని రాజుకి ఎప్పుడూ ఇద్దరు స్త్రీలు ఉంటారు. ఒకరు అతడి భార్య, రెండు జయించిన భూమి. భూమి లేకుండా రాజు ఉండటం అంటే తీవ్రగతి లేని సింహంలాంటి వాడే.” అని అన్నారు.

నేను తలవంచుకుని వింటున్నాను. వారు మామూలుగా స్పర్శించినా ఎంతో హాయిగా ఉంది. ఆ స్పర్శలో ఏదో గారడి ఉంది. నా దేహ మయూరం రెక్కలు విప్పి నాట్యం చేయసాగింది. తన వేళ్ళతో నా గడ్డం పైకి ఎత్తుతూ ప్రేమగా అన్నారు – “ఈ రాజ్యం పూర్వజులది. నేను బతికి ఉండగానే ఈ రాజ్యాన్ని సమృద్ధిగావిస్తాను. విస్తరించే ప్రయత్నం చేస్తాను. రేపే నేను దిగ్విజయం కోసం ప్రస్థానం అవుతున్నాను.”

దిగ్విజయం! దిగ్విజయం అంటే అర్థం ఎడతెరిపి లేకుండా యుద్ధం చేయడం. నిరంతర సంగ్రామం. ఒకదాని తరువాత ఒకటి కొత్త బలమైన రాజ్యాలతో యుద్ధం. జీవనమరణాల ఆట. నేను నా చేత్తో వారి చేతిని గట్టిగా పట్టుకున్నాను. వారు నేను చాలా భయపడుతున్నానని తెలుసుకున్నారు. ఆయన నా కళ్ళల్లో తొంగి చూస్తూ అన్నారు – “కుంతీ! గాభరా పడకు. ఇది కౌరవుల రక్తం. ఈ రక్తం ఓటమి అన్న మాట ఎరగదు. నేను త్వరగానే తిరిగి వస్తాను.” వారి కళ్ళల్లోంచి ఆత్మవిశ్వాసపు నిప్పుకణాలు బయటకు రావడం మొదలుపెట్టాయి. తన బలమైన

భుజాలతో ఆయన నన్ను ఇంకా దగ్గరిగా లాక్కున్నారు. ఆయన భావోద్వేగంతో తన పెదవులను నా పెదవుల పైన పెట్టారు. గంగా నది నుండి వీస్తున్నచల్లటి గాలి తెమ్మెరలు ఇద్దరి ప్రేమికుల దేహాలను చల్లబర్చడానికి ఎంతో ప్రయత్నిస్తున్నాయి.

24

మరునాడు కౌరవుల విశాలమైన,సాహసమైన సేన దిగ్విజయం కోసం ప్రస్థానం అవుతోంది. మహారాజు ఇనప కవచాన్ని వేసుకుని యోధుల వస్త్రధారణ చేసుకుని, సమస్త సేనకి ముందు నిల్చోడానికి రాజభవనం నుండి బయటికి రాసాగారు. గురువులందరు వారికి శుభాశీస్సులు ఇచ్చారు. చివరికి రాజమాత ఆయనకి ఆశీర్వాదాలు ఇస్తూ, ''పాండు, వీలున్నప్పుడల్లా దూత ద్వారా నీ కుశల సమాచారాలని అందచేస్తూ ఉండు. జాగ్రత్తగా వెళ్ళు'' అని అన్నారు.

నేను ముందుకు నడిచి వారి నుదుటినకేసర తిలకాన్ని దిద్దాను. వంగి వారి పాదాలకి నమ్మస్కరిస్తూ నెమ్మదిగా అన్నాను – ''వచ్చేటప్పుడు ఒక మంచి భార్యను కూడా తీసుకురండి.''

నేను పైకి లేచేసరికి ఆయన ఆశ్చర్యకరంగా అరిచారు – ''భార్యా?''

''అవును. రాజుకి ఇద్దరు భార్యలు ఉంటారు. ఒకటి అతని భార్య. రెండు ఆయన గెలుపొందిన భూమి.''

''సరే!'' అంటూ ఆయన తిరిగారు. సైన్యానికి అగ్రభాగంలో నిల్చుని ఉన్న శ్వేత శుభ్ర అశ్వంపై అశ్వారూఢులైయ్యారు. ఆయన సైగ చేయగానే కౌరవుల సేన బయలుదేరింది. త్రికోణ కాషాయధ్వజం, పావురపు రెక్కలలా ఎగురుకుంటూ తూర్పువైపు వెళ్ళిపోయింది. నా మనస్సు అభిమానంతో నిండిపోయింది.

25

దూత ప్రతిరోజు వార్తలను తీసుకువస్తూనే ఉన్నాడు. సైన్యం ఒకదాని తరువాత ఒక రాజ్యాన్ని జయిస్తూ, రత్నాలు ముత్యాలు, మణిమాణిక్యాలు, వెండి, బంగారం, ఆవులు, అశ్వాలు మొదలైన వాటిని పన్ను రూపంలో పొందుతూ ముందుకు నడుస్తోంది. ధార్ణం, మగధ, మిథిల, విగేహ, కాశీ, సుహ్య, పుండ్రమొదలైన అన్ని రాజ్యాలు కౌరవుల ముందు పరాజయాన్ని స్వీకరిస్తున్నాయి. సైన్యం బయలుదేరి నాలుగు నెలలు అయిపోయాయి. ఈ నాలుగు నెలలు నాలుగు యుగాల్లా నాకు అనిపించాయి. యుద్ధానికి వెళ్లిన విజేత వీరుడి భార్య మనఃస్థితి ఎలా ఉంటుందో అది ఒక్క వీరుడి పత్నికే తెలుస్తుంది.

నాలుగు నెలల తరువాత అన్ని రాజ్యాలు జయించిన విజేత అయిన మహారాజు తిరిగి వస్తున్నారన్న వార్త తెలిసింది. అందరికీ ఎంతో కుతూహలంగా ఉంది. భరత మహారాజు తరువాత దీర్ఘకాలం ఇంతగా దిగ్విజయులైనవారు ఎవరూ లేరు. నేను అభిమానంగా తలెత్తగలిగాను. నాన్నగారు ఒకసారి అన్నారు – ''వీరులు విజయగర్వంతో జీవించాలి'' నా మనస్సు నాకు చెప్పడం మొదలుపెట్టింది – 'ఈ గర్వం సాంసారికమైనది – అప్పుడప్పుడు వీరుడి

పత్నికి కూడా ఈ గర్వం వస్తుంది. ఇప్పుడు నేను దిగ్విజయుడైన మహారాజు పాండుకి ముద్దుల భార్య కుంతిని. మహారాణులకు మహారాణిని. మనిషి యొక్క భాగ్య సముద్రం అప్పుడప్పుడు ఎంతగా మారిపోతుందంటే పొంగు వచ్చిందా అని అనిపిస్తుంది. ఈమాట ఎవరన్నారో కాని ఇది అక్షరాలా సత్యం.

పన్ను రూపంలో వచ్చిన మణులు మాణిక్యాలతో నిండిపోయిన బళ్ళు ఒకదాని తరువాత ఒకటి రాజప్రాసాదం వచ్చి నిల్చున్నాయి. వాటి వెనక విజేతలయిన కౌరవ సైన్యం నగరంలోకి వచ్చింది. చివరిలో ఏనుగు అంబారీ మీద కూర్చుని మహారాజు వచ్చారు. ఆయన ఎంతో గర్వంగా కనిపిస్తున్నారు. కాని, కాని ఆయన ఎడమవైపు ఒక అందమైన స్త్రీ కూర్చుని ఉంది. ఎవరు ఆమె? మహారాజు పక్కన కూర్చునే ధైర్యం ఆమెకెట్లా వచ్చింది. శంక అనే జలగ నా స్త్రీమనస్సును పట్టుకుంది.

అంబారీమహాద్వారం దాకా వచ్చింది. నేను ఎప్పటిలాగా ముందుకు నడిచాను. కాని నా దృష్టి అంతా ఆ స్త్రీ పైనే ఉంది. ఆమె ఎంతో అందంగా ఉంది. మహారాజు వైపు చూస్తూ ఆమె కిలకిలా నవ్వింది. ఇక నన్ను నేను ఆపుకోలేకపోయాను. చివరికి స్వయంగా మహారాజే అన్నారు – "కుంతీ! నేను వెళ్ళేటప్పుడు మరో భార్యను తీసుకు రమ్మనమని అన్నావు కదూ! ఈమె శల్యుడి సోదరి మాద్రి. చూడు నీకన్నా ఎంతో అందంగా ఉంది."

ఉఫ్... మహారాజు నేనన్న మాటలతో నన్నే కట్టి పడేసారు. పురుషులకు ఏదో ఒక నెపం దొరకగానే తమ ఇష్టానుసారం ఎప్పుడెప్పుడుఎలా ప్రవర్తిస్తారో ఏ స్త్రీ కూడా చెప్పలేదు. ఈ రాజప్రాసాదంలో ఇదంతా పరంపరగానే వస్తోంది. ఇది ఇక్కడ అలవాటే.

రాత్రి సేనాపతి జరిగినదంతా చెప్పాడు. మద్రదేశ మహారాజు శల్యుడు పితామహుడి అనుమతితో తన సోదరి కోసం విజేత అయిన మహారాజును ముందే కలిసారు. వైభవోపేతమైన కురువంశంతో రక్తసంబంధాన్ని కలుపుకోవాలన్న ఆలోచనతో ఆయన మహారాజుని తన సోదరి మాద్రి విషయంలో అనుమతి అడిగారు వచ్చేటప్పుడు ఆమెను వెంట తీసుకువచ్చారు.

ఇప్పుడు ఇద్దరు మహారాణులు ఉన్నారు – ఒకరు కుంతి మరొకరు మాద్రి.

ఆ రాత్రి పడుకునేటప్పుడు అతిసుఖం కూడా మంచిదికాదు అన్న ఆలోచన వచ్చింది. ఎవరైనా చిన్నపిల్లవాడు అందంగా ఉంటే తెలివికల తల్లులు బుగ్గనదిష్టిచుక్క పెడతారు. సుఖం విషయంలో కూడా ఇంతే. అందులో ఎవరో ఒకరు భాగస్వాములు తప్పకుండా ఉండాలి. ఎక్కడోక్కడ దిష్టి చుక్క ఉండాలి. మహారాణి మాద్రి రావడం ఎంతో సంతోషకరం. ఇప్పుడు ఈ కుంతికి స్త్రీలాగా బతికే అవకాశం లభించింది. మహారాణి కర్తవ్యాలను ఆమె నెరవేర్చాలి. ఆమె చేతిలోనే సగం ఇరుసు ఉంది. మాద్రే సంబాళించాలి. నాకన్నా అందంగా ఉండటం వలన మహారాజుని సంతోషపరుస్తుంది.

ఎంతైనా జీవితం ఒక ఒడంబడికే.

26

మహారాణి నాకు సవతిగా వచ్చింది. కాని మేం పరస్పరం ఎప్పుడు ఒకరిని ఒకరు ద్వేషించుకోలేదు. ఎందుకంటే ద్వేషం రెండు వైపులాపదునున్న కత్తిలాంటిది. అది చేసే వాళ్ళ

కోసం,దేనితో చేస్తామో వాళ్ళ కోసం కూడా. ఇద్దరినీ అది చంపేస్తుంది. మేం ఇద్దరం ఒకరిపట్ల ఒకరు ఎంతో ప్రేమగా ఉండేవాళ్ళం. ఎందుకంటే ప్రేమ మనిషి మనస్సు చేసే ఒకే ఒక ఆవిష్కరణ, అది అందరికి ఎంతో బాగా అనిపిస్తుంది. మేం ఒకరిని ఒకరు అర్థం చేసుకుని జీవితాన్ని నడుపుకుంటున్నాము.

ఎంత ప్రేమగా నాకు అందరూ స్వాగతం పలికారో అంతే ప్రేమగా మాద్రికి కూడా స్వాగతం పలికారు. ఇద్దరు మహారాణుల మధ్య మహారాజు రెండు నక్షత్రాల మధ్య చంద్రుడిలా కనిపిస్తున్నారు. నాకు కూడా సుఖదుఃఖాల గురించి చెప్పుకోడానికి ఒక సఖి లభించింది. జీవితం అప్పుడప్పుడు సుఖం అనే హోలీ ఆడుతుంది. అది ఎన్ని రంగులను విరజిమ్ముతుందంటే ప్రాణాలే గాభరా పడిపోతాయి. సుఖం ఎంతో వెదజల్లబడ్డది, దాన్ని ఇంకా ఇప్పుడు తోడకండి, అని చేతులెత్తి అడగాలన్న కోరిక కలుగుతోంది. నా స్థితి కూడా ఇట్లాగే అయింది. మహారాజు లేనప్పుడు నేను గంటల తరబడి మాద్రితో కబుర్లు చెబుతూ ఉండేదాన్ని. ఆమె ఎంతో బాగా మాట్లాడుతుంది. వినాలని అనిపిస్తుంది. పిల్లనగ్రోవి తీయటి స్వరంలా ఆమె కంఠం మధురంగా ఉండేది.

ఒకసారి మేం ఇద్దరం కబుర్లు చెప్పుకోవడంలో మునిగిపోయాము. ఆమె తన అన్న వాక్చాతుర్యం గురించి చెబుతోంది. అతడు మంచి మాటకారి. తన మాటకారితనంతో మహారాజు మనస్సును ఎలా గెల్చుకున్నాడో చెబుతూ తలదించుకుంది. లోలోపల నవ్వుకుంది. మహారాజు మా వెనక ఎప్పుడు వచ్చి నిల్చున్నారో మాకు అసలు తెలియనే తెలియలేదు. మెల్లిగా ముందుకు వచ్చి మా ఇద్దరి భుజాలపైన చేయి వేస్తూ నవ్వుతూ అన్నారు – ''రెండు కత్తులు ఒక వరలోఉండగలుగుతాయని ఇప్పుడు ఋజువు అయింది.''

మమ్మల్ని మేము సంబాళించుకుంటూ మేము లేచి నిల్చున్నాము – ''ఆడది కత్తి అని ఎవరు చెప్పారు?'' అని నేను నెమ్మదిగా అన్నాను.

''పురుషుడు ఒర అనిఅంటారు, ఇందులో నిజం ఎక్కడ ఉంది?''

మహారాజు ఆశ్చర్యంగా మమ్మల్ని అడిగారు – ''మరి స్త్రీ ఎవరు? పురుషుడు ఎవరు? మీరిద్దరు నాకు అర్థం అయ్యేలా చెప్పండి.''

''పురుషుడు ఒక దేహం... స్త్రీ...'' అని నేనన్నాను .

''స్త్రీ... అతడి నీడ. అప్పుడప్పుడు రెండువైపుల నుండి వెలుగు పడ్డప్పుడుదేహానివి రెండు నీడలు పడతాయి. మేమిద్దరం ఈ విధమైన నీడలే.'' మాద్రి నా అసంపూర్ణ వాక్యాన్ని పూర్తి చేసింది. నేను ఆశ్చర్యంగా ఆమె వంక చూసాను.

మాద్రి ఇచ్చిన జవాబుకు మహారాజు ఎంతగానో సంతోషపడ్డారు. ఆయన రెండు చేతులతో ఒక్కసారిగా మా యిద్దరిని హృదయానికి హత్తుకున్నారు. వారు నవ్వుతూ అన్నారు – ''నేను ఈ సామ్రాజ్యానికి రాజు అయినప్పుడు, దిగ్విజయుడైన సామ్రాట్ అయినప్పుడు కూడా, ఇవాళ సంతోషపడినంతగా నేను సంతోషించలేదు. రాజు చెప్పరాని ఆనందాన్ని పొందినప్పుడు ఏం చేస్తాడో మీకు తెలుసా?''

''దీనులకు,దుర్బరులకు ధనాన్ని ఇస్తారు.'' నేనన్నాను.

''నగరంలో ఏదైనా ధర్మశాలను కాని, ఏదైనా దారిని కాని నిర్మిస్తారు.'' మాద్రి అన్నది.

''ఊహు కాదు... మహారాజుకి అమిత ఆనందం కలిగినప్పుడు ఒకే ఒక పని చేస్తాడు – వేట. ఇవాళ మేము వారణావత అరణ్యంలో వేటాడటానికి బయలుదేరుతాము.''

మహారాజు సేవకుడి ద్వారా సేనాపతికి సందేశాన్ని పంపించారు. వేటకు ఏర్పాటు చేస్తున్నారు. మహారాజు త్వరత్వరగా భవనం నుండి బయటికి వెళ్ళిపోయారు. ద్వారం బయటకు వెళ్తున్న సమయంలో శిరస్సున ఉన్న బంగారు కిరీటం ద్వారానికి కట్టబడ్డ తెరకు తగిలింది, ఒక పట్టుదారంలో కిరీటం చిక్కుకుపోయింది. వెంటనే కిందపడిపోయింది. నా మనస్సులో భయం అనే బల్లి చుకచుకమనసాగింది. ముందుకు నడిచి వెంటనే కిరీటాన్ని పైకి తీస్తూ అన్నాను – ''మహారాజా! ఇవాళ ప్రయాణం ఆపలేరా?''

''కుంతీ! 'భయం' స్త్రీల స్వభావం. కాని 'నిశ్చింత' పురుషుల స్వభావం. నేను వెళ్ళాల్సిందే. గాభరాపడకు. నేను యుద్ధం కోసం వెళ్ళడం లేదు. కేవలం వేటాడటం కోసమే వెళ్తున్నాను.''

శిరస్సున కిరీటం ధరించి త్వరత్వరగా అడుగులు వేస్తూ ఆయన వెళ్ళిపోయారు.

27

రెండు రోజుల తరువాత మహారాజు వారణావతం నుండి తిరిగి వచ్చారు. ఆయన వేటకి వెళ్ళి వచ్చారు కాని ఏమీ తేలేదు. పైగా ఎప్పుడూ ఎంతో ఆనందంగా ఉండే ఆయన ముఖం ఉదాశీనంగా ఉంది. అరణ్యంలో తిరగడం వలన అలా ఉన్నారేమో. మమ్మల్ని చూస్తూ సంతోషపడతారేమో అన్న ఉద్దేశ్యంతో నేను మాద్రి నవ్వుకుంటూ, తుళ్ళుకుంటూ ఆయన దగ్గరికి వచ్చాము. కాని ఆయన మా వంక కూడా చూడలేదు. శిరస్సు వంచి ఆయన సరాసరి తన భవనం వైపు వెళ్ళిపోయారు. వెంటనే భవనం ద్వారాన్ని లోపలనుండేమూసేసుకున్నారు. లోపల నాలుగురోజులు ఉన్నారు. తిండి–తిప్పలు లేవు. ఎన్నిసార్లు కొట్టినా ఆయన తలుపులు తెరవలేదు. సందేహం అనే తేళ్ళు మా ఇద్దరి మనస్సులని కాటేయడం మొదలెట్టాయి. చివరిలో ఇక ఏమీ చేయని నిస్సహాయస్థితిలో రాజమాత దగ్గరికి వెళ్ళాము. ఇదంతా విన్నాక ఆమె కూడా ఎంతో బాధపడ్డది. వెంటనే ఆమె మాతో వచ్చింది. ఆవిడ బయట నుండి తలుపులపై కొట్టింది. లోపలి నుండి కంఠం వినిపించింది. ఆ కంఠంలో కఠోరత్వం ఉంది. విసుగు ఉంది – ''ఎవరు?''

''నేను అంబాలికను. నీ తల్లి. తలుపులు తెరు.'' రాజమాత ఎంతో దృఢంగా అంది.

తక్షణం భవనం ద్వారం తలుపులు తెరుచుకున్నాయి. ఈ నాలుగు రోజుల్లో మహారాజు ఎంతగా మారిపోయారు. ఆయన రాజవస్త్రంతీసేసారు. ఆయన దేహంపైన కేవలం తెల్లవస్త్రాలు ఉన్నాయి. తలమీద కిరీటం లేదు. ఆకాశంలో ఉవ్వెత్తుగా ఎగిరే ఆయన శక్తిగల దృష్టి, నేలమీద కేంద్రితమై ఉంది. నా ఎదుట దిగ్విజేతసామ్రాట్ నిల్చుని ఉన్నారా? లేక ఒక భిక్షువా? అసలు నాకేమీ అర్థం కాలేదు.

రాజమాత అడిగింది – ''పాండు! నీవు నాలుగు రోజుల నుండి అన్నం ముట్టుకోలేదని తెలిసింది. రాజు అంటే అర్థం ఇష్టం వచ్చినట్లు ప్రవర్తించడం అని అనుకుంటున్నావా? ఈ ఇద్దరు మహారాణుల గురించి ఆలోచించావా?''

మహారాజు వంగి తల్లికి నమస్కరిస్తూ అన్నారు – ''రాజు అయినందుకు నా యిష్టం వచ్చినట్లుగా ప్రవర్తిస్తానని నీవు అనుకుంటున్నావా అమ్మా! ఇక ముందు భవిష్యత్తులో ఎలా జీవించాలో దాన్నే అభ్యాసం చేస్తున్నానమ్మా! దాని ప్రకారమే నడుస్తున్నానమ్మా.''

''ఏ జీవితాన్ని?''

''సన్యాసి జీవితాన్ని.'' తల వంచుకుని అన్నారు. ''పాండు! స్పృహలో ఉండే మాట్లాడుతున్నావా? నీవు కురువంశ సుపుత్రుడివి. దిగ్విజయ సామ్రాట్‌ని. పర్ణకుటీరంలో ఉండే భిక్షకుడివి కావు. ఈ శిక్ష నీకు ఎవరు విధించారు?'' రాజమాత పిడుగు పడినంత పెద్దగా అరిచింది. నాపైన ఆకాశం విరుచుకుపడ్డట్లుగా అనిపించింది. ''విధాత, అమ్మా! ఇప్పుడు నేను కురువంశపు సూర్యపుత్రుడిని కాను. దిగ్విజయ సామ్రాటును ఎంతమాత్రం కాదు. నేను ఎవరికి భర్తనుకాను, బంధువునూకాను. నేను కేవలం విధాత చేతిలోని కీలుబొమ్మను''. ఆయన రెండు చేతులతో ముఖాన్ని కప్పేసుకున్నారు. ఏ పెదవులు సేవకులకు ఆజ్ఞలు ఇచ్చేవో అవే పెదవుల ఇప్పుడు వణికిపోతున్నాయి.

''ఈరోజు నీకు విధాత ఎందుకు గుర్తుకువస్తున్నాడు? విధాత అనే డాలును అడ్డంపెట్టుకుని పిరికివాడిలా నిన్ను నీవు రక్షించుకునే ప్రయత్నం చేయకు పాండూ! నీవు ఇదే చేయాలనుకుంటే, ఈ అందమైనఇద్దరమ్మాయిలని పెళ్ళి ఎందుకు చేసుకున్నావు? స్త్రీ అంటే కాలి కింది చెప్పనుకున్నావా? ఇష్టమైనప్పుడుతొడుక్కోవడానికి, ఇష్టం లేనప్పుడు విసిరి వేయడానికి?'' కొంచెం కఠోరంగా అన్నది. కాని లోలోపల ఆమె ఎంతో చింతాగ్రస్తురాలై ఉన్నది.

''లేదు మాతా! తల్లివి అయి ఉండి కూడా పాండుని అర్థం చేసుకోలేకపోయావా! ఒక మహా నాయకుడి శాపాగ్నిలో నా జీవితపు ఉత్సాహఉల్లాసాలతో నిండిన కోమలమైన అంకురం మండి మసై పోయింది.''

''శాపమా!''

ఆ రెండు మాటలు, పాము పుట్టలో విషనాగులు జరజరా వెళ్ళిపోయినట్లుగా మా చెవులలోకి వెళ్ళిపోయాయి. నా కళ్ళచీకట్లు కమ్మాయి. మాద్రి ఒక్కసారిగా కుప్పకూలిపోయింది.

రాజమాత ముందుకు వచ్చి మహారాజు భుజాలను పట్టుకుని ఊపేస్తూ వ్యాకులతతో అడిగింది– ''శాపమా? ఏమిటా శాపం? ఏమిటి? పాండు! ఏం శాపం? ఎవరిచ్చిన శాపం?''

నిర్వికారంగా, శాంతంగా మహారాజు చెప్పసాగారు– ''మొన్న వారణావత అరణ్యంలో నేను వేటాడడానికి వెళ్ళాను. కాని దైవం నన్నే క్రూరంగా వేటాడాడు. ఆడ లేడితో శృంగారం జరుపుతున్న మొగ లేడిపై నేను బాణాన్ని వదిలాను. బాణం తగలరాని చోట తగలడం వలన లేడి కింద పడిపోయింది. కాని అది మృగంలా కేకలు పెట్టలేదు. మానవుడిలా గిలగిలా కొట్టుకుంటోంది. మా దగ్గరికి రాగానే తన కాళ్ళని గట్టిగా తన్నడం మొదలు పెట్టింది. తన తపస్సు శక్తి ద్వారా ఒక లేడి రూపాన్ని ధరించి తన ప్రేయసితో ఆ రమణీయ వనంలో శృంగారం సలుపుతున్న వ్యక్తి ఎవరో కాదు 'కిందమ్' ఋషి. తన మృగదేహన్ని వదిలివేసేటప్పుడు ఆయన వ్యాకులతతో, ఆక్రోశంగా శాపం ఇచ్చారు– ''మత్తెక్కి ఈ రోజున నువ్వు ప్రణయక్రీడలో తనని తాను మరచిపోయిన ఒక ప్రియుడిని, ప్రేయసి నుండి దూరం చేసి మృత్యుకోరల్లోకినెట్టేసావు.

నీవు కూడా శృంగారేచ్ఛతో నీ ఆడదాన్ని ఆలింగనంలో బంధించగానే నాలాగా తక్షణం గిలగిలా తన్నుకుంటూ చచ్చిపోతావు. ఇది నేను కిందమ్ ఋషి ఇస్తున్న శాపం.''

రెండు చేతులతో ముఖాన్ని దాచుకుంటూ పిల్లవాడిలా పాండురాజు ఏడవడం మొదలు పెట్టారు. ఆయన వెంటనే ద్వారాన్ని మూసేసారు. రాజమాత ద్వారాన్ని చేత్తో బాదుతూ వెక్కివెక్కిఏడ్వసాగారు. మాద్రి మోకాళ్లలో తల పెట్టుకుని కన్నీళ్ళు కార్చసాగింది. నేను ఒక శిలలా, ఉలుకుపలుకు లేని రాయిలా అయిపోయాను. బాధ, దు:ఖం, యాతన– అన్నింటినీ మించి స్తబ్దత!

28

మహారాజు నన్ను ఆరోజు రాత్రి పిలిచారు. గవాక్షంలో నుండి శాంతంగా ఉన్న గంగాజలం వైపు చూస్తూ అన్నారు– ''కుంతీ! నేను రాజభవనాన్ని వదిలివేస్తాను. ఎక్కడైతే వైభవమే రాజ్యం ఏలుతుందో, అక్కడ సంయమనం ఉండజాలదు. మనిషికి అన్నింటి కన్నా జీవితం పైనేప్రేమవ్యామోహాలు ఉంటాయి. ఇక్కడ నివసిస్తూ నేను నిగ్రహాన్ని ఏమాత్రం పాటించలేను. జీవితాన్ని రక్షించుకోలేను. అందువలన నేను రేపు రాజభవనాన్ని వదిలివేసి నాగషిత పర్వతం పైకి వెళ్తున్నాను.''

''కాని మహారాజా!'' నా హృదయం కంపించింది.

''కుంతీ! నీకు నేను ఏమీ ఇవ్వలేకపోయాను నీకు ఎటూ తెలుసు. సుఖమనే హిమాలయం నుండి విధాత ఈ రోజు నిన్ను వాస్తవం అనే లోతైన లోయలోకి తోసిపడేసాడు. నీవు ఇక్కడ ఉండి అనునిత్యం నా కోసం కన్నీళ్ళు కార్చడం నాకు ఎంత మాత్రం ఇష్టం లేదు. నాకు ఏ మాత్రం మంచిగా అనిపించదు. నీవు నీ పుట్టింటికి వెళ్ళిపో. మాద్రికి కూడా అర్థం అయ్యేలా ఇదే చెప్పు.''

''మహారాజా! నేను ఏం చెప్పాలనుకుంటున్నానో దయచేసి వినండి.''

''కుంతీ! విశాలమైన వృక్షం పైన నిశ్చింతగాఆశ్రితులైన లతలు పిడుగు పడితే ఒక్కసారిగా నేల రాల్తాయి. ఈ క్రూర శాపం వలన మీ ఇద్దరి స్థితి ఇలానే అయింది. మనిషి విషయంలో విధి విధానం, ఎలుకతో క్రూరంగా చెలగాటం ఆడే నిర్దయురాలైన పిల్లి లాంటిది. ఇక ఇప్పుడు వెళ్ళు.''

''మహారాజా! నేను చెప్పేది మీరు వినాల్సిందే. దేహాన్ని వదిలి నీడ ఉండలేదు. భర్త లేకుండా ఆర్య స్త్రీలు ఒక క్షణం అయినా జీవించి ఉండలేరు. మేం ఇద్దరం నిన్న రాత్రే మీతో పాటు వెళ్ళాలన్న నిర్ణయాన్ని తీసుకున్నాము.''

''దేవుడితో ద్యూత క్రీడ ఆడలేవు కుంతీ! ఈ ప్రయత్నం ఎంతమాత్రం సఫలం కాదు. కోరికల పైన మనస్సు సంయమనం పాటించదు. ఆకాశంలోని అనంతమైనబోలుతనాన్ని కుంకుమ భరిణలో నింపడం ఎంత కష్టమో సంయమనం పాటించడం అంతే కష్టము''

''మహారాజా! సంబంధాల వలలో మా చేప చిక్కుకుంటుందో లేదో తెలియదు– ఇదే ఆలోచనలో కాలం మా పైన వేటు వేయాలని కూర్చుంటే– నేను మధుర రాజు శూరసేనుని కుమార్తె అంటే ఏమిటో చూపిస్తాను. నేను కుంతిని ఈనాడు ప్రతిజ్ఞ చేస్తున్నాను....... ఈ రోజు నుండి మీరు నాకు భర్త కాదు. పుత్రుడి లాంటి వారు. మన ఇద్దరి మధ్య తల్లీకొడుకుల సంబంధం

మాత్రమే ఉంటుంది. మరే సంబంధాన్ని దరికిచేరనియ్యను. పుత్రుడు లేకుండా తల్లి బతకలేదు. నన్ను మీతో పాటు తీసుకుని వెళ్ళాల్సిందే. నేను ఇక్కడ ఉండలేను.''

''కుంతీ, భావుకురాలు కావద్దు.''

''ఒకవేళ దీనిని కూడా కాదనుకుంటే.... మీరు నన్ను గంగలో తోసేసివెళ్ళిపొండి.''

''కుంతీ! కుంతీ! నీ మనస్సు ముందు ఆకాశం సిగ్గుపడుతుంది. కాని కాలం నీ లాంటి రత్నాన్ని పాండు శాపగ్రస్త మకుటంలో ఎందుకు పొదిగింది. ఆ భగవంతుడికే తెలుసు'' ఆయన వణుకుతూ వెక్కివెక్కి ఏడుస్తున్నారు.

''కురుకుల సుపుత్రులు రోదించడం తగదు. మహారాజా! ఆయన పాదాలు ఎంతో విలువైనవి. సాక్షాత్తు దేవుడు కూడా వాటిని స్పర్శించి ధన్యుడవుతాడు.'' నేను దృఢంగా అన్నాను.

బహుశ వారి దు:ఖం కొంచెం తగ్గింది.

ఆ భయంకరమైన శాపం సమస్త రాజభవన శోభను ఒక్క క్షణంలో నష్టం చేసింది.

నాలుగు రోజుల దాకా బాగా ఆలోచించి మహారాజు రాజప్రాసాదం వదిలి వెళ్ళాలని నిర్ణయం తీసుకున్నారు. ఇది ఉచితమైనదా! అనుచితమైనదా! చెప్పడం కష్టం. ఈ రాజభవనం అంతా వైభవమే కాని ఇక్కడ లోలోపల కుమిలిపోతూ, బాధపడుతూ బతికే కన్నా అరణ్యంలో ఉంటే తప్పేముంది? వైభవం మనిషిని భోగిగా చేస్తుంది. మనిషి సంపత్తి, కీర్తి, ప్రతిష్ఠలతో ఒకసారి జూదం ఆడగలుగుతాడు. కాని తన ప్రాణాలతో జూదం ఎన్నటికీ ఆడలేడు.

సంయమనం కోసం వనవాసమే ఉత్తమం అని ఆయనకి అనిపించింది. నేనూ దీనితో ఏకీభవిస్తాను. వైభవం అనే జారిపడే కామ భూమిపైన ఎవరి కాలయినా జారవచ్చు. సంయమనం కోసం గాంభీర్యం కావాలి. అది మాకు వనంలోనే దొరుకుతుంది. మేం ముగ్గురం వనానికి వెళ్ళి పోవాలని నిర్ణయించుకున్నాము.

29

మేం రాజవస్త్రాలని త్యాగం చేసాము. శరీరం పైన ఉన్న ఆభరణాలను, నగానట్రాను రాజమాతకు ఇచ్చేసాము. మేము వనానికి వెళ్ళిపోతున్నాము అన్న వార్త గాలిలా నగరం అంతా వ్యాపించింది. పుర ప్రజలు రాజభవనం ద్వారం దగ్గర గుంపులుగుంపులుగా చేరారు. మేం వెళ్తున్నాము-అన్న ఆలోచన వలన మహారాజు భీష్ములు వారు, ధృతరాష్ట్రుల వారు దు:ఖసముద్రంలో మునిగి పోయారు. ఆ వీరులు దేనికీ చలించరు. అంతటి నిగ్రహం ఉన్న కళ్ళల్లో నుండి కన్నీళ్ళు టపటప రాలాయి. మరిదిగారు విదురులు ఎన్నో విధాలుగా మహారాజుకి నచ్చచెప్పడం మొదలు పెట్టారు. ఆపడానికి శతవిధాలా ప్రయత్నం చేసారు. కాని మహారాజు గారి జవాబు ఒకటే. రాజభవనం, వైరాగ్యం ఈరెండు ఒకచోట ఉండలేవు.

ఇంతకు ముందే దిగ్విజయుడనని ఢంకా మోగించి నగరంలోకి ప్రవేశించిన, అందరికి ప్రేమాభిమానులైన రాజు, యోగి అయి వనం వైపు ప్రస్థానం అవుతున్నారు. ఏ చేతులతో రాజదండం పట్టుకోవాలో ఆ చేతులతో కమండలాన్ని పట్టుకోవాల్సి వచ్చింది. ఏ నోటితో అయితే వీర సైనికులకు చంపండి, నరికేయండి అన్న ఉత్సాహవర్ధకమైన మాటలు పలికారో, అదే నోటితో

జీవితం అంతా ప్రాణ విముక్తి కోసం శ్లోకాలను పఠించాల్సి వచ్చింది. భాగ్యరేఖలో ఆశ్చర్యం అనే దెబ్బ వేయడంలో ఎంత శక్తి ఉందో అంత శక్తి మరెందులోనూ ఉండదు.

చివరికి ఉతికి ఆరేసినశుభ్రమైన వస్త్రాన్ని ధరించి మహారాజు అందరికి వంగి నమస్కారం చేసారు. మహారాజు భీష్మపితామహులు అన్నారు. "పాండు, నా తండ్రి గారైన రాజు శంతనులు తమ్ముడు కూడా ఈ విధంగానే రాజత్యాగం చేసారు. వారి పేరు దేవాపి. కాని వారు తమ ఇచ్ఛ ప్రకారం వనవాసాన్ని స్వీకరించారు. ఈనాడు పరాక్రమం అనే సింహాసనాన్ని త్యజించి పులి చర్మం పైన కూర్చోవాల్సి వస్తోంది. దీనికి కారణం కేవలం దురదృష్టమే... వనంలో రాజా దేవాపిబ్రహ్మలీనం అయిన ఆత్మ నీకు ధైర్యం, మనశ్శాంతి ఒసగుతుంది. వెళ్ళు! ఏ కారణంతో నీవు ఈ రాజ్యాన్ని త్యాగం చేస్తున్నావో, దానిని ఏనాటికిమరువకు. ప్రాణాలు పోయినా సరే ప్రతిజ్ఞ పైనే నీ దృష్టి ఉండాలి. మనస్సు ఆధీనంలో ఉంచుకోవాలి. భీష్ముడు బతికి ఉన్నంతకాలం కౌరవుల ఢంకా ఈ విధంగానే ఆర్యావర్తం అంతా మ్రోగుతునే ఉంటుంది. ఇక్కడి చింత నీకు లేశ మాత్రం అక్కరలేదు. అంతా మేం చూసుకుంటాం."

మేం ముగ్గురం అందరి నుండి వీడ్కోలు తీసుకున్నాము. రాజభవనం నుండి వనం వైపు ప్రస్థానం సాగించాము. మాతోపాటు నగరం నుండి ఒకే ఒక వ్యక్తి రావాలి. ధాత్రి మా వెంట వచ్చింది. బహుశ విధాత ఆమెను, కుంతి జీవితాంతం, అంటే మృత్యువు దాకా ఆమె నీడ అయి ఉండమని పంపించి ఉంటాడు. దీనిని ఎవరూ అర్థం చేసుకోలేకపోయారు. మేం నలుగురం నగరం నుండి నగ్నమైన పాదాలతో బయలుదేరాము. ఈ రాజ్యానికి మహారాణిగా వచ్చాను, ఇప్పుడు సన్యాసినిగా వెళ్ళిపోతున్నాను. పురప్రజలు నిరంతరం మా కాళ్ళ మీద పడుతున్నారు. వాళ్ళు విలపిస్తున్నారు– "మహారాజా! మహారాణీ! మమ్మల్ని వదిలి వెళ్ళకండి. హస్తినాపురాన్ని అనాథగా చేయకండి." అనిబతిమిలాడుతున్నారు. కాని మాకు ఏమీ వినిపించనట్లుగా మా చెవులు మొద్దుబారి పోయాయి. మనస్సు చెవిటిదయిపోయింది. వెనక్కి తిరిగి చూడలేము. ముందు ఏదీ కనిపించదు.

నగరం బయట గంగ నది ఒడ్డుకు వచ్చాము. గంగమ్మతల్లిని చూడగానే నా మనస్సు బరువెక్కింది. నాకు మధుర గుర్తుకు వచ్చింది. మధురలో యమునా నదీ తీరంలో నా బాల్యం గడిచింది. నిర్మలమైన బాల్యం అభం శుభం ఎరుగని అమాయకమైన బాల్యం. బాల్యంలోని పృథ ఈ సమయంలో కుంతిని చూస్తే ఏం అంటుంది? "పృథే! పిచ్చిదానిలా తెల్లటి బట్టలు ధరించి ఎటువైపువెళ్తున్నావు?గుండ్రంగా తిరుగుతూ సీతాకోకచిలుకలని పట్టుకోవడానికి నాతో పద..." నేను ఒక క్షణం అక్కడే ఉండి పోయాను. అక్కడి నుండి ఒక్క అడుగు కూడా ముందుకు వేయడానికి నా మనస్సు ఒప్పుకోలేదు. ఈ గంగ ఈ నాటి దాకా కౌరవ వంశీయుల ఎన్నో తరాలను చూసి ఉండి ఉంటుంది. ఎన్నెన్ని విజయాలను చూసి ఉండి ఉంటుంది. కాని ఈ నాటి ఈ సంఘటన దాని మనస్సులో రాతి గీతలా ఉండిపోతుంది. ఇటువంటి దృశ్యాన్ని గంగ తన జీవితంలో ఒక్కసారిగా చూసి ఉండకపోవచ్చును. నాలో ధైర్యం అనే గోడ కుప్పకూల సాగింది. నేను రెండు చేతులతో ముఖాన్ని దాచుకున్నాను. అనుకోకుండా నా వేళ్ళు చెవులకున్న ముత్యాల కుండలాలకు తగిలాయి. వాటిని తీసేయాలన్న దృష్టి నాకు లేకుండా పోయింది. నేను వాటిని

తీసేసాను. గంగానదిలో పడేసాను. నీళ్ళల్లో వలయాకారాలు పెద్దవైనాయి. ఒక సంవత్సరం కిందట రెండు జీవించియున్న స్వర్ణకుండలాలని ఇదేవిధంగా అశ్వనదికి సమర్పించుకున్నాను. ఇవాళ రాజమాత అంతిమ స్మృతి చిహ్న రూపంలో మిగిలిపోయిన ముత్యాల కుండలాన్ని గంగకి సమర్పించుకున్నాను. ఇప్పుడు కుంతి విముక్త అయింది. బయట నుండి, లోపలి నుండి. ఇప్పుడు భర్త వెనకే తన అడుగులు. ఆయన ఎటువైపుతీసుకువెళ్తే అటే ఆ అడుగులు పడతాయి. ఎక్కడా ఆగిపోవు. స్త్రీ జన్మ దేనినైనా పొందడానికి కాదు, సమస్తం సమర్పితం చేయడానికే. ఆమె జన్మించేది త్యాగం చేయడానికే.

30

హస్తినాపురం నుండి మేము నాగశత పర్వతం పైకి వచ్చాము. ఉత్తరం వైపున ఉన్న ఈ పర్వతం పైన ఏనుగుల గుంపులు చాలా ఉన్నాయి. రాజభవనంలో సుఖంగా ఉన్న మాకు అడవిలో తీవ్రంగా వీచే గాలులు మమ్మల్నిమింగేయడానికి వస్తున్నాయా అనిఅనిపించేది. గాలి వలన ఏనుగుల గుంపులు చెల్లాచెదురు అవుతాయి. అవి ఘీంకారం చేస్తూ మాకు దగ్గరగా వస్తూ ఇటుఅటు పరుగెత్తుతాయి. ఆ పర్వతం పైన ఎట్లాగోఅట్లా ఒక నెల గడిపాము. తరువాత ముందుకు నడిచాము. ఇప్పుడు మాకు నిశ్చితమైన దిశ అంటూ లేదు. ఎప్పటికప్పుడు మేం ఏ దిశ వైపు వెళ్ళాలనుకుంటే ఆవైపే వెళ్ళిపోయేవాళ్ళం. పూర్వజన్మలోనిఋణానుబంధం వలన మేం నలుగురం ఒక మాటకి కట్టుబడిఉన్నాము. మహారాజు దూరంగా వెళ్తుంటే చూసి మాద్రి పెద్దపెద్దగాఏడిచేది. నన్ను నేను సంబాళించుకుంటూ మాద్రిని కూడా సంబాళించేదాన్ని.

నాగపాశ పర్వతాన్ని వదిలివేసి మేము చైత్ర రథ పర్వతం పైకి వచ్చాము. చైత్ర రథ పర్వతంపై కొన్నాళ్ళు నివసించి గంధమాదన పర్వతం వైపు ప్రస్థానంఅయ్యాము. మార్గంలో హిమాలయ పర్వతం కనిపించింది. దాన్ని దర్శించుకున్నాక నాకు కొంత మనశ్శాంతి కలిగింది. నలువైపులా తెల్లటి శుభ్రమైన మంచు పరుచుకుని ఉంది. రకరకాల రంగులతో రంగులు వేయబడ్డ ఈ మాయా జగత్తును విధాత, ఈ పర్వత రూపంలో తన తెల్లటి శుభ్రమైన పళ్ళను చూపిస్తూ అట్టహాసం చేస్తున్నాడా అని అనిపిస్తుంది. హిమాలయాలలో మాకు మహర్షి వ్యాసులవారు కనిపించారు. ఆయన ఘోరమైన తపస్సు చేసి హస్తినాపురానికి తిరిగి వెళ్ళిపోతున్నారు. ఆయన ఆశ్చర్యంగా అడిగారు – ''పాండు! నీవు ఇక్కడ ఎందుకు ఉన్నావు? ''మహారాజు జరిగిందంతా చెప్పారు. నేను వారికి నమస్కరించాను. నన్ను వారు ఆశీర్వదిస్తూ అన్నారు – ''కుంతీ! దుర్వాసులు చెప్పినది సత్యం అవుతుంది. నీవు వీరులకు తల్లివిఅవుతావు.'' మహారాజు ఆశ్చర్యంగా వారి వంక చూసారు. ''పాండూ! కుంతి ఎవరో నీకు తెలియదు, అసలు ఈ ప్రపంచంలోనే ఎవరూ తెలుసుకోలేరు. సరే, మీరు బయలుదేరండి.'' అనిఅంటూ,ఆయన నెమ్మదిగా పిల్లగాలి తెమ్మరలా వెళ్ళిపోయారు.

వ్యాసుల వారి మాటలు విన్నాక మహారాజు నన్ను తప్పకుండా విషయం గురించి అడుగుతారు అన్న సందేహం నాకు కలిగింది. కాని దేవుడి దయ ఈ విషయం గురించివారు ఆ సమయంలో ప్రశ్నించలేదు.

హిమాలయాల నుండి మేము గంధమాదన పర్వతం పైకి వచ్చాము. అక్కడ ఇంద్రద్యుమ్న సరోవర తీరంలో కొన్నాళ్ళు ఉన్నాము. అక్కడి నుండి హంసకూట్ పర్వతాన్ని దాటుకుంటూ చివరికి శతశృంగ పర్వతంపైకి వచ్చాము. ఇక్కడ ఎన్నో నీలిరంగు సరోవరాలు ఉన్నాయి. ఆకుపచ్చటి చెట్లు, చేమలు ఉన్నాయి. రకరకాల పళ్ళచెట్లు ఉన్నాయి. గుంపులుగుంపుల లేళ్ళు, కుందేళ్ళు ఉన్నాయి. ఈ శతశృంగ పర్వతం అంటే ప్రకృతి దేవత ఆకుపచ్చటి వస్త్రానికి నీలపు పమిట అంచు.

ఆ పర్వతం పైన ఒక సరోవరం తీరాన మేము పర్ణకుటీరాన్ని తయారు చేసుకున్నాము. మేము దీర్ఘయాత్ర చేసాము. అందువలన హస్తినాపురం ఎటువైపు ఉందో కూడా తెలియని పరిస్థితిలో ఉన్నాము. మొత్తం అడవిలో మానవుని ఉనికికి చిహ్నం, మా పర్ణకుటీరం మాత్రమే. కౌరవ వంశ దిగ్విజయుడైన రాజు తన ముద్దుల ఇద్దరు రాణులతో కలిసి ఈ పర్ణకుటీరంలో నివసించడం మొదలుపెట్టారు. నీలాకాశం ఆ పర్ణకుటీరంపై కప్పు. అడవిలోని పెద్ద పెద్ద చెట్లు దానిపైన చామరమైనాయి. రకరకాల కంద మూలాల లతలు, పళ్ళచెట్లు వారి భోజన పాత్రను నింపుతున్నాయి. అడవి గడ్డి శయ్య వాళ్ళను తన ఒళ్ళోపడుకోబెట్టుకుంది.

31

ఉషోదయం కాగానే మహారాజు కందమూల ఫలాలను సేకరించడానికి వనంలోకి వెళ్ళిపోయేవారు. పగలంతా అక్కడే ఉంటారు. సాయంత్రానికి తిరిగి వస్తారు. మేము సరోవరం నుండి నీళ్ళు తీసుకువచ్చి పర్ణ కుటీరంలో చల్లి శుభ్రపరిచి, పూజకు కావాల్సిన సామాను చేకూర్చి సంసిద్ధం అయ్యేవాళ్ళం. రోజులు గడిచి పోతున్నాయి. హస్తినాపురపు జ్ఞాపకాలు మెల్లిమెల్లిగా మనసు నుండి చెరిగిపోసాగాయి. హస్తినాపురం వదిలి దాదాపు రెండు సంవత్సరాలు గడిచిపోయాయి.

మహారాజు బలహీనులైపోయారు. పెరిగిన గడ్డం కారణంగా వారి వయస్సు ఎక్కువగా కనిపించసాగింది. ఏదో గంభీరమైన ఆలోచనలో పడిపోయినట్లు, అతి చింతాగ్రస్తులయినట్లు కనిపించసాగారు. ఆయన మనస్సులోని మాటను తెలుసుకోవడం ఎంతో కష్టం. ఎంత అవసరమో అంతే మాట్లాడతారు. ఒక్కమాట కూడా పొల్లుపోనీయరు. అసలు మరిచిపోయి అయినా సరే నవ్వనే నవ్వరు. ఒకరోజు ఎంతో ముద్దుగా ఉన్న లేడి పిల్ల ఆయన కాళ్ళదగ్గరికి చేరింది. తన నునుపులేని నాలుకతో ఆయన కాళ్ళను నాకడం మొదలుపెట్టింది. దాన్ని నెమ్మదిగా దూరంగా నెట్టుతారని నేను అనుకున్నాను. కాని ఆయన కింద కూర్చుని ఎంతో ప్రేమగా దాని వీపు నిమరసాగారు. దాన్ని తన ఒడిలోకి తీసుకున్నారు. మాటిమాటికి ముద్దులు పెడుతూ చిన్నపిల్లవాడిలావెక్కివెక్కి ఏడవ సాగారు. నా మనస్సులో ఒక భయంకరమైన ఆలోచన మెరిసింది. మానసిక క్షోభ ఎక్కువ అయి మహారాజు ఈ విధంగా పిచ్చివాడై పోతున్నారా? "మీరు ఏం చేస్తున్నారు?" గాభరాపడుతూ నేను అడిగాను. నా వైపు చూడకుండాలేడిపిల్ల శరీరంపై తన బుగ్గలను రుద్దుతూ చిన్న పిల్లవాడిలా వెక్కివెక్కిఏడవసాగారు – "కుంతీ! ఏం చెప్పను? సంతానం లేని వాడికి ఈ లోకంలో పుట్టగతులు ఉండవు, ఇక పై లోకంలో స్వర్గంలో ఏ స్థానం లభిస్తుంది

చెప్పు! మరణించాక వాడిని ఈ లోకం మరచిపోదా! నేను దిగ్విజుడయిన చక్రవర్తిని కాను, విధాత రాజ్యంలోని ఒక బిచ్చగాడిని. నాతోనే నా పేరు సమసిపోతుంది.'' అని అన్నారు.

''ఇందుకేనా మీరు ఇంతగా క్షోభ చెందుతున్నారు. ఇదే కారణం అయితే మహర్షి దూర్వాసుల మంత్రంతో మీ వంశాంకురం కోసం ఒక పుత్రుడిని పుట్టిస్తాను. దూర్వాస ఋషి నాకు దేవహూతి మంత్రాన్ని ఉపదేశించారు.'' నేను దుర్వాసు యజ్ఞం గురించి చెప్పాల్సిందంతా చెప్పాను.

''కుంతీ! ఈ పాండుని అపకీర్తి అనే సమస్త లోయల నుండి రక్షించడానికే విధాత నిన్ను నాకు భార్యగా పంపించాడా?''

''మహారాజా! వెంటనే ఈ పర్ణకుటీరంలో మీకు ఇష్టుడు, గుణవంతుడైన పుత్రుడి దర్శనం అవుతుంది.''

నేను ఈ విషయాన్ని ఇంకా పొడిగించకుండాఆపేసాను.

కొన్ని రోజులు గడిచాక ఒక రోజు ప్రాత:కాలంలో నేను ఆచమనం కోసం జలాన్ని తీసుకుని కళ్ళు మూసుకున్నా. మంత్రంలోని శబ్దాలు నా మనస్సనే కుంభంలో గిరగిరా తిరుగుతున్నాయి. మంత్రోచ్చారణ చేస్తున్నాను. మెల్లిమెల్లిగా నా శరీరంలోని చైతన్యంసమసిపోసాగింది. జగత్తుభారాన్నంతా మోసే భూదేవిని స్మరించుకుని యముడిని ఆవాహనం చేసాను. నా దేహం అంతా ఒక జ్యోతి అయింది. భూమి నుండి ఒక జ్యోతి వచ్చింది. ఆ జ్యోతిలో నుండి వెళ్ళిపోయింది. వెళ్తూ, వెళ్తూ ఒక తేజస్సును ఇచ్చి వెళ్ళింది. నెమ్మదినెమ్మదిగా నాకు దేహ జ్ఞానం కలగసాగింది. కంద మూలాలు, కాయలు, పళ్ళ మీద బతుకుతున్న నా దేహం గజగజాఅంటూఒణికిపోసాగింది. నేను ఒక్క సారిగానేలకూలాను.

ఆరోజు నుండి నేను మాట్లాడమే మానేసాను. నాకు ఏకాంతం కావాలనిపించింది. శాంతి వైపు ఎక్కువగా ఆకర్షితురాలినవుతున్నాను. అసలు ఎవరైనా పెద్దగా మాట్లాడితే నేను సహించ లేక పోయేదాన్ని మళ్ళీ నాకో అనుభూతి కలగసాగింది. శరీరంలో మార్పులు రాసాగాయి.

సమయం ఆసన్నమయింది. ఒక రోజు ఉదయాన్నే కడుపులో నొప్పి మొదలయింది. నేను తల్లినయ్యాను. సౌమ్యంగా శాంతిగా ఉండే ఒక కొడుకు పుట్టాడు. అందరి ముఖాలు ఆనందంతో వికసించాయి. అందరు పిల్లాడి పేరు యుధిష్ఠరుడు అని పెట్టారు. యుధిష్ఠరుడు పర్ణకుటీరంలో పెరుగుతున్నాడు. వాడు ఎప్పుడూ ఏడ్చేవాడు కాదు. అట్లాఅని ఎప్పుడూ నవ్వేవాడు కాదు. నదిలా వాడు ఎప్పుడూ శాంతంగా ఉండేవాడు. కళ్ళు చాలా పెద్దవి.

మహారాజు వాడికి తినిపించడంలో పూర్తిగా తన్నుతాను మరచిపోయేవారు. మేం హస్తినాపురాన్ని ఎటూ మరచిపోయాము. కాని ఇప్పుడు మా బాధలన్నింటినీ మరచిపోయాము.

యుధిష్ఠరుడు ఒక సంవత్సరం పిల్లవాడు అయ్యాడు. తరువాత సంవత్సరం నాకు వాయుదేవుడి వలన ఇంకో పుత్రుడు జన్మించాడు. వాడు మంచి శారీరకసౌష్ఠంకలవాడు. మేం అందరం వాడికి భీముడు అని పేరు పెట్టాము. వాడు గతిలో గాలి అంతటి తీవ్రత కలవాడు. వాడు అసలు ఒక్కక్షణం కూడా ఒకచోట కూర్చునేవాడు కాదు. భీముడి తరువాత ఇంద్రుడి వలన మరో సంతానం కలిగింది. ఇది నాకు మరో వరం. చామనచాయ రంగులో ఉన్న ఈ పిల్లవాడిలో

అమితమైన తేజస్సు ఉంది. సరిగ్గా మిట్ట మధ్యాహ్నం వేళ వాడు పుట్టాడు. వాడి నల్లటి నలుపు కళ్ళల్లోంచితేజోమయమైనస్ఫులింగాలు బయటకు వెలువడేవి. మేం వాడిపేరు అర్జునుడు అని పెట్టాము. యుధిష్ఠరుడు, భీముడు, అర్జునుల కిలకిలారావాలతోపర్ణకుటీరం ప్రతి ధ్వనించేది. నా జీవితం సార్థకం అయింది. అందుకే నేను ఎంతో సంతోషపడ్డాను. వీళ్ళు ఏమవుతారు? ఏం చేస్తారు? ఈ విషయంలో నేను, ధాత్రి, మహారాజు గంటల తరబడి చర్చించుకుంటూ ఉండేవాళ్ళం. ''ఈ భీముడు ఎప్పుడూ ఎవరిమాట వినడు. ఎవరు ఎదురు వస్తే వాడిని కొడతాడు. ఒక్కక్షణం వీడు మౌనంగా ఉండలేడు'' అని ధాత్రి అంటూ ఉంటుంది.

మాద్రి ఒక మూల కూర్చుని మౌనంగా మా మాటలు వింటోంది. ఆమె ఎవరికీ ఏమీ చెప్పదు. ఆమె తన లోకంలో తను ఉండేది. అసలు ఆమె ఎందుకు బాధపడుతోంది? నేను తెలుసుకోగలిగాను. ఒక స్త్రీ మరో స్త్రీ బాధను తొందరగా తెలుసుకోగలుగుతుంది. ఆమె సంతానాన్ని కోరుకుంటోంది. సరోవరం ఒడ్డున నేను ఒకసారి ఆమెను అడిగాను – ''మాద్రీ! నీవు కొడుకు లేడే అని బాధపడుతున్నావు కదూ!'' మాద్రి జవాబు చెప్పకుండా నన్ను పట్టుకుని వెక్కివెక్కి ఏడవడం మొదలుపెట్టింది. నేను ఆమె వీపును నిమురుతూ – ''మాద్రీ! నీవు కురువంశంవారి కోడలివి. ఈ విధంగా ఏడవడం తగదు. నీకు కూడా తప్పకుండా పుత్రులు పుడతారు.'' అనిఅన్నాను.

నేను సరోవరం లోంచిదోసెడు జలాన్ని తీసుకున్నాను. కళ్ళు మూసుకుని దుర్వాస ఋషిని స్మరించాను. పెద్ద–పెద్దగా మంత్రాన్ని పఠించాను. అంబులపొదిలో నుండి బాణాలు దూసుకువెళ్తున్నట్టుగా నా శరీరం కూడా ఖాళీ కాసాగింది. మంత్రాలు పూర్తయ్యాయి. నేను కళ్ళు తెరిచాను. నేను మాద్రిని అడిగాను – ''నీకు మంత్రంలోని శబ్దాలు గుర్తుకు ఉన్నాయా?'' ఆమె అవును అంటూ తల ఊపింది. నేను కూడా మంత్రాన్ని గుర్తు చేసుకోడానికి ప్రయత్నించాను. కాని నాకు ఒక్క శబ్దం కూడా గుర్తుకు రావడం లేదు. ఎంతో ఆలోచించాను కాని మంత్రప్రత్యుత్తరం రాలేదు. ఈరోజు కుంతి తన చివరి శక్తిని కూడా ఎదుటి వాళ్ళకు సమర్పించింది. ఇప్పుడు ఆమె ఒక సాధారణమైన స్త్రీ. పుత్రులు, భర్తయే ఆమెకి ఆస్తిపాస్తులు. కస్తూరి తీసేసిన కస్తూరి మృగంలా నేను సరోవరం నుండి పర్ణకుటీరం వైపు తిరిగి వెళ్ళిపోయాను.

తరువాత మాద్రికి ఇద్దరు పిల్లలు పుట్టారు. వాళ్ళ పేర్లు నకులుడు, సహదేవుడు. ఇప్పుడు పర్ణకుటీరంలో తొమ్మిదిమంది మనుషులు నివసిస్తున్నారు. మహారాజు, మాద్రి, నేను, ధాత్రి, ఐదుగురు కుమారులు. పది సంవత్సరాల క్రితం మేం హస్తినాపురం వదిలేసి వచ్చేసాము. పర్వతాలపైన వీచే గాలిలా కాలం పరుగెత్తుతోంది.

ఈ పది సంవత్సరాలలో కురుకులంలో ఏం జరిగిందో, హస్తినాపురంలో ఏం జరిగిందో మాకు ఏమాత్రం తెలియదు. మేం ఉండే పర్వతం దుర్గమమైనది. అసలు అటువైపు నుండి అరణ్యంలోకి ఎవరూ రారు. అసలు బయట మాకే సంబంధం లేకుండా పోయింది. బయట ప్రపంచం మాకు స్వప్న భూమి అయిపోయింది. ఈ అరణ్యమే మాకు రాజప్రాసాదం. ఇక్కడ ఉండే రకరకాల ప్రాణులే మాకు స్నేహితులు. పక్షుల సంగీతమే మాకు మనోరంజనం. మేం అరణ్యవాస మానవులం.

32

స్త్రీ, పుత్రులతో ఉంటే అరణ్యాన్ని కూడా స్వర్గంలా తయారు చేయగలుగుతుంది. అందులోనూ మేం ముగ్గురం ఆడవాళ్ళం ఉన్నాము. పిల్లలతో ఆడుకోవడం, వాళ్ళ ముద్దుముద్దు మాటలు వినడం, వాళ్ళతో ముద్దుగా మాట్లాడటం, మొదలైన వాటితో సమయం హాయిగా గడవసాగింది. వాళ్ళు చిన్నపిల్లలైనా అర్థం చేసుకునే గుణం ఉంది. ఒక్క భీముడు మాత్రం మా మాట వినేవాడు కాదు. పెద్ద ఏనుగుకి ఉండే బలమైన తొండం ఎట్లా అటు ఇటు అదుపు లేకుండా ఊగుతూనే ఉంటుందో అట్లా భీముడు ఇటుఅటు తిరుగుతూనే ఉంటాడు. అసలు వాడు ఒక్క క్షణం స్థిరంగా కూర్చోడు. వాడు రోజురోజుకీబలిష్ఠుడిగా తయారవుతున్నాడు.

ఐదుగురు పిల్లలు వనంలోని ఆవుల పాలు తాగుతూ, పళ్ళు తింటూ పెద్ద వాళ్ళవుతున్నారు. సర్‌సర్ మంటూ అడవి గాలి పిల్లనగ్రోవి ఊదుతూ పిల్లలను ఆడించేది. పిల్లల నవ్వులతో పర్ణకుటీరంమారుమ్రోగేది. ధాత్రిలోని నీరసించిపోయిన వృద్ధ హృదయంలో ప్రేమ చిగురుటాకుల రెపరెపలు మొదలయ్యాయి. ఆ వృద్ధురాలు కూడా అందరితో ఆడేది. పైన నీలాకాశం, కింద పచ్చని భూమి. ఇటువంటి వాతావరణంలో ఐదు ప్రాణాలు సాగవాన్ చెట్లలాగా ఎదుగుతున్నారు. సౌందర్యం, సంపత్తి, కీర్తుల కన్నా స్త్రీకి ఎప్పుడు తమ పుత్రుల పట్లేఅమితమైన ప్రేమ ఉంటుంది. ముక్కుపచ్చలారని పిల్లవాడు తన రెండు పట్టులాంటి పెదవులతో చప్పరిస్తూ పాలు తాగుతాడో అప్పుడు ఆమె పొందే ఆనందానికి సరిహద్దులు ఉండవు. అప్పుడు తన జీవితం ధన్యమైందని ఆమెకు అనిపిస్తుంది. మాతృత్వమే స్త్రీకి మోక్షం.

నేను ఇప్పుడు మళ్ళీ సుఖం అనే శిఖరం పైన ఉన్నాను. జీవితం అంటే వెలుగునీడల ఆట. ఈ అరణ్యమే మా రాజ్యం. ఎవరినీ కాళ్ళ కింద తొక్కకుండానే లభించిన రాజ్యం. నేను ఈ రాజ్యానికి మహారాణిని.

మా ఒళ్ళల్లో పిల్లలు ఆడుకుంటుంటే మహారాజు తన బాధను మరచిపోయేవారు. ఆ ఐదుగురుకి ముద్దలు తినిపించేటప్పుడు ఆయన ప్రాణఘాతకమైన శాపాన్ని మరచిపోయారు. ఆయన ఇంతకు ముందులాగానే నవ్వుతున్నారు. మనస్సు విప్పి మాట్లాడుతున్నారు.

33

సంవత్సరాలు గడిచిపోతున్నాయి. పిల్లలు పెద్ద వాళ్ళవుతున్నారు. అడవిలో నిర్భయంగా విహరిస్తున్నారు. వాళ్ళు ఎటువైపు వెళ్ళినా కలిసి వెళ్తారు. వాళ్ల ఆటలకు శతశృంగ పర్వతం కూడా తక్కువే. భీముడు తిరిగి వచ్చేటప్పుడు పులి పిల్లలను చెవులు పట్టి ఈడ్చుకుంటూ తెచ్చేవాడు. మనిషి జీవితం చుట్టు పట్ల ఉండే వాతావరణం మీద ఆధారపడి ఉంటుంది. ఎవరికి ఎట్లాంటి సహవాసం కలుగుతుందో మనిషి మనస్సు కూడా అదే రూపాన్ని గ్రహిస్తుంది. పిల్లలకు అనుకరణ చేసే అలవాటు ఉంటుంది. మా తరువాత అరణ్యం, వాళ్ళకు ఏదీ నేర్పిస్తే వాళ్ళకు అదే సంస్కారం అబ్బుతుంది. ఇప్పుడు వాళ్ళు పది పన్నెండు సం.ల వయస్సు వాళ్ళయ్యారు.

అడవిలోని నదులు, జీవితం ఎప్పుడూ నదిలా ప్రవహించాలని నేర్పించాయి. చెరువుల్లో నీళ్ళు నిలవ ఉంటాయి. ఈ విధంగా స్థిరంగా ఉండే జీవితంతోవాళ్ళకి పరిచయం లేదు. అక్కడి పెద్దపెద్ద శిఖరాలు మీరు కూడా మాలాగా పై ఎత్తున దాకా ఎదగండి అని అవి నేర్పిస్తున్నాయి. పైన నీలాకాశం వాళ్ళకి మనస్సు స్వచ్ఛంగా ఉంచుకోవాలి అని పాఠం నేర్పిస్తోంది. అక్కడి రకరకాల ప్రాణులు,నీడనిచ్చే చెట్లు వాళ్ళకి లోకం కోసం క్షణక్షణం చేయగలిగిన త్యాగం చేయాలని సందేశానిస్తున్నాయి. పక్షుల ఉవ్వెత్తున ఎగిరే గుణం వాళ్ళ ధైర్యాన్ని సవాల్ చేస్తోంది. వాళ్ళు సవాలక్ష ప్రశ్నలు వేస్తూ మమ్మల్ని మూడు చెరువుల నీళ్ళు తాగిస్తున్నారు.

''అమ్మా! ఆకాశపు ఈ నీలి కలశం భూమి మీద ఎవరు పెట్టారు? దీనికి స్తంభాలు ఎక్కడ ఉన్నాయి?'' అనియుద్ధిష్ఠరుడు అడిగేవాడు.

''బాబూ! మొదట దేవతలందరి కోసం భగవంతుడు శంకరుడు విషం తాగేసాడు. విషం తాగడం వలన ఆయన కంఠం నీలంగా మారింది. అదే ఈ ఆకాశం.''

''అమ్మా! గాలి తీవ్రగతితోవీస్తున్నప్పుడు సర్‌సర్ అన్న ధ్వని ఎక్కడి నుండి వస్తుంది?'' అని అర్జునుడు ప్రశ్నించేవాడు.

''అర్జునా! చాలాకాలం క్రితం భగవాన్ రామచంద్రుడనే ధనుర్ధరుడు ఉండేవారు. ఆయన రాక్షసులను సంహరించడానికి బాణాలను వదిలారు. ఆ బాణాలు వేగంగా దూసుకుపోతాయి. ఎవరూ వాటిని ఆపలేరు. ఇప్పటికీ ఇంకా అవి భూమి నలువైపులా తిరుగుతున్నాయి. వాటి తోకల ధ్వనే ఇది.''నా జవాబు విన్నాక అర్జునుడు ఆలోచనలలో మునిగిపోయేవాడు. ''అమ్మా! ఈ కొండలు ఎట్లా ఏర్పడ్డాయి?'' అని భీముడు అడిగేవాడు. ''భీమా! భగవాన్ రామచంద్రుడి సమయంలో హనుమంతుడు అనే ఒక మహాబలవంతుడు సేనాపతిగా ఉండేవారు. ఆయన ఎప్పుడూ ఆకాశంలో తిరుగుతూ ఉండేవారు. ఒకసారి ఆయనలో నేలపైకిరావాలన్న కోరిక కలిగింది. కాని అప్పుడు నేలపైన అంతా బురదే ఉంది. అంతా ఊబి. ఈ బురదలో హనుమంతులవారు కాలు పెట్టారు. ఆయన ఎక్కడెక్కడైతేకాళ్ళుపెట్టారోఅక్కడంతా లోయగా ఏర్పడ్డది. తక్కిన భాగం ఉబ్బడం మొదలుపెట్టింది. అది పైకి వచ్చింది. అదంతా కొండలు, పర్వతాలుగా ఏర్పడింది. ఈ బురదలో నడిచినడిచి హనుమంతులవారికి విసుగు వచ్చింది. ఆయన మళ్ళీ ఆకాశంలో ఎగరడం మొదలుపెట్టారు. ఆయన కాలికి ఒక పెద్ద మట్టి బెడ్డ అంటుకుపోయింది. అదే ఈ చంద్రుడు'' వాడు నోరెళ్ళబెట్టి అంతా వినేవాడు. వాడు బుగ్గలను ఉబ్బిస్తూ, చంకలను ఎగరవేస్తూ, హనుమంతుడు ఎంత పెద్దగా ఉండి ఉండవచ్చు అని ఊహిస్తూ అనుకరణ చేసేవాడు.

నకులుడు, సహదేవుడు ''అమ్మా! ఆకాశంలో మెరుపు ఎందుకు మెరుస్తుంది?'' అని అడిగేవారు.

'ఆకాశంలో దేవదానవులకు యుద్ధం జరుగుతోంది. ఆ యుద్ధంలో దేవతల చేతులలో మెరిసే ఖడ్గాలే ఈ మెరుపులు'' అని నేను సమాధానం ఇచ్చేదాన్ని.

నకులుడు తన చేతులు తిప్పుతూ సహదేవుడి పై దాడిచేసినట్లుగా ప్రవర్తించేవాడు.

ఇట్లా ఎన్నో,ఎన్నెన్నో ప్రశ్నలు వేసేవాళ్ళు.

నేను చెప్పింది వినేవాళ్ళు. ఒప్పుకునే వాళ్ళు. వాళ్ళని వాళ్ళు సమాధాన పరుచుకునేవాళ్ళు.

34

మా సమయం ఆనందంగా గడిచిపోతోంది. అసలు ఆ శతశృంగ పర్వతాన్ని వదిలివేసి వెళ్ళడానికి మాకు మనస్సు ఒప్పేది కాదు. మనిషి ఏ ప్రదేశంలో ఉంటాడో ఆ స్థానం పట్ల అతడికి ఎంతో ప్రేమగౌరవాలు ఉంటాయి. ఆ స్థానానికి తనకు మధ్య అవినాభావ సంబంధం ఉన్నట్లుగా అతడికి అనుభవం అవుతుంది. శతశృంగ పర్వతం మాకు శాశ్వత నివాసస్థానం అయిపోయింది. ఈ పర్వతం నుండి వీచే అల్లరి గాలిలోనే నేను తుదిశ్వాస విడుస్తాను అని నాకు అనిపించేది. ఈ విషయంలో నేను ఎప్పుడూ బాధపడలేదు. ఎందుకంటే ఈ పర్వతమే మమ్మల్ని పెంచి పోషించింది. దాదాపు పద్దెనిమిది సంవత్సరాల దాకా తన ఒడిలో ఆశ్రయాన్ని ఇచ్చింది. కానీ.. కానీ కాలపురుషుడు లాంటి స్వేచ్ఛాజీవి, రంగులను అద్దేవాడు, ఈ ప్రపంచంలో వేరెవరూఉండరు. ఈ విశ్వం రంగుని ఎంత త్వరగా మార్చేస్తాడు. ఒక క్షణం చాలు తన ఇష్టం వచ్చినట్లుగా దేనినైనా మార్చగలుగుతాడు. భూమి వీపు పైన ఆనందంతో కళకళలాడే నగరాలని ఒక్క క్షణంలో కొండచిలువలా మింగేయగలడు. వేల సంవత్సరాల నుండి ఎన్నో కష్టనష్టాలకుపాలుబడినామనిషి ఒక సంస్కృతిని నిర్మిస్తాడు. కాని కాలపురుషుడు, సముద్రపు ఒడ్డున పిల్లలు నిర్మించిన, ఇసుక గుజ్జనగూళ్ళను ఒక పెద్ద అల నేలమట్టం చేసినట్లుగా సంచిత సంస్కృతిని కాలరాస్తాడు. ఈ జగత్తు ఒక అరాచక తంత్రం కాదా? ఇక్కడ కలిసికట్టుతనం ఎక్కడ ఉంది? సుసూత్రత అంతకన్నా లేదు. అసలు ఎవరు ఈ సంఘటనలు అనే పావులను విసిరేస్తాడు? ఈ బొమ్మలన్నింటిని ఎవరు ఆడిస్తారు? మానవ జీవితం ఈ విశాల బ్రహ్మాండంలో ఒక క్షుద్రమైన వస్తువు. విశ్వంలోని ప్రకృతిని ఒక్కక్షణంలో అతలాకుతలం చేసి నేలనుపిండేసే కాలానికి మానవజీవితం ఒక బుడగలాగాకనిపిస్తుందేమో... ఒక్క క్షణంలో మటుమాయం అయ్యే నీటి బుడగ. ఈ నీటి బుడగ నిర్మాణం వలన ఈ జగత్తులో ఎటువంటి వృద్ధీ రాదు. ఇది పగిలిపోవడం వలన ఎటువంటి లోటూ రాదు. విశ్వానికి ఇదంతా ఏదీ పట్టదు. విశ్వం ఎట్లా స్థిరంగా ఉందో అట్లాగే ఉంటుంది.

కాని అప్పుడప్పుడు ఈ బుడగలుపగలడం వలన జలతరంగాలు కూడా పుడతాయి. అప్పుడప్పుడు అవి భయంకరంగా ఉంటాయి. అవి జీవితంపట్ల మనస్సుకు ఉండే నమ్మకాన్ని నాశనం చేస్తాయి. శ్రద్ధని మండించి బూడిద చేసేస్తాయి. అసలు ఈ జగత్తులో దేవుడు అనే శక్తి ఉందా లేదా? ఈ ప్రశ్న లేవనెత్తేలా చేస్తాయి. మనస్సుకి అసలు ఏం చేయాలో తోచదు. నలువైపులా భగభగా మండే దావానలంలో పడ్డ పక్షిలా అది నిస్సహాయంగా గిలగిలా కొట్టుకుంటుంది.

ఇదంతా ఒక సంఘటన వలన నా జీవితంలో జరిగింది. ఒక రోజు మాద్రి నీళ్ళు తీసుకురావడానికి సరోవరం వైపు వెళ్ళింది. కొంచెంసేపయ్యాక మహారాజు ఎప్పటిలాగానే అడవికి వెళ్ళారు. సగం ఘడియ అయిందో లేదో మాద్రి తిరిగి వచ్చేసింది. ఆమె హృదయాన్ని పిండేసేలా ఆక్రందన చేస్తోంది. పెడబొబ్బలు పెడుతోంది. అరుస్తోంది. నా చెవినబడగానే నేను గబగబాపర్ణకుటీరం నుండి బయటకు వచ్చేసాను. ఆమె చేతిలో నీటికుండ లేదు. తన గుండెలను బాదుకుంటూ, జుట్టును పీక్కుంటూ మాద్రి పిచ్చిదానిలా''అక్కయ్యా! అక్కయ్యా!

అంటూపరుగెత్తుకుంటూ వస్తోంది. దేహం పైన ఉన్న వస్త్రాల పైన కూడా ఆమెకి దృష్టి లేదు. ఆ సమయంలో ఎవరైనా ఆమె వస్తే, ఢీకొట్టే నిశ్చయంగా ధడ్నాల నేలపై కూలిపోయేదే. అసలు ఏం జరిగిందోనాకేమీ అర్థం కాలేదు. నాలో భయం గజగజాఅంటూ వణుకు పుట్టించింది. మాద్రికి ఏం అయింది? జలం కోసం తీసుకువెళ్ళిన కుండ ఏమయింది? ఐదుగురు కుమారులు క్షేమంగానే ఉన్నారా? లేకపోతే?

నా దగ్గరికి రాగానే ఆమె నా మీదపడ్డది. ఆమె అక్కయ్యా... అక్కయ్యా.. అంటూ అరుస్తోంది. నేను ఆమె గడ్డాన్ని పట్టుకుని పైకెత్తుతూ ''మాద్రీ! ఎందుకు ఏడుస్తున్నావు? కుండ ఏమైయింది? అని అడిగాను.

''కుండ పగిలిపోయింది'' అంటు నన్ను గట్టిగా పట్టుకుంది. ఆమె శోకావేశం కొంత తగ్గిందని అనిపించగానే నేను అడిగాను. మాద్రీ ''నీవు వీరకన్యవు. చిన్న పిల్లలలాగా ఎందుకు ఏడుస్తున్నావు? ఎందుకు? ఏమైయింది?''

''మహారాజుకి, అక్కయ్యా!'' అంటూ నన్ను హృదయానికి హత్తుకుంది. ఆ ఆలింగనంలో ఎంత ఆర్ద్రత ఉంది. భయం వలన ఆమె గుండె ధడ... ధడాకొట్టుకోసాగింది.

''మహారాజుకి ఏమయింది? చెప్పు మాద్రీ! మహారాజు ఎక్కడ ఉన్నారు?'' నేను పెద్దగా అరిచాను.

''సరోవరం ఒడ్డున.''

ఈ శబ్దాలు వినగానే చెవులు నిక్కబొడుచుకుని జాగ్రత్తగా నిల్చునే దూడలా నా పరిస్థితి అయింది. మాద్రిని పక్కకు జరిపి నేను సరోవరం వైపు పరుగెత్తుకుంటూ వెళ్ళాను. మాద్రి నా వెనక పరుగెత్తుకుంటూ వచ్చింది. సరోవరం ఒడ్డున నేను చూసిన దృశ్యం వలన విశ్వంలో సత్యం ఉంది అన్న నమ్మకం పోయింది. నా ప్రాణ ప్రియుడు పెద్ద కొయ్యలాగా నిశ్చలంగా పడి ఉన్నారు. ఏ శరీరంలో అయితే కురువంశ రక్తం ప్రవహిస్తోందో, సాక్షాత్ సూర్యభగవానుడిని కూడా సిగ్గు పడేలాచేస్తుందో, ఆ రూపం కాలుతున్న కట్టెలా నల్లగా అయిపోయింది. ఆయన మూర్చితులు అయి ఉంటారు. అన్న ఉద్దేశ్యంతో ఆయనని కదిలించాలని శరీరంపైన చేయి వేసాను. నా రోమాలు నిక్కపొడుచుకున్నాయి. ఆయన శరీరం మంచులా చల్లగా అయిపోయింది. వెంటనే మాద్రిని అడిగాను – ''మాద్రీ! ఇదంతా ఎట్లా జరిగింది?'' ఆమె ముఖాన్ని పక్కకు తిప్పింది. గద్గదస్వరంతో అన్నది. ''అక్కయ్యా! నా తప్పు ఏమీ లేదు. నేను కుండలో నీళ్ళు నింపి సరోవరం నుండి బయటకి వచ్చాను. మహారాజు సరోవరం ఒడ్డున నిల్చున్నారు. గాలికి నా కొంగుఎగురుతోంది. కాని తల మీద కుండ ఉండటం వలన కొంగును సరి చేసుకోలేకపోయాను. నేను సరోవరం నుండి బయటికి వచ్చాను. మహారాజు నవ్వుతూ నిల్చున్నారు. ఆయన ఒక్కసారిగా గొడ్డలి విసిరివేసారు. వారి కళ్ళలో భావోద్వేగం కనిపించింది.

నేను దగ్గరిగా వెళ్ళగానే ఆయన నన్ను తన ఆలింగనంలోకి తీసుకున్నారు. నా తలపైన ఉన్న కుండ ఒక్కసారిగా ధడాల్న కింద పడ్డది. ఆయన కళ్ళల్లో కామం నిప్పులు కురిపిస్తోంది. ఆయన నన్ను గట్టిగా కౌగలించుకుంటూ మాద్రీ! మాద్రీ అంటూ ముద్దుల వర్షం కురిపించసాగారు. ఆయన నుండి నన్ను నేను విడిపించుకోడానికి పెనుగులాడాను. కాని విడిపించుకోలేకపోయాను.

ఆకలేసిన మనిషి అన్నం కనిపించగానే ఏవిధంగా అయితే మీద పడతాడో అదే విధంగా నా మీద ఆయన పడ్డారు. ఆయన కౌగిట్లో నాకు ఊపిరి ఆడలేదు. ఒక్కక్షణంలో ఆయనలో చైతన్యం వచ్చింది. ఆయన వెంటనే విషసర్పాన్ని తోసేసినట్లుతోసేసారు. కాని.. కాని.. ఒక్కక్షణంలో ఆయన రూపం మారిపోయింది. ఆయన కనుపాపలుగుండ్రంగా తిరుగుతున్నాయి. నిల్చున్నవారు ఒక్కసారిగా నేలపైన కుప్ప కూలిపోయారు. ప్రాణ భయం వలన కాళ్ళు, చేతులను కొట్టుకోసాగారు. "మాద్రీ! మాద్రీ! అంటూ పరితపించారు. నేను భయంతో స్థబ్దురాలనయిపోయాను."

నేను మాద్రిని చెంప దెబ్బ కొట్టాను. ఆమె పెడబొబ్బలుపెట్టసాగింది. నా చెవుల్లో కిందమ ఋషి శాపం మారుమ్రోగ సాగింది. "రాజా! నీవు ఒక ప్రేమికుడిని ప్రేయసి నుండి దూరం చేసావు. భవిష్యత్తులో నీవు నీ స్త్రీ దగ్గరికి వెళ్ళినప్పుడు ఆమెను కౌగిట్లో తీసుకున్నప్పుడు, నీవు కూడా నాలాగా పరితపించి పరితపించి చచ్చిపోతావు."

నా జీవిత సహచరుడు నన్ను వదిలేసి అనంతమైన యాత్రకి వెళ్ళి పోయారు. క్షణికమైనమోహావేశం ఆయనను జీవితపు ఆకుపచ్చటితనం నుండి మృత్యువు అనే శ్మశానం వైపులాక్కెళ్ళింది. కుంతి దేహంలో సహన శక్తికి సంబంధించిన ఏ అణువులు ఉన్నాయి తెలుసుకోవడానికి కేవలం ఒక్కక్షణం ఆమెను వితంతువుగా చేసేసింది. దిగ్విజయుడైన సంయమనం కల సామ్రాట్ ఈనాడు భావాల రాజ్యపు ఒక దుర్బలమైనబిచ్చగాడై పోయాడు. ఎన్నో సంవత్సరాలు మనస్సును నిగ్రహంగా ఉంచుకుని ఆచరించిన యోగి, ఒకే ఒక క్షణంలో బలహీనమైన మనస్సుతో భోగిగా మారిపోయారు. కామం మంచులా మోసగించే ఒక లోయ లాంటిది, ఎప్పుడైనా మనిషి కాలు జారవచ్చు. మళ్ళీ లేవకుండా పడిపోవచ్చు. కామం ఒక పిడుగు లాంటిది. అది ఎప్పుడైనా సరే దేహంపై పడి ప్రాణాలు తీసేయవచ్చు. ఇది తనతో పాటు తక్కిన వాళ్ళను సైతం కాల్చి బూడిద చేసే అగ్ని.

నా నిగ్రహం కట్టలు తెంచుకుంది. నేను మహారాజా! అని అరుస్తూ ధడాల్న మహారాజు శవంపై కుప్పకూలాను. ఆయన ఛాతిపైన తల కొట్టుకోవడం మొదలుపెట్టాను. నా నుదిటిన ఉన్న కుంకుమ చెరిగిపోయింది.

35

ధాత్రి దహనానికి ఏర్పాట్లు చేయసాగింది. ఆమె చితిని సిద్ధం చేసింది. ఒక దిగ్విజయుడి రాజు అంతిమ చితి నిర్జనమైన అరణ్యంలో సరోవరం ఒడ్డున సిద్ధం అయింది. దేవుడు నాకు ఏం, ఏం చూపించదలచాడో. నలభై రెండు సంవత్సరాల వయస్సులో నేను విధవ నయ్యాను. భర్త లేని భార్య జీవితం జ్యోతి లేని వత్తి లాంటిది. ఇవాళ నాకు ఏ అస్తిత్వం ఉంది? ఒక మహనీయుడైన యాదవ రాజుకి పుత్రికనా? కౌరవులకు వైభవం గల మహారాణినా? ఈ అరణ్యానికి వనరాణినా? రేపు తమతమ పరాక్రమంతో జగత్తుకు వెలుగుని తెచ్చే వీరులకు భాగ్యవంతురాలైనతల్లినా? ప్చ్... అసలు వీటిల్లో నేను ఏదీ కాను.. భర్త మృత్యువుతో ఎవరి ప్రాణాలు గాలిలో కలిసిపోయాయో ఆ నిష్ప్రాణమైన దేహాన్ని నేను. కేవలం ఒక దురదృష్టవంతురాలైన విధవని! విధవ! ఎంత

భయానకమైన శబ్దం ఇది! మహారాణి, విధవ, యువతి. ఉఫ్....అసలు ఈ శబ్దాల మధ్య ఏమైనా సమానత్వం ఉందా? అసలు నా జీవితం ఏది? ఒక మలుపు నుండి మరో మలుపు తిరుగుతున్న ఈ జీవన ప్రవాహం ఎటువైపువెళ్తుంది? అసలు కుంతి భవిష్యత్తు ఏమిటి? ఉఫ్.... ఎంత పెద్ద జ్యోతిష్కుడైనా, అసలు స్వయంగా ఆ బ్రహ్మదేవుడికి కూడా తెలియదు. దురదృష్టం కొట్టే గట్టి దెబ్బలకు తట్టుకోడానికి నేను ధైర్యాన్ని ఎక్కడి నుండి తేగలను? ఈ అరణ్యంలో నాకు ధైర్యాన్ని ఎవరిస్తారు? సానుభూతిని ఎవరు చూపిస్తారు?నలువైపుల నుండి గగన మండలమే పగిలిపోయి కింద పడ్డ తరుణంలో మనిషి ఆశ్రయం కోసం ఎక్కడికి వెళ్ళాలి?

నేను ఒక అభం శుభం ఎరుగని పసివాడిని నా చేతులతో మృత్యువు ఒడిలో పడుకోబెట్టాను. అందుకే మృత్యువు తన నల్లటి పళ్ళను నూరుతూ పటపటలాడిస్తూ నాకు కఠోరాతికఠోరమైన శిక్ష విధించడం లేదు కదా? ముందు భయంకరమైన గొయ్యి. వెనక ఘోరమైన అరణ్యం. నా జీవితం కూడా అంతే కదా? బాల్యంలో నేను నాన్నగారి చేతులలో ఒక కీలుబొమ్మను, భోజపురంలో నేను దుర్వాస మహర్షి చేతుల్లో కీలుబొమ్మను. ఇవాళ తీవ్రగతితోపరిగెత్తే కాలం చేతిలోని కీలుబొమ్మను అయ్యాను. దానితో పాటు పరుగెత్తేటప్పుడు నా హృదయం తప్పకుండా పగిలిపోతుంది. ఎవరిని ఆలంబన చేసుకుని నేను జీవన మార్గంలో ముందుకు నడవను? నా మనస్సు ..... ఉఫ్... ఇప్పుడు నా దగ్గర నా మనస్సే లేదు. ఒక వేళ ఉన్నా అది చెవిటిది. భూత, భవిష్యత్ వర్తమానాల గురించి దానికి ఏమీ తెలియదు. కాలం, చిరుత పులి రూపం ధరించి సగం చచ్చిన కుంతీ జీవితపు మేకను వీపుపై వేసుకుని ఉన్నత్తమైన గతితో ముందుకు నడుస్తోంది. నేను మౌనంగా ఉన్నాను. అసలు నాకు ఏడవాలని కూడా అనిపించడం లేదు. ఎందుకంటే గడ్డకట్టిన నా హృదయం నుండి అసలు కన్నీళ్ళు వస్తేగా? భావాలు కరిగితే కదా ఏడ్పుపెల్లుబికేది!

ధాత్రి మహారాజు శవాన్ని చితి మీద పెట్టింది. దానిపై కట్టెలను పేర్చింది. ఆమె చితిని అంటించింది. శత్రువులను భయంతో ఒణికించే ఒక వీరుడు, దిగ్విజయుడైన యోధుడి చితికి ఒక దాసి నిప్పంటించింది. చితి అంటుకుంది. మంటలు లేచాయి. జ్వాలల పక్షి చటచట అంటూ ఆకాశంలో ఎగరసాగింది. నా మనస్సు స్తబ్దంగా మారిపోయింది. ఆ చితిలో ప్రవేశం చేయాలని నిశ్చయించుకుని నేను లేచాను. ఇక ఇప్పుడు నిరర్ధకమైన ఈ బతుకు ఎందుకు? దీని ఉపయోగం ఏం ఉంది కనక? నేను గట్టి నిర్ణయం తీసుకుని కొంగును బిగించాను. ఇంతలో తెల్లటి బట్ట కట్టుకున్న మాద్రి సరోవరంలో స్నానం చేసి వచ్చిన మాద్రి నా కాళ్ళకు దండం పెట్టింది. ఒక్క క్షణం కూడా వెనక్కి తిరగకుండా, అసలు నేనేం చెబుతున్నానో వినకుండా, ఆమె ఒక్కసారిగా అగ్నిప్రవేశం చేసింది. ఒక క్షణంలో ఆమె శ్వేత వస్త్రం భగ భగా మంటూ కాలిపోయింది. హృదయానికి బాణం తగిలిన పక్షిలా నా మనస్సు విలవిలా కొట్టుకుంది. నేను మాద్రి చెంపన చెంప దెబ్బ కొట్టాను. ఛెళ్ళు మంది. నేను ఆమెను భావాల రాజ్యంలోని ఒక బలహీనురాలైన స్త్రీగా అనుకొన్నాను. కిందమ ఋషికి మొండి చెయ్యి చూపిస్తూ, నీ లెక్క ఏమిటి అని అనుకుంటూ తన ప్రియుడి కౌగిలికి చావుతో ఋణం తీర్చుకుంటూ చితిలో కూడా ప్రాణ ప్రియుడితో ఐక్యం అయిపోయింది. ఇక ఇప్పుడు ఎవరి శాపము మాద్రిని తన ప్రియుడి కౌగిట నుండి విడదీయ లేదు. నేను కూడా తన మార్గంలోనే వెళ్ళాలని సంసిద్ధమయ్యాను. ఇంతలో పర్ణకుటీరం నుండి ఐదుగురు

కుమారులు పరుగెత్తుకుంటూ వచ్చి నా నడుమును చుట్టేసారు. నన్ను ఊపేస్తూ పిల్లలు అడిగారు– ''అమ్మా! నాన్నగారు ఎక్కడ ఉన్నారు?'' నకులుడు, సహదేవుడు ఎంతో దయనీయంగా ఏడుపు గొంతుతో అడిగారు– ''మా చిన్నమ్మ ఏది?'' వాళ్ళను చూడగానే మొద్దుబారిన నా మనస్సు కరిగిపోయింది. నేను కూడా ఆ చితి మంటల్లో పడిపోయి ఉంటే? ధాత్రి ఈ ఐదుగురు బిడ్డలను తీసుకుని ఎక్కడికి వెళ్తుంది? ఒక పుత్రుడిని త్యాగం చేస్తేనే, ఆబాధ నన్ను రాత్రిళ్ళు నిద్ర పోనీయకుండా చేస్తోంది. నాకు శాంతి లేదు. అది నా పాపమో, పుణ్యమో నాకే తెలియదు. కాని... కాని... ఈ ఐదుగురు, ఏ ఆధారం లేని ఈ పిల్లలను వదిలేసి నేను అగ్ని ప్రవేశం చేస్తే ... చేస్తే నిశ్చయంగా అది పాపమే అవుతుంది. నేను వాళ్ళను ఒడిలోకి తీసుకుని ఏడ్చాను. పక్షి పిల్లలు తల్లి పక్షిని ఏ విధంగా అయితే వాటేసుకుంటాయో వీళ్ళు కూడా నన్ను గట్టిగా పట్టుకున్నారు. నేను చావడానికి కూడా నిర్ణయం తీసుకోలేను.

చితి మంటలు మండి, మండి ఆరిపోయాయి. బూడిద గాలిలో ఎగిరిపోతోంది. నిన్నటి వరకు నాతో సుఖదుఃఖాల గురించి మాట్లాడే రెండు ప్రాణాలు నన్ను వదిలేసి ఎటోవెళ్ళిపోయాయి. మృత్యువు జీవన నదిలోని ఒక పెద్ద సుడిగుండంలాంటిది, దాన్ని ఎవరూ దాటలేరు. విశ్వకర్తకి ఉన్న నిరంతరం నడిచే గుర్రాలలో ఇది అతి విశృంఖలమైన గుర్రం. ఈనాటి దాకా అది ఎన్ని జీవితాలను తన గిట్టలకింద కాలరాసిందో? ఈనాడు దాని దృష్టి నా పర్ణకుటీరం వైపు మళ్ళింది. కిందమ ఋషి శాపం రూపంలో, మాద్రి నిర్ణయ రూపంలో అది నన్ను ఛిన్నాభిన్నం చేసేసింది. ఈ ప్రపంచంలో ఇప్పటి దాకా చచ్చినవాళ్ళతో మృత్యువు నల్లటి భాండాగారం ఇప్పటిదాకా నిండలేదు. అందులో మరో ఇద్దరి ప్రాణులను చేర్చి వృద్ధి చెందింది. కాని నా నుదురుని రక్తసిక్తం చేసేసింది. నేను చితి దాకా వెళ్ళాను. దాంట్లోంచిబూడిద తీసుకుని నుదుటిన పూసుకున్నాను. ఆ బూడిదలో ఒక దురదృష్టవంతురాలైన మహారాణి దుఃఖంలో దగ్ధం అయిన కన్నీళ్ళు ఉంటే, ఒక ప్రేయసి మృత్యువును కూడా జయించే ఆనందాశ్రువులు కూడా ఉన్నాయి. వీటితోపాటు ఒక విజేత అయిన రాజు యొక్క పరాజిత రక్తబిందువులు ఉన్నాయి. ఇంకా...

మాద్రితోపాటు పాటు దగ్ధం అయిన దుర్వాస ఋషి 'దేవహూతి' మంత్రంలోని కాలిపోయిన అమృతమైన శబ్దాలు ఉన్నాయి.

36

నేను పర్ణకుటీరానికితిరిగివచ్చాను. కాని ఆ పర్ణకుటీరం నన్ను తినేయడానికి ఉరికి వస్తోందా అని అనిపించింది. మహారాజు మాద్రి, ఇద్దరి రూపాలు పర్లకుటీరం అంతటా కనిపించే గడ్డిలోని ప్రతి ఆకుఆకులోను కనిపించసాగాయి. అసలు అక్కడ ఇంకా ఒక్క క్షణం ఉన్నా నేను పిచ్చిదానిని అయిపోయేదానిని. నేను ఎంతో సహనశీలిని, క్షత్రియ కన్యను, వీరమాతని, అయినా కూడా నేను ఒక స్త్రీని. ఏ స్త్రీ అయినా బాధల దెబ్బలకు తట్టుకుని ఈ భయానకమైన నిర్జన అరణ్యంలో నివసిస్తూ సహించగలదా? ఇక నాకు ఒకే ఒక మార్గం ఉంది. హస్తినాపురానికి వెళ్ళిపోవాలి, తప్పదు. నా కోసం కాదు, పుత్రుల కోసం నా మనస్సుని చంపుకుని హస్తినాపురానికి వెళ్ళాలి. నాకు ఇక ఏ గత్యంతరం లేదు. ఇప్పుడు నేను నిస్సహాయురాలైన ఒక తల్లిని. తల్లి తన

మానాభిమానాలను ఏమాత్రం పట్టించుకోదు. కేవలం మమత వాత్సల్యాలు మాత్రమే ఆమెకు తెలుసు. అభం శుభం తెలియని పుత్రులతో, ధాత్రితో నేను అరణ్యంలో ఉండగలుగుతానా? ఏ శాపం వలన అయితే నేను హస్తినాపురాన్ని విడిచి వచ్చానో ఆ శాపం కారణంగానే నాకు హస్తినాపురం వెళ్ళాల్సిన పరిస్థితి ఏర్పడ్డది. ఇక్కడికి వచ్చేటప్పుడు నేను, మాద్రి, ధాత్రి ముగ్గురం ఉన్నాము. ఇప్పుడు ఇక్కడి నుండి వెళ్ళేముందు మహారాజు, మాద్రి రూపాలలో ఈ ఐదుగురు పుత్రులు ఉన్నారు. ప్రాణాలకు మించి వీళ్ళు నాకెంతో ప్రియమైన వాళ్ళు. ఈ ఉద్దేశ్యంతోనే వీళ్ళ బాగోగులు చూస్తే భవిష్యత్తులో వీళ్ళు ఏదో ఒకటి మంచి పని చేయగలుగుతారు. లేకపోతే... లేకపోతే... వాస్తవం అనే అగ్నిలో ఈనాటి దాకా నా జీవనాంకురాలుకాలిపోయాయో అట్లాగే ఈ ఐదుగురు కొడుకులు కాలిపోతారు. ఇప్పుడు ఏడవడం వలన వచ్చేది ఏమీ లేదు. ఏడ్చినందువలన భవిష్యత్తును మార్చలేం. పరిస్థితులను సవాల్ చేస్తూ చెంపపెట్టు జవాబుని ఇవ్వడమే ఉచితమైన పని. స్త్రీని అబలగా భావించే సమాజానికి, ప్రకృతికి, ప్రతికూలమైన పరిస్థితులు అనే బురదలో కూడా ఐదు కమలాలని ఎంతో సమర్థవంతంగా పెంచిపోషించగలను అని చూపించాలి. ఈ శతశృంగ పర్వతాన్ని వదిలివేసి హస్తినాపురం వైపు వెళ్తున్నాము. ఇరవై సంవత్సరాల తరువాత. ఈ ఇరవై సంవత్సరాలలో బహుశ హస్తినాపురం ఎంతో మారిపోయి ఉండవచ్చు. మహారాణి కుంతిపట్ల పురజనులకున్న భావనలు మసకబారే ఉంటాయి.

37

ఒక నెల అయ్యాక మేము గంగానది ఒడ్డుకి వచ్చాము. దూరంగా హస్తినాపురం కనిపిస్తోంది. గంగ తీరానికి రాగానే, నా చెవుల నుండి తీసి నీళ్ళల్లో పడేసిన రాజమాత కుండలాలు గుర్తుకు వచ్చాయి. గంగానది బురదలో బహుశ అవి అణిగిపోయి ఉంటాయి. ఇంకా... ఇంకా.. అశ్వనదిలో జీవించి ఉన్న కుండలాలను వదిలి వేసాను, అవి ఇప్పుడు ఎక్కడ ఉంటాయి? ఇన్నేళ్ళల్లో అభం శుభం ఎరుగని ఆ పసిబాలుడు ఎట్లాఉన్నాడో? ఒక సారథి కులంలో సారథిగా పెరుగుతున్నాడేమో! అసలు నా కర్మ ఇట్లా కాలుతుందని ముందే తెలిసి ఉంటే, వాడినే తీసుకుని ఎటైనా వెళ్ళిపోయేదాన్ని. కాని నేను ఏం ఊహించి వాడిని వదిలేసానో ఆ ఊహ నిజం అయిందా? ఒక మహారాణిగా నేను ఎంతకాలంహస్తినాపురంలో ఉండగలిగాను? వాడిని త్యజించినందుకు న్యాయనిష్ఠురకాలం నా మీద పగ తీర్చుకుంది. కాని ఇప్పుడు నేను వేరే విధంగా ఆలోచించకూడదు. స్త్రీకి విపరీత పరిస్థితులలో కూడా ఎన్నో,ఎన్నెన్నో సృజనాత్మక కార్యాలు చేయడం తెలుసు. ఇక ఇప్పుడు ఈ ఐదుగురు పిల్లలను పెంచి పెద్ద చేయడమే ఇప్పుడు నా ఒకే ఒక కర్తవ్యం. బంగారు కుండలాలు ధరించిన ఆ పిల్లవాడు ఆ ఉద్యానవనంలో అశోక వృక్షం కింద పడ్డ చందోలపక్షిపిల్లలాంటివాడు. అందులో ఎవరి తప్పులేదు. ఒకవేళ ఉన్నా అది కేవలం అనివార్యమైన పరిస్థితే. కేవలం కాలమే వాడిని తన సోదరులతో కలుపుతుంది. మరెవరూ ఆ పని చేయలేరు. పృథ కాదు, పృథ తండ్రీ కాదు, దుర్వాస ఋషీ కాదు.

మేం అందరం నగరంలో ప్రవేశించాము. మొట్టమొదటిసారిగా మహారాణిగా ఈ నగరంలో కాలుపెట్టాను. సన్యాసినిగా బయటికి వెళ్ళిపోయాను. ఇప్పుడు దాదాపు ఇరవై సంవత్సరాల

తరువాత ఒక విధవగా నగరంలో కాలుపెడుతున్నాను. అయినా నా మనస్సు ఎంతో శాంతిగా ఉంది. నిరంతరం దుఃఖాల దెబ్బలతో మనస్సు ఏవిధంగా అయిపోయిందో నాకు తెలుసు. శోకం దుఃఖానికి చివరి ఔషధం కాదు అని తెలుసుకున్నాను. జరిగే సంఘటనలు జరుగుతాయి. ఎవరూ ఆపలేరు. ఆ సంఘటన వెనక ఏదో ఒక గూఢార్థం ఉంటుంది. ఏదో ఒక కారణం ఉంటుంది. ప్రపంచంలో జరిగే ఏ సంఘటన నిరర్థకమైనది కాదు.

మేం రాజప్రాసాదానికి చేరాము. ఇప్పుడు రాజమాత నన్ను మహారాజు గురించి తప్పకుండా అడుగుతారు. అందుకే నా మనస్సును గట్టిపరుచుకున్నాను. సమాధానం చెప్పడానికి సిద్ధం అయ్యాను. కాని అమాత్యులవారునాపైన మరో ప్రహారం చేసారు. మహారాజు ఆ సమయంలోనే రాజ్యాన్ని త్యాగం చేసి అరణ్యానికి వెళ్ళిపోతున్నారు. ఈ వార్త విన్నాక ఆయన ఎంతో వ్యథ చెందారు. ఇక మళ్ళీ తిరిగి రాకుండా హస్తినాపురం వదిలి వెళ్ళిపోయారు.

ఇక ఇప్పుడు నాకు భీష్మపితామహులే దిక్కు. ఆయన మనస్సెంతోవిశాలమయినది. ఆయన నన్ను చూడగానే ఎంతో వాత్సల్యంతో అడిగారు – ''కుంతీ! పాండు, మాద్రీలు ఏరి?''

''వాళ్ళు కిందమ ఋషిని నా భవితవ్యం గురించి అడగడానికని వెళ్ళారు.'' అని నేను శాంతంగా అన్నాను.

భీష్ములవారు ముందుకు వచ్చి నా భుజం మీద చేయివేసారు. ''భవితవ్యం గురించి ఆయన ఏం చెప్పగలుగుతారు? నేను భీష్ముడిని చెప్పగల సమర్థుడిని కుంతే! ఇవాళ నుండి నీవు కౌరవులకు రాజమాతవి. భవనంలోకి వెళ్ళమ్మా!'' అని ఎంతో గంభీరంగా అన్నారు.

నా ఐదుగురు పుత్రులతో ధాత్రిని తీసుకుని భవనం మెట్లు ఎక్కుతూ పితామహుల వైపు చూసాను. ఉత్తరీయంతో వారు ఆర్ధతతో నిండిన కనురెప్పలను తుడుచుకుంటున్నారు.

38

ఇరవై సంవత్సరాల కాలంలో హస్తినాపురం మొత్తంగా మారిపోయింది. రాజ్యాధికారం అంతా ధృతరాష్ట్రులవారిచేతిలోకి వెళ్ళిపోయింది. మేం అరణ్యవాసానికి వెళ్ళిన వెంటనే గాంధార దేశ సౌందర్యవతి అయిన గాంధారదేవితో ఆయనకి వివాహం జరిగింది. మరిదిగారు విదురుల వివాహం కూడా జరిగింది. ఆయన కేవలం సలహాలు ఇవ్వడం తప్పితే ఏ రాజకార్యాలలో తలదూర్చేవారు కాదు. రాజప్రాసాదంలోని వృద్ధులందరూ చాలాకాలం క్రితమే కీర్తిశేషులయ్యారు. మహారాజు భీష్మ పితామహులవారు హిమాలయంలా దృఢంగా నిలబడి గంభీరంగా నలువైపులా పర్యవేక్షణ చేస్తున్నారు. మహారాణి గాంధారిదేవికి మహర్షి వ్యాసులవారి వరం వలన వంద పుత్రులు, ఒక పుత్రిక పుట్టారు. పుత్రిక పేరు దుశ్శల. కుమారులలో అందరికన్నా పెద్దవాడు దుర్యోధనుడు. కౌరవ వంశం వటవృక్షం అంత పెరిగి పెద్దదయింది. ద్రోణుడు అనే పెద్ద పండితుడైన గురువు రాజ కుమారులకు యుద్ధవిద్య నేర్పించడానికి నగరానికి వచ్చారు. నేను రాజమాతగా రాజభవనంలో నివసిస్తున్నాను. మహారాజు కొడుకులవడం వలన నా పుత్రులను అందరు ఎంతో ప్రేమగా నెత్తిన పెట్టుకుని చూసేవాళ్ళు. ఒకప్పుడు నా భర్త ద్విగ్విజయుడైన మహారాజు కావడం వలన, పితామహుడు భీష్ముడు భయం వలన ప్రజలందరు

నన్నురాజమాతగా ఎంతోగౌరవిస్తున్నారు. నా పుత్రులు యువరాజుల యుద్ధశాలలోయుద్ధవిద్యను నేర్చుకుంటున్నారు. పుట్టుక నుంచే మేధావులవడం వలన, వినమ్రంగా ఉండే స్వభావం ఉండటం వలన అందరి మెప్పుదల పొందుతున్నారు. అర్జునుడు గురుద్రోణుడికి అందరికన్నా ఇష్ట శిష్యుడయ్యాడు. ''అర్జునుడు లాంటి ధనుర్ధరుడు సంపూర్ణ ఆర్యావర్తంలో ఎవరూ లేరు.'' అని ఎప్పుడూ ద్రోణాచార్యులు అంటూ ఉండేవారు. పుత్రులందరువాళ్ళలో వాళ్ళు ఎంతో స్నేహంగా ఉండేవారు. వాళ్ళు సవతి పిల్లలు అని తెలిసినా అసలు ఎవరూ నమ్మేవారు కాదు.

పరిస్థితుల క్రూరమైన దెబ్బలు తిన్న మనస్సు నాది. ఇదంతా చూసి నాకెంతో శాంతి కలిగింది. నేను వెనక్కి తిరిగి వచ్చినందుకు బాలురందరికి ఎంతో మంచి జరుగుతోంది. అది నాకెంతో సంతోషాన్ని కలిగిస్తోంది. నేను ఇక రాజమాతగా సుఖసంతోషాలతో జీవితాన్ని గడపగలుగుతాను. దాదాపు ఇరవై సంవత్సరాల వనవాసపు భట్టీలోకాలాకే ఈ రాజమాత పదవి వచ్చింది. నాకు ఆ పదవిపైన ఎంతో అభిమానం ఉంది. అభిమానం ఎందుకు ఉండదు. పరిస్థితుల అన్ని ఆటుపోట్లకు తట్టుకుని, స్త్రీని అయినా ఒంటరిగా ఎంతో ధైర్యంతో కాలం పెట్టిన పరీక్షలకు ధైర్యంగా తట్టుకొన్నాను. అంతా శాంతంగా స్వీకరించాను. రాజమాతగా నా జీవితం ఇప్పుడు ఆనందం అనే శ్వాస తీసుకుంటోంది. ఐదుగురు పుత్రులవైపు ఆశగా చూస్తోంది. కాని... కాని... అప్పుడప్పుడు భోజపురంలో నేను జన్మనిచ్చిన నా ప్రథమ పుత్రుడు గుర్తుకువస్తాడు. నా మనస్సు బాధతో వ్యాకులం చెందుతుంది.

39

హస్తినాపురానికి వచ్చాక రెండు సంవత్సరాలయ్యాక జరిగిన ఘటన ఇది. భీష్మ పితామహులు నా కోసం తెరలు గల ఒక విశిష్టమైన రథాన్ని తయారు చేయించారు. ఆ రోజు నేను ఆ రథంలోనే కూర్చుని నగరానికి వెళ్ళాను. ఆ రథానికి ఆరు అశ్వాలు కట్టేసే సదుపాయం ఉంది. కాని నేను రథసారథికి ఐదు అశ్వాలను మాత్రమే రథానికి కట్టేయమని ఎప్పుడూ చెబుతూ ఉండేదాన్ని. ''రాజమాత! ఆరో గుర్రాన్ని కట్టేయకపోతే రథానికి ఉండే సౌందర్యం కనిపించదు. ఇంతేకాదు రథానికి సంతులనం సరిగా ఉండదు.'' అని సారథి అనేవాడు. ''ఫరవాలేదు, ఉండనీ! ఆ రిక్తస్థానం నాకు ఎప్పుడూ ఒకరిని గుర్తు చేస్తూనే ఉంటుంది. నీవు ఐదు అశ్వాలనే కట్టేయి. ప్రపంచం ఐదు సంఖ్యని ఇష్టపడుతుంది. ఆరుని కాదు.''

ఆ రోజు మేము దైవదర్శనం చేసుకుని తిరిగి వస్తున్నాము. రథం రాజప్రాసాదానికి దగ్గరగా వచ్చింది. కొంచెం దూరం మాత్రమే ఉంది. కాని హఠాత్తుగా తీవ్రమైన దెబ్బ తగిలి రథం మధ్యలోనే ఆగిపోయింది. ''ఏం అయింది? రథాన్ని ఎందుకు ఆపేసావు?'' అని నేను సారథిని అడిగాను. ''ఎవరో అనామకుడైన పిల్లవాడు దారి మధ్యలో వచ్చాడు. రాజమాతా! రథం కింద నలిగిపోబోతున్న ఒక పిల్లి పిల్లని రక్షించడానికి వాడు ప్రాణాలకు తెగించాడు. నేను గుర్రాలని అదిలించి ఆపేసాను, అందువల్లే వాడు బతికాడు'' అని సారథి అన్నాడు.

నాకు ఎంతో ఆశ్చర్యం కలిగింది. తన ప్రాణాలను ఫణంగా పెట్టి ఆ బాలుడు, ఒక పిల్లిపిల్లను రక్షించాడా? నేను...నేను... తల్లినయి ఉండి, నా పుత్రుడినే దూరంగా తోసేసాను. వాడు ఎంత

పెద్దవాడై ఉండి ఉంటాడు? ... ఈ సమయంలో వాడు నా దగ్గరికి వస్తే హృదయానికి హత్తుకుంటాను. కాని... కాని...

సంఘ కట్టుబాట్లు అన్న తెర ఆ నగరంలోకి వెళ్ళడానికి నాకు అనుమతి ఇవ్వదు. వాడు ఏం చేస్తూ ఉంటాడో...? ఎంత పెద్దవాడై ఉంటాడు? ఎక్కడ ఉండి ఉంటాడు? ఎవరిని అమ్మ అనిఅనుకుంటున్నాడో? ఇట్లా నా మనస్సులో ఎన్నో ఎన్నెన్నో ఆలోచనలు... భవనంలోకి వెళ్ళి తల్పం పైన మౌనంగా పడుకోవాలని అనిపించింది. ''ఇక ఒక్క క్షణం ఆగకు. వెంటనే రథాన్ని పరుగెత్తించు'' అనిఅన్నాను.

సారథి చేతిలోని కొరడాని గుర్రాలపైన ఝుళిపించాడు. ధ్వని వినిపించగానే నా కుమారుడు కూడా ఎక్కడో అక్కడ గుర్రం వీపు పై కొరడాని ఝుళిపించడం లేదు కదా! ఈ ఆలోచనతో నా మనస్సు గాయపడ్డది. వాడిపేరు ఏం పెట్టారో? ఎంత పెద్దవాడిగా కనిపిస్తున్నాడో ఏమో?... ఆలోచిస్తూ... ఆలోచిస్తూ నేను రాజప్రసాదానికి చేరాను.

40

కాలం అనే నది పగలు రాత్రిళ్ళుమలుపులు తిరుగుతూ ప్రవహిస్తోంది. యుధిష్ఠరుడు, భీముడు, అర్జునుడు, నకులుడు, సహదేవుడు రోజు రోజుకీ ప్రసిద్ధి పొందసాగారు. పుర ప్రజలందరు ఎంతో గౌరవంగా వాళ్ళ పేర్లను చెబుతూ ఉండేవారు. మళ్ళీ నా మనస్సు సుఖం అనే ఉయ్యాలను ఊగడం మొదలు పెట్టింది. మహారాజు పేరున నా పుత్రులని పాండవులని పురప్రజలు పిలవడం మొదలుపెట్టారు.

నా కుమారులందరు అసలు నన్ను అడగకుండా ఏ పని చేసే వాళ్ళు కాదు. నా కష్టనష్టాలకు మంచి ప్రతిఫలం లభించింది. అప్పుడప్పుడు వాళ్ళని చూడగానే నా కళ్ళు ఆనందాశ్రువులతోనిండిపోయేవి. నా మనస్సు ఇప్పుడు శాంతంగా, స్థిరంగా ఉంది. కాని ఏనుగు కాలు పెట్టగానే సరోవరంలోని శాంతంగా ఉన్న ఉపరితలం చిలికినట్లుగాఎట్లా అవుతుందో, అదే విధంగా ఒక్కొక్కసారి ఏదో ఒక ఘటన వలన నా మనస్సులోని శాంతియుతమైనధరాతలంఅల్ల కల్లోలమయిపోతుంది. అప్పుడు రకరకాల జ్ఞాపకాలు వస్తూ ఉంటాయి. శైశవం నుండి ఇప్పటిదాకా నా జీవితంలోని చిత్రాలు నా కళ్ళ ముందు కదలాడతాయి. అప్పుడు నాకుండే ధైర్యం చూసి నాకే ఆశ్చర్యం అనిపిస్తుంది. నేను ఎక్కడి నుండి నడిచి ఎక్కడి దాకా చేరాను? అసలు నేను ఈ మధ్యలో నా ఇష్టంతో ఒక్క అడుగు అయినా వేసానా? మనిషి సమాజంలో తిరుగుతూ ఉంటాడు కాని లోపల అతడి మనస్సు ఎప్పుడు ఒంటరిదే. ప్రతీవాడు వాడు పడాల్సిన బాధపడాలి. మన కండరాల శక్తితో జీవితం అంతా పరుగెత్తాలి. ఇది నాకు బాగా తెలుసు. పులి లేళ్ళ వెంటపడినట్లుగా, నా వెనక జ్ఞాపకాలు పరుగెత్తుతున్నప్పుడు నా మనస్సును ఏదో ఒక పనిలో నిమగ్నం చేసుకుంటాను. భూతకాల చిత్రం మాయం అవుతుంది. ఒక్కొక్కసారి కేవలం పరాయి వాళ్ళకోసం బతకాల్సి వస్తుంది. తన కన్నీళ్ళను దాచుకోవాల్సి వస్తుంది. నేను ఈ విధంగానే బతుకుతున్నాను.

పాండవుల రూపంలో నా పుత్రులకీర్తి చుట్టుపక్కల రాజ్యాల దాకా పాకింది. మహారాజ ధృతరాష్ట్రులవారు నాతో మాట్లాడేటప్పుడు ఎంతో ఆదరంగా వాళ్ళ గురించి వేయి నోళ్ల పొగిడేవారు. ఇప్పుడు నేను కేవలం రాజమాతనే కాదు, ఐదుగురు బలాఢ్యులైన వీరులకి తల్లిని. ఎప్పుడో నేను ఇరవై సంవత్సరాలు అడవిలో ఉన్నాను అన్న సంగతిని కూడా మరచిపోయాను. ఓహ్! సుఖంగా ఉన్నప్పుడు రోజులు ఎంత త్వరగా గడిచిపోతాయి? యుద్ధశాలలో పుత్రులు శిక్షణ పొందుతున్నారు. రోజులు త్వరత్వరగా దొర్లిపోతున్నాయి. నిన్న మొన్నటివరకు నాతో అమాయకంగా ప్రశ్నలు వేసే యుధిష్టరుడు, భీముడు ఇప్పుడు ఎంతగానో మితభాషీయులై పోయారు. పెరుగుతున్న వయస్సుతోపాటు బుద్ధి కూడా మూడుపువ్వులు ఆరుకాయలుగా వికసిస్తోంది.

శుక్లపక్షంలోని చంద్రుడిలా భీమార్జునులు పెద్ద వాళ్ళవుతున్నారు. వాళ్ళు రాత్రింబవళ్ళుయుద్ధశాలలో ఎంతో శ్రమకి ఓర్చి యుద్ధకళలు, శాస్త్రాలు నేర్చుకోవడం మొదలుపెట్టారు. శూల, తోమర, శతఘ్ని, భుషుండి, చక్ర, ధనుషమొదలైన వివిధ రకాల శాస్త్రాలలో నైపుణ్యం సంపాదించారు. వాళ్ళు గంటల తరబడి శాస్త్రాలపై చర్చలు చేస్తూ ఉంటారు. వ్యాయామశాలలో గంటల తరబడి కష్టతరమైనవ్యాయామంచేసేవాళ్ళు. అందువలన వాళ్ళు ధృఢంగా బలంగా కనిపించే వాళ్ళు. వాళ్ళు ఎంతో నమ్రతగా ఉంటారు. ఈ స్వభావం వలన వాళ్ళు అందరి మెప్పుదల పొందేవారు. అర్జునుడు ధనుర్విద్యలోప్రవీణుడయ్యాడు. యుధిష్ఠరుడు ధర్మశాస్త్రంలో పారంగతుడయ్యాడు. భీముడు అశోక వృక్షంలా లావుగా కనిపించసాగాడు. వాడి భుజాల కండరాలు గదాదండంలానిట్టనిలువుగాకనిపించేవి. నకుల, సహదేవులు ఖడ్గ విద్యలో నిపుణులయ్యారు. నా చరణ ధూళిని నెత్తిన పెట్టుకోకుండా, ఆశీర్వాదం పొందకుండా వాళ్ళు ఏ పని చేయరు.

భీముడు కొంత కోపిష్ఠి స్వభావం కలవాడు. వాడిచేతిలో ఎప్పుడు గద ఉంటుంది. గదతోనేనలువైపుల తిరుగుతూ ఉంటాడు. వాడి బలాఢ్య శరీర సౌష్టవాన్ని, చేతిలో గదను చూసి వాడిని ఎవరూకన్నెత్తిచూడరు. అందరూభయపడతారు. వాడు కోపిష్ఠి. భుజాలలో బలం ఉంది, అందువలన ఎవరినీ నిందించేవాడు కాదు. మాటలతో అవమాన పరిచేవాడు కాదు. వెంటనే ఎదుటివారిని వెనకముందు చూసుకోకుండా దెబ్బలు వేసి తన్ని తగలేసేవాడు. నేను వాడిని ఇట్లాంటి పనులు చేయకుండా ఆపడానికి ఎంతో ప్రయత్నం చేసే దానిని. నా ముందువాడు ఒక్కమాటమాట్లాడడు. అసలు వాడికి నచ్చచెప్పే శక్తి ఎవరిలోనూ లేదు. కాని వాడి కోపిష్ఠి స్వభావాన్నిమార్చేశక్తినాలోనూలేదు.నేనులేనప్పుడువాడుఎవడితోఒకడితోపోట్లాడుతుండేవాడు. వాడికి గదాయుద్ధం అంటే ఎంతో ఇష్టం. దుర్యోధనుడికి కూడా గదాయుద్ధం నేర్పించడానికి మథుర నుండి నా మేనల్లుడు బలరాముడు వచ్చాడు. నేను మధుర నుండి బయటికి వచ్చేసాక నాన్నగారికి ఒక పుత్రరత్నం జన్మించాడు. వాడి పేరు వసుదేవుడు. బలరాముడు వసుదేవుడు పుత్రుడు. వసుదేవుడికి మరోపుత్రుడు ఉన్నాడు, అతడే కృష్ణుడు. అతడు మథురలో నివసిస్తున్నాడు. బలరాముడి నివాసస్థానంలో అప్పుడప్పుడు దుర్యోధనుడు, భీముడి మధ్య భయంకరమైనగదాయుద్ధంజరిగేది. దీనిని గురించిన వార్తలు నా చెవినపడేవి. నేను భీముడికి

అర్థం అయ్యేలా ఎంతో చెప్పేదానిని. కాని రోజురోజుకీ పెరుగుతున్న అతడిలోని బలం వాడిని మౌనంగా ఉండనిచ్చేది కాదు. దుర్యోధనుడు ఎంతో పట్టుదల కలవాడు. బాగా గర్విష్ఠి. వాడి కాకిరంగు కళ్ళలో ఏం దాగిఉందో ఎవరూ చెప్పలేరు. చెప్పడం చాలా కష్టం.

భీముడి క్రోధం పైన అంకుశం ఉండాలన్న ఉద్దేశ్యంతో నేను ఒక అద్భుతమైన ఒట్టు వేయించాను. ఆ సమయంలో వాడు ఎంతో సంతోషంగా ఉన్నాడు. పాండవులందరిలోకి యుధిష్ఠరుడి శాంతస్వభావంకలవాడు. గొప్ప ఆలోచనా పరుడు. వాడి ఆలోచన అనే అంకుశం భీముడి మీద ఎప్పుడు ఉండాలన్న ఉద్దేశ్యంతో – ''భీమా! నీకు ఎంత కోపం వచ్చినా, నీవు ఎప్పుడూ యుధిష్ఠరుడి కుడి పాదపు బొటనవ్రేలిని వైపు చూడు. వాడు బొటనవ్రేలిని పైకి ఎత్తినప్పుడే నీవు మాట్లాడాలి. లేకపోతే నువ్వు మౌనంగా ఉండాలి. అసలు నోరు మెదపకూడదు తెలిసిందా! ఇది నా ఆజ్ఞ'' అని నేనన్నాను.

భీముడు ఈనాటి వరకు నా ఆజ్ఞను పాటిస్తునే ఉన్నాడు. పెద్ద అయ్యాక యుధిష్ఠరుడు ఎదురుగుండావిషదంతాలు ఊడిపోయిన సర్పంలా నిస్తేజుడైపోయాడు.

ఒకసారి నేను ఒక విచిత్రమైన సంఘటన గురించి విన్నాను. ఆరోజు దుర్యోధనుడు, వాడి తమ్ముళ్ళు, నా పుత్రులు అందరు కలిసి నగరం బయట వన విహారానికి వెళ్ళారు. మధ్యాహ్నం దాకా వాళ్ళందరు వనంలో తిరుగుతునే ఉన్నారు. వెళ్ళే సమయంలో వాళ్ళు తమతోపాటు రుచికరమైన తినుబండారాలు తీసుకువెళ్ళారు. మధ్యాహ్నం వాళ్ళందరు ఒక సరోవరం ఒడ్డున అల్పాహారం తీసుకోడానికి కూర్చున్నారు. ఆ రోజు దుర్యోధనుడు భీముడికి తన చేతులతో మోదకాలని (మైదాతో చేసే తీపి పదార్థం) తినిపించసాగాడు. భీముడు తినే ఏ పదార్థం గురించి అసలు ఆలోచించనే ఆలోచించడు. ఇది వాడి స్వభావం. అందువలన దుర్యోధనుడు తినిపిస్తూనే ఉన్నాడు. భీముడు అదుపు లేకుండా తింటూనే ఉన్నాడు. తినడం పూర్తయ్యాక అందరు నీళ్ళు తాగి విశ్రాంతి కోసం ఒక చెట్టుకింద నడుం వాల్చారు. భీముడు నీళ్ళు తాగడానికి లేవలేకపోయాడు. వాడు అక్కడే పడిపోయాడు. వాడు నిద్రమోతు అందువలన గాఢనిద్రలోఉన్నాడు అని అందరూ అనుకున్నారు. కానీ వాడు నిద్రపోలేదు. వాడు మూర్ఛితుడయ్యాడు. దుర్యోధనుడు మోదకాలలో మూర్ఛ వచ్చే మందుని ఆహారంలో కలిపాడు. చెట్టు కింద అందరూ పడుకోవడం చూసి దుర్యోధనుడు మెల్లిగా లేచాడు. భీముడు దగ్గరికి వచ్చాడు. సరోవరం ఒడ్డున ఉన్న వనలతలతో భీముడిని గట్టిగా కట్టేసాడు. మూర్ఛావస్థలో ఉన్న భీముడిని ఎత్తి ఆ సరోవరంలో విసిరివేసాడు. నీళ్ళ స్పర్శ తగలగానే నా భీముడికి మెల్లిమెల్లిగా తెలివి రావడం మొదలుపెట్టింది. పూర్తిగా తెలివి రాగానే సరోవరం నుండి బయటకు వచ్చాడు. దేవుడి దయవలన జలదేవుడే వాడిని రక్షించి ఉంటాడు.

ఒక సేవకుడు ఈ వృత్తాంతం అంతా చెప్పాడు. కాని నాకు నమ్మకం కలగలేదు. ఎందుకంటే తక్కిన నలుగురు కుమారులు భీముడిని ఒంటరిగా వదిలి ఒక్క క్షణం కూడా ఇటు అటు వెళ్ళరు. ఇంతేకాకుండా ప్రతిరోజు తీసుకునే ఆహారం వలన వాడి పేగులకు ఎటువంటి విషం అయినా తట్టుకునే శక్తి ఉంది.

41

పన్నెండు సంవత్సరాలు గడిచిపోయాయి. పుత్రులు ఖదిర (కాచు) వృక్షంలా ఎత్తుగా విశాలంగా పెరిగారు. వాళ్ళు ఐదుగురు నడిచేటప్పుడు రథానికి ఉంటే ఐదు గుర్రాల్లా కనిపించేవారు. ప్రజలు వాళ్ళకి ఎంతో గౌరవంగా నమస్కరించేవారు.

నేను నా అరణ్యవాసాన్ని మరచిపోయాను. ప్రతీ తల్లికి తన కార్యశీలులైనతరుణ పుత్రుల పట్ల ఎంతో అభిమానం ఉంటుంది. నాకు కార్యశీలులైన పంచ పాండవులు ఉన్నారు. మరి వాళ్ళపట్ల నాకు అభిమానం లేకుండా ఎట్లా ఉంటుంది? సుఖం నాపైన నా ఐదుగురు పుత్రుల రూపంలో పంచామృతాన్ని వర్షిస్తోంది. ఇప్పటివరకు నేను దేనినైతేసహించానో దాని మంచి ఫలితం ఇది. నేను ఐదుగురు వీరులకి తల్లిని. పురప్రజలకు రాజమాతను.

ఒకసారి గురుద్రోణాచార్యులవారు తన శిష్యులందరినీ తీసుకుని స్నానం కోసం గంగానది ఒడ్డుకి వెళ్ళారు. నా పిల్లలందరూ వారి వెంట ఉన్నారు. అందరూ స్నానం చేసి గంగ నుండి బయటకి వచ్చారు. అందరు బయటకి వచ్చారు అన్న ఉద్దేశ్యంతో గురువర్యులు బయటకి వచ్చారు. కాని ఒడ్డుకి రాగానే రక్షించండి, రక్షించండి అంటూ అరుస్తూ ఊగిసలాడటం మొదలుపెట్టారు. ఒక మొసలి తోక నీళ్ళ బయట పటపటకొట్టుకోసాగింది. నీళ్ళలో మొసలి గురుదేవుల కాలుని పట్టుకుంది. ఎవరికి ఏం చేయాలో తోచలేదు. అందరు అటు ఇటు పరుగెత్తసాగారు. దుర్యోధనుడు ముందుకు నడిచి ఎట్లాగోఅట్లా ఆయన చేయిని పట్టుకున్నాడు. అర్జునుడు ఆ దృశ్యాన్ని చూసాడు. అతడు వెంటనే ధనస్సు ఎక్కుపెట్టాడు వరసగా ఏడు ఎనిమిది బాణాలు మొసలిపైన వదిలాడు. మొసలి ఎండిపోయిన కొయ్యలా క్షణంలో పైకి తేలుతూ వచ్చింది. గంగనీళ్ళు దాని రక్తంతో ఎర్రబడ్డాయి. గురుదేవులు ద్రోణులు నది ఒడ్డుకు వచ్చారు. ఆయన అర్జునుడి వీపు నిమిరాడు. ఆయన అన్నారు – ''అర్జునా! నీవు నా ప్రాణాలను కాపాడావు. ఇవాళ నీకు నా బ్రహ్మాస్త్రాన్ని ఇస్తాను. అది భవిష్యత్తులో నీకు పనికి వస్తుంది.'' అభిచారం చేసి ఆయన అర్జునుడికి బ్రహ్మాస్త్రం ఇచ్చారు. ఈ ఘటన జరిగాక నాకు అర్జునుడు ఆశల ఆకాంక్షల హిమాలయంలా అనిపించాడు. తన శాపగ్రస్తుడు, దురదృష్టవంతుడు అయిన తండ్రి చేయవలసిన కర్తవ్యాన్ని అపూర్ణమైనధవళరేఖను సంపూర్ణం చేసే భారం పూర్తిగా అర్జునుడిపైనే ఉంది.

గురు ద్రోణాచార్యులవారు రాజభవనానికి వస్తూపోతూ ఉండేవారు. ఆయన నా పుత్రుల గురించి చెబుతూ ఉండేవారు. నాతో ఎప్పుడూ ఆయన ఆదరంగా ప్రవర్తించేవారు. నేను అర్జునుడి తల్లిని అనిఆయనకెంతో గర్వంగా ఉండేది. ఒకసారి వారు ''రాజమాతా! ఇప్పుడు శిష్యులందరూ విద్యలలో ప్రావీణ్యులయ్యారు. ఇప్పుడు అందరికి పరీక్ష పెట్టాలి. పోటీ పరీక్ష లేకుండా పురుషార్థం ఎప్పటికీ ప్రకటితం కాదు.'' అని నాతో అన్నారు. ''కాని గురుదేవా! స్పర్ధ మనుష్యులను గుడ్డివారిని చేస్తుంది అనిఅంటారు. ఒకవేళ ఇదే నిజమైతే ఈ స్పర్ధ ఎందుకు? ఏర్పాట్లు ఎందుకు?''

''ఈ అభిప్రాయం సరి అయినది కాదు. పోటీ లేకపోతే మనిషి కుంఠాగ్రస్తుడవుతాడు. వాడిలోని అసలైన గుణాలు బయట పడవు. అసలైన స్పర్ధకి అర్థం ఏమిటంటే ఆత్మనిశ్చల స్వరం. నేను శీఘ్రంగానే పోటీలకి ఏర్పాట్లు చేస్తాను''

"శీఘ్రంగానా అంటే ఎప్పుడు?"

"వచ్చే వసంత పౌర్ణమికి."

తరువాత అందరికీ అమాత్యులవారి ద్వారా పోటీలు జరిగే రోజు గురించిన సూచన ఇవ్వబడ్డది. నేను ఆ రోజు కోసం ఎదురు చూడటం మొదలుపెట్టాను. ఎందుకంటే నా పుత్రుడి యుద్ధ కౌశల్యాన్ని చూడాలన్న కోరిక నాలో బలంగా ఉంది. వాడిలో ఎంత పరాక్రమం ఉందో నాకు చూడాలని అనిపించింది.

42

వసంత పౌర్ణమి రానే వచ్చింది. ... ఆగమనం అయింది... అస్తమయమూ అయింది. హస్తినాపురంలోని సర్వ శ్రేష్ఠ వీరుడిని ఎన్నుకోవడం అయింది. పాండవుల తల్లిగా గోదాలో రాజపుత్ర స్త్రీల మండపంలో స్త్రీలందరి మధ్య కూర్చున్నాను. కాని ఆ రోజు జరిగిన సంఘటనలు అసలు నేనెవరినో తెలియచెప్పాయి. కాలం ఈ ప్రపంచంలోని ఏ తల్లికి ఇటువంటి క్రూరాతిక్రూరమైన పరీక్ష పెట్టి ఉండదు. ఇంత ఘోరాతిఘోరమైన అవమానం చేసి ఉండదు.

ఆ రోజు పోటీ సమాప్తం అయింది. గురు ద్రోణాచార్యుల వారు అర్జునుడి మెడలో సన్మానానికి గౌరవసూచకమైన కమలాల మాలను వేయబోతున్నారు. ఇంతలో ఒక పొడుగాటి, తేజోమయమైన బలాఢ్యుడు గోదా మహా ద్వారానికి భుజదండాలతో గట్టిగా తట్టుతూ"ఆగండి" అంటూ లోపలికి వచ్చాడు. ఎంతో నిర్భయుడిగా, గంభీరంగా అతడు ఉన్నాడు.... క్షణంలో అతడు మధ్యలోని రాతితో కట్టబడ్డ అరుగుమీదకిఎక్కేసాడు. నిల్చుని పెద్దగా అరిచాడు – 'రాజకుమారుడు అర్జునుడు ఈ స్థానంలో ఏఏ పరాక్రమాలు చూపించారో నేను అవన్నీ చేసి చూపించగలను. మరి నాకు అవకాశం లభిస్తుందా?"

మహారాజు ధృతరాష్ట్రుడు రాజదండాన్ని ఎత్తి అతడికి అనుమతి ఇచ్చారు. వెంటనే అతడు ఎంతో తేలికగా అరుగు నుండి ఒక్క దూకు దూకాడు. ఒక తేజోపుంజం అతడి రూపంలో సమస్త గోదాలో మెరుపులా మెరుస్తూ అటుఇటు తిరుగుతోంది. అతడి కార్యాలలో అద్భుతమైన గతి ఉంది. ప్రతీ గోదాను దాటుకుంటూ మల్లవిద్య జరిపే గరిడీలోకి వచ్చాడు. సరిగ్గా మా మండపం వద్దకు వచ్చాడు. అతడి వంటి మీద కేవలం కటివస్త్రం మాత్రమే ఉంది. ఆ యువకుడు నడుచుకుంటూ వస్తుంటే నాగశత పర్వతమా అని అనిపించింది. అతడి ఏ ఆచ్ఛాదం లేని శరీరం సూర్యప్రకాశంలో ఎంతో దేదీప్యమానంగా ప్రకాశిస్తోంది. అసలు సూర్య భగవానుడు ఆకాశంలో ఉన్నారా? లేక భూమి మీదా? అసలు ఏమీ అర్థం కావడం లేదు. అతడు ఆకాశ గర్భంలో చొచ్చుకుపోయే శాలవృక్షం (వేగిస చెట్టు) లా పొడుగ్గా ఉన్నాడు. మోదుగ పూలలా (అగ్నిపూలు) ఎర్రగా యవ్వనంలోని అతని చెంపలు ఉన్నాయి.

సింహం జూలులా బంగారు రంగులో ఉన్న పొడుగాటి ఉంగరాల జుట్టు, విశాలమైన భుజాల నుండి వేలాడుతోంది. మధ్యమధ్యలో అతడు వీపును మా వైపు తిప్పుతున్నాడు. అతడి వీపు పనసతొనలా పచ్చగా, విశాలంగా స్వచ్ఛంగా ఉంది. వాడు కొంచెం కదిలినా, మొత్తం శరీరంలో దృఢంగా ఉన్న కండరాలు అలలలా ఎగిసిపడుతూ తేజోమయ భుజంగంలా అదే స్థానంలో

గుండ్రంగుండ్రంగా తిరుగుతున్నాయి. ఆ అబ్బాయి ముఖం గదపై భాగంలా మండలాకరంలో ఉంది. అతడి మెడ శంఖంలా నిలబడి ఉంది. బురదలో ఏనుగు కాళ్ళుదిగబడినట్లుగా, మెడ భుజాలపై గట్టిగా నిలబడి ఉంది. కర్ణా అంటూ జయకారాలు చేస్తున్నారు. మల్లయుద్ధం చేస్తూ ఆ అబ్బాయి తన ప్రతిద్వంధినిబాహుకంటక్ అనే కష్టమైన పట్టు పట్టాడు. ప్రతిద్వంధి భయంతో కాళ్ళు చేతులను పటపటా కొట్టుకోవడం మొదలు పెట్టాడు. ఆ వీరుడు మా మండపం వైపు చూసాడు. నా తలపైన పిడుగులు పడ్డాయి. ఎర్రటి గుండ్రటి ముఖంపైన ఎరుపు నీలం రంగు ప్రకాశాన్నిప్రసరిస్తూ రెండు బంగారు కుండలాలు గర్వంగా అతడి చెవుల నుండి వేళ్లాడుతున్నాయి. ఆ యువకుడు ఎవరో కాదు ఇరవై అయిదు సంవత్సరాల క్రితం నేను అశ్వనదికి సమర్పించిన సాక్షాత్తూ సూర్యపుత్రుడు. తండి రూపాన్ని పుణికిపుచ్చుకుని అందరినీ భస్మం చేయడానికి వాడు వచ్చాడా అని అనిపించింది. ఎంత దర్పంగా కనిపిస్తున్నాడు. అడవి అశ్వంలా ఠీవిగా ఉంది అతడి నడక.

నా ఐదుగురు పుత్రులకన్నా వాడు ఎంతో అందంగా ఉంటాడు. ఎంతైనా మరి సూర్యపుత్రుడు కదా! శరీరం మొత్తం నుండి తేజోమయమయిన కణాలు వెలువడుతున్నాయి. 'కర్ణ' అనే రెండు అక్షరాల ఈ నామంలో ఎన్నెన్ని రహస్యాలు దాగి ఉన్నాయో కదా! ఈ సంగతి నాకు, ధాత్రికి తప్పితే మరెవరికీ ఆ గోదాలోతెలియనే తెలియదు. పుర జనులు వీరుడిగా కర్ణుడి జయ,జయాకారాలను చేస్తున్నారు. కాని వాడు సాధారణమైన వీరుడు కాదు. వాడు వీరులకు వీరుడు. పరమ వీరుడు. ఇదే కర్ణుడి అసలు రూపం. నా పెద్ద కొడుకు. జ్యేష్ఠ పాండవుడు. కర్ణుడి కోసం ఇరవై సంవత్సరాల నుండి విలపిస్తున్న మాతృత్వం ఇప్పుడు ఇంకా గిలగిలా తన్నుకుంటోంది. అక్కడి వాళ్ళందరు భూగర్భంలో కలిసిపోతారు, నాకు వాళ్ళ గురించిన చింత ఎంతమాత్రం లేదు. ఒక్కసారి కర్ణుడిని హృదయానికి హత్తుకోవాలి అని అనిపిస్తోంది. వాడి కవచ కుండలాలని ముద్దుపెట్టుకోవాలని అనిపిస్తోంది. ఇరవై సంవత్సరాలు వాటిని నేను ముద్దు పెట్టుకోలేదు. గంగ, యమున, చర్మణ్వతి, అశ్వనది జలాలలో పెరిగిన తేజోమయమయిన ప్రఫుల్ల బంగారు కమలాన్ని నా చేతులతో మనస్ఫూర్తిగా నిమరాలని అనిపిస్తోంది. ఇరవై సంవత్సరాల నుండి నా మనస్సులోని ఒకమూల వాడికోసం కన్నీరు కారుస్తునే ఉంది. నేను ఒక్కసారి అయినా వాడికి పాలుపట్టలేకపోయాను. తల్లి హృదయం నన్ను ఒక క్షణం కూడా శాంతిగా కూర్చోనీయలేదు. హృదయంలో పుత్ర వియోగం కల్లోల్లం లేపుతోంది. నాకు ఈ అనుభూతి ఎంతో కొత్తగా ఉంది. ఏ పాలయితే వాడి ముద్దుముద్దు పెదవులకు అందలేదో, ఆ పాలు నా శరీరంలో వేగంగా ప్రవహించసాగాయి. హృదయం దడదడలాడసాగింది. నేను లేచి నిల్చున్నాను. వాడిని చూడగానే నా స్తనాలలో పాలు వచ్చాయి. చేపుకు రావడం వలన రవిక అంతా పాలతో తడిసిపోయింది. అసలు ఏం చేయాలో తోచలేదు. ఏం చేయగలను?

నాకు వాడికి మధ్య తళతళలాడుతున్న ఒక తెర ఉంది. పరదా ఎంతో పారదర్శకంగా ఉంది. ఇటు నుంచి అటు, అటు నుంచి ఇటు బాగా కనిపిస్తోంది. కాని తెరను దాటడం చాలా కష్టం. ఒక తల్లిని తన పుత్రుడి నుండి దూరంగా ఉంచే తెర. సమాజం అనే పరదా! రాజపుత్ర వంశీయుల పరదా! పరువుప్రతిష్ఠల పరదా. ఈ తెరను తెంచి ఉద్వేగంగా ముందుకు వెళితే? వెళితే.... వెళితే

ఏమయిఉండేది. కర్ణుడు నన్ను హృదయానికి హత్తుకునేవాడా? అమ్మను చూడగానే వాడి కళ్ళు కన్నీళ్ళతో నిండిపోయేవా?

వాడి భుజాలను పట్టుకుని ఊపేస్తూ నేను మీ అమ్మని అని చెబితే కర్ణుడు నమ్ముతాడా? ఎవరైనా పిచ్చివాడు గోదాలో''భర్త స్వర్గస్థుడైనందున, వనవాసం వలన రాజమాత పిచ్చిదైపోయిందిఅని ఎవరైనా అంటే, అందరూ ఆ పిచ్చివాడినే బుద్ధిమంతుడు అనిఅనరా? అసలు ఆ సమయంలో నేను ఎవరిని? రాజమాతనా? ఐదుగురు పిల్లల తల్లినా? నేటి దాకా క్రూరకాలం వేసిన దెబ్బలన్నింటినీ సహిస్తుంది బాధ పడిన కుంతీయా? ఊహూ...కాదు పుత్రుడికి దూరమై విరహంతో బాధపడుతూ తన కుమారుడిని హృదయానికి హత్తుకోవాలనుకుని తపించిపోతున్న తల్లిని. కాని నేను నిస్సహాయురాలిని. నీళ్ళ నుండి బయట పడ్డ చేపలా నేను గిలగిలా తన్నుకుంటున్నాను. వాడిని చూడగానే శరీర బంధనాలన్నింటిని తెంచుకుని స్తనాల నుండి వస్తున్న పాలను నేను ఆపుకోలేకపోతున్నాను. లోకం దృష్టిలో కర్ణుడు గొప్ప వీరుడుగా కనిపిస్తాడు కాని నాకు ముక్కుపచ్చలారని శిశువులాగానే కనిపిస్తాడు. నా మనస్సు, పంజరంలోని మైనా లాగా లోలోపల గిలగిలాతన్నుకుంటోంది. నిస్సహాయురాలినై నేను వక్షాలను గట్టిగా నొక్కుకున్నాను, అయినా పాలు రావడం ఆగిపోలేదు. నేను పద్దెనిమిది సంవత్సరాల నుండి ప్రాణప్రదంగా లోపల దాచుకున్న పాలు. ఇక ఏం చేసినా పాలు రావడం ఆగదు. నేను వెంటనే కింద కూలబడ్డాను. ధాత్రి నన్ను సంబాళించ సాగింది. తనకు దూరం కనిపించదు. అందువలన గోదాలో ఎవరు ఉన్నారో తనకి తెలియదు. మొత్తం అక్కడి గరిడిలో కర్ణుడి జన్మ వృత్తాంతం తెలిసిన స్త్రీని నేనొక్కదానినే. ఇదంతా నా వలనే జరిగింది. నేను ఒకే ఒక మాటతో గోదా స్వరూపాన్నే మార్చగలను. కాని ఒక మాట కూడా మాట్లాడని స్థితి నాది. ఎంత ప్రయత్నం చేసినా ఒక్క శబ్దం కూడా నా నోటి నుండి వెలువడం లేదు.

కర్ణుడు ధనుర్ధర అరుగు మీదకి వెళ్ళి పోయాడు. వాడు లక్ష్యాన్ని ఛేదించాడు. అందరి కళ్ళు మెరిసి పోయాయి. ఆ రోజు కర్ణుడినే అందరు సర్వశ్రేష్ఠ వీరుడిగా ఎంచారు. కాని విజయమాల అర్జునుడి మెడలో పడటం వలన వాతావరణంలో స్తబ్దతఏర్పడ్డది. కర్ణుడు అరుగు ఎక్కి నిల్చున్నాడు భుజాలను చరుచుకుని అర్జునుడిని ద్వంద యుద్ధానికి రమ్మనమని పిలుపునిచ్చాడు. కృపాచార్యుల వారు కర్ణుడిని 'నీ కులమేది'? అని అడిగారు. దుర్యోధనుడు ముందుకు వచ్చి అరుగు మీదే కర్ణుడికి రాజ్యాభిషేకంచేసాడు.

ఘటనాచక్రం ఒక్కసారిగా మలుపు తిరిగింది. ఒక సారధి రూపంలో పెరిగిన సూర్యపుత్రుడు ఒక్క క్షణంలో రాజైపోయాడు. దీనివలన ఒక్క క్షణం నా మనస్సులోని ఒక మూల సంతోషంతో వెలిగిపోయింది. ఏదైతే ఏం? కర్ణుడు రాజైయ్యాడు. సారథి కన్నా రాజు ఎప్పుడూ గొప్పవాడే. కాని అతడు అర్జునుడినిద్వంధ యుద్ధానికి రమ్మనమని తొడలు కొట్టాడు. ద్వంధ యుద్ధం అంటే అర్థం విజయమో లేక వీర స్వర్గమో... ఒక కడుపున పుట్టిన బిడ్డలు, అన్నదమ్ములు అజ్ఞానం కారణంగా ఒకరికొకరు శత్రువులయిపోయారు. అది కూడా తల్లి సాక్ష్యంగా.... కాని దైవబలం ఎంతో గొప్పది. ఆ సమయంలో కర్ణుడిని పెంచి పోషించిన తండ్రి అతిరథుడు అరుగుమీదకి వచ్చాడు. లేకపోతే? ....ఉఫ్.... ఏమై ఉండేది?– ఊహించను కూడా ఊహించలేం. ఇద్దరిలో ఎవరో ఒకరు

చనిపోయి ఉండేవారు. తల్లి ! ప్రేక్షకులందరూకరతాళధ్వనులతోజయ కారాలు చేస్తూ వాడిని చూస్తూ ఉండేవారు. కాని కర్ణుడు సారథి పుత్రుడు అని తెలియగానే అందరూ వాడిని అపహాస్యం చేయడం మొదలు పెట్టారు. అందరూ సారధి పుత్రుడు... సారధి పుత్రుడు అంటూ వాడిని అవమానం చేయసాగారు. క్షుద్రమైన ఆ కీటకాలు సాక్షాత్తూ సూర్యపుత్రుడి పైన ఉమ్మేయడం మొదలు పెట్టారు. అది కూడా వాడి తల్లి ముందు. ప్రజల ఈ కేకలు గునపం కొసమొనలా నా శరీరంలోని అంగ అంగాలను పొడుస్తున్నాయి. ఎవరిని? ఎవరిని వాళ్ళు సారథి పుత్రుడు అని అంటున్నారు? హస్తినాపురంలోని ఈ క్షుద్రమైన కీటకాలలో ఎవరో ఒకరిలోనైనా వాడిని గుర్తించగల యోగ్యత ఉందా? నా మస్తిష్కంలో మెరుపులు మెరవసాగాయి. పిడుగులు పడసాగాయి. ఉన్న గోదా అస్పష్టంగా ధూళి ధూసరమైనానలువైపులా తిరగడం మొదలు పెట్టింది. సహనశక్తికి కూడా ఒక హద్దు ఉంటుంది. నా చుట్టుపక్కల ఏం జరుగుతోంది? పిచ్చివాళ్ళఅసహ్యమైన దృశ్యం కాదా అది? నేను దాన్ని ఎట్టి పరిస్థితులలోనూ ఆపలేను. నా దేహసంతులనంమెల్లిమెల్లిగా తప్పిపోతోంది. నేను రెండు చేతులతో గట్టిగా చెవులను మూసేసుకున్నాను. తుఫానులో నిస్సహయమైనకదలీవృక్షంపెకిలింపబడిఎట్లా అయితే కింద పడిపోతుందో నేనూ అట్లాగే ధడాల్నకింద పడిపోయాను. అసలు నాకేమీ వినిపించడం లేదు, కనిపించడం లేదు. నేను మూర్ఛిల్లాను.

43

నా ప్రియమైన పుత్రుడు కర్ణా? ఈనాడు నీ పరిస్థితి ఎందుకింత హీనంగా తయారయింది? అసలు దీనిని వర్ణించలేము. నీవెవరివో నీకు తెలియదు. మైనాలు, భుజంగాలని పొడిచిపొడిచిఎట్లాతింటాయో అదేవిధంగా నలువైపులా ప్రపంచం అంతా నిన్ను హీనుడు.... హీనుడు... అంటూ పొడుస్తోంది. 'నీచ కులం వాడు' 'నీచకులం వాడు' అంటూ నిన్ను ఈనాడు క్షణక్షణం అందరూ ఘోర అవమానం చేస్తున్నారు. నీ జీవితానికే ఎసరు పెడుతున్నారు. నేడు నీ జీవితం మృత్యువుకన్నా ఎంతో భయానకం, అవమానకరం. తలవంచేలా చేసే హృదయవిదారకమైనఘృణవజ్రాఘాతం కన్నా అధికమైన, కఠోరమైన వంచన! వీరుడవి, శూరుడవి, బలవంతుడివి, వీరాధివీరుడివి అయి ఉండి కూడా ఈనాడు ఇదంతా చచ్చిన మనస్సుతో సహించాల్సి వచ్చిన గతి పట్టింది. ఎందుకంటే నీకు తెలియదు నీవు ఎవరివో? ప్రపంచం అంతా ఒక్కసారిగా నిన్నుఅవమానించి, నీ మీద పిడుగైపడ్డది, నీవు భయపడిపోయావు, భ్రాంతి చెందావు, కింకర్తవిమూఢివయ్యావు. ఎందుకంటే, ఎందుకంటే నీకు తెలియదు నీవు ఎవరివో! ప్రజలు నిన్ను అవమానపరచడంలో లేశ మాత్రం దేనినైనా వదిలారా? అసలు ఎవరిలో నైనా ఇంతగా సహన శక్తి ఉంటుందా? కర్ణా! ఇది నీలోని సహించే గుణమా! అజ్ఞానమా? అసమర్థతా? నాకు తెలుసు ఇది కేవలం నీలో ఉన్న సహించే గుణం కానే కాదు. అసలు నీవు అసమర్థుడవని అనే ధైర్యం ఎవరికీ లేదు. నీవు ఈనాడు కేవలం అజ్ఞానాంధకారంలోకొట్టుమిట్టు లాడుతున్నావు. నీ మనస్సులో పరస్పరమైన విరోధ భావాల భయానకమైనద్వంధం నడుస్తోంది. ఎందుకంటే నీకు తెలియదు నీవెవరివో? ప్రచండంగా మండే నిప్పు కణాన్నిగడ్డిపోచ ఏమీ

చేయలేదని నాకు తెలుసు. పూర్తిగా దాన్ని ఆర్పేయలేదనీ తెలుసు. కాని ఈ నిప్పు కణాన్ని నేడు మనస్సునే భ్రాంతి రూపంలోని బూడిద కప్పేసిందని తెలుసు. నలువైపుల నుండి వినిపించిన అల్లరి, గొడవ, గోలల వలన నీవు గాభరా పడ్డావు. చేతులతో చెవులను మూసేసుకుని, కళ్ళని గట్టిగా మూసేసుకున్నావు. ఎందుకంటే నీవు ఏ తేజస్సు నుండి జన్మించావో, ఆ తేజస్సు నామరూపాలు కూడా నీకు తెలియదు కదా! గత ఇరవై సంవత్సరాలలో ఎవరూ నీకు ఈ సత్యాన్ని చెప్పలేదు. కర్ణా! పూదోటలో అడవి మొగలి పువ్వు పెరుగుతుంది, పెంపొందుతుంది, వికసిస్తుంది. నీవు అంతే, గత ఇరవై సంవత్సరాలలో పెరిగావు. హృదయాన్ని చీల్చే ప్రజల వాగ్బాణాలని ఇవాళ నీవు సహించాల్సి వచ్చింది. ఈ సమాజం పిచ్చిది, అని అనుకుంటూ ఉదారంగా, మౌనంగా ఉన్నావా? అసలు ఇదంతా ఎందుకిట్లా జరుగుతోంది? కర్ణా! నీవు జారుతున్న నేలపై నిల్చున్నావు. నీకు ఈ సంగతి గురించి ఏ మాత్రం తెలియనే తెలియదు. ఒకవేళ తెలిసినా అదంతా భ్రాంతియే. నీవు ఈ విధంగా భ్రాంతిలో ఉంటే, లోకం అంతా నిన్ను 'సారథి పుత్రుడు', 'సారథి పుత్రుడు' అనే అంటారు. నీ అసలు కులం లుప్తం అయిపోతుంది. నీలోని ప్రతిభ అడుగంటి పోతుంది. ఎందుకంటే ఎవరి దగ్గరైతే ఆత్మజ్ఞానం, దూరదృష్టి ఉండవో వాళ్ళు పైకి లేవలేరు. నష్టపోతారు. వాళ్ళ పేరుని కూడా లోకంలో ఎవరు స్మరించరు. నీ మనస్సు లొంగిపోయి, భ్రాంతి పడి– నేను ఎవరిని? నేనేం చేయాలి? అన్న ప్రశ్నలకు జవాబులు వెతుక్కుంటూ ఈ సమయంలో దేహపు గోడల పైన తల బాదుకుంటోందని నాకు తెలుసు. ఇవాళ నీ ఆత్మ చింతవలన జర్జరమై పోయింది. నీకు కాళ్ళకింద భూమి కదిలిపోయినట్లుగా అనిపించి ఉండవచ్చు. ఎందుకంటే నిజంగా నీవెవరివో నీకు తెలియదు. గత ఇరవై సంవత్సరాల నుండి ''నీవు సారథి పుత్రుడివి, నీవు సారథి పుత్రుడువి' అని అందరు నీకు నూరిపోసారు. నీవు సారథి పుత్రుడివా? కాదు..కాదు నా చిట్టీ తండ్రీ! నీవు సారథివి ఎంత మాత్రం కాదు. గట్టిగా మూడు సార్లు చెప్పాలని అనిపిస్తోంది– నీవు సారథివి కావు! కావు!''

నీ పరంపర ఎంతో మహనీయమైనది కర్ణా! నీకు ఇవాళ ఈ రూపం ఇవ్వడానికి, ఈ ఆకారం ఇవ్వడానికి ఎవరెవరు ఎన్నెన్ని కష్టాలు సహించారో, ఎంత పుణ్యాన్ని వ్యయం చేసారో నీకు తెలియదు, నీవు సాక్షాతూ సూర్యపుత్రుడివి. లోకంలోని పెను చీకటిని దూరం చేయడానికే నీవు పుట్టావు. కాని నీవు వెలుగు భయంతో నీ అరచేతులలో ముఖాన్ని దాచుకుంటున్నావు. కర్ణా! నీ ముఖం దాచుకోవడానికి కాదు, లోకానికి వెలుగునివ్వడానికి, ఎందుకంటే నీ పరంపర ఎంతో గొప్పది. ఆ తేజస్సు నుండి దేదీప్యమానంగా వచ్చే స్ఫులింగాల వైపు చూడు. నీవే స్వయంగా అసలు నీవెవరివోతెలుసుకోగలుగుతావు.

అందరు నిన్ను ఎప్పుడైతే నీచుడు, నీచుడు అనిఅన్నారో నీవు గాభరా పడిపోయావు. హస్తినాపురం వైపు చూసావు. హస్తినాపురం అంతా ఇవాళ మౌనంగా ఉంది. అది నిస్సహాయస్థితిలోఉంది.భీష్ములవారు,ధృతరాష్ట్ర,విదురులుఅందరూపండితులే,త్యాగమూర్తులే. కాని ఇవాళ నీవెవరో చెప్పడానికి అసమర్థులు. ఎందుకంటే నీవెవరివోవాళ్ళకి తెలియదు. ఎంతో కొంత సహాయం లభిస్తుందన్న ఆశతో నీవు నలువైపులాచూసావు. కాని నీకు సహాయం చేసేవాళ్ళు ఎవరు? రేపు నీకు పెద్ద కష్టం ఏదైనా వచ్చినప్పుడు నిన్ను సంబాళించేవాళ్ళు ఎవరు? పిచ్చితండ్రీ!

లోకం చేసే సహాయం పైన ఎవరైనా ఇంతవరకు జీవించి ఉన్నారా? ప్రతీ వ్యక్తి తన పరిచయాన్ని తానే తెలుసుకోవాలి. ప్రతీవాడు తన గొప్ప కులం గురించి తెలుసుకోవాలి. దీని కారణంగానే, నీవు అనామకుడివి కావడం వలనే ఈనాడు నీవు ఈ దుస్థితిలో ఉన్నావు. కర్ణా! నీవు ఎక్కడినుండిఎక్కడిదాకావచ్చావురా! దీని గురించి నీకు ఏ మాత్రం తెలియదు. నీవు... నీవు... సాక్షాత్ సూర్యపుత్రుడివిరా నా బంగారు బాబూ! కాని... కాని... ఈ మిణుగురు పురుగులు నీమీద ఉమ్మేస్తున్నాయి. కాని నీవు నీలో జరుగుతున్న సంఘర్షణ వలన, అంతర్ ద్వంధం వలన గాభరా పడిపోతున్నావు. నిన్ను నీవు ఎట్లాసంబాళించుకుంటావురా కర్ణా!

ఒకవేళ నీవు ఇదే విధంగా ఉంటే నీవు నిజంగానే సూతపుత్రుడివి గానే ఉండిపోతావు. నీచుడిగానే పిలవబడుతావు. నా కొరడానే నాకు మంచిది. అదే చాలు అన్న ఒక హీనాతిహీనమైన భావం నీ రోమరోమాల్లోఇంకి పోతుంది. నీవు చిన్నాభిన్నం అయిపోతావు. ఎవడిదోఒకడిది రథ సారధ్యం చేయడమే నీపని అయిపోతుంది. ఇంతకన్నా నీకే గతీ ఉండదు. నీవు ఎవడో ఒకడి చేతిలో కీలుబొమ్మవైపోతావు. నీకు స్వావలంబన, స్వేచ్ఛా, స్వతంత్రాలు లేశ మాత్రం కూడా ఉండవు. నీవు తర్వాత మేల్కొంటే మాత్రం ఏమౌవుతుంది? అప్పటికి సమయం చేజారిపోతుంది. ఆసమయానికి నేనేమిటి? ఆ బ్రహ్మదేవుడు కూడా నీ ఈ స్థితిని బాగుచేయలేడు. రధచక్రాల కింద నుండి ఎగిరే దుమ్ముధూళి, పరాయివాడి చేతుల్లో ఉండే సారథి ఇద్దరూ ఒకే లాంటి వాళ్ళు. కర్ణా! నీవు ఇట్లాంటి దుమ్ము-ధూళిగానే ఉండిపోతావా? కేవలం దుమ్ము!

ఇట్లాంటి ఆలోచనలు ఇంకా కొన్ని భయానకమైన ఆలోచనలు నాలో రావడం వలన నేను ఉదాశీనంగా అయిపోతాను. ఎందుకంటే నేను కర్ణుడి తల్లిని. నా రోమరోమాలకు వాడితో సంబంధం ఉంది. నా తేజస్వి అయిన పుత్రుడిని అందరు సారథి పుత్రుడు అంటూ ఈసడించుకుంటారు. ఏ తల్లి తన కొడుకుని లోకం ఇంతగా అవమానిస్తూ ఉంటే సహిస్తుంది? అందుకే నేను ఇవాళ ఉదాసీనంగా ఉన్నాను. ధాత్రి పిచ్చిదానిలా అడుగుతోంది- "మహారాణి గారు? మీరు ఎందుకింతఉదాశీనంగా ఉన్నారు? "అసలు ఏ శబ్దాలలో నా ఈ ఉదాసీనతకు కారణం చెప్పను? ఎన్నెన్ని తుఫానులమలుపులు నా జీవితంలో వచ్చాయి. ఈ మలుపుల ఉద్దేశ్యం ఏమయి ఉంటుంది? అసలు ఏమీ అర్థం కావడం లేదు. ఈ ఏభై సంవత్సరాలలో మూడు భిన్నభిన్నమైనకుంతీల జీవితాలని నేను, జీవించలేదా? బాలిక కుంతి, యువతి కుంతి, ఇప్పుడు... ఇప్పుడు రాజమాత కుంతి అని పిలవబడే విధవ కుంతి! నా ఈ మూడు జీవితాలు ఎవరో ఒకరి చేతుల్లో వశం అయి ఉన్నాయి. బాల్యంలో నేను నాన్నగారి మాట నిలబెట్టడానికి మధురని వదిలివేసాను. యౌవనంలో మహారాజుకి కలిగిన శాపం వలన హస్తినాపురాన్ని వదిలివేసాను. ఇప్పుడు... ఇప్పుడు... ఒక సోదరుడిపై మరో సోదరుడు తొడ కొడుతున్నప్పుడు, శత్రువులుగా ఒకరి ఒకరు నిల్చునికారాలుమిరియాలు నూరుతూ ఉంటే చూస్తూ, నాజీవితాన్ని కాలం చేతులలో పెట్టేసాను. ఎందుకంటే నిన్న అర్జునుడు తెలియకపోవడం వలన తన అన్నయ్యకి వ్యతిరేకంగా పోరాడాడు. భీముడు అజ్ఞానం వలన తన పెద్దన్నయ్యతో "చేతిలో కులానికి శోభనిచ్చే కొరడా తీసుకో" అంటూవిషపూరితమైనవాక్ బాణాన్ని వదిలాడు. సరే ఇవన్నీ ఇట్లా ఉంటే దుర్యోధనుడంటే నాలో భయం ఎక్కువ అయింది. వాడు తన కాకీరంగు కళ్ళవలనుకుటిలత్వంతో

కర్ణుడిపై విసిరాడు. ఎంత తెలివిగా దుర్యోధనుడు కర్ణుడిని తన గుప్పిట్లోకి తెచ్చుకున్నాడు. ఈ దుర్యోధనుడి చేతుల్లో కర్ణుడి గతి ఏమౌవుతుంది? ఇదంతా ఆలోచించడం వలన నేను ఎంతో ఉదాశీనురాలినై పోయాను. పాపం ఏమీ తెలియని అమాయకురాలైన ఈ ధాత్రికి ఏమని చెప్పను? ఆమె అడుగుతోంది –''మహారాణి గారు! మీరు ఎందుకు ఉదాసీనంగా ఉన్నారు. ఏ శబ్దాలలో ఆమెకు నా ఉదాసీనత గురించి చెప్పను? రాజమాత అయి ఉండి కూడా ఈ వంచిత పుత్రుడు కోసం ఏం చేయగలను? ఏమీ చేయలేను. మనిషి తన పురుషార్థం, అధికారం అనే నగారాలను ఎంత మోగించినా, చివరికి కాలం అనే బలమైన చేతులలో కీలుబొమ్మే. హస్తినాపురంలోఏదైన పెద్దదైన విశాలమైనవేదికనెక్కి''కర్ణుడు నా పుత్రుడే... నా పుత్రుడే' అని గొంతు చించుకుని పెద్దగా అరవాలని అనిపిస్తోంది.

కాని నేను అంత ధైర్యాన్ని కూడకట్టుకోలేను. ఎందుకంటే నేను ఈ సాహసం చేస్తే తక్కిన ఐదుగురి పిల్లల స్థితిగతులు ఏమౌవుతాయి? చెప్పలేను. ఏమో! మళ్ళీ వాళ్ళకు వనవాసం చేయాల్సి వస్తుందేమో! ఈ సంఘం నన్ను ప్రేమగా కర్ణుడివీపును నిమరనివ్వదేమో! నేను రెండుసార్లు నిన్నుత్యజించాను. ఒకసారి జన్మనిచ్చినప్పుడు, మొన్నగోదాలో... దురదృష్టవంతుడైన సూర్యపుత్రా! నేను నా జీవితాన్ని కాలం చేతికి ఇచ్చేసాను. ఇంకా... ఇంకా... నీ జీవితాన్ని నీ తండ్రి చేతుల్లో... పెట్టేసాను.

మూడవ భాగము

కర్ణుడు

"సంధ్యాసమయంలో గోధూళి వేళ నా భార్య విరుశాలి సిగ్గుతో
నా మెడలో పూలదండని వేసింది" –కర్ణుడు

1

అంగరాజ్యానికి నేను రాజు అయినందుకు నేను అదృష్టవంతుడినని నేను ఎప్పుడూ అనుకోను. ఎందుకంటే ఆ పదవి దుర్యోధనుడి దయ వలన వచ్చింది. కేవలం అసమర్థులైనవారు, బలహీనులు మాత్రమే ఎవరిదో ఒకరి దయ కావాలని ఆశ పడతారు. ఎవరిదో ఒకరి కృప వలన రాజ పదవి పొందాలని నేను ఎప్పుడూ కోరుకోలేదు. నిజానికి ఇది ఏం రాజపదవి? మొట్టమొదట పూల వర్షం కురిపించి, అభిషేక జలం చల్లి జయజయకారాలు చేసారు, తరువాత కర్ణుడిని అపహాస్యం చేసారు. ఆ రాజపదవి ఒక విధంగా అందరి ముందు చేసిన అవమానం. అవమానం! అభిషేకయుక్త అవమానం. ఎంత దీనుడైనా, అసమర్థుడైనా, ఏ వ్యక్తీ తన అవమానాన్ని మరచిపోడు. నేను ఒక యోధుడను. యోధుడు మృత్యువును స్వీకరిస్తాడు, కాని తన స్వాభిమానాన్ని బలి చేయడం ఏమాత్రం ఇష్టపడడు. ఆ రోజు హస్తినాపురం అంటే నాకు ఎంత జుగుప్స కలిగిందంటే నగరాన్ని వదిలివేసి నా కాళ్ళు ఎటు ఈడ్చుకు వెళితే అటే వెళ్ళిపోవాలని అనిపించింది. మరచిపోయి కూడా వ్యక్తి కులాన్ని అడగకుండా బలం గురించి అడిగే దేశానికి, ఏ దేశమైనా సరే వెళ్ళిపోవాలని అనిపించింది. ఆ రోజు సంధ్యా సమయంలో రాజభవన సౌధం పైన నిల్చుని చిత్రరథ పక్షుల గుంపును చూస్తున్న దుర్యోధనుడితో అన్నాను. – ''రాజా! మీ రాజపదవి మీరే సంబాళించండి. నాకు చంపానగరి వెళ్ళడానికి అవకాశం ఇవ్వండి.'' అని నేనన్నాను. కాని అతడు ఒక ఉడుములా ఒత్తిడి చేసాడు. దుర్యోధనుడు ప్రాధేయపడుతూ నన్ను అడిగాడు – ''కర్ణా! నీ బలాన్ని చూసుకునే ఈ పాండవులను ఎదిరించాలనుకున్నాను. మామూలుగా కాదు, గట్టిగా... ఇప్పుడు నీవు మొహంచాటేస్తే, నాకు నగరంలో తల దాచుకునేందుకు ఇంత చోటు కూడా దొరకదు. కౌరవుల యువరాజు ఒణికి పోతూ అరచేతులలో ప్రాణాలను పెట్టుకుని తిరుగుతూ ఉంటే నీకు చూడాలని కోరికగా ఉందా?''

''కష్ట సమయంలో ఎవరైతే మిత్రుడికి సహాయపడతాడోఅతడేనిజమైన స్నేహితుడు'' దుర్యోధనుడన్న ఈ ఒక్క మాటకి నేనే అంగరాజ్యాన్ని స్వీకరించాను. ''సారథి పుత్రుడు, 'సారథిపుత్రుడు' అంటూవెయ్యినోళ్ళతోపలికారో, ఈసడించారో, భగభగామండుతున్న లోహ పుష్పపు శబ్దాలు ఏ సింహాసనం పైన దట్టంగా పేర్చబడ్డాయో ఆ సింహాసనంపైన నేను దృఢమైన మనస్సుతో, ఇష్టం లేకపోయినా కూర్చున్నాను. కేవలం రాజ్యం కోసం ఆశ పడికాదు. మొదట నన్ను అపహాస్యం చేస్తూ, వాళ్ళ ద్వారా నేను ఒక స్వతంత్ర దేశపు రాజుగా పిలవబడుతున్నప్పుడు

నేను ఎంత యాతన పడతానో నాకే తెలుసు. గత ఎన్నో రాత్రులు, నా భవిష్యత్తు చివరికి ఏమౌతుందిఅని నేను ఆలోచిస్తూ బాధతో ఎంత గిలగిల కొట్టుకునే వాడినో నాకే తెలుసు. కుక్క తోక వెనకబడే గోమక్షికంలా నిరంతరం ఒక ఆలోచన నా వెనక పడుతోంది. మరి ఒక వేళ నేను సూతపుత్రుడిని అయితే 'సూతపుత్రుడు' అన్న మాటను వినగానే నాకు ఎందుకింత కోపం వస్తుంది. నన్ను నేను సూత పుత్రుడిని అనుకుని నా జన్మ ధన్యమయిందని ఎందుకు అనుకోను? అసలు ఎవరైనా సూతపుత్రుడు అని అంటే చాలు నా శరీరంలోని రక్తకణాలు గాయపడ్డ గుర్రంలా ఎందుకు పరుగెత్తుతాయి? ఉఫ్! అసలు మనస్సంటే ఏమిటి? అది అర్థంపర్థం లేని ఆలోచనల భయంకరమైన గాలి దుమారాలను, తీవ్ర తుఫానులను నా దేహంలో ఎందుకు నింపేస్తుంది? అసలు దీనికి జవాబే దొరకదు. బహుశ ఎప్పటికీ ఏ జవాబూ దొరకదేమో.

గోదాలో జరిగిన ఆ సంఘటన తరువాత నన్ను అంగరాజు అనిపిలిచేవాళ్ళు. స్వతంత్రం పొందిన రాజు అనిఅనేవాళ్లు. కాని ఇదంతా నా ఎదుటే. నా వెనక సారథీ అంటూ హేళన చేస్తుంటారేమో. లోకంలో అవమానం కన్నా భయంకరమైన మృత్యువు మరొకటి ఉండదు. అయినా అందరిచేత నేను అంగరాజు అని పిలిపించుకుంటున్నాను. అంతఃకరణలో అవమానం అనే చేదుగుక్కలను తాగుతూ, బయటికి మాత్రం స్వేచ్ఛా గీతాలను పాడుతూ ఉండే వాడిని. ఎందుకంటే నేను కేవలం సారథిగా ఉండిపోతే, నన్నెవరూ గౌరవించే వాళ్ళు కారు. కాని అంగరాజు కర్ణుడి ముందు అందరూ తలవంచే వాళ్ళు. ఈ అంగరాజ పదవిని స్థిరంగా ఉంచుకోగలిగితేనే, నేను లోకంలో ఏదైనా చేయగలను. ఎందుకంటే అంగరాజు పదవి నుండి కర్ణుడిని తొలగిస్తే కేవలం దుమ్ము మాత్రమే మిగిలిపోతుందా? దుమ్ముని ఎవరూ శిరస్సున ధరించరు. కాళ్ళ కింద నలిపివేస్తారు. అందుకే నాకు ఇష్టం ఉన్నా లేకపోయినా, అంగరాజ పదవిని సంబాళించాలి తప్పదు. స్వేచ్ఛను ఆశ్రయంగా తీసుకుంటేకాని చీకటి నుండి బయటపడే మార్గం కనిపించదు. స్వేచ్ఛలేని జీవితం అంటే అర్థం దేవుడి మూర్తి లేని మందిరం. నా అంగరాజ పదవియే నా స్వేచ్ఛ. ఏది ఏమైనా స్వతంత్రం స్వతంత్రమే. నేను ప్రామాణికంగా దాన్ని రక్షించాలి. ఎందుకంటే అంగ దేశంలో నా రాజ్య వ్యవస్థలో దుర్యోధనుడు ఏమాత్రం తలదూర్చడని నాకు ఖచ్చితంగా తెలుసు. అందుకే నన్ను నేను స్వతంత్రుడిగా పేర్కొంటున్నాను. దుర్యోధనుడు నా భావాలకు ప్రాముఖ్యత ఇస్తాడు, నా ఆలోచనలకు రూపం ఇస్తాడు అని నా మనస్సు గట్టిగా చెబుతోంది.

చేతబట్టిన కొరడా కేవలం గుర్రాలను అదిలించడానికే కాదు, మనిషి వీపు పై కూడా ఝళిపించవచ్చు అని ఆ ఉద్దండుడైన భీముడికి చూపెట్టాలి.కళ్లెం, కొరడా జంతువులకే కాదు, మనుషులకి కూడా అని తెలియ చెప్పాలి. కాని అప్పటి దాకా నాకు కొంతకాలం మౌనంగా ఉండటం తప్పదు. నక్కకు జరిగిన అవమానం అనే విషాన్ని తాగి హరించుకోవాలి తప్పదు. లోపల మంట మండుతున్నా పైపైకి శాంతంగా ఉండాలి. తప్పదు. ఇది నా నిస్సహాయస్థితి. ఈ అంగరాజ పదవిని చేపట్టడం నా కర్తవ్యం. తన బలంతో అహంకారిగా మారిన ఆ విశాలకాయుడైన భీముడిని నా విల్లుతో అడ్డగించి, వాడిని తీవ్రంగా ఊపిపడేయగలని నాకెంతో నమ్మకం. నేను ఒక సారథినే కాని వీరసారథిని అని నిరూపించాలి.... దీని కోసం కొంత కాలం ఎదురు చూడాలి. ఏదైనా సరే సమయం వచ్చినప్పుడే జరుగుతుంది.

2

ఈ రోజుల్లో నేనెంతో ఆనందంగా ఉన్నాను. దీనికి వేరే కారణం ఉంది. దూతల ద్వారా నా వివాహ ఆహ్వాన పత్రికలు అందరికి పంపబడ్డాయి. 'వివాహం'. లోకంలో నిజంగా పెళ్ళి, స్త్రీ ఈ రెండు లేకపోతే ఈ జగత్తుఏమై ఉండేది? మనిషి జీవితం ఏం అయి ఉండేది. విధాత ఏర్పరిచిన ఈ రమణీయ సృష్టి మరుభూమిగా మారిపోతుంది. సృష్టిలో నదులు, నీటి ప్రవాహాలు, పశుపక్ష్యాదులు, అందమైన మొగ్గలు, పూలు అన్నీ ఉన్నా, మరుభూమి అయిఉండేది. వసంతం ప్రకృతిలో ఉన్నా శిశిరమైపోయేది. ప్రేమపిపాసి మనిషి మరుభూమిలో దెబ్బలు తగులుతూ, లేస్తూ,పడుతూ, గాయపడుతూ దారితప్పి తిరుగుతూనే ఉండేవాడు. చివరికి పిచ్చివాడై పోయి చెట్లను,చేమలను కౌగిలించుకునేవాడు. వాడి గిలగిలా తన్నుకునే ప్రాణంకు, ఆత్మహత్య చేసుకోకపోతే శాంతి దొరకనే దొరకదు. అందుకే తన మొదటి సుఖ నిద్ర నుండి మేల్కొన్న బ్రహ్మ మెల్లిగా వదిలిన శ్వాసయే స్త్రీ అనినాకనిపిస్తుంది. ఆ శ్వాసలో పురుషుడి మండుతున్న మనస్సును చల్లబరిచేఅద్భుతశక్తి ఉంది. స్త్రీ ప్రేమపూర్వకమైన సాహచర్యంలో మనిషి లోకంలోని క్రూరత్వాన్ని మరచిపోగలుగుతాడు. అవమానం అనే చేదు విషాన్ని ధైర్యంగా హరించుకోగలుగుతాడు. పరాక్రమం అనే కొత్త పర్వతాలను నిలబెట్టగలుగుతాడు. పెళ్ళి మనిషి జీవితయాత్రలో ఎంతో మహత్తుగలది. యువమనస్సు ఎల్లప్పుడూ పెళ్ళి వైపు ఆకర్షితంఅవుతూనే ఉంటుంది. పరాక్రమం అనే పెళ్ళి అంటే పరాక్రమ సాగరంలో సౌందర్య సరిత ఆనంద ఆలింగనం. ఇద్దరు స్త్రీ, పురుషుల మధుర కలయిక.

అందుకే నా జీవితంలో చెలికత్తెగా రాబోతున్న అర్ధాంగి తప్పితే నాకు మరేదీ కనిపించడం లేదు. తేనెటీగ పూవు నలువైపులా ఝుంకారం చేస్తూ ఎట్లా అయితే ఎగురుతూ, తిరుగుతూ ఉంటుందో అట్లాగే నా మనస్సు ఊహించే అర్ధాంగి చుట్టూ నిరంతరం తిరుగుతోంది. నా లాంటి యోధుడి మనస్సు ఇట్లా ఉండకూడదు. కాని ఏం చేస్తాం? అది అంతే. నేను మనిషినే. ఏ లోహంతో అయితే బాణాగ్రంచేస్తారో, యోధుల మనస్సు అట్లా ఉండదు కదా! భావనలు దానిని బిగించేస్తాయి. వింటి నారి లేకుండా విల్లా! భావాలు లేకుండా మనిషా? అందువలన నాకు కాబోయే అర్ధాంగి ప్రతిమ తనంతట తనే ఎప్పుడూ నాకళ్ళ ముందు కదలాడుతునే ఉంటుంది. మనస్సులో ప్రశ్నలే ప్రశ్నలు తల ఎత్తుతూనే ఉంటాయి. ఆమె నాతో ఏ విధంగా వ్యవహరిస్తుంది? నా స్వభావం, నాజీవితం, నాలక్ష్యం ఆమె సరిగ్గా అర్థం చేసుకోగలదా? నాలో ఏవైనా దోషాలు ఉంటే నాకు చెబుతుందా? ఎందుకంటే మనిషి ఎప్పుడూసంపూర్ణుడుకాడు. ఆమె స్వభావంలో అసంఖ్యాకమైన దోషాలు దాగి ఉంటాయి. వాటిని అతడు తెలుసుకోలేడు. బాల్యం నుండి చుట్టుపక్కల ఉన్న పరిస్థితుల ప్రతిబింబం మనస్సుపైన పడుతూనే ఉంటుంది. క్షణ క్షణం అవి ప్రకటితమవుతూనే ఉంటాయి. అందువలన ఒకరి స్వభావం మరొకరు తెలుసుకోవాలి. ఇద్దరిలో ఉన్న లోపాలను ఇద్దరూ తెలుసుకోవాలి. వైవాహిక జీవితం రెండు చక్రాల రథంవంటిది. భార్యాభర్తలే రెండు చక్రాలు. ఈ రెండు చక్రాలు ఒకే విధంగా ఉంటాయి. అప్పుడే ఆ రథం నడుస్తుంది. లేకపోతే చివరికి అది నేలలో కూరుకుపోతుంది. ఎవరికైతే ఇదంతా తెలియదో వాళ్ళ

కేవలం విలాసం కోసమే వివాహం చేసుకుంటారు. వాళ్ళు కేవలం పట్టువస్త్రాలు ధరించి తిరుగుతూ ఉంటారు. ఇట్లాంటి వాళ్ళు ఉత్తమ వస్త్రాలు ధరించిన పశువులు. వీళ్ళ సంస్కృతి కేవలం ఆడంబరాలతో నిండి ఉంటుంది. వాళ్ళ తరువాత తరాలు కూడా ఇట్లాగే ఉంటాయి. ఈ తరాల వారు విలాసవంతులు అవుతారు. మూర్ఖులు అవుతారు. ఏనుగు చీమల పుట్టపై కాళ్ళు పెడితే లక్షల చీమలు చచ్చిపోతాయి. ఇట్లాగే కాలం అనే గజరాజు కాళ్ళకింద వాళ్ళ వంశస్థుల చావు ఇట్లానే వస్తుంది. చీమలు చస్తే ఎవరికీ లెక్కలేదు. ఎందుకంటే అవి క్షుద్రమైనవి. నా కళ్ళఎదురుగుండా నా కాబోయే భార్య కదలాడుతోంది. ఒక బాధ్యతకల భర్తగా, ఒక కర్తవ్యపరాయణుడైన రాజుగా, నా రాజ్యాభిషేకం అంత ముఖ్యమైనది నా పెళ్ళి. వృషాలి నా జీవిత సహచరికాబోతోంది. సత్యసేనుడు నాకు బావమరదికాబోతున్నాడు. ఒక సారథితో మరో సారథి కన్యకి పెళ్ళి జరగబోతోంది. జన్మజన్మల సంబంధం కాబోతోంది. అందుకే ఆమె శంఖం లాంటి గుండ్రటిఆకృతి,నిర్మలమైన, స్వచ్ఛమైన ఆకృతి నా కళ్ళఎదురుగుండాకదలాడసాగింది. ఆమె సహాయంతోనా జీవితం ఒరలో పెట్టబడ్డ ఖడ్గంలా సురక్షితంగా ఉంటుంది. ఒరలోని కత్తికి తుప్పుపట్టదు. పైగా బాగా పదునుగా ఉంటుంది. వృషాలి నాకోసం నేలపైన అవతారమెత్తిన సాక్షాత్ ఉమా ప్రతిబింబమే.

స్త్రీ సౌందర్యంలో ఎంత విలక్షణమైన శక్తి ఉంటుంది. విధాతని మనం ఒక నైపుణ్యం కల చిత్రకారుడుగా ఎంచితే, అన్నింటికన్నా అతడు వేసిన రంగుల చిత్రం స్త్రీ. తక్కిన వాటన్నింటిలో రంగులు నింపాక చివరికి కళకి పరాకష్ఠ రూపంలో అన్నింటికన్నా ప్రభావవంతమైనకుంచెతో చిత్రకారుడి ద్వారా తయారు చేయబడ్డ రంగుల పూర్ణాకృతి.

వృషాలి పేరు తలవగానే గాలి వీచినప్పుడు ముకుళితమైనపూరెక్కలు మెల్లిగా విచ్చుకున్నట్లుగా ఎన్నో మధుర స్మృతులు వికసిస్తాయి. మనిషి కేవలం దేవుడిని నమ్ముకోవాలి అని అనిపిస్తుంది. ఎందుకంటే స్మృతిపటలం పైన ఎన్నో నాట్యమయమైన సంఘటనలు కళ్ళఎదురుగుండాకదలాడసాగాయి.

3

గోదాలో పోటీలు జరిగాక సత్యసేనుడు నాకు గంగ ఒడ్డున కనిపించాడు. ''నన్ను కలువు'' అని నేను చెప్పాను. మూడో రోజు నన్ను కలవడానికి వచ్చాడు. నేను రాజు దుర్యోధనుడితో ఈ విషయం గురించి చర్చించాను. నేను సత్యసేనుడిని సైన్యంలో చేర్చుకోమని చెప్పాను. అతడు వెంటనే అతడిని రాజరథసారథిగా నియమించాడు. సత్యసేనుడి బ్రతుకు తెరువు సమస్య తీరిపోయింది. కొన్ని రోజులలోనే తను సారథ్యం చేయడంలో ఎంతో నైపుణ్యం చూపించి దుర్యోధనుడి మెప్పును పొందాడు. నేను, నాన్నగారు, శోణుడుయుద్ధశాలని వదిలి వేసి రాజభవనంలో ఉండటం మొదలు పెట్టాము. ఎందుకంటే ఇప్పుడు నేను అంగరాజును. నాకోసం వేరే మహలు ఉంది. దాసదాసీలు ఉన్నారు. అన్నింటికన్నా దుర్యోధనుడికి నాపైన చెప్పలేనంత ప్రేమ ఉంది. అతడి తక్కిన సోదరులందరూ కూడా నాతో ఎంతో ఆప్యాయంగా ఉంటున్నారు.

నేను రాజభవనంలో నివసిస్తున్నా, నియమంగా ప్రతీరోజుప్రాతఃకాలాన నేను గంగానదీ

తీరానికి వెళ్ళేవాడిని. అక్కడి నుండి మధ్యాహ్నం తిరిగి వస్తుండేవాడిని. వెళ్ళేటప్పుడు రెండు పానపాత్రల ఆవుపాలు తాగేవాడిని. గంగ దగ్గరికి వెళ్ళి సూర్యపూజ చేయడం నా నిత్య నియమం.

ఒకరోజు ఎప్పుడూ వెళ్ళినట్లే నేను గంగానది తీరానికి వెళ్ళాను. స్నానం చేసి ఎప్పటిలాగానే అర్ఘ్యమియ్యడానికిదోసిళ్ళల్లో నీళ్ళని తీసుకున్నాను. నాకు ఇరవై, ఇరవై అయిదు అడుగుల దూరంలో గంగా ఘాట్ ఉంది. అక్కడ రాతితో కట్టబడిన మెట్లు మసక మసకచీకట్లో స్పష్టంగా కనిపిస్తున్నాయి. నా దోసిళ్ళల్లోని నీళ్ళు బొట్టు బొట్టుగా పడుతూ గంగలో కలిసిపోతున్నాయి. ఖాళీ దోసిలిని మళ్ళీ నీళ్ళతో నింపేవాడిని. ఎంతో శ్రద్ధగా ఆ జలాన్ని నా గురువుకి సమర్పించేవాడిని.

గత ఎన్నో సంవత్సరాల నుండి ఎంతో శ్రద్ధగా సూర్యభగవానుడికి అర్ఘ్యం ఇస్తునే ఉన్నాను. జీవితంలోని చివరి క్షణం వరకు ఇట్లాగే చేస్తాను. నా గురువు పట్ల ఉన్న శ్రద్ధని ప్రాణాలకన్న మిన్నగా కాపాడుకుంటున్నాను. శ్రద్ధ ముళ్ళ జీవితానికి ఆకుపచ్చటితనాన్ని ఇస్తుంది. సమస్త హస్తినాపురానికి ఈ విషయం తెలిసిపోయింది. ప్రాతఃకాలసమయంలో హస్తినాపురంలో ఒకవేళ ఎవరైనా ''కర్ణుడు ఎక్కడున్నాడు?'' అని అడిగితే ''గంగ ఒడ్డున'' అని ప్రతీవ్యక్తి జవాబు చెబుతాడు.

ఎప్పటిలాగానేఆరోజు కూడా ఒక్కొక్కదోసిలిలో శ్రద్ధా ఘటాన్ని నింపుతున్నాను. పడమర వైపు ఎరుపుతనంకనుమరుగైపోతోంది. కొంచెంసేపట్లో నీటి సామ్రాజ్యంలోని బంగారు చక్రవర్తి కిరణాల రూపంలో వేల వేల గుర్రాలు కట్టబడ్డ తన రథాన్ని పరుగెత్తిస్తూ ఆకాశంలో తూర్పువైపున నవ్వుతూ నిల్చున్నాడు. పశుపక్ష్యాదులు తమ మధురమైన ధ్వనులతో సూర్య భగవానుడికి స్వాగతం పలికాయి. గంగ అవతలి ఒడ్డున ఆకుపచ్చటి కోమలమైన అసంఖ్యాకమైన గడ్డిపోచలు ఒళ్ళు విరుచుకుంటున్నాయి. అవి నిట్టనిలువుగా నిల్చున్నాయి. వాటిమీద ఉన్న ఆకుపచ్చటి మిడతలు తమ తమగడ్డిశయ్యని వదిలివేసి ఇటుఅటు గెంతడం మొదలుపెట్టాయి. గడ్డిపోచల పైన ఉన్న మంచు బిందువులు బంగారు రంగులో మెరుస్తున్నాయి. కనుచూపు మేరలో ఆవుల అందమైన దూడలు తమ తమ తోకల కుచ్చులను అటు ఇటు వంచుతూ ఛెంగుఛెంగున గంతులు వేస్తున్నాయి. పక్షులు రెక్కలు అల్లల్లాడిస్తూ కిలకిలారావాలు చేస్తూ మేత కోసం గూళ్ళను వదిలేసి ఉవ్వెత్తున పయనిస్తున్నాయి. కొన్ని కారండవ పక్షులు రెక్కలను పటపటలాడిస్తూ గంగాజలంపైన ఆక్రమణ చేస్తున్నాయి. నీళ్ళల్లో రెక్కలు తడవంగానే మళ్ళీ నీళ్ళపైన ఆక్రమణ చేస్తూ పైకి లేస్తూ గగనంలో విహరించడం మొదలుపెట్టాయి. పైపైకి ఎగురుతున్నాయి. గుళ్ళగోపురాలపైన పెద్ద పెద్ద కలశాలు బంగారు రంగులో మెరుస్తున్నాయి. గంగలోని అసంఖ్యాకమైన కెరటాలు బంగారు వస్త్రాలను ధరించి తళతళా, మిళమిళా మెరుస్తూ నృత్యం చేస్తూ, గీతం పాడుతూ,గుండ్రంగా తిరుగుతూ న్యాటం చేయసాగాయి. సమస్త చరాచర జగత్తు మేల్కొని స్పందించసాగింది. లోకాన్ని ప్రకాశింప చేసే ఆ అక్షయ మహాదీపం నా చెవుల కుండలాలను నిమురుతోంది. నాతో ఒక అజ్ఞాత భాషలో మాట్లాడడం మొదలుపెట్టింది. కళ్ళు పూర్తిగా విప్పి, రెప్పవేయకుండా చూస్తూ గటగటా వాటిని తాగడం మొదలుపెట్టాను. ఆ తేజోమయి రసాన్ని కళ్ళతో తాగాలన్న కోరిక ఎందుకు నెరవేరదు? ఆ దాహం ఎందుకు తీరదు? అసలు నాకు ఏమీ అర్థం కాదు. అప్పుడప్పుడు ఆ తేజాన్ని నేను రోజుల తరబడి తాగాను. అయినా ఇప్పటికీ నాకు సంతృప్తి దొరకలేదు. నా

మనస్సుకు ఈ తేజస్సు తృష్ణ ఎందుకు కలిగింది? ఎంత ఆలోచించినా అంతుబట్టలేదు. బహుశ జీవితంలోని ఆఖరి క్షణం వరకు ఏదీ తెలియదు. సూర్యభగవానుడిని నిత్యం చూసే అభ్యాసం చేస్తుండటంవలననాకళ్ళల్లోనిపాపలు పెద్దవయ్యాయి."కర్ణా! నీ ఈనీటికళ్ళల్లోమెరిసేఅందమైన బంగారు పాపలు నీలాకాశంలో మెరిసే సూర్య, చంద్రుడిలా అనిపిస్తాయి. " అని అశ్వత్థామ ఎప్పుడూఅంటూ ఉంటాడు. సూర్యారాధన అనే ఈ వ్రతం బ్రతుకంతా ఆచరించాను. అప్పుడప్పుడు గోళాకారంలో ఉన్న ఆ తేజస్సును కన్నార్పకుండా చూస్తూచూస్తూ సమాధిలోకి వెళ్ళిపోతాను. అసలు దేహ ధ్యానం ఉండనే ఉండదు. మనస్సు తేలిక అవుతుంది. ఆరోజు కూడా ఇట్లాగే అనిపించింది. నేను ధ్యానంలో ఉన్నాను. కాని ఒక్కసారిగా నది నుండి వస్తున్న ఆర్తనాదం నా చెవులలో బాణంలా చొచ్చుకుపోయింది. ఎవరో ప్రాణభయంతో రక్షించండి, రక్షించండి అని అరుస్తున్నారు. నేను వెంటనే వెనక్కి తిరిగి ఘాట్ వైపు చూసాను. ఆ విశాలమైన ఒడ్డు దగ్గర మనిషి జాడలేనే లేదు. కాని ఒక తిరగబడిన నీళ్ళకుండ గంగలో మునుగుతూ తేలుతోంది. దూరంగా వెళ్తోంది. ఆ అందమైన తరంగాలలో అరటి చెట్టు బోదెలా ఒక నిర్మలమైన చెయ్యి నీళ్ళపైన కొట్టుకుంటోంది. కంకణం మెరుస్తోంది. మధ్య మధ్యలో చెయ్యి నీళ్ళలో అదృశ్యం అయిపోతోంది. ఒడ్డున నీళ్ళు నింపేటప్పుడు మెట్ల మీద అంతా నాచు పట్టి ఉండటం వలన జారి పడిపోయింది. ఎవరో ఆ లలన తెలియదు, పాచి పట్టిన మెట్లపై నుండి కాలుజారి గంగలో పడిపోయింది. దూరం నుండి ఎంతో ఆకర్షణీయంగా కనిపించే లోతైన ఆ జలం ఇవాళ ఎవరినో తన గర్భంలో ఎప్పటికీ నిలపాలనుకున్నది. నీటి ఉపరితలం పైన ఆ చేయి కొట్టుమిట్టాటలో సహాయం కోసం ఆక్రందన ఉంది. అది దయనీయమైన పిలుపు.

నేను నా దేహంపైన ఉన్న ఉత్తరీయాన్ని సరిచేసుకుని ఒడ్డువైపు పరుగెత్తడం మొదలు పెట్టాను. ఒడ్డుకి చేరగానే గంగలో దుమికాను. కొంచెంసేపటి వరకు కళ్ళు తెరుచుకుని ఈదడం మొదలు పెట్టాను. కొన్ని చిన్నచిన్న ధైర్య శాలులైన చేపలు చెవుల కుండలాలను అనవసరంగా కొరుకుతున్నాయి. పెరికి వేసే ప్రయత్నం చేస్తున్నాయి. కొంచెం సేపయ్యాకనీళ్ళల్లో మునిగిపోతున్న ఒక మానవి ఆకృతి కనిపించింది. దగ్గరికి నేను వెళ్ళగానే ఆ ఆకృతి నన్ను గట్టిగా వాటేసుకుంది. మృత్యుద్వారం దగ్గర ఎంత అసహాయుడైపోతాడు! జీవుడు కులం, గోత్రం, సమాజం, ధర్మం, ప్రతిష్ఠ– ఏదీ..ఏదీ.. దేనినీ చూడడు. వాడు తన అస్తిత్వాన్ని మాత్రమే చూస్తాడు. మునిగి పోతున్నది ఒక స్త్రీ. అయినా ఆమె నన్ను అల్లుకుపోయింది. మృత్యుపాశంలో గట్టిగా కట్టిపడేయబడ్డ ఒక జీవుడు మరో జీవుడిని 'నాకు ఆశ్రయమివ్వు' అనిఅంటూవాటేసుకున్నకౌగిలింత అది. నిజానికి ఆ ఆలింగనం నన్ను గంగ అట్టడుగుకిలాక్కెళ్ళగలుగుతుంది. అందుకే ముందు నన్ను నేను విడిపించుకున్నాను. ఆమె ముక్తకేశాలను పట్టుకున్నాను. చేతికి వచ్చిన వెంట్రుకల కుచ్చులను చేత చిక్కించుకున్నాను. నేను తీవ్రగతితో నీళ్ళను ఛేదించుకుంటూ ఈదటం మొదలు పెట్టాను. అటువంటి స్థితిలో కూడా ఒక ఆలోచన నన్ను చుట్టు ముట్టింది. నా గురుపూజ సగంలో ఆగిపోయింది. నీళ్ళను ఛేదిస్తూ గంగలోనే సూర్యదేవుడి వంక చూస్తూ నేను "గురుదేవా! క్షమించు. అప్పుడప్పుడు నియమనిష్ఠలకు కూడా ఆటంకం కలుగుతుంది." అని మనస్సులో అనుకున్నాను. జుట్టుతో సహా ఆ స్త్రీ నా చేతలాగబడుతోంది. నేను తీరానికి చేరాను.

మూర్ఛితురాలైన ఆ స్త్రీని ఏదో విధంగా నీళ్ళ నుండి బయటకి తీసుకువచ్చాను. ఒక్కసారిగా ఆమె ముఖం చూడగానే నేను ఆశ్చర్యంతో ఒక్క క్షణం స్థబ్ధుడైపోయాను. ఆమె..... ఆమె....వృషాలి. సత్యసేనుడి సోదరి. ఒక్క క్షణ ప్రయాగ సంగమం నా కళ్ళ ఎదుట దృశ్యమానం అయింది. ఆమె చేతిలో కుండ ఉంది. కుండలోనుండి నీళ్ళు ఒక్కసారిగా తొణికాయి. నీళ్ళన్నీ నా వస్త్రాల మీద పడ్డాయి. నా బట్టలన్నీ తడిసి పోయాయి. వృషాలి సిగ్గుల మొగ్గ అయింది. తను నా వంక ఒక్కసారి చూసింది. వెంటనే తన కళ్ళనుకిందకు దించుకుంది. నేలని కనురెప్ప వేయకుండా చూస్తోంది. మళ్ళీ కన్నెత్తి చూడలేదు. తన కాలి వేళ్ళతో మట్టిని తవ్వి, తవ్వి చిన్న గొయ్యి చేసింది. అప్పటి వృషాలి, గాలికి సిగ్గుచెంది ఆకుచాటున తన ముఖాన్ని దాచుకున్న సిగ్గుల మొగ్గ. ఇప్పటి వృషాలి కొమ్మపైన విచ్చుకున్న పువ్వు. ఆమె మంచు బిందువులతో తడిసిన పారిజాత వృక్షంలా కనిపిస్తోంది. ఆమె ముఖంలో ఏ భావోద్వేగాలు లేవు. నిర్వికారంగా ఉంది. సుప్తశిశువులా ఆమె ఎంతో శాంతంగా ఉంది. ఉలుకుపలుకు లేదు. గంగలో నుండి మరచిపోయి నేను ఏ జలకన్యనైనా బయటకి తీసుకువచ్చానా అని అనిపించింది. ఏ చేతులతో నేను అర్ఘ్యం ఇస్తున్నానో, ఆ చేతులతో ఉలుకుపలుకు లేని నిశ్చల దేహాన్ని ఎత్తుకుని అట్లాగే ఒక్కక్షణం నిల్చుండి పోయాను. నాలో ఒక విచిత్రమైన ఆలోచన వచ్చింది. సూర్యోదయం ఇట్లా రమణీయంగా ఉండాలి. వృషాలి నాకౌగిట్లోఇట్లానే ఉండాలి. నేను తడిసి ఉన్నాను. ఆమె కూడా తడిసే ఉంది. కాల గమనం ఆగిపోవాలి. గంగలోని అస్థిర చంచల జలంలో మాఇద్దరి ప్రతిబింబాలు ఇట్లాగే నాట్యం చేస్తూ ఉండాలి. కారండవ పక్షులు ఇట్లాగే మధురాతిమధురమైన గీతాలు పాడాలి. పక్షుల కిచకిచలు, కలారావాలు, వినిపిస్తూ ఉండాలి.

కాని ఒక్కక్షణంలో దేహం మీద పడ్డ బల్లిని ఎట్లా అయితే వ్యక్తి దులిపేస్తాడో అట్లాగే నేను ఆలోచనని దులిపేసాను. నాకు నామీదేగ్లాని కలిగింది. ఎంతైనా ఆమె పరాయి స్త్రీ. ఆమె నిశ్చలమైన దేహాన్ని ఒక మెట్టుపై జాగ్రత్తగా మెల్లిగా పెట్టేసాను. ఆమె దేహాన్ని స్పర్శిస్తూ, మెట్లపై ప్రవహిస్తూ గంగాజలం మళ్ళీ గంగలో కలిసిపోతోంది. అసలు ఆమె తనకి ఏం చెప్పాలనుకుంటోంది? ఒక ఘడియ దాకా ఆమె స్పృహలోకి రాలేదు. తడిసిన బట్టలు ఆమె దేహానికి అతుక్కుపోయాయి. జలబిందువులు గుండ్రటిపచ్చటి ముఖకమలం పైన ఉండి ఉండీ మెరుస్తున్నాయి. వాటి మీద పడే సూర్యకిరణాలు పరివర్తితం అయి ఆమె బుగ్గలపై పరుచుకుంటున్నాయి. ఆ సమయంలో ఆమె దేహలత నాకు గంగ నుండి గర్వంతో వెలువడే అందమైన ధార అని అనిపించింది.

నది ఒడ్డున తడిలేనిఉత్తరీయాన్ని ఉంచాను, అన్న సంగతి గుర్తుకు వచ్చింది. దాన్ని తీసుకోవాలని వెంటనే ఉత్తరీయందగ్గరికి వచ్చాను. నేను తీసుకుని తిరిగి వెళ్ళిపోతున్నాను శ్వాస తీసుకుంటున్నట్లుగా వినిపించింది. ఒడ్డున ఎవరు కనిపించలేదు. ఉత్తరీయంతో ముఖంపైన జల బిందువులని తుడిచాను. ఆమెకు నాచేతి స్పర్శ తగలకూడదని నేను చాలా జాగ్రత్త పడ్డాను. ఆమె మెడ కొంచెం కదిలించింది. మెల్లిగా కళ్ళు తెరిచింది. అసలు ముందు ఆమెకి తనెక్కడ ఉందో, నేనెవరినో అర్థం కాలేదు. గాభరాగా నా వంక కన్నార్పకుండా చూడటం మొదలుపెట్టింది. నా కవచకుండలాల మీద ఆగి ఉన్న జలబిందువులు జారి నా భుజాల మీద పడటం చూసింది.

వెంటనే ఆమె ఎక్కడ ఉందో, నేనెవరినో ఆమెకు అర్థం అయింది. ఆమె వెంటనే లేచి నిల్చుంది. దేహం పైన తడిసిన బట్టలను సరి చేసుకునే ప్రయత్నం చేసింది. ఆమె తన తలను వంచుకున్నది. సంబాళించుకుని లేచే సమయంలో నా ఉత్తరీయాన్ని, ఎట్లాఉన్నదాన్ని అట్లాగే తన ఒంటికి చుట్టేసుకుంది. గంగానదిలో దూరంగా ప్రవహిస్తూ వెళ్ళిపోతున్న కుండవైపు చూపిస్తూ–''మొట్ట మొదట ఒక కుండ ప్రయాగలో విరిగిపోయింది. ఇప్పుడు హస్తినాపురంలో గంగ మరో కుండని శాశ్వతంగా లాగేసుకుంది. ఎందుకు లాగేసుకుందో గంగనే అడుగు'' అని నేనన్నాను.

కొంచెంగా మునిగితేలుతున్న ఆ కుండపై ఆమె దృష్టి పడ్డది. సిగ్గుపడుతూ తలవంచుకుని ఆమె వెంటనే వెనక్కి తిరిగి ఒక్కొక్క మెట్టు ఎక్కుతూ కనుమరుగై పోయింది. ఆమె తడి పాదాల పాద ముద్రలు ఘాట్ మెట్ల మీద పడ్డాయి. వెళ్ళేటప్పుడు గాభరగా ఉండడం వలన ఆమె నా ఉత్త రీయాన్నితీసుకువెళ్ళిపోయింది. ఆమె గాభరాను చూసాక నేను మనస్సులోనే నవ్వుకున్నాను. నేను చాలాసేపు ఆ కుండ వంక చూస్తూ నిల్చుండి పోయాను. వెనక నుండి ఒడ్డుపైన ఉన్న మెట్లను ఎవరో దిగుతున్నట్లుగా చప్పుడు వినిపించింది. వారు పితామహులు భీష్మలవారు. నన్ను చూడగానే 'కర్ణా! నీవు ఇప్పటిదాకా గంగ ఒడ్డునే ఉన్నావా? ఆశ్చర్యం'' అంటూ ఎంతో ప్రేమగా అడిగారు.

నేను ఏ జవాబూ చెప్పలేదు. అసలు ఏం సమాధానం చెప్పగలను? ఏదో కారణం వలన నా సాధన సగంసగం ఉండిపోయింది.

ఆమాట ఆయనతో ఎట్లా చెప్పగలను?

ఆరోజు దేహంపైన తడిసిన బట్టలతో గంగానది చెలియల కట్టనుండి వస్తున్న కర్ణుడిని పురజనులు ఆశ్చర్యంగా చూస్తున్నారు.

4

ఆరోజు జరిగిన సంఘటన ఎట్లాతెలిసిందో తెలియదు కాని దుర్యోధనుడికి తెలిసింది. బహుశవృషాలి తన సోదరుడికి చెప్పి ఉంటుంది. వాడు దుర్యోధనుడికి చెప్పి ఉండవచ్చు. ఎప్పుడైతే ఈ సంఘటన జరిగిందో నా మన:స్థితి విచిత్రంగా అయిపోయింది. ప్రతి దినం నియమంగా గంగ ఒడ్డుకి వెళ్తూనే ఉన్నాను. కాని సూర్యభగవానుడి వైపు చూస్తున్నప్పుడు ఆ తేజోమయమైన బింబంలో నాకు వృషాలి ముఖం కనిపించడం మొదలైంది. అప్పుడప్పుడు గంగ ఒడ్డున నేను ఉత్తరీయాన్ని మరచి పోయేవాడిని. ఉత్త చేతులతో వెనక్కి వచ్చేవాడిని. దాన్ని తీసుకు రావడానికి శోణుడిని పంపించాల్సి వచ్చేది. ''అన్నయ్యా! నీకు ఇంత మతిమరుపుఎట్లా వచ్చింది.'' అని వాడు అడిగేవాడు. ఏదో ఒక జవాబు చెప్పాలి కనుక ''శోణా! అప్పుడప్పుడు మనిషికిమరుపు కూడా మంచిదే' అనిఅనేవాడిని. వాడు అసమంజసంలో పడి నావంక చూసేవాడు. ఎందుకంటే వాడికి ప్రతీరోజు మండుటెండలో గంగ ఒడ్డుకి వెళ్ళాల్సి వచ్చేది. సేవకులు, వెనక వాళ్ళల్లో వాళ్ళు ''మన రాజుకి ఇంత మతి మరుపు ఎందుకు?''అని చర్చించుకోకూడదని ఆ పని శోణుడికేఅప్పచెప్పేవాడిని.

నాన్నగారి మాటను ఎప్పుడూ నేను జవదాటి ఎరుగను. ఎందుకంటే ఆయన ఎన్నో కష్టాలు పడ్డారు. ఆయన వలననే నేను ఈనాడు అంగరాజు కర్ణుడినయ్యాను. నేను అంగరాజుని కాగానే ఆయనను రాజభవనానికి తీసుకువచ్చాను. ఆయన ఏది చెబితే అది చేసేవాడిని. ప్రతీరోజు రాత్రి నేను స్వయంగా ఆయన పాదాలకు చందనంతో తయారుచేసిన లేపనాన్ని రాసేవాడిని. ఇది చూసి అమ్మ అప్పుడప్పుడు ''వసూ! నీవు ఇప్పుడు రాజువి. ఇప్పుడు ఈ పని నీవు చేయడం బాగుండదు. మంచి మహారాణిని తీసుకురా! ఈ పనులన్నింటినీ ఆమెకు అప్పచెప్పు.'' అని అనేది. నేను ఆమె ఏది అన్నా జవాబు ఇవ్వను. చంపానగరి గురించి మాట్లాడి ఆమె మనస్సును తెలివిగా మరోవైపు మరల్చాను. ఒకసారి నాన్నగారు ఆశ్చర్యపరిచే ఒక విషయాన్ని చెప్పి నన్ను గాయపరిచారు.

ఒక ముఖ్యమైన పనికోసం నాన్నగారు నన్ను రమ్మనమని పిలిచారనిశోణుడు చెప్పాడు. నేను వెంటనే ఆయన భవనంలోకి వెళ్ళాను. రాజు దుర్యోధనుడు అక్కడికి ముందే వచ్చాడు. లోపలికి నేను వెళ్ళాను. ''కర్ణా! నేను ఈనాటి దాకా నిన్ను ఏదీ అడగలేదు. ఇవాళ నేను ఏదైనా అడిగితే ఇస్తావా?'' అని ఆయన అడిగారు.

అసలు ఆయన ఏమంటున్నారో నాకేం అర్థం కాలేదు. ఆయన ఆజ్ఞను శిరసావహించడం నా కర్తవ్యం. అందువలన ''నాన్నగారూ! నేను మీ పుత్రుడిని, కర్ణుడిని. తండ్రి కొడుకును అడగడు. కేవలం ఆజ్ఞ మాత్రమే ఇస్తారు.'' అని నేను అన్నాను.

''అయితే నాకు కోడలు కావాలి. నీ వివాహం చేయాలని నిర్ణయించాం. ఇక నీవు ఏ సాకు చెప్పినా నేను వినను''

''కాని...'' నేను సంకోచాన్ని వ్యక్తం చేసాను.

''ఇదిగో ...కాని... గీనిఅంటూ అడ్డు చెప్పకు.

సారథి కులంలోని ఒక అందమైన పిల్లను చూసాను.''

''నాన్నగారూ! నేను....!

''నేను ఇప్పుడు ఇక ఏ మాట వినను. ఇవాళే నేను పురోహితుడుని పంపిస్తున్నాను.''

''కొంతకాలం ఆగలేరా? నేను చివరి ప్రశ్న వేసాను. ఏ కారణం లేకుండా కళ్ళఎదురుకుండావృషాలికదలాడసాగింది. ఎందుకో తెలియదు. అసలు నేను తనని మరవలేకపోతున్నాను. ఎందుకంటే ప్రతిరోజు గంగానది ఒడ్డుకి వెళ్ళాలి. ప్రతీక్షణం వృషాలి గుర్తుకు వస్తూనే ఉంటుంది. ఆమె గుర్తుకు రాకుండా ఉండాలంటే గంగా తీరానికి వెళ్ళడం మానేయాలి. అది ఒక్కటే ఉపాయం. కానీ నేను ఎప్పుడూ ఆపని కలలో కూడా చేయలేను. అంగరాజు పదవినైనావదిలిపెట్టగలుగుతాను, నా కవచ కుండలాలని వదిలి వేయగలుగుతాను, కాని గంగా తీరానికి వెళ్ళడం మానేయలేను, సూర్యారాధన చేయడం మానేయలేను.

''చూడు కర్ణా! ఇప్పుడు మేము ఒక్కరోజు కూడా ఆగలేము. ఎందుకంటే ఇంకా శోణుడుకి పెళ్ళి చేయాలి. మేము వృద్ధులమైపోయాము. ఒకవేళ నీకు ఈ వివాహం చేసుకోవాలనిపించకపోతే స్పష్టంగా చెప్పేసేయి'' నాన్నగారు తమ అంతిమ నిర్ణయాన్ని వెలిబుచ్చారు. అసలు ఏం జవాబు చెప్పాలో నాకు వెంటనే స్ఫురించలేదు. నేను శోణుడిజీవనమార్గంలో ఆటంకం అవుతున్నానా?

ఎవరైతే నాకోసం అహర్నిశలుపాటుపడ్డారో, ఆ వృద్ధ అమ్మనాన్నలప్రేమమయమైన మనస్సును గాయపరచడం ఉచితమైనదేనా? మనిషి భావోద్వేగాల పైనే జీవిస్తాడు. కాని కర్తవ్యాన్ని నెరవేర్చడం కోసం భావాలని వెనక్కి నెట్టివేయాల్సి వస్తుంది. ఎదుటివాళ్ళ కోసం బతికేవాడే అసలు సిసలైన మనిషి. ఒక్క క్షణం సూర్యభగవానుడిని తలచుకుని ఒక నిర్ణయానికి వచ్చాను "మీ కోరిక ఇదే అయితే నేను తప్పకుండా నెరవేరుస్తాను" అని నేను సౌమ్యంగా చెప్పాను.

"మంచిది" అంటూ ఆయన నా దగ్గరికి వచ్చారు. ఆయన వృద్ధ నేత్రాలో ఒక అభూతపూర్ణమైనఉల్లాసమైన మెరుపు మెరుస్తోంది. ఆయన వణుకుతున్న చేత్తో నా వీపును ప్రేమగా నిమిరారు. ఒక్కసారిగా వృషాలిఅరటిబోదెలా ఉన్న పచ్చటి చెయ్యి గుర్తుకు వచ్చింది. మనస్సును గట్టి చేసుకుని అంతా మరచిపోవాలని శతవిధాల ప్రయత్నంచేసాను. ఉఫ్! మనస్సు ఎంత విశృంఖలమైనది. మనిషి ఏ మాటనైతేప్రాణప్రతిజ్ఞ చేసి మరచిపోవాలనుకుంటే అదే పదేపదేమనస్సును నిలవనీయకుండా చేస్తుంది. నిరంతరం మనస్సులో అదే యావ. బహుశ జీవితం అప్పుడప్పుడు మనిషికి కఠినమైన పరీక్ష పెడుతూ ఉంటుంది. మనకు ఎంత నచ్చినా, ప్రతీది మనిషి ఇష్టానుసారంగా జరుగుతుందని బల్లగుద్ది చెప్పలేము. వృషాలి నాకెంతో నచ్చింది. కాని ఇప్పుడు తనని మరచిపోవాలి తప్పదు. ఇప్పుడు ఆమె నాకు భార్య కాలేదు. నాన్నగారి ఎదుట నా భావోద్వేగాలు ప్రకటితం కాకూడదు అని అనుకుని "నేను బయలుదేరుతాను" అని వారికి చెప్పాను. బయటకి వెళ్ళాలని మలుపు తిరిగాను. అక్కడ రాజు దుర్యోధనుడు కూర్చుని ఉన్నాడు. నాకు ఏమాత్రం ధ్యాసలేదు. దుర్యోధనుడు వెంటనే నాన్నగారిని ఒక విలువైన ప్రశ్న అడిగారు – కాని... కాని.."అతిరథ బాబాయి, మీరు ఎక్కడి పిల్లను చూసారు? ఆమె పేరు ఏమిటి? దీనికి సంబంధించిన వివరాలు మీరు చెప్పనే చెప్పలేదు" నా చెవులు నిక్క పొడుచుకున్నాయి. "అమ్మాయి హస్తినాపురంలోనే ఉంటుంది. సత్యసేనుడి సోదరి వృషాలి".

"అవునా! ఆమె! ఏది ఏమైనా అంతా మంచికే జరిగింది. ఊరికే ప్రతీరోజు గంగకి కష్టం ఇవ్వడం ఎందుకు? మీరు ఎంత బాగా ఆలోచించారు?" దుర్యోధనుడు పెద్దగా అట్టహాసం చేస్తూఅన్నాడు. నాన్నగారు కూడా అతడితోపాటు నవ్వసాగారు. నేను ఒక్కసారిగా అవాక్కైపోయాను. అంటే... అంటే... దుర్యోధనుడే ఈ వల పన్నాడా! అతడు ఎంత తెలివికలవాడు. నా అనుమతి కోసం నాన్నగారినే ఉపయోగించుకున్నాడు. దుర్యోధనుడు నాకు కేవలం స్నేహితుడే కాదు, నాకు నిజమైన సోదరుడు. అక్షరాలా శోణుడిలాంటి వాడు. అతడి ప్రేమను శంకించడం కూడా పాపమే. అతడు నన్ను అంగరాజ్యానికి రాజుని చేసాడు. దీనికి కారణం అతడికి నాపైన ఉన్న నిశ్చలమైనప్రేమయే. అయినా అతడు స్వార్థపరుడు అని నేను అనుకునేవాడిని. కాని ఇప్పుడు అతడి సుస్వభావం తెలిసింది. తక్షణమే నేను ఒక నిర్ణయానికి వచ్చాను – దుర్యోధనుడి కోసం ఏమైనా చేస్తాను. ఇప్పుడు నాకు ఇద్దరు స్వంత తమ్ముళ్ళు. ఒకడు శోణుడుమరొకడు దుర్యోధనుడు. నాలాంటి ఒకసారథి పుత్రుడి కోమలమైన భావాలకు ఇంతగా విలువ ఇచ్చిన కురుశ్రేష్ఠ రాజు దుర్యోధనుడు నా ప్రాణాలకు మిన్నగా అనిపించసాగాడు. అతడి పట్ల నాకు ప్రేమ ఆప్యాయతలు ద్విగుణీకృతం కాసాగాయి.

ఏమాటా మాట్లాడకుండా నేను మహల్ బయటకి వచ్చేసాను. నా మానసిక ఆనందానికి సరిహద్దులు లేవు. వృషాలి నాకు భార్య కాబోతోంది. మహల్ బయట శోణుడునిల్చుని ఉన్నాడు.

వాడి ముఖం అటువైపు ఉంది. వాడి దగ్గరికి వెళ్ళగానే వాడి వీపుపై పెద్దగా దెబ్బవేసాను. శోణుడు ఒక్కసారిగా ఆశ్చర్యపోయి ఏమిటీ ఈ మూర్ఖత్వం? అని అడిగాడు. నన్ను చూడగానే తన తప్పు తెలుసుకున్నాడు. చేతులు జోడించి తలవంచి నేరస్థుడిలా నిల్చున్నాడు. వాడి చేతులను నా చేతుల్లోకి తీసుకుంటూ ''ఇప్పుడు మూర్ఖత్వం సమాప్తం అయిపోయింది శోణా! నా ఉత్తరీయంతేవడానికని నీవు మాటిమాటికి గంగా తీరానికి ఇక ఎప్పటికీ వెళ్ళనక్కర లేదు'' అనిఅన్నాను.

శోణుడుఅమితమైన ఆశ్చర్యంతో నావంక చూడసాగాడు.

5

అందుకు నేను ఎంతో ఆనందంగా ఉన్నాను.

నా పెళ్ళి పిలుపు ఆహ్వాన పత్రికలు చుట్టుపక్కల రాజులందరికీపంపబడ్డాయి. ఆరోజు గోదాలో ఉన్న వాళ్లందరికీ ఆహ్వాన పత్రిక పంపాల్సిందే. నిజానికి నా జీవితం సుఖాల దేవదారువృక్షంకాదా? రోజురోజుకి అది విస్తృతమవుతోంది. సారథి నుండి రాజ్యపదవి, ఇప్పుడు శుభమంగళం వైపు... అది కూడా ఉచిత స్థానం పైనే... ఇది అదృష్టం పదయాత్ర కాదా? సుఖం అప్పుడప్పుడు అసంఖ్యాకమైన రెక్కలతో మనిషికి ఎంతో గాలి నిస్తుంది. ''ఇక చాలించు సుఖం ఎక్కువయింది'' అని మనస్సు మనకు చెప్పాల్సిన అవసరం వస్తుంది.

భవనంపై నిల్చున్నాను. ఆలోచిస్తున్న నేను నీలగగనం వైపు చూసాను. విశాలమైన నీలాకాశం ఆకుపచ్చటి నేలను తన ఒడిలో తీసుకున్నట్లుగా దూరంగా క్షితిజం దగ్గర గోచరమయింది. మనస్సు ప్రఫుల్లమైంది. కురువుల ప్రాచీన రాజభవనం ఎదురుగుండా పెళ్ళి పందిరి వేసారు. సేవకులు, దాస దాసీలు ఎంతో అందంగా అలంకరిస్తున్నారు. చూసాక మనస్సు గాలిలా తేలిక పడ్డది. ఎదురుగుండాసరోవరంలో మెడ ఎత్తి ఎంతో మంజులంగా తిరగాడే, కేవలం పాలను మాత్రమే తాగే శ్వేత శుభ్ర రాజహంసలా నా మనస్సు దేహ సరస్సులో తెడ్డు వేస్తూ తిరగాడసాగింది. భావి జీవితంలో అందమైన కలలు నలువైపులా వలయాలని నిర్మిస్తున్నాయి. లోకమంతా గుడిలా ప్రసన్నంగా పవిత్రంగా అనిపించసాగింది.

6

అందరికీ చర్చనీయమైన విషయం. అందరిలో ఉన్న ఉత్సుకతను, కుతూహలతను పైస్థాయి దాకా తీసుకువెళ్ళే నా వివాహ మంగళ మహోత్సంసంపూర్ణమయింది. ఇంత పెద్ద ఎత్తున నా వివాహ మహోత్సవం జరుగుతుందని నేను కలలో కూడా ఊహించలేదు. నేను సంసార జీవితంలో ఒక బాధ్యతగల పతిగా ప్రవేశించాను. నా జీవన నాటకంలో, రెండో అంకం ప్రారంభమయింది. శృంగారం, వాత్సల్యాలతో నిండి ఉంటుంది ఈ అంకం. ఈ అంకంలో మనిషి మనస్సు బహుశమహదానందం పొందుతుంది. అందుకే ఈ సమయంలో అది శిథిలం అయిపోయి తిరుగుతూ ఉంటుంది. వైవాహిక జీవితంలో అన్ని వస్తువులు గులాబి రంగులో

ఉంటాయి. జీవన సంగీతంలో సంసార జీవితం అంటే ఒక వసంత, వైభవరాగం. ఇహ ఇప్పుడు ఈ రాగాన్నే నేను ఆలాపన చేయాలి. ఎందుకంటే నా శుభ వివాహ మహోత్సవం జరిగిపోయింది. ఆ మహోత్సవంలో జరిగిన ఎన్నో సంఘటనలు, నా మనస్సులో నిరంతరం మెదులుతూనే ఉన్నాయి. వసంత ఋతువు వెళ్ళిపోయినా పొగడ పుష్పాల నుండి సువాసన వస్తూనే ఉంటుంది. ఆ సంఘటనలూ అంతే.

పెళ్ళికి ఎంతోమంది మహామహులు వచ్చారు. ఎన్నెన్నో రాజ్యాలనుండి పేరుప్రతిష్ఠలు గల రాజులు వచ్చారు. పురప్రజల ఆగమనం అయింది. ఒక సారథి పుత్రుడి పెళ్ళికి క్షత్రియ కులోత్పన్నులైన మహారాజులు విచ్చేయడం ఎంతో అపూర్వం, అద్వితీయం. రాజు దుర్యోధనుడు అందరికి ప్రత్యేకమైన ఆహ్వాన పత్రికలు పంపించాడు. అతడి ప్రేమ నిజంగానే అపారమైనది, సత్యమైనది. కురువంశీయ రాజులు ఎవరినైనా తమ వాళ్ళు అని అనుకుంటే వాళ్ళని జీవితాంతం అంటిపెట్టుకునే ఉంటారు. ప్రతీకార్యంలోనూ, ప్రతీ విషయంలోనూ నాకు అనుభవంలోకి వస్తూనే ఉంది. నా పెళ్ళి సమయంలో పరప్రాంతం నుండి ఎవరైనా హస్తినాపురం వచ్చినప్పుడు, కురువంశరాజులలోని ఏ రాజకుమారుడి పెళ్ళో జరుగుతోందని వాళ్ళకి అనిపిస్తుంది. నిజానికి నేనెంతో అదృష్టవంతుడిని. పెళ్ళిలో శోణుడిఆనందం చెప్పనలవికానిది. తనను తను మరచిపోయి పెద్దవాడిలా ఎవరికి ఏది కావాలో స్వయంగా అడిగి తెలుసుకునేవాడు. మండపంలో మహదానందంగా తిరిగాడు.

ఎప్పుడు ధర్మం, ఆత్మ, కర్తవ్యం లాంటి లోతైన విషయాలను గురించి చర్చించే అశ్వత్థామ ఎంతో ఉత్సాహంగా పాల్గొన్నాడు. అతడు తన పవిత్రమైన చేతులతో నా ఫాలభాగాన్ని మాలలతో అలంకరించాడు. మాలలను కడుతూ "సావధాన్ కర్ణా! ఈ గోదాలో ఎవరూ విజేతలుగానే ఉండిపోలేదు." పసుపు రాస్తున్న సమయంలో స్త్రీలలో ఎవరో "వరదేవుడి దేహం పైన పసుపెందుకు? దాని అవసరమే లేదు. పసుపు బంగారు రంగులో ఉంటుందా?" అని హాస్యంగా అన్నారు.

సంధ్యా సమయంలో గోధూళి వేళలో పెళ్ళి జరిగింది. వృషాలి పెద్దపెద్ద శ్వేతశుభ్ర కమలాల దండని ఎంతో వినయ, విధేయతలతో నా మెళ్ళో వేసింది. నగారా మోత, సన్నాయి మేళం రెండూ కలిసిన మిశ్రమ ధ్వనితో సమస్త రాజనగరం ప్రతిధ్వనించింది. చందన జలంతో, నిషిగంధాఅర్కంతో వాతావరణం అంతటా మాదక సుగంధం నిండిపోయింది. పడమర క్షితిజంలో మామూలు రోజుల్లోలాకాకుండా, సూర్యభగవానుడు కొంచెం ఎక్కువసేపు ఉండి మాకు ఆశీర్వాదం ఇచ్చాడు. ఈ పనుల కారణంగా ప్రతీరోజులా సాయంకాలం, సూర్య నమస్కారం శాంతిగా చేయలేను అన్న ఉద్దేశ్యంతో వేదిక పైనే నేను ప్రణామం చేసాను. సంసార భారం నా భుజాల మీద పడ్డది.

పెళ్ళిలో లెక్కలేనన్ని కానుకలు వచ్చాయి. వాటిల్లో ఎన్నో నగలు ఉన్నాయి. పట్టుబట్టలు ఉన్నాయి. బంగారంతో అందంగా చేయబడ్డ పిడులతో ఉన్న ఖడ్గాలు ఉన్నాయి. మణి మాణిక్య, ముత్యాల వైఢూర్యాలు ఉన్నాయి. కాని ఒక కానుక ఎంతో అద్భుతంగా ఉంది. పాండవుల వైపు నుండి ఒకే ఒక విలువైన కానుక. రాజమాత కుంతీదేవి పంపించిన కానుక అందులో నీలం రంగు

చీర ఉంది. ఒక ఉంగరం ఉంది. దానిపైన ఒక ఉడుము తాపడం చేయబడి ఉంది. నీలం రంగు చీరపై లతలు, తీగలు కుట్టబడి ఉన్నాయి. ఈ మహావస్త్రం ఎంతో అమూల్యంగా అందంగా ఉంది.

నేను,వృషాలీ తలవంచి రాధామాతకు, నాన్నగారికి ప్రణామం చేసాము. వాళ్ళు మాకు శుభాశీస్సులు ఇచ్చారు.''యుగయుగాలు జీవించు''మనస్సు ఆనందంతో ఉప్పొంగిపోయింది. అక్కడ పుట్టడం నా అదృష్టం, నా జన్మ ధన్యం అయింది అని అనుకున్నాను. నా భుజాలు పట్టుకుని రాధా మాత నన్ను లేవదీస్తూ ''కర్ణా! సుఖంగా పది కాలాల పాటు ఉండు' అనిఅన్నది. ఆవిడ గరుకుగా ఉన్న చేతులను నా చేతుల్లోకి తీసుకుంటూ ''కర్ణ కాదు, వసూఅని అను అమ్మా. నేను లోకానికి కర్ణుడిని. నీకు మాత్రం ఎప్పుడూవసూనే అమ్మా! ఎప్పటికీ వసులాగానేజీవిస్తానమ్మా!'' నా కళ్ళల్లో నీళ్ళు నిండాయి. అమ్మ నన్ను తన హృదయానికి హత్తుకుంది. నేను ఒక్కక్షణం నా తలను అమ్మ భుజాలపైన ఆనించాను. ఎదురుగుండా ఉన్న మహల్‌లోగవాక్షం దగ్గర నిల్చుని ఉన్న రాజమాత కుంతీదేవి నాకు స్పష్టంగా కనిపించింది. ఆవిడ బహుశ మా వైపే చూస్తోంది. కుంతీదేవి కొంగుతో కన్నీళ్ళు తుడుచుకోవడంచూసాను. నా కళ్ళు అశ్రుపూరితంఅయినందువల నఅట్లాకనిపించిందేమోఅని అనిపించింది. లేకపోతే రాజమాత కొంగుతో కళ్ళను ఎందుకు తుడుచుకుంటుంది. మరుక్షణంలో కిటికీ తలుపులు మూసి వేయబడ్డాయి. కిరణాల వెలుగు ప్రసరిస్తోంది. అస్తమిస్తున్న సూర్యకిరణాలు ఒక్క క్షణంలో మాయం అయ్యాయి. వృషాలి చెయ్యిని నా చేతుల్లోకి తీసుకున్నాను. విశ్వప్రళయ కాలంలో చేయూతనిచ్చే ఆ చెయ్యే నాతో నడిచే నిజమైన మిత్రుడు.

గోదాలో అర్జునునితో తలపడే ఒక సూత పుత్రుడి పెళ్లి ఎంతో వైభవంగా జరిగింది. ఈ అంగరంగ వైభవం రాజమాత కుంతి చూడకూడదని అనుకుందా! అందుకే ఆమె తన మహలులోని కిటికీ తలుపులను ధడాల్న మూసివేయలేదు కదా? ఈ ఆలోచన మాటిమాటికి ప్రశ్నను లేవనెత్తుతోంది.

7

జీవితంలో ఎన్నో, ఎన్నెన్నో సంఘటనలు జరుగుతూ ఉంటాయి. వ్యక్తి ఎంత ప్రయత్నం చేసినా అన్ని సంఘటనలను గుర్తు పెట్టుకోలేడు. కాని కొన్ని సంఘటనలను మరచిపోదామని ఎంత ప్రయత్నించినా మరచిపోలేము. నీళ్ళల్లో ఉండే మొసలి ఒక్కసారి దేనినైనా పట్టుకుంటే ఎట్లావదలదో మనస్సు కూడా కొన్ని సంఘటనలను వదిలి వేయడానికి ఒప్పుకోదు. మానస పేటికలో అటువంటి సంఘటనల విలువైన పట్టువస్త్రాలు ఉంటాయి. కొన్ని మొరటు నాసిరకం వస్త్రాలు ఉంటాయి. పెళ్ళి తరువాత మొదటి కలయికతో మొదలయ్యే మొదటి రాత్రిని ఏ భర్త అయినా ఏ భార్య అయినా మరచిపోగలుగుతారా? మంచి తీయటి స్మృతులన్నీ పరిమళ భరితం అయిన పుష్పాల్లాంటివి. కాని ఆ మధురమైన రాత్రి, మత్తు కలిగించే గంధంతో నిండిన పరిపూర్ణమైనమొగలిరేకులకేశాలలా ఉంటుంది. మొదటిరాత్రి అంటే సంకోచం, సమ్మోహం, సమర్పణం. ఆ రాత్రి అంటే రెండు మనస్సుల మధ్య అమాయకమైన, మౌన సంభాషణ. అసలు దానిని వర్ణించే ఏ శబ్దాలూ లేవు. మాటలే మూగపోతాయి. విశ్వ నిర్మాణం చేసే, సరిహద్దులు లేని

ఈ యజ్ఞంలో, స్త్రీ, పురుషుల నిర్మాణ కార్యంలో పరమాత్మకి ఏదైనా నిజమైన ఉద్దేశ్యం ఉంటే ఈ రాత్రి ఆ యజ్ఞానికి ఇచ్చే అంతిమ పూర్ణాహుతి. ఆ రాత్రి నాకు యథాతథంగా గుర్తుకు ఉంది. అసలు నిన్ననే జరిగిన సంఘటనా అని అనిపిస్తుంది. ఆ రాత్రి పున్నమి రాత్రి. ఇది కూడా ఒక విశేషమైనదే. శరత్ ఋతువులోవచ్చే పౌర్ణమి.

నిషిగంధ (రాత్రి రాణి పుష్పాలు) పుష్పాలు, సుగంధాలు వెదజల్లే చిన్న చిన్న తెల్లని పూల పాన్పు ఆ మంచం పైన పరచబడి ఉంది. ఆ మంచం శమీ వృక్షం కట్టెతో తయారు చేయబడింది. మంచం నల్లటి రంగుతో నిగనిగలాడుతోంది. వృషాలిసిగ్గులమొగ్గయికూర్చుని ఉంది. పడకగదిలోకి నేను ప్రవేశించగానే తన బట్టలను సవరించుకుంటూ లేచి నిల్చుంది. ఆమె తలదించుకుని ఉన్నది. ఏం చెప్పాలో నాకు అర్థం కాలేదు. నేను గవాక్షందగ్గరకెళ్ళినిల్చున్నాను. అందులోంచి ఆకాశంలోని పూర్ణచంద్రుడు కనిపిస్తున్నాడు తన అందమైన వెన్నెల కుందని ముక్త హస్తంతో నేల మీదకిఒంచేస్తున్నాడు. హస్తినాపురం అంతా శాంతంగా ఉంది. గంగ నుండి శీతల పవనాలు మహలు వైపు వీస్తున్నాయి. "గంగని మరచిపోయావా? మీ ఇద్దరి ఆలింగనాన్ని అందరికన్నా ముందు చూసింది గంగే కదా!" అని గాలి విసుర్లు అడుగుతున్నాయి. నేను గంగ వైపు చూసాను. దూరంగా వెన్నెలలో గంగ అందమైన ప్రవాహం ఎంతో నైపుణ్యంగా ఎగిరే పావురంలా అనిపిస్తోంది. ఆ రోజు గంగ ఒడ్డున మెట్ల మీద మూర్ఛితురాలైనవృషాలినిచూసాక నాకు అట్లానే అనిపించింది మెల్లిగా కిటికీ తలుపులు మూసేసి మంచం వైపు వస్తూ "ఒకవేళ నీవు మళ్ళీ గంగలో పడిపోతే నేను నిన్ను నీళ్ళల్లోంచి బయటకు తీసుకురాను. నేను బెస్తవాడినికాను, గంగలో మునిగేవాళ్ళనిరక్షించడానికి." అని మెల్లిగా అన్నాను. ఆమె మనస్సులో నవ్వుకుంటోంది. ఆమె చెంపల మీద మోహపు గుంటలు పడుతున్నాయి. ఆమె ఏమీ మాట్లాడలేదు. ఇంకా ఇప్పటికీ ఆమె అట్లానే ముసుగు వేసుకునే నిల్చుంది. "ఈ రాజభవనంలో ఎన్నో పాషాణ మూర్తులు ఉన్నాయి. నీవు ఇంకా వాటి సంఖ్యను పెంచాలనుకుంటున్నావా? ఎంతసేపు నిల్చుంటావు? ఇక్కడికి వచ్చి కూర్చో." ఆమె ముసుగుతోటే అట్లాగే కూర్చుంది. కూర్చునేటప్పుడు ఆమె చీర మీద కుట్టబడి ఉన్న జరీ బూటాలు దీప స్థంభాల ప్రకాశంలో మెరుస్తున్నాయి. చూసాక నాకెంతో ఆశ్చర్యం కలిగింది. అది రాజమాత పంపించిన చీర. ఆమె అదే చీరను ఎందుకు ఎన్నుకుంది? "వృషాలి! నీవు ఇవాళ ఈ చీరనే ఎందుకు కట్టుకున్నావు? ఇందులో ఏం ప్రత్యేకత ఉంది? అని నేను అడిగాను." వస్త్రాలకిసంబంధించిన జిజ్ఞాస అనే నా బాణం గురి చూసుకుని దూసుకువెళ్ళింది. ఆమె చెప్పడం మొదలు పెట్టింది.

"మీకు నీలాకాశంలో బంగారు సూర్యభగవానుడిని చూడడం ఎంతో ఇష్టం, అని నేను విన్నాను. ఈ నీలం రంగు చీరపైన అట్లాంటిఅందమైన బంగారు కుట్టుపూలు ఉన్నాయి. అందుకనే" ఆమె ఎంతో మెల్లిగా అన్నది. ఆమె కంఠం ఆవు మెడలో కట్టబడ్డ అందమైనఅందెల్లా ఉంది. ఇవాళ మెదటిసారి ఆమె తీయని కంఠాన్ని విన్నాను. అసలు ఆమె స్వరం కన్నా ఆమె ఇచ్చిన జవాబు నాకెంతో బాగా నచ్చింది.

ఆమె నా గురించి ఏం ఏంతెలుసుకుందో ఆ దేవుడి కెరుక.

ఆమె గడ్డాన్ని పట్టుకుని పైకెత్తాను. ఏదో చెప్పాలనుకుంటున్నాను ఇంతలో ఆమె మంచం పైన ఉన్న శయ్య కింద చేయి వేసి ఉత్తరీయాన్ని పైకి తీసింది. నా ఎదురుగుండా పెట్టింది. ఆ రోజు గాభరాలో నా ఉత్తరీయాన్ని వెంట తీసుకు వెళ్ళింది. ఆనాటి నుండి ఈనాటివరకు దాచుకుంది. నేను చేతిలోకి తీసుకుని దాన్ని దులిపాను. అందులో నుండి ఒక వస్తువు కింద పడ్డది. వంగి దాన్ని చూసాను. అవాక్కైపోయాను. చేతిలోకి తీసుకున్నాను. అది అంగుళిత్రాణము. ఉంగరంపైన ఉడుము బొమ్మ ఉంది. ఉడుముతో తయారు చేయబడిన ఉంగరం. వృషాలి తెలివితేటలు చూసి నేను ఆశ్చర్యపడ్డాను. తన భర్త గొప్ప ధనుర్ధరుడు అని తెలుసుకుని రాజమాత కుంతీ ద్వారా పంపబడ్డ ఉంగరాన్ని నాకు ఇవ్వడానికి ఇన్నాళ్ళు దాచి పెట్టింది. నేను దానిని నా వేలికితొడుక్కున్నాను. నాకు ఈ విధివిధానం చూసి పదే పదే ఆశ్చర్యం వేసింది. రాజమాత వైపు నుండి వచ్చిన వస్తువులనే వృషాలి ఎందుకు ఎన్నుకుంది? ఎంత ప్రయత్నం చేసినా అసలు జవాబు దొరకలేదు. అసలు జీవితంలో జరిగే అన్ని సంఘటనలకు జవాబులు ఎక్కడ ఉంటాయి? ఇక చివరికి ఆలోచించడం కూడా మానేసాను.

రెండు చేతులతో ఉత్తరీయాన్ని పట్టుకుని వృషాలి తలకి ముందు వైపు నుండి వెనుకకి వేసాను, ఆమెను నా వైపు లాక్కొంటూ అడిగాను– ''భర్తకు ఏం ఏంఇష్టమో తెలుసుకోగల శక్తి మీకు పుట్టుకతో వస్తుందేమో!''

''సరే! మరి స్వామి తన ప్రియమైన భార్య కోసం ఏమేం తెచ్చారు?'' ఆమె తన తలను నా హృదయంపైన ఆనిస్తూ అడిగింది.

నేను నడుముకి తగిలించుకునే పట్టుసంచీలోంచిపగిలిన కుండ పెంకును బయటకి తీసాను. ప్రయాగ సంగమం దగ్గర ఇది దొరికింది.

''ప్రయాగలో లభించిన ఈ బంగారం.''

ఆమె తక్షణం నా చేతిలో నుండి దానిని లాగేసుకుంది. ఆమె చెంపలు ఎర్రబడ్డాయి. సిగ్గు పడుతూ నా ఛాతీలో తలదాచుకుంది. ఆమె రాజమకుటం లాంటి గుండ్రటి ఎర్రటి ముఖాన్ని నేను నా అరచేతులతో పట్టుకున్నాను. మా ఇద్దరి మధ్యదూరం తక్కువయింది. దగ్గరితనం ఎక్కువ అయింది. మెల్లిగా ఇంగుది నూనెతో నిండిన దీప స్తంభాల వైపు చుస్తూ''ఊహు! అవన్నీ చూస్తున్నాయి'' అనిఅంటూ సైగ చేసింది. నేను నవ్వుతూ ఆమె ముఖాన్ని వదిలేసాను. పాన్పు నుండి లేచి నిల్చున్నాను. భవనంలోని దీపాలన్నింటినిఒక్కక్కటినికొండెక్కించాను. మళ్ళీ వచ్చి పాన్పు పైన కూర్చున్నాను. నా కౌగిట్లోకి తీసుకుంటూ చిలిపిగా అన్నాను. ఇప్పుడు ఎవరూ చూడటం లేదు.''

''అన్ని దీపాలు అప్పుడే ఎక్కడ కొండెక్కాయి స్వామీ?'' ఆమె తిరిగి ప్రశ్నించింది. ఆమె దేన్ని గురించి అన్నదో నాకే మాత్రం అర్థం కాలేదు. ఒక సిగ్గుఎగ్గూ లేని చంద్ర కిరణం గవాక్షం నుండి లోపలికి ప్రవేశించింది. దాన్ని చూడగానే వృషాలి ఆ కిరణం గురించి అన్నదిఅనినాకనిపించిది. నేను దాన్ని పట్టించుకోలేదు. దాని వైపు చూస్తూ అన్నాను– ''ఆకాశంలో దూరంగా కనిపిస్తున్న ఆ చంద్ర కిరణాన్ని చూసేనా నీవు అంటున్నది! వృషాలీ! సృష్టి నిర్మాణం అయినప్పటి నుండి ఈనాటి వరకు ఎన్నెన్ని జంటల మధుర రాత్రులను చంద్రుడు చూసి ఉంటాడు! అసలు చంద్రుడికే గుర్తు

ఉండి ఉండక పోవచ్చు.'' అయినా మా మధురాతిమధురమైనకలయికకు అవాంతరం కలిగిస్తున్న ఆ చంద్రకిరణంపై కోపం వచ్చింది.

''ఊహు! చంద్రుడు కాదు. ఇంకా మరో రెండు దీపాలు ఉన్నాయిగా. చంద్రుడి అందమైన వెన్నెలను కూడా సిగ్గు పడేలా చేసే రెండు దీపాలు. అసలు ఏనాటికీకొండెక్కని దీపాలు. మీరు ఊదినా ఆరిపోని దీపాలు'' ఆమె తన విశాల నేత్రాలతో నావంకచూసింది.

''ఏ దీపాలు?'' నేను కావాలని తెలిసే అడిగాను. వృషాలి అన్న మాట అర్థం చేసుకోలేనిది కాదు.

''మీ చెవులకున్నవి...'' శిరస్సు వంచుకుని మనస్సులో నవ్వుకుంటూ ఆమె అన్నది.

మళ్ళీ చెంపల పైన గుంటలు పడ్డాయి.

''వాహ్! వృషాలి! నీకింత తెలివితేటలని ఎవరు నేర్పించారు?'' నేను మళ్ళీ ముఖాన్ని నాచేతిలోకి తీసుకున్నాను. మెరుస్తున్న నా కవచకుండలాల అందమైననీలి కిరణాలు ఆమె గుండ్రటి ఎఱ్ఱటి ముఖంపై ప్రసరిస్తున్నాయి. అందువలన ఎఱ్ఱటి చెంపలు వాటి వలన నీలం, ఎరుపు రంగులలో కనిపిస్తున్నాయి. ఎట్లా కనిపిస్తున్నాయి ఉఫ్! నేను వెతికివెతికి ఓడిపోయాను. అసలు ఏ ఉపమాలంకారం దొరకలేదు. పున్నమి నాటి పూర్ణచంద్రుడు అరుంధతిని తీసుకుని గగనంలో మెల్లిమెల్లిగా పైకి వెళ్ళిపోతున్నాడు. గవాక్షం సగం సగం తెరిచిన తలుపు నుండి నిర్భయంగా పడక గదిలోకి ప్రవేశించిన గంగా నదీ తీరం నుండి వీస్తున్న గాలుల వలన ఒళ్ళంతా పులకించి పోయింది.

8

వృషాలి నాతో ఉండటం వలన రోజులు ఆనందంగా దొర్లిపోతున్నాయి. ఆమె ఒక ఆదర్శవంతురాలైన భార్య. కేవలం భార్యగానే కాదు సోదరి, కన్య, కోడలు, వదిన- అన్ని చుట్టరికాల్లో ఆమె ఎంతో ఆదర్శమైనది.

ఆమె సాహచర్యంలో ఒకప్పుడు ఈ నగరంలో నాకు జరగకూడని, జరగరాని అవమానం జరిగిందన్న విషయాన్ని కూడా మరచిపోయాను. అసలు జీవితం ఆనందమయం, పులకింతతో కూడినది, ఉదాత్తమయినది, తీయటి అనుభవం అని నేను మొట్టమొదటిసారిగా తెలుసుకున్నాను. ఉత్తమ భావనానందాన్ని దానికి సంబంధించిన గ్రంథాలని చదివినా, పురాణాలని విన్నా పొందలేము. దానిని అనుభవించాలి. వృషాలి సాహచర్యంలో ఒకే ఒక భావం నన్ను ఆవహించేది అదే ఉదాత్త ప్రేమ. ప్రేమ మనస్సుకు అన్నింటికన్నా ప్రభావవంతమైన ప్రేరణని ఇస్తుంది. ప్రేమ ధవళ రంగు ఎదురుగుండా అవమానం, ప్రతీకారం, అసూయ లాంటి ఎఱ్ఱటి, నల్లటి, నీలం రంగులు వెలవెలబోతాయి.

నాకు సగం రోజు గంగ ఒడ్డునే గడిచిపోతుంది. తక్కిన సగం రోజు వ్యాయామము, రాజ్యసభ, అశ్వత్థామ, దుర్యోధనుడితో సంభాషించడంలో గడిచిపోతుంది. వృషాలి సాహచర్యంలో రాత్రి పుష్పిస్తుంది. అసలు నాకు రాత్రులే లేవు. అన్నీ పగళ్ళే. ఇరవై నాలుగు గంటలు వెలుగేవెలుగు. జీవితం ఎంతో ఉదారంగా నాపైన సువర్ణ కుసుమాలని వెదజల్లుతోంది.

నాచుట్టుపక్కల ఎందరో స్నేహితులు ఉన్నారు. నా కోసం వాళ్ళను వాళ్ళు మరచిపోయేవారు. వాళ్ళందరువసుమయమే. తల్లితండ్రులు, వృషాలి, సత్యసేనుడు, అశ్వత్థామ, శోణుడు, రాజు దుర్యోధనుడు. శోణుడు ఎంత పెద్దవాడయ్యాడు. అడవి మొగలి రేకు సన్నటికాడలా వాడి శరీరం ఎంతో అందంగా కనిపిస్తోంది. ప్రేమమయమైన మనస్సు, రాగద్వేషాలు లేని నిర్మలమైన మనస్సు, వీటితో వాడి శరీర సౌష్ఠవం ఎంతో దృఢంగా అందంగా తయారయింది. తన స్నేహ స్వభావం వలన శోణుడు అందరి మన్ననలను పొందాడు. అందరి దృష్టిలో వాడు అమిత బలవంతుడు, వినమ్రుడు. కాని నాకైతే అభంశుభం ఎరుగని చిన్న పిల్లవాడిగా అనిపిస్తాడు. ఎందుకంటే వాడిలో ఆ సామర్థ్యం, సంయమనంతో ఉండే వణికే కంఠం, నా పట్ల క్షణక్షణం వ్యక్తం అయ్యే భాతృప్రేమ, అన్నీ ....అన్నీ... యథాతథంగానే ఉన్నాయి. శరీరంలో మార్పు వచ్చింది. ఒడ్డు పొడుగు బాగా పెరిగాడు. కాని మనస్సు మాత్రం అట్లాగే ఉంది. హిమం అంత స్వచ్ఛంగానే ఉంది.

అప్పుడప్పుడు ఈ కవచ కుండలాలు వాడికే లభించాయి అని ఊహిస్తాను. అంతే అచ్చం వాడు నాలాగే అనిపిస్తాడు. ఒక్కొక్కసారి నాకంటే ఇంకా అందంగా, దృఢంగా అనిపిస్తాడు. కాకపోతే కొంచెం రంగులో తేడా ఉంది. వాడి రంగు చామనచాయ. ఈ కవచ కుండలాలు తనకి లభించలేదేఅని వాడు అనుకున్నప్పుడు వాడికి ఎట్లా అనిపించి ఉంటుంది? చిన్నప్పుడు కవచ కుండలాల కోసం నాతో పోట్లాడేవాడు. కాని ఇప్పుడు నా గురించి ఏమనుకుంటాడు? ద్వేషం, అసూయ, అసహ్యం ఉఫ్... ఊహు, వాడి ఏ ఒక్క చేష్టలోనూ నాకు ఇటువంటిది ఏదీ కనిపించలేదు. నా శోణుడు నిర్మల భాతృప్రేమకి సాటిలేని ప్రతీక.

దుర్యోధనుడికి తొంభై తొమ్మిది మంది సోదరులు ఉన్నారు. అర్జునుడికి నలుగురు. నాకు ఒకే ఒక సోదరుడు. ఎట్లాంటి సోదరుడు? వాడు రెండో కర్ణుడు. నేను అంగరాజ్యానికి రాజునయ్యాక ఎందరో ఎన్నో అమూల్యమైన వస్తువులను, ఎన్నో ప్రదేశాలను మధురమైన మాటలలో అడిగారు. కాని శోణుడుఏమడిగాడు? అంగ రాజ్యంలో సగభాగమా? ఆస్తిపాస్తులా? అమాత్యుల పదవా? సేనాపతిగా ఉండాలన్నాడా? ఊహు.... కానే కాదు... ఏకాంతంలో నా దగ్గరికి వచ్చి– "అన్నయ్యా! నీవు వాస్తవంగా చాలా గొప్పవాడివిఅయ్యావు. నా కోరిక నెరవేరింది. ఎప్పుడూ నీకు దగ్గరగా ఉండాలనే కోరుకుంటున్నాను. నన్ను నువ్వు నీ శ్వేత శుభ్ర అశ్వాల రథానికి రథసారధిగా ఉండనియ్యి. అంతకంటే నాకింకేమీఅక్కరలేదు. సారధిగా చేస్తావు కదా?" అని అడిగాడు.

ఎంత నిర్మలమైన ప్రేమ వాడిది? వాడడిగిన దాన్ని విన్నాక నా కంఠం గద్గదమై పోయింది. వాడి చెయ్యిని నా చేతుల్లోకి తీసుకుని నిమిరాను. శోణుడి లాంటి ప్రేమించేవాడు, వినయవిధేయతలు కలవాడు ఎవరికి తమ్ముడిగా లభిస్తాడు. బాల్యంలో 'నేను ఎవరిని'? అనిఆలోచిస్తూ అనవసరంగా బాధపడేవాడిని.నేను శోణుడిప్రియాతిప్రియమైనఅన్నయ్యనుకానా? ఇప్పుడు అశ్వత్థామ, దుర్యోధనుడి లాంటి స్నేహితులు నాకు లభించారు.

మమతను పంచే తల్లితండ్రులు. నన్ను అర్థం చేసుకుని ప్రేమించే అర్థాంగి. అంగదేశానికి స్వతంత్ర రాజుని. పెద్ద పదవి లభించిన అదృష్టవంతుడిని. ఇంకా ఏ సుఖాలు కావాలి? ఏం ఊహించుకోవాలి? కాని... కాని... అంతరంగంలో ఒక అపరిచితమైన మూల అసంతృప్తిగానే

ఉంది. ఏమయినా నేను సూత పుత్రుడినే కదా! నిజానికి నా కులం గురించిన బాధ అనవసరం. అయినా క్షోభ కలుగుతుంది. ఎందుకు కలుగుతుందో నాకే తెలియదు. శోణుడిని తీసుకుని హస్తినాపురం నుండి రథాన్ని వేగంగా పరిగెత్తించాలి, సరాసరి గంగ చెలియలి కట్ట దగ్గరే ఆగిపోవాలి అని అప్పుడప్పుడు అనిపించేది. శోణుడు ముత్యపు చిప్పలను ఏరుకోవాలి. నేను రథంలో నుండి సూర్యదేవుడి వైపు చూడాలి. సంధ్యాకాలంలో వెనక్కి తిరిగి వచ్చేటప్పుడు గరుడ పక్షులను చూసి "అన్నయ్యా! గరుడ పక్షుల్లాపైపైకి అంత ఎత్తున ఎగరగలవా?" అని అడగాలి.

"అవును... ఎంత ఎత్తున ఎగిరిపోతానంటే నేను నీ కనుచూపు మేరలో కూడా కనిపించనంత ఉవ్వెత్తున పయనిస్తాను. నీకు కనిపించను" అని సమాధానం చెప్పాలి.

కాని ఇదంతా జరగదు. జరగకూడదు కూడా. జీవితంలో గతం ఎప్పుడూ తిరిగి రాదు.

9

రాజు దుర్యోధనుడితో రాజకీయాల గురించి నేను సాధారణంగా చర్చిస్తూ ఉండే వాడిని. సంభాషణ జరిపే సమయంలో పాండవుల గురించిన మాటలు రాగానే అతడి కాషాయం రంగు కళ్ళల్లో విచిత్రంగా రంగులు మారేవి. సమీపంలో శకుని మామ ఉండేవాడు. అతడు దుర్యోధనుడికి సాహసపూరితమైన ప్రణాళికలు చెప్పేవాడు. వాటిల్లో ఏవైనా ఆపదలు, లొసుగులు ఉంటే తన తెలివితేటలతో వాటిని తొలగించేవాడు. నాకు ఆయన వేసే ప్రణాళికలలో కపటం, కుతంత్రాలు కనిపించేవి. అదే వాసన వచ్చేది. నేను దానిని ఒద్దని చెప్పేవాడిని. "రాజనీతి అనిదేనినిఅంటారు? కర్ణా! నీకు అసలేమీ తెలియదు. నీవు నీ దృష్టితో ఈ లోకాన్ని చూసే ప్రయత్నం చేస్తావు. ఇది సరియైనది కాదు. రాజనీతి భావుకతతో నిండిన మానస భూమిపైన ఆధారపడి ఉండదు. అది చురుకైన బుద్ధి చేసే వ్యాయామం పై ఆధారపడి ఉంటుంది. భాష, భావాలను వ్యక్తం చేసే ఒక సాధనం. కాని రాజనీతిలో ఈ భాషే మనస్సులోని భావాలను దాచి పెట్టగల సాధనం కూడా. రాజకీయ నాయకుల మనస్సు అడవి ఎలుకల కలుగుల్లా ఉండాలి. అసలు ఆ కలుగు ఎక్కడి నుండి మొదలవుతుంది, దాని చివర ఎక్కడుంటుంది అన్న సంగతి ఎట్లాతెలియదో అదేవిధంగా రాజకీయ నాయకుల మనస్సుల్లో ఏముంటుందో ఏమాత్రం బయట పడకుండా ప్రయత్నం చేయాలి. రాజనీతి ఏదో ఒక గుడిలో ప్రవచనం చేసే విషయంలా అందరి ముందు చర్చించే విషయం కాదు. ఎప్పుడూ దాన్ని రహస్యంగానే ఉంచాలి." అంటూ నాకు రాజనీతి గురించి చెప్పేవాడు.

ఆయనకున్న ఈ అభిప్రాయాలను తెలుసుకున్నాక నాలో నేనే తర్జనభర్జనలు చేసుకునే వాడిని. మనస్సుని శ్రీఫలంతో పోల్చే అశ్వత్థామడిని, అడవి ఎలుకల కలుగుతో పోల్చే శకుని మామను నేను పోల్చి చూస్తూ ఉంటాను. అసలు నాకేమీ అర్థం కాదు. ప్రకృతి మనిషి చేతుల్లో జీవితాన్ని ఎందుకు పెట్టింది? తనను తను మండించుకుని, దగ్ధం అయి, లోకానికి వెలుగునివ్వడానికా లేక తన క్షుద్రమైన ఆకలిని తీర్చుకోవడం కోసం, అవకాశం లభించగానే నిర్దయతగా అవతలి వాళ్ళన్ని మంటల్లో తోయడానికా! మనిషి ప్రేమగా సద్భావంతో ఉండలేదా? మనిషిగా బతకలేదా? మరి మనిషి అసలు స్వభావం ఏమిటి? ప్రేమా... క్రూరత్వమా! ఒకవేళ

క్రూరత్వమే అయితే ఇందులో మనిషి చేసే అపరాధం ఏం ఉంది? ప్రకృతియే మనిషికి క్రూరత్వంతో కూడిన జ్ఞానం ఇచ్చింది. ఇక ఇంతకన్నా ఏం చెప్పగలుగుతాం? 'దేహంలో ఆత్మ ఉంటుంది' అని అశ్వత్థామ అంటూ ఉంటాడు. మరప్పుడు క్రూరత్వం, ద్వేషం, అసూయ, ప్రతీకారం ఇవన్నీ ఆ దేహంలో ఉండే ఆత్మ నుండి పుట్టినవే కదా! మరి ఇది నిజమైతే ఇవి ఉన్న వ్యక్తిని లోకం ఎందుకు నేరస్థుడిగా చూస్తుంది? మరైతే ఇవన్నీ మనిషిలో భావోద్వేగాలేనా? ఒకవేళ అట్లా అయితే ప్రేమ, త్యాగం, సంయమనం ఇవి కూడా ఆత్మలోనుండిఎట్లా పుడతాయి.

మనస్సు?

కేవలం రెండక్షరాల ఈ శబ్దంలో ఎన్ని గొప్ప రహస్యాలు దాగి ఉన్నాయి. అసలు ఈ మనస్సు అనేది ఏమిటి? ప్రపంచంలోని వ్యక్తి భావోద్వేగాల అసంఖ్యాకమైనతాళ్ళతో కట్టి వేయబడ్డ ఏనుగు కాదా? ఎక్కడికక్కడ నిరంతరం కదిలేది, వ్యాకులత చెందేది. అయినా ఎప్పుడూ తనని తను స్వతంత్రంగా సమర్థవంతురాలిగాఅనుకునేది. మనస్సనేది ఏమిటి? ఎంద్రకాయే కదా! దానికి అసంఖ్యాకమైనకొండాలు ఉంటాయి. అస్థిరంగా తన పదునైన కొండాలతో నేలలోని మట్టి గుంటలలో పొడుస్తూ తిరగాడుతుంది. అయినా ఒకదానికి ఒకటి ఆధారం అవుతూ మధ్యస్థ దేహాన్ని ముందుకు లాక్కువెళ్ళే ఎంద్రకాయ. మనిషిలోని భావోద్వేగాలు ఇంతేగా? ప్రేమ, ద్వేషం, త్యాగం, లోభం, స్నేహం, తిరస్కారం, మమత, క్రోధం– ఇవన్నీ ఆ మనస్సుకి కొండాలే కదా! తమతమ క్షేత్రాలలో తమ ఇష్టం వచ్చినట్లుగా తిరిగేవి. దేహన్నిసంభాళిస్తూ ముందుకు నడిచేవి. ఎక్కడికి? ఎవరూ చెప్పలేరు. ఆశ్చర్యకరమైనతత్వజ్ఞానం బోధించే అశ్వత్థామ కూడా.

నేను ఆ మామ, మేనళ్ళుల సంభాషణ వింటూ నా కాళ్ళ వైపు చూస్తూ ఉండేవాడిని. నేను మౌనంగా ఉంటున్నానని దుర్యోధనుడికి ఎటూ తెలుసు. అతడు నా భుజం మీద చేయి వేసి "కర్ణా! కోపం వచ్చిందా? నీవు నీ కాళ్ళ వైపు చూస్తున్నావు అంటే నీకు కోపం వచ్చిందని తెలిసి పోతుంది. ఎంత గంభీరంగా ఆలోచిస్తున్నావో అన్న విషయం తెలుస్తుంది. నీ కాళ్ళుచూసినప్పుడు నాకు పురోచనుడు చెప్పిన ఒక మంచి మాట గుర్తుకు వస్తుంది."

"ఏ మాట?" నేను ఆశ్చర్యంగా అడిగాను.

"నా సహాయకుడు పురోచనుడు ఎప్పుడూ పాండవులతో కలిసిపోయి ఉంటాడు. వాళ్ళ విషయాలన్నింటినీ రహస్యంగా నాకు చేర వేస్తూ ఉంటాడు ఒకసారి యుధిష్ఠరుడు తన సోదరులతో, కర్ణుడి కాళ్ళు మన రాజమాత కుంతీదేవికాళ్ళల్లా ఉన్నాయి" అనిఅన్నాడట. పురోచనుడు చెప్పాడు.

"ఏం అంటున్నావు రాజా!" నేను ఆశ్చర్యంగా అతడి వంక చూసాను. తరువాత నా కాళ్ళనిచూసాను. పాదాలు ముందు భాగంలో కొంచెం సంకుచితం అయి ఉన్నాయి. పాదాలు అచ్చంగా రాజమాత పాదాలలానే ఉన్నాయా? ఏమో చెప్పలేను ఉండి ఉండవచ్చు. లోకంలో ఒకే రకంగా ఎక్కడైనా ఉండి ఉండకూడదా?"

"చూడు కర్ణా! ఇదంతా ఆ ధూర్త యుధిష్ఠరుడి కుయుక్తి, కుతంత్రం. ఈనాడు అతడు నీకాళ్ళని తన తల్లి కాళ్ళల్లా ఉన్నాయని అంటున్నాడు. రేపు రాజమాత కుంతితో నీకు సంబంధం ఉందని అంటాడు. పాండవులకు నువ్వు సోదరుడివిఅని కూడా అంటాడు."

"రాజా! నీవు కర్ణుడిని పొలుతాగే పసికూన అని అనుకుంటున్నావా? నాకు తల్లి అంటే రాధా మాతయే. ఆమె నా ప్రాణాలకన్నా మిన్న. కర్ణుడు మూడింటి కోసం తన ప్రాణాలను సైతం సమర్పిస్తాడు. నా తల్లి రాధా మాత కోసం, రెండు సూర్యభగవానుడి ఆరాధన, మూడు నా వాగ్దానం." నేను దుర్యోధనుడికి వెంటనే జవాబు ఇచ్చాను.

మనిషి ఎవరైనా సరే తన పరువుప్రతిష్ఠలను ఎప్పుడూ కాపాడుకోవాలి. తల్లి, వాగ్దానం, ధర్మం–ఈ మూడు మనిషికి అన్నింటి కన్నా ముఖ్యం. సమయం వచ్చినప్పుడు ప్రాణాలు ఇచ్చి వీటిని రక్షించుకోవాలి.

10

ఇవన్నీ నేను అశ్వత్థామ మధుర సాహచర్యంలోనే నేర్చుకున్నాను.అతడి ప్రతీ మాట అమృతాస్త్రంలా ఉంటుంది. వారి తండ్రి కేవలం శస్త్రాలని, కొన్ని సంఘుకట్టుబాట్లనేచూసారు. వీటికంటే ఆయన మరేదీ చూడలేదు. కాని అశ్వత్థామ నాకు సర్వగుణసంపన్నుడిగానే అనిపిస్తాడు. నాకు అతడు జీవన యాత్రలో అందరికన్నా ఎక్కువ అధ్యయనం చేసిన వాడుగా, నిశిత పరిశీలకుడిగా అనిపిస్తాడు. అయినా ఎంతో వినయవిధేయతలు కల ఒక యాత్రికుడు అశ్వత్థామ. ఆయన వీరయోధుడు. స్నేహితుడు. ఆజ్ఞాకారి అయిన పుత్రుడు. ప్రకృతిని కొలిచే రసజ్ఞుడు. రోజువారి జరిగే చిన్నచితక మాటలు, సంఘటనలతో, జీవితాన్ని ఎంతో మెలకువగా ముడిపెట్టారు. అతడి మౌనాన్ని చూసి ఆయనను కుంఠిత క్షితిజంఅని అందరు అంటూ ఉంటారు. కాని నేను ఎంత మాత్రం ఒప్పుకోను. వాస్తవంగా చూస్తే అతడికి ఏ క్షితిజం లేదు. నలువైపులా ఉన్న ఆకాశం అతడి బహుముఖ వ్యక్తిత్వంలో సాఫల్యంగా ఇమిడి పోయింది. నేను అశ్వత్థామను చాలా దగ్గరి నుండి చూసాను. నాతో అతడు ఎన్నోసార్లు గంటల కొద్దీ మాట్లాడేవాడు. గురుద్రోణాచార్యుల వారు అశ్వత్థామకి తన వికాసం కోసం అవకాశం ఇవ్వలేదు అని ఎంతో మంది అంటూ ఉంటారు. గురుద్రోణుల విరాట వ్యక్తిత్వ వటవృక్షం నీడలో కుక్కగొడుగులా పెరిగి పెద్ద అయ్యాడు. నిజానికి ఈ అభిప్రాయం ఎంతో అన్యాయమైనది. ఇది ఒకరి అభిప్రాయం మాత్రమే. అసలు ఈ రాజనగరంలో అతడిని ఎవరూ అర్థం చేసుకోలేదు. నాకు మాత్రం అందరికన్నా భిన్నమైన స్వతంత్ర అస్తిత్వం అతడిలో కనిపిస్తుంది. ఈ హస్తినాపురంలో అశ్వత్థామ అస్తిత్వంలా భిన్నమైనస్వతంత్రమైన అస్తిత్వం మరెవరికీ లేదు. అతడిదివిలక్షణమైన వ్యక్తిత్వం. ఒక్కొక్కసారి అశ్వత్థామ, ద్రోణాచార్యుల కన్నా శ్రేష్ఠమైన వాడిగా అనిపిస్తాడు. హిమాలయమంత ధవళశిఖరం లాగా గొప్పగా. గంగమ్మ తల్లిలా విశాలంగా... లోతుగా...

ఒకసారి నేను ప్రాతఃకాలం గంగ ఒడ్డుకి వెళ్ళడానికి బయలుదేరాను. మార్గం మధ్యలో అశ్వత్థామ కలిసాడు. దేహంపైన శుభ్రమైనఉత్తరీయం వేసుకుని ఉన్నాడు. వేగంగా నడుస్తున్నాడు. అప్పుడే వికసించిన కమలంలా అతడి ముఖం ఎంతో ప్రసన్నంగా, ప్రఫుల్లంగాఉంది. బహుశప్రాతఃకాలం హోమం చేయడానికి వేగంగా యుద్ధశాల వైపు అడుగులు వేస్తున్నాడు. అతడిని చూడగానే నేను రథాన్ని ఆపేసాను. రాజు అయ్యాక రథంలోనే గంగ ఒడ్డుకి వెళ్ళేవాడిని. నా రథ సారథ్యం శోణుడు చేసేవాడు. కాని గంగ చెలియలికట్టదాకానేనొక్కడినే

వెళ్ళేవాడిని. అశ్వాన్ని ఆపేస్తూ ఎంత అదృష్టం గురు పుత్రా! నీ దర్శనంతో నాకు రోజంతా ఎంతో ఆనందంగా గడుస్తోంది. అసలు నీ దర్శన భాగ్యం కలగటం ఎంతో అరుదు. అట్లాంటి అతిధిని కలిసాను.'' అని నేనన్నాను.

అతడు నవ్వుతూ అన్నాడు. ''నా దర్శనం నీకు ఇంత శుభ లాభాన్నిఇస్తుందా? అయితే నేను ప్రతిరోజూ గంగ వైపు వెళ్ళే నీ మార్గంలో కూర్చుంటాను.''

''నీవు ఇదంతా చేయవని నాకు ఎటూ తెలుసు. కాని నీ దర్శనం ఎంతో శుభప్రదమైనది. నాతో గంగానది ఒడ్డుకి వస్తున్నావా?'' నేను అతడిని అడిగాను.

''లేదు కర్ణా! ఇప్పుడు హోమం చేసే సమయం అయింది. నేను వెళ్ళాలి. కనీసం ఈ సమిధలను ఆ సమయానికి అందించాలి.'' చేతిలో ఉన్న సమిధల చిన్న మూటని పైకెత్తి చూపిస్తూ అన్నాడు.

''అంతే కదా! పద ముందు సమిధలను యుద్ధశాల దాకా చేరుద్దాం. రా రథంలో కూర్చో' అని నేను అర్థించాను. అతడు నా మాటను కాదన లేక పోయాడు. రథం ఎక్కాడు. మేం యుద్ధశాల వైపు బయలుదేరాము. పక్షుల కలారావాలు మొదలయ్యాయి. రథ చక్రం తిరుగుతోంది. దానితో పాటే నా మనస్సులో స్మృతుల అనేక ఆవర్తాలు తిరగసాగాయి. గతి, స్మృతిల మధ్య ఏదో నిగూఢ సంబంధం ఉంది అనినాకనిపిస్తుంది. లేకపోతే గతిమానం అయిన ఈ వాహనంలో ఎన్నో ఎన్నెన్నో స్మృతులు ఎందుకు ఒక దగ్గరిగా వస్తాయి. ఒక రాశిగా ఎందుకు అవుతాయి. నాకు నాన్నగారు అతిరథుడు గుర్తుకు వచ్చారు. అందువలన ''తండ్రీ కొడుకుల సంబంధం గురించి నీ అభిప్రాయం ఏమిటి? స్పష్టంగా చెప్పు'' అని నేను అడిగాను.

అతడు ఎంతో సహజంగా జవాబు చెప్పాడు.

''సూర్యప్రతిబింబం నదీ జలంలో పడుతుంది. ఇదేవిధంగా తండ్రి ప్రతిబింబం పుత్రుడి మీద పడుతుంది. జీవితం అనంతమైనది. పుత్రుడి రూపంలో తండ్రే మళ్ళీ జన్మిస్తాడు. జన్మదానం అనే ఈ అఖండ క్రమము సృష్టి ఆది కాలం నుండి నడుస్తూనే ఉంది.''

''సరే! మరి నీ అనుభవం ఏమిటి?''

''నాదా! కర్ణా! నాది ఒక విశిష్ట అనుభవం. కాని నేను ఎవరికీ చెప్పలేదు. చెప్పడానికి యోగ్యమైన వ్యక్తి కనిపించలేదు. నీకు ఇవాళ తప్పకుండా చెబుతాను.

''నీకు అట్లా అనిపిస్తే తప్పకుండా చెప్పు.'' ఎంతో నిగూఢ రహస్యం చెబుతున్నట్లుగా మెల్లిగా చెప్పడం మొదలుపెట్టాడు. ''మా నాన్నగారుకౌరవ, పాండవులకు సమస్త విద్యలను నేర్పించారు, కాని పూర్తిగా విద్యలన్నింటినీ వాళ్ళ చేతుల్లో పడకుండా కొంత జాగ్రత్త పడ్డారు. ధనుర్ధరుడుగా ప్రసిద్ధి చెందిన అర్జునుడిని కూడా కొంత చీకట్లో పెట్టాడు. ఎట్లా? విను, అర్జునుడికి ఒక చిన్న మూతికల గంగపాత్రని ఇచ్చి ప్రతీరోజు గంగ తీర్థం తెమ్మనమని గంగ ఒడ్డుకి పంపించేవారు. అందరూ ఈ పని చేయాల్సిందే. కాని ఆయన నాకు పెద్ద మూతి ఉన్న జలపాత్రని ఇచ్చేవారు. దీనివలన వెంటనే అందరి కన్నా ముందు జలం తీసుకుని యుద్ధశాలకి వెళ్ళేవాడిని. పాండవులు, కౌరవులు రాక ముందే నాన్నగారు నాకు ఒక విలువైన అస్త్రం గురించి శిక్షణ ఇచ్చేవారు.''

''అంటే నీకు నారాయణ అస్త్రం గురించి తెలుసా?''

''అవును. తరువాత అర్జునుడు కూడా తెలుసుకున్నాడు. నాన్నగారి ఈ యుక్తి గురించి తెలుసుకున్నాడు. నాన్నగారి వెనక బడి నేర్చుకున్నాడు. మా ఇద్దరికీ నారాయణ అస్త్రం తెలుసు.''

''మరి దీని వలన తండ్రీ కొడుకుల సంబంధం విషయంలో నీవు ఏం నిర్ణయం తీసుకున్నావు. అశ్వత్థామ?''

''తండ్రి తన కొడుకు కోసం ఏమైనా చేస్తాడు. అవసరం అయితే అబద్ధం కూడా చెబుతాడు కానీ, మనిద్దరికినారాయణాస్త్రాలు లభించినప్పటికి, ధనుర్విద్యలోనేర్పరితనాన్ని నీవే సాధించావు. విద్యలో మెలుకువల్ని నేను అంతగా సాధించలేకపోయాను. కర్ణా! నీకిది ఎవరు నేర్పించారు?'' అతడు నన్ను అడిగాడు.

''మా నాన్నగారే! అశ్వత్థామా! నేను ఒక సూత పుత్రుడిని. నాకు అన్యులు ఎవరు నేర్పుతారు చెప్పు. తండ్రి కొడుకు కోసం ఏమైనా చేస్తారు కదూ! నాన్నగారు అతిరథులే అంతా నేర్పించారు.''

ఇంతలో తూర్పువైపున అంతా వెలుగుతో నిండిపోయింది. సూర్యదేవుడు చీకటి తెరను చీల్చుకుని బయటకి వచ్చాడు. మాట్లాడుకుంటూ యుద్ధశాల వరకు వచ్చాము. ఒక ఋషి కుమారుడికి అశ్వత్థామ తన చేతిలోని సమిధలను ఇచ్చాడు. మేం ఇద్దరం గంగా తీరం వైపు నడవడం మొదలు పెట్టాము. ఎప్పుడూ నేను ఒక్కడినే వెళ్తూ ఉండేవాడిని. ఈ రోజు మేం ఇద్దరం ఉన్నాము. నా మనస్సులో నారాయణాస్త్రం తిరుగుతోంది. కొంచెంసేపట్లో మేం గంగ దాకా వచ్చేసాం. నిత్య కర్మలు చేయడానికి ఇవాళ నాకు కొంచెం ఆలస్యం అయింది. ప్రతీరోజు నేను సూర్యోదయం ముందే నడుం దాకా నీళ్ళల్లోనిల్చునేవాడిని. సూర్యోదయం అయినా కూడా నీళ్ళ బయట ఉన్నాను. నేను త్వరత్వరగా రథం నుండి దుమికాను. అశ్వత్థామ కూడ కిందికి దిగాడు. ప్రాతఃకాలపు ఆహ్లాదంగా ఉండే కిరణాలు అంతటా స్వేచ్ఛగా పరచుకుని ఉన్నాయి. సూర్య కిరణాలకు ఏ ఆకారం లేదే అని వాటిని చూసినప్పుడల్లా బాధపడతాను. వాటికి ఆకారం ఉంటే నేను కావలసినంతగా వాటిని గ్రహించేవాడిని.

ఒకవేళ వాటికే సుగంధం ఉండి ఉంటే మనస్సు నిండేలా పీల్చుకునే వాడిని. వాటికి మనుష్యుల్లా మాట్లాడే శక్తి ఉండి ఉంటే గంటల తరబడి వాటితో మాట్లాడేవాడిని. ఇంతటితో నాకు తృప్తి కలగదు. నాకనిపించేదంతా చెప్పడం కష్టం. అసలు ఇట్లా ఎందుకు అనిపిస్తుందో చెప్పలేను. అసమర్థుడిని. కాని ఇదంతా నిజం అని అనిపిస్తుంది. ''కర్ణా! జీవితం అనంతమైనదని ఇంతకు ముందు చెప్పాను కదా! ఈ గంగా తీరానికి వచ్చినప్పటి నుండి దీని తీవ్ర అనుభవం కలుగుతోంది.'' అశ్వత్థామ కిందికి దిగుతూ నాతో అన్నాడు.

''అంటే...'' బంగారు కిరణాలతో మెరిసే వాడి ముఖం చూస్తూ అడిగాను. జలంలో కిరణాలు పరావర్తనం చెంది కొన్ని కిరణాలు ఊగుతూ అతడి ముఖంపై పడ్డాయి. దీని వలన అతడి తేజోమయ నల్లటి కళ్ళు ఒక విలక్షణమైన తేజస్సుతో మెరుస్తున్నాయి.

''అటు వైపు చూడు, ఆ పెద్ద ఒడ్డున పచ్చటి గడ్డిపైన మంచుబిందువులు మెరుస్తున్నాయి.'' అటు వైపు సంకేతం చేస్తూ అన్నాడు.

''అవును. నిన్న రాత్రి ఇక్కడికి ఉమా శంకరులు వచ్చి ఉండి ఉండవచ్చు. ఆయన దాగుడు మూతలు ఆడి ఉండవచ్చు. ఆ ఆటలో ఉమ మెడలోని ముత్యాల హారం తెగిపోయి ఉంటుంది. ఆట

ముగిసాక ఒక్కసారిగా ఉమ చూపు అటువైపు పడి ఉంటుంది. "మీకు ఎప్పుడూ హడావుడే" అనిఅంటూఉమాదేవి శంకరుడిని ముద్దు ముద్దుగా వేళాకోళం చేసి ఉండవచ్చు. ఇంతలోనే తెల్లారిపోయి ఉండి ఉండవచ్చు. గాభరా పడి చేతికి అందినన్ని ముత్యాలను తీసుకుని భర్త చేయి పట్టుకుని వెళ్ళి పోయి ఉండవచ్చు.

ఆ సమయంలో ఏ ముత్యాలు అయితే శేషంగా ఉండిపోయాయో అవే ఇప్పుడు మెరుస్తున్నాయి. ఆ మంచు బిందువులు ఉమాశంకరుల రహస్యాన్ని ప్రాతఃకాలపు ఈ బంగారు కిరణాలు నవ్వుతూ, తుళ్ళుతూ చెబుతున్నాయి." నా ఊహకి నేనే ఆనందిస్తూ నేను అశ్వత్థామ వైపు చూసాను.

"లేదు కర్ణా! నీవు మరచిపోతున్నావు. ఉమాశంకరులు కైలాసం వదిలి ఇక్కడికి ఎందుకు వస్తున్నారు? శంకరుడు....భిక్షపతి అతనితో సంసారం చేసే ఆ ఉమ దగ్గర ఏ నగానట్రా లేని ఆ ఉమ దగ్గర....ముత్యాల హారం ఎక్కడి నుండి వస్తుంది?" మెరుస్తున్న ఆ మంచు బిందువుల వంక కన్నార్పకుండా చూస్తూ అతడు శాంతంగా అన్నాడు.

"మరైయితే ఈ మంచు బిందువులు ఏమిటి?"

"కర్ణా! మంచు బిందువులు మనిషి జీవితానికి విలువైన ప్రతీక. అసలు మంచు బిందువులే కాదు, ప్రకృతిలోని ప్రతీ వస్తువును విధాత మనిషికి ఏదో ఒక పాఠం నేర్పించడానికే తయారు చేసాడు. మనిషి కళ్ళు ఎప్పుడూ తెరిచి ఉండాలి. మనస్సు నిర్మలంగా ఉండాలి. అప్పుడే ఈ సృష్టి, సృష్టికర్త నిర్మించిన భవ్యమైన, అఖండమైన పాఠశాల అని వ్యక్తి తెలుసుకోగలుగుతాడు. అప్పుడు విశ్వసృష్టి నిజమైన రహస్యాన్ని తెలుసుకోడానికి ఉత్సాహం చూపిస్తారు. తెలుసుకోవాలన్న జిజ్ఞాస గల శిష్యులవుతారు."

"అశ్వత్థామా! ఇంతకు ముందు ఒకసారి మనిషి జీవితం అంటే శ్రీఫలం లాంటిది అని చెప్పావు. నాకు ఇప్పుడు కూడా గుర్తు ఉంది. ఇప్పుడు నీవు మంచు బిందువులు కూడా మనిషి జీవితానికి ప్రతీకలు అనిఅంటున్నావు దీన్ని కొంత స్పష్టం చేయవా?"

"చూడు కర్ణా! మంచు బిందువులుఎక్కడి నుండి వస్తాయి? ఎటు వెళ్ళిపోతాయి? ఈ జగత్తులో ఎరిగిన నాథుడు ఎవరూ లేరు. ఇంకా విను. మంచు బిందువులు ఎవరిదో వెలుగు తీసుకుని ప్రకాశిస్తాయి. ప్రతీ బిందువు ఒక చిన్న ప్రత్యేకమైన సూర్యుడా అని అనిపిస్తుంది. మెరిసే ఈ మంచు బిందువులు గాలి తెమ్మెరలతో మెల్లిమెల్లిగా గాలి విసురులను అనుభవిస్తాయి. వాటిల్లో ఉండే ప్రకాశ కిరణాలను తమనుండి దూరంగా విసిరివేస్తాయి. తమ వైపు చూసే వాటిని ఆహ్వానిస్తాయి. ఆనందాన్ని కలిగిస్తాయి. కాని చిన్న గాలి విసురు తగలగానే ప్రసన్నమైన ఆ మంచు బిందువులు, అసంఖ్యాకమైన జల బిందువులుగా మారి నేలమీది మట్టిలో కలిసి పోతాయి. ఏ కోపం లేకుండా, ఆక్రోశం లేకుండా మట్టిలో పూర్తిగా లయ చెందుతాయి.

మనిషి కూడా ఇంతే. ఒకే పరమేశ్వరుడి నుండి అసంఖ్యాకమైన రూపాలలో తిరిగే జీవుడే మనిషి. కొన్ని జీవాలు ఎంతో దివ్యంగా ఉంటాయి. సాక్షాత్తూ పరమేశ్వరుడిగానే అనిపిస్తాయి. జీవులన్నీ తమతమ జీవితాలను జీవిస్తాయి. పురుషార్థ కిరణాలతో జగత్ అంతా ప్రకాశాన్ని నింపేస్తాయి. సుఖమైన క్షణాలలో ఆనందంతో ఊగిపోతాయి. మృత్యువు చప్పుడు

వినిపించినప్పుడు మౌనంగా వాటి ఆధీనంలోకి వెళ్ళిపోతాయి. తరతరాల నుండి ఇదే వస్తోంది. మొదటి రోజు మట్టిలో కలిసిపోయిన మంచు బిందువులు, మరుసటి రోజు తృణపర్ణాల మీద మళ్ళీ తయారవుతాయి. అదేవిధంగా మృత మనుష్యులు కొత్త తరం రూపంలో మళ్ళీ పుడతారు. జీవితానికి సరిహద్దులు లేవు. ఇదంతా నేను ఎందుకు చెబుతున్నానో ఇప్పటికే నీవు తెలుసుకొనే ఉంటావు.''

''నీవు నిజమే చెబుతున్నావు అశ్వత్థామ! కాని కొందరి వైపు చూసినప్పుడు జీవితం నీవు చెప్పినట్లుగా మంచు బిందువు లాగానే ఉంటుందా? నాకట్లా అనిపించదు. వాళ్లకి ఎప్పుడూ సుఖం అనే ఉయ్యాలపై ఊగే అదృష్టం లభించదు. వాళ్ళు ఏ పరాక్రమమూ చేయరు. జీవించి ఉండి కూడా వాళ్ళు చచ్చిన వాళ్ళ కిందే లెక్క. మరి నీ ఆలోచనలలో వాళ్ళ స్థానం ఎక్కడ ఉంది? జీవితంతో మంచు బిందువులను పోలుస్తూ నీవు నీ సౌందర్య దృష్టిని చూపెట్టావు. కాని ఇంత సహజమైనదీ కాదు, సుందరమైనదీ కాదు, ఇంత సరళమైనదీకాదు.''

''కాదు కర్ణా! నీవు ఎవరిని గురించి చెబుతున్నావో వాళ్ళు మంచుబిందువులు లాంటి వారే. తేడా ఏమిటంటే ఈ బిందువులు తృణ పర్ణాల వెనక వైపు అంటుకుని ఉంటాయి. సూర్యుడి దివ్య కిరణాలు అక్కడిదాకా చేరవు. అవన్నీ ప్రకాశం వంచితులు. అజ్ఞానం అనే గాఢాంధకారంలో ఈ బిందువులు పడి ఉంటాయి. ప్రపంచంలో ఎంతో క్రూరమైన అజ్ఞానం ఉంది. నిజానికి మరణం కూడా ఇంత అతిక్రూరమైనది కానే కాదు.

''ఉఫ్- మరైతే ఆ బిందువులకు వెలుగు ఎప్పుడులభిస్తుంది? ఇటువంటి వారి జీవితాల్లో సూర్యుడు ఎప్పుడు ప్రకాశాన్ని ఇస్తాడు? పరాక్రమం అనే ఉత్తుంగ పర్వతాన్ని ఎప్పుడు నిలబెడతాడు?''మృత్యువు అనే గడపపైన,ఎవరైతే అజ్ఞానంలో కొట్టుమిట్టులాడుతుంటారోవాళ్ళకి మృత్యువు కాకుండా మరే నిష్పక్షమైన, సత్యప్రియమైన గురువు కనిపించరు. వాళ్ళ ముక్తికి మరే మార్గం లేదు.''

''మరైతే వాళ్ళు తొందరగా ఆత్మహత్య చేసుకోవాలి, ఇదేగా నీవు చెప్పేది?''

''ఊహు.. ఎంత మాత్రం కాదు. ఏ జీవితాన్ని పొందడానికి మనకి అధికారం లేదో, దాన్ని పోగొట్టుకునే అధికారం కూడ ఎవరికీ లేదు. ఆత్మహత్య అంటే అర్థం భావుకమైన మనస్సు ఆత్మపైన జరిపే ఘోరమైన అత్యాచారం.''

''మరైతేఅట్లాంటి వ్యక్తులు ఏం చేయాలి? చచ్చేదాకా జీవించి ఉండాలా? చచ్చినవాళ్ళలా జీవిస్తూ, జీవితాన్ని జీవిస్తున్నామని నాటకం ఆడాలా?''

''ఊహు కాదు. అట్లాంటి వాళ్ళు సహన శీలవతి అయిన నేలను చూడాలి. భూమిలా అసంఖ్యాకమైన దెబ్బలను సహించే శక్తిని పెంపొందించుకోవాలి. శారీరకంగా, ధనధాన్యాలతో లౌకికంగానే కాదు ఆధ్యాత్మికంగా కూడా. దాని తరువాత ఉచితమైన సమయం వచ్చినప్పుడు అనంతంలో విలీనం అయిపోవాలి. ఆత్మసంక్రమణ అనుభవాలని సమృద్ధిపరిచి వెళ్ళాలి. ఎందుకంటే కాలం అఖండమయినదని మరచిపోకూడదు. జీవితం బిచ్చం ఎత్తితే వచ్చేది కాదు. జీవితం ఒక అఖండమైన యాత్ర. అనంతం నుండి అనంతం వైపు వెళ్ళే యాత్ర అది.''

నేను ఎంతో భావుకుడనై కంటి రెప్ప వేయకుండా అతడి వైపు చూస్తూనే ఉన్నాను. అతడి కళ్ళ నుండి జ్ఞానపు నిప్పు రవ్వలు వస్తున్నాయా అని అనిపిస్తుంది. అయినా అతడు ఎంతో శాంతంగా ఉన్నాడు.

నాకు గంగ ఒడ్డుకి వెళ్ళడం ఆలస్యం అయింది. నాకు ధ్యాసే లేకుండా పోయింది. ''స్నేహితుడా! నా మనస్సు అప్పుడప్పుడు పరస్పరమైన, విరుద్ధమైన మానసిక ఆలోచనలలో చిక్కుకుపోతుంది. ఈ అసమంజసం ఎందుకు? ఈ ద్వైతం ఎప్పుడు అద్వైతం అవుతుంది? లోపలా బైట ఒకేలా అఖండంగా ఉండే కర్ణుడిని నేను ఎప్పుడవుతాను? తన తేజస్సుతో వెలిగే కర్ణుడు. తన వాస్తవిక స్వరూపాన్ని బాగా తెలుసుకున్న కర్ణుడు.''

నావైపు అత్యంత స్నేహ పూర్ణ దృష్టితో చూస్తూ నన్ను మధ్యలో ఆపేస్తూ అతడు అన్నాడు– ''కర్ణా! నీ చెవులకి జన్మజాత కవచకుండలాలు ఉన్నాయి. అందువలన నీ వంశపారంపర్యంతేజోవంతమైనది, అతి ప్రాచీనమైనది అయి ఉండాలి. అయినా పరంపరను అనవసరంగా గానం చేస్తూ కూర్చోకు. వర్తమానం పైనే నీ దృష్టి ఉండాలి. వంశపారంపర్య గర్భం నుండి నిర్మితమయ్యే భవిష్యత్తు నీది కాదు. ఈ గ్రంధినినీలోపెరగనీయకు.''

ఆ భయంతో చేతిలోనున్న వర్తమానాన్ని కాళ్ళ కింద నలిపి వేయకు, తొక్కేయకు. జీవితం అనంతమైనదిఅని తెలుసుకున్నవాడు ఎప్పుడూ ఉదాసీనంగా ఉండడు. తన ఆత్మవిశ్వాసాన్ని ఎప్పుడూ పోగొట్టుకోడు. అజ్ఞానంతో ఏ గాలి వాటం వస్తే ఆ గాలి వాటంతో కొట్టుకుపోయే పతితులనుససేమిరా అనుకరించడు. అనవసరమైన ఆడంబరాలకు బానిసకాడు. ఏదో ఒక మనోరంజనం చాలులేఅని అనుకోడు. ఒకవేళ అతడు వీటిల్లోనే పూర్తిగా మునిగిపోతే, అతడు ఎంత బలవంతుడైనా, కులగోత్రాలు ఎంత గొప్పవైనా, శ్రేష్ఠమైనవైనా, వాడు ధూళి,దుమ్ములో కలిసి పోవడం ఖాయం. ఆ కులప్రతిష్ఠ కూడా నిలబడదు. ప్రపంచంలోని ప్రతీ వాళ్ళు అతడిని అజ్ఞాని అని, ఆత్మవంచకుడుఅని, కర్తవ్య విమూఢుడు అనే అంటారు. ఎవరు ఎప్పుడూ వాడి గాధను రాయరు. ఒకవేళ ఎవరైనా రాసినా వేరే వాళ్ళు ఎవరూ చదవరు. అందువలన కర్ణా! నేను మాటిమాటికి నీకు ఇదే చెబుతున్నాను. ఇటువంటి అంతర్ద్వందం లో పడిపోతుంటే నిన్ను నువ్వు సంబాళించుకో... ఆత్మపరీక్షణచేసుకో. ఆత్మను మధించి 'నేను ఎవరిని?' అనితెలుసుకో! లోకానికి దివ్య మార్గాన్ని చూపెట్టడానికి నీకు నీవే సాటి. నీలోని అంతర్ద్వందం రూపు మాసిపోతే ఈ లోకం నీకు దాసోహం అంటుంది. నీవు అంతటి గొప్పవాడివే.'' అతడి కళ్ళు శాంతంగా నిశ్చలంగా ఉన్నాయి. ఒక అజ్ఞాతమైనఅపూర్వమైన తేజస్సు అతడి పచ్చటిగుండ్రటి ముఖం నుండి వెలువడుతోంది. అతడి వాణిలో ఏదో నిగూఢమైన, శాశ్వత సత్యం ఏదో ఉంది.

అతడి నిష్పక్షపాతమైన, స్పష్టమైన పరామర్శని చూసాక, అతడి పట్ల గౌరవభావం ద్విగుణీకృతం అయింది. ప్రపంచంలో ముఖస్తుతి చేసే వాళ్ళు ఎందరో ఉంటారు. కాని వాళ్ళలోని లోపాల గురించి చెప్పేవాళ్ళు చాలా తక్కువగా ఉంటారు. మార్గ దర్శకులు నామ మాత్రంగానే ఉంటారు. అతడు అన్న కొన్ని మాటలు నా చెవుల్లో గింగుర్లు తిరుగుతున్నాయి. ''నీ వంశ పారంపర్యంతేజోవంతమైనది.... వర్తమానం పైన నీ దృష్టి ఉంచు... భవిష్యతు గురించిన చింతతో కుంఠితంకాకు.... లోకానికి దివ్య సందేశం....''

నేను అతడి చేయిని నా చేతిలోకి తీసుకుని అన్నాను– ''అశ్వత్థామా! నేను ఇంతవరకూ ఈ సంగతి చెప్పలేదు. నీకు చెబుతున్నాను. నా గురువు ఎవరో కాదు. ధనుర్విద్యకోసం నేను సాక్షాతూ సూర్యభగవానుడినే గురువుగా చేసుకున్నాను. ఆయన నుండి నాకు ఎన్నో, ఎన్నెన్నో దివ్య సందేశాలు ప్రాప్తిస్తాయి. నేను సూర్యదేవుడిని బాగా అర్థం చేసుకుంటాను. కాని ఏ భాషలోనో నేను దీని గురించి చెప్పలేను.అదే నా సమస్య. ఏదైనా ఎప్పుడైనా నేను అసంభవం అయిన పని చేస్తే అది గురువు గారి ఆదేశం తోటే అవుతుంది.''

నేను గగనం వైపు వేలెత్తి చూపిస్తూ అన్నాను. మేం ఇద్దరం ఆ తేజోనిధికి నమస్కరించాము. నా చెవులలో ఇప్పటికీ అశ్వత్థామ మాటలు మారుమ్రోగుతున్నాయి– ''కాలఖండంఅఖండమైనది! జీవితం అనంతమైనది....''

ఒక ప్రశ్నను అడగాలని ఎన్నో సార్లు నా పెదాలదాకా వచ్చింది. కాని నేను అతడిని ఆ ప్రశ్న వేయలేకపోయాను. కాని ఈ రోజు అడగాలని గట్టిగా నిర్ణయించుకున్నాను. అతడు ఎప్పుడూ తలపై నుండి తెల్లటి బట్టను పట్టీలా తయారు చేసి, గడ్డం కిందికి దాన్ని చుట్టి ముడివేసేవాడు. అతడి శిరస్సు పైన ఏ గాయం లేదు కదా? నాకెన్నో సార్లు ఈ అనుమానం వచ్చింది. చివరికి అర్ఘ్యం దానం చేసి వెనక్కి తిరిగి వస్తున్నప్పుడు అడిగాను– ''అశ్వత్థామా! నీవు నీ తలకి ఎప్పుడు బట్ట కట్టు కడతావు ఎందుకని? శిరస్సుకు ఆ ఆచ్ఛాదన ఎందుకు? సూర్యకిరణాల వలన ఏమైనా కష్టం కలుగుతుందా?''

''ఊహ.... కానే కాదు... పైగా గంగా నది అన్నా, సూర్యకిరణాలు అన్నా నాకెంతో ఆకర్షణ ఉంది. నేను తలకి బట్టకట్టు ఎందుకు కడతానో ఇప్పుడు చెప్పను. సమయం వచ్చినప్పుడు తప్పకుండా చెబుతాను. చెప్పి తీరుతాను.''

11

నదీ తీరం నుండి రాజభవనానికి వచ్చాను. అశ్వత్థామ యుద్ధశాల వైపు వెళ్ళాడు. భవనంలోకి అడుగు పెట్టగానే విలువైన సమాచారం లభించింది. మధురలోని యాదవ రాజైన కంసుడిని, మేనల్లుడు కృష్ణుడు వధించాడు. కంసుడు పరమ దుష్టుడు. అన్యాయం చేయడంలో దిట్ట. కంసుడు అభం శుభం ఎరుగని కృష్ణుడి సోదరులను, పసికందులను రాళ్ళపై బాది చంపేసాడు.

నిజానికి స్వార్థపూరితమైన మనిషి అప్పుడే ప్రసవించిన ఆడ పులి లాంటి వాడు. బెబ్బులి ప్రసవ పీడను భరించి పిల్లలకు జన్మనివ్వగానే ఆకలి మంటకు ఆగలేక అప్పుడే పుట్టిన నవ జాత శిశువును తినేస్తుంది. ఆకలి మంటను చల్లార్చుకుంటుంది. స్వార్థపరుడైన మనిషి కూడా ఇట్లాంటి వాడే. తన స్వార్థం కోసం ఎదుటి వాడిని బలిచేస్తున్నప్పుడు వాడు తనా,పరాయాఅనిచస్తే చూడడు. కంసుడు కూడా మహాస్వార్థపరుడు. వాడు చేసే అరాచకాలు, అన్యాయాల గురించిన వార్తలు, అవి కూడా దూతల ద్వారా విపులంగా రాజభవనానికి చేరుతాయి. మేము ఆ వార్తలని వింటూ ఉండే వాళ్ళం. వాడు తన మేనళ్ళుళ్ళైన నవజాత శిశువులను చంపేసేవాడు, మృదులమైన, నాజూకు అయిన వాళ్ళ తలలను శిలలకేసి బాదేవాడు. తలలను పగలగొట్టేవాడు. అసలు వాడిలో

రాక్షసత్వం ఎంతగా ప్రబలిందంటే, వాడి అరాచకీయతత్వం వలన సమస్త మధుర ప్రజలు మనస్తాపం చెందేవారు. వారు పడే క్షోభ వర్ణనాతీతం. చిట్టచివరికి కంసుడిని, శ్రీకృష్ణుడు అంతం చేసేసాడు. మళ్ళీ తల ఎత్తకుండా కాలరాచాడు. ఛాతిలో తన్ని, తన్ని కృష్ణుడు కంసమామనిచంపేసాడు. అత్యాచారాలు, అన్యాయాల అంతం ఇట్లాగే జరుగుతుంది. కీర్తిమాన్, సుషేణ్, భద్రసేన్, ఋజు, సమ్మర్ధన్, భద్ర–తన తోడబుట్టినవాళ్ళందరి వధను, కంసుడిని చంపి ప్రతీకారం తీర్చుకున్నాడు.

శ్రీకృష్ణుడికి సంబంధించిన ఎన్నో సంగతులను నేను వింటూఉండేవాడిని. కొందరు అతడిని వ్యంగ్యంగా గొల్ల పిల్లవాడు అని అనేవారు. మరొకరు గొల్లభామ రాధ సఖుడు అనిఅంటారు. కొందరు అతడిని సుదామ (కుచేలుడు) అనే బ్రాహ్మణుడి ప్రాణ ప్రియ స్నేహితుడు అనిఅంటారు. కొందరు మురళీధర్ అనిఅంటారు. నేను అతడిని ప్రత్యక్షంగా ఎప్పుడూ చూడలేదు. కాని అతడిని చూడాలన్న బలమైన కోరిక నాలో ఉంది. పాండవుల మాతృసోదరుడు కనక అతడు ఎప్పుడో ఒకప్పుడు హస్తినాపురానికి తప్పకుండా వస్తాడు. అతడిని కలిసాకే, మాట్లాడాకే నేను అతడిని గురించిన ఒక అభిప్రాయానికి వస్తాను. అనేకుల దృష్టిలో అతడి రూపం రకరకాలుగా ఉండవచ్చు కాని నాకు అతడు యాదవుల సమర్థవంతుడైన రాజుగానే అనిపిస్తాడు. అన్యాయం అంటేనే మండి పడే, సమాజాన్ని అన్యాయం అనే ఉచ్చు నుండి రక్షించే వాడు, సర్వసాధారణ శ్రామికులలో వెంటనే కలిసి పోయేవాడు కృష్ణుడు. అన్యాయాలు, అత్యాచారాలు చేసే మామను అందరి ఎదుట వధించిన వాడు. అతడి రాజ్యాన్ని ఆశించని వాడు, కంసుడి తండ్రి అయిన, ఉగ్రసేనుడికి రాజసింహాసనాన్ని అప్ప చెప్పినవాడు.

ఇటువంటి త్యాగవీరుడిని ప్రజలు కూడా కోరుకుంటారు. రాజు ఉగ్రసేనుడైనా లౌకిక అర్థంలో మధుర సంకటగ్రస్తులైన ప్రజలు తమ రాజదండాన్ని నిజానికి శ్రీకృష్ణుడి చేతిలోనే పెట్టారు. మధురలోని ఏ చెట్టు ఆకూ శ్రీకృష్ణుడి ఆజ్ఞ లేనిదే ఊగనైనా ఊగదు.

12

శ్రీకృష్ణుడి విజయం గురించిన వార్త వినగానే హస్తినాపురంలో ఉత్సాహం అనే అల ఎగిసిపడ్డది. పురప్రజలందరు ఎన్నో ఎన్నెన్నో పరాక్రమ కథలను రసాస్వాదన చేస్తూ ఒకరికొకరు చెప్పుకుంటున్నారు. కొంతమంది ద్వారాలపైన మంగళ తోరణాలు కట్టారు.

రాజప్రాసాదం నుండి అమాత్యులు వృషవర్మ, సామాన్య ప్రజలందరికి, ధృతరాష్ట్రులవారుతత్కాల రాజ్యసభని ఆహ్వానించారని, సందేశాన్ని తెలియ చేసారు. నేను అంగరాజు అయ్యాక ఇదే మొట్టమొదటి రాజ్యసభ. యాదవ రాజు శ్రీకృష్ణుడికి కానుకలు పంపించాలి. రాజమాత కుంతీదేవి కారణంగా వారికి కురువంశంతో ఏసంబంధం ఉందో దాన్ని ఇంకా బలపరపచడానికి అందరి అనుమతితో ఆమోదింపబడాలి. ఈ శుభ సమయంలో అందరికి శుభాకాంక్షలు అందించాలి. ఈ ఉద్దేశ్యంతోనే సభని ఏర్పాటు చేయడం అయింది. మధుర, యాదవుల ఒక సమర్థవంతమైన రాజ్యం. ఈ రాజ్యం హస్తినాపురానికి చాలా దగ్గరిలో ఉంది. ఇటువంటి శక్తివంతమైన రాజ్యంతో సత్ సంబంధం పెంచుకోవాలని కురుగణం అనుకుంది. రాజకీయ దృష్టిలో ఇది ఒక తెలివైన పని.

రాజభవనంలో నగారాలు మ్రోగాయి. కౌరవులు సురక్షితంగా దాచిన పచ్చటి వస్త్రంతో తయారు చేసిన విశేషమైన కాషాయ జండాని వెలికి తీసారు. ఈ త్రికోణంలో ఉన్న కాషాయ రంగు ధ్వజం, శ్వేతశుభ్ర రాజ్యభవనం పైన గర్వంగా ఎగురుతోంది.దానిచంచలమైన రెపరెపలు హస్తినాపురం రాజభవనం నుండి వాయుగతితో పరుగెత్తుతూ మధురలోని యాదవులతో, మీ కొత్త రాజుకి స్వాగతం అనిఅంటోంది.

సభా గృహం ఆహ్వానితులతో, సామాన్య పురప్రజలతో నిండిపోయింది. సభాగృహ మధ్యభాగంలో తొమ్మిది, పది చేతుల ఎత్తున భవ్య రాజ్యసింహాసనం మత్తెక్కిన ఏనుగులా పూర్వాభిముఖంగా ఏర్పాటు చేయబడి ఉంది. ఎంత ప్రాచీనమైనది! ఈ సింహాసనం పైన ఎవరు కూర్చుంటారు? ఈ సింహాసనం పైన ఆదిలో కూర్చున్న మొదటి పరాక్రమవంతుడైన రాజు ఎవరు? వివస్వానుడా! లేక ఆయనకన్నా ముందే ఎవరైనానా? ఎవరికీ ఆ రాజ సింహాసన చరిత్ర తెలియదు. బంగారం తాపడం చేయబడ్డ ఆ సింహాసనాన్ని అలంకరించిన బలవంతులైన రాజులు, కాల గర్భంలో కలిసిపోయారు. ఆ సింహాసనం పైన ప్రతీ రాజు చేసిన విశిష్ట కార్యాల ముద్రలు ఉన్నాయి. వాళ్ళ ఉన్నత శౌర్యాన్నికళ్ళకు కట్టినట్లు చూపిస్తుంది ఈ సింహాసనం. ఇది పరాక్రమానికి ప్రతీక. సింహాసనం చేతుల బదులుగా గాండ్రిస్తున్న ముద్రలో రెండు సింహాలు ఉన్నాయి. వాటి వెనక భాగం దాదాపు ఆరు, ఏడు చేతుల ఎత్తులో ఉంది. సంపూర్ణ సింహాసనం పైన మందారపూలపరాగదండాల లాంటి వంపులుగల తీగలను తాపడం చేసారు. ఆ సింహాసనం కురువులది. అంతకు ముందు సూర్యవంశస్థులది. వారి పేరు, ప్రతిష్ఠల కేంద్రం ఇది. దీన్ని రక్షించుకోడానికి సహస్ర వీర సైనికులు ఆర్యావర్తంలోనినలుమూలలా రక్తపు నదులను ప్రవహింపచేసారు. ఆర్యావర్తంలోని అన్ని రాజగణాలు, రాజసింహాసనం ముందు తలవంచుకుని శ్రద్ధ, వినయాలతో పరాక్రమ పూజలు చేసేవారు. ఎంత మంది వీరాధివీరులైన రాజులు తమ, తమ శక్తిశాలి శరీరాలతో, ఆ సింహాసనాన్ని అలంకరించారో ఎవరికి తెలుసు? వివస్వానుడు, మనువు, పురూరవుడు, నహుషుడు, యయాతి, పురు, అహంయాతీ, దేవాతిథి, అంత్యనార్, ఇలీత, దుష్యంతుడు, భరతుడు, సుహోత్రుడు, హస్తీ, అజమీడుడు, సంవరణుడు, కురు, అనశ్వనుడు, పరిశ్రవసు, ప్రసిద్ధి చెందిన శంతన మహారాజు ఒకళ్ళను మించిన ఒకళ్ళు ఈ రాజులు. ఒక తేజోవంతమైన పరంపర. ఆ రాజులందరి తేజస్సు దివ్య స్ఫులింగాలు. మహారాజు నహుషుడు దేవరాజు ఇంద్రుడిని కూడా పరాజితుడిని చేసి సూర్యవంశస్థుల ఈ రాజసింహాసనం ఎదురుగుండా తలవంచేలా చేసాడు. ఎవరైనా సరే సింహాసనం ఎదురుగుండా వచ్చినప్పుడు అతడి తల తనంతట తనే వంచుకుంటుంది. ఆ సింహాసనం సూర్యవంశీయుల పరాక్రమానికి ప్రత్యక్ష సాక్ష్యం. శాసనాలు వేయబడ్డాయి. అవి బంగారు శాసనాలు. సభ గృహం అంటే వైభవంతో అలంకరింపబడిన వసంతం. ఎందుకు కాదు? వైభవం వీరత్వానికి దాసోహం అయి దాని వెనకే నడుస్తూ ఉంటుంది.

సింహాసనం వెనక సరిగ్గా తూర్పు వైపు అభిముఖుడైన సూర్యవంశం మాన చిహ్నంతో కూడిన సూర్యదేవుడి ఒక ప్రతిమ ఉంది. నీలం రంగు గోడపై పళ్ళెం ఆకారంలో ఆ ప్రతిమ మేలిమి బంగారంతో చేయబడ్డది. ఆ ఆకృతి చుట్టూ కిరణాలలా కనిపించే, నీలం రంగు పృష్ఠభూమిలో

అందమైన పట్టీలు ఉన్నాయి. ఆ మెరుస్తున్న ఆకృతిని చూసాకసూర్యదేవుడే ఆ సింహాసనానికి సహాయం చేయడానికి ఆకాశం నుండి దిగి వచ్చి, ఆ గోడ మీద స్థిరపడ్డాడేమోనని అనిపిస్తుంది. సింహాసనం తక్కిన ఆసనాలకన్నా పై ఎత్తులో ఉంది. దానికి రెండు వైపులా మహారాణి, రాజగురువు, పితామహుడు, సేనాపతి, పురోహితుడు, అమాత్యుల సింహాసనాలు ఉన్నాయి. రాజ సింహాసనం ఎదురుగుండారెండువైపులా సింహాసనాలు ఉన్నాయి. వాటి పైన చుట్టు పక్కల దేశాల నుండి ఆహ్వానితులైన రాజులు, హస్తినాపురంలోని యోధులు కూర్చుంటారు. సభాగృహంలో రాతి స్తంభాల మీద తీగలు, లతలు చెక్కబడి ఉన్నాయి. వాటి మీద ఎన్నో భావ ముద్రలు ఉన్నాయి. శ్వేతశుభ్ర రాతి నేల మీద గాంధార, కాంభోజ దేశాలలోనుండి తెప్పించిన తివాసీలు పరిచారు. గాలి పారడానికి ఎదురెదురుగా గవాక్షాలు ఉన్నాయి. రాజపుత్ర స్త్రీలు కూర్చోడానికి మరో సౌధాన్ని నిర్మించారు. ఆ సౌధం ఎప్పుడు తళతళామెరిసే మేలిమి తెరలతో ఆచ్ఛాదమై ఉంటుంది. ఎంత స్వాభిమాని అయినా కళ్ళను మిరుమిట్లు కొలిపే రాజసభ సభాగృహంలోని ఆ సింహాసనం ముందు తప్పకుండా తలవంచుతాడు.

నియమానుసారంగా సభాగృహం నిండి పోయింది. ఆశ్వికులు, కోశాధికారులు, సేనాపతి మొదలైనవారు తమ తమ ఆసనాల మీద కూర్చుని ఉన్నారు. నేను, దుర్యోధనుడు, శోణుడుముగ్గురం ఒక్కసారిగా సభాగృహంలోకి వెళ్లిపోయాము. అక్కడ దుర్యోధనుడి సోదరులందరూ కూర్చుని ఉన్నారు. యుధిష్ఠరుడితో సహా పాండవులు ఉన్నారు. రాజగురువుల ఆసనం పైన ఆసీనులయ్యారు. ఆ పక్కనే శకుని మామ ఉన్నాడు. యువరాజులందరితో పాటు అశ్వత్థామ కూడా కూర్చుని ఉన్నాడు. అందరు మెల్లి మెల్లిగా వాళ్ళల్లో వాళ్ళు మాట్లాడుకుంటున్నారు. సభాగృహంలో అందరి గొంతులు వినిపిస్తున్నాయి. మేం ముగ్గురం మా మా ఆసనాలను అలంకరించాము. కేవలం మహారాజు ధృతరాష్ట్రుడు, రాజమాత గాంధారీ దేవి, భీష్మ పితామహులు, గురుదేవులు విదురులు, ఈ నలుగురి ఆసనాలు ఖాళీగాఉన్నాయి.

ఒక మూలన సాంబ్రాణి అగరబత్తీ వెలిగించి ఉంది. దాని నుండి పొగవస్తోంది. నలువైపులా పొగ నిండుకుని వాతావరణంలో మంచి వాసన వస్తోంది. ఆహ్వానితులతో సభాగృహం నిండి పోయింది. అశ్వత్థామ మధ్య మధ్యలో నావైపు చూస్తూ లోలోపల చిరునవ్వు నవ్వుకుంటున్నాడు. ఆ సభాగృహంలో రెండు వస్తువులు నాకు ఎంతో ఆకర్షణీయంగా అనిపించాయి.

ఒకటి అశ్వత్థామ ప్రఫుల్లమైనస్వచ్ఛమైన ముఖం. కురువంశం మాన చిహ్నంతో కూడిన సూర్యదేవుడి మెరుస్తున్న సువర్ణ ప్రతిమ. నేను కన్నార్పకుండా ఆ ప్రతిమ వంక చూస్తున్నాను. కుడి మోచేతిని నేను ఆసనం చేతిపైన పెట్టాను. గడ్డం ఆనించి ఆ మనోహరమైన దృశ్యాన్ని చూస్తున్నాను. నేను గంగ తల్లి ఒడ్డున ఉన్నట్లుగా అనిపించింది. చుట్టుపక్కల కబుర్లు చెబుతూ చెవులు కొరుక్కుంటున్నసభాసదులందరు అలలలాంటి వారే. నేను భావుకుడనై ఆ ప్రతిమ వైపు చూస్తున్నాను. ఒక కుతూహలమైన ఊహ సహజంగానే మనస్సులో మెదలాడసాగింది. ఈ సూర్యవంశంలోని ప్రతీ వీరాధివీరుడైన రాజు మండుతున్న అక్షయజ్వలితసూర్యదేవుడి ఒక వేగవంతమైన కిరణమే కదా! ఆ రాజులందరినీ నేను ఆ ప్రతిమలో చూడటం మొదలు పెట్టాను. ఇంతకు ముందు ఎప్పుడూ చూడక పోయినా ఒక్కొక్కముఖాకృతి ఆ ప్రతిమలో స్పష్టంగా

కనిపిస్తోంది. వాళ్ళందరి దేహ కాంతి ఒక్కసారిగా పచ్చటిఅందమైన రంగులో మెరిసిపోతోంది. ఇంత రమణీయమైన దివా స్వప్నాన్ని నేను ఎన్నడూ చూడలేదు. నేను ఆ పగటి కలలో లీనం అయిపోయాను. ఇంతలో నా దగ్గరగాకూర్చున్న దుర్యోధనుడు నా మోకాలి పైన గట్టిగా కొట్టాడు. నా భావసమాధి భగ్నం అయింది. నేను ఆశ్చర్యంగా అతడి వంక చూసాను. అతడు ఎదురుగుండాకూర్చున్నయుధిష్ఠరుడి వంక కనుబొమ్మలు పైకెత్తి నాకు సైగ చేసాడు. నేను యుధిష్ఠరుడి వంక చూసాను. అతడు తనను తాను మరచిపోయి నా కాళ్ళ వంక చూస్తున్నాడు. నేను వెంటనే నా కాళ్ళని ఆసనం కిందకిపెట్టేసాను. అందువలన అతడు దృష్టి మరల్చాడు. నావంక చూసాడు. అతడి భవ్యమైనమస్తకం పైన ఒక చిన్న ముడుతపడ్డది. ఇంతలో ఎవరో పెద్దగా ప్రకటన చేసారు– ''కురుకుల భూషణుడు, కౌరవ మహారాజు ధృతరాష్ట్రులు...''

మహారాజు ధృతరాష్ట్రులు, మహారాణి గాంధారీ దేవి, పితామహులు భీష్మాచార్యులు, గురుదేవులు విదురులు, అందరూ ఒకేసారి సభాగృహంలో ప్రవేశించారు. వాళ్ళు రాగానే సభ్యులందరూ లేచి నిల్చునారు. అభివాదం చేసారు. నేను కూడా లేచి నిల్చున్నాను. మహారాజు రాజదండం ఎత్తగానే అందరూ తిరిగి ఆసనాలని అలంకరించారు. పితామహులు భీష్ములవారు, గురుదేవులు విదురుల ఆగమనం వలన నలువైపులా శాంతి వ్యాపించింది. అమాత్యులు వృషవర్మనిల్చున్నారు. అందరినీ సంబోధించారు.

''వందనీయులుపితామహులవారు, కురుకుల భూషణుడు మహారాజులవారు, మహారాణిగారు, ఆదరణీయులు గురుద్రోణులవారు, విదురుల వారు, రాజమాత కుంతీదేవి, బలాఢ్యుడు శకుని మామ, మహాసేనాపతి, అష్టమంత్రిమండలిమిత్రగణం, కౌరవ శ్రేష్ఠులు యుధిష్ఠరులు, దుర్యోధనులవారు, అంగరాజు కర్ణులవారు, గురుపుత్రులు అశ్వత్థామ, యువరాజు! పురప్రజల్లారా! ఈనాడు ఈ రాజ్య సభ ఎందుకు ఏర్పాటు చేయబడిందో మీ అందరికి తెలిసిన విషయమే. యాదవకుల శ్రేష్ఠులుశ్రీకృష్ణులు, అత్యాచారి అయిన తన మామ కంసుడిని సంహరించి మధురలో తన రాజ్యాన్ని స్థాపించారు.

మహారాజు శ్రీకృష్ణులు, కౌరవ శ్రేష్ఠ మహారాజు పాండు పత్ని అయిన రాజమాత కుంతీదేవి సోదరుడు యాదవరాజు వసుదేవుల వారి సుపుత్రులు. ఇది మీ అందరికి తెలిసిన విషయమే. వారి ఈ విజయానికి కారణం కురువులకిమధురలో మద్దతు ఇచ్చే కర్తవ్య పరాయణుడైన ఒక బంధువు లభ్యమైనాడు. నిజానికి ఇదంతా మన అదృష్టం. మనం అందరం, మన ఆనందాన్ని వ్యక్తం చేయడం కోసం, శుభాకాంక్షలు తెలియజేయడం కోసం ఏకత్రితులమయ్యాము. ఇప్పుడు కౌరవ శ్రేష్ఠులు, పూజ్యపితామహులుభీష్ములవారు, యాదవరాజు మహారాజు కృష్ణులు గురించి వివరంగా మాట్లాడతారు.'' తన శిరస్సును రెండుసార్లు వంచి వృషవర్మ తన ఆసనాన్ని అలంకరించారు.

అందరి కళ్ళు భీష్మపితామహుల వారి వైపు మళ్ళాయి. నాకు భీష్మపితామహులు గంగ ఒడ్డున కలిసారు. ఆ మొదటి కలయిక నాకు గుర్తుకు వచ్చింది. ''నీ చెవుల కుండలాల పైన దృష్టి పెట్టు. వెళ్ళు...'' అనిఆనాడు అన్నారు. ఆయన అన్న ఈ మాటలు గుర్తుకు రాగానే నేను చెవుల కుండలాలని ముట్టుకుని చూసాను. అసలు ఆ సభలో ఏ వ్యక్తికి ఇటువంటి కవచ కుండలాలు

లేవు. ఈ ఆలోచన నన్ను అన్నింటికన్నా ఎక్కువ ఆకర్షించింది. నేను సంబాళించుకుని కూర్చున్నాను. పితామహుల వైపు చూసాను. వారు నిల్చునిగంభీరమైన స్వరంతో చెప్పడం మొదలు పెట్టారు. ఒక ఎత్తైన, నిట్టనిలువుగానిల్చున్నదేవాదారు వృక్షం మాట్లాడుతోందా అని అనిపించక మానదు. ఇంత వృద్యాపంలో కూడా ఎత్తైన శరీరం ఏ మాత్రం వంగలేదు. ఆయన స్వరం రాయిపై తగిలిన బాణం మొనలా తీక్షణంగా ఖంగుమంది. అంతటా శాంతియుతంగా ఉన్న సమస్త సభలో తన వృద్ధ, తీక్షణమైన దృష్టి ఇప్పటికీ ఉన్న కళ్ళనునలువైపులా తిప్పుతూ చెప్పడం మొదలు పెట్టారు.

''ఆహ్వానితులైనరాజులందరికీ, కురువుల్రశేష్ఠవీరులందరికీ! అభివాదములు.

ఈ రోజు నా మనస్సు ఎన్నో రకాల భావోద్వేగాలతో, యమున లోని ఉప్పెనలా నిండిపోయింది. భగవంతుడు శ్రీకృష్ణుడి గురించి చెప్పేదేముంది? నేను వారిని భగవంతుడు అనిసంభోదిస్తున్నానంటే మీరు అర్థం చేసుకోగలుగుతారు. అయినా కూడా ఈ యువతరం ముందు ఒక కురు వృద్ధుడిగా చెప్పడం నా కర్తవ్యం అని నేను భావిస్తాను. ఎందుకంటే అప్పుడప్పుడు మీరు సంయమనం ఎంత విలువైనదోమరచిపోతారు. అందువలన మీ సాహసోపేతమైన మనస్సుకి మంచిగా అనిపించే శ్రీకృష్ణుడి విషయమై కొంత సరళమైన శబ్దాలలో చెబుతాను. సావధానులై మనస్సు పెట్టి వినండి.

శ్రీకృష్ణుడు వేయి రెక్కల ఒక శతరంగీ కమల పుష్పం. దాని ఏ రెక్క అయినా తీసుకోండి తన మృదుస్పర్శశతరంగులతో మనస్సుకు దివ్య ఆనందాన్ని ఇస్తుంది. ఈనాడు రాజైన శ్రీకృష్ణుడి జన్మనుండి ఎన్నో రూపాలలో కళ్ళ ఎదుట కదలాడుతున్నాడు.

ఆయన లీలల గురించి ఎంత చెప్పినా తక్కువే. నేను కృష్ణుడిని ఎన్నోసార్లుచూసాను. ఆయనకు సంబంధించిన ఎన్నో సంఘటనల గురించి ఎందరో చెబుతుంటేవిన్నాను. ఆ సంఘటనలన్నీ నా కళ్ళెదుటేజరుగుతున్నయాఅనిఅనిపించేది. ఈ సమయంలో మీరు ఈ రాజ్య సభలో ఎట్లా అయితే ఎదురుగుండాకూర్చుని ఉన్నారో, స్పష్టంగా నా కళ్ళకికనిపిస్తున్నారో, ఆ సంఘటనలన్నీ నా ఎదుటే జరుగుతున్నట్లు నాకు అనిపిస్తోంది. నేను నా జీవన క్రమంలో జరిగిన సంఘటనలు మరచిపోవచ్చునేమో కాని, శ్రీకృష్ణుడి జీవన క్రమంలో జరిగిన ఏ సంఘటనలను మరచిపోలేదు. శ్రీకృష్ణుడు కంసుడిని చంపారు. మీ అందరికి ఆశ్చర్యం కలగవచ్చు. కాని నాకు కాదు. అసలు నిజానికి వారిపట్ల శుభాకాంక్షలు చెప్పడానికి ఏ కారణం కనిపించడం లేదు. అయినా కూడా మిమ్మల్ని ఇక్కడికి పిలిచాను. ఎందుకంటే ఆయనను గురించి మీకు చెప్పాలి. వీరుల్లారా! శ్రీకృష్ణుడిని మీరు శ్రీఫలం లాంటి మీ బుద్ధితో అర్థం చేసుకోవాలంటే మీరు భ్రాంతులవుతారు. ఇది సత్యం. వారిని కొలవాలంటే విశాలమైన ఆకాశం వంక చూడండి. ఆకాశం సైతం ఆయన ముందు మరుగుజ్జే అని మీరు ఎప్పుడో ఒకప్పుడు నేర్చుకుంటారు. నేను భావుకతతో లేనిది ఉన్నదిగా చెబుతున్నానని మీరు ఎంత మాత్రం భావించవద్దు. నేను ప్రారంభంలోనే శ్రీకృష్ణుడిని, ఆదరంగా భక్తిభావంగా, అయినా ఆలోచించి నేను 'భగవాన్' అని సంబోధించాను....'' అనిఅంటూ భీష్మ పితామహులు ఆసనాన్ని అలంకరించారు. సభలోని వారందరూ వారి మాటలు విని భావుకులైపోయారు. వారి తరువాత విదురులవారులేచారు.

ప్రఫుల్లితమైన పారిజాత వృక్షంలా శాంతంగా, ప్రసన్నంగా వారు కనిపించారు. వారి వాణి ఎంతో మధురంగా ఉంది. స్వచ్ఛమైన జలాశయంలో చంచలమైన చేప పరవశంతో తిరుగుతోందా అన్నట్లుగా వారి వాణి సభ అంతటా ప్రతిధ్వనిస్తోంది. వారు సంభోదించడం మొదలు పెట్టారు:

''శ్రీకృష్ణుడి గురించి మీరు అంతా విన్నారు. ఇక అధికంగా నేను ఏం చెప్పను? అయినా, లోకం ఏమనుకుంటుందోఅనిలేశమాత్రమైనా చింతించకుండా నేను శ్రీకృష్ణుడి వినయవిధేయత కల భక్తుడనని మాత్రం గట్టిగా చెప్పగలను. భక్తుడు తన భగవంతుడి గురించి ఏమీ చెప్పడు. అతడు తన మానసమందిరంలో ఆ దేవుడిని భక్తిశ్రద్ధలతో పూజిస్తాడు. భక్తుడికి తన భావాలు వ్యక్తం చేయడానికి భాషకూడా సరిపోదు.'' అనిఅంటూ వారు సింహాసనాన్ని అధిష్ఠించారు. వారి తరువాత ధృతరాష్ట్రులవారునిల్చునున్నారు. వారు కంచుకంఠంతో చెప్పడం మొదలు పెట్టారు.

''నేను శ్రీకృష్ణుడిని ఎప్పుడూ చూడలేదు. చూడలేనుకూడా. కానీ విదురులవారు కృష్ణుడి గురించి చెబుతుంటేవిన్నాను. వింటున్నప్పుడు అయ్యో! కృష్ణుడిని చూడలేను కదా అని బాధపడతాను. దైవయోగం వలన ఎప్పుడైనా నాకు చూపు వస్తే నేను మొదట మధురకేవెళ్తాను. నేను శ్రీకృష్ణుడి గురించి ఇంతే చెప్పగలను.'' తన కనుకొలకులల్లో నిండుకున్న కన్నీళ్ళని తన ఉత్తరీయంతో తుడుచుకుంటూ కూర్చున్నారు.

ఆయన తరువాత గురుద్రోణులు, శకుని మామ, సేనాపతి మొదలైనవారు, సామాన్యజనులు శ్రీకృష్ణుని గురించి అంతో ఇంతో చెప్పారు. కొందరు శ్రీకృష్ణుని గురించి గొప్పగా చెప్పారు. నాలో కుతుహలంపెరగ సాగింది. ఒక్కక్షణం, నేను వెంటనే మధుర వెళ్ళి, చిన్నప్పుడే ఇంతగా అందరికీ ప్రియమైన ఆ శ్రీకృష్ణుడిని చూడాలని మనస్సులో అనిపించింది. అతడంటే అందరికీ ఉన్న భక్తిశ్రద్ధలు చూసి ఆశ్చర్యం వేసింది. అతడితో మాట్లాడాలి అన్న కోరిక కలిగింది. నేను ఈ ఆలోచనలలో మునిగి పోయాను. ఇంతలో జ్యేష్ఠ పాండురాజు యుధిష్ఠరుడు నెమ్మదినెమ్మదిగా చెప్పడం మొదలు పెట్టాడు.

''పితామహా! అమాత్యులు బాబాయి విదురులు, ఇంకా తక్కిన మహామహులు, వీరందరూస్పష్టంగా అంతా చెప్పారు. నేను ఇంకా చెప్పాల్సింది ఏముంది? శ్రీకృష్ణుడు మా తల్లివైపు సోదరుడు. మేము వారు, తక్కిన వారు ఇచ్చే ఆజ్ఞలన్నింటినీ వినయవిధేయతలతో శిరసావహిస్తాము.''

అతడు కూర్చోగానే యువరాజు దుర్యోధనుడు లేచి నిల్చున్నాడు. తన బలిష్ఠమైన మెడను అటు ఇటు తిప్పుతూ చెప్పడం మొదలు పెట్టాడు:

''శ్రీకృష్ణ మహారాజు గురించి సభలో చెప్పారు. వర్ణించారు. వెంటనే బంగారు కిరీటాన్ని ఒక అందమైనపిడిగల ఖడ్గాన్ని, జరీ గల రాజ వస్త్రాలని కురువుల వైపు నుండి మధురకిఇవాళే పంపించాలని నేను అమాత్యుల వారిని కోరుతున్నాను. తరువాత అంగరాజు కర్ణుడిని ఈ సంబంధం గురించి చెప్పవలసినదిగా కోరుతున్నాను.''

దుర్యోధనుడు నా వైపు చూసి నవ్వుతూ ఆసనాన్ని అధిష్ఠించాడు. నన్ను అడక్కుండానే, ఏ కారణం లేకుండానే అతడి గురించి చెప్పండి అని నన్ను అడిగాడు. ఇక ఇప్పుడు నా మనస్సులో ఉన్నదంతా చెప్పక తప్పదు. శ్రీకృష్ణుడి గురించి నాకు తెలిసిందంతా నేను విన్నదే. నేను శ్రీకృష్ణుని

ప్రత్యక్షంగా చూడలేదు. అయినా నేను చెప్పడానికి లేచాను. ఒకసారి, కురువుల దేశపు జెండాపైన అంకిత చిహ్నం సూర్యదేవుడి ప్రతిమ చూసాను. శరత్‌ఋతువులో తెలియని ఎన్నో, ఎన్నెన్నో పక్షులు ఆకాశంలో గుంపులుగుంపులుగా ఎట్లా ఎగురుతూ ఉంటాయో, నామనస్సులో కూడా ఆలోచనలు అట్లాగే ఏకత్రితంకాసాగాయి. నేను పెద్దగా చెప్పడం మొదలు పెట్టాను.

"నేను శ్రీకృష్ణుడిని ఇప్పటి వరకు ఒక్కసారి అయినా చూడలేదు. అయినా దుర్యోధనుడి కోరిక ప్రకారం శ్రీకృష్ణుడిని గురించి చెప్పదలచాను. అతడి గురించి చెప్పాలి అంటే అతడి గురించి క్షుణ్ణంగా తెలియాల్సిన అవసరం ఎంత మాత్రం లేదు. జరిగే సంఘటనల ప్రకారం ఏ వ్యక్తి వ్యక్తిత్వం గురించి అయినా సులభంగా చెప్పగలుగుతాము. మీరందరూచెప్పినట్లుగా శ్రీకృష్ణుడు అన్యాయం, అత్యాచారాలు చేసే మామని తన చేతులతోనేయమలోకంకి పంపించారు.... శ్రీకృష్ణుడు ఆర్యావర్తంలో మొట్టమొదటి ముందుచూపు కల రాజు. ఎందుకంటే సత్యాసత్య సంఘర్షణలో ఆయన దేశం కోసం తన సంబంధాన్ని మంచి మనస్సుతో బలి చేసారు. ఆయన ఎంతో ఉదాత్తుడు. ఆయనని మనం అందరం ఆదర్శంగా తీసుకోవాలి. అందువలననే శ్రీకృష్ణుడు పూజనీయులు. ఇది నా అభిప్రాయం. " అందరు కరతాళ ధ్వనులతో నా అభిప్రాయాలకి స్వాగతం పలికారు. నేను కూర్చున్నాను.

అదే సమయంలో ఒక పళ్ళెంలో బంగారు కిరీటం, ఒక కత్తి, రాజవస్త్రం, రాజసభలోకి తీసుకువచ్చారు. అమాత్యులు మధురకి వెళ్ళాలి అని నిర్ణయించారు. సభను ముగించారు. అందరూ సభ నుండి బయటకి వెళ్ళడం మొదలు పెట్టారు. నేను ఎదురుగుండా ఉన్న పాండవుల వంక చూసాను. భీముడు గుర్రుమంటూ నా వైపు చూసాడు. అర్జునుడు నా చెవుల కుండలాల వైపు కళ్ళు పెద్దవి చేస్తూ చూస్తున్నాడు. యుధిష్ఠరుడు నా కాళ్ళవంక తదేకంగా చూస్తున్నాడు. కొంచెంసేపయ్యాకమెల్లిమెల్లిగా అందరూ సభ నుండి వెళ్ళిపోయారు. నేను, శోణుడు, దుర్యోధనుడు ఉండిపోయాము. తరువాత మేము బయటకి వచ్చేసాము.

రాజపుత్ర స్త్రీలు సౌధం నుండి బయటకి వచ్చే సోపాన మార్గం సభా గృహానికి కుడి వైపున ఉన్నది. అంతఃపుర స్త్రీలు మెట్లు దిగుతున్నారు.

మేం సభాగృహం నుండి బయటకి వస్తున్నప్పుడు రాజమాత కుంతీదేవి మెట్లు దిగుతున్నారు. ఆవిడ దేహం పైన ధవళ అనంత పుష్పం లాంటి శ్వేత శుభ్ర వస్త్రాలు ఉన్నాయి. ఆమె చాలా నెమ్మదిగా మెట్లు దిగుతున్నారు. మేం ఒకరిని ఒకరు హఠాత్తుగా చూసుకున్నాము. ఆవిడ వెంటనే ఆమెట్టు పైనే ఆగిపోయారు. బహుశ ఆవిడ నా కుండలాల వంకే చూస్తున్నారు. నేను శ్రీకృష్ణుడి గురించి చెప్పిందంతాబహుశఆవిడకి నచ్చింది. శ్రీకృష్ణుడు ఆవిడ సోదరుడి పుత్రుడు. ఆవిడ ముఖం చూసాకబహుశ ఆవిడ నాకేదో చెప్పాలని అనుకున్నదని నాకు అనిపించింది. నేను ఒక్కక్షణం ఆగిపోయాను. కాని దుర్యోధనుడు నా చేయి పట్టుకుని నన్ను మెల్లిగా ముందుకితోసేసాడు. "కర్ణా! ఇవాళ నీవు చాలా బాగా చెప్పావు. నాకెంతో బాగా అనిపించింది. పద నాతో! సరాసరి నా మహల్‌కి వెళ్దాం. మనం ఫలహారం చేద్దాం. తరువాత నీవు వెళ్దువు గాని" అనిఅన్నాడు. నేను అతడితో పాటు నడిచాను. నా మనస్సులో శ్రీకృష్ణుడి గురించిన ఆలోచనలు పదేపదేరేకెత్తాయి. అతను పాండవులకు బంధువు. నాతో అతనికి ఏ సంబంధం

లేదు. నేను ఇప్పటి దాకా శ్రీకృష్ణుడిని చూడలేకపోయాననే అన్న బాధ నన్ను నిలవనీయకుండా చేసింది.

13

రాత్రి వృషాలి నోటి నుండి రాజమాత కుంతీదేవి గురించి కొన్ని విలువైన విషయాలు విన్నాను. రాజసభ కార్యకలాపాలు ఎట్లానడుస్తాయోతెలుసుకునే కుతుహలంతో, దుర్యోధనుడి చెల్లెలు దుశ్శలాదేవి కోరిక ప్రకారం వృషాలి రాజసభలోని స్త్రీల సౌధంలో వెళ్ళి కూర్చుంది. వృషాలిని చూడగానే రాజమాత ఒక దాసిద్వారా ఆమెను పిలిపించుకున్నారు. తన దగ్గరేకూర్చోపెట్టుకున్నారు. ఆవిడ వృషాలి వీపుని ప్రేమగా నిమిరారు. వృషాలి కూడా వంగి ప్రణామం చేసింది. రాజసభ ముగిసేవరకువృషాలి రాజమాత దగ్గరేకూర్చుంది. ఆవిడకిదగ్గరలో నేదుశ్శలాదేవికూర్చుని ఉంది. ఆమె మధ్యమధ్యలోవృషాలిని ప్రశ్నలు వేస్తూనే ఉన్నారు. రాజమాత దగ్గర కూర్చోవడం వలన నెమ్మదిగా ప్రశ్నలు అడగడం మొదలు పెట్టింది. ఒక విలువైన నిగూఢమైన ప్రశ్న వేసింది. నేను వృషాలి నోటి నుండి ఆ ప్రశ్న ఏదో వినాలని ఎంతో కుతూహలంతో ఉన్నాను. దుశ్శలాదేవికి ఆమె ఏం సమాధానం ఇచ్చిందో కూడా తెలుసుకోవాలన్న ఆత్రుత నాలో ఎక్కువ అయింది. కాని వృషాలి చెప్పడానికి ఇష్టపడలేదు. "ఆ మాట చెప్పాలంటే నాకెంతో సిగ్గుగా అనిపిస్తోంది"అని ఆమె అన్నది. నేను ఎన్నో విధాలుగా అనునయవినయాలతో అడిగాను. కాని అంతా వ్యర్థం. నా మాట ఏదీ వినలేదు. స్త్రీ మనస్సులో ఉండే నిగూఢమైన ఏ విషయాన్ని తెలుసుకోవడం ఎంతో దుర్భరమైన కార్యం. ఈ లోకంలో ఏదైనా తెలుసుకోలేమంటే, లోతుగా దాని దాకా వెళ్ళలేమంటే అది స్త్రీల మనస్సు. అసలు ఆ రహస్యాన్ని వాళ్ళ నోట వెంట బయట పెట్టించాలంటే ఒకే ఒక ఉపాయం, అసలు ఆ ప్రశ్న తెలిసినా తెలియక పోయినా మాకు ఒరిగింది ఏమీ లేదు అని ఏ మాత్రం ప్రాముఖ్యత ఇవ్వకూడదు. ఇట్లా చేస్తే, తప్పకుండా వాళ్ళ నోటి తోనే ఎప్పుడో ఒకప్పుడు చెబుతారు. పైగా జరిగిన సంఘటనలకు అంతో ఇంత కలిపి మరీ చెబుతారు.

నేను ఎంతో కుతూహలంగా ఉన్నానని తెలిసి, వృషాలి కావాలనే ఆ ప్రశ్న ఏమిటో నాకు చెప్పనే చెప్పలేదు. ఆమె తాత్సారం చేస్తూనే ఉంది. స్త్రీల మనస్సు వాస్తవంగా స్వాతి నక్షత్రంలోని వానలా ఉంటుంది. ఆవశ్యకత ఉన్నప్పుడు వర్షం కురవదు. దాని అవసరం లేనప్పుడు చిటపట చినుకులతో ధారగా కురుస్తూనే ఉంటుంది. వృషాలి ఎప్పుడో ఒకప్పుడు ఆ ప్రశ్న ఏమిటో చెబుతుందని నాకెంతో నమ్మకం.

14

పుత్ర సుఖంతో వైవాహిక జీవితం సంపూర్ణం అవుతుంది. కుమారుడి ముఖం చూడగానే తన జన్మ ధన్యం అయిందని ప్రతీ తండ్రి అనుకుంటాడు. అతడు ఆనందంతో ఉప్పొంగిపోతాడు.

గర్భవతి వృషాలి ఎక్కడో దొరికే దుర్లభమైన పళ్ళను, వస్తువులను కోరేది. ఆ కోరికలు నెరవేర్చేటప్పుడు నేను వేళాకోళం ఆడేవాడిని. నవ్వించేవాడిని. ఆమె సిగ్గుల మొగ్గ అయ్యేది. ఆమె

కోరికలన్నింటినీ నెరవేర్చడం కోసం సమస్త దాసదాసీజనం అహర్నిశలు పాటు పడేవారు. నిజానికి ఆమె అంగదేశానికి రాణి ఎప్పుడో అయింది.

వృషాలికి పుట్టే పెద్దకొడుకుకి ఏం పేరు పెట్టాలి? నేను ఎంతో ఆలోచించాను. కాని మంచిపేరు ఏదీ తట్టలేదు. ఆ పని ఆమెకు అప్పచెప్పడమే మంచిది అని నాకు అనిపించింది. ఆమె పెట్టే పేరు తప్పకుండా ఎంతో బాగుంటుంది. నిస్సందేహం.

నా మనస్సులో ఒకే ఒక ఆలోచన మాటిమాటికి వచ్చేది. నా ఈ పుత్రుడికి కవచకుండలాలు తప్పకుండా ఉండి తీరాలి. ఆ కవచకుండలాలలో వాడెట్లాకనిపిస్తాడో, చిన్నప్పుడు నేను కనిపించినట్లుగానేకనిపిస్తాడా?

వృషాలికి కొడుకు పుట్టాడు. కాని..కాని వాడికి కవచకుండలాలు లేవు. నా మనస్సులో సందేహమేఘాలు కమ్ముకున్నాయి. వాడు మంచి శరీర సౌష్ఠవంతో బలంగానే ఉన్నాడు కానీ కవచకుండలాలు లేవు. వాడి పేరు ఏం పెట్టాలి?నాకెందుకో అంతగా ఉత్సాహంగా అనిపించలేదు. వాడికి కవచకుండలాలు ఎందుకు లేవు? ఈ సందేహంతో నా మనస్సు గాయపడ్డది. వాడి పేరు సుదామన్ అని పెట్టారు. వాడి బారసాల, నామకరణ మహోత్సవం సమయంలో పెద్ద ఎత్తున రాజప్రాసాదంలో భోజనాలు ఏర్పాటు చేసారు. ఇక నా పుత్రులెవరికీ కవచకుండాలాలుఉండవా? తర్జనభర్జనలు నా మనస్సులో మొదలయ్యాయి. ఈ కుమారుడికి లేకపోతే ఏం? పుట్టబోయే రెండోవాడికి తప్పకుండా ఉంటాయి. వాడు కవచకుండలాలతోనే పుడతాడు. ఈవిధంగా నా మనస్సుకి నచ్చచెప్పుకునే వాడిని. ఆశ అనేది జీవితంలో అన్నింటికన్నా మహాశక్తి.

నాల్గవ భాగము

దుర్యోధనుడు

"ఆగు, నువ్వు క్షత్రియుడివి కావు.
ఒక సూతునికి భార్యగానో, కోడలిగానో కావడానికి నాకు సమ్మతం కాదు.
నేను ఒక క్షత్రియుడి కుమార్తెనేగాని, అధమ కులస్థుడైన
ఒక సూతుడి కుమార్తెను కాను." –ద్రౌపది

1

పురప్రజలు నన్ను చూసి భయపడేవాళ్ళు. వాళ్ళ ఉద్దేశ్యంలో, ఈ ప్రపంచంలో కనిపించనవీ, కనిపించేవి ఎన్ని గుణాలు ఉన్నాయో, అన్నింటినీ కలబోసి చేయబడిన బొమ్మను నేను. అహంకారం అనే ఒక వటవృక్షాన్ని. నా కళ్ళలో ఒక భయానకమైనమహాగ్నిఉంది. అది మొత్తం లోకాన్నే భస్మం చేస్తుంది. ఎన్నోసార్లు వాళ్ళ సంభాషణలో నా గురించి వాళ్ళకి ఇదే అభిప్రాయం ఉందని వెల్లడి అయింది. వాళ్ళ ఈ అభిప్రాయం ఉచితం అయినదా లేక అనుచితం అయినదా, దీని గురించి నేను చెప్పేది ఏమీ లేదు. కాని లోకం దేనినైతే దుర్గుణం అనిఅంటుందో అసలు ఆ దుర్గుణం ఏది? ఏ వ్యక్తి అయినా తన గురించి క్షుణ్ణంగా చెప్పగలుగుతాడా? ఇవన్నీ అసత్యమైన మూర్ఖుల ఊహాపోహాలు. పిరికి వాళ్ళు, కర్తవ్యాన్ని నెరవేర్చలేని వాళ్ళు వీటన్నింటినీ పెట్టారు. ఎందుకంటే లోకం ఏ కార్యాన్ని అయితే మొదట సద్గుణం అనిఅంటుందో, అదే కార్యాన్ని రెండోసారి దుర్గుణం అనిఅంటుంది. నిజానికి అది అట్లాగే అవుతుంది కూడా. ఉదాహరణకి మానవ హత్యను చెప్పవచ్చు. ఎవరైనా దేశభక్తుడు, గూఢాచారిని ఎవరినైనా హత్యచేస్తే, ఆ హత్య చేసిన వ్యక్తిని దేశభక్తుడని వేనోళ్ళ పొగడతారు. ఆయన పేరు గగనం దాకా ప్రతిధ్వనిస్తుంది. జయ ఘోష జరుగుతుంది. అదే ఒకవేళ ఎవరైనా దోపిడీ దొంగ ధనలోభంతో, ఎవరైనా యాత్రికుడి కంఠాన్ని పరుశుతో నరికివేస్తే, వాడిని హంతకుడు అనిఅంటారు. కృత్యం ఒకే రకమైనది. ఒకే పని చేసినా ఇద్దరినీ వేరు, వేరు దృష్టికోణాలతో చూస్తారు. ఒక వ్యక్తి మరో వ్యక్తిని హత్య చేయడం అన్నదే ఆ కార్యం. ఒకడు దేశభక్తుడు, మరొకడు హంతకుడు. హత్య చేయడం అనేది ఒకచోట సద్గుణం అయితే మరోచోట అది దుర్గుణం. నిజానికి ఈ రెండూ సరి అయినవే. అందువలన మంచి గుణం, చెడుగుణంఅన్నది కేవలం కపోల కల్పితాలే. పిరికి మనస్తత్వం కలవాళ్ళు ఆ పురుషులు తమ, తమ బలహీనతలను దాచుకోవడానికి అప్పుడప్పుడు ఇటువంటి వాటిని ఊహిస్తారు. వ్యావహారికతలో తేవడానికి ప్రయత్నిస్తూ ఉంటారు. ఈ పిచ్చిలోకం ఈ ఊహలను ఆదర్శాలు అనుకొని, వేల సంవత్సరాల నుండి వాటిని ఆచరణలో పెడుతోంది. కాని నా ఉద్దేశ్యంలో ఒకే ఒక సద్గుణం శ్రేష్ఠమైనది. ఈ లోకం ఒకే ఒక బిందువు ముందు ఈనాటిదాకా తలవంచుతోంది. ఆ సద్గుణం సామర్థ్యం. సామర్థ్యం (దక్షత) లేకపోతే, వేళ్ళు లేని వటవృక్షం , పిడిలేని కత్తి లాంటిది మానవ జీవితం. సామర్థ్యం కేవలం భుజబలాలదే కాదు, బుద్ధి బలం కూడా ఉండాలి. బుద్ధి, భుజ బలాలు రెండూ ఉంటేనే అది సామర్థ్యం. నేను ఇటువంటి సామార్థ్యానికి

మాత్రమే విలువ ఇస్తాను. ఇటువంటి అపార సామర్థ్యం గల పురుషశ్రేష్ఠుడు ఆకాశపు పటలాన్ని (తెర) చీల్చి నక్షత్రాల రూపంలో ఉన్న వజ్ర, వైఢూర్యాలను నేల మీదకి తీసుకురాగలడు. నేను ఇటువంటి సమర్థుడినే పూజించే పూజారిని. అందుకే లోకం నన్ను గర్విష్ఠిగా ఎంచుతుంది. అహంకారి అనిఅంటుంది. సమస్త హస్తినాపురం నా వెనక నన్ను నిందిస్తూ ఉంటుంది. దుర్బలులు ఇంతకన్నా ఏం చేస్తారు. నేను అహంకారిని కానుఅని గొంతు చించుకుని అరవను. అసలు ఎవరికీ చెప్పాల్సిన అవసరమూ లేదు. ఎందుకంటే నేను ఇట్లా చెప్పినా ఎవరూ నమ్మరు.

నేలమీద పాకే క్రిమికీటకాలు, ఆకాశంలో స్వేచ్ఛగా విహరించే మేఘరాజుల గురించి ఏం ఊహిస్తాయని మనం అనుకుంటాం? లోకం దృష్టిలో నేను అహంకారిని, గర్విష్ఠిని. ఎవరు ఏమనుకున్నా నాకు ఒరిగేది ఏమీ లేదు. ఎందుకంటే లోకం ముందు తలవంచి, లోకం చెప్పినట్లే చేసేవాడిని పిరికి వాడని అంటుంది ఈ లోకం. మరి మనిషి అసలు ఏవిధంగా ప్రవర్తించాలి ? వేటిని ఆచరణలో పెట్టాలి? వారి వారి స్వభావాలను బట్టి ఆచరణలో పెట్టాలా? ఆత్మసంయమనం గురించి వ్యక్తులు సొల్లువాగుడు వాగుతూ ఉంటారు. కాని ప్రతీ వ్యక్తి తన స్వభావాన్ని బట్టే ప్రవర్తిస్తాడు. నిజానికి ఇది సహజమైనదే. లేడి పిల్లలను ఎట్లాచంపాలో, సింహం తన పిల్లలకు నేర్పుతుందా? నేర్పించేటప్పుడు ఎవరైనా చూసారా? మనిషి స్థితి ఇదే. మనిషి విచ్చలవిడిగా ప్రవర్తించే ఏనుగులా ఉండాలి. ఏదైనా అవసరం పడ్డప్పుడు లోకాన్ని ఢీకొనే శక్తి వాడి మెదడులో ఉండాలి. లోకం ఎప్పటికీ గుర్తుచేసుకునేలా ఉండాలి. ఇందులో అసలు తప్పు ఏముంది? పురుషార్థం పట్ల ఏ మాత్రం ఇష్టం లేని వాడు పురుషుడే కాదు. సంయమనం, సహనశక్తి, ఔదర్యం, త్యాగం, సహిష్ణుతమొదలైన సద్గుణాలు అందమైననునుపుగా ఉన్న రాతి గోడల మందిరంలో, కూర్చుని చెప్పే అగరబత్తీల సుగంధంలో, మంచిగా అనిపించే కేవలం బోలు మాటలు మాత్రమే. నిరర్థకమైన పురాణాలు మాత్రమే. ఎందుకంటే జీవితం అటువంటి మందిరం ఎంత మాత్రం కాదు. అది నిరంతరం ప్రజ్వలితం అయ్యే యజ్ఞగుండం. అది జన్మమృత్యువుల మధ్య ఉచ్ఛ్వాస, నిశ్వాసల మధ్య మరిగే ఒక అఖండమైన రణరంగం. యుద్ధ భూమిలో ఒకే ఒక మాటకి విలువ ఉంటుంది. యోగ్యత, సామర్థ్యం. సామర్థ్యం నుండి సృష్టింపబడే సాహసం. ఎవరైతే గమనాన్ని ఇష్టపడతారో (గతిప్రియ) వాళ్ళే దీన్ని స్వీకరిస్తారు. ఎవరు స్థిరత్వాన్ని ఇష్టపడతారో (స్థిరప్రియ) వాళ్ళు దీన్ని ఇష్టపడరు. వాళ్ళు ఎంతసేపు పనికిరాని తత్వజ్ఞానపు చర్మాన్ని వలవడంలోనేతలమునకలై ఉంటారు. నేను జన్మ అంతా దృఢత్వం, సాహసాలని మాత్రమే ఆలంబనం చేసుకున్నాను. ఇది నిజం. చివరి వరకు ఏది ఏమైనా వీటినే ఆలంబనం చేసుకుని నడుస్తాను. పురప్రజలు దీన్ని సద్గుణం అన్నా సరే, దుర్గుణం అని అన్నా సరే. వాళ్ళు నన్ను దుర్యోధనుడన్నా, యుధిష్ఠరుడిలాసుయోధనుడన్నా సరే. అసలు నాకు ఈ ఆలోచనల మీద తర్జనభర్జన చేసే సమయం బొత్తిగా లేదు. రాజు ఇదంతా చేయకూడదు కూడా.

ఇక రెండో ఆక్షేపణ నా కాకి రంగు కళ్ళ పైన. అందరూ నా కళ్ళ గురించి చర్చిస్తూ ఉంటారు. వాళ్ళ దృష్టిలో నా కళ్ళు లోకాన్ని భస్మీపటలం చేస్తాయి. నా ఎదుట ఈ మాటలు అనడానికి ఎవరికీ ధైర్యం లేదు. ఒకవేళ ఎవరైనా ధైర్యం చేసి అంటే –"ఇది కేవలం అసూయ మాత్రమే. ఓర్వలేనితనం మాత్రమే'' అని నేను వెంటనే జవాబిస్తాను.

ఈ నాటి వరకు ఈ లోకంలో కాకి రంగు కళ్ళ వాళ్ళు జన్మించలేదా? వాళ్ళందరూ ప్రపంచాన్ని తగలబెట్టారా? మాడ్చి మసిచేసారా? లోకం అంతా బూడిద అయిపోయిందా! ఒకవేళ బూడిదే అయిపోతే నీవు జీవించి ఎట్లా ఉన్నావు? నిజానికికళ్ళు సౌందర్యానికి ఒక అనుపమైన లక్షణం. వాళ్ళకు ఇట్లాంటి కళ్ళు లభ్యం కాలేదని, రహస్యంగా ఇట్లా విమర్శిస్తున్నారా? ఇది అసూయ కాకపోతే మరేమిటి?

ఈ ప్రపంచంలో నాకు మూడు వస్తువులు అంటే అమితమైన ఇష్టం. ఒకటి కురువులరాజ్యపదవి. రెండోది నా గద. మూడు కళ్ళు. ఎప్పుడైనా నాకు రాజ్యపదవి, గదల పైన ప్రేమ తగ్గవచ్చేమో కాని నా కళ్ళపైన అభిమానాన్ని వదలుకోలేను. ఎప్పుడైనా రాజవైద్యుడు ''రాజా! దుర్యోధనా! ఒకవేళ నీ కళ్ళిస్తేధృతరాష్ట్రునికి దృష్టి లభించవచ్చు అని అడిగితే నేను... నేను....'' వైద్యరాజా! నాకు కళ్ళు ప్రాప్తించగానే, మహారాజుకి దృష్టి వస్తుందంటే, నేను ఇక ఏమీ చేయలేక నా నేత్రాలని వారికి తప్పకుండా ఇస్తాను. కాని ఏ క్షణాన్నయితేఇస్తానో ఆక్షణమే నా తల, మొండెం నుండి ఒక్కసారిగా వేరైపోతుంది. ఎందుకంటే కళ్ళు లేకుండా దుర్యోధనుడు ఒక చెట్టు మొద్దు మాత్రమే. నావ్యక్తిత్వం అంతా నా కళ్ళల్లోనే ఉంది. అందుకే కొయ్యలాంటి కళ్ళంటే నాకెంతో ఇష్టం.

2

నేను రాజపుత్రుడిని. హస్తినాపురం సంపూర్ణ ఆర్యావర్తనికి ఆదర్శం. అంతా... అంతా నా చేతుల్లోనే ఉంది. నా సేవకోసం గాలివాన, తుఫానులను సిగ్గు పడేలా చేసే రథాలు ఉన్నాయి. రథాలను రాజు కాకపోతే మరెవరు తోలుతారు? రాజు కాకపోతే మరెవరు రథాలను పరుగెత్తిస్తారు? హస్తినాపురం లోని ఆకాశాన్నంటే, భవ్యమైన భోగభాగ్యాలతో కూడిన రాజప్రాసాదం నా నివాస స్థానం. ఎప్పుడు కావాలంటే అప్పుడు షడ్రుచుల పదార్థాలు ఎదురుగా ఉంటాయి. వడ్డించిన విస్తరి, కన్నుల పండుగగా ఎదురు గుండా ఉంటుంది. శరీరం అలసి, సొలసినప్పుడు నా మనోరంజనం కోసం దేవకన్యలు అప్సరసలను కూడా సిగ్గుపడేలా చేసే లావణ్యవతులైన నర్తకీమణులు, గణికలు, గాయినిలు నా రాజభవనంలో ఉండేవారు. ఇంతరాజ వైభవం ఉండి కూడా ఎవరైనా నాకు విరుద్ధంగా ఒక్కమాట అయినా మాట్లాడటానికి సాహసిస్తే, వారిని అణచి వేయడానికి జ్యేష్ఠయువరాజుగా నా చేతులలో కురువుల ఖ్యాతి గడించిన రాజదండం ఉంది. ఎందుకంటే నేను హస్తినాపురానికి స్వామిని. ఒకళ్ళిద్దరు కారు, తొంభై తొమ్మిది మంది బలాఢ్యులైనతమ్ముళ్ళు నాకు ఉన్నారు. శకుని మామ లాంటి కుశలబుద్ధిగల బంధువుకు, నాకు సలహాలు ఇవ్వడం కోసం రాజభవనంలో స్థానాన్ని ఇచ్చాను. నా ప్రతీ ఆజ్ఞను శిరసావహించే అమాత్యులు వృషవర్మ నుండి సాధారణ సైనికుడి దాకా తెగిపోని గొలుసు నా దగ్గర ఉంది. నాన్నగారు గుడ్డివారు అయినందువలన, పితామహులు వృద్ధులయినందువలన రాజ్యాధికారం అంతా నిజానికి నా చేతుల్లోనే ఉంది. హస్తినాపురం రాజదండం దాదాపు గత పదిహేడు సంవత్సరాల నుండి నా చేతుల్లోనే ఉంది. నా కెంతో దగ్గర అయిన కర్ణుడు, నా మిత్రుడు అప్పుడప్పుడు ధైర్యంగా అడిగే వాడు– "దుర్యోధనా! ఈ పదిహేడు సంవత్సరాలలో నీవు ఏం

చేసావు?"కాని కురుల ఇంతటి విశాల సామ్రాజ్యంలో పదిహేడు సంవత్సరాలు ఎంత నగణ్యమైనవో వీళ్లు మరిచిపోయారు.

ఈ పదిహేను సంవత్సరాల నుండి, ఇప్పటివరకు కురుల పేరు ప్రతిష్ఠలను పెంచడానికే నేను ప్రాణాలను తెగించి ప్రయత్నం చేసాను. నేటికీ చేస్తూనే ఉన్నాను. అయినా 'నీవు నీ ఇష్టం వచ్చినట్లుగా ప్రవర్తించావు' అని నానా మాటలు అంటూనే ఉన్నారు. మరి ఇది సరియైనదే అయితే "అవును. నేను స్వచ్ఛందంగా అదుపు, ఆజ్ఞా లేకుండానే ప్రవర్తించాను' అనిఅంటాను. ఈ విషయంలో నీవు ఏం చెప్పదలుచుకున్నావు. అసలు అవతలి వాళ్ళ అదుపు, ఆజ్ఞలలో నేనెందుకు ఉండాలి. అసలు ఈ రాజ్యాన్ని మా పూర్వజులేగా ఏర్పాటు చేసింది. వాళ్ళ వంశస్థుడైనప్పుడు నేను అదేవిధంగా ప్రవర్తిస్తే అసలు అందులో తప్పేముంది? అసలు నా భవిష్యత్తు ఏమిటి? ఇదంతా ఆలోచించి నేను ఎప్పుడూ భయపడలేదు. భవిష్యత్తులో ఏం జరుగుతుంది? అని భవిష్యత్తే చెబుతుంది. ఈ హస్తినాపురం భవిష్యత్తు ఎట్లా ఉంటుంది? ఈ ఆర్యావర్తం ఏం అవుతుంది? ఏది జరగాలో అదే జరుగుతుంది. కాని అంతే. నా ప్రవర్తన ఇట్లానే ఉంటుంది. ఎందుకంటే నాకు భూతకాలం తెలియదు. నా భవిష్యత్ తెలియదు. నాకు కేవలం వర్తమానమే తెలుసు. ఈ వర్తమానంలో, పాండవులు నాకు శత్రువులు అని తెలుసుకున్నాను, ఈ శత్రువులను అణచడానికి ప్రయత్నించాను. ఎన్నో తెలివితేటలను ఉపయోగించాను. మహా పరాక్రమవంతుడు, బలాఢ్యుడు, సూర్యుడి లాంటి వీరాధివీరుడు కర్ణుడు నా వైపున ఉన్నాడు. అతడిచ్చిన వాగ్దానాన్ని నేను ఎట్లామరవగలుగుతాను?

అతడు ఎప్పుడూ నా పక్షమే. అతడు ఎంతో వీరుడైనా, సరళ స్వభావం కలవాడు. అతడిని ఎప్పుడూ అందరూ సారథి అని పిలుస్తారు. హీనాతిహీనంగా చూస్తారు. కాని నేను కర్ణుడిని ఎప్పుడు చూసినా అతడు శూతపుత్రుడు అనినాకెప్పుడూఅనిపించే వాడే కాదు. అసలు ఒక సారథి శరీరంలో ఇంత పరాక్రమం ఎక్కడి నుండి వస్తుంది? సారథి చెవులకు తేజోవలయంతో ప్రకాశించే హిరణ్య వర్ణ కుండలాలు ఎట్లా వస్తాయి? ఇతడు పైకులస్థుడైనరాజపుత్రుడే. ఇది నిశ్చయం. కాని.. కాని అతడికే తెలియదు అతడు ఎవరో? ఒకవేళ ఈ తర్కం నిజం అయితే, రేపు తన నిజరూపాన్ని తెలుసుకున్నప్పుడు?...ఛీ...! అసలు అప్పుడు దుర్యోధనుడి స్థితి ఎట్లా ఉంటుందో ఎవరూ ఊహించనైనాఊహించలేరు. ఆ స్థితి గతులు ఎట్లా ఉంటాయో?

నన్ను తన ప్రాణస్నేహితుడిగా ఎంచి తన జీవన సర్వస్వాన్ని, ధ్యేయాన్ని, భవితవ్యాన్నిఅన్నింటినీ ఏ మాత్రం అనుమానం లేకుండా అంతా నా చేతుల్లో పెట్టాడు. నన్ను తన మిత్రుడిగా ఒక హితైషిగాచూస్తాడు. పిచ్చి కర్ణా! ఈ దుర్యోధనుడి గురించి తెలుసుకోవాలంటే నీకు ఇంకా ఎంతో కాలం పడుతుంది. బహశ... బహశ... నీ చివరి క్షణాల వరకు శాంతి లేకుండా నీవు ఎదురు చూడాల్సి వస్తుంది. ఎందుకంటే ఈనాడు నీవు నా గుప్పిట్లో ఉన్నావు.

నేను నిన్ను అంగదేశానికి రాజుగా చేసాను. ఎంతో కాలం నుండి ఒక సారథిగా ఈ హస్తినాపురంలో ఒక మూల, రోజులను దుర్భరంగా గడుపుతున్నావు. నేను నీకు... అవును నేను నీకుస్వాతంత్రం అనే కిరణాలని చూపించాను. నీవు నీ జీవితం అంతా పొందలేని రాజ్యాన్ని నీకిచ్చాను. నేను నిన్ను స్వతంత్రుడిగా చేసాను. ఇక నువ్వు నా ఆజ్ఞను శిరసావహించాలి. నీవు

ఒకవేళ అట్లా చేయకపోతే లోలోపల నిప్పులా రాజుకుని, రాజుకుని మండిపోయి బూడిద అవుతావు. నాకు, నీవు ఎప్పుడూ నా వ్యతిరేకంగా ఏదీ చేయవు అన్న నమ్మకం నాకు కలిగింది. ఎందుకో తెలుసా? నేను నిన్ను రాజుని చేసాను. ఒక సారథిని ఒక స్వతంత్ర దేశానికి రాజుగా చేసాను, నిజానికి ఇది నా పుణ్యకార్యమే. ఈ పుణ్యబలంతో నిన్ను నా ఇష్టం వచ్చినట్లుగా ఉపయోగించుకుంటాను. కర్ణా! ఈనాడు నువ్వు, ఈ గొడ్ల చావిడిలో బంధింపబడ్డ ఒక్క నిస్సహాయమయిన ఆవువి. గోవుకి తెలిసిందొక్కటే, తన స్వామికి పాలు ఇవ్వాలి. దీనాతిదీనమైన గోవు తన స్వామిపైన కొమ్ములతో దాడి చేయదు. ఇది నేను అనుభవం ద్వారా తెలుసుకున్న సత్యం. కర్ణా! ఈనాడు కురుశ్రేష్ఠుడైన ఈ దుర్యోధనుడి ఎదురుగుండానీదీ ఇదే పరిస్థితి. నీ పట్ల నాకు ప్రేమ ఉప్పెనలా పొంగిపొరలి పోతోందని, అందుకే నేను నీతోఉంటున్నానని నీవు అనుకుంటున్నావు. కాని ఇది నీవు చేస్తున్న పెద్ద తప్పు. ఆ పాండవుల ముల్లును తీసి పడేయాలి. ఇదే నా ముఖ్య ధ్యేయం. ఈ కార్యం పూర్తి చేయడానికే నిన్ను ఉపయోగించుకుంటున్నాను. వాళ్ళు "మేము మహారాజులు పాండు పుత్రులంఅనిమాటిమాటికీఅంటూ ఉంటారు. మహారాజు పాండు ఎంతో పరాక్రమ వంతులు. శత్రునాశకులు, దిగ్విజయులు. వీటన్నింటినీ నేను స్వీకరిస్తాను. వారంటే నా మనస్సులో ఇప్పటికీ ఎంతో గౌరవం ఉంది. కాని ఆయన హస్తినాపురాన్ని ఎందుకు వదిలివేసారో తెలిసిన సజ్జనులు, పాండవులు పాండు రాజు పుత్రులు ఎంత మాత్రం కాదు, అని నమ్మకంగా చెప్పగలుగుతారు. ఆయన శాపగ్రస్తులు. ఆశాపం వలన వారికి సంతతి కలగడం అసంభవం. మరి ఈ పాండవులు ఆయన పుత్రులు ఎట్లా అవుతారు? వీళ్ళు పాండురాజు పుత్రులు కానేకారు అని నమ్మకంగా తెలిసాకవాళ్ళని పాండవులు అని నేను ఎట్లాఅంటాను? వాళ్ళనికౌంతేయులుఅని, మాద్రేయులుఅని మాత్రం అనగలుగుతాం. మరి ఇదే నిజం అయితే, వారు తన రాజ్యాధికారం కోసం మధుర వెళ్ళి శ్రీకృష్ణుడితో యుద్ధం చేయాలి. లేకపోతే మద్ర దేశం వెళ్ళి శల్యుడితో. ఇక్కడ, ఈ హస్తినాపురంలో తమ అబద్ధపు అధికారం కోసం ఎందుకు ప్రయత్నిస్తున్నారు? అసలు ఎందుకు ఈ ప్రయత్నాలన్నీ? మా ప్రియ మహారాజు పాండు రాజు ఏమయ్యారో? వారు ఎట్లామరణించారో ఎవరికీ తెలియదు. ఎవరూ చెప్పడం లేదు. కేవలం రాజమాత కుంతి ని చూసే వీళ్ళకు రాజప్రాసాదంలో ఆశ్రయం ఇచ్చారు. వారికి ప్రతీచోటా వైభవంగా స్వాగతసత్కారాలు జరిగాయి. అన్నింటినీ ధైర్యంగా సహించాను. నిజానికి గురుద్రోణులు కౌరవులకు రాజగురువు. వారు మా పైనే ఎక్కువ దృష్టి నిలపాలి. కాని అర్జునుడు ఆవు వెనక దూడలా గురుద్రోణుల వెనకే తిరుగుతూ ఉంటాడు.

ధర్మం, ధర్మం అంటూ పనికిరాని ఉపదేశాల ఉగ్గుపాలను పట్టే యుధిష్ఠరుడు కూడా ఆయన వెనకే తిరుగుతూ ఉంటాడు. ఎప్పుడూ ఈత కొట్టడం కోసం నా సోదరులను నగరం బయటకి తీసుకుపోయి, నా నలుగురు సోదరులను నీళ్ళల్లో ముంచి, ముంచి సగం చంపేసే ఆ అడవి మనిషి భీముడుని కూడా నేను చూసాను. అసలు ఆసమయంలో నా స్థితిగతులు ఎట్లా ఉంటాయో ఎవరైనా ఊహించ గలుగుతారా? గత పన్నెండు సంవత్సరాలు వాళ్ళదే రాజ్యంపై అధికారం. నా మానసాగ్ని లోలోపల రాజుకుంటూనే ఉంది. ఎటువైపు చూస్తే అటువైపు పాండవులే పాండవులు. అసలు పాండవులు ఏమైనా దేవుళ్ళా? ఒకవేళ అయి ఉంటే కూడా నేనేమైనా తక్కువ వాడినా?

నేను దేవుళ్ళని సైతం తన ముందు తలవంచేలా చేసిన నహుషుడి వంశస్థుడిని. తెలుసా? నేను వాళ్ళకి ఏ మాత్రం తీసిపోను. ఈ పాండవులు ఈనాడు హస్తినాపురం రాజసింహాసనం తమదేఅన్నట్లు ప్రకటిస్తున్నారు. రాజ్యం ఎవరిది? కౌరవులది. మహారాజు పాండు, మహారాజు ధృతరాష్ట్రులది. సింహాసనం పైన ఇద్దరి అధికారం ఉంది. కాని కుంతీ,మాద్రీల ఈ అనైతిక సంతానం తలఎత్తి రాజ్యాధికారం తమదే అంటున్నారు. అసలు మొదటి నుండి వీళ్ళు పాండురాజు సంతానం కానే కాదు అని నా మనస్సు చెబుతూనే ఉంది. కుంతీ మాద్రీల సంతానం అయి ఉండవచ్చు. కాదనలేం కాని దీని బలంతోనే కురువుల రాజసింహాసనం పైన కూర్చోవాలన్న రంగుల కలని చూస్తున్నారంటే వాళ్ళు మహా మూర్ఖులనే నా అభిప్రాయం. పిల్లకాలువ నీళ్ళను ఎవరైనా పవిత్రమైన గంగ నీళ్ళుగా భావించగలుగుతారా? కాలువలకు అటు, ఇటు పూచే పనికిమాలిన పూలను ఎవరైనా పారిజాత ధృమదళాలని అంటారా? వీటితో ఎవరూ పవిత్ర దేవతా విగ్రహాలను పూజించరు. ఇవి పూజకు పనికి రాని పూలు. దార్లలోపడి ఉండే మెరిసేరాళ్ళు, గగనంలో తారకలైఎన్నటికీ మెరవవు. మండుతున్న ఎండలో వట వృక్షంపై దయనీయంగా కావ్... కావ్ అని అరిచే కొండకాకులు, ఎత్తైన శిఖరం పైన కూర్చునే పక్షుల రాజు గరుడితోఏనాటికీసమానం కానే కాదు... ఏది ఏమైనా సరే కాని... కాని... ఎప్పటి వరకైతే ఈ బలాఢ్యుడు కురువంశీయుడు దుర్యోధనుడు జీవించిఉంటాడో, తమని తాము పాండవులని అనుకునే ఆ పాపిష్టి పంచ పాండవులను, కురుల పవిత్రమైన, ప్రాచీన సింహాసనం దగ్గరికి కూడా రానీయను. చేయి వేయనీయను. దీని కోసం ఆకాశ పాతాళాలని ఏకం చేయాల్సి వచ్చినా సరే... నేను సిద్ధం.

ఇందుకే కర్ణా! నిన్ను నేను నా దగ్గరగా చేర్చుకున్నాను. గోదాలోస్మరణీయమైన ఆరోజే నేను గట్టి నిర్ణయం తీసుకున్నాను.

కేవలం దీనికోసమే ఆరోజు ప్రచండమైన ఆ జన సమూహం ఎదురుగుండా అంగ రాజ్యాన్ని ఒసగి కర్ణుడిని నా వైపు తిప్పుకున్నాను. అర్జునుడిని తొడకొట్టి రమ్మనమనే సాహసం ఒక్క కర్ణుడిలోనే ఉంది. అతడు వీరాధివీరుడు. ప్రచండ పరాక్రమశాలి. అతడిలో ఎన్నో, ఎన్నెన్నో మంచి గుణాలు ఉన్నాయి. ఇదంతా కర్ణుడు ఆ బరిలోనే నిరూపించుకున్నాడు. ఆరోజు ఆ గడిలో భీముడు నిల్చుని కర్ణుడి కులగోత్రాల గురించి ఏదైతేచెప్పాడో, అదంతా చెప్పి ఉండకపోతే, అర్జునుడి అస్తిత్వమే ఈ జగత్తులో ఉండేది కాదు. కర్ణుడు ద్వంద యుద్ధంలో అర్జునుడిని నిర్వీర్యం చేసి తన పస చూపించి ఉండేవాడు. అందుకే కర్ణుడి సూర్యపుష్పం లాంటి మెరిసే పసుపు రంగులో ఉన్న దేహం, ఇప్పుడు నాకు అబేధ్యం అయిన డాలు లాంటిది. సమయం వచ్చినప్పుడు తెలివితేటలతో దీన్ని ఉపయోగించుకుంటాను. కర్ణుడు నిజానికి ఎంతో అమాయకుడు. వాడు ఎవరినైతే హృదయానికి హత్తుకుంటాడో వాడికోసం ప్రాణాలకు సైతం తెగిస్తాడు. ఇప్పుడు నన్ను కూడా వాడు తనవాడేఅని అనుకుంటున్నాడు. ‘‘పిచ్చి కర్ణా! నిన్ను అంగరాజుగా చేసి స్వతంత్రాన్ని ఇచ్చి ఏ కీర్తి కిరీటాన్ని ఎంత ప్రేమగా నీ తలపై పెట్టానో అందులో ప్రకాశించే ఎరుపు రంగు వజ్రం పొదిగి ఉంది– నీవు ఈ విధంగా అనుకునేలా నేను చేసాను. కాని నిజానికి అది వజ్రం కానే కాదు. అది ధగధగా మండే ఒక నిప్పురవ్వ. నా మీద నీకు ఉండే అమాయకమైన భక్తిశ్రద్ధలు. ఆ శ్రద్ధ

నిప్పు రవ్వే ఈ వజ్రం. నిప్పుని నీవు ప్రేమగా శిరస్సున ధరించావు. నేనే నా చేతులతో ఈ నిప్పులకిరీటాన్ని నీ తలపై పెట్టాను కర్ణా!''

3

కర్ణుడు నా వైపు ఉన్నా, ఆ పాండవులను ఎంత మాత్రం నమ్మలేము. ఇంతకు ముందు గోదాలో అర్జునుడు, భీముడు చేసిన రాక్షస పరాక్రమాన్ని చూసాక, ఇక నాకు నిద్రే పట్టడం మానేసింది. వాళ్ళ ఆ రాక్షసీయ వీరత్వం నన్ను ఊపేసింది. కుదిపేసింది. నిలవనీయకుండా చేసింది.

ఆ దృఢకాయుడు భీముడు నా ప్రియ దుశ్శాసనుడినిముష్టియుద్ధంలో, వాడిని పైకెత్తి ఒక్కసారిగా చాకలి వాడు బట్టలను రాతికేసి కొట్టినట్లు కింద పడేసాడు. గోదాలో భీముడు ఆకలిగొన్న సింహంలా నా మీద విరుచుకుపడ్డాడు. ఛ! ఈ పాండవులనే ముల్లును వేళ్ళతో సహా పెరికి పడేసినప్పటి దాకా కౌరవులకు సుఃఖశాంతులు లేవు. దీనికోసం నేను ఏం చేయాలన్నా ఏ అనుమానం లేకుండా చేసేస్తాను. అసలు వెనుకంజ వేయడం అనేది లేనే లేదు. ఎందుకంటే ఇది చేయకపోతే నా అసంతృప్త మనస్సుకు శాంతి లభించదు.

పాండవులను బాహాటంగా చంపడం అసంభవం. ఎందుకంటే ఈ పంచగొలుసు ఐదు అఖండమైన మాట్లాడుతూ నడిచే పర్వతాల లాంటిది. ఇది ఒక దృఢమైన పంక్తి. ఒకే హృదయంలో ఏకత్రితమైన ఐదు మదమస్తమైన వృషభాలు, ఎంత బలమున్న వనరాజునైనా తేలికగా ఓడించగలుగుతాయి. ఇక్కడైతే ఐదుగురు అస్త్ర, శస్త్రాలను గుప్పిట్లో పెట్టుకునే మహావీరులు వీళ్ళు. అందుకే నేను మోసంతో ఈ ముల్లును వేళ్ళతో సహా పెరికి పారేయాలని నిశ్చయించుకున్నాను. కానీ నేను దీన్ని కపటం అనిఅనను. ఇది సుసంస్కృత నామం 'కౌశల్యం' నేర్పరితనం. ఇదే సరియైన పదం. ఎందుకంటే రాజకీయాల్లో కపటానికే మరో అందమైనసుసంస్కృతమైన పేరే 'కౌశల్యం'. ఈ విషయంలో నేను ఎన్నోసార్లు కర్ణుడితో కూడా చర్చించాను.

తర్జనభర్జనలు చేసాను. కాని కర్ణుడు మాటిమాటికి ఒకే మాట మాట్లాడే వాడు– ''నీవు ఊ అను ఆ ఐదుగురు వీరులతో ఒక్కసారిగా నేను తలపడతాను. ద్వంద యుద్ధం చేయడానికి నేను సిద్ధం. నేను ఎట్లా ధీ కొడతానంటే అరటి గుజ్జులా నులిమేస్తాను. కానీ, ఎటువంటి మోసం చేయడానికి నేను సిద్ధంగా లేను.'' అతడిలోని ఈ ఆత్మవిశ్వాసం సత్యమైనదే. కాదని నేను అనను. కానీ వాడి ఈ సాహసవంతమైన ఆలోచనతో నేను ఏ మాత్రం ఏకీభవించను. ఇకముందు కూడా చస్తే ఒప్పుకోను. నేను మొట్టమొదట అన్ని పన్నాగాలని పన్ని చూస్తాను. ఉచ్చులను బిగించి చూస్తాను. అయినా ఆ నీచాతినీచమైన పాండవులు బతికి బట్టకడితే నా చివరి అమోఘాస్త్రం కర్ణుడే. వాడినే అస్త్రంగా ఉపయోగిస్తాను. ఎందుకంటే కర్ణుడు వీరాధి వీరుడు. శూరుడు కానీ కరుణామయుడు. ఎంతో ఉదారుడు. వాడు ఒకసారి ఎవరినైనా తన అని అనుకుంటే, నిజంగానే వాడికోసం ప్రాణాలకి సైతం తెగిస్తాడు. కర్ణుడు, ఈ మనస్సును ఆకర్షించే ఈ గుణాల వలన, అసంఖ్యాకమైన పురప్రజల మనస్సులను గెలుచుకున్నాడు. మెప్పుదలను పొందాడు.

అన్నింటికన్నా ప్రభావితం చేసే, ఆకర్షించేది ఏదైనా ఉందంటే అది అతడి వ్యక్తిత్వం మాత్రమే. కర్ణుడు ఎదురుగా నిల్చుని ఉంటే తేజస్సు ఉట్టిపడుతుంది.

తేజస్సుతో నిండిన అసంఖ్యాకమైన కణాల ప్రోవు కనిపిస్తుంది. ఏమో, ఎందుకు అట్లాఅనిపిస్తుందో ఎవరికీ తెలియదు. అతడి నీలికళ్ళల్లో ఒక్కక్షణం తొంగి చూస్తే ఆకాశంలోని నీలం కూడా వెలవెలాబోతుంది. ఒక్కొక్కసారి గంగలో స్నానం చేసి వెనక్కి తిరిగి వచ్చేటప్పుడు రాజభవనం మెట్లపైన మేం ఇద్దరం, అనుకోకుండా కలుసుకునేవాళ్ళం. ఆసమయంలో నేను చూసిన అతడి రూపాన్ని నేను ఎప్పుడు మరచిపోలేను. గంగ నీళ్ళ బొట్లు, కర్ణుడి బంగారు వెంట్రుకలపైన నిలిచిపోయేవి. అవి, మంచు బిందువులను తలపై ధరించే ఉద్యానవనంలో వికసించే బంగారు రంగుగల సూర్య పుష్పాలను గుర్తుకు తెస్తాయి. నెమ్మదినెమ్మదిగా కదిలే కవచకుండలాల భవ్యమైన కపాలం, ధ్వజదండం లాంటి సరళ తీక్షణమైన ముక్కు, మోదుగ పూలలా ఎరుపు రంగులో ఉన్న కపోలాలు, చెవుల వైపు వెళ్ళే పొడుగాటిఅందమైన కనుబొమ్మలు, ఏనుగు తొండంలా ఉండే భుజాలు, బలమైన కండరాలు గల పిక్కలు, గంగలోని పెద్దపెద్దతాబేళ్ళవిశాలమైన వీపులా ఉన్న నిండైన ఛాతి, అంబుల పొదిలా గుండ్రటిబలిష్ఠమైన మెడ, వృషభంలా గట్టి బరువైన భుజాలు, వీటన్నింటికి ఒక అద్భుతమైన అందాన్ని ఇచ్చే వాడి సూర్యుడి లాంటి గుండ్రటి ముఖం. అసలు ఇంత ఆకర్షణీయమైన వ్యక్తిత్వం గల మరో వ్యక్తి ఈ సంపూర్ణమైన హస్తినాపురంలో ఎవరూ లేరు. కర్ణుడు మితభాషి. కాని ఆ మౌనమే ఒక సజీవమైన భాష. ఎప్పుడు మాట్లాడినా అతడి గొంతు రెండు గదలు ఒకటితో ఒకటి తలపడితే వచ్చే ఖణఖణ ధ్వనిలా అనిపిస్తుంది. ఈ స్వరం కారణంగా పితామహుల తర్వాత నాకు కర్ణుడే మంచిగా అనిపిస్తాడు. మాట్లాడేటప్పుడు, అతడు చిరునవ్వు నవ్వినప్పుడు అతడి అందమైన దంతాలు ఒక్కసారిగా మెరుస్తాయి.

నేను, గురుద్రోణులు నాపట్ల చూపిన నిర్లక్ష్య భావాన్ని మరచి పోతాను. భీమార్జునులు చేసిన అవమానాన్ని మరచి పోతాను. హృదయంలోని ఒక ఖాళీగా ఉన్న మూలన ఎప్పుడూ గుచ్చుకునే, పొడిచే వందలవందలముళ్ళను మరచిపోతాను.నేను కురువంశస్థుల ఒక యువరాజును, రేపు పట్టాభిషేకం జరగబోయే హస్తినాపురం చక్రవర్తిని అన్న సంగతి మరచిపోతాను. నేను కాబోయే సామ్రాట్ ని... కాని కర్ణుడి తేజం ముందు అంతా... అంతా మరచిపోతాను. ఒకే ఒక ఆలోచన నా మనస్సులో భ్రమరంలా తిరుగుతూ ఉంటుంది ప్రతిధ్వనిస్తూ ఉంటుంది.– ''ఈ కర్ణుడు నిజానికి సూత పుత్రుడా? గర్భ దరిద్రంతో వేల్లాడుతున్న ఆ సారథి గుడిసెలో ఇటువంటి సౌందర్య రూపం సాకారం అవుతుందా? కర్ణుడు నిజానికి ఇంత దీనాతి దీనుడా? అప్పుడు నా మనస్సు నాకు గట్టిగా చెబుతూ ఉంటుంది– ''కర్ణుడు సారథి పుత్రుడు ఎంత మాత్రం కాదు. కర్ణుడు తేజస్సు గని. చిమ్మచీకటి ఉన్న గుహలో ఎక్కడైనా తేజస్సు గని పుడుతుందా? కర్ణుడు వీరాధివీరుడైన ఏ రాజుకో పుట్టిన తేజస్వి అయిన సాహసోపేతుడైన పుత్రుడు. ఇది తథ్యం అని నా మనస్సు పదేపదేచెబుతూనే ఉంటుంది.కర్ణుడు క్షత్రియుడే.ఏమాత్రం సందేహం లేదు.''అందువలనే అందరూ చూస్తుండగానే నేను కర్ణుడిని అంగరాజుని చేసాను. లేకపోతే గుర్రం తోకలని ఎత్తేవాడు, దాని వీపు మీద కొరడాతో కొట్టే ఒక తుచ్ఛుడైన సారథిని కౌరవుల వైభవ సంపన్నమైన రాజసభలో ఒక సామ్రాట్ ని

చేయడానికి దుర్యోధనుడు మూర్ఖుడా? ఎంతో పేరుప్రతిష్ఠలు కల కిరీటాన్ని కర్ణుడిని అంగరాజుగా చేసి ఇవ్వడానికి? ఊహూ... కానే కాదు.

కర్ణుడు నాకు ఒక అమోఘ అస్త్రంలా అనిపిస్తాడు. సరియైన సమయం వచ్చే దాకా అతడిని ఘణంగా పెట్టను. కర్ణుడు దుర్యోధనుడికి సురక్షితమైన పెట్టె లాంటి వాడు. కర్ణుడు జీవించి ఉన్నంత వరకు దుర్యోధనుడు అజేయుడే. అందువలన నేను ఒక వేరే ఉపాయం, అందులో కర్ణుడి అవసరం ఏ మాత్రం లేకుండాచూసుకున్నాను. పాండవుల విషయంలో ఈ దారిలోనే నడవాలని నిర్ణయించుకున్నాను. నిన్న రాత్రి నేను నా పిత్రుదేవులకి... మహారాజు ధృతరాష్ఠులగారికి ఒక కఠోరమైన హెచ్చరిక చేసాను.

ఆయన ఆ పాపపు పంచగొలుసును నిజంగానే తన సోదరుడి సంతానం అని అనుకుంటారు. పాండవులు, పాండురాజుసంతానం కాదని నేను ఆయనకి చెప్పాను. పైగా పాండు మహారాజు ఆసమయంలోనే చనిపోయాడు. అందులో కూడా ఈ పంచ పాండవుల కుతంత్రం ఏదో ఉండి ఉండవచ్చని కూడా చెప్పాను. ఆయనకి నచ్చ చెప్పడానికి నా తల ప్రాణం తోకకి వచ్చింది. రాజమాత కుంతీదేవి రాజ్యలోభత్వంతో ఎప్పుడూ అబద్ధం చెప్పదు అని ఆయన ఎంతో వాదించాడు. 'నీవు చెప్పేది నిజమే అయితే ఆమె ఈ రాజనగరంలో అడుగు పెట్టేది కాదు.' అని ఆయన అన్నారు. మా పూజనీయులైన నాన్నగారు ఎంతో అమాయకులు. రాజ్యం పైన లోభంతో పురుషులు యుద్ధం చేస్తారు. ఒకరినొకరు చంపేసుకుంటారు. సమయం వచ్చినప్పుడు రణచండికివీరుల్లా తమ తలలను సమర్పణ చేస్తారు. కాని స్త్రీలు? ...ఛీ... స్త్రీలు లోభంతో సమయం వచ్చినప్పుడు రాజ్యాన్ని మొత్తం బూడిద చేసేస్తారు. స్త్రీ విధాత వైభవం అని, మానవత్వానికి మరోపేరు అని, స్త్రీ సౌందర్యానికి ప్రతీక అని, స్త్రీ కోమలత్వానికి పరాకాష్ఠ అని, స్త్రీ ప్రేమపర్వతం అని అందరూ అంటూ ఉంటారు. కాని ఇదంతా అబద్ధం అని అనిపిస్తుంది. సమయం వచ్చినప్పుడు పురుషుడు క్రూరుడు అయిపోతాడు. కాని ఆ క్రూరత్వానికి కూడా ఒక హద్దు ఉంటుంది. ఎందుకంటే వాడు ఎవరో ఒకడి పట్ల ఈ క్రూరత్వం చూపిస్తాడు. కాని స్త్రీ ఒకసారి తన హృదయాన్ని రాయిలా చేసుకుంటే, విధి విధించే శాశ్వత నియమాలన్నింటినీ పక్కన పెట్టేస్తుంది.

ఒకవేళ అట్లా కాకపోతే రాజమాత తన కళంకితమైన ముఖాన్ని చూపెట్టడానికి హస్తినాపురానికి ఎందుకు వస్తుంది? కానీ, మా నాన్నగారికి ఈ సంగతే అర్థంకాదు. పాండవులను తన ప్రియమైన సోదరుడి సుపుత్రులే అని అనుకుంటున్నారు. కాని ఆయనకి తన సోదరుడి పుత్రులు ఎంత భయంకరమైన భగభగ మండే అగ్ని కణాలో బొత్తిగా తెలియదు. ఎందుకంటే వారు గుడ్డివారు కావడం వలన భీమార్జున రాక్షస వీరత్వాన్ని వారు ప్రత్యక్షంగా చూడలేదు. కాని ఒక్కొక్కసారి అజ్ఞానంలోనే సుఖం ఉంటుంది. మా నాన్నగారి సుఖఃశాంతులుఇట్లాంటివే కదా! ఆయన ఏమైనా అనుకోనీయండి, నేను మాత్రం నిశ్చితంగా ఉండలేను. కాలం ఎవరికోసం ఎదురు చూడదు.రేపు ఈ పాండవులే ఉద్దండులవుతారు, అపార బలవంతులవుతారు. అప్పుడు దుర్యోధనుడికి పాండు మహారాజులా ఒక అధరీయం (కండువా, ఉత్తరీయం) ధరించి తన సోదరులతో కలిసి అరణ్యవాసం కోసం ఒక జోలె పట్టుకుని వనాల దారి పట్టాల్సిన ఖర్మ

పడుతుంది. అందుకే నిన్న రాత్రి నాన్నగారిని ఎవరినైతే తన సోదరుడి కుమారులని అనుకుంటున్నారో, నిజానికి ఆ పాండవులు సోదరుడి పుత్రులు కానే కారని నమ్మించాను.

అప్పుడప్పుడు సంబంధ బాంధవ్యాలను పక్కన పెట్టి, తన వాళ్ళకిఅప్రియమైన కఠోర శబ్దాలను వినిపించాల్సి వస్తుంది. జీవితం, కర్తవ్యాన్ని ధృఢంగా నెరవేర్చే వ్యక్తి వైపే అంతిమ నిర్ణయాన్ని ఇస్తుంది.

ఆర్యకణకుడు సహాయంతో నేను మహారాజును నిన్న రాత్రి పూర్తిగా మార్చేసాను. గత రాత్రి నుండి కణకుడు నా గురువు అయ్యారు. నిన్న మహారాజుతో ఆయన నిగూఢమైన భాషలో మాట్లాడారు. రాజైనా పేరు, ప్రతిష్ఠలు పొందాలనుకుంటే, యశస్వి కావాలనుకుంటే, అతడు, కణకుడు మహారాజుకి చేసిన బోధ 'కణకనీతి' ని ఎల్లప్పుడు గుర్తు పెట్టుకోవాలి.

ఆర్యకణకుడు చేసిన బోధను వినగానే విచిత్రంగా అనిపిస్తుంది. కాని నేను ఆయన చెప్పిన వాటి గురించి గంభీరంగా ఆలోచించగానే, వాటిల్లో ఎంత వాస్తవం ఉందో, ఆ విషయాలు ఎంత విలువ అయినవో తెలిసింది. ఇంతగా మార్మిక నీతిని ఇంతకు ముందు నేను ఎప్పుడూ వినలేదు. నాకు ఎంతో మంచిగా అనిపించింది. అందువలనే మంత్రి మండలిలో, రాజకీయాలలో తలపండిన ఆర్య కణకుడిని నేను రాజగురువుగా స్వీకరించాను. మహారాజు నిన్న ఒక సేవకుడి ద్వారా కణకుడిని తన రాజభవనానికి పిలిచారు. ''ఆర్య కణకా! నేను మిమ్మల్ని ఒక చతుర రాజనీతిజ్ఞుడుగా భావిస్తున్నాను. నేను మిమ్మల్ని ఒక ప్రశ్న వేస్తున్నాను. బాగా ఆలోచించి నాకు జవాబు ఇవ్వగలరు. నా జేష్ఠ్యపుత్రుడు దుర్యోధనుడు, ఈ మధ్య పాండవులు పాండుపుత్రులు కారు అని పదేపదే వాదిస్తున్నాడు. పాండవులు రోజు రోజుకి ఉద్దండులవుతున్నారు. యువరాజు దుర్యోధనుడు చెబుతున్న దీంట్లో నిజం ఉందా? మీరు స్పష్టంగా చెప్పాలి. మీ అభిప్రాయాన్ని నేను తెలుసుకోవాలనుకుంటున్నాను.'' అని అన్నారు.

ఆర్య కణకుడు మహారాజుకి వంగి ప్రణామం చేసాడు– ''మహారాజా! మీరు స్పష్టంగా నా అభిప్రాయాన్ని తెలుసుకోవాలనుకుంటున్నారు. కాని నేను చెప్పేదంతా మీకు నచ్చకపోవచ్చును.'' అనిఅన్నాడు.

''మీరు ఎందుకు అట్లా అంటున్నారు? మీరు ఇప్పటిదాకా ధృతరాష్ట్రుడి మనస్సుకి కఠోరాతికఠోరమైన సత్యాలను సహించే శక్తి ఉందని తెలుసుకుని ఉండి ఉంటే....?''

''అటువంటిది ఏదీ లేదు మహారాజా! మీరు వినాలనుకుంటే వినండి. ఏ నీతి నిజాయితీ ఉన్న సేవకుడైనా ఎప్పుడూ తన స్వామి మంచినే కోరుకుంటాడు. నేను అంతే ఒక నిష్ఠకల సేవకుడిని. అందుకే స్పష్టంగా చెబుతున్నాను. మీరు అన్యథా భావించకండి. నా విషయంలో అనుచితంగా ఆలోచించకండి.''

''మహారాజా! మనిషి ఎప్పుడూ తన పురుషార్థ దండాన్ని పైకి ఎత్తే నిల్చోవాలి. ఎందుకంటే అన్ని కార్యాలు దండాన్ని ఆధారం చేసుకునే చెయ్యాలి. తన రాజకీయ ఛిద్రాలని, లోపాలని అవతలివాళ్ళు ఎవరూ చూడకుండా ప్రయత్నం చేయాలి. ఎందుకంటే ప్రతీ శత్రువు ఈ లోపాల వలనే లబ్ధి పొందుతాడు. శత్రువు రాజ్య వ్యవస్థలో ఏ లొసుగులు ఉన్నాయో తెలుసుకోవాలి. పశ్చాత్తాపంపడేలోపల ఆ లోపాలు, లొసుగుల ద్వారానే దండెత్తాలి. మనిషి ఎప్పుడూ తాబేలులా

తన అంగాలన్నింటిని ముడుచుకోవాలి. అంటే రహస్యంగా దాచుకోవాలి. అవసరం వచ్చినప్పుడు లోకం తీరుని తెలుసుకోడానికి మాత్రమే మెడను పైకెత్తి చూడాలి. అటూ ఇటు చూడకుండా లోకాన్ని ఏ మాత్రం విమర్శించకూడదు. తన నిజరూపాన్ని ఎదుటి వాళ్ళు గుర్తుపట్టకుండా చూసుకోవాలి. కనీసం రాజకార్యాలను నెరవేర్చే వ్యక్తి, రహస్యాలు ఏ మాత్రం బయట పడకుండా చూసుకోవాలి. దీనికోసం, కొంత సమయం అవసరమైతే గుడ్డితనాన్ని కూడా స్వీకరించడానికి సంసిద్ధం కావాలి. కళ్ళల్లో లోకాన్ని బూడిద చేసే శక్తి వచ్చాకే కళ్ళు తెరవాలి. ముక్కు, కళ్ళు, చెవులుమన ఇంద్రియాలే కదా అని ఎవరి ఇష్టం వచ్చినట్లు వాళ్ళు ఎంతమాత్రం ప్రవర్తించకూడదు. మన చేతులు కూడా మన ఇంద్రియాలే అని గుర్తుపెట్టుకోవాలి. సమయం వచ్చినప్పుడు ముక్కు, కళ్ళు, నోరుని మూసుకోవాల్సి వస్తుంది. దానికోసం, ఆచ్ఛాదన రూపంలో ప్రకృతి మనకీ చేతులనిచ్చింది. శత్రువు బలహీనుడిగా కనిపించినా, ఏ మాత్రం వాడిని ఉపేక్షించకూడదు. ఈత చెట్టు మొదట చిన్న మొక్కగానే ఉంటుంది. కాని మనం చూస్తుండగానే ఆకాశ గర్భంలోకి అది చొచ్చుకుపోతుంది.

ఆముదం చెట్టుపైన జాజికాయ వస్తుందా? నిప్పురవ్వ చిన్నగా ఉంటుంది. కాని అది గగనాన్ని స్పర్శించే అగ్ని జ్వాలను ప్రజ్వలింప చేస్తుంది. పాము పిల్లలను పిల్లలేగాఅని వదిలివేస్తే, పెద్ద అయ్యాక అవి మనలనికాటేయడంచస్తే మరచిపోవు. శత్రువు ఎంత బలహీనుడైనా, క్షుద్రుడైనా చివరికి వాడు తను చేయాలనుకున్నది చేస్తాడు. సమయం చూసి వేటు వేయడం మరచిపోడు. అటువంటి శత్రువు, సమయం వస్తే దీనాతి దీనంగా వినమ్రమైన భాషను ఉపయోగించినా, కేవలం వాడి మంచి మాటలను నమ్మి, వాడిని వదిలి వేయకూడదు. మనలను బాధపెట్టే ఉన్మత్తమైన శత్రువును ఒక్కసారిగా మట్టు పెట్టాల్సిందే. యమలోకానికి పంపాల్సిందే.

సామ, దాన, దండ, భేదోపాయాలలో, దేనినైనా సరే ఉపయోగించి శత్రువును నిర్వీర్యం చేయాల్సిందే. ఎందుకంటే శత్రువు అడవి మొగలిపువ్వులా మొండిగా ఉంటాడు. మొగలిని వేళ్ళతో సహా పెరికి వేసినా, ఏ మరు భూమిలో విసిరి వేసినా అది మళ్ళీ నేలలో వేళ్ళతో సహా పాతుకుపోతుంది. మొగలికి ఇరువైపులా ఉండే ముళ్ళలోఆకుపచ్చటితనం వస్తుంది. అందువలన కోపం వచ్చినా పైకి నవ్వుతూ మాట్లాడాలి. సమయం వచ్చినప్పుడు ఏది చేయాలనుకున్నావో అదే చేయాలి. ఎప్పుడూ, ఎవరినీ అవమానం చేస్తూ మాటలు అనకండి. దాడి చేసే ముందు శత్రువుతో తీయగా మాట్లాడండి.

ఎదురుదెబ్బ వేసాక ఇంతకు ముందు మాట్లాడిన దాని కన్నా తీయగా మాట్లాడండి. తీయ తీయటి మాటలతో గోతులను తవ్వండి. బిచ్చగాళ్ళకి, నాస్తికులకి, ఇంటి దొంగలకి ఎప్పుడూ రాజ్యంలో పిసరంతచోటీయకండి. వాళ్ళని పాతుకు పోకుండా చూసుకోండి. ఎందుకంటే బిచ్చగాళ్ళు బద్ధకాన్ని పెంచుతారు. నాస్తికులు శతాబ్దాల నుండి ఉన్న సాంఘిక వ్యవస్థని ఛిన్నాభిన్నం చేసి అరాచకాన్ని సృష్టిస్తారు. ప్రతీ వస్తువు పట్ల అనాసక్తతను పెంచుతారు. ఇంటి దొంగలు రాచకార్యానికి సంబంధించిన ఎన్నో రహస్యాలను, బయట పెట్టి అరాచకాన్ని సృష్టిస్తారు. రాజ్యాన్ని అతలాకుతలం చేస్తారు. ఎవరినైతే అవమానించడం ఉచితం కాదో, వాళ్ళ పైన దృష్టి ఉంచండి. ఎవరిపైన అయితే సందేహం ఉందో వాడిని ఏ మాత్రం వదిలివేయకండి.

ఎందుకంటే ఇటువంటి వ్యక్తి కనబడే నేలలో దాగి ఉండే పాముల లాంటి వాడు. ఎవరైతే నమ్మక ద్రోహియో, వాడిని ఏ మాత్రం నమ్మకండి. ఎవరైతేనమ్మతగ్గవాడో వాడిని పూర్తిగా నమ్మండి. పైన పొరతో కప్పబడ్డ మంచుగొయ్యి లాంటి వాడు కూడా అయి ఉండవచ్చు. ఎటువంటి గొయ్యి అంటే, మనం ఏ అనుమానం లేకుండా నమ్మకంతో కాలు పెట్టగానే వాడిని పడేస్తుంది. ఇక ఒకసారి గొయ్యిలో పడ్డాడంటే మళ్ళీ పైకి లేవలేని స్థితి.

నీ రాజ్యంలో, శత్రువు రాజ్యంలో తప్పకుండా గూఢాచారులను నియమించాలి. అంతేకాదు గూఢాచారులు తమ పనులను నీతినిజాయితీగా చేస్తున్నారా అని తెలుసుకోడానికి, రాజు స్వయంగా గుప్తచారుడై రాజ్యం అంతా తిరగాలి. పరాయి రాజ్యాలలో పంపబడేగూఢాచారులు నాస్తికులు, అవివాహితులు, మితభాషులు అయి ఉండాలి. ఇట్లాంటిగూఢాచారులు ఏదేవతల భయం వలన కాని, కుటుంబ సభ్యుల స్నేహానురాగాల కారణంగా కాని, తమ, తమ దేశాల రహస్యాలను ఏనాటికీబయట పెట్టరు. విహారాల్లో, ప్రార్థనా మందిరాల్లో, మద్యపానం చేసే చోట్లలో, దారుల్లో,తీర్థస్థానాలలో, కూడళ్ళలో, నలుగురు గుమిగూడే ప్రదేశాలలో, అన్ని చోట్ల రాజ్యం పట్ల నిష్టగా ఉండే సాహసవంతులైనగూఢాచారులను నియమించాలి. గూఢాచారి అంటే రాష్ట్రమనే ఆకుపచ్చటి పొలాన్ని రక్షించే, నడిచే, పరుగెత్తే కంచె లాంటి వాడని మాత్రం మరచిపోకూడదు. ఏ రాష్ట్రమైనా సరే ఒక వృక్షం లాంటిది. ఈ చెట్టు ఎట్లా ఉండాలంటే, దానిపైనఅందమైనపూలు ఉండాలి కాని ఫలాలు మాత్రం ఉండకూడదు. ఒకవేళ పళ్ళుంటూ ఉంటే దాని నిండా ముళ్ళే ఉండాలి. ఎవడిచేయీపైదాకా జాపి ఏ పండూ కోసుకోడానికి ఏమాత్రం వీలు లేకుండా ఉండాలి. పళ్ళు పచ్చిగా ఉండాలి కానీ పైకి మాత్రం పండినట్లుగా ఉండాలి.

ఎవరైనా ఒక వేళ తిన్నా ఆ పచ్చికాయలు చస్తే అరగకుండా ఉండాలి. అంటే దీని అర్థం తన రాజ్యం అసలు స్వరూపం ఎప్పుడూ, ఎవరికీ తెలియకూడదు. సామర్థ్యం వచ్చినప్పుడే ధర్మసేవ గురించి ప్రకటించాలి. ఎందుకంటే సత్యం అంటే సంపత్తికి దాసి. ధర్మం సామార్థ్యానికి దాసి. ఎవరి చేతిలో సంపత్తి ఉంటుందో వాడు ఏది చెప్పినా సత్యం అవుతుంది. సత్యం కాకపోయినా, అది సత్యమే అని నిరూపించడం ఎట్లాగో అతడికి తెలిసే ఉంటుంది. ఎవరి భుజాలలో సామర్థ్యం ఉంటుందో వాళ్ళ ధర్మం ఎంతో శ్రేష్ఠమైనది. శ్రేష్ఠం కాకపోయినా తమ సామర్థ్యంతో దాన్ని శ్రేష్ఠం చేసేస్తాడు. అందువలన సత్యం, ధర్మం రెండూ సంపత్తి, సామర్థ్యం అనే ద్వారం దగ్గర ఎప్పుడూ చేతులు కట్టుకుని నిల్చుంటాయి. అవి వాటికి దాస్యం చేసే దాసీలు. ఒకవేళ ఎవరైనా శత్రువుతో సంధి అయ్యాక 'మేం కృతకృత్యులంఅయ్యాం' అని అనుకుని చేతులు మీద చేతులు వేసుకుని కూర్చుంటే, వాడు ఎతైన చెట్టుపైన నిద్రపోతునట్లే లెక్క. కింద పడ్డప్పుడే వాడి కళ్ళు తెరుచుకుంటాయి. లేకపోతే ఇక తెరుచుకోనే తెరుచుకోవు. ఎందుకంటే సంధి అంటే పూర్తి విజయం ఎప్పుడు కాదు. సంధి అంటే అర్థం శత్రు పక్షానికి మనము ఏదో ఒకటి ఇచ్చుకోవాలి. లిఖిత రూపంలో స్వీకరిస్తున్నాం. ఇంతకంటే శత్రువుల సైన్యం బలహీనపడ్డప్పుడు, ప్రకృతి మనకు సహకరిస్తుంటే, శత్రుసైన్యంలో రోగాలు వ్యాప్తి చెందుతుంటే, తిండి పదార్థాలు తక్కువ అవుతుంటే, సైనికుల మనోబలం తగ్గిపోతుంటే, అటువంటి సమయంలోనే వాళ్ళని లొంగదీసుకోవాలి, ఇదే సరియైనది.

రాజు ఈ జీవిత సిద్ధాంతాలను ఎప్పటికీ దృష్టిలో ఉంచుకోవాలి, వాటినే ఆచరణలో పెట్టాలి. ఒకవేళ ఇట్లా చేయలేక పోతే, రాజ్యాన్ని ఎవరైనా యోగ్యుడైన, కృతజ్ఞుడు అయిన రాజు చేతుల్లో పెట్టాలి. దేహానికి ఇంత భస్మం పూసుకుని, సరాసరి వానప్రస్థాన్నిస్వీకరించాలి. ఇది ధర్మశాస్త్రం ఆజ్ఞ. ఎందుకంటే కేవలం రుచికరమైన భోజనం చేయడానికి కాదు, ఖరీదైన జరీ వస్త్రాలను ధరించడానికి కాదు, బంగారు కిరీటాన్ని పెట్టుకుని రాజరథంలో విహరించడానికి కాదు రాజు జన్మించింది. అతడి కోసం, సంపూర్ణమైన రాజ్యం కోసం మండుటెండలో రాత్రింబవళ్ళు పొలంలో పనిచేస్తూ, చెమటోడుస్తూ, పంటలను పండించే రైతులు, పని చేయడానికి తీసుకు వచ్చే ధన్యులు కారుగా! రాజ్యాన్ని రక్షించడానికి, నలువైపులా తన పేరుప్రతిష్టలను వృద్ధి చేసుకోవడానికి, బూరుగుదూదిలా తమ జీవితాన్ని నిర్భయంగా సమర్పించే సైనికులు మూర్ఖులు కారుగా! వాళ్ళ రక్తపు ఎరుపు రంగు వలనే రాజ్యవైభవం ప్రభవిస్తుంది. సైనికుల రక్తమాంసాల ఎరువుల వలనే రాజ్యవృక్షం పెరిగి పెద్దదవుతుంది. వృద్ధి చెందుతుంది. వాటి రసఫలాలను రాజు, ప్రజలు ఆస్వాదిస్తారు. ఎవరైతే వాళ్ళ రక్తమాంసాల, చెమటల పట్ల నిష్ఠగా ఉండరో, అతడు ఎట్లాంటి రాజు, అదేం రాజ్యం? మహారాజా! నేను ఎంతో ఆలోచించే చెబుతున్నాను, ఇదంతా కఠోరంగానే ఉంటుంది. కానీ ఇది సత్యం. సత్యం ఎప్పుడూ, ఎవరి కోరికతోనూ నడవదు. ఎప్పుడూ మారదు. చెప్పకుండా ఉండలేక పోయాను. అందుకే ఇవాళ ఇదంతా చెప్పాను. పక్షులు పంటని తినేసాక పశ్చాత్తాప పడితే మాత్రం ఏం లాభం? చేతులు కాలాక ఆకులు పట్టుకుంటే ఏం లాభం?మీరు కురుశ్రేష్ఠులు. అందుకే కొంత జిహ్వపై కళ్ళెం వేసి మాట్లాడాను. ఎందుకంటే కౌరవులు సత్యప్రియులు అని సమస్త ఆర్యావర్తానికి తెలిసిన విషయమే. అంతిమంగా మీరు మీ ఇష్టమైన నిర్ణయాన్ని తీసుకోండి. కాలం అఖండమైనది, అదే అందరికి న్యాయం చేసే నిష్పక్షపాతమైన న్యాయమూర్తి అని నా నమ్మకం. నా ఈ నీతిలోనే మీకు మీ ప్రశ్నలకి జవాబులు దొరుకుతాయి.''
కణకుడు తలవంచి నమస్కరించారు. ఏనుగులా నెమ్మదినెమ్మదిగా అడుగులు వేసుకుంటూ, ఉత్తరీయాన్ని సరి చేసుకుంటూ ఆయన మహలు బయటకి వెళ్లిపోయారు.దూరంగా గంగా నది వైపు ఒక తీతువు పిట్ట అరుచుకుంటూ ఎగిరిపోయింది. దాని కర్ణకఠోరమైన కంఠం నా చెవులని గింగురులెత్తించింది. ఒక్క క్షణం నాకనిపించింది– 'తీతువు పిట్ట ఒక క్షుద్రమైన జీవి. కానీ దాని అరుపు ఎంత మార్మికమైనది. ఎంత తీక్షణమైనది. వాతావరణాన్ని చీల్చేస్తుంది. పట్టి కుదిపేస్తుంది.'

నాకు కణకుడి బోధ ఎంతో బాగా అనిపించింది. అతడు చెప్పిన ప్రకారం శత్రువు ఎంత చిన్నవాడైనా వాడిని ఉపేక్షించకూడదు. ఈ సూత్రాన్ని నేను గ్రహించాను. ఈ ఉద్దేశ్యంతోటే పాండవులను వారణావత్ అరణ్యంలో సజీవదహనం చేయాలన్న కోరిక నాలో పదేపదే తల ఎత్త సాగింది. మనిషి మనస్సు బహశాగొర్రె లాంటిది. గొర్రెపిల్ల మెడను నాకే సమయంలో అది ఏ మాత్రం పిల్ల భావోద్వేగాలను చూడదు. అందువలనే దాని తోక కుచ్చు గర్వంగా పైకి లేచి ఉంటుంది. అవతలి వాడిని కాళ్ళకిందనులిమేస్తేనే కాని ఈ ప్రపంచంలో ఎవరూ, ఎప్పుడూ గొప్పవారు కాలేరు. వాళ్ళు తమ ధర్మ నిష్ఠ గురించి, సంయమం గురించి ఎంత చెప్పినా ఇట్లాగే చేయాలి తప్పదు.

పాండవులను సజీవ దహనం చేసే ప్రణాళికను నేను ఎంతగానో నమ్మే సహాయకుడు పురోచనుడికి ఏకాంతంలో చెప్పాను. వాడు నాకోసం ప్రాణాలను సైతం త్యాగం చేయడానికి ఎప్పుడూ సిద్ధంగానే ఉంటాడు. పాండవుల పాపాన్ని జీర్ణించుకునే శక్తి అగ్నికి తప్పితే మరెవరిలో ఉంటుంది? గురుద్రోణుడి ఎదుటే, ఎప్పుడూ బడబడా వాగే, నల్లటి ఆ అర్జునుడి అత్తిపండు లాంటి నాలుక కూడా భగభగామండే అగ్గిలో మాడి మసై పోతుంది. ఆ ఉన్మాది భీముడి బలమైన భుజాలు, పెద్ద కొయ్య మొద్దుల్లా తగలబడి బూడిదై పోతాయి. మహారాణి కాబోయే పతిత కుంతి ఆ జ్వాలల్లో ఒక్క నిమిషంలో స్వర్గానికి మహారాణి అయిపోతుంది. వారణావత్ అరణ్యంలో ఆ మంటల్లో మండిపోయే ఆ ఇంట్లో పురోచనుడు తన కార్యం పూర్తి చేసేవరకు, గత పదిహేను సంవత్సరాల నుండి నా ఉపేక్షిత అంతఃకరణలో నిరంతరం మండే అగ్ని చల్లారుతుంది. ఉపేక్ష వలన మండే మంటని చల్లార్చే శక్తి కేవలం ప్రతీకారపు అగ్నిలోనే ఉంటుంది. ప్రతీకారం... అందుకే పురోచనుడు నిరంతరంగా నా ఎదుట నాట్యం చేస్తూనే ఉంటాడు. అతడి లోతైనకళ్ళల్లో నా పట్ల అతడికి ఉన్న అభిమానం వ్యక్తం అవుతోంది.

4

పురోచనుడు నన్ను కలిసి వారణావత అరణ్యంలోకి వెళ్ళిపోయాడు. అన్ని విధాలా జాగ్రత్తగా ఉండాలని నేను చెప్పాను. అరణ్యంలో లాక్షాగృహంకి నిప్పంటించేటప్పుడు, శ్వాసను ఆపుకోవాలని, లేకపోతే శ్వాస చప్పుడు విని, కళ్ళు మూసుకుని శబ్దం విని గురి తప్పని బాణం విసిరే అర్జునుడు వాడి తలను ధడ్నాల మొండెం నుండి వేరుచేస్తాడు జాగ్రత్త అని చెప్పాను. ఫిరంగులకు నిప్పంటించే వత్తి మంటపై తన అరచేయి పెట్టి తన ప్రణాళికకు సంబంధించిన కొంచెం అంశం అయినా ఎవరికీ తెలియనీయనని రహస్యంగా ఒట్టు పెట్టుకున్నాడు. ప్రాణాలకు తెగించి ఇదంతా చేయడానికి పురోచనుడు ఎందుకు సంసిద్ధం అయ్యాడు? కేవలం అష్ట మంత్రి మండలిలో తనూ ఒక కురువుల మంత్రి అనా? ఊహు కానే కాదు. ఏ స్వార్థం లేకుండా, ఎవరు ఇటువంటి పనిని చేయడానికి ఒప్పుకుంటారు చెప్పండి? పురోచనుడు తన ప్రణాళికలో పూర్తిగా విజయుడై తిరిగి వచ్చాక కురు రాజ్యానికి అమాత్యుడిగా చేస్తానని నేను అతడికి మాట ఇచ్చాను. రాజనీతిలో ఇటువంటి వాగ్దానాలు చేయాల్సివస్తుంది. మా అమాత్యులు వృష వర్మ కేవలం ఒక ముసలిఒంటె లాంటి వాడు. స్వయంగా ముందుకు పోడు. తనతో ప్రయాణం చేసే వారిని ముందుకు పోనీయడు. ఇక రాజనీతి అంటే ఎప్పటికీ ఒక మరుభూమే కదా! అందులో వృద్ధులను నింపడం అంటే అభ్యుదయానికి అడ్డు పడడమే కదా! ఇక ఆ వృద్ధ మంత్రి పాండవుల ఎదురుగా తలవంచినప్పుడల్లా, కురువుల ఉత్కర్షని కళంకితం చేసినట్లే, అందుకే ఆయనకి బదులుగా పురోచనుడిని నియమిస్తాను. గత పదిహేడు సంవత్సరాల అనుభవంతో నేను రాజకీయాలలో ఆకాశం అంచుల అవతల చూసే ఉత్సాహవంతులైన యువకుల ఆవశ్యకత ఎంతైనా ఉంది అని తెలుసుకున్నాను. నాకు పురోచనుడి లాంటి గంభీరమైన గట్టి వాడైన మంత్రి కావాలి.

అతడు వారణావతానికి వెళ్ళడానికి ఎప్పుడైతే హస్తినాపురం నుండి బయలుదేరాడో, అప్పుడే నా మనస్సు కుదుటపడ్డది. నేను మహలులోని గవాక్షం నుండి చూసి, పురోచనుడు

రాజభవనం నాలుగు గోడల మధ్యనుండి రథాన్ని బయటకి తీసినప్పుడు, గంగ ఒడ్డు నుండి తిరిగి వస్తున్న కర్ణుడు మహాద్వారం దగ్గర కలుస్తాడని అనుకున్నాను. కర్ణుడు ఒకవేళ ఏదైనా అడిగితే, అతడి ప్రభావితం చేసే వ్యక్తిత్వాన్ని చూసి అంతా చెప్పేస్తే, ఆలోచించి వెంటనే నా సేవకుడు ప్రభంజనుడిని, కర్ణుడుని వెంటనే పిలుచుకు రమ్మనమని పంపిచాను. ఎవరినైనా సరే కాల్చే ప్రణాళికను కర్ణుడు ఏమాత్రం సహించడు. తన తల్లి, తండ్రులను తీసుకుని వెంటనే చంపానగరికి కూడా వెళ్ళిపోతాడు. ఏ మాత్రం సందేహం అక్కర లేదు. ఇది నాకు తెలుసు. అతడి జీవితాంతం, ఆదర్శవంతుడైన ధనుర్ధరుడి జీవితం లాంటిదే. ధనస్సు నుండి దూసుకు పోయే బాణంలా ముక్కు సూటిగా వెళ్తాడుకర్ణుడు.

ఒక నిమిషంలో ప్రభంజనుడు కర్ణుడి ఎదురు గుండా వెళ్ళి నిల్చున్నాడు. వాడు ఎంతో నేర్పుతో పురోచనుడిని అతడు వేసే ప్రశ్నావళి నుండి విముక్తి కలిగించాడు. పురోచనుడు వెనక్కి తిరిగి చూడకుండా స్వచ్ఛంద సముద్రపు పవనంలా ముందుకు దూసుకు వెళ్ళిపోయాడు.

వారణావత అరణ్యంలో వాడు, సన (వెదురు) రాల, బల్వజ, భుజ, లాక్షా వృక్షాల ఘృతంతో చేయబడిన గోడలున్న లాక్షాగృహాన్ని నిర్మిస్తాడు. అందంగా, ఆకర్షణీయంగా. దాని కప్పు బాగా ఎండిపోయిన వెదురుతో తయారు చేస్తారు. కప్పుపైన తాటాకులను కప్పుతారు. మహారాజు కోరినట్లుగా ఆ నీచాతినీచమైన పాండవులు, నెత్తిన పెట్టుకునే తమ తల్లితో, గాలి మార్పు కోసం, వన విహారం కోసం వారణావతంవెళ్తారు. రాత్రి వాళ్ళందరుపురోచనుడు తయారుచేసిన అందమైన లక్క ఇంట్లో విశ్రాంతి తీసుకుంటారు. పగలంతా నడవడం వలన అలసట చెందిన వాళ్ళకు గాఢనిద్ర పడుతుంది. పురోచనుడు ఆ చిరు నిద్రని, మహా నిద్రగా మార్చేస్తాడు. అందరు గాఢ నిద్రలో ఉన్నప్పుడు, అర్ధరాత్రి తరువాత పురోచనుడు కాగడాతో ఆ ఇంటికి నిప్పు అంటిస్తాడు. ఆ లాక్షా గృహం ద్వారాలన్నీ బయటి నుండి మూసేస్తారు. ఇటువంటి సమయంలో ఇక లక్క ఇంటి నుండి పాండవులు బయటికి ఎట్లా రాగలుగుతారు? భగ భగా పైపైకి మండే ఆమంటలతో పాటు వాళ్ళు సరాసరి స్వర్గానికే వెళ్ళిపోతారు. పుట్టలో పొగ పెడితే పాము ఏవిధంగా అయితే పొగకి ఊపిరి ఆడక పుట్టలోనే గిల గిలా తన్నుకుని చచ్చిపోతుందో, పాండవులు అంతే ఊపిరి ఆడక కాలి చచ్చిపోతారు. వెళ్ళేటప్పుడు చివరలో నేను ఒక విశేషమైన ఆజ్ఞను ఇచ్చాను. వెనక్కి తిరిగి వచ్చే సమయంలో ఉద్దండుడైన భీముడి శవాన్ని బయటకి లాగి, వాడి కాలిపోయిన కుడి చేతి చిటికిన వేలిని నరికి తీసుకురమ్మన్నాను. వేల శవాలలో కూడా ఆ విశాలకాయుమైన అడవి పందిని ఎవరైనా గుర్తు పట్టగలుగుతారు. వాడు నరికి తెచ్చిన ఆ వేలిని నేను వెండి డబ్బాలో పెట్టుకుని, దాన్ని నా కుడి భుజం పైన కట్టేసుకుంటాను. ఆ కుడి భుజం నా ఛాతీని స్పర్శించినప్పుడల్లా, తక్కిన అడవి క్రూర జంతువులను చూసినప్పుడు భయంతో నా హృదయం కంపించినప్పుడల్లా, ఈ పెట్టె నాకు ధైర్యాన్ని ఇస్తుంది. భీముడి బూడిద వారాణావత అరణ్యంలో ధూళిధూసిరితమైందని, దుమ్మును నాకుతోందని నాకు నిరంతరం ధైర్యాన్ని ఇస్తూ ఉంటుంది.

గోదాలో గదను తిప్పి, నా వీపు మీద తన గదతో నిర్దయగా దాడి చేసే భీమా! జీవితం కూడా గదతో కూడిన ఒక గోదాఅనినీకేం తెలుసు? ఇక్కడ కూడా నిత్యం గదను గిరగిరా తిప్పాలి. ఇది ముక్కు సూటిగా పరుగెత్తే రథం పరుగు కాదు. ఇది క్రూరత్వం అని అందరూ అంటూ ఉంటారు. నేను వాళ్ళని ఒకే ఒక ప్రశ్న అడుగుతాను.

గురు ద్రోణులు సహస్ర యోద్ధుల్లోకేవలం అర్జునిడిని మాత్రమే తలపై పెట్టుకున్నారు. వాడికే అతి ప్రాముఖ్యత. మరి ఇది మాత్రం మానసిక క్రూరత్వం కాదా? బాల్యంలో నా నలుగురు సోదరులను చంకలో నొక్కి పట్టి నీళ్ళ లోతుల్లో ముంచేసి ఉంచే భీముడు ఏమైనా కరుణామయుడా? వాడిని దయామయుడని ఎవరైనా అంటారా? గోదాలోవీరాధివీరుడైన కర్ణుడిని, కుల గోత్రాలు అడిగి నీచంగా చూసే కృపాచార్యులు క్రూరుడు కాదా? మొదటి క్షణంలో అంగరాజా అని పిలుస్తూ కర్ణుడికి జయంజయంఅని అనే వందల, వేల పురప్రజలు, మరుక్షణం సూతపుత్రుడు, సూత పుత్రుడు అని వ్యంగ్యంగా అంటూ నవ్వే నగరవాసులు మాత్రం క్రూరులు కారా? వాళ్ళు మరెవరు? ఈ ప్రశ్నలకు సరియైన, సంతోషకరమైన జవాబులు చెప్పే నాధుడెవడు? అందుకే దయ, క్షమ, శాంతి అంటూ ఎంత గొంతు చించుకున్నా, డప్పు వాయించినా, వాళ్ళల్లో కూడా క్రూరత్వం అంతో ఇంతో తప్పకుండా ఉంటుంది. నేను నాలోని క్రూరత్వాన్నిపాపిష్టి పంచ పాండవులను భస్మం చేయడానికి ఉపయోగించాను.

అశ్వత్థామ లోకం ఏదో ఒకరోజు అందంగా మారిపోతుంది అనిఅంటూ ఉంటాడు. కానీ, వాడి ఈ మాటల మీద లేశమాత్రం నమ్మకం లేదు. మరి నిజానికి విశ్వం సుందరంగా కాబోతుంటే నేను దాంట్లోంచి కొంచెం భాగాన్ని గ్రహిస్తున్నాను. పాండవులు పాండురాజు పుత్రులు కారని తెలిసి కూడా, వాళ్ళని నేను బతకనిస్తే, మా పూజనీయులైన పెదనాన్న గారి, ఎటువంటి మచ్చలేని కీర్తికి సరాసరి అన్యాయం చేయడం కాదా! వారి ధవళ కీర్తిని అవమానం చేయడం కాదా! అందువలనేవాళ్ళనిపైపైకి చెలరేగుతున్న మంటల్లో కాల్చి శుద్ధం చేసే పవిత్ర కార్యం చేయడానికి నేను నా మంత్రి పురోచనుడిని పంపించాను.

ఇందులో నేనేం తప్పు చేసాను? చివరికి మహారాజు తీయతీయటి మాటలతో వల పన్ని, కుంతీతో సహా పంచ పాండవులని గాలి మార్పు కోసం వారాణావతం అరణ్యం వైపు పంపించారు. మహారాజు గుడ్డితనాన్ని చూసి ఈయనని వికలాంగుడు అని అనే వాళ్ళకి, ఆయన నాలుకే ఆయన కళ్ళు అన్న జ్ఞానం లేదు కదా! రాజకీయంగా తలఎత్తే ఎన్నో సమస్యలను తన మధురమైన మాటలతో చిటికలో తీర్చడం నేను ప్రత్యక్షంగా ఎన్నోసార్లుచూసాను. ఆ తీయటి మాటలతోనే గాలి మార్పు ఎంతో అవసరం అని నమ్మిస్తూ వారణావతదట్టమైన అడవుల వైపు పంపించాడు.

ఇప్పుడు తప్పకుండా వాళ్ళు గాలి మార్పు చేసుకుంటారు. స్వర్గంలోని గాలి, భూలోకంలో కన్నా ఎన్నో రెట్లుఆరోగ్యవంతమైనది. పండితులు, ఋషులు, ప్రతిభావంతులైన కవులు అందరూ చెప్పే మాటే ఇది.

ఎప్పుడైతే ఈ ఐదుగురు పాండవులు అనే వటవృక్షాలు మంటల్లో కాలి బూడిద అయిపోతారో, అప్పుడు మండే నా గుండెల మంట చల్లారుతుంది. అప్పుడే నాకు మనశ్శాంతి. మనస్సు! మనస్సుని ఒకరు పరిమళభరితమైన పువ్వు అనిఅంటారు. మరొకరు గలగలా పారే అందమైన సరస్సు అనిఅంటారు, మరొకరు నిరభ్ర నీలాకాశం అనిఅంటారు. ఇంకొకరు ఎప్పుడూ ప్రజ్వలితం అయ్యే విధాత వెలిగించిన అద్భుతమైన జ్యోతి అనిఅంటారు. కాని ప్రతీకార భావంతో నిరంతరం జ్వలించే ఈ మనస్సు ఎట్లా ఉంటుందో ఏ పండితుడూ చెప్పలేదు. ప్రతీకార భారంతో ఉద్దీప్తం చెందే మనస్సు కూడా సుగంధంతో నిండిన పుష్పమే కదా! కాని దాని సుగంధం

ఎలాంటిదంటే ఎవరైనా గంధ ముగ్ధ రసికుడు సువాసన మోహంతో, దానిని ఒక్క నిమిషం చేతిలోకి తీసుకుని వాసన చూస్తే వెంటనే నేలమీద పడిపోతాడు. ఎందుకంటే దాని వాసన విషభరితమైనది. ఈ విధంగా ప్రతీకారంతో రగిలే మనస్సు ఒక నది లాంటిది. కాని ఆ సమయంలో అది గంభీరమైన శాంతంగా ప్రవహించే నది ఎంత మాత్రం కాదు, పైగా భయంకరమైన అలలతో గర్జిస్తూ, వరదలు, ఉప్పెనలతో నిండిపోయిన జలరాశులను, చుట్టు పక్కల భూఖండాల పైన దూరందూరంగా విసిరి వేస్తూ, నిమిషనిమిషం చెలియలి కట్టలను ముంచేస్తూ, దేనినీలెక్కచేయకుండా ప్రవహించే ప్రళయ వాహిని అది. ప్రతీకారంతో రగిలిపోయే మనస్సు ఒక ఆకాశం కూడా. కానీ,ఇది నల్లటి మబ్బులతో నిండిన గగనం. అప్పుడప్పుడు ఈ కమ్ముకున్న మేఘాలలో నేలను చీల్చిచండాడే ఉరుములుమెరుపులు కూడా ఉంటాయి. ప్రతీకారంతో రగిలే మనస్సు కూడా ఒక జ్యోతిలాంటిదే. కాని అది నెమ్మదిగా వెలిగే జ్యోతి కానే కాదు, కాగడాతో వెలిగించబడే భగభగా మండే ప్రచండమైన జ్యోతి అది.

బాల్యంనుండే నా మనస్సు ప్రతి స్థానంలో వాళ్ళకు లభించే పేరు ప్రతిష్ఠలకు కుళ్ళుకుంటూనే ఉంది. యుద్ధశాలలో, గదా యుద్ధం నేర్చుకునేటప్పుడు, భీముడు నిర్దయుడై, రైతు వృషభాన్ని కొట్టినట్లుగా నన్ను కొట్టేవాడు. వాడి కాళ్ళ కింద నా జీవన రాజకమలం ప్రతిక్షణం తొక్కబడింది. దాని పూరెక్కలు అటూ ఇటూ ఛిన్నాభిన్నం అయిపోయాయి. ఇక మిగిలింది కేవలం కాడ మాత్రమే. నేనూ యువరాజునే, నాకూ మనస్సుంది. భావోద్వేగాలు ఉన్నాయి. కానీ నా స్వాభిమానపు నాజూకు మొగ్గను ఆ అడవి మనిషి భీముడు ఎన్నోసార్లు తన కాళ్ళ కింద నులిమేసాడు. దాని నలపబడ్డ, ధూళిలో కలిసిపోయిన రెక్కలను ఏకత్రితం చేస్తూ దుర్యోధనుడు ఈ విధంగా తయారయ్యాడు. ఈ సత్యాన్ని ఎవరూ అర్థం చేసుకోడానికి ప్రయత్నించరు. ఒక మనిషికి మరో మనిషి పట్ల ఉండే మమత, మోహం నాకు చిన్నప్పటి నుండి పాండవుల పట్ల లేశమాత్రంలేనే లేదు. అసలు ఎందుకు ఉండాలి? వాడు ఆ భీముడు, చెడిపోయిన ఆ భీముడు అడవి పందిలాగా తను వాడిని తన్నాను, వీడిని తన్నాను అనిగోరంతలుకొండతలుగా చేసి చెబుతూ ఉంటాడు. వాడు ఎన్నో సార్లు నన్ను మెడను పట్టి పైకెత్తి కిందకి కొట్టాడు. పోటీ సమయంలో గోదాలో ఎంత గర్విష్ఠివాడై "కులాన్ని బట్టి చేతిలో కొరడా తీసుకో, గుర్రాలకు మాలిష్ చెయ్యి." అనికర్ణుడుని ఎంతగా హీనపరుస్తూఅన్నాడు భీముడు. కర్ణుడిని గడ్డీ గాదం అని అనుకున్నాడా? ఎప్పుడంటే అప్పుడు కాళ్ళ కింద నులిమేయవచ్చని అనుకున్నాడా? వాడి తెలివితక్కువతనం వలన తెలిసో, తెలియకో కౌరవపాండవుల మధ్య ద్వేషాగ్నిని పెంచాడు. ఎంత పెద్ద ఏనుగునైనా ఒక చిన్న చీమ పడదోయగలదు, దాన్ని సరాసరి స్వర్గలోకానికి పంపించగలదు అన్న విషయం వాడికి తెలియదు. ఒక చిన్న నిప్పురవ్వ చుట్టు పట్ల ఉన్న దట్టమైన అరణ్యాన్ని ఒక్క నిముషంలో కాల్చి బూడిద చేయగలుగుతుంది. ఒక్క నల్లటి మేఘం మండే సూర్యుడిని కప్పేస్తుంది. ఈ లోకంలో మనం ఒక్కళ్ళమేబలవంతులంఅని అనుకుంటూ గర్వం పడటం వ్యర్థం. అందుకే తనని తను మహాబలవంతుడుఅని అనుకునే భీముడికి గుణపాఠం నేర్పించాలి. కేవలం బలంతో నేను వాడిని ఓడించలేకపోతే, సంపత్తి, బుద్ధి బలంతో వాడిని ఓడిస్తాను. అందుకే పురోచనుడికి అన్ని సూచనలు ఇచ్చి వారణావతానికి పంపించాను. రాజకార్యాలలో ఇటువంటి

వాళ్ళని పెట్టుకోవాలి తప్పదు. సహాయం చేసేవాడు లేకపోతే మొండెం లేని మెదడు లాంటిది రాజ్యవ్యవస్థ. పురోచనుడు వార్త తెస్తాడు అని ఎదురు చూస్తున్నాను. నేను ఎంత కుతుహలంగా ఎదురు చూస్తున్నానంటే ఏ ప్రేయసి కూడా తన ప్రియుడి కోసం ఇంతగా ఎదురు చూడదు. వాడు తప్పకుండా ఆ పని పూర్తి చేసి ఉంటాడు. తప్పకుండా వాడు విజేత అయ్యే ఉంటాడు. నేను నా చుట్టు పట్ల ప్రోగుచేసిన వాళ్ళు నా కోరిక ప్రకారమే నడుస్తారుగా!

5

పురోచనుడా! నీవు రాజు కోరికను నెరవేర్చావు. నీ దూత ఆ అడవి మనిషి భీముడి కాలి తెగిన వేలుని తీసుకువచ్చాడు. నా ఎదురుగుండా నిల్చున్నాడు. నీ స్వామి భక్తి ఎంతో ధన్యం అయింది. కురుల రాజు రూపంలో అభిషేకం అయ్యాక, ఆర్యావర్తంలోని అన్ని పవిత్ర నదులలోని నీళ్ళు తీర్థ రూపంలో నా అరచేతిలో పడ్డాక కూడా నాకు ఈ తెగిన వేలు చూసాక కలిగిన ఆనందం కలగలేదు. పురోచనా! శక్తితో ఏ పనినైతే ఎవరూ చెయ్యరో, ఈనాడు నువ్వు బుద్ధిబలంతో చేసి చూపించావు. సింహాన్ని చూసి కూడా భయపడని భీముడిని, నీవు గడ్డీ గాదంలా కాల్చేసావు. పురోచనుడు పంపించిన సేవకుడిని చూడగానే ఒకే ఒక దృశ్యం కళ్ళ ముందు కదలాడ సాగింది. ఆపాండవులుఎట్లాచచ్చిఉంటారు?మరుగుతున్ననీళ్ళలోకందమూలాలనుఉడికించినట్లుగానా? లేకపోతే భగభగా మండే హోమగుండంలో, చెక్కల సమిధలు మండి పోయి బూడిద అవుతాయి, అట్లాగా? చచ్చిపోయే ముందు వాళ్ళు ఏం, ఏం ఆలోచించి ఉంటారు? చచ్చే సమయంలో నామీద కోపంతో తిట్ల వర్షం కురిపించే ఉంటారు. రాజమాత అని చెప్పుకునే ఆ కళంకిత కుంతి, అర్జునుడి రూపంలో ఎప్పుడూ కళ్ళ ముందు కదలాడే ఆ నల్లటి రంగు పాపాన్ని తన బాహువుల్లో తీసుకుని, గర్భంలో దాచేసుకుని ఉంటుంది. పిచ్చి అబలా! ఇది కురుసూర్యవంశస్థుల రాజ్యం. ఏ వేశ్యా రాజ్యసింహాసనానికి కనీసం చుట్టు పట్ల కూడా రాలేదు. నిన్నటి వరకు నువ్వు కౌరవుల రాజమాతవి. కురువులవైభవోపేతమైన, అజేయరాజదండం నీ చరణాలకు తలవంచేది. అసలు నువ్వు చేసిన పాపం గురించి ఎవరికీ తెలియదు. సిగ్గూశరం లేని నీ మనస్సు, నీ పుత్రులకు రాజ్యాభిషేకంజరుగుతుందనికలకన్నది.కానినేడు?అవును..ఈనాడుమృత్యుచరణాలదుమ్మువి. కేవలం దుమ్మువి. వారణావత భయంకర దట్టమైన అడవి పాండవుల కోసం మరుభూమిగా మారిపోయింది. శ్మశానం అయిపోయింది. సమస్త నగర జనం పాండవులను సింహంలా ఎంచింది. అవును అంతా సరిగానే జరిగింది. ఆ సింహాలకు, అటువంటి వనంలో చిర విశ్రాంతి దొరికింది. అందువలనేవారణావతం, నేడు నాకు తీర్థ స్థలంగా మారిపోయింది. పాండవులు కాలిపోయారు. నా నిత్య జ్వలిత మనస్సు చల్లబడ్డది. మనస్సంతా శాంతి... కాని ఈ చమత్కారం చేసిన పురోచనుడు వెనక్కి తిరిగి రాలేదు. అతడు కూడా ఆ లక్క ఇంట్లో కాలిపోలేదు కదా! తన స్వామి భక్తిని చాటడానికి, తన ఇష్టప్రకారమే ఇదంతా చేసాడా? చివరిదాకా పాండవులకు స్వర్గ మార్గాన్ని చూపించడానికి పురోచనుడు కూడా మృత్యులోకాన్ని వదిలి ఆ పాండవుల వెంట వెళ్ళిపోలేదు కదా? వెళ్ళు పురోచనా! నిశ్చింతగా వెళ్ళు.... నీ అర్ధాంగిని, నీ కుటుంబం మొత్తం భారం నేను వహిస్తాను. వాళ్ళ బాధ్యతను ఈ దుర్యోధనుడు తన దృఢమైనభుజలపై మోస్తాడు. నీ

పరాక్రమానికి ప్రతీకగా, త్వరలోనే వారణావతంలో అసుర మద్దిని దేవాలయాన్ని తీర్థ క్షేత్రంగా ప్రకటిస్తాను. ఏ రోజైతే నీవు రాజభక్తితో ఈ అందమైన లోకాన్ని త్యాగం చేసావో, ఆరోజు ప్రతీ సంవత్సరం వారాణావతంలో ఒక పెద్ద ఉత్సవం జరుగుతుంది. తిరునాళ్ళు జరుగుతాయి. శాంతియుతంగా ప్రస్థానం జరుపు పురోచనా! నేటి నుండి ఆ అరణ్యాన్ని, అందరూ నీ పేరున పురోచనారణ్యం అని పిలుస్తారు.

6

పురోచనా! పాండవులు వారణావతంకి చేరారని ఇప్పుడే వార్త వచ్చింది. వెంటనే పాండవులు కాలి చచ్చిపోయారు అని నీవు పంపిన దూత వార్త మోసుకొచ్చాడు. నీలాంటి స్వామి భక్తుడు, ప్రతీ ఆజ్ఞను శిరసావహించే సేవకుడు ఉన్నాడు కాబట్టే, ఈ దుర్యోధనుడనే వృక్షం ఎల్లప్పుడూ పై ఎత్తులోనే ఉంటుంది. నీవు కనక బతికి బట్ట కట్టి వెనక్కి వచ్చి ఉంటే మహాద్వారందగ్గరే నిన్ను కౌగిలించుకునే వాడిని. అసలు నీవు చేసిన ప్రతీకార్యంలో స్వామి భక్తి కనిపిస్తోంది. ఈ దుర్యోధనుడిపైన ప్రేమ ఉన్నందుకే ఒక చంచలమైనమనస్సనే లేడిని, దాని పిల్లలతో సహా కాల్చి బూడిద చేసేసావు. ఇంతేకాదు, నీ రాజుకి ఇంకా ఆనందదాయకమైన వార్తని సేవకుడి ద్వారా పంపావు. పాంచాల దేశపు యువరాణి యాజ్ఞసేని స్వయంవరం గురించి వినగానే నా ఆనందానికి హద్దులు లేవు. ద్రుపద రాజు రూపగర్విత కన్య ద్రౌపది. ఆమె దేహం నుండి సుగంధం వస్తుందని నేను విన్నాను. యాజ్ఞసేని సుగంధంతో నిండిన నడయాడే జీవిత పాత్ర. ఆమె రంగు శ్యామల వర్ణం కాని ఎంతో పరిమళం విరజిమ్మే భూలోకంలోని సంపెంగ లాంటిది యాజ్ఞసేన. ద్రుపద రాజు సంతాన ప్రాప్తికోసం చేసిన మహాయజ్ఞ గుండం నుండి ఆమె పుట్టింది. నేను స్వయంవరం పోటీలో ఆమెను గెలుస్తాను. ఎంతో బలమైన రాజ్యం, ద్రుపదుడి రాజ్యంతో రక్తసంబంధం ఏర్పడుతుంది. లేకపోతే ద్రౌపది లాంటి రత్నం హస్తినాపురం రాజమకుటం లో తప్పితే మరెక్కడశోభాయమానం అవుతుంది? ఒకవేళ పురోచనుడే ఈ వార్తను తెచ్చి ఉంటే, వాడి మెడలో పుష్యరాగ దండ వేసేవాడిని.

కర్ణుడి లాంటి బలాఢ్యుడు, ద్రౌపది లాంటి అర్ధాంగిని, దుశ్శాసనుడి లాంటి తొంభై తొమ్మిది మంది అతిబలవంతులైన సోదరులు, దుఃశ్శల లాంటి సోదరి, శకుని మామ లాంటి కుశలరాజనీతిజ్ఞుడు, పురోచనుడి లాంటి, అరచేతిలో తల పెట్టుకుని ఏ సమయంలో అయినా సరే నా కోసం ప్రాణాలర్పించే ఉద్దండులైన వేలవేల మంది సైనికులు,వీళ్ళందరి వలన కౌరవుల రాజదండం ఈ ఆర్యావర్తంలోహిమాలయాలంత ఎత్తుగా, ఎల్లప్పుడూ ఉంటుంది. నేను నా సమర్థవంతమైన, భుజస్కంధాలపైన దానిని మోస్తాను. శాశ్వతంగా అతి ఉన్నత స్థానంలో ఉండేలా చూస్తాను.

ఇది నా పండంటి కల. జీవించి ఉన్న ప్రతీ వ్యక్తి ఏదో ఒక బంగారుకలకంటూనే ఉంటాడు. కలని పండించుకోడానికి జీవితాంతం ప్రయత్నం చేస్తూనే ఉంటాడు. నేనూ అంతే. నిరంతరం ప్రయత్నం చేస్తూనే ఉంటాను. నిరంతరం శ్రమ చేస్తేనే జీవితానికి ఒక అర్థం ఉంటుంది. మన

ఊహలను నిజం చేసుకోడానికి నిరంతరంగా, అఖండంగా ప్రయత్నం చేయాల్సి వస్తుంది. రాజ్యాలు వీటి మీదే నిలబడతాయి.

నా దారి నుండి పాండవులనే అడ్డంకి తొలగిపోయింది. పాండవులు వెళ్ళిపోయారు. అసలువాళ్ళను ఇప్పుడు ఎందుకు గుర్తు చేసుకోవడం? స్మృతి వలన అకర్మణ్యతే లభిస్తుంది.

అసలు ఇక ఏ పనులూ కావు. త్వరలోనే ఆ పాండవుల పదమూడో రోజు కర్మకాండ చేయాలి. అందరికి పెద్ద ఎత్తున భోజనం పెట్టించాలి. వాళ్ళ చావు పైన రాజ ముద్ర వేయాలి అని నేను నిర్ణయించుకున్నాను. ఏడవడం, మొత్తుకోవడం నా వల్ల కాదు. ఆ నాటకాలు ఆడటం నా చేత కాదు. అందువలన శకుని మామకు ఈ నాటకాన్ని అప్పచెప్పాను. పురప్రజలు భోజనం చేస్తారు. తేన్పులతో ఆ పాండవులను మరచిపోతారు. రాజు ఎప్పుడూ ఇట్లాగే ప్రవర్తించాల్సి వస్తుంది. రాజు జీవితం అంటే ముక్కు సూటిగా వెళ్ళే బాణం కాదు. అప్పుడప్పుడు గదలా తిప్పుతుంది. ఖడ్గంలా పక్కనుండి దూసుకువెళ్తుంది. అప్పుడప్పుడు భుషండిలా కేవలం రాళ్ళు విసురుతుంది.

సత్యం రాజమార్గాన్ని నిర్ణయించదు. పైగా రాజు ఏ మార్గాన్ని నిర్ణయిస్తాడో దాన్నే సత్యంగా సమాజం స్వీకరిస్తుంది.

పాండవుల చావును గురించిన వార్తను శకుని మామ కర్ణుడికి అందించాడు. ఆ వార్త విని వాడు ఎంతో సంతోషిస్తాడని అనుకున్నాను. కాని మామ చెప్పింది విని అట్లాగే నిల్చుండి పోయాను. నోట మాట రాలేదు. "పాండవులు కీర్తిశేషులయ్యారా?" అని కర్ణుడు తల పట్టుకుని కింద కూలిపోయాడు. అసలు వాళ్ళనుచంపిందెవరు? ఆ ఐదుగురు వీరులను చంపే బలవంతుడైన వీరుడు అసలు పుట్టాడా? రాజమాత కుంతీదేవి సురక్షితంగా ఉందా?" అంటూ ప్రశ్నల తుంపరలను మామ పైన కురిపించాడు.

మామ ఎంతో నెమ్మదిగా చెప్పాడు. వాళ్ళు ఒక దుర్ఘటనలో వారణావతం అడవిలో కాలిపోయారు. కనీసం రాజమాత కుంతీ దేవి బతికినా బాగుండేది. కాని ఆ విధాత చేతుల్లో అందరూ కీలు బొమ్మలే. ఎవరు మాత్రం ఏం చేయగలుగుతారు?

ఇదంతా విన్నాక కర్ణుడు ఒక్క మాటకూడా మాట్లాడ లేదు. శకుని మామకు విసుగొచ్చి రాజభవనం నుండి బయటకి వెళ్ళిపోయాడు. కర్ణుడు నిశ్శబ్దంగాగవాక్షం నుండి గంగవైపు చూస్తూ నిల్చున్నాడు.

సంధ్యాసమయంలో కర్ణుడిని కలవడానికి నేను స్వయంగా రాజప్రాసాదంకు వెళ్ళాను. కాని అక్కడ ఎవరికీ ఏమీ చెప్పకుండా శోణుడికి మాత్రం "నేను చంపానగరికి వెళుతున్నానని" చెప్పి వెళ్ళిపోయాడు కర్ణుడు. ఇదంతా శోణుడు నాకు చెప్పాడు.

ఇక ఇప్పుడు రాజనగరంలో కర్ణుడు కలిసే అవకాశమే లేదు. హస్తినాపురానికి వెనక్కి తిరిగి వస్తాడు. ఒకవేళ తిరిగి రాకపోతే? ఒక సందేహం నాలో తల ఎత్తింది.

7

నగరంలోని చాలా మంది ప్రజలు, పాండవుల ఉత్తర క్రియ భోజనం చేసి వెళ్ళారు. నేను స్వయంగా అందరికి పంచభక్ష్యపరమాన్నాలని వడ్డించాను. 'పాండవులు కీర్తిశేషులయ్యారు' అన్న మాట వినగానే కొంత మంది వ్యాకులత చెందారు.

కొందరు వెక్కి, వెక్కి ఏడ్చారు. మరికొందరు గోడపైన ఉన్న రాజమాత బొమ్మ ఎదుట దొర్లుతూ దండాలు పెట్టుకున్నారు. నిజానికి ఈ హస్తినాపురంలో వ్యక్తి పూజ చేసేవాళ్ళు, గుడ్డి నమ్మకాలు గల వాళ్ళు ఎందరెందరో ఉన్నారు. ఎవరు చనిపోయినా సరే వీళ్ళకిఏడ్పు వస్తుంది. అసలు అప్పుడప్పుడు నాకో సందేహం వస్తుంది. గంగా నది పుట్టుక హిమాలయాల హిమం కరగడం వలన ఎంతమాత్రం కాదు, ఈ బలహీనులు ఏడ్చిన ఏడ్పుల కన్నీరు అదంతా. ఏడిస్తే, ఛాతీ ఎముకలపై కొట్టుకుంటూ, మొత్తుకుంటూ, ఉంటే, చచ్చిన వాళ్ళు తిరిగి వస్తారా? కాని వీళ్ళందరికి ఇదంతా ఎవరు తెలియ చెబుతారు? అందరూ కూర్చుని ఏడవడం మొదలు పెట్టారు. ఈ ప్రజలు మూర్ఖులు, ఇది మాత్రం నిజం.

ఈ సంఘటన తరువాత, శకుని మామ ఎంత తెలివితేటలు కలవాడో నాకు అర్థం అయింది. ఇంతకు ముందు ఆయన సలహాదారుడిగానే అనుకున్నాను. ఇప్పుడు ఈ సంఘటన తరువాత రాజముద్ర వేసేసాను.

భోజనానికి వచ్చిన వారందరితో'పాండవులు కీర్తిశేషులయ్యారు' అంటు శకుని మావఉత్తరీయం కొసతో కళ్ళు తుడుచుకుంటూ అన్నాడు– ''మీ అందరిదీ, మాదీ ఎంతో దురదృష్టకరం. పాండవుల శవాలను దహనం చేసే అదృష్టం మనకు లేదు. శవాలు దొరకలేదు. బహుశఆ పుణ్యాత్ములకు మన ఈ క్షుద్రమైన చేతులతో అంత్య సంస్కారం చేయించుకోవడం ఇష్టంలేదు.''

మామ చెప్పిన ఈ మోసపు మాటలు అందరూ హృదయానికి హత్తుకున్నారు– ''వాళ్ళ ఆత్మల తృప్తి కోసమే ఈ భోజనం. మీరు ఒకవేళ ఈ భోజనం చేయకపోతే వాళ్ళ ఆత్మలకు శాంతి లభించదు.'' ఈ మాటలు అందరిని వివశులని చేసాయి. ప్రతీ వ్యక్తి భోజనం చేసాడు. మా మామ నడిచే తిరగాడేబస్తిక బాణం ఎక్కడ కొట్టినాసరే బాణం సూటిగా తగలాల్సిందే. ఎప్పుడు అది వైఫల్యం కాదు. ఒకవేళ బాణ దండం బయటకి వచ్చినా దాని ముందు భాగం లక్ష్యాన్ని అంటిపెట్టుకునే ఉంటుంది.

చివరికి మా కౌరవులందరం భోజనానికి కూర్చున్నాము. మామ ఉన్నాడు. అయినా నేను మొదటి ముద్ద నోట్లో పెట్టుకోబోతున్నానో లేదో ఒక దూత పరుగెత్తుకుంటూ వచ్చాడు. అసలు నమ్మలేని ఒక వార్త చెప్పాడు. ''మహారాజా! దక్షిణ పాంచాలుల రాజ్యంలో ఎవరో బ్రాహ్మణ పుత్రుడు హిండిబ– బకాసురుడు–– ఈ అజేయులైననరమాంస భక్షకుల రాక్షసులను ద్వంద యుద్ధంలో ముష్టి ప్రహారాలతో చంపేసారు.'' ఈ వార్త వినగానే భీముడు ఇంకా బతికే ఉన్నాడా! అన్న సందేహం తల ఎత్తింది. నోట్లోనే ముద్ద ఉండిపోయింది. ఆ సందేహాన్ని ఒక్క క్షణంలో దృఢంగా దూరం చేసాను. ఎందుకంటే సందేహం గడ్డి లాంటిది. దాని వేళ్ళూ నేలలో పాతుకు పోతే ఇక పెరుగుతూనే ఉంటుంది. అది పెద్ద అడవి అయిపోతుంది. భుజానికి కట్టుకున్న వెండి పెట్టె పైన ఒక క్షణం అరచేయితిప్పాక నాకు తృప్తిగా అనిపించింది. పురోచనుడు ఇచ్చిన కాలిన భీముడి తెగిన నల్లటి వేలు అందులో ఉంది. నా మనస్సు స్థిరంగా అయింది. ఆరోజు నేను గొంతు దాకా తిన్నాను. తరువాత కేశరం వేసిన సుగంధితమైన తాంబూలాన్ని సేవించాను.

8

ఎంత గట్టి వాడినైనా నేనూ మనిషినే కదా! అందుకే అప్పుడప్పుడు నా మనస్సు నన్ను నిలదీసి అడుగుతుంది. నేను చేసింది ఉచితమైనదా? అనుచితమైనదా? నాకు గాభరాగా అనిపిస్తుంది. మనిషి బుద్ధి, ధనంతో లోకాన్ని మోసం చేయవచ్చు కాని మనస్సుని ఏ మాత్రం చేయలేడు. ప్రతీ వ్యక్తి అసలు రూపం అతని మానసిక దర్పణంలో కనిపిస్తుంది. ప్రతీ వ్యక్తి ఏకాంతంలో ఈ అద్దంలో తన వివిధ రూపాలను చూసుకుంటాడు. ఒక్కొక్క సమయంలో ఈ రూపాలు ఎంతో ఆకర్షణీయంగా ఉంటాయి. గర్వపడడానికి యోగ్యంగా ఉంటాయి. కాని ఒక్కొక్కసారి ఈ రూపాలు కళ్ళ ముందు రాకపోతేనే బాగుంటుంది అని అనిపిస్తుంది. చెడు పనులు చేసే ముందు ఆత్మాభిమానం, సాహసం, కుతూహలం నుండి పుట్టే ఉత్సాహం ప్రతీ వ్యక్తిలో ఉంటుంది. కాని ఒకసారి ఈ ఉత్సాహంతో, ఆకృత్యం అయిపోయాక హృదయంలో బాణం తగిలిన పశువులా మనస్సు, ఏదో ఒక గట్టి ఆశ్రయం కోసం పరుగెత్తుతుంది. అదృష్టం ఉంటే కొందరికి ఆశ్రయం లభిస్తుంది. కొందరికి జీవితం అంతా పరితపించాల్సి వస్తుంది.

పాండవులను సజీవ దహనం చేసాక నాకు ఏం లభించింది? కురువంశపు యువరాజుకి, భీష్మలవారి బంధువులకు నిజానికి ఇది శోభనీయమైనదేనా? ఇట్లాంటివి ఇంకా మరికొన్ని ప్రశ్నలు నాలో తల ఎత్తుతునే ఉన్నాయి. ఈ నాటి వరకు ఈ రాజ్యాన్ని ఈ సంపత్తిని ఎవడైనా తన వెంట తీసుకు వెళ్ళాడా? ఈ దిగ్విజయుల కురువంశంలో ఎంతో మంది రాజులు పుట్టారు. వాళ్ళు యుద్ధాలు చేసారు. అశ్వమేధ అశ్వాన్ని ఆర్యావర్తం అంతా తిప్పారు. ఇష్టం వచ్చినట్లుగా ధనాన్ని వ్యయం చేసారు. భోగ భాగ్యాలను యథేచ్ఛగా అనుభవించారు. కాని మట్టిలో ఆడుకునే బాలుడు తన చేతికి వచ్చిన ఆటబొమ్మ, అంతకు ముందు ఎంతో ప్రాణప్రియం అయిన ఆ బొమ్మను ఒక్కసారిగా విసిరేసి మరోవైపు వెళ్ళిపోతాడు. అట్లాగే రాజులు పుట్టారు. గిట్టారు. ఎటు వెళ్ళిపోయారు?

అసలు ఎక్కడి నుండి వచ్చారు? అసలు వాళ్ళ అవశేషాలు ఏం మిగిలాయి? కేవలం జ్ఞాపకాలు మాత్రమే మిగిలాయి. మంచి, చెడుమామూలువి. గంభీరమైనవి, స్ఫూర్తిని ఇచ్చేవి, సిగ్గుపరిచేవి. రేపు నా తరువాత నావి ఇటువంటి స్మృతులే మిగిలిపోతాయి. అవి ఎట్లా ఉంటాయి? పాండవులను నేనే కాల్చి చంపేసానుఅని ఎవరికైనా తెలిస్తే! ఛీ... ఊహు..ఎవరికీ అర్థం కాదులే... తేలు తన కొండాన్ని వంకరగా చేసి తన వీపు మీదే కుట్టుకున్నట్లు ఆ ఆలోచన వలన నా మనస్సు నన్నే దోషిగా నిలబెట్టింది. మనస్సు స్థిరంగా ఉండటం లేదు. ఆ ఐదుగురు సోదరుల నవ్వుతున్న ముఖాలు నిరంతరంగా నా కళ్ళఎదురుగుండాకదలాడ సాగాయి. మనస్సు వ్యాకులత చెందుతుంది. మనస్సు! నిజంగా ఒక వేళ మనిషి దగ్గర మనస్సు లేకపోతే? ...ఎక్కువ సుఖంగా ఉండేవాడేమో! కాని ఇదెట్లా సంభవం ? మనస్సు లేకుండా మనిషి అంటే దండం లేకుండా గద లాంటిదే. మనస్సు లేకుండా జీవితం ఒకవేళ సగమే అయి ఉంటే... ఇన్ని గొడవలు ఉండేవే కావు. ఈ ఆలోచనతో, ఇంకా అనేకమైన పరస్పర విరుద్ధ భావాలు ఉన్న ఆలోచనలతో నేను గాభరా పడతాను. ఇటువంటి స్థితిలో నాకు ప్రతీసారి ఒకే ఒక వ్యక్తి ఆశాకిరణమై కనిపించేవాడు. అతడే

అశ్వత్థామ. కర్ణుడితో పాటు అతడు రాజభవనానికి వస్తూ ఉండేవాడు. వాడిని, కర్ణుడిని ఒక్కసారిగా చూసినప్పుడు ఒక విశాలమైన నది ఒడ్డున అందమైన మందిరం కనిపించినట్టుగాఅనిపించేది. కర్ణుడు తన బలమైన, తేజోమయమైన బంగారు శరీరం కారణంగా ఒక నదిలా కనిపించేవాడు. అశ్వత్థామ తన శాంతంగా, సౌమ్యంగా ఉండే ముఖం కారణంగా మందిరంలాగా అనిపిస్తాడు.

పాండవుల ఈ స్మృతుల కారణంగా ఒక మరచి పోయిన ప్రశ్న మాటిమాటికీతల ఎత్తేది. జీవితం అంటే ఏమిటి? 'గురుపుత్రా! జీవితం అంటే ఏమిటి?' అనినేనడిగాను.

''రాజా! జీవితం అంటే ఏమిటి అనే దాన్ని అనేక ప్రకారాలుగా చెప్పవచ్చు. కాని నీలాంటి వీరుడికి ఇష్టమైన భాషలో చెప్పాలంటే, జీవితం ఒరలో పెట్టబడే ఖడ్గం లాంటిది'' అని అతడు ఎంతో శాంతంగా చెప్పాడు.

''వరలో పెట్టబడిన ఖడ్గం లాంటిదా? అదెట్లా?'' నేను ఆశ్చర్యంగా అడిగాను. ''అవును రాజా! మనిషి శరీరం ఒరలాంటిది. మనిషి మనస్సు ఆ వరలో పెట్టబడిన కత్తికి ఉండే పదును లాంటిది.''

''అశ్వత్థామా! జీవితానికి సంబంధించిన, ఈ ఊహ ఎంతో గొప్పగా ఉంది.'' ''రాజా! ఈ ఊహలో ఇంకా ఒక లోపం ఉంది.''

''ఈ జీవనరూపం అయిన కత్తి ఆత్మ ఒక పిడిలాంటిది.''

''ఆత్మ... ఖడ్గం పిడా!''

''అవును... ఆత్మ ఆ జీవన రూపం అయిన ఖడ్గం పిడియే. ఆ పిడి సంబంధం ఆ ఖడ్గంతోనూ ఉంది. పిడితోనూ ఉంది. రెండింటితో ఉండనూ ఉండదు. మరి అసలు పిడి లేకపోతే ఖడ్గం ఎట్లా పని చేస్తుంది. అది లేకుండా ఒర ఏం బాగుంటుంది. ఆత్మ లేకుండా మనస్సు, శరీరమూ కూడా ఇంతే. ఆత్మ లేకుండా శరీరం యొక్క విలువ ఉండదు. మనస్సుకీ విలువ ఉండదు.''

''మరి అశ్వత్థామా! శరీరం నాశనం అయిపోయాక ఆత్మ ఏమవుతుంది? నీ భాషలోనే, వర నష్టం అయిపోయాక పిడి ఏమవుతుంది? '' నా మనస్సు నుండి పాండవుల స్మృతి ఇంకా పోలేదు.

''రాజా! మరచి పోతున్నావు. వర నాశనం అయినప్పుడు పిడికి ఏం నష్టం? వాస్తవంగా చూస్తే పిడి వరలోఉండదు కదా? ఉన్నా కూడా ముందు భాగం ఉంటుంది. మనస్సు రూపంలో ఆత్మ కూడా ఇట్లాగే పని చేస్తుంది. ఆత్మ శరీరంలో ఉంది అని చెప్పలేం, లేదూ అని చెప్పలేం. నిజం చెప్పాలంటే ఆత్మ సర్పం లాంటిది.''

''ఆత్మ సర్పంలాగానా? ఇవాళ ఎంత ఆశ్చర్య పరిచే మాట చెబుతున్నావు? గురుపుత్రా! ఆత్మ సర్పం లాంటిది ఎట్లా అవుతుంది?''

''సర్పం ఒక కుబుసం వదిలి కొత్త కుబుసంధరించినట్లుగా ఆత్మ కూడా ఒక శరీరాన్ని వదిలి మరో శరీరాన్ని ధరిస్తుంది.'' అశ్వత్థామ ఎంతో శాంతంగా అన్నాడు. వాడి నల్లటి పెద్దపెద్ద కళ్ళు ఆత్మ విశ్వాసంతో మెరుస్తున్నాయి. "ఆశ్చర్యంగా చూడకు. నేను చెప్పేది అంతా నిజం.'' అనికళ్ళతోటే చెప్పినట్లుగా అనిపించింది.

నా కుతూహలం ఇంకా ఎక్కువ అయింది. ప్రశ్నలకు జవాబులు చెప్పే సమయంలో ఎక్కడోక్కడ పట్టు బడతాడుఅని ఆలోచించి నేను అతడిని మళ్ళీ అడిగాను– 'అశ్వత్థామా! ఆత్మని సర్పంతో పోల్చే నీవు ఎంతో తెలివితేటలు కలవాడివి. నీవు ఆత్మ ఒక శరీరాన్ని వదిలి మరో శరీరం లో ప్రవేశిస్తుందని అంటున్నావు కదా! అంటే పునర్జన్మ ఉందంటావా?''

''అవును రాజా! నేను ఈ సమయం లో నిన్ను ఎదురుగా ఎట్లాచూస్తున్నానో మనిషికి పునర్జన్మ ఉంటుంది. ఇది అక్షరాలా సత్యం. ఎందుకంటే మనిషి శరీరంలో ఉండే చైతన్యం అమరమైనది.'' ''మరయితే ఈ భీముడు మళ్ళీ జన్మించాడా? కేవలం ఈ ఆలోచనతోటే నా మనస్సులో పెద్ద ద్వందం మొదలయింది. నన్ను నేను సంబాళించుకుంటూ అడిగాను – ''మరి ఈ పునర్జన్మలు ఎన్ని ఉంటాయి. ఈ జగత్తు అంతం ఎప్పుడు?''

''రాజా! సముద్రంలోని అలలను ఎప్పుడైనా చూసావా? ఆ అలలను ఎవరైనా లెక్కపెట్టగలరా? అవి ఎక్కడి నుండి వస్తాయి? ఎక్కడికి వెళ్తాయి? ఎవరైనా చెప్పగలరా? ఈ పునర్జన్మ అంతే. ''మరైతే చివరికి ఈ జగత్తుఏమైపోతుంది?''

''రాజా! 'చివరికి' అన్న మాటను తీసేసేయండి. ఎందుకంటే కాలానికి ఆది, అంతం అంటూలేనే లేవు. కాలం అనేది అఖండమైనది. ఎవరైతే కాలం అఖండం అనినమ్ముతారో, అఖండం కావడం వలన అమరమైనది కాలం అని వాళ్ళు స్వీకరిస్తారు. భూమి మీద పశువులు, పక్షులు, వృక్షాలు, లతలు, మొదలైన వాటి ఆత్మలు అమరమైనవి. మానవుల ఆత్మలూ అంతే.''

''ఆత్మకి ఒకవేళ శరీరంతో ఇటువంటి సహజమైన సంబంధం ఉండి ఉంటే మనుష్యులు పాపాలు ఎందుకు చేస్తారు?

''రాజా! చాలా మంచి ప్రశ్న వేసావు. అసలు ముందు పాపం అంటే ఏమిటో తెలుసుకోవాలి. పాపం అంటే ఆత్మ నికృష్ట ఆవిష్కరణ. ఎప్పుడైతే మనిషి తన శరీరం లోపల ఒక శాశ్వతమైన స్వరం, మానస స్వరంతో కలపడానికి సిద్ధపడడో, అప్పుడే ఈ విసంగతి వలన ఇటువంటి నికృష్ట ఆవిష్కరణ అవుతుంది. దీనినే లోకం పాపం అనిఅంటుంది.

''మరయితే కామం కూడా పాపమే కదా? కాని కోరికలో, ఆసక్తికి అంతిమ హద్దు పాపమే. అసలు ఈ ఆసక్తి వలనే క్రాంతి, యుద్ధం పెట్రేగిపోతాయి. వ్యాధులు ఎక్కువ అవుతాయి.''

''మరయితే ఈ సర్వనాశనం చేసే ఆసక్తి బంధనం నుండి విశ్వం ఎప్పుడు ముక్తి పొందుతుంది?''

''ఈ విషయంలో ఏమీ చెప్పలేం. మనం ఈ విషయం గురించి మధ్యలో ఉన్న ఒక తీర్థ స్థలంలో కూర్చుని మాట్లాడుకుంటున్నాము. ఇంకా ఇప్పటికి ఏ మార్గం వైపు వెళ్ళాలో నిర్ణయించాలి. అయినా మన వీలు ననుసరించి కాలాన్ని బంధించాలనుకుంటే కోట్ల సంవత్సరాలు పడతాయి. మనిషి ఆత్మ సరిహద్దులో ప్రవేశించినప్పుడే శుభదినం. నాలాంటిఅసంఖ్యాకులైన పిచ్చి వాళ్ళు కేవలం ఆరోజు కోసమే ఎదురు చూస్తూ ఉంటారు. జీవిస్తూ ఉంటారు.''

''కర్ణా! అంతే కదూ?'' సమీపంలో కూర్చున్న కర్ణుడిని అతడు ప్రశ్నించాడు. చాలా సేపటి నుండి జరుగుతున్న మా తర్జనభర్జనని, వివాదాన్ని శాంతియుతంగా వింటున్నాడు. బహుశ

వాడు ఏదో ఆలోచనలో మునిగి ఉన్నాడు. ముందు అసలు అశ్వత్థామ ఏమిఅడుగుతున్నాడో అతడికి అర్థం కాలేదు. అశ్వత్థామ తన అరచేతులతో అతడి బలాఢ్యమైనభుజాలను పట్టుకున్నాడో అప్పుడుకర్ణుడు తన ఆలోచనా నిద్ర నుండి మేల్కొన్నాడు. అశ్వత్థామ తనని ఏదో ప్రశ్నిస్తున్నాడని తెలుసుకుని ''అశ్వత్థామా నీవు ఎంతో పెద్ద తత్వవేత్తవి' అని అతడిని చూస్తూ కర్ణుడు అన్నాడు.

''కర్ణా! ప్రతీ మనిషి తనదైన రీతిలో తత్వవేత్తే అయి ఉంటాడు. నీవు కూడా!''

కర్ణుడు జవాబు ఇవ్వలేదు. అతడు చిరునవ్వు నవ్వాడు. నవ్వులో ఒక మోహన గీత ఉంది. అతడి గుండ్రటి బంగారు ముఖంలోని బుగ్గలలో పుట్టి చెవుల దగ్గర విలీనం అయి పోయింది. పిల్ల తెమ్మెరలలో, ఎర్రటి మందార పూల పసుపు కేశరాలుఎట్లాగైతే నెమ్మదిగా కదలాడుతాయో, అట్లాగే ఆ గీత అతడి కవచకుండలాలు వాటంతట అవే అందంగా ఊగుతున్నాయి.

పాలు సేవించాక కర్ణుడు, అశ్వత్థామ ఇద్దరు రాజభవనం నుండి వెళ్లిపోయారు. అశ్వత్థామ, కొన్ని ఆలోచనలు నా మానస ప్రాంగణంలో ఇద్దరు శత్రువుల్లా ఒకరిపై ఒకరు ఆక్రమణ చేస్తున్నాయి– ''ఎంత స్పష్టంగా నిన్ను చూస్తున్నానో, మనిషి పునర్జన్మ కూడా అంతే స్పష్టమైనది.'' ''ఎప్పుడైతే మనిషి తన శాశ్వతమైన స్వరాన్ని మోసం చేస్తాడో, అప్పుడే పాపం పుడుతుంది.''

''పునర్జన్మ ...పాపం ... భీముడు... ఆత్మ....సర్పం... ఆసక్తి....'' మొదలైన శబ్దాల మేఘ గర్జన మెదడులో మొదలైంది. శరత్ ఋతువు అయినా శరీరం కాలుతోందా అని అనిపిస్తోంది. ప్రాణాలు గిలగిలలాడుతున్నాయి. మనస్సు కాస్త కుదుటపడుతుందని నేను సౌధం పైకి వచ్చాను. కర్ణుడు, అశ్వత్థామ రాజభవనం మెట్లు దిగి మధ్యభాగంలోని సింహం బొమ్మ దగ్గరికి వచ్చారు. ఇదంతా నాకు సౌధం పైనుండి కనిపిస్తోంది. వాళ్ళిద్దరూఒకరితో ఒకరు మాట్లాడుకుంటున్నట్లున్నారు.

ఇంతలోనే ఎదురుగుండామహాద్వారం నుండి నా సోదరి, యువరాణి దుశ్శలభవ్యమైన రథం లోపలికి వచ్చింది. క్షణంలో వాళ్ళిద్దరి ఎదుట రథం ఆగింది. రథం నుండి దుశ్శలకిందకి దిగింది. వాళ్ళిద్దరూఆమెకు అభివందనం చేసారు. గురుపుత్రుడు అని తెలుసుకుని అశ్వత్థామతో ఏదో మాట్లాడుతోంది. అతడితో మాట్లాడుతూ మాటిమాటికికర్ణుడివైపుబహుశ ఆమె చూస్తోంది. కాని ఇద్దరూ ఏమీ మాట్లాడుకోలేదు. చివరికి అశ్వత్థామ నుండి సెలవు తీసుకుంది. వాళ్ళిద్దరు మహాద్వారం నుండి మాయం అయిపోయారు.

నేను ఆలోచించడం మొదలు పెట్టాను. యువరాణి దుశ్శలరాజరథంలో సాయంకాలం ఎటు వెళ్ళి ఉంటుంది? ఇంతలో నాకు గుర్తుకు వచ్చింది. పున్నమి కావడం వలన దైవదర్శనం కోసం నగరంలో ఉమాశంకరుడి గుడికి వెళ్ళి ఉంటుంది.

నేను ఎదురుగుండాచూసాను. దూరంగా గగనంలో పడమరన సూర్యుడు అస్తమిస్తున్నాడు. భానుడి పొడుగైన సౌమ్యకిరణాలు, రాజప్రాసాదపు అత్యున్నత పైభాగాన్ని స్పర్శిస్తున్నాయి. ఆ తేజ పిండం వైపు కన్నార్పకుండా చూస్తుంటే, దీని ధగధగ మంటున్న తేజస్సుతో నిండిన ద్రవంలాంటి పదార్థమేదో నిరంతరం నా చుట్టు పక్కల ఉంటూనే ఉంటుందని నాకనిపించసాగింది. కాని ఎంత ప్రయత్నం చేసినా దాని నిశ్చితమైన రూపం నాకు ఏమాత్రం గుర్తుకు రావడం లేదు. ఇక చివరికి నేను ఆలోచించడమే మానేసాను.

9

ఆ రాత్రి నేను అశ్వత్థామ తత్వజ్ఞానం గురించి గంభీరంగా ఆలోచించాను. కాని నాకు ఎటువంటి సంతోషకరమైన దారి దొరకలేదు. అతడి తత్వజ్ఞానం ఎంత లోతుగా ఉన్నా జీవితంలో దానిని ఆచరణలో పెట్టడం అసంభవం. ఆత్మను గురించి తర్జనభర్జన చేసి ఆత్మతత్వం తెలుసుకోడానికి ఎంతమాత్రం సమయం లేదు. బహుశ పక్క నుండి లేవగానే నాకు దీనిని గురించిన తీవ్రమైన అనుభూతి కలిగింది. అశ్వత్థామ తత్వజ్ఞానం గురించి ఆలోచించి అనవసరంగా నన్ను నేను బాధ పెట్టుకుంటున్నాను. ఏ రోజైతే మానవుడిలో ఆసక్తి అనే బంధం తెగిపోతుందో, అప్పుడే, ఆరోజే అదృష్టం అని తెలుసుకోవాలి. అసలు బంధం అంటే నాకేమిటో తెలియదు. కాలం అఖండమైనదనిఅతడంటాడు. నాకు తెలిసిన కాలం ఒకటే. వర్తమానకాలం. ఈ వర్తమాన కాలపు కొరడా చేతబట్టి, ఇంద్రుడి సమర్థవంతమైన సారథి ఏవిధంగా అయితే రథాన్ని వేగవంతంగా నడుపుతాడో, పరుగెత్తిస్తాడో ఆవిధంగా నేను కాలాన్ని పరుగెత్తిస్తాను. నేను దుర్యోధనుడిని. కౌరవుల యువరాజుని. కాల మహిమను వర్ణించే దుర్బలబ్రాహ్మణ కుమారుడిని కాను. నేను అశ్వత్థామను కాను. నేను వెంటనే ద్రౌపది స్వయంవరం కోసం పాంచాలుల రాజనగరం కాండిల్య నగరానికి వెళ్ళడానికి నిర్ణయించుకున్నాను. ఆ రోజే శుభమైన ప్రాతః సమయాన, ద్రుపద రాజుల ఆహ్వానం అందింది. వెళ్ళేటప్పుడు కర్ణుడిని వెంటతీసుకువెళ్ళడం ఎంతైనా మంచిది. అవసరం అయితే అతడు ప్రాణాలను సైతం ఫణంగా పెట్టి నన్ను రక్షిస్తాడు. నా సోదరులు దుశ్శాసనుడిని, దుర్మర్షుడినినాతోపాటు ఎటూ తీసుకువెళ్తాను. వీరులు జీవన పాత్రని, జీవన రసంతో పూర్తిగా నింపి, దానిని తాగడానికి ఎంతో పోరాటం సలుపుతారు. ఎవరైతే పిరికి వాళ్ళో వాళ్ళే తత్వజ్ఞానంఅంటూనీరసమైన చర్చలు చేస్తూ ఉంటారు. నేను స్వయంవరం పోటీలో పాంచాలిని గెలిచి, హస్తినాపురానికి తీసుకురావాలని కోరుకున్నాను. పితామహులు భీష్ములు కాశిరాజుని, మహామాతా మహారాణి అంబికని తన కోసం గెలవలేదు. ఆయన మా పూజ్య పితామహులకి, మహారాజు విచిత్ర వీరుడికి, సమర్పించారు. ఒకవేళ అట్లాంటి అవకాశమే కలిగితే అంగరాజు కర్ణుడు పాంచాలుల ఆ పరిమళభరిత యాజ్ఞసేనిని గెలుస్తాడు. తరువాత పాంచాలిని నాకే సమర్పిస్తాడు. ఎందుకంటే పితామహులు భీష్ములు వారి పుట్టుక కేవలం కురువంశం కోసమే అయినట్లు, అంతకంటే దృఢంగా కర్ణుడి జన్మ దుర్యోధనుడి కోసమేనని నాకు బాగా తెలుసు.

"కర్ణుడు నాకోసం ఏమేం చేస్తాడు?" అన్న ప్రశ్నను నన్ను నేను మాటిమాటికి వేసుకున్నప్పుడు జవాబుగా మారు ప్రశ్న లభించేది– "అతడు ఏమేం చేయడు?"

జీవితం అంటేనేఅనివార్యమైన, శాశ్వతమైన ఒప్పందం. నేను కర్ణుడికి అంగదేశం, ఒక స్వతంత్ర రాజ్యాన్ని ఇచ్చాను. అతడి యౌవనంలోని భావాలకు ఏం మాత్రం దెబ్బతగలకూడదని, వృషాలిని అతడు ప్రాణప్రదంగా ప్రేమిస్తున్నాడని, పూర్తిగా తెలుసుకునే ఆమెతో అతడికి పెళ్ళి జరిపించాను. ఇదంతా అతడికి తెలుసు. అందుకే కర్ణుడు నాకోసం ఏమైనా చేస్తాడు అని నాకు గట్టి నమ్మకం.

10

నేను యాజ్ఞసేని స్వయం వరానికి వెళ్ళడానికి నిర్ణయించుకున్నాను. కాని స్వయంవరం కోసం ద్రుపదుడు పెట్టిన నియమం గురించి వినగానే నా మనస్సు దోలాయమానం అయింది. యాజ్ఞసేన కౌరవులకి మహారాణి కావాలి అని నా తీవ్రమైన ఇచ్ఛ. కాని ఆ విచిత్ర నియమం గురించి తెలుసు కోగానే నా కోరిక నెరవేరడంలో ఏ విఘ్నం జరగదు కదా! ఈ సందేహం అనే బల్లి మనస్సులో పాకడం మొదలు పెట్టింది. ఈ సందేహం గురించి కర్ణుడికి చెప్పాను. ఎందుకంటే ద్రుపదుడిప్రతిజ్ఞను సరళంగా నెరవేర్చే వాళ్ళు ఆర్యావర్తంలో ఇద్దరే ఇద్దరు ఉన్నారు. ఒకరు కర్ణుడు, మరొకరు అర్జునుడు. అర్జునుడు ఇప్పుడు స్వర్గంలో ఏదో ఒక అప్సర స్వయంవరంలో పాల్గొనడానికి సంసిద్ధం అవుతూ ఉంటాడు, ఇక మిగిలింది కర్ణుడొక్కడే. అతడేయోగ్యుడైన ధనుర్ధరుడు. నేను నా సేవకుడు ప్రభంజనుడిని పంపించి కర్ణుడిని పిలిపించాను.

భవనంలో అడుగు పెడుతూనే ఆశ్చర్యంగా అడిగాడు– ''రాజా! ఈరోజు, అసమయంలో నన్ను గుర్తు చేసుకున్నారు?''

''సమయం, అసమయంఅంటూమనమే నిర్ణయించుకుంటాం. కాలం అందరికీ సౌఖ్యమైనదే. కాని ఎవరైతేఅసమయాన్నిసౌఖ్యమైనదిగామారుస్తారో వాళ్ళే నిజమైన యోధులు.'' నేను ద్రుపదుడు పంపించిన ఆహ్వాన పత్రికను అతడి చేతిలో పెట్టేసాను. అతడు తన నీలికళ్ళలోని తీక్షణ దృష్టిని భోజపత్రంపైన రాసిన ఆహ్వానంపై నిలిపాడు. అతడిధనస్సు ఆకారంలో ఉన్న కనుబొమ్మలు అతడికి తెలియకుండానేముడివడ్డాయి. ఒక్కక్షణం అయ్యాక తన బలమైన మెడను పైకెత్తుతూ, ఇది 'స్వయంవరం' ఆహ్వానం. ఏదో రాజకీయ పెద్ద సమస్య వచ్చి పడిందని అనుకున్నాను. అందుకే నన్ను పిలిచావని అనుకున్నాను.''

''కర్ణా! ఏ రాజకీయ సమస్య అయినా ఈ 'స్వయంవరం' అంత పెద్ద సమస్య కాదు. ఈ 'స్వయంవరం' నాదే కాదు,కురువంశీయుల జీవితాలనే తారుమారు చేస్తుంది.''

''అదెట్లా? ఒక్క స్త్రీ కోసం కురువంశస్థుల జీవితాలు మారిపోతాయా? సింహాసనం కదిలి పోతుందా?– నేను కలలో కూడా ఊహించలేను. ఏ స్త్రీ, ఎంత అందమైనదైనా! ఆమె రక్షకులు ఎంత బలవంతులైనా''

''కర్ణా! ఆమె ఒక సాధరణమైన స్త్రీ కాదు. ద్రుపద రాజుకి సాక్షాత్తూ యజ్ఞం నుండి ప్రాప్తించిన అగ్నికన్యయాజ్ఞసేన ఆమె. దాని దేహం నుండి సంపెంగ పూల పరిమళం వస్తుంది. నీకు పుట్టుక నుండే కవచకుండాలాలుఎట్లావచ్చాయో అదే విధంగా దానికీ పుట్టుక నుండేవచ్చిందీ ఆ సుగంధం.''

''అయితే ఏమయింది? ఆమె కౌరవుల జీవితాలని ఎట్లా మారుస్తుంది?''

''యాజ్ఞసేన మహారాణి అయి, నా పత్నిగా ఈ హస్తినాపురంలోకి వచ్చాక ఈ రాజ్యవైభవం శిఖరం దాకా చేరుతుంది. నేను నా జీవితంలోస్వర్గం లభించినంత ఆనంద పడుతాను. యాజ్ఞసేన నాది కావాలి, ఇదే నా జీవిత లక్ష్యం.''

''ఆమెకి కూడా ఇంతకన్నా మంచి జీవన సహచరుడు ఎక్కడ దొరుకుతాడు. కౌరవుల మహారాణి కావాలని ఎవరు కోరుకోరు?

స్వయంవరానికి వెళ్ళడంలో ఏ నష్టమూ లేదు. మనస్సులో ఏదైనా అనుకుంటే దాన్ని ఎప్పుడూ యోధుడు మధ్యలో వదిలి వేయకూడదు.''

''కర్ణా! నాకు ఇది అర్థం అవడం లేదని నీకు అనిపిస్తోందా? కాని యాజ్ఞసేన స్వయంవరం కోసం ఆమె తండ్రి పెట్టిన నియమం తెలిస్తే నీలాంటి ధనుర్ధరుడు కూడా కర్తవ్య విమూఢుడు అయిపోతాడు.''

''అది ఎటువంటి నియమం?''

''విను! పాంచాలుల రాజధాని కాంపిల్య నగరంలో వాళ్ళ రాజభవనం విశాలమైన ప్రాంగణంలో ద్రుపదులు ఒక భవ్య మండపాన్ని తయారు చేసారు. ఆ మండపం మధ్యలో రాతితో సరోవరం ఒకటి కట్టారు. ఆ సరోవరంలో గంగ, ఇక్షుమతి-ఈ రెండు పవిత్ర నదుల సంగమం నీళ్ళు నింపారు. ఒక వర్తులాకారంలో ఉన్న తిరిగే మత్స యంత్రాన్ని మండపం కప్పు నుండి దాని ప్రతిబింబం మధ్యలో కనిపించేలా వేలాడదీసారు. కింద సరోవరంలో ప్రతిబింబాన్ని చూస్తూ మత్సయంత్రపు చెక్క చేప నిరంతరం తిరిగే కంటి మీద, సూచీ బాణం ద్వారా గురి తప్పకుండా బాణం వేయాలి. అది కూడా అక్కడ పెట్టబడ్డ పెద్ద శివధనుస్సుతో....''

''ఇందులో అంత అసాధ్యమైనది ఏం ఉందని రాజా!''

''నీకు అసాధ్యం ఏదీ కాదు. లక్ష్యాన్ని చూడకుండా ధ్వనిని బట్టి బాణం వేయగల గొప్ప విలుకాడివి నీవు. నేనంటే కేవలం గదని తిప్పగలుగుతాను. కాని ఇదంతా ఎట్లా చేయగలను?''

''మరయితే స్వయంవరానికి వెళ్ళాలనే ఆలోచననే మానుకుంటావా?''

''నీవు ఒప్పుకోక పోతే ఈ ఆలోచనని వదిలి వేయాల్సిందే.''

''నేను ఒప్పుకోకపోవడానికి, దీనికి సంబంధం ఏమిటి?''

''కర్ణా! నీవు, అర్జునుడు తప్పితే ఈ ఆర్యావర్తంలో మరెవరు ఈ మత్సయంత్రాన్ని చేధించలేరు. అర్జునుడు ఇప్పుడు ఈ లోకంలో లేడు. ఇక నీవు ఒక్కడివే ఈ స్వయంవరాన్ని గెలుస్తావు.''

''నేనా! రాజా! నేను ఒక సూతపుత్రుడిని. నీవు మరచి పోయావా? క్షత్రియ కన్య ఎవరైనా నా మెడలో వరమాల వేయడానికి ముందుకు వస్తుందా? .... వృషాలి కన్నా మరెవరైనా స్త్రీ అందంగా ఉంటుందా? ఉంటుందంటే నేను నమ్మనే నమ్మను.''

''కర్ణా! నీవు స్వయంవరంలో యాజ్ఞసేనని గెలుచుకో, ఒకవేళ ఆమె నిన్ను స్వీకరించకపోతే నేను చూసుకుంటాను. నీకోసమే కాదు, నాకోసం ఈ స్వయంవరాన్ని గెలు.''

''నేను నీకోసం ఏదైనా సరే అన్నీ చేస్తాను. ఏ విధంగా అయితే పితామహులు భీష్ములవారు, కాశీరాజు కన్యలను గెలిచి మీ పితామహులు విచిత్రవీర్యులకు సమర్పించినట్లు, నేనూ యాజ్ఞసేనను నీకు సమర్పిస్తాను.''

కొంచెం సేపు ఆగి మళ్ళీ అన్నాడు – ''నేను యాజ్ఞసేన కమల పుష్పాన్ని నీ చరణాలపై సమర్పిస్తాను. కాని ఒక షరతు''

''ఏమిటి ఆ షరతు... చెప్పు. వినకుండానే స్వీకరిస్తాను.''

''ఈ పోటీలో నేను చివరిలో పాల్గొంటాను. ఇదేకాకుండా విజేత కాగానే, నీవు నా కోరికను నెరవేర్చాలి.''

"చెప్పు. ఏం కోరిక?"

"నేను ఏ ఊరులోజన్మించానో, పెరిగానో నా ఆత్మ పుట్టిన ఊరు చంపానగరి అదృష్టం కొద్దీ అంగ దేశంలోనే ఉంది. ఆనాటి ఈ జన్మ గ్రామానికి నీవు రాజధానిగా ఆమోద ముద్ర వేయాలి. ఆ గ్రామ పునరుద్ధరణ గురించి నీవు కాంపిల్య నగరంలోనే ప్రకటించాలి."

"కర్ణా! నీవు నిజంగానే ధన్యుడివి. ఓ కర్ణా! యజ్ఞసేనకి బదులుగా నీవు ఈ సంపూర్ణ కౌరవ రాజ్యాన్ని అడిగినా నేను నీకిచ్చేస్తాను. కాని నీవు అడిగిందేమిటి? పుట్టిన ఊరు. నిజంగా కర్ణా! నీవు నిస్వార్థ ప్రేమకు దివ్య ప్రతీకవి."

నేను కర్ణుడిని గట్టిగా కౌగలించుకున్నాను. వాడు భావుకుడై పోయాడు. నా చేతిని తన చేతిలో తీసుకుని నిమిరాడు.

ఉఫ్! కర్ణుడు ఎవడు? అసలు నాకు అర్థమే కావడమే లేదు.

"ఈ రోజే సంధ్యా సమయంలో మనం స్వయంవరానికి బయలుదేరుదాము. సత్యసేనుడుమనతోపాటు ఉంటాడు కాబట్టి మనలనికాంపిల్య నగరానికి చేరుస్తాడు." అని నేనన్నాను.

"సరే! నేను యాత్రకు ఏర్పాట్లు చేయమని చెబుతాను.

కర్ణుడు లేచాడు. వనరాజు సింహంలా ఠీవిగా నడుస్తూ రాజప్రాసాదం నుండి వెళ్ళిపోయాడు.

11

నేను కర్ణుడితోపాటు కాంపిల్య నగరానికి వెళ్ళాను. నాతోపాటు దుశ్శాసనుడు, నిషంగి, అగ్రయాయినుడు, దుర్విమోచనరుడు, వికర్ణుడు, అయోబాహుడు, వివిత్సుడు, వికటుడు, క్రాథుడు, దండధరుడు – ఇంకా నా పది మంది సోదరులు. స్వయంవరం శాంతియుతంగా జరిగే కార్యం కాదు. దీనికోసం అప్పుడప్పుడు ఎన్నెన్నో ప్రయత్నాలు చేయాల్సి వస్తుంది. అందుకోసమే నేను నా పదిమంది సోదరులను నాతోపాటు తీసుకువెళ్ళాను. కాని అందరికన్నా నాకు కర్ణుడి మీదే గట్టి నమ్మకం. నా కోరిక తీర్చడానికి ఆ మహావీరుడు తన ప్రాణాలను సైతం త్యాగం చేయడానికి సిద్ధం అయ్యాడు. అందుకే అతడిని బలవంతంగా పాంచాలుల నగరానికి తీసుకువచ్చాను. కురువుల వైపు నుండి అంగరాజు కర్ణుడే మత్స్యయంత్రాన్ని ఛేదించాలి. అతడు తప్పకుండా స్వయంవరంలో గెలుస్తాడని నాకు గట్టి నమ్మకం. మాతోపాటు అశ్వత్థామ, శకుని మామ కూడా ఉన్నారు. పదహారేళ్ళ ప్రాయం గల కర్ణుడి కొడుకు సుదామనుడు కూడా పట్టుబట్టి వచ్చాడు.

కాంపిల్య నగరం సరిహద్దు దగ్గర, గంగ, బహుదాల సంగమం దగ్గర పాంచాలుల అమాత్యుడు వీరబాహు మహారాజు ద్రుపదుడు, మా అందరికి ఎంతో ఆదరంగా, భవ్యంగా స్వాగతం పలికారు. ద్రుపద పుత్రుడు యువరాజు దృష్టద్యుమ్నుడు, దుశ్శాసునుడిని గట్టిగా కౌగిలించుకున్నాడు. నేను కర్ణుడిని పరిచయం చేస్తూ – "ఇతడు అంగరాజు కర్ణుడు." అనిఅన్నాను.

కర్ణుడు తన గులాబి రంగులో ఉన్న అందమైన చేతులను జోడించి వందనం చేసాడు. కర్ణుడు చెవులకున్న కుండలాల వైపు కన్నార్పకుండా ఒక క్షణం చూస్తూ, నవ్వుతూ సహజంగా అన్నాడు – ''అసలు ఇతడిని ఎరుగని వారు ఎవరు ఉంటారు? హస్తినాపురంలో శబ్ద బేధ ప్రయోగాన్ని మేం అందరం ప్రత్యక్షంగా చూసాము. అసలు ఆ సంఘటనను, ఆ రోజును ఈ జన్మలో నేను ఎప్పుడూ మరచిపోలేను.''

దృష్టద్యుమ్నుడు చెప్పింది నిజమే. మా అందరికీ అతడు నచ్చాడు. నాకైతే అతడి దృఢమైన శరీరం ఎంతో నచ్చింది. అతడు పూలతో నిండిపోయిన కొమ్మలు గల మధూక వృక్షంలా అనిపించాడు. ముఖం దవడల వైపు సంకుచితం అవుతోంది. కర్ణాలు ఎరుపుగా ఉన్నాయి. నేను అతడి ముఖంతో ఒక్క నిముషం యజ్ఞసేనతో పోల్చి చూసాను. అసలు నాకు యాజ్ఞసేన తప్పితే మరెవరు కనిపించడం లేదు.

మేం నగరంలో ప్రవేశించాం. తమ ప్రియతమ యజ్ఞసేన స్వయంవరానికి పురజనులు సమస్త నగరాన్ని ఎంతో అందంగా అలంకరించారు. అడుగడుగునా, పతాకాలు, దండలు కనిపిస్తున్నాయి. నగరంలో పేరున్న కూడలులను వివిధములైన రంగుల వనపుష్ప మాలలతో అలంకరించారు. కొన్నిచోట్ల కృత్రిమ నీటి బుగ్గలని ఏర్పాటు చేసారు. అన్ని ప్రాంగణాలలో, లలనలు కేశరమిశ్రిత జలంతో అలికారు. అందమైనముగ్గులువేసారు. ముంగిళ్ళల్లోముగ్గులు ఎంతో అందంగా ఉన్నాయి. నగారాలు మ్రోగిస్తున్నారు. బాకాలు ఊదుతున్నారు. మృదంగాలు వాయిస్తున్నారు. వీటి మంగళ స్వరాలతో వాతావరణంలోని అణువు, అణువు నాట్యం చేస్తున్నాయి. మేం నగరంలో ప్రవేశించేటప్పుడు నగర ప్రజలు మా దర్శనం కోసం దారికి ఇరువైపులా నిల్చున్నారు. వాళ్ళు కురువుల వైభవాన్ని పరాక్రమాన్ని వేయినోళ్ళ పొగుడుతున్నారు. ఉల్లాసంగా జయము, జయము అంటూ ప్రకటిస్తున్నారు. అసలు ఇంతమటుకు, ఏ నగరంలోనూ ఇటువంటి వైభవపూరితమైన, ఆశ్చర్యజనకమైనదృశాలను నేను చూడలేదు. ఎన్నో ఎన్నెనోఎత్తైన సౌధాలపైన సుందరీమణుల గుంపులు కనిపిస్తున్నాయి. అందులో కొందరు లలనలు మా రథాల వైపు వేలు ఎత్తి చూపిస్తున్నారు. మా రథంలో నేను, దుశ్శాసనుడు, కర్ణుడు, మేం ముగ్గురం ఉన్నాము. తక్కిన రథాలు మా వెనక వస్తున్నాయి. చాలా సేపయ్యాక నాకు అంతా అర్థం అయింది. కర్ణుడి అప్రతిమ సౌందర్యం గురించి పాంచాల రాజ్యంలో అందరూ అనుకుంటున్నారు. దూరం నుండి చూసినా ఫరవాలేదు. కర్ణుడు ఎట్లా ఉంటాడు. చూడాలన్నకుతూహలంతోసుందరీమణులు ఎగిరిఎగిరి తొంగి చూస్తున్నారు. పాపం కర్ణుడికి ఈ విషయం గురించి ఏమాత్రం తెలియదు. సహజంగా కర్ణుడు నా కుడివైపునిల్చున్నాడు. అతడి దేహం పైన ఉన్న, బంగారపు పూసలతో తయారు చేయబడ్డ ఉత్తరీయం సూర్యకిరణాలలో మెరుస్తోంది. ''కర్ణా! నీవు ఇప్పుడు స్వయంవరంలో పాల్గొనాలి. ఇప్పుడు రథం బయట నిల్చోకు. రథంలో కూర్చో. ధనుర్వేదం గురించి ఆలోచించు.'' అని నేను అతడితో అన్నాను.

నేను చెప్పిన దానిని ఉచితంగా భావించి కర్ణుడు రథంలో కూర్చున్నాడు. ఇట్లా చేయడం వలన ఎందరో స్త్రీలు నిరాశపడి ఉంటారు. నాకు వాళ్ళ మూర్ఖత్వం చూసి నవ్వు వచ్చింది. ఒక సూత పుత్రుడిని చూడడానికి ఇంతగా ఎందుకు ఉత్సాహం చూపిస్తున్నారు? అసలు నాకు ఏమీ

అర్థం కావడం లేదు. నిజానికి వాళ్ళందరూనా దర్శనం చేసుకోవాలి. లేకపోతే దుశ్శాసనుడిని. నేననుకుంటే నా రథసారథి సత్యసేనుడిని తీసివేసి ఆ స్థానంలో కర్ణుడిని కూర్చోపెట్టేవాడిని. ఏది ఏమైనా, వాడి వంశపారంపర్యంగా వచ్చే వృత్తి, సారథ్యం చేయడమే.

సూర్యోదయంతోపాటు, మేం అందరం పాంచాలులశోభాయమానమైన రాజప్రాసాద సమీపానికి చేరాము. స్వయంవరం భవ్య మండపం కనిపించింది. ఆ మండపం చుట్టురాఊహించలేనంత గుంపులు ఉన్నాయి.

''స్వాగతం! కురుశ్రేష్ఠులైన దుర్యోధనా! నగర ప్రజల ఉత్సాహంలో తీవ్రమైన ఉద్వేగం కనిపించడం ఇది రెండోసారి.'' నన్ను రథం నుండి దింపుతూ అమాత్యుడు వీరబాహువుఅన్నాడు.

''ఇంత ప్రచండమైన ఉత్సాహంతో మరెవరికి స్వాగతం పలికారు?'' నేను అమాత్యుడిని అడిగాను.

''మథుర నుండి యాదవ శ్రేష్ఠుడు, భగవాన్ శ్రీకృష్ణుడు ఇవాళే వచ్చారు. వారికి...''

''శ్రీకృష్ణుడా?అమాత్యా! శ్రీకృష్ణుడు కూడా స్వయంవరంలో పాల్గొంటారా?'' నేను కొంత భయంగా, సందేహంగా అడిగాను.

''నేను ఎట్లా చెప్పగలను? కాని పాల్గొనరుఅని కూడా చెప్పలేం.''

''స్వయంవరం కోసం ఇంకా ఎవరెవరు వచ్చారు?''

''మహారాజు భోజుడు, సౌబలుడు, సహదేవ, శల్య, శిశుపాల, విరాట, సుకౌతు, చిత్రాయుథ, జరాసంధ, చేకితాన, భగదత్తమొదలైన రాజులందరి ఆగమనం అయింది. వాళ్ళతోపాటుభూరిశ్రవ, సుషేణ, దృఢధన్వ, సోమదత్త, వృషక, బృహద్బల, బృహంత, మణిమాన, దండధ, మేఘసంధి, శంక, సుశర్మ, ఇంకా సేనాబిందు, సత్యధృత్తి, సూర్యధ్వజ, రోచమాన, సురక్షిణ, రుక్మరథ, శిబి, శ్రీకృష్ణ పుత్రుడు ప్రద్యుమ్నుడు, సత్యకి, సింధురాజ, జయద్రథ మొదలైన రాజులు-మహారాజులు వేంచేసారు. మేం కేవలం హస్తినాపురాధిపతి కోసమే ఎదురు చూస్తున్నాం.''

ఆయన నా చేయి పట్టుకుని మండపం ఒకవైపు నుండి రాజభవనానికి తీసుకువెళ్ళారు. స్వయంవరం పోటీ మధ్యాహ్నానికి ఒక నిమిషం తరువాత జరుగుతుంది. అప్పటిదాకా నేను, కర్ణుడు, అశ్వత్థామ, శకునిమామ మేం అందరం భోజనం చేసి విశ్రాంతి తీసుకోవాలనుకున్నాం. మేము దాదాపు వంద యోజనాల యాత్ర చేసాం. మా దేహాలపైన ఉన్న రాజవస్త్రాలు ధూళిధూసరితమయ్యాయి. గుర్రాలు అలిసిపోయాయి.

స్వయంవరం సందర్భంలో నేను నిశ్చింతంగా ఉన్నాను. ఎందుకంటే వచ్చిన రాజులలో ఎవరూ నిష్ణాత-ధనుర్ధరులు కారు. వాళ్ళు యోధులు. కాని ద్రుపదుడి కఠిన ప్రతిజ్ఞని ఎవరూ పూర్తి చేయలేరు. కేవలం ఒకే ఒక కర్ణుడు అందరి కళ్ళకుకనులపండుగ చేయగలుగుతాడు. స్వయంవరంలో గెలిచిన శ్యామల ద్రౌపదిని, మిత్రప్రేమతో నా చరణాలకి సమర్పణ చేస్తాడు. ఎందుకంటే నేను ఈనాటి వరకు జీవితం అంటే ఒక అనివార్యమైన ఒడంబడిక అనిచెబుతూనే ఉన్నాను.

ఒక వేళ ఊహించని ఘటన ఏదైనా జరిగితేనే, పాంచాలి మా చేతులకి చిక్కదు. నా మనస్సులో ఒక మూలన ఒకే ఒక వ్యక్తి వలన సందేహం ఉంది. అతడే శ్రీకృష్ణుడు.

12

చివరికి ఊహించని ఆ ఘటన జరిగిపోయింది. హృదయంలో అనేక ఘటనల, అనివార్య బాణాలను మోసుకునే హస్తినాపురానికి నేను వచ్చాను. జీవితమే ఒక అద్భుతమైన స్వయంవరం అని ఇప్పుడు మాటిమాటికి అనిపిస్తోంది. ప్రతీ వ్యక్తి ఈ స్వయంవరంలో ఎంతో ఉత్సాహంగా పాల్గొంటాడు. కాని ఒక్కొక్కసారి కాలం ఈ స్వయంవరంలో కఠోరాతికఠోరమైన నియమాలను పెడుతుంది, ఎవరూ వాటిని గెలవలేరు. కొంతమంది స్థితి ఎంత ఘోరంగా ఉంటుందంటే వాళ్ళకి చావుమాత్రం రాదు కాని జీవచ్ఛవాలలా బతుకుతారు. ఎందరో వీరాధివీరులు, ధైర్యవంతులు, తెలివితేటలు కలవారు అయినా ఈ పోటిలోగెలవలేరు. నేనుకాని, అశ్వత్థామ కాని, కర్ణుడు కాని, మరెవరైనా సరే గెలుపు పొందలేరు.

పాంచాలి స్వయంవరం గుర్తుకు వస్తే చాలు నా మనస్సు ఎన్నో రకాల భావాల సమ్మిశ్రణంతోగిలగిలా కొట్టుకుంటుంది. ఎవరైనా నా ఎదురుగుండా కాల మహిమ అదృష్ట, దురదృష్టాల గురించి మాట్లాడితే, నాకు ఏమాత్రం ఇష్టం ఉండేది కాదు. నేను జీవితంలో కర్తవ్య బలానికి మాత్రమే ప్రాముఖ్యత ఇస్తాను. కాని ఎప్పుడెప్పుడయితే కర్తవ్య బలం నిస్తేజం అయిపోయిందో, అప్పుడు నాకు కాల మహిమ అర్థంకాసాగింది.

మనిషి తన పురుషార్థనగారాలని ఎంత మ్రోగించినా, విద్యుక్త ధర్మ పతాకాన్ని చేత పట్టి , ఉన్మత్తులై ఎంత ఎగెరిగెరి పడ్డా, నాట్యం చేసినా చివరికి విశాలమైన, అనంత ఆకారం ముందు మరుగుజ్జుగానే, అసంపూర్ణంగానే నిలబడి పోతారు. అసంపూర్ణతయే జీవన స్థాయి భావం. ఈ అనుభవం పాంచాలి స్వయం వరం తరువాత మాటిమాటికీ అయింది.

స్వయంవరం ముగిసింది. కాని ఆ మధురమైన, సుకుమారమైన చేయి నా చేతిలోకి రాలేదు. ఆమెతో పాణిగ్రహణం కోసం నేను ఏ దృఢమైనచేయినిజాపానో, దాని మీద కఠోరమైనవిధి సత్యం అనే భగభగా మండే నిప్పుకణాలను పెట్టింది. స్వయం వరంలో జరిగిన సంఘటనలు గుర్తుకు వస్తే ఇప్పుడు కూడా నా మెదడులో అల్లకల్లోలం మొదలవుతుంది. జీవితం, రహస్యమైన ఓ సొరంగం అని అనిపిస్తుంది. అసలు నేను ఆ స్వయంవరానికి వెళ్ళక పోతే ఎంత బాగుండేది. ఎన్నో కఠోర నిజాల బరువు నా ఛాతీపైన పడి ఉండేది కాదు. ఎందుకంటే ఆ స్వయంవరం, పాండవుల అస్తిత్వానికి సంబంధించిన భయంకరమైనఆఘాతాన్ని కలిగించింది. అసలు ఆ దెబ్బకు తట్టుకోలేకపోయాను. పాండవులు జీవించే ఉన్నారు. ఈ అసహ్యమైన నిజం ఒక రాక్షసుడి భయంకర రూపం ధరించి నా రొమ్ముపైన 'థా..థా...థైయ్యా' అంటూ నృత్యం చేస్తోంది. దాని కాళ్ళ కింద నా కోరికలన్నీ నుసి, నుసిచేసేస్తోంది. ఆ స్వయంవరం మరచి పోవాలని నేను ఎంతో ప్రయత్నం చేసే వాడిని. కాని అప్రియమైన వ్యక్తి మాటిమాటికీ వచ్చి క్షేమ సమాచారాలని అడిగినట్లు, ఆసంఘటన నాకళ్ళ ఎదుట కదలాడుతూ, నన్ను ఎంతో బాధ పెట్టేది. పోటీలో పెట్టిన మత్స్యయంత్రంకళ్ళఎదురుగుండా కనిపిస్తూనే ఉండేది.

స్వయంవరం రోజున పాంచాలుల రాజనగరానికి వెళ్ళగానే పంచభక్ష్యాలతో భోజనం లభించింది. మేం కొంచెం విశ్రాంతి కోసం అక్కడున్న మంచాల మీద వాలాము. కొంచెం సేపట్లో

కర్ణుడు లేచాడు. దేహం పైన ఉత్తరీయం వేసుకుని రాజప్రాసాదం బయటకి వెళ్ళిపోయాడు. నేను కొంచెం నిద్ర మత్తులో ఉన్నాను అయినా "కర్ణా! స్వయంవరం ఘడియ రానే వస్తోంది. ఈ సమయంలో ఎక్కడికి వెళ్తున్నావు?" అని అడిగాను.

"సమయం అందరికి సౌకర్యంగానే ఉంటుంది. కాని ఎవడైతేఅసమయాన్ని కూడా సౌకర్యంగా మార్చుకుంటాడో వాడే యోధుడు." హస్తినాపురంలో నేను చెప్పిన తత్వాన్నే నాకు మళ్ళీ వినిపించాడు.

"సరే! వెళ్ళు. కాని తొందరగా వచ్చేయి. కారణం..."

"కారణమా! ఏమిటి?"

"కారణం, నీవు నగరంలో ఎక్కడెక్కడికి పోతే అక్కడ నిన్ను చూడడానికి ఆడవాళ్ళ గుంపు తయారవుతుంది."

"కాని నేను నగరానికి వెళ్ళడం లేదు." చిరునవ్వు నవ్వుతూ అన్నాడు.

"మరి ఎక్కడికి? గంగ ఒడ్డుకా?" కర్ణుడు ఎక్కడన్నా ఉండనీ, ఒకటి నదిఒడ్డు, రెండోది స్వచ్ఛమైన ఆకాశం, ఈ రెండింటి అవసరం ఎంతైనా ఉంది.

"ఊహు! ఇక్కడే రాజప్రాసాదంలోని తక్కిన భవనాలకి వెళ్తున్నాను." అతడు తల ఊపుతూ అన్నాడు.

"ఎవరి భవనానికి? దృష్టద్యుమ్నుడి భవనానికా లేక ఆర్య అమాత్య భవనానికా? బహుశ నీవు స్వయంవరం విషయంలో లోతుగా తెలుసుకోవడానికి వెళ్తున్నావా?"

"ఊహు! రాజా! నేను శ్రీకృష్ణుడిని కలవడానికి వెళ్తున్నాను. ఇంతకు ముందు కొంచెం సేపు క్రితం నేను ఆర్య అమాత్యులతో సందేశాన్ని పంపించాను."

"శ్రీకృష్ణుడిని కలవడానికి అక్కడికి వెళ్ళే అవసరం ఏముంది? అమాత్యుల ద్వారా మనం కృష్ణుడినే ఇక్కడికి పిలిచే వాళ్ళం కదా!"

నేను మంచం పైన నుండి వెంటనే లేచాను. నిద్రలో ఉన్న దుశ్శాసనుడిని గట్టిగా ఊపుతూ అన్నాను– "దుశ్శాసనా! లే, పాంచాలుల అమాత్యుడిని పిలుచుకురా."

కర్ణుడు వెంటనే నా చేయి పట్టుకుని ఆపాడు. "ఒద్దు..ఒద్దు.. వాడి నిద్ర పాడు చేయకు. నేను అర్ధ ఘడియలో తిరిగి వస్తాను. శ్రీకృష్ణుడిని ఇక్కడికి పిలవడం నాకు ఇష్టం లేదు. నేనే స్వయంగా అక్కడికి వెళ్తాను."

తన కోసం ఎవరికీ కష్టం కలిగించడం కర్ణుడికి ఎంత మాత్రం ఇష్టం ఉండదు.

"సరే వెళ్ళు కాని త్వరగా తిరిగిరా...." నేను అతడి కోరికను కాదనలేను. కాని అతడు శ్రీకృష్ణుడిని వెళ్ళి కలవడం, నాకేమాత్రం ఇష్టం లేదు. శ్రీకృష్ణుడిని గురించి నాకంత మంచి అభిప్రాయం లేదు. ఎందుకంటే అతడి రంగు కూడా, అర్జునిడిలా నీలంగా ఉంటుంది. అతడిని చూడగానే నాకు అర్జునుడు గుర్తుకు వస్తాడు.

మేము అర్ధ ఘడియ వరకు విశ్రాంతి తీసుకున్నాము. ఇంతలో కర్ణుడు, కృష్ణుడిని కలిసి వచ్చాడు. అతడి ముఖంలో ఆనందం వ్యక్తం అవుతోంది. రాజప్రాసాదం ఎదురుగుండా ఉన్న మండపంలో అందరు చేరారు. వాళ్ళలో ఉత్సాహం ఉట్టిపడుతోంది. అక్కడి కోలాహలం స్పష్టంగా

వినిపిస్తోంది. నేను, శకుని మామ, అశ్వత్థామ, దుశ్శాసనుడు, మేం అందరం రాజ వస్త్రాలను ధరించాము. కర్ణుడు వస్త్రాగారంలో వస్త్రాలని మార్చుకుంటున్నాడు. కొంచెంసేపయ్యాక బయటకి వచ్చాడు. అతడు నీలం రంగు అధరీయం ధరించాడు. దానిపైన పసుపు రంగు ఉత్తరీయం ఉంది. నిజం చెప్పాలంటే ఉత్తరీయం కన్నా వాడి శరీరపు రంగు ఇంకా బాగుంది. వస్త్రధారణ చేసుకుని బయటకి వచ్చినప్పుడు, గుహలో నుండి ఒక వనరాజు బయటకి వస్తున్నాడా అని అనిపించింది. అతడి ముఖం పైనుండి సూర్యకిరణాలు పరివర్తన చెంది, వాతావరణంలో కలిసి పోతున్నాయా అని అనిపించింది. నన్ను చూడగానే చిరునవ్వు నవ్వాడు. అతడి అందమైన కుడి బుగ్గ పైన ఒక మధురమైన గుంట పడుతోంది. ఇటువంటి గుంటని నేను ఒకసారి చూసాను. అతడి బంగారు రంగు గుండ్రటి ముఖం ఎప్పుడూ ప్రఫుల్లితమైన సూర్యుడి ముఖంలా అనిపిస్తుంది. అతడి పుత్రుడు సుదామనుడు, అతడి వెనకే బయటకి వచ్చాడు. ఎంత ఒద్దని చెప్పినా వాడు పట్టుబట్టి మాతో వచ్చాడు.

కొంచెంసేపయ్యాక ఒక దాసుడు మహల్‌లోకి వచ్చాడు. తలవంచి అన్నాడు– ''మహారాజా! ఆర్య అమాత్యుడు మిమ్మల్ని తలచుకున్నారు. మండపంలో రాజులందరు మీకోసం ఎదురు చూస్తున్నారు.''

నేను, కర్ణుడు, శకుని మామ, అశ్వత్థామ, కర్ణుడి పుత్రుడు సుదామనుడు, దుశ్శాసనుడు, ఇంకా పదిమంది సోదరులు అందరం, మహలు నుండి బయటికి వచ్చాము. వెళ్తూ, వెళ్తూ నేను కర్ణుడితో అన్నాను. నా సమస్త భారం ఇప్పుడు నీమీదే ఉంది. చూడు ఇది చాలా పెద్ద భారం.''

కర్ణుడు ఏమీ మాట్లాడకుండా నవ్వాడు. అతడి బంగారం తొడుగు ఉన్న పళ్ళు ఒక్క క్షణం మెరిసాయి. నడిచేటప్పుడు కలిగే కుదుపులకు చెవుల అందమైన కుండలాలు ఒక లయలో ఊగుతున్నాయి.

మేం స్వయంవరం మండపంలోకి చేరుకున్నాము. ఎవరో ప్రకటన చేసారు – ''హస్తినాపురాధిపతి కౌరవ శ్రేష్ఠ ధృతరాష్ట్ర పుత్రులు యువరాజువారు దు..ర్యో..ధ..ను..లు...''

ద్రుపద పుత్రులు యువరాజు దృష్టద్యుమ్నుడు నవ్వుతూ మమ్మల్ని ఆహ్వానించారు. అతడు ఎంతో ఆత్మీయంగా నా చేయిని తన చేతిలోకి తీసుకున్నాడు. మమ్మల్ని మా ఆసనాలవైపు తీసుకువెళ్ళడం మొదలుపెట్టాడు. ఆహ్వానితులైన రాజ, మహారాజులందరు ఎంతో గౌరవంగా లేచి నిల్చున్నారు. నాకు ఎంతో అభిమానంగా ఈ రాజరాజేంద్రులందరుకురువుల ప్రతిష్ఠకి ప్రాముఖ్యత ఇస్తున్నట్లుగా అనిపించింది. మేం అందరం ఆసనాలని గ్రహించాం. వెంటనే తక్కిన రాజులందరుకూర్చున్నారు. నా ఆసనం ఎదురుగుండా ఒక ఆసనం ఇంకా ఖాళీగా ఉంది. తక్కిన ఆసనాలమీద ఎవరో ఒకరు ఆసీనులై ఉన్నారు. నేను ఉత్సాహంగా దృష్టద్యుమ్నుడిని అడిగాను– ''ఎదురుగా ఉన్న ఆసనం ఎవరిది? ఇంకా ఇప్పటికీ అది ఖాళీగా ఎందుకు ఉంది?''

ఆ ఆసనం వైపు చూస్తూ అతడు అన్నాడు.''ఎప్పటి వరకైతే ఆ ఆసనం శుశోభితం కాదో, అప్పటి వరకు స్వయంవరం ప్రారంభం కాదు. ఎందుకంటే ఆ ఆసనం భగవంతుడు శ్రీకృష్ణుడిది.''

''మధురాపతి, యాదవకులోత్పన్న, వసుదేవ నందన భగవాన్ శ్రీకృష్ణులవారు.....'' మండపం లో మరో ప్రకటన చేసారు. ప్రవేశ ద్వారం నుండి నీలవర్ణ శ్రీకృష్ణుడు ప్రవేశిస్తున్నాడు.

అతడితో పాటు, అతడి అగ్రజుడు బలరాముడు, పుత్రుడు ప్రద్యుమ్నుడు, రుక్మరథుడు, ఉద్ధవుడు, సాత్యకి మొదలైన వారు అతడి వెంట ఉన్నారు. మండపంలో ఉన్న రాజమహారాజులే కాదు, పురోహితులు, పరదాలో ఉన్న రాజపుత్ర స్త్రీ లందరూ గౌరవంగా లేచి నిల్చున్నారు. నా దగ్గర కూర్చుని ఉన్న కర్ణుడు, అశ్వత్థాముడు, శకుని మామ, దుశ్శాసనుడు అందరు లేచి నిల్చున్నారు. వీళ్ళందరూ ఆ నల్లని కృష్ణుడికి, ఆ నల్లన్నయ్యకు ఇంతగా ఎందుకు గౌరవాన్ని ఇస్తున్నారో నాకు ఏ మాత్రం అర్థం కావడం లేదు. పాదరక్షలలో ఏదో గుచ్చుకుంది దాన్ని తీయాలి అన్న నెపంతో, నేను నువ్వుగింజ అంత కూడా జరగలేదు. కాని నేను కనుసనుల్లోంచి చూస్తూనే ఉన్నాను. శ్రీకృష్ణుడు చేతులెత్తి అందరిని కూర్చోమని సైగ చేసాడు. కాని ఎవరూ కూర్చోవడం లేదు. చివరికి నా ఎదురుగుండా ఉన్న ఆసనం మీద శ్రీకృష్ణుడు ఆసీనుడయ్యాడు. అప్పటికీ అందరూ నిల్చునే ఉన్నారు. అతడు మళ్ళీ లేచి నిల్చున్నాడు, నవ్వుతూ కుడి చేయి ఎత్తి గంభీరంగా అన్నాడు. ''ఆహ్వానితులైన రాజులందరూ కూర్చోండి. యువరాజు ధృష్టద్యుమ్నుడు, ఇప్పుడు తన సోదరి యువరాణి యాజ్ఞసేన స్వయంవరాన్ని ప్రారంభిస్తారు.'' అందరూ కీలుబొమ్మల్లాకూర్చుని ఉండిపోయారు. శ్రీకృష్ణుడు నా మీద దృష్టి నిలిపాడు. నేను నా దృష్టిని మరోవైపు తిప్పుకున్నాను. నేను అతడి ముఖం కూడా చూడదలుచుకోలేదు. అతడిని చూడగానే నాకు అర్జునుడు గుర్తుకు వస్తాడు. హృదయంలో తెలియని బాధ మొదలవుతుంది. భీముడి గద నా నలువైపుల తిరుగుతున్నట్లుగా అనిపిస్తుంది.

నేను మండపం అంతా ఒకసారి దృష్టిసారించాను. అక్కడ ఆర్యావర్తంలో పెద్ద చిన్న అందరు రాజులు కూర్చుని ఉన్నారు. ద్రౌపది సుగంధం అందరిని మోహితులను చేసింది. మగధాపతి జరాసంధుడు, మద్రాధిపతి శల్యుడు, సింధురాజుజయద్రధుడు, శిశుపాలుడు, ఒకరికన్నా మించి ఒకరు వీరాధివీరుల సమావేశం అది, కాని వాళ్ళల్లో కర్ణుడిలా ఎవరు తేజోమయంగా, ఆకర్షణీయంగా అనిపించలేదు. ఈ మాట చెప్పడానికి అతడి చెవుల దగ్గర నా నోరు పెట్టాను. కాని అతడు సావధానంగా లేడు. అతడు శ్రీకృష్ణుడిని కన్నార్పకుండా చూస్తున్నాడు. అతడిని సావధానపరచడానికి ఎప్పటిలాగానే నేను మోకాలితో తట్టాను. అతడు వెంటనే ఆశ్చర్యంతో నా వంక చూసాడు. నేను అతడి సౌందర్యం గురించి చెప్పాలనుకున్నాను. పెదవులు విప్పే లోపలే యువరాజు ధృష్టద్యుమ్నుడు తన సోదరి యాజ్ఞసేనను తీసుకుని మండపం లోకి వచ్చాడు. నలువైపులాకుతుహలంతో నిండిన నిశ్శబ్దం వ్యాపించింది. ప్రతీ వ్యక్తి, తలకిందకి దించుకుని ఉన్న, నెమ్మదిగా అడుగులు వేస్తున్న పాంచాలి వైపు ధ్యానమగ్నులైచూస్తున్నారు. పాంచాలి చేతుల్లో, కాళ్ళ, దాకా వేళ్ళాడుతున్నధవళకమలాల'వరమాల' (వధువు వరుడి మెడలో వేయు పూలదండ) ఉంది. తన ఠీవి అయిన నడకతో, అక్కడ ఏకత్రితమైన వీరులందరి హృదయ కమలాలను ప్రపుల్లితం చేస్తూ నడుస్తోంది. చివరికి ఆమె, ధృష్టద్యుమ్నుడు ఇద్దరు మండపంలోని మధ్యభాగంలో ఉన్న రాతి అరుగు దగ్గరికి వచ్చి నిల్చున్నారు. రకరకాల పుష్ప మాలలతో అలంకరింపబడ్డ, అనేక రకాలైన పువ్వుల పరిమళంతో విలసిల్లుతున్న ఆ విశాల మండపం, సిగ్గుల మొగ్గ పాంచాలి అక్కడికి రాగానే నిజంగానే స్వయంవరం మండపంలా కనిపించసాగింది. చామన ఛాయలో ఉన్న ద్రౌపది శరత్ ఋతువులోని, మౌనఆకర్షణీయమైన సంధ్యలా కనిపిస్తోంది.

"ఇదీ దీని నియమం. అందరి ముందు మండపం కప్పుపై ఒక మత్స్యయంత్రం వేల్లాడదీయబడి ఉంటుంది. నేర్పరి అయిన అభియంత దానిని ప్రారంభం చేస్తాడు. మత్స్యయంత్రం తిరుగుతూ ఉంటుంది. ఇందులో ఉన్న చెక్కచేప కుడికంటిని, శివధనుస్సు వింటి నారిని సంధించి, దానిపైన సూచీ బాణాన్ని గురిపెట్టి, కింద సరోవరంలో చేప ప్రతిబింబాన్ని చూసి ఏ వీరుడైతే ఛేదిస్తాడో, నేటినుండి ఆ వీరాధి వీరుడు పాంచాలులకు అత్యంత ప్రియమైన వాడు. దీనికోసం ధనుర్ధరులు ఎన్ని బాణాలు ఎక్కుపెట్టినా మాకు ఎటువంటి అభ్యంతరము లేదు."

అతడు ప్రస్తావనను ముగిస్తూ అమాత్యుడి వైపు దృష్టి సారించాడు. ఆర్య అమాత్యుడు మండపం కప్పుపైన ఎక్కిన పని వాళ్ళకు సైగ చేయగానే వాళ్ళు మత్స్యయంత్రాన్ని తిప్పడం మొదలుపెట్టారు. ఆ యంత్రంతో పాటు ఆర్యావర్తంలోనివీరాధివీరులనుదిటి రాత కూడా అక్షరాలా తిరగడం మొదలు పెట్టింది. ఐదుగురు మల్ల యోధులు పరుగెత్తుకుంటూ వెళ్ళి, పాంచాలులశస్త్రాగారం లో ఖ్యాతి చెందిన శివధనస్సును ఎంతో శ్రమతో ఎత్తుకుని తీసుకువచ్చారు. ఆ విల్లును సరోవరం దగ్గర ఉంచారు. హమ్మయ్య అంటూ శ్వాస తీసుకున్నారు. నుదుటి నుండి వస్తున్న చెమటను తుడుచుకున్నారు.

అంతటా నిశ్శబ్దంగా ఉంది. తిరుగుతున్న మత్స్యయంత్రపుగరగరా శబ్దం మాత్రం వినిపిస్తోంది. సరోవరంలోని నీళ్ళలో దాని ప్రతిబింబం తిరుగుతోంది.

ఎంతో బరువుగల ఆ శివధనస్సును చూసి దాన్ని ముట్టుకోవడానికి కూడా ఎవరూ సాహసించడం లేదు. అందరూ ఒకరివైపు ఒకరు చూసుకోసాగారు. చివరికి విశాలమైనవక్షస్థలం గల, పేరు తగ్గట్టుగాబలాఢ్యుడైన రాజు దృఢధన్వుడులేచాడు. మండపం అంతా అభిమానంతో నిండిన కళ్ళతోచూసాడు. ఉత్తరీయాన్నిసంభాళిస్తూశివధనస్సు పై చేయి పెట్టాడు. ప్రేక్షకులందరు ప్రత్యక్షంగా చూసారు. దృఢధన్వుడి కళ్ళు తిరిగాయి. కాని అతడు ఆ ప్రచండ శివధనస్సును ఏ మాత్రం కదిలించలేక పోయాడు. సిగ్గుతో తల వంచుకున్నాడు. ఒక్క నిముషంలో అక్కడి నుండి పరాజితుడై వెనక్కి తిరిగి వచ్చాడు. మండపంలో ఒక్క క్షణం కూడా ఆగకుండా అభిమాన వంతుడైన రాజు సరాసరి బయటకి వెళ్ళిపోయాడు.

అతడి తరువాత మేఘసంధుడు, మణిమానుడు, దండధరుడు, సుషేషణుడు, రోచమానుడు, బృహర్ బలుడు, సత్యధ్రుతుడు, భోజుడు లాంటి ఇంకా కొందరు రాజులు ఒకరి తరువాత ఒకరు క్రమంగా వచ్చారు కాని వారిలో ఎవరూ ఆ శివధనస్సును ఏ మాత్రం ఎత్తలేకపోయారు. చివర్లో చేదిరాజు శిశుపాలుడు లేచాడు. అతడు దంతాలతో పెదవులను నొక్కిపెడుతూ, ఏదో విధంగా ధనస్సును ఎత్తాడు. కాని వింటినారిని ఎత్తి లక్ష్యచేధాన్ని చేసేటప్పుడు తనను తాను సంబాళించుకోలేకపోయాడు. ఎంతో కష్టంగా అతడు ఒక బాణాన్ని వదిలాడు. కాని బాణం గురితప్పింది. చేప కంటికి తగలలేదు. అందరి ఆశలు అడియాశలయ్యాయి. తరువాత పాండవుల మామ, రాజమాత అని పిలవబడే మాద్రి సొంత సోదరుడు, మధ్యప్రదేశ రాజు శల్యుడు ముందుకు వచ్చాడు. కాని అతడు కూడా ఎట్లాగో అట్లా రెండు బాణాలు వదిలాడు. ఆ తరువాత సింధు నరేషుడుజయద్రథుడు విల్లు ఎక్కుపెట్టాడు. ఎంతో ప్రయత్నం చేసి అతడు మూడు బాణాలు విసిరాడు, కాని ఒక్కటి కూడా లక్ష్యాన్ని ఛేదించలేక పోయింది. నలువైపులా

ఉత్కంఠ, భయం, సహానుభూతి మొదలైన భావాలతో నిండిన నిశ్శబ్దం అంతటా వ్యాపించింది. స్వయంవరం మొదలై ఒక ఘటిక (24 నిమిషముల సమయం) దాటింది. కాని ఆ మత్స్యయంత్రం అందరిని పరిహసిస్తూ ఉన్మత్త భావంతో గరగరఅంటూతిరుగుతునే ఉంది. నేను ఒకసారి మామూలుగా శ్రీకృష్ణుడి వైపు చూసాను. ఆసనానికి కుడి వైపు అతడు తన మోచేతిని ఆనించాడు. కుడి అరచేతిపై కుడి చెంప పెట్టి, కొంచెం కుడి వైపు కూర్చున్నాడు. నేను కర్ణుడి వైపు చూసాను. అతడు శ్రీకృష్ణుడి కాలి బొటనవేలి వైపు చూస్తున్నాడు. నేను గమనించాను.

కర్ణుడు లేచి ముందుకు నడిస్తే బాగుంటుందని నాకు అనిపించింది. సైగచేసి చెప్పాలనిపించింది. కాని అతడి బాణం కూడా గురి తప్పితే? లక్ష్యాన్ని ఛేదించక లేకపోతే? ఈ సందేహం మనస్సులో తల ఎత్తసాగింది. చివరికి నిర్ణయం అయ్యే సమయంలో నేను సంకేతం ఇద్దామనుకున్నాను.

ఒకళ్ళ తరువాత ఒకళ్ళు రాజులు వస్తునే ఉన్నారు. తమతమ పౌరుషాలని గీటురాయి మీద మీటుతున్నారు. కాని అపకీర్తి పాలై వెనక్కి వస్తున్నారు. కొందరు నృపులు రెండురెండు సార్లు ప్రయత్నాలు చేస్తున్నారు. కాని మత్స్యయంత్రం గరగర మంటూ యథాతథంగా తిరుగుతూనే ఉంది. మండపంలో శివధనస్సు గురించిన పొగడ్తలు మొదలయ్యాయి. దాని మహత్యం గురించి చెవులు కొరుక్కోవడం మొదలు పెట్టారు. ఆర్యావర్తంలోనిరాజులందరు ఆ స్వయంవరం ఎదుట తలవంచారు. కొందరు రాజులు నా వైపు చూస్తున్నారు. కొందరు కృష్ణుడి వైపు. తక్కిన వాళ్ళందరూకర్ణుడి వైపు. ఇంతలో మగధుల విశాల సామ్రాజ్యానికి స్వామి అయిన, ద్వంద్వ యుద్ధంలో ప్రవీణుడైన, బలాఢ్యుడు జరాసంధుడు లేచాడు. అతడి దృఢమైన దేహం ఏనుగులా పెద్దదిగా ఉంది. అభిమానంతో, గుండె ధైర్యంతో శివధనస్సుదగ్గరికి వచ్చాడు. బలప్రయోగం చేసి ధనస్సును ఎత్తాడు. ఒకదాని తరువాత ఒక బాణాన్ని అట్లా నాలుగు బాణాలు వదిలాడు. బాణాలన్నీ మత్స్యయంత్ర చక్రం పక్క నుండి దూసుకువెళ్ళాయి. కప్పును ఛేదిస్తూ అదృశ్యం అయిపోయాయి. తను విసిరిన బాణాలలో చేప కంటిని ఏదైనా ఛేదించిందేమోనని, ఆశతో కప్పుపై నుండి వేళ్ళాడుతున్న మత్స్య యంత్రం వైపు ఒక్క క్షణం చూసాడు. కాని ఇంతలోనే సంతులనం తప్పింది. తనని తను సంబాళించుకునే ప్రయత్నంలో సరస్సుపైన నిర్మింపబడిన ఎత్తైన రాతి గట్టు నుండి ధడాల్న కింద పడిపోయాడు. బరువైన ఆ శివధనస్సు అతడి గుండెలపై ఒక్కసారిగా పడ్డది. అతడిని పరాభవం చేసే, క్రూరంగా పరిహాసం చేసే నవ్వుల లహరి, మండపం అంతా వ్యాపించింది. నేను శ్రీకృష్ణుడి వైపు చూసాను. కాని అతడు వ్యంగ్యంగా లోలోపల నవ్వుకుంటున్నాడు. కాని ఇంతలోనే దృశ్యం మారిపోయింది. ఆ బరువైన ధనస్సు కింద జరాసంధుడు బాధతో కొట్టుకుంటున్నాడు. చేతులు, కాళ్ళు కొట్టుకుంటూ విముక్తి కోసం దయనీయంగా ప్రయత్నం చేస్తున్నాడు. వాడినోట్లో నుండి రక్తం బయటకి వచ్చింది. శివధనస్సు రక్తంతో తడిసింది. పేరుప్రతిష్టలు గల ఒక క్షత్రియుడి దయనీయ స్థితిని నేను చూడలేకపోయాను. అసలు స్పర్ధలో పాల్గొన వద్దని నిశ్చయించుకున్నాను. కాని ఒక్క క్షణం నేను దాన్ని మరచిపోయాను. శ్రీకృష్ణుడి తటస్థ వైఖరిని చూసి బాధ పడి, అతడి వైపు కోపంగా చూస్తూ తక్షణం ఆసనం నుండి లేచి నిలబడ్డాను. కర్ణుడు ఇంకా పిచ్చివాడిలా ఆ నల్లకృష్ణుడి కాళ్ళ వైపే

చూస్తున్నాడు. అసలు కృష్ణుడిని కలిసి వచ్చినప్పటి నుండి అతడి వైఖరి ఇట్లాగే ఉంది. అసలు ఎందుకిట్లాప్రవర్తిస్తున్నాడో ఏమీ అర్థం కాలేదు. శ్రీకృష్ణుడు అతడి తేజాన్ని అణిచాడా? కర్ణుడి సహాయం కోసం ఎదురు చూడకుండానే నేను లేచి నిల్చున్నాను. నేను సరోవరం దాకా వచ్చాను. జరాసంధుడు ఆకాశం వైపు చూస్తున్నాడు. భీమకాయుడైన ఆ రాజు నన్ను ప్రాణభిక్ష పెట్టమని అడుగుతున్నట్లుగా అనిపించింది. మగధులవీరాధివీరుడు, మృత్యు రూపంలో గుండెలపై కూర్చున్నశివధనస్సును ఎవరైనా దూరం చేస్తే బాగుండును. ఒక ప్రసిద్ధి చెందిన ద్వందయోధుడు ఎంతో కష్టంగా మత్యువుతోద్వంద యుద్ధం చేస్తున్నాడు. నేను కృష్ణుడి దగ్గర కూర్చున్న నా గురువు బలరాముడి వైపు ఒకసారి శ్రద్ధగా చూసాను. అతడి విశాల నేత్రాలు నాకు ఆశీర్వాదాలు ఇస్తున్నాయి. అటువంటి వికట పరిస్థితిలో కూడా శ్రీకృష్ణుడు, బలరాముల వారిని గురించిన ఆశ్చర్యకరమైన ఆలోచన నా మనస్సులో తల ఎత్తింది. గురువు బలరాముల పట్ల నా మనస్సులో సరిహద్దులు లేని ఆదరణ ఉంది. కాని ఇంతేకాదు, ఇంతకన్నా ఎక్కువగా అసహ్యం శ్రీకృష్ణుడి పట్ల నా మనస్సులో ఉంది.

మరుక్షణం నేను ముందుకు నడిచాను. గాయపడ్డ జరాసంధుడు ఇప్పుడు కాళ్ళు, చేతులు కొట్టుకోవడం లేదు. అతడి దేహంలోని రోమరోమాలుకళ్ళై మాట్లాడుతున్నాయి. మృత్యు ద్వారం దగ్గరే జీవుడు ఎంత నిస్సహాయుడు అవుతాడు. ఆ సమయంలో ప్రతిష్ఠ, ఆత్మాభిమానం అన్నింటినీ మరచిపోతాడు. కేవలం బతికి ఉండాలని యాచిస్తాడు. జీవితాన్ని అడుగుతాడు. దేశదేశాల రాజులను నరయజ్ఞం కోసం, తన రాజధాని గిరివ్రజంలోని జైల్లో బందీ చేసే జరాసంధుడిని ఇప్పుడు శివధనస్సు బందీ చేసింది. కిందికి వంగి ఒక చేత్తో ఆ శివధనస్సునుఎత్తేసాను. మండపం అంతా కరతాళ ధ్వనులతో మారుమ్రోగిపోయింది. వేటగాడు విసిరి వేసే వలలో తోక చిక్కుకున్న వనరాజు బంధ విముక్తుడు కాగానే గర్జిస్తూ పై ఎత్తుకి ఎగిరి గెంతు వేస్తుందో అట్లా గుండెలపై నుండి శివధనస్సుని తీసి వేయగానే జరాసంధుడు ఒక్కసారిగా లేచాడు, చేతులు ఎత్తి పెద్దగా అరిచాడు. అతడు నన్ను గట్టిగా కౌగలించుకున్నాడు. ద్రౌపది కోసం, స్వయంవరంలో పాల్గొనడానికి నేను ధనస్సును పైకి లేపనెత్తానని అందరూ అనుకున్నారు. ఎవరో నా పేరున జయము, జయము అని ప్రకటించారు. ఇక అక్కడి నుండి నేను వెనుకకి రావడం అసంభవం. ఆ ధనస్సుని నేను సహజంగా ఎత్తాను. ఎంతో మంది ఆశ్చర్యపోయారు. నా గురువు బలరాములవారికి తప్పితే గదాశాలలో నేను భీముడితో నిరంతరం ఆరు, ఆరు గంటలు గదతో ఆడుతాననిమరెవరికీతెలియదు. నేను భుజాలతో చేసిన ఆ అభ్యాసం ఇప్పుడు ఎంతో పనికి వచ్చింది. నా భుజాలు ఏనుగు కాళ్ళలా గట్టి పడ్డాయి.

చేతిలో ధనస్సును పట్టుకుని మండపం అంతా ఒకసారి దృష్టి సారించాను. తరువాత సరోవరం గట్టు దగ్గరికి వెళ్ళాను. గట్టు మీదకి వెళ్ళగానే ద్రౌపదిపైన దృష్టి పడ్డది. ఆమె శ్వాస ఆపేసి నావంక చూస్తోంది. నా మనస్సులో కురుకులంలోని అభిమానం అనే చంచల అంకురం తల ఎత్తుతోంది. ఈ సుగంధిత పాత్రని అందరి ముందు చంకలో పెట్టుకుని ఇవాళ హస్తినాపురం వెళ్ళాలని నిశ్చయించుకుని, నేను నీళ్ళల్లోతదేదంగా దృష్టిని నిలిపాను. మత్స్యయంత్రం ప్రతిబింబం నీళ్ళల్లో స్పష్టంగా కనిపిస్తోంది. నాకన్నా ముందు స్పర్ధలో పాల్గొనే వాళ్ళు విసిరిన

బాణాల వలన కప్పుకి చిల్లులు పడ్డాయి. ఆ చిల్లుల నుండి కొన్ని పనికిరాని కిరణాలు నీళ్ళల్లో ఈదుతున్నాయి. వాటి వలన ఆ ప్రతిబింబం మెరుస్తోంది. కాని... అందులో తిరుగుతున్న చేపకన్ను కనిపించడం లేదు. అయినా నేను వింటినారిని సంధించి గురిపెట్టాను. నిరంతరంగా ఒకదాని తరువాత ఒకటి ఐదు బాణాలను వదిలాను. కాని నేను వదిలిన ప్రతి బాణం వలన కప్పులో ఒక్కొక్క రంధ్రం పెరుగుతోంది తప్ప మరేమీ జరగడం లేదు. సూర్యకిరణాలు మరో ఐదు ప్రతిబించాయి. తొట్టిలోని నీళ్ళల్లో కనిపించసాగాయి. ఆ ఐదు కిరణబింబాలను చూడగానే నాకు పాండవులు గుర్తుకు వచ్చారు. ప్రతీసారి ఐదు అంకెలు నా మనస్సును ఛేదిస్తున్నాయి. నేను వేసిన ఒక్క బాణం కూడా చేపకు తగలలేదు. పాంచాలుల ఆ క్షుద్ర మత్స్యయంత్రంకురువుల సింహాసనాన్ని పరిహసిస్తూ పూర్వం లాగానే అభిమానంతో గిరగిర తిరుగుతోంది. ఆ బరువైనశివధనస్సును మోసి, మోసి భుజాలలో నొప్పి ప్రారంభం అయింది. దుఃఖంతో నేను గట్టు నుండి కిందికి దిగాను. అసలు ఆ ద్రుపదరాజు ఇటువంటి స్పర్ధ బదులు గదతో సంబంధించిన ఏ పోటీ పెట్టినా ఎంతో బాగుండేది. ఈ పోటి పెడితే ఈయనది ఏమైనా పోతుందా? అసలు నిజంగా ఆయనకి తన పుత్రికకి స్వయంవరం పెట్టాలనుకున్నాడా లేకపోతే వీరాధివీరులను క్రూరంగా అపహాస్యం చేయాలనుకున్నాడా? ఈ శివధనస్సు ఎత్తి స్వయంవరం గెలవాలంటే ఇక ఇప్పుడు కైలాసం నుండి స్వయంగా శివుడే పరుగెత్తుకురావాల్సివస్తుంది.

నా పరాజయాన్ని చూసి ద్రౌపది లోలోపల నవ్వుకుంటోంది.

నేను సిగ్గుపడి సరోవరం మెట్ల నుండి దిగాను. చేతిలోనిశివధనస్సు నిమిష, నిమిషానికి భరించలేనంత బరువెక్కసాగింది. మండపంలోని ప్రతీవ్యక్తిపై దీని ప్రభావం ఎట్లా పడి ఉంటుంది, వారి ప్రతిక్రియ ఏమై ఉంటుంది? తెలుసుకోడానికి నేను వాళ్ళపై దృష్టి సారించాను. మౌనంగా కూర్చున్నయాదవ రాజు శ్రీకృష్ణుడు నా వంక చూసి పరిహాసం చేస్తూ నవ్వుతున్నాడు. తక్కిన వాళ్ళందరు తలవంచుకున్నారు. కర్ణుడు ఇంకా పిచ్చి వాడిలా శ్రీకృష్ణుడి కాళ్ళ వంకే చూస్తున్నాడు. నవ్వుతున్న ఆ శ్రీకృష్ణుడిని నేను కోపంగా చూసాను. కళ్ళతోనే అతడిని అడిగాను "కేవలం నవ్వడం ఎందుకు? ధైర్యం ఉంటే లే... ధనస్సు ఎక్కుపెట్టు. స్పర్ధలో పాల్గొను. గెలువు, చూస్తాను" నేను ఆ ధనస్సును అతడి వైపు విసిరివేసాను. కాని భుజాలలోని బలం ఇప్పుడు తగ్గిపోవడం వలన అది బాగా ముందుకి వెళ్ళలేదు. కాళ్ళ కింద ఉన్న నునుపు రాయిపైన ఎట్లాపడ్డదంటే ఆ బండపైనే గుండ్రంగా తిరుగుతూ సరాసరి నా పాదాల దగ్గర వచ్చి పడ్డది. నొప్పి అనే ఒక తీవ్రమైన అల కాళ్ళ నుండి మెదడు దాకా ఒక్కసారిగా ఎగబాకింది. స్పర్ధలో ఓటమి పొందినందుకు, మనస్సు, ధనస్సు భారం వలన శరీరం, రెండూ చీత్కారాలు చేయసాగాయి. సహాయం చేస్తాడన్న ఆశతో ఎదురుగుండా కూర్చుని ఉన్న జరాసంధుడి వైపు చూసాను. అతడు చేయలేను అన్నట్లుగా తలదించుకున్నాడు. అటువంటి వికటమైన పరిస్థితిలో కూడా అతడిపై దయ కలిగింది. ధనస్సు కింద నలుగుతున్న నా కాళ్ళకుకలుగుతున్న నొప్పి కన్నా జరాసంధుడి ఉదాసీనంగా ఉన్న ముఖాన్ని చూస్తే బాధ కలిగింది. కాళ్ళు ధనస్సు కిందపడి విరిగిపోయినా సరే, నేను ఎవరి సహాయం అడగకూడదని నిర్ణయించుకున్నాను. కళ్ళను గట్టిగా మూసుకున్నాను. కొంచెం సేపు క్రితం జరాసంధుడికి విముక్తి కలిగించిన దుర్యోధనుడు స్వయంగా శివధనస్సు కింద

నలుగుతున్నాడు. ఇది చూసి అందరూ వ్యాకులత చెందారు. కాని ముందుకు ఎవరూ అడుగువేయలేదు. ఎర్రచీమలు కుట్టి గాయపడ్డ పాములా నా మనస్సు కూడా బాధతో గిలగిలకొట్టుకోసాగింది.

మండపంలోని వ్యక్తులువాళ్ళల్లో వాళ్ళు మాట్లాడుకోవడం వలన ఇంతకుముందే అంతా చప్పుడు, అలజడి మొదలయ్యాయి. ఇప్పుడు ఒక్కసారిగా అరుపుల తీవ్రత పెరిగింది. ఒక్కొక్క శబ్దం... ఖండిత శబ్దాలు... ఒకటి తరువాత ఒక్కొక్కటి నా చెవులతో ఢీ కొంటున్నాయి. కర్ణుడు... కవచకుండలాలు... లక్ష్య బేధం... సర్వశ్రేష్టధనుర్ధరుడు... సాక్షాత్తుగాధనర్ధురుడు... తల ఎత్తి నేను కర్ణుడి ఆసనం వైపు చూసాను. అతడు ఆసనంపై నుండి లేచి నిల్చున్నాడు. కవచకుండలాలు ఇంకా ఎర్రబడ్డాయి. కర్ణుడు ఇంకా శ్రీకృష్ణుడి పాదాల బొటనవేలి వైపే చూస్తున్నాడు. "కర్ణా! ఎప్పుడూ గరుడలా ఆకాశంలో ఎగిరే నీకు ఇవాళ ఏమయింది? నీ కళ్ళు ఇప్పుడు ఇంకా ఆ నల్లటి కృష్ణుడి కాళ్ళనేచూస్తున్నాయి." అని పెద్దగా అరవాలని అనిపించింది. కాని ఇంతలో శ్రీకృష్ణుడు కుడి పాదం బొటనవేలిని కొంతపైకి ఎత్తాడు. మధురంగా నవ్వుతున్న కర్ణుడు వెంటనే ఆసనం వైపు తిరిగాడు. పెద్దపెద్దఅంగలు వేస్తూ నా వైపు రాసాగాడు. అతడు బలాఢ్యంగా, ఎత్తుగా ఉన్నాడు. అతడిని చూస్తుంటే, విశాలమైన, ఎత్తైనఖదిర వృక్షం నడుస్తోందా అని, అనిపిస్తోంది. అతడు అడుగు వేస్తున్నప్పుడల్లా కుండలాలు ఒక లయలో ఊగుతున్నాయి.

ఆత్మవిశ్వాసంతో కూడిన, అందమైన అతడి నడక పట్ల ప్రేక్షకులందరూ ముగ్ధులయ్యారు. అతడు ఇంకా ధనస్సు పై చేయివేయకుండానే అందరు పెద్దగా కరతాళ ధ్వనులు చేసారు. అతడికి స్వాగతం పలికారు. అసలు నా కాలు ధనస్సు కింద నలిగిపోతోందన్న ధ్యాస కూడా లేదు. హస్తినాపురంలోని గోదాలో నాకు లభించిన శ్రేష్ఠమైన వజ్రం దశదిశలాతేజోమయమైనదీప్తమైన కిరణాలను వెదజల్లుతూ వస్తున్నాడా అని అనిపించింది.

ఉఫ్! నేనెంత స్వార్థపరుడిని? ఈ విధంగా కర్ణుడిని ఉపయోగించుకుని నేను పాంచాలిని అర్ధాంగినిగా చేసుకోవాలనుకున్నాను. నిజానికి ఇదంతా అరసికతే కదా! ఈ సంబంధం లో రసజ్ఞత ఏ మాత్రం లేదు. పాంచాలి లాంటి సుగంధమయి, కర్ణుడు లాంటి సువర్ణపుష్పానికే వన్నె తెస్తుంది. కర్ణుడు, పాంచాలీల జత చూస్తుంటే ఉమాశంకరులు సిగ్గు పడతారు అని అనిపించక మానదు. నేను నా అభిప్రాయాన్ని మార్చుకున్నాను. ఇప్పుడు క్షణం తరువాత కర్ణుడు మత్స్యయంత్రాన్ని ఛేదిస్తాడు. గెలవగానే, ద్రౌపదిని అంగదేశపు మహారాణిగా ప్రకటించాలి. చంపానగరిని అంగదేశపు రాజధానిగా కూడా ప్రకటించాలి. ఇది ప్రకటించాక మౌనంగా ఉండటం భావ్యం కాదు. కర్ణుడు కురుల సేనాపతిగా కూడా ప్రకటించాలి. దీని ద్వారా అతడికి యథోచితమైన గౌరవాన్ని ఇవ్వవచ్చు. హస్తినాపురంకి తిరిగి వెళ్ళగానే మహారాజుకి విషయం అంతా విడమరిచి చెప్పి ఒప్పించి, తదనుసారంగా సేనాపతి పదవి చేసే విధిని కూడా నిర్వర్తించాలి. హస్తినాపురంలో రాజమర్యాదలతో ఏనుగుపై ఊరేగించాలి. నేను అక్కడే మనస్సులో నిర్ణయించుకున్నాను.

క్షణంలో కర్ణుడు నాదగ్గరికి వచ్చాడు. ఉత్తరీయం అంచుని అధోవస్త్రంలో దోపాడు. కేవలం ఒకసారి నా వైపు చూసాడు.

''రాజా! గాభరా పడ్డావా? నిన్ను విముక్తం చేయడానికి, సమర్థవంతుడైన కర్ణుడు ఉన్నా, నీవు జరాసంధుడి వైపు ఆశగా ఎందుకు చూసావు?' అని అతడి విశాలమైననీలి కళ్ళు చెప్పకనే చెబుతున్నాయి.

ఎంతో సహజంగా కర్ణుడు ఒక చేత్తో భారీగా ఉన్న శివధనస్సును ఎత్తాడు, తక్కిన వాళ్ళు ఏమౌతోందో తెలుసుకునే లోపలే, ధనస్సును ఒక్కక్షణంలో ఆకాశంలోకి విసిరి వేసాడు.అది కిందపడుతున్నప్పుడు ఒక చేత్తో దానిని పట్టుకున్నాడు. చిన్న పిల్లవాడు, ఏదైనా ఆటవస్తువు పైకి విసిరి వేసి మళ్ళీ పట్టుకుంటాడో అదేవిధంగా కర్ణుడు చేసాడు. నా కాలు, నా మనస్సు రెండు విముక్తులయ్యాయి. కరతాళ ధ్వనులతో మండపం అంతా మారుమ్రోగిపోయింది. కర్ణుడి అర్ఘ్యదానం స్వీకరించే గంగ నీటి కెరటాలు ఎదురుగుండా నృత్యం చేస్తున్నాయా అని అనిపించింది.

విద్యుత్తు అంత వేగంగా అతడు సరోవరం ఒడ్డుకి వెళ్ళాడు. అక్కడ ఉన్న అంబులపొదిలోంచి సర్ మని ఒక బాణాన్ని లాగాడు. ఏ సూచీ బాణంతోనయితే అతడు సూక్ష్మలక్ష్యాన్ని కూడా గురి తప్పకుండా కొడతాడో అదే సూచీబాణం అది. వింటినారిని సంధించి సూచీబాణాన్ని ఎక్కుపెట్టి నీళ్ళలోని ప్రతిబింబం వంక చూసాడు. గిరగిరా తిరుగుతున్న మత్స్యయంత్రంలోని చేప కన్ను నీళ్ళలో ఎక్కడ ప్రతిబింబిస్తుందో, వెతకడానికి కళ్ళు అటుఇటు తిరుగుతున్నాయి. అతడి భవ్యమైనవీరాసనంప్రేక్షకులందరిని మంత్రముగ్ధం చేస్తోంది. నీళ్ళలో చూస్తున్న అతడి బలమైన మెడ మీద మోహకమైన గీతలు పడుతున్నాయి. లేడి పైన గెంతేముందు, సింహం ఎట్లా అయితే పన్నాగం పన్నుతుందో అదేవిధం అయిన గురితప్పని పన్నాగం కర్ణుడు పన్నాడు. అందరి దృష్టి అతడి సూచీబాణం అగ్రభాగం పైనే ఉంది. ద్రుపదుడి కన్య పాంచాలి జీవితం, బాణం కొసపైన యాత్ర చేస్తూ కర్ణుడి కాళ్ళపై పడబోతుంది. అందరూ కుతూహలంగా, ఉత్సాహంగా కర్ణుడి పట్ల నిశ్చలమైన ఆదరంతో శ్వాసను పట్టి ఆపుకుంటున్నారు. అదేదివ్యక్షణం. పాంచాలుల, కౌరవుల భవిష్యత్తు, ఆ మత్స్యయంత్రం చేప ఆ క్షణమే నిర్ణయిస్తుంది. పాంచాలిని పొంది, కర్ణుడి జీవితం ప్రకాశవంతం అవుతుంది. ఊహు... పాంచాలి జీవితమే, కర్ణుడి మధురమైన సహవాసంలో ప్రఫుల్లితమవుతుంది. ఆ ఒక్కక్షణమే, అందరి భవిష్యతును నిర్ణయిస్తుంది. నా, కౌరవుల ఆర్యావర్త, సూర్యుడి పుత్రుడు కర్ణ మొదలైన వారందరి భవిష్యత్తు నిర్ణయించే క్షణమే అది.

మత్స్యయంత్రంలోగిరగిరా తిరిగే చేప, దాని కళ్ళ ప్రతిబింబం, సూచీబాణం మొన వీటిని ఒక వరసలో పెట్టుకుని, లక్ష్యచేధం కోసం వింటినారిని చెవుల కుండలాల దాకా లాగాడు. అందరిలో కుతూహలాన్ని కూడా అది పెంచింది. బాణం దూసుకుపోయేదే, ఇంతలోనే మండపంలో ఉత్సాహాన్ని నీరు కార్చే ఒక బలమైన స్వరం రాతి అరుగు మీద నుండి పెద్దగా అందరి చెవులలో లిప్త బాణంలా దూసుకు వెళ్ళింది.

''ఆగండి...''

ఎవరు అంటున్నారు? అసలు ఎవరికి ఏమీ అర్థం కాలేదు. అందరు రాతి అరుగు వైపు చూసారు. శుభ్ర కమల పుష్పాల దండ కొంచెం ఊగింది. అందరి హృదయాలు దడదడమన్నాయి. చేతులలోని కమలపుష్పాల దండను పైకెత్తుతూ, కంఠంలోని నరాలు ఉబికిస్తూ, స్వయంగా ద్రౌపదే అన్నది.

"ఆగండి! మీరు మత్స్యయంత్రాన్నిఛేదించలేరు."

అందరు ఆశ్చర్యచకితులయ్యారు. ఒకరికొకరు చెవులు కొరుక్కోసాగారు.

"ఏం ఎందుకు ఛేదించలేను." వెంటనే తన బలమైన మెడను పైకెత్తి అంగరాజు కర్ణుడు అడిగాడు.

"మీరు క్షత్రియులు కారు. ఎవరో సారథికి భార్యకావడం, లేక కోడలు కావడం నాకు ఎంత మాత్రం ఇష్టంలేదు. నేను క్షత్రియ కన్యను. శూద్ర సారథి కన్యను కాను."

ఏ భుజం మీద అయితే కర్ణుడు ధనస్సును పెట్టుకున్నాడో ఆ భుజం సంతాపంతో గజగజాఒణకడం మొదలుపెట్టింది. వింటినారి కదలడం మొదలుపెట్టింది. అతడి చేతిలో ఉన్న శివధనస్సులో మత్స్య నేత్ర బేధం కోసం పెట్టబడిన బాణం వంకరటింకర అవుతూ దూసుకు వెళ్ళిపోయింది. బాణం సరాసరి శ్రీకృష్ణుడి ఆసనం వైపు దూసుకువెళ్ళి సర్ అంటూ, అతడి కుడి కాలి బొటనవేలుకి గుచ్చుకుపోయింది. అక్రూరుడు బలరాముడు, ఉద్ధవుడు మొదలైనవారందరు అతడివైపు పరుగెత్తారు. కాని కృష్ణుడు మౌనంగా సైగ చేస్తూ ఎక్కడి వాళ్ళను అక్కడే కూర్చోమన్నాడు. తన కాలుని ఏమాత్రం కదపకుండా వేలి నుండి బాణాన్ని లాగేసాడు. ఎటువంటి భావోద్వేగం లేకుండా నిర్వికారంగా వస్తున్న రక్తాన్ని పీతాంబరంతో నెమ్మదిగా తుడిచేసాడు.

ఆ రక్తాన్ని చూడగానే నాకు ఎంతో సంతోషం కలిగింది.

శూద్ర సూత పుత్రుడు!హృదయాన్ని చీల్చే ఆ మాటలు వినగానే ముఖం తిప్పేసుకున్నాడు. అట్టహాసం చేసాడు. అది కేవలం హాసం కాదు. ఆక్రోశంస్త్రీల స్వభావం. కానీ కర్ణుడు ఎటువంటి ఆక్రోశన చేయలేదు. అందుకేనవ్వాడు. కాని అతడి నవ్వు ఆక్రోశన కన్నా ఎంతో హృదయవిదారకమైనది. అతడి తేజోమయమైన కుండలాలు ఒక్కక్షణం నిస్తేజం అయి, మరో క్షణంలో రక్తవర్ణ ప్రకాశాన్ని ప్రసారిస్తూ, స్వాభిమాన మానస అంతరంగంలోని భావాలను స్పష్టంగా చూపిస్తున్నాయి. బాణాలు కప్పులో ఏ రంధ్రాలయితేచేసాయో వాటితో ఒక్కడే ఆకాశపు పొరని కాల్చే సూర్యుడి వైపు పిచ్చివాడిలాగా చూస్తూ కొంచెం సేపు అతడు రాతితో నిర్మితమైన గట్టుపై రాతిబొమ్మలా యథాతథంగా అట్లాగే నిల్చుండిపోయాడు. మరుక్షణంలో చేతిలో ఉన్న కంపిస్తున్న శివధనస్సును కోపంతో కింద తివాచీపై విసిరి కొట్టాడు. గాలికి వనంలోని దావానలపు భగభగ మంటల తీవ్రత ఎట్లా అయితే పెరుగుతోందో, భగభగమంటూ అంతటా మంటలు ఎట్లావ్యాపిస్తాయో, అట్లా కర్ణుడు త్వరత్వరగా తన ఆసనం వైపు వెళ్ళాడు. వంగి కూర్చున్నాడు. అతడు నడుస్తున్నప్పుడు, ఏఏ చోట అడుగుల పడ్డాయో తివాచీ పైన పరచబడి ఉన్న వస్త్రం కాలి నల్లబడిపోయింది. పున్నమి రోజు సముద్రంలో ఎట్లా అయితే పోటు రావడం వలన అల్లకల్లోలం అవుతుందో, అదే విధంగా భావోద్వేగాల తీవ్రమైన గాలివాన కర్ణుడి హృదయాన్ని ఎంతగా అల్లకల్లోలం చేస్తోందో – అతడి సాహచర్యంలో ఉండి కూడా తెలుసుకోలేకపోయాను. అసలు ఊహించనైనా ఊహించలేకపోయాను. అతడి పక్కన ఆసనంలో కూర్చోవడం వలన, అతడి ముక్కు నుండి వస్తున్న వేడి ఉచ్ఛ్వాసనిశ్వాసాలు నా శరీరానికి తగులుతున్నాయి. అందరూ మౌనంగా ఉన్నారు.

అనుకోని ఈ ఘటన వలన అందరికి విస్మయం అనే తీవ్రమైన ఆఘాతం కలిగింది. వధువు రూపంలో ఎదురుగుండానిల్చున్న ద్రౌపది, స్వయంగా అన్ని నీతినియమాలను ఉట్టి మీద పెట్టేసి,

వంగి ఉన్న తల ఎత్తి ఇటువంటి అనరాని మాట అంటుందని ఎవరూ ఊహించనైనా ఊహించలేదు. మాట అన్నది ద్రౌపది. ఎవరితో అన్నదో అతడు కర్ణుడు. అందువలన అసలు వాళ్ళిద్దరినీ అనే ధైర్యం ఎవరికీ లేదు.

నలువైపులా శ్మశానపు శాంతి వ్యాపించి ఉంది. ద్రౌపది తన తలను వంచుకుంది. స్వయంవరం ప్రారంభం అయి రెండు ఘడికలు (24 నిమిషముల సమయం) దాటాయి. సంధ్యాసమయం కావడం వలన గగనంలో సూర్యుడు అస్తమిస్తున్నాడు. ఆ భవ్యమైన మండపంలో మత్స్యయంత్రపుగిరగిర తిరిగే ధ్వని తప్పితే మరే ధ్వని వినిపించడం లేదు. అసలు ఈ మత్స్యయంత్రంఇట్లాగే తిరగాల్సి ఉంది. దాని నిరంతర గిరగిర ధ్వని కాలం భవిష్యత్తులో ఎటువంటి భయానకమైన సంగీతాన్ని సృష్టించబోతోందో అది మత్స్యయంత్రానికైనా తెలుసు లేక ఆ కాలానికైనా తెలుసు.

ఎవరైతే జీవితాంతం నాతోనే ఉంటానని ప్రతిజ్ఞ చేసారో, నా మిత్రుడు ఆ అంగరాజు వైపు సానుభూతిగా చూసాను. జీవితపు పోటీలో అతడు నిజానికి ఈ రోజు ఓడిపోయాడు. అతడి దేహం పైన వస్త్రాలు స్వేదంతో తడిసిపోయాయి. ఘోరమైన అవమానం జరిగింది అని అనిపించడం వలన అతడి దేహం, యజ్ఞగుండంలా మండుతోంది. కాని అతడు ఏమీ మాట్లాడలేదు. ఏం మాట్లాడుతాడు? ''కర్ణుడు హీనుడు కాడు. శూద్రుడు కాడు. అతడిని ఈ విధంగా అవమానపరచడం తగదు. అతడు అంగ దేశానికి పట్టాభిషిక్తుడైన రాజు. స్వతంత్రుడు. అతడి చెవులకు ధగధగామెరిసే కుండలాలు ఉన్నాయి. దేహంపైన అభేద్యమైన కవచం ఉంది. అతడు శ్రేష్ఠుడు.'' అంటూ పెద్దగా అరిచి చెప్పాలనిపించింది. నేను లేవాలని ప్రయత్నం చేస్తున్నాను ఇంతలో సామాన్య దర్శకులలో నుండి ఒక గడ్డం ఉన్న జటాధారీ బ్రాహ్మణుడు ఆసనం నుండి లేచాడు, అందరినీ పక్కకి జరుపుతూ రావడం నాకు కనిపించింది.

మత్స్యయంత్రాన్ని ఛేదించడానికి ఎవరూ ముందుకు రావడం లేదన్న ఉక్రోషంతో కఠోరమైన మాటలలో అతడు ప్రకటన చేస్తున్నాడు. అతడి శబ్దాలు మండుతున్న అగ్ని కణాలలా ఉన్నాయి.

''నా పుత్రికను పాణిగ్రహణం చేసే యోగ్యత, నేడు ఈ ఆర్యావర్తంలోని ఏ ఒక్క క్షత్రియుడికి లేదా? నేను ఇట్లాగే అనుకోవాలా? ఒక తుచ్ఛమైన చెక్క చేప ఈనాడు నిఖిల ఆర్యావర్తనని గెలుచుకుందని భావిస్తూ, యజ్ఞదేవుడి వరంగా లభించిన ఈ సుగంధిత కన్యను మళ్ళీ యజ్ఞదేవుడి భగభగా మండే గుండంలో వివశుడినై తోసివేయనా? ఈ రాష్ట్రంలోని క్షాత్రతేజం నేడు నష్టప్రాయం అయిపోయిందా?''

''లేదు...'' ఆ గడ్డపుజటాధారి బ్రాహ్మణ యువకుడు మధ్య భాగంలోకి వస్తూ అభిమానంతో అన్నాడు. అతడు తన దేహం పైన కాషాయ రంగు అంగవస్త్రాన్ని ధరించాడు. శరీరంపైన భస్మం పూసుకున్నాడు. అందువలన అతడి శరీరపు రంగు ఏదో ఎవరు చెప్పలేరు. కాని అతడి బాణంలాంటి తీవ్రమైన నడక నాకు చిరపరిచితమేఅని అనిపించింది. ఆ నడక... నడక... అర్జునుడి నడకలా అనిపించింది. అతడు అర్జునుడు కాదు కదా? నా శంకాకులమనస్సు ఒక్క క్షణం వణికిపోయింది. కాని ఇది అసంభవం. అర్జునుడు ఎప్పుడో చచ్చిపోయాడు. వాడి పిశాచం

కూడా స్వయంవరం మండపంలోకి రాలేదు. ఒకవేళ వచ్చినా శివధనస్సు పైన చేయి వేయడానికి కూడా, దానికి ధైర్యం చాలదు. పిశాచాలు శివుడికి భయపడతాయని నేను విన్నాను.

ఆ బ్రాహ్మణ కుమారుడు, శివధనస్సుని కర్ణుడిలా ఒక చేత్తోఎత్తేసాడు. ఈ ఘటన వలన క్షణం క్రితం కర్ణుడికి, ఆ తేజోమయ వీరుడికి జరిగిన అవమానం పైన ఎవరికీ ధ్యాస లేదు. మళ్ళీ అందరూ కరతాళ వర్షంతో ఆ కొత్త పోటీదారుడికి ప్రోత్సాహాన్ని ఇచ్చారు. ఆ బ్రాహ్మణ కుమారుడు ముఖం తిప్పి శ్రీకృష్ణుడి వైపు చూసాడు. నాకు వాళ్ళందరి పైన పట్టరాని కోపం వచ్చింది. మొట్టమొదట అతడు 'కూర్చోండి' అని అన్నప్పుడే రాజులందరూ సింహాసనాల పై కూర్చున్నారు. కర్ణుడు అతడి కాళ్ళవైపు చూస్తూ చాలాసేపటి నుండి మౌనంగా ఉన్నాడు. ఇప్పుడు ఈ బ్రాహ్మణకుమారుడు అటు వైపే చూస్తున్నాడు. ఎందుకు? అసలు వీళ్ళందరు కృష్ణుడి గురించి ఏమనుకుంటున్నారు? దేవరాజు ఇంద్రుడా? లేకపోతే సృష్టికర్త బ్రహ్మదేవుడా? నేను నా సింహాసనాన్ని ఉద్వేగంగా రెండో వైపు తిప్పేసుకున్నాను. ఆ సమయంలో శ్రీకృష్ణుడు, ఆ బ్రాహ్మణకుమారుడు, మండపంలో మూర్ఖుల్లాచప్పట్లు కొట్టే ప్రేక్షకులు, నా ఎదురుగుండా... వాళ్ళలో ఏ ఒక్కరూ నాకళ్ళఎదురుగుండా ఉండకూడదు అని అనిపించింది. సింహాసనాన్ని తిప్పుతూ, వెనక కూర్చున్న శిశుపాలుడు, నా ఎదురుగుండావచ్చాడు. అతడు నా వైపు ఆశ్చర్యంగా చూస్తున్నాడు. ఇంతలో తీవ్రమైన కోలాహలం మొదలయింది.– ''అటు చూడండి.ఆ బ్రాహ్మణ కుమారుడు మత్స్యయంత్రాన్ని ఛేదించాడు.' గత రెండు ఘడియలలో, ఘటనలతో చిక్కు దారాలను అల్లే ఆ మత్స్యయంత్రం ఇప్పుడు శాంతంగా ఆగిపోయింది. ధన్యుడు ఆ బ్రాహ్మణకుమారుడు! అతడు ఎవరు? ఎక్కడివాడు?

నేను వెంటనే తిరిగి చూసాను. సరస్సు దగ్గర కాషాయరంగు వస్త్రాలు ధరించిన ఆ యువకుడు గర్వంగా నిల్చుని ఉన్నాడు. అతడు చేప కంటినిగురితప్పకుండా బాణం సంధించాడు. గెలిచాడు. అతడు ఎవరు? ఇప్పుడు మౌనంగా ఎందుకు ఉన్నాడు? నేను మనస్సనే గుర్రంపైన ప్రశ్నల కొరడాతో దెబ్బలు వేసాను.

రాతి అరుగు నుండి కిందికి దిగిన, సాక్షాత్తూఆకాశకన్యలా కనిపించే ద్రౌపది తలవంచుకుని సిగ్గుపడుతూ ఆ బ్రాహ్మణుడిదగ్గరికి వచ్చింది. ఒక్కక్షణం అతడి వైపు చూస్తూ చేతుల్లో ఉన్న ధవళ కమలాల వరమాలను, ఒక్కసారిగా ఆ బ్రాహ్మణ కుమారుడి మెడలో వేసింది. సరిగ్గా అదే సమయంలో సూర్యుడు అస్తమించాడు. సంధ్యాసమయంలోని భయానకమైన పొగతో నిండిన ఛాయ నలువైపులా వ్యాపించింది. స్వయంవరం జరిగిపోయింది. అందరూ వెనక్కి వెళ్ళిపోవడానికి లేస్తున్నారు. కాని నా వెనక ఉన్న శిశుపాలుడు రెండు చేతులు ఎత్తి అరిచాడు.''ఈ స్వయంవరాన్ని మేము అంగీకరించము. ఇంతమంది మహామహుల క్షత్రియుల సమక్షంలో సంధ్య చేసే ఒక బ్రాహ్మణుడు. ఒక క్షత్రియ స్త్రీని వరించి తీసుకు వెళ్ళడం, మా అందరికి ఘోరమైన అవమానం. నేను దీన్ని ఏమాత్రం సహించను. ప్రాణాలు పోయినా సరే. ఈ గడ్డం వాడిని పట్టుకోండి.''

ఓడిపోయిన రాజులందరూ ఒక్కసారిగా, ప్రేలిన, రింగురిల్లే గర్జనని సమర్థించారు. అందరూ తమతమ శస్త్రాలను సంబాళించుకున్నారు. నేను గదను పైకెత్తాను. స్వయవరం మండపం మరుక్షణంలోసత్యాసత్య సమరాంగణంగా తయారయింది. రాజులందరూ ఆ

బ్రాహ్మణ కుమారుడి పైన ఆక్రమణ చేసారు. అతడు చేతిలోనిశివధనస్సును ఎత్తి అసంఖ్యాకమైన బాణాలను వదలడం మొదలు పెట్టాడు. అందరూ అతడి వైపు ముందుకి నడిచారు. ఇంతలోనే హఠాత్తుగా ఒక గాలి దుమారం వచ్చినట్లుగా పెద్దగా ఎవరో అరిచారు. ఆ స్వరం నలుమూలలా ప్రతిధ్వనించింది. కాషాయ వస్త్రాలు ధరించిన మరో బ్రాహ్మణ కుమారుడుసాక్షాత్తు పర్వతంలాపళ్ళు నూరుతూ, విపరీతమైన కోపంతో అందరి పై పడ్డాడు. అతడిని చూడగానే నా గుండె ఆడటం ఆగిపోదు కదా అని అనిపించింది. ఎవరితోనైతే ఆరారు గంటలు, నేను గదతో ఆడానో, అతడే, ఆ భీముడే వేరే వేషంలో, గడ్డం పెంచుకుని అక్కడికి వచ్చాడు. అతడు ఎట్లా వచ్చాడు? అసలు వాడు జీవించి ఎట్లా ఉన్నాడు? పురోచనుడిలాక్షా గృహం మరెవరిని మంటల్లో దహించింది. సనుడు, బల్వజ గడ్డిని కాల్చేసాడా? లేకపోతే యువరాజు దుర్యోధనుడి ఆశలను, ఆకాంక్షలనా? నేను ఎప్పటిలా నా చేతినికుడిభుజానికి కట్టి ఉన్న వెండి పెట్టెపై, చేయి వేద్దామని ఎత్తాను, కాని అదే సమయంలో ఎక్కడినుండో ఒక బస్తికిబాణం సర్ సర్ అంటూ నా భుజంలో దూసుకుపోయింది. దాని మొన వలన డబ్బా విరిగి కింద ఎక్కడో పడిపోయింది. దానిపైన ఎవరెవరి కాళ్ళుపడ్డాయో ఎవరికీ తెలియదు. భుజంలో ఉన్న బాణాన్ని తీసేయాలని దాని పుచ్ఛభాగాన్ని చేతితో లాగేసాను. అది బస్తిక బాణం అన్న ధ్యాసే నాకు లేదు. దాని మొన నాభుజంలో అట్లాగే చొచ్చుకుని ఉంది. విరిగిన పుచ్ఛభాగంచేతిలోకి వచ్చేసింది.

అవమానం వలన తగిలిన తీవ్రాఘాతంతో నేను ఒక్కసారిగా భ్రాంతి చెందాను. ఇది ఊహ అని అనుకుని నన్ను నేను ఒక్కసారిగా కుదిపేసుకున్నాను. రెండో బ్రాహ్మణ కుమారుడి వైపు చూసాను. అవును అతడు భీముడు. వాడి కళ్ళల్లోంచి నిప్పుల వర్షం కురుస్తోంది. రైతు మార్పిడి చేసేటప్పుడు, పంట మొక్కలను ఎట్లా అయితే విసురుతూ ఉంటాడో, అట్లానే, తన గదతో గట్టిగా కొడుతూ అందరినీ నేల కూలుస్తున్నాడు. కేవలం శల్యుడు మాత్రమే ఏదో విధంగా నిలదొక్కుకున్నాడు. మద్యం తాగిన వాడిలా తన గదతో చుట్టు పక్కల వచ్చే వీరులని భీకరంగా కొడుతున్నాడు. వాడి దెబ్బలకి గాయపడి, ఆ వీరులు పై కప్పు వైపు చూస్తూ, మూల్గుతూ కింద పడిపోతున్నారు. గాలి దుమారం లా కనిపించే ఆ మహాకాయం తనని తను ఆవేశ పరచుకోడానికి, మధ్యలో మత్తెక్కిన వృషభంలా రంకెలు వేస్తోంది.

వాడి గర్జన విని కప్పునుండి వేల్లాడదీయబడ్డమత్స్యయంత్రపు చెక్కచేప, ఇప్పటి వరకు శాంతంగా ఉన్న మత్స్యం కూడా గజగజాఒణికిపోసాగింది. నిస్సందేహంగా వాడు భీముడే. కాని ఎక్కడి నుండి వచ్చాడు? అసలు ఎట్లా వచ్చాడు? ఆకాశం నుండా? పాతాళం నుండా? తన భారీ అయిన గదతో సాక్షాత్తూ యముడిని కొట్టాడా? అతడి నృత్యంతో స్వయంవరం మండపం కదిలిపోతోంది. ఒకవేళ ఇట్లాగే ఒకటి, రెండు ఘడియలు అరుస్తూ నృత్యం చేస్తూ ఉంటే మండపం నలువైపుల నుండి కదిలి లోపలికి పడిపోతుంది. నేను పిచ్చివాడిని కాలేదు కదా! అసలు భీముడు జీవించి ఎట్లా ఉన్నాడు? భయంతో ఒణుకుతూ నా మనస్సు ఆక్రందన చేసింది. రథ చక్రాల కింద నలిగిన కాలు ఏవిధంగా నిర్జీవంగా మారుతుందో, అదేవిధంగా నా మనస్సు మొద్దుబారి పోయింది. వాడు అందరినీ చంపదలుచుకున్నాడు. వాడు భీముడా, లేకపోతే ఉద్రేకంగా ఉరికే వాడి పిశాచమా?వారణావతం బూడిద లో నుండి మళ్ళీ ఈ అందమైన ఆకారం లభించలేదు

కదా! గూఢచారి అయి పురోచనుడు మోసం చేయలేదు కదా! లేకపోతే విధి నాకు ప్రతికూలంగా నడుస్తోందా?

నన్ను నేను ఎట్లాగోఅట్లాగా సంబాళించుకుంటూ ఆ కోలాహలం నుండి బయటకి వెళ్తున్నాను. భీముడు నా వైపు గుర్రుమంటూ చూస్తూ అరుస్తున్నాడు. వాడి చుట్టూ శల్యుడు, సుదామనుడు, శిశుపాలుడు, జరాసంధుడు, సుషేణుడుమొదలైనవారందరూ ఉన్నారు. మత్స్యయంత్రాన్ని ఛేదించిన అర్జునుడు సరోవరం ఒడ్డున ద్రౌపది దగ్గరికి ఎవరినీ రానీయడం లేదు. వర్ష ఋతువు లో మేఘాల నుండి జలధారలుఎట్లాపడతాయోఅట్లా నిరంతరం బాణాల వర్షం కురిపిస్తున్నాడు. అతడు వేసిన అసంఖ్యాకమైన బాణాల వలన పై కప్పు చిల్లులమయం అయిపోయింది. నిమిష, నిమిషానికి గాఢాంధకారం వ్యాపిస్తోంది. జరగకూడదని ఏదీ జరగవద్దని కొందరు సేవకులు ప్రచండ జ్వాలలతో ఉన్న దివిటీలను తీసుకువచ్చారు. దాని వెలుగుని ఉపయోగించుకుని, అందరు భీమార్జునులపైన తీవ్రంగా విరుచుకుపడుతున్నారు. అల్లర్లు, ఉపద్రవాలు ఎక్కువ అయ్యాయి. నా మెదడు ఒక్కసారిగా మొద్దుబారిపోయింది.

ఎంతో కష్టంగా ఆ గందరగోళం నుండి నేను బయట పడ్డాను రాజులందరూ లేచి యుద్ధం చేస్తున్నారు. అందువలన సింహాసనాలున్న భాగం అంతా రిక్తం అయిపోయింది. యువరాజు దృష్టద్యుమ్నుడు, అతడి తండ్రి ఇద్దరు అందరినీ శాంతంగా ఉండవల్సిందిగా కోరుతున్నారు. వాళ్ళ స్వరాలు దూరం నుండి వినిపిస్తున్నాయి. సింహాసనాల విశాలమైన పంక్తిలో దూరంగా ఒక సింహాసనం పైన కూర్చుని ఉన్న కర్ణుడు నాకు కనిపించాడు. అతడు తన రెండు అరచేతులతో తన నుదుటిని పట్టుకున్నాడు. తలవంగి ఉంది. ద్రౌపది వాక్ బాణాల వలన గాయపడ్డ ఆ వీరుడు వ్యాకులత చెంది చింతాగ్రస్తుడయ్యాడు. పరుగెత్తుతూ వాడి దగ్గరికి వెళ్ళాను. అతడి విశాలమైన వీపు మీద చేయి పెట్టి అతడిని గట్టిగా కుదుపుతూ అన్నాను. ''కర్ణా! అర్జునుడు జీవించే ఉన్నాడు. వాడే స్వయంవరంలో ద్రౌపదిని గెలుచుకున్నాడు. మండపం లో ఎవరినీ దగ్గరికిరానీయడం లేదు. పెద్ద యుద్ధానికి నాంది జరిగింది. అసలు నిజం ఏమిటో ఎవరికీ అర్థం కావడం లేదు.''

శరీరంపైన ఎండిన కట్టె ముక్క పడగానే చపల సింహం ఏవిధంగా అయితే ఒక్కసారిగా దూకుతుందో, అదేవిధంగా కర్ణుడు వెంటనే లేచి నిల్చునున్నాడు.''అర్జునా! అర్జునా! అర్జునా! నేను సూతపుత్రుడిని, తలచుకుంటే నీ ఎదురుగుండానే రాజకన్యను ఎత్తుకు పోగలను.

విద్యుత్తు అంత వేగంతో అతడు తిరిగాడు అతడి ముఖం ఎర్రబడ్డది. కుండలాలు వేడెక్కాయి. నన్ను ఒకవైపు పక్కకు జరిపి మండపం మధ్యలో ఉన్న సరస్సు వైపు దూసుకు వెళ్ళాడు. సమీపంలో ఉన్న భోజరాజు చేతిలో నుండి అతడు ధనస్సు లాగేసుకున్నాడు. అర్జునుడి దగ్గరికి రాగానే అతడు అందరినీ దృష్టిలో పెట్టుకుని అరిచాడు. ''దూరం జరగండి''. అతని మాటలలో ఎంత తీవ్రత ఉందంటే క్షణంలో మేఘగర్జన లా అనిపించింది. అందరు చూస్తూ ఉండిపోయారు. ''అర్జునా! నీవు నిజమైనక్షత్రియుడవైతే నీ చేతిలో ఉన్న శివధనస్సుతో ఈ సూతపుత్రుడు కర్ణుడి శిరచ్ఛేదన చేసి, సౌందర్యాన్ని చూసి మిడిసి పడే అహంకారిని, ఈ పాంచాలి రాజకన్యనుతీసుకు వెళ్ళు. లేకపోతే, ఎవడినైతే క్షత్రియుడని ఎన్నుకుందో, వాడు ఈ కర్ణుడి బాణానికి బలి అయ్యే ఒక దుర్బల వ్యక్తి మాత్రమే. నా బాణం ఇట్టే వాడిని చీల్చేస్తుంది.'' కర్ణుడు ఆవేశంగా అనేసాడు. అర్జునుడు

శివధనస్సును సంబాళించుకున్నాడు. వాళ్ళిద్దరి మధ్య యుద్ధం జరగబోతోందిఅనుకుని భయంతో వెంటనే ద్రౌపది అర్జునుడిని కౌగిలించుకుంది. ఆమెను దూరం జరిపి అర్జునుడు విల్లుని ఎక్కుపెట్టాడు. బాణాన్ని సంధించాడు. బాణం దూసుకు వెళ్ళింది. కర్ణుడు క్షణంలో దాన్ని పడదోసాడు. ఇక ఒక్కొక్కళ్ళపైఒకళ్ళు గురి తప్పని బాణాల వర్షాన్ని కురిపించ సాగారు. దివిటీ వలన వ్యాపించిన మసక వెలుగులో వాళ్ళు ఒకరిపై ఒకరు బాణాలు విసురుకుంటున్నారు. ఒకరి బాణాన్ని మరొకరు నిర్వీర్యం చేయాలని ప్రయత్నిస్తున్నారు. కాని బాణాలు పైనే ఒకటిని ఒకటి ఢీకొంటున్నాయి. ఇద్దరు నిరంతరంగా ఒక్క ఘడియ వరకు ఒకరిపై ఒకరు ఆక్రమణ చేస్తూనే ఉన్నారు. కాని ఏ నిర్ణయం జరగడం లేదు.

భీముడు, శల్యుడు ఇప్పటికీ ఇంకా సంగ్రామం జరుపుతూనే ఉన్నారు. ఆ స్వయంవరం మండపం ధ్వస్తమయిన సమరాంగణంగా మారిపోయింది. సరోవరంలోని మధ్య భాగం అంతా బాణాలతో నిండిపోయింది. నీళ్ళు గట్టునుకూల్చేసాయి. ఇక ఇప్పుడు అక్కడ చెలియలి కట్ట లేకుండా పోయింది. కప్పు ఛిన్నాభిన్నం అయిపోయింది. ద్రౌపది అర్జునుడి మెడలో వేసిన పూలదండ, కర్ణుడి బాణాలకు తెగి కాళ్ళ కింద పడిపోయింది. యుద్ధంలో గెలుపెవరిదో నిర్ణయం కాలేదు. ఇద్దరూ ప్రాణాలను తెగించి పోరాడుతున్నారు. బాణాలు ఒకటికొకటిఢీకొట్టడం వలన నిప్పు కణాలు వెలువడుతున్నాయి. వాటి వలన కన్నులు మిరుమిట్లు గొలుపుతున్నాయి.

చివరికి ఎవరికీ ఏమీ అంతు పట్టకుండానే యుద్ధం ఆగిపోయింది. అందరూ ఇద్దరి వంక చూసారు. బాణాల కుప్ప దగ్గర చేతులెత్తి ఇద్దరి మధ్య కృష్ణుడు నిల్చున్నాడు. ఇద్దరి మధ్య ఇంతటి భయంకరమైన యుద్ధం జరిగినా శ్రీకృష్ణుడు శాంతంగా, మెల్లిగా నవ్వుతూ అన్నాడు.

''కర్ణా! అర్జునా! ఆగండి. పాంచాలులు, మీ యుద్ధం కోసం మళ్ళీ బాణాలు తయారు చేయడం కోసం సమయాన్ని ఇవ్వండి. శస్త్రాగారంలో ఉన్న బాణాలన్నీ అయిపోయాయి. యుద్ధ నియమానుసారం ఒకసారి ఉపయోగించిన బాణం మరొకసారి ఎట్టి పరిస్థితిలోను యోధులు ఉపయోగించరాదు.'' అతడు మరొకసారి నవ్వాడు. పీతాంబరం పైన పడ్డ నీలిఉత్తరీయాన్ని సరిచేసుకుంటూ పాంచాలుల రాజభవనం నుండి కృష్ణుడు ప్రస్థానం చేసాడు.

కర్ణుడు, అర్జునుడు ఒక్కసారిగా త్రుళ్ళిపడి, తమతమ అంబులపొదిలో చేయి వేసారు. వాళ్ళ చేతుల్లోకి ఒక్క బాణం కూడా రాలేదు. ఇక ఏం చేయలేక అర్జునుడు, తన చేతిలోని శివధనస్సును కిందకి విసిరివేసాడు. ద్రౌపది వరమాల ఆ ధనస్సు కిందపడ్డది. పూదండలోని ధవళ కమల పుష్పాలు నలిగి నుగ్గయిపోయాయి. కర్ణుడు కూడా వెనక్కి తిరిగి వచ్చాడు. నేను చమటతోతడిసిన అతడి భుజాలపై చేయి పెట్టాను. నా అరచేయి, కేవలం అతడి దేహ స్పర్శతోనే కాలిపోతోంది. అయినా నాకు దానిపై ధ్యాసే లేదు. అర్జునుడిని ఎదుర్కొనే ఒక వీరుడు నా దగ్గర ఉన్నాడు, అన్న తలంపే నన్ను ఆనందంలో ముంచెత్తుతోంది. ధైర్యాన్ని ఇస్తోంది. 'కర్ణా! ఇక ఒక్క క్షణం కూడా మనం ఈ నగరంలో ఉండవద్దు. నీ అవమానమే, దుర్యోధనుడి అవమానం కూడా.... '' అని నేను అతడితో అన్నాను.

''అంగరాజా! ఈ ఘోరాతిఘోరమైన యుద్ధంలో ఒక జరగకూడని ఘటన జరిగిపోయింది. నీ సహాయం కోసం పరుగెత్తి వచ్చిన నీ పుత్రుడు ...''అశ్వత్థామ చెప్పడానికి సంకోచపడ్డాడు. అతడి తల వంచుకునే ఉంది. కళ్ళు కన్నీళ్ళతో నిండి ఉన్నాయి.

''ఎక్కడున్నాడు? సుదామనుడు? అశ్వత్థామా! నీవు మౌనంగా ఎందుకు ఉన్నావు?'' కర్ణుడు శిరస్సును విదిలించి అశ్వత్థామను గట్టిగా ఊపుతూ అడిగాడు. అతడి ముడుచుకున్న స్వర్ణిమకేశాలలో నిండి ఉన్న స్వేదబిందువులు పొంగి అశ్వత్థామ శిరస్సున కట్టబడి ఉన్న వస్త్రంపై పడ్డాయి. కర్ణుడి కళ్ళు అగ్ని కణాలలా భగభగమంటున్నాయి. మండపంలో తన పుత్రుడి కోసం వెతుకుతున్నాయి.

''నీ పుత్రుడు చిర నిద్రలో ఉన్నాడు. శాశ్వతంగా విశ్రాంతి తీసుకుంటున్నాడు అంగరాజా'' అంటూ బాణాల కుప్పలో పడి ఉన్న సుదామనుడి శవం వైపు వేలు చూపిస్తూ అశ్వత్థామ ఆర్ద్రత నిండిన కంఠంతో అన్నాడు.

''సుదామనా!'' తల ఎత్తి, పిలుపుకి జవాబు ఇవ్వని తన పుత్రుడిని పెద్దగా పిలుస్తూ, అందరిని అక్కడే వదిలివేస్తూ, తన కుమారుడి శవం వైపు పరుగెత్తాడు. అతడి పాదాల చెంత ద్రౌపది చేయి తగిలిన వరమాల పడి ఉంది. అతడు కోపోద్రేకంతో దానిని కాళ్ళతోతన్నాడు. మరునిమిషంలోమోకాళ్ళపై వంగి, తన ప్రాణప్రదుడు, ప్రియపుత్రుడి ప్రాణం లేని చేతిని, తన చేతిలో తీసుకుని, క్షణం క్రితం సింహంలా గర్జిస్తూ యుద్ధం చేసిన రాధేయుడు, పుత్రశోకంతో వెక్కివెక్కి ఏడ్వడం మొదలు పెట్టాడు. భుజం పైన చేయి వేసి అశ్వత్థామ మండపంలో నుండి కర్ణుడిని బయటకు తీసుకువస్తున్నాడు. భిన్నభిన్నంగా ఉన్న మూడు భావాలదెబ్బలు ఒకే సమయంలో అతడి మనస్సు పై పడ్డాయి. అవమానం, విజయవంచన, పుత్రవియోగం.

నా సూచన తెలుసుకోగానే నా సేవకులు సుదామనుడి శవాన్ని పైకెత్తారు. కర్ణపుత్రుడు, హస్తినాపురంలో జన్మించాడు. పాంచాలుల రాజ్యంలో అతడు తన తండ్రి సహాయార్థం పరుగెత్తుతూ చివరి శ్వాస వదిలేసాడు.

నగరం నుండి బయటకి వస్తున్నప్పుడు గంగా నది ఒడ్డున అతడి పార్థివ దేహానికి అగ్ని సంస్కారం చేసే సమయంలో ఏ నీరవశాంతి అంతటా వ్యాపించిందో, దానిని జీవితంలో నేను ఎప్పుడూ మరచిపోలేను. ''కర్ణా! నీ పుత్రుడు ఈ లోకం నుండి వెళ్ళిపోయాడు. పుత్రవియోగం అంటే ఏమిటో, అర్జునుడికి పుత్రవియోగం కలిగించి చూపెట్టు–'' గంగలో గలగలా పారుతున్న అలలు బహశమాటిమాటికీఅంటున్నాయి. ఎంతో ధైర్యంగా చేతిలో పట్టుకున్న కాలుతున్న కట్టెతో చితికి నిప్పంటించాడు. ఆకాశాన్ని అంటుకుంటున్న ఆ చితిమంటల విద్రూపమైన, భయంకరమైన ప్రతిబింబం, గంగ చంచలమైన అలలపైన పొడవైన ఆకారంలో పడుతోంది. సుదామనని అగ్నికి సమర్పించి ఖిన్నమనస్సుతోమేంఅందరంకాంపిల్యనగరాన్నివదిలివేసాము.

13

ఆ కాళరాత్రే మేము హస్తినాపురం నుండి తిరిగి వచ్చేసాము. కాని నా మనస్సు ఎందులోనూ లగ్నం కావడం లేదు. పాలపాత్రను ఎత్తినా, ఏదైనా సుగంధ పుష్పాన్ని చేతిలోకి తీసుకున్నా, కౌరవుల ప్రసిద్ధ రాజదండం వైపు చూసినా, ప్రతీ వస్తువులో కేవలం భీముడే నాకు కనిపిస్తున్నాడు. వాడు పళ్ళు పటపట కొరుకుతూ నామీదకి దుముకుతున్నాడా అని అనిపిస్తుంది. ప్రతి నిముషం తన స్మృతి జ్వాలతో నన్ను దగ్ధం చేస్తున్నాడు. నేను యువరాజుని. నేను ఒక్కసారి ఆజ్ఞ ఇస్తే సహస్ర

యోధులు చేతులలో ఖడ్గాలని తీసుకుని ఆ భీముడిపై దండెత్తుతారు. దుశ్శాసనుడు, పితామహుడు, గురుద్రోణుడు, కృపుడు, అశ్వత్థామ, వృషవర్మ ఇంకా కురుల విశాలమైన సైన్యం, ఇదంతా నా రక్షణ కోసం దృఢమైన ప్రణాళిక. అయినా నా మనస్సెందుకో భయాందోళనలకు గురి అవుతోంది. ఏది ఏమైనా సరే, ఎంత రక్షణ ఉన్నా సరే, వ్యక్తి ఎప్పుడు అవతలి వాడి భుజస్కంధాలపైన ఆధారపడి ఉండకూడదు. ప్రతీవాడు మొదట తన మనస్సును గట్టి పరుచుకోవాలి. నిర్భయంగా ఉండాలి. నేను భీముడిని చూసి, అటుఇటు వెదజల్లబడ్డ నా మానసదారాలను ప్రోగుచేయాలని అనుకున్నాను. కాని అవి విడదీయరానంత చిక్కు పడిపోయాయి. నేను మాటిమాటికిదుర్యోధనా! నీవు వీరుడివి. భీముడికి ఇంతగా ఎందుకు భయపడతావు. నీవు గదావీరుడివి. సమయం వచ్చినప్పుడు అందరిని పక్కకు తొలగించి, చేతిలో గదను గిరగిరా తిప్పుతూ ఆ భీముడి పై దాడి చేయి మనస్సును వ్యాకులపరుచుకోకు అని నా మనస్సుకు చెప్పుకుంటున్నాను. ఎంత ప్రయత్నం చేసినా గ్రీష్మంలో దోమలు నిరంతరం కళ్ళఎదురుగుండా తిరుగుతూ ఉంటాయి, అట్లాగే ఆ భీముడు నా కళ్ళఎదురుగుండా కదలాడుతూనే ఉంటాడు. మనస్సు ఎవరైనా ధైర్యాన్నిచ్చే నాలుగు మాటలు చెబుతారా అని ఎదురు చూస్తోంది. బాధపడుతోంది. నేను నాకు తెలియకుండానే, సేవకుడు ప్రభంజనాన్ని కర్ణుడి దగ్గరికి పంపుతున్నాను. సేవకుడు వెళ్ళగానే అతడు వెంటనే వచ్చేవాడు. నాకు రెండుమూడు ఘడియలు ఎట్లా గడిచి పోతాయోతెలియనే తెలియదు. అసలు కర్ణుడు నాతో ఉంటే చాలు జీవితం సహస్ర శాతం సామర్థ్యం అవుతుంది. కాని నేను అతడి ముందు ఎప్పుడూ అతడిని పొగడలేదు. పురోచనుడిలా అతడు కేవలం నా కోసమే పుట్టాడని నాకు తెలుసు. అదేకాక రాజు ఎప్పుడు ఎవరినీ స్తుతించకూడదు. ఈ పాఠాన్ని నాకు కంకుడు చెప్పాడు. కర్ణుడితో పాటు అశ్వత్థామ కూడా అప్పుడప్పుడు రావడం మొదలుపెట్టాడు. అతడు అప్పుడప్పుడు ఎన్నో ఆశ్చర్యకరమైన విషయాలు చెబుతూ ఉండేవాడు. ఆ మాటలను వింటూ ఉంటే మనస్సు తల్లీనం అయిపోయేది. కాని అతడు వెళ్ళగానే నాకు అతడు చెప్పిందంతా ఊహల రమణీయ క్రీడ మాత్రమే అనిపించేది. ద్రౌపది స్వయంవరం తరువాత ఒకసారి అతడు కర్ణుడితో పాటు నా దగ్గరికి వచ్చాడు. పదిహేను రోజుల తరువాత జరగబోయే నగరోత్సవంలో పోటీలు పెట్టాలని చెప్పడానికి వచ్చాడు, వాడికి గుర్రాలు, రథాలు, అస్త్రాలు, సూర్యారాధన, ధనుర్వేదం, మల్లయుద్ధం తప్ప ఈ లోకంలో మరి ఇంకా కొన్ని విషయాలు ఉన్నాయన్న సంగతే తెలియదు.

నేను అతడు చెప్పిన ప్రస్తావనను వెంటనే ఒప్పుకున్నాను. సహజంగా నవ్వుతూ నేనన్నాను – ''కర్ణా! ఈ ప్రపంచంలో ఒకే ఒక పోటీ ఉంది.''

''మరైయితే మనం గెలవాలి.'' అంతే సహజంగా కర్ణుడు అన్నాడు.

''అదంత తేలిక అయినది కాదు.'' అశ్వత్థామ సహజ స్ఫూర్తితో అన్నాడు.

''ఏం? ఎందుకు కాదు?''

''ఆ పోటీ ఎక్కడ జరుగుతుందో, ఆ స్థలం పొడుగు, వెడల్పులు ఎవరికీ తెలియదు. అశ్వత్థామ చెప్పేదాంట్లో ఏదో ఒక రహస్యం ఉంటుంది. ఈ విషయం ఇప్పుడు అందరికీ తెలుసు. అందుకే నేను అడిగాను – ''అటువంటి దివ్యక్షేత్రం ఈ లోకంలో ఎక్కడ ఉంది.''

''ఉంది. మానస క్షేత్రం. ఈ క్షేత్రంలో ఆకాంక్షలు అనే అలంకరింపబడిన రథం తీసుకుని మానవుడు వేల సంవత్సరాల నుండి స్పర్ధలో పాల్గొంటూనే ఉన్నాడు. కాని కాలం అనే నిష్పక్షపరీక్షకుడు అతడిని ఎప్పుడు విజేతగా ప్రకటించలేదు.'' అశ్వత్థామ కంఠం పిల్లనగ్రోవి కన్నా అతి మధురంగా ఉంది.

''మరయితే ఈ పోటీలో పాల్గొనవద్దా?'' అతడి ఆలోచనతో నేను ఏకీభవించలేకపోతున్నాను, అందుకే అడిగాను.

''ఊహూ ... కాదు.... ఎందుకంటే కర్మకి సంబంధించిన ఆటలనియమాలతో ప్రతీవ్యక్తి ప్రాణాలు బందింప బడి ఉన్నాయి. మానస అతి పురాతన గర్భ గృహం నుండి వెలువడే శుభ, అశుభాలను శిరసావహించే, ఆజ్ఞాకారి సేవకుడు మాత్రమే మనిషి మనసు.''

''మనస్సు!– మనస్సు! అశ్వత్థామా! ఏ మనస్సు గురించి నీవు మాట్లాడుతున్నావో, దాని దారాలు ఎన్ని ఉన్నాయి?'' అతడు చెప్పేదాంట్లో ఏదో రహస్యం ఉంది. కాని నాకు పూర్తిగా అర్థం కావడం లేదు.

''బంగారు కిరీటం కింద ఉన్న నీ శిరస్సుపై ఎన్ని కేశాలుఉన్నాయో సరిగ్గా నీవు చెప్పగలుగుతావా? మనస్సులోని దారాలు అసంఖ్యాకం ఉన్నాయి. అవన్నీ ఒకదానితో ఒకటి చిక్కుబడి ఉన్నాయి. జీవితం ఇటువంటి అద్భుత,రమ్యమైన దారాల ఒక వస్త్రం అని కొందరు అంటూ ఉంటారు. కాని ఇట్లా అనడం కూడా సరియైనది కాదు.''

''అదెట్లా?'' మధ్యలోనే కర్ణుడు అతడిని అడిగాడు.

''జీవితం కేవలం మనస్సనే అసంఖ్యాక దారాలతో తయారు చేయబడిన వస్త్రం కాదు. ఈ వస్త్రం ఒక విప్పలేని ముడి. ప్రత్యేక వ్యక్తికి తన ఈ ముడిని, తన చేతులతో అంతరాత్మ కళ్ళు తెరిచి స్వయంగా విప్పాలి.''

''మరయితే ఇక ఈ లోకంలో నిజం ఏది? నీవు దేనినైతే జీవితం ముడి అనిఅంటూన్నావో, ఆ ముడే నిజమైనదా?'' నేనడిగాను. ''ఊహ కాదు. సత్యం శాశ్వతమైనది. నిజమైనది. ఈ దృష్టితో ఆలోచిస్తే నాకు సూర్యుడి అసంఖ్యాకమైన కిరణాలే సత్యమైనవి, నిత్యమైనవిఅని అనిపిస్తుంది. అనాది కాలం నుండి భూమికి జీవనదానం ఇస్తున్నాయి. వాటి దివ్య స్వరూపంలో ఎప్పుడైనా ఏమైనా మార్పు చూసావా? అందరిని స్పర్శించే తమ దివ్యగుణ ధర్మాన్ని ఎప్పుడైనా అవి వదిలాయా?'' ఇటువంటి నిర్మలమైన సత్యాన్ని నీవు నాకు మరెక్కడైనాచూపించగలవా?''

కొంచెం సేపయ్యాక మళ్ళీ చెప్పడం మొదలుపెట్టాడు. ''జీవితం అంటే సూర్యుడు నుండి వెలువడే ఒక దివ్యమైనప్రకాశప్రవాహం. ఏ వ్యక్తి అయితే ఈ సత్యాన్ని తెలుసుకుంటాడో, వాడి జీవితం ప్రకాశం కన్నా మరేమిటి? అందువలనే ఈ కర్ణుడు ఎప్పుడూనాతోటే ఉండాలి. ఎందుకంటే అతడు సూర్యుడి అఖండ ఆరాధన చేస్తున్నాడు. అతడి ప్రసన్నంగా ఉండే ముఖం చూడు. అది సూర్యబింబంలా అనిపించడం లేదా?''

''అశ్వత్థామా! నీవు చెప్పేదానిని నేను పూర్తిగా ఒప్పుకుంటాను. కాని నాన్నగారు... గురుద్రోణులు ఎందుకు దీనిని ఒప్పుకోరు.'' నేను కర్ణుడి వంక చూస్తూ అశ్వత్థామను ఒక గుచ్చుకునే ప్రశ్న వేసాను.

''నేను మళ్ళీ గుర్తు చేస్తున్నాను రాజా!

జీవితం మనస్సనేఅసంఖ్యాకమైనదారాల వస్త్రపు ముడి. ప్రతీవ్యక్తి తన ముడిని తానే విప్పుకోవాలి. నేను నా ముడిని... నీ దాన్ని నీవు... కర్ణుడు తన ముడిని తాను... మా తండ్రిగారు తన ముడిని తాను..... ఇక్కడ తక్కిన వాళ్ళ సహాయం ఏమాత్రం పనికి రాదు.''

అతడు నన్ను మళ్ళీ నిరుత్తరుడిని చేసాడు. ఎంతైనా అతడు ఒక తెలివితేటలు కల ఆచార్యుడి పుత్రుడు కదా!

14

నేను అశ్వత్థామ తత్వజ్ఞానపు గొలుసులోని ప్రత్యేకమైన ఉంగరాన్ని జీవితంలో కలపడానికి ఎంతో ప్రయత్నం చేసాను. కాని ఏమాత్రం కలపలేకపోయాను. ''జీవితం, మనస్సనే అసంఖ్యాకమైన దారాల వస్త్రపు ముడి. ఈ ముడిని ఎవరికివారే విప్పుకోవాలి'' అని అతడి కథనం. నా మనస్సు ఈ కథనంలోని ఏ ఒక్క ఊహను స్వీకరించడానికి సిద్ధంగా లేదు. అసలు మనస్సు వస్త్రం లాంటిది అంటేనే నాకు అర్థం కావడం లేదు. నాకు అది ఒక శస్త్రంలా అనిపిస్తుంది. గదలాగా... అది తన ఆవరణంలోని గడిలోకి ఎవరినైనా రానిస్తుందా? మానవుడి మనస్సు ఇట్లాంటిదే. ప్రతీవాడిజీవనక్షేత్రంవేరువేరుగా ఉంటుంది. ఈ క్షేత్రంలో ప్రతీవ్యక్తి కేంద్రంలో ఉంటాడు. తన ఆలోచనలు అనే గదను తీసుకుని నాలుగు వైపులాగిరగిరా తిప్పుతూ ఉంటాడు. తన వలయంలో వచ్చే శిరస్సును అది ఢీ కొంటుంది. వక్షాన్ని చీల్చేస్తుంది. అప్పుడప్పుడు ఎవరో ఒకరిని చిర నిద్రలోకి పంపేస్తుంది. కాని ఈ పరిణామాల గురించి ఎంత మాత్రం ఆలోచిస్తూ కూర్చోకూడదు. ఇట్లా ఆలోచిస్తూ ఉంటే అసలు ఏ పనినీ పూర్తి చేయలేరు.

అశ్వత్థామ అభిప్రాయాలను మరచిపోడానికి ఎంతో ప్రయత్నం చేస్తాను. అయినా అవన్నీ నా స్మృతిలో ఉంటూనే ఉంటాయి. నన్ను వ్యాకులపరుస్తూనే ఉంటాయి. పరాజితుడనై కోపంగా లేస్తాను. నిర్ణయిస్తాను. ''అశ్వత్థామా! నీవు చెప్పినట్లుగా జీవితం ఒక అసంఖ్యాకమైన దారాలు గల వస్త్రపు ముడి అయితే, సరే నేను స్వీకరిస్తాను. కాని ఆ ముడిని నేను విప్పను. ఇంకా దాన్ని పీటముడి వేస్తాను. ఆ రాక్షస భీముడి ప్రాణాలను అందులో పెట్టి వాడి ప్రాణాలు పోయేదాకా ముడిని ఇంకా గట్టిగా బిగుస్తూ ఉంటాను.''

భీముడిని జీవితపు ముడిలో బిగించాలన్న ఆలోచన నా మనస్సులో వచ్చినప్పటి నుండి నేను నిశ్చింతగా ఉన్నాను. ఒక వల నుండి వాడు బయటపడ్డాడు. ఫరవాలేదు. నేను వాడికోసం మరో బలమైన గట్టి వలను తయారుచేయడానికి సిద్ధం అయ్యాను. నేను వాడికి జీవితాంతం వల పైన వల పన్నుతూనే ఉంటాను. ఇప్పుడు వాడి తెగిన కనిష్టకి నాకు కేవలం ఒక వెండి పెట్టెను తయారు చేయించాల్సిన అవసరం ఎంత మాత్రం లేదు. వాడి తలనే కురుల సింహాసనం కింద పాతిపెట్టాలని అనుకున్నాను. ఎందుకంటే ఆ నీలి వర్ణ అర్జునుడు, పాంచాలిని గెలుచుకున్నాడు. చివరికి జరిగిన యుద్ధంలో ఆ ఉద్దదుండైన భీముడు నా వీపుపైన గదతో ప్రబలమైన ప్రహారం చేసాడు.

మరో ఘటన కూడా జరిగింది. దీని విషయంలో నా అదృష్టం ఎంతో బలంగా ఉంది. ద్రౌపది కర్ణుడికి చేసిన ఘోర అవమానం. వీరాధివీరుల ముందు ద్రౌపదికి ఈశ్వరుడు ఈ దుర్బుద్ధి ఇచ్చాడు. ఇక ఇప్పటి నుండి కర్ణుడికి నిరంతరంగా ఈ ఘోరాతిఘోర అవమానాన్ని గుర్తుచేస్తూ ఆ శక్తిశాలి వీరుడి పురుషార్థాన్ని మేల్కొలుపుతూ ఉంటాను. రెచ్చగొడుతూ ఉంటాను. అప్పుడు అవకాశం దొరకగానే ద్రౌపదిపైన, కర్ణుడు ప్రతీకారం తీర్చుకుంటాడు. ఇప్పుడు కేవలం వీడు నాకు కుడిచేయిలానే ఉన్నాడు కాని ఇక ముందు నా గుప్పిట్లోకి వాడు వచ్చేస్తాడని నాకెంతో నమ్మకంగా ఉంది. కర్ణుడు... సూర్యపుత్రుడు కర్ణుడు... కవచకుండల ధారి కర్ణుడు... విశాలకాయుడు కర్ణుడు... దుర్యోధనుడి గుప్పిట్లో ఉంటాడు... కీలుబొమ్మ అవుతాడు... ఇక అప్పుడు వాడి జీవితాన్ని నాకెట్లాకావాలో అట్లాగే అక్షరాలా అట్లాగే మలుపు తిప్పుతాను. హస్తినాపురపు స్వామి, అతడి గుప్పిట్లో... కర్ణుడు.. దుర్యోధనుడి పిడికిట్లో కీలుబొమ్మ కర్ణుడు. దుర్యోధనుడు కంటున్న ఈ బంగారు కలలన్నీ పండుతాయి. లోకం తప్పకుండా చూస్తుంది.

ఈ సమస్తమైన గందరగోళంలో, ఒక అప్రియమైన ఘోరాతిఘోరమైన ఘటనను ఏనాటికీ మరచిపోలేను. స్వయంవరం పూర్తి అయ్యాక, జరిగిన యుద్ధంలో అర్జునుడు కర్ణుడి పుత్రుడిని – సుదామనుడిని – తన అమోఘమైనబాణలతో ఛిన్నాభిన్నం చేసాడు. ముక్కలుముక్కలుచేసాడు. కొన్ని బాణాలు, వాడి కిశోరయువ స్వచ్ఛమైన ముఖంలో గుచ్చుకుపోయాయి. ఆ వీరుడు అసలు ఈ లోకాన్ని ఏం చూసాడు? వాడి మృత్యువును సమర్థిస్తూ అర్జునుడిని వీరుడు అనిఎవరంటారు? ఇప్పుడు ఒకవేళ కర్ణుడు అర్జునిడిని వధిస్తాను అని ప్రతిజ్ఞ చేసినా, దీనివలన వాడిని ఆకతాయి ఉన్మాది అని ఎంత మాత్రం అనలేము. కేవలం, ఆదర్శ వచనాలతో నీతి నియమాలను తయారు చేయలేము. అవి జీవితంలోని జీవవంతమైన అనుభవాలను బట్టి కూడా తయారవుతాయి.

ఐదవ భాగము

వృషాలి

"భీష్ముడు మా బామ్మని కాశీ నుండి బలవంతంగా తీసుకొచ్చారు.
ఈనాడు నేను ఈ కళింగ యువరాణిని నా బాహుబలంతో ఇక్కడి నుండి ఎత్తుకెళ్తాను.
ఎవరైనా అడ్డొస్తే కౌరవుల బలగాన్ని ఎదుర్కోవలసి ఉంటుంది." –దుర్యోధనుడు

1

స్త్రీ జీవితం భక్తిశ్రద్ధలతో పతిచరణాల పైన సమర్పింపబడిన కమల పుష్పం. పతి సుఖమే తన సుఖం. భర్త జీవితంలో అర్ధభాగాన్ని తానే సంబాళిస్తానని, పవిత్ర ప్రతిజ్ఞను ఆమె సప్తపది, మంగళమయమైన సమయంలో అగ్ని నారాయణుడి సాక్షిగా చేస్తుంది. అందుకే ఆమెను అర్ధాంగి అని పిలుస్తారు. నేను నా భర్తని అన్ని విధాల సుఖపెట్టి, ఆనంద శిఖరం దాకా తీసుకువెళ్ళాలని అహర్నిశలు ప్రయత్నం చేస్తూనే ఉన్నాను. ఎందుకంటే వారి జీవితం ఎంతగా కష్టమయమార్గంలో నడిచిందో, ఆ సంపూర్ణమైన దారి గురించి శోణుల వారు నాకు ఎన్నో సార్లు చెప్పారు. నిజానికి నేను ఎంతో అదృష్టవంతురాలిని. ఎందుకంటే నా భర్త ఎంత అందంగా ఉంటాడంటే, తక్కిన అందమైన స్త్రీలు నన్ను ఈర్ష్యతో చూస్తారు. రూపం కన్నా విశాలమైన మనస్సు అతనిది. బహశ ఆయన తనకు పరిచయం అయ్యే ప్రతీవాడికి ప్రేమ పంచడానికే పుట్టారేమో. ఆయనకి తన అందమైన రూపం పట్ల పిసరంతైనా గర్వం లేదు. మాట్లాడేటప్పుడు మరచిపోయి తన కవచం, దివ్యకుండలాల గురించి ఎంతమాత్రం చెప్పేవారు కాదు. ఇంత సమర్థవంతులైన పురుషుడు, ఒక దేశానికి రాజు అయి ఉండి కూడా తన తల్లిదండ్రుల కాళ్ళకు చందనంతో కలిపిన నలుగు పిండిని స్వయంగా రాస్తుంటే నా హృదయం అభిమానంతో పొంగిపోయేది.

తన అందమైన, సద్గుణ వంతుడైన పతిని చూస్తే ఏ పత్నికి అభిమానంగా ఉండదు. ఏదైనా విశాల వృక్షంపై ఆశ్రితమైన లత జీవితం నిశ్చితంగా, సుఖమయంగా ఉంటుందో, అట్లా భర్త దగ్గర నా జీవితం సుఖంగానే ఉంది. మామగారు, అత్తగారు దేవతలే. నేను వాళ్ళ కోడలిని అని నాకు ఎప్పుడూ అనిపించలేదు. వాళ్ళు నన్ను ఎప్పుడు వాళ్ళ కూతురు లాగానే చూసుకున్నారు. శోణులవారుగలగలా పారే హాస్యపు సెలయేరు. అతను తక్కిన వాళ్ళతో చాలా తక్కువగా మాట్లాడేవారు. కాని నాతో ఎంత మాట్లాడినా అతని మనస్సు నిండేదే కాదు. అసలు ఆయన నన్ను ప్రేమగా వదినా! వదినా! అని పిలవని ఒక్కరోజైనా లేదు. రాజనగరంలోనూ, రాజప్రాసాదంలోనూ జరిగే ప్రతి సంఘటన గురించి ముందు నాకు చెప్పేవారు.

అతని వివాహ విషయం ఎవరూ ఎందుకు చర్చించరో నాకు అర్థం కాలేదు. ''మీజేష్ఠ పుత్రుడి పైనే మీకు ప్రేమ ఎక్కువ. లేకపోతే మీరు శోణుల వారి వివాహం ఈ పాటికి చేసి ఉండేవారు.'' అని నేను మా మామగారితో అంటూ ఉండేదాన్ని. ''అసలు ఈ పని మాది అనిమాకెప్పుడూఅనిపించలేదు. కర్ణుడి వివాహం చేయడమే మా కర్తవ్యం అని భావించాం.

అంతవరకే మా కెంతో సంతోషం అని అనుకున్నాం. ఇక ఇప్పుడు శోణుడి వివాహం చేస్తాడో, లేకపోతే అవివాహితుడుగానే ఉంచుతాడో అది కర్ణుడి ఇష్టం.'' అని మామగారు నవ్వుతూ అనేవారు.

నేను ఏ మాత్రం అవకాశం ఉన్నా శోణుల వారి వివాహం విషయం నా పతిదేవుడి దగ్గర ఎత్తేదానిని. ''వృషాలీ! స్త్రీలకు ఈర్ష్య ఎక్కువ ఉంటుందని నేను విన్నాను. నీవు శోణుడి భార్యని చూసి ఈర్ష్య చెందవా! దీనికి ప్రమాణం ఏమిటి?'' వారు ఎప్పుడూ ఇట్లా హాస్యపరిహాసంగా మాట్లాడేవారు. కాని వారి మాటల వెనక ఉన్న ప్రేమను నేను అర్థం చేసుకోగలను. అందువలన నేను ఏమీ మాట్లాడే దాన్ని కాదు. ''నేను శోణులని నా పెద్ద అన్నయ్యలా అనుకుంటున్నాను. అన్నయ్య భార్యను ఎవరైనా ద్వేషిస్తారా? '' అని అనేదాన్ని.

''వృషాలీ! వ్యర్థంగా ఈ సంబంధబాంధవ్యాల గుర్రాన్ని పరిగెత్తించకు. నిజం చెప్పనా? తక్కిన వాళ్ళ ప్రేమలో నీ భర్త చిక్కుకోవాలని నీవు ఎంత మాత్రమూ అనుకోవు. శోణుడితో నేను గడిపే సమయం అంతా వాడి పెళ్ళైతే ఆ సమయం అంతా నీకే దక్కుతుందని నీ ఆశ. ఇందులో నీ స్వార్థం ఎంతగానో ఉంది. నిజం కదూ! మీరందరూఎంత స్వార్థపరులో కదా!'' అని నా భర్త అంటూ ఉండేవారు.

నేను వారి మాటలు వినగానే విసుగ్గా దూరంగా జరిగే దానిని. గవాక్షం నుండి గంగ వైపు చూస్తూ ఉండేదాన్ని. కొంచెం సేపు కాగానే వారు నా వెనక వచ్చేవారు. నాతల నిమురుతూ– ''వృషాలీ! కోపం వచ్చిందా! అసలు నాకేమీ అర్థం కాదు. గంగ ఒడ్డున ముత్యపు చిప్పలను ప్రోగుచేసే శోణుడు, అన్నయ్యా! నీవు గరుడుడంత పైకి ఎగరగలవా? అని అడిగే, నా రథం వెనక అరుస్తూ పరుగెత్తే శోణుడు,.... పిల్లి పిల్ల ఎక్కడ రథం కింద నలిగిపోతుందోనన్న భయంతో ఒక్క ఉదుటున ఉరికి ఉద్వేగంతో దాన్ని ఎత్తుకునేవాడో... ఆ శోణుడు... అమాయకుడు... అసలు ఇంత పెద్ద వాడయ్యాడనిఅనిపించనే అనిపించదు...... కాని నేను ఇప్పుడు ఏ మాత్రం ఆలస్యం చేయను. వాడి పెళ్ళిని, నా పెళ్ళి కన్నా పదింతలు వైభోగంగా చేస్తాను. ఎంత ఒడ్డుపొడుగూ పెరిగాడు కదూ వాడు? చాలా ఎదిగి పోయాడు.'' అని అనేవారు.

ఇటువంటి సమయాలలో నా తలని ఆయన బలాఢ్యమైన భుజంపై పెట్టుకోవాలని నాకెంతగానో అనిపిస్తుంది. ఇంతటి పెద్ద విశాలమైన శరీరంలో ఎంత పెద్ద మనస్సు ఉంది కదా అని నా కనిపించేది. ఆయన జీవితంలో ఎన్నో ఎన్నెన్నో ఒడిదుడుకులు వచ్చాయి. కాని ఆయన తన ప్రియ సోదరుడి స్మృతులను తన మానస గర్భ గృహంలో ఎంత తాజాగా అట్టి పెట్టుకున్నారు? బహుశ స్వయంగా శోణులు ఆ ఘటనలన్నింటినీ మరచి పోయి ఉండవచ్చు. కాని ఈయన ఎంతో ప్రేమతో వాటన్నింటిని దాచుకున్నారు. అందరిని ఈ విధంగా శ్రద్ధతో స్వీకరించి, నన్ను ఎంతో ప్రాణప్రదంగా ప్రేమించే భర్త నాకు లభించారు. ఇంతకన్నా ఏం కావాలి? నా జన్మజన్మాంతరాల పుణ్యం సఫలం అయింది. వారి భార్యని అయినందుకు కుటుంబ సభ్యులు మాత్రమే నా మీద ప్రేమవర్షం కురిపిస్తారనే కాదు, మహారాణి గాంధారిదేవి, యువరాణి దుశ్శలాదేవి, రాజమాత కుంతీదేవివీళ్ళందరి ప్రేమఆప్యాయతలు నాపట్ల ఉన్నాయి. అసలు నిజానికి నేను ఒక సూతకన్యను, కాని నాకు రాజకుమారి జీవితం ప్రాప్తించింది. నా పతి దేవుడి మూలంగానే ఈ

అదృష్టం నాకు కలిగింది. అందుకే వారి సుఖం కోసం రాత్రింబవళ్ళు కష్టపడుతున్నాను. అసలు ఏదైనా దుఃఖపూరితమైన ఘటన గురించి వారు నాకు చెప్పనే చెప్పరు. గతంలో గోదాలో కృపాచార్యులవారు, యువరాజు భీములు ఆయనకు చేసిన అవమానం గురించి ఎప్పుడూ ఈనాటి వరకూ వారు నాకు చెప్పలేదు. తన కోసం ఇతరుల మనస్సుకు కష్టం కలిగించాలని వారు కలలో కూడా అనుకోరు. కాని వారికి ఏదైనా ఘటన వలన దుఃఖం కలిగితే శోణులవారు నాకు అందరికన్నా ముందు చెబుతారు.భాతృప్రేమలో నిండా మునిగిన ఆయన "వదినా! అన్నయ్యకి ఎటువంటి విపత్కరమైన పరిస్థితులు ఎదురైనా అప్రియమైన సంఘటనలలో చిక్కుకున్నా, మీకు వాటి గురించి చెప్పడు. అందుకే మీకు వీటన్నింటి గురించి చెబుతూ ఉంటాను. అసలు అన్నయ్య బాధను నేను ఏమాత్రం చూడలేను. చిన్నవాడిని ఏం చెబుతాను? అందుకే నేను అన్నయ్య ఎదుట ఏమీ చెప్పలేను. అన్నయ్యని మీరే సంబాళించాలి వదినా!"

పాంచాలుల యువరాణి స్వయంవరంలో తనకు జరిగిన అవమానాన్ని ఆయన పట్టించుకోలేదు. నాకు చెప్పలేదని నేను బాధపడ్డాను. కాని చివరికి మరిదిగారు శోణులు నాకు చెప్పారు. స్వయంవరంలో జరిగిన సంఘటన గురించి పూర్తిగా తెలుసుకున్నాక ద్రౌపది అనబడే ఆ దయలేని, వివేకం లేని యువరాణిపై నాకు చాలా కోపం వచ్చింది. కాని మొట్టమొదటిసారి మాత్రమే అట్లా కోపం వచ్చింది. నాకు తరువాత ఆమెపై ఎంతో దయ కలిగింది. అమృత కుంభం ఆమె చేతుల దాకా వచ్చింది. కాని ఆలోచన లేని ఆమె కులాహంకారంతో దానిని కాళ్ళతో తన్నేసింది. కిరీటంలో పెట్టుకునే యోగ్యతగల సువర్ణ పుష్పాన్ని ఆమె కాళ్ళకిందనలిపివేసింది. రాజులందరి ఎదురుగుండా ఆమె స్వాభిమాని అయిన నా భర్తని ఘోరంగా, క్షమించరాని అవమానం చేసింది. నా అందమైన పుత్రుడిని బలికొన్నది.

అంగరాజు పాంచాల రాష్ట్రం నుండి వెనకకి రాగానే ఆయనకు హారతి ఇస్తూ వ్యాకులతతో అడిగాను – "మన సుదామనుడు ఏడి?" నా కళ్ళలోతుల్లోకి చూస్తున్నారు. ఆయన కంఠం గద్గదమయిపోయింది. వారి నీలికళ్ళల్లోంచి వస్తున్న కన్నీళ్ల రెండు కన్నీటి చుక్కలు, ఆయన రక్తిమకపోలాలపై నుండి జారి నా కాళ్ళ పైన పడ్డాయి. నాకు నిప్పు కణాల్లా భగభగమన్నట్లుగా అనిపించాయి. ముఖం తిప్పుకుని కళ్ళకొనుకలను ఉత్తరీయంతో తుడుచుకుంటూ సుదామన్ వెళ్ళిపోయాడు, వృషు! ద్రౌపదిని గెలుచుకుని తన మెడలో వరమాల వేసే అర్జునుడు ఇప్పుడు సుదామనుడి తండ్రి వేసే బాణం తోటే చివరి శ్వాస వదులుతాడు." అంటూ నా చేతిలోని హారతి పళ్లెంలోంచి ఆయన పూవుని ప్రతిజ్ఞ చేస్తున్నట్లుగా తీసుకున్నారు. సుదామన్ వధ గురించి వినగానే నా చేతిలోని పళ్ళెం కింద పడ్డది.

2

స్త్రీ తన బాధను భరిస్తూ, ఎదుటివాళ్ళ బాధను పోగొట్టాలి. తన భర్త మానసిక వ్యథను ఎట్లా దూరం చేయాలి అన్న విషయాన్ని సజ్జన స్త్రీకి ఎవరూ నేర్పించరు. స్వయంవరంలో గుచ్చుకున్న బాణం ఎంతగా మహారాజును బాధపెట్టిందో, కుదిపి వేసిందో, నేను అర్థం చేసుకున్నాను. అసలు ఏ విషయంలోనూ ఆయన మనస్సు లగ్నం కావడం లేదు. గంటల కొలదీవారు ఆలోచనలలో

మునిగిపోయేవారు. ఒకరోజు భోజనం తరువాత వారు ఒంటరిగా కూర్చుని ఉన్నారు. నేను ఒక్కసారిగా వారి దగ్గరికి వెళ్ళి నిల్చున్నాను. నన్ను చూడగానే వారు బలవంతంగా నవ్వుతూ అన్నారు – ''వృషాలీ! నీవు...!''

''కొందరు అబద్ధాలు ఆడరు. కాని అబద్ధపు నవ్వు మాత్రం నవ్వుతారని నేను ఇప్పుడే తెలుసుకున్నాను.'' నేనన్నాను.

''ఎవరు అబద్ధపు నవ్వు నవ్వుతారు? నిన్ను చూసి అసలు ఎవరూ అబద్ధపు నవ్వు నవ్వరు.''

''మీరు... మీరు... అబద్ధపు నవ్వు నవ్వుతున్నారు. మీ బాధను నా దగ్గర దాస్తారు.''

''ఏ బాధను?''

''సుదామనుడి గురించిన బాధ. స్వయంవరం వలన కలిగిన దుఃఖం. మీ మనస్సుని అతలాకుతలం చేసిన ఆ అవమానం.''

''వృషాలీ నీవు చెప్పేదంతా నిజమే. కాని ఇదంతా నీకెవరు చెప్పారు.''

''మరిది శోణులవారు. కాని ఇందులో మనస్సును ఇంతగా క్షోభ పెట్టే విషయం ఏముంది?''

''దీనిని తెలుసుకోవాలంటే పురుషుడిగా, ముఖ్యంగా యోధుడుగా జన్మించాలి. ఇదే కనక లేకపోతే అవమానం చెందాక కలిగే క్షోభ, మనస్సును ఎంతగా గుచ్చుకుంటుందోతెలియనే తెలియదు. వృషాలీ! నిజంగా నేను ఇంత హీనుడినా? క్షుద్రుడినా?'' ఎప్పటిలాగానేగవాక్షం నుండి దూరంగా క్షితిజం వైపు చూస్తూ అడిగారు.

''ఊహ! కాదు... కాదు... మిమ్మల్ని హీనులు అన్న వాళ్ళు ఒకరోజు తప్పకుండా పశ్చాత్తాపం పడతారు. నా మనస్సు మాటిమాటికి ఇదే చెబుతోంది.''

''నిన్ను ఒక్క ప్రశ్న అడగనా! నిజం చెప్పాలి. చెబుతావు కదూ!''

''మీకు నేను ఎప్పుడూ అబద్ధం చెప్పలేదు. చెప్పను కూడా... మీరు నాకు పరమేశ్వర స్వరూపులు.''

''నా భర్త సూతపుత్రుడు కాకపోతే... ఎంత బాగుండును అన్న భావం నీ మనస్సులో ఎప్పుడు రాలేదా?

''ఎందుకు? నేనెందుకు ఆలోచిస్తాను? మీరు వేసిన ఈ ప్రశ్న ఏమాత్రం నాకు మంచిగా అనిపించలేదు. అసలు మీలో ఏ తక్కువ ఉందని?''

''మరి నాకెందుకు 'సూతపుత్రుడు' అన్న శబ్దం వినగానే విపరీతమైన కోపం వస్తుంది.''

''అప్పుడప్పుడు ఈ వ్యక్తుల దుష్టత్వం వలన మీ మనస్సు అమితమైన క్షోభ చెంది ఉండవచ్చు. అప్పుడు మీకు అట్లాఅనిపించి ఉండవచ్చు. ఇక ఎప్పుడు ఎవరు ఎంత క్రూరాతి క్రూరత్వంగా ప్రవర్తించినా మీరు అసలు లెక్క చేయకండి. ఎందుకంటే...''

''ఎందుకంటే...''

''ఎందుకంటే మన ఇద్దరి జీవితం....

''ఏం... ఎందుకు ఆపేసావు? మన ఇద్దరి జీవితం... అయితే ఏమిటి?''

''ఇక ఇప్పుడు మన ఇద్దరిది కాదు. ఇందులో పాలు పంచుకునే మూడో ప్రాణి రాబోతున్నాడు. మీరు త్వరలో మళ్ళీ తండ్రి కాబోతున్నారు.''

''ఏమిటి? ఏమిటి నీవు చెబుతున్నదివృషాలీ! నేను త్వరలో తండ్రిని కాబోతున్నానా? మనకి పుత్రుడు కలగబోతున్నాడా? వృషాలీ! నీవు ఈ మాట ఎంత ఆలస్యంగా చెబుతున్నావు?'' ముందడుగు వేసి ఆయన తన చేతుల్తో నా ముఖాన్ని స్పర్శించారు. నేను ఎంతో ప్రయత్నించాను. కాని నా కళ్ళని పైకెత్త లేకపోయాను. చివరికి చేతులను అటుఇటూ ఊపుతూ శాంతంగా అన్నారు – ''వృషూ! పైకి నావైపు చూడు.''

నేను ఆయన నీలి చెవులు, కుండలాల వైపు సన్నగా ఒదిగి ఉన్న శాంతంగా ఉన్న కన్నులవైపు చూసాను. నాకు ద్రౌపది గుర్తుకు వచ్చింది. నిజంగా ఆమె నాపై ఎంతో దయ చూపించింది. ఒకవేళ వీటిని నాలాగా అతి దగ్గరగా చూసి ఉండి ఉంటే, ఆమె ఆయననిహస్తినాపురానికి తిరిగి పంపించేదే కాదు. ''వృషూ! పుత్రుడా? పుత్రికా? ఎవరు పుడతారు?''

''మీరేం కోరుకుంటున్నారు?''

''పుత్రిక, నీలాగా పెద్దపెద్ద కళ్ళు కల ఆడపిల్ల...''

''ఊహ! కాదు! మీలాగా కుండలాలు గల కొడుకు.'' నేను వారి చేతుల్లోంచి నా ముఖాన్ని తొలిగిస్తూఅన్నాను.

''అప్పుడు ఇక నాపై నీ ధ్యాసే ఉండదు. పుత్రుడు జన్మించగానే స్త్రీకి తన భర్త మీద ప్రేమ తగ్గిపోతుందని అందరూ అంటూ ఉండటం నేను విన్నాను.''

''మీ పట్ల నా ప్రేమను ఇక ఒకే ఒక ఘటన దూరం చేయగలుగుతుంది, అదే మృత్యువు.''

''వృషాలీ! నా కోసం స్వర్గం నుండి ఎన్నెన్ని కాన్కలు తెచ్చావు.'' వారి నీళ్ళతో నిండిన కళ్ళు, నా హృదయ సరోవరంలో మునకలు వేస్తున్నాయి.

''సాక్షాత్.. స్వర్గ దేవుడైన మీకు స్వర్గపు కానుకల అవసరం ఏముంది?'' నేను వారి మనస్సును ఆనందింపచేసాను, ఇట్లా ఆలోచించుకుని నేను ఎంతో ప్రసన్నురాలనయ్యాను. స్వయంవరం నుండి వచ్చాక ఇదే మొదటిసారి నాతో ఇంత మనఃస్ఫూర్తిగా మాట్లాడారు. మనస్సు విప్పి మాట్లాడారు. కాని మీరు మరునిమిషంలో మౌనంగా అయిపోయారు. నన్ను అక్కడే వదిలివేసి, ఒంటరిగా గవాక్షందగ్గరికి వెళ్ళి బయటికి చూడటం మొదలుపెట్టారు.

''ఏమైంది?'' నేను భయంభయంగా అడిగాను.

''ఏమీ కాలేదు. ఇక నువ్వు వెళ్ళు.'' వారు ఏదో దాస్తున్నారు. ''మీరు ఎప్పుడూ ఇట్లాగే దూరంగా నన్ను ఉంచుతారా?''

''లేదు వృషాలీ! కాని అన్ని మాటలు చెప్పలేను కదా! అసలు ఆ విషయాలను అర్థం చేసుకోవడం ఎంతో కష్టం. ఎందుకో తెలుసా అవన్నీ ఎంతో కటువుగా చేదుగా ఉంటాయి.''

''ఎటువంటి కటువైన మాట అయినా సరే మీ నోట్లో నుండి వచ్చాక నాకు అమృతంలా తీపిగా అనిపిస్తుంది.'' నేను ఎంతో దృఢంగా అన్నాను.

''ఊహు... కాదు...''

''మీరు చెప్పాలని నేను పట్టుబట్టను. కాని భార్య భర్తకు అర్ధాంగిని'' అవుతుంది అన్న మాట వ్యర్థం అని అనుకుని నేను ఇక్కడి నుండి వెళ్ళిపోతాను.''

"అట్లాఅనుకోకు. నీవు విని సహించగలవా? అయితే విను. మనకు కొడుకే పుడతాడని నీవు ఆనందంతో ఉప్పొంగి పోతున్నావు. నేను ఈ మాట విని ఒక్క నిమిషం నా దుఃఖాన్ని మరచిపోయాను. కాని ఈ మాట నాకు ఇంతకు ముందు ఉన్న దుఃఖాన్ని ఇంకా పెంచిందే, తప్ప తగ్గించలేదు."

"మీరెందుకు ఇట్లా మాట్లాడుతున్నారు? మీకు కొడుకు పుడుతున్నాడు అన్న ఆనందంతో కూడుకున్న ఈ మాట మీకు దుఃఖాన్ని ఎందుకు ఎక్కువ చేస్తుంది?"

"వృషాలీ! నీవు జన్మనిచ్చే పుత్రుడు ఈ రాజభవనంలో కర్ణుడి కుమారుడిగానే పెద్దవాడవుతాడు. రేపు వాడు సమాజంలో తిరగాడుతున్నప్పుడు వాడిని సూతపుత్రుడు, సూతపుత్రుడు అనే పిలుస్తారు. వెక్కిరిస్తారు. ఎంత ధైర్యంగా వాడి తండ్రి సూతపుత్రుడు అనే చేదు నిజాన్ని జీవితాంతం సహించాడో అంత వీడు సహిస్తాడా! ఉఫ్! వృషాలీ, కర్ణుడి పరాక్రమ నగారా వ్యర్థం. సమాజంలో పాతుకుపోయిన అర్థంపర్థం లేని నమ్మకాల ముందు వ్యక్తి జీవితం, ఉద్దేశ్యం, ఆశలు, ఆకాంక్షలు, అన్నీ మట్టే కదా!"

"వాడు సూతపుత్రుడే అయినప్పుడు, సూతపుత్రుడు అనిఅందరూ పిలిస్తే మాత్రం అవమానం ఏముంది?

"వృషాలి! ఇక వెళ్ళు. కర్ణుడితో ఉంటూ కూడా నీవు అతడిని పూర్తిగా తెలుసుకోలేకపోయావు."

"ఊహు... మీరు ఏం అనుకుంటున్నారో అది కానే కాదు. మీరు మీ కులాన్ని ఎందుకు ఉన్నతంగా చూడరు? మీరు అభిమానం ఎందుకు చూపెట్టరు? మీరు గట్టిగా, అభిమానంగా అవును నేను సూతపుత్రుడినే, నా పుత్రులు వాళ్ళ వంశం వాళ్ళందరూసూతపుత్రులే అని గర్వంగా ఎందుకు చెప్పరు?"

"వృషాలీ! దీనికోసం నేను గత ఇరవై అయిదు సంవత్సరాల నుండి నా మానస దారాలని ప్రోగు చేసుకుంటున్నాను. కాని నేను సాఫల్యం పొందలేకపోయాను. నిజానికి సూతపుత్రుడనని నేను అభిమానంగానే ఉండాలి. కాని అట్లాకావడం లేదు."

"మరయితే... నేను సూతపుత్రికను, మీ భార్యను. ఈ నిజం కూడా మీకు ఎప్పుడూ సంతోషాన్ని కలిగించి ఉండకపోవచ్చు అనే అనుకోవాలి."

"ఊహు... ఎంత మాత్రం కానే కాదు. వృషాలీ! నీవు శోణుడు, తల్లిగారు, తండ్రిగారు దుర్యోధనుడువీళ్ళందరి ప్రేమకు నేనెంతో గర్వపడుతున్నాను. నీ విషయంలో ఇంకా చెప్పే అవకాశం ఎప్పుడైనా కలిగితే అప్పుడు నేను..." అంటూ ఆయన గవాక్షం వైపు నుండి తక్షణమే వెనక్కి తిరిగారు.

"మీరేమంటారు?"

"ఇప్పటి వరకూ నీకు చెప్పనది, వృషాలీ! నీవు భార్య రూపంలో లభిస్తే ఈ జన్మలోనే కాదు, మరో పది జన్మలలో సూతపుత్రుడిగా జన్మించడానికే ఇష్టపడతాను."

వారు చెప్పింది విన్నాక నేను ఎంతో భావుకురాలనయ్యాను. వారి మనస్సు పొరలలోని లోతును తెలుసుకోవడం అసంభవం. ఆకాశం చివరి అంచు ఎవరికైనా ఇప్పటిదాకా

లభించిందా? నాకు దొరికిన ఆనందానికి హద్దులు లేవు. నేను వారి భవనం నుండి బయటికి వచ్చాను.

అయినా కూడా నాలో ఒక బాధ ఉండిపోయింది. తన పుత్రుడిని సూతపుత్రుడిగా చెప్పుకోవడం ఆయనకి ఎందుకు ఇష్టం లేదు?

3

నేను నా భర్తతో, ఎంతో సుఖ, సంతోషాలతో కాలం గడుపుతున్నాను. నా మనస్సులో మహారాజు దుర్యోధనుడి పట్లకూడా ఎంతో గౌరవభావం ఉంది. ఎందుకంటే వారి సహాయ సహకారాల వలనే మా సంసార వట వృక్షం మూడుపూలు, ఆరుకాయలుగా వృద్ధి చెందుతోంది. ప్రతీ సందర్భంలోనూ, వారు నా పతిని తన ప్రాణ ప్రియ సఖుడిగానే పరిచయం చేసేవారు. తన భర్త కి అన్ని విధాల సహాయపడే వ్యక్తి అంటే ఏ స్త్రీ మనస్సులో నైనా ఆదరభావం ఉండటం ఎంతో సహజం. దుర్యోధన మహారాజు కారణంగానే అంగదేశపు రాణిగా అభిమానంతో హస్తినాపురంలో తిరగాడుతున్నాను. కాని ఒక విషయం మాటిమాటికి, నాకెంతో బాధ కలిగించేది. అన్ని విధాల తానే అయి, అనేక ప్రయత్నాలు చేసి మా వివాహాన్ని జరిపించిన దుర్యోధనుడు అవివాహితులుగానే ఉండిపోయారు. వివాహం జీవితాన్ని పరిపూర్ణం చేస్తుంది. కేవలం, ధనధాన్యాలు, పురుషార్థం, కీర్తి వీటి వల్లే అన్ని సుఖాలు లభించవు. నేను నా పతిదేవుడికి దుర్యోధనుడి వివాహం విషయం ఎన్నోసార్లు గుర్తుచేసాను. పాంచాలుల రాజ్యంలో ద్రౌపది స్వయంవరంలో పాల్గొన్నారు, కాని గెలవ లేకపోయారు. దీని వలన వారు జన్మంతా అవివాహితులుగా అయితే ఉండిపోలేరు కదా! ఏ మాత్రం అవకాశం కలిగినా నేను నా దైవానికి చెబుతూనే ఉన్నాను. ''వృషాలీ! అతడు ఒక యువరాజు. ఆ యువరాజు, హస్తినాపురపు వైభవానికి సమానంగా ఉండే సామ్రాజ్యానికి చెందిన రాజకన్యనే వివాహం ఆడాలి. రాజువివాహం, అభిషేకం అంత విలువ అయినది.'' అనిఅంటూ ఆయన జవాబు చెప్పేవారు. నేను నా సోదరుడు సత్యసేనుడి ద్వారా, చాలా మంది రాజకుమార్తెల వివరణలు సేకరించి, రాజకుమార్తెల గురించి దుర్యోధనుల వారికి చెప్పేదాన్ని. కాని వారికి ఎవరూ నచ్చేవారు కాదు. ఒకరోజు వారు రాజ్యసభకి వచ్చారు. నన్ను దాసి ద్వారా పిలిపించారు– ''చూడు వృషాలి! నీకు దుర్యోధనుడి వివాహం గురించిన చింత ఎక్కువ కదా! ఇక ఇప్పుడు ఏ మాత్రం చింతించ నక్కరలేదు.'' అనిఅంటూ ఆయన ఒక భూర్జపత్రాన్ని చేతికందించాడు. అది ఆహ్వాన పత్రిక.

అది కళింగ దేశపు రాజు చిత్రాంగదుడు పంపిన ఆహ్వానం. రాజు తన కుమార్తె భానుమతికి స్వయంవరం ఏర్పాటు చేశారు. బంధువులతో పాటు కళింగ దేశపు రాజధాని కాశీపురానికి రావాలని భీష్మపితామహులను ఎంతో వినయంగా కోరారు.

''ఇక ఇప్పుడు నాకు ఒక మంచి సఖి లభిస్తుంది.'' నేను ఎంతో సంతోషంగా అన్నాను.

''నీవు ఎప్పుడూ ప్రతీ విషయంలోనూ ఎంతో మంచినే కోరుకుంటావు. కాని ఇది కేవలం ఆహ్వానం మాత్రమే. రాజకుమారి భానుమతిని పొందడానికి, తమతమ వీరత్వాల గురించి డప్పుకొట్టుకుంటూ, పాంచాలి స్వయంవరంలో పాల్గొన్నవారి కన్నా, ఇంకా అధిక సంఖ్యలో

రాజులు కాశీనగరానికి వస్తారు. భానుమతి దుర్యోధనుడికే లభిస్తుందని చెప్పలేం.'' నా అభిప్రాయం తెలుసుకోడానికి ఆయన ఎంతో చింతిస్తున్నట్లుగా అన్నారు.

''మీరు తోడు ఉంటే అంతా సహజంగానే జరిగిపోతుంది. పాంచాలి స్వయంవరం జరగగానే మీరు ఒంటరిగా అర్జునిడితో ఒక ఘడియ యుద్ధం చేయలేదా?''

''వృషాలీ! ప్రతీ స్త్రీ తన భర్తే వీరాధివీరుడు, శూరాధిశూరుడు అని అనుకుంటుంది. నీవూవాళ్ళల్లో ఒక దానివి. కాని పతి వీరాధివీరుడుఅనిఅనేటప్పుడు రాబోయే ఆపదని నీవు మరచిపోతున్నావు.''

''ఏం ఆపద?''

''నీ భర్త వీరత్వాన్ని చూసి ఒకవేళ ఏ స్త్రీ అయినా అతడిని కోరుకుంటే, నీకు ఆపద వచ్చినట్లే కదా!''

''ఊహు కానే కాదు. ప్రశ్న అల్లా నా భర్త ఏం కోరుకుంటారు? వారికి ఒకవేళ ఆ స్త్రీ ఇష్టం అయితే నేను ఒక చెల్లెలిగా స్వీకరిస్తాను. ఆఘటన కాకూడనిదైనా స్వీకరించగలను.''

''ఆలోచించుకోవృషాలి! ఇది అంత తేలిక కాదు.''

''నేను వృషాలినిని. అంగరాజు పత్నిని.'' అని నేను కూడా గట్టిగా అన్నాను.

నా జవాబు విని ఆయన ఎంతగానో ఆనందించారు. దగ్గరికి వచ్చి నా చేయిని తన చేతిలోకి తీసుకుని ప్రేమగా అన్నారు.– ''రేపు నేను యువరాజు దుర్యోధనుడితో కలిసి కళింగుల రాజ్యానికి వెళ్తాను. నీవు ఆరోగ్యాన్ని జాగ్రత్తగా చూసుకో. మళ్ళీ మన సుదామనుడే నీ గర్భం లోకి వస్తున్నాడు.''

ఆయన చేతిలో నా చేయి ఉంది. కాని మనస్సు కళింగుల రాజ్యంలో విహరిస్తోంది. కళింగ దేశపు రాజకుమారి భానుమతి ఎట్లా ఉంటుంది? ఆమె రాజ్యం కాశీనగరం?

4

మరునాడే యువరాజు దుర్యోధనుడు, మహారాజు, బంధువులు, కళింగులకాశీపుర నగరం వైపు ప్రస్థానం చేసారు. నేను వాళ్ళందరూక్షేమంగా వెళ్ళి లాభంగా రావాలని కోరుకున్నాను. ప్రతీరోజు నగరంలోని గౌరీ శంకరుల గుడికి వెళ్ళి వాళ్ళ విజయం కోసం ప్రార్థించేదాన్ని. ఎందుకో తెలియదు కాని మందిరంకి వెళ్ళే సమయంలో రాజమాత కుంతీదేవినాకిచ్చిన నీలపు పట్టు చీర కట్టుకోవాలని నాకనిపించేది. వారి స్మృతిగా నేను దీనిని ప్రాణప్రదంగా దాచుకున్నాను. తన ఐదుగురు పుత్రులతో ఆవిడ వారణావత్ లో జరిగిన దుర్ఘటనలో కాలిపోయి కీర్తిశేషులయ్యారని యువరాణి దుశ్శల తెలియచేయగానే, ఆరోజు పెట్టెలో దాచి పెట్టుకున్న ఆ నీలం చీరను బయటకు తీసాను. చీరలో ముఖం దాచుకుని వెక్కివెక్కి ఏడ్చాను. ఆ సాత్విక, స్నేహమయి, మితభాషిణి అయిన రాజమాత తన జీవితపు అమూల్యమైన ప్రేమను ఆ చీరలో దాచిపెట్టి నాకిచ్చిందాఅని నాకు ఎల్లప్పుడు అనిపించేది.

కాని... కాని ఆవిడ కుమారుడు అర్జునుడు నా అమూల్యమైనరాజవస్త్రాన్ని నా నుండి లాగేసుకున్నాడు. నేను సుదామనుడిని ఎప్పటికీ మరచిపోలేను. అర్జునుడిని ఎన్నటికీ క్షమించలేను.

ఆ రోజు పాంచాలి స్వయంవరంలో పాండవులు జీవించే ఉన్నారన్న విషయం స్పష్టం అయింది. ఆ వార్త తెచ్చిన దాసిని గట్టిగా ఊపాను. అన్నింటికన్నా ముందు రాజమాత కుంతీదేవి సురక్షితంగా ఉన్నారా లేదా? అని తెలుసుకోవాలనుకున్నాను. అసలు నాకెందుకో తెలియదు కాని కుంతీదేవి ఎప్పుడూ గుడిలోని మూర్తిలా సాత్వికంగా, పవిత్రంగా అనిపిస్తారు.

పాండవులకి, నా పతిదేవుడికి మధ్య అభిప్రాయ బేధాలు ఉన్నాయి. ముఖ్యంగా యువరాజు అర్జునుడితో ఈయనకి బద్ధ వైరం ఉంది. ''ఆయనతో మీకింతగా అభిప్రాయ బేధం ఎందుకు'' కౌరవుల రాజసింహాసనానికి ఉత్తరాధికారిగా మీకు ఏ హక్కు లేనప్పుడు? అని యువరాజు అర్జునుడి ఉల్లేఖనం అయినప్పుడల్లా అడిగేదాన్ని.

''చంద్రుడిని రాహు, కేతులుమింగేస్తారు. వాళ్ళకి చంద్రుడితో ఏమైనా సంబంధం ఉంటుందా? ఆకాశంలో ఫెళఫళ మంటూ గర్జించే పిడుగు భూమిని చీల్చేస్తుంది. విదీర్ణం చేసేస్తుంది. భూమికి పిడుగుతో ఏమైనా సంబంధం ఉంటుందా? ఇట్లాగే అర్జునుడు నా జీవనసరితని మాటిమాటికి అడ్డుకునే ఒక సేతువు. నీవు ఎప్పటికీ ఇదంతా తెలుసుకోలేవు వృషాలీ!''

తరువాత వారు తనకి అర్జునుడికీ మధ్య జరిగిన ప్రథమ కలయిక గురించి చెప్పేసారు– ''మా ఇద్దరి మధ్య నల్లటి భుజంగజాతకం ఒకటి ఆకాశం నుండి ఒక గరుడ పక్షి కాళ్ళ మధ్య నుండి జారిపడిపోయింది.'' ఇది వినగానే ప్రతీసారీ నా దేహం వణికిపోతుంది. వారి ఈ మాటలు వినగానే, నాలోని స్త్రీమనస్సు ఆ భుజంగం, జరగబోయే అశుభమైన సంఘటనలని సూచించే ఒక అపశకునం అనిఅనుకునేది. కాని నేను ఒక వీరపత్నిని, అని ఆలోచించి మరునిమిషం ఈ సంఘటనని మరచిపోయేదాన్ని.

రాజమాత కుంతీదేవి సురక్షితంగా ఉన్నారు అని తెలియగానే నా ఆనందానికి హద్దులు లేవు. మహారాజు కూడా ఆవిడని ఎంతో గౌరవిస్తారు– ''నాకు శత్రుత్వం అంతా అర్జునుడితోనే.... ఎంతో సర్వశ్రేష్ఠంఅని చెప్పబడే వాడి వీరత్వంతోనే.... వాడి సోదరులతోనూ, తల్లితోనూ శత్రుత్వం పెట్టుకోడానికి ఏ కారణం లేదు.'' అని చెప్పేవారు.

పాండవులు బతికే ఉన్నారు అన్న వార్త హస్తినాపురంలో ఆనందలహరి అయి ఉప్పొంగింది. తిరిగి వాళ్ళ ఆగమనం హస్తినాపురంలో కాబోతున్న సందర్భంలో నగర వాసులు వాళ్ళలో వాళ్ళు చర్చించుకుంటూ ఉండేవాళ్ళు. వాళ్ళందరు సురక్షితంగా ఉండటం వలన నా మనస్సు ఎంతో తేలిక పడ్డది. నిజానికి ప్రతీ స్త్రీ ఇదే కోరుకుంటుంది. కాని...కాని... యువరాజు అర్జునుడిని క్షమించడానికి నా మనస్సు ఎప్పుడు ఒప్పుకోదు.

5

మహారాజు కళింగ దేశం వెళ్ళి మూడు వారాలు అయింది. ఒక నెల అయ్యాక యువరాజు దుర్యోధనుడి నమ్మకస్తుడైన దూత ప్రభంజనుడు, కాశీపురంలో జరిగిన సంఘటనల గురించిన సమాచారం అంతా తీసుకుని హస్తినాపురానికి వచ్చాడు. అతడి నోటి నుండి సంఘటనలను గురించి వింటుంటే నా మనస్సులో అనేక భావాల సంగమం జరుగుతోంది. ప్రభంజనుడు చెప్పిన

మాటలన్నీ తూచ తప్పకుండా విన్నాక నా భర్త శౌర్యం, ఔదార్యం, మిత్రప్రేమలపై నాకెంతో గర్వం కలగసాగింది.

కళింగ దేశపు యువరాణి స్వయంవరంలో పాల్గొనడానికి దేశవిదేశ రాజులందరు కాశీపురానికి వచ్చారు. ఆ కాశీపురంహస్తినాపురానికితూర్పున వందల యోజనాల దూరంలో ఉంది. కొన్ని యోజనాల దూరంలో సముద్రం ఉంది. ఆ రాజ్యం ఇంత దూరంలో ఉన్నా, పరాక్రమవంతులు, వీరాధివీరులు, రాజాధిరాజులు, భానుమతి సౌందర్యం గురించి విని వచ్చారు. వాళ్ళల్లో జరాసంధుడు, శృగాలుడు, క్రథుడు, శిశుపాలుడు, దండధరుడు, మొదలైనవీరాధివీరులు ఉన్నారు. స్వయంవరంలో పాల్గొనడానికి ఏ నియమాలు పెట్టబడలేదు. యువరాణి భానుమతి చేతిలో వరమాల తీసుకుని స్వయంవర మండపంలో తిరుగుతోంది. ఎవరిలోనైతే తనకు వరుడు అయ్యే యోగ్యత ఉందని ఆమె అనుకుంటుందో అతడి మెడలో వరమాల వేసి, అతడి చరణాల పైన తన జీవన పుష్పాన్ని అర్పిస్తుంది.

ఆహ్వానితులైనవీరాధివీర రాజులతో స్వయంవరం మండపం పూర్తిగా నిండిపోయింది. పూర్వ ఆచారాలననుసరించి వరమాల తీసుకుని మండపానికి భానుమతి వచ్చింది.

వరసలో అందరికన్నా ముందు శిశుపాలుడు ఉన్నాడు. అతడిని కనుసన్నలలోంచి చూస్తూ ఆమె ముందుకు నడిచింది. తరువాత వృషాలుడు ఉన్నాడు. అతడిని కూడా ఆమె వరించలేదు. అతడి ముందు నుండే రాజు దండధరుడి ఎదురుగుండా వెళ్ళి నిల్చుంది. అతడి ఎర్రబడ్డ నేత్రాలను చూసి ఆమె ఇష్టపడలేదు. అతడి తరువాత మగధ రాజు బలాఢ్యుడైన జరాసంధుడి సింహాసనం ఉంది. కాని భానుమతి అతడి మెడలో దండ వేయలేదు. ఐదో సింహాసనం పైన యువరాజు దుర్యోధనుడు ఉన్నాడు. ఆయన వెనక నా దైవం నిల్చుని ఉన్నాడు. దుర్యోధనుల వారి ఎదురు గుండా రాగానే ఒక్కనిమిషం వారివంక చూసింది. ఆ తరువాత వెంటనే నా దైవం పైన ఆమె దృష్టి పడ్డది. కనురెప్పవాల్చకుండా ఆయన వంక చూస్తోంది. ఇది చూడగానే దుర్యోధనులు వారు వెంటనే లేచారు, అక్కడ ఉన్న వారికి అర్థం అయ్యే లోపలే భానుమతి నాజూకైన నడుముని పట్టుకుని ఆమెను ఒక్కసారిగా తన భుజంపై వేసుకుని అందరి వంక చూస్తూ అరిచారు–" "గతంలో పితామహ భీష్ములు వారు కాశీరాజ్యం నుండి మహామాతను ఎత్తుకుని ఎట్లావెళ్ళిపోయారో అట్లా నేడు, నేను నా భుజబలంతో ఈ కళింగ రాజకుమారిని తీసుకుని వెళ్ళిపోతున్నాను. ఎవరిలోనైనా ధైర్యం ఉంటే కురుల రాజదండాన్ని ఎదుర్కోండి."

రాజులందరూ లేచి నిల్చున్నారు. మండప ప్రవేశ ద్వారం దగ్గర నిల్చుని ఉన్న ఇద్దరు, ముగ్గురు రాజులను చేతితో తొలగిస్తూ, రెండో చేత్తో గదని తిప్పుతూ యువరాజు దుర్యోధనుడు చురుగ్గా ద్వారం బయటకి వెళ్ళి పోయారు. సత్యసేనుల వారు రథాన్ని ప్రవేశద్వారం దగ్గర నిలిపి ఉంచారు. కనురెప్ప వేసే లోపలే యువరాజు, కాళ్ళు, చేతులు విదిలించి కొడుతున్న భానుమతిని, పూవులా మెల్లిగా తీసుకుని రథాన్ని ఎక్కేసారు. సత్యసేనుడు అశ్వాలపై కొరడా ఝుళిపించారు. కొందరు రాజులు కోపంతో ఊగిపోతూ ప్రవేశద్వారం వైపు పరుగెత్తారు. కాని... కాని ప్రవేశద్వారం దగ్గర ఇంతకు ముందే అంగరాజు నిల్చుని ఉన్నాడు. ద్వారం దగ్గర అతడిని చూడగానే శిశుపాలుడు అరిచాడు– "అంగరాజు కర్ణా! ద్వారం దగ్గర నుండి జరుగు. ఇది క్షత్రియులందరికిఘోరమైన అవమానం."

"శిశుపాలా! మీరందరుక్షత్రియులయితే ముందు రాజు దుర్యోధనుడి ఈ మిత్రుడిని..... సూత పుత్ర కర్ణుడిని...ఎదుర్కోండి. గుర్తుపెట్టుకోండి, రాజు దుర్యోధనుడు, కర్ణుడి ఒరలో పెట్టబడ్డ కౌరవుల బరువైన ఖడ్గం. ఖడ్గాన్ని దూరం చేయాలంటే ముందు ధైర్యంగా ఒరను దూరం చేయాలి."

శిశుపాలుడితో క్రథుడు, శృగాలుడుతో సహా పదిమంది రాజులు ఒక్కసారిగా మహారాజుపై దాడిచేసారు. స్వయంగా ప్రభంజనుడు మహారాజు వెనక నిల్చుని వారికి కావాల్సిన బాణాలను నిరంతరంగా ఇస్తున్నాడు. మహారాజు ధనస్సు నుండి దూసుకు వెళ్ళిన బాణాలన్నీ, పొగమంచు నదిని కప్పి పెట్టినట్లుగా ఆ పదిమందిని కప్పి పెట్టాయి. భయంకరంగా యుద్ధం మొదలయింది. శిశుపాలుడితో పాటు అందరు, ఒంటరి వాడైన మహారాజుపై బాణాలను విసిరేస్తున్నారు. కాని వాళ్ళ బాణాల ప్రభావం మహారాజు పై ఏ మాత్రం పడటం లేదు. ఎందుకంటే మహారాజు దేహాన్ని ఎవరు ఛేధించలేరు. బాణాలు విసిరి, విసిరి అందరు అలసట చెందారు. ఒక్క రాజు కూడా ప్రవేశం ద్వారం దాకా ఏ మాత్రం వెళ్ళలేకపోయాడు. పైగా మహారాజు అమోఘ బాణాలవలన దండధరుడికి, శృగాలుడికి ప్రాణాంతకమయిన గాయాలు అయ్యాయి. ఒక ఘడియ అయ్యాక శిశుపాలుడికి అంతా అర్థం అయింది. ఉలిక్కిపడి చేతిలో ఉన్న ధనస్సును విసిరేసి అరిచాడు "దేహం పైన జన్మనుండేఅబేధ్యమైన కవచం ఉన్నఅంగరాజు కర్ణుడు వీడు. వీడినితీవ్రాతితీవ్రమైన శస్త్రంతో కోయాలన్నా కోయలేరు. ఇక యువరాణి ఎటూ వెళ్ళిపోయింది. మిత్రుల్లారా! కనీసం ప్రాణాలనైనా నిలుపుకోండి." ఒక్కసారిగా రాజులందరు విషసర్పం కాటువేసినట్లుగా అరిచారు. అందరూ స్థబ్దులై పోయారు. అందరి ముఖాలు వాడిపోయాయి. ఉన్మత్తమైన ఏనుగులా, బలాఢ్యుడు జరాసంధుడు ధనస్సు విసిరివేసి, భుజంపైన చేతితో కొడుతూ, సవాలు చేస్తూ అన్నాడు– "అభేద్య కవచం అనే దాలుతో యుద్ధం చేసే మోసకారి కర్ణా! నేను మగధ రాజు జరాసంధుడిని, నిన్ను ద్వంద యుద్ధానికి సవాల్ చేస్తున్నాను. సూతకులంలో పుట్టి దుర్యోధనుడి నీడలో పెరిగే కుక్కగొడుగా! క్షత్రియుల కులీనులైన స్త్రీలను నీవు దీన, హీనమైన గుర్రాలని అనుకున్నావా? ఎప్పుడు కావాలంటే అప్పుడు రథానికి కట్టిపడేయప చ్చనుకున్నావా? నీచుడా! రా రా! రా! "

"జరాసంధా? ఒకవేళ ఈ కవచాన్ని తీసి అవతల పారేయగలిగితే కవచం లేకుండానే కర్ణుడు అజేయుడని నేను నిరూపిస్తాను. క్షత్రియుడయి ఉండి ఉన్మత్తుడయ్యే వృషభమా! పాంచాలి స్వయంవరంలో శివధనస్సుతో తొక్కి వేయబడ్డ కాళ్ళ పంజాలను మరచి పోయావా? ద్వంద యుద్ధం అంటే మృత్యువే అని అర్థం. ఇది తెలుసుకుని మాట్లాడు."

"సూతపుత్రా! భగవంతుడు శంకరుడిని ఆరాధించి నేను అజేయుడైన ద్వంద యోధుడనయ్యాను. నేను నిన్ను,లేడిని కొండచిలువ ఎట్లా అయితే నులిమి వేస్తుందో అట్లా నిన్ను నులిమేస్తాను." అతడు మళ్ళీ సవాల్ చేసాడు. రాజులందరికి ఊపిరి ఆగిపోయిందా అని అనిపించింది. మహారాజు దేహం పైన ఉన్న ఉత్తరీయాన్నిప్రభంజనుడి భుజంపై విసిరి వేసి అంగవస్త్రాన్ని తలపై చుట్టాడు. అతడి చెవుల కుండలాలు వేడి అయి ఎర్రబడ్డాయి. శరీరం, ఉప్పెన వచ్చిన సముద్రంలా ఉబ్బి పోయింది.

హృదయాలు కంపించేలా ఇద్దరి మధ్య ద్వంద యుద్ధం ప్రారంభం అయింది. స్వయంవరం మండపం ద్వంద యుద్ధపు గోదా అయిపోయింది. జరాసంధుడు పెదిమలు కొరుకుతూ ఆకలిగొన్న పులిలా మహారాజు పై విరుచుకుపడ్డాడు. కాని విశాలమైన సాగరం తనపైన ఎక్కడానికి ప్రయత్నించే నౌకని వెనక్కి ఎట్లాతన్నేస్తుందో, అదేవిధంగా కర్ణుడు జరాసంధుడిని తన్నేసాడు. వాడు మళ్ళీ మీద పడ్డాడు. పది, పదిహేను నిమిషాలలో మహారాజు వాడిని తన బలమైన తొడల కింద నులిమేసాడు. తన బలమైన చేతులతో తాడులాగా పాశం తయారు చేసి వాడి మెడను గట్టిగా చుట్టేయసాగాడు. ఊపిరి ఆడకపోవడం వలన జరాసంధుడు కళ్ళు తేలేసాడు. అది బాహుకంటక్ ఎత్తు. ఆ పట్టు జరాసంధుండిని మట్టుపెట్టడం ఖాయం. స్వయంవరం మండపంలో ఒక క్షత్రియ రాజు బలిపీఠం ఎక్కేవాడే. జరాసంధుడు వెంటనే చేతులెత్తి సహాయం అడిగాడు. కాని ఒక్కరైనా ముందడుగు వేసే సాహసం చేయలేదు. భయంతో చిత్రాంగదుడి దేహం వణికింది. కాని మనస్సులోని ఒక మూల సంతోషం నిండిపోయింది. ఏ రాజ్యంలో అయితే మహారాజు లాంటి బలమైన వీరుడు ఉన్నాడో, ఆ కురు రాజ్యానికి తన పుత్రిక మహారాణి కాబోతోంది. వెంటనే ఆయన నా భర్త కాళ్ళు పట్టుకున్నాడు. దీనాతిదీనంగా బతిమిలాడాడు– “మహారాజా! కర్ణా! జరాసంధుడు శరణుజొచ్చాడు. ఆయనకి ప్రాణదానం చెయ్యి. మగధరాజ్యం సరిహద్దు మా రాజ్యానికి దగ్గరగా ఉంది. మా ఇద్దరి మధ్య రాజకీయ శత్రుత్వం ఉండకపోవడమే మంచిది.”

మహారాజు జరాసంధుడికి జీవనదానం ఇచ్చాడు. బాహుకంటక బంధం శిథిలమయింది. బంధం నుండి విముక్తుడు కాగానే జరాసంధుడు సిగ్గుపడి తల వంచుకుని వెళ్ళిపోతాడు అని అందరు అనుకున్నారు. కాని అంతా వ్యతిరేకంగా అయింది. జరాసంధుడు మహారాజుని ఒక్కసారిగా కౌగిలించుకుంటూ “ఇవాళ్టి నుండి అంగరాజు కర్ణుడు, జరాసంధుడికి ప్రాణ మిత్రుడు. నేను నా రాజ్యంలోని మాలినీ నగరాన్ని వీరాధివీరుడు, ద్వంద యోధుడికి కానుకగా ఇస్తున్నానని ప్రకటన చేస్తున్నాను. కర్ణుడికి సమానమైన ఏ ద్వంద యోధుడిని నేను ఈనాటి వరకు చూడలేదు.”

మహారాజు జరాసంధుడిని కౌగిలించుకోనిచ్చాడు. ఈ విషయం కాశీపుర నగరం అంతా పాకిపోయింది. నగరం నుండి గుంపులు, గుంపులుగా మహారాజుని దర్శనం చేసుకోడానికి జనం తరలి రాసాగారు. మహారాజు చిత్రాంగదుడితో యువరాజు దుర్యోధనుడు, యువరాణి భానుమతి ఎక్కడ ఉన్నారో తెలుసుకోమన్నారు. మహానది దగ్గర, అందరూ యువరాణి భానుమతితో మహారాజు కోసం ఎదురు చూస్తున్నారు. కళింగ అమాత్యులు వారికి జరిగినదంతా చెప్పి గౌరవంగా వాళ్ళని రాజప్రాసాదానికి తీసుకు వచ్చారు.

కాశీపురాధీశులు యువరాణి భానుమతిని ‘హస్తినాపురం మహారాణి’ అని ప్రకటిస్తూ వీడ్కోలిచ్చారు. మధ్యమధ్యలో ‘అంగరాజు కర్ణ’ అంటూ నా భర్తకి కూడా జయ, జయకారాలు చెప్పారు. నగరజనులు పూలు కురిపిస్తున్నారు. అదే సమయంలో కాశీపురం నుండి అందరు ప్రస్థానం గావించారు.

ప్రభంజనుడు ఈ ఘటనలన్నింటినీ అతి దగ్గరిగాచూసాడు. అందువలన అతడు నాకు వీటన్నింటినీ మనోహరంగా వర్ణించాడు. కేవలం ఈ సమాచారాన్ని నాకు వినిపించడానికే

అతడు గుర్రాలని పరుగెత్తిస్తూ, అందరికన్నా ముందుగా నగర ప్రవేశం చేసాడు. ''మహారాణీ! ఎప్పటివరకుఅంగరాజుఉంటారో అప్పటి దాకా కురుల శిరస్సు ఎత్తే ఉంటుంది. కురులకు ఎటువంటి ఆపదా వాటిల్లదు. కొత్తరాణి స్వాగతసత్కారాల కోసం అంతా సిద్ధం చేయండి. అంగరాజుకి పంచ హారతి ఇవ్వడానికి దీపం వెలిగించండి.'' అనిఅన్నాడు.

6

స్వయంవరానికి వెళ్ళిన వీరాధివీరులందరు భానుమతితో కలిసి, హస్తినాపురపు సరిహద్దు దగ్గర గంగ ఒడ్డుకి వచ్చారు. ఈ వార్త అంతటా వ్యాపించింది. వాళ్ళ స్వాగతం కోసం అందరు త్వరత్వరగా ఏర్పాట్లు చేయసాగారు. కొత్త మహారాణి దర్శనార్థం ఎంతో ఆతురతతో ఎదురుచూస్తున్న పురప్రజలు, చేతుల్లో పూల దండలను పట్టుకుని రాసాగారు. యువరాణి భానుమతి ఇప్పుడు మహారాణి భానుమతిగా మారారు. హస్తినాపురం ఒక భోగభాగ్యాలతో తులతూగే మహా సామ్రాజ్యం. ఈ మహాసామ్రాజ్యానికి మహారాణి భానుమతి.

చివరికి అలంకరింపబడిన ఏనుగు అంబారీ పైన కూర్చున్న దుర్యోధన మహారాజు నగరంలో ప్రవేశించి, రాజప్రసాదానికి ఎదురుగా వచ్చారు. ఆయన కుడివైపు అంగరాజు ఉన్నారు. ఎడమవైపు మహారాణి భానుమతి ఉన్నారు. ఆవిడ కుడి వైపు ఒక స్త్రీ ఉంది. బహుశ ఆమె మహారాణి భానుమతికి ప్రియసఖి అయి ఉండవచ్చు. లేకపోతే ఆమె అంబారీ పైన ఎందుకు కూర్చుంటుంది? ఆమె భానుమతికన్నా ఎంతో అందమైనది.

రాజప్రాసాద భవ్య మహాద్వారం పైన రాజమాత గాంధారి దేవి, వధూవరులకు హారతి నిచ్చింది. వారితో పాటు ఇరువైపులా నిల్చున్న అంగరాజు, దేవీ భానుమతి సఖికి కూడా ఆవిడ హారతినిచ్చారు. కళ్ళకి గంతలు ఉండటం వలన ఆ త్యాగమూర్తి రాజమాతకు హారతి ఇచ్చేటప్పుడుఎంతగా కష్టం కలిగిందో కదా? వధూవరులు, పితామహులు భీష్ములవారికి, విదురులకు, శకుని మామకు, తక్కిన గురువులకు వందనం చేసి రాజభవనంలో కాలు పెట్టారు. మహారాణి సఖి కూడా రాజభవనంలో కాలు పెట్టింది. నాకు మహారాజు చెవి కుండలాలలో ఒకే కవచ కుండలం కనిపించింది. ఎందుకంటే వారు ముఖం తిప్పి, మహారాణి భానుమతి సఖి వైపే చూస్తున్నారు. మెడ అటువైపు తిప్పి ఉండటం వలన, అటువైపు ఉన్న కుండలం నాకు కనిపించడం లేదు.

7

కొత్త మహారాణి ఆగమనంతో, రాజప్రాసాదంలో వసంతం వచ్చినట్లుగా అనిపించింది. మహారాజు దుర్యోధనుల వివాహ ఉద్యానవనం మూడుపూలు ఆరుకాయలుగా విలసిల్లి కళకళలాడుతుందని, మేం ఇద్దరం ఎంతో సంతోషపడ్డాము. అప్పుడప్పుడు అవివాహితుడు, కోపంతో ఏమీ ఆలోచించకుండా ఏ కార్యం చేయడానికైనా జంకడు. కాని వివాహితుడు ఆ విధంగా చేయలేదు. ఈ నాటి దాకా మహారాజు దుర్యోధనుడి, దుస్సాహస, ఉన్మాద కార్యాల

గురించి వింటూనే ఉన్నాం. కాని ఇక భవిష్యత్తులో వాటిపైన కళ్ళెం ఉండటం చూస్తాము. స్త్రీ ఒకవేళ కోరుకుంటే తన భర్త విధ్వంస క్రోధాన్ని, శాలీనకతృత్వంగా మార్చగలుగుతుంది. ఈ కళను నేను అవకాశం దొరికినప్పుడల్లా మహారాణి భానుమతికి నేర్పుగా నేర్పించాలని అనుకున్నాను. ఆమె మనస్సు బాధ పడకుండా వీరపురుషుల జీవితాలు వాళ్ళ స్త్రీల చేతులలో ఉంటాయి. అప్పుడప్పుడు తన ప్రేమతో,అప్పుడప్పుడు తన అందంతో, తన భర్త ఆపదలో ఉన్నప్పుడు హెచ్చరించ కలుగుతుంది. అందుకే నేను మహారాణితో పరిచయం పెంచుకోవాలని అనుకున్నాను. ఈ హడావిడి అంతా సద్దుమణిగాక నేను ఆమెను కలవాలని నిర్ణయించుకున్నాను.

కాని నేను ఆమెను కలవక ముందే, మహారాజు దుర్యోధనుడి పిలుపు వచ్చింది. నేను పిలుపు వస్తుందని అనుకోలేదు కాని అంతగా నాకు ఆశ్చర్యమూ కలగలేదు. నా భర్త పరాక్రమం గురించి చెప్పడానికి నన్ను పిలిచి ఉంటారు అనినాకనిపించింది. ఏ స్త్రీ తన భర్త గురించిన ప్రశంసను, పేరు ప్రతిష్ఠలు గల రాజు నోటి నుండి వినాలనుకోదు?

రాజమాత కుంతీదేవి ఇచ్చిన నీలంరంగు పట్టుచీర కట్టుకుని నేను మృణాల్ పేరుగల నా దాసిని తీసుకుని రాజుని కలవాలని నిర్ణయించుకున్నాను. కాని...కాని.... నేను గర్భవతిని. ఈ స్థితిలో నేను పరాయిపురుషుడి ఎదురుగా వెళ్ళలేను. అందుకే, నా ఆరోగ్యం బాగా లేదు, ఏ సంకోచం లేకుండా మీరే మా దగ్గరికి రండి అని, మృణాల్ ద్వారా సందేశాన్ని పంపించాను. ఆయనకి ఎంతో అభిమానం. బహుశ ఆయనకి ఈ సందేశం ఇష్టం ఉండి ఉండదు. ఎంతైనా వారు కౌరవుల జేష్ఠ యువరాజు. ఆయన హస్తినాపురం సామ్రాటు.

అయినా మృణాల్ ని వెంటబెట్టుకుని వారు భవనం వైపు వస్తున్నారు. నేను భవనం లోని గవాక్షం నుండి చూస్తున్నాను. నేను వెంటనే భవనంలోని లోపలి గదిలోకి వెళ్ళి కూర్చున్నాను. బహుశావారు ఎంతో కోపంగా ఉండి ఉండవచ్చు. అందువలన మనస్సును గట్టి చేసుకుని, ఆయన చెప్పే మాటలు వినడానికి ధైర్యాన్ని కూడగట్టుకున్నాను. వారు ఏమైనా అననీ, నేను జవాబు ఇవ్వను. ఎందుకంటే వారు నా భర్త ప్రాణప్రియ మిత్రుడు. నా జీవితంలో నా మరిది శోణుడికున్న పెద్దపీటే వారికీ ఉంది. వారితో మర్యాదగా ప్రవర్తించమని నన్ను మహారాజు ముందే హెచ్చరించారు.

రాగానే వారు ఒక సింహాసనం పై కూర్చున్నారు. వారు సైగ చేయకముందే మృణాల్ మహల్ నుండి వెళ్ళిపోయింది. లోపల గదిలో నేనున్నానని వారికి స్పష్టంగా తెలియచేయడానికి నేను బంగారు గాజులను మ్రోగించాను. గాజుల ధ్వనిని వారు విన్నారు. గది ద్వారానికి మిరుమిట్లు గొలిపే తెర ఉంది. ''అంగరాజ్య రాణీ! నన్ను ఇక్కడ చూసాక మీకు ఆశ్చర్యం కలిగి ఉండవచ్చు.'' అని తెర వంక చూస్తూ ఆయన అన్నారు.

''లేదు. నేను మీకు ఇక్కడికి రమ్మనమని సందేశం పంపించాను, నా మనస్సెంతో కలత చెందింది. కాని...కాని... ఏం చేయగలను. నేను నిస్సహాయురాలిని.''

''మీ స్థితిని నేను అర్థం చేసుకోగలుగుతాను. దాసి అంతా చెప్పింది. అందుకే నేను ఇక్కడికి వచ్చాను. మీరు ఆశ్చర్య పడకండి.''

''సరే ఆశ్చర్యపడను. మీరు అందరికి కౌరవరాజు. కాని నాకు మీరు నా మరదిశోణుడిలా ఎంతో దగ్గరివారు.''

''నాకు తెలుసు. అందుకే ఎటువంటి సంకోచం లేకుండా వచ్చాను. నేను ఏ పని మీద వచ్చానో ఆ పని కోసం నేను వేరే వాళ్ళను మీ దగ్గరికి పంపించలేను.

''నా లాంటి సాధారణ స్త్రీ మీకోసం చేసే విలువైన పని ఏముంది?''

''మీరు సాధారణమైన స్త్రీ ఎంత మాత్రం కాదు. కర్ణుడి అర్ధాంగి ఎప్పటికీ సాధారణమైన స్త్రీ కానే కాదు....''

''మీరు నన్ను స్తుతిస్తున్నారని నేను ఎట్లా చెప్పను?''

''ఊహు కాదు. ఇది స్తుతి కాదు, వస్తు స్థితి. మీరు మరొకసారి సాధారణ స్త్రీ కాదు అని నిరూపించుకునే అవకాశం వచ్చింది.''

''ఇవాళ నేను అసాధారణం కాదు అనిదేనిని నిరూపించాలి?

''నేను, అంగరాజు స్వయంవరం కోసం కళింగ రాజ్యానికి వెళ్ళాము. నేను యువరాణి భానుమతిని తీసుకుని వచ్చాను. కాని స్వయంవరం ముందు వరమాలను నా మెడలో వేయక ముందు ఆమె ఒక విచిత్రమైన షరతు పెట్టింది.''

''ఏమిటా షరతు?''

''ఆ షరతు ను కూడా మీ పైన నమ్మకం ఉండటం వలనే ఒప్పుకున్నాను.''

''నా పైనా! మీ ఇద్దరి వైవాహిక జీవితంలో ఒకవేళ నా కారణంగా ఆనందపు మొగ్గ విచ్చుకుంటే, నేను అన్నీ చేయడానికి సిద్ధమే. ఎందుకంటే మీరు నా భర్తకి ప్రాణప్రియులు. ఏమిటి ఆ షరతు?''

''ఆమె కోరిక ఏమిటంటే...''

''సంకోచించకండి కౌరవరాజా! స్పష్టంగా చెప్పండి.''

''అంగరాజు కర్ణుడు నా ప్రాణప్రియ సఖిని వివాహం చేసుకోవాలి.''

ఆయన చెప్పిన మాట వినగానే నేను ఒక్కక్షణం స్థబ్ధురాలనయ్యాను. మళ్ళీ నేను తక్షణం నన్ను సంబాళించుకుని ధైర్యంగా అన్నాను– ''మరి అంగరాజు ఒప్పుకున్నారా?''

''దుర్యోధనుడి కోసం కర్ణుడు ఏమైనా చేస్తాడు. ఇందులో మీకేమైనా సందేహం ఉందా? మీరు ఒప్పుకుంటే...''

''దీని కోసం మీరు ఇక్కడి దాకా వచ్చారా? ఈ సలహా మీకు అంగరాజు ఇవ్వలేదు కదా!''

''ఊహు! ఆయనకు దీని గురించి ఏమీ తెలియదు. అంటే మీరు ఒప్పుకోవడం లేదా?''

''ఎందుకట్లా అనుకుంటున్నారు?''

''మీరు ఎన్నో ప్రశ్నలు అడుగుతున్నారు. అందువలన...''

''ఊహ! అట్లాంటిది ఏదీ లేదు. కాని ఇటువంటి సందర్భం భానుమతి జీవితంలో వచ్చి ఉంటే, వారు కూడా ఇంతకంటే ఇంకా ఎక్కువ ప్రశ్నలు వేసేవారే అని మీ కనిపించడం లేదా?''

''ఊహు! ఆమె ఏ ప్రశ్న అడగదు. ఒక మాటలో చెప్పాలంటే ప్రశ్నలడిగే వారిని బయటకు పంపేస్తుంది. మీరు భానుమతి కాదు, అందుకే నేను ఇక్కడికి రావడానికి సాహసం చేసాను.''

''అంగరాజు కోసం, మీ సుఖం కోసం నేను ఏమైనా చేస్తాను. నా సమ్మతి ఉంటేనే ఈ వివాహం జరుగుతుంది అని అంటే నేను తప్పకుండా ఒప్పుకుంటాను.''

ఆయన వెంటనే ఎంతో ఆనందంగా లేచారు. "వదినా, మీ కోసం ఒక సమయంలో కర్ణుడు ఇంతగా త్యాగం ఎందుకు చేసారో ఇప్పుడు నాకు అర్థం అయింది."

ఒక్కక్షణం కూడా ఆగకుండా ఉత్తరీయాన్ని సంబాళిస్తూ ఆయన వెళ్ళడానికి ద్వారం వైపు మళ్ళారు.

"ఆ అదృష్టవంతురాలైన సఖి పేరు ఏమిటి?" చివరికి నేను అడిగాను.

"సుప్రియ."

ఆయన వెంటనే భవనం నుండి బయటకి వెళ్ళిపోయారు. నా మనస్సులోని అబద్ధపు ఉత్సాహం క్షణంలో తగ్గిపోయింది. సవతి.... ఈ ఆలోచన నా సుఖమైన సంసారానికి దిష్టిబొమ్మ కాదా! ఆమె పేరు సుప్రియ అని అన్నారు. కాని అందరికి ఆమె సుప్రియ అవుతుందా? ఎన్నో ఎన్నెన్నో సందేహాల దెబ్బలతో నా మనస్సు ఉద్విగ్నం కాసాగింది. అప్పుడప్పుడు దైవంతో పాచికలు ఆడటం కంటే మనిషి చేతిలో ఏముంది?

ప్రభంజనుడు చెప్పిన ప్రకారం మహారాణికి స్వాగతం పలకడానికి అంతా సిద్ధం చేసుకోవాల్సివచ్చింది. కాని ఎన్నో ఎన్నెన్నో భిన్నమైన అర్థాలలో కూడా ఈనాటి వరకు రెండు కుండలాల పైన నా హక్కు ఉంది. కాని ఇప్పుడు ఒక కుండలం సుప్రియదైపోయింది. నాకెంతో కష్టంగా అవి ప్రాప్తించాయి. కాని సుప్రియకి సహజంగా ఏ కష్టం లేకుండా ఒక కుండలం లభించింది. కొంతమంది ఎంతో అదృష్టవంతులు, ఇది నిజం.

8

అంగరాజు, సుప్రియల వివాహం ఎంతో వైభవంగా జరిగింది. మహారాజు దుర్యోధనుల వారు చెప్పింది అక్షరాలా నిజం. అంగరాజు వారి కోరికను కాదనలేదు. ఒక్కొక్కసారి నిజం, ఊహ కన్నా ఎంతో అద్భుతంగా ఉంటుంది. అది నిజం కాబట్టి, దాన్ని సహించాల్సి వస్తుంది. సుప్రియకి ఎప్పుడు ఏ కష్టం కలిగించనని నేను నిశ్చయించుకున్నాను. ఆమెను కష్టపెట్టడం అంటే నా పతిని కష్టపెట్టడమే. స్త్రీ తక్కువలో తక్కువ హాని, ఎక్కువలో ఎక్కువ లాభాన్ని కోరుకుంటుంది. అదే ఆమెకి పుట్టుక నుండి వచ్చే స్వభావం.

సుప్రియకి వేరే మహలు ఇచ్చారు. ఇంత జరిగినా నా భర్తతో నాకున్న ప్రేమ సంబంధం గురించి నా మనస్సుకి ఇంతకు ముందులానే తృప్తి ఉంది. ఆయనకి నా పైన ఉన్న ప్రేమ లేశమాత్రమైనా తగ్గదు. గంగా నది ఒడ్డున తడిసినఉత్తరీయం, ఈ ఘటన ఇంకా ఆయన స్మృతిలో ఉంది. ఎట్లామరచిపోతారు? కాని సుప్రియ నాకన్నా రెండు అడుగులు ముందే ఉంది. నా ఊహలన్నింటినీ ఆమె వమ్ము చేసేసింది. వివాహం కాగానే ఆమె నన్ను కలవడానికి వచ్చింది. తెలివితేటలను చూపించింది– "అక్కయ్యా! నేను మీ చిన్న చెల్లెలిని. మీరే నాకు జీవనదానం చేసారు. ఒకవేళ మీరు సమ్మతించకపోతే అంగరాజు నామస్మరణ చేస్తూ మృత్యువును స్వీకరించడం నాకు తప్పేది కాదు. ఆయన పైన నాకున్నప్రేమకు హద్దు లేదు. హస్తిన కుండలాలని నేను పొంది తీరుతానుఅని దృఢ సంకల్పం చేసుకున్నాను." అనిఅంటూ ఆమె నాకు పాదాభివందనం చేసింది.

''సుప్రియా! నీవు రావడం ఎంతో మంచిదయింది. ఇటువంటి వీరాధివీరుడిని, నేను ఒక్కతిని ఏ మాత్రం సంబాళించలేను. ఆయన మనస్సుకు ఎప్పుడు ఏ దెబ్బ తగలకూడదు. గుర్తుపెట్టుకో.. జాగ్రత్త పడు.... పెద్ద వాళ్ళ దుఃఖం కూడా పెద్దగానే ఉంటుంది. దుఃఖాన్ని, ధర్మపత్ని కేవలం సంకల్పం, ప్రేమలతో దూరం చేయలేదు, ధైర్యం, సంకల్పం కూడా కావాలి.''

ఎన్నో, ఎన్నెన్నో సందేహాలతోఆచ్ఛాదితమైన నా మనస్సు సుప్రియ దర్శనంతో నెమ్మదిపడ్డది. లేడి కళ్ళు లాంటి కళ్ళు గల ఆమె లేడిలాగానే నిష్కపటమైనది. రాగద్వేషాలు లేనిది. తన పేరు లాగానే ఆమె నా కెంతోప్రియమైనదిగా అనిపించింది. పేరుకి తగ్గట్టుగానే ఆమె సుప్రియయే.

9

సుప్రియ వివాహానంతరం, మహారాజుతో మాట్లాడదానికి నాకు కారణం దొరికింది. ''కేవలం స్త్రీలే స్వార్థంచూసుకుంటారు, అని చెప్పలేం. పురుషులు అంతే.'' అని నేను అన్నప్పుడల్లా''నీవు ఏ కారణంగా ఈ విధంగా నాతో మాట్లాడుతున్నావు?'' అని అనేవారు.

''మరి అనకుండాఎట్లా ఉంటాను? మీరు రెండు, రెండు వివాహాలు చేసుకున్నారు. కాని మీ చిన్న తమ్ముడు పెద్దవాడయ్యాడు అన్న ధ్యాసే మీకు లేదు. ఎవరు మాత్రం ఏం అంటారు?''

''వృషాలీ! నీ సంతోషం కోసమైనా నేను శోణుడి వివాహం శీఘ్రంగా జరిపిస్తాను. లేకపోతే.....''

''ఆ.... లేకపోతే....''

''లేకపోతే, నా మీద ప్రతీకారం తీసుకోదానికైనా నీవు అతడికి మూదు వివాహాలు చేసేసేయి. ఏ ఆడపిల్లలు దొరికితే వారితో. నీకు విముక్తి కలుగుతుంది.''

''మీ పైన ప్రతీకారమా! మీపైన ప్రతీకారం తీర్చుకోవడం అంటే అర్థం నా పైన నేనే ప్రతీకారం తీర్చుకోవడం.''

ఈ విషయంలో వారు ఏమీ చెప్పేవారు కాదు. కాని ఆయన తన సోదరుడి వివాహం అతి శీఘ్రంగా చేయకపోతే నేను ఏదో ఒక నెపంతో వారిని రెచ్చకొడతానని ఆయన తెలుసుకున్నారు.

10

మహారాజు దుర్యోధనుడి వివాహం అయ్యాక హస్తినాపురానికి మహారాజుగా పట్టాభిషేకం జరుగుతుందని అంతటా చర్చ జరగసాగింది. సేనాపతిగా అంగరాజుని నియామకం చేస్తారని ప్రజలు అనుకోసాగారు. మహారాజు ధృతరాష్ట్రుడు పండుముసలి అయ్యారు. ఆయన ఇంత దీర్ఘకాలం కురురాజ్యాన్ని దక్షతతో ఏలారు. అదే ఎంతో గొప్ప విషయం. నగరంలోని కొందరు వృద్ధులు, మహారాజు పాండు తన దిగ్విజయంతో హస్తినాపురం రాజ్య కీర్తిని దిగంతాల దాకా తీసుకువెళ్ళాడు. ఆయన కమలపుష్పాల లాంటి ఐదుగురు పుత్రులు తల్లితో పాటుగా అగ్గిలో బూడిద అయిపోయారు. కొందరు వాళ్ళు జీవించే ఉన్నారంటున్నారు. ఒకవేళ జీవించి ఉంటే వాళ్ళనిహస్తినాపురానికి తీసుకురావాలిఅని అనుకోవడం మొదలు పెట్టారు.

నగర ప్రజలు చేసే చర్చలు నాకు అప్పుడప్పుడు శోణులవారు, సత్యసేనుడు, సోదరుడు ప్రభంజనుడుమొదలైన వారి ద్వారా తెలుస్తూ ఉంటాయి. పాండవుల స్మృతిని ప్రేమ, శ్రద్ధలతో సురక్షితంగా ఉంచే అనేక మంది హస్తినాపురంలో ఉన్నారు. సందర్భం వచ్చినప్పుడు నాకు కూడా రాజమాత కుంతీదేవి గుర్తుకు వచ్చేవారు. వారు గుర్తుకు రాగానే పంచపాండవులు గుర్తుకు వచ్చేవారు. ఈ లోకంలో వాళ్ళు లేరు అన్నా, నాకు ఏమాత్రం నమ్మకం లేదు. కాల ప్రవాహంలో నిన్న ఏది నిజం అనిఅనిపించేదో అదే నేడు అబద్ధం అని అనిపిస్తుంది. నిజానికి చివరికి ఇదే జరిగింది. రెండు, మూడు సంవత్సరాలు రహస్యంగా జీవితం గడిపిన పాండవులు పాంచాలి స్వయంవరం సమయంలో ఒక్కసారిగా ప్రకటితమయ్యారు.

స్వయంవరం తరువాత వెంటనే వాళ్ళు మథురకి వెళ్ళిపోయారు. శ్రీకృష్ణుడు వాళ్ళ మేనత్త కొడుకు. ఇక వాళ్ళందరు మథురలోనే నివసిస్తారు, ఎందుకంటే మహారాజు దుర్యోధనుడితో వాళ్ళకి ఎప్పుడూ పడదు అనినగరవాసులందరికి తెలుసు. కాని ఆ పంచపాండవులు ఒక్కసారి హస్తినాపురం వస్తే బాగుంటుందని నాకు ఎప్పుడూ అనిపించేది. వాళ్ళల్లో యువరాజు నకులుడు నాకు అచ్చం అంగరాజులా అనిపిస్తారు. కేవలం ఆయన దగ్గర మహారాజులా కవచకుండలాలు లేవు. హిరణ్యవర్ణ ఉంగరాల జుట్టు లేదు. ఆ ఐదుగురు అన్నదమ్ములను ఒక్కసారి చూడాలని నాకు తీవ్రమైన కోరిక ఉండేది. కాలప్రవాహంలో నా కొడుకు లేని దుఃఖం కొంత తగ్గసాగింది.

ఒకరోజు నాకోరిక నెరవేరింది. అంగరాజు, నేను మరిది శోణుల వారి కోసం దేశదేశాలఅందమైన ఆడపిల్లల గురించి మాట్లాడుకుంటున్నాము.

"వృషాలీ! నీవు కులింద దేశం గురించి ఎప్పుడైనా విన్నావా?

"విన్నాను కానీ అంత వివరంగా తెలియదు."

"ఆ దేశము, హిమాలయాలలో ఉంది. ఆకుపచ్చటివనమూలికలతో నిత్యం కళకళలాడే ఆ దేశం, భూతల స్వర్గం అనిఅంటారు. ఆ దేశపు స్త్రీలు అప్సరసలలా అందంగా ఉంటారు. శోణుడి కోసం వధువును వెతకడానికి నేను స్వయంగా అక్కడికి వెళ్తాను."

ఆయనకు తమ్ముడంటే చెప్పలేనంత ప్రేమ. ఆయన చెప్పిందంతావిన్నాక నేను ఏదో చెప్పబోతున్నాను. ఇంతలో మహారాజు దుర్యోధనుడి ముఖ్య సేవకుడు ప్రభంజనుడు లోపలికి వచ్చాడు. వెంటనే అన్నాడు– "మహారాజు అత్యవసరంగా రాజ్యసభని పెడుతున్నారు. మిమ్మల్ని తీసుకుని రాజ్యసభకు తీసుకు రావాలని ఆజ్ఞాపించారు."

"ఎందుకు? అసలు విషయం ఏమిటి ప్రభంజనా? ఈ సభ వలన ప్రయోజనం ఏమిటి?" మహారాజు సింహాసనం పై నుండి లేస్తూ అన్నారు.

"మథుర నుండి ప్రస్థానం అయిన పాండవులు ఇప్పుడు హస్తినాపురం సరిహద్దుల సమీపం దాకా వచ్చారు. వాళ్ళు మహారాజు దుర్యోధనుల వారిని తమ రాజ్యభాగాన్ని అడగడానికి వస్తున్నట్లుగా తెలిసింది."

"ప్రభంజనా! నీవు ముందు వెళ్ళు. నేను సభా వస్త్రాలని ధరించి వస్తున్నానని చెప్పు."

వస్త్రధారణ చేయడానికి, వస్త్రాగారంలోకి వెళ్ళారు. నా మనస్సులో సందేహం అనే బల్లి లొచలొచ మంటోంది. ఈ రాజసభలో మళ్లీ గొడవ కాదు కదా? రాజ్య విభజనను గురించిన ప్రశ్న

ఇది. రాజ్యం కోసం లక్షల వీరుల తలల మొండాల నుండి నేల రాలతాయి. వైమనస్యం అనే విషవృక్షం పచ్చటి ఆకులతో కళకళలాడుతుంది. ఏది జరగకూడదో అదే జరిగి తీరుతుంది. లోకం దృష్టిలో ధన, ధాన్యాలు, రాజ్యం, కీర్తిప్రతిష్ఠలే ఎంతో విలువైనవి. కాని స్త్రీ కి పతియేఅమూల్యమైన సంపద. ఆమెకు సర్వసంఅతడే. పతియే ఆమె సింహాసనం.

వారు వస్త్రాలు మార్చుకు రాగానే, నేను వారి ఎదురుకుండానిల్చున్నాను. ఈనాడు ఆయనకి చెప్పాల్సిన అవసరం ఎంతో ఉంది.

''వృషాలీ! సరే నేను రాజసభకి వెళ్తాను.'' శిరస్సున స్వర్ణమకుటాన్ని ధరిస్తూ ఆయన అన్నారు.

''దయచేసి కొంచెం సేపు ఆగండి. నేను ఈనాటి వరకు మిమ్మల్ని ఏదీ అడగలేదు. కాని ఇప్పుడు మిమ్మల్ని అడగాలని నా మనస్సుకనిపిస్తోంది.'' ''ఇది అడిగే సమయం కాదు. నేను కురురాజ్య వీరుడిని. నీవు వీరుడి పత్నివి.'' ''అడగడానికి ఇదే సరి అయిన సమయం.''

''వృషాలీ! ఈ సమయంలో ఏ శక్తి నన్ను రాజసభకి వెళ్ళనీయకుండా చేయలేదు. నీవు కూడా.''

''నేను మిమ్మల్ని ఆపడం లేదు. మీరు రాజసభకి తప్పకుండా వెళ్ళండి. కాని ఒక వాగ్దానం చేయాలి.''

''ఎటువంటి వాగ్దానం?''

''పాండవుల రాజ్య విభజన సందర్భంలో మీరు ఏమీ మాట్లాడవద్దు. ఇదే నేను కోరుకునేది.''

''ఇదెట్లా సంభవం? దుర్యోధనుడి అభిప్రాయాలతో ఏకీభవించడం, ఆయనని సమర్థించడం నా జీవన ఉద్దేశ్యం. నీవు ఇవాళ ఎవరి కారణంగా, సూర్యవంశీయుల ఈ రాజప్రాసాదంలో, అభిమానంతో అంగరాజమహారాణిగా బతుకుతున్నావో నీకు తెలియదా?''

''నాకు బాగా తెలుసు అయినా....అయినా పాండవులు పాండురాజు పుత్రులేనని నా మనస్సు పదేపదే చెబుతోంది. రాజమాత కుంతీదేవి వైపు చూస్తే మీకు అట్లాగే అనిపిస్తుంది.''

రాజమాత పేరు వినగానే అకారణంగా వారు గంభీరంగా మారిపోయారు. తన భుజాల పై నుండి జారుతున్న ఉత్తరీయాన్ని సంబాళిస్తూ కొంచెం సేపు స్తబ్ధులయ్యారు. అట్లాగే నిల్చుండి పోయారు.

మౌనాన్ని భంగపరుస్తూ – ''కౌరవుల పాండవుల మధ్య విభజన జరిగేటప్పుడు మీరు ఎవరి పక్షం వహించవద్దు. ఎందుకంటే ఇది శాశ్వత శత్రుత్వం గా మారే ప్రమాదం ఉంది.''

ఎప్పటిలాగానే వారు నా ముఖాన్ని తన వెచ్చని అరచేతులలో తీసుకుని నా కళ్ళల్లో కళ్ళు పెట్టి చూస్తూ అన్నారు – ''వృషాలీ! క్షణం క్రితం నీవు శోణుడి వివాహం గురించి మాట్లాడేటప్పుడు, నీవు వాడికి ఒక అక్కయ్యగా కనిపించావు. ఇప్పుడు నా గురించి ఆలోచిస్తున్నప్పుడు రెండు ప్రాణుల తల్లిగా కనిసిస్తున్నావు. నీ గర్భంలో ఉన్న కర్ణుడి పుత్రుడికి ఒక తల్లిగా, స్వయం కర్ణుడికి మరో తల్లిగా. స్త్రీ ఒకవేళ కోరుకుంటే పురుషుడితో, ఒకే సమయంలో ఎన్నో సంబంధాలను నిర్వర్తించవచ్చు. ప్రేమించే సమయంలో, మత్తులో ముంచే ప్రియురాలివి. పుత్రుడి రక్షణ కోసం ఎల్లవేళలా మేల్కొని ఉండే తల్లివి. ఇద్దరూ ఒకే సమయంలో, అప్పుడప్పుడు ఈ శరీరం లో

ఉండగలుగుతారు. ఈ స్థానంలో ఒకవేళ రాధ మాత ఉన్నా ఆమె కూడా సరిగ్గా ఈ మాటే అంటుంది.''

''మీరు వెళ్ళండి. కాని వినడానికి మాత్రమే. చెప్పడానికి మాత్రం కాదు.''

''సరే, నామాటను నమ్ము, అక్కడ నేనేమీ మాట్లాడను.'' ఆయన తనకు తెలియకుండానే వాగ్దానం చేసారు.

ఆయన వెళ్ళిపోయారు. నా మనస్సు తేలికపడ్డది. నగరంలో పాండవులు వస్తున్నట్లు సూచనగా వాద్య యంత్రాలు మ్రోగుతున్నాయి. నేను గవాక్షం దగ్గర నిల్చున్నాను. నేను రాజమాత కుంతీదేవిని ఒకసారి చూడాలనుకున్నాను.

దాదాపు ఒక ఘడియలో పాండవులు, రాజమాత కుంతీదేవి, ద్రౌపది పెద్ద జనసముదాయంతో రాజభవనానికి ఎదురుగుండా వచ్చారు. వాళ్ళతో పాటు ఆచార్య విదురులు ఉన్నారు. వాళ్ళ కోసం ఒక మామూలు రథాన్ని కూడా పంపలేదు. నాకు చాలా బాధగా అనిపించింది. నేను గవాక్షం నుండి రాజభవనం మహాద్వారం దగ్గర జరుగుతున్న సంఘటనలన్నింటిని చూస్తున్నాను. భీష్మ పితామహులు, ఆచార్య విదురులు, పాండవులను గట్టిగా కౌగిలించుకున్నారు. కాని మహారాజు ధృతరాష్ట్రుల ఆలింగనంలో ఆ వేడిమి లేదు. మహారాజు దుర్యోధనులు, భీముల వారి వంక చూస్తున్నారు. ఆయన వీపు పైన ఒక వృద్ధ స్త్రీ ఉన్నందువలన భీముల వారి తల వంగి ఉంది. యువరాజు అర్జునులు, అంగరాజు కవచకుండలాల వైపు, యుధిష్ఠులవారుకాళ్ళ వంక కన్నార్పకుండా చూస్తున్నారు. రాజమాత కుంతీదేవి, అంగరాజు ఒకరి వంక ఒకరు లోతైన దృష్టితో చూస్తున్నారు. బహుశ అంగరాజు రాజమాత కళ్ళల్లోకి చూస్తూ పాండవులు, పాండు మహారాజు పుత్రులేనాఅని అడుగుతున్నారు. రాజమాత ''అంగరాజ కర్ణా! మేం ఈ రాజ్యానికి ఉత్తరాధికారులంఅని నీవే దుర్యోధనుడికి చెప్పు అని నేత్రాలతో చెబుతున్నారు.

యువరాజు భీములవారి వీపు పైన ఉన్న వృద్ధ స్త్రీ ఎవరో నేను తెలుసుకోలేకపోయాను. అది ఒక ప్రహేళిక. ఆ స్త్రీ గురించి నేను ఎంతో తర్కవితర్కాలు చేసాను. ఎంతో ఆలోచించాను. కాని ఎటువంటి సమాధానం దొరకలేదు. చివరికి ఆమె గురించి తెలుసుకోడానికి నేను మహలు నుండి మృణాలిని పంపించాను. ఆమె కిందికి వెళ్ళింది. గుంపులో దూరి ఆ స్త్రీ గురించి అడిగి తెలుసుకుంది. వెనక్కి వచ్చి ఊపిరి తీసుకుంటూ అన్నది– ''మహారాణి, ఆమె ఒక దాసి''.

''దాసి! యువరాజు భీములవారి వీపు పైన?''

''అవును. ఆమె రాజమాత కుంతీదేవి దాసి. ధాత్రిఅనో, ధరిత్రిఅనో ఆమె పేరు.''

''పేరు ఏమన్నావు?''

''ధాత్రి.!''

ఆ పేరులో 'ధ' 'త్ర' కఠోర శబ్దాలు ఉండటం వలననో, లేకపోతే మరో కారణం వలననో నాకు ఆ పేరు ఏ మాత్రం ఇష్టంగా అనిపించలేదు.

నేను పై నుండి చూస్తున్నాను. రాజమాత కుంతీదేవి, ద్రౌపది ఆచార్య విదురులతో రాజప్రాసాదం బయటకి వెళ్ళిపోయారు. ఎందుకుంటే ఆచార్య సర్వసంగ పరిత్యాగి. వారు

రాజభవనం లో ఉండటం లేదు. కుంతీదేవి నగరం బయట వారి పర్ణకుటీరంలో నివాసం ఉంటారు. తక్కిన వాళ్ళందరు రాజసభలో పాల్గొనడం కోసం సభాగృహం వైపు బయలుదేరారు. యువరాజు భీముల వారి వీపు పై నుండి వృద్ధురాలిని దించమని అంగరాజు తన దగ్గర నిల్చున్నప్రభంజనుడికి సైగ చేసారు. అందరు రాజభవనం మెట్లెక్కి వెళ్ళిపోయారు. అందరి కన్నా వెనక శకుని మామ ఉన్నారు. ఆయన దుర్యోధనుల చెవిలో రహస్యంగా ఏదో చెప్పారు. ఆయన ఏం చెప్పారో ఎవరికీ తెలుసుకోవడం సాధ్యం కాదు.

యువరాజు అర్జునులని వెనక నుండి చూస్తే ఆయన నా కొడుకుని హతమార్చాడా! అసలు ఈ సత్యాన్ని నమ్మలేకపోతున్నాను. ఎందుకంటే ఆయన ఎంతో నెమ్మదిగా అడుగులు వేస్తూ మెట్లు ఎక్కుతున్నారు.

ప్రత్యక్షంగా యుద్ధం చేసే సమయంలో ఎవరు చనిపోతారో, ఈ వీరులకు తెలుస్తుందా! అసలు ధ్యాస పెడతారా? వాళ్ళు ఎంతో సౌమ్యులుగా అనిపిస్తారు. కాని యుద్ధ జ్వాలలు ఎగిసిపడ్డాక వాళ్ళు ఎంత క్రూరులైపోతారు. ఎంతో క్రూరాతి క్రూరంగా ప్రవర్తిస్తారు.

11

రాజసభలో జరిగిందంతా నాకు తెలిసింది. విన్నాక నాకు ఎంతమాత్రం మంచిగా అనిపించలేదు. ధనం, అధికారం ఈ రెండు మనిషి మనస్సును, అప్పుడప్పుడు క్రూరాతిక్రూరంగా తయారుచేస్తాయి. రాజ్యంలో తన భాగం కావాలని కోరిన యుధిష్ఠిరుడితో శకునిమామ ప్రవర్తన ఎవరికీ నచ్చదు. నాకసలే నచ్చలేదు. కాని ఇష్టంలేనివాటన్నింటినీ వ్యక్తి దాటేయలేడు కదా! అసలు శకుని మామ తన రాజ్యాన్ని వదిలివేసి హస్తినాపురంలో నివసించడమే నాకిష్టం లేదు. అన్ని ఆపదలకు ఆయనే మూలం.

సభాగృహంలో పాండవుల పక్షాన యువరాజు యుధిష్టరుడు ''మేము మహారాజు పాండుపుత్రులం. మా దిగ్విజయులు తండ్రిగారు జయించిన రాజ్యంలో న్యాయోచితమైన భాగం ఇవ్వవల్సిందిగా ప్రార్థిస్తున్నాను'' అంటూ అడిగారు. రాజసభలో వృద్ధులు, అనుభవంలో తలపండిన కౌరవవీరులు ఉండగా కూడా శకుని మామ మధ్యలోనే లేచి నిలబడి కపటంగా అన్నారు – 'పాండవులు, రాజ్యంలో భాగాన్ని కోరుకుంటే, కౌరవులు ఎంతో ఆనందంగా వాళ్ళకి ఖాండవవనంలోని విశాల రాజ్యాన్ని ఇవ్వడానికి సిద్ధంగా ఉన్నారు. పాండవులు శతశృంగ పర్వతం పైన పుట్టారు. వాళ్ళు పర్వతాల పైన, అరణ్యాలలో నివసించడానికి ఇష్టపడతారు.''

మామ అన్న ఈ మాటలలో, అన్యాయం, కపటం, క్రూరమైన అసత్యాలు ఉన్నాయి కాని సభలోని వీరాధివీరులందరు వీటిని నిస్సహాయ పరిస్థితులలో స్వీకరించారు. వాళ్ళల్లో స్తబ్ధత తప్ప మరే భావోద్వేగాలు లేవు. అంగరాజు చేత వాగ్దానం చేయించుకుని నేను చాలా తప్పు చేసాను. పాండవులకు అన్యాయం జరుగుతోందని ఆయనకి తెలుసు. వారిలో అశాంతి నెలకొన్నది. కాని ఇచ్చిన మాట కారణంగా వారు ఏమీ మాట్లాడలేకపోయారు.

యుధిష్ఠులవారు ఖాండవవనాన్ని స్వీకరించారు. సభ ముగిసింది.

సభ నుండి తిరిగి రాగానే అంగరాజు "వృషాలీ! పాండవులకు దట్టమైనఘోరమైన అరణ్యాన్ని ఇవ్వడంలో, వాళ్ళు క్రూరాతిక్రూర జంతువులకు ఆహారం అవ్వాలన్న ఉద్దేశ్యం శకునిమామ మాటల వెనక దాగి ఉంది. సరిగ్గా ఇవాళే నా నుండి వాగ్దానం తీసుకోవాలని నీకెందుకు అనిపించింది?" అని అన్నారు.

12

రెండురోజులు ఆచార్య విదురుల వారి పర్ణకుటీరంలో ఉండి పాండవులు ఖాండవవనం వైపు ప్రస్థానం చేయాలని అనుకున్నారు. ఆ రెండురోజుల్లో ఒక సారైనా రాజమాతను దర్శించాలని నాలో బలమైన కోరిక తలెత్తింది. అసలు రాజమాత పట్ల నాకు ఇంత విపరీతమైన ఆకర్షణ ఎందుకు ఉందో, దీనికి జవాబు ఇప్పుడే కాదు. ఎప్పటికీ చెప్పలేను. ఆకర్షణ ఉంది, ఇది మాత్రం నిజం. జీవితంలో ఎందరో వ్యక్తులు తారసపడతారు. వాళ్ళందరి పట్ల విశేషమైన ప్రేమ ఆప్యాయతలు కలుగుతాయని ఏ మాత్రం చెప్పలేము. కాని ఒక్కొక్క వ్యక్తి మొదటిసారి కలిసినప్పుడే, ఒక విచిత్రమైన ఆకర్షణ కలుగుతుంది. ప్రేమ ఆప్యాయతలు ఉబికి వస్తాయి. రాజమాత పట్ల నా పరిస్థితీ ఇదే. చాలారోజుల తరువాత వారితో కలిసే అవకాశం లభించింది. అందుకే, వారితో మనస్సు నిండేలా మాట్లాడాలని అనిపించింది. కోరిక బలపడ సాగింది. నిజానికి ఆవిడే ఈ అదృష్టం కలిగించింది. ఆవిడ పర్ణకుటీరం నుండి సేవకుడి ద్వారా నన్ను రమ్మనమని సందేశం పంపించారు. వారికి నా పట్ల ఎంతో ప్రేమ ఉందని నేను ముందే తెలుసుకున్నాను. వారి సందేశం రాగానే నేను ఒక్క నిమిషం ఆలస్యం చేయకుండా సోదరుడు సత్యసేనుడిని పిలిచాను. ఆయన రథంలో తీసుకువెళ్ళారు. పర్ణకుటీరం ఎదురుగుండా రథం నిల్చుంది.

పర్ణకుటీరం ద్వారం దగ్గర రాజమాత కుంతీదేవి, ఆచార్యులవారు ఇద్దరు నిల్చుని మాట్లాడుకుంటున్నారు. నన్ను చూడగానే రాజమాత ముందుకు నడిచారు. బహుశ పాండవులు నగరంలోకి వెళ్ళి ఉంటారు. రథం నుండి కిందకు దిగగానే నేను ఎంతో శ్రద్ధగా రాజమాతకు పాదాభివందనం చేశాను. నా భుజాలను పట్టుకుని పైకి లేపుతూ– "కోడలా! నీవు గర్భిణివనితెలియదమ్మా! లేకపోతే నేనే నిన్ను కలవడానికి వచ్చి ఉండేదాన్ని." అని అన్నారు. వారి ప్రతి మాటలో, మా అమ్మ నాపై కురిపించే ప్రేమ ఆప్యాయతలు ఉన్నాయి. ఈ సౌశీల్యమైన రాజమాతకి దేవుడు ఎందుకింతక్రూరమైన శిక్ష వేసాడు? అయినా కులశ్రేష్ఠులైన రాజమాతలో ఎంతటి విశాలమైన మనస్సు ఉంది. ఒక మహారాణి నాలాంటి సూతపుత్రికని, సూతరాజు పత్నిని ప్రేమగా, కుశలమా! అని అడుగుతున్నారు.

దైవం ముళ్ళశస్త్రాన్ని తీసుకుని మంచివాళ్ళని ఎందుకు వెంబడిస్తాడు? ఈ ప్రపంచంలో సజ్జనుల నుదుటినేఎందుకిట్లా రాస్తాడు ఆ దేవుడు? దురదృష్టాన్ని స్వీకరించే యోగ్యత సహృదయులైన సజ్జనులకే ఉంటుందా? తక్కినవాళ్ళ దగ్గర ఉండదా?

రాజమాతతో నేను నిస్సంకోచంగా మాట్లాడాను. మధ్య మధ్యలో గర్భంతో ఉన్నప్పుడు ఎటువంటి జాగ్రత్తలు తీసుకోవాలో ఆవిడ నాకెంతో ప్రేమగా చెప్పారు. "నీకు పుట్టబోయే పుత్రుడు

ఎంతో పేరు ప్రతిష్ఠలు సంపాదిస్తాడు. నీవు వాడికి ఏం పేరు పెట్టాలని నిర్ణయించుకున్నావు?'' అని నేను తిరిగి వచ్చే సమయంలో అడిగారు.

''ఒకవేళ వాడికి కవచం, కుండలాలు లభిస్తే, కవచధర్ లేకపోతే కుండలసేన్ అన్న పేరు పెడతాను''

కొంచెం సేపు ఆవిడ మౌనంగా ఉన్నారు. ఆ తరువాత – ''కోడలా! వాడికి కవచము ఉండదు. కుండలాలూ ఉండవు. కాని వాడు తండ్రిలా అందంగా తప్పక ఉంటాడు. వాడు నీలాగా అదృష్టవంతుడు కావాలి. అందుకే కొడుకుకి నీ పేరు పెట్టు. వృషసేన్ (వృషసేనుడు).''మీరు అదే కోరుకుంటే 'వృషసేన్' అనే పెడతాను.

నేను వారి దగ్గర సెలవు తీసుకున్నాను. పర్ణ కుటీరం నుండి బయటకి వచ్చి రథంలో కూర్చున్నాను. వారు అన్నమాటలలో ''వాడికి కవచము ఉండదు కవచకుండలాలుఉండవు''అన్నమాటలు నాకు ఏమాత్రం అర్థం కాలేదు. అసలు ఆవిడ ఎందుకిట్లా అన్నారు? దీనికి జవాబు నాకు దొరకలేదు.

13

పాండవులు తమ తల్లిని తీసుకుని ఖాండవవనం వైపు వెళ్ళిపోయారు. అక్కడ వాళ్ళు పర్ణకుటీరాన్ని తయారు చేసుకుని ఉండాలనుకున్నారు. ఒక వీరాధి వీరుడి ఐదుగురు సుపుత్రులు, ఒక దట్టమైన కీకారణ్యంలో ఉండటానికి వెళ్ళిపోవడం నా మనస్సుకు మంచిగా అనిపించడం లేదు. ముల్లులా గుచ్చుకుంటోంది. ఏది జరుగుతోందో దాన్ని మౌనంగా చూడటంకన్నా, ఏ స్త్రీ మాత్రం ఏం చేయగలుగుతుంది. తన కుటుంబానికి క్షేమం చేకూర్చడం ఆమె చేతిలో ఉంది. అంతకన్నా ఆమె చేతిలో ఏముందని?

నేను అంగరాజుగారితో శోణుల వివాహం గురించి ఎన్నో రీతులలో చెప్పాను. ఒకసారి పౌర్ణమి శుభదినాన, తన సైన్యాన్ని తీసుకుని శోణులవారితో, రాజు గారు వధువు వేటలో కులింద దేశంవైపు వెళ్ళారు. నా మనస్సు తేలికపడ్డది. ఏ రాజ్యం వైపు వెళ్ళినా దాన్ని తన వశం చేసుకుంటారన్న సంగతి నాకు తెలుసు. నమ్మకం కూడా ఉంది.

ఒక నెల తరువాత వాళ్ళు వెనక్కి తిరిగి వచ్చారు. వాళ్ళతో పాటు కులింద రాజ్యపు లావణ్యవతి అయిన ఒక యువతి ఉంది. రాజప్రాసాదానికి రాగానే నేను ఆమెకు హారతి ఇచ్చాను. నాకు ఉన్న ఒకే ఒక మరిదికి ఆమె కాబోయే పత్ని. ఆమె దేహకాంతి ఆకాశంలోని విద్యుత్తుల్లా తేజోమయంగా ఉంది. కళ్ళు చాలా పెద్దవి. ముక్కు కొనతేరి ఉంది. ముఖం అంగరాజు ముఖంలా గుండ్రంగా ఉంది. ఆమె పేరు మేఘమాల.

రాజప్రాసాదానికి ఎదురుగుండా భవ్యమైన మండపం కట్టారు. అందులో మేఘమాల, శోణుల విలాసం వైభవంగా జరిపారు. నాకు ఒక బాధ్యత తీరిందని నేను ఎంతో సంతోషపడ్డాను. వివాహం కాగానే దండం పెట్టడానికి శోణులవారు వధువుని తీసుకుని వచ్చారు. ''మరిది గారూ! ఈ మేఘమాలని మీ మెళ్ళోవేసారు. దానిని సంబాళించండి. మీ సంసారంలో ఇంద్రధనస్సు రంగు పుష్పిస్తుంది'' అని నేనన్నాను.

మరిది నవ్వు (అది నాకు పరిచితమైనదే) "అన్నయ్య రెండు వివాహాలు చేసుకున్నట్లుగా నేను చేసుకుంటాను అని అనుకుంటున్నారా! వదినగారూ! కాని అన్నయ్యకి నాకు మధ్య చాలా తేడా ఉంది." అని నవ్వుతూ అన్నారు.

14

నేను, సుప్రియ, మేఘమాల మేం ముగ్గురం అత్తామామల సేవ చేస్తున్నాం. "బిడ్డల్లారా! ఇక ఇప్పుడు దేవుడు మమ్మల్ని తన దగ్గరికి రమ్మనమని పిలిస్తే చాలు అంతకన్నా ఇంకేం కావాలి. ఇదే మా కోరిక. సుఖం అనే శిఖరం నుండి స్వర్గానికి వెళ్ళే బాట దగ్గరగా ఉంటే ఎంతో బాగుంటుంది! కర్ణుడు అంగరాజు అయ్యాడు. అతడికి రెండు వివాహాలు అయ్యాయి. శోణుడి వివాహం కూడా జరిగింది. మాలాంటి సారధులు ఇంతకంటే ఎక్కువ సుఖాన్ని ఏం కోరుకుంటారు?" మావైపు చూస్తూ అమిత ఆనందంతో ఎప్పుడూ అంటూ ఉంటారు.

నన్ను గిల్లుతూ సుప్రియ– "కాని మనవడి ముఖం చూడకపోతేస్వర్గద్వారాలు తెరుచుకోవని అంటారు" అనిఅన్నది.

"అవును సుప్రియా! అవును. ఆ కోరిక ఇంకా మిగిలి ఉంది. వృషాలి త్వరలోనే మా ఈ కోరిక నెరవేరుస్తుంది. అవును కదూ వృషాలీ!" వారు నన్ను అడిగినప్పుడు నా కెంతో సిగ్గుగా అనిపించేది. నా ముఖం ఎర్రబడింది. నేను సుప్రియవైపు కావాలని తెచ్చుకున్న కోపంతో చూసాను. ఆమె ముఖాన్ని తిప్పుకుంటూ గలగలా నవ్వింది. సుదామనుడి తరువాత మా మహలులో చిన్నపిల్లల కేరింతలే వినబడలేదు. పిల్లల ఏడ్పులునలువైపులా ప్రతిధ్వనించలేదు.

15

రోజులు దొర్లిపోతున్నాయి. నాకు కూర్చోవడం, నిల్చోవడం కష్టంగా ఉంది. తల్పం పైన పడుకోగానే నా సంపూర్ణ జీవితం కళ్ళ ఎదురుగుండా కదలాడుతుంది. బాల్యంలోనే తండ్రి కాలం చెందడం వలన అమ్మ, సోదరుడు సత్యసేనుడు ఎంతో ప్రేమగా నా బాగోగులను చూసేవాళ్ళు. ఏనాడైతే మేం హస్తినాపురం వచ్చామోఆనాడే అమ్మకీర్తిశేషురాలయింది. ప్రయాగలో మొట్టమొదటిసారిగా నేను, అంగరాజుకలిసాము. కలయికకి కారణం ఒక గుర్రం, ఒక కుండ. నేను ఎప్పుడూ ఆ గుర్రానికి మనస్సులో కృతజ్ఞతలు చెబుతూనే ఉంటాను. అది నాకు జన్మజన్మకి నాతో ఉండే తోడు నీడనిచ్చింది. వీరాధివీరుడు, అందమైన వాడు, నిగర్వి, స్నేహశీలి,వారితో ఉన్నప్పుడు నాజీవితంలో వసంతం వచ్చింది. మాతృత్వం, స్త్రీకి సంపూర్ణత్వాన్ని ఇస్తుంది. మాతృత్వం స్త్రీకి ప్రకృతి ఇచ్చిన శ్రేష్ఠమైన ఓ వరం. పరాక్రమ మాతృత్వం పురుషుడి చేతిలో ఉంటుంది. కాని మాతృత్వ పరాక్రమం మాత్రం స్త్రీకే తెలుసు. మాతృత్వం స్త్రీకి శ్రేష్ఠమైన సహజ సుందరమైన ఒక సాధన. ఒక తపస్సు. తక్కిన అన్నీ ఆనందాలు సాపేక్షకరమైనవి. కాని మాతృత్వం వలన లభించే ఆనందం బ్రహ్మానందం. ఎందుకంటే అది సృష్టి వలన కలిగే అతులనీయమైన ఆనందం. ఆ ఆనందం సహజంగా లభించేది కాదు. దానికోసం స్త్రీకి ప్రసవవేదన

అనుభవించాల్సి వస్తుంది. ప్రసవవేదన ఒక నరకం. చావుబతుకుల ఓ పోరాటం. ప్రసవవేదన కొలిమిలో కాలితేనే మాతృత్వం అనే బంగారానికి మెరుపు వస్తుంది. అప్పుడే స్త్రీకి దానిపట్ల ఎనలేని అభిమానం కలుగుతుంది.

ఒకరోజు ప్రసవవేదనతోనేను తల్లడిల్లిపోయాను. వేలబాణాల మొనలు దయాదాక్షిణ్యాలు లేకుండా గుచ్చుకుంటున్నాయి. నేను ఆ యాతనలన్నింటినీ ధైర్యంగా సహిస్తున్నాను. నా కొడుకు కోసం అన్నింటినీ సహిస్తాను జీవితం! అందరికీ మధురానుభవం ఇచ్చే జీవితం, ఎన్ని ముళ్ళబాటలలో నడిచి సాకారం అవుతుంది. తల్లి ప్రసవవేదన శ్వాసతోటే జన్మను పొందే శిశువు జీవితంలో చేయబోయే గర్జన ఎంతో గర్వాన్ని కలిగిస్తుంది. మాతృత్వం అన్నింటికన్నా ఎంతో అద్భుతం! వేదనామయం కాని అంతే ఆనందదాయకం; భయదాయకం కాని ఎంతో ఆశాప్రదానమైనది.

నేను పురుడుపోసుకున్నాను. జారుంబర పళ్ళలా పండిన అత్తిపండు రంగులో ఉన్న ఒక శిశువు జన్మించాడు. నా శరీరం రిక్తం అయింది. మనస్సు వాత్సల్యంతో నిండిపోయింది. నేను తల్లినయ్యాను. శరీరావయవాల్లో బలం లేకుండా పోయింది. దేహంలో అణువణువుబలహీనమవుతున్నా, నన్ను నేను ఎంతో ఉత్సాహంతో సంబాళించుకున్నాను. లేచి మంత్రసాని చేతుల్లోంచి ఆ శిశువును తీసుకుని, నేను హృదయానికి హత్తుకున్నాను. మొగపిల్లవాడు. అచ్చం మహారాజులా కనిపిస్తున్నాడు. కాని.. కాని.. వాడి చెవులకి, మహారాజు చెవులకున్న కుండలాలు లేవు. వాడి దేహానికున్న చర్మం చీల్చడానికి వస్తుందో రాదో తెలియదు. నేను ఆశ్చర్యపడ్డాను. బలమైన గాయం తగ్గినట్లయింది. రాజమాత కుంతీదేవి అనుమానం అక్షరాలా నిజం అయింది.

పిల్లవాడి ఏడుపు వినగానే మహలు బయట నిల్చున్న మహారాజు, మరిది శోణులు, సుప్రియ, మేఘమాల, సోదరుడు సత్యసేనుడు, అందరూ లోపలికి వచ్చారు. లోపలికి రాగానే మహారాజు ఆత్రుతతో, నా చేతుల్లోని పిల్లవాడిని తన చేతుల్లోకి తీసుకున్నారు. ధైర్యంలేని చూపులతో చెవులవైపు చూశారు. వాడికి కుండలాలు లేవు. వారు మాటిమాటికి అక్కడ తడిమి తడిమిచూశారు. వాడి సుకుమారమైన, సుకోమలైనచిటికన వేలుపై సూదితో గుచ్చారు. చిటికిన వేలిపై రక్తబిందువులు కనిపించాయి. ఇది చూసాక ఆయన గంభీరంగా మారిపోయారు. వారి బలాఢ్యమైన దేహం వణకసాగింది. శిశువుని వెంటనే మళ్ళీ మంత్రసాని చేతిలో పెట్టారు. మరిది శోణులవారిదగ్గరికి వెళ్ళారు. అతడి భుజాలను పట్టుకుని గట్టిగా ఊపుతూ – "శోణా! నీవు నాకు స్వంత తమ్ముడివి. అయినా నీకు కవచకుండలాలు లేవు. వీడు నా పుత్రుడు, అయినా వీడికీ కవచకుండలాలు లేవు. ఎందుకు లేవు? మరి నేను ఎవరిని? మీరందరు అసలు నేనెవరినో ఎందుకు చెప్పరు?"

"సుదామనుడు పుట్టినప్పుడు నాకు బాధగా అనిపించింది. పోనీ ఇక పుట్టబోయే శిశువుకి కవచ కుండలాలు ఉంటాయని అనుకున్నాను. ఎంతో ఆశగా ఎదురు చూసాను. కాని ఇప్పుడిహవీడినిచూసాక నిరాశ నిస్పృహలు కలిగాయి. ఇక నాకు పుట్టబోయే ఏ పుత్రులకీ కవచకుండలాలు ఉండవని తేలిపోయింది."

శోణులవారు మౌనంగా ఉన్నారు... స్తబ్ధులైపోయారు. తన దగ్గర నిల్చుని ఉన్న తల్లితో వ్యాకుల చెందుతూ అడిగారు. "మాతా! నీ ఈ మనవడికి కవచ కుండలాలు ఎందుకు లేవు? ఆవిడ ఏ జవాబూ చెప్పలేదు. అదే ఆవేశంలో నా దగ్గరకి వచ్చారు. నేను పురిటిస్త్రీని అని ఆలోచించకుండా నా చేతులను గట్టిగా ఊపేస్తూ"వృషాలీ! కనీసం నీవైనా చెప్పు నేనెవరిని? ఎవరో ఒకరు చెప్పండి. అసలు నేనెవరిని?" అని అడిగారు.

"ఎందుకింతగా మీరు ఉద్రేకపడుతున్నారు? మీరు రాధ మాత పుత్రులు. శోణులకు అగ్రజులు. ఈ పిల్లవాడికి తండ్రి. మీరు అంగరాజులు" నేను నెమ్మదిగా జవాబు చెప్పాను.

"లేదు వృషాలీ! ఇది కాదు. నేను ఎవరిని? అసలు స్వయంగా నేను చెప్పలేను. మీరెవరూ చెప్పలేరు." ఇట్లా అంటూ వారు వేగంగా పెద్ద పెద్దఅంగలు వేస్తూ నిష్క్రమించారు.

16

నా ద్వితీయ పుత్రుడి నామకరణం జరిగింది. అందరూ వాడికి మంచి మంచి పేర్లను సూచించారు. కాని నేను వాడి పేరును వృషసేనుడుఅని పెట్టాలని కోరాను. వృషసేనుడి ఆగమనంతో నాకు మనస్సును ఆహ్లాద పరుచుకోవడానికి ఒక సాధనం లభించింది. పిల్లవాడు కాళ్ళు చేతులను చాలాసేపు కొట్టుకుంటూ ఉంటాడు. నాకెంతో భయం వేసేది. ఇల్లు,పిల్లాజెల్ల ఇదే స్త్రీ జీవితం. ఇందులోనే స్త్రీ ఆనందాన్ని పొందుతుంది. నా మొదటి సంతానం సుదామనుడు, ద్రౌపది స్వయంవరం సమయంలో ఏ కారణం లేకుండానే ప్రాణాలు కోల్పోయాడు. వాడు గుర్తుకురాగానే నా హృదయాన్ని ఎవరో పిండేసినట్లుగాఅనిపించేది. అయినా వాడిని మరచిపోవాలి తప్పదు. సుప్రియ, మేఘమాల వృషసేనుడిని ఒక్క నిమిషం కూడా ఒడిలో నుండి దింపరు. "వృషా! వృషాఅని పిలుస్తూ మాటిమాటికి ముద్దు పెట్టుకునే వాళ్ళు. ఆ సమయంలో నాకు ఎవరో సుఖం అనే వేయి నెమలి ఈకలతో నా అంగఅంగాలపైనిమురుతున్నట్లుగాఅనిపించేది. సుదామనుడు మరో రూపంలో నా గర్భంలో వచ్చాడని అనిపించేది.

శుక్లపక్ష చంద్రుడు రోజు రోజు ఎట్లాగైతే కళలతో వృద్ధి చెందుతాడో అదేవిధంగా వాడు అందరి స్నేహఛాయలో పెరుగుతున్నాడు.వాడిశరీరసౌష్టవం అందరినీ ఆకర్షితులను చేసేది. ఒకవేళ వాడికి కవచకుండలాలు ఉంటే ఎంత బాగుండేదని నిత్యం నా మనస్సుకు అనిపించేది.

వృషసేనుడిని చూడటానికి మహారాణి భానుమతి, యువరాణి దుశ్శల వచ్చారు. మహారాణితో నేను మొదటిసారి కలిసాను. ఆమె వినోదప్రియఅని అనుకున్నాను. కాని ఆమె గంభీరంగా ఉంటారు. నన్ను కలవగానేవేరేదేదీ మాట్లాడకుండా గతాన్ని తవ్వుతూ బాధపెట్టే మాటలే అన్నారు– "నేను నిన్ను కలవడానికి రావడం నీకు మంచిగా అనిపించి ఉండదు కదూ!"

"ఎందుకు?" నేనడిగాను.

"నీకు సవతిని తీసుకువచ్చానుగా!"

"ఊహు.... ఎప్పుడూ నేను అసలు ఇట్లా ఆలోచించనే లేదు. ఆమె నా ఆనందాన్ని ద్విగుణీకృతం చేసింది."

"ఇప్పుడు సరే, కాని రేపు ఆమెకు సంతానం కలిగితే, ఈ సంబంధం ఇట్లాగే కొనసాగుతుందా! అంత ఆవశ్యకత లేదు కదా?"

"మేమిద్దరం అంగరాజు భార్యలం. మా ఇద్దరి కోరిక కన్నా, అంగరాజు కోరికకే ఎక్కువ విలువ ఉంటుంది." నేనన్నాను.

"అంగదేశ మహారాణి! భవిష్యత్తు అంగరాజేమిటి? సాక్షాత్తు పరమేశ్వరుడి కోరికను కూడా లెక్కచేయదు." వారు అన్నారు.

ఆవిడ నాతో తర్కవితర్కం చేయడానికే వచ్చినట్లుగా మాట్లాడుతున్నారు. నేను మౌనంగా ఉండిపోయాను. ఏ పనిమీద అయితే ఆవిడ వచ్చారో అది అట్లాగే ఉండిపోయింది. వృషసేనుడిని ఆవిడ చూడనే చూడలేదు. యువరాణి దుశ్శల పిల్లవాడిని ఒడిలోకి తీసుకున్నారు. వాడి చెవులను తడిమి తడిమిచూసారు. వాడి ఉంగరాల జుట్టును ఆవిడ మాటిమాటికి ముద్దు పెట్టుకున్నారు.

17

నేను ఆనంద శిఖరాలని అధిరోహిస్తున్నాను. కాని అప్పుడప్పుడు కుంతీదేవి గుర్తుకు వస్తూ ఉంటారు. అందుకే ఆవిడ విషయంలో ఏ సమాచారం తెలిసినా నాకుచెప్పమని సోదరుడు సత్యసేనుడికి చెప్పాను. ఆయన చెప్పిందంతావిన్న తరువాత నాకు పాండవులు చేసే పనుల పట్ల ఆశ్చర్యం కలిగేది.

కేవలం ఆరునెలల్లో అమిత బలవంతులైన ఆ పాండవులు, చీమలు దూరని ఆ దట్టమైన కీకారణ్యాన్ని, చెట్లు కొట్టేసి శుభ్రం చేసారు. వనంలో ఉన్న ఆకాశాన్నంటే వట వృక్షాలన్నింటినికొట్టేసారు. నేలమట్టం చేసారు. ఎప్పుడూ భుజాలపైన గదను మోస్తూ యువరాజు భీముడు ప్రొద్దున్నే భుజంపైన గదను పెట్టుకుని అరణ్యంలోకి వెళ్ళిపోయారు. ఒక యోజనమేరలో ఉన్నఎత్తుపల్లాలలో ఉన్న వృక్షాలను, ముళ్ళకంపలను సమాంతరంగా నేలమట్టం చేసి, చదును చేసి వచ్చేవారు. ఐదుగురిలో ఎవరో ఒకరిని తల్లి కుంతిని, పత్ని పాంచాలిని రక్షించడం కోసం కాపలా పెట్టి ప్రొద్దున్నే నలుగురు నలువైపులా వెళ్ళిపోయేవారు. చెమటోడుస్తూ పని చేసేవాళ్ళు. దాదాపు వేయి సంవత్సరాల నుండి ఏ భూమికైతే సూర్యుడి ప్రకాశం తగలలేదో, వాళ్ళ కృషి వలన ఆ నేల ఇప్పుడు సూర్యస్పర్శ వలన పవిత్రమవుతోంది. ఖాండవ వన నేల ఇప్పుడు సమమట్టంగా తయారయింది.

ఒక సంవత్సరంలో ఖాండవవనం అంతా చదునైన భూమిగా మార్పుచెందింది. వెంటనే మధురనుండి శ్రీకృష్ణుడి ద్వారా పంపబడిన నైపుణ్యం గల పనివాళ్ళ సహాయంతో అడవిలోని కలపను ఉపయోగించి ఒక భవ్యమైనప్రాసాదాన్ని నిర్మించడం ప్రారంభించారు. ఆ ప్రాసాదం కోసం భీములవారు పెద్ద పెద్దబరువైనరాళ్ళను మోసుకుని తీసుకు వచ్చేవారు. ఆ అభిమానులైన రాజపుత్రులు ఇక ఎవరి భిక్షపైన జీవించకూడదు అని ప్రతిజ్ఞ చేసారు. మధురలోని నైపుణ్యం గల పనివాళ్ళ ద్వారా నిర్మింపబడిన రాజభవనం, రోజు రోజుకి ఆకాశగర్భంలో తన శిరస్సును పైకెత్తుతోంది. అరణ్యంలోని అడవిగుర్రాలను పట్టుకుని వాటికి తర్ఫీదు ఇచ్చారు. ఆయన కర్రల కంచెలో వందల గుర్రాలను బందించారు. పాండవులు నెమ్మది నెమ్మదిగా ప్రగతివైపు ప్రస్థానం

చేస్తున్నారు. వాళ్ళు సాధించిన అభివృద్ధి గురించి, హస్తినాపురంలో ఎవరికి ఎక్కువగా తెలియదు. నేను ప్రాధేయ పడటం వలన, సత్యసేనుడు అప్పుడప్పుడు ఖాండవ వనానికి వెళ్ళేవారు, సమాచారాన్ని సేకరించి నాకు చెప్పేవారు. ఒక్క మాట కూడా దుర్యోధనుడి చెవులకు సోకకూడదు అనిసత్యసేనులవారికి చెప్పి హెచ్చరించాను. వాళ్ళ ఈర్ష్య, పాండవుల వెనకబడి అక్కడిదాకా వెళ్తుందేమోఅని నా భయం.

రాజమాత కుంతీదేవి ఆశీర్వాదాల నీడలో,పాండవులు సుఖసంతోషాలతో ఉంటారని నేను అనుకునేదాన్ని.

18

పగలు రాత్రి అనే చాతకపకక్షుల జోడి ఆనందంతో ఒకదాని వెనుక ఒకటి పరుగెత్తుతున్నాయి. వృషసేనుడు రెండు సంవత్సరాల పిల్లవాడయ్యాడు. అసలు ఎప్పుడు ఎట్లాపెరిగాడో నాకే తెలియదు. వాడు పరుగెత్తడానికి రాజభవనం కూడా సరిపోవడం లేదు. 'నాన్నా! నాన్నా' అంటూ మహారాజు ఒడిలోకి వెళ్ళేవాడు. వారు వాడిని ఎత్తుకుని ఎంతోసేపు ముద్దాడేవారు. తలను వాసన చూస్తూ ఉండేవారు. ఆయన బలమైన బాహువుల పైన కూర్చుని పిల్లవాడు తన పెద్ద పెద్దకళ్ళతో, వారి చెవుల లయ ప్రకారం ఊగే కుండలాలను కన్నార్పకుండా చూస్తూ ఉండేవాడు. ఒక్కసారిగా వాడి మనస్సులో ఏమనిపిస్తుందో ఏమో తెలియదు కాని రెండు చేతులతో కుండలాలని తడుతూ ''నా ... నాన్నా... నాన్నా..'' అనిఅంటూ అరిచేవాడు.

నావైపు చూస్తూ వాడితో అనేవారు– 'వృషు! నీకు ఈ కుండలాలు ఎంతో బాగా అనిపిస్తున్నాయి. కాని నేను వీటిని నీకు చస్తే ఇవ్వను. దూరపు కొండలు నునుపుగానే అనిపిస్తాయిరా కన్నా! కాని వీటికోసం నేను ఎంతగా మానసికంగా బాధపడ్డానో నీకు తెలుసా? నీ కెట్లాచెప్పనురా బాబు!''

వారు చెప్పిన మాటలను స్వీకరించినట్లుగా, కుండలాలను వెంటనే చేతుల్లో నుండి వదిలి వేసేవాడు. నావైపు చేతులు జాపేవాడు. ''ఇంకా రెండు సంవత్సరాలు కూడా పూర్తికాలేదు, కాని మీ మాటలను అర్థం చేసుకుంటున్నాడు. ఇక పెద్దయ్యాక వీడు నా మాటలను బొత్తిగా పట్టించుకోడు.''

''ఇదెట్లా జరుగుతుంది వృషాలీ! వాడు కర్ణుడి పుత్రుడు. వాడు తల్లిని ఏ నాటికీ మరచిపోడు తెలిసిందా?'' ఆయన ఎంతో అభిమానంతో అన్నారు.

19

వృషసేనుడు తన ఆగమనంతో రాజభవనాన్ని పిల్లల కేరింతలతో, అరుపులతో, ఆటలతో నింపేయాలని నిశ్చయించుకున్నాడు. వాడి జన్మ ఎంతో శుభసూచకం. అందుకే పిల్లల కేరింతలతో ఆరాజభవనం కళకళలాడుతోంది. వృషసేనుడికిరెండేళ్ళు కూడా నిండలేదు. మహారాణి భానుమతికి పుత్రప్రాప్తి కలిగింది.వాడికి లక్ష్మణుడని నామకరణం చేసారు. చాలా పెద్ద

ఎత్తున నామకరణ మహోత్సవం జరిగింది.ఇదంతా సహజమే ఎందుకంటే లక్ష్మణుడు కాబోయే కురురాజు. మహారాజు ధృతరాష్ట్రుల వారి మనవడు.

లక్ష్మణుడు పుట్టిన ఒక నెలకు సుప్రియకి ఒక కొడుకు పుట్టాడు. వాడు అందమైన చిత్రంలా ఉన్నాడు. అందుకే వాడిపేరు చిత్రసేనుడు అని పెట్టారు. చిత్రసేనుడు పుట్టగానే మహారాజు కన్నాఎంతో ఉద్విగ్నితతో సుప్రియ భవనానికి వెళ్ళాను. ఆమె శయ్యపైన పడుకున్న, అప్పుడే పుట్టిన శిశువు వైపు నేను ఆత్రుతతో చూసాను. కాని వాడికి కూడా కుండలాలు లేవు. మహారాజుకి కలిగే ఏ సంతానానికి కవచకుండలాల దేవతావరం ప్రాప్తించలేదు. ఇప్పుడు ఇక నమ్మకం ఏర్పడిపోయింది. కాని ఇది నిశ్చితం కాగానే వారు గంభీరంగా మారిపోయారు. అసలు వారికి ఏమాట ముల్లైగుచ్చుకుంటుందో ఎవరికి తెలియదు. అప్పుడప్పుడు రోజంతా గంగా జలంతో సూర్యుడికి అర్ఘ్యం ఇస్తూ నిల్చుండిపోయేవారు.అసలు భోజనం చేయాలి అన్న మాట కూడా మరచిపోయేవారు. నాకు వారి పట్ల చింత ఎక్కువ అయింది.

నా భర్త ఎంతో సమర్ధవంతుడు, రూపవంతుడు, గుణవంతుడు. ఏ స్త్రీ అయినా సరే తన జీవనసర్వస్వాన్ని వారి కాళ్ళ ముందు త్యాగం చేస్తుంది, అటువంటి అద్వితీయుడు, మహనీయుడు.. కాని వారి మనస్సు లోతును ఎవరూ తెలుసుకోలేక పోతున్నారు. నేను అహర్నిశలూ వారి వెంటే ఉంటున్నాను. కాని అప్పుడప్పుడు, నేను ఒక పురుషుడి నీడలో కాకుండా, ఒక తేజోమయవలయంలో నిల్చున్నానుఅని అనిపిస్తుంది. అందుకే ఆయన ఎదురుగుండా కొన్ని విషయాలు మాట్లాడడానికి సాహసించలేక పోయేదాన్ని. ఒకప్పుడు మొదటిసారిగా దుశ్శల నన్ను ఒక ప్రశ్న వేసింది. నేను దీని గురించి వారికి ఎప్పుడూ చెప్పలేదు. ఆ ప్రశ్న ఏమిటో తెలుసుకునేందుకు ఆయన ఎన్నో విధాల ప్రయత్నం చేసారు. కాని నేను ఎప్పుడూ ఏదీ చెప్పలేదు.

అసలు ఆ ప్రశ్న ఎంతో అశ్లీలమైనది. ''మీ ఇద్దరు ఏకాంతంగా కలుసుకున్నప్పుడు, నీ భర్తకున్న అభేద్యకవచం కారణంగా ఏ ఇబ్బంది ఉండదా?'' దుశ్శల అడిగిన ఈ అమర్యాదమైన ప్రశ్నని పతిదేవుడికిఎట్లా చెప్పగలను?

20

అకస్మాత్తుగా, పాండవులు, ఖాండవవనంలో ఒక నగర నిర్మాణం చేసారన్న వార్త అందింది. ఆ వార్త వినగానే ఎంతమందికో అమిత ఆనందం కలిగింది. ఆ నగరానికి పాండవులు ఇంద్రప్రస్థ అని పేరు పెట్టారు. 'ఇంద్రప్రస్థ' ఖాండవవనం రాజధానిగా ప్రకటించారు. 'ఇంద్రప్రస్థ'లో స్థిరనివాసం చేయడానికోసం పాండవుల ప్రేమికులెందరో నగరప్రజలు తమ తమ కుటుంబాలతో తరలివెళ్ళారు. నగరవాసులు హస్తినాపురానికి వీడ్కోలు పలుకుతున్నారు. రోజు రోజుకీ ఇంద్రప్రస్థం జనంతో నిండిపోసాగింది. గాయకులు, నర్తకులు, పనివాళ్ళు ఇంద్రప్రస్థం శోభను పెంచసాగారు. ఆ నేలను సౌందర్యంతో నింపసాగారు. ఏ ఖాండవ వనంలో అయితే అడవిజంతువుల భీకరమైన అరుపులు తప్ప మరే ధ్వనులు వినిపించేవికావో, ఇప్పుడు అక్కడ మనుష్యుల కోలాహలం వినిపిస్తోంది. పక్షుల కలారావాలు ప్రతిధ్వనిస్తున్నాయి. సంగీతం,

నృత్యాలతో ఆ వాతావరణం ఆహ్లాదంగా మారిపోయింది. ధైర్యవంతులు, చెమటోడ్చి పనిచేసే వీరులు, అరణ్యానికి కూడా రాజధాని వైభవం ప్రదానం చేయగలరు అని ఖచ్చితంగా తేలిపోయింది. ఈ వైభవం చూసి కొందరు ఎంతో ఆనందపడుతుంటే మరికొందరు ఎంతో ఈర్ష్య చెందుతున్నారు.

ఇంద్రప్రస్థంకి ఎవరైతే హస్తినాపురాన్ని వదిలేసి వెళ్ళిపోతున్నారో, వాళ్ళ పొలం, ధనం, ఆస్తిపాస్తులు అన్నింటినీ, వాళ్ళు లేనప్పుడు కురుల రాజదండం క్రింద అధీనం చేసేసుకుంటారు, అని రాజ్యంలో దండోరా కూడా వేయించారు. కౌరవుల, పాండవుల రాజ్యాలు వేరు వేరు అన్న విషయం ఆ వాతావరణం వలన స్పష్టం కాసాగింది. అసలు ఏది జరగకూడదో అదే జరుగుతోంది. ద్వేషం అనే మేఘాలు రెండు రాజ్యాల పైన కమ్ముకుంటున్నాయి.

అసలు పాండవులకు రాజ్యంలో ఉచితమైన భాగం కనుక ఇచ్చి ఉంటే ఎంతో బాగుండేదిఅని ఎంతోమంది స్పష్టంగా తమ దృఢమైన అభిప్రాయాన్ని తెలిపారు. కాని అధికారం మద్యం లాంటిది. అది ఎవరి చేతిలో ఉంటుందో, వాళ్ళని మదాంధులని చేసేస్తుంది. వాళ్ళు కన్నుమిన్నుకానరాక ఇష్టం వచ్చినట్లు ప్రవర్తిస్తారు. ఎవరి చేతుల్లో ఉండదో వాళ్ళని పిచ్చి వాళ్ళని చేస్తుంది. కౌరవులు తప్పు చేసారు. ఎవరూ వాళ్ళను ఏవిధంగానూ సమర్థించలేరు. కాని రాజ్యంలో అర్ధభాగం పాండవులకు లభించినా, కురువంశస్థుల ఈ నూట ఐదుమంది వీరులు కలిసి మెలిసి ఉండే వాళ్ళని ఎవరూ చెప్పలేరు. ఇద్దరి మనస్సుల మధ్య దూరాలు పెరిగిపోయాయి. మనస్సుల మధ్య బీటలు పడ్డాయి. హస్తినాపురంలో, ఆచార్య ద్రోణులు, విదురులు, మహారాజు ధృతరాష్ట్రులవారు, పితామహులు భీష్ములవారు, రాజమాత గాంధారీదేవి, అందరూ ఉన్నా, వాళ్ళు తమ వంశస్థులని ఏ మాత్రం అర్థం చేసుకోలేకపోయారు. ప్రతీ వ్యక్తి ఒకరిని ఒకరు ఏ మాత్రం అర్థం చేసుకోకుండా ఒకరిని ఒకరు నిందించడం మొదలుపెట్టారు. హస్తినాపురం తటస్థంగా ఉండే ప్రేక్షకుల నిష్క్రియ విలాసనగరం కాదు కదా? ఇటువంటి సందేహం కలగసాగింది.

కాని ఇంద్రప్రస్థం వసంత ఋతువులో మోదుగపూవులా వికసిస్తోంది. ప్రజలు ఇప్పుడు పాండవుల ఇంద్రప్రస్థం అనిఅనసాగారు. కేవలం 'ఇంద్రప్రస్థం' అని ఎప్పుడూ అనేవారు కాదు. తెలియకుండానే అల్లుకున్న దారాలు, మనస్సుకి నలువైపులా దూరం అనే వలను తయారు చేస్తున్నాయి. ఏ నగరంలో అయితే ఒకప్పుడు నూటఐదుమంది యువరాజులు కలిసి మెలిసి గర్వంగా తిరిగేవాళ్ళో, అక్కడ ఇప్పుడు ఒకవైపు వందమంది, మరొకవైపు ఐదుగురుగా చీలిపోయారు. రక్తసంబంధీకులు, ఒకరి నుండి ఒకరు మానసికంగా దూరం కాకూడదు. దీనివలన చివరికి వినాశనం జరుగుతుంది. ఈ నిజం నిరూపింపబడుతుంది.

21

నిజానికి, మహారాజు, పితామహులు, మహామంత్రి, మొదలైనవారికి రాజ్యంలో జరుగుతున్న సంఘటనల గురించి తెలుసు. లోతుపాతులు తెలుసు. వాళ్ళలో ఎవరో ఒకరు ముందుకు వచ్చి రెండు రాజ్యాల మధ్య సంబంధాలను మెరుగుపరిచే ప్రయత్నం చేయాలి.

ఎందుకంటే మనిషి మనస్సు ఎన్నో రకాల ఆలోచనలే గడ్డిపోచలతో నిండిన తేమతో నిండిన ఒక పల్లపు ప్రదేశం. దానిపైన భ్రమ అనే తుషారబిందువులు ముత్యాలలా మెరుస్తూ ఉంటాయి. కలవడానికి ఎవరు ప్రయత్నమూ చేయడం లేదు. పగళ్ళు, ప్రకాశం అనే నగలని ధరించి ఉదయిస్తున్నాయి. రాత్రిళ్ళు, అంధకారం అనే నగలని ధరించి అస్తమిస్తున్నాయి. సరిహద్దులు కలిసి ఉన్న రెండు రాజ్యాలు, మనస్సులలో మండుతున్న ద్వేషపు నిప్పుకణాలను ఉంచుకుంటే ఎప్పటికీ సుఖశాంతులతోఉండలేవు.

నిజానికి నా జీవితం సుఖమయమైన జీవితమే. కాని చుట్టుపక్కల ఇటువంటి దూషిత వాతావరణం వలన నాకు సుఖంగా అనిపించడం లేదు. సుఖంగా ఉంటే రోజులు త్వరత్వరగా గడిచిపోతాయి. మరోరకంగా చెప్పాలంటే మనస్సు సుఖంలో చిక్కుకుపోతే, ఆ వ్యక్తికి కాలం గురించిన ఆలోచన ఏమూలనా ఉండదు. వృషసేనుడితో పాటు లక్ష్మణుడు, చిత్రసేనుడు, పెరిగి పెద్దవుతున్నారు. పిల్లలు పెరిగి ఎంత పెద్దవాళ్ళైనా, తల్లిదండ్రులు తమ సంతానం ఇంకా చిన్నవాళ్ళేఅని భావిస్తారు. వృషసేనుడికి ఇప్పుడు ఆరు సంవత్సరాల వయస్సు వచ్చింది. నిరంతరంగా మాట్లాడటం, ఆపకుండా కాళ్ళు, చేతులను ఊపడం వాడి స్వభావం. ఎన్నో ఎన్నెన్నో సందేహాలు, ప్రశ్నలతో రాజభవనం లోని వారందరినీ వృషసేనుడు సవాల్ చేసేవాడు. వాడు కాస్తోకూస్తో భయపడేది మహారాజుకే. రాజసభలోని కార్యకలాపాలు ముగించగానే, యుద్ధశాస్త్ర అధ్యయనం, వేటల తరువాత, మిగిలిన సమయం అంతా మహారాజు వృషసేనుడితోనే గడిపేవారు. వాళ్ళతో సంభాషించేటప్పుడు తనూ చిన్నపిల్లవాడై పోయేవారు. కొన్నిసార్లు వృషసేనుడు మహారాజుని ఆశ్చర్యపరిచే ప్రశ్నలను అడిగేవాడు.

''తండ్రీ! మీరు ఎంతో స్వార్థపరులు'' అని ఒకరోజు మహారాజుని అడిగాడు.

''వృషూ! నేను స్వార్థపరుడినా? హస్తినాపురం అంతా నన్ను ఎంతో ఉదారుడు అనిఅంటుంది'' వాడి తలపై చేతితో నిమురుతూ, నవ్వుతూ అన్నారు.

''ఉహూ! మీరు స్వార్థపరులే. లేకపోతే మీకున్నఅందమైనకవచకుండలాలని మాకు తెచ్చేవారు కదా!''

''ఇటువంటి కుండలాలు సరళంగా లభిస్తే ప్రతీవ్యక్తి పొందేవాడు. నువ్వు ఇష్టపడుతున్న ఈ కుండలాలు ఒకవేళ కోసి తీసి ఇవ్వగలిగితే ఇప్పుడే నేను కోసేసి ఇస్తాను.''

''మీరు స్వయంగా వాటిని ఎట్లా కోస్తారు? మరొకరు ఎట్లాకోసియ్యగలరు? మీరు రెండు చేతులతో చెవిని, ఖడ్గాన్ని ఎట్లా పట్టుకోగలుగుతారు?''

''నీవల్ల అయితే కోసి చూడు.''

''కోయగలుగుతాను కాని రక్తం వస్తే? అమ్మ కొడుతుంది.''

''కాదురా! ఆమె రాకపూర్వమే నీవు కుండలాలని కోసి తీసేసుకో. రక్తం రాదు. ఒకవేళ వచ్చినా నేను ఏడవను. అమ్మకు చెప్పను. సరేనా!''

తండ్రిలా పట్టుదల గలవాడు వెంటనే శస్త్రాగారంలోకి వెళ్ళాడు. అక్కడి నుండి ఒక ఖడ్గాన్ని తీసుకుని, చేతపట్టి నృత్యం చేస్తూ బయటికి వచ్చాడు. మహారాజు ఒడిలో పడుకుని వాడు ఆ కవచకుండలాలని తన చిట్టి చేతులలో ఉన్న చిన్న పట్కారతో పట్టుకున్నాడు. కాని ఒక్కసారిగా

ఆపని ఆపేసి''నాన్నగారూ! మీలాగా నేను స్వార్థపరుడిని కాను. నేను... నేను ఒకే ఒక కుండలాన్ని తీసుకుంటాను. రెండో కుండలం మీ కోసమే''అంటూ ఖడ్గాన్ని సంబాళించసాగాడు.

''సరే... నీ భాగాన్ని నీవు తీసుకో. త్వరపడు....'' ఆయన వాడిని ఆజ్ఞాపించారు. వాడు ఇప్పుడు ఏం చేయబోతున్నాడన్న ఉత్సుకతతో తన నీలికళ్ళు పెద్దవి చేస్తూ వాడివంక చూస్తూ ఉండిపోయారు.

ఇంతలో నేను అక్కడికి వెళ్ళాను.

తన చిన్ని చిన్ని పళ్ళతో పెదవులను ఆవేశంగా కొరుకుతూ పదునైన ఖడ్గం మొనని ఆయన చెవులకి పెట్టి నిరంతరంగా గుండ్రంగా తిప్పుతున్నాడు. కాని ఆ కత్తి గడ్డిపోచల్లా ఆయన చెవులపై తిరుగుతోంది. ఎంతోసేపు ప్రయత్నం చేసాడు. మేం ఇద్దరం వాడు చేస్తున్న శ్రమని చూసి నవ్వుతూనే ఉన్నాము. చివరికి వాడు అలసిపోయాడు. వాడి చిట్టి నుదుటినచెమటచుక్కలు మెరుస్తున్నాయి. ఇక ఇప్పుడు వాడు ఖడ్గాన్ని కూడా ఎత్తలేక పోయాడు. చేత్తో దాన్ని విసిరి వేసి ఆయన ఒడిలోంచి దిగాడు.

''వృషూ! ఏమైందిరా?'' అని ఆయన అడిగారు. వాడిచ్చిన జవాబు వినగానే ఆశ్చర్యపోయాను. అసలు అటువంటి జవాబు ఇస్తాడని అనుకోనేలేదు. అప్పుడు తెలుసుకున్నాను వాడు ఎంత తెలివి కలవాడో! తన ఓటమి ఏమాత్రం ఒప్పుకోకుండా, ఒక బాలుడిగా ఏ అరమరికలు లేకుండా అన్నాడు – ''నాన్నగారు! మీ కుండలాలు నా కక్కరలేదు.''

'ఏం ఎందుకు?'

'వాటిని తీసుకుని మాత్రం ఏం లాభం? మీ చెవులు ఎంతో పెద్దగా ఉన్నాయి. నా చెవులు ఎంతో చిన్నవి. నా చెవులకు అవి పెద్దవిగాఉండవా?''

వాడి జవాబు విని మహారాజు వాడి చేయి పట్టుకుని తన వైపు లాక్కున్నారు. వాడి చెవులను మాటిమాటికి ముద్దుపెట్టుకుంటూ ''నీ చెవులకు కుండలాలు లేవు. ఇదే సరియైనది. అసలు ఈ నా కవచకుండలాలతో నాకు ఏం మంచి జరగబోతోందో నాకే తెలియదు. వత్సా!''

వృషశేనుడిబాల్యక్రీడలలో సమయం ఎట్లాగడిచిపోతోందోతెలియనే తెలియదు. గిల్లేరుతో పొలంలోని పక్షులు పూర్ మని ఎగిరిపోతున్నట్లుగా రోజులు వేగంగా దొర్లిపోతున్నాయి. కొన్ని సంఘటనల స్మృతులు మాత్రం సూర్యాస్తమయం అయ్యాక అలసిపోయిన ధూసరమైనఅస్పష్టమైన సంధ్యాసమయంలోని ప్రకాశంలా ఉండిపోతాయి.

22

అంగరాజుతో పాటు గురుపుత్రులు అశ్వత్థామ పాలు తాగడం కోసం మహలుకి వస్తూ ఉండేవారు. వారికి వృషసేనుడికి మధ్య మంచి స్నేహం ఉంది. ఎవరి ముందూ ఓటమిని స్వీకరించని గురుపుత్రులు వాడి ఎదురుగుండా తాత్కాలికంగా ఆయుధాలు కింద పెట్టేసేవారు.

ఒకసారి వారు మహలుకి వచ్చారు. నేను ఫలాలతో నిండిన ఒక పళ్ళాన్నిమృణాల్ చేత లోపలి గదిలోకి పంపించాను. గురుపుత్రులు అశ్వత్థామ అందులోనుండి మెల్లిగా ఒక మేడిపండునితీసాడు. మెల్లగా దాన్ని కోసాడు. దాని వంక గంభీరంగా చూస్తూ ఉండిపోయారు.

''అశ్వత్థామా! ఏమయింది?''

''అంగరాజా! పైకి అందంగా కనిపించే ఈ పండులో ఒక పురుగు ఉంది. మన జీవితం ఇంతేగా! పైన అందంగా ఉంటుంది. లోపల కుళ్ళిపోయి ఉంటుంది.''

''అశ్వత్థామా! ఇందులో పండుదోషం ఏముంది?''

''దోషం ఎవరిది అని ఏమీ చెప్పలేము. కాని వాస్తవంగా జీవితం ఎట్లా కనిపిస్తుందో అట్లా ఉండదు. ఇదే నిజం. ఈ పండునే చూడు బయట ఎంత అందంగా కనిపిస్తుందో.''

మహారాజు ఏమీ అనలేదు. ఇద్దరి సంభాషణ వింటున్నవృషసేనుడు మెల్లిగా తన ఆసనం నుండి లేస్తుంటే చూసాను. వాడు లేచాడుమెట్లపై నుండి దిగుతూ రాజప్రాసాదం ముందటి ప్రాంగణాన్ని దాటి వెళ్ళిపోయాడు. మహాద్వారం నుండి బయటకి వచ్చాడు. ప్రహరీ గోడల నుండి బయటకి వెళ్ళిపోయాడు. వీడు ఎక్కడికి వెళ్తున్నాడు? నేను మృణాల్‌ని వెతకడానికి పంపబోతున్నాను, ఇంతలో వాడు వెనక్కి వచ్చేసాడు. వాడు కుందేలులా గెంతుతూ వస్తున్నాడు. రాగానే మహారాజు, గురుపుత్రుడి ఎదురుకుండా దృఢంగా నిల్చున్నాడు. గుప్పిటను తెరుస్తూ అన్నాడు. ''పెదనాన్నగారూ దీంట్లో కూడా పురుగు ఉందా?'' అది రాతిముక్క.

వాడి అద్భుతమైన ప్రశ్న విని గురుపుత్రుడు ఒక్క క్షణం మళ్ళీ గంభీరంగా అయిపోయారు. ''అంగరాజా! నిజంగా నేను ఇంతకు ముందు వేసిన ప్రశ్నకు నీ పుత్రుడు ఎంతో సహజంగా జవాబు చెప్పాడు'' ఆ రాతి ముక్కను వృషసేనుడి చేతిలో నుండి తీసుకుని దాన్ని సూక్ష్మంగా పరిశీలిస్తూ అన్నారు – ''ఈ నిర్జీవమైన పాషాణంలో సూక్ష్మజీవి ఎక్కడ ఉంది. సూక్ష్మజీవి పండులోనే ఉంటుంది దోషం... దోషం సజీవమైనవాటిల్లోనే ఉంటుంది. పండు జీవనరసం పైన సూక్ష్మజీవి పెరుగుతుంది. కాని పండు స్వయంగా తనలో ఉన్న ఆ సూక్ష్మజీవిని బయటకి తీసి పారేయలేదు. మనిషిలో ఉండే దోషాలు ఇంతే. అజ్ఞానం అనే జీవనరసం పైన మనిషిలోని దోషాలు పెరిగి పెద్దవవుతాయి.

వృషసేనుడి వీపు తట్టుతూ ఆయన అన్నారు –''వృషసేనా! ఈ ముక్కని గవాక్షంలో నుండి కిందకిపడేసేయి. ఆ మేడిపండును నోట్లో పెట్టుకో.'' అంటూ వాడి కుడిచేతిలో ఉన్న ఆ రాతిముక్కను, ఎడంచేత్తో పళ్ళెం నుండి మరోపండును తీసి పెట్టాడు. వృషసేనుడు కిటికీలోనుండి ముక్కను కిందకివిసిరివేసాడు. పండును తింటూ తింటూవృషసేనుడు, గురుపుత్రుడిని మరోసారి ఆశ్చర్యపడేలా చేసాడు. ఆయన వస్త్రాచ్ఛిదమస్తకం వైపు చూసాడు. ''పెదనాన్నగారూ! నేను కూడా మీలాగా తలపైన బట్టను కట్టుకుంటాను.''

''ఎందుకు వృషసేనా! నీవు అంగరాజు పుత్రుడివి. నీవు బంగారు కిరీటాన్ని ధరించాలి. వస్త్రం కాదు.'' అంటూ గురుపుత్రులు అన్నారు.

''ఊహు.... బంగారు కిరీటం ఉపయోగం ఏముంది? దాన్ని ధ్వజంగా ఉపయోగించలేం కదా?''

''ధ్వజమా! ధ్వజం కోసం నీవు అటువంటి వస్త్రాన్ని తలపై కట్టుకుంటావా?'' ''అవును. ఒకవేళ యుద్ధంలో రథంపైన ఉన్న ధ్వజం కిందపడిపోతే తక్షణం మరో ధ్వజం ఎక్కడ నుండి దొరుకుతుంది? అని మన పెద్దవాళ్ళుఅంటూ ఉంటారు.

వాడి జవాబు విని మేం అందరం నవ్వడం మొదలుపెట్టాము. కాని మేం ఎందుకు నవ్వుతున్నామో, అభం శుభం, పాపం పుణ్యం ఎరుగని ఆ బాలుడికి ఏమీ తెలియదు.

23

వృషసేనుడికి ఏడు సంవత్సరాలు నిండాయి, అప్పుడు మరో పుత్రుడు జన్మించాడు. అదే సమయంలో సుప్రియకి కూడా కొడుకు పుట్టాడు. నా పుత్రుడి పేరు సుషేణఅని పెట్టారు. సుప్రియ కొడుకు పేరు సుశర్మ. మా అత్తగారికి మామగారికి అమితమైన ఆనందం కలిగింది. వాళ్ళు ఉభయులు జీవితాంతం పడ్డ కష్టానికి ఫలితం దక్కింది. వాళ్ళు నాటిన జీవన మొక్క విశాలమైన వటవృక్షంగా వృద్ధి చెందింది. ''వృషాలీ! నీవు గృహలక్ష్మివి. నీవు సుఖసంపదల భాండాగారాన్ని తీసుకు వచ్చావు. అసలు కలలో కూడా అనుకోనివన్నీ ఇప్పుడు జరుగుతున్నాయి'' అనిఅంటూ ఉండేవారు.

''నా ఆగమనం వలన ఏమీజరగలేదు. మహారాజు వారి కోసం మీరు ఎంతో శ్రమపడ్డారు. ఆ శ్రమకి ఫలితమే ఇదంతా'' అని నేను వారి కాళ్ళుపడుతూ అన్నాను.

''వాడి కోసం మేం ఏం కష్టపడ్డామని...మా పర్ణకుటీరంలో వాడు పుట్టాడు. అదే మా అదృష్టం. భార్యగా నీవు లభించావు. అది కూడా మా అదృష్టమే. ఇదంతా పూర్వజన్మ సుకృతం అమ్మా!''

అత్తగారి ఒడిలో కూర్చున్నసుషేణుడు, నేను పుట్టడం మీ పూర్వజన్మ ఫలితంలో ఒక భాగమే అన్నట్టుగా ఒక్కసారిగా గర్జించాడు. ఆవిడ జోలపాడుతూ వాడిని జోకొట్టడం మొదలుపెట్టారు. ఆ గీతాన్ని పెద్దగా పాడమని నేను ఆవిడనిప్రాధేయ పడ్డాను.

''వసు, సుషేణుడంతున్నప్పుడు నేను ఈ పాట పాడేదాన్ని. ఇప్పుడు ఆ పాట అంతగా గుర్తులేదు. అయినా ఆ చంపానగరిలోని పర్ణకుటీరంలో పాడిన పాట అది. ఆ పాట, అతి వైభవంతో కూడిన ఈరాజభవనంలో ఎట్లా పాడను? ఈ రాజ ప్రాసాదానికిఅనురూపంగా ఉండే పాటను నీ కొడుకు కోసం పాడు'' అంటూ నిద్రిస్తున్న సుషేణుడిని నా చేతికిస్తూ అన్నారు.

ఈ తల్లి తన కొడుకుల కోసం ఎంతగా కష్టాలనే పర్వతాలని ఎత్తి ఉండవచ్చు, అసలు ఆవిడ ముందు నేనెంతఅనినాకనిపించేది.

24

సుషేణుడి తరువాత ఒక సంవత్సరానికి నాకు వృషకేతుడు పుట్టాడు. నేను ముగ్గురు కొడుకులకు తల్లి నయ్యాను. ఆ ముగ్గురి ఆగమనంతో నా జీవన ఉద్యానవనం ప్రఫుల్లితం అయింది. వృషసేనుడు, సుషేణుడు, వృషకేతు – వీళ్ళు ఆ ఉద్యానవనంలోని బంగారు కమలాలు. మేము ఏ మాత్రం వెనకబడలేదు అన్నట్లుగా సుప్రియ మరో ఇద్దరు అందమైన పుత్రులకు జన్మనిచ్చింది. వాళ్ళపేర్లు ప్రసేనుడు, భానుసేనుడు, చిత్రసేనుడు, సుశర్మ, ప్రసేనుడు, భానుసేనుడు, సుప్రియ నలుగురు కొడుకులు ఎంతో అందమైనవాళ్ళు. మా ఇద్దరికి ఆడపిల్లలు

లేరు. మహారాజుగారి ఈ ఏడుగురు కొడుకులకి ఒక చెల్లెలు ఉంటే ఎంత బాగుండేదిఅని నాకు పదే పదేఅనిపించేది. ఈ లోపాన్ని మరిది శోణుడుపూర్తిచేసాడు. నాకు వృషకేతుడు పుట్టినప్పుడు మరిదిగారికి ఆడపిల్ల పుట్టింది. ఆ పిల్ల కళ్ళుచేపలలా చారడేసి ఉన్నాయి. అందుకే ఆ పిల్ల పేరు మీనాక్షి అని పెట్టాలని అందరు అన్నారు. మీనాక్షి మేఘమాల లాగా మొగలిపూవు రంగులో ఎంతో అందంగా ఉంటుంది. అసలు ఆ పిల్ల ఎక్కువగా ఏడవనే ఏడవదు. మహారాజు తన కొడుకుల కన్నా ఆ పిల్లనే ఎక్కువ ముద్దుచేసేవారు.

ఆ పిల్లను తన బలాఢ్యమైన భుజాల పైన మోస్తూ నా దగ్గరికి వచ్చేవారు – ''వృషాలీ! నీవు ఎంతో అందమైనదానివని నీకు గర్వం కదా! ఈ మీనాక్షి పెరిగి పెద్దదయ్యాక, దుర్యోధనుడి కొడుకు లక్ష్మణుడు ఈమెను వివాహం ఆడాలని కోరుకుంటాడు. నీవు అంగదేశ రాణివి. ఈమె కురువంశ రాణి'' అని అనేవారు.

''ఏది ఏమైనా ఫరవాలేదు కాని, ఇది మాత్రం కాకూడదు'' నేననేదాన్ని.

''ఏం ఎందుకు?''

''శ్రీవారూ! ఒకవేళ అది కురుల మహారాణి అయితే, రేపు మీరు ఆమెకి వందనాలు చేయాల్సి వస్తుంది కదా!''

''అయితే మరి అట్లా చెప్పు. నీ భర్త ఎవరి ముందూ తలవంచకూడదు. అందునా బంధువుల ముందు. అంతే కదూ వృషాలీ!''

మహారాజు ఎవరితోటి ఎప్పుడూ వాదించరు. కాని నన్ను మాత్రం ప్రశ్నలపైన ప్రశ్నలు అడుగుతూనే ఉంటారు. ఓడిపోయి నేనే మౌనంగా ఉండిపోతాను. మౌనం వందమందిని ఓడిస్తుంది అనిఅంటారు కదా!

మీనాక్షితో వారు గంటలకొద్దీ ఆడుతూ ఉంటారు. మహారాజు ఆ పిల్లతో ఆడుతూ ఉండటం చూస్తుంటే జీవితంలోని వెనకటి ఇరవై సంవత్సరాల కాలం ఎట్లా గడిచింది? తెలుసుకోడానికి నేను ఎంతో ప్రయత్నం చేసేదాన్ని. కాని ఒక పిసరంతైనా తెలుసుకోలేకపోయేదాన్ని.

ఇంత దీర్ఘకాలంలో అసలు నేను హస్తినాపురంలో ఉన్నానా, లేకపోతే స్వర్గంలోనా? అనిఅనిపించేది.కాని సుదామనుడి స్మృతి గాలి దుమారంలా వచ్చి నన్ను ఎంతో వ్యాకులపరచేది. ఈ బాధ ఎప్పుడు మనస్సులో ఉండేది. ఈ బాధ ఒక్కటే తప్పితే నా జీవితం అంతా ఆనందమయమే. వాడు ఇప్పుడు ఉండి ఉంటే ఇరవై అయిదు సంవత్సరాల వాడు అయ్యేవాడు. ''అమ్మా! నా 'బాహుకంటక్' వ్యూహం చూసి వ్యాయామశాలలోని వారందరూ భయపడతారు'' అంటూ నాకు వందనం చేసి వ్యాయామశాలకు వెళ్ళేవాడు. కాని.. కాని.. ఇప్పుడు మసకబారిన ఆ జ్ఞాపకాలు తప్పితే వాడికి సంబంధించినవి మరేవీ లేవు.

25

రాజప్రాసాదంలో కొందరు కొత్త వ్యక్తులు వచ్చారు. పితామహులు భీష్ములు వారు కురుల వంద యువరాజులకు దేశదేశాల వందమంది యువరాణులతో వివాహం జరిపించారు. తేనెటీగల తుట్టు తేనెటీగలతో నిండిపోయినట్లుగా, రాజపుత్రుల స్త్రీలతో రాజప్రాసాదం

కళకళలాడసాగింది. వాళ్ళ సందడి రాజప్రాసాదంలో ప్రతిధ్వనించసాగింది. కురుల వైభవ శిఖరం హిమాలయాలతో పోటీపడసాగింది. వందమంది యువరాజుల గృహస్థ్య జీవితాన్ని చూసి పులకించే అదృష్టం మొదటిసారిగా రాజప్రాసాదానికి కలిగింది. కాని చుట్టుపక్కల వాళ్ళ గురించిన శృంగారపరమైన చర్చలు విన్నప్పుడల్లా నాకు పాండవులు గుర్తుకు వచ్చేవారు. కౌరవులు పాండవుల మధ్య ఉన్న పెద్ద తేడాను నేను ఎప్పుడూ మరచిపోలేను. కౌరవుల ప్రతీ యువరాజుకి ఒక్కొక్క భార్య ఉంది. కాని పంచపాండవులందరికీకలిపి ఒకే ఒక పత్ని. కౌరవుల సోదరి యువరాణి దుశ్శలాదేవి వివాహం సింధురాజు జయద్రథుడితో జరిగింది.

నాకు పితామహులు భీష్ములు వారిని చూస్తే ఆశ్చర్యం వేసేది. వారు పరాక్రమవంతులు. వృద్ధులు, అందరిపైనా వారి ప్రభావం ఉంది. వారి పట్ల అందరికీ గౌరవంతో కూడిన భయం ఉంది. కాని పాండవుల పట్ల వారు ఎల్లప్పుడూ ఉదాశీనంగా ఉండేవారు. ఖాండవవనాన్ని ఇంద్రప్రస్థంగా మార్చిన పాండవులను కలవడానికి వారు ఎప్పుడూ వెళ్ళలేదు. వాళ్ళ పట్ల జరుగుతున్న అన్యాయాన్ని వారు ఎప్పుడూ వేలెత్తి చూపలేదు. మహారాజు దుర్యోధనుడిలో ఉన్న పాండవ ద్వేషాన్ని, ముందుకు వచ్చి ఎప్పుడూ ఖండించలేదు. ఆపలేదు. రాజమాత కుంతీ దేవికి ఘోరమైన ఆపద సమయంలో కూడా చేయూతనివ్వలేదు. అసలు ఇదంతా ఎందుకు జరుగుతోందో ఎవరికీ తెలియదు. జరిగేదంతా ఆయన తటస్థ స్వభావంతో చూస్తున్నారు.

పాండవుల ఇంద్రప్రస్థ రాజ్యం ఇప్పుడు ఎంతో వైభవంగా వృద్ధి చెందింది. వారి ఇంద్రప్రస్థం రాయిని ఉద్విగ్నంగా చేసి, అంకురించి ఆకాశంలో తల ఎత్తే వృక్షం లాంటి ఒక మహాద్భుతం. రోజురోజుకీ ఆ వృక్షం పెరుగుతూనే ఉంది. సమీపంలో ఉండే రాజ్యాలలో మల్లులు, యోధులు, పనిచేసేవాళ్ళు, గాయకులు, నర్తకులు, రైతులు ఇప్పుడు ఇంద్రప్రస్థంలో ఏకత్రితంకాసాగారు. హస్తినాపురం పూర్వజుల పరాక్రమానికి ఫలితం కాని ఇంద్రప్రస్థం పాండవుల స్వయంకృషికి ఉదాహరణ.

26

రోజులు, నెలలు, సంవత్సరాలు, ఒకరి చేయిని ఒకరు పట్టుకుని చిన్నపిల్లలు ఆడుకోడానికి పరుగెత్తేలా పరుగెత్తుతున్నాయి. నాకు వాటిని లెక్కపెట్టడానికి కూడా సమయం లేదు. నా పిల్లలని, సుప్రియ పిల్లలని పెంచి పెద్ద చేయడంలోనే చాలా సమయం గడిచిపోతోంది. నా దగ్గరికి స్వయంగా సుఖాలు, వైభవాలు పరుగెత్తుకు వస్తున్నాయి, అసలు నేను సారథి సంతానాన్ని అన్నమాటే మరచిపోయాను. రాజభవనంలోని కౌరవ వీరులందరు, అంగదేశపు రాణిగా నాకెంతో గౌరవమర్యాదలు ఇచ్చేవారు. కాని అప్పుడప్పుడు నా సోదరుడు సత్యసేనుడు అవివాహితుడు అన్న విషయం గుర్తుకురాగానే నేను వ్యాకులత చెందేదానిని. వయస్సులో సోదరుడు నా కన్నాపెద్దవారు. అందుకే ఈ విషయంలో ముఖాముఖి ఏమీ చెప్పలేను. దీని గురించి తర్జనభర్జనలు చేయలేను. సోదరుడి వివాహ విషయం అంగరాజుగారికి కూడా ఎప్పుడూ గుర్తుచేయలేదు. ఎందుకంటే నా సోదరుడి కోసం వారిని ఏదీ అడగడం నాకు ఇష్టంలేదు. కాని

అంగరాజే ఒకరోజు స్వయంగా, సోదరుడి విషయంలో మాట్లాడతారుఅని నా మనస్సు పదే పదేచెప్పేది.

అనుకున్నట్లుగానే జరిగింది. ''ఈ అక్షింతలు ఎవరి శుభకార్యానివో చెప్పు చూద్దాం!'' అనిఅంటూ చేతిలో అక్షింతలు పెట్టారు.

''రెండు అంకెలు అశుభం ఏమో!అందుకే మూడో వివాహం చేసుకుంటున్నారేమో'' అని నేను నవ్వుతూ అన్నాను.

''ఊహు కాదు! నా మూడో వివాహం ఏనాడో జరిగిపోయింది.'' ఆయన మామూలుగా అన్నారు. వినగానే నా గుండె దడదడ కొట్టుకోసాగింది. నేను గాభరా పడ్డాను.

''మూడో వివాహమా! ఎవరితోటి?'' అని అడిగాను.

''చూడు వృషాలీ! నీవు నా రెండో భార్యవి. సుప్రియమూడు.''

''మరి మొదటి అదృష్టవంతురాలు ఎవరు?''

నా హృదయం ఇంకా వేగంగా కొట్టుకోసాగింది.

''ధనుర్విద్య...'' ఆయన గట్టిగా నవ్వుతూ అన్నారు.

నాచేతిలోని అక్షింతలను చూస్తూ ''ఈ అక్షింతలు నా కోసం కాదు. ఇవి నీ సత్యసేన సోదరుడి కోసం. వృషాలీ! శోణుడివివహం విషయంలో నీవు రాత్రింబవళ్ళు నా వెనక పడేదానివి. కానీ స్వంత సోదరుడి విషయంలో మరచిపోయి కూడా ఏమీ అనేదానివి కాదు. ఎందుకు?''

''ఎందుకంటే నేను ఎటూ అంగదేశరాణిని. కాని స్వాభిమాని అయిన సోదరుడికి కూడా చెల్లెలిని.''

''వృషాలీ! సుప్రియ నీ కన్నా ఎంతో అందమైనది. కాని నీలాగా ఇంతగా తెలివితేటలతో ఆమె ఎప్పుడు మాట్లాడదు. ఇదంతా ఎక్కడ నుండి నేర్చుకున్నావు?''

''మీరు ధనుర్విద్యని ఎవరి దగ్గర నేర్చుకున్నారు?''

''నా గురువు దగ్గర''

''వారి పేరు?''

''మరైతే నేను నా గురువు పేరు చెప్పను''

''చూసావా! మళ్ళీ నీ తెలివితేటలతో ఎటువంటి జవాబు ఇస్తున్నావో! నేను నా చేతుల్లో ఉన్న అక్షింతల వైపు చూస్తున్నాను. ప్రతీ అక్షింతపైనా, నాకు బాసికం కట్టుకున్న సత్యసేన అన్నయ్యే కళ్ళకు కనిపిస్తున్నాడు. తన చిన్ని చెల్లెలి కోసం విశాల హృదయం గల సోదరుడు కష్టాల పర్వతాన్ని శిరస్సుపై ఎత్తాడు. తన పేరుకి తగ్గట్టుగా ఎప్పుడు సత్యం కోసమే ప్రయత్నం చేసేవాడు.

పురోహితుడు శుభముహూర్తం పెట్టాడు. ఆ రోజు ఎంతో వైభవంగా సోదరుడి వివాహం హస్తినాపురానికి చెందిన సారథి కూతురితోనే జరిగింది. మహారాజు దుర్యోధనుడికి సారథి కావడం వలన సోదరుడి వివాహోత్సవంలో ఎటువంటి లోపం లేదు. అర్ధాంగిని పేరు పుష్పావతి.

ఆ వివాహం జరిగిన ఒక నెల లోపల మహారాజు దుర్యోధనుడికి ఒక పుత్రిక జన్మించింది. నగరం నలువైపులా దీపాలు వెలిగించారు. నగరప్రజలు తమ రాజకుమారికి స్వాగతం పలికారు. పురోహితుడు ఆ పిల్లపేరు సుదర్శన అని పెట్టారు. సుదర్శన ఎంతో అందమైనరాకుమారి.

రాజభవనంలో యువరాజు లక్ష్మణుడు, రాజకుమారి సుదర్శన, నా వాళ్ళు, సుప్రియపుత్రులు మీనాక్షి మొదలైన చిన్నచిన్న పిల్లలందరూ ఉద్యానవనంలోని పుష్పించే వృక్షాలలా ఆనందంగా పెరిగి పెద్దవాళ్ళవుతున్నారు. వాళ్ళ బాల్యక్రీడలురాజభవనంకి మాత్రమే పరిమితి కావు. స్వర్గంలోని దేవతలు హస్తినాపురాన్ని చూసి ఈర్ష్యచెందటం లేదు కదా! అప్పుడప్పుడు ఇటువంటి సందేహం కూడా నాకు వస్తోంది.

27

మధ్యమధ్యన ఇంద్రప్రస్థంలో జరిగే సంఘటనల గురించిన చర్చ, అందరి మనస్సులలో కుతూహలాన్ని కలిగిస్తోంది. పాండవులు ఖాండవ వనంలో స్వతంత్ర రాజ్యాన్ని స్థాపించి ఇంద్రప్రస్థాన్ని ఆ రాజ్యానికి రాజధానిని చేసారు. రాజధాని పేరున చుట్టుపక్కల రాజులు ఆ రాజ్యాన్ని ఇంద్రప్రస్థం అనే పిలిచేవాళ్ళు. హస్తినాపురం కన్నా ఇంద్రప్రస్థం పేరే నలువైపులామారుమ్రోగుతోంది.

రాజ్యాన్ని కేవలం భవ్యభవనాలను, ఎక్కువమంది నగరవాసులని ఆధారంగా చేసుకుని చేయలేరు. రాజ్యాన్ని చేయాలనుకుంటే సంపత్తి ఆవశ్యకత ఎంతైనా ఉంటుంది. ధనాన్ని పాండవులు ఎప్పుడుఎక్కడ పొందారో, ఈ విషయం తెలుసుకోడానికి అందరికీ ఎంతో కుతూహలంగా ఉంది.

భీమార్జునులు తమ రాజ్యాన్ని సమర్థవంతంగా బలోపేతంగా చేసుకోడానికి, చుట్టుపక్కల రాజ్యాల పై దండెత్తేవారు. రాజ్యాలను జయించేవారు. వాళ్ళ పరాక్రమం హద్దుదాటిపోయింది. ఓడిపోయిన రాజులు పన్నులు కట్టడం మొదలుపెట్టారు. ఈ విధంగా ఇంద్రప్రస్థానికి ధన, ధాన్యాలు సమకూరాయి. సైన్యం సంఖ్య ఎక్కువకాసాగింది.

అకస్మాత్తుగా ఒకరోజు పాండవుల రాజదూతహస్తినాపురానికి వచ్చాడు. అతడు పాండవుల వైపునుండి రాజసూయ యాగానికి రమ్మనమని ఆహ్వానించడానికి వచ్చాడు. భూర్జపత్రం ఇచ్చాడు. వాసంతి పౌర్ణమికి పాండవులు ఒక పెద్ద యజ్ఞం ప్రారంభం చేయాలని అనుకున్నారు. ఈ యజ్ఞం కోసం భీష్మపితామహుల శుభాశీర్వాదాలు కావాలని కోరుకున్నారు.ఆహ్వానం పంపగానే, పాండవుల పురోహితుడు ధౌమ్యఋషి కూడా స్వయంగా హస్తినాపురంకి వచ్చారు. ఆయన వారికి రమ్మనమని మరీమరీ చెప్పారు.

స్వయంగా యుధిష్ఠరుడు దేశ దేశాలలో ఐదు సువర్ణ కుంభాలు తీసుకుని తిరిగారు. ఆ కుంభాలలో ఆయన వితస్తా, పురుష్ణీ, గంగ, యమున, సింధు, మందాకిని, అలకనందా, ఐరావతి, సరయు, చర్మణ్వతమొదలైన పవిత్ర నదుల జలాలని ఇంద్రప్రస్థానికి తీసుకువచ్చారు. పాండవుల ఇంద్రప్రస్థంలో, రాజభవనం ముందు నుండి ప్రవహించే ఇక్షుమతి నదీజలంలో ఈపవిత్రజలాలను కలిపి యజ్ఞ కార్యాలలో ఉపయోగించాలని అనుకున్నారు. ఇంద్రప్రస్థ ఇక్షుమతి, యమునల సంగమంపైన ఉంది.

రాజభవనం ఎదురుగుండా విశాల ప్రాంగణంలో యజ్ఞమండపాన్ని తయారుచేసారు. దాని నలువైపులా ఆహ్వానితుల కోసం విశ్రామగృహం, భోజనాలయం ఉన్నాయి. అవి ఎంతో అందంగా అలంకరించబడ్డాయి. ఈ వార్తలన్నీ హస్తినాపురంలో ఎంతో వేగంగా వ్యాపిస్తున్నాయి.

యువరాజు అర్జునుడు, భీముడు, యజ్ఞం కోసం ఆహ్వానించడానికి దేశ దేశాలు తిరుగుతున్నారు. నలువైపులా ఎటు చూసినా యజ్ఞం గురించిన చర్చలే జరుగుతున్నాయి. నాకు కూడా ఎంతో కుతూహలంగా ఉంది. ఇంద్రప్రస్థ నిర్మాణం ఎట్లా జరిగింది?

ఒక్కసారైనా చూడాలని నా మనసు కోరుతోంది. కాని ఇది సంభవం కాదు. ఉచితం కూడా కాదు.

ఈ దీర్ఘ సమయంలో పాండవులు నలుదిశలా దిగ్విజయాన్ని పొందారు. బళ్ళమీద అపరిమిత ధనరాశులను మోసుకొచ్చి, ఇంద్రప్రస్థ ధనాగారాన్ని నింపారు. మహలులో పాండవుల విషయంలో జరిగే చర్చలను వినడం వలన నాకు అన్ని విషయాలు తెలిసాయి. దిగ్విజయంలో వాళ్ళు రెండు రాజ్యాలు, ఒకటి మధుర, రెండు హస్తినాపురంల పైన దండెత్తలేదు.

నిజానికి హస్తినాపురం నుండి వచ్చిన పిలుపు ఇదొక్కసారే కాదు. ఐదుగురు భర్తలతో ద్రౌపదికి ఐదుగురు కొడుకులు పుట్టారు. ప్రతీ పుత్రుడి నామకరణానికి రాజమాత కుంతీదేవి ద్వారా నాకు ఆహ్వానపత్రిక అందేది. కాని మహారాజుకు నేను వెళ్ళడం ఇష్టం ఉండదు అన్న ఉద్దేశ్యంతో నేను ఎన్నోసార్లు ఏదో ఒక నెపం పెట్టి ఇంద్రప్రస్థం వెళ్ళడాన్ని వాయిదా వేసేదాన్ని. ప్రతీ యువరాజుకి ఏం పేరు పెట్టారో నేను తెలుసుకున్నాను. ద్రౌపదికి యువరాజు యుధిష్టరుడి వలన ప్రతి వింధ్య, భీమసేనుడి వలన సుతసోముడు, అర్జునుడి వలన శృతకీర్తి, నకులుని వలన శతానీకుడు, సహదేవుడి వలన శ్రుతవర్మ – ఈ ఐదుగురు అందమైన పుత్రులు జన్మించారు. కాని వీళ్ళందరికన్నా వేరుగా అభిమన్యుడి గురించి విన్నాను.

అభిమన్యుడు శ్రీకృష్ణుడి సోదరి సుభద్రకి అర్జునుడికి కలిగిన పుత్రుడు. వాడు తన మామయ్యలాగా బలాఢ్యుడు. నీలవర్ణం కలవాడు. పాండవులు తమ సౌకర్యం కోసం వైవాహిక జీవితంలో ఒక నియమం పెట్టుకున్నారు. అజాగ్రత్త వలన అర్జునుడు ఆ నియమాన్ని పాటించలేదు. అందువలన ఆయన పన్నెండు సంవత్సరాల వనవాసాన్ని స్వీకరించాల్సి వచ్చింది. ఈ వనవాస కాలంలోనే ఆయన దైవతక్ పర్వతం పైన నివసిస్తూ, ద్వారకనుండి శ్రీకృష్ణుడి సోదరిని ఎత్తుకు వచ్చారు. వనవాసం పూర్తయ్యాక యువరాజు అర్జునుడుసుభద్ర, అభిమన్యులను తీసుకుని ఇంద్రప్రస్థకి వెనక్కి వచ్చారు. నాకు ఒక విషయంలో ఎంతో ఆశ్చర్యం కలుగుతుంది. నా పేరు వృషాలి. అర్జునుడి భార్య పేరు పాంచాలి. నాకు సవతి సుప్రియ. పాంచాలి సవతిపేరు సుభద్ర. ఈ పేర్లలో ఏదో నిగూఢ రహస్యం ఉంది.

రాజసూయ యజ్ఞం కోసం అన్నిఏర్పాట్లు జరుగుతున్నాయి. పాండవులందరు ఎంతో శ్రమ పడుతున్నారు. ధౌమ్యఋషి స్వయంగా, రాజమాత కుంతీదేవి ప్రత్యేకంగా నన్ను రమ్మనమని చెప్పారని, నన్ను కలిసి మరీ చెప్పారు. కాని నేను ఆహ్వానం విషయం ఎప్పుడూ మహారాజుగారికి చెప్పలేదు. ఎందుకంటే వారెట్లా ఇష్టపడతారు? ససేమిరా ఇష్టపడరు. సుదామనుడిని హత్య చేసి అర్జునులు మా ఇద్దరి పట్ల నేరం చేసారు.

మాటల ప్రవాహంలో ధౌమ్యఋషి ఒకటి రెండు విలువైన మాటలని చెప్పారు... ఖాండవ వనంలో అరణ్యాన్ని కాల్చేటప్పుడు అగ్ని, అర్జునుల మధ్య భయంకరమైన యుద్ధం జరిగింది. ఈ యుద్ధంలో అగ్ని ఎంతో సంతుష్టి చెందారు. అర్జునులవారికి గాండీవం అనే ధనస్సును

అక్షయబాణాల అంబులపొదిని ఇచ్చారు. శ్రీకృష్ణుడికి ఒక తేజోమయ సుదర్శనచక్రం ఇచ్చారు. జరాసంధుడి మగధరాజ్యం నుండి అప్పుడే తిరిగి వచ్చిన యువరాజు భీమసేనులు వృషవర్మనుండి ఒక దివ్యమైన గదను పొందారు. అర్జునులు ఆ దివ్యధనస్సు వలనే దిగ్విజయ కార్యాన్ని పూర్తి చేసుకున్నారు.

ఇంద్రప్రస్థానికి సంబంధించిన ఈ వార్తల వలన కుతూహలం పెరుగుతోంది. ఒక దట్టమైన అడవి ఇంత గొప్పగా సమృద్ధమైన రాజ్యంగా పరివర్తన చెందింది. అందరికీ ఎంతో ఆశ్చర్యం కలిగింది.

28

ఈ మధ్యలో మగధదేశంలో ఉన్న హస్తినాపురం నుండి ఒక గూఢచారి నమ్మశక్యం కాని ఒక వార్తని తీసుకువచ్చాడు. అందరూ ఆశ్చర్యపోయారు. ఆ సమాచారం తెలుసుకున్నాక మహారాజు అస్వస్థులయ్యారు. దాసుడు ఈ వార్త చెప్పడానికి వచ్చినప్పుడు ఆయన వృషసేనుడికిద్వంద విద్య నేర్పిస్తున్నారు. వాడికి బాహుకంటకం అనే కఠోరమైన ఎత్తు నేర్పిస్తున్నారు.

మగధ రాజుల మరణవార్తలను దాసుడు చెప్పాడు. వినగానే వృషసేనుడిని అట్లాగే వదిలేసి వాడి భుజాన్ని పట్టుకుని గట్టిగా ఊపుతూ అన్నారు–'' ఆ విఖ్యాత జరాసంధుడిని ఎవరు చంపారు? చెప్పు... చెప్పు... ఎవరు?''

''యువరాజు భీముడు'' వాడు గాభరా పడుతూ అన్నాడు.

''ఒక్కడే... ఉహు...నమ్మలేం.''

''ఆ సమయంలో శ్రీకృష్ణుడు కూడా అక్కడే ఉన్నారు.'' వాడి సమాధానం వినగానే మహారాజు స్తబ్ధులయ్యారు. దాసుడు వెళ్ళిపోయాడు. ఆయన రెండు చేతులు వెనకకి కట్టుకుని ఏదో ఆలోచిస్తూ అటు ఇటు తిరగడం మొదలుపెట్టారు.

నేను వృషసేనుడిని అడిగాను– ''వృషూ! నాన్నగారు ఏ ఎత్తు నేర్పించారో దాన్ని చేసి చూపించగలవా?

''నాన్నగారితో నేను సమానం కాదు కదా! చిత్రసేనుడు కానీ, లక్ష్మణుడిని కానీ నా ముందుకి తీసుకురా, నేను వాడికి బాహుటంకకట్ ఎత్తు చూపిస్తాను.''

వాడు బాహుకంటక్ అని ఉచ్చరించలేక పోతున్నాడు.

మహారాజు ఈ ముద్దు ముద్దు మాటలు విని వాడిని చంకనెక్కించుకుని''ఒరేయ్ పిచ్చివాడా! బాహుటంకకట్ కాదురాబాహుకంటక్ అనిఅనాలిరా నాన్నా!''అనిఅంటూ వాడి నుదుటిపైన ముద్దుపెట్టుకుంటారని అనుకున్నాను. కాని ఆయన తన ఆలోచనలలో మునిగిపోయారు. జరాసంధుడి వధ గురించి వినగానే ఆయన ఎందుకనో బాధపడుతున్నారు.

''మీరు దేనికోసం చింతిస్తున్నారు?'' నేను వారిని ఈ లోకంలోకి తీసుకురావడానికి ప్రయత్నించాను.

''శ్రీకృష్ణుడి గురించి.''

"ఏం ఎందుకు?"

"చివరికి శ్రీకృష్ణుడు జరాసంధుడిని వధించాడు అందుకని."

"మీరు సరిగ్గా విని ఉండరు. జరాసంధుడిని శ్రీకృష్ణుడు చంపలేదు. జరాసంధుడిని చంపితే శ్రీకృష్ణుడికి ఏం లాభం? భీముడు చంపాడు."

"లాభం శ్రీకృష్ణుడికే ఎక్కువ. ఏ కంసుడినైతే శ్రీకృష్ణుడు వధించాడో ఆ కంసుడు జరాసంధుడికి అల్లుడు. జరాసంధుడు తన అల్లుడిని వధించినవాడి మీద ప్రతీకారం తీర్చుకోవాలని ఒక విశాలమైన సైన్యాన్ని తీసుకుని ఎన్నోసార్లు మధురపై దండెత్తాడు. ఈ యుద్ధాల వలన విసుగు చెంది చివరికి కృష్ణుడికి మధుర నుండి వెళ్ళిపోవాల్సి వచ్చింది. పడమరనద్వారకను వదిలి వేయాల్సి వచ్చింది. అందువలనే ఆయన జరాసంధుడిని అంతమొందించారు. ఇంద్రప్రస్థంలో యజ్ఞం, మధుర విముక్తి చెందడం వలన కలిగిన ఆనందం వలనే, ఈ యజ్ఞం జరిపిస్తున్నారు. వృషాలీ! నాకు యజ్ఞానికి రమ్మనమని ఆహ్వానం రాకపోయినా నేను వెళ్తాను. తప్పకుండా ఇంద్రప్రస్థానికి వెళ్తాను.

ఆహ్వానం రాకుండా వారు అక్కడికి వెళ్ళడం నాకు విచిత్రంగా అనిపించింది. కాని నేను ఏమీ అనలేదు. ఆయన ఒకసారి నిర్ణయించుకున్నారంటే ఇక దానికి తిరుగులేదు. నిద్రలో అయినా సరే అన్నమాటకు తిరుగు ఉండదు. ఒక్కసారి నోటి నుండి వచ్చిన మాటను వారు నిజం చేసి చూపిస్తారు.

"జరాసంధుడిని వధించిన శ్రీకృష్ణులని చూడాలని మీకెంతో కుతూహలంగా ఉంది కదూ!"

"వృషాలీ! పత్ని, పతికి అర్ధాంగిని అవుతుంది. నీవు దీనిని నిరూపించావు. ఇది నిజమే కాని జరాసంధుడి సేనాపతి చేదిరాజు శిశుపాలుడిని ఆ ద్వందం విషయంలో పూర్తిగా వివరాలను అడిగి తెలుసుకుంటాను. భీముడు ఏ ఎత్తువేసి వాడిని చంపేసాడు, దీని గురించి కూడా తెలుసుకుంటాను."

ద్వందం అంటే ఆయనకి ఎంతో ఇష్టం. 'ద్వందం అంటే బలాన్ని సరాసరి నిరూపించడమే" అని ఆయన ఎన్నోసార్లుఅంటూ ఉంటారు.

29

పౌర్ణిమముందురోజు కౌరవ యోధులందరూ ఇంద్రప్రస్థం వైపు ప్రస్థానం చేసారు. మహారాజు దుర్యోధనుడు, పాండవుల యజ్ఞానికిఎవరూ వెళ్ళకుండా ఆపడానికి ఎంతో ప్రయత్నం చేసారు. కాని పితామహులు భీష్ములు వారు ఈ విషయంలో చాలా కఠోరంగా ఉన్నారు. "మీరందరూవృద్ధుల గౌరవాన్ని నిలపాలనుకుంటే, అందరికన్నా కురువృద్ధుడైన ఈ భీష్ముడు, యజ్ఞంలో మీరందరూపాల్గొనాలని ఆజ్ఞ ఇస్తున్నాను. కేవలం ఏదో ఆజ్ఞను శిరసావహించాలని అన్న ఉద్దేశ్యంతో వస్తే సరిపోదు. ఆ యజ్ఞం కోసం నేను ఎవరు ఎవరికి పనులు చెబుతానో, వాళ్ళందరూఆ పనులు చేయాలి. ఇది కేవలం నా కోరిక కాదు, నా ఆజ్ఞ" అని అన్నారు.

తక్కిన వాళ్ళ ఎదురు గుండా తన పట్టుదలని ససేమిరా వదలని దుర్యోధన మహారాజు పితామహుల ఎదుట ఏమీ మాట్లాడలేకపోయారు. పితామహులు చేసిన త్యాగం, ఆయన

పరాక్రమం అందరికీ తెలిసినవే. లోలోపల మనస్సులో ఏమనుకున్నా, పితామహుల ఆజ్ఞను శిరసావహించాలి తప్పదు.

అంగరాజు అందరితో పాటు ఇంద్రప్రస్థానికి బయలుదేరారు. వెళ్ళేటప్పుడు నేను పంచహారతిని ఇస్తూ "మీరూ వెళ్ళాలని పితామహులు ఆజ్ఞాపించలేదు" అనిఅన్నాను.

"కాని నేను తప్పకుండా వెళ్తాను."

"మిమ్మల్ని ఇంతగా రమ్మనమని ఎవరూ చెప్పలేదుగా! ఆహ్వానించలేదుగా?"

"ఎవరి ఆహ్వానం లేదుకానీ నేను తప్పకుండా వెళ్ళాలి. మధుర నుండి శ్రీకృష్ణుడు వస్తున్నారు. యజ్ఞం కోసం కాదుకానీ, వారిని చూడాలన్న కోరిక తీవ్రంగా ఉంది."

"మీ కోరిక నెరవేరడం నిశ్చయమే కదా!" వారి పరసు పైభాగంలా ఉన్న విశాలమైననుదిటిన నేను కుంకుమ తిలకం దిద్దాను. ఆ తిలకం వలన వారి ఫాలభాగం ఎంతో అందంగా కనిపిస్తోంది. తన తల్లిదండ్రుల చరణధూళిని తన శిరస్సున తలదాల్చి, తన ఏనుగు దంతాల రంగులో ఉన్న అశ్వాల రథంలో కూర్చున్నారు. యజ్ఞం కోసం ఇంద్రప్రస్థం వైపు ప్రస్థానం చేసారు.

శ్రీకృష్ణుడిని దర్శించుకోవాలన్న తీవ్రమైన కోరిక మహారాజులో ఉంది. శ్రీకృష్ణుని దర్శనం వలన వారికి ఎటువంటి సంతృప్తి కలుగుతుందో? ఎవరికి తెలుసు? ఆయన మాటలు విన్నాక నాకూ శ్రీకృష్ణుడిని చూడాలన్న కోరిక కలిగింది. ఎందుకంటే నా భర్త ఏది కోరుకుంటే నేను అదే కోరుకుంటాను. స్త్రీ జీవితం, పతి చరణాల వద్ద భక్తిభావంతో, శ్రద్ధతో సమర్పించే కమల పుష్పం. పతి సుఖసంతోషాలే ఆమెకూ సుఖసంతోషాలు. భర్త కంటే భార్యకు ఏదీ ఎక్కువ కాదు.

ఆరవ భాగము

కర్ణుడు

"ఒక అంధుడైన తండ్రికి కొడుకు కూడా అంధుడుగానే ప్రవర్తిస్తాడు
అనే నానుడి నిజమేనా?" - ద్రౌపది

1

ధూళిమేఘాలను లేపుతూ, ఎన్నో, ఎన్నెన్నో దారులలో నడిచే నా రథం, హస్తినాపురం నుండి ఇంద్రప్రస్థం వైపు పరుగులు తీస్తోంది. కాని ఇంతకన్నా అధికమైన వేగంతో నా మానస రథం భూతకాలంలోని విస్మృతమైనజీవనపథంలో పరుగెత్తసాగింది. జ్ఞాపకాల ధూళి పైకి లేస్తోంది. సరిగ్గా ఇరవై సంవత్సరాలు గడిచిపోయాయి. వ్యక్తి జీవితంలో ఇరవై సంవత్సరాల సమయం చాలా దీర్ఘకాలమనే చెప్పాలి. కాని ఈ దీర్ఘకాలం మరిపించడానికి సమర్ధవంతురాలా? చెప్పలేము. చేదు అనుభవాలని మాత్రం మరచిపోలేం. దీనికి వ్యతిరేకంగా ఎంత ఎక్కువ సమయం గడిచిపోతూ ఉంటుందో, అంతగా పాతజ్ఞాపకాలు, ఆలోచనల మథనం అనే రంగు రంగుల వస్త్రాలను ధరించి కళ్ళఎదురుగుండా అధికంగా నాట్యం చేస్తూ ఉంటాయి. మనస్సునుఉద్రేక పరుస్తాయి.

పాంచాలుల రాజ్యంలో స్వయంవరం సమయంలో సమస్త రాజుల సమక్షాన ద్రౌపది ఎంతో స్వాభిమానం కల నా మనస్సుపై వేసిన క్రూరమైన వేటు వలన తగిలిన గాయం ఇప్పటికీ అట్లాగే ఆకుపచ్చగానే ఉంది. గాయం ఏ మాత్రం మానలేదు. అవమానం అనే గాయం తొందరగా ఎండిపోదు. ముఖ్యంగా స్త్రీల ద్వారా తగిలే గాయం ఎప్పటికీ మాసిపోదు. ఒకవేళ మాసిపోయినా ఎక్కడో అక్కడ దాని తాలూకు విద్రూపమైన మచ్చలు ఉంటూనే ఉంటాయి. తన స్వయంవరం సమయంలో, కర్ణుడి జీవితం అంటే అర్థంహీనత, ఉపేక్ష, వంచన, అవమానం అనిఅంటూ అరిచి అరిచి అందరికీ చెప్పింది. స్త్రీనోట్లో ఉండే ఒక కోమలమైన నాలుక, కర్ణుడి దృఢమైన శరీరాన్ని కేవలం తన శబ్దాలతో ముంచింది. వీరుడికి ఇంతకన్నా భయంకరమైన మృత్యువు మరేదైనా ఉంటుందా? అందరూ ఆస్తిపాస్తులు, వైభవాల బలంపైన బతుకుతారు. కాని యోధుడు కేవలం మానసిక ఉత్సాహం పైనే జీవనం కొనసాగిస్తాడు. అందువలననే అవహేళన, అవమానం జరిగిన సంఘటనలను ఏనాటికి మరచిపోలేడు. ఒక తుచ్ఛమైన స్త్రీ ద్వారా జరిగే ఘోరాతిఘోరమైన అవమానాన్ని ఎన్నడూ మరిచిపోడు. అతడు ఆస్త్రీని ఏనాటికీ క్షమించడు. అందువలన అటువంటి సంఘటన జరిగాక, ఎంతో కాలం గడిచాక కూడా, ఆమె పలికిన విషం వెదజల్లే శబ్దాలు, నా హృదయాన్ని, వరదలు వచ్చినప్పుడు నదీనదాలచెలియలి కట్టలు క్షణక్షణం విరిగిపోయినట్లుగా బద్దలుచేసాయి. ఆ మాటల ఈటెలని మరవాలని ఎంతో ప్రయత్నం చేసాను. కానీకొట్టేసి, బెరడు చెక్కేసిన చెట్లనుండి మళ్ళీ మళ్ళీచిగుళ్ళుఎట్లావస్తాయో, ఆ మాటల ఈటెలు నా ఎదురుగుండా

కొత్త కొత్త రూపాల్లో నిల్చుని ఉంటాయి. నన్ను ఎంతో వ్యాకుల పరుస్తాయి. నా మానస సరోవరాన్ని అల్లకల్లోలం చేస్తాయి. ఆమె స్వయంవరంలో నా పుత్రుడు సుదామనుడు మృత్యువాత పడ్డాడు.... వాడు నాకు తనని గుర్తు చేస్తూనే ఉంటాడు. ఒక తెలివి గల వ్యక్తిని, చుట్టుపక్కల వ్యక్తులు, నీవు మూర్ఖుడివిఅనిఅంటూ అరుస్తుంటే ఒకప్పుడు ఒప్పుకోకపోతే ఒకప్పుడైనా ఆ వ్యక్తికి తనపై తనకే సందేహం కలిగి, మూర్ఖుల లాగా చేతులను ఎత్తుతూ దించుతూ ఉంటాడో ప్రస్తుతం నా స్థితి అట్లాగే అయిపోయింది. అవకాశం దొరికినప్పుడల్లా ప్రజలు నన్ను హీనుడా, ఎందుకూపనికి రానివాడా! అంటూ అవమాన పరచడం మొదలుపెట్టారు. ఎంతగా కించపరిచారు. అంతా ఇంతా హేళన చేయలేదు. మొదట్లో ఎవరైనా నన్ను అవమానపరిస్తే ఉద్రేకంతో ఊగిపోయే వాడిని, కానీ ఏనాడైతే ఒక స్త్రీ నన్ను అవహేళన చేస్తూ నవ్వుతూ నా నుదిటిన ఒక హీనుడిగా ముద్ర వేసిందో, ఆనాడే నన్ను నేను హీనుడిగానే అనుకున్నాను. నేను ఛండాలుడితో సమానం, అసలు సమానం కూడా కాదు, వాడికంటే హీనాతిహీనుడిని. ఇది కూడా నేను వినడానికి నా మనస్సును సిద్ధం చేసుకున్నాను. కాని నా పుత్రుడిని వధించిన వారిపై ప్రతీకారం తీర్చుకుంటాను. తప్పకుండా నూరు ఆరైనా, ఆరు నూరైనా తీర్చుకుంటాను.

కానీ నా కుటుంబానికి నాపట్ల ఉన్న ప్రేమ నాకు ఊరట కలిగించింది. ఇంత ఘోరమైన స్థితిలో కూడా స్వర్గ సుఖాన్ని ఆ ప్రేమ నాకిచ్చింది. అయినా ఆ సుఖం కూడా పరిపూర్ణమైనది కాదు. నా పుత్రులలో ఏ ఒక్కరికీజన్మజాత కవచ కుండలాలు లభించలేదు. అందువలన వాళ్ళు నాకన్నాహీనంగా చూడబడతారు. నా రాబోయే తరం వాళ్ళు నాకన్నా హీనులుగానే ఉండిపోతారు. ప్రాణాలను పిండేసే ఈ నిజం నన్ను నిలవనీయకుండా చేసింది. మనస్సుకు శాంతి లేదు. నాకు చేయూతనిచ్చే ఒకే ఒకడు ఆకాశంలో మండే నా గురువు సూర్యుడు. ఆ భానుడి దర్శనం కాగానే నాలో ఉత్సాహం ఉరకలు వేస్తుంది. ఉదాశీనత దూరంగా పారిపోతుంది.

నేను పాండవుల రాజధాని అయిన ఇంద్రప్రస్థం వైపు ప్రస్థానం అయ్యాను. కాని కేవలం కృష్ణుడి కోసమే. వెళ్తూ, వెళ్తూ నేను రథంలో నుండి సహజంగా ఆకాశం వైపు చూసాను. నా సమీపంలో కూర్చున్నఅశ్వత్థామ–''ఆ సూర్యబింబం వైపు ఎందుకంత ఏకాగ్రతతో చూస్తున్నావు?'' అని అడిగాడు.

''ఆ తేజోమయమైన బింబంలో ఎక్కడైనా చిన్నమచ్చ అయినా కనిపిస్తోందా, అని వెతుకుతున్నాను.''

''అది నిజం కాదు, సంభవమూ కాదు. నీవు ఎందుకు దీన్ని కావాలని కోరుకుంటున్నావు?''

''ఎందుకంటే ఏదైతే సత్యం కాదో, దాన్నే ఈలోకంలో సంభవం చేసి చూపించాలి. నేను దాన్నే అనుభవిస్తున్నాను కదూ!''

నా జవాబుతో ఆయన మౌనంగా ఉండి పోయారు. మేం ఇంద్రప్రస్థ సరిహద్దులలోకి ప్రవేశించాము. రాజప్రాసాదం ప్రవేశద్వారం దగ్గర మాకు స్వాగతం లభించింది. యజ్ఞమండపంలో పాండవుల రాజసూయ యజ్ఞానికి కావలసినన్ని ఏర్పాట్లు జరిగిపోయాయి. కాని నా కళ్ళు శ్రీకృష్ణుడిని వెతుకుతున్నాయి. నీలం రంగులో ఉండే కృష్ణుడు ఆకాశంలా నిగూఢంగా అనిపిస్తారు.

కేవలం పది, పన్నెండు సంవత్సరాల కాలగతిలో, ఖాండవవనంలోని దట్టమైన అడవిలో గగనాలని తాకే నగర నిర్మాణాన్ని చూసి ఎంతో ఆశ్చర్యచకితుడనయ్యాను. అంతటా గుళ్ళు గోపురాలు, రాజభవనాలు, శస్త్రాగారాలు, అశ్వ శాలలు, పాఠశాలలు, ధనాగారాలుమొదలైన వాటి శిఖరాలు గగనంలోని ఉదరంలోకి చొచ్చుకుపోతున్నాయి. భవనాలన్నీ ఇక్షుమతి,యమునల నదీతీరాలలో దగ్గరి దగ్గరగా నిర్మింపబడ్డాయి. ఇదంతా పాండవులు చేసిన కార్యమేనా? కాదు, ఎంతమాత్రం కాదు. శ్రీకృష్ణులు వాళ్ళకి తప్పకుండా సహాయపడే ఉంటారు. పాండవులకు శ్రీకృష్ణుల ఆలంబన తప్పకుండా దొరికింది. పాండవులు పురుషార్థ క్షేత్రంలో కేవలం యాచకులే. యాచకులకు ఎటువంటి సహాయ సహకారాలు లేకుండా ఇదంతా జరిగే పనేనా! కాదు, కాదు. ఎంతమాత్రం కాదు.

2

నేను, అశ్వత్థామ, దుర్యోధనుడు ముగ్గురం రాజప్రాసాదంమహాద్వారం బయట ఆగిపోయాము. దుర్యోధనుడు ఎక్కువ వ్యాకులత చెందినట్లుగా కనిపిస్తున్నాడు. అసలు అతడికి ఇంద్రప్రస్థానికి రావడం ఏమాత్రం ఇష్టంలేదు. కాని పితామహుల ఆజ్ఞని ధిక్కరించలేడు. గుండెలమీద హిమాలయం లాంటి పాషాణాన్ని మోస్తూ కేవలం ఆజ్ఞను శిరసావహించడానికే వచ్చాడు.

పాండవుల అమాత్యులవారు మా ఎదురుగుండానే ఉన్నారు. కాని వారితో పాటు మేం ముగ్గురం లోపలికి ప్రవేశించటం ఉచితమైనది కాదు అని ముగ్గురికీ అనిపించింది. మేం కౌరవయోధులం. సాధారణమైనఆహ్వానితులం కాదు. ఇంతలో మండపంలోనుండే యువరాజు యుధిష్టరుడు మమ్మల్నిచూసాడు. అతడు వెంటనే ప్రవేశద్వారం నుండి బయటకి వచ్చాడు. ముందడుగు వేసి అశ్వత్థామచేతిని ప్రేమగా తన చేతిలోకి తీసుకున్నాడు – ''ఆర్యా! మహారాణి భానుమతిని తీసుకురాలేదా?'' అని దుర్యోధనుడి వైపు చూస్తూ అడిగాడు. దుర్యోధనుడు ఏ సమాధానం చెప్పలేదు. చివరికి యుధిష్టరుడు నావైపు చూసాడు. నన్ను చూడగానే ఒక్కసారిగా ఉలిక్కిపడ్డాడు. అతడు నా పాదాలవైపు కన్నార్పకుండా చూస్తూనే ఉన్నాడు. అందరూ స్తబ్దులైపోయారు.

శాంతిని భగ్నపరుస్తూఅశ్వత్థామ అతడిని అడిగాడు. ''యుధిష్ఠరా! యజ్ఞంకి సంబంధించిన ఏర్పాట్లు యథోచితంగాజరిగినవి కదా!''

''జరిగినవిగురుకుమారా! మేంయజ్ఞంకి ముఖ్య యజ్ఞవేత్తకోసం ఎదురు చూస్తున్నాము.'

''ఎవరు యజ్ఞకర్త?''

''శ్రీకృష్ణులు'' యుధిష్ఠరుడు నా కాళ్ళ వంక చూస్తూ అతడితో అన్నాడు. అతడి నుదుటినముడుతలు కనిపిస్తున్నాయి.

''కృష్ణుడి ఆగమనం అయ్యేంతవరకు, మాకు నీ రాజప్రాసాదాన్ని చూపించేసేయి'' తల నుండి గడ్డం కిందివరకు ఉన్న శుభ్ర వస్త్రం ముడి, యాత్ర చేయడం వలన కొంత వదులయింది. దానిని సరిచేసుకుంటూ అశ్వత్థామఅన్నాడు.

"రండి" అనిఅంటూ యుధిష్ఠిరుడు తన మంత్రికి మమ్మల్ని లోపలికి తీసుకు వెళ్ళమని సైగ చేసాడు.

ఎప్పుడైనా సరే మేం ఇద్దరం కలిసినప్పుడు, నా కాళ్ళ వంక కళ్ళెర్ర చేస్తూ చూస్తాడు. "కర్ణా! నీ స్థానం పాదాల దగ్గరే. నీవు సూతపుత్రుడివి" అనిచెప్పాలనుకుంటాడేమో.

అమాత్యుల వారితో కలిసి మేం ముగ్గురం యజ్ఞమండపంలో ప్రవేశించాం. మాకన్నా ముందుగా వచ్చిన పితామహులు, విదురులు, ద్రోణులవారు ఆ మండపంలో ప్రత్యేకంగా యజ్ఞానికి కావాల్సిన ఏర్పాట్లు చూస్తున్నారు.

ఆ దివ్య మండపం, దేశ దేశాల ఋషి మునులతో నిండిపోయింది. మేం ఏదైనా ఆశ్రమం ఎదురుగుండా ఉన్నామా అని ఒక్కక్షణం మాకు అనిపించింది. నృపులు కూర్చోడం కోసం ఏర్పాటు చేయబడిన స్థలంలో ఎంతో మంది రాజాధిరాజులు, వీరాధివీరులుఆసీనులై ఉన్నారు. వాళ్ళల్లోకరూయి, కంకడ, కనకధ్వజ, దృఢధన్వ, జయద్రధ, భోజ, నందక, రోచమున, ద్రుపద, సేనాబిందు, కృతవర్మ, శిశుపాలుడుమొదలైన ప్రసిద్ధి చెందిన రాజులు ఉన్నారు. తూర్పు వైపున ఒక భవ్యమైనయజ్ఞగుండం, దాని సమీపంలోనే ఒక యజ్ఞవేదికను ఏర్పాటు చేసారు. గుండం నలువైపులా ఎంతో అందంగా రంగవల్లులు వేయబడి ఉన్నాయి. రంగవల్లుల వెనక గుండం చుట్టూ పులిచర్మాలు పరచబడి ఉన్నాయి. వాటిపైన మహామహులైనఋషులు గోళాకారంలో కూర్చుని ఉన్నారు. వాళ్ళ చేతులకి అందేటట్లుగా, ఔదుంబర, బల్వజ, పింపల, వట, ఆమ్ర, చంపక మొదలైన వివిధ చెట్ల సమిధలు చిన్న చిన్న కుప్పలుగా పోసి ఉన్నాయి. కొంచెంసేపయ్యాక ఆ సమిధలన్నీ గుండంలో సమర్పింపబడతాయి. అర్ఘ్యం కోసం నెయ్యి, పాలు, నదీనదాల పవిత్ర జలాలతో స్వర్ణకుంభాలు నింపబడి ఉన్నాయి. అస్తమయం అవుతున్న ప్రకాశ కిరణాలు పడటం వలన అవి ఇంకా మెరుస్తున్నాయి. యజ్ఞగుండానికి తూర్పు వైపు యజ్ఞకర్తశ్రీకృష్ణుల కోసం సువర్ణసింహాసనం ఏర్పాటు చేయబడి ఉంది. ఆయన శరీర సౌష్టవానికి తగ్గట్టుగా చేయబడ్డ ఆ సింహాసనం ఎంతో భవ్యంగా అనిపించింది.

మేము మండపంలో నుండి నడుచుకుంటూ రాజభవనం మెట్లదాకా వచ్చాము. అక్కడ నాకు భీమార్జునులు, నకులసహదేవులు కనిపించారు. అర్జునుడిని చూడగానే నా స్మృతుల సరోవరం ఒక్కసారిగా కల్లోలితమైయింది. గోదాలో నీల కమలాల మాల, స్వయంవరంలో ధవళకమలాల మాల, వాడి మెళ్ళోనే పడ్డాయి. ఎందుకు? వాడు కేవలం క్షత్రియుడు అయినందుకేనా? నా మానస ధనస్సుపై స్మృతుల బాణాలు ఎక్కుపెట్టబడుతున్నాయి. అర్జునుడు నా చెవుల వైపు కన్నార్పకుండా చూస్తున్నాడు. బహుశ నాతో మాట్లాడడానికి వాడు ఇష్టపడటం లేదు. ఎందుకు ఇష్టపడతాడు? ఒక క్షత్రియుడు ఒక సూత పుత్రుడితో మాట్లాడాలి అని ఏ సామాజిక శిష్టాచారం వాడికి చెప్పలేదు కదా! గురుపుత్రుడు కావడం వలన అశ్వత్థామకి వందనం చేసాడు. భీముడు, దుర్యోధనుడి వైపు చూస్తున్నాడు. అందరినీ తన కాళ్ళకింద పడేసి నులిమి వేయాలని అతడి కోరిక. అసలు తను అందుకే పుట్టాడని భీముడి అభిప్రాయం.

సమీపంలో నిల్చున్న పాండవుల ఐదుగురు కొడుకులు ఆశ్చర్యంగా ఇదంతా చూస్తున్నారు. "అర్జునా! కర్ణుడి చెవులవైపు తదేకంగా ఎందుకు అట్లాచూస్తున్నావు? వాడి ఆ కుండలాలు

పుట్టినప్పటినుండే ఉన్నాయి. నీకు నీలవర్ణం పుట్టినప్పటి నుండి ఎట్లా ఉందో అట్లాగే ఈ కవచకుండలాలు కర్ణుడికి ఉన్నాయి. '' అశ్వత్థామనవ్వుతూ రాజభవనం మొదటి మెట్టుపై కాలు పెడుతూ అన్నాడు. అతడు ఎప్పుడూ చుట్టుపక్కల వాతావరణాన్ని ఆహ్లాదమయంగాఉండేటట్లుగా చూసుకునేవాడు.

ఆ ఉత్తుంగమైన రాజభవనం వాస్తు ఎట్లా ఉందో చూడాలని తలపైకి ఎత్తాను. శిఖరాన్ని చూడాలని నా ప్రయత్నం. శుభ్రమైనరాళ్ళతో కట్టబడిన ఆ భవనం ఎంతో మెరుస్తోంది. కప్పుపైన కుడి చేయిని గోడకు ఆనించి నిల్చున్న ఒక స్త్రీ కనిపించింది. ఆమె శుభ్రమైన వస్త్రాలు కట్టుకుని ఉంది. ఆమె కుడిచేతికి ఏదో పచ్చటి దారం కట్టినట్లుగా అనిపించింది. కాని అంత స్పష్టంగా లేదు. నా చూపులు ఆమె చూపులతో కలవగానే, ఆమె ఉలిక్కిపడ్డది. సౌధం నుండి త్వరత్వరగా ఆమె భవనం వైపు వెళ్ళే ప్రయత్నం చేసింది. ఇంతలో ఆ స్త్రీ చేతికి కట్టబడి ఉన్న ఒక వస్తువు కిందకిజారిపడ్డది. పడటం, పడటం ఆ వస్తువు అనుకోకుండా నాకాళ్ళమీద పడ్డది. అందరూ ఆశ్చర్యంతో నా కాళ్ళ వైపు చూసారు. దుర్యోధనుడు ఆ వస్తువును పైకి తీయాలని ముందడుగు వేసాడు కాని నేను అతడికి ఆ అవకాశం ఇవ్వలేదు. నేనే ఒంగి ఆ వస్తువును నెమ్మదిగా లేవనెత్తాను. అది చిన్న చిన్న పేటలతో ఉన్న బాలుడి చేతికి కట్టే స్వర్ణ హస్తభూషణం. రాజభవనంలో ఎవరికీ ఇంత చిన్న పిల్లవాడు లేడు. మరైతే రాజపుత్రుల చేతికి కట్టబడే ఈ హస్తభూషణాన్ని అసలు ఆ స్త్రీ ఎవరి కోసం తయారు చేయించింది? ఈ ఆలోచన రాగానే ఆ నగని అమాత్యుల చేతిలో పెట్టాను. ఒక్కక్షణం సౌధం వైపు చూసాను. అక్కడ ఎవరూ లేరు. తెల్లటి రాళ్ళతో తయారు చేయబడ్డ ఆ ఎత్తైన సౌధం ఇంతకుముందు లాగానే రవిరశ్మిలతో మెరుస్తోంది.

మేము రాజభవనం మెట్లు ఎక్కుతున్నాము. ఎంత మరచిపోదామన్నా ఆ హస్తభూషణాన్ని మరచిపోలేకపోతున్నాను. అది నా కళ్ళ ఎదుట కదలాడుతోంది. మెట్లు ఎక్కుతూ,''ఇంతకు ముందు సౌధం కప్పుపైన నిల్చున్న ఆమె ఎవరు?'' అని నేను అమాత్యుల వారిని అడిగాను.

''రాజమాత కుంతీదేవి. ఈ హస్తభూషణాన్ని ఆమె ఎవరో పరాక్రముడి పుత్రుడి కోసం చేయించింది. ఆమె కంసాలి వాడికి దీన్ని ఎట్లా చేయాలో చెబుతున్నప్పుడు నేను అంతా విన్నాను. నేనే ఆ కంసాలి వాడిని మధుర నుండి పిలిపించాను.''

హస్తినాపురంలో ఆ పరాక్రమవంతుడైన యోధ ఎవరు? నన్ను నేను ఈ ప్రశ్న వేసుకున్నాను. కానీ సరియైన సమాధానం దొరకలేదు. ఎవరో గుర్తుకు రాలేదు. నాకు దీనితో ఏం పని? అని అనుకుంటూ దీని గురించి ఆరా తీసే ప్రయత్నం నేను చేయలేదు.

అమాత్యులు అక్కడి వాస్తు వర్ణన చేయడం మొదలుపెట్టారు. రాజ వాస్తు ఎంత ఆకర్షణీయంగా తయారు చేయబడ్డదంటే, దాని ముందు హస్తినాపురపు ప్రాచీన రాజప్రాసాదం నగణ్యంగా అనిపించింది. రకరకాల లోగిళ్ళు నుండి ప్రవేశిస్తూ, రకరకాల భవనాలను చూస్తున్నప్పుడు వాటిని తయారుచేసిన, ఆ గొప్పకళాకారుడిని పొగడకుండా ఉండలేకపోయాము. గోడలపైన పలుచోట్ల కౌరవుల పూర్వజుల జీవితాలలో జరిగిన అనేక సంఘటనలను, ఆకర్షణీయమైన రంగులలో చిత్రీకరించారు. రాజ్యసభ ఎంతో విశాలమైన భవనం. అసలు అది భవ్య చిత్రకళకు ఆవిష్కరణ అనిపించింది. ఆ చిత్రాలలో ఎన్నో దృశ్యాలను దర్శించగలుగుతాము.

భీష్మ పితామహులు కాశీరాజు కుమార్తెలను ఎత్తుకు వస్తున్న దృశ్యం,మహారాజు శంతనుడు మత్స్యకన్య వైపు ముగ్ధుడై చూస్తున్నాడు. మహారాజు దేవాపి రాజ్యాన్ని త్యాగం చేసి, నిండు యౌవనంలో దైవ చింతన, తపస్సు చేయడానికి శాంతియుతంగా అరణ్యానికి ప్రస్థానం అవుతున్నప్పుడుహస్తినాపుర వాసులకి చేతులెత్తి వీడ్కోలు చెబుతున్నారు. పాండు మహారాజు వేటకోసం అడవిలో తిరుగుతున్నారు, ఆయన చేత చంపబడిన మృగం ఒక కోపిష్ఠి ఋషిగా మారిపోయింది, శాపగ్రస్తులైన మహారాజు పాండు తన ఇద్దరు భార్యలతో తలవంచుకుని, ప్రజలకు వీడ్కోలు చెబుతూ నగరం నుండి వెళ్ళిపోతున్నారు, ఒక అడవిలో ఋషి వేషధారి మహారాజు పాండు కూర్చుని ఉన్నారు, వారికి ఇరువైపులా వారి పత్నులు ఉన్నారు, వాళ్ళ ఎదురుగుండాఐదుగురు పిల్లలు ఆడుకుంటున్నారు. అనేకరకాల ఆకర్షణీయమైన సంఘటనల దృశ్యాలు చూస్తున్నప్పుడు మనస్సు భూతకాలంలో ప్రయాణం చేయసాగింది. ఆ రాజసభ నాకు కౌరవులు హస్తినాపురం రాజసభకి బదులుగా ఎంతో అలంకారయుతంగా సజీవంగా అనిపించింది. కాని ఈ రాజసభలో ఎక్కడా సూర్యుడిబొమ్మ మాత్రం లేదు. కౌరవులు రాజసింహాసనం వెనుక పోతపోసిన సువర్ణ ప్రతిమను ప్రతీక రూపంలో ఉంచారు. అక్కడ అదే స్థానంలో రాజసింహాసనం వెనక పాండవులు మురళీధరుడు శ్రీకృష్ణుడి నీలపురంగు ప్రతిమను చెక్కించారు. బహుశ ఇది పాండవుల శ్రీకృష్ణ భక్తికి ప్రతీక.

రాజసభ భవనాన్ని చూసాక, మేము రాజపుత్ర స్త్రీల భవనంలో ప్రవేశించాము. రాణుల భవనాలు భవ్య సౌందర్యానికి ప్రదర్శనలనే చెప్పాలి. శుభ్రరాతి స్తంభాల పైన లతలు, పూలు చెక్కి ఉన్నాయి. ఎన్నో బావ ముద్రలు కూడా అందులో ఉన్నాయి. లతలూ,పూలు చెక్కి ఉన్న రాతి ఆర్చీలలోకేశాలంకరణ కోసం పెద్ద పెద్ద అద్దాలు పొదగబడి ఉన్నాయి. గోడలపైన రాజవంశస్థుల స్త్రీ పురుషుల జీవితాలలోని అనేకమైన భావుకతతో నిండిన ఘట్టాలు చిత్రింపబడి ఉన్నాయి. వాటిల్లోని ప్రతీ ఘట్టాన్ని నేను గుర్తుపట్టాను. నాన్నగారు నాకు కురుల వంశ చరిత్రని ఎన్నోసార్లు చెప్పారు. ఆ గదిలోని ప్రత్యేకమైనచిత్రం ఎంతో అందంగా సజీవంగా నాకు అనిపించింది. అసలు కొన్ని ఘట్టాలు ఎంతో ప్రాచీనమైనవి, కాని అవి నిన్ననో, మొన్ననోజరిగినట్టుగా అనిపించాయి.

ఊర్వశి! ఊర్వశీ! అంటూ ఆర్ద్రతతో లతలని చెట్లని కౌగలించుకునే, నిష్ఠావంతుడైన ప్రేమికుడు మహారాజు పురూరవుడు ఒక చిత్రంలో కనిపించారు. ఇంద్రుడిని పరాజితుడిని చేసి వెనక్కి తిరిగి వస్తున్న, సైన్యానికి అగ్రభాగంలో గర్వంగా నిల్చున్న నహుషుడు, శుక్రాచార్యుల చరణాలపైన శిరస్సు పెట్టి పశ్చాత్తాపాగ్నిలో దగ్ధం అయి, అపరాధులని క్షమించమని అడుగుతున్న యయాతి, ఆయన సమీపంలో గర్వంగా తల ఎత్తుకుని నిల్చుని ఉన్న రూపగర్విఋషికన్య దేవయాని, సింహాల దంతాలను లెక్కపెట్టగల సాహసవంతుడు భరతుడి వంక కుతూహలంగా చూస్తున్న శకుంతల, కురుల వంశాభివృద్ధి కోసం ప్రయత్నాలు చేసిన మహారాణి సత్యవతి – మొదలైన స్త్రీ – పురుషుల స్మృతులు ఆ గోడల పైన స్పష్టంగా సజీవంగా కనిపిస్తున్నాయి. ఆ మూగభావుకుల చిత్రాలలో భావోద్వేగాలు సజీవమై మౌనంగా కథలు చెబుతున్నాయాఅని అనిపించింది.

వాటిల్లో ఒక చిత్రం మాత్రం ఎంత అర్థం చేసుకోవాలని ప్రయత్నించినా అర్థం కాదు. ఆ చిత్రంలో వేదన ఉంది. రమణీయమైన రహస్యం నిబిడీకృతం అయి ఉంది. క్రూరత్వం ఉంది.

అసలు కరుణగా ఏ మాత్రం లేదు. అసలు ఆ చిత్రం చూడగానే మనకు ఎటువంటి అనుభవం కలుగుతుందో నేను చెప్పలేకపోతున్నాను. అందులో కుతూహలం, ఉత్సుకత ఉన్నాయా? మరి ఇంకేమైనా? అసలు చెప్పడం చాలా కష్టం. ఆ చిత్రంలో అద్భుతమైన ఆకర్షణ ఉంది. రంగులు తక్కిన అన్ని చిత్రాలకన్నా ఎంతో ప్రభావితం చేసేలా ఉన్నాయి.

ఒక గోడపై విశాలమైన నది చిత్రీకరించబడి ఉంది. దాని వెనక అంతా నీలం రంగు ఉంది. ఆ నదిలో మోకాళ్ళ దాకా వంగి ఒక పండుముసలి దాసి కిందకి వంగి ఒక చెక్క పెట్టెను, పైకి ఉప్పొంగుతున్న అలలలో తోసేస్తోంది. నదీ తీరాన ఒక యువతి చేతులతో తన నోటిని మూసేసుకుని ఆక్రందన చేస్తోంది.. ఆమె వస్త్రధారణ బట్టి చూస్తే ఆమె ఒక రాజపుత్ర వంశానికి చెందిన స్త్రీగా అనిపిస్తోంది. ఆమె కొంగును, తీవ్రగతితోవీస్తున్న గాలి ఎగరవేస్తోంది. ఆమె ధరించిన రవిక నుండి కొన్ని బొట్లు కిందకి రాలుతున్నాయి. అదే సమయంలో వాన కురుస్తోంది. అందువలన అవి జలబిందువులే అనుకోవచ్చు. కాని ఆ జలబిందువులు పాలలా తెల్లగా ఉన్నాయి. ఇదంతా నాకేమీ అర్థం కాలేదు. నదికి అవతలి ఒడ్డున రెండు పర్వతశిఖరాల మధ్య సూర్యదేవుడి తేజోమయమైన బింబాన్ని చిత్రీకరించారు. ఆ బింబంలోని సంతప్త హిరణ్య మధ్య భాగం నుండి ఒక బంగారు ప్రకాశపుంజం సరాసరి ఆ పెట్టెదాకా ఒక రేఖ గీయబడి ఉంది. ఎంతో నైపుణ్యం కల ఆ చిత్రకారుడు, దాసి ఆ పెట్టెను సూర్యదేవుడికే సమర్పణ చేస్తోందన్న అభిప్రాయం వెలిబుచ్చడం లేదు కదా! నది ఒడ్డున ఒక తెల్లరంగుగల ఆవు వంగి నదిలో నీళ్ళు తాగుతోంది. దానికి అప్పుడే పుట్టిన దూడ, తల్లి పొదుగు అందుకోవాలని ప్రయత్నిస్తోంది. దట్టంగా వెంట్రుకలు గల తోక గుచ్ఛాన్ని పైకెత్తుతోంది. కాని దానికి పాలతో నిండిన పొదుగు ఎంత మాత్రం అందడం లేదు. నాకెందుకో ఆచిత్రం ఎంతో బాగా అనిపించింది.

ఆ చిత్రాన్ని తదేకంగా చూసాను. జ్ఞాపకం తెచ్చుకోవాలని ఎంతో ప్రయత్నం చేసాను. కాని ఈ ఘట్టం గురించి ఎవరైనా చెప్పారా? అదీ గుర్తుకు రావడం లేదు. నేను కుతూహలంగా అమాత్యుల వారిని అడిగాను– ''ఈ సంఘటన ఎప్పుడు జరిగింది అమాత్యులుగారూ!''

''నాకు కూడా దీని గురించి క్షుణ్ణంగా తెలియదు. రాజమాత కుంతీదేవి ఇటువంటి చిత్రం వేయించాలని ఆజ్ఞ ఇచ్చారు. మధురలోని ప్రసిద్ధమైన చిత్రకారుడిని పిలిపించి ఈ చిత్రాన్ని తయారుచేయించారు. చిత్రం తయారుకాగానే రాజమాతగారిని చూడమని నేను ప్రార్థించాను. చిత్రాన్ని చూడగానే ఆవిడ స్తబ్ధురాలై పోయింది. చిత్రం ఆవిడకి నచ్చలేదని చిత్రకారుడు ''రాజమాతా! ఆ పెట్టెలో ఏముందో తెలియదు. ఒకవేళ ఏముందో సరిగ్గా మీరు సూచనలను ఇచ్చి ఉంటే, నేను ఈ చిత్రాన్ని దీనికంటేమెరుగ్గా, అందంగా, ఆర్ద్రతతో కోమలమైన భావాలను యధాతథంగా చిత్రీకరించే ప్రయత్నం చేసేవాడిని.''

''అప్పుడు రాజమాత ఆ చిత్రకారుడికి ఏమని జవాబు చెప్పారు?'' తెలుసుకోవాలన్న జిజ్ఞాస నాలో ఉంది. అందువలన నేను వారిని కుతూహలంగా అడిగాను.

''ఒక దీర్ఘ శ్వాస తీసుకుని ''అసలు ఆ పెట్టెలో ఏముందో కేవలం దుర్వాస మహా ఋషిగారికే తెలుసు'' అని రాజమాత అన్నారు'' అమాత్యులవారు జవాబు చెప్పారు.

''బయట యజ్ఞగుండం దగ్గర వచ్చిన ఋషివర్యులలో దుర్వాస ఋషి ఉన్నారా?'' ఆ చిత్రంలో ఉన్న కరుణ నా మనస్సును స్మర్శించింది. అసలు అందులో ఏ నిగూఢమైన రహస్యం

దాగి ఉంది?ఈ జిజ్ఞాసను నా మనస్సులో నుండి తీసివేయలేకపోయాను. అందుకే వారిని అడిగాను.

''ఊహు...రాలేదు-''

మేం ఆ గది నుండి బయటకి వచ్చేసాము.

మనస్సు ఇంకా ఏవేవో అడగాలనుకుంది. కాని సభ్యత మర్యాదలను పాటించాలన్న ఉద్దేశ్యంతో ఇంకా ఎక్కువగా ఏమీ అడగలేకపోయాను.

రాజభవనం అంతా తిరిగిచూసాము. కేవలం చివరిగది మాత్రం ఉండిపోయింది. ఆ గదిలో ఉన్నవన్నీ మాయవస్తువులే అని అమాత్యులు చెప్పారు.

''అసలు చూస్తే ఈ జగత్తంతామాయే'' అని అశ్వత్థామ పరిహాసంగా అన్నారు. చివరికి మేం అందరం ఆ గదిలోకి ప్రవేశించాము. భుజంపైన గదను అటు ఇటూ తిప్పుతూ దుర్యోధనుడు అందరికన్నా ముందు వెళ్తున్నాడు. అక్కడికి వెళ్ళగానే ఒక మెట్టుపైన దాసీజనం మధ్య ఉన్న ద్రౌపది కనిపించింది. నా స్మృతుల తేనెతుట్టెను ఎవరో కదిలించారు అని అనిపించింది.ఘటనలనే తేనెటీగలు నా లోపలి సూతపుత్రుడిని కుట్టసాగాయి. ఒక సూతపుత్రుడిని కావడం వలన ఆమె నన్నుఅసహ్యమైనదృష్టితోచూస్తుందా!అన్నఆలోచనరాగానేగుండెలుదడదడాకొట్టుకోసాగాయి. కాని అంతా విరుద్ధంగా జరిగింది. నా చూపులతో ఆమె చూపులు కలవగానే తిరస్కారంగా తన ముఖాన్ని మరోవైపు తిప్పేసుకుంది. ఒక్కక్షణం నా వంక చూసి ఆమె కళ్ళను కిందికి దించుకుంది. ఆమె ముఖంలో రక్తపు బొట్టు లేకుండా పోయింది. తన సఖి చెవులలో ఆమె నెమ్మదిగా ఏదో చెప్పింది. ఆమె కళ్ళల్లో వ్యక్తం అవుతున్న భావాలు నాకు విచిత్రంగా, అపరిచితంగా అనిపించాయి. నన్ను ఎంతగానో ప్రేమించే వృషా అప్పుడప్పుడు నా వైపు ఏ చూపులతో చూస్తుందో,అదే చూపులతో ఆమె నా వంక చూస్తోంది. తన చెలికత్తె చెవిలో ఆమె ఏం చెప్పి ఉంటుంది? ఎంత ఆలోచించినా అర్థంకాలేదు.

దుర్యోధనుడి దృష్టి మెట్లవైపు లేదు. అతడు ఆ గదిలోని మాయావి వస్తువులను చూస్తూ గర్వంగా ముందుకు నడుస్తున్నాడు. గదిలో మధ్యభాగాన ఒక తివాచీ పరచబడి ఉంది. దాని అల్లిక ఎంతో అందంగా ఉంది. ఆ తివాచీ పైన వేయబడ్డ అందమైన చిత్రాలను చూసి దుర్యోధనుడు కనుబొమ్మలను పైకెత్తాడు. రెండో క్షణంలో ముందుకు నడుస్తూ పైకప్పు వంక చూస్తూ అతడు తన కుడికాలుని ఒక్కసారిగా ఆ విలువైన ఖరీదైన తివాచీపై పెట్టాడు. కాని అది తివాచీ కాదు. నీళ్ళతో నిండిపోయిన చిన్నచెరువులో రాజభవనంలోని దాసీజనం ద్వారా, రంగురంగుల పూల పుప్పొడితో నీళ్ళపై వేయబడ్డ మాయావి రంగవల్లి అది. దానిమీద ఒక్కసారిగా కాలు పడటం వలన దుర్యోధనుడు ఒక్కసారిగా జలాశయంలో దొర్లి పడిపోయాడు. రంగవల్లి చెల్లాచెదురై పోయింది. అతడి భవ్యమైన రాజమకుటం శిరస్సు నుండి జారి పోయింది. అది కనబడకుండా పోయింది. చేతిలో గద ఉండటం వలన అతడు ఈత కొట్టలేదు. దుర్యోధనుడు ఒక్కసారిగా మూడు నాలుగుసార్లు మునకలువేసాడు. వెంటనే నేను ముందడుగు వేసి చేయిని అందించాను. చేయిని పట్టుకుని అతడు నవ్వుతూ చెరువు నుండి బయటకి వచ్చేసాడు. అతడు వినోదంగా నాకు అశ్వత్థామకి ఏదో చెప్పబోతున్నాడు. ఇంతలో అక్కడ ఒక మెట్టుపైన అపహాస్యం అయిన

నవ్వులజల్లు కురుస్తోంది. దుర్యోధనుడి వైపు తిరస్కారంగా, కోపంగా చూస్తూ తన చెలికత్తెలను లక్ష్యంగా పెట్టుకుని ద్రౌపది వ్యంగ్యంగా – ''గుడ్డి తండ్రి పుత్రులు కూడా గుడ్డివాళ్ళే అవుతారు'' అనిఅన్నది. ఆమె చెలికత్తెలు పకపకా నవ్వసాగారు. వాళ్ళు నవ్వుతూ కలారావం చేసే పక్షుల్లా అనిపించారు.

ఆమె కుచ్చితంగా, వ్యంగ్యంగా అన్నమాటలకు నాకు ద్రౌపతి అంటే అసహ్యం కలిగింది. ఆమె శరీరానికి సుగంధం ఉండి ఉండవచ్చు. కాని మనస్సులో మాత్రం నికృష్టమైన దుర్గంధం తప్పితే ఎప్పుడైనా మరేదైనా కనిపించిందా? దుర్యోధనుడి పట్ల తనకు ఉన్న కోపాన్ని ఆమె అతడి గుడ్డితండ్రికి ఉన్న ప్రాకృతిక లోపాన్ని ఎత్తి చూపించింది.

ప్రతీచోటా స్త్రీ మర్యాదను పాటించాలి, అందునా రాజపుత్ర స్త్రీ, మరీమరీ పాటించాలి అని పదే పదే నా మనస్సు చెప్పసాగింది. గురువుల గురించి మాట్లాడేటప్పుడు ఆడది తన నాలిక పైన అంకుశాన్ని ఉపయోగించాలి.

ద్రౌపది అపహాస్యం చేయడం వలన దుర్యోధనుడు కోపంతో తక్షణం గదను సరోవరంలో విసిరేసాడు. కళ్ళు అగ్నికణాలను కురిపిస్తున్నాయి. కోపంగా ద్రౌపది వైపు చూస్తూ తలపైకి ఎత్తి అన్నాడు. ''గుడ్డి తండ్రి కొడుకుకి కూడా కళ్ళు ఉంటాయి. సమయం వచ్చినప్పుడు నీకు సాక్షాత్తూ చేసి చూపిస్తాను.'' అతడి శరీరం పైన తడసిన వస్త్రాల నుండి నీళ్ళు కారుతున్నాయి. కాని కోపంతో ఎరుపెక్కినకళ్ళల్లో అగ్గి ఉంది. ఇందులో అతడి దోషం ఏముంది? ఆ సమయంలో ద్రౌపది అహంకారంతో న్న మాటలను సమర్థిస్తూ దుర్యోధనుడిని ఆఘక్రోధిఅనిఅనేవాళ్ళు ఎవరు?

అశ్వత్థామ అతడి భుజాలను పట్టుకుని ఆ మాయావి గదినుండి అతడిని బయటికి తీసుకు వెళ్ళిపోయాడు. నేను వెళ్తూ వెళ్తూ ఆ సరోవరం వంక చూసాను. అందులోని అలలు ఉవ్వెత్తున లేవకుండా ఆగిపోయాయి. పుప్పొడితో చేసిన రంగవల్లులు మళ్ళీ యధాతథంగా రూపాన్ని సంతరించుకున్నాయి. కాని ఇంతకు ముందు వాటిల్లో ఉన్న ఆకర్షణ ఇప్పుడు లేదు. ఆకర్షణ ఎట్లా ఉంటుంది. పూర్వం ఉన్న రంగులన్నీ చెల్లాచెదురయ్యాయి. రంగుల విచిత్రమైన విద్రూపం ఘనీభూతం అయిపోయింది.

నా దగ్గరకు రాగానే దుర్యోధనుడు దృఢంగా అన్నాడు – ''కర్ణా! ఇక నేను ఇక్కడ ఒక్కక్షణం అయినా ఉండను. సత్యసేనుడిని పిలిచి రథాన్ని తయారు చేయించు. తక్షణం హస్తినాపురానికి వెళ్ళిపోదాం.''

తన దేహం పైన తడిసిన బట్టలు ఉన్నాయన్న స్పృహ కూడా దుర్యోధనుడికి లేదు. అశ్వత్థామ, ఆర్య అమాత్యులకు కళ్ళతోనే సైగ చేసాడు. ఆయన వస్త్రాగారంలో నుండి ఒక తెల్లటి ఉత్తరీయం, అథరీయాలని తీసుకువచ్చారు. అశ్వత్థామ ఆ వస్త్రాలను దుర్యోధనుడి ఎదురుగా పెట్టినప్పుడు తన బట్టలు తడిసిపోయాయి అన్నధ్యాస కలిగింది. ఒక ఖాళీగా ఉన్నగదివైపు చూపిస్తూ బట్టలను మార్చుకోమని సంకేతాన్ని ఇచ్చాడు. నాకు అశ్వత్థామ సమయాన్ని సూచించే అందమైన ప్రవాహంలా అనిపించాడు. దుర్యోధనుడు బట్టలని మార్చుకుని వచ్చాడు. కాని ఆ బట్టలు అతడి శరీరం పైన వదులు అనిపించాయి. బహుశ అవి భీముడివి అయి ఉంటాయి. ఇదంతా

దైవఘటనగానాకనిపించింది. నేను నా తలపైన ఉన్నకిరీటాన్ని అతడి తలపై పెట్టాను. ఎందుకంటే అతడి తలపైన ఉన్న కిరీటం సరోవరంలో పడిపోయి అట్టడుగుకు వెళ్ళిపోయింది. నా అనావృతమస్తకాన్ని చూస్తూ అడిగాడు– "మరి నీ తలపైన?"

"నేను క్షత్రియుడనుకాను రాజా! సూత పుత్రుడు కిరీటం లేకుండానే తిరుగుతాడు. అది వాడికి అలవాటు కూడా..." నేను జవాబు చెప్పాను.

నా శిరస్సు వైపు చూస్తూ అతడు అశ్వత్థామను అడిగాడు – "అసలు ఇతడికి ఏ కీర్తి కిరీటాలు అక్కరలేదు. అవునా కాదా అశ్వత్థామా!"

"ఇతడి అందమైన బంగారు ఉంగరాల జుట్టు కిరీటాన్ని సైతం సిగ్గుపడేలా చేస్తుంది."

నేను అతడి తలపై కిరీటాన్ని పెట్టాను. దీనితో అతడి క్రోధావేశం చాలావరకు చల్లారిపోయింది.

మేం హస్తినాపురం వెళ్ళిపోవాలన్న నిర్ణయం తీసుకోగానే అక్కడి నుండి బయటకి వెళ్ళిపోయాము. దుర్యోధనుడికి అవమానం జరిగితే నాకు అవమానం జరిగినట్లే. అతడు, నేను, మేం ఇద్దరం వేరు వేరుఅని నేను ఎప్పుడూఅనుకోలేదు. అతడు నాకు జీవితాన్ని ఇచ్చాడు. భవిష్యత్తు కూడా అతడి చేతుల్లోనే ఉంది. అతడిని అపహాస్యం చేసే ద్రౌపది ఆలోచనలేని మూర్ఖురాలే కాదు, గర్విష్ఠి కూడా అని నా కనిపించింది. ప్రతి సంఘటనకి పరిణామం ఉంటుంది. ద్రౌపది కూడా ఏదో ఒక రోజు దీని ఫలితాన్ని అనుభవించాలి, తప్పదు. నా మనస్సు నాకు చెప్పినట్లుగా అనిపించింది.

అకస్మాత్తుగానలువైపులానగారాలు, బాకాలు, మృదంగాలు మ్రోగాయి. వాటి ధ్వని ప్రతిధ్వనించింది. నేను కుతూహలంగా ఆర్య అమాత్యులవారిని ఆ కోలాహలం గురించి అడిగాను. "యజ్ఞం ప్రారంభం అయింది. ద్వారక నుండి భగవంతుడు శ్రీకృష్ణుడు వచ్చి ఉంటారు. ఆయనకు, తక్కిన యాదవులకు స్వాగతం పలకడానికే ఈ ఒళ్ళుపులకరింప చేసే వాద్యాలు మోగుతున్నాయి. రాజసూయ యాగపు ప్రతిజ్ఞని మా రాజ్యం పూర్తి చేసింది. ఈ యజ్ఞం చేసేముందు తూర్పుపడమర, ఉత్తరం దక్షిణంలో ఉన్న రాజ్యాలన్నింటిని జయించాలి. యజ్ఞమండపంలో వేంచేసిన రాజులందరూ, మా సైన్యం ద్వారా పాదాక్రాంతులైనఆర్యావర్తంలోని భిన్న భిన్న భూభాగాలను ఏలినరాజులే. వాళ్ళందరూ లేచి నిల్చుని ఇప్పుడు యజ్ఞవేత్తలను అభినందిస్తారు."

"మీ సైన్యం ఏఏ రాజ్యాలను గెలిచింది?" నేను మళ్ళీ ప్రశ్నించాను.

"ఎన్నో రాజ్యాలని... కోసల, విదేహ, చేది...

ఒక్కొక్క రాజ్యం పేరు చెప్పసాగారు. వింటూవింటూ మేం యజ్ఞమండపందగ్గరికి వచ్చాము.

3

హస్తినాపురానికి వెళ్ళిపోవడానికి మేము యజ్ఞమండపం నుండి గబగబ నడుచుకుంటూ వెళ్తున్నాము. దుర్యోధనుడు ఎవరి వైపు మరిచిపోయి కూడా చూడకుండా పరుగెత్తుతున్నాడా అని

అనిపించింది. కాని రుక్మిరాజు చేయి పట్టుకుని ప్రవేశద్వారం నుండి వస్తున్న భీష్మ పితామహులు, అతడిని మధ్యలోనే ఆపేస్తూ అధికారంగా అడిగారు "దుర్యోధనా! నీవు యజ్ఞానికి వచ్చావా? లేక పోతే వేటకి వచ్చావా? వెళ్ళు ఒక పని చేయి. యజ్ఞం కోసం బలి ఇచ్చే పశువులను తీసుకువచ్చారు. నీవు వాటిని లెక్కపెట్టు. ఏర్పాట్లన్నీ సరిగ్గాచేసారా, లేదాస్వయంగా చూడు. కర్ణా! నీవు యజ్ఞం కోసం దానం చేసే వస్తువులన్నింటినీ నీవు దానం చేయి."

ఇంతక్రితమే ద్రౌపది వలన అవమానింపబడ్డ, దుర్యోధనుడికి ఆయన అప్పగించిన ఈ క్షుద్రకార్యం ఎంతమాత్రం ఇష్టంలేదు. వర్షాకాలం నలువైపుల నుండి కమ్ముకువచ్చే మేఘాలతో ఆకాశం నిండిపోయి ఉంటుందో, అట్లాగే కుంచించుకుపోయిన వల అతడి సంకుచితమైనఫాల భాగాన్ని కమ్మేసింది. పెద్ద ఆకారంలో ఉన్న నల్లలేడి, ఎండిన కట్టెఫెళఫెళమన్నా, ఆ ధ్వనికి ఎట్లా జాగ్రత్త పడుతుందో అదేవిధంగా అతడు తన వంకరగా ఉన్న కనుబొమ్మలను ఇంకా విశాలం చేసాడు. అతడి కాకీరంగు కళ్ళు, ప్రాణాంతకమైన బాధ పడుతున్న అతడి కళ్ళు,"మీరు భీష్మ పితామహులు. నేను కురుల దివ్యకుల జేష్ఠ్యయువరాజును.ఇటువంటి క్షుద్రకార్యాన్ని నా చేత చేయించడానికి మీకు మనస్సెలా ఒప్పింది." అని ఆయనకు చెప్పాలనుకున్నాయి అనిపించింది. కాని పితామహుల పెద్దరికాన్ని అతడు తిరస్కరించ లేకపోయాడు. వివశుడై ఒకసారి నా వంక చూసాడు. తల వంచుకుని పశువుల కొట్టానికి వెళ్ళిపోయాడు. అతడి మనస్సులో భయంకరమైన సుడిగుండం తిరుగుతోంది. భూమిపై పడుతున్న అతడి పాదాలే దీనికి సాక్షి. అతడిని ఓదార్చాలి అన్న ఉద్దేశ్యంతో నేను అతడి వెనక నడవసాగాను. వెనకకి తిరగకుండానే, కుడి అరచేయితోఆగిపొమ్మని సైగ చేస్తూ అన్నాడు. "రాధేయ! ఆగు, ఈ రోజు అందరికీ ఎంతో అపురూపంగా అనిపిస్తుంది. నాకుమాత్రం రకరకాల రూపాలలో జీవితాంతం గుర్తుంటుంది. దుర్యోధనుడికి కూడా మనస్సు ఉంటుంది.అతడూ ఒక మనిషే అన్న నిజాన్ని ఈ ఉన్మాదులు బహుశ మరచిపోయారు. సమయం వచ్చినప్పుడు నేనూ మనిషినే అన్న నిజాన్ని నిరూపించి తీరుతాను."

అతడి క్షత్రియ మనస్సుకు ఎంతో అభిమానం ఉంది. ఆ మనస్సు పడుతున్న యమయాతన గురించి నాకు తెలుసు. కాని ఓదార్పునిచ్చేఒక్కమాట కూడా మాట్లాడలేకపోయాను. అతడికి నాకు మధ్య ఏం తేడా ఉంది? బాధపడే మనస్సు వ్యథ తక్కిన బాధపడే మనస్సులే తెలుసుకుంటాయి. జీవితాంతం నేనూ ఇదేగా అనుభవించాను. అవమానాలు, తిరస్కారాలు, క్రమంగా తగ్గిపోతున్న అతడి ఆకారాన్ని నేను వణుకుతూ చూసాను. అతడి నడకలో కౌరవరాజుల దర్పం ఎక్కడా కనిపించలేదు.

పితామహులు వాస్తవంగా దుర్యోధనుడిని గుర్తించలేకపోయారు అని నాకనిపించింది. మండపంలో కోలాహలం హఠాత్తుగా తగ్గిపోయింది. అందువలన నేను వెనక్కి తిరిగి ప్రవేశద్వారం వైపు చూసాను. తెల్లగా ఉన్న ఐదుగుర్రాలు కట్టబడిన రథం నుండి శ్రీకృష్ణుడు కిందికి దిగారు. చిరునవ్వుతో, శాంతచిత్తంతో గంభీరంగా నడుస్తూ యజ్ఞమండపంలోకి వచ్చారు. అంజనీ నీలవర్ణపు పుష్పం లాంటి నీలిరంగు శరీరం అస్తమయం అవుతున్న సూర్యుడి సౌమ్యకిరణాలలా మెరుస్తోంది. ఆయన వెనక సాలవృక్షపు పైభాగం కొట్టేస్తే ఉండే రంగులో ఉన్న

వస్త్రధారణలో తలవంచుకుని రుక్మిణి కూడా వచ్చారు. వాళ్ళిద్దరి తరువాత సాత్యకి, బలరాముడు, ఉగ్రసేనుడు, అక్రూరుడు, ఉర్ధవుడు, ప్రద్యుమ్నుడు, సాంబుడు, బ్రహ్మగాగర్యుడు మొదలైనవారు రథాలనుండి కిందికి దిగారు. పితామహులు వెంటనే ఎదురుగుండావెళ్ళారు. శ్రీకృష్ణుడిని కౌగలించుకున్నారు. వాళ్ళ ఆలింగనం చూసాక హిమాలయ ధవళశిఖరం, ఆకాశపు నీలకంఠంతో కలుస్తోందాఅని అనిపించింది. ముత్తైదువలు శ్రీకృష్ణ, రుక్మిణుల చరణాలను జలకుంభాలతో కడిగారు. రాజమాత కుంతీదేవి వాళ్ళ విశాలమైనఫాలభాగం పైన తిలకం దిద్దింది. ఆవిడని చూడగానే నాకు రాధమాత గుర్తుకువచ్చింది. నేను ఎప్పుడైనా సరే బయటికి వెళ్తుంటే ఆమె నా నుదుటిన తిలకం దిద్దేది. విదురులవారు వాళ్ళ మెడలలో శ్వేతకమలాల మాలలను వేసారు. శ్రీకృష్ణుడు వంగి రాజమాత చరణాల ధూళిని ఎంతో భక్తితో తలమీద చల్లుకున్నారు. మండపంలోని వారందరూ లేచి నిల్చున్నారు. కాళ్ళను కడిగిన నీళ్ళని తలమీద చల్లుకుంటున్నారు. కృష్ణుడు వెంటనే వారిని పైకి లేపుతున్నారు. దూరంగా ఒక ఆసనం పైన ఒక రాజు కూర్చుని ఉన్నాడు. అతడు నిలబడలేదు. నాకు ఆశ్చర్యం అనిపించింది. నేను ధ్యాసపెట్టిచూసాను. అతడు శిశుపాలుడు.

చివరికి యుధిష్ఠరుడు ముందుకి వచ్చాడు. శ్రీకృష్ణుడి కుడిచేయిని తన చేతిలోకి తీసుకుని అతడు, ఆయననిభవ్యమైన సింహాసనం వైపు తీసుకుని వెళ్ళసాగాడు. కుడివైపు నడుస్తున్న అర్జునుడి భుజంపైన శ్రీకృష్ణుడు తన కుడిచేయి వేసాడు. ఇద్దరి శరీరాలు నీల వర్ణంలోనే ఉండటం వలన అసలు వెనకనుండి చూస్తే వాళ్ళలో శ్రీకృష్ణుడు ఎవరో, అర్జునుడు ఎవరో గుర్తు పట్టడం కష్టం. కాని వాళ్ళిద్దరి మధ్య ఒక తేడా స్పష్టంగా కనిపించింది. శ్రీకృష్ణుడు నడకలో సహజత్వం ఉంది. అర్జునుడి నడకలో దర్పం ఉంది. దృఢకాయ శరీరంలో ఇది సహజంగానే ఉంటుంది. మండపంలో నాగజెముడుతో కట్టబడ్డ స్తంభం అనుకుని దూరం నుండి కృష్ణుడిని చూస్తూ నిల్చున్నాను. ఇందుకేమానావమానాలు బంధాలన్నింటినీ తెంచుకుని, నాకు ఆహ్వానపత్రిక లేకపోయినప్పటికీ ఇక్కడికి వచ్చాను. నా కోరిక నెరవేరింది. శ్రీకృష్ణుడి శరీరపు నీలిరంగు, ఆకాశపు నీలిరంగుల మధ్య ఎంతో సమానత ఉందని నాకు అనిపించింది. చెవుల వైపు సంకుచితమవుతున్న అతడి నేత్రాలలో ఎంతో ఆప్యాయత వ్యక్తం అవుతోంది. ఈ ఆప్యాయత మరెవరిలోనూ మనకు కనిపించదు. దేహపుష్టి ఉంది. ఆయనవి పెద్ద, పెద్ద కళ్ళు. అందమైన మత్తుతో కూడిన కనురెప్పలతో అవి ఆచ్ఛాదితమై ఉన్నాయి.

యుధిష్ఠరుడు ఆయననియజ్ఞగుండం దగ్గర ఉన్నసింహాసనంపై కూర్చోపెట్టాడు. ఒక్కక్షణం మా ఇద్దరి చూపులు కలిసాయి. ఏ కారణం లేకుండానే నా కళ్ళఎదురుగుండా చంపానగరిలో విశాలమైన గంగానది కనిపించసాగింది. మనిషి మనస్సు ఎంత విచిత్రమైనది. దానికి ఎప్పుడు ఏది గుర్తుకు వస్తుందో, దానికి నియమం లేదు. నన్ను చూడగానే ఆయన సింహాసనంపైన నుండి మళ్ళీ లేచారు. చేతితో సైగ చేస్తూ ఆచార్య విదురులని తన దగ్గరిగా పిలిచారు. మెల్లిగా ఆయన చెవిలో ఏదో చెప్పారు. నా శిరస్సున మకుటం లేదు. ఈ ధ్యాస రాగానే నాకెంతో బాధ కలిగింది. ఆచార్య విదురులు మకుటాన్ని ఏర్పాటు చేయడానికి బహుశ నావైపు వస్తున్నారు. కాని నా దగ్గరికిరాగానే ఆయన అన్న మాటలకు నేను ఉలిక్కిపడ్డాను. "అంగరాజా! యజ్ఞకార్యం ప్రారంభం కాబోతోంది. మీరు ఆసనాన్ని స్వీకరించండి." అని ఆయన అన్నారు.

"నేను ఇక్కడ నిల్చున్నాను. ఇది ఉచితమైనది కాదా?" వారి జవాబు కోసం అడిగాను. తలపైన కిరీటం లేనప్పుడు రాజుల కూర్చున్న వరసలో నేనెట్లాకూర్చోను.

"ఇది నా కోరిక కాదు. భగవంతుడు శ్రీకృష్ణుల వారి కోరిక"ఆయన శాంతియుతంగా అన్నారు. ఈ జవాబుకి నా దగ్గర శబ్దాలు లేవు. మళ్ళీ వారితో ఏమీ అనలేకపోయాను.

నేను ఆయన వెనక మౌనంగా నడిచాను. ఆయన చూపించిన ఆసనంపై కూర్చున్నాను. నలువైపుల శాంతి నెలకొన్నది. సంధ్యాసమయం కావడం వలన అస్తమిస్తున్న సూర్యుడి పెద్ద పెద్ద కిరణాలు ప్రవేశద్వారం నుండి వస్తున్నాయి. సమస్త మండపాన్ని స్పర్శిస్తున్నాయి. వాటిని చూడగానే నా మనస్సులో ఒక విచిత్రమైన ఆలోచన లేవనెత్తింది. నాకు ఆచార్యులవారు ఒక సింహాసనాన్ని చూపించారు. కాని ఆ కిరణాలకు ఏ సింహాసనాన్ని చూపిస్తారు? అసలు నిజానికి అడిగితే సింహాసనాన్ని చూపించే అవసరం ఏముంది? ఏ ఆహ్వానం లేకుండానే, ఎవరి విరోధం లేకుండానే, ఆ కిరణాలు, మండపంలోని ప్రతీ సింహాసనం పైన కూర్చోలేదా? శ్రీకృష్ణుడి సింహాసనం పైన కూడా. అసలు వాటిని ఎవరు ప్రతిఘటించగలుగుతారు?

కొందరు ఆహ్వానితులైన రాజులు నా కిరీటం లేని తలవైపు గుచ్చి గుచ్చి చూస్తూ చెవులు కొరుక్కోసాగారు. నేను ఆ స్థితిలో అక్కడ అట్లా కూర్చోవడం అశుభం అని వాళ్ళు అనుకుంటున్నారేమో. కాని యుధిష్ఠరుడు యజ్ఞగుండం దగ్గర నిల్చునిచెబుతున్నప్పుడు వాళ్ళ గుసగుసలు నిలిచిపోయాయి. "భగవాన్ శ్రీకృష్ణులు, పితామహులు, ఆచార్యులు, గురుదేవ ద్రోణులు, పూజనీయులైనఋషులు, మహనీయులు, నేను నా నలుగురు సోదరుల వైపునుండి ఇంద్రప్రస్థానికి మిమ్మల్నందరిని ఆనందంగా ఆహ్వానిస్తున్నాను. మేము ఈ రాజసూయ యాగాన్ని మన రాజ్య సమృద్ధి కోసం, శాంతి కోసం చేస్తున్నాము. మా అదృష్టం కొద్దీ ఈ మహత్యజ్ఞకార్యం కోసం యజ్ఞవేత్తగా నేడు సాక్షాత్తూ భగవాన్ శ్రీకృష్ణుల వారు వేంచేసారు. ఇవాళ శుభముహూర్తానయజ్ఞవేత్త పాదాలను కడిగి, నేను వారి చేతులతో ఈ యజ్ఞానికి మొదటి బిల్వసమిధను అర్పితం చేయిస్తాను. మీ అందరి ఆశీస్సులతో వారి కృపా ప్రసాదంతో మన రాజ్యానికి మంచి జరుగుతుందని మా నమ్మకం. ఈ యజ్ఞం తరువాత, ఇవాళ పౌర్ణమి కావడం వలన, మనం అందరం ఇక్షుమతినదీతీరానకూర్చుని విందు భోజనాలు చేద్దాం." అతడు తన అమాత్యులవారి వైపు గంభీరంగా చూసారు. ఆయన వివిధ నదీజలాలతో నిండిన సువర్ణకుంభాన్ని, బంగారుపళ్ళాన్ని తీసుకువచ్చారు. యుధిష్ఠరుడు ఆ పళ్ళాన్ని శ్రీకృష్ణుడి పాదాల దగ్గర ఉంచాడు. ఎప్పుడూ నా పాదాలను ఏకాగ్రతతో చూసే యుధిష్ఠరుడు, శ్రీకృష్ణుడు పాదాలను పళ్ళెంలో పెట్టాక ఎంతో శ్రద్ధగా సువర్ణ కలశపు జలాన్ని ఆయనపై చల్లసాగాడు. వచ్చిన ఆహ్వానితులందరు ఈ దృశ్యాన్ని ఉత్సాహంగా, శాంతియుతంగా చూడసాగారు. పాదాలను కడిగాక, పళ్ళెంలో ఉన్న కొంచెం జలాన్ని తన కుడి అరచేతిలో పోసుకుని ఎంతో భక్తి శ్రద్ధలతో ఆచమనంచేసాడు. ముడతలు పడని దారాలతో తయారు చేసిన ఉత్తరీయంతో భక్తిగా శ్రీకృష్ణుడి తడిచిన పాదాలను తుడిచాడు. నేను ఆయన నీలపు పాదాలను తదేకంగా చూసాను. నేను వేసిన బాణాల వలన ఆయన వేలికి గాయం అయింది. ఆ గాయం అక్కడ కనిపించలేదు.

అగ్నిహోత్ర ఋషి ప్రణవమంత్రాన్ని జపిస్తూ మండుతున్న నిప్పుకణాలు ఉన్న పళ్ళాన్నియజ్ఞగుండంలో వంచారు. ఆ నిప్పుకణాలపై సమర్పణ చేయడానికి శ్రీకృష్ణుడు బల్వజ చెట్ల కట్టెల చిన్న మూటను మెల్లిగా పైకెత్తాడు. ముందుకు వంగి కట్టెలనుయజ్ఞగుండంలో సమర్పణ చేసేవాడే, ఇంతలో రాజుల వరసలో కూర్చున్నచేదిరాజు శిశుపాలుడు తన ఆసనం నుండి ఒక్కసారిగా లేచాడు. గదను ఒక ఉదుటున చేతబట్టి, భుజంపైన పెట్టుకుంటూ పెద్దగా విరోధిస్తూ అరిచాడు. ''ఆగు! ఎవరినో చంపడానికి మేల్కొన్న వృషభంలా అనిపించాడు. అతడి స్వరం గర్జించే మేఘంలా ఉంది.

అందరూ ఆశ్చర్యంగా వాడి వంక చూసారు. మండపం మొత్తాన్ని తన కోపిష్ఠి దృష్టితో చూసాడు. చివరికి యుధిష్ఠురుడి వైపు దృష్టి సారించి ముక్కుపుటాలను ఎగురవేస్తూ కోపంగా అన్నాడు.''కురులశ్రేష్ఠకులంలో జన్మించిన యుధిష్ఠరుడా! ఒక క్షుద్ర యాదవ కులస్థుడైన ఈ కృష్ణుడిని ఈ మహాయజ్ఞానికియజ్ఞవేత్తగా ఆహ్వానించి ఆర్యావర్తంలోని మా వీరులందరిని అవమానిస్తావా?'' అతడి ఉన్నతమైనవక్షస్థలం పైకి కిందికి కదులుతోంది. అతడి మనస్సులో సంకుచితమైన ఈర్ష్య ఉప్పొంగి, ఉప్పొంగి పైకి వచ్చేసింది. జరాసంధుడి సేనాపతి, ఒకప్పుడు రుక్మిణికి వరుడుగా అనుకున్న అతడికి శ్రీకృష్ణుడి పట్ల అమితమైన కోపం ఎటూ ఉంది.

అతడు శ్రీకృష్ణుడిని ఒక క్షుద్ర యాదవుడుఅని పిలవడం నాకు ఏమాత్రం నచ్చలేదు. భీముడు, కోపంగా తన గదను, అర్జునుడు విల్లును సంబాళిస్తూ ఆసనాలపై నుండి లేచి నిల్చున్నారు. శ్రీకృష్ణులవారు చేతిలో ఉన్న ఓ వల్వజ సమిధల మూటను సమిధుల కుప్పలో పడేసి నెమ్మదిగా లేస్తూ వాళ్ళను సంయమనంగా ఉండమని సైగ చేసాడు. వాళ్ళిద్దరు కింద కూర్చున్నారు. ఇటువంటి సందర్భంలో ఒక మాట నాకు గుర్తుకు వచ్చింది. క్షత్రియుడు అయి కూడా తన జీవితాన్ని గోపాలుడిగానే జీవించాల్సి వచ్చింది. దైవం తన ఇష్టం వచ్చినట్లు ప్రవర్తించే ఒక బాలుడిలాంటి వాడు. పిల్లవాడు చేతిలో ఉన్న బంగారు నగను కాళ్ళకింద ఉన్నమట్టిలో విసిరివేస్తాడు. మట్టిలో పడి ఉన్న కట్టెనిచేతిలోకి తీసుకుంటాడు, అదేవిధంగా దైవం కూడా పరాక్రమవంతులైన పురుషులని నిస్సహాయత అనే మట్టిలో విసిరివేస్తాడు. ఏ కార్యం చేయలేని పిరికివాళ్ళనినెత్తిన పెట్టుకుంటాడు.

ఎవరూ తనకు ఎదురు చెప్పడం లేదన్న గట్టి నమ్మకంతో, శిశుపాలుడు అక్కడి నుండి లేచాడు. సరాసరి యజ్ఞవేదికదగ్గరిగా వెళ్ళాడు. గదను సంబాళిస్తూ తన చేతిని అటు ఇటు విదిలించి కొడుతూ, వాడు ఎంతో ద్వేషంగా చెప్పడం మొదలుపెట్టాడు. అతడి నోటి నుండి నిప్పురవ్వలు బయటకి వస్తున్నాయి. అన్నీ చెడు శబ్దాలే. వివేకం కోల్పోయి మాట్లాడటం మొదలుపెట్టాడు.''ఈ మండపంలో ఈ గొల్లవాడి కన్నా ఎందరో మహామహులు సూర్యప్రతాపులు ఉన్నారు. వీరులు ఉన్నారు. నీవు ఏం ఆలోచించి వాళ్ళని ఉపేక్షిస్తున్నావు? ఇక్కడ పితామహులు భీష్ములు, మహారాజు ధృతరాష్ట్రులు వారు, యువరాజు దుర్యోధనుడు, దుశ్శాసనుడు, మద్రరాజు శల్యుడు, సింధురాజు జయద్రథుడు, సుబలరాజుశకునుడు, పాంచాల శ్రేష్ఠుడు ద్రుపదుడుమొదలైన వీరులు ఉండగా, బ్రహ్మతేజంతో దీప్తి చెందే పైలుడు, ధౌమ్యుడు, ద్రోణుడు, కృపుడు విదురుడు, అశ్వత్థాముడు లాంటి పూజనీయులైన పండితులు ఉండగా, ఒక నల్లటి

గొల్లవాడికి అగ్రపూజ చేసి కురుల ధవళకీర్తికి మచ్చ తేవడానికి నీకు సిగ్గులేదు? ఆ గొల్లవాడి నలుపు నీలం రంగు నిన్ను మోహితుడిని చేస్తూ, వీడికంటే అధికమైనఆకర్షణీయమైనఆశ్చర్యజనకమైన బంగారు రంగు గల మెరిసే ఛేదించలేని కవచాన్ని ధరించే, కుండలధారి, వీరాధివీరుడు, శూరాధిశూరుడు అయిన అంగరాజు కర్ణుడు ఇక్కడ విరాజమానుడై ఉన్నారు, నీకు ఆయన కూడా కనిపించడం లేదా?''

అతడు అందరి సింహాసనాల ఎదురుగుండానిల్చుని వేలితో నిర్దేశిస్తూ చివరికి నావైపు చూసారు. నాకు ఇది ఏ మాత్రం నచ్చలేదు. అసలు ఎట్లా నచ్చుతుంది? జగత్తునుఆశ్చర్యపరిచేలా నేను కవచకుండలధారిని. అందువలన ఎవరూ నన్ను సారధి అనిఅనకుండా సామ్రాట్ అనిఅనరుగా? అతడు వ్యర్థంగా పిచ్చివాడిలా మాట్లాడుతున్నాడు.

అతడి రక్తవర్ణపు నాలుక విక్షప్తం అయిన దానిలావాగుతూనే ఉంది. వీళ్ళందరినీవదిలి వేసి ఆవుతోకని నిలబెడుతూ అరణ్యంలో తిరిగే ఒక క్షుద్ర గొల్లవాడిని ఇవాళ ఇంతటి మహోన్నత రాజసూయ యాగానికి యజ్ఞకర్తగాఎట్లా నిర్ణయించావు? ఇంత చేసాక కూడా ఊరుకున్నావా? ఊహూ లేదు. అనునిత్యం ఆవుల మల మూత్రాలతోతడిసే వాడి అశుభ్రమైన పాదాలను కడిగి, అసహ్యం కలిగించే ఆ జలాన్ని ఏదో పవిత్ర తీర్థంలా తాగావు. అది కూడా ఇంతమంది క్షత్రియుల మధ్య. ఇదంతా ప్రాణాలు తీసుకునే అవమానం కాక మరేమిటి? నీ కొత్త రాజ్యాన్ని ఆవుల కొట్టంలా తయారు చేయాలని అనుకొన్నావా?'' వాడి మాటలకు కోపంతో ఊగిపోతూ, పితామహులు భీష్ములు, భీముడు, సహదేవుడు వెంటనే సింహాసనాల పైనుండి లేచారు.కాని... కాని..శ్రీకృష్ణుడు చేసిన సైగ వలన అందరు మళ్ళీ కూర్చున్నారు.

శిశుపాలుడు వివేకం కోల్పోయి ఇష్టం వచ్చినట్లు వాగడం మొదలుపెట్టాడు. ''గొల్ల ఆడపిల్లల మధ్య నర్తించే కాముకుడైన గొల్లవాడు,తన మామని హత్యచేసే కులఘాతకుడు, జరాసంధుడి పౌరుషానికి భయపడి పారిపోయే పిరికిపంద, క్షత్రియులు, బ్రాహ్మణులు ఏర్పాటు చేసిన ఈ పవిత్ర యజ్ఞానికి హవిస్సుకోసం మధురలోని గోవులశాలలో కలశాలతో పాలు తీసుకువచ్చి, వాటి మూల్యాన్ని తీసుకుని నీవు బయటికి ఎందుకు వెళ్ళిపోలేదు? ఆ పవిత్రమైన స్వర్ణ సింహాసనంపై కూర్చుని నీ అశుభ్రమైన పాదాలను కడిగించుకోడానికి నీకు సిగ్గులేదూ?'' చైత్రమాసంలోమోదుగుపూవుపూసినట్లుగా వాడు కూడా క్రోధంతో గుడ్డివాడై పోయాడు. ఉబ్బిపోసాగాడు. వాడి కంఠంలోని ధమనులు ఎక్కుపెట్టిన వింటినారిలా గట్టిగా ఉన్నాయి.

అతడు మాట్లాడిన ప్రతీమాట ఎదుటి వాళ్ళ హృదయాలకు గుచ్చుకుంది. తన రెండు చేతులను నడుంపైన పెట్టుకుని, శిశుపాలుడిని హెచ్చరించడానికి కృష్ణులవారులేచారు. ''శిశుపాలా! నీ తొంభైతొమ్మిది తప్పులను ఇప్పటిదాకా సహించాను. నేనే మీ అమ్మకి, నీ వందనేరాలను క్షమిస్తానని వాగ్దానం చేసాను. కాని ఇప్పుడు ప్రతీక్షణం, నీ జీవన మరణ సీమరేఖలను లాక్కుంటూ వస్తోంది. మేల్కో! సంయమనాన్ని పాటించు. యుద్ధంలో కాకుండా తక్కిన అన్ని స్థలాలలో సంయమనం పాటించడం క్షత్రియుల ధర్మం. నా సహనశీలతను ఇంకా పరీక్షించే ప్రయత్నం చేస్తే, నీ సంహారానికి సుదర్శన చక్రం ప్రయోగింపబడుతుంది.''

"పెద్ద తత్వజ్ఞానాన్ని బోధిస్తున్నావు! పిరికివాడా! పురుషార్థమే క్షత్రియుల ధర్మం. నీవు నిజమైనక్షత్రియుడవైతే ఈ యజ్ఞమండపానికి మధ్య భాగానికి రా!" ఈ చేదిరాజుతోద్వంద యుద్ధం చెయ్యి." చేతిలోని గదను విసిరి వేసాడు. శ్రీకృష్ణుడి వైపు తదేకంగా చూస్తూ అరచేతితో భుజదండాలపై సవాలు చేస్తున్నట్లుగా కొట్టుకున్నాడు. వాడి సవాలుకి అందరి చెవులు దద్దరిల్లిపోయాయి. ఆ ధ్వనికి శ్వాసలు ఆగిపోయాయి.

"శిశుపాలా! దేనికైనా ఒక హద్దు ఉంటుంది. ఇక నీ ఆటకట్టినట్లే. సముద్రపు జ్వాలకి కూడా ఒక సీమ ఉంటుంది" అని అరవాలని నాకు అనిపించింది.

ఒక్కసారిగా వేయి వాయిద్యాల కర్కశధ్వనులు మండపాన్ని ఊపేస్తున్నాయి. అసలు ఈ ధ్వనులను ఎవరు ఎప్పుడూవిని ఉండరు. నాకళ్ళఎదురుగుండాతేజస్సుతో నిండిన వలయాలు కనిపించసాగాయి. అందరి చూపులు శ్రీకృష్ణుల వారిపైనే ఉన్నాయి. నీలపు కాడపైన నీల కమలం ఉన్నట్లుగా ఆయన నీలపురంగు ముఖం గంభీరంగా మారిపోయింది. ఆయన తన విశాల నేత్రాలను, మహాద్వారపుభవ్యమైన తలుపు మూసినట్లుగామూసేసుకున్నారు. ఒక్కక్షణంలో ఆయన శరీరం నిప్పు కణాలపైలాజక్ పువ్వు (జొన్నలు, ధాన్యం గింజలను భట్టీపైన కాలుస్తుంటే అవి పేలాల్లా ఉబ్బుతాయి) వికసించినట్లుగాలావెక్కసాగింది. ఒక్కక్షణం క్రితం నీలి కమలంలా కనిపించే ఆయన ముఖం నిప్పులా రక్తవర్ణంలో కనిపించసాగింది. మెల్లిమెల్లిగా పెరుగుతున్న ఆయన కిరీటంపైభాగం, మండపం కప్పును స్పర్శించసాగింది. ఆయన శరీరం విశ్వరూపం దాల్చిన కొద్దీ నా శరీరం కూడా వేడెక్కసాగింది. నేను కూర్చున్న సింహాసనం ఆ విపరీతమైన వేడికి కరిగిపోదు కదాఅనిపించింది. శరీరంలో కేవలం ఉష్ణతతో కూడిన ప్రచండమైన అలలు లేస్తున్నాయి. విశ్వరూపం ధరిస్తున్న ఆయన శరీరంతో పాటు నా శరీరం కూడా ఎందుకు ఇంతగా వేడి పడుతోందని నేను ఆయన పెరిగిపోతున్న విశాలదేహాకృతి వైపు ధ్యాసగా చూసాను. ఆ ఆకృతికి నాలుగు భుజాలు ఉన్నాయి. క్షణం క్రితం ఏ చేయి శుష్కమైనకట్టెల సమిధలను ఎత్తిందో, అదే చేయి సహజంగా ఆ బలమైన గదని పట్టుకుంది. అతడి రెండో చేతిలో తేజస్సుతో కూడిన వలయాలను విడుస్తూ గిరగిరా తిరుగుతున్న చక్రం ఉంది. పెద్దగా ఉన్న పెదిమలు పూర్తిగా మూసుకుని ఉన్నాయి. అయినా మేఘాల గర్జనకు సైతం సిగ్గుపడేలా చేసే సహస్ర వాయిద్యాల కోలాహలాన్ని కూడా ఛేదించే తీవ్రమైన ధ్వని వచ్చింది. ఆ ధ్వని ఆహ్వానితుల చెవులలో నుండి హృదయం దాకా చొచ్చుకుపోయింది. ఎంత లోతుగానో ఎవరికి తెలుసు.

"శిశుపాలా! నీ వంద నేరాలు పూర్తయ్యాయి. ఇప్పుడు విశ్వ సృష్టికర్త బ్రహ్మ కూడా నీకు ప్రాణదానం చేయలేరు. క్షత్రియుడివి అన్న అహంకారంతో ఉన్మాది అయిన దుర్బల జీవీ! సముద్రంలో పుట్టే జ్వాలాముఖి కూడా ఒక హద్దు దాటితే ఉప్పెన అవుతుంది. జాగ్రత్త! మృత్యువు తప్పదు. ఈ సత్యాన్ని ఎదుర్కోడానికి వీరుడిలా సిద్ధం కా! ఇక భవిష్యత్తులో నూట ఒక్క నేరం ఇక ఎప్పుడూచేయలేవు. అసలు ఇక అటువంటి అవకాశమే లభ్యం కాదు."

ఆయన విశాల నేత్రాలను తెరిచారు. సుదర్శనచక్రాన్ని ప్రయోగించారు. అది తేజోవంతంగా వలయాలు చుట్టుకుంటూ శిశుపాలుడిని వెంటాడింది. విశాల వృక్షం అయిన దేవదారు వృక్షం, గాలి దుమారానికి ఎట్లావణికిపోతుందో అదేవిధంగా శిశుపాలుడు గజగజ వణికిపోయాడు.

క్షణం క్రితం పర్వతంలా కదలని, మెదలని, దృఢంగా కనిపించిన వాడు ఆ భవ్యమైన ఆకృతి ముందు మట్టికుప్పలా క్షుద్రంగా అనిపించసాగాడు. క్షణక్రితం క్షత్రియుడిని అన్న అహంకారంతో విర్రవీగిన అతడు, ఎర్రబడ్డ వాడి ముఖం, నిర్దయమృత్యువు ముందు నల్లబడిపోయింది. సమస్త యజ్ఞమండపం హాహాకారాలతో మారుమ్రోగిపోయింది. నలువైపులాదేదీప్యమైన వెలుగు ప్రసరించింది. ప్ప్...ప్ప్... అంటూ కర్కశధ్వని చేస్తూ ఆ చక్రం శిశుపాలుడి వైపు దూసుకువెళ్తోంది. నా మనస్సు, కుతూహలం, ఆశ్చర్యం, ఉత్సుకత, కరుణలతో నిండిపోయింది. ప్రాణాలమీద భయంతో శిశుపాలుడు దేదీప్యమానమైన తేజస్సుతో కూడిన వెలుగును ప్రసరించే ఆ చక్రం నుండి రక్షించుకోడానికి, మండపంలో రాజుల సింహాసనాల వెనక దాక్కునే ప్రయత్నం చేయసాగాడు. వాడి ఆ తన్నులాటచూసాక జీవికి జీవించాలన్న కోరిక ఎంత బలంగా ఉంటుందో అర్థం అవుతుంది. జీవితం పట్ల ఉన్న ఆ మోహం ఎప్పటికీ చావదు. ఒక్కక్షణం క్రితం శ్రీకృష్ణుడిని మోసకాడాఅంటూ పిలిచిన శిశుపాలుడు, తన ఎదురుగుండా మృత్యువును చూసి ప్రాణభయంతో పరుగులు తీస్తున్నాడు. కాని ఏ రాజుల సింహాసనాల వెనక శిశుపాలుడు దాగే ప్రయత్నం చేస్తున్నాడో, ఆ రాజులందరు, దహించే ఆ నిప్పుకణాల నుండి తమని తాము రక్షించుకోడానికి అటు ఇటు పరుగెత్తసాగారు. సమరాంగణంలో శార్దూలంలా గర్జించే పరాక్రమవంతులైన యోధులు, వీరాధివీరులు ఆ చక్రం ఎదురుగుండానిల్చోలేక పోయారు. మండపంలోని అన్ని సింహాసనాలు వెంటనే ఖాళీ అయిపోతున్నాయి. గాభరా పడ్డ శిశుపాలుడు గజ గజ వణుకుతూ, త్వరత్వరగా ఆ సింహాసనాల వైపునుండి పరుగెత్తసాగాడు. తేజోమయంగా ఉన్న ఆ నిప్పుకణాలు ముఖాన పడి ముఖాన్ని కాల్చేస్తుందన్న భయంతోమధ్య మధ్యలో తన బలిష్ఠమైన చేతులతో తన ముఖాన్ని కప్పేసుకున్నాడు. ఒక్కక్షణం క్రితం వాడిలోని క్షత్రియ రూపం ఇప్పుడు లేశమాత్రమైనా లేదు.

పరుగెత్తుతున్నప్పుడు అతడే విసిరివేసిన గదదండం పైన కాలుపడ్డది. దీనివలన అతడిలోని సమతుల్యం గతి తప్పింది. పర్వతశిఖరం పైనుండి దఢాల్న కింద పడ్డ పాషాణంలా వాడు కిందపడిపోయాడు. వధించడానికి చక్రం వాడిపైన దూసుకువెళ్ళింది. కాని వాడు స్ఫూర్తితో తక్షణం లేచి మళ్ళీ సింహాసనాల వరుసలో తల దాచుకోబోయాడు. చక్రం నుండి వచ్చే అధికోష్ణత వలన వాడి గద కరిగిపోయింది. ఈ చక్రం మండపాన్ని బూడిద చేస్తుందేమోనన్న భయంతో, ఋషులు మండపాన్ని వదిలేసి వెళ్ళిపోయారు. మండపంలో నేను, శిశుపాలుడు, ఆ భవ్యమైన ఆకృతి తప్ప మరెవరూలేరు. చక్రం కర్కశధ్వని తీవ్రత ఇంకా ఎక్కువ అయింది. నా శరీరంలోని అణువణువులో వణుకు. నేను నా దేహాన్ని మరచిపోయి ఆ సింహాసనం నుండే, అపూర్వమైనభీషణమైన, రహస్యమయమైన దృశ్యాన్ని చూస్తూ నిల్చున్నాను. నేను అసలు ఇంతగా ఎప్పుడూస్పందించలేదు. శ్రీకృష్ణుడు! ఈ శబ్దంలో నిబిడీకృతం అయిన అద్భుతమైన రహస్యం నా బుద్ధిని ఆశ్చర్యపరిచింది.

పరుగెత్తుతూ శిశుపాలుడు నా సింహాసనం ఎదురుగుండావచ్చాడు. ఒక్కక్షణం మా ఇద్దరి చూపులు కలిశాయి. తుషారబిందువులతో ఏవిధంగా అయితే కమలం తడిసిపోతుందో అట్లా రక్తవర్ణంలో ఉన్న అతడి తేజస్సు గల ముఖం స్వేదబిందువులతో తడిసిపోయింది. అపారమైన

కరుణ, విపరీతమైన భయం, హృదయాన్ని కరిగించే పశ్చాత్తాపం అతడి కళ్ళల్లో కనిపిస్తున్నాయి. ఒకవిశాల దేశానికి పట్టాభిషిక్తుడయిన రాజై, మృత్యుద్వారం దగ్గర నగణ్య బిచ్చగాడిలా కనిపిస్తున్నాడు. కాని... కాని... అటువంటి దయనీయమైన స్థితిలో కూడా తను క్షత్రియుడు అన్న అహంకారాన్ని ఏ మాత్రం వదలలేదు. ఎందుకంటే నన్ను చూసి కూడా ప్రాణాల భయంతో "కర్ణా! నన్ను రక్షించు" అని ఏమాత్రం అనలేదు. ఈ స్థితిలో కూడా అతడు ఒక క్షత్రియుడని, నేను సూతపుత్రుడనన్న సంగతిని శిశుపాలుడు మరచిపోలేదు.

చక్రంపూర్వంలానేధ్వనిచేస్తూ వాడివెనకపడుతూనాసింహాసనంఎదురుగుండావచ్చేసింది. ఈ చక్రం సూతపుత్రుడిని ఏం చేయలేదు, ఇక నన్ను ఏం చేయగలుగుతుంది, అని ఆలోచిస్తూ ఒక్కసారిగా వెనక్కి తిరిగి, ఏ ఆలోచన లేకుండా సుదర్శన చక్రంపైన చేయివేసాడు. వెంటనే వాడి చెయ్యి కాలిపోయింది. వాడిలోని ధైర్యం అనే ఆనకట్ట తెగిపోయింది. భయపడ్డ కుందేలు లాగా వెంటనే దుమికి నా వెనుకకు వచ్చాడు. పుట్టలో పాము దూరినట్లుగా సింహాసనం కింద సన్నగా ఇరుకుగా ఉన్న స్థానంలో తన తలను దూర్చిదాక్కోసాగాడు. సుదర్శన చక్రం భయంకరంగా ధ్వనిచేస్తూ నా కెదురుగుండా వలయాలుగా తిరగసాగింది. చెవులు పగిలిపోయే అంత చప్పుడు. నేను ఎవరిని? నాకే అర్థం కావడం లేదు. శిశుపాలుడి కరుగుతున్న గద లేశంలా నాకు నా శరీరం అసహ్యంగా అనిపించింది. వేడిగా ఉంది. ఆ తేజస్సుతో కూడిన చక్రం వైపు, నేను కన్నార్పకుండాచూసాను. దాని నుండి వచ్చే తేజోవలయం అస్తమిస్తున్న సూర్యదేవుడి కిరణాల్లా వేడిగా ఉంది. అది చక్రం అనిపించలేదు. అస్తమించే సూర్యభగవానుడు, నియమంగా సూర్యాస్తమయాన అర్ఘ్యం అడగడానికి యజ్ఞమండపంలోవేంచేసేరాఅని అనిపించింది. వెంటనే సింహాసనం నుండి లేచి నేను అర్ఘ్యం కోసం అంజలి ఘటించాను. చేతిలో జలం లేకపోయినా భావాల అంజలిని అర్పించాను. అయినా ఆ చక్రం ప్రదక్షిణాలు చేస్తూ ఇంతకు ముందులా నా ఎదుట తిరుగుతోంది. దానినే ఏకాగ్రతగాచూసాను. నా ఎదురుగుండా తేజస్సుతో కూడిన కోటికణాలు తిరగాడసాగాయి.

"కర్ణా! సింహాసనం నుండిలే! యజ్ఞవేదికదగ్గరికిపద." కప్పును స్పర్శిస్తున్న ఒక భవ్యమైన ఆకృతి నుండి ఈ శబ్దాలువచ్చాయి. అసలు నేను ఏం చేస్తున్నానో నాకే తెలియడం లేదు. పిచ్చివాడిలా సింహాసనం నుండి లేచి, యజ్ఞవేదిక వైపు నడిచాను. అక్కడికి చేరగానే ఆ విశాల ఆకారం ఎవరిది అన్నకుతూహలంతో చూడసాగాను. నా తల ఆ ఆకారానికి మోకాళ్ళ దాకా వచ్చింది. నిరంతరంగా తిరగాడే దివ్యతేజకణాలతో ఆ శరీరం నిండి ఉంది. అసంఖ్యాకమైన తేజోమయ కణాలు.

నేను సింహాసనం వదిలివేయగానే, వెనక్కి తిరిగి శిశుపాలుడి వైపు చూసాను. మండపంలో దాక్కునేందుకు చోటులేదు అని తెలుసుకోగానే, వాడు గుర్రంలా పరుగెత్తుతూ మండపం ప్రవేశద్వారాన్ని దాటి ప్రాచీరాల నుండి బయటకి వెళ్ళిపోయాడు. దేహంపైన ఉన్న వస్త్రాలపైన కూడా వాడికి ధ్యాసలేదు. మధ్య మధ్యలో వెనక్కి తిరిగి తనకి, చక్రానికి మధ్య ఉన్న దూరాన్ని భయం భయంగా చూస్తున్నాడు. అప్పుడప్పుడు రాజప్రాసాదం నిర్మాణకార్యంలో మిగిలిపోయిన రాళ్ళు, రప్పల వెనక, అప్పుడప్పుడు విశాల వృక్షం వెనక ఆశ్రయం కోసం దాగే ప్రయత్నాలు

చేస్తున్నాడు. కాని మనిషిలాగా ప్రకృతి కూడా వాడిని రక్షించలేకపోయింది. దూరం నుండి జీవన మరణాల ఆ అద్భుతమైన ఆట చూస్తుంటే ప్రతీవాళ్ళ శరీరం పులకిస్తోంది. వందల నేత్రాల, కుతూహలంతో ఉన్న కనుగుడ్లు సుదర్శన చక్రంతో పాటు తిరగాడసాగాయి.

ఆశ్రయం ఎక్కడా దొరకలేదు. అన్నిమార్గాలు మూసుకుపోయాయి. ఓడిపోయి, భయపడి పోయి శిశుపాలుడు చివరికి రాజప్రాసాదానికి ఎదురుగుండాప్రవహిస్తున్న ఇక్షుమతి నదిలో ప్రవేశించాడు. చక్రం వేటు నుండి రక్షించుకోడానికి క్షణక్షణం నది లోతుల్లోకి వెళ్ళిపోసాగాడు. కాని వాడి ముఖం మాత్రం మండపం వైపే ఉంది. కాళ్ళు, తొడలు, నడుము,ఛాతీ, వాడి ఒక్కొక్క అవయవం నెమ్మది నెమ్మదిగా నీళ్ళల్లో మాయం కాసాగాయి. చివరికి కంఠం దాకా జలప్రవాహం వచ్చేదాకా వేగంగా వాడు లోపలికి చొచ్చుకుపోసాగాడు, కాని మళ్ళీ వివశుడై ఆగిపోయాడు. బహుశ చివరి నిర్ణయం తీసుకుని కళ్ళు మూసుకున్నాడు. కాలిపోయిన అరచేతులతో ముఖాన్ని దాచుకుంటూ, మృత్యువుని ఎదుర్కోడానికి, తన మానస దారాలను దృఢంగా ఏకం చేసాడు. ఒక నిమిషంలో చక్రం వేగంగా వాడి కంఠాన్ని కోసేసింది. కాడ నుండి తెగిపడ్డ గులాబీలా, కమలపుష్పంలా వాడి తల క్షణంలో ఇక్షుమతిలో విసిరి విసిరి పడుతున్న అలలలో మాయం అయింది. ఉత్సాహవంతుడైన శిశుపాలుడి జీవితం సమాప్తం అయింది. చక్రం కూడా వేగంగా నదిలోకి చొచ్చుకుపోయింది. ఇష్టం వచ్చినట్లుగా మాట్లాడే వాడి నాలుకను నీళ్ళల్లో అయినా సరే తెగ కోసేయడానికే ఆ చక్రం లోపలికి జొరబడిందేమోఅని అనిపిస్తుంది.

అస్తమయం అవుతున్న సూర్యకిరణాలు ఇక్షుమతి నదిపైన మెరవసాగాయి. కాని ఎప్పటిలా ఆ నదిలోని అలలు శుభ్రంగా లేవు. నదిలోని కొన్ని అలలు ఎరుపు రంగులో కనిపించసాగాయి. విస్మయం, కరుణ, సంభ్రమం, కుతూహలం మొదలైనవివిధమైన భావోద్వేగాల వలన నా మనస్సు మొద్దుబారిపోయింది. నేలలో పాతి వేయబడ్డ మల్లస్తంభంలా నిశ్చలంగా నిల్చుని ఇక్షుమతి నదిని చూస్తూ నిలబడిపోయాను. తరంగితమవుతున్న జలకెరటాలు తప్ప అక్కడ ఏమీ కనిపించడం లేదు. కేవలం కెరటాలు ఎగిసిఎగిసిపడ్తూ నిశ్శబ్దంగా లేచే కెరటాలు. నా మనస్సులో కూడా అట్లాంటి ఆలోచనా కెరటాలు ఎగిసిపడ్తున్నాయి. ప్రశ్నలపైన ప్రశ్నలు లేస్తున్నాయి. అసలు శ్రీకృష్ణులు ఎవరు? ఆయన దగ్గరికి ఆ అగ్నిచక్రం ఎట్లా వచ్చింది? నా శరీరంపైన అది ఏప్రభావం ఎందుకు చూపలేకపోయింది? నేను ఎవరిని? శిశుపాలుడిని రక్షించాలనుకున్నా, నేను రక్షించే వాడినా? శ్రీకృష్ణుడి పెరుగుతున్న విశ్వరూపంతో పాటు నా శరీరం కూడా ఎందుకు వేడెక్కిపోయింది? నా మనస్సులో అసంఖ్యాకమైన ప్రశ్నలు. ఏ ఒక్క ప్రశ్నకి జవాబు దొరకడం లేదు.

ఆ దివ్య శరీరం, నా శరీరం మధ్య ఏం తేడా ఉంది? తెలుసుకోవాలన్న కుతూహలంతో, నా దృష్టిని వెనక కప్పువైపు ప్రసరించాను. అక్కడ ఎవరూ లేరు. యుధిష్ఠరుడు ఏర్పాటుచేసిన సువర్ణ సింహాసనం పైన కూర్చున్న బక్క పల్చటిశ్యామల వర్ణంలో ఉన్న శ్రీకృష్ణుడు కుడిచేతిని కుడిమోకాలుపై ఆన్చాడు. కుడి అరచేతిపై కుడిచెంప ఆన్చినావంక చూస్తూ చిరునవ్వులు చిందిస్తున్నాడు. అతడి దేహానికి ఆ బంగారు సింహాసనం చాలా పెద్దదిగా అనిపిస్తోంది.

అసలు సత్యం ఏది? మిధ్య ఏది? ఏమీ అర్థం కావడం లేదు. మండపం బయట నిల్చున్న యోధులు, ఋషులు ఒక్కసారిగా లోపలికి చొచ్చుకువచ్చేసారు. సువర్ణ సింహాసనం ఎదురుగుండాసాష్టాంగ దండాలు పెడ్తున్నారు.

'సూర్యాస్తమయం అవుతోంది. ముహూర్తాన్ని దాటిపోనీయకండి. రాజసూయ యజ్ఞంలో ప్రథమసమిధ, సూర్యాస్తమయ పూర్వమే యజ్ఞగుండంలో పడాలి'' అని శ్రీకృష్ణులు సౌమ్య శబ్దాలతో ఋషులకు చెప్పారు.

క్షణం క్రితం జరిగిందంతా, ఒళ్ళు గగుర్పాటు పొడిచే ఆ నాటకాన్ని మరచిపోయి యజ్ఞగుండం ఎంతో వేగంగా హడావిడి చేయసాగింది. ఋషులు మంత్రోచ్చారణ చేస్తున్నారు. యుధిష్ఠరుడు మళ్ళీ శ్రీకృష్ణులవారికాళ్ళు కడిగాడు. శ్రీకృష్ణుడు శాంతిగా లేచాడు. బల్లాజకట్టెల ఒక మూటని యజ్ఞగుండానికి సమర్పించాడు. దాని తరువాత, మంత్రాలు చదువుతూ ఋషిమునులు సమిధలను యజ్ఞగుండంలో సమర్పణ చేయడం మొదలుపెట్టారు. ఆ సమిధల నుండి వస్తున్న పొగ, నా కళ్ళఎదురుగుండాసంభ్రమం, సందేహాలతో కూడిన పొగ. శ్రీకృష్ణుల దగ్గర సుదర్శన చక్రం ఉన్నప్పుడు, జరాసంధుడిపై ఎందుకు ప్రయోగించలేదు? జరాసంధుడి దాడులకు గురియైన ఆయన ద్వారకకు ఎందుకు వెళ్ళిపోయారు? ఏ జరాసంధుడైతే నాకు వశం అయ్యాడో వాడు శ్రీకృష్ణులపైఎట్లా దండెత్త గలిగాడు? అసలు ఏమీ అర్థం కావడం లేదు.

పొగవలన కళ్ళలో నిండిన నీళ్ళను తుడుద్దామని నేను ఉత్తరీయం చివరి కొసను కళ్ళమీద పెట్టబోతున్నాను. ఇంతలో నా భుజం పైన ఎవరో చేయివేసారు. వెనక అశ్వత్థామ నిల్చుని ఉన్నాడు.

''పద, నీవూ ఒక సమిధను యజ్ఞగుండంలో సమర్పణ చేయి.'' అతడు శాంతియుతంగా ఇక్షుమతి నదివైపు చూస్తూ అన్నాడు.

అతడితో పాటు వెళ్ళి నేను ఔదుంబర సమిధను యజ్ఞగుండానికి సమర్పించాను. యజ్ఞమండపం నుండి వస్తున్న సమయంలో, దీర్ఘ ఆలోచనలో మునిగిపోయిన పెద్ద శరీరాకారం గల అశ్వత్థామ ''ఏమీ అర్థంకావడం లేదు'' అనిఅన్నాడు.

''ఏది అర్థం కావడం లేదు?''

''శ్రీకృష్ణుల గురించి చెబుతున్నాను. ఇవాళ శిశుపాలుడిని ఈయన వధించాడు. ఆయన ఎవరో తెలుసా?''

''ఎవరు?''

''శ్రీకృష్ణుడి మేనత్త కొడుకు, శ్రీకృష్ణుడి తండ్రియైన వసుదేవుడి స్వంత చెల్లెలి వివాహం చేదిరాజుదమ్‌ఘోషుడితో జరిగింది. ఆమె పేరు శ్రుతశ్రవత. శిశుపాలుడు దమ్‌ఘోషుడు, శృతిశ్రవతల కుమారుడు. శ్రీకృష్ణుడికి మేనత్త కొడుకు.

నేను మౌనంగా ఉండిపోయాను. ఏమీ మాట్లాడాలని అనిపించడం లేదు. కేవలం ఒకే ఒక ప్రశ్న నిరంతరం తల ఎత్తుతూనే ఉంది. ప్రతిధ్వనిస్తునే ఉంది– శ్రీకృష్ణుడు అసలు ఎవరు?

4

రాజసూయయాగం పూర్తయింది. మరవలేని జ్ఞాపకాల మూటను తీసుకుని మేము హస్తినాపురం వైపు బయలుదేరాము. నా మనస్సులో శ్రీకృష్ణుడికి సంబంధించిన ఎన్నో ఎన్నెన్నో ఆలోచనల కోలాహలం మొదలయింది. రథం హస్తినాపురం వైపు పరుగెత్తుతోంది. సత్యసేనుడిని పక్కకు జరగమని, గుఱ్ఱాల కళ్ళాలను నేను చేతిలోకి తీసుకున్నాను. కొరడాని ఝుళిపించగానే జూలును విదిలించి కొడుతూ గుఱ్ఱాలు పరుగెత్తసాగాయి. నా మనస్సు పరిపరివిధాల పరుగెత్తసాగింది. ఒక్కసారిగా అస్తవ్యస్తం అయిపోయింది.

పాంచాలుల రాజ్యంలో స్వయంవరం జరుగుతున్న రోజున శ్రీకృష్ణుడిని నేను కలవడానికి వెళ్ళాను. నవ్వుతూ స్వాగతం పలుకుతూ ఆయన ఎన్నో విషయాలపైన చర్చించేవాడు. ఏదో సందర్భంలో దుర్యోధనుడి విషయం వచ్చింది. నేను మాట్లాడుతుంటే మధ్యలో ఆపేస్తూ – ''కర్ణా! అడవిలో స్వేచ్ఛగా విహరించే బలంగా ఉండే సింహాన్ని ఒకవేళ గొఱ్ఱెలమందలోనిల్చోపెడితే, దాని స్థితి ఎట్లా ఉంటుంది?'' అని అడిగాడు.

''ఎట్లా ఉంటుంది? అది ఒక క్షణంలో అన్ని గొఱ్ఱెలని చంపి తినేస్తుంది.'' అని నేనన్నాను.

''కాని ఎప్పుడూ అట్లాగే అవుతుందని ఎవరూ చెప్పలేరు. అప్పుడప్పుడు వాటిని చంపి తినడం వదిలేసి, అది దాని అస్తిత్వాన్ని మరచిపోయి గొఱ్ఱెలలాగానే ప్రవర్తిస్తుంది.''

''ఇది అసంభవం. మరైతే అది వనానికి రాజు ఎట్లా అవుతుంది?'' నేను ఆయన మాటకి ఎదురుచెప్పాను. ''ఈ మాటలు వదిలివేసేయి. నీవు స్వయంవరంలో పాల్గొనకు, అదే మంచిది. ఎప్పటిదాకా అయితే కుడికాలి వేలిని ఎత్తి సరేనని చెప్పనో అప్పటి దాకా నీవు పాల్గొనకు'' అని నవ్వుతూ అన్నాడు.

అతడు అన్నట్లుగానే అతడు సరే అనేదాకా నేను సంయమాన్ని పాటించాను. కాని చివరికి నేను ఆ స్వయంవరంలో పాల్గొనలేకపోయాను. సరేనని అంగీకరించి పొరపాటు చేయలేదు కదా? ఈ ప్రశ్నని అడగడానికి నేను విల్లు ఎక్కుపెట్టి సూచీబాణాన్ని ఆయన బొటనవేలుపై వదిలాను. కాని ఆ బాణం చేసిన గాయం తాలుకు ఏ గుర్తులూ యజ్ఞసమయంలో చూసినప్పుడు కనిపించలేదు. ఇంత తక్కువ సమయంలో ఆయన వేలిపై ఆ గాయం ఎట్లా మాయం అయి ఉండవచ్చు?

ఆయన తాలూకు అన్ని జ్ఞాపకాలు ఏవో రహస్యాలతో కూడి ఉన్నాయి. ఆ రహస్యం మనలనిభ్రాంతి అనే సముద్రంలో ముంచేస్తుంది. యజ్ఞం సమయంలో ఆయన ప్రవర్తన అంతా ఏదో రహస్యంగానే అనిపించింది. ప్రతీవాడిని ఆలోచించడానికి, తర్జనభర్జనలు చేయడానికి వివశం చేస్తుంది. ఆయన క్షణంలో కప్పంత ఎదిగి పోయారు. విశ్వరూపం దాల్చారు. మరుక్షణం మేనత్తకొడుకుని చంపేసి, మళ్ళీ సింహాసనం పైన శరీరాన్ని ముడి చేసుకుని కూర్చున్నారు. అంతా ఆశ్చర్యంగానే ఉంది. ఎట్లా అయితే రథచక్రం ఇరుసుకి నలువైపులా తిరుగుతూ ఉంటుందో అట్లా నా మనస్సు శ్రీకృష్ణుడి చుట్టూ తిరుగుతోంది. చివరికి శ్రీకృష్ణుడు అలౌకికమైన వాడు అన్న నిర్ణయానికి అది వచ్చింది.

రథంలో నా దగ్గరిగాకూర్చున్న దుర్యోధనుడిని నేను అడిగాను– " శ్రీకృష్ణుడి గురించి నీ అభిప్రాయం ఏమిటి?"

"కర్ణా! నీవు ఎంతో గొప్ప వీరుడివి అయి ఉండి ఆ నల్లటి మాయావి వలలో చిక్కుకుపోయావా?" అతడి లావుపాటి కనుబొమ్మలు కదిలాయి.

"మాయావా?" నా మీద పిడుగుపడ్డట్లుగా నేను పెద్దగా అరిచాను.

"మరి మాయావి కాకపోతే మరెవరు? శరీరాన్ని మార్చడం, రకరకాల వాయిద్యాల కర్కశ ధ్వనులను చేయడం, ఇవన్నీ మాయావి కాకపోతే మరెవరు చేయగలుగుతాడు?" అతడు ఏమీ జరగని వాడిలా అన్నాడు.

నేను అనుకోకుండా అతడిచ్చిన జవాబుతో ఎక్కువ సంభ్రమంలో పడిపోయాను. ఆలోచనలు అనే సూదులు మస్తిష్కంలోని కుట్లను విప్పుతున్నాయి. తల పగిలిపోతోంది. నిస్సహాయుడనై కుడిచేతిని నా తలను నొక్కడానికి పైకి ఎత్తాను. అర చేతికి నా కిరీటస్పర్శ తగలగానే నా ఆశ్చర్యానికి హద్దులేకుండా పోయింది. నా కిరీటం దుర్యోధనుడి తలపైన ఉంది. స్పష్టంగా కనిపిస్తోంది. త్వరత్వరగా తలపై నుండి కిరీటాన్ని తీసాను. పైకప్పుకు వేలాడుతున్న శ్రీకృష్ణుడి కిరీటంలా ఉంది నా కిరీటం. అసలు ఈ కిరీటం నా తలపైకి ఎట్లా వచ్చింది? తల బద్దలు కొట్టుకుని ఎంత ఆలోచించినా అంతు పట్టలేదు.

నేను గుర్రాల వీపులపైన చర్నాకోలాని ఝుళిపించాను. వాయువేగంతో అవి హస్తినాపురానికి చేరాయి. నగరం నుండి శ్రీకృష్ణుడి పట్ల ఆకర్షితుడనై వెళ్ళాను. తిరిగి వచ్చేటప్పుడు ఆయనకి సంబంధించిన, ఎప్పటికీ సమాధానం దొరకని ప్రశ్నల మూటని తీసుకుని వచ్చాను. వాటిల్లో ఒక పెద్ద ప్రశ్న,శ్రీకృష్ణుడి చక్రం నన్ను ఎందుకు కాల్చలేకపోయింది? కేవలం నా ఛేదించలేని కవచం వలనా? రెండో ప్రశ్న, ఆయన ఆజ్ఞ జారీ కాగానే ఆజ్ఞను శిరసావహించే సేవకుడిలా యజ్ఞవేదికదగ్గరకిఎట్లా వెళ్ళాను? మూడోప్రశ్నశ్రీకృష్ణుడి కిరీటాన్ని నా తలపై ఎవరు పెట్టారు? ఎవరు ఎందుకు, ఏ సమయంలో పెట్టారు?

5

రాజసూయ యాగం పూర్తి చేయడంలో, పాండవులు ఏఏ రాజ్యాలను ఎట్లా జయించారు, ఏఏ షరతులను పెట్టారు, మొదలైన వాటి గురించి, పాండవుల ఆర్య అమాత్యులు మాకు ఇంద్రప్రస్థంలో ఎంతో అందంగా వర్ణించి చెప్పారు. ఈ రాజ్యం పేర్లన్నీ నా చెవులలో గింగురుమంటున్నాయి. వాళ్ళు ఒక్కొక్క దిశను ఎంచుకున్నారు. దారిలో ఉన్న రాజ్యాలన్నింటినీ జయించారు. పరాజితుల నుండి బంగారం, ధనం,దస్కం, వెండి, వజ్రాలు, మాణిక్యాలు, పగడాలు, రత్నాలు,ముత్యాలు, వైఢూర్యాలు, నీలాలు, ఆవులు, దాసీజనం అన్నింటినీ పన్నురూపంలో బండ్లలో వేసుకుని, తమ ధనాగారాన్ని నింపేసుకున్నారు. ఏ రాజ్యానికైనా సంపత్తి ఒక పెద్ద సాధనం. సంపత్తి లేకుండా రాజ్యం ఎవరూ ఏలలేరు. ఒకవేళ ఏదోవిధంగా రాజ్యాన్ని ఏలినా, అది నిలబడదు. అందుకే ఇంద్రప్రస్థంలో ఉండగానే నేను దిగ్విజయం పొందాలన్న కోరిక కలిగింది. పాండవులు ఒక్కొక్క దిశ నుండి దిగ్విజయం పొందారు. నేను

ఒక్కడినే ఎనిమిది దిశలా దిగ్విజయం పొందుతాను. నేను మనస్సులో అక్కడే ఈ నిర్ణయాన్ని తీసుకున్నాను.

ఇటువంటి దిగ్విజయంలో ఎంతమంది రాజులను పాదాక్రాంతులుగా చేసుకోవాలి? వాళ్ళ సామర్థ్యం ఎంతగా ఉంటుంది? ఏ ఋతువులో ఏ దిగ్విజయం సఫలం అవుతుంది? వీటన్నింటి గురించి నేను ఒక్కడినే ఆలోచించడం మొదలుపెట్టాను.

దిగ్విజయ ప్రారంభం తూర్పు దిశ వైపు నుండే చేయాలి. హస్తినాపురం రాజ్యానికి తూర్పున అన్నింటికన్నా రెండు బలమైన రాజ్యాలు ఉన్నాయి. ఒకటి ద్రుపదుల పాంచాల నగరం. రెండోది జరాసంధుడి మగధరాజ్యం. ఇవే కాకుండా కోసల, అయోధ్య, కాశీ, విదేహ, వస్స, కుంతల, ముండ, పుండ, ఉత్కల, ఓఢ్ర, అంగ వంగ మొదలైన రాజ్యాలు కూడా ఉన్నాయి.

దక్షిణం వైపు అన్నింటికన్నా సామర్థ్యవంతమైన రాజ్యం, శ్రీకృష్ణ యాదవుల మధుర. దీనినేశూరసేన రాజ్యం అనిఅంటారు. ఇవే కాకుండా దక్షిణాన శల్య,చేది, కురుష, థార్ణ, అవంతీ, నిషాద, దక్షిణ కోశల, వైణిక విదర్భ, మహారట్ట, ఆనర్త, మాలవ, మత్స్యమొదలైన రాజ్యాలు ఉన్నాయి. ఆనర్త రాజ్యానికి దగ్గరిగా, శ్రీకృష్ణుడు నిర్మించిన ద్వారక ఉంది. ఇది ఒక కొత్త రాజ్యం. పశ్చిమ సముద్రం తీరంలో ఇది ఉంది.

పడమరవైపు రెండు బలమైన రాజ్యాలు ఉన్నాయి. ఒకటి ఋతాయన పుత్రుడి శల్యుడి మద్ర రాజ్యం, రెండోది వాహ్లీక్. ఇవికాకుండా వాతథాన్, సౌభీర్, సింధు, పంచనది, అంబష్టం, త్రిగర్త్, కైకేయ, శిబి, కాంబోజ, గాంధారి రాజ్యాలు ఉన్నాయి. దిగ్విజయం దృష్టిలో పడమటి దిశ అన్నింటికన్నా ప్రబలమైన విరోధి.

ఉత్తరం వైపు కుతింద, రాక్షస, తంగణ, ఖషకిరాత రాజ్యాలు ఉన్నాయి.

ఎంత వాయువేగంతో వెళ్ళినా, ఆక్రమణ చేసినా, విశాలమైన రాజ్యాలను జయించాలంటే సరియైన సైన్యాన్ని తీసుకుని వెళ్ళాలి. దాదాపు ఆరునెలల సమయం కావాలి.

ఒక మాటను నేను తప్పకుండా నిలబెట్టుకోవాలి, నా శక్తి సామర్థ్యాలు ఎంత పెరిగినా సరే, మధుర, ద్వారకలపైన ఎప్పటికీ దండెత్తను. లోకం ఎట్లా అయినా అర్థం చేసుకోనీయండి, నాకు ఏ మాత్రం చింత లేదు.

6

మేం హస్తినాపురానికి వచ్చాము. కాని దుర్యోధనుడి పరిస్థితి దుర్భరంగా తయారయింది. రాత్రి పడకగదిలో నిద్రపోతూ లేస్తాడు. మంచం దగ్గర నిల్చుని గదని తన భుజాల పైన పెట్టుకుని ''నేను ఇంద్రప్రస్థంలో ఇక ఒక్కక్షణం అయినా ఉండను'' అంటూబడబడా వాగుతూ ఉంటాడు. రాణి భానుమతి అతడి మండుతున్న మస్తకం పైన చల్లటి నీళ్ళు చిలకరించి, భుజాలను పట్టుకుని, ఊపుతూ మీరు హస్తినాపురంలోనే ఉన్నారు అనిఅంటుంది. తెలివి రాగానే వీపు వెనకన రెండు చేతులను పెట్టుకుని వేళ్ళను పరస్పరంగా కలిపివేస్తూ, మహల్‌లో, సింహం గుహలో అటుఇటు తిరిగినట్లుగాతిరగాడసాగాడు. అప్పుడప్పుడు అర్ధరాత్రి కూడా ప్రభంజనుడిని పంపించి నన్ను పిలిపిస్తాడు.

నా ఎదురుగుండారాగానే అతడి చేతులు ఇంకా బిగుసుకుంటాయి. ఎన్నో ప్రశ్నలు వేసి అతడు నాకు శాంతి లేకుండా చేసేవాడు.

"కర్ణా! పాండవుల యజ్ఞం కోసం పశువులను లెక్కపెట్టాక కూడా నేను ఇంకా జీవించి ఉన్నాను. నాకెంతో ఆశ్చర్యంగా ఉంది. ప్రతిక్షణం మరణంతో సమానమైన యాతన పెట్టే ఈ చేదు సంఘటనలను హృదయంలో పదిలంగా పెట్టుకోవడం కంటే, విషం తాగి వాటిని అంతం చేస్తే? నా పూజ్యనీయులైన తండ్రిగారి అంధత్వం పైన నిగూఢమైన వ్యంగ్యం...అదీ కూడా ఒక తుచ్ఛమైన స్త్రీ... ఉఫ్! భగభగ మండే శబ్దాల నిప్పుకణాలను వెదజల్లే దాని నాలుకను కోసెయ్యాలి. దాని విషదంతాలను ఎందుకు విరిచేసేయకూడదు? ఒకవేళ విరిచేసేయడం సంభవం కాకపోతే కురురూపంలో బతకడం ఎందుకు? ఎవరికోసం? చెప్పు కర్ణా! ఎవరికోసం?"

నేను అతడి భుజం పైన చేయివేసి శాంతపరచాలని ప్రయత్నం చేసాను. కొంచెం శాంతపరచగలిగాను. కాని పైన శాంతంగా కనిపించే సాగర అంతరంగం గంభీరంగా అనిపిస్తుంది. అట్లాగే అతడిలోని అంతరంగంలో కలకలం చెలరేగుతునే ఉంది. కాని అదంతా ఏ మాత్రం పైకి కనిపించడం లేదు. ఒకసారి అకస్మాత్తుగా నా చేయి పట్టుకుని శయనాగారం నుండి బయటకి వెళ్దామని కోరాడు. అతడి మనస్సు బాధపడకూడదు అన్న ఉద్దేశ్యంతో అర్ధరాత్రి అయినా అతడితో వెళ్ళాను. కౌరవుల రాజసభలో సరాసరి రాజసింహాసనం వరకు తీసుకువెళ్ళాడు. అసలు ఆ సింహాసనానికి, ఇంత అతి దగ్గరగా నేను ఎప్పుడూ వెళ్ళలేదు. దివిటీ వెలుగు ప్రసరిస్తోంది. మసక మసక వెలుతురులో సింహాసనం మెరుస్తోంది. దాని వెనక సూర్యవంశానికి ప్రతీక అయిన సువర్ణ వర్ణంలో ఉన్న సూర్యుడి ప్రతిమ వైపు వేలితో చూపిస్తూ అన్నాడు – "కర్ణా! ఒకవేళ నీవు నాకు ప్రాణ స్నేహితుడవైతే, సమర్ధవంతుడివైతే, నీవు ఎప్పుడూ నన్ను వదిలి వెళ్ళనని ఈ సూర్యుడి సాక్షిగా ఒట్టు వెయ్యి. కర్ణా! నేను ఒంటరివాడిని అనినాకనిపిస్తోంది."

"ఇప్పటిదాకా ఎప్పుడైనా ఇటువంటి వాగ్దానం తీసుకోవాల్సిన అవసరం వచ్చిందా?"

"ఇవాళ ఆ అవసరం వచ్చింది. నేను ఉపదేశాలు, తత్వజ్ఞానాన్ని కోరుకోవడం లేదు. నీవు ప్రాణమిత్రుడిగా చేసే పవిత్రమైన వాగ్దానాన్ని కోరుకుంటున్నాను."

"ఒకవేళ దీని వలన నీకు సంతోషం కలుగుతుందంటే నేను ఒట్టు వేస్తున్నాను."

నేను అతడి చేతిలో చేయి వేసి ఒట్టు వేసాను. సమీపంలో ఉన్న రాతస్థంభానికి ఉన్న దివిటీ నుండి ఇంగుదీ నూనె నుండి ఒక నిప్పుకణం వచ్చి నా అరచేతిలో పడ్డది. కాని కవచం వలన కాలలేదు.

7

సమయం వచ్చినప్పుడల్లా జరిగిన అప్రియమైనఘటనలను మరచి పొమ్మని నేను దుర్యోధనుడికి చెబుతూ ఉంటాను. మరచిపోవడం అన్నదిమనస్సున ఉండే దుర్లభమైన శక్తి. విస్మరించడం అందరికీ సాధ్యం కాదు. నేను దుర్యోధనుడికి చెబుతాను కానీ, నేనే ఎన్నో సంఘటనలను మరవలేక పోతున్నాను. ఒక గాయపడ్డ వ్యక్తి తన బాధాకరమైన గాయాన్ని చూస్తూ, ఎదుటివ్యక్తి గాయాన్ని మాన్పడానికిఊదుతున్నట్లుగా ఉంది నా ప్రయత్నం. కాని నేను

ఏమీచేయలేని నిస్సహాయుడిని. అసలు అప్పుడప్పుడు ఇంతకంటే ఏమీ చేయలేని నిస్సహాయస్థితి నాది.

''ఒక సారథికి భార్యనవడం నాకు ఏమాత్రం ఇష్టంలేదు'' ఆ అందమైనగర్విష్టి ఈ విషబాణాలు నిరంతరంగా నా మనస్సును దహించేస్తున్నాయి. నా సంసార జీవితం ఎంతో బాగుంది. నేను ఏడుగురు పుత్రులకి తండ్రినయ్యాను. ఇద్దరి స్త్రీలకి భర్తనయ్యాను. అయినా ద్రౌపది స్మృతి గుండెకి బాణం తగిన మృగంలా నా మనస్సులో గిలగిలా కొట్టుకుంటూ పొడుస్తూనే ఉంటుంది. స్మృతులు అంటే సుగంధభరితమైన పాత్ర, నెమలిపించం అని అనే వాళ్ళందరికి, ఒక స్త్రీ ద్వారా అవమానించబడే పురుష యోధుడి స్మృతి, మండే మరుభూమిలాంటిదని ఎట్లా తెలుస్తుంది? ఆ మరుభూమి నుండి, ప్రతీకార జ్వాలలు భగభగమంటూ బయటకి వస్తాయని ఎవరికి తెలుసు? ఆ జ్వాలల్లో సంయమనం, ఉదారత్వం, క్షమ, కరుణ లాంటి కోమలమైన మొలకలు భస్మం అయిపోతాయి.

కాలగర్భంలో ఇరవై అయిదు సంవత్సరాలు కలిసిపోయాయి. కాలం మనస్సుకి తగిలిన గాయాలను మాన్పే దివ్య ఔషధం అనిఅంటూ ఉంటారు. కాని నా అనుభవంలో ఇటువంటిది ఏదీ జరగలేదు. ఈ ఇరవై అయిదు సంవత్సరాల నుండి నిరంతరంగా నాలో ఒకే ఆలోచన నా మనస్సును గుచ్చుతూ బాధపెడుతూనే ఉంది. ఒక వేళ నేను క్షత్రియుడనై ఉంటే...? నిజంగా నేను క్షత్రియకులంలో జన్మించి ఉంటే, నా జీవితం ఎట్లా ఉండేది? రాజు దుర్యోధనుడిలానా? శకుని మామలానా? లేక శిశుపాలుడిలానా? వీళ్ళందరు క్షత్రియులు కాదా? వీళ్ళలాంటి జీవితం నాకు లభిస్తే నాకు మంచిగా అనిపించేదా? ఇట్లాంటిఅనేకమైన ప్రశ్నలు ఎప్పుడూ నన్ను చుట్టుముట్టేస్తునే ఉంటాయి. కాని వాటిల్లో ఏ ఒక్క ప్రశ్నకి నా దగ్గర సరియైన, సంతోషకరమైన జవాబు లేనే లేదు.

నేను, దుర్యోధనుడు! మా ఇద్దరి జీవితాలు రోజురోజుకీ ఇంకా అధికంగా చిక్కుల్లో పడిపోతూనే ఉన్నాయి. ఎవరు ఎవరికి చేయూతనివ్వాలి? ఇదే ముఖ్యమైన ప్రశ్న. సరే ఏద్రైనా సరే, దుర్యోధనుడిని సంబాళించడం నా ముఖ్య కర్తవ్యం.

అతడిని సంతోషపరచదానికి, వేట, జల విహారం, రథాల పరుగులు, జూదం, మొదలైన దారులు తప్పితే మరింకే ఉపాయం లేదు. అసలు నాకు స్వయంగా జూదం అంటే పరమ అసహ్యం. కాని శకుని మామ జూదం ఆటలో ఆరితేరినవాడు. వాళ్ళిద్దరు మామ, మేనల్లుడు గంటల తరబడి జూదం ఆడుతూ ఉంటారు. విద్రూపం అయిన ఆ పాచికల నీరసంగా నడిచే ఆట అసలు నాకు అర్థంఅయ్యేదే కాదు, అసలు అందులో నా మనస్సు కూడా లగ్నం అయ్యేదే కాదు.

దుర్యోధనుడి ఒత్తిడి కారణంగా అతడి పక్కన కూర్చుని, విసుగెత్తించే ఆ ఆటను నేను నీరసంగా చూస్తూ ఉంటాను. జూదం ఆడే ఆ చదరంగాన్ని చూస్తుంటే, నా జీవితం కూడా ఆ చదరంగం లాంటిదేఅనిఅనిపించేది. పొడవు, వెడల్పుల నాలుగు గళ్ళు. ఆ గళ్ళపైన అవమానాలు, అవహేళనలుఅసంఖ్యాకమైన చతురస్రాలు, ద్వారబంధాలు.

ఒకసారి, ఆటలో దుర్యోధనుడి పాచికలన్నీ చంపబడ్డాయి. నేను చూసాను. ఆరోజు ఒక్క పావు కూడా ఆయన ఇష్టానుసారంగా పడలేదు. అన్ని పాచికలు మామకి అనుకూలంగా ఉన్నాయి. అందుకే కోపంతో దుర్యోధనుడు చదరంగాన్ని విసిరి పారేసాడు.

అతడి వంక చూస్తూ మామ నవ్వుతూ అన్నాడు – "ఓరి పిచ్చివాడా! ఈ చదరంగాన్ని ఈ విధంగా విసిరి వేయకు. ఈ ఆటతో పాండవులను మట్టి కరిపించవచ్చు."

"అదెట్లా? పర్వతం లాంటి ఆ భీముడిని, ఈ రెండు చేతుల మేర ఉన్న చదరంగ వస్త్రం, ఈ నాలుగు క్షుద్రమైన గవ్వలు ఎలా ధూళిలో కలిపి వేస్తాయి?"

తన తీక్షణమైనకళ్ళను చిట్లిస్తూ దట్టమైన జుట్టు ఉన్న నల్లటి గడ్డాన్ని కుడిచేతి కృశించిన వేళ్ళతో నిమురుతూ, ఒక్కక్షణం ఆగి అన్నాడు – "పర్వతాకారంలో ఉండే గజరాజును ఒక చిన్నటి అంకుశం ఎట్లా సరియైన దారిలోకి తెస్తుందో తెలుసు కదా? అట్లాగే ఈ ఐదు గవ్వలు, ఐదుగురు పాండవులను సరియైన దారిలో పెడ్తాయి."

"మామా! ఈనాటివరకు మిమ్మల్ని ఎంతో మేధావి అని అనుకునేవాడిని. కాని ఇప్పుడు మాత్రం మీ తెలివితేటలపై సందేహం కలుగుతోంది". ఆయన ఊహించినదానికి అర్థం తెలియక దుర్యోధనుడు అన్నాడు.

"భ్రాంతుడైన వాడికి చుట్టుపక్కల ఉన్నదంతా భ్రాంతిగానే అనిపిస్తుంది. నీదీ ఇదే పరిస్థితి. నీవు పిచ్చివాడివిఅవుతున్నావు. ద్రౌపది చేసిన అవమానానికి నీవు గత ఎన్నో రాత్రుల నుండి నిద్రపోలేక పోతున్నావు. అందువలనేఇట్లాంటి మాటలు మాట్లాడుతున్నావు." ఆయన అనే మాటలన్నీ హృదయాన్ని చీల్చేవే.

"మామా! నేను అనుచితం అయిన మాట ఏమన్నానని? నాలుగు పట్టీల ఈ జూదపు వస్త్రంలో ఐదుగురు పాండవులని చుట్టేస్తానంటున్నావు. ఏ ఆలోచనా లేకుండా ఊహిస్తున్నావు. అసలు ఇదెట్లా సంభవం?"

"నాలుగు పట్టీలు ఉన్న ఈ వస్త్రంలో కేవలం పంచపాండవులే కాదు, వాళ్ళ ప్రాణప్రియ ద్రౌపది, రాజమాత కుంతీలని కూడా చుట్టేస్తాను. చుట్టి చూపిస్తాను. సాహసంగా ఎవరైతే కలలు కంటారో, కలలు పండించుకోడానికి ఎవరైతే ప్రయత్నం చేస్తారో వాళ్ళే నిజమైన వీరులు."

కాని ఇదంతా ఎట్లా సంభవం అవుతుంది? స్వప్నం సత్యంల మధ్య ఆకాశ పాతాళం అంత తేడా ఉంటుంది. ఏ వీరుడికైనా అన్ని కలలు పండుతాయా? చెప్పలేం"

"నీవు రాజువి. వ్యక్తిని పరీక్షించే దృష్టి రాజు దగ్గర ఉండాలి. అది నీ దగ్గర లేదు. వ్యసనం అనేది ఎంత తెలివితేటలు ఉన్న వ్యక్తినైనా పాతాళానికి తొక్కేస్తుంది. మట్టి కరిపిస్తుంది. లోతైనగోయిలో పడేస్తుంది."

"వ్యసనం? ఎవరికి ఉంది వ్యసనం? ఏ వస్తువు పట్ల?

"యువరాజు యుధిష్ఠరుడికి. జూదం ఆడే వ్యసనం."

"అయితే మనకేమిటి?"

"ఒక్కసారి... కేవలం ఒక్కసారి. ఆ యుధిష్ఠరుడిని ఈ శకుని మామతో జూదం ఆడటానికి రమ్మనమను. ఇప్పుడు నీవు ఎంతగా విక్షిప్తుడివిఅయ్యావంటే మనస్సు పైన సంయమనం కోల్పోయావు. అందుకే చదరంగాన్ని విసిరి కొట్టేసావు. దీనికంటే ఎక్కువే నేను యుధిష్ఠరుడి మనస్సును అతలాకుతలం చేసి చూపిస్తాను."

"మామా! ఎంత తెలివిలేని వాడిగా మాట్లాడుతున్నావు? వాడు మళ్ళీ ఈ హస్తినాపురం వచ్చేంత మూర్ఖుడు కాదు."

''వాడంతట వాడు ఎప్పటికీ రాడు. వాడిని తీసుకురావడంలోనే ఉన్నాయి మన తెలివితేటలు. బిలంలో ఉండే భుజంగం ఎప్పుడూ దానంతట అది బయటకి రాదు. బయటకి రప్పించడానికి పుట్టలో పొగవేయాలి.''

''వాడిని ఇక్కడికి తీసుకురావడానికి ఎటువంటి పొగ వేయాలి?''''యజ్ఞయాగాదుల పొగ, మరే కారణాలవల్ల నైనా వాడు రాకపోవచ్చుకానీ, ధార్మిక కార్యం కోసం తప్పకుండా వస్తాడు. అసలు రాకుండా ఉండలేడు. వాడి మరోపేరు ధర్మం. ధర్మం అంటే యుధిష్ఠరుడు, యుధిష్ఠరుడంటే ధర్మం. నీవు మరిచిపోయావా?''

''యజ్ఞమా!'' నుదుటిని చిట్లిస్తూ దుర్యోధనుడు అన్నాడు.

''అవును యజ్ఞమే. రాజసూయ యాగం కన్నా భవ్యమైన యజ్ఞం. అమాత్యులు వృషవర్మని పిలిపించి ఇవాళే అందరికీ ఆహ్వానాలు పంపించండి.'' చేతిలో గవ్వలను మ్రోగిస్తూ మామ అన్నాడు. ఆయన చేతిలోని గవ్వలు నాకు మృతుడైన వ్యక్తి ప్రాణంలేని కళ్ళల్లోనికనుగుడ్లులా భయంకరంగా అనిపించాయి. అసలు ఆయన ఏ ఒక్క ఆలోచనలో కూడా పురుషార్థం కనిపించడం లేదు. ఆయన సంభాషణను నేను ఎంతో ధ్యాసపెట్టి విన్నాను. మామ ఆలోచనలలో రాజనీతి సేవ కింద కపట దుర్గంధం రాగానే తీవ్రంగా వ్యతిరేకిస్తూ అన్నాను–''మామా! మిమ్మల్ని సబలరాజు అని అందరూ అంటారు. ఏ చేతిలో అయితే ఖడ్గం తీసుకుని సమరాంగణంలో శత్రువుని మట్టి కరిపిస్తారో, అదే చేతితో ఈ గవ్వలను తీసుకుని మీరు అదృష్టం అనే పాశాన్ని పాండవుల మెడలో వేయాలనుకుంటున్నారా? కానీ ఇది మంచిది కాదు కదా!''

''కర్ణా! రాజనీతి నీకు సంబంధించింది కాదు. రాజనీతి కేవలం భుజబలం పైన లేకపోతే మంచితనం మీద నిలబడదు. అది తెలివితేటల వ్యాయామం ప్రకారమే నడుస్తుంది. చిమ్మచీకట్లఘోరమైన అడవిని నాశనం చేయాలంటే, నీలాంటిఅమాయకుడైన వీరుడు, చేతిలో పరశుని తీసుకుని పిచ్చివాడిలా జీవితం అంతా దానిని కొట్టేస్తూ ఉంటాడు.... కాని... కాని... నాలాంటి వ్యక్తి ఒక్క నిప్పుకణంతో దాన్ని అంతం చేసి చూపిస్తాడు. ఎనిమిది దిశల పేర్లతో ఎనిమిది ఎత్తులు వెయ్యి'' అంటూ ఆయన గవ్వలను చేత్తో ఆడించి చదరంగం దగ్గర పందెం వేసాడు. సరిగ్గా ఎనిమిది పడగానే వెంటనే ఆసనం నుండి లేచాడు. ''చూడు... ఎనిమిది అంటే ఎనిమిదే పడ్డది''అని పెద్దగా అరిచాడు.

ఆయన కర్కశ తీవ్రమైన స్వరం వలన నా మనస్సు స్తబ్దం అయింది.మామ పరాక్రమవంతుడైన క్షత్రియుడా? లేకపోతే జూదం కూడలి దగ్గర తెలివితేటలు కల జూదగాడా? నాకేమీ అర్థం కాలేదు.

నేను ఆయన దగ్గర నుండి లేచి బయటకి వచ్చేసాను. నేను నా జీవితంలో ఎంతోమందిని చూసాను. కాని మామ వాళ్ళల్లో ఒకడు కానేకాదు. ఆలోచనలలో మునిగి తేలుతూ వృషాలి మహలు దాకా వచ్చాను. లోపలికి ప్రవేశించగానే వృషసేనుడు, సుషేణుడు నా కాళ్ళనుచుట్టేశారు. చిన్న వృషకేతుడుపాకుతూపాకుతూ చిలక పలుకుల్లా ముద్దు ముద్దుగా నాన్నా... నాన్నా... అంటూ ఊగుతూ నా దగ్గరకి వస్తున్నాడు. వాళ్ళ ముగ్గురిని చూస్తుంటే మామ, ఆయన రాజనీతి అదృశ్యం అయిపోయాయి.

8

"అంగరాజా! కృష్ణ చతుర్దశి రోజున యజ్ఞం చేయాలని నిర్ణయించారు."

నా మహలుకి ఎప్పుడూ రాని ఆర్య అమాత్యులు స్వయంగా వచ్చి నాకు యజ్ఞం జరుగుతోందన్న సూచన ఇచ్చారు. నాకెంతో ఆశ్చర్యంగా అనిపించింది.

"కృష్ణ చతుర్దశి? అంటే దుర్యోధనుడు అమావాస్యని తలపై పెట్టుకుని యజ్ఞం చేస్తాడా?"

"అవును, మామ నిర్ణయించారు. ఏ కారణం చేత కూడా దీంట్లో మార్పురాదు."

"మామా! మరైతే యజ్ఞ యజమాని ఎవరు? మామే యజ్ఞం రోజున చేయవలసిన తంతులన్నీ శ్రద్ధతో చేయాలి. అందువలన మీరు ఆరోజు బ్రహ్మముహూర్తాన గంగలో నిలబడి అర్ఘ్యం ఇస్తూ సూర్యుడిని ఆరాధించాలని మహారాజు కోరిక. ఇది చెప్పడానికే నేను స్వయంగా మీ దగ్గరికి వచ్చాను" అంటూ ఆయన వెళ్ళడానికి లేవబోయారు. ఇంతలో వారిని వెతుక్కుంటూ ఒక సేవకుడు, పట్టువస్త్రం కప్పబడ్డ ఒక పెద్ద బంగారు పళ్ళాన్నిచేతిలోకి తీసుకుని లోపలికి వచ్చాడు. వందనం చేస్తూ వాడు ఆ పళ్ళాన్ని మా ఎదురుగుండా ఉన్న గాజుబల్లపై పెట్టాడు. అది త్రికోణపు బల్ల.

"ఇది ఏమిటి?" అమాత్యులు కనుబొమ్మలు పైకి ఎగరవేస్తూ అడిగాడు.

"ఇంద్రప్రస్థం నుండి ఒక దూత వచ్చాడు. అతడు బయట అతిథి గృహంలో ఉన్నాడు."

పళ్ళెం దగ్గరికి వెళ్ళి అమాత్యులు దాని మీద ఉన్న పట్టువస్త్రాన్ని తీసేసాడు. పళ్ళెంలో ఒక బంగారు కిరీటం, బంగారం పోతపోసిన గద ఉన్నాయి.

ఆ రెండు వస్తువులు దుర్యోధనుడివి. వాటిని చూడగానే నా స్మృతుల పుట్ట విరిగి పడ్డది. ఘటనలనేనల్లటి, ఎర్రటి చీమలు విహరించడం మొదలుపెట్టాయి. సరోవరంలో మునిగి తేలుతున్న దుర్యోధనుడు, పుప్పొడితో వేసిన మోసం చేసే ముగ్గు, గుడ్డి తండ్రి పుత్రుడు గుడ్డివాడే అవుతాడుమొదలైన సంఘటనల ముక్కలు ముక్కలయిన చిత్రాలు ఒక్కక్షణం కళ్ళ ఎదురుగుండా కదలాడసాగాయి.

"అమాత్యా! దుర్యోధనుడి వస్త్రాగారంలో అన్నింటికన్నా పెద్ద ఉత్తరీయం, అధరీయాలని వెతికి పళ్ళెంలో పెట్టి ఇంద్రప్రస్థానికి పంపించేయండి". నేను అమాత్యుల వారికి ఉచితమైనఆదేశాన్నిచ్చాను. భీముడి వస్త్రాలని ఆ పళ్ళెంలో పెట్టి తిరిగి పంపించకపోతే, మరి ఏ పళ్ళెంలో పంపిస్తారు?

సేవకుడు పళ్ళాన్నిఎత్తాడు. అమాత్యుల వెనక వెళ్ళిపోయాడు.

పళ్ళెంలో పెట్టబడ్డ ఆ కిరీటం కారణంగా నా మనస్సనేచిత్తరపక్షి, తన ముక్కుతోనే ఘటనల వివిధ రంగుల రెక్కలను పొడిచి పొడిచిపెరికివేయడం మొదలుపెట్టింది.

ఏ రోజైతే శిశుపాలుడు హృదయవిదారకంగా హతమార్చబడ్డాడో, ఆరోజు నేను నా కిరీటాన్ని దుర్యోధనుడి తలపై పెట్టాను. కాని వచ్చే సమయంలో నా తలపైన కిరీటం ఉంది. ఆ కిరీటాన్ని ఎవరు పెట్టారు? ఎప్పుడూపెట్టారు? దాని తయారీ అచ్చం శ్రీకృష్ణుడి కిరీటంలా ఉంది. అసలు ఈ ప్రశ్నలకు సరియైన జవాబులు నాకు ఎప్పుడూలభించలేదు.

నగలునట్రా పెట్టే భూషణాగారంలో జాగ్రత్తగా పెట్టబడ్డ కిరీటాన్ని నేను చెత్తో పైకి తీసాను. దానిమీద ఉన్న దుమ్ము ధూళిని నా ఉత్తరీయంతో శుభ్రం చేసాను. నగిషీ చేయబడిన ఆ శిరోభూషణాన్ని చేతితో స్పర్శిస్తున్నప్పుడు, ఒక అపరిచితమైన సంవేదన అల నా శరీరం అంతా పాకింది. పరుగెత్తింది. నా బుద్ధిని మొద్దు పరిచే ఆ కిరీటం వెనక ఏ రహస్యం ఉంది? మనస్సనేభుషుండి (ఒక ప్రాచీన అస్త్రం) పైన పునఃపునః ప్రశ్నల రాళ్ళను ఎక్కించి చూసాను. కాని ఒక్కటీ సఫలం కాలేదు. అసలు చూస్తే జీవితం మొత్తం రహస్యమైనదే. మన చుట్టుపక్కల ఎన్నో ఎన్నెన్నో రహస్యాలు ఉంటూనే ఉంటాయి. కాని వాటిల్లో ఒకటి రెండు మాత్రమే మనస్సును స్పర్శించేలా ఉంటాయి. అది మనస్సును అశాంత పరుస్తుంది. మనస్సు ఆ రహస్యాన్ని తెలుసుకోడానికి ఆ రహస్యం వెనక పరుగెత్తుతూనే ఉంటుంది.

నేను ఆ కిరీటాన్ని భూషణాగారంలోని ఆసనం పైన నెమ్మదిగా పెట్టాను. ఉత్కంఠ నీటి పాచిలా ఉంటుంది. కేవలం ఒకే ఒక సంఘటన రాళ్ళనలువైపులా మానస సరోవరంలో సంచితం అవుతూ ఉంటుంది. అది ప్రోగు పడకుండా చేయడానికి ఒకే ఒక ఉపాయం ఉంది. ఆ రాయిని తీసి దూరంగా నెట్టేయడమే దీనికి సరియైన ఉపాయం. ఈ నిర్ణయం తీసుకున్న తరువాత నేను అసలు ఆ కిరీటాన్ని కళ్ళఎదురుగుండారానీయకుండా చేసాను. ఆ భూషణాగార ద్వారాన్ని మూసేసాను.

9

దుర్యోధనుడు యజ్ఞానికి ఏర్పాట్లు చేస్తున్నాడు హస్తినాపుర సేవకులు చుట్టుపక్కల రాజ్యాలకు వెళ్ళి యజ్ఞం కోసం సామగ్రిని హస్తగతం చేసుకుంటున్నారు. కాని దుర్యోధనుడు, దుశ్శాసనుడిని మగధుల రాజ్యానికి ఎందుకు పంపిచారో ఎవరికీ అర్థం కాలేదు. రాజభవనంలో జరిగే రహస్య మంతనాల గురించి నాకు ఏమీ తెలిసేది కాదు.

పదిహేను రోజుల లోపలే, మగధుల రాజ్యం నుండి దుశ్శాసనుడు వెనక్కి తిరిగి వచ్చాడు. వాడు నన్ను కలిసినప్పుడు మగధకి ఎందుకు వెళ్ళావు? అని అడిగాను''. యజ్ఞం చేయడానికి ఏర్పాట్లు కోసం'' అని సమాధానం ఇచ్చాడు. ఎంతో తెలివిగా అసలు రహస్యం చెప్పకుండా తప్పించుకున్నాడు.

దుర్యోధనుడు యజ్ఞం చేస్తున్నాడు. నిజానికి ఈ వార్త నాకెంతో ఆనందాన్ని కలిగించాలి. కాని అట్లా జరగలేదు. ఈ యజ్ఞంలో తన వైభవాన్ని అత్యధికంగా ప్రదర్శించాలని అతడి కోరిక. ధనంధస్కం జీవితానికి ఎంతో ముఖ్యమైనవే. కాని వాటిని ప్రదర్శించకూడదు అని నా అభిప్రాయం. మామ ఆ సమయంలో జూదం ఆడతారు అన్న ఆలోచనను సహించలేకపోయాను.

మామ చేసే ప్రతీ ఆలోచనకి దుర్యోధనుడు బలి అవుతున్నాడు. ఇదంతా నా మనస్సుకు ఏమాత్రం మంచిగా అనిపించలేదు. మిత్రుడిగా ఎప్పటికీ అతడికి తోడునీడై అయి ఉంటానని నేను వాగ్దానం చేసాను. స్థితిగతులు బాగుండి, వైభవంగా ఉన్నప్పుడు పొగిడి, పరిస్థితులు సరిగ్గా లేక దిగజారుతున్నప్పుడు మౌనంగా ఉండేవాళ్ళు స్నేహితులు కానేకారు. నేను దుర్యోధనుడి ప్రాణ స్నేహితుడిని. మామ ఆలోచనలో ఎంత దురాలోచన ఉందో, అదే సమయంలో నా

ప్రాణస్నేహితుడికితెలియచెప్పడం నా కర్తవ్యం కాదా? అసలు పాండవులకు దట్టమైన ఖాండవ వనాన్ని రాజ్యంగా ఇవ్వడం మామ దురాలోచనే కదా. యజ్ఞం అనే భుజంగాన్ని మామే దుర్యోధనుడి తలలోకి దూర్చాడు. ఇక నేను ఉండలేకపోయాను, భావోద్వేగాన్ని ఆపుకోలేక దుర్యోధనుడిని, సరియైన సమయంలో హెచ్చరించడానికి ఒకరోజు నేను అతడి భవనానికి వెళ్ళాను.

అతడు అక్కడ ఒంటరిగా ఉంటాడని నేను అనుకున్నాను. కాని అక్కడ యువరాణి దుశ్శల కూర్చుని ఉంది. నన్ను చూడగానే ఆమె లేచి నిల్చుంది. నా చెవులపై ఆమె చూపులు పడ్డాయి. కాని ఎవరూ చూడకుండా జాగ్రత్త పడ్డది. ఆమె అట్లా చూడటం నేను సహించలేకపోయాను. నిజానికి ఈ కవచకుండలాల వలన నాకు విసుగు కలుగుతోంది. నలభై సంవత్సరాలు అవి నా చెవులకు అంటుకుని ఉన్నాయి. కాని ఎందుకు? నేను తెలుసుకోలేకపోయాను. పరాయివాళ్ళ ధ్యాస నాపై ఉండేలా అవి వ్యర్థంగా నా చెవులను అలంకరించాయి.

నా ముఖం దుశ్శలకి కనిపించకూడదన్న ఉద్దేశ్యంతో ఒక విశాల స్తంభం చాటున ఉన్న సింహాసనం పై కూర్చుని ఉన్నాను. తెలివిగల దుర్యోధనుడు నా పరిస్థితిని వెంటనే అర్థం చేసుకున్నాడు. ''దుశ్శాసనుడికి వెంటనే రమ్మని చెప్పు''అని చెప్పి ఆమె అక్కడి నుండి వెళ్ళిపోయేలా చేసాడు.

తల వంచుకుని ఆమె బయటకి వెళ్ళగానే నేను వెంటనే విషయాన్ని ఎత్తాను.

''రాజా! నీ పరాక్రమం పైన నీకు దృఢవిశ్వాసం ఉంది కదా?''

''కర్ణా! పరాక్రమమే కదా క్షత్రియుల జీవితం. నేను క్షత్రియుడినే. కాని అసలు ఈ ప్రశ్న ఎందుకు వేసావు? దీని ప్రయోజనం ఎట్లాంటిది?

''మరైతే ఏ ఆలోచననైనా, ఆచరణలో పెట్టాలంటే పరాక్రమ మార్గాన్ని ఎందుకు ఎంచుకోవు?''

''అన్ని ఆలోచనలు పరాక్రమంతో సఫలం కావు. అందువలన, రాజనీతి కూడా ఒక పరాక్రమమే కదా!'' నా ప్రశ్నని అర్థం చేసుకుని అతడు సమాధానం ఇచ్చాడు.

''రాజనీతి! ఇది ఎట్లాంటి పరాక్రమం?''

''తెలివితేటల పరాక్రమం'' తన చేతుల్లో ఉన్న గవ్వలను కుడకుడాఅంటూ చప్పుడు చేస్తూ అన్నాడు. "ఈ పరాక్రమం మనకు మంచి చేస్తుందని నీవు అనుకుంటున్నావా?''

''ఎందుకు అనుకోకూడదు? పరాక్రమవంతుడైన జరాసంధుడిని, శ్రీకృష్ణుడు కేవలం భుజబలంతోనే సంహరించాడని నీవు అనుకుంటున్నావా?రాజనీతి సూచీబాణం కాదు, ముక్కు సూటిగా వెళ్ళడానికి. అది జిహ్వాబాణం. పరిస్థితులకనుకూలంగా వంకరటింకరగా నడుస్తుంది. నీవు పరాక్రమం అంటూదేనినైతే పదేపదేచెబుతున్నావో, మరి పాండవులు దానిపైన ఎప్పుడు? ఎక్కడ దృష్టి పెట్టారు కనక? వాళ్ళకి ఆ ధ్యాస ఉందా?''

''వాళ్ళు ఏం చేసారు?''

''అసలు వాళ్ళు ఏం చేయలేదని? బాల్యంలో నాతో, దుశ్శాసనుడితో, తక్కిన సోదరులతో, ఏ దాసీజనంతోప్రవర్తించనంత ఘోరంగా ప్రవర్తించారు. అసలు నా మాట వదిలివేయి. కానీ నీకు

జరిగిన ఘోరాతిఘోరమైన అవమానాన్ని ఎట్లా మరచిపోయావు కర్ణా? గోదాలోనిల్చున్న భీముడు ఆనాడు నిన్ను గాయపరిచాడు. ఇంకా ఆ దెబ్బలు నీవీపు మీద పడుతున్నట్లుగా అనిపించడం లేదా? ద్రౌపది విషపూరిత మాటలని నీవు మరచిపోయావా?శరీరంలో ఇంత బలం ఉన్నా నీవు దాని మనస్సులేని వ్యవహారాన్ని ఎందుకు ఈసడించలేదు? దానిపైన ఎందుకు పగ తీర్చుకోలేదు? మరి పరాక్రమమే జీవితానికి మూలం అయితే మరి నీవు మౌనంగా ఎందుకు ఉన్నావు? స్వయంవరం మండపం లాంటి మంగళమయమైన స్థానంలో నీ పుత్రుడిని నిర్దాక్షిణ్యంగా చంపారే... కనీసం దానికైనా ప్రతీకారం....''

''ప్రతీకారం... ప్రతీకారం... నీమనస్సులో అసలు ఈ భావం ఎందుకు నాటుకు పోయింది? నాకు అర్థం కావడం లేదు.''

''ప్రతీకారం... ఎప్పుడూ ఏ మనిషి మనస్సులోని మూల భావం కాదు. అవమానపడ్డ మనస్సుకి అది కేవలం ప్రతిక్రియ మాత్రమే. ఎవరి స్వాభిమానానికి దెబ్బ తగలనీయకూడదు. స్వాభిమానానికి దెబ్బ తగిలినప్పుడు ప్రతీకారం వలన మనస్సు వ్యాకుల చెందకూడదు. గత ఇరవై అయిదు సంవత్సరాల నుండి నా మనస్సు ఎందుకు ఇట్లా అయిందని ఎవరైనా అడిగారా? సేవకులు, సైనికులు నిండుగా ఉన్న ఈ విశాల వైభవ రాజభవనంలో దుర్యోధనుడు ఎప్పుడూ ఉపేక్షితుడయ్యే ఉన్నాడు. ఎవరినైతే జీవితం అంతా పూజనీయులైన వారని అనుకున్నానో, ఆ పితామహులు కూడా పాండవుల యజ్ఞ పశువులని లెక్కపెట్టాలని ఆజ్ఞ జారీ చేశారు. నన్ను పశువు కన్నా హీనంగా చూసారు. చెప్పు రాధేయా! వీటన్నిటినీ నేను ఎట్లా మరిచిపోగలను?''

''నీవు మరచిపోయే ప్రయత్నం చేయాలి. అన్ని సంఘటనలను గుర్తు పెట్టుకుని జీవించాలంటే నీవు పిచ్చివాడివై పోతావు.''

''కర్ణా! నీతులు చెప్పడం తేలికే. కాని ఆచరణలో పెట్టడం చాలా కష్టం. నీవు నీ ప్రాణాలకన్నా మిన్నగా చూసే నీ కవచకుండలాల మీద ప్రమాణం చేసి చెప్పు, మాటిమాటికి కాని స్థానంలో, అయిన స్థానంలో 'సూతపుత్రుడు, సూతపుత్రుడవని అంటూ నిన్ను ఎంతగా గుచ్చిగుచ్చి బాధపెట్టారో నీవు అదంతా మరచిపోయావా? చెప్పు?

దుర్యోధనుడు నన్ను ఏ జవాబు చెప్పనీయకుండా నోరు మూయించాడు. ఈమాటలతో దేహం అనే ఈ గుహలో ఎక్కడో నిద్రపోతున్న పాతస్మృతుల వనరాజు గాండ్రించింది. దుర్యోధనుడు తప్పితే అసలు మరెవరూ ఇంతగా స్నేహంతో సహానుభూతి చూపించలేదు. అందరూ అవకాశం వచ్చినప్పుడల్లా, తిరస్కారం అనే బస్తిక బాణాన్ని నాలిక అనే ధనస్సుపై ఎక్కుపెట్టి, నలువైపుల నుండి విసరలేదా? నేను యోధుడుని, ధనుర్ధరుడిని, అంగరాజును,నా దగ్గర కవచకుండలాలు ఉన్నాయి, ఇట్లా అనుకోవడం దురభిమానం కాదా? అందరితో ఈసడింపబడి, కేవలం దుర్యోధనుడి ద్వారా స్వీకరింపబడ్డ నేను కేవలం ఒక సారథిని కాకపోతే మరెవరిని?''

పర్ణకుటీరంలో పెరిగి పెద్దవాడిని అయ్యాను. అందువలన నాకు రాజనీతి విషయం అంతగా తెలియదు. ఎత్తుకు పైఎత్తులు ఎట్లావేయాలో అసలే తెలియదు. దుర్యోధనుడు చేస్తున్నదంతాసరియైనదేకావచ్చును. అతడికి ఉపదేశం చేసే హక్కు నాకు లేదు. నాలాంటి

సూతపుత్రుడు, అవమానం అనే చేదునిజీర్ణించుకోగలుగుతాడు. కాని దుర్యోధనుడిలాంటి రాజుకి ఇది అసంభవం. సారథుల మనస్సులు గుర్రాల లాంటివి. ఇదే నిజం. ఎవరైనా సరే వాటిపైన కొరడాని ఝుళిపించవచ్చు.

"సరే నేను బయలుదేరుతాను" అనిఅంటూ నేను నిలబడ్డాను. అసలు నాకేమీ అర్థం కావడం లేదు.

"కోపం వచ్చిందా? కూర్చో" అంటూ నా చేయి పట్టుకుని బలవంతంగా నన్ను కూర్చోపెట్టాడు. ఒక నిముషం చేతిలో ఉన్న గవ్వలవైపు చూస్తూ గంభీరంగా అన్నాడు. అందరు నన్ను ఆలోచనలేనివాడు, క్రూరుడు" అనిఅంటూ ఉంటారు. నీకు కూడా నేను అట్లాగే కనిపిస్తానా? చెప్పు"

"ఎప్పుడూ అనిపించలేదు. నీవు కురుకుల జేష్ఠపుత్రుడివి, శ్రేష్ఠ యువరాజువి. నీ హితం, అహితం గురించి నీకు బాగా తెలుసుకదా! కాని స్నేహితుడిగా, శకుని మామచెప్పింది స్వీకరించే ముందు ఒక్కసారి బాగా ఆలోచించుకోఅని చెబుతున్నాను"

తన చేతిలోని గవ్వలను నా చేతిలో పెడుతూ అతడన్నాడు. కొన్నిరోజుల తరువాత ఈ గవ్వలు మనకన్నా ఎంత పరాక్రమమైనవో నీవు తెలుసుకుంటావు. మామ లాంటి వాళ్ళను నా రాజసభలో ఉంచుకున్నాను అంటే గౌడుగులు లేని యాత్రికుల గుంపు కాదు. నీకు అప్పుడే నమ్మకం కలుగుతుంది."

"ఏది ఏమైనా, ఈ జూదం ఆట నాకు ఏ మాత్రం ఇష్టంలేదు." నా చేతిలో ఉన్న గవ్వలను విసిరికొట్టాను. కొంచెం సేపు అవి బాగా ఊగిపోయాయి, తరువాత నెమ్మది నెమ్మదిగా కదులుతూ మెదులుతూ స్థిరపడ్డాయి. ఒకసారి నావంక, మరొకసారి గవ్వలను కళ్ళు పెద్దవి చేసి చూస్తూ దుర్యోధనుడు ఎంతో జాగ్రత్తగా వాటిని పైకి తీసాడు. వాడి కాకి రంగు కళ్ళలో రంగులు మారుతున్నాయి. తన కళ్ళను ఆర్పకుండా నావంకే చూస్తూ అన్నాడు"నీవు జూదం ఆడవు. నాకు తెలుసు. కాని నా కోసం ఒక సారైనా ఈ గవ్వలను వెయ్యి. మనస్సులో ఏదో ఒక సంఖ్యను అనుకొని గవ్వలను మళ్ళీ వెయ్యి."

అతడు గవ్వలను మళ్ళీ నా చేతికి ఇచ్చాడు. నాకు అతడి విచిత్రమైన స్థిరత్వంలేని, పట్టుదల స్వభావం పైన జాలి కలిగింది. నాకు జూదం అంటే అసహ్యం అని తెలిసి కూడా నాతో ఆడించాలన్న పట్టుదల అతడిలో ఉంది. గవ్వలను చేతిలోకి తీసుకోగానే పరుగెత్తుకుంటూ వెళ్ళి గవాక్షం నుండి కిందికి విసిరి వేయాలని అనిపించింది.

నా రెండు చేతులని పట్టుకుంటూ అతడన్నాడు"నోరు మూసుకుని ఎందుకు ఉన్నావు? ఏదో ఒక సంఖ్య అనుకో పాచికలను విసురు. నీవు ఎంత అదృష్టవంతుడివో ఆ పాచికలే చెబుతాయి."

"అదృష్టం... అదృష్టం... ఈ పాచికలు మనకు అదృష్టాన్ని కలిగిస్తాయంటే, నేను ఒంటరిగా తలరాతకి విరుద్ధంగా నిల్చున్నాను. అందువలన నేను ఒకటికావాలనుకుంటున్నాను" ఒకటిఅంటూ అరుస్తూ గవ్వలను విసిరేసాను. అవి చాలాసేపు కదులుతానే ఉన్నాయి. తరువాత స్థిరపడ్డాయి. పందెం పడ్డది. కాని ఒకటి పడలేదు. ఐదు పడ్డాయి.

ఆ పందాన్ని చూసి దుర్యోధనుడు సంతోషపడాలి. కాని అట్లా కాలేదు. ఎముకలతో చేయబడ్డ ఆ గవ్వలలో ఏదో వెతుకుతున్నట్టుగా అనిపించింది. అతడి కుంచించుకున్న నుదిటిమీద

మత్స్యకారుల వలలా, ముడతల దట్టమైన వల నిర్మించబడ్డది. ముక్కుకి తీక్షణమైన అగ్రభాగంపైన స్వేదబిందువులు మెరుస్తున్నాయి. ఆసనం నుండి లేచి చేతులు వీపుకి కట్టి గవాక్షందగ్గరికి వెళ్ళాడు. గవాక్షం నుండి క్షితిజం వైపు చూడడం మొదలుపెట్టాడు. నేను ఏదో చెప్పాలని లేచాను. కాని అతడే వెనక్కి తిరిగాడు. తన కళ్ళను చిట్లిస్తూ అతడు ఏ సంబంధం లేని ఒక ప్రశ్నని అడిగాడు.

"కర్ణా? నీకు జరాసంధుడికి మధ్య ద్వంద యుద్ధం జరిగిందా?"

"అవును జరిగింది" నేను సమాధానం ఇచ్చాను. ఒకక్షణం క్రితం పావుల అదృష్టాన్ని నిర్ణయించేవాడు మరుక్షణంద్వందయుద్ధం గురించి ఎందుకు అడుగుతున్నట్టు, నాకు అర్థం కాలేదు. అతడితో పాటు ఉంటూ, ఇట్లాంటిఅసంబద్ధమైన ప్రశ్నలు వేయడం దుర్యోధనుడికి అలవాటే అన్న సంగతిని తెలుసుకోగలిగాను.

"ఆ ద్వంద యుద్ధంలో నీవు జరాసంధుడికి ప్రాణదానం చేసావా? నీ బాహుకంటకం నుండి ముక్తుడిని చేసావా?"

"అవును. కళింగుల రాజ్యంలో మహారాణి భానుమతి స్వయంవరానికి మేము వెళ్ళాము. ఆ సమయంలో నీవు వధువును అపహరించావు. తరువాత ఏం జరిగిందో నీకు తెలియదు. కోపంతో జరాసంధుడు ద్వందయుద్ధం కోసం నాపైన విరుచుకుపడ్డాడు. ద్వందయుద్ధంలో నా బాహుకంటకం వాడి ప్రాణాలకుముప్పు తెచ్చింది. అప్పుడు నన్ను ప్రాణదానం అడిగాడు. అందుకే జరాసంధుడిని ప్రాణాలతో వదిలివేసాను."

"కర్ణా! ఒకవేళ ఈరోజు నేను నిన్ను ఏదైనా అడిగితే నాకు ఇవ్వడానికి సంకోచించవు కదూ!" అతడు కళ్ళను ఇంకా చిట్లిస్తూ అడిగాడు.

"ఒక్క జూదం ఆడమని మాత్రం అడగవద్దు. ఇంకేదైనా సరే, నాజీవన సర్వస్వం నీదే."
"అసలు నీవు జూదం ఆడకు. నేను నిన్ను ఇదే అడుగుతున్నాను. అంతేకాదు. యుద్ధం రోజు, ఏ సమయంలో రాజ్యసభలో జూదం ఆడుతూ ఉంటారో, ఆ సమయంలో నీవు అక్కడ ఉండవద్దు. ఒకవేళ ఉన్నా జూదం ఆట ఆడుతున్నంతసేపు నీవు ఏమీ మాట్లాడకు."

"ఇంతేనా? నీకు అమిత ఆనందం కలుగుతుందంటే ఆట అయ్యేదాకా నేను అక్కడ ఉండను." నేను వెళ్ళడానికి లేచాను. ఇంతలో బయటనుండి దుశ్శాసనుడు లోపలికి వచ్చాడు. మా ఎదురుగుండాపడి ఉన్నగవ్వలను అతడు రావడంతోటే బంగారు నాణాలలా ఎత్తాడు. వాటిని దుర్యోధనుడి చేతిలో పెడుతూ,"ఇటువంటి అమూల్యమైన గవ్వలను ఎవరు ఇట్లా పడేసారు? మళ్ళీ మీరు నన్ను మగధల రాజ్యం చుట్టూ మళ్ళీ మళ్ళీ తిప్పాలని అనుకుంటున్నారా? అంటే... దుశ్శాసనుడు ఈ గవ్వలను తీసుకు రావడానికే మగధ వెళ్ళాడా? ఇంతదూరం వెళ్ళి వీటిని తీసుకుని వచ్చేటంత గొప్పతనం వీటిల్లో ఏముంది? ఈ మాట బహుశ ఇద్దరికి తెలిసి ఉండి ఉండవచ్చు. అది. ఏమిటో తెలుసుకోవాలన్న జిజ్ఞాస నాలో ఏమాత్రం లేదు.

10

దుర్యోధనుడు యజ్ఞం చేయాలని తలంచడంలో అనుచితమైనది ఏదీ లేదు. ధార్మిక కార్యం చేస్తానంటే ఎవరు మాత్రం సమర్థించరు? కాని యజ్ఞవేత్తగా శకుని మామ పేరు వినగానే నాకు

ఏమాత్రం మంచిగా అనిపించలేదు. నేను శ్రీకృష్ణులను ఆహ్వానిస్తే బాగుంటుంది అని అనుకున్నాను. గురుదేవులు విదురులని ఒకవేళ ద్వారక పంపించి ఉంటే బహుశ శ్రీకృష్ణులు ఏమీ మాట్లాడకుండా యజ్ఞవేత్త పదవిని స్వీకరించి ఉండి ఉండేవారు. మామకి యజ్ఞవేత్త పదవిని ఇచ్చి దుర్యోధనుడు కౌరవుల రాజనౌక చుక్కానిని మామ చేతుల్లో పెట్టేసాడు. ఇప్పుడు ఆయన ఏ దిశన మలుపు తిప్పితే అదే దిశలో కౌరవులు వెళ్ళాలి. నా జీవితం ఆ నౌకకి కేవలం తెరచాప కట్టే గుంజ లాంటిది. మధ్యలో నిల్చున్నా, తనదంటూ ఏస్థానం లేనివాడు. పరిస్థితుల గాలివాటానికి ఊగిపోయేవాడు. ఒద్దంటూ సూచనచేస్తూ తల తిప్పుతూ కూడా నౌకతోటే నడిచేవాడు. నేను దుర్యోధనుడిని వదిలివేయలేను. అట్లాఅని ప్రతీ విషయంలో అతడిని సమర్థించనూలేను.

పాండవుల పెరుగుతున్న ప్రతాపం చూస్తూ దుర్యోధనుడు చింతించడమే కాదు. లోలోపల భయపడి పోయేవాడు. ఎన్నోసార్లు సభను ఏర్పాటుచేసి మహారాజు ధృతరాష్ట్రుల వారి ముందు ఒకే ఒక ప్రశ్న పైన తర్జనభర్జనలు చేసేవాడు. పాండవుల పెరుగుతున్న సామర్థ్యాన్ని ఎట్లా ఆపాలి? దీన్ని గురించి ఆలోచిస్తూ, వాళ్ళ నాశనం కోరేవాడు. హాస్యాస్పదమైన స్వప్నాలు చూసేవాడు.

ఒకసారి రాజ్యసభలో దుర్యోధనుడు ద్రౌపదిని వశపరుచుకోడానికి ఒక అభిప్రాయాన్ని వెలిబుచ్చాడు. వాడి రాజ నైతిక నేతృత్వం పైన నాకెంతో జాలి కలిగింది. ఐదుగురు భర్తల మధ్య ఒకరిపై ఒకరికి శత్రుత్వం కలిగేలా అభిప్రాయభేదాలని సృష్టించాలని అన్నాడు. దీనికోసం ఒక తెలివితేటలుకలదాసిని ఇంద్రప్రస్థానికి పంపించాలి. దాని కుటిల రాజనీతి వలన పంచపతులు ద్రౌపది కోసం వాళ్లలో వాళ్ళు కొట్లాడుకుని చనిపోవాలి. ఎండినవోపండినవో తినే భిక్షలతో జీవించే ఆమె, వైభవంతో తులతూగే రాజులని ఎట్లా మోసం చేయగలుగుతుంది? అని చివరికి అతడికి చెప్పాల్సివచ్చింది. శకుని మామ అర్థంపర్థంలేని కపటంతో కూడిన ఊహలను, రాజకీయం పేరుమీద దుర్యోధనుడికి నూరిపోసేవాడు. రాజసభను ముగించే వేళ ధృతరాష్ట్రులు వారు నన్ను అడిగారు– "కర్ణా! పాండవులు గురించి నీ అభిప్రాయం ఏమిటి?" నేను మామలాగా బుద్ధికి పని పెట్టే ఏదో ఒక ఆశ్చర్యపరిచే ప్రణాళికను చెబుతానని, సభలోని వారందరూ ఆశించారు. కాని వాళ్ళు బహుశ కర్ణుడిని పూర్తిగా అర్థం చేసుకోలేకపోయారు. కుటిలమైన కుతంత్రాల రాజకీయం చేయడం కర్ణుడి స్వభావం కాదు అని సభలో ఉన్న యోధులు తెలుసుకోలేకపోవడం నాకెంతో బాధను కలిగించింది. పాండవులకు సంబంధించిన సమస్యకి ఎప్పటికీ పరిష్కారం చూపించాలన్న ఉద్దేశ్యంతో నేను అన్నాను"పాండవులతో బద్ధశత్రుత్వం పెట్టుకోవడం వలన, పెంచడం వలన కౌరవులకి అభివృద్ధి జరుగుతుందని ఏ మాత్రం చెప్పలేము అని పితామహుల అభిప్రాయం, ఈ అభిప్రాయంతో నేను ఏకీభవిస్తున్నాను. శత్రుత్వం జీవిత ధ్యేయం కానేకాదు. పాండవుల పెరుగుతున్న సామర్థ్యం వలన కౌరవులకు ఎంతో అపాయం అనిమీరందరు అనుకుంటే, విరాటరాజు ద్రుపదుడి సైన్యం రాకముందే పాండవులకు యుద్ధానికి పిలుపు పంపించాలి. బాహాటంగా యుద్ధాన్ని ప్రకటించాలి. యుద్ధభూమి జీవించడానికి ఎవరికి హక్కుఉందో నిర్ణయిస్తుంది." కాని సభలోని ఒక్క వీరుడు కూడా నన్ను సమర్థించలేదు. నిజానికి పితామహులు తప్ప కురువీరులందరికి పాండవులంటే ఎంతో భయం ఉంది. వాళ్ళ పరాక్రమాన్ని అసహ్యించుకుంటూ కుతంత్రాల మీద కుతంత్రాలను, పన్నాగాలను పన్నడం మొదలుపెట్టారు.

అవన్నీ వింటుంటే నా మనస్సు అతలాకుతలం అయ్యేది. అప్పుడప్పుడు సభ మధ్యలో లేచిపోతాను. శోణుడిని తీసుకుని గంగ ఒడ్డుకి వెళ్ళి మౌనంగా కూర్చుంటాను. గంగానదిలో చేపలను పట్టడానికి ఎటువంటి చలనం లేకుండా నిల్చునే తెల్లటి కొంగలను చూడగానే కౌరవుల సభ కూడా ఇటువంటి కొంగలతోనే నిండి ఉంది అనిఅనిపించేది. ఆ సభలో భీష్ముల లాంటి గరుడ పక్షి మరొకటి లేదు. ఈ నిజం నన్ను వ్యాకుల పరిచేది.

నా చుట్టుపక్కల జరిగేదంతా నాకు స్పష్టంగా తెలుస్తూనే ఉంది. నాకు అసలు ఏ మాత్రం మంచిగా అనిపించడం లేదు. అసలు ఈ కౌరవుల సభలో నా మనస్సులోని మాటను చెప్పేందుకు ఎవరున్నారు? ఒక్క దుర్యోధనుడిని వదిలివేస్తే తక్కిన వాళ్ళు నావైపు హృదయపూర్వకంగా అంగరాజుగా చూస్తారా?దుర్యోధనుడి పట్ల నా మనస్సులో ఎంతో గౌరవం ఉంది. అయినా నాకు చాలాసార్లు అతడి ప్రణాళికలు, ఆలోచనలు మంచిగా అనిపించేవి కావు.

హస్తినాపురంలో అందరు, కర్ణుడిని పరామర్శించే దుర్యోధనుడు అన్ని పనులు చేస్తాడని అనుకుంటారు. నిజానికి ఇది నా దురదృష్టం. కర్ణుడు మామూలు స్థితి నుండే వచ్చాడు అన్న నిజం తెలిసినా ఎవరూ పట్టించుకోరు. అన్యాయం సహించడం ఎంత ఘోరమైనదో అతడికి తెలుసు. ఎందుకంటే తలవంచి అన్యాయాన్ని సహించాడు. ఎవరైతే అన్యాయాన్ని సహించాడో, వాడు మరెవరి మీద అన్యాయం అనే అస్త్రాన్ని ప్రయోగించడు. అందువలన నేను దుర్యోధనుడు, మామల అభిప్రాయంతో ఏకీభవించలేక పోయాను. కాని నేను వాళ్ళకి నా అభిప్రాయం అర్థం అయ్యేలా చెప్పలేకపోయాను, ఇది కూడా నిజమే. అసలు నేను చెప్పేదాంట్లో అర్థం చేసుకోలేన్నంత చిక్కుముడి ఏదీ లేదు. స్పష్టంగా చెప్పాను యుద్ధం అని. వీరులకు శోభని, కీర్తిప్రతిష్ఠలని ఇచ్చేది. కాని ఇది విని దాని గురించి ఆలోచించేస్థిరమైన మనస్సు అతడిలో లేదు. శారీరకంగా దగ్గరగా ఉండే వ్యక్తి, మానసికంగా దగ్గరిగా ఉంటాడు. అనిబల్ల గుద్ది చెప్పలేము. ప్రతీ వ్యక్తిలో భిన్నభిన్నమైన అభిప్రాయాలు, ఊహలు భావోద్వేగాలు ఉంటాయి. ఇవన్నీ అతడిలో రహస్యంగా దాగి ఉంటాయి.

నా దృష్టిలో నాది ఒకే ఒక కర్తవ్యం. యధాశక్తి దుర్యోధనుడి చేస్తున్న యజ్ఞానికి సహాయం చేయడం. ఇష్టం ఉండనీ, లేకపోనీ కర్తవ్యాన్ని నిర్వర్తించడం తప్పదు.

ఒకే కులంలో ఒకే యజ్ఞాన్ని రెండుసార్లు చేయకూడదు. అందువలన అందరు మా ఈ యజ్ఞానికి మహాయజ్ఞం అని పేరు పెట్టారు.

11

యజ్ఞానికి కావలసిన పనిముట్లు, సామగ్రితో రాజభవనం నిండిపోయింది. దుర్యోధనుడికి సహాయం చేసేవాళ్ళు, ఏ కార్యం చేయడంలోనూ ఏ మాత్రం ఆలస్యం చేయరు. రాజభవనం ఎదురుగుండాపాండవులు వేసిన మండపం కన్నా భవ్య యజ్ఞ మండపాన్ని తయారు చేసారు. శౌనక, భృగుల, చవన, కణ్వ మొదలైనసమ్మాననీయులైనఋషులకు ఆహ్వానాలు పంపించారు. చుట్టుపక్కల ఉన్నరాజమహారాజులందరిని ఆహ్వానించారు.

కృష్ణ చతుర్దశి రోజు ఉదయించింది. ఉదయించడం ఏమిటి కమ్ముకొచ్చింది. ఎందుకంటే ఆ రోజు ఆకాశంలో ఎప్పటిలాగా నయన మనోహరంగా ఉంది. నీలపు కప్పు ఉదయం నుండే నల్లటిదట్టమైన మబ్బులతో నిండిపోయింది. దీనివలన మనస్సు వ్యాకులత చెందింది. ఎక్కడా వెలుగులేదు. వాతావరణం అంతా ఉదాశీనంగా ఉంది.

దుర్యోధనుడు చేసే యజ్ఞానికి శుభాకాంక్షలు వ్యక్తం చేయదానికి గంగానదిలో నిలబడి నేను సూర్యుడికి అర్ఘ్యం ఇవ్వాల్సి ఉంది. యజ్ఞంలో మొదటి సమిధను అర్పణ చేసేవరకు నేను నదిలో నిలబడాలనే నిర్ణయించుకున్నాను.

అందువలన గంగానదికి వెళ్ళడానికి నేను భవనం నుండి బయటికి వస్తున్నాను. భవనం ఎదురుగుండావిష్ణుమందిరం ఉంది. ప్రతి రోజు నేను లేవకముందేప్రాతఃకాలంశోణుడి భార్య మేఘమాల గుడిముందు ముగ్గు వేస్తుంది. కాని ఆరోజు ప్రతీరోజులా ఆమె ముగ్గు వేయలేదు. తలవంచుకుని కూనిరాగం తీస్తూ గబగబాముగ్గువేస్తూ నాకు కనిపించింది. నా అడుగుల సవ్వడి వినిపించగానే వెంటనే తనను తను సంబాళించుకుంటూ లేచి నిలబడింది. కాని త్వరగా లేవడం వలన, ఆమె చేతిలోని పంచపాత్ర కిందపడ్డది. ఆ పాత్రలో ఉన్న తెల్లటి ముగ్గురక్తవర్ణంలో ఉన్న కుంకుమ, పసుపు వర్ణంలో వున్న పసుపు ఒక దాంట్లో ఒకటి కలిసిపోయాయి. తన చేతిలో నుండి పంచపాత్ర పడడం ఆమెకు అపశకునంగా అనిపించింది. ఏమైనా స్త్రీలలో ఎప్పుడూఏవో సందేహాలు ఉంటూనే ఉంటాయి. మేఘమాల తనను తాను సంబాళించుకుంది. మరుక్షణం ముగ్గును సరిచేయడానికి చేయిజాపింది. ఆమె వ్యాకులతను చూసి నేనన్నాను "ఆ ముగ్గును అట్లాగే ఉండనివ్వు. తెల్లటి ముగ్గుపైన ఎరుపు, పసుపుల కాంతులు ఎంతో అందంగా కనిపిస్తున్నాయి" ఆమె ఏమీ మాట్లాడకుండా పడ్డ ముగ్గును అట్లాగే ఉంచి వెళ్ళిపోయింది. నేను చాలా సేపు రంగురంగుల కాంతులు గల అస్తవ్యస్తంగా చెల్లాచెదురైన ముగ్గును చూస్తూ నిల్చున్నాను.

నేను మనస్సులోనే తెలుపు, పసుపు, ఎరుపురంగుల శోభను గురించి ఆలోచించుకుంటూ రాజభవనపు మెట్లను దిగడం మొదలుపెట్టాను. ప్రతి మనిషి జీవితంలో ఇటువంటి మెట్లే ఉంటాయి. మెట్లంటే ఇవన్నీ సంఘటనలే. అప్పుడప్పుడు ప్రకృతి ఈ మెట్లను ఒక దాని ఎదురుగుండాఒకటి ఉంచి క్షణంలో మనిషిని లక్ష్యానికి పైశిఖరం దాకా చేరుస్తుంది. అప్పుడప్పుడు ఘటనలనే ఈ మెట్లనే ఒకదాని ఎదురుగుండాఒకటి ఉంచి వ్యక్తిని అంధకారపు లోయలో తోసేస్తుంది. నేను మెట్లన్నీ దిగి కిందకి వచ్చాను.

రాజభవనం ఎదురుగుండాఒక కూడలి వచ్చింది. కూడలి దగ్గర ఉన్న చెరువులో ఎప్పటిలాగా నీలగగనంలోమెరిసే సూర్యుడి ప్రతిబింబం నాకు కనిపించలేదు. యజ్ఞమండపానికి పైన ఉన్న నల్లటి నీటికాయ వస్త్రం ప్రతిబింబం నీటిలో కనిపిస్తోంది.. కొన్ని రాజహంసలు మెడలు ఎత్తి ఆ సరోవరం నీటిలో ప్రదక్షిణలు చేస్తున్నాయి. ఆ శుభ్రవర్ణ పక్షులను చూడగానే, నాకు శకునిమామ గుర్తుకువచ్చారు. నీళ్ళు కలిపిన పాలలోనుండి రాజహంసలు తమకు కావలసినంత పాలు మాత్రమే గ్రహిస్తాయి. ఇప్పుడు ఆయన నాకు, అశ్వత్థామకి ప్రత్యక్షంగా దీనిని చేసి చూపించారు. మనిషి జీవితంలో తన ఇష్టానుసారం మంచి చెడులను, శుభ అశుభాలను ఎంచుకుంటాడు అన్న విషయాన్ని కూడా తెలుసుకున్నాను.

ఆపక్షులవైపు కుతూహలంగా చూస్తూ నేను రథశాలవైపు మరిలాను. సత్యసేనుడు రథశాలలో పెట్టబడ్డ కౌరవుల రథాలను బయటకు తీశాడు. అతిరథుల రథాల కోసం అక్కడ స్థానాలన్నింటినీ ఖాళీ చేసాడు. మహాయాగంలో పాల్గొనడానికి ఎంతోమంది ఆహ్వానితులు వస్తున్నారు.

నన్ను చూడగానే అతడు ఎదురుగుండావచ్చాడు. నేను ఎప్పటిలా, తెల్లటి గుర్రాలను రథానికి కట్టమని చెప్పాను. కొంచెం సేపటిలో అంతా సిద్ధం చేసాడు. నేను రథంలో ఎక్కగానే కొరడా చేతబట్టి గుర్రాల వీపులపై ఝుళిపిస్తూ అన్నాడు "రథాన్ని ఎక్కడికి తీసుకువెళ్ళాలి?''

''గంగా నది ఒడ్డుకి'' యజ్ఞమండపాన్నిచివరిసారిగా అలంకరించే ప్రయత్నం చేస్తూ నేను జవాబు ఇచ్చాను.

వాస్తవానికి నియమానుసారం నేను ఒక్కడినే గంగానది వైపు వెళ్ళాలి. నేను ఏ కారణం లేకుండా ఇవాళ సత్యసేనుడిని నా వెంట తీసుకువెళ్తున్నానుఅని కూడా అనిపించింది. కాని ఇప్పుడు వాడిని వెనక్కి తిరిగి పంపడం ఉచితం కాదు. అప్పుడప్పుడు అసలు ఏ కారణం లేకుండా మనిషి పొరపాటు చేస్తాడు. వాడిని వెంట తీసుకు వెళ్ళి నేను అటువంటి పొరపాటు చేసాను.

హస్తినాపురంలోని అన్ని మార్గాలు పురజనులతో నిండిపోయి ఉన్నాయి. కాని ఎవరి చేతుల్లోనూ ఉత్సాహం కన్పించడం లేదు. నా మనస్సంతాఆకాశమయంఅయినందువలనఅట్లా అనిపిస్తుందేమో. మానస స్థితి ఎట్లా ఉంటే, కళ్ళకు కూడా అట్లానేకవిపిస్తుంది.

రథం నగరం సమీపందాకా వచ్చింది. సరిహద్దులకు కొంచెం దూరంలోనే గంగ ఉంది. సత్యసేనుడు సరిహద్దుల ప్రవేశ ద్వారాన్ని దాటి గంగవైపు రథాన్ని తిప్పుతున్నాడు. ఇంతలో పడమటి వైపు నుండి మట్టిరంగు గుర్రాలున్న ఒక రథం పరుగులు పెడుతూ వచ్చింది, మా రథం పక్క నుండి వెళ్ళింది. ప్రవేశ ద్వారంలో దూసుకుంటూ వెళ్ళిపోయింది. మేం ఆ రథాన్ని చూసాము. రథంగూడులో గురుదేవులు విదురులు కూర్చుని ఉన్నారు. పాండవులను తీసుకురావడానికి దుర్యోధనుడు ఆయననే ఇంద్రప్రస్థానికి పంపించాడు. పాండవులతోపాటు పాంచాలిని కూడా తీసుకువస్తున్నట్లున్నారు. ఎందుకంటే రథం గూడులో సారథి దగ్గరలో ఆమె కూర్చుని ఉన్నారు. దీనివలన రథంలో స్త్రీ కూడ ఉంది అని స్పష్టం అవుతోంది.

పాంచాలి అన్న ఆలోచన రాగానే మేఘాలు కమ్ముకున్న ఆకాశంలా నా మనస్సు కూడా మేఘాలు కమ్మిన ఆకాశం అయిపోయింది. స్వయంవరంలో నిర్దయతో దెబ్బలు వేసి నా మనస్సును గాయపరచింది. ఆమె ప్రతీకారం అనే తీక్షణమైనగోళ్ళతో నా స్వాభిమానాన్ని పెరికిపడేయసాగింది ఉఫ్! ఒక స్త్రీ ద్వారా నేను అవమానింపబడ్డాను. అపహాస్యం చేయబడ్డాను. అసలు నేను దీనిని ఎట్లా సహించగలిగాను? కర్ణుడు వీరుడు, ధనుర్ధరుడు అంటూ లోకం డప్పు కొట్టింది. కర్ణుడిని సారథి చేసి, కాలం వాడి జీవితపు సారథ్యాన్ని తన చేతుల్లోకి తీసుకోలేదా?

సత్యసేనుడు, గుర్రాలపైన, నా మనస్సు పైన కొరడా దెబ్బలు వేస్తున్నాడు.

గంగానదీ తీరం వచ్చింది. చెలియలి కట్ట దగ్గరికి చేరగానే నియమానుసారంగా నదిలో ఎప్పుడూనిల్చునే స్థానం కళ్ళ ఎదుట కదలాడసాగింది. సూర్యుడి దర్శనం కాగానే గంగ ఒడ్డు నుండి సరాసరి యజ్ఞ మండపానికి వెళ్ళేవాడిని. నేను రాత్రేరాజవస్త్రాలని, నగలని గంగానది ఒడ్డుకు తీసుకురమ్మనమని శోణుడికి చెప్పాను. ఇంద్రప్రస్థం నుండి వచ్చేటప్పుడు ఏ కిరీటం

అయితే నా తలను అలంకరించి ఉందో, ఆ కిరీటాన్నే భూషణాగారంనుండి తీసుకురమ్మనమని ప్రత్యేకంగా చెప్పాను. గంగానది స్వచ్ఛమైన నీళ్ళల్లో నిల్చుని నేను కళ్ళు మూసుకున్నాను ఎప్పటిలాగా తేజోవలయాలు ఎంత ప్రయత్నం చేసినా కళ్ళ ఎదురుగుండారానే రావడం లేదు. కళ్ళు తెరిచి చూసాను. కారండవ పక్షులు గుంపులు గుంపులుగా అసంఖ్యాకమైన అలలపై పరుగెత్తుతున్నాయి. ఆలోచనలతో, సందేహాలతో తలబరువెక్కింది. గంగ అలలలా నాలో అసంఖ్యాకమైన ఆలోచనలు ఉన్నాయి. గోదాలో ఆరోజు కూడా ఈ విధంగా మేఘాలు కమ్ముకున్నాయి. అప్పటిలా ఇప్పుడు కూడా జరగకూడనిది ఏదైనా జరుగుతుందా?

దోసిళ్ళలో జలం తీసుకుని ఎంతో శాంతంగా నేను తేజస్సు కోసం ఎదురు చూస్తున్నాను. మూడు ఘడియలు తెలియకుండానే గడిచిపోయాయి. కాని తేజోదర్శనం కాలేదు. సందేహాలనే కారండవ పక్షులు నా మానస గంగలో కోలాహలం చేస్తున్నాయి. రెక్కలను కొట్టుకోసాగాయి.

సత్యసేనుడు నా కారణంగా ఒడ్డున ఇసకలో నిల్చున్నాడు. చివరికి వివశుడనై నేను వెనక్కి వెళ్ళిపోవాల్సి వచ్చింది. నీళ్ళ నుండి బయటకు వచ్చి, తలవంచుకుని, ఇసకని తొక్కేస్తూ, తన్నేస్తూ నేను సత్యసేనుడివైపు వెళ్ళ సాగాను. నా తడిసినఅధరీయం కొస ఇసకలో ఈడ్చుకుంటూ వస్తోంది.

"శోణుడు, ఇప్పటిదాకా రాజవస్త్రాన్ని ఇంకా తీసుకురాలేదు?" నేను సత్యసేనుడిదగ్గరికి రాగానే వాడిని అడిగాను.

"రాలేదు... కానీ మహారాజు మీకు..." చెబుతూ, చెబుతూ వాడు ఆగిపోయాడు. నేను తల ఎత్తి వాడి వంక చూసాను. వాడి ముఖం ఉదాశీనంగా మారిపోయింది. కళ్ళు భయంతో నిండిపోయాయి.

"ఏమైందిసత్యసేనా?"

ఏమీ మాట్లాడకుండా వాడు చర్నాకోలా కర్రతో, కాళ్ళ దగ్గర ఇసుకలో గీతలు గీస్తున్నాడు. ఏదో చెప్పాలని అనుకున్నాడు కాని సంకోచం వలన చెప్పలేకపోయాడు.

మేము శోణుడు కోసం ఎదురు చూస్తూ ఉన్నాం. దూరంగా ఒక తీతువు పిట్ట కర్కశ స్వరంతో అరుస్తూ నది ఒడ్డు నుండి ఎగురుతూ నాగజెముదులో దూసుకుపోయింది. దాని ఆర్తనాదం కొంచెంసేపటి దాకా వాతావరణంలో ప్రతిధ్వనించింది.

ఇంతలో దుమ్ము రేపుతూ శోణుడి రథం నది ఒడ్డున వచ్చి ఆగింది. చేతిలో ఒక పెద్ద పళ్ళెం పట్టుకుని త్వరత్వరగా మా వైపు వస్తున్నాడు. దగ్గరికి రాగానే సత్యసేనుడు ముందుకు వచ్చి వాడి చేతిలోనిపళ్ళాన్ని తన చేతిలోకి తీసుకున్నాడు.

"యజ్ఞపు ప్రథమ సమిధ యజ్ఞగుండంలో పడే ఉంటుంది కదూ!" నేను ఉత్కంఠతతో శోణుడిని అడిగాను. రాజభవనంలో మహాయాగంలో ఏఏ తంతులు పూర్తి అయ్యాయి, తెలుసుకోవాలన్న తీవ్రమైన జిజ్ఞాస నాలో ఉంది. "యజ్ఞమండపంఎట్లా ఉందో అట్లానే ఉంది. యజ్ఞగుండంలో సమిధలు పడాల్సింది పోయి రాజసభలో జూదం పావులు పడుతున్నాయి. యజ్ఞానికి ముహూర్తం ఎప్పుడో దాటిపోయింది." శోణుడు పళ్ళెం నుండి ఒక బాహు భూషణాన్ని తీస్తూ అన్నాడు.

''సభలో ఎవరెవరు ఉన్నారు?'' పళ్ళెంలో నీలం రంగు అధరీయం తీసి దాన్ని నడుంకి కట్టేస్తూ నేను అడిగాను.

''అందరూ ఉన్నారు. చాలామంది సభ్యులు సభలో కూర్చుని ఉన్నారు. అసలు కాలుపెట్టే సందు లేదు.''

''జూదం ఎవరెవరు ఆడుతున్నారు?'' అధరీయం కొస పళ్ళతో పట్టుకుని, అధరీయాన్నిమారుస్తూ అడిగాను.

''శకుని మామ, యుధిష్ఠరుడు, ఒక్క పావుకూడా యుధిష్ఠరుడి అనుకూలంగా పడటం లేదు. మొదటి పందెంలో, అతడు పదిలక్షల ఆవులను ఫణంగా పెట్టాడు. రెండో పందెంలో, ఇంద్రప్రస్థ రాజ్య వైభవాన్ని, మూడో పందెంలో సేవక, సేవికల సహితం మొత్తం రాజ్యాన్ని'', నా మణికట్టుపైన భుజాలపైన, కంఠంలో ఒక్కొక్క నగ పెడుతూ అతడు ఉత్సుకతతో చెబుతున్నాడు. యుధిష్ఠరుడు, సంయమం, నిగ్రహం, ధర్మాధర్మ ఉపదేశం ఇచ్చే వివేకవంతుడైన యుధిష్ఠరుడు జూదం ఆడుతున్నాడు. అసలు నాకు నమ్మకమే కలగడం లేదు.

'మరయితే ఇప్పటిదాకా ఏం జరిగాయి?' నేను గంగలో ఉవ్వెత్తున్న లేస్తున్న కెరటాల వైపు చూస్తూ అడిగాను. ''యుధిష్ఠరుడు అంతా ఓడిపోయాడు. భీముడు అతడిని ఆపడానికి మధ్య మధ్యలో అరుస్తునే ఉన్నాడు. అతడు అరిచినప్పుడల్లా మామ పావులను వేస్తాడు. భీముడు అరవగానే ఆ గవ్వలు వింత అయిన రీతిలో కదుల్తాయి. అవి వణికిపోతూ ఉంటాయి. కాని ఈ విషయాన్ని ఎవరూ గమనించలేదు'' అతడు పళ్ళెంలో పెట్టబడ్డ పసుపురంగు ఉత్తరీయాన్ని నా భుజంపైనఅలంకరించాడు.కానిఇంద్రప్రస్థంకిసంబంధించినఏరహస్యమయమైనకిరీటాన్నినేను తెమ్మనమని చెప్పానో ఆ కిరీటాన్ని అతడు తేనేలేదు.

''నేను ఏ కిరీటాన్ని తెమ్మన్నానో ఆ కిరీటాన్ని, భూషణాగారం నుండి ఎందుకు తీసుకురాలేదు?''

అతడు మరో కిరీటాన్ని తీసుకువచ్చాడు. దానినే నా తలపై అలంకరించాడు. కింద కూర్చుకునికాళ్ళకుపాదత్రాణాలని తొడిగి వాటి బంగారు రంగులో ఉన్న తాళ్ళను గట్టిగా బిగిస్తూ – ''అన్నా! నీవు ఇప్పుడు వెంటనే రాజసభకు బయలుదేరు. నేను ఇక్కడికి వచ్చేటప్పుడు, యుధిష్ఠరుడు తనతో సహా తన నలుగురు సోదరులను పన్నెండేళ్ళ వనవాసము, ఒక ఏడాది అజ్ఞాతవాసముపందెం కాసి ఫణంగా పెట్టాడు. ఘోరాతిఘోరమైన పందెం. ఒకవేళ ఈ పందాన్నిగెలిస్తే మామ జూదంలో గెలిచిన అతడి సమస్త ఆస్తిపాస్తులని, రాజ్యాన్ని తిరిగి ఇచ్చేస్తారు. మామ దీనికి ఒప్పుకున్నాడు. ఇన్ని అష్టకష్టాలుపడి పొందిన రాజ్యాన్ని సిరి-సంపదలను అతడు గవ్వల పాలు ఎట్లాచేసాడు అన్నయ్యా?''

''పద!'' నేను వాడి భుజాన్ని పట్టుకున్నాను. నా కళ్ళఎదురుగుండారాజసభ దృశ్యం కదలాడసాగింది. అయితే మామ అన్నట్లుగానే నాలుగు పట్టీల పటంలో పాండవులను నిజంగానే చుట్టేసాడా? అట్టహాసం చేసే భీముడి పెద్ద పెద్ద దంతాలను మామ జూదం గవ్వలతో పెరికేసాడా? కాని భీముడు అరవగానే జూదం గవ్వలు ఎందుకు వణికేవి? నా చేతుల్లో పడ్డప్పుడు కూడా వణికిపోయాయి. ఎందుకు? గానుగ ఎద్దు, గానుగ చుట్టూ ఎట్లా తిరుగుతూ ఉంటుందో అదే విధంగా నా మనస్సు ఈ ప్రశ్న చుట్టూ పరిభ్రమిస్తూనే ఉంది.

తన బొడ్లో దోపుకునిఉన్న సంచీలోని నా కర్ణ భూషణాలన్ని తీసి నా చెవులకు అలంకరించబోయి ఆగిపోయాడు. చేతులు చెవులదాకా వెళ్ళాయి, ఆ భూషణాలని అలంకరించబోతున్నాడు. ఇంతలో చేతులను కిందికి దించి ఆగిపోయాడు. అతడి ముఖంలో రంగులు నిమిష నిమిషానికి మారసాగాయి. ఇంతకుముందు సత్యసేనుడి ముఖంలో కనిపించిన భావాలే కనిపించసాగాయి.

'ఏం? శోణా? ఏమైంది?'

'అన్నా!'' అతడు ఆగిపోయాడు. అతడి చామనఛాయలోఉన్నముఖం నలుపురంగులోకి మారసాగింది. కనుగుడ్లు వేగంగా తిరగసాగాయి.

''అన్నా! నీవు ఇవాళ రాజసభకి వెళ్ళవద్దు''.

''నేను అక్కడికి వెళ్ళి మాట్లాడగానే, భీముడి మాటలకి వణికినట్లుగా వణికి కౌరవులకు వ్యతిరేకంగా పందెంలో పడుతాయనా?అందుకేనా?''

''కాదు...కాని...'' అతడు ఆగిపోయాడు.

''కాని... ఏమిటి? చెప్పు. నేను రాజసభకి ఎందుకు వెళ్ళవద్దు?'' వాడి భుజాలని పట్టుకుని ఊపాను.

''నీ కుండలాలు మళ్ళీ కళా కాంతులు కోల్పోయాయి. నిస్తేజం అయిపోయాయి'' వాడు తన తలని దించుకున్నాడు. కొమ్మ నుండి విడిపోయిన పూలలా వాడు అన్న శబ్దాలు మరొకసారి మరిగే పాదరసంలా నా చెవులలోకి వెళ్ళిపోయాయి. నేను సత్యసేనుడి వంక చూసాను. వాడు తల వంచుకుని ఇందాకటిలా కొరడా కఱ్ఱతో ఇసుకతో రేఖలు గీస్తున్నాడు. అతడు ఏం చెప్పదలుచుకున్నాడోశోణుడుచెప్పేసాడు.

''శోణా! ఇవాళ కుండలాలు కళాకాంతులు కోల్పోయినా, నిస్తేజం అయిపోయినా, విరిగి కింద పడిపోయినా, నేను మాత్రం రాజసభకు వెళ్ళి తీరుతాను.''

''అన్నా! వద్దు. వెళ్ళకు. జూదం ఎట్లాంటి సత్యం అంటే ఎవరికి దానిమీద నమ్మకం కలగదు.'' వాడి వ్యతిరేకత తీవ్రం కాసాగింది. వాడి తేజోమయమైనకళ్ళల్లో భయవలయాలు తప్ప మరింకేదీలేనే లేవు.

''సత్యం ఒక జూదం శోణా దాన్ని అందరూ ఒప్పుకుంటారు. ఈనాడు సత్యం అనే జూదంలో పాండవుల పావులు వ్యతిరేకంగా పడ్డాయి. జీవితాంతం కర్ణుడికి వ్యతిరేకంగా పడుతూనే ఉన్నాయి. పద'' నేను వాడి చేయి పట్టుకున్నాను. ''ఒద్దు అన్నా! కనీసం ఇవాళ నా కోసం వెళ్ళకు'' వాడు నా చేతిని గట్టిగా పట్టుకున్నాడు.

''శోణా! నాకు ఏ ఉపదేశం అక్కరలేదు.'' నేను వాడి చేయిని విదిలించి కొట్టాను.

సత్యసేనుడిచేతిలోంచి కొరడా లాక్కుని రథం వైపు వెళ్తూ నేను వాడిని హెచ్చరించాను.''సత్యసేనా! శోణుడిని వాడి రథంలో వెనక్కి తీసుకువెళ్ళిపో. శోణా, నీవు కర్ణుడి సోదరుడివన్న సంగతిని ఎప్పటికీ మరచిపోకు'' నేను శోణుడి వైపు చూడకుండానేఅన్నాను.

రథంపైన ఎక్కగానే నేను తీవ్రగతితో కొరడాని ఝుళిపించాను. గుర్రాలు ఇటుఅటు పరుగెత్తసాగాయి. చెలియలి కట్ట దగ్గరి ఇసక నుండి వస్తున్న అగ్నిజ్వాలలు నా భుజాలని

తాకుతున్నాయి. ఆ వేడి తీవ్రత వాటికి అనుభవంలోకి వస్తోంది. నా చర్మాన్ని ఎవరూ చీల్చలేరు కాని అది స్పర్శలేనిది కాదు కదా! నా చర్మానికి స్పర్శ ఉంది.

12

తలపైన మేఘాలు కమ్ముకున్న ఆకాశాన్ని మోస్తూ, వేగంగా రాజమార్గాన్ని వదిలివేస్తూ నా జైత్ర రథం రాజభవనపు ప్రాకారాలలో నుండి లోపలికి ప్రవేశించింది. స్వయంగా నేను రథసారథి అయి రథాన్ని నడపడం చూసి ద్వారపాలకులు బహుశ ఆశ్చర్యపడి ఉంటారు. నాకు వందనం చేయాలన్న ధ్యాస కూడా వాళ్ళకి లేకుండా పోయింది. వాళ్ళు బొమ్మల్లా ఎక్కడికక్కడే నిల్చుండిపోయారు. కళ్ళాలను గుర్రాల వీపులపై విసిరి నేను రథదండం పైనుండి కిందికి దూకాను. కంఠ బంధం తాడు తెగిన దూడలా నా మనస్సు రాజసభకి వెళ్ళడానికి ఉరకలు వేస్తోంది. మండపంలోకి ప్రవేశించక ముందు పరిశీలన చేయాలన్న ఉద్దేశ్యంతో ఆకాశం వంక చూసాను. గంగానది గోధుమరంగులో ఉన్న పొగమంచుతో ఎట్లాగైతే కమ్ముకుని ఉంటుందో, అట్లాగే నలువైపుల నుండి క్షితిజం దాకా ఆకాశం నలుపు, గోధుమరంగు మేఘాలతో కమ్ముకుని ఉంది.

రాజభవనానికి వెళ్ళాలంటే యజ్ఞమండపంలో నుండి వెళ్ళాలి. ఆ విశాలమైన యజ్ఞమండపంలో ఇప్పటివరకు ఎవరూ లేరు. యజ్ఞగుండానికి దూరంగా కృష్ణవర్ణంలో ఉన్న ఒక కాకి క్రిమికీటకాలను వెతికే వ్యర్థ ప్రయత్నం చేస్తోంది. అది నాకంటబడ్డది. మెడని అటు ఇటు తిప్పేకాకి,కావ్ కావ్ అని కర్కశంగా అరిచే కాకి క్షణంలో మండపాన్ని దాటి రాజభవనంలో నాలుగు నాలుగుమెట్లపై ఒక్కసారిగా గెంతుతూ ఎక్కసాగింది. చాలా సంవత్సరాల క్రితం, చంపానగరి నుండి వచ్చిన కొత్తల్లో, నాన్నగారి చేయి పట్టుకుని ఈ మెట్లు ఎన్ని ఉన్నాయి అని లెక్కపెట్టిన బాలుడు కర్ణుడు ఒక్కక్షణం నా కళ్ళ ఎదురుగా కదలాడసాగాడు. ఇప్పుడు కర్ణుడు ఆ మెట్లునూట ఒకటి ఉన్నాయని ఖచ్చితంగా చెప్పగలుగుతాడు. ఎందుకంటే ఎన్నోసార్లు కర్ణుడు ఆ మెట్లను ఎక్కి దిగాడు.

ఉఫ్! ఘటనల వివిధరంగుల పూలను, కాలం అనే అఖండమైన దారంలో గుచ్చి, తలరాత నా జీవితపు పుష్పమాలను ఎంత త్వరగా తయారుచేసింది. బాల్యపు అందమైన మొగ్గలు ఉన్నాయి. శిష్యుడిగా ఉన్న కాలంలోని విద్యపట్ల ఎంతో నిష్ఠతో సగం విచ్చుకున్న రేకులు కూడా అందులో ఉన్నాయి. యౌవనంలోని శాస్త్రాలు, వ్యాయామాలు, సూర్యారాధనమొదలైన వాటి తాలూకుమెరిసేపట్టుదారాలతో చుట్టబడ్డ బంగారం, వెండి తీగలుకూడా ఆ దండలో ఉన్నాయి... ఇంకా...ఇంకా.. అవమానింపబడ్డ, సంభ్రాతమైన, ఉపేక్షింపబడ్డ జీవితపు ఆకుపచ్చ, ఎండిన ఆకులు కూడా అందులో ఉన్నాయి. కళాహీనంగా... కురూపంతో...

నా మనస్సు దేహంలో పారే రక్తం కన్నా తీవ్రమైన వేగంతో పరుగెత్తుతోంది. దానికి ఒకటే ఒక పట్టుదల... ఒక పిచ్చి.... రాజసభ! రాజసభ!

సభ భవ్యప్రవేశ ద్వారం దగ్గరికి వచ్చాను. లోపల జరగబోయే జూదపు పావుల నిర్ణయాన్ని తెలుసుకోడానికి పిచ్చివాళ్ళైన ప్రేక్షకులతో అదంతా ఆచ్ఛాదితమై ఉంది. ప్రాణాలను కళ్ళల్లో

పెట్టుకుని అందరూ మామ చేతిలో ఉన్న పావులపైనే చూపులు ఉంచారు. సేవకులు,సేవికులు ఉన్న ఆ దాసిజనం మధ్య ఒక సాధారణమైన వ్యక్తిలా నిలబడి ఉన్న దుశ్శాసనుడిని చూసాక నాకు ఎంతో ఆశ్చర్యం కలిగింది. అతడు నా వైపు వీపుపెట్టి నిల్చున్నాడు. అతడు సభాగృహంలో కూర్చోకుండా ప్రవేశద్వారం దగ్గరే ఎందుకు ఉన్నాడు? ఇవాళ అన్నీ అస్తవ్యస్తంగా అవుతున్నాయి.

ప్రవేశద్వారం దగ్గర అతడి భుజాలపైన చేతులు పెడుతూ నేను అన్నాను...

''దుశ్శాసనా! ఇవాళ నీవు ఇక్కడ ఎందుకు నిల్చున్నావు?'' పరుగెత్తే గుర్రాలలో చపలత్వం గల గుర్రంలా అతడు తక్షణం వెనక్కి తిరిగాడు.

''నువ్వా! కర్ణా! ఆగు ఒక్క క్షణం కోసం... లోపల జూదం అట నడుస్తున్నంత సేపు నిన్ను ఇక్కడే ఆపాలనే, అన్నయ్య పొద్దుటి నుండి నన్ను ఇక్కడే ఉండమన్నాడు''

''ఏం ఎందుకు? నేను లోపలికి వెళ్ళగానే ప్రళయం వస్తుందా?'' అతడు నన్ను ఆపడం చూసాక నేను సహించలేకపోయాను. కురుల రాజభవనంలో నన్ను ఇంత నిక్కచ్చిగా వ్యతిరేకించినవారు ఎవరూ లేరు.

''అదంతా నాకు తెలియదు. కాని ఇవాళ మాత్రం నిన్ను రాజగృహానికి వెళ్ళనీయను. అంగరాజా! మామ చివరి పందెం కాస్తున్నాడు. చివరిది, నిర్ణయించే ఒకే ఒక పావు.'' నన్ను ఆపడానికి ప్రవేశద్వారానికి చేతులు చాచి అడ్డుపెట్టాడు. అతడు ద్వారానికి పూర్తిగా అడ్డు నిల్చున్నాడు. నేను అంగరాజును. దుశ్శాసనుడు ఈ సంగతిని ఎందుకు మరచిపోయాడు?

''ఈ పందెంలో వేటినిఫణంగా పెట్టారు? దుశ్శాసనా'' మడిమలు ఎత్తి సభాగృహంలో తొంగి చూస్తూ అడిగాను.

''పాంచాలి'' అతడు దర్వాజాలలోని పగుళ్ళకు తన చేతి వేళ్ళను అడ్డుపెట్టాడు. నన్ను లోపలికి వెళ్ళనీయకుండాచేసాడు.

పాంచాలి! ఒక అహంకారి, ఒక క్షత్రియస్త్రీ. ఎవరి చరణాల ముందైతే కర్ణుడు తన జీవన రాజవస్త్రాన్ని, వినయ విధేయలతోఅర్పించాడో, ఆ స్త్రీయే అతడిని తుచ్ఛమైన తోవలో పరిచే వస్త్రంలా, ఉన్మాదంతో కాళ్ళకింద తొక్కేసిందిఆ పాంచాలి. అతి వేగంగా పరుగెత్తే రథంలో వెళ్ళే సమయంలో ఏ విధంగా అయితే చుట్టుపక్కల వృక్షాలు, లతలు, పర్వతాలు మొదలైన చిత్రాలు అస్పష్టం అవుతూ వెనక్కి వెళ్ళి పోతూ ఉంటాయో, అదే విధంగా ఎన్నో ఎన్నెన్నో ఘటనలఅసంఖ్యాకమైన చిత్రాలు కళ్ళఎదుట కనిపిస్తూ తక్షణం అదృశ్యం అయిపోతున్నాయి.

''దుశ్శాసనా! దూరం జరుగు'' అతడి చేయి పట్టుకుని ఒక్కసారిగా దూరం జరిపాను. సభాగృహంలో ప్రవేశించేటప్పుడు ఒకే ఒక గట్టిదెబ్బ మాటిమాటికి తలపై పడుతూనే ఉంది. జూదం... జూదం...జూదం ఉచితమైనది కాని అనుచితమైనది కానీ... తిరస్కరించబడ్డ అమితమైన బాధపడ్డ నా మనస్సుకి ఒకవేళ శాంతి కలిగితే మరి నేను దానిని అనుచితం అని ఎందుకుఅనాలి? నాతో వ్యవహరించేటప్పుడు ఇది ఉచితం, అనుచితం అన్న నిష్పక్షపాతమైనగీటురాయిని ఈ లోకం పెట్టిందా? అందువలన ప్రవేశద్వారం నుండే''మామా! ఈ పందేన్ని మీరు ఇవాళ తప్పకుండా గెలవాలి'' అని పెద్దగా అరవాలని అనిపించింది. జన

సముదాయాన్ని ఛిన్నాభిన్నం చేస్తూ నేను త్వరత్వరగా ఆసనం వైపు ముందడుగులు వేసాను. ''ఆగు... ఆగు...'' అంటూ అరుస్తూ దుశ్శాసనుడు చేతులు ఎత్తి నా వెనక వస్తున్నాడు.

సభకి పడమర దిశ వైపు రాతి అరుగుఉంది. దానిపైన సున్నితమైన శయ్య మధ్యలో జూదం పటాన్ని పెట్టారు. రెండువైపుల అటుఇటు శకుని మామ, యుధిష్ఠరుడు కూర్చుని ఉన్నారు. వ్యతిరేక ఆసనం వేసి కూర్చున్న మామ చెవుల దగ్గరకి చేయిపెట్టి గుప్పిట్లో ఉన్న గవ్వలను ఊపడం మొదలుపెట్టాడు. ఆయన వెనక నిల్చున్నదుర్ముఖుడు, దుర్జయుడు, నిషంగుడు, క్రాథ్డు, ఆలంబుడు, వాతవేనుడుమొదలైన కురుయోధుల చూపులు ఆయన చేతులపై స్థిరంగా ఉన్నాయి. ఆయన కుడివైపు కూర్చున్న దుర్యోధనుడు కన్నార్పకుండా భీముడి వైపు చూస్తున్నాడు. యుధిష్ఠరుడి వెనక కూర్చుని ఉన్న భీముడు, అర్జునుడు, నకులుడు, సహదేవుడు జీవితంలో మొదటిసారిగా నిస్సహాయంగా తల వంచుకుని తమ పెద్ద సోదరుడి తెలివితేటలు ఎందుకు పనిచేయడం లేదు, కారణం ఏమిటి అన్న పరిశోధనలో ఉన్నారు. ఈరోజు... అవును ఈరోజు మొదటిసారి, జన సముదాయం ముందు తలవంచుకోవాల్సి వస్తే ఆ యోధుడు ఎంతగా మరణయాతన అనుభవిస్తాడో వాళ్ళకు అనుభవం లోకి వచ్చింది. ఇటువంటి సమయంలో వెదజల్లబడ్డ మానస పుష్పపు రెక్కలను ఒక చోటికి చేర్చడం ఎంత కష్టమైన పని.

''పద...పద... పందెం... ఏడు...'' గుప్పిట్లో గవ్వలను ఊపుతూ చెవిదాకా తీసుకువచ్చి పెద్దగా అరుస్తూ పావులను విసిరివేసాడు. బలవంతుడైన చేపలు పట్టేవాడు చేతులు ఎత్తి ఒక్కసారిగా చేపల వలను ఎట్లావిసురుతాడో, అట్లా మామ గవ్వలను విసిరాడు.

''అంతా మట్టుపెట్టి నాశనం చేసే ఈ ఆటని ఇక ఇప్పుడు ఆపుతావా? ఆపవా?'' పావులు పడ్డ సమయంలోనే భీముడు, పిడుగు పడ్డట్టుగాయుధిష్ఠరుడిపైనవిరుచుకు పడ్డాడు. పిడుగుపడ్డ శబ్దానికి, మెరిసే మెరుపులకు గడ్డిపోచలువణికినట్లుగా గవ్వలు వణికి పోయాయి. పందెం పడ్డది. జనసమూహంలో నుండి దారి చేసుకుంటూ నేను ఆసనం వైపు వెళ్ళే ప్రయత్నం చేయసాగాను. జూదం ఆట చూడటంలో పూర్తిగా మునిగిపోయిన ప్రేక్షకులు ఎవరివైపు చూడనైనా చూడటం లేదు. అందరి దృష్టి గవ్వలపైనే ఉంది. మడిమలు ఎత్తి ఆ వ్యక్తులు గవ్వలను చూస్తున్నారు. ఎవరి పందెం పడ్డది? గోదాలో శస్త్ర అస్త్రాలతో నిండిన చేతుల వంక ఇంత కుతూహలంగా ఎవరూ చూడలేదు. కాంపిల్య నగరంలో శివధనస్సులో మత్స్యయంత్రంచేధం జరుగుతున్నప్పుడు కూడా ఇప్పుడు కళ్ళలోపొంగి పొంగి చూస్తున్న కుతూహలం లేనే లేదు. మృగనక్షత్రంలోమూసల ధార వర్షం లాగా, క్షుద్రమైనగవ్వల చుట్టూ వేలవేల కళ్ళు. ఈదుస్తున్న వేల జీవితాలు. యజ్ఞగుండం పైన కీటకాలను వెతికే కాకిలా బహుశ జీవితం కూడా అసంఖ్యాకమైన, నగణ్యమైన, క్షుద్రమైన మాటలతో భవిష్యత్తును వెతికే ప్రయత్నం చేస్తుంది అని ఒక్కక్షణం నాకు అనిపించింది.

'దుర్యోధనా! చూడు ఏడంటే ఏడు'' రాజు దుర్యోధనుడి చేతినిచేత్తో కొడుతూ మామ ఆనందంతో ఆసనం పైన ఉన్న పరుపుపై గెంతాడు. కురుయువరాజులందరు పెద్ద పెద్దగా చప్పట్లు కొట్టారు. నా మనస్సులో కూడా రెండు చేతులు ఒకటితో ఒకటి భేటీ అవుతున్నాయి. కేవలం ఆలోచనలనే చప్పట్లు. తిన్నగా, తల్లకిందులుగా... కాని ఆ చప్పట్ల ధ్వని ఒకేలా లేదు. అప్పుడప్పుడు దుర్యోధనుడి కంఠంలా కర్కశంగా... అప్పుడప్పుడు మామ కంఠంలో

గుచ్చుకునేలా... అప్పుడప్పుడు అశ్వత్థామ కంఠంలో మృదుమధురంగా రసభరితంగా... అప్పుడప్పుడు పితామహుల కంఠంలో దృఢమైన ఉపదేశంతో... చప్పట్లు ... ఆలోచనల అఖండమైనచప్పట్లు... అసలు ఆ చప్పట్లలో నేను మునిగిపోయాను. నా కంఠం ఎక్కడా వినిపించడం లేదు. నలువైపులా నిరంతరం చప్పట్లేచప్పట్లు ప్రతిధ్వనిస్తున్నాయి.

నేను ఆసనం దాకా రాగానే, సభాగృహాన్ని చూసాక ఇంతవరకు ఏ సందర్భంలోనూ ఇంతగా ఇసుకరాలనంత జనంతో నిండలేదు అన్న విషయాన్ని గమనించాను. సింహాసనం పైన మహారాజు కూర్చుని ఉన్నారు. ఆయన మూసుకున్న కళ్ళ ఎర్రటి కనురెప్పలు కదులుతున్నాయి. జూదం పావులని చూడాలని ఆ కళ్ళు తహతహ లాడటం లేదు కదా? ఆయన కుడివైపు కూర్చున్న రాజమాత గాంధారి దేవి చేయి, మాటిమాటికికళ్ళకు కట్టబడ్డ గంతలు వైపు వెళ్తోంది. సభలో ఏం జరుగుతోంది. బహుశ ఆ రాజుకి ఆ రాణికి ఏమీ తెలియదు. గుడ్డిరాజును చీకట్లో తడబడటానికి వివశుడిని చేసే, కళ్ళుగల రాజ్యసభ ఇది, లేకపోతే ఎన్నో సంవత్సరాల నుండి క్షోభ పడుతున్న భావాల స్వేచ్ఛ విస్ఫోటనం ఇది అనినాకనిపించింది.

పితామహులు భీష్ములు, గురుదేవులు ద్రోణులు, కృపుడు, విదురుడు, అశ్వత్థామ, అమాత్యులు వృషవర్మ, సేనాపతి మొదలైన వారితో పాటు ధదిశల నుండి వచ్చిన శౌనక, భృగు, చ్యవన,కర్ణ్వ,పైల,యాజ్ఞవల్క్య,సుసామ,బాలఖిల్య,సహస్రపాతు,సాందీపినీ,శంపాకమొదలైన శ్రేష్ఠ ఋషులు కూడా కనిపించారు. వాళ్ళల్లో ఏ ఒక్కరు జూదపు గవ్వలను ఆపలేక పోయారు. యజ్ఞ ముహూర్తం ఎప్పుడో దాటిపోయింది.అయినా కూడా మామ రాజకీయ పావులు అందరిని చుట్టేసాయి. గవ్వల చమత్కారం, కురుల కాయాపలటం చేసే దారిని ఇంకా ప్రశస్తం చేస్తుందని, ఋషుల, మునుల సాక్షిగా మామ నిరూపించారు. గాంధారదేశంలోని ఒంటెలా నడక, అసలు ఆయన ఎప్పుడూముక్కుసూటిగా నడవలేదు, వంకర నడకే... నడిచారు అనినాకనిపించింది. కాని తన చేతిలోని గవ్వలతో రాజకీయం అనే మరుభూమిలో ఆయన ఒంటె బాగా శ్రేష్ఠమైనదని నిరూపించారు. వక్రగతిలో నడిచే ఒంటె మాత్రమే దారి చూపిస్తుంది.

చదరంగాన్నిచుట్టేస్తూ, తన కృత్యాన్ని చూసి అమితానందపడుతూ, విజయోన్మాదంలో గొణగడం మొదలుపెట్టాడు. యుధిష్ఠరా! గొడ్లుగోదా, సిరిసంపదలు, సేవకులు, సేవికలు, సమస్త దాసీజనంతో పాటు హస్తినాపురాన్ని నీవు పందెంలో ఓడిపోయావు. నీతో పాటు తక్కిన సోదరులను పన్నెండేళ్ళ వనవాసం, ఒక ఏడాది అజ్ఞాతవాసం, ఈ ఫణాన్ని కూడా ఓడిపోయావు. ఇప్పుడు ఈ ఏడు సంఖ్య పందెంతో, నీ భార్యను కౌరవుల దాసిగా పెట్టిన ఫణాన్ని ఓడిపోయావు. అందరూ నిన్ను 'ధర్మం' అనే అంటారు. ధర్మమే నీవు. నీవే ధర్మం.ధర్మాన్ని అనుసరించి నడిచే యుధిష్టరా! పావులను గెలిచే ధర్మాన్ని నీకు ఇప్పటిదాకా ఎవరూ ఎందుకు నేర్పలేదు? ఈ సుబలరాజు శకుని జూదంలో ఓడించేవాడుఎవడూ, ఈ ఆర్యవర్తంలో లేదు అన్న నమ్మకం నీకు కలిగింది కదూ! లేకపోతే ఇంకా మిగిలి ఉన్న నీ వృద్ధమాతనుఫణంగా పెట్టి, ఇవాళ జూదంలో చేయి తిరిగిన ఈ చేతులను ఇంకా పరీక్షించాలనుకుంటున్నావా?'' కనుబొమ్మలను మాటిమాటికి ఎగరవేస్తూ, మామ కాకి మెడలా ఉన్న మెడను తిప్పాడు. నా శరీరం అంతా ఏదో సహించలేని

వేదన అనే ఒక విచిత్రమైన అల ఎగిసిపడింది. బహుశ గంగా జలంలో మూడు గంటలు నిలబడటం వలన అట్లాఅనిపిస్తోందేమో.

"శకునీ!" గదని గిరగిర తిప్పుతూ భీముడు సింహంలా మామపై విరుచుకు పడ్డాడు. గాండ్రించాడు. తన తల్లి గురించి ఇంత అమర్యాదగా మాట్లాడటం అతడు సహించలేకపోయాడు.

"భీమా! వెనక్కి తగ్గు" యుధిష్ఠరుడు మొదటిసారిగా నోరు తెరిచాడు. అతడి కాలి బొటనవేలు వైపు చూస్తూ భీముడు కోపంగా వెనక్కి వెళ్ళిపోయాడు.

"దాసిజనం, స్వాములను అనాదరంగా ఎప్పుడూపిలవరు. భీమా! నీవు కౌరవులకి దాసుడివి. నీ చేతిలో వున్న ఆ గద ఇప్పుడు నీది కాదు. నీ పత్ని పాంచాలి కౌరవుల చరణదాసి. ఒక తుచ్ఛమైన దాసి" మామ చేతుల్లో గవ్వలను ఎగరేస్తూ, భీముడిని నోరు మూయించాడు. ఎంత కోపంతో మామపైన గాండ్రిస్తూ విరుచుకుపడ్డాడో, అంతగా తల వంచుకుని శాంతంగా తన ఆసనం పైన కూర్చున్నాడు. తన పెదవులను తనే కొరుక్కున్నాడు. రక్తపుబొట్లు కారసాగాయి. 'కులానికి తగ్గట్లుగా కొరడాని చేత బట్టి గుర్రాలను మాలిష్ చెయ్యి' అనిఅంటూ నన్ను గోదాలో వెక్కిరించిన ఆ భీముడు! తలరాత వేసిన ఒకే ఒక దెబ్బకి తొట్రుపాటు పడుతూ కిందపడ్డ ఈ భీముడు. వాడి నర నరాలలో ప్రవహించే రక్తం ఎటు పోయింది? ఎక్కడ పోయింది వాడి పర్వతం లాంటి పరాక్రమం? "దాసీ! పాంచాలీ" కౌరవ చరణాల తుచ్ఛదాసి..." దుర్యోధనుడు అట్టహాసం చేస్తూ నవ్వాడు. వాడి నవ్వు నాకు బీభత్సంగా అనిపించింది. అతడి మనస్సు అణిగిమణిగి ఉన్న జ్వాలాముఖి శరీరపు కట్ట తెంచుకుని బయటపడ్డది. తన ఆసనంపైన కూర్చుంటూ సభాగృహంలోని ఒక్కొక్క వస్తువుపై దృష్టి నిలుపుతూ, యుద్ధంలో ప్రత్యేకంగా నియుక్తం అయిన సారథి ప్రాతికాముడి వైపు చూస్తూ, పెద్దగా అన్నాడు. ఆ కంఠంలో అధికారం వ్యక్తం అవుతోంది – "ప్రాతికామా! కౌరవుల ఆ దాసీని ఈక్షణమే సభాగృహంలో ప్రవేశపెట్టు. ఏ స్థితిలో ఉంటే ఆ స్థితిలోనే..." పర్వతం పైనుండి రాయి దొర్లిపడుతున్నట్టుగా ఉంది అతడి కంఠం. ఆజ్ఞ శిరసావహిస్తూ ప్రాతికాముడు సభనుండి బయటికి వెళ్ళిపోయాడు.

ఆసనంపై కూర్చునే నేను యుధిష్ఠరుడి వైపు చూసాను. ఎప్పుడూ నిశితంగా నా కాళ్ళను పరీక్షించే అతడి దృష్టి తన కాళ్ళపైనే నిలిచింది. ఎప్పుడూ ఎవరినో ఒకరిని చీల్చి చెండాలనే ఉద్దేశ్యంతోనే, దర్పంతోప్రకటన చేసే భీముడి విశృంఖలమైన నాలుక వాడి పళ్ళకింద నలిగిపోతోంది. అర్జునుడు, తనని తను అజేయుడని అనుకునే ధనుర్ధరుడు, అజేయుడు అయి ఉండవచ్చు. కాని మానస విశాలత్వం, ఎదుటివాళ్ళ కౌశల్యాన్ని గుర్తించే సహృదయత, సమభావం మనస్సుకు సంబంధించిన ఇటువంటి అత్యున్నత భావాలను ఎప్పుడైనా కర్ణుడి పట్ల చూపించాడా? కనీసం ఏదైనా విశేషమైన సందర్భంలో తనను అందరిచేత పొగిడించుకుని, కీర్తి వలయాన్ని తన నలువైపులాచుట్టేస్తూ ఉండే అతడు ఎప్పుడూమరచిపోయి కూడా తనలాంటి, ధనుర్విద్యని ప్రేమించే ఒక మనిషి ఈ హస్తినాపురంలో ఉన్నాడని అనుకున్నాడా? పైగా తనకన్నా గొప్పవాడిగా నిరూపించిన నిషాదపుత్రుడు ఏకలవ్యుడిని గురుద్రోణులు గురుదక్షిణగా బొటనవేలిని అడిగినప్పుడు ఆయననివ్యతిరేకించాల్సింది పోయి సమర్థించలేదా? మరి హస్తినాపురం ఆ అర్జునుడిని ఎందుకు ఇంతగా నెత్తిన పెట్టుకుంది? కేవలం ఒకే ఒక యోగ్యత

కారణంగా వాడు శ్రేష్ఠ కురు కుల యువరాజు అయినందుకు. క్షత్రియుడు కదా, అందుకనా? ఇవాళ వాడి క్షత్రియత్వం అంతా ఎక్కడికి పోయింది?

ఒకవేళ వాడే నా స్థానంలో ఉంటే! అసహ్యమైన ఆలోచనలు, అవమానాల వలన ఏం చేయాలో తెలియని మనఃస్థితిని వాడు ఎంతకాలం సహించేవాడు? శరీరంలో బలం ఉంది, ఏ పని అయినా చేయగల తెలివి ఉంది, చేయాలన్న పట్టుదల ఉంది, అయినా ఉపేక్షిత జీవితం వలన, నేను ఎంతో క్షోభ అనుభవిస్తున్నాను. నలువైపులా ఇదే పరిస్థితి ఉంటే వాడు మాత్రం ఎంతకాలం నిలదొక్కుకోగలుగుతాడు. నా జీవితంలో నాకు కలిగిన అనుభవాలు ఎంతో అసహనీయమైనవి. ఆ ఐదుగురు, అహంకారులు, గర్విష్ఠులు అయిన యువరాజులకు గుణపాఠం నేర్పాలనే విధి ఇటువంటి ఘటనలను, ఇటువంటి అద్భుతమైన జూదాన్ని ఏర్పాటు చేసింది. ఇప్పటిదాకా అవమానం అంటే మనస్సనే రాజవస్త్రాన్ని నిరంతరంగా కొరకే నల్లటి ఎలుక లాంటిదిఅని తెలుసుకునే ఉండి ఉంటారు. ఉపేక్ష అంటే గుణవంతుడైన వ్యక్తి మనస్సనేశాంతమైన సరోవరాన్ని కల్లోలితం చేసే గాలి దుమారం. అవహేళనకి అర్థం వీరుడి దేహంపైన పడే లోహరసం. తిరస్కారం అంటే చెవుల పుట్టలోకి దూరే భుజంగం. జీవితం అంతా కర్ణుడు ఇటువంటి అసహ్యమైన రూపాన్ని సహిస్తూనే ఉన్నాడు. ఇవాళ ఇదే స్వయంగా పాండవులకు కూడా లభించింది. అవమానం, ఉపేక్ష, అవహేళన, తిరస్కారం, అన్నీ... అన్నింటినీ అనుభవించాల్సిన గతి పట్టింది.

ఆ ద్రౌపది! ఆ దాసి! సుగంధీ దాసి! దాసి అంటే అర్థం సూతకన్య కన్నా క్షుద్రమైనది. నా మనస్సనే నగారాపైన ఆలోచనలనే కర్రలు స్వచ్ఛందంగా ఒకటితో ఒకటి కొట్టుకుంటున్నాయి. దాసి! చేతిలో వరమాలను పట్టుకున్న దాసి! గుడ్డి భర్తలదూరదర్శి దాసి. దాసులకు పత్ని అయిన దాసి. నా కళ్ళఎదురుగుండానల్లటి వలయంలో, ఆ నల్లటి దాసి సిగ్గుఎగ్గులతో సిగ్గుపడుతున్న దాని ముఖం నాట్యం చేయసాగింది.

''మహారాజా! యువరాణి సభాగృహంలోకి రాలేదు'' ప్రాతికాముడు, స్త్రీల అంతఃపురానికి వెళ్ళి వచ్చాడు. రెక్కలు తెగిన పక్షిలా ఉంది. అతడి పరిస్థితి.

''రాలేదా? దాసి స్వామి కోసం అన్నీ చేయగలుగుతుంది. అది రావాల్సిందే'' పాషాణాన్ని విసిరివేసే భుషుండి దండంలా దుర్యోధనుడు తక్షణం ఆసనం నుండి లేచి నిల్చున్నాడు. వాడి కళ్ళల్లో ఏముంది? నిప్పుకణాలు? యజ్ఞగుండం? భగభగమండే అగ్ని పర్వతం?

''మహారాజా! ఆమె రజస్వల. ఇప్పుడిప్పుడే ఋతుస్రావం అయింది. స్నానాగారం నుండి స్నానం చేసి బయటకు వచ్చాక వారు ఇంకా కేశాలను సరిచేసుకోలేదు.'' తల వంచుకుని ప్రాతికాముడు నివేదించాడు.

''ప్రాతికామా! సారధిగా రథాల గుర్రాలను ఎంత నైపుణ్యంతో పరుగెత్తిస్తావో అంతే నైపుణ్యంతో దుర్యోధనుడి ఆజ్ఞను పాటించలేవా? దుశ్శాసనా లే! సారధికి, క్షత్రియుడికి మధ్య ఏ భేదం ఉంటుందో ఈ ప్రాతికాముడు సారధికి తెలియచెప్పు. వెళ్ళు, పాంచాలి ఏ స్థితిలో ఉన్నా సరే, ఎట్లా ఉంటే అట్లా ఈడ్చుకురా!'' వాడి కంఠం వజ్రంలా కఠోరంగా ఉంది.

విల్లు నుండి దూసుకుపోయే ఈటెలా దుశ్శాసనుడు సభ నుండి బయటకి వెళ్ళిపోయాడు. ఆ స్థితిలో కూడా దుర్యోధనుడు సారధి అంటూఅవహేళనగాప్రాతికాముడిని పిలుస్తూ ఏ

తిరస్కారభావాన్నిచూపించాడో, చూసాక ఏ మాత్రం నాకు మంచిగా అనిపించలేదు. ఆ ఉన్మాదంలో ఇష్టం వచ్చినట్లుగా వాగాడు. తన మిత్రుడు కూడా సారధే అన్నమాటనుబహుశ మరచిపోయి ఉంటాడు. అసలు వాడి మాటలు వినగానే, సభాగృహం నుండి వెళ్ళిపోయి, ఏ రథం దొరికితే ఆ రథంలో అమ్మ నాన్నలతో పాటు కూర్చుని ఒక్కసారిగా చంపానగరికి వెళ్ళి పోదాము అని ఒక్కక్షణం అనిపించింది. నేను మనస్సులోనే లేచి నిల్చున్నాను. ఎక్కడైతే సారథులను ఇంతగా అవమానించరో ఆ స్థానానికి వెళ్ళి పోవాలని అనిపించింది.

''వదులు... వదులు... చాండాలా! నా శరీరాన్ని ముట్టుకోకు... ఛండాలుడా!''

వెక్కిళ్ళతో ఆర్తనాదం వినిపిస్తోంది. ఏ ద్వారం నుండైతేదిగ్విజయులైనపూర్వజులుప్రవేశించారో, ఆ ద్వారం నుండే దుశ్శాసనుడు సభాగృహాన్ని ప్రవేశించే ప్రయత్నం చేస్తున్నాడు.

వాడిని ఎదిరించడానికి, ప్రవేశద్వారంలోని చీలికలో తన నాజూకైన వేళ్ళను జొప్పించి, ద్వారబంధంపైన తన కాళ్ళను బలంగా పెట్టి దాసి ద్రౌపది ప్రాణాలకు తెగించి ప్రయత్నం చేస్తోంది. వాడిని ప్రతిఘటిస్తోంది. గడ్డిమోపు నుండి ఒక గడ్డిపోచనుఎట్లాలాగుతారోఅట్లా దుశ్శాసనుడు ఆమె పైన విరుచుకుపడుతున్నాడు. కాని ఉడుములాగా, చీలికలో చిక్కుకున్న ఆమె వేళ్ళు ససేమిరా బయటికి రావడం లేదు. దుశ్శాసనుడు ఒక్కసారిగా ఆమె నడుంని తన బలమైన బాహువులతో చుట్టేసాడు. నాకు జుగుప్స కలిగింది. ఒక విచిత్రమైనఒణుకు వచ్చింది. ఆ ఒణుకులో సూతపుత్రుడు కర్ణుడు, ధనుర్ధరుడు కర్ణుడు, అంగరాజు కర్ణుడు, అభిమానవంతుడు కర్ణుడు, అందరూ ఆ క్షణంలో విలీనం అయిపోయారు. గంగలో నిల్చునిఅర్ఘ్యదానం ఇచ్చే కర్ణుడు మాత్రం మిగిలిపోయాడు.

''దుశ్శాసనా! ఏ బాహువులతో అయితే, పవిత్రమైన పాంచాలి దేహాన్ని ఇవాళ ఈ కురుసభలో పెద్ద పెద్దఋషుల ఎదుట బంధించావో, ఆ బాహువులను సమూలంగా పెరికి పడేస్తాను. ఆకాశంలో విసిరి వేస్తాను. ఏ ఛాతినైతేఉన్మాదంతో పెద్దది చేసి, ఏకవస్త్రగా ఉన్న, రజస్వల స్థితిలో ఉన్న పత్నిని ఈడ్చుకుంటూ వచ్చావో ఆ ఛాతీని చీల్చి చెండాడి, నీ ఉష్ణరక్తాన్ని సోమరసంలా అందరి ముందు గటగటా తాగేస్తాను'' చేతి గదను కాళ్ళకిందఉన్నరాయిపై కొట్టి భీముడు దుశ్శాసనుడిని ఘోరాతిఘోరంగా వధిస్తానని ప్రతిజ్ఞ చేసాడు.

ఇదే మాట నా దేహంలో ఎవరో గర్జించిగర్జించి చెబుతున్నారు. అతడెవరు? ప్రతిరోజూ గంగ ఒడ్డున నిల్చునే సూర్యశిష్యుడు కర్ణుడు. చేతులు ఎత్తుతూ వాడు నాతో చెబుతున్నాడు. ''కర్ణా! లే... లే కర్ణా! ఇది అన్యాయం. సరాసరి అన్యాయం. లే ఈ అన్యాయాన్ని ఆపు. వెలుగు అనే దివ్య సామ్రాజ్యాన్ని వదిలివేసి చిమ్మచీకటి అనే గర్తంలో నీవు ఎటు వెళ్ళిపోతున్నావు? ప్రతీకారం.. బదులు తీర్చుకోవడం... ఇవి తేలిక మనస్సు చేసే తుచ్ఛమైనచీత్కారాలు... విసిరివేసేయి వాటిని... లే... లే కర్ణా! లే...''

''ఖడాఖడ్... ఖడా... ఖడ్...'' అంటూ దెబ్బలు వేస్తున్న కొరడాలను లాగుతున్న ఒక బాధపడ్డ సారథి... ఆ సూర్యశిష్యుడిపై రెండుమూడు దెబ్బలు వేసాడు. గంగాజలంతో నిండిన అతడి భావం దోసిలిపైన కాలితో తన్ని ఆ సారథి గర్జించాడు ''ఇంతలోనే నీ పర్ణకుటీరాన్ని మరచిపోయావా? ఆ గుర్రాలను మాలీషు చేయడం? స్వయంవరంలో విషం నిండిన వాక్బాణాలహృదయవిదారకమైన

దెబ్బలు... వాడిని తెలుసుకోనీ! సూతుడి కన్నా దాసి హీనాతిహీనమైనదనితెలుసుకోనీ కర్ణా! తెలుసుకోనీ!''

కొరడాదెబ్బ, అర్ఘ్యదానం చేసే దోసిళ్ళనుండి కిందపడుతున్న జలప్రవాహం ప్రచండమైన ధార... ఈ రెండింటి మధ్య నా మనస్సు ప్రతి నిమిషం అటు ఇటు ఊగిసలాడుతోంది. మూఢత్వం, చెవిటితనం, కింకర్తవ్యవిమూఢత వీటన్నింటి పొగ మనస్సులో ఎంతగా నిండిపోయిందంటే అసలు ఎదురుగుండాఏమీ కనిపించడం లేదు. ఒకవేళ అంతో ఇంతో కనిపించినా ఏమీ అర్థం కావడం లేదు. ఒకవేళ అర్థం అయినా ఏమీ చెప్పలేని స్థితి. అసలు నేను ఎవరిని? అసలు నాకే అర్థం కావడం లేదు.

సగం చచ్చిన, అలసిసొలసిన ఆవును ఎట్లాగైతే సింహం తన గుహలోకి తీసుకు వస్తుందో అట్లా దుశ్శాసనుడు, ఆ పీడిత శ్యామవర్ణ ద్రౌపది సుగంధిదాసి నడుంని పట్టుకుని సభాగృహం మధ్యభాగం అనే వలలోకి తీసుకువెళ్ళాడు. ఏ విధంగా అయితే వలనుండి విముక్తం కావాలని చేప నిరంతరం కొట్టుకుంటూ ఉంటుందో, అదేవిధంగా ఆ దాసి బయట పడాలని నిరంతరం కొట్టుమిట్టులాడుతూనే ఉంది. దుశ్శాసనుడి బాహువుల వలయం ఆమె నడుము నలువైపులా లేదు... అది నాలో ఉన్న సూర్య శిష్యుడి కంఠానికి నలువైపులా ఉంది... నిమిష నిమిషంఅదిఇంకా బిగుసుకుపోతోంది.నదిలోనిల్చుని అర్ఘ్యం కోసం దోసిలిలో తీసుకున్న జలం, వలయం కారణంగా ఆ శిష్యుడి చేతిలోంచితొణుకుతూ భవిష్యత్తు అనే పాత్రలో పడుతోంది.

''పితామహా!'' ఆమె వేసిన కేక కప్పును కూడా చీల్చేసింది.

''దుశ్శాసనా! కౌరవుల చరణాల దాసి, దీనికి కొంచెం పైస్థానం ఇద్దాం, ఎందుకంటే ఇది సుగంధితమైనది కాబట్టి. చరణాలకి కొంచెం పైన... దీన్ని నా తొడలమీద కూర్చోపెట్టు. తొడపైన ఉన్న అధరీయాన్ని జరిపి దుర్యోధనుడు తొడ కొట్టాడు. పితామహుడు ముగ్గుబుట్ట తలను దించేసుకున్నాడు.

'దుర్యోధనా! ఉన్మాదివైఏ తొడనైతే ఈ నిండుసభలో నగ్నం చేసావో, ఆ తొడనే, సమయం వచ్చినప్పుడు ఈ గదతో ఒకే ఒక దెబ్బతో నుగ్గునుగ్గు చేస్తాను.'' భీముడు గద నెత్తి ప్రతిజ్ఞ చేసాడు. వాడి ముఖం పాము పడగలా బుస్సుమంటోంది.

''భీమా! దాసుడి ప్రతిజ్ఞలు వ్యర్థ ప్రలాపాలు తప్పఇంకేమీ కావు. అసలు వాటికి ఏమాత్రం విలువ ఉండదు.''

అసలు దుర్యోధనుడికి ఏమయిందో నాకేమీ అర్థం కావడం లేదు. అతడు మండుతున్న కాగడాలా ఉన్నాడు. నిరంతరంగా మంటలు రేగిస్తూనే ఉన్నాడు.

నా శరీరంలో సారథి, సూర్యశిష్యుల భయంకరమైనద్వందం మొదలయింది. ఇద్దరూ నిర్దయగా ఒకరిపై ఒకరు విరుచుకుపడుతూనే ఉన్నారు. ఇద్దరూ కొట్టుకుంటూనే ఉన్నారు. ఎవరు ఎవరిని గెలుస్తున్నారో, ఏమీ అర్థం కావడం లేదు.

''అన్యాయం! ఒక రజస్వలపైన ఇంత నిండుసభలో గురువులు, వృద్ధుల సమక్షంలో ఇంత ఘోరాతిఘోరమైన అన్యాయం. పరిహాసం! స్త్రీని ఎగతాళి చేయడం అంటే అర్థం పవిత్రతను పరిహాసం చేయడమే... వినాశనమే. స్త్రీనిచెరపట్టడం అంటే, స్త్రీ శీలాన్ని నాశనం చేయడం అంటే,

సమస్త శుభమాంగల్యాన్ని, పవిత్రతను నాశనం చేసినట్లే. స్త్రీల శీలంపైన ప్రహారం అంటే మానవత్వపు మర్మంపైన ప్రహారం. ఇందులోనే సంఘర్షణ. జగత్తులోని కోమల భావాలను దగ్ధం చేసే సంఘర్షణ. సర్వాన్ని భక్షించే యజ్ఞగుండం కర్ణా! సూర్యశిష్యా! లే...లే...! దుశ్శాసనుడి చేయిని విదిలించి కొట్టి "ఇది అన్యాయం, అత్యాచారం, అధోపతనం" అంటూ అరచి అందరికీ తెలియచెప్పు. నాలోని సూర్యశిష్యుడు, కంఠనాళాలని గట్టిగా నిలబెడుతూ సారథిపైన విరుచుకుపడ్డాడు. చేతిలోని కిరణాల ఖడ్గంతో వాడి ఛాతీని పొడుస్తున్నాడు.కాని సారథిని ఏమాత్రం కదల్చలేకపోయాడు. వాడి చర్మం అబేధ్యమైనది. సారథిలో ఏ మార్పు లేదు.

ప్రతీకారం, అవమానం, అవహేళన, తిరస్కారం, ఉపేక్ష, వంచన, అధిక్షేపం! కర్ణా! ఇదే... ఇదే నీజీవితం! అసలు ఇది జీవితమా! కాదు జీవన మృత్యువు! పన్నెండు సంవత్సరాల క్రితం ఒక స్త్రీ విసిరిన వాక్బాణాలకి నీవు చచ్చిపోయావు. ఇక ఇప్పుడు నీవు ఎవరిని రక్షించగలుగుతావు? కర్ణా! లేవకు! జరుగుతున్నదంతా న్యాయమే. నీపైన జరిగిన అన్యాయానికి, క్రూరమైన కాలమే దుశ్శాసన, దుర్యోధనుల, ప్రణాళిక ద్వారా ఆ ఉన్మాది స్త్రీపైన అంతే ఉగ్రంగా, క్రూరంగా ప్రతీకారం తీర్చుకుంది. కర్ణా! నీవు వీళ్ళ పక్షానే ఉండు. వాళ్ళనే సమర్థించు!" సారథి కొరడా దెబ్బలు వేస్తూనే ఉన్నాడు. సూర్యశిష్యుడు దాగడానికి ఆశ్రయాన్ని వెతుక్కోవడం మొదలుపెట్టాడు. అటు ఇటు పరుగెత్తసాగాడు.

"ప్రతీకారం! ప్రతీకారం! ఒక వీరుడికి స్త్రీపైన ప్రతీకారం తీర్చుకోవడం తగునా? స్త్రీ శీలాన్ని రక్షించడం పురుషత్వం. కర్ణా! ఒక నిమిషం అయినా వ్యర్థం కానీయకు. ఇవాళ ఈ మౌనం నీ ధవళచరిత్రకి మచ్చ తెస్తుంది. లే! కర్ణా! లే! ముందడుగు వేయి. పరుగెత్తుకుని వెళ్ళు. వెళ్ళి దుశ్శాసనుడి చేయిని మెలిపెట్టేయి.

ఎవరైతే ఆపద, ఆక్షేపణలలో కూడా మంచిగా ఆలోచిస్తారోనిష్ఠాపరులైఉంటారో వాడే నిజమైన మనిషి.సూర్యశిష్యుడు శక్తినంతా కూడగట్టుకుని చివరిగా ఆక్రమణ చేసాడు.

"ఒద్దు! ఒద్దు! ఈ నిండుసభలో పితామహులు భీష్ములు, ద్రోణులు, విదురులు, అశ్వత్థామ, కృపాచార్యులు అందరు కూర్చునిఉన్నారుగా? ఒకవేళ దుర్యోధనుడు ఆవేశంలో, నిండుసభలో "సూతపుత్రా! నీవు మధ్యలో ఎందుకు తలదూర్చుతున్నావు?" అంటూప్రాతికామిలా నిన్ను ఈసడించికొడితే? లేకపోతే నీవు ఎవరిపైనా దయ చూపిస్తున్నావో ఆ స్త్రీయే ఈ సూతపుత్రుడి రక్షణ నాకు అక్కరలేదు' అని ఒకవేళ అంటే? ఆ ఒక్క మాటతో, గుండెకి వందబాణాలు తగిలినా కలగని నొప్పి కలుగుతుంది. భరించరాని బాధ... అందుకే కర్ణా! లేవకు... నీ స్థానం నుండి ఏమాత్రం కదలకు." చివరికి సారథే గెలిచాడు. చేతిలో ఉన్న కళ్ళాలను, ఉన్మాదంతో విసిరి వేసాడు. ఆనందంగా అర్ఘ్యాన్ని ఇస్తున్న సూర్యశిష్యుడిపై నిరంతరంగా కొరడా దెబ్బలు వేస్తూనే ఉన్నాడు. ఖడ్.... ఖడ్...ఖడ్...ఖడ్ఖడ్...

ఉప్పెనై వస్తున్న జలపాతం, నౌకని ఎట్లాతోస్తుందోఅట్లా దుశ్శాసనుడు ద్రౌపదిని దుర్యోధనుడి సింహాసనం వైపు లాక్కెళ్ళసాగాడు. వాడి నగ్న తొడలపై ద్రౌపదిని కూర్చోపెట్టడానికి బరబరా ఈడ్చుకుంటూ వెళ్ళసాగాడు.

"ఆగు! దుశ్శాసనా! గుడ్డి తండ్రికి పుట్టిన పుత్రుడు గుడ్డివాడు కాడు. పైగా జగత్తు ఏది చూడలేదో దాన్ని కూడా వాడి కళ్ళు చూస్తాయి. ఆ కళ్ళకు అంత శక్తి ఉంటుంది. ఈ దాసికి ఇప్పుడే ఈ విషయం తెలియచెప్పు. ఆ దాసి ఒంటిమీద నుండి వలువలను ఒలిచేశాయి. వస్త్రాపహరణం గావించు దుశ్శాసనా! దాన్ని బట్టలూడదీసి నగ్నంగా నా తొడపై కూర్చోబెట్టు." కమ్మరి వాడి సమ్మెటతో కొట్టగానే మండే లోహం నుండి నిప్పురవ్వల మీద నిప్పురవ్వలు ఎట్లావస్తాయోఅట్లా దుర్యోధనుడి నోటివెంట మాటల నిప్పురవ్వలు ఎగిరెగిరి పడుతున్నాయి. ఋషులందరు చెవులను చేతులతో మూసుకున్నారు. కళ్ళనుమూసేసుకున్నారు.

"దుర్యోధనా!" రాజమాత గాంధారి పెద్దగా అరిచింది.

"దుర్యోధనా! నీచాతి నీచుడా!" గద పైకెత్తి పెదిమలను కొరుకుతూ, కోపంతో ఊగిపోతూ, భీముడు, వాడి ఆసనం వైపు పిచ్చి పట్టిన పులిలా పరుగెత్తాడు.

"వెనక్కి వెళ్ళిపో భీమా!" తల ఎత్తకుండానే తన స్థానం నుండి రవ్వంతయినా కదలకుండా యుధిష్ఠిరుడు, కాలిబొటనవేలి వైపు చూస్తూ కేవలం మాటలతో భీముడిని వెనక్కి పంపించి వేసాడు.

బడబాగ్ని ఏవిధంగా అయితే నిమిష నిమిషానికి ఉద్దీప్తి చెందుతూ ఉంటుందో, అదేవిధంగా క్షణక్షణం దుశ్శాసనుడు ద్రౌపది వైపు వెళ్ళసాగాడు. ద్రౌపది కుడిచేతి మణికట్టును, వాడు ఎడంచేతితో ఖడ్గం పిడిని గట్టిగా ఎట్లాగయితేపట్టుకుంటారోఅట్లావిడిపించుకోలేనంత గట్టిగా పట్టుకున్నాడు. చేయిని విడిపించుకోడానికి, కాళ్ళని నేలకి కొడుతూ పెద్ద పెద్దగా అరుస్తూ ఆమె విలవిలలాడసాగింది. ఎంత నిస్సహాయత! ఎంత నిస్సహాయురాలు. కేవలం ఒక పుష్పమాలతో బంధింపబడ్డ ఆమె దట్టమైన ఉంగరాల నల్లటికేశాలు, మాల తెగిపోగానే చెల్లాచెదరయ్యాయి. వాటిని చూడగానే నా కళ్ళఎదురుగుండా, ఘనీభూతమైన చీకటి వలయాలు, లెక్కలేనన్నికదలాడసాగాయి. నేను ఎక్కడ ఉన్నాను? ఎదురుగుండాఏం జరుగుతోంది? అవమానం! అత్యాచారం! ఇది కురుల రాజసభా,లేక కాముకులతో, మదోన్మాదులతో, బుద్ధిహీనులతో నిండిన అంతఃపురమా?ఉఫ్! అసలు ఈ హస్తినాపురానికి ఎందుకు వచ్చాను? ఒక సారథిగా చంపానగరిలోనే పెద్దవాడినై పోయి ఉంటే నాదేంపోయేది? అసలు ఎటువైపువెళ్తున్నాను నేను? అంధకారం వైపా? అధఃపతనానికి దారితీసే, భయంకరమైన కందకం వైపా?ఎవరు నన్ను రాజుగా చేసారు? దుర్యోధనుడా? హస్తినాపురం ప్రజలా? లేక అజ్ఞాతతలరాతా? తెలియని విధివిధానమా? "కర్ణా! ఆ కిరీటాన్ని విసిరేసేయి. హస్తినాపురం నుండి వెళ్ళిపో... ఎవరో నాలో గొంతు చించుకుని అరుస్తున్నారు. కాని...కాని.. నేను మకుటాన్ని విసిరి వేయలేకపోయాను. ఎంత తీవ్రమైన కోరిక ఉన్నా, జీవితాన్ని ఎవరూ వెనక్కి ఇచ్చి వేయలేరు. దాని నుండి పారిపోలేం కూడా. అది ఎట్లా కనిపిస్తే అట్లాగే చూడాల్సి వస్తుంది. ఎట్లా ఉంటే అట్లాజీవించాల్సే వస్తుంది.

దుశ్శాసనుడు ఒక్కసారిగా పాంచాలి కట్టుకున్న పట్టువస్త్రం కుచ్చిళ్ళపైన చేయి వేసాడు. కోపంతో పడగవిప్పి కాటువేసే ఆడనాగులా ద్రౌపది వాడి బలమైనచేతిని పటపట అంటూ కొరికేసింది. వాడు గిలగిలా కొట్టుకుంటూ చేతినివదిలివేసాడు. ఆకాశం నుండి విరుచుకు పడే

పిడుగులు, ఆమె వాడి చేయిని వదిలించుకుని ముందడుగు వేసింది. ఆమె సభలో అటుఇటు తిరగసాగింది. వ్యాకులతతో తన్నుకోసాగింది. చేతులతో ఛాతీపై కొట్టుకుంటూ కేకలు వేయసాగింది.

మండుతున్న కాగడాలా కన్పిస్తున్న ఆ శ్యామలి, గుండ్రంగుండ్రంగా అటు ఇటు అశాంతిగా గాలి దుమారంలా దుశ్శాసనుడు ఆకాగడా వెనక పరుగెత్తసాగాడు. దివిటీ జ్యోతి తీవ్రంగా ప్రజ్వలితం అయింది. పరుగెత్తి పరుగెత్తిఅలసిసొలసిన పాంచాలి, చివరికి పితామహుల సింహాసనం ఎదురుగుండాఉన్న మెట్లపైనిల్చున్నదినిల్చున్నట్లుగానే గాలివానకి నిస్సహాయ స్థితిలో కింద పడే కదళీవృక్షంలా ధడాల్న కిందపడిపోయింది. తుఫాను వచ్చినప్పుడు కిటికీ తలుపులు గోడకి దడా దడాకొట్టుకున్నట్లుగా ఆమె రాతిమెట్లపైన తలను బాదుకోసాగింది. ఆమె నుదుటిన ఉన్న సౌభాగ్య కుంకుమ చెరిగిపోయింది. ఆ కుంకుమలో తలనుండి కారిన కొన్ని రక్తపుబొట్లు కలిసిపోయాయి. స్నానం సమయంలో ఆమె దట్టమైనకేశాలలోసంచితమైనజలబిందువులు, తల బాదుకున్నప్పుడల్లా కింద రాలాయి. రాతిమెట్లపై పడ్డ నుదుటిరక్తపుబొట్లతో కలిసిపోయాయి.

ఇక సహించలేక నేను కళ్ళు మూసుకున్నాను. కాని కళ్ళు మూసుకున్నంత మాత్రాన నిజం దాగుతుందా? కళ్ళు మూసుకున్నా, లోపల కళ్ళఎదురుగుండారెండు రక్తపుబొట్లు, రెండు కన్నీటిబొట్లు, కనబడ్డాయి. ఒక్క నిముషం అవి వణికిపోయాయి. మరునిమిషంలో రక్తం, కన్నీళ్ళు ప్రవహించసాగాయి. క్రమంగా ఆ ప్రవాహాలు పెద్దవై, రెండు ప్రచండమైన మహానదులుగా తయారయ్యాయి. గంగకన్నా ఎంతో విశాలంగా, యమున కన్నా ఎంతో విస్తీర్ణంగా! గర్జించే కెరటాలు, ఉవ్వెత్తున లేస్తున్నఅలలు ఒకదానితో ఒకటి తమలో తాము కలిసిపోయాయి. ఆ భయంకర మిశ్రిత బీభత్సప్రవాహంలో ఎందరో యోధుల శిరస్సులనే పద్మపుష్పాలు, గడ్డిపోచల్లా ప్రవహించడం చూసి నా మనస్సు ఎంతో క్షోభ పడ్డది. క్షోభపడ్డది కానీ భయంతో ఏమాత్రం వణికిపోలేదు.

''పితామహా!''

ఆ ఆర్తనాదం విని ఉలిక్కిపడి కళ్ళు తెరిచాను. ''నేను మహారాజు పాండు కోడలిని. మీకు పుత్రికను. ఈ ఛండాలుడి చెయ్యి పెరికి పారేయండి. కొంగుజాపి భిక్షం అడుగుతున్నాను. కురుల ఈ ప్రాచీన సభలో నా శీలాన్ని వ్యాపారం చేయనీయకండి. లెండి, కురువుల స్త్రీల మర్యాదను, ఈ మదాంధ నీచుడిపై ఖడ్గం ప్రయోగించి కాపాడండి.''

కాని....

కాని పితామహులు భీష్ములు వారి తల, కాడ నుండి తెగిన కమలంలా వంచే ఉంది. నా కోసం గోదాలో ప్రతిధ్వనించే ధనుష్టాంకరంలా ఆయన తీవ్రస్వరం మళ్ళీ రాజసభలో మారుమ్రోగుతుందని అనుకున్నాను. కాని ప్రతిధ్వనించలేదు.

పితామహులు భీష్ములు! కురుకులానికి వెన్నెముక. ఋషివర్యులువశిష్ఠుడిప్రియమైన శిష్యుడు. బృహస్పతి, శుక్రాచార్యుల దగ్గర శాస్త్రాధ్యాయనము చేసిన పరాక్రమ క్షత్రియుడు. చ్యవన, భార్గవ, మార్కండేయ మహర్షుల దగ్గర జ్ఞానం పొందిన ధర్మజ్ఞుడు. శాంతన మహారాజు

పుత్రుడు సాక్షాత్ గంగాపుత్రుడు. కాశీరాజు, ఉగ్రాయుధుడిని మూడుచెరువుల నీళ్ళు తాగించిన వీరాధివీరుడు,శూరాధిశూరుడు. ఎవరి దగ్గర అయితే ధనుర్వేదాన్ని నేర్చుకున్నాడో, ఆ జమదగ్ని పుత్రుడు పరశురాముడిని ధర్మయుద్ధంలో ఓడించి 'సత్‌శిష్యుడు, గురువు కన్నాఎందులో ఒక దాంట్లో తప్పకుండా శ్రేష్ఠుడు అవుతాడు' అని నిరూపించిన ధనుర్ధరుడు. ఆజన్మ బ్రహ్మచర్యాన్ని పాటించే తేజోమయమయిన జ్వలిత పుంజం– కాని...

ఆ భీష్ముడు కూడా తల వంచుకుని మౌనంగా కూర్చున్నారు.

జీవితంలో మొట్టమొదటిసారిగా ఓటమిని ఆ వృద్ధుడు ఎందుకు స్వీకరించారు? అభిమానులైన, సామర్థ్యవంతులైన పురుషుల మర్యాదను మట్టుపెట్టడానికి, తెలివికల ఆ విధి విధానం, కొన్ని సంఘటనలను ఇట్లా జరిగేలా చేస్తుందా?

పితామహులు స్తబ్ధంగా ఉలుకు పలుకు లేకుండా ఉండటం చూసిన ద్రౌపది కళ్ళు ఎర్రబడ్డాయి. చేతులతో ఛాతీ పైన కొట్టుకుంటూ ఆమె అరిచింది.

"మహారాజా!" ఆమె ఆక్రోశం సభాగృహం కప్పుని చీల్చేసి ఆకాశాన్ని ఊపెయ్యదు కదా అనినాకనిపించింది. చెవులలోని ప్రతీ రంధ్రంలో పిడుగులు ఫెళఫెళమంటున్నాయి."కర్ణా! లే.. లే కర్ణా! గంటల తరబడి అర్ఘ్యదానంఇచ్చే సూర్యశిష్యా! లే... ఈ చీకటి సామ్రాజ్యాన్ని తగలబెట్టు. ఒరేయ్ కర్ణా! పగ, ప్రతీకారం, బదులు తీర్చుకోవడం, చంచల మనస్సు చేసే క్షుద్రమైన ఊహలు. నకారాత్మక భావాలతో నిండిన భయంకరమైన ఊబి. ఊబిలో కూరుకుపోయిన ఏనుగులా, ఇవాళ నిస్సహాయస్థితిలో ఉన్నావా? కళ్ళనుండితేజోరసాన్ని గంటల తరబడి ప్రతీరోజూ ఆస్వాదించే కర్ణా! ఈనాడు, ఈ క్షణం,ప్రతీక్షణం, నీ, నీతోపాటువీళ్ళందరి భవిష్యత్తు ఎంతో అమూల్యం. లే! కర్ణా! నీ ఒకే ఒక మాటతో సభాగృహ స్వరూపం నీ ఆలోచనలను అనుసరించి మారిపోతుంది."

"మహారాజా! నీ ఈ, అత్యాచారం, అన్యాయం చేసే కుపుత్రుడిని ఆపండి... రాజమాతా! నా శీలాన్ని నిలపండి. నా మానాన్ని కాపాడండి. నేను దాసిగా, ఈ రాజసభలో ప్రతీరోజుఊడ్వడానికి సిద్ధంగా ఉన్నాను. మీ రాణివస్త్రాలను ఉతకడానికి తయారుగా ఉన్నాను. కేశాలంకరణ చేస్తాను."మహారాజు ఎదురుకుండా ఉన్న మెట్లపైన ద్రౌపది తన చేతులను కొట్టుకుంటూ "మహారాజా! మహారాణీ!" అంటూ ఆమె విలపించసాగింది. ఆమె ముంజేతులకి ఉన్న సువర్ణకంకణాలు, ఆ దెబ్బలవలన అణిగి పోయాయి. కాని... కాని.. రాజదండం లేవనే లేవలేదు.

దేగలా పైపైకి ఉరుకుతూ, దుశ్శాసనుడు ఆమె ముక్త కేశాలనుగుప్పిటిలో గట్టిగా పట్టుకున్నాడు. గలగలా పారుతూ కిందపడే ప్రవాహంలా, వాడు అట్టహాసం చేస్తూ అన్నాడు– "ఒసేయ్ దాసీ! ఎవరినే నీవు ఛండాలుడు, నీచుడు అనిఅన్నావు? నన్నా? నన్నా?" గుప్పిట్లో ఉన్న ఆమె జుట్టును గట్టిగా గుంజాడు. ఊపుకి తీగపైన ఉండే పూలుఊగినట్లుగా ఆమె తల ఊగిపోయింది. ఆమె తల ఊపు నొప్పి అయి, సరాసరి నా వీపులోఎక్కడో బాధపెట్టసాగింది. "నీ ఈ నపుంసకులయిన భర్తలను చండాలుల్లారాఅనిపిలవవేపిలువు. దాసీ పిలు..." దుశ్శాసనుడు హ...హా...హ... అంటూ అట్టహాసం చేయసాగాడు.

ఈ సంఘటనలన్నింటినీ చూసాక, నా శరీరం అంతా రోమాంచితమయింది. కాని ఒక్క క్షణం మాత్రమే. ఆరోజు గర్వంతో... కన్ను మిన్ను కానరాక... తల ఎత్తిన... మాటిమాటికి తిరస్కరించి అవమానం చేసిన ఇది... ఇదే... ఇదే... ఆ స్త్రీ–పాంచాలి.

స్త్రీ మహాశివుడి మనోహర రూపం అని పలికే భావుక హృదయులందరూ, స్త్రీ సమయం వచ్చినప్పుడు భయంకరమైనవినాశనానికి, కురూపమైన విధ్వంసానికి ఒక కారణం, ఒకే ఒక కారణం అవుతుందని ఎప్పుడైనా అనుకొని ఉంటారా?

దుశ్శాసనుడు ద్రౌపది జుట్టును గట్టిగా పట్టుకున్నాడు. అదే స్థితిలో ఆమె సభలో ఉన్న సభాసదులందరి ముందు అరుస్తూనే ఉంది. ఆర్తనాదం చేస్తూనే ఉంది. దుశ్శాసనుడు ఆమెను వెనక ఈడ్చుకుంటూ వస్తున్నాడు. ''ఆచార్యా... గురుదేవ ద్రోణులు, కృపాచార్యా! గురుపుత్రుడు అశ్వత్థామా! ఆర్య అమాత్యా! అందరూ ఎందుకింత మౌనంగా ఉన్నారు? ఎవరో ఒకరు లేవండి. ఉఫ్...ఎవరో ఒకరు లేవండి?'' అని ఆమె అన్నది.

ఆమె స్వరంలో హృదయాన్ని మెలిపెట్టే ఆర్తనాదం ఉంది. కాని నామీద దాని ప్రభావం ఏమాత్రం లేదు. ఎందుకు పడుతుంది? నా హృదయం కూడా ఇనుములా గట్టిపడిపోయింది. ఇక ఈ మనస్సు కరగదు. కఠినమైపోయింది. దేహం పైన ఉన్న కవచం కన్నా, ఛేదించరానిదైపోయింది. ఏ ఒక్కరి ఆక్రోశన వలన అయినా ద్రవించే గుణమే లేకుండా పోయింది. అసలు ఎందుకు ఉండాలి? ఎట్లా ఉండాలి? గుండెల పైన కొట్టుకుంటూ, చేతులు చాస్తూ ఆక్రోశిస్తూ ద్రౌపది ప్రతి ఒక్కరి సింహాసనం ముందు నుండి అడుగులు వేస్తూ నడుస్తోంది.

''హస్తినాపురంలోని శ్రేష్ఠ పురుషుల్లారా? సమరాంగణంలో మెరిసే వీర యోధులారా? కురులకు తలమానికమైనవీరాధివీరుల్లారా? నేను నిస్సహాయురాలిని. అబల పాంచాలి ఈనాడు కొంగు జాపి అర్థిస్తోంది. మీ సమర్థవంతమైన అపారబలం గల భుజాల అభయదానం ఇవ్వండి. లెండి... దురదృష్టవంతురాలైన ఈ సోదరిని, ఈ దుష్టులనుండి కాపాడండి. విముక్తి కలిగించండి. స్త్రీ గర్భం నుండి పుట్టే బలవంతులైనపురుషుల్లారా? శక్తిమంతుల్లారా! పురుషుల్లారా? ఒక స్త్రీ ఆర్తనాదం మీలోని పురుషుడిని మేల్కొలపడం లేదా? మీ పురుషత్వం ఏమైపోయింది?''

ఒక్కొక్క సింహాసనం ముందు నుండి నడుస్తూ నా దగ్గరకు రాబోతోంది. కన్నీటి బొట్లు, అరుస్తున్న సమయంలో ఆమె ముఖం నుండి జారుతూ రవికెలో కలిసిపోతున్నాయి. ఇంకో క్షణంలో ఒకే ఒక నిమిషంలో నా ఎదురుగుండానిల్చుంటుంది. చేయి చాపి, వ్యాకులతతో ''అంగరాజా! ఈ దురదృష్టవంతురాలు, ఈ అబల మీ అజేయమైన, అభేద్యమైన కవచం చాటున తన ముఖం దాచుకోవడానికి స్థానం దొరుకుతుందా? అత్యాచారాలు ఈ లోహపుగోడని మీ అబేధ్య కవచం కూడా ఛేదించలేదా? గోడని విరగకొట్టలేదా? అంగరాజ కర్ణా! పాంచాలి పవిత్రతని మీరు రక్షించలేరా?' అని అరుస్తుంది.

చాలు... ఇక చాలు... మిత్రద్రోహిని అయినా సరే, ప్రాణాలు పోయినా సరే.. నా ఎదురుగుండాచేయి చాపి నిల్చున్న పాంచాలి పవిత్రతను స్పర్శించే నిర్దయ, నిష్ఠుర చేయిని ఖడ్గంతో ఒక్క వేటుతో నరికి పడేస్తాను. కేవలం ఒకక్షణం మాత్రం కర్ణుడు కురుల సభలో సభ్యుడుగా ఉండడు. దుర్యోధనుడి కోసం ప్రాణాలను సైతం సమర్పించే ప్రాణమిత్రుడు ఇక అతడికి ఉండడు. తల వంచుకుని మౌనంగా అన్యాయాన్ని సమర్థించే వాడిగా ఉండడు. వివశుడై ఆశ్రితుడిగా ఉండడు కాక ఉండడు. అవమానం అనే అగ్నిగుండంలో ఒంటరితనంతో కాలిపోయే పరాధీనమైన సారథిగా ఉండడు. పగతీర్చుకోడానికి గిలగిలా కొట్టుకునే సామాన్యమైన కీటకంగా

తను ఉండడు కాక ఉండడు. కేవలం ఒక్కక్షణం తరువాత తన ఆశ్రయం కోరే శరణాగతి ద్రౌపదిని రక్షించే సూర్యశిష్యుడిగా మాత్రమే ఉంటాడు ఈ కర్ణుడు. ఒక సత్యపురుషుడు కర్ణుడు.

నేను నా మనస్సులోని దారాలన్నింటిని దృఢంగా ఒక దగ్గరిగా తీసుకువచ్చాను. ఆ దారాలలో సూతపుత్రుడు కర్ణుడు, కురుల యోధుడు కర్ణుడు, అవమానం చేయబడ్డ కర్ణుడు, పగతో రగిలిపోయే కర్ణుడు వీళ్ళందరినీఒక చోట గట్టిగా బిగించాను. శరీరంలో ఓ మూల వైపు విసిరివేసాను. కిరణాల అసంఖ్యాకమైన గుర్రాలను పరుగెత్తించే నా అంతరంగంలోని సూర్యశిష్యుడు కర్ణుడు లేచి నిల్చున్నాడు. ఆ కర్ణుడు దేన్నైనా సరే ఎదిరించాలనుకున్నాడు. ఆ ధీర వీర కర్ణుడు ఎట్టి పరిస్థితిలోనూ రక్షించాలనుకున్నాడు. ఒక్క క్షణం తరువాత జరగబోయే నాటకం అందరినీ గాయ పరుస్తుంది. ఇది తథ్యం. కురుసభ మొత్తం, వ్యతిరేకించినా, కర్ణుడి వెనక నిల్చుని ఉన్న ద్రౌపది పైన ఎవరూ చేయి వేయలేరు. వాడిలో స్త్రీదయ అనే బోలుగా ఉండే మాటకి చోటులేదు. పాండవుల పట్ల దయకాదు. తన పౌరుషాన్ని ప్రదర్శించడం అసలే కాదు. శరణార్థికి ఇచ్చే అభయ దానం మాత్రమే. 'కర్ణా! నా మర్యాద కాపాడు' అంటూ హస్తినాపురంలోని ఏ సాధారణమైన స్త్రీ అయినా ఆర్తనాదం చేస్తూ నా వైపు పరుగెత్తి వస్తే ఎప్పుడైనా సరే, ఏ సందర్భంలోనైనా సరే నేను ఆమెకి ఇదే దానం చేస్తాను. ఈమె పాంచాలి. నా ప్రాణాలు ధారపోసి అయినా సరే ఆమెని రక్షిస్తాను.

ఒక చేయి చాపుతూ, రెండో చేత్తో దుశ్శాసనుడిని తోస్తూ, ఒక సింహాసనం తరువాత మరో సింహాసనం ఎదురుగుండాఆక్రందన చేస్తూ వెళ్తోంది. ప్రళయం వచ్చినప్పుడు ప్రవాహం దేవదారు వృక్షాన్ని దొర్లించుకుంటూవెళ్తున్నట్లుగా దుశ్శాసనుడు ఆమె నడుంకింద దాకా వేళ్లాడుతున్న జుట్టుతో పాటు దొర్లుకుంటూ ఈడ్చుకుంటూ వస్తున్నాడు. ఆమె ఒక స్త్రీ. కానీ దుశ్శాసనుడు లాంటి ద్వంద యుద్ధం చేసే యోధుడు కూడా ఆమెని తన వశంలో ఉంచుకోలేకపోతున్నాడు. ఇది దుశ్శాసనుడి పౌరుషానికి పెద్ద సవాల్. ఇది వాడు సహించలేకపోతున్నాడు. విసుగుతో ఉన్మాదిగా మారిన దుశ్శాసనుడు ఆమె జుట్టును తన గొంతుకి చుట్టేసుకుని ద్రౌపది మెడని మాటిమాటికిఊపేస్తున్నాడు. వాడు ఆమెని బాధపెట్టాలని క్రూర ప్రయత్నం చేస్తున్నాడు. సభలో ద్రౌపది తప్పితే వాడికి మరెవరూకనిపించడం లేదు. ఎవరి గొంతూ వినిపించడం లేదు.

ఊర్ణనాభుడు, చిత్రచాపుడు, దృఢవర్మ, నిషంగుడు, మహాబాహు, విశాలాకక్షుడు, చిత్రవర్మ, సోమకీర్తిమొదలైన వాళ్ళ అందరి దగ్గర విలపిస్తూ, వీరత్వాన్ని చూపించమని వాళ్ళని అడుగుతోంది. దయనీయంగా... దీనాతిదీనంగా ఆక్రందన చేస్తోంది. దట్టమైన అడవిలో తుఫానులో చిక్కుకుని దారి తప్పిన ఆవులా ఉంది ఆమె పరిస్థితి. ఎవరూ లేచి నిల్చోలేదు.

నా కుడివైపు కూర్చున్న యువరాజు పద్మనాభుడినిదీనాతిదీనంగా అడగసాగింది– "యువరాజా! పద్మనాభా!" గోదాలోవేయినోళ్ళతో అర్జునుడిని, నన్ను ఎంతో పొగిడారు. జయజయ నాదాలు చేసారు. ఒంటరి అబల చేస్తున్న ఆర్తనాదంలో ఉన్న తీవ్రత ఆ పొగడ్తలలో లేనేలేదు. పద్మనాభుడు తల ఎత్తలేదు.

మరుక్షణం ఆమె భయం భయంగా బెదురు చూపులతో నా సింహాసనం ఎదురుగుండావచ్చి నిల్చుంది. నా జీవితంలో ఇటువంటి మరుపురాని క్షణాలు ఎన్నో ఉన్నాయి. అవి జీవితంలో మొత్తంగా ముప్పుతెచ్చాయి. ఆ క్షణాలు నా జీవితంతో ముడిపడి ఉన్నాయి. ఆ అన్ని క్షణాలలో ఈ క్షణం ఇంకా ఎంతో విలువైనది. మహత్తు కలది. ఆకస్మాత్తుగా నా కుండలాలు ఊగడం మొదలుపెట్టాయి. ఆమె దయనీయ స్థితిలో నా ఎదురుగుండానిల్చుంది. అందుకని కాదు, ఆవేశంలో ఆమె నన్ను పిలిచేదే కాని అప్పుడు ఏమయ్యేదో నేను చెప్పలేను. సింహాసనం వదిలి మధ్య భాగంలో ఒక్కసారిగా నేను దూకేవాడినే.

ఆమె ఒక్కక్షణం నా వంక చూసింది. ఆత్మగౌరవం గల ఒక క్షత్రియురాలి భావం ఆమె కళ్ళల్లోకనిపించడంలేదుఅనినాకనిపించింది. కాని ఒక్క క్షణం మాత్రమే అట్లా అనిపించింది. ఆసనం నుండి లేస్తూ నడుముకు వేల్లాడుతున్న ఖడ్గపు పిడి పట్టుకుని నేను నిట్టనిలువుగానిల్చున్నాను. ఇప్పుడు ఇక ఆమె పెదవుల నుండి ఒకే ఒక మాట రావాలి– "అంగరాజా!" మాట వినబడగానేతక్షణం, జరాసంధుడిని ఎదిరించినట్లుగా దుశ్శాసనుడిని కూడా ఎదిరించే వాడిని. నేల కూల్చేవాడినే. నేను నిల్చోవడం చూసి పితామహులు, అమాత్యులు, అశ్వత్థామ, కృపాచార్యులు, గురుద్రోణులు, అందరూ ఆశ్చర్యంగా తమ తలలని ఎత్తారు. సారంగపక్షుల గుంపులు లాగా నా శరీరంలో కూడా రక్తనాళాలు ఎగిసిఎగిసి పడుతున్నాయి. గ్రీష్మంలో గంగ ఒడ్డున వేడికి మండిపోయే రాయిలా నా శరీరం కూడా మండిపోసాగింది. చెవులలో శంఖానాదంలా తెలియని ధ్వని మారుమ్రోగుతోంది. హోరుమంటోంది. ఆ ఒక్కమాట వినాలని నా చెవులు నిక్కబొడుచుకుని చూస్తున్నాయి. కాని... కాని.. ఒక్కమాట కూడా మాట్లాడకుండా ఆమె తల వంచుకుని ముందుకు వెళ్ళిపోయింది. మౌనంగా.. లోలోపల వెక్కిళ్ళు పెడుతూ.... నా తలపైన వేయి పిడుగులు ఒక్కసారిగా పడ్డట్లుగా అనిపించింది. ఎందుకట్లా అనిపించిందో నాకే తెలియదు. ఆమె ఎందుకట్లా ముందుకు వెళ్ళిపోయింది? ఏ భావంతో వెళ్ళిపోయింది? ఒక క్షత్రియస్త్రీ, ఒక సూతపుత్రుడి ఎదురుగుండాదీనంగా చేతులు ఎందుకు జాపాలనిఅనుకున్నదా? నాతలలోని పుట్టలో అసంఖ్యాకమైన పాములు పడగలు విప్పాయి. తుఫానులోని గుర్రాలలాగా ఆలోచనలు పరుగెత్తసాగాయి. వాటి కాలి గిట్టల కింద సంయమనం, వివేకం, ఉదారత్వం, సహృదయతమొదలైన అన్ని సద్గుణాలు, రక్తసిక్త శరీరం, ప్రాణాలు పోయేదాకాగిలగిలా కొట్టుకుంటున్నాయి. రెండు చేతులలో చెవులు మూసుకుంటూ అభేద్య కవచం సైతం అదిరిపోయేటట్లుగా, చీలి పోయేటట్లుగా గొంతు చించుకుని – ''నేను సూతపుత్రుడినికాను, నేను అంగరాజుని''అనిఅరవాలనిపించింది. ఖడ్గం పిడి ఒణికిపోసాగింది. నిల్చోడం కష్టం అయిపోయింది. నేను నిల్చునే ఆసనంపై పడిపోయాను. మనస్సు, శరీరం, చైతన్యం అన్నీ... అన్నీ...మూగ పోయాయి. నిర్జీవమై పోయాయి. ఏ యోధుడికైతే శరీరంపైన అబేధ్యమైన కవచం ఇచ్చిందో ఆ విధి మనస్సుకు కూడా ఛేదించలేని కవచం ఇవ్వడం ఎందుకు మరచిపోయింది?

తన స్వయంవరం సమయంలో ఉచితానుచితమైన మాటలన్నీ అని ఆమె, స్వాభిమానం కల నా మనస్సుని ముక్కలు, ముక్కలు చేసింది. నా మనస్సు బట్ట పేలికలా అయిపోయింది... ఈనాడు ఆమె ఒక్కమాట అయినా మాట్లాడకుండా, ఒక్క తాపు తన్ని ఆ బట్ట పేలికను మట్టిలో

విసిరికొట్టింది. దేహం పైన పట్టు వస్త్రం, తలపైన కిరీటంతో, శుశోభితమైన రాజసభలో కూర్చున్న కర్ణుడు ఆమెకు ఒక వృషభం కంటేమరేమీ అనిపించలేదా? అతి సాధారణమైన యువరాజుల ముందు జాపిన చేతులు, అంగరాజు కర్ణుడి ఎదురుగుండా చాపడానికి అభిమానం అడ్డువచ్చిందా? లేకపోతే ప్రాతికాముడికి కర్ణుడికి మధ్య ఎటువంటి భేదం లేదు అని చెప్పాలనుకుందా? అరణ్యంలో దావానలం వ్యాపించగానే, ఏనుగుల గుంపులు ఘీంకారాలు చేస్తూ, ఒకదాన్నిమరొకటి తోసుకుంటూ గుడ్డిగా ఎట్లాపరుగెత్తుతాయో, అదేవిధంగా అసంఖ్యాకమైన ఆలోచనలు నా తలలో పరుగులు తీయసాగాయి. ఆలోచనలు, సందేహాలు, నిరంతరంగా దాడిచేస్తుంటే మస్తకకుంభం ఎక్కడ బీటలు వారుతుందోనని, దానిని రెండుచేతుల్తో గట్టిగా పట్టుకున్నాను.

చీదరించబడి, ఆయాసపడుతూ విస్రస్తకుంతల అయిన ఆ దాసినిసింహాసనాలన్నింటి ముందు నుండి దుశ్శాసనుడు బలంగా ఈడ్చుకుంటూ సభకి మధ్యభాగానికి తీసుకువచ్చాడు. దాసి... అవును దాసి కురురాజులందరికి అది దాసి... జూదం దాన్ని దాసే అని నిరూపించింది. కాని నా దృష్టిలో అది దాసికన్నా కనాకష్టమైనది. జీవితసత్యాలు దాన్ని హీనాతిహీనమైన దాసే అని నిర్ణయించాయి.

ఆమె ఘోరాతిఘోరంగా ఆక్రందన చేస్తూ సభలోని వారందరినీ, తన భర్తలని, లెక్కపెడుతూ ఒక్కొక్కరిని దూషిస్తోంది. దుశ్శాసనుడి చెయ్యి కుచ్చిళ్ళపైన పడకూడదని, నడుం వంచి శరీరాన్ని ఒక మూటలా చేస్తోంది. ఈటెల్లాంటి ఆమె మాటలు విన్నాక ఎవరెవరికి ఏం అనిపించిందో తెలియదు కాని నా మనస్సు లేశ మాత్రం కరగలేదు. అసలు ఎందుకు కరగాలి? శూద్రులకి చెవులు ఉండవు, మనస్సు అసలే ఉండదు. ఒకవేళ ఉన్నా మనస్సు రాయి అయిపోతుంది. దుమ్మూధూళిలో పడిపోయి ఉంటుంది. ఎవరైనా సరే ఆ రాయిని కాలితో తన్నవచ్చు. తిరస్కరించవచ్చు.

ఒకేస్థానంలో తిరుగుతూ, చివరి ప్రయత్నం చేస్తూ, మనస్సుకి ఏది తోస్తే అది అంటోంది. ఫెళఫెళా అనే పిడుగులా, "చెప్పండి! కురుల ఈ ప్రాచీన సభలో సింహంలా గట్టిగుండె గల ఒక్క సత్యప్రియుడైన వీరపురుషుడు లేడా? ఇవాళ ఒక్కడు వీరాధివీరుడులేనే లేడా? ఏ సభలో వృద్ధులు ఉండరో అది సభ కానేకాదు, ఏ వృద్ధులలో అయితే అధర్మాన్ని ఎదిరించేవారు ఉండరో వారు వృద్ధులే కారు, ఏ ధర్మంలో అయితే సత్యాసత్యాల వివేకం ఉండదో, అది ధర్మమే కాదు. చెప్పండి! ఎవరైనా సరే చెప్పండి. ఏ పతి అయితే తనని ఫణంగా పెట్టి ఓడిపోయాడో, తన జీవితాన్ని వేరే వాళ్ళ చేతుల్లో పెట్టాడో, అతడికి తన తరువాత తన భార్యని ఫణంగా పెట్టే అధికారం ఉందా? ఎట్లా ఉంటుంది? ధర్మరాజు, ధర్మరాజు అనబడే నా పతి అందరికీ ధర్మాన్ని తెలియచెప్పాలి. తన తరువాత నన్ను ఫణంగా పెట్టే అధికారం అతనికి ఏ ధర్మం ఇచ్చింది?

స్త్రీ గౌరవ, మర్యాదలకి నిలయం అని గట్టిగా నమ్మాడు, వాళ్ళ శీలాన్ని కాపాడటానికి, రక్తపు టేరులను ప్రవహింప చేసిన ఎవరో ఒక శార్దూలం ద్వారా, గౌరవ మన్ననలను అందుకున్న ప్రతీ వ్యక్తి ఈ సింహాసనాల పైన కూర్చుని ఉన్నారు. ఈ నిర్జీవమైన సింహాసనాల ఒక్కొక్క ముక్క మీతోఅంటుంది–

''స్త్రీల శీలం చదరంగంలో చుట్టేసే జూదంలోని పావుకాదు. ఎప్పుడు పడితే అప్పుడు విసిరివేసే, పందెపు గవ్వలు కావు. స్త్రీని అవమానం చేసే చేయి సమాజాన్ని, రాజ్యాన్ని వినాశనం అనే బురదలోకి తోసేస్తుంది. మీలోప్రతీవ్యక్తి వాత్సల్యంతో నిండిన అమ్మ గర్భం నుండే పుట్టాడు. అసలు అమ్మ ఒడి గుర్తుందా? తన తల్లి పాల రుచిని తలచుకునే పెదవులుకల ఏ సుపుత్రుడూ ఇక్కడ లేడా?ఈ సభలో జీవించిలేడా?

ఒక్కక్షణంనలువైపులశ్మశానశాంతిఅలుముకొంది.దుశ్శాసనుడిపిడికిలివదులైపోయింది.

శాంత జలాశయంలోని చిన్నచేప, గుంపునుండి వేరై, ఎగిరి ఎగిరి జలాశయం పై భాగంలో వచ్చినట్లుగా, దుర్యోధనుడి సోదరుడు వికర్ణుడు లేచి నిలబడ్డాడు. చేయి ఎత్తి తనకన్నా పెద్దవాడైన దుశ్శాసనుడితో హక్కుతో కూడిన స్వరంతో అన్నాడు.

''దుశ్శాసనా! పాంచాలి శరీరాన్ని తాకనైనాతాకకు. మహారాణి తపతి, నతిణి, భూమిణి, సురక్షిణ, విరజ, దేవయాని, గంగ, సత్యవతులతో ఒకప్పుడు శోభించిన సభ ఇది. ఇక్కడ క్షత్రియ స్త్రీ పట్ల అన్యాయం చేయడం అంటే మందిరంలో సాక్షాత్తు దేవతా ప్రతిమను కాళ్ళకిందతొక్కేయడమే. ఏపతి అయితే స్వయంగా జూదంలో ఓడిపోయాడో, అతడికి తన పత్నిని, జూదంలో ఫణంగా పెట్టే అధికారం లేదు. ఏ రాజ్యం అయితే అన్యాయం, అత్యాచారాలకి నిలయమో ఆ రాజ్యవ్యవస్థ సమాజంలో, లేక ధార్మిక విశ్వప్రవాహంలో నిలబడలేదు. గుడ్డివాళ్ళైన, మూర్ఖులైనసభాసదుల్లారా! ఒక రజస్వల, ఏకవస్త్ర స్త్రీ పట్ల, ఈ వీరుల సభలో ఘోరాతిఘోరమైన అన్యాయం జరుగుతోంది. మీరందరూ, మహారాజులైన ఆయు, నహుషుడు, పురుడు, హస్తి, అజీమఢుడు, సంవరణుడు, కురు, జహ్నుడు, ప్రతీపుడు, శాంతనుల వంశం వారు, మీకు ఎవరికీ ఈ విషయం గుర్తులేదా? చెప్పండి మీపూర్వజుల కాలంలో, ఇటువంటి క్షోభ కలిగించే రోజును, ఈ సభాగృహం ఎన్నడైనాచూసిందా? ఏ సభాగృహం నుండి దిగ్విజయం కోసం అశ్వమేధ యాగం సందర్భంలో అశ్వాలను పంపించినప్పుడు, హిమాలయాలను బంధించడం కోసం, తర్జనభర్జనలు జరిగాయో అదే సభలో ఒక అబల మాన మర్యాదలను కాపాడటం కోసం చేసిన ఆర్తనాదం ప్రతిధ్వనిస్తోంది. వెక్కిళ్ళు సర్వత్రా వినిపిస్తున్నాయి. ఆమె కురుకులానికి చెందిన స్త్రీ. ఆ కురుల సింహాసనం ధన్యమైంది. ఆ యోధులు ధన్యులు.

''చిన్నవాడినయిఉండికూడావృద్ధులనిపిలిపించుకునేజేష్ఠులనిస్పష్టంగాఅడుగుతున్నాను, సమరాంగణంలో మెరిసే మీ ఖడ్గాలకు తుప్పు పట్టిందా? పితామహులు, మహారాజులు, ఆచార్యులు, గురుదేవులు, కృపాచార్యులు, అందరికీ ధర్మజ్ఞానం ఇచ్చే తపస్వి, బ్రహ్మజ్ఞులైనఋషులు, ఈనాడు ప్రేతాలలా మౌనంగా ఎందుకు ఉన్నారు? తలలపైన పిడుగులు పడ్డట్లుగా ఎందుకు నోళ్ళు మూసుకుని ఉన్నారు? నేను యువరాజు వికర్ణుడిని చెబుతున్నాను. ఒక పతివ్రత ఆక్రందన, విలాపం, వెక్కిళ్ళు, వీటి రౌద్ర భైరవ సంగీతంతో ప్రవహించే నిప్పుకణాలైన ఈ కన్నీళ్ళు, గంగ భయంకరమైన వరదరూపం దాల్చి గర్జిస్తాయో అప్పుడు, ఏ సింహాసనాలను ఆశించి మౌనంగా ఉంటున్నారో, ఆ సింహాసనాలలో ఒక్క సింహాసనం కూడా అక్కడ ఉండదు. పతివ్రత పట్ల అన్యాయము, పతివ్రతని అవమానం చేయడం అంటే పురుషార్థం అంతమయినట్లే!''

సభాసదులవైపు కోపంగా చూస్తూ అతడు మృగనక్షత్రంలోమూసలధార వర్షంలా శబ్దాల ధారలను వర్షించసాగాడు.

రాజసభ మొత్తంలో అతడు ఒకడే లేచి నిల్చొని అందరిని నిలదీసాడు. నాకు వాడిని చూస్తే ఎంతో గర్వంగా అనిపించింది. కాని ఒక్క క్షణం మాత్రమే. అతడు చెప్పినవి సత్యాలు! వాడు ఎవరిని పతివ్రత అనిఅంటున్నాడు? వాడు ఏ తపతి, విరజ, సుదక్షిణ, దేవయాని మొదలైన ఖ్యాతి చెందిన మహారాణులను ఉల్లేఖించాడో వాళ్ళ చరణాల దగ్గర కూడా కూర్చునే యోగ్యత ఈ పాంచాలికి ఉందా? సమాజసంరక్షణ విశ్వాసాలన్నింటిని, పక్కన పెట్టి ఒకటే దేహంతో ఐదుగురు పతులతో శృంగారం జరిపింది. వీళ్ళల్లో ఎవరైనా ఒక భర్త కాకుండా, అనేకమంది భర్తలతో ఉంటూ తమని తాము మహాపతివ్రతలుగా ఎంచి ఏ ఆదర్శాన్ని ఈ హస్తినాపురంలో చూపించారు? తమ స్వజనులలో ఉన్న శారీరక బలహీనతలను ఎత్తి చూపిస్తూ హేళన చేసారా? కులం అనే ధ్వజాన్ని చేతిలో తీసుకుని ప్రతి నిమిషంఈమెలా హీనుడు, హీనుడు అంటూ ఏ వీరుడినైనా ఈసడించిందా? తిరస్కరించిందా? పాంచాలి పతివ్రత కానేకాదు. ఆమె వారాంగన, కులట, కళంకిని. విషసర్పం ఏ విధంగా అయితే బుసకొడుతుందో అదేవిధంగా నాలోని సారధి పిచ్చివాడై లేచి నిల్చున్నాడు. ''కర్ణా! ఆగు! కర్ణా ఆగు' అనే సూర్యశిష్యుడి తలపై కాళ్ళు నిలిపి, వాడు వెంటనే నిల్చున్నాడు. బుసకొడుతూ ఇష్టం వచ్చినట్లుగా అనసాగాడు.

''వికర్ణా! నీవు మూర్ఖుడివి. సభాగృహంలో పితామహులు, మహారాజు, ఆచార్యులు, అమాత్యులు అందరూ ఉన్నారు. వాళ్ళు ఏమీ మాట్లాడటం లేదు. ఇదంతా తెలిసి కూడా నీవు గొంతు చించుకుని, ధర్మాన్ని రక్షించే బాధ్యత అంతా నీమీదే ఉన్నట్లు అరుస్తున్నావు. పతివ్రత, పతివ్రత అంటూమాటిమాటికిఎవరినైతేఅంటున్నావో అది పతివ్రత కానే కాదు. ఒకే దేహంతో ఐదుమంది భర్తలతో రమించేది పతివ్రత ఎట్లా అవుతుంది. అది విలాసిని, కళంకిని, వారంగనా, కులట. ఇట్లాంటి భోగభాగ్యాలు అనుభవించేది ఐదుగురిని కాదు, నూట ఐదుగురిని ఇష్టపడుతుంది. దాసిలో అంతో ఇంతో సిగ్గుశరం ఉంటుంది. వస్త్రధారణ చేస్తుంది. దానికి నమ్రత ఉంటుంది. కాని కులటలో ఇవన్నీ ఉండవు. దుశ్శాసనా! వస్త్రధారణ చేస్తే ఏముంది, వివస్త్ర అయితే మాత్రం ఏముంది. బట్టలున్నా లేకపోయినా కులటకి ఏమీ పట్టదు. సిగ్గులేని దాని సిగ్గు ఎవరు తీస్తారు. సిగ్గులేనిదానికి మాన మర్యాదలేమిటి? వికర్ణా! నీకు తెలియని విషయాలలో తల దూర్చకు. కూర్చో. దుశ్శాసనా! నేటిదాకా పాండవుల అసమర్థమైన నడుముకు ఏ ఖడ్గం వేళ్ళాడుతుందో ఆ ఖడ్గాన్ని ఆ వస్త్రాల ఒరనుండి బయటికి లాగు.''

గూడునుండి కిచకిచ మంటూ బయటపడే చిలకల గుంపులా, నా నోటి నుండి మాటలు వెలువడ్డాయి. ఆకుపచ్చటి చిలకలు నాలుగువైపులా ఎగురుతున్నాయి. నేను మనఃస్ఫూర్తిగాఅన్నాను. మద్యం తాగిన మత్తెక్కినమధుపంలా. సంవత్సరాల తరబడి అవమానాలు, అవహేళనలలో పడివున్న మనస్సనే పళ్ళెంలోపగతో మండుతున్న నిప్పుకణాలను పెట్టి ఆ పళ్ళాన్ని ద్రౌపది ఎత్తైన తలపైన బోర్లించాను. ఇదీ – పగ ప్రతీకారం.

పగ మనస్సులో ఉండే శాశ్వతమైన ప్రముఖ క్రియ కాదు. అది కేవలం ప్రతిక్రియ మాత్రమే. ఎప్పుడైతే రెండు మనస్సుల స్వాభిమాన వలయాలు ఒకదాన్ని ఒకటి కోసేసుకున్నప్పుడు ప్రతి

క్రియ అనే వికీర్ణమైన రేఖలు ఏర్పడుతాయి. లోకం వాటినే పగ ప్రతీకారాలంటుంది. క్రూరత్వం అంటుంది.

దుశ్శాసనుడు నా మాటలకోసమే ఎదురు చూస్తున్నాడు. అరటి మధ్యభాగం నుండి దూటనుఎట్లాగైతే వేరు చేయవచ్చో, అట్లా ద్రౌపది వస్త్రాన్ని చేతితో పట్టుకుని, దుశ్శాసనుడు ఆమె కొంగును లాగేసాడు. వక్ష స్థలంపై ఉన్న రవికెపైన రెండు చేతులతో ఆచ్ఛాదనం చేస్తూ ఆమె కేకలు వేయసాగింది. ''అచ్యుతా! ముకుందా! మాధవా! గోపాలా, గుడకేశా, ఘనశ్యామా, రారా.. శ్రీకృష్ణా, మధుసూదనా, అవని అయి, ధరణిని చీల్చి బయటకు రా, నన్ను ఈ అభాగిని పాంచాలిని నీ ఉదరంలో దాచుకో. యజ్ఞగుండంలోని అగ్నిగా మారిపో ఈ యాజ్ఞసేనిని అందులో, ఆమె జీవనయజ్ఞాన్ని బూడిద చేసేయి. ఆ బూడిదను ఈ గుడ్డి అధములు, నీచాతినీచుల ముఖాలకు పులిమివేయి. నా ఈ అసహాయ అశ్రువుల యమున మహావరదలో, ఈ కాముకుల, దుష్టుల తలలను, ప్రాణాలు పోయేవరకు నీట ముంచేసేయి. నా ఈ వేడి శ్వాసలతో కురుకుల దట్టమైన అడవిలో దాగి ఉన్న విషనాగులను భస్మం చేసేసేయి. కంసుడిని వధించిన కేశవా, శిశుపాలుడి కంఠాన్ని చీల్చివేసిన శ్రీకృష్ణా! గోవర్ధనాన్ని ఎత్తిన గోపాలా, శతధన్వానిశిరచ్ఛేదం చేసే శ్యామసుందరా, విదూరథుడిని నరికి వేసిన వాసుదేవా, దంతవక్రుడిని దగ్ధం చేసిన ద్వారకాధీశా, నరకాసురుని చంపిన నందకిశోరా, బాణాసురుడి బాహువులను దగ్ధం చేసే బ్రహ్మాండనాయకా, పౌండ్రీకుడిని మట్టుపెట్టిన పురుషోత్తమా, శాల్వసహితశృగాలుడిని అంతమొందించిన శశికిశోరా, పరుగెత్తుకుని రా! రా! త్రైలోక్యాన్ని కలుపుకునే నీ మురళిలోని రిక్త ఛిద్రాలలో, ఈ దీనురాలు, ఏకాకి, అసహాయురాలు, అబల, అనాథ అయిన పాంచాలిని కలిపివేసుకో! అందరిని సంహరించే, శక్తి గల సుదర్శన చక్రంలోనుండి వెలువడే శకలాలతో సభలోని ఈ స్తబ్ధమర్యాదస్థుల తలలనునరికివేసేయి! కృష్ణా! ఈనాడు నీలో యశోదా, దేవకీల మాతృత్వం పట్ల గౌరవం ఉందా? లేదా? మాతృత్వపు మహత్ మంగళమందిరమహాద్వారం దగ్గర తలవంచే తేజస్వి వృష్ణికుల మాన మర్యాదలు నీలో ఉన్నాయా లేవా? ఒకవేళ విశ్వాన్ని చిమ్మ చీకట్లోనే విసర్జన చేయాలనుకుంటే ఇవాళే సూర్య మహాదీపాన్ని ఒక్కసారిగా ఊది చల్లార్చేసేయి. కౌరవుల ఈ శ్యామదాసిని ఆ చీకట్లోకలిపేసేయి. పరుగెత్తుకుని రా! ఒక్క ఉదుటునరా! రా! యమునలో గర్జించి హోరు పెట్టే అలలపైన రా! కర్కశ కఠోరమైన స్వరంతో గాలి దుమారమైనా... ఒక తుఫాను అయి రా! రా! ఆకాశంలోని నీలి కప్పునుండి, పాతాళంలోని అనంత రిక్తత నుండి, థదిశల నుండి పరుగెత్తు... పరుగెత్తు...''

ఉన్మాదంతో పాంచాలి గుండెలు బాదుకోసాగింది. ఆమె ఆక్రందనతో నా చెవికుండలాలు ఒక్కక్షణం గజగజా మంటూ ఊగిపోయాయి. మొదటిసారిగా సువర్ణకుంభం లాంటి స్వచ్ఛమైన నా కవచంలోని రోమరోమాలునిక్కపొడుచుకున్నాయి. కళ్ళఎదురుగుండానల్లటి అలల ప్రచండసాగరం మరిగిపోయింది. పర్వతాల లాంటి ఆ కెరటాల తాకిడికి, గడ్డిపోచలా నా తల ఊగసాగింది. నా కాళ్ళుగజగజాఒణుకుతున్నాయి. ఇంకా ఆ తాకిళ్ళు ఆగిపోలేదు. వాటి నిరంతరతాకిళ్ళకు నా చెవుల కుండలాలు ఊడిపడిపోయి, ఆ కెరటాలతో పాటు ప్రవహిస్తూ చెలియలికట్ట ఊబిలో కూరుకుపోతున్నాయి. నాకు స్పష్టంగా కనిపిస్తున్నాయి.

సముద్రపు పవనంలా దుశ్శాసనుడికి, ఆమె విలాపం పక్షి కువకువలా అనిపించింది. అసలు వాడు ఆమె రోదనను విన్నాడో లేదో! అరటిచెట్టు వేళ్ళను పెరికిపడేయాలని ఉప్పొంగే గాలి దుమారంలా, వాడు, చేతుల్లో పట్టుకుని ఉన్న కొంగును ఒకవైపు లాగుతూనే ఉన్నాడు. తన ముఖాన్ని రెండు చేతులతో దాచుకుంటూ ఒక శ్యామల, ఆ వస్త్రంతో పాటు భ్రమరంలా తిరుగుతూనే ఉంది. ఆమె దేహంపై వస్త్రపు రెండు పొరలు మాత్రమే ఉన్నాయి. ఒంటిమీద రెండే రెండు పొరలు...నా మనస్సు ఏమీ చేయాలని నిస్సహాయత వలన గిలగిలా కొట్టుకుంటోంది. మనస్సుని ఎవరో హిమాలయాల అత్యున్నత శిఖరం నుండి తోసేసారాఅని అనిపించింది. ఎవరో శరీరాన్ని త్రిశూలంతో పొడుస్తున్నారు. పాంచాలి స్థానంలో వృషాలి సభలో నిల్చుని ఉంటే... ఉంటే... కేవలం ఊహిస్తేనే భయంకరమైన తేళ్ళు నా దేహాన్ని కాటేస్తున్నాయి. మూస ధార వర్షంలో నేలరాలే జీర్ణపర్ణకుటీరంలా నేను తడబడుతూ సింహాసనం పైన కూలబడ్డాను. అసలు కాళ్ళల్లో ఏ మాత్రం బలంలేదు అని అనిపించింది. ఒక్క నిమిషం క్రితం నాలో రగులుతున్న కోపం, పగ, తిరస్కారాలు గోడలా కుప్పకూలాయి. నేను ఏమన్నాను? ఎవరికోసం అన్నాను? ఎవరితో అన్నాను?

మానస గుహలో దాక్కోడానికి నేను కళ్ళు గట్టిగా మూసుకొని అటు ఇటు పరుగెత్తసాగాను. కాని వృషాలి నన్ను వదలడం లేదు. వృషాలి, అవును వృషాలే... నా వెనక పరుగెత్తే వృషాలి, ఏకాకి, రజస్వల, సుస్రాతవృషాలి! జుట్టు విరబోసుకున్నవృషాలి! ఆక్రందన చేసే వృషాలి! ముఖాన్ని రెండు చేతులతో దాచుకునే వృషాలి! "అంగరాజా! అంగరాజా!" అని ఆక్రందన చేసే వివస్త్రవృషాలి. పాంచాలి స్థానంలో వృషాలిని చూడగానే నేను తక్షణం కళ్ళు తెరిచాను. తెరుచుకున్న కళ్ళముందు ఒక నిముషం పాంచాలి, మరో నిమిషం వృషాలి కనిపిస్తున్నారు. పాంచాలి! వృషాలి! వివస్త్ర పాంచాలి! ఉఫ్! వివస్త్రవృషాలి! వృషాలి... వలువలు లేని ఆమె దేహాన్ని వస్త్రంతో కప్పేసేయాలి.

భుజంపైన పడ్డ ఉత్తరీయాన్నిచేతిలోకి తీసుకుని మళ్ళీ సింహాసనం నుండి లేచాను. ఇంతలో విజేత అయిన సైన్యం పరాజిత శత్రువుల ఇంకా అన్నోఇన్నో మిగిలి ఉన్న శిబిరాలను నేల కూల్చడానికి జయఘోష చేస్తూ ఎట్లాచొచ్చుకుపోతుందో, అదేవిధంగా మురళి రౌద్రభయానక స్వరం ఎక్కడినుండివచ్చిందో సభలోకి చొచ్చుకుని వచ్చేసింది. ఆ తరువాత హృదయాన్ని చీల్చి చెండాడే, సహస్రవాయిద్యాల ధ్వని ప్రతిధ్వనించింది. నాకు రాజసూయయాగం గుర్తుకు వచ్చింది. అసలు ఏం జరుగుతుందో నాకే అర్థం కాలేదు. అసలు నా బుద్ధి పనిచేయడం మానేసింది. తెలివితేటలు స్తబ్దం అయిపోయాయి. వాయిద్యాల స్వరాలు అందరి మనస్సులని భయకంపితులుగాచేసాయి. మనస్సులు ఒణికిపోయాయి. ఈ శబ్దాలు ఎక్కడి నుండి వస్తున్నాయి? ఆకాశం నుండా? పాతాళం నుండా? లేక థదిశలనుండా? అసలు ఎవరికీ ఏమీ అర్థం కావడం లేదు. కప్పులో వెలుగుకోసం ఏర్పాటు చేయబడ్డ పళ్ళెంలాంటి గుండ్రటి రంధ్రం నుండి, ఒక ప్రకాశపుంజం సరాసరి లోపలికి వచ్చింది. పాంచాలి శరీరాన్ని మొత్తం కప్పేసింది. చూడగానే నాకు సుదర్శనం గుర్తుకు వచ్చింది. శ్రీకృష్ణుడి శ్యామలవర్ణపు రూపం, కళ్ళఎదురుగుండాకదలాడసాగింది. ఇక ఇప్పుడు ఏం జరుగుతుంది? దుశ్శాసనుడికా?

శిశుపాలుడికా! ఇంకా... ఇంకా... నాకా? వాయిద్యాల కోలాహలంతో అందరి మనస్సులు భయంతో ఒణికిపోయాయి. కాని దుశ్శాసనుడి ఉన్మాదం ఇంకా ఎక్కువ అయింది. ఎవరినీ లెక్కచేయకుండా తన చేతిలోని వస్త్రాన్ని, గుర్రాల కళ్ళాలనులాగినట్లుగా లాగుతున్నాడు. నీళ్ళల్లో, సుడిగుండంలో పడ్డ ఎండిన కట్టెలా ద్రౌపది మండలాకారంలో తిరిగింది... సమస్తమయిన సభకి తీవ్రమైన గాయం తగిలింది. ద్రౌపది దేహంపై రక్తసిక్తం అయిన మరో వస్త్రం ఉంది. దానినేత నీలవర్ణం వస్త్రంలో చిక్కుకుపోయింది. పరాజయం వలన దుశ్శాసనుడి కళ్ళు ఎరుపెక్కాయి. వాయిద్యాల ధ్వని నిమిష నిమిషం పెద్దదికాసాగింది. అయినా దుశ్శాసనుడు రక్తసిక్తం అయిన వస్త్రాన్ని చేతితో గట్టిగా పట్టుకున్నాడు.

నేనెవరిని? పాంచాలి ఎవరు? అసలు ఇది కురులసభ అని మర్చిపోయాను. ఆ అద్భుతమైన, అపూర్వమైన గూఢదృశ్యాన్ని చకితుడనైకన్నార్పకుండా చూస్తూనే ఉన్నాను. నా చేతిలోని ఉత్తరీయం వణుకుతోంది. ఇవాళ ఇట్లా నేనెందుకు చేసాను? అసలు నేను ఎటువైపు వెళ్ళిపోయాను? నేనేమన్నాను?

సర–సరా... సర... సరా అంటూ ఖడ్గం కన్నా అధికమైన వేగంతో దుశ్శాసనుడు వస్త్రాన్ని లాగుతునే ఉన్నాడు. కానికొష్టం నుండి అడవి వైపు వెళ్ళే ఆవులు ఒకదాన్ని ఒకటి తోసుకుంటూ బయటికి ఎట్లావెళ్ళిపోతాయోఅట్లా నీలం, పసుపు, వంకాయ, శుభ్ర, ఎరుపురంగుల వస్త్రాలు ఒకదాని తరువాత ఒకటి బయటకి వస్తూనే ఉన్నాయి. వాయిద్యాలలో తీవ్రత వచ్చినందువలన చాలామంది చెవులపై చేతులు పెట్టుకున్నారు. ఉన్మాదంతో రెచ్చిపోయే ఏనుగులాగా దుశ్శాసనుడు మరింత రెచ్చిపోయాడు. వికర్ణుడు ఆనందంగా చప్పట్లు కొట్టడం చూసి ఇంకా అధికంగా ఉన్మాదిగా మారిపోయాడు. ఆ సమయంలో దుశ్శాసనుడిని ఎదిరించడానికి ఎవడైనా ముందుకు వస్తే...? అసలు వాడు ఎవడి మాట వినేలా లేడు. ఎవరైతే వాడిని ఎదిరిస్తాడో వాడి బట్టలు కూడా ఊడదీసేలా ఉన్నాడు. దుశ్శాసనుడి అవివేకమైన నిప్పుకణాలను ఊపి ఊపిగాలినిచ్చి దుర్యోధనుడు ఇంకా మండేలా చేసాడు. నేనన్నమాటలప్రచండవాయువు తగిలి తగిలి అది ఇంకా ప్రజ్వరిల్లిదావానలం అయింది. ఆ దావానలాన్ని దుర్యోధనుడు ఆర్పేయలేడు. నేను ఆర్పేయలేను, కురుల ఆ రాజదండం... ఏదీ... ఎవరూ... ఆర్పలేరు.

సభలో బట్టలు గుట్టలు గుట్టలుగా పెరగసాగాయి. నా మనస్సులో అసంఖ్యాకమైన ఆలోచనలు రాసాగాయి. ఎందుకు నేనిట్లా చేసాను? బాల్యం నుండి కఠోరమైన నియమాలు, కష్టసాధ్యమైన ప్రయత్నాలతో, హస్తగతం చేసుకున్న చరిత్ర ధవళసాధనని ఒక్కక్షణంలో పగప్రతీకారాల నల్లటి గుండంలో ఇవాళ ముంచేసాను. కర్ణుడు! యోధుల ద్వారా ప్రశంసింపబడిన కర్ణుడు! పెద్ద పెద్ద కష్టాలను ధైర్యంగా, సునాయాసంగా ఎదిరించిన కర్ణుడు! చేతలతో చూపించిన కర్ణుడు! ప్రేమదారాలతో సమస్త పురప్రజల హృదయాలపై రాజ్యం ఏలే కర్ణుడు! ఒకే ఒక నిముషంలో భావాలరాజ్యంలో పరాజితుడయ్యాడు ఈ కర్ణుడు! శిశుపాలుడు, నేను, దుశ్శాసనుడు నేను, అంతే కాదు కంసుడు నేను! వీళ్ళమధ్య ఏ బేధం లేదా? ఆలోచన రాగానే మొదటిసారి నా కళ్ళల్లో నీళ్ళు వచ్చాయి. రాజసభలో నా జీవితంలో మొట్టమొదట కార్చిన కన్నీళ్ళు. వాటిల్లో కరుణ లేదు, భయం లేదు, యాచన లేదు, పరిణామం ఏమవుతుందో అన్న

భయంతో ఒణికిపోయే పశ్చాత్తాపం కూడా లేదు. జీవితం అంతా హృదయంలో ఆదర్శనీతి తత్వాలను పెట్టుకుంటానని ప్రమాణం చేసిన కర్ణుడిని, గుట్టల గుట్టల బట్టలలో సూర్యశిష్యుడి కర్ణుడి దేహాన్ని వెతుకుతూ, గంభీరమైన మనస్సు కుండే సంకెళ్ళను తెంచేసుకుని బయటపడ్డ వేదన, యాతనల ఒక తీవ్రమైన తరంగం అది. అశ్రుబిందువుల రూపంలో ఆ బాధ ఎదుట నిల్చుంది.

అది కూడా సూతపుత్ర కర్ణుడి కళ్ళల్లో.సూర్యశిష్యుడి కోసం సూతపుత్రుడి కళ్ళల్లోకన్నీళ్ళా? ఒకవేళ నేను సూతపుత్రుడిని కాకపోయి ఉంటే అని ఒక్క నిమిషం అనిపించింది. నా జీవితం ఎట్లా ఉండి ఉండేది? శ్రీకృష్ణుడిలానా? ఎందుకు కాకూడదు? అయి ఉండేదే. సంస్కారాల వలన సాధారణులు, అసాధారణులు అవుతారు. దీనికి విపరీతంగా కుసంస్కారాల బురదలో కమలాల రెక్కలు అసహ్యమైన నాచుగా మారిపోతాయి. ఎవరు ఎట్లా కనిపించాలి. దీనికన్నా ఎట్లా ఉండాలి అన్న దానికే ఎక్కువ ప్రాముఖ్యత ఉంటుంది. ఒకవేళ ఇది సంభవం కాకపోతే ''ఎట్లా ఉండకూడదు'' అన్నదానికి ప్రాముఖ్యత ఎక్కువ ఉంటుంది. నేను ఒక్కక్షణంలో ఈ మర్యాదలు, మన్ననలను భంగం చేసాను.

నా కళ్ళలో నుండి వచ్చిన మొదటి కన్నీటిబొట్లు కురులరాజసభలో చేతిపైన ఉన్న ఉత్తరీయంలో కలిసిపోయాయి. సభలో ఉన్న వాళ్ళెవరికీవీటిపై ధ్యాసపోలేదు. శాంతంగా ఉన్న కళ్ళఎదురుగుండాపాంచాలి నిల్చుని ఉంది. చెమటతో తడిసిపోయిన, అలసిసొలసి పోయిన దుశ్శాసనుడు ఒక్క క్షణం ఆగిపోయాడు. వందల యోజనాల దూరం నుండి వచ్చిన గుర్రాలలా ఆయాసపడుతున్నాడు. బట్టలగుట్టలు వాళ్ళిద్దరికి బాగా ఎత్తులో ఉన్నాయి. అన్ని వాయిద్యాల ధ్వనులు ఆగిపోయాయి. కేవలం మురళి భయంకరమైన స్వరం వాతావరణాన్ని చీల్చేస్తోంది. పాంచాలి దేహం పైన పసుపురంగు బట్టలు మెరుస్తున్నాయి. బంగారు దారాలతో తయారు చేసినట్లుగా అనిపిస్తున్నాయి. ఇంతకు ముందు ఎక్కడో చూసినట్లుగా అనిపించింది. తన శక్తినంతాకూడగట్టుకుని, ఆ పీతాంబరాన్ని కూడా లాగడానికి దుశ్శాసనుడు చేయిచాపాడు. ముందటి గిట్టలను ఎత్తి, మధ్యలోనే ఎగిరిపడే మేలురకం గుర్రంలా, పితామహులు రెండు చేతులను పైకి ఎత్తి గర్జించారు. "దుశ్శాసనా! ఇక నీవు, నువ్వు గింజ అంత అయినా ముందుకు వెళ్ళకు. శిశుపాలుడిలా ఒక్కక్షణంలో భస్మం అయిపోతావు'' గుర్తుంచుకో ఇది పీతాంబరం.''

శరీరంలో ఇక బలం లేక, చేతులు కిందపెట్టి దుశ్శాసనుడు తనని తాను లాక్కుంటూ ఎట్లాగోఅట్లా తన సింహాసనం దాకా వచ్చాడు. సింహాసనం పిడిపైన చేయిపెట్టి నడుం వంచి నిల్చున్నాడు. వాడి చెమటతో నిండిన నుదిటినుండి రెండు బొట్లు వాడి సింహాసనం పైనే పడ్డాయి. వాడు నిల్చునే ఆ స్వేదబిందువులపై కుప్పకూలాడు. అసలు ఏమాత్రం బలం లేనివాడిగా నేలకూలాడు. సింహాసనం పైన చెమటబొట్లు, చెమటబొట్లలో దుశ్శాసనుడు, ఘృణతో నేను ముఖం తిప్పేసుకున్నాను. ఉత్తరీయం చేతి నుండి ఎప్పుడో జారిపోయింది. పీతాంబరం తేజోమయవర్ణం ముందు ఉత్తరీయవర్ణం దిగదుడుపే. వ్యాకులతతో కింద కూర్చున్నాను.

పదే పదే తిరగడం వలన పాంచాలికి కళ్ళు తిరగడం మొదలుపెట్టాయి. గాలి వాటానికి ఊగే కనకాంబరంలా ఒక్కక్షణం పాంచాలి నిలబడలేకపోయింది, అరటిచెట్టులా

ఎదురుగుండాఉన్న బట్టల గుట్టలపై అచేతనంగా పడిపోయింది. వివిధ రంగుల వస్త్రాల ఆ ఇంద్రధనుస్సులో పీతాంబరాన్ని ధరించిన ఆమె విద్యుల్లతలా ఉంది. మెరుపు మెరిసిందా అన్నట్లుగా ఉంది. ఏ ఆచ్ఛాదన లేని ఆమె పాదాలధూళిని తలపై పెట్టుకోవాలని సభాసదులలో కొంతమంది ముందుకు నడిచారు. కాని ఇంతలోనే నలువైపులా శాంతియుత వాతావరణం చూసి పర్వతశిఖరాన్ని వదిలివేసి కిందకు దిగే గరుడపక్షిలా, పితామహులు మెట్లుదిగి ద్రౌపదివైపు వెళ్ళడం చూసి అందరు ఎక్కడికక్కడే బిగుసుకుపోయారు. ద్రౌపది దగ్గరకు వచ్చి అందరినీ చూస్తూ గంభీరంగా అన్నారు – "సభ్యులారా! జూదం ఆట సమాప్తం అయింది. పావుల ఆట... ఇక ఇప్పుడు మీరందరూవెళ్ళవచ్చు. కాని గుర్తుంచుకోండి, ఇక ఇప్పుడు జూదం ఆరంభం అయింది. సంఘటనల జూదం."

తలవంచుకుని సభ్యులందరు నెమ్మది నెమ్మదిగా వెళ్ళసాగారు.

తమ తమ భవనాలవైపు వెళ్తున్న యువరాజులలో వికర్ణుడి కాళ్ళకింద, నా చేతినుండి జారిన ఉత్తరీయం పడి ఉంది. పీతాంబరం పాంచాలి దేహం పైన ఉంది. కాని నా ఉత్తరీయం వికర్ణుడి పాదాలకింద. నా మనస్సు క్షోభ పడ్డది. నా ఉత్తరీయాన్నితొక్కేస్తున్న వికర్ణుడు, పితామహులని కూడా చూడకుండా, ముందుకు నడిచాడు. మూర్ఛితురాలైన పాంచాలి చరణ ధూళిని తలపై పెట్టుకున్నాడు. కేవలం ఒక వికర్ణుడు మాత్రమే అట్లాచేసాడు.

సభ్యులందరూ బయటకు వెళ్ళిపోగానే పితామహులు, నడుంకి ఉన్న ఒరలోని కత్తిని బయటికి తీసారు. రాయిలా ఏ చలనం లేకుండా కూర్చున్న నేను మేఘాలతో కమ్మిన గగనపు సందిగ్ధ ప్రాతఃకాలాన్ని తనతో తీసుకువచ్చే రోజును అర్థం చేసుకునే ప్రయత్నం నేను చేయసాగాను. ఈ రోజంతా ఆశ్చర్యం, సంభ్రమం, రహస్యం, అయదార్థం, అధఃపతనం, మూఢత్వం, క్రూరత్వం, అవివేకం కాకుండా ఇంకేమున్నాయని. కాని పితామహుల చేతిలో పదునైన కత్తిని చూసాక విస్మయంగా నిల్చుండిపోయాను. ఈ దెబ్బకి నా మనస్సు ఒక్క క్షణం వణికిపోయింది. ఆయన మనస్సులో ఏముంది? క్షణం క్రితం కళ్ళు మిరమిట్లుగొలిపే నాటకం జరిగింది. దానిని చూసి కూడా నేను, తాడిచెట్టులా పొడవైన ఆ వృద్ధుడి చేతిలో మెరుస్తున్న ఖడ్గం చూసిన తరువాత స్తబ్దుడైనట్టుగాకాలేరు. ఈయన మనస్సులో ఏముంది? ఇంకా ఇప్పుడు ఏం చూడాలో?

కుడికాలు మడిచి, వీరాసనంవేసినట్లుగా ఆయన వస్త్రాల గుట్ట దగ్గర కింద కూర్చున్నారు. పాంచాలి వీపుపైన నిమురుతూ –'పాంచాలీ!' అని పిలిచారు. వస్త్రాలగుట్ట కదిలింది. కాని ఆమెలో ఏ చైతన్యం రాలేదు. నిశ్చేష్టగాపడుంది. పితామహులు పీతాంబరం కొసని ఎత్తారు. చేతిలోని ఖడ్గంతో పీతాంబరంతో కలిసి ఉన్న ఆకాశపు రంగులోని వస్త్రాన్ని ఫర్ మంటూ కోసేసారు. ఏ పీతాంబరం విషయంలో అయితే దుశ్శాసనుడికి పీతాంబరం పై చేయి వేయవద్దనిగంభీరమైన హెచ్చరిక చేసారో, ఆయనే ఆ పీతాంబరాన్ని అతి సహజంగా చేతిలోకి తీసుకుని ఖడ్గంతో వేరు చేసారు. ఆయన ఇట్లా, ఎందుకు చేసారు?

పితామహులు లేచారు. సైగ చేసారు. దాసీలు ముందుకు వచ్చి అచేతనంగా పడి ఉన్న ద్రౌపదిని పైకెత్తారు. పాండవులు తలవంచుకుని నిల్చుని ఉన్నారు. పితామహులు ఒక్కక్షణం

భీముడి వీపుపైన, చేత్తో, అర్జునుడి వీపుపైన మరో చేత్తో నిమిరారు. ఆయన తల ఊపి సంకేతం చేసారు. ఐదుగురు, పితామహుల వెనక నడవడం మొదలుపెట్టారు. పితామహుల చేతులు ఇంకా భీమార్జునుల వీపులపైనే ఉన్నాయి.

ఆసనంపైనుండి నాకు లేవబుద్ధికాలేదు. ఎదురుగుండాపడి ఉన్న వస్త్రాలగుట్టలని రాతి పర్వతంలా మార్చి ఎవరో నా గుండెల మీద పెడుతున్నారు అని అనిపించింది. అంతే ఊపిరి ఆగిపోయిందా అని అనిపించింది. ఎంతసేపు అట్లాకూర్చునిఉన్నానో నాకే తెలియదు. సంధ్యాకాలంలో బీభత్సమైన మసకగా ఉన్న నీడలో భవ్యమైన రాజసభలో ఖాళీ అయిపోయిన సింహాసనాలు కనిపించాయి. ఒక్కసారిగా నేను తడబడుతూ లేచి నిలబడ్డాను. నిత్యం నియమానుసారం సభాగృహంలో దీపాలు వెలిగిస్తారు. అంతటా వెలుగు ప్రసారిస్తుంది. కాని ఈనాడు సేవకులకు ఏ మాత్రం ధ్యాస లేకుండా పోయింది. కాని ఏ చిమ్మచీకటి నన్ను ఆవరించి ఉందో దాన్ని మిణుకుమిణుకు మనే ఈ దీపాలు పారద్రోలుతాయా?

కొంచెంసేపు అప్పుడే నేను నిద్రలేచానాఅని అనిపించింది. వ్యాకులత చెందిన మనస్సుతో లేచాను. చిన్న చిన్న అడుగులు వేస్తూ సభా గృహం నుండి బయటకి వెళ్ళసాగాను. పట్టువస్త్రాల గుట్టలకింద పడి వున్న వివిధరంగుల వస్త్రాలని మసకబారిన సంధ్యావెలుగులో చూసాను. నా జీవితం కూడా వస్త్రాల గుట్టగా అనిపించింది. కాని పీతాంబరంలామెరిసేతేజోమయమైన వస్త్రం ఒక్కటి కూడా అందులో లేదు.

సభాగృహం మహాద్వారం దాకా వెళ్ళాక వెనక్కి ఒకసారి తిరిగి చూసాను. తన నిర్మాణం జరిగాక, ఈనాటిదాకా తేజోమయమైన,వైభవోపేతమైన అభిమానం వ్యక్తం చేసే, గౌరవంతో కూడిన ఎన్నో సంఘటనలు చూసిన ఆ భవనం, ఈ నాడు ఇటువంటి ఘోరమైన సంఘటనలని చూసింది. ఈ స్మృతులు భవనంతో పాటు ఎప్పుడూఎట్లాఉంటాయో? పెద్ద పెద్ద బంగారు సింహాసనాలలోఎవరూ లేరు. ప్రకాశం లేనందున అవి మెరవడం లేదు. అన్నిఖాళీ సింహాసనాలు, నది ఒడ్డున అస్తవ్యస్తంగా పడి వున్న కళాకాంతులు లేని రాళ్ళల్లా అనిపించసాగాయి. దూరంగా ఒక సింహాసనం చేతిపిడిపైన తలపెట్టుకుని, ప్రాణం లేని వాడిగా కూర్చుని ఉన్నాడు. సింహాసనాల క్రమానుసారంగా చూస్తే అది దుశ్శాసనుడి సింహాసనం. ఏ మాత్రం సందేహం లేదు. వాడు కాకపోతే ఇంతసేపుమరెవరుకూర్చుంటారు? ఒకసారి పెద్దగా శ్వాస వదిలి నేను మహాద్వారం నుండి బయటకు వచ్చాను. గంగ ఒడ్డుకి వెళ్ళి నియమానుసారంగా సంధ్యాకాలం ఇచ్చే అర్ఘ్యదానం చేయాలని కూడా అనిపించలేదు. ఆకాశంలోని పడమర వైపు అంతా నల్లటి మబ్బులు కమ్ముకుపోయాయి.

పెద్ద పెద్ద సంకెళ్ళతో బంధింపబడ్డకాళ్ళలా బరువుగా నేను ఒక్కొక్క అడుగు వేస్తున్నాను. మహలువైపు వెళ్ళే మెట్లు ఎక్కి నేను మహాద్వారం దాకా వచ్చాను. విష్ణుమందిరం గర్భగుడి ఎదురుగుండామేఘమాల వంకరగా వంగి చంచుపాత్ర (పక్షిముక్కులా ఉండే పాత్ర)తో ఇంగులి నూనె దీపపు కుందులలో పోస్తోంది. నూనెతో నిండగానే వత్తులను వెలిగించింది. ఆమె మొగలిరేకులాంటి ముఖం కుందుల వెలుగు కిరణాలలో మెరిసిపోయింది. ఆమెను చూడగానే ప్రొద్దున ఆమె అజాగ్రత్త వలన చేతి నుండి క్రింద పడ్డ ముగ్గుపాత్ర గుర్తుకువచ్చింది. గబగబా పెద్ద

పెద్దఅంగలు వేస్తూ నేను సరాసరి గర్భాలయం దాకా వెళ్ళాను. నన్ను చూడగానే మేఘమాల తనని తను సంబాళించుకుని పక్కకు జరిగింది. గర్భాలయంలో పెట్టబడ్డ రాతిదీపపు సమ్మెలను ఎత్తి నేలమీద చూసాను. అక్కడ చెల్లా చెదురై పడి వున్న ముగ్గు కనిపించింది. అక్కడ తెల్లటిరంగుగల ముగ్గు చెరిగిపోయింది. పసుపు రంగులో ఉన్న పసుపు కూడా లేదు. కేవలం రక్తవర్ణపు కుంకుమరేఖలు మాత్రం ఉన్నాయి. అవి కూడా చెల్లాచెదురై ఉన్నాయి. నేను వ్యాకులతతో నవ్వుతూ, ఆకుంకుమను ముట్టుకున్నాను. ఎంతో విచిత్రంగా అనిపించింది. నేను లేచాను. దీపపు సమ్మెను మేఘమాల చేతికి ఇచ్చాను. తరువాత పడకగది వైపు వెళ్ళాను.

శోణుడుఎప్పుడు వచ్చాడో తెలియదు. వాడిని గట్టిగా కౌగలించుకుని బాల్యంలోని వసులాగా 'శోణా! నేనెవరిని?'' అని అడగాలనిపించింది. కాని ప్రొద్దున్న నేను గంగ ఒడ్డున వాడు ఎంతో ఆప్యాయంగా అందించిన చెయ్యిని విసిరికొట్టాను. నేను అతడితో ఏమీ మాట్లాడకుండా పడకగది వైపు తిరిగాను. కాని వాడే నా ఎదురుగుండావచ్చి ''అన్నయ్యా! ఆగు!'' అనిఅన్నాడు. ఎంత అయినా వాడు నాకు స్వంత తమ్ముడు. పెద్దవాడిని అయినా వాడి ఉపదేశాలను వినాలి తప్పదు. నేను లేచి నిల్చున్నాను.

''అన్నయ్యా! అందరూ నిన్ను పొద్దున్న గంగలో నిల్చుని అర్ఘ్యదానం చేయాలని కోరారు కదూ! నీకు తెలిసిందా లేదా?''

''శోణా! తెలిసినా ఇప్పుడు ఏ లాభం లేదు''

''కాని నీవు జీవిత ఆదర్శాలన్నీ ఫణంగాపెడతావు కదా! వాళ్ళు నీ గురించి ఏం ఆలోచిస్తున్నారో తెలియాలి కదా!''

''ఎందుకు గంగ ఒడ్డుకి పొద్దున్నే వెళ్ళమని నన్ను కోరారు? నీవు చెప్పు?''

'ఇవాళ జూదంలో పావులుగా వాడే గవ్వలు భీముడిని వధించిన జరాసంధుడి బొమికలతో చేయబడ్డాయి. నీవు వాడికి ద్వందయుద్ధంలో జీవన దానం చేసావు''.

''ఏమిటి? ఏమిటి అంటున్నావుశోణా! జరాసంధుడి బొమికలు తేవడానికి దుశ్శాసనుడు మగధుల రాజ్యానికి వెళ్ళాడా?'' నేను వాడి భుజాలను ఊపేస్తూ అడిగాను.

''అవును. నీ మాటల దెబ్బలకి గవ్వలు వణికిపోతాయి. ఈ సంగతి తెలిసే అందరూ మిమ్మల్ని జూదం ఆట అయిపోయేదాకా ఎంతో తెలివిగా సభాగృహానికి దూరంగా ఉంచారు. గవ్వలు మీ వలన, భీమసేనుడి వలన వణికిపోతాయి.''

''ఇదంతా నీవెట్లా తెలుసుకున్నావు?''

''సత్యసేనుడి వలన. దుర్యోధనుడు మిమ్మల్ని గంగ ఒడ్డుకి పంపిస్తాడని సత్యసేనుడికి ముందే తెలుసు.

ఇవాళ పూర్తి రోజంతా ఆశ్చర్యమైన, రహస్యమయమైన వలపన్నే రోజే.''

''శోణా! వెళ్ళు... కాని ...కాని, ప్రొద్దున్న నిన్ను చీదరించుకున్నాను. అందుకని నా పట్ల వేరే భావం పెట్టుకోకు. మొత్తం లోకం అంతా ప్రతికూలం. అయినాసరే, చింత ఏమీ లేదు. కాని నీవు నా సోదరుడివి. ఒకే తల్లి రక్తమాంసాలను పంచుకుని పుట్టిన పిల్లలం. అది మాత్రం మరచిపోకు.''

''అన్నయ్యా! మీ చరణాలపైన మృత్యువు వచ్చినా, నేను గంగ ఒడ్డున ఉన్న ముత్యపు చిప్పలను దోసిళ్ళలో నింపుకుని హృదయానికి హత్తుకున్నట్లుగాహత్తుకుంటాను.'' ముందుకు వచ్చి వాడు చేతులతో నా పాదాలను స్పృశించాడు.

గర్భగుడి దగ్గర విచారంగా నిలబడిఉన్న మేఘమాల వైపు వేలెత్తి చూపిస్తూ ''వెళ్ళు శోణా! ముగ్గంతా పోయింది. పోవడానికే ముగ్గు ఉంటుంది. అది అంతే'' అని ఆమెకు చెప్పు''

మెల్లి మెల్లిగా వెళ్ళిపోయాడు.

పడకగదిలో ప్రవేశద్వారం దగ్గరి తల్పంపైన వృషాలికూర్చుని ఉంది. తనని చూడగానే నాకే సిగ్గనిపించింది. సభలో జరిగిన అప్రియమైన సంఘటనలను గుర్తుచేసి, ప్రశ్నలతో నన్ను గాయపరుస్తుంది. నేను ఆమెకు ఏం జవాబు ఇవ్వగలను? తన భర్త విషయంలో ఆమె ఏం అనుకుని ఉంటుంది.

లోపలికి ప్రవేశించింది. నేను ఆమెను చూడలేదు అని ఆమె అనుకోవాలని నేను కిటికీలోంచి బయట చీకట్లో కనిపిస్తున్న గంగానది వైపు చూస్తున్నాను.

ఎప్పటిలాగా నా వెనక నిల్చొని ఆమె ఆశ్చర్యంగా అన్నది– ''మీ ఉత్తరీయం ఏది? ఎవరికైనా ఇచ్చారా?''

''ఇవ్వాలని అనుకున్నాను. కాని ఇవ్వలేకపోయాను. కాని ఒక సాధారణమైనఉత్తరీయం కోసం ఇవాళ ఎందుకు ఇటువంటి ప్రశ్న వేస్తున్నావు?'' ''సాధారణమా! కానే కాదు. ఎన్నో జ్ఞాపకాలు ఈ ఉత్తరీయంతో ముడిపడి ఉన్నాయి. గంగ ఒడ్డు నుండి నేను దేనినైతేతీసుకువచ్చానో, అది మీకు, నాకు ఎంతో ఇష్టమైనఉత్తరీయం. ఆ ఉత్తరీయంఏమైపోయింది?''

''ఆ ఉత్తరీయం ఇక లేదు. ఇక ఎప్పటికీ ఉండదు. ఆ వస్త్రం కన్నా విలువైన వస్త్రం ఈ లోకంలో ఉంది అన్న నమ్మకాన్ని కలిగించి శాశ్వతంగా వెళ్ళిపోయింది.''

''పోతే పోనీయండి. పతియే స్త్రీకి అన్నింటి కన్నా విలువైన వస్త్రం'' నా వీపు మీద గడ్డంపెట్టి ఎప్పటిలా ఆమె ఎంతో ప్రేమగా అన్నది.

అయితే సభాగృహంలో జరిగిన సంఘటనల గురించి ఈమెకి ఏమీ తెలియదు. నేను హమ్మయ్య అని ఊపిరి పీల్చుకున్నాను.

''మీరు మీ ఉత్తరీయం పోయిందని ఆశ్చర్యం కలిగించే వార్త చెప్పారు. దీనికన్నా మీకు ఇంకా ఆశ్చర్యం కలిగించే వార్తను చెప్పి మిమ్మల్ని ఇంకా చకితులని చేస్తాను'' ఆమె చెబుతూనే ఉంది. కాని నా కళ్ళఎదురుగుండానిరంతరం సభాగృహమే కనిపిస్తోంది. నీలం, పసుపు, ఆకుపచ్చ, ఎరుపురంగులు కనిపిస్తున్నాయి.

''ఏమిటి?'' ఆమె నుండి దూరం జరిగి, కిటికీ ఉన్న మరో ద్వారం దగ్గర నిల్చుని అడిగాను.

''మీరెప్పుడుఅంటూ ఉంటారు పాంచాలి మిమ్మల్ని తిరస్కరిస్తూ ఉంటుందని. కాని...''

''వృషాలీ! ఈ విషయం గురించి నేను ఇప్పుడు వినదలుచుకోలేదు. వినే అవసరం కూడా లేదు. నేను చేసిందాన్ని ఒడ్డున నిల్చుని చూసే ప్రేక్షకులలా పరీక్ష చేయడం నాకు ఏ మాత్రం ఇష్టం లేదు.''

''కానీ వినండి! పాంచాలి హృదయపూర్వకంగా మిమ్మల్ని ఎప్పుడూతిరస్కరించలేదు'' నన్ను మధ్యలో ఆపేస్తూవృషాలిఅన్నది.

''నీవెట్లా చెప్పగలుగుతావు?''

''నేను స్వయంగా తెలుసుకున్నాను''

'ఏం తెలుసుకున్నావు?''

''మేం అందరం మూడో ఝామున అంతఃపురంలో కూర్చుని ఉన్నాము. అప్పుడే ద్రౌపది స్నానం చేసి అంతఃపురానికి వచ్చింది. మీ పత్నిని అయినందువలన ఎంతో స్నేహంగా మీ గురించి అడిగింది. వృషసేనుడి చెవులపైన చేయివేస్తూ ''నిజంగా, అసలు నీ ఈ పుత్రుడికి కుండలాలు ఎందుకు లేవు''. నేను ఏం జవాబు చెప్పగలుగుతాను? ''వీరి తండ్రి గారికే తెలియాలి'' అంటూ నేను మాట మార్చేశాను. కాని మీ మాట ఎత్తగానే తక్షణమే తను తలదించుకుంది.''

''ఏం ఎందుకు? వృషాలీ? ఈ విషయం గురించి నీవు ఎప్పుడూతెలుసుకోలేవు?'' బయట చీకటి అలుముకున్న సాగరం వైపు చూస్తూ నేత్రబాణాలను దూరంగా విసురుతూ నేను అన్నాను. ''నాకు కూడా అనుమానం వచ్చింది. నా ఎదురుగుండాకూడా మిమ్మల్ని అపహాస్యం చేయాలని అనుకుంటోందా? ఆమే కేశాలంకరణ కోసం అద్దం వైపు తిరిగినప్పుడు, సత్యాసత్యాలను పరీక్ష చేయడంకోసం, నేను ఆమె సఖి హిరణ్మయినిదగ్గరికి పిలిచాను. ఆమె చెప్పింది విన్నాకే నా పరిస్థితి ఇట్లా అయింది. మీకు ఇదంతా శీఘ్రంగా చెప్పేసి, మీ సందేహాలని ఎప్పుడెప్పుడు దూరం చేయాలా అని అనుకున్నాను. మృణాళిని పంపించి మీ కోసం వెతికించాను. కాని ఆ సమయంలో మీరు సభాగృహంలో నిమగ్నులై ఉన్నారు.''

''ఆమె ఎటువంటి ఆశ్చర్యకరమైన విషయం చెప్పింది?''

''అందరితో పాటు మీరు ఒకసారి రాజసూయయాగం కోసం ఇంద్రప్రస్థకి వెళ్ళారు. ఆ సమయంలో మయసభలోని ఒక గదిలో మెట్లపైన నుండి, కుండలాలతో సుశోభితమైన మీ ముఖ ప్రతిబింబాన్ని సరోవరంలో చూసింది. మీ ముఖం కూడా ఆమెకు కొంతవరకే కనిపించింది. చూడగానే పాంచాలి ఆమె చెవిలో చెప్పింది....''

'ఆమె ఏం చెప్పింది? చెప్పు వృషాలీ! ఆరోజు నేను భ్రమలో ఉన్నాను, ఈనాడు అదే స్థితిలో ఉన్నాను.

''హిరణ్మయి! ఈ కవచకుండలాలు భార్యగా నాకు ప్రాప్తించి ఉంటే ఎంత ఆనందంగా ఉండేది. నా జీవనోద్యానంలో ఎన్నెన్ని వసంతాలు వికసించేవి? అంగరాజు కర్ణుడు ఒకవేళ పతిగా లభించి ఉంటే ఐదుగురు భర్తలతో సహవాసం కోసం పంచుకున్న ఆ సంవత్సరాలు, సమానమైనవి కావు. రెండు రెండునెలలు సమానంగా భర్తలతో కలిసి జీవించే అవకాశం ఉండేది. కదా?'' అని సఖి చెవిలో గుసగుసలాడింది. ఆ తరువాత ఆమె నా వీపుపైన తలవాల్చింది. నేను వెనక్కి తిరిగి 'పాంచాలీ!' అంటూవృషాలి ముఖాన్ని అరచేతులతోఇముడ్చుకుని నన్ను నేను మరచి పోయాను తహతహలాడాను.

''పాంచాలి కాదు వృషాలి!'' నా చేతులపైన తన చేతులను పెడుతూ వృషాలిఅన్నది''కనీసం ఇప్పుడైనా, పాంచాలిని తప్పుగా అర్థం చేసుకుంటున్న మీ మనస్సుకు శాంతి కలుగుతుంది

కదూ?'' సమ్మెల మసకబారిన వెలుగులో నా కళ్ళల్లో తొంగిచూస్తూ ఆమె ఏదో వెతకడం మొదలుపెట్టింది.

అనేకరకాల కలగాపులగపు భావాలతో నా మనస్సు అశాంతిగా ఉంది. క్షోభ పడ్డది. ప్రాతఃకాలం నుండి సత్యాసత్యద్వందం లో, కేవలం దైవయోగంతో నేను సత్యానికి వంచితుడనై అసత్యం వైపు వెళ్ళి పోలేదా? విసిరివేయబడ్డాను కదా? ఇక ఇప్పుడు నిజాన్ని తెలుసుకున్నా ఏం లాభం? పాంచాలి మనస్సును తెలుసుకున్నా ఒరిగేది ఏముంది?''

'వృషాలీ!'' ఆమెను కౌగలించుకుంటూ మెల్లిగా గొణిగాను.

''మీరు ఎంత గొప్పవాళ్ళు! పాంచాలి కూడా నన్ను చూసి ఈర్ష్య చెందుతుందేమో'' నా గుండెల్లో తలదాచుకుంటూ ఆమె అన్నది. ''నేను! నేను గొప్పవాడినా? వృషాలీ నేను ఒకప్పుడు గొప్పవాడిని. కాని ఇప్పుడు కాదు.''

''నాకైతే మీరు ఎప్పుడూగొప్పవారే. గొప్పవారు గానే ఉంటారు'' కౌగిలి నుండి విడిపించుకుని ఆమె గాలివాటంలాశయనాగారం నుండి బయటకి వెళ్ళిపోయింది. నా కోసం ఆమె ఏదో తేబోతోందని తెలుసుకున్నాను. ''వృషాలీ! నా కోసం ఏమీ తీసుకురాకు. నాకు ఆకలి లేదు.'' అనిఅన్నాను.

ఆమె బయటికి వెళ్ళిపోగానే నేను పడకగది తలుపులు లోపలినుండి మూసేసి మంచం మీద నడుం వాల్చాను. మనస్సు, శరీరాల ఉత్సాహం చల్లబడిపోయింది. క్షితిజపు అంచుని తెలుసుకోడానికి సముద్రపక్షి నీళ్ళ నుండి బయటికి వచ్చి, ఒక్క ఊపులో రెక్కలు కొట్టుకుంటూ ఏవిధంగా ఎగిరిపోతుందో అదే విధంగా భవిష్యత్తు తెలుసుకోడానికి నా మనస్సు బలాన్ని కూడగట్టుకుని పరుగెత్తుతోంది. కాని సరిహద్దు తెలియకపోవడం వలన మళ్ళీ దేహ పంజరంలోకి వచ్చేస్తోంది. ముక్కుని చీల్చుకుంటూ, ఆయాసపడుతూ చేష్టలుడిగినదానిలా అయిపోతోంది. అతడు పాంచాలీ! పాంచాలీ!'' క్షమించు అంటూ కలవరిస్తున్నాడు.

ఎంతో నాజూకుగా ఉన్న ఆ పరుపు స్పర్శ వలన, ఇంకా ఇటువంటి సందర్భాలలో మనస్సు ఇంకా అశాంతిగా ఉంటుంది. వ్యాకులత చెందుతుంది. అందువలన హిమాలయాలంత చల్లగా ఉన్న గచ్చుమీద మోకాళ్ళ మీద కూర్చుని నేను నా తలని మంచంకోడుపైన పెట్టాను. కాని ఒక్కక్షణం రోజంతా సూర్య కిరణాలలో ఎండలో మిటమిటలాడుతూ నా కళ్ళఎదురుగుండా సాక్షాత్కరించింది ఆ మనస్సు. శారీరక చక్షువులను మనం మూసేసుకోవచ్చును, కాని మానసచక్షువులను ఎప్పటికీ మూయలేము. ఘటనలనే చిత్రపక్షి, వివిధరంగుల రెక్కలను ఫటాఫటా కొట్టుకుంటూ కళ్ళఎదురుగుండానాట్యం చేయసాగింది. మధ్యమధ్యలో చీత్కారాలు చేస్తోంది. 'మేఘాలు నిండిన ఆకాశం' 'ముగ్గుపంచపాత్ర' కీకీఅంటూ పరుగెత్తే తీతువుపిట్ట...! నిస్తేజమైన కుండలాలు, యజ్ఞగుండం పైన కూర్చున్న కాకి! నల్లటినలుపు... నల్లటి నలుపు పులుముకున్న రోజు. పాంచాలి విరబోసుకున్నకేశాలు, కన్నీళ్ళు, రక్తపుబొట్లు.. ఉఫ్ రక్త కన్నీళ్ళ నదులు... వణికిపోయే గవ్వలు. ఏనుగులా మదం ఎక్కిన దుశ్శాసనుడు! ఇంకా... ఇంకా... అవివేకి, దారితప్పిన, అధఃపతనానికి దిగజారిన కర్ణుడు! నలువైపులా ఆక్రందన, ఆక్రోశం, అన్యాయం, ఎగతాళి... మెరుస్తున్న పీతాంబరం ఇంకా... ఇంకా కాళ్ళకింద నలిపివేయబడ్డ

ఉత్తరీయం! చెల్లాచెదరయిన తెల్ల ముగ్గుశోభ! మిగిలిపోయిన కుంకుమ! కేవలం ఎర్రటి ఎరుపుగల గాఢమైన కుంకుమ! పాదాల పైన తల పెట్టే శోణుడు! వీపుపైన తలపెట్టుకునే వృషాలి! సంవత్సరాన్ని రెండు, రెండు నెలలుగా విభజించడానికి ఇష్టపడ్డ పాంచాలి! పాంచాలి! పాంచాలి!''

నన్ను నేను చీదరించుకుంటూ తలపైకెత్తాను. నలువైపులా దీపపు సమ్మె నుండి వస్తున్న మసక మసక వెలుతురు. ఆకలికొన్న వాడు ముతకబియ్యపు అన్నం దొరికితేనే మామిడిపూతలా సంతోషిస్తాడు. ఆ వ్యాకులతతోనే మనస్సులోని చీకటిని పారద్రోలడానికి నేను దీపపు కాంతివైపు చూస్తున్నాను. ఆ కాంతిలో కూడా పాంచాలే కనిపించింది. ఎంతో వినయంగా ఆమె అర్థిస్తోంది. అంగరాజా! నేను ఇవాళ సభలో మీ ఎదురుగుండాచేయిజాచలేదు. మీరు చాలా బాధపడి ఉంటారు. పాంచాలి మళ్ళీ నన్ను తిరస్కరించింది అని మీ మనస్సు ముక్కలు ముక్కలు అయి ఉండవచ్చు. కాని... కాని ఏ ముఖం పెట్టుకుని మిమ్మల్ని అర్థించను. నాకు ఏం హక్కు ఉంది? మీ మెరిసే కవచకుండలాలని, కన్ను మిన్ను కానరాక, నాకున్న సుగంధం మదంలో కాదనలేదా?నా దేహానికి ఉన్న సుగంధంలా, మీ దేహంలో ఉన్న కవచకుండలాలు ఇంకా అమూల్యమైనవి. ఈ విషయం నేను చాలా ఆలస్యంగా తెలుసుకొన్నాను. ఇది తెలుసుకున్నాక ఇక ఏం చేయగలను? నిస్సహాయత. నేను మిమ్మల్ని తిరస్కరించాను. ఈ భరించరాని ఆవేదనను నేను మనస్సులో ఉంచుకుని, మీ ఎదురుగుండా సభలో నేనే చేయిచాస్తే, మీరు నన్ను తిరస్కరిస్తే? ఆ క్షోభను ఎట్లా భరించగలుగుతాను? నేను సిగ్గుపడే మీ ఎదురుగుండాచేయి చాచలేదు. మిమ్మల్ని తిరస్కరించాలని కాదు, మిమ్మల్ని అవమానం చేయాలన్న ఉద్దేశ్యంతో కాదు. కాని... కాని నన్ను మీరు విలాసిని, వారాంగన, కులట అని అన్నారు. ఐదుగురు భర్తలతో రమించే స్వైరాచారిణిఅని అన్నారు. తల్లి ఆజ్ఞను శిరసావహించే భర్త, తన భార్యను తన సోదరులను పంచి ఇస్తానన్నప్పుడు, ఆ జ్యేష్ఠపతి మాటను సరేనని ఒప్పుకున్నస్త్రీ కులట ఎట్లా అవుతుంది? చెప్పండి నేను వారాంగననా? విలాసినినా? కులటనా? మీమనస్సును మీరు స్వయంగా అడిగి చెప్పండి.''

జ్యోతి క్షణక్షణం పెద్దదవుతోంది. తెలుసుకోగానే నేను పెద్దగా అరిచాను. ''కాదు పాంచాలి! నీవు కులటవి కావు! నీవు పతివ్రతవి. వృషాలీలా నీవు పవిత్రురాలివే''

బయట చిమ్మచీకటిగా ఉంది. అయినా నేను లేచాను. పడకగది, మహలు వదిలేసి మెట్లు దిగుతూ రాజభవనం ప్రాచీరం దాకా వచ్చాను. నిద్రలో తూలుతున్న ద్వారపాలకులను లేపకుండా మహాద్వారం దగ్గర ఉన్న తలుపులను తెరిచాను. ఆ తరువాత గంగ ఒడ్డువైపు వెళ్ళాను. హస్తినాపురాన్ని అంతా చీకటి మింగేసినట్లుగా ఉంది. దారి తెలుసు కాబట్టి నేను ఎక్కడా దారి తప్పలేదు. సరాసరి నడుచుకుంటూ వెళ్ళిపోయాను.

గంగ ఒడ్డున నాకు చిరపరిచితమైన రాయిపైన కూర్చున్నాను. శాంతంగా ఉన్న జలవాహిని ఒడ్డున ఉన్న వృక్షాలలో, ఏదో ఒక కదంబవృక్షంపైన అప్పుడప్పుడు కారండవ పక్షిరెక్కలు ఫటఫటా కొట్టుకుంటూ చీత్కారాలు చేస్తూ ఉంటుంది. కాని మరుక్షణం దాని గొంతు నీరవ నిస్తబ్ధ శాంత వాతావరణంలో ఎక్కడో కలిసిపోతుంది. ఆకాశపు నీలి పారిజాతపు చెట్టు, చిన్న చిన్న తారల పుష్పాలతో నిండిపోయి ఉంది. వాటిల్లోనికొన్నిపూలు ప్రతిబింబం రూపంలో

చెల్లాచెదురుగా ఉన్నాయి. చాలాసేపు ఆ పాషాణం పైనేకూర్చున్నాను. కాని అంతరంగంలో భ్రమ, కోలాహాలుఎప్పుడు ఆగిపోతాయోఎవరకీతెలియదు. అసలు జవాబు నాకు దొరకలేదు. హోరు పెడుతున్న అలలు ఎప్పుడైనా అసలు జవాబులు ఇవ్వగలుగుతాయా? చివరికి బాధపడ్డ మనస్సుతో గంగ ఒడ్డున వదిలేసి మహలు వైపు వెళ్ళాను. తహతహ లాడుతూ నిద్రలోకి జారుకున్నాను. నిద్ర అందరికన్నా అధికమైన ఉదార హృదయం గల తల్లి. రకరకాల వ్యక్తుల అనేకమైన బాధలను, నిద్ర సమానమైన మమతతో, కొంచెంసేపు కోసమైనా సరే, తన విశాలమైన గర్భంలో దాచుకుంటుంది.

13

ఎవరోతలుపుతట్టారు.ఆచప్పుడికినేనునిద్రనుండిలేచాను.గవాక్షంలోనుండిఅరుణోదయ కిరణాలు వస్తున్నాయి. అవి ఎంతో మనస్సుకు హత్తుకునేలా ఉన్నాయి. నేను ఆశ్చర్యచకితుడనయ్యాను. ఇంతసేపు నేను ఎప్పుడూనిద్రపోయినట్లు నాకు గుర్తేలేదు. నిన్న సంఘటనలు నా దినచర్యలో మార్పులు తీసుకు వచ్చాయా?– ఈ సందేహంతో మంచంపై నుండి వెంటనే లేచి గవాక్షానికి ఉన్న రంధ్రాలలోంచి, సూర్యబింబం, తూర్పునక్షితిజంలో ఎంత పైకి వచ్చిందోచూసాను. బయటనుండి తలుపులపై ఎవరో దడదడా కొట్టారు. బయటనుండి తలుపులు కొట్టే సాహసం ఎవరికి ఉంది? ఈ సందేహంతో నేను త్వరత్వరగా ద్వారం వైపు వెళ్ళాను. వృషాలికాదు, సుప్రియకాదు, మేఘమాల కూడా కాదు. సత్యసేనుడు, శోణుడు, నా పడకగదివైపు రానే రారు. మరి రాజమాత అయిఉండవచ్చా? ఎవరు అయి ఉంటారు? మనస్సులో ఈ ప్రశ్న వేసుకుంటూ ద్వారం గొళ్ళాన్ని తీసాను. ఎదురుగుండాఅశ్వత్థామను చూసి నవ్వుతూ అన్నాను.''ఇవాళ నీవు వస్తావు అని నాకు తెలుసు. అందుకే ఇంత ఆలస్యంగా లేచాను. లేకపోతే ఈపాటికి గంగ ఒడ్డున ఉండేవాడిని.

''ఇంతగా అంతర్యామివిఎప్పుడైపోయావు? నాకు మంచిగా అనిపించాలని ఏవేవో మాటలు చెప్పకు. ఇప్పుడే వదినగారు, నీవు అర్ధరాత్రి తిరిగి వచ్చావని చెప్పారు. దుఃఖాన్ని దాచుకోవాలి, కాదని ఎవరూ అనరు. కానీ కాస్త తెలివి తేటలను ఉపయోగించాలి.''

''గురు పుత్రుడు కావడం వలన, నీవు ఎప్పుడైనా,ఎక్కడికైనా రాగలుగుతావు. అందుకే నీకు అన్ని విషయాలు తెలుస్తూ ఉంటాయి. కాని నీవు ఇంతకుముందు ఎప్పుడూనా దగ్గరికి రాలేదు. ఇవాళ ప్రొద్దున్నే నీ ఆగమనానికి కారణం?''

''కారణం ఏమిటంటే రాలేకుండా ఉండలేకపోయాను.''

''ఏం? ఏమైంది?'' నేను అతడిని సింహాసనంపై కూర్చోమని సైగ చేస్తూ అన్నాను.

''పాండవులు పాంచాలితోపాటు, వనవాసం చేయడానికి కామ్యక అరణ్యం వైపు ఇవాళే ప్రస్థానం అయ్యారు. ఇవాళ సూర్యోదయం ముందు.''

ఇది వినగానే వేదన అనే ఒక అల నా మనస్సులో ఉవ్వెత్తున లేచింది. ''నిన్నటి సంఘటన తరువాత కూడా మామ, వాళ్లు వనవాసం వెళ్ళాలని పట్టుబట్టారా?'' నేను బాధపడుతూ అడిగాను.

''లేదు. స్వయంగా యుధిష్ఠరుడే తన వాగ్దానాన్ని నెరవేర్చుకోవడానికి ఈ నిర్ణయం తీసుకున్నాడు. వృషవర్మ, మహామంత్రి విదురులు, పితామహులు, సంజయుడు వాళ్ళని వెనక్కి రమ్మనమని ఎంతో చెప్పారు. కాని అతడు ఎవరి మాట వినలేదు.

''మా ఇంద్రప్రస్థ రాజ్యం మీది'' అంటూ దుర్యోధనుడికి చెబుతూ అతడు రాజవస్త్రాన్ని దేహం నుండి తీసి మహారాజుల పాదాల చెంతన పెట్టాడు.''

''అశ్వత్థామా! అసలు మనం అందరం ఏం చేస్తున్నాం? అసలు ఏమీ అర్థం కావడం లేదు. అంతా అయోమయంగా ఉంది.

''ఒకవేళ ఇదే అర్థం అయితే, అసలు జీవితం అంటే ఏమిటో తెలిసి పోయేదిగా! భవిష్యత్తులో ఏదో మంచి జరగబోతోంది అన్న ఆశతో సంపూర్ణ చరాచరాలు సృష్టి ఏర్పరచిన దైనిక కార్యక్రమాలని నిరాటంకంగా సాగిస్తున్నాయి. యుధిష్ఠరుడు వెళ్ళిపోయాడు. అతడు వెళ్ళిపోవాల్సిందే. అసలు జన్మతః అతడి స్వభావంలోని విశిష్ఠత ఇదే.''

''స్వభావంలోని విశిష్ఠతా?''

''సత్యం పట్ల ప్రేమ, సంయమం''

''సంయమమా! ఇదేం సంయమం అశ్వత్థామా! నగారా కర్రలా ఒక క్షణంలో విసిరివేసి, ప్రస్థానం చేయడమా?''

''అవును. ఇది కేవలం యుధిష్ఠరుడొక్కడే చేయగలుగుతాడు. అతడి సంయమనం ఎంత గట్టిదో చూడాలంటే ఒక ఉదాహరణను ఉల్లేఖిస్తాను. నిన్న సభలో ఏ సింహాసనం పైన కూర్చున్నాడో, అతడి ఎదురుగుండా ఉన్న ఇనుపచరణాసనాన్ని వెళ్ళి చూడు.''

''ఆ చరణాసనంపైన ఏముంది?''

''అతడు భీముడిని ఆపడానికి దృఢమైన మనస్సుతో, ఆచరణాసనం పైన ఏ వేలిని గట్టిగా నొక్కాడో అక్కడ పడ్డ గుంట. లోతుగా పడ్డ గుంట అది.''

''వేలిగుంటా?''

''అవును. రాజమాత కుంతీదేవి యుధిష్ఠరుడి శాంత స్వభావం చూసి, అతడికన్నా చిన్నవాళ్ళైన పాండవులను, ఏ నిర్ణయం తీసుకున్నా అతడి కాలివేలిని చూసి తీసుకోవాలని ఆజ్ఞ జారీ చేసింది. యుధిష్ఠరుడు కాలివేలిని పైకి ఎత్తగానే, నలుగురు సోదరులు ఎవరిమీదనైనా సరే పిడుగులా విరుచుకు పడతారు.''

''మరైతే నిన్న అతడు తన కాలివేలుని పైకెందుకు ఎత్తలేదు?'' ఆ రహస్యం ఏదో తెలుసుకోవాలన్న కుతూహలం నాలో ఎక్కువ అయింది. వ్యాకులత కూడా పెరిగింది.

''నిన్న ఒకవేళ అతడు కాలివేలు ఎత్తి ఉంటే, బహుశ అతడు కిందకిదిగజారిపోయేవాడే. అసలు ఏం జరిగిఉండేదో ఎవరూ ఊహించనైనాఊహించలేరు. ఒక తల్లి దృష్టిలో నమ్మకద్రోహి అయి ఉండేవాడు.''

''అంటే? ఆ నలుగురు అక్కడ అందరిని నేల కూల్చేవాళ్ళా? అవమానంతో తలదించుకునేలా చేసేవాళ్ళు అని నీవు అంటున్నావా?''

''అంతా ఇట్లానే జరిగి ఉండేది అని నేను చెప్పలేను. కాని భీముడు మాత్రం దుశ్శాసనుడిని తప్పకుండా వధించేవాడు. ఎందుకంటే ఏ సింహాసనంపై భీముడు కూర్చున్నాడో దాని ఇనుపచేయి పిడిని కోపంతో విరిచేసాడు. సభాగృహంలో దీన్ని చూడవచ్చు.''

''అశ్వత్థామా! నిన్న జరిగిన, జరగకూడని ఘటన తరువాత కూడా, నీ మనస్సులో నా పట్ల అసహ్యం లేదా?''

''ఊహు... ఏమాత్రం లేదు! కాని ఒక విషయంలో నా మనస్సు చాలా బాధపడ్డది.''

'ఏ విషయంలో? నేను ద్రౌపదిని కులట అనిఅన్నానుఅందుకా?''

''ఊహూ, కానేకాదు. అసలు నీవు అట్లాఅనిఉండకపోతే, ద్రౌపది ఎంత అసాధారణమైనస్త్రీయోహస్తినాపురానికి తెలిసి ఉండేదేకాదు. ఈనాడు వికర్ణుడు ద్వారా వర్ణింపబడ్డ దేవయాని, తపతి, గిరిజ, సుదక్షిణమొదలైన మహారాణుల కన్నా అధికమైనవందనీయురాలైయింది, ఈ నగరంలో నా బాధ ద్రౌపది గురించి కాదు, నీ గురించి.''

''నా గురించా? నీ ప్రాణప్రియ సఖుడు నాలికను వశంలో ఉంచుకోలేక పోయాడు అందుకా?''

''ఊహు! అందుకు కూడా కాదు! కాని ఇవాళ పురప్రజలందరు నీ విషయంలో నాలుకని కట్టడి చేయలేకపోయారు. అందువలన ఈనాడు హస్తినాపురంలో జరిగిన ఈ జూదం ఆటలో షడ్యంత్రాలుకుతంత్రాలు చేసింది నీవే అని సగం పైగా ప్రజలు నమ్మకంగా చెబుతున్నారు. అసలు వాళ్ళ ఉద్దేశ్యంతో నీవే దీనికి కేంద్రబిందువువి. పునాదిరాయివి.''

''ఉఫ్! ఇదంతా నిజం కాదు అశ్వత్థామా! శుద్ధ అబద్ధం! అసలు నిజానికి నేనే పొరపాటు చేసాను. ద్వంద్వయుద్ధంలో నేను జరాసంధుడికి ప్రాణదానం చేయకుండా ఉండాల్సింది. అప్పుడు ఇటువంటి పరిస్థితులు వచ్చేవేకావు. అసలు ఆ గవ్వలూ వచ్చేవి కావు. ఆ పాచికలు వచ్చేవి కావు.''

''నీవు అట్లా చేయలేదు. ఇక ముందు చేయలేవు. శత్రువులపై దయాదాక్షిణ్యాలు చూపించడం జన్మతః వచ్చిన నీస్వభావం. ఇదే నీలో ఉన్న విశిష్టత. ఈ నాటి దాకా నీవు ఇదే చేస్తున్నావు.''

''నీవు పాండవుల వనవాసం గురించి చెబుతున్నావు. అసలు అట్లాఊహించనైనా ఊహించలేదు. నిన్నటి జూదం ఆట పీతాంబరుడు ముగించాడు కదా! పాండవులు అర్థం చేసుకోవాల్సింది.''

''అర్థం చేసుకోవాల్సిందే. కాని అర్థం చేసుకోలేదు కదా! అసలు వాళ్ళ మనస్సు ఏ వస్తువుతో తయారుచేయబడ్డదో ఎవరికీ అర్థం కాదు. ఎందుకంటే వనవాసం వెళ్ళక ముందు తమ తల్లిని చూడడానికి కూడా వాళ్ళు ఇంద్రప్రస్థం వెళ్ళలేదు. సుభద్రతో సహా అభిమన్యుడిని తీసుకుని ద్వారకకి శ్రీకృష్ణుడి దగ్గరకి వెళ్ళమని అర్జునుడు సందేశం పంపించాడు. స్పష్టంగా చెప్పాడు. ద్రౌపది తన ఐదుగురు పుత్రులను, పాంచాల దేశానికి తీసుకువెళ్ళమని తన సోదరుడు దృష్టద్యుమ్నుడికి సందేశం పంపించింది. క్షణం క్రితం పాండవకులం అంతా ఒకచోటే ఉంది. ఇప్పుడు ఇట్లా చెల్లాచెదురు ఎందుకు అయింది?''

''అశ్వత్థామా! ఎవరిని ఎప్పుడూ ఇటువంటి ప్రశ్న వేయలేదు. కాని నేను నిన్ను ఒక రహస్యమైన ప్రశ్న అడగవచ్చా?''

''తప్పకుండా!'' నా ప్రశ్న ఏమిటో అనిఊహించుకుంటున్నాడో ఏమో అతడు నుదిటిని చిట్లించాడు.

''ఒకవేళ నేను ఒక్కక్షణంలో రథంలో వాయుగతితోవెళ్తే, మనస్ఫూర్తిగా పాంచాలిని క్షమించమని అడిగితే వాళ్ళు వెనక్కి వస్తారా?''

''అసంభవం! వీరుల నిర్ణయం అంటే విల్లునుండి దూసుకు వెళ్ళిన ఈటెలాంటిది. ఇప్పడు నువ్వేమిటి? పితామహులు వచ్చి కాళ్ళు పట్టుకున్నా పాండవులు వెనక్కిరారు. జబ్బు రాకముందే మందు తీసుకోవాలంటారు. కాని పాండవులతో వ్యవహరించేటప్పుడు ఈ విషయాన్ని ఎవరూ పట్టించుకోలేదు. పితామహులు భీష్ములు, మహారాజు, ఆచార్యులు అంతెందుకు మా నాన్నగారు... కూడా ఇప్పుడు గూటి వైపు మళ్ళీ రాకూడదన్న గట్టి నిర్ణయం తీసుకున్న పక్షుల్లానలువైపులా స్వేచ్ఛగా విహరిస్తున్నారు.''

''దీనికి ఉపాయం ఏదైనా ఉందా?'' పక్షులు ఉవ్వెత్తున ఎగిరిపోయాయి అని అతడు అన్నాడు. ఆ మాటలు నాకు భయంకరంగా అనిపించాయి.

''ఎదురైన పరిస్థితులను గట్టిగా ఎదిరించాలి. ఇంతకన్నా మరో ఉపాయం లేదు.'' తన గడ్డాన్ని పైకి ఎత్తి తలకి కట్టబడ్డ పట్టీ ముడిని గట్టిగా బిగించాడు.

''అసలు నీవు తలకి ఎందుకు పట్టీకట్టుకుంటావు?'' అని అడగాలనిపించింది. కాని అది నీచత్వమని అనిపించి అడగలేదు.

''ఇవాళ నాకు ఒక ఆశ్చర్యకరమైన అనుభవం కలిగింది'' అతడు ముడిని గట్టిగా బిగించుకుంటూ అన్నాడు.

''ఏమిటి?''

''పాండవులు ఇంద్రప్రస్థకి రాజులు. కాని కురుల ఈ హస్తినాపురం నుండి ఎందరో ప్రజలు వాళ్ళతో వనవాసానికి వెళ్ళాలని నిర్ణయించుకున్నారు. కాని యుధిష్ఠరుడు వాళ్ళందరికీ నచ్చచెప్పి సరిహద్దుల నుండి వెనక్కి పంపించేసాడు. ధౌమ్య, ఋషి ఒకరు వాళ్ళతోవెళ్ళగలుగుతారు.''

'వెళ్ళేటప్పుడు యుధిష్ఠరుడు మీతో ఏమైనా చెప్పాడా?''

''అతడు ఏమీ చెప్పలేదు. కాని నేనే ఏ ఆచ్ఛాదన లేని కాళ్ళను చూసి అన్నాను...''

''ఏమన్నావు?''

''నేనన్నాను,యుధిష్ఠరుడా! నీ కాళ్ళు చూస్తే నాకు కర్ణుడు గుర్తుకు వస్తున్నాడు. ఒకవేళ కర్ణుడిలా నీకు కూడా అబేధ్యమైన కవచం నీ కాళ్ళకి ఉంటే, ఈ వనవాసంలో నీకు ముళ్ళు, రాళ్ళూరప్పలు గుచ్చుకున్నా ఏ బాధ కలిగేది కాదు.'' అశ్వత్థామ నా కాళ్ళ వంక కన్నార్పకుండా చూస్తూ అన్నాడు.

ముళ్ళూ, రాళ్ళూ రప్పల విషయంలో నా అబేధ్యమైన కవచం గురించి అశ్వత్థామ తప్పితే మరెవరూచెప్పలేరు. నేను కూడా నా కాళ్ళ వంక చూసాను. ఆ కాళ్ళు బాణం మొనలా ఉన్నాయి. నాకు కూడా వీటిని చూసినప్పుడల్లా ఆశ్చర్యంగా అనిపించేది.

ఒక చేత్తోమిణుకుమిణుకు మంటూ వెలుగుతున్న హారతి, పూలు, పళ్ళు, కుంకుమ, అక్షింతలు అన్నీ ఉన్నపళ్ళెం, రెండో చేత్తోగుమ్మపాలతో నిండిన పాత్ర తీసుకుని వృషాలి నెమ్మదిగా లోపలికి వచ్చింది. ప్రభాతకాలంలో గురుపుత్రుల దర్శనం ఆమె దృష్టిలో ఒక మహోత్సవం, స్త్రీలు ఎప్పుడూభావుకులై ఉంటారు.

హారతి ఇచ్చింది. అశ్వత్థామ నుదుటిన కుంకుమబొట్టు పెట్టింది. అతడి తల పై నాలుగు అక్షింతలు వేసింది. రెండు సంపెంగ పుష్పాలు భక్తితో అతడి పాదాల చెంతన పెట్టింది. అశ్వత్థామ వెంటనే వంగి చేతుల్లోకి తీసుకున్నాడు. కొంగు కొసను కుడిచేతిలోకి తీసుకుని వృషాలి, అతడికి పాదాభివందనం చేయాలని వంగింది. వెంటనే తన కాళ్ళను సింహాసనంపైన ముడుచుకుని పెట్టేసుకున్నాడు.

''వదినగారూ! నా ఆయుష్షు తగ్గించాలనుకుంటున్నారా? నేను మీ కన్నా చిన్నవాడిని'' చేయి ఊపుతూ అతడు అన్నాడు.

''నీవు వయస్సులో తక్కువ అయి ఉండవచ్చు. కాని నీవు గురువుల పుత్రుడివి. ఋషి కుమారుడివి. అందుకే మీ మీద గౌరవం.''

నేనూ వృషాలినిసమర్థించాను.

'ఊహూ... ఏది ఏమైనా దీనిని నేను స్వీకరించను'' అతడు దృఢంగా అన్నాడు.

''గౌరవాన్ని ఒద్దన్నా పాల పాత్రను స్వీకరించండి.''

వృషాలి పాత్రను అతడి చేతిలో పెట్టింది. దవడ కింద కట్టబడ్డ వస్త్రం ముడికి ముందు బయటకి వచ్చిన అంచును వెనక్కితోసి పాలు తాగడం మొదలుపెట్టాడు. ఇంతలో అతని తలపై కట్టబడ్డ వస్త్రం ముడతలో చిక్కుకున్న ఒక గింజ జారి పాత్రలోని నురుగులోపడ్డది. ఎడం చేత్తో పాత్ర తీసుకుని, కుడిచేతి వేళ్ళను రెండు మూడు పాత్రలలో ముంచి గింజను బయటికి తీసే ప్రయత్నం చేసాడు. చివరికి నురుగులోని ఒక బొట్టు వేలుపై పడ్డది. దానితో పాటు బియ్యపుగింజ కూడా నేలమీద పడ్డది.

ఆ పాల బొట్టు చూడగానే నాకు రాధా మాత గుర్తుకు వచ్చింది. ఆమె పట్టిన పాల వలనే నా శరీరంలో ఆ బలం, నాకు కలిగిన వైభవం, ధైర్యం అన్నీ లభించాయి. కాని నిన్న రాత్రి నా విచిత్రమైనమనఃస్థితి వలన గంగానది ఒడ్డుకి వెళ్ళాను. ఆమె అరికాళ్ళకి చందనం నూనె రాయడం మరచిపోయాను. ఇప్పుడు మొట్టమొదట ఆమెను చూడటం ముఖ్యం. మాత అంటే అర్థం మమత. అంటే పరమంగళమయిన మందిరాల పరిపూర్ణమైనతీర్థస్థానం.

''నేను బయలుదేరుతాను అశ్వత్థామా! నీవు కూర్చో!'' నేను ద్వారం వైపు తిరిగి అన్నాను.

''నేను కూడా వెళ్ళాలి. ఇవాళ అమావాస్య. ఇవాళ రోజంతా నేను యజ్ఞగుండం దగ్గర కూర్చునిమహామృత్యుంజయ మంత్రాన్ని పఠించాలి'' అంటూ అశ్వత్థామ లేచాడు.

మేం ఇద్దరం ఒకేసారి బయటకి వచ్చాము.

14

పాండవులు వనవాసం కోసం వెళ్ళిపోయారు. అసలు ఈ సంఘటనని నమ్మబుద్ధి కావడం లేదు. కాని నిజం ఎప్పుడూమనకు అనిపించినట్లుగా ఉండనే ఉండదు. పాము మెరిసేకుబుసాన్ని వదలివేసి, ఎట్లావెళ్ళిపోతుందో, అదేవిధంగా దిగ్విజయం ద్వారా సమృద్ధ ఇంద్రప్రస్థాన్ని వాళ్ళు వదిలివేసి వెళ్ళిపోయారు. రత్నాలు, మాణిక్యాలు, ముత్యాలు, పగడాలు, మరకతమణులు, పుష్యరాగాలు, వజ్రాలు, నీలమణులు, గోమేధాలు, వైఢూర్యాలు, బంగారు ఆవులు, గొడ్డూ గోదా, సేవకసేవికలు, వీటిల్లో ఏ ఒక్కటినీ వాళ్ళు వెంటతీసుకుపోలేదు. ఇంతేకాదు దేహం పైన రాజవస్త్రాలను కూడా వదిలేసి వెళ్ళిపోయారు. అశ్వత్థామ చెప్పిన ప్రకారం వాళ్ళు నడిచి వెళ్ళిపోయారు.

జీవితంలో కలిగిన అనుభవాలను బట్టి కొన్ని సంఘటనలు శాశ్వతమైనవేఅని తెలుసుకున్నాను. కొన్నిసంఘటనల ఫలితాలను వాయిదా వేయవచ్చు. దీనికోసం ఎవరో ఒకరు పూర్తిగా నిమగ్నతతో పనిచేయాలి. గోదాలో అర్జునుడి కంఠంలో పడబోయే మాలను పడకుండా ఎవరో ఒకరు ముందుకువచ్చి అడ్డుకోవచ్చును. స్వయంవరంలో నన్ను చేసిన అపహాస్యాన్ని, ధైర్యంగా ముందుకు వచ్చి ఎవరో ఒకరు ఆపేయగలరు. సభలో పాంచాలికి అకారణంగా అవమానం జరిగింది. ఈ జరిగిన అవమానాన్ని కూడా ఎవరో ఒకరు అడ్డుకోవాల్సింది, పాండవుల వనవాసాన్ని కూడా ఎవరో ఒకరు గట్టిగా ఆపేయాల్సింది.. కానీ ... కానీ ...ఎవరూ ముందుకు రాలేదు. ఇదంతా ఒక విశిష్టమైన మార్గంపైన, విశిష్టమైన స్థానానికి చేరవలసి ఉంది, అందుకే అట్లా జరిగింది. అసలు ఈ విశిష్టమార్గాన్ని ఇప్పుడు ఇక ఎవరు వదిలివేయలేరు. అశ్వత్థామ చెప్పిన ప్రకారం దీనికి ఒకే ఒక ఉపాయం ఉంది. ఏ పరిస్థితి ఎదురైనా సరే ఆ పరిస్థితిని ధైర్యంగా ఎదిరించడమే. దీని కోసం నేను నా మానస దారాలను ఒక దగ్గరికి చేర్చే ప్రయత్నం చేస్తున్నాను. కాని.. కాని... అవీ చెల్లాచెదరైపోయాయి. నాకు ఒక దుఃఖం కాదు. ఎన్నో ఎన్నెన్నో... మృగనక్షత్రంలో పడే వర్షపు చినుకులకునలువైపులా గింజలు మొలకెత్తుతాయి. అసంఖ్యాకమైన అంకురాలు... నా దుఃఖాలు అసంఖ్యాకమైనవే. ఒక్కొక్క కొత్త ఘటనల చినుకు పడుతోంది. ప్రశ్నల కొత్త కొత్త మొలకలు మొలుస్తున్నాయి. అయినా నేను మౌనంగా ఉండాలి తప్పదు. నా చుట్టుపక్కల పరిస్థితి కూడా ఏదో ఒక కష్టాన్ని నెత్తిమీదకు తెచ్చే పరిస్థితే. అందుకే స్పష్టంగా నిర్ణయం తీసుకోడానికి కూడా అవకాశమే దొరకలేదు. దుర్యోధనుడికి నా పైన ఉన్న స్నేహం, ప్రగాఢమైన విశ్వాసంగా పరివర్తన చెందింది. విశ్వప్రళయం సమయంలో అతడు ఒక్కడేనాకు చేయూతనిస్తాడు. అతడికి సహాయసహకారాలు అందించే వాడినీ నేను ఒక్కడినే. వేరే వాళ్ళందరినివదిలివేయగలుగుతాను, కాని అతడిని వదిలివేస్తాను అన్న ఊసుకూడా రాదు. అసలు అట్లా ఊహించలేను. ఆ ఊహను సహించలేను. దుర్యోధనుడు, తన ఆలోచనలలో, తన స్వభావంలో, వ్యవహారంలో సమయం ఉన్నప్పుడే మార్పు తెచ్చుకోవాలని నేను మాటిమాటికి అనుకునేవాడిని. లేకపోతే.....!

కాని స్వభావం రథం గుర్రాలు కాదుగా! ఎప్పుడంటే అప్పుడు మార్చుకోడానికి నేను స్తబ్ధుడనైపోయాను. నా భవిష్యత్తు చిత్రం నా ఎదురుగుండానిల్చుంటోంది. అది నన్ను పిచ్చివాడిని చేయదు కదా? ఇట్లా అనిపించగానే, మనస్సనే సంచిత కుంభాన్ని ఒక్కసారిగా ముక్కలు ముక్కలుగా చేయాలనిపిస్తుంది. మొట్టమొదటిసారిగా నిరాశ అనే నల్లరంగు పక్షులు నా మానస ప్రాంగణంలో వాలుతున్నాయి. ఇటువంటి క్షోభ పడుతున్న మనస్సుకి ఒకటే ఒక చోట శాంతి లభిస్తుంది. నాట్యకత్తెల పదవిన్యాసంలో... మద్యం నిండిన మధుపాత్రలో కర్ణుడికి ఇదే మార్గం నిర్ణయించబడ్డది. ఒకప్పుడు రాజహంసలా, గరుడుడిలా జీవించిన కర్ణుడు, ఇవాళ కాకిలా మద్యం అనే నల్లటి గూటిలో తలవంచుకుని ప్రవేశం చేస్తున్నాడు. కళ్ళతేజోమయమైన రసాన్ని తాగే కర్ణుడు, ఇప్పుడు కళ్ళు మూసుకుని సోమరసాన్ని తాగబోతున్నాడు. మానస అగ్నిని చల్లార్చుకోడానికి, ఉదరంలో మద్యం అనే అగ్నిని నింపుకోబోతున్నాడు. తెరిచిన కళ్ళ ఎదురుగుండా చీకటిని చూసెడి బదులు మానసచీకటిలో మత్తుగా మునిగిపోవాలని కోరుతున్నాడు. ఈ అంధకారంలో సూతపుత్రుడు అనిఅనేవాళ్ళు ఎవరూ లేరు. నీవు తప్పుచేసావు, నీవు నీచుడివిఅనిఅంటూవాగ్బాణాలని వదిలేవాడు ఎవడూ లేడు.

అందువలన ప్రభంజనుడిని వచ్చి కలవమని నేను ఒక దాసితో సందేశాన్ని పంపించాను. దుర్యోధనుడి కారణంగా అతడు నాతో నమ్మకంగా వ్యవహరిస్తాడని నా ఉద్దేశ్యం. కొంచెం సేపట్లోప్రభంజనుడు నా ఎదురుగుండావచ్చి నిల్చున్నాడు. అతడి అమాయకమైననుదుటిపై ఆశ్చర్యంతో మిళితమైన చిన్న రేఖ ఏర్పడింది. నేను వాడిని మొదటిసారి పిలిపించాను.

''ప్రభంజనా? నాకు అతిశీఘ్రంగా సోమరసం, మైరేయికం కావాలి వెళ్ళు. నేను అతడి వైపు వీపుపెట్టి ఆజ్ఞ జారీచేసాను. అతడి లావుపాటిదట్టమైన కనుబొమ్మలు, ప్రశ్న అడుగుతున్నట్లుగా నా దృష్టిలో పడకూడదు.

ఆజ్ఞాపాలన చేయడానికి అతడు వెళ్ళిపోయాడు అని అనుకుని నేను వెనక్కి తిరిగి చూసాను. కాని తలవంచుకుని ఇంతకు ముందులా పట్టుదలగా నిల్చోవడం చూసి నా దేహంలో అగ్గి అంటుకుంది.

''ప్రభంజనా! వినలేదా?'' నేను అతడి దగ్గరికి వెళ్తూ పెద్దగా అరిచాను.

''మహారాజా... మీరు కూడా....'' అతడి తల ఇంకా వంగే ఉంది.

''ప్రభంజనా! నాకు గుక్క సోమరసం తాగాలని ఉంది. ఉపదేశం కాదు'' దాసుడు ఆజ్ఞను శిరసావహిస్తాడు. ఇది మరచిపోయావా?

తలవంచి అభివాదం చేసి అతడు, బరువైన సంకెళ్ళతో, కాళ్ళు కట్టబడ్డ ఏనుగులా వెళ్ళిపోయాడు.

కొంచెం సేపయ్యాక ఒక దాసి సోమరసాన్ని, మైరేకాయాన్నికంచుపాత్రల్లో తీసుకుని భవనానికి వచ్చింది. మధ్య భాగంలో ఉన్న బల్లపై పెట్టి ఆమె నిల్చుంది. ఆమె తలనుండి ముఖం దాకా ముసుగు ఉంది. ప్రభంజనుడు ఆ విధంగా సంకోచంగా ఉండటం నాకు అవమానంగా అనిపించింది.

ఒక తుచ్ఛమైన దాసుడు కూడా ఇవాళ నాకు మార్గదర్శనం చేయాలని అనుకున్నాడా? ''వెళ్ళు! వాడినే పంపించు'' నేను దాసి పైన అరిచాను.

వివశుడై ప్రభంజనుడు భవనంలోకి వచ్చాడు. ''ప్రభంజనా! పాత్రలో సోమరసాన్ని నింపు. నీ పేరుకన్నా అధికమైనభయంకరమైన గాలి దుమారం నీ మస్తిష్కంలో ఉంది. నీవే.. నీవే.. పాత్రను ఇవ్వడానికి యోగ్యుడివి.''

అతడు తల వంచుకుని ఒక నిండిన పాత్రను నా ఎదురుగుండా తీసుకువచ్చాడు. నేను గట్టిగా దాన్ని పట్టుకున్నాను. చేతిలో తీసుకున్నాను. ఆ రసం నిండిన పాత్రలో తొంగి చూశాను. రాధామాత, వృషాలి, శోణుడు, సుప్రియ, సత్యసేనుడు, మేఘమాల, పుష్పవతి, అశ్వత్థామ.. ఇంకా.. ఇంకా.. పాంచాలి.. వీళ్లందరిఅసంఖ్యాకమైన ముఖాలు కనిపిస్తున్నాయి. క్షణక్షణం కనిపిస్తున్న ఆ ముఖాలు నన్ను విచలితుడిని చేయలేకపోయాయి. అసలు విచలితుడిని కావాలంటే మనస్సులో కొంత చైతన్యం ఉండాలిగా!

రస పాత్రని పెదాలదాకా తెచ్చాను, అంతే ఆ ఘాటైన వాసనకి పెదాలు మొద్దు బారిపోయాయి. ఆ రసంలో సూర్యబింబపు ప్రతిమ ఉందా అని ఒక్క నిమిషం అనిపించింది. అయినా.. అయినా.. రసపాత్రని పెదవుల దాకా తెచ్చి కళ్లు మూసుకున్నాను.

''అంగరాజా!'' ఎవరోద్వారంలోకి ప్రవేశిస్తూ పిలిచారు. పిలుపు దగ్గరి నుంచి వినిపించింది. నేను ఉలిక్కిపడ్డాను. రసపాత్ర నా చేతి నుండి జారి నేల మీద పడిపోయింది. రసం అంతా ఇటు.. అటు పడిపోయింది.

''ఎవరు?'' నేను తక్షణం వెనక్కి తిరిగాను. నా శరీరమంతా వృషభ దేహంలా పులకించింది.

''నేను!'' ఆయన సంజయ్ బాబాయి, చిన్నప్పుడు ఆయన చెప్పిన ఓ మంచి జాతి గుర్రాల లక్షణం నాకు ఒక్కసారిగా గుర్తుకు వచ్చింది. ''మంచి జాతి గుర్రాలు ఎప్పుడూ కింద కూర్చోవు''

''బాబాయి మీరా?'' నేను ఆశ్చర్యచకితుడినయ్యాను. అసలు ఏం అనాలో నాకు అర్థం కాలేదు. ప్రభంజనుడికి తెలివితేటలు బాగా ఉన్నాయి. సోమరస వాసనని తెలియకుండా చేసేందుకు అతడు వెంటనే సురపున్నాగ పుష్పం అక్కడ ఉన్న ఒక సీసాను అద్దం దగ్గర పారబోసాడు. సోమరసానికి ఉన్న ఘాటైన వాసన ఎటుపోయిందో తెలియదు. సురపున్నాగ గంధం వాసన అంతటా వ్యాపించింది. భవనం సువాసనతో నిండిపోయింది. నా చెవుల గుహలో ఆ మాటే మాటిమాటికి ప్రతిధ్వనిస్తోంది. ''మంచి జాతి గుర్రాలు ఎప్పుడూ కింద కూర్చోవు''.

''ఎందుకు? నన్ను చూసి ఆశ్చర్యపడుతున్నావు? కర్ణుడు లోకానికి అంగరాజు. కాని నాకు మాత్రం కర్ణుడు అంటే అతిరథపుత్రుడు మాత్రమే. నీకు ఈ విషయం గుర్తులేదా?'' సింహాసనం మీద కూర్చుని నా కళ్లలోకి తొంగి చూస్తూ అన్నాడు.

''ఊహు..అట్లా కానేకాదు.'' ముందుకు వచ్చి ఆయన పాదధూళిని నేను తలపైన అద్దుకున్నాను.

''ఇక్కడ నా ఆగమనం కన్నా ఇంకా ఆశ్చర్యకరమైనమరొకరి ఆగమనం, ఒక అద్భుతమైన వ్యక్తి ఆగమనం హస్తినాపురంలో అయింది. ఆయనతో జాగ్రత్త అని చెప్పడానికే వచ్చాను.''

''ఎవరి ఆగమనం?'' పాండవులు వనవాసం వెళ్లిపోయారు. ఈ వార్త ద్వారకకి చేరగానే శ్రీకృష్ణుడు రాలేదు కదా? ఆలోచించి నేను కుతూహలం అడిగాను.

''ఋషివర్యులు దుర్వాస మహర్షి'' శాంతిపూర్వకంగా ఆయన అన్నారు.

నాకు ఏ మాత్రం ఆశ్చర్యం కలుగలేదు. ఎందుకు కలుగుతుంది. ఇప్పటి వరకు ఇటువంటి ఋషి మునుల ఆగమనం హస్తినాపురంలో చూడలేదా? వాళ్ళల్లో దుర్వాస ఒకరు.

''అంగరాజా! ఈ దుర్వాసులతో ఉంటే జీవితంలో మంచి అయినా జరుగుతుంది లేకపోతే మొత్తం నాశనమన్నా అవుతుంది. అందువలన ఆయనని దూరంగా ఉంచితేనే మంచిది. ఈ సలహా ఇవ్వడానికే వచ్చాను.''

''నిజానికి ఇప్పుడు నాకు ఎవరి దగ్గరకు పోవాలని అనిపించనే అనిపించదు. ఇక దుర్వాసుల విషయం సోదిలోనే లేదు. కాని బాబాయి, మీ ఆలోచనలో ఉన్న సత్యాసత్యాలను ఒక్కసారి పరిశీలించాలి, అనిపిస్తోంది.''

''దేనిని?'' తన తేజోమయమైన ఫాల భాగాన్ని పైకి ఎత్తుతూ అడిగారు.

''ఒక కాలిని మడిచి నిద్రపోయే గుర్రం దూర తీరాలకు ప్రయాణం చేయడానికి నిజంగానే పనికిరాదా?''

''అవును. కాని హస్తినాపురంలోని అశ్వశాలలో ఒక్క గుర్రం కూడా ఇట్లాంటిదిలేనే లేదు. ఒక వేళ ఉండి ఉన్నా నాకు దాని గురించి తెలియదు.''

నేను మామూలుగా నా పాదాలవైపు చూశాను. అవి ముందుకు ముడుచుకుని ఉన్నాయి. అసలు ఇట్లా ఎందుకు ఉన్నాయి? ఈ ప్రశ్నకి ఇప్పటి దాకా నాకు సమాధానం దొరకలేదు.

15

సభలో జరిగిన ఆ ఒక సంఘటన జీవితంలోని నిజం పైన ఉన్న నమ్మకాన్ని పోగొట్టింది. వృషాలికి, పాంచాలికి నా పట్ల ఉన్న అభిప్రాయాలని చెప్పింది. వాటివలన దానికి ఇంకా బలం కలిగింది. భ్రమలో ఉన్న కారణంగా అయితేనేమి, మనస్సులో మండుతున్న భావోద్వేగాల కారణంగా అయితేనేమి, నేను అధమాతి అధమ పతనానికి దిగజారిపోయాను. ద్రౌపదిని అనకూడని మాటలు అన్నాను. అదే నా అధఃపతనానికి మొదటి కారణం. దాని వలన కలిగిన చెడు ఫలితాన్ని ఎవరూ అడ్డుకోలేరు. అదే పాండవులతో శత్రుత్వం. ఎప్పటికీ సమసిపోని అఖండవైరం. అశ్వత్థామ ఏదైతేచెప్పాడో అది తిరుగులేని నిజం. పక్షులు తమ గూళ్లని వదిలేసి పైకి ఎగిరిపోయాయి. ఇప్పుడు ఆ రెక్కలు వాటిని ఎటువైపు తీసుకుని వెళ్తే అదే వాటి దిశ.

ఈ వైరానికి కారణం నేను ఒక్కడినేఅని ఎవరు ఎంత మొత్తుకున్నా నేను ఒప్పుకోను. ఈ పరస్పర వైరం మంటగా మారింది. మంటలు బలంగా రాజుకుంటున్నాయి. అయినా నా మనస్సు దీనికి నేను ఒక్కడినే కారణం అని ఏ మాత్రం ఒప్పుకోవడంలేదు. నన్ను నేను సమర్థించు కోవడంలేదు. అసలు దీని అవసరమే లేదు. నిజం ఏమిటి?

బాల్యం నుండి కౌరవులు, పాండవులు, నేను మా మనోభావాలను సరిగ్గా పరిశీలించలేని, అంచనా కట్టలేని గురు ద్రోణులు దీనికి కారణం కాదా? తనదైన లోకంలో ఎల్లవేళలా ఉండే అర్జునుడు అపరాధికాదా? తన నాలుకనిఎప్పుడూవశంలో ఉంచుకోని భీముడి హస్తం ఇందులో లేదా? ఎంతో గొప్పదైన వ్యక్తిత్వం ఉన్నప్పటికీ, తక్కిన వాళ్ళ అపరాధాలకి, ఏ మాత్రం దండన

ఇవ్వని భీష్మ పితామహుడు కారణం కాదా? ఆయన ఏమైనా తక్కువ వారా? వేద విద్యలను అభ్యసించిన, జీవనతత్వాన్ని దూరం నుండేమధురమైన మాటలతో బోధించే ఆచార్య విదురులు కారణం కాదా? దీని నుండి వారిని వేరు చేయగలమా? రాజకీయాలలో ఎంతో తెలివితేటలతో ప్రవర్తించే శకుని మామ, రాజనీతి అనే ముసుగులో గవ్వలతో కపట క్రీడ ఆడే ఆ శకుని మామ కారణం కాదా? ఇంకా.. ఇంకా.. శ్రీకృష్ణుడిలాంటి ఎంతో గొప్ప ప్రజ్ఞాశాలి సాహచర్యంలో ధర్మం, సత్యం, నీతి, సంయమనం మొదలైనసద్గుణాల రాశి తనే అని అనుకునే యుధిష్ఠిరుడు కారణం కాదా? ఋషిమునులు కూడా అనేక సందర్భాలలో, మహనీయుడు అనిఅంటూఎవడి కీర్తిని డప్పు కొడుతూ చెబుతూ ఉంటారో, ఏ యుధిష్టరుడు జూదానికి బలియైపోయాడో, అతడు నిర్దోషియా? సమాజం ఏర్పరచిన ఆచారాలకు బందీ అయిన కారణంగా పాంచాలి "నేను ఎప్పుడూ సూత పుత్రుడి సతిని కాలేను. కర్ణుడు స్వయంవరంలో పాల్గొనలేడు". అనిఅంటూ నా ఉత్సహంతో నిండిన తరుణ మస్తకంపైన మండుతున్న నిప్పుకణాన్ని పెట్టలేదా? లోహపు గోడలా ఉన్న సమాజపు ఆచారాలు బొత్తిగా కారణాలు కావా? గుడ్డి మహారాజు ధృతరాష్టుడు, మహారాణి గాంధారిదేవి, వాళ్ళిద్దరినీ ఈ వలయం నుండి విముక్తులను చేయగలుగుతారా? పుత్రులకు ఉచిత మార్గం చూపించలేని రాజమాత కుంతీ దేవిని కూడా దూరంగా ఉంచడానికి ఏ మహానుభావుడైనా సాహసం చేసేవాడా? ఇవే కాకుండా, ఇంకా నాకు తెలియని ఎన్నో ఎన్నెన్నో కారణాలు, ఈ మహా భయంకరమైన నిజం వెనక ఉన్నాయో, ఎవరైనా చెప్పగలుగుతారా?

కాని. కానీ.. అందరికి కర్ణుడు ఒక్కడే కనిపిస్తాడు. ఎదురెదురు గుండా ఏ మాట అయినా సరే అనడానికి జంకని కర్ణుడు. నేను నిర్దోషిని అని నేను ఎంత మాత్రం అనను. కాని నేను అపరాధం చేయడానికి ఏదో ఒక తప్పని సరైన కారణం ఉంది. ప్రతి సంఘటనలో నా ఆచరణ మాత్రం ఒక తీవ్ర ప్రతిక్రియ. రాజధానిలో తమతమ ప్రవర్తనని సమర్థించే కారణాలని చెప్పేవారు ఎవరైనా ఉన్నారా? ఊహూ। లేనే లేరు. కౌరవులుపాండవుల మధ్య వైరానికి కారణం కేవలం కర్ణుడే. కర్ణుడి మూలంగానే శత్రుత్వం వచ్చింది, పెరిగింది,బలపడ్డదిఅని ఎవరైనా అన్నా సరే 'నేను నిర్దోషిని నేను నిర్దోషిని' అని చెప్పాలనీ అనిపించదు. ఈ వైరానికిసంబంధించినంత వరకు ఎవరూ నిర్దోషులు కారు. ఈ విషయం నాకు ఖచ్చితంగా తెలుసు.

ఇక ఇప్పుడు కౌరవులు, పాండవులకు గురుకులంలో ఉన్న సత్ సంబంధం లేదు. ఒకరికొకరు ఆప్తులు కారు. సభలో జరిగిన సంఘటన కౌరవులపాండవుల మధ్య బద్ధవైరాన్ని ఏ విధంగా అయితే పెంచి పోషించిందో అటువంటి వైరంమగధుల జరాసంధుడికి, మధుర కృష్ణుడికి మధ్య తేడా లేదు. అందులో నా పాత్ర ఎంత ఉంది అని, నేను ఎవరిని? అని ఆలోచించినప్పుడు దుర్యోధనుడు చేసిన ప్రకటనే సరిఅయినది అని అనిపిస్తుంది– "నూట ఒక్క కౌరవుడు" ఈ మార్గమే సరి అయినదని నేను నిర్ణయించుకున్నాను. జీవితంలో మహా భయంకరమైన ఏ నిజం ఉన్నా నేను దానికి భయపడి, మృత్యువు అయినా సరే తలవంచి ఆ మార్గానికి దూరంకాను. పారిపోను. ద్రౌపది వస్త్రాపహరణం వలన వచ్చిన కఠోరమైన ఫలితాలను నేను ఒక్కడినే అనుభవించాలి. దీని కోసం నేను నా మనస్సును సిద్ధం చేసుకుంటున్నాను. ఇదంతా చేసే సమయంలో పితామహుడు, ఆచార్య విదురులు, గురుద్రోణులు, అశ్వత్థామ,

వృషవర్మ యోగ్యులు కారు అనిపించింది. అంతెందుకు దుర్యోధనుడు కూడా కాదు అనినాకనిపించింది. దీనికి కారణం శకుని మామే అని నా మనస్సు చెబుతోంది. రాజకీయం అనే ఘోరమైన అరణ్యంలో శకుని మామే మార్గదర్శకుడు. శకుని మామ లాంటి వారి మార్గదర్శకత్వం ఆవశ్యకత ఎంతైనా ఉంది. మొట్టమొదట శకుని మామ ఆలోచనలు కపటం గాను, క్రూరంగాను అనిపించేవి. జీవితంలో కొన్ని ఆదర్శాలు ఉంటాయి. రక్తమాంసాలనే ఎరువుతో వాటిని పెంచాలి. ఇట్లా ఆలోచించి ఆయన వేసిన ప్రతి రాజకీయమైన అడుగును, ఎత్తుకు పైఎత్తులను విరోధించేవాడిని... కాని దీర్ఘకాలమైన అనుభవం ద్వారా నాకు, ఏ వ్యక్తి అయితే తన బుద్ధి ఆదేశించినట్లుగాపనిచేస్తాడో ఆ వ్యక్తి సంసార సూక్తులను కాపాడగలుగుతాడు. ఇక ఇప్పుడు నేను ఇంకా ఆయన కన్నా ఎక్కువగా భయానకమైన ఊహలను, ఊహించ కలుగుతానుఅని చెప్పాలి. ఈ నాటి దాకా దుర్యోధనుడు, మామగారి సంకేతాలపైనే నాట్యం చేస్తూ వచ్చాడు. ఆయన ఎట్లా ఆడిస్తే అట్లా ఆడాడు. ఇక ఇప్పుడు దుర్యోధనుడిని నేను ఆడిస్తాను.

ఆదర్శం, ఆదర్శం అంటూవల్లెవేస్తూ ఎన్నోఎన్నెన్నో ఊహలను, మనస్సులో దాచుకునే కర్ణుడిని చంపేసి వాడి శవాన్ని విధి, సభాగృహంలో పడి ఉన్న వస్త్రపు గుట్టలో గట్టిగా చుట్టేసింది. అధఃపతనం! ఒకసారి అయితే ఏమిటి? వంద సార్లు అయితే ఏమిటి?

16

ఋషివర్యులు దుర్వాసులుహస్తినాపురానికి వచ్చారు. ఆయన ఎంతో కోపిష్ఠివాడు. ఎప్పుడు ఏం అంటాడో, ఏం చేస్తాడో ఎవరికీ అంతుపట్టదు. అందువలన ఎవరూ ఆయన దగ్గరికివెళ్లనేవెళ్లరు. కాని రాజు దుర్యోధనుడు ఆయనకి ఎంతో సేవ చేస్తున్నాడు. అసలు తన తల్లితండ్రులకు కూడా అతడు అంత సేవ చేయడు. నేను కూడా మహర్షి దుర్వాసులను కలవాలనుకున్నాను. ఇంద్రప్రస్థ రాజ్యసభలో గోడపైన ఉన్న చిత్రం గురించి ఎంత ఆలోచించినా నాకేమీ అర్థం కాలేదు. దాని రహస్యం వారికి తెలిస్తే నేను తెలుసుకోవాలనుకున్నాను. కాని నా అంతట నేను వారిని కలవడానికి వెళ్లడం నాకు అంతగా ఇష్టం లేదు. అసలు నిజానికి దుర్యోధనుడిని తప్పితే నాకు ఎవరినీ కలవాలని అనిపించనే అనిపించదు.

చివరికి ఒక రోజు దుర్వాసులను కలిసే అవకాశం కలిగింది. దుర్యోధనుడు మరీ మరీ చెప్పడం వలన కలవాలని అనుకున్నాను. తన సేవాభావం వలన అతడు దుర్వాసుని లాంటిజ్వాలాముఖిని కూడామందంగా వెలిగే జ్యోతి రూపంలోకి మార్చాడు. చిన్నచిన్న మాటలకే విరుచుకు పడే కోపిష్ఠి దుర్వాసులు దుర్యోధనుడితో మాత్రం ఎంతో స్నేహంగా ప్రవర్తించేవారు. దుర్యోధనుడు, ఇంత తక్కువ సమయంలో ఏ మాయమంత్రాలతోఆయనని తన వశం చేసుకున్నాడో, ఎంతో ఆశ్చర్యకరమైన విషయం. ఒక రోజు దుర్యోధనుడు ఒత్తిడి వలన అతడితో నేను గంగానది ఒడ్డున ఉన్న ఋషివర్యులపర్ణకుటీరానికి వెళ్లాను. నా వైపు నుండి నేను ఏమీ మాట్లాడను అని నిర్ణయించుకున్నాను.

మేం అక్కడికి వెళ్లాము. ఆ సమయంలో ఆయన పులి చర్మంపైన కూర్చుని ధ్యానం చేస్తున్నారు.కట్టెపుల్లలా ఉన్నఆయనదేహంఅంటేఅసలుఅందరుఎందుకింతలాభయపడతారు?

నాకేమీ అర్థం కాలేదు. దాదాపు ఒక్క ఘడియ తరువాత వారు కళ్ళు తెరిచారు. వెంటనే దుర్యోధనుడు ముందుకు వచ్చి ఆయన పాదాలపై తలపెట్టాడు. దుర్యోధనుడు ఎవరి ముందైనాతలవంచుతాడా? ఇటువంటి ఆశ్చర్యకరమైన నిజాన్ని నేను జీవితంలో మొట్టమొదటిసారిగా చూశాను.

దుర్యోధనుడు ఆయన ముందు తలవంచినా, ఆయన మాత్రం నన్ను కన్నార్పకుండా చూస్తున్నారు. ఆయన కళ్ళనుచూశాక ఆయనలో ఎంత బలం ఉందో తెలిసింది. సూర్యకిరణాలలో మెరిసే పుష్యరాగంలా ఆయన కళ్ళు మెరుస్తున్నాయి.

''కర్ణా?'' వింటి నారిలా ఒకే ఒక మాట ఆయన పెదాల నుండి బయటపడ్డది.

''అవును కర్ణుడే! నా పరమమిత్రుడు అంగరాజు కర్ణుడే!'' పైకి లేస్తూ దుర్యోధనుడు జవాబిచ్చాడు.

''నీ మిత్రుడా? అంగరాజు! రాజు! ఇతడు ఎవరికీ మిత్రుడు కాడు. అంగరాజు కూడా కాదు. ఇతడు కేవలం కర్ణుడు మాత్రమే. లోకం అంతటికీ ఇతడు కర్ణుడనే తెలుసు. అనంత కాలం వరకు కర్ణుడిగానే చూస్తుంది ఈ లోకం.'' ఆయన సంక్షిప్తంగా, ఒక మాటకి ఒకటి సంబంధం లేకుండా మాట్లాడుతున్నారు. ఆయన స్వభావానికి అనుకూలంగానే మాట్లాడుతున్నారు. ఆయనకి వందనం చేయాలని నాకు ఒక క్షణం అనిపించింది. కాని ఇటువంటి కోపిష్ఠి వ్యక్తి ముందు కర్ణుడికి తల ఉంది వంచుకోడానికి కాదు. ఇట్లా ఆలోచించి నేను ఎట్లాఉన్నానోఅట్లానే ఉండిపోయాను.

దుర్యోధనుడు ఆయనకు కావాల్సిన వస్తువుల జాబితా రాయమని రాజభవనానికి పంపించమని చెప్పాడు. మేం పర్ణకుటీరం నుంచి బయటకి వచ్చాం. దుర్యోధనుడు ఏదో ఆలోచిస్తున్నాడు. దుర్వాస మహర్షి నా విషయంలో ఏం చెప్పారో దాని గురించి ఆలోచిస్తున్నాడు. బహుశా మన స్నేహం విషయంలో ఆయనకి సందేహం తల ఎత్తింది.

అతడి భుజం మీద చేయివేసి నడుస్తూ నేను అన్నాను. ''ఈ భస్మవిభూషితమైన ఋషికి మన స్నేహం గురించి మాట్లాడే అధికారం ఎవరిచ్చారు? అసలు ఆయన ఎవరు? నీవు మన స్నేహాన్ని కమండలంలోని జలంలా చంచలమైనదిఅని భావిస్తున్నావా? సమయం వచ్చినప్పుడు నా కవచ కుండలాలు సైతం నేను త్యాగం చేస్తాను. కాని సూర్య ప్రతిమ ముందు నీతో జీవితాంతం స్నేహంగా ఉంటానని ఇచ్చిన మాటని ఎప్పుడూ జవదాటను.''

''రాధేయా! నీవు చేసిన వాగ్దానం విషయంలో నాకు నువ్వు గింజ అంత అయినా సందేహం లేదు. నేను ఈ విషయంలో అసలు ఏమీ ఆలోచించలేదు. కాని ద్రౌపదీ వస్త్రాపహరణం వలన ఉత్తేజితులైన పాండవులు పద్నాలుగు సంవత్సరాల తరువాత వెనక్కి తప్పకుండా తిరిగి వస్తారు.''

''తిరిగి రానీ! మళ్ళీ జూదం ఆటకని ఆహ్వానించి యుధిష్ఠరుడుని ఉచ్చులో ఇరికించు.''

''నాకు ఒక ఆలోచన వస్తోంది. నీవు ఒక వేళ ఒప్పుకుంటే నేను దాన్ని ఆచరణలో పెడతాను.''

''ఎటువంటి ఆలోచన?''

''దుర్వాస ఋషికి పాండవులపై ఎక్కడాలేని కోపం వచ్చేలా చేస్తాను. నేను ఇంతగా ఆయనకి సేవ చేస్తున్నానంటే దాని వెనుక ఒక ఉద్దేశం ఉంది. నా సేవని నేను వ్యర్థం కానివ్వను. నేను అంత మూర్ఖుడిని కాను.''

''దుర్వాసులు పాండవులను ఏం చేయగలుగుతారు? మేరు పర్వతాల లాంటి యోధుల కలిసికట్టు మనకు తెలిసిందేగా, ఎండిన బల్వజకట్టెతో పెరికి పారేయాలని చూస్తున్నావా? అసలు నీ ఈ ఆలోచన నాకు అర్థం కావడంలేదు. అసలు నాకు ఇదంతా హాస్యాస్పదంగా అనిపిస్తోంది''.

''లేదు ఇది హాస్యాస్పదం కాదు. దుర్వాసులు తన పదహారు వేల శిష్యులతో కలిసి ద్వైత వనంలో పాండవుల పర్ణకుటీరం వైపు వెళ్తారు. పర్ణకుటీరానికి వచ్చాక, అతిథులకు పాండవులు భోజనాలను ఏర్పాటు చేయాలి, ఆ నిర్జీవ అరణ్యంలో ఎట్లా ఏర్పాటు చేయగలుగుతారు? ఆ స్థితిలో ఈ కోపిష్ఠి ఋషి కోపంతో వాళ్ళకి శాపం పెడతారు. వాళ్ళని మట్టుబెడతారు. నీవేం అనుకుంటున్నావు?''

''దుర్యోధనా! నీవు ఏం అనుకుంటున్నావో అది చెప్పు. కాని నేను ఒక వాస్తవాన్ని చెబుతాను. నీవు వాళ్ళని నాశనం చేయాలనుకుంటే ఇదే సరి అయిన సమయం. ఇప్పుడు పాండవుల ప్రతాపం క్షీణించింది. ఒక్కసారి ఆక్రమణ చేసి వాళ్ళని పూర్తిగా నాశనం చేసేసేయి.''

''ఇక అది చివరి మార్గం. ఇవాళ దుర్వాసులు ఎంతో ఆనందంగా ఉన్నారని అనిపిస్తోంది. ఇప్పుడు ఆయనతో వాగ్దానం చేయించుకుందాం''

నా చేయిపట్టుకుని ఆ కోపిష్ఠి ఋషి పర్ణకుటీరం వైపు తీసుకువెళ్ళాడు.

ద్వారం నుండి లోపలికి వెళ్ళగానే మళ్లీ వందనం చేసి దుర్వాసుల ముందు దుర్యోధనుడు నిల్చున్నాడు.

''చెప్పు? ఎందుకు వెనక్కి వచ్చారు? ఏం కావాలి?'' కనుబొమ్మలు ముడి వేస్తూ ఆ ఋషి అడిగారు.

''గురుదేవా! ఒక ప్రార్థన.''

''ప్రాధేయపడటం ఎందుకు? ఏ వరం కావాలో అడుగు.''

''మీరు నా పట్ల ప్రసన్నులైతే నా కోరిక ఏమిటో చెబుతాను. మీరు ఎంతకాలం ఇక్కడ ఉండాలనుకుంటే అంతకాలం ఉండండి. తరువాత హిమాలయం వైపు వెనక్కి తిరిగి వచ్చేటప్పుడు మీ శిష్యులతో పాటు ద్వైతవనంలో పాండవుల దగ్గర కూడా దయచూపించి ఒక వారం ఉండండి.''

''ఇంత చిన్న మాటా! ఇంతే! ఒక వారం ఏమిటి మేము పదిహేను రోజులు కూడా ఉండగలుగుతాము.''

దుర్యోధనుడు ఒక్క క్షణం నవ్వాడు. నడుం వంచి పర్ణకుటీరం బయటకి వెళ్ళసాగాడు. నేను ద్వారం దగ్గర పక్కకి తప్పుకుని అతడికి వెళ్ళడానికి దారి ఇచ్చాను. నేను జరగడం వలన దుర్వాసులు నన్ను కూడా చూశారు.

''చెప్పు కర్ణా! నీకు ఏం కావాలి?'' ఆయన కనుబొమ్మలు మళ్ళీ పైకి లేచాయి.

''నాకు ఏమీ అక్కరలేదు'' దుర్యోధనుడి వెనుక పర్ణకుటీరంకిందకి ఉన్న ద్వారబంధం తగలకుండా రక్షించుకోడానికి వంగుతూ నేను చిన్నగా అన్నాను. ఆయన లోపలి నుండి ఆజ్ఞను జారీ చేసే కంఠం వినిపించింది.

''కర్ణా!'' దుర్యోధనుడు నన్ను లోపలికి వెళ్ళమని సైగ చేశాడు. నాకు వెళ్ళడం ఇష్టం లేదు అయినా దుర్యోధనుడి మాట నిలబెట్టడం కోసం లోపలికి వెళ్ళాను.

"కర్ణా! నేను చెప్పేదంతా ధ్యాస పెట్టి విను. ఈ మధ్య నీవు సూర్యుడికి అర్ఘ్యదానం చేయడాన్ని కొంత ఉపేక్షిస్తున్నావు. అది కూడదు. ప్రతిరోజు ఒక పాత్రలో కొన్ని నీళ్ళు తీసుకో. అందులో అన్ని రకాల కమల పుష్పాలని పెట్టు. ప్రాతఃకాలాన ఆ కమల జలంతో సువర్ణ ఆకుల భస్మాన్ని కలిపి నియమంగా ఆ నీళ్ళని తాగు."

నేను ఆశ్చర్యంగా పర్ణకుటీరం నుండి బయటకు వచ్చాను. నేను అర్ఘ్య దానాన్ని ఉపేక్షిస్తున్నాను అని ఈ తపస్వికి ఎట్లా తెలుసు? అసలు నేను అర్ఘ్యదానం ఇస్తానన్న సంగతి ఎట్లా తెలుసు? ఈ రహస్యాలన్నీ ఒక దాని చేయిని ఒకటి పట్టుకుని ఒంటరిగా నా నలువైపులా తిరుగుతూ ఎప్పటిదాకా నాట్యం చేస్తాయి? నేను తప్పితే ఈ నగరంలో ఏ యోధుడు దొరకలేదా? సువర్ణ జలానికి సంబంధించిన మహత్వపూర్ణమైన రహస్యం నాకే చెప్పాలని గడ్డం ఉన్న ఆ ఋషికి ఎందుకు అనిపించింది? ఆయన దుర్యోధనుడికి ఎందుకు చెప్పలేదు?

17

ఋషివర్యులు దుర్వాసులు పూర్తిగా రెండు నెలలు ఉండి నగరం నుండి వెళ్ళిపోయారు. ఈ లోపల వారు ఇద్దరే ఇద్దరు వ్యక్తులతో మనఃస్ఫూర్తిగా మాట్లాడారు. దుర్యోధనుడితో, అశ్వత్థామతో.. నేనైతే అసలు ఆ విచిత్ర ఋషి పర్ణకుటీరం వైపు వెళ్ళనే వెళ్ళలేదు. కాని వారి మాట ప్రకారం అస్సలు మరచిపోకుండా నిత్యం సూర్యోదయం పూర్వం సువర్ణజలాన్ని తాగడం మొదలు పెట్టాను. అర్ఘ్య దానానికి కొంత ఆటంకం కలిగినా, తరువాత నియమంగా ప్రతి రోజు అర్ఘ్యదానం చేసేవాడిని.

దుర్యోధనుడి సూచన మేరకి ప్రభంజనుడు దుర్వాసుల వెనక ద్వైతవనం వైపు ప్రస్థానం అయ్యాడు. ఋక్ష, కామ్యక, హిమాలయ మొదలైన పర్వతాలపైన ఉన్న ఆశ్రమాలలో ఉన్న వేలమంది శిష్యులను వెంట తీసుకుని దుర్వాసులు ద్వైతవనంలో పాండవుల పర్ణకుటీరానికి వెళ్తారు. వారి భోజన విషయంలో కొంచెం ఏర్పాట్లు అటూ ఇటూ కాగానే, స్వభావధర్మం వలన క్రోధంగా జటలను విరబోసుకుని వారు తపస్విలయిన పాండవులకు శాపం ఇస్తారు. ఈ కథని విస్తారంగా చెప్పడానికి ప్రభంజనుడి సర్‌పట గుఱ్ఱం పరుగెత్తుకుంటూ వచ్చి దుర్యోధనుడికి చెబుతుంది. కాని నాకు దుర్యోధనుడి ఈ ఊహ ఏమాత్రం నచ్చలేదు.

పాండవులు! ఈ శబ్దం నా తలలో ప్రతిధ్వనిస్తూనే ఉంది. పాండవులు అస్తిత్వం తెలుసుకున్నాక, ధైర్యం కోల్పోయిన దుర్యోధనుడి దయనీయ అవస్థని నేను చూడలేకపోతున్నాను. వాడి గొంతు చుట్టూ చుట్టుకుని ఉన్న ఈ పాశాన్ని తెంచాలి. దుర్యోధనుడు, కర్ణుడు ఈ ఇద్దరూ ఇప్పుడు ఒకే రాజముద్రకు ఇరువైపులుగా మారారు. ఈ భూమిపైన పాండవుల అస్తిత్వం అయినా ఉండాలి, లేకపోతే కర్ణుడిదైనా ఉండాలి. ఈ భావంతోనే నేను దుర్యోధనుడికి సహాయం చేయాలి.

ఒక నెల తరువాత ప్రభంజనుడు ద్వైతవనం నుండి రాజధానికి తిరిగి వచ్చాడు. దుర్వాసులు వారి శిష్యులతో ఎంతో జాగ్రత్తగా ప్రయాణం చేస్తూ అన్ని సంగతులు తెలుసుకున్నాడు.

ఆర్యావర్తంలోని తన శిష్యులందరితో పాటు విభిన్నమైన ఆశ్రమాలకి ప్రయాణం చేస్తూ పదిహేను రోజుల్లో ఋషివర్యులు ద్వైతవనంలో పాండవుల పర్ణకుటీరానికి వచ్చారు. ఆ విచిత్రమైన ఋషి ప్రతిరోజు రకరకాల తినుబండారాలని అడుగుతూ, భోజనం విషయంలో

వాళ్ళని బాగా ఇబ్బంది పెట్టసాగారు. కాని ఒక అద్భుతమైన కంచం (అక్షయపాత్ర) పాండవుల కష్టాలను, కడగండ్లను దూరం చేసింది. పాంచాలి దగ్గర ఒక పాత్ర ఉంది. అందులో ప్రతి పదార్థం దానంతట అదే తయారవుతుంది. భిక్షకుల ఆకలిని తీర్చాక కూడా ఆ పాత్ర ఎప్పటిలాగానే నిండి ఉండేది. ఆ పాత్ర పాంచాలికి సూర్యదేవుడు ఇచ్చాడని ప్రభంజనుడు చెప్పాడు. ద్వైతవనం వదిలే సమయంలో దుర్వాసులు ఆ రహస్యమైన పాత్రకి వందనం చేశారు. శాపం బదులు పాండవులకు వరాలు గుప్పించి హిమాలయాల వైపు వెళ్ళిపోయారు. మహర్షి దుర్వాస, దుర్యోధనుడిని సంతోష పెట్టలేకపోయారు.

చేతులను వీపుకు బిగించి ఆ మొత్తం కథను వింటూ పంజరంలో బందీ అయిన శార్దూలంలా దుర్యోధనుడు మహలులో అటు ఇటు తిరుగుతున్నాడు. కనుబొమ్మలను ముడివేసి తన నమ్మకస్థుడైన ప్రియ సేవకుడిని గదమాయించాడు.

''మూర్ఖుడా! ఇటువంటి అప్రియమైన సమాచారాన్ని నీ సామ్రాట్‌కి వినిపించే బదులు పులోచనుడిలా అక్కడే కాలిపోయి బూడిద అయిపోయి ఉంటే బాగుండేది కదా!''

ప్రభంజనుడు తక్షణమే గజగజావణికి పోతున్నాడు. కాని ఇందులో అతడి తప్పేం ఉంది?

అతడు ఆజ్ఞను శిరసావహించాడు.

''నీవు వెళ్ళు!'' నేను అతడికి ఆజ్ఞను జారీ చేశాను. బాధపడుతూ తలవంచుకుని అతడు వెళ్ళిపోయాడు.

వ్యాకులతతో ఉన్న దుర్యోధనుడి వైపు ఒక్క క్షణం కన్నార్పకుండా చూస్తూ అన్నాను. ''రాజా! పాండవుల కారణంగా నిజంగా ఇంతగా వ్యాకుల చెందుతున్నావా? మరైతే రాజసభని పెట్టి, యుద్ధం చేయాలని నిర్ణయించు. ఎవరైనా సరే నీతో ఉన్నా ఉండక పోయినా నేను మాత్రం నీతోనే ఉంటాను. నీకు తృప్తిగా ఉందా?''

''అంగరాజా! గరిక పర్వతంలా, దృఢంగా పాండవులను ఢీకొనగల, సింహంలా ఛాతీగల ఒకే ఒక యోధుడు ఈ హస్తినాపురంలో ఉన్నాడు. అతడేకర్ణుడని నాకు బాగా తెలుసు.''

''మరయితేబూరుగుదూదిఎట్లా అయితే నిజం కాదో అట్లా నీవు ఎందుకు ఏవేవో ఊహిస్తావు?''

''ఈ విషయం, నీవు ఎప్పుడూతెలుసుకోలేవు. అయినా నీవు చెప్పినట్టుగా కురు యోధుల అభిప్రాయాలను తెలుసుకోవడంలో తప్పులేదు.''

నా అభిప్రాయంతో ఏకీభవిస్తూ, వెంటనే కార్యరూపంలో పెట్టాలని మొట్టమొదటిసారిగా నిర్ణయం తీసుకోబడ్డది. అతడి నుండి వీడ్కోలు తీసుకుని వెనక్కి వస్తున్నప్పుడు దుర్యోధనుడికి సంబంధించిన ఒక విషయం ఎంత ప్రయత్నం చేసినా ఒక్క క్షణం అయినా నా నుండి దూరం కావడంలేదు. అసలు పాంచాలి ఏ దివ్యభక్తి సాధన చేసి సూర్యదేవుని నుండి ఆ అద్భుతమైన పాత్రని పొందింది? ఒక వేళ నిజంగానే ఆమె భక్తి మార్గం ఏదో నాకు తెలిస్తే నేను ఎంతో కఠోరంగా దానిని అవలంబిస్తాను. ఏ పళ్ళాన్నో పొందడానికి కాదు, ఏ అస్త్రశస్త్రాలను పొందడానికి కాదు. కేవలం నాకు మార్గం చూపించే ఆ గురువుకి అతి దగ్గరగా వెళ్ళడానికి, నా జీవితాన్ని ఇంకా ప్రకాశవంతంగా చేసుకోడానికి, నేను ఆ సాధన చేస్తాను.

18

దుర్యోధనుడు, తను నిర్ణయించుకున్న ప్రకారం రాజ్యసభని పిలిచాడు. ఈ సభలో సభ్యులందరికీనిజమైన పరీక్ష జరపబడబోతోంది. పాండవులతో ఈ అంతంకాని దాగుడుమూతల ఆట ఇక ఎన్నాళ్ళు? నిర్ణయం జరగాలి.

సభలో సభ్యులు అందరూ వచ్చాక అమాత్యులు అసలు ఈ సభ ఎందుకు జరపబడుతుందో? ఉపయోగం ఏమిటో? చెప్పారు. తన చిన్ని చేతివేళ్ళను గట్టిగా పిడికిలి బిగించి అతడు సభ్యులతో మాట్లాడాడు– "ఏది ఏమైనా సరే, పాండవులు కురుల సింహాసనాన్ని ముట్టుకోను కూడా ముట్టుకోలేరు. ఈ రోజు నేను ఈ ప్రాచీన పవిత్ర సింహాసనం సాక్షిగా ఒక నిగూఢ రహస్యాన్ని చెప్పబోతున్నాను. పితామహులు, మహామంత్రి, విదురులు, మహారాజు, మహారాణి, గురుదేవద్రోణులు, అశ్వత్థాములు, అంగరాజు కర్ణుడు, మహావీరుడు శోణుడు, శకుని మామ రాజనీతిలో నిపుణుడైనకణకుడు, మొదలైన వారి అందరి ఎదుట చెబుతున్నాను. ధర్మరాజు, పాండుకి స్వంత పుత్రుడు కాదు. ఏ భయంకరమైన శాపంతో ద్విగ్విజయుడు మహారాజు పాండు హస్తినాపురం వదిలేసి అరణ్యంకు ఎందుకు వెళ్ళిపోయాడో ఆ శాపం ఏమిటో ఇప్పుడు మీకు నేను చెబుతాను. సభ్యులందరుసావధానులై మళ్ళీ ఒక సారి వినండి ఆశాపం.

"రాజా! శృంగారం చేయాలన్న కోరికతో నీవు నీ భార్యను కౌగిట్లోకి తీసుకున్నప్పుడు నాలాగా నీవు తహతహలాడిగిలగిలా కొట్టుకుని చనిపోతావు." మరి రాజమాత కుంతికి, మాద్రికి పుత్ర సంతానం ఎట్లా కలిగింది? ఈ సభలో ఎవరైనా, ఒక్కడైనా ఇటువంటి పచ్చి అబద్ధాన్ని సమర్థిస్తారా? పాండవులు కళంకితులయిన కుంతీ, మాద్రిల పుత్రులు. వాళ్ళు కురు మహారాజు సింహాసనం మాదంటూ హక్కు చూపిస్తుంటే మీరందరూఊరుకుంటారా? జూదంలో పాండవులు ఓడిపోయినప్పుడు, సానుభూతితో ఎవరి హృదయాలైతేకరిగిపోయాయో, వాళ్ళు అసలు ఖాండవ వనంలో ఇంద్రప్రస్థ రాజ్యాన్ని స్థాపించే అర్హత పాండవులకు లేదు అన్న సంగతిని గుర్తుపెట్టుకోవాలి. ఈ సభా భవనం మహాద్వారం దగ్గర సేవకుల రూపంలో పాండవులను నిలబెట్టాలంటే అర్థం,తరతరాల నుండి రక్తంతో తడిసిన ఈ రాజసింహాసనాన్ని కళంకితం చేయడమే. వాళ్ళు సమర్థవంతులు కాబట్టి, వాళ్ళకు తలవంచి, ఈ రాజ్యంలోని సగభాగాన్ని లేక ఖాండవవనంలోని రాజ్యం ఇంద్రప్రస్థాన్ని వాళ్ళకిఇవ్వనా? ఆకాశాన్ని తన భుజాలపైన మోసే అంగరాజు కర్ణుడిలాంటి మహారథికౌరవులకిసహాయం చేస్తానన్నప్పుడు కౌరవులు పాండవులకు భయపడాల్సిన అవసరం ఏముంది? నేను వాళ్ళని అసలు పాండవులు అని అనడానికి కూడా సిద్ధంగా లేను. ఎందుకంటే వాళ్ళని పాండవులంటే మహారాజు పాండుని అవహేళన చేసినట్లే. నేను వాళ్ళనికుంతేయులు, మాద్రేయులు అనే పిలుస్తాను. వాళ్ళ ప్రభావం అందరి మీద పడుతోంది. దీనిని ఆపేయాలన్న ఉద్దేశంతోనే నేను ఈ సభలోని, సభాసదులను ఆహ్వానిస్తున్నాను. కురుల వీర యోధుల్లారా! కౌంతేయులు ఒంటరిగా, నిస్సహాయ స్థితిలో ఉన్నప్పుడు వాళ్ళని మొత్తంగా సమూలంగా పెరికి పారేయాలి, ఆ పాండవులు ఇక ఉండటానికి వీలు లేదు. మీరే చెప్పండి" అని సభాసదులను ప్రశ్నించారు.

దుర్యోధనుడు అన్న మాటలకు, సభలోని వారందరూ ఎవరో గదతో తమపై ప్రహారం చేసినట్టుగా ఒక్కసారిగా లేచి నిల్చున్నారు. కొందరు చేతులు పైకెత్తి పెద్ద పెద్దగా అరవడం మొదలు పెట్టారు.

''రాజా! ద్వైతవనానికి వెళ్ళే మార్గం ఎక్కడుందో ఇప్పుడే చెప్పండి. కౌంతేయులను భూమిపై లేకుండా చేయాలి. మహారాజు పాండు పవిత్రమైన పేరుని నీచంగా దిగజార్చేఎవడైనా సరే, ఈ హస్తినాపురంలో ఉండటానికి వీలు లేదు.''

యోధులందరూ కోపంతో ఊగిపోతున్నారు. వాళ్ళ ఆవేశం కట్టలు తెంచుకుంది. కోలాహలంతో సభంతా ప్రతిధ్వనించింది.

''ఆగండి!'' రాయిపైన బాణం మొన తగిలినట్టుగా ఒక్కసారిగా ఆ గొంతు ఖంగుమన్నది. గజగజా వణుకుతున్న పితామహులు మహారాజు ధృతరాష్ట్రుల చేతి నుండి రాజదండాన్ని తన చేతిలోకి తీసుకున్నారు. ఆ వృద్ధుడి శరీరం నుండి అదే ఆవేశం, అదే కంపన పొంగి పొంగి బయటకు వస్తున్నాయి. అందరినీ ఆశ్చర్యపరిచే ఏదో పచ్చి నిజం బయటకు రాబోతోంది. పాండవుల పట్ల అమితమైన ప్రేమగల ఈ జ్యేష్ఠ కురు చేసిందంతామట్టిపాలు చేసేలా ఉన్నాడు. చేతిలో రాజదండాన్ని పైకి ఎత్తి, ఆ వృద్ధుడు శబ్దాల జిహ్వ బాణాలను వదిలారు.

''కురు యోధుల్లారా! గడిచిన సగం ఘడియల్లో దుర్యోధనుడు, ఈ సభలో ఇష్టం వచ్చినట్టుగా నోటికిహద్దూపద్దు లేకుండా మాట్లాడకూడని మాటలని మాట్లాడుతున్నాడు. ఇవాల్టిదాకా అసలు దాసీ, దాసులు కూడా ఇంత తుచ్ఛమైన మాటలు మాట్లాడలేదు.'మహారాణి కుంతీ కళంకితురాలు' అని అనడం ఎంత తప్పు. ఈ సభలో వికీర్ణుడు, గిరిజ, సుదక్షిణ, తపతి, నళిని, పాంచాలి మొదలైన రాజపుత్రస్త్రీలను ఉల్లేఖించాడు. వీళ్ళందరి కన్నా కూడా మహారాణి కుంతి ఎంతో శ్రేష్ఠమైనది. ఇంతే కాదు అసలు ఇవాళ ఎవరైనా సరే ''కురులలో సర్వ శ్రేష్ట యోధులు ఎవరు?'' అని ఎవరైనా ప్రశ్నిస్తే నేను అభిమానంతోకుంతి! అనిఖరాఖండిగాచెబుతాను. ఎందుకంటే ఒక ఆడది అయి ఉండి హిమాలయాలంత ధైర్యంతో ఎన్నో ఎన్నెన్నో కష్టాలను కడగండ్లనుఎదిరించిది. ఒంటరి పోరాటం చేసింది. అటువంటి ధైర్యం, పోరాటపటిమలు అసలు మీ వీరులలో ఎవరిలోనూ లేశ మాత్రం కనిపించలేదు. ఏ నిజాన్ని నేటి దాకా వివశుడునై నా హృదయంలో దాచుకున్నానో, కురుల ఆ వంశ వృత్తాంతపు నిగూఢ సత్యాన్ని తప్పదు, చెప్పి తీరాల్సిందే. మీ కట్టలు తెంచుకున్న కోపంపైన, నిజం అనే శీతల జలాన్ని చల్లుతున్నాను. నిజానికి నేను ఎంతో బాధపడుతున్నాను. దుర్యోధనుడు ఏ రాజ్యాన్ని రక్షించాలంటూ, ఏదో ఒక ప్రణాళికను చూపిస్తున్నాడో అసలు ఆ రాజ్యం ఎవరిది? అసలు ఆ వంశానికి ఉత్తరాధికారి ఎవరు? ధృతరాష్ట్రుడి వంద పుత్రులా? పాండురాజుపంచపుత్రులా? ఎవరికి రాజ్యాన్ని అప్పగించాలి?

ఈ రాజసింహాసనంపైన కూర్చునే అధికారం ఎవరికి ఉంది? ఈ రాజదండం ఎవరి చేతిలో ఉండాలి? సంపూర్ణ ఆర్య రక్తాన్ని తమ శౌర్యంతో వణికించే కురువీరుల్లారా? ఈ నిజం వింటే మీ హృదయాలు విస్మయంతో విదీర్ణం అయిపోతాయి. తరతరాల నుండి మీ పితరులు. ఎవరికి సేవ చేశారో ఆ వంశాజులు...'' శుభ్ర కౌశాలతోఅలంకరింపబడ్డ శిరస్సును అటు ఇటు తిప్పుతూ అన్నారు.

నలువైపులా వాతావరణంలో ఉత్సుకతతో కూడిన శాంతి వ్యాపించింది. ఎవరి పేరు వినబడబోతోంది. కౌరవుల పేరా! పాండవుల పేరా?

''ఆ వంశజులు, కౌరవులు కాదు, పాండవులు కాదు.'' అందరూ ఊపిరిని పీల్చడం ఆపేసారు. వెన్నెముకను తిన్నగా చేసుకున్నాను. నన్ను నేను సంభాళించుకున్నాను. నా శరీరం అంతా అభేద్య కవచం ఎందుకు ఉంది? ఇది నాకెంతో ఆశ్చర్యాన్ని కొలుపుతుంది. దీనికన్నా కూడా, జీవితం అంతా నమ్మిన ఆ మాటను వమ్ము చేసే గొప్ప సత్యాన్ని విన్నప్పుడు ఆశ్చర్యం పదింతలయింది. మనం అందరం ఏం వింటున్నాం. అసలు ఆ చెప్పిన మాటను ఎట్లా నమ్ముతాము? కాని చెప్పినవారు పితామహులు. అంటే అది సత్యమే. ఎటువంటి సందేహం లేదు.

''మరి కురుకులానికి నిజం అయిన వంశజులు ఎవరు?'' ఎవరో ధైర్యంగా అడిగారు. సభలోని శాంతియుత వాతావరణం అంతా మారిపోయింది.

''నేను!'' చేతిలో వణుకుతున్న రాజదండాన్ని సంబాళిస్తూ, హిమాలయాల ఉన్నతమైన ఆశిఖరం, పితామహులు చెప్పడం మొదలు పెట్టారు. వారి నోటి వెంట వస్తున్న ప్రతి మాట ఆ శిఖరం నుండి పడుతున్న ప్రచండ ప్రవాహమే.''మీ ఎదురుగుండానిల్చున్న ఈ భీష్ముడు చివరి కురురాజు. ఈ దుస్థితిలో కూడా ఆశాకిరణాన్ని వెతుకుతున్నాడు. కౌరవులు, పాండవులు కురుకులంలో పుట్టలేదు. అయినా వాళ్ళు ఈనాడు ఏమి ఆలోచించి, జన్మజన్మల శత్రువుల్లాగా, ఇద్దరూ తలలను ఢీకొడ్తూవైరాన్ని పెంచుకుంటున్నారు. దీనికి కారణం వెతకడంలో నా మనస్సు ఎంతో బాధపడుతోంది. అందుకే కురుకుల వంశ చరిత్రను చెప్పడానికి, ఆ సత్యాన్ని వెల్లడించడానికి, నా మనస్సును రాయి చేసుకుని నిల్చున్నాను. అందరూ ధ్యాసపెట్టి వినండి. ధృతరాష్ట్రుడు, పాండు, విదురుడువీళ్ళు ముగ్గురు అన్నదమ్ములు. వాళ్ళ తండ్రి ఒక్కరే. పరుశురాముడి పుత్రుడు వ్యాసులవారు. తల్లులు మాత్రం వేరు వేరు. ఈ సభలో కూర్చున్న ధృతరాష్ట్రుడి కొడుకులు వందమంది వ్యాసుల సంతానమే. యువ రాజు దుర్యోధనుడు కూడా. పాండవులు పాండురాజపుత్రులు కాదు అన్నది ఎంత నిజమో, వాళ్లు పాపం వలన పుట్టిన సంతానం కాదు అన్నది కూడా అంతే నిజం. మహారాణి కుంతి మాద్రి ఋషివర్యులు దుర్వాసులు శక్తివంతమైన మంత్రాలతో పుట్టిన పాండవులు పాపం వలన పుట్టిన సంతానం అని ఎవరు అంటారు? మీరనుకున్నట్టుగా పాండవులు ఐదుగురు కానేకాదు. ఇది పచ్చి అబద్ధం. మరో ఆరో పాండవుడు కూడా ఉన్నాడు. కానీ ఇది లోకానికి తెలియని నిజం. ఎందుకంటే.. ఎందుకంటే నేను వాడిని పుట్టినప్పటి నుంచి దురదృష్టవంతుడిగానేచూస్తున్నాను. విధి వంచితుడు. వాడి కోసం నా మనస్సు బాధతో గిలగిలా కొట్టుకుంటుంది.

అందువలనే చివరి సారిగా చెబుతున్నాను కురు వంశపు చివరి కురుగా చెబుతున్నాను. ఏ రాజ్యాన్ని అయితే దిగ్విజయ పాండు రాజు విస్తరింపచేశాడో, ఎల్లలను పెంచాడో, ఈ ధృతరాష్ట్రుడు ఆ రాజ్యాన్ని పాలిస్తున్నాడు. అందువలన కౌరవులు, పాండవులు ఇద్దరు రాజ్యాన్ని సగం సగం తీసుకోండి. కౌరవులకు నేతృత్వం వహించే గదావీరుడైన దుర్యోధనుడు కనీసం తన గదావీరుడి ఆదర్శాన్ని కళ్ళఎదురుగుండాఉంచుకోవాలి. పాటించాలి. అతడి గురువు బలరాముడు తన సోదరుడు శ్రీకృష్ణుల సలహాతీసుకోకుండా గడ్డిపోచను కూడా కోయడు. కౌరవులు, పాండవులు,

బలరామ, శ్రీకృష్ణ సంబంధాలని దృష్టిలో పెట్టుకోవాలి. కళ్ళు తెరిచి మరీ చూడాలి. ఏ కర్ణుడి గురించి దుర్యోధనుడు గౌరవంగా చెబుతున్నాడో ఆ వీరుడు కర్ణుడు ఆకాశంలో నూట ఐదు మెట్లు ఏర్పరిచి వాటిపైన తన కాళ్ళు పెట్టి తన కృత్యత్వాన్ని చూపించాలి. రాజమాత కుంతీదేవి పవిత్రురాలు. ఆమె పుత్రులు తేజస్సుతో కూడిన మహావీరులు అని ఈ సభలో ఉన్న సభ్యులందరూ మరచిపోకూడదు.'' గజగజ వణుకుతూ భీష్మ పితామహులు కింద కూర్చున్నారు.

సభ కార్యకలాపాలు తరువాత ఎట్లా నడిచాయి, ఎవరూ పట్టించుకోలేదు. తరువాత మహామంత్రి విదురుడు, అమాత్యులు, మహారాజులు మాట్లాడారు. కానీ ఎవరి మనసూ బాగాలేదు. అందుకే ఎవరూ వాళ్ళు చెప్పేదిఅంతగా శ్రద్ధ పెట్టి వినలేదు. మహారాణి గాంధారిదేవి అకస్మాత్తుగా లేచి నిల్చోవడం వలన అందరూ అచ్చెరువు చెందారు. ఆవిడ ఎట్లాగోఅట్లా ఒకే వాక్యం అన్నారు- ''దుర్యోధనా! ఇక ఇప్పుడైనా మేలుకో, పాండవులను వెనక్కి పిలువు'' కళ్ళకు గంతలున్నా ఆమె తన ముఖాన్ని క్షణం సభ అంతా తిప్పి, తిరిగి ఆసనంపై కూర్చున్నారు.

సభ పూర్తయింది. సభని వదిలేసి వస్తున్న సమయంలో నా మనస్సులో ఒకే ఒక మాట తిరుగుతోంది. పితామహులు ఉల్లేఖించిన ఆరో పాండవుడు ఎవరు? ఒక వేళ పాండవులతో ఒప్పందం జరగడం అసంభవం అయితే, అతడు ఎక్కడి నుండో ఒక్కసారిగా వచ్చి తన సోదరులకు సహాయం చేస్తాడా? తక్కిన పాండవులందరూ మంత్ర శక్తితో పుట్టినట్టుగా అతడు కూడా మంత్ర శక్తి వలననే జన్మించాడా? అతడు ఎంత సమర్ధవంతుడయి ఉంటాడు? వాడితో యుద్ధం చేసే సమయంలో నేను బలహీనుడైపోనుగా? అసలు పుట్టినప్పటి నుండి వాడు దురదృష్టవంతుడెందుకు అయ్యాడు? తక్కిన పాండవులని మాత్రం అదృష్టవంతులు అని ఎవరు అంటారు? ఆలోచనలనే ఆవర్తంలో నా మనస్సు ఎండిన ఆకులా అటు ఇటు తిరుగుతోంది. పాండవులు, కౌరవులు వీళ్ళల్లో ఎవరూ కురు వంశస్థులు కారు. పితామహులు కురువంశంలో చివరి వారు అయినప్పుడు, రాజసింహాసనం ఎవరిది? ఈ ప్రశ్న ఇప్పుడు ఇంకా జటిలమయిపోలేదా? అసలు ఎవరు ఈ చిక్కుముడి విప్పుతారు? సరిచేస్తారు? నా మానస ప్రాంగణంలో సందేహాలనే గుర్రాలు స్వేచ్ఛగా గెంతులు వేస్తున్నాయి. అసలు ఎవరిని ఆపాలి, అర్థంకాలేదు. తలవంచుకుని బరువైనకాళ్ళనుమెల్లిమెల్లిగా పెడుతూ, నేను సభాగృహం బయట ఉన్న శుభ్రమైనరాళ్ళతో చేయబడ్డ అరుగును దాటి వెళ్ళి పోతున్నాను. అస్తమిస్తున్న సూర్యుడి కిరణాలురాజప్రసాదంప్రాచీరాలపైనుండిజారుతూఆరాళ్ళపైపడిచెల్లాచెదురవుతున్నందువలన, అక్కడ ఒక విచిత్రమైన రంగు కనిపిస్తోంది. నా భుజం పైన ఉన్నట్టుండి ఉత్తరీయానికి ఉన్న ఒక అంచు కింద పడిపోయింది. అది ఆ రాళ్ళపై రెపరెపాఎగరసాగింది. నా దేహంపైన ఉన్న ఉత్తరీయపు చివరి అంచును నడుస్తూ, నడుస్తూ మణికట్టుకి నలువైపులా గట్టిగా చుట్టేసుకున్నాను. అసలు ఏమీ అర్థం కావడంలేదు. ప్రపంచంలో ఎవరి దుఃఖమో, మరెవరి హృదయంలో బాధను ఎందుకు పుట్టిస్తుంది? అసలు ఈ లోకం అంటే ఏమిటి?

ఉత్తరీయానికి అకస్మాత్తుగా ఏదో తగిలింది. అది దేనికో చుట్టుకుని ఉంటుందనే ఉద్దేశంతో, దాన్ని లాగేయాలని నేను వెనక్కి తిరిగాను. చేతితో ఉత్తరీయపు అంచును గట్టిగా పట్టుకుని అశ్వత్థామ నిల్చుని ఉన్నాడు. నన్ను చూడగానే అతడు నవ్వాడు. నాకు ఆశ్చర్యం వేసింది. క్షణం క్రితం సభలో జరిగిన సంఘటన ప్రభావం అతడిపైన లేశ మాత్రమైనా ఎందుకు పడలేదు?

''ఏ ఆలోచనలో ఇంతగా మునిగిపోయావు?'' ముందుకు వచ్చి ఉత్తరీయాన్ని నా భుజాలకి చుడుతూ ఎప్పటిలాగానే స్నేహంగా అన్నాడు.

''ఆలోచనా? ఎక్కడ?'' నేను తడబడుతున్నాను. కేవలం ఈ మాత్రం జవాబు విని అతడు ఊరుకోడు, అది ఎటూ నాకు తెలుసు.

''పద నగరం బయట కొంత దూరం తిరిగి వద్దాం. నీవు అస్వస్థతగా ఉన్నావు.''

''వద్దు! నాకెక్కడికీరావాలనిపించడం లేదు''.

నీతోబాటు ఎవరైనా రావాలని అని అనుకుంటే శోణుడినితీసుకువెళ్లు. నాకెక్కడికీ వెళ్ళాలని అనిపించడం లేదు.''

''శోణుడికి, కర్ణుడికి మధ్య చాలా తేడా ఉంది. నేను కర్ణుడితో వెళ్ళాలనుకుంటున్నాను. పద'' అంటూ నా చేతిని తన చేతిలోకి తీసుకుని రాజభవనం మహాద్వారం వైపు వేలు చూపించాడు. అతడి వెంట వెళ్ళాల్సి వచ్చింది. తప్పలేదు. ఎందుకంటే నన్ను తప్ప అతడు ఎవరినీ అడగలేదు.

అతడితో పాటు నడుచుకుంటూ మహాద్వారం గడప దాటుతున్నప్పుడు నన్ను నేను ఆపుకోలేకపోయాను. నేను అతడిని అడిగాను. ''ఇవాళ భీష్మ పితామహులు ఉల్లేఖించిన ఆరో పాండవుడు ఎవరు? నీ అభిప్రాయం ఏమిటి?''

''ఎట్లా చెప్పగలుగుతాం? పాండవులు ఆరుగురు. ఈ మాట మనం నమ్మలేం. కాని పితామహులు చెబుతున్నారు కాబట్టి ఇది తప్పకుండా సత్యమే అయి ఉండాలి. ఈ ఆరో పాండవుడు ఎవరో తెలుసుకుని మాత్రం మనం ఏం చేయగలుగుతాం. అతడు ఎట్లా ఉండి ఉంటాడో ఎవరు ఊహించగలుగుతారు.'' అతడు కూడా మహాద్వారం గడప దాటాడు. మేం నడుచుకుంటూ నగరం బయటకు వచ్చేసాం.

''అతడు ఎట్లా ఉంటాడు.'' అశ్వత్థామకి జీవితం గురించిన జ్ఞానం ఎంతో ఉంది.

''అతడు మాత్రం పాండవుల్లా ఎంత మాత్రం ఉండడు''

''మరైతే అతడు ఎట్లా ఉంటాడు. పాండవులకు భిన్నంగా అతడిలో ఏం ఉండి ఉంటుంది?''

అంతా వేరుగానే ఉండి ఉండవచ్చు. ఐదుగురు పాండవుల కన్నా అతడు సౌమ్యుడు అయి ఉంటాడు, వాళ్ళకన్నా చిన్నవాడై ఉండవచ్చు. ఏ వాతావరణంలో పెరుగుతాడో వాడి జీవితం కూడా అట్లానే ఉంటుంది. ఎందుకంటే సంస్కారమే జీవితం. పూలలోని పరాగంలో ఏదైనా క్రిమి దాగిఉన్నా మంచి సాంగత్యం వలన దేవమూర్తిని అలంకరిస్తుంది''.

''ఒక్కొక్క వ్యక్తి పట్ల మన ఆలోచనలు అనుకూలంగా ఉంటాయి. కాని కొందరి పట్ల మనకు స్నేహ భావం కలగనే కలగదు. ఏ కారణం లేకుండా అసలు ఎందుకు ఇట్లా జరగుతుంది అశ్వత్థామా!'' నేను అతడిని అడిగాను.

''బాల్యం నుండే మనకు వ్యక్తుల పట్ల కొన్ని ఆలోచనలు ఉంటాయి. సందర్భానుసారంగా మన ఆలోచనలలో మార్పు రావచ్చు. కాని చిన్నప్పుడు అనాదరణ అనే భావం మనలో ఏర్పడప్పుడు, అది పాదాలకు రాయి గుచ్చుకున్నతరువాత గడ్డకట్టే రక్తం లాంటిదిగా మనస్సులో ఉండిపోతుంది. అదే గడ్డకట్టిన రక్తం, భవితవ్యంలో ఒక గట్టి గడ్డ అయిపోతుంది. చిన్నప్పుడు ఏ

అనాదరణ భావం ఉంటుందో అదే యవ్వనంలో భవిష్యత్తులో ఇంకా ధృడంగా అయిపోతుంది. గట్టి గడ్డ వలన ఎంతో నెప్పి ఉంటుంది. ఈ సలిపే నెప్పిని భరించడం చాలా కష్టం. ఈ నెప్పి వలన ఎంతో బలవంతుడు కూడా కుంటుతూ నడవడం నేను చూశాను. అంగరాజా! అందుకే జీవన నిర్మాణంలో బాల్యం ఒక విలువైన కాలం అని నేను భావిస్తాను.''

''అంటే అర్థం అప్పుడే పుట్టిన శిశువు మనస్సు బంగారుపళ్ళెంలా ఎంతో నిర్మలంగా ఉంటుంది. ఆ స్వచ్ఛమైన బంగారు పళ్ళానికి ఈ లోకం పోకడ మానవుల ఈతి బాధలు, సమస్యలు ఎంత మాత్రం తెలిసి ఉండవు, కాని చుట్టు పక్కల పరిస్థితులు, తన అశుభమైన చేతులతో దాన్ని ఒక్కసారి ముట్టుకున్నా, ఆ చేతుల చిహ్నాలు ఆ పళ్ళెంపై పడతాయి. నెమ్మది నెమ్మదిగా స్పష్టం అవుతాయి. అసలు ఇక ఆ స్పర్శ మరకలు పోనేపోవు అని నీవు చెప్పాలనుకుంటున్నావా?''

''కేవలం ఆ చిహ్నాలు గట్టిగా ఏర్పడటమే కాదు, రాధేయా! తేజోమయమైన సువర్ణ పుష్ప భూమిలో, ఆ మరకలు ఇంకా మెరుస్తాయి. ఎందుకంటే ముక్కుపచ్చలారని శిశువు మనస్సు ఉతికి ఆరేసాక ఎండే వస్త్రం లాంటిది. అసలు పేరుకి కూడా దాని మీద ఒక ముడత ఉండదు. కాని పెద్దవాడి మనస్సు ఉతికి ఆరేసాక, ఎండిపోయిన ముడతలు పడ్డ వస్త్రం లాంటిది. ఆ వస్త్రంలో శ్రద్ధ, మంచిభావన అనే ఏ జలం అయితే ఉంటుందో ఆ జలం అంతా ఆవిరి అయిపోతుంది. కేవలం చిక్కుముడిలో ఇరుక్కున దారాలు గట్టిపడతాయి. ఎన్నెన్ని దారాలు, ఎన్నెన్ని ముడతలు! అసలు వాటికి అంతమే లేదు. ద్వేషం తిరస్కారం, స్వార్థం, అసూయ, గర్వం, అహంకారం, మోసం, క్రూరత్వం, కోపం, కింకర్తవ్యం, అజ్ఞానం, అహంభావం, ఆసక్తి, ఆత్మశ్లాఘ్యం, కరుణ, వాత్సల్యం, మమత, ప్రేమ, కామం, నిస్సహాయత, ఉద్వేగం, మనోవ్యథ, ఆత్మక్షోభ, మద మాత్సర్యాలు, మోహం, అసహనీయత, నిరాశ, వైఫల్యం! ఎన్నెన్ని ముడతలు? ప్రతి వ్యక్తి జీవన వస్త్రాన్ని ఈ ముడతలు ఆక్రమించుకుంటాయి. అంటే ప్రతి వ్యక్తి జీవితం ముడతలు పడ్డ బట్టలాంటిదే''

ఒక్కొక్కసారి అశ్వత్థామ ఎన్నో అమూల్యమైన మాటలు చెబుతూ ఉంటాడు. ఆ మాటలని నిరంతరం వింటూ ఉండాలని నాకు అనిపించేది.

''మరైతే ఇందులో నుండి బయటపడే దారి ఏదీ లేదా? ఈ ముడతలే జీవితమా!'' ఈ ప్రశ్నకు అతడు ఇచ్చే సమాధానం అమృతం ఊటలాంటిది. స్వచ్ఛమైన, నిర్మలమైనఊట.

''దారి ఎందుకు లేదు, ఉంది. నీవు బెస్తవాళ్ళ వలని చూశావు కదా! ఎంతగా చిక్కులుచిక్కులుగా ఉంటుంది. కాని ఇందులో తమ ఇష్టానుసారం తిరిగే చేపలు, దానిలో చిక్కుకుని చచ్చిపోవడం ఎన్నడైనాచూశావా? దేహంలో ఉన్న ఈ మానస అసంఖ్యాకమైన దారాలలో ఎప్పటికీ చిక్కుకోని ఒక చేప నీలో ఉంది, నాలో ఉంది, మన అందరిలోనూ ఉంది.''

''ఏమిటది?''

''ఆత్మ! ఈ ఆత్మ స్థాయి భావం ప్రకాశం. ప్రకాశం అంటేనే అర్థం శరీరానికి ఉన్న చైతన్యం. ఆ చైతన్యం ఏ బంధనలలోను చిక్కుకోదు. కానీ ఆ చైతన్యం ఏమిటి అని తెలుసుకోడానికి మనలో ఉత్కంఠ ఉండాలి. కుతూహలం ఉండి తీరాలి. తెలుసుకుని తీరాలి అన్న కోరిక ఉండాలి. అందువలనే జీవితం పట్ల మనకు ఎన్నడూ తరిగిపోని శ్రద్ధ ఉండాలి.''

''ఎవరైనా జీవితం పట్ల శ్రద్ధని పెంచుకున్నా వ్యవహారంలో ఆచరణలో పెట్టినా, అతడి శ్రద్ధని గట్టిగా గాయపరిచే సత్యం చుట్టుపక్కల కమ్ముకుంటే, శ్రద్ధ అటుఇటు ఊగిసలాడుతుంది, అనుకోకపోయినా, శ్రద్ధలేకుండా పోతే ఇందులో ఆ వ్యక్తి దోషం ఏముంటుంది? ఒక వేళ ఉన్నా అది పరిస్థితులు వలనే అనిఅంటారు.''

''లేదు, రాధేయా! అట్లా అనడానికి వీలు లేదు. నీవు శ్రద్ధకున్న అర్థాన్ని సరిగ్గా అర్థం చేసుకోలేదు. మృత్యువు అనే మహాద్వారం దగ్గర కూడా, ఏ శ్రద్ధపైన అయితే వేడి సైతం తగలదో అదే నిజమైన శ్రద్ధ. నిజంగా శ్రద్ధ ఉన్న వారెవరూ శ్రద్ధలేనివాడిగా మారడు. పరిస్థితులే కారణం అనీ చెప్పడు. శ్రద్ధ లేని మానవుడు మొగలి పూలలో ఉండే పనికిరాని కేశాలు లాంటివాడు. సుగంధాన్ని ఇచ్చే మొగలి పూవులో ఉండి కూడా అవి గంధహీనంగా ఉంటాయి. సువాసన లేని కేశాలు అవి. ఇట్లాంటి వ్యక్తికి వంద సంవత్సరాలు లభించినా ఏమీ లభించని వాడే అని చెప్పాలి.''

అతడి కళ్ళ నుండి నిప్పుకణాలు రాలుతున్నాయి. ముఖ మండలం బ్రహ్మతేజంతోదీప్తం అవుతోంది. ''శ్రద్ధ! మనిషి ఎవరెవరిపట్ల శ్రద్ధ చూపాలి. మరి శ్రద్ధ అంటే సరియైన అర్థం ఏమిటి? దాన్ని ఉత్తేజితం చేసి, దాని వాణిని పుష్పింప చేయడమే నా నిత్య నియమం.''

''శ్రద్ధ అంటే ముళ్ళ జీవితపు ఆకుపచ్చటితనం. ఎవరికైనా వారిపట్ల శ్రద్ధ ఉండాలి. ఎవరికైతే తనపైన తనకు, తన దివ్య స్వరూపంపైన శ్రద్ధ ఉండదో, అతడు వాడి కోసం వాడేమీ చేసుకోలేడు. అవతలి వాళ్ళ కోసం ఏమీ చేయలేడు.''

''దుర్యోధనుడు పాండవులకు రాజ్యం ఇవ్వడానికి ఏ మాత్రం ఇష్టపడలేదు. రాజ్యం కేవలం కౌరవులదే, పాండవులది కాదు అన్న మాట అతడి మనస్సులో నాటుకు పోయింది. దీని పట్లే అతడికి ఎంతో శ్రద్ధ ఉంది. అందుకేనా?''

''ఊహ కానే కాదు! స్వార్థం అంటే అర్థం తనపట్ల శ్రద్ధ చూపడం కాదు. అసలు ఇదే మనం చేస్తున్న పొరపాటు''

''స్వార్థమే కాని ఇది అనుచితం ఎట్లా అవుతుంది? ప్రకృతే మనిషికి ఈ ఆలోచననిచ్చింది.''

''స్వార్థం గురించిన ఆలోచన పొరపాటు కాకపోవచ్చు. కాని దీనికి కొంత హద్దు పద్దులు ఉంటాయి. మన నాలుక విషయమే చూద్దాం. లోకంలో ఉన్న రుచులన్నింటినీ ఆస్వాదించాలని ఎవరైనా నిర్ణయం తీసుకున్నా, జీవితంలో ఈ కోరిక నెరవేరుతుందా? స్వార్థపరుల ఆలోచనలు ఇట్లాగే ఉంటాయి. నలుదిశలా వ్యాపించి ఉన్నా విధాతకి చెందిన ఈ సరిహద్దులేని ఈ జగత్తుని ఏ వ్యక్తి అయినా ఎప్పుడైనా ఒక్కడే తన కౌగిట్లో తీసుకోవాలని అనుకుంటే, ఇది ఎట్లా సంభవం అవుతుంది? కాదు. ఎందుకంటే ఆదిశక్తి మనిషిని అన్ని క్షేత్రాలలోను పరిమితం చేసేసింది. రాజభవనం ప్రాచీరాల దగ్గర మొలచినగడ్డిపోచల విషయంలో, రాజభవనానికి ఎంత తెలుసో, అంతే జ్ఞానం జగత్తుపట్ల మనిషికి ఉంది. శ్రీఫలం లాంటి మనిషి తెలివితేటలు విశ్వాన్ని తన బాహువుల్లోకి తీసుకోలేదు.''

''మరయితే జీవితం అంటే ఏమిటి? కేవలం ఒక దుర్ఘటనేనా?'' నేను మాటను మార్చాను.

''కాదు, జీవితం అంటే జన్మ మృత్యు ప్రవాహంలో నిరంతరం ప్రవహించే సరిత. పరమాత్మ అనే సాగరంలో కలవాలన్న వ్యాకులత కలది. ముక్తికోసం తన్నుకునే ప్రవాహం.''

''ముక్తి అంటే కేవలం వేదన, బాధ లేని మృత్యువా? ముక్తి విషయంలో మీ అభిప్రాయం ఇదేనా?''

''ఊహు కాదు! ముక్తి అంటే నిరంతరమైన అఖండ ప్రకాశం. చైతన్యమయం, ప్రకాశమయం, దేహంలేనిబావ హీన అస్తిత్వం. ఆత్మకి సంబంధించిన ఒకే ఒక భావం. ప్రకాశం! కళ్ళు తెరుచుకుని నలువైపులా చూస్తే సజీవమైనచరాచరాలు ప్రకాశపు ఒక్కొక్క క్షణంకోసం ఎంతగా తహతహలాడుతున్నాయో బోధపడుతుంది. ఇది చూసి నీవు దిగ్భ్రాంతుడవుతావు. క్రిమికీటకాలు దీపజ్యోతి పైన ఎందుకు వాలుతాయి? వనస్పతులు, తీగలు, లతలు, గడ్డిపోచలు అన్నీ తమ తమ ముఖాలను ఆకాశం వైపు ఎందుకు పెడతాయి, ప్రకాశం కోసం ఎందుకు తహతహలాడుతాయి? జీవితం యొక్క స్థాయి భావం ప్రకాశం అన్న నిజాన్ని మరచిపోతే ఎవరి పనులు కొనసాగవు.''

''మరైతే ప్రకాశం మనుష్యులకు సహజంగా ఎందుకు ప్రాప్తించదు? జీవితానికి మూల ఉద్దేశం ఇదే అయితే ఇంత దుష్ప్రాయమైనదిగా ఎందుకు ఉంది?''

''జీవితం యొక్క ఉద్దేశం ప్రకాశమే. ఇదే అంతిమ ఉద్దేశం. అది లభించాలంటే అనుభూతి ముఖ్యం. రకరకాల భావ విభావాల అనుభూతి. రకరకాల అనుభవాలైన తరువాత కూడా నేను దేనినిశోధిస్తున్నానో అది ఇది కాదు అన్న నిజాన్ని తెలుసుకున్నాక, చివరికి తన అంతరాత్మ వైపు తిరుగుతాడు. అసలు ఈ మలుపు అన్నది తప్పని స్థితి. మానవ జాతికి ఎదురుగుండా, ఆధ్యాత్మికం మార్గం ఒక్కటే ఉంటుంది దాన్ని తప్పని సరిగా స్వీకరించాల్సిందే.''

''లేదు, అశ్వత్థామా! కాలం అనే తెరలను తెంచేసి చించేసి, భవిష్యత్తు కాంతిని చూడాలని నేను నా మేథస్సును ఎంతగానో ఉపయోగించాను. కాని ఏ శుభ దినం గురించి అయితే నీవు చెప్పావో, అది అసలు ఎప్పుడైనా వస్తుందా? దీనిని ఎవరైనా నమ్ముతారా? నమ్మరనేఅనిపిస్తుంది. ఆశలు, ఆకాంక్షలని హృదయానికి హత్తుకుని ఉరుకులు, పరుగులు పెడితే ఏం లాభం?''

''ఇప్పటికీ ఇంకా నీవు భ్రమలోనే ఉన్నావు. కానీ ఇందులో నీ తప్పేమీ లేదు. అసలు నిజానికి మానవుడి మనస్సు రథచక్రాలలాగా ఎంతో విచిత్రమైనది. ఈ చక్రంలో అనేకమైన ఇరుసులు ఉంటాయి. కానీ నిజమైన పరిశోధకుడు, బండి ఇరుసు పైనే, దాని చుట్టూ రెక్కలు తిరుగుతూ ఉన్నా దృష్టి పెడతాడు. కానీ ప్రశ్న ఏమిటంటే నిజంగానే కాలానికి అసంఖ్యాకమైన తెరలు ఉంటాయా? లేకపోతే మనం మనకి అనుకూలంగా నెలలు, ఋతువులు, సంవత్సరాలు అంటూ ఈ కారావాసంలో కాలాన్ని వ్యర్థంగా బంధిస్తున్నామా? అసలు భవితవ్యం, మనిషి ఊహించిన ఒక భయానకమైన పొరపాటు అని అనిపిస్తుంది. కొంచెం గంభీరంగా ఆలోచించు. కాలానికి భూత భవిష్యత్తులు ఉంటాయా? కాలం అనేది అఖండమైనది. అఖండత్వం అనే జ్ఞానమే మనిషిని నిర్భయుడిగా చేయగలుగుతుంది.'' అతడి ప్రజ్ఞ పొంగిపొర్లుతోంది. ప్రవహిస్తోంది. మాట్లాడుతూ మాట్లాడుతూ నగరానికి బయట అర్థ యోజనం దాకా ఎప్పుడు వచ్చామోతెలియనే తెలియలేదు. నగరం బయట ఉన్న విష్ణు మందిరం దాకా వచ్చాం. ఇక్కడి దాకా వచ్చాము కాబట్టి దర్శనం చేసుకునే వెళ్దామని గుడిలోపలికి వెళ్ళాం. సంధ్యా సమయం అవుతోంది. పడమటి క్షితిజం గులాబీ రంగులో ఉంది. కొన్ని సారంగ పక్షులు కోలాహలం చేస్తూ గూళ్ళ వైపు పయనిస్తున్నాయి.

దర్శనం అయ్యాక మేము మందిరం బయటకి వచ్చాము. అశ్వత్థామ గర్భగుడిలో ఏ గంట కొట్టాడో దాని అనుకంపనం లోని గూఢ రహస్య స్వరం నా చెవులలో మారుమ్రోగుతోంది.

గుడి నుండి బయటకు రాగానే, పైన చూస్తూ ఆయన శిఖరం వైపు తన వేలు చూపిస్తూ ''దాన్ని చూశావా?'' కదలకుండా అట్లాగే నిల్చుని అడిగాడు.

''అవును. అస్తమయ సమయంలోని కిరణాలలో శిఖరంపైన పెట్టబడ్డ స్వర్ణకుంభం మెరుస్తోంది ఎంతో ఆకర్షణీయంగా ఉంది''

''శిఖరంపైన ఉన్న స్వర్ణకుంభం గురించి కాదు. దానికింద, మందిరం తలపైన రాళ్ళల్లో వచ్చిన పగుళ్ళ మధ్య ఈ మధ్యనే మొలిచిన రావిచెట్టు మొక్కను చూడు.''

''దాని ఉపయోగం ఏమిటి?''

''ఉపయోగమా! నీ దృష్టిలో లేకపోవచ్చును, కాని నా దృష్టిలో దాని ఉపయోగం ఎంతో ఉంది. కోమలమైన ఎర్రటి ఆకులను ఊపుతూ, ఈ పాషాణం శిరస్సున కాళ్లు పెట్టి కూడా నేను జీవించాలి అని అది అంటోంది. గాలి దుమారాల్ని తట్టుకోవాలి. ఎంత ప్రతికూల వాతావరణంలో నైనా రాయి ఎదురుగుండాసాధారణమైన మొక్క సైతం తల వంచదు. అసలు ఈ ప్రకృతిలోనే ఇటువంటిది లేనే లేదు. కాని మనిషి'' అంటూ అతడు మధ్యలోనే ఆగి పోయాడు. మేం నగరం వైపు మళ్ళాము. దారిలో యుద్ధశాల ఉంది. అక్కడే అతడి పర్ణ కుటీరం ఉంది. ప్రేమగా నా చేయిని అతని చేతిలోకి తీసుకుని నిమురుతూ అన్నాడు.

''రాధేయా! నేను అన్నదంతామరచిపో. నేను ఏమీపెద్దబ్రహ్మజ్ఞానిని కాదు. జీవితంలోని గూఢరహస్యాల గురించిన జ్ఞానం కోసం నీవు పుట్టలేదు. నీ జన్మ కేవలం కార్యం చేయడానికే. ఎందుకంటే జీవితంలో ఏ దారిలో నీవు నడుస్తున్నావో అదంతా దేదీప్యమానమైన కృత్యాలతో నిండి ఉంది.'' నా చేయి వదిలివేసి అతడు యుద్ధశాలమహాద్వారం దగ్గర పురుషుడి ఎత్తులో ఉన్న ఉపద్వారం గుండా లోపలికి వెళ్ళిపోయాడు. ఆ చిన్నగా ఉన్న ఉపద్వారాన్ని దాటేటప్పుడు అతడి తలకికట్టబడిఉన్నవస్త్రంద్వారబంధానికితగిలింది.క్షణంలోద్వారంవెనుకకిఅంతర్థానమయ్యాడు. నిజానికి అతని విమర్శ ఎంత గంభీరంగా ఉంటుంది.! జీవితంలో అనేక ప్రశ్నల గురించి సమయం వచ్చినప్పుడల్లా చెబుతూ ఉండేవాడు. వెళ్తూ వెళ్తూఅతడన్నాడు''నీ జన్మ కేవలం కార్యం చేయడానికే''.

అసలైతే అందరి జీవితాలు కార్యాలు చేయడానికే. అయినా ప్రతి వ్యక్తి తనదైన పంథాలో జీవితానికి అర్థం వెతుక్కుంటాడు.

నేను వెనక్కి వచ్చేశాను. రాజభవనం ప్రాచీరాలలో నుండి లోపలికి వెళ్ళేటప్పుడు అశ్వశాలలో నాన్నగారు కనిపించారు. ఆయన గుర్రాలకు దాణా వేసే వాళ్ళకి ఏవో ఆదేశాలు ఇస్తున్నారు. వృద్ధాప్యం వలన ఇప్పుడు ఆయన శరీరం జర్జరమై పోయింది. నడుం ఒంగిపోయింది. కాని మనస్సులోని ఉత్సాహం యథాతథంగానే ఉంది. ఇక ఇప్పుడు మీరు విశ్రాంతి తీసుకోండి అని నేను ఎన్నోసార్లు చెప్పాను. కాని ఆయన ఖరాఖండిగా ఒకే ఒక జవాబు చెప్పేవారు–

''వసు, శరీరం అలసట చెందుతుంది. కాని మనస్సుకు ఎప్పుడూఅలుపు అనేది రాదు. మనస్సుకి ఎప్పుడూఏదో ఒక పని ఉండాలి.''

ఆయన చెప్పిన కొన్ని మూల సూత్రాలపైన నా జీవన నిర్మాణం జరిగింది. ఎన్నో కష్ట నష్టాలతో నా జీవితపు పర్ణకుటీరం, ఒక భవ్య రాజభవనంగా మారిపోయింది. నాకు తెలిసినంత వరకు, ఆర్యవర్తం మొత్తంలో, సువర్ణ కిరీటం తలదాల్చిన సూత పుత్రుడిని నేనొక్కడినే. ఇదంతా అమ్మనాన్నల వలనే సంభవం అయింది. ఇదంతా వారి చలవే. సిరిసంపదలు, కీర్తిప్రతిష్ఠలు, భార్యాబిడ్డల సుఖం అన్నీ, అన్నీ నా కాళ్ళ కింద ఉన్నవే. సర్వ సుఖాలు ఐశ్వర్యాలు లభించాయి. కానీ వీటన్నింటి కన్నా అమ్మనాన్నల ప్రేమవాత్సల్యాలు ఇంత దీర్ఘకాలం లభించడం నాకు పెద్ద పెన్నిధి. భవనంలో అందరు రాధమాతను, రాజమాత అనిపిలిచేవారు. ఆ పిలుపు విన్నాకవృషాలి ఎంతో భావుకురాలై"మీ వలనే ఆవిడని అందరూ రాజమాత అని పిలుస్తారు". అనిఅంటూ ఉండేది. కాని పాపం పిచ్చిదివృషాలికి ఏం తెలుసు? మా అమ్మ మూలంగానే నన్ను అందరూ 'కర్ణుడు' 'అంగరాజు' 'మహారాజు' అని అంటున్నారని.

నేను అశ్వశాలకి వెళ్లాను. తల వంచుకుని మృదువుగాఅన్నాను– నాన్నగారూ! మీరు ఎందుకు ఇక్కడికి కష్టపడాలని వచ్చారు. ఈ పనులన్నింటినీ సేవకులు ఎంతో బాగా చేస్తున్నారు కదా! వీళ్ళందరు సరిగ్గా పనిచేస్తున్నారో లేదో అని పర్యవేక్షించడానికి సంజయ్ బాబాయి ఉన్నారు కదా!"

వణుకుతున్న మెడను సంబాళిస్తూ అన్నారు– "ఎవరు? వసూ? జన్మంతా ఈ పనిని చేస్తూనే ఉన్నాను. ఈ అలవాటును ఎవరైనా తొందరగా మానుకోగలుగుతారా? నీవు నీ చేతిలోని ధనుస్సు బాణాలను వదిలిపెట్టగలవా? ఆ భవనంలో మనస్సు లగ్నం కాదు. గుర్రాల దగ్గర ఉన్నాను. గుర్రాల మధ్యే పెద్దవాడిని అయ్యాను. వాటిని సరిచేస్తూ, సకిలింతలు వినడమే నా సంగీతం. చూడు ఎన్ని రకాల గుర్రాలో! అసలు వాటిని చూస్తూ ఉంటే చాలు నా మనస్సుకు ఎంత తృప్తి కలుగుతుందో!"

"కాని ఇప్పుడు సంధ్యాకాలం అవుతోంది. ఇప్పుడు భవనానికి వెళ్దాం. నేనూ పైకి వెళ్తున్నాను."

"పద" ఆయన తన చేతిని నా చేతికి అందించారు. నా చేయూతతో వారు నడవడం మొదలు పెట్టారు. జ్యేష్ఠ పుత్రుడిని కావడం వలన ఎంత చేయగలిగితే అంత సేవ చేయడం నా మొదటి కర్తవ్యం. నా భుజంపైన భారం వేస్తూ రాజభవనం మెట్లను ఒక్కొక్కటీ ఎక్కసాగాడు. ఏ రోజైతే నేను హస్తినాపురానికివచ్చానో, మొట్టమొదటి రోజు నేను నాన్నగారి చేయి పట్టుకుని మెట్లెక్కాను. ఈ రోజు నా భుజాన్ని ఆధారంగా చేసుకుని వారు మెట్లు ఎక్కుతున్నారు.

19

నాన్నగారిని వారి మహలులో దిగబెట్టడానికి నేను వెళ్ళాను. అక్కడ రాతా మాత చుట్టూ సుషేణ, వృషకేతు, సుశర్మ, మీనాక్షి అందరూ కూర్చుని ఉన్నారు. కథలని వింటున్నారు. నన్ను చూడంగానే అందరు సంతోషంగా చప్పట్లు కొడుతున్నారు. అందరికన్నా చిన్నవాడు వృషకేతుపరుగెత్తుకుంటూ వచ్చాడు. నా కాళ్ళని చుట్టుకుపోయాడు. ఇప్పుడు పిల్లలందరూ పెద్ద వాళ్ళయ్యారు. వయస్సులో చిన్నవాళ్ళయినా నా పిల్లలు పుష్టిగా ఉండటం వలన వయస్సులో

కొంచెం పెద్దగా అనిపిస్తారు. నా పట్ల వాళ్ళ మనస్సులో ఎంత భయ భక్తులు ఉన్నాయో అంత ప్రేమ కూడా ఉంది.

వృషకేతు తలపైన చేతితో నిమురుతూ "వీళ్ళల్లో నీవు ఎప్పుడు పెద్దవాడివిఅవుతావురా!" అని అన్నాను.

"మేము చిన్నగానే ఉంటాము" ముద్దు ముద్దగా బాలుడు అన్నాడు.

"ఏం ఎందుకురా?"

పెద్దవాళ్ళకి, మహామాతకి నమస్కారం పెట్టాల్సి వస్తుంది. నేను వాళ్ళ ఒడిలో కూర్చుంటాను. చిన్నవాడిగా వాడు పొందే లాభాలన్నీ ఎంతో ఇంపు సొంపుగా అనిపించాయి. వాడిని ఎత్తుకుని నేను ప్రేమగా నుదుటన ముద్దుపెట్టాను. ఆ అల్లరి పిల్లవాడు కూడా రెండు చేతులతో ఎప్పటిలాగే నా కుండలాలని ఊపాడు. డోలాయమానం చేశాడు. రాతా మాతకి అభివందనం చేసి నేను అక్కడి నుండి వెళ్ళి పోయాను. మనవళ్ళతో ఆటలు ఆడుతూ పాడుతూ వాళ్ళలో మమేకం అయిపోయే మా అమ్మను చూసి, నేను ధన్యుడిని అని అనుకుంటూ ఉంటాను. నా భావుకతకు, నా శరీరం అంతా రోమాంచితం అయిపోతోంది.

నేను నా మహలులోకి వచ్చేశాను. పాకశాలలో, వంట చేస్తున్న వృషాలికి నా ఆగమన సూచనని మృణాళి ఇచ్చి ఉంటుంది. వంటగదిలో భోజనం తయారు చేయడానికి ఎందరో సేవికలు ఉన్నారు. అయినా నాకిష్టమైన పదార్థాలను వృషాలి స్వయంగా పాకశాలలోకూర్చుని తయారు చేయించేది. మృణాళి సూచన అందగానే, వెంటనే మహలులోకి వచ్చింది. నేను శిరస్సు నుండి మకుటాన్ని తీశాను. ఆమె నా చేతిలోని కిరీటాన్ని తీసుకుంటూ–" ఇవాళ చాలా ఆలస్యం అయ్యింది. సభలో ఇంతదాకా కార్యకలాపాలు జరిగాయా!" అని అడిగింది.

"లేదు వృషాలీ!... గురుపుత్రులతో కలిసి ఇవాళ నగరం బయటికి వ్యాహ్యాళికి వెళ్ళాను". అశ్వత్థామ పేరు వినగానే ఆమె ప్రశ్నల పరంపర ఆగిపోయింది. కిరీటాన్ని మెల్లిగా చెక్క ఆసనం పైన ఉంచింది.

భోజనం ఏర్పాటు జరిగిందని, పళ్ళాన్ని పెట్టారని మృణాళి నాన్నగారికి వెళ్ళి చెప్పింది. ఆయన చేయి పట్టుకుని మెల్లి మెల్లిగా తీసుకువచ్చింది. ఆయన వెనక వృషసేనుడు, ప్రసేనుడు, భానుసేనుడు, సుశర్మ, సుషేణుడు, చిత్రసేనుడు అందరు వచ్చారు. గత పద్నాలుగు సంవత్సరాల నుండి నిత్యం ఇట్లాగే జరుగుతోంది. పురుషులందరం ఎప్పుడూ ఒకే చోట కూర్చుని కలిసి భోజనం చేస్తున్నాం. నాన్నగారు మొదటి ముద్ద నోట్లో పెట్టుకోగానే, తక్కిన వాళ్ళందరు తినడం మొదలు పెడతారు. మా తరువాత స్త్రీల పంక్తి మొదలయ్యేది. వాళ్ళు కూడా రాధ మాత మొదటి ముద్ద తీసుకోకుండా నోట్లో ముద్ద పెట్టుకునే వాళ్ళు కాదు.

వృషాలి ప్రతిరోజు కొత్త కొత్త వంటకాలు తయారు చేయించేది. భోజనం విషయంలో అందరు ఆమెను బాహాటంగా పొగిడేవాళ్ళు. అప్పుడప్పుడు ఆమె అపూపాలు, పరివాపాలు, పక్తీలు, క్షీరదనాలు, మొదలైన పదార్థాలను తయారు చేయించేది. అప్పుడప్పుడు గోరసంతో, గోవుపాలతో, ప్లాశుక్,..... మృదుగౌరవ్... చేయించేది. ఇంతేకాకఆమిక్షా.... దధి...నవనీత్... పయస్య... పీయుథ్..... ఫాస్ట్ మొదలైన ఆవు పాలతో రకరకాల పదార్థాలను చేయించేది. నాకు

ఎక్కువగా అపూపాలు, నవనీతం అంటే ఎంతో ఇష్టం. ఈ పదార్థాలని పళ్ళెంలో మాటిమాటికి చూసి కొంటెగా నా వంక చూస్తూ శోణుడువృషాలితోఅంటూ ఉంటాడు. వదినగారూ! మాటిమాటికి తినడం వలన ఈ పదార్థాలు మాకు ఇష్టంగా అనిపిస్తున్నాయి. ఇక ఇప్పుడు ఎవరికి కావాలో వాళ్ళకు తక్కువగా దొరుకుతాయి. మరునాడు భోజనంలో శోణుడిప్రియమైన వంటకం క్షీరదన్ తప్పకుండా ఉండేది. అప్పుడప్పుడు మాలథోక్ పక్షి ఎంతో రుచిగా ఉండే మాంసాన్ని కూడా వండేవాళ్ళు.

''సత్యసేనుడుఎక్కడున్నాడు?'' వాడు పంక్తిలో కూర్చుని లేదు. అందుకని అడిగాను.

వాడి భార్య పుష్పావతి తలవంచుకుని అన్నది– ''కురుల ఒక విలువైన సందేశాన్ని తీసుకుని మద్ర దేశపు రాజధాని పాకల నగరానికి వెళ్ళారు'' మద్ర రాజు శల్యుడిని కలిసి రావడానికి ఎనిమిది రోజులు తప్పకుండా పడతాయి. ఇక ఇప్పుడు ఎనిమిది రోజులు పంక్తిలో పళ్ళెం పెట్టబడుతుంది. వాడి భోజనాన్ని యథాతథంగా ఆవుకి పెడతారు.

కాని నా మనస్సు భోజనం పైన లేదు. అందరు పదార్థాలు రుచిగా ఉండడం వలన తినడంలోనే పూర్తిగా మునిగిపోయారు. నేను రోజులా అన్నం తినడం లేదని శోణుడుఒక్కడే కనిపెట్టాడు.

''వదినా! కొడుకు పుట్టాక స్త్రీలకు భర్తలపై ప్రేమ తగ్గిపోతుందని అందరూ అంటూ ఉంటారు. ఇది అబద్ధం కాదు. లేకపోతే అన్నయ్య ఇవాళ ఏ విధంగా భోజనం చేస్తున్నారో మీరు కనిపెట్టి ఉండేవారు.'' అనిఅన్నాడు.

''లేదు శోణా! ఇందులో వృషాలి పొరపాటు ఏ మాత్రం లేదు.'' నేను వాడికి అడ్డు చెబుతూ అన్నాను.

''ఎందుకు వసూ! ఇవాళ నీకు ఇష్టమైన పదార్థాలు ఉన్నా నీవు ఏ మాత్రం ఆస్వాదించడంలేదు''. నాన్నగారు అడిగారు.

''నాన్నగారూ! నేను ఒక విలువైన ప్రశ్న గురించి ఆలోచిస్తున్నాను. వింటే మీరు కూడా అవాక్కైపోతారు.''

''ఎటువంటి ప్రశ్న?''

''ఆరో పాండవుడు? పాండవులు ఐదుగురు కారు ఆరుగురు అని మీకు తెలుసా?''

సాగులాన్ ఆకులపై శిరలు ఉంటాయి. అట్లాగే దట్టమైన ముడతలు ఉన్న ఆయన నుదిటివైపు చూస్తూ అడిగాను. నోట్లో ఉన్న ముద్ద మింగి సమాధానం చెప్పాలని ఆయన నోరు తెరిచారు. కాని ఆయన ఏమీ చెప్పలేకపోయారు. ఆయన కళ్ళ నుండి కన్నీళ్ళు రాసాగాయి. వృషాలి వెంటనే నీళ్ళ పాత్రను ఆయన పెదిమలకి అందించింది. ఒక గుక్క నీళ్ళు తాగగానే ఆయన కంఠం బాగుపడ్డది.

''నీతో ఎవరు చెప్పారు?'' వణుకుతున్న స్వరంతో ఆయన అన్నారు.

''పితామహులు! వారు చెప్పారంటే అది నిజమే అయి ఉంటుంది. పాండవులు ఐదుగురు కారు.''

''అంతేకాదు, కౌరవులు అయినా పాండవులు అయినా అసలు కురుకులం వాళ్ళు కాదని ఆయన ఇవాళ చెప్పారు. ఆయన చెప్పిన దాన్ని బట్టి, రాజసింహాసనం భుజబలంతోటే పొందవచ్చు. ప్రశ్నకి ఇదే సమాధానం. బలవంతుడిదే ఆ సింహాసనం.''

''వసూ! పితామహులు చెప్పారంటే అది ఖచ్చితంగా నిజమే అవుతుంది. ఇప్పుడు నీకు మొట్టమొదటి సారిగా ఒక నిజాన్ని చెప్పాలనుకుంటున్నాను. నిన్ను గోదాలో అందరు అపహాస్యం చేశారు. నేను మౌనంగా సహించాను.'' ఆయన ఒక్క క్షణం ఆగారు. ఆయన అన్న మాటలకు నా చెవుల వింటి నారిని ఎక్కుపెట్టాను.

''వసూ! సూతపుత్రుడు అనిఅంటూ అందరూ నిన్ను అవమానించారు. అందువలనే నీవు ధైర్యంగా అందరిని ఎదిరించావు. ఈనాడు రాజభవనంలో మహామంత్రిగా విదురులవారికి ఎంతో గౌరవం ఉంది. వారి మాటకు ఎంతో విలువ ఉంది.

వారన్న మూడు వాక్యాలకి ఒకదానితో ఒకటికి సంబంధం లేదు అని అనిపించింది. అయినా మరైతే.. వారు కూడా కురుకుల వంశస్థులుకారు కదా! స్వయంగా పితామహులే అన్నారు. అని నేనన్నాను.

''ఈనాడు, హస్తినాపురంలో కురు రాజ వంశస్థులలో నేను ఒక్కడినే మిగిలాను. నేను చివరి వంశస్థుడిని'' అని ఆయన అన్నారు.

''లేదు, వసూ! విదురులు దాసీ పుత్రులు అన్నమాట వాస్తవమే. ఇది సత్యమే. కాని పితామహులు ఒక్కరే చివరి కురు వంశస్థులుఅన్నది పూర్ణ సత్యం కానేకాదు. మరో కురువంశానికి చెందిన అతడి నరనరాలలో కురు వంశ రక్తం ప్రవహిస్తోంది.ఈహస్తినాపురంలోనే ఉన్నాడు. కాని సమాజ పరంపరకి కట్టుబడి అతడు సాధారణుడై బతుకుతున్నాడు.''

''ఎవరు? ఆ చివరి కురువు?'' నేను ఆశ్చర్యంగా కనుబొమ్మలు ముడివేస్తూ అడిగాను.

వృషాలి ఇచ్చిన పాత్రని తీసుకుని ఒక గుక్క నీళ్ళు తాగుతూ గద్గద కంఠంతో అన్నారు– ''నేను!''

''మీరా?''

''అవును! మా నాన్నగారు సత్కర్మ దిగ్విజయులైన కురు యువతి వంశస్థులు. కాని.. కాని.. తల్లి ఇంటివైపు వారు రథసారథులు. ఈ నగరంలో దాసీపుత్రులు విదురుల వారికి మహామంత్రి పదవి ప్రాప్తించింది.. కాని యయాతి వంశస్థులైనఅధిరథుడికిఅశ్వశాల మాత్రమే లభించింది. వసూ! ఇది సత్యం. నీవు అంగరాజువయ్యావు– చాలు ఇది చూసే నన్ను నేను ధన్యుడిగా భావిస్తున్నాను.'' కొంచెం సేపు ఆగి ఆయన మరో గుక్క నీళ్ళు తాగారు. ఏ రహస్యాన్నైతేజన్మంతా దాచుకున్నారో, ఆయన తన జన్మరహస్యాన్ని నా సంతోషం కోసం బయటపెట్టారు.

నేను వెంటనే భోజనం దగ్గర నుండి లేచి నిల్చున్నాను. మేము యయాతి మహారాజు వంశస్థులం అన్న నిజం నా మనస్సుకు అంతో ఇంతో సంతోషాన్ని కలిగించింది కాని మనస్సు పూర్తిగా ప్రఫుల్లితం అయ్యే అంత ఆనందం కలగలేదు. ఇప్పుడు నా మనస్సు ప్రతి ఆశ్చర్యాన్ని గొలిపే సంఘటనకి నాట్యం చేసే అంత అమాయకంగా లేదు.

చేతులు కడుక్కుని శయన గృహంలోకి వెళ్ళి మంచంపైన వాలాను. అశ్వత్థామ వ్యక్తం చేసిన అభిప్రాయాలను నా మనస్సు గట్టిగా నమ్మడం మొదలు పెట్టింది. రావి మొక్క, రాతి

పగుళ్ళలో కూడా ఉల్లాసంగా పెరగడాన్ని చూసి పాషాణానికి విరుద్ధంగా దాని తలపైనే కాలుమోపి ఆ మొక్క నేను బతకాలి. బలమైన గాలులతో తలపడాలి అనిఅంటోంది అన్నట్లుగా ఉంది అని ఆయన అన్నారు.

నేను ఆ మొక్కనే ఆదర్శంగా తీసుకుని ముందడుగు వేశాను. పరిస్థితులకు లొంగిపోయి ఏడ్పులు, పెడబొబ్బలు పెడితే ఏం లాభం?

20

అశ్వత్థామ జీవితం విషయంలో వ్యక్త పరిచిన తత్వజ్ఞానం గురించి ఎంతో ఆలోచించాను. తర్జనభర్జనలు చేసుకున్నాను. అతడి తత్వజ్ఞానం వినడానికి ఎంతో మధురంగా ఉంది. కాని ఈ లోకంలో ఎంతమంది తత్వజ్ఞానాన్ని ఆచరణలో పెట్టగలుగుతారు. ఉపయోగించగలుగుతారు? లోకానికి అందరి సహయోగ, సహకారాలు కావాలి. కాని లోకం తన సహయోగాన్ని ఎవరికీ ఇవ్వడానికి ఇష్టపడదు, సిద్ధపడదు. నా జీవితాంతం నేను ఇదే అనుభవించాను. పాండవులు వనవాసంలో ఉన్నారు. కాని వాళ్ళు ధర్మపరమైన యాత్ర చేసి పుణ్యాన్ని సంపాదించే ఉద్దేశ్యంతో వెళ్ళారా? పదమూడు సంవత్సరాల తరువాత వాళ్ళు తప్పకుండా తిరిగి వస్తారు. వాళ్ళు గాయపడ్డ ఐదుగురు భుజంగాలు. పదమూడేళ్ళు అడవులలో తలదాచుకుని ఎప్పుడో ఒకప్పుడు బయటపడి దుర్యోధనుడి, కర్ణుడి కాళ్ళను కాటేయకుండా ఊరుకుంటారా? పడగవిప్పి కాటేస్తారు. వాళ్ళు అరణ్యం వెళ్ళిపోయారు కదా అని ఆలోచించి, నేను మౌనంగా ఉంటే అది మూర్ఖత్వమే అవుతుంది. జీవన కలహంలో ముందు ఎవరితోనూ శత్రుత్వం రాకుండా చూసుకోవాలి. ఒక వేళ శత్రుత్వం వచ్చినా ఆ చిచ్చు రగలకుండా చూసుకోవాలి. గాయానికి ఎప్పుడో అప్పుడు చీముపడుతుంది. కర్ణుడా! పాండవులా! వీళ్ళలో ఎవరో ఒకరే ఉండాలి. పాండవుల భయం అనే వేల్లాడే ఖడ్గాన్ని దుర్యోధనుడి తల మీద పెట్టడం నాకు ఎంత మాత్రం ఇష్టం లేదు. పితామహులు, అర్ధరాజ్యాన్ని పాండవులకు ఇవ్వమని గర్జించి మరీ చెబుతున్నారు. నేను వారి ఈ అభిప్రాయంతో ఏమాత్రం ఏకీభవించను. రాజ్యం అఖండంగా ఉండాలి. అది కౌరవులదైనా సరే, పాండవులదైనా సరే. ముందుకు వచ్చి ఏ సమయంలో ఏది చేయాలో, ఆ సమయంలో పితామహులు మౌనంగా ఉన్నారు. కాని ఇప్పుడు పాండవుల కంఠానికి ఉచ్చు బిగించుకుపోతోందని తెలుసుకున్నాక, వారి పట్ల ఉన్న ప్రేమ వలన వ్యాకులత చెంది ఇప్పుడు మాట్లాడుతున్నారు. సభలోని సభ్యులందరి ఉత్సాహాన్ని ఆయన నీరుకార్చారు. కాని కర్ణుడు ఆయన మాటలను వెదజల్లే భుషుండి (ఒక ప్రాచీన అస్త్రం)లో ఎప్పుడూచిక్కుకోడు. సభలోని ఏ యోధుడు సహయోగం చేయకపోయినా నేను మాత్రం పాండవుల విరుద్ధంగా ఉద్యమాన్ని చేస్తాను. వాళ్ళని ముట్టడిస్తాను. అసలు ఆ ఐదుగురు వీరులను నేను చూడాలని అనుకున్నాను. ఈ నిర్ణయాన్ని దుర్యోధనుడికి చెప్పే అవకాశం ఎప్పుడు లభిస్తుందా అని ఎదురుచూస్తున్నాను. కాని ఈ రాజభవనంలో ఒక్కడు ఎప్పుడూదొరకడు. శకుని మామ, ప్రభంజనుడు, అమాత్యులు, మహారాణి భానుమతి, యువరాణి దుశ్శల, సభలో ఉన్న అన్య కురు యోధులు, వీళ్ళలో ఎవరో ఒకరు దుర్యోధనుడిని చుట్టుముట్టే ఉంటారు. ఏది చెప్పాలనుకుంటున్నానో అది చెప్పడానికి నాకు ఏకాంతం దొరకడం లేదు.

అతడితో ఏకాంతం కావాలనుకుంటే ఒకటే ఒక ప్రణాళిక ఉంది. అది వేట. అందువలన శోణుడినివారణావతి అరణ్యంలో వేటకోసం వెళ్ళాలన్న నా కోరికను చెప్పమని దుర్యోధనుడి దగ్గరికి పంపించాను. అతడికీ మంచిగా అనిపించింది.

రెండు మూడు రోజుల తరువాత వేట కోసం రాజభవనం నుండి బయటకి వెళ్ళిపోయేవాళ్ళమే. మేము గంగ, ఇక్షుమతి నదులని దాటి ఇంద్రప్రస్థ సీమలో ఉన్న వారణావతిదట్టమైన అడవుల్లోకి వెళ్ళాలి. ఎవరైనా సరే వేట కోసం, రాజప్రసాదాన్ని వదిలి బయటకి వెళ్ళిపోతే, వేటని తీసుకురాకుండా లోపలికి వెళ్ళకూడదు. ఇది ఆచారం. యోధులకు ఈ ఆచారం పాటించడం కోసం, వేటాడటం కోసం ఒక్కొక్క నెల అయినా సరే అడవిలో తిరుగుతూనే ఉండాలి. తప్పదు.

21

మేం కేవలం వేటకోసమే బయల్దేరలేదు. నేను దుర్యోధనుడితో ఏకాంతంగా మాట్లాడాలని అనుకున్నాను. మాతో పాటు దాదాపు 50 మంది నిష్ణాతులైన అశ్వారోహులనుతీసుకువెళ్ళాం. ఈ వేట సమయంలో శోణుడిని కూడా దూరం పెట్టాను.

సరిగ్గా మిట్టమధ్యాహ్నం తీవ్రమైన ఎండలో ఏనుగు దంతాల రంగులో ఉన్న తెల్లటి ఆడ గుర్రం తన మెడను వంకరగా తిప్పి నగర మార్గంలో ఉరుకులు, పరుగులు పెట్టసాగింది. వైశాఖ మాసం వలన విపరీతమైన వేడిగా ఉంది. వ్యాకులత చెందిన నగర వాసులు ద్వారాల తలుపులని సగం తెరిచిపెట్టి విశ్రాంతి తీసుకుంటున్నారు. అందుకే ఇంత పేరుపొందిన దారిలో ఒక్కడు కూడా తిరగడం లేదు. మేం ఎక్కడికి వెళ్తున్నాము, ఎందుకు వెళ్తున్నాము ఈ విషయం ఒక్క సేనాపతికి తప్ప మరెవరికి తెలియదు. మాతో పాటు ఉన్న అశ్వికులకు కూడా తెలియదు. మాకు మార్గం చూపే ఒక అశ్వికుడు కూడా గుర్రాన్ని పరుగెత్తిస్తున్నాడు. తక్కిన వాళ్ళు కళ్ళాలనిచేతబట్టి మా వెనక కొంచెం దూరంలో వస్తున్నారు.

వర్షాకాలంలో గలగలా ప్రవహించే గంగానది, గ్రీష్మం వలన ఎండిపోతోంది. క్షీణమై అక్కడక్కడ ప్రవహిస్తోంది. మేము గంగని దాటాము. దాని క్షీణించిన ప్రవాహంలో తమ శ్వేతశుభ్ర ప్రతిబింబాలని ఒక రెపరెపలాడుతున్న రేఖను గీస్తూ, నీళ్ళను ఎగరగొడుతూ మా గుర్రాలు దానిని దాటేసాయి. ఇక్షుమతి నదిని కూడా దాటాము. ఇంద్రప్రస్థం, హస్తినాపురం సరిహద్దులు ఎక్కడ కలుస్తాయో అక్కడ వారణావతదట్టమైన అరణ్యం ఇప్పుడు మొదలయింది.

వారణావత సరిహద్దులోకి చొచ్చుకుపోగానే అశ్వారోహులునలువైపులాచెల్లాచెదురయ్యారు. చేతులలో వేగంగా బల్లాలను తిప్పుతూ పెద్ద పెద్దగా అరుస్తూ అరణ్యాన్ని మొత్తం చుట్టుముట్టి కోలాహలంతో కంపించేలా చేస్తారు. వాళ్ళ కోలాహలానికి రెచ్చగొట్టబడ్డ లేళ్ళు, ధ్వని వచ్చిన విపరీత దిశ వైపు పెద్దపెద్దగా గెంతుతూ పరుగెత్తుతాయి. మేము ఒక పెద్ద దిబ్బపై కూర్చునిఎదురుగుండామైదానంలో భయంతో పరుగులు పెడుతున్న ఆ లేళ్ళను గురితప్పకుండా బాణాలు వేసేవాళ్ళం. మేము గురిపెట్టి బాణాలు వేయడానికి దిబ్బ మీద కూర్చోగానేనలువైపులా కోలాహలం చేసే అశ్వాలకు, వాటి తోకలకు చిరుగజ్జెలు కట్టి ఉంటాయి. సంకేతం ఇవ్వడానికి,

నేను నలువైపులా నాలుగు బాణాలు వేయగానే ఒక్కసారిగా కోలాహలం చేయడం మొదలు పెడతాయి.

బాణాలు వేయడానికి తేమగా ఉన్న ప్రదేశంలో ఉన్న పెద్ద దిబ్బను ఎంచుకున్నాము. ఎదురుగుండాఆకుపచ్చటి గడ్డితో ఉన్న పెద్ద మైదానం ఉంది. అంతా సరిగ్గా ఉంది అని అనుకోగానే ఒక్కొక్కఈటెని విల్లుపై సంధించి, వీర ఆసనం వేసి నలువైపులకి విసిరేవాడిని. స్.. స్.. సర్.. సర్ అంటూ శబ్దం చేస్తూ బాణాలు నలువైపులాదూసుకువెళ్ళాయి. అటు ఇటు చెల్లాచెదురైన అశ్వికుల దాకా సంకేతం చేరింది. కలకలం రేపుతూ పెద్ద పెద్ద శబ్దాలు చేస్తూ అరణ్యంలో శాంతియుతంగా పడి ఉన్న జంతువులన్నింటినీ తమ తమ నివాస స్థానాల నుండి పరుగెత్తేలా చేశాయి బాణాలు. వాటికి పరుగెత్తక తప్పలేదు. అడవి మొత్తం రోగగ్రస్తుడైన రోగిలా రోదించింది. మూలిగింది. అడవంతా అల్లకల్లోలం అయ్యింది. చిత్ర, విచిత్రమైన ధ్వనులు పరస్పరం కలిసిపోయాయి సారంగ, చిత్రరథ, క్రౌంచ, కపోత, శ్వేన, కోకిల, పత్రరథమొదలైన రకరకాల పక్షుల గుంపులు అడవి నుండి బయటకి వెళ్ళడానికి చీత్కారాలతో అరుపులతో, ఆక్రమణలతో ఎగురుతున్నాయి, మాకు దిబ్బపై నుండి కనిపిస్తోంది. కొంచెం సేపట్లో ఘీంకరిస్తూ, గర్జనలు చేస్తూ తమ తమపెద్దవైన ఆకారాలతో ఉన్న ఏనుగుల పెద్ద గుంపులు, ఒక్కసారిగా మైదానంలోకి వచ్చేశాయి.

మేం ఇద్దరం గడ్డిలో వీరాసనం వేసుకుని వింటి నారని ఎక్కుపెట్టి సిద్ధంగా ఉన్నాం. గుంపులో ఒక పెద్ద ఆకారంలో ఉన్న ఏనుగుపై గురిపెట్టడానికి దుర్యోధనుడు ధనుస్సును ఏనుగు వెళ్తున్న వైపు తిప్పడం మొదలు పెట్టాడు. కాని నేను సంజ్ఞ చేసి అతడిని ఆపేశాను. ఏనుగును చంపితే లాభం లేదు. దానిని ఎత్తి తీసుకువెళ్ళడానికి వీరులు, ఎక్కువ మంది సేవకులను మన వెంట తీసుకురాలేదు. పర్వతాల ప్రదేశంలో ఎట్లాగయితే నది మలుపు తిరుగుతూ ప్రవహిస్తుందో అట్లాగే గుంపు ఘీంకారాలు పెడ్తూ తొండాలను ఇటూ అటు ఆడిస్తూ మైదానంపైన నడుస్తున్నాయి.

కొంచెం సేపట్లో అరణ్యంలో దట్టమైన పొదలలో నుండి దాదాపు నలభై, యాభై లేళ్ళ గుంపుఒకటి, పై నుండి కిందకి ప్రవహించే సెలయేరు నీళ్ళల్లా లయబద్ధంగా గెంతులు వేస్తూ మైదానంలో పరుగెత్తుతున్నాయి. ధనుస్సును సంబాళిస్తూ మా చేతులు వాటి మర్మస్థానాలపై బాణాలను గురిపెట్టి అవి ఎటువైపు పరుగెత్తుతున్నాయో అటు వైపు తిరుగుతున్నాయి. మా ఆసనం, గుంపు, వీటి మధ్య దూరాన్ని గమనిస్తూ లక్ష్యంపై, ఆ లేడి ముఖానికి కొంచెం ముందు బాణాలు వదిలి వేయాలి. బాణాలు దూసుకు వెళ్ళాలి.

"సర్.. సర్.. ఝుర్..ఝుర్ అంటూ మా ఇద్దరి ధనుస్సుల నుండి బాణాలు దూసుకువెళ్తున్నాయి. మేడిపళ్ళ చెట్టునుంచి పండిన మేడిపళ్ళు టపటప కింద ఎట్లారాలుతాయో అట్లాగే ఎన్నోలేళ్ళు గుండెల్లో గుచ్చుకున్న బాణాలతో తేమ భూమిలో పడిపోసాగాయి. తక్కిన లేళ్ళ గుంపులు, తమ తోటి లేళ్ళతో కలిసి, దెబ్బతిన్న ఆ లేళ్ళ వైపు చూడనైనాచూడకుండా గెంతుతూ అక్కడి నుండి బయటికి వెళ్ళిపోసాగాయి. వేట ఏ ఆటంకం కలగకుండా పూర్తి చేశాం. మేం ఆనందంగా ఊపిరి పీల్చుకున్నాం.

"నీవు ఎన్ని బాణాలు వదిలావు?" దుర్యోధనుడు నా వైపు చూస్తూ అడిగాడు.

''ఆరు. నీవు?'' మైదానం వైపు చూస్తూ అడిగాను.

''ఐదు..'' అతడు కూడా పచ్చికబీళ్ళు చూస్తూ అన్నాడు.

''మరైతే మైదానంలో పద్నాలుగు లేళ్ళు లభించాలి.

లేకపోతే ఐదు లేళ్ళ దేహాలలో రెండు రెండు, ఒక లేడి దేహంలో ఒక బాణం గుచ్చుకుని ఉండి తీరాలి.''

నేను వీరాసనం వదిలివేసి లేచి నిల్చున్నాను.

''సరె! పద చూద్దాం..'' అని నేనన్నాను.

అతడు కూడా వీరాసనం నుంచి లేవాలనుకున్నాడు. కాని అతడు పూర్తిగా లేవలేకపోయాడు.

ఆకస్మాత్తుగా కర్ణా! అని అరిచాడు. అది హృదయ విదారకమైన అరుపు. వెంటనే కాళ్ళ కింద ఉన్న గడ్డిలో ఒక్కసారిగా పర్వత శిఖరం నేలకూలినట్లుగా అతడు అవనిపై పడ్డాడు. ఒక నిమిషం క్రితం వరకు ఎంతో ఆసక్తిగా వేటగురించి చర్చ చేసే గదావీరుడికి ఒక్కసారిగా ఏమైంది. ఇంత పెద్దగా ఎందుకు అరుస్తున్నాడు. నాకు అర్థం కాలేదు. నాలో ఇంకో ఆలోచన ఎక్కువయింది. కిందకి వంగి అతడిని పైకి లేవనెత్తాలని అతడి చంకలో చేయి వేశాను. కాని.. కాని ఎదురుగుండా కనిపించిన దృశ్యం చూడగానే గుండెదడ ఎక్కువయ్యింది. వేటలో తనను తను మరిచిపోయిన దుర్యోధనుడు వీరాసనంపైన మోకాళ్ల పైన కూర్చున్నాడు. గడ్డిలో దాక్కుని ఉన్న ఒక పెద్ద కొండచిలువ అతడి కుడి కాలి మోకాలు దాకా మింగేసింది. పాదాలకి చర్మంతో తయారు చేసిన చెప్పులు వేసుకోవడం వలన కొండ చిలువ దవడ స్పర్శ తగలలేదు. వేట చేతుల నుంచి జారిపోకూడదన్న ఆలోచనతో క్షణంలో పైకి లేచి దుర్యోధనుడి శరీరాన్ని అంతా ఒక్కసారిగా చుట్టేసుకుంది. హస్తినాపురానికి కాబోయే సామ్రాట్‌ని ఒక కొండచిలువ కుందేలు పిల్లని గట్టిగా తన పాశంలో బందీ చేసినట్లుగా నొక్కి పట్టేసుకుంది. తలపై ఉన్న కిరీటం పచ్చికబీళ్ళ ధూళిలో పడి ఉంది. నీళ్ళ బయట ఉన్న చేప గిలగిలా ఎలా కొట్టుకుంటుందో అదే విధంగా దుర్యోధనుడు విడిపించుకోవడం కోసం తన్నులాడుతున్నాడు. కాని అతడు చేస్తున్న ప్రయత్నానికి పిచ్చిదానిలా కొండచిలువ దుర్యోధనుడిని ఇంకా గట్టిగా పట్టుకుంటోంది. వాళ్ళిద్దరూ గడ్డిపై చుట్టుకుని దొర్లుతున్నారు. భయంకరమైన మృత్యువు భయంతో దుర్యోధనుడు కర్ణా! కర్ణా! అని అరుస్తున్నాడు. తన చేతిలో ఉన్న బాణం మొనతో ఆ ప్రాణి కుండలిలో పళ్ళు కొరుకుతూ గుచ్చసాగాడు. పొరపాటున తన కాలిలో కూడా గుచ్చుకోవచ్చును. కాని అతడు దీని గురించి ఆలోచించడం లేదు. ఒక్క నిమిషంలో దుర్యోధనుడు కనిపిస్తే మరునిమిషంలో కొండచిలువ కనిపిస్తోంది. విచిత్రం! శరీరం అంతా రోమాంచితం. కాళ్ళు కొట్టుకుంటూ ఆ మృత్యు పాశాన్ని వదిలించుకోవడానికి దుర్యోధనుడు తన పూర్తి బలాన్ని ఉపయోగిస్తున్నాడు. కిందగడ్డి ఉధ్వస్తం అయిపోయింది. అంత పెద్ద గదా వీరుడిని, ఆ ప్రాణి కట్టెల మోపులా తన వైపు లాక్కుంటోంది. నేనంతా చూస్తూనే ఉన్నాను. కర్ణా! ప్రాణాలపైన ఆశ వదులుకుని పెద్దగా కేకవేశాడు. అతడి చివరి చీత్కారం గగనాన్ని చీల్చేస్తుందాఅని అనిపిస్తుంది. కేక వేస్తూ సంపూర్ణ శక్తితో దేహాన్ని విదిలించి కొట్టి అతడు మూర్ఛపోయాడు.

ఇక ఇప్పుడు నన్ను నేను ఆపుకోవడం అసంభవం, కాని ఏం చేయగలుగుతాను? ఎవరైనా వెంటనే ఉపాయంతో కొండచిలువని లాగే ప్రయత్నం చేయలేరు. ఇది అంత తేలిక అయినది

కాదు? అసలు ఏం చేయాలో తోచక నేను కొండచిలువ వైపు చూశాను. తిండి కోసం తహతహ లాడుతున్న ప్రాణి. నా చేతిలో మిగిలిన బాణాలు తప్ప మరే శస్త్రం లేదు. దాన్ని ఎట్లా ఉపయోగిస్తాము? కొండచిలువ కుండలిలో తన్నుకుంటున్న దుర్యోధనుడు ఒక రకంగా సురక్షితంగానే ఉన్నాడు. శరీరాన్ని సాగదీసి ముడుచుకునే గుణం ఉన్న ఆ భయానకమైన సర్పంపై ఎవరు బాణాలు వేయలేరు. అసలు ఏం చేయాలో ఏమీ తోచలేదు. నేను ఒక రాయిపైన కూర్చున్నాను. ఇక ముందు ఏం చేయాలి అని ఆలోచిస్తూ కూర్చున్నాను. సంధ్యాసమయం కావస్తోంది. అందుకే ఒక్కోక్షణం ఎంతో విలువ అయినది. ఎవరైతే నన్ను వైభవ శిఖరం దాకా తీసుకువెళ్ళాడో ఆ ప్రాణమిత్రుడు ప్రాణ సంకటంలో ఉన్నాడు. సంధ్య సమాప్తం కావడానికి ఇంకా ఎంత సమయం ఉందో తెలుసుకోవడానికి నేను పడమటి గగనం వైపు దృష్టిసారించాను. రెండు పర్వత శిఖరాల మధ్య సూర్యనారాయణుడు తన అక్షయ అఖండ కిరణాలను అవనిపైన ఒంపేస్తున్నాడు. నా శరీరంలో ఒక విచిత్రమైనపులకింత కలిగింది. భావుకత.. వర్ణనాతీతం...

నేను బాగా ఆలోచించుకుని లేచి నిల్చున్నాను. ముందడుగు వేసి చేతిలోని ధనుస్సును విసిరి వేశాను. ఒక్కసారిగా దుర్యోధనుడితో సహా ఆ కొండచిలువను భుజాన వేసుకున్నాను. అసలు ఆ పాము స్వర్శేమృత్యువు. మృత్యువు ఎన్నెన్ని రూపాలు ధరించి జీవితం వెనక పడుతుంది. జన్మ మృత్యువుల ఆ ద్వంద్వాన్ని భుజం మీద పెట్టుకుని ఆ దిబ్బ పైకి వచ్చాను. ఆ దిబ్బపై అస్తమిస్తున్న కిరణాలు పడుతున్నాయి. మనస్సులో ఆలోచనల వాత్యాచక్రం నడుస్తోంది. ఈ వికట పరిస్థితిలో ఒక వేళ దుర్యోధనుడు బ్రతకలేకపోతే? నా భవిష్యత్తు హస్తినాపురం భవిష్యత్తులో ఇంకా ఏమి మిగిలి ఉంటుంది? అసలు ఏం చేయాలో తోచలేదు. అయినా నేను గట్టిగా మైదానం పైన నడుస్తూనే ఉన్నాను. మైదానంలో తేమ ప్రదేశంలో పడిఉన్న వేటాడిన లేళ్లను ఒక దగ్గరిగా చేరుస్తున్నారు అశ్వికులు. నాకు ఆ దృశ్యం దూరంగా కనిపిస్తోంది. ఏమైనా సరే వాళ్ళదాకా వెళ్ళాలన్న పట్టుదలతో రెండు ప్రచండమైన కొండలతో సమానమైన కొండచిలువని భుజంపై మోస్తూ గబగబా నడవసాగను. నా జీవితం అంతా, ఇటువంటి కఠోరమైన పరిస్థితులలో ఎన్నో ఎన్నెన్నో వికటమైన సంఘటనలు జరుగుతూనే ఉన్నాయి. ఆ సంఘటనలన్నింటిలో ఈ సంఘటన నన్ను రోమాంచితం చేసింది.

నేను భుజంపై ఏదో పెద్ద వేటను తెస్తున్నానని అశ్వికులు అనుకున్నారు.అందరు ఒక దగ్గరకి వచ్చి చేతులు ఎత్తి ఆనందంగా సౌంజ్ఞ చేస్తూ అరుస్తున్నారు. కాని నేను వాళ్ళ దగ్గరకు వెళ్తున్నప్పుడు వాళ్ళు కళ్ళు పెద్దవి చేస్తూ రాళ్ళల్లా కదలలేకపోయారు. అందులో సగం మంది నన్ను మూర్ఖుడిగా అనుకుని ఉంటారు. నా మస్తిష్కంలో ఆలోచనలనే తుఫాన్ లేస్తోంది. "దుర్యోధనుడిని ఎట్లా రక్షించాలి?"

నేను వాళ్ళదాకా చేరగానే మోకాళ్ల పై కూర్చుని ఆ కొండ చిలువను గడ్డిలో పడేసాను. అధరీయం కొసతో నుదుటిన పట్టిన చెమటను తుడుచుకుంటూ దాని వైపు చూశాను. మరణయాతనకు గురైన మూర్ఛితుడైన దుర్యోధనుడి తల కొండచిలువ కుండలికి బయట ఉంది. కట్టెలా అది నిశ్చేష్టంగా పడి ఉంది. పాము చుట్టూ కదులుతోంది. క్షణ క్షణం అది ఇంకా బిగుసుకుపోతోంది. కళ్ళు పెద్దవి చేస్తూ నేను అశ్వికులపై అరిచాను. పిరికి వాళ్ళలా ఏం చూస్తున్నారు హస్తినాపురం రాజుని పాము మింగేసింది అని తెలియగానే రాజభవనంలోని

వారందరూ మీ ముఖాలపై ఉమ్మివేస్తారు. మీ తలలు గొరిగి గాడిద మీద కూర్చోపెట్టి ఊరంతా తిప్పుతారు. పట్టుకోండి ఆ క్రూరమైన పాముని, రాజుని చుట్టేసిన దాని చుట్టను లాగేయండి.'

ఆ నలభైయాభై మంది అశ్వికులు ఆ శబ్దాల దెబ్బలకు సావధానం అయ్యారు. పదిమంది దాకా ముందుకొచ్చి ఎంతో ప్రయత్నంతో ఆ పెద్ద ఆకారపు పాము చుట్టలోని ఒక్కొక్క చుట్టని లాగారు. కాని.. కాని తన దవడ మధ్య గట్టిగా పట్టుకున్న దుర్యోధనుడి కాలును అవతలి వాళ్లు ఎంత గట్టిగా లాగుతున్నా అది వదిలేయడం లేదు. నిరంతరం ఆ బలమైన సర్పం బుసలు కొడుతూ తన ఒక్కొక్క దెబ్బతో పదిమందిని దూరంగా విసిరివేసే ప్రయత్నంచేస్తోంది. కాని ప్రతీవాడు, ఎక్కడ దొరికితే అక్కడ తాడులా దానిని గట్టిగా పట్టుకున్నారు. అధరీయున్ని తలపాగాగా చుట్టి నేను ముందుకు నడిచాను.

ఆ పాము కళ్ళు చిట్లిస్తూ ఇంతకు ముందు ఎప్పుడూఅనుభవం లేకపోవడం వలన, విరోధాన్ని గట్టిగా ఎదిరించడానికి సిద్ధం అయింది. దాని నోటి దాకా వెళ్ళి నేను నా వేళ్ళను దాని దవడలో చొప్పించాను. కొంచెం ఆధారం దొరకగానే బలాన్నంతా ఉపయోగించి ఒకే ఒక కుదుపుతో రెండు దవడలను పైకి కిందకి చేశాను. నా భుజాలలోని స్నాయువులన్నీ ఉబ్బాయి. పెదిమలు పళ్ళ కింద నలిగిపోయాయి. వాటి నుండి వస్తున్న రక్తం అధరీయంపైన పారసాగింది.

''అరిష్ట సేనా! కాళ్ళు బయటికి లాగు'' నేను పెద్దగా అరుస్తూ ఒక అశ్వీకుడికి ఆజ్ఞ ఇచ్చాను. చురుగ్గా ముందుకు వచ్చి వాడు దుర్యోధనుడి సగం ఘడియ నుండి ఇరుక్కుపోయిన కాళ్ళను బయటకు లాగేశాడు. మూర్ఛితుడైన దుర్యోధనుడిని పది చేతుల ఆమడలో పెట్టాడు.

''వేటలో చచ్చిన ఆ లేళ్ళలో ఒక లేడి కాలిని దాని దవడలో పెట్టేయి. లేళ్ళ వైపు కనుబొమ్మలతో సైగచేస్తూ అన్నాను. నా భుజాలలో నొప్పి ఎక్కువ అయింది. భరించలేని నొప్పి.

అరిష్టసేనుడు వెంటనే ఒక లేడిని లాక్కుంటూ తీసుకువచ్చాడు. ఒక కాలి బదులు రెండు కాళ్ళను నా ద్వారా వెడల్పు చేయబడ్డ దవడల మధ్య పెట్టేసాడు. నాకు కొంత ఆందోళన తగ్గింది. కొండచిలువ లేడిని పట్టుకుంది. నా నుదురంతాచెమటతో తడిసిపోయింది. నరాలు ఒణుకుతున్నాయి. దవడలోంచి నా చేయిని తీసేశాను. చెమటని తుడుచుకున్నాను. ఒక క్షణం ఆగాను. మైదానంలో మూర్ఛితుడైపడి ఉన్న దుర్యోధనుడిని చూడగానే మనస్సంతా బాధతో నిండిపోయింది. ఎవరు రాజు? ఎటువంటి రాజు? అంతా మనస్సుకు కలిగే భ్రమ. ఊహాపోహలు. అంతా ఆలోచనల అబద్ధపు చెలియలి కట్ట. హస్తినాపురపు కాబోయే సామ్రాట్, ఒక మైదానంలో ఎండిన కట్టెలా అచేతనంగా పడి ఉన్నాడు. నిస్సహాయతగా ఏకాకిగా! ఇవాళ ఒక సాధారణమైన కొండచిలువ సామ్రాట్ ప్రాణాలకు కొనుగోలు దారుడిగా మారింది.

నేను పరుగెత్తుతూ దుర్యోధనుడి దగ్గరికి వెళ్ళాను. దవడలో చిక్కుకుని సగం గడియ దాకా ఉన్న వాడి కాళ్ళను నిమురుతున్నాను. ఇంతలో కాళ్ళలో కొండచిలువ రెండు పళ్ళు ఇరుక్కుని ఉన్నాయి. నా చేతికి తగిలాయి. ఆ మందబుద్ధి అసహ్యకరమైన కొండచిలువ తన పళ్ళను విరగొట్టుకుంది కాని ఒకసారి చొప్పించిన పళ్ళని, ఏ భయం లేకుండా వేటని బయటకి పోనీలేదు. నేను ఆ పళ్ళను పీకేసాను. అశ్వికులు అందరూ ఈ సంఘటన వలన కోపంతో ఊగిపోసాగారు.

అక్కడి నుండి, ఇక్కడి నుండి రాళ్ళు తెచ్చి ఆ జర్జర సర్పాన్ని కొట్టడం మొదలు పెట్టారు. 'ఆగండి' అని నేను పెద్దగా అరిచాను. ఆశ్చర్యంగా నా వంక చూస్తూ వాళ్ళందరూరాళ్ళని కింద పడేసారు. తమ రాజువైపు వాళ్ళ దృష్టి మళ్ళింది. ఆ సర్పాన్ని అక్కడే వదిలేసి, దుర్యోధనుడి దగ్గరికి పరుగెత్తుకుంటూ వచ్చారు.

నేను ఒకసారి ఆ చైతన్యం లేని, ఉలుకుపలుకు లేని పాముపై దృష్టి సారించాను. నాకు అది ఒక మౌలికమైన ఆలోచనని ఇచ్చింది. దంతాలు ఎక్కడంటే అక్కడ చొచ్చుకుపోవు. కాని ఒకసారి చొచ్చుకుపోతే అవి విరిగిపోయినా బయటకి లాగడం ఎంతో కష్టం.

''రాజును గుఱ్ఱంపై పెట్టండి'' నేను అందరిని చూస్తూ చెప్పాను. అందరూ దుర్యోధనుడిని నెమ్మదిగా ఎత్తి ఒక పెద్ద ఆకారం గల గుఱ్ఱంపైన బోర్లా పడుకోబెట్టారు. నేను హమ్మయ్య అని ఊపిరి పీల్చుకున్నాను.

''అరిష్టసేనా! వేటలో ఎన్ని లేళ్ళు చచ్చిపోయాయి?'' అని నేను అడిగాను. అసలు ఇవాళ్టివేటను అసలు మరిచిపోలేం. నా బాణం కూడా గురితప్పి ఉండేదే.''

''ఆరు...'' తల వంచి అతడు ఎంతో మర్యాదగా అన్నాడు.

''ప్రతి శరీరంలో ఎన్ని బాణాలు గుచ్చుకుని ఉన్నాయి.''

''ఒకే ఒకటి... మహారాజా!'' వాడు మళ్ళీ వంగుతూ చెప్పాడు. అంతపెద్ద ఘోరమైన సంఘటన అయినా ఒక్కక్షణం నాకు నవ్వు వచ్చింది. నేను ఎందుకు నవ్వానో అశ్వికులలో ఎవరికీ తెలియదు. అసలు తెలుసుకోవాలనుకున్నా తెలుసుకోలేరు. ఒక వేళ దుర్యోధనుడు స్పృహలో ఉండి ఉంటే అతడు తప్పకుండా తెలుసుకుని ఉండేవాడు.

ఒక లేడిని కొండచిలువకి తినడానికి పెట్టి ఐదింటిని తీసుకుని మేం మైదానం నుండి ప్రస్థానం అయ్యాం. ఏం చెప్పాలనుకుని, దుర్యోధనుడిని వేటకోసం తీసుకువచ్చానో, అంతా అట్లానే ఉండిపోయింది. అనుకోని సంఘటనలు జరగడం వలన దుర్యోధనుడితో ఏమీ మాట్లాడలేకపోయాను.

అడవిని దాటే సమయంలో ఒక సరోవరం దగ్గర ఆగాము. ముఖం మీద నీళ్ళు చల్లగానే దుర్యోధనుడు స్పృహలోకి వచ్చాడు. కళ్ళు చించుకుంటూ నా వైపు చూస్తూ అడిగాడు. ''మనం ఎక్కడ ఉన్నాము?'' అతడి నుదిటిన ఎన్నో ముడతలు పడ్డాయి.

''ఇది వారణావత అరణ్యం. మనం వేటకోసం వచ్చాము. వేట అయిపోయింది.'' నేను అతడికి కేవలం వేటను మాత్రమే గుర్తుచేశాను.

''వేటా! మనతో పాటు ఎన్ని లేళ్ళు ఉన్నాయి? కర్ణా!'

అతడు స్పృహలోకి రాగానే అడిగాడు.

''ఐదు.'' నేను నవ్వుతూ అన్నాను.

ఒక లేడిని అక్కడే వదిలేసి రావాల్సి వచ్చింది. దానిని లెక్క పెట్టడం ఎందుకు? ఈ ఆలోచనని నాలోనే ఉంచుకున్నాను.

''ఐదా? ప్రతి దేహంలో ఎన్ని బాణాలు ఉన్నాయి?''

''ఒకటే ఒకటి...'' నిజాన్ని చెప్పాను.

''ఒకటా... బాగుంది.''

కొంచెంసేపటి క్రితం ఎంతటి భయంకరమైన సంఘర్షణను అనుభవించానో ఒక్క క్షణంలో మటుమాయం అయిపోయింది. కనీసం అటువంటి భావాన్ని చూపించాడు. ఆ విషయంలో ఏమీ అడగలేదు. తన ఐదు బాణాలతోనే ఐదు లేళ్ళు చచ్చాయని ఊహించుకుని అతడు అదే భావంతో ఒక్కసారిగా గెంతి గుర్రం వీపుపైన ఎక్కాడు. అరణ్యాన్ని వదిలేసి నగరం వైపు మా గుర్రాలు పండు వెన్నెలలో పరుగెత్త సాగాయి. దాదాపు మధ్య రాత్రి మేము మళ్ళీ రెండు నదులు దాటి హస్తినాపురంలో ప్రవేశించాం.

సరిహద్దులను దాటగానే నేను అశ్వికులందరినీ ఆపి కఠోరమైన శబ్దాలలో హెచ్చరిక చేశాను''అరణ్యంలో జరిగిన ఏ సంఘటన, ఏ మాట భవనంలో ఎవరికీ తెలియకూడదు. తస్మాత్ జాగ్రత్త వెళ్ళండి.''

22

''మహారాజు గారు మిమ్మల్ని గుర్తు చేసుకున్నారు.'' అమాత్య వృషవర్మప్రొద్దున్నే నా ఎదురుగుండానిల్చుని ఉన్నారు.

''ఈ సందేశం తీసుకుని కురుల అమాత్యుల వారు ఎందుకు వచ్చారు. అక్కడ సేవకులు కేవలం పాకశాలలో తిండి తింటూ కూర్చుంటారా?''

''ఊహూ కాదు, నేను మిమ్మల్ని అభినందించడానికి వచ్చాను. మీ కారణంగానే నిన్న యువరాజు దుర్యోధనుల వారి ప్రాణ రక్షణ జరిగింది. మీ ధైర్యం ధన్యమైనది''. చేతులు పైకెత్తి ఊపుతూ ఆయన అన్నారు.

''అమాత్యా! మీకు ఎవరు చెప్పారు?'' శబ్దాల కఠోరత్వం తెలియాలని నేను గట్టిగా అన్నాను.

''స్వయంగా యువరాజే!'' వారు మెల్లిగా అన్నారు.

''సరే! మహారాజుని కలవడానికి నేను వెళ్తున్నాను. మీరు పాలు, పళ్ళు సేవించి రండి.''

ఇంతకు ముందు నేను కఠోరంగా మాట్లాడానని, తెలుసుకుని ఇప్పుడు మృదువుగా మాట్లాడాను. మృణాలుడు బంగారపు పూవు వేయించిన పాలవెండి గ్లాసును, ఫలాలున్న పళ్ళాన్ని తీసుకువచ్చాడు. అమాత్యుల వారి ఎదురుగుండా పెట్టారు. రాజవస్త్రాన్ని ధరించడానికి వస్త్రాగారానికి వెళ్ళాను. మహారాజు నన్ను ఇంత త్వరగా ఎందుకు పిలిచారో ఏ మాత్రం నాకు అర్థం కాలేదు.

వస్త్రాన్ని ధరించిన వెంటనే అమాత్యుల వెనుక మహారాజుల మహలుకి వెళ్ళాను.

అతడి మహలుకు ముందు యువరాణి దుశ్శల దేవి మహలు ఉంది. వారు ప్రాతఃకాల స్నానం చేసి ఎదురుగుండాసౌధంపైన తన తడిసినకేశాలను, కోమల కిరణాలలో నిల్చుని ఆరబెట్టుకుంటున్నారు. ఆమె జుట్టును దువ్వెనతో దువ్వుతున్న దాసి మా రాకను ఆమెకి తెలిపిఉండవచ్చును. వాళ్ళిద్దరు వెంటనే సౌధంపై నుండి మహలులోకి వెళ్ళిపోయారు. తన అత్తవారిల్లు సింధూదేశం నుండి, యువరాణి ఈ మధ్యే వసంతోత్సవం కోసం పుట్టింటికి వచ్చారు.

ఆ మహలు ద్వారం నుండి వెళ్ళేటప్పుడు, ఒక వస్తువు నా కాలికి తగిలింది. తొందరలో దాసి వెళ్ళేటప్పుడు దువ్వెనను అక్కడే మరచిపోయింది. నేను ఒంగి దువ్వెనను తీసాను. దాని దంతాలు మొనతేలి ఉన్నాయి. కఠినంగా ఉండే శశమకట్టెతో దానిని తయారు చేశారు. దాని దంతాల తీక్షణతనిచూడాలనిపించి నా తర్జన వేలిని దువ్వెనపై తిప్పాను. సౌధంలోని ప్రశస్త పాషాణం పైన దానిని మళ్ళీ పెట్టేసాను. అమాత్యులవారిని కలవాలని గబగబా అడుగులు వేయడం మొదలుపెట్టాను.

మహారాజు మహలులో ప్రవేశించగానే అమాత్యులు దగ్గి ఎవరో వస్తున్నారని తెలివిగా సూచన చేశారు. మహారాజు ఆ స్వరాన్ని గుర్తుపట్టారు. పుట్టినప్పటి నుండి మూసుకుపోయిన తన కళ్ళను అటుఇటు తిప్పుతూ అన్నారు. ''ఎవరు? అమాత్యా? ఏమైంది?''

''అంగరాజు వచ్చారు మహారాజా! యువరాజు దుర్యోధనుడి కాళ్ళకు ఔషధ చూర్ణపు కట్టుకట్టడానికి రాజవైద్యుడి దగ్గరకు వెళ్తున్నాను.''

''మీరు వెళ్ళండి''.

అమాత్యులు వెళ్ళిపోయారు. మహలులో ఒక్క క్షణం నీరవశాంతి నెలకొన్నది.

''అంగరాజా! కూర్చోండి!'' ఆసనం వైపు చూపిస్తూ ఆయన అన్నారు.

''వందనం మహారాజా!'' నేను ఒంగి నమస్కారం చేసి ఆసనం పైన కూర్చున్నాను. నేను హస్తినాపురం వచ్చిన రోజున, ఈ రాజు ప్రేమగా నన్ను దగ్గరకు పిలిచి తన చేతులతో నా కుండలాలని తడిమారు. సమయం వచ్చినప్పుడు గౌరవనీయులైన యోధుల ముందు నన్ను నా ధనుర్విద్యను ఎంతో పొగిడారు. రాజదండం ఎత్తి గోదాలోని శాస్త్రాల స్పర్ధలో పాలు పంచుకోవడానికి వారు అవకాశం ఇచ్చారు. నాకు వృషాలితో వివాహం అయినప్పుడు, దానం చేయడం కోసం కురుల భాండాగారాన్ని తెరిచారు. ఆ రాజు వీరే. నాలాంటినగణ్యమైన వ్యక్తికి ఆయన నిర్మలమైన ప్రేమను పంచారు.

''నన్ను మహారాజుల వారు ఎందుకు గుర్తుచేసుకున్నారు.'' ఆయన శుభ్రమైన గడ్డాన్ని చూస్తూ నేను అడిగాను.

''అంగరాజా!''

''అంగరాజు కాదు మహారాజా! కర్ణుడిని.''

నేను వారిని మధ్యలో అడ్డుకున్నాను.

''కర్ణా! నీ ఈ అద్వితీయ గుణాల వలనే నాకు ఆశ అనే ఒక సూక్ష్మ కిరణం కనిపిస్తుంది. నీ వినయ విధేయతలు, వీరత్వం, సహనశీలతఅన్నీ నీ కుండలాలుగా అద్భుతమైనవి. నిన్నటి వేటలో మాకు లెక్కలేనంత మేలు చేశావు...''

''మహారాజా! మేలు చేశానని అంటున్నారు, నేను దుర్యోధనుడిని శోణుడి కన్నా తక్కువగా ఎన్నటికీ చూడను.''

''వాడితో నీ ఈ సంబంధం ఇంకా పెరగాలి. నిన్నటి వేటలో నీవు ఎట్లా అతడికి చేయూత నిచ్చావో జీవితం అంతా ఇవ్వాలి కర్ణా! నీ ఆలంబన దొరికితేనే ఏదో ఆశ, లేకపోతే...''

''లేకపోతే ఏమిటి మహారాజా!''

''పాండవులు వనవాసం నుండి వచ్చాక వాడిని బతకనివ్వరు. అందువలన నా మనస్సు భయంతో గజగజాఒణికిపోతోంది. రాజ్యంలో వాళ్ళకిఅర్ధరాజ్యం ఇచ్చేసి ముక్తుడినవ్వాలను కుంటున్నాను''.

''పాండవులు...పాండవులు... వాళ్ళు దుర్యోధనుడిని వధించాలని ప్రతిజ్ఞ చేశారు. అందువలన మీరు కూడా అందరి లాగా వాళ్ళు అజేయులని అనుకుంటున్నారా? సమయం వచ్చినప్పుడు 'దుర్యోధనుడు కర్ణుడి ధృఢమైన ఒరలోని పదునైన ఖడ్గం' అనిచెబుతాను. ఒక్కొక్కసారి రాజ్యంలో సగభాగం వాళ్ళకి ఇవ్వాలని నాకు గట్టిగా అనిపించేది. కాని ఏ రాజ్యానికీ ఉత్తరాధికారి పాండవులు కాదు, కౌరవులూ కాదు, ఆ రాజ్యపు రాజదండం ఎవరి చేతిలో పెట్టుకోవాలి, వీరత్వమే దీని నిర్ణయం చేస్తుంది. యుద్ధభూమిలోనే నిర్ణయం జరుగుతుంది.''

''కర్ణా! పాండవుల పట్ల ఏ వైరం రాజుకుంటుందే, దాన్ని ఒక్క దుర్యోధనుడే సహించలేడు. వాడి వెనుక నీవు సర్వదా మనసావాచా నిల్చుంటావా?''

''మహారాజా! నేను దుర్యోధనుడికి ఇంతకు ముందే మాట ఇచ్చాను. ఇవాళ మీ ఆనందం కోసం, మరొకసారి చెబుతున్నాను పాండవులు తమ బలాన్ని పుంజుకోక ముందే ద్వైతవనంలోవాళ్ళని నాశనం చేసి మరీ వెనక్కి తిరిగివస్తాను.''

''రాధేయా! నీ నోటి నుండి ఇటువంటి గట్టి నిర్ణయాన్ని విన్నాక, అసలు నీవు అధిరథుడిపుత్రుడివి అంటే నమ్మశక్యం కాకుండా ఉంది.''

''మహారాజా! నేను వాళ్ళ పుత్రిడినే. ఇవాళ నాకెంతో గర్వగా ఉంది. ఎందుకంటే మీరందరూఅనుకుంటున్నట్లుగా, నాన్నగారు సూతపుత్రులు కారు. ఆయన సాక్షాత్తు యయాతి వంశస్థులు''.

''కర్ణా! ఏం అంటున్నావు? మీ నాన్న అధిరథ మహారాజు యయాతి వంశస్థులా?'' కొంచెం సేపు ఆగి మహారాజు మళ్ళీ గంభీరంగా చెప్పసాగారు.''మరయితే భీష్మ పితామహుల తరువాత నీవు ఒక్కడివే కురు వంశస్థుడివి. కర్ణా! ఇది నిజమే అయితే, నీవు చెప్పేదాన్ని ఎల్లప్పుడూ నేను ఒప్పుకుంటాను.'' ఆయన వెంటనే ఆసనం పైనుంచి లేచి నిల్చున్నారు.

''మహారాజా! నేను నిజమే చెబుతున్నాను. ఇహ పాండవులతో ఒప్పందం చేసుకోవడం అసంభవం. ఇక నేను బయలుదేరుతాను. ఇంకా నిత్యకృత్యాలు తీర్చుకోవాలి.'' నేను ఆసనంపై నుండి లేచి వారికి వందనం చేశాను.

''వెళ్ళు!'' ఆయన చేతులెత్తి నాకు వీడ్కోలు ఇచ్చారు.

నేను ఆయన మహలు నుండి బయటికి వచ్చేసాను. వస్తూవస్తూ దుశ్శల దేవి మహలు ఎదురుగుండాఉన్న సౌధంలో దువ్వెన చూడటం కోసం నేను సహజంగానే అటువైపు దృష్టి సారించాను. కాని అక్కడ ఏదీ లేదు.

ద్వైతవనంలో పాండవులను యుద్ధం కోసం ఏ విధంగా సంసిద్ధం చేయాలి అని ఆలోచించుకుంటూ నా మహలుకి వచ్చేసాను. వేటలో ధూళిధూసరితవస్త్రాలన్నింటినిఉతకడానికి సుప్రియ ఒక దాసికి ఇవ్వబోతోంది. అందులో ఒక అధరీయాన్ని చేతిలో పట్టుకుని హాస్యంగా ఆమె అంటోంది''ఈ అధరీయం పైన రక్తపు మరకలు ఉన్నాయి. వేటలో అన్ని లేళ్ళను మీరే

మోసుకు వచ్చారా?''

''ఊహూ కాదు! ఇవి లేళ్ళ రక్తం మరకలు కావు.''

''మరి దేనివి?''

''నీకు చెప్పాల్సిందేనా?''

''మీరు చెప్పే అవసరం లేదు. ఆ మరకలు కొండచిలువ రక్తానివి. నాకు తెలుసు.''

''నీకు ఎవరు చెప్పారు?'' ఆడవాళ్ళు ఏ రహస్యాన్నైనాదాచిపెట్టలేరు. నాకు తెలుసు. కాని అవతలి వాళ్ళ రహస్యాలను ఇంత సులభంగా తెలుసుకోగలుగుతారని, మొదటిసారిగా ఇప్పుడు నాకు అనుభవం అయింది.''

''మహారాణి భానుమతి గారు...'' ఆమె నవ్వుతూ సమాధానం ఇచ్చింది. ఈ లోకంలోని స్త్రీలందరూ ఒకరి ఆధీనంలో ఒకరు ఉంటారు అనిఅంటారు. ఈ మాట నిజమే. దుర్యోధనుడు, భానుమతి... ఈ విధంగా కొండచిలువ ఘటన ఇప్పుడు సుప్రియకు కూడా తెలిసింది. ఒక్కరోజులో ఇక ఈ సంఘటన గురించి రాజభవనం అంతా తెలిసిపోయింది. నేను ఏదో పెద్ద హిమాలయాలను తల్లకిందులుగాచేసినట్లుగావాళ్ళందరు నన్ను పొగిడారు. అసలు ఏ పొగడ్తలంటే నాకిష్టం లేదో, అసహ్యమో, ఇక ముందు ఇక్కడా, అక్కడా నాకు వినవలసే వస్తుంది.

దాసి బట్టలను తీసుకుని వెళ్ళిపోయింది. నేను సుప్రియ దగ్గరికి వెళ్ళి ఆమె పెద్ద పెద్దకళ్ళల్లోకి చూస్తూ అన్నాను. ''సుప్రియా! నీవు మహారాణికి ఒకప్పుడు సఖివి. అందువలనే ఆమె నీకు అన్నీ చెప్పింది. కాని ఇప్పుడు నీవు ఆమెకి సఖివి కాదు. నా భార్యవి. నేను చెప్పిందే నీవు చేయాలి.''

''అంటే? నేనసలు మీ మాటే వినను అని మీరు చెప్పాలనుకుంటున్నారా?''

''అట్లాకాదు. కాని భానుమతి చెప్పింది నీవు మరెవరికీచెప్పకు. తెలిసిందా? నా కుండలాలపైన ఒట్టు వెయ్యి. వీటిల్లో ఏ మాట వృషాలికి తెలియకూడదు''.

''మీ ఆజ్ఞ నాకు శిరోధార్యము.'' అంటూ ఆమె ముందుకు నడిచింది. నా కుండలాలపై చేతులు పెట్టి ఒట్టు వేస్తూ అన్నది.

''పెదనాన్నా!'' సరిగ్గా ఇదే సమయంలో తన తల్లితో పాటు మహలుకి వచ్చిన మీనాక్షి పిలిచింది. మా ఏకాంతానికి భంగం వాటిల్లుతోందన్న ఆలోచనతో తల్లి, శోణుడి పత్ని మేఘమాలకళ్ళు పెద్దవి చేస్తూ దానిని మందలిస్తోంది. మీనాక్షి చేయి పట్టుకుని మహలులోకి ఎట్లావచ్చిందో అట్లాగే దానిని తీసుకుని వెళ్ళబోయింది. నిజానికి మేఘమాల శోణుడికి తగ్గ భార్య. తన కోసం పరాయి వాళ్ళకు కష్టం కలిగించడం ఆమెకు ఎంత మాత్రం ఇష్టం ఉండదు. ఆమెను ఆపడానికి నేను పిలిచాను.

''మీనూ!''

వాళ్ళిద్దరూ ఆగిపోయారు. నా ఒడిలో ఆడుకున్న మీనాక్షి ''పెద్దనాన్నా! అంటూ పరుగెత్తుతూ నా దగ్గరికి వచ్చింది. ఎనిమిది, పది సంవత్సరాల ఆ బాలిక స్వభావం సెలయేరులా నిర్మలమైనది. తన చిన్ని చిన్ని చేతులతో నా చేతి వేళ్ళను పట్టుకుంటూ ''పెదనాన్నా! నగరం మందిరానికి నీవు వస్తావా?'' అని అడిగింది.

''మందిరానికా? మీనూ, నా మందిరం ఈ సమయంలో గంగ ఒడ్డున ఉంటుంది. నీకు

తెలియదా?'' అసలు తను ఎందుకు మందిరానికి వెళ్ళాలని అంటోందో నాకు అర్థంకాక నేను సుప్రియ వైపు చూశాను.

''మేం ఇద్దరం ఇప్పుడు మందిరానికి వెళ్తున్నాం.'' మీనాక్షిని పట్టుకుంటూ మేఘమాలవైపు చూస్తూ సుప్రియ స్పష్టం చేసింది.

''ఎందుకు?'' నేను మీనూ చేతులలో ఉన్న వేళ్ళను విడిపించుకుంటూ అన్నాను.

''మీ ప్రియమైన సోదరుడి కోసం మేఘమాల ఒక వ్రతాన్ని మొదలు పెట్టింది. నగరంలోని మందిరంలో ఇవాళ వ్రతం పూర్తవుతుంది. మరిది శోణుడు నిజానికి ఎంతో అదృష్టవంతుడు.'' ఆమె నవ్వుతూ మేఘమాల వంక చూస్తూ అన్నది.

''నిజంగా మేఘమాల తన పతి మేలు కోసం ఎంతగా పాటు పడుతోంది. శోణుడు నిజంగానే అదృష్టవంతుడు. నేనూ ఉన్నాను. నాకు ఇద్దరు భార్యలు అయినా..'' నేను సుప్రియని ఇక ఏ జవాబు చెప్పకుండా పరిహాసం చేశాను.

''సాక్షాత్తు దేవుడి కోసం ఏ వ్రతం ఎందుకు? ఏ దేవుడి పేరున వ్రతం చేపట్టాలి?'' సుప్రియ తలవంచుకుని అన్నది. నేను ఏ జవాబు చెప్పలేకపోయాను.

''స్త్రీలు గుడ్డి నమ్మకాలకు దాసోహం అనిఅంటారు. కాని ఇది పూర్తిగా అసత్యం. వాళ్ళే నిజానికి యదార్థ వాదులు. పరమేశ్వరుడిని శోధించడానికి అశ్వత్థామలాంటి తత్వవేత్తలు అవ్యక్తం వైపు పరుగెత్తుతారు. కాని సుప్రియలాంటి తెలివితేటలుకల స్త్రీలు ఆ అంతంలేని పరమేశ్వరుడిని తన భర్తలోనే కట్టిపెడుతుంది. పరమాత్మ విషయంలో ప్రతి వ్యక్తికి తమ తమ అభిప్రాయాలు ఉంటాయి. అందరికి భిన్న భిన్న అభిప్రాయాలు. అశ్వత్థామ ఈ విషయం గురించి నాకెన్నోసార్లు చెప్పారు. నేను కూడా ఒప్పుకున్నాను. సుప్రియ అభిప్రాయం విన్నాక నాకు ఇంకా అనుభవంలోకి వచ్చింది. పరమాత్మ విషయంలో పురుషులకి, స్త్రీలకి అభిప్రాయంలో తేడా ఉంటుంది. ఎప్పుడైనా ఏమీ తెలియకపోతే బలమైన, ధైర్యం ఇచ్చే ఆలోచనల కోసం పురుషుడు ఆకాశంలోని నీలపు బోలుతనం వైపు చూస్తాడు. కాని ఈ సమయంలో స్త్రీలు తలవంచుకుని అవనిపై పరుచుకుని ఉండే ఆకుపచ్చటితనం వైపు చూస్తారు. ఇద్దరి మధ్య ఆలోచనలలో ఈ భేదం ఉంది. పురుషుడు ఎప్పుడూఅవ్యక్తం వైపు, స్త్రీ ఎప్పుడూవ్యక్తం వైపు ఆకర్షితులవుతారు. పురుషుడి ఆదర్శం ఆకాశం. స్త్రీకి ఆదర్శం భూమి.

సుప్రియ కొత్త అతలసీ (ముడతలు పడని పట్టువస్త్రం) చీర కట్టుకుంది. మేఘమాలతో కలిసి ఆమె ఉమాదేవి నుండి దూరం వైపు వెళ్ళింది. వాళ్ళిద్దరు వంగి నాకు వందనం చేశారు. అభం శుభం ఎరుగని బాలిక మీనాక్షి ఇంతకు ముందులా అక్కడే నిల్చుని ఉంది. ఆ పిల్ల చేయి పట్టుకుని, తల్లి మేఘమాల నాకు పాదాభివందనం చేయమని కోప్పడ సాగింది. నేను మీనాక్షి భుజాలను పట్టుకుని, ఎత్తుకుని పిల్ల నుదిటి మీద ముద్దు పెట్టాను. నాకు మనసులో అనిపించింది. జీవితం మీనాక్షిలాగా నిర్మలంగా రాయసంగా ఉండాలి.

వాళ్ళు ముగ్గురు మహలు బయటకి వెళ్ళిపోయారు. సూర్యకిరణాల కోసం తహతహలాడుతున్న నా వీపు నన్ను మహలులో మౌనంగా కూర్చోనీయడం లేదు. ఆరిన బట్టలు తీసుకుని నేను బయటకి వచ్చేసాను.

23

వేట సమయంలో దుర్యోధనుడికి నేను చెప్పాలనుకున్నది ఇక ఇప్పుడు చెప్పక తప్పలేదు. మహారాజు మనస్సులో పాండవులనే ముల్లు గుచ్చుకుంటూనే ఉంది. మరి నా మనస్సు? ఎగిసిపడేబడబాగ్నిలోచక్రవాక పక్షిలా కాలిపోతోంది. వాళ్ళ కారణంగానే కేవలం పాండవుల కారణంగానే అవమానం అనే నల్లటి మేఘాలు నా సంపూర్ణ జీవనాకాశాన్ని కమ్మేశాయి. అశ్వత్థామ చెప్పింది నిజమే. బాల్యంలో గడ్డకట్టిన రక్తం ఇప్పుడు కఠోరమైన కణుపులా తయారయింది. ఇప్పుడు నేను ఎంత సరళంగా ఉన్నా లోకానికి వక్రంగానే అనిపిస్తుంది. మరి ఇటువంటి సమయంలో వక్రంగా నడవడమే తెలివిగల పని కదా? పాండవుల విషయంలో నా మనస్సు భావనాశూన్యం అయిపోయింది. ఎట్లాగైనా సరే చెప్పులు వాళ్ళ నెత్తిమీదే పెట్టాలి. శకుని మామ స్పష్టమైన రాజనీతి నన్ను కూడా ఆకర్షితుడిని చేసింది. వాళ్ళ భయం అనే తీక్షణమైన ఖడ్గం తలపైన వేల్లాడుతూ ఉంటే దుర్యోధనుడు రాజ్యం చేయడం సంభవం కాదు. అతడు యజ్ఞంలో సమిధలను సమర్పణ చేసే ఋషి కాదు.

అర్ఘ్య దానంచేశాక వెనక్కి తిరిగివచ్చాను. ప్రభంజనుడి ద్వారా సందేశాన్ని పంపించాను. ''కొన్ని విలువైన విషయాల గురించి మీతో మాట్లాడాలి.'' వినగానే తన గాయపడ్డ కాలికి పట్టీ వేయాలని వచ్చిన రాజవైద్యులని అక్కడికక్కడే వదిలి వేసి శ్యేన పక్షిలా గబగబా వేగంగా నడుచుకుంటూ అతడు ఒక్క క్షణంలో నా ఎదురుగుండానిల్చున్నాడు. అసలు అతడి నడకలోని ఈ దృఢత్వమే అతడిని మొట్ట మొదటి సారి కలిసినప్పుడు ఎంతో బాగా అనిపించింది. అతడి నిర్ణయం అప్పుడప్పుడు తప్పు కూడా అవుతుంది. కానీ ఏ దృఢత్వంతో అతడు తన ఆలోచనలను పట్టుకుని ఉంటాడో, ఆ దృఢత్వం కౌరవ, పాండవులలో కేవలం కౌరవులకే ఉంది. నా ఉద్దేశంలో ఇద్దరే ఇద్దరు వీరులు ఉన్నారు. ఒకరు దుర్యోధనుడు. మరొకరు శ్రీకృష్ణుడు.

''చెప్పు అంగరాజా!'' చేతిలోని గదను అక్కడ ఉన్న రాతి గుర్రానికి ఆనించి పెట్టాడు. వైశాఖ మాసం అవడం వలన చాలా వేడిగా ఉంది. వస్తున్న చెమటను తన ఉత్తరీయంతో తుడుచుకున్నాడు.

''దుర్యోధనా...!'' ఏదో చెప్పాలని నేను నోరు తెరిచాను. అక్కడ ఎప్పటిలాగానే ప్రభంజనుడు కూడా రాతి బొమ్మలా నిల్చుని ఉన్నాడు. వాడి వైపు చూసి నేను ఆగిపోయాను. నేను చెప్పేది ఒక్క యువరాజుకి తప్పితే మరెవరికీ తెలియకూడదని అనుకున్నాను.

''ప్రభంజనా!'' దుర్యోధనుడు పిడుగుపడ్డట్లు అరిచాడు. ఆ రాతి బొమ్మపై పిడుగు పడగానే అది ముక్కలైపోయింది. ఒక్క క్షణం అంతటా శాంతి వ్యాపించింది.

''దుర్యోధనా! పితామహులు చెప్పింది విన్నాక నీవు పాండవులకు భయపడుతున్నావు కదూ!'' నేను అడిగాను.

కర్ణా! పితామహులకు పాండవుల పట్ల ఉన్న ప్రేమ ఈనాటిది కాదు. ఇది యుగ యుగాలనుండి ఉంది. నాకు తెలియదనుకున్నావా? ఆయన ఎంత నిజం చెప్పినా ఇప్పుడు నేను గుడ్డి గవ్వకిచ్చినంత విలువ ఇవ్వను. ఆయన చెప్పిన సత్యం గడిచిపోయి ఎంతో కాలం అయింది. నేడు హస్తినాపురం పురుషార్థంకి స్పర్థ మాత్రమే.''

''మరయితే దాన్ని గెలవడానికి కురుల అన్య యోధుల కోసం ఎదురు చూస్తూ ఉంటావా?''

''ఊహు.. కాదు.. ఎంత తలబద్దలు కొట్టుకున్నా ఏ మార్గం కనిపించడం లేదు. మేరు పర్వతం లాంటి భీముడిని కట్టివేయడానికి ఏ తాడు తీసుకురాను?''

''దీని కోసం ఆలోచించాల్సిన అవసరం ఏముంది? నేను నిన్ననే సైన్యంతో ద్వైతవనంలోని పాండవులపై దాడి చేద్దామని నిర్ణయించుకున్నాను. ఒక వేళ నీవు రాలేకపోతే నీ సైన్యాన్ని నా వెనక నిల్పోపెట్టు. ఒక భీముడినే కాదు, ఆ ఐదుగురు వ్యక్తులను కర్ణుడు ఖచ్చితంగా ఓడిస్తాడు. ఒక వేళ నే చెప్పిన దాంట్లో నీకు నమ్మకం లేకపోతే...''

''నమ్మకం ఎందుకు లేదు? కర్ణుడు, దుర్యోధనుడు ఒకే రాజముద్రకి రెండు పార్శ్యాలుఅని గొంతు చించుకుని అరుస్తూనే ఉన్నాను. ఇదేమైనా అబద్ధమా? నీవు అనుకుంటున్నదే నేను అనుకుంటున్నాను. నా కోరిక అదే. కాని ఈ దాడిలో పాండవులు యుద్ధానికి తలపడరు.''

''ఏం? ఎందుకు సిద్ధం కారు? ఒక వేళ వారే వీరులు అయితే, ఎటువంటి సవాలునైనాఎదుర్కొంటారు.''

''ఊహు కాదు, మన సైన్యం అలికిడి వినగానే, ద్వైతవనాన్ని వదిలివేసి మరో వనం వైపు వెళ్ళిపోతారు. వాళ్ళు యుద్ధం చేయడానికి, తప్పనిసరి పరిస్థితులను సృష్టించాలి. ఒకే ఒక మార్గం!''

''ఏమిటి అది? ద్వంద యుద్ధం కాదుకదా!''

''ఊహూ కాదు, రాధేయా! నీ ద్వంద యుద్ధం సవాల్ కూడా వాళ్ళు స్వీకరించరు. వాళ్ళని రెచ్చగొట్టే ఒకే ఒక మార్గం దారిద్ర్యం వలన ఎంతటి సహనవంతులయినా విసుగుచెంది వేసారుతారు. ఇటువంటి పరిస్థితిలో వాళ్ళ ఎదుట ఎవరైనా వైభవ ప్రదర్శన చేస్తే అవతలి వాడు కోపంతో పిచ్చివాడైపోతాడు.''

''అంటే...వాళ్ళని రెచ్చగొట్టడానికి నీ వైభవాన్ని వన్య పశువులతో నిండిన ఆ వనంలో ప్రదర్శిస్తావా?

''అవును ప్రదర్శించాలి. కాని బంగారు నగలతో అలంకరింప బడిన అందమైన దాసీజనంతో.. ఆ దాసీలతో నా సోదరుడు పాండవుల ఎదురుగా, సరోవరంలో జలక్రీడలు చేసినప్పుడు, వేరే ఎవరు కాకపోయినా, ద్రౌపది మాత్రం భీముడితో కోపంగా తప్పకుండా అంటుంది. ''నిన్నటి దాకా నా పాదాల సేవ చేసే ఆ దాసీలు, అలకరించుకుని జలక్రీడలు ఆడుతున్నారా! అసలు ఇటువంటి సంఘటనను చూసేకన్నా ఈ పర్ణకుటీరాన్ని మూసేసి ఎందుకు కాల్చి పడేయవు?'' ఈ నిందల వలన ఎవరైనా రెచ్చిపోతే ఒక్క భీముడే రెచ్చిపోతాడు. అప్పుడు ఆ మందబుద్ధి భీముడు దాసీల మీద విరుచుకుపడతాడు.''

''దుర్యోధనా! సరే భీముడు తప్పకుండా పరుగెత్తుకుంటూ వస్తాడు. సరోవరం ఒడ్డున ఆకుపచ్చటి పల్లపు భూమి గోదాని నేను వాడి రెచ్చిపోయిన రక్తంతో తడిపేస్తాను. సత్యసేనుడి కొరడాతో వాడి వీపుపైన కొడుతూ బెదిరిస్తూ అంటాను. ''ఇవాళ నేను నిజంగానే చేతిలో కొరడా తీసుకున్నాను. దానితో నీలాంటివన్య గుర్రం వీపుపై కొట్టాను.''

''అంగరాజా! నీవు దీనిని ఇంత తేలికగా చేయగలుగుతావా? అందుకే ఈ ఘోష యాత్రలో నిన్ను తప్పితే తక్కిన ఎవరిని నేను తోడు తీసుకువెళ్ళను. సమయ సమయాలలో దుర్ధర

పరిస్థితులలో సహాయంగా కొంత మంది పదాధికారులు, కొందరు అస్త్ర శస్త్రాలతో తయారుగా ఉండే అశ్వికులు ఉంటారు. ఇది చాలు. ఇంద్రప్రస్థ దాసీలు మాత్రమే వెంట ఉంటారు. లేకపోతే ద్రౌపది క్రోధాన్ని ప్రజ్వలించదు.''

''రాజా! నీవు కేవలం మామ ఎట్లా ఆడిస్తే అట్లాఆడుతావు. నేను అట్లాగే అనుకునే వాడిని. కాని నీ దగ్గర కూడా కొన్ని ప్రణాళికలు ఉన్నాయని నాకు నమ్మకం కలిగింది. ఆ ప్రణాళికలు కూడా నీ తెలివితేటలతో పుట్టినవే.''

''జీవితం అంటే అర్థం ప్రణాళికలు,ప్రతి ప్రణాళికల గోదా. హస్తినాపురం అంతా మామ కుటిలత్వంతోయుధిష్ఠరుడి రాజ్యాన్ని గెలిచాడు అనిఅంటుంది కానీ యుధిష్ఠరుడు కేవలం పందెం ఓడడానికే కూర్చున్నాడా? ఒక వేళ మేమే ఓడిపోతే మాకు పంచ హారతిలుఇచ్చేవాళ్ళా?''

''ఊహూ ఒద్దు రాజా! ఆ జూదం స్మృతులు ఇక వద్దు. ఆ పావుల చర్చ ఇక ఇప్పుడు ఎందుకు?''

నాకు ఏ కారణం లేకుండానే గుండెల్లో ఏదో బాధ మొదలయింది అని అనిపించింది. ఎక్కడో ఏదో గుచ్చుకుంటోంది. వ్యాకులత కలుగుతోంది. నేను వెలుగు నుండి దూరం వెళ్ళిపోతున్నానని అనిపించింది. ద్రౌపది! మూడక్షరాల ఆ శబ్దం త్రిముఖ బాణంలా నా హృదయాన్ని చీలుస్తోంది. ఊహూ... ఆ పేరు ఇక వద్దు. ఆ బట్టల కుప్ప ఇక ఇప్పుడు వద్దు.

''సరే నేను బయలుదేరుతాను. రాజ వైద్యులు నా కోసం ఎదురు చూస్తూ ఉంటారు.'' ఆసనం నుండి లేచి తన కాలివైపు చూస్తూ అన్నాడు.

మహలు నుండి బయటకి వెళ్ళేటప్పుడు అతడి వెనుక వైపు చూసినప్పుడు నాకు గోదాలో జరిగిన పోటీ గుర్తుకువచ్చింది. సరిగ్గా అదే సంతోషం నర నరాల్లో కలిగింది. సంవత్సరం తరువాత సంవత్సరం గడిచిపోతోంది. వైభవం, వైవాహికం, సామాజికం మొదలైన క్షేత్రాలలో మనిషి తన స్థానాన్ని సంపాదించుకుంటాడు. కానీ స్వభావం వలన కొన్ని దృశ్యాలు మారతాయి కానీ మూలరంగులు అవే ఉంటాయి.

అతడు వెళ్ళిపోయాడు. నా మనస్సు అతడి గదలా చక్కర్లు కొడుతోంది. నేను ఏది చేస్తున్నానో అది సరియైనదేనా? ఘోషయాత్ర నిమిత్తం పాండవులతో ద్వంద యుద్ధం చేయడం ఉచితమైనదేనా? నేను అధఃపతనం వైపు ఒక్కొక్క మెట్టు కిందకి దిగడం లేదు కదా?

ఒక వేళ అట్లా అయినా అందులో అనుచితం ఏముంది? భిక్ష నిమిత్తం వెళ్ళి స్వయం శ్రీకృష్ణుడు, భీముడి ద్వారా జరాసంధుడిని చంపించలేదా? పాండవులు, కర్ణుడు. ఈ సంఘర్షణ ఎంత దాకా పెదాలపైన ఉంచుతాము. దీనికి ఒక హద్దు ఉంటుందిగా! ఏది జరుగుతోందో దాన్ని మౌనంగా చూడడానికి నేను పితామహుడిని కాను, మహామంత్రి విదురుడినీ కాదు, నేను ద్వైతవనాన్ని ఎంచుకున్నాను. ఎందుకంటే దీనికంటే నాకు మరో దారి లేదు.

24

ఎంతో చక్కగా అలంకరించుకున్న వందల మంది దాసీల గుంపులు కల్లోలం చేస్తూ ద్వైతవనం వైపు వెళ్ళిపోయాయి. వాళ్ళతో పాటు ప్రభంజనుడు ఒక్కడే ఉన్నాడు. ఇంత పెద్ద

సంఖ్యలో అందంగా అలంకరించుకుని ఈ దాసీలందరూఎటు వెళ్తున్నారు. అని అడగడానికి ఎందరో ప్రభంజనుడిని ఆపారు. వాళ్లందరికీ ఏదో ఒక జవాబు చెబుతూ అందరి నోళ్ళు మూయించాడు. కాని మహా ద్వారం దగ్గర ప్రాతః కాలకాలకృత్యాలు తీర్చుకుని తిరిగి వస్తున్న పితామహులతో అతడు కలిసాడు. ఆయన అడగగానే నిజం చెప్పాల్సి వచ్చింది. కాని ఎంతో జాగ్రత్తగా చెప్పాడు.

''వీళ్ళు ద్వైతవనంలోజల క్రీడల కోసం వెళ్తున్నారు. గ్రీష్మ తాపాన్ని సహించలేని పరిస్థితి వచ్చింది. అందువలనే యువరాజు వాళ్ళకి ఆజ్ఞని జారీచేశాడు.''

''మరైతేద్వైతవనమే ఎందుకు? నన్ను వెంటనే కలవమని వెళ్ళి దుర్యోధనుడికి చెప్పు.'' పితామహులు వృద్ధులయ్యారు. కాని చింత చచ్చినా పులుపు చావదన్నట్లు ఆ అధికార ధోరణి ఇంకా పోలేదు. వాళ్ళు దుర్యోధనుడిని పిలిచారు.

''దుర్యోధనా! భవనంలోని అందమైన ఈ దాసీలందరు ఎక్కడికి వెళ్తున్నారు?'' దుర్యోధనుడు రాగానే ఆయన తెల్లటి కనుబొమ్మలను ముడివేస్తూ అడిగారు.

''జల విహారం కోసం ద్వైతవనంకి.''

దీనికి ద్వైతవనాన్నే ఎందుకు ఎంచుకున్నారు? ఖాండవ వనం, వారణావతం సరియైనవి కావా?''

''అటువంటిది ఏదీ లేదు. ఈ స్థానాలలో ఇది వరకు ఒక్కొక్కసారిజలక్రీడలు జరిగాయి. ద్వైతవనం అన్నింటికన్నా ప్రాకృతికంగాఅందమైన ప్రదేశం. అందుకే ఈ సారి దానిని ఎన్నుకోవడం జరిగింది.''

''గుర్తుపెట్టుకో! అక్కడ పాండవులు నివసిస్తున్నారు. వాళ్ళతో జగడాన్ని పెంచవద్దు. ఇది వ్యర్థ ప్రయత్నం. జూదంతో కృద్ధుడైన భీముడు ఆ సరోవరంలోనే నిన్ను జల సమాధి చేస్తాడు. వెళ్ళు సంభాళించుకుని ఉండు.''

భుజాలను ఎగురవేస్తూ దుర్యోధనుడు అణచ బడ్డ భుజంగంలా నివాస స్థానం నుండి బయటకి వచ్చాడు. కమలాల కాడల వేళ్ళతో సరోవరం మూసుకుపోయినట్లు అతడి రక్త వర్ణంతో ఉన్న ముఖం సందేహాలనే అసంఖ్యాకమైన వలలతో నిండిపోయి ఉంది.

''ఏం? ఏమైంది?'' అతడి వ్యాకులతని చూసి సందేహంతో నేను అడిగాను.

''ఈ ముసలితనంలో జపతపాలు, దానధర్మాలు, పూజాపునస్కారాలు వదిలివేసి పితామహులు ప్రాణాలు పాండవుల కోసం తహతహలాడుతాయి, ఎందుకో అర్థమే కావడంలేదు. భీముడి భయాన్ని చూపెడుతూ, వాడి వైపు కాలుకూడా పెట్టవద్దు అని హెచ్చరించారు.''

''వారి మనస్సు ఎప్పుడూ పాండవుల వైపే ఉంది. ఇక ముందు కూడా ఉంటుంది. రాజుగా నీకు కూడా కొన్ని అధికారాలు ఉన్నాయా లేవా?''

''కర్ణా! దుర్యోధనుడు ఒకసారి ఏదైనా తలపెట్టాడంటే దానికి తిరుగులేదు. దారిలో మృత్యువు ఎదురైనా సరే. ఏ మాత్రం చింత అనేది ఉండదు. ఉండబోదు. అరిష్టసేనుడికి, అశ్వికులకు సప్తమార్గంలో రాజభవనాన్ని వదిలి వేసి ద్వైతవనం వైపు పరుగెత్తాలని ఆజ్ఞ జారీ చేయండి.'' అతడు సమీపంలో నిల్చుని ఉన్న అరిష్ట సేనుడికిద్వైతవనం వైపు చేయి చూపిస్తూ ఆజ్ఞ

ఇచ్చాడు. తలవంచుకుని అరిష్టసేనుడుపరుగెత్తుకుంటూఅశ్వశాల వైపు వెళ్ళి పోయాడు.

ఒక్క క్షణం తరువాత రాజభవనం గుప్త మార్గం నుండి బయటపడ్డాడు. నాలుగయిదు వందల అశ్వీకులు, ధనచడీ పక్షులు లాగా ఒకే పంక్తిలో ఎగురుతూ మాకు సౌధంలో కనిపించారు. గుర్రాల చంచలమైనగిట్టలతోఎగిసిన దుమ్ము ఒక మేఘంలా తీవ్రంగా ఉన్న ఎండలో గంగవైపు పెద్ద నీడని ఏర్పరుస్తూ అదృశ్యం అయిపోయింది. మేము రాజభవనం మెట్లు దిగుతూ కిందికివచ్చేసాము.

దుర్యోధనుడు తన అశ్వంపైన, నేను నా ప్రియమైనవాయుజిత్ అశ్వంపైన కళ్ళాలని చేతిలో తీసుకుని వాటిపైన ఒక్క గెంతు గెంతి కూర్చున్నాము. ప్రాచీరాల నుండి బయటకు రాగానే గుర్రాలని వాయువేగంతో పరుగెత్తించాలని అనుకున్నాము.

వాయుజిత్, తన మెడను రాజహంసలాగా అందంగా తిప్పుతూ మొదటి ఉషోదయపు కిరణాలకు సాదరంగా అభినందనం చేస్తూ స్వామి యాత్ర కోసం ఎదురు చూస్తోంది. రమణి కేశాలను సైతం సిగ్గు పరిచేలా దాని అందంగా ఉన్న శుభ్రమైనజూలు, అది అడుగు వేస్తున్నప్పుడల్లా ఎంతో చక్కగా ఊగుతోంది. దానికి చిన్న చప్పుడైనా గ్రహించగల సామర్థ్యం ఉంది. దాని చెవులు చపలంగా నలువైపులా ఊగుతున్నాయి. భవనంలోని అన్ని పశువుల్లో అది ఎంతో ఉత్తమమైనది. శకుని మామ దానిని ప్రత్యేకంగా గాంధార దేశం నుండి తీసుకువచ్చాడు. అందుకే నేను దాన్ని ఎంచుకున్నాను. ఎన్నోసార్లు దాని బలమైన వీపు పైన ఎక్కి నేను యాత్ర చేశాను. నా జీవన క్రమంలో సగం కన్నా పైన మృదుమధురమైన స్మృతులతో ఈ గుర్రానికి ఎంతో సంబంధం ఉంది. పశువులు మనుష్యుల కన్నా ఎంతో నమ్మకంగా ఉంటాయి. ఏక నిష్ఠగా ఉంటాయి. ఇది ఎన్నోసార్లు నా ముందు ప్రామాణికంగా నిరూపింపబడ్డది.

ఒక లయలో చిన్న చిన్న అడుగులు వేస్తూ ఊపుతూ, ఊగుతూ అది నన్ను ప్రాచీరాల నుండి బయటకి తీసుకువచ్చింది. తన భవనపు గవాక్షం నుండి, నా ప్రస్థానం ఎటువైపుఅని ఆలోచిస్తూ, నా వంక చూస్తున్న సుప్రియకి నేను మౌన భాషలో కళ్ళతోనే వీడ్కోలు తీసుకున్నాను. మహాద్వారం గడప దాటే సమయంలో, వాయుజిత్ ముందటి రెండు కాళ్ళగిట్టలు వంకర తిరగడం వలన ఒక్కసారిగా కిందకి జారింది. దాని ఛాతి భూమికి తగిలింది. ఇంతకు ముందు ఇటువంటిది ఎప్పుడూ జరగలేదు. ఒక చేత్తోకళ్ళాన్నిలాగుతూ రెండో చేతిలో జారుతున్న కిరీటాన్నిఏదోవిధంగా సంబాళించుకున్నాను. సందేహం అనే తీతువు పిట్ట మానస నదీ తీరం దగ్గర ఒక్క క్షణం కర్కశ స్వరంతో అరిచింది. ఇది అపశకునం కాదా? ఛీ... నేను ధైర్యం అనే రాయిని విసిరి వేశాను. చేతితో లాగబడ్డ చీమడ వృక్షపు కొమ్మని వదిలి పెట్టగానే మళ్ళీ యథాస్థానానికి వెళ్లి మెల్లి మెల్లిగా స్పందిస్తూ స్థిరంగా ఎట్లాఅయిపోతుందో, అట్లావాయుజిత్ లేచి నిల్చుంది. దాని దేహం ఒక్కసారిగా పులకించింది. తోక అటు ఇటు కదలాడింది. అది ఒకసారి సకిలించింది. నేను నా పంజా అగ్రభాగాన్ని మెల్లగా దాని పొట్ట మీద రుద్దాను. నేను ముందుకు వెళ్ళిపోయిన దుర్యోధనుడిని పట్టుకోవాలని అనుకున్నాను. వాయుజిత్ తన పేరుకు తగ్గట్లుగా వాయు సామ్రాజ్యాన్ని జయిస్తూ గాలితో మాట్లాడసాగింది.

25

ద్వైతవనంలోని దట్టమైన చెట్లుచేమలు కనిపించసాగాయి. దూరం నుండి శాంతంగా ఉన్నట్లుగా కనిపించే ఆ ఘోర వనం, తన గర్భంలో ఎన్నో క్రూర జంతువులను పోషిస్తోంది. గుర్రం నుండి కిందికి దిగి మేము నడవడం మొదలు పెట్టాం. కళ్ళాలని చేతుల్లోకి తీసుకున్నాం. యాత్ర వలన, గ్రీష్మం దేహాన్ని మాడ్చే ఉష్ణం వలన అందరి శరీరాలపైనా ఉన్న రాజ వస్త్రాలు చెమటతో తడిసిపోతున్నాయి. విశ్రాంతి తీసుకుందామన్న ఆలోచనతో సరోవరం ఒడ్డున ఒక విశాలమైన ఆసన వృక్షం కింద కొంచెం సేపు మేము ఆగాం. వృక్షం బోదకి గుర్రపు కళ్ళాన్నివేల్లాడేస్తూ దుర్యోధనుడు అన్నాడు.''రాధేయా! మనకు నాలుగయిదువందల అశ్వికులు సరిపోతారు కదా?''

మేం యుద్ధం చేయడానికి రాలేదు. "ఇవాళ బాహాటంగా ద్వంద యుద్ధం జరుగుతుంది. ఒకళ్ళతో కాదు ఐదుగురితో'' సరస్సులో దిగి దోసిలిలో నీళ్ళు తీసుకుని ముఖంపై చల్లుకుంటూ నేను అతడికి జవాబు చెప్పాను. ఇంతలోనే పర్లే ఒడ్డునుండి సరస్సులో నుండి వెనక్కి వస్తున్న నీళ్ళను చిందిస్తూ ఒక గుర్రంపైన ప్రభంజనుడు మా వైపు వస్తూ కనిపించాడు. గుర్రాన్ని పరుగెత్తిస్తున్నప్పుడు దాని చంచలమైన క్రియా కలాపాల వలన భయం కలిగించే నీడ స్పష్టంగా కనిపిస్తోంది. దగ్గరకు రాగానే కిందికి దిగకుండానే అతడు ఊపిరిని ఆపుకుంటూ, సరస్సు మధ్యలో నిల్చుని భయం భయంగా అరవ సాగాడు. "మహారాజా! వనం దగ్గర సరోవరంలో ఇంతకు ముందే గంధర్వ స్త్రీలు క్రీడలు జరుపుతున్నారు. ఒడ్డున వాళ్ళకి మన దాసీలకి మధ్య జగడం మొదలైంది. ఏ ఒక్కరూ ఓటమికి అంగీకరించడం లేదు. తగ్గడం లేదు.''

''ప్రభంజనా! నీవు ముందుకు నడువు. మేం ఇప్పుడే వస్తున్నాం.'' చేయి ఎత్తుతూ దుర్యోధనుడు అతడిని వెనక్కి పంపించేశాడు.

మా గుర్రాలు కూడా సెలయేటి నీళ్ళను ఛేదిస్తూ ద్వైతవనం వైపు పరుగెత్త సాగాయి. దారిలో బయటకి వచ్చిన తీగలన్నీ ఏ ఆచ్ఛాదన లేని మా భుజాలకి రాసుకుంటున్నాయి. ప్రభంజనం యొక్క గుర్రం గిట్టల చప్పుడు అనుగుణంగా దారుణమైన మలుపులను దాటుకుంటూ మేం వనంలోని మధ్య భాగంలో ఉన్న సమతలమైన మైదానంపై ఉన్న సెలయేటి చివరి దాకా వచ్చాం. ఎదురుగుండాఏ దృశ్యం అయితే చూశామో, దాన్ని మేం ఏ మాత్రం అర్థం చేసుకోలేకపోయాం. దాసీలు, గంధర్వ స్త్రీలు గుప్పెళ్ళలో ప్రాణాలు పెట్టుకుని సెలయేటి ఒడ్డున వరుసగా నిల్చున్నారు. నోట మాట లేకుండా నిశ్చలంగా మైదానంలో ముక్త ప్రాంగణంలో వేల గంధర్వ సైనికులతో మా అశ్వికులు యుద్ధం చేస్తున్నారు. తమకున్న సంఖ్య విషయంలో గాని తమకున్న సామర్థ్యం విషయంలో గాని ఏ మాత్రం ఆలోచించలేదు. వాళ్ళకి అంత అవకాశం కూడా లభించి ఉండి ఉండకపోవచ్చును. గంధర్వుల సైన్యం మధ్య ఒక పొడుగాటిఅందమైన సేవా నాయకుడు, చేతిలోని ఖడ్గాన్ని విద్యుత్తులా నలువైపులా తిప్పుతూ గర్జిస్తూ తన సైన్యాన్ని ప్రోత్సహిస్తున్నాడు.

''చిత్రసేనా! అతడిని చూస్తూ దుర్యోధనుడు గొణిగాడు. ఆ గంధర్వ నాయకుడు చిత్రసేనుడు. ద్వైతవనమేమిటి చుట్టుపక్కల అంతా అతడి పేరు వింటేనేభయపడతారు. అరణ్యంలో ఉండే

ఎటువంటి రాక్షసుడైనా సరే అతడి ఎదుటపడే సాహసం చేయడు. మా దాసీలు వాడికి ఇష్టమైన స్త్రీలను వెక్కిరించి, రెచ్చగొట్టి పెద్ద ఆపదను కొని తెచ్చుకున్నారు.

ఎంతో వీరత్వంతో పోరాడే మా ఆశ్వికులను గంధర్వ సేన ప్రతిక్షణం చుట్టుముడుతోంది. దాడి చేస్తోంది.

"దుర్యోధనా! నీవు వరుసను చెదరగొట్టు" కుడివైపు గంధర్వ సేనపై ఖడ్గాన్ని తీసి దాడి జరుపుతూ, నేను అతడి కుడివైపు సంకేతాన్ని ఇచ్చాను. అసలు ఏ ఆలోచన చేసే సమయమే లేదు.

దడదడ దాడి చేస్తూ నేను సైన్యంలో చొచ్చుకుపోయాను. ముట్టడిలో ఉన్న మా సైనికులను విముక్తం చేయాలని నేను బలంగా దాడి సలిపి, చుట్టుముట్టి ఉన్న గుంపును చెల్లాచెదురు చేశాను. కాని మరుక్షణమే ఉత్సాహం నిండిన గంధర్వులు మళ్ళీ చుట్టుముట్టారు. ఎక్కడి నుండో గర్జిస్తూ వచ్చిన చిత్రసేనుడు నా ఎదురుగుండానిల్చున్నాడు. క్రోధంతో ఊగిపోతున్న అతడు మెరుపులా రక్తవర్ణంలో కనిపిస్తున్నాడు.

"కర్ణా! నీ సైనికులని తీసుకుని ఇక్కడి నుండి వెళ్ళిపో! లేకపోతే చావుకు సిద్ధంగా ఉండు" కంఠం నరాలను బిగపట్టి వాడు పెద్దగా అరిచాడు.

"చిత్రసేనా! నేను కర్ణుడిని. గాలి తెమ్మెరలతో పర్వత శిఖరాన్ని ఊపలేవు. సిద్ధంగా ఉండు." వాడి అహంకార పూరితమైన ప్రకటనకి నాకు విపరీతమైన కోపం వచ్చింది.

కోపంగా వాడు నాపైన దాడి చేశాడు. మేం ఇద్దరం ఒకరిపై ఒకరు తల పడగానే ఇరువైపులా సైనికులు దూరం అయ్యారు. ఘడియ, ఘడియన్నర సేపు ఖడ్గాలు ఖణాఖణా మోగాయి. విద్యుత్తులా ఒకదానితో ఒకటి భేటీ పడసాగాయి. భేటీ పడుతున్న ఖడ్గాల చివరి భాగాల నుంచి నిప్పు రవ్వలు రాసాగాయి. చిత్రసేనుడి ఖడ్గం నా శరీరంలోని వివిధ భాగాలను తాకుతోంది. కాని దాని జిహ్వను నాకడానికి ఒక రక్తపు బిందువు కూడా దొరకడం లేదు. కాళ్ళ కింద గడ్డి పూర్తిగా నలిగిపోయింది. ఒక్కసారి ఆగినిల్చుని యుద్ధం చూస్తూ తన గంధర్వసైనికులకు చిత్రసేనుడు ఆజ్ఞ ఇచ్చాడు. "వీడు అబేధ్యమైన కవచం గల హస్తినాపురపు కర్ణుడు. వీడు ఖడ్గ యుద్ధంలోకాని, ధనుర్విద్యలో గాని, గదా యుద్ధంలో గాని ఎవరిచేత చంపబడడు. వీడినినలువైపులా చుట్టుముట్టి జీవించి ఉండగానే పట్టుకోండి."

ఇక అక్కడ ఉండటం వ్యర్థం

"అశ్వికుల్లారా! దాసీలను తీసుకుని వెనక్కి వెళ్ళిపోండి" వాడి సైనికులు నన్ను చుట్టుముట్టకముందే తోక ఆడిస్తూ గడ్డిమేస్తున్నవాయుజిత్ వీపుపై ఎక్కుతూ నేను అరిచాను. ప్రతీ ఒక అశ్వికుడు, ఒక్కొక్కదాసిని గుర్రంపైన ఎక్కించుకుని గుర్రాన్ని నా వెనక పరుగెత్తించడం మొదలు పెట్టాడు. సహస్ర గంధర్వులు, చేతికందినన్ని శస్త్రాలను చివరి ఆక్రమణ రూపంలో మా పైన ప్రయోగిస్తూ శస్త్రాలను మాపై వదలడం మొదలు పెట్టారు. వాళ్ళ గురితప్పని శస్త్రాల వలన ఎంతో మంది ఆశ్వికులు దడదడా అంటూనేలకొరిగారు. ఎవరు సురక్షితంగా ఉన్నారో వాళ్ళు పరుగెత్తసాగారు. మళ్ళీ రాసుకుంటూ గాయపరుస్తున్న లతలను సహిస్తూ ముందుకు సాగాము. మలుపులని దాటుకుంటూ పోసాగాము. గుర్రాలు పరుగెత్తుతున్నాయి. ధూళి లేస్తోంది. కాని నా మనస్సంతాపాడైపోయింది. ఇక పరాజితులమై రణభూమి నుండి పలాయనం చిత్తగించడమా

లేక రక్షణ కోసం మేల్కొని వెనక్కి తగ్గడమా! అసలు ఏమీ అర్థం కావడంలేదు. ఏ ఉత్సాహంతో నేను రాజభవనం నుండి బయటకు వచ్చాను. ఇప్పుడు ఏం తీసుకుని వెనక్కి వెళ్తున్నాను. మహాద్వారం గడప ముందు కుంటుపడుతున్న వాయుజిత్, నా జీవిత క్రమంలో మొదటి పరాజయానికి నాంది కాదు కదా? ఏమిటి? పరాజయమా! పలాయనమా! వెనక్కితగ్గడమా! పూర్తి సామర్థ్యంతో పోట్లాడటానికి బదులు, వెనకంజ వేయడం ఉచితమైన దేనా? చిత్రసేనుడు నన్ను పట్టుకుంటే? అప్పుడు? సుదామనుడి క్రూర వధ పాపాన్ని అర్జునుడి మెడకి ఎవరు చుట్టేవాళ్ళు? నా శత్రువులు ఎవరు? అర్జునుడా? చిత్రసేనుడా? నా మనస్సు నా నిర్ణయంలో పొరపాటుని వెతుకుతోంది. అర్జునుడిని చంపడానికి నేను బతికి ఉండాలి. వాయుజిత్ డెక్కలతో పాటు, ఆలోచనల ఎన్నో ఎన్నెన్నో మలుపులు వెనక్కి వెళ్ళిపోతున్నాయి. ఘోషయాత్ర కర్ణుడి దృష్టిలో ఈనాడు దోషయాత్ర రూపం దాల్చుతోంది. జీవితం అనే గుర్రం, కీర్తి మహాద్వారం దగ్గర ఎక్కడోక్కడ కుంటుపడుతోంది. పరాజయం! మొదటి పరాజయం! పరిస్థితుల వలన వచ్చేవి. ఏ కారణం అయితే ఏం వెనక్కి తగ్గడం అంటే పరాజయమే కదా! కర్ణుడు– పరాజయం..! పరాజయం..! కర్ణుడు? అసలు ఏమీ అర్థం కావడంలేదు. ఒక వేళ ఏమైనా అనిపించినా మనస్సు దానిని స్వీకరించడం లేదు. ఇక ఇప్పుడు దుర్యోధనుడు ఏం ఆలోచిస్తాడు? ఏ మాటలతో నాకు స్వాగతం పలుకుతాడు? దుర్యోధనా! అతడు గుర్తుకురాగానే వాయుజిత్ కళ్ళాన్ని లాగాను. ఎక్కడ విశ్రాంతి తీసుకోవాలనుకున్నామో ఆ సెలయేరు వచ్చింది. నేను వెనక్కి తిరిగి చూశాను. పారిపోతున్న వాళ్ళలో దుర్యోధనుడు ఎక్కడా కనిపించలేదు. నా హృదయం దడదడా కొట్టుకోసాగింది. సహస్ర గంధర్వుల మధ్య జరిగే యుద్ధంలో దుర్యోధనుడు ఒక్కడే చిక్కుకుపోతాడు కదా! అతడికి ఏదైనా జరిగితే నేను ఏం ముఖం పెట్టుకుని హస్తినాపురానికి తిరిగి వెళ్ళను?

"అరిష్టసేనా! రాజు వెనకే ఉండిపోయారు. గుర్రాలను వెనక్కి మళ్ళించు" అందరిని ఆపేస్తూ నేను మళ్ళీ ద్వైతవనం వైపు చేయి చూపించాను.

"మహారాజా! గంధర్వ సైన్యం అధిక సంఖ్యలో ఉంది. రాజధానికి వెళ్ళి మళ్ళీ సైన్యాన్ని తీసుకుని వెనక్కివద్దాం. లేకపోతే..."

"లేకపోతే ఏమిటి?"

"లేకపోతే మన గురించిన ఆచూకీ కూడా హస్తినాపురం చేరదు."

అతడు చెప్పేదిసరైనదే. అసలు ఏం చేయాలో ఏమీ తోచడం లేదు. ఒక వేళ ద్వైతవనం వైపు మళ్ళీ వెళితే, బహుశా మళ్ళీ ఎవరూ హస్తినాపురానికి వెళ్ళలేరు. రాజధానికి వెళ్దామన్నా అదీ చాలా యోజనాల దూరంలో ఉంది. సెలయేరు దగ్గర అదే అసన వృక్షం కింద నల్లరాయిపైన కూర్చుండి పోయాము. అరిష్ట సేనుడిని రాజధాని పంపించి సైన్యాన్ని పిలిపించకపోతే అసలు ఏమీ చేయలేని పరిస్థితి. అతడితో పాటు నగరం వెళితే! అపహాస్యం తప్పదు. అరిష్టసేనుడిని రాజధాని వైపు తరిమాము. నేను ద్వైతవనంలోనూ లేను. రాజధానిలోనూ లేను. మధ్యలో త్రిశంకుడిలావేళ్ళాడటం వలన నా పరిస్థితి ఘోరంగా తయారయింది. ఒక్కొక్క క్షణం ఎంతో విలువ అయినది. మస్తిష్కం అనే భుషుండి ఆలోచనలనే రాళ్ళను విసిరివేస్తోంది. నేను గట్టిగా

పట్టుకుని కూర్చున్నాను. నిస్సహాయ పరిస్థితి. నిస్సహాయత పిల్లి లాంటిది. అది మనిషిని ఎలుకలా తయారుచేస్తుంది. చావనూచావనీయదు. బతుకును బతకనీయదు. ఈనాడు చిత్రసేనుడి రూపం ధరించి, ఊహించిన రూపంలో నా ఎదురుగుండావచ్చి నిల్చుంటోంది.

అరిష్టసేనుడు వెళ్ళి అర్థఘడియో, ఒక ఘడియో దాటుతోంది. దుర్యోధనుడి ఆచూకీ లేదు. ఇక ఆగడం వ్యర్థం. లేచి వాయుజిత్ కళ్ళాన్ని చేతబట్టి నేను ఒక్కడినేద్వైతవనంలో ప్రవేశించసాగాను. ఏ అశ్వికుడినీ నాతో పాటు మరణ మహాద్వారం దాకా తీసుకువెళ్ళడం నాకు ఇష్టం లేదు. ఒక వేళ దుర్యోధనుడి మృత్యువు గంధర్వసేనుడి చేతిలో ఉండి ఉంటే కర్ణుడు కూడా ఆ మృత్యువునే స్వీకరిస్తాడు. వెనక్కి చూడకుండానే నేను మళ్ళీ ద్వైతవనంలోకి ప్రవేశించడానికి గుర్రంపై ఒక గెంతు గెంతాను. ఇప్పుడు నా మనస్సు శాంతపడ్డది. ఎటువంటి ఆందోళన లేదు. మెల్లి మెల్లిగా అడుగులు వేస్తూ వాయుజిత్ కూడా శిథిలమైన మనస్సుతో నడక ప్రారంభించింది. అది దట్టమైన పొదలలోకి వెళ్ళబోతోంది. ఇంతలో దుర్యోధనుడు బయటకి వచ్చాడు. అతడి రెండు చేతులు రామేట పూలతో, చీమడ తీగలతో గట్టిగా కట్టేయబడి ఉన్నాయి. జీవితంలో మొదటి సారి అతడు తలవంచు కోవడంచూశాను. అప్పుడప్పుడు నిజం ఊహకన్నా ఎంతో భయంకరంగా ఉంటుంది. అతడి దేహంపైన ఉన్న రాజవస్త్రం అక్కడక్కడా చిరిగిపోయింది. బరువైనకాళ్ళను ఈడ్చుకుంటూ వస్తున్నాడు. జూలుతీసేయబడ్డ సింహంలా అతడు కనబడుతున్నాడు.

''రాజా!'' అతడు సురక్షితంగా ఉన్నాడు. ఆనందంతో గుర్రం నుండి గెంతాను. అతడిని కౌగిలించుకొంటూ పెద్దగా అరిచాను. అయినా కాని అతడి తలపైకి లేవలేదు. అతడి చేతులకు కట్టబడ్డ తీగలను తీసేసాను. ''నిన్ను విముక్తం చేయాలన్న దృఢ నిశ్చయంతో నేను తిరిగివచ్చాను. నిన్ను వెతుకుతున్నాను.'' అతడిని సంతోషపెట్టాలన్న ఉద్దేశ్యంతో అన్నాను. అయినా ఆనందంతో అతడి ముఖ కమలం వికసించలేదు. తడిసిపోయిన, చెట్టు కొమ్మలా అతడి వంచిన తల పైకి లేవలేదు. అతడు రాతిబొమ్మలా నిశ్శబ్దంగా నిల్చున్నాడు. దుర్యోధనుడు! యోధుల సామ్రాజ్యంలో గదాదండంలా సుదృఢ వీరుడు, కాడతెగిన కమల పుష్పంలా తల వంచుకునే నిల్చున్నాడు. నా ఏక నిష్ఠ మిత్రత్వంపైన అతడికి సందేహం వస్తోందా? అతడు దీనిని కర్ణుడి పలాయనంగా భావిస్తున్నాడా?

''అంగరాజా! నేను హస్తినాపురానికి వెనక్కి రాలేను. ఈ చెట్టుకింద, ఆసనం వేసుకుని నా ప్రాణాలను త్యాగం చేస్తాను.'' అతడి ప్రతీ మాట కాళ్ళకి కట్టబడ్డ బరువైన శృంఖలంలా అనిపిస్తోంది.

''ఏం? ఏం జరిగింది? రాజు ప్రాణం ఇష్టం వచ్చినప్పుడు మృత్యు మహానదిలో వదిలే నావలాంటిది కాదు. ఈ రాజధర్మాన్ని మరచిపోయావా?...

''ఎటువంటి రాజధర్మం? ఎటువంటి రాజు? ఎవరైతే మర్యాదగా లోకంలో జీవించలేడో వాడు రాజు ఎట్లా అవుతాడు?''

''అసలేమైంది? నువ్వు ఒంటరిగా ఉన్నావని చూసి చిత్రసేనుడు ఒక వేళ అవమానం చేసి ఉంటే వాడిని...''

"కర్ణా! చిత్రసేనుడు ఒక వేళ నా తలను మొండెం నుంచి వేరు చేసి ఉంటే, కాళ్ళ కింద నన్ను తొక్కేసి ఉంటే, రణభూమిలో ఆ వీరగతిని నేను ఎంతో సంతోషంగా స్వీకరించేవాడినే, కానీ.. కాని సాక్షాత్తు శత్రువుల చేతిలో బతుకు భిక్షని తీసుకుని ఇట్లా చేతులు కట్టుకుని వెనక్కి వచ్చాను. వీరుడి మరణం కన్నా వీరత్వం మరణిస్తే అది ఎంతో భయంకరం. నేను రాజుని కాను, గదా వీరుడిని కాను. ఎంతో గౌరవంగా జీవించే సాధారణ సైనికుడిని కాను. నీవు ఇప్పుడు ఏ తీగలని తీసేశావో వాటి ఆకులంత విలువ కూడా లేదు నా జీవితానికి."

"ఎందుకు? ఇటువంటి మాటలు మాట్లాడతావు? ఎవరిచ్చారు నీకు జీవన భిక్ష? మరి నీవెందుకు తీసుకున్నావు?"

"మీరందరూవెళ్ళిపోగానే నేను ఒంటరి వాడిని అయ్యాను. గంధర్వసేనుడు నన్ను చుట్టుముట్టాడు. ఒకే సమయంలో వేల మంది గంధర్వులు నాపైన దాడి చేశారు. అతడు నా అస్త్రాలను లాగేసుకున్నాడు. నా రెండు చేతులను తీగలతో బంధించాడు. దాదాపు గంధర్వులందరూ జయఘోష చేస్తూ వెళ్ళిపోయారు. చిత్రసేనుడు, నాలుగయిదు వందల మంది పథికులునన్ను అజ్ఞాత స్థానానికి తీసుకువెళ్లారు.

ఇంతలో...

"ఇంతలో... ఏమైంది?

ఎవరు వచ్చారు?"

"అర్జునుడు! అతడు ఏమీ ఆలోచించకుండా చిత్రసేనుడిని సవాల్ చేశాడు. అతడి ధనస్సు నుండి దూసుకువచ్చిన బాణాలు సరోవరాన్నే చీల్చేస్తాయి అనిపించింది. చిత్రసేనుడు నన్ను అదే అవస్థలో వదిలివేసి వెళ్ళిపోయాడు. చేతులు కట్టేసి ఉన్నాయి. లేకపోతే చిత్రసేనుడిని ఆపేసి అర్జునుడిపై దాడి చేసేవాడిని. చిత్రసేనుడు వెళ్ళగానే అతడు, నా ఎదురుగుండావచ్చి నిల్చున్నాడు. "సోదరుడి ఆజ్ఞ ప్రకారం నేను నిన్ను విముక్తుడిని చేశాను. ఇక మళ్ళీ ఎప్పుడూ ద్వైతవనంవైపుకి రాకు." విజయం ప్రాప్తించిన అహంకారంతో, ద్వైతవనం తన తండ్రి రాజ్యం అనుకొని గర్వంగా అన్నాడు. వాడితో పాటు ఒక అంగవైకల్యం గల రాక్షసపుత్రుడు కూడా ఉన్నాడు. వాడే నన్ను ఇక్కడికి తీసుకువచ్చాడు. నన్ను విముక్తం చేసిన అర్జునుడు నన్ను అవమానం చేయడానికి ఈ తీగలను అట్లాగే ఉంచేశాడు.

"చెప్పు కర్ణా! రాజుగా నేను ఏ ముఖం పెట్టుకుని నగరం వైపు తిరిగిరాను? రెక్కలు తెగిన గరుడ పక్షి పర్వత శిఖరాన్ని ఎందుకు కోరుకోవాలి? నేను ఇక్కడే ప్రాయోపవేశం చేస్తాను. నీవు వెళ్ళు." అతడి గాయపడ్డ మనస్సు, రక్తం, శబ్దాల రూపాన్ని ధరించి పెదవుల బయట నుండి కారుతోంది. ఇంతగా నిరాశ ఎప్పుడూఅతడి జీవితాన్ని స్పర్శించ నైనా స్పర్శించలేదు. అతడి మణికట్టు తీగల బిగింపు వలన, మనస్సు అర్జునుడి మాటల వలన నల్లబడ్డది. సాక్షాత్తు శత్రువు దగ్గర జీవిత దానం తీసుకునేటప్పుడు, ఏ మరణ ప్రాయమైన యాతనలు అనుభవించాడో, ఎవరి దగ్గర అయితే దుర్యోధనుడిలాంటి హస్తినాపురపు సామ్రాట్ మనస్సు ఉంటుందో వాళ్ళే అటువంటి యాతనను అనుభవించగలుగుతారు. అతడిని ఓదార్చే మాటలు కూడా నా దగ్గర లేవు.

''నీవు నగరానికి తిరిగి వెళ్ళాల్సిందే. ఎంతో ప్రచండమైన, అఖండమైన అగ్గిని కురిపించే సూర్యనారాయణుడు కూడా బాధాగ్రస్తుడవుతూనే ఉంటాడు. మేఘాలకు జన్మనిచ్చేమహాసాగరం పైన పిచ్చి అహంకారంతో కృప అనే జలవృష్టి కూడా కురిపిస్తాడు. దీనిని నీవు చూడలేదా?ఎవరు ఎవరికి జీవిత దానం చేస్తారు? జరాసంధుడు పదిహేడు సార్లు దాడులు జరిపాక, మధురని వదిలి వేసి ద్వారకకి వెళ్ళిపోయిన కృష్ణుడిని ఎవరైనా పిరికివాడుగా ఎంచారా? భీష్మ పితామహులచేత ఓడించబడ్డ జమదగ్ని పుత్రుడైన పరశురాముడిని ఎవరైనా పరాజిత యోధుడిగా ఎంచారా? దేవరాజు ఇంద్రుడిలాంటి వీరుడు, పరాజిత చక్రం కింద నలిగిపోలేదా? మహారాజు నహుషుడు పల్లకికి కట్టేసి, ఇంద్రుడి చేత పల్లకిని లాగించ లేదా? నీకు తెలియనిదా? క్షత్రియులు ప్రాయోపవేశం చేసి చావరు. సమరాంగణంలో మండుతున్న సూర్యకిరణాలలో శరీర చైతన్య కిరణాలని విలీనం చేయడానికే వాళ్ళు జన్మిస్తారు. ఇది పట్టుకో'' అరిష్టసేనుడి ద్వారా తీసుకురాబడ్డ గుర్రం కళ్ళాన్ని నేను అతడి చేతిలో పెట్టాను.

కొంచెం సేపయ్యాక దుర్యోధనుడు మేల్కొన్నాడు. ''కర్ణా! పురప్రజలు నిన్ను సూతపుత్రుడని పిలుస్తారు. కాని అసలు నీ మాటలు వింటే ఎవరైనా నమ్ముతారా? నేను ఇక్కడ క్రిమి కీటకాలులాగా చస్తే చావను పద...''

అతడు ఒక గెంతు గెంతి గుర్రం ఎక్కాడు. నేను హమ్మయ్య అని ఊపిరి పీల్చుకున్నాను. నేను వాయుజిత్ పైకి ఎక్కాను. మా గుర్రాలు మళ్ళీ నగరం వైపు పరుగెత్తాయి. వాటి గిట్టల కింద నుండి దుమ్మురేగుతోంది. కాని గాలి వీయడం వలన దుమ్ము చుట్టుపక్కల చెట్ల మొక్కలపైన పేరుకుంటోంది. నా మనస్సు శాంతిగా ఉంది. ఓడిపోయానే అన్న బాధ మనస్సులో ఎక్కడా లేదు. పలాయనం చేశానే అన్న బాధలేదు. వెనుకంజ వేసినా, అంతా సఫలీకృతం అయింది అన్న మిథ్య లేదు, సంతోషము లేదు. క్రితం సారి వేట నుండి తిరిగి వెళ్ళే సమయంలో ఎంత నిశ్చలమైన మనస్సుతో ఉన్నానో, ఈ సమయంలో కూడా అంతే నిశ్చింతగా ఉన్నాను. పైగా ఘోషయాత్ర చేయాల్సిన అవసరం లేకుండా పోయింది అన్న ఆలోచన నాకు తెలియని విచిత్రమైన సమాధానాన్ని మనస్సుకు కల్పించింది.

నగరం చేరాక, నాలికనునియంత్రించుకోలేని ఏ దాసి అయినా 'అంగరాజు కర్ణుడు యుద్ధం నుండి పారిపోయాడు' అని రహస్యంగా వాగినా ఇక నాకేమీ అనిపించదు. అసలు నేను చింతించను. పరీక్ష పెట్టే ఘడియలు ఎన్నో జీవితంలో ఎదురవుతాయి. ఈ ఘడియ ఎన్నటికి మరవ లేనిది, మరపురానిది. ఊహించనైనా ఊహించలేని ఘటన ఇది. ఇది జరగాల్సిన ఘటనయే.

26

''మహారాజా! మీరు సభకి రావాలని పితామహులు ఆజ్ఞాపించారు. '' మహామంత్రి విదురుల సేవకుడు భూర్జపత్రం పైన ఉన్న ఆజ్ఞాపత్రాన్ని నా ఎదురుగుండాపెట్టాడు. అతడు తలవంచుకుని నిల్చున్నాడు. మేము ద్వైతవనం నుండి రాజధానికి వచ్చి ఒక్క రోజు కూడా కాలేదు. పితామహులు వెంటనే సభను పిలుస్తున్నారు. ఆ పిలుపు ఒక విచిత్రమైన రూపాన్ని

ధరించి నా ఎదురుగుండానిల్చుంది. నిజానికి అది పిలుపు కాదు. ఆజ్ఞ. సభని మహారాజు కాదు.. పితామహులు పిలిచారు.

భూర్జపత్రంపైన పిలుపు కాదు. ఆజ్ఞ ఉంది. సభ జరిపించడానికి కారణం రాయలేదు. ఒక్క క్షణం కోపోద్రేకాలు మనస్సుల్లో కల్లోలం సృష్టిస్తున్నాయి. భూర్జ పత్రాన్ని చింపేయాలని దానిని అడ్డంగా పట్టుకున్నాను. కాని దాని మీద అతికి ఉన్న, పట్టువస్త్రం పైన వెండి దారాలతో కుట్టిన చిన్న ఆకారంలో సూర్య బింబం ఉన్న రాజచిహ్నం మెరిసింది. అది కురుల గౌరవనీయమైనరాజ ముద్ర. ఆ రాజ ముద్రకిపరంపరాగతమైన ఖ్యాతి, ప్రఖ్యాతలుఉన్నాయి. దాని ముందు ఎవరైనా తలవంచాల్సిందే. వ్యక్తి ఎంత గొప్పవాడైనా, రాజముద్ర ఎదురుగుండాతలవంచుకోవాల్సిందే. నేను నా ఆలోచనను మార్చుకున్నాను.

''నీవు వెళ్ళు.'' అతడు ఆ భూర్జ పత్రాన్ని ఒక బంగారం, వెండి తాపడం చేసిన రేకు పళ్ళెంలో తీసుకువచ్చాడు. దాంట్లోనే ఒక కర్ర ఆసనంపైన, గుండ్రటికొవొత్తి ఉంది. దానిని ఎత్తి ఆజ్ఞాపత్రం దొరికిందని తర్జనికి తొడుక్కున్న ఉంగరం చిహ్నం దాని మీద ముద్రించారు. దానిని మళ్ళీ పెట్టుకుని, అభివాదం చేసి పళ్ళాన్ని సంబాళిస్తూ వెళ్ళిపోయాడు.

పితామహుల ద్వారా పిలవబడ్డ మొదటి రాజసభ! దానికి నాకు రమ్మనమని ఆజ్ఞ! పితామహుల మనస్సులో ఏముందో? దేహంపైన రాజవస్త్రాన్ని ధరిస్తున్నప్పుడు నా మనస్సు, పర్వత శిఖరం పైనుండి పడే నీళ్ళు ఎన్నో ఎన్నెన్నో ప్రవాహాలలో ఏ దారి దొరికితే ఆ దారివైపు ఎట్లాప్రవహిస్తుందోఅట్లా పరుగెత్తుతోంది. సభకి అసలు కారణం తెలియడం లేదు.

ఎప్పటి లాగానే సభకి వెళ్ళే ముందు నేను ఆ రోజు కూడా రాధా మాత చరణ ధూళిని, తల మీద పెట్టుకున్నాను. దుర్యోధనుడితో పాటు నేను కూడా సభ్యులతో నిండిన సభా గృహంలోకి ప్రవేశించాను. కురు యోధులంతా అక్కడ ఉన్నారు. కాని సభను ఎందుకు పిలిచారో, అక్కడ ఎవరికీ తెలియదు. సభాగృహం నిండిపోయాక కార్యక్రమ నియమానుసారం ఉపోద్ఘాతం రూపంలో అమాత్యులు వృషవర్మ చెప్పసాగారు.''ఇవాళ రాజసభని పితామహులు పిలిచారు. కొంతమంది కురువీరులకు రాబోయే ఆపద గురించి హెచ్చరించాలని అనుకుంటున్నారు. వారి ప్రతిమాట, ప్రతి వ్యక్తికీ శిరోధార్యము. వారు ఏం చెబుతారో యోధులంతా శ్రద్ధగా వినండి. దీని ఉద్దేశం ఎవరినీ అవమాన పరచడం కాదు. పితామహుల గగనమంత పరాక్రమం గురించి, హస్తినాపురం కోసం వారు చేసిన త్యాగం గురించి చెప్పే సమయం ఇది కాదు. అయినా మన రాజ్య ప్రభావం, వారి ధ్వజ దండం లాంటి జీవనం కారణంగానే, ఆర్యావర్తంలో వృద్ధి చెందింది. దీనిని ఎవరూ మరిచిపోలేరు. ఈ సభా గృహంలో అందరికన్నా వయో వృద్ధులు వారు. వృద్ధుల అనుభవ జ్ఞానం ఒక ఔషధం లాంటిది. వారు చెప్పే ప్రతి మాటకి ఎంతో ప్రాముఖ్యత ఉంటుంది. మనస్సులోని వికృత ఆలోచనల వ్యాధిని వారు పెరికి పారేస్తారు. ద్వేషం కూడా ఒక జబ్బే. ఈ వ్యాధి అనే ఎండమావి వెనక పడటం వలన దేవతల, వైభవంతో కూడిన పెద్ద పెద్ద రాజ్యాలు నేల కూలిపోయాయి. ధూళిదూసరితమై పోయాయి. మనలో మనం కొట్లాడుకోవడం అంటే మన పళ్ళకిందే మన నాలుక నలిగిపోవడం లాంటిది. ఎవరైతే తెలివితేటలు కలవారో, భవిష్యత్తు దృష్టిలో వాళ్ళు ఎంతో నైపుణ్యంగా నాలుకని పళ్ళ కింద నుండి లాగేసుకుంటారు. దీని కోసం

ప్రేమ, సంయమనం ఎంతో అవసరం. ఎందుకంటే ద్వేషం వలన కపటం, కపటం నుండి క్రోధం, క్రోధం నుండి యుద్ధం పుడతాయి. యుద్ధాల వలన ఏ సమస్యా పరిష్కారం కాదు. మళ్ళీ సమస్య తలెత్తకుండా ఉండదు. పైగా వాటిల్లోంచి ఇంకా జటిలమైన ప్రశ్నలు పుడతాయి. అందువలనే ప్రేమ, సంయమనమే నిజమైన ధర్మం. ఈనాడు మనం అందరం కళ్ళు తెరిచి ఈ ధర్మాన్ని ఆచరణలో పెట్టాలి. లేకపోతే... లేకపోతే... ద్వేషం అనే కాగడా భగ భగ మండుతూ సమస్తాన్ని నలువైపుల నుండి బూడిద చేసేస్తుంది. అంతా దగ్ధం అయిపోతుంది. అందువలన నేడు మీరందరూ పితామహులు చెప్పే విలువైన, ఉదాత్తమైన హెచ్చరికలను శాంతియుతంగా వినాలి. ఎండిపోయిన పెదవులపైన నాలుకను తిప్పుతూ ఆయన కూర్చుండి పోయారు. ఆయన అన్న ప్రతి మాట ఎంతో వేడిగా వాడిగా ఉంది. ఇంతకు ముందు వారు ఎప్పుడూఇట్లా తీవ్రమైన ధోరణిలో మాట్లాడలేదు.

సభాగృహంలో ఒక్కక్షణం వాతావరణం అంతా నిశ్శబ్దంగా మారిపోయింది. అమాత్యుల వారి సంభాషణతో పితామహులు ఏం చెప్పబోతున్నారో, అంతో ఇంతో అందరూ ఊహించగలిగారు.

పితామహులు లేచి నిల్చున్నారు. ఈనాడు ప్రారంభం నుండి వారు కురుల రాజదండాన్ని మహారాజుల వారి చేతికి ఇవ్వకుండా తన చేతనే ధరించారు. వారి శరీరం మాట్లాడుతున్నప్పుడు, ఇంతకు ముందులా గజగజా వణకడం లేదు. వారు హిమాలయ ఉన్నత శిఖరంలా అచలంగా నిల్చుని ఉన్నారు. క్షణంలోనే ఆ శిఖరం నోటి నుండి శబ్దాల గంగా యమున సభా గృహం లోని అందరి పైన ప్రవహించడం మొదలు పెట్టింది.

"వీరుల్లారా! నా జీవితంలో నేను మొట్టమొదటిసారిగా ఇటువంటి సభను పిలిచాను. ఇదే చివరిది కూడా కావచ్చును. ఇప్పుడు నేను మీ ఎదురుగుండాకురు యోధుడి రూపంలో నిల్చోలేదు. పితామహుల రూపంలోనూ కాదు. పరశురాముల శిష్యుడు భీష్మ రూపంలోనూ కాదు, ఏ రాజ్యాన్ని నేను ఎప్పుడూఉపయోగించలేదో ఆ రాజ్యానికి సేవకుడి రూపంలోనూ కాదు, మీలాగా ఒక కంట్లో విజయ ఆనందాశ్రువులు, రెండో కంట్లో పరాజయ దుఃఖాశ్రువులతో జీవన సంఘర్షణని చూసే ఒక సాధారణ వ్యక్తి రూపంలో నిల్చుని ఉన్నాను. వయస్సులో వృద్ధుడనైనందున, మీ అందరి కన్నా నేను ఈ సంఘర్షణని ఎక్కువ కాలం చూశాను. లోతుగా చూశాను. నా జీవితంలో వారు ఎంతో దగ్గరగా సాక్షిగా ఉన్న వ్యక్తులందరూ తిరిగిరాని అనంతలోకానికి వెళ్ళిపోయారు. నేను వెనక ఈడుస్తూ బతుకుతున్నాను. ఇటువంటి బతుకు ఎందుకు బతుకుతున్నానో తెలుసా? మీ భాషలో మీకు తెలియ చెప్పడానికే నేను జీవిస్తున్నాను. ప్రకృతి మానవ మనస్సును ఎంత విచిత్రంగా తయారు చేసిందో మీకు తెలియ చెప్పాలనే నా తాపత్రయం. ఆరోజు రానే వచ్చింది.

"శ్రద్ధగా వినండి. స్వార్థం మనిషిని అన్నింటికన్నా క్రూరుడిగా తయారు చేస్తుంది. ఆకలిగొన్న సింహం వ్యథ చెంది, ఏదో ఒక ప్రాణిని చంపేసి తింటుంది కాని, తోటి సింహాన్ని చంపి ఎప్పుడూతినదు. కాని స్వార్థం వలన వ్యాకులత చెందే మానవుడు, ఒకళ్ళిద్దరిని కాదు, లక్షల మంది మనుష్యులని చంపేయడానికివెనకాముందులాడడు. సంకోచపడడు.

అసలు మనిషికి సింహం క్రూరమైన జంతువు అని అనే నైతికమైన అధికారం లేనే లేదు. విధాత ద్వారా నిర్మింపబడ్డ ఈ జీవనసృష్టిలో మనిషే అందరికన్నా క్రూరాతిక్రూరమైన జంతువు. అయినా పండితులందరూ మనిషిని సంస్కారవంతుడిగా భావిస్తారు. మానవుడు అందరికన్నా శ్రేష్ఠమైనవాడు. కాని ఎప్పుడు? తన స్వార్థాన్ని వదిలివేసి పరాయివాళ్ళ కోసం తన ఒక్కొక్క రక్తపు బొట్టును ధారపోసినప్పుడు. లేకపోతే మనిషి ధర్మం, అదృష్టం, రాజనీతి మొదలైన వాటి గురించి ఎంత డప్పుకొట్టుకున్నా దాని విలువ గుడ్డిగవ్వంతచెయ్యదు. మనిషికి అన్నింటికన్నా పెద్ద శాపం ఏదైనా ఉందంటే అది స్వార్థం అనే శాపం.

"భయంకరమైన స్వార్థానికి కట్టుబడి పోయాడు. ఆ చట్రంలో బిగుసుకుపోయాడు. అందుకే శ్రమను త్యాగం చేసి కపటాన్ని ఆశ్రయించాడు. లోకంలోని వ్యక్తులందరూ శ్రమ చేయకుండా కేవలం కపట బుద్ధి బలంపైనే స్వార్థాన్నే తెలివితేటలుగా ఎంచి బతుకుతున్నారు. ఇటువంటి దృశ్యాన్ని ఊహించుకోండి. ఏం కనిపిస్తుంది? ఈ రమణీయమైన అవని, మనిషికారణంగా తయారైన నరకంగా కనిపిస్తుంది. ఇటువంటి స్వార్ధాన్ని నిషేధించే సమయం వచ్చింది. అందుకే నేనీ సభకు పిలుపు నిచ్చాను.

"ప్రజల భవిష్యత్తు వాళ్ళ రాజుపైన ఆధారపడి ఉంటుంది. మీ, నా ఖర్మల కొద్దీ, నేడు ఇటువంటి కపటంతో కూడిన స్వార్థం నలువైపులా చుట్టుముట్టేసింది. అదే మన అందరి పైన దాడి చేస్తోంది. ఎవరు ఎవరిని దోషిగా నిలబెడతారు? అందరూ దారి తప్పిన వాళ్ళే. ఇందులో మొదటి క్షమించరాని దోషం మీ రాజుదే. ఈ ధృతరాష్ట్రుడిది. మన ప్రియ సోదరుడు పాండు దిగ్విజుడై ఈ రాజ్యాన్ని వైభవ శిఖరం దాకా తీసుకువెళ్లాడు. ఈనాటి ఈ వైభవం అంతా అతడి చలవే. ఈ విషయాన్ని అతడు పూర్తిగా మరిచిపోయాడు. ఆయన ఎప్పుడూతన పుత్రులను ఆపలేదు. వాళ్ళని ఒక్క మాట అయినా అనలేదు. అధికార లోభం వలన మనిషి గుడ్డివాడౌతాడని నేను విన్నాను. ఈ మాటను అబద్ధం అని నిరూపించే నిజం మీ రాజు రూపంలో ఎదురైంది. దురదృష్టం కొద్దీ ఈ గుడ్డిరాజు అధికార లోభం వలన కళ్ళు ఉన్నవాడిగా మారాడు. తన పుత్రుడిని ముందుకు పంపించి, అతడి రాజ్యాభిషేకం అనే పండని కలను, పగలు కూడా కంటూ ఉంటాడు. నిజానికి అతడి రాజనిష్ఠ ధన్యం అయింది.

అమాత్యులు వృషవర్మ, వృద్ధుల వచనాలు ఔషధాల లాంటివి అని చెప్పారు. ఆ ఔషధంలో ఎంత మంచిగుణం ఉన్నా, రోగి సరిగ్గా పథ్యాన్ని చేయకపోతే దాని ప్రయోజనం అంతగా ఉండదు, అని నేనంటాను. సరళమైన, స్పష్టమైన మాటలతో నేను ఒక ప్రశ్న వేస్తున్నాను. ధృతరాష్ట్రుడు ఇప్పటికీ ఇంకా తన మానస చక్షువులను తెరవడా? అతడి పుత్రుడు దుర్యోధనుడు ఇప్పుడైనా రాజకీయం అనే పథ్యాన్ని చేస్తాడా? చేయడా? మీరందరూఇప్పుడు శాంతియుతమైన మనస్సుతో నిజానిజాల గురించి ఆలోచించలేరా?

"ఇప్పుడు మనం ఏ సభా గృహంలో కూర్చున్నామో, ఆ సభ ఎన్ని అభిమానంతో కూడిన సంఘటనలు చూసిందో, మీ అందరిలో ఏ ఒక్కరికైనాగుర్తుందా? మహారాజు హస్తికి చెందిన ఈ హస్తినాపురం వందల సంవత్సరాల నుంచి తల ఎత్తి ఆర్యావర్తనానికి నేతృత్వం వహిస్తోంది. ఈ రాజసింహాసనాన్ని తపతిపుత్రుడు కురు, శుభాంగి పుత్రుడు విదూరథుడు, సుప్రియ పుత్రుడు

అనఘనుడు, అమృతపుత్రుడు పరీక్షితుడు, సువేషాపుత్రుడు భీమసేనుడు, సుకుమారీ పుత్రుడు ప్రతీపుడు, నా మహామాత సునంద పుత్రుడు మహారాజు శంతనుడు లాంటి శక్తివంతులు, విశాల హృదయంగల వీరులు శుశోభితం చేశారు. రాజ సింహాసనానికి పేరు ప్రతిష్టలు తెచ్చారు. వాళ్ళ కీర్తి ప్రతిష్టలకు వన్నె తెచ్చాడు పాండురాజు. తన దిగ్విజయంతో దండోరా వేశాడు. నలువైపులాప్రతిధ్వనింపచేశాడు... మరి నేడు! ఈనాడు ఎటువంటి పరిస్థితి వచ్చిందంటే జరుగుతున్న ప్రతి సంఘటనను తలవంచుకోవాల్సి వస్తోంది. ఈ సభలో ద్రౌపది ఎంత ఘోరమైన అవమానానికి గురి అయ్యింది. అసలు అది పురుషార్థమా? వీరత్వమా! జూదంలో పాచికలతో పాండవుల చేత స్థాపింపబడినసంపన్నమైన రాజ్యాన్ని వాళ్ళ చేతుల నుండే లాక్కోవడం ఏ ధర్మం కిందవస్తోంది? అసలు అది ధర్మమేనా? ఇంత జరిగినా దుర్యోధనుడు శాంతిగా ఉన్నాడా? ఈ విషయంలో ధృతరాష్ట్రుడు ఎప్పుడైనా నోరు విప్పాడా? లేదు. ఒక్క మాట మాట్లాడలేదు. అందుకే ఇక ఇప్పుడు తప్పనిసరియై నాకు చెప్పాల్సిన అవసరం ఏర్పడ్డది.''

''దుర్యోధనుడు, దుశ్శాసనుడు, వికర్ణుడు, చిత్రసేనుడు, దుఃసహుడు, జయుడు, సత్యవ్రతుడు, దుర్మాషురుడు, పురుమిత్రుడు, వివంసితుడు, మహారథీ ధృతరాష్ట్ర పుత్రుల్లారా? శకుని, అశ్వత్థామ, జయద్రథ మొదలైన అతిరథులులారా! మనం ఇక ఎక్కడైనా ఆగిపోవాలా? ఒద్దా?

''దుర్యోధనా! ప్రజలు నిన్ను ద్వేష మహావృక్షం అని పిలుస్తూ నిందించే కన్నా సమర్థుడైన గదావీరుడుగా కీర్తి ప్రతిష్ఠలను అర్జించు, ఇదే మేలైనది. పాండవుల విషయాన్ని మస్తిష్కం నుండి తీసేసేయి, ఎందుకంటే నిన్ననే నీవు ద్వైతవనం నుండి సురక్షితంగా బయటపడ్డావు, అర్జునుడి మూలంగా రక్షింపబడ్డావు... కర్ణుడి కారణంగా కాదు. మనస్సులో ఏ ఉద్దేశం పెట్టుకుని నీవు ద్వైతవనానికివెళ్ళావో దానిని గంధర్వ చిత్రసేనుడు చిన్నాభిన్నం చేసేశాడు. కర్ణుడు యుద్ధభూమి నుంచి పారిపోయి వచ్చాడు. ఎవడి పురుషార్థంపైన నీకింతగర్వమో, ఎవరినైతే వీరుడని అనుకుంటున్నావో, ఆ కర్ణుడు ఇప్పటి దాకా అసలు ఏ పరాక్రమాన్ని చూపెట్టాడు? అందరి ఎదుట ఏ ఆదర్శాన్ని నిలబెట్టాడు? ఏ విలువైన నేతృత్వం అతడు చేశాడు? అర్జునుడు అజేయ ధనుర్ధరుడు. కిరాత రూపంలో ఉన్న సాక్షాత్తు శంకరుడిని అతడు ఓడించాడు. ఖాండవ వనంలో ఇంద్రప్రస్థరాజ్యాన్ని స్థాపించేటప్పుడు, కృద్ధుడై కోపంతో ఊగిపోతూ దాడి చేసిన వరుణుడిని సైతం అతడే గెలిచాడు. అతడి నుండి బాణాలతో సహా అంబులపొది ఉన్న గాండీవ ధనస్సును పొందాడు. స్వయంవరంలో మత్స్యయంత్రాన్ని అర్జునుడే ఛేదించాడు. నిన్న తన ప్రాణాలకు సైతం తెగించి, నిన్ను గంధర్వుడి నుండి రక్షించి, నీకు ప్రాణదానం చేశాడు. అర్జునుడిని గెలవడం అంత సులభం కాదు. నీవు ఎవరిపై అభిమానం కురిపిస్తున్నావో, ఆ కర్ణుడు అర్జునుడితో పాటు కూర్చోను కూడా కూర్చోలేదు. అందువలనే ఈ సమయంలో మహారథుడు, అతిమహారథులు జాబితాలో కర్ణుడిని నేను చేర్చలేదు.

''యువరాజా! మంచీచెడు ఆలోచనలు మనస్సులోనే పుడతాయి. మొత్తం ప్రపంచాన్నైనా గెలవవచ్చును కాని మనస్సును గెలవడం చాలా కష్టం. అందువలన నీవు నిజమైన వీరుడివైతే నీ మానస అర్జునుడిని గెలువు. రాజ్యలోభం అనే ఆలోచనను నీ మనస్సు నుండి పెరికి పడేసేయి.

పాండవులు, కౌరవులు ఇద్దరు ఒకరితో ఒకరు చేయివేసి ముందుకు నడిస్తేనే, ఈ రాజ్యం నిలుస్తుంది. ఇంకా ఇప్పటికి సమయం మించి పోలేదు. సేనాపతిని పంపించి పాండవులకు నచ్చచెప్పి వెనక్కి పిలిపించండి.

''ఒక వేళ అట్లా జరగకపోతే, ఏ రాజదండాన్ని చేతిలోకి తీసుకోవాలని తీవ్రమైన కోరికతో పాండవుల వినాశనానికి ఒకదాని తర్వాత భయంకరమైన, క్రూరమైన ప్రణాళికలు తయారుచేస్తున్నారో వాటి ఫలితం చాలా ఘోరంగా ఉంటుంది. ఈ సభా గృహంలో కూర్చున్న వందలమంది వీరాధి వీరులకు, సింహాల్లాంటి వాళ్ళకు ఘోరాతిఘోరమైన ఫలితాలను అనుభవించాల్సి ఉంటుంది. ధేనువుడు, ధాములు, ధనం, ధరిత్రి వీటన్నింటి కన్నా వీరాధివీరుల ప్రాణాలు వెయ్యి రెట్లువిలువైనవి. ఎందుకంటే రాజ్యం కీర్తిని వాళ్ళే మూదుపూలు, ఆరుకాయలుగా పెంపొందిస్తారు. దిగంతాల దాకా కీర్తిప్రతిష్ఠలను తీసుకువెళ్తారు.

''దుర్యోధనా! నీవు ఈ వీరాధివీరులందరినీ, మృత్యువు అనే మహానది వైపు తీసుకువెళ్తున్నావు. భీముడికి విషం ఇచ్చే ఆలోచన దుర్యోధనా నీదేకదా! వారణావతంలోలాక్ష గృహంలో కుంతీతో పాటు పాండవులందరిని దగ్ధం చేయాలన్న దుర్బుద్ధి నీకేగా పుట్టింది? రాజ్యం అడిగిన పాండవులను ఖాండవవనాన్ని దానం ఇవ్వాలన్న లోక విరుద్ధమైన ఉదారత్వం నీదేకదా! జూదం గవ్వలను పైకి విసిరివేసే శకుని చేయిచూచి చప్పట్లు కొట్టడానికి మొట్ట మొదట నీ చేయేగాలేచింది. ఏ స్త్రీ చరణాల ధూళిని శిరస్సునధరించాలో, అటువంటి సాధ్వి ద్రౌపదికి ఏ ఆచ్ఛాదన లేని తొడలు చూపించిన గదావీరుడివినీవేగా. ఏ నాలికతో అయితే దేవమంత్రాన్ని ఉచ్చరిస్తూ అనాథలకు దానం ఇవ్వబదుతుందో, ఆ నాలిక తోటే సూర్య ప్రకాశం అంత పవిత్రమైన రాజమాత కుంతీని కళంకిత అంటూ పరిహాసం చేస్తూ అట్టహాసంగా నవ్వింది నువ్వేగా దుర్యోధనా! ఇంకా.. ఇంకా.. నిన్న వీరత్వం లేని సూతపుత్రుడైన కర్ణుడి చేయిని నీ చేతిలోకి తీసుకుని, ఇంద్రప్రస్థ దాసీలతో పాండవులను పరిహసించదానికి వెళ్తూ అక్కడి నుండి తీగలతో చేతులు కట్టి వేయించుకుని వెనక్కివచ్చిన పురుషార్థ హీనమైనజలక్రీడ చేసిన వాడివి నీవేకదా దుర్యోధనా?

''దుర్యోధనా! కర్ణా! ఈ రాజదండం ఒక వేళ మిమ్మల్ని మదాంధులుగా చేసి, కురుల భావి వైభవస్వరూపాలైన, ఈ వందల వీర యోధుల ప్రాణాలతో చెలగాటం ఆడే, క్రూరమైన ఈ జూదాన్ని మళ్ళీ, మళ్ళీ ఆడమని ప్రోత్సహించే ఈ రాజదండం, వీరాధి వీరుల ప్రాణాలకన్నా ఎంత క్షుద్రమైనదో నీతోపాటు ఈ పరాక్రమ వంతులకు స్పష్టం చేయడానికి, నేడు శంతనుడి పుత్రుడు భీష్ముడు దీనిని విసిరి పడేస్తున్నాడు.''

చేయిపైకెత్తి ఆయన సువర్ణ రాజదండాన్ని సభాగృహం మధ్య భాగంలో విసిరివేశాడు. ఆ రాజదండం నేల మీద సరసరా అంటూదొర్లుతూ, దుర్యోధనుడి పాదాల దగ్గరికి వచ్చి ఆగిపోయింది. దుర్యోధనుడితో సహా వీరాధివీరులందరు ఒక్కసారిగా, శరీరంపైన పిడుగు పడ్డట్టుగా లేచి నిల్చున్నారు. ఖిన్నమైన మనస్సుతో నేను ఒక్కడినేకూర్చుని ఉన్నాను. రాజదండాన్ని విసిరివేసిన ఆ వృద్ధుడైన యోధుడు ఎత్తైనదేవదారు వృక్షంలా ఇప్పుడు గజగజ వణికిపోతున్నాడు. ఆయన నుదిటిన పడ్డ ముడతల మధ్య చెమటచుక్కలు మెరుస్తున్నాయి.

గోదాలో లక్ష్యభేధం... కాంపిల్య నగరంలో మత్స్యయంత్రఛేదన, ఇంద్రప్రస్థంలో శిశుపాల వధ ఇంకా... ఇంకా... ఈ సభలోనే ద్రౌపదీ వస్త్రాపహరణం... ఈ సంఘటలన్నింటిలోనూ ఏ సంఘటనా, ఇప్పుడు జరిగిన ఈ సంఘటనకన్నా నన్ను ప్రభావితం చేయలేదు.

మందంగా స్పందిస్తున్న ఆ రాజదండంవైపు చూస్తూ ఎక్కడి నుండో ఆలోచనల ఒక కంపనం నా మనస్సులో ఈదుతోంది. వెంటనే రాజదండాన్ని చేతిలో తీసుకుని నేను పైకి ఎత్తాను. కలగాపులగంగా భావాల రకరకాల దృశ్యాలు, వీరాధివీరులకళ్ళల్లో పొంగి వస్తున్నాయి. ఇప్పుడు నేను ఏం చేస్తాను? ఇదే ప్రశ్నను వాళ్ళందరూమౌనభాషలో నన్ను అడుగుతున్నారు.

"కూర్చోండి.." నేను మాటల గదను తిప్పాను. సముద్రంలో జ్వాలాముఖి తగ్గిపోయినట్లుగా వాళ్లందరూ కింద కూర్చున్నారు. నా శరీరంలో రక్త కణాలు ఎంతో తేజోవంతంగా భ్రమణం చేస్తున్నాయి. కను కొనలు యజ్ఞగుండంలా ప్రజ్వలితం అవుతున్నాయి. చెవుల రక్షణక్షేత్రంలో ఎవరో శబ్దాల శంఖాన్ని, కంఠంలోని నరాలను ఉబ్బిస్తూ ఊదుతున్నారు. 'కర్ణుడు' అర్జునుడి దగ్గరగా కూడా కూర్చోలేడు. పరాక్రమ శూన్యుడు, పరాజితుడు, పలాయనం చేసే కర్ణుడు! కర్ణుడు ఏ పరాక్రమం చూపెట్టాడు? దేనికి నేతృత్వాన్ని వహించాడు? అర్జునుడు అజేయ ధనుర్ధరుడు.

ఒక చేయిని చెవిపైన పెట్టి, ఎత్తిన చేయిని ఊపుతూ శక్తిఉన్నంత మేర తీవ్రమైన కంఠంతో అన్నాను– "నేను పరాక్రమ శూన్యుడినికాను, నేను పలాయనం చేయలేదు, కర్ణుడు అర్జునుడి ఎదుట ఎంతమాత్రం తీసిపోని తుచ్ఛుడుకాదు, నన్ను హీనంగా చూసే పితామహుల వారికి, అర్జునుడు కర్ణుడి ఎదుట నిల్చోనైనానిల్చోలేడుఅని నిరూపిస్తాను. యుద్ధాలలో ప్రాప్తించే విజయాల సంఖ్య పరాక్రమానికి గీటురాయి అయితే, అంగరాజుగా కాదు, రాజు దుర్యోధనుడి మిత్రుడిగా కాదు, కౌరవుల సభలోని ఒక వీరుడిగా కాదు, సూతపుత్రుడు రాధేయ కర్ణుడిలా, ఈ రాజదండాన్ని సమస్త ఆర్యావర్తంలోఅజేయుడైతిప్పుతాను. ఎన్ని దేశాలైనా సరే, ఎంతమంది రాజులనైనా సరే అమాత్యులు వృషవర్మకితెలుసో, ఆయా దేశాలకు, ఆయా రాజులను ఈ పవిత్రమైన రాజదండం ఎదుట తలవంచేలా చేస్తాను. వర్ష ఋతువు అయిపోగానే నేను రాజదండాన్ని తీసుకుని నగర సరిహద్దుల నుండి బయటకి వెళ్ళిపోతాను, ఎవరు ఎప్పుడూఅటువంటి దిగ్విజయాన్ని సాధించి ఉండరు. నేను దిగ్విజయుడనై తిరిగివస్తాను. యయాతి మహారాజు హస్తినాపురంలో యశస్వి అయి మళ్ళీ కాలు పెడతాను... అన్యథా... అన్యథా.. సమరాంగణంలో నన్ను నేను బలి ఇచ్చుకుంటాను. మరెవరూఇంకేమీ అనుకోకుండా విజయోన్మాదినైశ్రీకృష్ణులమధుర, ద్వారకల పైన ఈ రెండు రాజ్యాలపైన నేను ఎన్నటికీ దాడి చేయను. ఈ ప్రకటన నేను మృత్యువో లేక పరాజయ భయం వలన ఎంతమాత్రం చేయడంలేదు. నేను ఎందుకు చేస్తున్నానో చెప్పాల్సిన అవసరం లేదు. ఇది మాత్రం నిజం, ఈ ప్రకటన కేవలం శ్రీకృష్ణులవారి కోసమే. ఇకముందు ఎవరూ మళ్ళీ కర్ణుడుని అర్జునుడిని సమానంగా చూచే ప్రయత్నం ఎంతమాత్రం చేయవద్దు. నేను గోదాలోద్వంద యుద్ధం కోసం సవాల్ చేశాను. అది యథాతథంగా అట్లానే ఉంది. శ్రీకృష్ణుడు లేకుండా అర్జునుడు విరిగిన, నాదంలేని ఖడ్గం. ఇదే విధంగా పితామహులు, రాజు దుర్యోధనుడిపైన చేసిన ఆరోపణలన్నీ ఒకే పక్షం వైపువే. బాల్యంలోనే దుర్యోధనుడి ముగ్గురి సోదరులను జలక్రీడ నెపంతో ప్రాణాలు పోయేదాకా నీళ్ళల్లో

ముంచి ఉంచిన భీముడు పితామహులకి కనిపించలేదా? గోదాలో నన్ను చేత కొరడా బట్టుఅంటూ చేసిన వికటహాసాన్ని వారు మరచిపోయారా? రాజసూయ యజ్ఞంలో, యువరాజు దుర్యోధనుడిని పశువుల లెక్క చూడు, వాటిపై దృష్టి ఉంచు అని ఆదేశం ఇచ్చే సమయంలో ఆయన న్యాయ ప్రియనిష్ఠ ఏమైంది? ''గుడ్డివాడి పుత్రుడు కూడా గుడ్డివాడే అవుతాడు.'' అని అన్న పాంచాలిని వారెరగరా? ఇంకా నిన్న... నిన్న అర్జునుడు స్వయంగా రాజు దుర్యోధనుడిని, గంధర్వుల నుండి విముక్తుడిని చేయలేదు. యుధిష్ఠరుడి ఆజ్ఞను శిరసావహించాడు అంతే.. అన్యథా, దుర్యోధనుడి చేతులను కట్టేసిన ఆ తీగలను ఆయనే స్వయంగా తెంపేసే వాడే కదా! అసలు నాకేమనిపిస్తోందంటే కౌరవులు, పాండవుల కలయిక పగలురాత్రి కలవడం ఎట్లాఅసంభవమో, అంతే అసంభవం.

''పితామహులు ఈ రాజదండాన్ని క్షుద్రమైనదిఅని అంటున్నారు. కాని నా ఉద్దేశంలో ఈ రాజదండం స్వర్గంలోని రాజ్యం కన్నా ఎంతో శ్రేష్ఠమైనది. స్వయంగా వారు ఈ రాజదండం నిష్కళంక ప్రతిష్ఠ కోసం తన గురువు జమదగ్ని పుత్రుడు, పరశురాముడితో ఘోర యుద్ధం చేయలేదా? దీన్ని వారు మరచి పోవచ్చు, కాని మేము మరవలేదు. ఇక ముందు గురువులలో శ్రేష్ఠుడైన వారే, భవిష్యత్తులో ఈ రాజదండం ఎదుట అందరికన్నా ముందు తలవంచాల్సిన అవసరం రాదు అని ఎవరైనా చెప్పగలరా?

''దేవుడిపైన అరణ్యంలోని గడ్డీగాదం నిండే ఉంటుంది. కాని గరికని మాత్రమే పూజకు ఉపయోగిస్తారు. ఇదేవిధంగా ఈ లోకంలో పర్వతాలు కోకొల్లలు కాని హిమాలయం హిమాలయమే. దానికి ఏదీ సాటిరాదు. ఇదే విధంగా ఎందరో స్త్రీలు ఉంటారు కాని తల్లి చరణధూళినే నెత్తిన దాలుస్తారు. ఈ హస్తినాపురంలో వీరాధివీరులు చాలా మంది ఉన్నారు. కాని రాజదండాన్ని విసిరివేసే ధైర్యం ఒక్క పితామహులకే ఉంది. ఆకాశంలో ఎన్నో తేజోవంతమైన గోళాలు ఉన్నాయి. కాని సూర్యగోళం ఒకటే ఉంది. ఇదే విధంగా... ఈ రాజదండం సర్వశ్రేష్ఠమైనది అందుకే నేను ప్రాణాలకు తెగించి, ముందుకు వచ్చి దీనిని ఎత్తాను. చేతబట్టాను. ఇక ఇప్పుడు ఇది నేలన జారిపడదు. ఒక వేళ అటువంటి అవసరం వచ్చినా, ఖడ్గం ఖడ్గంతో భేటీ పడతాయి. గదల నుండి నిప్పుకణాలు కురుస్తాయి. బాణాల వర్షం కురుస్తుంది. చక్రాల ఇరుసులు తిరుగుతాయి. రక్తపుటేరులుపారుతాయి. అయినా ఈ రాజదండం వాటన్నింటిపైనే ఉంటుంది. దానిదే పైచేయి. ఎందుకంటే ఇది కౌరవులది. హస్తినాపురానిది. దీనికో శ్రేష్ఠ పరంపర ఉంది. ఇది తరతరాల సంపత్తి. అందుకే దీనిని నేను చేతబట్టాను. నిలిపాను. ఎంత పెద్ద ఎత్తులో నిరాశచెంది పితామహులు దీనిని విసిరి వేశారో, అంతే పెద్ద ఎత్తులో నిర్ణయం తీసుకుని, పితామహుల చరణాలపై ఒట్టువేసి చెబుతున్నాను, దీన్ని ఆకాశం అంత ఔన్నత్యానికి తీసుకువెళ్తాను. వర్ష ఋతువు తర్వాత.. ఈ కార్యం జరిగి తీరుతుంది'' నా శరీరం అంతా గజగజా వణుకుతోంది. నేను ఏం చెప్పాను, ఎట్లా చెప్పాను, ఎంత చెప్పాను, అసలు నాకే తెలియదు ఏం చెప్పానో... శరీరం అనే ఇనుపబిళ్ళ బాగా వేడెక్కి మండుతోంది.

''అంగరాజు కర్ణుడికి...''

''జయము...జయము...జయహో..జయహో...

సభాగృహంపైకప్పు వీరాధివీరులజయఘోషతో కంపిస్తోంది. నా చేయి అనేకానేక భావోద్వేగాల స్పందనం వలన గజగజ వణుకుతోంది.

''శాంతం... శాంతం...'' రాజదండాన్ని పైకెత్తి ఉన్న నా చేయితో మరో చేయి దగ్గరగా వచ్చింది. అతడు దుర్యోధనుడు, రెండో చేత్తో అందరిని శాంతంగా ఉండమని సంజ్ఞ చేస్తున్నాడు. అందరూ మౌనంగా అయిపోయారు. అప్పుడు అతడు తక్కువ శబ్దాలతో ఎంతో విలువైన మాట చెప్పాడు.

''దిగ్విజయం కోసం సరిహద్దుల ఆవలివైపు ప్రస్థానం జరిపే నా పరమ మిత్రుడు కర్ణుడి వెనక నేను కౌరవుల నాలుగుఅక్షణులసశస్త్ర సైన్యాన్ని నిల్చోబెడతాను. ఈ సేనలో ఎనభైఏడు వేల నాలుగు వందల ఎనభై రథాలు, ఎన్నో ఏనుగులు, రెండు లక్షల ఆరువేల నాలుగువందల ఉత్తమమైనఅశ్వికులను, నాలుగు లక్షల ముప్పై మూడు వేల ఉన్నత పదాధికారులైన యోధులను అంటే మొత్తం ఎనిమిది లక్షల 74 వేల ఎనిమిది వందల సైన్యం శక్తి ఉంటుంది. ఈ వర్షాకాలం అయ్యాక నదులలో జలం తక్కువ అవుతుంది. కానీ కురుల కీర్తి సముద్రంలో ఆటు వస్తుంది. పితామహుల ద్వారా పిలవబడ్డ ఈ మొదటి రాజసభకు నేను మొదటిసారిగా స్వస్తి చెబుతున్నాను. ఆహ్వానితులైనమహానుభావులందరు ఇక తిరిగి వెళ్ళవచ్చు.'' అతడు రాజదండాన్ని నా చేతిలో నుండి ఎంతో గౌరవంగా తన చేతిలోకి తీసుకున్నాడు. ఇకముందు రాజదండం అతడి చేతిలోఉండాల్సిందే కదా.

ఏడవ భాగము

శోణుడు

“నీ పదునైన ఖడ్గంతో నీ బుజం చివర చిన్న ముక్కని కోయి,
అప్పుడు కవచకుండలాలని తొలగించడం సులభమవుతుంది.” – దేవేంద్రుడు

1

కుండపోత వర్షం, రాజధాని కోట, బురుజులు, గోపురాలు, కలశాల పైన తన పరాక్రమాన్ని చూపించడం మొదలు పెట్టింది. వర్షఋతువు ఆగమనంతో సైనికుల బహిరంగ ప్రాంగణాలలో జరిగే శూల, తోమర, ఖడ్గం మొదలైన వాటితో సాగే వ్యాయామాలు అన్నీ వాటంతట అవే మూసివేయబడ్డాయి. దినచర్య అంతా శిథిలం అయిపోయింది. కొందరు రైతులు పొలాలలో భూమిని దున్నడానికి, విత్తనాలు నాటడానికి మోదుగుచెట్ల ఆకులను చిన్న చిన్న గొడుగులుగా తయారు చేసి ప్రాతఃకాలం, సంధ్యాకాలం, వాటిని వేసుకుని తిరగడం కనిపించింది. ఆషాఢ, శ్రావణ మాసాలు గడిచిపోయాయి. మహాపరద. అశుభ్రమైన మట్టినీళ్ళు గంగానదిలో తీవ్ర వేగంతో ఉప్పొంగుతూ గర్జిస్తూ ప్రవహిస్తున్నాయి. గలగల ఉప్పొంగుతున్న అలల పై నుండి వస్తున్న తుషారు బిందువులతో ఒడ్డున ఉన్న ధాన్యపు కలుపు మొక్కల ఆకుపచ్చటి ఆకులు శుభ్రం కాసాగాయి. నా మనస్సు కూడా, నా శూర వీరుడైన సోదరుడి దిగ్విజయం చేస్తాను అన్న ప్రతిజ్ఞవలన తృప్తి చెందింది. రాజభవనంలో అందరి నోట ఒకటే మాట. అంగరాజు కర్ణుడి దిగ్విజయం. గంగ వరదలు ఎప్పుడు ఆగిపోతాయో, నీళ్ళన్నీ ఎప్పుడు గంగలో కలిసిపోతాయోఅని అందరూ ఎదురు చూస్తున్నారు. అన్నయ్య గవాక్షాల చిన్న కిటికీల దగ్గర నిల్చుని గంటల తరబడి గంగ అలలు రోజురోజుకూ తగ్గడం చూస్తూ ఉండేవాడు. లోహాగారాలలో వందల ఇనుప బాణాలు, పరశు, బల్లాలు, కత్తులూ కఠారులు మొనలకి భట్టీలను వెలిగించి అహర్నిశలు వాటికి పదును పెడుతున్నారు. వర్షాకాలం వచ్చే అకూర, అకలా అనే రోగాల నుండి గుర్రాల గిట్టలను సంరక్షించడానికి అశ్వ పాలులు, వాటి మీద ఔషధ వనస్పతుల రసాలను పోస్తున్నారు. సాగవృక్షాలకట్టె చాలా కాలం వరకు పాడుకాదు. వడ్రంగి వాళ్ళు ఈ కట్టెలని చీల్చి పడవలను తయారు చేస్తున్నారు. నేను స్వయంగా అన్నయ్య అశ్వం వాయుజిత్ మంచి చెడ్డలను చూస్తున్నాను.

భాద్రపదం అశ్విని మాసాలు గడిచిపోయాయి. వర్షాలు తగ్గాయి. గంగలోని ఉప్పెన, సాగరానికి తన ప్రేమకు స్వచ్ఛందంగా దానం ఇచ్చి మళ్ళీ సాధారణంగా అయిపోయింది. పొలాలలో షస్యుల మొక్కలు ఒళ్ళువిరుచుకుంటున్నాయి. చెట్ల ఆకుల మీద నీటి బొట్లు టపటప పడటం ఆగిపోయాయి. ఈల వేసే గాలి తన స్వరాన్ని వెతుక్కుంటూ ఎక్కడికో దూరంగా వెళ్ళిపోయింది. అవని కోమలమైన అంకురాలతో ఒక కొత్త వస్త్రధారణ చేసింది. నేల ఎంతో

అందంగా అలంకరించుకుంది. కార్తీక మాసం సమాప్తం అయిపోయింది. పక్షులు రెక్కలు అల్లార్చాయి. ఐదు నెలల దీర్ఘ వియోగం తరువాత సూర్య కిరణాలు రాజభవనపు శుభ్రధవళ శిఖరాలని మొదటి సరిగా స్పృశించాయి. కళకళలాడుతున్న పొలాల చుట్టుపట్ల పావురాలు, భరద్వాజ పక్షులు ఎగురుతున్నాయి.

ఒక రోజు నేను, అన్నయ్య నది లోతుపాతులను చూశాము.

ఇప్పుడు నౌకల సహాయంతో నదిని దాటవచ్చు. రాజభవనంలోని గుర్రాలు, అశ్వశాలలో సకిలిస్తూ, గిట్టలతో నేలను తవ్వుతూ, కాళ్ళ కింద గోతులను తవ్వడం మొదలు పెట్టాయి. దిగ్విజయం కోసం రాజు నగరం బయటకి వచ్చే శుభ సమయం వచ్చేసింది. రాజ జ్యోతిష్కులతో పరామర్శించి ప్రస్థానం కోసం ముహూర్తం నిర్ణయం చేయడం అయింది. మార్గశీర్ష శుక్ల పంచమి రోజు ప్రస్థానం గావించాలి.

శుక్ల చతుర్థి రాత్రి యోధులు, సైనికులు, భార వాహకులు, సేవకులు మొదలైనవారందరూ సిద్ధంగా ఉండాలని ఆజ్ఞ జారీ చేశారు. నా మనస్సు ఉత్సాహం అనే తుంపరలతో స్వచ్ఛం కాసాగింది. అన్నయ్య దిగ్విజయం కోసం సరిహద్దుల బయటకి ప్రస్థానం అవబోతున్నారు. బాల్యంలో అందరూ అన్నయ్యని ఒక రాతి సింహాసనంపై కూర్చోపెట్టారు. రాయిలా దృఢంగా ఆయన అంగదేశపు సింహాసనాన్ని అలంకరించారు. ఇక ఇప్పుడు.. ఇప్పుడు.. అఖిల ఆర్యావర్తం పైన దిగ్విజయాన్ని పొంది, వీరాధి వీరుల మనసుల ప్రేమ సింహాసనాలను గెలవడం కోసం బయలుదేరుతున్నారు. అంగరాజు! కర్ణుడు!.. ఊహు.. నా వసు అన్నయ్య... వసు అన్నయ్య ఇప్పుడు దేశ దేశాల రాజులను, దంతాలకింద గడ్డి పోచలను అదిమిపెట్టి శరణుచొచ్చేలా చేస్తారు.. అందరిని వివశులుగా చేస్తారు. ఈ సంపూర్ణ దిగ్విజయ యాత్రలో వారికి సారథ్యం నేనే వహించాలి. వంద యువరాజులు, శకుని మామ, అశ్వత్థామ, జయద్రథుడు, సేనాపతి – వీళ్ళలో ఎవరినీ తనతో తీసుకువెళ్ళడం లేదు. ఆయన ఒక్కరే ప్రస్థానం గావిస్తున్నారు. కేవలం నన్ను మాత్రమే వెంట తీసుకువెళ్తున్నారు. ఆయనకి నాకు మధ్య జన్మ జన్మల సంబంధం ఉంది. ఆయన చెవులకు కుండలాలు ఉన్నాయి. శరీరం సువర్ణ వర్ణం. కపోలాలు గుమ్మడి పూలలా ఉన్నాయి. కళ్ళు చిక్కటి నీల వర్ణంలో పళ్ళు బంగారం రంగులో. నేను చామనచాయలో ఉన్నాను. కాని నాకెప్పుడూఈర్ష్య కలగలేదు. పైగా ఆయన బాల్యంలో ఇచ్చిన మాటను నేను ఎప్పుడూ మరచిపోలేను.

ఆయన అన్నారు''నేను కూడా గరుడ పక్షిలా పైకి పైకి సుదూరానికి ఎగిరిపోతాను. ఎంతపైకి అంటే అసలు నీకు కనిపించనే కనిపించను.''

ఆయన చెప్పిన ప్రకారం, దిగ్విజయం అనే ఈ పయనమే ఆయన జీవితంలో ఉవ్వెత్తున పయనం. ఆయనలో ఉన్న ఆత్మబలాన్ని, ఆత్మవిశ్వాస స్వభావాన్ని ఇప్పుడు నేను బాగా తెలుసుకున్నాను. ఆయన ఆత్మ విశ్వాసాన్ని రెచ్చగొట్టే ఏదో ఒక బలమైన కారణం ఉండాలి. రాజసభ రూపంలో భీష్మ పితామహులు దీనికి పునాది వేశారు. ఇక ఇప్పుడు ఆయన దిగ్విజయాన్ని ఎవరూ ఆపలేరు. ఏది ఏమైనా సరే, ఆయన తను చెప్పిన ప్రకారం, కురుల రాజదండాన్ని సమస్త ఆర్యావర్తంలో తిప్పే వస్తారు. విజయుడై వస్తారు. శుక్ల చతుర్థి రాత్రి మాకు యుగంలా అనిపిస్తోంది.

పుత్రుడిని చూడాలని తహతహలాడే తల్లి భర్తతో కలవాలనే వ్యాకులత చెందే స్త్రీ వీళ్ళ కన్నా యుద్ధం కోసం యుద్ధ భూమికి వెళ్ళే యోధుదు ఇంకా ఎక్కువ తహతహలాడుతాడు.

2

మార్గశీర్ష మాసం శుక్ల పంచమి రానే వచ్చింది. విప్లవ దినం ఉదయించింది. భరద్వాజ పక్షి ఆగమనం శుభసూచకం అని అందరూ దర్శించారు. ఆనందంతో ఉప్పొంగిపోయారు. అశ్వదళాలు, గజదళాలు, పదాతి దళాలు, రథులు, మహారథులు, రాజభవనం బయట మైదానంలో క్రమశిక్షణగా నిల్చున్నారు. అందరి పరాక్రమ సంచిత సేతువు ఇప్పుడు ఇహ విరిగి పడుతుంది. దేశ దేశాంతరాలు భ్రమణం చేస్తుంది. అంగరాజు కర్ణుడు దిగ్విజయం కోసం ఇవాళ కురుల హస్తినాపుర నగరం నుండి బయటికి ప్రస్థానం అవుతున్నారు. బాల్యంలో ముత్యాలను పోగుచేసి దానినే పెద్ద సిరిసంపద రూపంలో రాధామాతకు చూపించే కర్ణుడు, శోణుడు ఇప్పుడు మాణిక్య, వైఢూర్య, ముత్యాల, పగడాల, గోమేద, వజ్రాలు నిండిన బళ్ళను తీసుకువచ్చి, ఈ సిరి సంపదలను, వినయ విధేయతలతో ఆవిడకు సమర్పిస్తారు. అయినా ఆవిడ అన్నయ్యను అడుగుతుంది– ''వసు! ఈ దిగ్విజయంలో ఎప్పుడైనా గంగ నీళ్ళల్లో దిగలేదు కదా?'' మేము మామూలు మనుష్యులం. దారిద్ర్యంలోనూ, వైభవంలోనూ ఒకరిని మరొకరు సమానంగా ప్రేమించే మనుష్యులం.

నగరాల మంద ధ్వని, ఉషోదయం నుండే రాజభవనం భవ్య ప్రాంగణంలో ప్రతిధ్వనిస్తోంది. వర్షాకాలంలో పెట్టెలో పెట్టబడ్డ, కురుల త్రికోణ రాజధ్వజం మహామంత్రి విదుర చేతులలో పుష్పములతో అలంకరింపబడి రాజభవనంలో ఎగిరివేయబడ్డది. సూర్యుడు తూర్పు దిక్కును వెలుగుతో నింపాడు. ఆ బంగారు కిరణాలలో కాషాయరంగుజెండా మెరిసిపోసాగింది. గాలితో అది రెపరెపఎగరసాగింది. అది ఎత్తైన రాజభవనం శిఖరంపైన నుండి తల ఎత్తి చూసిన మేరవరకు రాజులను చూసింది. వాళ్ళతో అనడం మొదలుపెట్టింది– ''సావధాన్! అబేధ్య కవచకుండలాల వాడు, కుండలాలు ధరించిన వాడు, హస్తినాపుర వీరుడు నేడు ప్రస్థానం అవుతున్నారు. శరణాగతి లేక రంగంలో బలి అవ్వడం, ఇక వీటికి మించి మీకు భవిష్యత్తు లేనేలేదు. సావధాన్!''

ఉదయం లేవగానే అన్నయ్య స్వయంగా సైన్యాన్ని పరిశీలించాడు. అశ్వికులకు నదులను దాటడానికి విశేషమైన ఆదేశాన్ని ఇచ్చారు. గజదళాలు ఏనుగులను చుట్టుముట్టి వాటిని ఛేదిస్తూ శత్రువులపైన ఏ విధంగా దాడి చేయాలి, అంతా పదాతి దళాలకు అర్థం అయ్యేలా చెప్పారు. అన్నం వండేవాళ్ళకు, ఓదనాన్ని (వండిన అన్నం) తక్కువగా వండమని, మాంసాహారంపైన ప్రత్యేకంగా దృష్టి పెట్టమని సూచననిచ్చారు. ఈ ఆహారంతో పాటు, వాళ్ళల్లో ఉత్సాహం రావడానికి, తగిన మోతాదులో సైనికులందరికిసోమరసాన్ని అందచేయాలని చెప్పారు.

ఆయనని ఒక్కసారి చూడగానే యోధులందరూవిజయోత్సాహవంతులు అవుతున్నారు. ఏఏ దారులలో ఆయన నడిచారోసైనికులందరూ ముందడుగులు వేస్తూ ఆయన బంగారు రంగులో ఉన్న చరణాలను (ముందుభాగం ముడుచుకుని ఉంది) స్పర్శిస్తూ శ్రద్ధగా వందనం

చేస్తున్నారు. ఆయనను మామూలుగా స్పర్శించినా, ఒక్క మాట మాట్లాడినా కొంచెం సాన్నిధ్యం లభించినా అందరు భావుకులైపోతున్నారు. సేనాపతి ఆకర్షణీయమైన వ్యక్తిత్వం సైనికులకు ఎంతో ప్రేరణాదాయకం అవుతుంది.

సైనికులందరి పరిశీలన జరిగాక ఆయన ఒంటరిగా అర్ఘ్యదానం కోసం గంగ ఒడ్డుకు వెళ్ళిపోయాడు. అది ఆయన జీవితాంతం జరిపే వ్రతం. ఉదయిస్తున్న దినకరుడికి దోసిలితో అర్ఘ్యదానం ఇచ్చి, కళ్ళతో శ్రద్ధను అర్పించి, ఒక ఘడియలో ఆయన రాజభవనానికి తిరిగి వచ్చారు. ఆయన ముఖం ప్రఖర సూర్యకుసుమంలా హిరణ్య వర్ణంలో కనిపిస్తోంది. కపోలాల రక్తవర్ణం, మోదుగ వృక్షపు రక్త పుష్పాలను సైతం సిగ్గుపడేలా చేస్తోంది. కళ్ళల్లోనినీలికను గుడ్లు అర్ఘ్యదానంతో సంచితమైన వెలుగు కిరణాలు బయటకి వస్తున్నాయి. కుండలాలు పండిన కోకమఫలాల (ఈ పళ్ళు పుల్లగా ఉంటాయి. ఎండాకాలంలో వడ తగలకుండా వీటి నీళ్ళు తాగుతారు. గోవాలో ఎక్కువగా దొరుకుతాయి)లాగా ఎర్రగా ఉన్నాయి.

పురోహితులవారు, విధి విధానంతో ఆయనని సేనాపతిని చేశారు. మంత్రాలను ఉచ్చరిస్తూ, పవిత్ర నదుల జలాన్ని ఆయన తలపై పోసారు. రాజు దుర్యోధనుడు రజనీగంధ తాజా పుష్పాల మాలను నవ్వుతూ ఆయన మణికట్టున కట్టారు. గురుపుత్రులు అశ్వత్థాములవారు, విశేషంగా తయారుచేయబడ్డ తాహశిరస్త్రాణాన్ని ఆయన శిరస్సున అలంకరించారు. వీరాధి వీరులు, శూరాధిశూరులందరు అనంత పారిజాత సంపెంగ పూలను తమ ప్రియ సేనాధిపతిపై వెదజల్లారు. మొత్తం శరీరం అంతా ఇనుప కవచాన్ని ధరించారు. గురువుల ఆశీర్వాదాల కోసం రాజప్రాసాదంలో ప్రతి భవనానికి వెళ్ళారు. పితామహులు భీష్ములు వారు, మహారాజు ధృతరాష్ట్రులు, రాజమాత గాంధారీ దేవి, మహామంత్రి విదురులు, గురువు ద్రోణాచార్యులు వీరందరి ఎదుట అశీర్వాదాల కోసం శ్రద్ధగా తలవంచారు. చివరిగా ఆయన రాధామాత, నాన్నగారి దగ్గరికి వచ్చారు. ఎదుట నిలబడ్డారు. వృషాలి వదినగారు వెంటనే ముందుకువచ్చి ప్రసన్న జ్యోతులతో నిండిన నీరాజనంతో మాకు హారతినిచ్చారు. వణుకుతున్న చేతులతో అన్నయ్య నుదిటిన నా నుదుటినకుంకుమతిలకం దిద్దారు. శిరస్సున అక్షింతలు వేసే సమయంలో వారి కళ్ళు చెమర్చాయి. కుడిచేత్తోఅంశుకపు(పట్టువస్త్రాన్ని) కొనను, ఆర్ధనేత్రాలతో అద్దుకుని ఆమె నెమ్మదిగా అన్నారు– ''ప్రతివారం మీ కుశల సమాచారాలు ఇక్కడికి చేరాలి. మరిదిగారు గుర్తుపెట్టుకోండి.''

''వృషాలీ! సుప్రియ పైన దృష్టి పెట్టు. సరిగా చూసుకో.పుత్రులందరునియమాను సారంగావ్యాయామశాలకి వెళ్ళాలి''. అన్నయ్య గంభీరంగా చెప్పారు. సుప్రియ వదినగారి వైపు చూస్తూ దుఃఖాన్ని దిగుమింగుకోమని మౌనంగా సంజ్ఞ చేశారు.

మేం ఇద్దరం ముందడుగులు వేసి ఎంతో భక్తిశ్రద్ధలతో నాన్నగారికి అమ్మగారికి దండం పెట్టాము. అన్నయ్యని ఆత్మీయంగా దగ్గరిగా తీసుకుని రాధామాత అన్నారు ''వసూ! దేహం నుండి ఇనుపకవచాన్ని ఎప్పుడూ తీసి వేయకు. శత్రువుని ఒంటరిగా ఎప్పుడూ వదిలివేయకు.'' అమ్మ ఎప్పుడూ నన్ను శోణుడుఅని పిలవదు.

''అమ్మా! నీ కృపాకవచం, అభేద్యమైన శరీరం ఉన్నప్పుడు భయం దేనికి? మాకు ఆశీర్వాదాలు ఇవ్వండి మాతా!'' ఆర్ద్రంగా అన్నయ్య అన్నారు. అమ్మ మా నుదురులపై ముద్దుపెట్టారు. అన్నయ్య వృషసేనుడు, ప్రసేనుడు, భానుసేనుడు, చిత్రసేనుడు, సుషేణుడు, వృషకౌతులపొడవైన ఉంగరాల జుట్టును వేళ్ళతో నిమిరారు. నా పుత్రిక మీనాక్షిని ఒక్కసారిగా పైకి ఎత్తి ఆయన అన్నారు ''మీనూ! మీ నాన్నగారికి నా రథాన్ని మంచిగా నడపమని చెప్పు. మేం వచ్చేటప్పుడు నీ కోసం అందమైన వరుడిని తీసుకువస్తాం.''

''వరుడు అంటే ఎవరు పెదనాన్నగారు!''

అమ్మాయి అన్నయ్య కుండలాలని స్పర్శిస్తూ అన్నది. మా అందరికీ నవ్వు వచ్చింది.

మాటిమాటికి వస్తున్న కన్నీళ్ళను కఠోరంగా ఆపుకుంటూ, బరువైన హృదయంతో మేము మా ఆత్మీయకుటుంబ సభ్యులకు వీడ్కోలు పలికాము.

కళ్ళతోనే నేను ''బయలుదేరుతాను'' అని మేఘమాలకి చెప్పాను. కన్నీళ్ళను అందరి ముందు తుడుచుకోవడానికి ఆమెకు ఎంతో కష్టంగా ఉంది. అందువలన ఆమె మెల్లిగా ద్వారానికి చాటుగా వెళ్ళిపోయింది. కనుమరుగైపోయింది. మేము ఒక్కసారిగా సైన్యం ఉన్న దిశవైపు తిరిగాము. ఇక ఇప్పుడు వెనక్కి తిరిగి అయితే చూడలేదు. మోహ పాశం ఎప్పుడు పరాక్రమాన్ని బంధించే ప్రయత్నం చేస్తుంది. బలం అయిన చేతులతో ఒకరోజు వాటిని తెంపేయాలి తప్పదు. రాజభవనంపై ఎగురుతున్న కాషాయరంగు జెండాను చూస్తుంటే, అది బహుశా ఇదే చెబుతోంది. శ్వేతశుభ్ర వాయుజిత్ పైన జరీబూటీ ఉన్న వస్త్ర పర్యాణంలేవకుండా గట్టిగా పరచబడి ఉంది. అన్నయ్య ఒక్క గెంతులో దానిపై ఎక్కేసాడు. శిఖరం చివరనుకూర్చున్న గరుడ పక్షిలా. రాజు దుర్యోధనుడు, అశ్వత్థామ కేవలం ఈ ఇద్దరే గంగదాకా తోడుగావెళ్ళాలనుకున్నారు. వాళ్ళు కూడా అశ్వాలపైన ఆరూఢులయ్యారు. కురుల యుద్ధ ధ్వజం నా చేతిలో పెడుతూ అన్నయ్య వెనక ఉన్న గజారోహలు, అశ్వారోహలు, పదాతిలుదీర్ఘమైనపొడవైనసశస్త్ర సైనికులకు ఏ దిశవైపు వెళ్ళాలో చూపెట్టడానికి రాజదండాన్ని పైకి లేపి గర్జించారు.

''పాంచాల రాజ్యం''

తూర్పున ఉన్న సాక్షాత్తు సూర్యదేవుడిలా నాకు అతడనిపించాడు. తన బలమైన తొడల మధ్య వాయుజిత్‌ని గట్టిగా నొక్కిపట్టి పంజాతో అదిలించాడు. తన గుబురుగా ఉన్న తోకని ఉబ్బిస్తూ అది పరుగెత్త సాగింది. అదే సమయంలో శంఖం, ఆనకం, గోముఖం, డిండిమమొదలైనవాటి ధ్వనులు ఒకదానితో ఒకటి కలిసిపోయాయి.

వెనక వస్తున్న నాలుగు అక్షౌణుల సైన్యం చేసిన జయఘోషతో రాజభవనపు గోడల రాళ్ళు సైతం పులకించి పోయాయి.

''అంగరాజు కర్ణులకు...''

''జయహో..జయహో...''

కురుల రాజదండం తళతళా మెరుస్తున్న సూర్య కిరణాల మధ్య మెరుస్తోంది. మొత్తంగా తెరుచుకున్న మహాద్వారం నుండి వాయుజిత్ బయటకు వచ్చేసింది. ఆ సమయంలో అనుకోకుండా ఒక శుభ్రవర్ణ ఆవు అన్నయ్యకి ఎదురుగుండా వచ్చింది. ఆయన కళ్ళాలను లాగారు. ఒక్కసారిగా కిందకి దూకి ఆయన వంగిదాని గిట్టలకు చేతులను తగిలించి వందనం

చేశారు. మణికట్టున కట్టబడ్డ రాత్రిరాణి (నిషి గంధా పుష్పాలు) పూల మాలను వెంటనే తెంపేసి, ఎంతో శ్రద్ధగా దాని నల్లటిగిట్టలకు పైన సమర్పించారు. కురుల రాజదండాన్ని ఒక్క క్షణం దాని శుభ్రమైన పాల భాగానికి తగిలించారు. ఆ దృశ్యం ఎంతో ఉత్సాహంతో ఉన్న వీరాధివీర సైనికులు మళ్ళీ జయఘోష చేసేలా ఉంది.

''సేనాపతి కర్ణ మహారాజుల వారికి...''

''జయతు!''

నా వక్షస్థలం అభిమానంతో ఉబ్బింది. ఇంతటి మనస్సుకు హత్తుకునేలా జరిగిన సంఘటనని నా జీవితంలో ఎప్పుడూ చూడలేదు. నేను పులకించి పోయాను. మేము సారథి పుత్రులం అయి ఉండి కూడా ఈనాడు ఎంతో అభిమానంగా వీరక్షత్రియులకు నేతృత్వాన్ని వహిస్తున్నాము. వాళ్ళుకూడా ఆనందోల్లాసంతో ఆకాశాన్ని చీల్చేటంతగా జయహో జయహో అంటూ జయఘోష చేస్తున్నారు. మా వెనుక పరుగెత్తుతున్నారు. మాట్లాడుతూ మాట్లాడుతూ గంగ ఒడ్డు దాకా వచ్చేశాము. ముందు వెళ్ళిన నౌకా పథకులు, కొన్ని వందల దృఢమైన నౌకలను ఏనుగుల వీపులపై నుండి దింపారు. వెంటనే వాటిని నదిలో వేసి వాటి తెడ్లనుచేతిలోకి తీసుకున్నారు. ఉత్సాహవంతులైన పధాతిలు ఆ పడవలలో వెంటనే ఆవలి ఒడ్డుకు చేరిపోసాగారు. ఏనుగులు, గుర్రాలు ఈదుకుంటూ నదిని దాటుతున్నాయి. ఒక ఘడియలో పథికులందరూ అవతలి ఒడ్డున చేరిపోయారు. మేము నలుగురం వెనక ఉండిపోయాం. వాయుజిత్‌పై నుండి దిగి యువరాజు దుర్యోధనుడిని గట్టిగా కౌగిలించుకున్నాడు. అశ్వత్థామను కౌగిలించుకుంటూ ఆయన అన్నారు''గురుపుత్రా! నీవు చెప్పింది అక్షరాల నిజం. మానవ జీవితం మంచు బిందువులలాంటిది. ప్రతీ వ్యక్తి తన శక్తిననుసరించి పరాక్రమ కిరణాలను, లోకంలో పరావర్తన చేయడానికి, జీవితాంతం ప్రయత్నిస్తాడు. నీ శుభాకాంక్షలు వెంట ఉంటే దిగ్విజయం చేసి, దిగ్విజయిదు కర్ణుడిగా నేను వెనక్కి తిరిగి వస్తాను...''

''కర్ణా! నీవు తప్పకుండా యశస్వి అవుతావు. ఇది నా నమ్మకం. వెళ్ళు నా శుభాకాంక్షలు ఎల్లప్పుడూ నీ వెనువెంట ఉంటాయి.'' గురుపుత్రులు చేతులు ఎత్తాడు. అతడి ఫాలభాగంపైన వస్త్రం కొన గాలి విసుర్లకు ఎగురుతోంది. కళ్ళల్లో తడి కనిపించింది.

''బయలుదేరుతాను.''

వాయుజిత్‌నినీళ్ళల్లో వదిలివేసి, నౌకలో ఎక్కుతూ మేం చేతులు ఎత్తాము. వాళ్ళిద్దరూ ఒడ్డు దగ్గర తడిసిన ఇసుకలో మౌనంగా నిల్చుని చేతులు ఊపారు. మేము హస్తినాపురం నుండి దూరంగా వెళ్తున్నాము. గంగలోని అసంఖ్యాకమైన అలలు మా నౌకలను దడదడా ఢీకొడుతూ 'కర్ణా, శోణా' అంటూ వీడ్కోలు పలుకుతున్నాయి. దూరంగా రాజభవనంపై ఎత్తైన శిఖరంపైన కాషాయరంగు జెండా ఎంతో గర్వంగా రెపరెపలాడుతోంది.

3

గంగని దాటగానే దిగ్విజయ యాత్ర మొదలైంది. ఈ యాత్ర మాకు పులకింత కలిగిస్తోంది. తూర్పువైపు ఇరవై యోజనాల దూరంలో అన్నింటికన్నా మొట్టమొదటి నగరం భద్రవతి వచ్చింది.

ఈ నగరానికి రాజు శ్వేతపర్ణుడు. మా దిగ్విజయ యాత్ర గురించిన సమాచారం గూఢాచారుల ద్వారా అతడికి ముందే చేరింది. యుద్ధాన్ని వాయిదా వేయడానికి, స్వాగత ద్వారాన్ని మామిడి కొమ్మలతో అందంగా అలంకరించారు. బంగారు పాత్రలో వజ్ర, వైఢూర్యాలను తీసుకుని, తన మంత్రిని తీసుకుని మమ్మల్ని ఆహ్వానించడానికి స్వయంగా వచ్చాడు. దిగ్విజయ యాత్ర ఒక శుభమైనశరణాగతితో ప్రారంభం అయింది. అతడిచ్చిన కానుకలన్నింటినీ బళ్ళల్లో వేసుకుని మా సైన్యం తూర్పు వైపు ముందుకు సాగింది. దీని తరువాత వెనువెంటనే, బలమైనపాంచాలుల రాజ్యం ఉంది. శ్వేతవర్ణుడి రాజ్యం దాటి పాంచాల దేశానికి చేరడానికి మళ్ళీ గంగానదిని దాటాలి. ఈ యాత్రలో అన్నింటికన్నా కష్టతరమైన పని నదులు దాటడం. దారిలో ఎన్నో నదులు ఉన్నాయి. అందుకే నౌకా పథాన్ని బలోపేతం చేశాం. ఇందులో గజ ఈతగాళ్ళనినియుక్తం చేశాం. బరువు, పొడుగు ఉన్న మత్స్యకారులను ఉంచాము. యుద్ధంలో వీళ్ళు ఎప్పుడూ పాల్గొనరు. ఇటువంటి సమయాలలో సైనిక స్థావరాల శిబిరాలలో ఈ యోధులు విశ్రాంతి తీసుకుంటారు. దేశ దేశాల నగరాలలో తిరిగి, నదీ ప్రవాహాలను ఎక్కడెక్కడ దాటాలి, దీని గురించిన జ్ఞానాన్ని వాళ్ళు ఎంతో తెలివిగా సేకరిస్తారు. విరిగి ముక్కలు చెక్కలైన నౌకలను బాగుచేస్తారు.

భోజనం తయారు చేసే దళం కూడా వేరుగా ఉంది. వంటవాళ్ళు, శవాలని దహనం చేసే వాళ్ళు యుద్ధంలో పాల్గొనరు. ఈ దళాలు డోలులా సైనిక యోధులకు ఉపయోగపడతాయి. మా దిగ్విజయ సైన్యం, నడిచే ఒక నగరమే. ఇందులో అన్ని రకాల వ్యక్తులు వస్తారు. వాళ్లందరికీ తమ సేనాపతిపైన ప్రగాఢ నమ్మకం ఉంది. సైన్యం మొత్తం ఎంతో శ్రద్ధగా పనిచేస్తుంది. క్రమశిక్షణ కూడా ఉంది. ఎవరూ అతిక్రమించరు.

మేము పాంచాలులవైపు గాలివేగాన ప్రయాణం చేస్తున్నాం. ద్రుపదుడు ఆ దేశానికి రాజు. పాండవుల పత్ని ద్రౌపదికి తండ్రి. రాజపుత్రుడు దృష్టద్యుమ్నుడు ఎప్పుడూ మా శరణుజొచ్చేవాడు కాదు. యుద్ధం చేసి అతడిని గెలవాలి. మధ్యలో ఏడు రోజులు ప్రయాణం చేయాలి. ప్రతి చోటా మా శిబిరాలను వేస్తున్నారు. ఒక్కొక్కయోజనలో ఉన్న సృష్టి సౌందర్యం అద్భుతం. మనస్సును పరవశింపచేస్తోంది. కుంభ, కమరఖ, కుంకుమ, సంతోనా, హల్వణ, పలాశ, పాటల మొదలైన వివిధ రకాల వృక్షాలు ఆకుపచ్చటి చామరాలను ఊపుతూ సైనికులకు ఉత్సాహం కలిగిస్తున్నాయి. ఎంత పనిచేసినా ఎవరికీ ఏ మాత్రం అలసట అనిపించదు. అంత చల్లగానూ లేదు, అంత వేడిగానూ లేదు. వాతావరణం అంతా సమశీతోష్ణంగా ఉంది. ఉత్సాహాన్నిచ్చే ఈ వాతావరణం మానస మొగ్గలను వికశింప చేస్తోంది. హస్తినాపురం వదిలేసి పది రోజులయింది. మళ్ళీ గంగ ఒడ్డుకు చేరాము. తన చేత ఉన్న రాజదండాన్ని నా చేతికి ఇచ్చి నదుస్తూ అన్నయ్య విశాలమైన గంగానదికి మోకాళ్ళ మీద కూర్చుని వందనం చేశారు.

''శోణా! ఇది నదికాదు. మనకు తల్లి. నాకు నిత్యం ఇట్లాగే అనిపిస్తుంది. అసలు నాకెందుకు గంగాదేవి అమ్మగా అనిపిస్తుందోఅర్థమేకాదు. నీకు గుర్తుందా చంపానగరిలో చిన్నప్పుడు, నేను నదిలోని అలలవైపు రెప్పవాల్చకుండా చూస్తూ ఉండే వాడిని. అప్పుడు నీవు ముత్యపు చిప్పలను ఏరుతూ ఉండేవాడివి.'' అన్నయ్య నాకు గుర్తుచేశారు.

"అవును. చంపానగరిలో మనం ఉన్నప్పుడు ఒకసారి నీవు రాత్రంతా నదీ జలంలో నిల్చున్నావు. ప్రాతఃకాలం తిరిగి వచ్చాక రాధామాత నిన్ను ఈ విషయంలో మాటిమాటికిప్రశ్నించేది. నిజానికి అన్నయ్యా! నీకు ఈ గంగపట్ల ఇంత ఆకర్షణ ఎందుకు?

"రాజహంసలకు మానస సరోవరం, గరుడపక్షులకు పర్వతశిఖరాలు, పిడుగులకు ఆకాశం పట్ల ఎందుకు ఆకర్షణ ఉంటుంది? ఎవరికి తెలుసు?

శోణా! ఈ నదిపట్ల నాకు ఇంత ఆకర్షణ ఎందుకో నేను ఎప్పటికీ చెప్పలేను. చూడు అనిఅంటూ తన భుజ దండం పైన కట్టి ఉన్న వెండి పెట్టెను తెరిచి నా ముందుంచాడు. ఈ పెట్టె రాధామాత చంపానగరి నుండి వచ్చేటప్పుడు నాకు ఇచ్చింది. ఎందుకు? ఇంత చిన్నపెట్టెను నాకే ఎందుకు ఇచ్చింది? నీవు చెప్పగలుగుతావా?" ఆ పెట్టెను గంగానదిలోని నీళ్ళల్లో కడుగుతూ ఆయన అడిగారు. జవాబు కోసం ఆయన నావంక చూస్తున్నారు. ఇంతలో అదిజారి నదిలో పడిపోయింది. కాని అడుగుభాగం వెడల్పుగా ఉండటం వలన పెట్టె నీళ్ళపైన తేలడం మొదలు పెట్టింది. అలల తాకిడికి ఊగుతూ ముందుకు పోసాగింది.

"దాన్ని సంభాళించు, రాధామాత కానుకని నీవు ఎంత జాగ్రత్తగా సంభాళించినా అది వేరే వాళ్ళ చేతిలోకి వెళ్ళిపోతుంది." నేను తేలుతున్న ఆ పెట్టెవైపు వేలు చూపిస్తూ అన్నాను. ఆయన ముందుకు గెంతి ఆ పెట్టెను చేతిలోకి తీసుకున్నారు. మళ్ళీ దానిని ఆయన భుజ దండానికి కట్టేసారు.

"శోణా! ఈ నది ఒడ్డుతో నా ఎన్నో జ్ఞాపకాలు ముడిపడి ఉన్నాయి. ఈ నదికి రెండో ఒడ్డున నా ప్రథమ పుత్రుడుసుధామనుడు పూర్తిగా విశ్రాంతి తీసుకుంటున్నాడు.

సుధామనుడు గుర్తుకురాగానే నా మనస్సు బాధపడ్డది. ఆయన అన్నదిసరియైనదే. సుధామనుడికి ఆశ్రయం ఇచ్చే ఉదారమైనఆశ్రయ ధాత్రి రూపంలో, ఆ నదికి నేను నమస్కరించాను. అన్నయ్య భావాలతో నేను మమేకం అయ్యాను. ఇప్పుడు పాంచాలుల రాజ్యంలో మేము ప్రవేశించాము.

4

కాంపిల్య నగరం! పాంచాలుల రాజనగరి మాకు ఎదురుగుండా స్పష్టంగా కనిపిస్తోంది. ఇక ఇప్పుడు మహా సంఘర్షణ ప్రారంభం కాబోతోంది. ఈ నగరంలో స్వయంవరంలో మత్స్యయంత్రంగిరగిరా తిరిగింది. సుధామనుడు నేల కూలాడు. అసలు ఏది జరగకూడదో అదే జరిగింది పాంచాలుల ఈ నగరంలోనే.

ద్రుపదరాజు దగ్గరికి వెళ్ళిన దూతగా దృష్టద్యుమ్నుడు ఇచ్చిన జవాబు వినగానే అందరూ కోపంతో మండిపడ్డారు. "వాడి అభేద్యమైన కవచాన్ని తగులబెట్టడానికి అగ్నిపుత్రుడు దృష్టద్యుమ్నుడు ఎప్పటికీ సిద్ధంగా ఉంటాడు అని నీ సేనాపతికి చెప్పు అని అతడు జవాబిచ్చాడు. ఆ సందేశాన్ని వినగానే పదాతిదళం ప్రముఖులందరి ముఖాలలో నిప్పులు చెలరేగాయి.

''కాంపిల్య నగరం!'' నగరం వైపు వేలితో చూపిస్తూ దాడి చేయమని అన్నయ్య సైన్యాన్ని ఆజ్ఞాపించాడు. నగరం బయట ఉన్న భవ్యరణాంగణంలోపాంచాలులకు మా సైన్యానికి మధ్య యుద్ధం ప్రారంభం అయ్యింది. యుధామన్యుడు, సురథుడు, శత్రుంజయుడు మొదలైన తన బంధువులతో దృష్టద్యుమ్నుడు పాంచాల సైన్యానికి అగ్రభాగంలో నిల్చుని ఉన్నాడు.

దృష్టద్యుమ్నుడి పైన బాణాల వర్షం కురిపిస్తూ సంతప్తుడైన అన్నయ్య పెద్దగా గర్జించాడు– ''దృష్టద్యుమ్నా! ఈ కవచం కాలదు, కాలుస్తుంది.'' వాళ్ళిద్దరి మధ్య ఘోర సంగ్రామం మొదలైంది. బాణాలను సంధిస్తూ దృష్టద్యుమ్నుడుఅలసిపోయాడు. ఖడ్గం తీసుకుని వాడు కోపంతో అన్నయ్యపై విరుచుకు పడ్డాడు. కాని అన్నయ్యని వాడు వెంట్రుకవాసి కూడా ఏమీ చేయలేకపోయాడు. సూర్యాస్తమయం కావడం వలన ఆ రోజు యుద్ధం సమాప్తం అయింది. సైనికులు శిబిరం వైపు వెళ్ళిపోయారు.

మర్నాడు మొట్టమొదట యుధామన్యుడుఎదురుగుండా వచ్చాడు కాని విజయం కోసం పిచ్చివాడై విజృంభించిన అన్నయ్య వాడిని ఒక్క క్షణంలో తరమి కొట్టాడు. మళ్ళీ దృష్టద్యుమ్నుడితో భేటీ పడ్డాడు. సూర్యప్రకాశం పెద్దదవుతున్న కొద్దీ, దృష్టద్యుమ్నుడు అన్నయ్య ఎదుట నిల్చోడం కూడా అసంభవం అయింది. రెండు వైపులా సైన్యాల అశ్వారోహులు, గజాతి, పదాతి దళాలు ఒకరిపై ఒకరు బలాబలాలు చూపిస్తూ విరుచుకు పడ్డారు. నా ఎదురుగుండా పాంచాల పుత్రుడు సురథుడునిల్చుని ఉన్నాడు. అన్నయ్య దృష్టద్యుమ్నుడినినిరస్త్రుడిగా చేశాడు. తలవంచుకుని వాడు సూతపుత్రుడి ఎదురుగుండా దీనుడిగా నిల్చున్నాడు. కాంపల్య నగర సైన్యానికి ఇప్పుడు నాయకుడు లేడు. సైన్యం పలాయనం చేయడం మొదలు పెట్టింది. పాంచాల దేశం పతనం అయిపోయింది. అరిష్ట సేనుడువృద్ధుడైనద్రుపదరాజుని అన్నయ్య ఎదురుగుండా తీసుకువచ్చాడు. వాడి చేతులు కట్టిపడేసి ఉన్నాయి. మా గెలుపొందిన సైన్యం కురుల రాజ్యంలో ఆకాశమండలం ప్రతిధ్వనించేలా ఉచ్చ స్వరంలో జయకారాలు చేశారు. జయహో.. జయహో.. జయహో..

''రాజు చేతుల బంధనాలను విప్పేయండి.''

తీవ్రమైన స్వరంతో అరిష్టసేనుడికి ఆజ్ఞ జారీ అయ్యింది.

ద్రుపదరాజు ఆశ్చర్యంగా తలపైకెత్తి అడిగాడు– ''ఏం కావాలి అంగరాజా?''

''పన్ను!'' ద్రుపదుడి బంగారు కిరీటంపైన తన దృష్టి పెడుతూ మా సేనాపతి అన్నాడు.

''ఏమివ్వను? గోధనమా! బంగారమా! రత్నాలా, వజ్రాలా, దాసదాసీ జనమా!''

ద్రుపదుడు తల వంచుకునే ఉన్నాడు.

''రాజా! ఈ సిరి సంపదలన్నీ ఈనాడు కురుల బొక్కసంలోపడి ఉన్నాయి, కుళ్ళిపోతున్నాయి. నేను అడగబోయే పన్నువేరు.'' అన్నయ్య కనుబొమ్మలను పైకి ఎత్తుతూ అన్నాడు.

''ఏమిటది? ఎటువంటి పన్ను?'' ఆశ్చర్యంతో ముడతలు పడ్డ అతడి ఫాలభాగంలో ఇంకా మరికొన్ని ముడతలు పడ్డాయి. భయంతో ఒక్కక్షణం అతడి కళ్ళు వణికాయి.

''నా పుత్రుడి సమాధి! నీవు! రాజా నీవే స్వయంగా నా సుధామనుడి సమాధిని కట్టించాలి. ఈ కాంపిల్య నగరంలోనే గంగ ఒడ్డున ఒప్పుకుంటావా? ఇవాళే ఒకే ఒక్క రాత్రిలో'' అతడి ధృఢ నిశ్చయంతో కూడిన స్వరం శిబిర తెరలను కంపింప చేసింది.

'ఆ వృద్ధుడిని గతకాలం కటు స్మృతులు కదిలించి వేశాయి. అతడు స్వీకరించినట్లుగా తల ఊపి తన సమ్మతిని ప్రకటించాడు. కురుల రాజదండాన్ని పాండవుల మామగారు స్వీకరించాడు. ఒక రాత్రిలో గంగ ఒడ్డున సుధామనుడి సమాధి తయారయింది. మేము కాంపిల్య నగరం నుండి ప్రస్థానం చేద్దామని అనుకున్నాం. అందరూ సిద్ధం అవుతున్నారు. ప్రాతఃకాలంలోపాంచాలుల మంత్రి చేతిలో పళ్ళెంతో ఎదురుగుండానిల్చుని ఉన్నాడు. ఆ పళ్ళాలని చూస్తే నాకు ఆశ్చర్యం కలిగింది. అన్నయ్య మరిదేనినీ పన్ను రూపంలో అడగలేదు. అయినా అతడు అన్నింటినీ పంపించాడు. ఇంత దీర్ఘకాలం తరువాత ద్రుపదుడు కర్ణుడంటే ఏమిటో తెలుసుకున్నాడు.

5

సుధామనుడు చనిపోయి దాదాపు పదిహేను సంవత్సరాలయింది. ధవళ సమాధిని నిర్మించారు. పాంచాలుల రాజ్యంలో లభించే ఒక విశేషమైనమధుమాలతీ పూవును సమాధిపై పెట్టి మేము కాంపిల్య నగరం నుండి బయలుదేరాము. పాంచాల దేశం పతనం అయిపోయింది అన్న సమాచారాన్ని తీసుకుని దూత హస్తినాపురం వైపు వెళ్ళాడు. వృషాలి వదినకు సుధామనుడి సమాధికి సంబంధించిన సంపూర్ణవృత్తాంతాన్ని చెప్పమని నేను అతడికి సూచించాను. ఎంతో వ్యాకులత చెందిన ఆ తల్లికి అంతో ఇంతో మానసిక సంతోషం కలుగుతుంది కదా అనినేననుకున్నాను.

పాంచాలదేశాన్ని విడిచివచ్చాక, మా సైన్యం తూర్పు వైపు కోసలుల రాజ్యం వైపు ముందుకు సాగిపోయింది. విజయోత్సాహంతో సైనికుల ఆత్మవిశ్వాసం ద్విగుణీకృతం అయింది. ధనుస్సు నుండి వెలువడుతున్న బాణాల ధారల్లా, వాళ్ళు పరుగెత్తుతున్నారు. మేము హస్తినాపురం నుండి బయలుదేరి పదిహేను రోజులయింది. విజయానందంతో ఉరకలు వేసే యోధులు, ఉధృతమైన వరదలు వచ్చిన నది తీవ్ర వేగంతో పరుగెత్తుతూ ఉంటారు. కాలకూటుల రాజ్యం సరిహద్దులు ప్రారంభం అయ్యాయి. ఇప్పుడు మా ఎదుట ఉన్న పెద్ద కఠినమైన సమస్య నైమిశారణ్యం. ఇంత ఘోరాతిఘోరమైనదట్టమైన అరణ్యాన్ని ఇంత పెద్ద సైన్యంతో ఎట్లా దాట గలుగుతాం? ఈ అడవిని దాటితేగాని కోసల రాజ్యంలో ప్రవేశించలేము. లేకపోతే దారి మార్చి కాశీరాజ్యాన్ని లక్ష్యం చేసుకోవాలి. అటువైపు ప్రయాణం సాగించాలి. గంగ ఒడ్డున, ఎన్నో రోజులు గుర్రాలని పరుగెత్తిస్తే గాని కాశీ రాజ్యానికి చేరుకోలేము. ఒక వేళ మేము మార్గం మళ్ళించి ముందుకు సాగితే కాలకూట, కోసల, కిరాత ఈ మూడు రాజ్యాలు దిగ్విజయ మార్గానికి ఒక్కసారిగా దూరం అవుతాయి. అందువలన మొదట కోసల రాజ్యాన్ని లక్ష్యం చేసుకుని సైన్యం ముందుకు సాగుతోంది. నైమిశారణ్య ఆహ్వానాన్ని స్వీకరించాము.

మార్గ శీర్ష కృష్ణపక్షం మొదలయింది. వెన్నెల లేకపోవడం వలన రాత్రి సైన్యం ముందుకు సాగదు. స్థాన స్థానంలో సైనిక స్థావరాలు వేసి ఉంటాయి. కృష్ణ చతుర్థికి మేము గోమతీ నదిని దాటేసాము. ఇక ఇప్పుడు నైమిశారణ్యాన్ని దాటాలి. మూడు రోజులు ఎన్నో కష్ట నష్టాలకు ఓర్చి ప్రయాణం చేశాము. కృష్ణ సప్తమి సమయంలో విపరీతమైన చలి ఉంటుంది. గడ్డకట్టుకు పోయే ఆ చలిలో మేము నైమిశారణ్యం వచ్చాము. ఆ అడవిని చూడగానే అందరు అవాక్కైపోయారు.

పొగమంచుతో నిండిపోయిన అసంఖ్యాకమైన వృక్ష, మహావృక్షాలు ఉన్న ఈ అరణ్యంలో ఇక్కడి నుండి అక్కడి దాకా పర్వతం చేతులు చాచి ఉందా అని అనిపించింది. నేలలో ఎక్కువ ఎత్తు పల్లాలు లేవు. కాని అది చాలా దట్టమైన అడవి. కాకులు దూరని కారడవి. మా శిబిరాలు దాని ముందు ఎంతో క్షుద్రంగా అనిపిస్తున్నాయి.

అరుణోదయం అయింది. గిల్లేరు రాయిని విసిరి వేయగానే పక్షుల గుంపులు ఆకాశంలో ఎట్లాఎగురుతాయో, అట్లా సూర్యకిరణాలు పొగమంచు మేఘాలను చెల్లాచెదురు చేశాయి. పొగమంచు తగ్గిపోయాక స్పష్టంగా కనిపించే ఆ ఆకుపచ్చటి అడవి ఇంకా భయంకరంగా అనిపించింది. శ్వేన, సారంగ, ధనఛడీ, చిత్రరథ, చండోల, భారద్వాజ, పత్రరథ, కోకిల మొదలైన ఎన్నో పక్షులు అనుకోకుండా కలారావాలు చేయడం మొదలు పెట్టాయి. రాత్రి కీటకాలు తమ పేరుకు విరుద్ధంగా పగలు కూడా కిర్రుకిర్రు మంటూ శబ్దాలు చేస్తున్నాయి. క్రూర జంతువులు అప్పుడప్పుడు గర్జిస్తూ అందరిని భయభ్రాంతులుగా చేసే ప్రయత్నాలు చేస్తున్నాయి.

మా ఎదుట ప్రకృతి భయంకర రూపం కనిపిస్తోంది.

ఏం చేయాలి? ఎదురుగుండా ఉన్న ఘోరమైన అరణ్యాన్ని ఎట్లా దాటాలి? మార్గాన్ని వెతకాలన్న ఉద్దేశంతో అన్ని దళాల ప్రముఖులు నా శిబిరానికి వచ్చారు. వాళ్ళందరు గొప్ప యుద్ధ నీతి తెలిసినవాళ్ళే. అయినా వాళ్ళకి ఏమీ తెలియడం లేదు. అరిష్టసేనుడు, సంఘమిత్రుడు, హిరణ్యవర్మ, వ్యాఘ్రశర్మ, వీరదత్త ఎవరికీ ఏ ఉపాయంతోచలేదు. ఇప్పుడు ఇంత సైన్యాన్ని తీసుకుని వెనక్కి వెళ్లడం కుదరదు. మేం అందరం చింతిస్తూ కూర్చున్నాం. మా నుదిటిన ముడతలు ఇంకా ఎక్కువయ్యాయి. ఇంతలో ప్రాతఃకాలంలో నిత్యకృత్యాలుగావించుకుని అన్నయ్య నవ్వుకుంటూ శిబిరంలోకి వచ్చారు. అందరు తలవంచుకుని నిల్చుని ఉన్నారు.

''శోణా! మీరందరూఎందుకు ఇట్లా ఉదాశీనంగా ఉన్నారు?'' ఆయన బంగారు రంగులో ఉన్న కనుబొమ్మలను పైకి ఎత్తుతూ అడిగారు.

''ఈ అడవిని ఎట్లా దాటాలి? సైన్యం దారిని మళ్లించుకోవాలి.'' నేను నైమిశారణ్యం వైపు వేలు చూపిస్తూ నా తక్కిన వేళ్ళ వ్యథని చెప్పాను.

''అడవా?'' ఎడమ గులాబి అరచేతి పైన కుడిచేయి ధృఢమైనపిడికిలితో రెండు మూడు సార్లు కొడుతూ తన కాళ్ళ వైపు చూస్తూ ఒక్క క్షణం చింతాగ్రస్తుడయ్యాడు. పుష్టిగా, పొడుగుగా ఉన్న అతడి పాదాలలోని తేజోవంతమైనవేళ్ళల్లో అలజడి మొదలయింది. ఒక్కసారిగా తల ఎత్తి గట్టిగా హిరణ్యవర్మని అడిగాడు''హిరణ్యవర్మా! బాగా పరుగెత్తే ఒక బలమైన గుర్రాన్ని తీసుకుని అడవిలో చొరబడి ఎవరివైనా ఋషి ఆశ్రమం ఉందా? ఎక్కడైనా నది ఉందా? వెతుకు వెళ్ళు త్వరగా వెళ్ళు.''

''మీ ఆజ్ఞ'' హిరణ్యవర్మ కత్తిని సంబాళించుకుంటూ వెంటనే శిబిరం నుండి బయటకి వెళ్ళిపోయారు. అరణ్యం వైపు పరుగెత్తుతున్న గుర్రం డెక్కల చప్పుడు నెమ్మది నెమ్మదిగా తక్కువకాసాగింది.

మేం అందరం ఆశ్చర్యంగా మా సేనాపతి వైపు చూస్తున్నాము. ఋషి తపస్సు ఫలితంగా అరణ్యం కాలిపోతుందని వీళ్ళు ఊహించడం లేదు కదా?

''శోణా! మన సైన్యానికి మద్యాన్ని సమకూర్చే ప్రముఖుడి పేరు ఏమిటి?'' ఆయన అసంబద్ధమైన ప్రశ్న అడిగారు.

''సోమపర్ణుడు'' నేను ఆశ్చర్యాన్ని దాచుకుంటూ జవాబు చెప్పాను.

''అతడిని పిలవండి.''

ఒక సైనికుడిని పంపించి క్షణంలో సోమపర్ణుడిని ఎదుట నిల్చోబెట్టాడు. అతడు ఎదురుగా రాగానే, అతడి దగ్గరికి వెళ్తూ అన్నయ్య అడిగారు– ''సోమపర్ణా! మద్యాన్ని ఇంకా మారకంగా (మత్తు) చేయాలంటే సోమరసంలో నీవు ఇంకా ఏం కలుపుతావు?

''ఇప్పపూలు... వీటిలో మత్తు కలిగించే గుణం ఉంటుంది.''

''వెళ్ళు! ఇప్పుడే నీ సేవకులను అరణ్యానికి పంపించి ఎన్ని తేగలిగితే అన్ని ఇప్పపూలు తెమ్మని ఆజ్ఞ జారీ చేయి.''

''ఆజ్ఞను శిరసావహిస్తాను.'' అంటూసోమపర్ణుడు వెళ్ళిపోయాడు. శిబిరంలోని చీలికలోంచి (తెరల మధ్య ఉన్న ఖాళీలోంచి) సేవకదళం అరణ్యం వైపు వెళ్ళడం మాకు కనిపించింది.

అన్నయ్య ఊహలు ఒకదానికి ఒకటి పొంతన లేకుండా ఉన్నాయి. అసలు నాకేమీ అర్థం కాలేదు. మేం అందరం దిగ్విజయం చేయడానికి బయలుదేరామా! లేకపోతే మద్యపానం చేయడానికా? ఈ సందేహం నన్ను మౌనంగా ఉండనీయలేదు.

''ఇదంతా ఏమిటి? మీరేం చేస్తున్నారు? అని నేను అన్నయ్యని అడిగాను.

''శోణా! మన సైన్యంలో 87 వేల ఏనుగులు ఉన్నాయి. వాటిల్లో నలభై వేల ఏనుగులకు సోమపర్ణుడు మాదక ద్రవ్యాలతో కుండలను నింపుతాడు. మద్యాన్ని ఏనుగులకు తాగిస్తాడు. మద్యం తాగిన ఆ ఏనుగులు ఉన్మాదంతో అడ్డు అదుపులేకుండా ప్రవర్తిస్తాయి. బల్లాలు ధరించిన సైనికులు వెనకనుండి బల్లాల మొనలతో వాటిని పొడుస్తూ ఉంటారు. వేదనతో విక్షిప్తం అయిన ఏనుగులు ఘీంకారాలు చేస్తూ అరణ్యంలో చొచ్చుకుపోతాయి. వాటి ప్రచండమైన శక్తికి పెద్దపెద్ద చెట్లు దడదడా విరిగి నేలన పడుతూ ఉంటాయి. మన గజదళాలలో ఉన్న మదం ఎక్కిన ఆ ఏనుగులు ముందుకు పరుగెత్తడానికి ఈ చెట్ల కుప్పలను, తొండాలతో తొలగిస్తాయి. వాటికి ప్రేరణ కలిగించడానికి ఈ హస్తదళంలో సగంపైగా ఆడ ఏనుగులు కూడా ఉంటాయి.'' గుండెలపైన చేతులు పెట్టారు. చేతులు కట్టుకుని ఉన్నాయి. అందరిపైనా దృష్టిని సారిస్తూ సహజంగా ఆయన అన్నారు. ఎంతో శాంతంగా! సేనాపతికి ఉండవలసినదృఢత్వం ఆయన తేజోమయమైనగుండ్రటి ముఖంలో ఉట్టిపడుతోంది. నీలికళ్ళు మెరుస్తున్నాయి.

''మరయితే హిరణ్యవర్మని ఎందుకు ముందుగానే పంపించారు? ఋషి ఆశ్రమాలు, నదులు వీటితో ఏం సబంధం?''

''ఈ అరణ్యంలో ఏ ఋషి ఆశ్రమం అయినా ఉంటే ఈ మదం ఎక్కిన ఏనుగులు తమ కాళ్ళకింద దానిని ఉధ్వస్తం చేయకూడదు. అందుకని మనం ముందు జాగ్రత్తలో ఉండాలి. ఋషులు శాపం పెట్టి మన సైన్యాన్ని శాపదగ్ధం చేయకూడదు.'' ఆయన మమ్మల్ని ఆశ్చర్య చకితులయ్యేలా చేశారు.

''మరి నది?'' నాకు వారి ఊహ ఎంతో బాగా అనిపించింది. ఆయన భవ్యమైన కపాలం

వైపు చూస్తూ నేను ప్రశ్న వేశాను. ఆయన నేతృత్వంలో ఎంతో బుద్ధికౌశల్యం ఉంది. నాకెంతో అభిమానంగా అనిపించింది.

''ముందుకు వెళ్ళాక ఈ మత్తెక్కిన ఏనుగులు ఆ నదిలో తనివి తీరా మునకలు వేస్తాయి. జల విహారం వలన అవి తృప్తి చెందుతాయి. వాటి మదం మెల్లి మెల్లిగా తగ్గుతుంది. మార్గం మార్చకుండా మనప్రయాణం సాగుతూనే ఉంటుంది.'' ఆయన నీలం కళ్ళు ఒక అపూర్వమైన తేజస్సుతో వెలిగిపోతున్నాయి. ఆయనలో ఉన్న హద్దులు లేని శక్తి సామర్థ్యాలు మాకు ఎన్నో సార్లు కనిపించాయి. సేనాపతిలో ఎటువంటి ప్రణాళికలు వేసే సామర్థ్యం ఉండాలో నేను మొట్టమొదటిసారిగా వారిలో చూస్తున్నాను. వారిలోని పదునైన మేధాశక్తిని, అది ఇంత చురుకుగా పనిచేయడం, ఇంత వరకు నాకు ఎవరిలోనూ కనిపించలేదు. పదునైన మేధా శక్తి ఉన్న సేనాపతి ఈ విధంగా ఒకటి రెండుసార్లు ఊహిస్తే కూడా, సైనికుల అసంఖ్యాకమైన బాధలన్నీ దూరం అయిపోతాయి.

అర్ధగడియకే హిరణ్య వర్మ అరణ్యం నుండి వెనక్కి తిరిగివచ్చాడు. అతడి శరీరంపైన ఉన్న బట్టలు అక్కడక్కడ చినిగి చీలికలై పోయాయి. గుండెలు దడ దడ కొట్టుకుంటున్నాయి.

''మహారాజా! అరణ్యంలో ఎక్కడా ఆశ్రమంలేదు కానీ చాలా దూరంలో ఒక పెద్ద నది ఉంది. అది సరయు నది అయి ఉంటుందని నా అనుమానం.'' అతడు ఆయాసాన్ని ఆపుకుంటూ వందనం చేశాడు. చినిగి పీలికలైన బట్టలపై, అతడి దృష్టి లేశ మాత్రం లేదు.

మా సేనాపతి గుండ్రటి ముఖమండలంలో చిరునవ్వు రేఖ కనిపించింది. కళ్ళు మెరుస్తున్నాయి.

''ఇదే మేము కోరుకునేది. ఆశ్రమం కాదు నదే కావాలి.'' ఆసనం నుండి లేచి, చేతివేలి నుండి నీలమణి పొదిగిన ఉంగరాన్ని తీసి హిరణ్య వర్మ వైపు విసిరేస్తూ అన్నయ్య ఎంతో ఉత్సాహంగా అన్నారు.

అరణ్యాన్ని దాటాలి అన్న దృఢనిశ్చయంతో మేం అందరం శిబిరాల నుండి బయటకి వచ్చాం.

6

నలభై వేల మగ ఏనుగులు, ఆడ ఏనుగులు కలసి ఉన్న గుంపు అది. వాటి వీపులపైన పెట్టబడ్డ అంబారీలు, నౌకలను దించారు. మావటివాళ్ళు వాళ్ళ అంకుశాలని తీసేసుకున్నారు. సోమపర్ణుడు ఇప్పపూలని సోమరసంలో తడిపి, మాదకమద్యాన్ని తయారు చేయడంలో నిమగ్నమై పోయాడు. ఒక్కసారిగా సైనికుల క్రమాన్ని మార్చేసారు. అదుపుఆజ్ఞలేని ఏనుగుల దళాన్ని ముందు ఉంచారు.

''ఈ ఏనుగుల వెనక అశ్వికులను ఉంచితే,'' తొండాలతో నిరంతరంగా కోలాహలం చేస్తున్న స్వేచ్ఛగా తిరుగుతున్న అపారగజసైన్యం వైపు వేలితో చూపిస్తూ నేను అంగరాజుని

అడిగాను "ఊహుఒద్దు, ఏనుగుల వెనుక బరువులని మోసే అన్ని పదాతి దళాలు ఉండాలి. వాళ్ళ వెనక అశ్వికులు వెళతారు.

"ఏం? ఎందుకు? ఎందుకట్లా?" నాకు ఆయన ఆలోచనలలో అంతగా రక్షణ కనిపించలేదు.

"ముందు నడుస్తున్న ఏనుగులు ఎంత విధ్వంసం చేసినా, అరణ్యంలో ఉండే ముళ్ళ తీగలు వాటి వశంకావు. ఈ ముళ్ళతీగల వలన, బరువులు మోసే కొందరికి దెబ్బలు తగలవచ్చు. గాయపడవచ్చు. అశ్వికులు ఇటువంటి గాయపడ్డ వాళ్ళందరినీఎత్తి గుర్రాలపైన వేస్తారు. ఈ విధంగా ఏ ఒక్క సైనికుడు వెనక ఉండిపోడు. "ఆయన ఎప్పటిలాగా ఎంతో శాంతంగా అన్నారు. తన ప్రతీ సైనికుడు గురించి ఎంత దక్షతతో ఆలోచిస్తున్నారో చూసి నేను ఆశ్చర్యపడ్డాను.

వారి సూచన ప్రకారం అగ్రభాగంలో ఏనుగుల దళాలు, వాటి వెనక బల్లాలు ధరించే బల్లాల పథికులు, బరువులు మోసే వాళ్ళు, పదాతి దళాలు, వాటి వెనక అశ్వికులు, అందరికన్నా వెనక ఇంకా మిగిలిపోయిన ఏనుగుల పథికులు– ఈ విధంగా మాకు ఈ అరణ్యం కారణంగా సైన్య వ్యూహాన్ని మార్చాల్సివచ్చింది.

సమస్త సైన్య వ్యూహాన్ని పన్నాక, ముందు వరుసలో ఉన్న ఏనుగులకు కుండలతో మద్యం తాగించారు. వాటి అసంఖ్యాకమైన తొండాలు త్వర త్వరగా పైకీకిందకి ఊగసాగాయి. కోలాహలం మొదలైంది. అవి నిరంతరంగా ఘీంఘీంఅంటూ ఘీంకారాలు చేయసాగాయి. అరణ్యంలోని పక్షులకలారావాలు, మా సైనికుల వాద్య ధ్వనులను అవి వినిపించకుండా చేశాయి. వాటి దేహాలలో మద్యం తన ప్రభావం చూపెట్టగానే, బల్లాలు పట్టుకున్న వాళ్ళు బల్లాలతో వాటిని వెనక నుండి నిరంతరం పచ్చబొట్టు పొడిచినట్టుగా పొడవడం మొదలు పెట్టారు. పిచ్చిగా రెచ్చిపోయిన ఆ వేల వేల ప్రాణులు ఘీంకారాలు చేస్తూ తమ తమబరువైన శరీరాలని సంబాళిస్తూ పర్వతాలలోని ప్రవాహంలా అడవిలోకి చొచ్చుకు పోయాయి. ధాడ్...ధాడ్... అంటూ ధ్వనులు ప్రతిధ్వనించసాగాయి.

కాంచన, కింశుక, కర్ణికార, హేలా, హరడ, అశోక, పున్నాగ, తాల, తమల, ఖదిర, ఔదుంబర, గంభారీ, సతోనా, దండీ, పాటల, మహువా, పలాశ, సిరిస, పిప్పల, కింజలమొదలైన ఎన్నో ఎన్నెన్నో వృక్షాలు ధన్–ధన్ అంటూ ధ్వనులు చేస్తూ నేలనవిరుచుకుపడసాగాయి. ఏనుగుల ఘీంకారాల వలన భయపడ్డ పక్షులు గూళ్ళు వదిలివేసి భయంతో కిక్కీకుక్కూఅంటూ దూరాలకి ఎగిరిపోయాయి. సూర్యకిరణాల కోసం తహతహలాడుతూ తపిస్తున్న అరణ్యంలో అచ్ఛాదితమైన భూమి పావనం అయింది. ఆ అడవికి ఇప్పుడు మొట్ట మొదటిసారిగా సూర్య దర్శనం అయ్యింది. క్షణం క్రితం మమ్మల్ని అయోమయంలో పడేసిన ఆ అరణ్యం మాకు మార్గం చూపిస్తోంది. ఇది చూశాక ఇక నేను ఉండలేక పోయాను. నేను చేయి ఎత్తి జయకారాలు చేశాను. సేనాపతి అంగరాజ కర్ణ..."

"జయతు!" నలువైపుల నుండి అందరూ నా గొంతుతో గొంతుకలిపారు. ఏనుగుల వెనక అడవిలోకి ప్రవేశిస్తున్న లక్షల మంది సైనికులు నాకు జవాబు ఇచ్చారు. ఆ గొంతులు, ఏనుగుల ఘీంకారాలను సైతం అణచివేశాయి. నైమిశారణ్యం విశాల రాజ్యాన్ని మేం వశం చేసుకున్నాం. పాదాక్రాంతం చేసుకున్నాం.

నైమిశారణ్యాన్ని దాటి మేం సరయు నది ఒడ్డుకు వచ్చాం. అరణ్యాన్నే వంచిన విజేత ఏనుగులు ఇష్టానుసారంగా చీత్కారాలు చేస్తూ, ఒక్కసారిగా సరయునదిలో చొచ్చుకు పోయాయి. వాటి జలక్రీడల వలన సరయు నది అశుభ్రం అయిపోయింది. ఇప్పుడు రెండు రోజులు మునకలు వేసే అవకాశం ఇచ్చాకే వాటిని నది నుండి బయటకు తీసుకురావాలి. వాటిని సరయు నదిలో చూడగానే నాకు హస్తినాపురం గుర్తుకువచ్చింది.

ఇప్పుడు మేం కాలకూటుల రాజ్యంలో ఉన్నాము. ఈ రాజ్యంలో గెలిచేందుకు ఏమీ లేదు. ఇక్కడ జనం నుంచి పన్ను రూపంలో పెద్దగా సిరి సంపదలు లభించవు. అయినా వాళ్ళు మా అలజడి వినగానే అరణ్య ఫలాలు, మధురమైన మద్యాన్ని మా సైన్యానికి కానుకలుగా పంపించారు.

ఇక ఇక్కడ నుండి ముందుగా వచ్చే నగరం అయోధ్య. కోసలుల రాజధాని. కోసలులు తప్పకుండా విరోధం తెలుపుతారు. ఇప్పుడు మార్గ శీర్షం సమాప్తం అయ్యింది. హస్తినాపురం నుండి బయలుదేరి ఒక నెల అయ్యింది. మేము నైమిశారణ్యాన్నిదాటేసాము. ఈ సందేశాన్ని తీసుకుని దూత కురుల రాజ్యం వైపు ప్రస్థానం అయ్యాడు.

7

సరయు నది దగ్గర మళ్ళీ ఇదివరకులా సైన్య వ్యూహాన్ని పన్నారు. విశ్రాంతి తీసుకుని ప్రఫుల్లం అయిన సైనికులు మళ్ళీ రెండురెట్లు ఉత్సాహంతో ముందుకి ప్రయాణానికి సిద్ధం అయ్యారు. రణభేరి మోగింది. శంఖ, గోముఖ, బాకాల శబ్దాల ప్రభావం వలన సరయులోని ప్రతీ తరంగం నాట్యం చేస్తోంది. సేనాపతికి జయకారాలు చెప్పారు. సరయు నది ఒడ్డున అయోధ్య ఉందన్న విషయం గూఢాచారులకు తెలిసింది. అందువలన ఒడ్డున మా సైన్యం తూర్పు వైపు పరుగెత్త సాగింది. జెండా ఎగురుతోంది. రాజదండం మెరుస్తోంది.

రెండు రోజులు ప్రయాణం చేశాక అయోధ్య దృష్టిలోకి వచ్చింది. థశరథ పుత్రుడు రాముడు వంశస్థుడు శీఘ్రు రాజ్యం ఇక్కడ ఉంది. అతడి మరు అనే పేరుగల పుత్రుడు కూడా ప్రసిద్ధి చెందిన యోధుడు. మా హస్తి దళం ద్వారా పాడు చేయబడ్డ సరయు నది జలాన్ని ఇది ముందుకు పోనీయకుండా ప్రవహిస్తుంది, చూసి వాళ్ళు జాగ్రత్త పడ్డారు. నగరం నలువైపులా ఉన్న కందకాలని నీళ్ళతో నింపారు. కాని గంగ, యమున, గోమతి లాంటి పెద్ద నదులను దాటిన మా సైన్యం ఈ కందకాలను చూసి వెనక్కి తగ్గదు.

అందరు ఒక్కసారిగా గర్జిస్తూ కందకాన్ని దాటారు. రాజా శీఘ్రు తన పుత్రుడు మరుతో కలిసి కందకాన్ని చుట్టుముట్టి యుద్ధం కోసం దృఢంగా సంసిద్ధుడైనిల్చున్నాడు. అతడు విల్లును సంభాళిస్తూ అరిచాడు.

''ప్రభు శ్రీరామ్‌కి...''

''జయము, జయము...'' అతడి ఉద్ఘోషకి అతడి సైన్యం జవాబు ఇచ్చింది. మా ఖడ్గాలతో వాళ్ళ ఖడ్గాలు భేటీ పడ్డాయి. కురు వంశస్థుల బాణాలు, రఘువంశస్థుల బాణాలను ఢీకొన్నాయి. అన్నయ్య ఎదురుగుండా రాజు శీఘ్రుడునిల్చున్నాడు. నా ఎదురుగుండా అతడి పుత్రుడు మరు.

భయంకర సంగ్రామం ప్రారంభం అయ్యింది. బాణాల వలన కందకాలు మూసుకుంటున్నాయి. మా ఏనుగులలో ఇంకా మద్యం ప్రభావం ఉంది. అవి కోసలులపదాతి సైన్యాన్ని కాళ్ళకింద తొక్కేస్తూమూయ బద్ద రాజభవనపు మహాద్వారంపై దాడి చేశాయి. దాన్ని గట్టిగా ఢీకొంటూ బద్దలు కొట్టాయి. భవన శిఖరంపైన ఎగురుతున్న కోసలుల రాజధ్వజం, దేని కోసమైతేఇక్ష్వాకుడు, దిలీపుడు, రఘుమ అజుడు, థరథుడు, రాముడు, కుశుడు, అతిథి, నిషధుడు, నలుడు, సభుడు, పుండరీకుడు, క్షేమధన్వుడు, దేవనీకుడు, పారిపుత్రుడు, సహస్రశ్వవుడు, బలుడు, స్థలుడు, వజ్రనాభుడు, ఖగణుడు, విధ్రూతుడు, హిరణ్యానాబుడు, పుష్యుడు, ధువసందుడు, సుదర్శనుడు, అగ్రివర్ణుడుమొదలైన వీరులు రక్తపు నదులను ప్రవహింప చేశారో రాజభవన శిఖరం పైన ఉన్న ఆ అభిమాన ధ్వజాన్ని ఎవరో కిందకు దించారు. అన్నయ్య గురితప్పని అమోఘమైన బాణాలకు రాజు శిఘ్రుడు గాయపడి రథంలోనే పడిపోయాడు. కేవలం కొన్ని గంటలలో కోసల దేశం పతనం అయిపోయింది. కందకాల నీళ్ళు రక్తరంజితం అయిపోయాయి. అయోధ్య రామచంద్రుడి ఖ్యాతి గాంచిన నగరం.

వాయుజిత్ పైనుండి దిగి, నడుస్తూ ఆప్రాచీన ద్వారంలో ప్రవేశిస్తూ ఒక్కక్షణం మహాద్వారం దగ్గర ఆగిపోయారు. ఆయన ముఖంపైన విజయుడైన సేనాపతికి ఉండవలసిన భావోద్వేగం లేదు.

''ఎందుకు ఆగిపోయారు?'' నేను కుతూహలంగా అడిగాను.

''శోణా! పాండవులు కూడా వనవాసానికి వెళ్ళారు. కాని జూదం ఆడి వెళ్ళారు. ఈ మహాద్వారం నుండి ఎన్నో శతాబ్దాల క్రితం వచన ప్రియుడైన రాజు వనవాసం కోసం బయటకు వెళ్ళిపోయాడు. ఆయన పితృభక్తికి అందరూ భావకులై పోయారు. కేవలం పితృవచన పరిపాలన కోసం ఈ మహాద్వారం నుండి థశరథ పుత్రుడు రాజు రామచంద్రుడు, తన సోదరుడు లక్ష్మణుడు, పత్ని సీతలతో పధ్నాలుగు సంవత్సరాలు వనవాసం కోసం నవ్వుతూ బయటకి వెళ్ళిపోయారు. ఇదే ఆ అయోధ్య. ఇదే ఆ మహాద్వారం. ఆ దివ్య మహాపురుషుడి స్మృతిలో మేం ఒక్క క్షణం యుద్ధం వలన కలిగిన బీభత్సాన్ని మరచిపోయాము.

రాజభవనంలో ప్రవేశించగానే, రఘువంశ రాముడి ద్వారా విభూషితమైన రాజసింహాసనం ఎదురుగుండా అన్నయ్య వంగి కూర్చుని వందనం చేశారు. నేను ఆయన చేసిన ఈ పనివలన ఇంకా సంభ్రమాశ్చర్యాలలో పడిపోయాను. విజేత ఈ విధంగా సింహాసనం ఎదురుగుండా తలవంచడం విచిత్రమే కదా! కాని అన్నయ్య ద్వారా ఏది జరిగినా, దానిని నేను ఎప్పుడూ గౌరవిస్తాను. కేవలం రాజసింహాసనానికి వందనం చేసి ఆగిపోలేదు. వెంటనే అన్ని మెట్లెక్కి ఆయన రాజప్రసాదంమస్తకంపైన ఉన్న ఈషాదండం దగ్గరికి వెళ్ళారు. తన చేతులతో ఎవరో కిందకి దించిన కోసలుల జెండాని స్వయంగా పైకి ఎగురవేశారు. ధ్వజంతాడుని చేతిలోకి తీసుకుని ఆయన జయఘోష చేశారు– ''రాజా శ్రీరామచంద్రుడికి...'' ''జయహో..జయహో...'' ఆశ్చర్యచకితులైనకోసలుల రెండో వైపు సైన్యం నుండి జయఘోష వినిపించింది. జయహో.. జయహో... నలు దిశలు జయహోజయహో శబ్దాలు ప్రతి ధ్వనించాయి. సరయు నది కూడా

పులకించిపోయింది. రాజు శిఘ్రుకళ్ళల్లో కన్నీళ్ళు చిందాయి. దేనికి ఈ కన్నీళ్ళు... పరాభవం అయినందుకు దుఃఖమా! తమ పూర్వజుల స్మృతిలోనా? లేకపోతే.. లేకపోతే.. ఒక అద్వితీయ వీర పురుషుడి దర్శనం వలన, ధన్యతనుఅనుభవిస్తున్న అతడి క్షత్రియ మనస్సుదా ఆ కన్నీళ్ళు.. అసలు ఎవరు ఏమీ తెలుసుకోలేకపోయారు.

ధ్వజదండం దగ్గరి నుండి కిందకి రాగానే శిఘ్రు సోదరుడు ఎదురుగుండా వచ్చాడు. అతడు భావోద్వేగంతో మా సేనాపతిని గట్టిగా కౌగిలించుకున్నాడు. నేను మరు సంకెళ్ళని తెంపేసి అతడిని విముక్తుడిని చేశాను. నన్ను కూడా కౌగిలించుకున్నాడు. రాజారాం పవిత్రనగరంలో మేము రెండు రోజులు ఆతిథ్యాన్ని స్వీకరించాము. మా నరాలలో విజయం వలన వచ్చే మారకత లేదు. జయ పరాజయాల భావాలు మనస్సును స్పర్శించలేకపోయాయి. ఈ లోకంలో ఎవరూ విజేతలు కారు, పరాజితులు కారు. ఇదే నిజం.

మూడో రోజు అయోధ్య నుండి బయలుదేరేటప్పుడు ఏ సింహాసనం పైన పాదుకలు పెట్టి రాజు భరతుడు పద్నాలుగేళ్ళు రాజ్యం చేశాడో ఆ సింహాసనానికి సుగంధిత పుష్పాన్ని సమర్పించాము. అక్కడి నుండి ప్రస్థానం అయ్యాము. ఇప్పుడు పుష్య మాసం మొదలైంది. గోధుమశస్యపొడుగాటి ఆకులు ప్రతీ పొలంలోను పరుచుకుని ఉన్నాయి. అవి గాలివాటానికి ఊగుతున్నాయి. ఇప్పుడు మా సైన్యం కిరాతల రాజ్యం వైపు ప్రస్థానం అయ్యింది.

8

ఈరావతి నదిని దాటి, కుశీనగరం, శ్రావస్తీనగరం, కపిలవస్తు కోసలలు ఈ ప్రసిద్ధ నగరాలను కూడా దాటేశాము. ఇప్పుడు మా సైన్యం హిమాలయాలవైపు ప్రయాణించాలని అనుకుంది. అటువైపు మళ్ళింది. కిరాతల రాజ్యంలో ఉన్న కాష్టమండపం అన్న నగరంపైన మేము దాడి చేయాలి. దీని కోసం మధ్యలో ఉన్న గండక నదిని దాటాలి. ఒకదాని తరువాత ఒకటి విజయం ప్రాప్తిస్తోంది. సైన్యానికి హద్దులు లేని సంతోషం కలిగింది. సైనికులందరిలోనుచుడోలపక్షుల ఉత్సాహం నిండుకుంది. ఖడ్గాలు పదునెక్కాయి.

మేము గండకి నది ఒడ్డుకి వచ్చాము. ఈ నదిని దాటగానే కిరాతల రాజ్యంలో ప్రవేశిస్తాము. కిరాతల నేతృత్వం ఏడుగురు బలవంతులైన రాజులు జరుపుతున్నారు. వాళ్ళు బాగా చల్లటి వాతావరణానికి అలవాటు పడ్డారు. ఇప్పుడు మా నౌకా పథికులు నదులు దాటడంలో దిట్ట అయ్యారు. ఏ ప్రదేశంలో మేము ఉంటామో, అక్కడి ధాన్యాలనే ఉపయోగించి భోజనం తయారు చేసి సైన్యానికి పెట్టేవాళ్ళు. కిరాతల నగరంలో సైన్యానికి మద్యాన్ని అధికంగా ఇవ్వాల్సి వచ్చింది. లేకపోతే రక్తం గడ్డకట్టే చలికి సైనికులు ఆగలేకపోయేవారు. సోమపర్ణుడు ఉత్సాహంగా ఈ కార్యాన్ని పూర్తి చేస్తున్నాడు.

మేము గండకి నదిని దాటేసాము. కిరాతలకు దిగ్విజయం గురించి ఏ మాత్రం తెలియలేదు. అందువలన వాళ్ళను గెలవడం మాకేమంత కష్టంగా అనిపించలేదు. ఒకేసారి ప్రయాణంలో కాష్ట మండపం చేరుకున్నాము. ఎదురుగుండా సైన్యాన్ని చూసిన కిరాతరాజు గాభరా పడ్డాడు. మాకు దాసోహం అయ్యాడు.

కాష్ట మండపం దగ్గర నుండి ఐదు యోజనాల దూరంలో హిమాలయాలు ఉన్నాయి. ఇక్కడ మంచుగాలులు వీస్తున్నాయి. తీవ్రగాలుల అనుభవం అందరికీ అవుతోంది కాని హిమాలయ పర్వతాలలో ఒక్క శిఖరం కూడా దృష్టిగోచరం కావడం లేదు. ఎంత అనుకున్నా ఆ హిమాలయాల దర్శనం సంభవం కాదు. ఎందుకంటే ముందు రాబోయే విదేహులు జాగ్రత్తపడకముందే వాళ్ళని పాదాక్రాంతులు చేసుకోవాలని మేము అనుకున్నాము.

9

కాష్ఠ మండపం నుండి బయలుదేరాకవిదేహులపై దాడి చేయాలనుకున్నాము. ఈ దేశానికి రాజధాని మిథిల. నిమివంశస్థుల మిథిల సిరిసంపదల నగరం, ఐశ్వర్య నగరి. ఈ నిమివంశంలో మిథి అనే ఒక రాజు ఉండేవాడు. అతడి పేరు మీదేవిదేహులరాజనగరి పేరు మిథిల అయ్యింది. దీనికి ముందు ఆ నగరం పేరు వైజయంత్. ఆ నిమివంశంలో రాజులను జనకులంటారు. వీళ్ళల్లో సీరధ్వజుడు రాజు, రామపత్ని సీతకు తండ్రి. ఈ మిథిల సింహాసనం పైన నిమినుండి ధృతి దాకా, దాదాపు వందమంది రాజులు అఖండంగా రాజ్యాన్ని పరిపాలించారు. ఈ సమయంలో అక్కడ బహులాశ్యుడు రాజుగా ఉండేవాడు. అతడి పుత్రుడు కృతి అతిరథుడు. బహులాశ్యుడు, కృతి వాళ్ళిద్దరిపైనే దాడి చేయాలి. బహులాశ్యుడు, కృతి.

కాష్ఠ మండపం నుండి మిథిల దాకా ఈ దీర్ఘ భూమండలంలో ఒక్క నది కూడా లేదు. ఆ ప్రదేశం అంతా మైదానమే. ఆకుపచ్చటి తేమ ప్రదేశం, విస్తృతంగా వలయంగా క్షితిజం దాకా పరుచుకుని ఉంది. మా ఏనుగుల గుంపు వలన అదంతా నాశనం అవుతోంది. ఒకటి రెండు మజిలీల తరువాత, మూడో రోజు మిథిల ఎదురైంది. సీతనగరం. ఈ నగరం నలువైపులా కందకాలు లేవు. ఎందుకంటే వాటిని నింపడానికి ఏ నదీ లేదు. సమస్త నగరం నలువైపులానల్లటి పాషాణాల సుదృఢమైనప్రాచీరం ఉంది. ఆ ప్రాచీరం నుండి బహులాశ్య సైనికులు, ఘుషుండి, శతఘ్ని నుండి రాళ్ళు విసరడం మొదలు పెట్టారు. మహాద్వారం రక్షణ కోసం బహులాశ్యుడు, అతడి పుత్రుడు కృతి ఇద్దరు రథాలలో ఎన్నుకున్న సైనికులతో పాటు ఉన్నారు. మహాద్వారం లోపలి నుండి గడియవేసి మూసేసారు. వాళ్ళిద్దరు తండ్రీ కొడుకులు ఒక్కసారిగా అన్నయ్యపై దాడి చేశారు. మేము ప్రాచీరాన్ని చుట్టుముట్టి, భుషుండి నడిపే సైనికుల బాణాలను లక్ష్యంగా పెట్టుకున్నాము. కాడనుండి వేరుకాగానే కింద పడిపోయే పండిన ఔదుంబర పళ్ళల్లా అక్కడే టపటపా నేలకొరగసాగారు. మా సైన్యం డిండిమ, నగారా వాయిద్యాలు మాత్రమే మోగుతున్నాయి. ఈ వాయిద్యాల మోత గంభీరంగా ఉంటుంది. మహాద్వారం దగ్గర ఒంటరిగా అన్నయ్య ఆ ఇద్దరు అతిరథులను బాధపెడుతున్నారు. అటునుండి రాళ్ళ వర్షం కురుస్తోంది. మా సైనికుల్లో కొందరు గాయపడ్డారు. కొందరు పైలోకాలకి వెళ్ళిపోయారు. ఇప్పటి దాకా జరిగిన యాత్రలో మిథిలతో జరిగిన యుద్ధం వలన కొంత నష్టపోయాము.

ఇంతలో మహాద్వారం దగ్గర కృతిని నిశ్శస్త్రంగా చేసి అన్నయ్య తన ధనస్సును అతడి మెడలో ఉచ్చు వేసినట్లుగా వేసి లాగాడు. అతడు తన రథం నుండి దఢాలున పడిపోయాడు. తన పుత్రుడు కృతి చచ్చాడనుకున్నాడు. ఈ భ్రాంతి వలన బహులాశ్యుడు గాభరా పడ్డాడు. చేతినుండి

ధనుస్సువిసిరివేశాడు. అతడు మూర్ఛితుడైన కృతి వంక తటస్థంగా చూస్తూ నిల్చున్నాడు. హిరణ్య వర్మ వాడిని రథంతో సహా వేరు చేశాడు. మాతోటివాళ్ళు, మిథిలకి వంద తరాల దాకా నిమివంశస్థుల జనకరాజులకు అఖండంగా ఆశ్రయం ఇచ్చే మిథిల భవ్యద్వారాన్ని విరగగొట్టారు. పడతోసేసారు. ప్రాచీరాల దగ్గర యుద్ధం చేస్తున్న కురుసేన మహాద్వారం వైపు పరుగెత్తుతూ అరచింది.

''సేనాపతి కర్ణ మహారాజుకి...''

''జయహో!''

విదేహుల మిథిలను జయించామన్న శుభవార్తను తీసుకుని దూత హస్తినాపురం వైపు వెళ్ళాడు. పుష్యమాసం శుక్లపక్షం సమాప్తికాబోతోంది.

ఏ పొలంలోనైతేసీర ధ్వజ జనకుడికి సీత లభించిందో ఆ పొలాన్ని చూశాడు. బహులాశ్వుడు నుండి రత్నాలు, వైఢూర్యాలు, మాణిక్యాలు, బంగారం మొదలైన వాటిని పన్ను రూపంలో వసూలు చేశాడు. మిథిల నుండి బయలుదేరాడు. ఈ విదేహ రాజ్యంలో రెండో పేరు పొందిన నగరం కుసుమపురం. హిరణ్యవతి నదీ తీరంలో ఈ నగరం ఉంది. ఇక్కడ మొత్తము రాజదండ ఉత్సవ యాత్రని ఘనంగా చేశాము. అది పుష్యమాసం, పౌర్ణమి రోజు, రాత్రి ధవళ జ్యోత్స్న. నేను, అన్నయ్య మేం ఇద్దరం హిరణ్యవతి నదీ ఘాట్ దగ్గర బురుజుపైకూర్చున్నాము. ఎదురుగుండా నదిలో కెరటాలు అఖండంగా నృత్యం చేస్తూ చంద్ర కిరణాలతో దాగుడు మూతలు ఆడుతున్నాయి. తీరానకదంబ, బచ వృక్షాలు ఉన్నాయి. అన్నయ్య చెవుల కుండలాలు మెల్లి మెల్లిగా ఒక లయలో ఊగుతున్నాయి. వాటి ప్రకాశం వలయాలు పండు వెన్నెలలో మెరుస్తున్నాయి.

''హస్తినాపురం నుండి బయలుదేరి దాదాపు రెండు నెలలు అయ్యాయి. ఈ మధ్యలో నీకు ఒక్కసారి కూడా రాజనగరి గుర్తుకురాలేదా?''

నేను హిరణ్యవతి నదిలోని తరంగాలను చూస్తూ అతడిని అడిగాను.

''నీవు ఎట్లా ఇటువంటి నిర్ణయానికి వస్తావు? నేను కూడా మనిషినే కదా?''

''నేను అట్లాఅని అనడం లేదు. నీవు ఎప్పుడు చూసినా, క్రమశిక్షణ, వ్యూహాలు పన్నడం, తినుబండారాలు, శస్త్రాలు వీటిల్లోనే మునిగిపోయి ఉంటావు కదా! అందుకే అడిగాను.''

''అవును. నేను వీటన్నింటిలోతలమునకలైపోతాను. కాని హస్తినాపురంలోని వారందరూ గుర్తుకు వస్తూనే ఉంటారు. యుద్ధం చేస్తుంటే మాత్రం ఎవరూ గుర్తుకురారు. అసలు ఏం చేస్తుంటానో నాకే తెలియదు.''

''ఇప్పుడు ఇక్కడ నుండి వెళ్ళే దూత ద్వారా దుర్యోధనుడికి ఉత్తరం పంపించండి. అతడు ఆనందంతో పిచ్చివాడైపోతాడు.''

''ఊహూ.. నేను ఏ ఉత్తరం పంపించను. ఒకసారిగా అకస్మాత్తుగా అతడి ఎదురుగుండాప్రత్యక్షమై అతడిని ఆశ్చర్యంలో ముంచేస్తాను. అంగదేశ రాజ్యానికి నాకు రాజుగా రాజ్యాభిషేకం చేసి ఎంత ఉపకారం చేశాడో, నేను అంతకన్నా పదిరెట్లు అతడికి ఉపకారం చేస్తాను.'' దిగ్విజయంలో లభించిన ఈ సిరి సంపదలన్నింటినీ అతడి చరణాల చెంత పెట్టి అంటూ అతడు బురుజుపైనుండిలేచాడు.

"మన ఈ దిగ్విజయం కోసం, అక్కడ హస్తినాపురంలో వృషాలి వదిన దేవుడి గదిలో భగవంతుడి ఎదుట ప్రతిరోజు నందీ దీపం వెలిగిస్తూ ఉంటుంది. మన దూత ఎప్పుడు వస్తాడాఅని వేయి కళ్ళతో ఎదురు చూస్తూ ఉంటుంది." నేను కూడా లేచాను. మేము శిబిరం వైపు నడవడం మొదలుపెట్టాము.

"నీవు ఇంతేనా ఆలోచించింది? మరైతే విను, నా ఉత్తరం తీసుకుని ప్రతీరోజు దూత హస్తినాపురం వైపు వెళ్తాడు."

"ఉష్...కొంచెంసేపటి క్రితం మీరు"

"ఆ ఉత్తరం రాజభవనంలో ఏ వ్యక్తి కోసం కాదు" మెల్లిమెల్లిగా అడుగులు వేస్తూ, వెన్నెలలో ఎంతో అందంగా కనిపిస్తున్న కుసుమపురం వైపు వెళ్తూ శాంతంగా అన్నారు.

"మరి ఎవరి కోసం? అశ్వత్థామ కోసమా?" నాకు వాళ్ళిద్దరి మధ్య ఉన్న ఘనిష్ట ప్రేమ గుర్తుకువచ్చింది. అతడికి కాకపోతే మరెవరికీ ఉత్తరం పంపే అవసరం లేనేలేదు.

"కాదు. ఆ ఉత్తరాలు యుద్ధంలో పాల్గొన్న యుద్ధ వీరుల తల్లి తండ్రుల కోసం. ఆ దూత రాజభవనంలోని ఏ వ్యక్తినీ కలవడు." జారుతున్న ఉత్తరీయాన్ని భుజం మీద వేసుకుంటూ ఆయన అన్నారు. నేను అనునిత్యం అన్నయ్య వెంటే ఉన్నా, అతడి మనస్సులోని లోతుపాతులను తెలుసుకోలేకపోయాను. ఇదే నిజం.

10

కుసుమపురాన్ని వదిలివేసి మేం విదేహుల సరిహద్దుల నుండి బయటకి వచ్చేసాము. దీనిముందు కౌశికుల కచ్చరాజ్యం ఉంది. ఈ రాజ్యానికి రాజధాని విక్రమశిల. ఇది గంగ ఒడ్డున ఉంది.

జహ్ను ఋషి ఆశ్రమానికి వెళ్ళి మేము కౌశిక నదిని దాటాము. విక్రమశిలానగరం వచ్చింది. ఈ నగరం రాజు శరణుజొచ్చాడు. అందుకని ఇక యుద్ధ ప్రసక్తే లేదు. విజేతలయిన సైనికులు ముందుకు నడుస్తున్నారు. ఈ ఆర్యావర్తం అసలు సమాప్తం అవుతుందా లేదా? సందేహం కలగసాగింది. తూర్పున మేము ఎన్నో, ఎన్నెన్నో యాత్రలు చేశాము. పుండ్రవర్ధన నగరాన్ని దాటాము. కౌశికుల సీమ సమాప్తం అయింది.

ఇప్పుడు దారిలో ఎన్నో ఎన్నెన్నో చెట్లు చేమలు. దేవదారు, షీసమ్, సురుపర్ణ, అశోక, శాల మొదలైన చలి ప్రదేశాలలో ఉండే వృక్షాలు కనిపించసాగాయి. పొడుగాటి తోకలు ఉన్న తెల్లటి పక్షులు కనిపిస్తున్నాయి. ఇక దీని ముందు కామరూప దేశం ఉంది. కరతోయ నదిని దాటాక విశ్రాంతి కోసం మజిలీ వేశాము. ఎందుకంటే ఇక ముందు దాటబోయే లోహితా లేక బ్రహ్మపుత్రనది చాలా విశాలమైన పెద్ద నది. అసలు దానిని నది అనిఅననేఅనరు. అది విశాలమైన నదికి, పిల్లనది. అదే బ్రహ్మపుత్రం.

ఏనుగులు ఆ నదిలో వెళ్ళడానికి సిద్ధంగా లేవు. ఇక గుర్రాలు మాట చెప్పాలా! వాటిని కరతోయ్ నది ఒడ్డున వదిలేసి మేము సైనికులను తీసుకుని నౌకల మీద బ్రహ్మపుత్ర నదిని ఎన్నో కష్టాలకు ఓర్చి దాటాము. కామరూప రాజ్యంలో మేము ప్రవేశించాము. ఈ రాజ్యంలో ఒక పెద్ద నగరం ఉంది, ప్రాక్ జ్యోతిష్య పుర్. దీనికి రాజు భగదత్తుడు.

మేము ఎన్నెన్నో కష్టాలకు ఓర్చి బ్రహ్మపుత్రుని దాటామో, వాటిని సఫలం చేయడానికి, ఇప్పుడు మేము సాక్షాత్తు ఇంద్రుడితో కూడా ప్రాణాలకు తెగించి పోరాడతాము. అందువలన భగదత్తుడంటేఎవడూకించిత్ కూడా భయపడటం లేదు. ఈ కామరూప దేశంలో వాతావరణం అతి చల్లగా ఉంది. అయినా బ్రహ్మపుత్రని దాటగానే, రెండు రోజుల ప్రాక్ జ్యోతిష్యపురంపైన దాడిచేశాము. నగరాన్ని చుట్టుముట్టాము.

భగదత్తుడుమహాభయంకర యుద్ధం చేశాడు. యుద్ధం చేయడంలో అతడు మహా దిట్ట. నిజానికి అతడు మహావీరుడు. కాని ఎక్కువ కాలం యుద్ధంలో నిలబడలేక పోయాడు. అతడి దగ్గర నుండి పన్ను వసూలు చేసి మేము బయలుదేరాము. తూర్పువైపున ఇదే చివరి అంచున ఉన్నరాజ్యం. ఇది బ్రహ్మపుత్ర నది ఒడ్డున ఉంది.

త్రిపుర, కామల్‌కా, సువర్ణగ్రామ్ మొదలైన నగరాలను దాటుకుంటూ మళ్ళీ తిరిగి బ్రహ్మపుత్రను దాటి వెనక్కి వచ్చాము. కరతోయ ఒడ్డున మేము వదిలివేసిన ఏనుగులు, గుర్రాలు ఒకేసారి దొరికాయి. ఇక మాకు దక్షిణం వైపు వెళ్ళాల్సిన పరిస్థితి వచ్చింది. వివశులమయ్యాము. మళ్ళీ కరతోయని దాటి గంగకి వెళ్ళాలి. మా యాత్రలో గంగని రెండోసారి దర్శనం చేసుకుంటున్నాము. కాని ఇప్పుడు ఏ గంగ వస్తుందో అది సాగరంలా ఎంతో పెద్దది. అది ఎన్నో పాయలై తూర్పు సముద్రంలో కలుస్తుంది. అది వంగదేశం. దానిని కూడా మేం గెలిచాం.

వంగదేశంలో ప్రవేశించాలన్న ఉద్దేశ్యంతో విశాలమైన గంగని దాటాము. హిమాలయాల భుజాల నుండి దడదడాఅంటూ కిందికి దూకే ఉద్యమం సమీపంలోని గంగ, ఆ స్థానంలో అల్లరి బాలికగా అనిపిస్తుంది, ప్రయాగ దగ్గర యమున, సరస్వతిలతో గుప్తమైన మాటలు మాట్లాడే అదే గంగ అల్లరి అమ్మాయిగా అనిపిస్తుంది. కాని ఇక ముందు సమతల ప్రదేశంపైన నది వెడల్పు ఎక్కువ చేస్తూ, నెమ్మది నెమ్మదిగా ముందుకు ప్రవహించే గంగ, శ్రీఘ్రంగా కాబోయే భర్త దర్శనాన్ని ఊహించుకుని సిగ్గుల మొగ్గ అయి మెల్లిమెల్లిగా అడుగులు వేసే ముగ్ధలా అనిపిస్తుంది.

ఇటువంటి గంగ ఒడ్డున కాళికా దేవి కాళికా నగరం వచ్చింది. వంగ దేశంలోని ఈ రాజనగరినిసముద్రసేనుడు, చంద్రసేనుడు అనే ఇద్దరు సోదరులు రాజ్యాన్ని ఏలుతున్నారు. మానవుల నివాస స్థానం చాలా తక్కువగా ఉంది. తక్కిన రాజ్యాలకు దూరంగా ఉండటం వలన వంగదేశం యుద్ధ శాస్త్రంలో కూడా వెనుకబడి ఉంది. అయినా ఇక్కడి వీర నేతలుమమ్మల్ని ఎంతో ఎదిరించారు. సముద్రసేనుడు, చంద్రసేనుడు ఎంతో సాహసంతో యుద్ధం చేశారు. కాని మా సైన్యం సముద్రం అంత ఉంది. అందుకే వాళ్ళు ఏనాటికీమమ్మల్నిఓడించలేరు. ఈ యుద్ధంలో చంద్రసేనుడు చంపబడ్డాడు. సముద్రసేనుడు మూర్ఛితుడు కాగానే వంగసేనలు శస్త్రాలను పడేసి మా శరణంలోకి వచ్చేశాయి. వంగదేశం పతనం అయిపోయింది. మేం నగరం నుండి బయలుదేరి రెండు నెలలు అయింది. మొదటిసారిగా తూర్పు సముద్రం దర్శనం అయ్యింది. అందరం పులకించిపోయాము. ఉప్పొంగుతూ, గర్జనచేస్తూ ప్రచండమైన తరంగాల తాండవ నృత్యం చూశాము. చూశాక మా దిగ్విజయం ఎందుకూ పనికిరాదు దాని ముందు దిగదుడుపే అనినాకనిపించింది. మానవ పరాక్రమ రూపంలో ఎన్ని పర్వతాలను నిలబెట్టినా, ప్రకృతి ముందు

అది నగణ్యమే, తూర్పు సముద్రంలో తరంగాల తాకిడిని ఓర్చుకుంటూ నాట్యం చేసే జల బిందువులలాగా.

కతికానగరంలో ఒకరోజు అన్నయ్య మజిలీ వేయాలనుకున్నారు. సాగరంలోని గంభీర ఘోషని, సంగీతాన్ని వింటూ మేము అక్కడే గుడారం వేసుకొన్నాము.

మరునాడుప్రొద్దున్న లేచి చూస్తే అన్నయ్య శిబిరంలో లేరు. సైనికులతో మాట్లాడుతూ ఎక్కడో అక్కడ సైనిక స్థావరాలలో ఉంటారనుకుని అన్ని దారులని వెతికాను. కాని ఆయన గురించి ఆచూకీ తెలియలేదు. నాకు భయంగా అనిపించింది. అశుభ సూచన ఏదో నా మనసులో తొంగి చూస్తోంది. ఎందరో రాజులతో మాకు శత్రుత్వం ఉంది. ఎవరైనా ఎక్కడైనా నమ్మక ద్రోహం చేయలేదు కదా! క్షణక్షణం నాలో ఆందోళన పెరగసాగింది. అసలు సేనాపతి లేకుండా సైన్యం ముందుకు ఎలా నడుస్తుంది. తక్కిన వాళ్లందరికీ ఆయనసేనాపతి, నాకు మాత్రం ఎంతో ప్రియమైన అన్నయ్య. ఆయనని వెతకడానికి బాగా ఆరితేరిన గూఢాచారులనునలువైపులా పంపించాను. కాని సైన్యానికి ఇదంతా తెలియదు. అందరూ ప్రయాణం కోసం సంసిద్ధులవుతున్నారు.

ఒక ఘడియ తరువాత నేను పంపిన కీర్తిధ్వజుడు వెనక్కి వచ్చాడు. అతడు ఎంతో ఆనందంగా ఉన్నాడు. అతడు ఏం వార్త తెచ్చాడోఅని నా చెవులు నిక్క పొడుచుకున్నాయి.

''మహారాజు కులాసాగానే ఉన్నారు. తూర్పు సముద్రపు తరంగాలలో నడుంలోతునీళ్ళల్లోనిల్చుని అర్ఘ్యదానం ఇస్తున్నారు. నేను హమ్మయ్య అని అనుకున్నాను.

11

కతికా నగరం తరువాత తామ్రలిప్తం వస్తుంది. దేశానికి రాజనగరితామ్రలిప్తనగరం. తామ్రలిప్తుడు ఆ రాజ్యానికి రాజు. తామ్రలిప్త నగరాలు చాలా చిన్నవి. ఆ రాజ్యాల సరిహద్దులు హస్తినాపురంతో ఏ మాత్రం సమానం కాదు. అందువలన శత్రువుల భయం లేదు. దీని తరువాత మగధ రాజ్యం ఉంది. మగధ రాజ్యం బలమైన రాజ్యం కావడం వలన ఇక్కడ శత్రుభయం ఎక్కువ.

కతికా నగరం పతనం అయిందన్న వార్త తెలియగానే తామ్రలిప్తుడు సంధి కోసం వెంటనే మాకు స్వాగతం పలకడానికి రాజనగరి ద్వారం దగ్గర నిల్చున్నాడు. అతడు ఇచ్చిన కానుకలలో ముత్యాలు ఎక్కువగా ఉన్నాయి. అతడి రాజ్యం సరిగ్గా తూర్పు సముద్రం ఒడ్డున ఉంది. ఆ సాగరం ఒడ్డు ముత్యాలకు ఎంతో ప్రసిద్ధమైనది. అక్కడి ప్రజలు ముత్యాల వ్యాపారం చేస్తూ ఉంటారు. సమస్త ఆర్యావర్తానికి ముత్యాలను సమకూరుస్తారు.

తామ్రలిప్త నగరం నుండి బయలుదేరాక ఓడల రాజ్యం వైపు వెళ్ళాలా ఒద్దా అన్న ప్రశ్న ఎదురైంది. కానీ ఇప్పుడు మేము ఆ ఆలోచన వదిలివేసి మల్లుల రాజ్యంవైపు వెళ్ళడానికి వివశులయ్యాము. ఎందుకంటే ఓడ తామ్రలిప్త మధ్యలో దుర్లభమైనబుష పర్వతాలు ఉన్నాయి. మల్లదేశం లక్ష్యంగా ముందుకు సాగేకన్నా మరో మార్గంలేదు. మా సైన్యం ఎదురుగుండాఇదొకటే మార్గం! మాకు ఎంతో కుతూహలంగా ఉంది. ఎందుకంటే మల్లదేశం కన్నా అంగదేశం ఇంకా

బలమైనది. రాజు దుర్యోధనుడు ఏ రాజ్యానికి రాజుగా వసు అన్నయ్యని ప్రకటించాడో ఆ రాజ్యం. అన్నయ్య ఆ దేశ రాజధానిని చంపానగరికి మార్చారు. ఎన్నో సంవత్సరాల దీర్ఘకాలం మేము బాల్యంలో ఆడుకున్నాం, పాడుకున్నాం, కొట్టుకున్నాం, గిల్లికజ్జాలు పెట్టుకున్నాం, ఆ చంపానగరి దర్శనం కాబోతోంది.

మల్లపర్వతం వైపు నుండి బయలుదేరి మేము మల్ల దేశాన్ని చేరుకున్నాము. అన్నయ్య హస్తినాపురంలోనే ఉండేవారు. అందువలన ఆయన అంగదేశ కార్యకలాపాలని చూడడానికి ఒక మాండలికుడినినియుక్తం చేశారు. అతడు మాకు స్వాగతం పలకడానికి మల్లదేశం నుండి వచ్చాడు. అతడు అన్నయ్యకు ఎంతో శ్రద్ధతో వందనం చేశాడు. మా సైనికులు అంగదేశ సరిహద్దుల వైపు వెళ్ళడానికి ఎంతో ఉత్సాహం చూపించారు. అంగరాజు ఈ రాజ్యంలో కనీసం ఒక నాలుగు రోజులు ఉంటారు అని వారికి తెలుసు. అందరికీ విశ్రాంతి తీసుకునే అవకాశం లభించింది.

మాండలికుడితో మేము అంగదేశపు సీమ దాకా వచ్చాము. అంగరాజు కర్ణుడు, దిగ్విజయుడైన అంగరాజు కర్ణుడు అంగదేశపు సరిహద్దుల దగ్గర నిల్చున్నారు. వేలమంది అంగదేశ నగర ప్రజలు స్వాగతం కోసం చేతులలో రకరకాల పూలు పట్టుకుని ఒక చోట చేరారు. సౌభాగ్యవతులు జలంతో నిండిన కుంభాలను తీసుకుని ఎదురుగుండా వచ్చారు. తమ దేశ రాజును సందర్శించుకోగానే ఆనందోత్సాహులై గగనం దద్దరిల్లేలాజయ ఘోష చేశారు. ''అంగరాజు కర్ణులవారికి, మహారాజుకి విజయం కలుగుగాక దిగ్విజయీభవ! చంపానగరాధిపతి వసుసేను మహారాజుకి....''

''జయహో... జయహో...''

బాల్యంలో రాతిసింహాసనంపైన ఏ జయఘోష చేసారో అది ఇప్పుడు నిజం అయ్యింది. పూల వర్షం కురిపించారు. హస్తినాపురం నుండి బయలుదేరాక, ఒక్కసారి కూడా మా నుదిటినపవిత్రమైన కుంకుమతిలకం ఎవరూ దిద్దలేదు. మళ్ళీ మాకు ఇక్కడ హారతి ఇచ్చారు. కురుల సైనికులు వాయిద్యాల ధ్వనులతో ఘోషణల కోలాహలంలో అంగదేశాన్ని ప్రవేశించారు. ఈ సంఘటనతోనా మనస్సు రెక్కలలాగా తేలికపడ్డది. అతి సౌఖ్యాన్ని, సుఖాన్ని అనుభవించడానికి ఒక విశిష్ఠమైన సామర్థ్యం కూడా ఉండాలి. కాని అన్నయ్య ఎప్పటిలాగా శాంతిగా రథంలో కూర్చున్నారు. రెండు చేతులు జోడించి వినమ్రంగా ఆయన తన పురప్రజల పవిత్రప్రేమను స్వీకరిస్తున్నారు. ఎక్కడా ఏ మాత్రం ఎటువంటి ఉద్రేకం లేదు. ఆయన ముఖం సూర్య బింబంలా తళతళా మెరుస్తోంది. మా రథంపైన జగత్పిత ఆదిత్య కూడా తేజోరసాన్నిఒలికిస్తూ, ఆ దృశ్యాన్ని తన చక్షువుల నన్నింటిని తెరిచి, యథాశక్తి చూస్తూ ఉండవచ్చు. జయముజయము కర్ణా అని జయము పలుకుతుండవచ్చుఅనినాకనిపించింది.

సంధ్యాకాలం అవుతోంది. మేం చంపానగరానికి దగ్గరిగా వచ్చాము. 30 సంవత్సరాల తరువాత ఆ నగరాన్ని మేము దర్శనం చేసుకుంటున్నాం. ఈ నగరంలోనే మా సారథులపర్ణకుటీరాలు ఉన్నాయి. మా బాల్య స్మృతులన్నింటిని ఈ నగరం ప్రేమగా

సంబాళించింది. ఇక్కడి పర్ణకుటీరం మాకు గొడుగైంది, ఆశ్రయం ఇచ్చింది. మమ్మల్ని నవ్విస్తూ తుళ్ళిస్తూ పెంచి పెద్దవాళ్ళని చేసింది. ఏదేది నేర్చుకోవాలో అదంతా నేర్పించింది.

పక్షుల గుంపులను చూస్తూ గంగ ఒడ్డున పడి ఉన్న ముత్యపు చిప్పలను ఏరుకోడానికి రథంలో ప్రయాణమైన కర్ణ, శోణులు, ధనుస్సుతో లతలువృక్షాలను లక్ష్యంగా పెట్టుకుని ఛేదించే కర్ణ, శోణులు, అడవి నుండి రథాల తయారీకి కట్టెలు తెచ్చే కర్ణ, శోణులు, రాధామాతకి ఒకరిపై ఒకరు చాడీలు చెప్పే కర్ణ, శోణులు,క్రీడాంగణంలో రాజసభలో జరిగే ఆటల సమయంలో వృషభాన్ని ఎదుర్కోడానికి ఒకే రాయిపై నిలిచే కర్ణ, శోణులు, రథంలో కూర్చుని హస్తినాపురంలో వెళ్ళే సమయంలో మళ్ళీమళ్ళీ వెనక్కి తిరిగి తన సోదరుడి వైపు చూసే కర్ణుడు, రథం వెనక ఏడుస్తూ చేతులు ఎత్తి సరిహద్దులు దాకా పరుగెత్తే శోణుడు. ఈ సంఘటనలన్నింటినీ అక్కడి లతలు, తీగలు, పశుపక్ష్యాదులు ఆ నాడు చూశాయి. మరి ఈనాడు ...

ఈనాడు దిగ్విజయుడు అంగరాజు కర్ణుడు, ఆయన కుడిభుజం శోణుడు ఇద్దరూ నిండు మనస్సుతో నగరంలో ప్రవేశించబోతున్నారు. ప్రేమా ఆప్యాయతలతో పుర ప్రజలు నిరంతరంగా జయఘోష చేస్తున్నారు. సువర్ణ పుష్పాలని కురిపిస్తున్నారు. ఓహ్! జీవితం అంటే వెనక్కి ముందుకి నడిచే పెద్ద మహోన్నతమైన మార్పు. ఇక్కడ కర్ణుడి లాంటి బీజంలో నుండి వచ్చిన మహావట వృక్షాలు కళకళలాడుతూ ఉంటాయి. కనిష్టిక లాంటి ధారల గంగ యమునలు ప్రవహిస్తూ ఉంటాయి. ఇది నిజమా! లేక కలకంటున్నానా? నాకే స్వయంగా ఏమీ తెలియడం లేదు.

మనస్సులో ఒక మూల బాల్యపుస్మృతులు, మరో మూల దిగ్విజయయాత్ర స్మృతులు, మాటిమాటికిపునరుచ్చరిస్తూ రథంలో చంపానగరి మార్గంలో నడుస్తున్నాము. ఈ 30 సంవత్సరాలలో ఈ నగరం రూపంలో చాలా మార్పు వచ్చింది. రాజనగరిగా ప్రసిద్ధిగాంచింది. అందువలన పెద్ద భవ్య భవనాలు నిర్మించారు. అన్నయ్య కళ్ళు దేనినో వెతుకుతున్నాయి. ఆయన చేతులు అందరి ప్రేమను స్వీకరిస్తున్నాయి. వాయిద్యాల నినాదంతో చంపానగరి పులకితం అయ్యింది. దాని పేరునజయఘోష వినిపిస్తోంది.

ఒక్కసారిగా చేతులు ఎత్తి, నన్ను రథాన్ని ఆపేయాలని ఆజ్ఞ ఇచ్చారు అన్నయ్య. నేను కళ్ళాలని లాగాను. వెంటనే కిందకి దిగి గుంపులో చొచ్చుకుపోయారు. నేను కూడా ఆయన వెనక నడిచాను. చుట్టుపక్కల మార్గాలలో ఉన్న భవనాల వైపు త్వరత్వరగా వెళ్ళారు. వెనక ఉన్న క్రీడాంగణం దాకా చేరారు. ఇది, అదే క్రీడాంగణం. బాల్యంలో ఈ గోదాలోనే రాజ్యసభ ఆట ఆడాము. అన్నయ్య కోసం ఆనాడు తయారు చేసిన రాతి సింహాసనం ఇప్పటికీ ఒక మూల పడి ఉంది. కొత్త భవనాన్ని తయారు చేసేటప్పుడు, దానిని తల్లకిందులుగా చేశారు. ఆసనం నేలపైన ఉంది. చుట్టుపక్కల అంతా గడ్డీగాదం పెరిగింది. రాయిపైన నాచు పేర్కొని ఉంది.

"శోణా! అటువైపు చూడు. నీ వసు అన్నయ్య మొట్టమొదటి సింహాసనం." రాజదండాన్ని నా చేతికి ఇచ్చి, త్వరత్వరగా ఆ రాయి దగ్గరకి వెళ్ళారు. దానిని సరిగ్గా చేశారు. మళ్ళీ నా చేతినుండి రాజదండాన్ని తీసుకుని దానిని ఎవరైతేదేశదేశాల రాజుల గర్వాన్ని అణిచారోదానిని ఆయనఆకస్మాత్తుగా రాయిపైన పెట్టారు. ఆయన మనస్సులో ఏముందో చెప్పడం కష్టం.

''చంపానగరాధిపతివసుసేన మహారాజుకి...'' ఇది చెప్పడానికి అక్కడ చిన్ననాటి స్నేహితులు లేరు. ఆ కఠోర స్వరానికి బెదిరి వచ్చే వృషభం లేదు. కేవలం స్మృతులు మాత్రమే ఉన్నాయి. అవన్నీ నిజం అయ్యాయి. ఎదుట సాక్షాత్కరించాయి.

ఒక క్షణం తరువాత రాజదండాన్ని లేవనెత్తారు. మళ్ళీ ఒక్కసారి ఆ సింహాసనం వైపు దృష్టి నిలిపారు. మేం వెనక్కి తిరిగి వచ్చాం. మళ్ళీ రథం ఎక్కాం. జన సమూహం, రాజ మార్గంపైన మళ్ళీ ముందుకు నడవసాగింది. మేం బాల్యంలో నివసించిన పర్ణకుటీరాలు వచ్చాయి. అన్నయ్య ఆదేశానుసారం మాండలికుడు వాటిని సరియైన రీతిలో సంరక్షించాడు. ఆ పర్ణకుటీరాలలోమాండలికుడి సారథులు నివసించేవారు. పర్ణకుటీరం ద్వారం దగ్గర నిల్చుని అతడు మా దిగ్విజయం చేసిన సైనికుల వంక అభిమానంగా చూస్తున్నారు. సేనాపతి దర్శనం చేసుకుంటున్నారు. ఏ పర్ణకుటీరంలో మేం ఉండేవాళ్ళమో దాని ద్వారం దగ్గర ఒక పండు ముసలి అయిన సారథి నిల్చుని ఉన్నాడు. నేను స్మృతి రూపంలో ఆ పర్ణకుటీరానికి వందనం చేశాను. గంగానది ఒడ్డున మాండలికుడు కట్టిన భవనాలలోకి వెళ్ళడానికి గుర్రాల వీపుపైన కొరడా ఝుళిపించాను.

అన్నయ్య వెనక నుండి పైనకిపైనే పట్టుకున్నారు.

''శోణా! కిందకి దిగు.'' స్వయంగా తను కిందకి దిగుతూ ఆజ్ఞ జారీ చేశారు.

ఎవరి వైపుచూడకుండా ఆయన సరాసరి ఆ పర్ణకుటీరాలలో ఉన్న తన పర్ణకుటీరందగ్గరికి వెళ్ళారు. ఆయననిఎదురుగుండా చూడగానే ఆ పండు ముసలి సారథి గాభరా పడ్డాడు. తనంతటతానే లోపలికి వెళ్ళి పోయాడు అతడి వెనక లోపలికి వెళ్తున్న అన్నయ్య నుదుటికి ద్వారంపై ఉన్న తోరణం తగిలింది. ఆయన పొడుగు పెరిగినట్లుగా ఆ ద్వారం కూడా కొంత పైకి పెరిగింది. ఆయన తన ఎత్తును ఆ తోరణంతో సరిచూసుకున్నారు. మళ్ళీ వంగి లోపలికి దూర్చుకుపోయారు. నేను కూడా లోపలికి వెళ్ళాను.

గాభరాపడ్డ మాండలికుడు, మొదటి సారిగా ఆ పర్ణకుటీరంలోకి వచ్చాడు. వృద్ధుడి ద్వారా పరచబడ్డ కంబళిపైన కురుల ఎనిమిది లక్షల సైన్యానికి దిగ్విజయుడు, కవచ కుండలధారి అయిన, అందమైన సేనాపతి అంగదేశపు రాజు ఎదురుగుండాకాళ్ళు ముడుచుకుని కూర్చుని ఉన్నాడు. అసలు ఇదంతా చూశాక ఏం అనాలో కూడా మాండలికుడికి తెలియలేదు.

''మహారాజా! మీరు రాజభవనానికి రండి.'' అతడు తన కర్తవ్యాన్ని తెలుసుకుని అన్నాడు.

''ఊహూ నేను రాను. ఈ పర్ణకుటీరంలోనే నేను మూడునాలుగు రోజులు ఉంటాను. నా మనస్సుకు తృప్తిగా ఉంటుంది. ఈ సారథి తినే అన్నమే తింటాను. గంగ ఒడ్డుకి వెళ్ళి అర్ఘ్యదానం ఇస్తాను. మీరందరూనా కోసం ఇక్కడికి రాకండి. మీకు కష్టం కలుగుతుంది. సైనికులకు సరి అయిన ఏర్పాట్లు చెయ్యి. వెళ్ళు.'' అన్నయ్య పర్ణకుటీరపు గడ్డి నింపబడ్డ కప్పు వంక చూస్తూ అన్నారు.

''ఆజ్ఞ శిరసావహిస్తాను.'' మాండలికుడు ద్వారం నుండి బయట పడుతూ తలవంచుకుని అన్నాడు.

నేను సిగ్గుతో తలవంచుకున్నాను. నేను ఏ పర్ణకుటీరం నుండి దూరంగా ఉండాలనుకున్నానో అన్నయ్య అక్కడే ఉంటానంటున్నారు.

''శోణా! ఈ కంబళి పైకిరా!'' ఆయన నన్ను దగ్గరిగాకూర్చో పెట్టుకున్నారు. ఇంతలోనే మాండలికుడు మళ్ళీ లోపలికి వచ్చాడు. ఆ వృద్ధుడికి నీవు బయటకి వెళ్ళు మహారాజుగారిని విశ్రాంతి తీసుకోనీఅనిఅంటూ ఆజ్ఞాపించాడు. ''నేను ఇక్కడే ఉంటాను. నీవు వెళ్ళిపో. మాండలికుడికికఠోరమైన స్వరంలో ఆజ్ఞ ఇచ్చాడు.

నేను అన్నయ్య కాళ్ళవేళ్ళను చూస్తూ ఆలోచనలలో మునిగిపోయాను. బాల్యం నుండి సమస్త జీవితం వలయం అయి పర్ణకుటీరంలో నా నలువైపులా నాట్యం చేయడం మొదలు పెట్టింది. నేను నా జీవితంలో ఒక మంచి పనిచేశాను. ఒక లోతైన మనస్సుగల అద్వితీయమైన యోధుడి సారథ్యాన్ని చేయడానికి నేను అంగీకరించాను.

12

చంపానగరిలో నాలుగు రోజులు ఎట్లాగడిచాయో నాకే తెలియదు. పర్ణకుటీరం నుండి బయలుదేరేటప్పుడు అన్నయ్య ముత్యాలహారాన్ని తీసి ఆ వృద్ధుడి చేతిలో పెట్టారు. ''దూర దేశాల్లో ఉండే నీ బంధువులను పిలు. ఇక్కడికి రమ్మనమని చెప్పు. ఈ పర్ణకుటీరం ఎప్పుడూ మనుషులతో కళకళలాడాలి.'' అని చెప్పారు. ఏ కంసాలి అయితే మాండలికుడికి కానుకలు ఇవ్వబోయాడో అతడి దగ్గర తీసుకోకుండా, అతడికే దిగ్విజయ సిరిసంపదలనుండి వజ్రాలు, మాణిక్యాలు ఎక్కువ సంఖ్యలో ఇచ్చారు. చంపానగరి సౌందర్యాన్ని ద్విగుణీకృతం చేయమని సూచన ఇచ్చారు.

ఇక మళ్ళీ ఎప్పుడు ఈ నగరికి వస్తామో! ఎవరు చెప్పగలరు? ఎట్లా చెప్పగలరు? కన్నీళ్ళతో మేము చంపానగరికి వీడ్కోలు పలికాము.

చంపానగరి తరువాత మగధ సామ్రాజ్యం ఉంది. మగధులు యుద్ధం చేయడంలో ఆరితేరినవారు. ఆర్యావర్తంలో కురుల హస్తినాపురం తరువాత, అన్ని విధాల సమర్థవంతమైన రాజ్యం మగధులదే. శక్తిసామర్థ్యాల దృష్ట్యా క్రమంలో ఈ సామ్రాజ్యం వస్తుంది. జరాసంధుడి నేతృత్వంలో, ఒకప్పుడు మధురపైన పదిహేడు సార్లు ఆక్రమణచేశారు. చుట్టుపక్కల రాజ్యాలన్నీ మగధుల ఆధిపత్యాన్ని స్వీకరించాయి. జరాసంధుడు భోజరాజులను పరాజితులని చేసి వేల రాజులను నరయజ్ఞంలో బలి ఇవ్వడానికి కారాగృహంలో బందీలుగా చేశాడు. మగధులసశస్త్ర సైన్యంలో భీముడంత బలంగా యోధులు ఉన్నారు. ఆ సైన్యం గర్జించే ఒక మహా సముద్రం లాంటిది. గద, శూల, తోమర, శతఘ్ని, ఖడ్గ, విల్లు, బాణ, త్రిశూల, గజ, అశ్వ, భుషుండిమొదలైనదళాలన్నింటిలోనూ, యుద్ధవీరులు ఉన్నారు. వాళ్ళ సైనికుల సంఖ్య పేరు అక్షౌహిణులు. అంటే దాదాపు పదిలక్షల యోధులతో మేం యుద్ధం చేయాలి. వీళ్ళు మగధ పురువంశీయులు. వాళ్ళ రాజనగరం గిరివ్రజం. ఈ గిరివ్రజ నగరాన్ని వసురాజు గంగ ఒడ్డున స్థాపించాడు. అతడితరువాత బృహద్రథుడు సింహాసనంపైన కూర్చున్నాడు. ఈ బృహద్రథుడి పుత్రుడు జరాసంధుడు, తన అపారశక్తి సామర్థ్యాలతో అన్ని రాజ్యాలపైన మగధల ప్రతాపాన్ని చూపెట్టి రాజ్యాన్ని విశాల సామ్రాజ్యంగా విస్తరింపచేశాడు. భీముడు జరాసంధుడిని వధించాడు. గిరివ్రజానగరాన్ని జరాసంధుడి పుత్రుడు, సహదేవుడు రాజ్యం చేశాడు. అతడితో మా సైన్యం యుద్ధం చేయాలి. చంపానగరి నుండి బయలుదేరేటప్పుడు అక్కడ స్థితిగతులు తెలిసిన సైనిక

దళాలని మాతో పాటు తీసుకువెళ్ళాం. మా శక్తి సామర్థ్యాలని ఇంకా అధికం చేసుకున్నాము. ఇప్పుడు మా సైనికుల సంఖ్య దాదాపు పది లక్షలు అయ్యింది. ఇందులో పరాజితులైన రాజులు, కానుక రూపంలో ఇచ్చిన సైనికులు ఉన్నారు. ఈ యుద్ధం ఇద్దరు హేమాహేమీల మధ్య భేటీ అనే చెప్పాలి. పౌష శుక్ల పక్షం సమాప్తం అయ్యింది. వ్యూహాలమీద వ్యూహాలను పన్నుతూ, మార్గాలను వశం చేసుకుంటూ దుర్వాస ఋషి ఆశ్రమాన్ని దాటి గిరివ్రజ నగరపు సరిహద్దుల లోకి ప్రవేశించాము. చేరుకోగానే మగధులయుద్ధకళ చూసి మేము సంభ్రమాశ్చర్యాలలో మునిగిపోయాం. ఎన్నో అనుభవాలు అయ్యాయి. నగరం నలువైపులా ఉన్న కందకంలో పైదాకా కట్టెలతో నింపారు. ఆ కట్టెలకు నిప్పుపెట్టారు. అగ్ని జ్వాలల వలయంలో గిరివ్రజ ప్రాచీనమైనఅభేద్యమైనప్రాచీరాలు తల ఎత్తుకుని నిల్చున్నాయి. భయంకరంగా ఉన్నాయి. మౌనంగా ఉండటం కన్నా మా ఎదురుగుండా ఇక మరో దారిలేదు. ఒకటి రెండు రోజులు భగభగామండుతున్న కట్టెలు కందకంలో మండే నిప్పుకణాల రూపాన్ని దాల్చాయి మెల్లిమెల్లిగా చల్లబడ్డాయి. ఆమండుతున్న నిప్పుకణాల మంటలు ఎప్పుడు చల్లబడతాయాఅని ఎదురు చూశాము. ఆ కందకం దగ్గరే రెండు రోజులు మజిలీ వేశాము. కానీ మూడోరోజు పొద్దున్నే చూడగానే కొత్త మంటలు వేయడానికి కట్టెల కుప్పలని కందకంలో మళ్ళీ నింపారు. మళ్ళీ ప్రాచీరాల దాకా ఎగిసే ప్రచండ జ్వాలలు కనిపించాయి. ఈ విధంగా ఇంకా ఎన్నాళ్ళు? అసలు మగధులనుఓడించగలమా! లేదా? ఈ విధంగా మా సైనికులు మాట్లాడుకుంటున్నారు.

కందకం బయట ఎనిమిది రోజులు సైన్యం ఉంది. సైనికులు విసుగుచెందారు. ఏదో ఒకటి చేయాలి ఇక తప్పదు. తొమ్మిదో రోజు వచ్చింది. కందకంలో నుండి ఎగిసి పడుతున్న బూడిద కణాలు మా సైనికుల కళ్ళల్లోచొచ్చుకు పోతున్నాయి. కందకానికి అటువైపునప్రాచీరాలలో ఉన్న రంధ్రాలలో నుండి మగధ సైనికులు మా దుర్గతిని ఎంతో కుతూహలంగా చూస్తున్నారు. అసలు మాకు ఏం చేయాలో పాలుపోలేదు.

ఓడిపోవడం వలన ఉపసేనాపతి కావడం వలన నేను పదాతి దళాల ప్రముఖులను, అత్యవసర పరిస్థితులలో సమావేశపరిచాను. అన్నయ్య తన శిబిరంలో ఆలోచనామగ్నులై మౌనంగా కూర్చుని ఉన్నారు. ఆయన ఎదుట పడటానికి ఎవరికీ సాహసం చాలడం లేదు. అందువలన ఆయన లేకుండానే నా శిబిరంలో అందరు ప్రముఖులు సమావేశం అయ్యారు. మా ప్రతిష్ఠ పణంగాపెట్టబడ్డది. ఏదో ఒక నిర్ణయం తీసుకోవాలి. తప్పదు. యుద్ధమా! లేక వెనక్కి తగ్గడమా!

పథ ప్రముఖులందరు సమావేశం అయ్యాక, నిప్పులతో నిండి ఉన్న కందకాన్ని ఎట్లాదాటాలి అని అందరి అభిప్రాయాలు అడిగాను. అందరూ ఆలోచించడం మొదలు పెట్టారు. ఒకడు ఏనుగులపై గంగ నీళ్ళు తెచ్చికందకంలో నింపాలన్నాడు. సైనికుల కాళ్ళకు తడిపిన వస్త్రాలు చుట్టాలని మరొకడుఅన్నాడు. మరొకడు ఈ రాజ్యాన్ని ఇట్లాగే వదిలివేసి ముందుకు సాగిపోతే మాత్రం నష్టం ఏముంది? అని ప్రశ్న వేశాడు. అందరూ ఎవరికి తోచింది వారు చెప్పారు. కాని అసలు ఏం చేయాలో ఎవరికీ పాలుపోలేదు.

''అందరూ చేతులు ముడుచుకుని కూర్చుంటేఎట్లా? కొందరు వ్యక్తులు నిప్పుకణాల పైన పడి పోవాలి. వాళ్ళ వీపులపైకెక్కి మిగిలిన వేలమంది సైనికులు కందకాన్ని దాటేయాలి.'' అన్న అభిప్రాయాన్ని అందరికి తెలియచేశారు.

ఈ అభిప్రాయాన్ని కొందరు సమర్థించారు. ఈ ఉపాయం వలన నాలుగయిదువందల మంది సైనికులు తప్పకుండా పనికి వస్తారు. కాని తక్కిన సైనికులు వాళ్ళ బలిదానాన్ని వ్యర్థం చేయరు. తమ తోటి సైనికుల అగ్నికణాలపై దగ్ధమైన శరీరాలపై నడిచే సైనికులు మగధుల మీద విరుచుకుపడతారు. వాళ్ళ చేత మూడు చెరువుల నీళ్ళని తాగిస్తారు. నానా పాట్లు పడేటట్లు చేస్తారు.

పథక ప్రముఖులందరినీ వెనక్కి పంపించేశాను. ఈ బలిదానం చేయడానికి సిద్ధపడే సైనికుల జాబితాని తయారు చేయమని నేను ఆజ్ఞ ఇచ్చాను. ఒకళ్ళిద్దరు కాదు.. వేల మంది సైనికులు వాళ్ళ వాళ్ళ పేర్లు ఇచ్చారు. తమకు కీర్తితెచ్చే ఈ కఠోరాతికఠోరమైన మార్గాన్ని స్వీకరించారు. వాళ్ళని ఎన్నుకోవాల్సిన సమయం వచ్చింది. ఎవరిని ఎన్నుకోవాలి అన్న ప్రశ్న తలెత్తింది. ఎవరైతే బలవంతులో వాళ్ళని ఎన్నుకున్నారు. ఇటువంటి నిగూఢమైననిర్ణయాన్ని ఎవరూ ఏ యుద్ధంలోనూ తీసుకుని ఉండరు. ఎన్నుకున్న సైనికులను క్రమశిక్షణగా నిల్చోపెట్టి నా ఊహకి నేను స్వయంగా సంతోష పడుతూ, అన్నయ్యకి చెప్పడానికి తలవంచి శిబిరంలో ప్రవేశించాను.

శిరస్త్రాణాలని కింద పెట్టడం వలన అన్నయ్య ఉంగరాల బంగారు రంగులో ఉన్న జుట్టు చెల్లాచెదురై ఉంది. కళ్ళు మూసుకుని ఉన్నాయి. దవడ ఎముక పైన చేయిపెట్టి ఆయన ఏదో ఆలోచిస్తున్నారు.

''అంగరాజా! ఇక ఇప్పుడు చింతించాల్సిన అవసరం ఎంతమాత్రం లేదు. కందకం దాటే ప్రణాళిక తయారు చేయబడ్డది. వ్యూహ నిర్ణయం అయింది.''

''ఊహూ! శోణాఅట్లాముమ్మాటికి చేయలేము.'' ఆయన వెంటనే ఆసనం నుండి లేచారు. ఆ చిన్న శిబిరంలోనే అటూ ఇటూ తిరుగుతూ వ్యాకులతతో అన్నారు.

ఒక్క క్షణం శాంతి వ్యాపించింది. వారు వద్దన్నప్పుడు ఎదిరించే సాహసం నాలో లేదు. ఆయన ఏదంటే అదే జరుగుతుంది.

''ఈ మగధల పొగరు మీద ప్రణాళికకి మన యోధులలో ఏ ఒక్కరినీ ఈ విధంగా బలికానివ్వను. ఒక వేళ చావాలంటే మన ప్రత్యేక యుద్ధవీరుడు సంగ్రామంలో యుద్ధం చేస్తూ అశువులు బావుతాడు.'' ఆయన గట్టిగా అన్నారు.

''మరి...మరి... కందకాన్ని దాటే మార్గం ఏది?'' నేను అడిగాను.

ఒక్కక్షణం వాతావరణంలో స్తబ్ధత వచ్చింది. తన తలను రెండు అరచేతులతో నొక్కిపట్టి, అటు ఇటు తిరుగుతూ ఒక్కసారిగా ఆగిపోయారు. ఒక్కక్షణం కోసం.. కళ్ళు మూసుకున్నారు పెద్దగా నవ్వుతూ శాంతిగా అన్నారు.

''ఉంది. మార్గం ఉంది.''

''ఏ మార్గం?'' నేను వెంటనే అడిగాను.

''శోణా! వెళ్ళు నౌకాదళాల దగ్గర ఉన్న వేయి నౌకలలో సగం నౌకలని విరగగొట్టి చెక్కలను వేరు చేయమను వాటిని ఆ నిప్పుకణాల మీద పరచమను. మన సైన్యం ఒక్క సైనికుడిని కూడా పోగొట్టుకోకుండా ఆ కందకాన్ని దాటగలుగుతుంది.'' ఆయన శిరస్త్రాణాన్ని ధరించారు. నీలపు కళ్ళు మెరుస్తున్నాయి. కుండలాలు అందంగా ఊగుతున్నాయి.

ఎంతో శ్రద్ధగా ఆయనకు పాదాభివందనం చేసి శిబిరం నుండి బయటకు వచ్చాను. ఎన్నుకోబడ్డ సైనికుల దగ్గరకు వెళ్ళి అన్నాను. నిప్పుకణాల మీద మీ శరీరాలను పడుకోబెట్టడానికి కాదు మిమ్మల్ని ఎన్నుకున్నది. ఈ పని నౌకలది. వెళ్ళండి, నౌకలను విరగ్గొట్టండి. వాటి చెక్కలను వెంటనే వేరుచేయండి.''

ఖడ్...ఖడ్...ఖడ్... దెబ్బల మీద దెబ్బలు వేస్తున్నారు. చెక్కలని వేరు చేస్తున్నారు. ఏ నౌకల మీద మేము ఎన్నో, ఎన్నెన్నో నదులను దాటామో, అవన్నీ విరగగొట్టబడుతున్నాయి. చెక్కల కుప్పలను చూడగానే దళ ప్రముఖుల కళ్ళు ఆనందంతో మెరిసిపోతున్నాయి. నిజానికి ఎంత సరళమైన ఉపాయం. కాని ఇప్పటి దాకా ఈ ఉపాయం ఎవరికీ తోచలేదు.

శిరస్త్రాణం ధరించిన మా సేనాపతి ముందుకు వచ్చి స్వయంగా ఒక్కొక్కచెక్కముక్కని సైనికుల చేతిలో ఇవ్వడం ప్రారంభించాడు. వాటిని తీసుకున్నప్పుడు అమృతం లభించినంత ఆనందంగా కురు సైనికులు జయఘోష చేయడం మొదలు పెట్టారు. ''సేనాపతి అంగరాజు కర్ణులవారికి...''

''జయహో! జయహో!''

మా సమస్త సైన్యం కందకాన్ని దాటుతున్నప్పుడు చూడగానే మగధులుసావధానులు అయ్యారు. ప్రాచీరాలరంధ్రాల నుండి బాణాల వర్షాన్ని కురిపించడం మొదలు పెట్టారు. ఏనుగులు, గుర్రాలతో సహా మా సైన్యం మొత్తం కందకాన్ని దాటేసి, నగర ప్రాచీరాల దాకా చేరింది. మగధులఒక్కొక్కఅద్భుతమైనయుద్ధ వ్యూహంమమ్మల్ని నిశ్చేష్టులుగా చేసింది. బాణాల తోకలకి మోదుగు ఆకుల సంచులను తగిలించారు. వాటిల్లో ఎర్రచీమలను నింపారు. మా ఏనుగు దళంపైన వాటిని ప్రయోగించసాగారు. ఆ చీమలు ఏనుగుల చెవులలో దూరి. చెవులలోని కోమలమైన పొరలను కుట్టడం మొదలు పెట్టాయి. నైమిశరణ్యాన్ని ఏ మాత్రం లెక్క చేయని, పెద్ద పెద్ద ఏనుగులు గాయపడి దడ దడనేలన ఒరగసాగాయి. నిజానికి వాళ్ళది ఎంతో ఘోరమైన యుద్ధ తంత్రం!

''శోణా! ఏనుగుల చెవులలో బట్టలను ఉండచుట్టి పెట్టేయండి.'' అన్నయ్య చేతులెత్తి అరిచారు. మావటి వాళ్ళు శరీరాలపైన ఉన్న ఉత్తరీయాలని చించి వాటితో ఏనుగుల చెవులను మూసేసారు. ఒక సమస్య తీరింది. దళాలు ముందుకు నడవటం మొదలు పెట్టాయి.

మగధులుప్రాచీరాలపై నుండి రాళ్ళను విసరడం మొదలు పెట్టారు. మండుతున్న తోకలతో బాణాలు దూసుకు రాసాగాయి. అయినా దేనిని ఏమాత్రం లెక్కచేయకుండా అన్నయ్య ఒక ప్రచండమైనహస్తి పథకులతో నగర మహా ద్వారం పైన దాడి చేశారు. అరిష్టసేనుడు, వ్యాఘ్రవర్మ, హిరణ్యవర్మ, వీళ్ళు కోట గోడలను ముట్టడించారు. ఇప్పుడు ఏమైనా కాని, విజయం లభించడం మాత్రం తథ్యం. విజయం! విజయం!

మేము మహాద్వారం ఎదురుగుండా వచ్చాము. కాని అది విశాలమైనదృఢమైన మహాద్వారం. ఆ మహాద్వారం చూడగానే మా ఆశలన్నీ అడియాశలయ్యాయి. ఆ మూసిఉన్న మహాద్వారం బయట మొన తేలిన ఇనుప మేకులు కొట్టబడి ఉన్నాయి. ఏదైనా ఉన్మాదం చెందిన ఏనుగు దానిపైన విరుచుకు పడితే వెంటనే దాని గండస్థలం ఆ మేకులలో చిక్కుకుపోయేది. తమ గాయపడ్డ బంధువుల శరీరంపైన మళ్ళీ దాడి చేయడానికి ఏ ఏనుగూ సిద్ధం కాదు. మేకులలో చిక్కుకున్న ఏనుగులను బయటకి తీయడానికి సైనికులు నానా తంటాలు పడుతున్నారు. అలసి పోతున్నారు. మళ్ళీ సమస్య! మళ్ళీ ఆహ్వానం! మగధుల మహాద్వారం! అజేయమైన మహాద్వారం!

అన్నయ్య ఒక్కక్షణం ఆగారు. ఒక ఏనుగు వీపు మీద చేయివేసి నిమురుతూ ఆయన ఏదో ఆలోచనలో పూర్తిగా మునిగిపోయారు. వెంటనే.. వెంటనే... తన దేహంపైన ఇనుపకవచాన్ని తీసి ముందుకు నడిచి ఒక మేకుపై వేల్లాడతీశారు. ఆయన వెనక అందరు తమతమ ఇనుప కవచాలను, మేకులకు ఆనించి వేల్లాడదీసారు. ఒక్క క్షణంలో మేకులన్నీ మూసుకుపోయాయి. పది ఏనుగులని బల్లాల మొనలతో పొడవగానే, అవి ఒక్కసారిగా మహాద్వారాన్ని ఢీకొన్నాయి. మగధుల అజేయ ద్వారం విరిగి మట్టిలో పడ్డది. ఇప్పటిదాకా ఎంతో సహనంగా ఉన్న మా కురు సైనికులు, తమ సేనాపతికి జయకారాలుచేస్తూ వేల సంఖ్యలో గిరివ్రజంలోకి, కోపంతో ఊగిపోయే పాములు పుట్టలో చొచ్చుకుపోయినట్లుగాచొచ్చుకుపోయారు. మగధ సామ్రాజ్యరాజ్యం ఇప్పుడు సామాన్య రాజ్యంగా మారిపోయింది.

భయంకరాతిభయంకరమైన యుద్ధం జరిగింది. జరాసంధుడి పుత్రుడు సహదేవుడు, అన్నయ్యతో ద్వేరథ, గదా, ఖడ్గ, శూల, తోమరమొదలైన యుద్ధాలన్నీ చేసి అలసి పోయాడు. నా ఎదురుగుండా మగధ సేనాపతి నిల్చుని ఉన్నాడు. సాయం కాలం దాకా మగధులు సర్వనాశనం అయిపోయి నేలంతా శవాలతో నిండిపోయింది. బాణాల, త్రిశూలాల, ఖడ్గాలపై విరిగిన భాగాలు నేలంతా చెల్లాచెదురయ్యాయి.

నిశస్త్రులయిన సహదేవుడి చేతులు కట్టబడి ఉన్నాయి. ఈ స్థితిలోనే వ్యాఘ్రదత్తుడు, అతడిని అంగరాజు ముందు నిల్చోపెట్టాడు. ఎవరి తండ్రి అయితే, ఎందరెందరో రాజుల చేతులను కట్టేసి, వాళ్ళనిజైళ్ళలోతోసేసాడో, అతడే స్వయంగా చేతులు కట్టుకుని, మంత్రితో సహా కురుల సేనాపతి ఎదురుగుండానిల్చున్నాడు. అతడి సేనాపతి కాలగర్భంలో కలిసిపోయాడు. ఇటువంటి ఘోరమైన పరాజయాన్ని మగధులు ఇంతకు ముందు ఎప్పుడూ అనుభవించి ఉండరు. వాళ్ళ రాజధ్వజాన్ని కిందకిదించేసారు.

''సహదేవా! చెప్పు ఎంత పన్ను కడతావు?'' మా వీరసేనాపతి, పరాజితుడైన రాజుని అడిగాడు.

''మీరెట్లా చెబితే అట్లా చేస్తాము'' ధూర్త మంత్రి అన్నాడు.

''రాజా! నీవు చెప్పు. వజ్రాలు, ముత్యాలు, బంగారం, పగడాలు, నీలాలు, ధనధాన్యాలు, ఆవులుపన్నురూపంలో వీటన్నింటిని సమర్పించాల్సిందే కాని ఎట్లా ఇవ్వాలో తెలుసా?''

''ఆజ్ఞ ఇవ్వండి అంగరాజా!'' సహదేవుడు నెమ్మదిగా అన్నాడు. అతడు తలదించుకునే ఉన్నాడు. కారాగృహంలో బందీలుగా చేయబడిన రాజుల క్షోభని ఈనాడు వాడు అనుభవిస్తున్నాడు.

"మేము ఎన్ని నౌకలను విరగగొట్టి, నీ భగభగా మండుతున్న కారాగారాన్ని దాటామో, అన్ని నౌకలను మళ్ళీ తయారుచేయించి, వాటిని నింపి, పన్నును మా ఉపసేనాపతికి కట్టు." నా వైపు వేలెత్తి ఆజ్ఞ ఇచ్చాడు. సహదేవుడు సరేనని తల ఊపాడు. అతడి చేతులను బంధ విముక్తం చేశారు. వీరాధివీరులు, శూరాధిశూరుల మగధ దేశం పతనం అయిపోయింది. మాఘ మాసం మొదలైంది. హస్తినాపురం నుండి బయలుదేరి రెండు నెలలు అయింది. మేము సహాయం కోసం అంగదేశం నుండి ఎంత మంది సైనికులని తీసుకున్నామో, వాళ్ళందరిని చంపానగరికి వెనక్కి పంపించాము. మగధ సామ్రాజ్యం పతనం అయ్యింది అన్న శుభవార్తని తీసుకుని, గూఢాచారి హస్తినాపురం వైపు ఉరుకులపరుగులతో వెళ్ళిపోయాడు.

ఆ రాత్రి నుండి మగధదేశపు, మా దగ్గర ఉన్న నైపుణ్యం గల పనివాళ్లరాత్రింబవళ్ళు కష్టపడుతూ నౌకలను తయారు చేయడం మొదలు పెట్టారు. వాళ్ళు నిరంతరం విరగగొట్టడం, సరిచేయడం చేస్తున్నప్పుడు వచ్చే ఆ చప్పుడికి నిద్ర రాని సైనికులు, కాగడాల వెలుతురులో రాజనర్తకిల శోభనీయమైన నృత్యాలను చూస్తూ తమని తాము మరచిపోసాగారు. మత్తులో తూగసాగారు.

13

ఏ కారాగారంలో అయితే జరాసంధుడు రాజులను బందీలుగా చేశాడో దాన్ని ఒకసారి చూసి నౌకలతో సహా కప్పం వసూలు చేసి, మేము గిరివ్రజం నుండి బయలుదేరాము. నిరంజన నది ఒడ్డున ముందుకు నడుస్తూ కీకట, మంద, పూర్వదషార్గ్, ఉత్కల మొదలైన రాజ్యాలను జయిస్తూ, ఋక్ష పర్వతానికి దగ్గరగా మేము మళ్ళీ తూర్పుసాగరం వైపు వెళ్ళాము. మాఘ మాసం శుక్లపక్షం సమాప్తం అయ్యింది.

ఋక్ష పర్వతంపైన కలంబ, మైనఫలపాండాల, ఉద, జైర, అసన, కటక, నాను, శమీజలనీ, పున్నాగమొదలై వృక్షాలు ఉన్నాయి. వాటి ఆకుల సంగీతాన్ని తూర్పుసాగర అల్లరిగాలి మాకు వినిపిస్తోంది. వైతరిణి నదిని దాటాకపుండ్రదేశంలో మేము ప్రవేశించాము. అడుగడుగునా ఆర్యావర్తపు ప్రకృతి సౌందర్య వివిధ రూపాలను చూస్తూ మేము ముందుకు సాగుతున్నాము. ఎన్నో రకాల పక్షులు , లతలు, వృక్షాలు, నదులు, సరోవరాలు, పూలు, శస్య పర్వతాలు ఈ దేశం నిండా ఎంతనిండుకుని ఉన్నాయి. అసలు వీటి గురించి ఎవరూ ఏమీ చెప్పలేదు. మనుష్యుల రాజ్యాలను ఓడిస్తూ మేము ముందుకు నడుస్తున్నాం. కాని ప్రకృతి రాజ్యానికి మాత్రం శ్రద్ధగా వందనాలు సమర్పిస్తూ ముందుకు సాగాము.

పుండ్రదేశంలో ప్రవేశించగానే, తన గుప్పెడంత సైన్యంతో రాజు పౌండ్రక వాసుదేవుడు మాతో తలపడ్డాడు. కాని హిరణ్య వర్మ అతడిని పరాజితుడిని చేశాడు. అందుకే మాకు శస్త్రాలు ధరించే అవసరం రాలేదు.

దీని తరువాత కళింగదేశం ఉంది. రాజు దుర్యోధనుడి మామగారు చిత్రాంగదుడి దేశం. ఈ దేశంపైన ఎట్లా దాడి చేయాలి. దీనివలన దుర్యోధనుడి భావాలకు దెబ్బ తగులుతుంది, అతడు

బాధపడతాడు అన్న ఆలోచన రాగానే నేను సేనాపతితో అన్నాను– ''ఈ కళింగ దేశం, మహారాణి భానుమతి... సుప్రియలది... వీటిపై దాడి జరపకపోతే...?''

''ఊహు! నేను ద్వారక, మధురలను తప్ప దేనిని వదలను. ఈ రాజదండం సమస్త కురులది. నా, నీ, రాజ దుర్యోధనుడు మన అందరి భావాలకన్నా, కురు రాజ్య ప్రతిష్ఠకే విలువ ఇవ్వాలి. అక్కడ ఏ రాజు ఉన్నాడు? భానుమంతుడా? లేక ఆయన తండ్రా?''

''భానుమంతుడు! మహారాణి భానుమతి సోదరుడు!''

''అతడికి పాదాక్రాంతులు కమ్మనమని సందేశం పంపించండి. ఒక వేళ శరణాగతి కాకపోతే...''

''కాకపోతే...''

''కాకపోతే... మగధుల సహదేవుడి గతే పడుతుందని రాసి పంపించండి.''

ఆయన ఆజ్ఞానుసారంగా దూత కళింగుల రాజనగరం రాజ పురానికి వెళ్ళిపోయాడు. నిజానికి రాజపురనగరం సుప్రియ వదిన కారణంగా ఇంకా ఎంతో ప్రియమైనదిగా అనిపించాలి, కాని సేనాపతిగా తప్పితే మరే బంధుత్వాన్ని స్వీకరించడానికి ఆయన సిద్ధంగా లేరు. సందేశం తీసుకుని వెళ్ళిన దూత తిరిగి వస్తూ ఏ సందేశం తెస్తాడు అన్న కుతూహలంతో మేము మానసికంగా ఎదురుచూస్తున్నాము.

14

దూత వెనక్కి తిరిగి వచ్చాడు. కళింగరాజు భానుమంతుడు మా మాటలను స్వీకరించాడు. తన నగరాన్ని అలంకరించి, అతడు మహానది తీరానికి వచ్చి మమ్మల్ని ఆహ్వానించడానికి ఏర్పాట్లు చేశాడు. అదృష్టం కొద్దీ అతడికి మంచి బుద్ధి కలిగింది.

దుర్యోధనుడు, మహారాణి భానుమతిని ఏ నగరంలో అయితే అపహరణ చేశాడో, ఆ నగరంలో మా దిగ్విజయ సేనతో, వాయిద్యాలతో కోలాహలంలో మేము అడుగుపెట్టాము. ఈ నగరంలోనే అంగరాజు జరాసంధుడితో ద్వంద్వ యుద్ధం చేశాడు. అతడికి ప్రాణదానం చేశాడు. మహానది ఒడ్డున ఉన్న ఈ నగరం ప్రశాంతంగా, రమణీయంగా ఉంది. రాజు భానుమంతుడుఎదురుగుండా వచ్చి చిరునవ్వు నవ్వుతూ గాలిదుమారానికి మారుపేరు అయిన సేనాపతి చేయిని తన చేతిలోకి తీసుకుని రాజు రథంలో ఎక్కించుకున్నాడు. కురుల యోధుడిగా కాదు, దుర్యోధనుడి మిత్రుడిగా కాదు, వదిన భర్తగా కాదు, దిగ్విజయుడు కర్ణుడిగా... మా యాత్రలో సగభాగం కన్నా కొంత అయిపోయింది. హృదయం విజయోత్సాహంతో పూర్తిగా నిండిపోయింది.

నగరంలో ప్రవేశించగానే, అన్నయ్య సుప్రియ వదిన వృద్ధులైనఅమ్మనాన్నలదగ్గరకి వెళ్ళి కలిశారు. ఎంతో వినయంగా వాళ్ళకి వందనం చేశారు. భానుమంతుడు, రాజపురంలో ఒక రోజు ఉండమని పదేపదే ప్రార్థించాడు. మేము ఉండాలని నిర్ణయించుకున్నాము. మాఘమాసం కృష్ణపంచమి రోజు. ఆనాడు సంధ్యాసమయంలో మా దూతలలో ప్రముఖుడు, హస్తినాపురం నుంచి వచ్చిన ఒక అశ్వికుడిని నా ఎదురుగుండా తీసుకువచ్చాడు. ఆ అశ్వికుడు, గురుపుత్రుడు

అశ్వత్థామ పంపిన ఉత్తరం తీసుకుని వచ్చాడు. మగధుల రాజ్యం నుండి వాయువేగంతో పరుగెత్తుతూ, దూత మా దాకా రావడానికి నిరంతరం ప్రయత్నం చేస్తూనే ఉన్నాడు. పట్టువస్త్రంలో కట్టబడి ఉన్న అతడి ఉత్తరాన్ని అతడి చేతుల్లో నుండి తీసుకుంటూ, హస్తినాపుర కుశల సమాచారాలను అడిగాను. హస్తినాపురం నుండి ఎన్నో సందేశాలైతే వస్తూనే ఉన్నాయి. ఉత్తరం రావడం మాత్రం ఇది మొదటిసారి. వెంటనే అన్నయ్య దగ్గరికి వెళ్ళి నేను ఆ ఉత్తరం ఇచ్చివచ్చాను.

ఆయన ఉత్తరాన్ని తెరవకుండానే అడిగారు–

"ఎక్కడి నుండి వచ్చింది?"

"హస్తినాపురం నుండి అశ్వత్థామ ఉత్తరం."

"ఏం రాశారో చదువు." ఆయన మళ్ళీ దానిని అట్లాగే నా చేతిలో పెట్టారు.

పట్టువస్త్రాన్ని తీసేసి భూర్జపత్రంపైన రాసిన ఉత్తరాన్ని కుతూహలంతో చదవడం మొదలు పెట్టాను.

"స్నేహితుడా!

ఆకాశాన్నంటే నీ దిగ్విజయుల గురించిన సమాచారం ప్రతివారం రాజభవనంలో తెలుస్తూనే ఉంది. వీటి గురించిన చర్చలు రాజభవనంతో భేటీ పడుతూనే ఉన్నాయి. ఈ దిగ్విజయంతో నీవు కీర్తి శిఖరాల దాకా చేరుకున్నావని, అంతటా చర్చ జరుగుతూనే ఉంది. నీలాంటి దిగ్విజయ వీరుడికి నాలాంటి ఋషికుమారుడు ఏం రాయగలుగుతాడు? అయినా ఈ లేఖని దిగ్విజయ కర్ణుడిగా కాదు, ఒక మిత్రుడిగా చదువు. నీవు తప్పకుండా ఈ లేఖని స్వీకరిస్తావని నాకు నమ్మకం. నీ గురించి నాకు బాగా తెలుసు. ఈ ఉత్తరంలో ఎటువంటి లోపం ఉన్నా నీవు కోపం తెచ్చుకోకు.

పాంచాల, కోసల, విదేహ, కేశురి, కచ్ఛ, కామరూప, వంగ, మగధ మొదలైన దేశాలను జయిస్తూ అశ్వగతితో ముందుకు వెళ్తున్నావు. ఒక్క క్షణం నీవు వాళ్ళ రాజ్యంలో ఉన్నప్పుడే వాళ్ళు నీ అధికారాన్ని స్వీకరిస్తున్నారు. కాని నీవు ముందుకు సాగగానే వాళ్ళు మళ్ళీ వాళ్ళ సంస్కృతిని రక్షించుకునే ప్రయత్నం చేస్తూనే ఉంటారు. ప్రతీవాళ్ళకి వాళ్ళవాళ్ళ సంస్కృతులు ప్రాణప్రియం అయినవే. ఈ సంగతి మరచిపోకు. ఉండాలి కూడా, ఎందుకంటే ఇదే సజీవానికి లక్షణం. అస్తిత్వాన్ని మరిచి జీవించడానికి క్షుద్ర కాకి కూడా సిద్ధం కాదు. అందువలనే అందరినీ కేవలం ప్రేమతోనే జయించగలుగుతాము. నీవు నీ ప్రవర్తనతో అందరిని ఆకట్టుకున్నావని, జయించావని నాకు పూర్తి నమ్మకం. ధనధాన్యాలు, సిరిసంపదలు, కీర్తిప్రతిష్ఠలు మొదలైనప్రాచీరాలు ఎంత దృఢంగా ఉన్నా చివరికి మృత్యువు మహాదిగ్విజయ సామ్రాట్‌ని ఇవన్నీ మనిషి నుండి రక్షించలేవు. ఇది తథ్యం.దానికి ఒకే ఒక ప్రాచీరంసమర్థవంతురాలు, అదే మనస్సు.

నా స్వధర్మం ప్రకారం ఈ చిన్న ఉత్తరంలో నీకు తత్వ జ్ఞానం బోధిస్తున్నాను. ఇది చదివాకబహుశా నీవు విసుగుచెందవచ్చు. అందుకే తత్వజ్ఞానం ఇప్పటికి ఇంతే.

మొత్తం సైన్యంతో పాటు దారిలో ఆక్రమణ చేస్తూ వెళ్తున్నప్పుడు, ఈ రమణీయ దేశంలోని వివిధ స్వరూపాలను నీవు చూస్తున్నావనుకుంటాను. దీనివలన నీ ప్రకృతిని ప్రేమించే మనస్సు ఎల్లప్పుడూ ఆనందంగా ఉంటుందనుకుంటాను. గలగలా పారే ఏ నదినైనా చూసినప్పుడు కలిగే

ఆనందం, రకరకాల రంగులలో పూర్తిగా వికసించిన కమలాలతో నిండిన సరోవరంపైన తిరిగే బలం గల తుమ్మెదలఝుంకారాలను వినే సమయంలో కలిగే ఆనందం, రెక్కలు విప్పి ప్రఫుల్లమైన ప్రకృతిని స్నేహపూర్వకంగా ఆహ్వానించే నెమళ్ళు నాట్యంలో లీనమైనప్పుడు, చూచినప్పుడు కలిగే ఆనందం, ఆకాశం నీలం రంగు వస్త్రానికి తన ఏడురంగుల అంచును ఇచ్చే ఇంద్రధనుస్సును చూస్తుంటే కలిగే ఆనందం, ఈ ఆనందాలన్నీ నా దృష్టిలో పది యుద్ధాలలో లభించే విజయానందం కన్నా ఇంకా ఎక్కువ. ఈ దృష్టితో చూస్తే నీ దిగ్విజయమే, రెండు రెట్ల సాఫల్యం అనిచెప్పాలి. అస్తు!

ఇప్పుడు కొంచెం హస్తినాపురం విషయంలో నేను ఎప్పుడు నగరం బయట ఉన్నా విష్ణు మందిరానికి దైవదర్శనం కోసం వెళ్తూ ఉంటాను. అక్కడ రాళ్ళల్లో ఉన్న పగుళ్ళల్లో రావి చెట్టు మొక్కలు కూడా కనిపిస్తూ ఉంటాయి. వాటిని నీకు చూపించాను. ఈ రెండు నెలల్లో ఎంతో వేగంగా అవి పెరిగినాయి. ఇక్కడికి వచ్చాక నీవు వాటిని చూస్తే నీవు కూడా తప్పకుండా ప్రశంసిస్తావు. అది నిన్ను నాకెప్పుడూగుర్తుచేస్తూ ఉంటుంది. అస్తు.

మేం అందరం నీ రాక కోసం ఎంతో ఉత్సుకతతో ఎదురుచూస్తున్నాము. వీళ్ళల్లోవృషాలి వదిన మీ కుటుంబంలో వాళ్ళు కూడా ఉన్నారు. శోణుడికి స్నేహపూర్వ వందనం. ఉఫ్! ఈ ఉత్తరంలో ఒక విలువైన వృత్తాంతం రాలేదు. ఇటు నీవు దిగ్విజయం కోసం వెళ్ళావు, మరునాడే ద్వారక నుండి రాజమాత కుంతీదేవి నగరానికి వచ్చారు. మహా మంత్రి విదురులు పర్ణకుటీరంలో ఆవిడ ఉన్నారు. మహామంత్రి ఆవిడనిపిలిచారనినాకనిపిస్తుంది. అప్పుడప్పుడు ఆవిడ కనిపిస్తూ ఉంటారు. ఒక ముఖ్యమైన విషయం చెప్పాలి. ఒకసారి నాకు విదురుడి పర్ణకుటీరరానికి వెళ్ళే అవకాశం వచ్చింది. ఆ సమయంలో రాజమాతగా ఆవిడకి పాదాభివందనం చేస్తూ, ఆవిడ పాదాలని చూడగానే, నాకు నీవే గుర్తుకువచ్చావు. అచ్చం నీ పాదాలలా ఆవిడ పాదాలు ఉన్నాయి. అట్లాగే ముడుచుకుపోతూ ఉన్నాయి.

ఇక ఉత్తరాన్ని ముగిస్తాను. ఎందుకంటే, నీకు చెప్పాల్సినవన్నీ చెప్పాలంటే ఈ భూర్జపత్రం సరిపోదు. ఇంకా కావాల్సి వస్తాయి. తక్కినదంతా కుశలమే.

సస్నేహ,

నీ అశ్వత్థామ.

చివరిలో ఆయన 'స్నేహబద్ధ' అనే శబ్దాన్ని కొట్టేసి'సస్నేహ'గా దిద్దాడు. బంధనం అనే ఊహను మనస్సుపై రుద్దడం బహుశ ఆయన ఆధ్యాత్మిక మనస్సుకు మంచిగా అనిపించకపోయి ఉండవచ్చు. ఆ ఉత్తరం నా మనస్సుకు ఒక విచిత్రమైనఆనందాన్నిచ్చింది. కాని అన్నయ్య ఏదో ఆలోచనలో మునిగిపోయారు. వారిలో కొంత అస్పష్టత కనిపించింది.

''ఉత్తరానికి ఏం జవాబు రాయమంటారు?'' నేను అడిగాను.

''ఊహూ... ఆయనకి ఏ జవాబు పంపవద్దు.''

15

రాజు భానుమంతుడికి మంత్రి కళింగ రాజ్యంలో సందర్శించవలసిన ప్రదేశాల జాబితా ఇచ్చాడు. అందులో మహేంద్ర పర్వతం కూడా ఉంది. పర్వతం సందర్శనీయం, అసలు ఈ

ఆలోచనే నాకు విచిత్రంగా అనిపించింది. పర్వతాలు సందర్శనీయమే కాని దూరం నుండే దూరపు కొండలు నునుపు. పర్వతాలను దాటేటప్పుడు ఎంత కష్టపడాలో మాకు అనుభవమే కదా! నేను మంత్రిని అడిగాను."మీ ఈ మహేంద్ర పర్వతం హిమాలయాలకన్నా గొప్పదా? చూడాల్సిందేనా?"

"అవును ఖచ్చితంగా. సూర్య కిరణాలలో హిమాలయ శిఖరం ఎట్లామెరుస్తుందో, అట్లాగే మహేంద్ర శిఖరంపైన ఒక పరసు మెరుస్తూ ఉంటుంది."

"పరసు! అదెట్లా?"

"అవును పరసు. జమదగ్ని పుత్రుడు పరశురాముడు, ఈ పర్వతంపైన ఆశ్రమాన్ని నిర్మించి, అందులో నివసిస్తున్నారు. ప్రతి అమావాస్య, పౌర్ణిమలకు మహేంద్ర పర్వతం ఎత్తు నుండి మెల్లి మెల్లిగా దిగి, తన వరుణ వ్రతాన్ని పూర్తిచేసుకోడానికి తూర్పు సముద్రంలోని నురుగుతో నిండిన జలంలో, ఛాతీదాకా నిల్చుని, సూర్యుడికి అర్ఘ్యదానం ఇస్తారు. ఆయన దర్శనార్థం, అమావాస్య, పౌర్ణిమలకు సాగర నదీ తీరాన గుంపులు గుంపులుగా చేరుతారు. నల్లటిదట్టమైన గడ్డంలో తరంగాల తుషార బిందువులను సంచితం చేసే భగవంతుడు పరశురాముడు, ఎంతో నిస్వార్థపరులుగా కనిపిస్తారు.

"భగవంతుడు, పరశురాముడు." మహేంద్ర పర్వతంపై వెళ్ళాలా ఒద్దా! ఒక్క క్షణం మనస్సులో ఈ ఆలోచన వచ్చింది. కాని సైన్యాన్ని వదిలి ఎట్లా వెళ్ళాలి? అన్నయ్యలో ఈ ప్రశ్న రేగుతుందని నేను ముందుగానే ఊహించాను. రాజపురం నుండి బయలుదేరి మేము మహేంద్ర పర్వతాన్ని సందర్శించుకున్నాము. ఆ పర్వతపు నీలినీలి శిఖరాలు కనుమరుగైపోతున్నాయి. కర్ణికార, కటక రంజ, నంది (వటవృక్షం) దావా, ధామని, జమున(నేరేడు) మొదలైన రకరకాల వృక్షాలకు ఆశ్రయాన్నిచ్చే ఆ ఉదారహృదయ శిఖరాలు, తుషార శుభ్ర కిరీటాన్ని ధరించి భగవాన్ పరశురాముడి ఆశ్రమ పవిత్రతను ప్రకటిస్తున్నాయి.

మహానది ఒడ్డున ఉన్న రక్షణ కోసలుల రాజ్యాన్ని దాటి మేము విదర్భ సరిహద్దుల దాకా చేరాము. విదర్భ! శ్రీకృష్ణుడి పత్ని రుక్మిణి ఈ దేశానికి చెందినదే. హస్తినాపురం తూర్పుదిశలో ఉన్న ప్రాంతం అంతా సమాప్తం అయిపోయింది. ఇక ఇప్పుడు దక్షిణ దిశ దిగ్విజయం ప్రారంభం అయింది. మాఘమాసం పూర్తికావడం వలన, ఫాల్గుణ మాసం ఆరంభం కావడం వలన రెండు తీరాలపైన వేప, రావి, శాల్మలి మొదలైన వృక్షాలకు చిగుళ్ళు వచ్చాయి. వృక్షాలు మృదువుగా సర్‌సర్ అంటూ శబ్దం చేస్తూ ఇక త్వరలోనే వసంత ఋతువు రాబోతోందని తెలియబరుస్తున్నాయి. వసంతాగమనం ముందు విదర్భ రాజు రుక్మి అంగరాజుకి స్వాగతం పలకాలి. రుక్మి శ్రీకృష్ణుడికి ఎంతో ప్రియమైన వాడు. అతడు సంధికి రావాలని మా సేనాపతి తీవ్రంగా కోరుకుంటున్నాడు. ఈ సందేశాన్ని ఇచ్చి రమ్మనమని, విదర్భ రాజనగరికుండినపురానికి దూతని కూడా పంపించారు. కాని అతడు సంధి చేసుకోవడానికి నిరాకరించాడు. ప్రాణ, భద్రానదులను దాటి మా సైన్యం విదర్భుల సరిహద్దుల్లోకి చొచ్చుకుపోయింది.

పయోష్ణి నదీ తీరంలో ఉన్న కుండలీపురాన్ని జయించడానికి, పవన వేగంతో ఆక్రమణ చేస్తున్నాము. కాని మార్గం మధ్యలో భోజకోటనగరంలో రుక్మి విశాల సైన్యాన్ని చూడగానే

ఆశ్చర్యం కలిగింది. అసలు అది మాకు పెద్ద దెబ్బే. ఈ రాజు రాజనగరిని వదిలివేసి, ఇక్కడ మధ్యలో ఎందుకు ఆగాడు? దీని గురించి శోధిస్తున్న సమయంలో మాకు తెలిసిన విషయం మమ్మల్ని సంభ్రమాశ్చర్యాలలో ముంచివేసింది.

తన సోదరి రుక్మిణికి శ్రీకృష్ణుదులాంటి గోవులుకాచే వాడితో కాదు, శిశుపాలుడితో వివాహం జరిపించాలని రుక్మి కోరిక. దీని కోసం ఈ పట్టుదల కల రాజు, తన తండ్రి భీష్మకుడిని సరాసరి ఎదిరించాడు. ఆ సమయంలో శ్రీకృష్ణుడు కుండినపురం నుండి రుక్మిణిని అపహరించాడు. ఆ సమయంలో రుక్మిణికి విముక్తి కలిగించి, తిరిగిశిశుపాలుడికే ఇస్తాను, లేకపోతే కుండినపురంలో మళ్ళీ కాలు పెట్టను అని శపథం చేసి రుక్మి ఆ నగరం నుండి వెళ్ళిపోయాడు. రథంలో రుక్మిణిని కూర్చోబెట్టుకునితీసుకువెళ్లి పోతున్న శ్రీకృష్ణుడిని అతడు నగర పొలిమేరలను దాటనీయలేదు. మార్గం మధ్యలో అతడిపై దాడి చేశాడు. శ్రీకృష్ణుడు, రుక్మిని ఓడించాడు. అతడి శిరచ్ఛేదన చేయాలని ఖడ్గాన్ని పైకెత్తాడు. రుక్మిణి సోదరుడిని ప్రాణాలతో వదిలివేయమని శ్రీకృష్ణుడిని వేడుకొంది. ఆనాటి నుండి ఈ నాటి దాకా ఎన్నో సంవత్సరాలు గడిచిపోయాయి. అతడు మళ్ళీ కుండినపురానికి వెళ్ళలేదు. ఇక్కడ భోజకోటను నిర్మించి ఒంటరిగా ఉంటున్నాడు. అతడు తీవ్రంగా మమ్మల్ని ఎదిరించడం మేం సహించలేకపోయాం. మేము అతడిపై తీవ్రమైన దాడి చేయాలని నిర్ణయించుకున్నాం.

శ్రీకృష్ణుడితో యుద్ధం చేసిన రుక్మి మా పాదాక్రాంతుడు అవడం అసంభవమే. కుండినపురం నుండి విదర్భ బలమైన సైన్యాన్ని తీసుకుని అతడి కనిష్ఠ సోదరులు రుక్మరథుడు, రుక్మబాహుడు, రుక్మ కేశుడు, రుక్మమాలి ఈ నలుగురు అతిరథులు భోజకోటకి వచ్చారు. రుక్మికి యుద్ధంలో సహాయం చేయాలనుకున్నారు. అందువలన రుక్మికి ఇంకా బలం చేకూరింది. యుద్ధం చేయాలని గట్టిగా నిర్ణయించుకుని తన సైనికులకు సూచనలిస్తున్నాడు. సావధాన పరుస్తున్నాడు.

మగధను ఎదిరించే సామర్థ్యం ఎవరిలో లేదు అని మేము ఆశించాము. కాని మా ఈ అభిప్రాయం తప్పు అని నిరూపించడానికి రుక్మి మా ఎదుటికి వచ్చాడు. మగధులులా ఎత్తుకు పైఎత్తులు వేయకుండా, సరాసరి సమరాంగణంలో వచ్చిన రుక్మిమగధులకన్నా శ్రేష్ఠుడు అనినాకనిపించాడు. భోజకోట దగ్గర ఉన్న విశాలమైన యుద్ధభూమిలో అతడి సైన్యంతో మా సైన్యం భేటీ పడ్డది. రెండు సైన్య సముద్రాలు ఒకదానితో ఒకటి ఢీకొన్నట్లుగా యుద్ధం మహా భయంకర రూపం దాల్చింది. విదర్భ అసలు ఇంతవరకు ఇటువంటి మహాయుద్ధాన్ని చూసి ఉండకపోవచ్చు.

స్వయంగా అన్నయ్య గర్జిస్తూ రుక్మిరాజుపై దండెత్తారు. రెండు వైపుల నుండి వస్తున్న బాణాలు ఒకదానితో ఒకటి ఘర్షణ పడటం వలన నిప్పురవ్వలు రాసాగాయి. 'మేము విదర్భులం' అని చెబుతున్నాము. అని అనిపించింది. భీష్మక రాజుపుత్రుడు! రుక్మిణి బంధువులు. మొదటి రోజున ఇరువైపుల నుండి వింటి యుద్ధం జరిగింది. ఎవరు ఎవరినీ పరాజితులని చేయలేకపోయారు.

మర్నాడు ఉషోదయం అయింది. చేతిలో గదపట్టుకుని రుక్మి సైన్యాన్ని జాగృతపరుస్తూ, ఉన్మాది అయి కురుసైన్యంతో యుద్ధం చేయడం మొదలు పెట్టాడు. గద చేతబట్టి, రథం నుండి దిగి

నడుచుకుంటూ అంగరాజు కూడా అతడి ఎదుటికి వెళ్ళాడు. శంఖాల శబ్దాలు చెవులలో గింగురుమన్నాయి. చెవుల లోపలి పొరలు తెగిపోతున్నాయి. మృదంగం ధ్వనిపైన వాళ్ళిద్దరూఎంతో ప్రభావవంతంగామండలాకారంలో తిరుగుతున్నారు. రాధామాతచెప్పినట్లుగా యుద్ధం సమయంలో కూడా వీలైనంత వరకు అన్నయ్య దగ్గర ఉండటానికి ప్రయత్నించాను. యుద్ధభూమిలో ఇంత లాఘవంగా, ఎంతో నైపుణ్యంతో సంగ్రామం జరుపుతున్న అన్నయ్యను చూస్తే మీనాక్షిని భుజాలపైన పడుకోబెట్టుకుని ఆడించే వసు అన్నయ్య ఇతడేనాఅని నాకు సందేహం రాసాగింది. నేను ఎంత తేలికగా గుర్రం వీపు పైన కొరడాని ఝుళిపిస్తానో అంతే తేలికగా అన్నయ్య చేతిలో గదని తిప్పుతారు. మధ్య మధ్యలో రుక్మి వేసే దెబ్బలు తగలకుండా తన పెద్ద ఎత్తులో గెంతుతున్నారు.ఆ ఇద్దరూ కృద్ధనేత్రాలతో ఒకరిపై ఒకరు దాడి చేస్తుంటే రెండు ఉన్మాదంతో నిండిన ఏనుగులు ఒకటితో మరొకటి భేటీ పడుతున్నాయా అని అనిపిస్తోంది. వాళ్ళిద్దరు నిరంతరం ఏ మాత్రం విశ్రాంతి తీసుకోకుండా ఒకరిపై ఒకరు దాడిచేస్తున్నారు. మండలాకారంగా తిరుగుతున్నారు. మధ్య మధ్యలో చెమట వలన ఎవరో ఒకరి చేతి నుండి గద జారికింద పడుతోంది. గద ఎత్తకముందు ఒకరిపై ఒకరు దాడి చేయకుండా, మండలాకారంలో తిరుగుతూనే ఉన్నారు. వాళ్ళ భుజదండాల కండరాలు ఉబ్బిఉన్నాయి. నుదిటి నుండి స్వేదం ప్రవహిస్తూనే ఉంది. రెండో రోజు కూడా అస్తమయం అయింది. ఎవరూ పరాజయాన్ని స్వీకరించడం లేదు.

మూడో రోజు ఖడ్గయుద్ధం జరిగితే నాలుగో రోజు తోమర యుద్ధం జరిగింది. అయినా రుక్మి ఏమాత్రం వెనక్కి తగ్గలేదు. అన్నయ్య కూడా ఓడిపోవడం లేదు. ఈ నాలుగు రోజుల్లో సైన్యంలోని వందల వీరులు నేలకి ఒరిగిపోతున్నారు. ఏం చేయాలి? యుద్ధంలో జయ, పరాజయాల నిర్ణయం జరగలేదు.

ఐదో రోజు కిరణాల సైన్యాన్ని తీసుకువచ్చింది. రెండు వైపులా సైనికులు ఎదురుబొదురుగానిల్చుని ఉన్నారు. చేతులెత్తి అంగరాజు వాయిద్యాలను ఆపుచేయించారు. మా వాయిద్యాలు ఆగిపోగానే విదర్భులు కూడా వాయిద్యాల ధ్వనిని ఆపు చేయించారు.

''రుక్మి విదర్భని జయించకుండా, నేను ఇక్కడి నుండి వెనక్కు వెళ్ళను. రెండువైపులా సైన్య వినాశనాన్ని ఆపాలనుకుంటే, కిందకి దిగు. ఈ కర్ణుడితో సరాసరి ద్వంద్వ యుద్ధం చెయ్యి.''

ఖాడ్... ఖాడ్...

రథం నుండి అన్నయ్య పిలుపుకి కరతాళ ధ్వని మారుమ్రోగింది.

''కర్ణా! నీవు విదర్భని జయించలేవు. ఏ యుద్ధం చేయాలన్నా రథాన్ని దిగు. నేను సిద్ధంగా ఉన్నాను.''

రుక్మి తొడకొట్టి ఆహ్వానించాడు. ఎంతైనా మరి అతడు రుక్మిణి సోదరుడు కదా!

క్షణంలో ఎర్రమట్టి పోసి గోదాను తయారు చేశారు. తమ తమ సేనా నాయకులపై దృష్టి ఉంచి ఇరువైపుల సేనలు యథాతథంగా నిల్చుని ఉన్నాయి. తటస్థంగా! తటస్థంగా ఉన్న సేనల మధ్య, పర్వతాల కోపంతో ఊగిపోయే శార్దులండీకొన్నట్లుగా వాళ్ళిద్దరు మస్తకంతోటి మస్తకండీకొడుతూద్వంద యుద్ధం చేస్తున్నారు. విదర్భ రాజనగరిగోదాకి అనేక యోజనాల

దూరంలో ఉంది. కాని దాని ప్రతిష్ఠ గోదాలోని మట్టిలో గాలి విసురుకు కొట్టుమిట్టాడుతోంది. వాళ్ళిద్దరు ఒకళ్ళనొకళ్ళుగాయపరచాలని, కొండచిలువలు ఒకదానిని ఒకటి కుండలిలోచుట్టేస్తు న్నట్లుగాతలపడుతున్నారు. మొదటి ఝాము గడిచిపోయింది. సూర్యుడు పైకి వెళ్తున్నాడు. ఎండ ఎక్కువ కాసాగింది. చెమటనుతుడుచుకోవడానికి దేహంపై బూడిద మాటిమాటికిరాయబడ్డది. బూడద లేపనం వలన వాళ్ళిద్దరూవిద్రూపంగా కనిపిస్తున్నారు. రెండో ఝాము పూర్తయింది.. ఇప్పుడు రుక్మి అన్నయ్య దేహాన్ని ముట్టుకోవడం లేదు. అగ్ని స్పర్శ తగిలినట్లుగా అతడి ముఖంలో భావోద్వేగాలు కనిపిస్తున్నాయి. ఇంతలో అన్నయ్య ఎంతో లాఘవంగా కోలాహలం చేశారు. బాహుకంటకంకి ముందు చేసే కోలాహలం అది. బాహుకంటకం! ప్రాణఘాతకమైన ఎత్తు అది. నేను ఇట్లా ఆలోచిస్తున్నా, మా వీర సేనాపతి రుక్మిని మూటగా కట్టి, తొడల కింద పెట్టి నొక్కేసారు. అతడి మెడకి ఉచ్చులా చేతులను బిగించారు. మడిమలనుఈడుస్తూ చనిపోయే పాములా గిల గిలా కొట్టుకోవడం మొదలు పెట్టాడు రుక్మి. అసహాయంగా... దయనీయంగా... ప్రాణాంతకంగా...

"రుక్మి శరణానికి రా!" అన్నయ్య గర్జించారు. కుడి చేతి బొటన వేలు ఎత్తి రుక్మిపాదాక్రాంతుడయ్యాడు. పాశం శిథిలం అయ్యింది. ప్రాణదానం లభించింది.

"అంగరాజు కర్ణుడికి."

"జయహో" మా సేన ఆగిన ఊపిర్లు జయఘోష ద్వారా మళ్ళీ ఆడటం మొదలయ్యాయి. లేళ్ళ గుంపులలాగా, తటస్థులుగా ఉన్న సైనికులు కుండినపురం వైపు ఒక్కసారిగా వెళ్ళడానికి విరుచుకుపడ్డారు.

ఓడిపోయిన రుక్మి తలవంచుకుని వెనక్కి వెళ్ళిపోతాడని మేము అనుకున్నాము. కాని అంగరాజు కుడిచేయి పట్టుకుని, పైకెత్తుతూ అతడు ఇరువురి సేనలతో అన్నాడు" అంగరాజు కర్ణుడులాంటి వీరుడు సంపూర్ణ ఆర్యావర్తంలోలేనేలేడు. నేను విదర్భరాజు రుక్మిని ఆయనకి స్వాగతం పలుకుతున్నాను." మా సేనాపతిని కౌగిలించుకున్నాడు.

ఆ అద్భుత దృశ్యాన్ని చూసి ఉత్సాహంతో "విదర్భరాజురుక్మికి... "అనిఅన్నాను.

"జయహో!" ఇరువైపు సైనికులు సహకరించారు.

అశ్వత్థామ రాసిన ఉత్తరంలోని కొన్ని ఆలోచనలు మనస్సులో మాటిమాటికి వస్తున్నాయి. "ప్రతీవాళ్ళకి వాళ్ళ సంస్కృతి అంటే ఎంతో ఇష్టంగా ఉంటుంది. ఉండాలి కూడాను. ఇదే జీవిత లక్షణం.. అందరినీ ప్రేమతోనే జయించగలం. నీ దిగ్విజయం రెండింతలు యశస్వి అయ్యింది..."

16

స్వామిని వెంట తీసుకుని మేము కుండని పురంలో ప్రవేశించాము. భీష్మకరాజు తన సేన ఓడిపోయింది అన్న దుఃఖం కన్నా నలభై అయిదు సంవత్సరాల తరువాత పుత్రుడు ఇంటికి వచ్చాడు అని ఎంతో సంతోషపడ్డాడు. విదర్భలోని ప్రాచీన రాజభవనం మెట్లు ఎక్కుతూ అంగరాజు ఒక విశేషమైన మెట్టు దగ్గర ఆగాడు. ఒకప్పుడు మిథిలలో కూడా ఇట్లానే జరిగింది. అదే భావోద్వేగం. అట్లాగే ఆలోచనలలో మునిగిపోయారు. అదే శాంతి. తడిగా ఉన్న అదే నీలిరంగు కళ్ళు.

''ఎందుకు ఆగారు?'' నేను అడిగాను.

''శోణా! శ్రీకృష్ణుడు బలవంతంగా రుక్మిణిని ఎత్తుకొచ్చారని అందరూ అంటారు. కాని అట్లా అనడం అనుచితం. ఆయన రుక్మిణిని రక్షించారు. రుక్మిణి వివాహం శిశుపాలుడితో జరిగివుంటే! పుట్టింటి నుండి వచ్చేటప్పుడు తప్పకుండా ఆమె పయోష్ణి నదిలో దూకేది. ఈ మెట్టుపైనే శ్రీకృష్ణుడితో బయటకి వచ్చేటప్పుడు ఆనందంగా, తన సోదరుడి మనస్సు నొప్పించినందుకు దుఃఖం, రెండూ కలిపిన కన్నీళ్ళు ఆ వీరస్త్రీ కళ్ళల్లోంచి కారే ఉంటాయి.'' ఆయన ఒక్క క్షణం భావకుడైపోయారు. ఆ మెట్టువైపు కన్నార్పకుండా చూడటం మొదలు పెట్టాడు..

మనస్సులోనే వందనం చేసి మేము ఆ మెట్టుపైకి ఎక్కాము. భీష్మక రాజు లటవాకపక్షుల మధుర మాంసంతో చేసిన భోజనాన్ని అందరికి ఎంతో ప్రేమగా పెట్టాడు. అడిగి అడిగి మరీ వడ్డించాడు. ఆరోజు ఫాల్గుణ పౌర్ణిమ, అందువలన సంధ్యాసమయంలో ఈ కుండినపురాన్ని వదిలివేసి, పులిందుల రాజ్యంపై దండెత్తడానికని అటువైపు వెళ్ళాం. రుక్మి సరిహద్దుల దాకా వచ్చి మాకు వీడ్కోలు పలికాడు. జయాపజయాలు సరిహద్దుల స్నేహంలో విలీనం అయిపోయాయి.

తాపీ నదిని దాటాము. వింధ్య పర్వతం వైపు మా ప్రయాణం మొదలైంది. ఈ వింధ్య పర్వతం నుండి ఒక మార్గం దక్షిణం వైపు వెళ్తుంది. దానిని దక్షిణ పథం అనిఅంటారు. ఆ మార్గం నుండి దక్షిణం వైపు బాగా కిందకువెళ్తేఅశ్యక, గోప, మల్ల, ఈ మూడు రాష్ట్రాలు కలిసిన మహారట్ట దేశం ఉంది. దక్షిణాపథం చాలా సంకీర్ణంగా ఉంటుంది. ఆ మార్గంపైన మా అజస్ర ఏనుగులు నడవలేవు. ఇది కాక మధ్య భాగంలో భయంకరమైన దండకారణ్యం ఉంది. అసలు ఇటువంటి దట్టమైన అరణ్యం మాకు ఎక్కడా కనిపించలేదు. అందువలన మహాదట్ట దేశం వదిలివేసి పులింద దేశాన్ని లక్ష్యంగా చేసుకుని ఉత్తరం వైపు మలుపు తిరిగాము. మహారట్ట నగరం ఆర్యవర్తంలోకిలెక్కరాదు.

దక్షిణాపథాన్ని వదిలివేసి వింధ్య సీమ నుండి మా సైన్యం నర్మదను దాటింది. నిషధ పర్వతం ఎదురుగుండా వచ్చింది. ఈ నిషధ పర్వతంపైన నిషాదరాజు హిరణ్యధేనుకుడి పుత్రుడు ఏకలవ్యుడు ఉండేవాడు. గురుద్రోణుడికి దక్షిణ రూపంలో తన బొటనవేలిని సమర్పించి శిష్యులందరిలోను అగ్రస్థానం పొందిన ఏకలవ్యుడు సింహంలాగా ఆ పర్వతంపైన నిర్భయంగా విహరిస్తూ ఉంటాడు. బొటన వేలు లేకపోయినా మధ్యనున్న రెండు వేళ్ళతో విల్లుని పైకెత్తి వింటినారిని ఎక్కుపెట్టి పశువులపైన, శత్రువులపైన సర్.. సర్.. మంటూ బాణాలు వదిలేవాడు. లక్ష్యాన్ని ఛేదించేవాడు. మా తెలివితేటలు కల దూతలు, సమాచారం అంతా సేకరించి మాకు చేరవేసేవారు. వాళ్ళు ఏకలవ్యుడిని చూశారు. మాకు అతడిని కలవాలని తీవ్రమైన కోరిక ఉన్నా మాకు కలిసే అవకాశం దొరకలేదు.

నిషధ, శక్తిమల్ పర్వతాల మధ్య ఒక లోయ ఉంది. దాంట్లో నుంచే మా సైన్యాన్ని పులిందకితీసుకువెళ్ళాల్సి వచ్చింది. తప్పలేదు. మొదట పదాతి దళాన్ని పంపించాము. పులింద రాజులకు మేము దండెత్తే విషయం తెలుసుకున్నారో లేదో వాళ్ళ కార్యకలాపాల వలన తెలుస్తుంది. వాళ్ళు మాటామంతీ లేకుండా శాంతిగా ఉన్నారు. మా సైన్యం వింధ్య, నిషధ, శక్తిమతమొదలైన

పెద్ద పర్వతాలను దాటి వస్తుందని వాళ్ళు ఊహించలేదు. అసలు వాళ్ళకు ఆలోచనే రాలేదు. కాని పుట్టలోంచి, పుట్టలుపుట్టలుగా పరుగెత్తుకుని వచ్చే చీమల్లా, లోయలో అటుఇటు లక్షల్లో ఉన్న సైనికులను చూసి పులింద నగర అధిపతులు సుకుమారుడు, సుమిత్రుడు ఇద్దరు సోదరులు మేల్కొన్నారు. మళ్ళీ సంగ్రామం, మళ్ళీ రక్తపాతం, మళ్ళీ బాణాల వర్షం. ఇప్పుడు మా జీవితం ఇదే. ఏది ఎదురైతే, దానిని ఎదుర్కోవడానికే మేము బయటకి వచ్చాము. ఒకరోజులోనేపులింద పతనం అయిపోయింది. వాళ్ళు ధైర్యంగా ఎదిరించడానికి ఏకత్రింతం అయ్యే అవకాశం కూడా వాళ్ళకి దొరకలేదు. సుకుమార, సుమిత్రులు, ఇద్దరూ యుద్ధంలో మూర్ఛితులయ్యారు. మా వైద్యులే వాళ్ళనిమేల్కొలిపారు. అసలైతే మాకు శత్రుత్వం ఎవరితోనూ లేదు. చైతన్యమైన మనస్సులో అజేయఅజేయఅని అనే అహంకారి అయిన మనస్సుతో ఆ శత్రుత్వం. అచేతనమైన శరీరంతో కాదు. మా సేనాపతి మాకు ఇదే నేర్పించారు. నిశస్త్రులు, మూర్ఛితులు, శరణాగతులు, సేవకులు, స్త్రీలు మొదలైన వారిపై శస్త్రాలను ప్రయోగించే వారికై ఒకే ఒక పెద్దశిక్ష. ఆ శస్త్రం తన చేత్తోనే సమస్త సైన్యం చూస్తుండగాతనపైనే ప్రయోగించుకోవాలి. ఎటువంటి భావోద్వేగాలు లేకుండా ప్రాణాలు పోయే వరకు ప్రయోగిస్తూనే ఉండాలి. కాని ఇటువంటి పరిస్థితి మా సైన్యంలోని ఏ సైనికుడికీరాలేదు. సేనాపతి అనింద, నిష్కళంగ శీలానికే ఈ శ్రేయస్సు దక్కుతుంది. ఆయన అర్ఘ్యదానం ఇచ్చే, ఏ మచ్చా లేని దీప్తించే సూర్యుడిలా మా సేనాపతి ఆదర్శం అయిన హిమాలయంలా అందరి ముందు మంచి భావంతో నిల్చుని ఉన్నారు.

పులిందరాజ్యం నుండి పన్ను రూపంలో సిరి సంపదలను స్వీకరించి శిశుపాలుడి నగరం శుక్తిమతి వైపు ప్రయాణం సాగించాము. పగలురాత్రి అనే ధవళ, శ్యామ పుష్పాలను గుచ్చుతూ కాలం అనే మాలి, మూల గుచ్చాలని బాసింపట్టు వేసుకుని కూర్చుని ప్రయత్నాలు చేస్తున్నాడు. ఈ నాలుగు నెలలలో కాల పురుషుడు ఎన్ని పుష్పాలను గుచ్చాడో మీకు తెలియదు.

17

థర్ణా నదిలో నాగరమెథా మొక్కలని (ఒక రకమైన గడ్డి) తొక్కేస్తూ మేము చేదిరాజు శిశుపాలుడి శక్తిమతిరాజనగరినినలువైపుల నుండి ముట్టడించాము. శిశుపాలుడు ఇంద్రప్రస్థలో చంపబడ్డాడు. అందువలన అతడి పుత్రుడు ధృష్టకేతుచేదులకి నేతృత్వం వహిస్తున్నాడు. జీవితాంతం శ్రీకృష్ణుడితో శత్రుత్వం వహించిన రాజపుత్రుడు అతడు.

అతడే తన సోదరి, కరేణుమతి వివాహం నకులుడితో జరిపించాడు, అందువలన పాండవులతో అతడికి గనిష్ఠ సంబంధం ఏర్పడ్డది. అతడు మమ్మల్నిఎదురిస్తాడు. ఇది నిశ్చయం. కాని ప్రతిసారీ గెలిచే కురు సైనికులు ఇప్పుడు ఎవరి ఎదురుగుండా నైనా సరే తలవంచరు. లొంగిపోరు.

శుక్తిమతి రక్షణ కోసం ధుష్టకేతు తన బంధువులైనసుకేతు, కరకర్షడు, శరభుడితో చేతులు కలిపి ఒక్కొక్క వైపు నుండి వచ్చి మా సైన్యంతో యుద్ధం చేయడం మొదలు పెట్టాడు.

వేత్రవతి నదీ తీరంలో మళ్ళీ అస్త్రాల నిప్పుకణాలు అంతరిక్షంలో ఎగురుతున్నాయి. వీరయోధుల గర్జన వలన వేత్రవతిలో నాట్యం చేస్తున్న తరంగాలలో ఇంకా నృత్య వేగం పెరిగింది.

నది బాణాలతో నిండిపోతోంది. ధృష్టకేతు మహా యోధుడు. ఎంతో నైపుణ్యంతో అతడు నలువైపులా తిరుగుతూ తన సైన్యాన్ని ప్రోత్సహిస్తున్నాడు. సైనికులందరికిమాటిమాటికి కనిపిస్తున్నాడు. మా సైనికులు ధృష్టకేతులు నలుగురు ఉన్నారని అనుకుంది. తన తండ్రి సాహసం దృఢత్వం అతడి నరనరాలలో నిండి ఉన్నాయి. కాని మా సేనాపతి ప్రతి చోట అతడిని పట్టుకుని నిశ్శస్త్రుడిగా చేస్తున్నాడు. మధ్యాహ్నం వరకు చేదిరాజులు ఎంతో వీరత్వంతో యుద్ధం చేస్తూనే ఉన్నారు. కానీ అన్నయ్య మర్మభేదీ బాణం ప్రయోగించగానే ధృష్టకేతు గాయపడ్డాడు. నేలకొరిగాడు. అతడి ఆత్మ విశ్వాసం ముక్కలైంది. పెద్ద వరద వచ్చినప్పుడు వేత్రవది నది ఎట్లాస్వచ్ఛదంగాప్రవహిస్తుందో. అట్లావాళ్ళందరూపరుగెత్తుతున్నారు. గాయపడిన వీరధృష్టకేతు గాయాన్ని చేత్తో నొక్కిపెట్టి, తన సైన్యాన్ని ఆపడానికి వ్యర్థ ప్రయత్నం చేయసాగాడు. చేది రాజ్యం పతనం అయిపోయింది. మా విజేతసైన్యం శక్తిమతిలో చొచ్చుకుపోయి వేత్రవతి నదీ జలాన్ని తొక్కుతూ మురికిగా చేసింది.

ఈ నగరానికి సరిగ్గా ఉత్తరాన మధుర రాజ్యం ఉంది. ఆ మార్గం నుండి దూత సమాచారాన్ని తీసుకుని హస్తినాపురం వైపు వెళ్ళాడు. దారిలో మధురలో ఆగి శ్రీకృష్ణుడి ద్వారా సింహాసనాన్ని అలంకరించిన ఉగ్రసేన రాజుకి, మా పట్టు రాజవస్త్రాలను, సువర్ణ నాణాలను కానుకలుగా ఇవ్వాలని అనుకున్నాడు. అన్నయ్య చేసిన ప్రతిజ్ఞ ప్రకారం మేం మధురపై దాడి చేయకూడదు. అందువలన ఇవి విశేషమైన కానుకలు.

చేది రాజ్యం నుండి బయలుదేరి భోజరాజ్యం వైపు మా ప్రయాణం మొదలైంది. కుంతీ భోజుడు, పురుజిత్‌డు అక్కడి రాజులు. వాళ్ళ రాజనగరం, భోజపురఅశ్వనదీ తీరంలో ఉంది. ఫాల్గుణ మాసం పూర్తికాబోతోంది. ఇప్పుడు వసంత ఋతువు రాజ్యం. అవనీతలంపైఅవతరించబోతోంది. వసంతం వలన నేల అంతా సౌందర్యంతో నిండిపోయింది. ఆ అందాలను చూస్తుంటే మనస్సు నిండిపోతోంది. వాటిని మహదానందంగా ఆస్వాదిస్తూ మేము భోజరాజ్యంలోనిచర్మణవతి నది తీరానికి చేరాము. చర్మణవతి! నిషాధ పర్వతాలని చీల్చుకుంటూ పరుగెత్తే జలదాయిని. వంకరటింకరగా మలుపులు తిరుగుతూ, ప్రవహిస్తూ యమునలో కలిసిపోతుంది. అక్కడి నుండి గంగలో.

ఏ స్థానంలో చర్మణవతివచ్చిందో అది అశ్వనది, చర్మణవతిలమనోరమమైన సంగమం. అశ్వనది! మేము ఎన్నో యాత్రలు చేశాము. ఎన్నో నదులను దాటి వచ్చాము. వాటి పేర్లు కూడా ఇప్పుడు మాకు అంతగా గుర్తులేదు. కాని అశ్వనది పేరును నేను ఎప్పటికీ మరిచిపోను. బహుశా సారథి పుత్రుడిని కావడం వలన ఆ పేరులో ఉన్న 'అశ్వ' అనే శబ్దం నాకు ఎంతో ప్రీతికరం అయి ఉంటుంది. ఏమైనా సరే ఆ పేరులో ఎంతో ఆకర్షణ ఉంది. ఇది నిజం. సగమం తీరంలో నిల్చుని ఉన్న అన్నయ్య మనస్సులోని భావాన్ని తెలుసుకోడానికి నేను అడిగాను.

''అశ్వనది. ఈ పేరు నీకెట్లా అనిపిస్తోంది?''

''అది అశ్వంలా పరుగెత్తుతోంది. అందుకే దానికి ఈ పేరు తగిందే. ఈ నీళ్ళతో బతికే భగవంతుడు కూడా, జీవితం అంతా అశ్వంలా పరుగెత్తుతూనే ఉంటాడేమో.''

ఆయన అశ్వనది వైపు చూస్తూ జవాబిచ్చారు. ఇంతలోనే ఒక గోపకన్య ధవళవర్ణంలో ఉన్న ఆవును తీసుకువచ్చింది. ఎంతో అందమైన దూడ కూడా దాని వెంట ఉంది. దూడ దాని స్తనాలపై

పడడానికి ప్రయత్నిస్తోంది. కాని ఆవు త్వరత్వరగా నీళ్ళల్లోకి చొచ్చుకు పోయింది. అందువలన దూడ తన గుబురుగా ఉన్న తోకని పైకి ఎత్తి ఆవు నీళ్ళ నుండి ఎప్పుడు బయటికి వస్తుందా అని ఎదురు చూడటం మొదలు పెట్టింది. అశ్వనదిలో ఒక ఎండిపోయిన కట్టెపేడు తేలుతూ మునుగుతూ ప్రవహిస్తోంది. గోపకన్య కొంగు గాలి విసుర్లకు సర్‌సర్ మంటోంది. నాకు ఆ దృశ్యం ఎంతో బాగా అనిపించింది. ఎంత సహజంగా ఉంది. ఎంత అందంగా ఉంది. శుభ్రంగా ఉన్న ఆవు. అందరికి వందనీయమైన ఆవు. నిరాశగా దూడ. గలగలా ప్రవహించే నది. నేను స్థబ్ధుడినైపోయాను.

కాని మా సేనాపతికి హఠాత్తుగా ఏమైందో తెలియదు. ఆయన వాయుజిత్ పైనుండి అకస్మాత్తుగా దూకేశారు. ముందుకు నడిచారు. సంగమ్ నీళ్ళల్లో చొచ్చుకుపోయి ఆయన ఆ ఆవు పలుపుతాడు పట్టుకుని దాన్ని లాక్కుంటూ నీళ్ళ నుండి బయటికి తీసుకువచ్చారు. బహుశ ఆయన ఆ ఆవుదూడ నిస్సహాయతను చూడలేకపోయారు. ఆయన ఆవును బయటికి తీసుకువచ్చారు. కాని సేనాపతి వేషంలో ఉండటం వలన ఆయనకు భయపడి ఎగురుతూ గెంతుతూ ఎక్కడికో వెళ్ళిపోయింది. ఎక్కడికి వెళ్ళిపోయిందో తెలియదు. నదిలో కట్టెపేడు తేలుతూ ఎక్కడో దూరంగా వెళ్ళిపోయింది. ఆవు పలుపుతాడు చేతిలో ఎట్లా ఉందో అట్లాగే పట్టుకుని మా దిగ్విజయ సేనాపతి, అశ్వనదిలో తేలుతూ పోతున్న చెక్కపేడు వైపు కన్నార్పకుండా చూస్తూ నిల్చుని ఉన్నారు. ఆయన ఒక చేతిలో కురుల రాజదండం ఉంటే మరో చేతిలో ఆవు కంఠ బంధనం ఉంది. "వదిలేసేయండి. ఒక్కొక్కళ్ళ అదృష్టం ఇట్లాగే ఉంటుంది. దేని కోసమైతే ఇంత శ్రమపడ్డారో ఆ ఆవు దూడ కూడా పారిపోయింది." నేను ఆయన భుజంపై చేయి వేశాను.

"అదృష్టం? దిగ్విజయ సైన్యాన్ని తీసుకుని యుద్ధం చేస్తూ ఉంటావు, అయినా దురదృష్టం అంటూపాటపాడుతూ ఉంటావు?" ఆయన ఒక్కసారిగా అరిచారు.

"మరి దురదృష్టం కాకపోతే మరేమిటి?" నేను తలపంచుకున్నాను. అసలు నేను అనుచితమైన మాట ఏమన్నానని? నాకు ఏమీ అర్థం కాలేదు.

"శోణా! ఈ అదృష్టం అనేది మానవుడు సృష్టించాడు. భయంకరమైన పొరపాటు చేశాడు." దాన్ని జీవితంతో ముడేసి, ప్రతీ వ్యక్తి ఎప్పుడూ నిజం నుండి పరుగెత్తాలని చూస్తాడు. నదిలో ప్రవహిస్తున్న కట్టెపేడును చూడు. అందరి జీవితం ఇట్లాంటిదే, తరంగాల తాకిడిని తట్టుకుంటూ ఎదుర్కొంటూ జీవించాలి. ఇదే వాస్తవము." ఆయన నదివైపు వేలు చూపించారు. చేతిలోని తాడు జారిపోవడంతో ఆవు వెళ్ళిపోయింది.

18

కుంతీ భోజుడిని, పురుజిత్తుడిని మట్టి కరిపించాలని మేము చర్మణవతిని, అశ్వనదీ సంగమాన్ని దాటాము. భోజరాజు రాజనగరం భోజపురం మా దృష్టిలోకి వచ్చింది. మహా మంత్రి విదురుల వారు మాటిమాటికి ఈ నగరంలో రాజమాత కుంతీదేవి, బాల్యంలో ఉండేవారు అని చెబుతూ ఉండేవారు. మేము వింటూ ఉండే వాళ్ళం.

శ్రీకృష్ణుడి మేనత్త కుంతీదేవి. విదర్భ రాజు భీష్మకుడికి ఈవిడ బంధువు. అందువలన, కుంతీ భోజుడిని, పురజిత్‌ని సంధిచేసుకోమని ఇంతకు ముందే భీష్మకుడు దూత ద్వారా సందేశం

పంపించాడు. వాళ్ళు మాతో ఎంతో శక్తితో యుద్ధంచేస్తారని మేము అనుకున్నాము. ఎందుకంటే భోజరాజ్యం దక్షిణ ఆర్యావర్తంలో, మగధరాజులతోసమానమైనది. సుసంపన్నమైనది. మహాశక్తివంతమైన సైనిక దళం ఉంది. శ్రీకృష్ణుడి సహాయ సహకారాలు ఉన్నాయి. అందువలన భోజపురంలో మా ఓటమి తథ్యం అని నిశ్చయించుకునే మేము చర్మణవతిని దాటాము. కాని ఏది జరిగిందో అది ఎప్పుడూ ఊహించనిది జరిగింది. ఈ విశ్వం, మానవజీవితం, దిగ్విజయ యుద్ధం, ఈ త్రయం ఊహించని విధంగా దెబ్బతీస్తుంది, ఇది అందరికీ తెలిసిందే.

పురుజిత్తుడు, కుంతీభోజుడు, మా మెడలలో పారిజాత పుష్పాల దండలని వేశారు. పారిజాతాల మధురమైన, దండల పరిమళంతో సహా మేము భోజపురంలో ప్రవేశించాము. భోజపురం! చర్మణవతి సంగమం కోసం తపించే అశ్వనది ఒడ్డున స్థాపించబడినరమణీయమైన నగరం. మా యాత్రలో మాకు భోజపురంలాంటి ఆకర్షణీయమైన రెండో నగరం ఇప్పటి దాకా కనిపించలేదు. అన్ని భవనాలు, ప్రణాళికా బద్ధంగా తయారు చేయబడ్డాయి. మార్గాలు కూడా ఎంతో బాగున్నాయి. రెండు వైపులా పెద్ద పెద్ద అశోక చెట్లు, మామిడి చెట్లు ఉన్నాయి. ఈ చెట్లు అంతటా మంచి నీడనిస్తున్నాయి. వసంత ఋతువు ఆగమనం వలన పూసిన పూతతో అవి ఇంకా ఆకర్షణీయంగా ఉన్నాయి. వాటి పిందెల మధుర గంధం నలువైపులావెదజల్లబడుతోంది. సౌందర్యంతో, పరిమళంతో నిండిన ఆ వాతావరణంలో కోయిలలు సప్తస్వరాలతో కుహూకుహూఅంటూ కూస్తున్నాయి. అసలు ఇప్పుడు సమయం అంతా వాటిదే. ఎత్తుకి పయనంఘనమైన కూతలు.

ఒక కోకిల మధురస్వరాన్ని విన్న మా సేనాపతి, రాజమార్గంలో వెళ్తూ రాజరథంలో అన్నారు–

''శోణా! ఈ కోయిల సప్తస్వరాలు విని నీవు భావుకుడవైపోకు. కోయిలల కుహూకుహూలలో నిన్ను నువ్వు మరిచిపోకు. ఇవి ఆడకాకి గూళ్లలో పెరుగుతాయి తెలుసా!''

''పెరగనీ! అవి ఆ గూళ్ళల్లో పెరగడం వలన ఆ ఆడకాకి గూడు పవిత్రం అయిపోతుంది.'' అని నేను అన్నాను.

నగరంలో ప్రతీ సౌధంపైన వృద్ధులూ, యువతీ, యువకులు ఎంతో కుతూహలంగా అనుప సౌందర్యశాలి, అద్వితీయ శౌర్యపురుషుడు అయిన మా సేనాపతిని చూడడానికి ఒకరి మీద ఒకరు పడుతూ తోసుకుంటూ చూడడానికి ప్రయత్నిస్తున్నారు. ఎప్పుడు రెండు చేతులను జోడించి, అందరి ప్రేమ ఆప్యాయతలను స్వీకరించే అన్నయ్య, ఇప్పుడు భోజపురంలో రాజమార్గంపైన తన రాజ యాత్రలో భుజాలపైన ఉన్న స్వర్ణమండిత'విజయ' ధనుస్సును ఒక చేత్తో పైకెత్తి భోజరాజ్య ప్రజల ప్రేమ, ఆప్యాయతలను స్వీకరిస్తున్నారు. దూరంగా అశ్వనది ఒక మలుపు సూర్యకిరణాలలో తళతళామిళమిళా మెరుస్తోంది. సమస్త నగరం, మామిడి చెట్ల కొమ్మలతో, దట్టంగా కట్టబడ్డ కమలపుష్పాల మాలలతో అందంగా అలంకరించబడ్డది. చిన్నచిన్న పగడాల పూల జల్లులువాయుజిత్‌పై పడుతున్నాయి.

భోజుల నేతృత్వం వహించే తండ్రీ కొడుకులతో మేము రాజ భవనాన్ని ప్రవేశించాము. భోజపురం రాజప్రసాదం చాలా ప్రాచీనమైనది అయినా ఎంతో దృఢంగా ఉంది. మేము ఆ

భవనంలో ప్రవేశిస్తున్నప్పుడు, సంధ్యాసమయం కావస్తోంది. అస్తమిస్తున్న పొడువైన బంగారు కిరణాలు, ఆ ప్రాచీన ప్రాసాదపు శిఖరాన్ని స్పర్శిస్తున్నాయి. మహాద్వారంలోఅప్పుడే అడుగుపెడుతున్న అన్నయ్య ఒక్క నిమిషం అక్కడే ఆగిపోయారు. తన నియమనిబంధనలను ఆయన ఎప్పుడూ అతిక్రమించలేదు. ఆ రాజప్రాసాదపు మహాద్వారంనుండే ఆయన సూర్యదేవుడికి సంధ్యావందనం చేశారు.

రాత్రి భోజనాంతరం అన్నయ్య ఆ తండ్రీ కొడుకులతో పిచ్చాపాటి మాట్లాడారు. చివరికి ఇక నిద్రకుపక్రమించాలని సూచించారు. ఎన్నోరోజుల తరువాత మేము మెత్తటిశయ్యపై నిద్రించ బోతున్నాము. అసలు శయ్యపై ఒరగగానే గాఢమైన నిద్రపట్టాలి. కాని నిద్రాదేవి నాపైన ఎందుకో దయచూపించలేదు. ప్రాసాదంలో ఎవరో దాసికి అప్పుడే పుట్టిన శిశువు గుక్కపెట్టి ఏడుస్తూనే ఉంది. ఆమె ఆ శిశువును ఓదార్చడానికి, ఊరుకోపెట్టడానికిశతవిధాల ప్రయత్నం చేస్తోంది. ప్రసాద గవాక్షాలు బయట నుండి వస్తున్న గాలి విసుర్లునుతోసేస్తున్నాయి. దడదడా శబ్దం వస్తోంది. మా పడకగదిలో రాతి దీపపు స్తంభాలలో నుండి వస్తున్న జ్వాల పవనాన్ని ఢీకొడుతూ మిణుకుమిణుకు మంటోంది.

కాని అన్నయ్య గాఢనిద్రలో ఉన్నారు. ప్రాతఃకాలం, నగరం నుండి బయలుదేరేముందు, భోజరాజు తన ప్రాచీన రాజప్రాసాదాన్ని మాకు చూపించారు. అందులో ఒక గోడపైన రాజు కుంతీ భోజుడి పెద్ద బొమ్మ ఉంది. ఒక వృద్ధదాసి రాజు చరణాలపైన నీళ్ళుపోస్తోంది. అందులో ఈ ప్రకారం చిత్రీకరించారు. కుంతీబోజుడి ఇటువంటి చిత్రం ఇదొక్కటే, నాకు ఆ దాసిని ఎక్కడో చూసినట్లుగా ఉంది. కాని పూర్తిగా గుర్తుకురావడంలేదు.

"ఈ వృద్ధురాలు ఎవరు?" అన్నయ్య ఆ చిత్రాన్ని చూడగానే అడిగారు. ఆయన భవ్యమైనపాలభాగంపైన ముడతలు చాలా ఉన్నాయి.

"ఈమె ధాత్రి. ఇక్కడ ఎంతో నమ్మకమైన దాసి. కుంతీదేవి సమయంలో ఆ దాసి ఈ భవనంలో ఉండేది. పాండవుల తల్లి కుంతీదేవి ఎప్పుడైతే ఇక్కడి నుండి వెళ్ళిపోయిందో, ఆ దాసి కూడా, నమ్మకమైనసేవకురాలిగా ఆమెతో పాటు వెళ్ళిపోయింది. భవనంలో ఉన్న పాతవాళ్ళు ఆమె గురించి చెబుతూ ఉంటారు." పురుజిత్తుడు జవాబు చెప్పాడు.

ఆ గదిలో ఒక రాతి గూటం ఉండేది. పురుజితుడు దానిని పక్కకి జరపగానే పురుషుడంత పైభాగం పక్కకు జరిగింది. లోపల భూమార్గం స్పష్టంగా కనిపిస్తోంది.

"ఈ భూమార్గం ఎటువైపువెళ్తుంది?" అన్నయ్య లోపలికి తొంగిచూస్తూ అడిగారు. ఇంతలో లోపలి నుంచి ఒక చిన్న గబ్బిలం ఫడఫడాఅంటూ బయటికి వచ్చింది. మమ్మల్ని ఢీకొడుతూ, గది లోని గవాక్షం నుండి బయటికి వెళ్ళిపోయింది. ఎంతో సహజంగా వెళ్లిపోయింది. అది కొట్టుకోవడం వలన అన్నయ్య కిరీటం కొంచెంగాతొలిగింది. "ఈ మార్గం సరాసరి అశ్వనదీ తీరంవైపు వెళ్తుంది." పురుజిత్‌డు సమాచారం ఇచ్చాడు. అన్నయ్య సౌందర్యం, బలమైన వ్యక్తిత్వం చూసి అతడు ఎంతో భావుకుడై పోయాడు. దాని గురించి అంతా చెప్పడం మొదలుపెట్టాడు.

"ఈ నది పేరు అశ్వనది అని ఎందుకు వచ్చింది?"

''ఎందుకంటే ఇక్కడి అశ్వాలు ఈ నదీజలాన్ని తప్పితే మరే నదుల నీళ్ళు తాగవు.'' తండ్రీ కొడుకులు ఒక్కసారిగా అన్నారు.

రాజభవనం అంతా చూసి మేము ఎదురుగుండా ఉన్న విశాలమైన ప్రాంగణంలోకి వచ్చాము. అక్కడ చాలా పొదరిళ్ళు ఉన్నాయి. వాటి నుండి బయటకి వచ్చేటప్పుడు ఒక రాతి ముక్క అన్నయ్య కాలికి తీవ్రంగా కొట్టుకుంది. తన అబేధ్య కవచం వలన గాయం తగలలేదు. కొంత మేలు అయ్యింది. ఆయన బంగారు రంగు కేశాలు మెడపై చెల్లా చెదురయ్యాయి. కనుబొమ్మలు పైకి ఎత్తి ఆయన చూశారు.

''ఈ రాళ్లు రప్పలు ఇక్కడ ఇట్లాగే ఎందుకు ఉంచారు?'' ఆయన ఆ రాతి ముక్క వైపు చూస్తూ అడిగారు. మాకు వీడ్కోలు పలకడానికి వాళ్ళు మాతో పాటు రాజభవనం నుండి బయటకు వస్తున్నారు.

''కావాలనే అట్లాగే పడేసి ఉంచాము. ఇంతకు ముందు కుంతి ఇక్కడ ఉన్నప్పుడు, మహర్షి దుర్వాసులు ఇక్కడికి వచ్చారు. ఆయన ఇక్కడ పెద్ద యజ్ఞాన్ని చేశారు. ఈ రాళ్ళు ఆ యజ్ఞగుండానివే. ఇక్కడే ఎక్కడో కోపిష్ఠి దుర్వాసుల పర్ణకుటీరం కూడా ఉండేది. ఆయన చేసిన యజ్ఞం ఎంతో గొప్పదని మంత్రి చెబుతూ ఉంటారు. దీని వలన ఎంతో విలువైన ఫలితం వచ్చే ఉంటుంది.'' కుంతీభోజుడు అన్నాడు. ఆయన తెల్లటి గడ్డంలోని వెంట్రుకలు పొదరింటి పిల్లవాయువులకు కదుల్తున్నాయి.

''దుర్వాసులవారా! శోణా! నేను నీకు చెప్పడం మరిచిపోయాను. ఈయనే... ఈ దుర్వాసమహర్షియే, బంగారు ఆకుల భస్మాన్ని కమల జలంలో కలిపి, ప్రతిరోజు తాగమని నాకు చెప్పారు. ఈ ప్రయాణంలో ఈ పని చేయలేకపోయాను. ఇక ముందు మనం ఎక్కడ విశ్రాంతి తీసుకుంటామో ఆస్థలంలో నాకు గుర్తుచేయి''. అన్నయ్య నాతో చెప్పారు.

కుంతీ భోజుడు, పురుజితుడు మాకు ఎంతో ఆప్యాయంగా వీడ్కోలు చెప్పారు. చైత్రం వలన నగరం ఎంతో అందంగా ఉంది. మేము ఆ నగరం నుండి బయలుదేరాము. అవంతిలోని విందాను విందని జయించాలని, సురాష్ట్ర రాజ్యంపై దండెత్తాలని నిశ్చయించుకున్నాము.

కొన్ని రోజులకి విందా, అనువింద బంధుద్వయం ఉన్న అవంతి వచ్చింది. నిషధ పర్వతం నేపథ్యంలో ఉన్న చర్మణవతిఉద్గమం దగ్గర అవంతి ఉంది. అఖండ హిమాలయాల సమశిఖరాలలా ఆ బంధుద్వయం మమ్మల్ని బలంగా ఎదుర్కొన్నారు. కాని మూడు రోజుల తరువాత శ్రీకృష్ణుడి మేనత్త కొడుకు రాజధీదేవి పుత్రుడు కూడా మాకు లొంగిపోయాడు. అవంతి పతనం అయిపోయింది.

19

అవంతి తర్వాత మహీనదిని దాటి ములవ దేశం వెళ్ళాము. మార్గాలన్నింటిని ఆక్రమించాము. అసన, లోధ్ర, ధేరా, పానావళి (మానవాళి) మొదలైన వృక్షాలు వసంతఋతువు ఆభూషణాలను ధరించి కళకళలాడుతున్నాయి. పశ్చిమసాగరం నుండి వస్తున్న చల్లటి గాలులు సైనికులకు కష్టాన్ని కలిగిస్తున్నాయి. మూలవులను ఓడిస్తూ స్తంభతీర్థాన్ని దాటి మేము శుభ్రమతీ

నదీ తీరానికి వచ్చాము ఇక్కడ మూలవుల రాజ్యపు సరిహద్దులు సమాప్తం అవుతాయి. ఇక్కడ నుండి రెండు దేశాలు మొదలవుతున్నాయి. ఆనర్త, సురాష్ట్ర.

ఆనర్తలో పశ్చిమ సాగర చెలియలి కట్ట దగ్గర, శ్రీకృష్ణుల ద్వారకానగరం ఉంది. ద్వారక వెళ్ళొద్దుఅని నిర్ణయం అయింది. అందువలన ఆనర్తకి వెళ్ళే అవసరమే లేదు. శుభ్రమతి ఒడ్డున మజిలీ వేశాము. అందువలన సైనికుల కార్యకలాపాల గురించిన చర్చ జరిగింది. సురాష్ట్ర దేశంపైన దండెత్తేముందు, దూతని పంపి ద్వారకలో శ్రీకృష్ణులు ఉన్నారో లేదో కనుక్కోమని సేనాపతి అనుమతి ఇచ్చారు. వజ్రవైఢూర్యాలు, రత్నాలు, బంగారం, రాజ వస్త్రాలతో నిండిన పళ్ళాన్ని ద్వారకాధీరులకి కానుకగా దూత ద్వారా పంపించాలని చెప్పారు. ఆయన అనుమతి అంటే అది ఆజ్ఞతో సమానం. వారి ఆజ్ఞానానుసారం ఐదుగురు దూతలు, కానుకలు తీసుకుని ద్వారకవైపు పయనం అయ్యారు. సేనాపతి కర్ణుడు, ద్వారకాధీశుడికి అసలు ఆ కానుకలు ఎందుకు పంపించారో మాకు ఏమాత్రం తెలియలేదు. ఇక ముందు తెలిసే అవకాశము లేదు.

దూతలు ఏం సమాచారం తెస్తారు? కుతూహలంగా ఎదురుచూస్తూ మేము శుభ్రమతినది ఒడ్డునే బసచేశాము. దీనికి ముందు సురాష్ట్రంలో ప్రవేశించేటప్పుడు కొంత మరు భూమి నుండి వెళ్ళాలి. అందువలన అశ్వికులుశుభ్రమతి నదిలోనే తమ అశ్వాలను నీళ్ళతో కడిగి శుభ్రం చేసుకోవడం మొదలు పెట్టారు. ఇక్కడ ఏనుగుల ఉపయోగం ఏ మాత్రం లేదు. ఎందుకంటే ఇక్కడ దుమ్ముధూళి వాటి కళ్ళల్లో పడితే, వాటికి ఎంతో కష్టం అవుతుంది. అందువలన సురాష్ట్రం పైన హస్తిపథకుల ప్రయోగం చేయకుండా పదాధి దళాలనే తీసుకువెళ్ళడం శ్రేయస్కరం అనినిర్ణయించుకొన్నాము. సురాష్ట్ర నుండి వెనక్కి తిరిగివచ్చే సమయంలో ఏనుగు దళాలు మాతో వచ్చి కలుస్తాయి. ఇంతే కాకుండా సురాష్ట్రలోదైవతిక పర్వతంపైన సింహాల నివాసం అధికంగా ఉంది. ఏనుగులకు వీటి నుండి కష్టం కలగకూడదు అన్న ఉద్దేశం కూడా అందులో ఉంది."

ద్వారకకు వెళ్ళిన ఆ దూతలు నాలుగు రోజుల తరువాత వెనక్కివచ్చారు. వాళ్ళు తెచ్చిన సమాచారం ప్రకారం ద్వారకాధీశుడైనశ్రీకృష్ణులవారు ద్వారకలో లేరు. ఆయన బలరాముడితో పాటు పాండవులను కలవడానికనిద్వైతవనానికి వెళ్ళారు. అందువలన మేము పంపిన పురోహితుడు బ్రహ్మగా రభ్య ఋషి స్వీకరించారు. నగరంలో శ్రీకృష్ణుల పత్నిలు రుక్మిణి, సత్యభామ, మిత్రవృంద, కాళింది, లక్ష్మణ, భద్ర, సత్యలు ఉన్నారు. వాళ్ళ పుత్రులు ప్రద్యుమ్న, చారుదేష్ణ, సుదేష్ణ, భాను భౌమరిక, చిత్రగు, వేగవత, అశ్వసేన, ప్రసరణ, జయ, ఆయు, అనిల, ఉన్నాద, హర్ష, ఓజ, ప్రఘోష, మహాశక్తి, సుబాహు, భద్ర, శాంతి అందరూ తాత్కాలికంగా రాజసభను ఏర్పరిచి మా కానుకలకు స్వాగతం పలికారు. శ్రీకృష్ణుల పిన తండ్రి కొడుకు ఉద్ధవుడు ఆ సభలో మా దిగ్విజయ సేనాపతిని వర్ణిస్తూ గౌరవగానం చేశాడు.

ఇక ఇప్పుడు ఆ వర్త దేశం నుండి బయలుదేరి సురాష్ట్ర పైన దాడి చేసి ఆక్రమించుకోడానికి మేము స్వతంత్రులమయ్యాము. ప్రభాస క్షేత్రాన్ని గెలిచి, దైవతకు పర్వతం చుట్టూరా తిరిగి మేము గిరి నగరాన్ని ఓడించాము. అక్కడి రాజు సురథుడుపాదాక్రాంతుడయ్యాడు.

ఎన్నెన్నో విజయ పుష్పాలని మా దిగ్విజయ మాలలో గుచ్చాం. దండ సగంపైగా పూలతో నిండిపోయింది. సురాష్ట్ర నుండి పన్ను రూపంలో పగడాలను స్వీకరించి శుభ్రమతి నదీ తీరాన

మేము ముందుకు సాగాము. మా వెనుక ఉండిపోయిన హస్తి దళం, సావర రాజ్యంలో వచ్చి మమ్మల్ని కలిసింది. ఇక మళ్ళీ మా ప్రయాణం మొదలైంది. దుమ్ముధూళీ లేస్తోంది.

సిద్ధపురం నుండి బయలుదేరి మేము పారియాత్ర పర్వతం పాదభూమిలో ఉన్న వశిష్ఠ ఋషి ఆశ్రమం దగ్గరికి వెళ్ళాము. పారియాత్ర పర్వతం, గుహల ఆగారంఅని విన్నాము. ఈ పర్వతం దక్షిణోత్తర దిశలో అనేక యోజనాల దాకా విస్తరించి ఉంది. ఈ పర్వతం చుట్టూ విశాలమైన మరుభూమి ఉంది. ఇంతగా పరుచుకుని ఉన్న మరుభూమి సౌరాష్ట్రలో లేదు. పర్వతాల ఎత్తు చాలా ఉంది. కాని శిఖరాలు ఉదాశీనంగా నగ్నంగా నిల్చుని ఉన్నాయి. తక్కిన పర్వతాలలో లభించే దట్టమైననీలిరంగుచిన్నచెట్లు సైతం ఇక్కడ లేవు. కేవలం అక్రోటు, వేప మొదలైన చెట్లతో, సేహుడు, తోరణ మొదలైనముళ్ళ పొదలతో కప్పి ఉన్న నల్లటి, తెల్లటి రాళ్ళ కొండలు కనిపిస్తున్నాయి. ఈ దేశం పేరే మరుస్థలం. నీళ్ళు లేకపోవడం వలన, యాభై యోజనాల దాకా అసలు ఏ ఊళ్లు లేవు. అందువలన యుద్ధం చేయడం అన్న ప్రశ్నేలేదు. పొరుగున జయద్రథుడి సింధు దేశం ఉంది. అతడు కురుసేన శక్తి సామర్థ్యాలు చూచి, మొదటే పన్ను పంపించేశాడు.

ఇక దీనికి ముందు విరాటుల మత్స్యదేశం ఉంది. ఈ దేశం రాజనగరాన్ని విరాటరాజు ఏలుతున్నాడు. అతడి పుత్రుడు ఉత్తరుడికి యుద్ధ కౌశల్యం లేనేలేదు. అందువలన మత్స్య దేశం భారం అంతా వృద్ధుడైనవిరాటుడి భుజస్కందాల పైనే ఉంది. సింధు దేశం శిబినగరం నుండి మేము మళ్ళీ మరుస్థలం దాటి, విరాటనగరంపై దాడి చేయడానికి వెనక్కి వచ్చాము.

పుష్కర ఉపప్లావ్యమొదలైన పర్వతాల ఉపత్యకలో (తేమనేల) ఉన్న నగరాలను దాటాక, మరు భూమి సమాప్తం అయిపోయింది. దాని తరువాత ఆకుపచ్చటిగడ్డీగాదంతో నిండిన విశాలమైన పల్లపు ప్రదేశాలు గోచరించసాగాయి. పల్లపు ప్రదేశాలు ఇక్కడ ఎక్కువగా ఉండటం మన అంతటా ఆకుపచ్చగా ఉంది. ఆర్యావర్తంలోని తక్కిన దేశాలకన్నా విరాటదేశంలో గోధనం అపారంగా ఉంది. అడుగడుగునా ఆవుల మందలుబీళ్ళలో మేస్తూ కనిపించడం మొదలు పెట్టాయి.

మత్స్యదేశపు పొలిమేరలు వచ్చాయి. దాదాపు ఐదు యోజనాల తరువాత ముఖ్యకేంద్రం విరాటనగరం వచ్చింది. విరాటుల శక్తి సామర్థ్యాలు ఎంత విరాటమైనా మాకు మాత్రం మా గెలుపు పైనే నమ్మకం ఉంది. మేం హస్తినాపురానికి చాలా దగ్గరిగా వచ్చాము. కేవలం యమునా నది దాటగానే కురురాజ్యంలో ప్రవేశించవచ్చు. అందువలన మాకు ఏ సహాయం అయినా హస్తినాపురం నుండి వెంటనే లభిస్తుంది. మత్స్యరాజులను గెలవడం చాలా సులభం అయ్యేది.

విరాటనగరంలో మధ్య భాగాన ఉన్న ఒక మైదానంలో విరాటురాజుతో మేము తలపడ్డాము. సమతల ప్రదేశంలో జరిగిన భయంకరమైన యుద్ధంలో మా ప్రచండమైనహస్తిదళం, శత్రువులలో దడ పుట్టించింది. విరాటుల సేనాపతి కీచకుడు వాటిని ఆపడానికి తన ఏనుగుల గుంపును పంపించాడు. అయినా అధిక సంఖ్యలో ఉన్న మా ఏనుగుల ముందు శత్రువుల ఏనుగులు నిలబడలేకపోయాయి. ఆ బలమైన ఏనుగుల కాళ్లకింద వందల మంది విరాటులు తొక్కబడ్డారు. విరాటులు చనిపోయారు. రెచ్చగొట్టబడిన ఆవులు ఎటువైపు బడితే అటు పరుగెత్తుతున్నాయి. గోవుల గడ్డంతాపాడైపోయింది. ఎప్పటి నియమనిబంధనలాగానే విరాటరాజుని నిశస్త్రుడిగా

చేసి, ధనుస్సుని మెడలో ఉచ్చులా బిగించి గట్టిగా ఊపుతూ అడిగాడు. "రాజా! నీవు ఒక్కడివి ఇంత ఆవుల మందని ఏం చేసుకుంటావు? ఎంత వీలైతే అన్ని ఆవులను మధ్య మార్గం నుండి హస్తినాపురానికి పంపించు." ఓడిపోయిన విరాటుడు తల ఊపి స్వీకారం తెలిపాడు. కురుల కీర్తి ధ్వజం ఎదురుగుండా మత్స్యరాజు విరాటుడు పూర్తిగా ఓడిపోయాడు. హస్తినాపురం దక్షిణ దిశ వైపు కూడా మా దిగ్విజయం పూర్తయింది. ఇక ఇప్పుడు పడమర దిశవైపు వెళ్ళాలి. చైత్రమాసం సమాప్తం అయిపోతోంది. గ్రీష్మ ఋతువు వలన హిమాలయాలు కరుగుతున్నాయి. అందువలన అటువైపు నదులలో వరదలు రాకపూర్వమే కులింద, త్రిగర్త, వాహ్లీక, మద్ర, రోహతక, కౌకయ, కంభోజ దేశాలపై దండెత్తాలని మేము ప్రణాళిక వేసుకున్నాము. పన్ను రూపంలో సైనికులు కూడా ప్రాప్తించడం వలన మా సైన్యశక్తి రోజు రోజుకీ ఎక్కువ కాసాగింది.

విరాటనగరం నుండి బయలుదేరడానికి రాజ ప్రాసాదంమహాద్వారం దాకా వచ్చాము. గుఱ్ఱంపై సవారీ చేస్తూ వస్తున్న అంగరాజు వెనక నేను కళ్ళాలను లాగుతూ చిన్నగా నడుచుకుంటూ వస్తున్నాను. వెనక నుండి హస్తి దళం వస్తోంది. మహాద్వారం గడప దాటేటప్పుడు అంగరాజు ఏ కష్టం లేకుండా ముందుకు వెళ్ళాలని నేను ఒక నిమిషం ఆగిపోయాను. ఇంతలో వెనక నుండి నిరంతరం తొండం తిప్పుతున్న ఒక ఏనుగు నా శిరస్త్రాణాన్ని తన తొండంతో ఎత్తేసింది. శిరస్త్రాణం రాతి గచ్చుమీద పడి ఖణఖణఅంటూ శబ్దంచేస్తూ కొంచెం సేపు అయ్యాక స్థిరంగా ఉండిపోయింది. ఆ ధ్వని వినగానే అంగరాజు తక్షణం వెనక్కి తిరిగి అడిగాడు. "ఏమైందిశోణా!"

"శిరస్త్రాణం కింద పడ్డది." నేను కిందకి దిగి దాన్ని పైకి తీయడానికి వంగాను.

"ఇది ఏదైనా అపశకునమా?" ఆయన ఇట్లా అంటున్నారు. ఇంతలో మదోన్మాది ఆ ఏనుగు తన కాలుని శిరస్త్రాణంపైన పెట్టింది. నా చేతిలోకి వచ్చేలోపలే శిరస్త్రాణం తొక్క బడ్డది.

20

విరాట నగరం నుండి బయలుదేరాము. ఎంతో వేగంగా ముందుకు సాగాము. కురుక్షేత్ర నుండి బయలుదేరి దృషద్వతి నదిని దాటాము. సేన కులిందులరాజనగరిచందనావతిని ముట్టడించింది. రాజు కులిందుడు వృద్ధుడు. అందువలన అతడు పెంచుకున్న పుత్రుడు చంద్రహాసుడు రథాన్ని ఎక్కి కులిందులను నేతృత్వం చేయడానికి వచ్చాడు. రాజు కులిందుడికిచంద్రహాసుడు అడవిలో దొరికాడు. తన తండ్రి ఋణాన్ని తీర్చుకోడానికి అతడికి అవకాశం లభించింది. అతడి పేరు చంద్రహాసుడు అయితే మా సేనాపతి సూర్యశిష్యుడని అతడికి తెలియదు.

సరస్వతి నదీ తీరంలో సంగ్రామం ప్రారంభం అయ్యింది. చంద్రహాసుడు ఒక నైపుణ్యంగల అశ్వికుడు. తన సైన్యంలో అతడు ఇంద్రధనుస్సులా మెరుస్తున్నాడు. గర్జిస్తూ అతడు కులిందులకు ధైర్యం ఇచ్చాడు. ఆ పరాక్రమవంతుడైనవీరయోధుడిపైన హిరణ్య వర్మ గురితప్పని బాణాన్ని సంధించాడు. అతడి గుఱ్ఱం మెడలో బాణం గుచ్చుకుపోవడంవలన ఆ వీరసేనాపతి గుఱ్ఱంతో పాటు సరాసరి సరస్వతీ జలంలో కింషుక వృక్షంలా పెరకబడి పడిపోయాడు. తమ యువసేనాపతి ఎక్కడా కనిపించకపోవడం వలన కులింద సైన్యం పరుగెత్తడం మొదలుపెట్టింది.

ఇప్పటి వరకు మేము గెలిచిన రాజ్యాలలోని ఏ ఒక్కరికి తమ సేనాపతి గాయపడ్డప్పుడు యుద్ధం చేసే ధైర్యంలేదు. ఇటువంటి అరిష్టమైన అలవాటు సైన్యంలో ఉండకూడదని మా సేనాపతి గుర్రం నుండి కిందకి దిగి సేనాపతి అంగరాజు గాయపడ్డాడు అని అందరికి భ్రాంతి కలిగించేవారు.

వెనక్కి తిరిగి వెళ్ళే మార్గాలలో ఆయన స్వయంగా నడిచి వెళ్ళేవారు. అక్కడ ఎంతో నేర్పుగా అడ్డుకునేవారు. ఎవరైతే వెనక్కి వెళ్ళడానికి పరుగెత్తుతారోవాళ్ళకికఠినమైన శిక్షపడేది. పారిపోయే పదాతిదళాలయోధులకు ఆ రోజు సమస్త సైన్యం కోసం భోజనం తయారుచేయాలి. అందువలన ప్రాణాలకు తెగించి పోరాడడానికే సైన్యం అలవాటుపడ్డది. మేము క్రమశిక్షణను పాటించడంలో దిట్టలం. అందువలన మేము అసలు కులింద దేశము మేఘమాలది అనికూడా మరిచిపోయాము.

చందనావతిని ఓడించి వాహ్లీక, త్రిగర్త రాజ్యాలను గెలుస్తూ, మేము శతద్రు నది దగ్గరికి వచ్చాము. దీనికి ముందు ఉన్న దేశాలలో రోహుతక్, కేకయ, యదుమొదలైన చిన్న చిన్న రాజ్యాలు ఉన్నాయి. సామర్థ్య సంపన్న రాజ్యం ఒకటే ఒకటి ఉండేది. శల్యుడి మహారాష్ట్రం. ఈ దేశాలన్నింటిని కలిపి పంచనది అనిఅంటారు. ఈ పేరు సార్థకమైనదే. ఎందుకంటే హిమాలయం నుండి బయలుదేరి పడమర సాగరంలో కలిసే శతద్రు, పురుష్ణీ, చంద్రభాగం, వితస్త, సింధు– ఈ ఐదునదుల నీళ్ళ వలన ఈ ప్రదేశం సిరి సంపదలతో నిండిపోయింది. వీటిలో మద్రరాజ్యాన్ని ఓడించగానే దాని ప్రభావం చిన్నచిన్న రాజ్యాలపై పడుతుంది. ఆయా రాజులు పాదాక్రాంతులు అవుతారని మేము అనుకున్నాం. అందుకే మేము మద్రరాజ్య శల్యుడిని లక్ష్యంగా పెట్టుకున్నాము. సహదేవ, నకులులకి స్వంత మామయ్య. ఋతాయనుడిపుత్రుడు. అందువలన శాకలనగరం చేరగానే మేము శతద్రుని వెంటనే దాటేసాము.

చంద్రభాగవితస్తాల సంగమం పైన మద్రులరాజనగరిశాకల ఉంది. శల్యుడితో తలపడాల్సి ఉంది. తన రాజ్యంపైన కురులు దండెత్తుతున్నారు, అన్న సంగతి తెలియగానే నగరాన్ని వదిలివేశాడు. తన పుత్రుడు రుక్మాంగ, రుక్మరథలను వెంట తీసుకుని మమ్మల్నిపురుష్ణీ నదిని దాటకుండా చేయాలని సంకల్పించి, అక్కడే పై ఒడ్డున మజిలీ వేశారు. ఇప్పటి దాకా మాకు ఎదురైన ప్రతి స్పర్థలలో, అందరికన్నా ఎత్తుకు పైఎత్తులు వేయడంలో శల్యుడు ఎంతో తెలివితేటలు కలవాడు. శత్రువులను చిత్తు చేయడంలో అతడు దిట్ట.

అతడిని ఎదిరించడం కోసం, మేము సశస్త్ర సైనికులు ఉన్న వందల నౌకలను పురుష్ణీ నదిలో వదిలి వేశాము. ఆ నౌకలు మధ్య భాగం దాకా వెళ్ళనే లేదు ఇంతలో పైనుంచి పెద్ద పెద్ద వృక్షాలుఆకస్మాత్తుగా వాటిని ఢీకొనడం మొదలు పెట్టాయి. నౌకల సంతులనం తప్పిపోయింది. అవి తలకిందులవడం మొదలుపెట్టాయి. గడ్డి గాదం ఆకుల్లాపురుష్ణీ నది ధారలో అవి కొట్టుకుపోసాగాయి. ప్రవాహంలో కొట్టుకుపోతున్న సైనికులను వింటిలను ధరించి, ఈటెలనుచేతబట్టిన శల్యుడి సైనికులు లక్ష్యంగా చేసుకుని గురి చూసి బాణాలను వదలడం మొదలు పెట్టారు. కొందరు యోధులు తప్పితే, సమస్త నౌకాదళం ఈ విధంగా పనికి వచ్చింది. ఈ దళం ఎంతో నేర్పుగా పనిచేసింది. శల్యుడి వ్యూహరచన సఫలం అయ్యింది.

శత్రువులు నదిలో వేస్తున్న వృక్షాలను, ఏనుగులు ఢీకొంటాయి అని మేము ఆలోచించుకుని, ఐదు వందల ఏనుగులు ఉన్న శక్తి సామర్థ్యాలు కల దళాన్ని నదిలోకి పంపించాము. కాని శల్యుడు ఉపాయంగా మా ఎత్తుకు పైఎత్తును అస్తవ్యస్తం చేసేశాడు. నీరు కార్చేసాడు. నదిలో పడేసిన వృక్షాలకు మొనతేలిన మేకులను కొట్టారు. అవి శరీరంలోకి గుచ్చుకోగానే, ఏనుగులు దాక్కుని దిశను మార్చుకుని అవి వేరే వైపు ప్రయాణించ సాగాయి. వాటి రక్తంతో పురుష్ణీ జలం ఎర్రరంగుగా మారింది. ఆ ఏనుగులన్నీ ఎటువెళ్ళిపోయాయోపురుష్ణీనదికే తెలుసు. రెండోవైపు చెలియలి కట్ట దగ్గర ఉన్న శల్యుడు, చేతిలో మెరుస్తున్న రాజదండంతో కనబడ్డ అన్నయ్యను సరిగ్గా గుర్తుపట్టాడు.

దాదాపు మూడు రోజులు ఆ నదిని దాటాలని ప్రాణాలకు తెగించి శతవిధాల ప్రయత్నం చేశాం. అయినా మాకు ఫలితం దక్కలేదు. ఉత్సాహంగా ఉన్న మా మనస్సుపైన అంతా చీకటి కమ్ముకుంది. ప్రతిరోజు వందల సైనికులు నదిని దాటే ప్రయత్నం చేస్తూ అకారణంగా ప్రాణాలను వదిలేస్తున్నారు. దీనికి ఎక్కడోక్కడ అంతం ఉండాలి. తప్పదు. యుద్ధం లేకుండా అకారణంగా ప్రాణహానిని సహించలేము.

నాల్గోరోజున తీరం నుండి ఒక శుభ్ర వేషధారి వ్యక్తి నావలో వస్తున్నట్లు కనిపించింది. అందరు శస్త్రాలను సంబాళించుకున్నారు. మనస్సులో సంచలనం అయి ఉన్న పెద్ద ఉప్పెనను బయటపడేయాలన్న ఉద్దేశంతో వాళ్ళు కారాలుమిరియాలు నూరడం మొదలు పెట్టారు.

"ఆగండి!" తమ సేనాపతి నిగ్రహమైన ఆజ్ఞను వినగానే అందరు ఒక్కసారిగా విస్మయచకితులయ్యారు. నౌక దగ్గరకి రాగానే వాళ్ళ భ్రాంతి దూరం అయ్యింది. ఆ వ్యక్తి శల్యుడు పంపిన సందేశాన్ని తెచ్చిన రాజదూత.

నౌక నుండి దిగాక సాహసవంతుడైనమద్రల రాజదూత సరాసరి మా సేనాపతి ఎదురుగుండా వచ్చి నిల్చున్నాడు. అతడు మామూలుగా కూడా వందనం చేయలేదు. చెవుల కుండలాల కారణంగా మా అందరి మధ్యలో ఉన్న సేనాపతిని గుర్తుపట్టాడు.

"సందేశం! మద్రరాజు శల్యమహారాజుల వారిది" ఆగిఆగిఅంటూ అతడు ఒక కట్టను అంగరాజుల చేతిలో పెట్టాడు ఆయన యథాతథంగా దాన్ని నా చేతుల్లో పెట్టాడు. "ఉపసేనాపతి! సందేశాన్ని చదవండి–"

మనస్సు ఎంతో ఆత్రుతగా ఉంది. నేను వెంటనే పట్టువస్త్రాన్ని తొలగించి సందేశాన్ని చదివాను. "యుద్ధకార్యం తెలివితేటలు గల శత్రువుల పని. సూతపుత్రులది కాదు. ఏవిధంగా వచ్చావో ఆ విధంగా వెళ్ళిపో."

కోపంతో నా నుదుటిన కండరాలు బిగుసుకుపోయాయి. ఇంత ఘోరాతిఘోరమైన అవమానమా! అదీ ఎవరిని? దిగ్విజయంలో అసంఖ్యాకులైన రాజులను ధూళిలో కలిపివేసిన మా అన్నయ్యగారినా? ఎందరో వీరాధివీరులను నేల కరిపించిన మా సోదరుడినా? శల్యుడి లాంటి ఒక తుచ్ఛుడు, నీచాతినీచుడుద్వారానా?

సందేశం ఉన్న ఆ భూర్జపత్రాన్ని చింపేసి, కాలికింద నలిపివేయాలని నేను దానిని వంకరగా పట్టుకున్నాను.

''ఆగు శోణా! ఇక్కడ ఇవ్వు'' అంగరాజు వస్త్రంతో పాటు ఉన్న ఆ భూర్జపత్రాన్ని తన చేతుల్లోకి తీసుకున్నారు. కేవలం పట్టు వస్త్రాన్ని మాత్రం దూత చేతిలో పెట్టి ఏమీ మాట్లాడకుండా పురుష్ణివైపు చేయి చూపిస్తూ అతడిని వెళ్ళమని మౌనంగా సూచననిచ్చారు. అతడు ఎట్లావచ్చాడోఅట్లా పోయాడు. భూర్జ పత్రాన్ని అంగరాజు తన కటివస్త్రం కొంగుకి గట్టిగా కట్టేసుకున్నారు.

''రేపు ఆదేశం జారీ అవుతుంది. ఇప్పటికి మీరు వెళ్లండి''.

మేము మనస్సులో బాధపడుతున్నా ఆయన ఆజ్ఞను పాలించాము. రణరంగంలో గర్జించే మా వీరసేనాపతి ఆరోజు పూర్తిగా ఒక యోగిలా పురుష్ణ నదీజలంలో నిల్చునిదోసిలితో అర్ఘ్య దానం ఇస్తూ గడిపారు. ఇక ఇప్పుడు దిగ్విజయం చెంపపైన, దిష్టిచుక్క పెట్టాలి. ఇట్లా ఆలోచించి దుఃఖం అనే దట్టమైన నీడ సైన్యం మొత్తంపైన పరుచుకుంది. రాత్రంతా పురుష్ణీ నదిలో అన్నయ్య దోసిళ్ళు జలదానం చేస్తూనే ఉన్నాయి, మేము నిరంతరం శిబిరంలో నిద్రపట్టక అటు, ఇటు పొర్లుతూనే ఉన్నాము.

ఐదోరోజు ప్రారంభం అయింది. అంగరాజు రాత్రంతా నది నీళ్ళల్లోనిల్చోవడం చూసి అందరూ అచ్చెరువు చెందారు. శత్రువు అవమానపరిచినందుకా లేక తన ఆరాధ్య దేవుడికి శ్రద్ధగా అర్ఘ్యదానం ఇవ్వడానికా? తెలుసుకోవడం చాలా కష్టతరం.

నది బయటకు వస్తూ ''వీరుల్లారా! మద్రలశాకల నగరాన్ని మనం తప్పకుండా జయిద్దాం. వాళ్ళని ఓడించడం తథ్యం'' అని అన్నారు. ఆ స్వరంలో గట్టి నిర్ణయం గోచరమవుతోంది.

''ఎట్లా?'' నేను ఎంతో హర్షోల్లాసంతో అడిగాను. దళాలందరి ప్రముఖుల ముఖంలో ఆశ్చర్యం, ఆనందాలకు అంతులేదు.

''శోణా! నీవు మెరుస్తున్న రాజదండాన్ని చేతబట్టి నిరంతరం సైన్యంలో తిరగాలి. ఆ రాజదండాన్ని చూసి తీరంలో ఉన్న శల్యుడు చూసి నేను అక్కడ ఉన్నానని అనుకుంటాడు. సైన్యాన్ని తీసుకుని, వెనకవైపు నుండి నేను మళ్ళీ శతద్రునిదాటుతాను. ఒడ్డున నుండి ఉద్గమం వైపు వెళ్ళి కులూత, ద్రుహ్యా రాజ్యాల నుండి, ఉర్గమం దగ్గర ఉన్న పురుష్ణీ, చంద్రభాగల దాకా వెళ్ళి ఆ తరువాత రోహతక్ రాజ్యంలోకి ప్రవేశిస్తాను. శాకల నగరం మధ్య భాగంలో ఉంది. ఒకవైపు నీ సైన్యం ఉంటుంది. మరోవైపు వెనక నుండి నా సైన్యం. రెండింటి మధ్య శల్యుడు చిక్కుకు పోతాడు''. ''కాని ఇదంతా ఒక వారం పడుతుంది. అప్పటిదాకా మేం ఏం చేయాలి?''

''నీవు! వంద ఏనుగులని ప్రతీ రోజూ పురుష్ణీలో వదిలి వేసి శల్యుడిని భ్రమలో ఉంచు. ఎప్పుడైతే శల్యుడు త్వర త్వరగా అటువైపునుండి వెళ్ళిపోతుంటే అప్పుడు, నేను అటువైపు శాకల నగరాన్ని ముట్టడించానని నీవు అర్థం చేసుకోవాలి''.

''కాని...కాని...ఈ దాడి, అసావధానంగా ఉన్న రాజుపై చేసే దాడి కాదు!''

''ఉహు... కాదు! ఎంతమాత్రం కాదు! నేను శాకల నగరం చేరగానే శల్యుడి దగ్గరికి, అతడు తన దూతను ఏవిధంగా పంపాడో అదేవిధంగా మన దూతను పంపిస్తాను'' నీలోశక్తిసామర్థ్యాలు ఉంటే నీ రాజనగరిని రక్షించుకోవడానికి ఇప్పుడు పురుష్ణీ వదిలివేసి వెనక్కి తిరిగి వెళ్ళిపో–'' అన్న సందేశాన్ని ఇస్తాను. ఒకవేళ అతడు రాకపోతే యుద్ధ ప్రసక్తే లేదు. ఎందుకంటే శాక నగరంలో

శల్యుడి సైన్యం అధికసంఖ్యలో ఉండి ఉండదు. ఇక అతడి రాజభవనం పై వాళ్ళ ధ్వజాన్ని దింపివేసి కురుల ధ్వజాన్ని ఎగరవేసి వస్తాను'' ''ఆజ్ఞ!'' నేను కురుల రాజ దండాన్ని ఆయన చేతిలోంచి తీసుకున్నాను. వాయిజిత్‌పైన ఎక్కికూర్చున్నాను. ముందు భాగంలో ఉన్న సైన్యంలో తిరగడం మొదలుపెట్టాను. చేతిలోని రాజదండాన్ని వీలున్నంతవరకు పైకెత్తాను. రాజదండం మెరవాలని ఇట్లా చేసాను. కాని నిజం చెప్పాలంటే నేను వాయుజిత్‌పై ఎక్కేటప్పుడు మనస్సులో ఎంతో సంకోచంగా అనిపించింది.

మా సైన్యంలో వెనకభాగంలో ఉన్న సేన, మెల్లిగా వెనక్కి వెళ్ళిపోయింది. యుద్ధం సమయంలో ఈ సేనని ఎక్కువగా ప్రయోగించని కారణంగా అది ఎక్కువ శక్తివంతంగా ఉంది. అన్నయ్య నేతృత్వం లభించడం వలన మా సైన్యంలో ఇంకా ఉత్సాహం పెరిగింది. శత్రువుని దాటి వాళ్ళు పంచన నదుల ఉద్గమం వైపు వెళ్ళారు. నేను తిరుగుతున్నప్పుడు అవతలి ఒడ్డున శల్యుడి ధ్వజం ఉన్న రథం ఎంతో కౌశల్యంతో కోలాహలం చేయసాగింది. అతడు నన్ను చేతిలో రాజదండం పట్టుకున్న తెల్లటి వాయుజిత్ అశ్వం పైన అంగరాజు కూర్చుని పరిశీలిస్తున్నాడని అనుకున్నాడు. ప్రతీరోజు వందల ఏనుగుల దళాలని నియమంగా నీళ్ళల్లోకిపంపించేవాళ్ళము. శల్యుడు వాటిని చంపడం మొదలుపెట్టాడు. అతడు తన సైన్యంలో ప్రసన్నంగా తిరగాడసాగాడు.

ఐదురోజుల తరువాత అవతలి తీరాన శల్యుడి సైన్యం ఒక్కసారిగా విచిత్రంగా ప్రవర్తించసాగింది. ఒకటి రెండు ఘడియల్లో అటువైపు తీరం అంతా నిర్జనం అయిపోయింది. అంగరాజు గాలి దుమారంలా అటు తీరం వైపునుండి శాకల నగరాన్ని చుట్టుముట్టాడు. స్పష్టంగా కనిపిస్తోంది. శల్యుడు, యక్షిణి దండం తిప్పినట్లు ఒడ్డును వదిలివేశాడు.

ఆనందంతో నౌకలలోని లెక్కలేనంత మందిని నీళ్ళలోకి తోసేస్తూ మేము జయం పలికాము. ''సేనాపతి అంగరాజు కర్ణమహారాజులకి...'' ''జయోస్తు..విజయోస్తు...''

ఈ జయ జయ నాదంతో అసంఖ్యాకమైన ఏనుగులను నీళ్ళల్లో ముంచివేసే ఉన్మత్తమైనపురుష్ణి నది కూడా ఒణికిపోయి ఉండి ఉండవచ్చు.

21

శాకల నగరం దగ్గరి రణాంగణంలో శల్యుడి సైన్యంతో తలపడ్డాము. ఆ యుద్ధంలో మొత్తం శల్యుడి సైన్యాన్ని మట్టి కరిపించాము. స్వయంగా నేను శల్యుడిని బంధించి సేనాపతి ఎదుట యుద్ధఖైదీరూపంలో నిల్చోబెట్టాను. అతడికి తల వంచుకోవాల్సి వచ్చింది. కాని అతడి తలని వంచడానికి మాకు హిరణ్యవర్మ, వ్యాఘ్రదత్తుడిని పోగొట్టుకోవాల్సి వచ్చింది.

''ఇతడిని విముక్తి చేయండి'' ఆజ్ఞజారీ అయింది. శల్యుడి చేతుల సంకెళ్ళను తెంచేసాను.

''శల్యా! నీవు కూడా శశక, యవన, బర్బరలాంటి అనాగరిక రాజ్యాల మధ్య ఉన్న మద్రదేశ నాయకుడివే కదా! ఏదో ఒక రూపంలో నీ ఔదార్యాన్ని మేము ఎప్పుడూ కావాలనుకోలేదు. ఇక ముందు అనుకోము కూడా. పర్వతం కింద ఖడ్‌ఖడ్ అంటూ ప్రవహించే నీలాంటి కాలువ జలంతో పర్వతశిఖరాల అభిషేకం ఎప్పటికీ జరగదు. ఏనాటికీ ఇది మరచిపోకు'' ఎప్పుడూ శాంతంగా ఉండే సేనాపతి నీలికళ్ళు అగ్ని కురిపిస్తున్నాయి. బుగ్గలు నాగజెముడు మొగ్గలా ఒక్కసారిగా

ఎరుపెక్కాయి. నుదుటిన నరాలు బిగుసుకున్నాయి. చెమటకారుతోంది. ఆయన ముక్కుచివరి భాగం కోపం వలన రక్తవర్ణంలో కనిపిస్తోంది. ఆయనలో ఆ సాత్విక సంతాపం కేవలం శల్యుడి కారణంగా మేము చూడగలిగాము.

''శోణా! పురుష్ణీ నదీజలంలో ఎన్ని ఏనుగులు ఎన్ని నౌకలు కొట్టుకుపోయాయి?''

''దాదాపు ఏడువందలు'' నేను జవాబు చెప్పాను.

''మద్రరాజ్యం నుండి తెప్పించండి. ఈ లోటును పూర్తి చేయండి. ఇంకా...'' ఆయన కటివస్త్రం కొంగులో కట్టబడ్డ శల్యుడి భూర్జ పత్రాన్ని తీసారు. దాన్ని నా చేతికిచ్చి, శల్యుడి మెడలో తన విజేత ధనస్సును వేసి, వేగంగా తిప్పుతూ ''క్షత్రియ అహంకారంతో గుడ్డివాడైన ఈ అనాగరిక రాజుతో, ఒకసారి కాదు ఐదుసార్లు, ఈ భూర్జపత్ర పృష్ఠభాగంలో, శూతపుత్రులు కూడా తెలివితేటలు కలవారై ఉంటారు. యుద్ధం చేయడంలో వారిది అందె వేసినచెయ్యి అప్పుడప్పుడు పేరున్న క్షత్రియులకన్నా ఎక్కువగానే అని రాయించు'' అనిఅన్నాడు.

ఆయన ఫాల భాగంలోని నరాలు ఉబికిపోయాయి. సన్నగా ఉన్న దవడ వణికి పోతోంది. శల్యుడి పరాజయం వార్త తనంతట తానేపంచనదలో పాకిపోయింది. చుట్టుపక్కల ఉన్న బర్బర, యవన, శశక, కంబోజ రాజులు స్వయంగా వచ్చి శరణాగతులయ్యారు. అందరి దగ్గర పన్ను వసూలుచేసి, శల్యుడి దగ్గర నుండి మాకు జరిగిన హానికి మొత్తం పరిహారం తీసుకుని, మేము పంచనద నుండి బయలుదేరాము. పడమర సరిహద్దులు సమాప్తం అయినాయి. శల్యుడే ఆ దిశకు ముఖ్య సంరక్షకుడు. అదంతా మేము ఆక్రమించాము.

వైశాఖ మాసం ప్రారంభం అయింది. మేము దాదాపు ఐదు నెలల నుండి బయటే ఉన్నాము. సుఖంలో, యుద్ధంలో అసలు రోజులు ఎట్లాగడిచిపోతాయో ఎవరికి తెలియదు. ముఖ్యంగా వీరాధివీరులకు ఈ విషయం తెలియనే తెలియదు.

ఇక ఇప్పుడు ఒకే దిశ మిగిలిపోయింది. ఉత్తరం. ఉత్తరం వైపు కేవలం ఐదు రాజ్యాలు ఉన్నాయి. వైశాఖంలో వాటిని జయించి, వర్షఋతువు రాకముందు మేము హస్తినాపురం వెళ్ళిపోవాలని సంకల్పించుకున్నాము. వర్షఋతువు కుండపోత వర్షాల వలన మా సైనికులు బాధపడకూడదు అని మేం ప్రణాళిక వేసుకున్నాము.

ఉత్తరదిశవైపున ఉన్న కాశ్మీరదేశాన్ని లక్ష్యంగా పెట్టుకున్నాము. మేము నిరంతరం త్వరితగతితో ముందుకు దూసుకువెళ్తున్నాము. కాశ్మీరం! ఆర్యావర్తం మొత్తంలో ఇంత ప్రాకృత సౌందర్యం కల మరో దేశం లేదు. ఇక్కడే పర్వతరాజు హిమాలయ దర్శనం అవుతుంది. పొగమంచుతో ఆచ్ఛాదితమైన లోయలలో మా సేనాపతికి జయజయకారాలు ప్రతిధ్వనించేవే. ఆర్యవర్త రూపంలో నిల్చున్న యౌవనంతో నిండిన ప్రకృతి దేవి నుదుటిన సౌభాగ్యం తిలకం కాశ్మీరం. కొందరు కవులు, పండితులు హస్తినాపురం రాజసభలో కాశ్మీరం గురించి వర్ణిస్తుంటే విన్నాను. కాశ్మీరం అవనిపైన పడ్డ స్వర్గపు ప్రతిబింబం అని వాళ్ళు వర్ణించారు. కానీ ప్రత్యక్షంగా చూసినప్పుడు నాకు వేరే అనుభవం అయింది. స్వర్గానికి ఋజువు అయిన ఆకాశం రంగు కేవలం నీలం. కాని కాశ్మీరభూమిలో ఎన్ని రంగులున్నాయంటే, ఎప్పుడైనా స్వర్గంలో ఉండే దేవుళ్ళు తమ నీలపు రాజమహల్ గవాక్షాన్ని తెరిచి కిందికి చూస్తే, వాళ్ళు తప్పకుండా స్వర్గాన్ని త్యాగం చేస్తారు. అటువంటి దివ్యమైన, మనోహరమైన, వివిధ వర్ణాలతో శోభించే సౌందర్యంతో అలంకరింపబడ్డ కాశ్మీరం స్వర్గానికి ప్రతిబింబం.

22

మేము వసంత ఋతువు సమయంలో కాశ్మీరులోకి ప్రవేశించాము. వసంత ఋతువులో కాశ్మీరుని చూసేవాడు ఎంత రాతిహృదయం గల కర్కోటకుడు అయినా, ఆ ప్రకృతి సౌందర్యాన్ని చూసాక మెత్తబడి పోతాడు. ఒకవేళ మాతో పాటు అశ్వత్థామ ఉండి ఉంటే ఆనందంతో ఎగిరి గంతేసి, నుదిటినుండి పైకి కట్టబడిన వస్త్రాన్ని ఆకాశంలో ఎగరవేసి ఉండేవాడు. ఆకుపచ్చటిసుకోమలమైన గడ్డిని ధరించిన మైదానం పైన మనఃస్ఫూర్తిగా పడుకుని ఆకాశంలోని గమన గంభీర నీలిమని గంటల తరబడి చూస్తూ ఉండేవాడు. పుష్పించిన ప్రకృతిని చూసి రకరకాల పక్షిగణాలు మధురమైన స్వరాలతో కలరావాలు చేస్తూ ఏం మాట్లాడుకుంటున్నామో చెవులు నిక్క పొడుచుకుని వినేవాడు. లోయలలో తిరిగే సమయంలో చిన్న చిన్న పూలతో లెక్కలేనన్ని వనాలు పరుచుకుని ఉండటం చూసి, మాటిమాటికి ప్రశ్నలు వేసేవాడు. "ఏ శస్త్రాలను తీసుకువచ్చి నీవు ఈ పూలరాజ్యాన్ని జయిస్తావు? ఈ లోయల లోతులను కొలవగలవా? శిఖరాలపై అంచులదాకా వెళ్ళగలవా? లేదు అంగరాజా, మానవుడు దేనినైనాగెలవగలుగుతాడు, కాని ప్రకృతిలోని ఈ అపార సిరిసంపదలను ఎవరూ జయించలేరు. ప్రకృతి ప్రేమ మానవుడి జన్మజాత స్వభావం. అన్నయ్య కూడా అతడు ఆస్వాదించేలా చేసాడు. మా సేనాపతి ఏనుగుల దళాలను, అక్కడి ప్రకృతిని ఎక్కడ సర్వనాశనం చేస్తాయోనన్న ఆలోచనలతో తీసుకురాకుండా అక్కడే వదిలివేసాడు. ఇదంతా ఎందుకు చేసాడో ఆ దేవుడికే తెలియాలి. మా పదాతి దళాలు కాశ్మీరులోని సిరిసంపదలతో తులతూగే రాజనగరం, సూర్యనగరం వైపు బయలుదేరాయి.

మార్గంలో అడుగడుగునా సరోవరాలు కనిపిస్తున్నాయి. అవి నీలం, పసుపు, బంగారు తెలుపు, ఎరుపు, కాషాయ రంగుల రకరకాల కమల పుష్పాలతో ఆచ్ఛాదితం అయి ఉన్నాయి. వాటి మకరందాన్ని గ్రోలుతూ, పుష్టిగా ఉన్న భ్రమరాల గుంపు ఝంకారం చేస్తున్నాయి. విసతంతు తింటూ జలక్రీడలాడుతున్న రాజహంసల చుట్టూ తిరుగుతున్నాయి. రాజహంసలకు దీని గురించి ఏమాత్రం తెలియదు. నీళ్ళల్లో తేలుతున్న పద్మాల ఆకులతో సరోవరం ఆచ్ఛాదితం అయి ఉంది. ఎక్కడైతే ఖాళీ ఉందో, అక్కడంతాపరాగకణాలు నిండిపోయాయి. సరోవరాలు, సెలయేళ్ళు, పూలు, పక్షులు , లతలు, తీగలు, వృక్షాలు, తేమ ప్రదేశాలు, వీటన్నింటి సమ్మిశ్రితమే, అబ్బుర పరిచే కాశ్మీరం.

సూర్యనగరాన్ని జయించి, మేము హిమాలయాలని దర్శించాలని బయలుదేరాము. దేవదారు, సురుపర్ణ, చీడమొదలైనఆకాశాన్నంటే వృక్షాలను చూసాము. చండోల, చక్రవాక, చాతక,కపోత, మయూర, భారద్వాజ, సారంగమొదలైన అనేక పక్షులు హిమాలయాల వైపు వెళ్తున్నాయి. వినయ విధేయలతో వెళ్ళండి అని మాకు సందేశాన్ని ఇస్తున్నాయి. కదలి, నిషిగంధ, మదనసర, మొదలైన పూలతోటలను దాటుతున్నాము. ఇక భూభాగం సమాప్తం అయింది. హిమాలయాలు దృష్టిగోచరం కాసాగాయి. హిమాలయం! మానవుడిని భయపెట్టడానికి విశ్వవిధాత స్వయంగా తన పదునైన ఖడ్గాన్ని ఒరనుండి తీసి మన ఎదురుగుండా ఒక శిఖరరూపంలో నిల్చుని ఉన్నాడా అని అనిపిస్తుంది. హిమం కరిగి జలరూపంలో ప్రవహిస్తోంది, మెరుస్తున్న ఆ శిఖరాల సౌందర్యానికి ఎవరి దృష్టి తగలకూడదని, శ్వేతశుభ్ర మేఘాలు దానిని

కప్పేస్తున్నాయి. దూరంగా కైలాసపర్వత రూపంలో ఉన్న శంకరుడిని చూసి, స్వయంగా సిగ్గు పడుతూఉమ ఆ తెల్లటి మేఘవస్త్రాన్ని రక్షిస్తోంది.

వేరువేరు ప్రదేశాలలో నుండి ఆ శిఖరాన్ని చూస్తుంటే వివిధ రూపాలలో అది కనిపిస్తోంది. అప్పుడప్పుడు శుభ్రవస్త్రాన్ని ధరించిన ధ్యానమగ్నుడైన ఋషిలా, అప్పుడప్పుడు ధ్వజదండంలా, నెట్ట నిలువైన ఎత్తులో, భావుకురాలైన అవని ద్వారా ఆకాశాన్ని ఆలింగనంలోకి తీసుకోడానికి ఎత్తిన తేజోమయమైన చేతులు లాభావపూర్ణంగా కనిపిస్తోంది.

అంగరాజు మోకాళ్ల పైన వంగి పర్వత శిఖరానికి భక్తిభావంతో వందనం చేసారు. మెల్లి మెల్లిగా ఏదో చెబుతూ, ఒక్క నిమిషం కళ్ళు మూసుకుని, ఆయన అట్లాగే మోకాళ్ళ పైన కూర్చున్నారు. రెండు చేతులు జోడించి ఉన్నాయి. ముఖం గంభీరంగా ఉంది.శాంతంగా ఉంది. జలమయ హిమాలయంపైన చెవుల కుండలాల ప్రతిబింబం పడుతోంది. ఒక్కక్షణం అయ్యాక లేచి నిల్చున్నారు.

మేము దారద దేశం వైపు బయలుదేరాము.

దారదుల రాజ్యాన్ని గెలిచి, హిమాలయాల కింద నుండి మా ప్రయాణం మొదలైంది. వెనక ఉండిపోయిన హస్తిదళాలు, ఇకముందు తంగణ రాజ్యంలో వచ్చి కలవాలి. హిమాలయాల వివిధ రూపాలను చూసి మేము ముగ్ధులై పోయాము. హిమాలయ పర్వతం అంటే, పర్వతరూపంలో ఉన్న పక్షిరెక్కలు గల సామ్రాట్ గరుడపక్షియే. ఎన్నో యోజనాల దాక వాళ్ళ సామ్రాజ్యం విస్తరించి ఉంది. అది దుగ్ధవర్ణ ధవళ పారే ఏరు. ఆ నదిని దాటి తంగణ రాజ్యంలో ప్రవేశించాము. ఇప్పుడే ఇంత చలి ఉంటే శరత్ఋతువులో ఎంత చలి ఉంటుందో ఊహించవచ్చును. ఇట్లా ఊహించగానే, అక్కడ ఎంతో ధైర్య సాహసాలతో నివసించే తంగణుల పట్ల ఎంతో ఆశ్చర్యం కలిగింది.

తంగణులసైన్యశక్తి చాలా తక్కువగా ఉంది. వాళ్ళు పన్ను చెల్లించి మాకు స్వాగతం పలికారు. రాబోస పువ్వుల రుచికరమైన భోజనం పెట్టారు. హిమప్రదేశం వైపు బయలుదేరాము. తంగణ దేశం నుండి బయలుదేరేటప్పుడు మనస్సంతా భావోద్వేగాలతో నిండిపోయింది. హిమప్రదేశంలో గంగ ఉద్గమ స్థలం చూసే అవకాశం కలిగింది. జగత్పాలిని గంగ జన్మస్థానం. పుణ్యవతి గంగ పుట్టుక స్థానం గంగోత్రి.

ఎంపిక చేసిన కొందరు సైనికులను తీసుకుని హిమప్రదేశంలోకి ప్రవేశించాము. తక్కిన సైన్యాన్ని తిరిగి హస్తినాపురానికి వెళ్ళమని ఆజ్ఞ ఇచ్చాము. మేము వచ్చేదాకా సరిహద్దులు బయటే ఉండాలని ఆదేశించాము. హిమప్రదేశంలో చిన్నవి,పెద్దవి చాలా తీర్థస్థానాలు ఉన్నాయి. ఏదో ఒక ఏక సంఘరాజ్యం, హిమసామ్రాట్ అయిన ఆ హిమాల నీడలో స్థాపించడం అసంభవం. మేము కాదు ఒకవేళ ఆర్య పర్తసంలోనిరాజులందరూ కలిసి ఒక సంఘంగా ఏర్పడి వచ్చినా ఇది అసంభవం.

నిజం చెప్పాలంటే ఇప్పుడు దాడి చేయడం సమాప్తం అయింది. ప్రయాణం మొదలయింది.

కేదారలింగాన్ని దర్శించి మేం కాలి నడకనయమునోత్రికి వెళ్ళాము. యమునోత్రి, ముందు యమున, ఉత్సాహంతో నిండిన యౌవనానికి జీవాన్ని ఇచ్చే జీవదాయిని. అనంత కాలం నుండి

హిమాలయ శిఖరం నుండి ప్రవహించే యమునోత్రి. హిమధవళ ప్రాంగణంలో గలగలా పారే ఎగిరెగిరిపడే యమునోత్రి.

యమునా జలాన్ని చేతిలో తీసుకుని అంజలి ఘటించి అర్ఘ్యాన్ని సమర్పించడానికి అన్నయ్య యోధుడి వేషాన్ని తీసేసాడు. మామూలు సాధారణ అధరీయం ధరించాడు. దిగ్విజయ యుద్ధాలలో నిరంతరం శస్త్రాలను ప్రయోగించడం వలన ఏ భుజ దండాలు బలంగా తయారయ్యాయో అవి అప్పుడు నిరావృత్తం అయిపోయాయి.

ఆయన శుభ్రమైన చేతుల అంజలి నుండి యమున స్వచ్ఛజలం, కింద స్వచ్ఛమైననీళ్ళల్లో పడుతోంది. 'ఓం భూర్భువఃస్వః....'' ఆయన కళ్ళు మూతలు పడ్డాయి. హిమాలయ ధవళ వర్ణం ఎక్కువగా మెరుస్తోందా! లేకపోతే ఆయన, ఏ ఆచ్ఛాదనం లేని అభేద్య కవచం బంగారు రంగు మెరుస్తోందా? నాకే అర్థం కాలేదు. ఆయన దిగ్విజయ సేనాపతా! లేకపోతే త్యక్తసర్వాసక్తి ఆత్మనిగ్రహం ఉన్న సన్యాసా! అసలు ఏమీ అర్థం కావడం లేదు.

యమునోత్రి దగ్గర ఒకరోజు ఉన్నాము. పిదప గంగోత్రి యాత్ర ప్రారంభం అయింది. ఇక్కడ మనుషుల జాడే లేదు. ఎక్కడా కోలాహలం లేదు. కేవలం హిమాలయాల పైనుండి పడుతున్న జలపాతాల గలగలలు మాత్రమే వినిపిస్తున్నాయి. హిమాలయాల చరణాల చెంతన ఎవరు మాత్రం ఏ దిగ్విజయం చేయగలుగుతారు? ఇక్కడ ప్రయాణం చేయక తప్పదు.

గంగోత్రి దగ్గర ఉన్న ఖ్యాతి చెందిన 'భగీరథశిల' వచ్చింది. నదిలో స్నానం చేసి మా దిగ్విజయ నాయకుడు ఆ శిలపైన ఆసీనులయ్యారు. ఒక ఘడియ గడిచాక లేచి గంగలో గలగలా ప్రవహిస్తున్న నీళ్ళల్లోనిల్చున్నారు. ఆయనకి వీపురూపంలో ఉన్న బంగారు కవచం సూర్యరశ్మి వలన వేడిగా అవుతోంది. శిరస్సు ఎత్తి ఆయన కన్నార్పకుండా తదేకంగా సూర్యబింబం వంక చూస్తున్నారు. నలువైపులా శాంతిగా ఉంది. మానవరూపంలో ఉండే బొమ్మలని ఆడించే కాలచక్రం ఇక్కడే ఆగిపోతే ఎంత బాగుంటుంది అన్న కోరిక ఒక్కక్షణంలో నాకు కలిగింది. ఆకాశాన్ని చీల్చగల పరాక్రమవంతుడు, మంచి ఆచరణ, నిష్కలంక సౌందర్య సాకార రూపం, ఎప్పుడూ ఏ ఆశ్రయం ఆశించని, ఎప్పుడూ ధైర్యంగా నిలబడే నా వసు అన్నయ్య ఇట్లాగే ఉండాలి. ఆయన నుదిటిన సహస్రరశ్మి సూర్యుడు ఇట్లాగే ప్రకాశించాలి. ఆయన చరణాలని కడిగే గంగ తన గలగల ధ్వనితో 'జయతు, జయతు కర్ణా' అని ఘోషిస్తూనే ఉండాలి. పర్వతాల హిమాలయాల చెంత, మానవుల హిమాలయాలు, ఈ విధంగా చేతులు జోడించి నిల్చోవాలి. కాలచక్రం ఆగిపోవాలి.

మూడురోజులు గంగోత్రి ఒడ్డున నివసించాము. ఆ తరువాత మేము బదరీద్వారం దాకా వచ్చాము. మార్గంలో ఎన్నో శివలింగాలు ఉన్నాయి. వాటిని పూలతో పూజించి, శోణితపురం నుండి హరిద్వారం దాకా వచ్చాము. హరిద్వార్ సరయు ఉద్యమ స్థలం. మా దిగ్విజయ యాత్రలో అది అంతిమ నగరం. ఉత్తర దిశ సమాప్తం అయింది. ఇప్పుడు హస్తినాపురం వైపు మా ప్రస్థానం, యుద్ధాలతో, ప్రయాణాలతో మా శరీరాలు, మనస్సులు అలసిపోయాయి. వాటికి ఇక విశ్రాంతి లభిస్తుంది. సరయూ నదికి వందనం చేసి హస్తినాపురం వైపు బయలుదేరాము.

వైశాఖంసమాప్తమవుతోంది. మేము నగరం నుండి బయలుదేరి దాదాపు ఆరు ఏడు నెలలు

గడిచిపోయాయి. ఈ కాలంలో హస్తినాపురంలో ఏం జరిగిందో, మాకేమీ తెలియదు. నా మనస్సు మాత్రం, హస్తినాపురం వైపు, నన్ను లాక్కెళ్లుతోంది. యుద్ధ కోలాహలంలో మనస్సులో ఎక్కడో పడి ఉన్న కుటుంబసభ్యుల స్మృతులు ఇప్పుడు ఉప్పెన అయి పొంగి పొంగి వస్తున్నాయి. మనస్సు నలువైపులా చేరి తిరుగుతున్నాయి.

23

హరిద్వారం నుండి గంగను దాటి, మేము హస్తినాపురం సరిహద్దుల దాకా వచ్చాము. ఆరు నెలల తరువాత రాజనగర దర్శనం, మా మనస్సులలో కలగాపులమైన భావాల అసంఖ్యాకమైన తుంపరలను వెదజల్లుతోంది. అగ్రభాగంలో పదాదిదళం, మధ్యలో అశ్వికుల దళం, అంతిమభాగంలో గజదళం, ఈవిధంగా ఆకర్షణీయమైన, క్రమశిక్షణలో వాటిని నడిపిస్తూ సైనికులు మా ఆగమనం కోసం ఎదురుచూస్తున్నారు. నగరం నుండి దిగ్విజయ సేన ఉత్సవ యాత్ర బయలుదేరాలి. ఏనుగుల తొండాలపైన, గండస్థలాలపైన, చెవులపైన, ఇంకా ఖాళీలు ఉంటే వాటిపైన చిత్రకారుల ద్వారా అందమైన రంగుల చిత్రాలను వేయించారు. ఏనుగుల వీపులపైన అందమైనఅంబారీలనువేసారు. మావటివాళ్ళు యుద్ధపు దుస్తులను తీసేసి, అందమైన రాజుల దుస్తులను ధరించారు. వాళ్ళ చేతులలో ఉన్న అంకుశాలపైన, బంగారు తొడుగులను తొడిగారు. గుర్రాల వీపులపైన జరీతో తయారుచేసిన జీన్లను బిగించారు. చర్మంతో తయారుచేయబడ్డ కళ్ళాలనుతీసేసారు. పట్టుదారాలతో తయారు చేయబడ్డ ఆకర్షణీయమైనతోళ్ళకళ్ళాలను ఏర్పరిచారు. ఏనుగు, గుర్రాలు మొదలైన దళాలను పూలదండలతో అలంకరించారు. వాటి నుదుళ్ళ మీద కుంకుమ పెట్టారు. దీనివలన వాటి మీద వెంటనే దృష్టి నిలుస్తుంది. యోధులు ఇనుపకవచాలని తీసేసి అందమైన రాజుల దుస్తులను ధరించారు. వాళ్ళ చేతుల్లో ఖడ్గాలు, బల్లాలు,త్రిశూలాలుమొదలైనవి ఉన్నాయి. వాటి తీక్షణమైన మొనలు సూర్యోదయ కిరణాలలో మెరుస్తున్నాయి. ''లెండి! ఈ దిగ్విజయ సేనాపతికి స్వాగతం పలకండి'' అనిఅంటున్నాయిఅని అనిపించింది.

ఈ సంపూర్ణ దిగ్విజయంలో మాకు చాలా ఉపయోగపడ్డ శస్త్రం, బాణం మాత్రమే. అందువలన అన్ని దళాల ప్రముఖులు సైన్యాన్ని బాణం ఆకారంలో ఎంతో నైపుణ్యంగానిల్చోపెట్టారు.ఈ బాణం అగ్రభాగం ఇప్పుడు హస్తినాపురంలోని గర్భంలోకి చొచ్చుకుపోతుంది.

మాకు స్వాగతం పలకడానికి నది ఒడ్డున సరిహద్దులో కేవలం ముగ్గురు వ్యక్తులు ఉన్నారు. రాజు దుర్యోధనుడు, అశ్వత్థామ, సత్యసేనుడు.

చేతులు పైకెత్తి,గబగబా నడుచుకుంటూ వస్తూ, నవ్వుతూ కాళ్ళకింద ఇసుకను తొక్కేస్తూ'నేను కౌరవరాజును' అన్న సంగతి కూడా మరచిపోయి. రాజు దుర్యోధనుడు అంగరాజుని గట్టిగా కౌగలించుకున్నాడు. చేతిలో ఉన్న పూలదండను అంగరాజు మెడలో వేయాలి అన్న స్పృహ కూడా ఒక్కక్షణం లేకుండా పోయింది. తరువాత ఆయన అన్నయ్య మెడలో దండ వేసారు. నిషిగంధ (రాత్రిరాణి) పూల, చిన్నదండను మణికట్టుమీద కడుతూ ఒణుకుతున్న

కంఠంతో అన్నారు. "అంగరాజా! ఈనాడు నా కల పండింది. ఒక్కొక్క దిశను దిగ్విజయంగా జయించిన పాండవులకు, ఇప్పుడు ఈ నాలుగు దిశలను ఒక్కసారిగా గెలిచే వీరుడు ఈ ఆర్యవర్తంలో జీవించే ఉన్నాడు, అతడు కౌరవరాజు దుర్యోధనుడి సఖుడు కర్ణుడు అని అర్థం అయ్యే ఉంటుంది." అతడి అధరీయం గంగ నుండి వీస్తున్న గాలికెరటాలకు ఎగురుతోంది. ఏమీ మాట్లాడకుండా దిగ్విజయ సేన సేనాపతి చిరునవ్వు నవ్వాడు.

అశ్వత్థామ తలపైన ఎప్పటిలాగా తెల్లటిబట్ట లేదు. చూడంగానే కనుబొమ్మలు పైకెత్తుతూ గురుపుత్రుడిని కౌగిట్లోకి తీసుకుంటూ అడిగాడు "అశ్వత్థామా! ఇవాళ నీ తలపై గులాబి వస్త్రం ఎందుకు ఉంది?"

"కర్ణా! నీలాంటి దిగ్విజయ యోధుడికి స్వాగతం పలకడానికి, వైరాగ్యానికి చిహ్నమయిన ధవళవస్త్రాన్ని ధరించి ఎట్లా వస్తాను? అందుకే సిరిసంపదలకు చిహ్నం అయిన గులాబీవస్త్రాన్ని నేను ఎంచుకున్నాను. ఇవాళ మొదటిసారిగా నేను తలకు చుట్టుకునే వస్త్రంలో మార్పుచేసాను. ఏం నీకు మంచిగా అనిపించడం లేదా?"

"ఊహు! అదేమీ లేదు. నాకు మంచిగా అనిపించింది." సత్యసేనుడు ముందుకు వచ్చి అన్నయ్య చరణాలకు వందనం చేసాడు.

"సత్యసేనా! ఇంట్లో వాళ్లందరూకుశలంగా ఉన్నారు కదూ!" ఈ ఆరు నెలలలో కుటుంబక్షేమాన్ని గురించి అడిగిన మొదటి ప్రశ్న. అది కూడా సత్యసేనుడిని.

"అందరు క్షేమమే మహారాజా!" సత్యసేనుడు ఎంతో వినయ విధేయతలతో అన్నాడు.

దుర్యోధనుడి చేతిలో చేయివేసి, బాణాకారంలో ఉన్న సైన్య ముఖాగ్రందగ్గరికిమెల్లి మెల్లిగా వెళ్ళాడు. ఆయన రెండో చేతిలో కురుల గౌరవ ప్రతిష్ఠల చిహ్నం అయిన రాజులందరినీ మట్టి కరిపించిన, పాత రాజదండం ఉంది. ఆ రాజదండం, ఆ పేరు ప్రతిష్టలకు చిహ్నం. సూర్యోదయ కోమల కిరణాలలో మెరుస్తోంది.

రాజ యాత్రకు అన్నిఏర్పాట్లు గంగానదీ తీరంలోనే జరిగిపోయాయి. వర్షఋతువు ఆగమనం అయింది. అలికిడి విన్నచాతకపక్షి ఉత్కంఠతతో కదంబవృక్షాల దట్టమైనపర్ణరాజమణి(ఆకుల సమూహం) ఆకాశం వైపు ఎగురుతూ, కర్కశ స్వరంతో అరుస్తోంది. వర్షఋతువు వస్తోంది. తన జలసంపత్తిని ముక్త హస్తంతో ప్రపంచానికి దానం చేసే ఈ వర్ష ఋతువు నాకు అన్నింటికన్నా దానవీరుడుగా అనిపిస్తుంది.

ముగ్గులతో శుభసూచకమైనస్వస్తిక్ చిహ్నాన్ని వేసారు. సేనాపతి రథం, బాణాకారంలో ఉన్న సైన్యానికి సరిగ్గా ముఖాగ్రంపైన నిల్చునే నిర్వాహకులు సైన్యరచన చేశారు. ఆ స్వస్తిక్ చిహ్నం నాలుగు రేఖలు కలిసేచోట, ఆ మధ్య బిందువు దగ్గరికి వెళ్ళి అన్నయ్య నిల్చున్నారు. ఆయన వెనక అపారమైన సేనా సాగరం బాణదండం తోక ఆకారంలో నిల్చుని ఉంది.

అందంగా అలంకరింపబడ్డ రథాన్ని తీసుకుని రాజసారధి ప్రాతికాముడుఎదురుగుండా వచ్చాడు. ఆ రథానికి ఆరు గుర్రాలు కట్టేసే ఏర్పాటు ఉన్నా ఐదు గుర్రాలు మాత్రమే కట్టబడి ఉన్నాయి. అవన్నీ తెల్లటిరంగులో ఉన్నాయి. కానీ ఖాళీగా ఉన్న మొదటిస్థానం తక్షణం దృష్టిని ఆకర్షిస్తుంది.

"ప్రాతికామా! ఏం? రథానికి ఐదు గుర్రాలే ఎందుకు?" స్వస్తిక్‌లోనిల్చున్న సేనాపతి తలను పైకెత్తి అడిగారు.

ఈ రథం ఆచారం ఇది. మొదట్లో రాజమాత కుంతీదేవి ఈ రథాన్ని ఉపయోగించేవారు. అప్పటినుండి ఈ రథానికి ఐదుగుర్రాలనే కట్టేస్తున్నారు. అందువలన నేను అన్నే గుర్రాలని కట్టేస్తున్నాను మహారాజా!'' ప్రాతికాముడు వణికిపోతున్నాడు. తను నిరపరాధి అని చెప్పాలని ప్రయత్నిస్తున్నాడు.

''మరైతే ఇక్కడికి తీసుకురావడానికి మరో రథం దొరకలేదా?''

''అంగరాజా! అట్లాంటిది ఏమీ లేదు. వందల రథాలు ఉన్నాయి. కాని నేనే ప్రాతికాముడికి ఆజ్ఞ ఇచ్చాను. పురప్రజలందరూనీ దర్శనం చేసుకోవాలని నా కోరిక. దీనికోసం దేనిదో ఒకదాని రథంపై భాగం తీసి వేయాలి. అటువంటప్పుడు రాజమాత కుంతీరథం అని అనుకుంటున్నారే దాన్ని తీస్తే మాత్రం ఏం? ఏమౌవుతుంది'' రాజు దుర్యోధనుడు నవ్వుతూ అన్నాడు. అతడి కాకి రంగు కళ్ళు మెరుస్తున్నాయి.

''చాలా బాగుంది రాజా! నేను ఎంత తెలివితేటలతో సైనికులను చావకుండారక్షించానో, నీవు అంతే తెలివితేటలతో ఈ రథాన్ని ఎంచుకుని కురుల ఒకరథాన్ని రక్షించావు. కాని ఐదు గుర్రాల వలన ఆ రథానికి కళాకాంతులు లేకుండా పోయాయి. కాని ఈ విషయం నీకు ఎందుకుతట్టలేదు? ఈ ఒక్క లోపాన్ని నా వాయుజిత్‌ని రథానికి కట్టేసి సరిచేస్తాను''స్వస్తిక్ నుండి బయటికి వచ్చి అంగరాజు, నా చేతిలోని వాయుజిత్ కళ్ళాలని తన చేతిలోకి తీసుకున్నారు. ఆయన వాయుజిత్‌ని లాక్కుంటూ వెళ్ళారు. స్వయంగా ఆ రాజరథంలో ఖాళీస్థలంలో దాన్ని కట్టేసారు. ఆర్యావర్తంలో ఎక్కువగా పైకి గెంతే తేజోమయమైనవాయుజిత్, తక్కిన ఐదు గుర్రాలకన్నా పైస్థాయిలో ఉన్నట్లుగా అనిపించసాగింది. పరాజితులైన దేశదేశ రాజులు సమర్పించిన, రకరకాల ఆకారాలలో ఉన్న నగలు నత్రా, జరీతో తయారుచేయబడ్డ జీన్లు, మస్తకంపైన రకరకాల రంగుల చూడాలంకారం (అలంకారార్థం తలయందు ఉంచుకునే నగ) హిమాలయం అతి స్వచ్ఛమైన స్ఫటికలాంటి హిమశుభ్రవర్ణంలో నీటివలన తక్షణం అందరి దృష్టి దాని మీద పడుతుంది. అసలు వాయుజిత్ దిష్టి తగిలేంత అందంగా ఉంది.

రథం పైన స్వస్తిక్ చిహ్నం ఉంది. ఎప్పటిలాగా ఈ యాత్రలో కూడా నా అన్నయ్యకి సారథ్యం వహించాలన్న ఉద్దేశ్యంతో రథంగూడు లోకి ఎక్కాను. నన్ను ఆపేస్తూవసుఅన్నయ్య అన్నారు – ''శోణా! ఇక ఇప్పుడు నువ్వు సారధివికావు. ఈ దిగ్విజయ సేవకి ఉపసేనాపతివి. పైకిరా ఈ రాజధ్వజాన్ని చేతిలోకితీసుకో. సారథ్యం సత్యసేనుడు చేస్తాడు.''

రథం గూడు వదిలివేసి వెనక ఆసనాలు ఉన్న భాగంలోకి ఎక్కి నేను రాజధ్వజాన్ని చేతిలో తీసుకొంటూ అంగరాజు కుడిచేయి వైపు నిల్చున్నాను. ఆయనకు కుడివైపున అశ్వత్థామ ఉన్నాడు. ఆయన గులాబీవస్త్రం ఎగురుతోంది. అందరి మధ్య అంగరాజు రెండు చేతులు జోడించి నిల్చున్నాడు. ఆయన సేనాపతి వేషాన్ని తీసేయడానికి తిరస్కరించారు. అందువలన దేహం పైన కొంచెం కొంచెం మురికిపట్టిన వస్త్రాలు ఉన్నాయి. అయినా ఆ వేషంలో కూడా వారు మా నలుగురిలో వేరుగా ఉన్నారు. ఒకటి ఆయన చేతిలో రాజదండం ఉంది. రెండోది ఆయన మా అందరిలో ఎక్కువ పొడుగరి.

చుట్టుపక్కల నిల్చున్న యోధులు సంపెంగలు, నిషిగంధ, పారిజాతాలు, అనంత, సురంగమొదలైన సువాసనలు వెదజల్లే పూలని రథంపై చల్లారు. గుప్పెట్లతో కుంకుమ వెదజల్లడం వలన ఆకాశం ఆచ్ఛాదితం అయింది. ఎవరో పెద్దగా జయఘోష చేసారు. దిగ్విజయ సేనాపతి అంగరాజు కర్ణ మహారాజుకి...''

''జయము... జయము...''

బాణాకారంలో ఉన్న సైన్యరచనలోని లక్షలక్ష గర్జనలు వినిపించసాగాయి. ఆకాశపు భవ్య నీలపందిరి కూడా ఆ గర్జనలతో వణికిపోయింది. చెట్ల ఆకులు, గడ్డీగాదంలో స్పందన వచ్చింది. అవి కూడా జయఘోష చేయసాగాయి. జయము జయము, మృదంగం, శంఖం, రణభేరి, డిండిమ, ఆనక, తంతువీణ, గోముఖం మొదలైనఒకదాన్ని ఒకటి ఓడించే వాద్యాలు ఒకేసారి మ్రోగడం మొదలుపెట్టాయి. జయజయాకారాలకు,ఆ వాయిద్యాల మధ్య పోటీ జరుగుతోంది. సత్యసేనుడుకళ్ళాన్ని ఝుడిపించగానే రథాల గుర్రాలు పరుగెత్తాయి. బాణం ఆకారంలో ఉన్న సైన్యం కదిలింది. రాజయాత్ర ప్రారంభం అయింది. నా మనస్సు అభిమానం, ఆనందం, ప్రేమభావం, వీరత్వం మొదలైన రకరకాల భావోద్వేగాలతో నిండిపోయింది. ఆర్యావర్తంలో మొట్టమొదటిసారి సంకుచితమైన మనస్సుతో నేను, వసు అన్నయ్య ఈ సర్వశ్రేష్ఠమైన హస్తినాపురంలో కాలు పెట్టాము. ఈనాడు... ఈనాడు... నగరంలోని ప్రత్యేకమైన దారిలో, ప్రత్యేకమైన కూడలిలో ప్రత్యేకమైన సౌధంపైన ఎందరో పురప్రజలు తమ తమ నేత్రాల హారతి పళ్లెంతో, మా పెద్దన్నయ్యకి హారతి ఇస్తారు. నేను ఆయన పక్కన నిల్చుని ఇదంతా చూస్తూ ఉంటాను. ఇక ఈ జీవనయాత్ర ముగిస్తే బాగుంటుంది అని ఒక్కక్షణం నాకనిపించింది. అసలు అన్నింటికన్నా శ్రేష్ఠమైన మృత్యువు ఏది? మనస్సుకు తృప్తినిచ్చేఉన్నతమైన శిఖరం దాకా వెళ్ళి మానవుడు ఏదైతేపొందుతాడో అదే... ఈ విధంగా ఆలోచిస్తుంటే నా కళ్ళలోనుండి కన్నీళ్ళు ఉప్పొంగుతున్నాయి. ఈ సంఘటనల ప్రభావం ఎంత గంభీరంగా ఉండి ఉండవచ్చును! తెలుసుకోడానికి నేను ఆయన వంక చూసాను. ఆయన శాంతంగా ఉన్నారు. నదిలోని అగాధంలా ఎటువంటి కదలిక లేకుండా. ఆత్మాభిమానంతో ఇతరులు తనపై చూపే శాశ్వతమైన ప్రేమను చూస్తే ఎవరి మనస్సులోనైనా ఉండే సహజమైన ఉద్వేగం, తనలో ఉండే వింతైన కోలాహలం, పొంగిపొర్లే ఉప్పెన మొదలైన భావోద్వేగాలు ఏవీ ఆయన ముఖంలో కనిపించడం లేదు. కురుల రాజసభలో ఉన్న సూర్యుడి సువర్ణ ప్రతిమలా, ఆయన ముఖంపైన తేజోమయమైన వలయం ప్రకాశిస్తోంది.

బాణం (బాణాకారంలో ఉన్న సైన్యం) నెమ్మది నెమ్మదిగా నగరం వైపు కదిలింది. సూతపుత్రులైనమమ్మల్నిపరాక్రమవంతులైన సేనాపతులుగా మార్చి మా స్వాగతం కోసం అలంకరింపబడ్డ హస్తినాపురం ఆరునెలల దీర్ఘకాలం తీరువాత మా ఎదుటికి వస్తోంది. జయజయ కారుల వర్షం కురిసింది. కణ కణంలో ఆనందం ప్రఫుల్లితమవుతోంది. ప్రతీకణం చైతన్యంతో నిండిపోయింది. ఈ నగరం, తన నిర్మాణ కాలం నుండి ఇప్పటివరకు ఇటువంటి శుభఘడియలని ఎప్పుడైనా చూసిందా? సహస్రక్షత్రియులు, సూతపుత్రులు ఇంత నిశ్చలంగా, నిరామయ స్నేహంతో నిండిన, భక్తితో తడిసినజయజయ కారులను ఎప్పుడైనా ఏ రాజ్యం అయినా చూసిందా? ఈ ఆలోచనలు

రాగానే నేత్రాలనుండి ఆనందాశ్రువుల జడివాన కురవసాగింది. జీవితం ధన్యమైంది అన్న భావన అందులో ఉంది. ఆ అశ్రుధారలను అసలు తుడుచుకోవాలని కూడా అనిపించలేదు. ఇట్లాగే ఈ అశ్రుధారలుప్రవహించనీ, అనంత కాలం దాకా ఆగకుండా ప్రవహించనీఅనినాకనిపించింది.

కళ్ళు కన్నీళ్ళతో నిండిపోయాయి. ఎదురుగా స్థిరంగా ఉన్న నగరం నాకు అస్పష్టంగా కనిపిస్తోంది.చెట్లుచేమలు,భవనాలు,గుళ్ళుగోపురాలు,అన్నీదుమ్ముధూళితో నిండిపోయినట్లుగా అనిపించింది. కాని... కాని.. ఒక పర్ణకుటీరంఅస్పష్టమైన ఆకృతిలో కనిపించింది. చూడగానే నేను ఉత్తరీయంతో కళ్ళు తుడుచుకున్నాను. పర్ణకుటీరంకి ఉన్న అనంతమైన మహిమ గురించి అన్నయ్య చంపానగరిలోనే నాకు చెప్పాడు. అందువలన ఆ పర్ణకుటీరంవైపు నేను కన్నార్పకుండాచూస్తున్నాను. అది విదురులవారి పర్ణకుటీరం. ద్వారం దగ్గర ఒక పొట్టిస్త్రీ బొమ్మలా నిల్చుని ఉంది. ఆమె తెల్లటిబట్టలు ధరించి ఉంది. దూరం నుండి ఆమె గుర్తుపట్టేలా లేదు. కాని విజయయాత్రని చూడడానికి, సూతపుత్రుడిని బాధ్యత నెరవేర్చే ఒక సేనాపతి రూపంలో చూడడానికి ఆ స్త్రీ పాదాలను ఎత్తి చూస్తోంది. మా రథం విదురులవారి పర్ణకుటీరంఎదురుగుండా వచ్చింది. ఆ స్త్రీ ఇప్పుడు స్పష్టంగా కనిపించసాగింది. రాజ్యంలోని ఏ స్త్రీ ఈ విధంగా ద్వారం దగ్గర నిల్చునే సాహసం చేయదు. అందువలన నేను ఆశ్చర్యంగా చూసాను. ఆవిడ రాజమాత కుంతీదేవి. పర్ణకుటీరంలో నుండి ఒక ఆశ్రమకన్య జలంతో నిండిన పూర్ణకుంభాన్ని తీసుకుని వెంటనే బయటకు వచ్చింది. ఆమెని ఆపి రాజమాత ఆమె చేతిలో కుంకుమ భరిణ ఇస్తూ ఏదో చెప్పడం నేను చూసాను.

ఆశ్రమకన్య కుంభాన్ని గుర్రాల గిట్టలపైన ఒంపింది. కుంభం ఖాళీ అయింది. 'సేనాపతి! దయచేసి కిందకిదిగగలరా! నేను ఆయన నుదుటన కుంకుమ తిలకం దిద్దాలనుకుంటున్నాను''

''ఊహూ!'' సత్యసేనుడుఅన్నాడు. బహుశసత్యసేనుడికి దుర్యోధనుడు ముందే ఆదేశం ఇచ్చే ఉంటాడు.

''సత్యసేనా! కళ్ళాలన్ని లాగు! నేను కిందకిదిగుతాను'' అంగరాజు గంభీరమైన స్వరం ప్రతిధ్వనించింది.

రథం ఆగగానే అన్నయ్య గెంతి కిందికి దిగారు. దిష్టి తీసే ఆ ఆశ్రమకన్య ఆయన భవ్యమైనఫాలభాగంపై కుంకుమ పెట్టింది. విజయయాత్రకి అన్ని ఏర్పాట్లు జరిగినా, మా సేనాపతి నుదుటిన ఎవరూ మంగళ తిలకం దిద్దలేదు. అసలు ఈ విషయం పైన నా దృష్టేపోలేదు. ఈ ఒక్క లోపాన్ని అనాయాసంగా ఆ ఆశ్రమకన్య దూరం చేసింది. అంగరాజు చిటికిన వేలుని ఉన్న ఉంగరాన్ని కుంకుమ భరిణ పైన పెట్టాడు. ఉంగరంలో పుష్యరాగం ఉంది. విజయయాత్ర ముందుకు సాగింది. సూర్యుడు పైకెక్కుతున్నాడు.

తమ రాజ్యరాజదండాన్ని అజేయం చేసి తిరిగి వస్తున్న అంగరాజుకి కురురాజులు స్వాగతం పలకాల్సిందే. మొత్తం రాజ్యంలో అడుగుఅడుగున శోభాద్వారాలు తయారు చేయబడ్డాయి. వాటిని అశోక, మామిడి కొమ్మలతో అలంకరించారు. సౌభాగ్యవతులు ప్రాంగణాలలో కస్తూరి కుంకుమ పువ్వులు కలిపిన నీళ్లతో కళాపి చల్లారు. అందంగా రంగవల్లులు తీర్చిదిద్దారు. పుష్పమాలలతో అలంకరింపబడ్డ పతాకాలు ఆకాశంతో మాట్లాడుతున్నాయి. ప్రత్యేక సౌధం

నుండి పురజనులు బంగారు పూలని కురిపిస్తున్నారు. తారలలా అవన్నీ రాజమార్గాలలో నిండిపోయాయి. జలంతో నిండిన పూర్ణకుంభాలు వాయుజిత్ గిట్టలపైన రిక్తం అవుతున్నాయి. మా మానస కుంభాలు కృతార్థం అయి ప్రవహిస్తున్నాయి. జయజయాకారాల కర్రలు ఆకాశంఅనే నగారాన్ని మ్రోగిస్తున్నాయి. సేనాపతి అంగరాజు కర్ణులు...జయతు! సేనాపతి కర్ణులు.... జయతు! వీర కర్ణ! జయతు...!''

నా శరీరం ఉత్తరీయంలోని పట్టుదారంలా తేలికగా అయిపోయింది. ఈ జయజయకారాల సముద్రంలో నేను ఈదుతున్నాను, తేలుతున్నాను. మా సైనికుల బాణం ముందుకు సాగుతోంది. సత్యసేనుడి దేహం అంతా కుంకుమ మయం అయిపోయింది. ధవళవర్ణంలో ఉన్న అశ్వాలు కుంకుమవర్ణంలో కనిపిస్తున్నాయి. ఇంత వైభవంగా, కించిత్ భ్రాంతి లేకుండా, ఎటువంటి కపటం లేని గర్వం అనే భావాన్ని జాగృతం చేసే ఇటువంటి రోజు మా అన్నదమ్ముల జీవితంలో ఎప్పుడూ రాలేదు. అసలు భవిష్యత్తులో వస్తుందని అనిపించలేదు. ఇంత విరాటమైన ప్రేమ! ఇంత గగనాన్ని స్పర్శించే ఉత్సాహం!

సాధారణమైన రాయిని దేవుడిగా మార్చే భవ్యస్థితి మరింకేం ఉంటుంది? విదురులు ఏ రాజప్రాసాదం నుదుటిన త్రికోణ కాషాయ రాజధ్వజం ఎగరవేసారో అది ఫరఫరా అంటూ ఎగురుతోంది. ఈ రాజభవనంలో ఏమేం జరగలేదని? ఈ రాళ్ళ రాజ పురుషుడు ఏమేం చూడలేదని? 'సూత పుత్రుడు' అనిఅంటూచీదరింపబడ్డవసు అన్నయ్య! గురు ద్రోణుల ద్వారా ఉపేక్షింపబడ్డధనుర్విద్య శిష్యుడు! రాజపుత్ర స్త్రీల ద్వారా వరించే యోగ్యమైనవాడు, కాని సారథికన్య ఎదురుగుండా వేదికపై నిలబడ్డ వీరుడు! ఉత్తరీయం భుజంపైన వేసుకుని నడుచుకుంటూ నది తీరానికి వెళ్ళే శ్రద్ధ కల భక్తుడు! ఇదంతా ఈ రాజభవనం రాళ్ళుచూసాయి. కాని ఈనాడు ఈ రాజు ఏది చూస్తున్నాడో అదంతా నిజంగానే ఎంతో అపూర్వమైనది. ఆ పాషాణాలు ఈనాడు దిగ్విజయుడైన కర్ణుడిని చూస్తున్నాయి.

మహాద్వారం దగ్గర పితామహులు నిల్చుని ఉన్నారు. విజయయాత్ర ఆగిపోయింది. వాద్యాల సమ్మిశ్రిత ధ్వని లుప్తం అయిపోయింది. పితామహులను చూడగానే, ఆయన రాజసభలో రాజదండాన్ని విసిరివేసిన దృశ్యం యథాతథంగా నా కళ్ళ ఎదుట కదలాడసాగింది.

గడిచినవన్నింటినీమరిచిపోయి, విశాలమైన మనస్సుకు ఆ కురు ధనుర్ధరయోధుడు మరో ధనుర్ధర యోధుడికి స్వాగతం పలకడం కోసం మహాద్వారం దగ్గర నిల్చున్నాడు.

అంగరాజు రథం నుండి దిగి ముందుకు నడిచి తన చేతిలోని రాజదండాన్ని పితామహుల చేతిలో పెట్టారు. ఒక నిమిషం అన్నయ్య పితామహుల ముఖం వంక చూసారు. పెద్దగడ్డం ఉంది. ఇంకా... ఇంకా... ఉప్పెనలా ఉత్సాహంతో వచ్చి పురప్రజలు పలికిన స్వాగతానికి ఆయన మనస్సులోని ఏ కోణం కరగలేదో, ఒక్కక్షణంలో మా ఆ వీరసేనాపతి కరిగిపోయారు. ఆయన నీలం రంగు కన్నులలో కన్నీటి బొట్లు కనిపించాయి. పాత మహాద్వారం గడప దగ్గర తక్షణం పడిపోయారు. వంగి పితామహుల చరణాలకి వందనం చేస్తూ ఆయన ఆర్ద్రంగా అన్నారు ''ఆశీర్వాదం ఇవ్వండి పితామహా!''

''జయహో కర్ణా! జయహోజయహో!'' పితామహులు అన్నయ్య భుజాన్ని పట్టుకుని లేపారు. ఆ వృద్ధుడి చేతుల్లోరాజదండం ఊగుతోంది. తెల్లని గడ్డంలోని పొడుగాటికేశాలు ఎగురుతున్నాయి. మేము ఆరునెలల తరువాత ఆ రాజప్రాసాదం గడపని దాటాము.

లోపల మెట్లపైన రాధామాత, నాన్నగారు, వృషాలివదిన అందరూ ఉన్నారు. వాళ్ళు తమ తమకళ్ళతోమమ్మల్నికౌగిళ్ళల్లో తీసుకున్నారు. వాళ్ళ ఎదురుగుండా మేము నిల్చుని ఉన్నాము. అసలు ఎవరూ ఏమీ అనలేకపోతున్నారు. నలువైపులా అంతటా నిశ్శబ్దంగా ఉంది. అయినా ఈ శాంతి అంతా చెప్పేస్తూనే ఉంది. మేం అందరం ఒకే రక్తమాంసాల మనుష్యులం. ఇక్కడ అసలు ఏం చెప్పకపోయినా అంతా అర్థం అవుతూనే ఉంది.

హారతి ఇచ్చే సమయంలో వృషాలి వదిన చేతులు వణకటం వలన పళ్ళెంలో పెట్టబడ్డ దీపపు కుందెఖడఖడా అనడం మొదలుపెట్టింది. అన్నయ్య ఆపాలని ఎంతో ప్రయత్నించాడు. అయినా రెండు కన్నీటిబొట్లు కుందెపై పడ్డాయి. ఛర్ ఛర్ అంటూ చప్పుడు చేస్తూ లుప్తం అయిపోయాయి.

మేము నాన్నగారికి వందనం చేసాము. ఆయన చేతికర్ర బాగా వణకడం మొదలుపెట్టింది. ఆశీర్వాదం ఇవ్వడానికి ఆయన పెదవుల నుండి మాటలు రావడం లేదు. ఎంతో కష్టంగా ఆయన మా తలలని నిమిరారు. రాధామాతపాదధూళిని తలపై పెట్టుకోవడానికి మేము కిందకి వంగాము. ఆవిడ కళ్ళల్లోంచి కారిన ఒక్కొక్కకన్నీటిబొట్టు మా తలలపైన పడ్డది. శరీరం పులకించిపోయింది. మా దిగ్విజయం నిజంగా పూర్తయింది. పవిత్రం అయింది.

''కర్ణా! శత్రుంజయా!'' మా ఇద్దరిని హృదయానికి హత్తుకుంటూ గద్గద స్వరంతో అమ్మ అన్నది.

''అమ్మా! వసు, శోణుడుఅని పిలు అమ్మా!''

మిట్టమధ్యాహ్నం కావడం వలన సూర్యదేవుడు సరిగ్గా తలపైకి వచ్చేసాడు. వేడిమి వలన దుర్యోధనుడు చెమటతో తడిసిపోయాడు. అతడు ముందుకు వచ్చి అంగరాజు చేయిని తన చేతిలోకి తీసుకుని, మెట్లెక్కేటప్పుడు దిగ్విజయం గురించి అడగటం మొదలుపెట్టాడు. కేవలం ఒక్క మెట్టు మాత్రమే ఉండిపోయింది. సరిగ్గా నూట ఆరో మెట్టుమీద నిల్చున్నాడు.

''అంగరాజా! నీ దిగ్విజయం వలన నా మనస్సెంతోసంతోషపడ్డది. ఈ సంతోషసమయంలో నేను భోజనాలని ఏర్పాటు చేసాను. నీవు, శోణ, అశ్వత్థామ మనం అందరం రేపు కలిసి భోజనం చేద్దాం. అపూపాలు, నవనీతం నీకు ఇష్టమే కదా!''

కొంచెం సేపయ్యాక అతడు మళ్ళీ అన్నాడు – ''ఇక మనం త్వరలో రాజసూయ యాగం చేద్దాం. సరేనా!''

''తప్పకుండా యజ్ఞం చేద్దాం. కాని నాకు అపూపాలు నవనీతం ఇష్టమని నీకు ఎట్లా తెలిసింది రాజా!''

''నీకు ఆశ్చర్యంగా అనిపిస్తోందా? అంగరాజా? శల్యుడితో యుద్ధం చేసేటప్పుడు నిరాశనిస్పృహలతో నీవు ఆరాత్రి పురుష్ణీ నదిలో నిల్చున్నావు, ఆ రాత్రి నీవు ఎన్నిసార్లు దోసిళ్ళతో అర్ఘ్యదానం ఇచ్చావో నేను చెప్పగలను. సమస్త ఆర్యావర్తంలో నా గూఢాచారులు తిరుగుతూ ఉంటారు. మరోమాట చెప్పనా కర్ణా! ఇవాళ నీవు రాజదండాన్ని పితామహుల చేతికి ఇచ్చేబదులు, ఒకవేళ నా చేతికి ఇచ్చి ఉంటే ఇంకా బాగుండేది.''

''రాజా! అది నీ చేతిలోనేఉందనుకో. ఇప్పుడు ఎటువంటి ఘోరాతిఘోరమైన ఆపద వచ్చినా, పితామహులు నీకోసమే శస్త్రం పట్టుకుంటారు. అట్లా చేయడానికి ఆయన వివశులు కావాలి, అందువలన కావాలని తెలిసే నేను ఆయన చేతికిచ్చాను. అంగరాజు, దుర్యోధనుడు, పితామహుడు, ఈ త్రికోణం ఎప్పుడూ విరిగిపోదు.

ఆయన చివరి మెట్టుపైన కాలుపెట్టాడు. ఎప్పుడూ తత్వం గురించి మాట్లాడే అశ్వత్థామ ఏదో ఆలోచనల్లో నిమగ్నం అయిపోయాడు. మేము సభాగృహంలో సూర్యప్రతిమని దర్శించాలని వెళ్ళాము. బయట వైశాఖమాసపు మండుటెండ ఉంది. వేడి జ్వాలలు జ్వలిస్తున్నాయి.

24

మరునాడు రాత్రి సహభోజన కార్యక్రమం ముగిసింది. రాజు దుర్యోధనుడు, దుశ్శాసనుడు, మామ, జయద్రథుడు, యువరాజులు అందరూ పాల్గొన్నారు. ఆశ్రమంలో స్వయంగా వంట చేసుకునే నియమం కల అశ్వత్థామ రాలేదు.

అంగరాజు అపూపాలు, వెన్నలను గొంతుదాకా తిన్నాడు. తక్కినవాళ్ళు లటవాక పక్షి మాంసంతో వండిన పదార్థాలను ఆరగించారు. తాంబూలం సేవించే ముందు పాత మధుమద్యాన్ని తీసుకుని ప్రభంజనుడు భోజన గృహానికి వచ్చాడు. అందరికి ఒక్కొక్కమధుపాత్ర ఇచ్చాడు. పొడుగాటిచంచు పాత్రతో మధుపాత్రలనునింపసాగాడు. రాజు దుర్యోధనుడు ఆసనంపై నుండి లేచాడు. మధుపాత్రను పైకెత్తి ''నా సఖుడు అంగరాజు కర్ణుడు దిగ్విజయం గావించి, ఇంత అపారమైనకీర్తిప్రతిష్ఠలను కురురాజ్యంకి ప్రాప్తం అయ్యేలా చేసాడు. ఎంతగా అంటే అసలు పితామహులు కాని, గురుద్రోణ, కృపాచార్య, మహారాజు పాండు కాని ఏనాడు ఇన్ని కీర్తిప్రతిష్ఠలు సంపాదించలేదు. కర్ణుడి పరాక్రమం ఈ విధంగా వృద్ధి చెందాలి, మూడు పూలు, ఆరుకాయలు అవ్వాలి ఇదే నా కోరిక. దిగ్విజయ ఆనందాన్నిజరుపుకోడానికి చేతిలోని సోమరసాన్ని ఆస్వాదించండి. దిగ్విజయ అంగరాజు కర్ణుడికి'' అనిఅన్నాడు.

''జయము–జయము''

మధుపాత్రని పెదవుల దాకా తీసుకువచ్చి ఒక్క గుక్కలో అంతా తాగేసేముందు ఆయన అన్నాడు. అందరూ మధుపాత్రలను ఖాళీ చేసారు. ప్రభంజనుడు చపలత్వంతో మళ్ళీ నింపాడు. ఎవరి ఉత్సాహానికి అడ్డు పడకూడదు అని మేమిద్దరం కళ్ళు మూసుకుని ఆ ఘాటైన మద్యాన్ని ఒక్కొక్క గుక్క తాగుతున్నాము. ఒక మధుపాత్రను ఖాళీ చేయగానే నేను అంగరాజు చేతిలో ఉన్న మధుపాత్ర వైపు చూసాను. ప్రభంజనుడు దాన్ని మళ్ళీ నింపాడు. మేము యుద్ధం చేసే ముందు సోమరసం తీసుకుంటాము కాని అది ఇంత మత్తునివ్వదు. కాని మీ మధుపాత్రలలోనింపబడ్డ మద్యంలో మత్తు నెక్కించే గుణం ఉంది. అందువలన నేను గొణుగుతూ అంగరాజును హెచ్చరించాను – ''ఇది సోమరసం కాదు. ఎక్కువగా తీసుకోకండి''. ఆయన దానిని కాళ్ళకింద పడేసారు. కాని ప్రభంజనుడు అందరితో పాటు మళ్ళీ నింపాడు. అన్నయ్య వివశుడయ్యాడు.

అందరూ సహపంక్తి భోజనానికి ఒక దగ్గరికి చేరారా లేక మద్యం తాగడానికా? అసలు అర్థమే కాలేదు. వందమంది యువరాజులు, శకుని, జయద్రథుడు– అందరూ నీళ్ళల్లాగా మద్యాన్ని తాగుతున్నారు. దాదాపు సగం ఘడియ లోపలే దృశ్యం మారిపోయింది.

మామ మత్తులో ఊగుతూ లేచారు. గుప్పిటినిచెవులదాకాతీసుకెళ్ళి జూదంలోని పావులలా ఊపడం మొదలుపెట్టారు. అన్నయ్య ఎదురుగుండా వచ్చి చిలకపలుకుల్లో మాట్లాడం మొదలుపెట్టారు– ''క....క....ర్ణా! నీలాంటి...ఏభై... మంది... దిగ్విజయులను...ఈ పాచి... క... కలతో...చూ...పి...స్తా...ను...చెప్పు... సెప్పు... పందెం... ఎం..ఎం...త? ఏవిటి?... ఏం... ఏం... అన్నావు... ఐదా... ఐదేనా! చూడు..... ఐదు... ఐదు... పద్దాయి.. చూడు...''

చేతిలో ఏవీ లేవు. అయినా పాచికలు వేసినట్లుగా అభినయించారు.... ఐదు....ఐదు... ఆయన తూలుతూ పెద్దగా అరిచారు. పాచికలు అక్కడ ఎటూ లేవు. వాటిని ఒక దగ్గరికి చేర్చాలని అనుకున్నారు. ఒక్కసారిగా కిందపడ్డారు. నాకు ఆయన మీద ఎంతో దయ కలిగింది. మరో మూల దుశ్శాసనుడు ఒక రాతిస్తంభాన్ని స్త్రీలా అనుకుని, దాని బట్టలు వలవడానికి నలువైపులాతిరుగుతున్నాడు... ''దా...డా...సీ...డా...సీ... గొణుగుతున్నాడు. నవ్వుతున్నాడు.

ఒక్క నిమిషంలో యువరాజులందరూ మత్తులో ఊగసాగారు. మేము ఎక్కువ మద్యం తీసుకోలేదు. అయినా తల తిరుగుతున్నట్లుగా అనిపించసాగింది. ఒకడు చేతులు కాళ్ళు కొట్టుకుంటూ చిన్నపిల్లలా ఆక్రోశిస్తున్నాడు. మరొకడుదొర్లుతున్నాడు. దిగ్విజయంలో ఏ రాజైనా ఒకవేళ పరాభవం చేసినా మాకు ఇంత బాధ కలిగేది కాదు. వీళ్ళందరూతాగి తూలుతూ ఇష్టం వచ్చినట్టు వాగుతున్నారు. ఇప్పుడు కలుగుతున్నంత బాధ ఇంతకుముందు ఎప్పుడూ కలగలేదు.

చివరిగా స్వయంగా రాజు దుర్యోధనుడు ఇష్టం వచ్చినట్లు మాట్లాడడం మొదలుపెట్టాడు. ''అంగరాజా! నీ దిగ్విజయం... ఏ అర్జునుడైతే కిరీటరూపధారీ శంకరుడిని ఓడించాడో వాడు ఆ అర్జునుడు అజేయుడు. నీవు వాడిని ఎట్లా గెలుస్తావు? కేవలం అర్ఘ్యం ఇస్తే ఏం లాభం? అర్జునుడు... అర్జునుడు... అతడి సమతుల్యం తప్పిపోయింది. శరీరం గాలిదుమారంలో ఊగే వెదురులా ఊగుతోంది. శబ్దాల రూపంలో విచిత్రమైన ఒక కర్కోటకమైన ధ్వని వినిపిస్తోంది.

'దుర్యోధనా!'' అన్నయ్య పెద్దగా అరిచారు. ప్రభంజనుడు చేతి నుండి చంచుపాత్ర జారికిందపడ్డది. శల్యుడి ద్వారా భూర్జపత్రం పైన రాయించే సమయంలో కళ్ళల్లోంచి ఎంతో శాంతి పొర్లింది. కాని ఇప్పుడు సంతాపం కలిగింది. ముక్కు ముందుభాగం ఎర్రబడ్డది. నిప్పులు కురిసే కళ్ళు వేగంగా తిరుగుతున్నాయా లేక మస్తకంలోని ధమనులు వేగంగా ఝుంకృతంఅవుతున్నాయా? అసలు ఏమీ అర్థం కావడం లేదు. ఆయన ఉచ్చరించే శబ్దాలు ఆయన వేసే బాణాలకన్న అధికవేగం కలవి. చేతిలో ఉన్న మధుపాత్ర గజగజా వణికింది. తక్షణం తన ఆసనం నుండి లేచి –వర్షరుతువులో మృగనక్షత్రం ధారగా వర్షించినట్లు ఆయన చెప్పడం మొదలుపెట్టారు– ''యువరాజులుగా పిలవబడే మధాందులైనతాగుబోతుల్లారా! మద్యం ఒకవేళ మీలాంటి క్షత్రియులను కూడా గాడిదల్లా చేయగలిగినప్పుడు, ఆ మద్యం, మీ తాగుబోతులను తిరస్కరించాలి. పాండవుల వంటి బలమైన శత్రువులు జీవించి ఉండగా, ఏ మద్యం అయితే వాళ్ళ స్మృతిని సైతం మరిపింపచేసిందో, ఆ మద్యాన్ని తిరస్కరించాలి. నేను అంగరాజు కర్ణుడిని,

అర్జునుడిని వధించినంతవరకు నేను మరచిపోయి కూడా చుక్కమద్యం సేవించను, మాంసాన్ని ముట్టను, ఇంతేకాదు వాడి రక్తంతోటే కాళ్ళుకడుక్కోవాలి, అందువలన అప్పటిదాకా అసలు నేను కాళ్ళేకడుక్కోను, అర్జునుడిని అజేయుడిగా ఎంచే దుర్యోధనా! నా... దిగ్విజయం, నా సూర్యారాధన నా పుణ్యం నీకు తక్కువగా అనిపిస్తే ఇక భవిష్యత్తులో దానధర్మాలు చేసి పుణ్యాన్ని సంపాదించి ఆ లోటుని పూర్తి చేస్తాను. అర్జునుడంటే భయపడే బలహీనుడా! వాడిని నేను తప్పకుండా కడతేరుస్తాను. ఈనాడు ప్రతిజ్ఞ చేస్తున్నాను'' అన్నయ్య కొంచెంసేపు ఆగి మళ్ళీ దృఢంగా గర్జించారు. నేటినుండి ఈ దేశంలో ప్రాణాలు ఉండగా ఏ యాచకుడు అంగరాజు కర్ణుడి ఇంటి ద్వారం నుండి ఎప్పుడూ ఖాళీ చేతులతో వెనక్కి వెళ్ళడుగాక వెళ్ళడు. ప్రజ్వలించే తోక ఉన్న బాణంలా, చేతిలోని మధుపాత్రను వెంటనే విసిరివేసి గది నుండి బయటకి వెళ్ళి పోయాడు.

ఆయన చేసిన ఈ ప్రతిజ్ఞ వినగానే నా దిగ్విజయానందంచల్లారిపోయింది. ఇక ఏమౌతుందో అన్న సందేహంతో, బాధపడ్డ మనస్సుతో ఆయన వెనక నేను బయటకి వచ్చేసాను. గాలి దుమారం తరువాత మామిడిచెట్టు కింద మామిడిపళ్ళు అస్తవ్యస్తంగా ఓ కుప్పలా ఎట్లా పడిపోయి ఉంటాయో, అట్లా కురుల వంద యువరాజులు తెలివి లేకుండా పడిఉన్నారు. ఇప్పుడు వాళ్ళు వాగడం మానేసారు.

25

వైశాఖం సమాప్తం అయినందునవర్షరుతువు ఆరంభం అయింది. రాజ్యంలోని కోటలు, బురుజులు, గోపురాలు, సౌధాల శిఖరాలు మొదలైనవాటిపై నుండి మూసలధార వర్షం కురవడం ఆరంభం అయింది. అన్నయ్య దానధర్మాల ప్రతిజ్ఞ నగరం అంతటా పాకిపోయింది. ప్రొద్దున్నే యాచకులు గుంపులు గుంపులుగా రాజభవనానికి చేరుతారు. ఒకరు వాన నుండి రక్షించుకోడానికి ఇంటిసామాన్లు, ఒకరు నీళ్ళ వలన వచ్చే అకూర వ్యాధి వలన చనిపోయిన గుర్రాల బదులుగా మరికొన్ని గుర్రాలను, ఒకరు ధనం, మరొకరు ధాన్యం, ఇంకొకరు ధేనువులు, ఈవిధంగా ఎన్నింటినోయాచకులు అడిగేవారు. ఉదయం నిత్యకర్మచేసుకున్నాకవసు అన్నయ్య యాచకులందరికి దానధర్మంచేసి భోజనం చేసేవారు. యాచకుల నిర్విరామ ఆగమనం వలన రాజభవనం వ్యాపారవీధిలా అనిపిస్తోంది. దుర్యోధనుడి పాదాల చెంత దిగ్విజయ రూపంలో ప్రాప్తించిన సిరిసంపదలును ఎంతగా దానం చేసినా ఇంకా మిగిలినదంతాబళ్ళల్లో నింపారు. ఆర్యావర్తంలో ఉన్న మొత్తం యాచకులందరూ వచ్చినా ఆ సిరిసంపదలు తరిగిపోవు. ఆ సంపత్తిని దానం చేస్తూ అన్నయ్య ప్రజల మానస రాజ్యాలని గెలుస్తున్నారు. దీనులు, బలహీనులు, వికలాంగులు, సంత్రస్తులు, పీడిత-తాడితులు, బ్రాహ్మణులు, అనాథలు, రోగులు అందరికి ఒకే ఆధారం దొరికింది. దాన వీర శూర కర్ణ. దాన వీర శూర కర్ణ!

రాజభవనం ఎదురుగుండా ఉన్న కూడలి దగ్గర ఉన్న రాతి అరుగుపైన అన్నయ్య కూర్చుంటారు. యాచకులు అడిగిన వస్తువులను ఇచ్చేటప్పుడు వసు అన్నయ్య పట్ల నాకు అసాధారణమైన ఆశ్చర్యం కలిగేది. మొదటవారు ప్రతీ యాచకుడికి మధురమైన చిరునవ్వుతో స్వాగతం పలుకుతారు. నిజానికి సైనికులకు ఎప్పుడూ ఆయన చిరునవ్వుని చూసే అవకాశం

కలగలేదు. ఏ సిరిసంపదలనైతే రాజ్యాలను జయిస్తూ, అడవుల్లో తిరుగుతూ, ఎంతో కష్టంగా సంపాదించారో ఇప్పుడు చిరునవ్వుతో ఎంతోసహజంగా వేలవేలమంది వ్యక్తులకు ధారపోస్తున్నారు.

అశ్వత్థామ, ప్రకృతిలోని మనోరమ్యమైన దృశ్యాలను చూసాక ఏ ఆనందం కలుగుతుందో అది పది దిగ్విజయాల తరువాత దొరికిన ఆనందం కన్నా ఎంతో శ్రేష్ఠమైనదిఅని తన ఉత్తరంలో రాసారు. ఈ విషయం నాకింకా బాగా జ్ఞాపకం. ఒక వృద్ధురాలికి జరీ ఉన్న వస్త్రాన్ని ఇస్తూ అంగరాజు మా దగ్గర నిల్చున్న అశ్వత్థామని అడిగారు– ''గురుపుత్రా! పది దిగ్విజయాల తరువాత కలిగే ఆనందం, ఎన్నో ప్రకృతిరమ్యమైన దృశ్యాలు చూసాక కలిగే ఆనందం, ఇంకా... ఇంకా... ఇటువంటి ఒక అనాథ, నిరాశ్రిత, త్రస్త, పీడిత, దుర్బలవ్యక్తి కళ్ళనీళ్ళను తుడిచే సమయంలో కలిగే ఆనందం, వీటిల్లో సర్వశ్రేష్ఠమైనది ఏది?''

అశ్వత్థామ దగ్గర ఈ ప్రశ్నకు ఎటువంటి జవాబు లేదు. అతడు కేవలం నవ్వాడు.

ఆర్ద్రా నక్షత్రం కారణంగా గగనంలోని మేఘాలు అనుకోకుండా వర్షించసాగాయి. బలహీనులకి దానం ఇచ్చి వాళ్ళని బలవంతులుగా చేయడంలో కలిగే ఆనందమే సర్వశ్రేష్ఠమైనదిఅని మేఘాలు స్వయంగా చెబుతున్నట్లుగా అనిపించింది.

వర్షంలో తడుస్తున్న యాచకులు మధ్య తోపులాట మొదలయింది. అంగరాజు తలపైన గొడుగు పెట్టుకున్న సేవకులను దూరంగా వెళ్ళమన్నారు. తను తడుస్తూ యాచకులకు దానం ఇవ్వడానికి సిద్ధం అయ్యారు. మూసలధార వర్షం, ఎన్నోఎన్నెన్నో దానాలు చేస్తున్న వసు అన్నయ్య ఇద్దరి మధ్య దాతృత్వం విషయంలో పోటీ జరుగుతోందా అని అనిపించింది.

బంగారం, ముత్యాలు, పగడాలు, వజ్రాలు మొదలైన వాటిని పిడికిళ్ళతో యాచకుల జోలీలో పెద్ద మనస్సుతో వేస్తున్నారు. రాజభవనంలో సౌధం నుండి పితామహులు, మహామంత్రి విదురులు ఇదంతా చూస్తున్నారు. కానీ అన్నయ్యకి వాళ్ళు చూస్తున్నారన్న సంగతి తెలియనే తెలియదు. ఆయన ఇచ్చే దానం సరిగ్గా జోలీలో పడాలన్న ఉద్దేశ్యంతో అశ్వత్థామ ప్రతీ యాచకుడు జోలీని సరిగ్గా పట్టుకోవడంలో సహాయ పడుతున్నాడు. మేము వానలో తడిసిపోతున్నాము కాని మా ముగ్గురికి అసలు దీనిపై ధ్యాసేలేదు.

యాచకులందరూ'దానవీరశూరకర్ణకి దీర్ఘాయుష్షు కలుగుగాక' అనిఅంటూమహాద్వారం బయటకి వెళ్ళిపోయారు. కేవలం ఇద్దరు యాచకులు మాత్రం మిగిలిపోయారు. వాళ్ళు పండుముసలివాళ్ళు. వానలో తడవడం వలన వాళ్ళు గజ గజ వణుకుతున్నారు. వాళ్ళల్లో ఒకరి శరీరం నీలం రంగులో ఉంది. యువరాజు అర్జునుడు యాదవరాజు శ్రీకృష్ణుడు కాకుండా, నీలంరంగు దేహం ఉన్న ఏ వ్యక్తినీ నేను చూడలేదు. చూసినట్లు నాకు ఏ మాత్రం గుర్తులేదు. యాచకుడు కావడం వలన ఆ వ్యక్తిని ఏమీ ప్రశ్నించలేను. రెండో యాచకుడి ముఖం గుండ్రంగా ఉంది. ఆయన కన్నార్పకుండా అంగరాజు కాళ్ళ వైపు చూస్తున్నాడు.

''దాన వీర శూర కర్ణా! దానం ఇవ్వు!'' నీలంరంగు దేహం ఉన్న ఆ పండుముసలి తన చేతి కర్రను ఊపుతూ అడిగాడు.

''ఏం కావాలి బాబా! ధనమా! ధాన్యమా! భూమా! నివాసస్థలమా?'' ''బతికి బట్టకడితే ఈ వస్తువులు, మనిషి అస్తిత్వం సురక్షితంగా ఉంటే ఈ వస్తువులు కావాలి. వానలో తడవడం వలన

మేము చలికి గజగజా వణికిపోతున్నాము. మాకు ఒకగంపెడు ఎండుకట్టెలను ఇవ్వు.'' పళ్ళు కొరుకుతూ ఆ వృద్ధుడు తన కథ వ్యథని చెప్పాడు.

''ఎండుకట్టెలా?''అంగరాజు ఉలిక్కిపడి అశ్వత్థామ వైపు నా వైపు చూసారు. వృద్ధుడి చేతికర్ర కదుల్తోంది. తెల్లటి గడ్డం నుండి నీటి చుక్కలు రాలుతున్నాయి. ఒకవేళ ఆ వృద్ధుడి కోరిక నెరవేర్చలేకపోతే, ఆయన తప్పకుండా వణుకుతో చచ్చిపోతాడు.

''శోణా! ఈయనకి ఈ సమయంలో ఎండిన కట్టెలు ఎక్కడినుండి తేవాలి? ఆర్ద్రా నక్షత్రంలో ఈ వర్షంలో ఎండుకట్టెలు ఎక్కడ దొరుకుతాయి?'' అంగరాజు చింతాగ్రస్తుడై నా వంక చూసాడు. దిగ్విజయ సమయంలో ఆయన ఆశ్చర్యపరిచే ఊహలను నేను మరిచిపోలేదు. నేను ఆయనకి ఏం చెప్పగలను? ఏదైనా ఆయనకే స్వయంగా తోచాలి.

''ఉండుశోణా! వీళ్ళని ఇక్కడే ఆపేసి ఉంచు. దానం వీళ్ళకి తప్పకుండా లభిస్తుంది. ముత్యాలు ఉన్న గుప్పిటిని తెరిచి అకస్మాత్తుగా పళ్ళెంలో ముత్యాలు చేజార్చారు. ఆయన అరుగును వదిలి వేసి గబగబామెట్లను ఎక్కుతూ తన మహలులోకి వెళ్ళిపోయారు.

థాడ్... థాడ్... అన్న శబ్దాలు ఆయన మహలు నుండి బయటకు వస్తున్నాయి. రాజభవనం ప్రాచీరాలలోమారుమ్రోగుతున్నాయి.

సగం ఘడియ గడిచాక ఆయన మెట్లు దిగుతూ అరుగువైపు వస్తున్నారు. ఆయన భుజాలమీద కట్టెలమోపు ఉంది. రణరంగంలో వాయుజిత్ అవరోహించి, చేతిలోని ఖడ్గాన్ని విద్యుత్తులో తిప్పే సేనాపతి కర్ణ, నిషిద్ధ పర్వతం పల్లవం వైపు నడిచే భల్లుడిలాకట్టెలమోపు మోసుకుంటూ మెట్లు దిగుతున్న ఈ దానవీర శూర కర్ణ ఇద్దరూ ఒకరే అన్న సంగతి కేవలం నాకు మాత్రమే తెలుసు. తన మహలు కప్పు ఆధారం కోసం వంకరగా పెట్టబడిన రెండు చందనపు చెక్కలను స్వయంగా తీసి, పరసుతో వాటిని సరిగ్గా చీల్చి, వాయుజిత్ కళ్ళాలతో కట్టేసి, కట్టెలమోపును, నిజానికి ఇది ఎంతో విచిత్రమైన దానం, భుజాలమీద పెట్టుకునిమెల్లగా మెట్లు దిగుతున్నారు. నా మనస్సు ఎన్నో భావోద్వేగాలతో నిండిపోయింది. అసలు నేను ఆయన సహోదరుడు అని చెప్పుకునే అర్హత నాకు లేదు అని ఒక్కక్షణం అనిపించింది.

''ఇదిగో! దానం! నా కారణంగా మీరు చాలా సేపు నిల్చోవాల్సి వచ్చింది.'' భుజంపై నుండి కట్టెలమోపు దించి నీలిరంగు దేహం కల వృద్ధుడి చరణాల దగ్గర పెట్టి చేతులు జోడిస్తూ అన్నయ్య అన్నారు.

'జయతు దానవీర శూర కర్ణ!' ఆ వృద్ధుడు అన్నయ్య తలపై చేయి ఎత్తి పెట్టి ఆశీర్వాదం ఇచ్చాడు.

కట్టెలమోపు మూట ఎత్తేటప్పుడు ఆ వృద్ధుడు సౌధం పైన నిల్చున్న పితామహులు, మహామంత్రి విదురుల వైపు చూస్తూ నవ్వాడు. ఎందుకు నవ్వాడో నాకు అర్థం కాలేదు. అతడితో పాటు వెళ్తున్నగుండ్రటి ముఖం కల వృద్ధుడు వెళ్తూ వెళ్తూ మళ్ళీ ఒకసారి అన్నయ్య పాదాలపైన దృష్టి సారించాడు. నడుం ఒంగిపోయిన ఆ ఇద్దరు పండు ముసలివాళ్ళు మూట ఎత్తుకుని మహాద్వారం నుండి బయటకి వచ్చేసారు. నీలంరంగు దేహం గల ఆ వృద్ధుడు మహాద్వారం తరువాత ఉపద్వారం దాటగానే ఒక సారిగానిట్టనిలువుగానిల్చుండిపోయాడు, ఇది చూడగానే

ఒక్కక్షణం నాలో ప్రశ్న లేవనెత్తింది. ఈయన వేషం మార్చుకున్న శ్రీకృష్ణుల వారా? ఆయనతో పాటు ఉన్న రెండో వృద్ధుడు యుధిష్ఠరుడా?

దానం చేయడం ముగిసింది. వర్షపు ధారలు ఆగిపోయాయి. కాని నాలో ఆలోచనలు అనే ధారలు ఇంకా ప్రవహిస్తూనే ఉన్నాయి. అన్నయ్యకి సారథ్యం స్వీకరించి నేను పొరపాటు చేసాను. దీనివలన నేను అన్నయ్య రథానికి సారథ్యం వహించగలిగాను. కాని ఆయన సేవకుడిని కాలేకపోయాను. ఒకవేళ సేవకుడిని అయి ఉంటే రోజంతా దానం ఇస్తూ అలసిపోయిన ఆయన అరికాళ్ళకు చందనం కలిపిన నూనెను రాసి రుద్దే అదృష్టం నాకు లభించేది. సోదరుడిగా నేను ఈ పని చేస్తానంటే ఆయన ఒప్పుకోరు.

26

పరుగెత్తే రథచక్రాల ఇరుసులు ఒకదాని వెంట ఒకటి ఏవిధంగా అయితే ముందుకు జరుగుతాయో ఆ విధంగా ఒక సంవత్సరం వెంట మరో సంవత్సరం గడిచిపోతోంది. దిగ్విజయకర్ణఅన్నయ్యకు లభించిన ఈ కీర్తి వెనకపడిపోయింది. ఇప్పుడు అంతటా దానవీర శూర కర్ణ అన్న కీర్తి పాకిపోయింది. అంతటా ఈ విషయంపైన చర్చ జరుగుతోంది. దానవీరుడి సుపుత్రులు కావడం వలన ఆయన సంతానం పట్ల అందరూ ఎంతో ఆదరంగా వ్యవహరించేవాళ్ళు. హిమాలయ పర్వతాల శిఖరాలలాగా వాళ్ళు విశాలకాయులు అయ్యారు. తండ్రిలాగా యుద్ధశాస్త్రంలో ప్రావీణులయ్యారు. అందరికన్నా జ్యేష్ఠుడువృషసేనుడు తక్కిన విద్యలతో పాటు బాహుకంటక విద్యను కూడా ఔపోసన పట్టాడు. వృషసేన, సుషేణ, వృషకేతు,వృషాలి వదిన ఈ ముగ్గురు కుమారులు అమ్మ నాన్నల గుణాలు పుణికిపుచ్చుకున్నారు. చిత్రసేనుడు, సుశర్మ, ప్రసేనుడు, భానుసేనుడు, సుప్రియ వదిన ఈ నలుగురు కుమారులు కూడా వాళ్ళకి ఏమీ తీసిపోరు. వాళ్ళకి అన్ని సుగుణాలు వచ్చాయి. ఆ ఏడుగురు కొడుకులు వ్యాయామశాలకి వెళ్ళే ముందు దానం ఇవ్వడానికి నిల్చున్న అన్నయ్య చరణాలకి వందనం చేస్తారు. ఆ తరువాత ముందడుగు వేస్తారు. ఆయననిచూసాక అన్నయ్య జీవితం ధన్యం అయిందని నేను ఎంతో సంతోషపడేవాడిని. అశ్వత్థామ లాగా నేను జీవితాన్ని లోతుగా పరిశీలించలేదు. అన్నయ్యలాగా సుఖదుఃఖాల సంఘటనల రసం నిండిన మధుపాత్రలను హరించుకోలేకపోయాను. నా జీవితం అంటే కళకళలాడే ధాన్యపు మొక్కలతో (పంట) శోభించే పొలం గట్టున పెరిగే గడ్డిలాంటిది. నేను ఆ విధంగానే పెరిగాను. దూరం నుండి చూసేవాళ్ళకి ఆగడ్డి కూడా పంటలా అనిపిస్తుంది. అంగరాజు సోదరుడిని కాకపోయి ఉంటే అసలు నాకు స్వతంత్రమైన యోగ్యత ఏముందని? కేవలం వారి కారణంగా నాకు ఇంత కీర్తి లభించింది. అందువలన నాకు ఎప్పుడూ జీవితం అంటే ఒకమహావిధివిధానం అని అనిపిస్తుంది.

పూర్వజన్మ పుణ్యాల ఋణానుబంధబలంపైనే మేము ఇద్దరం రాధామాత గర్భాన పుట్టాము. జీవితం అంతా ఒకరి చేయి ఒకరు పట్టుకుని, నిర్మలమైన మనస్సుతో నడిచాము. మట్టికుండ పెంకులు, ప్రయాగక్షేత్రంలో వృషాలి వదినకి అంగరాజు కర్ణుడితో ప్రేమ సంబంధాన్ని కలిపింది.

తరువాత ఆవిడ జీవితపు కుంభాన్ని ప్రేమరసంతో నింపింది. ఇక ఇప్పుడు వాళ్ళిద్దరు పూర్తిగా ప్రేమలో మునిగిపోయారు.

సమాజంలోని ఆచార వ్యవహారాలకు, మూఢనమ్మకాలకు లొంగిపోయి ఏ గురుద్రోణాచార్యులు ధనుర్ధర కర్ణుడిని దూరంగా తోసేసారో, ఆ కర్ణుడినే ఆయన పుత్రుడు అశ్వత్థామ ప్రాణప్రియ మిత్రుడిగా స్వీకరించాడు. పితామహులు భీష్ములు కర్ణుడిని ఒకసారి తిరస్కరించారు, మళ్ళీ అతడికే ఒక దిగ్విజయయోధుడిగా స్వాగతం పలికారు. పరస్పర విరుద్ధమైన సంఘటనల ద్వందాన్నిచూసినప్పుడు నా మనస్సులో ఒకే ఆలోచన వచ్చేది. జీవితం మహా యోగా యోగం.

నేను అన్నయ్యతో ఈ ఆలోచన గురించి చెప్పినప్పుడు, ''ఊహు... కాదు శోణా! జీవితం యోగాయోగం కాదు. తమ తమ కృషిపైనే ఆధారపడి ఉంటుంది. జీవితం కతృత్వం పైన ఆధారపడి ఉంటుంది. జన్మ మాత్రం యోగాయోగంపైన ఆధారపడి ఉంటుంది. ఆయన ప్రతీ ఆలోచన, ప్రతీ ఊహ ఎంతో బలంగా ఉంటాయి. అసలు వాటిని విరోధించే అవకాశమే లేదు. అయినా వారు ప్రతీ విషయంలో నా అనుమతి ఎందుకు తీసుకుంటారో నాకే అర్థం కాదు.

''శోణా! నేను దానం ఇస్తాను. అందువలన అందరు నన్ను దాన వీరుడని అంటారు. కాని నా ఈ దానవీరత్వం నీకు సంకుచితంగా అనిపించదా? హస్తినాపురం, దీని చుట్టుపట్ల ఉన్న నాలుగు రాజ్యాలు, ఇంతేకాకుండా బయట కావల్సిన వాళ్ళకి నేను ఏం ఇవ్వగలుగుతాను? దిగ్విజయం కోసం మేము మొత్తం ఆర్యావర్తం అంతా తిరిగి వచ్చాము. కాని దానం ఇవ్వడానికి తిరిగామా! చెప్పు ఏదైనా ఉపాయం ఉందా చెప్పు?'' ఆయన ఒక్కసారి నన్ను అడిగారు.

''ఒకవేళ మీకోరిక ఇదే అయితే, ఒకటే ఒక మార్గం ఉంది. మీ ఏడుగురి పుత్రుల వివాహం. అది కూడా దూర దూరదేశాల సారథుల కుమార్తెలతోటే జరిపించాలి. ఈ కారణంతో అన్ని రాజ్యాల నుండి యాచకులు కూడా వస్తారు. ఎవరికైతే రావడానికి సమర్థత లేదో, వాళ్ళకి మనం మన కొత్త సంబంధీకుల ద్వారా ధనం, ధాన్యం, వస్త్రాలు పంపించగలుగుతాము.'' అన్నయ్య పుత్రులందరూ ఇప్పుడు వివాహ యోగ్యులయ్యారు. అందుకే వాళ్ళ వివాహాలు వీలైనంత తొందరగా చేయాలని నా కోరిక.

''నీ ఆలోచన ఉచితంగానే ఉంది. నీవూసత్యసేనుడు వెళ్ళండి. వధువులను ఎంచుకుని రండి. అవంతి, కామరూప, కాంభోజ, కాశ్మీరు మొదలైన దేశాలకు సంబంధించిన వధువులు కూడా ఉండాలి. సత్యసేనుడు పడమర, ఉత్తర దిక్కుల వైపు వెళ్తాడు. నీవు తూర్పు, దక్షిణ దిక్కుల వైపు వెళ్ళు. ఇంకొక మాట గుర్తుపెట్టుకో. ఇప్పుడు మీనాక్షి పెద్దదయింది. మన పుత్రులకన్నాఅందమైన వరుడిని వెతికి తీసుకురావాలి.''

''ఇంత అందమైన వరుడు ఎక్కడ దొరుకుతాడు?''

''ఎందుకు దొరకడు. నీవు ఈ పని చేయలేకపోతే నేను చేస్తాను. ఈ నిమిత్తంతో నైనా నేను మధురకివెళ్ళగలుగుతాను. ఆమెకి యోగ్యుడైన వరుడిని నేనే వెతుకుతాను.''

అన్నయ్య నా కుమార్తెకు వరుడిని వెతికే బాధ్యతను భుజాలపై వేసుకున్నారు.

27

దేశదేశాలు తిరిగి నేను, సత్యసేనుడు వధువులను ఎంచుకున్నాము. అన్నయ్య మీనాక్షి కోసం మధురలో ఒక వరుడిని ఎన్నుకున్నారు. అన్ని వైపులా ఆహ్వాన పత్రికలు పంపించాము. అత్యధికమైన సంఖ్యలో అనాథలను, వికలాంగులను తమ వెంట తీసుకురమ్మనమని కొత్త సంబంధీకులకు పత్రికలలోనే రాసాము. ప్రార్థించాము. రాజ జ్యోతిష్కులు, పురోహితుల ద్వారా నిర్ణయింపబడ్డ శుభదినం రానే వచ్చింది.

రాజనగరంలో అంతటా తిరిగి వృషాలి, సుప్రియ వదినలు అక్షింతలను అందరికి ఇచ్చారు. అందరికి ఆహ్వాన పత్రికలను ఇచ్చారు. నగరం బయట విదురుడి పర్ణకుటీరానికి కూడా వాళ్ళు వెళ్ళారు.

ప్రాతఃకాలంనుండే రాజభవనంలో నగారాలు మ్రోగాయి. తమ దిగ్విజయ సేనాపతి, దానవీర మహామానవుడి పుత్రుల వివాహ సందర్భంలో తమ ఆనందాన్ని వ్యక్తం చేస్తూ తమ తమనివాసస్థానాలను అందంగా అలంకరించారు. సూతపుత్రుల వివాహాలు అని అనే ధైర్యం ఇప్పుడు ఎవరికీ లేదు. రాజభవనాన్ని కొత్త పెళ్ళికూతురిలా అలంకరించారు. బాగా అలసిసొలసిన మా అమ్మ నాన్నలు తమ తమ శరీరకష్టాలను మరచిపోయారు. మనవుల వివాహం కోసం తయారుచేసిన భవ్య మండపాల వేదిక చుట్టుపట్ల పెట్టబడిన మంగళ కలశాలపైన శ్రీఫలాలని పెడుతున్నారు. జీవితం భ్రమగా అనిపించింది. మాపైన పెద్ద చేతులతో సుఖాలని దానం ఇస్తోంది. దిగ్విజయం సమయంలోని రాజులందరూహస్తినాపురానికి చేరుకున్నారు. ఎవరైతేరాలేకపోయారో, ఆ రాజులు వాళ్ళ ప్రతినిధులుగా అమాత్య, మంత్రి లేక సేనాపతులలో ఎవరో ఒకరిని పంపించారు. వాళ్ళందరూవధూవరులను చూడడానికి బదులు, మండపం బయట బ్రాహ్మణులకు, ఋషి మునులకు, అనాధలకు, ఆపదగ్రస్తులకునిల్చుని దానం ఇస్తున్న అంగరాజుని చూడడానికే మొగ్గుచూపుతున్నారు.

''మహారాజా! ధృతరాష్ట్రుడిలా ఒకవేళ నేను ఈ రాజ్యానికి రాజునై ఉంటే, హస్తినాపురం పేరు మార్చి కర్ణపురం అని పెట్టేవాడిని'' ఉత్సవాన్ని చూస్తూ ఎంతో భావుకుడై పోయిన విదర్భరాజు రుక్మి నాతో అన్నాడు.

వివాహాల మహోత్సవం పూర్తి అయింది. దేశ దేశాల నుండి వచ్చిన దానంతో సంతృప్తి చెందిన యాచకులు 'జయతు కర్ణా! జయతు' అంటూ ఆశీర్వాదాలు ఇచ్చి వెళ్ళిపోయారు. ఆ రాత్రి నగరం అంతా దీపకాంతులతో వెలిగిపోయింది. అదంతా చూస్తుంటే స్వర్గం ఆకాశంలో ఉందా లేక నేలపైన ఉందా అన్న భ్రమ నాకు కలిగింది. తన కోడళ్ళకు ఆశీర్వాదం ఇస్తూ అన్నయ్య అన్నమాటలు ఇంకా నా చెవుల్లో ప్రతిధ్వనిస్తునే ఉన్నాయి.

''రాజభవనంలోకి వచ్చినా మీరెప్పుడూసారథుల సంతానమే అన్న సంగతిమరచిపోవద్దు. ఈ మాటలను గుర్తుచేసుకుంటూ నేను లోకాన్నే మరచిపోయాను. మనస్సులోని ఒక మూల ఎందుకో తెలియదు కాని పాండవుల స్మృతి ఉంది. వాళ్ళు వనవాసం వెళ్ళి పదేళ్లయిపోయింది.

ఏదో ఒక అరణ్యంలో ఏదో ఒక జీర్ణపర్ణకుటీరంలో చీకటి అనే నల్లటి బట్ట కప్పుకుని వాళ్ళు నిద్రపోతూ ఉంటారు. మనస్సు బరువుగా అనిపించింది.

మీనాక్షిని అత్తగారింటికి పంపే సమయంలో ఏ దుఃఖం కలిగిందో, ఆమె లాంటి ఏడుగురు కోడళ్ళు భవనంలో తిరుగుతుండడం చూసాక ఆ దుఃఖం అంతా పోయింది. యాచకులు వెళ్ళిపోయాక ఏ సౌధాలు ఖాళీ అయ్యాయో అవన్నీ వివాహంలో లభించిన కానుకలతో మళ్ళీ నిండిపోయాయి. గంగ ప్రవాహంలా అన్నయ్య దాన యజ్ఞం ఇప్పుడు కూడా అఖండంగా నడుస్తోంది. ఏ ఒక్క యాచకుడు ఖాళీ చేతులతో వెళ్ళిపోలేదు. ఇక భవిష్యత్తులో కూడా ఎవరూ వెళ్ళరు.

అత్తగారి ఇంటికి వెళ్ళే ముందు మీనాక్షి అంగరాజుకోసం, తన వందనీయుడైన పెదనాన్నగారి కోసం ఒక సందేశాన్ని పంపించింది. "మీ కుండలాలతో ఆడుకునే మనవళ్ళను చూడడానికి నేను త్వరలోనే వస్తాను" పెళ్ళి హడావిడిలో అన్నయ్యకి ఈ విషయం చెప్పలేకపోయాను. ఆ సందేశం అందించాక ఆయన ప్రసన్న ముఖంపైన హాస్యపు కాంతిని చూడాలని ఆయన మహల్ ద్వారం దగ్గర నిల్చున్నాను. కాని... కాని... సూర్యోదయం అయ్యాక కూడా ఆయన భవనద్వారం మూసుకునే ఉంది. పదిసార్లు కొట్టినా లోపలినుండి ఏ జవాబు లేదు. మనస్సులో సందేహం వచ్చింది. అసలు ఇంతకు ముందు ఎప్పుడూ ఇట్లా జరగలేదు.

"అన్నయ్యా! తలుపులు తెరు" నేను భయపడుతూ అన్నాను.

"ఎవరు? శోణా?" గడియ తెరిచాడు. తలుపులు తెరుచుకున్నాయి. బంగారు రంగులో ఉండే అతడి ఉంగరాల జుట్టు అటుఇటు చెరిగిపోవడం వలన ఎప్పుడూ సంతోషంగా ఉండే ఆయన ముఖం వాడిపోయినట్లుగా అనిపించింది. రెండు చేతులను వెనక్కు కట్టుకుని వ్యాకులతతో మహలులో అటు ఇటు తిరుగుతున్నారు.

"ఏం జరిగింది అన్నయ్యా! నీ ముఖం ఇంత ఉదాశీనంగా ఎందుకు ఉంది?"

"అసలు ఏమీ అర్థం కావడం లేదు. శోణా!"

"ఏ విషయంలో అన్నయ్యా?"

"నా కల గురించి. రాత్రి నేను ఒక అద్భుతమైన కలని కన్నాను."

"ఎటువంటి కల? కలలు నిజం కావు కదా?"

"కాదు, శోణా! ఈ కల తప్పకుండా పండుతుందని నా మనస్సు చెబుతోంది. కలలో సాక్షాత్తు సూర్యదేవుడితో నేను మాట్లాడాను."

"ఏం మాట్లాడావు?"

"సాక్షాత్తు ఇంద్రుడు యాచకుడి రూపంలో నీ ద్వారం దగ్గరకి వస్తాడు. ధన ధాన్యాలు, సిరిసంపదలు, వస్త్రాలు, ఆవులు ఏవీ అడగడు.." అని సూర్యదేవుడు చెప్పాడు. ఆయన అడిగేది...?"

'ఏవిటి అడుగుతారు?"

"కవచం, కుండలాలు శోణా! కవచం కుండలాలు, అవీ అర్జునుడి కోసం. ఆయన గబగబా అటు ఇటు తిరగసాగాడు.

"ఒద్దు అన్నయ్యా! ఏది ఏమైనా సరే నీవు దానం ఇవ్వవద్దు. ఇది దానం కాదు దాసత్వం అవుతుంది." నేను ఒక్కసారిగా అరిచాను. నా శరీరం గజగజావణకసాగింది.

"ఇదే మాట సూర్యదేవుడు కూడా గట్టిగా చెప్పారు. నీవు ఒకవేళ కవచ కుండలాలు ఇస్తే నీవు సర్వనాశనం అయిపోతావు అని స్పష్టంగా చెప్పారు"

"మరి మీరు ఆయనకు ఏం జవాబు ఇచ్చారు?"

"శోణా! నేను ఏంజవాబు ఇచ్చానో, అది నీకు నచ్చదు. అసలు నీవు వినలేవు."

"వెంటనే చెప్పు. లేకపోతే నా ఊపిరి ఆగిపోతుంది.

"సూర్య దేవుడికి వందనం చేసాను. ప్రత్యక్షంగా దేవరాజు ఇంద్రుడే యాచకుడిగా నా ద్వారం దగ్గరికి వచ్చినప్పుడు, కవచకుండలాలను తప్పకుండా దానం చేస్తాను. ఆయన ఎంతో గొప్పవాడు" అని నేను అన్నాను. ఆయన అన్నమాటలు, వేడిగా ఉన్న లోహరసంలా నా చెవులలో పడ్డాయి.

"ఎందుకు? ఎందుకోసం నీవు ప్రాణాలను సైతం లెక్కచేయకుండాభయంకరమైన ఈ జూదం ఆడడానికి ఇష్టపడుతున్నావు?"

"శోణా! దీని గురించి నీవు ఇప్పుడే తెలుసుకోలేవు. నేను ఈ దానం కేవలం కీర్తి కోసమే ఇస్తాను".

"కీర్తి... కీర్తి... ఇప్పటివరకు మీకు తక్కువ కీర్తి లభించిందా? కీర్తి అంటే అసలు అర్థం ఏమిటి? ఇంకా మీకు ఎటువంటి కీర్తి కావాలి?"

బలం, వృత్తాసురుడిని చంపిన సర్వానికి అధిపతి అయిన, దేవుళ్ళకు దేవుడు అయిన ఇంద్రుడికి వరదాత కర్ణుడు అన్న కీర్తినాకు రావాలి. శోణా రేపు సాక్షాత్తూ స్వర్గం ఈ పురాతనమైన ధరిత్రి దగ్గరికి భిక్ష కోసం రాబోతోంది. ఈ వైభవం కోసం కవచకుండలాలేమిటి ప్రాణాలు సైతం ఆహుతి ఇస్తాను. జన్మ మృత్యువుల విషయంలో వీరుల ఊహలు వేరుగా ఉంటాయి. కీర్తి లేని మనిషి జీవించి ఉన్నా మృతప్రాయుడే. కీర్తివంతులకే స్వర్గద్వారాలు తెరిచి ఉంటాయి. కీర్తి మనిషికి స్మృతి రూపంలో అమరమైన కొత్త జీవితాన్ని ఇచ్చే రెండో తల్లి. కీర్తిలేని జీవితం అంటే మృత జీవితం. పగలూ రాత్రీ భోజనం, నిద్ర, ధనం, ప్రేమ మొదలైన వాటికోసం పరుగెత్తడమే ఆయుష్షు కాదు. ఆయుష్షుని కీర్తి అనే కొలమానంతోనే కొలుస్తారు. మహా సాగరంలో వందల సంవత్సరాలు జీవించే దేవమత్స్యాలు ఉంటాయి కదా? కాని ఎవరూ వాటిని అమరులు అనిఅనరు. కేవలం జీవించడమే జీవితం కాదు. జీవితం అంటే ఎట్లా ఉండాలి? ఇది కీర్తి చెబుతుంది. నిజానికి ఈ భూమిమీద ప్రతీరోజు వేలవేల జీవులు జన్మిస్తాయి. వాటికోసం కనీసం కన్నీళ్ళు కార్చే సమయం కూడా ఎవరి దగ్గర ఉండదు. ఎవరి వియోగం వలన, హృదయవిదారకమైన యాతన అనుభవిస్తారో వాళ్ళే కీర్తివంతులు. వాళ్ళే నిజానికి జీవిస్తారు. వాళ్ళే నిజానికి చనిపోతారు. అందువలన జీవితమా! కీర్తా? ఈరెండింటిలో ఏది కోరుకుంటావు అని సూర్యదేవుడు అడిగినప్పుడు, కీర్తి! కీర్తిని కళంకితం చేసాక లభించే జీవితాన్ని నేనెప్పుడూస్వీకరించనుఅని సమాధానం ఇచ్చాను.

"మరైతే కీర్తి నిచ్చే ఈ దానాన్ని ఇచ్చేటప్పుడు నీవెందుకు ఇంతగా వ్యాకులత చెందుతున్నావు? అన్నయ్యా! జీవించాలన్న ఆశ అన్ని ఆకాంక్షలకన్నా శ్రేష్ఠమైనది. దీన్ని కాదనకు.

జీవించి ఉన్నప్పుడు ఒకవేళ కీర్తి లభిస్తే ఆత్మగౌరవం వలన కలిగే సంతోషం ప్రాప్తిస్తుంది. కాని మృత్యువు తరువాత అసలు ఈ కీర్తి వలన ఏం లాభం? ఒకవేళ శవంపైన సుగంధిత పుష్పాల దండను వేసినా, శవం అయితే ఆ సుగంధాన్ని అనుభవించలేదు కదా! జగత్తులో అస్తిత్వాన్ని నిలబెట్టుకోవాలి ఏ మార్గంలో అయినా సరే అస్తిత్వాన్ని నిలబెట్టుకుంటేనే అదే నిజమైన పరాక్రమం. అదే నిజమైన జీవితం. మీ ద్వారం దగ్గరికివరైతే ఇంద్రుడిని పంపిస్తున్నారో వారి ఊహ ఉదాత్తమైనదా? వాళ్ళు కూడా కేవలం జీవించాలనే కోరుకుంటున్నారా! జీవించి ఉండటం ప్రాణుల స్థాయీభావం. అందువలనే ఈనాడు మీ మనస్సు భయపడుతోంది. జీవించడానికే ఎందుకంటే కవచకుండలాల కారణంగా మీరు యుద్ధంలో ఎప్పుడు విజేతలే. అర్జునుడి లాంటి వాడు కూడా మిమ్మల్ని ఓడించలేడు. అన్నయ్య మానస సత్యరూపానికి చేయూత నివ్వండి. కవచకుండలాలను దానం చేయవద్దు. అర్జునుడిని వధిస్తాను అని మీరు ప్రతిజ్ఞ చేసారు. కనీసం ఇప్పుడు దానిని గుర్తుచేసుకోండి.''

''శోణా! చాలా చెప్పావు. నాతో ఉన్నప్పుడు, ఎప్పుడు ఏ మాటలైతేచెప్పలేదో అవన్నీ ఇవాళ చెప్పేసావు. సరోవరంలో వికసించిన కమలపుష్పాల మకరంద మాధుర్యం సరోవరంలోని జలానికి కూడా తెలియదు. దానిని దూరంగా ఉన్న భ్రమరాలే తెలుసుకుంటాయి. నీ స్థితి ఇట్లాంటిదే. జీవితం అంతా నేను ఎట్లావ్యవహరించానో నీవు తెలుసుకోలేకపోయావు. నాకెంతో ఆశ్చర్యంగా ఉంది. నాతో పాటు, నా భుజాలతో భుజాలు కలిపి ఇన్నేళ్ళు ఉన్నావు అయినా ఇటువంటి మాటలు మాట్లాడుతున్నావా? ప్రాణాల భయం వలన నేను వ్యాకులత చెందాను, అందుకే నాకేం చేయాలో తెలియడం లేదు, నీవు ఇట్లాగే అనుకుంటున్నావా? శోణా నేను భయపడ్డాను. వ్యాకులత చెందాను. నాకేం చేయాలో తోచడం లేదు. ఇదంతా నిజమే. కాని ప్రాణభయం వలన కాదు...''

ఆయన రహస్యమైన వలని ఇంకా చిక్కులుచిక్కులుగా తయారు చేస్తున్నారు.

''శోణా! శరీరానికి ఉన్నఈ అభేద్య కవచాన్ని, ఈ మెరుస్తున్న కవచ కుండలాలని, ఒకవేళ ఇంద్రుడే అడిగితే వాటిని ఎట్లా, ఏ స్థానం నుండి కోసి ఇవ్వను ఇదే నాకు తెలియడం లేదు. ఈ ఛేదించలేని శరీరం పైన ఏ అస్త్రాన్ని ఉపయోగించను. ఎదురుగుండా కీర్తి అనే కుంభం, కవచకుండలాలు అభేద్యం కావడం కారణంగా భగ్నం కాదు కదా? దీన్ని గురించి ఆలోచించే వ్యాకులత చెందుతున్నాను. రాత్రంతా ఆలోచిస్తూనే ఉన్నాను కానీ ఏదారి దొరకలేదు. చెప్పుశోణా! ఈ కవచాన్ని నేను ఎక్కడినుండి కొయ్యను?'' ఆయన మళ్ళీ చేతులు వెనక్కి కట్టుకుని అటుఇటు తిరుగుతున్నారు.

నేను తల వంచుకున్నాను. ఆయన ఆలోచనలు ఆకాశాన్నంటే ఆలోచనలు. వాటి ముందు నా ఆలోచనలు ఎంతో క్షుద్రమైనవిఅని అనిపించాయి. చాలాసేపటివరకు మేము మౌనంగా ఉన్నాము. చివరికి నన్ను అట్లాగే వదిలివేసి ఆయన అర్ఘ్యదానం ఇవ్వడానికి ఆరిన ఉత్తరీయాన్ని తీసుకుని వెళ్ళిపోయారు.

వృషాలీ వదినతోబాటు తక్కిన వాళ్ళందరికీ కూడా ఈ వార్త చెప్పాను. ప్రతీ మహలుకి వెళ్ళాను. కాని ఆయన దృఢనిశ్చయం గురించి అందరికి తెలుసు. కవచకుండలాలని దానం ఇవ్వాలి అన్న ఆయన నిర్ణయాన్ని మార్చే శక్తి మా ఎవరిలోనూ లేదు.

28

నియమానుసారం ఆయన స్నానం మొదలైనదైనందిన కార్యక్రమాలు అయ్యాక, అర్ఘ్యదానం ఇచ్చారు. ఆ తరువాత దానం ఇచ్చే అరుగు పైన వచ్చి నిల్చున్నారు. యాచకుల వరస చాలా దూరం దాకా ఉంది. వాళ్ళల్లో ఎక్కడైనా దేవేంద్రుడు కనిపిస్తాడా? ఇట్లా ఆలోచించి నేను అందరిని పరిశీలించడం మొదలుపెట్టాను. ఆయన ఎక్కడా కనిపించలేదు. హమ్మయ్య అంటూ ఊపిరి పీల్చుకున్నాను. అంగరాజు ఏ వస్తువైతేఅడుగుతున్నారో దానినే నేను ఆయన చేతుల్లో పెడుతున్నాను. బంగారం, వస్త్రాలు, ముత్యాలు, ధాన్యం, నూనె మొదలైన పదార్థాలను విరివిగా దానం చేసారు. యాచకులందరికి దానం ఇవ్వడం అయిపోయింది. సౌధం మీద వ్యాకులతతో నిల్చున్న అమ్మ నాన్న, వృషాలి వదిన, సప్తపుత్రులు శాంతిగా ఊపిరిపీల్చుకున్నారు. అయితే కల కేవలం కలగానే మిగిలిపోయింది. ఇట్లా నేను గొణుగుతూ కిందపడ్డ నాలుగు ముత్యాలని పళ్ళెంలో వేసాను. ఇంతలో చాలా బలహీనంగా ఉన్న ఒక బ్రాహ్మణుడు మహాద్వారం నుండి గర్భద్వారంలో ప్రవేశించాడు. ఒక్కక్షణం అట్లాగే ఆగిపోయాడు. నా మనస్సు శంకతో కంపించింది.

''ఎవరు?'' అంగరాజు అడిగాడు.

''ఒక దరిద్ర బ్రాహ్మణుడు! ఒక యాచకుడు.''

''త్వరగా రండి. దానం ఇచ్చే సమయం అయిపోతోంది. శీఘ్రంగా రండి.''

నడుంపైన రెండు చేతులు పెట్టుకుని వంగిపోయిన ఆ బ్రాహ్మణుడు అరుగు దగ్గరికి వచ్చాడు. కళ్ళు చిట్లిస్తూ, బోసినోటితో నడుచుకుంటూ వచ్చి అక్కడ నిల్చున్నాడు.

''బ్రహ్మాజీ! ఏమి కావాలి? ధనమా, ధేనువులా, భూమియా, ధామాలు (యాత్రాస్థలాలు) అశ్వాలూ, అన్నవస్త్రాలా? ఫలాలు, పుష్పాలు, మధురమైన రసాలు, సేవకులు, సేవికలు, గ్రంథరచయితకి భూర్జపత్రాలా? ఏమి ఇవ్వను? ఆజ్ఞ ఇవ్వండి!''

''కర్ణా! నీవు దానవీరుడివి. నీ యశస్సు గురించి విని నేను దూరదేశం నుండి వచ్చాను. నాకు ధనం అక్కరలేదు. నేను ధనలోభిని కాను. ధేనువు అక్కరలేదు, నేను గోపాలుడినికాను. భూమి అక్కరలేదు, నేను రాజుని కాను. నేను ఎటువెళితే నాకు అక్కడే ధామాలు. అందువలన నాకు ధామాలు అక్కరలేదు. అశ్వ, అన్న, ఫల,పుష్పాలు ఏమీ నాకు అక్కరలేదు. నేను గ్రంథ లేఖనం చేసే ఋషిని కాను. అందువలన ఈ భూర్జపత్రాలు నాకు అక్కరలేదు.''

''మరైతే ఏం కావాలి? నేను స్వయంగా మీకు సేవకుడినవ్వనా? మీ ఆజ్ఞానుసారం మీ వెనక నడవనా? బ్రహ్మవర్యా! ఆజ్ఞ ఇవ్వండి. సంకోచపడకండి. సాగరద్వారం నుండి మేఘాలు వెనక్కి తిరిగి వెళ్ళిపోతాయేమో కాని కర్ణుడి ద్వారం నుండి ఏ యాచకుడు ఖాళీ చేతులతో వెళ్ళడు.''

''ఇదంతా నీ మిథ్యాబింభం. నీ కీర్తికి కళంకం రాకూడదని నేను వెనక్కి వెళ్ళిపోతున్నాను. ఎందుకంటే, నేను అడిగేది నీవు ఏనాటికీ ఇవ్వలేవు.'' బ్రాహ్మణుడు వెనక్కి తిరిగి మహాద్వారం వైపు వెళ్తున్నాడు. అంగరాజు అరుగు విడిచి పరుగెత్తుకుంటూ వెళ్ళి ఆయన చరణాలని పట్టుకున్నాడు.

''నా ధవళకీర్తికి ఇట్లా కళంకం రానీయకండి. ఈ శిరస్సును కూడా తీసి నేను మీ చరణాల పైన పెడతాను. కాని మీరు రిక్త హస్తాలతో వెళ్ళకండి. ఆజ్ఞ ఇవ్వండి. మీ కోరిక ఏమిటి?''

''దానవీరుడుఅని పిలవబడే కర్ణా! నీ దాన వీరత్వంపైన నీకు గగనాన్ని చీల్చే అంత అభిమానం ఉంటే నీ కవచకుండలాలని నాకు దానం చెయ్యి'' బ్రాహ్మణుడు చేయి చాచాడు. అన్నయ్య వాత తగిలినవాడిలా తక్షణం లేచి నిల్చున్నాడు. ఆయన నీలి నేత్రాలలో నీళ్ళు నిండాయి. పెదవులు ఒణకడం మొదలుపెట్టాయి.

''దేవరాజు ఇంద్రా! ఈ కర్ణుడి లాంటి సూతపుత్రుడి ద్వారం దగ్గర మీరు. ఒక వృద్ధ బ్రాహ్మణుడి వేషంలోనా? నేనెక్కడ ఉన్నాను?'' భూమిమీదాలేక స్వర్గంలోనా? స్వర్గంలో అమృతం సేవించి, అప్సరసల మధ్య రమణించే, దేవతలకి రాజైన ఒక మహామహుడు, మర్త్యలోకంలో ఒక సూతపుత్రుడి ద్వారం దగ్గర చేతులు చాచి నిల్చున్నాడా? ఇది నిజమా! లేక కలా? శోణా! ఇవాళ మా దిగ్విజయం నిజంగానే పూర్తి అయింది. నాలుగుదిశల పైన మరో ఐదో దిశ ఉంటుంది. ఈనాడు అది కూడా ఓడిపోయింది. అంగరాజు ద్వారం ఎదుట సాక్షాత్తు దేవరాజు యాచకుడిగా నిల్చుని ఉన్నాడు. రండి దేవాధిదేవా! నేను మిమ్మల్ని ఆహ్వానిస్తున్నాను. కవచ కుండలాలని మీ జోలెలో వేస్తున్నాను. కాని... కాని... దీనికోసం మీరు అతి పెద్దదైన జోలె తీసుకురావాలి. నా ఈ అంగాలు అభేద్యమైనవి. వీటి మీద శస్త్రాన్ని ప్రయోగించలేము. అందువలన.... అందువలన ప్రాణాలు పోయేదాకా ఊపిరి బిగపట్టి నా మృతశరీరాన్ని జోలెలో వేస్తాను. స్వర్గానికి వెళ్ళాక, మీ రాజ్యంలో సరిహద్దులపై ఉన్న బంగారపు కంచెపై వీటిని ఆరబెట్టండి. నా చల్లటి రక్తం ఆవిరై పైకిపోతుంది. ఈ సువర్ణ కవచం మీరు కోరినట్లుగా అఖండంగా లభిస్తుంది.

అంగరాజు కాస్సేపు ఆగి అన్నాడు – ''కాని మీకు ఇవి ఎందుకు? స్వర్గంలోని బొక్కసం (ధనాగారం) లో బంగారం సంచయనం తక్కువ పడ్డదా? అందువలనా? లేక మీ సింహాసనం పైన పులిచర్మం పాడైపోయిందా? దాని బదులు కొత్తదాన్ని వేయాలా? అందువలనా? లేక మీ వజ్రంతో సమానంగా, మరో వస్తురూపంలో విశ్వంలో కవచం ఉంది. అందువలనా? చెప్పండి దేవరాజా? స్వర్గం నుండి ఏ మెట్లనుదిగివచ్చి నేడు మీరు నేలపైకి వచ్చారో వాటిపైన పరవడానికి (గౌరవమునకై పెద్దలు నడుచుత్రోవలో పరుచు వస్త్రం) మీకు ఈ బంగారుకవచం కావాలా? అందువలనా? ఎందుకు? మీరు ఎందుకు మౌనంగా ఉన్నారు? నహుష మహారాజు తరువాత భూమిపైన మళ్ళీ మీరొక్కరే వచ్చారు. చెప్పండి మహేంద్రా! స్తబ్దంగా ఎందుకున్నారు? ఈ కవచాన్ని మీ చరణాల చెంత పెడతాను, దీనికి ఉపాయం మీరే చెప్పండి? ఎందుకంటే... ఎందుకంటే నాలాంటి సూతపుత్రుల కోసం స్వర్గంలో ఎక్కడ స్థానం ఉంటుంది? మీరు కేవలం కవచకుండలాలే తీసుకువెళ్తారు కదా? ఇవి స్వతః నా జన్మ నుండి శరీరంతో పాటు ఉన్నాయి. మరి వీటిని నేను ఎట్లా వేరుచేయగలుగుతాను. తలలోని అన్ని నరాలపైన బలం ప్రయోగించి నేను ఉపాయాన్ని వెతుకుతున్నాను. కాని నాకు ఎటువంటి ఉపాయం తోచడం లేదు. నా నిర్మలకీర్తి కళంకితమై పోతుందని సిగ్గుపడుతున్నాను. అందుకే మీ ఎదురుగుండానిల్చున్నాను.''

''ఊహు! లేదు కర్ణా! నీ కీర్తి ఎప్పుడూ కళంకితం కాదు. నడుములోంచి ఆ ఖడ్గం లాగు. దాని మొనతో కమల దళాలలాంటి నీ చర్మాన్ని చీల్చు. చర్మపు ఒక పొర నీ చేతి లోకి వస్తుంది.

దాన్ని పట్టుకుని, చెట్లబెరడును లాగేసినట్లు చేతులతో కవచాన్ని వేరు చెయ్యి. కర్ణా! ఐదు దశలలోనూ దిగ్విజయం నీ ఒక్కడికే ప్రాపిస్తుంది. నీ ఒక్కడికే...''

''దేవరాజా! మీ ఋణాన్ని నేను ఎట్లా తీర్చుకోను. అసలు నాకేం చేయాలో తోచడం లేదు. మీరు ధన్యులు'' ఆయన కళ్ళు అద్భుతమైన ఆనందంతో మెరిసాయి.

ఆయన త్వరత్వరగా నడుచుకుంటూ అరుగుపైన తన నిర్ధారణ స్థానం పైకి చేరారు. ఆయన సర్‌మంటూ ఒరలో నుండి ఖడ్గాన్ని లాగారు. అసలు ఆ శబ్దంతో ఒణుకు పుట్టించే ఒక అల నా శరీరం అంతటా పాకింది. ఆయన చేతిలోని ఖడ్గాన్ని ఆపుతూ వ్యాకులతతో అన్నాను– ''అన్నయ్యా! ఒద్దు, ఒద్దు...మీ చెవుల కవచకుండలాలు ఇవాళ మళ్ళీ నిస్తేజం అయి పోయాయి. కళాకాంతులు కోల్పోయాయి.

''శోణా! కుండలాలు ఇవాళ్టి నుండి ఎప్పటికీ నిస్తేజం అయిపోతాయి. కాని ఇవాళ అవి నిస్తేజం అయిపోతున్నాయే అన్నచింత నాకు లేదు. వాటిముందు ఇవాళ స్వర్గం కూడా నిస్తేజమే అయిపోతుంది. జరుగు శోణా! జరుగు...'' ఆయన ఖడ్గాన్ని లాగారు. నేను ఆయన చరణాల చెంత తలపెట్టాను. తలను కొట్టుకుంటూ అరవసాగాను– '' అన్నయ్యా! నాకు కూడా ఇంత భిక్ష ఇవ్వండి. కవచంపై శస్త్రాన్ని ప్రయోగించవద్దు.''

నా తల దిమ్మెక్కింది.

ఆయనకి ఎవరిపైన ధ్యాసలేదు. ఇప్పుడు అన్నయ్య ఉన్మాది అయినంతగా శకుని మామ పాచికలు విసిరివేసేటప్పుడు కూడా కాలేదు. సహపంక్తి భోజన సమయంలో మద్యంతో మత్తెక్కిన దుర్యోధనుడు కూడా ఇవాళ అంగరాజు కర్ణుడు అయినంత ఉన్మాది కాలేదు.

కళ్ళు మూసుకుని, సూర్యస్తోత్రం చదువుతూ తన మొనతేలిన ఖడ్గంతో చర్మాన్ని చీల్చాడు. రెండు మూడు రక్తపుబొట్లు దేవేంద్రుడి కటి వస్త్రంపై పడ్డాయి.

''అన్నయ్యా! అన్నయ్యా!'' నేను పెద్దగా కేకవేసాను. బాల్యంలో ఆయన రథం వెనుక పరుగెత్తే సమయంలో కూడా నేను ఇంతగా అరవలేదు. కాని అప్పుడు నా అరుపులు వినిపించేవి. ఇప్పుడు ఏమీ వినిపించడం లేదు. చెట్ల నుండి బెరడు ఎట్లా పెరికి పారేస్తారోఅట్లా తన చేతులతో కవచాన్ని తీసేయడం మొదలుపెట్టారు. అత్తిపండు (మేడిపండు) ని కొయ్యగానే లోపలి రక్తవర్ణ గర్భం ఎట్లాఅనావృతం అవుతుందో అట్లాగే ఆయన రక్తమాంసాల శరీరం అనావృతం అవుతోంది. గంగాఘాట్‌లోబురుజులుఎట్లా నీళ్ళతో తడిసిపోతాయో, అట్లా ఆయన శరీరం వేడిరక్తంతో తడిసిపోయింది.

అసంఖ్యాకమైన బాణాల మొనలు గుచ్చుకున్నట్లుగా నా శరీరంలో విపరీతమైన బాధ మొదలయింది. కళ్ళఎదురుగుండా అరుగు కదలాడుతోంది. నాకు కళ్ళు తిరుగుతున్నాయి. తలని పట్టుకుని తరువాత మోకాళ్ళలో దాచుకుని తక్షణం నేను కింద కూర్చుండి పోయాను. ఇప్పుడు అందరూ కింద కూర్చోవాలి.

బట్టలు ఎట్లాతీసేస్తారోఅట్లా నవ్వుతూ కవచాన్ని లాగేసి, ఆయన దేవేంద్రుడి చేతిలో పెట్టారు. ఆయన చిరునవ్వు నవ్వుతున్నారు. ఆయనకి అసలు ఎటువంటి ఆనందం కలిగింది? మా అందరి ఆశలు ఆకాంక్షల మీద నిప్పులు చల్లి ఆయన దేవేంద్రుడి చరణాలపైన పూలను వెదజల్లారు. అసలు ఆయనకు ఏం ఆనందం లభించిందో చూడాలని తల ఎత్తి చూసాను.

మృత్యువు కూడా ఇంత బీభత్సంగా ఉండదు. మొత్తం కవచాన్ని శరీరం నుండి ఊడబెరకడం కారణంగా, తెగిన చెవుల కిందిభాగాల వలన ఆయన ఎంతో కురూపిగా కనిపిస్తున్నారు. చూడగానే నేను అవాక్కయిపోయాను. దావాగ్నిలో సగం మండిపోయి ఆరిపోయిన చెట్టులా ఆ అరుగుమీద నిల్చుని ఉన్నారు. నన్ను నేను ఏదో విధంగా సంబాళించుకుని లేచి నిల్చున్నాను. నేను జీవించే ఉన్నానా? లేక మరణించానా? ఆ వీరాధివీరుడు, ధనుర్ధరుడు, దిగ్విజయ సేనాపతి, దాన వీర శూర కర్ణుడు, – ఉఫ్! ఇప్పుడు ఆయన ఎవరూ కారు... ఆయన కురూపిగా ఉన్న ఒక వికృతమైన ఒక బొమ్మలా ఉన్నారు. నా వైపు చూసి ఆయన ఎప్పటిలా నవ్వారు. కాని ఆ నవ్వులో ఇదివరకటి నవ్వు కనిపించలేదు. రక్తసిక్తం అయిన ఆయన ముఖంలో, లోపలినుండి బయటకు కనిపించే మెరిసిపోయే పళ్ళు భయంకరంగా కనిపిస్తున్నాయి. తలకి ఉన్న అందమైనజుట్టు కవచంతోపాటు పోవడం వలన ఆయన గదలా గుండ్రంగా కనిపిస్తున్నారు. చెవుల దగ్గర కోసేయబడ్డ కిందభాగాల వద్ద వంకాయరంగు అందమైన కిరణాలు లేవు. అక్కడ కేవలం సంచిత రక్తబిందువులు మాత్రమే ఉన్నాయి. కేవలం రక్తబిందువులు.

"వసు..." ఆయనని ఈ రూపంలో చూసిన రాధామాతమెట్లమీద మూర్ఛితురాలైదొర్లుతూ వంటగదికి కొట్టుకున్నారు. ఆరూపంలోనే, ఆయన ముందుకువచ్చి రాధామాతను సంబాళించడానికి ప్రయత్నం చేసారు. కాని వేడి రక్తం స్పర్శ వలన ఆమె దేహం పైన బొబ్బలు ఎక్కుతున్నాయని దూరం జరిగారు. ఆ రక్తరంజిత కురూపి శరీరంలో ఉన్న విశాలమైన మనస్సు చూసి నవ్వాలా లేక దేవుడు చేసిన దానికి ఏడవాలా, నాకు ఏమీ అర్థం కాలేదు. కవచకుండలాలను చేతిలో తీసుకున్న ఇంద్రుడి చేతులు కూడా కాలిపోయాయి. కాని ఆయన మనస్సులోని మంట చల్లారిపోయింది. ఆయన అర్జునుడు సురక్షితం అయిపోయాడు అందుకనా? లేక ఒక అద్వితీయమైనదానవీరుడి దర్శనం అయింది అందుకా? అసలు ఇది తెలుసుకోవడం సంభవం కాదు. రాజభవనపు మెట్లు దిగి వృషాలి, సుప్రియ వదిన దానవీరుడి వైపు పరుగెత్తారు. కాని వాళ్ళు కూడా అతనిని స్పర్శించలేకపోయారు. దూరం నుండే"నాథా! మ...హా...రా...జా..." అంటూ హృదయవిదారకంగా ఏడ్చారు. తల దిమ్మెక్కుతోంది. రాజభవనంలో సౌధాలన్నీ నిండిపోయాయి. అతడు దిగ్విజయ సౌందర్య శీలుడైన వీరుడు, కాని కురూపిగా మారిన అతడిని అందరు కన్నీళ్ళు కారుస్తూ చూస్తున్నారు. కాని అన్నయ్య అరుగుమీద నిశ్చలంగా నిల్చున్నారు. ఎక్కడైతే ఆయన చేతులతో దానం తీసుకునేటప్పుడు, తృప్తి పొందిన యాచకులఅశ్రువులు రాలాయో, ఆ అరుగుపైన ఆయన చిక్కటి రక్తం గడ్డకట్టుకుపోయింది. అందరూ అయ్యో... అయ్యో... అంటూ వ్యాకులత చెందారు. నేను చేతులతో చెవులను మూసుకున్నాను. నా చెవులు ఆయన జయజయకారాలకు అలవాటు పడ్డాయి.మరేదీ అవి వినలేవు. అసలు ఆయన కురూపి అవడం కన్నా, అందరూ చూపే సహానుభూతిని సహించలేకపోయాను.

ఆయన మెల్లి మెల్లిగా అరుగు వదిలి దేవేంద్రుడి దాకా వచ్చారు. దేవేంద్రుడి చరణాలకు వందనం చేస్తూ అన్నారు "దేవరాజా! అవతలివాళ్ళ హృదయాన్ని బాధపెడుతూ జీవించడం నాకు ఎంతమాత్రం ఇష్టం లేదు. నా కోసం వీళ్ళ మనస్సులు క్షణక్షణం బాధతో గిలగిలా కొట్టుకుంటున్నాయి. చేయగలిగితే నా శరీరానికి మంచి రూపాన్ని ఇవ్వు. లేకపోతే ఈ ఖడ్గంతో నా

కంఠాన్ని నరికేయి. అప్పుడు నా తల సహజంగానే శరీరం నుండి వేరవుతుంది. చేతిలోని ఖడ్గాన్ని దేవేంద్రుడి చరణాల పైనపెట్టి తలవంచుకున్నారు. ఎప్పుడు బంగారంలా మెరిసే ఆయన బలాఢ్యమైన వీపు ఇప్పుడు మరుగుతున్న ఇనుములా కనిపిస్తోంది.

''లే! అంగరాజ కర్ణా! నీవు ధన్యుడివి! నేను తృప్తి పడ్డాను. నీకు ఒక అమోఘమైన అస్త్రాన్ని ఇస్తాను. వైజయంతీ అస్త్రం'' దేవేంద్రుడు అన్నయ్యని లేపారు. ఆయన దేహంపైన చేత్తో నిమిరారు. ఆయన శరీరం నెమ్మది నెమ్మదిగా మంచి రూపంలోకి మార్పు చెందింది. పొగమంచు విడిపోయినట్లుగా రక్తపు వర్ణం దూరం అయింది. కవచం పోయింది. చర్మం వచ్చేసింది.

''జయతుదానవీరకర్ణా!'' ఆశీర్వాదం ఇచ్చి బ్రాహ్మణ వేషంలో ఉన్న దేవేంద్రుడు మహాద్వారం నుండి బయటికి వెళ్ళిపోయారు. కవచ కుండలాలని తీసుకుని తన ఓటమిని అరుగుపై వదిలేసి వెళ్ళిపోయారు.

అంగరాజుకి కవచం లేదు అన్న సంగతి మరచిపోయి, ఎంతోమంది వెంటనే ముందుకువచ్చి ఆయనని కౌగలించుకున్నారు.ఎవరో జయఘోష చేసారు. 'దాన వీర శూర కర్ణా! జీవేత్ శరదఃశతమ్!'' నాకు ఆ జయఘోష వినిపించలేదు. కవచం నుండి కారిన చివరి రక్తపు బొట్లను, నేను కన్నార్పకుండా, చెవిటి వాడిలా చూస్తున్నాను. రాజభవనంలో సౌధాల నుండి పూలవానని కురిపించారు. ఆ పూలు స్వర్గం నుండి కురిసాయా లేక మరోచోట నుండి ఇది చూడటానికి ఎవరికీ అవకాశం లేదు. అందరూ ఆయనని ఎంతో స్నేహంగా చుట్టుముట్టారు. వాళ్ళు ఎంతగా భావుకులయ్యారో చెప్పడం కష్టం . ముందుకు వచ్చి ఆయన రాధామాతకి వందనం చేసారు.

''వసు...!'' రాధామాత కంఠం గద్గదమయింది.

''వసు కాదు – వైకర్తన్, మాతే!'' ఆయన ఎంతో శాంతిగా అన్నారు.

రాధామాతకోయబడిన చెవులను తడిమారు. ఆమె మాతృప్రేమ పిచ్చిప్రేమ. రాధామాతను సంబాళిస్తూ ఆయన కొడుకులు, కోడళ్ళు, ఆప్తులు, నేను– అసలు ఎవరిపైనా ఆయనకు ధ్యాసే లేదు. రెండువైపుల ముగ్ధులైనిల్చున్న ప్రేక్షకులు భావావేశంతో తల్లీ కొడుకులపై పుష్ప వర్షం కురిపించారు... కవచ కుండలాలు లేని ఆయన దేహాన్ని సూర్యుడు చూడడానికి ఇష్టపడటం లేదేమో అందుకే పశ్చిమ క్షితిజం నుండి సమయానికి పూర్వమే అస్తమయం అయిపోయాడు. నలువైపులా సంధ్యాఛాయ చిక్కబడుతోంది.

కవచకుండలాలని త్యాగం చేసి అన్నయ్య ఏం పొందారు? ఎవరో ఒక మహాయోధుడి ప్రాణాలు తీసే ఇంద్రుడి అమోఘమైనవైజయంతీ అస్త్రం! దిగంతంలో వ్యాప్తిదివ్యకీర్తి!

ఎనిమిదవ భాగము

కర్ణుడు

"ఏ బ్రహ్మాస్త్రం కోసం అయితే నువ్వు నాకు అబద్ధం చెప్పావో ఆ బ్రహ్మాస్త్రం నీకు
యుద్ధంలో అవసరమైనప్పుడు నీకు తోడ్పాటు నివ్వదు.
అప్పుడు బ్రహ్మాస్త్రపు రహస్యాన్ని నీవు మరచిపోతావు గాక!" – పరశురాముడు

1

''నా ఆశ, ఆకాంక్షలను మట్టిలో కలిపావు. అసలు కవచకుండలాలను ఎందుకు దానం చేసావు? ఈ దానం వలన మూడులోకాలలోనూ దానవీరుడిగా నీ కీర్తి మారుమ్రోగిపోయి ఉండవచ్చు కాని ఈ దానం వలన వీరుడి రూపంలో నిన్ను సమర్థించే వాళ్ళు కూడా ప్రతికూలంగా మారారు. కవచ కుండలాలు లేని కర్ణుడంటే పడగలేని పాము, జూలు లేని సింహం, శిఖరంలేని హిమాలయం లాంటి వాడు. ఇప్పుడు యుద్ధంలో అర్జునుడి ఎదుట ఎట్లానిల్చుంటావు?

నా చెవుల కింద కోయ బడ్డ కిందభాగం చూసిన దుర్యోధనుడి మనస్సు ప్రతి నిమిషం గిలగిలా కొట్టుకుంటోంది. నా ఎదురుగుండా అతడు నిరంతరం గాయపడ్డ పులిలా అటు ఇటు తిరుగుతున్నాడు.

''కవచ కుండలాలపైన నా పరాక్రమం ఆధారపడి ఉందని నీవు అనుకుంటున్నావా? రాజా! కవచకుండలాలు లేకుండా అర్జునుడిని అంతమొందిస్తాను.'' నేను అతడికి నచ్చచెప్పడానికి ఎంతో ప్రయత్నం చేస్తున్నాను. కాని నా మనస్సులో ఎక్కడో అసమర్థత అనే తీతువుపిట్ట కర్కశ స్వరంతో అరుస్తోంది. సామర్థ్యంలేని యోధుడు అంటే ఏనుగుదంతాలు లేని ఏనుగులాంటివాడు. ఆ కవచకుండలాల వలనే నాకు సామర్థ్యం, శక్తి. కీర్తి అనే కఠోరమైన సోపానం ఎక్కడానికే నేను వాటిని త్యాగం చేసాను.

''కవచ కుండలాలను సంభాళించుకో'' అని అనే పితామహులకు నేను ఏ సమాధానం ఇవ్వగలను. నేను చేసిన పనికి కలిగే ఫలితంపై సందేహం కలిగి మనస్సు కంపించడం లేదు. పైగా నేను చేసిన కృత్యంపై నాకెంతో అభిమానం కలుగుతోంది. దానిని శబ్దాలలో బంధించి దుర్యోధనుడికి అర్థం అయ్యేలా చెప్పడం అసంభవం. భాష ఎంత సమృద్ధమైనదైనా ఎంత శక్తికలదైనా మనస్సులోని ఉద్వేగాలను, భావాలను వ్యక్త పరచడానికి సరిపోదు. దుర్యోధనుడి రాజకీయ మనస్సులోని భావానికి ఉన్న తీవ్రతను అర్థం అయ్యేలా అసలే చెప్పలేను. అతడు వ్యాకులతతో అటుఇటు తిరుగుతున్నాడు.

''కర్ణా! ఉంది. ఒక మార్గం ఉంది. నీవు శక్తిశాలిగాకాగలగడానికి ఒకే ఒక మార్గం మిగిలి ఉంది.'' తిరగడం మధ్యలో ఆపేసి దట్టంగా ఉన్న కనుబొమ్మలను పైకెత్తుతూ గబగబాఅన్నాడు.

''ఏమిటిది?'' నేను ఆశ్చర్యంగా అన్నాను.

''బ్రహ్మాస్త్రాన్ని పొందాలి.''

"అది ఎవరి దగ్గర ఉంది? చెప్పు రాజా!

నేను దానికోసం ఆకాశపాతాళాన్ని ఏకం చేస్తాను"

"కర్ణా! మా అందరికోసం బ్రహ్మాస్త్రాన్ని పొందు. ఇదే నా కోరిక. అది నాకు లభించినా, నీకు లభించినా! ఒకటే! అసలు నా దృష్టిలో బ్రహ్మాస్త్రాన్ని పొందే యోగ్యతకల ధనుర్ధరుడివి నీవు ఒక్కడివే. శ్వేతశుభ్ర సుధృడఅందమైన దంతాలు ఎప్పుడూబలాఢ్యమైన ఏనుగుకే శోభనిస్తాయి.

"నా దగ్గర బ్రహ్మాస్త్రం లేదు అని నీవు ఇంత తీవ్రంగా అనుకుంటుంటే నేను దానిని పొంది తీరుతాను. ఏం చేయడానికైనా నేను సిద్ధమే. నేను తప్పకుండా సాధించి తీరుతాను. ఈ విషయంలో నీ ప్రణాళిక ఏమిటో నాకు చెప్పు."

"దీని కోసం నీవు గురుద్రోణుల దగ్గరకి వెళ్ళాలి. హస్తినాపురంలో ద్రోణులు ఒక్కరికే బ్రహ్మాస్త్ర విద్య తెలుసు. సర్వశ్రేష్ఠులైన బ్రహ్మపుత్ర భగవాన్ పరశురాములవారు ఆయనకి విద్యను నేర్పించారు. అందువలన నీవు ద్రోణుల దగ్గరికే వెళ్ళాలి. "రాజా! నీవేనాచెప్పేది. ఎవరైతే లక్షల పురప్రజల ఎదురుగుండా నా మనస్సుపైన మండుతున్న నిప్పుకణాలను పెట్టారో, నేను నిస్సహాయుడనైవాళ్ళనే శరణు కోరమంటావా? ఇంద్రుడిని యాచకుడిగా ద్వారం దగ్గర నిలబెట్టేవాడిని నేను ద్రోణులవారి ద్వారం దగ్గర బిచ్చగాడినైనిల్చోనా? నీవు ఏం చెబుతున్నావు?"

"అవును కర్ణా! జీవితం కుమ్మరివాడికుమ్మరిసాన (కుమ్మరి సారె, చక్రం) లాంటిది. కాలం కుమ్మరివాడి రూపం ధరించి ఈ సానను తన ఇష్టం వచ్చిన గతిలో తిప్పుతూ ఉంటుంది. అక్కడ ఎవరి ఇష్టాయిష్టాలకు ఏ స్థానం ఉండదు. అందుకే కాలం అనే ఆ కుమ్మరివాడు తన ఇష్టం వచ్చినట్లుగా కుండను తయారు చేస్తాడు. జీవితంలో, మానావమానాలని పక్కనపెట్టి కర్తవ్యాన్ని నిర్వర్తించే క్షణాలు వస్తాయి. నీవు ఒకవేళ ఇవాళ ఈ మాటను తిరస్కరిస్తే... ఏమౌతుంది."

"ఈ దుర్యోధనుడి జీవితంలో ఇదీ ఒక పరాజయమే అవుతుంది. నిన్ను అడగకుండా శకుని మామకు నీ విషయంలో ఒక మాట ఇచ్చాను."

"ఆయనకు ఏం మాట ఇచ్చావు?"

"నా కోసం కర్ణుడు గురుద్రోణుల దగ్గర బ్రహ్మాస్త్రం నేర్చుకోదానికి తప్పకుండా వెళ్తాడు. ఒకవేళ ఆయన నిరాకరిస్తే... నేను స్వయంగా వెళ్తాను. కాని అప్పటికి కర్ణ దుర్యోధనుల మధ్య ఉన్న సంబంధం తెగిపోతుంది."

"రాజా! నీవు నాకు ఈ గీటురాయి పెట్టావా? నీ ప్రేమకోసం నేను సమయం వచ్చినప్పుడు మూడులోకాల్నీ కాలదన్నుతాను. కాని ఆ ద్రోణుల ద్వారం దగ్గర చేతులు జోడించి ఎట్లానిల్చోను? కర్ణుడు మరణాన్ని స్వీకరిస్తాడు కాని తన స్వాభిమానాన్ని తన వ్యక్తిత్వాన్ని ఎప్పటికీ చావనివ్వడు. నీవు ఎటువంటి విచిత్రమైన వలలో పడేసావు? నేను ఏం చేయను?"

"నీకు ఇంత బాధ కలుగుతుంటే, ద్రోణుల దగ్గరకి వెళ్ళమని నేను ఎప్పుడూ అడగను. ఒకటి గుర్తుంచుకో అంగరాజు కర్ణా! దుర్యోధనుడు ఎంతగా ప్రేమిస్తాడో అంత కఠోరమైనకఠినత్వం కూడా అతడికి తెలుసు. ఇక భవిష్యత్తులో అంగరాజ కర్ణుడు ఆర్యావర్తంలోని ఒక సామాన్య రాజులా మాత్రమే దుర్యోధనుడి ఎదురుగా వస్తాడు. మిత్రుడి రూపంలో కాదు, వస్తాను మరి."

ఆగు రాజా! నేను వెళ్ళడానికి సిద్ధంగా ఉన్నాను. నా కోసం మూడు కాలాలలోను ఏదీ

చెయ్యనో, దాన్ని కేవలం నీ కోసమే చేస్తాను. ఎవరైతే నన్ను ఉపేక్ష అనే ఉప్పు సముద్రంలో అనునిత్యం ముంచి వేసారో, ఆ ద్రోణుల ద్వారం దగ్గర ఒక శిష్యుడిగా నిల్చుంటాను. కేవలం నీకోసమే. నీ స్నేహం కోసము. ఇవాళే రాజజ్యోతిషులను పిలిపించి బయలుదేరడానికి శుభముహూర్తాన్ని పెట్టించు. అది బ్రహ్మాస్త్రం మంచి ఘడియ చూసుకునే బయలుదేరాలి!''

''శుభము కర్ణా!'' అతడు నా చేతిని అతడి చేతిలోకి తీసుకుని మహదానందంతో నొక్కాడు. అతడి ఆ పట్టులో నా పట్ల అతడిలో ఉన్న బావ తీవ్రత వ్యక్తం అవుతోంది. అతడి కళ్ళు ఆనందంతో మెరుస్తున్నాయి. నావైపు భావుకుడైకన్నార్పకుండా చూస్తున్నాడు. అతడి కళ్ళల్లో కృతజ్ఞతాభావం వ్యక్తం అవుతోంది. అసలు ఇంత దాకా నేను ఎప్పుడు అతడికళ్ళలో ఇటువంటి భావాన్ని చూడలేదు.

నా మానస గర్భగృహంలో బ్రహ్మాస్త్రం! బ్రహ్మాస్త్రంఅన్న శబ్దం అటుఇటూ తిరుగుతూ నాట్యం చేస్తోంది. ఆ అస్త్రం భయంకరమైనమానవసంహారిఅని అశ్వత్థామ చెప్పినప్పుడు నేను విన్నాను. నా మనస్సు అనుకూల ప్రతికూల ఆలోచనలలో చిక్కుకు పోయింది. అసలు ఈ బ్రహ్మాస్త్రం ఎందుకు తయారు చేయబడింది? అది కేవలం మానవసంహారియే కాదు, ఆ అస్త్రం వలన కనిపించే సమస్త వస్తువులన్నీ అక్షరాలా సర్వనాశనం అయిపోతాయి. ఈ రమణీయమైన సృష్టి నిర్మాణం లక్ష సంవత్సరాలలో జరిగి ఉంటుంది, కాని ఈ బ్రహ్మాస్త్రం వలన ఆ సృష్టి క్షణంలో అస్తిత్వహీనమైపోతుంది. ప్రకృతి సుఖంగా జీవించాలనే ఉద్దేశ్యంతో అన్య ప్రాణులకన్నా శ్రేష్ఠమైన బుద్ధి ఇచ్చిందాలేక... తన వినాశనం కోసమా? బ్రహ్మాస్త్రం పొందాలా? ఒకవేళ ఈ ప్రశ్న నన్ను వేస్తే, దానికి జవాబు చెప్పేవాడిని. అక్కరలేదుఎందుకంటే నాది శాంతి ప్రియస్వభావం. స్వయంగా బతకాలి, గౌరవంగా జీవించాలి, అన్యులనుజీవించనీయాలి. ఇదే నా నిజమైన ఆలోచనా విధానం. సమయం వచ్చినప్పుడు నేను మృత్యువును స్వీకరిస్తాను, కాని కేవలం స్వార్థం కోసం అన్యులనుకాళ్ళతోతొక్కేయాలన్న ఆలోచనను నేను ఎప్పుడూ స్వీకరించను. శాంతియుతమైన సహ అస్తిత్వం. ఇదే నా అసలైన స్వభావం. కాని...

కానీ ఇప్పుడు నా ఇష్టాయిష్టాల ప్రశ్నే లేదు. ఆ అస్త్రం అర్జునుడి దగ్గర ఉంది. నన్ను ఎల్లవేళలా బాధపెట్టే విరోధి దగ్గర. ఒకవేళ దానిని నేను పొందలేకపోతే? నా శత్రువును నేను ఎట్లాఆపగలుగుతాను? జీవితంకి సంబంధించిన అన్ని సమస్యలకి సమాధానం తత్వ జ్ఞానం అనే జిడ్డుమట్టి పైన నిల్చుని అయితే ఇవ్వలేము. దానికోసం అప్పుడప్పుడు వ్యావహారిక కఠిన పాషాణంపైన కూడా నిల్చోవాల్సి వస్తుంది. ఇప్పుడు నా కోసం తప్పనిసరియైన ఒకే ఒక మార్గం మిగిలి ఉంది. బ్రహ్మాస్త్రాన్ని పొందటం. అసలు నాకు ఇష్టం వున్నా లేకపోయినా నా చుట్టూరా ఉన్న పరిస్థితే నన్ను అట్లా చేయటానికి వివశుడిని చేసింది. కాలమే నన్ను అట్లా తయారుచేసింది. కాలం ఎప్పుడూ ఒక క్రూర వ్యాఘ్రం లాంటిది. మానవజాతి కనే అనేకానేక పండంటి కలలను కాలం సహజంగా తన వీపుపైన వేటగాడిలా వేసుకుని వేగంగా పరుగెత్తుతూ ఉంటుంది. అసలు ఈ బ్రహ్మాస్త్రం వలన ఏం లాభం? నిజానికి ఈ విధ్వంసక అస్త్రాల వలన ఏం ఉపయోగం? కాని ఎవరు దీనికి సమాధానం చెబుతారు. అందరు కాలానికి దాసులే కదా! ఈ అస్త్రం వలన ఎవరికి

మంచి జరుగుతుంది? ఎక్కడైతే అంతా మండి బూడిద అయిపోతోందో అక్కడ ఏం సుఖం? అసలు ఏం శాంతి కలుగుతుంది?

ఇటువంటి ప్రశ్నల దాడుల వలన నా మనసు ఒక్కసారిగా ఉద్విగ్నంగా మారిపోయింది. దుర్యోధనుడు అన్నదానికి ఒప్పుకుని నేనేదైనా పొరపాటు చేసానా? కొన్నివేలసార్లు ఈ ప్రశ్నని నన్ను నేను వేసుకున్నాను. కాని ఒక్కసారి కూడా సంతోషకరమైన జవాబు రాలేదు. నాకు అశ్వత్థామ ఇప్పుడుంటే ఎంత బాగుండునుఅనిఎన్నోసార్లు అనిపించింది. అతడి నోటినుండి వెలువడే అమృతమయమైన నాలుగు మాటలు వింటేఅవర్ణనీయమైన, అనుపమైన జవాబు దొరికేదే. అటు ఇటు ఊగిసలాడే నా మనస్సుకు, అతడి సహజమైనతత్వజ్ఞానం నాకు ఎప్పుడూ ధైర్యాన్ని ఇస్తూనే వస్తోంది. మనిషి మనోభావాలకు లోనై జీవిస్తాడు. ఇది నిజం కావచ్చు. కాని మనిషి ఎప్పుడూ మనోభావాలకు లొంగే జీవించడు. తత్వజ్ఞానం ఒకటేమార్గం, సమయం వచ్చినప్పుడు అనివార్యంగా స్వీకరించాల్సి వస్తుంది. నేను బ్రహ్మాస్త్రాన్ని పొందాలని ఏ నిర్ణయం తీసుకున్నానో అది కూడా తత్వజ్ఞానంలో ఒక భాగం కాదా? అసలు ఏమీ అర్థం కావటం లేదు. నేను తలపై నుండి కిరీటాన్ని తీసేసాను. దేహంపై నుండి రాజవస్త్రాలని తీసేసాను.ఒక మామూలు వస్త్రాన్ని ధరించి, భుజాలపైన ఉత్తరీయాన్ని వేసుకుని అశ్వత్థామ దగ్గరకి వెళ్ళాలన్న ఆలోచనతో యుద్ధశాల మార్గంలో నడిచే వెళ్ళాను. నేను రాజువేషంలో లేను, రథాన్ని తయారు చేయమని చెప్పలేదు. ఇది చూసి దాసదాసీ జనం నా వైపు ఆశ్చర్యంగా చూస్తున్నారు.

ఆలోచనల మత్తులో నేను నడుస్తూ నడుస్తూయుద్ధశాలకి ఎప్పుడు దగ్గరిగావచ్చానో, అసలు నాకే తెలియదు. లోపల ప్రాంగణంలో మూడు నాలుగు పర్ణకుటీరాలు ఉన్నాయి. వాటిల్లో అశ్వత్థామ, గురుద్రోణులు, కొందరు ఋషి కుమారులు నివసిస్తారు. అప్పుడప్పుడు ఏదో ఒక పని మీద నేను అశ్వత్థామ కుటీరానికి వెళ్ళి వస్తూనే ఉంటాను. అతడు ఎప్పుడూ నవ్వుతూ స్వాగతం పలికేవాడు. సంపెంగ పూలలా, నలువైపులా ఆనందాన్ని కలిగించడం అతడి స్వభావం. గురుద్రోణులు ఎప్పుడు ఒంటరిగానే ఉండేవారు. ఆయన పర్ణకుటీరం మధ్యభాగంలో ఉంది. అశ్వత్థామ పర్ణకుటీరం ఆయన కుటీరానికి దగ్గరలోనే ఉంది.

ఎప్పటిలాగానే నేను ఆ పర్ణకుటీరంఎదురుగుండానిల్చున్నాను. అక్కడ ఆ సజీవదృశ్యాన్ని చూసాక గాలి వలన మేఘాలు ఎట్లాచెదిరిపోతాయోఅట్లా నా తుచ్ఛమైన ఆలోచనలు చెల్లాచెదురయ్యాయి. జీవితం, ముక్తి, మోక్షం, ఆత్మ, సంయమనం మొదలైన విషయాలు అర్థం చేసుకోవడంఎంతోకష్టం.ఎప్పుడూవీటిగురించిమాట్లాడేఅశ్వత్థామ,ఒకవిశాలమైనఆకాశంలా అనిపించేఅశ్వత్థామ చిన్నపిల్లవాడిలా ఎనిమిది పదిరోజుల క్రితం పుట్టిన దూడతోముద్దుముద్దుగా మాట్లాడుతూ తనని తను మర్చిపోయాడు. కుచ్చులా ఉన్న ఆ దూడ తోకతో మధ్య మధ్యలో తన స్వచ్ఛమైన బుగ్గలపై నిమురుకుంటున్నాడు. నన్ను చూడగానే ఎంతో గంభీరంగా అన్నాడు–

'వృషభపుత్రా! ఇక్కడికి ఎవరు వచ్చారోచూసారా! ఇచ్చిన మాటను నిలబెట్టుకోడానికి దేవరాజు ఇంద్రుడికి కవచకుండలాలు దానం చేసే, హస్తినాపురం సర్వశ్రేష్ఠ ధనుర్ధరుడు ఈయన. సూర్యదేవుడి ముద్దుల శిష్యుడు. ద్వారం దగ్గరికి వచ్చిన ప్రత్యేక అతిధికి ఈయన స్వాగతం పలుకుతాడు. నీవు కూడా అతడికి స్వాగతం పలుకు. కాని వత్సా! ఏదో కేవలం స్వాగతం

పలుకటం కోసం స్వాగతం పలకకు. ఏమీ ఇవ్వకుండా స్వాగతం ఎట్లా పలుకుతావు? నీవు తాగే నీవంతు వేడి వేడి పాలలో, సగం పాలు ఈయనకి ఇవ్వాలి తెల్సిందా? తయారుగా ఉన్నావా?'' అశ్వత్థామ దూడ చెవులకి దగ్గరగా తన నోరుపెట్టి అన్నాడు.

ఆ దూడ కూడా తన రేగు పళ్ళలాంటి పెద్ద పెద్దకళ్ళతో నా వంక చూస్తూ చెవులను నిలబెట్టింది. తన తోకతో ఒక్కసారిగా అతడిని కుదిపింది. దూడ అంబా అంటూ అరిచింది. అశ్వత్థామ భాష దానికి అర్థం అయినట్లుగా అంబా అనిఅన్నది. అతడు అన్న అన్ని మాటలను స్వీకరిస్తున్నట్లుగా అరిచింది. అశ్వత్థామ దూడ అరవగానే ఎంతో సంతోషపడ్డాడు. అతడు దూడ కపాలంపై ఉన్న సుకుమారమైన చర్మాన్ని తన పొడుగాటి వేళ్ళతో నిమిరాడు. నేను వాళ్ళిద్దరి వైపు ముగ్ధుడనై చూస్తూ ఉండిపోయాను. వాళ్ళిద్దరు చైతన్యంతో నిండిన విలోభనీయమైన రెండు రూపాలుగా అనిపించారు. నేను కూడా ఋషి కుమారుడినై ఉంటే అశ్వత్థామలా నా జీవితం ఉండదా, అని ఒక్కక్షణం అనిపించింది.

అతడి పర్ణకుటీరంలో మృగచర్మంపై కూర్చుని మేము అనేకమైన విషయాల గురించి మాట్లాడుకున్నాం. నేను బ్రహ్మాస్త్రం గురించి సహజంగానే ఉల్లేఖించాను. వెంటనే అతడు ఎంతో గంభీరంగా అన్నాడు.''కర్ణా! జీవితం కేవలం చిత్రింపబడిన తెలుపునలుపుల దారాల పట్టీల వస్త్రం కాదు. దీనిపైన మురికి రంగులో ఉండే కొన్ని గాఢమైన మేఘాలు ఉన్నాయి.'' అసలు అతడు ఏం చెప్పాడోనాకేమీ అర్థం కాలేదు. కాని నేను వినాలన్న ఉత్సాహం చూపించలేదు. అతడు పాలు తెచ్చి ఇచ్చాడు. పాలుతాగి, అతడి అనుమతిని తీసుకొని నేను పర్ణకుటీరం నుండి బయటకి వచ్చాను. బయట ఉజ్వలమైనస్వచ్ఛమైన వెన్నెల పరిచి ఉంది. రాజభవనం వైపు వెళ్తున్నప్పుడు, ''జీవితం కేవలం తెలుపు నలుపు రంగుల పట్టీల దారాలతో చిత్రించబడిన వస్త్రం కాదు. దీనిపైన మురికిరంగులో ఉండే గాఢమైన మేఘాలు ఉన్నాయి. కాని ఆ వస్త్రం అంచులు తప్పకుండా అందంగా ఉంటాయి, అన్న ఒక ఆలోచన నాలో వచ్చింది. ఎందుకంటే ఆ స్వచ్ఛమైన, శీతలమైన వెన్నెలలో సమస్త చరాచరాల పైన అందమైనజాలరు కప్పబడి ఉంది. భూమి అనే బాలకుడు వెన్నెల సరోవరంలో మనస్సు తృప్తి పడేలా మునుగుతున్నాడు.

మెల్లమెల్లగా నడుచుకుంటూ, చంద్రికను చూస్తూ ఆనందిస్తూ, చాలా సేపయ్యాక నేను రాజభవనం మహాద్వారందగ్గరికి వచ్చాను. ద్వారపాలకుడు నన్ను గుర్తుపట్టకుండానే ఆపేసాడు.

''ఎవరు మీరు?''

తల ఎత్తి నేను అతడి వంక చూసాను. నా చెవుల కింద కోయబడ్డ భాగాలు ఊగాయి. చూడగానే అతడు నన్ను వెంటనే గుర్తుపట్టాడు. నేను అర్థం చేసుకునే లోపే అతడు నా చరణాలపైన పడ్డాడు. భయంతో అన్నాడు. ''మహారాజా క్షమించండి. ఇవాళ మీ ఈ వేషధారణ వలన నేను మిమ్మల్ని ఏ మాత్రం గుర్తుపట్టలేకపోయాను.''

నేను ఏమీ మాట్లాడకుండా అతడి భుజాలను పట్టుకుని లేపాను. పక్కనే పడి ఉన్న అతడి బల్లాన్ని అతడి చేతికి ఇచ్చాను. ఒక్కక్షణం అతడి భుజాన్ని తడిమి నేను మహాద్వారంలో అడుగుపెట్టాను. జీవితం కేవలం తెలుపునలుపు రంగుల పట్టీలతో చిత్రించిన వస్త్రం కాదు., అప్పుడప్పుడు దానిపైన మురికి రంగులో ఉండే గాఢమైన మేఘాలు ఉన్నాయి. దానికి అందమైన

అంచులు కూడా ఉంటాయి. ఆ అంచులోంచి దారం బయటికి వేల్లాడుతూ ఉంటుంది.. ఆ పిచ్చివాడు ద్వారపాలకుడిలా....

ప్రాతఃకాలంబ్రహ్మాస్త్ర ప్రాప్తి కోసం గురుద్రోణుల దగ్గరకి వెళ్ళే శుభముహూర్తాన్ని రాజజ్యోతిష్కుల చేత దుర్యోధనుడు పెట్టించాడని శోణుడి ద్వారా నాకు తెలిసింది. అదృష్టం కొద్దీ అది రవివారం. సంధ్యా సమయంలో గోధూళి వేళ ముహూర్తంలో నేను ఆయన దగ్గరికి వెళ్ళాలి. ఇక ఇప్పటి నుండి బహుశాగురుద్రోణులతో పాటు యుద్ధశాలలో నేను ఉండాల్సి వస్తుంది. నేను లేనప్పుడు అంగదేశ రాజకార్యాలన్నీ స్వయంగా దుర్యోధనుడే చూసుకుంటానని నిర్ణయించుకున్నాడు. మా ఈ ప్రణాళిక గురించి నాకు, దుర్యోధనుడికి, శోణుడికి తప్ప మరెవరికీ తెలియదు.

2

రవివారం వచ్చింది. వేకువఝామునుండే నేను గంగానదీ జలంలో నిల్చున్నాను. ఉదయం నుండి మధ్యాహ్నం దాకా నా ముఖం తూర్పువైపునే ఉంది. మధ్యాహ్నం తరువాత పడమరవైపు నా ముఖాన్ని తిప్పాను. మధ్యాహ్నం తరువాత సూర్యుడు కిందికి దిగుతున్నాడు. నేను శాంతిగా కళ్ళు మూసుకున్నాను. మూసుకుని ఉన్న కళ్ళఎదురుగుండాతేజోమయమైన కిరణాల విశాలమైన సముద్రం పరుచుకుని ఉంది. నలువైపులా అంతా వెలుగే వెలుగు. తేజోమయమయిన ప్రకాశం, నిస్తబ్దనీరవం అంతటా నిండి ఉంది. ఈ హద్దులు లేని జగత్తులో ఉండే రెండు విషయాలు నాకు సత్యంగా అనిపిస్తాయి. అనాది కాలం నుండి తన దివ్యప్రకాశంతో చరాచరాలకుసౌందర్యాన్నిచ్చే సూర్యదేవుడు ఒకటి, సూర్యుడి ప్రకాశవంతమైన కిరణాల వలన అణువు అణువునా ప్రఫుల్లితం అయ్యే ఈ అవని. అసంఖ్యాకమైన స్వరూపాలతో అలంకరింపబడ్డ అతి పురాతనమైన అవని. సూర్యదేవుడు – అవని... అవని– సూర్యదేవుడు.. ఈ ఇద్దరి మధ్య ఎవరుఉన్నారు? రెండింటినీ కలిపే ఒక వెలుగుకిరణమా? లేక అవని పైన ఉన్న ఒక మట్టికణమా? ఆలోచనల చక్రం తిరుగుతూనే ఉంది. జీవన నిర్మాణ ఉద్దేశ్యాన్ని శోధిస్తూనే ఉంది.

కళ్ళ ఎదురుగుండాకనిపిస్తున్న తేజోమయమైన ప్రకాశం పొగగా మారుతోందని అనిపించగానే నేను కళ్ళని తెరిచాను. పశ్చిమ క్షితిజంపైన పర్వతశిఖరాల ఆవల పరశు ఆకారంలో ఒక రేఖ కనిపించింది. ఒడ్డున తడిగాఉన్న ఇసుకలో దుర్యోధనుడు నా కోసం ఎదురుచూస్తూ నిల్చున్నాడు. అసలు అతడు ఎప్పుడు వచ్చాడో, ఎప్పటినుండి నిల్చున్నాడో,దేవుడికెరుక. అతడి చేతిలో పూలతో నిండిన పళ్ళెం ఉంది. అందులో పాలతో నిండిన ఒక గ్లాసు ఉంది. అతడిని చూడగానే నా మనస్సులో మిత్రప్రేమ ఉప్పొంగింది. నా కోసం పళ్ళు నిండి ఉన్న పళ్ళాన్ని పట్టుకుని నిల్చున్న అతడు ఎవరో కాదు అతడు హస్తినాపురపు యువరాజు, ఎవరైనా ఇది నిజమేనని నమ్ముతారా? అతడు ఎంతో మెలకువతో ఉన్నాడు. ఆత్రుతతో ఉన్నాడు. బ్రహ్మాస్త్ర ప్రాప్తి కోసం మేం ఇద్దరం ఏ ప్రయత్నం చేస్తున్నామో, అది అన్యులు ఎవరికి తెలియకూడదని, పళ్ళు ఉన్న పళ్ళాన్ని పట్టుకోడానికి ఏ దాసుడిని వెంట తీసుకురాలేదు. అతడి ఆ నిశ్చల ప్రేమకు సాక్షి ఎవరు? కేవలం గంగ మాత్రమే.

నీళ్ళ నుండి నేను బయటకు వచ్చాను. తీరంలో ఉన్న ఆరిపోయిన వస్త్రం గాలికి ఎగిరి పోయింది. దగ్గరికి వెళ్ళగానే దుర్యోధనుడు "కర్ణా! నీవు ముందు ఫలహారం చెయ్యి. ఉదయం నుండి నీవు ఏమీ తినలేదు" నా చేతికి పళ్ళాన్ని ఇస్తూ అన్నాడు.

నేను అతడి చేతినుండి పళ్ళాన్ని తీసుకున్నాను. ఒక మిత్రుడి రూపంలో అతడు విశాలమైన వటవృక్షంలా అనిపించాడు. ఒక కురుశ్రేష్ఠ వీరుడు ఒక క్షుద్ర సూత పుత్రుడి కోసం చేతిలో పళ్ళాన్ని పట్టుకుని గంటలతరబడి నిర్జనమైన గంగాతీరాననిల్చుని ఉన్నాడు. దుర్యోధనుడిని చెడ్డవాడు అనేవాళ్ళు వజ్రం అంత మూర్ఖులు. నిజం చెప్పాలంటే అతడు వీరాధివీరుడు. ఒక మంచి మిత్రుడు. నేను కొన్ని పళ్ళని తిన్నాను. తరువాత పాలు తాగాను. ఇంతలో నేను దూరంగా పెట్టిన వస్త్రాన్ని దుర్యోధనుడు తీసుకువచ్చాడు. నాకు వెంటనే శోణుడు గుర్తుకువచ్చాడు.

దేహం పైన ఉన్న తడివస్త్రాలను మార్చుకున్నాను. దుర్యోధనుడు తన భుజాలపైన ఉన్న ఉత్తరీయాన్ని నా భుజాలపై వేసాడు. ఇక ఇప్పుడు ఏమీ అనకుండా ఉండలేకపోయాను. "రాజా! నీవు ఇప్పుడు వెనక్కి వెళ్ళిపో. నేను తప్పకుండా బ్రహ్మాస్త్రాన్నిపొందుతాను. నమ్ము రాజా! ఇది నా వాగ్దానం" అని నేను అన్నాను.

అతడు ఒకసారి నా వంక చూసాడు. అతడి దట్టమైన కనుబొమ్మలు అక్కడికక్కడే ఎగిరిపడ్డాయి. అస్తమిస్తున్న సూర్యదేవుడి ఒక దారితప్పిన కిరణం అతడి ముఖంపైన పడుతోంది. ఆ కిరణం వలన అతడి రక్తవర్ణపు ముఖంలో ఆనందం వెల్లివిరిసింది. అతడు అతడి బలిష్టమైనఅరచేతులతో నా భుజాలని పట్టుకున్నాడు. ఒక్కక్షణం వాటిని గట్టిగా ఊపి ఏమీ మాట్లాడకుండా వెనక్కి వెళ్ళిపోయాడు. కాని అతడి తేజోమయమైన కళ్ళు "వెళ్ళు నా శుభాకాంక్షలు ఎప్పుడు నీ వెంటే ఉంటాయి' అని స్పష్టంగా నాకు చెబుతున్నాయి. ఇసుకలో బలంగా అడుగులు వేస్తూ, గంభీరంగా అతడు రాజభవనం వైపు వెళ్ళిపోయాడు.

రాజభవనం మార్గంలో అతడి పొడుగైన విశాలమైన ఆకృతి మెల్ల మెల్లగా చిన్నదైపోసాగింది. అతడి బలమైన అడుగుల జాడలు తడిసిన ఇసుకలో స్పష్టంగా దూరంగా కనిపించసాగాయి. "దుర్యోధనా! కర్ణుడు ఏ దిశవైపు వెళ్ళినా దానిని తనదిగా చేసుకుంటాడు. నిశ్చింతగా ఉండు" అని నేను మనస్సులో అనుకున్నాను. నేను గురుద్రోణుల పర్ణకుటీరం వైపు వచ్చాను. మనస్సు శాంతంగా, గంభీరంగా ఉంది. ఆకాశంలో కారండవ పక్షుల ఒకటి రెండు జోడీలుకలారావాలు చేస్తూ తీరాన ఉన్న మఱ్ఱిచెట్టు పైన ఉన్న గూళ్ళ వైపు పయనిస్తున్నాయి. నలువైపులా సంధ్యాఛాయ పరచుకుని ఉంది. నేను యుద్ధశాల దిశవైపు గురుద్రోణుల పర్ణకుటీరం వైపు వెళ్తున్నాను. ఆ మార్గంలో ఎన్నో వంకరటింకరమలుపులు ఉన్నాయి. జీవితం కూడా ఇటువంటి మలుపులు ఉన్న ఒక కాలిబాట – నాకు ఇట్లాగే అనిపించింది. నా జీవితంలో ఈ మలుపు అన్నింటికన్నా ఎంతో విలువ అయినది. దుర్యోధనుడి కోసం శిష్యుడి రూపంలో ద్రోణాచార్యుల ద్వారం దగ్గర నిల్చోడానికివెళ్తున్నాను. నిజానికి జీవితయాత్రలో ఏ మలుపులో ఎవరి కలయికలభిస్తుందో ఈ విషయంలో ఏమీ చెప్పలేము. ఈ కలయిక వలన ఏం ఫలితాలు ఉంటాయో, చెప్పడం అసంభవం. నాలుగురోజుల క్రితం ఇంద్రుడిని కలుస్తాను, ఆయన కవచకుండలాలని దానంగా అడుగుతారు, అనిఎవరైనా అనుకున్నారా? కాని ఇదంతా జరిగింది. ఆ సంఘటన కారణంగా ఇవాళ గురుద్రోణుల ద్వారం దగ్గర నిల్చోవాల్సి వచ్చింది.

ఆలోచనలలో మునిగిపోయిన నేను ద్రోణుల పర్ణకుటీరంఎదురుగుండావచ్చాను. సంధ్యాకాలపు నీరవ నిశ్శబ్ద శాంతి అంతటా వ్యాపించి ఉంది. యుద్ధశాలనలువైపులారాళ్ళతో నిర్మించిన ప్రాచీరాలపగుళ్ళలో ఎక్కడో కీచురాళ్ళు ఒకలయలో కీచకీచు మంటున్నాయి. కొన్ని దారితప్పిన పక్షులు ఇప్పటికీ గూళ్ళవైపు తిరిగి వస్తున్నాయి. పర్ణకుటీరం నిశ్శబ్దంగా ఉంది. ఒక మూల అగ్నిగుండం ఉంది. దానినుండి వెలువడుతున్న నిప్పురవ్వలు పర్ణకుటీరంలోని ఒక ప్రత్యేకమైన గోడల వలన బయటనుండి స్పష్టంగా కనిపిస్తున్నాయి. కొంచెం సేపు బయటే నిల్చున్నాను. నాకు ఆ రోజు గోదాలో జరిగిన సంఘటన స్పష్టంగా గుర్తుకు రాసాగింది. ప్రాణాలు తీసేసే ఆ అవమానం, నా మానసగుండంలో యధాతథంగా ఉండిపోయింది. అది ఇప్పుడు ప్రతిక్షణం ఉండిఉండి గుర్తుకురాసాగింది. మనిషి, సుఖంగా ఆనందంగా గడిచిన క్షణాలను మరిచిపోగలడు కాని బాధపడ్డ క్షణాలు, ముఖ్యంగా అవమానానికి గురి అయిన క్షణాలను, ఎంత ప్రయత్నించినా మరచిపోలేడు. అవమానింపబడ్డ మనస్సు అంటే నిరంతరం విలవిలాతన్నుకోవడమే. ఏ ద్రోణులైతే ఒకసారి, బహుశ తెలియకుండానే వేలమంది పురప్రజల ముందు నన్ను అక్షరాలా తిరస్కరించారు. ఆయన దగ్గరికేవివశుడనై మళ్ళీ వెళ్ళాలా? స్వాభిమానాన్ని బలి ఇచ్చి పైపైకి నవ్వాలా? ఉఫ్...జీవితం ఒక విచ్చలవిడిగా ప్రవర్తించే ఒక బాలుడు లాంటిది. కాకపోతే మరేమిటి? బాలుడు చేతికి వచ్చిన ఆటబొమ్మతో తన ఇష్టం వచ్చినట్లుగా ఆడతాడు. మళ్ళీ పారేయాలని అనిపిస్తే ఆటబొమ్మను విసిరేస్తాడు. ఇదే విధంగా జీవితం కూడా మనిషిని తనకి ఇష్టం వచ్చినట్లుగా ఆడిస్తుంది. జీవితం చేతిలో మనిషి కీలుబొమ్మ. జీవితం మనిషిని ఎటువైపు వేయాలనుకుంటే అటువైపు విసిరి వేస్తుంది. తన చేతిలో పూర్తిగా జీవితపు కళ్ళెం ఉన్నవాడు ఈ జగత్తులో ఎవరైనా ఉన్నారా. సంభవం కాదు. మనిషి పరాధీనుడు. అతడు నిశ్చయంగా ఎవరి అధీనంలో ఉన్నాడో ఏమీ చెప్పలేం కాని మనిషి ఎవరో ఒకరి అధీనంలో ఉన్నాడు. ఇది నిశ్చయమే. మనిషి రూపంలో ఉన్న ఈ బొమ్మను ఎవరు తిప్పుతున్నారో ఎవరికీ తెలియదు. ఈ అఖండమైన, నిరంతరమైన ప్రయత్నం ఎందుకు జరుగుతుందో, అదీ చెప్పలేము. కేవలం ఇదంతా బతకడానికే జరుగుతోందా? అయి ఉండి ఉండవచ్చు కూడా. కాని మనిషికే బతకాలి అన్న తీవ్రమైన కోరిక ఎందుకు ఉంది? ఈ తీవ్రమైన కోరిక వలననే నేను గురుద్రోణుల ద్వారం దగ్గర ఉన్నానా? ఊహు...నేను నా కోసం రాలేదు. నా పరమమిత్రుడి కోరికను నెరవేర్చడానికే వచ్చాను. పరాయివాళ్ళ సుఖం కోసం నా అభిమానాన్ని ఈనాడు శాంతియుతమైన మనస్సుతో హోమం చేయాల్సివస్తోంది. అప్పుడప్పుడు అవమానాన్ని ఒకవైపు తొలగించేసుకోవాలి. ఒకవేళ దాన్ని పూర్తిగా ఒక వైపు తొలగించడం సంభవం కాకపోతే కొంచెం సమయం వరకు మౌనంగా మింగేయాల్సే వస్తుంది.

నిశ్చయించుకుని మూయబడినపర్ణకుటీరపు తలుపును కుడిచేత్తో లోపలికి తీసి పర్ణకుటీరంలో కాలుపెట్టాను. నా జీవితంలో మొట్టమొదటిసారిగా నేను పర్ణకుటీరంలో అడుగుపెట్టాను. గురుద్రోణాచార్యులు ఒక పులిచర్మం పైన కళ్ళు మూసుకుని, పద్మాసనం వేసుకుని శాంతంగా కూర్చుని ఉన్నారు. నా అడుగుల చప్పుడు, తలుపు చప్పుడు విని ఆయన నెమ్మదిగా కళ్ళు తెరిచారు. నేను వెంటనే ముందడుగు వేసి వందనం చేసాను. ఆయన ఎట్లాంటివాడైనా ఇప్పుడు నాకు కాబోయే గురువు.

''ఎవరు?'' పర్ణకుటీరంలో ఉన్న మట్టి ప్రమిదలోని దీపపు వెలుగులో నా ముఖం సరిగ్గా కనబడకపోవడం వలన ఆయన మెడపైకెత్తి అడిగారు.

''నేను కర్ణుడిని'' నేను తల వంచుకుని జవాబు ఇచ్చాను. నా చేతులు జోడించి ఉన్నాయి. అంతరంగంలో అసంఖ్యాకమైన యాతనలు. పరిస్థితుల వలన, జీవితం వలన కలిగిన నిస్సహాయస్థితి వలన కలిగిన యాతనలు.

''కర్ణుడా! ఇటువంటి సమయం కాని సమయంలో...''

''బ్రహ్మాస్త్రం నేర్చుకోవాలన్న కోరికతో, మీ చరణాల దగ్గర ఆ విద్యను పొందాలన్న ఉద్దేశ్యంతో వచ్చాను.''

''బ్రహ్మాస్త్ర విద్య! ఈ విద్య కేవలం క్షత్రియుల కోసమే. ఈ సంగతి నీకు తెలియదా?'' ఆయన ఎదురుగుండాయజ్ఞగుండంలో నిప్పుకణాలు చిటచిటలాడుతున్నాయి.

''ఇప్పుడు నేను క్షత్రియుడనే. నేను అంగదేశానికి రాజును. అభిషేకం జరిగింది. దిగ్విజయ వీరుడిని. నా కవచ కుండలాలని నేను దేవరాజు ఇంద్రుడికి దానం ఇచ్చాను గురుదేవా!''

''నీవు క్షత్రియుడివి కావు. అంగదేశపు రాజు అయినందుకు నిన్ను నీవు క్షత్రియుడవని అనుకుంటున్నావా? పులిచర్మం ధరిస్తే గాడిద పులి అయిపోతుందా?''

''పురజనులందరు ఇప్పుడు నన్ను క్షత్రియుడి గానే భావిస్తున్నారు. దిగ్విజయుడినిఅయినందువలన నా ఎదురుగుండాతలవంచుతున్నారు. దానవీరుడు అని పిలుస్తూ నన్ను ఎంతో గౌరవిస్తున్నారు.''

''వాళ్ళు నీకే మాత్రం విలువ ఇవ్వరు. వాళ్ళు దుర్యోధనుడి రాజదండానికి విలువ ఇస్తారు. నీవు దుర్యోధనుడి దృష్టిలో క్షత్రియుడివై ఉండవచ్చు. కాని లోకం దృష్టిలో నీవు కేవలం ఒక సూతపుత్రుడివి మాత్రమే. హీనుడివి, క్షుద్రుడివి. ఊరు పరిసరాలలో మొరిగే సారమేయ వనరాజుతో ఎప్పుడూ పోల్చుకోకూడదు. వెళ్ళు.''

ఆయన అన్న ఒక్కొక్క మాట శూలం అగ్రభాగంలా నా హృదయానికి గుచ్చుకున్నాయి. ముళ్ళకట్టెతోకొట్టినట్లుగా నా మనస్సు గిలగిలా కొట్టుకుంది. ఎవరు సింహం? ఎవరు సారమేయ? దీని గీటురాయి ఏమిటి? కేవలం కులగోత్రమేనా? కులశ్రేష్ఠతఅంటూ ఇంకా మురికితో నిండిన అదే ధ్వజాన్ని చేతబట్టి నాట్యం చేయిస్తూ వీళ్ళు ఎవరెవరినికాళ్ళకిందతొక్కేస్తారు? నా నరనరాల్లో మంట పుట్టసాగింది. అయినా నన్ను నేను సంబాళించుకుంటూ అన్నాను.

''నేను సూతపుత్రుడిని, ఇందులో నా దోషం ఏముంది? ఏ కులంలో పుడతాడో, ఇదేమైనా మనిషి చేతిలో ఉందా? నేను ఒక శిష్యుడు రూపంలో మీ చరణాల చెంత ఉంటాను. బ్రహ్మాస్త్రం కోసం మీరు ఏది చెబితే అదే చేస్తాను. నా పరాక్రమాన్ని చూపిస్తాను. శిష్యుడిగా మీ సేవ చేస్తూనే ఉంటాను.''

''నీవు సూతపుత్రుడివి. నీ చేతిలో బ్రహ్మాస్త్రం ఇవ్వడం అంటే కోతి చేతిలో కాగడా పెట్టడమే'' ఆయన కళ్ళు మూసుకున్నారు.

ఆయన అహంకారంతో నిండిన క్రూరమైనశబ్దాఘాతాలతో నా మనస్సు విరిగి ముక్కలయింది. ఎవరైనా ఖడ్గంతో ఒక్క దెబ్బతో నా తలని మొండెం నుండి వేరు చేసినా ఇంత

దుఃఖం కలిగేదే కాదు, సహించలేని ఇంత యాతన ఉండేది కాదు. సహనం సత్వగుణం అయి ఉండవచ్చు. కాని నిస్సహాయతతో కూడిన స్తబ్ధత దుర్గుణం కాదా? నా భారంగా ఉన్న తలలోని నరాలు చిట్లిపోతున్నాయాఅని అనిపించింది. కళ్ళల్లోయజ్ఞగుండంప్రజ్వలించినట్లుగా అనిపించింది. శక్తినంతాకూడకట్టుకుని పెద్దగా అరిచాను. ''గురుద్రోణాజీ! మీరు ఎవరితో ఈ మాట అంటున్నారు? నేను సూతపుత్రుడిని. ఇదేగా మీరు మాటిమాటికి అరిచి చెప్పాలనుకునేది. ఇక అయితే ఈనాటి నుండి గర్జిస్తూ లోకానికి చెబుతాను''నేను సూతపుత్రుడినే. నేను సూతపుత్రుడినే. జన్మ దైవాధీనం. కాని పురుషార్థం నా చేతిలోనే ఉంది. నాకు మీ బ్రహ్మాస్త్రం అవసరం ఎంత మాత్రం లేదు. ఒకవేళ అవసరం ఉన్నా నేను దాన్ని సూతపుత్రుడిగానే పొందుతాను. స్వతంత్రంగా, మీరు లేకుండా....''

పర్ణకుటీరం తలుపుని కాలితో తోస్తూ బాధపడుతూ బయటికి వచ్చేసాను. కుటీరం బయట అశ్వత్థామ నిల్చుని ఉన్నాడు. ఎప్పుడు వచ్చాడో తెలియదు. మా నిగూఢమైన సంభాషణ వినే ఉంటాడు. అతడు తన రెండు చేతులని జాపుతూ నన్ను ఆపడానికి ప్రయత్నించాడు. నేను అతడి చేతులను విదిలించి కొట్టాను. ఇక ఇప్పుడు... ఇప్పుడు ఎవరి తత్వజ్ఞానం నేను వినదల్చుకోలేదు.

''కర్ణా! ఆగు.... కర్ణా ఆగు...'' అతడు ఆర్ద్రస్వరంతో అరుస్తూనే ఉన్నాడు. ఆ మాటలు నా చెవిన పడుతున్నాయి. కాని నాకు ఏమాత్రం అర్థం కావడం లేదు. అవమానం! అవమానం! అవమానం! మనస్సు ఆక్రోశంతో నిండిపోయింది. నా జీవితం అంటే కేవలం అవమానమేనా? కర్ణా! సూతపుత్రుడు- సూతపుత్రుడు అంటూ ఘోరంగా అవమానం చేస్తూ ఈ లోకం నిన్ను గిలగిలా కొట్టుకునేలా చేసి చంపేస్తుందా? లోకం 'సూతపుత్రుడు' అనిపిలవడానికే నీవు జన్మించావా? ఉఫ్! ఒకవేళ నేను సూతపుత్రుడినైతే, ఎవరో నా హృదయంలో బాణం సంధించినట్టుగా, ఈ మాటలు వినగానే ఎందుకు అనిపిస్తుంది? నేను ఒకసారి అవమానాన్ని సహించాను. ఇకనుండి ఎప్పుడైనా సరే నన్ను ఎవరైనా ఏమైనా అనవచ్చును, నోటికేదొస్తే అది మాట్లాడవచ్చు అని లోకం అనుకుంటోందా? ఈనాడు కర్ణుడి విషయంలో ఈ లోకం ఏమనుకుంటోంది? అతడు హీనాతిహీనుడు, క్షుద్రుడు, స్వాభిమానం అసలే లేదు, అతడికి తనదంటూ ఏ స్థానం లేదు అందరూ ఇట్లానే అనుకుంటున్నారా? నా మస్తిష్కంలో అసంఖ్యాకమైన ప్రశ్నల రథాలు ఇష్టం వచ్చినట్లుగా పరుగెత్తుతున్నాయి. నా రక్తం సలసలా మరిగిపోతోంది. హృదయానికి బాణం గుచ్చుకున్న కృష్ణమృగంలా నేను స్తబ్దమైన మనస్సుతో రాజభవనం వైపు వేగంగా అడుగులు వేస్తూ నడుస్తున్నాను. నలువైపులాచిమ్మచీకటి. జీవితం పట్ల నన్ను నష్టం చేసే చీకటి. వెలుగు కిరణాలని జీర్ణించుకుని, మిగిలిపోయిన గాఢాంధకారం. తన చేతిలో కాలం అనే నల్లటి సూదులను తీసుకుని నల్లటి దారాలతో, నల్లటి వస్త్రాల అఖండమైననలుపుని నిర్మాణం చేసే చిమ్మచీకటి. నా హృదయంలో అవమానం నిండి ఉంది. చుట్టుపక్కల గాడాంధకారం. అంధకారం, అవమానం. నా ప్రాణాలు క్షణక్షణం క్షోభపడుతూనే ఉన్నాయి. చుట్టుపక్కల రాత్రి అంధకార రూపంలో ఉన్న సామ్రాట్ సహాయంతో కీచురాళ్ళు శక్తినంతా కూడగట్టుకుని అరుస్తున్నాయి. ఈ నల్లటిఅసహ్యమైన జీవాలు. క్షుద్రమైన కీటకాలు! ఇవి కూడా నన్ను ''సూతపుత్రుడు, సూతపుత్రుడు' అని వెక్కిరిస్తున్నాయి. ఈనాడు లోకమే తల్లకిందులయిందా?

ప్రతీవాడువీలున్నంత వరకు కర్ణుడిని బాధపెట్టాలని ప్రతిజ్ఞ చేసారా? అవమానానికి వాస్తవమైన పరాకాష్ట ఎప్పుడు ఉంటుంది? ఏ సమయంలో అయితే మొదటిసారిగా సహిస్తాడో అప్పుడు. ఎవరైతే ఏ కారణంగానైనా ఒకసారి అవమానాన్ని సహిస్తే అతడు తన జీవితానికి, మృత్యువు అనే చితిని స్వయంగా ఏర్పాటు చేసుకున్నట్లే. అంటే వ్యక్తిత్వాన్ని చంపుకున్నట్లే, భవిష్యత్తులో అతడు పరాక్రమ రూపంలో ఎన్ని పర్వతాలను నిలబెట్టినా, లోకం దృష్టిలో వాటివిలువ శూన్యమే. జగత్తు అతడిని చిన్నచూపు చూస్తుంది. అవమానిస్తుంది. ఉఫ్! ఎక్కడికి వెళ్ళను? ఏం చేయను? హృదయాన్ని దగ్ధం చేసే ఈ వ్యధని ఎవరికి చెప్పను? అవమానం! అవమానం! అవమానం! అడుగడుగున అవమానం. దీన్నంతా నేను ఎట్లా సహించాను? అసలు నేను జీవించే ఉన్నానా? లేక ప్రేతంగా మారానా? నలువైపుల నుండి శబ్దాలు, ఆలోచనలు నా మస్తిష్కంలో ఘనాఘాతాలు జరుపుతూనే ఉన్నాయి. అంతరాత్మ పడే వ్యాకులత గురించి ఏం చెప్పను? మస్తిష్కం అంతా మొద్దుబారిపోయింది. అసలు ఏమీ తోచడం లేదు. ఎదురుగుండాఏమీ కనిపించడం లేదు. వెనక్కి చూడాలన్న కోరిక కలగడం లేదు. ఎవరి వస్త్రాలైతేకాలిపోతాయో, ఆ వ్యక్తి గాభరాపడతాడు. ఆ స్థితిలో ముక్కుసూటిగా పరుగెత్తుతూ వెళ్తాడు. నేను అట్లాగే సరాసరి పరుగెత్తుతూ వెళ్తున్నాను.

నా మనస్సు మండిపోతోంది. నా కులమే నన్ను హీనుడిగా చేసింది. నేను సూతపుత్రుడినయ్యాను. ఇంతకన్నా అసలు పుట్టకపోతేనేబాగుండేది. అసలు ఇది జీవితమా! ఇంత ఘోరమైన కళంకమా! ఒకవేళ విధాత పాచికలు విసిరి ఉండకపోతే,ఈ జీవన ఐతిహాసం శూన్యంగా ఉండిపోయేదా? అసలు నేను ఎందుకు ఒక శూద్రుడి ఇంట్లో పుట్టాను? సరే... పుడితే పుట్టాను. నాకు గుర్రాలు, కళ్ళాల పట్ల ఆకర్షణ లేకుండా ఈ శస్త్ర అస్త్రాల పట్ల ఆకర్షణ ఎందుకు కలుగుతోంది? అసలు నేను అంగరాజ్యానికి రాజుని ఎందుకు అయ్యాను? ఈ హస్తినాపురంలోకి ఎందుకు వచ్చాను? అసలు ఇది వీరుల నగరమా? గురుద్రోణుల లాంటి వృద్ధవృషభం లో మనస్సు ఉంటుందా? అసలు ఆయనలో ఏ మహత్తు ఉంటుందని అనుకోవాలి? కాలరూపం అనే గొప్ప పురుషుడు కొట్టిన దెబ్బలు తిని తిని, ఎవడిమనస్సయితేనీరసపడిపోయిందో, ఆయన ఇప్పుడు ఈ జగత్తుకు, ఏ జ్ఞానం ఇవ్వగలుగుతాడు? మండుతున్న నా మనస్సులోంచిఉత్తేజమైన ఆలోచనల జ్వాలలు బయటకి వస్తున్నాయి. కాళ్ళ కింద మట్టిబెడ్డలను నలిపేస్తూ నేను రాజభవనం వైపు వెళ్తున్నాను. నేను దిగ్విజయుడినికాను, ఒక మామూలు యోధుడిని కాను. కేవలం ఒక సూతపుత్రుడిని మాత్రమే.

జీవితాన్ని శ్రీఫలంతో పోల్చే అశ్వత్థామ ఇప్పుడు నాకు మహామూర్ఖుడిగా అనిపిస్తున్నాడు. జీవితం ఎప్పుడైనా శ్రీఫలంలా ఉంటుందా? నేను అతడికి ఎప్పుడూ చెప్పేలా సమరాంగణం కూడా కాదు. ఎందుకంటే సమరాంగణంలో కేవలం సామర్థ్యానికి విలువ ఉంటుంది. పిచ్చి అశ్వత్థామా! నీవు చెప్పినట్లు జీవితం మంచుబిందువు లాంటిది కూడా కాదు. జీవితం కేవలం ఒక కార్చిచ్చు. ఎవరి ద్వారానో ఏదో విధంగా రగిల్చిన మంట. ఎవరినో ఒకరిని కాల్చేమంట. ఎప్పుడో ఒకప్పుడు తనంతట తనే ఆరిపోతుంది. ఆ కార్చిచ్చే నన్ను ఇవాళ కాల్చేస్తోంది. నా ఈ దేహంలో ఇప్పుడు కవచకుండలాలు లేవు. మరైతే ఇది బూడిద అయిపోతుందా? ఊహు... కాకూడదు. అట్లా కానే కాకూడదు. నేను కాలిపోను. నష్టం అయిపోను. నేను బ్రహ్మాస్త్రాన్ని పొందే తీరుతాను.

ఎట్లాగైతే పిచ్చిపట్టిన సారికలు సర్పం వెనక బడతాయోఅట్లా గాలిదుమారం లాంటి ఆలోచనలు నన్ను వదలడం లేదు. ఇటువంటి స్థితిలో నేను రాజభవనం దగ్గరి మహాద్వారం దాకా వచ్చాను. దుర్యోధనుడు ఇప్పుడు కూడా నా కోసం ఎదురుచూస్తూనిల్చుని ఉన్నాడు. అతడిని చూడగానే నా మనస్సు మొద్దుబారిపోయింది. అసలు నేను అతడికి ఏం సమాధానం చెప్పగలుగుతాను. అతడు నన్ను చూడగానే ఉత్కంఠతతో అడిగాడు– ''కర్ణా! ఏమైంది? ఇంత తొందరగా వెనక్కి ఎట్లావచ్చేసావు?

''రాజా! ఆర్యస్త్రీ తన వైధవ్యాన్ని తన నోటితో ఎప్పుడూ చెప్పదు. సైనిక యోధులు తమకు జరిగిన అవమానాన్ని తమ నోటితో చెప్పరు. నన్ను వెళ్ళనివ్వు'' నేను అతడి చేతిని విదిలించికొట్టాను. నాకు ఇవాళ ఎవరిపట్లా ఎటువంటి భావనలేదు. చక్రవాకంతో కొట్టుకుపోయే ఎండిన గడ్డిపోచలా మనస్సు ఒకే ఆలోచన చుట్టూ నిరంతరం తిరుగుతోంది. సూతపుత్రుడు! అవమానం! సామర్థ్యం గీటురాయిపై పురుషార్థం!

''అవమానమా! కర్ణా! నీలాంటి బలాఢ్యుడు దిగ్విజయ వీరుడిని అవమానం ఎవరు చేసారు? ఎందుకు చేసారు?'' నా భుజాలను గట్టిగా పట్టుకుని ఊపుతూ, అతడు కనుబొమ్మలను ఎత్తుతూ అడిగాడు.

''కౌరవుల వందనీయులైన గురుదేవులు. ఆచార్యద్రోణులు. ఎందుకు చేసారు? ఎట్లా చేసారు? అని నన్ను అడగకు. లోకంలోని ఈ కఠోరమైన సత్యాలను చూసాక నా మనస్సు క్షోభపడుతోంది. ఈ సమయంలో నన్ను ఒంటరిగా వదిలివేయి.'' అతడి చేతి పట్టును నా చేతివేళ్ళతో వదిలించుకున్నాను.

''నీ బాధను నేను అర్థం చేసుకోగలను. కాని దీనికి నీవు ఉద్రేకపడితే పని ఎట్లా జరుగుతుంది? ఏ బ్రహ్మాస్త్రం కోసం అయితే ఆచార్య ద్రోణులవారు నిన్ను అవమానం చేసారో, ఆ బ్రహ్మాస్త్రాన్ని పొంది నీవు ఆయన ఋణాన్ని తీర్చుకోవాలి. కర్ణుడిలోని కర్ణవీరుడి వీరత్వం కేవలం ఇందులోనే ఉంది. ఇది గుర్తుపెట్టుకో...'' నా చేతిని అతడి చేతిలోకి తీసుకుని అన్నాడు.

''నేను బ్రహ్మాస్త్రాన్ని పొంది తీరుతాను. దానికోసం నేను సాక్షాత్తూ భగవాన్ పరశురాముడి దగ్గరికిమహేంద్రం దాకా వెళ్తాను. కాని ఈ సమయంలో ఒక్క నిమిషం కూడా నన్ను ఇక్కడ ఆపవద్దు. నా హృదయంలోని క్షోభను నేను వర్ణించలేను. నన్ను వదిలివేసేయి'' నేను నా చేయిని విడిపించుకున్నాను. గబగబా రాజభవనపు మెట్లని ఎక్కడం మొదలుపెట్టాను. ఎక్కేటప్పుడు ఉత్తరీయం భుజంపై నుండి కిందికి జారిపడ్డది. కాని దాన్ని ఎత్తాలని కూడా నాకు అనిపించలేదు. అరికాళ్ళకు చల్లగా ఉన్న మెట్ల స్పర్శ తగులుతోంది. వేడిగా ఉన్న అరికాళ్ళ చల్లదనానికి ఒక్క నిమిషం చల్లబడుతున్నాయి. కాని మండుతున్ననా మనస్సు, ఉఫ్.... కేవలం మండటం కాదు, భగభగా మండుతోంది. మనస్సు ఎట్లా శాంతిస్తుంది? దాన్ని ఎవరు ఓదారుస్తారు?

నేను మహలులోకి వచ్చాను. తలుపులు మూసేసాను. నేను పూర్తిగా ఏకాంతం కావాలనుకున్నాను. ఏకాంతమే ఇప్పుడు నాకు శాంతి నిస్తుంది. దీనివలన నిజంగానే శాంతి కలుగుతుందా? అవమానింపబడ్డ మనస్సు స్వస్థత ఏకాంతంలో ఉధ్వస్థం అయిపోతుంది. అస్వస్థ మనస్సు నగారాపైన మోగుతున్న నిరర్థకమైన ఆలోచనల కర్రల శబ్దాలు నాకు నిమిషనిమిషం

అశాంతి కలిగిస్తున్నాయి. ఆలోచనల మథనం వలన (చిలకటం) ఒకే ఒక నిర్ణయం దృఢం కాసాగింది. బ్రహ్మాస్త్రం! మహేంద్ర పర్వతం! భగవాన్ పరశురాముడు! బ్రహ్మాస్త్రం! బ్రహ్మాస్త్రాన్ని సాధించకల సామర్థ్యం కల కర్ణుడు. శక్తిశాలి కర్ణుడు! సూతపుత్రుడైనా సరే. కానీ సమర్థవంతుడైన సూతపుత్రుడు కర్ణుడు! పరశురాముడి శిష్యుడు కర్ణుడు!

3

మరునాడు ఎవరినీ కలవకుండా, కేవలం శోణుడికి మాత్రం చెప్పి, వాయుజిత్ పైన ఎక్కి, హస్తినాపురం నుండి బయలుదేరే సమయంలో నా మనస్సులో కేవలం పరశురాముల గురించి ఆలోచనలే తలెత్తాయి. వారు ఎట్లా ఉంటారు? వారి గురించి ఎందరో చెబుతూనే ఉంటారు. కాని అదంతా వింటుంటే ప్రాణాలు ఒణికిపోతాయి. క్షత్రియద్వేషి, వెంటనే కోపంతో ఊగిపోయే కోపిష్ఠి, దృఢాగ్రాహి, ఎంతోమంది ఆయననిఇట్లాగే వర్ణించారు. శ్రీకృష్ణుడు మామని వధించాడు ఎందుకంటే ఆయన అన్యాయాలు, అక్రమాలు చేసేవాడు. కాని పరశురాముడు తన తల్లి రేణుకనే వధించాడు. తండ్రి ఆజ్ఞని శిరసావహించాలి అందువలన. ఆయన పితామహులకు ధనుర్వేద గురువులు. కార్తవీర్యుని వందపుత్రులను చంపడానికి హైహేయ రాజుల పైన ఇరవై ఒక్కసార్లు దండెత్తారు. వాళ్ళని చిత్తుగా ఓడించారు. చివరికి ఇంతగా యుద్ధం చేసాక లభించిన రాజ్యాన్ని తన గురు కశ్యఋషి చరణాలపైన దుందుభి దండంలా విసిరివేసి మహేంద్ర పర్వతంపైకి వెళ్ళిపోయారు. అక్కడ ఆశ్రమంలో ఉండడం మొదలుపెట్టారు. ఎవరి గురించి వినాలంటేనే భయపడుతామో, ఆ మహాపురుషుడి దగ్గరికి నేను వెళ్ళబోతున్నాను. మనస్సు ఆయన ఎట్లాఉంటారో ఊహిస్తోంది. కాని ఆ ఊహామూర్తి సరిగ్గా నిలబడటం లేదు. గుర్రం మహేంద్ర పర్వతం వైపు పరుగెత్తసాగింది.

ఏ మార్గాలలో వెళ్ళాలో ఇంతకు ముందు దిగ్విజయ కాలంలో నేను ఆ మార్గాలలో వెళ్ళాను. అందువలన ఆ దారులన్నీ తెలిసినవే. అందుకే ఎవరినీ వెంట తీసుకు వెళ్ళలేదు. మార్గంలో పజాంచాల,కాశి, పూర్వ థార్ణమొదలైన రాజ్యాలు ఉన్నాయి. ఇప్పుడు దేశంలోని ఏ రాజనగరం లోనూ ఆగాలని అనిపించడం లేదు. ఏదో ఒక మందిరంలో ఉండాలి, విశ్రాంతి తీసుకోవాలి, మళ్ళీ ప్రయాణం చేసి ఎంత త్వరగా అయితే అంత త్వరగా మహేంద్ర పర్వతంకి చేరాలి అని నేను నిశ్చయించుకున్నాను. మహేంద్ర పర్వతం కళింగరాజ్యంలో ఉంది. అందువలన నాకు జటిలమైన సమస్య ఎదురైంది. రాజు భానుమంతుడితో సహా పురప్రజలందరు నన్ను బాగా గుర్తు పడతారు. అందువలన సంధ్యాకాలం చీకటి పడుతున్న సమయంలో నేను ఆయన రాజ్యంలో ప్రవేశించాలని అనుకున్నాను. ఎవరైనా నమ్మకమైన అతడికి వాయుజిత్‌ని అధీనం చేయకపోతే నేను మహేంద్రపై ఎక్కడం నాకు సాధ్యం కాదు.

ప్రయాణానికి ఈవిధంగా ప్రణాళికను తయారు చేసుకున్నాను. పాంచాలుల రాజ్యంలో ప్రవేశించాను. కాంపిల్య నగరంలో గంగ ఒడ్డున సుదామనుడి సమాధి ఉంది. నన్ను ఎంతో ఆకర్షించింది. కాని ఎవరైనా అక్కడ నన్ను చూస్తే పాంచాలరాజుకి వార్త పంపిస్తారు. నా ముందు ప్రయాణం ఆగిపోతుంది. వారి స్వాగత సత్కారాలని, ఆతిథ్యాన్ని స్వీకరించే సమయం నా దగ్గర

లేదు. మనస్సు మహేంద్ర పర్వతాన్ని చూడాలని ఆత్రుత పడుతోంది. బ్రహ్మాస్త్రం కోసం తహతహలాడుతోంది. అందువలన నా గురించి ఎవరికీ ఏమీ తెలియకూడదని పాంచాల దేశాన్ని వదిలేయాలని అనుకున్నాను. అయినా కొందరు జిజ్ఞాస ఉన్న పాంచాలులు అనుమానంతో నా వంక గుడ్లురుముతూ చూస్తున్నారు. చెవులకింద కోసేసిన భాగాన్ని చూసి అందరూ చీదరించుకుంటున్నారు. దేహంపైన ఉన్న రాజవస్త్రాలు అందరి దృష్టిని ఆకర్షిస్తాయని, వాటిని ఒక సన్యాసికి ఇచ్చి ఆ సన్యాసి నుండి వస్త్రాలు అడిగి తీసుకున్నాను. తన కాషాయరంగు వస్త్రాలను నా చేతికి ఇస్తూ "ఈ వస్త్రాల పట్ల నాకు ఆకర్షణ ఉందా అని పరీక్ష చేయడానికే నిన్ను ఆ పరమేశ్వరుడు పంపించి ఉంటాడు. ఇదిగో ఈ వస్త్రాలను తీసుకో. ఎంతో విలువైన నీ రాజవస్త్రాలని గంగకి అర్పించు' అనిఅన్నాడు. అతడు తన భిక్ష తీసుకునే జోలీబట్టని, తన రక్షణార్థంనడుంకిచుట్టేసుకుని, కాషాయరంగు అంగవస్త్రాన్ని ఇచ్చేసాడు. దానిని నేను ధరించినప్పుడు ఆ సన్యాసికున్నఉదాత్తమైన ఆలోచనలకు నా మనస్సు తలవంచింది. ఆయన మాటను మన్నించడానికి కాంపిల్య నగరాన్ని వదిలేసే సమయంలో, నేను నా రాజవస్త్రాలను గంగకి సమర్పించాను. మనస్సులో ఎటువంటి ఆందోళన లేదు. మనస్సు ఎటువంటి అతలాకుతలానికి లోను కాలేదు. ఏ ఉద్వేగం లేదు. దేహంపైన కాషాయరంగు వస్త్రం ఉంది. పైన నీలాకాశం ఉంది. ఎదురుగుండామహేంద్రం వైపు వెళ్ళే మార్గం.

కాంపిల్య నగరం నుండి బయలుదేరి కాశీ రాజ్యం వైపు ప్రయాణం సాగిస్తున్నాను. ఇప్పుడు నేను దిగ్విజయ సేనాపతిని కాను. నా వెనక లక్షల్లో యోధులు లేరు. ఏనుగుల ఘీంకారాలు, గుర్రాల సకలింపులు లేవు. పదాతిదళాలు లేవు. ఇంతేకాదు ఎంతో భారంగా ఉండే కవచ కుండలాలు ఇప్పుడు నా దేహంపైన లేవు. కేవలం కాషాయరంగు వస్త్రం. శాంతిగా ఉన్న మనస్సు. తలపైన నీలాకాశం.

కాశీరాజ్యం సరిహద్దులలో ఉన్న ప్రయాగ వచ్చింది. అది వృషాలీ నగరం. కాని నేను నగర ప్రవేశం ఒద్దని అనుకున్నాను. వాయుజిత్‌కి నీళ్ళు తాగించడానికి గంగ, యమున, సరస్వతి త్రికోణ సంగమం దగ్గరికి దాన్ని తీసుకువచ్చాను. తిరిగి వచ్చేటప్పుడు వాయుజిత్, వృషాలితో మొదటికలయిక ఎక్కడ జరిగిందో ఆ స్థానంలో నిల్చుంది. అక్కడ వృషాలి లేదు. శోణుడు లేడు. పగిలిన కుండ లేదు. ఆమెను మొట్టమొదటిసారిచూసినప్పుడు నా మనస్సులో భావుకత వలన ఏ అలజడి ఉన్నదో అది ఇప్పుడు లేదు. అంతా శాంతంగా ఉన్న ఒక ఆలోచన తీవ్రంగా మనస్సులో తొంగి చూస్తోంది. వృషాలిపగిలిన ఆ కుండ పెంకు ఒకవేళ నా దగ్గర ఉండి ఉంటే, నేను దాన్ని ఏ స్థానం నుండి తీసుకున్నానో అదే స్థానంలో, త్రివేణి సంగమానికి ప్రణామం చేసి, మళ్ళీ దాన్ని యధాతథ స్థానంలో పెట్టేసేవాడిని.

స్మృతుల అన్ని ద్వారాలను మూసేయాలని ఎంతో ప్రయత్నంచేస్తున్నాను. కాని సఫలం కాలేకపోయాను. ఇట్లా ఆలోచించుకుంటూ కాశీరాజ్యం నుండి ముందుకి ప్రయాణం సాగించాను.

తూర్పు ఖార్ఖదేశాన్ని వదిలివేయగానే, మహానదికి ఆవలివైపు ఉన్న తూర్పు సాగరం సాన్నిధ్యంలో ఉన్న కళింగదేశం వచ్చింది. సుప్రియదేశం కావడం వలన, సహజంగా దానిపట్ల

ఆకర్షణ ఉండాలి. కాని ఎందుకో అట్లా అనిపించలేదు. సంపూర్ణ నగరాన్ని ఒకవైపు వదిలేసి, దగ్గరి దారిగుండా ఒకరోజు సూర్యాస్త సమయంలో శాంత వాతావరణంలో నేను మహేంద్ర పాదభూమికి వచ్చాను. అక్కడి నీలి శిఖరాల దర్శనం కాగానే మనస్సు పులకించిపోయింది. మస్తిష్కంలో ఆలోచనల సుడిగుండం ఆగిపోయింది. ఇక ఇప్పుడు అంతా మరిచిపోవాలి. ఇప్పుడన్నిటినీమరచి పోవాలి. ఆ గోదా, ఆ స్వయంవరం, ఆ జూదం, ఆ దిగ్విజయం, ఆ దానధర్మాలు, ఆ కవచకుండలాలు. అన్నింటినీ మరచిపోవడానికి నిశ్చయించుకున్నాను. శిష్యుడి రూపంలో పరశురాముడి ఆశ్రమం ఎదురుగుండానిల్చోవాలని గట్టిగా నిర్ణయించు కున్నాను. వినయ విధేయతలతో పర్వత శిఖరాన్ని అధిరోహించాలని అనుకున్నాను.

భుజంపైన నాగలి పెట్టుకుని వెనక్కి వస్తున్న ఒక రైతు కనిపించాడు. ఇక ఇప్పుడు వాయుజిత్ సమస్య తీరిపోతుందని అనుకున్నాను. ఇప్పుడు మనస్సు తేలికపడ్డది. పర్వత చరణాల దగ్గర పొలంపనులు చేసుకుంటూ, జీవించే ఆ శ్రమజీవి వాయుజిత్ తిండితిప్పలను, మంచిచెడ్డలను తప్పకుండా చూసుకుంటాడు.

చుట్టుపక్కల ఆకుపచ్చటి గడ్డి ఉంది. గడ్డిని మేయడానికి అతడు వాయుజిత్‌ని అక్కడ వదిలేసి, దానిమీద చూపు కూడా పెట్టగలుగుతాడు.

''రైతుబంధు! నేను వచ్చేదాకా ఈ అశ్వం తిండితిప్పలు, మంచిచెడ్డలు చూసుకుంటావా?'' నేను ఆ రైతును ఆపి వాయుజిత్ వీపుపైన చిన్నగా చరుస్తూ అడిగాను. వాయుజిత్ తెల్లటి వీపు ఒక్క క్షణం పులకించిపోయింది. దట్టంగా వెంట్రుకలు ఉన్న తోక అటు ఇటు ఊగింది.

''మీరెవరు?'' రైతు నా కాషాయవస్త్రాల వంక, కోయబడ్డ చెవుల వంక చూస్తూ అడిగాడు.

''నేను వైకర్తనుడిని. నా ఈ కోయబడిన చెవుల వలన నీవు మళ్ళీ గుర్తుపట్ట గలుగుతావు.''

''సన్యాసివా? ఇవ్వు నీ గుర్రాన్ని. నేను సంభాళిస్తాను'' అతడు వాయుజిత్ కళ్ళాలని తన చేతిలోకి తీసుకున్నాడు. ఎంతో నమ్మకంగా ప్రవర్తించే ఆ ఏకనిష్ఠ పశువు వీపుపైన రెండుసార్లు చిన్నగా చరిచాను. దాని జూలులోనిశుభ్రమైనకేశాలను నా వేళ్ళతో నిమురుతున్నప్పుడు నేను ఎంతో భావుకుడినైపోయాను.

''వెళ్ళు. సుఖంగా ఉండు'' నేను దానికి వీడ్కోలు పలికాను.

సూర్యాస్తమయం దీర్ఘ బంగారు కిరణాలలో నిట్టనిలువుగా ఉన్న మహేంద్ర పర్వతాన్ని ఎక్కసాగాను. సాల (వేగిస) మోదుగ, పున్నాగ,తమాల,సతోన, దండిగిమొదలైన వృక్షాలపైన చిత్తర, సారంగ, చండోల, చక్రవాకమొదలైనపక్షుల గుంపులు ఎగురుతూ, కోలాహలం చేస్తూ గూళ్ళకి వెనక్కి వెళ్తున్నాయి. పల్లవం వైపు పశువులను మేపి వెనక్కి వెళ్ళిపోతున్న గుడ్ల కాపరులు పిల్లనగ్రోవిని ఊదుతున్నారు. ఆవుల మెడలలోని గంటలు గణగణ మోగుతున్నాయి. వేణునాదం ఆహ్లాదంగా వినిపిస్తోంది. సమస్త చరాచరాలు విశ్రాంతిని కోరుకుంటున్నాయి.

''సన్యాసీ! ఆగు'' వెనకనుంచి ఎవరో నన్ను పిలుస్తున్నారు. నేను ఆగిపోయాను. నాలాగానే సన్యాసి వేషం ధరించిన ఎవరో వ్యక్తి వస్తున్నట్లుగా అనిపించింది.

''ఎక్కడికి వెళ్తున్నావు?'' దగ్గరికి రాగానే అతడు అడిగాడు. బహుశ అతడు కూడా ఆశ్రమవాసి అయి ఉంటాడు. నాకన్నా పెద్దవాడిగా ఉన్నాడు.

''భగవాన్ పరశురాముల ఆశ్రమానికి'' అసలు ఏ పరిచయం లేకుండా నన్ను పిలుస్తున్న ఆ ఆశ్రమశిష్యుడి వైపు ఆశ్చర్యంగా చూస్తూ నేను జవాబు చెప్పాను.

''నేను కూడా అటువైపు వెళ్తున్నాను. నేను వారి శిష్యుడినే. నా పేరు అకృతవ్రణుడు. పద. ఇద్దరం కలిసే వెళ్దాం.'' అతడు నా చెవులవైపు చూస్తూ అన్నాడు.

మేం ఇద్దరం పర్వతం పైకి ఎక్కుతున్నాం.

''నీవు మా ఆశ్రమానికి ఎందుకు వస్తున్నావు. భగవానుడి దర్శనం కోసమా?'' ఎక్కుతూ అతడు అడిగాడు.

''కేవలం దర్శనం చేసుకోడానికే కాదు. అధ్యయనం చేయడానికి వచ్చాను శిష్యుడిగా''

''శిష్యుడిగానా? నీవు బ్రాహ్మణకుమారుడివా? బ్రాహ్మణ కుమారులను తప్ప మరెవరినీ ఆయన శిష్యుడిగా తీసుకోనని ప్రతిజ్ఞ చేసారు. నీవు ఏ విద్య నేర్చుకోవడానికి వచ్చావు?''

''బ్రహ్మాస్త్రం'' నేను జవాబు చెప్పాను. అయితే నా ఆశలన్నీ అడియాశలేనా?'' ఈ ప్రశ్నమనస్సులోతలయెత్తుతోంది. నేను బ్రహ్మ కుమారుడిని కాను.

''బ్రహ్మాస్త్రమా! అయితే నీవు తప్పకుండా బ్రహ్మ కుమారుడివై ఉంటావు. అనవసరంగా నేను ఈ ప్రశ్న అడిగాను. కాని... కాని, నీ చెవులకింది భాగం కోసి వేయబడి ఉంది, ఎందుకు?'' అతడు మళ్ళీ ప్రశ్న వేశాడు.

ఇతడిని ఇక్కడికి ఇక్కడే వదిలివేసి, పరుగెత్తుకుంటూ దిగిపోయి మళ్ళీ వాయుజిత్ పైన ఎక్కి హస్తినాపురం వెళ్ళిపోతే? ఒక్క నిమిషం నా మనస్సులో అనిపించింది. కాని... కాని... బ్రహ్మాస్త్రం లేకుండా నేను హస్తినాపురం వెళ్ళడం అసంభవం.

''స్వర్గంలోని ఒక విశాలమైన ఛిద్రాన్ని మూసేయడానికి చెవుల మాంసాన్ని ఒక భిక్షకుడికిఇచ్చేసాను'' అతడి ప్రశ్నకు సమాధానం ఇవ్వాలి కనక నేను చెప్పాను.

''నాకేమీ అర్థం కాలేదు'' అతడు ఆశ్చర్యంగా అన్నాడు.

''నీవు అర్థం చేసుకోలేవు కూడా!'' నేను అతడికి సమాధానం చెప్పలేను. భగవాన్ పరశురాముడు అడిగితే ఏ కులానికి చెందిన వాడివని చెప్పను? మనస్సు మార్గాన్ని వెతుకుతోంది. ఏమీ అర్థం కావడం లేదు.

పరిస్థితి నా చేత ఒక అసహాయ అబల శీలం విషయంలో అనకూడని మాటలు అనిపించి పాపం మూటకట్టేలా చేసింది. ఇప్పుడు అదే పరిస్థితి అసత్యం చెప్పి పాపం చేయడానికి కూడా సిద్ధపడ్డది. సాక్షాత్ పరశురాముల వంటి గొప్ప విద్యావేత్తలు, గురువుల ఎదురుగుండాఅసత్యం చెప్పనా! లేక ఏ మార్గం నుండి వచ్చానో ఆ మార్గం నుండి ఖాళీ చేతులతో వెనక్కి వెళ్ళిపోనా? మళ్ళీ సమస్య! మళ్ళీ మళ్ళీ జీవితానికి అవరోధం కలిగించే చిక్కుముడి.

ఇంద్రుడికి కవచకుండలాలు దానం ఇవ్వడం వలన లభించిన పుణ్యం భగవాన్ పరశురాముడికి అబద్ధం చెప్పేటప్పుడు దగ్ధం అయిపోయేదే. నేను మళ్ళీ సూతపుత్రుడి లానే ఉండిపోయే వాడిని. ఇప్పుడెట్లానో అప్పుడు అట్లానే ఉండిపోయేవాడిని. మహేంద్ర పర్వత శిఖరం పైనుండి పడే జలపాతంలా ఆలోచనలు నా అంతరంగంలో వస్తున్నాయి. ఏం చేయను? వెనక్కి వెళ్ళిపోనా? వెళ్ళడమే మంచిది.

"నేను వెనక్కి వెళ్ళిపోతాను" నేను మధ్యలో ఆగి అన్నాను. అకృతవర్ణుడికి ఆశ్చర్యాన్ని కలిగించే దెబ్బవేసాను.

"ఏం ఎందుకు? గాభరా పడుతున్నావా? భగవాన్ పరశురాములవారి ఆశ్రమం లోకి ప్రవేశించడానికి సింహం అంత గుండెధైర్యం ఉండాలి. కేవలం భృగుకులం ఋషి కుమారుడిలా గుంద్రంటి ముఖాలతో వచ్చావా?"అతడు ఆశ్రమ - శిష్యుడు అయినందుకు నిర్భయంగా అన్నాడు.

"భృగుకులం! సింహం అంత గుండెధైర్యం! లేదు, లేదు బ్రహ్మాస్త్రాన్ని పొందకుండా వెనక్కి వెళ్ళను. పరశురాముల ప్రతిజ్ఞను భంగం చేసే సామర్థ్యం ఒక సూతపుత్రుడి దగ్గరే ఉంది. దీనిని ఇక ఇప్పుడు లోకం చూస్తుంది. కోపిష్ఠి పరశురాముడు అబద్ధం చెప్పే కర్ణుడిని ఏం చేస్తారు? కాల్చి బూడిద చేస్తారా? కాని ఆ బూడిద కూడా బ్రహ్మాస్త్రం కోసం తహతహలాడే ఒక సూతపుత్రుడు, భగవాన్ పరశురాముల చేత ప్రతిజ్ఞని భంగం చేయించాడు అనిఅంటుంది.

మనస్సులోని ఒక మూల 'ఒద్దు' అనిఅంటున్నది. అయినా నేను ఎక్కుతూనే ఉన్నాను. ఒకవేళ పరశురాముల వారు నన్ను నీ కులమేదిఅని అడిగితే భృగుకులంఅనిచెబుతాను. ఒకవేళ పేరు అడిగితే 'భార్గవ' అనిచెబుతాను. ఇట్లా నా మనస్సులోనే అనుకున్నాను.

ఇప్పుడు వెన్నెలలో జ్యోస్నాధవళితమహేంద్రం ఎంతో భయంకరంగా అనిపించింది. ఎందుకంటే వేటని వెతుక్కుంటూ వన్యపశువులు గర్జిస్తూ బయటకి వస్తున్నాయి. అవి వెన్నెలని కూడా ఒణికేలా చేస్తున్నాయి.

మహేంద్రం పైన అకృతవ్రణపర్ణకుటీరంఎదురుగుండామేం ఇద్దరం నిల్చొని ఉన్నాము. ఆ సమయంలో రాత్రి పూర్వార్ధం గడిచి పోయింది. ఆశ్రమం నిండా చిన్నవి, పెద్దవి చాలా పర్ణకుటీరాలు ఉన్నాయి. పరిసరాలను నలువైపులా రక్షణ కోసం ముళ్ళతీగలదృఢమైనకంచె ఉంది. ఆశ్రమంలోని మధ్య భాగంలో ఒక భవ్యమైనయజ్ఞగుండం ఉంది. నేను ఎన్నో ఎన్నెన్నో యజ్ఞగుండాలనిచూసాను కాని ఇటువంటి భవ్యమైనయజ్ఞకుండాన్ని ఎప్పుడూ చూడలేదు. ఒక మూల ఆవుల పెద్ద కోష్టం ఉంది. మహేంద్ర పర్వతంపై మేతమేసి వచ్చిన గోవులు బాగా అలసిపోయి గోశాలలోకూర్చుని ఉన్నాయి. శాంతంగా బహుశానెమరు వేస్తున్నాయి. ఎందుకంటే మధ్య మధ్యలో వాటి మెడలలోని గంటలు మోగుతున్నాయి. వాటి శబ్దం వలన నీరవశాంతి భంగం అవుతోంది. పర్ణకుటీరాలన్నీకాళ్ళుముడుచుకుని విశ్రాంతి తీసుకుంటున్న ఏనుగుల గుంపుల్లా అనిపిస్తున్నాయి. శిష్యగణం అంతా నిద్రలో మునిగిపోయింది. అందువలన ఎక్కడా దీపాలు వెలగడం లేదు. చంద్రుడి సౌందర్యంతో నిండిన కుంభాన్ని ఆకాశరూపంలో ఉన్న మహాపురుషుడు ఆశ్రమం పైన అంతటా కుమ్మరిస్తున్నాడు.

కేవలం ఒకే పర్ణకుటీరంలో పటపటలాడుతున్న నిప్పుకణాలు బయటనుండి స్పష్టంగా కనిపిస్తున్నాయి. మంత్రోచ్చారణ అస్పష్టంగా వినిపిస్తోంది. ఎవరో గొణుగుతున్నట్లుగా అనిపిస్తోంది. అర్ధరాత్రి అయినా ఎవరో మేల్కొని ఉన్నారు. ఎంతో ధ్యానంతో సాధన చేస్తున్నారు.

"ఆ పర్ణకుటీరంలో ఎవరు ఉన్నారు?" నేను అకృతవ్రణ వెనక పర్ణకుటీరంలో ప్రవేశిస్తూ అడిగాను.

''భగవాన్! రేపు పౌర్ణమి.తన వరుణవ్రతాన్ని పూర్తి చేయడానికి ఆయన ప్రతీ పూర్ణిమ అమావాస్యల పూర్వరాత్రి ఈ విధంగా యజ్ఞగుండంఎదురుగుండాకూర్చుని పవిత్రమంత్రాన్ని గాయిత్రీ ఛందస్సులో గాయిత్రీ మంత్రాన్ని అఖండంగా జపించాలి. తదనంతరం మరునాడు వారు మహేంద్ర నుండి కిందికి దిగి కింద ఉన్న కళింగ రాజ్యానికి వెళ్తారు. తూర్పు సముద్రంలో నురగలు కక్కుతున్న నీళ్ళలో నడుం దాకా నిల్చుని రోజంతా సూర్యుడికి అర్ఘ్యదానం ఇస్తారు. వారి దర్శనం కోసం పౌర్ణిమ అమావాస్యలకు కళింగప్రజలు సాగరం ఒడ్డున చేరుతారు. నేను ఎన్నోసార్లువాళ్ళతో పాటు సముద్రం ఒడ్డుకి వెళ్ళాను.నీకు కూడా ఎప్పుడో ఒకప్పుడు అవకాశం కలుగుతుంది.'' దర్భలతో చిన్న చిన్నపక్కలు వేసి వాటిపైన కంబళి పరుస్తూ అకృతవ్రణఅన్నాడు.

సత్యసేన, శోణ, అశ్వత్థామ, దుర్యోధన మొదలైన ఎంతోమంది వ్యక్తులు నా జీవితంలో వచ్చారు. వాళ్ళల్లోఅకృతవ్రణ కూడా కలిసిపోయాడు. ఫలహారం తీసుకున్నాకఆ దర్భల శీతలశయ్యపైన శరీరానికి విశ్రాంతి ఇస్తున్న సమయంలో నాలో ఒకే ఒక ప్రశ్న తల ఎత్తుతోంది. భగవాన్శ్రీ పరశురాములవారు ఒకవేళ రేపే నన్ను కళింగరాజ్యానికి వెళ్దామని అంటే? ఆయనకి ఏంజవాబు చెప్పాలి. కళింగ ప్రజలందరూనన్ను గుర్తుపడతారు. వారితో కళింగ రాజ్యానికి ఎట్లా వెళ్ళను? ఆలోచిస్తూ నిద్రలోకిజారుకున్నాను. మహలులో మృదుశయ్యపైన, ఈ భగవాన్ పరశురాముల కుటీరంలో మొదటిరాత్రి వచ్చినంత నిద్ర ఎప్పుడూ రాలేదు.

4

ప్రాతఃకాలం అయింది. ఓం రీరీఈశావాస్యమిదం సర్వ రీరీరీ'' శిష్యుల నోటినుండి వెలువడుతున్న ప్రార్థనల మధురమైన ఆలాపాలతో నాకు మెలుకువ వచ్చింది. దైనందిన కార్యక్రమాలు నెరవేర్చుకుని అందరితో పాటు భగవాన్ పరశురాముల పర్ణకుటీరంఎదురుగుండా ఉన్నవరుసలో నిల్చున్నాను. సూర్యోదయం అయింది. గుహ నుండి జూలున్న సింహం ఎట్లా బయటకి వస్తుందో అట్లా గడ్డంతో ఉన్న పరశురాములు పర్ణకుటీరం నుండి బయటకి వచ్చారు. ఆయన భుజంపైన పరశు ఉంది. దాని తీక్షణమైన మొన (ముందుభాగం) మిలమిలా మెరుస్తోంది. దానం చేసే సమయంలో, దిగ్విజయం చేసొచ్చాక నేను ఎంతోమంది ఋషులను చూసాను. పాండవుల రాజసూయ యజ్ఞంలో ధౌమ్య, ధనంజయ,సాందీపిని,కణ్వ, బ్రహ్మగార్యమొదలైన గొప్ప ఋషులు కన్పించారు. కోపిష్ఠి రూపంలో, ప్రసిద్ధ ఋషి దుర్వాసుడిని కూడా కలిసాను. కాని భుజం మీద మెరుస్తున్న పరశును ధరించే నల్లటినలుపులో ఉన్న దట్టమైన గడ్డంగల ఇంతటి భవ్య ఋషిని ఈరోజు మొట్టమొదటిసారిగా చూస్తున్నాను. కైలాసాన్ని వదిలి వచ్చినజటాధారి భగవాన్ శంకరులే ఆ కుటీరంలోంచి వచ్చారా అని అనిపించింది. శంకర భగవానుడు తన శిరస్సు నుండి చంద్రకళను తీసేసి దానిని త్రిశూలదండంలో అమర్చి, పరశురూపంలో తన సశక్త, విశాలమైన భుజాలపై పెట్టుకున్నారా అని అనిపించింది. విశ్వాన్ని చీల్చే తేజోమయమైన కళ్ళు ఆయనవి. శ్రీకృష్ణుడి నేత్రాలకి, ఆ నేత్రాలకి మధ్య ఎంతో సమానత ఉంది.

తూర్పుసాగరం వైపు వెళ్ళడానికి చిన్నచిన్న అడుగులు వేస్తూ ఆయన నడుస్తున్నారు. దోసిళ్ళతో పుష్పాలను ఆయన పాదాలకు సమర్పిస్తూ, ఎంతో శ్రద్ధగా ఆయన శిష్యులు సాష్టాంగ ప్రణామాలు చేస్తున్నారు. నేను అందరికన్నా చివరగా నిల్చున్నాను.

ఆయన ఎదురుగుండారాగానే ఆయన చరణాలకు వందనం చేసాను. ఆయన చరణధూళిని తలపై పెట్టుకున్నాను. ఆ క్షణాన్ని నేను నా అదృష్టంగా భావించాను.

''నీవు ఎవరవు?'' గదని గద ఢీకొంటే ఎటువంటి శబ్దం వస్తుందో అట్లాంటి ఖంగుమనే శబ్దం వచ్చింది.

''నేను... నేను... భార్గవ... భృగుకులంవాడిని.'' నా అంతరంగ మనస్సు, రథం కిందకి వచ్చిన రక్తరంజిత ఏనుగులా ఉంది. సిగ్గుతో బాధపడ్డది. ఒక మూలన సత్యప్రియ కర్ణుడు గిలగిలా తన్నుకుంటున్నాడు.

''ఇక్కడికి ఎందుకు వచ్చావు?''

''బ్రహ్మాస్త్ర విద్యని నేర్చుకోడానికి.''

చాలాసేపు ఆశ్చర్యంగా నా వంక చూస్తూ గురుదేవులు కళ్ళను మూసుకున్నారు. ఒకటిరెండు నిమిషాలయ్యాకతీవ్రదృష్టితో చూస్తూ అన్నారు. ''ఆశ్రమ నియమాలను ఎంత కష్టం అయినా పాటించాలి. పాటిస్తావా?''

''ఆజ్ఞ గురుదేవా''

''సరే! ప్రయాణంలో మురికి అయిన వస్త్రాలని బాగా ఉతుక్కుని సిద్ధంగా ఉండు. తిరిగి రాగానే నేను నీకు శుభముహూర్తంలో బ్రహ్మాస్త్రం నేర్చుకునే ముందు ఉచ్చరించాల్సిన నమనమంత్రాన్ని చెబుతాను.

గంభీరంగా నడుస్తూ ఆ విశాలకాయుడైన జమదగ్ని పుత్రుడు ఆశ్రమం నుండి బయటకు వచ్చారు. మెరుస్తున్న పరశుపరావర్తం చెందిన కిరణాల వలయం అందరి దృష్టిని ఆకర్షిస్తోంది. మెల్లి మెల్లిగా అది మాయం అయిపోయింది. అతడితో పాటు అకృతవ్రణ కూడా నడుస్తున్నాడు. ఆయన వెనకభాగం చూస్తున్న నా మనస్సులోని ఏమూలో జరిగిన పరాభవం గుచ్చుకుంటోందని, నాకనిపించింది. జీవితంలో మొట్టమొదటిసారి. ఎక్కడో ఏదో భయంకరమైన పొరపాటు జరిగింది. జీవితం జిహ్వాబాణంలా వంకర టింకరగా నడుస్తోందని అనిపించింది.

5

ఒకదాని తరువాత ఒకటి రోజులు గడిచిపోతున్నాయి. కాని ఆశ్రమజీవితంలో శిష్యుడి జీవితం త్వరగా అలవడింది. రాజభవనంలో యోధుల జీవితం త్వరగా అలవడలేదు. ఎవరి స్మృతి అయినా నామనస్సుకు అంతగా బాధపెట్టదు. బ్రహ్మాస్త్రం సగం మహామంత్రాలు నాకు కంఠస్థం అయినాయి. బహుశ దీని ఫలితమేనేమో నా మనస్సుకు ఎంతో ప్రశాంతత లభించింది. అసలు రాజభవనానికి వెళ్ళాలి అన్న కోరిక కూడా కలగడం లేదు. జీవనముక్తి కోసం అహర్నిశలు పాటుపడే వాళ్ళతో ఉండటం వలన ఘటికలు, నిముషాలు ఉజ్వలం అవుతున్నాయి. అకృతవ్రణతో సహవాసం అశ్వత్థామని గుర్తుచేస్తోంది. జీవితంలోని అన్ని విషయాలను ఆయన అధ్యయనం చేసారు. ఆయన మాటలు వింటున్నప్పుడు అసలు నాకు సమయమే తెలిసేది కాదు.

నెలలో ఒకరోజు శిష్యులు గురువుని ప్రశ్నించే అవకాశం ఉంటుంది. జీవనయాత్ర చేసేటప్పుడు మనిషి అన్ని నిర్ణయాలని తమ బుద్ధిబలం పైనే తీసుకుంటాడని, సార్థకం

చేసుకుంటాడని చెప్పలేము. అందువలన ఆ రోజు ఎన్నెన్నో విషయాలపై చర్చిస్తారు. సందేహాలను నివృత్తి చేసుకుంటారు.

ఇప్పటిదాకా నేను ఏది నేర్చుకోలేకపోయానో అది ఈ చర్చల ద్వారా నేర్చుకునే అవకాశం లభించింది. ఒకరోజు నేను భగవాన్ పరశురాములని ఒక ప్రశ్న అడిగాను- 'భగవాన్! అన్నింటికన్నా శ్రేష్ఠమైన ఆనందం ఏది?''

''నీవే ముందు చెప్పు!'' ఆయన నన్ను అడిగారు.

''దానం చేసాక...''నా ఎదురుగుండాకవచకుండలాల దానం ఇచ్చిన సంఘటన కదలాడసాగింది.

''లేదు...దానంలో కూడా నేను దానం ఇచ్చాను, అన్న అహంకారం ఉంటుంది. అందువలన అసలు శ్రేష్ఠమైనది ఏదో మనం పరీక్షచేయాలి. భార్గవా! అన్నింటికన్నా ఎత్తైన పర్వతం ఏది?''

''హిమాలయాలు గురుదేవా!'' నేను అన్నాను.

''లేదు అన్నింటికన్నా ఎత్తైన పర్వతం మనస్సు. మనస్సుకి ఉన్న ఔనత్యం ముందు హిమాలయం కూడా మరుగుజ్జులాంటిదే. అందువలనే మనస్సు దృఢంగా ఉండాలి. అటువంటి దృఢమైన మనస్సు బలంగల శరీరంలోనే ఉంటుంది. బలహీనులకి ఆనందం కలగదు. సుఖం లభించదు. మోక్షం కలగదు. అందువలన మన ఆశ్రమంలో శాస్త్రాలు, అస్త్రాల అధ్యయనం కూడా జరుగుతుంది. ఈ జ్ఞానం మానవ సంహారం కోసం కాదు. కాని ఈ శాస్త్రాలు, అస్త్రాలు, జ్ఞానం, మానవత్వాన్ని ఉద్ధరించడంలో అడ్డుపడే క్రౌర్యాన్ని సంహరించడానికి మాత్రం అన్నది నిశ్చయం. నీకు బ్రహ్మాస్త్ర విద్యని నేర్పిస్తున్నది కూడా ఇందుకే''

''గురుదేవా! జగత్తులో మానవ అస్తిత్వం ఎంతదాకా? కేవలం కోటికోటి సంవత్సరాల వరకు!! బతకడానికా? కాదు. అందుకే నాకు జీవితంలో లభించే సర్వశ్రేష్ఠ ఆనందం ఏది? తెలుసుకోవాలన్న కోరిక ఉంది. మీరు చెప్పే ఆ మానసిక ఆనందమే చివరిదా?

''లేదు. దానికన్నాశ్రేష్ఠమైన ఆనందం ఉంది. అది అంతిమం కాదు, అఖండమైనది కూడా. ఆ ఆనందం మనస్సు అనే బట్టలో చుట్టుకుని ఉన్న ఆత్మది. మనం ఎవరం? ఈ విశ్వంలోకి ఎందుకు వచ్చాము? ఎటువెళ్ళాలి? ఈ చరాచర విశ్వం ఏ సూత్రంలో గుచ్చబడిఉంది? మన ఆశ్రమంలోని ఈ ఆవుల అందమైన దూడలు ఎందుకు ఛెంగుఛెంగునాగెంతుతాయి. పువ్వుల జీవితం ఒక్కరోజు, అయినా అవి తీగలపైన నవ్వుతూ, తుళ్ళుతూ ఎందుకు ఊగుతూ ఉంటాయి? అసలు మేఘాలు ఎందుకు గర్జిస్తాయి? గాలి ఎందుకు వీస్తుంది? వర్షం దేనినుండి వస్తుంది? సంపూర్ణ విశ్వంలోని ఒక్కొక్క కణం చైతన్య ప్రణవగీతం పాడుతూ నిరంతరం ఎట్లాగతి మానం అవుతుంది? అసమ జీవసృష్టి, అఖండ అక్షయదీపంలాంటిది. ఇది ఏ జీవన రసంతో వెలుగుతుంది? ఇదంతా తెలుసుకోడానికి, ఇదంతా చూడడానికి ఒక అద్భుతమైనగుప్తనేత్రం మన ఈ శరీరంలోనే ఉంది. దానిపేరే ఆత్మ. ఇచ్ఛాశక్తి బలంతో ఏ సమయంలో అయితే ఈ నేత్రాన్ని తెరుస్తావో ఆ సమయంలో ఈ సమస్యలన్నీ సమసిపోతాయి. విశ్వం అంతా ఒకటిగా అనిపిస్తుంది. ఎంతో భయంకరమైన విధ్వంసం వలన దుఃఖం కూడా కలగదు. మహా నిర్మాణాన్ని సాకారరూపంలోచూసాక కలిగే ఆహ్లాదం, ఇది మిథ్య, శేషరూపంలో ఉండదు. కేవలం వెలుగు

మాత్రమే మిగులుతుంది. సూర్యకిరణాల లాంటి ఎంతో తేజోవంతమైన వెలుగు. అందువలన ఆత్మానందమేసర్వశ్రేష్ఠమైనది.'' ఆ వెలుగు సామ్రాజ్యంలో వెళ్ళడానికి ఎంతో ఆకర్షణ కలిగినట్లు తన విశాల నేత్రాలను మూసుకున్నాడు. ఆయన కళ్ళు మూసుకోవడం, ప్రశ్నలు అడగడం మానివేయడానికి సంకేతం అని మేము బాగా తెలుసుకున్నాము.

అందరూ చేతులు జోడించారు. ''ఓం ఈషా వాస్యమ్ రీరీఇదమ్ రీరీరీ' ప్రార్థన ఎంతో గంభీరంగా ఉంది. ఈ గంభీరమైన ధ్వని ఆశ్రమ పరిసరాలను దాటి మహేంద్రం మూలమూలలా ప్రతిధ్వనిస్తోంది.

6

ఒక సంవత్సరం గడిచిపోయింది. భగవాన్ పరశురాముల వారి సాహచర్యం దొరకడం నా అదృష్టం. నేను దిగ్విజయ సేనాపతిని, ఒక దాన వీరుడిని. ఈ ఆలోచనలు నన్ను ఉద్రేకపరిచేవి. అహంకారాన్ని పెంచేవి కాని అన్నీ లుప్తం అయిపోయాయి. నేను ఒక శిష్యుడిగా మారాను. ఒక యాత్రికుడిగా మారాను. మెరిసేదంతా బంగారం కాదు అన్న నిజాన్ని తెలుసుకున్నాను. కేవలం పరాక్రమం జీవిత పరమార్థం కాదు. సరియైన చింతన కూడా చేయగలగాలి. ఇదంతా నేను తెలుసుకున్నాను.

అతిత్వరగా గురుదేవులకు నేను ప్రియశిష్యుడనయ్యాను. తక్కిన శిష్యులు నన్ను చూసి ఈర్ష్యపడసాగారు. ఇటువంటి వాతావరణం ఏర్పడ్డది. ఆశ్రమంలోని ప్రతీరోజు, నా పూర్వజన్మలపుణ్య ఫలంగాపరశురామ భగవాన్ సాహచర్యంలో ఉజ్వలంగా మారుతోంది. ఎన్నో సార్లు గురుదేవులు నన్ను కళింగరాజ్యానికి రమ్మనమని అంటూ ఉండేవారు. అయినా ఏదో ఒక నెపంతో నేను ఆయన మాటను దాటవేసేవాడిని. ఇట్లా నేను ప్రవర్తించేటప్పుడు నాకెంతో బాధవేసేది. నా కులం గురించి అబద్ధం చెప్పడం ఇంకా క్షోభ పెట్టేది. అపరాధ భావం నాలో తలెత్తగానే చుట్టుపక్కల పర్ణకుటీరాలునాపైవిరుచుకుపడ్డట్టుగాఅనిపించేది. మనస్సు గిలగిలాకొట్టుకునేది. ఏదో ఒక మూల నన్ను ఎవరో నొక్కేస్తున్నారనిఅనపించేది. ఇటువంటి సమయంలో మనస్సుకి ఒకటి రెండు ఘడియలు శాంతి లభించాలని, మనస్సుని ఏదో ఒక పనిలో నిమగ్నం చేయాలని వేటకోసం మహేంద్ర అరణ్యంలో నిరంతరం తిరుగుతూ ఉండేవాడిని. ఏది దొరికితే ఆ వేటనుభీముడికిచ్చి, నుదిటిన పట్టిన చెమటను తుడుచుకుంటూ మళ్ళీ పర్వతం పైకి ఎక్కి ఆశ్రమానికి వెళ్ళిపోయేవాడిని. ఇష్టం వచ్చినట్లు హాయిగా తిరిగినందుకు ఆరోజు ఉల్లాసంగా గడిచిపోయేది. మళ్ళీ కొత్త ఉత్సాహంతో ఆశ్రమ జీవితం ప్రారంభం అయ్యేది.

ఒకసారి మనస్సు అస్సలు బాగా లేదు. అందువలన ధనస్సు తీసుకుని నేను ఆశ్రమం నుండి బయటికి వచ్చి అడవివైపు వెళ్ళాను. మధ్యాహ్నం అయింది. చెట్ల కొమ్మలు ఒకదానితో ఒకటి రాసుకోవడం వలన వచ్చే నిప్పుకణాలు దూరంగా మండుతున్నాయి. వాటి పొగమేఘాలు నాకు మహేంద్రం చివర స్పష్టంగా కనిపిస్తున్నాయి. ఆ మంటవేడికి పక్షులకు కొంత శాంతి కలిగింది. సంధ్యాసమయం దాకా అటుఇటు దారితప్పి తిరుగుతున్నప్పటికీ ఒక్క పశువు కూడా కనిపించలేదు. అందువలన మనస్సు ఉదాశీనంగా అయిపోయింది. బాధతో వెనక్కి తిరిగి

వచ్చాను. ఆశ్రమానికి వెళ్దామన్న ఆలోచనతో మహేంద్రంఎక్కసాగాను. చెవులకింది భాగం కోసేసి ఉండటంవలన చెమట చుక్కలు వెంటనే కిందికి పడేవి కావు. రెండు చివరలు ఉండటం కారణంగా అవి రెండు రెండువైపులా చీలి, మాటిమాటికి మధ్యలోనే ఆగిపోయేవి. వాటిని నా చేతులతో తుడిచేవాడిని. ఇప్పుడు ఇది నాకు అలవాటు అయిపోయింది.

"సర్...సర్... ఖస్ ఖస్..." ఏదో పశువు తన ఆశ్రయ స్థలం నుండి బహుశ బయటికి వస్తోంది. దాని శబ్దం వస్తున్న మార్గం అంచున ముళ్ళపొదల వెనక నుండి ఖస్ ఖస్ అనే ధ్వని రాసాగింది. ఎన్నో రోజుల తరువాత శబ్దాన్ని లక్ష్యఛేదం చేసే సదవకాశం చేతికి వచ్చింది. ధనస్సుపైకెత్తాను. ఒక అమోఘబాణాన్ని పెట్టాను. వింటినారిని చెవి దాకా లాగి శబ్దం వస్తున్న వైపు వెంటనే బాణాన్ని వదిలాను. బొటనవేలు తగలడం వలన కోయ బడ్డచెవితమ్మిలు మళ్ళీ ఊగాయి. స్స.... అంటూ శబ్దం చేస్తూ బాణం పొదలలోకి చొచ్చుకుపోయింది. నిశ్చయంగా బాణం గురితప్పదు.

"హా...అంబా..."

బాణం తగలడం వలన వన్యపశువుల స్థానంలో ఒక ఆవు బాధతో అంబా అని అరచింది. ఆ అరుపు నాకు వినబడింది. రెండో క్షణంలో నా శరీరం అంతా ఏదో పాకినట్టయింది. చేతిలోని ధనస్సు దానంతట అదే కిందపడ్డది. దేహం అంతా ఒణకడం మొదలుపెట్టింది. చుట్టుపక్కల గుండ్రంగా చెట్లుచేమలుతిరుగుతున్నట్లుగా అనిపించింది. అయ్యో ఎందుకిట్లా అయింది?

"శు...భ...దే! ఎవరో దూరం నుండి పెద్దగా అరుస్తున్నారు. పొదలు ఇప్పటికీ ఊగుతున్నాయి. అరుపులు నిమిష నిమిషానికి ఎక్కువ అవుతున్నాయి.

పరుగెత్తుకుంటూ వెళ్ళి బాగా దట్టంగా ఉన్న పొదల దగ్గరి ఆకులన్నింటినీ దూరం చేస్తూ ఎదురుగా కనిపించిన దృశ్యాన్ని చూడగానే గుండె దడదడాకొట్టుకోసాగింది. అసలు గుండె చప్పుడు ఆగిపోతుందా అనిపించింది. ఒక తెల్ల ఆవు తన గిట్టలని కొట్టుకుంటూ కిందపడింది. అది గిలగిలా తన్నుకుంటోంది. నా అమోఘబాణం దాని మస్తిష్కంలో చొచ్చుకుపోయింది. ఒక తీగలో చిక్కుకు పోయిన కొమ్ములను బయటికి లాక్కోవాలని ఎంతో ప్రయత్నిస్తోంది. కాని ఆ ప్రయత్నం సగంగానే ఉండి పోయింది. కొమ్ములు అట్లాగే ఇరుక్కుని ఉండిపోయాయి. ముళ్ళపొదలన్నీ నాశనం అయిపోయాయి. అసలు అంతా విచిత్రంగా అనిపిస్తోంది. చెట్ల గుబుర్లలో నుండి గెంతి ఆవు దగ్గరికి వచ్చాను. దాని మస్తకం పైన గుచ్చుకున్న బాణాన్ని లాగేయడానికి ప్రయత్నం చేయడం మొదలుపెట్టాను. కాని బాణం దాని కపాలంలో లోతుగా దిగిపోయింది. బాణం కదలికల వలన దానికి విపరీతమైన బాధ కలగసాగింది. అది హృదయవిదారకంగా తేన్చడం మొదలుపెట్టింది. దాని తేనుపుకి నా కోయ బడ్డ చెవులలో సురక్షితంగా ఉన్న పొరలు తెగిపోతున్నాయని ఒక్క క్షణం అనిపించింది. నాలుక జాపింది. మృత్యువుతో శక్తినంతా పెట్టి భయంకరంగా వెక్కిళ్ళుపెట్టసాగింది. తక్షణం మోకాళ్ళ మీద నేను కూర్చున్నాను. ఒక్క నిమిషం నా శరీరం రాయిలా మారిపోయిందా అని అనిపించింది. సంపూర్ణ విశ్వమండలం అంతా తిరుగుతోందా? అని అనిపించింది. ఏ బాణాలతో అయితే మదోన్మత్తుల వ్యక్తుల తలలు తెగిపోతాయో వాటిల్లో ఒక బాణం ఆవు మస్తకంపైన ఉంది.

''శు....భ...దే... శుభదే...'' ఎవరిదో పిలుపు దగ్గరిగా వినిపిస్తోంది. కొన్ని క్షణాలలో ఒక వృద్ధ బ్రాహ్మణుడు నా ఎదురుగుండా దేహంపై పడే రాయిరప్పలానిల్చుని ఉన్నాడు.

తన ఆవు మస్తకం పైన గుచ్చుకుని ఉన్న బాణాన్ని చూడగానే ఒక్కసారిగా పెద్దగా కేక వేసాడు. అతడి ఆక్రోశం వలన రణాంగణంలో వీరుల వాయిద్యాలకోలాహలాన్నీ సహించే నా గట్టి మనస్సు ఒణికిపోయింది. నేను కళ్ళను గట్టిగా మూసుకున్నాను.

''శుభదే! ఎవడాఛండాలుడు నీ మర్మస్థలం పైన ఇట్లా ప్రాణాలు తీసే బాణం వేసాడు?'' ముందుకి వచ్చి ఆవు మస్తకం పైన ఉన్న బాణాన్ని లాగేయడానికి ఆయన ప్రయత్నించాడు. ఆ యాతన వలన అది ఇంకా బాధపడసాగింది. గగనాన్ని చీల్చే స్వరంతో తేన్చసాగింది. గిట్టలని కొట్టుకుంటూ కళ్ళు తేలేయడం మొదలుపెట్టింది. దాని నోట్లోంచినురుగు రాసాగింది. ఇప్పుడు నా కుటుంబ భారాన్ని ఎవరిపై మోపను? నీ పాలుతాగి పోషించుకున్న ఈ శరీరాన్ని ఎందుకు జీవింపచేయడం?'' ఆ వృద్ధుడు ఆవు ముఖాన్ని నిమురుతూ వెక్కిళ్ళుపెట్టసాగాడు. హృదయాన్ని చీల్చే ఇటువంటి కరుణను నేను ఎప్పుడూ చూడలేదు. నా వేటవలనే కాదా ఇంత దారుణం జరిగింది. ఏ శబ్దభేధ బాణం అయితే లక్ష్యాన్ని ఛేదించి నన్ను ఒకసారి గోదాలో గౌరవ శిఖరంపైన నిల్చోబెట్టిందో, ఇప్పుడు అదేబాణం ఇవాళ రౌరవ నరకంలోకి తోసేస్తోంది.

నేను కర్ణుడిని, దిగ్విజయ సేనాపతి, దానవీర, భగవాన్ పరశురామ శిష్యుడు-ఉఫ్.. ఇప్పుడు నేను కేవలం ఒక గోహంతకుడిని. మహాపాపిని అనివార్య సంఘటనల ద్వారా చీదరింపబడ్డనిర్మాల్యాన్ని.

ప్రాణాలు హరించే యాతనకు గురై, విలవిలా తన్నుకుంటూ, గిట్టలను కొట్టుకుంటూ ఆవు చివరి శ్వాస తీసుకుంది. అదే దాని చివరి వెక్కిళ్ళు. శ్వేత కమలంలా గుండ్రటి ముఖాన్ని దొర్లిస్తూ, నురుగు వస్తున్న నాలుకను నిలబెడుతూ అది ప్రాణాలను విడిచేసింది. దాని కళ్ళల్లోని ప్రాణంలేని కనుగుడ్లు, మామ జూదంలోని పాచికలకంటే భయంకరంగా అనిపించాయి.

ఒక్కక్షణంలో శవాన్ని తమ హస్తగతం చేసుకోడానికి అడవి ఈగలు ముసరడం మొదలుపెట్టాయి. గోవు నలువైపులా అవి తిరగడం మొదలుపెట్టాయి. నేను నా ముఖాన్ని సిగ్గుతో, హృదయవిదారకమైన బాధతో రెండు చేతులతో మూసేసుకున్నాను.

''సన్యాసీ! మీకు నేను ఏమి ఇవ్వను? ఇవాళ నేను మొత్తం దోచుకోబడ్డాను.'' ఆ వృద్ధుడు నా భుజంపైన చేయి వేస్తూ అన్నాడు. ఆ స్పర్శ వలన నాలో భావుకత ఉప్పొంగింది. నేనే ఆయన ఆవును చంపాను. నా వస్త్రధారణ కారణంగా అసలు ఇట్లా ఏమాత్రం ఆలోచించి ఉండడు. నేను వంగి ఆయన పాదాభివందనం చేసి-''బ్రహ్మన్! క్షమించండి. మీ శుభద... మీ ఆవు... నా...నా బాణంవలనే ప్రాణం కోల్పోయింది. వేటాడేటప్పుడు నేను వన్యపశువు అనుకుని బాణం వేసాను. కాని నా పొరపాటువలన బాణం ఆవుకి తగిలింది. నన్ను క్షమించండి. నేను మీకు ఐదు ఆవులను సమర్పించుకుంటాను.'' అనిఅన్నాను.

జీవితంలో మొదటిసారిగా యాచకుడినయ్యాను. దీనుడయ్యాను. నిస్సహాయుడనయ్యాను.

''దూరం జరగు'' అతడు తక్షణం నన్ను పక్కకి నెట్టాడు. ఒక నిమిషం ముందు తన ఆవుకోసం బాలకుడిలా ఏడ్చే ఆ వృద్ధుడు మరునిముషంలో యజ్ఞగుండంలాసంతప్తుడయ్యాడు.

అతడి పెదిమలు వణుకుతున్నాయి. కళ్ళు నిప్పులు కక్కుతున్నాయి''సన్యాసివి అయి ఉండి వేటాడుతావా? దేహంపైన ఉన్న కాషాయ వస్త్రాలను ఎందుకు తగలబెట్టవు? ఒక ఆవు బదులు ఐదు ఆవులను ఇచ్చే గోహంతకుడా, నీ ఒక తల్లి చచ్చిపోతే, లోకంలోని ఐదుగురు స్త్రీలని నీవు అమ్మా! అనిపిలుస్తావా? నీ సన్యాసి తపస్సు కన్నా నా బ్రహ్మతేజమే గొప్పదని ఇవాళ నేను నిరూపిస్తాను''.

''కాదు... కాదు... నేను సన్యాసిని కాను...నేను ఒక యోధుడిని. భగవాన్ పరశురామ శిష్యుడిని'' నేను మళ్ళీ ఆయన పాదాలను పట్టుకున్నాను.

''అవతలకి జరుగు. నీ స్పర్శకూడా గోహత్య అంత మహాపాతకం. యోధుడు... యోధుడుఅంటూ అహంకారంతో విర్రవీగుతూ ఆవుపై బాణాన్ని వేసే అధముడా! ఈ ఆవు మస్తకంలోగుచ్చుకుపోయిన నీ బాణంలా నీ రథచక్రం కూడా సరిగ్గా యుద్ధ సమయంలో భూమిలో దిగబడుతుంది. ప్రాణాలకు తెగించి నీవు ఎంత ప్రయత్నం చేసినా చక్రం బయటకు రానేరాదు. పో....వెళ్ళిపో...'' ఆయన కాళ్ళు విదిలించి కొడుతూ పెద్దపెద్దఅంగలు వేసుకుంటూ వెళ్ళిపోయాడు. చనిపోయిన తన శుభదను అట్లాగే వదిలేసి, నన్ను లక్ష్యం చేసుకుని నన్ను వేటాడి వెళ్ళిపోయాడు.

ఆయన శాపం వలన నా మనస్సు మొద్దుబారిపోయింది. మూగదైపోయింది. నా దేహం పైన ఉన్న కాషాయరంగు వస్త్రాలు, వస్త్రాలు కాకుండా నలువైపులా భగభగమండుతున్న అగ్ని జ్వాలలా అనిపిస్తున్నాయి. సంపూర్ణ జీవితం సమస్యల జ్వాల అయినా నలువైపులా తిరుగుతూ నాట్యం చేస్తోంది. నేను ఎటువైపు వెళ్తున్నాను? శరీరాన్ని మోసుకుంటూ ఆశ్రమంవైపు వెళ్ళేటప్పుడు శాపగ్రస్త మనస్సు నిరాశనిస్పృహలతో నిండిపోయింది. ఈనాడు క్రూరదైవం వీరకర్ణుడిని రహస్యంగా వేటాడాడు. ఆ శాపం వలన జీవితమే లోతుగా దిగబడిపోయిందా అని అనిపించసాగింది. మనస్సు మౌనంగా నిశ్శబ్దంగా లోలోపల ఆ ఆవులాగా విలవిలా తన్నుకుంటోంది. అరుస్తోంది.

ఏ భీముడికైతే ప్రతిరోజూ వేటనుఇచ్చేవాడినో ఆవు మృతదేహాన్ని నేలలో పాతిపెట్టమని చెప్పి అతడికి చెప్పాను. అశుభధనస్సును అతడి చేతిలో పెడుతూ, 'ఇవాల్టి నుండి వేట సమాప్తం' అనిఅన్నాను.

మహేంద్ర పర్వతం ఎక్కుతున్నప్పుడు కాళ్ళు నొప్పులు పుట్టాయి. ఆశ్రమ పరిసరాలలో అడుగుపెడుతున్నప్పుడు గోశాల నుండి ఎప్పటిలా గంటల సున్నితధ్వని వినిపిస్తోంది. కాని ఎప్పటిలాగా మధురంగా అనిపించలేదు. పైగా శ్మశాన వాయిద్యాలలా భయంకరంగా బీభత్సంగా అనిపించాయి. ఏమీ తినకుండా, ప్రార్థన చేయకుండా, అట్లాగే దర్భల శయ్యపై పడుకున్నాను. నిద్రని ఆరాధించాలని కూడా అనిపించలేదు. మృత్యువును సిగ్గుపడేలా చేసే శుష్కత మనస్సును చుట్టేసింది. ఆశ్రమం నలువైపులా కీచురాళ్ళు కర్కశ స్వరంలో కీచుకీచుమంటున్నాయి.

7

కవచకుండలాలు శరీరం నుండి వేరుచేసినప్పుడు కూడా ఈ సంఘటన వలన కలిగిన బాధ కలగలేదు. ఆశ్రమంలో ఈ బాధను ఎవరికీ చెప్పుకోలేను. కొన్ని బాధలు అంతే మౌనంగానే భరించాలి. స్మృతుల దుఃఖాల నల్లటి వస్త్రం కుట్లు విప్పడంలో ఎవరూ సఫలీకృతులు కాలేరు. అయినా వాటి నలుపును తక్కువచేయడానికి మనస్సు ప్రయత్నిస్తూనే ఉంటుంది. దీనినే జీవితం అనిఅంటారు. ఆనందం వృద్ధి కాకపోయినా, దుఃఖ తీవ్రతను తగ్గించుకోవడమే జీవితం.

ఆ మనఃస్థితిలోఅకృతవ్రణఅమూల్యమైన సహాయం లభించింది. తక్కువ సమయంలో మా ఇద్దరి మధ్య స్నేహ సంబంధం బాగా పెరిగింది. నా ప్రతీ కార్యాన్ని అతడు తనదిగా భావించి చేసుకునేవాడు. కొత్త ఆలోచనలకు నాందీ పలికేవాడు. వింటూ ఉండటంవలన మెల్ల మెల్లగా గోహత్య సంఘటన మరుపు కాసాగింది.

పగలురాత్రి, శ్వేతకృష్ణ అశ్వాలను పరిగెత్తిస్తూ కాల రథచక్రం సంఘటనల ఇరుసును తిప్పుతూ నిరంతరం తిరుగుతూనే ఉంది. మనిషి ఎక్కడ ఉంటే అక్కడి అన్ని వస్తువుల పట్ల అతడికి ఒక తెలియని ఆకర్షణ ఉంటుంది. దగ్గరతనం కనిపిస్తుంది. మహేంద్ర పర్వతం పట్ల నాకు ఇటువంటి సామీప్యం అనుభవంలోకి వచ్చింది. సమిధలను ఏరుకుని రావడం కోసం, పర్వతలోయలలో, శిఖరాలలో తిరుగుతూ ఉండేవాడిని. ఆ సమయంలో అప్పుడప్పుడు తేమ ప్రదేశాలలో గడ్డిపోచలపైన మెరిసే మంచు బిందువులను చూసినప్పుడు, 'జీవితం మంచుబిందువుల లాంటిది' అని చెప్పే అశ్వత్థామ గుర్తుకు వచ్చేవాడు. ఆయన ఎన్నో సందర్భాలలో తన దివ్యమైన ఆలోచనలు వ్యక్తం చేసేవాడు, అవన్నీ మనస్సులో ఉండీఉండీఉప్పొంగేవి. ''కర్ణా! నీవు ఎవరు, ఆత్మపరీక్ష చేసుకుని తెలుసుకో' నీ అంతరంగంపై దృష్టిపెట్టు. గంభీరంగా ఉండు'' ఆయన చెప్పిన మాటలు నేను మరచిపోగలిగేవేనా? అదేవిధంగా ఎప్పుడైనా పర్వతంపైన అడవి అరటిచెట్లు వృక్షాలిని గుర్తుచేస్తే, అడవి మొగలి పువ్వు కాడను నిట్టనిలువుగా ఉండే అడవి మొగలి పువ్వు కాడను చూస్తే నిశ్చలమైన ప్రేమతో నిండిన శోణుడుకళ్ళ ఎదురుగుండా కదలాడతాడు. దృఢమైన వటవృక్షాన్ని చూసి మనస్సు పితామహుల జీవితంతో దాన్ని పోలుస్తుంది. నేను తల్లీనమైపోతాను. మహానదిలోని నిర్మలమైన జలం, ఏ ఆటుపోట్లకి చలించని జలం అమ్మనాన్నలని గుర్తుకు వచ్చేటట్లు చేస్తుంది. కాని ఆ జలంలో భ్రమరాన్ని చూసినప్పుడు నాకు రాజు దుర్యోధనుడు గుర్తుకు వస్తాడు. ఏదైనా ముళ్ళకంప నేలను చూస్తే గురుద్రోణులు, ఊబి ఉన్న భూమిపైన ఉండే ఆకుపచ్చటి నీటి పాచిని చూస్తే, తప్పకుండా శకుని మామ బొమ్మ కళ్ళఎదురుగుండానిల్చుంటుంది. జ్ఞాపకాలు మన నీడలాంటివి. అవి మన మనస్సు వెనక నిరంతరం పడుతూనే ఉంటాయి. భగవాన్ పరశురాములవారిని చూస్తే శ్రీకృష్ణులవారు గుర్తుకు వస్తారు. శిశుపాల వధ కళ్ళకుకట్టినట్లుగా కనిపిస్తూ ఉండేది. ఆరోజు తరువాత ఒక్కసారి కూడా శ్రీకృష్ణుడిని నేను కలవలేకపోయాను. ఇప్పుడు ఆయనని కలవాలన్న కోరికా లేదు. అంత ఆకర్షణా లేదు.

ఇప్పుడు ఈ ఆశ్రమజీవితం కాలం అనే చేతులలో చేతులు కలిపి నడిపిస్తోంది. రాత్రి నిద్రపోయేముందు, బాల్యం నుండి ఈనాటివరకు జరిగిన సంఘటనలని దర్శించుకుని మనస్సు భవిష్యత్తున్ని లక్ష్యం చేసుకోవాలని ప్రయత్నం చేస్తుంది. కాని ఈ ప్రకారం ఎవరైనా భవితవ్యాన్ని గురితప్పకుండా లక్ష్యసాధన చేసారా? అజ్ఞాత భవిష్యత్తులో ఏమేమి దాగి ఉన్నాయో ఒకవేళ మనిషి తెలుసుకుని ఉండి ఉంటే.... జీవితాంతం అహర్నిశలు అనుభవించే సంఘర్షణ, కోలాహలం, వినోదం అన్నీ ఆగిపోయి ఉండేవి. కానీ ఇది జరగదు. ప్రతీవ్యక్తి, ఆశని ఆధారం చేసుకునే జీవిస్తాడు. నేను కూడా అదే ఆశను మనస్సులో పెట్టుకుని బ్రహ్మాస్త్రాన్ని ఆరాధిస్తున్నాను. హస్తినాపురం నుండి బయలుదేరి రెండు సంవత్సరాలు దాటి పోయాయి. బ్రహ్మాస్త్రదివ్య మంత్రాలు సంపూర్ణం కాసాగాయి. ఈ శస్త్రంతోటి సూర్యకిరణాలపైన విజయాన్ని సాధించవచ్చు. దివ్యమైన, దీప్తిమానమైనప్రకాశపుంజాన్నే కాదు, కఠినాతికఠినమైన వస్తువును కరిగించవచ్చును. అన్ని అస్త్రాలకన్నా శ్రేష్ఠమైన అస్త్రం ఇది.

ఇంతటి సమర్థవంతమైన విద్యని భగవాన్ పరశురాములవారు ఒక పున్నమి రోజున అభిచారమంత్రాలతో సహా, సంపూర్ణంగా నా ఆధీనం చేసారు. ఆచమనజలాన్ని నా చేతిపై చల్లుతూ ఆయన గంభీరంగా అన్నారు. "భార్గవా! ఇది బ్రహ్మాస్త్ర విద్య. దుర్బలులపైన నిశ్శస్త్రులపైన దీనిని ప్రయోగించకూడదు. ఒకవేళ నీవు ఇటువంటి ప్రయత్నం చేస్తే అది నీపై తిరగబడుతుంది. సామర్థ్యం అంటే అర్థం దుర్బలుల అధికారాన్ని రక్షించడమే"

"మీ ఆజ్ఞ భగవాన్!" నేను మా అమ్మనాన్నలు కాకుండా మొదటిసారిగా ఒక దివ్య మహాపురుషుడి చరణాలపైన శ్రద్ధగా నా తలని పెట్టాను. నా జీవితం ధన్యమైనదనినాకనిపించింది. నా కళ్ళల్లోంచిధన్యత అనే అశ్రువులు ఆయన పావనమైన పాదాలపైన పడ్డాయి.

"నీ అదృష్టంకొద్దీ ఇవాళే నా వరుణవ్రతం సమాప్తం అవుతోంది. ఆ వ్రతాన్ని పూర్తి చేయడానికి నేను తూర్పు సాగరంలో రోజంతా నిల్చుంటాను. రాత్రంతా గాయత్రి మంత్రాన్ని ఉచ్చరిస్తూనే ఉన్నాను. పునశ్చరణచేసీచేసీఅలసిపోయాను. గడిచిన నాలుగురోజులు ఉపవాసాలతోనే గడిచిపోయాయి. అందుకే ఇవాళ నీవు నాతో పాటు కళింగ రాజ్యానికిరా. శరీరం అలసిపోయింది" అంటూ పులిచర్మంపై నుండి లేస్తూ నాకు ఆజ్ఞనిచ్చారు.

నా ఎదురుగుండాయక్షప్రశ్న! మనస్సును గట్టి చేసుకుని స్వీకరించినట్లుగా తల ఊపాను. అసలు ఏమాత్రం తాత్సారం చేయలేదు. మహేంద్రాన్ని వదిలి వెళ్ళే సమయంలో ఆయన ఈ చివరి ఆజ్ఞని ఏదో ఒక నెపంతో తోసేసేయడం నాకు మంచిగా అనిపించలేదు. శిష్యుల జయజయకారాలతో మేమిద్దరం ఆశ్రమం నుండి బయలుదేరాము. అకృతవ్రణ నుండి వీడ్కోలు తీసుకునేటప్పుడు నా చేయి వణికింది.

రెండో ఝాము మొదలయింది. మేము ఆశ్రమ సరిహద్దులని దాటాము. కవచం లేక పోవడం వలన ఇప్పుడు నాకు ఎండ తీవ్రత బాగా అనుభవం అవుతోంది. అయినా గురుదేవులతో పల్లవంవైపు దిగుతున్నప్పుడు మనస్సు ఎంతో ఆహ్లాదంగా ఉంది. బ్రహ్మాస్త్ర ప్రాప్తి వలన సామర్థ్యం అనుభవంలోకి రావడం వలన ఎంతో మంచిగా అనిపించింది.

"భార్గవా! నిన్ను నేను ఎప్పుడూ అడగలేదు. ఇవాళ నిన్ను ఒక ప్రశ్న అడగాలని ఉంది"

'అడగండి గురుదేవా! యథామతి జవాబు చెబుతాను'' నేను వినయంగా అన్నాను.

''నీ చెవుల కింది భాగాలు (తమ్మెలు) ఎందుకు కోసివేయబడి ఉన్నాయి?''

ఒక్కసారిగా ఆయన పరసుదెబ్బ నాపైపడ్డదాఅని అనిపించింది.

''ఒక వృద్ధ బ్రాహ్మణుడికి నా చెవుల కుండలాలు కావాల్సి వచ్చాయి. చెవులు కోయకుండా వాటిని ఇవ్వలేను. అందుకే వీటిని నేను కోసేసాను'' నేను ఉన్న నిజాన్ని చెప్పాను.

''ఉత్తమం! భృగుకులఅనురూపంగా నీ ఆచరణ ఉంది. నీ చేతిలో నా బ్రహ్మాస్త్ర విద్య సురక్షితంగా ఉందని నేను భావిస్తున్నాను''. ఆయన పరసు పై భాగం మెరుస్తోంది. నా కంఠం తడారిపోయింది. ఒకవేళ ఆయన ఆ బ్రాహ్మణుడి పేరు అడిగితే?'' కాని ఆయన అడగలేదు.

నడుస్తూనడుస్తూ మేము ఒక విశాలమైన వటవృక్షం దగ్గరికి వచ్చాము. పర్వతం కిందికి దిగుతున్నప్పుడు కలిగే కష్టం వలన మేము చెమటతో తడిసిపోయాము. వటవృక్షం కింద ఉన్న దట్టమైన నీడ చూసాక విశ్రాంతి తీసుకోవాలని అనిపించింది.

''భార్గవా! మనం బాగా అలసిపోయాం. ఈ వటవృక్షం కింద కొంత విశ్రాంతి తీసుకుందాం. దాని తరువాతే మనం ముందుకు వెళ్దాం'' గురుదేవులు ఆజ్ఞ ఇచ్చారు. నాలుగురోజుల ఉపవాసం వలన వారు అలసిపోయారు. కంఠం బలహీనంగా ఉంది. చెట్టుకింద నీడలో, దేహంపైన వేసుకుని ఉన్న పులిచర్మాన్ని కిందపరచి పడుకున్నారు. ఆయన వరుణ వ్రతం ఆఖరిరోజు, ''భార్గవా! తలకింద పెట్టుకోడానికి ఏదైనా రాయిని తీసుకురా!'' ఆయన కళ్ళు మూసుకుంటూ నాతో అన్నారు.

నేను రాయికోసం అటుఇటు వెతికాను. ఎక్కడా కనిపించలేదు. ఎవరైతే నాకు బ్రహ్మాస్త్ర విద్యని నేర్పారో ఆ మహాతపస్వికి ఇంత చిన్న కోరిక నెరవేర్చలేకపోతున్నాను. నా మనస్సు బాధ పడ్డది.

తక్షణం ముందుకు వచ్చి కింద కూర్చున్నాను. ఆ జటాధారివిశాలమైన తల ఎంతో శ్రద్ధగా లేపి నేను నా తొడ మీదపెట్టాను. తొడపైన ఉన్న కాషాయ వస్త్రం తగలగానే ఆయన కళ్ళు తెరిచారు. నా వంక అభిమానంగా చూస్తూ అన్నారు. ''భార్గవా! దీనినే నేను గురుదక్షిణ అని అనుకుంటాను. కాని నా నిద్రపూర్తికాకుండా నన్ను లేపవద్దు. నిద్ర, వాగ్దానం ఎప్పుడు అసంపూర్ణంగా ఉండనీయకూడదు.''

ఆ మహా యోధుడు, దివ్య తపస్వి, జమదగ్ని పుత్రుడు, వీరులలో వీరుడు, నా...సూతపుత్ర కర్ణుడి ఒడిలో శాంతిగా నిదురపోతున్నారు. నా భావుకమైన మనస్సులో భావాలు కోలాహలం చేయడం మొదలుపెట్టాయి. ఎంతోమంది నా మీద పూలవాన కురిపించారు. నాకు జయజయకారాలు చేసారు. కాని ఈరోజు నాది ఎంతో అదృష్టం. ఇటువంటి రోజు ఇంతకుముందు ఎప్పుడూ చూడలేదు. అనుభవంలోకి రాలేదు. పెద్దపెద్ద గొప్ప క్షత్రియులను సైతం గజగజ వణికించే క్షాత్రతేజం నా ఒడిలో విశ్రాంతి తీసుకుంటున్నాడు.

ఆయన గడ్డం మెరుస్తోంది. శ్వాస మెల్లమెల్లగా తీసుకుంటున్నారు. కాని నా ఆలోచనల చక్రం వాయుగతితో నడుస్తోంది. ఆరోజు జీవితం కృతార్థం అయిన రోజు. ధన్యం అయిన రోజు.

ఒక ఘడియ గడిచిపోయింది. వటవృక్షం కొమ్మల నుండి కొన్ని ప్రఖరకిరణాలు ఆయన గడ్డం ఉన్న తేజోమయమైన ముఖమండలంపై పడుతున్నాయి. ఆయన నిద్ర భంగం అవుతుందన్న

అనుమానం రాగానే నేను ఆ కిరణాలకు నా రెండు చేతులను గొడుగుగా మధ్యలో పెట్టాను. గురుదేవులు ఇదివరకులా నెమ్మదిగా ఊపిరితీసుకుంటున్నారు.

కిరణాల తీవ్రమైన వేడివలన చేతులు కాలుతున్నాయి. అయినా నేను సహించాను. నిరంతరం పరుగులుపెట్టే ఈ సమయం ఇక్కడ ఇట్లాగే ఆగిపోతే ఎంత బాగుంటుంది అనినాకనిపించింది. అన్యాయం చేసే, అత్యాచారాలు చేసే ఆ నరరూపరాక్షసులను తన పరసుతో నరికిపడేసే ఆ వీర యోధుడు నా ఒళ్ళో ఈ విధంగానే నిద్రిస్తూ అనంత కాలం దాకా పడుకుంటే ఎంత బాగుంటుంది!

ఆయన పరసుని సమీపంలోనే పెట్టుకున్నారు. దాని పదునైన భాగంపైన నేను ఎంతో శ్రద్ధగా దృష్టిసారించాను. దానిపైన మొనతేలిన పళ్ళు గల ఒక పురుగు తన కాళ్ళను చప్పుడు చేస్తూ నడుస్తోంది. దాని శరీర రచన బట్టి అది కట్టెనుతొలిచే తీక్షణమైన దంతాలు గల కుమ్మరిపురుగు అనినాకనిపించింది. మనోరంజనంకోసం నే దాని క్రియాకలాపాలని కన్నార్పకుండాచూస్తున్నాను. పరశుపైన అది అటుఇటు తిరుగుతోంది. దానిని చూడగానే ప్రతీ మనిషి జీవితం ఈ కుమ్మరిపురుగులాంటిదే అని అనిపించింది. సంసారం అనే పరశుపైన అది ఈ విధంగానే తిరుగుతూ ఉంటుంది.

హఠాత్తుగా ఆ కుమ్మరిపురుగు పరశుపై నుండి కిందికి జరిగింది. భగవాన్ పరశురాముల తల కింద ఉన్న నా తొడవైపు అది మెల్లమెల్లగా వచ్చింది. దాన్ని దూరంగా విసిరివేయాలన్న ఆలోచన మనస్సులో వచ్చింది. కాని దీనివలన నా శరీరం కదులుతుంది. అంతేకాదు వేడి కిరణాలు ఆయన ముఖంపై పడతాయి. ఆయనకి నిద్రాభంగం అవుతుంది. నిద్ర, వాగ్దానం ఎప్పుడూ అసంపూర్ణంగా ఉంచకూడదు. "నేను ఇదే నీ గురుదక్షిణగా భావిస్తాను" ఆయన అన్న ఈ మాటలు నా చెవులలో ప్రతిధ్వనిస్తున్నాయి. అందుకే నేను కదలకుండా మెదలకుండా అట్లాగే కూర్చున్నాను. ఏదొస్తే దాన్ని దృఢంగా ఎదుర్కోవాలని అనుకున్నాను.

మెల్లమెల్లగా అది సరాసరి నా తొడకిందకి వచ్చింది. కాషాయ రంగు వస్త్రాలను కొరికేసింది. తరువాత తన తీక్షణమైన దంతాలను నా తొడలో చొప్పించింది. తొడని కొరకడం మొదలుపెట్టింది. విపరీతమైన బాధ కలిగింది. తీవ్రమైన బాధ అలలా నా తొడలోనుండి తలదాకా పాకింది. ఈ సమయంలో దేహంపైన అభేద్య కవచం ఉంటే ఎంత బాగుంటుంది. ఒక్కసారిగా నాకీ ఆలోచన వచ్చింది. అయినా నేను దాన్ని పట్టించుకోలేదు. ఇక ముందు జీవితాన్ని కేవలం కర్ణుడి రూపంలో ధైర్యంగా నడపాలి. నా పరాక్రమంతో, నా బలంతో. ఒకవేళ ఇది ఇట్లా కాకపోతే అది అట్లా కాకపోతే అంటూఏడుస్తూకూర్చోవద్దు. ఆ కుమ్మరి పురుగు నిరంతరంగా నా తొడలోని ఒక్కొక్క నరాన్ని కొరికేస్తోంది. రక్తప్రవాహం వలన బట్టల రంగు ఎర్రగా అయిపోయింది. బాధ అనే అసంఖ్యాకమైన భాగాలు తొడనుండి బయటికి వచ్చి తలలో గుచ్చుకుంటున్నాయి. కవచాలు దానం చేసే సమయంలో కూడా ఇప్పుడు కలిగినంత బాధ కలగలేదు. కాని కళ్ళు మూసుకుని, పెదిమలనుపళ్ళకింద నొక్కుతూ ఆ బాధని సహించకపోతే గురుదక్షిణ పూర్తి కాదు. తుమ్మెద చెట్టుబోదెని ఎట్లాతొలుస్తుందో అదే విధంగా మెల్లమెల్లగా నా తొడని తొలిచేస్తోంది. ఏ రక్తాన్నైతేవారణావతదట్టమైన అడవిలో క్రూరమైన పులికూడా తాగలేదో దాన్ని ఈ కుమ్మరి

పురుగు తాగేస్తోంది. నువ్వుగింజ అంతకూడా కదపలేను. మనస్సు దృఢత్వం, శారీరక బాధఈ రెండింటిమధ్య ఇంత ఘోరమైన పోటీ జీవితంలో మొదటిసారిగా మొదలయింది. ఇవి పరీక్షా క్షణాలు. తొడలోని ఒక్కొక్క నరం తొలుస్తూ రక్తంలోని జీవన రసాన్ని పీలుస్తూ కుమ్మరి పురుగు మెల్లమెల్లగా ముందుకు పోతోంది.

భరించరాని బాధవలన రక్తం నీళ్ళైచెమట రూపంలో పాలభాగంలోసంచితమైనాయి. చెమటను తుడుచుకోడానికి కూడా నేను చేయి ఎత్తలేను. చెమట, రక్తం, ఈ రెండింటికన్నా గురుదక్షిణ రూపంలో భగవాన్ పరశురాములవారికి ఇంకా అమూల్యమైనదిఏమి ఇవ్వగలను? బహుశ ఇది అడగడానికే రక్తపు ఒక ధార ప్రవహిస్తూ పరశు పైభాగం దాకా వెళ్ళిపోయింది. ఒక్కక్షణంలో అక్కడంతా రక్తమయం అయింది. ధార అదృశ్యం అయింది. కుమ్మరిపురుగు తొడని పూర్తిగా తొలిచేసింది. రంధ్రంలో నుండి బయటికి వచ్చి అది గురువుగారి గడ్డంలో దూరింది. అలజడి చేయసాగింది. ఇక ఇప్పుడు ఆయన నిద్రకి భంగం అవుతుందన్న ఆలోచన రాగానే నా పెదిమలు వణకడం మొదలుపెట్టాయి. అది ఆయన శరీరాన్ని కూడా తొలిచేసేదా! ఒక్క క్షుద్రమైన పురుగు ఇద్దరు ప్రాణుల ప్రాణాలను బోలుచేసేస్తుందా? అది గురుదేవుల శరీరాన్ని స్పర్శించవద్దని, ఆకాశం వంక చూస్తూ నేను సర్వశక్తి గల సూర్యభగవానుడిని ప్రార్థన చేయడం మొదలుపెట్టాను. అకస్మాత్తుగా నా తొడల నుండి వస్తున్న వేడి రక్తపు స్పర్శకు గురుదేవులు వెంటనే మేల్కొన్నారు. తడబడతూలేచారు.

తన గడ్డంలో పాకుతున్న కుమ్మరి పురుగును విదిలించికొట్టారు. నా మనస్సులో భావనల ప్రచండ కోలాహలం మొదలయింది, దానిని వ్యక్తపరచడానికి నా దగ్గర శబ్దాలు లేవు. బహుశాభగవంతుడు– ''భార్గవా? ఈ లోకంలో ఎందరో శిష్యులు ఉన్నారు. ఇకముందు కూడా ఉంటారు. కానీ నీ ఈ గురుదక్షిణ ఎవరూ ఇవ్వలేనిది. ధన్యమైనది'' అనిఅంటారనుకున్నాను. కాని...కాని... మరే మాట మాట్లాడలేదు.

గురుదేవులు ఒక్కక్షణంలో జరిగిన సంఘటన గురించి అర్థంచేసుకున్నారు. రక్తసిక్తమైన తన పరశుని ఎత్తారు. ఆయన బుగ్గల చర్మం సాగింది. కనుబొమ్మల కేశాలుజటతో కలిసిపోయాయి. ఆయన అడిగారు–''ఇంత సహనశీలత? ఇంత ఆత్మసంయమనం? భార్గవా చెప్పు! నీవు ఏ కులంవాడివి?

''భృగు!' నేను రక్తపుగుండం నుండి తొడ ఎత్తుతూ జవాబిచ్చాను. రక్తసిక్తమైన తొడకన్నా, జవాబు చెప్పే సమయంలో, నా మనస్సు ఇంకా ఎక్కువగా రక్తసిక్తమైపోయింది.

''అబద్ధం! నీవు బ్రహ్మకుమారుడివి కానేకావు. హిమాలయం అంత సహనశీలత బ్రహ్మకుమారులలో ఉండనే ఉండదు. ఏ క్షత్రియకులస్థుడివి నీవు? చెప్పు, నిజం చెప్పు.''

''నేను...నేను...క్షత్రియకులస్థుడినికాను. నేను కర్ణుడిని... సూతపుత్ర కర్ణని...'' ఇప్పుడు ఈ మాటలు అంటున్నప్పుడు ఉన్న దృఢత్వం తొడని కుమ్మరిపురుగు తొలుస్తున్నప్పుడు కూడా నాలో లేదు. ఏదైతే అదే అవుతుంది. పరశు దెబ్బ తలపై పడుతుంది. సౌభాగ్యమైన మృత్యువు పరశుధారతో స్వర్గానికి దారిచూపిస్తుంది.

''కర్ణా! హస్తినాపురంలో ఉండే కవచకుండలధారీ కర్ణ నీవేనా? ఇంద్రుడికి కవచకుండలాలను దానంచేసిన కర్ణుడివినీవా?''

''అవును. కాని ఇప్పుడు కవచమూ లేదు కుండలాలూ లేవు. ఈ కుమ్మరిపురుగు నా తొడని తొలిచేయాలని నేను ఇంద్రుడికి కవచకుండలాలని దానం చేసాను.''

''దాన సామ్రాట్‌గా ప్రసిద్ధిచెందిన కర్ణా! అసలు నా ఆశ్రమానికి రావడానికి ఇంత సాహసం ఎట్లా చేసావు? అబద్ధం ఎందుకు చెప్పావు? చెప్పు. లేకపోతే నిన్ను ఇక్కడే బూడిద చేసేస్తాను. నురుగులు కక్కే తరంగాలున్న తూర్పు సముద్రంలో నిన్ను విసిరిపారేస్తాను'' ఆయన నేత్రాలు ఎర్రబడ్డాయి. క్రోధాగ్ని వర్షం కురుస్తోంది.

''భగవాన్! మృత్యుభయంతో కర్ణుడు ఎప్పుడూ వ్యాకులత చెందడు. మృత్యు భయం కర్ణుడికి లేనేలేదు. బ్రహ్మాస్త్రంకోసం గురుద్రోణుల ద్వారం దగ్గరికి వెళ్ళాను. నేను క్షత్రియుడిని కానని ఆయన విద్య నేర్పించడానికి నిరాకరించారు. మీరు బ్రాహ్మణ కులం వారికి తప్పితే మరెవరికీబ్రహ్మాస్త్రం ఇవ్వడానికి సిద్ధంగా లేరు. మరైతే... మరైతే... మేము సూత పుత్రులం ఎటు వెళ్ళాలి? ఏం చేయాలి? సత్యం ఏది అసత్యం ఏది? ఇది కేవలం పైకులాలలో పుట్టిన వారి కోష్టంలో కట్టివేయబడ్డ పశువా? చెప్పండి నేను అసత్యం ఎట్లాఅవుతాను?''

''కర్ణా! నీవు మాత్రమే ఎదురుగుండాఉన్నావు. అందుకే నా సాత్వికమైన క్రోధాన్ని ఆపుకుంటున్నాను. గుర్తుపెట్టుకో. అసత్యం ఎప్పుడూ అసత్యమే. ఏ బ్రహ్మాస్త్రం కోసం నీలో ఈ దుర్బుద్ధి పుట్టిందో, నాకు అబద్ధం చెప్పావో, ఆ బ్రహ్మాస్త్రం యుద్ధం సమయంలో, సమయానికి నీకు గుర్తుకు రాదు. పో వెళ్ళిపో ఇక్కడి నుండి వెళ్ళిపో... మహేంద్ర పర్వతం వదిలేసి పరశురాముడి క్రోధాగ్ని గది నుండి బయటికి వెళ్ళిపో! పో వెళ్ళి పో....''

ఆయన పల్లవంవైపు చేయి చూపిస్తూ నాకు ఆజ్ఞ ఇచ్చారు. ఆయన చేతిలో ఉన్న పరశుపై పడ్డ రక్తపు మరకలనితుడిపేయాలని ప్రయత్నించసాగారు. కాని ఆ మరకలు ఎంత తుడిచినా పోవడంలేదు.

రక్తసిక్తం అయిన తొడ, క్షోభ పడ్డ మనస్సుతో దెబ్బతగిలిన పులిలా మహేంద్ర పర్వత పల్లవం వైపు దిగడం మొదలుపెట్టాను. ఏం ఊహించి హస్తినాపురం నుండి వచ్చాను, ఏం తీసుకుని వెళ్ళిపోతున్నాను? జీవితం ఒక విప్లవ తిరుగుబాటు. పురుగు రూపంలో ఈరోజు అది కర్ణుడి దిగ్విజయాన్ని, దానవీరతను, బోలుగా తొలిచేయలేదా? తొడ నుండి కారుతున్న రక్తంపైన నా ధ్యాస లేదు. శరీరంపైన ఉన్న బురదతో, మట్టితో నిండి మురికి అయిన కాషాయ వస్త్రాల పైన కూడా నాకు ఏమాత్రం ధ్యాసే లేదు. మహేంద్ర పర్వతపు నీటి శిఖరాలు దూరంనుండి బాగా అనిపిస్తాయి. దూరపు కొండలు నునుపు. వాటన్నిటినీ దాటుకుంటూ వచ్చేస్తున్నాను. అందువల్ల అంతగా బాధ కలగడం లేదు. ఆలోచనా గుర్రాలు మానస ప్రాంగణంలో ఉరుకులుపరుగులు పెడుతున్నాయి. పర్వతం అంతా ఎప్పుడు దిగివచ్చానో నాకే తెలియదు. ఏ రైతుకైతేవాయుజిత్‌ని ఇచ్చి వెళ్ళానో అతడి పర్ణకుటీరంఎదురుగుండానిల్చున్నాను. వాయుజిత్‌నిపట్టుకోబోతున్నప్పుడు అతడి దృష్టి నా చెవుల తమ్మెలపైపడ్డది. నేను అది గమనించాను. తొడలోని రంధ్రాన్ని చూపిస్తూ' నీకు ఇష్టమైతే ఈ గాయాన్ని కూడా గుర్తుపెట్టుకో, కాని నా గుర్రాన్ని త్వరగా నాకు ఇచ్చేసేయి'' అనిఅన్నాను.

''సన్యాసీ! ఆగు! నీ గాయంపైన వనస్పతి ఔషధ రసాయనాన్ని వేస్తాను'' ఆ యువకుడైన రైతు చేతులెత్తి ప్రార్థన చేస్తున్నాడు. అతడు అన్నమాటలు నా చెవులలో పడటం లేదు. హస్తినాపురం వైపు పరుగెత్తుతున్న వాయుజిత్ గిట్టల నుండి వస్తున్న దుమ్మూధూళి తొడ గాయం పైన పడుతోంది. మెల్లమెల్లగా దుమ్ము పేరుకుపోతోంది.

8

శాపగ్రస్త విద్యను, భగ్న హృదయాన్ని తీసుకుని నేను హస్తినాపురంలో ప్రవేశిస్తున్నప్పుడు మనస్సుని గట్టిపరచుకున్నాను. కష్టాలుకడగండ్లు ప్రతికూల పరిస్థితులు, ఇవే ప్రతీ వ్యక్తిపరాక్రమానికి గీటురాయి. ఈ స్థితిలో కూడా అర్జునుడిని ఆరునూరైనా నూరు ఆరైనా తప్పకుండా ఓడిస్తాను అన్న గట్టి నమ్మకం నా మనస్సులో ఉంది. మనకొచ్చిన కష్టాలను గుర్తుచేసుకుంటూ బాధపడటం ఎందుకు? ఏం లాభం? వీరులు ప్రతికూల పరిస్థితులకు ఏమాత్రం తలవంచరు. బలహీనపడరు. వాళ్ళు ఆ పరిస్థితులను కాలదన్ని గట్టిగా నిల్చుంటారు.

ముందుకునడిచివాయుజిత్‌కళ్ళాలనిచేతిలోకితీసుకున్నప్పుడుసత్యసేనుడుగుడ్లురుముతూ నా వంక చూస్తున్నాడు. నగరంలో నేను కాషాయవస్త్రాలు ధరించి ఉండటం వలన ఎవరూ గుర్తుపట్టడం లేదు. రెండు సంవత్సరాల తరువాత నేను హస్తినాపురంలోకి ప్రవేశిస్తున్నాను. వెళ్ళేటప్పుడు నా ఒంటిమీద రాజవస్త్రాలు ఉన్నాయి. కాని ఇప్పుడు కాషాయవస్త్రాలు ధరించి నగరంలోకి ప్రవేశించాను.

''సత్యసేనా, రాజు దుర్యోధనులు నగరంలో ఉన్నారా? ఒకవేళ ఉంటే నా రాకగురించిన వార్త పంపించండి'' మెట్లు ఎక్కుతూ నేను ఆజ్ఞ ఇచ్చాను. రాజప్రాసాదమెట్లు మొదటి సారిగా నా రక్తాన్ని స్పర్శిస్తున్నాయి.

ఇపుడు నేను అంతా మరచిపోవాల్సిందే తప్పదు. వెనక్కి తిరిగి చూసే వాళ్ళఎదురుగుండాజీవితం ఎప్పుడూ అగాధాలనే నిర్మిస్తుంది. ఇక ఏ సంఘటనల తాలుకూ గుర్తులు హృదయంలో ఉండటం నాకు ఏమాత్రం ఇష్టంలేదు. భూతకాలంలో నేను ఎవరిని? ఏంచేసేవాడిని? వీటి గురించిన ఆలోచనలన్నింటినీ చెరిపి వేసుకోవాలని అనుకున్నాను. ఇవాళ నేను ఎట్లా ఉన్నాను? ఇకముందు ఎట్లా ఉంటాను? దీనిని నిర్ణయించాల్సిన సమయం వచ్చింది. సంపూర్ణ శక్తితో ఢీకొనాలి. ఇదే ఇక ఇప్పుడు జీవిత లక్ష్యం.

కాషాయ వస్త్రాలను తీసేసి రాజవస్త్రాలను ధరించాను. వృషాలి ఏదో ఆకుల పసరుని తెప్పించి గాయంపై పోసింది. బోలుగా ఉన్నచోట దాన్ని వేసి నొక్కింది. తక్షణం తను కట్టుకున్న పట్టు వస్త్రపు చివరి అంచు చింపి తొడకి కట్టేసింది. ఎప్పటిలాగా 'ఈ గాయం ఎట్లా తగిలింది' అని అడగలేదు. ఆమె ఎంతో తెలివితేటలుగల భార్య. యాత్రలు చేసి అలసిసొలసి వచ్చిన భర్తనుకళ్లారా చూసి సంతోషించాలి అని అనుభవజ్ఞానం ద్వారా నేర్చుకుంది. ఎంత ప్రౌఢంగా అనిపిస్తోంది? ఆమెతో సహవాసం నా జీవితంలోని ఎన్నో గాయాలపైన ఈ విధంగానే కట్టుకడుతోంది. నలభై సంవత్సరాలు జీవితయాత్రలో ఆమె చేతిని పట్టుకుని నడిచాను. ప్రతీ బాధ వలన కలిగిన అగ్నిజ్వాలలను ఆమె ప్రేమపాత్రలో ముంచి ఆర్పేసాను.

"వృషాలీ! అమ్మనాన్న, శోణుడు, పుత్రుడు సృషా అందరు కుశలమేకదా?" ఈ గాయం గురించి ఆమె ఏమీ అడగకూడదని ముందే నేను అడిగేసాను.

"అందరు కుశలమే కానీ అందరికీ మీ యోగక్షేమాల చింతే ఎక్కువ. వృషసేనుడు, సుషేణుడు, సుశర్మలని ఇప్పుడు మీరు చూస్తే గుర్తుపట్టలేరు. ఈ రెండు సంవత్సరాలలో వాళ్ళు చాలా పొడుగు పెరిగారు. ఇంకా... ఇంకా వృషకేతుమీలాగానే నిత్యం నియమంగా గంగ ఒడ్డుకి వెళ్తాడు. అర్ఘ్యదానం ఇస్తాడు" నా చేతిలో పాలగ్లాసు పెట్టి ఆమె అన్నది.

"వృషాలీ! తల్లి ఎట్లా తయారు చేస్తుందో, పుత్రుడి జీవితం అట్లానే ఉంటుంది. ఈ పాలలాగానే. చక్కెర వేస్తే ఇది అమృతం అవుతుంది. కాని ఉప్పు వేస్తే మొత్తం పాలు పాడవుతాయి. పుత్రుల లాలన పాలన నీలాంటి స్నేహితులు అయిన తల్లి చేస్తోంది. అయినా వాళ్ళు వీరులు, విజయులు కాకపోతే ఆశ్చర్య పడాల్సిందే" నేను పాలగ్లాసును ఖాళీ చేసాను. ఇంతలో సత్యసేనుడు పంపిన వార్తను విని చేతి నుండి జారుతున్న ఉత్తరీయాన్ని సంబాళిస్తూ త్వరత్వరగా మహలులోకి వచ్చాను.

"వదినగారూ! వందనాలు" అతడు వృషాలికిఅభివాదనంచేసాడు. దాన్ని స్వీకరించి వృషాలి వెళ్ళిపోయింది.

'అంగరాజా! బ్రహ్మాస్త్రం!' అతడు మొదటి ప్రశ్న వేసాడు.

"అంగరాజా! బ్రహ్మాస్త్రాన్ని పొందకుండా నేను వెనక్కి ఎట్లా తిరిగి వస్తాను?" అతడికి ఇట్లా చెబుతున్నప్పుడు, అంతరంగంలో ఎక్కడో ఒక మూల బాధ తొలుస్తూనే ఉంది.

"జయహో! ఇప్పుడు పాండవుల మదం నష్టం కావడానికి ఎక్కువ సమయం పట్టదు. ఇవాళే వాళ్ళు పన్నెండు సంవత్సరాల వనవాసం పూర్తి చేసుకుని, ఒక సంవత్సరం అజ్ఞాతవాసానికి వెళ్ళిపోయారు."

"మరయితే... మరయితే...గూఢచారులనిఇవాళ్టినుండే వాళ్ళ వెనక పంపించు. ఈ సంవత్సరం లోపల వాళ్ళని కనిపెట్టగలిగితే మళ్ళీ వాళ్లకి పన్నెండు సంవత్సరాల వనవాసం స్వీకరించాల్సి వస్తుంది. ఇంద్రుడిని పంపి, అర్జునుడికి సంరక్షణ ఇచ్చే పాండవుల కుటిల రాజనీతి ప్రత్యక్షంగా కనిపిస్తోంది. జీవితం, తత్వజ్ఞానంపైన నడవదు. జీవించాలంటే వ్యవహారాన్ని ఆశ్రయించాలి."

"కర్ణా! మన సేనలో ఉన్న తెలివితేటలు గల గూఢచారులునలువైపుల వెళ్ళారు. ప్రతీరాజ్యంలో, అడవులలో, ఏకాంత ప్రదేశాలలో, నగరాలలో, తీర్థస్థలాలలో...ఇంతే కాదు గుహలలో సైతం వెతుకుతున్నారు. పాండవుల ఆచూకీ తెలుసుకోవాలని నేను తహతహలాడుతున్నాను. కాని...కాని...ఇంటి రహస్యాలను దాచేవారు వాళ్ళని దాచిపెట్టారు. పితామహులు, మహామంత్రి విదురులు, అమాత్యులు, గురుద్రోణులువీళ్ళందరూఎట్లా పైకి కనిపిస్తారోఅట్లా ఉండరు. ఇక్కడి సమాచారం పాండవులకు ప్రతిరోజు తప్పకుండా తెలుస్తూనే ఉంది"

యుద్ధానికి ఆహ్వానిస్తారు. ఇంతకన్నా ఏమౌతుంది?

''రాజా! పాండవులు బయటకి వస్తారు. యుద్ధానికి ఆహ్వానిస్తారు, ఇంతకన్నా ఏం అవుతుంది? యుద్ధం చేసే సామర్థ్యం ఈ భుజాలకి ఉంది. ఇక ముందు ఎవరు నీకు నష్టం చేయలేరు''

''అంగరాజా! నీ సామర్థ్యం పైనే నేను ఆధారపడి ఉన్నాను. అటువంటి అవసరమే వస్తే కురులలో మొదటి సేనాపతి కాగలగడానికి నీవే యోగ్యుడివి.''

''నీవు ఇట్లానే అనుకుని వ్యవహరించు. నీకు చేసిన వాగ్దానాన్ని నేను తప్పకుండా నెరవేరుస్తాను. అర్జునుడిని వధించకుండా నేను నా కాళ్ళను ఎప్పటికీ కడుక్కోను.''

''నేను వస్తాను. నీవు విశ్రాంతిని తీసుకో.'' అని అంటే అతడు లేచాడు. ఏనుగు నడకలా నడుస్తూ భవనం నుండి బయటికి వెళ్ళిపోయాడు. నన్ను అంగరాజుగా చేసాడు. జీవితంలో తిరుగుబాటు తెచ్చిన వీరయోధుడు.

అజ్ఞాతవాసం ఒక సంవత్సరం! గవాక్షం నుండి గంగవైపు చూస్తూ నేను ఆలోచించడం మొదలుపెట్టాను. ఆరుకారండవ పక్షుల ఒక గుంపు నీళ్ళపై నుండి ఆకాశం వైపు ఎగురుతోంది. తూర్పువైపుకిత్వరత్వరగాపక్షులు పయనిస్తున్నాయి. కానీ వాటిల్లో ఒకటి వెనక పడిపోయింది. రెక్కలు ఎగరేస్తూ ముక్కు వంకర చేస్తూ, అది సరాసరి రాజభవనం వైపు పశ్చిమం వైపు వేగంగా వస్తోంది. గుంపులో ఉన్న ఐదు పక్షుల నుండి దూరంగా సుదూరంగా వెళ్ళిపోసాగింది. నేను గవాక్షం తలుపులు మూసేసాను.

అజ్ఞాతవాసం, ఒక సంవత్సరం. అసలు చూస్తే జీవితం కూడా అజ్ఞాతవాసమే. దు:ఖానికి దూరంగా వెళ్ళడానికి అంగీకరింపబడ్డది. కాని ఎక్కువ దు:ఖాలతోఆచ్ఛాదితమైనది. నా జీవితం అంతే. డెబ్భై అయిదు సంవత్సరాల ఈ దీర్ఘకాలం ఎన్నో సంఘటనలతో, భావాలతో ఎత్తుపల్లాలతో ఉత్థాన పతనాలతో నిండి ఉంది. ఎన్నో కఠోరమైనమలుపులు తిరిగింది. ఒకరితో మరొకరికి ఏ మాత్రం కుదరదు. ఇక ముందుకూడా కుదురుతుందో, కుదరదో ఆ దేవుడికే ఎరుక.

9

ఒక నెల తరువాత నెల వస్తోంది. కాని ఏ గూఢచారికి పాండవుల ఆచూకీ తెలియలేదు. భీముడి గురించి ఆలోచించి ఆలోచించి దుర్యోధనుడు అస్వస్థుడైయ్యాడు. కంబోజ, కాశ్మీర, గాంధార, పంచనద, సింధు, కుళింద,తింగణ, విదేహ, పాంచాల, కోసల, కిరాత, కామరూప, వంగ, మగధ, చేది, థార్ణ, కళింగ, విదర్భ, అవంతి, ద్వారక, సౌరాష్ట్ర, ఆనర్త, మధుర, విరాట మొదలైన రాజ్యాలలో పూర్వనియుక్తులైనగుప్తచరులసహాయార్థం అతడు కొత్త దూతలను పంపించాడు. వేషం మార్చుకుని అన్ని రాజ్యాలలో పట్టుదలగా పాండవుల వేట మొదలుపెట్టారు. ఎటుచూసినా ఫలితం కనిపించలేదు. ప్రతీవారం వార్తలు రాజభవనానికి చేరుతూనే ఉంటాయి. దుర్యోధనుడు ఆందోళన చెందుతున్నాడు. సందేహాలనే మేఘాలు దట్టంగా కమ్ముకుంటున్నాయి.

ద్వారకలో కొంతమంది దూతలు శ్రీకృష్ణుడి ప్రాసాదంలో సేవకుల స్థానాన్ని పొందారు. వాళ్ళు అందించిన రహస్యాలను బట్టి స్వయంగా దుర్యోధనుడు కూడా వెళ్ళి వచ్చాడు. శ్రీకృష్ణుడు అతడిని దిగ్భ్రాంతి చేయగలడు అన్న విషయాన్ని దుర్యోధనుడు తెలుసుకోలేకపోయాడు.

ఒకసారి పాండవులు విరాటుడి రాజ్యంలో, విరాటనగరంలో ఎక్కడో దాక్కుని ఉన్నారు అన్న సమాచారాన్ని ద్వారకా దూతల వలన తెలుసుకున్నారు. దుర్యోధనుడు వాళ్ళ ఆచూకీ తెలుసుకోవడానికి సిద్ధం అయ్యాడు. విరాటుల మత్స్యదేశం హస్తినా పురానికి అన్నింటికన్నా దగ్గరగా ఉంది. అక్కడ ఉండటం సరికాదని పాండవులకు తెలుసు. అంత అజాగ్రత్తగా ఉండరు. యమునని దాటగానే విరాటుల రాజ్యం ఉంది. అంత సాహసం వాళ్ళు ఎట్లా చేయగలరు? పాండవులు హిమాలయాలలో ఎక్కడో దాక్కొని ఉన్నారని నా అనుమానం. నిర్జనమైన ఆ చల్లటి గుహలలో తలదాచుకుని ఉండి ఉండవచ్చు. అందువలన హిమాలయ లోయల్లో, కందకాలల్లో, గుహల్లో వెతికారు. ధర్మారణ్యం, నైమిశారణ్యం, వారాణవత అన్ని అరణ్యాలను అణువు అణువు గాలించారు. సోమ, పారియాత్ర, వింధ్య, నిషధ, గోవర్ధన, శక్తిమత, మేఖల, ఋక్ష, మల్ల, గంధమాదన అన్ని పర్వతాలపైన వెతికి వెతికిదూతలందరూఅలసిసొలసి పోయారు. గౌతమ, జహ్వ, దుర్వాస, వాల్మీకి, వసిష్ఠ, కశ్యప, భృగు, చ్యవన, హరిత, ఋష్యశృంగ ఈ ఋషులందరి ఆశ్రమంలో శిష్యగణాల మధ్యలో ఎక్కడో అక్కడ పాండవులు దాగే ఉండి ఉంటారు. ఈ ఆలోచనలతో ఆశ్రమాలన్నింటిలోనూఅణువణువు గాలించారు. ఎక్కడా పాండవుల ఆచూకీ లేశ మాత్రం తెలియలేదు. అర్జునుడి కోసం కవచకుండలాలను దానంగా అడిగి తీసుకున్న దేవేంద్రుడు భయంతో స్వర్గంలో అయితే దాచిపెట్టలేదు కదా! ఈ సందేహం అప్పుడప్పుడు తలయెత్తేది.

హస్తినాపురంలో ప్రభంజనుడు ఆర్యవిదురులపర్ణకుటీరంపైన ఓ చూపు ఉంచి, అక్కడే ఉండిపోయాడు. తమ తల్లిని రాజమాతను కలుసుకోవడానికి పాండవులు తప్పకుండా వస్తారు. లేకపోతే కనీసం సందేశాన్నైనా పంపిస్తారు. కాని ఇది కూడా జరగడం లేదు. అసలు వాళ్ళు చనిపోలేదు కదా? అన్న సందేహం రాసాగింది. అజ్ఞాతవాసం సమాప్తం అవుతోంది. ఒకటి రెండురోజులు మిగిలాయి. ఇంతలో అందరినీ దిగ్భ్రాంతి పరచే ఒక సమాచారాన్ని విరాటనగరంలో ఉన్న గూఢచారులు హస్తినాపురానికిచేరవేసారు. ముష్టియుద్ధంలో కేవలం ముష్టిఘాతుకాలతో విరాటుల సేనాపతి కీచకుడిని ఎవరో వధించారు. అసలు ఈ వార్త నమ్మశక్యంగా లేదు. మత్స్యదేశంలో దిగ్విజయ సమయంలో నాతో యుద్ధం చేసిన బలాఢ్యుడైన కీచకుడు నా కళ్ళ ఎదురుగా కదలాడసాగాడు. అతడిని చంపగలిగినవాడు భీముడు ఒక్కడే. భీముడు, అర్జునుడు ఇద్దరూ విరాటనగరంలోనే ఉండాలి. ఆలోచనా చక్రం తిరుగుతూనే ఉంది.

దుర్యోధనుడు తాత్కాలికంగా రాజసభను ఏర్పాటుచేసాడు. అశ్వత్థామతో పాటు తక్కిన వారుకూడా వాళ్ళు కురులదయాదాక్షిణ్యాలతోనే బతుకుతున్నారు అని తేల్చారు. విరాటనగరంలో గోశాలలో ఉన్న వందల ఆవులను అపహరించాలని నిర్ణయించారు. సర్వసమ్మతితో ఈ నిర్ణయం జరిగింది. విరాటనగరంపై దాడి జరపాలనుకున్నారు. మందపోటుకి అంతా సిద్ధం అయింది. ఆవులకోసం పాండవులు అజ్ఞాతవాసం సైతం మరచిపోయి బయటపడతారు. వాగ్దానభంగం అనే కత్తెరలో ఇరుక్కుపోతారు. ఇక మళ్ళీ వనవాసంలోకి వెళ్ళాల్సి వస్తుంది.

హఠాత్తుగా రణభేరి మోగింది. కురుల లక్షలాది సైనికులు రాజభవనం ఎదురుగుండాభవ్య ప్రాంగణంలో ఏకత్రితమయ్యారు. నాతో పాటు దిగ్విజయానికి బయలుదేరే సైనికులు నేడు మందపోటుకి బయలుదేరారు. కానీ నా మనస్సులో ఎక్కడో ఏదో గుచ్చుకుంటోంది. నా

మనస్సులో ఎక్కడో ఒక మూల సంభ్రమమనే మేఘాలు కమ్ముకున్నాయి. జీవననౌక ఎక్కడో తొట్రుపాటు పడుతోంది. దారి తప్పుతోంది. మేం ఎక్కడికి వెళ్తున్నామో నాకు దుర్యోధనుడికి తప్ప ఎవరికీ తెలియదు.

'విరాటనగరం' సేనాపతి దుర్యోధనుడు తన చేతులనెత్తి సైన్యానికి దాడి చేయాల్సిన వైపు చూపించాడు. లక్షల గుర్రాల కళ్ళాలలో చలనం వచ్చింది. శంఖధ్వానాలుమారుమ్రోగాయి.

''మహారాజు దుర్యోధనులకి...''

''జయము! జయము!'' ఆకాశాన్నంటే జయఘోష జరిగింది. జయాకారాలు ఎంత ఎత్తుదాకా ప్రతిధ్వనించాయని పైకెత్తి చూసాను. రాజభవనం లోని శ్వేతసౌధం పైన ఒక తెల్లటి కేశాలతో ఉన్న వృద్ధుడు చింతాగ్రస్తుడైనిల్చున్నాడు. నాకు కనిపించింది. పితామహులు భీష్ములవారు, ఆకాశం నుండి ఎప్పుడూ ద్రవించని బోలుతనం వైపు చూస్తున్నారు. ఆయన చేయి దవడపైన ఉంది. కురుల రాజ్యసభలో తన మాటలకి గవ్వంత విలువలేదే అని ఆలోచిస్తున్నారు. అశ్వత్థామ, మహా శకుని, దుశ్శాసన, శోణుడు, నేను మేం అందరం ఒక్కొక్కసేవాపథుల అగ్రభాగంలోకి వెళ్ళిపోయాము. విరాటనగరం వైపు వేగంగా ప్రస్థానం కావించాము. అందరికి ముందు ఖడ్గాన్ని చేత బట్టిన దుర్యోధనుడు ఉన్నాడు. పితామహుల వృద్ధనేతృత్వం ఇప్పుడు ఎవరూ స్వీకరించరు. శాలవృక్షం లాంటి దుర్యోధనుడే ఇప్పుడు తగినవాడు.

విరాట్ సావధానంగా లేడు. తనపై దాడి జరుగుతుందని విరాట్ కలలో కూడా అనుకోలేదు. ఆయన తన దైనందిన కార్యక్రమాలలో మునిగిపోయాడు. అవకాశం లభించగానే దుశ్శాసనుడి అశ్వికుల సైన్యం బాణంలా విరాటుల గోశాలలో చొచ్చుకుపోయింది. వేల ఆవుల కంఠాలకు బిగింపబడినతాళ్ళనుతెంపేసారు. గుర్రాల గిట్టలచప్పుళ్ళకుభయపడిపోయి వేల ఆవులు అంబా అంటూ అరుస్తూ, కొమ్ములకి కొమ్ములను ఢీ కొడుతూ, గోశాలకంచెను దాటి బయట పడ్డాయి. దుశ్శాసనుడి సైనికులు ఆవులను ఎటు తోలితే అవి అటు పరుగెత్తుతున్నాయి. శ్వేత, శ్యామ, మట్టి, ఎరుపురంగులలో ఉన్న, పాలతో నిండిన పొదుగులు గల వేల ఆవులను నలువైపులనుండి దుశ్శాసన సేన చుట్టుముట్టింది. విరాట రాజ్యం సరిహద్దులను దాటింది. గుర్రాల గిట్టల కింద పచ్చికబీళ్ళు నలిగిపోతున్నాయి. ఉధ్వస్థం అవుతున్నాయి.

తమ గోధనం కొల్లగొట్టబడుతోందిఅనితెలుసుకోగానే విరాటులు గాభరా పడ్డారు. తమ సైన్యాన్ని సిద్ధం చేసుకున్నారు. శంఖ, ఆనక, నగారాల ధ్వనులు గర్జించసాగాయి. విరాటరాజు మమ్మల్ని వెంబడించసాగాడు.

ఒక విశాలమైనపచ్చికబీడులో ఉన్న శమీవృక్షం దగ్గర నుండి బయలుదేరాము. విరాటరాజ్యం, హస్తినాపురం సరిహద్దులలో ఉన్న యమునా నదీ తీరం దాకా వచ్చాము. యమునను దాటితే హస్తినాపురం వస్తుంది. మధ్యలో ఒక నది ఉంది.

ఒక్కసారిగా ఏ విధంగా అయితే తూర్పు గాలులతో వచ్చే వర్షంతో ఆకాశం నిండిపోతుందో అదేవిధంగా వందల బాణాలు మా సైన్యం వెనక నుండి దూసుకువస్తున్నాయి. చిత్రరథ పక్షుల్లా యమునానదీతీరంలో గురి తప్పకుండా చేరిపోతున్నాయి. ఆ బాణాలన్నీ ఒక్కక్షణంలో తీరాన్నంతా ఒక దృఢమైనకంచెనుతయారుచేసాయి. ఆ కంచెను చూడగానే, పరుగెత్తే ఆవులు

ఆగిపోయాయి. తిరిగి వ్యతిరేకదిశగా విరాటనగరం వైపు పరుగెత్తసాగాయి. సేనాప్రముఖులు వాటిని ఆపేయడానికి ఎంతో ప్రయత్నించారు. వాటి వెనక పరుగెత్తారు. ఎదురుగుండావిరాటుల సేన నిల్చుని ఉంది. అగ్రభాగంలో నీలంరంగులో ఉన్న ఒక సారధి నిల్చుని ఉన్నాడు. అతడు సారథా! లేక సేనాపతా? ఏదీ తెలియడం లేదు. అతడు నిరంతరం బాణాలను వేస్తూనే ఉన్నాడు. నేను అతడి వంక ధ్యాస పెట్టిచూసాను. అతడు అర్జునుడు. పదమూడు సంవత్సరాల తరువాత నా ఎదురుగుండానిల్చుని ఉన్నాడు. నా బద్ధశత్రువు.

అర్జునుడు నా జీవిత సరితను అడుగడుగునా అడ్డుకునే అర్జునుడు. నా బంగారుకొండ సుదాముడి దేహాన్ని చీల్చినవాడు. నీలకమలాల మాలను తన మెడలో వేసుకుని గర్వంతో విర్రవీగే అహంకారి.

''అర్జునా! ఆగు... ఆగు...''

ధనస్సుని తీసుకుని నేను ఆవేశంగా అతడి వైపు పరుగెత్తాను. ఎడం వైపునుండి అశ్వత్థామ నన్ను సంరక్షిస్తూ ముందుకు నడుస్తున్నారు. బాణాలతో బాణాలు భేటీపడ్డాయి. పగలే నిప్పుకణాల నక్షత్రాలు మెరుస్తున్నాయి. ఒక ఘడియ దాటింది. రెండు సైన్యాలమధ్య యుద్ధ కోలాహలం వలన భయపడ్డ ఆవులు అటు ఇటు చెల్లాచెదురైపోయిసమీపంలో ఉన్న అరణ్యంలో ఆశ్రయం తీసుకోడానికి వెళ్ళిపోయాయి. యుద్ధం విషయంలో ఏ నిర్ణయం చేయలేకపోయారు. సూర్యభగవానుడు ఇంకా ఇప్పటికీ భగభగమండుతూనే ఉన్నాడు.

ఒక్కసారిగా సైనికులందరికీ మూర్ఛవచ్చేలా ఒక మారక సుగంధిత పవనం వీచింది. సైనికులు ఆ సుగంధాన్ని పీల్చగానే, నిల్చున్నవాళ్ళు ఎక్కడికక్కడే కిందపడి పోవడం మొదలుపెట్టారు. అదంతా అర్జునుడు వదిలిన సమ్మోహనాస్త్రం ప్రభావం. సమ్మోహనాస్త్రం మూర్ఛితులని చేసే మాదకవాయువును పుట్టించే అస్త్రం. కర్రగొట్టాలతో ఇప్పపూల చూర్ణాన్ని నింపి, వర్షంలా కురిపిస్తున్నాడు. దీనిపైన ఏ అస్త్రాన్ని ఉపయోగించాలి. దీన్ని గురించి ఆలోచిస్తున్నాను. గుర్తుకు తెచ్చుకుంటున్నాను. నా చుట్టుపక్కల దృశ్యాలన్నీ అట్లాగే ఉన్నాయి. చేతిలోంచి ధనస్సు జారిపోయింది. రథం గూడుకి తలకొట్టుకుని నేనూ ధడాల్న కిందపడిపోయాను. స్పృహ లేకుండా పోయింది.

నేను స్పృహలోకి వచ్చేసరికి మొట్టమొదట అశ్వత్థామ కనిపించాడు. అతడు నా ముఖంపైన నీళ్ళు చల్లుతున్నాడు. వెంటనే లేచి నేను నలువైపులా దృష్టి సారించాను. బంజరుభూమిలో అంతటా వేలరాళ్ళుఎట్లా పడి ఉంటాయో అట్లా కురుసైనికులు ఎక్కడికక్కడ స్పృహ లేకుండా పడి ఉన్నారు. అందరి శరీరాలపైన వివిధరంగుల ఉత్తరీయాలు ఉండేవి. అవన్నీ ఎవరో తీసుకున్నారు. నా దేహంపైన నా నీలం ఉత్తరీయం లేదు. ఊబిలో కూరుకున్న ఏనుగులా వీర దుర్యోధనుడు విరాటుల సీమలో పచ్చికబీడుపైన బోర్లా పడి ఉన్నాడు. అశ్వత్థామ అందరి ముఖాలపైన శిరస్త్రాణంలో నిండి ఉన్న నీళ్ళను చల్లాడు. వాళ్ళని స్పృహలో తీసుకురావడానికి ప్రయత్నం చేస్తున్నాడు. అవమానంతో, పేరు ప్రతిష్ఠలకు దెబ్బతగలడం వలన, జీవితం దారి తప్పిందని అనిపించి నా మనస్సు బాధపడసాగింది. ముక్కలు కాసాగింది. అశ్వత్థామ నన్ను స్పృహలేని స్థితిలో అట్లాగే ఉండనిస్తే ఎంతో బాగుండేది. పేరు ప్రతిష్ఠలకు దెబ్బ తగిలేకంటే మూర్ఛలోనే ఉండటం ఎంతో మంచిది. అక్కడ చేతన అనే కఠోరమైన అంకుశం ఉండదు.

హఠాత్తుగా యమున నీళ్ళతో నిండిన శిరస్త్రాణాన్ని విసిరివేసి అశ్వత్థామ హృదయవిదారకంగా అరిచాడు. తోకతెగిన శార్దూలంలా ఉంది ఆ అరుపు.

''కర్ణా! పరుగెత్తు....''

ఏమయింది? ఎవరో భయం అనే ఖడ్గాన్ని కంఠంపైన తిప్పినట్లుగా అనిపించింది. అప్పుడప్పుడు ఆత్మ అమరత్వాన్ని గురించి చెప్పే, తత్వజ్ఞానాన్ని బోధించే ఆ ప్రజ్ఞావంతుడైన గురుపుత్రుడు అశ్వత్థామ ఎందుకిట్లా అరిచాడు. శరీరం నశ్వరంఅని చెప్పే ఆ మేధావి ఎందుకింత వ్యాకులత చెందాడు?

మూర్ఛితులైన సైనికులపై నుండి గెంతుతూ నేను అతడి దాకా వెళ్ళాను. ఎదురుగుండాఆ దృశ్యం చూసాక నా శరీరంలోని రక్తకణాలు చల్లబడుతున్నాయి అనిపించింది. సమ్మోహనాస్త్రం లేకుండానే మూర్ఛ వచ్చేస్తోంది. భూమిలా విశాలంగా ఉన్న పటల బాణం యొక్క అగ్రభాగం నిస్తేజంగా అనిపించింది. నా ప్రాణప్రియమైన సోదరుడు 'వసు అన్నయ్యా!' వసు అన్నయ్యా' అని పిలిచేవాడి ముఖకమలాన్ని అర్జునుడు మొండెం నుండి వేరుచేసాడు. దుమ్ములోకి విసిరి వేసాడు. జీవితంలో నా సుఖదుఃఖాలను పంచుకునే ఒకే ఒక సోదరుడు చనిపోయాడు. తన అన్నయ్య కవచకుండలాలను అన్యాయంగా తీసుకున్నారు అందుకే ఆ ధనాన్ని తిరిగి పొందాలని స్వర్గద్వారాలని తడుతున్నాడు.

ఇప్పుడు ''వసు అన్నయ్య రథాన్ని ఎవరు నడిపిస్తారు. నన్ను వదిలేసి ఎక్కడికి వెళ్తున్నావు? అంటూ రథం వెనక చేతులు ఎత్తుతూ ఎవరు పరుగెత్తుతారు? 'వదినా! వదినా' అంటూవృషాలి వెనక చిన్నపిల్లవాడిలా ఎవరు వెంట తిరుగుతారు? గంగాతీరంలో నేను మరచిపోయిన ఉత్తరీయాన్నితీవ్రమైన ఎండలో వెళ్ళి ఎవరు తెస్తారు? నేను దానం చేసేటప్పుడు వస్తువులని నవ్వుతూ నా చేత దానాన్ని ఎవరు ఇప్పిస్తారు? కవచకుండలాలని దానం ఇవ్వవద్దని ఎవరు నా పాదాలమీద తలను బద్దలుకొట్టుకుంటారు? రాధామాతవామకుక్షంలో ఇప్పుడు ఎవరు ఏడుస్తారు? అప్పూపాల కోసం పోటీ పడుతూ నాతో ఎవరు భోజనం చేస్తారు? మేఘమాల, మీనాక్షిలకు వసు అన్నయ్య ప్రేమను చవి చూపేవారు ఎవరు? 'అన్నయ్యా! నీ కుండలాలు నిస్తేజం అయిపోయాయి' ఈ విధంగా తపన చెంది నన్ను సావధానపరిచే వాళ్ళు ఎవరు? ఒక్క నిమిషం కిందట గుర్రాన్ని ఆరోహణ చేసిన, ఖడ్గాన్ని గిరగిరా తిప్పిన శోణుడుగిట్టల కింద దుమ్మూధూళితో పడి ఉన్నాడు. అక్కడంతా వెలుగు ఉంది. అయినా నాకు అంతా చీకటిగా అనిపించింది. కళ్ళ పైన నమ్మకం లేకుండా పోయింది. ముఖం వాడిపోయింది. మస్తిష్కం మొద్దుబారిపోయింది.

''అశ్వత్థామా! శోణుడు వెళ్ళిపోయాడు, శోణుడు వెళ్ళిపోయాడు అశ్వత్థామా!'' గురుపుత్రుల భుజంపై తలపెట్టి నిస్సహాయంగా నేను వెక్కివెక్కి ఏడ్చాను. నా జీవనరథంలోని ఒకచక్రం పెరికివేయబడ్డది. ఇప్పుడు ఈడ్చుకుంటూ వెళ్ళాలి. ఇక బతకాలి కాబట్టి బతకాలి.

''అన్నయ్యా! నీవు గరుడపక్షిలా పైపైకిఎగరగలవా?'' అనే శోణుడు! ఇవాళ మళ్ళీ కనిపించకుండా పైపైకి ఎగిరిపోయావా?''

''కర్ణా! శాంతించు'' గురుపుత్రులు కళ్ళు తుడుచుకుంటూ నన్ను ఓదార్చడానికివ్యర్థ ప్రయత్నం చేస్తున్నారు.

ఈ నగరంలో దిగ్విజయం సమయంలో శోణుడి శిరస్త్రాణం కింద పడిపోయింది. ఒక ఏనుగు కాళ్ళతో తొక్కేసింది. ఈ సంఘటన గుర్తుకురాగానే హృదయం ముక్కలు ముక్కలైనట్లుగా అనిపించింది. అతడి గుండ్రటి, ఎర్రటి రంగుతల, పండిపోయిన కోకమ్ పండులా దుమ్ములో పడి ఉంది. ప్రాణంలేని మొండెం, కొయ్య మొద్దులా దుమ్ముతో నిండిపోయి ఉంది. కిందకి వంగి హఠాత్తుగా నేను అతడి తలను పైకెత్తాను. నా కళ్ళ నుండి కన్నీటి ప్రవాహం. ఉద్వేగంతో అతడి విశాలమైనఫాలభాగాన్ని ముద్దు పెట్టుకుంటూ అన్నాను. ''శోణా! ఒకసారి... ఒక సారి.. ఒకేసారి నన్ను 'వసు అన్నయ్యా' అనిపిలవవా? స్వర్గద్వారాన్ని విరగగొట్టి నిన్ను వెనక్కి తీసుకువస్తాను.' కానీ అతడు మాట్లాడటం లేదు. ఇకముందు మాట్లాడడు. ఒకవేళ అతడి శరీరంలో కొంచెం అయినా గుండె చప్పుడు చేస్తూ ఉంటే తప్పకుండా అతడు అనేవాడు.

''అన్నయ్యా! వాయుజిత్ గిట్టలపైన నిత్యం ఔషధరసం వేస్తూ ఉండు. నీ ఆ దివ్య మకుటం భూషణాగారంలో సురక్షితంగా ఉంది. రాధామాతను సంబాళించు. వృషాలి వదినకి నా చివరి ప్రేమతో నిండిన ప్రణామం. బాల్యంలో గంగామాత ఒడ్డున నేను ఏ ముత్యాల చిప్పలను పోగు చేసానో, వాటిని మీనాక్షి పుత్రుడికి ఇవ్వు. ఇంకా... ఇంకా.. వేరే. ఎవరిని నీ సారధిగా పెట్టుకోకు. నేను సేవ చేయడానికి వస్తాను– వసు అన్నయ్యా! వందనం!''

కాని... కాని ఇదంతా ఏదీ జరగలేదు. ఇక జరగదు కూడా. జీవితం అంతా సుఖదుఃఖాల గురించి మాట్లాడుకునే మేం ఇద్దరం అన్నదమ్ములం, చివరి ప్రయాణం సందర్భంలో ఒకరితో ఒకరిని కలవను కూడా కలవలేకపోయాము. ఇక ఇప్పుడు వృషాలికి మరిది రూపంలో ఎవరిని ఈయగలను? రాధామాత కన్నీళ్ళను ఓదార్పు అనే ఏ వస్త్రంతో తుడవను? మేఘమాల నుదుటిన కుంకుమను తుడిపేసే ధైర్యాన్ని నేనెక్కడనుండితీసుకురాను? కురుల దిగ్విజయ రాజదండాన్ని ఎవరి చేతికి ఇవ్వను? జీవితం గురించిన కష్టసుఖాల గురించి ఎవరితో మాట్లాడను? ''శోణా! చిన్న వాళ్ళు ఆజ్ఞ ఇవ్వకూడదు'' అనిఅంటూ ఎవరిపైన కోపాన్ని చూపించను? శోణా! శోణా! గ్రీష్మకాలంలోచాతకపక్షిఎట్లా కూస్తూ ఉంటుందో అట్లా నా మనస్సు మాటిమాటికి పిలుస్తోంది. ఇవాళ నిజానికి ఏకాకిని అయ్యాను. జీవితం నాశనమయ్యే మహాసాగరంలా అనిపిస్తోంది. అర్థం లేని కలహం అనంత అర్ణవంలా అనిపిస్తోంది. ఉదరంలో ఆకాశం అంత బోలుగా ఉన్న గొయ్యి తయారయింది. పంచప్రాణాల మహావరద, కన్నీళ్ళ రూపంలో కనుకొసలను బద్దలుకొట్టి వచ్చేస్తోంది. కవచకుండలాలను దానం చేసేటప్పుడు లేక మహేంద్రం పైన తొడ బోలుగా అయిపోతున్నప్పుడు – ఇంత రక్తం నా దేహం నుండి రానే రాలేదు.

అతడి సగం తెరిచి ఉన్న నేత్రాలను నా తర్జనితో మూసేసాను. నా అశుభ, అభద్ర, అసమర్థ శరీరాన్ని అతడు చూడకూడదు అని నా కోరిక. పైపైకి అందంగా కనిపించే ఈ క్రౌర్య జగత్తు మళ్ళీ అతడి దృష్టిపథంలో రాకూడదు. అందుకే నేను అతడి నేత్రాలను మూసేసాను.

''వెళ్ళు శోణా! నిస్సంకోచంగా వెళ్ళు. కర్ణుడిని ఈ ప్రపంచం ఈసడిస్తోంది. అతడి వైపునుండి ముఖం తిప్పేసుకుంది. ఇప్పుడు నీవు కూడా ముఖం తిప్పేసుకున్నావు. ''శోణా! నిస్సంకోచంగా వెళ్ళు శోణా!'' మనస్సులో ఇట్లా అనుకుంటూ తెగిపడ్డ అతడి తలని మొండానికి జోడించాను. అతడి ముఖంపై ప్రేతవస్త్రం కప్పాలి. కాని నా దగ్గర ఏ వస్త్రం లేదు. నేను లోకానికి,

పట్టువస్త్రాలని, ఎంతో విలువైన వస్త్రాలని ఎన్నో ఎన్నెన్నో ఇచ్చాను. కాని ఇప్పుడు నా బంధు మృతదేహంపైన వేయడానికి నా దగ్గర ఏ వస్త్రం లేదు. మనస్సు ఆక్రందన చేస్తోంది.

అశ్వత్థామ తన ప్రతిజ్ఞనుత్యాగంచేసి తలకు కట్టబడి ఉన్న బట్టని వేయాలన్న ఉద్దేశ్యంతో ముడి విప్పసాగాడు. నేను అతడి చేయిని పట్టుకున్నాను. నేను వాయుజిత్ వీపుపైన ఉన్న పర్యాణవస్త్రాన్ని (జీను) తీసాను. దాన్ని చింపి శోణుడి మృతదేహంపైన కప్పేశాను. అది సరిపోకపోవడం వలన నా ప్రియమైన తమ్ముడి ఒక చేయి బయటనే ఉన్నది. చనిపోయే ముందు ఏ ఖడ్గాన్ని చేత్తోపట్టుకున్నాడో ఆ ఖడ్గం అట్లాగే ఉంది. కిందికి వంగి ఎంతో ప్రయత్నం చేసి గుప్పెట్లో ఉన్న ఖడ్గాన్ని తీసేశాను. లేచి నిల్చొని ఖడ్గాన్ని చేత్తో పైకెత్తి పెద్దగా అరిచాను. "శోణా! ఈ లోకంలో ఇక కర్ణుడైనా జీవించి ఉంటాడు. లేకపోతే అర్జునుడైనా! అర్జునుడిని కేవలం గుర్తు చేసుకున్నందుకే కోపం కట్టలు తెంచుకుంది. విషం ప్రవహిస్తోందా అని అనిపించింది. శరీరం మొత్తం సంతాపంతో ఒణికిపోతోంది. శోకం, క్రోధం, ఈ రెండు విరోధభావాల వలన నా నరాలు చిట్లిపోతాయాఅని అనిపించింది.

నేను ప్రతిజ్ఞ చేశాను. కాని దాని ఉపయోగం ఏముంది? అర్జునుడి ప్రాణాలు తీస్తే శోణుడు తిరిగి వస్తాడా? అతడు ఇప్పుడు ఈ లోకంలో లేడు, ఇది నిజం. ఈ నిజం చేదైనా నిజం నిజమే కదా! చేతిలోని ఖడ్గాన్ని విసిరివేసాను. శోణుడి మృతదేహం పైన కప్పబడ్డ వస్త్రం పైన పడి గుండెలు బాదుకుంటూ ఏడవడం మొదలుపెట్టాను. నేను అంగరాజుని కాను, దిగ్విజయ సేనాపతిని కాను. దాన వీరుడిని కాను, పరశురాముడి శిష్యుడిని కాను. ఇంతేకాదు నేను కర్ణుడినీ కాను. నా ప్రియమైన తమ్ముడి క్రూరమైన వధ వలన చెదరిన గుండెతో, తహతహలాడే, ఆక్రందన చేసే ఒక వ్యక్తిని మాత్రమే. కేవలం ఒక మనిషిని మాత్రమే. మనిషి.

10

శోణుడిపార్థివదేహాన్ని యమునా నదీతీరంలో దహన సంస్కారం చేసి వెనక్కి వస్తున్నప్పుడు నా మనస్సు బరువెక్కింది. మొద్దుబారిపోయింది. కొందరు ప్రాణప్రియులైన ఆత్మీయులు జీవన యానంలో మధ్యలోనే వదిలేసి ఎందుకు వెళ్ళిపోతారు? జీవితం అంటే అర్థం ఏమిటి? కేవలం రెండు ఘడియల ఆట. అసలు ఏమీ అర్థం కావడం లేదు. ఏం చేయాలో తెలియడం లేదు. శోణుడి మృత్యువు వలన నిరాశ అనే వలని తయారుచేస్తున్న మనస్సును తీసుకుని హస్తినాపురానికి తిరిగి వెళ్ళాను. అందులో ఒకటే ఒక భావోద్వేగం ముడిలా గట్టిగా ఉంది. నా ఆత్మీయుడిని వేధించిన ప్రబల శత్రువు అర్జునుడిపై పగ తీర్చుకోవాలి.

జరిగిన సంఘటన గురించి ఇంతకుముందే ఎవరో రాజభవనానికి సమాచారాన్ని చేరవేశారు. రాధామాత, వృషాలి, మేఘమాల హృదయవిదారకంగా ఏడుస్తున్నారు. "నా శత్రున్‌తప ఎక్కడున్నాడు?" అడిగే రాధామాతకి చెప్పడానికి నా దగ్గర జవాబులేదు. నా సర్వస్వం ఎక్కడ ఉన్నారు?" అని అడిగే మేఘమాలని ఓదార్చడానికి నా దగ్గర శబ్దాలు లేవు. "మరిదీ! మరిదీ" అనిఅంటూ గుండెలు బాదుకునే వృషాలి వైపు చూడలేను.

పదిహేను రోజులు గడిచిపోయాయి. అయినా ఇది ఎవరికీ నిజం అని అనిపించడం లేదు. అసలు శోణుడు మా మధ్య లేడు అన్న నిజాన్ని వాళ్ళు నమ్మలేకపోతున్నారు. కార్తికమాసం చలికి రాజభవనం లోని రాళ్ళురప్పలుగడ్డకట్టుకుపోయాయి. శోణుడి మృత్యువుతో మా అందరి మనస్సులు గడ్డకట్టుకుపోయాయి. కాని ఎక్కడోఅక్కడ ఈ బాధకు అంతం ఉండాలి కాని మనస్సు హిమం లాంటిది కాదు కదా! వేడి కన్నీటికి కరిగిపోవడానికి! అది కఠోరమైన పాషాణమే. దుఃఖం గురించి ఎంత ఎక్కువగా ఆలోచిస్తే అది అంత ఎక్కువ అవుతుంది. ఒకటే ఒక ఉపాయం దానిమీద పని చేస్తుంది. అదే మరుపు. మరచిపోతే అంతో ఇంతో మనస్సుకు శాంతి లభిస్తుంది. మరుపు అనేది ప్రకృతి ఇచ్చిన సర్వశ్రేష్ఠమైన కానుక. ఒకవేళ అదే లేకపోతే వివిధ స్మృతుల కారణంగా మనుష్యులు పిచ్చివాళ్ళైపోతారు.

మనస్సుని సంయమనం లో పెట్టుకుని నన్ను నేను సంబాళించుకున్నాను. నేను జీవించాలి. శోణుడికంఠనాళాన్నిచీల్చేసిన అర్జునుడి మెడలో ధనస్సుని తగిలించాలి. జీవితం అంతా భావోద్వేగాలు తారుమారు అవుతుంటే చూస్తూ గడపాల్సి వచ్చింది. ఇక ఇప్పుడు ఒకటే ఒక భావోద్వేగం. ప్రతీకారం. కక్ష తీర్చుకోవాలి. దానికోసం ఏం చేయాల్సి వచ్చినా చేస్తాను. అర్జునుడు ఎక్కడున్నాడో వెతికి వెతికి పట్టుకుని చంపేసేయాలి.

సైన్యాన్ని సిద్ధం చేయమని చెప్పడానికి నేను దుర్యోధనుడి మహలులోకి వెళ్ళాను. ''రాజా! నేను ఎప్పుడు అడిగితే అప్పుడు సైన్యాన్ని సిద్ధం చేయాలి. ఎందుకు అనిఅడగకు.''

'అంగరాజా! నా సైన్యం ఎంతవరకు పరాక్రమం చూపిస్తుందో నేనే కాదు సమస్త ఆర్యావర్తానికి తెలుసు.... అయినా నేను చింతిస్తున్నాను''. అతడు కనుబొమ్మలు ముడి వేస్తూ అన్నాడు.

'ఎందుకు? దేనికి చింత?'

''ఇవాళే ద్రుపదరాజు దగ్గరినుండి మంత్రి వచ్చాడు. పాండవులకు అర్ధరాజ్యాన్ని ఇచ్చి ఒడంబడికను చేసుకోండి అని ఒక సందేశాన్ని తీసుకువచ్చాడు. నేను అతడి అభిప్రాయాన్ని స్వీకరించడానికి సిద్ధపడుతున్నాను.

''ఊహూ... సంధి చేసుకోవద్దు. ఒకవేళ నీవు యుద్ధం చేయాలనుకోకపోతే నేను ఒక్కడినీ పాండవులతో యుద్ధం చేస్తాను. కాని వాళ్ళకి దాసోహం అని అనవద్దు'' అసలు అతడు ఇంతగా ఎందుకు దిగజారుతున్నాడో అర్థం కావడం లేదు. విరాట నగరంలో జరిగిన పరాజయం వలన బహుశ అతడు గాభరా పడి ఉంటాడు.

''లేదు కర్ణా! పాండవుల పక్షాన సంధి ప్రస్తావన తీసుకుని మళ్ళీ శ్రీకృష్ణుడు వస్తున్నాడు. విరాట నగరం నుండి పాండవులు వచ్చేసారు. ఉపప్లావ్య నగరంలో ఉంటున్నారు. శ్రీకృష్ణుడు కూడా ఉపప్లావ్య నగరానికి వచ్చాడు. పాండవుల బలం పెరుగుతోంది.

''రాజా! జీవితం అంతా నీ మాటను మన్నిస్తూనే ఉన్నాను. ఇక ముందు నీవు నా మాట వినాలి. పాండవులపై యుద్ధం ప్రకటించకు. సంగ్రామం జరపడానికి నేను ఎప్పుడూ సిద్ధమే. వాళ్ళని యుద్ధానికి పిలు.''

''కర్ణా! పాండవులకు ఏదో కొంత ఇవ్వాలని నాకు ఇష్టం లేదు. కాని ఒంటరిగా అర్జునుడు విరాటనగరంలో మనలని ఓడించాడు. మన స్థితి ఎంత ఘోరంగా మారిందోమనకే తెలుసు.

ఇదంతా చూసాక ఆ ఐదుగురిని ఎట్లా ఎదిరించగలుగుతాం? ప్రస్తుతం దీని గురించిన చింతే నాకు.''

''దిగ్విజయంలో నేను ఏ రాజులను పాదాక్రాంతులను చేసానోవాళ్ళందరు నాకు సహాయం చేస్తారు. ఇవాళేవాళ్ళకి సందేశం పంపించు.ఐదుగురేమిటి?ఏభైమంది పాండవులు వచ్చినా మా ముందు నిలబడలేరు. వాళ్ళు న్యాయంగా యుద్ధం చేస్తే, వాళ్ళు యుద్ధంలో ఏనాటికిగెలవలేరు.''

''సరే! ఇటువంటి సహాయం మనం ఓడించిన రాజుల నుండి లభిస్తుంది అంటే ఏ అభ్యంతరం లేదు. నేను అందరికీ ఉత్తరాలు పంపిస్తాను... కాని అవన్నీ నీ పేరు మీదే ఉంటాయి. ఒకవేళ వాళ్ళు ఒప్పుకుంటే, అప్పుడు నేను వాళ్ళ సంధిప్రస్తావనను కాలదన్నుతాను.''

'దూతలని పంపించు'. నా పేరన దేశ దేశాల రాజులకు ఉత్తరాలు పంపడానికి నా అనుమతిని ఇచ్చాను. కాని శ్రీకృష్ణుడి విషయంలో నాకు కొంత భయం కలగసాగింది.

11

దుర్యోధనుడు విభిన్న దేశాలకు పంపిన దూతలు వెనక్కి తిరిగి వచ్చారు. అవంతి, చేది, మగధ, సంషప్తక, సింధు ఇంకా అన్యదేశాల బలాఢ్యులైన రాజులు మాకు సహాయం చేయడానికి సిద్ధం అయ్యారు.

ఉపప్లావ్యం నుండి శ్రీకృష్ణుడు సంధి ప్రస్తావన తెస్తారు అన్న విషయం గురించి అందరికి తెలిసి పోయింది. ఈ సందర్భంలో వాళ్ళ పురోహితుడు బ్రహ్మగార్గ్య ఋషి ఒకసారి హస్తినాపురం వచ్చి విదురుడు, పితామహులతో కలిసారు. అప్పుడు ఏం మాటలు జరిగాయో ఎవరికీ తెలియదు. శ్రీకృష్ణులు ఏరోజు వస్తున్నారు అన్న సంగతి అందరికీ తెలిసిపోయింది. కార్తీకపౌర్ణమి రోజు ఆయన వస్తున్నారు. ఆయన పాండవుల కోసం అర్ధరాజ్యాన్ని ఇవ్వాలంటారు. కురు యోధులు స్పష్టంగా ఒద్దనాలనే నిశ్చయించుకున్నారు. శోణుడి వధ నన్ను ఒక్కడినే కాదు, కురు యోధులందరినీ బాధపెట్టింది. పిచ్చివాళ్లను చేసింది. నా మనస్సనే గరుడపక్షి క్రోధంతో, పాండవులతో యుద్ధం చేయాలని నిర్ణయించుకుని శిఖరం పైన కూర్చుంది. అంతిమయుద్ధంతో అర్జునుడిని సంహరించితీరాలి. ఈ నిర్ణయం నేను తీసుకున్నా, శ్రీకృష్ణులు అంటే నా మనస్సులో గౌరవం కూడా ఉంది.

పొగమంచు తెరను బద్దలు కొడుతూ కార్తీకపౌర్ణమి వచ్చింది. శ్రీకృష్ణుల పట్ల ప్రేమ ఉన్నవాళ్ళు తమ తమఇళ్ళముందు అశోక, మామిడిచెట్ల ఆకులు, కొమ్మలతో మంగళతోరణాలు కట్టారు. సుగంధిత జలాన్ని వాకిళ్ళల్లోచల్లారు. చుట్టూరా గీతలు గీసి వాటిల్లో సుదర్శన చక్రం ఆకారంలోముగ్గులువేసారు. పూలమాలలతో అలంకరించి ధ్వజాలను, తోరణాలను ఎత్తులో ఉంచారు. ఒక శ్రీకృష్ణభక్తుడు తన భార్య చేత శిశుపాల వధ ఘట్టాన్ని ముగ్గుతో వేయించాడు. ప్రతీ గడప దగ్గర గంగాజలంతో నిండిన బంగారు కలశాలను పెట్టారు. ముత్తయిదువలు దీపాలను వెలిగించడంలో మునిగిపోయారు. మహామంత్రి ఆర్యవిదురులు కురుల విశేషరాజధ్వజాన్ని భవనం శిఖరం పైన ఎక్కించారు. ఈ రోజు మొట్టమొదటిసారిగా హస్తినాపుర వాసులకు శ్రీకృష్ణులవారి దర్శనం కాబోతోంది. శ్రీకృష్ణుడు పాండవుల వైపు నుండి సంధి

ప్రస్తావన తీసుకుని వస్తున్నారు, అయినా నా మనస్సులో ఆయన అంటే గౌరవ భావం ఉంది. అనాదరణ మనస్సులో ఏమూలా లేదు. నా శత్రువులు పాండవులు. నన్ను ఘోరంగా అవమానం చేసారు. వాళ్ళతో నా శత్రుత్వం, నా ఒక పుత్రుడిని, నా తమ్ముడిని వధించిన అర్జునుడితో నా శత్రుత్వం. ఒక సూతపుత్రుడికి ఒక క్షత్రియుడితో... శ్రీకృష్ణుడితో కాదు. ప్రతి వస్తువులో నాకు శోణుడు, సుదాముడు కనిపిస్తున్నారు. అందుకే అర్జునుడంటేనాకంత శత్రుత్వం. వాడి పేరు వింటే చాలు నేను కోపంతో ఊగిపోతాను.

ఉపప్లావం నుండి వచ్చేసి, వాళ్ళు గంగా నదీతీరంలో ఉన్న వృకస్థల ఉపనగరంలో గుడారం వేసారు. పురజనులు అక్కడి మార్గం అంతా ఎంతో బాగా అలంకరించారు. సూర్య భగవానుడి అంతటా స్పర్శించే సుకుమారమైన కిరణాలు హస్తినాపురాన్ని తమ బాహువుల్లో తీసుకున్నాయి. సరిహద్దులో మోగుతున్న అసంఖ్యాకమైన వాయిద్యాల ధ్వని రాజభవనంలో కూడా వినిపిస్తోంది. దీనివలన శ్రీకృష్ణుడు సరిహద్దుల దాకా వచ్చారు అన్న సంగతి తెలుస్తోంది. అశ్వత్థామని తీసుకుని నేను శ్రీకృష్ణులవారికి స్వాగతం పలకడానికి సరిహద్దుల దాకా వెళ్ళాను. వాళ్ళు వృకస్థలం నుండి బయలుదేరి హస్తినాపురంలో ప్రవేశిస్తున్నారు.

ఏడు తెల్లటి అశ్వాలను కట్టి వేయబడ్డ బంగారు పోతపోయబడిన రథంలో నలుగురు వ్యక్తులు కూర్చుని ఉన్నారు. యుయుధాన, బ్రహ్మగార్య, శ్రీకృష్ణ, సారథి దారూకుడు. ఇదివరకు నేను ఇంద్రప్రస్థానంలోచూసినప్పుడు శ్రీకృష్ణుడు నీలిరంగు దేహంలో ఎంతగా మెరుస్తూ కనిపించారో ఇప్పుడు ఆయన అట్లాగే ఉన్నారు. ఆయననిచూస్తున్నప్పుడు' నా శరీరంపైన ఎప్పటిలా కవచం లేదే' అని అనిపించింది. మనస్సు క్షోభ చెందింది. ఈ లోపం ఉంది అన్న భావం నా హృదయాన్ని కొరికేస్తోంది. నా వైపు చూస్తూ యాదవరాజు శ్రీకృష్ణుడు చిరునవ్వు నవ్వారు. ఆయన ఏనుగుదంతాలలాంటి తెల్లటి పళ్ళు బంగారు కిరణాలలో మెరుస్తున్నాయి. నేను ఆయన తలపై ఉన్న కిరీటాన్ని చూసాను. అది భూషణాగారంలో పెట్టిన అచ్చం నా కిరీటంలానే ఉంది. నాకెంతో ఆశ్చర్యంగా అనిపించింది.

"వందనములు యాదవ రాజా!" ఉత్తరీయాన్ని సంబాళిస్తూ నేను ఆయనకు ప్రణామం చేసాను. అర్జునుడు నా పట్ల ఎంత అన్యాయం చేసాడో, ఈయన ఎందుకు అర్థం చేసుకోరు? 'జయతు ! కర్ణా!' ఆయన నెమ్మదిగా అన్నారు.

పితామహులు, విదురుడు, వృషవర్మ, ద్రోణులు అందరూ రథాన్ని చుట్టుముట్టారు. రథం హస్తినాపురంలో ప్రవేశించింది. వాయిద్యాల ధ్వని రాజమార్గం రెండువైపులా ఉన్న చెట్ల ఆకులను గజగజ వణికిస్తున్నాయి.

పురప్రజలు భక్తిభావంతో సుగంధిత పుష్పాలతో, కుంకుమలతో వాళ్ళ మీద వానను కురిపిస్తున్నారు. ఆయన చేతులు జోడిస్తూ నవ్వు ముఖంతో అందరి ప్రేమను స్వీకరిస్తున్నారు. దారుకుడి వస్త్రాలు తడిసిపోయాయి. శ్రీకృష్ణుడిని తీసుకు వెళ్ళే రథాన్ని సరిగ్గా నడపలేకపోతున్నారు. గుర్రాల కళ్ళల్లో కుంకుమ పడటం ఒక కారణం అయితే, వందలమంది నగరవాసులు గుర్రాల గిట్టలపైనశ్రీకృష్ణుడి ఎదురుగుండాదండాలు పెడుతూ దొర్లుతున్నారు. అర్థఘడియలో రథం ఒక చేతిమీద దూరం నడుస్తోంది కుండలతో గిట్టలపైముత్తైదువులు జలకుంభాలను పోస్తున్నారు.

ఇట్లా చేయడంవలన వాళ్ళు ఎంతో శ్రమ కోర్చి వేసిన అందమైనముగ్గులు చెరిగిపోతున్నాయి. సూర్యదేవుడు నెత్తిమీదకు వస్తున్నాడు.

''యాదవరాజు భగవాన్ శ్రీకృష్ణ....''

శోణుడిహృదయవిదారకమైన అంతం చూసి పిచ్చివాళ్ళైపోయిన పురజనులు 'జయతు–జయతు' అనిఅంటూ స్వాగతం పలికారు.

ఇంతకు ముందు జయజయకారాలతో, ఈ హస్తినాపురం ఇంతగా ప్రతిధ్వనించలేదు. కాని ఈనాడు నలువైపులాజయజయకారాలు మార్మోగిపోతున్నాయి. తెల్లరంగు గుర్రాలు కుంకుమ కారణంగా రక్తపురంగులో కనిపిస్తున్నాయి. శ్రీకృష్ణులపీతాంబరంపైన కుంకుమ ఒక పొరలా ఏర్పడ్డది. ఆ పీతాంబరంపీతవర్ణానిదేఅని శ్రీకృష్ణుడు కూడా చెప్పలేరు. సమస్త రాజమార్గం పూల కుప్పలతోనిండిపోయింది. శాంతచిత్తంతోఆరాజయాత్రలోవాయుజితపైఆరూఢుడైవెళ్తున్నప్పుడు ఎందుకో ఒకక్షణం నేను స్వర్గంలో ఉన్నానాఅని అనిపించింది. కాని ఆ చైతన్యంతో నిండిన హర్షోన్మాదంలో దుర్యోధనుడు ఎక్కడా కనిపించలేదు.

మధ్యాహ్నం మండుటెండలో పూలతో కప్పబడ్డ, కుంకుమతో నిండిపోయిన శ్రీకృష్ణులరాజరథం హస్తినాపురంలోని ప్రాచీన రాజభవనం మహాద్వారం దగ్గర వచ్చి ఆగింది. శరీరంపైన ఉన్న కుంకుమని దులిపివేసుకుని, ఉత్తరీయాన్ని సంబాళిస్తూ శాంతియుతంగా రథం నుండి కిందకి దిగారు. తక్కిన స్త్రీలతో పాటు వృషాలి కూడా వాళ్ళకిపంచ హారతి ఇచ్చింది. వణుకుతున్న చేతులతో కుంకుమ తిలకం దిద్దింది. ఆమె జీవితంలో శ్రీకృష్ణుడుని చూడటం ఇదే మొదటిసారి.

రాజభవనం శిఖరంపైన త్రికోణ కాషాయరంగు ధ్వజం వైపు చూస్తూ ఆయన మహాద్వారం గడపని దాటారు. 'రాజభవనం పవిత్రం అయిపోయింది.'' అని ఎవరో అన్నారు.

''రాజా! నేను ఇతరత్రా మరెక్కడికీవెళ్ళను. సరాసరి సభాగృహానికితీసుకు వెళ్ళు' స్వాగతార్థం అక్కడ నిల్చున్న మహారాజు ధృతరాష్ట్రుడి మూయబడివున్న అర్ధ కనురెప్పలను చూస్తూ మృదుస్వరంతో ఆయన అన్నారు.

''పదండి యాదవరాజా!'' శబ్దం వస్తున్న వైపు తల తిప్పుతూ మహారాజు తన అనుభూతిని ప్రదర్శించారు.

కురుయోధులందరితో కలిసి ఆయన సభాగృహం వైపు వెళ్ళారు. రాజభవనం మెట్లు ఎక్కుతూ సరిగ్గా నూటైదో మెట్టు పైన ఆగిపోయారు. ఇప్పుడు కేవలం ఒకే ఒక మెట్టు మిగిలి ఉంది. నా చెవులు కోయబడ్డ కింది భాగం వైపు చూస్తూ నవ్వుతూ ఆయన నూట ఆరోమెట్టుపై, అదే చివరిమెట్టు, పైన కాలుపెట్టారు. ఆ మెట్ల పట్ల ఇప్పుడు నాకు ఎటువంటి కుతూహలం లేదు. అసలు నిజానికి చేయగలిగితే, ఆ మెట్లన్నింటినీవిరగగొట్టేసి, వాటితో నేను శోణుడి సమాధిని కట్టేవాడిని.

రాజ్యసభలో అడుగుపెట్టగానే శ్రీకృష్ణుడు ఆ ప్రాచీన రాజసింహాసనం ముందు తలవంచి ప్రణామం చేసారు. కురువంశస్థులకు గుర్తుగా తయారుచేయబడిన సూర్యదేవుడి సువర్ణప్రతిమవైపు చూస్తూ ఆయన, అమాత్యులు వృషవర్మ చూపించిన ఆసనంపైన శాంతి పూర్వకంగాకూర్చున్నారు. అందరూ తమ తమ ఆసనాలపైన కూర్చున్నారు.

మహారాజు ధృతరాష్ట్రుడు, మహారాణి గాంధారి రాజసింహాసనంపైన కూర్చున్నారు. ఇది చివరి రాజసభ. దీనికి ఎంతో విలువ ఉంది. శ్రీకృష్ణుల దర్శనం కోసం ఎదురుచూస్తున్న వీరులతో రాజ్యసభ కిటకిటలాడిపోయింది. నేను నా ఆసనంపైన కూర్చుని ముందుభాగంలో నా కాళ్ళవంక చూడటం మొదలుపెట్టాను. ముందుభాగంలో అవి ఎందుకు ముడుచుకుపోయాయో...ఈ రహస్యాన్ని ఇంత జీవితంలో, సుదీర్ఘమైన ఈ ఉరుకుల పరుగులలో నేను తెలుసుకోలేకపోయాను.

అమాత్య వృషవర్మ ఈ సభ ప్రయోజనం ఏమిటో చెప్పి కురులవైపు నుండి మధురమైన కంఠంతో శ్రీకృష్ణులకి స్వాగతం పలికారు. కింద కూర్చుంటూ వారు అన్నారు.''...ఇక ఇప్పుడు యువరాజు భగవాన్ శ్రీకృష్ణుడు తన ఆగమన కారణం ఏమిటో స్వయంగా చెబుతారు. గురువులందరూ శాంతియుతంగా ఈ విషయంపైన చర్చించాలి. ఇది వికటమైన పరిస్థితి.''

ఉత్తరీయాన్నిసంభాళిస్తూ శ్రీకృష్ణులు ఆసనం పై నుండి లేచారు. ఆయన ఉత్తరీయం ముడతలలో పడివున్న కుంకుమ ఆయన లేవగానే కింద తివాసీపైపడ్డది. తీవ్రమైననిగూఢమైన స్వరంతో చెప్పడం మొదలుపెట్టారు. ఆయన పెదిమలు వణుకుతున్నాయి. రహస్యాన్ని వెతికే ఆయన చూపులు సభ అంతా ప్రసరించాయి.

''కర్ణ, భీష్మ, రాజు ధృతరాష్ట్రులు, ద్రోణ, కృప, విదుర, అశ్వత్థామ, శకుని, జయద్రథ, దుశ్శాసన, దుర్యోధన లందరికీ! ఇంకా ఇక్కడ ఆశీనులైన కురుయోధులందరికీ! నేను ఒక యాదవ రాజుగా నగరానికి రాలేదు, పాండవుల తల్లివైపు సోదరుడిగా కూడా రాలేదు, శ్రీకృష్ణుడిగా కూడా కాదు, ఒక న్యాయపక్షం వైపు నుండి న్యాయంకోరేవాడిగా ఈ ప్రాచీన రాజసింహాసనందగ్గరికి న్యాయం అడగడానికి వచ్చాను. ఎందుకంటే ఈ రాజసింహాసనం, ఆర్యావర్తంలో న్యాయదానంకోసమే దేదీప్యమానంగా ప్రకాశించింది. సూర్యప్రతిమని మాన చిహ్నంగా గౌరవించే మీరు పాండవులకు న్యాయాన్ని ఇస్తారా? నేను సంధి ప్రస్తావనని కాదు, సత్యం అనే వజ్రపటాన్ని తీసుకువచ్చాను. పాండవుల సహన శీలతకు మీరు ఇవాళ్టి దాకా ఏ సరిహద్దులు లేకుండా సత్యపరీక్షని పెట్టారు. రాజమాత కుంతీదేవితో సహా లాక్షాగృహాన్ని దగ్ధం చేయాలని ఏ యుద్ధశాస్త్రం నేర్పించింది. లక్క ఇల్లును కాల్చేయాలన్న దురుద్దేశం ఎందుకు కలిగింది? యువరాజు దుర్యోధనా చెప్పగలవా? తండ్రి నీడ లేని పాండవులను ఖాండవవనంలో, ముళ్ళ తీగలు, చెట్లు ఉన్న, క్రూరాతిక్రూర జంతువుల గర్జనలతో ప్రకంపించే, లోక విలక్షణమైన సామ్రాజ్యాన్ని ఇచ్చే శకుని మామా, మీరు మీ గాంధార రాజ్య, రాజనగరాన్ని వదిలివేసి దండకారణ్యం వెళ్తారా? అక్కడ కొత్త నగరాన్ని నిర్మించి చూపించగలరా? నా ద్వారక రాజ్యాన్ని పణంగా పెట్టి నేను జూదం ఆడటానికి కూర్చుంటే, గాంధార దేశాన్ని పణంగా పెట్టి నాతోపాటు ఆయన జూదం ఆడతారా? తన పత్నిని పణంగా పెట్టి ఓడిపోతే, సభలోకి ఆమెను అందరి ముందు లాక్కురావడానికి నాకు అనుమతి ఇస్తారా? పదమూడు సంవత్సరాలు, యాతనలతో వనవాసం చేస్తారా? నగ్నమైనకాళ్ళతోఉంటారా? విరాట నగరంలో గోహరణం చేయడానికి కురుయోధులందరు ఈ నగరం నుండి ఎట్లా బయటికి వెళ్ళిపోయారో, అట్లా మధుర, ద్వారకలోని యోధులు, పాండవులు, ముందు ఏ సూచన ఇవ్వకుండా ఈ నగరంలోకి చొచ్చుకుని వస్తే మీరు సహిస్తారా? మీలో ప్రతి ఒక్కరి హృదయంలోను ఒక పవిత్ర శాశ్వతమైన భావన ఉంది, దానిని

సాక్షిగా ఎంచి ఇవాళ్టి వరకు పాండవులకు ఎటువంటి న్యాయం ఇచ్చారో చెప్పండి? అసలు న్యాయాన్ని దేన్నంటారో మీకు తెలుసా?

అయినా నేను మీరు, పాండవులు ఒకరే అని అనుకుంటాను. అందువలన భూతకాలంలోని కటుసత్యాలను కాల్చేసి నేను చెబుతున్నాను. రాజా ధృతరాష్ట్రా! పాండవులకు వాళ్ళ సగంరాజ్యం ఇచ్చి విధ్వంసం చేసే రాబోయే బడబాగ్నినిఆర్పేసేయండి. ఈ న్యాయదానంకోసం సిద్ధమేనా? చెప్పండి!'' కొరడా దెబ్బలు లాంటి ఆయన మాటలకు భీతితో కూడిన శాంతి వ్యాపించింది. జవాబు ఇవ్వడానికి మహారాజు లేవడం లేదు. ఎవరూ కదలడం లేదు, మెదలడంలేదు.

''ఎవరో ఒక్కరు చెప్పండి, మీ అంతిమ నిర్ణయం ఏమిటి?'' ఆయన మళ్ళీ సభవైపు దృష్టి సారించారు. అందరిని లక్ష్యం చేసారు. కంఠంలో తీవ్రత ఇంకా ఎక్కువ అయింది.

''నేను చెబుతున్నాను. మీరు చెప్పిన మాటలకు చల్లబడ్డ కురుయోధుల అంతిమ నిర్ణయం నీకు నేను స్పష్టమైన శబ్దాలలో చెప్పేస్తాను. పాండవులకు ఎట్టిపరిస్థితులలోను రాజ్యంలో సగభాగం లభించదు.'' దుర్యోధనుడు ఒక్కసారిగా లేస్తూ కనుబొమ్మలను ముడివేస్తూ తన చిన్నచిన్నబలమైన వేళ్ళను ఊపుతూ అన్నాడు.

''ఎందుకు?''

''వాళ్ళకి అసలు ఈ రాజ్యంతో ఎటువంటి సంబంధం లేదు. వాళ్ళు మహారాజు పాండు పుత్రులైనా సరే, కుదరదు. రాజ్యాన్ని విభజించడం అంటే దాన్ని వంద, తరువాత వేల ముక్కలు చేయడమే. రాజ్యాన్ని పాండవులు ఒక శ్రీఫలంఅని అనుకున్నారా? పదిమంది ఆశ్రమవాసులు కలిసి పంచుకోడానికి''.

''సగభాగం ఇవ్వకపోయినా సరేకానీ ఖాండవవనంలో ఇంద్రప్రస్థం ఉంది. అది వాళ్ళ రాజ్యం. దేనినైతేనిర్మించారో ఆ రాజ్యాన్ని వాళ్ళకి ఇవ్వు. ఏది న్యాయమో ఏది సత్యమో నీ అహంకారంతో ఒద్దనకు''.

''ఊహు లేదు! ఆ రాజ్యాన్ని వాళ్ళు జూదంలో ఓడిపోయారు. అదైతేఏనాటికివాళ్ళకి తిరిగి ఇచ్చేదేలేదు.'' దుర్యోధనుడు గదతో దెబ్బలు వేస్తున్నట్లుగా మాట్లాడాడు. నిప్పుకణాలు ఒకదానితో ఒకటి ఢీకొడుతున్నాయి. బడబాగ్నిని ఆహ్వానిస్తున్నాడు.

''ఆశ్రయార్థం, సహాయరూపంలో, ఈ విశాల హస్తినాపురంలో కనీసం ఐదు ఊళ్ళుఐదుగురికీ ఇవ్వడానికి సిద్ధమేనా?'' ఐదువేళ్ళను శ్రీకృష్ణుడు చూపించారు. అక్కడ ఉన్న సభాసదుల, యోధుల హృదయాలు కరిగిపోయాయి. సన్నసన్నగా గుసగుసలు మొదలయ్యాయి. ఇంకా ఆయన ఏమీ అనకుండా దుర్యోధనుడు వెంటనే అన్నాడు – ''ఊహూ...లేదు...లేదు... త్రివాదం లేదు, త్రికాలం లేదు, ఐదు ఊళ్ళేమిటి, యుద్ధం చేయకుండా ఈ రాజ్యంలో సూది మోపినంత నేల అయినా పాండవులకు దొరకదు. ఇంతేకాదు, జవాబు తీసుకుని వెనక్కి వెళ్ళే నీ కాళ్ళకి అంటుకుని ఉన్న దుమ్మూ ధూళి కూడా పాండవులకు దక్కకూడదు, అందువలన వాటిని కూడా ఊడ్పించేయమంటాను.. కాని భగవంతుడిగా ఎంచే మోసగాడయిన శ్రీకృష్ణా! ఈ నిమిత్తం అయినా సేవకులకు నీ అమంగళమైన పాదాల స్పర్శ తగలకూడదు. వెళ్ళు నీ సంధి ప్రస్తావన అనే చింపిరిబట్టలను పీతాంబరంలో చుట్టుకుని నీవు ఈ హస్తినాపురం నుండి బయటకు వెళ్ళిపో...

లేకపోతే.... 'దుర్యోధనా!'' శ్రీకృష్ణుడి పెదిమలు వణికాయి. కళ్ళు ఎర్రబడ్డాయి. మొత్తం సభ అంతా ఇంతకుముందు ఆయనకి ఎంతో గౌరవంగా ఆహ్వానం పలికింది. ఇప్పుడు ఆ సభలోని వారే హాహాకారాలు చేయడం మొదలుపెట్టారు. చాలామంది పిడుగుపడ్డట్టుగా లేచి నిల్చున్నారు. నా చెవులు మొద్దుబారాయి. కళ్ళు మూసుకుపోయాయి. నా చెవుల దగ్గర తన పెదిమలను పెట్టి దుర్యోధనుడు కోపోద్రేకాన్ని అణచుకుంటూ మెల్లిగా అన్నాడు–

''కర్ణా! అసలు అంతా అస్తవ్యస్తం కావడానికి మూలకారణం అయిన ఈ గొల్లవాడిని నేను బంధిస్తాను. పురజనుల స్వాగతసత్కారాలని గుర్తుచేసుకుంటూ, మధుర కారాగృహంలో జన్మించిన ఈ గొల్లవాడు, కురుల కారాగార చీకట్లలోనే నాశనం అయిపోవాలి.'' అతడి మాటలు నా చెవులలో వేడివేడిసీసంపోసినట్టుగా మారాయి. విషనాగుల్లాంటి ఆ మాటలు నా మస్తిష్కంలో కాటువేస్తున్నాయి. జీవితంలో మొదటిసారిగా ఎదిరిస్తూ అతడిపై పెద్దగా అరిచాను– ''దుర్యోధనా! నీవు స్పృహలోనే ఉన్నావా? ఎవరిని బంధించాలని నీవు కలకంటున్నావు?''

''కర్ణా! రాజ్యంలో ఎన్ని సంకెళ్ళు ఉన్నాయో అన్నింటినీ తెప్పించమను, సామర్థ్యం ఉంటే నన్ను బంధించమని చెప్పు'' శ్రీకృష్ణుడు తన విశాలమైన నేత్రాలను మూసుకున్నారు. అసలు ఒక్క నిమిషం ఏమైందో ఏమీ అర్థం కాలేదు. పొంగుతున్న పాలకణాలలా ఆయన శరీరంలోని కణకణాలు ఉబ్బుతున్నాయా అని అనిపించింది. ఒక్క క్షణంలో ఆయన కిరీటం సభాగృహం కప్పుకి కొట్టుకుంది. ఆయన శరీరం పెరగసాగింది. మళ్ళీ ఒకసారి దివ్య తేజో కణాలతో నిండిపోయింది. గాలిదుమారాన్ని కూడా వెనక్కి తోసేసేతేజ కణాలు చరణాల నుండి మస్తికం ద్వారా ఎంతో ప్రచండమైన గతితో తిరుగుతున్నాయి. ఆయన దివ్య శరీరం నుండి వెలువడుతున్న ప్రకాశవలయాల వలన సభాగృహంలోని కఠోరమైన పాషాణస్తంభాలు కరికి పోతాయేమోనని అనిపించింది. కురు యోధులు, ఋషిమునులు, సేవకా సేవికలు, భయభ్రాంతులై ఆ విరాట స్వరూపం ఎదుట పొర్లుతున్నారు. శ్రీకృష్ణుడి విశ్వరూపం ఎదురుగుండాఅందరూ తలలు వంచారు. దేహంపైన కవచం లేకపోవడం కారణంగా ఆ తేజోమయమైన సెగ నా దగ్గర దాకా వస్తోంది. కుంభంలా ఉన్న ఆయన గుండ్రటితేజోమయమైన ముఖం నుండి మాటలు కూడా తేజస్సు రూపాన్ని ధరించి బయటకు వెలువడ సాగాయి. సభాగృహం కప్పుని ఛిన్నాభిన్నం చేయడం మొదలుపెట్టాయి ఆ శబ్దాలు.

ఆలోచనల నుండి బయటపడి నేను ఈ లోకంలోకి వచ్చాను. శ్రీకృష్ణుడు అంటున్న మాటలు నా చెవులలో పడసాగాయి. ''యుద్ధం! యుద్ధం వలన ఎవరి సమస్యలు పరిష్కారం కావు. యుద్ధం అనేది మానవీయ క్రౌర్యాన్ని నాశనం చేయడానికి కోపం ఉపయోగించే ఒక కఠోరమైన ఉపాయం. యుద్ధం వలన మానవ కళ్యాణం ఏనాటికీ జరగదు. ఎందుకంటే అది జీవితానికి అంతిమధ్యేయం కాదు. జీవితానికి అంతిమ ధ్యేయం ప్రకాశం. జ్ఞాన, విజ్ఞాన, ఆత్మప్రకాశం. ఒకవేళ ఆ ప్రకాశం మీ అందరి యుద్ధంలో లభించే మృత్యువులోనే ప్రాప్తిస్తుందంటే నేను యథాశక్తి భయంకర యుద్ధాన్ని ప్రజ్వలింప చేస్తాను. ఏ మట్టిలో అయితే మీరందరుజన్మించారో, దేని అంతరంగ రసంతో తడిసిన ధాన్యాన్ని మీరు తిన్నారో మీ పాలనపోషణ ఏ భూమిలో జరిగిందో, ఆ మట్టిలోనే, మీ పెరిగిన శరీరాలను చైతన్యహీనం చేసి కలిపేస్తాను. ఈ యుద్ధం

లోకానికి మీ అహంకారం, పథభ్రష్టత, కపటం, క్రౌర్యం, పశు ప్రతీకారం–అన్నీ రాక్షస వికారాల గురించిన గాథను తరతరాల వరకు చెబుతూనే ఉంటుంది. అందుకే గుర్తుంచుకోండి, నేను యుద్ధంలో శస్త్రధారణ చేయను, అయినా భూమికి భారం అయ్యే మీ ఉన్మాదాన్ని, మీ శరీరాలను ఆ మట్టిలో కలిపేస్తాను.''

వాణి మూగబోయినట్లు అందరూ మౌనంగా ఉన్నారు. మహారాజు ధృతరాష్ట్రులు, గుడ్డివారు కావడంవలన రాజ్యసభలో ఏం జరుగుతోందో తెలుసుకోలేకపోయారు. సింహాసనం పైనుండి లేచి భయభ్రాంతులై ఆయన అన్నారు. ఆయన స్వరంలో భయం వ్యక్తం అవుతోంది– ''యాదవరాజా! ఇవాళ రాజభవనంలో భోజనం చేయండి'' ఇది విన్నాక అతడి గుడ్డితనంపైన ఏడ్వాలో, నవ్వాలో అసలు ఎవరికీ అర్థం కాలేదు.

''రాజా! ఇవాళ నేను హస్తినాపురంలోనే భోజనం చేస్తాను. కానీ ఈ న్యాయభ్రష్టమైన రాజభవనంలో కాదు, విదురులపర్ణకుటీరంలో భోజనం చేస్తాను. రాజమాత కుంతీదేవి చేత్తో...'' ఆయన తన ఆసనం నుండి లేచి వచ్చేటప్పుడు ఎంత శాంతంగా నడిచి వచ్చారో, అంతే శాంతంగా సభాగృహం నుండి వెళ్ళిపోయారు. వారికి వీడ్కోలు చెప్పడానికి పితామహులు, ద్రోణులు, కృపాచార్యులు, అశ్వత్థామఅందరూ శ్రీకృష్ణుడి వెనక రాజభవనం మహాద్వారం దాకా వెళ్ళారు. వాళ్ళు భయభ్రాంతులయ్యారు. వ్యాకులత చెందారు.

శ్రీకృష్ణుడు ఎవరు? ఒక గోపాలుడా? ఒక యోద్ధా? పాండవుల పుట్టింటి వాడా? సోదరుడా? లేక...లేక... దుర్యోధనుడు అన్నట్లుగా ఇంద్రజాల తాంత్రికుడా? నా మస్తకంలో ప్రశ్నల యుద్ధం మొదలయింది.

శ్రీకృష్ణుడు నిశ్చయంగా ఒక అసాధారణమైన వ్యక్తి. ఈశ్వరుడి అంశం ఆయనలో ఉంది. ఆలోచనలు అనే గురితప్పని బాణాలు సందేహాలనే మస్తకాన్నిపగలగొట్టేస్తున్నాయి.

నేను కూడా లేచి అందరితోపాటు మహాద్వారం దాకా వెళ్ళాను. గడపదాటే సమయంలో వాళ్ళు ఒక నిమిషం ఆగారు. వెనక్కి తిరిగి ఆయన అందరికి వందనం చేసారు. నేను చేతులు జోడించాను. జరగకూడనిది జరిగిపోయింది–ఇంకా చాలా జరగబోతోంది.

'కర్ణా! రా!' ఆయన కుడిచేయి వేళ్ళను ముడిచి నన్ను దగ్గరికి రమ్మనమని అన్నారు. దగ్గరగా వెళ్ళగానే ఒక్కసారిగా నా చేయిని తన చేతిలోకి తీసుకున్నారు. ఆయన ఆ దివ్య స్పర్శతో సంవేదన అనే ఒక అల నా దేహం అంతా పాకిపోయింది. నేను భావుకుడినైపోయాను. రాజసభలో ఉపన్యాసం ఇస్తున్నప్పుడు ప్రారంభంలో నా పేరునే ఎందుకు ఉల్లేఖించారు? అసలు ఏమీ అర్థంకావడం లేదు.

ఒకచేతిలో నా చేయిని తీసుకున్నారు. దారుకుడికి వెనక కూర్చోమని సౌంజ్ఞ చేసారు. రెండో చేత్తో తన చంచలమైన గుర్రాల కళ్ళాలని లాగాడు. వెనుకకి తిరిగి చూడకుండా తెల్లటి ఏడు గుర్రాలు కట్టిన తన రథాన్ని పరుగెత్తించడం మొదలుపెట్టారు. వెనక యుయుధాన్, బ్రహ్మ గార్గ్య, దారుక్ మొదలైనవాళ్ళుకూర్చుని ఉన్నారు. నా మనస్సు మిశ్రిత భావాలతో నిండిపోయింది. అసందిగ్ధావస్థలో పడిపోయింది. ఆయన అందరిని వదిలివేసి, నా చేయిపట్టుకుని రథంలో ఎందుకు ఎక్కించారు? ఎవరి చేయిని తన చేతిలోకి తీసుకోని శ్రీకృష్ణుడు నా చేయిని మాత్రమే తన

చేతిలోకి ఎందుకు తీసుకున్నాడు? ఆయన రథ చక్రాలతోపాటు నా ఆలోచనా చక్రాలు కూడా పరుగెత్తసాగాయి. ఒకవైపు పెద్ద మామిడిచెట్టు ఉంది. మామిడిచెట్టు నిండా దట్టంగా ఆకులు ఉన్నాయి. ఆ పర్ణరాజి నుండి ఒక కోయిల సప్తస్వరంలో పాడుతూ, మా రథంపై నుండి ఎగురుతూ, పశ్చిమంవైపు వెళ్ళిపోయింది. దాన్ని చూస్తున్నప్పుడు నాకు అస్తమిస్తున్న సూర్యదేవుడి దర్శనం అయింది. ''ఇవాళ సంధ్యాకాలం చేయాల్సిన అర్ఘ్యదానం అట్లానే ఉండిపోయింది'' అని నేను మనస్సులో అనుకున్నాను. రెండువైపులాకదంబ, అశోక, ఆమ్ర, పిప్పలమొదలైన చెట్లు బాణాల్లా పరుగెత్తుతున్నాయి. మేము ముందుకు ప్రయాణిస్తున్నాం. అవి వెనక్కి వెళ్ళిపోతున్నాయి. రథం నగరం బయటికి పరుగెత్తుతూ వెళ్ళిపోతోంది. నా జీవిత రాజరథం కూడా కృష్ణుల సాహచర్యంలో, శ్రీకృష్ణుల ఎర్రటి మృదులమైన చేయిలో చేయివేసి కీర్తి అనే రాజమార్గంలో పరుగెత్తుతోంది. గాలికి రెపరెపలాడే ఆయన పీతాంబరం నిరంతరంగా నా తొడని స్పర్శిస్తోంది. మలుపు తిరుగుతున్నప్పుడు వంగి ఉన్న అతడి నీలం రంగు శరీరం నా శరీరంపైన నిస్సంకోచంగా తన భారాన్ని వేస్తోంది.

విదురులపర్ణకుటీరం కనిపించగానే ఒక దట్టమైన వృక్షం దగ్గర ఆయన కళ్ళాలను లాగి రథం గతిని తక్కువ చేసాడు. నగర సరిహద్దు దగ్గరికి మేము ఇంతకుముందే వచ్చేసాము. ఎదురుగుండా, వందల సంవత్సరాల నుండి జలదానం చేస్తూ ప్రవహిస్తున్న గంగ నీళ్ళు అస్తమిస్తున్న సుదీర్ఘమైన బంగారు కిరణాలలో మెరుస్తున్నాయి. గరుడ పక్షుల ఒక గుంపు పై ఎత్తున, మైనాక పర్వతంపైన ఉన్న తన నివాసస్థానం వైపు తిరిగి వెళ్ళిపోతోంది. ఆ గుంపుని చూడగానే నాకు శోణుడు గుర్తుకు వచ్చాడు. ఒకసారి అతడు అడిగాడు.

'అన్నయ్యా! నీవు గరుడ పక్షిలా పైపైకిపోగలవా?'' ఇవాళ శోణుడు లేడు. మనస్సుకు ఆందోళన పరిచే అతడి స్మృతులు మాత్రం ఉన్నాయి. ఒక్కసారిగా కళ్ళాలు లాగబడ్డాయి. రథం ఆగిపోయింది. నా ఆలోచనల చక్రాలు కూడా ఆగిపోయాయి. నగరం సరిహద్దులు సమాప్తం అయ్యాయి.

'పద కర్ణా!' అంటూ ఆయన నన్ను ఒక వటవృక్షం వైపు వెళ్లామని సౌంజ్ఞ చేసారు. రథాన్ని దారిలో అక్కడే వదిలేసి నా చేతిని తన చేతిలోకి తీసుకుని ఆ విశాల వృక్షం కిందికి తీసుకువెళ్ళారు. ఆ కొమ్మకింద నీడ బాగా ఉంది. ఆయన ఉత్తరీయం పైన దుమ్ము ఉంది. దుమ్ముని దులుపుతూ ఆ యాదవ తేజస్వి నాయకుడు అక్కడ ఉన్న ఒక నల్లటి రాయిపైన కూర్చున్నారు. ఆయన పక్కన చోటు ఉన్నా నేను పక్కన కూర్చోకుండా ఆయన చరణాల దగ్గర కూర్చున్నాను. కళింగ దేశంలో మహేంద్ర పర్వతంపైన ఇట్లాగే ఒక వృక్షం కింద భగవాన్ పరుశురాముల తలని తొడమీద పెట్టుకున్నాను. నాకు ఆ రోజు గుర్తుకు వచ్చింది. ఈనాడు నా చేయి శ్రీకృష్ణుల చేతిలో ఉంది. అదే విధంగా వటవృక్షం తలపైన ఉంది అస్తమిస్తున్న సూర్యుడి తీక్షణ బంగారు కిరణాలలో శ్రీకృష్ణుల నీలం శరీరం మెరుస్తోంది. కంఠంలో పుష్యరాగాలు, మాణిక్యాలు, మౌక్తికాలు, వజ్రాలు మొదలైనవి ఉన్నహారం ఆయన ఉచ్ఛ్వాస నిశ్వాసాలకు ఒక లయలో కిందికి పైకి ఊగుతోంది. తలపైన ఉన్న బంగారు కిరీటం, పరావర్తన చెందిన ప్రకాశ వలయాన్ని విసురుతోంది. నేను ఆకుపచ్చటి గడ్డిమీద కూర్చున్నాను. అందులోంచి ఒక చపలమైనధూళిధూసరిత కీటకం, ఆయన కుంకుమతో నిండిన పీతాంబరం పైకి ఎక్కడం నాకు కన్పించింది.

'కర్ణా! మనస్సుకు క్షోభ కలిగించే ఒక నిజాన్ని చెప్పాలని ఇవాళ అందరి మధ్యలోంచి కేవలం నిన్ను ఒక్కడినే బయటకు తీసుకువచ్చాను. ఆ అస్తం అవుతున్న తేజస్సుని చూడు నేను ఏంచెబుతున్నానో శ్రద్ధగా విను. రెండు పర్వతాల మధ్యకి జారుతూ వెళ్తున్నసూర్యదేవుడిని వైపు వేళ్ళు చూపిస్తూ ఎంతో ప్రేమగా అన్నారు. ఆయన స్వరం మురళిలాగా ఎంతో మధురంగా ఉంది.

''చెప్పండి యాదవరాజా! భూమి తల్లకిందులైనా నాకు ఇప్పుడు ఏ అఘాతం కలగదు.'' నేను ఆయన కొనతేరిన ముక్కువైపు చూస్తూ అన్నాను.

''కర్ణా! కర్ణా! నీవు సూతపుత్రుడివి కావు. రాధఅతిరథులపుత్రుడివికావు'' నా కళ్ళ లోతుల్లో దాకా వెళ్ళి ఆయన నా మానస సరోవరాన్ని ఒక్కసారిగా కల్లోలితం చేసారు. తక్షణం లేచాను. పెద్దగా అరిచాను''ఏం మాట్లాడుతున్నారు? నేను సూతపుత్రుడిని కానా? రాధామాత పుత్రుడిని కానా? లేదు యాదవరాజా! ఇది అసత్యం. అసత్యం. మీరు ఒకసారి సుదర్శన చక్రం ప్రయోగించండి అంతేగాని ఖడ్గం అనే ఈ జిహ్వను మాత్రం ప్రయోగించకండి''

''నేను చెప్పేది సత్యం. క్షత్రియులకు కూడా శోభనిచ్చే, ఒక దివ్యకులంకి చెందిన క్షత్రియుడవి నీవు. నీవు... నీ...వు... రాజమాత కుంతీదేవి ప్రథమ పుత్రుడివి. నీకు నీ కులం గురించి చెప్పేటప్పుడు నేను ఎటువంటి పొరపాటు చేయడం లేదు. పడమటి ఆకాశం వైపు చూడు. ధ్యాసపెట్టి చూడు. సాక్షాత్తు ఆ సూర్యదేవుడి హిరణ్యగర్భం నుండి పుట్టిన తేజోవంతమైనపుత్రుడివి నీవు. ఆయన పశ్చిమ క్షితిజం వైపు వేలు చూపించారు. నా శరీరంలోని రక్తకణాలన్నీ ఆయన మాటలతో వేగంగా తిరసాగాయి. ఆనందం, అభిమానం, గొప్పదనం... అనుభవం లోకి వస్తున్నాయి. వీటివలన మానసకోశం పగిలిపోయింది, అది కనుల నుండి కన్నీటి ప్రవాహం అయి ప్రవహించసాగింది. 'నేను సూర్యపుత్రుడిని. నేను సూర్య పుత్రుడిని' అని ఆనందంతో అంటు గర్వంగా థాథైఅంటూ నృత్యం చేయనా!' అని నాకు కోరిక కలిగింది. నా జీవన రాజవస్త్రాన్ని సమాజం విధించిన అర్థంపర్థం లేని ఆచారాలు, మూఢనమ్మకాలు, స్వార్థం, అహంకారం అనే దుమ్ములో నిర్దయగా దుమ్ములో తొక్కేసినవాళ్ళతో గర్జించి చెప్పాలనిపించింది– ''నేను సూర్యపుత్రుడిని, తేజ పుత్రుడిని. హీనుడినికాను. క్షుద్రుడినికాను.''

'కర్ణా! నీవు రాధేయుడివి కాదు. కౌంతేయుడివి. అందువలన పాండవులకు స్వంత సోదరుడివి' రాయిపై నుండి లేచి శ్రీకృష్ణుడు నా భుజంపైన చేయివేసాడు. ఆయన మాటలకన్నా ఆయన స్పర్శ ఎంతో చల్లగా ఉంది.

''శ్రీకృష్ణా! అసలు సత్యమేదో అసత్యమేదో నాకు అర్థం కావడం లేదు. ఒకవేళ నేను కౌంతేయుడనైతేకుంతీదేవి నుండి దూరంగా ఎందుకు ఉన్నాను. ఒకవేళ పాండవుడినైతే మరి పాండవుల నుండి దూరంగా ఎందుకు ఉన్నాను? సూర్యపుత్రుడినైతే అంధకార సామ్రాజ్యంలో ఎందుకు దారి తప్పితిరుగున్నాను?''

''ఇదంతా ఒక పెద్ద కథ. జగత్తులో ఏ రాతి హృదయం ఉన్న మానవుడి మనస్సైనా కరిగిపోతుంది– కరుణగాథ ఇది. సమాజపు సంప్రదాయాల క్రూరత్వానికి బలైపోయిన ఒక తల్లి కథ ఇది. ఆమె మూగ రోదన ఇది.''

కుంతీ దేవి కౌమార్యంలో ఉన్నప్పుడు దుర్వాస ఋషి దివ్య మంత్రం ఫలించడం వలన, సూర్యపుత్రుడిగా నీవు జన్మించావు. ఆ సమయంలో ఆమె భోజ పురంలో ఉంది. కౌమార్యంలో పుత్ర ప్రాప్తి సామాజిక దృష్టిలో రాజ కన్యను కళంకితం చేసే సంఘటన. నిన్ను తీసుకుని ఆమె

ఎటువంటి స్థితిలోనూ జీవించి ఉండగలిగేది కాదు. లోకం ఆమెను బతకనీయదు. ఒకవేళ ఆమె జీవించి ఉండకపోతే – నీ అస్తిత్వం ఉండదు. అందువలనే హృదయం పైన హిమాలయం అంత రాయిని పెట్టి ఆ గొప్ప స్త్రీ అశ్వ నదిలో నిన్ను వదిలేసింది. నీవు పుట్టినప్పుడు అదే రోజు... ఒక మందసంలో పెట్టి అశ్వనది నుండి చర్మణ్వతి యమున అక్కడి నుండి గంగ... ఈ విధంగా యాత్ర చేసి ఒక నల్లటిఉదయానఅధిరథుడికి నీవు ప్రాప్తించావు. అప్పటి నుండి ఇప్పటిదాకా నీవు సారథి గానే పెద్దవాడివయ్యావు. నీ దివ్యకులం, ఉత్తరాధికారం నీకు తెలియకపోవడం కారణంగా దురదృష్టవంతుడిగా బతుకుతున్నావు కర్ణా! కర్ణా! నీవు సారధివి కావు. దుర్యోధనుడు అన్యాయం చేస్తున్నాడు. అతడి పక్షాన నీవు పోరాడకు.''

ఈ లోకంలో బహుశ ఎవరికి ప్రాప్తించి ఉండదు. నీకు ముగ్గురు తండ్రులు, ముగ్గురు తల్లులు ఉన్నారు. సూర్యదేవుడు, మహారాజు పాండు, అతిరథుడి పితృఛత్రం నీకు లభించింది. కుంతీదేవి, రాధ, గంగ మాతృత్వం నీకోసం తహతహలాడుతోంది. కర్ణా! ఈరోజు నీ జీవితంలో ఒక పెద్ద మలుపు. నీ కులం శ్రేష్ఠమైన కులం. దీని ఉత్తరాధికారందివ్యమైనది. పాండవులు నీకు స్వంత సోదరులు. నీవు ప్రథమ పాండవుడివి. జ్యేష్ఠ కౌంతేయుడివి.''

ఆయన ఒక్కొక్క మాటతో భావన అనే తీవ్రమైన అల నా మనస్సు ఒడ్డున ఘోరంగా గర్జిస్తూ ఢీకుంటోంది. ఒక నిమిషంలో, ఏరోజైతే చంపానగరం నుండి హస్తినాపురానికివచ్చానో, ఆరోజు నుండి ఈనాటిదాకా నా జీవితం కళ్ళకుకట్టినట్లుగా కనిపిస్తోంది. శ్రీకృష్ణుడి కుడిచేతిలోని సుదర్శనం చక్రంలా గిర్రున తిరుగుతోంది. ఈ సంఘటనలనేతీక్షణమైన దంతాలు హృదయాన్ని బాధపెడుతున్నాయి. సాక్షాత్తూతేజోవంతుడి పుత్రుడిని అయినా ఈ దీర్ఘజీవనక్రమంలో అవమానం, వంచన, అవహేళన, ఉపేక్షలకంటే నేను అనుభవించినదేముంది? నేను ఎక్కడి నుండి ఎక్కడిదాకా వచ్చాను? జీవితం అర్థం ఏమిటి? ఎవరో చేసిన అపరాధంవలన హృదయవిదారకమైన ఇంత పెద్ద శిక్ష మరెవరో ఎందుకు అనుభవించాలి? ఇదేనా జీవితం? సాక్షాత్తు సూర్యపుత్రుడిని అయినా నా జీవితం విధిచేసిన క్రూరమైన దెబ్బలను సహిస్తూ వచ్చింది. ఏ అగ్నిగర్భం నుండి నేను పుట్టానో, ఆ అగ్నిని నేను ఎప్పుడు మరచిపోకూడదనే, ఆ విధి జీవితపు ఈ అగ్నిని ముక్తహస్తంతో నా బంగారు కిరీటంపైన కుమ్మరించింది.

సూతపుత్రుడు? కాదు.. సూర్యపుత్రుడు... రాధేయుడుకాదు, కౌంతేయ? నూటఒక్కటో కురు...కాదు.... ప్రథమ పాండవుడు... అసలు నాకే అర్థం కావడంలేదు. నేను ఎవరిని? అసలు నేను ఎక్కడి నుండి వచ్చాను? ఎటువెళ్లాను? శ్రీకృష్ణుడు చెబుతున్నారు కనక ఇది నిజం అని నేను నమ్ముతాను. లేకపోతే...

'కర్ణా! నీవు ఈరోజు దాకా కౌరవులకోసం నిమిషనిమిషం శిథిలం అయిపోతున్నావు. నిజానికి నీవు వ్యర్థంగా శిథిలం అయిపోతున్నావు. పాండవులతో శత్రుత్వం పెంచుకున్నావు. సొంత సోదరులను ద్వేషిస్తూ వచ్చావు. ఇప్పుడు నిజాన్ని తెలుసుకున్నావు. ఇంకా ఇట్లాగేప్రవర్తిస్తావా? ధ్యానం, వికాసం, వృద్ధి, జీవనలక్షణాలు. ఇప్పటిదాకా నీవు బందీగానే ఉన్నావు. కీర్తి అంతగా సంపాదించలేకపోయావు. మనస్సులో రుగ్మత ఉంది...నేను... నేను... నీకు పుట్టింటి సోదరుడిని కావడంవలన నిన్ను ఆహ్వానిస్తున్నాను. పద... నీ గుజ్జనగూళ్ళదగ్గరికి పద...

నీ బొమ్మరిల్లు నీకే ఉంది. నీ రక్త సంబంధీకుల దగ్గరికి పాండవుల దగ్గరికి బంధువుల దగ్గరికి...'' ఆయన ఉపప్లావంవైపు వేలుచూపిస్తూ అన్నారు.

అసలు ఈ క్రూరమైన కాలం నా జీవితపు మామిడిచెట్టుని ముళ్ళనేలన ఎందుకు వేసింది. మనస్సు ఒక్కసారిగా మొద్దుబారిపోయింది. కాని కౌరవులు ఈ ఘడియలలో సంకట పరిస్థితిలో ఉన్నారు. ఇటువంటి విపత్కరమైన పరిస్థితిలో ఉన్నప్పుడు నేను నమ్మకద్రోహం చేసి వాళ్ళనివదిలివేయకూడదు కదా? సారథుల ఊబిలో పడి ఉన్న నా జీవన కమలాన్ని తన చేతులతో ఒక్క రాత్రిలో సింహాసనం పైన కూర్చోబెట్టాడో, ఆ దుర్యోధనుడి వెన్నుపోటుపొడవనా? ఖడ్గంతో పొడిచేసి పాండవుల వైపు వెళ్ళిపోనా? ఎవరైతే తన ఔరసపుత్రుడికన్నా, నన్ను ఆత్మీయుడిగా చూసిందో, నా సుఖదుఃఖాలకే ప్రాముఖ్యత ఇచ్చిందో, ఆ రాధామాతను వదిలేసి కుంతీదేవి దగ్గరికివెళ్ళిపోనా? ఊహూ...కాదు...కాదు... నేను కౌంతేయుడినికాను, రాధేయుడిని. నేను సూర్యపుత్రుడిని కాను, సూతపుత్రుడినే. సంస్కారాలు దేన్ని తయారు చేసాయో అదే నాజీవితం. విధి ఎటువైపు చూపించిందో అదే నా దిశ.

''కర్ణా! అధికంగా ఆలోచించకు. తర్జనభర్జన చెయ్యకు. పద నాతో ఉపప్లావ్యకి వెళ్దాం. ధర్మశాస్త్రాల ప్రకారం నీవు పాండురాజుకి కానీన పుత్రుడివి. జేష్టపాండవుడివి. వేదపండితులయిన బ్రాహ్మణులలో ఉండి నీవు ధర్మజ్ఞానాన్ని పెంపొందించుకున్నావు. బ్రహ్మచర్యం, అర్ఘ్యదానం, ఆత్మసంయమం, దానం మొదలైనవాటి వలన నీవు శిఖరం దాకా చేరావు. పాండవులలో ఒక్కొక్కళ్ళుఒక్కొక్క గుణంలో శ్రేష్ఠులు. కానీ నీలో అన్ని గుణాలు ఉన్నాయి. ప్రథమ పాండవుడు, ఇదే నీకు శోభనిస్తుంది. కర్ణా! పద! ఇప్పటికైనా శాశ్వత మార్గంపైన నడు. ఇప్పటికీ ఇంకా సమయం ఉంది. నేను చెప్పింది విను.''

'పద! ఇన్నాళ్ళూ నీకోసం దుఃఖాన్ని సహిస్తున్న కుంతీమాత దగ్గరికి వెళ్దాం. బంధుప్రేమ కోసం తహతహలాడే బంధువుల దగ్గరికి వెళ్దాం. ఈ సమస్త రాజ్యానికి అభిషేకంఈనాడు పాండవులు నీకే చేస్తారు. చేతిలో తెల్లచాటి చామరం తీసుకుని యుధిష్ఠరుడు వినయభావంతో నీ తలపై విసురుతాడు. నీవు రథం పైకి ఎక్కాకే సేవకుడిగా నీవెనకే అతడు రథాన్ని ఎక్కుతాడు. సమర్థవంతుడైన భీమసేనుడు వినయంగా నీ తలపై గొడుగును పట్టుకుంటాడు, నీ అజ్ఞానంవలన ఎవరినైతే శత్రువుగా ఈరోజుదాకా భావిస్తున్నావో ఆ అర్జునుడు నీ సోదరుడే. అతడు నీ రథసారథి అవుతాడు. నకులుడు, సహదేవుడు, ద్రౌపది ఐదుగురు పుత్రులు, దృష్టద్యుమ్నుడుఅందరూ నీ నిగ్రహంతో కూడిన, ఏ నిందా లేని నేతృత్వానికి అనుచరులు అవుతారు. వజ్రంలాగా ఒకే ఒక మాటతో, వినయశీలులైనదాసులవుతారు.

'ఇంతేకాదు, వృష్ణ, అంధకకులాల యోధులందరూ ప్రత్యక్షంగా నేను కూడా నీ అనుచరుడనవుతాను. ఉద్ధవుడు, బలరాముడు, సాత్యకి, ఉగ్రసేనుడు మొదలైన పాండవులందరూ రాజు రూపంలో ఉన్న నీకు ఆదరంగా తలవంచుతారు. ప్రద్యుమ్న, చారుదేష్ణ, సుదేష్ణ, చిత్రగు, భానుసేనుడునా ఈ పుత్రులందరూ నీ ఆజ్ఞను శిరసావహిస్తారు. ధన్యులంఅయ్యామని అనుకుంటారు. వీర అభిమన్యుడు నీ చరణాలని స్పర్శించకుండా ఎప్పుడూ రథాన్ని ఎక్కడు. సుగంధిత శరీరంగల శ్యామల ఆర్యాద్రౌపది, పతి రూపంలో నీ అరికాళ్ళకు చందన మిశ్రిత

నలుగుపిండిని రాస్తుంది. పద, కిందటి డెబ్బై సంవత్సరాల నుండి నిరంతరం పుత్రవియోగం వలన దారుణమైన యాతనలలో కాలిపోతున్న నీ జన్మధాత్రి తల్లి హృదయం, నీ రెండు కన్నీటి బొట్లు ఆమె వృద్ధచరణాల మీద పడగానే కృతకృత్యురాలయ్యానన్న భావంతో శాంతిస్తుంది. రాజావసుసేనుడి రూపంలో నీ కీర్తి ఒక్క ఆర్యావర్తంలోనే కాదు, మూడు లోకాలలో అన్ని దేశాలవైపు ప్రతిధ్వనిస్తుంది. సాప్రమాటులలో సాప్రమాటు రూపంలో ఆర్యుల ఎన్నో తరాలు నీ శుభనామాన్ని సుప్రభాతంలో ఉచ్చరిస్తారు. 'లేకపోతే... లేకపోతే... కౌరవుల పక్షాన ఉంటే అన్యాయాన్ని సమర్థిస్తూ అహంకారంతో సమస్త ఆర్యావర్తాన్ని యుద్ధం అనే అఘాతంలోతోసేసే, మిథ్యా దర్పాలని హృదయానికి హత్తుకుని, స్వయంగా కాలిపోయి, అన్యులను కాల్చివేసే నీవు, తేజస్సుకి పుత్రుడివైనా, కటిక చీకటిలో జీవితాన్ని సమాప్తం చేసుకున్నాడనే... ఇదే రూపంలో అందరూ నిన్ను గుర్తుపెట్టుకుంటారు. ఈ స్మృతులు కోటికోటిఆర్యుల మనస్సులలో లక్షల సంవత్సరాలు, బాధపెడుతూ బోలుగా చేసేస్తూ ఉంటాయి. పద...రథంపైకి ఎక్కు.''

నా చేయి పట్టుకుని ఆయన నన్ను రథంవైపు లాగారు. నిగ్రహంగా నేలపై గట్టిగా కాలుమోపి నేను అన్నాను– ''లేదు మధుసూదనా! ఎవరి స్మృతులు ఎట్లా ఉంటాయా అన్న చింత నాకు లేదు. దీనితో నాకే సంబంధం లేదు. కేవలం ఈ నాటి ఈ స్మృతిని మాత్రం నేను ఎప్పుడూ మరచిపోలేను. ఘనశ్యామా! నా చేయి మీ మృదువైన చేతిలో ఉంది. నేను సూర్యపుత్రుడిని అనితెలిసాక అది కంపిస్తోంది. జీవితం ధన్యం అయ్యే మరే అర్థం నాకు తెలియదు. మీరే చెప్పండి. సూర్యపుత్రుడిని, జ్యేష్ఠకౌంతేయుడిని అయి ఉండి ఆ దివ్యకులానికి అనేయుడుగాప్రవర్తించానా లేక పథభ్రష్టుడిని అయిపోయానా! సూర్య కిరణం ఎప్పుడైనా వక్రంగా ఉంటుందా! ఒక్కసారి దేనిని పట్టుకుంటే అదే దిశ, అదే దళం, అదే పక్షం. రాజ్యం, సంపత్తి, కీర్తి, ప్రేమబంధంఏ పాశం సూర్యకిరణాలను బంధించలేదు. మీరు రాజ్యం ఇచ్చినా నేను దుర్యోధనుడి చరణాలకే సమర్పిస్తాను. పాండవులు నా అనుచరులైతే, వాళ్ళని సేవకులుగా రాజు దుర్యోధనుడి సభలో నిల్చోబెడతాను. కర్ణుడు, పాండవులువీళ్ళ బంధం ఈ జన్మలోది అయి ఉండవచ్చు. కాని... కాని... దుర్యోధనుడు, కర్ణుడు వీళ్ళది పూర్వజన్మలోని బంధం... చెప్పండి... గోపాలులు ఒకే కొమ్మపైన పూచిన అన్ని పూలని మీ చరణాలపైన అర్పించారా? ఎవరి స్నేహబలంతో ఇన్ని సంవత్సరాలు, అఖండ భావంతో సముద్రవలయంకితమైన రాజ్యసుఖాన్ని అనుభవించానో, ఆ దుర్యోధనుడిని, నమ్మకద్రోహం అనే లోతైన గొయ్యిలో తోసేసి స్వార్థ ప్రేమల వశీభూతం అయి పాండవుల పక్షాన్ని ఎట్లా స్వీకరించను? ఇది సూర్యపుత్రుడికి శోభనిస్తుందా? ఏ వృషాలి అయితే సారథి బిడ్డగా జీవితాంతం బావగంధితమైన సహాయసహకారాలు ఇచ్చిందో, ఆ పత్నిని కేవలం ద్రౌపది సుగంధిత సౌందర్యంకోసం వద్దననా? ఇది కౌంతేయుడికి కీర్తి తెచ్చిపెడుతుందా? ఎవరైతే నా మలమూత్రాలు ఎత్తేటప్పుడు వసు, వసుఅంటూ ప్రేమతో, పుత్రుడిగా నా తల నిమిరిందో, ఆ రాధా మాతని, భ్రాంతి చిత్త అయిన మాత కుంతికోసం దూరంగా తోసేయనా? ఆమె జన్మదానాన్నిచ్చి, బొడ్డుని కొయ్యకుండానే నన్ను అశ్వనదిలో, గర్జించే ఆ ప్రవాహంలో వదిలివేసింది! లేదు మాధవా! ఇది అసంభవం. సాక్షాత్తూ మృత్యువు అనే ముక్తవర్షాన్ని నా తలపైన ఉంచినా నేను సహిస్తాను, కాని ఇటువంటి ఘోరమరణాన్ని నేను స్వీకరించను గాక

స్వీకరించను. 'ఈనాడు ఈ సందర్భంలో ఇది ఒక విచిత్రమైనయోగాయోగం. నాకు ఆశ్చర్యంఅనిపిస్తోంది. మీరు ఒక క్షత్రియ కులంలో పుట్టారు. దురదృష్టంకొద్దీ గోకులంలోని గోశాలలోపెద్దవారయ్యారు. యశోదమాత మిమ్మల్ని పెంచింది. నేను ఒక దివ్య కులంలో జన్మించాను. దురదృష్టం కొద్దీ చంపానగరం లోని అశ్వశాలలో పెద్దవాడిని అయ్యాను. రాధామాత నన్ను పెంచింది. కర్తవ్య రూపంలో మీకు మీ మామ కంసుడిపై ముష్ఠియుద్ధం చేయాల్సి వచ్చింది. నాకు కర్తవ్య రూపంలో రేపు సోదరులపై దాడి చేయాల్సి వస్తుంది. కాని... కాని...''

''కాని.. కాని...చెప్పుకర్ణా! చెప్పు స్పష్టంగా చెప్పు?'' నా కళ్ళలోకి మళ్ళీ లోతుగా తొంగిచూస్తూ అడిగారు.

''ఋషీకేశా! మీరు యశోదమాతను వదిలివేసారు. కాని నేను ఎప్పుడూ రాధామాతని వదిలివేయను. మీరు గోకులంలోనిగోపాలులను మరచిపోయారు. నేను చంపానగరిలోని సారథులను ఏనాటికీ మరచిపోను. ఆర్యావర్తాన్ని యుద్ధం అనే అఘాతంలోతోసేసేవాడిగా, స్వయంగా కాలిపోయి, అన్యులను దగ్ధం చేసేవాడిగా, తేజస్సుకు పుత్రుడినైనా కటిక చీకటిలో జీవితాన్ని సమాప్తం చేసుకున్నవాడినని, ఈ చేదు స్మృతులలో, ఆర్యుల కోటి-కోటి మనస్సులు లక్ష సంవత్సరాల దాకా నాకోసం ఎప్పుడూ బాధపడవు. మీకోసం బాధపడతాయి. మీరు నాకోసం ఏ న్యాయపక్షంవైపు నుండి సంధి ప్రస్తావన తీసుకువచ్చారు? ''పన్నెండు సంవత్సరాల వనవాసం, ఒక సంవత్సరం అజ్ఞాతవాసం పాండవులు అనుభవించారు. దానికోసం బాధపడే శ్రీకృష్ణా! వాళ్ళు జూదం ఆడారు అందుకే అట్లాఅయిపోయింది. మీరు దీన్ని కాదనలేరు కదా! కాని... కాని ఏ జూదం ఆడకుండానే నేను జీవితాంతం ఎంతో ఘోరంగా ఎంతో ఘృణతో ఎంతో క్షోభతో అజ్ఞాతవాసాన్ని సహించానో, దానికి కూడా మీ న్యాయప్రియమైన మనస్సులో ఎక్కడైనా బాధ ఉందా? ఒకవేళ ఉండి ఉంటే...మీరు నన్ను పాండవుల వైపు రమ్మనమని ఎప్పుడూ అడగరు. ఘనశ్యామా! ఒక రాజనీతిజ్ఞుడిగా ఇక్కడికి వచ్చి నన్ను భావుకతతో ఆహ్వానిస్తున్నారు. నన్ను భావుకుడిని చేస్తున్నారు. కేశవా! ఇదంతా చేదుగా ఉన్నా ఇది సత్యం. అందుకే స్పష్టంగా చెబుతున్నాను. పెద్ద మనస్సుతో నన్ను క్షమించండి. మీరు గొప్పవారు. దివ్యులు. నా అంతరంగంలో మీపట్ల ఎంతో ప్రేమ ఉంది. శ్రద్ధ ఉంది. వీటిని వర్ణించడానికి మాటలు లేవు. అందువలన ఏ మహాయజ్ఞాన్ని మీరు ప్రజ్వలితంచేస్తున్నారో, దాంట్లో నా ఈ దేహపు సువర్ణ సమిధని నిర్భయంగా, ఆనందంగా సమర్పిస్తాను. జగత్తులో ఇంతకుముందు ఎప్పుడూ జరిగి ఉండదు, ఇక ముందు జరగబోదు కూడా. అటువంటి దివ్యమైన మహాయజ్ఞం జరగబోతోంది పురుషోత్తమా! పాండవులు కర్ణుడు కలిసే సమయం ఎప్పుడో దాటిపోయింది!...

''కృష్ణా! వెళ్ళండి. ఈ మహాయజ్ఞంలో ఆధ్వర్యం మీరేనని నాకు తెలుసు. హీతకపిధ్వజ అర్జునుడు సైనిక యోధుల తేజస్వీ పరాక్రమమే ఆజ్యం. బ్రహ్మ, ఐంద్ర్య, వరుణ, అగ్ని, పాశుపతమొదలైన అస్త్రాల నిక్షేపణ సమయంలో యోధులద్వారా ఉచ్చరించబడే మహామంత్రమే యజ్ఞమంత్రం. అర్జునుడి అక్షయ బాణాలతో కూడిన గాండీవం స్రువ, అతడి పుత్రుడు అభిమన్యుడు వీరులను సావధాన పరచడానికి ఏ సింహనాదాన్నైతేచేస్తారో, అదే యజ్ఞానికి

సామగానం. గగనాన్ని సైతం ఛేదించే కంఠం ఉన్న భీముడు ఉద్గాత, ధర్మపరాయణుడు యుధిష్ఠరుడు బ్రహ్మ, నకుల– సహదేవులు, శామిత్ర, మీయాదవకుల వంశస్థుడైన సాత్యకి ఆ యజ్ఞంలో ఉపఅదర్వ్యులుగా ఉంటారు. రణవాయిద్యాల ధ్వని, గగనమండలం దాకా ప్రతిధ్వనించే శంఖధ్వనులు, వీరుల సింహగర్జనలు, ఇవన్నీ ఆ మహాయజ్ఞానికిబుచలు, ధ్వజదండ, రథంగూడు, ఏనుగులపైన అంబారీలు, పశుబలికి ఇవ్వడానికి యూపు (యజ్ఞమునందు బలిపశువునుకట్టెడు కొయ్య)లుగా ఉంటాయి. గద, ఖడ్గ, బాణ, త్రిశూల, తోమర, బల్లెం– ఈ అస్త్రాలు ధర్భలు. రాజు దుర్యోధనుడు తన కురుసేనని పత్నిగా ఎంచి, దానితో పాటు ఈ దివ్య మహాయజ్ఞానికి దీక్ష తీసుకున్నారు....

''ఇంకా... ఇంకా... ఇటువంటి మహాయజ్ఞంలో నేను నా సువర్ణ శరీర హేమసమిధని నవ్వుతూ అర్పిస్తాను. నభూతో న భవిష్యత్ ఇటువంటిదే ఈ మహాయజ్ఞం శ్యామసుందరా! విధి ఈనాడు నన్ను ఎటువంటి పరిస్థితిలో నిలబెట్టిందంటే మీరు చెప్పింది కూడా నిరాకరించాల్సి వచ్చింది. అందువలన నా మీ ఈ సోదరుడి హృదయం అక్షరాలా కొంచెం కొంచెంబద్దలవుతోంది. వెళ్ళండి యాదవరాజా! ఈ దురదృష్టవంతుడిని క్షమించండి. పాండవుల, నా జీవనరేఖలు పూర్తిగా భిన్నం. ఇప్పుడు ఇక స్పష్టంగా ఒకటి మరొకటినిమింగేస్తాయి. కాని కేంద్రబిందువు అయిన కుంతీమాత కూడా ఇప్పుడు వాళ్ళని కలపలేదు...

''మన్‌మోహనా! పూలలో అమితమైన రసం నిండి ఉంటుంది. లోపల కొన్ని బీజాలు ఉంటాయి. బీజాలకి బలం ఇవ్వడానికి రసం స్వయంగా నష్టం అయిపోతుంది. నేను... నేను ఆ రసంలాంటివాడిని. నా ఆత్మసమర్పణ వలన బీజాలు అంకురిస్తాయి. మూడుపూలు ఆరుకాయలుగా వికసిస్తాయి బహుశ విధివిధానం ఇదేనేమో.

''వెళ్ళండి కృష్ణా! అశ్వనదీజలంలాగా, పాండవులను కలిపే సమయం ఎప్పుడో గడిచిపోయింది. ఇక ఇప్పుడు కర్ణుడు, పాండవులు... భవితవ్యం అచలమైనది. మృత్యువుని ప్రకంపితం చేసే నిర్దయ యవనికకు ఆ వైపు ఎప్పుడో వెళ్ళిపోయాను. సూతపుత్ర, అంగరాజు, దానవీర, దిగ్విజయ, ధనుర్ధర కర్ణుడు, వీటిలో ఏ రూపంలోనూ నేను యుద్ధం చేయను. అంధకారంతో నిండిన సామ్రాజ్యం ఉదరాన్ని చీల్చే సూర్యకిరణం అయి వస్తాను. తండ్రి సూర్య, తల్లి కుంతి, శ్రీకృష్ణ, సోదరులు పాండవులు... వీళ్ళందరి బంధుత్వానికి అనురూపంగా... వీర కర్ణుడి రూపంలో...

''జనార్ధనా! ఇంద్రుడికి కవచ కుండలాలు దానం చేసిన కర్ణుడు యుద్ధంలో యోధుల కాళ్ళు, చేతుల కవచాలను ఛేదిస్తాడు. జీవితం అంతా సూర్యదేవుడికి అర్ఘ్యదానం ఇచ్చే కర్ణుడు రణరంగంలో వీరులకు మృత్యువుని చూపిస్తాడు. జీవితం అంతా రాధామాత పాదాలను కడిగే కర్ణుడు వీరుల రక్తంతో ఇప్పుడు ఈ పుణ్యపావన ఆర్యభూమి చరణాలని కడుగుతాడు. జీవితాంతం శాపగ్రస్తజీవితం గడిపిన కర్ణుడు అందరికి స్వర్గాన్ని వరంగా ఇస్తాడు. జీవితం అంతా అవమానంతో దహించుకుపోయిన కర్ణుడు సంగ్రామంలో అందరిని గౌరవిస్తాడు. వెళ్ళండి, యదుకులావతంసా, శాంత చిత్తులై మహాయజ్ఞానికి కావాల్సిన ఏర్పాట్లు చూడండి. ఇంకొక ప్రార్థన. పాండవులకు నేను వాళ్ళ జ్యేష్ఠభ్రాతనుఅని ఎప్పుడూ చెప్పకండి. తెలిస్తే వాళ్ళు

ఎన్నటికీ యుద్ధం చేయరు. వెళ్ళండి బంధువర్యా! కర్ణుడి రాజరత్నం పాండవుల రాజమకుటంలో ఎప్పుడూ ఉండలేదు. ఇది మీ మృదువైన వాణితో అర్థం అయ్యేలా చెప్పండి. ఈ సూతపుత్రుడి చివరి బావ ప్రణామం ఉదారమైనఅంతఃకరణతో మనస్ఫూర్తిగా స్వీకరించండి. గుడాకేశా! మీకు ఇవ్వడానికి నా దగ్గర ఈ... ఈ... భావ ప్రణామమే ఉంది. ఇంతకన్నా నా దగ్గర ఇంకేమీ లేదు.''

నేను ఆయన కాళ్ళకు దండం పెట్టాలని వంగాను. నా కళ్ళల్లోంచి కారిన రెండు కన్నీటిబొట్లు ఆయన నిర్మలమైన చరణాలపై పడ్డాయి. ఒక్క నిముషం అవి కదిలాయి తరువాత నేలపై ఉన్న మట్టిలో కలిసిపోయాయి.

''జయతురాధేయ కర్ణా!'' ఆయన నా భుజాలు పట్టుకుని లేపారు. గట్టిగా కౌగలించుకున్నారు. నా కళ్ళ నుండి కన్నీటి ప్రవాహం ఆయన నీలిరంగు వీపుపై ప్రవహించసాగింది. ఆయన కన్నీటి బొట్లు నా తలపైన పడగానే నా జీవితంలో దిగ్విజయం పూర్తి అయింది అని అనిపించింది. ఇంతటి అదృష్టం, ఇంతటి గౌరవం, ఇంత ధన్యత – ఇటువంటి విలువైన క్షణాలు ఇక రావు.

తన చేతిలోంచి నా చేయిని మెల్లిగా విడిపించి, పశ్చిమ క్షితిజం వైపు ఒక సారి దృష్టి సారించి, నెమ్మదిగా నడుస్తూ వెళ్ళారు. రథాన్ని ఎక్కారు. కళ్ళాలను చేత బట్టి రథం గూటిలో నిల్చున్నారు. తన తెల్లటి గుర్రాలను అదిలించడానికి ఆయన కొరడా ఎత్తారు. మా ఇద్దరి కలయిక ఇక ఇదే ఆఖరిసారి. మానస భాండారంలో పడ్డ హృదయ విదారకమైన అంతిమ దుఃఖంకూడా నేను వారి అధీనం చేయాలనుకున్నాను. అన్నింటినుండి విముక్తి పొందాలనుకున్నాను. వాయువులు..... సూర్యకిరణాల్లా...

''మాధవా! ఆగండి'' చేతులు ఎత్తి నేను వారిని పిలిచాను. కొరడాను ఎత్తారు. ఒక్కసారిగా నా వంక ఆశ్చర్యంతో చూసారు. నేను పరుగెత్తుకుంటూ వెళ్ళాను. రథం గూటిపైన చేయిపెట్టి అన్నాను–

''నేను ఎప్పుడూ మిమ్మల్ని ఏదీ అడగలేదు. ఇవాళ అడుగుతున్నాను. నేను అడిగిన ఆ ఒక్క కార్యం చేస్తారు కదా! మీరే...మీరే కేవలం మీరే దీనికి యోగ్యులు.''

''చెప్పు రాధేయా! ఏమిటి ఆ కార్యం?'' ఆయన కనుబొమ్మలు పైకి లేచాయి.

''అచ్యుతా! ఆ విశాలాక్షి, శ్యామల భావగంధిత ద్రౌపదితో చెప్పు... కర్ణుడి అంతఃకరణ వీణ భగ్నమైన ఒక తంత్రి। నీ అవహేళన అనుభూతితో ఎప్పుడూ కర్కశస్వరంలో ఝుంకృతం అవుతూనే ఉంటుంది. ఐదుగురికి పత్ని అయికూడా పాతివ్రత్యపు పవిత్ర శిఖరం దాకా చేరగలిగిన ఒకే ఒక ఆర్యాతో... పాంచాలీతో... క్షమించగలిగితే కర్ణుడిని క్షమించమని చెప్పండి.''

కళ్ళాలని ఎగరవేస్తూ ఆయన రథాన్ని విదురుల వారి పర్ణకుటీరం వైపు పరిగెత్తించసాగారు. చక్రాల కిందనుండి ఎగురుతున్న దుమ్ము స్పష్టంగా నాకు కనిపిస్తోంది. కొంచెం సేపట్లో అది శాంతంగా అయిపోయింది. కాని నా మనస్సులో ఆలోచనల వాత్యాచక్రం మాత్రం శాంతించలేదు. ఏ పర్ణకుటీరంలో అయితే రాజమాత ఉందో, అటువైపు చూడనైనాచూడకుండా నేను రాజభవనానికి తిరిగి వెళ్ళిపోయాను. రాజమాత నాకు కేవలం జన్మను మాత్రమే ఇచ్చింది. రాజభవనంలోని రాధామాత వలన ఇవాళ నేను ఇట్లా ఉన్నాను. ఆమె నన్ను తయారు చేసింది. నన్ను తీర్చిదిద్దింది.

12

శ్రీ కృష్ణుడు వెళ్ళిపోయారు. నా జీవితపు రాజ పాత్రని తన చరణాలతో తోసేసి, వెళ్ళిపోయారు. దాంట్లో నిండి ఉన్న భవితవ్య దుగ్ధ రసాన్ని అటూ ఇటు ప్రవహించడానికి వదిలి వేసి, వెళ్ళి పోయారు. కాకపోతే ఆ రాజ పాత్ర ఆయన పునీతమైన చరణాల నుండి దొర్లిపోయింది. ఇది నాకు తృప్తిని కలిగించింది. నా పుట్టుక గురించి ఆయన వలనే తెలిసింది.

నా జీవిత రహస్యాన్ని చెప్పేసి, సహజ భావంతో రథం ఎక్కేసారు. ఏ సహజ భావంతో గోకులంలో, గోపాల బాలకులతోఆవులని మేపడానికి గోవర్ధన పర్వతంపైకి ఎక్కి ఎట్లావెళ్తారో అదే విధంగా... కాని నా మనస్సు ఎంతో బాధపడ్డది. ఒక తెలివితేటలు కల రాజనీతిజ్ఞుడిగా ఆయన వచ్చారు. ఆయన పెట్టే ప్రలోభాలకు బలికాకూడదని, నేను ఆయన ఏది చెప్పినా స్వీకరించలేదు. కాని.. కాని నేను కూడా ఒక మనిషినే కదా! తన జీవితంలో ఇంత ఘోరంగా మోసపోతే ఏ వ్యక్తి మాత్రం శాంతంగా ఉండగలుగుతాడు? ఆవుల గుంపులో దారితప్పిన అడవిపులిలా జీవితాంతం పెరిగాను. నేను సూర్యపుత్రుడిని, అయినా లక్షలాది పురజనుల హేళనను జీవితం అంతా తలవంచుకుని సహించాల్సి వచ్చింది. కాలుతున్న కాగడాలాంటి మనస్సుతో జీవితం అంతా గుడ్డిగా పరుగెత్తుతూ బతకాల్సి వచ్చింది. హిమాలయంలో జన్మించే గంగలోని తీయటి నీళ్ళు సాగరంలో కలిసి పోగానే ఎట్లాఉప్పగామారిపోతాయో, నా జీవితం అంతే కదా! ఇప్పుడు ఉద్గమ స్థలం ధవళ హిమాలయం అయినా ఏం లాభం? నేను ఒక దివ్యకులంలో పుట్టాను. నా పరంపర ఎంతో శ్రేష్ఠమైనది. మా పూర్వజులు ఎంతో వీరులు; గౌరవనీయులు – ఈ ఆలోచనల వలన, ఈ సత్యాల వలన ఇప్పుడు నాకు ఒరిగేది ఏమిటి? హస్తినాపురంలోని రాజకూడలిలో నిల్చుని ఇవాళ గొంతు చించుకుని ''నేను కూడా క్షత్రియుడనే, నేను హీనుడికాను, క్షుద్రుడికాను'' అంటూ అరిచినా ఎవరైనా నమ్ముతారా? నేను జీవితంలో ఇంతగా క్షోభ అనుభవిస్తున్నాను. దీనికి కారణం ఎవరు? అంతరంగంలో గడ్డకట్టిన ఈ విఫల జీవితపు నిప్పుని ఎవరికి చూపించను.నేను అసలు ఎవరికోసం యుద్ధంలో పాల్గొనాలనుకున్నాను? భవిష్యత్తును తిరస్కరిస్తూ విద్యాధర్మాలని హృదయానికి హత్తుకుంటూ ఎక్కడి దాకా పరుగెత్తాను? పాతదంతా అస్తవ్యస్తం అయిపోయింది. అంతా నాశనం అయిపోయింది. కొత్తదిఏదైతే ఉందో అది దొరకడం లేదు. దుర్గమమైన మార్గంలో పరుగెత్తే నా జీవన అశ్వనది ఇప్పుడు సంభ్రమ నిషద పర్వతం నుండి ఆటంకం వలన మధ్యలోనే ఆగిపోలేదా? కేవలం మృత్యువు వరకు జీవించాలి తప్పితే, జీవితానికి మరో అర్థం ఏం ఉంది?

పర్వతాలంత సమస్యలు ఎదురుగుండాఎదురయ్యాయి, వాటిని ఎదిరించడానికి ఏ సమయంలో అయితే సింహంలాంటి ధైర్యంతో, సావధాన చిత్తంతో, నేను నిల్చోవాలో అదే సమయంలో ఇటువంటి పలురకాల ఆలోచనలు నా జీవితాన్ని జర్జరంచేసేస్తున్నాయి. అసలు మానసిక సంఘర్షణను శాంత పరిచే ఏ భావం దృష్టి గోచరం కావడంలేదు. నలువైపులా కేవలం ఆలోచనలను ప్రోగుచేసే గోతులు మాత్రమే ఉన్నాయి. అవి కూడా పురాతనమైనవే. అవే... నాకు కూడా జుగుప్సగా అనిపించే ఆలోచనలు. శక్తిని హరించే ఆలోచనలు, సామర్థ్యం లేనివి, శక్తి

హీనమైనవి, విక్రమశూన్యమైనవి, ఆత్మవిస్మృత, ఆత్మకు హాని చేసే ఆలోచనలే, ద్రౌపది చేసిన ఘోరమైనఅవహేళనకు సంబంధించిన ఆలోచనలే, పాండవుల ద్వేషానికి, అర్జునుడి వధ చేయాలన్న ప్రతిజ్ఞకి సంబంధించినవే, ఏం చేయను? ఎటు వెళ్ళను?

పశ్చిమ క్షితిజం వైపు దృష్టి సారించాను. లోకాన్ని కోటి సంవత్సరాల నుండి ప్రకాశంతో నింపే నా తండ్రైనా కనీసం నాకు ఆత్మధైర్యాన్ని ఇస్తే ఎంత బాగుంటుంది అని అనిపించింది. నేను పర్వతంవైపు చూశాను. హస్తినాపురాన్నికౌగిట్లో తీసుకునే ఆయన నుండి వచ్చే మండే కిరణాలు నాకు స్పష్టంగా చెబుతున్నాయి. కర్ణా! ధైర్యాన్ని వదలకు, వజ్రం ధూళిలో పడిపోయి, నల్లటి చీకటి కిరణాలను మార్చలేవు కదా! నీ శరీరంలో నా సుప్త తేజం ఏదైతే ఉందో, అది ఒకరోజు లోకాన్ని దీప్తం చేస్తుంది. అందరికి నేతృత్వం వహిస్తూ అభిమానంగా తిరుగుతావు. సాక్షాత్తుశ్రీకృష్ణులవారు నీ ఎదురుగుండాతలవంచుకుంటారు. దీని కోసం ఒక పని చెయ్యి. ఆత్మ సంభ్రమాన్ని దూరం చేసేసుకో. ద్వివిధాగ్రస్తమనఃస్థితినివిసిరివేయి. నీవు ఏకాగ్రచిత్తుడివి కావాలంటే ఒకే ఒక మార్గం ఉంది – 'కురు రూపంలో యుద్ధం చేయడమే'

వేగంగా నడుస్తూ రాజభవనానికి తిరిగి వస్తున్నప్పుడు నా హృదయంలోని భావోద్వేగాలు అన్నీ శాంతంగా అయిపోయాయి. నేను సూర్య పుత్రుడిని. ఈ ఎరుక నా దేహాన్ని రోమాంచితం చేస్తోంది. సంధ్యా సమయం కావస్తోంది. రెండు వైపులా ఉన్న దట్టమైన చెట్ల పర్ణరాజి (ఆకులు)లో నుండి కీచురాళ్ళు కీచుకీచు మంటున్నాయి. కాని వాటి అరుపుల వలన మనస్సుకి ఏ భయం కలగడం లేదు. కీచురాళ్ళేమిటి? ఒక వేళ జగత్తంతావ్యతిరేకమైనా ఎటువంటి భయం దరిచేరదు.

అడుగడుగునా గత జీవిత స్థూల సంఘటనల అర్థాలు తెలుస్తూనే ఉన్నాయి. నా శరీరం ఎన్నో సందర్భాలలో వేడిగా ఎందుకు అవుతుంది? అర్ఘ్యదానం పట్ల నాకెందుకింత ఆకర్షణ, దేహంపైన కవచం కుండలాలు ఎందుకు ఉన్నాయి?బంగారు రంగులో ఈ దేహం ఎందుకు ఉంది? ఈ రహస్యాల గురించి శ్రీకృష్ణుడి నోటి నుండి విన్నాను. నా పాదాలను యుధిష్ఠరుడు ఎందుకు అంతగా పరిశీలిస్తూ ఉంటాడు. ఇంద్రప్రస్థ రాజభవనంలోని గోడపైన రహస్యాన్ని తెలియజెప్పే ఆ చిత్రం ఎవరిది? రాజమాత కుంతీ దేవి నా పెళ్ళి సమయంలో కానుకలు ఎందుకు పంపారు? ఈ సంఘటనల వెనుక ఉన్న రహస్యాలు తెలుస్తున్నాయి. అయినా జీవితంలోని అఘోరమైన మోసానికి మానస తీరాలు ఇప్పుడు వణకడం లేదు. బాధ పడటం లేదు. పైగా సూర్య పుత్రుడిని అని తెలియగానే, మృత్యువును కాళ్ళకింద తొక్కేసి దాని తలపైనే నిల్చునే దృఢత్వం మనస్సుకి వచ్చేసింది. ఇప్పుడు ఏ భ్రమ లేదు, కర్తవ్యం నెరవేర్చడం ఎట్లా అన్న సమస్య లేదు, అసలు ఎటువంటి చిక్కుముడి లేదు. ఒకటే ఒక మార్గం, ఒకటే ఒక దిశ – మహాయుద్ధాన్ని ఎదుర్కోవడం.

రాజభవనానికి రాగానే ఐదు సువర్ణ కుంభాలని అమితానందంతో ఒడిలో నింపుకున్నాను. అలవాటు ప్రకారం శోణా! అని పిలిచాను. అతడు లేడు. ఒకవేళ అతడే ఉండి ఉంటే కవచ కుండలాల కోసం నీ పరివారం ఏదైతే ఉందో, దానిని ఎప్పుడో దూరం చేసుకున్నాను. ఇప్పుడు బంధుత్వపు బంధనాలని తెంపేసుకున్నాను. ఇప్పుడు నేను సూతపుత్రుడిని. నేను సూతపుత్రుడిని... సూర్యపుత్రుడిని... కాని... కాని... పాండవుడిని కాను... కాను... కర్ణుడిని కాని... కౌంతేయుడిని కాదు.''

శోణా! అన్న విలుపు వినగానే వృషాలి సేవచేయడానికని వెంటనే రాజభవనంలోని వచ్చింది. "ఏం కావాలి?" ఆమె ఎంతో ఆప్యాయంగా అన్నది. "ఏమీ అక్కర లేదు, నాకు ఇప్పుడు ఎవరి అవసరం లేదు. మనస్సు తృప్తితో, కృతార్థతతో, ధన్యతతో పూర్తిగా నిండిపోయింది. ఉప్పొంగి పొరలుతోంది. ఆ భావనావర్షంలో స్నానం చేసి నేను స్వచ్ఛమవుతున్నాను. కాని ఒకే ఒక సమస్య ఉంది. జరిగిన సంఘటనల గురించిన ఒక అక్షరం కూడా రాధామాత, వృషాలి, సుప్రియ, నా పుత్రుడు ఎవరికీ చెప్పలేను. అమితానందపు క్షణాలు కొన్ని ఎంతో విచిత్రమైనవిగా ఉంటాయి. మన కోసం ప్రాణాలు సైతం ఇచ్చే ప్రాణప్రియులకు కూడా వాటిల్లోంచి ఒక కణం కూడా ఇవ్వలేము.

"వృషాలీ! ఇవాళ నేను కడుపు నిండా అపూపాలను తినాలని కోరుకుంటున్నాను. నీ చేతులతో కాదు, రాధామాత చేతులతో..." నేను ఆమెకు నా కోరికను వ్యక్తం చేశాను. ఆమె ఆశ్చర్యంగా నా వంక చూస్తూ "ఎందుకు? ఏ విషయంలో ఇంత ఆనందం కలుగుతోంది?"

"నీవే చెప్పు, నీ సుధాముడు ఇప్పుడు బతికి వస్తే, నీ ఎదురుగుండానిల్చుంటే ఎంత ఆనందం కలుగుతుంది. అంతే ఆనందం ఇప్పుడు నాకు కలిగింది. ఎందుకు కలిగింది? అనిఅడగకు. యువరాణి దుశ్శల నా విషయంలో అడిగిన ప్రశ్నకి జవాబు నీవు ఎట్లాచెప్పలేకపోయావో, నేను ఈ ఆనందానికి కారణం చెప్పలేను. నేను గవాక్షంలో నుండి బయటకి చూస్తూ అన్నాను. ఎంతో ప్రకాశాన్ని ఇచ్చే పున్నమి చంద్రుడు ఆకాశంలో నిల్చున్నాడు. చంద్రుడి వెండి ప్రేమను దానం తీసుకుని గంగా మాత నీళ్ళు మెరుస్తున్నాయి. అనంత కాలాల నుంచి చంద్రుడు ఇట్లాగే మెరుస్తున్నాడు, ఇక భవిష్యత్తులో కూడా మెరుస్తూనే ఉంటాడు. దీని గురించి ఎంతో ఆలోచించాను కాని జవాబు దొరకలేదు. అపూపాలను సిద్ధం చేయడానికి వృషాలి వెళ్ళి పోయింది. వెళ్ళేటప్పుడు ఇంగుది నూనె వేసి, భవనంలో ఉన్న దీపాలన్నింటినీ తను స్వయంగా వెలిగించింది. నా జీవన మహలులో కూడా ఆమె ఈ విధంగా జీవితం అంతా ప్రేమ అనే పవిత్రమైన దీపాలను వెలిగించలేదా? తనని కౌగిట్లో తీసుకుని 'నేను సూర్యపుత్రుడిని' అని చెప్పి ఉంటే... పతి ఎదురుగుండాతన హీనత్వం తెలుసుకుంటే... ఆ అమాయకురాలైన స్త్రీ హృదయం బద్దలు కాదా, తను ఒక సారథిని ప్రేమించింది. సూర్యపుత్రుడిని కాదు. అప్పుడప్పుడు మౌనమేమహాకార్యాన్ని చేసేస్తుంది.

అపూపాలతో కడుపునిండా భోజనం చేశాక సుప్రియ ఇచ్చిన తాంబూలాన్ని నోట్లో పెట్టుకున్న తరువాత మనస్సు, శరీరం ఎంతో తేలిక అయ్యాయి. జీవిత రహస్యం బయటపడ్డది. ఎన్నో రమ్య స్మృతుల సాక్షి అయిన ఉత్తరీయంవృషాలి దగ్గర ఉంది. ఉత్తరీయాన్ని ఆమె దగ్గర నుండి అడిగి తీసుకుని, శరీరంపైన చుట్టుకుని, వెన్నెలలో భ్రమణం చేయడం కోసం నేను రాజభవనం నుండి బయటకి వెళ్ళిపోయాను. దూరంగా యుద్ధశాల వైపు, ఇనుప పళ్ళెంపై కాష్ఠ దండంతోకొడుతూ రాత్రి సేవ చేసే సేవకులు మొదటి ఝాము ఘడియలలో ఏ గంటలనైతేకొట్టారో, ఆ గంటల ధ్వని స్పష్టంగా వినిపిస్తోంది. వెన్నెలతో మెరుస్తున్న వెండిమయమయిన హస్తినాపురం శాంతంగా ఉంది. గజశాలలో ఏనుగు తన మొన తేలిన దంతాలతో, లోపల కట్టెస్థంభం పైన కొట్టుకుంటోంది, దాని వలన ఖడఖడా ధ్వని వినిపిస్తోంది. ఒక్కొక్క సారి గుర్రాలు సకిలిస్తున్నాయి.

గడ్డిలో ఉన్న ఏదో పురుగు మెడపై వాలగానే అరుస్తూ ఆవులు మెడను విదిలించి కొడుతున్నాయి. దాని వలన గంటల అస్పష్టమైన గణగణ శబ్దం అస్పష్టంగా వినిపిస్తోంది. ఇది తప్పితే మరే ధ్వని వినిపించడం లేదు.

శోణుడుపరుగెత్తుకుంటూ వెళ్ళి రాజమాత కుంతీదేవి రథం కింద పడిపోయే పిల్లి పిల్లను ఎక్కడ రక్షించాడో ఆ స్థానం వచ్చింది. ఈ రోజు శోణుడు లేడు, పిల్లి పిల్ల లేదు. రాజరథాన్ని కూడా దుర్యోధనుడు ధ్వంసం చేశాడు. ఇక ఉన్నది మేమిద్దరం. రాజమాత, నేను. ఆమె విదురులపర్ణకుటీరంలోకూర్చుని శ్రీకృష్ణుడితో తన కష్టసుఖాలు చెప్పుకుంటూ ఉండి ఉండవచ్చు. గోపాల బాలురతో ఉండటం వలన శ్రీకృష్ణుడికి అన్నం అంటేనే ఇష్టం. ఆయన ఇవాళ తన మేనత్తతో అన్నం వండమని చెప్పి ఉంటాడు. విదురులు ఎంతో ప్రేమగా వడ్డిస్తున్నారేమో. ఆ దృశ్యాలన్నీ నా కళ్ళ ఎదుట కదలాడసాగాయి. కాని ఎవరైతే ఇదంతా వినాలో ఆ శోణుడు లేడు. అతడు లేని లోపం నన్నెంతో బాధపెడుతోంది.

రాజమార్గంలో నేను ముందుకు నడుస్తున్నాను. అశోక, ఆమ్ర, శాల, పిప్పలమొదలైన ఎన్నో వృక్షాలు చంద్రికని ఆపేస్తూ ధాత్రి ఉత్సుకతను ఎక్కువ చేస్తోంది. కొన్ని గవాక్షాలలో నుండి గుండ్రటిచంద్రకిరణాలు రాజమార్గంలో ఎంతో అందమైనముగ్గువేస్తున్నాయి. దానిని చూడగానే, దిగ్విజయంతో వెనక్కివచ్చాక పురప్రజలు ప్రేమ వర్షాన్ని కురిపించారు. ఆ రోజు గుర్తుకు వచ్చింది. కాని దాని వలన మనస్సులో ఉత్సాహంగా అనిపించలేదు. మేల్కొనేవాళ్ళూ లేరు. కీర్తిప్రతిష్ఠ, గౌరవం, నిమిషంలో నాశనమయ్యే ఈ గాలి బుడగలవైపు నా మనస్సుకి ఆకర్షణ కలగలేదు. యుద్ధశాల వచ్చింది. దాని ద్వారం రాగానే, అక్కడ నిల్చోగానే లోపల ఆ అరుగు కనిపించింది. నేను దానిపైకి ఎక్కి సూర్యదేవుడిని గురువుగా ఎంచుకున్నాను. ఏ అరుగు దగ్గర అయితే అర్జునుడు, నా మధ్యలో ఒక చుట్టుకుని ఉన్న భుజంగం కింద పడ్డదో, దాని మీద కూర్చుని ఒక రాత్రి పొట్టుతోనింపబడిన పక్షిని వృక్షానికి వేల్లాడేసి, శోణుడు పట్టుకున్నప్పుడు ఆ వెలుగులో దాని కళ్ళలోనికనుగుడ్లను ఛేదించాను.

చివరికి నగరం బయటికి వచ్చాను. ఏ స్థానంలో అయితే గురుద్రోణులు పోటీల కోసం, గోదాని తయారు చేయించారో, ఆ గోదా వచ్చింది. ఒక్కక్షణం అక్కడ ఆగాను, పోటీ జరిగినప్పటి స్మృతుల విహంగాలు మనస్సులో తొంగి చూస్తున్నాయి. ఎన్నెన్నో శస్త్రఅస్త్రాల ఆ క్రీడాంగణం. ప్రవేశద్వారం బయట వ్యాకుల చెందుతూ నిల్చోవడం. ప్రేక్షకుల హర్షోల్లాసితమైన మాటలు, అర్జునుడు లక్ష్యాన్ని ఛేదించడం,చప్పట్లు, శోణుడి ఆ వ్యాకులతతో కూడిన కథనం. తమల వృక్షంపైన ఆ పత్రథ పక్షి. కాళ్ళ కింద నలపబడ్డ నీల కమలాల మాల. సూతపుత్రుడినని తిరస్కరించిన వేళ. ప్రతిధ్వనించిన బావ శూన్య బోలు ఆకాశం – అంతా స్పష్టంగా కనిపిస్తోంది. కాని అదంతా ఇప్పుడు మనస్సుపైన ప్రభావం చూపెట్టలేకపోతోంది. అటువంటి భావచిత్ర ముగ్గులు అంకితం అవడానికి ప్రాంగణం ఖాళీగా లేదు. అక్కడ భయంకరమైనమహాయుద్ధం జరుగుతోంది.

అర్ధరాత్రి గంగ ఒడ్డుకి వచ్చాను. ఆకాశంలో చంద్రుడు సరిగ్గా నెత్తిమీదకి వచ్చాడు. గంగాజలంలో రెండో చంద్రుడు కనిపించగానే ఆకాశంలోని చంద్రుడి పైన మచ్చ కనిపిస్తోంది. బూడిద రంగు మేఘాలు అప్పుడప్పుడు కమ్మేస్తున్నాయి.

పేరున్న ఒక రాయి మీద కూర్చున్నాను. రాధామాత ఇచ్చిన భుజం మీద కట్టబడ్డ వెండి పెట్టెను తెరిచి మెల్లిగా దాన్ని గంగలో విసర్జన చేశాను. ఆ చిన్న పెట్టె జల అలలపైన తేలుతూ మునుగుతూ క్షణక్షణం దూరమవుతోంది. కనుచూపుమేరన కనిపించకుండా పోయింది. ఆ పెట్టె గంగని అడగాలనుకుంటోంది. చెప్పు నీ జల అలల సంఖ్య అధికమా లేక నేను నా స్వామి జీవితంలో ఎన్ని భావుకత కూడిన సంఘటనలు చూసానో వాటి సంఖ్య అధికమా?

చేతులెత్తి ఆ పెట్టెకు వీడ్కోలు పలికి నేను రాజభవనం వైపు తిరిగి వెళ్ళాను. శాంత చిత్తంతో నా సోమ వంశీయుల ప్రాచీన భవనంలో నిద్రపోయాను.

13

ఏనుగుల ఘీంకారాలతో ఉదయం మొదలయింది. ఆ సమయంలో గవాక్షం నుండి బయటకి చూశాను. నలువైపులా దేశ దేశాల విరాట సేనల శిబిరాలు కనిపించాయి. దుర్యోధనుడు చేసిన పనికి ఎంతో ఆశ్చర్యం కలిగింది. పాండవుల అన్వేషణ కోసం పంపబడ్డ దూతలను సరాసరి అత్యావశ్యకమన్న సందేశాన్ని పంపించి, అతడు దేశదేశాల సైనికులను ఎంతో తెలివిగా తమ వైపు తిప్పుకున్నారు.

మగధ, మద్ర, చేది, అవంతి, కులింద, సింధు, కళింగ మొదలైన బహుసంఖ్యాకులు గల దేశాల ధ్వజాలు హస్తినాపురం చుట్టూ మండలాకారంలోనిల్చుని ఉన్నాయి. అందులో ద్వారక ధ్వజం ఎక్కడా కనిపించడం లేదు. దుర్యోధనుడుకిబహుశా ఇప్పటి దాకా యాదవుల మహత్యం తెలియదు. అతడి భ్రమను దూరం చేసి అతడిని ద్వారకకు పంపించాలి. ఇట్లా ఆలోచించి నేను ఎట్లాఉన్నానో అదే అవస్థలో మహలు నుండి బయటికి వచ్చాను.

అమాత్యులు, పితామహులు, సంజయ్ బాబాయి, దుశ్శాసనుడు, మామ, జయద్రథుడు అందరూ తమ తమ కార్యాలలో నిమగ్నులై ఉన్నారు. దుర్యోధనుడు అందరినీ కురులు పెట్టే అన్నం పైనే జీవించమని భావపూరితంగా ఆహ్వానించాడు. రాజనిష్ఠ వలన ప్రేరణ పొందిన ఆ మహాయోధులందరు తమ తమ సేనాపథకుల సంరక్షణను చూస్తున్నారు. ఎవరూ మొహమాట పడటం లేదు. అసలు ఎవరూ భయపడ్డట్లుగా కూడా కనిపించడం లేదు.

"దుర్యోధనా! మహాయుద్ధం కోసం సిద్ధం అవుతున్నప్పుడు నీవు యాదవులను ఎందుకు మరచిపోయావు?" దేశ దేశాల నుండి వచ్చిన సైనికులకు తిండిని సమకూర్చే విషయంలో దుశ్శాసనుడికి ఆజ్ఞ ఇస్తూ నేను దుర్యోధనుడిని అడిగాను.

"కర్ణా! నేను ఆ శ్రీకృష్ణుడి దగ్గరికి ఎట్టి పరిస్థితుల్లోను వెళ్లను." అతడు గట్టిగా అన్నాడు.

"ఇప్పుడు నీ ఇష్టాయిష్టాల ప్రసక్తి లేదు. హస్తినాపురంలో నలువైపుల నుండి వచ్చి చేరిన సైనికులకు సంబంధించిన ప్రశ్న ఇది. నీవు ద్వారక వెళ్ళాలి, తప్పదు. దుర్యోధనుడిగా కాదు, ఈ మహాయుద్ధాన్ని నడిపే వాడిగా వెళ్ళాలి.

"కర్ణా! ఇది..."

"ఇది... అది... అంటూ నేను ఏ మాట వినదలుచుకోలేదు. ఈ యుద్ధంలో ఒక వేళ నీకు నా అవసరం ఉంటే.. నీవు ద్వారకకి వెళ్ళి శ్రీకృష్ణుడిని ఆహ్వానించాలి. మన వైపు కలుపుకోవాలి.

గుర్తుంచుకో శ్రీకృష్ణుడిని మనవైపు చేర్చుకోవాలి అంతే కానీ ఆయన ఏడు అక్షౌహిణీ విశాల సేనను కాదు.''

''కర్ణా! శ్రీకృష్ణుడు మనవైపు వస్తాడా? ఇంకా నీకు ఆశ ఉందా?'' అతడు కనుబొమ్మలను ముడివేస్తూ అడిగాడు.

''ఆశ ఉంది, నీవు ఆయన ఎదురుగుండాతలవంచితే, నీవు క్షమార్పణ అడిగితే తప్పకుండా ఆయన మన పక్షాన యుద్ధం చేస్తారు.'' నాకు శ్రీ కృష్ణులవారి ఉదారత్వం పైన నమ్మకం ఉంది.

''అసంభవం, అతడు రాడు అనిఅంటూ నిన్ను నేను భ్రమలో ఉంచను. అయినా నేను నా తలను అతని పాదాల చెంత ఉంచినా అతడు రాడు. నేను ఎప్పుడూ తలవంచనుకాక వంచను.''

''మరైతే... ఒక పని చెయ్యి... ఆయనతో తటస్థంగా ఉండమని చెప్పండి. ద్వారకలోనే ఉండమనండి.'' ఇదొక్కటే దారి మిగిలింది.

''సరే! నీ కోరికను నెరవేర్చడానికి నేను ద్వారకకి వెళ్తాను. శ్రీకృష్ణుడిని మన వైపు వచ్చేలా ప్రయత్నం చేస్తాను. నీవు, పితామహులు, అశ్వత్థామ, యుద్ధ భూమి ఏర్పాట్లు చూడండి. పితామహులని అడిగి యుద్ధ నియమాలని నిర్ణయించు. శస్త్ర అస్త్రాలు, రథాలు, తోహత్రాణాలు, ధ్వజాలు, రణవాయిద్యాలు అన్నింటినీ సిద్ధం చేయండి. వచ్చిన సైనికులందరికి ధన ధాన్యాలు, సోమరోసం, నిత్యం లభించేలా ఏర్పాట్లు జాగ్రత్తగా చేయించు.''

తన సారథి ప్రాతికాముడిని ద్వారకకు వెళ్ళాలని వెంటనే రథం ఏర్పాటు చేయమని ఆజ్ఞ ఇచ్చాడు. నేను హమ్మయ్య అని గట్టిగా ఊపిరి పీల్చుకున్నాను. ఒక వేళ శ్రీకృష్ణుడు తటస్థంగా ఉండేలా చేసినా చాలు. కేవలం శ్రీకృష్ణుడు సహాయం చేస్తారనే పాండవులు సిద్ధపడుతున్నారు. లేకపోతే వాళ్ళు వాస్తవంగా సమర్థుల రాజ్యంలోని భిక్షకులు మాత్రమే.

14

హస్తినాపురంలో మహాయుద్ధానికి అన్ని ఏర్పాట్లు జరుగుతున్నాయి. దుర్యోధనుడు ద్వారకకు వెళ్ళాడు. అందువలన శస్త్రాలు, అస్త్రాలు, యుద్ధ భూమి, గజదళాలు, అశ్వ సైన్యాన్ని అన్నింటినీ నేను చూసుకోవాలి. సహాయం కోసం ఎప్పుడూ స్థిరంగా ఉండే శోణుడు ఇప్పుడు లేడు. దుర్యోధనుడు అడగటం వలన ఆ స్థానాన్ని అశ్వత్థామ పూర్తి చేస్తున్నాడు. అతడు నాతో పాటే ఉంటున్నాడు. ఒక ఆశ్రమ వాసిగా కాదు, తత్వజ్ఞాన వేత్తగా కాదు, ఒక యోధుడిగా... రాజనిష్ఠకల ఒక యోధుడిగా...

మల్ల పథకులను, రాబోయే సేనకి ఏర్పాట్లు వాటి నేతృత్వం, మొదలైన విషయాలను దుశ్శాసనుడు స్వయంగా చూస్తున్నాడు. యుద్ధంలో పాల్గొనే రాజులకు ఎంతో చతురతతో ఉత్తరాలు రాసి శకుని మామ వాళ్ళని తన పక్షంలో చేర్చుకునే పనిలో తలమునకలై పోతున్నాడు. పెద్దవరదలో అన్ని నదుల ప్రవాహం వాయు గతితో సాగరంవైపు ఎట్లాపరుగుతీస్తుందో అట్లాగే హస్తినాపురంలోని చుట్టుపక్కల రాజులు చతురంగ సేనతో హస్తినాపురానికి చేరుకుంటున్నారు. విశాలమైన గంగ ఒడ్డున సైనికుల స్థావరాలు ఏర్పాటు చేస్తున్నారు.

బాణాలు, బల్లాలు, ఖడ్గాలు, త్రిశూలాలుమొదలైనవాటిని లక్షల్లో తయారుచేసే కమ్మరి

వాళ్ళు ఇనుపకడ్డీలపై దెబ్బలు వేస్తున్నప్పుడల్లా లోహశాల ప్రతిధ్వనిస్తోంది. నిప్పుకణాలు ఎగిరి పడుతున్నాయి. గుర్రాల వీపులపైన జీన్లు వేసి, వాటికి కళ్ళాలు వేస్తూ అశ్వపాలకులు శాంతియుతంగా ఉన్నారు. పాకశాలలో, పెద్దపెద్ద గిన్నెలలో అన్నం వండుతున్న వంట వాళ్ళకు నిద్రపోవడానికి సమయంలేదు. పాడైపోయిన రథాలను మళ్ళీ సరిచేసే రథాలవాళ్ళు పనిముట్లకి సానపెడుతూ, తేనెటీగల్లా నిరంతరం పనిచేస్తూనే ఉన్నారు. అధిషణ (రోట్లో)లో దంపబడ్డ సోమవల్లిపిప్పి మద్యంశాలలో చుట్టుపక్కల బాగా పేరుకు పోయింది. దూరం నుండి దాని గోడలు కూడా కనిపించడంలేదు. శిబిరాలను తయారు చేయడానికి కావాల్సిన బట్టను నేస్తున్న నేతగాళ్ల కళ్ళు ఎర్రబడ్డాయి. సురక్షితంగా ఉన్న కురుల త్రికోణ రాజ ధ్వజాన్నితీసారు. వాళ్ళు దాని త్రికోణం చివర అమూల్యమైన నీలం పట్టు దారాల వలను అల్లారు. మధ్య భాగంలో బంగారు దారాలతో సూర్యప్రతిమని తయారు చేశారు. విశాలమైన డాలుతో సమానమైన ఆకారంలో ఉన్న రాజచిహ్నాన్ని మహామంత్రి విదురులు తన చేతులతో భీష్ములవారికి ఇచ్చారు.

''యుద్ధం మన ఆలోచనల ప్రకారం ఎప్పుడూ నడవదు'' ఇట్లా అనే విదురులు, ఎవరు ఏం చెప్పినా పట్టించుకోకుండా, యుద్ధానికి పూర్వమే హిమాలయాలకు వెళ్ళిపోతారుఅని సైనిక స్థావరాలలో అనుకుంటున్నారు. వెళ్ళడానికి ముందు ఆయన రాజమాత కుంతీదేవిని ఉపప్లావ్య చేరుస్తారు. ఈ విషయం కూడా ప్రభంజనుడి ద్వారా తెలిసింది. ఆయుధాలను సమకూర్చుకునే ముందు అయ్యే ధ్వనులు, గుర్రాల గిట్టలటప్ టప్ సంగీతం వినిపిస్తోంది. అంతటా యుద్ధ వాతావరణం. సంగ్రామం కోసం అందరూ సంసిద్ధులవుతున్నారు. ఆర్యావర్తంలో ఏ తీర్థ క్షేత్రంలోను భావకులైన యాత్రీకుల మహాయాత్ర కన్నా సంగ్రామ యాత్ర హస్తినాపురం చుట్టుపక్కల నడుస్తోంది. దాంట్లోనిప్రత్యేకమైన సంగ్రామం యాత్రికుడు స్వర్గంలోని ఏదో ఒక మహాద్వారాన్ని తన బలాఢ్యమైన చేతులతో తట్టాలి. శస్త్రంపైన శస్త్రాన్ని రచిస్తూ, ఆ దివ్య సోపానం పైనుండి స్వర్గలోక సామ్రాజ్యంలో ఉత్సాహంగా ప్రవేశించాలి. న్యాయ నిష్ఠూరమైనభయంకరమైన నిన్నటి కాలం ఇదే అడుగుతోంది. దీనిని పూర్తి చేయడానికి ఎంతో మంది ఆత్మబలం కలవారు, బలాఢ్యులైన లక్షలాది సైనికులు రాజనగరంలోని అన్ని మార్గాలలో, గుండె దిటవుతో తిరుగుతున్నారు. ఈ దృశ్యం ప్రతిరోజు రాజభవనంలోని సౌధంపైన స్పష్టంగా కనిపిస్తోంది. కొత్త సైనికులు వచ్చి కలుస్తున్నారు. వాళ్ళు అసంఖ్యాకమైన ఏనుగులను, గుర్రాలను కడుగుతుండటం వలన అవి గంగ నీళ్ళను తొక్కడం వలన తెల్లగా హిమంలా ఉండే శుభ్రమైన నీళ్లు మురికిగా మారుతున్నాయి. ఆయుధాగారంలో ఉన్న వేల ఆయుధాలు బయటకి తీశారు. సిద్ధం చేశారు. యుద్ధ భూమిలో నలువైపులా సమరాంగణ తరగతి కనిపిస్తుంది. అసంఖ్యాకమైన చిన్న చిన్న శ్వేత చిహ్నాలు తగిలించబడ్డాయి. దేశ దేశాల రకరకాల వర్ణాల, వివిధ ఆకారాలలో పెద్ద, చిన్న శంఖాలను, శంఖాగారంలో క్రర ఆసనాలపై అలంకరించారు. నగరంలో ప్రతీ ధామంలో శయనగృహాలలో రాతి స్థంభాల దీపాలు అర్ధరాత్రి దాకా వెలుగుతున్నాయి. ఇంతకు ముందు ఎప్పుడూ ఇట్లా వెలగలేదు. మహారాజు హస్తి స్థాపించిన రాజనగరంపైన జీవన క్రమంలో ఘోరమైన సంకటం వచ్చింది. మార్గశిరంలో ఉండే పొగమంచు, దానితో పాటు ఉండే దట్టమైన మేఘాలు రాజభవనం ప్రాచీరాలలోనలువైపులా కమ్ముకుని రాసాగాయి.

మహాయుద్ధం! నా జీవితంలో ఇది మూడో మహాయుద్ధం. పాంచాలి స్వయంవరంలో, అనేక మంది రాజులు కలిసి కాంపిల్య నగరంలో చేసిన యుద్ధం మొదటిది. రాజు దుర్యోధనుడు మహారాణి భానుమతిని అపహరించాడు అప్పుడు కూడా యుద్ధం చేయాల్సి వచ్చింది. అది రెండో యుద్ధం. ఈ రెండు మహాయుద్ధాలలో ఎందరో రాజులు పాల్గొన్నారు. ఇక ఇప్పుడు ఇది మూడో యుద్ధం. మొదటి రెండు యుద్ధాలు మాదేశానికి చాలా దూరంగా... వేరే ఖండాలలో జరిగాయి. వాటి వేడి కురుల దాకా రాలేదు. కాని... కాని... ఈ మూడో యుద్ధం ఇప్పుడు మరే వేరే క్షేత్రంలో కాదు, మా దేశానికి సమీపంలోనే జరుగుతోంది. అక్షరాల హస్తినాపురం దగ్గర... కురుక్షేత్రంలో... ఈ సమయంలో శత్రుత్వాన్ని పక్కనపెట్టి ఎక్కడ ఏ సహాయం లభిస్తే దాన్ని పొంది యుద్ధం చేయడమే తెలివి అయిన పనికదా! నా మనస్సు ఈ నిర్ణయాన్నే స్వీకరించింది. ఇక ఏ పరిస్థితిలోను నా మనస్సు మారదు. పరిస్థితులను బట్టే నేను సిద్ధం అయ్యాను. అన్యులకు కూడా ధైర్యాన్ని నూరిపోస్తున్నాను. కురుల సామ్రాజ్య వృక్షం దృఢంగా నేలలో చొచ్చుకుపోవాలి. నెట్ట నిలువుగా నిలబడగలగాలి. అప్పుడే దాని మీద కర్ణుడు, దుర్యోధనుడు, అశ్వత్థామ, మహారాజు ధృతరాష్ట్రుడు, పితామహులు అందరి గూళ్ళు సురక్షితంగా ఉండగలుగుతాయి. మొదట దేశం, రాష్ట్రం, తరువాత వ్యక్తి, వాళ్ళను గురించిన చింత. వేలాది మంది కురులు చేతులలో చేయి వేసి, ఒకే మనస్సుతో యుద్ధం చేస్తారో అప్పుడు హిమాలయాలు ఏమిటి, అదిదాటి ఇంకా దుర్లభ్యమైన, అజేయమైన దానిని కూడా పాదాక్రాంతను చేయవచ్చు.

దూతల ద్వారా పాండవులతో చర్చించి పితామహులు యుద్ధ నియమాలను నిర్ణయించారు. అశ్వత్థామ, దుశ్శాసనుడు తమ పరస్పర విభేదాలను మరచిపోయి ఆ నియమాలను వందల మంది యోధులు ఉన్న సైనిక దళాలకు అర్థం అయ్యేలా చెప్పారు.

"ఒకసారి ప్రయోగించ బడి నేలపై పడ్డ శస్త్రాలను మళ్లీ చేతిలోకి తీసుకుని ప్రయోగించ కూడదు శస్త్రులు, శరణాగతలు, విరథులు, మృతులపైన శస్త్రాలు ప్రయోగించకూడదు. శవాలకు దహన సంస్కారాలు చేసేవాళ్ళని, సోమరసాన్ని అందించేవారిని, అన్నం వండే వాళ్ళని చంపకూడదు. పదాతిలుపదాదితులతో,అశ్వికులు అశ్వికులతో, గజాతిలుగజాతులతో, గదా ధరులు, గదాధరులతో, ఖడ్గదారులుఖడ్గదారులతో, రథికులు రథికులతో ఈ విధంగా నియమ నిబద్ధలతో యుద్ధం చేయాలి. సూర్యాస్తమయం కాగానే శస్త్రాలను పట్టుకోరాదు. వాటిని పరిహాసం చేయరాదు. ఇటువంటి ఎన్నో సూచనలు సైనికులకు ఇస్తున్నారు. వాళ్ళు పొరపాటు చేయకూడదు. అందువలన ప్రత్యక్షంగా నేర్పిస్తున్నారు. మార్గశిరంలో ఎముకలు కొరికే చలి ఉన్నప్పటికీ రాజనగరం వాతావరణం వేడిగా ఉంది.

పాండవుల పక్షాన పాంచాలి సోదరుడు దృష్టద్యుమ్నుడు యుద్ధభూమిని సరిహద్దులను పరిశీలించడానికి కురుక్షేత్రానికి వెళ్ళారు. పితామహులు కూడా హస్తినాపురానికి వెళ్ళారు.

గజ, అశ్వ, పదాతి ఇంకా రథదళాల స్థానాన్ని నిర్ధారించి, హస్తినాపురంలో ఒక్క నిమిషం ఆగకుండా, వెళ్తూ వెళ్తూవిదురులపర్ణకుటీరంలో రాజమాతని కలిసి, దృష్టద్యుమ్నుడు సరాసరి ఉపప్లావ్యం వెళ్ళిపోయాడు. చిహ్నాంకితమైన యుద్ధభూమిని చూసి వచ్చిన సత్యసేనుడు చింతిస్తూ దక్షిణం వైపు పల్లవంలో కొంత భూమి ఉంది అనిఅన్నాడు. అతడు చెప్పేది నిజమా కాదా అని

పరిశీలించడానికి నేను సమరాంగణానికి వెళ్ళాను. అతడు చెప్పింది నిజమే. ఎంత నింపినా, యుద్ధభూమి దక్షిణం వైపున సమతలం చేయడం సంభవం కాదు. ఎందుకంటే అక్కడి క్షేత్రం చాలా విశాలంగా ఉంది.

యుద్ధభూమి విషయం వేరు. కాని నా జీవితంలోని పల్లవాన్ని ఎట్లా సమతలం చేయగలుగుతాను.

మార్గశిర పంచమి వెళ్ళిపోయింది. గజగజా వణికించే చలి కొంత తగ్గిపోయింది. ద్వారకనుండి తిరిగి వస్తున్న దుర్యోధనుడు నగర ప్రవేశం చేస్తున్నప్పుడు, నేను సౌధంపై ఎక్కి ఎంతో ఉత్కంఠతో అతడి రథంలో శ్రీకృష్ణులు ఉన్నారా అని చూడడానికి ప్రయత్నం చేశాను. అతడి వెనకే యాదవుల విశాలమైన ఏడు అక్షౌణుల సైన్యంలోపలికి చొచ్చుకు వచ్చింది. కాని శ్రీకృష్ణులు ఎక్కడా కనిపించలేదు. రాజు ఆయనని తటస్థంగా ఉంచాలని ప్రయత్నం చేసి ఉంటాడు. సాఫల్యతను పొందే ఉంటాడు. అతడిలో అంతటి తెలివితేటలు ఉన్నాయి. అని అనుకుంటూ నేను అతడికి స్వాగతం పలికాను. కాని ఆయనకి సగం సాఫల్యత కలిగింది. కాదు.. కాదు... సాఫల్యం లభించలేదు. మొత్తంగా విఫలుడై ద్వారక నుండి తిరిగి వచ్చాడు. అతడి రాజకీయ దూర్తని సైతం శ్రీకృష్ణుడు ఓడించాడు.

'ఒకవైపు నిశస్త్రుడిని నేను. మరో వైపు సశస్త్రులైనబలాఢ్యులైన సైనిక యోధుల ఏడు అక్షౌహిణుల యాదవసేన ఉంది. వీటిల్లోనీకేది కావాలి?' ఇటువంటి విచిత్రమైన భ్రమకలిగించే ప్రశ్నని ఆయన దుర్యోధనుడి ముందు ఉంచారు. నేను ఇచ్చిన సూచనలన్నిటినీ మరిచిపోయి దుర్యోధనుడు యాదవ సేననే అడిగాడు.

''నేను కేవలం నిన్నే కోరుకుంటున్నాను. నీవు నిశస్త్రుడువైనా సరే, చేతులు కట్టుకుని ఉన్నా సరే, మూగగా ఉన్నాసరే, నాకు నీ యాదవ సేన అక్కరలేదు'' శ్రీకృష్ణుడికి బద్ధుడవై ఉండాలని అతడు చెప్పలేదు. దీనికి వ్యతిరేకంగా పదిహేను లక్షల యాదవసేన హస్తినాపురం వైపు వస్తోంది, రాజకీయంగా మనం ఎంతో సాఫల్యాన్ని పొందాము, చెప్పడానికి అతడు పరుగెత్తుకుంటూ వచ్చి అన్నాడు– 'కర్ణా! నిశస్త్ర శ్రీకృష్ణుడు, అర్జునుడి రథంపైన కట్టబడ్డ ధ్వజ దండం ఈ రెండింటి మధ్య ఏం తేడా ఉంది? అతడు అర్జునుడి రథసారథ్యాన్ని చేస్తాడు. శస్త్రాల బదులు చేతిలో కళ్ళాలు, కొరడా పట్టుకుంటాడు. మన దగ్గర సారథులు కోకొల్లలు. అతడిని తీసుకుని వచ్చే బదులు పదిహేను లక్షల సేనను, కురుల సైన్యాన్ని సమర్థవంతం చేయడానికి బలాన్ని చేకూర్చడానికి తీసుకువచ్చాను. సైన్యం శక్తి పెరిగింది. నీకు అట్లా అనిపించడం లేదా?''

''రాజా! యుద్ధంలో బుద్ధి అనే అస్త్రం అన్నింటికన్నామిన్న. దాని ప్రభావం చాలా ఉంటుంది. నీకు ఈ సంగతి తెలియదా? అర్జునుడి రథ సారథ్యం వహించే శ్రీకృష్ణులు గుర్రాల కళ్ళాలు లాగుతారు, కాని జిహ్వని స్వేచ్ఛగా వదిలివేస్తారు, అసలు ఈ విషయం నీకెందుకు అర్థం కాలేదు. కనీసం ఆయన మౌనంగా ఉండి సారథ్యం చేయాలన్న షరతుపెట్టినా బాగుండేది. ఇదంతా రాజకీయ నిపుణుడు అని పిలవబడే ఆ రాజుకి చెబుదామనుకున్నాను. కానీ చెప్పలేదు. మౌనంగా ఉన్నాను. పొరపాట్లని ఒప్పుకోవడం, వాటిని సరిదిద్దుకోవడం, అందరికీ నమ్మకస్థుడిగా ఉండడం ఈ గుణాలు హస్తినాపురంలాంటి బలాఢ్యమైన దేశానికి నేతృత్వం వహించే ఈ రాజు జీవితంలో

ఇప్పుడు ఇక చూడలేము. స్వయంగా ఆహ్వానించిన యుద్ధం, చుట్టుపక్కల ఎన్నో, ఎన్నెన్నో సమస్యలు. పితామహులు, ద్రోణులు లాంటి వృద్ధాప్యంలో ఉన్న నిస్సహాయులు వారి చేతిలో ఎంతో కాలం నుండి రాజాధికారం ఉండటం, కష్ట సమయంలో ఏ ఐక్యభావం ఉండాలో అది లేకుండా పోవడం, ఈ ఆటంకాల వలన ఏ మార్గం దృష్టిగోచరం కావటం లేదు. చేపలు పట్టేవాడి వలలో చిక్కుకున్న కీటకంలా, అతడు ఎంతగా ప్రయత్నం చేస్తున్నాడో అంతగా అందులో చిక్కుకుపోతున్నాడు. నాకు అంతా స్పష్టంగా తెలుస్తోంది. అతడు, అతడు ఎంచుకున్న రాజకీయ మార్గం. అంతా వంచనగా అనిపిస్తుంది. ఆశ అనే కిరణం కోసం నేను కొట్టుమిట్టాడుతున్నాను.

"నేను ఒక్కడినేసమర్థవంతుడిని. నా ఎదురుగుండాఎవరూ నిలబడలేరు. హస్తినాపురం లాంటి ప్రాచీన రాజ్యాన్ని పరిపాలించే బుద్ధి కౌశల్యం నా ఒక్కడిలోనే ఉంది" ఈ విచిత్రమైన అహంభావంతో దుర్యోధనుడు ఎవరినీ నమ్మడం లేదు. నా సలహా, నా పరామర్శ, నన్ను ఎంతగానో స్నేహంగా చూసే ప్రాణమిత్రుడి పరామర్శ అని అనుకునేవాడు కాదు. శ్రీకృష్ణుడిని వదిలివేసి యాదవ సేనను తీసుకువచ్చాడు.

సైనికుల సంఖ్య 11అక్షౌణుల కన్నా అధికమైపోయింది. సేనాపతిని ఎన్నుకొని, అతడి నేతృత్వంలో సేవాపధికుల ప్రణాళికను తయారు చేసే సమయం వచ్చింది. ఒక్కొక్కపదాధి దళం హస్తినాపురాన్ని వదిలివేసి యుద్ధభూమి వైపు ప్రయాణం మొదలు పెట్టింది. కురుక్షేత్రం దక్షిణ దిశవైపు సైనికుల శిబిరాలను తయారు చేశారు. రాజ నగరం అంతా నిశ్శబ్దంగా ఉంది. సైనికుల ప్రస్థానానికి స్త్రీలు అనుమతి ఇస్తూ, గడపల దగ్గర కళ్ళాపి చల్లారు. ప్రతీ ఇంట్లో తమ తమ కుల దేవతలకు హారతి ఇచ్చారు. అక్షయ దీపాలను వెలిగించారు. అన్ని దళాల ఏర్పాట్లు చూడటానికి నేను హస్తినాపురం నుండి బయలుదేరాను.

రాజనగరంలోసమస్త ప్రయాణ సాధనాలను కురుక్షేత్రం నలువైపులా పెట్టారు. తేనెటీగలు, తేనె తుట్టెలనుఎట్లాగయితే దగ్గరి దగ్గరగా తమ తమ రెక్కలను ఒకదానితో ఒకటి పెనవేసి అల్లుకుని ఉంటాయో, అట్లా లక్షల సంఖ్యలో సైనికులు కురుక్షేత్ర రణరంగంలో పశ్చిమ దిశవైపు అంతటా వ్యాపించి ఉన్నారు.

అంగ, అంగారక, అలబ్ద, అంబష్టక, అలాయుధ, అలంబుస, ఆశ్వశృంగీ– ఈ రాక్షస రాజులు, బలాఢ్యమైన తమ దేహాలను అలంకరించుకుని, గజ దళంలోని వేల వేల ఏనుగులను ఎక్కడ నిల్చోపెట్టాలో ఆ నేలపైన నిల్చోపెట్టడంలోతలమునకలై ఉన్నారు.

అనశ్వస, అనుశాల్య, అపరాజిత, అచల, అరిష్ట సేన, వింద, అనువింద, అంగద, అచ్యుతాయి, అశోక, అశ్వకేతు, ఆషాఢ, ఇంద్రవర్మన, ఈశ్వర, ఉగ్రతీర్థ, ఉగ్రమన్యు, ఉలూక మొదలైన నిష్ణాతులైన అశ్వజ్ఞునులు, అశ్వికులకు సూచనలు ఇస్తూ అశ్వదళాలను ఒక్కొక్కటిగా వరుసలో నిలబెడుతూ తమని తాము మరిచిపోయారు.

క్షేమధూర్తి, క్షేమ శర్మన్, భగదత్త, కృతవర్మ, బృహరల, బాహ్లీక, నీలధ్వజ, చిరవాసస, దీర్ఘప్రజ్ఞ, నియుతాయు, పౌండ్రిక, దీర్ఘాయు– ఈ ప్రఖ్యాతి గాంచిన రథ సామ్రాటులు తమ తమ రథికులకు, వాళ్ళ వాళ్ళనియుక్తమైన స్థానాలను చూపిస్తున్నారు.

గురుద్రోణ, కృప, శల్య, శకుని మామ, జయద్రథ, అశ్వత్థామ, దుర్యోధన, దుశ్శాసనుడు, వీళ్ళందరూమహా వరద వచ్చిన గంగలాగా ఇరవై నాలుగు లక్షల సైన్యాల క్రమశిక్షణని పర్యవేక్షిస్తున్నారు.

మగధ, మద్ర, వాహ్నిక, గాంధార, అవంతి, నిషధ, సింధు, కళింగ, చేది మొదలైన అన్ని దేశాల వివిధ ఆకారాల, వివిధ రంగుల రాజధ్వజాలను ఆయా రాజులు ఎగరవేశారు. కురుక్షేత్రాన్నిపరిక్రమ చేస్తూ ప్రవహించే సరస్వతి మంగ దృషద్వతీ నీళ్ళు పగలే వణికిపోతున్నాయి.

సైనికుల స్థావరాలను సరియైన రీతిలో వేశారు. ఇదంతా తెలిసాక నేను రాజనగరానికి వచ్చేశాను.

ఉపప్లావ్యం నుంచి మార్గశిరమాసం, కృష్ణద్వితీయ రోజున బయలుదేరాలని నిర్ణయించారు.

15

శ్రీకృష్ణులు యుద్ధం ఏ రోజు ప్రారంభంకావాలో నిర్ణయించారు. సైన్యంలో సేనాపతులను ఎంపిక చేయాలనుకున్నారు. చర్చ మొదలైంది. దుర్యోధనుడు అందరికి నా పేరు చెప్పడం మొదలుపెట్టాడు. అశ్వత్థాముడు, దుశ్శాసనుడు, శకుని మామ, జయద్రథుడు అతడు చెప్పిన దానికి ఒప్పుకున్నారు. జ్యేష్ఠుడు కావడం వలన భీష్మ పితామహులు సేనాపతిగా పదవిని స్వీకరించాలని నా కోరిక, కాని ఒక వేళ అందరూ నన్నే ఉండమని కోరితే నేను స్వీకరించాల్సిందే తప్పదు. అందువలన మా తండ్రిగారికి, దోసిళ్ళతో జలాన్ని పొంగిపొర్లేలా నింపి అర్ఘ్య దానాన్ని సమర్పణ చేసి ఆయన ఆశీర్వాదం పొందటం నా కర్తవ్యం. ఇదంతా యుద్ధానికి ముందు ఇచ్చే అర్ఘ్య దానం. తండ్రి, పుత్రుడు, స్నేహితులు, తోడబుట్టినవాళ్ళు, ఎవరి ప్రేమ పాశంలో ఏ మానస దారం చిక్కుకోకూడదు. ఆస్థా, ఏకాగ్రత, ఆత్మసమర్పణ. ఇవి కాకుండా మరే భావాలు మనస్సు నుండి వ్యక్తం కాకుండా చూసుకోవాలి.

నేను ఒక సుప్రభాతాన ఇటువంటి భావ సాధన చేస్తున్నాను. నలువైపులా నీరవ శాంతి ప్రసరించి ఉంది. నది చెలియలికట్ట దగ్గర ఉన్న విష్ణు మందిరంలో ఎవరో గంట కొట్టారు. గుడి గంట గణగణలు అప్పుడప్పుడు చెవులను ఢీకొడ్తున్నాయి. నా దోసిలిల్లోంచి పడుతున్న ప్రతి నీటిబొట్టు టపటప శబ్దం చేస్తూ గంగని అడుగుతోంది– "ఈ కర్ణుడు తన జీవితంలో ఈ నాటి దాకా ఎన్నెన్ని దోసిళ్ళ నీళ్ళను దానం చేశాడో, నీకేమైనాగుర్తుందా?"

గంగ ముఖం పైకిఎత్తి తన అలల రూపంలో ఉన్న నేత్రాలతో మా తండ్రిగారిని ప్రశ్నకు జవాబు అడుగుతోంది. నేను ఆమె మా తండ్రిగారు మౌనంగా ఏం మాట్లాడుకుంటున్నారో అర్థం చేసుకుంటున్నాను. ఇద్దరూ ఒకరికొకరు జవాబు ఇచ్చుకోలేరు. అందుకే నేను "గంగమ్మతల్లీ! నీ జల అలలతో సమానంగా, సూర్యదేవా! నీ ప్రకాశ తరంగాలలో సమానంగా అసంఖ్యాకమైన అర్ఘ్యదాన దోసిళ్ళను మీకు సమర్పించాను. వాటితో పాటు ఈనాడు ఇంకా కొంత అర్ఘ్యదానాన్ని వృద్ధి చేస్తున్నాను. దీనిని మీరు దాంట్లో కలుపుకోండి. ఉద్యానవనానికి పూలు, ఆకాశానికి తారలు, ఆమ్ర వృక్షానికి అంతో ఇంతో వికసించిన మామిడిపూత, తల్లికి తనయుడు ఎప్పుడైనా

భారం అవుతారా? మరయితే శ్రద్ధతో, ప్రేమతో, భక్తి భావంతో మనఃస్ఫూర్తిగా, నిండుగా నిండిన ఈ దోసిళ్ళు మీకు భారం ఎట్లా అవుతాయి. మీరే నా తల్లిదండ్రులు. అమ్మ గంగమ్మ తల్లీ! నీవు నాకు చేయూత నిచ్చావు. సూర్యదేవా! మీరు నన్ను కష్టసమయంలో మేల్కొలిపారు. జాగృతపరచి నాకెంతో ఉపకారం చేశారు. నేను మీ పుత్రుడినే. దుర్యోధనుడు, మామ అశ్వత్థామ, పితామహులు, విదురులు, మహారాజు ధృతరాష్ట్రులు ఇప్పుడు ఎవరితోటి ఒక్క మాట అయినా మాట్లాడాలని అనిపించదు. జీవన యానంలో ఒక క్షణం నా చుట్టుపక్కల చేరిన అసంఖ్యాకమైన యాత్రికులు వీరు. కాని నేను ఎవరికోసం ఇంత కష్టతరమైన యాత్ర చేశానోసాక్షాత్తు మీరే ఆ పరమేశ్వరుడు. చెప్పండి...మాట్లాడండి... ఏదో ఒకటి మాట్లాడండి... ఈ యాత్రలో నాదేమైనా పొరపాటు జరిగిందా? చెప్పండి. కర్ణుడి వలన కతృత్వానికి ఏమైనా మచ్చ వచ్చిందా? నేను కౌరవుల పక్షాన్ని ఎన్నుకున్నాను. ఇందులో నా స్వార్థం ఏమైనా ఉందా? కౌరవుడిని కాకపోయినా నేను కురులకు ఏం చేశానో మీరు తల్లిదండ్రులై కూడా నా కోసం ఏమైనా చేశారా? కవచకుండలాలు లేని శాపగ్రస్త కర్ణుడు ప్రభ లేనివాడుఅని సమస్త హస్తినాపురం అంటోంది. అసలు మేఘాలు కమ్ముకున్నంతమాత్రాన జగత్తంతా చీకటి సామ్రాజ్యం అవుతుందా? కాదు... కాదు... అని నేను వాళ్లని ఎట్లా నమ్మించను. కర్ణుడు దురదృష్టవంతుడా? సామర్థ్యం లేనివాడా? ఇట్లా అనడానికి ఎవరికైనా అధికారం ఉందా? చెప్పండి? అమ్మానాన్నల్లారా చెప్పండి? అసలు అదృష్టం, సామర్థ్యం, పేరు ప్రతిష్ఠలు, వీటిని కొలిచే గీటురాయి ఏది? సంపత్తి, రాజ్యం, కీర్తి కేవలం జీవించడానికి ఇవ్వబడ్డ శతవర్ష దీర్ఘాయువా? కాదు... కాదు... నేను వీటిల్లోదేనిని పూరకంగా ఎంచుకోలేదు. గంగే! ఎగిసి కింద పడే నీ అసంఖ్యాకమైన జల అలలలాంటిదే నా జీవితం. సూర్యదేవా! చైతన్యం అనే వరాన్ని తీసుకుని వచ్చే నీ సహస్ర కిరణాలలాంటిదే నా జీవితం. అప్పుడప్పుడు మూసలధార వర్షం కురుస్తుంది. నీ కిరణాల శలాక నుండి శ్వేత, హరిత, నీల, వంకాయరంగులు గల ఏడురంగుల ఇంద్రధనస్సు తయారవుతుంది. గోదాలోని ఆరోజు, పాంచాలి స్వయంవరం, వృషాలితో వివాహం, కవచకుండలాల దానం, శ్రీకృష్ణులు చెప్పిన దానిని స్వీకరించకపోవడం ఇదంతా నా జీవితంలో అనేక భావోద్వేగాలను వ్యక్త పరిచే అట్లాంటిఇంద్రదనుస్సు కాదా?

త్వరలో జరగబోతున్న మహాయుద్ధంలో మీ పేరు, మీ కులానికి తగ్గట్లుగా పోరాటం చేయడానికి నాకు ఈ శక్తి నొసగండి. నా బావ శ్రద్ధలతో నిండిన ఈ దోసిళ్ళని స్వీకరించండి.

ఒకటి, రెండు, ఐదు, పది, ఏభై, వంద జలంతో నిండిన దోసిళ్ళు గంగానదిలో కలిసిపోతున్నాయి. చుట్టుపక్కల జగత్తుపై నా దృష్టిలేదు. క్షణక్షణం మనస్సు చలించకుండా అవికల భావంతో హిమాలయంలా సుస్థిరం అవుతోంది.

సరిగ్గా మధ్యాహ్నం అయ్యింది. సూర్యదేవుడునెత్తిమీదకు వచ్చాడు. గంగ ఒడ్డున ఉన్న ఇసుక బాగా వేడెక్కింది. ఎందుకంటే ఉష్ణవాయువుల తీక్షణమైన నిప్పు కణాలలాంటి వేడిని, ఏ ఆచ్ఛాదన లేని నా భుజాలు స్పష్టంగా అనుభవిస్తున్నాయి. సగం శరీరానికి గంగాజలం శీతల స్పర్శ తగులుతోంది, మరో సగానికి వేడి వాయువు కాల్చే స్పర్శ, జీవితంలో సుఖదుఃఖాలు కూడా ఈ విధంగానే రెండు పార్శ్వాలతో ఒకదాని దగ్గర ఒకటి పడుకుని ఉన్నాయా అని అనిపిస్తుంది.

గంగలో ఒక వైపు అతి చల్లగా ఉంటుంది. మరోవైపు విపరీతంగా వేడెక్కినమరు భూమి ఉంది. చాలా సమయం గడిచిపోయింది. నేను నదిలోంచి బయటికి రావాలని తిరిగాను. ఎందుకంటే సేనాపతి ఎంపిక నేను లేకుండా ప్రారంభం కాదు.

ఉత్తరీయాన్ని తెలిసిన కదంబ వృక్షానికి తగిలించాను. అటువైపు వెళ్ళ సాగాను. మనసు స్థిరంగా ఉంది. నీళ్ల నుండి బయటికి రాగానే వేడెక్కిన ఇసుకపైన నడవడం వలన అరికాళ్ళుమండసాగాయి. దుర్యోధనుడు నన్నే సేనాపతిగా ఉండాలి అనిఅని ఉంటే! యోధులందరికీ పితామహుల విలువ ఎట్లా తెలియచెప్పాలి? దుర్యోధనుడి మనస్సు నొప్పించకుండా పితామహులు సేనాపతిని ఎన్నుకోవడమే సరియైన పద్ధతి అనిఎట్లా చెప్పాలి? ఆయన ద్వారానే సేనాపతి పదవిని స్వీకరించాలి. ఏది ఏమైనా పితామహులు జ్యేష్ఠులు. ఆయన ఎన్నో సంవత్సరాలు కురులకు నేతృత్వం వహించారు. అసలు ఆయనే సేనాపతి కావడానికి అర్హులు. నేను ఆయన నేతృత్వంలో యుద్ధం చేస్తాను. ఆలోచిస్తూ కదంబ వృక్షం దగ్గరికి వచ్చాను. దాని కొమ్మపై ఉత్తరీయం నేను ఎట్లావేల్లాడేసానో అట్లాగే ఉందా! లేక గాలికి ఎగిరిపోయిందా? చూడడానికి అని దానివైపు చూపు సారించాను.

ఎదురుగుండాచూస్తున్నది నిజమా? కలా? ఈ సందేహంతో నా మనసు మరుభూమిపైన స్మృతులు అసంఖ్యాకమైన ఇసుక కణాలు ఒక్కసారిగా స్వచ్ఛందంగా ఎగరసాగాయి. నేను జలంలో ఉన్నానా? నదీ తీరానఉన్నానా? కర్ణుడినా? లేక మరెవ్వరినైనా? అసలు ఏమీ అర్థం కావడం లేదు. నా జీవితంలో నన్ను దెబ్బతీసే ఎన్నో సంగ్రామాలు సంఘటనలు జరిగాయి. ఎన్నెన్ని కష్టాలు, ఎన్నెన్ని హృదయ విదారకరమైన దృశ్యాలు! సద్భావనని సాక్షిగా ఎంచి యథాశక్తి ధీరోదాత్త భావంతో అన్నింటినీ ఎదుర్కొని, ప్రవాహానికి విరుద్ధంగా పోరాడాను. కాని... కాని... ఇప్పుడు నా ఎదురుగుండాఏది జరుగుతుందో, అది పూర్తిగా నన్ను పెద్ద లోయలోకి తోసేయడానికి సరిపోతుంది.

నా ఉత్తరీయం నీడలో నా జీవిత రథ చక్రం నా ఎదురుగుండాగిర గిరా తిరుగుతోంది. ఎన్నెన్ని ఘటనలు! ఎన్నెన్ని రంపాలు? అశ్వనది. మునుగుతూ తేలుతూ నదిలో ప్రవహిస్తున్న కట్టె పెట్టె. సారథులపర్ణకుటీరంలో పడిపోతున్న గుడిసెలో ఆశ్రయం పొంది పెరిగిన నా అనాథ బాల్యం సూతపుత్ర సూతపుత్ర అనిఅంటూకాలదన్నబడ్డ నా ఏకాకి, కుంఠిత, అవమానపడ్డ నా యవ్వనం, ముక్కలై విరిగి పోయిన నౌకలా పరిస్థితుల నిర్దయ క్రూర తరంగాల లెక్కలేనన్ని దెబ్బలను తింటూ ఇప్పటి దాకా గడిచిన నా సంపూర్ణ జీవితం! అసలు అవమానం అంటే ఏమిటో మనస్సుకి తెలియదు, అసలు ఆ జ్ఞానమే లేదు, ఆనాటి నుండి ఈనాటి దాకా ఎదురుగుండానిల్చుని ఉన్న అవమానం...

ఈమె ఆ స్త్రీయే... ఒక దృఢమైన రాయితో బలమైన మూర్తిని తయారుచేసి దాన్ని ఒక మురికిపట్టిన మెట్టులా తయారు చేసింది, దాన్ని అందరూ కాళ్ళ కింద తొక్కేసేలా చేసిన ఆ స్త్రీ, ఈమె ఆ స్త్రీ. నా జీవితమనే రాజవస్త్రాన్ని చింపిపోగులు చేసి సమాజపు ముళ్ళకంచెపై ఏ సంకోచం లేకుండా వేల్లాడేసింది. ఈమె ఆస్త్రీయే, నా ఆయుష్షు అనే రాజకమలాన్ని, అశ్వనది మురికి నీటిలో విసిరివేసి దానిని బురద చేయాలని క్రూరప్రయత్నం చేసింది. ఈమె ఆస్త్రీయే, రాజమకుటంలో

పొదగాల్సిన రాజరత్నాన్ని ఒక సారథి కంఠంలో వేయబడ్డ విరిగిన వైఢూర్యంతో పాటు గుచ్చేసింది. ఎందుకు, ఎందుకు ఆమె నా ఎదురుగుండానిల్చుంది? స్త్రీ తల్లి, మాంగల్య మహామందిరం, గొప్ప మృదుల మాతృత్వం, మహాకవులు, మహామునుల ద్వారా వర్ణించబడ్డ పవిత్రమైన పూజాస్థలం, సిద్ధ, సాధక, గంధర్వ, చారణ, దేవ మొదలైనవారందరూ శిరస్సు వంచే మోక్షస్థానం. ఆవిడ ఇవాళ ఏ రూపంలో నా ఎదుట నిల్చుని ఉన్నది? అప్పుడే పుట్టిన పిల్లలను చంపితినే పులికి నా ఎదురుగుండానిల్చున్న ఈ స్త్రీకి మధ్య ఏం బేధం ఉంది?

కాళ్ళకింద మండుతున్న ఇసుక వలన నా అరికాళ్ళు కాలుతున్నాయి. అంతకన్నా ఎక్కువగా నా మనస్సు ఆమె దర్శనం వలన మండిపోతోంది. బ్రహ్మాండం అంతాగుండ్రంగా తిరుగుతూ నాతో అరుస్తూ చెబుతోంది– 'కర్ణా! నీవు సూతపుత్రుడివి, సూతపుత్రుడివి' ఆ స్త్రీ కూడా ఈ స్వరంతో స్వరం కలిపి అరుస్తోందా అనినాకనిపించింది. రెండు అరచేతులతో నా తలను గట్టిగా పట్టుకుని తక్షణం కళ్ళు మూసేసుకున్నాను. ఆకాశంలో ఉన్న సూర్యదేవుడు మండుతున్న తేజోవంతమైన గోళాన్ని నా తలపై విసిరివేసి, ఒక్క క్షణంలో నన్ను కరిగిస్తే ఎంత బాగుంటుంది? అయినా ఈ నిర్దయురాలైన స్త్రీ నా కరిగిపోయిన శరీర ప్రవాహంపైన కాళ్ళు పెట్టి వెనక్కి తిరిగి వెళ్ళిపోవడానికి వెనకాడదు– ఈ ఆలోచనలతో నేను పిచ్చివాడినై పోను కదా! ఈ సందేహం నన్ను బాధపెడుతోంది. ఇక్కడి నుండి వెళ్ళిపోఅని అరవాలని నేను కళ్ళు తెరిచాను. ఆమె అట్లాగే నా ఉత్తరీయం నీడలో ముడుచుకుని నిల్చుంది. మేం ఇద్దరం మొదటి సారి కలిశాం. 'సూతపుత్రుడు' అన్న శబ్దం నన్ను ఎంతగా బాధించిందో ఆమెకు చెప్పడానికి ఇది ఒక అవకాశం. అదృష్టం కొద్దీ జీవితంలో ఇదే ఒక పాచిక నేను ఉపయోగించగలను.

''ఈ రాధేయ సూతపుత్రుడు మీకు వందనం చేస్తున్నాడు, వందనీయ రాజమాతా!'' ముందుకు నడిచి ఇసుకలో మోకాళ్ల పై కూర్చుని నేను ఆవిడకి నమస్కారం చేశాను. ఆత్మకి ఆత్మతోటే చైతన్యం కలిగించాలి.

''కర్ణా! లేవండి... లేవండి...'' ఆవిడ భుజాలు పట్టుకుని నన్నులేపారు.

''నన్ను ఆదరంగా సంబోధించకండి రాజమాతా! మహారాజు ధృతరాష్ట్రులు వారి రథాన్ని నడిపే, ఆయన మంచిచెడ్డలు చూసే సారథి అధిరథుడి పుత్రుడిని నేను. మీ రాజ రథం కళ్ళాలను చేతబట్టి మీ రథాన్ని నడిపించే సేవచేసే అదృష్టం నాకు లేదు.

''కర్ణా! నన్ను మీరు అని సంబోధించ వద్దు. శ్రీకృష్ణుడు నీకంతా చెప్పారు. ఇక ఇప్పుడు హృదయం బద్దలయ్యే ఏ మాటలు మాట్లాడ వద్దు. కర్ణా! నీకు తెలుసు నేను ఎవరినో! నీవు ఎవరివో నీవు తెలుసుకున్నావు.''

నా కన్నీళ్ళు నీకు పరిచితం అయినవా! కాదా?'' ఆమె తన ముఖాన్ని చేతులలో దాచుకునివెక్కివెక్కి ఏడవడం మొదలు పెట్టింది.

''కన్నీళ్ళు! మండే హృదయ జ్వాలలను కన్నీళ్ళు ఎప్పటికీ ఆర్పలేవు. కన్నీళ్ళే కాదు, ఒక వేళ మీ తల బద్దలు కొట్టుకుని రక్తసిక్తం అయిన కపాలాన్ని నా ఎదురుగుండాతెచ్చినా, ఆ రక్తాన్ని కూడా నేను గుర్తుపట్టలేను. మండుతున్న మరుభూమిలా నా జీవితం మీ రాజజీవితం అనే శీతల గంగా పాత్రను ఎప్పటికీ స్పర్శించలేదు. నేను ఎవరిని? మీరు రాజమాత. పాండవులకు జననివి. అదృష్టవంతులు మీరు.''

''కర్ణా! నీతల్లిని రాజమాత అని పిలుస్తూ, ఆమె వృద్ధాప్య మనస్సుపై మండే నిప్పుకణాలు పెట్టకు''.

కర్ణా! రా కౌగిలించుకో...'' ఆవిడ తన వణుకుతున్న చేతులను చాచింది. నీళ్ళతో నిండిన కళ్ళ కనురెప్పలు రెపరెపలాడాయి. ''మాత! మాత అని అంటున్నారు, దయా దాక్షిణ్యాలు లేని స్త్రీ, మీ హృదయం ఒక రాయి, ఎవరైనా ఆ నిర్దయ హృదయంపైన నిప్పుకణాలు పెడితే అవి కూడా ఆరిపోతాయి. అసలు అమ్మ అని చెప్పడానికి మీరు ఏ సంకోచం లేకుండా ఈనాడు నా ఎదుట ఎట్లానిల్చున్నారు. ఇవాళ మీ మాతృత్వం ఎందుకిట్లా ఉప్పొంగింది? సంబంధం అనే కవచాన్ని, పైకి చూపించే క్షత్రియ కవచాన్ని ఈనాడు చూపిస్తున్నారు. నిర్దయ మాతా నా తల్లి అంటే అశ్వనిది, చర్మణ్వతి, గంగ!

నాకు తన పర్ణకుటీరంలో చెల్లాచెదురైన కప్పుకింద నీడనిచ్చినరాధామాత. ఆశ్రయాన్ని ఇచ్చిన కరుణామయిరాధామాత. అంతిమ దశలో తన ఒడిలో చిర విశ్రాంతి నిచ్చే ఈ పుణ్యవతి, ఆర్యభూమి. మీ మచ్చబడ్డ నాలుకతో 'మాత' అన్న మాటను మాటిమాటికి ఉచ్చరిస్తూ, ఆ శబ్దానికున్న పవిత్రతనుభ్రష్టం చేయకండి. అటువంటి మహాపాతకం ఈ కర్ణుడి ఎదుట ఇక ఎప్పుడూ చేయకండి. వెళ్ళండి, పాండవుల పరాక్రమం చూసి మురిసిపోండి, పుణ్యాన్ని సంపాదించడానికి విదురులపర్ణకుటీరంలో వ్రత పూజలు చేయండి. శ్రీకృష్ణులకు అన్నం వడ్డిస్తున్నప్పుడు, అధిరథ పుత్రుడు ఉన్మాది అయిపోయాడు, భీముడి గదతో వాడి తలను తొక్కేయాలిఅని ప్రార్థించండి. ఇక వెళ్ళండి, అశ్వనదిలో వదిలివేసిన నా జీవన నౌకని ఇప్పుడు విశ్వమహాసాగరంలోఆపేయడానికి మీ ముడతలు పడ్డ చేతిచుక్కానిలోఏమాత్రం సామర్థ్యంలేదు. బొడ్డుకోయకుండానే ఏ బాలుడిని త్యజించారో వాడే ఇప్పుడు మీ పుత్రుల పాలిట గండం అయ్యాడు. మృత్యువయ్యాడు. చూస్తూ మౌనంగా కన్నీళ్ళు కార్చండి. జీవితం అంతా నేను చేసింది మీరు కొన్ని క్షణాలు చేసి చూడండి. వెళ్ళండి, కర్ణుడు మీ పుత్రుడు కాడు. మీరు అతడికి తల్లి కారు. అసలు శత్రువులకి సైతం ఇవ్వని శిక్షని, క్షమించరాని శిక్షని ఒక అమాయకుడైన నవజాత శిశువుకు ఇచ్చారు. ఎటువంటి పెద్ద శిక్ష అది.''

''కర్ణా!కౌరవుల సహవాసంలో ఉండి దుర్యోధన, దుశ్శాసనుల్లా మాట్లాడుతున్న నీవు ఇంత పెద్ద దుఃఖాన్ని సహించడానికి దృఢమైన పురుష హృదయాన్ని దేవుడు నీకు ఇచ్చాడు. కాని నేను ? ఉఫ్... నేను అనుభవిస్తున్న ఈ నరకయాతనలు మృత్యువుకన్నా భయంకరమైనది. నాకే తెలుసు నేను ఎంత మరణయాతన పడుతూ సహిస్తున్నానో... బాల్యం నుండే దైవం, నా జీవన నౌకని ఇష్టం వచ్చినట్లుగా ఎటుపడితే అటు తోస్తూ తన ఇష్టం వచ్చినట్లుగా ప్రవహింపచేశాడు. నేను ఏ త్యాగం అయితే చేశానో అది ఒక తల్లి ద్వారా చేయబడ్డ పుత్ర త్యాగం కాదు. తనయుడి కోసం తల్లి తహతహలాడుతుంది, కొడుకు కావాలన్న కోరికతో అసంఖ్యాకమైన స్త్రీల మనస్సులు వ్యథ చెందుతాయి. ఇదంతా చూస్తూ అకారణంగా తన పుత్రుడిని త్యాగం చేసే ఏ తల్లి అయినా ఉంటుందా? కాని... కాని... నీవు ఎటువంటి పరిస్థితులలో పుట్టావంటే నీకు, నాకు,మన జీవితాలలో గౌరవపూర్వకంగా బతికే మార్గమే లేకుండా పోయింది. కర్ణా! నీ వియోగంలో గత డెబ్బై సంవత్సరాల నుండి రోదిస్తున్నాను మాతృ హృదయాన్ని నా ఐదుగురు పుత్రులు ఎప్పుడూ

చూడలేక పోయారు. శ్రీకృష్ణుడు, మరిది విదురులు, పితామహులు ఎవరూ, ఎవరూ తెలుసుకోలేకపోయారు. ఈ వ్యధను ఈనాడు తెలుసుకోవడానికి నీవు సిద్ధంగా లేవు. నీ వియోగం, వైధవ్యం, తనయుల వనవాసం, నీ ఘోర అవమానం, ద్రౌపదికి జరిగిన ఘోరాతిఘోరమైన అవమానం, ఇవాళ... నీవు... సోదరులు, సోదరులు ఒకరిపై ఒకరు కాలు దువ్వుతున్నారు, శత్రుత్వంతో రగిలిపోతున్నారు, ఇదంతా చూస్తున్న ఏ స్త్రీ అయినా పిచ్చిది కాకుండా ఎట్లాఉండగలుగుతుంది?

''లోకానికి వెలుగునిచ్చే, చీకటిలో దారి చూపించే నీ ఆ ప్రఖ్యాత తండ్రి నాకెప్పుడైనా మార్గం చూపించారా? పోనీ నీ జీవితానికైనా వెలుగునిచ్చారా? లేదు.. లేదు కర్ణా! సాధారణ ప్రజల దుఃఖాలు సాధారణంగానే ఉంటాయి, అసాధారణుల దుఃఖాలు అసాధారణంగానే ఉంటాయి. నీవు కళ్ళు మూసుకుని మౌనంగా సహించాల్సిందే అందుకే నీవు సహించావు... ఇక ఇప్పుడు వీటన్నిటినీ అంతం చేసేయి. పద నా పుత్రుల దగ్గరికి పద అందరూ కలిసి నీకు రాజ్యాభిషేకం చేస్తారు. ఇదంతా నేను కళ్ళారా తృప్తిగా చూస్తాను. పద కర్ణా! పద, నేను నా నేత్రాల నీరాజనంలో, కన్నీళ్ళ ఇంగుదిని వేసి గత డెబ్బై సంవత్సరాల నుండి వెలిగిస్తూనే ఉన్నాను. నాయనా కర్ణా! దుష్టుడైన దుర్యోధనుడు నీ మనస్సులో నా పుత్రుల పట్ల, నీ సోదరుల పట్ల ద్వేషాన్ని అప్పుడప్పుడు నిన్ను పొగుడుతూ, ఎప్పుడూ ఒక యజ్ఞ గుండంలా ప్రజ్వలిస్తూనే ఉన్నాడు. పద! నీ సోదరుల ఆనందాశ్రువులతో దానిని శాంతింపచేయి. నా ఆజ్ఞను పాటించి పత్నిని తమ మధ్య పంచుకున్న నా తనయులు నీ చరణాలపైన తమ తమ శిరస్సులను ఉంచి వెక్కివెక్కిఏడుస్తూ నిన్ను క్షమార్పణ అడుగుతారు. ఏ కొరడానైతే నీపైన ఝుళిపించాడో, ఆ కొరడాని నీ చేతిలోకి ఇచ్చి భీముడు తన విశాలమైన వీపుని నీ ఎదురుగా ఉంచి కొరడా దెబ్బలు తినడానికి సంసిద్ధం అవుతాడు. ప్రాణాలు పోతున్నా భీముడు ఊ, ఆ.. అని ఎట్టి పరిస్థితిలోను అనడు. నీ రాజ్యాభిషేక ఉత్సవ సమయంలో నీ పట్ల తన ప్రేమను వ్యక్తం చేయడానికి అర్జునుడు తన అక్షయబాణాల అంబులపొదిని, అజేయమైన గాండీవ ధనస్సుని భగభగమండుతున్న యజ్ఞగుండంలో తన చేతులతోనే వేసేస్తాడు. ఎప్పుడూ నా దగ్గర ముందుకు ముడుచుకుపోయే నీ పాదాల గురించి వర్ణన చేసే నీ సోదరుడు యుధిష్ఠరుడు నదులన్నింటిపవిత్రమైన జలాన్ని తీసుకుని నీ పాదాలను కడుగుతాడు. అందరి సాహచర్యంతో తన జీవితాన్ని గడుపుతున్న వినయ విధేయురాలుకోడలైన ద్రౌపది శేష జీవితం నీ సేవలోనే గడుపుతుంది. ఇంకా... ఇంకా... కేవలం నీ కోసం మానస చీకటి గుహలో తహతహలాడే అంతరాత్మ దేహ కిరణాన్ని విసిరివేసి సంతోషంతో స్వర్గలోక ద్వారాన్ని తట్టగలుగుతుంది. పద కర్ణా! పద.. నీ సోదరుల దగ్గరికి పద...' అంటూ ఆవిడ నా భుజాలను పట్టి ఊపారు.

''ఇంద్రుడిని పంపించి నా కవచకుండలాలను దోచుకున్న నీ వీరపుత్రులు, సుధామనుడు, శోణుడులను బలితీసుకున్న అర్జునుడు, 'సూతపుత్రుడు' అని కాలదన్నిన నీ కోడలు సారథి అంటూ అవమానించిన నీ భీముడు, ఆకలేసినప్పుడు ఏడవడం తప్పితే ఏమీ తెలియని అమాయకుడు, ఏ పాపం తెలియని పిల్లవాడు, ఏ ద్వేషం లేని కోమలమైన శిశువుని అశ్వనది మహావరదలో పడేసిన నీవు... మీరందరూఈనాడు మళ్ళీ నన్ను ఒక సోదరుడిగా, భర్తగా, పుత్రుడిగా స్వీకరించడానికి సిద్ధం అయ్యారంటేమీరందరూమోసగాళ్ళే. మోసం ఎప్పటికీ ఉండేదే

దీన్ని నిరూపించడానికి నేను మీతోరానా? అసంభవం! దుష్టులు, కుటిలులు, మనస్సులేని మనుష్యులు కూడా ఈ మోసగాళ్ళ కన్నా వేయి విధాల శ్రేష్ఠులు. సిరి సంపదలు, రాజ్యాలు, ప్రేమపాశంవీటితో అభిప్రాయాలను మార్చగలుగుతాం అని అనుకుంటే, నేను దిగ్విజయంలో ప్రాప్తించిన సిరిసంపదలన్నింటినీ నీ చరణాలపైన పడేస్తాను. అబద్ధపు పుత్ర ప్రేమ కవచాన్ని ఈ కర్ణుడి ఎదురుగుండావ్యర్థంగా పెట్టకు. ఏ చేతులతోనైతే కొరడాని, రాజదండాన్ని సమాన భావంతో పట్టుకున్నానో, నా ఆచేతులు నీకు వందనం చేశాయి, దీన్నే అదృష్టంగా భావించు, ఇక్కడి నుండి వెళ్ళిపో...''

''అబద్ధపు పుత్ర ప్రేమ! నా రథానికి ఆరు గుర్రాల బదులు ఐదు గుర్రాలు కట్టబడి ఉండటం ఎప్పుడైనా చూశావా! నీ వివాహం సందర్భంలో నేను ఇచ్చిన పట్టు చీర, ఉంగరం నీకు గుర్తుకురావడం లేదా? మరిచిపోయావా కర్ణా! దిగ్విజయం నుండి వెనక్కి వచ్చాక, ఋషికన్య నీ నుదిటిన కుంకుమ తిలకం దిద్దింది, నీవు ఇంత త్వరగా మరిచిపోయావా కర్ణా! రాజ యజ్ఞం కోసం నీవు వచ్చినప్పుడు, సౌధంపై నుండి నేను నీ కాళ్ల దగ్గర పడేసిన చేతికంకణం నీ తనయుడు వృషసేనుడి కోసం కాదా? ఇంద్రప్రస్థంలోని రాజభవన గోడలపైన, ఆక్రందన చేస్తూ ఏ క్షత్రియ స్త్రీ చిత్రీకరించబడ్డదో, అది నేనేనని ఇప్పటికీ ఆ గోడలు నీకు చెబుతాయి. ఇదైనానమ్ముతావా కర్ణా! గోదాలో నీ పరాక్రమం చూశాక, నీ వియోగం వలన నా కొంగు రెపరెప ఎగిరింది. నా రవికె తడిసిపోయింది, ఇది విని కూడా నీవు ఏమీ ఎరగనివాడిలా ఉండాలనుకుంటున్నావా? హస్తినాపురంలోని ప్రతీ కూడలి దగ్గర నీవు నా పుత్రుడివని గొంతు చించుకుని అరవమన్నా నేను అరిచి అందరికీ చెబుతాను. అప్పుడైనా నా మాతృత్వాన్ని నమ్ముతావా? నీ కోరిక ఇదే అయితే చెప్పు కర్ణా! నేను సిద్ధంగా ఉన్నాను.''

''నీవు సిద్ధంగా ఉంటే ఒరిగేది ఏముంది? దానిని స్వీకరించడానికి ఈ లోకం సిద్ధంగా ఉండాలి కదా? అసలు ఇప్పుడు దీని అవసరం కూడా నాకు ఎంత మాత్రంలేదు. జన్మించగానే నన్ను త్యజించి, నన్ను సగం చంపేశావు... ఇక... ఇప్పుడు... చెప్పరానివి, చెప్పకూడనివి చెబుతూ నన్ను పూర్తిగా చంపేశావు. ఈదెబ్బై సంవత్సరాలలో ఇవాళ నా ఎదుట రావడానికి నీకు శుభముహూర్తం దొరికిందా? ఇప్పుడు నా బదులు నీ భీముడే ఉండి ఉంటే! అసలు ఏమీ ఆలోచించకుండా తన చేతి గదతో నీ తలపైన ఒక్క వేటు వేసేవాడు. నీ రక్తంతో కింద మరుభూమిని తడిపి వేయడం మరిచిపోయేవాడా? నా బదులు యుధిష్ఠరుడు ఉండి ఉంటే... రాజవస్త్రాలను విసిరివేసి కాషాయ రంగు వస్త్రాలను కట్టుకుని సన్యాసి రూపంలో నిన్ను వదిలేసి హిమాలయాలకి వెళ్ళిపోయేవాడు కాదా! నీ ప్రాణప్రియుడు అర్జునుడు ఉండి ఉంటే... గాండీవాన్ని నీ కంఠంలో వేసి నిన్ను పట్టి ఊపేవాడుకాదా? కాని... కాని... నేను నీకు వందనం చేశాను. వ్యర్థంగా వినయ విధేయతలు చూపించి కృత్రిమ మాన మర్యాదలు పొందాలని ఎంత మాత్రం కాదు, శ్రీకృష్ణుడు మన ఇద్దరి మధ్య ఉన్న సంబంధం గురించి చెప్పాడు, అదంతా నాకు గుర్తు ఉంది, అందుకే... కాని నీవు నాకేమిచ్చావు? శత్రువు కూడా ఇవ్వని భీషణ దుఃఖాన్ని ఇచ్చావు. కళ్ళు చించుకుని చూసినా కనిపించని భ్రమ...

రాజమాతా! ఇక వెళ్ళండి, కేవలం పుత్రుడికి జన్మనిచ్చిన మాత్రాన ఏ స్త్రీ తల్లికాలేదు. దీనికి విరుద్ధంగా, జన్మ నివ్వకుండానే, సంస్కారాలతో ఒక మట్టిముద్దతో బొమ్మను తయారు చేయవచ్చు, ఒక రాజస్త్రీ చేయలేని పనిని ఒక శూద్ర స్త్రీ రాధామాత చేసి చూపించింది. ఇక వెళ్ళవచ్చు, రాజస్త్రీ – రాజభవనానికైనా, పర్ణకుటీరంకైనా... నీవు చిత్తం నిలకడలేని ఒక తల్లివి... ఇంతకు ముందూ అంతే... ఇక ముందు అంతే... రాముడి కోసం తహతహలాడి చనిపోయే కౌసల్య మాత గురించి నీకేం తెలుసు? స్త్రీకి వరం రూపంలో ఏ మాతృత్వం లభించిందో దానిని నీవు ఒక శాపంగా ఎంచావు. యాచకురాలిగా కాకపోతే వెంటనే ఇక్కడి నుండి దూరంగా వెళ్ళిపో... ఈ పవిత్ర గంగానది ఒడ్డున నిల్చునే అధికారం నీకు ఎంతమాత్రం లేదు. లేదు... వెళ్ళు రాజమాతా!''

''ఊహు! నేను వెళ్ళను కాక వెళ్ళను, వెళ్ళడానికి నేను రాలేదు కర్ణా! నిన్ను నా వెంట తీసుకువెళ్ళడానికి నేను వచ్చాను. రాముడి కోసం ప్రాణాలు త్యజించిన కౌసల్య రాజభవనంలో ఉంది. ఆమె ఏ పుత్రుడూ రావణుడిని వెళ్ళి కలవలేదు. నేను పర్ణకుటీరంలో ఉంటున్నాను ఎందుకు? రాజమాతగా తిరగాలనా? లేదు కర్ణా! నీ నిష్కలంక జీవితం పైన పడ్డ కళంకాన్ని కడిగి పారేసే అవకాశం ఎప్పుడైనా రాకపోతుందా? ఇదే ఆలోచనతో నేను జీవిస్తున్నాను కర్ణా! ఒక వేళ ప్రాణదండం తోనే నా మాతృత్వ ప్రేమ గురించి నీకు తెలుస్తుందంటే దాన్ని కూడా నేను చేసి చూపిస్తాను. ఇప్పుడే ప్రాణత్యాగం చేస్తాను గంగను సాక్షిగా చేసుకుని... కాని... కాని... నీవు దుర్యోధనుడి వైపు నుండి మాత్రం యుద్ధం చేయకు కర్ణా! నీ శౌర్య పరాక్రమాలకు నీ సోదరులనే బలిచేయకు.'' అంటూ ఆమె తన దేహాన్ని గంగకు సమర్పించుకోవాలన్న నిశ్చయంతో సరాసరి గంగానది వైపు ప్రస్థానం జరిపింది.

నా దేహం అనే ధ్వజ దండం వణికిపోయింది. అర్ఘ్యదానంతో గట్టి పరచుకున్న మనస్సు కూడా చలించిపోయింది.

''ఆగు! నేను ఆవిడను లక్ష్యంగా చేసుకుని అన్నాను. కళ్ళాలను లాగగానే ఎట్లా అయితే రాజరథంఆగిపోతుందో అట్లాగే ఆవిడ ఆగిపోయింది. నేను దగ్గరగా వెళ్ళాను. సౌమ్యంగా అడిగాను – చెప్పు! నీకేంకావాలో! దుర్యోధనుడి పక్షం వదలకుండా నీకేం చేయగలను?''

''నా ఐదుగురు పుత్రులకు అభయం ఇవ్వు. వాళ్ళనీ, బంధువులను వధించకు కర్ణా! నీకు తల్లిని అయి ఉండి కూడా నీ ఎదురుగుండాకొంగుచాస్తున్నాను. యాచిస్తున్నాను. ఇంద్రుడికి కవచ కుండలాలను దానం చేశావు. దీనులకు ధనధాన్యాన్ని వస్త్రాలను ఇచ్చావు. నాకు... నాకు దానం చెయ్యి, ఐదుగురు పుత్రులు...'' తన దుఃఖ భరితమైన ముఖాన్ని అరచేతులతో మూసుకుని రాజమాత వెక్కిళ్ళుపెట్టసాగింది. రాజభవనంలో అందరూ తల్లిగా ఎవరిని అభిమానిస్తారో ఆ రాజశ్రీ. నా మనస్సు ముక్కలు కాసాగింది. నా జీవితంలో జరిగిన సంఘటనలు, స్వయంగా దేవుడికి తన జీవితంలో ఎప్పుడైనా ఎదురయ్యాయా? నాకు జన్మనిచ్చిన తల్లి నా ఎదురుగుండాతనను తాను ఒక యాచకురాలిగా అనుకుంటోంది.

'ఇచ్చాను, కర్ణుడు నీకు అభయం ఇస్తున్నాడమ్మా! యుద్ధంలో అర్జునుడిని తప్పితే నేను ఎవరినీ సంహరించను. వెళ్ళు... ఒక వేళ అర్జునుడు చంపబడితే నాతో పాటు ఐదుగురు పుత్రులు

జీవించి ఉంటారు. ఒక వేళ నేను చచ్చిపోయినా నీకు ఐదుగురు పుత్రులు దక్కుతారు. సురక్షితంగా ఉంటారు. ఇది దానం, గుర్తుపెట్టుకో... ఈ విషయం ఎవరికీ చెప్పే ప్రయత్నం చేయొద్దు. అభయం ఇస్తున్నాను. ఇది నా వాగ్దానం. విశ్వంలో జరుగుతున్న ఈ విరాట సృష్టిలో ఎవరికి ఎవరు దానం ఇవ్వగలరు?

''వెళ్ళు... నీ పుత్రులకు రాజ్యం, సంపత్తి, సింహాసనం, కీర్తి కావాలి. అనంతకాలం దాకా వాళ్ళ దగ్గర ఇదంతా ఉండాలి అని నీవు అనుకుంటున్నావు. వాళ్ళకిఅమరత్వం ప్రాప్తించిందని నీ అభిప్రాయం. కాని కర్ణుడికి ఏం కావాలో నీకు తెలియదు. అసలు హస్తినాపురంలో ఏ వ్యక్తి ఈ నాటి వరకు తెలుసుకోలేకపోయాడు. అతడు ఆర్యుల రాబోయే తరాల మనస్సులలో అఖండమైన, అమూల్యమైన రాజ్యాన్ని కోరుకుంటున్నాడు. పాండవులకు అగ్రజుడై రూపంలో అభయం ఇవ్వడం నా కర్తవ్యం. నేను ఇచ్చేసాను. ఈ చివరి కర్తవ్య నిర్వహణలో నాకు ఎటువంటి దుఃఖం కలగడంలేదు. ఒక వేళ నా మృత్యువు అనే పునాదిపైన పాండవుల జీవితం నిలుస్తుంది అని అంటే పునాది రాయిగా మారడానికి నేను సిద్ధమే. నేను ఆనందంగా స్వీకరిస్తాను. వెళ్ళు, నీ నలుగురు పుత్రులపైన 'విజయ' ధనస్సు ముద్రబాణాల వర్షాన్ని ఎప్పుడూ కురిపించదు. నీ పుత్రులలో ఎవరు సర్వశ్రేష్టులు అన్న దానిని కాలమే నిర్ణయిస్తుంది.''

''కర్ణా! నీవు ధన్యుడివి. నేను పడ్డ యాతన కన్నా నీవు భరించిన బాధలే ఎక్కువ. అందుకే నీవే నా పుత్రులందరిలో సర్వశ్రేష్ఠుడివి. రా! నీ బాధలన్నీ నాకు ఇవ్వు. నా బాహువుల్లోకి రా.. ఒక్కసారి.. ఒక్కసారి నన్ను అమ్మా! అనిపిలువు. నా ముసలి చెవుల రంధ్రాల పొరలు ఆ పిలుపు కోసం తహతహలాడుతున్నాయి. కర్ణా! ఒక్కసారి అమ్మా అనిపిలువు. ఆలింగనం చేసుకో.''

వణుకుతున్న తీగలా ఆవిడ భావావేశంలో గద్గదమవసాగింది. కాని ఇప్పుడు ఈ జగత్తులోని ఏ దృశ్యం నన్ను కరిగించలేదు. నా మనస్సు భావుకతతో ఉప్పొంగదు. రేపు నేను కురు సేనాపతి కాబోతున్నాను. ఇవాళ పాండవుల ఒడిలోకి ఎట్లా చేరగలను?

ఆ అధికారం ఒక్క రాధామాతదే. నీవు వెళ్ళు. కదంబ వృక్షంపై నుండి ఉత్తరీయాన్ని లాగి దేహంపై వేసుకుంటూ తర్జనితో విదురులపర్ణకుటీరం వైపు చూపిస్తూ అన్నాను. తీరంలోని వేడెక్కిన ఇసుక వేడి జ్వాలల్లో ఆవిడ తెల్లటి వెంట్రుకలు ఎగురసాగాయి. ఒక విచిత్రమైన పద్ధతిలో ఊగసాగాయి.

కారుతున్న కన్నీళ్ళను ఆపుకోకుండా ఆవిడ ఇసుకను తొక్కుతూ వెళ్ళి పోసాగింది. ఆవిడ అడుగుల గుర్తులు ఇసుకపై పడుతున్నాయి. చూడంగానే నాకు శోణుడు గుర్తుకువచ్చాడు. వాడి అడుగుల గుర్తులు వరుసగా పడటం నేను ఈ గంగ ఒడ్డునే చూశాను. ఇప్పుడు శోణుడు లేడు. కాని వాడి స్మృతులన్నీ నా హృదయంలో జీవించి ఉన్నాయి. ''వసు అన్నయ్య! వసు అన్నయ్య! అని పిలిచే ఆ సారథి పుత్రుడితో నాకు రక్త సంబంధం ఏముంది కనుక? అయినా నిర్మల ప్రేమ అనే పొగడ పువ్వు పరిమళాన్ని నాకు జీవితాంతం ఇచ్చాడు కదా! ఎండిపోయిన పొగడపూలగంధం ఎట్లాగైతే వాతావరణాన్ని పరిమళింపచేస్తుందో, అట్లాగే అతడు వెళ్ళిపోయినా అతడి స్మృతుల సుగంధం నా అంతరంగంలో పరిమళిస్తోంది. ఒక సారథి అయి ఉండి కూడా అతడు ఒక క్షత్రియుడిపైన నిస్వార్థ ప్రేమ అనే వానను కురిపించాడు. నేను... నేను... ఇవాళ తొమ్మిది నెలలు

నన్ను మోసి జన్మనిచ్చినసాక్షాత్తు నా జన్మధాత్రిని నేను తిరస్కరిస్తున్నాను. డెబ్భై సంవత్సరాల వరకు పుత్రవియోగాన్ని సహించిన అమ్మను తిరస్కరిస్తున్నాను. మంచికి కాని, చెడుకు కాని నాకు ఏ జీవితం అయితే ప్రాప్తించిందో, ఆవిడ కారణం వలనే కదా ఈనాడు నా ఈ అస్తిత్వం. యోధుల ఈ జగత్తులో నన్ను సేనాపతిగా గౌరవించారు. ఈగొప్పతనంతోనే నేను ఇక ముందు జీవించాలా? ఆవిడ తన కోసం నన్ను ఏ వస్తువును అడిగింది? ఒక్కసారి అమ్మ అని పిలవమని నన్ను అడిగింది, అంతేగా జీవితం అంతా అన్ని కర్తవ్యాలను పాటించే నేను పుత్రుడిగా చేయవలసిన కర్తవ్యం చేయకుండా ఎటు వైపువెళ్తున్నాను. భవిష్యత్తులో మళ్ళీ ఎప్పుడైనా నాతో కలుస్తుందో లేదో. అందరికి వందనీయురాలైన ఆమె, ఆ రాజమాత ఒక పక్షిలా నా ఉత్తరీయం నీడలో ఎంతసేపు నిల్చుంది? నేను ఎందుకు అర్థం చేసుకోలేకపోయాను? కీర్తిప్రతిష్ఠలు కావాలన్న కాంక్ష, మద్యం ఇచ్చే మత్తుకన్నా ఎక్కువ మత్తుకలిగిస్తుంది. ఇది నిజం కాదా? ఎవరు ఎవరికి సేనాపతి? ఎవరుయోధుడు? ఎవరు మహారథి? ఎవరైతే అమ్మని కాదంటారో, వాళ్ళకి స్వర్గం ప్రాప్తించాలని కోరుకునే అధికారం ఎక్కడ ఉంది? మాతృశ్రద్ధయే స్వర్గం. అదే మోక్ష మార్గం.

''అమ్మా! ఆగు...'' రెండు చేతులు ఎత్తుతూ నేను అన్నాను. అరణ్య మార్గంలో తప్పిపోయిన దూడ అంబా అనిఅనగానే తల్లి ఆవు తోక ఎత్తుతూ, చెవులు నిక్కపొడుస్తూ, గుడ్డిగా అటు ఇటు ఎట్లాపరుగెత్తుతుందోఅట్లా తన వయస్సు, స్థానం, సమయం అన్నింటినీ మరిచిపోయి నా అమ్మ అన్న మాట వినబడగానే ఆవిడ పరుగెత్తుకుంటూ వచ్చింది. మరుభూమిలో భగభగ మండే జ్వాలలు కూడా ఆవిడ విరహాగ్ని ముందు దిగదుడుపే అనినాకనిపించింది. దగ్గరికి రాగానే ఆమె కాళ్ళనుచుట్టేసుకుంటూఅన్నాను– ''అమ్మా! నీ ఈ కర్ణుడిని క్షమించమ్మా! క్షమించు. నీ ఐదుగురు పుత్రులకు నీ కారణంగా పరమ ఉన్నతమైన ఆ క్షణాలు లభించాయి. ఆనందం, ప్రసిద్ధి, వైభవం, గౌరవం, వీటి వలన వాళ్ళు నీకు కొన్ని వందసార్లు వందనం చేసి ఉంటారు. అమ్మా! ఇవాళ నీ పెద్దకొడుకు నీకు ఒక పుత్రుడిగా మొదటిసారిగా వందనం చేస్తున్నాను. ఏమో ఇదే చివరిదేమో. ఎందుకు నీకు వందనం చేస్తున్నానో తెలుసా! నీ కారణంగా.. కేవలం నీ కారణంగానే నాకు కూడా పరమ ఉన్నతమైన ఒక్క క్షణం లభించింది... యాతన.. ఎంత యాతన అనుభవించాను.'' నా కళ్ళ నుండి ప్రవహిస్తున్న కన్నీటి ధార ఆవిడ పాదాలకు అంటినఇసుకరేణులనుకడిగేస్తోంది. ఆవిడ నేత్రాల నుండి ప్రవహిస్తున్న పవిత్ర ఆత్మ జలం నా తలపై పడసాగింది– టప్...టప్... టప్... ఇప్పుడు దేహం ఒక గుప్పిటి ఇసుకగా మారిన ఆ ఇసుక ఈ మరు భూమిలో విలీనం అయినా ఏం నష్టం?

''లే... కర్ణా... లే...'' నా తలను చేత్తో నిమిరి, వణుకుతున్న చేతులతో నన్ను లేపింది. గద్గద కంఠంతో, కన్నీళ్ళు నిండిన కళ్ళతో ఆమె అంది– ''ఎంత పొడుగయ్యావురా నాన్నా... నా కన్నా... ఎంత ఎదిగిపోయావురా!'' ఉద్వేగంతో నన్ను దగ్గరిగా లాక్కొని ఆమె నన్ను తన హృదయానికి హత్తుకుంది. ఆమె పొట్టి దేహంలో హిమాలయాల ఉన్నత శిఖరాలను కూడా సిగ్గు పడేలా చేసే మాతృత్వాన్ని చూసి నా జీవితం ధన్యం అయింది. నేత్రాల నుండి కృతార్థం, ధన్యం అయిన తుషార బిందువులు ఆవిడ తెల్లటి జుట్టుపై పడుతూ అంటున్నాయి– 'అమ్మా! నీ ధవళ కేశాల్లో నీ జీవితం ధవళమైనది, పవిత్రమైనది, శుచితమైనది. నన్ను త్యజించినా, లోకం ఏమన్నా... నీవు పవిత్రురాలివమ్మా...''

ఒక్క క్షణం ఆవిడ తన తలని నా వక్షస్థలంపై పెట్టుకుంది. నా గుండెచప్పుడు 'అమ్మా! అమ్మా అంటుంటే వినాలని ఆవిడ అనుకున్నదా?

ఆవిడ కన్నీళ్ళు నా కన్నీళ్ళు కలిసి కారడం వలన కాళ్ళకింద ఉన్న నిప్పులు చెరిగే ఇసుక సైతం చల్లబడిపోయింది. మరుభూమికి ఏం ఆనందం లభించిందో? తేజోయమ పుత్రుడికి తన తేజస్వి అయిన తల్లితో మళ్లీ కలవడం... ఇదంతా సూర్య దేవుడికి చెప్పడానికి అక్కడ నిప్పులు చెలరేగుతున్న మరుభూమి తప్పితే ఇక మరేదీ లేదు. మరుభూమి నుండి వెలువడుతున్న వేడిమంట, ఎంతో పైకి లేచి గగన మండలంలో నా తండ్రితో చెబుతోంది–'' నీ చిరవిరహ పుత్రుడికి అతడి చిరవిరహిణి మాత లభించింది. ''ఇదిగో నీ గుర్తుగా నేను ఉంచుకున్న వస్తువు. ఇన్నాళ్ళు భద్రంగా దాచాను.'' అంటూ చీరకొంగున కట్టివేయబడ్డ, దిగ్విజయం పొందాక నేను తిరిగి వచ్చినప్పుడు ఆశ్రమకన్య బుట్టలో వేసిన ఉంగరాన్ని తీసి నా చిటికినవేలికి తొడిగింది. అందులో పొదిగిన పుష్యరాగం మెరుస్తోంది.

''బయలుదేరుతాను'' అంటూమరొకసారి ఆవిడ పాదాలకు వందనం చేసి ఇసుకను తొక్కేస్తూ అడుగులు ముందుకు వేశాను. ఆవిడ కూడా పర్ణకుటీరం వైపు పయనించసాగింది.

16

''దాన వీర శూర, దిగ్విజయ అంగరాజు, మహారాజ కర్ణా!''

వందిమాగధులు జయకారాలు పలికారు. శిబిరంలో ఉన్న నీలధ్వజుడు, జలసంఘుడు, భగదత్తుడు, సహదేవుడు, సమితింజయు, మహేజనుడు, హేమకంపనుడు, సాయంమనీడు, విపాటుడు, రుచిపర్వుడు, వీరధన్వుడు, వసుమిత్రుడు, జయవర్మసుడు, జయద్రథుడు, ప్రతాపుడు, సుతంజయుడు, దరదుడు, సునామనుడుమొదలైన సైన్య ప్రముఖులు లేచి నిల్చునిప్రేమపూర్వకంగా నాకు స్వాగతం పలికారు. సేనాపతిని ఎంపిక చేయాలన్న ప్రస్తావనని అశ్వత్థామ పెట్టాడు. చర్చ మొదలైంది.

దుర్యోధనుడు వెంటనే లేచి సేనాపతి పదవికి నా పేరుని సూచించాడు. చాలా మంది తమ చేతుల నెత్తి ఉత్సాహంగా సమర్థించారు. సాక్షాత్తుపరశుధారి పరశురాముడిని ఓడించిన పితామహులు అక్కడే ఉన్నారు అన్న సంగతి వాళ్ళు మరిచిపోయారు. అందువలన నేను లేచి నిల్చున్నాను. నేను సేనాపతి పదవిని స్వీకరించడానికి లేచి నిల్చున్నానని అందరూ అనుకున్నారు.

''మన కురుసేనకి పితామహులు సేనాపతిగా నేతృత్వాన్ని స్వీకరించాలని నా కోరిక. ఆయనలో భగవాన్ పరశురాముడిని ఓడించే సామర్థ్యం ఉంది.'' నేను వాళ్ళ భ్రమను దూరం చేశాను. అందరూ ఏక కంఠంతో పితామహులకు జయజయకారాలు పలికారు. వాళ్ళలో కేవలం దుర్యోధనుడు ఒక్కడే తన స్వరాన్ని కలపలేదు. ఎందుకంటే అతడు నన్నేసేనాధిపతిగా చేయాలనుకున్నాడు. అతడి కోరిక నెరవేరలేదు. కాని ఇంతమంది యోధుల ముందు అతడు ఏమీ అనలేదు.

పితామహులు ఆసనంపై నుండి లేచారు. సేనాధిపతి పదవిని స్వీకరిస్తున్నట్లుగా తెలిపారు. రాజపురోహితుడు ఆయన ముంచేతికి ధవళపుష్పాల మాలను కట్టి అభిషేకం చేశారు. కురుల సేనాపతి యుద్ధ ప్రణాళిక గురించి సేనాప్రముఖులకు చెప్పడం మొదలు పెట్టారు.

''గుర్తుపెట్టుకోండి, ఎవరైనా సరే యుద్ధ నియమాన్ని భంగం చేస్తే, యుద్ధం అనుచితమైన దిశ వైపు మళ్ళుతుంది. మీరు యోధులు. హంతకులు కారు. మీ అందరి ధైర్యంతో కూడిన సహాయ సహకారాల బలంతో నేను శ్రీకృష్ణుల చేత శస్త్రాన్ని పట్టిస్తానని ప్రతిజ్ఞ చేస్తున్నాను. అందువలన నేను ఏఏ పథక ప్రముఖుల పేర్లను సేనా నాయకుల రూపంలో చెబుతున్నానో, వాళ్ళు నా సూచన లేకుండా వాళ్ళ వాళ్ళ స్థానాలని వదలరాదు. ఆజ్ఞపాలనే విజయానికి ఆత్మ.

''సారధి దళ ప్రముఖుడిగా ప్రాతికాముడు ఉంటాడు. అతడు మద్రరాజు శల్యుడి నేతృత్వంలో సారధుల విభజన చేస్తాడు. మన రథాల సంఖ్య రెండు లక్షల నలభై వేలు. దీన్ని గుర్తుపెట్టుకోవాలి. ఎక్కడా కూడా సారథులు తక్కువ కాకూడదు. శల్యుడు, ప్రాతికాముడు ఈ విషయం చూసుకోవాలి.

''గజదళ నేతృత్వం దుశ్శాసనుడు చేస్తాడు. అలంభుషుడు, అలాయుధుడు, అంగారకుడు– ఈ రాక్షసరాజులు అతడికి సహాయం చేస్తారు.

''అశ్వదళ నేతృత్వం శకుని చేస్తాడు. సంజయుడు క్షేమధూర్తి, చిరవాసన, అశ్వత్థామ ఆయనకి సహాయం చేస్తారు. అశ్వదళాల సంఖ్య ఏడు లక్షల ఇరవై ఒక వేలు. ఈ అశ్వదళం ఆయన అనుజ్ఞ లేకుండా కదలకూడదు.

'పధాతిదళ నేతృత్వం దుర్యోధనుడు చేస్తాడు. జయద్రతుడు, సముద్రసేనుడు, ఇంద్రవర్మ అతడికి సహాయం చేస్తారు. పదాతి దళ సంఖ్య పన్నెండు లక్షల మూడువేలు. ఈ పదాతిదళం గజదళానికి ముందు రాకూడదు. దీన్ని గుర్తుపెట్టుకోవాలి.

''మన సైనికుల మొత్తం సంఖ్యఇరవై నాలుగు లక్షల ఐదు వేల ఏడువందలు. ఈ సైన్యం నాలుగు ప్రముఖ విభాగాలలో విభక్తం అవుతాయి. రథ, గజ, అశ్వ, పథిక. ఎటువంటి ఘోరమైన పరిస్థితులు వచ్చినా ఒక దళం మరొక దళంతో కలిసి వ్యవస్థను పాడు చేయరాదు. దళ నాయకులు దీనిని బాగా గుర్తుపెట్టుకోవాలి.

''పత్తి, సేనా ప్రముఖులు, గుల్మ గణ, వాహిణి, ప్రవతన, చమూ, అనాకినీవీళ్ళని క్రమశిక్షణలో పెట్టి ప్రత్యేకమైనఅక్షౌణీ విజయం వైపు ప్రయాణం చేయాలి. ఈ మహాయుద్ధంలో అందరికన్నా ఎక్కువగా రథ దళం పరాక్రమాన్ని చూపించాలి. అందువలన ఇప్పుడు నేను రథదళానికిమహారథి, అతిరథి, అర్థరథిమొదలైనవాళ్ళని నియామకం చేస్తున్నాను. ద్రోణాచార్యులు, కృపాచార్యులు, ఈ మహారథులిద్దరు సమస్త సైన్యానికి నేతృత్వాన్ని వహిస్తారు.

''అశ్వత్థాముడు, జయద్రతుడు, శకుని, దుర్యోధనుడు, దుశ్శాసనుడు, వికర్ణుడు, శల్యుడు, చిత్రసేనుడు, వివిషంతి, దుఃసహుడు, జయుడు, సత్యవ్రతుడు, పురమిత్రుడుమొదలైనవారు మహారథులు. వీళ్ళు ఏ సమయంలోనైనా రథదళానికి నేతృత్వాన్ని వహించవచ్చు.

''క్షేమధూర్తి, లక్ష్మణుడు, విందుడు, అనువిందుడు, అపరాజితుడు, ఉతాకుడు, సహదేవుడు, భగదత్తుడు–ఈ అతిరథులు వాళ్ళ వెనక ముందుకు దూసుకు వెళ్తూ వాళ్ళని బలవంతులుగా నిలబెట్టాలి.''

''కుహురుడు, కరకాకక్షుడు, అంబష్టకుడు, ఆర్జవుడు, క్రథుడు, గవాకక్షుడు, కర్ణుడు మొదలైనవారు అర్థరథులు. కర్ణుడిని అర్థరథిగా ఎంచడం మీ అందరికి ఆశ్చర్యాన్ని

కలిగించవచ్చు. కాని కవచకుండలాలు లేని శాపగ్రస్తుడైన నేటి కర్ణుడి యోగ్యత అర్థరథికంటే అధికం కాదు.''

జ్యేష్ఠుడు, నిష్పక్షపాతి, న్యాయనిష్ఠపరుడు, సత్యప్రియుడుగా అందరి గౌరవ మర్యాదలు అందుకునే కురుల వృద్ధ యోధుడు సేనాపతి పదవిచేతిలోకి రాగానే నన్ను అర్థ రథిగా నిలబెట్టారు. ఆయన బుద్ధి హీనుడయ్యారు. హస్తినాపురపు సరిహద్దుల బయట ఏం జరుగుతుందో, ఏ మాత్రం తెలియని ఆ పితామహులు మద్యం తాగినవారిలా దిగ్విజయ సేనాపతిని అర్థరథిగా సంబోధిస్తున్నారు. ఎందరో యోధానుయోధులు నా శరణుజొచ్చారు. ఆ వందల మంది యోధుల ఎదురుగుండానన్ను ఈ విధంగా పిలవడం చూసి నాకు ఆశ్చర్యం వేసింది. అసలు ఆయన వెంట్రుకలు వయస్సుతో పాటు కలిగిన అనుభవం వలన తెల్లబడ్డాయా? లేక సూర్యకిరణాల వలనా? అన్న అనుమానం నాకు కలిగింది. వణుకుతున్న శరీరంతో పాటు ఆయన బుద్ధికికూడా వృద్ధాప్యం వచ్చిందా! గోదాలో నన్ను అజేయ ధనుర్ధరుడని పిలిచి నన్ను గౌరవించిన ఆ న్యాయప్రపియ యోధుడు ఈయనేనా? ఒక్క క్షణం క్రితం సేనాపతిగా నియామకం చేయాలని ఎవరినైతేఅనుకున్నారో, ఎంతో ఉత్సాహంగా సమర్థించారో, అతడినే ఇప్పుడు అర్థరథి అని అంటున్నారు. ఆయన బుర్ర ఏమైనా పాడైయిందా? లేకపోతే నా తలపై కొందరు అవహేళన అనే నిప్పులను పెట్టారు. అవి కొంత తక్కువ కావడం వలన, యుద్ధానికి పూర్వం ఆయన ఈ పవిత్ర కార్యాన్ని స్వయంగా చేస్తున్నారా? అసలు ఈ జగత్తులో సత్యం ఉంటే అది పితామహుల రూపంలోనే ఉంది అని నేను నమ్మాను. నేను అనుకున్నది తప్పు అని ఆయన చెప్పదలుచుకున్నారా? నన్ను తిరస్కరించే ఏ వృద్ధుడు ఇప్పటిదాకా నాకు తారస పడలేదు. యోధులందరి ముందు నన్ను తిరస్కరించి తన గొప్పను చాటుకుందామనుకున్నారా? భీష్ముడు! గంగాపుత్రుడు, పరశురామ శిష్యుడు, శ్రీకృష్ణ భక్త భీష్ముడు! సేనాపతి పదవికి యోగ్యుడైన దిగ్విజయ వీరుడిని ఒక క్షుద్ర అర్థరథి రూపంలో నిర్దేశిస్తున్నారు... ఉఫ్... అసలు ఈ జగత్తులో సత్యం అస్తిత్వం లేకుండా పోయింది.

చెవులలోని రంధ్రాలువేడెక్కాయి, కంఠంలోని నరాలు ఉబ్బిపోయాయి. సూర్యచంద్రులనే కళ్ళు ఎర్రబడ్డాయి. ఇప్పుడు ఈ వృద్ధ మోసగాడు ఇచ్చిన దానాన్ని ఆయన జోలెలోనే వేసేయాలి. ఆయన గంగానదిలో నిల్చుని తపస్సు చేసే సూర్య భక్తుడు. అయినా సాక్షాత్తు సూర్య పుత్రుడిని గుర్తుపట్టలేక పోయారు. ఇవాళ ఆయన గుర్తుపట్టి తీరాలి. కర్తవ్యాన్ని నిర్వర్తిస్తూ శ్రద్ధని, స్నేహాన్ని ఇంత కఠోరంగా దూరం చేసుకోవాలంటే, చేసుకోవడానికి నేను సంసిద్ధమే. గూట్లోని గబ్బిలం, అధికారపు ఆసనాన్ని అతుక్కుని కూర్చున్న అహంకారి వృద్ధుడు మధ్య ఎటువంటి భేదం లేదు. ఇద్దరు గుడ్డివాళ్ళైపోతారు. అజ్ఞానం వలన, అహంకారం వలన వాళ్ళకి అసలు లోకంలో ఏం జరుగుతుందో కూడా తెలియదు. ఆయన కళ్ళను తెరిపించే సమయం ఆసన్నమైంది. నేను తక్షణం లేచి నిల్చున్నాను.

''పితామహా! నేను అర్థరథి ఏమిటి, సాధారణమైన అంశరథిని కూడా కాను. నేను కేవలం ఒక సారథి పుత్రుడిని మాత్రమే. కానీ మీ అహంకారపూరితమైన నేతృత్వంలో ఈ సాధారణ స్వాభిమానిసారథ పుత్రుడు యుద్ధం చేయడానికి ఇష్టపడడం లేదు. ఈ మాట ఇవాళ నేను వీరాధివీరులందరికిచెబుదామని అనుకుంటున్నాను. అర్జునుడి అమోఘమైన బాణాల వలన

మహారథిఅని పిలవబడే మీరు ఎప్పటిదాకా అయితే నేలకొరగరో అప్పటి దాకా ఈ కర్ణుడు చేత శస్త్రాలను పట్టడు. వెళ్ళండి. మీ నేతృత్వంలో సంపూర్ణ శక్తిని ఫణంగా పెట్టి పాండవులు ఐదుగురిలో ఎవరో ఒకరిని నేలకూల్చండి. మీ పరాక్రమాన్ని చూపించండి. ఆ తరువాతే ఈ కర్ణుడికి మహారథి కర్ణుడిగా గౌరవాన్ని ఇవ్వండి. ఇంతకు ముందు ఎప్పుడూ పాండవుల పక్షాన మీరు మాట్లాడేవారు. మీరు వాళ్ళనిజయించలేరు. మీరు అసమర్థులు.

"కురుల సేన ప్రముఖుల్లారా! నన్ను క్షమించండి. నేను మిమ్మల్ని ఒంటరిగా చేసి వెళ్ళిపోతున్నాను. ఈనాడు అంతా తల్లకిందులైంది. హిమాలయ శిఖరాలపై నుండి జ్వాలాముఖిప్రజ్వరిల్లుతోంది. మెడలలో పడ్డ పుష్పమాల పాము అయి ఈనాడు కురుల కంఠనాళాన్నే కాటేస్తోంది. అందువలన సావధానంగా ఉండాలి. సంబాళించుకోండి. ఈ గర్విష్ఠి అహంకారి అయిన వృద్ధుడు నేలరాలగానే నన్ను పిలవండి. నేను సేవ చేయడానికి సంసిద్ధంగా ఉన్నాను. ఇచ్చిన మాటను నిలబెట్టుకుంటాను. ఏది చెప్పానో దానిని నిష్ఠగా చేస్తాను. కాని ఈ రోజు నన్ను క్షమించండి. భూమి సర్వనాశనం అయినా సరే ఇప్పుడు మాత్రం నేను ఈ సేనాపతి నేతృత్వంలో యుద్ధం చేయలేను. నేను రణరంగాన్ని భయంతో వదిలివేసి వెళ్ళిపోతున్నాను అని అనవద్దు. అటువంటి ధైర్యం చేయవద్దు. ఎందుకంటే నేను రణరంగాన్ని వదిలి వెళ్ళిపోవడం లేదు. యుద్ధ భూమిలో నా శిబిరాన్నివదిలి రాజనగరానికి వెళ్ళను కాక వెళ్ళను."

ఎవరు ఏమంటున్నారో వినకుండా అక్కడి నుంచి నేను తక్షణమే బయటకి వచ్చేశాను. అల్లకల్లోలితమహాసాగరంలో కెరటాలతో ఢీకొంటూ, అసంఖ్యాకమైనఅఘాతాలని సహిస్తూ, శుష్కకట్టె ముక్క చివరికి సాగర తీరాన ఏ విధంగా అయితే నిశ్చేష్టంగా పడి ఉంటుందో, నా మనస్సు కూడా అట్లానేబావ శూన్యం, సంజ్ఞాహీనం అయి శరీరంలో ఎక్కడో నిశ్చేష్టగా పడి ఉంది.

యుద్ధభూమి పక్కన నిల్చుని ఇతర యోధుల పరాక్రమ వర్ణనను వినడం తప్పించి ఇంకేమి చేయలేకపోయాను.

17

నా శిబిరం నుండి యుద్ధభూమి విశాల రణరంగం స్పష్టంగా కనిపిస్తోంది. సత్యసేనుడు తప్పితే శిబిరంలో ఎవరూ లేరు. దుర్యోధనుడు, అశ్వత్థామలు కాకుండా మరెవరినీ లోపలికి రానీయ వద్దని సత్యసేనుడికికఠోరమైన ఆజ్ఞను ఇచ్చాను. అతడు సైనికుల కార్యకలాపాల గురించి చెబుతున్నాడు. విదర్భ నుండి వచ్చిన ధైర్యవంతుడు అయిన రాజు రుక్మిని దుర్యోధనుడు తన సేనలో కలుపుకోలేదు. సమయం వచ్చినప్పుడు అతడు పాండవులకే సహాయం చేస్తాడన్న అనుమానం దుర్యోధనుడికి ఉంది. నకులుడు, సహదేవుడి మామ మద్రరాజు శల్యుడిని స్వీకరించాడు. అంతేకాదు పితామహులు సారథుల ఒక దళాన్ని ఆయన ఆధీనం చేసి తన సైన్యం చుక్కానిని పాండవుల బంధువులకే అప్పగించారు.

రుక్మి, భూరితేజస్, భూమిపాలుడు ఈ రాజులు రెండు వైపుల నుండి తటస్థంగా ఉన్నారు. ఇద్దరి సైన్యాలలో వాళ్ళ ధ్వజం కనిపించడం లేదు. తూర్పుదిశను పాండవుల శిబిరాలు కురుక్షేత్రం

చుట్టుపక్కల వేశారు. మత్స్య, పాంచాల, రాక్షస మొదలైన వాళ్ళ ధ్వజాలు ఎదురుగుండా ఎగురుతూ కనిపించాయి. వాళ్ళ సైనికులు సంఖ్య చాలా తక్కువగా కనిపిస్తోంది. వాళ్ళ సైనికుల సంఖ్య పదిహేను లక్షలు. సత్యసేనుడికి వాళ్ళ ఈ సైన్యం కురుల సైన్యాన్ని ధీటుగా ఎదిరించలేదు, అన్న సందేహం ఉంది. పాండవులు అర్జునుడిని సేనాపతిగా నియామకం చేశారు.

నా ఎదురుగుండా అర్జునుడి నందీఘోష రథంపైన కపిధ్వజం ఎగురుతోంది. రథం ఎంతో భవ్యంగా ఉంది. ఏనుగులు గుంపు ఉన్న చిత్రం కల ధ్వజం నా జైత్రరథం పైన ఎగురుతోంది. కాని నా రథం రథదళం మధ్యలో పడి ఉంది. పితామహులు దాని చక్రాన్ని పెరికి పారేసారు. ఎందుకు? జీవితంలోని చరమాంకంలో ఆ వృద్ధుడు ఇటువంటి ఘోరమైన మహాపాతకం ఎందుకు చేశాడు? కేవలం అర్జునుడి మీద ప్రేమ వలనా? ఆసనం పైన కూర్చుని శిబిరంలోని తెల్లటి కప్పును అసంఖ్యాకరమైన ప్రశ్నలు వేయడం మొదలు పెట్టాను. కాని ఒక్క ప్రశ్నకీ సమాధానం దొరకడం లేదు. రాత్రి పూట వెలిగే కాగడాలాగా మనస్సు మండి రాత్రులను మేల్కొలుపుతోంది. రాధామాత, అధిరథుడు, వృషాలి, సుప్రియ, సత్యసేనుడు, మేఘమాల, నా ఏడుగురు పుత్రులు, మీనాక్షి వీళ్ళే వాస్తవంగా నా వాళ్ళు కదూ! కాని ప్రతిజ్ఞ వలన వాళ్ళని రాజనగరానికి వెళ్ళి కలవలేకపోయాను.

వృషసేనుడు, చిత్రసేనుడు, సుదాముడు, ప్రసేనుడు, సుశర్మ, భానుసేనుడు – నా ఈ ఆరుగురు పుత్రులు యోధుల వేషంలో నా ఎదురుగుండా నిల్చుని ఉన్నారు. వాళ్ళు మౌనంగా నిల్చున్నారు. నేను ప్రశ్నించినప్పుడు అందరికన్నా పెద్దవాడైన వృషసేనుడు ధైర్యంగా అడిగాడు– ''మహారాజా! ఒక వేళ మీరు రణరంగంలోకి దిగకపోతే మేము కూడా దుస్తులను మార్చుకుని మౌనంగా ఉంటాము. అతడి ఆలోచనను తెలుసుకోగానే ఒక్కసారిగా నేను విచలితుడిని అయ్యాను. తండ్రితో ఏక నిష్ఠగా ఉంటూ రాజ నిష్ఠని కాళ్ళతో తొక్కేస్తున్నాడు.

''నా పుత్రుల్లారా! మీరు నాకు తనయులే కాని మీరు కురుయోధులు కూడా! ఈ మాట మాత్రం గుర్తుంచుకోండి. మీ సేనాపతి మీకు ఇచ్చిన ఆజ్ఞను మీరు శిరసావహించాలి. మీ అమ్మ, నాయనమ్మ, తండ్రి గార్ల ఆశీర్వాదాన్ని తీసుకుని సేనాపతి వెనక రణరంగంలో కాలు పెట్టండి. వెళ్ళండి, ఇది మీ తండ్రి ఆజ్ఞ.'' నా శిబిరంలో జాలీ ఉన్న గవాక్షం నుండి నేను బయటకి దృషద్వతీ జలం వైపు చూస్తూ ఆజ్ఞ ఇచ్చాను. ''మీ ఆజ్ఞ నాన్నగారూ!' అంటూ నాకు వందనం చేసి వాళ్ళు వెళ్ళిపోయారు. వాళ్ళల్లో వృషకేతుడు కనిపించడం లేదు.

''వృషా! నన్ను కలవడానికి ఎందుకు రాలేదు?'' నన్ను నేను ప్రశ్నించుకున్నాను.

''వాడు అలిగాడు. మీరు రాజనగరం రావడానికి సిద్ధంగా లేరుకదా! అందుకని'' నేను తనని అడగమన్నానని సత్యసేనుడు అనుకున్నాడు. అందుకే వెంటనే జవాబు చెప్పాడు.

''సత్యసేనా! వెళ్ళు ఆ చిలిపివాడిని తీసుకురా! ఏదో ఒక నెపం పెట్టుకుని తీసుకురా! అతడికి తెలియచెప్పే అవసరం ఎంతైనా ఉంది.''

18

కురుక్షేత్రం చుట్టు పక్కల ఉన్న సైనిక స్థావరాలలో వెన్నెల కురుస్తోంది. వెన్నెల స్నానం చేస్తూ శిబిరాలు శాంతియుతంగా ఉన్నాయి. నా జీవన శిబిరంలో ప్రేమవెన్నెలను కురిపించే నా

వాళ్ళు రాజనగరంలోని రాజభవనంలో ఉన్నారు. నేను కురుక్షేత్రం దగ్గరి శిబిరంలో శయ్యపైన పడుకుని ఉన్నాను. రాని నిద్రని ప్రసన్నం చేయాలని ప్రయత్నిస్తున్నాను.

అరవై సంవత్సరాల క్రితం శోణుడితో నేను హస్తినాపురం వచ్చినప్పుడు, ఒక వేళ ఎవరైనా నీ భావి జీవితంలో ఫలానా, ఫలానా సంఘటనలు జరుగుతాయని ఎవరు చెప్పినా నేను ఏ మాత్రం నమ్మి ఉండేవాడినికాను. ఈనాడు అవన్నీ జరుగుతూనే ఉన్నాయి. ఎప్పుడూ ఊహించనైనా ఊహించని ఆశ్చర్యం కలిగించే జిహ్వ బాణంలా వంకర టింకరగా... ఏవేవో సంఘటనలు ... అసలు ఇప్పుడు వాటి మలుపులు కూడా గుర్తులేవు. అసలు ఏ సంఘటనలని మరచి పోదామనుకున్నానో ఆ సంఘటనలను అసలు మరచి పోలేకపోతున్నాను. నా శిబిరం నలువైపులా సైనిక స్థావరాలలో పడుకుని ఉన్న అసంఖ్యాకమైన శిబిరాలలో నా స్మృతులు కూడా ఉన్నాయి. ఆకాశంలో చంద్రుడితో పాటు మిలమిల మెరిసే తారలలా లెక్కలేనన్ని స్మృతులు. దృషద్వతి కెరటాలలా వాటిని లెక్కపెట్టలేము. నిద్ర నాపైన ప్రసన్నం కావడం లేదు. అందువలన శయ్యపై నుండి లేచి చంద్రికను తలపై ధరించి యుద్ధభూమికి చేరాను. తెల్లటి బూడిద రేఖలను దేహంపై ధరించిన ఆ రణరంగాన్ని చూడగానే ఒక్కసారిగా మామ ఆడే జూదపు పటం గుర్తుకు వచ్చింది. ఈ భూమిపటం పైన, రేపటి నుండి అసంఖ్యాకమైన జీవితాల జూదం ఆడబడబోతోంది. పాచికలు ఏవైతేపడతాయో వాటిని, ప్రతీవాళ్ళకి స్వీకరించాల్సి వస్తుంది. మౌనంగా... ఏమీ మాట్లాడకుండా... ప్రతీ స్థానాన్ని విధి ఎంతగా పుణ్యంగా పావనంగా మార్చేస్తుంది. ఈ ధాత్రిపైనే కురు మహారాజు అసంఖ్యాకమైన యజ్ఞాలు చేశాడు. రేపటి నుండి ఇక్కడ జీవన యజ్ఞం ప్రారంభం కాబోతోంది. వంగి ఒక పిడికెడు మట్టిని చేతిలో తీసుకుని నేను తలకి రాసుకున్నాను. మట్టి! దుర్యోధనుడి రాజనీతి, అశ్వత్థామ ఆత్మీయత, గంభీరమైన మామ చేసిన మోసం, దుశ్శాసనుడి చెడు ఆలోచనలు, పితామహుల నిస్సహాయతతో కూడిన తటస్థత, గురుద్రోణుల సామాజిక ఆదర్శాల ఊహలు, కాని ఈ ఊహలన్నీ ఒక రకంగా భ్రాంతి కొలిపేవే, మహారాజు ధృతరాష్ట్రుల గుడ్డి నేత్రాల వెనుక దాగి ఉన్న సనేత్ర స్వార్థం, విదురులఅయశస్వీ సన్యాసం, జీవితం అంతా నాకు కలిగిన భ్రమ, నా విషయంలో పాండవుల అజ్ఞానం, కుంతీమాత హృదయాన్ని కరిగించే దుఃఖం, గాంధార దేవి కావాలనుకుని మూసుకున్న నేత్రాలు, రాళ్ళను సైతం ద్రవింపచేసే రాధామాత మూగమమత, శోణుడి స్వార్థంలేని ప్రేమ భావం, వృషాలి, సుప్రియల నిర్మలమైన స్త్రీ–హృదయాలు, నా పుత్రుల ఆజ్ఞను స్వీకరించే మంచి మనోభావాలు, కురుల, పాండవుల సైన్యాలతో శస్త్రాలను చేతబట్టి నిల్చునే ప్రత్యేక సైనికుడి హద్దులు లేని రాజనిష్ఠ, మిత్రనిష్ఠ, తత్వ నిష్ఠ, శ్రీకృష్ణుడి నుండి వెలువడే అద్వితీయమైనక్షాత్ర తేజం ఇదంతా మట్టిలోనే పుట్టి వృద్ధి చెందలేదా?

నేను ఆ గుప్పెడు మట్టిని నా ఉత్తరీయం కొసకు ఎంతో శ్రద్ధగా కట్టేసుకున్నాను. చంద్రికలో మెరిసేవీబూది రేఖలు రేపు అస్తిత్వం లేకుండా పోతాయి. వర్షపు నీళ్ళతో తప్పితే మరిదేనితోనూ తడవని భూమి ఇది. కాని రేపటి నుండి ఈ కురుక్షేత్రం రక్తంతోటి, చెమటతోటి, కన్నీళ్ళతోటి తడిసిపోతుంది. ద్రవం, ద్రవంతో కలిసిపోతుంది. మూలతత్వం పంచ మహాభూతాలతో కలిసిపోతుంది. ఆత్మల అమరజ్యోతులు పరమాత్మ తేజోనిధితో మమేకం అయిపోతాయి. ఈ

యుద్ధ భూమిలో నినాదాలు భవిష్యత్తులో యుగ యుగాల వరకు ఆర్య భూమిలో ప్రతిధ్వనిస్తూనే ఉంటాయి. నలభై లక్షల వీరుల ఎనభై లక్షల భుజాల పరాక్రమాన్ని వర్ణన చేయడంలో భవిష్యత్తులోని తరాల కోట్ల చేతులు కూడా సరిపోవు. వాళ్ళ గుణాలని కోట్ల నోళ్ళు కూడా పాడలేవు. ధవళ సరస్వతీ నది అట్లాగే పారుతూ ఉంటుంది. ఈ యుద్ధ భూమిలోని అవాక, నీరవ, నిశ్శబ్ద ధూళికణాలు సూర్యప్రకాశంలో అనంతకాలం దాకా మెరుస్తూనే ఉంటాయి.

"హే! పుణ్య ఆర్య భూమి! వందనం... "

రెండు చేతులని జోడించి నేను ఆ సంగ్రామ భూమికి తలవంచి నమస్కరించాను. శిబిరంలోకి వచ్చాక శయ్యపై ఒరగగానే నాకు గాఢమైన నిద్ర పట్టింది.

19

శ్రీకృష్ణుల ద్వారా నియోగింప బడ్డ కృష్ణ ద్వితీయ రోజు, సువర్ణ కిరణాల ఆభూషణాలతో ఉదయించింది.

శిబిరం బయట నలువైపులా నేను దృష్టి సారించాను. వల్మీకం నుండి చెదలు వచ్చినట్టుగా తమ తమ శస్త్రాలను తీసుకుని ఇనుప కవచాలని ధరించిన సైనిక వీరులు ఒకరి తరువాత ఒకరు తమ శస్త్రాలతో బయటకి రాసాగారు. నందకుడు, నికుంభుడు, ధ్రుమసేనుడు, ప్రభంకరుడు, రుచివర్మ, లలిత్యుడు, వసుచంద్రుడు, సేనాజితుడు, సుధనుడు, భూరిశ్రవుడు, జయరాతుడు, రుక్మరథుడు, సిద్ధార్థుడు, భానుదత్తుడు, గోవాసనుడు, శాల్వుడు, జయస్సేనుడు, దమనుడు, శరత్‌చంద్రుడు, శక్రదేవుడు, ధుతాయుధుడు, విభుడు, వజ్రహస్తుడు, సోమదత్తుడు, సంయమనుడుమొదలైనవారందరూ తమ తమ దళాలను తయారుచేస్తున్నారు.

రెండు లక్షల నలభై వేల రథదళ మహాసాగరంలోఎన్నుకోబడ్డ రథులు, అతిరథులు, మహారథులు వచ్చి చేరారు. ఏడు లక్షల పొగవన్నెగల శ్వేత, శ్యామ, తామ్రవర్ణ బలమైన అశ్వాలు పక్కపక్కననిల్చుని ఉన్నాయి. వాటన్నింటిపైన జీన్లు పరచబడి ఉన్నాయి. కొరడాల ఝుళింపులు మొదలయ్యాయి. తోకల కుచ్చులు ఉబ్బాయి. చెవుల అగ్రభాగాలు నిల్చున్నాయి. 'రెండు లక్షల' ఏనుగుల నల్ల సముద్రం అక్కడ ఉంది. ఏనుగులపై అంబారీలు కప్పబడి ఉన్నాయి. ఏనుగుల కోలాహలం మొదలయింది. నల్లటి చెవులలో హోరెత్తే కెరటాలు ఎగసిపడుతున్నాయి. మధ్యలో, దేవ చేపల గుంపులోని అసంఖ్యాకమైన చేపలు నదీ జలంపైభాగానఎట్లా ఈతకొడుతూ ఉంటాయో అట్లాబలమైన నల్లని తొండాలు రాజహంసల వంకరమెడలలాగా అందంగా పైకి లేస్తున్నాయి. 'పన్నెండు లక్షల' పదాతి దళాల సగం భాగంపైన పదాతిలు వాటికి కుంభాలతో మద్యాన్ని తాగించడం మొదలు పెట్టారు. పత్తి, సేవాముఖ, గుల్మ, గణ, వాహినీ, పృతనా, చము, అనాకినీ, అక్షౌహిణీ ఆకారాలను దాలుస్తూరాజదండాకృతి సైన్య రచనను చేస్తోంది. వాటి శబ్దాలకు వణికే బాణాలు, బల్లాలు, త్రిశూలాలు, ఖడ్గాలు, తోమరలు మొదలు వాటి మొనలపైనుండి పరావర్తనం చెందే కిరణాలు ఆకాశంలోని అనంతబోలులో దాగి ఉన్న స్వర్గ సామ్రాజ్యాన్ని వెతకడం మొదలు పెట్టాయి. పితామహులు, గురుద్రోణులు, కృపాచార్యులు, అశ్వత్థామ, జయద్రథ, మామ, దుర్యోధన, దుశ్శాసన, భగదత్త, వికర్ణ, కృతవర్మ, సోమదత్త,

సహదేవ, కేతుమత, విందా, అనువింద, శిరస్త్రాణాలను ధరించి చదరంగ దళాలలో తిరుగుతూ సైన్య రచనను తయారు చేయడం మొదలు పెట్టారు.

నేను జీవితం అంతా క్షణ క్షణం దేనికోసం ఎదురు చూశానో ఆ ఉదయం రాబోతోంది. కాని శిబిర ద్వారం దగ్గర నిల్చుని, జీవన తాండవ నృత్యం చూసే ఒక తటస్థ ప్రేక్షకుడి కన్నా ఈ సమయంలో నేనేమీ చేయలేను.

"కర్ణా! మేము బయలుదేరుతాము" అంటూ దుర్యోధనుడు, అశ్వత్థామ నన్ను కౌగిలించుకున్నారు. పెద్ద పెద్దఅంగలు వేసుకుంటూ, శస్త్రాలతో నింపబడి, అలంకరింప బడ్డ మహారథాలపైనఆరుఢులయ్యారు. నా ఆరుగురు పుత్రులు నా పాదధూళిని నెత్తిన ధరించారు.

"మీ తల్లుల, రాధమాత, నాన్నగార్ల, సత్యసేన – మేఘమాలల ఆశీర్వాదాలను తీసుకున్నారు కదూ! శోణ బాబాయి సమాధిపైన సుగంధ పుష్పాలను అర్పించారు కదూ? మీ మీ భార్యల నుదిటన ఉంగరంతో వేడి రక్తాన్ని దిద్ది సౌభాగ్యవతులుగా ఆశీర్వదించారు కదూ?" ఈ విధంగా నేను వాళ్ళని ఎన్నో ప్రశ్నలు వేశాను.

"అందరి ఆశీర్వాదాలను పొందాము. మీ ఆశీర్వాదం కావాలి. నడముకివేళ్ళాడుతున్న ఒరలో నుండి ఖడ్గాన్ని లాగి దానిని వంకరగా పట్టుకుని మోకాళ్ళ మీద కూర్చుంటూవృషసేనుడు తలవంచుకుని అన్నాడు.

"వెళ్ళండి నా పుత్రుల్లారా, వీరాధివీరుల్లారా! నిష్ఠతో పోరాడండి" నేను ఆ ఆరుగురిని ఆలింగనంలోకి తీసుకున్నాను. మా నాన్నగారు నన్ను తన ఇష్టం వచ్చినట్టు తిప్పారు. కాని నేను మాత్రం నా పుత్రులని ఒక్క క్షణం కూడా విడిచి ఉండకూడదనుకున్నాను. వాళ్ళ వీపులను తట్టి వేలితో సంజ్ఞ చేస్తూ నేను అన్నాను– "వెళ్ళండి కర్ణుడు యుద్ధం చేయడం లేదు అన్న భావంతో ఏ సైనికుడు ఉండకుండా మీరు చూసుకోవాలి, రణరంగంలో అడుగుపెట్టే ముందు దృషద్వతి నదిలోని స్వచ్ఛ జలాన్ని ఐదు దోసిళ్ళలో నింపి సూర్య దేవుడికి అర్ఘ్యదానం ఇవ్వడం మరచిపోవద్దు. ఇక వెళ్ళండి."

వాళ్ళు శాంత చిత్తంతో సైన్యంలో కలిసిపోయారు. రణభేరి, ఆనక, గోముఖ, దుందుభి, మృదంగ, నగారా, డిండిమమొదలైన రణవాయిద్యాలు పెద్దగా మోగాయి. గగనం దద్దరిల్లింది. సగం నిద్రలో ఉన్న పక్షులు భయం భయంగా అరుస్తూ మైనాక పర్వతం వైపు ఎగిరిపోయాయి. ఏనుగులు ఘీంకారాలు చేస్తున్నాయి. గుర్రాలు సకిలిస్తున్నాయి. దృతరాష్ట్ర మహారాజు పేరున కురు యోధుల కర్కశ గర్జనలు, వీటన్నింటి వలన దృషద్వతీ నదిలోని చంచల జలలహరులు గాభరాపడి ఒణికి పోతున్నాయి. పారిజాత పుష్పాల వర్షంలా సైనికులు ఒక దగ్గరగా వచ్చారు.

కాషాయ రంగు, పొడుగాటి రాజదండంపై రెపరెపా ఎగిరే త్రికోణపు రాజధ్వజాన్ని పితామహులు తమ రాజరథంపై పెట్టుకున్నారు. దాని రెపరెపలు నీలి ఆకాశంపైన మెరుస్తున్నాయి. రెండు చేతుల మధ్య బ్రహ్మతేజస్సు అనే శంఖాన్ని తీసుకుని సేనాపతి భీష్ములు, కంఠపు చర్మాన్ని ఉబ్బిస్తూ, గడ్డం వెంట్రుకలను నిక్కపొడుస్తూ, పెద్దగా ఊదారు. దాని నినాదం చుట్టుపక్కలంతా వ్యాపించింది. వీరుల బలమైన భుజాలలో ప్రేరణ కలిగింది.

రెండు చేతులతో ధనుస్సును పైకెత్తుతూ ఆయన ఆజ్ఞ ఇచ్చారు. వర్షాకాలం రాక ముందే మేఘాలు గర్జిస్తూ ఆకాశమండలం వైపు ముందుకు ఎట్లాసాగుతాయో, కురుల ఇరవై అయిదు

లక్షల సైన్యం రాజదండ ఆకారంలో ముందుకు నడుస్తోంది. బూడిద రేఖల సరిహద్దులను దాటి కురుక్షేత్రం రణరంగం వైపు సేన వెళ్తోంది. నన్ను చూస్తే నాకే అసహ్యంగా అనిపించింది. ఒక్క క్షణం కళ్ళు మూసుకున్నాను. ఎవరి కోసం అయితే నేను బంధువులు, తల్లితో సంబంధాలు తెంపుకున్నానో, కర్తవ్యం అనుకుని ఏ కురులతో అయితే కలిసి ఉన్నానో, నన్ను ప్రాణాధికంగా ప్రేమించే ఆ వీర యోధుడు నేను లేకుండానే యుద్ధం చేయడానికి నిశ్చయించుకున్నాడు. అతడి పరాక్రమాన్ని దూరం నుండేచూడాల్సిన పరిస్థితి ఏర్పడ్డది. జీవితం అంతా నన్ను వెంటాడే క్రూరదైవం ఇక్కడ నా చేయిని ఎట్లా పట్టుకుంటాడు?

నేను ప్రాణాలను ఫణంగా పెట్టి ఎవరి రాజదండాన్నైతేఐశ్వర్యాలుగా చేసి, దిగ్విజయం తెచ్చానో, ఈ నాడు ఈ కష్టకాలంలో నేను లేకుండా ఏ పనీ జరగడం ఆగిపోలేదు. వ్యక్తి ఎంత శ్రేష్ఠుడైనా, ఎంత త్యాగి అయినా, ప్రణాళికలు తయారు చేయడంలో నిపుణుడైనా, అతడి కోసం సమాజం ఎప్పుడూ ఆగదు. సమాజపు అఖండ గంగ ప్రవహిస్తూనే ఉంటుంది. లోపలి నీటిబొట్లు మారిపోతాయి. ఇవాళ ఉన్నవి రేపు ఉండవు, కొత్తవి వస్తాయి. గంగ ప్రవహిస్తూనే ఉంటుంది. నేను నా జీవితం ఇంత అమూల్యమైనదిఅని ఎందుకు అనుకోవాలి? అసలు ఏ వ్యక్తి ఇట్లా అనుకోకూడదు. ఇదే మాట కురుల ఆ విశాలమైన సేన నాతో అంటోంది. స్థిరభావంతో సంగ్రామంలో ఉత్సాహంగా పాల్గొంటున్న శూరవీరులను చూస్తూ నన్ను నేను, నా సుఖ దుఃఖాలని, జీవితం పట్ల ఉన్న ఊహలు, కటుంబ సభ్యులను – అన్నింటినీ, అందరినీ మరచిపోయాను. జీవనమృత్యు రేఖలు ఎంతో సహజంగా కురుక్షేత్రంకి చుట్టు పక్కల ఏకత్రితంఅయినాయి. ఆ శూర వీరులందరు ఒక చోట చేరడం చూస్తే, ఆకాశంలోని లెక్కలేనన్ని తారలను ఎవరో ఇక్కడికి తీసుకువచ్చి విసిరారా అని అనిపిస్తుంది. దగ్గర దగ్గరగా ఉన్న పర్వతాలలో విశాలకాయులైన మహారథులు ఇంత ఎక్కువ సంఖ్యలో రథాలను ఎక్కడం ఈ హస్తినాపుర రాజభవనం ఎప్పుడు చూసిందని? బాహ్లీక, సింధు, కులింద, మద్ర, కాంబోజ, గాంధార, మత్స్య, అవంతి, దరర, ఆనర్త, దశార్ణ, చేది, ద్వారక, కాశీ, పాంచాల, మగధ, విదేహ, కోసల, అంగ, కళింగ, వంగ– కురుక్షేత్ర ప్రదక్షిణ చేయని, దాని రాజధ్వజానికి వందనం చేయని ఏ దేశాలు ఉన్నాయి? ఎంతో అదృష్టమైన మరచిపోలేని రోజుని కురుల రాజధాని ఇవాళ చూస్తోంది.

శ్రీకృష్ణుల పాంచజన్య శంఖం, ఆకాశపు పందిరి, ఊపేసేంత ధ్వని చేసింది. ఆ శంఖ ధ్వని వినగానే నేను ఈలోకంలోకి వచ్చాను. అర్జునుడి నందీఘోష రథంపైన కపి ధ్వజం ఎగురుతోంది. పదిహేను లక్షల సైన్యాన్ని తీసుకుని ముందుకు నడిచింది. ధూళి మేఘాలు ఎగురుతున్నాయి. కాని ఆ రథ నీలిరంగు సారథి శ్రీకృష్ణులు నవ్వుతున్నారు. పదిహేను లక్షల సైన్యం పాండు మహారాజు జయాకారాలు చేయడం మొదలు పెట్టింది. ఆ సైన్యంలో అమితౌజస, విక్రాంత, ద్రుపద, కుంతీభోజ, వార్ధక్షేమీ, దండధర, బృహత్క్షత్ర, దృష్టద్యుమ్న, సాత్యకి, అభిమన్యు, కాశీరాజ, క్షత్రంజయ, చేకితాన, విరాట, యుధామన్యు, శ్వేనజిత్, యముధాన్– మొదలైన మహారథులు ఉన్నారు. బభ్రు, అదీన, ప్రతి వింధ్య, పురజిత్, శ్రౌణీమాన, ఇరావాన, శతానీక– మొదలైన అతిరథులు ఉన్నారు. సింహచంద్ర, సుక్షత్ర, శైవ్య, రోచమాన, రథసేన, యుగంధర,

మణిమాన, మహేజస్, మిత్రవర్మ, బ్రహ్మదేవ, తపన, సుపారశ్వ, జనమేజయ, సుదామ, సుతేజస్, చిత్రకేతు, ఉగ్రసేన మొదలైన అనేక రాజగణాలు వాళ్ళ వెనుక నడుస్తున్నాయి. అర్జున, యుధిష్ఠర, భీమ, నకుల, సహదేవ, సాత్యకి, యుయుధాన, ధృష్టద్యుమ్నుడు, వీళ్ళు అగ్రభాగంలో ఉన్నారు. సుదర్శన చక్రం ఆకారంలో ఉన్న వాళ్ళ సైన్యం ప్రదక్షిణలు చేస్తూ ముందుకు నడిచింది. రాజదండం ఆకారాన్ని రచించిన పితామహులు నిల్చుని ఉన్నారు. చేతులెత్తి శంఖాన్ని పూరించి దండెత్తమని ఆజ్ఞ జారీ చేశారు. పాండవులందరూ తమ తమ శంఖాలను పూరించారు. రణ వాయిద్యాలరణ ధ్వనుల వలన భయంతో గుర్రాలు సకిలించ సాగాయి. ఏనుగులు ఘీంకారాలు చేయసాగాయి. రథ చక్రాలు గిరగిరా తిరుగుతున్నాయి. దేశ దేశాల రాజధ్వజాలు ఎగురుతున్నాయి. స్వర్గంలో తుప్పుపట్టిన మహాద్వారం కదిలిపోతోంది. ధూళి మేఘాల వలన ఆకాశపు నీలం పందిరి నల్లబడుతోంది. చుట్టుపక్కల ఉన్న చెట్ల ఆకులు, గడ్డి పోచలు ఊగసాగాయి. ఎన్నో సంవత్సరాల నుండి మానస అంబులపొదిలో పెట్టుకున్న భావనల బాణాలు, ఒకరికొకరు ముక్త హస్తాలతో దానాలు చేయాలని, రెండు సైన్యాల నలభై లక్షల యోధులు ఎదురెదురుగాఠీవిగానిల్చున్నారు. యోధులనే అలలను ఎగరేస్తూ రెండు మహాసాగరాలు గర్జించడం మొదలుపెట్టాయి.

శిబిరం ద్వారం దగ్గర నిల్చోవడం నాకు ఏ మాత్రం మంచిగా అనిపించలేదు. నేను జీవితాంతం కురుల నేతృత్వాన్ని వహించాను. ఇప్పుడు రాయిలా దూరంగా నిల్చుని జరుగుతున్న మహా సంగ్రామాన్ని ఎట్లా చూడను? సూతపుత్రుడిగా నా జీవితాంతం నేను పడ్డ క్షోభ, ఈ మహాసంగ్రామం జరుగుతున్నప్పుడు పడుతున్న ఈ క్షోభకన్నా చాలా తక్కువ. శరీరం అనే ఇనుపబిళ్ళ బాగా వేడెక్కింది. రక్తకణాల గతి తీవ్రమైంది. నిల్చోలేకపోయాను. లోపలికి వచ్చి ఆసనంపైన కూర్చున్నాను. రెండు చేతులతో తలను గట్టిగా నొక్కి పట్టినా రక్త ప్రవాహ వేగం తగ్గలేదు. ఆలోచనల నిప్పులు చెలరేగడం ఆగిపోలేదు. సుదామనుడు.! శోణుడిఉధ్వస్తమైన శిరస్త్రాణం! ప్రతిజ్ఞ పాలన, అర్జునుడి ప్రాణాలు. కాని పితామహులు మధ్యలో అతడిని వధిస్తే? నేను మాట తప్పినవాడినవుతాను. బాధతో కాళ్ళవైపు చూశాను. చాలా రోజుల నుండి వాటిని కడగక పోవడం వలన, దుమ్ము బాగా పట్టింది. దుమ్ము స్పష్టంగా కనిపిస్తోంది. హృదయంలో, కళ్ళల్లో, తలలో పొడుస్తోంది. బయట వాయిద్యాల కోలాహలం వినిపిస్తోంది. శిబిరపు డేరాలను వాయిద్యాల గోల ఢీకొడుతోంది. చెవుల రంధ్రాలు మొద్దుబారాయి. చైతన్యం కన్నా ఉన్మాదం ఎంతో మంచిది. ఇటువంటి నిస్సహాయ జీవితం కన్నా బందీచేసే మూర్ఛే మంచిది.

''సత్యసేనా!'' నేను శక్తినంతా కూడగట్టుకుని పెద్దగా అరిచాను.

''మహారాజా! ఆజ్ఞ'' బాణంలా లోపలికి చొచ్చుకు పోయి అతడు ఒక్క క్షణంలో నా ఎదురుగుండానిల్చున్నాడు.

''వెళ్ళు సోమరసాన్ని నింపిన కుంభాన్ని తీసుకురా!''

''మహారాజా! సోమరసంతో నిండిన కుండలన్నీ ఇప్పుడు ఖాళీ అయ్యాయి. రెండు బొట్లు సోమరసం అయినా ఇప్పుడు లేదు'' అతడు శాంతంగా నిల్చున్నాడు.

నేను అతడితో ఏదో చెప్పాలనుకున్నాను ఇంతలోనే అకస్మాత్తుగా రణవాద్యం నినాదం

ఆగిపోయింది. నలువైపులానిశ్శబ్దంగా ఉంది. నీరావత, నిశ్శబ్దత అంతటా వ్యాపించింది. భయానకమైన శాంతి.

''ఏం ఏమైంది? సత్యసేనా చెప్పు. పాండవులు శరణుజొచ్చారా? చూద్దాం.'' నేను సోమరసాన్ని మరచిపోయి యుద్ధభూమి వైపు వేలుచూపిస్తూ అతడికి ఆజ్ఞను జారీ చేశాను.

గుర్రాన్ని పరుగెత్తిస్తూ సత్యసేనుడు వెళ్ళిపోయాడు. నా మనస్సులో ఎన్నో ప్రశ్నలు తలెత్తాయి. రణ వాయిద్యాలు ఆగిపోయాయి. యుద్ధానికి ఏ దిశ దొరికి ఉంటుంది, ఏమై ఉంటుంది?

రెండు ఘడియలు గడిచిపోయాయి. నా మనస్సు ఆలోచనలనే గదను తిప్పి, తిప్పి శాంతంగా మారిపోయింది. వెంటనే రణరంగం దగ్గరికి వెళ్ళి ఏంజరిగిందో తెలుసుకోవాలన్న విప్లవాత్మకమైన ఆలోచన వచ్చింది. కాని పితామహులు ఉన్నంత కాలం నేను యుద్ధభూమిలో అడుగుపెట్టను అని నేను ప్రతిజ్ఞ చేశాను. నా కళ్ళ ముందు ఈ ప్రతిజ్ఞ నృత్యం చేయసాగింది. నేను ఎంతో వ్యాకులతను చెందాను.

టప్... టప్... టప్... టప్... చివరనసత్యసేనుడి గోధుమ రంగు గుర్రం శిబిరం వైపు వస్తోంది. జాలీ ఉన్న గవాక్షం ద్వారా కనిపిస్తోంది. నేను వెంటనే బయటకి వచ్చి కళ్ళాన్ని పట్టుకున్నాను.

ఏమైందిసత్యసేనా? రణవాయిద్యాలు ఎందుకు ఆగిపోయాయి? యుద్ధం ఏమైంది? ఎవరు పాదాక్రాంతులయ్యారు? నేను అనేకమైన ప్రశ్నల బాణాలను వాడిపైన వదిలాను.

''పెద్ద అంతగా ఏమీ జరగలేదు మహారాజా! అర్జునుడు తన గురువు, బాబాయి, మామ, బంధువులు, పితామహులను ఎదురుగుండాచూడగానే భావకుడైపోయాడు. అస్త్ర సన్యాసం చేశాడు. తన గాండీవాన్ని త్యాగం చేసి రథాన్ని వదిలి వెళ్ళిపోయాడు. ''ఆత్మీయులతో యుద్ధం చేయడంకన్నా తీర్థక్షేత్రాలలో బిచ్చం ఎత్తుకుని బతకడంలో తప్పేముంది?'' ఈ ప్రశ్న శ్రీకృష్ణులని అడిగాడు. శ్రీకృష్ణుడు అతడికి ఏదో సరియైన బోధన చేశాడు. అందుకే అతడు మళ్ళీ రథాన్ని ఎక్కాడు. పితామహులకి, ద్రోణాచార్యులకు వందనం చేసి ధనుస్సును సంబాళించాడు.'' అతడు చెమటను తుడుచుకున్నాడు. అయినా చెమట ధార భూమి మీద పడింది.

మళ్ళీ రణవాయిద్యాల కోలాహలం మొదలైంది. శంఖాల ధ్వనులు మారుమ్రోగాయి. ఒక క్షణంలో కురుక్షేత్ర భవ్య సమరాంగణం బాణాల వర్షంతో ఆచ్ఛాదితమయింది. ఆకాశపు నీలిరంగు సత్యమా, అసత్యమా అని పరీక్షించడానికి మేఘాలు స్వచ్ఛంగా అయి ఎగురుతున్నాయి. జయజయకారాలు, గర్జనలు, చీత్కారాలు, వాయిద్యాల నినాదాలు, రథాల గరగరలు, వీటి రౌద్ర సంగీతం విశ్వకర్తని మేలుకొలుపుతోంది.

'వెళ్ళు! సత్యసేనా! నీవు కూడా యుద్ధభూమికి వెళ్ళు.'' శిబిరంలో ప్రవేశిస్తూ నేను అతడికి ఆజ్ఞ ఇచ్చాను. కాని నేను ఒక్కడినే ఉంటాను అన్న ఆలోచనతో అతడు వెళ్ళడానికి ముందు వెనుకాడాడు. నా పట్ల ఉన్న ప్రేమ వలన అతడి మనస్సు భావుకతతో నిండిపోయింది.

''ఇది నా ఆజ్ఞ సత్యసేనా! నేను తర్జనిని ఎత్తి యుద్ధభూమి వైపు చూపించాను. శతఘ్ని దండంలా వెంటనే తన గుర్రంపైన ఎక్కాడు. కళ్ళాన్నిఝుడిపిస్తూ, టప్... టప్... చప్పుడు చేస్తూ

అతడు వెళ్ళిపోయాడు. నేను ఒంటరివాడినై పోయాను. చుట్టుపక్కల నిర్వికారంగా ఉన్న శిబిరాలు, ఎదురుగుండాజైత్రరథం, దాని కాడి, నేలమీద పడి ఉన్నాయి. బంగారు విజయధనుస్సు, దిగ్విజయ యాత్రలో నాకు తోడుగా ఉన్న ఎత్తైనవాయుజిత్– ఇవి తప్పితే నాకు తోడుగానిల్చునేవి ఏవి ఉన్నాయి?

శిబిరంలో ఒంటరిగా కూర్చోవడం ఎంతో బాధాకరంగా ఉంది. ఇక ఇక్కడ కూర్చోవడం అసంభవం. గంగ చాలా దూరంలో ఉంది. పితామహులు పతనం అయ్యే దాకా దృషద్వతీయే నాకు తోడు. నా సాధనాస్థానం ఇదే. శిరస్సుపై నుండి ఇనుప శిరస్త్రాణాన్ని తీసి కింద పెట్టాను. మామూలు వేషధారణలో ప్రకాశంతో కూడిన అంతిమ గహన ధ్యానం. చివరిగా దృషద్వతీలో అర్ఘ్యాన్ని ఇచ్చిన అంతిమ దోసిళ్ళు.

నా కాళ్ళు పుణ్య పావన నది వైపు వాటంతట అవే నడక సాగించాయి. వాయిద్యాల కోలాహలం అస్పష్టమవుతోంది. ప్రకాశవంతమైన సామ్రాజ్యంలో ప్రవేశించడానికి ఆకర్షితమైన మనస్సు శాంతం కాసాగింది. 'ఓం భూర్భువస్వఃతత్సవితువరిణ్యమ్ భర్గోదేవస్యధీమహిదియోయో నఃప్రచోదయాత్.'' గాయత్రి మంత్ర బ్రహ్మ అమృతాన్ని తీసుకుని దోసిళ్ళలోనిదృషద్వతీ హిమంలాంటి శుభ్ర జలం మళ్ళీ అదే నదిలో పడుతోంది. చుట్టుపక్కల అంతటా శుభ్ర ధవళ ప్రకాశం ఘనీభూతం అవుతోంది. వీపు కాలుతోంది గట్టిపడ్డ పాలలా మనస్సు నిమిషం నిమిషం నిగ్రహంగా, గంభీరంగా, దృఢంగా కాసాగింది

20

తొమ్మిది రోజులు గడిచిపోయాయి. ఈ దీర్ఘకాలంలో సమరాంగణంలో ఏం జరిగింది? ఏ జరగలేదు, వీటిని గురించిన పూర్తి వివరాలు సంధ్యా సమయంలో సత్యసేనుడి వలన తెలిసేవి. తన గోదుమ రంగు గుర్రం చతురంగ దళంలో స్వతంత్రంగా పరుగెత్తిస్తాడు. కళ్ళతో చూసిన దృశ్యాలను ప్రతిరోజూ సంధ్యాసమయాన శిబిరంలో నాకు కళ్ళకు కట్టినట్టు వర్ణించేవాడు. ఆ దృశ్యాలు నా కళ్ళఎదురుగుండాకదలాడినప్పుడు నా శరీరం అమితమైన వేడితో కాలిపోతోంది.

గురుద్రోణులు, కృపాచార్యులు, జయద్రథుడు, అశ్వత్థాముడు, శల్యుడు, శకునిమామ, జరాసంధుడి వీరపుత్రుడు, సహదేవుడు, కృతివర్మ, బృహద్‌బలుడు, బాహ్లీకుడు, భగదత్తుడు, భూరిశ్రవుడు, క్షేమధూర్తుడు, దుర్యోధనుడు, దుశ్శాసనుడు, పితామహులు మహారథులందరు రణరంగంలో ఉన్నారు. కాని మత్స్య విరాటుల లక్షలాది సైన్యాన్ని వధించారే తప్ప ఇక మరే పని చేయలేకపోయారు. పరాక్రమ సీమ రేఖను అతిక్రమించడం వాళ్ళకి ఎంతో కష్టతరం అయింది.

ఎవరైతే తన గురువు సాక్షాత్ జమదగ్ని పరశురాముడిని సైతం పరాజితులని చేసి కళంకాన్ని స్వీకరించారో, ఆ పితామహులు భీష్మ సేనాపతిగా పాండవుల ఎదురుగుండాఎట్లా నిస్తేజం అయిపోయారు? దీనికి కారణం కేవలం ఆయన వృద్ధాప్యమా! లేక కృష్ణుల యుద్ధ ఎత్తుగడలా? ఆయన రణకౌశలమా! కాదు, బహుశా ప్రేమ అనే నాజూకు పాశాన్ని తెంచుకోలేకపోయారు. ప్రతివ్యక్తిని బంధించే ప్రేమపాశాన్ని ఆయన క్షత్రియుడై ఉండికూడా, రణభూమిలో తెంచుకోలేకపోయారు. శ్రీకృష్ణులు తెంచేశారు. కాని ఆయన భక్తుడైన

పితామహులు రథంతో పాటు ఆ ప్రేమ యుద్ధభూమిలో కూడా నీడలా వెంటాడుతూనే ఉంది ప్రేమ... ప్రేమ.. ఏదైతే సమయం వచ్చినప్పుడు మనిషిని ప్రోత్సహిస్తుందో, ప్రేరణశక్తిగా మారుతుందో ఆ ప్రేమ ఈ నాడు కష్టసమయంలో పితామహుల లాంటి శూర వీర యోధుడిని సైతం బలహీనుడిగా చేసేసింది. పితామహుల విషయంలో ప్రతిరోజూ ఇవే మాటలు వింటున్నాము. మనస్సు పాండవుల వైపు, శరీరం కురు సేన...ఈ ద్వంద్వమనస్థితిలోనే వారు యుద్ధం చేస్తున్నారు. తన మామనే చంపిన శ్రీకృష్ణుల ఆదర్శాన్ని ఆయన మరచిపోయారు. తండ్రి ఆజ్ఞను శిరసావహించిన, తన తల్లి తలను మొండెం నుండి వేరు చేసిన తన గురువు సాక్షాత్ పరశురాముల వారి ఆదర్శాన్ని ఆయన మరచిపోయారు. ఆయన జీవితం అంతా కౌరవుల విరుద్ధంగా కుతంత్రాలు, షడ్యంత్రాలు చేస్తూనే ఉన్నారు. ఇప్పుడు ఈ సమయంలో కూడా లక్షలాది కౌరవ సైనికులను భీముడి గదకు, అర్జునుడి బాణాలకు ఫణంగా పెట్టి ఇంకా కుతంత్రం చేస్తూనే ఉన్నారు. ఇదే చేయాలనుకోకపోతే ఆయన విదురులతో పాటు హిమాలయాల మార్గం పట్టేవారు కదా? పితామహులు తన ధవళ చరిత్రని కేవలం ప్రేమ కారణంగా కళంకితం చేసుకుంటున్నారు. అసలు ఆయన ఎందుకిట్లాచేస్తున్నారో నాకు అర్థం కాలేదు. కురులుగా పితామహులు శ్రేష్ఠులే. జీవితం అంతా నిష్కలంక బ్రహ్మచర్యం వలన పెద్ద పదవిని నిర్వర్తించారు. కాని సేనాపతి రూపంలో? పాండవులతో భయంకరమైన యుద్ధం చేయకుండా కురువులనుదిగ్భ్రాంతులుగా చేసి ఉండి ఉండకుండా, వారు పాండవుల పక్షానే ఎటువంటి ముసుగులేకుండా యుద్ధం చేసి ఉండి ఉంటే నేను ఆయనకి ఒక వీరాధివీరుడిగా స్వాగతం పలికేవాడిని. పాదపూజ చేసేవాడిని. యుద్ధం అనే మహా విషబీజాలు అంకురించినప్పుడల్లా, నిష్పక్షంగా, తటస్థ భూమిక ఆధారంగా రాయబడ్డ ఈ శోకాంతనాటకం చివరి అంకం కూడా ఆయన తటస్థంగానే నిర్వర్తిస్తున్నారు.

గోదాలో కొన్ని విలువైన సందర్భాలలో ఆయన చూపిన న్యాయం స్పష్టంగా కనిపించింది. అందుకే నా మనస్సులో ఆయన అంటే ఎంతో గౌరవం. అందుకే నా మనస్సు అడుగుతోంది. "పితామహా ఇట్లా ఎందుకు ప్రవర్తిస్తున్నారు?" సత్యసేనుడు ఏ దృశ్యాలను గురించి వర్ణించాడో అదంతా విన్నాక నేను ఏమీ ఆలోచించకుండా ఉండలేకపోయాను. రాత్రి చిమ్మ చీకటిలో నిద్ర అంటే తెలియని నా నేత్రాలపక్షులు శిబిరం కప్పుపైన ప్రతిరోజు ముక్కులతో పొడుస్తూనే ఉన్నాయి. రణ రంగంలో ప్రతిరోజు జరిగే సంఘటనల దృశ్యాలు దానిపైన అవి చిత్రీకరిస్తూనే ఉన్నాయి.

మొదటి రోజున యుద్ధంలో అందరూ ఎంతో ఉత్సాహంగా పాల్గొన్నారు. సాత్యకి విరుద్ధంగా కీర్తివర్మనుడు, విరాటపుత్రుడు, ఉత్తరుడిని వధించిన శల్యుడు, ఈదావానుడు, శృతాయుడిభయంకరమైన యుద్ధం, కుంతీభోజుడినిగాయపరిచే అభిమన్యుడు, అశ్వత్థాముడి ద్వారా ఓడించబడ్డ శిఖండి, అందరూ కళ్ళఎదురుగుండాస్పష్టంగా కదలాడసాగారు. కాని ఆ రాత్రి మాత్రం మనస్సు ఒక వీరుడి చుట్టూ తిరగడం మొదలుపెట్టింది. పాంచాల రాజ్య శ్వేతుడు తన ప్రతాపాన్ని చూపించాడు. పాండవుల వైపు నుంచి ఆ వీరుడు పోరాడాడు. మొదటి రోజే తన నాయకత్వాన్ని వీరోచితంగా నిర్వర్తించాడు. పితామహులను కూల దోసి, ఆయన వేలమందిసైంధవులను, గాంధారులను, కళింగులను, కులిందులనునేలకూల్చాడు.

భయగ్రస్తులయిన సైన్యం పితామహుల పేరుని ఉచ్చరిస్తూ త్రాహి-త్రాహిఅంటూ ఆ మహారథుడి ఆశ్రయాన్ని కోరింది. వెంటనే పితామహులు శ్వేతుడిఎదురుగుండావచ్చారు. అతడి శ్వేతనామానికితగ్గట్లుగా కంఠాన్ని ఛేదించి అతడి ధవళకీర్తి మార్గాన్ని సులభతరం చేశారు. సంధ్యా సమయంలో యుద్ధం సమాప్తం అయ్యింది. సైనిక యోధులు గుంపులు గుంపులుగా శ్వేతుడిచేతనాహీనమైన శరీరాన్ని చూడటానికి వచ్చారు. మొదటి రోజు అంతం శ్వేతుడు శ్వేతంగా చేశాడు.

ఆరోజు మార్గశీర్ష కృష్ణా తృతీయం. పితామహులు సారంగ పక్షిరూపంలో సైన్య రచన చేశారు. ఆ సైన్యాన్ని ఓడించాలని పాండవుల తాత్కాలిక సేనాపతి ధృష్టద్యుమ్నుడు తన సైన్యాన్ని క్రౌంచపక్షి ఆకారంలో నిల్పోబెట్టాడు. తను స్వయంగా అగ్రభాగంలో నిల్చుని తన తండ్రి అయిన ద్రుపదుడిని ఓడించిన గురుద్రోణులని తన ఎర్రబడ్డ కళ్ళతో వెతుకుతున్నాడు. సూర్యోదయం కాగానే చేతులు ఎత్తి సింహంలా గర్జిస్తూ అతడు అశ్వత్థామపైన విరుచుకుపడ్డాడు. శల్యుడు శంఖుడితోతలబడ్డాడు. పితామహులు సైన్యాన్ని బాణాలతో కప్పిపెట్టారు. అభిమన్యుడు లక్ష్మణుడిపైన ఆక్రమణ చేశాడు. ధూళి మేఘాలు కమ్ముకున్నాయి. అసలు ఎవరు ఎవరివారో ఎవరికీ అంతుపట్టలేదు. సాత్యకి గర్జనతో రెండో రోజు మొదలయింది. పితామహుల సారథిని నేలకూల్చి అతడు తన విష్ణుకులం గురించిన వాస్తవిక పరిచయం చేశాడు. శవాలు గుట్టలు గుట్టలుగా పడి ఉన్నాయి. అవి హిమాలయాల అంత ఎత్తున పేరుకుపోయాయి. నారాచ, బస్తిక, పద్మ, సూచీ, గోముఖ, గవాస్థిమొదలైనఅసంఖ్యాకమైన బాణాలు పర్వతాలుగా ఏర్పడ్డాయి.

మూడోరోజు కృష్ణ చతుర్థి. ఉదయంకాగానే పితామహులు గరుడాకారంలో సైన్యాన్ని సురక్షితంగా నిలబెట్టారు. దానిని పడగొట్టడానికి సేనాపతి అర్జునుడు అర్ధచంద్రాకారంలో సైన్యాన్ని నిలబెట్టాడు. కుడివైపు చక్రిరక్షకుడిగా భీముని నిల్పోబెట్టాడు. పక్షులకలారావాలలో ఖడ్గాల ఖణఖణ ధ్వనుల మధ్య మధ్యాహ్నం దాకా అతడు కౌరవులందరిని క్రూరంగా సంహరించాడు. కోసల, కేకయ, గాంధారీ, సంషప్తక, త్రిగర్త-వీళ్ళ సేనాధిపతుల వందల ఆశ్వికులు, రథికులు, పదాతిపతులు పాలుపంచుకున్నారు. వాళ్ళని ఆపేశక్తి ఎవరిలోనూ లేదు. భయభ్రాంతులయిన కురు సైన్యం త్రాహి-త్రాహిఅంటూ దుర్యోధనుడి ఆశ్రయం కోసం పరుగులు తీసింది. సేనాపతి పితామహులు సౌమ్య యుద్ధం చేసినందుకు దుర్యోధనుడు ఆయనని దూషించాడు. అతడి వ్యంగ్యానికి, శూలాల్లా పొడిచే మాటలకి బాధపడి భీష్ములవారు పాండవుల సైన్యాన్ని ఇష్టం వచ్చినట్లుగా నేలకూల్చారు. అసలు పాండవులు రణరంగాన్ని వదిలివేసి పారిపోతారేమోనన్నట్లుగా అనిపించింది. ఇది చూడగానే చేత శస్త్రాలను పట్టనని ప్రతిజ్ఞ చేసిన శ్రీకృష్ణులు అర్జునుడి నందీఘోష రథం నుండి నేలపైకి దుమికారు. ఒక రథచక్రాన్ని పెరికి చేతులతో ఎత్తిపట్టుకుని వెంటనే పితామహులవైపు పరుగెత్తారు. ఆయన పది అడుగులు వేయకుండానే అర్జునుడు రథం నుండి దూకి ఆయననిఆపేసాడు. మూడో రోజు భూమిపైన చీకటి అనే నల్లటి విత్తనాలు నాటుతూ శ్రీకృష్ణుడి ప్రతిజ్ఞను భంగం చేస్తూ వెళ్ళిపోయాడు. పితామహులతో కలిసి ఈ విధంగా భయంకరంగా యుద్ధం చేయమని చెప్పాలని నాకు అనిపించింది. కాని ఇది అసంభవం. ఒక అర్ధరథి, ఒక మహారథి, ఒక సేనాపతి శిబిరానికి ఎట్లావెళ్ళగలుగుతాడు?

నాల్గోరోజు నుండి చీకటి ఎక్కువ కాసాగింది, ఆరోజునుండే చంద్రుడు క్షీణిస్తున్నట్లుగా మా సైన్యం కూడా తగ్గసాగింది. ఆరోజుని భీముడు, ఘటోత్కచుడు తమ చేతుల్లో ఉంచుకున్నారు. కోపోద్రేకుడైన భీముడు మహాసాగరం లాంటి తన శరీరాన్ని పెద్దదిగా చేస్తూ సింహనాదం చేసినప్పుడు ఏనుగుల దేహాల రోమాలు కూడా నిక్కపొడుచుకున్నాయి. వృషపర్వ నుండి లభించిన తన గదను ఎత్తి గజదళంలో ప్రళయాన్ని సృష్టించాడు. కురుల ఏనుగులను వాళ్ళపైకే ఉసికొలిపాడు. వర్షఋతువులోని జలప్రవాహంలాగా చుట్టుపక్కల సైన్యాన్ని పడదోయడం మొదలు పెట్టాడు. "ఇతడు భీముడు కాదు యముడు" అంటూ కురు సైనికులు అటు ఇటు పరుగెత్తసాగారు. చిన్నాభిన్నమైన ఆ సైనికులకు ఇంకా అధికమైన దడ తెప్పించాలని ఘటోత్కచుడు పెద్ద పెద్ద వృక్షాలను పెరికి పారేసి వాళ్ళ మార్గానికి అడ్డుతగిలాడు. భీముడికి ధీటుగా నిల్చోగల శక్తి ఒకే ఒక గదావీరుడిలో ఉంది, అతడే దుర్యోధనుడు. అందరూ ఈ ఆలోచనతో దుర్యోధనుడు భీముడితో తలపడేలా దోహదపడ్డారు. ఒకరితో ఒకరు భయంకరంగా తలపడ్డారు. గదాయుద్ధం చేస్తూ నిప్పుకణాల వర్షాన్ని కురిపించసాగారు. యుద్ధం చేయడం మానేసి సైనికులు వాళ్ళ గదాయుద్ధాన్ని చూడటం మొదలు పెట్టారు. దుర్యోధనుడు శిరస్సుపై గదతో ఒక వేటు వేయగా భీముడు దడాలునకిందపడ్డాడు. హిమాలయం పర్వతం విరిగి కింద పడ్డదాఅని అనిపించింది. భూమి కంపించింది. కురుసేన దుర్యోధనుడి జయజయాకారాలు ఆకాశాన్నంటేలా చేశారు. కాని... కాని... ఒక్కక్షణంలో మళ్ళీ లేచి భీముడు శుక్రదేవుడు, కేతమానుడు, సత్య, సత్య-దేవుడు, సేనాపతి భానుమానుడు, జలసంధుడు, ఉగ్రుడు, వీరబాహుడు, సులోచనుడు – ఈ దుర్యోధన బంధువులందరినీ హతమార్చాడు. ఆకలి కొన్న వ్యాఘ్రంలా కాగడాలలాగా వెలుగుతూ, ఎర్రబడ్డ కళ్ళనునలువైపులా పారిస్తూ అతడు గాలి దుమారంలాచదరంగ దళంలో ఏ విరోధం లేకుండా తిరగాడ సాగాడు. ఎవరు కనిపిస్తే వాళ్ళని యుద్ధానికి ఆహ్వానిస్తూ ఢీకొన్నాడు. తన భారమైన గదతో ఎందరో బలవంతులని నేలకూలుస్తూ, సోమరస కుంభాలను ఖాళీచేస్తూ దుశ్శాసనుడు ఎక్కడున్నాడు, దుశ్శాసనుడు ఎక్కడున్నాడుఅని అరుస్తూ థైథైఅంటూ నాట్యం చేయసాగాడు.

కృష్ణ షష్ఠి ఐదోరోజు యుద్ధంలో మాసైనికులు మకరాకృతి రూపంలో సిద్ధం అయ్యారు. ఆ సైన్యంపైన అర్జునుడి శ్యేనపక్షి ఆకృతిలో ఉన్న పాండవుల సేన దండెత్తింది. సంపూర్ణ కురుక్షేత్రం చుట్టుపక్కల అంకుశ, దండ, పర్యాణ, ఖండిత, ఫలక, భగ్న రథచక్రాల కుప్పలు పడి ఉన్నాయి. చేతులు, కాళ్ళు, తలలు, మొండాలు, గుట్టలుగుట్టలు పడి ఉన్నాయి. మైనాక పర్వతం గృధ్ర, కుకర, కుదరిమొదలైన మాంసాన్ని భక్షించే పక్షులు గుంపులు, గుంపులుగా యుద్ధభూమికి చుట్టుపక్కల వాల సాగాయి. ఐదో రోజు నాయకుడు భూరిశ్రవుడు. అతడు సాత్యకి పదిమంది పుత్రులను యముడి దగ్గరికి పంపించాడు. ఇప్పుడు సాత్యకిని చుట్టుముట్టాడు. అభిమన్యుడు, లక్ష్మణుడు ఇద్దరిలో ఎవరు యుద్ధవీరుడో, ఇంకా తేలలేదు.

సారంగపక్షి ఆకారంలో ఉన్న కురుసేన ఆరో రోజు రణరంగంలోకి వచ్చింది. ఎదురుగుండావిశాలమైన మకర ఆకారంలో ఉన్న పాండవులను చూసి పితామహులు కూడా చలించిఉంటారు. ఎందుకంటే ఆయన ఎదురుగుండారథం నుండి దిగివచ్చి, చేతిలో గద

పట్టుకుని భీముడు కోపంతో ద్రోణుల, అశ్వత్థామ, శల్యుడి రథాలను ఒక్కొక్కటినిబోర్లాపడేసాడు. వాటిని ఒక్కొక్కటినీ విసిరివేయడం మొదలు పెట్టాడు. అతడి సాహసం మోసం చేయకూడదు అన్న ఉద్దేశ్యంతో దృష్టద్యుమ్నుడు అతడిని ఆపి రథాన్ని ఎక్కించాడు. అతడు దుర్యోధనుడిని మూర్ఛితుడిని చేశాడు. దృష్టద్యుమ్నుడు, భీముడు, అర్జునుడు, మొదలైనవారి భయంకరమైన దాడులకు భయపడి కురుసైనికులు అటుఇటు చెల్లాచెదురై పరుగెత్తుతున్నారు. మూర్ఛితుడైన దుర్యోధనుడిని యుద్ధభూమి నుండి బయటకి తీసుకురావడానికి అశ్వత్థామకి మార్గం దొరకడం కష్టతరమై పోయింది.

యుద్ధ నిర్ణయం నుండి దూరంగా ఉన్నారు. కాని సేనను ఒక చోటికి చేర్చే సాధారణమైన కౌశల్యం కూడా పితామహులలో లేదు, ఎవరనగలుగుతారు? కాని అసలు ఏమీ జరగడం లేదు. అసలు ఇక ముందు ఏమీ జరగదు కూడా. ఏడో రోజు కూడా గడిచి పోయింది. పరాజయపు దట్టమైన ఛాయ నా మనస్సులోనే కాదు అందరి మనస్సులపై కమ్ముకుంది. ఇరవై అయిదు లక్షల విశాలమైన సేన, నూటఎనభై సంవత్సరాల అనుభవ జ్ఞానం కల సేనాపతులు ఉన్న యుద్ధం కురుల దృష్టిలో అసలు ఒక్క అడుగు కూడా ముందుకు సాగడం లేదు. ఎందుకు ముందుకు నడవడం లేదు? ఎనిమిదో రోజు రాత్రి చింతాగ్రస్తులయిన శకుని మామ, దుర్యోధనుడు నా శిబిరంలోకి వచ్చారు.

"కర్ణా! ఇక శస్త్రాలను చేతబట్టు. ఇప్పుడు శ్రీకృష్ణుడి వాగ్దానం కూడా భంగం అయిపోయింది. పద, నేను నీ నేతృత్వంలో పితామహులని అర్థ రథిగా యుద్ధం చేయడానికి బాధ్యులుగా చేస్తాను. దుర్యోధనుడి ఒక్కొక్క శబ్దం అతడు మనస్సులో పడుతున్న వ్యాకులతను స్పష్టం చేస్తోంది. మృత్యు ద్వారం దగ్గర మనిషి రెండు ప్రతి క్రియలు మాత్రమే ఉంటాయి. ఒకటి క్రూరత్వ పరాకాష్ఠం. రెండోది మృదుమధురమైన పరాకాష్ఠ. అతడు సౌమ్యుడిగా అయ్యాడు. కర్ణుడిని ఎప్పుడైనా ఎవరైనా సరే యుద్ధ సమయంలోని రథానికి కట్టేసే గుర్రంలా భావించాడు.

"రాజా! అందరి ప్రతిజ్ఞలు భంగం కావచ్చును. భూమి ఉదరం పగిలిపోవచ్చు కాని కర్ణుడి ప్రతిజ్ఞ ఎప్పుడూ భంగం కాదు. సేనాపతిగా నేను ఉండాలని నీకు ఉంటే, ఆవశ్యకత అని అనుకుంటే పితామహులను శస్త్రాలను విసిరివేసి వెళ్ళిపొమ్మని చెప్పు." నేను దుర్యోధనుడితో అన్నాను.

కురుల పదిలక్షల సేన పనికి వచ్చింది. పితామహుల క్రూర జూదం ఆగడంలేదు. ఆయన ప్రేమ మోహపాశాలనుతెంచుకోలేకపోతున్నారు.

నా శిబిరం నుండి వెళ్ళిపోయిన దుర్యోధనుడు సరాసరి పితామహుల శిబిరానికి వెళ్ళాడని నాకు తెలిసింది. వారిద్దరి మధ్య ఏ సంభాషణ జరిగిందో నాకు తెలియలేదు. బహుశా దుర్యోధనుడు, సేనాపతి పదవిని వదులుకోమని పితామహులకు స్పష్టంగా చెప్పి ఉంటాడు. ఎందుకంటే తొమ్మిదో రోజు సర్వతో భద్ర ఆకారంలో సైన్యరచన చేసి పితామహులు పాండవులను భయపెట్టారు. శతానికుడు లాంటి మహారథినిచంపేసి ఆశ అనే అక్షయ దీపాన్ని ప్రజ్వలితం చేశారు. ఇక ఇప్పుడు ఏదో ఒకటి జరుగుతుందన్న ఆశ కలిగింది. థమి చంద్రకళను శిరస్సున ధరించి కురులు శిబిరాలు విశ్రాంతిని తీసుకున్నాయి. దృషద్వతి నీళ్ళు ఇప్పుడు కూడా గలగలా

పారుతున్నాయి. దాని తెలుపు రంగు యుద్ధభూమిలో రక్తం కలవడం వలన ఎర్రగా అయిపోయింది. మంచికోచెడుకో తొమ్మిది రోజులు గడిచిపోయాయి. కాల చక్రం తిరుగుతూనే ఉంది.

కృష్ణ ఏకాదశి వచ్చింది. యుద్ధం ప్రారంభమై తొమ్మిది రోజులు అయింది. పదో రోజు మొదలయింది. తక్కిన రోజుల కన్నా ఆ రోజు చలి ఎక్కువగా ఉంది. యుద్ధభూమి అంతా పొగమంచు వ్యాపించింది. ఆకాశం అంతటా కూడా వ్యాపించింది. సూర్యోదయం కాగానే ప్రళయ ధ్వని వినిపిస్తుంది. దృషద్వతికి ఈ ధ్వని వినడం అలవాటైపోయింది. ఈ రోజు తీరంలో శాంతిగా ఉండటం చూశాక ఆనదికి ఏదో తక్కువ అయిందని అనిపించింది. నాకు కూడా అట్లానే అనిపించింది. ఎదురుగుండానిల్చుని దుర్యోధనుడు మాట్లాడే మాటలను అసలు ఎట్లానమ్మాలో ఎవరికీ అర్థం కావడం లేదు.

"నిన్న రాత్రి పితామహుల శిబిరానికి యుధిష్ఠరుడువచ్చాడు. ఆయన సంభాషణలో మాటిమాటికి శిఖండి పేరు వచ్చింది. దుర్యోధనుడి మాటలు నా తలని మొద్దుబారుస్తున్నాయి. సేనాపతి అయి ఉండి పితామహులు యుధిష్ఠరుడిని ఏకాంతంగా ఎందుకు కలిశారు? అతడితో ఒక ఘడియ ఎందుకు మాట్లాడారు? ఇంత చేసికూడా అందరిని చీకటిలో ఎందుకు ఉంచారు? ఏం ఏం ప్రణాళికలు వేసి ఉంటారు? శిఖండికి ఆయనతో ఏం సంబంధం? అసలు ఒకదానితో ఒకటి పొంతనలేకుండా ఉంది.

"రాజా! ఇవాళ నా సహనం అంతం అవుతోంది. ఈనాడు ఒకవేళ పితామహులు పాండవుల యోధులలో ఎవరో ఒక ప్రఖ్యాత మహా యోధులనుపడదోయకపోతే, నేల కూల్చకపోతే తన పరాజయాన్ని స్వీకరించమని చెప్పండి. నేను చేతిలో శస్త్రాన్ని తీసుకుంటాను. ఒక వేళ ఇందులో ఏదీ జరగకపోతే, నీవు నా తలపై పెట్టిన రాజ కిరీటాన్ని నీచరణాలపై పెట్టి నేను చంపానగరికి వెళ్ళిపోతాను. పది రోజుల నుండి రణవాయిద్యాలు, శస్త్రాస్త్రాల ధ్వనులు దూరంగా వింటూవింటూ ఇప్పుడు ఇక ఏమీ వినిపించడంలేదు. నా రణరంగ ప్రియ వాయుజిత్ రోజు రోజుకి అలసిపోతోంది. జైత్ర రథంతో పాటు నా కీర్తిపైనా ధూళి పేర్కొంటోంది. వెళ్ళు! పితామహులతో చెప్పు. యుద్ధపు సేతువును పగలగొట్టమను, లేకపోతే నా కంఠనాళాన్ని పగలగొట్టమను." దుర్యోధనుడిని యుద్ధభూమికి పంపించే సమయంలో అంతిమ సందేశం ఇస్తూ నిస్సహాయత అనే బేలతనాన్ని దాచిపెట్టలేక పోయాను. దుర్యోధనుడు కోపంగా బయటకి వెళ్ళిపోగానే, నేను వాయుజిత్‌తో పాటు నాలుగు తెల్ల గుర్రాలను జైత్రరథానికి కట్టేసాను. జీవితాంతం నా సుఖదుఃఖాలలో ఎంతో సంతోషంగా పాలుపంచుకున్న శోణుడి సమాధిపైన పుష్పమాలను సమర్పించే కర్తవ్యం నెరవేర్చకుండా ఉండకూడదు, అనినాకనిపించింది. కురుక్షేత్రం నుండి బయలుదేరి రాజనగరాన్ని దాటి విరాటుల సరిహద్దుల దగ్గర ఉన్న శోణుడి సమాధివైపు నా రథం పరుగెత్తసాగింది. రణవాయిద్యాల కోలాహలం ఇప్పుడు వినిపించడం లేదు. సంధ్యాకాలం దాకా వెనక్కి తిరిగిరావాలి. రెండు వైపులా ఇద్దరి తోడును తీసుకుని, నాకు ఎప్పుడూ శోణుడిలా అనిపించే వాయుజిత్ తోక కుచ్చులను ఉబ్బిస్తూ పెద్దవి చేస్తూ పరుగెత్త సాగింది. దాని తోకలోని అసంఖ్యాకమైన, దట్టమైనకేశాలలాగా,శోణుడిస్మృతులకు కూడా లెక్కలేదు. అవి ఎంతో పవిత్రమైనవి.

యమునా తీరంలో శోణుడినిశ్శబ్ద సమాధి రాళ్ళుకళ్ళ ఎదుట కదలాడాయి. అవి చేతులెత్తి పిలుస్తున్నాయి– వసు అన్నయ్యా! రా! ఈ క్రూరమైనజగత్తు, అన్యాయం చేసే ఈ లోకం నిన్ను ఎప్పుడూ అర్థం చేసుకోలేదు. ఇకముందు అర్థం చేసుకోదు కూడా. చెప్పు నీవు ఏం చెప్పాలనుకున్నావో నా చెవుల్లో చెప్పు. ఈ సారథి తన సుఖదుఃఖాలను హృదయఅరలో సంబాళించుకోలేదని నీవు అనుకుంటున్నావా? ఒకవేళ నేనే జీవించి ఉంటే ఓ సూర్యపుత్రా! నీ రథానికి ఉండే గుర్రాల కళ్ళాలను నేను సంబాళిస్తాను. లోహత్రాణం నీ దేహంపైన ధరింప చేస్తాను. కాని... కాని... దీనికి విరుద్ధంగా నీవే ఈనాడు నాకు పూలను సమర్పిస్తున్నావు. ఎందుకు తెచ్చావు ఆ పూలమాలని? చిన్న వాళ్ళకు ఎవరూ పుష్పాలను సమర్పించరు."

యమునా నది శాంతియుతమైనగంభీరమైన ప్రవాహం, అతడి సమాధి అన్నీ నాలాగానే మౌనంగా ఉన్నాయి. కాని ఆ మౌనభావపు వాక్కులో నేను ఎంతో ఆత్మీయతను పొందుతున్నాను.

యమున శుభ్రమైననీళ్ళల్లో ముఖం,కాళ్ళు చేతులను కడుక్కుని, పూలమాలను సమాధిపైన సమర్పించగానే మనస్సు శాంతంగా అయిపోయింది. జలం వైపు చూస్తున్నప్పుడు అశ్వత్థామ ఎప్పుడో చెప్పిన ఒక మాట మానసచక్షువుల ఎదుట సాక్షాత్కరించింది. "జీవితం జన్మమృత్యువుల సాగరంలో పారే ఒకనది."

"శోణా! మరి సెలవు" మోకాళ్ల పైన కూర్చుని సమాధికి వందనం చేశాను. అస్తమిస్తున్న రవి రష్మలను వీపుపైన మోస్తూ వాయుజిత్ మళ్ళీ కురుక్షేత్రంవైపు పరుగెత్తసాగింది. ఇక ఇప్పుడు ఎటువంటి చింతలేదు. కాళ్ళనుకట్టేసేదేదీ ఇక లేదు. వెనక్కి మళ్ళాల్సిన అవసరం లేదు. పరుగెత్తడంలోనే ఆరోజంతా గడిచింది. యుద్ధం ఆపేయాలని సంకేతం ఇచ్చే రణసింగేలు (రణభేరీలు) మ్రోగుతున్నాయి. అదే సమయంలో నా రథం శిబిరం ఎదురుగుండానిలిచిఉంది. అంతటా శాంతంగా ఉంది. ఎప్పుడూ ఒకరు మరొకరి వీరత్వాన్ని బాహాటంగా వర్ణిస్తూ, వినిపిస్తూ శిబిరం వైపు వచ్చే సైనికులు నాకు ఎవరూ కనిపించలేదు. ఇంత నీరవ, భయంకరమైన శాంతి ఎందుకు? యుద్ధం సమాప్తం అయింది. అయినా సైనికులు తిరిగిరావడం లేదు. ఏమైంది? సందేహం అనే తీవ్రమైన అల కింద పడగానే నేను వాయుజిత్‌ని రథం నుండి విముక్తం చేశాను.

ఒక తీతువు పిట్ట దృషద్వతితీరాన కర్కశ స్వరంతో అరుస్తూ పరుగెత్తింది. దాని అరుపు నాకు విచిత్రంగా అనిపించింది. సంధ్యాఛాయ ప్రకాశం తగ్గసాగింది. కృష్ణ ఏకాదశి సమయంలో చీకటి అలుముకుంటుంది. రెండు సేనల శిబిరాల చుట్టుపట్ల చీకటి వ్యాపించింది. కాగడా వెలిగించినా ఆ చీకటి పోదు.

సూర్యాస్తమయం అయ్యాక ఒక ఘడియ గడిచింది. కాని సత్యసేనుడు శిబిరం వైపు ఎందుకు రాలేదు? ఎవరైనా ఇవాళ అతడినే యుద్ధంలో చంపాలన్న లక్ష్యంతో ఉన్నారా? గురి తప్పని లక్ష్యం.

శిబిర ద్వారం దగ్గర వస్త్రం నలువైపులా చుట్టడం వలన బాగా క్షీణించిపోయింది. వస్త్రం చినగడం మొదలు పెట్టింది. చిమ్మచీకటినిచీలుస్తూ నా కళ్ళు కురుక్షేత్రం వైపే చూస్తున్నాయి. అవి అలసిపోయాయి. అసలు ఏం అయింది? ఇవాళ ఎటువంటి సంఘటన జరిగి ఉంటుంది? చివరికి టప... టప... అంటున్న చప్పుడు వినిపించింది. టప్... టప్... సత్యసేనుడి గుర్రం రోజూలాభవ్యమైన లయలో రావడం లేదు. అతడు సరిగ్గా నడవలేకపోతున్నాడు.

''మహారాజా! పితామహులు నేలకొరిగారు.'' అతడు నా ఎదురుగుండారాగానే గుర్రంపై నుండి దిగుతూ అన్నాడు.

హిమాలయ పర్వతం విరిగి పడ్డదాఅని అనిపించింది. ఎవరిదీ ఈ దివ్య పరాక్రమం? నేను వాడి భుజాలను ఊపుతూ అరుస్తూ అడిగాను.

''అర్జునుడు... శిఖండిని ముందు నిల్పోబెట్టాడు. పితామహులు ఎంతో వ్యాకులతతో ఉన్నారు. అందరూ ఆయననుకలవడానికీ వెళ్ళారు. ఆయన కళ్ళు ఎవరికోసమో ఎదురు చూస్తున్నాయి. ఇంకా... ఇంకా...'' అతడు తూలుతూ అన్నాడు.

''ఇంకా ఏమిటి సత్యసేనా?''

''మన భానుసేనుడువీరగతిని పొందాడు... మీ చేతులతో అంత్యక్రియలు చేయడం కోసం అతడి శవం అక్కడే ఉంది'' అతడు తల తిప్పుకుని తన ఉత్తరీయంతో కళ్ళు తుడుచుకోసాగాడు.

''భానుసేనుడా? సత్యసేనా వెళ్ళు అతడికి ముఖాగ్ని పెట్టు. మీరే అంతా చేయండి. నా కోసం ఎదురుచూడకండి.''

వాయుజిత్ పైన ఎక్కి నేను తక్షణం యుద్ధభూమి వైపు వెళ్ళాను. మనస్సులో ఆలోచనా చక్రం తిరుగుతూనే ఉంది. నలువైపులా చీకటి కమ్ముకొని ఉంది. పితామహులు నేలకొరిగారు. అంటే కురుల రాజదండం నేలకొరిగింది. మా ఇద్దరి మధ్య అభిప్రాయభేదాలు ఉన్నాయి. ఆయన నన్ను కేవలం ఒక సారథిగా మాత్రమే చూశారు. అంతకన్నా ఏ మాత్రం ఎక్కువ విలువ ఇవ్వలేదు. ఆయన దృష్టిలో నేను అర్ధరథుడిని మాత్రమే అయినా నా మనస్సు ఆయన వైపు ఎందుకు పీకుతోంది. ఇది ఆత్మవంచనా! కాదు..కాదు.. ఏ యోధుడైతే గాయపడి మృత్యుద్వారం దగ్గర పడి ఉన్నాడో, అతడిని కలిసేటప్పుడు ఈ వ్యక్తిగత స్పర్థ ఎందుకు? ఆత్మాభిమానం ఎందుకు? అభిప్రాయ భేదం ఎందుకు? ఆ మహానుభావునితో ఇంక కొన్ని క్షణాలే గడపగలుగుతాము. ఈ చివరి సమయంలో ఆయన కర్కశ ప్రవర్తనను మనస్సులో మాటిమాటికి అనుకోవడం వలన వచ్చేది ఏముంది? ఏమో ఎవరైనా ఇదంతా చేయగలరేమో కాని కర్ణుడు మాత్రం చేయలేడు, ససేమిరా చేయలేడు. ఆయనని తప్పకుండా కలవాలి. మరోవైపు పుత్రుడి అంత్యక్రియలు.

నా మనస్సులోని భావాన్ని తెలుసుకొని దట్టమైన గుంపు దగ్గర వాయుజిత్ తనంతట తానే ఒక శిబిరం దగ్గర ఆగిపోయింది. కాగడాల వెలుగు చీకటిని పారద్రోలాల్సింది పోయి చీకటిని ఇంకా బీభత్సంగా చేస్తోంది. సైనికులందరూఉదాశీనులైపోయారు. మృత్యుశయ్యపైన ఉన్న సేనాపతిని దర్శించాలని అందరూ అటువైపు వెళ్ళారు. రాజభవనంలో సుఖ శయ్యపైన నిద్రించే ఈ వీరుడు ఇప్పుడు అంపశయ్యపై పడి ఉన్నారు. తెల్లటి గడ్డపు వెంట్రుకలలో రెండు మూడు గడ్డిపోచలు ఇరుక్కున్నాయి. ఆయన శరీరంలో గుచ్చుకున్న బాణాలు యథాతథంగా ఉన్నాయి. కళ్ళుచుట్టూ నల్ల వలయాలు ఏర్పడ్డాయి. ఆయన శరీరం కింద ఉన్న ఆ గడ్డి పోచలు ధన్యం అయ్యాయి. పవిత్రం అయినాయి. శంపాక బ్రాహ్మణుడు ఆయన తలని సంబాళిస్తున్నారు. ఈ బ్రాహ్మణుడి పైన ఆయనకు ఎంతో భక్తి శ్రద్ధలు ఉండేవి.

''మహానుభావా! భీష్మా!'' భావావేశంలో పితామహులు అనిఅనాల్సింది భీష్మా అనిఅన్నాను. ఈ మాటలు ఆయన చెవులు దాకా చేరాయి. ఇక ఈమాటలు వెనక్కి తిరిగిరావు.

కనురెప్పల ముడతల వెనకదాగిన తేజోమయమైన కళ్ళు సగం తెరుచుకున్నాయి. పెదవులలో కదలికలు మొదలయ్యాయి. అంతా అస్పష్టంగా ఉంది. రాయికి బాణాలు తగిలాక వచ్చే భయంకరమైన చప్పుడు ఇప్పుడు శాంతంగా అంపశయ్యపై పడి ఉన్న ఈ వృద్ధుడి జర్జరశరీరంలోంచి వస్తోంది. భావోద్వేగాలను తీసుకుని ఆత్మీయంగా ఆ చప్పుడు....

''ఎవరు? కర్ణా!... రా... దగ్గరికి రా...'' రెండు చేతులు ఊపి, చుట్టుపక్కల ఉన్న సైనికులను దూరం జరగమని సంజ్ఞ చేశారు. వెలుగుతున్న కాగడా తప్పితే చుట్టుపక్కల ఇప్పుడు ఎవరూ లేరు. తలని కింద పెట్టేసిశంపాక కూడా వెళ్ళి పోయాడు.

''అవును నేను కర్ణుడినే! సూతపుత్ర కర్ణుడిని దగ్గరికిఎట్లా రాగలను? అసలు ఎందుకు రావాలి?'' నాలో స్వాభిమానం ఇంకా తల ఎత్తుతూనే ఉంది. స్వాభిమానం అనే గుర్రం నాలో ఇంకా ఎక్కడో సకిలిస్తూనే ఉంది.

''కర్ణా! ఎవరు సూతులు? ఎవరు క్షత్రియులు? ఇవన్నీ అర్థం పర్థంలేని ఆలోచనలు. అంతా అసత్యం. రా నా దగ్గరికి రా... దగ్గరిగా.... ఒక యోధుడిగా అస్తమిస్తున్న ఒక సేనాపతి ఆజ్ఞను శిరసావహించు.''

నేను దగ్గరికి వెళ్ళాను. హిమాలయ శిఖరాల చివరి అంచున, వంకరగా ఉన్న వింధ్యాచలం వచ్చినట్లుగా సుఖరోమమయిన ధ్వని. ఇంతగా దగ్గరితనాన్ని నేను ఎప్పుడూ అనుభవించలేదు. ఏ విధంగా అయితే సత్యాన్ని జీవితాంతం హృదయానికి హత్తుకునే ఉన్నారో అదే విధంగా తనవాడిగా నన్ను ఎంచి చేతులు చూపారు. నన్ను తన కౌగిట్లోకి లాక్కున్నారు. శరీరం అంతా పులకింత కలిగింది. భావుకత తరంగం అయి దేహం అంతా పాకింది. ఇది మూడో దివ్యమైనమరుపురాని స్పర్శ అద్భుతమైన స్పర్శ.

''కర్ణా! నీవు సూతపుత్రుడివి కావు. నీవు రాజమాత కుంతీ జ్యేష్ఠ పుత్రుడివి''. ఒక్క నిమిషం వాతావరణం శాంతియుతంగా మారింది. వెలుగుతున్న కాగడా రెపరెపలు స్పష్టంగా వినిపించసాగాయి. ఆయన ఏ సత్యాన్ని ఇప్పుడు చెప్పారో దాన్ని నేను మొట్టమొదటిసారిగా ఆయన నోటి నుండేవింటున్నానని పితామహులు అనుకున్నారు. అసలు ఆ సంబంధం పట్ల నాకు ఎటువంటి ఉత్కంఠత లేదు. నేను సూతపుత్రుడిని కాను– కుంతీ పుత్రుడిని కాను– సూర్య పుత్రుడిని కూడా కాను –నేను జీవించి ఉన్న ఒక వ్యక్తిని – ఎవరు ఎదురొచ్చినా గట్టిగా ఎదిరించడానికే నిలబడ్డ వ్యక్తిని– నన్ను నేను ఇట్లాగే అనుకుంటాను.

''ఎందుకు?'' ఇది విన్నాక నీకు ఏమీ అనిపించడం లేదా?'' ఆయన మాట్లాడుతున్నప్పుడు ఆయన ఛాతీలో గుచ్చుకున్న బాణాలు మందంగా స్పందిస్తున్నాయి.

''ఊహూ... ఏమీ అనిపించడం లేదు... ఎందుకంటే ఈ సత్యాన్ని ఇంతకు ముందే తెలుసుకున్నాను.''

''మరైతే.. అయితే... నేను నిన్ను ఎన్నోసార్లు ఎన్నోచోట్ల అవమానం చేశాను. ఆదరించలేదు. నీ మనస్సులో నాపట్ల తిరస్కారం, క్రోధం నిండిపోయి ఉంటాయి. కాని...కాని... కర్ణా! నిన్ను అవహేళన చేయాలన్న ఉద్దేశం నాకు ఏమాత్రం లేదు. నిన్ను అర్థరథి అంటూ యుద్ధం నుండి ఎందుకు దూరం చేశానో నీకు తెలియదు. నీకు ఈ సంబంధం తెలియదు కాబట్టి నీవు నీ ఆత్మ

బంధువులతోనే యుద్ధం చేస్తావు, అట్లా కాకూడదు అన్న ఉద్దేశ్యమే నాలో ఉంది. ముసలి వాళ్ళ మనస్సు దాగలి (కంసాలి దిమ్మ)లా ఉంటుంది. మండుతున్న ఇనుమును తలపై ఉంచుకోవాలి. పైనుండి ఇనుప గట్టి దెబ్బలు కూడా సహించాలి. ఇంత చేసినా, లోకం నుండి లభించేది ఇనుప దాగలి మాత్రమే. అది నిశ్శబ్దంగా ఉంటుంది. దాని జన్మే అందుకు. నీవు కలవడానికి వచ్చావు. చాలా మంచి పని చేశావు. నా విషయంలో నీ మనస్సులో ఉన్న సందేహాలను రూపుమాపు చేశాయి. నీవు అర్ధరథివి కాదు, మహారథులకు మహారథివి.'' మరణతుల్యమైన యాతనకు భయపడి ఆయన ఒక్క క్షణం ఆగాడు. ఒక దీర్ఘమైననిశ్వాసను వదిలి ఆయన ఒక నిమిషం కళ్ళు తెరిచారు ''పితామహా!'' కంఠం గద్గదమైంది. అందుకే ఇక ఏమీ మాట్లాడలేకపోయాను.

''కర్ణా! కాశీరాజ్యంలో భానుమతిని అపహరించినప్పుడు దుర్యోధనుడిపై దేశ దేశాల రాజులు దండెత్తినప్పుడు నీవే వాళ్ళందరిని ఎదిరించావు. దీనిని ఎవరైనా మరచిపోతారా? జరాసంధుడిని నీవు ఏ విధంగా నేలకూల్చావోచూశాకమగుధులేకాదు నేను కూడా ఆశ్చర్యచకితుడినయ్యాను. నీ దిగ్విజయ డిండిమ ఇప్పటికీ నా చెవుల్లో ప్రతిధ్వనిస్తూనే ఉంది. శాస్త్రాలు, అస్త్రాలలో బాహుబలంలో అర్జునుడి కన్నా నీవే శ్రేష్ఠుడివి. కౌంతేయ! గత డెబ్భై సంవత్సరాలలో నీవు ఏ తత్వజ్ఞానాన్ని ఆచరణలో పెట్టావో ఆ తత్వ జ్ఞానమందు యుధిష్ఠరుడు కూడా తలదించుకోవాల్సిందే. నీ బాహుకంటకం ఎంతో గొప్పది. అది భీముడి ప్రాణాలను తీసుకుంటుంది. పుత్రా! నీవు సాక్షాత్తు శ్రీకృష్ణుడితో సమానంగా దేదీప్యమానంగా వెలుగుతావు. వెళ్ళు నీ బంధువుల దగ్గరికి వెళ్ళు. జీవితం అంతా బాధ తప్పితే మరేదీచూడని కుంతీమాత, రాజమాత అయి ఉండి కూడా యోగినిలాకఠోరాతికఠోరమైన జీవితాన్ని జీవించింది. నిన్ను చూడడానికి నేత్రాలనే పక్షులు జీవితం అంతా రెపరెపలాడాయి. మూగ హృదయం ఆక్రందన చేస్తూనే ఉంటుంది. నీ ఆ కుంతీమాత పాదాల చెంతకి చేరు. నా మృత్యువు తోటే శత్రుత్వం అనే ఈ వినాశబడబాగ్నిచల్లారనీ. నీవు వెళ్ళిపోయాక దుర్యోధనుడు వింటినారి విరిగిపోయిన విల్లులా నిష్క్రుతుడు అయిపోతాడు. లక్షలాది వీరుల ప్రాణాలను అకారణంగా తీసే ఈ మహాయుద్ధం ఆగిపోతుంది. వెళ్ళు పాండవుల వైపు వెళ్ళు.'' ఆయన కనుసన్నలలోని పొరలు నీళ్ళతో నిండిపోయాయి. నా వీపు పైన పెట్టిన చేతిలో స్పందన మొదలైంది. వక్షంలో గుచ్చుకున్న బాణాలు వణుకుతున్నాయి. కర్తవ్యం నుండి విముఖం చేసే ఆ మోహం మళ్ళీ నా చుట్టూ తిరుగుతోంది. ధృడంగా మళ్ళీ ఆయనకు వినిపించే ఆవశ్యకత ఎంతైనా ఉంది.

''పితామహా! శ్రీకృష్ణులు కూడా ఇదే అభిప్రాయాన్ని ఎంతో భావుకతపూరితమైన శబ్దాలలో, కుశల రాజకీయ ఎత్తుగడ రూపంలో నా ఎదురుగుండాపెట్టారు. రాజమాత కూడా ఇటువంటి మోహంతోనే మాట్లాడారు. తన పుత్రులకి అభయదానం కలుగుతుందని అనుకున్నారు. కాని వాళ్ళు చెప్పిందాన్నే మీరు ఎంతో యధార్థం అయిన రీతిలో చెప్పారు. అంపశయ్య పైన పడి ఉన్న మీరు కూడా నాకు ఇదే చెబుతున్నారు. నిజానికి మీరు నాపైన విశేషమైన వాత్సల్యాన్ని చూపిస్తున్నారు. కాని...కాని... నేను దారితప్పాను. ఇక నేను ఆ దారిలోనే వెళ్ళాలి తప్పదు. నా చేతుల్లో ఏదీ లేదు. పాండవులకు వాసుదేవులు ఎట్లా సాయం చేస్తున్నారో నేను కౌరవులకు అట్లాగే సహాయం చేస్తాను. నా ధనం, నా శరీరం, ఆప్తజనులను, కీర్తిని – అంతా నేను దుర్యోధనుడి

కోసమే ఇచ్చేసాను. వాయువు ఎట్లా అగ్నిని మండిస్తుందోఅట్లా నేను అర్జునుడితో సహా పాండవులందరినీ మంటల పాలు చేస్తున్నాను. క్షమించండి, ఈ మోహ మహా సంగ్రామంలో మళ్ళీ నన్ను ఈడ్వకండి. మీరు ఇవ్వగలిగితే ఆశీర్వాదాలు ఇవ్వండి.

''కర్ణా! నీవు ధన్యుడివి. కుంతీకిజ్యేష్ఠపుత్రుడు అనడానికి నీవే తగును. వెళ్ళు.. వైరభావం వదిలేసి కురుల సేనాపతి రూపంలో చేత విల్లుపట్టు. ఒక క్షత్రియుడిగా చీకటి నుండి బయటపడి సైన్యానికి నేతృత్వం వహించు. దేవతల వైభవోపేతమైన లోకం నీ ఉన్నతమైన అంతరాత్మకి లభిస్తుంది. వెళ్ళు నా ఆశీర్వాదాలు నీకు ఎప్పుడూ ఉంటాయి.'' ఆయన నేత్ర హిమాలయం బాణాల శయ్యను తడపడానికి ద్రవిస్తోంది. ఆయన వేసిన బాణాలు నా హృదయంలో గుచ్చుకుంటున్నాయి.

లేచి ఆయనకు వందనం చేశాను. ప్రదక్షిణం చేసే సమయంలో మానస కుంభం బీటలు వారింది. అఖండ బ్రహ్మచర్య వ్రతాన్ని పాలించిన, సత్యంపలికే పితామహులను మృత్యువు కబళిస్తే ఇక శాశ్వతం అయినది ఏది ఉంటుంది? ఎందుకు అర్జునుడు పితృతుల్యుడైన ఆ మానవుడిని కట్టెపుల్లలా చేసి శరతృణాలపైవిసిరేసాడు.

నా నేత్రాల నుండి రాలిన కన్నీటి ముత్యాలు ఆయన చరణాలపై పడ్డాయి. చేతులెత్తి ఆయన ఆశీర్వాదాలు ఇచ్చారు- ''జయతు కర్ణా! జయతు.'' జీవితం అంతా సూర్యదేవుడికి అర్ఘ్యాన్ని సమర్పించే వృద్ధ శరీరంలోధృడమైన మనస్సు ఉన్న సేనాపతి సూర్యభగవానుడు ఉత్తరాయణంలో ప్రవేశించే దాకా మృత్యువును సైతం ఆపేయగలడు. ఆయన అంతిమ సాధనకు ఎటువంటి ఆటంకం రాకూడదు అన్న ఆలోచనతో నేను శిబిరంవైపుకిమళ్ళాను. చుట్టుపక్కల దివిటీలు భగ భగ మండుతున్నాయి. గడ్డకట్టిన చీకటితో పాటు కీచురాళ్ళు తాళయుక్తంగా కర్కశ స్వరంలో అరుస్తున్నాయి.

మానసవీణలోని ఒక తీగ దేహంలో ఒక మూల దూరంగా ఇప్పటికీ ఝుంకృతం అవుతోంది. రాధామాత ఆశీర్వాదాన్ని పొందలేకపోయాను. నాన్నగారి చరణాలకు వందనం చేసే అవకాశం లేకుండా పోయింది. వృషాలినికలవలేక పోయాను. సుప్రియ గురించిన సమాచారం తెలుసుకోలేకపోయాను. రాజభవనంలో ఒంటరిగా వృషకేతు ఉండి పోయాడు. అతడు ఏం ఊహించుకుంటున్నాడో చెప్పలేము.

సేనాపతిని ఎన్నుకునే సమయంలో అకస్మాత్తుగా జరిగిన సంఘటన వలన రాజనగరంలో కాలుపెట్టలేదు. అందరినీ ఎట్లాకలవగలుగుతాను? రేపు యుద్ధంలో పాల్గొనాలి. సంగ్రామం జరపాలి.

21

భానుసేనుడి అంత్యక్రియల కోసం వెళ్ళిన సత్యసేనుడు ఇంకా తిరిగి రాలేదు. నా మృతపుత్రుడి ఆత్మ, నేను వెళ్ళలేదని నా మీద క్రోధంతో ఉండదని నా నమ్మకం. రణరంగంలో వీరోచిత మరణాన్ని స్వీకరించే ఆ వీరుడికి తనని ఎవరైతేవధించారో అతడు తన బాబాయే అని తెలియదు. తెలియకపోవచ్చు అయినా భీముడు నా పుత్రుడిని బలితీసుకున్నాడు. నా మనస్సులో

శ్రద్ధ, ప్రేమ, మాయలకు సంబంధించిన మిగిలిన అంకురాలు కూడా కాలిపోయి బూడిద అయిపోయాయి. మనస్సు చెవిటిది అయిపోయింది. శరీరం నిర్జీవమయిపోయింది. మధ్య మధ్య పితామహుల వికలాంగ మూర్తి శిబిరంలో ప్రతి తెరపైన కనిపిస్తోంది.

''వైరభావం పెట్టుకోకుండా యుద్ధం చెయ్యి. అహంకారం లేకుండా నేతృత్వం కొనసాగించు'' ఆయన చివరి మాటలు కళ్ళఎదురుగుండానాట్యం చేయసాగాయి. కళ్ళు మూసుకుని నేను ఆసనంపైన కూర్చున్నాను. మృదువుగా ఉన్న ఆ ఆసనం నాకు ముళ్ళ ఆసనంలా అనిపించింది.

''మహారాజా! బయట మిమ్మల్ని కలవడానికి ఎవరు వచ్చారో చూడండి.'' ఒక్కోసారి మనకు తెలియకుండానే గాలిలోపలికి వీస్తుంది. అట్లాగే సత్యసేనుడు లోపలికి ఎప్పుడు వచ్చాడో తెలియనుకూడా తెలియలేదు.

'సత్యసేనా వెళ్ళు! ఇప్పుడు కర్ణుడిని కలవడానికి మృత్యువు తప్ప మరేదీ రాదు. కేవలం రణరంగంలో అర్జునుడిని తప్పితే నాకు ఎవరినీ కలవడం ఇష్టం లేదు.'

ఎంతో బాధపడుతూ శిబిర ద్వారం వైపు వేలుతో చూపిస్తూ వెళ్ళమని చెప్పాను.

''ఊహూ... లేదు మహారాజా! బయట ఎవరు ఉన్నారో మీరు చూస్తే ఒక ఘడియ మృత్యువును సైతం ఆపేస్తారు. బయట వృషాలినిల్చుని ఉంది.''

సత్యసేనుడు ఒక బంధువుగా తన కర్తవ్యాన్ని నెరవేరుస్తున్నాడా లేకపోతే కుటుంబ వాత్సల్యుడి రూపంలో భార్యను తీసుకువచ్చి భర్తతో కలుపుతున్నాడా! లేకపోతే రేపు సేనాపతి కాబోయే తన నాయకుడి మనఃస్థితి తెలుసుకునే సైనికుడి కర్తవ్యం పూర్తి చేస్తున్నాడా? నా చుట్టుపక్కల ఉన్న వీళ్ళందరు ఏ లాభం లేకుండానే నా పైన అకారణంగా ఇంత ప్రేమ వర్షం ఎందుకు కురిపిస్తున్నారు? నేను నిజంగానే దానికి యోగ్యుడినా?

''వృషాలా? అయితే మరి ఆమె బయటే ఎందుకు నిల్చుని ఉంది సత్యసేనా?'' నేను శిబిరం బయటవైపు చూస్తూ అన్నాను.

''యుద్ధ పూర్వం ఒక ప్రముఖ సేనాపతి శిబిరంలో అతడి భార్యని చూస్తే మా భార్యలందరూ ఈ విధంగానే శిబిరంలోకి వస్తే అని సైనికులు అడుగుతారు అన్న ఉద్దేశంతో ఆమె బయటే నిలబడి ఉంది. మీ దర్శనం కోసం ఆమె తహతహలాడుతోంది మహారాజా! ఆమె మిమ్మల్ని కలవాలి. నా కోరిక కూడా ఇదే. అందుకే చీకటిని కూడా లెక్కచేయకుండా ఆమెను హస్తినాపురం నుండి తీసుకువచ్చాను. ఆమె బంధువును కదా!'' అతడు భావుకుడై పోతున్నాడు. అతడు పలికే ప్రతి మాట ప్రాధేయపడుతున్నట్లుగా అనిపిస్తోంది.

'పద!' నేను అతడి వెనుక శిబిరం నుండి బయటకి వచ్చేసాను. కాగడాల మసక వెలుతురులో నా భార్య నిల్చుని ఉంది. భానుసేనుడి మరణం గురించి ఆమెకు బహుశ సత్యసేనుడు చెప్పలేదు. అందుకే ఆమె ఎంతో శాంతంగా ఉంది. నా జీవన సహచరి యుద్ధభూమిలో కూడా నా తోడుగా నిలుస్తోందా?

''వృషాలీ! లోపలికి రా!''

''మహారాజా!'' ఆమె సంకోచ పడుతోంది.

''రా వృషాలీ! నీ ఆగమనం వలన ఏ సైనికుడు అంతగా ఆలోచించడు. ఆదర్శం ఆదర్శంఅంటూ ఏ అభిప్రాయాలను నేను హృదయ పూర్వకంగాస్వీకరించానో, సమాజం దృష్టిలో వాటికి చిల్లిగవ్వ అంత అయినా విలువలేదు– నీవు ఏ ఆదర్శాలని పాటించాల్సిన అవసరం లేదు. మొహమాటపడకు లోపలికి రా వృషాలీ!'' తలపైన ఉన్న కొంగును సరిచేసుకుంటూ ఆమె శిబిరంలోకి వచ్చేసింది. నేను చెప్పాలేగాని ఆమె అగ్నిలో దూకమన్నా దూకుతుంది.

''వృషాలీ! నీవు ఒంటరిగా వచ్చావా?'' నేను ఎక్కువగా ఏమీ మాట్లాడలేక పోతున్నాను.

''అమ్మానాన్నలు ఎంతో కుంగిపోయారు. వాళ్ళు ఇంత దాకా రాలేరు. వృషసేను, భానుసేనుడి కోసం ఎంతో బాధపడుతున్నాడు. అతడిని సంబాళించడానికి సుప్రియ అక్కడే ఉండిపోయింది. నేనే ఆమెను అక్కడ వదిలేసి వచ్చాను.''

''మరయితే వాడు చనిపోయాడని నీకు తెలుసా?

ఎవరు చెప్పారు?''

భానుసేనుడు చనిపోయాడని తెలిసాక ఆమె ఇంత శాంతంగా ఎట్లాఉండగలిగింది? ఆమె కర్ణుడి భార్య – ఈ మర్యాదను ఆమె ఎంత దృఢంగా కాపాడుతోంది.

''సత్యసేన సోదరుడు – ఇంకా.. ఇంకా.. మీరు వాడి అంత్యక్రియలకి కూడా వెళ్లలేదని అందరికీ తెలిసిపోయింది.'' శోకావేశంలో ఆమె తలదించుకుంది. కొంగు కొసతో కళ్ళుతుడుచుకుంది.

''వృషాలీ...'' అసలు ఏం చెప్పాలోనాకేమీ అర్థం కాలేదు.

''నాలాంటి ఒక శూద్ర సారథి కన్యని వివాహం చేసుకోవడం వలన మీ జీవితం వ్యర్థం అయిపోయిందని నాకు తెలుసు మహారాజా! కాని మీరు మీ తల్లిదండ్రులను ఎట్లా మరచిపోయారు? వాళ్ళని చూడాలన్న కోరిక మీకు ఎందుకు కలగలేదు? మీరు రాజనగరానికి ఎందుకు రాలేదు.?''

''ఎవరు చెప్పారు? నీకు? ఎవరు చెప్పారు. నేను సారథిని కానని?''

''రాజమాత కుంతీదేవి. గంగ ఒడ్డున మీరు చేసిన వాగ్దానం వలన ఎవరైనా నిశ్చింతగా తిరిగివెళ్లిపోతారు, కాని ఆమె నన్ను కలవడానికి వచ్చింది. కేవలం.. ఎందుకంటే...''

''ఎందుకు?''

''ఇప్పటికీ ఆవిడ మీ పట్ల వ్యాకులత చెందుతోంది. అందుకు. మీ భార్య అయినందుకు మీకు నేను అంతో ఇంతో చెప్పాలి అందుకు? మహారాజా! మీ పట్ల ఆమె ప్రేమకు హద్దులు లేవు. మీ కోసం కాకపోయినా... ఆవిడ కోసం అయినా మీరు ఈ యుద్ధాన్ని ఆపేయండి.''

''వృషాలీ! నిన్ను పెళ్ళి చేసుకున్నందుకు నా జీవితం వ్యర్థం అయిందని నీవు అనుకుంటున్నావా? కాదు... కాదు... నీ కోసమే నేను శ్రీకృష్ణులని నిరాకరించాను. రాజమాతను తిరిగి పంపించాను. పితామహుల చివరి కోరికను కూడా నెరవేర్చలేదు. నేను అప్పుడూ సారథినే ఇప్పుడూ సారథినే. నిస్సహాయుడనై కాదు, నేను రాధామాత, అతిరథుల పుత్రుడినని గర్వంగా అభిమానంతో అందరికీ చెప్పుకుంటాను. ఒకవేళ నీవు తెల్లవారే దాకా ఆగిపోతే, రేపు ఉదయం కాగానే సూర్య భగవానుడి ఎదురుగుండాచెబుతాను...''

''ఏమని?''

"వృషాలి లాంటి భార్యను పొందగలిగితే ఒక జన్మ ఏమిటి, వంద జన్మలైనా నేను సూతపుత్రుడిగానే ఉంటాను. కాని... కాని... యుద్ధం విషయంలో ఏమీ చెప్పవద్దు. ఇక ఇప్పుడు యుద్ధం ఆగదు."

"మహారాజా! ఈ ఆశనే నేను హృదయంలో దాచుకుని గత పదిహేను రోజుల నుండి, రాజమాత నన్ను కలిసి వెళ్ళినప్పటి నుండి, నా విరిగిపోయిన కుండముక్కలనే కన్నీటి పూలతో అర్చన చేస్తున్నాను. మీరు మా అందరికీ కావాల్సినవారు. మమ్మల్ని వదలకండి." ఆమె గుండ్రటి ఎరుపురంగు ముఖం, శ్వేతకమలం, కన్నీటి తుషార బిందువుల వలన తడిసిపోయింది. ముందుకు నడిచింది. వంగి నా పాదాలను స్పర్శించింది. నా మనస్సు అభిమానం, ప్రేమ అనే భావకెరటాలతో పూర్తిగా నిండిపోయింది.

'వృషాలీ! లే! శాంతన మహారాజు మత్స్యగంధను ఎప్పుడైనా వదిలేసారనివిన్నావా? ఈనాటి దాకా ఎవరైనా ఈ నగరంలో ఈ మాట అన్నారా? యయాతి మహారాజు శర్మిష్ఠని ఎప్పుడైనా నిరాకరించాడా? ఎప్పుడైనా ఎవరైనా నీతో ఈ మాట అన్నారా? నేను అదే రాజనగరంలో అదే భవనంలో పెద్దవాడినయ్యాను. భార్యాభర్తలు పూర్వ జన్మనుండి ఒకటిగా చేయబడిన రెండు దోహా (హిందీ ఛందస్సు-ద్విపద)ల ఆత్మలాంటి వారు. సమాజం, ధర్మం, నీతి... ఏదీ మరేదీవాళ్ళని వేరు చేయలేవు. అబద్ధపు పేరుప్రతిష్ఠలు ఆ పవిత్ర బంధాన్ని తెంచలేవు. లే శాంతిగా నగరానికి వెళ్ళిపో.. ఒక వేళ ఇవ్వగలిగితే విరిగిన ఆ కుండ ముక్కలలో సగభాగం సుప్రియకి కూడా ఇవ్వు. నీవు జ్ఞానివి. ఇంటికి పెద్దవి. లే..." ఆమె భుజాలని పట్టుకుని వణుకుతున్న చేతులతో ఆమెను లేవనెత్తాను. తీగచెట్టును ఏ విధంగా అల్లుకుపోతుందో అదే విధంగా ఆమె గట్టిగా నన్ను చుట్టేసుకుంది. ఆమె తలపైన ఉన్న దట్టమైనజుట్టును నిమురుతూ నా చేయి ఆమెతో అన్నది- "వృషాలీ! ఒక వేళ జీవించి ఉంటే, గంగ ఒడ్డున అయినా, యమునా జలతరంగాలలో అయినా, స్వర్గగంగా తీరంలో అయినా మనం మళ్ళీ కలుసుకుందాం."

"సరే! బయలుదేరుతాను." మా వివాహ సమయంలో రాజమాత ఇచ్చిన ఉంగరాన్ని తన కొంగుముడి విప్పితీసి నా కుడిచేతి ఉంగరం వేలికి తొడిగింది. ఆమె దేహంపైన బంగారు రంగులో ఉన్న చుక్కల నీలం పట్టుచీర ఉంది. ఈ రెండు వస్తువులు రాజమాత ఇచ్చింది.

"వెళ్ళు వృషాలీ! రేపు సూర్యోదయం ముందే దర్శనం చేసుకోవడానికి, ఆశీర్వాదాలు తీసుకోవడానికి రాధామాతదగ్గరికి వస్తానని ఆమెకి చెప్పు" అని నేనన్నాను. చీరను ముఖం మీద కప్పుకుని శిబిరంకు కట్టి ఉన్న తెరను తొలగించి ఆమె బయటకి వెళ్ళిపోయింది. బయట నిలబడి ఉన్న సత్యదేవుడి కళ్ళు ఆనందంతో మెరిసాయి-ఇదంతా కాగడా వెలుగులో స్పష్టంగా కనిపించింది. ఒక చేతిలో కాగడా తీసుకుని త్వరపడుతూ రథంగూడులోకి ఎక్కేసాడు. వృషాలి రథంలో కూర్చోగానేకళ్ళాలని ఝుళిపించాడు. ఒక తీగ నా మనస్సులో ఎక్కడో ఝంకృతమైంది. నేను భర్తనై ఉండి ఒక విలువైన సంస్కారతంతుని మరిచిపోయాను.

"సత్యసేనా! ఆగు" శిబిర ద్వారం దగ్గర చేయి ఎత్తి నేను అతడిని ఆపాను. నేను వృషాలికి ఏది ఇవ్వాలో అది ఇవ్వలేదు. నేను ధారగల సర్పబాణాన్ని తీసుకుని పరుగెత్తుతూ రథం దాకా వెళ్ళాను. వాళ్ళిద్దరు ఆశ్చర్యంగా నా వంక చూస్తున్నారు.

"వృషాలీ! నీ సౌభాగ్యాలంకారం ఉండిపోయింది." చేతిలో ఉన్న బాణంతో ఎడమ చేయి ఉంగరం వేలిని పొడిచాను. దాని నుండి వచ్చిన రక్తపు బొట్లతో కుడిచేయి ఉంగరం వేలుతో ఆమె

విశాలమైననుదిటిన తిలకం దిద్దాను. ఆమె ఆ రక్త తిలకంతో ఎంతో అందంగా కనిపిస్తోంది. పవిత్రంగా కనిపిస్తోంది. ఇంద్రుడికి కవచకుండలాలు దానం చేసి కర్ణుడు తప్పు చేశాడు అన్నవాళ్ళు, ఒక వేళ దేహంపైన అభేద్య కవచం ఉంటే నాకు వృషాలినుదిటిన మంగళ తిలకాన్ని దిద్దే అదృష్టం దొరికేది కాదు అనిఎట్లాతెలుసుకోగలుగుతారు.

సత్యసేనుడుకళ్ళాలని ఝుళిపించాడు, గుర్రాలు పరుగెత్తాయి. అతడి చేతిలోని కాగడా రెపరెపలాడుతోంది. రాజనగరం వైపు ప్రస్థానం చేశాడు. వాడు కనుమరుగయ్యే దాకా నేను కన్నార్పకుండా చూస్తూ నిలబడిపోయాను.

22

రేపు భయంకరమైన యుద్ధం జరగబోతోంది. నా ఎదురుగుండాఒకే మార్గం ఉంది. యుద్ధం చేయడం. ఇదే పరంపర కూడా. ఇదే కీర్తిని తెస్తుంది. కురుల కోసం పోరాటం చేయాలి. కురుల భూమి కోసం రణరంగంలో దూకాలి.

అసలు నన్ను ఎవరు మోసం చేశారో నేను చెప్పలేను. దుర్యోధనుడు ఇన్ని సంవత్సరాల దీర్ఘ సమయంలో ఏమేమి చేశాడో నేను చెబితే అందరూ ఆశ్చర్యపోతారు. శకుని మామ, దుశ్శాసనుడు, మహారాజు ధృతరాష్ట్రులు, ఏ రాజకీయ వ్యక్తి రేపటి యుద్ధంలో పాల్గొన లేడు. నేనే కేవలం నేనే యుద్ధం చేయాలి. ఏ శస్త్రాలు ఉంటే ఆ శస్త్రాలతోటే, ఏవి ఉంటే ఆ ఆయుధాలతోటే ఇందులోనే నా కర్తవ్యం ఉంది. ఇందులోనే నా పరంపరకు పేరు ప్రతిష్ఠలు లభిస్తాయి. కురులకు మర్యాదా మన్ననలు కురుల భూమికే.

ఇది అదే భూమి. ఈ భూమి కోసం ఎందరో మహానుభావులు బలి అయ్యారు. హస్తినాపురం రాజ్యసింహాసనాన్ని రక్షించడానికి ఎంతమంది నరవీరులు, బాలబాలికలు, స్త్రీపురుషులు తమ తమ జీవన కమలాలని ఈ మహాయజ్ఞంలో ఆనందంగా సమర్పించారు. ఇక్కడే చుట్టుపక్కల తిరిగే ఆత్మల పట్ల ఏక నిష్ఠగా ఉండాలనే రేపు యుద్ధం చేయబోతున్నాను. భయంకరమైన సంగ్రామం. హృదయంలో చెలరేగుతున్న భావాల తుఫానును నేను ఆపేసాను, లేకపోతే ఏమయ్యేదో నేను చెప్పలేను.

జీవితాంతం నేను భ్రమలో ఉన్నా అడవిలో దారి తప్పిన ప్రయాణికుడిలా ఎక్కడో ఒక చోట ఆగిపోవాలి తప్పదు.

శాంతంగా మనస్సును ఏకాగ్రతగా నిలుపుకుని, శాంతంగా మనస్సును ఏకాగ్రతగా నిలుపుకుని జీవితాంతం... ఎక్కడో ఒకచోట ఆగిపోవాలి, తప్పదు.

తొమ్మిదవ భాగము

శ్రీకృష్ణుడు

"అర్జునా, ఇది సంశయించాల్సిన సమయం కాదు. " −కృష్ణుడు

1

యుద్ధం అంతిమ సత్యం కాదు అని నాకు తెలుసు. యుద్ధం వలన ఏ సమస్యలూ పరిష్కరింపబడవు. ఏ ప్రజల సమాధానం దొరకదు. యుద్ధంలో జరిగే నరసంహారం వలన అందరూ భయపడతారు. అసలు మనుష్యజాతి పట్ల వాళ్ళకి నమ్మకమే పోతుంది. సమాజం పతనం అయిపోతుందేమోనన్న భయం ఉంటుంది. సాంస్కృతిక పునాది కదిలిపోయే అవకాశం ఉంటుంది. ఏ రంగుల కలలని మానవ జాతి తర తరాల నుండి మనస్సులో దాచుకుందో అవన్నీ కల్లలైపోతాయి. జీవితపు మూల ఉద్దేశ్యాన్ని వెతికేటప్పుడు భ్రమ అనే నల్లటి వలయాలు బుద్ధిని కప్పేయవచ్చు. అయినా నేను కురు పాండవుల మహాయుద్ధాన్నిప్రజ్వలితం చేశాను. లక్షలాది యోధులను బలితీసుకునే మృత్యువు మహాయజ్ఞాన్ని నేను ఆరంభం చేశాను. ప్రతీవాళ్ళ మనస్సులో దాగి ఉన్న కోపాన్ని వెళ్ళ గక్కే ఆటని ఆరంభం చేశాను. కణకణంలో దాగి ఉన్న ఏ చైతన్యం వలన విశ్వం కార్యకలాపాలు జరుగుతాయో ఆ తేజోమయమైన రోమాలను నిక్క బొడిచే సంఘర్షణని ఆరంభించాను. ఎందుకు? దేనికోసం? నేను రాతి హృదయం కల హంతకుడినా? అసలు ఈ ప్రపంచంలో ఎవరూ బతికి ఉండకూడదు అని నా కోరికా? ఆర్యావర్త క్రౌర్యం, అశ్రద్ధ, అరాచకత, విశృంఖలత్వం అంతటా వ్యాపించాలనా? కాదు.. కాదు.. కానేకాదు.

నేను యుద్ధాగ్నినిప్రజ్వలితం చేశాను. చేత్తోగాండీవాన్ని విసిరివేసి, అన్ని బంధాలను తెంచేసుకుని ప్రేమ భ్రాంతిలో పడ్డ అర్జునుడిని మళ్ళీ గాండీవం పట్టుకునేలా చేశాను. తను స్వయంగా గుర్రాలని నడపాలని తన నందీఘోష రథపు కళ్ళాలని తన చేతిల్లోకి తీసుకున్నాడు. యుద్ధం మొదలైన మూడో రోజే శస్త్రాలని చేతబట్టనని చేసిన ప్రతిజ్ఞ భంగం అయిపోయింది. నిష్కలంకిత చరిత్ర ఉన్న ద్రౌపదిని ఘోరమైన అవమానం చేసిన దుర్యోధన, దుశ్శాసనులను శిక్షించడానికా? శకుని మామ కపటపూరితమైన రాజనీతిని శాశ్వతంగా నిర్మూలన చేయడానికా? భీష్మ ద్రోణుల అసమర్థతను, తటస్థతను బయటపెట్టడానికా, వాళ్ళ నోళ్ళ తోటే చెప్పించడానికా? ధృతరాష్ట్రులగుడ్డికళ్ళకుమెరిసే అంజనాన్ని రాయడానికా? కర్ణుడి మార్గభ్రష్ఠ, పథచ్యుతి, అఖండ భ్రాంతి జీవితానికి స్వర్గానికి యోగ్యమైన మార్గం చూపెట్టడానికా? కాదు, ఇట్లాంటి ఉద్దేశ్యమే అయితే నా కార్యం ఎంతో తేలికఅయ్యేది. విశేషమైన ఉద్దేశం అయితే, విశేషమైన ఉపాయం ద్వారా ప్రణాళికను తయారుచేసుకునేవాడిని. రెండు రాజ సింహాసనాల ప్రశ్న కాదు.

నా ఎదురుగుండా ఉన్న ప్రశ్న సంపూర్ణ మానవజాతి. చిరంతనమైన అంతిమ సత్యం. రకరకాల కుంభాలను మోసే అమరమైనఅమరతత్వానికి సంబంధించిన ప్రశ్న.

జగత్తులోచివరిది, ఎప్పటికీ పరివర్తన చేయలేనిదిప్రకాశమయ అమర చైతన్యం. తన విలాసాలకు నిలయమైన, అలంకరింపబడ్డ రంగమహలులో ఉండి దీనిని అనుభవించలేము. కేవలం ఆసక్తిపైనే జీవిస్తే, నీళ్ళలో ఏనుగుని, మొసలి గట్టిగా పట్టుకుని అంటుకుపోతుంది. ఆసక్తితో అంటుకు పోయిన దీనిని ఎవరూ ఎప్పుడూ చూడలేరు. దీని కోసం శరీరంలోని ఒక్కొక్క నరానికి, పగలు తరువాత రాత్రి ఎట్లా వస్తుందో అట్లాగే జీవితం తరువాత మృత్యువు అనివార్యం అని తెలుసుకోవాల్సిన ఆవశ్యకత ఎంతైనా ఉంటుంది. మనస్సు, శరీరం, బుద్ధి అన్నీ వేటిపైన ఆధారపడకూడదు. ఆ తరువాత ఎవరైనా అన్యవ్యక్తి సత్యం చెప్పాల్సిన అవసరమూ ఉండదు. దానిని నిరూపించాల్సిన అవసరం ఉండదు. అది ప్రతి శరీరం నుండి ప్రకటితం అవుతుంది. ముక్తి, సర్వశ్రేష్ఠమైనఆత్మానుభవం ఎప్పుడూ భిక్షం వలన ప్రాప్తించదు. పరాయివాళ్ళ అన్నం తింటే ఆకలి తీరదు, ఎదుటి వాళ్ళ నీళ్ళు తాగితే దాహం ఎన్నటికీ తీరదు. సరిగ్గా ఇదే విధంగా ఎవరో ఒకరి ఉపదేశం వలన ఎవరూ ఉద్ధరింపబడరు. ఎక్కడెక్కడ జీవితం ఉంటుందో అక్కడక్కడ ప్రకటింపబడాలన్న లాలస ఉంటుంది. ముక్తి కోసం తహతహలాడటం ఉంటుంది. బయటికి ఇది తెలియకపోయినా, లోపల మాత్రం అవిరామంగా ఈ కార్యం నడుస్తూనే ఉంటుంది. జీవితం అంటే అర్థం – ప్రకటన (ప్రత్యక్షం కావడం)

అప్పుడప్పుడు ప్రళయ దృశ్యం మానవజాతి ఎదురుగుండా కనబడుతుంది. ఎందుకంటే గ్రంథం, ఉపదేశం, నీతితత్వం వీటిని ఉల్లంఘించి అది ఆసక్తిగా మారిపోతుంది. జగత్తులో కనిపించే దృశ్య వస్తువులకు ఆవల ఒక సూక్ష్మ జగత్తు ఉంది. కాని దీనిని చూడడానికి మనిషి దగ్గర సమయం లేదు. ఆ సమయంలో మానవజాతికి ఒక్క క్షణం ఆగాల్సి వస్తుంది. దాని కోసం యుద్ధం లాగా ప్రభావితం చేసేదిమరేదీ లేదు. అందువలన నేను యుద్ధాగ్నినిప్రజ్వలితం చేశాను.

2

పది రోజులు గడిచిపోయాయి. యుద్ధం భయంకర రూపం దాలుస్తోంది. రోజు రోజుకీ ఈ రూపం ఇంకా భయంకరంగా మారిపోతోంది. దీని గర్జన అతి భయంకరం. నా ప్రాణ ప్రియ భక్తుడు అర్జునుడి నందీఘోష రథంపైన, రథం గూడులో కూర్చుని నేను తెల్లటి గుర్రాలను పరుగెత్తిస్తూ, రథాన్ని నడిపిస్తూ, ఏ అడ్డుఅదుపూ లేకుండా చతురంగ దళాలలో తిరుగుతూ దీనిని చూశాను. భయంకరమైన యుద్ధాన్ని చూస్తూ పాండవులకు సహాయం చేయడానికి నేను సారథి రూపంలో కురుక్షేత్రంలో దిగాను. పాండవులకే విజయం లభిస్తుందన్న సంగతి నాకు ముందే తెలుసు. ఎందుకంటే... అర్జునుడితో పాటు ఐదుగురు పాండవులకి కృతాంత కాలంలో కనిపించే, వీరాధివీరుడు అపర పరాక్రమ వంతుడు సూర్య పుత్రు కర్ణుడు భీష్ముడి పతనం అయ్యేదాకా రణరంగంలో కాలుపెట్టడు. అతడితో సమానంగా, అఖండ సాధన చేసి పవిత్రమైన ప్రణాళికలు తయారుచేయడంలో దిట్ట అయిన జ్వలంత పరాక్రమవంతుడు సేనా నాయకుడు అయిన కర్ణుడిలా కురుల పక్షాన ఎవరూ లేరు. అందువలన నేను హస్తినాపురం వెళ్ళినప్పుడు

మర్యాదపూర్వకంగా అతడి దివ్య కులం గురించి చెప్పి పాండవుల వైపు తిరిగి రమ్మనమని చెప్పాను. రావాలని నేను ఎంతో ప్రయత్నం చేశాను. కాని అతడి నిర్ణయం మహా సాగరం లాంటిది సుదర్శన చక్రాన్ని ధరించే నా చేతులు సైతం విఫలం అయ్యాయి. నేను చెప్పిన సత్యం వలన అతడిలోని అహంకారం రూపు మాసిపోతుందా? అన్న విషయంపైన ఆలోచించుకుంటూ హస్తినాపురం నుంచి తిరిగి వచ్చాను. కాని అది అసంభవం అని తెలుసుకున్నాను. ఏదైతేమాసిపోతుందో దాంట్లో ఎటువంటి తేజస్సు ఉండదు. అని అతడు నిరూపించాడు. తను సూర్యపుత్రుడు అని తెలుసుకోగానే అతడి ప్రతిక్రియను చూసి అందరు అవాక్కైపోయారు. నన్ను కలిసి వెళ్ళిపోయాక, నేను సూర్యపుత్రుడిని నేను సూర్య పుత్రుడిని అని పదే పదేఅంటూ అతడు ఐదు సువర్ణ జలకుంభాలని ఒడిలో పెట్టుకుని ఒంపేసాడని నాకు విదురులు చెప్పారు. ఆ కర్ణుడు భీష్ముడి పతనం అయ్యే వరకు రణరంగంలో కాలుపెట్టనని భీష్మించుకుని కూర్చున్నాడు. ఇంద్రుడు ఇంతకు ముందే తన పుత్రుడు అర్జునుడి కోసం ఎంతో నేర్పుతో అతడి కవచకుండలాలని హస్తగతం చేసుకున్నాడు. పరశురాముడు, సరిగ్గా నీకు యుద్ధం సమయంలో బ్రహ్మాస్త్రం గుర్తుకురాదు అని రహస్య మయమైన శాపం ఇచ్చాడు. మహేంద్ర పర్వతంపైన బ్రాహ్మణుడు. నీ రథచక్రాన్ని భూమి ఇట్లాగేకూరుకుపోయేటట్లు చేస్తుంది. అన్న మాటలను ఎవరూ మరచిపోలేరు. కుంతీ దేవికి నలుగురు పుత్రులకు అభయ దానం ఇస్తానని చెప్పాడు. సూర్యపుత్రుడు అయిఉండి కూడా ప్రథమ పాండవుడు అయి ఉండి కూడా నాలాగా సారథిలాగానే ఉండిపోయాడు.

అసలు ఇంతే నా జరిగింది?

యుద్ధం ఆరంభం అయి ఇది పదకొండో రోజు, కురుల త్రికోణ కాషాయరంగు ధ్వజం చేతబట్టి గురుదేవ ద్రోణులు కౌరవుల నేతృత్వాన్ని చేస్తూ దృఢంగా మా ఎదురుగుండా వచ్చినిల్చున్నారు. ద్రోణులు అన్ని శాస్త్రాలను నేర్పినసాక్షాత్తూ వేదం, ఆయన నడిచే ఒక వేదం. పదో రోజున భీష్ముల పతనం కారణంగా రాత్రంతా సైన్యం అతలాకుతలం అయిపోయింది. నిరాశా నిస్పృహలతో వికలం అయిపోయింది. సేనాపతి వేషధారణలో ఉన్న ద్రోణులని చూడగానే కురుల సైన్యంలో ప్రాణాలు లేచివచ్చాయి. వాళ్ళల్లో ఉత్సాహం పెల్లుబికింది. సైనికులు గర్జించారు. కురుక్షేత్రంలోని వాతావరణం అంతా వాళ్ళ గగనాన్ని చీల్చే అఖండ జయజయాకారాలతో ప్రతిధ్వనించింది.

ఇవాళ మొదటిసారిగా ద్రోణులవారి నేతృత్వంలో ప్రచండ రథ దళానికి ప్రముఖుడైన సేనాపతి రూపంలో కర్ణుడు రణరంగ ప్రవేశం చేశాడు. లతలతో, శుశోభితమైన, మేలిమి బంగారంతో చేయడం వలన దేదీప్యమానంగా వెలిగే, అన్నింటికన్నా పొడుగైన తన రథం జైత్రయాత్రలో బయలుదేరాడు. హిమాలయాలపైన కైలాస పర్వతాల ఉత్తుంగ శిఖరం వెలిగిపోతున్నట్టుగా అతడు వెలిగిపోతున్నాడు. ఏనుగును బంధించే శృంఖలాల చిహ్నమైన కాషాయవర్ణం పట్టు రాజధ్వజం అతడి రథంపై రెపరెపలాడుతోంది. అది ఎంతగా రెపరెపఎగురుతోందంటే దానిని ధరించే వంగని సువర్ణ ఈషా దండం కూడా నిరంతరం అటు ఇటు ఊగుతోంది. సర్వాంగాలపైన లోహత్రాణాన్ని ధరించిన కర్ణుడు నివురు కప్పిన నిప్పులా అనిపిస్తున్నాడు. బూడిద కింద కణకణ మండే నిప్పుకణంలా అనిపిస్తున్నాడు. అతడి దగ్గర

కవచకుండలాలు లేవు, అతడి జీవితం శాపగ్రస్తం. అయినా అతడు నిప్పు కణాలలా దహిస్తాడు. ఎంత చిన్నదైనా సరే నిప్పుకణం, నిప్పుకణమే. అది అవతలి వాళ్ళనికాల్చేస్తుంది. ఎంతో ఉత్సాహంతో ముందుకు వచ్చే కర్ణుడి ఎదురుగుండా అర్జునుడిని నిల్చోపెట్టడం పెద్దగా తెలివితేటలుకల పని కానే కాదు. అందువలన రాత్రి శిబిరంలో అందరూ సమావేశం అయినప్పుడు, కర్ణుడి భయం వలన చింతాగ్రస్తుడైన యుధిష్ఠరుడు మాటిమాటికి ఆ సూతపుత్రుడు రాధేయుడుఏమైపోతాడు. అని అడుగుతుంటే జీవితం అంతా అవహేళనలతో, ప్రతి చోట అవమానాలకు గురైన కర్ణుడు అనే గాలిదుమారం ముందు అర్జునుడు జీర్ణ పర్ణకుటీరంలా ఒక్క క్షణంలో నేలకూలిపోతాడుఅని తెలియ చెప్పాను. అతడిని ఆపకల శక్తి ఒకే ఒకడిలో ఉంది. పర్వతాకారుడైన భీముడు. అందువల్ల అందరి సమ్మతి తీసుకుని మొట్టమొదట భీముడిని కర్ణుడితో తలపడేలా నిర్ణయం తీసుకున్నాము. ఇచ్చిన మాటను నిలబెట్టుకునే కర్ణుడు కుంతీదేవికి ఇచ్చిన వాగ్దానాన్ని ఎప్పుడూ మరిచిపోడు. భీముడిని అతడు చంపడు. అర్జునుడిపైన తప్పితే మరెవరిపైనా ప్రాణాలు తీసే దాడి చేయడు. ఇప్పుడు అతడు కోరలు పీకిన పాము. గోళ్ళుపీకేయబడిన సింహం లాంటి వాడు.

భీష్ముడి నేతృత్వంలో ద్వైరథుడు, ద్వందుడు, సంకులుడు, పాషాణక్షేపణుడుమొదలైన వారితో భయంకరమైన యుద్ధం జరిగింది. యుద్ధంలో పాండవుల సైన్యం, ఐదు లక్షల యోధులు పాల్గొన్నారు. భీముడు, శ్వేతుడు, సాత్యకి, అర్జునుడు, దృష్టద్యుమ్నుడు వీళ్ళు కౌరవుల పదివేల యోధులను యముడి దగ్గరికి పంపించి వేశారు. అయినా కౌరవుల సంఖ్య అధికంగా ఉంది. కర్ణుడు, ద్రోణులని ఎదురుగా నిలిపి దాదాపు పదిహేను లక్షల మహాసాగరం నిరంతరంగా కుతకుతలాడుతోంది. మా నందీఘోష్ వెనక పది లక్షల సైన్యం నిల్చుని ఉంది.

సూర్యోదయం అయింది. తన భుజాలతో సమానంగా రకరకాల బంగారు నగలతో అలంకరింపబడ్డ తన ధనస్సును రథదళం ప్రముఖుడిగా బాగా పైకి ఎత్తి అటు ఇటు తిప్పాడు. ధనుస్సు పేరు 'విజయ' పేరుకి తగ్గట్టుగానే అతడి ధనస్సు ఎప్పుడూ విజయాన్నే తెస్తుంది. 'హిరణ్య గర్భ' అనే అతడి శుభ్రధవళ, విశాలమైన శంఖాన్ని ఊదాడు. శంఖానాదం చేసేటప్పుడు గుర్రాల కళ్ళల్లో కనిపించే అతడి పెద్ద పెద్ద రక్తమయ కంఠ నరాలు ఉబ్బాయి. అతడి శంఖంలో గగనాన్ని ఛేదించే నాదం ఉంది. అటువంటి నాదం మరే శంఖంలోను లేదు. సహస్ర రశ్మితో వెలిగే తండ్రికి తన శంఖనాదాన్ని వినిపిస్తూ ఇట్లా అంటున్నాడాఅని అనిపించింది– ''చీకటిని రూపుమాపే నీ కిరణాలలాగా నా అమోఘమైననారాచ, సర్పముఖ, సువర్ణపంఖ్, సూచీ, జిహ్వా, బస్తిక, గజస్థి, గోముఖ, చంద్రపత్తి, గృద్రపత్రమొదలైన వివిధ బాణాలు ఇవాళ అర్జునుడిని దగ్ధం చేస్తాయి. నా రాజధ్వజం పైన ఉన్న ఏనుగు శృంఖాలలో అర్జునుడి ధ్వజంలో ఉన్న కపిని వానరుడిని గట్టిగా పట్టేసుకుంటాయి.

''యోధులలో రోమాలు నిక్కపొడుచుకునేలా చేసే హిరణ్య గర్జను ఊది శంఖనాదం చేసి విరాట రథదళాన్ని ముందుకు నడపడానికి రహస్యమైన సంకేతాన్ని ఇచ్చాడు. అతడి మామూలుగా ఉండే నీలికళ్ళు క్రోధంతో గాఢమైననీలి రంగులో కనిపిస్తున్నాయి. ద్రోణులు సేనాపతి అన్న సంగతి మరిచిపోయి మహారథులందరు అంగరాజు కర్ణా!

జయోస్తు... జయోస్తు... అంటూ ఆయన పేర నిరంతరం జయజయాకారాలు చేయసాగారు. బడబాగ్నితో చుట్టుముట్టిన నిషధ పర్వతంలా కనిపించే ఆ ప్రథమ పాండవుడిని చూశాక, పాండవ యోధులందరికే కాదు నాకు కూడా, సూర్యుడు మరో రూపం ధరించి శ్వేత అశ్వాల వేగవంతమైన రథంలో ఆరూఢుడై వచ్చాడా అని అనిపించింది. పౌర్ణమి రోజున మహాసాగరం ఎలాగైతే గర్జిస్తుందో అదే విధంగా తన విజయ ధనస్సును పైకెత్తి అతడు గర్జిస్తున్నాడు. నది లోతులోకి ప్రవేశించే మొసలి సరాసరాఅంటూ నీళ్లని చీల్చుకుంటూ ఎట్లాగైతే ముందుకు పరుగెత్తుతుందోఅట్లా అతడు ఒక్కక్షణంలో పాండవసేనలోచొచ్చుకు పోయాడు. అతడి కోపిష్టి కళ్ళు నిరంతరం అర్జునుడి రథం పైన ఉండే ధ్వజాన్ని వెతుకుతున్నాయి. కాని... కాని.. అర్జునుడిని చుట్టుకుని ఉన్న భీముడే మాటిమాటికిఎదురుగుండా కనిపించసాగాడు. నేను తెలివిగా అర్జునుడి నందీఘోష్‌ని కర్ణుడి ఎదురుగుండావెళ్లనీయకుండా ద్రోణుడి ఎదురుగుండాతీసుకువెళ్ళాను.

కేవలం ఒక రథంలో కూర్చుని, భ్రమణం చేస్తూ దిగ్విజయంలో సమస్త ఆర్యావర్తనాన్ని పాదాక్రాంతం చేసుకున్న, దాన, సాధన, ధైర్యం, పవిత్రతో కాలుతున్న ఇనుములా కనిపించే ఈ ప్రథమకౌంతేయుడు, బకాసురుడు, హిడింబి, జరాసంధుడు లాంటి బలాఢ్యులని వధించిన శక్తిశాలి అయిన భీముడు ఒకరి ఎదురుగుండా మరొకరు నిల్చున్నారు. రెండు ఉన్మాది వన్యగజాల్లా ఒకదానిపై ఒకటి దాడిచేసే ముందు ఒక్కక్షణం ఆగి ఒకరిపై ఒకరు దాడి చేయసాగారు. ఒక్కక్షణంలో హృదయాన్ని వణికించే రోమహర్షక సంఘర్షణ మొదలైంది. బాణాలు బాణాలతో భేటీ పడసాగాయి. కోపిష్ఠి భుజంగంలా వేడి శ్వాసలను వదులుతూ ఒక్క నిమిషంలో బాణాలతో ఆకాశానంతాఆచ్ఛాదితం చేశాడు. మృగశిర నక్షత్రంలో వచ్చే అనితరమైన వర్షంలా, బాణాల అఖండమైన ధార ధనస్సు నుండి వస్తోంది. భీముడి వైపు నుండి పోరాటం సలుపుతున్న విరాట, మత్స్య, పాంచాలులును ఆ బాణాలు వేధిస్తున్నాయి. మధ్యాహ్న సూర్యుడు మరుభూమిలోని ఇసుకలోని ప్రతికణాన్ని ఎట్లాగకాలుస్తాడోఅట్లా అతడు వేసిన దాహక అగ్ని బాణాలు పాండవుల సైన్యాన్ని దగ్ధం చేస్తున్నాయి. బాణాల మధ్య ఉన్న భీముడు ఎంతో వ్యాకులత చెందాడు. తన ధనుస్సును చేత్తోవిసిరివేశాడు. కుంభాల మైరేయక మధ్యాన్ని తాగేశాడు. తన రక్తపు బొట్లను ఉత్తేజం చేశాడు. గురువింద గింజలా ఎర్రటి నేత్రాలను నలువైపులా తిప్పుతూ అతడు ఆవేశంతో కర్ణుడిపైన దాడి చేశాడు. ఎనిమిది సార్లు అతడి వింటి నారిని తెంపేసాడు. ఐదుసార్లు కర్ణుడి రథాన్ని విరగగొట్టాడు. అతడికి రథం లేకుండా చేశాడు. సారథి సత్యసేనుడినిగాయపరిచాడు. సత్యసేనుడు రథం నుండి కిందపడగానే కర్ణుడు ధనుస్సును విసిరివేశాడు. సత్యసేనుడి వణుకుతున్న తలను తన తొడపైన పెట్టుకుని సంబాళిస్తూ సత్యసేనా! సత్యసేనా! అంటూ అతడు మూర్ఛనుండి బయటపడేలా ప్రయత్నం చేశాడు. ఇంతలో కోపంతో భీముడు ఒక్కసారిగా తన రథం నుండి అతడి రథంపైకి దుమికి అతడి సుదృఢమైన రథాన్ని ముక్కలు ముక్కలు చేశాడు. సత్యసేనుడునేలకొరిగాడు. అయినా కర్ణుడు ఎంతో సౌమ్యంగా పోరాడుతున్నాడు. తల్లికి ఇచ్చిన వాగ్దానాన్ని నెరవేరుస్తున్నాడు. భీముడి దాడులను ఆపేస్తున్నాడు. కాని మైరేయక మద్యం మత్తు ఎక్కడం వలన భీముడు సముద్రం పవనంలా విశృంఖలం

అయ్యాడు, కర్ణుడు సహించలేకపోయాడు, అతడి నీలి కళ్ళు కోపంతో ఎర్రబడ్డాయి. వైశాఖ మాసంలో మండే ఎండలా, అతడు ఎదురుగా కనిపించిన దానల్లాకాల్చేస్తున్నాడు. భీముడిపై విరుచుకుపడ్డాడు. ఒక్కక్షణంలో గంగమ్మ గాఢమైన పొగమంచు ఎట్లాకప్పేస్తుందో అదే విధంగా తన అమోఘమైన నిరంతరంగా బాణాలు వర్షం కురిపిస్తూ విశాలకాయుడైన భీముడిని కప్పేసాడు. భీముడి వంటి నిండా బాణాలు గుచ్చుకుని ఉన్నాయి. భీముడు రథం నుండి తుఫానులో బలమైనశాలవృక్షాన్ని పెరికి పారేసినట్లు ధడ్నాల కిందపడ్డాడు. భూమి కంపించింది. వాయుపుత్రుడు భీముడు మూర్ఛితుడయ్యాడు. పడుకునేటప్పుడు కూడా భూమికి తన వీపును ఎప్పుడూ చూపించని అజేయుడైన భీముడు నేలకూలిపోయాడు.

కళ్ళ నుండి విజయం అనే అగ్నికణాలను వర్షిస్తూ కర్ణుడు తన రథం నుండి ఒక్కసారి దూకి వాయుగతితోమూర్ఛితుడైన భీముడి వైపు పరుగెత్తాడు. అతడిని ఆపే శక్తి ఎవరికీ లేదు.

కొన్ని క్షణాల్లోనే భీముడు తెలివిలోకి వచ్చాడు. తన రక్తవర్ణంలో ఉండే కళ్ళని తెరుస్తూ... మూస్తూ... భీముడు లేవడానికి ప్రయత్నిస్తున్నాడు. అతడి కంఠంలో తన ప్రఖ్యాతి చెందిన వింటినారిని ఉచ్చులా మెడలో వేసి కర్ణుడు భీముడిని గట్టిగా కుదిపాడు. గోదాలో మొట్టమొదటి సారి సూతపుత్రుడు అంటూ ఎవరిని హేళన చేశావో, ఆ సూర్యపుత్రుడు గర్జిస్తూ అపహాస్యం చేస్తూ అన్నాడు. ఓరీ! భీమా! ఇష్టం వచ్చినట్టు మాట్లాడే అహంకారి! చేత కొరడాపట్టి నీ వీపుపైన చర్మంలేచివచ్చేలాకొట్టనా?వెళ్ళు.కళ్ళఎదురుగుండాకనబడకు.ఎక్కడైతేపంచభక్షపరమాన్నాలు కుప్పలు కుప్పలుగా ఉన్నాయో వెళ్లు అక్కడికి వెళ్ళు, ఆ వంటశాలకి వెళ్ళు. ఆవురుఆవురు మంటున్న నీ నాలికనిశాంతపరుచుకో మళ్ళీ ఎప్పుడూ ఈ కర్ణుడి ఎదురుగుండా వచ్చే సాహసం చేయకు. వెళ్ళు.. ఇక్కడ నుండి వెళ్ళు.

సిగ్గుపడుతూ భీముడు తలవంచి ఆ ప్రఖ్యాత దానవీరుడి నుండి ప్రాణదానం తీసుకుని వెనక్కి వెళ్ళిపోయాడు. ఇవాళ మొదటిసారిగా భీముడి అభిమానం దెబ్బ తిన్నది. గర్వం అణిగింది.

భీముడి ద్వారా సంహరింపబడ్డదుర్ముఖుడు, దుర్జయుడు, వికర్ణుడు మొదలైన దుర్యోధనుడి సోదరుల శవాలను కురులు ఎంతో కష్టంతో రణక్షేత్రం నుండి బయటకి లాక్కొచ్చారు. వికర్ణుడిని చంపేటప్పుడు భీముడి కళ్ళఎదురుగుండా జూదం తరువాత వస్త్రాపహరణ ఘట్టం కదలాడసాగింది. రథం నుండి కిందకి దిగి అతడు కిరీటాన్ని కిందపెట్టి వికర్ణుడి శవానికి వందనం చేశాడు. కర్ణుడు విరాట పరాక్రమం వలన చేతులెత్తేసిన యుధిష్ఠరుడు స్పష్టంగా యుద్ధ సమాప్తం చేయాలన్నాడు. భీముడి అహంకారాన్ని అణచి పదకొండో రోజు ప్రస్థానం అవుతోంది. కాని శిబిరంలో యుధిష్ఠరుడుకి నిద్ర పట్టడంలేదు. పన్నెండో రోజు సైన్య వ్యూహరచనలో నిపుణుడైనరాజనిష్ఠగల ద్రోణుడు శంఖాకారంలో సైన్య రచన చేశారు. మొదటి ఝాము ముందే చేకితానుడు, ధృఢసేనుడు, పురుజితుడు, యుగంధరుడు, ధ్వజకేతుడు, వీరకేతుడు, వృకుడు, శంఖుడు, మణిమానుడు, సుచిత్రుడు, అంశుమానుడు, విఖ్యాత ద్రుపద రాజును సంహరించాడు. కాని శిష్య ప్రేమ వలన అర్జునుడితో ఆయన సౌమ్య యుద్ధం చేశారు. ఆయన కొంత చలించిపోయారు. ఎంతైనా ప్రేమ బలహీనమైనదే కదా!

అచలుడు, ఉగ్రమన్యుడు, దీర్ఘాయుడు, వషుడు, సౌశృతిమొదలైన ప్రసిద్ధ రథులను అర్జునుడు మట్టి కరిపించాడు. సాత్యకి అశ్వత్థామ, దుశ్శాసన శకునులను హింసించాడు. రెండు ప్రచండ పాషాణాలు ఒకటితో మరొకటిఢీకొన్నప్పుడు వాటిపైన పాకే అసంఖ్యాకమైన చీమల వరుసలు వాటికిందఎట్లా నలిగి చనిపోతాయోఅట్లాప్రత్యేకమైనఒక్కొక్క దళంలో ఎంతమంది పనికి వచ్చారో చెప్పడం కష్టతర సాధ్యం. వాళ్ళనిలెక్కించడం అసంభవం. యుద్ధం కోలాహలంలో ఏనుగులు, గుర్రాలు, రథాలకింద పడి ఎంతోమంది ఆర్తనాదాలు చేస్తూ ప్రాణాలు వదిలారు. యుద్ధభూమి విరిగిపడ్డ తొండాలు, చేతులు, కాళ్ళు, కిరీటాలతో ఉన్న తలలతో నిండిపోయింది.

వృద్ధ సింహంలా కర్ణుడు చతురంగ దళాలలో అర్జునుడి కోసం స్వేచ్ఛగా వెతుకుతున్నాడు. కాని అర్జునుడి రథాలు కళ్ళాలు నా చేతుల్లో ఉన్నాయి. కర్ణుడి రథంపైన శృంఖలాలతో ఉన్న చిహ్నం గల ధ్వజం ఉంది. ఆ ధ్వజాన్ని కన్నార్పకుండా చూస్తూ యధాశక్తి అర్జునుడికి దానికి వ్యతిరేకమైన దిశలోకి తీసుకువెళ్తున్నాను. అతడిలోని పరాక్రమం ఎంత తీవ్రమైనదో, భీముడికి జీవన దానం ఇచ్చిన ఘట్టాన్ని చూసిన వాళ్ళకి స్పష్టంగా తెలుస్తుంది. అర్జునుడు ఎక్కడా అతడికి కనిపించలేదు. అందువలన అతడి కోపం రెండింతలు పెరిగింది. యుధిష్ఠరుడుని, నకులుడిని, సహదేవుడిని మాటిమాటికి చుట్టుముట్టి వాళ్లని రథాలలో నుండి లాగేసి వాళ్ళ మెడలలో తన ధనస్సును వేల్లాడేసి, కోపిష్టి నేత్రాల నుండి అగ్ని వర్షాన్ని కురిపిస్తూ అడుగుతున్నాడు-" చెప్పు... నా సుధామనుడిని, శోణుడిని కాటేసిన ఆ నీల సర్పం ఎక్కడ ఉంది?" ఏ సమాధానం చెప్పకుండా రథాలను వదిలివేసిన పాండవులు తమ పరాజయాన్ని స్వీకరిస్తూ ఆ వేదనను సహిస్తూ ఒక్క నిమిషం కూడా కర్ణుడి ఎదురుగుండా ఉండకుండా సిగ్గుపడుతూ పరుగులు తీయసాగారు. రాజమాతకు చేసి వాగ్దానానికి బద్ధుడైన ఆ సూర్యపుత్రుడు నిస్సహాయుడై వేడి శ్వాసను వదులుతూ కోతల సమయంలో రైతు ఎత్తుపెరిగిన పంటను ఎట్లాకోస్తాడోఅట్లా పాంచాల, విరాట, మత్స్య మొదలైనవారి దళాలను నరికేస్తున్నాడు. తన ఇష్టం వచ్చినట్టు, హద్దు పద్దూ లేకుండా ధళాలనునరికేస్తున్నప్పుడు మెరుపులా మెరుస్తున్నాడు. ఒకసారి యుధిష్ఠరుడుని మూర్ఛ వచ్చేలా చేసి అతడి రథాన్ని దూరంగా విసిరివేశాడు. సైనికులు అతడిని రణరంగం నుండి బయటకు తీసుకువెళ్ళి తెలివి వచ్చేలా చేశారు. కర్ణుడు ఓ అరవై సంవత్సరాల మండుతూ ఉండే జ్వాలా ముఖి. ప్రళయం తెచ్చే విస్ఫోటకం గర్జించే ప్రభంజనం. ఎవరైనా సరే అతడి ఎదురుగుండానిలబడలేరు. పన్నెండో రోజు కూడా గడిచిపోయింది. అతడు వెతుకుతూనే ఉన్నాడు. ప్రతిరోజు యుద్ధభూమి శవాల గుట్టలతో నిండిపోయేది. అందువలన ప్రతిరోజు సమరభూమిని మార్చాల్సి వచ్చేది.

ఇప్పటి దాకా సంగ్రామంలో పాండవులలో ఏ ఒక్కరూ నేలకొరగలేదు. ఆ రాత్రి దుర్యోధనుడు భవబంధాలు, చుట్టపక్కాలు, ఎవరినీ ఏదీ చూసుకోకుండా కోపంతో ఊగిపోయాడు. సేనాపతి ద్రోణాచార్యుల మీద విరుచుకుపడ్డాడు. పన్నెండు రోజులలో లక్షలాది కురుసేన యుద్ధం చేసింది. కాని పాండవులలో ఒక్కడైనాచావలేదు. నా ఇరవై నలుగురు సోదరులను భీముడు చంపేశాడు. కాని ఇటువైపు ఒక్క పాండవుడు నేలకొరగలేదు. అసలు ఇది

యుద్ధమేనా? లేకపోతే దిగ్విజయసేన ద్వారా మనోరంజనానికి ఏర్పాటు చేసిన భోజనమా? గురుదేవా ద్రోణాచార్యా! ఒకవేళ మీ ధనుస్సు పాండవులను చంపడంలో పనికి రాకపోతే మీరు రాజరథ ధ్వజాన్ని కర్ణుడి చేతికి ఇవ్వండి. అతడు అన్న ఒక్కొక్క మాట ద్రోణాచార్యుల హృదయాన్ని ముక్కలు ముక్కలు చేశాయి. ఎవరైతే అహర్నిశలు కష్టపడి కౌరవులకు, పాండవులకు నిష్ఠగా శస్త్ర విద్యను నేర్పించారో, ఆయన శిష్యులలో ఏ ఒక్కడూ ఇవాళ ఆయన భావాలను పట్టించుకోవడం లేదు. ఆయనకు తన బొటన వేలును కోసి ఇచ్చిన, నడుంకింది దాకా వన్యవల్కాలాలని కట్టుకునే నిషధ పర్వతాల దట్టమైనకొండకోనలలో సంచరించే శరీరం నల్లగా ఉన్నా కాని తెల్లటి అంతఃకరణ కల ఏకలవ్యుడిని, క్రూరమైన కాలం గురుద్రోణుడి ఒకే ఒక నిష్టగలశిష్యుడిగా నిరూపించింది. సమాజంలోని మూఢనమ్మకాల కన్నా త్యాగం, నిష్ఠ ఎప్పటికీ శ్రేష్ఠమైనవే.

అందరి ప్రేమను తన విశాలమైన ఖాళీగా ఉన్న అంబులపొదిలో దూర్చి గురు ద్రోణుడు దృఢంగా నిల్చుని ఉన్నారు. తెల్లటి జుట్టు ఒక్క నిమిషం వణికింది.

నా పరాక్రమం పైన సందేహం ఉన్న దుర్యోధనుడికి రేపు నా పరాక్రమాన్ని చూపిస్తాను. ఎవరో ఒక శ్రేష్ఠ పాండవుడు చక్రవ్యూహంలో పడి శవంగా మారతాడు. రేపు ఆ శవాన్ని చూడకుండా సూర్యుడు అస్తమించడు అనిఅంటూ ఆయన తక్షణం వెళ్ళిపోయారు.

3

మా గూఢచారి సమావేశంలో ఏం విన్నాడోపూసగుచ్చినట్టుగా మాకు నివేదించాడు. అర్జునుడితో పాటు తక్కిన అందరు చింతాగ్రస్తులు అయ్యారు. చక్రవ్యూహం అన్నింటికన్నా కఠోరమైన సైనికరచన. రేపు సేనాపతి పదవిని ఎవరికి ఇవ్వాలి? చక్రవ్యూహాన్ని ఎవరు ఛేదిస్తారు? చింతిస్తున్న పాండవులు ఏం ఆలోచిస్తున్నారు? నేను సగం ఘడియపాటు విన్నాను. అందుకు భీముడిని ముందుగా నిల్చోబెట్టాలనుకున్నారు. భీముడు ఎంత పరాక్రమవంతుడైనాచక్రవ్యూహాన్ని ఛేదించలేడు. నేను ఒక సేవకుడిని పంపించి అభిమన్యుడిని పిలిపించాను. సమావేశం జరిగే శిబిరానికి అతడు రాగానే నేను అతడితో అన్నాను– 'అభి...!' ఎప్పటిలాగా అభిమన్యు అని పిలవకుండా అభి అనగానే ఆ పిలుపులో ఉన్న రహస్యాన్ని అర్జునపుత్రుడు వెంటనే తెలుసుకున్నాడు. అతడి ముక్కు కొనగా ఉంది. నోట్లోని ఉల్కలాంటి తెల్లటి పళ్ళు ఒక్కక్షణం మెరిసాయి. వెంటనే ముందుకు వచ్చి వినయంగా నాకు వందనం చేస్తూ అతడు సంయమనమైన స్వరంతో అన్నాడు – ఆజ్ఞ మామ!

అతడి వినయ విధేయతలు, తెలివితేటలు నాకు తెలుసు. అతడిలో యాదవుల, పాండవుల రక్తం ఉంది. ఒకే ఒక వంశాకురం. పెళ్ళై ఒక్క సంవత్సరం. పదహారు పదిహేడు వయస్సుకల ఆ యువకుడిని రేపు ఫణంగా పెట్టాలి, ఆలోచించగానే నేను సంభ్రమాశ్చర్యాలలో మునిగిపోయాను. అసలు ఏం చెప్పాలో అర్థం కాలేదు.

అందరూ మౌనంగా ఉండడం చూసి అతడు అన్నాడు– "మీరందరూఇంత స్తబ్ధంగా ఎందుకు ఉన్నారు? ఇంతగా ఎందుకు చింతిస్తున్నారు?"

"రేపు గురుద్రోణులు కఠోరమైన సైన్యరచన చేస్తున్నారు. దాన్ని ఛేదించే కార్యం..."

నేను అతడితో స్పష్టంగా ఏమీ చెప్పలేకపోయాను. అతడి గర్భవతి అయిన పత్ని ఉత్తర అందమైన ముఖం పదే పదేకళ్ళఎదురుగుండా కనిపిస్తోంది. అసలు కనుమరుగే కావడం లేదు.

''ఆ పని నాకప్పగిస్తే నేను ఎంతో అదృష్టవంతుడిగా భావిస్తాను. మీ అందరి ఆశీర్వాదంతో నేను ఎంతో ఆనందంగా దీనిని స్వీకరిస్తాను.'' ఎంతో శ్రద్ధగా అందరికీ నమస్కరించి, పెద్దలు, గురుజనుల మధ్య కూర్చోవడం అపఖ్యాతి అని తెలియని అతడు, సుభద్రాపుత్రుడు యమున నుండి తిరిగి వస్తూ గుర్రాలలా శాంతియుతమైన నడకతో శిబిరం నుండి బయటికి వెళ్ళిపోయాడు. అందరూ సంతోష పడ్డారు. యుద్ధభూమిలో ఇంత చిన్న వయస్కుడు యోధుడు ఎవరూ లేరు. కృష్ణ చతుర్థశి వచ్చింది. అది పదమూడో రోజు. గురుద్రోణులు చక్రవ్యూహ రచన ప్రాతః కాలం మొదటిఝామున సైనికులను శిబిరం నుండి బయటికి పిలిచి తన వెంట తీసుకు వచ్చి శుక్రుడి మసక మసక వెలుతురులో తయారు చేశారు. ముఖద్వారం దగ్గర స్వయంగా గుహద్వారం దగ్గర సింహంలా ఆయన నిల్చున్నారు.

అచ్చం అర్జునుడిలా కనిపించే అభిమన్యుడు పాండవుల సేనకి నేతృత్వం చేస్తూ శంఖాన్ని పూరించాడు. భీముడు, నకులుడు, సహదేవుడు, యుమధానుడు అతడిని రక్షిస్తూ ముందుకు నడిచారు.

ఉల్లి పొరలను తీస్తున్నట్లుగా ఒకదాని తరువాత సేన వరుసలను ఛేదిస్తూ అభిమన్యుడు కౌరవసేనలో చొచ్చుకుపోయాడు. ద్రోణులు, శకుని, దుశ్శాసనుడు, జయద్రథుడు, కృతవర్మ, కృపుడు, అశ్వత్థామ, దుర్యోధనుడు మొదలైనవారినిగాయపరుస్తూ సైనిక మండలాలని ఛేదిస్తూ ముందుకు నడిచాడు. పుట్టలో పాము దూరినట్లుగా అతడు కౌరవసేనలో చొచ్చుకుపోయాడు. భీముడు ప్రతిక్షణం అతడి వెనకే నడుస్తున్నాడు. కాని అభిమన్యుడికి అతడికి మధ్య దూరం పెరుగుతూనే ఉంది. శక్తిశాలి అయినా ఆవేశంలో తనను తాను మరచిపోయిన అభిమన్యుడు వెనక్కి తిరిగి చూడకుండాచక్రవ్యూహ్యం కేంద్రబిందువు వైపు బాణంలా నడిచాడు. వేలమంది రథులను, గజదళాలను అశ్వికులను సంహరిస్తూ అతడు ఒంటరిగా ఏడు మండలాలను ఛేదిస్తూ ఎనిమిదో మండల కేంద్ర స్థానంలో ప్రవేశించాడు. అతడి నలువైపులా లక్షలలో కురుసైన్యం ఉంది. అయినా ఏకాకిగా యుద్ధం చేస్తూ అతడు శత్రుంజయుడు, తక్షకుడు, సత్యశ్రవుడుచంద్రకేతుడు, జయస్సేనుడు, మేఘవేగుడులాంటి అతిరథులను దడదడానేలకూల్చాడు. సంధ్యాకాల సమయం వచ్చింది. అయినా అభిమన్యుడు యుద్ధం చేయడం ఆపలేదు. యుద్ధం ఇంకా భయంకర రూపం దాల్చింది. కేంద్రస్థానంలో ఏకాకిగా దొరికిన సుభద్రాపుత్రుడిపైన ద్రోణుడు, కృపుడు, కృతవర్మ, అశ్వత్థాముడు, బృహద్‌బలుడు, కర్ణుడు ఈ ఆరుగురు మహారథులు ఒక్కసారిగా విరుచుకుపడ్డారు. వారిలో కర్ణుడు కూడా ఉన్నాడు. జీవితాంతం ఉన్న భ్రాంతి అతడిని ఎక్కడికైనాలాక్కెడుతుంది. కాని అభిమన్యుడు వాళ్ళెవరికీపాదాక్రాంతుడుకాలేదు. చివరికి దుర్యోధనుడి పుత్రుడు లక్ష్మణుడు, అభిమన్యుడి మధ్య భయంకరమైన గదా యుద్ధం జరిగింది. ఇద్దరు ఒకరిపై ఒకరు దెబ్బతీశారు. ఇద్దరూ మూర్ఛిల్లారు. మొదట లక్ష్మణుడికి తెలివి వచ్చింది. అతడు ఏమీ ఆలోచించకుండా ఇంకా

స్పృహలోకి రాని అభిమన్యుడి తలపైన ఒక వేటు వేశాడు. ఎర్రటి కమలంలా కనిపించే అతడి ముఖం చిన్నాభిన్నం అయింది. మృత్యువుకి పూర్వం అరిచాడు.

బాబాయి.... భీష్మ... వినంగానే అందరి కఠోరమైన మనస్సులు కూడా ఒక్క క్షణం ద్రవించిపోయాయి. జయద్రథుడు ఒక్కడు రాక్షసుడిలా ముందుకు వచ్చాడు. అభిమన్యుడు నిజంగా చనిపోయాడా లేదా అని నిర్ణయించడానికి నేలపైన బోర్లాపడి ఉన్న అతడిని తిప్పడానికి అహంకారంతో ఒక్క తాపుతన్నాడు. లక్ష్మణుడి గద వేసిన వేటుకు సగంకన్నా ఎక్కువ భాగం నేలలో ఇరుక్కుని ఉన్న అతడి చిన్నాభిన్నమైనమస్తకం యధాతథంగా అట్లాగే ఉండిపోయింది. కేవలం మొండెం తిరగబడ్డది. ఆ పరాక్రమవంతుడైన అర్జునుడి పుత్రుడు తన తేజోవంతమైనముఖకమలాన్ని ఏ ఒక్క కౌరవ యోధ దృష్టిలో పడకుండా భూమిలోనే దాచిపెట్టుకున్నాడు. చక్రవ్యూహం మధ్యలో అతడి చిన్నాభిన్నమైన శరీరం యధాతథంగా పడి ఉంది.

జయద్రథుడి చేసిన క్రౌర్య కార్యం గురించి తెలియగానే అర్జునుడు కోపంతో ఊగిపోయాడు. నా ప్రియమైన పుత్రుడి శరీరాన్ని కాలితో తన్నిన అనాగరిక జయద్రథుడిని రేపు సూర్యాస్తమయం జరగకమునుపే యమలోకానికి పంపించి వేస్తాను. లేకపోతే నేను స్వయంగా అగ్నిప్రవేశం చేసి స్వర్గంలో నా పితృఛత్రాన్ని అభిమన్యుడిపైన ఉంచుతాను.'' అని కళ్ళు ఎర్రచేస్తూగాండీవాన్ని పైకెత్తుతూ ఘోరమైన ప్రతిజ్ఞ చేశాడు.

అభిమన్యుడి శవానికి నలువైపులావెక్కిళ్ళు పెడుతూ ప్రదక్షిణ చేసే పార్థుడిని చూస్తూ, పదమూడో రోజు గుర్రాల కళ్ళాలను సంబాళిస్తూ పడమటి రంగ మహలులోకి వెళ్ళిపోయింది. ఈ పదమూడు రోజులలో కురుక్షేత్రంలోని పదమూడు విశాల ప్రాంగణాలు యుద్ధ భూమిగా మారిపోయాయి. ఈ సమర భూమిలో శవాలు గుట్టలు గుట్టలుగా పడి ఉన్నాయి.

రాత్రి శిబిరంలో నేను ఎవరినీ రానీయలేదు. రాజ్యజ్యోతిష్కుడిని మాత్రం పిలిచాను. భూర్జపత్రాలపై అంకెలు వేస్తూ, వేళ్ళతో లెక్కపెడుతూ అతడు లెక్కించడం మొదలు పెట్టారు. అర్ధరాత్రి కాగానే అతడు తన తలని ఎత్తాడు. చెవులపైకి జారుతున్న టోపీని సంబాళిస్తూ అతడు అన్నాడు''యాదవరాజా! రేపు అమావాస్య ఖగ్రాస సూర్యగ్రహణం ఉంది'' మూడో ఝాముున, నేను నా మెడలోని ముత్యాలహారాన్ని అతడిపై విసిరివేస్తూ, హస్తినాపురానికి తిరిగి వెళ్ళిపొమ్మనమని ఆజ్ఞ జారీచేశాను. చిమ్మ చీకటిలో అతడు కనుమరుగయ్యాడు.

యుద్ధం ప్రారంభం అయ్యి పద్నాలుగు రోజులు అయ్యాయి. మూడో ఝాము వరకు నేను అర్జునుడి నందీ ఘోషు రథాన్ని కురుల ప్రతీ దళంలోనూ తిప్పాను. ఎంత వెతికినా జయద్రథుడు ఎక్కడా కనిపించలేదు. అతడి ఆచూకీ తెలియనే తెలియలేదు. కురులు అతడిని రణరంగంలోకి రానీయలేదు. సహస్ర యోధుల సంరక్షణలో ఉన్న ఒక సుదృఢమైన శిబిరంలో అతడు దాక్కొన్నాడు. జయద్రథుడు కనిపించడం లేదు. అర్జునుడు కోపంతో రెచ్చిపోయాడు. అతడు నియతాయుడు, మిత్రదేవుడు, దండధరుడుమొదలైనవాళ్ళనినేలకొరిగిస్తూ ఒకదాని తరువాత ఒక దళాన్ని జయిస్తూ ఎక్కడ జయద్రథుడు? ఎక్కడ? అంటూమెరుపుల్లాగా చిందులు

వేయసాగాడు. యుద్ధంలో పూర్తిగా నిమగ్నులైన సైనికులకు అసలు మూడో ఝాము తరువాత ఆకాశం అంతా అచ్ఛాదితంఎట్లాఅయిందో ఏమీ అర్థం కాలేదు.

కొన్ని క్షణాలలో సంపూర్ణ సూర్యగ్రహణం అయ్యింది. నలువైపులా చిమ్మచీకటి వ్యాపించింది. కలారావం చేస్తూ పక్షులు గుంపులు గుంపులుగా గూళ్ళ వైపు పయనం కాసాగాయి. కీచురాళ్ళు కర్కశ స్వరంలో కిర్ కిర్ మంటున్నాయి. కురుక్షేత్రం చుట్టుపట్ల వందల కాగడాలు వెలిగాయి. పగలు గడిచిపోయిందని అందరూ అనుకున్నారు.

అర్జునుడి ప్రతిజ్ఞ భంగం అయ్యింది. అతడి కోసం చితిని తయారు చేశారు. అతడు అందరికీ కనిపించాలన్న ఉద్దేశంతో కురు, పాండవుల శిబిరాలకు మధ్యభాగంలో ఖాళీ స్థలంలో చితిని తయారు చేశారు. భ్రాంతిలో పడ్డ అర్జునుడు, సిగ్గుతో తలదించుకున్న అర్జునుడు నాకు, యధిష్ఠురుడికి, భీముడికి, తన వృద్ధమాతకి కన్నీళ్ళతో నిండిన కళ్ళతో వందనం చేశాడు. ఈనాడు తనతో పాటు తన గాండీవానికున్న పరాక్రమం సమాప్తం అయిపోయింది. అని అనుకుంటూ దాన్ని అంబులపొదితో సహా దేహంపైనే ఉంచుకుని, ఎనిమిది చేతుల ఎత్తున ఏర్పరచిన ఆ భవ్య చితిపైన అవమానంతో తలవంచుకుని అగ్నిప్రవేశం కోసం పైకి ఎక్కాడు. చేతులు జోడించి కళ్ళు మూసుకున్నాడు.

'ఓం భుర్భువఃస్వఃతస్సవితు... ఓం....'' గాయిత్రి మంత్రాన్ని ధైర్యంగా జపిస్తూ అతడు మరణం కోసం సంసిద్ధుడయ్యాడు. ఒక సేవకుడు వణుకుతున్న చేతులతో కాగడాతో చితిని అంటించాడు. చుట్టుపక్కల ఎక్కడైనా జయద్రథుడుకనిపిస్తాడాఅని నేను వెతుకుతున్నాను. స్త్రీలలాగా ఉత్తరీయం కొంగును ముఖంపై కప్పేసుకుని దుర్యోధనుడి వెనక నిల్చున్నాడు. అర్జునుడు అగ్నిప్రవేశం చూసి తన రోషాన్ని చల్లార్చుకోడానికి అతడు వచ్చాడు.

ఒక్కసారిగా సూర్యుడు గ్రహణం నుండి విముక్తుడయ్యాడు. పగిలిన మట్టికుండ నుండి నీళ్ళ ధారలు ఎట్లా బయటికి కారుతూ ఉంటాయో అట్లా కిరణాలెన్నో బయటకి వచ్చాయి. దివిటీలపైన సూర్య భగవానుడు పశ్చిమక్షితిజం పైన నిల్చున్నాడు. పక్షులు కువకువ మంటూ గూళ్ళను వదిలివేసి పయనిస్తున్నాయి. కీచురాళ్ళ కర్కశ ధ్వని శాంతించింది.

''పార్థా! అదిగో చూడు సూర్యుడు వచ్చేశాడు. అదిగో జయద్రథుడు.'' నేను మొదట సూర్యుడి వైపు తరువాత జయద్రథుడి వైపు వేలితో చూపిస్తూ అన్నాను. అతడు ఎక్కడ దాక్కున్నాడో అస్థానాన్ని చూపించాను. నా చేతి అగ్రభాగాన్ని పట్టుకుని శబ్ద బేధం చేయడంలో పారంగతుడైన అర్జునుడు ఒక్కక్షణంలో చేతిలో ఉన్న గాండీవం నుండి జిహ్వా బాణాన్ని వదిలాడు. బాణం సర్పగతి అంత వేగంగా వెళ్తూ, మధ్యలో ఉన్న వాళ్ళందరినీరక్షిస్తూ సరిగ్గా జయద్రథుడి కంఠాన్ని ఛేదించింది. ఏమైంది? ఎట్లా అయింది? స్వయంగా అర్జునుడు కూడా తెలుసుకోలేకపోయాడు.

అర్జునుడి కోసం పేర్చిన చితిపైన జయద్రథుడి కాలుతున్న శవాన్ని చూస్తూ పద్నాలుగో రోజు ఛద్మసూర్యగ్రహణాన్ని చూపిస్తూ అస్తమిస్తోంది. ఇక ఇప్పుడు యుద్ధంలో ఏం జరగబోతోంది. ఎవరూ చెప్పలేక పోతున్నారు.

సంతప్త దుర్యోధనుడు తత్కాలం తన శిబిరంలో అన్ని దళాల ప్రముఖులని సమావేశపరిచాడు. క్షణం క్రితం హృదయవిదారకరమైన నాటకీయంగా జరిగిన సంఘటనకి

అందరూ భావకులైపోయారు. వాళ్ళ సమావేశంలో మొట్టమొదటిసారిగా అందరి అసహనం వెల్లడైంది. అంతటా వ్యాకులత వ్యాపించింది. పాండవులవైపు నుండి నేను ఏది కోరుకుంటున్నానో అదే జరుగుతోంది.

అర్జునుడి ద్వారా సంహరింపబడిన తన సోదరి సౌభాగ్యం కోసం విలవిలా తన్నుకోవడం చూసిన దుర్యోధనుడికి ధైర్యం చెప్పడానికి కర్ణుడు అన్నాడు– "రాజా! కార్తికేయుడు ఏ విజయాన్ని అయితే ఇంద్రుడికి ఇచ్చాడో ఆ విజయాన్ని నేను నీకు కలుగజేస్తాను. ఇంద్రుడి ద్వారా ప్రదత్తమైన అమోఘమైన వైజయంతీశక్తిని అర్జునుడిపై వదిలి, పాండవుల సామర్థ్యాన్ని వేళ్ళతో నరికేస్తాను. వాళ్ళ బలం పునాదినే పెరికి పారేస్తాను."

కృపాచార్యులకు కర్ణుడు పలుకుతున్న ఈ మాటలన్నీ హాస్యాస్పదంగా అనిపించాయి. తక్షణం లేచి ఆయన అన్నారు "సూతపుత్రా! నీ జీవితం అంతా కేవలం గగనాన్ని ఛేదించే ప్రతిజ్ఞలతో గడిచిపోయింది వాటిల్లో ఏ ఒక్కదానినైనా నీవు పూర్తి చేశావా? చిత్రసేనుడు గంధర్వుడితో యుద్ధం చేసినప్పుడు, విరాట నగరంలో గోగ్రహణం సమయంలో జరిగిన యుద్ధంలో, భీముడితో ద్వైరథ యుద్ధంలో నీవు ఎప్పుడూ పలాయనమే చిత్తగించావు. అసలు పలాయనమే నీ జన్మంతా నువ్వు ఆచరించిన ధర్మం. కిరాతకుడి రూపంలో శంకరుడిని జయించే ఎంతో బలవంతుడు, శ్రీకృష్ణుడిలాంటి వాడి సహాయ సహకారాలు ప్రాప్తించిన అర్జునుడిని జయించే శక్తి ఎవరిలోనా లేదు."

కృపాచార్యుడి మాటల ఈటెలు గుచ్చుకున్న కర్ణుడు నిండు సభలో ఖడ్గాన్ని చేతబట్టి ఆయన వైపు పరుగెత్తాడు. "అడుగడుగునా నన్ను అవమానం చేస్తున్న బ్రాహ్మణుడా! ఇవాళ నేను నీ హద్దూ పద్దూ లేని నాలుకను కోసేస్తాను. అంటూ తన ఖడ్గాన్ని అతడి మెడపై పెట్టాడు. దుర్యోధనుడు అడ్డుపడ్డాడు. కర్ణుడిని శాంతింపచేశాడు. కాని ఈ సంఘటన ఒక అవాంఛితమైన కఠోర సత్యాన్ని సాక్షాత్కరింపచేసింది. తన మామకి కృపాచార్యులకి నిండు సభలో జరిగిన ఈ అవమానాన్ని అశ్వత్థామ ఎట్లా సహిస్తాడు? అతడు కత్తిని చేపట్టాడు. కర్ణుడిపై తన ప్రాణ మిత్రుడు కర్ణుడిపై కత్తి ఎత్తాడు" నా మేనమామని అవమానించిన కర్ణా! పెద్ద పెద్ద మాటలు చెప్పే కర్ణా! అర్జునుడి ముందు నీ మెడను నరికేయాలి. అంటూ కర్ణుడిపై ఒక్కసారిగా దుమికాడు. జీవితం అంతా మనస్సు, బుద్ధి, ఆత్మల గురించి చర్చించుకునే వీళ్ళు ప్రాణ మిత్రులు. అసలు ఇప్పుడు దీనిని ఎవరికీ నమ్మ బుద్ధి కావడం లేదు. ఇప్పుడు వీళ్ళు బద్ధ శత్రువుల్లా ప్రవర్తిస్తున్నారు. వీళ్ళిద్దరూఒకరికొకరు ఆత్మసఖులు. కాని ఈ సత్యాన్ని ఇప్పుడు ఎవరూ నమ్మలేరు. ఈ సత్యం అందుకే అప్పుడప్పుడు ఊహకన్నా అతి భయంకరంగా ఉంటుంది. నమ్మలేని నిజాలు మనస్సుని కలత పెడతాయి. దుర్యోధనుడు ఎంతో నేర్పుగా అశ్వత్థామని శాంత పరిచాడు కాని ఎప్పుడూ శాంతంగా ఉండే వ్యక్తికి ఒక్కసారిగా కోపం కట్టలు తెంచుకుంటే అతడు తన వశంలో తను ఉండడు.

"ఈ సూతపుత్రుడి ముఖం ఇక చస్తే చూడనుగాక చూడను." అని గట్టిగా అంటూ గురుపుత్రులు అశ్వత్థామ ఒక్కసారిగా శిబిరం బయటకి వెళ్ళిపోయాడు. మహానది ఒడ్డున మందిరం నేల కూలింది. అంతా ధ్వంసం అయింది. ప్రాణమిత్రుడిగా భావించిన అశ్వత్థామ

తనకు తెలియకుండానే సూతపుత్రుడు అనిసంబోధించాడు-కర్ణుడు అపారమైన వేదనతో తలవంచుకున్నాడు.

జయద్రథుడి ఆకస్మిక సంహారం వలన ద్రోణుడు, కృపుడు, కర్ణుడు, అశ్వత్థాముడు అందరూ కోపంతో రెచ్చిపోయారు. ఆ రాత్రి యుద్ధం భయంకర రూపం దాల్చింది. వందల కాగడాల వెలుతురులో గురు ద్రోణులు శిబిరాజుపైన దాడి చేశారు. సోమదత్తుడు సత్యకి పైన విరుచుకుపడ్డాడు. మళ్ళీ భయానకమైన సంగ్రామం మొదలైంది. రాత్రి సమయంలో ఎత్తైన పర్వతంపైన వేణువులకు (వెదుర్లకు) మంట తగిలినప్పుడు వేణువులు ఎట్లాతడతడా విరిగిపడిపోతాయోఅట్లా గర్జిస్తూ శస్త్రాల ఖణఖణలుదృషద్వతి నదిని భయపెట్టాయి. శిబి, బాహ్లీకులను మట్టుపెట్టి గురుద్రోణులు సైన్యాన్ని సంహరించడం మొదలుపెట్టారు. పంచపాండవులు ఒక్కసారిగా కర్ణుడిని చుట్టుముట్టారు. కర్ణుడు అందరిపై బాణాలని సంధించసాగాడు. యుధిష్ఠరుడిని ఓడించాడు. అవమానింపబడ్డ యుధిష్ఠరుడు ద్రోణులు ఎదురుగుండానిల్చున్నాడు. నకులుడు శకుని ఎదురుగుండానిల్చున్నాడు. మొట్టమొదటి సారిగా అర్జునుడికి, కర్ణుడికి మధ్య యుద్ధం మొదలైంది. కర్ణుడికి రాత్రి పూట యుద్ధం చేయడం అలవాటే. అందుకే అర్జునుడిని మాటిమాటికిపడతోస్తున్నాడు. సలసల మరిగే ఇనుప రసపు ఒక మహానది రూపంలో కర్ణుడు పాండవుల సైన్యంలో ఇష్టం వచ్చినట్టుగాతిరగాడుతున్నాడు. మనస్సును వెనక్కిలాగే ఏ బంధం ఇప్పుడు లేదు. అందువలన కౌకయ, పాంచాల, మహారథ - వీటి పథదళాలను తొక్కేస్తూ అతడి వాయుజిత్ తన పేరుకు తగ్గట్లుగా ఇష్టంవచ్చినట్లుగా తిరగసాగింది. కోపంగా ఉన్న సింహం గర్జిస్తూ జంతువుల గుంపుపైన ఎట్లాపడుతుందోఅట్లా ఎంతో సామర్థ్యం గల కర్ణుడు పాండవుల సేనలోని వందల యోధులను యుద్ధభూమి నుండి బయటకి పోయేలా చేస్తున్నాడు. గాలిదుమారపు ప్రభంజనం మహాసాగరాన్ని ఏవిధంగా మధించి వేస్తుందో అదే విధంగా అది ఎదురు వచ్చిన సైనిక దళాలని మధించేసింది. తన తండ్రి సూర్యుడు ఇప్పుడు ఆకాశంలో లేడు. అని తెలుసుకుని కురుక్షేత్రాన్ని కాల్చే కార్యాన్ని పుత్రుడి రూపంలో అతడే నిష్ఠగా చేస్తున్నాడు. సాత్యకి, దృష్టద్యుమ్నుడు, భీముడు, యుధిష్టరుడు, నకులుడు, సహదేవుడు, అర్జునుడు ఎవరూ తేజోమయమైన ఆ మహానది మహావరద ఎదురుగుండానిల్చోలేకపోయారు. ''ప్రాతఃకాలం దాకా ఈ రాధేయుడు కొంత సైన్యాన్నైనా వదిలివేస్తాడావేయడా? లేకపోతే దృషద్వతిలాగా కేవలం ఒక నిశ్శబ్ద రక్తపు నదిగా మార్చేస్తాడా?'' భయంతో ప్రత్యేకమైన వీరయోధులను పట్టుకుని అడగసాగాడు. కర్ణుడిని ఆపలేకపోతే పాండవ సైనికులు రేపటి రోజును చూడలేరు, ఇటువంటి కష్ట సమయం వచ్చింది. ఇక ఇప్పుడు ఏం చేయాలి? ఈ ప్రశ్న పాండవులలో తలెత్తింది.

ఇక ఇప్పుడు ఉన్నది ఒకే ఒక యోధుడు మాయావి యుద్ధక్రీడ జరిపే ఘటోత్కచుడు. భీముడు హిడింబిల పుత్రుడు. భీముడి ద్వారా నేను అతడిని పిలిపించాను. పరాక్రమం చూపించే అవకాశమే అతడికి కలగలేదు. బలాఢ్యమైన దేహం గల భీముడి పుత్రుడు పాండవులందరి ఆశీర్వాదం తీసుకుని కర్కశంగా శబ్దం చేసే అరణ్య పవనంలాగా కౌరవ సైన్యంపైన తన రాక్షస దళంతో విరుచుకుపడ్డాడు. భయంకరమైన దాడి చేశాడు. పెద్ద పెద్దరాళ్ళను, వృక్షాలను,

చక్రాలను, పరిఘిలాంటి భారమైన శస్త్రాలను విసిరివేస్తూ, కులింద, సైంధవ, గాంధార, మద్ర, అవంత్యల పైన భయంకరమైన రాక్షస క్రౌర్య యుద్ధం చేశాడు. తెలియకుండానే అతడు తన సైనికులను తొక్కేసాడు. చివరికి అర్ధరాత్రి ఘటోత్కచుడుచాలామంది యోధులని హృదయ విదారకంగా చంపేసాడు. భయపడ్డ కౌరవులు "కర్ణా! రక్షించు! కర్ణా! రక్షించు" అంటూ అరుస్తూ ఎటువైపు దారి దొరికితే అటువైపు పారిపోతున్నారు. ప్రతి దారిలోను అతడిని ఎదుర్కొంటూ ఘటోత్కచుడిని ఏ విధంగా అయినా సరే నేల కూల్చాలన్న నిర్ణయంతో ముందుకువచ్చాడు. జ్వాలాముఖి వలన విక్షుబ్ధం అయ్యే సాగరంలా ఇద్దరు ఒకరిపై ఒకరు భయంకరంగా దాడి సలిపారు. సైనికులందరుఅవాక్కైస్వయంగా యుద్ధం చేయడం మరచిపోయి ఆ సూర్యపుత్రుడు ఈ భీమపుత్రుల మధ్య మృత్యువును సైతం వణికించే మహా సంగ్రామాన్ని ప్రేక్షకులలా చూస్తున్నారు. ఒక్కక్షణం ఆకాశంలో మరో క్షణం భూమిపైన, కర్ణుడితో మాయావి యుద్ధం చేయసాగాడు. మేఘంలా గర్జిస్తూ, ప్రచండ పాషాణాలు, భారమైన గదలు, రథాల విశాలమైన చక్రాలను, చచ్చిన ఏనుగులను, రెండు ఘడియలు నిర్విరామంగా ఘటోత్కచుడు కర్ణుడిపై విసురుతూనే ఉన్నాడు. కాని గరిక పర్వతంపై నుండి ధాతుస్రావంఎట్లా అవుతుందో అట్లాగే పారుతూ అసంఖ్యాకమైన గాయాలను నవ్వుతూ తుళ్ళుతూ సహిస్తూ కర్ణుడు అతడిపై అనేక దివ్యాస్త్రాలను విసిరి వేస్తున్నాడు. పునఃపునః సూర్యస్తోత్రాన్ని చదువుతూ గుండ్రంగా తిరుగుతూ బాణాల ప్రతాపాన్ని కురిపిస్తున్నాడు. వేల సంఖ్యలో కురుసైనికులు ఘటోత్కచుడి దిక్కులను సైతం మరిపించేలా చేసే మాయావి దాడి వలన నేలకూలుతున్నారు. అరుస్తున్నారు. ఉన్మాదంతో కర్ణుడు ఘటోత్కచుడి రథసారథి విరూపాక్షుడిని ఒక రహస్య బాణంతో కిందకికూల్చేసాడు. చింతిస్తున్న దుర్యోధనుడు మధ్యలోనే కర్ణుడి రథం దగ్గరికి వచ్చి చేతులెత్తి అతడికి సలహా ఇచ్చాడు. "కర్ణా! ఇంద్రుడి ద్వారా నీకు ప్రాప్తించిన వైజయంతీ శక్తిని ఈ ఘటోత్కచ రాక్షసుడిపైన ప్రయోగించు. లేకపోతే కురుసేన రేపటి రోజును చూడలేదు. అంగరాజా! వైజయంతిని ప్రయోగించు."

"లేదు దుర్యోధనా! వైజయంతి అర్జునుడి కోసం సురక్షితంగా ఉంచాను. జీవితాంతం ఆడిన జూదంలో ఇదొక్కటే పాచిక నా మర్యాదను నిలబెడుతోంది. ఇక నా చేతిలో ఉన్న అస్త్రం ఇది ఒక్కటే" దుర్యోధనుడి చెవుల పొరలు పగిలేలా కర్ణుడు అరిచాడు. తన నిరాకరణని తెలియజేశాడు.

ఘటోత్కచుడి వలన వణికిపోతున్న కురుసైనికులు మోకాళ్ల పైన కూర్చునిదీనాతి దీనంగా అడుగుతున్నారు. "దానవీర కర్ణా! వైజయంతిని ప్రయోగించండి. మా ప్రాణాలను కాపాడండి. ఘటోత్కచుడిని వధించండి. మాకు ప్రాణదానం చేయండి."

దానం! రెండక్షరాల ఈ శబ్దం అతడిని జీవితం అంతా ముగ్ధుడిని చేసింది. ఆ శబ్దంతో పూర్తిగా బంధింపబడ్డ అతడి ఉచ్చ ఆత్మ ఒక్క నిమిషంలో కరిగిపోయింది. కళ్ళు మూసుకుని అతడు ఒక్క క్షణం ఆలోచించాడు. తన అంబులపొది నుండి ఇంద్రుడి ద్వారా ప్రాప్తించిన వైజయంతీ శక్తిని ఘటోత్కచుడిపైన విసిరివేశాడు. ఇప్పుడు అతడి జీవితం అక్షరాల ఖాళీ అయిన అంబులపొదిగా అయిపోయింది.

మాయావి ఘటోత్కచుడు భయంకరంగా చీత్కారం చేస్తూ పెద్ద విశాల కాయంతో పాటు నేలకూలాడు. అసలు ఆకాశం కప్పు విరిగికింద పడ్డదాఅని అనిపించింది. అశోకవృక్షం

పడిపోగానే దాని కింద అసంఖ్యాకమైన చెదపురుగులు నలిగి ఎట్లాచచ్చిపోతాయోఅట్లా అతడి దేహం కింద ఎందరో కురు సైనికులు గతప్రాణులయ్యారు.

రాత్రి యుద్ధం సమాప్తం అయింది.

కర్ణుడిని ఏమీ లేకుండా చేసే ఘటోత్కచుడి జీవన కార్యం పూర్తి అయింది. దూరంగా ఒక వన్యకోడి (నాటుకోడి) సూర్యోదయం అయిందని కూసింది. పదిహేనో రోజు ఆరంభం అయింది. అది అందరిని రోమాంచితం చేసే రోజు. ప్రతి పద శుక్లం మొదలయింది. మరపురాని రోజు అది.

4

పద్మాకార రూపంలో సైన్య రచన చేసిన గురుద్రోణులు అగ్రభాగంలో నిల్చుని ఉన్నారు. రాత్రి చేసిన అవిరామయుద్ధం తరువాత కూడా, అలసిపోయిన సేనల యోధులు మళ్ళీ ఎదురెదురుగా నిల్చున్నారు. అక్కడక్కడా ఇంగుదీనూనె అయిపోయిన కాగడాల నుండి కేవలం దీపనిర్యాణ గంధం వస్తోంది. అర్జునుడి నాయకత్వాన పాండవుల సైన్యం కురులతో భేటీ పడ్డది. కురుక్షేత్రంలో సైన్యం ఎట్లాక్షీణం అవుతుందో అట్లా సరస్వతి, దృషద్వతి వీరుల ఉష్ణ రక్తం తాగి లావెక్కుతున్నాయి. సమస్త యుద్ధ భూమి రక్తం, మాంసం, దుమ్ముధూళితో నిండిపోయింది. దక్షిణం వైపు పల్లవం ఉండటం వలన ప్రతిరోజు అది మెల్లమెల్లగా దక్షిణం వైపు సంచితం అవుతోంది. భగభగ మండుతున్న చితిల ప్రతిబింబం రక్తమయ దృషద్వతి నదిలో భీభత్సంగా కనిపిస్తోంది. యుద్ధ భూమిపైన పాండవుల రాజ్యం లేదు కురుల రాజ్యం లేదు. నిర్దయురాలైన, వికారమైన మృత్యువు అక్కడి అభిషేకం కాని సామ్రాట్ అయిపోయింది. ఎవరిని కావాలనుకుంటే వాళ్ళని మనస్ఫూర్తిగా ఆలింగనం చేసుకుని తన దిగ్విజయ గుర్రాలను పరుగెత్తిస్తోంది.

రెండో ఝాము దాకా గురుద్రోణులు తమ శాయశక్తులా యుద్ధం చేస్తున్నారు. ఇంతలో అశ్వత్థామ చంపబడ్డాడు. చంపబడ్డాడు'' అని ఎవరో అరిచారు. నిజానికి మాళవ దేశపు రాజు ఇంద్రవర్మ దగ్గర ఉన్న అశ్వత్థామ అనే ఏనుగు చంపబడ్డది.

సత్యాసత్యాలని తెలుసుకోవడానికి సమరాంగణంలో తన రథాన్ని తిప్పుతూ సత్యప్రియ యుధిష్ఠరుడిదాకా తీసుకువచ్చాడు. ''యువరాజా! యుధిష్ఠరా! ''అశ్వత్థామ చంపబడ్డాడు అని అందరూ ఆక్రోశిస్తున్నారు. నిజంగానే నా ప్రియమైనఅశు చంపబడ్డాడా? చెప్పు, గురుద్రోణులు గురు దక్షిణ రూపంలో కనీసం సత్యం ఏదో చెప్పు? నీవు సత్యప్రియుడివి. నీ మీద నాకు చాలా నమ్మకం ఉంది.''

''గురుదేవా! అశ్వత్థామ చంపబడ్డాడు ఇది నిజమే, కాని మనిషా లేక ఏనుగా! ఈ విషయం నాకు తెలియదు'' యుధిష్ఠరుడు మొట్టమొదటిసారిగా అసత్యం మాట్లాడాడు. రెండో వాక్యం అస్పష్టంగా లోలోపల గొణిగాడు.

చేతిలో ఉన్న ధనుస్సును విసిరివేసి, పుత్రవియోగ దుఃఖంతో వ్యాకులత చెందిన ద్రోణులు రథంలోనే పద్మాసనం వేసుకుని ధ్యానమగ్నం అయ్యారు. తొంభై సంవత్సరాల ధృడమనస్తత్వం కల ద్రోణులకు జీవితం పట్ల విరక్తి కలిగింది. శ్రద్ధ లేకుండా పోయింది. కళ్ళు మూసుకుని దేహం

అనే చీకటి గుహలో ఆత్మజ్యోతి ఎట్లాప్రకాశిస్తుందో తెలుసుకుందామని మానస నేత్రాలను వారు తెరిచారు.

అప్పుడే ధృష్టద్యుమ్నుడు చెట్టుపైన పిడుగుపడ్డట్లుగా రథం నుండి దిగాడు. అతడి కళ్ళు ఎఱ్ఱబడ్డాయి. నడుంకి ఉన్న ఖడ్గాన్ని లాగి పరుగెత్తాడు. పాండవులు ఆగు... ఆగు.. అంటూ అరుస్తూనే ఉన్నారు. అతడు ఒక్కసారిగా ద్రోణుడి రథంలోకి ఒక గెంతుగెంతాడు. అసలు ఎవరికీ ఏమీ అర్థం కాకుండానే అతడు ద్రోణుడి మస్తకం పైన ఉన్న శ్వేత దట్టమైన అశ్వపు తోకను గుప్పెట్లో గట్టిగా పట్టుకున్నాడు. తోకలో దట్టమైన జుట్టు ఉంది. ఖడ్గంతో ఒక వేటు వేశాడు. తల మొండెం నుంచి వేరు చేశాడు. చేతిలో ఆ తల పట్టుకుని ఇద్దరి సేనల మధ్య ధూళిలో విసిరివేశాడు. ఈ హృదయ విదారకర దృశ్యం చూసి అందరు కళ్ళు మూసుకున్నారు. ''ఓం ఈశావాస్యమిదం సర్వం'' అనే సందేశాన్ని నిరంతరం అరవై సంవత్సరాల వరకు హస్తినాపురంలోని వందలమంది యువకులకు నేర్పించే శుభ్ర కమలంలాంటి తేజోమయమైన ముఖ కమలం రక్తంతో తడిసిపోయి ధూళిలో కలిసిపోయింది. అందరి మనస్సులలో ప్రేమరాజ్యాన్ని ఏలిన గురుశ్రేష్ఠులు ధూళిలో పడి ఉన్నారు. చివరికి అడుగడుగునా కర్ణుడిని తిరస్కరించిన ద్రోణులను దయలేని మృత్యువు కూడా తిరస్కరించే రోజు వచ్చింది.

అపారమైన సైన్యంలో గర్జించే యుద్ధం 'ద్రోణుడు చంపబడ్డాడు' అని వినగానే తనంతట తానే ఆగిపోయింది. రెండు సేనల వైపున ఉన్న యోధులు గద్గదమైన కంఠాలతో రథం చుట్టూ చేరారు. అశ్వత్థామ కన్నీటితో తడుపుతూ తన తండ్రి తలను మొండానికి జోడించాడు. సాక్షాత్తు ధనుర్వేదం శాంతం అయిపోయింది.

జీవితాంతం ద్రోణుల ద్వారా తిరస్కరింప బడ్డ కర్ణుడు భావుకుడైపోయాడు. ముందుకు వచ్చి ఆయన అచేతనమైన చరణాలను చేతితో స్పర్శించినప్పుడు అతడి కళ్ళ నుండి కారుతున్న కన్నీరు ద్రోణుల అమరమైన ఆత్మతో– ''గురుదేవా! జీవితం అంతా మీరు ఎప్పుడూ నన్ను గుర్తుపట్టలేదు.'' అనిఅని ఉండవచ్చు.

ఏమీ మాట్లాడకుండా అతడు ఎంతో స్నేహంగా అశ్వత్థామ భుజంపైన తన చేయిని పెట్టాడు. అంతా మరిచిపోయాడు. పొంగిపొర్లుతున్న ప్రేమతో అతడిని దగ్గరికి తీసుకున్నాడు.

తండ్రి దయనీయంగా చనిపోయాడు. అశ్వత్థామ సహించలేకపోయాడు. ఉన్మాదంతో నారాయణాస్త్రాన్ని ప్రయోగించాడు. వేలమంది పాండవుల సైనికులు కాలిపోయారు. మట్టిలో కలిసిపోయారు. చివరికి నేనే స్వయంగా ముందుకు వచ్చి ఆ దివ్యాస్త్రాన్నిశాంతింప చేశాను.

సంధ్యాసమయం అయింది, శిబిరాల చుట్టుపక్కల అంతా గాఢనీడలు పరుచుకున్నాయి. గురుద్రోణుల కాలుతున్న చితిని చూసిన దుర్యోధనుడి హృదయం మండిపోతోంది. శోకంలో మునిగిపోయిన అశ్వత్థామ దుఃఖం ఎంత గంభీరం అయిందో తెలుసుకోవాలని గురుపుత్రుడికి ధైర్యం చెప్పాలి అన్న ధ్యాస కూడా అతడికి లేకుండా పోయింది. పెద్ద పెద్దఅంగలు వేస్తూ, మోచేతిపై నుండి జారుతున్న ఉత్తరీయాన్నిమాటిమాటికి సరిచేస్తూ దెబ్బతగిలిన ఏనుగు నదిలో ఏవిధంగా చొచ్చుకుపోతుందో అదే విధంగా ద్వారంపై ఉన్న తెరని తొలగించి అశ్వత్థామ శిబిరంలోకి వెళ్ళిపోయాడు. అసలు ఏం చెప్పాలి? ఎట్లా చెప్పాలి అతడికి అర్థం కావడం లేదు.

అసలు ఏమీ ఆలోచించకుండా దట్టమైన అడవికి అగ్గి అంటించే మనిషి భగభగా మండే దావానలంలో స్వయంగా చిక్కుకున్నట్టుగా ఉంది అతడి పరిస్థితి. దుర్యోధనుడు ఏమీ మాట్లాడటం లేదని తండ్రి ధవళ వస్త్రంలో దాచుకున్న ముఖాన్ని పైకి ఎత్తకుండానే అశ్వత్థామ గద్గద స్వరంతో అన్నాడు– 'రాజా! నా తండ్రిని ఇంత క్రూరంగా చంపిన వాళ్ళపై పగ తీర్చుకుంటాను. ఇంతే క్రూరంగా వాళ్ళని వధిస్తాను. రేపటి యుద్ధం కోసం వీరాధివీరుడైన దిగ్విజయ సూర్యభక్తుడు కర్ణుడికే సేనాపతి పదవిని ఇవ్వండి.''

అతడి మనస్సులో కర్ణుడిపట్ల మిత్రప్రేమ అనే ఏరు ఎట్లా ఎండిపోతుంది?

దుర్యోధనుడు తన శిబిరం నుండి బయటికి వచ్చాడు. సరాసరి కర్ణుడి శిబిరానికి వెళ్ళిపోయాడు. మధ్యరాత్రి దాకా అతడు కర్ణుడి శిబిరంలోనే ఉన్నాడు. గోళ్ళుకత్తిరింపబడ్డ పులిలా అతడు ఇటుఅటు తిరుగుతూ మళ్ళీమళ్ళీ కర్ణుడితో అన్నాడు. ''అంగరాజా! ప్రపితామహులు, గురుద్రోణులు ఇద్దరు కురుల అపార సైన్యానికి సేనాపతులుగా ఉండాలని ఏనాటికి కోరుకోలేదు. అసలు మనఃస్ఫూర్తిగాఅనుకోనే అనుకోలేదు. ఏ కురుసేన నీ సేనాపతి నేతృత్వంలో ఒకసారి దిగ్విజయం పొందిందో రేపు మళ్ళీ కురుక్షేత్రాన్ని నీ పాదాక్రాంతం చేసుకుంటావని నాకు ఎంతో నమ్మకం. కర్ణా! దోసిళ్ళతో సత్య నిష్ఠగా గంగా నది పవిత్ర జలంలో లక్షల సంఖ్యలో నీటి బిందువులతో నీవు అర్ఘ్యదానం చేశావు. సూర్య కిరణాలలో ఈ అర్ఘ్యదానం మెరుస్తూ ఉండవచ్చు. రేపు లక్షల పాండవుల సైనికులు కూడా మృతులై స్వర్గ ప్రాప్తి కోసం రేపు నీ చరణాలపై పడతారు. అర్జునుడి నీలి శరీరం నీ జైత్రరథం ఎదురుగుండా నిలబడగానే నల్లబడిపోతుంది. ఏ పేరు వింటే నా దేహం వేడి ఇనుపరసం అవుతుందో, ఎవడైతేనిర్దయగా నా సోదరులను చంపాడో ఆ క్రూరుడైన భీముడి శరీరం నీ అమోఘ బాణాల వలన వాడి రక్తవర్ణపు ఎర్రటి కన్నులలాగా ఎర్రబడిపోతుంది. నీ పాదాలు ముందు భాగంలో కొసగా ఉంటాయి. వాటిని చూడడానికి మాటిమాటికి తలవంచి చూసే యుధిష్ఠరుడి మెడ సేనాపతి రూపంలో నీ పరాక్రమం చూశాక వంగిపోతుంది. నీ వాయుజిత్ నిక్క పొడుచుకున్న చెవులు చూస్తున్నప్పుడు, నకులసహదేవులకి ఇద్దరు సోదరులకు ప్రభంజనంవచ్చినట్టుగా భ్రాంతి చెందుతారు.... ఇంకా... ఇంకా... కలహ ప్రియుడు, కురుల సమస్త సూత్రాల ఒడ్డున నిల్చునిసంచాలనం చేసే ఆ మధుర ఇంద్రజాలుడు... ఆ నల్లటి గొల్లవాడు ప్రాణదానం కోసం యాచిస్తూ అర్జునుడి రథం వదిలి నీ రథం వైపు దీనంగా పరుగెత్తుతాడు. కర్ణా! రేపు నీవే సేనాపతివి.'' ఇరుసు నుండి విడిపడ్డ రథచక్రం ఎట్లా అయితే అటు ఇటు పరుగెత్తుతోందో అదే విధంగా అతడు అనసాగాడు.

కర్ణుడు శిబిరంలోని చిల్లులున్నగవాక్షం నుండి ఎదురుగుండాదృషద్వతీ నదీ తీరాన భగ భగ మండుతున్న గురుద్రోణుల చితివైపు చూస్తూ మౌనంగా ఉన్నాడు. అసలు దుర్యోధనుడు మాట్లాడిన ఏ ఒక్క మాట అతడి చెవులలో దూరడం లేదు. ఒకవేళ దూరినా ఒక్కక్షణం స్థిరంగా ఉండలేదు. ''రాజా! నిన్ను గెలిపించడానికి నా ప్రాణాలను సైతం పణంగా పెడతాను. నన్ను సారథి నుండి సామ్రాట్‌గా తయారు చేసిన మిత్రమా! సంపూర్ణ స్నేహభావంతో నీతో పాటుగా ఈ జీవితాన్ని గడిపాను. ఈ జీవితం రేపు సమరాంగణంలో కూడా నీ సాహచర్యం కోసమే సార్థకం అవుతుంది. వెళ్ళు నిద్రకానీ వాగ్దానం కానీ ఎప్పుడూ అసంపూర్ణంగా ఉండకూడదు. అని చివరికి

అన్నాడు. నిద్రావరణాన్ని కప్పుకున్న రాత్రి గడిచిపోసాగింది. దివిటీల శరీరాలు వాటిని అవే తిరస్కరిస్తూ వెలగసాగాయి.

5

పదహారో రోజు ప్రాతఃకాలం స్వర్ణ కిరణాల పారిజాత ధృమదళాల పరిమళాన్ని కురుక్షేత్రంపై వెదజల్లుతూ ఉదయిస్తోంది. ఆ రోజు శుక్ల ద్వితీయ.

దేవతలందరూ అసురవినాశనం కోసం స్కందుడికిఎట్లా అభిషేకం చేశారో అట్లా సమస్త కురు సైన్యాన్ని ఏకత్రితం చేసి దుర్యోధనుడు కర్ణుడి సేనాపతి పదవి కోసం అభిషేకం చేశాడు. యుద్ధం అసలు ఏ మూలస్థానంలో ఆరంభం అయిందో అది ఇప్పుడు మూడు కోసుల దూరంలో ఉత్తరాన ఉండిపోయింది. సమరాంగణాన్ని ప్రతీ రోజు మారుస్తూనే ఉన్నారు. దక్షిణం వైపుకి సైన్యం ప్రస్థానం అవుతోంది.

క్షౌమవేష్టితజాదుంబరఎదురుగుండాకూర్చున్న కర్ణుడి కుడిచేతి మణికట్టుపై దుర్యోధనుడు నిషిగంధధవళపుష్పాల పరిమళభరిత మాలని కట్టాడు. తన నడుం దగ్గర నుండి సుతీక్షణ ఖడ్గాన్ని తీసిదాన్ని అంతరిక్షంలో తిప్పుతూ పెద్దగా అరుస్తూ ప్రకటన చేశాడు. ''కౌరవసేనానాయకా! దిగ్విజయ అంగరాజు కర్ణా!''

''జయతు! జయతు! జయతు!' రకరకాల రంగుల పరిమళ భరిత పుష్పాలను తమ తమ నాయకులపై వెదజల్లారు. వాళ్ళు భీష్మద్రోణులు నేలకూలారన్న సంగతిని మరచిపోయారు. బ్రాహ్మణ, క్షత్రియ, వైశ్య, శూద్ర, సేనాపతుల వెలుగుతున్న ముఖాలను చూడాలన్న తపనతో పుర ప్రజలు గుంపులుగా వచ్చి చూస్తున్నారు. పురోహితులు, బంధువులు అతడి బంగారపు ఉంగరాల జుట్టుపైన సుగంధితనూనెను పోశారు. ముహూర్తం ఘడియను సూచించే జలం నిండిన చిల్లుల పాత్ర డుబ్ అంటూ ధ్వని చేస్తూ మునగగానే, దుర్యోధనుడు పళ్ళెంలో పెట్టబడ్డ సేనాపతి విఖ్యాత మకుటాన్ని అతడి శిరస్సున పెట్టడానికి ఎత్తాడు. చేత్తో దాన్ని స్పృశిస్తూ కౌంతేయుడు అయి ఉండి కూడా రాధేయుడి రూపంలో తనని తను ధన్యుడిగా ఎంచే ఆ మహారథి, పక్కన నిల్చున్న తన పుత్రుడు వృషసేనుడి వైపు చూశాడు. వృషసేనుడు వెంటనే ఒక పళ్ళాన్ని వినయవిధేయతలతో తండ్రి ఎదురుగుండా పెట్టాడు. దానిపైన ఉన్న పట్టువస్త్రాన్ని మెల్లిగా తొలగించి సూర్యపుత్రుడు ఆ పళ్ళెంలో పెట్టబడ్డ మరో బంగారు కిరీటాన్ని దుర్యోధనుడు దానిని స్పర్శించక ముందే స్వయంగా తన చేత్తోతలపె పెట్టుకున్నాడు.

ఆ కిరీటం నా కిరీటం లాగానే తయారు చేయబడ్డది.

క్షితిజంలోతూర్పున ఆకాశ సామ్రాట్టుసవితుడు తన కిరణాల సహస్ర అశ్వాలను పరుగెత్తిస్తూ నిల్చున్నాడు. తిత్తిర, చక్రవాక, సారంగ, ధనఛడీ, వన్యశుకాలు, చకోరాలుమొదలైన పక్షులు సూర్యుడికి స్వాగతం పలకడానికి గూళ్ళు వదిలివేసి ఆకాశంలో ఉవ్వెత్తున ఎగురుతున్నాయి. మంచు బిందువుల ముత్యాలు తృణపర్ణాలపైన మెరుస్తున్నాయి. గాలి విసుర్లతో పాటు క్షణంలో కురుక్షేత్ర విశాల హృదయ అయిన భూమిలో లీనం కాసాగాయి. సమస్త చరాచరాలు చైతన్యంతో నృత్యం చేయడం మొదలు పెట్టాయి.

సేనాపతి కర్ణుడు ఒక ఎత్తైన దిబ్బపై ఎక్కాడు. తన సైన్య రచనకు సదుపాయంగా ఉండే స్థానాన్ని ఎంచుకున్నాడు. కౌరవ సైన్యం ఒక విశాలమైన మకర ఆకారాన్ని ధరించింది.

ఆ మకర ఆకారంపైననేత్రభాగాన్ని శకుని, ఉలూకులు స్వీకరించారు. శిరస్సు వైపు స్థానాన్ని సంతప్త అశ్వత్థామ స్వీకరించాడు. కుడి కాలి స్థానంలో కృతవర్మ, ఎడమ కాలి స్థానంలో గౌతముడు నిల్చున్నారు. వెనక కాలివైపునమద్రరాజు శల్యుడు నిల్చుని ఉన్నాడు. ఈ మకరం సరిగ్గా మధ్య స్థానంలో లక్షలాది కురులసైన్యం మధ్య దుర్యోధనుడిని దాచి కర్ణుడు స్వయంగా ముఖాగ్రంపైన నిల్చున్నాడు. అతడి బంగారు తాపడం చేసిన విజయ ధనస్సు సూర్యకిరణాలలో మెరుస్తూ పాండవ సైన్యంతో "ఇవాళ నేను బాణాలు వెయ్యను. భగభగమండే కిరణాలను బాణాలుగా మార్చి వేస్తాను," అనిఅంటోందాఅని అనిపించింది. అతడి రథాల తెల్లటి గుర్రాలు చెవులు నిక్క పొడుచుకుని, కొన్ని క్షణాలలోనే పడే కళ్ళాల దెబ్బలను స్వీకరించడానికి దవడలను సిద్ధం చేసుకుంటూ, ముందుగానే కాళ్ళగిట్టలతోకురుక్షేత్ర నేలను గీకడం మొదలు పెట్టాయి. అతడి అన్నింటికన్నా పెద్ద రథం జైత్రపైన ఉల్కలాంటి శ్వేత ధ్వజాలు ఎగురుతున్నాయి. వాటిపైన శృంఖలాల గొలుసుకల చిహ్నం ఉంది. పట్టుతో తయారు చేయబడ్డ కాషాయ రంగు గల ధ్వజాన్ని నలువైపులా చుట్టుముట్టి గాలి విసుర్లతో ఎగురుతున్నాయి ఆ శ్వేతధ్వజాలు. చిన్న చిన్న బంగారు గంటలు ఈషాదండంతో పాటు ఊగుతూ మధురంగా గణగణల ధ్వనులు చేస్తున్నాయి. పటిష్ట, శూల, తోమర, చక్ర, వరూధ, గద, శతఘ్ని, ఖడ్గ, త్రిశూల, బల్లాలుపరుశులతో రథం వెనక భాగం నిండిపోయింది. అసంఖ్యాకమైన బాణాలతో శతాధిక అంబులపొదులు నిండిపోయాయి. అయినా ఇంకా అవి తక్కువే అని అనిపిస్తున్నాయి. రథం పైన మచ్చలు కల పులిచర్మం పూర్తిగా కప్పబడి ఉంది.

మకరం మధ్యంలో ఉన్న దుర్యోధనుడు తన విశిష్టమైనదుఃసహ శంఖాన్ని పూరించి దాడి చేయడానికి సంకేతం ఇచ్చాడు. కర్ణుడు పుష్పమాలలతో అలంకరింపబడ్డ తన ధనుస్సును పైకెత్తి తిప్పాడు. గుర్రాల కళ్ళాలలాగా పుష్టిగా కనిపించే రక్తమయ ధమనులను ఉబ్బిస్తూ తన హిరణ్యగర్భ శంఖాన్ని పూరించాడు. పెద్దగా ప్రతిధ్వనించింది. ఆ ధ్వనికి అక్కడ ఉన్న తిత్తిర, గృధ, వాగ్గుమొదలైనమాంసభక్ష పక్షులు భయపడి ఆకాశంలోకి ఒక్కసారిగా ఎగిరిపోయాయి. ఏనుగుల రోమాలు నిక్క పొడుచుకున్నాయి. నిశ్చయంగా అది శంఖానాదం కానే కాదు. అవమానంతో దహించుకుపోయిన మనస్సులో సంచితమైన ఉష్ణనిశ్వాసలను ఆ ప్రథమ కౌంతేయుడు పాములా విసురుతున్నాడా అని అనిపించింది.

"దాడి చేయండి..." లోహత్రాణంలో ఉన్న తన బలమైన భుజాన్ని బాగా పైకి ఎత్తి అతడు కురుసైన్యానికి గగనాన్ని అంటే పెద్ద కంఠంతో అన్నాడు. కురుసేన అనే విశాలమైన మకరం కర్ణుడి రూపంలో దవడలు చాచి పాండవులను మింగేయాలని ముందుకు పాకడం మొదలు పెట్టింది. కుక్కలా శబ్దం చేస్తూ, గర్జిస్తూ పిచ్చిదైనట్లుగా అది ప్రవర్తిస్తోంది.

సేనాపతి అర్జునుడి నేతృత్వంలో పాండవుల సైన్యం అర్ధచంద్రాకారంలో ముందుకు నడుస్తోంది. అర్జునుడి నందీఘోష రథం కళ్ళాలు నా చేతుల్లోనే ఉన్నాయి. రథం కుడివైపు దృష్టద్యుమ్నుడునిల్చుని ఉన్నాడు. కుడి చేతి వైపు ఉన్న ఏనుగుపైన ఆరూఢుడు అయి గజదళాల

నేతృత్వం వహించడానికి ఆవేశంగా భీముడు ముందుకు నడుస్తున్నాడు. అతడి కళ్ళు ఎర్రగా ఉన్నాయి. పక్కన యుధిష్ఠరుడు నిల్చుని ఉన్నాడు. కర్ణుడిని ఎదురుగుండాచూసినప్పుడు మనస్సు భయంతో వణుకుతోంది. చేతులు ఎత్తి అర్జునుడు ఒక్కక్షణం తన సైన్యం చంద్రకళని కొంచెం వెనక్కి తీసుకున్నాడు. దేవదత్తుడు శంఖం పూరించి ఒక్కసారిగా పెద్దగా శబ్దం చేస్తూ ముందుకు నడిచాడు. రథం గుర్రాలు పరుగెత్తుతున్నాయి. ఎవరితో తను యుద్ధం చేస్తున్నాడో అర్జునుడికి తెలియదు. కానీ కర్ణుడికి మాత్రం తను ఎవరితో యుద్ధం చేస్తున్నాడో తెలుసు. అందువలనే ఆయన యుద్ధ స్వరూపం ఎంతో మోసపూరితమైనది. విచిత్రమైనది.

ఎదురుగుండా తెల్లటి గుర్రాలను గెంతిస్తూ రథంలో సింహనాదం చేస్తూ వస్తున్న కర్ణుడి చూశాక పాండవులకు ఏమీ అర్థం కాలేదు. పర్వత శిఖరంపైన జ్వలించే సూర్యుడు ఆకాశంలో ఉన్నాడా లేకపోతే ఎదురుగుండా బంగారం పోతపోసిన ఎత్తైన రథంలోనా? అతడి ముఖం కిరణాలలో మెరిసే సువర్ణ కుంభంలా అనిపిస్తోంది. అసలు ఇంతకు ముందు ఎప్పుడూ ఇటువంటి దీప్తి లేనేలేదు. బలిష్టమైన భుజాలపైన వేల్లాడుతున్న ఉంగరాల జుట్టు రథచక్రాలు తగలగానే ఒక్కక్షణంలో భుజం నుండి వేరవుతోంది. మళ్ళీ భుజాలపైన ఊగుతోంది. భయంకరమైనఅరణ్యపవనం రూపం దాల్చి వృషస్కంధుడు వస్తున్నాడు. బడబాగ్ని వచ్చాక విక్షుబ్ధమహాసాగరంలా ఉన్నాడు. ఎదురుగుండా ఏది కనిపిస్తే దాన్ని కాల్చి భస్మం చేసే జ్వాలా ముఖిలాగా. అతడి నీలి కళ్ళు కపిధ్వజాన్ని వెతుకుతున్నాయి. ఇవాళ నేను తెలివితేటలతో ఒక మంచి పనిచేశాను. రథంపైన ఎగురుతున్న ధ్వజాన్ని తిప్పి పెట్టాను. పాండవులకు స్పష్టంగా దానిపైన ఉన్న చిహ్నం కనిపించేలా చేశాను. సైన్యాలు రెండు గర్జిస్తూ ఒకదానిపై ఒకటి భయంకరమైన దాడిని చేశాయి.

రాధేయుడికికపిధ్వజం ఎక్కడా కనిపించకపోవడం వలన ఎటు పోవాలో ఏమీ అర్థం కాలేదు. ఒక్కసారిగా తన రథాన్ని మా గజదళం వైపు తిప్పాడు. అతడు అగ్రభాగంలో విషం పూయబడినఅసంఖ్యాకమైన బాణాలను మృగనక్షత్రాన పడే వర్షంలా నిరంతరంగా వదులుతూనే ఉన్నాడు. మొదటి ఝామునే గజదళం కాళ్ళనివిరగగొట్టేశాడు. శరీరంపైన విషప్రభావం పడగానే ఏనుగులు ఉన్మాదంతో వెనక్కి వచ్చాయి. వేలమంది పాండవుల సైన్యాన్ని కాళ్ళ కింద నలిపివేస్తూ ఎటువైపు దారి దొరికితే అటువైపు అవి పరుగెత్త సాగాయి. నేలకూలుతున్న యోధులు బతకాలని తహతహలాడుతున్నారు. వాళ్ళనితొక్కేయడం మొదలు పెట్టాయి.

కర్ణుడు ఏనుగుల ద్వారా క్రూర సంహారం గావిస్తున్నాడు. కోపంతో ఊగిపోతూ పరుగెత్తే భీముడిని అశ్వత్థామ అడ్డుకున్నాడు. వాళ్ళ మధ్య సంగ్రామం అంటే రెండు కోపిష్ఠి వ్యాఘ్రాలు పంజాలను విరగొట్టుకునే మహా భయంకరమైన యుద్ధం. సాత్యకి వింద అరవిందులను ఢీకొన్నాడు. దృష్టద్యుమ్నుడు, కృపాచార్యులను చుట్టుముట్టాడు. శ్రుతికీర్తి మద్రరాజుపై విరుచుకుపట్టాడు. సహదేవదుశ్శాసనులు ఒకరిపై ఒకరు బాణాలు విసురుకోసాగారు. దుర్యోధనుడు మకర కేంద్రస్థానాన్ని వదిలివేసి తన రథాన్ని ఒక్కసారిగా యుధిష్ఠరుడిదగ్గరికి తీసుకువచ్చాడు. యుధిష్ఠరుడుని రక్షించడం కోసం నేను అర్జునుడి రథాన్ని తీసుకుని వెళ్ళి అడ్డుకున్నాను. సూర్యుడు పైకి ఎక్కుతున్న కొద్దీ దుమ్ముధూళితో కూడిన మేఘాలు అంతటా

అలుముకొన్నాయి. ఏనుగుల ఘీంకారాలలో అసలు శస్త్రాల ఖణఖణా శబ్దాలు వినిపించడంలేదు. అర్జునుడు ఎక్కడా కనిపించడంలేదు. ఇది చూశాకపిచ్చెక్కిన కర్ణుడు పాంచాల మత్స్య పదదళాలని తన జైత్రరథం కింద ఒక్కసారిగా తొక్కేసాడు. సూర్యుడు అస్తమిస్తున్నాడు. కర్ణుడి రథం అధిక వేగంతో పరుగెత్త సాగింది. అప్పుడప్పుడు శూల, అప్పుడప్పుడు తోమర, అప్పుడప్పుడు గద మొదలైన వాటితో దాడి జరుపుతున్నాడు. వీటిని చేతుల్లోకి మార్చుకునేటప్పుడు చెవుల కింద వస్తున్న చెమటనితుడుచుకోవడానికి ఒక్క క్షణం ఆగుతున్నాడు.

మిట్టమధ్యాహ్నం అయింది. అదే సమయంలో యోధుడైనక్షెమధూర్తిని రథం నుండి కిందికి తోసేసాడు. సంషప్తకులతో తలపడుతున్న అర్జునుడు దండ, దండధర రాజులను మట్టికరిపించాడు. అందువలన అశ్వత్థామ కోపంతో అతడి మీద విరుచుకుపడ్డాడు. ఏ పాంచాల దళంలో కర్ణుడు చొరబడ్డాడో అక్కడ ఘోరమైన యుద్ధం ప్రారంభం అయింది. ఎదురుగుండా ఎవరు కనిపిస్తే వాళ్ళని ఏ పక్షం వైపు యుద్ధం చేస్తున్నారో అడిగి సవాలు చేస్తూ ప్రతీ యోధుడు యుద్ధం అనే మద్యాన్ని సేవించినవాడిలా విరుచుకు పడుతున్నాడు.

మత్స్య, పాంచాలుల వీర దళాలు ప్రముఖులు కర్ణుడి ఎదుట నిల్చోలేకపోయారు. ఒకరి తరువాత ఒకరు నేలకు ఒరుగుతున్నారు. ఇది చూశాక నా పాంచజన్యాన్ని ఊదాను. రకరకాల స్వరాలతో నకులుడితో – నకులా! నకులా! కర్ణుడి వైపు రథాన్ని నడుపు అంటూ హెచ్చరించాను. ఆ భయంకరమైన కోలాహలంలో అర్థ ఘడియ తరువాత నా హెచ్చరిక వినిపించింది. మధ్యాహ్నం గడిచిపోయింది. వెనక్కి తీసుకున్న మత్యుల దళంలో ప్రవేశించాడు. ముందుకు వెళ్ళి సరాసరి కర్ణుడిని ఢీకొన్నాడు.

అతడు ఏ నాయకుడినైతేఢీకొన్నాడో అతడు చల్లటిశీతల ప్రవాహం కాదు. అతడు ఒక పిడుగు, అతడు నకులిడి బాణాలని ఎదుర్కొంటూ అతడిని మాటిమాటికి రథం నుండి బయటకు లాగి నవ్వుతూ అతడి నిస్సహాయతను చూస్తున్నాడు. చివరికి తన ఎత్తైన రథంతో అతడి రథాన్ని ఢీకొంటూనిశస్త్రుడైన నకులుడితో– ''వెళ్ళు! నీ అన్నయ్యని అర్జునుడిని నా ఎదురుగుండా పంపించు. అందుకే నేను నీకు ప్రాణదానం చేస్తున్నాను'' అనిఅన్నాడు.

సిగ్గుతో తలదించుకున్న నకులుడు వెనక్కి తిరిగి వస్తున్నాడు. అతడి తల్లి మాద్రి సతీసహగమనం చేసేటప్పుడు, కుంతీదేవి చేతుల్లో అతడి ఏ జీవిత పుష్పం ఇచ్చాడో, ఆ ప్రథమ కౌంతేయుడిని అతడు రక్షిస్తున్నాడని అందరికి తెలియదు. సంపూర్ణ దేహంలోని రక్త కణాలన్నీ అన్నింటినీ దహించివేసే బడబాగ్నిలో కాలిపోయి ఉప్పులా మారిపోయే సమయం వచ్చినప్పటికీ రాధేయుడు తన కుంతీమాతకు ఇచ్చిన మాటను నిష్ఠతో నిలబెడుతున్నాడు. ఇచ్చిన వాగ్దానాన్ని అతడు మరవలేదు. సంధ్యా సమయంలో యుధిష్ఠరుడిపుత్రుడు ప్రతివింధ్యుడు చిత్రి రాజుని నేలకూల్చాడు.

సంధ్యాసమయంలో వంకరగా ఉన్న సౌమ్య కిరణాలు కురుక్షేత్రంలోని నలువైపులా ఉన్న చెట్లపై పెద్ద పెద్ద నీడలను పరుస్తున్నాయి. అప్పుడు నేను అర్జునుడి నందీఘోష రథాన్నిమొదటిసారి కర్ణుడి ఎత్తైనజైత్రరథంఎదురుగుండానిల్చోబెట్టానుఎదురుగుండా ఒకరిని ఒకరు చూసుకోగానే ఇద్దరూ రెచ్చిపోయారు. గాలి తగలంగానే అగ్ని ఎట్లామండుతుందోఅట్లా ఇద్దరూ ఒకరిపై ఒకరు

అరుచుకున్నారు. వాళ్ళ అరుపులకు ఏనుగులు కూడా పరుగెత్తసాగాయి. వాళ్ళిద్దరు ఒకరినొకరు లక్ష్యంగా చేసుకుని తమ తమబరువైన ధనుస్సుల నుండి నిరంతరంగా బాణాలను వదులుతూనే ఉన్నారు. మృగనక్షత్రంలో ఆకాశం మేఘాలతో అలుముకుపోయినట్లుగా, బాణాలతో గగనం అంతా అచ్ఛాదితం అయిపోయింది. ఒక ఘడియ వరకు వాళ్ళ అమోఘ, వేగవంతమైన, నాదమయమైన బాణాలు భయంకరంగా ఒకదానితో ఒకటి భేటీ పడ్డాయి. వాటి లోహ అగ్ర భాగాలలో నిప్పుకణాలు రాలుతున్నాయి. రాత్రికాకముందు, సంధ్యా సమయం కాగానే ఆ నిప్పుకణాలతో ఆకాశపు భవ్యమైన గోపురం తారలతో నిండిపోయిందా అని అనిపించింది. ఆ నిప్పుకణాలు కర్ణుడి సారథి సత్యసేనుడిని కొంత కాల్చేశాయి. అర్జునుడి బాణాలతో అతడు చనిపోయాడు. కర్ణార్జునుల బాణాలతో ఆచ్ఛాదితమైన ఆనాటి ఆకాశం కురుక్షేత్రం పైన ఛత్రచామరాలను ఊపే ఆకాశం, మళ్ళీ మేఘాలు లేని గగనంలా కానేకాలేదు. ఎందుకంటే రాత్రి రూపంలో ఉన్న మాయావి యోధుడు వేసిన అంధకారం అనే నల్లటి బాణాలు వాళ్ళ బాణాలనుకూడా కప్పేశాయి. శుక్ల ద్వితీయ పదహారో రోజు సమాప్తం అయింది.

6

కురుక్షేత్రం నలువైపులా చిమ్మచీకటి పరుచుకుంది. ఎటు చూసినా అంధకార ఆవరణలే, ఒక్క ఘడియ మాత్రం దృషద్వతి శాంత నీరవ తీరం దగ్గర భగభగ మండుతున్న సత్యసేనుడి చితి ఆ చిమ్మ చీకటికిప్రకాశాన్నిచ్చింది.

సత్యసేనుడు కేవలం అతడి రథం కళ్ళాలని సంభాళించే సారథేకాదు. కేవలం భార్య సోదరుడుకాదు, కర్ణుడి రాజకీయ జీవితంలో అనివార్య పరిస్థితులలో, అతడిని భ్రమలో ఉంచే సమర సంఘటనల సమయంలో అతడిని హెచ్చరించే చిన్న నగారా కూడా. అతడి మంచిని కోరుకునేవాడు. అందువలనే తనను తను మరచిపోయి సత్యసేనుడి చితిని చూస్తూ దృషద్వతి ఒడ్డున ఒంటరిగా కూర్చున్నాడు.

చీకటి అనే నల్లటి ఏనుగు నిరంతరం నాకే సత్యసేనుడిచితిలోంచి వస్తున్న అగ్నిజ్వాలలను చూస్తున్నప్పుడు ప్రతి జ్వాలలోను సత్యసేనుడే కనిపిస్తున్నాడు. రాత్రి పూట సమయంలో కూడా భుజాలపైన కుండను మోస్తూ నిర్జన గంగ ఒడ్డున కనిపించే సత్యసేనుడు కవచకుండలాలని దానం చేసి, అనేక రకాల శాపాల మరణాలతో సమానమైన పెద్ద మూటను వీపు మీద మోస్తూ, వాగ్దానాలను దానం చేస్తూ, సాక్షాత్తు ప్రకాశించే గని అయినా కేవలం అతి సాధారణమైన జీవితాన్ని గడుపుతూ అతడు ఇంత దాకా వచ్చాడు. తన దగ్గర సురక్షితంగా ఉంచబడిన చివరి వైజయంతీ శక్తిని కూడా ఘటోత్కచుడిపైన ప్రయోగించి, ఇప్పుడు పూర్తిగా ఏమీలేనివాడయ్యాడు. ఏకాకిగా అయిపోయాడు. అయినా ఈ ఒంటరితనంలో కూడా అతడిలోని ఉత్సాహవంతుడైన వీరుడి మానస సాధన ఇంకా సూర్యారాధనతోప్రజ్వలితమైన దివ్య ఆత్మికతేజోవంతమైన ఒక అపరాజిత, శరణం కోరని అల ఒకటి అతడికి నిత్యం ధైర్యం చెబుతూనే ఉంది. అసలు ఈ అలే అతడి సంపూర్ణజీవితం. ఈ ఒక ఆత్మీయమైన అల బలంపైనే అతడి జీవితం విల్లు నుండి వెలువడ్డ బాణంలా ఎల్లప్పుడూ ముందుకు దూసుకుపోయింది. నేను ఏదో తేజానికి సంబంధించిన వాడిని,

నా అంతరంగంలో ఎవరో మౌనంగా దివ్యమైన ప్రేరణను ఇస్తున్నారు, అన్న ఒక దుర్లభమైన ఎరుక అతడి జీవన సంగీతాన్ని రచిస్తూ వస్తోంది. ఈ ఎరుక తక్కిన వాళ్ళకు ఎప్పుడూ కలుగలేదు. అసలు అతడిని అర్థం చేసుకోవడం చాలా కష్టం. అతడి జీవితంలో రెండు స్పష్టమైన భాగాలు ఉన్నాయి. సూర్య కేంద్రితగూఢమైన ఎరుకకు సంబంధించిన సూక్ష్మమైన దారాలతో కట్టి ఉన్న అతడి ఉచ్ఛాత్మ. చుట్టుపక్కల సమాజంలో ఉన్న జగత్తుతో దిన ప్రతిదినం కట్టి ఉన్నా అతడి దేహం ఇంకా మనస్సు. అప్పుడప్పుడు ఈ రెండు భాగాలు తర్కం లేకుండానే, ఏ ఊహకి అందకుండానే కలిసిపోతాయి. దీని వలనే అతని జీవితం, ఇంత సంఘర్షణ, ఇంత భ్రాంతి, ఇంత నిగూఢ రహస్యమయంగా అనిపిస్తుంది.

అతడి సారథి అయిన సత్యసేనుడు ఏ నాటికి సమాప్తం కాని అనంతయాత్రకి వెళ్ళిపోయాడు. మహారథికి లభించే కీర్తిప్రతిష్ఠలలో సగానికి పైగా కీర్తి నైపుణ్యం గల సారథిపైనే ఆధారపడి ఉంటుందని అతడికి బాగా తెలుసు. సారథి ఏవైపు తీసుకెళ్తే మహారథిఅటువైపేవెళ్తాడు. అదే అతడి దిశ. అదే అతడి గమనం. ఇప్పుడు సారథి శాశ్వతంగా విడిచివెళ్ళిపోవడం వలన ఇప్పటి దాకా పాండవుల చతురంగ దళంలో బాహాటంగా తిరిగే పులిచర్మంతో కప్పబడిన జైత్రరథం, ఇప్పుడు కురుక్షేత్రంలో గడ్డకట్టుకున్నరక్తమాంసాల ఊబిలో ఏ సమయంలో అయినా చిక్కుకుపోతుంది.

శూన్యమైన మనస్సుతో, కను రెప్ప వేయకుండా సత్యసేనుడి చితివైపు తదేకంగా చూస్తూ నిశ్శబ్దంగా ఉన్న దృషద్వతి నది ఒడ్డున ఒంటరిగా నిల్చుని ఉన్నాడు. బాధతో మూగవాడిగా, తనను తను మరచిపోయి... ఇంద్రియాలకు అతీతుడిగా, స్వయం క్షితిజంలో భారంగా ఉన్న దుమ్ముధూళితో నిండిన శిఖరాలను ఛేదించి వెళ్ళిపోయిన వాడిగా...

కర్ణుడి మహా పరాక్రమము ఎంతో మహోన్నతమైనదని, త్యాగం ఎంతో గొప్పదని, సాధనతో అతడు ఏ పవిత్రతనైతేపొందాడో అది ఎంతో దివ్యమైనదని నాకు బాగా తెలుసు. కాని... కాని... పాంచాలి పవిత్రత పైన నిందు సభలో ఏ బుక్కా అయితే చల్లాడో దాంట్లో పూర్తిగా ఇవన్నీ కలిసిపోయాయి. అందరూ దుర్యోధనుడే అతడిని దిగజార్చాడుఅనిఅంటారు, కాని పాంచాలి వలననే అతడి జీవితం నిజానికి ఇంతగా దిగజారిపోయిందని ఎవరికీ తెలియదు. మానవత్వాన్ని అవమానం చేస్తే ఒక్కసారి క్షమించగలుగుతారు, కాని స్త్రీ గర్భం నుండే మానవత్వం జన్మిస్తుంది. అటువంటి స్త్రీతత్వాన్ని ఇంతగా అవమానం చేస్తే ఎవరూ క్షమించరు. అది క్షేమం కాదు. ఏ సంఘంలో అయితే, ఏ రాష్ట్రంలో అయితేస్త్రీత్వం సిగ్గుపడుతుందో ఆ సంఘం, ఆ రాష్ట్రం వినాశనం అనే గొయ్యిలో తమంతటతామే పడిపోతాయి.

అయినా పాండవులు అతడి పరాక్రమంచూసి భయపడుతున్నారు. ఈ నిజం కూడా నాకు తెలుసు. ఎందుకంటే పాంచాలి స్త్రీత్వాన్ని అవమానం చేసినా రాజమాత కుంతీ స్త్రీత్వానికి గౌరవం ఇచ్చి చాలా వరకు కొన్ని అంశాలని అతడు రూపుమార్చాడు. కుంతీతో అతడికి ఉన్న సంబంధాన్ని ఒక వేళ సమాజం ముందు బాహాటంగా చెప్పి ఉంటే పాండవులు, కౌరవులకు వ్యతిరేకంగా యుద్ధం చేసేవారే కాదు. పాంచాలికి చేసిన అవమానానికి కక్ష తీర్చుకోవడానికి కౌరవులకు వ్యతిరేకంగా నిలబడనే నిలబడరు. అసలు ఇంత భయంకరమైన మహాసంగ్రామం జరిగి ఉండేదేకాదు.

పుట్టగానే తన తనయుడిని అశ్వనదిలో వదిలివేసిన ఆ తల్లి కీర్తి ప్రతిష్ఠలను ఎవరైనా కాపాడారు అంటే కర్ణుడే అనిఘంటాపదంగా చెప్పవచ్చు.

పాంచాలి పాతివ్రత్యాన్ని అవమానం చేశాడు, నిజానికి ఇది క్షమించరాని కృత్యం. ఈ అపరాధ భావాన్ని జీవితం అంతా ఎప్పుడు తన దివ్య ఆత్మనుండి వేరు చేయలేరు. నన్ను కూడా పాంచాలి విషయంలో సంభవం అయితే నన్ను క్షమించండి' అంటూ ఎంతో వినయ విధేయలతోఅన్నాడు.

కర్ణుడి పట్ల తన మోహాన్ని హిరణ్యమయికి వ్యక్తం చేసిందని ఆరుగురితో రెండు రెండు నెలలు ఉండాలని తన కోరిక అనివృషాలి చెబితే తను విన్నాడు. అయినా కౌరవులకు అతడు అర్థం అయ్యేలా చెప్పాడు. అతడు ఆ తరువాత కౌరవుల పక్షం వహించి యుద్ధంలో పాల్గొన్నాడు. తన ప్రాణాలను ఫణంగా పెట్టాడు. ఒక వైపు ఆలోచిస్తే ఇదంతా పాంచాలి పట్ల అతడికి ఉన్న గౌరవం అని తెలుస్తోంది.

అందువలనే ఇటువంటి కర్ణుడి శౌర్యం పాండవులకు భయం కొలుపుతుందని నేను అనుకున్నాను.

ఏదో నిశ్చయించుకుని కర్ణుడు రాతిపై నుండి లేచాడు. అతడు సహజంగా చీకటి వలన కనిపించని తూర్పు క్షితిజం వైపు కన్నార్పకుండా ఒక్క నిమిషం చూశాడు. ఒక నిట్టూర్పు విడిచాడు. తన శిబిరం వైపు శాంతిగా నిద్రకోసం వెళ్ళసాగాడు. ఇంతలో దృషద్వతి నదీ తీరానహృదయవిదారకరమైన ఆక్రందన వినిపించింది. ఆ ఆక్రందన అక్కడ ఉన్న అంధకారాన్ని చీల్చి వేసింది. ''అన్నయ్యా!'' ఈ పిలుపు వినగానే సత్యసేనుడి చితి నుండి వస్తున్న జ్వాలలు ఒక్క క్షణం వణికిపోయాయి. ఆమె వృషాలి. సత్యసేనుడి సోదరి. కర్ణుడి భార్య.

సత్యసేనుడి మృత్యువు గురించిన సమాచారాన్ని ఇవ్వడానికి అశ్వత్థామ ఒక అశ్వికుడిని హస్తినాపురం పంపించాడు. వినగానే వృషాలి ఎవరి రాక కోసం ఎదురు చూడలేదు. ఆమె రథం నడపడంలో అందెవేసిన చేయి. అందుకే తన సోదరుడి చివరి దర్శనం కోసం, చెలియలికట్ట తెగిన నదిలా, స్వయంగా రథం తీసుకుని వాయువేగంతో హస్తినాపురం నుండి బయలుదేరింది.

దేహంపైన వస్త్రాలకు నిప్పంటుకుంటేఎట్లాపరుగెత్తుతారోఅట్లా చితివైపు ఆమె పరుగెత్తసాగింది. అసలు ఆమెను చూడకుండానే కేకలు వినగానే ఆమెను గుర్తుపట్టే కర్ణుడి స్మృతుల సరోవరం ఒక్కసారిగా అల్లకల్లోలం అయిపోయింది. ఒకటే ఒక మాట అతడి తలలో పదే పదే తల ఎత్తుతోంది– సూతపుత్రుడు... సూతపుత్రుడు...!

కర్ణుడి నిశ్చలత్వం, నిశ్శబ్దం నిస్తబ్ధత అంతా వృషాలిని చూడగానే ఒక్కక్షణం ఎటు వెళ్ళిపోయాయో తెలియదు.

ఆవేశంతో ముందుకు ఉరికి వస్తున్న, బరువులేని తన ప్రియపత్నిని అతడు తన బలమైన భుజాల మధ్య బంధించాడు. ఆమె కౌగిట్లో ఒదిగిపోయింది. ఎన్నెన్ని భావోద్వేగాలు ఆ కౌగిట్లోఉప్పొంగుతున్నాయో...

''మహారాజా! మహారాజా!'' అంటూ తన కుంభంలాంటి ముఖాన్ని అతడి వక్షస్థలం పైన బాదుకోవడం మొదలుపెట్టింది. వాస్తవంగా ఆమె కర్ణుడి పత్ని, కుటుంబవత్సల, స్నేహమయి... పరాయి వాళ్ళ కోసం బాధపడే సహృదయ, త్యాగమయి.

అలసిపోయి ఆమెతలను అతడి విశాల వక్ష స్థలంపైన ఆనించుకుంది.

భావుకతతో ఇద్దరూ కౌగిలించుకున్నారు. ఈ కౌగిలిని చూడడానికి చుట్టుపక్కల పరచుకున్న చిమ్మ చీకటి కళ్ళు తెరిచింది. దృషద్వలోని చిన్న చిన్న అలలు సైతం పైకి లేస్తున్నాయి. కురుక్షేత్ర సమరాంగణం సిద్ధం అవుతోంది.

అయినా అతడు ఏమీ మాట్లాడలేదు. వృషాలి పెద్ద పెద్దకళ్ళ నుండి నిరంతరం కారుతున్న కన్నీటి ధార, అతడి శీతల, శాంత, క్షితిజానికిఆవలివైపు వెళ్ళిపోయిన అతడి మనస్సును మళ్ళీ మళ్ళీప్రజ్వలితం చేస్తోంది. చితిమంటలకు అప్పుడప్పుడు ప్రకాశించే వారిద్దరిశిరోభాగాలు ఒకటయ్యాయి. ఇద్దరూ ఒకరిలో ఒకరు లీనం అయ్యారు. ఒకటిగా అయిపోయారు.

కర్ణుడిలో కలుగుతున్న రక్తమయ ధమనులు, స్పందనలు బహుశావృషాలిని ఏదో తెలియని అనుభూతి కలిగిస్తున్నాయి. "రేపు అర్జునుడు ఈ కురుక్షేత్రాన్ని శాశ్వతంగా ఆలింగనం చేసుకుంటాడు. లేకపోతే నీ భర్త సూర్యబింబపు సన్మార్గాన్ని స్వీకరిస్తాడు."

జీవితం అంతా మౌనంగా తోడుండే తన ప్రియ పత్నినిచైత్రరథంలో కూర్చోబెట్టుకుని అతడు స్వయంగా హస్తినాపురంలో కురుల రాజభవనానికి తీసుకెళ్ళాడు.

7

భవనం బయట నుండి కర్ణుడు వెళ్తున్నాడు. తూలుతున్న రాజహంస వైపు దృష్టి సారించడం మరచిపోలేదు. కాగడాల మసక వెలుతురులో ఆ సరోవరంలో పడి ఉన్న గర్వంతో తల ఎత్తే రాజపక్షి ప్రతిబింబాన్ని నీళ్ళలో అలజడి చేసి నష్టం చేయాలని అతడికి అనిపించింది. వెంటనే చేతి వేలికి ఉన్న పుష్కర రాజమణిని పొదిగి ఉన్న ఉంగరాన్ని లాగి సరోవరంలో విసిరివేసాడు. బిలబిల ఊగింది. నీడలు అటు ఇటు ఊగాయి. తూలుతున్న ఆ పక్షులు వెంటనే గాభరా పడిలేచాయి. కాళ్ళను అటు ఇటు కొట్టుకున్నాయి. సరోవరంలో అలలను రేపాయి. అవి అటుఇటు పరుగెత్తడం చూసి అతడు మనస్సులోనే నవ్వుకున్నాడు.

కర్ణుడు త్వరత్వరగా నడుస్తున్నాడు. శిబిరానికి వెళ్ళడానికి కురుల ఆ భవ్య రాజప్రసాదంప్రాచీరాల ప్రాచీన మహాద్వారాన్ని దాటుతున్నాడు. ఆ మహాద్వారం దగ్గర ఒక నిమిషం ఆగి అతడు వృషాలి భవనం వైపు దృష్టి సారించాడు. ఆమె అందరికన్నా చిన్న కొడుకు వృషకేతుని తీసుకుని నిల్చుని ఉంది. ఆ కర్ణపుత్రుడు ఒకడు యుద్ధబడబాగ్ని నుండి దూరంగా హస్తినాపురంలో ఉన్నాడు. తన చేయి ఎత్తడానికి ఒక్కక్షణం ప్రయత్నం చేశాడు. పైకి వెళ్తున్నట్లుగా పైన ఒకసారి దృష్టి సారించి చేయి ఎత్తకుండా మహాద్వారాన్నిదాటేసాడు. నిగ్రహంతో, నిశ్చయంగా, సరోవరంలో నుండి బయటకు వచ్చే ఏనుగులా అతడు రాజప్రసాదం నుండి బయటకి వచ్చాడు. మనస్సును నిగ్రింహించుకుని, గడప దగ్గర అన్ని సంబంధాలు తెంచుకుని, ముందడుగు వేసాడు.

అర్ధరాత్రి గడిచిపోయింది. తన రథాన్ని తీసుకుని కురుక్షేత్రంలో తన శిబిరానికి వచ్చాడు. అతడి శిబిరం దగ్గర ఉత్కంఠతతో దుర్యోధనుడు కర్ణుడి రాక కోసం ఎదురుచూస్తున్నాడు.

రేపటి సేనాపతి చంపానగరానికి వెళ్ళిపోలేదు కదా! ఈ సందేహం వలన దుర్యోధనుడు వ్యథ చెందాడు. కాని కర్ణుడిని ఎదురుగా చూడగానే అతడి ముఖం మళ్ళీ వెలిగిపోయింది. శిబిరం ద్వారం నుండి బాణంలా ముందుకు నడిచి అతడు స్వయంగా కర్ణుడి రథానికి కట్టివేయబడి ఉన్న గుర్రాలను ఆపడానికి, వాయుజిత్ వీపుపైన ఉన్న జీన్ల బంధనాన్ని తన బలమైనగుప్పెట్లోకి తీసుకున్నాడు. పరుగెత్తుతున్న గుర్రాలు ఆగిపోయాయి. నురుగు రావడం మొదలైంది. వేడి నిట్టూర్పులు లీనం అయిపోతున్నాయి.

కర్ణుడు రథం నుండి దిగివచ్చే అవకాశమే ఇవ్వకుండా దుర్యోధనుడు ముందుకు నడిచి అడిగాడు ''అంగరాజా! నీ సత్యసేనుడు నేల కూలాడు. రేపు నీ రథ సారథ్యాన్ని ఎవరు చేస్తారు?'' దుర్యోధనుడి కొనతేరిన ముక్కు కాగడా మసక వెలుతురులో కూడా స్పష్టంగా కనిపిస్తోంది. ముక్కుపుటాలు ఉబ్బి ఉన్నాయి.

''రాజా! నాకు ఒక నైపుణ్యంకల నమ్మకస్థుడైన సారథిని ఇవ్వు. రేపు నీవే చూస్తావు నా రథం గాలి వేగంతో సమరాంగణంలో అడ్డూ అదుపూ లేకుండా పరుగెత్తుతుంది.''

''నైపుణ్యం గల సారథా? నమ్మకస్థుడైన సారథా?'' తన చిన్నదైనఫాలభాగం ముడతలను ముగ్గులా చిత్రిస్తూ కుడి అరచేయి పైన కుడిచేతి మూసి ఉన్న గుప్పిటితో రెండు మూడుసార్లు దడ దడా కొడుతూ దుర్యోధనుడు ఆలోచనలో మునిగిపోయాడు. అతడి ముడతల ఫాలభాగంపై స్వేద ప్రవాహం సంచితమయింది. వక్రంగా ఉన్న లావైనకనుబొమ్మలు ఇంకా వక్రంగా అయినాయి. కాగడాల ఎరుపుపసుపుల వెలుగులో అతడి ఎర్రటి ముఖం ఇంకా అధికంగా ఉగ్రంగా, భీభత్సంగా కనిపిస్తోంది. పెద్ద పెద్ద ఖాకీరంగు కళ్ళు భవిష్యత్తు రహస్యాన్ని తెలుసుకోవాలన్న ఉద్దేశంతో మస్తిష్కంలో మూలమూలలా వెతుకుతోంది. అతడి నిగ్రహంగా ఉన్న ముఖంపైన కూడా సూక్ష్మదృష్టితో పరీక్ష చేసేవాళ్ళకి వ్యాకులత అనే నల్లటి మేఘం స్పష్టంగా కనిపిస్తుంది.

కర్ణుడి రథ సారథ్యం ఏ సమర్థవంతుడైన యోధుడి చేతికి ఇవ్వాలి? ఈ ఆలోచనతో ఎన్నో అసంఖ్యాకమైనమలుపులు తిరుగుతూ వస్తున్న జీవననౌకని ఒక్కసారిగా మరిచిపోయాడు. అతడి బలమైన భుజాలపైన నుండి జారే అందమైన విలువైన రాజవస్త్రం, కురుల ఎంతో విలువైన ఉత్తరీయం జారి ఎప్పుడు కిందపడిపోయిందో తెలియదు. ఎప్పటిలా ఒక్కసారిగా దులిపి పైకి తీసి సంబాళించాలన్న ధ్యాసకూడా అతడికి లేకుండా పోయింది.

కురుల రాజభవనంలోని పాషాణ ప్రతిమల్లావాళ్ళిద్దరూఒక్కక్షణం శాంతంగా నిల్చుని ఉన్నారు.

''అంగరాజా! నీవు మరో విధంగా భావించకపోతే, నేను ఒక యోధుడి గురించి చెప్పదలిచాను. నీ రథ సారథిగా అతడికే అన్ని విధాలా యోగ్యత ఉంది'' అని దుర్యోధనుడు అన్నాడు.

''ఎవరు? కర్ణుడు తలపైన ఉన్న కిరీటాన్ని, భారంగా ఉన్న లోహత్రాణాన్ని తీసి పళ్ళెంలో పెట్టాడు. అతడి దట్టమైన ఉంగరాల జుట్టు శరదపక్షుల్లా స్వేచ్ఛగా ఎగరసాగింది. బలంగా ఉన్న మెడలో, లోహత్రాణం పెట్టేటప్పుడు ఇంకా బలం వచ్చింది.

''మద్రరాజు శల్యుడు'' దుర్యోధనుడు తన బలమైన కుడి చేయిని అతడి విశాలమైన భుజంపై పెట్టాడు.

''శల్యుడా? రాజా! శల్యుడు పాండవుల మామ అన్న సంగతి మరచిపోయారా? రాజమాత మాద్రీదేవి స్వంత తమ్ముడు. యుద్ధం జూదం వలన మొదలైనా కాని ఈ కఠోరమైన సమయంలో మళ్ళీ జూదం వద్దు. ఆ జూద యుద్ధం ఆట ఆడవద్దు.'' అతడు చెవుల వైపు సన్నబడే తన కళ్ళను చిట్లించాడు. బంగారపు కపాలం పైన ముడతల తాళ్ళు కనిపించాయి.

''కర్ణా! ఈ యుద్ధానికి ముందే నేను శల్యుడికి ఇతర రాజులకన్నా ఎంతో గౌరవాన్ని ఇచ్చాను. అతడు మద్ర దేశం నుండి కురుక్షేత్రం వైపు పాండవులని కలవాలనే బయలుదేరాడు. కాని అతడు వెళ్ళే మార్గంలో స్వాగత ద్వారాలని నిర్మించి, రాజదూతనినియుక్తం చేసి, ఎన్నో విలువైన కానుకలను ఇచ్చి నేను అతడిని నా వైపు తిప్పుకున్నాను. యుద్ధంలో కురుల వైపే ఉంటానని అతడు వాగ్దానం చేశాడు. గత పదహారు రోజుల నుండి అతడు ఎంతో నిష్ఠగా ప్రాణాలకు తెగించి మనకోసం యుద్ధం చేశాడు. మాటిమాటికి భీముడిని ఎదుర్కొని ఎంతోమంది మన వాళ్ళను రక్షించాడు. శల్యుడు ఎప్పుడూ వెనుకంజ వేయడు. నాకు నమ్మకం ఉంది. నీవు నమ్ము. క్షత్రియులు ఎప్పుడూ పశ్చాత్తాపపడరు. అవసరం వచ్చినప్పుడు పవిత్రం అవడానికి మృత్యువును కౌగిలించుకోవడానికి వాళ్ళు వెనుకాడరు. సంబంధాలనేవి సాధారణ ప్రజలకు, రాజుల సంబంధాలు భిన్నంగా ఉంటాయి. అవి వాగ్దానం, ఏకనిష్ఠ, సమరాంగణం!'' అతడు కర్ణుడి సమాధానం కోసం ఎదురు చూడకుండాచప్పట్లు కొట్టాడు. మరుక్షణంలో ప్రభంజనుడు శిబిరంలో ప్రవేశించాడు.

''ప్రభంజనా! వెళ్ళు మద్రరాజ మహారాజు శల్యుడిని సాదరంగా తీసుకురా!'' అతడు శల్యుడి స్థావరం వైపు వేలు చూపిస్తూ సౌంజ్ఞ చేశాడు.

వెంటనే శల్యుడు వచ్చాడు. దుర్యోధనుడు స్థావరంలో ఒంటరిగా ఉంటాడు, అంతగా అయితే అశ్వత్థామ, శకుని ఉండి ఉంటారు అని అతడు అనుకొన్నాడు. కాని ఎదురుగుండా కర్ణుడిని చూడగానే అతడి నుదిటిన ముడతలు పడ్డాయి. అసలు కర్ణుడు తనకేమి అవుతాడో అతడికి తెలియదు. ఇంతేకాదు దిగ్విజయం సమయంలో కర్ణుడు అతడి ప్రాణాలు తీయడానికి ప్రయత్నించాడు. సహించలేని అవమానం చేశాడు. దానిని కూడా అతడు మరచిపోలేదు. అపహాస్యంగా అతడి వైపు చూస్తూ శల్యుడు తన ఉత్తరీయపు అంచుని విదిలించికొట్టాడు. ఆ సూర్యపుత్రుడికి శల్యుడి దాంభికమైనక్షత్రియత్వం పైన కోపం రాలేదు. అసహ్యం అతడి పట్ల కలగలేదు. బాధ కలగలేదు. అతడు అచలంగా ఉండిపోయాడు. స్తబ్ధుడైపోయాడు.

''మద్రరాజా! ఒక విలువైన నిర్ణయాన్ని తీసుకోవాలని మీకు ఈ సమయంలో నేను కష్టాన్ని కలిగించాను.'' దుర్యోధనుడు నిశ్శబ్దవాతావరణానికి భంగం కలిగించాడు.

''ఎటువంటి నిర్ణయం కౌరవ రాజా!'' శల్యుడు కర్ణుడి వైపు వీపు పెడుతూ దుర్యోధనుడిని చూస్తూ అన్నాడు.

''రేపు లభించే విజయం అంతా మీ చేతులలోనే ఉంది.'' దుర్యోధనుడు శల్యుడివైపు చూశాడు.

''నా చేతుల్లోనా? అదెట్లా?'' శల్యుడికి ఏమీ అర్థం కాలేదు. అతడి నుదిటిన ఇంకా ముడతలు పడ్డాయి.

''మద్రరాజా! రేపు... రేపు కౌరవుల సేనాపతి మహారథ సారథ్యం... కేవలం మీరే వహించాలి.'' దుర్యోధనుడు తన బలమైనచేతిని శల్యుడి భుజాలపై పెట్టాడు. అతడి మనసులోని మాట తెలుసుకోవాలని తదేకంగా అతడి వైపే చూడసాగాడు.

''రాజా!....'' శల్యుడు ఈ ఒక్కమాట పెద్దగా అని ఒక్క క్షణం మౌనంగా ఉండిపోయాడు. మరుక్షణమే కర్ణుడి వంక చూస్తూ సారథి గుర్రపు తోకను కురుసంగా చేసే వెంట్రుకలను ఏ విధంగా అయితే పెరికి పడేస్తాడోఅట్లా శబ్దాలని అనడం మొదలుపెట్టాడు

''ఈ సూతపుత్రుడు పగతీర్చుకోడానికి వీడు ఇంత ఘోరమైన, నీచాతినీచమైన మార్గాన్ని నీకు చూపెట్టాడా? పాండవుల పైన పగ తీర్చుకోలేకపోయాడు. మీ ద్వారా నా చేతి ఈ పనిచేయించాలని అనుకుంటున్నాడు. రాజా! ఒక సారథి రథ సారథ్యాన్ని వహించమని మీరు ఒక గొప్ప క్షత్రియుడితో అంటున్నారు ఎవడైతే నా రథానికుండే గుర్రాలను తోలుతాడో వాడి గుర్రాల కళ్ళాలను నా చేతుల్లోకి తీసుకోవాలా? మేము ఉండగా మీరు వీడిని సేనాపతిగా చేశారు. అసలు ఇది మీరు చేసిన పెద్ద పొరపాటు. ఇది అనుచితమైనది.'' శల్యుడు గర్జించాడు.

అయినా రాధేయుడు శాంతిగానే ఉన్నాడు. ఏ మాత్రం చలించలేదు. జాలీ ఉన్న గవాక్షం నుండి బయట చీకట్లోకి చూస్తున్నాడు.

''మద్రరాజా! ఏ కురులవైపు నుండి యుద్ధం చేయడానికి మీరు ఇవాళ వచ్చారో ఆ కురులు అంగరాజు కర్ణుడిని క్షత్రియుడిగా గౌరవించారు. సమస్త నగర జనుల ఎదురుగుండా అందరి సమ్మతితో రాజ్యాభిషేకం చేసి ఆయనకు సేనాపతి పదవిని ఇచ్చారు.

ఇంతేకాదు కురులవైపు నుండి యుద్ధం చేయడానికి ఏ రాజులైతేవచ్చారో వాళ్ళందరూ దిగ్విజయ అంగరాజు మాండలికులు, ఇది మరిచిపోకండి. ఒక వేళ నాకే అవకాశం లభించి ఉంటే, ఒక వేళ నా చేతిలోనే ఉంటే మొదటి రోజే అంగరాజు కర్ణుడు కురుసేనాపతి పదవిపైన కనిపించేవాడు. అసలు నాకు సారథిగా చేయగలిగిన నైపుణ్యం ఉండి ఉంటే నేను ఎంతో సంతోషంగా అతడి గుర్రాలను నడిపేవాడిని. ఇప్పుడు నిర్ణయం మీ చేతిలోనే ఉంది. లక్షలాది యోధుల ప్రాణాలకి సంబంధించిన మీ సారథ్య కళని కురుల జ్యేష్ఠ యువరాజుగా ఈ కఠోరమైన సమయంలో నేను ఆహ్వానిస్తున్నాను, అంటూ దుర్యోధనుడు గదపైన చేయి తిప్పాడు.

కోపంలో ఉన్న శల్యుడు క్షణంలో ఆలోచనలో మునిగిపోయాడు. కర్ణుడి కాళ్ళవైపు కన్నార్పకుండా చూస్తున్నాడు. కళ్ళను చిట్లిస్తున్నాడు. నుదిటిపైన ముడతలు ఇంకా ఎక్కువయ్యాయి. ''కౌరవరాజా! నేను సిద్ధం ''అని కొంచెం సేపు ఆలోచించి చెప్పాడు. శిబిరం నుండి బయటకి వచ్చేటప్పుడు శల్యుడు తన ఉత్తరీయపు కొసని అపహాస్యంగా ఎగరవేయలేదు.

అతడు బయటకి రాగానే దుర్యోధనుడు ఆవేశంగా ముందుకు వచ్చి కర్ణుడి బలమైన భుజాలను తన చేతులతో పట్టుకున్నాడు.

''అంగరాజా! పితామహులు, గురుద్రోణులు చేయని పనిని నేడు నీవు చేసి చూపిస్తావు. గోదాలో నీలకమలాల మాల క్రింద నలిగిపోయిన ధనుర్ధరుడు గుర్తున్నాడా? స్వయంవరం మండపంలోని గుండంలో నీ వాడిపోయిన ముఖ ప్రతిబింబాన్ని చూసుకోవడం గుర్తుందా? వీర కర్ణా! గంగ ఒడ్డున సుదామనుడి చితి మంటలు గుర్తున్నాయా? శోణుడి శిరస్త్రాణం,

చూడాలంకారంగుర్తున్నాయా? గుర్తున్నాయి కదూ! పితామహులు, గురుద్రోణులు, శోణుడు, సత్యసేనుడుమొదలైన వాళ్ళ పరాక్రమం ఎట్లా అంతం అయిందోగుర్తుందా? అంగరాజా! రేపు అర్జునుడి వింటినారిఎట్లా తెగాలంటే, ఆ విరిగిన వింటినారే వాడి నీలికంఠానికి ఉచ్చులా బిగుసుకుపోవాలి. వాడి రథంపైన కూర్చున్న ఆ నీలివర్ణ సారథికి, అర్జునుడు ఇట్లా నలుపు నీలంగా అయి ఒక్కసారిగా ఎట్లాపడిపోయాడో కూడా తెలియదు. చెప్పు అంగరాజా చెప్పు!'' అతడు కర్ణుడి భుజాలను ఊపేసాడు. అతడి ఖాకీరంగు కళ్ళు కర్ణుడి విశాల పాలభాగంపై తన భవిష్యత్తు చదువుకోడానికి అటు ఇటు తిరుగుతున్నాయి.

''రాజా! నీకు విజయం ప్రాప్తించేలా నా ప్రాణాలకి తెగించి పోరాడుతాను. చుట్టుపక్కల ఉన్న యాచకులకు దానం లభిస్తుందని దండోరా వేయించు.'' కర్ణుడు దుర్యోధనుడికి ధైర్యం చెప్పాడు.

జారుతున్న ఉత్తరీయాన్ని సవరించుకుంటూ కర్ణుడి భుజాలను తడుతూ దుర్యోధనుడు అతడి స్థావరం నుండి బయటకి వచ్చాడు. చుట్టుపక్కల ఉన్న కాగడాలలో ఒక కాగడా చేతిలో తీసుకుని ప్రభంజనుడు దారి చూపించడం మొదలు పెట్టాడు. ఇద్దరి ఆకృతులు దుర్యోధనుడి శిబిరంలోకి ప్రవేశించి అదృశ్యం అయ్యాయి. పదహారో రోజు శుక్ల ద్వితీయ రాత్రి. రేపటి గర్భంలో ఏముందో తెలుసుకుంటూ దాని చప్పుడు ఒడి కురుక్షేత్రాన్ని నిద్రపుచ్చడానికి దృషద్వతీ నదీ తీరంలోని శీతల వాయురూపంలో చేతులతో నిమురుతోంది. అయినా కురుక్షేత్రానికి నిద్ర రావడం లేదు. ఇకముందు రాదు కూడా.

దూత వచ్చి జరిగిందంతా చెప్పాడు. అదంతా విని ఒకడు హాస్యాస్పదంగా అభిప్రాయాన్ని వెల్లడించాడు. మద్రరాజు శల్యుడికి సంబంధాలనే పట్టుదారాలను గుర్తుచేస్తూ తన వైపు నుండే తెంచేలా నకులసహదేవులని అతడి శిబిరంలోకి పంపాలి. ఒక వేళ ఇట్లా చేయలేకపోతే గూఢమైన వచనాలు పల్కిమాటిమాటికి కర్ణుడికి అతడి హీనకులాన్ని గుర్తుచేయాలి, అతడి అహంకారాన్ని అణచాలి.'' అసలు నిజానికి ఇది ఎంత విచిత్రమైన ఊహ.

శల్యుడు లాంటి రాజు తన ధవళ క్షత్రియత్వాన్ని కళంకితం చేసే కృత్యాలు ఏవీ చేయడానికి సిద్ధపడడు అని ఈ అభిప్రాయం వెల్లడి చేసేవాళ్ళకి తెలియదు. సంబంధాల మోహంలో పడి కూడా కాదు. ఒకవేళ అసలు ఇట్లా చేయాలనుకుంటే ఈ పదహారు రోజులలో, నిరంతరంగా జరుగుతున్న యుద్ధానికి మొదలే కౌరవులకి నమ్మక ద్రోహం చేసి ఉండేవాడే. కౌరవుల వైపు నుండి యుద్ధం చేయడం ఇష్టం లేకపోతే అతడు తన విశాలమైన సేనను తీసుకుని మళ్ళీ సరాసరి మద్రదేశానికి వెళ్ళిపోయేవాడు.

ఈ నాటి దాకా యుద్ధంలో వీరులను ఒకసారి క్షమించగల క్రౌర్యం కనిపించింది. కాని నమ్మక ద్రోహం కాదు.

శల్యుడు ఎంత యధేచ్ఛగా ప్రయత్నం చేసినా కర్ణుడి అభిమానం అణచడం ఇప్పుడు సంభవం కాదు. తన జన్మధాత్రి ద్వారా పాండవులతో తనకు ఏం సంబంధమోతెలుసుకున్నాక కూడా అతడి అహంకారం లేశ మాత్రం అయినా తగ్గలేదు, స్వయంగా నా నోటి నుండి పాండవుల పక్షాన్ని స్వీకరించమని అడిగినా కౌరవుల వైపు నుండి యుద్ధం చేయడానికి సమరాంగణంలోకి

వచ్చాడు. ఆ కర్ణుడు ఇప్పుడు ప్రథితిలో ఇంకా సంహారం చేసేటందుకు సిద్ధంగా ఉన్నాడు. మరణ ద్వారం దగ్గర పడి ఉన్న భీష్మ పితామహుల సలహా మేరకు, తన మాట నిలబెట్టడానికి కవచ కుండలాలను దూరం చేసుకున్నాడో అదే విధంగా "నేను సూర్యపుత్రుడిని" అనితెలుసుకున్నాక శల్యుడి ద్వారా తేజస్సును ఎట్లా పోగొట్టుకుంటాడు?

అసలు ఇటువంటిదేదీ జరగదు. శల్యుడి ద్వారా కాని కర్ణుడి ద్వారా కాని.

నేను అందరిని శాంతిగా నిద్ర పొమ్మనమని చెప్పాను. అమావాస్య సమాప్తం అయిపోయినా రాబోయే రాత్రులు ఇంకా చిమ్మ చీకటి రాత్రులే.

పదిహేడో రోజున యుద్ధం మొదలయింది. ఆరోజు శుక్ల తృతీయ. రెండు వైపులా సైనికుల సంఖ్య సగం పైగా తగ్గిపోయింది. లోపల యోధులు లేనందువలన ఎన్నో శిబిరాలు శూన్యంగా అయిపోయాయి. అశ్వశాలల నుండి గుర్రాలను తీసేసుకున్నారు.

ప్రాతఃకాలం సంధి ప్రకాశంలో కౌరవుల సేనాపతి అయిన ప్రథమ పాండవుడు ఎత్తైన దిబ్బపై ఉన్న కోటపైన నిల్చున్నాడు. గత పదహారు రోజుల నుండి అతడు ఆ స్థానం నుండి సైనికుల కార్యకలాపాలను పరిశీలిస్తున్నాడు. అందువలన దాన్ని అందరు కర్ణుడికోట కర్ణకీల అని పిలవడం మొదలుపెట్టారు. దండోరా వేయించడం వలన చుట్టుపక్కల నగరాల నుండి యాచకులు వచ్చారు. కోట అంతా యాచకులతో నిండిపోయింది. రకరకాల ఆకారాలలో ఉన్న బంగారు పళ్ళాలని వజ్ర, వైఢూర్యాలు, మాణిక్యాలు, ముత్యాలు, పగడాలతో నింపేసారు. వాటిని నలువైపులా పెట్టారు. దిగ్విజయంలో లభించిన ఇంకా అంతో ఇంతో మిగిలిన అమూల్యమైన సంపత్తిని కూడా ఇవాళ అతడు దానం చేస్తున్నాడు. అతడి తలపైన నా కిరీటం లాంటి కిరీటమే ఉంది. కర్ణుడి కిరీటం, ఆకారంలోను, తయారీ అంతా అచ్చం నా కిరీటంలానే ఉంది. మణికట్టుపైన రజనీగంధపూల మాలలు ఉన్నాయి.

రాజపురోహితుడు చెప్పిన ప్రాతఃకాలంశుభముహూర్తం రాగానే అతడు తన గులాబీ రంగులో ఉన్న అరచేతులని వజ్రవైఢూర్యాలతో నిండిన పళ్ళాలలో పెట్టాడు. గుప్పిళ్ళతో వాటిని అక్కడికి వచ్చిన ప్రతి యాచకుడికి దానం చేసి అందరికీ వినయ విధేయతలతో వందనం చేస్తున్నాడు. అతడు జరాసంధుడు, శల్యుడు, శిశుపాలుడు, రుక్మరథుడుమొదలైన పేరుపొందిన రాజుల ఎదుట తలవంచలేదు. పరాక్రమ వంతులు పాండవుల ఎదుట తలవంచలేదు. నా ఎదుటకూడా ఒకటి రెండు సందర్భాలలో తప్ప తలవంచలేదు. పరీక్షా సమయం వచ్చినా జమదగ్ని పుత్రుడు పరశురాముడి ఎదురుగుండా కూడా తలవంచలేదు. ఇప్పుడు అదే బలంగా ఉన్న గుండ్రంగా ఉన్న హిరణ్య వర్ణి సూర్య పుష్పంలా ఉన్న మస్తకాన్ని, చెవుల దాకా ఉండే టోపీని ధరించిన మస్తకాన్నిప్రతిసారి ఎంతో ఆదరంగా వంచుతున్నాడు. ఎందుకంటే సాధారణ ప్రజలు ఏమీ ఆశించకుండా ఇచ్చే ఆశీర్వాదాలు తక్కినవారి ఆశీర్వాదాలకన్నా అధికమైనశ్రేష్టమైనవి. అతడు ఇప్పుడు సామాన్య ప్రజల ఆశీర్వాదాలను పొందుతున్నాడు. ఒక యోధుడిగా అందరి దీవెనలని అందుకుంటున్నాడు.

కర్ణుడి దానకార్యక్రమం పూర్తయింది. కాని ప్రతి రోజులా, సూర్యకిరణాల బంగారు పారిజాత పుష్పాల వర్షం కురవలేదు. ఆకాశంలో నీలపు కప్పు నల్లటి మేఘాలతో కప్పేసుకుని

ఉంది. అక్కడక్కడా తెలుపు రంగు మేఘాలు కనిపిస్తున్నాయి. ఎప్పుడూ సూర్యోదయం కాగానే చిత్ర విచిత్రమైన ధ్వనులతో కలారావాలు చేసే, కురుక్షేత్రం చుట్టుపక్క ఉన్న కదంబకీకర, మధూక, కింశుకమొదలైనబలమైన చెట్లపైన ఉండే పక్షులు ముక్కుల లోలోపలే ధ్వనులు చేస్తున్నాయి. సూర్యోదయంతో ప్రఫుల్లితమయ్యే స్థూలమైనవనస్పతులు, మెడలు వేళ్లాడేసి సగం నిద్రలో ఉన్నట్లుగా వాడిపోయాయి. వాటిపైన శరత్తు మంచు బిందువులు మెరవడం లేదు. ఇక ముందు మెరవను కూడా మెరవవు. ఎందుకంటే వాతావరణంలో ఆ తాజాదనం లేదు.

8

ఈనాటి రణక్షేత్రం అమీన అనే ఒక పెద్ద కొండకింద ఉంది. ఇక్కడ యుద్ధం జరగబోతోంది. తూర్పు వైపు నుండి కురుల సైన్యం, పడమర వైపు నుండి పాండవుల సైన్యం యుద్ధ భూమికి చేరుకుంటున్నాయి.

మద్ర, మగధ, మస్త్య, మధుర, మాలవ, వత్స, వంగ, విదేహ, విదర్భ, కులింద, కిరాత, కాశీ, కోశల, కంబోజ, కామరూప, నిషధ, ఆభీర, గాంధార–ఆర్యావర్తంలోని అన్ని దేశాల యుద్ధంలో ఉత్సాహం ఉన్న యోధులు 'యుద్ధం అంతం ఎట్లా అవుతుంది?'' ఈ సందేహంతో కురుక్షేత్రం నలువైపులాఏకత్రితం అయ్యారు. ఏకనిష్ఠతో యుద్ధం చేయడానికి సంసిద్ధం అయ్యారు. శాకల, గిరిప్రజ, విరాటనగరం, అవంతి, ప్రయాగ, తామ్రనగరం, కుసుమపురం, కుండినపురం, చందనావతి, కాష్ఠమండపం, వారణాసి, అయోధ్య, చంపావతి, పుష్కరావతి–సమస్త రాజనగరాల వివిధ రంగుల రకరకాల ఆకారాలలో ఉన్న రాజధ్వజాలు రణక్షేత్రానికి వందనం చేస్తూ రెపరెప ఎగురుతున్నాయి.

ఈ నాడు కురుసైన్యం సూర్యబింబంలా గుండ్రటి ఆకారంలో నిల్చుని ఉంది. అనేక యోజనాల మేర ఈ సైన్యం ఉంది. సేనాపతి కర్ణుడి జైత్రరథం వెనక ఈ సైన్యం ఉంది. రాధేయుడు తన జైత్రరథానికి వందనం చేసి ప్రదక్షిణ చేశాడు. కళ్ళు మూసుకుని అతడు సూర్యస్తోత్రాన్ని చదువుతున్నాడు.

మృత్యుదేవుడి వాహనం మహిషుడి ఆకారంలో పాండవుల సేన అర్జునుడి నందీఘోష్ రథం వెనక నిల్చుని ఉంది. అతడి చివరి దళం ఒక్కసారిగా అమీన్ కొండకింది వేళ్ళతో ఢీకొన్నది.

జైత్రరథంలోనివెనకభాగం శూల, తోమర, పట్ట, గదా, దివ్యాస్త్ర, ఖడ్గ, చక్ర, భిందిపాల్, శతఘ్ని ఇంకా అసంఖ్యాకమైన బాణాలతో కిక్కిరిసిగా నిండిపోయింది. శృంఖలాల గొలుసులు చిహ్నంగాగల ధ్వజం రథంపైన ఎగురుతోంది. కర్ణుడు జైత్రరథం మెట్టుపైన తన కుడికాలు పెట్టి ఎక్కాడు. అతడి చేతికి రజనీగంధ మొగ్గల మాల కట్టిఉంది. మొగ్గలు పెద్దగా ఉన్నాయి. అతడు కాలు పెట్టగానే రథం అతడి బరువుకు కదిలింది. రథానికి ఉన్న గంటలు ఊగుతూ గణగణ ధ్వని చేశాయి. పూలమాలలు ఊగాయి. ఏనుగులు శృంఖలాలు, దండం చిహ్నాలుగా గల ధ్వజం ఒక్కక్షణం ఊగి మళ్ళీ స్థిరంగా నిలిచిపోయింది. ఆ వీరుడు రథం ఎక్కడం చూసి శల్యుడు రథం గూడు వైపు పరుగెత్తాడు. అతడు ఏనుగుదంతాలలా కనిపించే గుర్రాల కళ్ళాలనుచేతబట్టాడు. అందులో ఒక గుర్రం బాగా పొడువుగా ఉంది. పులిచర్మంతో చుట్టబడ్డ కొరడాని తీసుకున్నాడు.

శల్యుడు రథసారథి. నేను మనస్సులోనే నవ్వుకున్నాను. కాలం శల్యుడిపైన పగతీర్చుకుంది.

పాండవుల సేనకి అగ్రభాగంలో నిల్చుని ఉన్న అర్జునుడితో రథాన్ని ఎక్కమని చెప్పాను. కాని నేను రథాయుధనై చేతిలో కళ్ళాలు, కొరడాను తీసుకుంటే గాని అతడు నందీఘోష్‌ని ఎక్కేవాడు కాదు. కావాలని కుడిచేత్తో కొరడా తీసుకుని గట్టిగా గుర్రాలని అదిలించాను.

రథాన్ని ఎక్కాక నేను పాంచజన్య శంఖాన్ని పూరించాను. యుద్ధానికి సంసిద్ధం అని చెప్పాను. అర్జునుడు రథంపైకి ఎక్కాడు. తన దేవదత్త శంఖాన్ని పూరించి నా శంఖాన్ని అనుకరణ చేశాడు.

ఇవాళ మొదటిసారి మా సైన్యం మా ఇద్దరి పేర్లతో జయఘోష చేసింది. ఆ జయఘోష ధ్వని అమీన కొండని ఢీకొని మళ్ళీ పాండవ సైన్యంలో ప్రతిధ్వనించ సాగింది. కురుక్షేత్రం అంతా జయకారాలు ప్రతిధ్వనించాయి.

ఆకాశం ఇప్పటికి నల్లటి మేఘాలతో ఆచ్ఛాదితం అయింది. కురుక్షేత్రం పైన నీలికప్పుని ఛేదిస్తూ వెళ్ళే జయకారాల ధ్వనితో ఒక వేళ మేఘాలన్నీ చెల్లాచెదురైతే ఎంతో మంచిది.

పాండవుల జయనాదం వినగానే కురులసేనాపతి సూర్యపుష్పంలా ఒక్కసారిగా వికసించాడు. ఇప్పుడు అతడు కేవలం కర్ణుడుకాదు, రాధేయుడు కాదు, కౌంతేయుడు కాదు, సంబంధాలనే కవచకుండలాలు ఎప్పుడో దూరం చేశాడు. అతడు ఇప్పుడు కేవలం ఒక సేనాపతి, ఒక ప్రజ్వలించే సూర్యపుత్రుడు. అతడు క్షణం క్రితం మేఘాలతో కమ్ముకున్న ఆకాశాన్ని చూశాడు.

తన విశాల శుభ్ర హిరణ్యగర్భ శంఖాన్ని తన చేతుల మధ్య గట్టిగా పట్టుకుని కురుసేన గోళాకృతి పైన దృష్టి సారించాడు. మరుక్షణమే ఏనుగు కాలులా ఉన్న అతడి కంఠభాగం ఉబ్బిపోయింది. రక్తమయ ధమనులు నిక్కపొడుచుకున్నాయి. తన వక్షస్థలంలో గాలి నింపి అతడు హిరణ్యశంఖం ఊదుతున్నాడు. దివ్యమైన ధ్వని వస్తోంది. యోధులను రోమాంచితం చేసే ఆ ధ్వని అర్థం స్వయంగా నాకు కూడా తెలియదు. దుంధుభి, నగారా, మృదంగం, డిండిమమొదలైన రణవాయిద్యాలను సైతం అధిగమించి శంఖ ధ్వని పాండవుల సేన మధ్యలో ఉన్న నాకు స్పష్టంగా వినిపిస్తోంది. అవి ధ్వనులు కావు మిలమిలమెరిసే ప్రకాశ తరంగాలు.

తన కుడిచేతిన ఉన్న విజయధనుస్సును మాటిమాటికి పైకి ఎత్తుతూ దాడి అంటూ ప్రకటిస్తున్నాడు. అతడు ఉప్పొంగే సముద్రంలా గర్జన చేస్తూ ముందుకు రావడం మొదలుపెట్టాడు. విక్షిప్త అరణ్యాల మృత్యుగీతాన్ని వెంటతెచ్చుకున్నవాడిలా పిడుగులా చుట్టుపక్కల ఉన్న భూ ఖండాన్ని కాల్చేయడానికి వచ్చే జ్వాలాముఖిలా పుత్రుడి కర్తవ్యం తెలుసుకుని ఆచ్ఛాదితమైన సూర్యుడు కురుక్షేత్రాన్ని కాల్చడానికి స్వయంగా కార్యాన్ని పూర్తి చేయడానికి వచ్చిన ప్రతిసూర్యుడిలా.

అంత పెద్ద కౌరవుల పాండవుల సైన్యంలో నాకు తప్పితే మరెవరికీ అతడు సూర్యపుత్రుడని తెలియదు. కురుల సైనికులు అంగరాజు అంటూజయఘోష చేస్తున్నారు. పాండవుల సైనికులు రాధేయఅనిఅంటూతమతమ పిచ్చిమనస్సులకు అతడి పరాక్రమం అంటే ఏ మాత్రం భయంలేదు అని నచ్చచెప్పుకుంటున్నారు. ఎవరూ అతడిని సూర్యపుత్రుడు అని పిలవడం లేదు. అయినా తనకు తాను సంపూర్ణంగా తెలుసుకున్న ఆ సూర్యపుత్రుడు ఏ మాత్రం భయపడని,

అమితమైనవీర్యవంతుడు, ఋషికాని ఋషి, ఎవరినీ శరణుకోరని ఆదాన వీరుడు దండెత్తి వస్తున్నాడు.

అతడికి సంరక్షణ ఇస్తూ అతడి పుత్రుడు వృషసేనుడు, అశ్వత్థామ, శకుని, దుశ్శాసనుడు, కృపుడు, దుర్యోధనుడు, కృతవర్మ మొదలైన కౌరవ యోధులందరు పాండవులపైన విరుచుకుపడుతున్నారు.

నేను నందీఘోష్ నుండి మళ్ళీ కిందికి దిగాను. రథ చక్రాలకు కందెన వేయడానికి సూనె తెచ్చాడు. మా నందీఘోష్‌కి సంరక్షణ ఇస్తూ సాత్వకి, ఉత్తమాజా, దృష్టద్యుమ్నుడు, నకులుడు, సహదేవుడు, యుముధాన్ మొదలైన వారి రథాలు పరుగెత్త సాగాయి. ఆకాశం ధూళి ధూసరితమైపోయింది. రణవాయిద్యాలు, జయజయాకారాలు, ఏనుగుల చీత్కారాలు, గుర్రాల సకిలింపులు, రథచక్రాలఘరఘర లాగబడిన వింటి నారుల టంకారాలు– ఇవన్నీ కలిసినప్పుడు పుట్టే విచిత్ర మిశ్రితమైన ధ్వని అమీన కొండ ప్రాచీరాలకి ఢీకొంటూ ప్రతిధ్వనించసాగింది. కొరడాల ఝళుపులు, ధ్వనులు గుర్రాల సకిలింతలతో విలీనం అయిపోతున్నాయి.

విరుద్ధ దిశలలోంచి వచ్చే గరుడ పక్షుల రెండు గుంపులు ఒకదానితో ఒకటి రెక్కలు రెపరెపలాడిస్తూఎట్లా అయితే ఢీకొంటాయో అదే విధంగా ఇరువైపుల సైనికుల యోధులు బాణాలు విసిరివేస్తూ ఒకరితో ఒకరు భయంకరంగా ఢీకొంటున్నారు. ఒక సేన మరొక సేనతో భేటీ పడ్డది. యుద్ధం ప్రారంభం అయింది.

రథాల నుండి పారేయ బడిన ఖాళీ కుంభాలు కురుక్షేత్రంలో దొర్లుతున్నాయి. ఇంతకు ముందు ఈ కుంభాలన్నీ మైరేయ మధ్యంతో నిండి ఉన్నాయి. వాటిపై నుండి రథాలు వెళ్తున్నప్పుడు సంతులనం తప్పి రథాలు విరగడం మొదలు పెట్టాయి. వెనకనుండి అశ్వికుల దళాలు ఢీకొనడం వలన అవన్నీ ముక్కలు ముక్కలు అయిపోయాయి.

కర్ణుడి రథం భూమిని ఢీకొంటూ, తన హంసల రంగులో ఉన్న ఐదు తెల్లటి గుర్రాలను లాక్కొచ్చింది. నిమిషం క్రితం యుద్ధ భూమిలో ఒక చివరననిల్చున్నవీరాధివీరుడు, మహావీరుడు, పాండవుల సైన్యంలో పాంచాలుల ఏనుగులు, గుర్రాలు, పదాదిదళం ఈ మూడు విభాగాలతో కిక్కిరిసిగా ఉన్న అగ్రమ పంక్తిలో ఎప్పుడు చొచ్చుకుపోయాడో ఎవరికీ తెలియదు. అతడు నిర్భయంగా సేనాపతిగా అందరికీ ప్రోత్సాహం ఇవ్వడం మొదలుపెట్టాడు. రథాల నుండి, గుర్రాల నుండి కింద పడ్డ కురు సైనికులు మళ్ళీ సావధానమై లేచి నిల్చున్నారు. ఏది చేతికి దొరికితే ఆ వాహనం పైన ఎక్కి పాంచాలుల మీద దాడి చేయడం మొదలుపెట్టారు. సముద్రంలో కలవడానికి వచ్చే మహానది తన తోటి అసంఖ్యాకమైన అలల తాండవ నృత్యంతో ఎట్లా గర్జిస్తూ వస్తుందో అట్లాగే అతడు మధ్యం యుద్ధ ఉన్మాదంతో ఉన్మత్తంగా ప్రవర్తిస్తున్న కురుల ఏనుగులు, గుర్రాలు, పదాది దళాలను, వందలాది పథికులను తీసుకువచ్చాడు. అతడి కుడి ఎడమలవైపు చిత్రసేనుడు, ప్రసేనుడు ఉన్నాడు వెనక వృషసేనుడు. ఈ విధంగా అతడి పరాక్రమ వంతులైన పుత్రులు అతడికి సంరక్షణ ఇస్తూ పరుగెత్తుతున్నారు.

కిరణాలతో సహా సూర్యబింబం పైన పడ్డదాఅని అనిపిస్తోంది.

అతడు ఎదురుగుండా రావడం చూసి, మా వెనుక పరుగెత్తుతున్న ఇంద్రప్రస్థ పథికులను కాసేపు ఆపాలనే ఆలోచనతో అర్జునుడి రథాన్ని నేను మధ్యకు తీసుకువచ్చాను. ఎందుకంటే నా

నీలంరంగుని తన నీలి నేత్రాలతో గుర్తుపట్టి అర్జునుడివైపే వస్తున్నాడు. ఈ సంగతి నాకు తెలుసు. అతడు చపలంగా చేస్తున్న చేష్టలు ఈ విషయాన్ని స్పష్టం చేస్తున్నాయి. అతడు అతి దగ్గరగా వస్తున్నప్పుడు మాకన్నా ముందు కుడివైపు నుండి ధృష్టద్యుమ్నుడు పాంచాలుల సైన్యాన్ని తీసుకుని ఒకసారి వంకరగా దూరిపోయి మా సైన్యం ఎదురుగుండా వచ్చి నిల్చున్నాడు. మొదటి ఝామునే ఈ ఎత్తుకు పైఎత్తు గురించి ధృష్టద్యుమ్నుడికి బాగా తెలియచెప్పాను. అంతా అనుకున్నట్లుగా మా ఎదురుగుండా పాంచాలుల సేనని నిలబెట్టాడు. ఆ జ్వాలాముఖిని తనపైనకి తీసుకున్నాడు. అకస్మాత్తుగా పాంచాలుల దళాలను ఎదురుగుండాచూశాక గాయపడ్డ ఏనుగు ఏ విధంగా అయితే కోపంతో ఊగిపోతుందో, సరోవరంలో చొచ్చుకుపోతుందోఅట్లా అతడు సరాసరి పాంచాలుల దళాలలో చొచ్చుకుపోయాడు. చేతిలో విజయధనుస్సును పైకి ఎత్తి కర్ణుడు విషపూరిత బాణాలను నిరంతరంగా మృగనక్షత్రం వర్షంలా గజదళాలపైన వేయడం మొదలుపెట్టాడు. విషప్రభావం పడగానే అవి పిచ్చెక్కినట్లుఎటంటే అటు పరుగెత్తసాగాయి. వాటి కర్కశ చీత్కారాల వలన పాంచాలుల దళంలో అసలు ఏం జరుగుతోందో ఎవరికీ అర్థం కాలేదు. దుమ్ముధూళిల మేఘాలు ఆకాశంలో ఇంకా ఎక్కువగా కమ్ముకోసాగాయి.

ద్రౌపది స్వయంవరం సమయంలో నిండు సభలో కర్ణుడిని ఏ పాంచాల యోధులైతే అట్టహాసం చేస్తూ అపహాస్యం చేశారో, ఇప్పుడు వాళ్ళనే సూర్యపుత్రుడు మృత్యురూపంలో ప్రాణాల భయంతో ఆక్రందన చేసేలా చేస్తున్నాడు. మూటల మూటలసమిధులను ఏవిధంగా అయితే యజ్ఞగుండంకాల్చివేస్తుందో అదే విధంగా అతడు వేసే అగ్ని బాణాలు పాంచాల వీరులను బూడిద చేస్తున్నాయి. ఏఏ కొమ్మలపైన రక్తపుష్పాలు నిండి ఉన్నాయో అటువంటి మోదుగపూలు ఎర్రటి సారంగ పక్షుల గుంపులువాలినప్పుడు ఎంత రక్తవర్ణంలోరెచ్చగొడతాయో అంతే భయంకరంగా ఆ బాధ పడ్డ రాధేయుడు కనిపిస్తున్నాడు. పర్వతాల పాద భూమి సమీపంలో దట్టమైన తేమనిండిన పల్లవ ప్రదేశంలో దావాగ్నిసరసరాఅంటూ అరణ్యం వైపు వెళ్తుందో అదే విధంగా అతడు నిర్భయుడైపాంచాలుల సంరక్షణ ఉన్న వరుసలో ఉన్న యోధులను ఒకరి తరువాత ఒకరిని పడదోస్తు ముందుకు పరుగెత్తుతున్నాడు.

జీవితం అంతా ఉన్న భ్రమని ఇప్పుడు దూరం చేసుకున్నాడు. ఇప్పుడు అతడి దేహంలో కేవలం యుద్ధం అనే మద్యం మత్తు. మామూలుగా దాని మత్తు తొందరగా వదలదు, ఎక్కింది. అతడు పరుగెత్తుకుంటూ వచ్చేవాడు. పచ్చికబైళ్ళలో మేసే వన్యఅశ్వాల గుంపులపై కోపిష్ఠి క్షోభ చెందిన సింహం గర్జిస్తూ ఏ విధంగా దాడి చేస్తుందో అదే విధంగా పాంచాలుల దళంపైన అతడు దాడి చేస్తున్నాడు.

కేవలం సగం ఘడియలో అతడు పాంచాలులఅగ్రమ వరుసలో ఉన్న దళాలన్నింటిని నేల కూల్చేసాడు. అతడి బాణాలు మిడతల గుంపులలా ఉన్నాయి. మృగనక్షత్రంలోనిమూసల ధార వర్ష బిందువుల్లా ఒకదాని వెనక ఒకటి పుచ్చ భాగాన్ని పట్టుకుని అఖండంగా కింద పడిపోతున్నాయి. చేతిలో నాలుగు వేళ్ళ మధ్య ఎన్ని బాణాలు చిక్కితే అన్ని బాణాలను పట్టుకుని అన్నింటిని ఒక్కసారిగా విసిరివేస్తున్నాడు. రెప్ప వేయకుండానే అతడి బరువైన ధనస్సు నుండి నలువైపులా బాణాలు దూసుకువెళ్తున్నాయి. అసలు ఎప్పుడు అంబులపొది నుండి బాణాలు బయటకి వచ్చాయో ఎప్పుడు వింటినారిని ఎక్కుపెట్టి లక్ష్యాన్ని ఛేదించాడో ఎవరికీ తెలిసేది కాదు.

నదీ ప్రవాహంలో నాగరయోథా (ఒకరకమైన గడ్డి) నీళ్ళ ధారలో నిరంతరంగా ఎట్లా ఊగుతూ ఉంటుందో అతడి చేతులు, నేత్రాలు బాణాలు విసిరివేస్తున్నప్పుడు నిరంతరం అట్లా ఊగుతున్నాయి. క్షణ క్షణం పాంచాలులునేలకూలుతున్నారు. ఒక్కొక్క అడుగు వెనక్కి వేస్తున్నారు. వరుస చెల్లాచెదురవుతోంది. పాంచాలుల నాయకుడు దృష్టద్యుమ్నుడువెనక్కి తగ్గాడు.

పాంచాలులు వెనుకంజ వేయకుండా ఆపడానికి, చేది, సాత్వికి, ఇంద్రప్రస్థ పాండవుల దళం వాళ్ళకి సహాయం చేయడానికి పరుగెత్తారు. కాని ఉప్పెన వచ్చినప్పుడు సముద్రం బయటి నిర్ఝర జలాన్ని తనలో ఎట్లాఇముడ్చుకోదోఅట్లా దీర్ఘబాహు ప్రథమ పాండవుడు వాళ్ళని వెనక్కి పంపించేస్తున్నాడు. చేదుల గజదళంలో చొరబడి అతడు ఎంతగా అలజడిని లేపాడంటే చేది రాజులకు తమ వాళ్ళెవరో శత్రువులు ఎవరో అర్థం కాలేదు. మొదటి ఘట్టంలో కర్ణుడు భానుదేవుడు, చిత్రసేనుడు, సేనా బిందు, తపనుడు, శూరసేనుడు ఈ ప్రసిద్ధమైన పాంచాల వీరులను నేలకరిపించాడు. వందల వేల చేది వీరులు, సాత్యకి అతడి ఎత్తైన రథం కింద నలిపి వేయబడ్డారు. గగన మండలంలో మెరుపు స్వచ్ఛందంగా విహరిస్తూ చతురంగ దళాలలో చంపండి చంపండిఅంటూ అరుస్తూ తిరగడం మొదలు పెట్టాడు.

నేను పాంచాలుల వెనక ఉన్న అర్జునుడి దళాన్ని మెల్లిగా బయటకు లాగి సంషక్తుల సేనతో ఢీకొట్టించాను. అర్జునుడు వేస్తున్న అమోఘ బాణాలు నా తలపై నుండి సర్..సర్.. అంటూ ధ్వనిచేస్తూ వెళ్తున్నాయి. సైనికులు ఎటు దారి దొరికితే అటు పారిపోతున్నారు. అర్జునుడి దళం వాళ్ళ వెంటపడి వాళ్ళని పట్టుకుంటున్నారు. వాళ్ళని బాణాలతో కొడుతున్నారు. ఇక ఇప్పుడు అర్జునుడి సేన లక్ష్యం వాళ్ళే.

9

అంతిమ వరసని అస్తావ్యస్తం చేసి లోపలికి చొరబడిన కర్ణుడు యుధిష్ఠరుడుకి మధ్య యుద్ధం మొదలైంది. ధర్మప్రియ యుధిష్ఠరుడి రథం ఎదురుగుండా కనిపించగానే వెంటనే మొదటి బాణాన్ని అతడి రథంపైన ఉన్న శ్వేతపతాకం పైకి వదిలాడు. ఆ ధ్వజాన్ని కిందకిపడతోసాడు. తలపై తురాయికోయబడ్డ నెమలిలాగా అతడి రథాన్ని కర్ణుడిని నుండి రక్షించుకోడానికి చపలత్వంతో అలజడి చేయడం మొదలు పెట్టాడు. కాని ప్రత్యేక ద్వారం దగ్గర కర్ణుడు అతడి ఎదురుగుండా వస్తున్నాడు. దేహంలోని ఏ భాగంపైన బాణాలు విసరకుండా రథం కర్రలపైన, చుట్టుపక్కల విసరడం వలన చేతిలో ధనుస్సు ఉన్నప్పటికీ యుధిష్ఠరుడు అటు ఇటు కదలలేదు. చాలా సేపు ఇట్లా బాణాలు వేస్తూ యుధిష్ఠరుడి సారధి ఇంద్రసేనుడిని రథం నుండి నేలకూల్చాడు. ఇంద్రసేనుడు మరుక్షణంలో ప్రాణాలు వదిలివేసాడు.

ఏకాకి అయిన యుధిష్ఠరుడుకి సాయం చేయడానికి దృష్టద్యుమ్నుడు, సాత్యకి, ద్రౌపది ఐదుగురు పుత్రులు, శిఖండి, భీముడు, నకులుడు, సహదేవుడు పరుగెత్తారు. అతడి నైలువైపులా ఏర్పడ్డ వలయాన్ని ఎట్లాచేదిస్తున్నాడంటే అందరు కలిసికట్టుగా చేసే అవకాశం లేకుండా పోయింది.

ఏదో విధంగా మొదటి ఝాము పూర్తయింది. ఆకాశంలో మబ్బులన్నీ విడిపోయాయి. కురుక్షేత్రం అంతా వెలుగుతో నిండిపోయింది. తన కిరణాలతో సమస్త చరాచరాలని చైతన్యంతో నింపే ఆకాశ సామ్రాట్ సవిత తూర్పున నిలబడ్డాడు. సూర్యుడి ఉష్ణకిరణం భుజానికి తగలగానే అతడు ఒక్కక్షణం తన విజయ ధనస్సునుండి బాణాలు వేయడం ఆపేసాడు. కళ్ళని ముఖంగా చేసి అతడు ఆ మెరుస్తున్న సూర్య బింబం తేజోరసాన్ని గటగట తాగేశాడు. అతడికి అదే మద్యం, అతడు బాణాలు సంధించడం ఆపేసాడనిగ్రహించాక సారధి శల్యుడు సూతపుత్రుడు సూతపుత్రుడు అంటూ అతడిని సావధానపరచసాగాడు. శల్యుడికి అసలు నిజం తెలియదు. ఒక వేళ తెలిసినా అది నమ్మలేని నిజం.

సూర్యుడి దర్శనం కాగానే ఆ మహావీరుడు మనస్సు ప్రఫుల్లితం అయింది. ఎదురుగా ఉన్న యుద్ధభూమి ఆ స్వర్ణిమ ఆకాశ వీరుడికి ఒక తృణంలా తుచ్ఛంగా అనిపించింది. క్రౌంచపక్షుల్లాంటి రంగుల బాణాలు విసురులకు అతడు ప్రభద్రిక్, చేది, పాంచాలుల దళాలలో శార్దూలంలా గర్జిస్తూ లోపలికి చొచ్చుకుపోయాడు.

అతడు యుద్ధంలో చిక్కుకుపోయాడు. ఈ అవకాశం చిక్కగానే మహాపరాక్రమవంతుడు భీముడు కౌరవసేనల మద్ర, గాంధార, సైంధవ మొదలైన దళాల వేలమంది సైనికులను, ఉప్పెన వచ్చినప్పుడు సముద్రం ఉన్మత్తం అయి తీరాన్ని ఎట్లాతొక్కేస్తుందో అట్లా కాలరాశాడు. తన బలవంతుడైన పుత్రుడు ఘటోత్కచుడిని కర్ణుడు చంపేశాడు అన్న కసి భీముడిలో పెరిగిపోయింది. కర్ణుడి పుత్రుడు ఎక్కడ కనిపిస్తాడాఅని తన బలమైన బాహువుల్లో పట్టేసినుగ్గునుగ్గు చేసేయాలని అనుకున్నాడు. అటువంటి అవకాశం కూడా లభించింది.

సంకుల యుద్ధం కోలాహలంలో క్షణ క్షణం కర్ణుడి నుండి దూరం అయిపోతున్న ప్రసేనుడు దురదృష్టం కొద్దీ భీముడి ఎదురుగుండా వచ్చాడు. అతడు భీముడి ఎదురుగుండా హిమాలయాల పెద్ద పెద్ద శిఖరాల ముందు నిషధ పర్వతంపైన ఉండే చిన్న దిబ్బ నిల్చుని ఉన్నట్లుగా ఉన్నాడు. ఆ వీరాధివీరుడు కర్ణ పుత్రుడు భీముడితో అర్థ ఘడియ యుద్ధం చేశాడు. కాని... కాని... చివరికి భీముడి ద్వారా ప్రయోగింపబడినచంద్రముఖ బాణంతో గాయపడి నేల ఒరిగాడు. గిలగిల కొట్టుకుని చనిపోయాడు.

"ప్రసేనుడు కింద పడ్డాడు. భీముడు కిందపడేసాడు." ఈ వార్త మెల్లమెల్లగా కర్ణుడిదాకా చేరింది.

చేది, పాంచాలుల దళాలను దూరంగా తోస్తూ అతడు భీముడి ధ్వజంపైన దృష్టి సారించి తన గతించిన పుత్రుడి దగ్గరికి వచ్చాడు. ప్రాణంలేని అతడి దేహాన్ని చూడగానే చేతిలో విజయ ధనుస్సు ఒణికిపోయింది. మరుక్షణమే చేతి నుండి జారి కిందపడిపోయింది.

'ప్రసేనా! ప్రసేనా!' అని అరుస్తూ రథం నుండి కిందకి దూకాడు. బోర్లా పడి ఉన్న తన ప్రియపుత్రుడి మృతదేహాన్ని తిన్నగా చేసి దుమ్ముధూళితో నిండిపోయిన ముఖాన్ని అరచేతులలో తీసుకున్నాడు. అతడి కళ్ళ నుండి ప్రవహిస్తున్న కన్నీటి ధార అతడి ముఖంపైన ఉన్న దుమ్మును ప్రవహింపచేసింది. కొన్ని ప్రజ్వలితమైన అశ్రువులు కురుక్షేత్రం భూమిలో కలిసిపోయాయి.

పైకి లేచి ఒక్కసారి ఆకాశం వంక చూశాడు. అతడి పొడుగాటివిశాలమైన దేహం నీడలో మహానిద్రలో పడివున్నపార్థివ శరీరాన్ని ప్రేతాలను ఎత్తేవాళ్ళు వచ్చితీసుకుని వెళ్ళారు. అతడు

ధైర్యంగా ముఖం తిప్పుకున్నాడు. జీవితంలో సత్యంగా కనిపించే యోధుడిని అడుగు అడుగునా మహాపాశంలో బంధించే మాయావి జగత్తు వైపు త్వరత్వరగా నడచుకుంటూ వచ్చి ఏనుగు గండ స్థలంపైన సింహం ఎగిరి గంతేసిఎట్లాఎక్కుతుందోఅట్లా రథాన్ని ఎక్కేసాడు. ఇరుసులలో గరగర మొదలైంది. అక్కడక్కడా చిన్నవిపెద్దవి ఎన్నో గోతులు ఉన్నాయి. వాటిని దాటేసమయంలో రథానికి తగిలే దెబ్బలు వలన అతడి రథం కుడివైపు ఉన్న చక్రంపైన ధ్యాస పెట్టే సమయం కూడా అతడి దగ్గర లేదు. అతడి కళ్ళల్లోక్రోధాగ్ని నిండి ఉంది. ఆ నేత్రాలతో అతడు భీముడి కోసం వెతకసాగాడు. శల్యుడి కొరడా ఝుళ్ళుఝుళ్ళు మంటూ ఎండలో మెరుస్తున్న తెల్లటి గుర్రాల వీపులపై పడసాగింది.

సమరాంగణంలో కుడివైపు అతడి జ్యేష్ఠ పుత్రుడు వృషసేనుడు నకులుడికి మధ్య భయంకరమైన యుద్ధం జరుగుతోంది. నకులుడులాంటి వీరాధివీరుడితో అతడు యుద్ధం చేస్తున్నాడు. అస్సలు ఓడిపోవడం లేదు. తన పరాక్రమాన్ని చూపెట్టగల అవకాశం లభించిన ఈ అవకాశాన్ని ఏక నిష్ఠగా ఉపయోగిస్తున్నాడు. నకులుడు అతడిని హింసించసాగాడు.

''నేను కర్ణపుత్రుడిని వృషసేనుడిని'' అంటూ అతడిని అపహాస్యంచేస్తూ అతడిని ఒక ఝాము వరకు తన బాణాల వర్షంతో ఏడిపించాడు. కర్ణుడి ఎదుట నుండి వెళ్ళిపోవాల్సి వచ్చినట్టుగావృషసేనుడిఎదురుగుండా పలాయనం చేయడం కంటే మరో దారి ఏదీ విరధుడు నకులుడికి కనిపించలేదు. ఎవరైనా సహాయం చేస్తారేమోనని అటు ఇటు చూడడం మొదలు పెట్టాడు. కాని అర్జునుడితో సహా ముగ్గురు పాండవులు సంకుల యుద్ధంలో ఎక్కడెక్కడ యుద్ధం చేస్తున్నారో తెలియదు. అతడు శంఖం పూరించాడు. అందులో ఆర్తనాదం ధ్వనిస్తోంది. వినగానే మహాపరాక్రమవంతుడైన సాత్యకి నకులుడి సహాయం కోసం పరుగెత్తాడు. పాండవుల తరువాత సైన్యంలో సాత్యకిదే అగ్రస్థానం.

సాత్యకికి వృషసేనుడికి మధ్య భయంకరమైన యుద్ధం జరిగింది. కాని అర్థఘడియలోనే సాత్యకి ఒక విషంపూసిన బాణాన్ని వదిలాడు. తగలగానే వృషసేనుడు మూర్ఛపోయాడు. యుద్ధం చేస్తూ చేస్తూ అలసిపోయిన ఆ జ్యేష్ఠ కర్ణపుత్రుడుధడాలున రథం పైనుండి పర్వత శిఖరం నుండి పాషాణం పడ్డట్లుగా కిందపడిపోయాడు. ఒక్కసారిగా ముందుకు నడిచి దుశ్శాసనుడు ఆ మూర్ఛపోయిన వీరుడిని సమరాంగణం నుండి బయటకి లాక్కొచ్చాడు. అంతగా అతడిపై ప్రేమ ఉండి కాదు. దుశ్శాసనుడు భీముడి నుండి దూరంగా వెళ్ళిపోవాలనుకున్నాడు. అందుకే ఆ విధంగా చేశాడు.

చేదల ద్వారా ఏదో విధంగా సంభాళింపబడ్డ గజదళంపై కర్ణుడు విరుచుకుపడ్డాడు. ఏనుగులు తొండాలను ఊపుతూ ఘీంకారాలు చేస్తూ అటుఇటు పరుగెత్త సాగాయి. దృష్టద్యుమ్నుడు, ఉత్తమౌజు, సాత్యకి, యుయుధానుడు – ఏ పాండవ వీరుడు ఆ అగ్ని ప్రవాహం ఎదుట ఆగలేకపోయారు. ఈ నాటి కర్ణుడు అందరినీ చీల్చి చెండాడాడు.

వాసాత్య, నిషార, సైంధవుల చతురంగ సేనలను తన గదతో భీముడు నేలకూలుస్తున్నాడు. నాట్యంచేస్తూ, దుశ్శాసనుడు ఎక్కడున్నాడు? దుశ్శాసనుడు ఎక్కడున్నాడుఅంటూ కర్కశ స్వరంతో చిందులు వేయసాగాడు.

సుశర్మ నేతృత్యంలో యుద్ధం చేస్తున్న సంషప్త్వక్తుల సైన్యాన్ని మా నందీఘోష్ చక్రాల కింద నలిపివేస్తోంది. కౌరవుల సేన సూర్యగోళాన్ని సగానికి పైగా దాటి ముందుకు వచ్చేసింది.

అమీన కొండ పాదభూమి పైన రకరకాల ధ్వనులు ప్రతిధ్వనిస్తున్నాయి. ముగ్గురు వీరులు ఏ అడ్డు అదుపు లేకుండా తిరుగుతున్నారు. కర్ణుడు, అర్జునుడు, భీముడు. వాళ్ళతో తలపడుతున్న సేనలు వెనక్కి తగ్గి పలాయనం చేస్తున్నాయి.

అక్కడక్కడా సంగుల యుద్ధం అనే తేనెటీగల తేనెతుట్టె చెదిరిపోసాగింది. వసంత ఋతువులో రావి చెట్టుపైన పక్షుల గుంపులు ఎట్లాగైతే ఒక్కసారిగా పడతాయోఅట్లా ఇరువైపులా సేనలలోని చిన్నాభిన్నమైన దళాలలోని యోధులు ఒకరిపై ఒకరు ఆవేశకావేశాలతో విరుచుకుపడుతున్నారు. ఎవరు ఎక్కడ యుద్ధం చేస్తున్నారోఎత్తైన రథాలలో ఉన్న పాండవులకు, కర్ణుడి లాంటి యోధులకు తప్పితే మరెవరికీతెలియదు.

10

తన పరాజయానికి ప్రతీకారం తీర్చుకోవాలన్న ఉద్దేశంతో యుధిష్ఠరుడు ద్రావిడ నిషాదుల సురక్షితమైన దళాలను తీసుకుని మళ్ళీ సమరాంగణంలో కర్ణుడి ఎదుట నిల్చున్నాడు. తన పుత్రుడిని వధించిన కారణంగా కోపోద్రేకంతో ఊగిపోతున్న ఆ మహారథి కర్ణుడు మొదటి దాడిలోనేయుధిష్టరుడిదండధర రెండో చంద్రదేవులనే ఇద్దరు చక్రరక్షకులను ఒక్కసారిగా నేలకూల్చాడు. తన పరాక్రమంపైన తనే కోపంగా ఉన్న యుధిష్ఠరుడు ఆవేశకావేశాలతో అతడి రథంతో భేటీ పడ్డాడు. ఈ పదిహేడు రోజులలో యుధిష్ఠరుడు ఇంతగా ఉన్మాదిగా ఎప్పుడూ కనిపించలేదు.

''సూతపుత్రుడు! సూతపుత్రుడు'' అంటూ అతడు కర్ణుడు రథాన్ని బాణాల వర్షంతో అచ్ఛాదితం చేశాడు. నిష్క్రియ నామమాత్ర క్షత్రియ'' అంటూ అతడి బాణాల ఆవరణను ఒక్కక్షణంలో నాశనం చేశాడు.

నారాచ, సర్పముఖ, కంకపుంఖ, జిహ్వ, సన్నత పర్వ, నిషిత, బస్తిక – చేతిలో ఏ బాణం వస్తే ఆ బాణంతో, కేవలం వాటి వెనుక భాగం స్పర్శించి ఏమాత్రం సందేహం లేకుండా గుర్తుపట్టి ఆవశ్యకతను బట్టి బలాన్ని ప్రయోగించి, యుధిష్ఠరుడి పైన విసరడం మొదలుపెట్టాడు కర్ణుడు. హిమాలయ శిఖరం తుషార బిందువులతో ఏ విధంగా అయితే లావుపాటి పొర ఏర్పడడం వలన పూర్తిగా కనిపించకుండా పోతుందో, ఆ విధంగా యుధిష్ఠరుడిచుట్టూరా బాణాలు పేరుకుపోయాయి. అతడి సహాయార్థం సాత్యకి, యుయుత్స పరుగులు పెట్టారు కాని కౌరవుల ఆ అజేయుడైన సేనాపతిని ఎదిరించలేకపోయారు.

కర్ణుడి బాణాల వర్షాన్ని తట్టుకోలేక యుధిష్ఠరుడు, సాత్యకి, యుయుత్సుడు ఒకే రథంలో ఎక్కి మళ్ళీ యుద్ధభూమి నుండి బయటికి వెళ్ళిపోసాగారు. వెళ్తూ వెళ్తూ యుధిష్ఠరుడు గురి తప్పకుండా సూచీ బాణాన్ని ప్రయోగించాడు. రాధేయుడి చెవి దగ్గర అది గుచ్చుకుంది. అతడు మూర్ఛితుడయ్యాడు. కిందపడిపోతున్నాడు. ముగ్గురిలో ఏ ఒక్కరూ వెనక్కి తిరిగి చూడలేదు. కర్ణుడు కింద పడిపోయాడు.

శల్యుడు రథంలో పడ్డ కర్ణుడి తలను గుచ్చుకున్న బాణాన్ని పీకి పడేసాడు. రథంలో ఉన్న తోలు సంచిలోంచిచల్లటి నీళ్ళను తీసి అతడి ముఖంపైన చల్లాడు. అతడు కొంచెంసేపటికి స్పృహలోకి వచ్చాడు. అతడి మనస్సులో యుద్ధం అనే మత్తు ఉంది. అది ఇంకా దిగలేదు. ఇక అప్పుడే మత్తు దిగేటట్లుగా కూడా లేదు.

కర్ణుడి ఎదురుగుండా పారిపోయిన యుధిష్ఠరుడు రణరంగం బైట స్థావరంలో మౌనంగా కూర్చున్నాడు. ఏదైనా అనిష్టం కాలేదు కదా అన్న శంకతో అర్జునుడు భయపడిపోయాడు. అతడి గురి తప్పుతోంది. యుధిష్టరుడు సురక్షితంగా ఉన్నాడు అని నిశ్చయంగా తెలిసాక అతడి మనస్సుకు శాంతి కలుగుతుంది. నందీఘోషుడిని చిన్నగా నడిపిస్తూ నేను అర్జునుడిని సేన నుండి బయటకి తీసుకువచ్చాను. రథాన్ని యుధిష్ఠరుడిశిబిరం ముందుకు తీసుకువచ్చాను. రథచక్రాల ధ్వని విని యుధిష్ఠరుడు పరుగెత్తుతూ బయటకి వచ్చాడు. తనని పరాభవించిన సూతపుత్రుడిని చంపి అతడి ప్రియపార్థుడు ఇప్పుడు సమాచారం ఇవ్వడానికి వచ్చి ఉంటాడు అని యుధిష్ఠరుడు అనుకున్నాడు.

అర్జునుడు తలవంచుకుని కర్ణుడు యుద్ధభూమిలో కనిపించలేదు అని చెప్పగానే ఎంతో శాంతంగా ఉండే ఆ భూమి పుత్రుడు కూడా కోపంతో ఊగిపోయాడు.

"గాండీవాన్ని కురుక్షేత్ర సూర్యగుండంలో ఎందుకు విసిరి వేయవు?" యుధిష్ఠరుడు అనగానే అర్జునుడు గాండీవాన్ని ఎత్తి జీవితాంతం పితృతుల్యుడుగా భావించిన ప్రాణప్రియ జ్యేష్ఠ భ్రాత మీద ఒక్క సారిగా దాడి చేశాడు. అశ్వత్థామ కర్ణుడిపైన కోపంగా దాడి చేయనంతగా అర్జునుడు కోపంతో దాడి చేశాడు.

అసలు కొన్ని సంఘటనలను మనిషి సహన శక్తిని కోల్పోవడానికే విధివిధానం ఏర్పాటు చేస్తుంది. ఈనాడు ఆ విధి యుధిష్ఠరుడు అర్జునుడి మధ్య అడ్డు నిల్చుంది.

నేను ఆ ఇద్దరు కౌంతేయులనుశాంత పరచడానికి ప్రయత్నం చేశాను. కర్ణుడిని వధించకుండా నేను శిబిరం వైపు వెళ్ళను గాక వెళ్ళను. ఇట్లా ప్రతిజ్ఞ చేసి అర్జునుడు మళ్ళీ రథాన్ని ఎక్కాడు. ఎప్పటిలా నేను లోలోపల నవ్వుకున్నాను.

కర్ణుడు, సాత్యకిల మధ్య యుద్ధం జరుగుతోంది. అనుభవ జ్ఞానం గల సాత్యకి, పరాక్రమం వలన శరణుకోరని కర్ణుడు, గాలులతో వచ్చే నల్లటి మేఘాలలా ఒకరితో ఒకరు భేటీ పడుతున్నారు. గత పదహారు రోజుల నుండి నేటి దాకా సాత్యకి ఎవరి ఎదుటా ఓటమిని స్వీకరించలేదు. సాత్యకి పాండవులకి రక్షణ నిచ్చేదృఢమైన కవచం. ఏ సాత్యకిని అయితే భీష్మ, ద్రోణులు కూడా ఓడించలేకపోయారో ఈనాడు ఆ సాత్యకే కర్ణుడి ఎదుట నిస్సహాయుడయ్యాడు.

నకులుడు, సహదేవుడు, దృష్టద్యుమ్నుడు, దుర్యోధనుడిని చుట్టుముట్టారు. యుద్ధంలో ఉపయోగించిన ప్రతి పావు వ్యతిరేకంగానే పడుతోంది. అయినా అడవి మొగలి పూవు ఎత్తైనకాడలా అహంకారి అయిన దుర్యోధనుడు తన కాకి రంగు కళ్ళనిపెద్దవి చేస్తూ ఆ ముగ్గురితో దృఢత్వంతో యుద్ధం చేస్తున్నాడు. పాంచాలికి జరిగిన అవమానానికి మనస్సులో కసిపెంచుకున్న దృష్టద్యుమ్నుడు తన చెల్లికి జరిగిన అవమాన విషయంలో అడగడానికి, రెండు ఖడ్గాలను తీసుకుని అతడి వైపు పరుగెత్తాడు. ఎగిరి సారథి ప్రాతికామనుడిని సంహరించాడు. దుర్యోధనుడిని

లక్ష్యం చేసుకుని అతడి రథం చుట్టూ తిరగసాగాడు. అదే క్షణంలో సర్వనాశనానికి మూలకారణం అయిన వటవృక్షం కర్ణుడిని సహాయం అర్జించే శంఖాన్ని ఊదడం మొదలు పెట్టాడు. ఎందుకంటే ఇక మిగిలిన ఆధారం అతడు ఒక్కడే. చివరి శ్వాస వరకు రక్షిస్తానని దుర్యోధనుడికి వాగ్దానం చేసిన కర్ణుడు, మాటను నిలబెట్టుకునే ఆ కర్ణుడు సాత్యకిని వదిలి వేసి దుర్యోధనుడికి సహాయం చేయడానికి ఆత్రుతతో ఉరికాడు.

రణరంగంలో కర్ణుడు, దుర్యోధనుడు ఇద్దరూ కలవకూడదని అడ్డుతగిలిన వ్యాఘ్రకేతు, సుశర్మ, చిత్ర, ఉగ్రాయుధ, జయ, శుక్ల, రోచమాన, సింహసేనుమొదలైన ఎనిమిది మంది ఖ్యాతిచెందిన రథులకు సూర్యపుత్రుడు జీవనదానం చేశాడు.

అతడి గుర్రాలు ఎంత వేగంగా పరుగెత్తుతున్నాయంటే, అతడి రథానికి ఉన్న తెల్లటి గుర్రాలు తెల్లటి వస్త్రాలు ఒక అఖండ పట్టీలా కనిపిస్తున్నాయి. ఒక్క నిమిషంలో తూర్పు నుండి పడమర వైపుకి అయితే మరుక్షణంలో దక్షిణం నుండి ఉత్తరం వైపుకి అది ఆకాశంలో స్వేచ్ఛగా ఎగిరే పక్షిరాజు గరుడుడి లాగా గెంతులు వేస్తోంది.

దుర్యోధనుడి నలువైపులా జరుగుతున్న భయంకరమైన యుద్ధంలో అతడు జిష్ణు, జిష్ణుకర్మ, దేవాపి, దండ్– మొదలైన వీరులని రథాల నుండి కిందికి తోసేసాడు. అసలు ఇప్పుడు పాండవులకు కర్ణుడు ఎటునుండి వచ్చి ఢీకొంటాడో అర్థమే కాలేదు. శరత్ ఋతువులో వచ్చే సముద్రపక్షుల్లా అతడిబాణాలు అనుకోకుండా రథంలో నుండి దూసుకువెళ్తున్నాయి. గతి, శక్తి, ఆకారాలు, ప్రభావం, దిశఇవన్నీ అతడి దాసులైపోయాయి. రథచక్రాల ఘరఘరలను వెంటతీసుకుని అతడు ఎడారి తుఫానులా వస్తున్నాడు.

వర్ష ఋతువులో మట్టి శిలాఖండాల నుండి ప్రవహించే రక్త ప్రవాహాన్ని తన దేహంపైన భరించే గైరిక పర్వతంలా అతడు శరీరంపైన రక్తాన్ని స్రవించే అసంఖ్యాకమైన దెబ్బలను సహిస్తూ వస్తున్నాడు. అతడి కోయబడ్డ చెవుల కింద భాగం నుండి ప్రవహించే స్వేద ప్రవాహం శరీరపు గాయాల నుండి ప్రవహిస్తున్న రక్తంలో కలిసిపోతోంది. రథం నుండిరక్తం ప్రవహిస్తూ కురుక్షేత్రంలో కలిసిపోతోంది. బాణాల వర్షం కురిపిస్తున్న సమయంలో నుదిటిపైన సంచితమవుతున్న స్వేద బిందువులను తుడిచే సమయంలో శల్యుడికి తను సర్వశ్రేష్ఠుడైన క్షత్రియుడిని అన్న నమ్మకం కూడా పోతోంది. అతడు సూతపుత్ర, సూతపుత్ర అని అరుస్తూ ఎటు వైపు దాడి జరపాలో అడుగుతున్నాడు. సూర్యుడు ఆకాశంలో ఏ విధంగా అయితే ఎంతగా పైకి ఎక్కుతున్నాడో అంతగా కర్ణుడి బలిష్టమైన భుజాలు తీవ్రగతితో కదులుతున్నాయి.

ఇప్పుడు సూర్యుడు నడినెత్తిపైకి వచ్చాడు. మరచిపోయేలా చేసే యోధుల నీడలు ఇప్పుడు వాళ్ళ అరికాళ్ళకిందకివచ్చేసాయి. గాయపడి కింద పడ్డ సైనికులు ఎండ తీవ్రతకు తట్టుకోలేక సగం విరిగిన రథాల క్రింద ఆశ్రయం తీసుకోడానికి దేకుతూ వెళ్తున్నారు. రక్తమాంసాలతోతడిసిన బురదలో పడి ఉన్న గుర్రాల తోకలు, ఏనుగుల విరిగిపడ్డ తొండాలు. యోధుల కాళ్ళు, చేతులుజీవితంపైన ఆసక్తి ఎంత సహనశీలిగా ఉంటుందో చెబుతున్నాయి. కర్ణుడు పాండవులు సైన్యానికి అపారమైనక్షతి కలిగించాడు.

స్పృహలోకి వచ్చిన వృషసేనుడిని తీసుకుని దుశ్శాసనుడు మళ్ళీ కౌరవ సేన విక్షుబ్ధమహాసాగరం జలంలో తీవ్రమైన ప్రవాహంలా చొచ్చుకుపోయాడు. ఎటువెళ్ళకూడదో అటువైపు దుర్యోధనుడు, కర్ణుడు, శకునితో పాటు భీమ, నకుల, సహదేవులు దృష్టద్యుమ్నుల భయంకర యుద్ధం ఎక్కడ అయితే జరుగుతోందో అక్కడికి చేరాడు. పులి ఎదురుగుండా తీరంవైపు వెళ్లే కృష్ణ మృగంలా అతడు వెళ్లాడు.

విషసర్పాన్ని చూశాక ముంగిస కోపంతో దేహంపైన ఉన్న వెంట్రుకలను ఉబ్బించి చీత్కారం చేస్తూ పెద్ద పెద్దగా ఎట్లాగెంతుతుందోఅట్లా దుశ్శాసనుడిని చూడగానే భీముడు చంకలని కొట్టుకుంటూ రథంలోనే ఎగిరి గెంతులు వేస్తూ ఆకాశం చిల్లుపడేలా అరిచాడు. అతడి కేక కర్ణ కర్కశంగా ఉంది. ఒక్క క్షణంలో ఏమైందో అని ఆలోచించి యోధులందరూ చేతులతో శస్త్రాలని ఎక్కడికక్కడేఆపేసారు. స్వయంగా భీముడి బలమైనచెమటతో నిండిన ఎర్రటి గుర్రాలు ఆ భయంకరమైన అరుపుకి భయపడి కాళ్ళని మలుచుకుని ఒక్క క్షణం కింద కూలబడిపోయాయి. అతడి సారథి విశోకుడుకిందపడిపోయాడు. అతడు అతడిని లేపాడు. భీముడి కళ్ళు అసలే ఎర్రగా ఉంటాయి. అందులోను విపరీతంగా మైరేయక మద్యం తాగడం వలన ఇంకా ఎర్రగా అయ్యాయి. అందులోనూ దుశ్శాసనుడు ఎదురుగా కనిపించడం వలన ఇంకా వేగంగా నరాలలో పాకుతున్న రక్తం కారణంగా ఇంకా భయంకరంగా ఎర్రబడ్డాయి. అతడి నిండుగా ఉన్న మీసాలలో ఒక్కసారిగా చైతన్యం వచ్చింది. విశాలమైన ముక్కుకి ఉన్న గుండ్రటి ముక్కుపుటాలు ఇంకా పెద్దవయ్యాయి. కుంభంలాంటి గుండ్రటి ముఖంపైన స్వేదబిందువులు గడ్డకట్టుకుపోతున్నాయి. అతడు పెద్దగా చీత్కారం చేయడం మొదలుపెట్టాడు. ''నీచుడా! ఆగు!''

కోపిష్ఠి అయిన భీముడు కర్ణుడు, శకుడు, కృపుడు ఇంకా అశ్వత్థామల రథాల నుండి వచ్చిన చిత్ర విచిత్రమైన శస్త్రాలు ఎక్కడైనా మర్మస్థానాలపై తగులుతాయి అన్న సంగతి కూడా మరిచిపోయాడు. అతడు విశోకుడిని వేరు చేసి తన రథాల కళ్ళాలను స్వయంగా తన చేతిలోకి తీసుకున్నాడు.

మధ్య మధ్యలో తనకు కౌరవులకు మధ్య వచ్చిన సైనికులను నిర్ద్వందంగా రథాల కింద నలిపి వేస్తూ ఒక నిమిషంలో దుశ్శాసనుడి దగ్గరికి వెళ్ళాడు. మనస్సులో ప్రతీకార భావం బాగా నాటుకుపోవడం వలన వాయుపుత్రుడు ఆకాశపవనంలా అట్టహాసం చేస్తూ వికటాట్టహాసంగా నవ్వాడు. అతడి వికటహాస్యం వలన దుశ్శాసనుడి కాళ్ళు చేతులు ఉబ్బిపోయాయి. దేహంపైన పడబోతున్న పర్వతం నుండి రక్షించుకోగలిగితే రక్షించుకోవాలి. ఇట్లా ఆలోచించి తన గూటిలోనే అంగాలన్నింటిని ముడుచుకుని పడుకునే శ్వానపక్షిలా అతడు రథంలోదేహాన్ని ముడుచుకున్నాడు. తుఫాను ముందు ఏదో విధంగా నిలబడిన కూలుతున్న బురుజులా అతడు కనిపిస్తున్నాడు. జూదం తరువాత వస్త్రాపహరణం తర్వాత అడవి గుర్రంలా సకిలించిన దుశ్శాసనుడు అడవిపిల్లిలా దాక్కుంటున్నాడు. పొలంలో చొరబడే వృషభంలా పరుగెత్తుతూ అతడిపై దాడి చేసే భీముడిని ఆపే సామర్థ్యం చుట్టుపక్కల ఏ కౌరవ యోధుడిలోను లేదు. భీముడి సంపూర్ణ శరీరం ఒక తుఫాన్ అయ్యింది. మృత్యువుని సైతం భయపెట్టేలా ''దుశ్శాసనుడా నీచుడా!'' అంటూచీత్కారం చేస్తూ అతడు సరాసరి దుశ్శాసనుడి రథంతో భేటీపడ్డాడు.

దుశ్శాసనుడు రథ దండాన్ని పట్టుకున్నాడు. అతడు కిందకి దిగడానికి సిద్ధంగా లేడు. భీముడు అతడి రథంపైకి ఎక్కి అతడిని బలపూర్వకంగాకిందికిలాగాడు.

గడ్డి కుప్పలోంచిలాగినట్లుగా దుశ్శాసనుడు అందరి రాజపుత్ర స్త్రీల ఎదుట ద్రౌపదిని లాగాడు. ఇప్పుడు అందరి కౌరవ యోధుల ఎదుట మహా బలవంతుడు భీముడు అతడిని రథం నుండి ఆకుపచ్చటి పంటను మేసే వృషభాన్ని, తెలివి గల రైతు ఏ విధంగా అయితే మెడ తాడుని పట్టుకుని బయటకి లాక్కువస్తాడోఅట్లాకిందకిలాగేసాడు. రథం నుండి దొర్లుకుంటూవచ్చి పడ్డ అతడి గదను భీముడు కాలుతో తన్నాడు, తన్ని పైకి ఎగరేసి వాడిమీద పడేసాడు. ఏదో విధంగా భయపడుతూ దుశ్శాసనుడు దానిని సహించాడు.

అందరిని ఆశ్చర్యపరిచే గదా యుద్ధం మొదలైంది. ఒక దానితో ఒకటి భేటీ పడేవాళ్ళ గదల నుండి అగ్ని కళాలువెలువడసాగాయి. ఒకరి ప్రాణాలను ఒకరు తీసే వాళ్ళ కళ్ళల్లోక్రోధాగ్ని భగభగా మండుతోంది. శరీరంలో ఏ భాగంలో కొడితే కిందపడిపోతారో ఇద్దరూ తెలుసుకోడానికి ప్రయత్నిస్తున్నారు. యధాశక్తి సావధానంగా ఒక్కొక్క అడుగువేస్తూ అవకాశం లభించగానే గదతో వేటువేయడం మొదలుపెట్టారు. ఒకరిపై ఒకరు దాడి చేయడం వలన పిడుగులు పడసాగాయి. మొదట్లో దుశ్శాసనుడు చేసిన గదా యుద్ధం వలన అతడిదే గెలుపు అని అనిపించింది. బెబ్బులిలా కాళ్ళు గట్టిగా పెట్టి గెంతులు వేయడం మొదలు పెట్టాడు. బాగాలావుగా ఉన్న భీముడు గదా యుద్ధంలో గదల శబ్దాలతో గాలి అలల కన్నా వేగంగా యుద్ధం చేయగలడు అన్న నిజాన్ని అతడు తెలుసుకోలేకపోయాడు.

అర్థ ఘడియ దాకా అసలు వాళ్ళిద్దరికీ తన చుట్టుపక్కల కురుక్షేత్రంలో ఉన్న తక్కిన యోధులగురించిన ధ్యాసకూడా లేదు.

చివరికి భీముడు దుశ్శాసనుడిని ఒక్క వేటుతో నేలకొరిగేలా చేశాడు. గాలి దుమారానికి మళ్ళీ బూరుగు చెట్టు వేళ్ళతో పాటు పెరికి వేయబడి కిందకి ఒదిగి పోతుందో అదే విధంగా సరిగ్గా ఆలోచించలేని విశాలకాయుడైన దుశ్శాసనుడు కింద పడిపోయాడు. భీముడు గదని విసిరి వేసాడు. ఆ వాయుపుత్రుడు వేగంగా ముందుకి పరుగెత్తి అరుస్తూ ఏ చేతిలో అయితే దుశ్శాసనుడు గదని పట్టుకున్నాడో అతడి ఆ కుడిచేతిని తన రెండు బలమైన చేతులతో గట్టిగా పట్టుకున్నాడు. ఏనుగు కాలిలాంటి తన బరువైన కుడి కాలిని దుశ్శాసనుడి కుడి చంకపైన పెట్టాడు. ఆ సమయంలో భీముడు మూడో లోకంపైన కాలుపెట్టి దాన్ని పూర్తిగా కప్పిపెట్టే వామనుడిలా భయంకరంగా కనిపిస్తున్నాడు. దుశ్శాసనుడి చేతి నుండి గద జారికిందపడ్డది.

దుశ్శాసనుడి భుజాలని వేరుచేయడానికి భీముడు ఒకటి రెండు సార్లు భుజాలని కుదిపేశాడు. "పాంచాలి పవిత్రతని స్పర్శించే ఈ పాపి భుజాన్ని ఆకాశంలోకి విసిరి పడేస్తాను." కళ్ళు మూసుకుని పెద్దగా అరుస్తూ అపారమైనశక్తిగల ఆ గదావీరుడు దుశ్శాసనుడు ఒకే ఒక ఊపుతో భుజాన్ని కిరాతకుడు వనగంధర్వుడిని భూమి నుండి పెకిలించిపారేసినట్లుగాలాగేసాడు. ఉన్మాదుడై ఆకాశం వైపు చూస్తూ అతడు రకరకాల నగలతో అలంకరించి ఉన్న ఆ దయా దాక్షిణ్యాలు లేని భుజాలని గుండ్రంగా తిప్పి దూరంగా, యోధుడు గదను దూరంగా విసిరివేసినట్టు విసిరి వేసాడు. యోధులందరి రోమాలు నిక్కపొడుచుకున్నాయి.

కాని ఇంతటితో భీముడికి శాంతి లభించలేదు. చేతిలోంచి పడిపోయిన దుశ్శాసనుడి గదని ఎత్తాడు.తన తలపై బాగా ఎత్తునుండి తిప్పి విలవిల్లాడుతున్న దుశ్శాసనుడి ఛాతీపై పడేసాడు. మదోన్మాదంతో ఏనుగు తన కాళ్ళ కింద చెదలపుట్టను నులిమేస్తే పుట్ట ముక్కలు ముక్కలుగా ఎట్లా అవుతుందో అట్లా అతడి ఛాతీ ఛిన్నాభిన్నం అయిపోయింది. అశ్రువులు కట్టలు తెంచుకున్నాయి. హాహాకారాలు ప్రతిధ్వనించాయి.

గదను విసిరి వేసి భీముడు మోకాళ్ళపైకూర్చొన్నాడు.'' రండిరా రండి! ఎవరిలో నైనా సామర్థ్యం ఉంటే ఈ అడవి పశువు రక్తం తాగే ఈ వనరాజుని ఆపండి.'' చుట్టుపక్కల నిల్చుని ఉన్న దుర్యోధనుడు, శకుని, కృపుడు, అశ్వత్థామ, కర్ణుడు మొదలైన యోధులను లక్ష్యంగా పెట్టుకుని పెద్దగా అరిచాడు. అతడి కళ్ళల్లోంచి వాళ్ళ కళ్ళ కన్నా అధికమైన ఎర్రటి క్రోధాగ్ని వర్షించ సాగింది.

దాహం కొన్న పులి నది ఒడ్డున ఎట్లా అయితే నోటిని నీళ్ళల్లోచొప్పిస్తుందో అట్లా దుశ్శాసనుడి వేడి వేడి రక్తాన్ని కంఠంలోని విశాలమైన ఎముకను వెనక్కి ముందుకు ఆడిస్తూ, మద్యం కుంభాన్ని తాగినట్లుగా తాగుతున్నాడు. అందరి శరీరాలు జుగుప్స తో నిండిపోయాయి.

దుశ్శాసనుడి రక్తం మత్తు మద్యం కన్నా ఎక్కువగా ఉంది. రక్తసిక్తం అయిన చేతులను పైకెత్తి తిప్పుతూ రణరంగం నుండి శిబిరం వైపు 'పాంచాలి... పాంచాలి' అని అరుస్తూ పరుగెత్త సాగాడు. ఇవాళ ప్రొద్దున్నే అతడు శిబిరానికి పాంచాలిని రమ్మన్నాడు. తన ప్రతిజ్ఞను పూర్తి చేయడానికి పాంచాలి నల్లటికేశాలకు దుశ్శాసనుడి రక్తం పూసాడుకేశాలను సరిచేయడం మొదలుపెట్టాడు. వస్త్రాపహరణం సమయంలో జుట్టుని విరబోసుకున్న పాంచాలి జుట్టును స్వయంగా దువ్వెనను చేతిలోకి తీసుకుని దువ్వడం మొదలుపెట్టాడు. ఇన్ని సంవత్సరాల తర్వాత ఆమెకు కేశాలంకరణ చేయడం మొదలు పెట్టాడు. ఉన్మాదుడై భీముడు సమరాంగణం నుండి వెళ్ళిపోయినాక చుట్టుపక్కల నిల్చున్న యోధులు శాంతిగా శ్వాసపీల్చుకున్నారు.

11

ఇక ముందు యుద్ధభూమిలో ఏం జరుగుతుందో ఎవరూ చెప్పలేరు. భయం, క్రౌర్యం, శౌర్యం ఈ భావాల విస్ఫోటనం ఎప్పుడు జరుగుతుందో ఎవరికీ తెలియదు. ఇప్పుడు యుద్ధం అనే యజ్ఞ గుండం అందరినీ స్వీకరించే దావానలం రూపంలో మారిపోయింది.

భీముడు, కర్ణుడు, అర్జునుడు ఈ ముగ్గురు లక్షలాది మందిని యముడి దగ్గరికి పంపించారు. వాళ్ళ ముగ్గురు ఎప్పుడు ఎక్కడ ఎదురుగా కనిపించినా సైనికులందరూ పరుగెత్తడం మొదలు పెట్టారు.

రణరంగంలో రక్తమాంసాల బురద యోధులు, ఏనుగులు, గుర్రాల కాళ్ళ కింద, రథ చక్రాల ఇరుసుల కింద నుండి ప్రవహిస్తూ క్షణ క్షణం దక్షిణం వైపు ఉన్న పల్లవం వైపు పేరుకు పోసాగింది. దానిపైన బురద ఒక పొరగా ఏర్పడ్డది. దక్షులైనసారథులుఎవరూ తమ తమ రథాలను అటువైపు తీసుకు వెళ్ళడానికి సిద్ధంగా లేరు.

కుడివైపున నలుడు, కర్ణపుత్రుడు వృషసేనుల మధ్య యుద్ధం చివరి దశకు చేరింది. ఎవరూ ఓటమిని అంగీకరించడంలేదు.

పాంచాలి కేశాలను సరిచేసి వస్తున్న కోపిష్ఠి భీముడు ఎదురుగుండా కర్ణుడు వచ్చాడు.

ఒకరిని ఒకరు చూడగానే శతశృంగం పైన రెండు మదం ఎక్కిన ఏనుగులు ఆడ ఏనుగు కోసం భేటీ పడ్డట్లుగా వాళ్ళు భేటీ పడుతున్నారు. ఇద్దరూ మహా యోధులే,ధైర్యస్థులే, యుద్ధ కళలో పారంగతులే. కర్ణుడి బంగారు శరీరం సూర్యకిరణాలలా మెరుస్తున్నాయి. భీముడి రక్తవర్ణ శరీరం ఎర్రటి పూలతో నిండిపోయిన మోదుగ చెట్టులా ఉంది. ఇద్దరు ఒకరిపై ఒకరు ప్రచండ మహానదులు ఒకదానినొకటి విపరీత దిశలలో ఢీకొంటున్నట్లుగా దాడి చేస్తున్నారు. శూల, తోమర, చక్ర, గదా, ఖడ్గాలను ఏది చేతికి దొరికితే దానితో మర్మస్థలాలని గాయపరచాలని ప్రయోగిస్తున్నారు. ఎన్నోసార్లు కర్ణుడికి భీముడిపై ప్రాణాలు తీసే బాణాలు ప్రయోగించే అవకాశం లభించింది. అతడు కావాలనే భుజాలపైన, తొడలపైన మాత్రమే గురితప్పని బాణాలను ప్రయోగిస్తున్నాడు. మధ్య మధ్యలో వాళ్ళద్దరికీప్రాణాఘాతం కలిగించే చోట బాణం తగలగానే మూర్ఛపోవడం మొదలు పెట్టారు. వెంటనే స్పృహలోకి రావడానికి ఔషధ గుణంగల చిన్న చెట్టు బెరడుని సారథి వాసన చూపించగానే వెంటనే లేచి కూర్చునే వారు. నిద్ర నుండి మేల్కోగానే వనరాజు ఒక్కసారిగా లేచి నిల్చునట్లుగా మళ్ళీ ఒకరిపై ఒకరు బాణాలను ప్రయోగించేవాళ్ళు. వాళ్ళు యుద్ధం చేసే ప్రదేశానికి ఎవరూ వెళ్ళడానికి సాహసించలేదు. మహాగ్రహల్లా ఆ మహా యోధులు ఒక ఘడియ వరకు నిర్విరామంగా యుద్ధం చేశారు. ఎవరూ ఓటమిని అంగీకరించడం లేదు. భేటీ అవుతున్న ఇనుపశస్త్రాల నుండి నిప్పుకణాలు రాలుతూనే ఉన్నాయి. ముళ్ళ శస్త్రాల సంగ్రామం అంతం కావడం లేదు.

ఇంతలో అశ్వత్థామ తన రథాన్ని వేగంగా నడుపుతూ కర్ణుడిని ఢీకొని నిల్చున్నాడు–'అంగరాజా! నీ పుత్రుడు వృషసేనుడు అర్జునుడి బాణాల వలలో పడి లోయలో పడ్డ గుర్రంలా విలవిలా కొట్టుకుంటున్నాడు. పరుగెత్తు. అందరినీ రక్షించు అంటూ వెనక్కి తిరిగి చూడకుండా తలపైన ఎగిరే వస్త్రాన్ని సంబాళిస్తూ అతడు వృషసేనుడిని సంరక్షించడానికి పరుగెత్తాడు. మిగిలిఉన్న పది పదిహేను మంది దుర్యోధనుడి సోదరులు ముందుకు నడిచి భీముడిని తమ వైపు లాగి కర్ణుడి పాశాలను తెంచేశారు.

రణరంగం దక్షిణభాగం వైపు బురద ఉన్న ప్రదేశం అంచు నుండి శల్యుడు తన జైత్రరథాన్ని వృషసేనుడిదగ్గరికి తీసుకువచ్చాడు. పాండవులు అతడిని చుట్టుముట్టి ఉన్నారు. దక్షిణం వైపు శల్యుడు రథాన్ని తీసుకువచ్చాడు.

ఇప్పుడు యుద్ధ భూమిని రెండు భాగాలుగా విభజించవచ్చు. ఉత్తరం వైపు భీముడు, సాత్యకి, దృష్టద్యుమ్నుడు, సహదేవుడు, యుధిష్ఠరుడు – దక్షిణం వైపు దుర్యోధనుడి సోదరులు, కృపుడు, సైంధవుడు. మరో వైపు వృషసేనుడు, అశ్వత్థామ, శకుని, దుర్యోధనుడు, వృషసేనుడిని లక్ష్యంగా పెట్టుకుని అతడిని చుట్టుముట్టిన అర్జునుడు, నకులుడు, ఉత్తమరాజుమొదలైనవాళ్ళు.

ఈ రెండో భాగంలో అమీన్ టీలా(కొండ) పాదభూమి దగ్గర నుండి వృషసేనుడిచుట్టుపట్ల దాకా బురద నిండి ఉంది అటువైపు ఎవరూ లేరు.

తన పుత్రుడిని అర్జునుడి బాణాల వల నుండి రక్షించడానికి వచ్చిన కర్ణుడు ఎంతో కఠినంగా వృషసేనుడినలువైపులా ఉన్న వలయం దాకా వెళ్ళాడు. ఇంతలో శకుని, అశ్వత్థామ, దుర్యోధనులను సవాలు చేస్తూ ఎదురుగా వచ్చి నిల్చుని కర్ణుడితో అర్జునుడు అన్నాడు - "సూతపుత్రా! నీ పుత్రుడు ఈ వృషసేనుడిని ఇవాళ మీ అందరి ఎదుట చంపేస్తాను. నీవు నా ప్రియ పుత్రుడు అభిని చంపావే అట్లా చంపేస్తాను." ఒక్కసారిగా అతడు చంద్రముఖ బాణాన్ని గురిచేసి కొట్టాడు మొదటి నుండి బాణాల వలయంలో రథంలో దాగి ఉన్న జింకలా గర్వంతో ఉండే వృషసేనుడి తల ఒక్క క్షణంలో మొండెం నుండి వేరయినేలనపడ్డది.

అసంఖ్యాకమైన నాలుకలు దంతాల కిందకి వచ్చాయి. జ్యేష్ఠ కర్ణపుత్రుడు వృషసేనుడు కిందపడ్డాడు.

పాండవ సేన మా రథాల వెనక రణవాద్యాలను మోగించింది. అర్జునుడి ఎదురుగుండా నిల్చోవడం ఇష్టంలేక ప్రాణాలను అరచేతుల్లోపెట్టుకుని సైనికులు దిగ్భ్రాంతులయ్యారు.

వృషసేనుడు కింద పడిపోయాడు. ఇది చూడగానే కర్ణుడు తన జీవితంలో మొట్టమొదటిసారిగా తలవంచాడు. వృషసేనుడి మృతదేహందాకా శల్యుడు రథాన్ని తీసుకువచ్చాడు. ధనస్సుని విసిరివేసి అతడు రథం నుండి జూలు తెగిన సింహంలా కిందికి దిగాడు. తన నీలి నేత్రాల నుండి వెలువడుతున్న వేడి కన్నీటి ధారలని ఆ మహావీరుడు ఆపుకోలేక పోయాడు. దూరంగా పడిఉన్న వృషసేనుడి తలని ఎత్తాడు. సూర్యుడికి అర్ఘ్యదానం ఇచ్చే యాచకులకు ధనధాన్యాలని దానం ఇచ్చే, విజయ ధనస్సును ఎత్తే అతడి దోసిళ్ళలో ఇవాళ అతడి ప్రియపుత్రుడు జీవితంలో అన్ని ఆశలకు, ఆకాంక్షలకు కేంద్రమైన తన జ్యేష్ఠ పుత్రుడి శిరకమలం ఉంది.

వృషసేనుడి తలను మొండానికి మళ్ళీ అతికించినప్పుడు, జగత్తులోక్షుద్రమైన ఆశఆకాంక్షల ఊబిలో పెరిగే ప్రేమపైన నమ్మకాన్ని కర్ణుడు పోగొట్టుకున్నాడు. భూమి వీపుపై సంచితమైన భిన్న భిన్న కులాల ఉచ్చనీచతలను, అహంకారంతో కూడిన సామర్థ్యాన్ని, మోసపూరితమైన స్నేహాన్ని అతడు మనస్సు నుండి పూర్తిగా తీసేసాడు.

మృత పుత్రుడి దేహం చుట్టూ ఒకసారి వెక్కివెక్కిఏడుస్తూ అతడు ప్రదక్షిణం చేశాడు. ఇప్పుడు అతడి సంపూర్ణ శరీరం ధూమకేతు అయింది. ఇక ఇప్పుడు ఏ బంధం అతడిని బంధించలేదు. ఏ పాశం కట్టిపడేయలేదు. అసలు ఇక ఇప్పుడు ఏ మోహం లేదు ఏ ఆకర్షణలేదు. కీర్తి ప్రతిష్ఠల ఇప్పుడు అతడిని ఆపలేవు. ఇప్పుడు అతడికి అనంతమైన నీలాకాశంలో తలపైన ఉన్న సూర్యకేంద్ర బిందువుతో మాత్రమే బంధం ఉంది.

కిందకి వంగి వృషసేనుడిమస్తకాన్ని దీర్ఘంగా అవఘ్రాణ చేసి కంఠం విప్పి పెద్దగా అరిచాడు "...........దాడి చేయండి..... దాడి........."

12

అర్జునుడి వీరత్వాన్ని చూసి భయపడిపోయిన కురు సైనికులు గూటంలా ఆగిపోయారు. ఆగిపోయిన పాండవ సైన్యం పైన వాళ్ళు ప్రాణాలకు తెగించి దాడి చేస్తున్నారు.

కురులలో మిగిలి ఉన్న సైన్యం అంతటిని ఒక చోట ప్రోవు చేసి ఇప్పుడు మా నందీఘోష్ వైపు సముద్ర పవనంలా వస్తున్నాడు. ఇప్పుడు మూడో ఝాము ప్రారంభం అయింది.

దక్షిణం వైపు ఊబిలో రథాన్ని దించకుండా శల్యుడు అతడి రథాన్ని మా రథం ఎదుట నిల్చోపెట్టలేని విధంగా ఉండే చోట నేను నందీఘోష్‌నినిల్చోబెట్టాను. నైపుణ్యం గల శల్యుడు ఊబి అంచున కనీసం నాలుగు చేతులు చాచేటంత ఎండిన ప్రదేశం కోసం వెతక సాగాడు రథాన్ని అంచున చుట్టుపక్కలే తిప్పసాగాడు. చివరికి వివశుడై ఆగి అతడు కర్ణుడితో అన్నాడు- ''రాధేయ! ఈ రోజు అర్జునుడితో యుద్ధం చేయడం మంచిది కాదు. ఈ ఊబిలో రథాన్ని తిప్పడం ఎంతో అపాయకరమైనది.''

అతడు నవ్వాడు.. కేవలం నవ్వాడు. ఏదీ మాట్లాడకుండా ఊబి అంచు మధ్యలో రథాన్ని తీసుకురావడానికి వేలు చూపిస్తూ సౌంజ్ఞ చేశాడు.

మా రథం వాళ్ళ రథంఇద్దరి రథాలు ఎదురుబొదురుగానిల్చున్నాయి.

తక్షణం కిందకి దిగి నా రథానికి రెండు చక్రాలని కందెన వేశాను. అతడి రథం వెనుక పరుగెత్తుతూ మేము కూడా ఊబిలో పడిపోతే? పడిపోకుండా కందెన బాగా పనిచేస్తుంది. దీని లేపం వలన బురదలో రథం ఇరుక్కునే అవకాశం తక్కువగా ఉంటుంది. కందెన ఉన్న కర్ర పాత్రను తీసుకుని నేను మళ్ళీ నందిఘోష్‌పైకి ఎక్కాను. జనుమతాళ్ళతోనేయబడ్డ సంచిలో ఆ పాత్రను యథాతథంగా పెట్టాను. కొరడాని చేతిలోకి తీసుకున్నాను.

ఇరువైపులా సైన్యంలోని సైనికులు రథాలపైన ఉన్న యుద్ధం కారణంగా సగం సగంగా తెగిపోయిన పుష్పమాలలను పూర్తిగా తెంచేసిజయఘోష చేస్తూ తమ తమ సేనా నాయకుల మీద వేశారు. ఎవరో సూర్య పుష్పాల మాలను గురిచూసి విసిరారు, ఆ దండ సరిగ్గా రాధేయుడి మెడలో పడ్డది. నేను నా మెడలోని నీలి కమలాల పెద్ద మాలను రథం గూడునుండే అర్జునుడి నీలి మెడలో వేశాను. ఇవాళ నాకు కూడా పరీక్షే.

ఆదర్శవాదాన్ని ప్రాణాలకన్నా అధికంగా ప్రేమించే ప్రథమ కౌంతేయుడిని రక్షించాలా? లేక వ్యావహారిక పక్షం వహించి ఐదుగురు కౌంతేయులని రక్షించాలా? ఇది చాలా పెద్ద గడ్డు సమస్య. నా మనస్సు ఎక్కువగా వ్యావహారికం పైనే మొగ్గు చూపుతోంది. ఎందుకంటే ఒక్క అర్జునుడు కింద పడిపోతే తక్కిన పాండవులు తమకు తామే పడిపోతారు.

సాక్షాత్తు మామని వధించేటప్పుడు నేను గుప్పిళ్ళతో ఢీకొన్న నా భుజాలు ఏమాత్రం వణక లేదు. దంతవక్రుడు, విదూరథుడు, శృగాలుడు, శాల్యుడు, పౌండ్రీకుడు-వీళ్ళని దండించే సమయంలో నా గుండెచప్పుడు వేగవంతం కాలేదు. నా మేనత్త కొడుకు అయిన శిశుపాలుడిపై సుదర్శన చక్రం ప్రయోగించినా నాకళ్ళల్లో నీళ్ళు రాలేదు. కాని... ఈనాడు... నందీఘోషకళ్ళాలు మంద మందగా స్పందిస్తున్నాయి. నాకు స్పష్టంగా అనుభవం అవుతోంది. ఎందుకంటే... ఎందుకంటే... తనను అవమానించడం వలన, కరుణ లేకుండా అపహాస్యం చేయడం వలన ఆ దానవీరుడు భీష్మడిని, అర్జునుడిని, భీముడిని, అంతే కాదు ద్రౌపదిని కూడా అంతే ప్రబలంగా వ్యతిరేకించాడు. అయినా నా పట్ల అతడికి భక్తి ఉంది. నేను ఈ నిజాన్ని మేం ఇద్దరం కలిసినప్పుడు అతడి నేత్రాల నుండి నా వెన్నెముకపై పడ్డ కన్నీళ్ళ వలన తెలుసుకున్నాను. మాతృసమానురాలు

రాజమాత కుంతీదేవి, ఆమెతో ఉన్న మూగ సంబంధం గురించి నేను పూర్తిగా తెలుసుకున్నాను. నా జీవన యానంలో మూగ భక్తి, త్యాగం, ప్రేమలకి అసలు ఏ ఉపమానాలు లేని నలుగురు వ్యక్తులు ఉన్నారు. మాతాదేవకి, రాజమాత కుంతి, కర్ణుడు, గోకులం రాధ.

ఆలోచనల ఆవర్తనాలను ఆపడానికి నేను పెద్దగా పాంచజన్యాన్ని పూరించాను.

చందన లేపనం చేయించుకున్న ధృడమైనభుజదండాన్ని సంబాళించుకుని కర్ణుడు, అర్జునుడు నరాలని బిగపట్టితమ తమ శంఖాలని పూరించారు. ఇరువురి సేనలు రణవాయిద్యాలతో సమీపంలో ఉన్న కొండ కంపించింది. హిమాలయాల రెండు ధవళ శిఖరాలలా వాళ్ళిద్దరు ఒకరి ఎదుట ఒకరు నిల్చున్నారు. వాళ్ళ కళ్ళల్లోని తేజోవంతమైన కనుగుడ్లు ఎదురుగుండా యోధుడు ఏ బాణం వేస్తాడో ఊహిస్తున్నాయి. ఆనక, గోముఖ, మృదంగ, రణభేరి, డిండిమ ఈ రౌద్ర వాయిద్యాల ధ్వనులు సమ్మిశ్రన ధ్వనులు ఇంకా ఎక్కువ కాసాగాయి. ఒక్క నిమిషం కర్ణుడు సూర్య స్తోత్రాన్ని చదివాడు. అర్జునుడు కూడా నన్ను ప్రార్థించే శ్లోకాలు కళ్ళుమూసుకుని చదవసాగాడు. చేతులలోని శంఖాలను కర్ర సంచులలో యథావిధిగాపెట్టేసారు. శస్త్రాలని వదిలివేయడానికి వాళ్ళు తత్పరులవుతున్నారు.

ఒక క్షణం అంతటా నిశ్శబ్దం ఆవరించింది. వెంటనే ఇద్దరూ చెవులు తూట్లుపడేల బాణాల వర్షాన్ని ఆరంభించారు. వాళ్ళు సంధించిన బాణాలు ఆకాశ మార్గంలో దూసుకువెళ్తున్నాయి. తారా మండలంతో పాటు ఆకాశం విరిగి దేహంపై పడటం లేదు కదా అనివాళ్ళకి అనిపించింది. గత పదహారు రోజులలో హృదయాన్ని దడదడలాడించే ఇటువంటి బాణాల వర్షాన్ని నేను ఎప్పుడూ చూడలేదు. భీష్ముడు, ద్రోణుడు, అభిమన్యుడు వీళ్ళు చేసిన యుద్ధం కన్నా వీళ్ళిద్దరూచేస్తున్న సంగ్రామం సర్వసంహారమైనది. అందరిని రోమాంచితులని చేస్తుంది.

మిడతలదండులా వాళ్ళ బాణాలు అసంఖ్యాకమైనవి. మూసి ఉన్న గుర్రపుశాలలను తెరవగానే గుర్రాలు ఎట్లాపరుగెత్తుతాయోఅట్లా నిమిషంలో వింటిపై నుండి బాణాలు సర్.. సర్ మంటూ వెలువడుతున్నాయి.

మానస సరోవరం దగ్గర హిమఖండాలు విరిగి సరోవరంలో పడగానే శ్వేతశుభ్ర రాజహంసల గుంపు ప్రాణాలను రక్షించుకోవడానికి ఎట్లా పరుగులు తీస్తాయోఅట్లా శ్వేత జిహ్వా బాణాలు వాళ్ళ పెద్ద పెద్ద ధనస్సుల నుండి వెలువడుతున్నాయి. సర్ సర్ అంటూ వంకర టింకరమలుపుల తిరుగుతూ ఒకదానితో ఒకటి ఢీకొంటున్నాయి. వాటి వేగం వలన కమ్ముకున్న ఆకాశంలో అవి ఢీకొనగానేమెరిసే తారలలా నిప్పుకణాలు మండి ప్రకాశవంతం అవుతున్నాయి.

వందల వేల కపిశ బాణాలను ఆకాశంలోకి వదిలి వాటితో మృగ నక్షత్రం లాంటి వర్షాన్ని శత్రువులపైన కురిపించసాగారు. వాళ్ళ మధ్యలో శ్వేత, జిహ్వా బాణాలు మెరుపుల్లాఅసంఖ్యాకమైనసర్పాకృతిలో వంకర టింకర రేఖలను తయారు చేస్తున్నాయి. ఆ జిహ్వా బాణాలతో ఒక సైన్య ప్రముఖుడిని మరొకడు గురితప్పకుండా లక్ష్యం పెట్టి ఒకరి సైన్యాన్ని మరొకరు క్షీణింప చేయసాగారు. వాళ్ళ సామర్థ్యాన్ని తక్కువ చేస్తున్నారు. సైనికులకు అసలు బాణాలు ఎక్కడి నుండి వస్తున్నాయో ఏ మాత్రం తెలియడం లేదు. వల్మీకం నుండి చెదలు ఎట్లా బయటకి వస్తాయోఅట్లా వాళ్ళ బాణాలు ఉన్నాయి. శతశృంగ పర్వతం పైన మొనగా తేలిన

అంచులు తన శక్తివంతమైనగోళ్ళతో గట్టిగా పట్టుకుని ఉన్న మురికిగా ఉన్న గరుడ పక్షుల గుంపు తలపైన ఆకాశంలో మెరుపులు మెరవగానే గడగడ శబ్దం రాగానే ఒక్కసారిగా ఎట్లా ఎగురుతూ ఉంటాయో అట్లానే వాళ్ళ అసంఖ్యాకమైనకపిశ బాణాలు వెలువడుతున్నాయి. ఒక నిమిషంలో గగన మండలాన్ని కప్పేస్తున్నాయి. కురుక్షేత్రాన్నికంపింప చేస్తున్నాయి.

అతడి రథసారథిని బలహీనుడిగా చేయడానికి అర్జునుడు నా తలపై నుండి అతడి గుర్రాలు ఉన్న వైపుకి బాణాలను వేయసాగాడు. కాని... కాని... శల్యుడు ఎంతో నైపుణ్యం గల సారథి. తన చేతిలో ఉన్న కళ్ళాలను ఒక్కసారిగా విదిలించికొట్టాడు. ఐదు గుర్రాలను మోకాళ్ల పైన కూర్చునేలా చేసి క్షణంలో అతడు వెనక ఉన్న ధృఢమైనగిట్టలపైన ఐదు గుర్రాలని ధ్వజదండం అంత ఎత్తుగా పైకి విసిరివేస్తున్నాడు. అప్పుడప్పుడు అతడు విశాలకాయమైన గుర్రాల వెంట, అతడి శస్త్రాస్త్రలతో నిండిపోయిన భారమైన రథాన్ని ఒక్కసారిగా గర్ అంటూతిప్పుతాడు దాని ఇనుముతో తయారు చేయబడ్డ వెనక భాగాన్ని ఢీకోగానే అర్జునుడి బాణాలు లక్ష్యం దాకా చేరకపోవడం వలన కోపంతో నిప్పురవ్వలు విసురుతూ కింద బురదలో టప టపా పడుతున్నాయి.

రథం చుట్టు పక్కల బురద ఇంకా ఎక్కువ కాసాగింది. తమ తమ సేనా నాయకులకు ప్రోత్సాహాన్ని ఇవ్వడానికి చుట్టుపక్కల నిల్చున్న యోధులు వాళ్ళ వాళ్ళపేరున జయ జయకారాలు చేయసాగారు. ఇప్పుడు ఆ జయజయకారాలు అన్ని ధ్వనులకన్నా ఆకాశాన్నంటుతున్నాయి. ఒక్క ఘడియ దాకా పిచ్చివాళ్ళలా వాళ్ళు కేవలం బాణాల వర్షాన్ని కురిపించారు. వాళ్ళ దేహాలపైన ఉన్న బలమైన ఇనుప కవచాలు అసంఖ్యాకమైన బాణాల తీక్షణమైన మొనలపైన ఎటువంటి ప్రభావం పడకుండా చూశాయి. కాని ఇద్దరి ఏ ఆచ్ఛాదన లేని భుజాల గాయాల నుండి రక్తం ప్రవహించసాగింది. గాయాల వైపు ధ్యాసపెట్టేంత సమయం వాళ్ళ దగ్గర లేదు. ఆరక్తంతో పరస్పర సంబంధం ఉందన్న సంగతి కర్ణుడికి కూడా గుర్తుకురావడం లేదు.

మత్స్య, పాంచాల, సైంధవ, గాంధార– వీళ్ళ దళాలు సైనికులు చూస్తూ చూస్తూ ఉండగానే మేడిపళ్ళలా టపటప నేలకు ఒరిగిపోతున్నారు. ఇది చూసి ఇరువైపుల సేనల భయపడ్డ యోధులు తమ చేతిలో ఉన్న శస్త్రాలను ప్రయోగించకుండా ఆపేసారు. వాళ్ళిద్దరి కోసం సంపూర్ణ సమరాంగణాన్ని యథాతథంగా వదిలేసి ఆశ్చర్యచకితమైనకళ్ళతో కేవలం ప్రేక్షకులు అయ్యారు. వాళ్ళిద్దరి ప్రళయం తెచ్చే సంగ్రామాన్ని చూస్తున్నారు.

ఇప్పుడు వాళ్ళిద్దరు ప్రాణాలకు తెగించి ఎన్నో కష్టాలకు ఓర్చి పొందిన దివ్యాస్త్రాలని ఒకరిపై ఒకరు ప్రయోగించడానికి సంసిద్ధులయ్యారు. ఈ సమయంలో వాళ్ళకిజన్మనిచ్చిన రాజమాత స్వయంగా కుంతీదేవి ఒక వేళ రణరంగంలోకి వచ్చినా వీళ్ళిద్దరు అన్నదమ్ములని ఆమె కూడా ఒప్పుకోదు. జీవితంలో రెండు పరస్పర ధృవాలు ఒకే ఒడ్డు పైన వచ్చి నిల్చున్నాయి. వాళ్ళ ఎదురుగుండా ఒకే ఒక దృశ్యం కనిపిస్తోంది. ఎదురుగుండానిల్చున్నప్రాణంలేని శరీరం. దాని కోసమే ఇద్దరూ దాహంగొన్న వారిలా ఒకరిపై ఒకరు విరుచుకుపడుతున్నారు. వాళ్ళని వాళ్ళు పూర్తిగా మరిచిపోయారు.

బంగారు పోత పోసిన అంబులపొదిలో ఒక సర్పముఖ దివ్య అజస్రబాణం, దీని అగ్రభాగం చందనం చూర్ణంలో చొప్పించి పెట్టారు, కర్ణుడు అర్జునుడిపైన వదలడానికి బయటకి లాగాడు. ఆ

బాణంపైన ఒక నాగశక్తి సంచరిస్తోంది. ఈ విషయం అతడికి తెలియదు. అర్జునుడి మెడను లక్ష్యంగా చేసుకుని అతడు మంత్రాన్ని పఠిస్తూ ఆ భయానకమైన బాణాన్ని వదిలాడు. అర్జునుడికి దీనిపైన ధ్యాసేలేదు.

నేను చేతిలో ఉన్న కళ్ళాలని వేగంగా లాగుతూ గుర్రాల వీపులపైన ఒక్కసారిగా ఝుళిపించాను. ఐదు గుర్రాలు కాళ్ళని మడిచి ధడాల్న కింద కూలబడ్డాయి. మెడకి గురిపెట్టిన బాణం గురి తప్పింది. రథం కిందకి వంగడం వలన అతడి తలపైన ఉన్న కిరీటం పైన ఖణ్‌మంటూ తగిలింది. అతడి బంగారు కిరీటాన్ని కిందకిపడతోసేసింది. ఖణఖణాఅంటూ కురుక్షేత్రం భూమిపైన కిందపడ్డది. గుండ్రంగా ఉన్న శిరస్త్రాణం కూడా దొర్లికిందపడ్డది. అర్జునుడు హమ్మయ్య అంటూ దీర్ఘశ్వాస తీసుకున్నాడు. అతడి నల్లటికేశాలు చెల్లా చెదురయ్యాయి. అతడి వైపు చూసి నేను నవ్వాను. నడుంకిచుట్టివున్న శ్వేత శుభ్ర పట్టు వస్త్రాన్ని కేశాలకు చుట్టేశాడు. విధి విధానం ఇంకా క్రౌర్యంగా మారసాగింది.

హిమాలయాల పైనుండి పడే గంగోత్రి జలపాతంలా అర్జునుడు శ్వేత బాణాలను వర్షించ సాగాడు. బాణాలతో శల్యుడిని పంజరంలోని శ్వేన పక్షిలా బందీ చేశాడు. ఇప్పుడు ఆ సారథి అటు ఇటు కదలలేకపోతున్నాడు. ఎదురుగుండా ఉన్న జైత్రరథం ఒక చోట ఆగిపోయింది.

కర్ణుడు ఎంచుకున్న బాణాలు నా తలపై నుండి ఛన్చడీ పక్షుల గుంపుల్లాసర్..సర్ మంటూ దూసుకుపోతున్నాయి. ఘడియ పాటు సాగిన ఈ ఘోరాతిఘోరమైన యుద్ధంలో అతడు మరచిపోయి కూడా ఒక్క బాణం అయినా నాపైకి విసరలేదు. బాధపడ్డ అర్జునుడు దృఢమైన మనస్సుతో తలపై నుండి జారుతున్న వస్త్రాన్ని సంబాళిస్తూ ఆగ్నేయాస్త్రం ప్రయోగించక మునుపే సూచక మంత్రాన్ని చదవడం ప్రారంభించాడు. అంజని వృక్షపు ప్రఫుల్లితమైన వృక్షదండంలా ఇప్పుడు ప్రఫుల్లితమయ్యాడు. ఎంతో దివ్యమైన తేజస్సు అతడి ముఖం నుండి వెలువడుతోంది. ఎర్రటి రెక్కలు గల తురాయిలను తలపై ధరించే వేల కాండవ పక్షులు దృషద్వతీ నదిపైన ఒక్కసారిగా ఎట్లాపడతాయోఅట్లా అర్జునుడి గాండీవ ధనస్సు నుండి దూసుకువస్తున్న అసంఖ్యాకమైనఅగ్నిబాణాలు నా తలపై నుండి అగ్గిని కురిపిస్తూ సర్.. సర్ అంటూ వెళ్ళిపోతున్నాయి. సమస్త ఆకాశ మండలం యజ్ఞ గుండంలా మారింది, అన్న అనుమానంతో కౌరవ సైనికులు భయపడసాగారు. సూర్య బింబం నుండి వేడి రసం కారుతోందా అనిపించి ఎందరో మూర్ఛితులయ్యారు. అర్జునుడి బాణాలు అగ్నిని వర్షిస్తున్నాయి.

అర్జునుడి అగ్నిబాణాలను ప్రభావరహితంగా చేయడానికి కర్ణుడు మోకాళ్ళ మీద వంగి వరుణాస్త్రాలదివ్యమంత్రాన్ని కళ్ళు మూసుకుని పఠిస్తున్నాడు. వరణుడిని ఆహ్వానిస్తున్నాడు. అర్ఘ్యదానం చేసేటప్పుడు అతడి దోసిలిలో నుండి పడ్డ జలం ఆజ్ఞను శిరసావహించే సేవకుడిలా అతడి సహాయం కోసం నల్లటి మేఘాలతో పిడుగులతో ఏ నిర్బంధం లేని తాండవ నృత్యాన్ని తీసుకు వచ్చింది. అతడు పుచ్ఛభాగంలో ఏనుగు చెవుల్లో చక్రపు రెక్కలు ఉన్న అమోఘమైనఅసంఖ్యాకమైన బాణాలను వేయడం మొదలు పెట్టాడు. ఆ బాణాలు ఆకాశంలో వ్యాపించిన గాలికి తగలగానే చుట్టుపక్కల ఉన్న నల్లటి మేఘాలను రణభూమిలో కురిపించసాగాయి. మూసల ధార వర్షం కురిపించి అర్జునుడి అన్ని బాణాల వెనుక దిగి ఉన్న

అగ్నిని ఆర్పేసాడు. మనస్సు కూడా చల్లబడ్డది. ఆ జలదానం వలన ఆ దానవీరుడు సగం చచ్చిన గాయపడ్డ వీరులకు కూడా మళ్ళీ జీవనదానం చేశాడు. కాని.. కాని తన వరుణాస్త్రం వలన తన రథానికి నాలుగు వైపులా బురద ఇంకా ఎక్కువ అవుతోందని అతడికి తెలియదు.

కర్ణుడి వరుణాస్త్రం వలన కురుస్తున్న మేఘాలను చెల్లా చెదురు చేయడానికి అర్జునుడు నివారక వాయువాస్త్రాన్ని ప్రయోగించాలని నిర్ణయించుకున్నాడు. తీవ్రమైన వేగంతో ధ్వనిచేస్తూ గాలి ఆకాశంలోని మేఘాలను పటాపంచలు చేసి కురుక్షేత్రం మళ్ళా సూర్యకిరణాలతో మెరవడం మొదలు పెట్టింది. అర్జునుడి వాయవాస్త్రం ఎన్నో రథాలపైన ఉన్న ధ్వజాలను బొమ్మల్లాగా చేసి లాక్కెళ్ళిపోయింది. ఆనందంతో అర్జునుడు జయనాదం చేస్తూ వజ్రాస్త్రా మంత్రాన్ని పఠించి అసంఖ్యాకమైనతీక్షణమైన శస్త్రాలను తీసుకుని పరుగెత్తే వజ్రాస్త్రాన్ని కర్ణుడిపై ప్రయోగించాడు. చిత్ర విచిత్ర ఆకారాలతో ఉన్న శస్త్రాలు తీవ్ర గతితో వస్తున్నాయి. ఇది చూసి ఒక్క క్షణం కూడా విచలితుడు కాకుండా ఆ కర్ణుడు ప్రత్యుత్తరంగా మహేంద్ర పర్వతంపైన ప్రాప్తించిన భార్గవాస్త్రాన్ని ప్రయోగించాలని అనుకున్నాడు. ఇద్దరి దివ్యమైన,సంహారకమైన,భయానకమైనఖణఖణ ధ్వని చేసే అస్త్రాలు ఒక దానిని ఒకటి ఢీకొట్టుకున్నాయి. మళ్ళీ నిప్పుకణాలు కురిపిస్తూ నేల మీద పడసాగాయి.

అర్జునుడు దివ్యమైన సర్వనాశనం చేసే బ్రహ్మాస్త్రాన్ని ప్రయోగించాడు. ఎంతో దృఢత్వంతో అతడు దానిని పడతోసాడు. అతడి గురి తప్పని బాణాల వలన మా నందీఘోష్ రథంపైన ఉన్న ధ్వజం మధ్య మధ్యలో చినిగిపోయింది. అతడు రథాన్ని లక్ష్యంగా పెట్టుకుని నిరంతరం బాణాలు వదిలివేస్తున్నాడు. అవి వెనకకి తిరిగి రథంలో చొచ్చుకుపోతున్నాయి. పినాక, పాశ, తోమర, భిందిపాల, చక్ర, త్రిశూల అన్ని రకాల శస్త్రాలని ఒకరిపైన ఒకరు వదిలారు. అసలు ఎవరూ అలసట చెందటం లేదు. యుద్ధ నిర్ణయం జరగడం లేదు. మూడో ఝాము ముగిసింది. సూర్యుడు పశ్చిమం వైపు వెళ్తున్నాడు.

ఇంద్రుడు-బలి, నహుషుడు-ఇంద్రుడు, జరాసంధుడు-భీముడు-వీళ్ళందరు చేసిన యుద్ధం కన్నా వీళ్ళిద్దరు చేస్తున్న యుద్ధం అతి భయంకరం. హృదయాన్ని కదిలించేస్తుంది. క్షణ క్షణం ఇంకా భయంకర రూపు దాలుస్తోంది.

నిశిత, నారాచ, జిహ్వా, సన్నాతపర్వ, కంకపుంఖ, బస్తికరుక్మంఖ, కక్షుర ఈ అసంఖ్యాకమైన బాణాల ఒక వల సమరాంగణం అంతటా పరిచి ఉంది. వాళ్ళు ప్రయోగించిన దివ్య అస్త్రాల వలన అసంఖ్యాకులైన యోధులు నేల రాలుతున్నారు. వాళ్ళిద్దరు ఇట్లా కావాలని ఏమాత్రం కోరుకోలేదు. ఇరువైపుల సేనలలో వీరుల లెక్క చూస్తే కేవలం వేల మంది మాత్రమే మిగిలిపోయారు. ఇంత మహాభయంకరమైన సంగ్రామం జరిగింది. ఇద్దరూ తొలగడం లేదు. క్షణం కూడా అలసిపోవడం లేదు. పదహారు రోజుల్లో ఏ యుద్ధం అయిందో వాటికన్నా ఈ ఒక్కరోజు యుద్ధాన్ని కురుక్షేత్రం కూడా చూడలేకపోతోంది.

చివరికి కర్ణుడు, ఎన్నెన్నో కష్టాలకు ఓర్చి మహేంద్ర పర్వతంపైన ప్రాప్తించిన పరశురాముడి ఆథర్వణ అస్త్రాన్ని అర్జునుడిపైన ప్రయోగించాడు. అతడి లక్ష్యాన్ని చెదరగొట్టేందుకు నేను గుర్రాలన్నింటినిగుండ్రంగా తిప్పాను. నందీఘోష్‌ని వెనక్కి నడిపించాను. పదిహేను ఇరవై చేతుల

దూరానికి తీసుకువెళ్లాను. అది బురదలో పడిపోయింది. రథచక్రాలకి కదిరి నూనెని ఇందుకే రాసాను. ఆథర్వణ అస్త్రం నుండి తప్పించుకున్నాము.

అతడి రథం దిశవైపు ఉన్న మా రథం పృష్ఠ భాగం చూసి శల్యుడు పెదిమలు కొరుకుతూ కదలడానికి ప్రయత్నం చేయసాగాడు. కాని బాణాల పంజరంలో బిగించేయడం వలన అతడు కదలలేదు. అయిదు గుర్రాలను లేపాలని చేతిలోనికళ్ళాలను ఝుళిపించి వాటి వీపుల మీద దెబ్బ వేశాడు. గుర్రాలు గిట్టలను నేలలో గట్టిగా తవ్వి శక్తినంతా ఉపయోగించి రథాన్ని తిప్పడానికి ప్రాణాలకు తెగించి ప్రయత్నం చేశాయి. కాని..కాని.. ఆ రథం ఒక నూలు పోగంతయినా కదల లేదు. ఇక ఇప్పుడు అది ససేమిరా కదలదు.

దాదాపు అర్థ ఘడియ ఆ స్థానంలో ఊబిలో కూరుకుపోయిన ఆ రథం అట్లాగే నిల్చుండి పోయింది. రథాన్ని భూమి గట్టిగా బిగించుకుంది. ఇక ఇప్పుడు తన పుత్రుడి అభిమానం ఇంకా దెబ్బతినడం సహించలేకపోయాడు. బహుశ సూర్యుడు తన చిరంతనధామం వైపు తీసుకువెళ్ళాలనుకున్నాడు.

అలసిపోయిన శల్యుడు, రథంలో పెట్టిన బాణాలు వదిలేసి మిగిలిన శస్త్రాలన్నింటినీకిందకి పడేయమని కర్ణుడితో చెప్పాడు. అతడు త్వర త్వరగా శస్త్రాలను బయటపడేయసాగాడు. నున్నగా ఉన్న యుద్ధభూమిలో మళ్ళీ మళ్ళీ గిట్టను ఎంతో శ్రమతో నొక్కిపెట్టడం వలన గుర్రాలు నోటి నుండి నురుగుపడసాగింది. అయినా రథం నువ్వుగింజ అంత అయినా ముందుకు నడవలేదు. ఎట్లా అయితే ఆనాడు మహేంద్ర పర్వతంపైన బురదలో పథభ్రష్టం అయిన వృషభం చిక్కుకుపోయిందో అట్లాగే ఈనాడు అతడి రథానికి ఉన్న కుడి చక్రం బురదలో కూరుకుపోయింది.

నేను అర్జునుడి నందీఘోష రథాన్ని నలువైపులామండలాకారంలో తిప్పుతున్నాను. ఆ సమయంలో కూడా అతడు బాణాలు వేస్తున్నాడు.

''అంగరాజా! రథం అసలు కదలనే కదలడం లేదు. కుడి చక్రాన్ని భూమి మింగేసింది.'' శల్యుడు వ్యాకులత చెందిన స్వరంతో అన్నాడు.

'మాద్రేయ! గాభరా పడకు. రథం చక్రాన్ని బయటకి లాగుతాను'' పశ్చిమ క్షితిజంమెట్లపై నుండి దిగే సూర్యుడిలా వీపుపై ఉన్న అంబులపొది నుండి చేతిలో అఖండమైన బాణాలు వదిలే విజయధనుస్సుని సంభాళిస్తూ అతడు రథం దిగసాగాడు.

నా మనస్సులో ఆలోచనల వాస్యాచక్రం నడుస్తోంది అతడు రథం కింద. సూతపుత్రుడు అంగరాజు, సేనాపతి, దిగ్విజయుడైన దానవీరుడు అజేయుడైనధనుర్ధరుడు కర్ణుడు లేక కౌంతేయుడు... ప్రథమ పాండవుడు!

అతడు కుడి చేయిని ఎడమ చేయి వైపు ఉన్న దృఢమైన ఇరుసు పైన వేశాడు. కూరుకుపోయిన రథాన్ని పైకెత్తడానికి శక్తినంతా కూడగట్టుకుంటున్నాడు. భుజదండాల సుదృఢమైనస్నాయువులు ఉబ్బి పోయాయి. నుదిటిపైన స్వేద బిందువులు సంచితమైనాయి. ఒక్కసారిగా వేగంగా కుదిపాడు. రథచక్రం కదలలేదు. ఆ భారీ ఇరుసు సర్ అంటూచేతిలోకి వచ్చింది.

అతడి చేతిలో ధనుస్సు చూసి అర్జునుడు ఇప్పుడు కూడా బాణాలు వేస్తున్నాడు. ఆ బాణాలు అతడి అనాచ్ఛాదిత భుజంలోకి దూసుకువెళ్తున్నాయి. అతడు కింద కూర్చున్నాడు. ఎంత

గుచ్చగలుగుతాడో అంతగా ధనస్సును భూమిలోకి గుచ్చసాగాడు. దాన్ని స్థిరంగా నిల్పోపెట్టాడు. బాణాలు కిందకూర్చుని వదిలేయడానికి ప్రయత్నం చేయసాగాడు.

కుడి చేతితో తన వీపుపైన ఉన్న అంబులపొదిలోంచి ఒకే చేయితో విజయ ధనుస్సు ఎక్కుపెట్టాడు. పళ్ళ మధ్య గట్టిగా వింటి నారిని పట్టుకుని దాన్ని బలంగా లాగి పళ్ళ మధ్య నుండి బాణాలు వదల సాగాడు. కుడి చేతి నుండి రథచక్రాలను పైకెత్తాలని ప్రాణాలకు తెగించి పోరాడసాగాడు. ఒకటి రెండు ఇరుసులు బయటకి వచ్చి పడ్డాయి. అయినా రథచక్రం కదల లేదు. అసలు ఇహ కదలదు కూడా. అతడు ఒక చేత్తో ఎంతో శక్తిగల బాణాన్ని వేశాడు. అర్జునుడు మూర్ఛితుడై కిందపడ్డాడు. ఇది చూడగానే ఒక నిశ్చయానికి వచ్చి తన చేత్తో విక్రమ విజయ ధనుస్సును కింద పెట్టాడు. బురదలో రెండు చేతులతో చొప్పించి బలంగా సమర్థవంతంగా రథచక్రాన్ని బయటకి లాగడానికి శాయశక్తులా ప్రయత్నం చేస్తున్నాడు.

ఉదయం నుండి చేతిలో నుండి ధనుస్సు దూరమైన క్షణం ఇదే. ఎంతో విలువైన క్షణం ఒక వేళ ఇది గడిచిపోతే?

నేను కట్టెతో చేసిన గొట్టంతో ఔషధాన్ని అర్జునుడి ముక్కుకి ఎదురుగుండా పెట్టాను. అతడు క్షణంలో మూర్ఛనుండి బయటకి వచ్చాడు.

అతడిని నిశస్త్రుడిగా ఉండటం చూసి అర్జునుడు కూడా నిశస్త్రుడిపై శస్త్రం ప్రయోగించ కూడదు అని తన గాండీవాన్ని కింద పెట్టేసాడు.

గోకులంలోపచ్చికబీళ్ళల్లో దేహాన్ని దేహంతో రుద్దుతూ చొరబడే ఆవుల మందలా నా మానస ప్రాంగణంలో ఆలోచనలు పరుగెత్తసాగాయి. నందీఘోష ఐదు గుర్రాలు వీపులపై నేను కళ్ళాలనురుఝళిపించసాగాను. అసలు ఏమీ అర్థం కావడం లేదు. విలువైన ఒకే ఒక క్షణం, లేకపోతే... రథచక్రాన్ని బురద నుండి బయటకి లాగి ఆ ఆకాశవీరుడు మళ్ళీ విరుచుకుపడేవాడే.

నా చేతిలో ఐదు కళ్ళాలు ఉన్నాయి. కాని కొరడా ఒక్కటే ఉంది. ఒకటా! ఐదా? కళ్ళాలా! కొరడానా? ఐదో, ఒకటో? అసలు ఏమీ అర్థం కావడం లేదు. ఇంతలో ఒక ఆలోచనా ప్రకాశ కిరణం మెరిసింది. వ్యావహారికంగా, నిర్వివాదంగా! కళ్ళాలతో గుర్రాలను ఆపేయగలుగుతాం.

కొరడాతో గుర్రాలను పరుగెత్తించగలుగుతాం. మరుక్షణంలో నేను కుడిచేతిలోని కొరడాని రథం పైన ఉన్న పులిచర్మంతో తయారు చేసిన సంచిలో తోసేసాను. కళ్ళాలను పైకి విసిరాను. కుడిచేతి వేలుని రథచక్రాన్ని లాగడానికి అన్ని విధాల ప్రయత్నం చేస్తున్న జ్వాలాముఖి కర్ణుడి వైపు చూపిస్తూ నేను అర్జునుడితో అన్నాను. అర్జునా! అర్థ చంద్రాకృతిఆంజలిక బాణం..."

"కాని...కాని అతడు నిశస్త్రుడు. నేల మీద ఉన్నాడు. నేను రథం పైన ఉన్నాను." అర్జునుడు సంకోచించాడు.

"అర్జునా! ఇది నా ఆజ్ఞ" నా స్వరం కఠోరంగా మారింది. తీక్షణం అయింది. కనుబొమ్మలు ముడిపడ్డాయి.

ఆజ్ఞను శిరసావహించే అర్జునుడు ఆంజలిక బాణాన్ని అంబులపొదిలో నుండి లాగాడు బాణంలాగుతున్నప్పుడు సర్ సర్మన్న శబ్దం వచ్చింది. వింటి నారి సరిగ్గా ఉందో లేదో చిటికవేలుతో పట్టుకుని టంకారం చేశాడు. ఆ ధ్వని చాలా తక్కువగా ఉంది. అయినా వినబడగానే

రథచక్రం వైపు చూస్తున్న కర్ణుడు తన కళ్ళను మా వైపు తిప్పాడు. అర్జునుడు బాణం వేయడానికి సిద్ధంగా ఉన్నాడు అని కర్ణుడు తెలుసుకున్నాడు. వెంటనే అతడు అరచేతినిజాపి ఊపాడు.

''అర్జునా! ఆగు! నేను నిశస్త్రుడిని. నేలమీద ఉన్నాను. నిశస్త్రపదస్థుడిపైన అస్త్రాన్ని ప్రయోగించడం యుద్ధ ధర్మం కాదు. నీవు వీరాధివీరుడివి. క్షత్రియుడివి.'' ఇంతలో అతడు మహేంద్ర పర్వతంపైన ప్రాప్తించిన బ్రహ్మాస్త్రాన్ని స్మరించుకునే ప్రయత్నం చేశాడు కాని అతడికి ఏదీ గుర్తుకురావడం లేదు.

నాకు తెలుసు అతడు చావడానికి భయపడడు. ఏ శస్త్రాన్ని అయితే ప్రాణాలకన్నా అధికంగా ప్రేమించాడో ఆ శస్త్రం ప్రాప్తించాక ఇప్పుడు కర్ణుడు మృత్యువునే కోరుకుంటాడు. కాని.. ఇప్పుడు కూడా అతడి గీతలో లేదు. నిజానికి ఇది దురదృష్టం... ఉచితమైనది కాదు.. కాని ఇక ఇప్పుడు అది సంభవం కూడా కాదు.

అతడు చెప్పిన ఈ విలువైన మాటలు వినగానే అర్జునుడు అసమంజసంలో పడిపోయాడు. చలించిపోయాడు. అతడి చేతిలోని ధనుస్సు నెమ్మదిగా కిందకువంగసాగింది. ఊగసాగింది. పెదిమలు ఎండిపోయాయి.

ఇక ఇప్పుడు ఆ రాధేయుడికి ఒక్క క్షణం కూడా ఇవ్వడం వ్యర్థం... ఎందుకంటే... ఎందుకంటే... అతడి జీవిత యథార్థం ఇప్పుడు ఎవరికీ తెలియదు. అందువలన అర్జునుడి మనస్సుకు దృఢమైన ఆధారం ఇవ్వడానికి లోభంలేని వ్యావహారిక తత్త్వజ్ఞానాన్ని మళ్ళీ వినిపించాలి. ఏ ధర్మం గురించి అయితే కర్ణుడు మాట్లాడుతున్నాడో అదే ధర్మాన్ని అతడిపై తిప్పి, ఇప్పుడు గతస్మృతులను అతడికి గుర్తుచేసి, మనస్సును గట్టి చేయాలి. అటు ఇటు ఊగిసలాడుతున్న భయపడుతున్న అతడిని సుమేరు పర్వతంలో నిల్చోపెట్టాలి. నా నోటి నుండి నురుగ వచ్చే భయంకరమైన పరదలా శబ్దాల యమున ప్రవహించసాగింది.

''ధర్మమా! ధర్మం గురించి నీకేం తెలుసు? ధర్మం గురించిన అర్థం నీకు తెలుసా? సూతపుత్రా! కురుల ప్రాచీన సభాగృహంలో పాంచాలిని వారాంగనాఅనిఅన్నప్పుడు నీ ధర్మం ఏమయింది? ఐదుగురు పుత్రులతో కలిసి కుంతీదేవి నగ్నపాదాలతో వనానికి వెళ్తున్నప్పుడు నీ ధర్మం ఏమైంది? లాక్ష్యాగృహంలో పాండవులు కాలిపోయి బూడిద అయ్యారు. ఈ వార్త విన్నప్పుడు నీ ధర్మం ఏమయింది. పదహారు సంవత్సరాల వయస్సు గల కిశోర అభిమన్యుడిని మీరు ఆరుగురు కలిసి చుట్టుముట్టినప్పుడు ఓ సూతపుత్రా! ఏది అయితే ఇప్పుడు గుర్తుకు వస్తోందో ఈ ధర్మం నీకు అప్పుడు ఎందుకు గుర్తుకురాలేదు? అర్జునా! బాణాలను సంధించు?'' నేను తర్జనిని సరిగ్గా కర్ణుడి కంఠం వైపు చూపించాను.

ఆ సమయంలో కూడా అతడు నవ్వాడు. అతడు రెండు చేతులు జోడించాడు; ఎవరినీ ప్రాధేయపడడం కోసం కాదు కేవలం నాకు వందనం చేశాడు. నేను మాత్రమే అర్థం చేసుకోగలుగుతాను. యుద్ధ భూమిపైన అతడి అంతిమ అభివందనం... అవాక్కైన నేత్రాల నుండి ప్రవహిస్తూ.

అర్జునుడి ధనుస్సు ఝుంకారం చేస్తూ తీవ్ర గతితో ఆంజలిక బాణం అతడి బలమైన మెడకు ఉన్న కవచాన్ని ఛేదించుకుంటూ అతడి కంఠనాళాన్ని సగం ఛేదించి గుచ్చుకుపోయింది. అతడి

అధరీయం రథచక్రాన్ని తీసే సమయంలో బురదతో నిండిపోయింది. కుడి రథచక్రం దగ్గర ఉన్న తాడు బాగా పాడైపోయింది. అతడు బలంగా రథాన్ని ఒకసారి కుదిపాడు. అది వెంటనే విరిగిపోయింది. రథచక్రం ఇరుసు వచ్చేసింది.

'కర్ణుడు గాయపడి కిందపడిపోయాడు' వార్త వినబడగానే ఇరువైపుల సైన్యాల సైనికులు శస్త్రాలను నేలపైన పడేసారు. అసలు ఈమాటని ఎవరూ నమ్మలేదు. ప్రతి యోధుడు, చుట్టుపక్కల ఉన్న యోధుడిని అడగటం మొదలు పెట్టాడు–"ఏమైంది? ఏమైంది?

కఠోరమైన నిర్ణయాన్ని అమలు చేయడానికి సూతపుత్రా! అని పిలుస్తున్నాడు గుండెలు పిండే బాధని నేను ఎంతగా అనుభవించానో నాకే తెలియదు. చేతిలోనికళ్ళాలను కింద పడేసాను. సమాజ రచన కోసం ఏ మానస తత్వ నిష్ఠ గోడని నిలబెట్టానో అది కూలిపోయింది.

నేను రథం కిందకి దిగి అతడి గాయపడ్డ దేహం వైపు చేయిచూపిస్తూ రాధేయా! అంటూ అరుస్తూ గుడ్డిగా పరుగెత్త సాగాను. ఇంతకు ముందే అతడిని ప్రాణాధికంగా ప్రేమించే అశ్వత్థామ అతడి రథం దగ్గరకు వచ్చేసాడు. అతడు పడిపోయాడు అన్న వార్త వినగానే దుర్యోధనుడు మూర్ఛితుడయ్యాడు. యుద్ధాన్ని ఆపేసి రథంలోనే చెలియలి కట్ట తెగిన వాడిలా పడిపోయాడు.

అశ్వత్థామతో పాటు ఐదు విశాల కాయయోధులు గాయపడ్డ సేనాపతి దేహాన్ని స్థావరం దగ్గరి ఎండిన భూమిపైకి తీసుకువచ్చారు. రక్తపు జల్లు. అతడి కంఠం నుండి వచ్చి తాహత్రాణంపైనపడసాగింది.

అతడి సగం మూసుకున్న నీలపు కళ్ళు ఏకాగ్రతగా నీలాకాశం వైపు చూస్తున్నాయి. అశ్వత్థామ తన ముఖాన్ని అతడి నేత్రాల దగ్గరిగాతీసుకువెళ్ళాడు, అతడు ఎంతో కష్టం మీద కళ్ళు తెరిచాడు. 'గురుపుత్రా!' అశ్వత్థామ తలకు కట్టిన వస్త్రాన్ని చూస్తూ అన్నాడు. అతడి పెదిమలు వణుకుతున్నాయి.

అన్నింటినీ మరచిపోయి అశ్వత్థామ పరుగెత్తాడు. కర్ణుడు అమితమైన ఆనందపడ్డాడు. అతడి నోటమాట రావడం లేదు. అశ్వత్థామ అతడి భావాన్ని తెలుసుకుని వెంటనే తలకి కట్టుకున్న వస్త్రంపై చేయివేసాడు. దవడ కింద కట్టబడి ఉన్న ముడి విప్పాడు. వస్త్రాన్ని కింద మట్టిలోకి విసిరి వేసాడు. అతడి తలపైన కర్ణుడి కవచకుండలాలలాగా పుట్టినప్పటినుండే ఎర్రటి మణి ఉంది. వాళ్ళిద్దరికీతప్ప అటువంటి దివ్యకానుక మరెవరికీ లభించలేదు.

చివరి శ్వాసలు లెక్కపెడుతున్న ఆ మహారథి కుడిచేయిని ఒక్కసారిగా లేపి అశ్వత్థామ అశ్రుపూరితమైన నేత్రాలతో తనతలపై ఉన్న మణిపైన పెట్టాడు. ఆ మణి దివ్య స్పర్శ తగలగానే అతడికి తన కుండలాలు గుర్తుకు వచ్చాయి. అతడి నీలి కళ్ళు ఒక్కసారిగా తెరుచుకున్నాయి. ఇద్దరి నోళ్ళ నుండి ఏ మాటలు రావడం లేదు. అశ్వత్థామ కన్నీరు అతడి కన్నీళ్ళలో కలిసిపోయింది. అతడు ప్రయోగించిన వరుణాస్త్రం కురిపించిన వర్షం బిందువుల దూరంగా దృషద్వతి ఒడ్డున మంచు బిందువుల్లా మెరుస్తూ నాకు స్పష్టంగా కనిపిస్తున్నాయి. ఇప్పుడు ఒక్క క్షణంలో గాలి తెమ్మెర వస్తుంది, ఆ బిందువులు భూమిలో విలీనం అయిపోతాయి.

యుధిష్ఠరుడు, అర్జునుడితో సహా ఐదుగురు పాండవులు ఇంకా తక్కిన యోధులందరూ అతడి నలువైపులా దట్టంగా చుట్టుముట్టారు. ఇప్పుడు చీమ కూడా లోపలికి దూరలేదు.

అతడి పుత్రుడు చిత్రసేనుడు తండ్రి దగ్గర కూర్చుని ఉన్నాడు. అతడి కళ్ళు కన్నీళ్ళతో నిండిపోయాయి. అందరూ స్తబ్ధులై పోయారు. క్షణంలో మూసుకుంటూ మరోక్షణం తెరుచుకునే కర్ణుడి కళ్ళు అందరివైపు చూస్తున్నాయి. బహుశా అతడు దుర్యోధనుడిని చూడాలని అనుకుంటున్నాడు. దుర్యోధనుడు చుట్టుపక్కల ఎక్కడా కనిపించలేదు.

నా వైపు చూడగానే ఆ స్థితిలో కూడా అతడి ముఖం వికసించింది. ప్రయత్నపూర్వకంగా అతడు మళ్ళీ తన కళ్ళను పూర్తిగా తెరిచాడు. భారీగా ఉన్న తన రెండు చేతులు ఎత్తి మెల్లి మెల్లిగా తలపై ఉన్న కిరీటాన్ని ఆ బురద నిండిన చేతులతోనే నా కాళ్ళ దగ్గర పెట్టాడు.

రాజసూయ యజ్ఞం జరిగినప్పుడు ఆ కిరీటాన్ని అతడి తల నుండి యజ్ఞమండపంలో పెట్టేలా చేశాను. ఇప్పుడు ఆ కిరీటాన్ని అదే భక్తి భావంతో నా చరణాలపైన పెట్టాడు.

అతడు నా చరణాల మీద పెట్టిన మకుటాన్ని నేను కిందకి వంగి పైకి తీశాను. మొట్టమొదటిసారిగానాకళ్ళల్లో నీళ్ళు నిండాయి. ఇప్పుడు కిరీటంపై అతడికి ఎటువంటి హక్కులేదు. నేను పీతాంబరంతో దానిపైన ఉన్న దుమ్మును తుడిచాను. ఇది చూసి పాండవులతో సహా యోధులందరూ విస్మయం చెందారు. వాళ్ళకి ఏం తెలుసు? అసలు ఎట్లాతెలుసుకోగలుగుతారు?

నలువైపులా శాంతిగా ఉంది. తన కన్నీళ్ళను ఆపుకుంటూ చిత్రసేనుడు అతడి నోట్లో పవిత్ర నదీ జలాలను పోయసాగాడు. శ్వాస ఆపి తన సగం తెరిచిన కంఠం నుండి ఆ నీళ్ళ బొట్టును తాగుతున్నాడు. అందరికి తీవ్రమైన బాధ కలుగుతోంది. ప్రతీ వాళ్ళు కళ్ళల్లో ప్రాణాలు పెట్టుకుని అతడి వైపు చూడసాగారు. గంగలో అర్ఘ్యదానం ఇచ్చే ఆ భక్తుడు ఇప్పుడు ఆ పవిత్ర గంగాజలాన్ని తాగుతున్నాడు.

13

'ఎవరైనా దానవీరుడు ఈ భూమిపైన మిగిలి ఉన్నాడా?' వృద్ధుడి వణుకుతున్న స్వరం వినిపించింది. చుట్టుపక్కల శాంతి వాతావరణాన్ని చీలిస్తూ ఆ కంఠం వినిపించింది. అందరు అమిత ఆశ్చర్యంతో అటువైపు తిరిగారు.

అతడు ఒక వృద్ధ బ్రాహ్మణుడు. యుద్ధంలో చనిపోయిన తన పుత్రుడి శవాన్ని వెతికి..వెతికి తీశాడు. కాని..కాని.. అంత్యక్రియలు చేయడానికి ఏకాకి అయిన అతడి దగ్గర ఏదీ లేదు. అతడు ఆర్తస్వరంతో అరుస్తూ జీవించి ఉన్న గాయపడ్డ ఏ యోధుడు కనిపించినా తన ముడతలు పడ్డ చెయ్యిని చాపుతూ మొత్తం సమరభూమి అంతా తిరిగాడు. యుద్ధ దావానలంతో మానవత్వం కాలిపోయి బూడిద అయిపోయింది. అందువలన ఏ యోధుడు అతని ఆర్తనాదాన్ని పట్టించుకోలేదు. మేం అందరం నిల్చుని ఉన్నచోట వృద్ధుడు ఆశతో వచ్చాడు. యోధులలో ఎవరు చివరి శ్వాసనుపీలుస్తున్నారో అతడికి తెలియక పోవడం వలన అతడు బయటనుండే అరుస్తున్నాడు.

''ఏ దాన వీరుడైనా మిగిలి ఉన్నాడా?'' అతడి మెడవణుకుతోంది. చేతిలో చేయూత నిచ్చే కర్ర ఊగుతోంది. అతడి వణుకుతున్న స్వరం గాయపడ్డ కర్ణుడి చేతనా శూన్యమైన చెవులలో

పడగానే ఈ శబ్దాలలో నిబిడీకృతమైన దివ్య ఆత్మ ఒక్క క్షణం కరిగిపోయింది. అతడి సంపూర్ణ శరీరం ఒక్కసారిగా విచిత్రంగా కంపించింది. తనతో సహకరించని స్వరాన్ని కూడా అతడు సరిచేసుకున్నాడు. చిత్రసేనుడి వంక చూస్తూ స్పష్టంగా అన్నాడు.–చి....త్ర...సే...నా...యా...చ... కు..డు...

చిత్రసేనుడు వెంటనే లేచాడు. వాళ్ళందరి మధ్య నుండి బయటకి వెళ్ళి వృద్ధ బ్రాహ్మణుడిని చేయిపట్టుకుని లోపలికి తీసుకువచ్చాడు. తన తండ్రి ఎదురుగుండానిల్చోపెట్టాడు. ఆ వృద్ధుడి తెల్లటి జుట్టు చెల్లాచెదురై ఉంది. ముడతల మధ్య కళ్ళు లోపలికి కూరుకుపోయాయి. మెడ వణుకుతోంది.

చెప్పండి.. బ్ర..హ్మ... ఆ... జ్ఞ...'' ఎదురుగుండా చేయి జూపిన ఆ వృద్ధుడి చూడగానే గాయపడ్డ సేనాపతి పెదిమలు వణికాయి.

ఆ మహావీరుడి కంఠం నుండి ప్రవహించిన గాఢమైన రక్త ప్రవాహాన్ని చూడగానే ఆ వృద్ధ బ్రాహ్మణుడు తన పుత్రుడి భయానకమైన మరణాన్ని కూడా మరచిపోయాడు. ఆయన ఎంతో వినయంగా అన్నాడు. అంగరాజా! ఏమీ లేదు...'' ఆ వృద్ధుడు కర్ణుడి నుండి ఎన్నోసార్లు దానం తీసుకున్నాడు. ఆయన ఈ గాయపడ్డ స్థితిలో, ఏకాకిగా, మృత్యు దశ లో ఉన్న కర్ణుడిని ఏమి అడగగలడు?

ఇదే సరియైన సమయం. నేను చుట్టుపక్కల నిలబడి ఉన్న పాండవులను వాస్తవంగా ప్రథమ కౌంతేయుడికి చూపెట్ట గలను. ఇదే సమయంలో పాండవులకు లౌకికంగా కర్ణుడికి పారలౌకిక శ్రేష్ఠత్వాన్ని ఇవ్వగలను.

నేను ముందుకు వచ్చి కర్ణుడి చెవుల దగ్గరికి వెళ్ళి అన్నాను''ఈ వృద్ధుడి దగ్గర యుద్ధంలో వీరగతి పొందిన తన పుత్రుడి అంత్యక్రియల కోసం సరిపడ్డ ధనం లేదు. అందువలన ఆయన ఎవరో ఒక దానవీరుడిని వెతుకుతున్నాడు.''

''దా...న...వీ...రు...డు...'' అతడు అస్పష్టంగా అన్నాడు ఒక్కసారిగా కళ్ళు మూసుకున్నాడు. కాళ్ళు, చేతులు కదిలిస్తూ బాధపడుతున్నాడు. వివశుడైగుప్పిళ్ళు మూస్తున్నాడు. ఆ యాచకుడికి ఏం దానం చేయగలను? అసలు అతడికి ఏమీ అర్థం కావడం లేదు. సమస్య పరిష్కారం కావడం లేదు. ఛాతీపైన ఉన్న లోహత్రాణంత్వరత్వరగా కిందమీద అవుతోంది.

ఏం చేయగలుగుతాడు? అతడి దానవీరత్వం అంతిమ సమయంలో కళంకితమవుతోంది. లోహశస్త్రం, లౌహత్రాణం తప్పితే చుట్టుపక్కల నిల్చున్న యోధుల శరీరాలపై విరిగి ముక్కలైన ఒక్క మణి కూడా లేదు. స్వర్ణ కిరీటాలను ఉన్నాయి కాని పాండవుల తలపైన ఉన్నాయి.

కొట్టు మిట్టాడుతున్న అతడి కాళ్ళు చేతులు ఒక్కసారిగా కొట్టుకోవడం మానేసాయి. అతడు ఏదో నిర్ణయం తీసుకుని మళ్ళీ తన సగం తెరుచుకున్న కళ్ళను పూర్తిగా తెరిచాడు. అతడి ముఖం నుండి అద్వితీయమైన తేజస్సు ఉప్పొంగుతోంది.

''చిత్ర... సేనా.. రాయి.. రాయి..'' అతడు చిత్రసేనుడికి ఆజ్ఞ ఇచ్చాడు. తన తండ్రి ఆజ్ఞను పాటించే చిత్రసేనుడు నిల్చున్నాడు. అతడు వెళ్ళి ఒక రాయిని తెచ్చాడు. చిత్రసేనుడిని ఎదురుగుండా చూడగానే అతడి నీలి కళ్ళు ఒక విలక్షణమైన అజ్ఞాత తేజస్సుతో మెరిసాయి.

అతడు శక్తినంతా కూడగట్టుకుని అన్నాడు– ''చిత్రసేనా... ఆ రాయితో... నా నోట్లోని... బంగారు పన్నును తీసి... ఆ .. ఆ.. యా..చ..కు..డి..కి.. క్షో..భ కారణంగా ఒక నిమిషం ఆగాడు. కంఠంలో గుచ్చుకున్న బాణం కారణంగా కలుగుతున్న తీవ్రమైన బాధను ఆపుకోడానికి కళ్ళు గట్టిగా మూసుకున్నాడు.

చిత్రసేనుడు నిల్చునే వణికిపోతున్నాడు. తన తండ్రి పట్ల అతడికి అమితమైన ప్రేమ ఉంది. ఈ అంతిమ సమయంలో అతడి చరణాలపైన పుష్పాలను ఉంచాల్సింది పోయి, ప్రత్యక్షంగా అతడి పంటిని విరగగొట్టాల్సి వస్తోంది... అసలు ఇటువంటి కఠోరమైన కర్మను తానెట్లా చేస్తాడు? ఇరవై అయిదు సంవత్సరాల ఉత్సాహవంతుడైన యువకుడి శరీరం వణకడం మొదలైంది. నుదిటినచెమట చుక్కలు సంచితమైనాయి.

''చిత్రసేనా!'' అతడి కంఠం ఇంకా కఠోరంగా మారిపోయింది. లోహత్రాణంపైన తగలగానే బాణం ములుకుఎట్లా శబ్దం చేస్తుందోఅట్లా అతడి స్వరం ఉంది.

''నీకు.. నీకు.. కురుల సేనాపతి...ఇది ఆజ్ఞ... చి..త్ర..సేనా!'' ఇప్పుడు ఆ కంఠంలో అధికారం అతి తీవ్రంగా వ్యక్తం అవుతోంది. అతడి ఆజ్ఞను చుట్టుపక్కల ఉన్న యోధుడు ఉల్లంఘించలేడు. వాళ్ళు తమ చెవులను తామే నమ్మలేకపోతున్నారు.

కన్నీళ్ళతో నిండిన అందరి కళ్లు చిత్రసేనుడిపై స్థిరంగా నిల్చున్నాయి. అతడు ఇంకా వణుకుతూనే ఉన్నాడు. రోజంతా సమరాంగణంలో సింహంలా పోరాడే ఆ వీరుడు ఈ సమయంలో కుందేలులా వణుకుతున్నాడు. ఒక చేష్టలుడిగిన వాడిలా నిల్చున్నాడు. అతడి నుదిటిపైన నుండి చెమట చుక్కలు చేతిలో ఉన్న రాయిపై పడ్డాయి.

''చిత్ర... సేనా!'' అతడి పెదిమలు ఇప్పుడు వణుకుతున్నాయి.. కళ్ళు నిప్పుకణాలను వర్షిస్తున్నాయి. అతడు కోపంతో తన పుత్రుడి వంక చూడడం మొదలు పెట్టాడు. ఆజ్ఞ ఆదేశాన్ని పాటించని సైనికుడి వంక చూసే సేనాపతిలా చూశాడు.

చిత్రసేనుడు వెంటనే శరీరంపైన పిడుగు పడ్డట్లుగా ముందడుగు వేశాడు. ఎంతైనా అతడు కర్ణుడి అంకురమే కదా! పుత్రుడు ముందుకు రావడం చూసి అతడి కళ్ళు ఆనందంతో మెరిసాయి. మరుక్షణం అతడు మళ్ళీ మూసుకున్నాడు. కంఠంలో పెడుతున్న బాధకన్నా ఇప్పుడు పంటిని పెరికిపారేసేటప్పుడు పడే బాధను సహించాలని తన బలమైన చేతులు గుప్పిట్లను గట్టిగా మూసుకున్నాడు. కళ్ళకునలువైపులా బంగారపు చర్మం ముడుచుకుపోయింది. ఎప్పుడు సూర్యస్తోత్రాల మంత్రోచ్చారణ చేసే అతడు పూర్తిగా వికసించిన సూర్య పుష్పంలా తన నిర్మలమైన నోటిని తెరిచాడు. సూర్య పుష్పపు (పొద్దుతిరుగుడుపూలు) పరాగదండంలా దగ్గరగా అతుక్కొని ఉన్న పళ్ళు మెరిసాయి. వాటిలో రెండు పళ్ళు పూర్తి బంగారంతో తయారు చేయబడ్డాయి. అవి పచ్చటి తేజోమయ కిరణాలను పంపుతున్నాయి.

హృదయం నుండి పొంగివచ్చే బాధను బలవంతంగా కంఠంలోనే అణుచుకుంటూ చిత్రసేనుడి రాయిని పైకి ఎత్తాడు. చాలా మంది కళ్ళు మూసుకున్నారు. అసలు ఇప్పటి దాకా ఏ యుద్ధ భూమిలోనూ ఇటువంటి సంఘటన జరిగి ఉండదు. అసలు ఎక్కడా ఇట్లా సత్యం సాక్షాత్కరించి ఉండదు. అటువంటి సత్యం ఇక్కడ సాక్షాత్కారం అవుతోంది.

''ఖాడ్... ఖాడ్...'' రెండు ధ్వనులు కురుక్షేత్ర భూమిలో లీనం అయిపోయినాయి. రాయిని విసిరి వేశాడు.

''ఆపుకోలేని వెక్కిళ్ళను నాన్నగారు వినలేరు, ఆయనకు మంచిగా అనిపించదు'' అని ఆలోచిస్తూ చిత్రసేనుడు బాణంలా నలువైపులా ఉన్న వలయాన్ని ఛేదిస్తూ వెక్కివెక్కిఏడుస్తూ బయటికి పరుగెత్తాడు. శక్తి పడిపోయినట్లుగా ఉంది అతడి స్థితి.

ఆ దానవీరుడి అందమైన బంగారు పళ్ళు అతడి నోట్లో ఊడిపడ్డాయి. చిగురు నుండి రక్తం వస్తోంది. బుగ్గల పైనుండి పారుతూ కంఠానికి తగిలిన గాయం వలన వస్తున్న రక్తంలో కలిసిపోసాగింది. టప..టపపడసాగింది. చుట్టుపక్కల ఉన్న యోధుల అశ్రువులు కూడా ద్రవిస్తున్నాయి. అతడు ఎంతో కష్టం మీద నోట్లో నుండి పళ్ళను చేతిలోకి తీసుకున్నాడు. అతడి కళ్ళు తేజస్సుతో వెలుగుతున్నాయి. అప్పుడప్పుడు చెక్కిళ్ళ మీద పడే గుంటలు పడసాగాయి.

అతడు వణుకుతూ అన్నాడు– ''యాచకా! ఈ దానం... రక్తంతో తడిసిన ఈ అపవిత్ర దానం... ఎట్లా.. ఎట్లా.. నీ చేతిలో పెట్టను?'' మళ్ళీ అతడి శరీరం ఆలోచనా విధానం ఏమిటో ఇది నాకు తప్పితే చుట్టుపక్కల నిల్చున్న ఏ యోధుడికి తెలియదు. ఒక వేళ తెలిసినా దాన్ని ఎవరూ నమ్మరు.

చేతిలోని పళ్ళకి అంటుకున్న రక్తాన్ని ఎట్లాతుడిచేయాలో అతడికి అర్థం కావడం లేదు. అందు వలన అతడు ఇంకా నిస్సహాయుడయ్యాడు. మెరుస్తున్న అతడి నీలికళ్ళల్లోంచి కన్నీళ్ళు దారాపాతంగా కారుతూనే ఉన్నాయి. కన్నీళ్ళు నిండిన కళ్ళతోఅమీన కొండవైపు వంగుతూ ఆకాశంలో ఉన్న తన తండ్రి వైపు ఒక్క నిమిషం కన్నార్పకుండా తదేకంగా చూశాడు.

మరు నిమిషం అతడిలో అద్భుతమైన, గూఢమైన, సూక్ష్మమైన చైతన్యంతో నిండిన మెరుపు అతడిని చైతన్య పరుస్తూ వెళ్ళిపోయింది. జీవితాంతం అతర్కమైన కార్యాలనే తను చేశాడు.

కన్నీళ్ళు దారాపాతంగా కారుతున్నాయి. చేతికి వచ్చిన పళ్ళని పట్టుకున్నాడు. నేత్రాల నుండి అఖండంగా అశ్రువులు ప్రవహించాలనే అతడు ఏ భావోద్రేకం లేకుండా రెప్పవేయకుండా సూర్య బింబం వైపు చూస్తున్నాడు. అతడిలోతైన మనస్సులో భావాల భయంకరమైన కోలాహలం గురించి మనం ఊహించనైనా ఊహించలేము. స్వయంగా నేనూ ఊహించలేను.

అతడి బంగారు పళ్ళ మీద అంటిన రక్తం నిర్మలమైన కన్నీటిధారలలో కొట్టుకుపోయింది. పళ్ళు శుభ్రపడ్డాయి. అవి సూర్యకిరణాలలో మెరుస్తున్నాయి. పరావర్తం అయిన కిరణాలు వికీర్ణం అవుతున్నాయి. ఇదంతా చూశాక అతడి కళ్ళు ఆనందంతో మెరవడం మొదలు పెట్టాయి.

మణికట్టున తెగిపోయిన రజనీగంధ పూల మాలలో నుండి ఒక పూవు తీసి అతడు పళ్ళపై పెట్టాడు. ఆ దానాన్ని కళ్లకు అద్దుకుని నవ్వుతూ చేతులు పైకి ఎత్తాడు. యాచకుడికి దానం ఇవ్వడానికి ఇప్పుడు అన్ని విధాలా వాటికి అర్హత కలిగింది.

ఈ జగత్తులో ఎంతో మంది దానం చేశారు. కాని...కాని మృత్యు ద్వారం దగ్గర ఇంతగా హృదయాన్ని కదిలించే ఏకనిష్ఠ. అద్వితీయదానాన్ని చేయడం ఒక అతడికే తెలుసు– ప్రథమ పాండవుడు! జ్యేష్ఠుడైనకౌంతేయుడు! సూర్యపుత్రుడు!

చుట్టుపక్కల ఉన్నవారి నోటి నుండి సహజంగా మాటలు పెల్లుబికాయి– 'ధన్యుడు.. ధన్యుడు...

గజగజ వణుకుతూ వృద్ధ బ్రాహ్మణుడు ముందుకు నడిచాడు. ఇప్పుడు ఇక ఆ దానాన్ని స్వీకరించాల్సిందే. వణుకుతున్న చేతులతో ఆదానాన్ని స్వీకరించాడు. అతడి వృద్ధ నేత్రాల నుండి వస్తున్న కృతజ్ఞతాపూరితమైన అశ్రువులు తెగిన రజనీగంధ పూలమాలలోని పూలపై పడ్డాయి ఆ వృద్ధ భిక్షగాడికి వందనం చేయాలని మెడ వంచే ప్రయత్నం చేశాడు. కానీ కంఠానికి గుచ్చుకున్న బాణం వలన వంచలేకపోయాడు. వృద్ధుడు ఇక ఉండలేకపోయాడు– ''దానవీర శూర కర్ణా! నీకు ఏ తల్లి జన్మ నిచ్చిందో ఆ తల్లి ధన్యురాలు. ఏ భూమి అయితే నీ విశాల హృదయం గల దేహాన్ని పోషించిందో ఆ ధాత్రి ధన్యురాలు. దాన వీర శూర కర్ణా! ఆర్యావర్తంలోనీలాంటిఏకనిష్ఠ గల దానవీరుడు ఇప్పటిదాకా మరొకడు పుట్టలేదు. భవిష్యత్తులో ఇక పుట్టడుకూడా!'' అతడి మాటల్లో బాధ ఉంది.

వణుకుతున్న మెడతో కారుతున్న కన్నీళ్ళను ఆపుకుంటూ ఆ వృద్ధుడు ఆ అనుపమానమైన దానాన్ని తీసుకుని తన పుత్రుడి మృతదేహం వైపు వెళ్ళడానికి తిరిగాడు.

వృద్ధుడు ఎంతో ఆనందంగా తిరిగి వెళ్ళిపోతున్న సమయంలో ఇక ఒక్క క్షణంలో జీవితాన్ని చాలించే ఆ దానవీరుడి ముఖంపైన ఒక అస్పష్టమైన నవ్వు కనిపించింది. ఆ నవ్వులో ఏం సమాధానం ఉందో? అక్కడి వాళ్ళెవరుతెలుసుకోలేరు.

అర్జునుడి చేతిలోని ధనుస్సు, భీముడి భుజాలపైన పెట్టబడిన గద వణుకుతున్నాయి. ఇంత అపారమైనసహన శక్తిని చూసి కూడా అతడు సూతపుత్రుడు కాడుఅని తెలుసుకోలేకపోయారు.

అతడు సూర్యపుత్రుడు, కౌంతేయుడు. వాళ్ళకిజ్యేష్ఠ భ్రాత... కాని వాళ్లకి ఇదంతా తెలిస్తేగా!

అతడి తృప్తి చెందిన నేత్రాలు ఎవరినో వెతుకుతున్నాయి.. దుర్యోధనుడి కోసం..

దుర్యోధనుడు స్పృహలోకి రాగానే పరుగెత్తుకుంటూ వచ్చాడు. మొసలి నీళ్ళని కోసినట్లుగా అతడు నలువైపులా ఉన్న మానవ వలయాన్ని ఛేదించుకుని లోపలికి వెళ్ళాడు. జీవితంలో మొట్టమొదటిసారిగా అతడి కాకి కళ్ళల్లో కూడా నీళ్ళు వచ్చాయి. అతడి స్వంత సోదరులు ఎనభై మంది దివంగతులయ్యారు. కాని.. కాని.. ఎప్పుడూ ఇంతగా కరిగిపోలేదు. వ్యాకులత చెందలేదు.

అతడు కళ్ళతోనే సౌంజ్ఞ చేసి దుర్యోధనుడిని దగ్గరకి పిలిచాడు. ఇప్పుడు చివరి దానం చేయదలిచాడు. విలువైన దానం. ఆలోచనల దానం..

''రాజా! నా చావుతో.. ఇక ఈ వినాశకారి యుద్ధాన్ని ఆపేయి... ఆపేయి...'' వణుకుతున్న అతడి పెదిమలు చూసి అందరూ వ్యాకులత చెందారు. నిజానికి అతడి అంతరంగం ఎంతో లోతైనది.

''కాదు... అంగరాజా, స్నేహితుడా! నీలాంటి మహా పరాక్రమవంతుడు నా కోసం బలిదానాన్ని స్వీకరిస్తున్నాడు... మృత్యుభయంతో నేను ఒప్పందం చేసుకోనా! ఇది నాకెంతసిగ్గుచేటు. మృత్యువు పితామహులని, గురు ద్రోణులని, ఇప్పుడు నిన్ను కబళిస్తుంటే... నేను... నేను కాదు మరెవరూ... అమరజీవులుకాలేరు. యుద్ధం ఆగిపోదు.. నీ కోసమే.. నీ కోసమే సంగ్రామం జరుగుతూనే ఉంటుంది. నీ కోసం... నీ కోసం జరుగుతూనే ఉంటుంది.'' దుర్యోధనుడు మా ఇద్దరి వైపు చూశాడు. అతడి కళ్ళల్లో నిప్పులు చెలరేగుతున్నాయి. మరుక్షణం కర్ణుడి విశాలమైన భుజాలను చేతులోకి తీసుకుని, ఎంతో నిగ్రహంగల కౌరవుల నేత వెక్కివెక్కి

ఏడవడం మొదలు పెట్టాడు. చిత్రసేనుడి కంఠం కన్నా భయానకమైన కంఠంతో బాధపడ సాగాడు. కర్ణుడు రెండో చేత్తో నిమురుతూ దుర్యోధనుడిని శాంతింప చేసే ప్రయత్నం చేశాడు. ఇప్పుడు అతడు భూమిలోని అణువణువును త్యాగం చేస్తున్నాడు. పళ్ళ కంఠం నుండి నిరంతరం రక్తస్రావం జరగడం వలన అతడికి బాధ ఎక్కువ అయింది. అశ్వత్థామ ముందుకు నడిచి అతడి తలని తన తొడ మీద పెట్టుకున్నాడు. రక్తస్రావం వలన ఇప్పుడు అతడి కళ్ళపైన నిద్ర ఆవహిస్తోంది.

ఒకవేళ దుర్యోధనుడు కర్ణుడిని అతడి చివరి కోరిక ఏమిటని అడిగితే? నేను ఆలోచిస్తున్నాను. కాని.. ఈ దుఃఖంలో అసలు దీన్ని గురించిన ధ్యాసే అతడికి లేదు. దుర్యోధనుడి జీవితం ఇప్పుడు ఇరుసు నుండి ఊడిపోయిన రథచక్రంలా ఉంది. ఏ దిశవైపు వెళ్ళాలో తెలియదు.

ఆ దానవీరుడి శ్వాస ఇప్పుడు మెల్ల మెల్లగా కొట్టుకుంటోంది. సగం తెరిచిన నేత్రాలు సూర్య బింబంతో మమేకమవుతున్నాయి. లీనం అయిపోతున్నాయి. అందమైన దేహంలో చైతన్యం లేకుండా పోతుంది. అతడి ఉచ్ఛ్వాసనిశ్వాసాలు లయతో కొట్టుకునే అతడి విశాల వక్షస్థలంపైన వేసుకున్న తౌహత్రాణం ఇప్పుడు మెల్లమెల్లగా స్పందిస్తోంది.

అతడి చివరి కోరిక అడగాల్సిన నైతిక బాధ్యత నాకు ఉంది. కేవలం నాపైన.

వెంటనే నేను ముందుకు నడిచాను. అతడి చెవుల దగ్గరిగా వెళ్ళి మెల్లిగా అడిగాను-'' కౌంతేయా? చివరి కోరిక?

మూతబడుతున్నకళ్ళను ప్రయత్నపూర్వకంగా తెరిచాడు. అతడి కళ్ళల్లో రెండు కన్నీటి బొట్లు కనిపిస్తున్నాయి. ఎందుకు ఆ కన్నీరు? దుఃఖం వలనా? పశ్చాత్తాపం వలనా? కృతజ్ఞతకా? నేను స్వయంగా అతడిని కౌంతేయఅని పిలిచాను. వినగానే ధన్యుడయ్యాడని అనుకున్నాడా? అతడు మెల్ల మెల్లగా అనసాగాడు.

''ద్వారకాధీశా! నా చివరి కోరిక నీవు నీవే నా అంత్యక్రియలు... ఒక కుమారి భూమి పైన చేయాలి. కుమారి భూమిపై... చివరి శబ్దాలు మెల్లిగా వినబడుతున్నాయి.

''కుమారి భూమి అంటే!'' అసలు అతడు ఏం కోరుకుంటున్నాడోనాకేమీ అర్థం కావడం లేదు. అందుకే నెమ్మదిగా అడిగాను

''అవును, కుమారి! ఏ భూమిపైన అయితే ఎప్పుడు.. తృణాంకురాలు(గరిక-గడ్డీ-గాదం) కూడా రాలేదో, అసలు ఇకముందుకూడా రావో.. నా దుఃఖం... నాబాధలు.. నా గాధలు.. నా వ్యథలు... మళ్ళీ మళ్ళీ... ఈ మత్స్య భూమిపైన.. ఎప్పుడు.. మరెప్పుడు.. ఏ రూపంలోనూ అంకురించవో... అందుకే.. అందుకే.. ఈ పంచ మహాభూతాలలో ... కుమారిభూమిలో విలీనం.. విలీనం...!

ఇప్పుడు అతడి కంఠం అస్పష్టంగా ఉంది. ఆశ్చర్యాన్ని కలిగించే అతడి అద్భుతమైన చివరి కోరిక విని నేను దిగ్భ్రాంతుడినయ్యాను. మొద్దుబారిపోయాను. అస్పష్టంగా మాటలు వస్తున్నాయి. అతడు ఇంకా ఏమైనా చెప్పదలుచుకున్నాడాఅని ఆలోచిస్తూ నేను నా చెవులను అతడి పెదిమలదగ్గరే పెట్టాను. ఏకాగ్రచిత్తుడునై... ధ్యాస పెట్టి వినడం మొదలు పెట్టాను.

మాటలు అస్పష్టంగా ఉన్నాయి- ''లీ...లీ...మాతా...మాతా...ణ...న...''

అసలు అతడు ఏం చెప్పదలుచుకున్నాడో స్పష్టంగా తెలియదు. అతడు వృషాలిఅంటున్నాడా లేక పాంచాలి అనిఅంటున్నాడా! కుంతీమాత అంటున్నాడా? రాధామాత అంటున్నాడా? శోణుడంటున్నాడా? లేకపోతే అర్జునుడు అనిఅంటున్నాడా? ఏమీ బోధపడటం లేదు.

ఇప్పుడు ఆ అస్పష్టమైన శబ్దాలు కూడా రావడం లేదు. సూర్య బింబం పైన కేంద్రీకృతమైననీలికనుగుడ్డు కదలడం లేదు. అతడి పెదవుల కదలిక వలనే అతడు ఏం చెప్పదలచుకున్నాడో నేను తెలుసుకోగలుగుతాను. అర్ఘ్యదానం ఇచ్చే ఒక నిష్ఠావంతుడైన సూర్యపుత్రుడి చివరి శబ్దాలు అవి. పెదిమల కదలిక చూస్తే అది గాయత్రి మంత్రమే అని కచ్చితంగా చెప్పగలను.

'ఓం భూర్భువస్సువఃతత్ సవితురేణ్యంభర్గోదేవస్యధీమహిధియోయోనఃప్రచోదయత్'

అకస్మాత్తుగా పెదవుల ఆ కదలిక కూడా ఆగిపోయింది. అందరూ ఊపిరిని తీసుకోవడం ఆపేసుకున్నారు. అతడి ఊపిరి పూర్తిగా ఆగిపోయింది. ఛాతీపైన స్పందించే లోహత్రాణం ఇప్పుడు స్పందించడం లేదు.

మహాతేజస్వి అయిన, కళ్ళల్లో మెరుపుగల, తేజోభరితమైన ఒక ప్రచండ జ్యోతి వెంటనే అతడి హృదయ కమలం నుండి బయటకి వచ్చి ఆకాశ మండలంలో పశ్చిమ క్షితిజంపైన అమీన కొండపై నుండి వెళ్తూ ఎర్రటి విశాలమైన సూర్యబింబాన్ని తీవ్ర గతితో చేరింది. మరుక్షణమే ఆ మహా జ్యోతిహిరణ్య గర్భంలో లీనం అయిపోయింది. ఆ మహా జ్యోతి చుట్టుపక్కల ఉన్న అందరి నేత్రాలలో మెరుపులు నింపింది. అంతటా చీకటి వ్యాపించింది.

ఆ మృత్యుంజయుడు మహావీరుడి మహా నిర్యాణం జరిగింది.

14

కర్ణుడు పడిపోగానే కొండపైన అస్తమిస్తున్న సూర్య భగవానుడు అకస్మాత్తుగా తేజోవంతుడై రెండో క్షణం కోసం ఎదురు చూడకుండా తక్షణం క్షితిజంఆవలివైపుకు వెళ్ళిపోయాడు. పడమర అంతా మసక మసకగా కనిపించింది. తళతళ మెరిసే మంచు బిందువులు గాలి తెమ్మెరలకు కిందపడి విలీనం అయిపోయాయి. నాలుగు దిశలలో ప్రకాశం తగ్గిపోయింది. ధరిత్రి దన్యురాలయిపోయింది.

అశ్వత్థామ ఆవేశంతో ముందుకు నడిచి కర్ణుడి భవ్యకపాలాన్నిముద్దుపెట్టుకున్నాడు. దుర్యోధనుడు అతడి చేయిని తీసుకుని తన నుదుటన పెట్టుకున్నాడు. చిత్రసేనుడు ముందుభాగం సన్నగా ఉన్న పాదాలకు వందనం చేశాడు.

కర్ణుడి దివ్యాత్మ ఏ దేదీప్యమైన చింతన ప్రకాశ కేంద్రం నుంచి వచ్చిందో, ఆ తేజోనిధిలో మళ్ళీ కలిసిపోయింది. అతడి దేహం అంత వరకు ప్రాణాలు ఉన్నదానిలా ఎంతో తేజోవంతంగా ఉంది. కొంచెం సేపటి క్రితం కర్ణుడు నా పాదాల చెంత ఏ కిరీటాన్ని అర్పించాడో దానిని తీసి మళ్ళీ అతడి బంగారు కేశాలపైన మెల్లిగా పెట్టాను.

కురుల మూడో సేనాపతి చిరనిద్రలో ఉన్నాడు. అతడి కంఠంలో గుచ్చుకుని ఉన్న అంజలికబాణాన్ని అశ్వత్థామ బయటకి లాగాడు, తన తలపై ఎప్పుడూ చుట్టుకునే తెల్లటి వస్త్రాన్ని తీసి అతడి సూర్యబింబంలాంటి ముఖానికి కప్పేసాడు.

పాండవులను తీసుకుని శిబిరంవైపు నడిచాను. వాతావరణం అంతా భయంగా బీభత్సంగా అనిపిస్తోంది. అందరూ మౌనంగా ఉన్నారు. దూరంగా ఎక్కడో తీతువు పిట్ట కర్కశ స్వరంతో అరుస్తోంది. ఇది అశుభశకునం. దూరంగా ఎత్తైన తెల్లటి గుర్రం అలసిపోయి బురదలో కూర్చుని ఉంది. జీవించి ఉన్న ఆ గుర్రాన్ని చూసి నేను ఆశ్చర్యపోయాను. పాండవులతో పాటు నేను అర్జునుడితో స్థావరానికి వచ్చాను. నేను మౌనంగా ఉన్నాను. ద్వారం దగ్గర నిల్చున్న రాజమాతని చూడగానే నా ముఖం ఇంకా వాడిపోయింది. సమరాంగణంలో కర్ణుడు నేలకూలడం వలన ఆనందంతో ఆవిడ శిబిరంలోకి పరుగెత్తుకుంటూ వచ్చారని అర్జునుడు అనుకున్నాడు.

"మాతా! ఆశీర్వాదం ఇవ్వండి" తక్షణం ముందుకు నడిచి అతడు తన తల్లి చరణాలకి వందనం చేశాడు. అభిమానంగా ఆశీర్వాదాలు అడిగాడు.

మాత ముఖంపైన ఉన్న పట్టు వస్త్రం కొస కనిపించేంత వెలుగు అక్కడ లేదు. అసలు ఇప్పుడు కనిపించినా అర్జునుడికి ఏ మాత్రం ధ్యాస ఉండదు. అసలు ఉపయోగం ఏమిటి?

నేను రాజమాత వీపుపై చేయిపెట్టి శిబిరంలోపలికి తీసుకువెళ్ళాలన్న నెపంతో సంబాళించాను. ఒక్క క్షణం నేను, రాజమాత, పాండవులు కలిసే అవకాశం లభించింది. కాని యుద్ధ వస్త్రాలని మార్చాలని పాండవులు బయటకి వెళ్ళిపోయారు. శిబిరంలో నేను కుంతీదేవీ ఉన్నాము. అప్పుడు ఆ గొప్ప స్త్రీ మానస సముద్రపు కట్ట తెగిపోయింది. ఆవిడ వెక్కివెక్కి ఏడవడం మొదలు పెట్టారు.

"కేశవా! అతడి అంతిమ దర్శనం..." భావుకురాలు అయినందువలన ఎక్కువగా మాట్లాడలేకపోయింది. రెండు చేతులలో దాచుకున్న ముఖాన్ని పైకి ఎత్తలేదు.

"వీర జనని! రాజమాత! దుఃఖించకండి! ఒకడు ఎటూ వెళ్ళిపోయాడు. చేతిలో ఉన్న ఐదుగురిని పోగొట్టుకోకండి. ఇవాళ అర్ధరాత్రి మీకు అతడి దర్శనాన్ని కలుగజేస్తాను. కనీసం ఇప్పుడు రహస్యం రహస్యంగానే ఉండనీయండి."

ఆవిడ కళ్ళు తుడుచుకుంది.

ఎన్నో దుఃఖాలను, ఎన్నెన్నో ఘట్టాలను చూసిన, ఎంతో నిగ్రహం కల వీరమాత చీకటిలో కర్ణుడి దేహం దాకా రాగానే గాలివానకి ఎర్రటి ఇంద్రాయణ తీగ గజ గజవణికినట్లుగా వణికిపోయింది. నేలలో కూరుకుపోయిన ఆవిడ కాళ్ళు ముందుకు అడుగులు వేయడం లేదు. నేను ఆవిడ చేయి పట్టుకుని ఎంతో బలవంతంగా సూర్యపుత్రుడి దగ్గరికి తీసుకువచ్చాను. అసలు అరచేతులలో కప్పిపెట్టి ముఖాన్ని పైకి ఎత్తడానికి ఆవిడకి సాహసం చాల లేదు.

కర్ణుడు ముఖంపైన కప్పబడ్డ అశ్వత్థామ వస్త్రాన్ని నేను పక్కకి తొలగించాను. కర్ణుడు శాంతియుతంగా పడుకున్నట్లుగా అనిపిస్తున్నాడు. అతడి బంగారు మృతదేహం కాగడా మసక వెలుతురులో కూడా మెరుస్తోంది.

ఎంతో ధైర్యంతో ముఖంపై నుండి చేతులు తీసేసి ఆవిడ తల ఎత్తారు. మరుక్షణమే–

"నా బాబూ!" అని అరుస్తూ కిందపడిపోయింది. నేను ఆవిడని సంబాళించాను. ఇప్పుడు నేను ఒక్కడినేగాఆవిడనిసంబాళించేది.

15

అది పద్దెనిమిదో రోజు. యుద్ధం ముగిసింది. భీముడు దుర్యోధనుడిని తొడలు నుగ్గునుగ్గు చేసి తన ప్రతిజ్ఞను పూర్తిచేశాడు. పాండవులు గెలుపును నిర్ధారణచేసారు. పందొమ్మిదో రోజు వచ్చింది. సంధ్యాకాలపుపొడవైన నీడలు రణక్షేత్రంలో అస్తావ్యస్తంగాపరుచుకున్నాయి. సమరాంగణం ప్రేతాలతో నిండిపోయింది. అమీన కొండపైన, పైనుండికింది దాకా శవాలు లేని నాలుగంగుళాల చోటు ఎక్కడా లేదు. దూరంగా ఒక తెల్లటి గుర్రం కనిపిస్తోంది. అది కూర్చుని ఉంది.

నేను ఎంతో కుతూహలంతో గుర్రంవైపు వెళ్తున్నాను. ఎంతో సేపటి నుండి కర్ణుడి దేహాన్ని వెతుకుతున్నాను. గుర్రం దగ్గరగా రాగానే ఆశ్చర్యపోయాను. నా సందేహం నిజం అయింది. అది కర్ణుడి వాయుజిత్. అది తన స్వామి శవం దగ్గర కూర్చుని ఉంది. తన తోక చామరాన్ని స్వామి తలపై ఊపుతోంది. నా మనస్సులో బాధ ఉప్పొంగింది. నీళ్ళతో నిండిన కళ్ళతో నేను ఆ మూగజీవి వంక చూశాను. పాండవుల విజయం వలన కలిగిన సంతోషం పటాపంచలై పోయింది. ప్రకృతిపట్ల నాకు ఆశ్చర్యం కలిగింది.

కొరడాను ఎడం చేతి నుండి కుడిచేతిలోకి మార్చుకుని నేను ముందుకు నడిచాను. నేను ఎంతో ప్రేమగా ఆ పశువుని చేత్తో నిమరగానే దాని తెల్లటి దేహం వణికింది. సారథిగా నాకున్న అనుభవం సఫలం అయింది. చక్.. చక్.. అంటూ నేను సౌంజ్ఞ చేయగానే ఆ జాతి పశువు తెలుసుకుంది. బలవంతంగా గిట్టలను నేలలో ఆన్చి వెంటనే లేచి నిల్చుంది.

దాని స్వామి మృతదేహాన్ని నేను ఎత్తి దాని విశాలమైన వీపుపైన పెట్టాను. స్వామి దేహాన్ని చివరిగా జాగ్రత్తగా సంబాళించుకుని తీసుకువెళ్ళాలి అనివాయుజిత్ అశ్వం మెల్ల మెల్లగా నడవసాగింది. అమీన్ కొండపై నుండి వెళ్ళాలి.

దారిలో నేను కృపాచార్యుడి శిబిరంలో నుండి వెలుగుతున్న కాగడాని తీసుకున్నాను.

నేను, వాయుజిత్ కొండ ఎక్కాము. అదే సమయంలో సూర్యనారాయణుడి అస్పష్టం అయిన బింబం క్షితిజానికి ఆవల మునిగిపోయింది.

కొండ శిఖరంపైన అంతా నల్లరాళ్ళ భూమి ఉంది. అంత్యక్రియలు చేయడానికి అన్ని ఏర్పాట్లు నేను ముందే చేశాను. ఆ కుమారి భూమిపైన చందనపు చెక్కలతో చితి తయారు చేయబడి ఉంది.

వాయుజిత్ వీపుపై నుండి నా చేతులతో కర్ణుడిని ఎత్తాను చితిపైన పెట్టాను. కాగడాని చేతబట్టి నేను ఒక నిమిషం అతడి ముఖం ఎక్కడ ఉందో చూసే ప్రయత్నం చేశాను. వణుకుతున్న చేతులతో నేను చితికి నిప్పంటించాను. చందనపు కట్టెలుమండసాగాయి. కొంచెం సేపట్లో మంటల ఎరుపు పసుపు అగ్ని విహంగాలు ఆకాశంలో..... అగ్ని కేంద్రంలో జన్మించిన ఆ ఆకాశపుత్రుడు జీవితాంతం అగ్నిని జీర్ణించుకుని ఇప్పుడు చివరికి అగ్నిమయం అయిపోతున్నాడు. అదే సమయంలో వాయుజిత్ సకిలిస్తూ కిందికీమీదికి ఎగురుతోంది. నేను చితిలో కాగడాని విసిరివేసాను. గుర్రం దగ్గరికి వచ్చాను. దానిని కూడా సంబాళించాలి. నేను దానిని నిమురుతూ

దాని జూలుని దువ్వసాగాను. నాకు కూడా ఎంతో బాధ కలగసాగింది. నా మనస్సు మొద్దుబార సాగింది. నేను చేతలుడిగినవాడినై చితివైపు చూస్తున్నాను. జూలునిమళ్ళీమళ్ళీ దువ్వసాగాను.

అకస్మాత్తుగా ఆ తెల్ల గుర్రం లేచింది, చెవులు నిక్కపొడుస్తు ఏదారి నుండి అయితే మేము వచ్చామో ఆ దారి వైపు మెడ తిప్పి చూడసాగింది. తెల్లటి బట్టలు ధరించిన ఒక స్త్రీ మెల్ల మెల్లగా రాసాగింది. నాకు ఒళ్ళు జలదరించింది. ఆమె వృషాలి.

కనురెప్పలు ఆర్పకుండా చూస్తున్న కళ్ళు. దేహంపైన తడిసిన బట్టలు మెల్లి మెల్లిగా ఒక్కొక్క అడుగు వేసుకుంటూ ఆమె ఆకాశకన్యలా వస్తోంది. ఆమె రెండు చేతులు జోడించి ఉన్నాయి అటు, ఇటు ఎటువైపూచూడకుండా సరాసరి చితి దగ్గరికి వస్తోంది. తెల్లటి రాయి నడుస్తున్నట్లు అనిపిస్తోంది. భుజం మీద ఉన్న పట్టువస్త్రం కిందకి జారిపడిపోయింది. కాని ఆమెకు ఎంత మాత్రం ధ్యాసలేదు. నా ఎదురుగుండానే నడిచి వెళ్ళింది ఒక్కసారిగా ఎదురుగా ఉన్న చితిలో దూకేసింది. నేను స్తబ్ధుడినై పోయాను.

నేను ఈ లోకంలోకి రాగానే వృషాలికి మనస్సులో ఆశీర్వాదాలు ఇచ్చాను. కొరదా దండంతో ఆమె పట్టువస్త్రాన్ని చితిలో వేయడానికి ఎత్తాను. కొంగున ముడి కనిపించగానే చితిలో పడేయకుండా వెనక్కి తీసుకున్నాను. నాకు ఎంతో ఆశ్చర్యంగా అనిపించింది.

అగ్ని ప్రవేశం చేసి పతికి చివరి ఆలింగనం ఇచ్చే ఈ సతికి ఇంకా దేనిమీద మోహం ఉంది? సందేహంతో ముడి విప్పాను విరిగిన పెంకు, విరిగిన కుండ ముక్క.

ఆ ముక్కని చితిలో వేయడానికి నేను చేయిఎత్తాను. కాని కర్ణుడి అంత్యక్రియలు, వృషాలి అగ్నిప్రవేశం, ఆత్మ సమర్పణ గుర్తుగా నా దగ్గరే ఉంచుకోవాలన్న కోరిక కలిగింది. చేయిని నేను కిందకి దించేశాను. ఆ ముక్కను నేను నా పీతాంబరం కొసకి ముడివేశాను.

కొరదాని భుజం మీద వేసుకుని వాయుజిత్ కంఠబంధనాన్ని పట్టుకుని నేను వెనక్కి వస్తున్నాను. కొండ పల్లవం వైపు దిగుతున్నాను. నన్ను వెతుకుతూ పాండవులు చితి మంటలు చూసి కొండపైకి పరుగెత్తుతూ ఎక్కుతున్నారు. నేను స్పష్టంగా చూస్తున్నాను. మిణుకుమిణుకు మంటూ వెలుగుతున్న కాగడాల సంఖ్య ఐదు. వారు పంచ పాండవులు. కాని..కాని.. ఆలస్యం అయింది. చాలా ఆలస్యం అయిపోయింది.

..... సమాప్తం .....

శివాజీ సావంత్

పూర్తిపేరు : శివాజీ గోవిందరావ్ సావంత్.

జన్మ : 31 ఆగస్టు, 1940ఆజరా, కోల్హాపూర్ జిల్లా (మహారాష్ట్ర)

సాహిత్యం : మొట్టమొదట్లో పద్యాలు రాసారు. తరువాత గద్య రచనలే ఎక్కువగా చేసారు. బాల్యం నుండి ఆలోచన-విశ్లేషణ చేసే గుణాలు అబ్బాయి. 27 సం.ల వయస్సులో వారు 'మృత్యుంజయ్' మరాఠీలో బృహద్ గ్రంథాన్ని రచించారు. ఈ అద్భుతమైన నవల వారికి ఎంతో పేరు-ప్రతిష్ఠలను తెచ్చిపెట్టింది. ఇది భారతీయ భాషలలోను, విదేశీ భాషలలోను అనువాదం అయింది. 'ఛావా' (మరాఠీ-1989) 'మృత్యుంజయ్'ల కథా వస్తువుని తీసుకుని నాటకాలను కూడా రచించారు.

తక్కిన ప్రసిద్ధమైన రచనలు-'లఢత్' (జీవిత చరిత్ర) 'శేల్‌కాసాజ్' (వ్యాసాలు) 'అశీమనే అసేనమూనే' (రేఖా చిత్రాలు) 'మోరావ్‌లా' (రేఖాచిత్రం) 'యుగంధర్' (యుగపురుషుడు శ్రీకృష్ణుడి జీవితం) నవలలు 'మృత్యుంజయ్', 'ఛావా', 'యుగంధర్' నాటకం, 'సంఘర్ష్' హిందీ అనువాదాలు భారతీయ జ్ఞాన్‌పీఠ్ వాళ్ళు ప్రచురించారు.

గుజరాత్ ప్రభుత్వం ద్వారా – సాహిత్య అకాడమీ పురస్కారం.

1982 భారతీయ జ్ఞానపీఠ్ 'మూర్తిదేవిపురస్కార్'

1995 ఆచార్య ఆత్రేప్రతిష్ఠాన్ పురస్కార్, పుణె.

1999 మరెన్నో ప్రతిష్ఠాత్మకమైన పురస్కారాలతో సన్మానాలు జరిగాయి.

అనువాదకురాలు గురించి

పూర్తిపేరు : శ్రీమతి టి.సి.వసంత.

జననం : 1950, హైదరాబాద్.

తల్లిదండ్రులు: కీ.శే. శ్రీమతి అనసూయమ్మ, కీ.శే. శ్రీ చింతలపాటి అప్పారావు.

భర్త: కీ.శే. శ్రీ టి.కామేశ్వర సోమయాజి.

విద్య: ఎమ్.ఎ., ఉస్మానియా యూనివర్సిటీ, పిహెచ్.డి, 1986 మరాఠ్ వాడా విశ్వవిద్యాలయ్, ఔరంగాబాద్.

సాహిత్య రత్న : అలహాబాద్.

స్వంత రచనలు : 'గీత్ కార్ నీరజ్' పరిశోధనా గ్రంథం (హిందీ), 'మృత్యులీల–జీవనహేల' (హిందీ నవల, మహారాష్ట్రలో వచ్చిన కిల్లారి భూకంపం ఆధారంగా) 'రేపటి వసంతం' (సైన్స్ ఫిక్షన్), 'విముక్తి' (దళిత వడ్డర్ల జీవితాల ఆధారంగా) 'భూతల స్వర్గంలో గాయపడ్డ వసంతం' (కార్గిల్ సైనికులు – స్త్రీ స్వేచ్ఛ కేంద్ర బిందువు), 'రమణీ సే రమణాశ్రమ్ తక్' (హిందీ, కీ.శే. గుడిపాటి వేంకటచలం–జీవిత చరిత్ర, దాదాపు 1400 పేజీలు).

అనువాదాలు: హిందీ, తెలుగు, మరాఠీ, ఇంగ్లీషు 22.

త్వరలో : 'గీత్ వసంత్ మహాకవి నీరజ్', రాణి లక్ష్మీబాయి (మరాఠీ నుండి తెలుగు), 'ఏక్ యుద్ధ్ కే బాద్ (తెలుగు నుండి హిందీ), 'సాగర్ సోర్' (మహాకావ్యం – తెలుగు నుండి హిందీ), 'జన్ సే జన్ మే (గీతాలు, తెలుగు నుండి హిందీ), 'దూసరా ఏక్ ఔర్ మహాభారత్ పాల్నాటి యుద్ధమ్ (హిందీ), 'మాట–మాటల్లో పనికివచ్చే మాటలు' (ఇంగ్లీషు నుండి), 'కుబేర రహస్యం' (ఇంగ్లీషు నుండి), 'సమ్రాట్ సముద్ర గుప్త' (తెలుగు నుండి హిందీ), మోర్ పంకీ పేడ్ (తెలుగు నుండి హిందీ), ఇంకా మరికొన్ని రచనలు.

కొన్ని గౌరవనీయమైన పురస్కారాలు – సన్మానాలు:

అనువాద పురస్కార్ : అంబేద్కర్ మరాఠ్ వాడా విశ్వవిద్యాలయ్ మరాఠ్ వాడా హిందీ పరిషత్ (ఔరంగాబాద్).

సౌహార్ద పురస్కార్ : ఉత్తరప్రదేశ్ హిందీ సంస్థాన్, లక్నో.

ఆనంద రుషి పురస్కార్ హైదరాబాద్.

www.ingramcontent.com/pod-product-compliance
Lightning Source LLC
Chambersburg PA
CBHW031138060425
24668CB00010B/87
* 9 7 8 9 3 5 5 4 3 0 0 3 8 *